கொற்கை

ஆர். என். ஜோடி குருஸ்

கொற்கை

பரதவர் மலிந்த பயங்கெழு மாநகர்...

காலச்சுவடு பதிப்பகம்

● அன்பார்ந்த வாசகருக்கு,

வணக்கம்.

காலச்சுவடு நூலை வாங்கியமைக்கு நன்றி.

நூலின் உள்ளடக்கம், உருவாக்கம், அட்டைப்படம் இன்ன பிற அம்சங்கள் பற்றிய உங்கள் கருத்துகளையும் ஆலோசனைகளையும் காலச்சுவடு வரவேற்கிறது. தகவல், எழுத்து, வாக்கியப் பிழைகள் தென்பட்டால் சுட்டாயம் தெரிவித்து உதவுங்கள். நூல் தயாரிப்பில் கடும் குறைபாடு இருப்பின் மாற்றுப் பிரதி உங்களுக்குக் கிடைக்கக் காலச்சுவடு ஏற்பாடு செய்யும்.

மின்னஞ்சல்: publisher@kalachuvadu. com

காலச்சுவடு நாகர்கோவில் அலுவலகத்திற்குக் கடிதம் அனுப்பலாம்.

தங்கள்
எஸ். ஆர். சுந்தரம் (கண்ணன்)
பதிப்பாளர் – நிர்வாக இயக்குநர்

கொற்கை • நாவல் • ஆசிரியர்: ஆர். என். ஜோ டி குருஸ் • © ஆர். என். ஜோ டி குருஸ் • முதல் பதிப்பு: டிசம்பர் 2009, திருத்தப்பட்ட இரண்டாம் பதிப்பு: டிசம்பர் 2010, பதினைந்தாம் பதிப்பு: பிப்ரவரி 2024 • வெளியீடு: காலச்சுவடு பப்ளிகேஷன்ஸ் (பி) லிட்., 669 கே.பி. சாலை, நாகர்கோவில் 629001

koRkai • Novel • Author: R.N. Joe d' Cruz • © R.N. Joe d' Cruz • Language: Tamil • First Edition: December 2009, Second Edition with Corrections: December 2010, Fifteenth Edition: February 2024 • Size: Demy 1x8 • Paper: 18.6 kg maplitho • Pages: 1176

Published by Kalachuvadu Publications Pvt. Ltd., 669 K.P. Road, Nagercoil 629001, India • Phone: 91- 4652 - 278525 • e-mail: publications @kalachuvadu.com • Printed at Mani Offset, Chennai 600077

ISBN: 978-81-89359-91-1

02/2024/S.No.336, kcp. 5088, 18.6 (15) 9ss

என் ஆத்தா செட்டியரம் பேத்தி
திருமதி. நிக்கோலாஸின்
பொற்பாதங்களில்...

முன்னுரை

கொற்கை: வரலாற்றின் கலை வடிவம்

காலம். இதுதான் 'கொற்கை'யின் மையக் கதாபாத்திரம். அளவில் மட்டுமின்றி, தான் தழுவி நிற்கும் காலம், இடம் சார்ந்தும் பெரிய நாவலாக வெளிப்பட்டிருக்கிறது ஆர்.என். ஜோ டி குருஸின் கொற்கை. 'ஆழிசூழ் உலகு' என்னும் தன் முதல் நாவலின் மூலம் கவனம்பெற்ற குருஸின் இரண்டாம் நாவல் இது. நூறாண்டுகளுக்கும் மேற்பட்ட கால வெளியில் பயணிக்கும் இந்த நாவல், கடல் சார் சமூகமான பரதவர் சமூகத்தின் மாற்றத்தைச் சித்தரிப்பதைத் தன் பிரதான அம்சமாகக் கொண்டிருக்கிறது. பிரிட்டிஷ் இந்திய ஆட்சி, கிறிஸ்தவ சமயத்தின் பிரவேசம், சுதந்திரப் போராட்டம், சுதந்திர இந்தியாவில் நிகழ்ந்த மாற்றங்கள், நவீனத்துவத்தின் வருகை ஆகியவை பரதவர் சமுதாயத்தில் ஏற்படுத்திய மாற்றங்களைத் துல்லியமாகவும் கலை அமைதியுடனும் சொல்கிறார் ஜோ டி குருஸ்.

படைப்புகளின் பின்னணிகள் வரலாறு, சமூகம், தத்துவம் என மாறினாலும் எல்லாக் கதைகளுமே மனிதர்களைப் பற்றியும் மனித வாழ்வைப் பற்றியும்தாம் பேசுகின்றன. இந்தப் பின்னணிகள் சார்ந்து மனித வாழ்வை விசாரணைக்கு உட்படுத்துபவையாகவோ மனித வாழ்வின் தளத்தில் இந்தப் பின்னணிகளை விவாதத்துக்குட்படுத்துபவையாகவோ அமைவது தீவிரமும் கலைச் திறனும் கூடிய படைப்புகளின் பொதுவான அம்சம். இத்தகைய படைப்புகள் காலத்தைச்

செறிவாக உள்வாங்கி வெளிப்படுத்துவதுடன் மனித வாழ்வின் நானாவிதக் கோலங்களை அவற்றின் சிக்கல் களோடும் அடுக்குகளோடும் துல்லியமாகச் சித்தரிக்கின்றன. மனிதர்களைப் பற்றிய விசாரணைகள் மனித வாழ்க்கை பற்றிய விசாரங்களாகவும் நிகழ்வுகள் பற்றிய விவரணைகள் வரலாறு குறித்த கூரிய அவதானிப்புகளாகவும் விரிவு கொள்கின்றன. சமூக நிகழ்வுகள் இனக் குழுக்கள், தனி மனிதர்கள் ஆகிய கூறுகள் ஒன்றையொன்று பாதித்துக் கொள்ளும் விதத்தையும் இத்தகைய படைப்புகள் பிரதிபலிக் கின்றன. காத்திரமான எந்தப் படைப்பின் இயல்பாகவும் இருக்கும் இந்தக் கூறுகள் பரந்த பரப்பில் விரிந்துசெல்லும் நாவல் என்னும் கலை வடிவில் இயல்பாகவே விரிவடை கின்றன. பெரிய கனவுகளுடன் பெரிய இலக்குகளை மனத்தில் கொண்டு எழுதப்படும் நாவல்களில் இவை மிகவும் அர்த்தபூர்வமாக வெளிப்படுகின்றன. கடல் சார் வாழ்வு, அரசியல், சமூக நிகழ்வுகள், காலம் என்னும் மாபெரும் நீரோட்டத்தின் பயணம் ஆகியவற்றை மையமாகக்கொண்டு கொற்கையை எழுதியிருக்கும் ஜோ டி குருஸ், நாவல் கலையின் இந்தச் சாத்தியப்பாடுகளையும் அதன் வடிவம் தரும் சுதந்திரத்தையும் படைப்பூக்கத்துடன் பயன்படுத்திக் கொள்கிறார். மனிதர்களையும் நிகழ்வுகளையும் காலத்தின் பின்னணியில்வைத்து இவர் பார்க்கும் விதத்தில் இந்த நாவல் பெரிய நாவல்களுக்கே உரிய விதத்தில் வளர்ந்து வலுப்பெற்று நிற்கிறது.

○

கடந்த நூற்றாண்டின் வரலாற்றில் பதிவுபெறாத சில பக்கங்களைக் கூறும் இந்த நாவலை வரலாற்று ஆவண மாகவும் கொள்ள முடியும். பலவிதமான நிகழ்வுகளையும் மனிதர்களின் வெவ்வேறு முகங்களையும் மாற்றத்தின் வியக்கவைக்கும் கோலங்களையும் நுட்பமான சித்தரிப்பில் வெளிப்படுத்துவதன் மூலம் கலைபூர்வமான வரலாற்று ஆவணமாகத் திகழ்கிறது 'கொற்கை'.

○

கலைப் படைப்பில் வெளிப்படும் மனிதர்களைப் போலவே சமூகங்களும் வகை மாதிரிகள்தாம். பரந்த பொருளில் குறியீடுகள்தாம். இந்தத் தன்மைதான் காலம், இடம் தாண்டி இலக்கியத்தை உலகம் முழுவதற்கும் பொதுவானதாக ஆக்குகிறது. இருபதாம் நூற்றாண்டின் கடல் சார் சமூகம் பற்றிப் பேசும் 'கொற்கை'யும் அப்படித்தான். இந்தச்

சமூகத்தைப் பற்றி மட்டுமன்றி எந்தச் சமூகத்தையும் அதன் மாற்றங்களோடு புரிந்துகொள்வதற்கான கருவிகளை இது தருகிறது. இதனாலேயே புவியியல் எல்லைகளையும் காலப் பரப்பையும் சமூக வரையறைகளையும் தாண்டி விரிவு கொண்டு நிற்கிறது.

○

பாத்திர வார்ப்பில் நாவலாசிரியரின் திறமை அசாத்திய மானது. மனிதர்களின் ஆளுமை குறித்த விவரணை எதையும் இவரது எழுத்தில் பார்க்கக் கிடைக்கவில்லை. மன ஓட்டங்கள், நடவடிக்கைகள் ஆகியவற்றின் மூலம் மனிதர் களின் ஆளுமைகள் குறித்த சித்திரங்கள் உருவாகின்றன. காலத்தைப் பின்தொடர்ந்து செல்வதற்கு அழுத்தம் தரும் இவரது கலைப் பார்வை எந்தப் பாத்திரத்திற்கும் தனிப்பட்ட அழுத்தம் தருவதை இயல்பாகவே தவிர்த்துவிடுகிறது. 'கொற்கை' என்பது ஒரு தனிப்பட்ட மனிதர் அல்லது குடும்பத்தின் கதை அல்ல. அது பல மனிதர்கள், குடும்பங்கள், தலைமுறைகள் ஆகியவற்றின் கதை. பல குடும்பங்களும் அவற்றின் மூன்று தலைமுறைகளும் காலத்தின் நீட்சியில் கொள்ளும் சலனங்கள் பதிவாகும் இந்தக் கதைகளினூடே துலக்கம் பெறுகிறது ஒரு காலகட்டத்தின் கதை. ஒரு நூற்றாண்டின் கதை. 'கொற்கை' போன்றதொரு கடல் சார் பகுதியின் வாழ்வு ஒரு நூற்றாண்டுக் காலத்தில் உலக அரங்கிலும் இந்திய அளவிலும் தமிழகப் பரப்பிலும் நிகழ்ந்த சலனங்களால் பாதிக்கப்பட்ட விதத்தைச் சொல்லும் கதை. இடம், சமயம், சமூகம், பொருளாதாரம் ஆகியவற்றினூடே ஊடாடிப் பயணிக்கும் காலத்தின் கதை.

பாத்திரங்களை வெளிப்படுத்துவதில் இவர் பயன்படுத்தும் உத்திகளில் ஒன்று மன ஓட்டங்கள். மனச் சலனங்களைத் துல்லியமாகப் பின்தொடர்ந்து அவற்றை மொழிவழிப்படுத்து வதில் இவரது திறமை அபாரமானது. நாவலின் வலுவான அம்சங்களில் ஒன்றாக அடையாளம் காட்டக்கூடிய மன ஓட்டங்கள் நேர்கோட்டில் தர்க்கபூர்வமாக அல்லாமல் பல இடங்களிலும் அலைபாய்ந்தபடி செல்லும் இயல்பை அனாயாசமாகப் பதிவுசெய்கிறார் குரூஸ்.

பாத்திரங்களுக்குத் தனிப்பட்ட அழுத்தம் தரப்படவில்லையா யினும் பிலிப் போன்ற ஒரு சில பாத்திரங்கள் மட்டும் நாவலில் தொடர்ந்து வளர்கின்றன. இந்தப் பாத்திரங்களின் மாற்றமும் காலத்தின் கதையின் ஒரு அத்தியாயமாக மாறுகிறது. குறைந்த அளவே இடம்பிடித்தாலும் அழியாத

சித்திரங்களாக மனத்தில் தங்கிவிடும் சேசு, மதலேன் போன்ற பாத்திரங்களும் கொற்கையில் நிறைய உள்ளன. கொள்கை சார்ந்த வெளிப்படையான பாவனைகளுக்குப் பின்னால் உள்ள முகங்களும் அவை வெளிப்படும் தருணங்களும் ஆர்ப்பாட்டமில்லாமல் பதிவுபெறுகின்றன. இந்தப் பதிவுகளில் ஆசிரியரின் கொள்கை அல்லது பார்வைச் சார்புகள் வெளிப்படாமல் மனித இயல்பு அதன் இயல்பின்படி வெளிப்படுவதைப் பார்க்க முடிகிறது. ஒரு சமயத் தலைவர் இப்படி நடந்துகொள்கிறார் என்று அல்ல, சமயத் தலைவ ரானாலும் அவரும் ஆசாபாசங்கள் நிறைந்த மனிதர்தான் என்ற தொனியிலேயே பிறழ்வுகள் பதிவாகின்றன. மனைவி தற்கொலை செய்துகொள்ளுமளவுக்கு அவளைக் கொடுமைப் படுத்தும் கணவன் வருகிறான். ஆனால் அவனை வாழ்க்கை யின் குரூர நாடகத்தின் பலிகடாவாக உணரச் செய்யும் புறவயமான அணுகுமுறை ஜோ டி குருஸுக்குச் சாத்தியப் பட்டிருக்கிறது. மனிதர்களின் சல்லித்தனங்களும் உன்னதங் களும் இவற்றுக்கு இடைப்பட்ட வண்ணங்களும் இயல்பாக வெளிப்பட்டு நாவல் பரப்பிற்கு வளம்சேர்க்கின்றன.

○

ஒரு நாவலில், அதுவும் நூறாண்டுகளுக்கு மேல் பயணிக்கும் நாவலில், விரிந்து பரந்த பின்புலம் இருப்பதில் வியப் பொன்றுமில்லை. ஆனால் சிறு சிறு அம்சங்களில் நுட்பத்தைச் சாதித்தபடி இந்தப் பின்புலத்தைத் துலங்கச் செய்வது எளிய காரியமல்ல. நூறாண்டுகளை உள்ளடக்கிய இந்த நாவலின் எந்த அத்தியாயத்தை எடுத்துக்கொண்டாலும் ஒரு பெரிய நாவலின் பகுதி என்பதற்கான அடையாளம் அதிகம் தெரியாது. ஒவ்வொன்றும் கச்சிதமான சிறுகதையைப் போலத் தன்னளவில் நுட்பமும் செறிவும் கொண்டதாக இருக்கின்றது.

சில அத்தியாயங்கள் மறையாத சித்திரங்களாக மனத்தில் தங்கிவிடுகின்றன. மதலேனுக்கு நேரும் அவலம் அவளது மாமியார் அதை எதிர்கொள்ளும் விதம்; கடற்கொள்ளை யர்கள் தோணியைத் தாக்கவரும் தருணம்; தோணித் தலைவனின் பிணத்தைச் சுமந்துகொண்டு வரும் தோணியின் பயணம் என்று பலவற்றைச் சொல்லலாம்.

○

தோணி. இது கொற்கையின் பாத்திரங்களில் ஒன்று என்றே கூறலாம். தோணிகளில் கரையும் வாழ்வை இவ்வளவு

துல்லியமாய்த் தமிழில் வேறெந்தப் படைப்பும் சொன்ன தில்லை. அந்த வாழ்வின் நியமங்களும் சவால்களும் மரணத்தின் விளிம்பில் ஊடாடும் நெருக்கடிகளும் நிலப் பரப்பில் வாழ்பவர்களால் எளிதில் புரிந்துகொள்ள முடியாதவை. சவால் மிகுந்த இந்த வாழ்வைப் பதிவுசெய்வதும் சவாலான பணிதான். குருஸ் இந்தச் சவாலைத் தன் அனுபவ வெளிச்சத்தாலும் அர்ப்பணிப்பு உணர்வின் பலம் கொண்ட எழுத்துத் திறனாலும் எதிர்கொள்கிறார். இந்த ஆற்றலின் விளைவைக் கொற்கையின் பக்கங்கள் எங்கிலும் காணலாம். தோணிகள் கடலில் பயணிக்கும்போது ஏற்படும் அனுபவங்கள் அற்புதமான திரைப்படம் ஒன்றின் காட்சிகள்போலத் தோற்றம்கொள்கின்றன.

❍

பல விஷயங்களைச் சொல்லாமல் சொல்லும் கலை குருஸுக்கு இயல்பாகச் சாத்தியமாகியிருக்கிறது. வெறும் கூலித் தொழிலாளியாக இருந்து தோணியின் தலைவனாக உயர்பவனின் வாழ்க்கையில் அந்த ஏற்றம் எப்படிச் சாத்திய மானது என்பது பற்றி ஆசிரியரின் கூற்றாக ஒரு சொல்லைக் கூடக் காண முடியாது. சாதித் தலைமைகள் சமூக மாற்றங் களை எதிர்கொள்ளும் விதமும் சமூக இயக்கங்கள் பழமை யின் இறுக்கமான பிடியிலிருந்து மக்களை விடுவிக்கப் போராடும் திமிறலும் ஓசையற்ற சொற்களில் பதிவுசெய்யப் படுகின்றன.

❍

கிறிஸ்தவ சமயத்தின் வரவு, உள்ளூர்ச் சாதிகள் கிறிஸ்தவத்தை எதிர்கொண்ட விதம், சுதந்திரப் போராட்டத்தின் தாக்கம், நவீன வாழ்வும் அரசியலும் உள்ளூர்ச் சமூகங்களைப் பாதிக்கும் விதம் என்று நாவலின் எல்லையைக் குறுக்கும் நெடுக்குமாக விஸ்தரித்துக்கொண்டு போகிறார் ஜோ டி குருஸ். பரதவர்கள், நாடார்கள் போன்ற சில பிரிவினரின் வாழ்வு, அவர்களின் வாழ்க்கை முறை, பண்பாடு, அரசியல், மொழி ஆகிவற்றைப் பதிவுசெய்யும் இந்த நாவல் சமூக, மொழியியல் ஆய்வுக்கும் பயன்படக்கூடிய ஆவணமாகவும் விளங்குகிறது. குறிப்பாக, பேச்சு மொழியைப் பதிவு செய்திருக்கும் துல்லியமும் பேச்சினூடே வெளிப்படும் பண்பாட்டுக் கூறுகளின் அடையாளங்களும் மிக முக்கிய மானவை.

❍

காலத்தை அதன் பல வித வண்ணங்களுடனும் நிழல்களுடனும் சித்தரிக்கும் குருஸ், ஆழி சார்ந்த தன் உலகைக் கடலைப் போலவே விரிந்து பரந்த இருப்பும் ஆழமும் கொண்டதாக உருப்பெறச் செய்கிறார். நாவல் காலூன்றி நிற்கும் புவியியல் பரப்பிற்குக் கீழ் உள்ளார்ந்து நிற்கும் சூட்சுமப் பரப்பும் அதனூடே உணர்த்தப்படும் வாழ்வின் பரிமாணங்களும் இதைத் தமிழின் முக்கியமான நாவல்களில் ஒன்றாக அடையாளம் காட்டக்கூடியவை.

அரவிந்தன்

என்னுரை

வெகுகாலம் சென்னையில் பணியிலிருந்த நான் தூத்துக்குடிக்கு பணி மாறியிருந்தேன். அன்றாடம் காலைப் பூசைக்காகக் கடற்கரைச்சாலை வழியாகப் பனிமய அன்னையின் ஆலயம் செல்வது வழக்கம். ஆலயத்தின் எதிரே ஒரு காலத்தில் கிரேக்கரும், சீனரும், சோனகரும், போர்ச்சுக்கீசியரும், டச்சுக்காரரும், வெள்ளையரும் வந்து வாணிபம் வளர்த்த பரதவரின் தோணித் துறைமுகம் இன்று வெறிச்சோடிக் கிடக்கிறது.

நகர வீதிகளில் வித விதமாய்க் கட்டிடங்கள், வங்கிகள், வணிக நிறுவனங்கள் ஆனால் எதுவுமே இன்று பரதவரின் கைகளில் இல்லை. கலாச்சாரச் சின்னமாய் காலம் கடந்து நிற்க வேண்டிய பாண்டியபதி அரண்மனையோ சிதில மடைந்து சின்னாபின்னமாய்க் காட்சியளிக்கிறது.

அன்று காலையில் என் முன்னால் நடந்த பெரியவரின் மிதியடிகளில் வித்தியாசம் தெரிகிறதேயென உற்றுப் பார்த்தால், தேய்ந்து போன மூன்று மிதியடிகளை ஒன்றாய்ச் சேர்த்துத் தைத்து அவர் அணிந்திருந்தது பார்ப்பதற்குப் பாவமாய் இருந்தது. நெருங்கிப் பார்த்தால் அந்தக் காலத்தில் தூத்துக்குடியில் கொடிகட்டி வாழ்ந்து, கல்கத்தா, சிங்கப்பூர், யாழ்ப்பாணமெனக் கப்பலோட்டி வாழ்ந்த குடும்பத்தின் வாரிசு.

பரதவரின் பூர்வீக பூமியாக விளங்கிய தூத்துக்குடியில் அவர்களது பவுசும் மவுசும் இன்று பழங்கதையாகிப் போனது. காரணம் என்ன? இங்கு மாற்றமும் அதன் தேவையும் புரிந்துகொள்ளப்படவே இல்லை. காலத்துக்கு ஏற்றாற் போல் வாழ்க்கையில், மன நிலையில், தொழில் முறையில், பழக்க

வழக்கத்தில் மாற்றம் ஏற்படாததன் விளைவுகள் தலைமுறை தலைமுறையாகத் தொடர்கின்றன. நிகழ்வுகளை உன்னிப்பாக அவதானித்தபோது எழுதத் தோன்றியது.

எழுதிய காலத்தில் என்னுடைய பணிக்கு இடையூறு தராமல் ஒதுங்கி நின்று வேடிக்கை பார்த்த என்னுடைய செல்வங்கள் அந்தோனி டி குருஸ், ஹேமா டி குருஸ் இருவரையும் நன்றியோடு பார்க்கிறேன். பாசத்தைப் பகிர்ந்து என்மடியில் விழுந்து அவர்கள் விளையாட வேண்டிய நேரத்தில் அவர்களை ஒதுக்கிவிட்டு எழுதுவதற்காக அமர்ந்திருக்கிறேன்.

மனமுவந்து பதிப்பித்து வெளியிடும் காலச்சுவடு பதிப்பகத்தாருக்கும் நூலின் தயாரிப்பில் உதவிய அன்புத் தம்பி கீழ்வேளூர் பா. ராமநாதனுக்கும் என் நன்றிகள் கோடி.

சென்னை **ஆர். என். ஜோ டி குருஸ்**

கொற்கை

கங்குலில், கார்மணற் பவ்வத்துள் கரை தேடி நின்று தவித்தது பரங்கியர் நாவாயொன்று. குணதிசை கதிரோன் தொடுவானில் உதிக்க, குடதிசையில் மங்கித் தெரிந்தது கறுப்பு. கறுப்பிலிருந்து பிரிந்த வெண் கொக்குக் கூட்டங்கள் வானில் பூ மாலைகளாய் பறந்து விரிந்தன. மிதமாய் வீசியது வாடைக்கொண்டல்.

நாவாயின் அணியத்திலிருந்து கடலிலிறங்கிய நங்கூரக் கயிற்றைச் சுற்றியபடி போக்குக் காட்டிய கெழித்தி மீன் கூட்டம் காலைக் கதிரோனொளியில் தகதகவென மின்னியது. சிறகடித்துப் பறந்து நாவாயைக் கடந்தது கடற் புறாக் கூட்டம். அவைகளிலொன்று நாவாயின் தன்மரத்திலமர்ந்து அலகு நீட்டி அழகு காட்ட, மற்றவை கடல் மேற்பரப்பில் இரை தேடி மிதந்தசைந்தன.

காத்திருந்த வெள்ளைத்துரை மிதவையைக் கடலிறக்கிக் கரை நோக்கி நகரும் அலையோடே கரையேகினான்.

தூரத்தே தொடுவானை உரசினாற்போல் மஞ்சு கொஞ்சும் பொதிகை மலைச் சிகரங்கள். வெள்ளிக் கீறலாய் மலையருவிகள், காடு, மேடு, நஞ்சை, புஞ்சையெல்லாம் கடந்து வரும் பொருனையின் காயல். குச்சு குச்சாய்ப் பனைமரங்கள், உடங்காடுகள்.

நுரை பூத்துக் கிடந்தது வடதுறை. திட்டுத் திட்டாய் உமணரின் உப்பு வயல்கள். பாத்திகளில் விளைந்த உப்புப் படிமங்கள் மேல் கதிரவனின் வர்ண ஜாலம். வெண்குன்று களாய் உப்புக் குவியல்கள். குவியலூடே பொதி சுமந்து ஊறும் இரட்டை மாட்டு வண்டிகள்.

குண திசையில் பவ்வத்துள் திரும்பிய நில நீட்சி, விட்டு வெளி வாங்கிப் பச்சை பசேலெனப் பாண்டியன் தீவு. இயற்கையின் அரண், குடாக்கடல், காட்டு முயற் கூட்டம். அலைவாய்க்கரையில் ஓடிப் பதுங்கும் கருவாலி நண்டுகள், அவற்றைக் கவர வானில் வட்டமிடும் ஆலாக்கள்.

தென் புறத்தே பரந்து விரிந்த வெள்ளை மணற்பரப்பு. காணலம் பெருந்துறை. புன்னையும் பூவரசும் தாழையும் ஞாழலும் வேம்பும் வாராசியும் பூத்துக் குலுங்கிப் பன்னீர்ப் பூச்சொரியும் நெய்தலின் பூஞ்சோலை. பாடும் குயில்கள், ஆடும் மயில்கள். சுணையில் குடமேந்தி நீர் மொள்ளும் புனையிழையர்.

கடற்புரத்தே வலம்புரி மூழ்கிய வான்திமில் பரதவரின் பனையோலைக் குச்சில்கள். உணக்கும் தட்டுமடிகள், கட்டு மரங்கள். கரையேற்றிய தம் திமில்களை மீளவும் கடுவிசை யோடு அலையூடே தள்ளும் கட்டிளம் காளையர், அவர் கட்டுடல் கண்டு நாணிக் களிக்கும் கயல் விழி மங்கையர்.

காற்றில் மிதந்து வரும் திருமந்திர கானம். ஆர்ப்பரிக்கும் அலையூடே பரதவரின் அம்பா ஓசை. களியலும் கழியாட்டமும், கூத்தும், பாட்டும்...

வீட்டு முற்றத்தில் உலர்மீனைக் கவர வரும் காக்கை களைச் சங்கெடுத்து வீசி விரட்டும் பாம்படப் பெண்டிர். மாநாய்கர் மாசாத்துவர் மேன்மாடங்கள். மாடங்களின் சாரளங்களைத் தழுவிக் கிடக்கும் பட்டுச் சீலைகளை நகர்த்திக் காலைக் கதிரோனை வரவேற்கும் முத்துவளைக் கரங்கள்.

விரிந்த வீதிகளில் கல்விச் சாலைகள், அன்னச் சத்திரங்கள், நாளங்காடிகள், நாணயச் சாலைகள், நவதானியக் கிடங்குகள். சாலைகளில் மூடுரதங்கள், வில்வண்டிகள், குதிரை லாயங்கள். பல்வினைக் கலைஞர் உறையும் சத்திரங்கள்.

சோனகர், சீனர், யவனரென மொய்க்கும் வணிகர் கூட்டம். கூலப் பரிமாற்றம். வியந்தே நடந்தான் வெள்ளைத் துரை.

கடலுள்ளே நீண்டு கிடக்கும் பாறை மேல் மோதிச் சிதறும் அலையூடே தெரிந்தது வானவில். மறு புறத்தே அலையற்ற தளும்பலாய்த் தென்கரை. நெடிதுயர்ந்த கலங்கரை விளக்கம்.

ஆடி நிற்கும் பன்னாட்டு நாவாய்கள்.

காயலில் பொதி சுமந்து ஊறும் குறு நாவாய்க் கூட்டம். துறைத் தளத்தில் சிற்றெறும்புச் சுறுசுறுப்பாய் மீகாமர். சுங்கச்சாவடி முன் பொதி பொதியாய் சம்பையும் பஞ்சும் பனைவெல்லமும் மிளகும்.

தூரத்தே தெங்கின் நிழலில் மரக்கலத்துப் பணிமனைகள். கதிரோனொளியில் பளபளக்கும் ஓடாவியர் கூருளிகள். தேரியில் புகையும் சுண்ணாம்புக் காளவாய்கள். சரிவில் சங்குமால்கள்.

மேற்புறத்தே, மீன்கொடி பறக்கும் பாண்டியபதி மாளிகை. அரியாசனம், அரச சபை, ஆடல் மகளிர், கட்டியம் கூறும் காவலர்கள், மந்திரி பிரதானிகள், சங்கம் அமைத்துக் கவி பாடும் புலவர் பெருமக்கள். பன்னாட்டுத் தூதுவர்கள், பல்லக்கு, பரிவாரம் . . .

தங்கக் கிரீடம் தலைமேல் தரித்து, முத்துக் கிரீடம் முகமேல் பதித்துத் தனியரசாளும் சந்திரகுலாதிபதி, திருமந்திர மாநகர் தனசேகரன் பாண்டியன், உத்திரகோச மங்கையில் கல்தேர் ஓட்டி வைத்த தீரன், முழங்கு கடல் பணியும் கொற்கைக் கோமான் பரதவர்கோன் பாண்டியபதி அறத்திற் காக்கும் கொற்கையம் பெருந்துறை.

கடைசி பாண்டியபதி

21வது பரத ஜாதித் தலைவமோர்

சிஞ்ஞோர் சிஞ்ஞோர் தொன் மனுவேல் லூயீஸ் டெக்ரூஸ்
அனஸ்தாசியூஸ் மோத்த கோரோ அவர்களின்
மகுடாபிஷேக வைபவ ஞாபகம்.

தூத்துக்குடி.
6-1-1926.

பாண்டியப் பகுதி ஆட்சி வரைபடம்

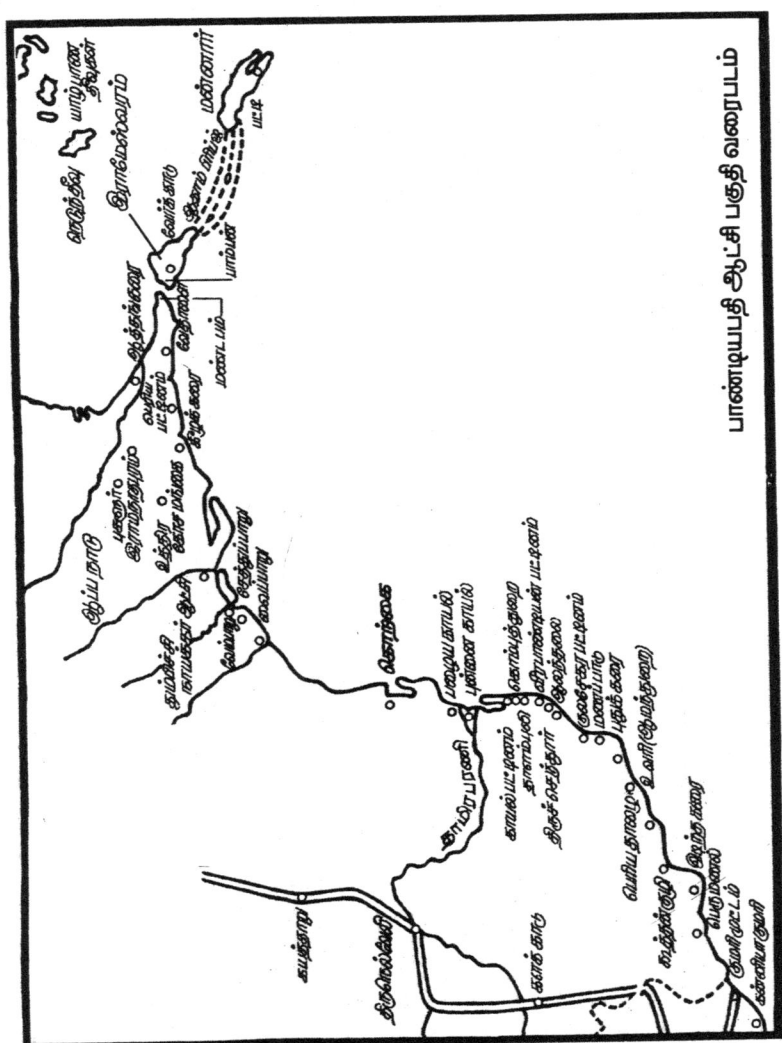

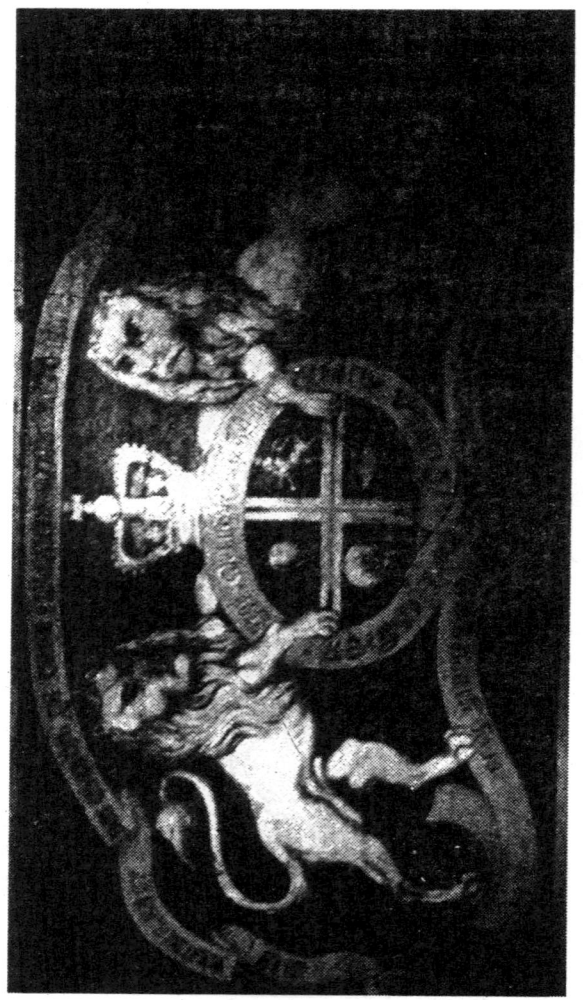

பாண்டியாபதியின் அரச முத்திரை

1

1914

கொற்கை சந்தமரிய தஸ்நேவிஸ் ஆண்டவளின் திரு விழாவுக்கு முழுவதுமாய் ஒரு மாதமிருக்க அதன் முன்னே சூலை மாதம் ஐந்தாம் தேதி எதிர்பாராத விதமாய்த் திடீரென மரித்துப்போனார் தொன்மிக்கேல் பரதவர்ம பாண்டியன். பழைய பாண்டியபதி மணப்பாட்டையா ஆண் வாரிசு இல்லாமல் போனதால் இறக்கும் தறுவாயில் தனது ஒரே மகள் வயிற்றுப் பேரனான தொன்மிக்கேலுக்குப் பெரிய எதிர்ப்பிற்கிடையிலும் மகுடாபிஷேகம் செய்து வைத்து சாதித் தலைமைக்கு வாரிசு உருவாக்கி, அந்த மகிழ்ச்சியிலேயே போய்ச் சேர்ந்திருந்தார்.

தொன்மிக்கேலுக்குப் பதவியில் பெரிதாய் நாட்டமில்லாமலிருந்தாலும் சமுதாய அக்கறை ஒரு படி அதிகமாகவே இருந்தது. அது தெரிந்து தானோ என்னவோ மணப்பாட்டையா, மகள் மூலமாகக் காரியத்தை முடித்திருந்தார். பாண்டியபதி யில்லாமல் முத்துச் சிலாபம் நடத்துவதும் முடியாத காரியம். மேசைக்காரராகவே இருந்தாலும் தொன் மிக்கேலுக்கு தன் சாதி சனத்தின் மேல் தீராத பாசம். பிராயத்தில் சில சமயம் கடற்கரை வழியே நலம் விசாரித்தபடியே காலாற நடந்து வைப்பார், வேம்பார், மூக்கையூர், வேதாளை, ராமேஸ்வரம் வரைகூட வந்துவிடுவாராம். பதவி ஏற்றுச் சிறிது காலத்திலேயே வெகுகாலமாய்க் கடைபிடிக்கப் படாமலிருந்த பாரம்பரிய வழக்கங்களுக்கு உயிர் கொடுத்தாராம் தொன்மிக்கேல். ஆயிரமாயிரமாய் அப்பாவிப் பரதவரின் உயிரைக் காவு வாங்கிய

கத்தோலிக்கம், இன்று அவர்தம் சமூகக் கட்டமைப்பே நிலைகுலைந்து போவதைக் கை கட்டி வேடிக்கை பார்ப்பது கண்டு மனதுக்குள் பொறுமினார். நம்மிடம் இல்லாத தெய்வ நம்பிக்கையையா சீமையிலிருந்து கொண்டு வந்துவிட்டார் களென்று அடிக்கடி மனம் வெதும்பிச் சொல்லுவாராம். பழைய பாரம்பரியப்படி வருசா வருசம் மகுடமேற்ற நாளில் கன்னியாகுமரி, மதுரை மீனாட்சி, திரு உத்திரகோசமங்கை, கொற்கை சந்தானமாரி கோவில்களுக்கு தவறாமல் சென்று தரிசனம் செய்ததோடு கொடையும் வழங்கிச் சிறப்புச் செய்வாராம்.

பாண்டியபதி மரித்துப்போன செய்தி கடற்கரை ஊர்களெங்கும் காட்டுத் தீ போல் பரவியிருந்தது. வலைக்குடி, காளவாசல் கடற்கரையிலும் செய்தி கேள்விப்பட்டவர்கள் வேலைகளைக் கிடந்தது கிடக்கப் போட்டுவிட்டு வடக்கே குருசடிப்பக்கம் ஓடிவந்தார்கள். குருசடிப்பக்கம் கூனை வளைத்துப் போட்டவாறு நின்றிருந்தார் பவுடர்பப்பா. சிந்தாத்திரை மாதா கோவில் பக்கம் 'தாண்' விளையாடிய படியிருந்த மெய்யலின் மகன் கிலுக்கு தண்டலும் மற்றவர் களும் என்ன ஏது என்ற விளப்பம் புரியாமலேயே குருசடியை நோக்கி வந்தார்கள். வலைக்குடி ஊருக்குள்ளும் வேளம் பரவ சலோமியைக் கையில் பிடித்தபடி பாவுலாளும், காட்டுக்குக் கருவாடு விற்கப்போன தலைச்சுமையைக் குச்சிலில் இறக்கி வைக்காமலேயே தேவசானாவும் வந்தார்கள். சங்குமால் பக்கத்தில் சிப்பி அறித்தபடியிருந்த பெண்கள், சிறு பிள்ளைகளோடு ஆண்டாமணி, தஸ்நேவிஸ், மொடுதகமும் வந்து பவுடர்பப்பாவையும் மெய்யலையும் சுற்றி நின்றார்கள்.

"எய்யா... வந்த வேளம் நெசமா?" கூட்டத்திலிருந்து கேட்டது ஆகத்தம்மாளின் குரல்.

தலையாட்டினார் மெய்யல்பிள்ளை. சுற்றி நின்ற அனைவரின் முகங்களும் வாடித் தெரிந்தன. சிறிது நேரம் என்ன பேசுவதென்றே தெரியாமல் நின்றிருந்தார்கள். பெண்கள் முக்காடு போட்டபடி ஒப்பாரி வைத்தார்கள். ஆகத்தம்மாக் கிழவியின் குரல்தான் ஓங்கிக் கேட்டது.

"ஏ... ராசா நீங்க போயிற்றியளக்கும். எய்யா, இனும எங்க சங்கடங்கள நாங்க யார்ட்ட சொல்ல, சிங்கி கொளஞ் சந்த தந்த எங்க ராசா... எங்களவுட்டுட்டு போவ ஒங்களுக்கு மனசு எப்புடி வந்திச்சி..."

"நேத்தே செத்துப்போனாராம... நெசமா?" என்றார் கிலுக்குத் தண்டல்.

"அப்ப இதுலயும் என்னமோ" என்றபடி ஏதொ சொல்ல வாயெடுத்த தஸ்நேவிசை இடைமறித்த மெய்யல் சொன்னார்.

"வேண்டாம்யா ஏற்கனவே ஏகத்துக்கு பிரச்சினையா கெடக்குயின்னாவ."

"எத்தன முத்து சிலாவம்... அடியளிச்சிப் போட்டாவளே."

"தங்கக் கிரீடம் தரிச்சி நீங்க வார தலயழக பாக்கனும... எய்யா முத்துக் கிரீடந் தரிச்சு வார ஒங்க மொக அழக இனும நாங்க என்னக்கி பாக்க..."

"எல்லாமே இந்த மேசைக்காரப் பெயல்வ பண்ணுற வேலயளாத்தாம் இருக்குமோ" கேட்டான் சேசு.

"ஆமும் சேசு, கமுக்கமா தாய் மாமமிங்குற கோதாவுல முடிசூட்டிக்கிறலாமின்னு பாத்திருப்பான்வ" என்றான் சேசய்யா.

"அதாம் சேசியா கொஞ்ச நாளா கலெக்டர் ஆபீஸ் பக்கம் ஒரே ஓட்டமுஞ் சாட்டமுமாக் கெடந்திச்சி..." என்றான் சேசு.

ஒப்பாரி வைக்கும் ஆகத்தம்மாளைத் தடுக்க முடிய வில்லை.

"எய்யா, அதுலோடி போவ பொறுக்க மாட்டியளே... ஒங்கள நாங்க இனி என்னைக்கி பாக்க... கம்மரக்காரனயும் மதிச்சி மையங்கள பொதைக்க எடந்தந்த எங்க ராசா, ஒன்னய கொன்னுட்டாவளா. எங்க நீதிய கொன்னுட் டாவளா" ஓலமிட்டாள் ஆகத்தம்மாள்.

"வாரிசு இல்லையின்னா பரவாயில்ல. எய்யா அவுரயுங் கொன்னுகின்னு போட்டுறாம."

"என்ன பேசுறிய... வெள்ளைக்காரம் அரசாங்கம் சும்ம வுட்டுருமாக்கும்."

"அப்புடியே அடியழிஞ்சி போவட்டுமின்னுதான ரண்டியரும் பாக்குறாம்" என்றார் பவுடர்பப்பா.

"ரண்டியருன்னா யாரச் சொல்லுறிய?" கேட்டான் சூசமுத்து.

"மாறி யாரு... சாமிமாரும், வெள்ளைக்காரனுந்தாம்."

முடித்திருந்த கொண்டைகள் அவிழ குத்தவைத்தவாறு தலைமுடி மண் தரையில் புரள ஆகத்தம்மாளும், மெய்யலின் மனைவி ரெபேக்காளும் அழுது கூவி அரற்றினார்கள்.

மத்தேசியாக் குருசடிப்பக்கம் பெண்கள் போட்ட ஒப்பாரி கொலவைச் சத்தங்கள் தேரி முள்ளிக் காட்டுப் பக்கமும் எதிரொலிக்க அங்கே குச்சிக் கம்பு விளையாடியபடியிருந்த தோமாஸ் மகன் பிச்சையாவும், ஆண்டாமணியார் பிள்ளைகள் சவரிமுத்தும், அந்தோனிமுத்தும், தஸ்நேவிஸ் மகன் சந்தக்குருசும், மெய்யல்பிள்ளை பேரன் மோயிசும் பதறியபடி ஓடி வந்தார்கள்.

“இனுமதாங் கவனமா இருக்கனும். மணப்பாட்டை யாவாவது சாவுறதுக்கு முன்னாலயே வாரிசு இவுருதாமின்னு செத்தவருக்கு பட்டங் கெட்டிட்டு போயிசேந்தாரு...”

“என்ன சொல்லுறிய பெரியாளு... அதாம் மூத்தவரு குணதாசிஸ் இருக்காருல்ல. அவருதான வாரிசு” என்றான் சவரிமுத்து.

“அப்பாவியாயிருக்க மூத்தவருட்டயிருந்து இந்த மேசைக்காரப் பெயல்வ அதிகாரத்த புடுங்கிக்கிறக் கூடாது” அங்கலாய்த்தார் பவுடர்பப்பா.

“என்னமோ பாண்டியபதியில ஆட்சி அதிகாரம் நடக்குறமாறியில பேசுறிய.”

“கொழும்புல உக்காந்துக்கிட்டுல இங்க அதிகாரம் பண்ணுறான்வ. மகாசனமிங்குறான்வ, சங்கமிங்குறான்வ, பாண்டியபதியின்னு ஒருத்தர் இருக்குறத கண்டுக்கிறவே மாட்டயிங்குறான்வள?''

“போத்தி சொல்றமாறி, கொழும்புல இருந்துகிட்டுத்தாம் இங்க நம்மள ஆட்டிப்படைக்கிறான்வ என்ன?”

வெள்ளைக்கார அரசாங்கம் கண்டுக்கொள்ளாதது ஒருபுறமென்றால் மறுபுறம் உதாசீனப்படுத்தும் மேசைக்கார தனவந்தர்களும் அவர்களைத் தன் சுட்டு விரலசைவின் கட்டுக்குள் வைத்திருக்கும் கத்தோலிக்க நிர்வாகமும்தான் பாண்டியபதியின் இன்றைய நிலைக்குக் காரணம். வெள்ளைக் கார அரசாங்கத்தின் மூலம் பாண்டியபதியின் முத்துச் சிலாப வருமானத்தில் கைவைத்து அகமகிழ்ந்த கத்தோலிக்கம், சமூகத்துக்குள்ளும் பிரிவினைவாதத்தை ஆதரித்து அதன் வெம்மையில் குளிர் காய நினைத்தது. ஒவ்வொரு ஊரிலும் சாமியார் கட்சி, ஊர்க் கட்சியெனப் பிரிவினைகள்.

தூரத்தில் ராலி கம்பெனி கிட்டங்கிப் பக்கமும் சந்தனமாரி கோவில் சந்து வழியாகவும் பர்னாந்துமார் வெள்ளையுடுத்திப் பாண்டியபதி நோக்கிப் போவது தெரிந்தது.

ஆர். என். ஜோ டி குருஸ்

கோரல்மில் பக்கமிருந்து குறுக்கே சாடிய சப்கலெக்டர் காலினின் பரிவாரம் அலங்காரத்தட்டு கோல்ப் மைதானத்தை நோக்கி வந்தபடியிருந்தது கூடவே கனிசியுஸ் சிங்கராயர்.

"பூச்சி புழுவ பாத்த மாறியில பாக்குறான்வ..."

"நமக்கின்னே தலயில எழுதுன எழுத்து போல... நம்மயெல்லாம் எங்க போறோம், சிங்கராயம் எங்க போறாம் பாத்தியா" என்றவாறே பெருமூச்சுவிட்டார் பவுடர்பப்பா.

"பெரியாளு இப்புடியே பேசிக்கிற்று நிக்காம, பொடி நடையா போவோம். அவுரு கட்டையிலயாவது முழிக்க முடியுமாயின்னு பாப்போம்".

"எய்யா, அங்கன நிக்கிறது கொண்டையாவும் அவம் பொண்டாட்டி கருப்பியுந்தான...?"

"அதுவளும் சோகமாத்தாம் நிக்கிதுவ."

தெற்கே கடற்கரைச் சாலை மூடப்பட்டுப் பாண்டியபதி அரண்மனை முன்னால் வாகனங்கள் செல்லத் தடை விதிக்கப்பட்டிருந்தது. திருச்செந்தூர் பக்கமிருந்து கருப்பட்டி, பனந்தும்பு ஏற்றி வந்த மாட்டு வண்டிகள் தோணித்துறைக் கதவுகளும் மூடப்பட்டுவிட்டதால் காரப்பேட்டையிலும் நுழைய முடியாமல் பக்கிள் ஓடைப் பக்கமாக வடக்கு நோக்கி வரிசையாய் அணிவகுத்து நின்றிருந்தன. நல்ல சோழக்காற்றில் எங்கும் சாணி நெடி. போக்குவரத்து நெரிசல் ஏற்படாமலிருக்க கையில் சுழலும் கம்புகளோடு சுதேசிக் காவலர்கள் சுற்றியபடியிருந்தார்கள்.

"போத்தி, கொழும்புக்கு செய்தி போயிறிக்கிமா?" என்றான் மோயிஸ்

"வாசன வாரதப் பாத்தா கொழும்புக் கூட்டங்க வந்திற்ற மாறித்தாம் தெரியிது."

"சாணி வாட மூக்க பிய்க்கிது... என்ன சொல்லுறிய" என்றான் பிச்சையா.

"கொப்பனமாறி வாயால சுவாசிக்காத சவம..."

"நெசந்தாம் போத்தி, கொழும்பு ராணி சமுக்காரம் வாடயும் சேந்துதாம் அடிக்கிது. பேயலசா போயி செல்லியிருக்கும்?" கேட்டான் பிச்சையா.

"அதுனாலதாம் விசயத்த ஒரு நாளா வச்சிருந்து சொல்லியிருக்கான்வ."

“நெசமாவே பேயலசு இருக்காயிது?”

கூட்டத்தில் நகைப்பொலி கேட்டது. பேயலசு என்பது பாண்டியபதி அரண்மனையில் வாழும் ஒரு குட்டிப் பிசாசு என்பது காலகாலமாகவே பரதவர்களிடம் உள்ள நம்பிக்கை. அது பாண்டியபதிக்குக் கட்டுப்பட்டு இட்ட வேலைகளைச் செய்யுமென்று கதை கதையாய்ச் சொல்லுவார்கள். காலையில் வீட்டில் ஆப்பம் சுட்டுக் கொடுத்தால் கொழும்பில் பாண்டியபதி பிள்ளைகளுக்கு அதைச் சுடச்சுடக் கொண்டு கொடுத்துவிட்டு நொடிப்பொழுதில் திரும்பவும் பாண்டிய பதிக்கே வந்துவிடுமாம்.

பரதவர்களில் சாதித் தலைவமோரிடமும், பட்டங்கட்டிகளிடமும் மாந்திரீகமும் சித்து விளையாட்டுக்களும் அதிகமாகவே இருந்திருக்கின்றன. தேவைப்பட்ட நேரங்களில் அவர்கள் இந்தச் சித்து விளையாட்டுகளைப் பயன்படுத்தத் தவறியதேயில்லை. இப்படித்தான் முன்பொருமுறை சிங்கிகுளம் சந்தையின் உரிமை சம்மந்தமாகப் பிரச்சினை வந்தபோது பாண்டியபதி மணப்பாட்டையா வந்திருந்தாராம். எதிர்த்தரப்பு குரங்கு ஒன்றை வைத்துக்கொண்டு பரதவப் பெண்களை மீன் வியாபாரம் செய்யவிடாமல் விரட்டியிருக்கிறது. சந்தையுள்ளே நுழைந்ததுமே அந்தக் குரங்கைப் பார்த்த மணப்பாட்டையா வியாபாரத்துக்காக பரதவப் பெண்கள் கொண்டு வந்திருந்த சம்பைக் கட்டிலிருந்து சாவாளைக் கருவாடொன்றை எடுத்தவர் முனை முறியாத மஞ்சள் துண்டு ஒன்றையும் பெண்களிடம் கொடுத்து அரைத்துக் கேட்டிருக்கிறார். அவர்களும் மஞ்சளை அந்த இடத்திலேயே அரைத்துக் கொடுக்க, அரைத்த மஞ்சளை அப்படியே சாவாளை கருவாட்டில் தடவி பெருமூச்செடுத்து காய்ந்த கருவாட்டின் வாயில் ஊதி அதை அந்தரத்தில் உருவிவிட்டிருக்கிறார். அதுவரையில் அங்குமிங்கும் துள்ளியபடி ஆட்டம் போட்டபடியிருந்த குரங்கைச் செங்குப்பூட்டாகப் பிடித்துக் குதறியிருக்கிறது, அந்தக் காய்ந்த சாவாளைக் கருவாடு. அன்றிலிருந்து சிங்கிகுளம் சந்தையில் பயமில்லாமல் வியாபாரம் பார்த்திருக்கிறார்கள் பரதவப் பெண்கள்.

காலப்போக்கில் கத்தோலிக்க மதத்தில் கட்டுப்பாடுகள் இறுக, இது போன்ற மாந்திரீக வேலைகளையும் சித்து விளையாட்டுக்களையும் குறைத்துக்கொண்டார்களாம். கடற்கரைப் பரதவர்களைச் சாதித் தலைவமோர்கள் தங்களுடைய கட்டுப்பாட்டில் வைத்திருந்ததற்கு இதுவும் ஒரு

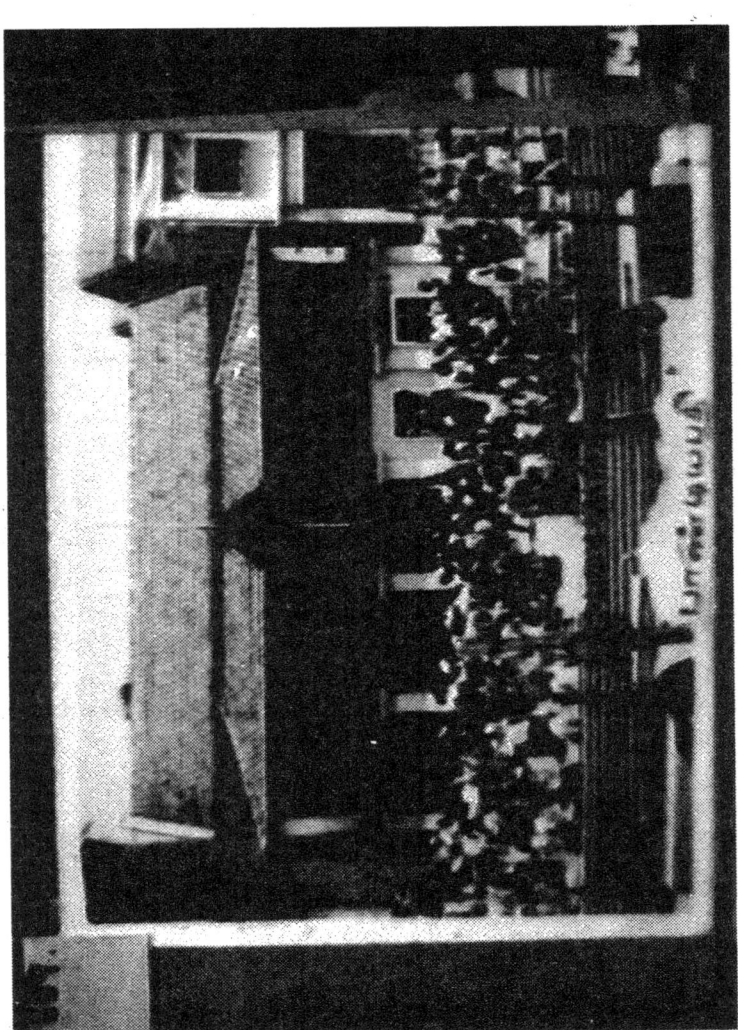

பாண்டியபதி அரண்மனை

காரணமாய் இருந்திருக்கலாம். மணப்பாட்டையா காலத்தி லேயே ஒருமுறை திருச்செந்தூர் பிராமணர்கள் சூரசம்காரத் தின்போது பரதவர்களைக் கோவில் வளாகத்தினுள் வரக்கூடா தெனத் தடுக்க அந்த வழியாய் வந்துகொண்டிருந்த சாதித் தலைவமோர் இந்த செய்தி கேள்விப்பட்டு உள்ளே வந்திருக் கிறார். கோவில் மண்டபத்தில் தலைமைக் குருக்களை வரவழைத்து பரதவர்களின் பாரம்பரியம் பற்றியும் கோவில் வரலாறு பற்றியும் சொல்லியிருக்கிறார். 'அந்த நாளெம் பரதர்ரத வடமுன் தொட்டே அளிக்காது செந்தூரா னெழும்பார்' என்று பழைய பாடல் வரிகளைச் சுட்டிக் காட்டி செந்தூரான் கோவிலில் பரதவர்களுக்கிருந்த உரிமை யைச் சொல்லியிருக்கிறார். வலைவீசு புராணத்திலிருந்து, கந்தபுராணமென வாக்குவாதங்கள் நீண்டிருக்கின்றன. தெய்வானை பரத்தியென்றும் முருகப் பெருமான் எங்கள் மச்சான் என்று எவ்வளவோ ஆணித்தரமாய் அடித்துக் கூறியும் பிராமணர்கள் அசைந்து கொடுக்கவில்லையாம். வெகுநேரம் பொறுமை காத்தவர் வலது கரத்தை உயரே தூக்கிப் பெரு விரலால் ஆட்காட்டி விரலைத் தேய்த்துப் பூணூல் வரவழைத்துக் கொடுக்க, பயந்துபோன பிராமணர்கள் நெடுஞ்சாண்கிடையாக விழுந்து வணங்கினார்களாம். அதன் பிறகு திருச்செந்தூர் பிராமணர்கள் அந்தப் பகுதி பரதவர் களை எதிர்க்கத் துணியவேயில்லையாம்.

பாண்டியபதி அரண்மனையின் மேன்மாடத்தில் பறந்த மீன் கொடி இறக்கப்பட்டிருந்தது. தோணித்துறையில் பிரிட்டீஷ் இந்தியா நேவிகேஷன் கப்பலில் வந்து இறங்கிய மேசைக்காரர்களும், மெனக்கெடர்களும் அரக்கப் பரக்கப் பாண்டியபதி அரண்மனையை நோக்கி ஓடிவந்தார்கள். எங்குப் பார்த்தாலும் கொழும்பு மேசைக்காரக் கூட்டம். மேற்கே பிளைளைத்தோப்பு, ராசாக்கமங்களம், கூட்டப்புளி, இடிந்தக் கரை, ஆமந்துறை ஊர்களிலிருந்தும் ராமநாதபுரம் ஜில்லாவி லிருந்தும் இரவோடிரவாக வண்டிமாடு போட்டு வந்தவர்கள் அரண்மனையை நெருங்க முடியாமல் திணறினார்கள். கிடைத்த வெளியில் முண்டியடித்தபடி வலைக்குடிக்காரர்கள் மட்டும் ஒருவழியாய் அரண்மனையை நெருங்கிவிட்டி ருந்தார்கள்.

தோணித்துறையின் எதிரே ஆஷ் நினைவகத்துப் பக்கம் பெஞ்சமின் பாய்வாவும் கயித்தான் பூபாலராயனும் பயஸ் கோஸ்தாவும் மேற்கொண்டு முன்னேற முடியாமல் பக்க வாட்டுத் தூணைப் பிடித்தபடி எட்டி எட்டிப் பார்த்த படியே நின்றிருந்தார்கள்.

“என்னப்பு, செத்த ராசா கட்டயிலகூட முழிக்க முடியாது போல...” என்றான் சவுரியாப்பிச்சை.

பழக்கப்பட்ட குரல் போலிருக்க, திரும்பிப் பார்த்த லொஞ்சின் கேட்டான்.

“யாரு... மூக்கையூர்க்காரவுகளா... எப்ப வந்திய?”

“விடிய வந்திற்றோம்ப்பு. நம்ம கெம்பிஸ் அண்ணம், தாயாபீயாப் புள்ள எல்லாரும் வந்திருக்கோம். வண்டியும் மாடுவளும் மங்களகிரிப் பக்கம் நிக்கிதுவப்பு” என்றான் சவுரியாப்பிச்சை.

“பசிக்கி என்னமாச்சும்...” கேட்டான் லொஞ்சின்.

“வழி விடுங்க, வழி விடுங்க” என்ற சத்தம் கேட்டு கூட்டம் நெருக்கி வழிவிட, தலயிலிருந்து முகம் வழியே வியர்த்து வடிய நாலைந்து பேரோடு காரசாரமாய் விவாதித்தபடியே சிலுவைப் பர்னாந்து தெற்கு முகமாய்ப் போய்க்கொண்டிருந் தார். அவர் நடைக்கு ஈடுகொடுக்க முடியாமல் திணறிய படியே பின் நடந்த தோமாஸ் தண்டல் சொன்னார்.

“எய்யா, ஆப்ப நாட்டு மறவந்தாம் மொதக் கச்ச போடனும்.”

“நடக்குற களேபரத்துல அவுங்கள்வ வந்தாவளோ இல்லியோன்னே தெரியலியே...” என்று திருப்பிச் சொன்ன படியே நடந்தார் சிலுவைப் பர்னாந்து.

காலங்காலமாகவே ஆப்ப நாட்டு மறவர்களுக்கும் பரதவர்களுக்கும் பங்காளி உறவு முறை இருந்துவந்திருக் கிறது. பரதவர்கள் கடலுக்குள் மீன் பிடிக்கச் செல்லும் வேளைகளில் ஊர்க் காவலை நம்பி மறவர்களிடம் ஒப்படைத்துவிட்டுப் போவார்களாம். இது தவிர்த்து இவர்களின் உறவு பலப்படுவதற்கு மற்றுமொரு காரண மிருப்பதாதாகவும் செவிவழிச் செய்தியொன்று உண்டு. அந்தக் காலத்தில் மறவப் பெண்ணொருத்தியின் அழகில் மயங்கிய மதுரை நாயக்க மன்னனின் இளவல் அவளைத் துரத்திக்கொண்டே வந்ததாகவும், பயந்தபடி ஓடி வந்த அவள் பாண்டியபதி அரண்மனைக்குள் நுழைந்துவிட, பாண்டியபதி அவளைப் பெற்ற குழந்தை போல் பேணிக்காத்து, பின் பெற்றவரிடமே திருப்பி அனுப்பியதாகவும் சொல் கிறார்கள். வெந்த புண்ணிலே வேலைப் பாய்ச்சிய கதையாக ஏற்கனவே வெறுப்பு மண்டிக் கிடந்த பாண்டியபதி, நாயக்க மன்னர் உறவுகள் இன்னும் சீரழிந்ததற்கு இதுவும் ஒரு காரணமாய்ச் சொல்கிறார்கள்.

“பேர் சொல்லுற மாறிதாம் இருந்திருக்காரு பாத்தியளா...”

“இவுரு வந்து பாத்த பொறவுதான சேதுபதிராசா எங்க தவப்பமாற மதிச்சாராம். முன்னால வரி குடுக்கணும்ப்பு...” என்றான் சவுரியாப்பிச்சை.

கூட்டம் வெறிகொண்டு முன்னே சாடியது. தடுக்கி விழுந்து தொப்பிகளைப் பறி கொடுத்த சுதேசிக் காவலர்கள் அரக்கப் பரக்க நின்றிருந்தது அந்த பரதாவத்திலும் பார்ப்பதற்கு வேடிக்கையாயிருந்தது.

கொலு மண்டபத்தில் முரசுக் கட்டிலில் சந்தனப் பேழையில் பாண்டியபதி தொன்மிக்கேலின் உடல் பாரம்பரிய உடை, கிரீடம் சகிதமாக வளர்த்தப்பட்டிருந்தது. பெட்டியின் மேல் முகப் பகுதியை விடுத்து, கீழே மல்லிப்பூ குடும்பத்தார் பட்டுத் துணியில் செய்து கொண்டுவந்திருந்த பாண்டியபதியின் மீன் கொடியைப் போர்த்தியிருந்தார்கள். வெண்பட்டுக் கொடியில் தங்க நிறத்தில் இரண்டு கெண்டை மீன்கள் தலைகள் மேலாகவும் வால்பகுதி கீழாகவும் பொறிக்கப் பட்டிருந்தன. பின்புலத்தில் பட்டுச் சீலையில் யானை, காளை, சேவல், வானரம், சிங்கம், யாளி, கருடன், வராகம், சேல், மகரம், வேங்கை, அரவம், கனகம், சங்கு, கப்பல், சிப்பி, கிளி, அன்னம், முரசு, மயில் தாலமென பாண்டியபதியின் இருபத்தியொரு இலச்சினைகள் மல்லிப்பூ கைவேலைப் பாட்டில் அழகு காட்டின.

கொலு மண்டபத்தின் பக்கவாட்டில் மதுரைத் தமிழ்ச் சங்க வித்துவான் கீழக்கரை சோசப் டயஸ், சங்கீத வித்வான் பிச்சை கோமஸ், எம்.ஏ. பீரிஸ், நீர்கொழும்பு வியோ டி குருஸ், மணவை பாய்வா, கொழும்பு குருஸ் கங்காணியார், கவிராயர் ஹென்றி வியோன், பெரியதுறை கித்தேரியான் பட்டங்கட்டி, மல்லிப்பூ, டோமினிக் ரிபேரோ, பிரான்சிஸ் தல்மெய்தா, விசுவாசம் க்ர்டோசா, சிப்பிரியான் கர்டோசா தலைகளோடு நீதிக்கட்சி முத்துலிங்க நாடார், ஆசீர்வாதம் நாடார், கொடி வீட்டு ஏகநாதப் பிள்ளை, வியாபாரி தானுமாலயப் பிள்ளை, புரோக்கர் மடுத்தீன், சந்தனமாரிக் கோவில் சரவண குருக்கள் ஆகியோரின் தலைகளும் தெரிந்தன.

பொழுது முகம் சாய இதற்கு மேல் தாங்காது என்று நினைத்தார்களோ என்னவோ பாண்டியபதியின் பூத உடலை எடுத்துவந்து பாரம்பரிய கோச்சு வண்டியில் வைத்தார்கள். அதுவரையில் மூச்சைப் பிடித்துக்கொண்டு பொறுத்திருந்த கம்மரக்காரர்களின் கூட்டம் முண்டியடித்து முன்னேறி சுற்றி நின்ற மேசைகாரர்களைப் புறம் தள்ளிவிட்டுக் கோச்சு

வண்டியைச் சுற்றி நின்று கண்ணீர் விட்டது. நடப்பதை மேல் மாடத்திலிருந்தபடியே கவனித்தபடியிருந்த பட்டத்து வாரிசு குணதாசின் முகத்தில் திருப்திக்குண்டான அறிகுறி தெரிந்தது.

"ஒண்ணுல்ல பவுலு... மூணு முத்து சிலாவம்" என்றார் மொடுதகம்.

"வெள்ளைக்காரன்வளுக்கு எதுக்கு இவுகள புடிக்கில?" கேட்டான் பவுல்.

"எல்லாம் பழைய பாண்டியபதி தேர்மாறங்காலத்துல யிருந்தே வார பகயிம்பாவ... பாஞ்சாலங்குறிச்சிக்காரவுகளுக்கு உதவி பண்ணுனாவளாம். அதுல வந்த பிரச்சினயின்னாவ."

கண்ணீரும் கம்பலையுமாய்ப் பாண்டியபதியின் இறுதி ஊர்வலம் கடற்கரைச் சாலையில் நகர்ந்தபடியிருந்தது.

2

1915

ஆங்கிலேயரின் மனோரா கிளப்புக்கு பெரியவர் பிரான்சிஸ் தல்மெய்தா அவசரமாக அழைக்கப்பட்டிருந்தார். அழைப்பின் விவரம் புரியாததால் என்னவோ ஏதோ என்று முணுமுணுத்தவாறு வந்தாலும் தல்மெய்தா தன் முகபாவத்தில் அதை வெளிப்படுத்திவிடாத படிக்கு பிரம்மப் பிராயத்தனப்பட்டபடியே வந்தார். வண்டியோட்டியிடமும், "இங்கிலிஸ் கிளப்புக்குப் போ" என்றதோடு சரி. துணைக்கு வருகிறோமென்று புறப்பட்ட இளைய மகன் லெம்பர்ட் தல்மெய்தாவ யும் வலைக்குடி மெய்யல் பிள்ளையையும் வேண்டா மெனத் தடுத்துவிட்டார்.

கொற்கையில் மனோரா கிளப்புக்குள் நுழையும் தகுதி ரிபேரோக்களுக்கும், கர்டோசாக்களுக்கும், மோத்தாக்களுக்கும் மட்டும்தான் உண்டு. எதற்காக அழைத்தார்கள் என்பதை ஊகிக்க முடியாதவராய் சமீபத்திய நிகழ்வுகளை மனதில் அசைபோட்ட வாறே குதிரை வண்டியிலேறி அமர்ந்திருந்தார் தல்மெய்தா. அகத்தின் அழகை முகம் பிரதிபலிக்கத் துடிப்பதும் அதை மறைக்கத் தல்மெய்தா வருந்திப் புன்னகையை வரவழைப்பதும் மாறி மாறி நடந்த படியிருந்தது. பத்து வருடங்களுக்கு முன்னால் காலராவில் மனைவியைப் பறிகொடுத்தவர், இன்னும் மனைவி ஞானம்மாளின் நினைவோடே வாழ்கிறார். முதலாளியின் மனவோட்டத்தைப் புரிந்துகொண்டதாலோ என்னவோ வண்டி யோட்டிய பால்பாண்டி அவரைத் திரும்பிப்

பார்க்கத் துணியவில்லை. கடற்கரைச் சாலையில் வந்த மேலப்பாளையத்துச் சட்டிப் பானை வண்டியில் உரசிவிடுவது போல் எதிரே கடந்துபோன சாரட்டு வண்டியிலிருந்த கனிசியுஸ் சிங்கராயர் போகிற போக்கிலேயே அசட்டுப் புன்னகையொன்றை அவிழ்த்துவிட்டுப் போனார்.

'நம்மளக் கூப்புடவுட்டுருக்கது சிங்கராயனுக்குத் தெரியுமோ..! அதாம் நக்கலாச் சிரிச்சிற்றுப் போறாம். அப்பம், பாட்டங் காலத்துல கெடந்த கெட தெரியாதாக்கும், அப்புடியே தப்பு தண்டா எதுவா இருந்தாலும் கிளப்புக்கு எதுக்கு கூப்புடுறான்வ...? ஆட்சியும் அதிகாரமும் அவன்வ கையில இருக்கதுனால போறோம். கொழும்புலருந்து புதுசா எவனோ வந்திருக்காமின்னாவள. சம்பந்தமில்லாம சப் கலெக்டர் காலின் எதுக்கு இந்த துள்ளு துள்ளுறாமின்னு தெரியலிய. ஆனானப்பட்ட ஆஷ் தொறையையே போட்டுத் தள்ளிற்றான்வ. சிங்கராயம், புள்ளயள படிக்க வைக்கிறானாம. இவனயும் படிக்கவச்சம், சாமியாராப் போறானாம்... அடுத்தவமின்னா மேஜிக் மேஜிக்கின்னுகிட்டு பொட்டச்சிய குண்டிக்குப் பின்னால சுத்திக்கிட்டு அலையிறாம். நூலாபிசுல வேலநிறுத்தம் பண்ணுனவுங்களுக்கு சாப்பாட்டுக்குப் பணங்குடுத்தது தெரிஞ்சி போச்சோ, அதுக்கு இத்தன வருசங் கழிச்சா... வெள்ளாளம் மெட்டுராசுல அரிசி யாபாரமுல பண்ணுறானாம். வெள்ளைக்காரம் வங்கிர்ம வச்சா யான மாறி வுடமாட்டாயிம்பாவள. பாக்கப்போனா கொற்கையில யாரு ஆட்சி நடக்குது... சொன்னாலும் சொல்லாட்டியும் மில்லுக்காரம் ஆட்சிதாம். அந்தக் காலத்துல போர்ச்சுக்கீஸ் ஆட்சி, பெறகு டச்சுக்காரம், இப்ப வெள்ளைக்காரம். போற போக்கப் பாத்தா, பாண்டியபதி பட்டாபிசேகம் நடக்குமா... ரேக பாத்து ஓட்டனுமிங்குறான்வளாம். மனசாச்சி மாண்டாம்... விடிய வேலைக்கு வாரதுவள பொழுது அடையிறதுவர வச்சி வேல வாங்குறான்வ, சாப்புடக்கூட வுடமாட்டான்வளாம். எல்லாம் நம்மள மாறி வருமா... வேலயில்லாட்டியும் வீட்டுல உக்காரவச்சி சம்பளங் குடுக்க... என்னமோ செதம்பரம்புள்ள கப்ப விசயத்துல தேவயில்லாம முடிவெடுத்தாலும் நூலாபிஸ் பிரச்சினையில பாராட்டத்தாஞ் செய்யனும். கூட ஒருத்தம் தாடிக்காரம் நின்னான அவனயும் சும்மா சொல்லக் கூடாது. ஒரேயடியா... என்ன கொத்தடிமயா! குறுக்க மறுக்க போனாலே கூப்புட்டு வச்சி அடிக்கிறான்வளாம். வெக்க நேரங்கள்ல தாரு மில்லுக்கிள எளகித்தாம் நிக்கிது. ரிபேரோ கொடி புடிக்கிறாமுன்னு இவனும்ல ரோம் போறமின்னு

நிக்கிறாம். மங்களம் நிவசுல ஆள் நடமாட்டம் தெரிஞ்சிச்ச... இவம் ரிபேரோ, என்னத்தயுங் கிண்டி வுட்டிருப்பானோ...'

கடற்கரைச்சாலையிலிருந்து விலகி உள்ளே தென்னந் தோப்பிற்கிடையே இருந்தது மனோரா இங்கிலிஸ் கிளப். சுற்றுப்புறமும் கோட்டைச் சுவரெழுப்பியிருந்ததால் உள்ளே நடப்பது வெளியே தெரிவதற்கு வாய்ப்பேயில்லை. வண்டியோட்டி கீழிறங்கி பவ்வியமாய்ப் பின்புறம் வந்து கொண்டியைத் தட்டித் திறந்தான். வாயெல்லாம் பல்லாய்த் தெரிய வாசலிலேயே நின்று வரவேற்றான் தாவீது நாடான். உள்ளேயே நீச்சல் குளம், விளையாட்டரங்கு, மதுபான அரங்கு, சாப்பாட்டரங்கு, நடன அரங்கு என சகல வசதிகளும் இருந்தன. இடைமறித்த சுதேசி காவலாள் தல்மெய்தாவின் கையிலிருந்த தாக்கீதைப் பார்த்ததும் விலகி நின்று தல்மெய்தா மட்டும் உள்ளே நுழைவதற்கு வழி காட்டினான். பக்கவாட்டில் வெளிர் நீல நிறத்திலிருந்த நீச்சல் குளத்தில் வெள்ளைக்காரச் சிறுவரும் சிறுமியரும் நீச்சலடித்து விளையாடியபடியிருந்தார்கள். வட்ட வட்டமாய்ப் பல வண்ணங்களில் மிதவைகள். யாரோ அழைப்பது போலிருக்கவே திரும்பினார் தல்மெய்தா. அங்கே துறைமுக அதிகாரி மனைவி மிசிஸ். கேத்தரின் கிளார்க் தன் மூன்று வயதுக் குழந்தையோடு நீச்சலுடையில் நின்றிருந் தாள். பதறித் திரும்பயிருந்தவரை தடுத்து நிறுத்தியது அவள் குரல்.

"ஒன் மினிட் மிஸ்டர் தல்மெய்தா."

'கொழந்த பெத்தவ மாறியா இருக்கா... இங்க தாம் யானவலி, குதுரவலியிங்குறாள்வ. ஒண்ண பெத்து போடுறதுக் குள்ள வவுத்த ஓம்போது மொழத்துக்கு தள்ளிறுறாள்வ. இவளுக்குத்தாம் வவுறு இருக்கா இல்லியான்னே தெரியல்லிய. ஆவிக் கெட்டிப்புடிச்சா நல்லாத்தாம் இருக்கும். ஞானம்மா நல்லவ. மாதாவேயின்னு போயி சேந்திற்றா. எம் பொண்ணு லிடியாவ ஒருத்தங்கையில புடிச்சி குடுக்கனும்... குடுக்குறவர இந்த உசுரு கெடந்தாப் போதும்.'

சிலைபோல நின்றிருந்த தல்மெய்தாவிடம் திரும்பவும் அவளே பேசினாள்.

"இஸ் லிடியா யுவர் டாட்டர்? அவள் பியானோ நல்லா வாசிக்கிது."

"ஆமா..."

"ஐ லைக் லேர்ன் பியானோ ஃபிரம் ஹெர்."

"..."

"முடியாது சொல்லாத..."

"லூக்காஸ் சர்ச்சிக்கெல்லாம் லிடியா வர மாட்டாள்."

"நோ... நோ... ஐ கம் யுவர் ஹவுஸ் தல்மெய்தா."

தல்மெய்தாவுக்கு மகிழ்ச்சி பிடிபடவில்லை. ரிபேரோக்களின் மங்களம் நிவாசிலும், கர்டோசாவின் மசபேலிலும் தான் வெள்ளைக்காரர்கள் குடும்பத்தோடு விருந்துண்ணப் போவது பற்றிக் கேள்விப்பட்டிருக்கிறார். இப்போது தோணிப் பாலத்தின் சொப்பன சுந்தரியே தன் வீட்டுக்கு வருகிறேன் என்கிறாள். தலையாட்டிப் புன்னகைத்தவாறே திரும்பி நடந்தார் தல்மெய்தா.

விளையாட்டரங்கத்தின் மையத்தில் பெரிய பில்லியர்ட்ஸ் மேசை. அதனருகே நாலைந்து துரைமார் நின்றிருந்தார்கள். அடிக்கொரு தரம் மீசையைத் தடவியபடி மேசையில் கிடந்த பந்துகளைத் தன் கையிலிருந்த நீண்ட கோலின் கூர் முனையை வைத்துக் குறிபார்த்தபடியிருந்ததார் மிடுக்காய்த் தெரிந்த வயோதிக வெள்ளைக்காரர். நரைத்த தலையில் மிதமாய் எண்ணெய் பூசி பக்க வகிடெடுத்து ஒரு முடிகூட பிசிறடிக்காமல் வாரியிருந்தார். ஆஜானுபாகுவாய் நின்றிருந்தவரின் முகத்துக்கு முறுக்கிய செம்பழுப்பு மீசை மேலும் கம்பீரம் தந்தது. சுற்றி நின்றிருந்த மற்ற துரைமார் நெருங்கி அவர் நிழலைக்கூடத் தொடத் துணியவில்லை.

சமீபத்திய வேலை நிறுத்தப் பதற்றத்திலிருந்து விடுபட்ட கோரல் மில் நிர்வாகம், உற்பத்தியிலும் தொய்வு ஏற்பட, கொற்கையில் தலைமைப் பொறுப்பையும் மாற்றியிருந்தது. அதனடிப்படையில்தான் ஆலையின் சரக்குப் போக்குவரத்து நிர்வாகத்தைக் கொழும்புத் துறைமுகத்தில் கவனித்தபடியிருந்த சீற்றனைக் கொற்கை வரவழைத்து ஆலை நிர்வாகத்தின் பிராந்தியத் தலைமை அதிகாரியாய் நியமித்திருந்தது. பொறுப்பேற்று சிறிது காலத்திற்குள்ளாகவே திறமையும் கண்டிப்பும் நிறைந்த நிர்வாகியெனப் பெயரெடுத்திருந்தார் சீற்றன்.

வலைக்குடி, காளவாசல் பகுதியிலிருந்து தோணிக்கார பர்னாந்துமாரை, பாரமிறக்கும் வேலைகளுக்கு நாள் கூலிக்கு அனுப்புவது சம்பந்தமாகப் போய் வந்து பழகியிருந்ததால் தல்மெய்தாவுக்குக் கோரல் மில் அதிகாரிகளிடம் ஓரளவுக்கு பரிச்சயம் உண்டு. ஆனால் அரங்கத்துள் நின்றிருந்ததில் தெரிந்த ஒன்றிரண்டு முகங்கள்கூட எந்த உணர்ச்சியையும் காட்டாமலிருந்தது ஆச்சரியமாய் இருந்தது. பக்கவாட்டு

சன்னலருகே நின்றிருந்த சர். டோமினிக் ரிபேரோகூடத் தலையைத் திருப்பிச் செயற்கையாய்ப் புன்னகைத்ததோடு சரி. ஏதோ மிக முக்கியமான உரையாடல் நடந்திருக்கிறதென் பதை மட்டும் தல்மெய்தாவால் ஊகிக்க முடிந்தது. தல்மெய்தாவை பில்லியார்ட்ஸ் மேசையருகே அழைத்து வந்த சுதேசி உதவியாள் சீற்றன் துரையை நெருங்கிச் சிரம் தாழ்த்தி, தல்மெய்தா வந்திருப்பதைச் சொன்னான்.

கையில் வைத்திருந்த பில்லியர்ட்ஸ் கோல், காற்றைக் கிழித்தபடி பக்கவாட்டில் விசிறத் திரும்பினார் சீற்றன். அதற்குள் அருகிலிருந்த சுதேசி உதவியாள் ஓடி வந்து சீற்றன் கையிலிருந்த கோலை வாங்கி வெண்ணிறத் துவாலையை துடைப்பதற்காக கொடுத்தான்.

“யாரிவர்? என்ன வேண்டும்?” கேட்டார் சீற்றன்.

“தொர, இவர் மிஸ்டர் பிரான்சிஸ் தல்மெய்தா. கப்பல் நடைத் தோணிகள் வைத்திருக்கிறார். நமது ஆலையில் பாரச் சரக்குகளை ஏற்றி இறக்கும் வேலைகளுக்கும் கூலியாட்கள் அனுப்புவார். ஆனா மிஸ்டர் ரிபேரோ நம்மே கிட்ட சொன்ன ஆள் இவரில்ல...”

“நான் கொழும்பில் சந்தித்தவர்...!”

“அவுங்க ஏற்றுமதி பண்ணுறவுங்க” குறுக்கிட்டார் ரிபேரோ.

“நமக்கு வேண்டிய கூலி ஒப்பந்தக்காரர் இவர்தான்” என்றார் ஆலையின் தலைமைப் பொறியாளர்.

கண்கள் பிரகாசிக்க அவசர கதியில் தல்மெய்தாப் பக்கம் திரும்பிய சீற்றன், தல்மெய்தாவை உச்சந்தலையிலிருந்து உள்ளங்கால் வரை ஒரு முறை நோட்டமிட்டார். ஏதோ காணாததைக் கண்டுவிட்ட மகிழ்ச்சி அவர் கண்களில். வலது கையை நீட்டியவாறே நெருங்கி வந்த சீற்றன் தல்மெய்தாவின் கரத்தைப் பற்றியவாறே சொன்னார்,

“மிஸ்டர் தல்மெய்தா, ஐ ஹேவ் கிரேட் ஜாப் ஃபார் யு...”

சுற்றி நின்ற அனைவரது விழிகளும் தல்மெய்தாவை ஈட்டி போல் குத்தித் துளைத்தன. அங்கே நின்றிருந்த அனைவர் மேலும் தன் புலிக் கண்களைச் சுழலவிட்டார் சீற்றன். அந்தக் கண்களின் கூர்வீச்சை எதிர்கொள்ள சக்தியற்றவர் களாய் எல்லோருமே நிலம் நோக்கி நின்றிருந்தார்கள். புதிய முயற்சி என்றாலே ஏன் இப்படி பயந்து சாகிறீர் களென்று கடிந்துகொண்டார். வளர்ச்சி வேண்டுமென்றாலே

மாற்றம் வேண்டும், புதிய முயற்சி, புதிய தொழில் நுட்பங்களால் வளர்ச்சி வருமென்று அழுத்திச் சொன்னார். கொற்கை தோணித் துறையையும் அதன் செயல்பாடுகளையும் பார்த்த பிறகுதான் இந்த முடிவுக்கே தான் வந்ததாகச் சொன்னார் சீற்றன். ஒரு தோணியிலிருந்து பாய்மரத்தை இறக்குவதிலிருந்து, கட்டி முடித்த தோணியை கடலில் தள்ளிப் பின் பாய்மரம் நட்டி இதர வேலைகளையும் பார்ப்பது வரையிலான அனைத்து வேலைகளையும் பரதவர்கள் பெரிய எந்திரங்களின் உதவியில்லாமலேயே முனைப்பாகச் செய்வதை ஏற்கனவே பார்த்து ரசித்திருந்தார் சீற்றன்.

தீப்பொறி பறப்பதுபோல் வார்த்தைகள் வெளி வந்து விழுந்தன. "இந்த முயற்சியின் லாப நட்டத்தை முழுவது மாகவே நான் பொறுப்பெடுத்துக்கொள்கிறேன்." ஏதோ கனவுலகத்தில் மிதப்பது போலிருந்தார் சீற்றன். இரு கைகளையும் உயர்த்திப் பேச ஆரம்பித்தார். அவர் தல்மெய்தா மேலும் தோணிக்காரர்கள் மேலும் இந்த அளவுக்கு நம்பிக்கை வைத்துப் பேசியது சுற்றி நின்றிருந்த மற்ற அனைவருக்குமே பிடிக்கவில்லை என்பது அவர்களின் முகச்சாடையிலேயே தெரிந்தது.

இன்னும் இரண்டு வாரத்தில் சவுத்தாம்ட்டன் துறைமுகத்திலிருந்து 'வேண்டிக்' கப்பல் கொற்கை நூலாபீசுக்காக ஆறு டன் எடையுள்ள ஒரு ஸ்டீம் எஞ்சின் ஏற்றிக்கொண்டு வருவதாகவும், ஆழக் குறைவால் கப்பல் துறைமுகத்துக்குள் வர முடியாத்தால் ஆழ்கடலில் ஸ்டீம் எஞ்சினை இறக்கிக் கொண்டுவர வேண்டும் என்றும் சொன்னார்.

தல்மெய்தாவின் விழிப் புருவங்கள் ஒரு கணம் வில்லாகி மீண்டன. சுதாரித்துக்கொண்ட தல்மெய்தா சொன்னார்,

"கவலைப்படாதைங்க மிஸ்டர் சீற்றன், மாதா தொணையோட நல்லபடியாச் செய்து தாரோம்."

"என்ன பேசுறீங்க தல்மெய்தா, ஆனானப்பட்ட ரிபேரோவே முடியாதின்னுகிட்டு இருக்காரு. கப்பல்ல கிரேன் இருக்கு, தூக்கிறும். ஆழ் கடல்ல எங்க எறக்குவீங்க? தோணிப் பாலத்துலயும் இவ்வளவு பெரிய பாரத்த எறக்க கிரேன் எங்க இருக்கு?" என்றார் லூக்காஸ் சர்ச் பாஸ்டரான ஆசீர்வாதம்.

"இந்த மாதிரி கேள்விக்கெல்லாம் நா பதில் சொல்ல விரும்பல்ல..." எரிச்சலோடு சொன்னார் தல்மெய்தா.

“யு ஆர் லைக் மி மிஸ்டர் தல்மெய்தா.”

“எங்கள நம்பி இந்த பொறுப்ப எங்ககிட்ட விடுங்க, மத்தத நாங்க பாத்துக்கொள்ளுறோம்” என்றவாறே வெளியே கிளம்பத் தயாரானார் தல்மெய்தா. கண்ணசைவிலேயே அவருக்கு விடை சொன்ன சீற்றன் சுற்றி நின்றிருந்தவர்களைப் பார்த்து வரக்கூடிய எந்திரத்தின் மூலம் பெருகப் போகும் உற்பத்தித் திறன் பற்றியும் அதன் மூலம் கொற்கையில் நடக்கவிருக்கும் பொருளாதார மாற்றம் குறித்தும் சொன்னார். இந்தியாவில் உள்ள மற்ற துறைமுகங்களிலியிருந்தும் அதிகமான சரக்கு கொழும்புத் துறைக்கு வருமென்றும் அங்கே டிரான்ஸிப்மெண்ட் நடக்குமென்றும் அங்கே தாங்கள் ரிபேரோ நிறுவனத்தையே பெரிதும் நம்பியிருப்பதாகவும் சொன்னார் சீற்றன்.

“ஏதோ பேசனுமின்னு சொன்னீங்க மிஸ்டர் ரிபேரோ.”

“அது ஒண்ணுமில்ல... ரோம் போயி வத்திக்கான்ல போப்ப சந்திக்கிறதா எங்க பரத மகாசன சங்கத்தில முடிவு பண்ணியிருக்கோம். இங்கயிருந்து கர்டோசா, மோத்தா, எல்லாரும் வாராங்க. அவுங்களோட கொழும்புல இருக்கவுங் களும் சேர்ந்து போவோம்.”

சீற்றன் திரும்பி தல்மெய்தாவைப் பார்க்க அவர் மறுத்துத் தலையசைத்தவாறே திரும்பி நடந்தார்.

“கொழும்பிலிருந்து சவுத்தாம்ட்டன் போற பி அண்ட் ஓ கப்பல்ல முதல் வகுப்பு வசதியோட பயணச்சீட்டு ஏற்பாடு பண்ணித் தரணும்.”

“இஸ் தேர் எனித்திங் யு கேன் நாட் டு இன் கொழும்பு மிஸ்டர் ரிபேரோ...!”

“அதுக்கில்ல... எல்லாமே முதல் வகுப்பாயிருக்கதால மில் நிர்வாகம் சிபாரிசு செஞ்சா கண்டிப்பா...”

“வாட் அபவுட் கொழும்பு ரயில்வே ஸ்ட்ரைக்.“

“கமிஷன் அமைச்சிருக்காங்க. பொன்னம்பலம் அருணா சலம் விசாரிக்கிறார்.”

“ஹவ் மெனி டிக்கெட்ஸ்?”

“இருபது. இங்க கொற்கையில இருந்து பத்து கொழும்புல யிருந்து பத்து.”

“சிங்கராயர், பல்டோனா...”

“நோ... நோ. திஸ் இஸ் ஒன்லி எலைட் கிளாஸ்.”

சிறிது நேர மவுனத்திற்குப் பிறகு ரிபேரோ சொன்னார்.

"தொர, இன்னக்கி இரவு எங்க வீட்டு மாடியில முழு நிலவு விருந்து நடக்குது. நீங்களும் கலந்துகிட்டா ரொம்ப சந்தோசப்படுவோம். மிஸ்டர் காலினும் அவரோட வுட்பியும் கலந்துக்கிறுறதா சொல்லியிருக்காங்க."

திரும்ப ரிபேரோவைப் பார்த்த சீற்றனின் இதழோரம் நகையோடிக் கிடந்தது.

"ஐ வில் ட்ரை மை பெஸ்ட் மிஸ்டர் ரிபேரோ."

வலது கரத்தால் மார்பைத் தொட்டு தலை குனிந்து நன்றி சொன்னார் ரிபேரோ.

சர். டோமினிக் ரிபேரோ கொழும்பின் பிரபலமான ரிபேரோ அன் சன்ஸ் நிறுவனத்தின் உரிமையாளர். தந்தையார் கயித்தான் ரிபேரோ காலத்திலேயே முத்து வியாபாரத்தில் பிரபலமாகியிருந்த நிறுவனத்தைத் தன் கடின உழைப்பால் பல்வேறு தொழில்களில ஈடுபடச் செய்து கொழும்புத் துறையின் முன்னணி ஸ்தாபனமாக்கியிருந்தார். கொழும்புத் துறையில் பிரிட்டீஷ் இந்தியா நேவிகேஷன், பெனின்சுலார் ஓரியண்டல் கம்பெனி போன்ற வெள்ளைக் கார நிறுவனங்களின் ஏஜெண்டாகவும், ஸ்டிவிடோராகவும் இருக்கிறார்கள். இலங்கை அரசியலிலும் இந்திய வம்சாவழி வர்த்தகர்கள், தொழிலாளர்கள் அமைப்புக்களின் சார்பாகப் பிரதிநிதித்துவம் பெற்று கொழும்பில் பெரும் செல்வாக்கோடு விளங்குகிறார் ரிபேரோ. பிரபலங்கள் வசிக்கும் கொழும்பு முட்டுவால் பகுதியிலேயே ரிபேரோக்களின் பங்களாவும் இருப்பதால் பால்ய வயது முதலே இலங்கையின் மூத்த அரசியல்வாதிகளோடு நல்ல பரிச்சயம் உண்டு.

3

1915

இரண்டு நாளாய் கொற்கையில் அங்குமிங்கும் சுற்றியும் எந்த வேலையும் உருப்படாமல் போக, கையில் கொண்டு வந்திருந்த துட்டும் செலவாகி ஊர் திரும்புவதற்காகப் புகை ரத நிலையம் வந்திருந்தார் ஆண்டி. திருச்சி மெயிலில் ஊர் திரும்ப வேண்டும். கொற்கைப் புகை ரத நிலையத்தில் அங்குமிங்குமாக நடந்தவர் தென்புறம் தனியாய்க் கிடந்த கல்லிருக்கை யில் கையில் வைத்திருந்த மஞ்சள் பையைத் தலைக்கு அண்டக் கொடுத்தபடி சாய்ந்திருந்தார். நினைவுகள் பெரும்பாலும் நடந்து முடிந்த நிகழ்வுகளைச் சுற்றியே பறந்தன.

'ஒரு பொதிய பிரிச்சிப் பாத்திற்று அம்புடையும் கழிச்சா எப்புடி... கேட்டா தேரமில்லியாம். நமக்கு சனிப் புடிச்சி இந்த ஆட்டு ஆட்டுது. பாதச் சனி, பொங்கு சனியின்னுல சொன்னாம்... என்ன சனியோ, இதாஞ் சாக்குன்னு அடிமாட்டு வெலைக்கில்லா கேக்குதாம். எத்தன தேரம் இப்புடி இங்கன படயெடுக்க. ஒரு பெயலாச்சும் ஒழுங்கான வெவரஞ் சொல்ல மாட்டேங்கான்வள. என்னத்தாம் கருக்கு மட்டச் செருப்பால அடிக்கணும். கெடந்த புஞ்சக் காட்டயுமில வித்துப் போட்டம். புண்ணாக்கு யாவாரம் நெனச்சமாறி எங்க போவு. அவஞ் செட்டி நெனச்சா இழுக்குதாம்... பெரியவரு இருந்தவர ஒரு ஒழுங்கு இருந்திச்சி. அடியழிஞ்சி போனான்வள. ஈரோட்டுப் பக்கம் மஞ்ச யாபாரத்துக்குப் போலா முன்னா, மொதலு பூதாவும் இங்கெல்லா மொடங்கிப்போச்சி... சவம் நமக்கு நம்ம கத பெருசாயிருக்குல்லா. அதுமாறி, அவிய அவியளுக்கு

அவிய காரியம் பெருசுதாம். நம்ம சாதி சனமின்னு பேருதாம், வுட்டா ஊர அடிச்சி ஓலயில போட்டுருவான்வ போல. பூராத் துட்டயும் பருத்தியில போட்டாச்சி, கடம் வாங்கியுமில்லா போட்டிருக்கு... கல்லாயிருந்தாலும் நல்ல வாகாத்தாம் போட்டுறுக்கான்வ. கவலப்பட்டு என்னெய்ய, சவம் தெய்வ சித்தம் நடக்கியது நடக்கட்டும்.'

தன்னையறியாமலேயே கல்லிருக்கையில அயர்ந்திருந் தார். வெகு நேரம் சென்று எழும்பிச் சுற்று முற்றும் பார்த்தவர் நாக்கு வரட்டத் தொண்டையைச் செருமியவாறே பக்கத்தி லிருந்த மோர்க்கடையில் ஒரு குவளை மோர் வாங்கிக் குடித்தார். ஏப்பமாய் வந்தது. ரயில்வே மேலாளர் அறையருகே பிராமணாள் காபி ஓட்டலிலிருந்து காபி மணம் காற்றில் வந்தது. கண்களை மூடி நாக்கைச் சப்புக்கொட்டியவாறே அமர்ந்திருந்தார். அருகே யாரோ அமர்வது போலிருக்க, கண் திறந்து சந்தேகப் பார்வை பார்த்தார் ஆண்டி. வந்தவரே பேசினார்.

"அண்ணாச்சி வாங்க. என்ன இம்புட்டு தூரம். ஆமா என்ன அவசரமா வந்திய?" என்றான் முருகேசன்.

பசியிலும் மனச்சோர்விலும் கண்கள் பஞ்சாட ஆண்டி நாடாருக்கு ஆளை அடையாளம் கண்டுகொள்வது அத்தனை எளிதாக இல்லை. திரும்பவும் கண்களைத் துண்டால் துடைத்துக்கொண்டே பார்த்தவர் சொன்னார்,

"அய்ய... இதாறு? கோவில்பட்டி சந்தயில பாத்த தம்பியில்லா...! எய்யா பொண்டாட்டி புள்ளய சொகந்தான?"

"அதுல ஒண்ணுங் கொறச்சயில்ல. அண்ணாச்சிதாம் காங்கிரசு, கச்சி, கொடியின்னு செதம்பரம் புள்ள பின்னால தலயேத்தம் புடிச்சி அலயிதாறு."

"அய்ய அவரத்தாம் புடிச்சி வுள்ள போட்டுட்டாவளாம... நெசமா?"

"கூடவே ரண்டு மூணு காப்படி, மாணிப்படி, ஆளாக்கு வள புடிச்சாவள்லா அதுல இவனயும் புடிச்சிக் கொண்டு போயிற்றாவ."

"அப்ப நாட்டுக்கு ஒழைக்கியது தப்புன்னா சொல்லுதிய."

"வூட்ட அம்போன்னுலா வுட்டுட்டு போயிறுதான்வ."

"தம்பிக்கு இருப்பு இங்கதானோ?"

"ஓணாத் தெருவுல இருக்கோம். ஆமா மூஞ்செல்லாம வாட்டமாத் தெரியிதண்ணாச்சி."

இரு கைகளாலும் நெஞ்சைப் பிடித்து அமுக்கியபடியே பெருமூச்சு விட்டவராய் ஆண்டி சொன்னார்.

"பருத்தி யாவாரத்துல போட்ட முதலு, வெளிவருவனாங்கு- உருண்டுகிட்டே கெடக்கு சவம் வாய்க்கிம் வவுத்துக்கும் வந்து இட்டேறமாட்டயிங்கு."

"வெள்ளைக்காரம் யாவாரம் கையில காசு வாயில தோசயின்னுல சொல்லுதாவ. நீங்க என்ன மாத்திச் சொல்லுதிய..."

"வெளியயிருந்து பாக்குதியள்லா...இங்க மனியம் படுத பாடு எனக்குல்லா தெரியும். வானம் பாத்த பூமியாப் போச்சயின்னு வெவசாயத்த வுட்டுட்டு வாங்கி விக்க ஆரம்பிச்சம். போட்ட மொதலு..."

"வெளிய வருவனாங்குதோ..."

முருகேசனை நிமிர்ந்து பார்த்தார் ஆண்டி. கோவில்பட்டி சந்தையில் தரகு பேசி வியாபாரத்தை முடிக்கும்போதே முருகேசனின் நக்கல் பேச்சு பிடித்திருந்தது.

"நாட்டு நடப்பு தெரிஞ்சிக்கிறுலாமுன்னு ஒரு நட வந்தம் தம்பி."

"மூஞ்சப் பாத்தா அப்புடி தெரியிலியண்ணாச்சி."

திரும்பவும் பெருமூச்செடுத்து விட்டார் ஆண்டி.

"அண்ணக்கி பாத்ததுக்கு ரெம்ப அயந்து போயில்லா இருக்குதிய. எங்கிட்ட சொல்லுயதுக்கென்ன."

"..."

"வெள்ளைக்காரம் சொதந்திரம் எப்பம் குடுப்பாமின்னா கவலப்படுவிய... அவம் அவனுக்கு பட்டாத்தாம் தெரியும். செவங்கோயில் பக்கம் நாட்டியக்காரி எவகிட்டயும் துட்ட வுட்டுட்டியளோ...!"

ஆண்டி நாடாரின் கண்கள் கலங்கியிருந்தன. தோள் மேல் கிடந்த துண்டால் நாசிச் சளியை சீந்தியபடியே சொன்னார்.

"சரியாத்தாம் சொல்லுதிய தம்பி."

"புள்ளவாள் யாவாரி யாருக்கும் சரக்கு போட்டியளோ...! காத்துக்கடல் சரியில்லாம சரக்க அள்ளி கடல்ல வீசிற்றாவயின்னு சொல்லியிறுப்பான்வள..."

"அய்ய அப்புடியுஞ் சொல்லுவாவளோ...!"

முக்கலோடு இரு கைகளையும் கல் இருக்கையில் ஊன்றி எழும்பிய ஆண்டி தண்டவாளப் பகுதி வரை நடந்து காரித் துப்பிவிட்டு வந்ததும் சொன்னார்.

"வேணா வெயில்ல காடு கழனியின்னு அலைஞ்சி, கைத்துட்டயும், கடம் வாங்குனதையும் போட்டு பருத்தி வாங்கி அனுப்புனா அவுத்துப் பாத்துல மொதப்பொதி சரியில்லயின்னு அம்புடையும் தள்ளிற்றாவளாம், நூலா பீஸ்காரவுக."

"அவுத்துப் பாத்தவனுக்கு அந்த பித்தெட்டுல என்ன மாச்சும் குடுக்கியதுக்கென்ன."

"அத யோசிக்காமயில்ல. ஆன வகமோசத்துக்கு தம்பி, வண்டிய உள்ள போவும்போது நா அந்தப் பக்கமில்லாமப் போயிற்றம். அது சரி வெள்ளைக்காரனும் துட்டு வாங்கு வானாக்கும்?"

"என்ன பேச்சி பேசுறிய... அத்தன பெயலுக்கும் நம்மள மாறி யாவாரி ரத்தமாக்கும் ஓடுயது."

வானில் பருந்தொன்று வட்டமிட்டபடியிருந்தது. கீழே பறந்த காகங்களைப் போலல்லாமல் அலுங்காமல் குலுங் காமல் வட்டமிட்டபடியிருந்த பருந்தைக் கண்கொட்டாமல் பார்த்தவாறிருந்தார் ஆண்டி.

"கைத்துட்டும், கைக்கடம் வாங்குனதும் மட்டுமில்ல, சவங் காட்டுல மேட்டுல கடஞ்சொல்லி வாங்குன பொருள் பாத்துக்கிடுங்க. வெலபோயி துட்டு வரலியா... நாண்டுக் கிட்டுத்தாம் சாவனும்."

வண்டி மாட்டுக்காரன் தகராறு பண்ணியதால் சரக்கு மொத்தத்தையும் காரப்பேட்டையில் இறக்கிப்போட்டிருந்தார் ஆண்டி. அங்கும் வாடகை கொடுத்தாக வேண்டும். போதாக் குறைக்கு வந்து போகும் செலவு வேறு என்று கணக்குப் போட்டபடியே விரக்தியின் உச்சத்திலிருந்தார். ஒவ்வொரு முறையும் வரும்போதெல்லாம் அருப்புக்கோட்டைக்காரர் முத்துலிங்கத்தைப் பார்த்து ஏதாவது வழி பண்ணலாமா வெனப் பார்த்தால், முத்துலிங்க நாடாரைச் சந்திக்கவே முடியவில்லை. வியாபார விசயமாக பர்மாவரை போயிருக் கிறாராம். தெரிந்தவர்களிடம் கேட்டால் இன்று வருகிறார், நாளை வருகிறார் என்கிறார்களேயல்லாமல் ஒருவரும் சரியான தகவல் கொடுத்தபாடில்லை.

"அடுத்த வாரம் மகும கூட்டம் இருக்குதுன்னாவள. முத்துலிங்க நாடாரு வந்தாவணும. எதுக்கும் ஊருக்குப்

போயிற்று சுருக்கா வந்துருங்க. வூடு என்னமோ செல்விசியரு வூட்டுப் பக்கந்தாமிம்பாவ...”

“எய்யா செல்விசியருங்குறியளே அவரு வெள்ளைக் காரரா? பஞ்சி கிஞ்சி வாங்குவாறா?”

“அவரு எங்க இங்க இருக்காரு, அதாம் அரமணமாறி யிருந்த பெரிய வீட்ட தேவமணி நாடாருட்ட குடுத்திற்று போயிற்றார...”

தமிழ்முறை வைத்தியத்தில் ஆராய்ச்சி பண்ணுவதற்காகக் கொற்கை வ்ந்து பர்னாந்துமார் வீடு ஒன்றை வாங்கிக் குடியிருந்திருக்கிறார் செல்விசியர். ஒவ்வொரு விதமான நோய்க்கும் பக்கவிளைவில்லாத மருத்துவமுறை தமிழ் மருத்துவத்திலிருக்கக் கண்டு வியந்து போவாராம். அவருக்கு வண்டியோட்டியாக வந்தவர்தான் தேவமணி. லூக்காஸ் சர்ச் ஆசீர்வாதம் ஐயரின் கூடப் பிறந்த தம்பி. படிக்கவில்லையாதலால் வண்டியோட்டியாகப் போட்டிருக்கிறார்கள். ஒரு முறை இருவரும் திருநெல்வேலிவரை போய்விட்டு வரும் வழியில் வயிறு வலிக்கிறதென்று இறங்கினாராம் செல்விசியர். ஏற்கனவே மூன்று நாளாகக் கொல்லைக்கே போகவில்லையாம். இறங்கியவர் மலம் கழித்தது போலுமில்லை வண்டியிலும் வந்து ஏறவில்லை. வயிற்றுக் கடுப்பு தாங்காமல் அங்குமிங்குமாய் நடந்தவாறிருந் திருக்கிறார். சூழ்நிலையைப் புரிந்துகொண்ட தேவமணி சாலை யோரத்தில் மஞ்சள் மஞ்சளாய்ப் பூத்துக் கிடந்த பொன்னாவரிச் செடியிலிருந்து காய்களைப் பறித்துச் சாப்பிடக் கொடுத்திருக்கிறார். கையோடே கொஞ்சம் கொழுந்திலைகளையும் பறித்துக்கொண்டு வந்தவர் வீட்டிற்கு வந்ததுமே கசாயம் வைத்துக் கொடுத்தாராம். இரவில் எடுத்த பீத்தண்ணி நிற்பதற்கு மறுநாள் மாலைவரை ஆகியிருக்கிறது. சந்தோசத்தில் ஆகாசத்துக்கும் பூமிக்குமாய் குதித்த செல்விசியர் விரைவிலேயே அவுரி இலை ஏற்றுமதி செய்வதற்கான ஏற்பாடு களைப் பண்ணிவிட்டாராம். அன்று ஆரம்பித்த ஏற்றுமதிதான் ஓகோவென நடந்தபடியிருந்தது. குடியிருந்த வீட்டையே கொடுத்துவிட்டுப் போனவர் வீட்டுக் கிரயத்தை அவுரி இலையை ஏற்றியே கழிக்கச் சொன்னாராம்.

“தோணிப் பாலத்துல போனாலே அவுரி வாடதாம். இப்பெல்லாம் அவிய சரக்குவதாம் அம்பாரமாக் கெடக்கு” என்றான் முருகேசன்.

“தம்பி யாவாரமுன்னா இதுவுல யாவாரம்” என்றார் ஆண்டி நாடார்.

எதையோ யோசித்தபடியே ஆண்டி நாடார் வலது கை ஆள்காட்டி விரல் நுனியால் தன் உதடுகளைத் தடவித் தட்டினார். தூரத்தில் ஊ.... ஊவென ஊளையிட்டபடி ரயில் எஞ்சினொன்று முன்னும் பின்னும் ஓடி இறுதியாகப் பக்கத்தில் உப்பு ஏற்றி நின்றிருந்த கூட்ஸ் வண்டியோடு இணைந்தது. கண்கள் பிரகாசிக்க ஆண்டிப்பக்கம் திரும்பிய முருகேசன் சொன்னான்.

"ஒரு முக்கியமான ஆள மறந்திற்றம் பாத்துக்கிடுங்க. பர்னாந்துமார் ஆள்க்க, தங்கமான மனுசம்."

"பர்னாந்துமாருன்னா குதுரயில போவாவ, கோட்டு சூட்டு போட்டுறுப்பாவயின்னுல சொல்லுவாவ. நம்மள மாறி ஆள்க்ககிட்ட பேசுவாறா?"

"இவரும் படிச்சவருதாம்... ராலீஸ் கம்பெனியில சிலுவப் பர்னாந்து வச்சதுதாம் சட்டமே."

ரயில் நிலயத்தின் வடக்கு மூலையிலிருந்து கும்ப லொன்று வந்தது. பத்துப் பதினைந்து பேரைக் கைகளைப் பின்புறமாய்க் கட்டியபடி சுதேசிக் காவலர்கள் தள்ளிக் கொண்டு வந்தார்கள். இடையில் ஈரக் கோவணமும் கழுத்தில் குருசும் உடம்பெல்லாம் உப்பு பொறிந்து தலை முடியெல்லாம் செம்பட்டையாய் இருந்தது. கடைசியாய் வந்தவன் தலையில் பெரிய சாக்குப் பையொன்று இருந்தது. தூக்க முடியாமல் தள்ளாடியபடியே வந்தான்.

"முருகேசா இது என்ன சங்கதி?"

"வேற யாருமுல்ல, வலக்குடி, சங்குமாலு, காளவாசல் பக்கம் உள்ள பர்னாந்துமாருதாம். அரசாங்கத்துக்குத் தெரியாம சங்கு குளிச்சிறுப்பாவ... பர்னாந்துமாருல மூணு வக கோட்டு சூட்டு போட்ட மேசைக்காரங்க, படிச்சி வேலயளுக்கு போற மெனக்கெடமாரு, இன்னும் தோணி, சங்குகுளி, மீன் புடிக்கப் போற கம்மரக்காரங்க."

"அதுவ உசுறக் குடுத்து எடுத்திற்று வாரத இப்புடி அள்ளிற்றுப் போறான்வ."

திருச்சி மெயில் தண்டவாளத்தில் தடதடவென வந்து நின்றது.

4

1915

அதிகாலையிலேயே ஆழ்கடலில் பாண்டியன் தீவருகே நங்கூரமிட்டிருந்த எம்.வி. வேண்டிக் கப்பலருகே அணையவிட்டிருந்த தெப்பத்தைக் கண்டதும் மேல் தளத்திலிருந்த கப்பல் கேப்டன் தாறுமாறாகக் கத்தினான்.

"திஸ் இஸ் நாட் காட்டன் பன்டில். திஸ் இஸ் ஸ்டீம் என்ஜின், வெயிட் சிக்ஸ் டன்ஸ்."

மேலிருந்து பார்ப்பதற்கு மிதக்கும் கட்டில் போல் தெரிந்தது. மேல் தளத்திலிருந்தபடி தனியே புலம்பினான். பாரச் சரக்குகள் கொற்கையில் இறக்குவதற்கான வசதியில்லை என்பதுதான் அவன் ஆதங்கமே. இதே சிந்தனையில் இரவு முழுவதும் தூங்காமல் கண்கள் வீங்கி முகமெல்லாம் வெளிறிப் போய்ப் பரிதாபமாக இருந்தான். கடலில் கரைப் பக்கமிருந்து கரும்புகை கக்கியவாறு விசைப்படகு வருவது தெரிந்தது. மேல் தளத்தில் கூடியிருந்த மற்ற மாலுமிகளும் கீழே அணைய விட்டிருந்த தெப்பத்தைக் காட்டி ஏதேதோ பேசியபடி இருந்தார்கள். எல்லோருடைய முகத்திலும் அவ நம்பிக்கையின் சாயை.

கடந்த ஒரு வார காலமாகவே இந்தத் தட்டு மிதப்பானைத் தன்னுடைய பார்வையிலேயே செய்து வந்தார் தல்மெய்தா. காலையிலும் மாலையிலும் சீற்றனும் வந்து மேற்பார்வையிட்டுச் செல்வது வாடிக்கையாகியிருந்தது. தோணியின் ஏராவுக்குப் பயன்படும் இலுப்பை, கருமருது மரக்கட்டைகளைக் குறிப்பிட்ட அளவுகளில் அறுத்துக் கடல் நீரில் ஊற

ஆர். என். ஜோ டி குருஸ்

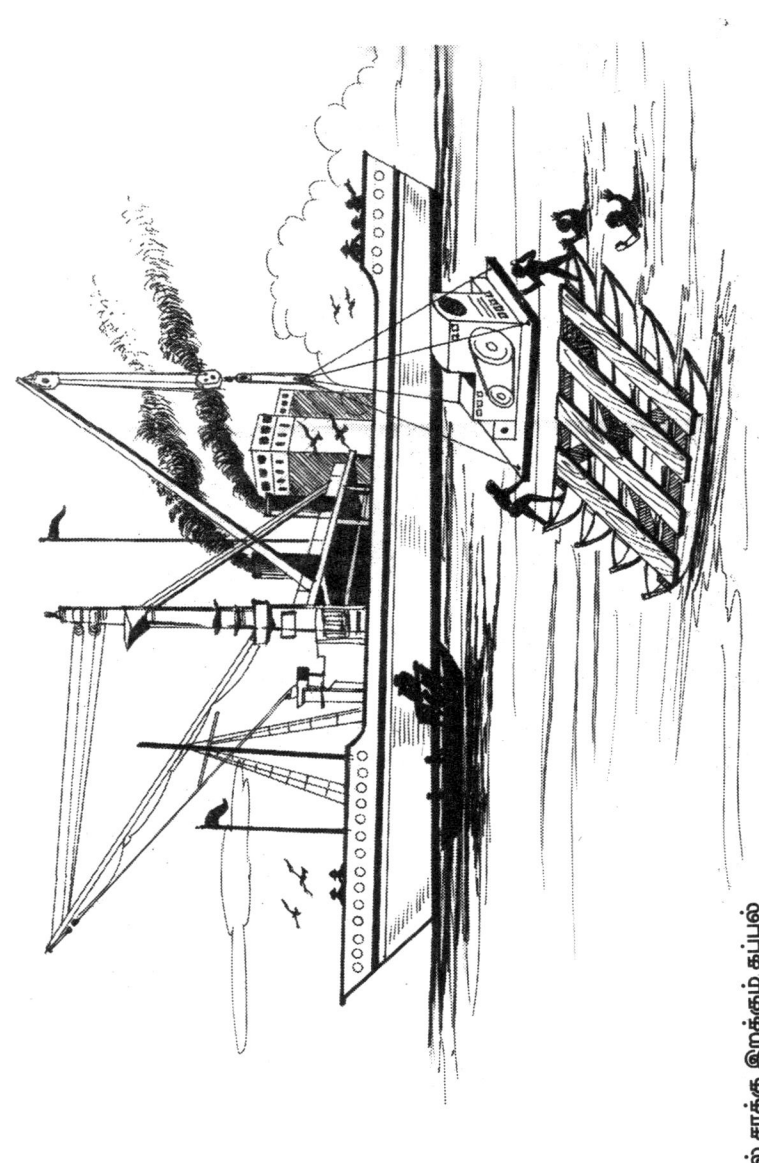

ஆழ்கடலில் சரக்கு இறக்கும் கப்பல்

கொற்கை

விட்டு, பின் காயவிட்டுப் பொருத்தியிருந்தார்கள். கருமருதில் வரிசைக்கு நான்கு கட்டையாய் எட்டு வரிசைக்கால்களின் மேல் நீள வாட்டிலும் குறுக்கு வாட்டிலும் இலுப்பைக் கட்டைகளை இணைத்துத் தட்டு மிதப்பான் உருவாகியிருந்தது. கந்தையாதான் ஆசாரி. இருந்தாலும் எல்லாமே காளவாசல் தண்டல் மெய்யலின் யோசனைப்படியே நடந்தன. மெய்யலின் மகன் கிலுக்கின் ஏற்பாட்டின் பேரில் வலைக்குடிக் காரர்கள் வள்ளங்கள் கொடுத்து உதவினார்கள். வள்ளங் களின் நடுப்பகுதி அதன் மேல் வரும் நான்கு கால்களின் அழுத்தத்தால் பொத்துக்கொண்டுவிடக் கூடாது என்பதற்காகக் கோதாளைப் பகுதியில் குறுக்குக் கட்டை வைத்து அடித்துக் கொடுத்தார் கந்தையா. நான்கு வள்ளங்களை வரிசையாக மிதக்க விட்டு அதன் மேல் தட்டு மிதப்பானை ஏற்றினார்கள். காளவாசல் பகுதியில் பெருங்கூட்டம் கூடிவிட்டது. மிதப்பானை ஏற்றும்போது ஒவ்வொரு காலாகச் சரிபார்த்து அதனதன் வள்ளங்களில் பொறுத்துவதற்குள் போதும் போதுமென்றாகி இருந்தது.

விசைப்படகு கப்பலோடு அணைய மேலிருந்து நூலேணி இறங்கியது. சீற்றனோடு தல்மெய்தாவும் வந்திருந்தார். அவர்கள் இருவரும் மேலே ஏறுவதற்காகத் தாமதித்த கிலுக்கும் ஆண்டாமணியும் அவர்கள் மேல் தளத்தை அடைந்ததும் நூலேணி பிடித்து மேலே வந்தார்கள். மேல் தளத்தில் கப்பல் கேப்டன் சிங்கம் போல் கர்ச்சித்தபடியிருந்தான். காது மடல்கள் விடைத்து அதன் மேல் மயிர்க்கால்கள் விரைத்து நின்றன. ஓரே இடத்தில் நிற்க முடியாமல் அங்குமிங்குமாக நடந்தபடியிருந்தான்.

“ஹலோ கேப்டன்” என்று புன்னகைத்தவாறே வந்த சீற்றனைக் கேப்டன் கண்டுகொள்ளவேயில்லை. இடது கையைத் தோளுக்கு மேல் உயர்த்தி வலது கையைக் குலுக்குவதற்காக நீட்டி கேப்டன் கையைப் பற்றினார் சீற்றன். கேப்டனின் கை தொய்ந்து சுரணையற்றுப்போயிருந்தது.

“வி வில் ஆஃப் லோட் திஸ் இன் கொற்கை ஆங்கரேஜ்” என்றார் சீற்றன்.

“எஸ், பட் ஆன் கரெக்ட் பிளேஸ்.”

“வி ஹேவ் எ ஃப்புளோட்டிங் பாலட்” என்ற சீற்றன் திரும்பி தல்மெய்தாவோடு நின்றிருந்த கிலுக்கையும் ஆண்டாமணியையும் பார்த்தார். நீண்டு வளர்ந்திருந்த முடியை அள்ளி முடிந்தபடி தலையாட்டினார்கள்.

ஆர். என். ஜோ டி குருஸ்

கப்பல் கேப்டனுக்கு அவர்களையும் அவர்கள் கொண்டு வந்திருந்த மிதவையையும் பார்க்கவே பிடிக்கவில்லை. உணர்ச்சிக் கொந்தளிப்பில் வானத்தைப் பார்த்து பெரு மூச்செடுத்து ஊதிக்கொண்டிருந்த கேப்டன் அருகே வந்த தல்மெய்தா சொன்னார்.

“மிஸ்டர் சீற்றன், இவையெல்லாம் பாய்மரக்கப்பல்களின் ஏராவுக்குப் பயன்படும் இலுப்பை, கருமருதுக் கட்டைகள். இரும்புக்கொத்த பலம் உள்ளவை.”

பேச்சை நீடித்துக்கொண்டிருக்க மனமில்லாமல் சீற்றன் சொன்னார்.

“கேப்டன், ஐ வில் டேக் ஃபுல் ரெஸ்பான்சிபிலிட்டி.”

சீற்றன் இந்த அளவுக்கு உத்திரவாதமளித்தும் கப்பல் கேப்டனால் ஆழ்கடலில் தட்டு மிதப்பானில் சரக்கு இறக்குவதை ஏற்றுக்கொள்ள முடியவில்லை. ஒருவேளை ஆழ்கடலில் இறக்கினாலும் துறைமுகத்தில் எஞ்சினை இறக்க வசதியில்லை என்பது அவனுக்கு நன்றாகத் தெரியும். இது தவிர கடந்த வருடம் அவன் கொற்கை ஆழ்கடலில் ‘கிளான் கமேரூனில்’ நடந்த விபத்தை நேரில் பார்த்தவன். கப்பலிலிருந்து இறக்கிய பாய்லர் தோணியில் வைக்கப் பொறுக்காமல் அந்த இடத்திலேயே மூழ்கியது. அந்த பாய்லர் இங்குதான் எங்கோ கடலடியில் கிடக்கிறது.

“மிஸ்டர் சீற்றன், ஐ வார்ன் யு, வி போத் ஆர் பிரிட்” கெஞ்சினான் கேப்டன்.

அவனை அலட்சியமாகப் பார்த்த சீற்றன் தல்மெய்தா்வை நோக்கித் திரும்ப, தல்மெய்தா தான் கையுடன் கொண்டு வந்திருந்த காகிதங்களை சீற்றனிடம் கொடுக்கச் சீற்றன் அவற்றில் கையொப்பமிட்டு கேப்டன் முன்னே விசிறியடித்தார். கேப்டனின் முகத்தில் ஈயாடவில்லை. காகிதத்தில் ஸ்டீம் என்ஜினைக் கையாளும்போது தவறி எதுவும் விபரீதம் நடக்குமானால் அதற்கு எந்த வகையிலும் கப்பலோ, அதன் கேப்டனோ பொறுப்பல்ல என்று எழுதியிருந்தார் சீற்றன். வேறு வழியில்லாமல் கைகளை உயர்த்திக் கப்பலின் டெரிக்கு கள் அசைவதற்கான சைகை காண்பித்தான் கேப்டன்.

‘டமடம’ என்ற சத்தத்தோடு யூனியன் பர்ச்சேஸ் டெரிக்கு கள் அசைந்து ஸ்டீம் என்ஜின் மெதுவாக மேலெழும்பியது. பார்ப்பதற்கு ஒரு குட்டி யானை போலிருந்தது ஸ்டீம் என்ஜின். அதன் முகப்பில் யூனியன் ஜாக் படம் பொறித்த தட்டொன்று பொருத்தியிருந்தார்கள். பக்கவாட்டில்

செப்புத்தகட்டில் 'தி ராயல் ஸ்டீம் கம்பெனி யு.கே.' என்று பொறித்திருந்தது. கீழ்ப்பகுதி மேடை போல் பரந்தும் தடித்தும் தென்பட்டது.

"ஆண்டாமணி, கீழே அடிக்கட்ட இருக்காதோயின்னு பயந்தம் பாத்துக்க" என்றார் கிலுக்கு.

"வெள்ளைக்காரம் முன்யோசனைக்காரம். பாரம் ஒரே எடத்துல எறங்கக் கூடாதுங்குறதுக்காவ கீழ அடிக்கட்ட இரும்புல போட்டுறுக்காம் பாத்தியறா."

மேலெழும்பிய ஸ்டீம் என்ஜின் இப்போது தலைக்கு மேல் ஆடியபடியிருந்தது. கீழே நின்றிருந்த சீற்றனும், கேப்டனும், தல்மெய்தாவும் அனிச்சையாய் மறுபுறம் விலக மொடுதவம் சொன்னார்,

"இவுங்க ரண்டியருந்தாம் போறவ சரி, கேப்டம் தலையில தொப்பி போட்டுறுக்கவம் எதுக்கு ஓடுறாம்...?"

"எல்லாம் மரணபயந்தாம். தொப்பி போட்டுருந்தாக்குல பொழைச்சிக்கிருவானாக்கும். அவம் அவனுக்கு நேரம் வந்து சேந்தா போய்ச் சேர வேண்டியதாம்" என்றார் கிலுக்கு.

"அப்ப அவனுக்கு அவம் டெரிக்கு மேலயே நம்பிக்க யில்ல... பொறவு எதுக்கு இப்புடி கூப்பாடு வைக்கிறாம்?"

"தன்ன நம்பாதவம், பிறத்தியார எப்படி நம்புவாம்? சரியான நம்பிக்க கெட்ட தோமாசா இருப்பாம் போல..."

"நீரு யாரச் சொல்லுறியரு...!"

"தோமயார யாரு பாத்தா... நம்ம தோமாஸ் தண்டலத் தாம் சொல்லுறம். தோமாஸ் மொவ மூத்தவளுக்கு கலியாண மாம்... தெரியுமா?"

"யாரு மாப்புள...?"

"நம்ம பெரிய தொறயாம்... அந்தா கருகருன்னு வளத்தியா நிக்கிறாம் பாரும். பேரு லொஞ்சினு."

"போய் வந்து இருந்ததுல மடக்கி போட்டுட்டாவ போலத் தெரியுது"

மேலே தல்மெய்தாவுக்குக் கையசைத்துவிட்டு இருவரும் நூலேணியைப் பிடித்து தட்டு மிதப்பான் மேல் இறங்கினார்கள். அவர்கள் இறங்கி நிற்பதைப் பார்த்ததும், விசைப்படகில் தயாராய் இருந்த வலைக்குடி வாலிபர்கள் பொத்து பொத்தெனக் கடலுக்குள் சாடி நீச்சலடித்தபடி தட்டு

மிதப்பானை நோக்கி வந்தார்கள். ஸ்டீம் என்ஜின் அங்குலம் அங்குலமாகக் கீழே வந்தபடியிருந்தது. தட்டு மிதப்பானில் தாவி ஏறியவர்களின் முகத்தில் எந்த ஒரு பதற்றமோ அதன் சாயலோ லவலேசமும் இல்லாதிருந்தது. கப்பலின் மேல் தளத்திலிருந்தபடி கீழே அவர்கள் தட்டு மிதப்பானில் ஏறி நின்றதைப் பார்த்த கேப்டன் கத்தினான்.

"திஸ் இஸ் டேன்ஜரஸ்... தே ஆர் மேட் பீப்பிள்."

அவன் கத்துவதைப் பார்த்து வெறுப்படைந்த தல்மெய்தா சொன்னார்.

"என்ன மிஸ்டர் சீற்றன் இவனுக்கு அறிவேயில்லையா. இவனப் பாத்தா கப்பல் கேப்டன் மாறியே தெரியிலிய... தேவயில்லாம உணர்ச்சிவசப்பட்டு கத்துறாம். அதுலயும் ஒரு வேல இடையும் பாதியுமா நடந்துகிட்டுயிருக்கும்போது..."

"ஹி இஸ் நாட் மெச்சுர்ட் லைக் அஸ்."

தட்டு மிதப்பானில் வலைக்குடிக்காரர்கள் கைகோர்த்து நின்றிருந்தார்கள். அபாயகரமான வேலைக்காக நடுக்கடலில் நிற்கிறோமே என்ற கவலை அவர்கள் முகத்தில் இல்லை. கடல் வேலையில் அவர்களுக்கிருந்த ஈடுபாடும் அர்ப்பணிப்பும் ஆச்சரியமளிப்பதாய் இருந்தது. பக்கத்தில் மலை போல கப்பல் ஆட, தட்டு மிதப்பானும் தன் பங்குக்கு கடலின் விரளத்துக்கு ஏறி இறங்கியது. ஊசல் போல் ஆடியபடி இறங்கிய ஸ்டீம் என்ஜின் மேல் கடல்புறா ஒன்று அழகாய் அமர்ந்து கீழே நின்றவர்களை எட்டி எட்டிப் பார்த்தது.

"சதியா நில்லு ஆண்டாமணி, பயல்வளயும் சதியா நிக்கச் சொல்லு. எளமறி பயம் அறியாது..."

"ஆட்டம் அதியமாத்தாம் இருக்கு கிலுக்கு."

"நாங் கீழ லெவல் பாக்குறம், நீ மேல சைகய ஒழுங்காக் காட்டு. டெரிக்குல இருக்குற கூதிமொவம் கொடத்த ஓடவுட்டு பொத்தின்னு போட்டுறாம" என்றார் மொடுதவம்.

"போட்டாலுந்தாம் என்ன... விதியிருந்தால் போயிற வேண்டியதாம்" என்றார் ஆண்டாமணி

"போனா, முழுசாய் போயிறணும் அரைகொறையா மாட்டிக்கிட்டு அல்லாடக் கூடாது" என்றார் கிலுக்கு.

"வாய வச்சிகிற்று சும்மாயிறி. பாரஞ் சரியா தட்டு மெதப்பானுல நடுவுல உக்காரணும்."

கடலில் நல்ல விரளம். காற்றும் கரைக்காற்று ஓடிக் கிடந்தது. ஸ்டீம் எஞ்ஜின் தட்டு மிதப்பானருகே வருவதும் பின் விலகிப் போவதுமாய்ப் போக்குக் காட்டியபடி இருந்தது.

"காத்து வுழுந்து வாறதுக்கு சீக்கிறம் எறக்கி வச்சி நாலு பக்கமும் ஈச்சியடிச்சிற்றமின்னா பொறவு பயப்புட ஒண்ணுமில்ல"

"வைக்கிறது யோசனையா வைக்கணும். கிலுக்கு வச்ச பொறவும் நாஞ் சரியாப் பாத்து சொல்லுற வர கயிறத் தட்டிரக் கூடாது" என்றார் ஆண்டாமணி.

"எல, கால பாத்து கட்டயில வைங்க, வானத்த பாத்துகிற்று கீழ வுழுந்தியள்வ கொட்ட தெறிச்சி புடுக்கு அத்துப் போவும்... மாறி கூதிய நக்கத்தாஞ் செய்யணும் பாத்துக்கிறுங்க" என்றார் கிலுக்கு.

தட்டு மிதப்பானில் நாற்புறமும் நின்றிருந்தவர்கள் தாடு பாய்த்து தயாராய் இருந்தார்கள். ஸ்டீம் எஞ்ஜின் கைக்கெட்டும் தூரத்தில் வந்து ஆடியது.

"கிலுக்கண்ணம் கொஞ்சம் தண்ணிப் பக்கம் சாய்க்கச் சொல்லுங்க" என்றான் லொஞ்சின்.

"போதும்... போதும் இப்ப லேசா தீவுப்பக்கம் லாத்தச் சொல்லுங்க."

"கரக் காத்துக்கு இப்பத் தானா ஆடி இங்க வரும்ய்யா" என்றார் ஆண்டாமணி..

"ஏய் யார்ல அவம்... ரெம்ப சாயபோவுது. நிப்பாட்டு, நிப்பாட்டு எல குறுக்க உள்ளடிக்கிள போறது யாருல"

"இப்ப கொஞ்சமா காளவாசல் பக்கம் வரட்டு."

"போதும்... போதும்."

தட்டு மிதப்பான் வழிந்து கப்பலோடு அணைந்தது. தன் இரு கைகளையும் தலைக்கு மேல் தூக்கிக் குறுக்கே பிடித்து, "நிப்பாட்டு நிப்பாட்டு" என்றார் கிலுக்கு

"எய்யா இப்ப தண்டு மரத்த வச்சி கப்பல்ல தாங்கிப் புடிங்கல."

தட்டு மிதப்பான் கப்பலிலிருந்து விலகி முன்னே வந்தது.

"இப்ப, எளக்கு, எளக்கு..."

விரளத்துக்குத் தட்டு மிதப்பான் நிலைகொள்ளாமல் ஆடியது. மேலே தளத்தில் மீசையைத் தடவியபடி நின்றிருந்த

சீற்றன் தான் என்ன செய்கிறோம் என்பதை உணராமலேயே உணர்ச்சிவசப்பட்டு தல்மெய்தாவின் தோள்பட்டையை தன் இடது கையில் பற்றியிருந்தார். கப்பல் கேப்டன் கீழே எட்டிப் பார்ப்பதும் விலகி ஓடிவந்து வானத்தை பார்த்து கைகளை மடக்கி நீட்டி பெருமூச்சு விடுவதுமாய் இருந்தான். கீழே தட்டு மிதப்பானில் இருந்தபடி மேலே டெரிக்குக்குச் சைகை காட்டிய கிலுக்கு சொன்னார்:

"ஆண்டாமணி, ரெம்ப யோசிக்காத, காத்து வுழுந்து வாரது சரியாத் தெரியல... என்ன எளக்கட்டா."

"பைய... பைய, எய்யா வாடப்பொறம் நிக்கிறவம் அழுத்திப்புடிங்கல காத்துக்கு ஆடவுடாதைங்க. எல யாருல அது உள்ளடிக்கிள போறது?"

"எளக்கு கிலுக்கு... எளக்கு... பொறு வெரளத்துக்கு தூக்கி குடுக்குது இப்ப வச்சிறாத பொறு."

"எல, சொல்லச் சொல்ல கேக்காம யாருல அது தேவசானா மொவனா... எல, ஓம் ஆத்தா வாய்க்கிள கெடந்து காலம் பூதாவும் அறபடச் சொல்லுறியாக்கும்" என்றார் மொடுதவம்.

"கீழ எடவெளி எவ்வளவு இருக்கி?"

"ஒரு அர அடியிருக்கும்" என்றார் ஆண்டாமணி.

"எல சூசமுத்து, சரக்க மெதப்பானுல வைக்க தண்ணிக்கிள பாஞ்சி நம்ம வள்ளங்கள்ல போட்டுறுக்க சுண்ணாம்புக்கோடு தண்ணிக்கிள முங்கிற்றாயின்னு பாக்கணும். சுத்திவரப் பாக்கணும் சரியா" என்றார் கிலுக்கு

ஸ்டீம் என்ஜின் மிதப்பானில் இறங்கியிருந்தது. கடலிரச்சிலையும் மீறித் தட்டு மிதப்பானில் கட்டைகள் சடசடவென நெறிபடும் சத்தம். தட்டு மிதப்பான் ஓஞ்சரிவாக மிதந்தது. மிதந்தபடியே சுற்றி வந்த ஆண்டாமணி சொன்னார்:

"கந்தையா ஆசாரி கால்கட்டையள சதியான அளவுள வச்சிறுப்பாமில்ல...!"

"இது என்ன பேச்சி... எல்லாம் முடிஞ்ச பொறவு... தீவுப்பக்கம் வள்ளத்துல கோடு முங்கி ஒரு அடிக்கி மேல தண்ணி நிக்கிது பாரு" என்றார் கிலுக்கு.

"எல அந்தப் பக்கம், காளவாசல் பக்கம் எப்புடியிருக்கி?"

"கோடு தண்ணிக்கு மேல தெரியிதண்ணம்" என்றான் சூசமுத்து.

“எல ஒரு நாலுயரு மட்டும் மேல ஏறுங்க.”

வெடவெடக்கும் குளிரிலும் தண்ணீர் சொட்டச் சொட்ட லொஞ்சினும், பவுலும் தட்டு மிதப்பான் மேல் ஏறி நின்றார்கள்.

“கிலுக்கு தண்ணிக்கிளயிருந்து நா மட்டம் பாக்குறம் மேல ஏறி சரக்க சாம்பி கொஞ்சம் காளவாசப் பக்கம் வைக்கச் சொல்லு” என்றார் ஆண்டாமணி.

தட்டு மிதப்பான் ஓஞ்சரிவாக மிதந்ததில் கப்பல் மேலேயிருந்து எட்டிப் பார்த்த சீற்றனின் முகத்திலும் ஈயாடவில்லை. சூரியன் வேறு சுட்டெரிக்க நெற்றியில் முத்து முத்தாய் வியர்வைத் துளிகள். மயக்கம் வருவது போலிருந்தது. உணர்ச்சி வசப்பட்ட கப்பல் கேப்டன் கப்பலின் ஃபுல்வாக்கைப் பிடித்தவாறு தளத்திலேயே அமர்ந்தான். கீழே கடலில் தட்டு மிதப்பானில் மற்ற நான்கு பேரோடு ஏறி நின்ற கிலுக்கு அவசர அவசரமாக வலது கையை உயர்த்தி அசைக்க. தளர்ந்திருந்த கயிறுகள் விரைத்து ஸ்டீம் எஞ்ஜின் அசைந்தது. சிறிது நேரப் பிரயாசைக்குப் பின் ஸ்டீம் எஞ்ஜின் மேலெழுந்து ஆடிப் பின் தட்டு மிதப்பான் பக்கம் நகர மிதப்பானில் நின்றபடி வலது கையைக் கீழ்நோக்கி சுழற்றிச் சைகை காண்பித்தபடியிருந்த கிலுக்கு கத்தினார்:

“எளக்கு, எளக்கு.”

தட்டு மிதப்பானில் லொஞ்சினோடு சுற்றி நின்றவர்களும் ஸ்டீம் எஞ்ஜினைத் தோதாக இழுத்துப் பிடிக்க, அடுத்த சில மணித்துளிகளில் ஸ்டீம் எஞ்ஜின் தட்டு மிதப்பானில் திரும்பவும் இறங்கியது. கடலில் மிதந்தபடி தட்டு மிதப்பானைச் சுற்றி வந்த ஆண்டாமணி சொன்னார்.

“அந்த சந்தான மாரியம்மந் தயவுல நல்லபடியா எறங்கிற்று. கயித்த எளக்கி தட்டி வுடுங்கல...”

“எலேய் பொறுங்க, எளக்கு.... எளக்கு” என்றபடி டெரிக்கின் கயிற்றை இறக்கச் சொல்லிய கிலுக்கு, திரும்பவும் கயிற்றை மேலே இழுக்கச் சொன்னார். கயிறு திரும்பவும் விறைத்தது.

“போதும்... நிப்பாட்டு” என்றபடி இரு கைகளையும் தலைக்கு மேல் குறுக்காகப் பிடிக்க, கயிற்றின் அசைவு நின்றது. ஸ்டீம் எஞ்ஜின் தட்டு மிதப்பானில் முழுவதும் இறங்கி யிருந்தாலும் டெரிக்கிலிருந்து வந்த கயிற்றின் பாதுகாப்போடு இருந்தது. காற்றும் அயர்ந்து கடலில் விரளமும் குறைந்திருந்தது.

“எல அய்யா எல்லாரும் ஓடியாங்க மள மளயின்று நாலு முக்குலயும் மத்தியிலயும் ஈச்சியடிங்க, கெட்டு நல்ல பெலமாயிருக்கணும் கேட்டியளா...” என்றார் கிலுக்கு.

தட்டு மிதப்பானின் மிதப்பில் பாதகமில்லாமலிருந்தது. ஒரு முறைக்கு நான்கு முறை மொடுதவமும், கிலுக்கும், ஆண்டாமணியும் சுற்றிச் சுற்றி வந்து மிதப்பையும் கட்டுகளையும் சரி செய்து மேலே கயிறுகளைத் தளர்த்தச் சொன்னார்கள். டெரிக்கின் கயிறுகள் தளர, ஸ்டீம் எஞ்ஜினிலிருந்து டெரிக் கயிறுகளைத் தட்டி விட்டார்கள்.

டெரிக் அசைந்து கப்பல் பக்கம் திரும்பியது. சோர்ந்து போய் அமர்ந்திருந்த கப்பல் கேப்டன் வந்து எட்டிப் பார்த்தான். அவனால் கீழே தட்டுமிதப்பானில் ஸ்டீம் எஞ்சின் மிதப்பதை நம்ப முடியவில்லை. வியப்பின் உச்சத்தில் விறைத்துப் போனவனின் வாயெல்லாம் பல்லாய்த் தெரிந்தது. பக்கத்தில் நின்றிருந்த சீற்றனை ஆவிக்கட்டிப் பிடித்துக் கன்னத்தில் முத்தமிட்டபடியே சொன்னான்.

“ஐம் சாரி மிஸ்டர் சீற்றன். தே ஆர் கிரேட்.”

தலையைத் திருப்பிப் புருவங்களை உயர்த்தி உதடுகளைப் பிதுக்கி இழுத்து “குட்” என்றார் சீற்றன். கீழே தூரத்தில் எதிர்பார்த்துக் காத்திருந்த விசைப்படகை அருகே அழைத்துத் தட்டு மிதப்பானின் கயிறுகளோடு பிணைத்துக் கரை நோக்கி இழுக்க ஆரம்பித்தார்கள். கரும்புகை கக்கியபடி விசைப்படகு முன்னால் செல்ல, அதன் பின்னே தட்டு மிதப்பான் வழிந்தது.

சீற்றனிடமிருந்து கைகளை விலக்கிக்கொண்ட கேப்டன் பக்கத்தில் நின்றிருந்த தல்மெய்தாவின் கைகளைப் பற்றி நன்றி சொன்னான். சீற்றன் கப்பலிலிருந்தபடி கடலில் தட்டு மிதப்பானின் மேல் குட்டி யானை போலமர்ந்திருந்த ஸ்டீம் எஞ்ஜினயும் அது விசைப்படகால் அலைகடலில் இழுக்கப்பட்டுப் பயணிப்பதையும் பார்த்து மெய்மறந்து நின்றார். வலது கையில் சுருட்டு புகைந்தபடியிருந்தது. நெற்றியிலேற்பட்ட சுருக்கங்கள் அவர் சிந்தனை வசப்பட்டிருப்பதைக் காட்டியது.

சீற்றனைப் பொறுத்தவரை அது எத்தனையோ நாள் கனவு. இந்தியாவில் உள்ள துறைமுகங்களிலிருந்து சரக்குகளைச் சேகரித்துக் கொழும்புக்கு அனுப்ப வேண்டும், கொழுமபில் டிரான்சிப்மெண்ட். மொத்தத்தில் சரக்குகளின் ஏற்றுமதிக்காகக் கொழும்பைச் சார்ந்து இந்தியாவும் சரக்குகளுக்காக இந்தியாவைச் சார்ந்து கொழும்பும் இருக்க வேண்டுமென்பதே அவரது எண்ணம்.

விசைப்படகு ஸ்டீம் எஞ்சின் ஏற்றியிருந்த தட்டு மிதப்பானை இழுத்தபடியே தோணித்துறை நோக்கிப் பயணித்தது. சீற்றனும் தல்மெய்தாவும் கப்பல் கேப்டனிடம் விடை பெற்றவர்கள் நூலேணி வழியாக இறங்கித் தயாராய்க் கப்பலோடு அணைத்திருந்த விசைப்படகிலேறிக் கரை நோக்கிப் பயணமானார்கள்.

பாண்டியன் தீவுக்கும் நங்கூரவாடிக்கும் இடையிலான ஆத்துப் போக்கில் சாதித் தலைவனாரின் "சாந்தலேனா" தன்மரத்துப் பாய் ஓட்டில் தோணிப் பாலத்தை நோக்கி ஓடி வந்தபடியிருந்தது. கடலில் நடக்கும் இந்தக் குட்டி யானை ஊர்வலத்தை காண சாந்தலேனாவின் லஸ்கர்கள் அணியத்துப் பக்கம் வந்து எட்டி எட்டிப் பார்த்தார்கள்.

ஆர். என். ஜோ டி குருஸ்

5

1915

மறுநாள் அதிகாலையிலேயே தோணித்துறைப் பக்கம் ஏகத்துக்குப் பரபரப்பு. ஸ்டீம் எஞ்ஜின் வந்திருப்பது கேள்விப்பட்டு அதைப் பார்ப்பதற்காக ஆண்களும் பெண்களும் கூட்டமாய் வந்திருந்தார்கள். துறைமுக நிர்வாகம் தோணி லஸ்கர்களையும், மில்காரர் களையும் தவிர வேறு யாரையும் உள்ளே அனுமதிக்க வில்லை. பஞ்சுப் பொதிகளும் நவதானிய மூடை களும் கொண்டுவந்திருந்த மாட்டு வண்டிகள் அனைத்தும் வாசலிலேயே நிறுத்தப்பட்டு வடக் காலும் தெற்காலுமாக வெகுதூரம் வரை கடற்கரைச் சாலையில் நின்றிருந்தன. கரிக்களத்து மேட்டுக் கதவுகளையும் மூடிவிட்டதால் தலைச் சுமைக் காரர்களும் நிலக்கரியில் கல் பிரித்தெடுப்பவர்களும் கடற்கரைச் சாலையிலே நின்றிருந்தார்கள். வழக்கம் போல் தோணி மேற்பார்வைக்காக அங்கு வந்த கனிசியுஸ் சிங்கராயர் கதவுகள் மூடியிருப்பதைப் பார்த்ததும் கத்தினார்.

“தோணிப்பாலம் என்னா நூலாபீசுக்காரனுக் குத்தாஞ் சொந்தமா? மத்தவம் யாரும் தொழில் செய்யக் கூடாதாக்கும்?”

சத்தத்தைக் கேட்டு அந்தப் பக்கம் ஓடி வந்த ஓணாத்தெரு வண்டி ஓட்டிகள் கதவு திறக்கப் படாதாவெனக் கூடி நின்று வேடிக்கை பார்த்தார்கள். யாரும் துறைமுக நிர்வாகத்தை எதிர்த்துக் கேள்வி கேட்கத் துணியவில்லை. கரிக்களத்துப் பகுதியில் கூட்டம் அதிகமாவதைக் கவனித்த வெள்ளைக்காரக் காவலாள் உள்ளே போய்ச் சொல்ல, துறைமுக

அதிகாரி மிஸ்டர் கிளார்க் வெளியே வந்து கனிசியுஸ் சிங்கராயரின் காதில் ஏதோ சொன்னார். தனது சாரட் வண்டியை முணுமுணுத்தபடியே திருப்பினார் சிங்கராயர்.

'தோணிப்பாலம் தல்மெய்தா அப்பம் வூட்டுச் சொத்து, என்னமோ நடத்துறான்வ நடத்தட்டு. மகாசன சங்கம் நடத்துறான்வளாம். அப்ப சாதித்தலைவம் எதுக்கு, சும்மா வேலயத்த பெயல்வ. மூத்தவம், தல்மெய்தா மொவள விரும்புறானோ. எம்புள்ளயுந்தாம் படிச்சிறுக்காம். எளையவம் திருணவேலி கோட்டுக் கச்சேரிக்கெல்லாம் போறமின்னாவள. மூத்தவனுக்கு இல்லாட்டி சின்னவனுக்கு தல்மெய்தா மொவள கேக்குலாம. கெட்டித் தந்தா பாப்பும். அளத்துக்கு எதுக்கு போறாம் அவம் தல்மெய்தா மொவ அளத்துக்கு வருவா போல. அவளப் பாக்கத்தாம் போறாம். ஆர்மோனியப் பெட்டியில உக்காந்து நல்லாத்தாம் வாசிக்கிறா. இவனும் அதுக்குத்தாம் பாட்டு கிளாஸ், பாட்டு கிளாசுன்னு அலையிறானோ. நா என்னமோ கோயில் காரியங்கள்ல கெரமமாயிருக்கானயின்னு சந்தோசப்பட்டம். நம்ம போவயில்லாட்டி என்ன, சின்னவம் வேண்டாம், மூத்தவம் ரோமக்கி போவட்டும். கொளத்தோட கோவப்பட்டுகிட்டு குண்டி கழுவாம எதுக்கு அலையணும். பல்டோனவுந்தாம் போறானாம.'

சிங்கராயர் வண்டி திரும்பியோடியது. கதவு எப்படியும் திறக்கும் என்று எதிர்பார்த்துக் காத்திருந்த ஓணாத்தெரு வண்டியோட்டிகளுக்கு ஏமாற்றமே மிஞ்சியது. நடந்தவற்றை வேடிக்கை பார்த்தபடி சுங்க அதிகாரி டக்ளசும் உப்பு அதிகாரி லோனும் கை வண்டிகளில் அலங்காரத்தட்டு நோக்கிப் போய்க்கொண்டிருந்தார்கள். கை வண்டிகளின் பின்னாலேயே சுதேசிச் சிறுவர்கள் தோள்பைகளில் கோல்ஃப் மட்டைகளையும் பந்துகளையும் சுமந்து சென்றார்கள்.

லோனுக்கு இன்னும் திருமணமாகியிருக்கவில்லை. வாலிப வயதாகையால் லண்டனிலிருந்து வந்திருந்த லோனின் பெற்றோர் லோனைக் கவனிக்கும் பொறுப்பை சுங்க அதிகாரி டக்ளசிடமே விட்டுப் போயிருந்தார்கள். லோனின் கவனம் மற்ற வெள்ளைக்கார அதிகாரிகளைப் போல் தெப்பக் குளத்துப் பக்கம் திரும்பிவிடாமலிருக்க அதிகப் பிராயத்தனப் பட்டார் டக்ளஸ்.

ஸ்டீம் எஞ்ஜின் ஏற்றியிருந்த தட்டு மிதப்பானை நடுப்பாலத்தின் தரைப் பகுதியருகே அணைய விட்டிருந்

தார்கள். மேலே தரைப் பகுதியின் விளிம்பில் நெடு நெடுவென புன்னை மரமொன்று நிறுத்தப்பட்டு, அதன் தலைப்பகுதி நாற்புறமும் சவ்வாக் கயிறுகளால் இழுத்துக் கட்டப் பட்டிருந்தது. சரியான இழுவிசையோடு எல்லாக் கயிறுகளும் இருந்ததால் புன்னைமரம் ஆடாமல் அசையாமல் நின்றி ருந்தது. மேலே சிகரடித்துத் தொங்கிய நாலுமுனைக் கப்பி யிலிருந்து வந்த மூலாக்கை கீழே மிதப்பானிலிருந்த ஸ்டீம் எஞ்ஜினோடு இணைக்கப்பட்டிருந்த மற்றொரு நாலுமுனைக் கப்பி வழியாகக் கடத்தி எடுக்கப்பட்டுத் தரை மட்டத்துக்கு மேலே பொருத்தியிருந்த மற்றொரு கடத்துக் கப்பி வழியாக வந்து சற்றுத் தூரத்திலிருந்த டவரின் குடத்தோடு இணைக்கப் பட்டிருந்தது.

கொற்கை மாதாவின் ஆலயத்தில் அதிகாலை மணி அடிப்பதற்கு முன்னாலேயே அனைத்து சோடனை வேலை களும் முடிந்திருந்தன. பாலத்தில் மீதமான கயிறு, கப்பி கண்ணி வகைகள் சிதறிக் கிடந்தன. சோர்ந்துபோய் அமர்ந் திருந்தவர்கள் தலைச்சுமைக்காரன் கொண்டு வந்திருந்த சுக்குக் காப்பியை ருசித்துக் குடித்தவாறிருந்தார்கள். டவரின் குடத்தின் நான்கு மூலைகளிலும் தள்ளு கட்டைகளை மாட்டி முடித்த தண்டல் மெய்யல் வெளியே வந்து சோடனை வேலைகளைச் சுற்றிப் பார்த்துவிட்டுச் சொன்னார்.

“தஸ்நேவிசு, அங்க வடக்க போற சவ்வா கொஞ்சம் வாட்டமா இருக்க.”

“அத இழுத்துக் கெட்ட கிலுக்கண்ணம் அங்கதாம் போறாவ” என்றான் தஸ்நேவிஸ்.

சிறிது நேரத்தில் கிலுக்கும், சூசமுத்தும், ஆண்டாமணி யோடு அங்கு வந்துவிட திருப்திக்கு அடையாளமாய் தலையசைத்த மெய்யல் சொன்னார்.

“எய்யா இனும நேரம் பிந்தாண்டாம் பொழுது மொகந் தெரிஞ்சிறும். சீக்கிரம் வாருங்க வேலய ஆரம்பிப்போம்.”

கட்டைக்கு நான்கு பேராய் நான்கு கட்டைகளிலும் தயாராய் நின்று மெய்யலைப் பார்த்தார்கள். மாதாவின் கோவிலை நோக்கிக் கும்பிட்டுப் பின் தரையில் வலது கையால் தொட்டு முத்திய மெய்யல் குரலெடுத்தார்...

“லாப்பே...” உடனே மற்றவர்கள் குரலெழுப்பானார்கள்.

“எழமா எழ...”

“அந்தோணியார் அய்யா...

அடியார்க்கிரங்கும்

இரக்கத்தைப் பாரும்

வழக்கத்தைத் தீரும்..."

மாறி மாறிப் பாடிக்கொண்டே குடத்தைச் சுற்றச் சுற்ற, மிதப்பானிலிருந்த ஸ்டீம் எஞ்ஜின் மேலே வந்தது போலில்லை.

"எய்யா கொடம் இவ்ளோ இறுக்கமா சுத்துத. எவனாவது பொய்க்கை போடுறானா... மனசப் போட்டு சுத்துங்கைய்யா."

"எனக்கு என்னமோ மெதப்பானுல ஏதோ பிரச்சன யிருக்கமாறியிருக்கு" என்றார் கிலுக்கு.

சுற்றுவதைக் கையசைத்து நிப்பாட்டிய மெய்யல் கத்தினார்.

"சொப்பர்."

உடனே குடத்தில் சுற்றிக்கொண்டிருந்த கப்பிக் கயிறு உருவி விடாமலிருக்க மற்றொரு கயிறால் பக்கவாட்டில் வரிந்து கட்டினான் தஸ்நேவிஸ். தான் சுற்றிய கட்டையில் மாற்று ஆளை அமர்த்திவிட்டு மிதப்பான் பக்கம் வந்தார் மெய்யல். அவர்கள் சந்தேகித்தபடியே தட்டு மிதப்பானில் ஸ்டீம் எஞ்ஜின் இணைத்துக் கட்டிய கயிறுகள் அவிழ்க்கப் படாமலிருந்தன. புன்னை மரத்தருகே நின்றபடியே கையசைத்து கிலுக்கையும் சூசமுத்துவையும் அருகே வருமாறு அழைத்துக் கீழே உள்ள நிலையைக் காட்டினார்.

"சே... மறந்து போச்ச" என்றவாறு மிதப்பானில் குதித்தார் கிலுக்கு.

"அதான பாத்தம்... இவ்வளவு இறுக்கமா வருதயின்னு. லொஞ்சி நீ அந்தப் பக்கம் கயிறுவள தட்டி வுடு நா இந்தப் பக்கம் பாத்துக்கிறுறம்'' என்றான் சூசமுத்து.

பொழுது விடிய ஸ்டீம் எஞ்ஜின் மேலேறி அசைந்தது. பாலத்தில் தயாராய்க் கயிறுகளோடு நின்றிருந்த ஆண்டா மணியாரும், மொடுதவமும் எஞ்ஜினைச் சுற்றிக் கயிறு போட்டு இழுக்க, மற்றவர்கள் ஓடி வந்து உருளைக் கட்டைகளைத் தரையில் அடுக்கினார்கள். மெய்யல் அங்கும் இங்கும் ஓடியோடி வேலை பார்த்தார். மேலே எழும்பியிருந்த எஞ்ஜின் தரைமேல் அடுக்கியிருந்த உருட்டுக் கட்டைகள் மேல் அமர வேண்டும். டவரின் குடத்தை மிகக் கவனமாக மறுபுறம் சுற்ற, ஸ்டீம் எஞ்ஜின் கன கச்சிதமாக உருளைகள் மேலமர்ந்தது. ஆண்டாமணியாரோடு, உருளைப் பெட்டியைச் சுற்றிச் சுற்றி வந்து நிலையைச் சரி பார்த்தார் மெய்யல்.

உருளைப் பெட்டிகள் பாரச் சரக்கின் எடைக்கும் நீள அகலத்திற்கும் தகுந்தாற்போல் மாறுபடும். நான்கு புறமும் கருமருதால் சட்டமடித்துக் குறுக்காக இணைத்திருந்தார்கள். பக்கவாட்டுச் சட்டங்களோ மேலே பொறுத்தப்பட்டுள்ள குறுக்குச் சட்டங்களோ கீழே உருளும் கட்டைகளைத் தொட்டுவிடாமல் அமைக்கப்பட்டிருக்கும். மாதா கோவிலுக்கு பணியே தொட்டத்தில் தோணி கட்ட இடம் கிடைக்காத பட்சத்தில் சாலைக்கு மறுபுறம் கட்டப்படும் தோணிகளை இதுபோன்ற உருளைப் பெட்டிகளின் மேல்தான் வைத்து நகர்த்திக்கொண்டு வந்து கடலில் தள்ளுவார்கள்.

சுற்றிச் சுற்றி வந்து உருளைப் பெட்டியில் ஸ்டீம் எஞ்ஜினின் அமர்வைச் சரிபார்த்த ஆண்டாமணியாரும், மொடுதவமும் திருப்திக்கு அறிகுறியாய்த் தலையசைக்க மெய்யல் தோளில் கிடந்த துண்டை எடுத்துப் பெட்டி நகர்வதற்காக சைகை செய்தார். பின்புறமிருந்தவர்கள் தாங்கு கட்டைகளின் கூர் முனைகளால் ஊடுருவிக் குத்தி, சக்கையும் கொடுத்து நெம்பித் தள்ள உருட்டுக் கட்டைகள் அடியில் உருள, எஞ்ஜின் பிரதான வாசல் நோக்கிப் பயணித்தது. ஆழ்கடலில் ஸ்டீம் எஞ்ஜினை இறக்கிக் கொண்டுவந்து கரைமீது ஏற்றியவர்களுக்கு அதை நிலத்தில் வாசல் நோக்கி தள்ளிக்கொண்டு வருவது பெரிய காரியமாகத் தெரியவில்லை.

அப்போதுதான் விசைப்படகு மூலம் வந்து கரையிறங்கிய "வேண்டிக்" கப்பல் கேப்டனால் எஞ்ஜின் தரையில் உருண்டு போவதைப் பார்த்து நம்பவே முடியவில்லை. தான் காண்பது கனவாயெனத் தன் கண்களையே ஒருமுறை கசக்கிக் கொண்டான். கொழும்பிலிருந்து வந்த பயணிக் கப்பலிலிருந்து இறங்கி நின்ற கூட்டமும் ஆச்சரியத்தால் விழிகள் பிதுங்க வேடிக்கை பார்த்தவாறிருந்தது. சூரியன் சுட்டெரித்தது. வாசலில் உயரமான படிக்கட்டில் செருத்து நின்றிருந்தது எஞ்ஜின். கிடைத்த நேரத்தில் தங்களை ஆசுவாசப்படுத்திக் கொண்டிருந்தவர்களிடம் மெய்யல் கேட்டார்:

"எய்யா... சோந்திற்றியளாக்கும்."

எல்லோருமே வியர்வையில் தெப்பலாய் நனைந்திருந் தார்கள். 'புஸ் புஸ்' என மூச்சு வாங்கியது. வீட்டிலிருந்து கொண்டுவந்திருந்த மாவு உருண்டையை எல்லோருக்கும் சாப்பிடக் கொடுத்தார் மெய்யல். தோணியில் எந்த ஒரு கரை வேலையாய் இருந்தாலும் கருக்கலிலேயே ஆரம்பித்து சூரியன் ஏற முடித்துவிடுவார்கள். மீதியான வேலையைப் பிறகு பொழுது முகம் சாய ஆரம்பிப்பார்கள்.

“இதுக்குத்தான தொழுசான்வளா வாருங்கயின்னம். தல்மெய்தாகிட்ட வாக்கு குடுத்திற்றம்ய்யா. பாதியில வுட முடியுமா. பொழுது அடையிறதுக்குள்ள இந்த பாரம் மில்லுக்குள்ள போயி சேந்தாவணும்.”

“தல்மெய்தா, தல்மெய்தாங்குறியள நம்ம படுற கஷ்டம் அவருக்குத் தெரியுமா?”

“இருக்குற நாலு மொதலாளியில நல்ல மொதலாளி அவுருதாம். தொழிலாளிய கஷ்டந் தெரிஞ்ச மனுசம். நம்ம குடிக்கிற கூழுக்கும், திருக்க கருவாட்டுக்கும் கருப்பட்டிக்கும் நம்மளால முடியும்.“

“நீங்க கதய மாத்தாதைங்க” என்றான் லொஞ்சின்.

“எய்யா வந்து வேலயப் பாருங்க. எந்தக் காலத்துல மொதலாளிமார், தொழிலாளிய சங்கடத்தப் பத்தி யோசிக்கிருக்கான்வ. ஆனாலும் தல்மெய்தா மத்தவங்களமாறியில்ல, ஞாயமான கூலி தருவாரு.”

“...”

“நானும் சொன்னம்ய்யா எப்புடியும் நாலு நாளாவது ஆவுமின்னு. தல்மெய்தா ரண்டு நாளே அதியமின்னுட்டாரு. நம்ம பெயல்வ நெனச்சாமின்னா மூச்ச புடிச்சிகிற்று நாலு அம்பா... சாமாம் உள்ள போயி சேந்திரும்ங்குறாறு.”

“நெசமாவா சொல்லுறியரு” கேட்டார் ஆண்டாமணி

“நம்மளப் பத்தி நல்லாத் தெரிஞ்சி வச்சிருக்கான்வ” என்றார் கிலுக்கு

“அப்புடித்தாம் இருந்திற்றுப் போவட்டும.”

“இப்படிச் சொல்லிச் சொல்லியே காரியங்கள சாதிச்சிப் போடுவான்வ. இங்க உசுற வுடுறது யாரு, நம்ம தான... இப்ப செருத்துக்கிட்டு நிக்கித அவரு மொவன வந்து எதாவது மந்திரம் போடச் சொல்லும்.”

“எல, களைப்பாயிருப்பியளயின்னு நாந்தாம் வேலய நிப்பாட்டுனம். சரி அந்த தாங்குகட்டயள கொண்டு வாருங்க.”

மெய்யல் பிள்ளை சொன்னது போல் இருபுறமும் இரண்டிரண்டு தாங்கு கட்டைகளை ஊடுருவிக் குத்திக் கீழே சக்கைக் கட்டைகளை அண்டக் கொடுத்தார்கள். சுற்றி வந்து கட்டைகளைச் சரிவரச் சொருகியிருக்கிறார்களா என்று பார்த்த மெய்யல் சொன்னார்:

"எய்யா, நாம் 'மரியே'யின்னு செல்லுவம் அந்த பித்தெட்டுலே 'மாதாவே'யின்னு சொல்லிகிற்றே தாங்கு கட்டயள பெலங்கொண்ட மட்டும் அழுத்திப் பின்னால இழுத்திருங்க, சரியா."

சற்று நேரத்தில் வேலைகளை மேற்பார்வையிட தன் இளையமகள் லூசியோடு அங்கு வந்த சீற்றன் ஸ்டீம் எஞ்ஜின் பிரதான வாசல் வரை வந்திருப்பதைப் பார்த்து மெய் சிலிர்த்துப் போனார். நடு விளக்குத் தூணருகே நின்றபடி அனைத்தையும் வேடிக்கை பார்த்தபடியிருந்த "வேண்டிக்" கப்பல் கேப்டனும் அருகே வர சீற்றன் கேட்டார்:

"ஹவ் இஸ் இட் கேப்டன்?"

"கிரேட்... மார்வலஸ்" என்றான் கேப்டன்.

ஆழ்கடலிலும் சரி கரையிலும் சரி அதிக விசை தேவைப்படும்போதெல்லாம் ஏதோ ஒரு மந்திரச் சொல்லைப் பயன்படுத்துகிறார்கள். அது என்ன வார்த்தை என்று சீற்றனிடம் கப்பல் கேப்டன் கேட்டுக்கொண்டிருக்கும் போதே 'மரியே மாதாவே' என்ற குரலோடு ஸ்டீம் எஞ்ஜின் மேலே எகிறி முன்னோக்கிச் சாடியது. முன்னேற்பாடாய் உருட்டுக் கட்டைகளோடு நின்றிருந்த சேசுவும், சூசமுத்தும் அடியில் கட்டைகளைச் சொருகிக் கொடுக்க எஞ்ஜின் திரும்பவும் மில்லை நோக்கி நகர ஆரம்பித்தது. பக்கத்திலேயே நின்று வேலை செய்தாலும் சேசு ஏனோ சூசமுத்துவிடம் முகம் கொடுத்து பேசவில்லை.

கோதுமை நிறத்தில், கருநீலக் கண்களோடு பளிங்குச் சிலையென பேரழகுப் பெட்டகமாய் சீற்றனின் அருகே நின்றிருந்தாள் லூசி. தங்கக் கூந்தல் காற்றில் மிதந்தாட ஸ்டீம் எஞ்ஜின் உருளுவதை ரசித்தபடி நின்றாள். மகள் லூசிக்கு வேண்டிக் கப்பலின் கேப்டனை அறிமுகம் செய்துவைத்து அவள் சப் கலெக்டர் காலினின் மனைவியாகப் போவதை கேப்டனிடம் சொன்னார் சீற்றன். உலர்ந்த உதடுகளை நாக்கால் நக்கி ஈரப்படுத்தியபடியே நின்றிருந்தான் கேப்டன்.

கொற்கை

6

1915

முருகேசன் சொன்னது போல் திரும்பவும் கொற்கை வந்திருந்த ஆண்டி கடற்கரைச் சாலையில் கோரல் மில்லின் புகைப்போக்கியையே வைத்த கண் வாங்காமல் பார்த்தவாறு வாய் பிளந்து நின்றிருந்தார். நிலக்கரி போட்டு எரிப்பதால் புகைபோக்கி வழியே குபுகுபுவெனக் கரும்புகை வந்தபடியிருந்தது. மாட்டு வண்டிகளிலும் தலைச்சுமையாயும் நிலக்கரி மில்லுக்குள் சென்றபடியிருந்தது. சுமை தூக்கியவர்களின் கண்ணும் பல்லும்தான் பளிச்சென்று தெரிந்ததே தவிர மற்றபடி கட்டக் கரியாய் இருந்தார்கள். ரயில்வே தண்டவாளங்கள் சாலையை மறித்துத் தோணித் துறைக்குள் சென்றன. உள்ளே ஒரு புறம் பாய்மரக் கப்பல்களும் மறுபுறம் கப்பநடைத் தோணிகளுமாய் நின்றிருந்தன. அந்த அழகுக் காட்சியில் மெய் மறந்து நின்றிருந்தார் ஆண்டி.

'அவுரிக்கெட்டு இப்புடி அம்பாரமாயிலா கெடக்கு. இம்புட்டு சரக்குவ ஏறுத. அதாஞ் சடசடயா சனங்க வந்து சேருதுவ... இந்த கொள்ளைக் கிள கள்ளமுடியும் குஞ்சலமும் எங்கனயிருந்து வாங்க. மரியம்மாங் கோயில்ல கரகம் எடுக்காவளாம். தஞ்சாவூரு திலகவதி வருவாளோ... என்ன கண்ணுங்கிய. அய்ய கண் கண்டார் கண்ணே கண்டார், அப்ப பின் கண்டார். தலைக்கி மேல வச்சி ஆடுய கரகம் சரி முன்னயும் பின்னயும் அமைஞ்ச கரகம்... பின்னால சவம் ரண்டு அடி தள்ளி நின்னுலா ஆடும். நமக்கும் அமஞ்சிச்சி பாருங்க. ஒரு நா இந்த தோணிப் பாலத்துக்குள போயி பாக்கணும.'

~ 64 ~ ஆர். என். ஜோ டி குருஸ்

கடமுடவென சத்தம் வந்தது, திரும்பிப் பார்த்தார் ஆண்டி. தண்டவாளத்தின் மீது நிலக்கரி டிராலி வைத்து ஆலைக்குள் தள்ளிக்கொண்டு வந்தார்கள். எல்லாமே தோணிகளில் வந்த சரக்கு.

'வெள்ளைக்காரம் மூளையே மூள... இரும்பு மேல இரும்ப ஓட வச்சிற்றாமுல்லா. பொதி போட்டு வண்டி மாட்டுல ஏத்துன அன்னக்கி சவம் உப்புக் கலையம் தட்டி வுழுந்து ஏழவடுத்திச்சின்னாள. போட்ட மொதலு கெடந்து இப்புடி அல்லாடுயத யார்ட்ட போயி சொல்ல. அவுரப் பாக்க இவுரப் பாக்கயின்னு அலைஞ்சே கைத்துட்டெல்லாம் கரியாப் போயிரும் போல. சிலுவப் பர்னாந்தப் பாக்காம. செத்தாலும் போவக் கூடாதுல்லா.'

தோளில் கிடந்த துண்டை உதறி ரண்டாக மடித்துத் தலைக்கு மேல் போட்டார். வெயிலுக்குக் கொஞ்சம் இதமாக இருந்தது. நூலாபிசின் பின்புறம் வருவதற்காகப் பக்கத்துச் சந்தில் நுழைந்தார். பிரதான சாலையிலிருந்து இடதுபுறம் திரும்பிய சந்து தானாகவே வலதுபுறம் திரும்பியது. திருப்பத்தில் அந்தோணியார் குருசடியில் காலையிலேயே மெழுகு வர்த்திகள் எரிந்தபடியிருந்தன. செவ்வாய்க் கிழமை விசேசம். தெருவிலேயே பெண்கள் முழந்தாளிட்டு முக்காடு போட்டபடி வேண்டிக்கொண்டிருந்தார்கள். என்ன நினைத்தாரோ ஆண்டி பக்கத்தில் சென்று அந்தோணியார் சுரூபத்தை வைத்த கண் வாங்காமல் பார்த்தபடியிருந்தார். சிறிது நேரம் அப்படியே நின்றவர் திரும்பவும் வடக்கு நோக்கி நகர்ந்து சிலுவைப் பர்னாந்து வீட்டை விசாரித்தபடி நடந்தார்.

'செவ்வான்னா வெறுவாம்பாவள... தலைக்கு மேல வெள்ளம் போயாச்சி இன்னும என்ன செவ்வா, வெறுவான்னு கிட்டு. நம்ம பக்கங்கள்ளதாம் செத்துப் போல செவல ஓடிக்கெடக்கு இங்கன பூதாவும் கறிப்பான தூறுமாறிதாம் இருக்குதாள்வ. அவுர பாத்த பித்தெட்டுலே பொதுக்கடீர்ன்னு கால்ல வுழுந்திற வேண்டியதாம். பெரியாளுங்குதாவள நாயி கீயி வளப்பாறோ...'

சிலுவைப் பர்னாந்து வீட்டைக் கண்டுபிடிப்பதில் சிரமிமிருக்கவில்லை. சுற்றிவர நுரைக்கல் சுவரெழுப்பிச் கூரையில் மங்களூர் ஓடு வேய்ந்த விசாலமான வீடு. முகப்பில் வரிசைக்கு மூன்றாக ஆறு நெட்டிலிங்க மரங்கள். வீட்டை ஒட்டினாற்போல் செம்பருத்தி பூச்செடிகள், முன்புறம் பெரிய திண்ணை. இருபுறமும் மலேசியத் தேக்கு மரங்களாலான அடி பருத்த தூண்கள். கீழும் மேலும் தாமரைப் பூக்கடைசல். உயரமான மோட்டு வீடு. வெக்கை தாக்காமலிருக்க

மோட்டிற்குக் கீழே தென்னங் கிடுகால் ஒரு அடுக்கு வேய்ந்திருந்தார்கள்.

உள்ளே நுழைந்த ஆண்டி வீட்டிற்குள் கண்களை ஓட்டினார். நடுவீட்டில் பத்துப் பதினைந்து பேர் அமர்ந் திருந்தார்கள். தெற்கு ஓரத்தில் ஒரு சிறிய மேசைப்பக்கம் இருந்த நாற்காலியில் அமர்ந்திருந்தார் சிலுவைப் பர்னாந்து. நீண்ட நெடிய உருவம். ஆள் நல்ல கருவல். ஏறு நெற்றி. குறுக்கே பிளந்த இரட்டை நாடி. நெற்றியிலோடிய சுருக்கங்கள் கடும் சிந்தையிலிருக்கிறார் என்று காட்டியது. முன்னால் அமர்ந்திருந்தவர்கள் அனைவரும் பர்னாந்துமாராய் இருக்க வேண்டும். மனதிலோடிய பலவிதமான எண்ணங்களோடு அமைதியாய் நின்றிருந்தார் ஆண்டி.

'ஆளு முருகேசம் சொன்னாப்புல கோட்டுஞ் சூட்டுமாத்தான இருக்காரு. வேலைக்கிக் கெளம்புதாரோ... இப்பந்தாம் வந்திருப்பாராயிருக்கும். வந்ததும் வராததுமா இப்புடியே உக்காந்திருக்காரு. சுத்தி உக்காந்திருக்கவியள பாத்தா அப்புடியொன்னும் பெரிய வசதிக்காரவிய மாறி தெரியலிய. என்னமோ நம்ம வந்த வேல நடந்தாச் சரி.'

சிலுவை பர்னாந்தின் கம்பீரக் குரல் கேட்டது.

"சங்கு குளி, மீன்புடி, வள்ளத்துக்குப் போ, தோணி வச்சி நட செய்யி, எல்லாஞ் சரி, ஆனா புள்ளயள மட்டும் படிக்க வைச்சிறுங்கப்பா."

"புள்ளயள நம்பித்தான கட்டு மரத்த வித்திற்று வள்ளம் எடுத்தோம். பொறவு அவன்வள படிக்க அனுப்புனா நா வள்ளத்துள கூட்டாளுக்கு எங்க போவம்?" கேட்டார் தஸ்நேவிஸ்.

"ஆளுங்களாயில்ல... கூட்டாளுக்கு ஆமந்தொற, இடுந்தகர, கூடுதொறயின்னு நம்ம ஊர்வள்ளயிருந்து ஆள்கள கொண்டு வாங்க. நம்ம சொன்னாலும் சொல்லாட்டியும் மேக்குத்திக்காரங்க வரத்தான செய்யிறாங்க."

"ஏற்கனவே கரிக்களத்து மேட்டுல நடக்குற கொடும தாங்குல."

"யாரு...?"

"வேற யாரு..? சாமங்கள்ல வந்து பாய் புடிக்கிற தோணிக்காரப் பயல்வ போற போக்குல கரிக்களத்துல அயந்து போய் கெடக்குறதுவள போட்டு வேலயச் சாய்ச்சிற்று போயிறுறான்வ." என்றார் தோமஸ் தண்டல்.

சிறிது நேரம் அவர்கள் பேசுவதையே கேட்டபடியிருந்த சிலுவைப் பார்னாந்து சொன்னார்.

“எப்புடி ஒங்கள்வளுக்குப் புரியவைக்கப் போறமின்னு தெரியில. நம்ம படுற சங்கடங்கள அடுத்த தலமொற படக் கூடாதின்னா நம்ம மாறியாகணும்.”

“கடக்கரையள்ல உள்ள நெலம தெரிஞ்சிமா இப்புடி பேசுறிய?”

“கடக்கரையில உள்ள நெல என்னதுங்கிறிய, கம்பெடுத்து கலகம் பண்ணுறததான... நாலு எழுத்து படிச்சா யாருக்கும் பயப்புடாண்டாம்.”

“இப்ப மட்டும் பயப்புடவா செய்யிறோம்.”

“ஆமா இப்புடியே ஏட்டிக்குப் போட்டியா பேசிகிற்றே இருங்க. காளவாசல் பக்கம் வெள்ளைக்காரனே வரப் பயப்புடுறானாம். இதெல்லாம் ஒங்களுக்குப் பெரும தார விசயமா?”

“படிச்சிற்றா மட்டும் என்னத்த நொட்டிரப் போறான்வ. எங்க தொழில்ல எவனும் எங்களுக்கு எசமாம் இல்லிய.”

“நேத்து வந்தவங்களப் பாருங்க, வண்டிப்பேட்டையா இருந்த எடங்க எல்லாம் பள்ளிகொடமா மாறிப் போச்சா.”

வாசலில் வந்து நின்ற தஸ்நேவிசோடு மூன்று பெண்கள் நின்றிருந்தார்கள். கடந்த வாரம் காளவாசல் கடற்கரையில் முன்னறிவிப்பில்லாமல் வீடு வீடாகப் புகுந்து சங்கு வைத்திருந்ததாகக் கைது பண்ணப்பட்டவர்களின் மனைவிமார்களாய் இருக்க வேண்டும். யாரிடம் முறையிடுவது என்று தெரியாமல் நின்றிருந்தார்கள். தஸ்நேவிஸ் மற்றவர்களோடு வந்து அமர, பெண்கள் வாசலருகிலேயே தரையிலமர்ந்தார்கள். அவர்கள் இருந்த கோலத்தைப் பார்த்துப் பரிதாபப்பட்டார் ஆண்டி.

வாசல் பக்கம் குசு குசுவெனச் சத்தம் வர, தலையை உயர்த்திப் பார்த்த சிலுவைப் பர்னாந்து உதவியாளர் மிக்கேலை அழைத்து என்னவென்று பார்க்கச் சொன்னார். ஏதோ சொல்ல வாயெடுத்த மிக்கேலை அதட்டி வாசல் பக்கம் போகச் சொன்னார்.

“கப்பநடைத் தோணியள்ல போறவனுவ பசிச்சா வாயிலயும் வயித்துலயும் அடிச்சிக் காட்டி சாப்பாடு கேக்குறான்வளாம். வெக்கமாயில்ல. நாலு எழுத்து படிச்சா கப்பக்காரங்கூட பேசுலாமில்ல.”

“அப்ப வெள்ளைக்காரங்கிட்ட அவம் பாசையில பேசி பிச்ச எடுக்கச் சொல்லுறியளா.” கேட்டார் மெய்யல்.

“சறுக்கு புறுக்குன்னு கோவம் மட்டும் மூக்குக்கு மேல வந்திருது. வேல நேரத்துல பசிச்சா, ஆகாரங் கேக்குறத எவந்தப்புன்னாம். கேக்குற மொறயத்ததாம் தப்புங்குறம்.”

“இவ்ளோ பேசுறிய, இன்னிக்கிவர இந்த ஞான அதிகாரப் போட்டி நிக்கிதா. வுட்டா வெட்டிகிட்டு மாய்வான்வபோல.”

“அவன்வ எதுக்கு மாயனும் அதுக்குத்தாம் நம்ம இருக்கமில்ல.” என்றான் சேசு.

“மொத்தத்துல நம்மள எதுக்கு இந்த சாமிமார் வச்சிறுக்கான்வயிங்குறது புரிஞ்சா சரி. ஒரு கன்னத்திலடித் தால் மறு கன்னத்தக் காட்டுங்குறது பூதாவும் நமக்குத்தாம். அவன்வ கன்னத்த எங்க காட்டுறான்வ நம்ம கன்னத்தயில காட்ட வைக்கிறான்வ.”

“இங்க பாருங்கப்பா, ஏதாவது ஒரு பிரச்சினையை எடுத்தோமின்னா அது முடியிற வரைக்காவது ஒத்துமையா இருக்கணும். சரி கொஞ்சம் பொறுங்க. வெளிய யாரோ வந்திருக்காங்க போல. யாரு என்னயின்னு தெரிஞ்சிகிற்று வாரம்” என்றவாறு நடைவாசலுக்கு வந்தார் சிலுவைப் பர்னாந்து. அங்கே பக்கத்திலிருந்த நாற்காலியில் அமர்ந்திருந்த ஆண்டி அடித்துப் பெறண்டு எழும்பி பவ்வியமாய் நின்று கும்பிட்டார்.

“யாருய்யா, என்ன வேணும்?”

“நமக்கு கோயில்பட்டியிங்க அண்ணாச்சி, கனநாளா ஒங்கள பாக்க வருதம். இன்னக்கித்தாம் பாக்க முடிஞ்சிது.”

“என்ன விசயம்?”

பக்கத்திலிருந்த பெண்களும் எழுந்து நின்றார்கள். வழுக்கைத் தலையைத் தடவியவாறே ஆண்டியோடு நடந்த சிலுவைப் பர்னாந்து திண்ணைப் பக்கம் வந்திருந்தார். அவர் வெளியே போவதைப் பார்த்த மிக்கேல் அரையும் பாதியுமாய்க் குடித்த காபித் தம்ளரைக் கீழே வைத்துவிட்டு வெளியே ஓடி வந்தார்.

“எய்யா... பருத்தி...” மென்று விழுங்கினார் ஆண்டி.

“யாபார விசயமாயிருந்தா அலுவலகத்துல வந்து பேசுங்க.”

திரும்பியிருந்தவரை வெளியே வந்த மிக்கேல் தடுத்துச் சொன்னார்.

“நடையா நடக்கிறாரு ரண்டு மூணு தேரம் வந்திற்றாரு”

“எங்கிட்ட எதுக்கு சொல்லயில்ல?”

“நீங்களே சங்க விசயமா அங்கயும் இங்கயும் ஓடிக்கிட்டு இருக்கிய. நாந்தாம் பொறவு செல்லுலாமுன்னு இருந்திற்றம்” என்றார் மிக்கேல்.

இருவர் பேசுவதையும் மாறி மாறிப் பார்த்த ஆண்டி பொறுக்க முடியாமல் குறுக்கிட்டார்.

“அதுக்கில்லய்யா, முப்பது பொதி மாட்டு வண்டியில அம்புடு பருத்தியயும் வெல முடிச்சி அனுப்பி வச்சம். ஏதோ ஒரு பொதிய மட்டும் பாத்துப்புட்டு அம்புடையும் மாண்டாமுன்னுற்றாவளாம். கைமொதலும், கடனுமாச் சேந்து ஆயிரக்கணக்குல மொடங்கிப் போச்சி. எல்லாமே அங்கன வண்டிப்பேட்டயிலதாங் கெடக்கு. அய்யா மனசு வச்சியள்ன்னா...”

“பூச்சி அடிச்சிறுச்சோ...?”

“எய்யா மத்த பொதியள அவுத்துக் காட்டச் சொல்லுயம். அம்புடும் சுத்தமான சரக்கு பாத்துக்கிடுங்க.”

பேசிக்கொண்டிருக்கும் போதே படீரென கால்களில் விழுந்தார் ஆண்டி. இப்படிச் செய்வார் என்று சிலுவை பர்னாந்து துளியும் எதிர்பார்க்கவில்லை. அவர் விலகி நிற்க, ஆண்டியைக் குனிந்து தூக்கினார் மிக்கேல்.

“ஓ... அது ஒங்க சரக்குதானா, கேள்விப்பட்டம்.”

“எய்யா...”

ஆண்டியின் கண்களில் கண்ணீர் முட்டிக்கொண்டு நின்றது. தோளில் கிடந்த துண்டு அனிச்சையாய்க் கீழிறங்கி இடுப்பில் கட்டுண்டது. இரு கைகளையும் மார்புக்குக் குறுக்கே கட்டி சிலுவைப் பர்னாந்து கூறுவதைக் கேட்பதற்காக நின்றார். மிக்கேல் சொன்னார்:

“புதுசா சப்பாங்காரம் பருத்தி வேணுமின்னு வந்ததாச் சொன்னியள...”

“ஆமா, கொழும்புல, பெட்டாவுல நம்ம ரிபேரோ கடயில போயி கேட்டுறுப்பான்வ போல தெரியிது. தோணியில இங்க வந்திற்றான்வயின்னாவள...”

“கப்ப வருத, அதுல வராமயா...!”

“அதாஞ் சப்பாங்காரம். கப்பலுக்கு ஒரு நாள் பொழுது பிந்துமின்னுட்டு தோணியில வந்திருக்கான்வ. இன்னைக்கு என்னய அலுவலகத்துக்கு பாக்க வாறான்வ. ஆம ஒங்க முத்துலிங்க நாடாரயும் பாக்குலாம...”

“எய்யா அவியளப் போயி பாக்கப் போனம். கால் கடுக்க நின்னதுதாம் மிச்சம். இன்னு வா, நாளெ வான்னு கெடக்கு. அதுலயும் பணம் அவிய கைக்கி போனா வராதின்னு கேள்வி.” மென்று விழுங்கினார் ஆண்டி. முகத்தில் கோபத்தைக் காட்டிய சிலுவைப் பர்னாந்து சொன்னார்.

“அப்புடி சொல்லாதைங்கய்யா, அந்த மனுசம் பண்ணுறமாறி ஒங்காள்கள்ல எவம் பண்ணுவாம்... ஊர்ல, காட்டுலயிருந்து வாரவனுக்கெல்லாம் வழிகாட்டியா இருக்காரு. என்ன கைப்பணத்த எளக்க மாட்டாரு... எதுக்கு குடுக்கனுமிங்குறம்?”

“இந்த முப்பது வண்டிச் சரக்கும் வெல போகல்லாட்டி குடும்பத்தோட நாண்டுக்கிட்டுதாம் சாவணும்.”

“இங்க பாருங்க ஆண்டி, இந்த வீட்டுல வந்து இப்புடி யெல்லாம் பேசிகிற்று இருக்கக் கூடாது. எங்கிட்ட விசயத்த சொல்லியாச்சில்ல, போங்க போயி நாடாரப் பாருங்க. அப்புடியே சப்பாங்காரம் எடுக்காட்டி வால்காட் கம்பெனிக்காரங்கிட்ட வித்துத் தாரம்.”

இரண்டு கைகளையும் தலைக்கு மேல் தூக்கிக் கும்பிட்டார் ஆண்டி. வீட்டுக்குள் திரும்பிய சிலுவைப் பர்னாந்து மிக்கேலைக் கூப்பிட்டு வாசலில் நின்றிருந்த பெண்கள் விசயமாக சப்கலெக்டரை பார்க்க அனுமதி வாங்கச் சொன்னார். உள்ளே வந்தவர், வந்ததும் வராததுமாகவே அமர்ந்திருந்தவர்களைப் பார்த்துச் சொன்னார்.

“வந்தது யாருன்னு பாத்தியளா? பருத்தி யாவாரத்துக் குன்னு நாடாரு வந்திற்றுப் போறாரு. கொற்கையில நடக்குற தொழில் வளர்ச்சியில நமக்கு பங்கு வேண்டாமாய்யா. கடலுக்குள்ள தலயவுட்டுகிட்டு உப்பேறி அலையாதைங்க. கொஞ்சம் வெளியயும் வந்து நாட்டு நடப்ப தெரிஞ்சிக்கிறுங்க. யாரு வாரதையும் யாராலயும் தடுக்க முடியாது. நம்மளும் பொழச்சிக்கிறுவமிங்குறம்.”

“ஏற்கனவே தண்ணி கொண்டர வரி வைக்கனுமிங்கிறிய. என்னதாம் வல்லநாட்டு மலையில இருந்து தண்ணி வந்தாலும் இவுங்கள்வ இப்புடி வந்துகிட்டேயிருந்தா குண்டி கழுவக்கூட தண்ணி மிஞ்சாத.” என்றார் கிலுக்கு.

“இந்த அக்கற ஒனக்கும் எனக்கும் இருக்குற மாறி மேசைக்சாரனுக்கும் இப்ப புதுசா காச பாத்திருக்கான்வள மெனக்கடம்மாரு அவன்வளுக்கும் இருக்கணுமில்ல. இந்த கொற்க, தொறமொகத்த வச்சி பழைய நெலக்கி வரப்போவுது. அக்கம்பக்கத்துல ஊர்வள்ளலயிருந்து வேல தேடி சனங்க வருவாங்க. யாவாரம் பெருகும்...”

“சரி. இப்ப என்னதாஞ் சொல்ல வாறிய.”

“நம்ம நடமுறையில, பழக்க வழக்கத்துல மாற்றம் வரணுமிங்குறம். பழம் பெருமையே பேசிகிட்டு இருக்காம காலத்துக்கு ஏத்தமாரி மாற முயற்சி பண்ணுங்க. இந்த மேசைக்காரம் பூராவும் கொழும்பு கொழும்புன்னு ஆடுறான்வ. இங்க கொற்கயிலயிருந்து கொழும்புக்கு சொத்த கொண்டு போயி அங்க சந்தோசமாயிருக்கணுமின்னு நெனக்கிறான்வ. இங்க என்ன நடந்தாலும் அதப்பத்தி அவன்வளுக்குக் கவலயில்ல. அதுனால சும்ம ஏழுரு, ஏழுருன்னுகிட்டு இருக்குறத வுட்டுட்டு நம்ம மக்க மனுசர மத்தவுங்களமாரி கொற்கையில வந்து குடியேற வைக்கணும். நம்ம புள்ளையளயும் படிக்க வைக்கணும்.”

உலககுகிளர்ந் தன்ன உருகெழு வங்கம்
புலவுத்திரைப் பெருங்கடல் நீரிடைப் போழ
இரவும் எல்லையும் அசைவின் றாகி
விரைசெலல் இயற்கை வங்கூழ் ஆட்டக்
கோடுயர் திணிமணல் அகன்றுறை நீ காண்
மாட ஒள்ளெரி மருங்கறிந்து ஒய்ய

– மருதன் இளநாகனார்
அகநானூறு

7

1919

காலிகட்டில் யாழ்பாணத்துக்காக ஓடு ஏற்றியிருந்த சிங்கராயரின் 'ரெஜினா' துறைமுக ஆத்துவாயின் ஓடு தண்ணீரின் வேகத்தோடே கடலுக்குள் பாய்ந்து வந்தபடியிருந்தது. சுழிப்பெடுத்தோடிய நீவாட்டில் தோணி திசை திரும்பிவிடாமலிருக்கக் காணாவில் கண்ணும் கருத்துமாக இருந்தார் சேசையா. துறைமுகத்தின் கடைசி மிதப்பானை அணியம் கடந்துவிட, ஜீப்பில் ஒரு காலும் அணியத்தின் பொய்போடுதையில் மறுகாலுமாக நின்றிருந்த லொஞ்சின் குரல் கொடுத்தான்.

"சேசையா திருப்புல தோணிய."

குரல் வந்த திசையில் தலையைத் தூக்கிப் பார்த்த சேசையா புன்முறுவலோடு சுக்கானில் இணைத்திருந்த காணாவை ஜவ்னாப் பக்கம் நீட்டிக் கொடுக்க, அணியத்தில் 'சளப் சளப்'பென தண்ணீர் அணைத்துபடி 'ரெஜினா' டாவாப் பக்கம் திரும்பியது. அணியத்துக்கும் பிச்சலுக்குமாகக் குறுக்கு மறுக்காகக் கயிறு பிடித்துத் தொங்கிச் சாடியவர்கள் அங்கங்கே குரல் கொடுத்தபடி கயிறுகளை இழுப்பதும் பாய்மரங்களிலேறிப் பருவானிலிருந்து பாய்களைத் தட்டி விடுவதுமாய் படு சுறுசுறுப்பாய் இருந்தார்கள்.

"எல, அறிவு கெட்ட கூதிமொவன. மரக்கால என்ன மயித்துக்கு எடுக்குற... எதப்போட்டு தாங்கப்போற? தேவுடியா மொவன மல்லங்க கொளமுன்னா நெனச்ச? ஒங்காத்தா குண்டிக்கிள வுட்டுத் தாங்குல." கத்தினார் தண்டல் கிலுக்கு.

“தாவு எவ்வளவு பாயுமின்னு தெரியுமா... தண்ணிப்பாய தட்டிவுடுங்கல. கோஸ் மரத்துல ஒருத்தன ஏறச் சொல்லுங்க.”

“...”

“அங்க பெரிய மரத்துல ஏறுறது யாருல?”

“மோயிசு ஏறுறாம். மறுக்க புடிங்க.”

“அந்தப் பாங்கொழந்தயயா ஏறச் சொன்னிய.”

“அவன யாரு ஏறச் சொன்னா, அடுத்தால தன்மரத்து டவுசர் பாயத்தாம் தட்டச் சொல்லுவாவயின்னு விறு விறுன்னு ஏறிற்றாம்.”

மோயிஸ், கிலுக்குத் தண்டல் உடன் பிறந்த தம்பி மொடுதகத்தின் மூத்த மகன். படிப்பு ஏறாமல் வீட்டை எதிர்த்து கடலேறியவன்.

நல்ல இதமான வாடைக் கச்சான் காற்று. தன்மரம் கோஸ்மரத்துப் பாய்களோடு, தஸ்தூர், தண்ணீர்ப் பாய்களும் விரிந்து புடைக்க ‘ரெஜினா’ சோழவாக்கில் குமரிமுனை நோக்கி பயணித்தது. மேற்கில் கதிரவன் தன் கதிர் மடக்கிக் கடலில் கலந்தபடியிருந்தான். மாலை மஞ்சள் ஒளியில் பாய்மரங்களும் பாய்களும் பளபள்வெனப் பிரகாசிக்க ‘ரெஜினா’ அரபிக் கடல் பிராந்தியத்தில் தேவதை போல் ஊர்ந்தது. தண்டல் கிலுக்கு தன் பரிவாரங்களோடு அணியத்து அவுத்தியாலில் அமர்ந்து வெற்றிலை போட்டபடியிருந்தார். வாயைத் திறந்தால் கோவாவின் ஃபென்னி சாராய நெடி. எப்போதாவது தோதான மனநிலையில் கிலுக்கு தண்டல் மனம் திறந்து பேசுவதுண்டு.

“எல இவ்ளோ பாரம் ஏத்தியும் தோணி ஓடுற ஓட்ட பாத்தியளா?”

“அப்ப வெறுந்தோணியின்னா சும்ம பிச்சி புடுங்கிகிட்டுப் போவும.”

“அது யாருல...” என்றவாறு திரும்பினார் கிலுக்கு. ஒருவர் முகத்தை ஒருவர் பார்க்க கிலுக்கே சொன்னார்.

“சவங் குறுக்குக்கிள புடிச்சிறிச்சி போல... எவம் நாளுல பாரத்தோணிய வெறுந்தோணி புடிச்சிறுக்கி. லொஞ்சி, இவந் தோமாசு மச்சினந்தான?”

“நீ சேலான கூதிமொவனாயிருந்தா, அவங் கூடயில கூட்டிட்டுப்போவாம்.”

“என்னண்ணம் தோமஸ் தண்டல பத்தி தெரிஞ்சுமா இப்படி சொல்லுறிய” என்றான் சேசையா.

“கூடச் சேக்காண்டாம் என்ன... எல அவம் அந்த நாள்லே மங்களூரு போனா, தொறமொகத்துக்குள்ள இருக்குற கெணத்துல எங்க குளிப்பாம். அப்புடியே செவங்கோயில் கொளத்துக்குள போயிதாம் குளிப்பாம். பாப்பாத்திய குளிச்சி ஓடம்போட துணி ஒட்ட நிப்பாள்வ. வேட்ட நாயி மாறி நாக்க தொங்கவுட்டு தண்ணிவடிச்சிகிட்டு நிப்பாம்.”

கொற்கை தோணிகளிலேயே சிங்கராயரின் ரெஜினாதான் பாய் ஓட்டில் படுவேகம். கொற்கைத் துறைமுகத்தில் ரெஜினாவை எட்டிப் பிடிக்க வேண்டுமென்றால் அது பாண்டியபதியின் சாந்தலேனாவால் மட்டுமே முடியும். சிங்கராயரிடம் கோஸ்டிங் தோணிகள் மூன்று இருந்தாலும் மலையாள நடைக்குப் பெரும்பாலும் ரெஜினாவே வந்தது. ரெஜினா அன்னப்பறவையென்றால் சிங்கராயரின் மற்ற கோஸ்டிங் தோணிகள் ஞானம்மாளும் அமலியும் வாத்துக்கள். இவை பெரும்பாலும் கொழும்பு நடையிலேயே காலம் கழித்தன.

“லொஞ்சி, ரெஜினா குண்டிய பாத்திருக்கியா மாப்புள?”

“என்னது? என்ன பேச்சி பேசுறிய?”

“எல இவளோட அழகுல மயங்கித்தாம் இதுல தண்டலா இருக்கம் கேட்டியா. பாலத்துல கெட்டுன பொறவு கீழ எறங்கி பிச்சல் பக்கம் போயி பாரு. சும்ம அரபிக் குதுரக்கி இருக்கமாறி புட்டி எவ்விகிட்டு சும்ம ஏறி எறங்கி... எப்புடி இருக்குமிங்க. நம்ம கந்தையாவுக்கு அய்யாயின்னு நெனக்கிறம், வெந்தேக்கு பலவயளுக்கும் கட்டயளுக்கும் வெளக்கெண்ண தடவித் தடவி சும்ம சுட்டு சுட்டு வளைச்சி எடுத்திருக்காம்.”

காலித் தோணியானாலும் பாரத் தோணியானாலும் மற்ற தோணிகளால் ரெஜினாவின் பக்கத்தில்கூட நெருங்க முடியவில்லை. கொற்கைத் தோணிப்பாலத்தில் அவள் நின்றிருந்தால் அந்த பாலத்துக்கே ஒரு மவுசு வந்தது போலிருக்கும். பாலத்தில் ரெஜினாவை கடந்து செல்பவர் யாராய் இருந்தாலும் ஒரு முறையாவது திரும்பிப் பார்க்கச் சொல்லும். அப்படி ஒரு அழகும் அமைப்பும்.

“பாலத்துல கெட்டுன பொறவு பாக்குறதவுட அவ பாய் ஓட்டுல இருக்கும்போது மச்சுவாவுல பின்னால போயி பாக்கனும் லொஞ்சி...”

“...”

ஒரு நாளைக்காவது ரெஜினாவுல தண்டலாயிக் காட்டுறமின்னு சவால் வுட்டாக்கும் இந்தத் தோணியில ஏறுனம்.”

“...”

“இதெல்லாம் சொன்னாப் புரியாது. ரசன வேணுங் கேட்டியா, அதும் ஆசாரிக்கு என்ன எழவு தெரியும். தோணி கெட்டும்போதே பக்கத்துலயிருந்து சொன்னம்பாத்துக்க. கமர் பலக தோணிய பொறுத்து கொஞ்சம் அகலமா இருக்கணும் இல்லியா பாலத்துலயும் அடி வாங்கும், பாரமும் எடுக்காது.”

“காலிகெட்டுல ஏத்துன ஓட்டுப் பாரத்த பூதாவும் மர் பலவதாம் எடுத்திருக்கு. இத்தன பாரத்துலயும் தோணி இன்னுமே எவ்விகிட்டுதான இருக்கி” என்றான் லொஞ்சி.

“இதெல்லாம் அமைஞ்சி போறது லொஞ்சி, கீழ வவுத்துப் பக்கம் தட்டையாவும் இருக்காது, ஊசியாவும் இருக்காது சும்ம அன்னப்பறவக்கி இருக்குற மாறி இருக்கும்.”

“தட்டையாயிருந்தா...”

“பாரம் எடுக்கும். இப்புடி பறக்காத... பம்பாயிலருந்து காலியாத்தான வந்தோம். ரத்னகிரிப் பக்கம் எப்புடி கெக்கலிச்சிகிட்டு வந்திச்சி பாத்தியா. கோவாவுல நங்கூரத்துல கெடந்தப்பகூட அங்கயும் இங்கயும் ஆடிகிட்டு அத்துப் புடுங்குற மாறித்தான நின்னுச்சி.”

சிலிர்த்துக் கிடந்த கடலில் தோணி எவ்வி எவ்விக் குதித்தோடியதில் அணியத்தில் வாங்கிய அலையடியில் எங்கும் தூவானமாய் இருந்தது. காற்று மாறிக் காற்று வாங்கியதால் பாய்முனைகள் படபடத்து நீர் தெறித்தது.

“எல, கொழும்பு நட என்ன கொழும்பு நட, பொண்டாட்டியோளி மொவன்வளுக்கு ஒரு நா ஓட்டு, மலையாள நடயில வந்து பரந்து விரிஞ்ச கடல்ல வீரத்த காட்டனுங் கேட்டியா... அவம் ஞானம்மா தண்ட யாரு?”

“தோமஸ் அண்ணனயா கேக்குறிய?” என்றான் சூசமுத்து.

"அவந்தாம். கொழும்பு நடத் தோணியில போறவ மெல்லாம் தண்டயின்னே சொல்லக் கூடாது கேட்டியா. கொழும்பு கடலெல்லாம் ஒரு கடலா...?"

"என்ன சொல்லுறிய... அப்ப பருத்தித்தொற, ஊராத்தொற, வல்வட்டித்தொறயின்னு போறாவள அதையும் அப்டித்தாம் சொல்லுவியளா?"

"மாமனுக்கு வக்காலத்தா வாங்குற லொஞ்சி. கொடி மரத்துகிட்ட சாயந்திரமானா இவன்வ பண்ணுற அலம்ப தாங்க முடியில. சிங்கராயம் கப்ப நடத் தோணியள்வுள்ல போற தண்டமாற பாக்குறமில்ல, அவன்வள மலையாள நடைக்கி லஸ்கராக்கூட எடுக்கமாட்டம் கேட்டியா?"

"..."

"மொதலாளி கெட்டாங் தேடு. இவன்வ பண்ணாட்டி யும் இவன்வ பெண்டாட்டிமாரு பண்ணுற அலம்பயிருக்கே... சோழக் கொண்டலுக்கு கிலேசியாப் பாருகிட்ட விடியக் காலம் மூணு மணிக்கி பா வச்சி வுட்டா பொழுது அடைய கொழும்பு ஆத்துவா இதெல்லாம் பெரிய கடங்கிறியா?"

அந்தக் காலத்திலிருந்தே, கொற்கையிலிருந்து வெளிக்கிடும் தோணிகள் குமரியைக் கடந்து, பரந்து விரிந்த கடலில் காற்றையும் கடலையும் எதிர்கொண்டு மலையாள நடைத் தொழில் செய்வதே வீரமாகப் பேசப்பட்டது. குமரிமுனையைக் கடப்பதும் எளிதான சமாச்சாரமில்லை. கொற்கையிலிருந்து வாடைக் கச்சான் காற்றில் மலையாள நடை கிளம்பும் தோணிகளுக்கு குமரிமுனையில் திசை மாறியதும் வாடைக் கச்சான் காற்றே அணியத்தில் எதிர்த் திசையிலிருந்து வந்து மோதும். எதிர்த்து வரும் காற்றையும் சுளிப்பெடுக்கும் கடலயும் தாண்ட வேண்டும். பார்க்கடலாகையால் ஆழ மில்லாமல் அலையடியும் அதிகமாக இருக்கும். அந்தப் பக்கங்களில் வலை போட்டு மீன் பிடித்துக் கொண்டி ருப்பவர்களையும் பக்குவமாக கடந்து போகவேண்டும்.

நெஞ்சைப் பிடித்தபடி இருமியவர் தள்ளாடியவாறே டாவாப் பக்கம் நடந்து முண்டங்காலொன்றைப் பிடித்தவாறே காரித் துப்பிவிட்டுக் கடலைப் பார்த்துச் சொன்னார்.

"மன்னிச்சிக்க தாயி... ஆமா, நீ தாம் தேவசானா குச்சிலுக்கு அடிக்கடி போறியாம்... என்ன வெளப்பம்ல?"

அமைதியாய் நின்றிருந்தான் சூசமுத்து.

"எல, ஒன்னட வயசென்ன அவ வயசென்ன சேசுக்கு தெரியமா...? எல வெள்ள, சுருட்டும் தீப்பெட்டியும் எடுல."

கிலுக்கு சொல்லப் பொறுக்காமல் சப்பைத்தட்டில் இறங்கி சுருட்டு எடுத்து வந்து கொடுத்தான் வெள்ளையன். சுடுதான் பையன் மோயிஸ் இருந்தாலும் கிலுக்குக்கு வெள்ளையன் இல்லாமல் தூக்கம் வராது. இதனாலேயே தோணிப்பாலத்தில் தலைநிமிர முயாமல் அலைந்தார். யார் யாரோ எடுத்துச் சொல்லியும் பொடியன் சோக்கை அவரால் நிறுத்த முடியவில்லை.

“எல கடல்ல வேலி போட்டா அடைச்சிறுக்கான்வ. அந்தந்த எடங்கள்ல முக்குவ திரும்பும்போது காத்தும், நீவாடும் மாறும் எளங் காத்துவளுக்குப் பிரச்சனயில்ல, ஆனா காத்தும் மோசமாயி கடலும் சிலும்பிக் கெடந்தா சீரழிவுதாம். ஆப்பிரிக்காங்குறாவள கறுப்பன்வ நாடு...”

“காந்தி அங்கயிருந்துதான இங்க வந்தாராம்.”

“அது என்ன எழவோ, வந்து என்னத்த நொட்டுனாரு.”

“என்ன பேசுறிய கிலுக்கண்ணம், அவுரு வந்த பொறவு தான அஞ்சி ரூவா காலணாவாச்சி. இப்ப நெறைய பேரு சேருறாவளாம். தெலகரு, கோகலே மாறி இல்லியாம் வாணியச் செட்டியாம்.”

காந்தியின் தடாலடியான உறுப்பினர் கட்டண குறைப்பு காங்கிரஸ் இயக்கத்தில் பாமரர்களும் வந்து சேருவதற்கு வழிவகை செய்திருந்தது. காந்தி முன் யோசனைக்காரர். முட்டு மேல் பசியுள்ளவன் எங்கே கூட்டங்களுக்கு வருவான், போராட்டங்களில் பங்குகொள்வான்...? வயிற்றில் பசி யுள்ளவன் சேர்ந்தால்தான் போராட்டங்களுக்கு வருவான். அடி, மிதி வாங்கி உயிரே போனாலும் முன் வைத்த காலை பின் வைக்கமாட்டான் என்பதைத் தெரிந்து வைத்திருந்தார்.

“அங்கயும் வெள்ளைக்காரம் ஆட்சிதாமின்னாவ.”

“கடல ஆளத் தெரிஞ்சிகிட்டான்வ பொறவு ஒலகமே அவன்வ கையிலதான” என்றார் கிலுக்கு.

“நீங்க நம்ம கதைக்கி வாருங்க.”

“அங்கயும் தெக்கு பக்கம் நன்னம்பிக்க மொனயின்னு ஒண்ணு இருக்காம். சும்ம பொரட்டி எடத்திருமாமில்ல. யாரெல்லாமோ அந்தக் காலத்துல தலகீழ நின்னும் முடியாம கடசியில வாஸ்கோடகாமாங்குறான்வள அவந்தான கடந்து வந்திருக்காம். நம்ம இப்ப காலிகட்டுல ஒடு ஏத்துனம அங்கதாம் வந்து பாய் புடிச்சிறுக்காம்”.

“அப்ப அந்த நாள்ல வந்த அரபுக்காரம்...!”

“நாஞ்சொல்லுறது வெள்ளைக்காரனப் பத்தி. அரபுக்காரனும், கிரேக்கன்வளும் யாவாரத்துக்கு மட்டுந்தாம் வந்தாம். இவன்வளமாரி கொடிய கொண்டந்து நட்டிற்று நாட்டாம பண்ணுறதுக்கில்லிய.”

“இன்னா சொன்னியள இது ஞாயமான பேச்சி.”

“யாவாரம் பாக்குறான்வ, நாடு புடிக்கிறான்வ, மதத்த எதுக்குன்னம் பரப்புறான்வ...?”

“என்னதாம் படையும், யாவாரமும் அவன்வ கையில இருந்தாலும் சனங்க அவன்வள எதிரியாத்தான பாக்கும். அத அடியோட மாத்தனுமின்னா அது மதத்தாலதாம் முடியும். அவள் நிலவின் மேல் நின்றிருந்தாள், கதிரவனை ஆடையாய் அணிந்திருந்தாள், பன்னிரு விண்மீன்களை தன் முடியாக சூடியிருந்தாள்ன்னு பாடுறம நம்மளப் போயி மாதாவ வுட்டுட்டு சந்தனமாரிய கும்புடுன்னா கேப்பமா?”

“இது என்ன பேச்சி பேசுறிய?” என்றான் லொஞ்சின்.

“இப்படித்தாம் வெத்துனாம் வெள்ளைக்காரம். ஏலேய் நம்ம சந்தனமாரியுஞ்சரி, கொமரி ஆத்தாளுஞ் சரி லேசுப்பட்டவள்வயில்ல. இவ ரண்டியருந்தாம் கடல்ல நமக்கு இன்னைக்கும் பாதுகாப்பு.”

“...”

“ஓம்மாமன மொதல்ல கொமரியத் தாண்டச் சொல்லு பாப்பம். சும்ம சிங்கராயம் குண்டிக்கி பின்னால சுத்திகிற்று அவங் குசுவக் குடிச்சிகிற்று அலையிறவனயெல்லாம் தண்டயின்னு சொல்லாதைங்கல.”

“...”

“வேணுமின்னாப்பாரு லொஞ்சி ஒரு நா இந்த மேலக்கடல தாண்டி அரபு நாட்டுக்குப் போவத்தாம் போறம்.”

“இந்த ஓட்டராட்டு தோணியள வச்சிகிட்டு போயிறுவியளாக்கும்?”

“ரெஜினாவையா ஓட்டராட்டுங்குற. இந்த பால்கா தொறப்ப மூடி ஒரு வட மரமும் வைச்சா, இது போவும் அரேபியாவுக்கு.”

“மொதலாளி சம்மதிக்கணுமில்ல.”

“செலவு கடுமையா ஆவத்தாம் செய்யிம். ஊர் ஒலகத்தில வேற மொதலாளிமாறே இல்லயிங்குறியா, எல இந்த சிங்கராயமில்லாட்டி இன்னொரு புலிராயம்...”

மலையாள நடை கிளம்பும் முன்னாலேயே விசுவாசம் கர்டோசாவை சந்தித்திருந்தார் கிலுக்கு. கொற்கை மேசைக் காரர்களுக்கு அதிலும் விசேசமாய் ரிபேரோக்களுக்கும், கர்டோசாக்களுக்கும் கடல் கடந்து தங்கள் வணிகத்தைப் பெருக்க வேண்டுமென்ற ஆசை இருந்தது. கொற்கை, கொழும்பென்று நடை செய்தாலும், கொழும்பு ஒரு அயல் நாடு என்ற எண்ணமே பெரும்பாலானவர்களுக்கு இல்லா திருந்தது. மலையாள நடை செய்யும் எல்லாத் தண்டல்களுக்கும் என்றாவது ஒரு நாள் இந்த மேலைக் கடலைக் கடந்து அரபு நாடுகளுக்குச் செல்ல வேண்டுமென்ற ஒரு ஏக்கம் இருக்கும். அரேபியப் பயணமும் நினைத்த மாத்திரத்தில் முடிந்துவிடக்கூடிய எளிதான திட்டமல்ல. கிலுக்கு தண்டலைப் போல திறமை வாய்ந்த ஒருவரால்தான் அரேபியாவரை போய்வர முடியும்.

“வெள்ளைக்காரன மாறி சிந்திக்கணும். எல வெள்ளை, அந்த ஃபென்னி போத்தல கொஞ்சம் எடு”.

ஓடி வந்த வெள்ளையன் அவசரமாய் சப்பைத் தட்டி லிறங்கி ஒரு கையில் ஃபென்னி போத்லோடும் மறு கையில் வறுத்த கருவாட்டுத் துண்டுகளோடும் வந்தான். காற்று மாறியதால் பாய்கள் மாறி விழுந்து சடசடவென சத்தம் வந்தது. தாமதிக்காமல் தன் மரத்திலேறிய தஸ்நேவிசும் கோஸ் மரத்திலேறிய லொஞ்சினும் டவுசர் பாய்களை போர் மாற்றிக் கட்டினார்கள்.

“வெள்ளைக்காரம் வந்தாம் நம்மளப் புடிச்சாம், இந்தா இன்ன மட்டுன்னுயில்லாம அள்ளிற்றுப் போறாம். நீரு அரேபியாவுக்கு போனா அங்க என்ன கெடைக்கிம். சொரி மணலும் கல்லுந்தாம் இருக்குமிங்குறான்வ.”

“நமக்கென்ன தெரியும் லொஞ்சி... இந்த மெக்கானாஸ் கோல்டுங்குறான்வள அந்த மாறி என்னமாவது இல்லாமலா போயிறும்.”

“...”

“தஸ்நேவிசு, சிங்கராயம் புள்ளய ரண்டியரும் பெரிய படிப்பெல்லாம் படிக்கிறான்வளாம். உண்டான தொழில வுட்டுட்டு இது என்னல பெருமைக்கா படிப்பு. வேணு மின்னாப்பாரு இவன்வ படிக்கிற படிப்பே இவன்வளுக்கு எதிரியா வரப்போவுது.”

“என்ன பேசுறிய, ஊர்லயின்னா சிலுவப் பர்னாந்து கற்கை நன்றே கற்கை நன்றே கொற்கை புகினும் கற்கை நன்றேங்குறாரு...”

"இவன்வ படிக்கிற படிப்புனால சொகுசுதாங் கேக்கும். இந்தா மில்லுக்காரன்வகூட போட்டி போட்டுகிட்டு அவன்வள மாறியே ஆட்டிகிட்டு அலையிறான்வளாம..."

"யாரு தல்மெய்தா ஆள்க்களையா சொல்லுறிய?" என்றார் தஸ்நேவிஸ்.

"கூந்தல் இருக்கவும் அள்ளி முடியுறாம்."

அதற்குள் அரை போத்தல் ஃபென்னியை முடித்திருந்தார் கிலுக்கு. படிப்பறிவில்லாவிட்டாலும் கிலுக்கு கொஞ்சம் துணிந்த கட்டை. எதையும் வந்துபார் என்று செய்யக் கூடியவர். மல்பே, ரத்னகிரி, கோவா, பம்பாய், வேராவேல், பாவ்நகர் போன்ற இடங்களில் ஆள் பழக்கம் உள்ளவர். உலக ஞானம் அதிகம். அடிக்கடி மலையாள நடையிலேயே இருந்ததால் இந்தி மொழியும் பேசக் கற்றிருந்தார்.

கிலுக்கு சம்பந்தமான விசயங்களில் கனிசியுஸ் சிங்கராயர் அதிகம் மூக்கை நுழைப்பதேயில்லை, காரணம் அவரைப் போலவே கிலுக்கும் முன்கோபக்காரர். எந்தப் பிரச்சினையாய் இருந்தாலும் தான் எடுத்த முடிவுக்காக யாரையும் பகைத்துக்கொள்ளத் தயங்க மாட்டார். ஒட்டு மொத்த பரதவர்களுமே கத்தோலிக்க மதத்திலிருந்தாலும், கிலுக்கு தனி மனிதராய் சாமிமாரை எதிர்த்து சந்தனமாரி கோவிலில் வருடாந்தர கும்பாபிசேகம் செய்து கொண்டிருந்தார். ஒரு சில வலைக்குடிக்காரர்கள் மறைவில் சந்தன மாரி கோவிலுக்குச் சென்று வந்தாலும் சாமிமாருக்கு முன்னால் தங்களுடைய பூர்வீக தெய்வத்தை வழிபடுவதைக் காட்டிக் கொள்ளவில்லை.

பொழுது அடைந்து வெளியே முற்றிலும் கறுத்து வானத்தில் வெள்ளிகள் பூத்திருந்தன. மேற்கே ஒரு சாமத்து வெள்ளி அடைந்து அதன் நேர் கிழக்கே ஆறாங்கோட்டை கிளம்பியிருந்தது. இசைவான புறக்காற்றில் கடலில் நல்ல விரளமாய் இருந்தாலும் 'ரெஜினா' எவ்விப் பாய்ந்து முன்னேறிய படியிருந்தது.

"லொஞ்சி காணாவுல யாரு இருக்கா?"

"நம்ம ரூசமுத்து ... என்ன?"

"பாத்து... அவம் வலைக்குடி நெனப்புலேயிருப்பாம். கொச்சிகிட்ட வரும்போது இதே காத்து நின்னுச்சின்னா இழுத்து ஓடிறும். காத்து வுழுந்திச்சின்னு வச்சிக்க காணாவுல ரெம்ப கவனமாயிருக்கணும். கொச்சி ஆத்து வாயில நம்ம

போற தேரத்துக்கு எங்கணக்கு சரியாயிருந்தா ஏறு தண்ணி. ஆத்துவா ரெம்ப மோசமான எடம். அங்கங்க மணல் திட்டுவ, காணாவ கவனமாப் புடிக்கனும். வேணுமின்னா மெஜுராவுல ரண்டு மூணு டிகிரி வாப்பர்ல வரச் சொல்லு."

"தோணி வெலங்கு மாறப் போயிறும."

"நல்லதைய்யா. சாய வுட்டயின்னு வச்சிக்க அங்க ஏறு தண்ணியா... நீவாட்டு சாடைக்கி இழுத்து மொனப்பாறுல குத்திறும். ஆத்துவா கழிஞ்ச பொறவு பெருசா பிரச்சனயில்ல. டாவாவுலயும், ஜவ்னாவுலயும் வெளக்குவ எரியுதா? ஆத்துவாயில வத்தையள்ல குறுக்க மறுக்க சாடுவான்வ கவனம்."

"பச்சதாங் கொஞ்சம் மங்கலா எரியுது."

வெள்ளையன் தோளில் கைபோட்டவாறு அவியத்தியிலி லிருந்து இறங்கிய கிலுக்கு கொட்டாவி விட்டபடியே சப்பைத் தட்டை நோக்கி நடந்தார். விரளத்தில் தோணி ஆடியதால் கால் பிடித்து நடக்க முடியவில்லை.

"எய்யா காத்து ஒருவேள வுழுந்திற்றுன்னு வையி தன்பாயயும், கோசயும் தவுர மத்துவள சுருட்டிக் கெட்டிருங்க. ராத்தேரம் சின்னப் பயல்வள பாய்மரத்துல ஏற வுடாதைங்கல."

8

1919

கிலுக்கு தண்டலின் யோசனைப்படி மெஜுூராவில் இரண்டு டிகிரி வாப்பரில் வந்ததால் தோணி வெலங்குமாற ஏறிக் கொச்சி ஆத்துவாயைச் சிரம மில்லாமல் கடந்து வந்தது. டாவாப் பக்கம் தூரத்தில் கரைப்பகுதியில் மின்மினி விளக்குகள் தெரிந்தன.

"லொஞ்சண்ணம். கரைய பெருசு பெருசா மேலயுங் கீழயுமா வெளக்குவ தெரியுதா" என்றான் சூசமுத்து.

"ஆத்தா புண்ணியத்துல ஆத்துவாய கடந்தாச் சில்ல, அப்ப அந்த பண்பாயளையும் அவுத்து வுட்டுருங்கல. அது ஒண்ணுமில்ல அங்க கரையள்ல திலாமரம் போட்டு கரவல கெட்டி மீன் புடிக்கிறான்வ"

"அதுக்கென்ன புடிக்கட்டு."

"இங்கயும் நீவாடு மோசந்தாம். காணா புடிக் கிறவம் வுட்டாமின்னு வச்சிக்க அதுக்குள்ள பாஞ்சிறும், பாயி பருவாம் ஒண்ணும் அம்புடாது. கழிஞ்ச வருசம் நம்ம ரிபேரோ புதுத் தோணி மாட்டிச்ச, ராவோட ராவா பாயி பருவான கொண்டு போயிற்றான்வளாம். தேரம் விடிஞ்சி பாத்தா தோணியில சுத்தமா ஒண்ணுமேயில்லியாம்".

"தண்ட யாரு?"

"அது ஒனக்கு எதுக்கு? மோசமான பயல்வ தெண்டம் போட்டு தெறிச்சுப் போடுவான்வ நம்ம ஊர்லதாம் மனசாச்சி. இங்கயல்லாம் அது ஒரு மசுறுக்குக் கூட இருக்காது".

"..."

"மாட்டிக்கிட்டியா அம்மணக்குண்டிதாம். கொஞ்சம் அசந்தாலும் தூக்கிற்றுப் போயி குண்டியடிச்சிப் போடு வான்வ. சே... பண்ணியோட சேந்து பீத்தின்ன கததாம்."

"..."

"தண்டகூட பேசிப்பேசி நம்மள்வ பேச்சும் அப்புடியே ஆயிப்போபோவுது பாத்தியா..."

"தேவுடியா மொவனுக்கு எப்பவும் வாயில குண்டிதாம்" என்றான் சூசமுத்து.

"ஆனா இது புதுசாயிருக்க. நம்ம பக்கங்கள்ல இந்த மாரி மீன்பிடிப்பு இல்லிய."

"அங்கயிருந்து எவனாவது வந்து சொல்லிக் குடுத்தானா அல்லது இங்கயிருந்து எவனாவது சீனாப்பக்கம் போயிற்று வந்தவம் பாத்திற்று வந்து செஞ்சானா தெரியல, ஆனா மீனு ரத்தங் கக்க வாய்ப்பில்ல. பெருவாதியாவும் படாது... கொச்சியில வெள்ளைக்காரன்வளும், யுதன்வளும் இந்த வலையள்ல வார மீன்வளத்தாம் விரும்பித் திங்கிறான்வளாம்."

தோணியில் ராச் செபத்துக்கு மணியடித்தார்கள். மூசாப்பு இறங்கியிருந்ததால் வானம் கறுத்து நடசத்திரங்களும் தெரியவில்லை. லெஞ்சின் ஜெபமாலை படிக்க மற்ற அனைவரும் பதில் ஜெபம் படித்தார்கள். காணா பிடித்த சூசமுத்தையும் அணியத்தில் நின்று கூர் பார்த்தவனையும் தவிர மற்றவர்கள் எல்லோரும் அணியத்து அவித்தியால் பக்கம் வந்து முழந்தாளிட்டார்கள்.

தோணிகளில் ஜெபமாலை படிப்பது அந்த நாளிலிருந்தே நடைமுறையிலிருந்த பழக்கம். ஜெபமாலை சொல்லாமல் தோணியில் ராச்சாப்பாடு கிடையாது. கத்தோலிக்கக் கிறிஸ்தவமும் மாதா பக்தியும் பர்னாந்துமாரின் ரத்தத்தில் ஊறி நாடி நரம்புகளிலெல்லாம் நிறைந்திருந்தது. அதனால் தானோ என்னவோ டச்சுக்காரர்களும், ஆங்கிலேயர்களும் எவ்வளவோ முயன்றும் பர்னாந்துமாரை இறுதிவரை பதிதராக்க முடியவில்லை. செபமாலையில் சந்தோசத் தேவரகசியம் சொன்னார்கள்.

கபிரியேல் சம்மனசானவர் தேவமாதாவுக்கு மங்கள வார்த்தை சொன்னதைத் தியானிப்போமாக என்று வாயளவில் சொன்னார்களே தவிர அதன் பின்னால் வரக்கூடிய அருள்நிறை மந்திரத்தை பத்து முறை தவறாமல் சொல்ல

வேண்டுமென்பதிலேயே குறியாய் இருந்தார்கள். தேவமாதா எலிசபெத்தம்மாளைக் கண்டு களி கூர்ந்ததைத் தியானிப் போமாக என்று முடிப்பதற்கு முன்னாலேயே பரலோகத்து மந்திரத்தை ஆரம்பித்திருந்தான் ரூசமுத்து. ஒரு வழியாய் ஐந்து பத்துகளும் சொல்லி முடிந்து மரித்த விசுவாசிகளின் ஆன்ம இளைப்பாற்றிக்காக வேண்டி சிந்தாத்திரை மாதா செபமும் சொன்னார்கள். லத்தீனில் மாதா தோத்திரம்.

"கோஸ்மரம் நெறிபடுறமாறி சத்தம் வருது. என்னன்னு பாருங்கல..."

"பாட்ட ஆரம்பிங்க..." என்றான் லொஞ்சின்.

"ஆவே மாரி ஸ்டெல்லா
தெயி மாக்தர் ஆல்மா
ஆக்வே சேம்பர் வீர்கோ
பெலிக்ஸ் சேலி போர்தா
ஆ... வே... ஆ... வே...
ஆ... வே... மா... ரி... யா...
ஆ... வே... ஆ... வே...
ஆ... வே... மா...ரி... யா."

பாடல் முடிய அவரவர் வசியை எடுத்தவாறு கோஸ் மரத்தைச் சுற்றி வட்டமாய் அமர்ந்தார்கள். காற்று மேலும் பொறுத்து பாய்கள் விம்மிப் புடைத்தன. விரளத்தைக் கிழித்துச் சாடியது ரெஜினா. கோஸ் மரத்துப் பருவானில் கட்டு தொய்ந்து இறங்கியதை ஆஞ்சானில் ஏற்றிக் கட்டிவிட்டு லொஞ்சினும் வந்து அமர்ந்தான். சுடுதான் பையன் மோயிஸ் சப்பைத் தட்டிலிருந்து சாப்பாட்டு சட்டிப் பானைகளைத் தூக்கியவாறு மேலே வந்து அவித்தியால் பக்கம் வைத்தான். திருக்கை கருவாடு சுட்டு சம்பலறைத்திருந்தான். நல்ல நிலவொளி, சாப்பிட ஆரம்பித்தார்கள்.

"சம்பல் யாரு வச்சா?"

"சொல்லுங்க நாந்தாம் அரைச்சம் பக்குவம் தொம்ம பப்பா சொன்னாவ" என்றான் மோயிஸ்.

"அதான பாத்தம், பீடித்துண்டு எப்பிடி வந்திச்சின்னு..."

"எல அய்யா, அதத்தாம் தேடிகிட்டு இருந்தம், தாருங்கல" என்றவாறு பீடி வைத்திருந்த காதுப்பக்கம் தடவினார் தொம்மை.

தொம்மை கப்ப நடைத் தோணியில் தண்டலாய்ப் போகிறவர். தண்டல் கிலுக்கின் ஆத்தாகூடப் பிறந்த தாய் மாமன். தொம்மைப் பிள்ளையின் மூத்த மகள் கிலுக்கின் மனைவி. எழும்பினால் உட்கார்ந்தால் குடி. வாலிபத்தில் கூத்தியாச் சோக்கு வேறு அதிகமானதால் இன்று இத்தன வயதிலும் குடியிருக்க ஒரு குச்சில் இல்லை. கடைசிப் பெண்ணைக் கட்டிக்கொடுக்க வழி இல்லாததால் மலையாள நடையில் வரும் வருமானத்திற்காக வந்திருந்தார்.

"என்ன லொஞ்சி ஒரு படியா இருக்க. ஆளு இங்கயிருந்தாலும் மனசுயிங்கயில்ல போல..." கேட்டார் தொம்மை.

"வீட்டுல என்னமோ சரியில்ல போல..." என்றான் லெஞ்சின்.

"நம்மள மாறி சோலிக்காரனுக்கு கடல்மேல வீட்டு நெனப்பு அதியமாத்தாம் வரும், வேற என்னெய்ய. தோணி போற போக்கப் பாத்தியா... கிலுக்க பாரு, என்னதாம் குண்டி கிண்டியின்னாலும் அவந் தோணியள ரெம்ப ரசிப்பாம். அந்தமாரி ஒரு ரசன வேணும் கேட்டியா. விரும்புறது கெடைக்கிலியா, சவம் கெடைக்கிறத விரும்பிற்றுப்போ."

"ஒங்க மருமொவந்தானாம..."

"மோயீசு யாருன்னு நெனக்கிற, தண்டகூடப் பொறந்த தம்பி மொவம்."

"நெசமாவா...!"

"பலகீனம் இல்லாத மனுசம் எவஞ்சொல்லு. சாதிக்கிற பய அத்தன பேரும் என்னமாவது ஒரு பலகீனத்தோடதாம் இருப்பாம். அவஞ் சாதிக்கிறதத்தாம் பாக்கணுமேயில்லாம அவம் பலகீனத்த பாக்கக் கூடாது. அவஞ் சொன்ன மாரி அரேபியாவுக்கு போவத்தாஞ் செய்வாம் பாரு. மொதலாளி எவனாவும் இருந்திற்றுப் போவட்டு ..."

ராச்சாப்பாடு முடிந்து அவரவர் வசியை அவரவர் கழுவிக் கமுத்த அவற்றை எடுத்துக் கொண்டு சப்பைத் தட்டுப்பக்கம் போனான் மோயிஸ். தண்ணீர் பீப்பாயை சரித்து உருட்டித் தள்ளி அவுத்தியாலோடு வைத்துக் கட்டினார்கள். பெருங்காற்று விழுந்து நல்ல இளம் காற்று வீசியது. போடுதையில் அமர்ந்து பீடி குடித்தவர்கள் அப்படியே திரும்பி மூத்திரம் பெய்தபின் கிடைத்த இடத்தில் கயிற்றுக் கட்டுகளைத் தலைக்கு அண்டக் கொடுத்தபடி

உறங்க ஆரம்பித்தார்கள். லொஞ்சி முன் சாமத்துக் காவலென்பதால் விழித்திருந்தான். தன்மரத்தில் சாய்ந்தபடி சிந்தனை வயப்பட்டிருந்தான்.

'காத்து வுழுந்தா, தன் பாயயும் கோசயும் தவுர மத்ததுவள சுருட்டி கெட்டிருங்க... வெள்ளைக்காரன மாறி சிந்திக்கணுமுல. கொற்கயில தேவுடியாக்குடி எங்கயிருக்குன்னு நமக்குத் தெரியில. அவன்வளுக்கு தெரியுமாம... மயினி பாவந்தாம். எட்டு வரயாச்சும் பய படிக்கட்டு... பொறவு இங்க கூட்டிற்று வந்திருலாம். பெருமூச்சி வுடுறாள. பச்ச ஒடம்புக் காறியின்னு பாத்தா ரண்டு தேரம் சரி மூணாந் தேரம்... மாறியும் வந்து ஆவிக்கட்டி ஆவிக்கட்டி புடிக்கிறா. தாயப் போல புள்ள நூலப் போல சேலயாங்குறாவள... நம்மளப் புடிக்காம வேற யாரப்புடிப்பா... ஆனாலும் ரஞ்சிதத்துக்கு அந்த ஒதட்டு மச்சம் ஒரு அழகுதாம்.'

இடுப்புக்கு கீழே விறைத்து நிமிர்ந்தது. சுற்று முற்றும் பார்த்த லொஞ்சின் சாரத்துக்குள் கைவிட்டவாரே டாவாப் பக்கம் வெளிக்கிருக்கும் பெட்டிக்குள் போனார். சோர்வாய் வெளியே வந்தவர் அணியத்துப் பக்கம் வந்து தண்ணீர் அணைத்தபடியே வந்து கொண்டிருந்த தண்ணீர்ப் பாய்களை பார்த்தவாரே வெகுநேரம் நின்றிருந்தார். மாங்காய்ச் சாளைக் கூட்டத்தை ரெஜினா கடந்திருக்க வேண்டும். தண்ணீப்பாயில் நாலைந்து மாங்காய்ச் சாளைகள் கிடந்து துடித்தன.

'ஆனாலும் கித்தேரியாம் பட்டங்கட்டிக்கி இந்தக் கோவம் ஆவாது... பிலிப்பு இங்க வந்த பொறவு புல்தோட்டத்துல ஒரு குச்சில போட்டு குடுத்திற வேண்டியதாம். இவ அய்யாவ நம்பி பிரயோசனமில்ல... நம்ம வழிய நாமதாம் பாத்துக் கிறனும் இவன்வளுக்கு முன்னால வாழ்ந்து காட்டனும்.'

அணியத்திலிருந்து பிலியான்ஸ் குரல் கேட்டது. "கொளச்ச வெளக்கு தாண்டி கொமரி வெளக்கு தெரியிது."

"அப்ப, கொமரி ஆத்தாளுக்கு ஒரு காய எடுத்து ஒடைச்சிறு" என்றான் லொஞ்சின்.

"..."

"எல கொஞ்சம் வெலங்குமாற ஏறி வரச் சொல்லு. காலங்காத்தால வலபோட்டுக் கெடப்பான்வ."

9
1920

பெரியதுறையிலிருந்து கோபாலன் பஸ்ஸில் திருநெல்வேலி வந்து கொற்கை செல்லும் புகைவண்டியிலேறி அமர்ந்திருந்தான் பிலிப். ரயில்நிலையத்தில் வாங்கியிருந்த பயணச்சீட்டை மேல் சட்டைப் பையில் வைத்து அதை வலது கையில் இறுகப் பிடித்திருந்தான். கண்களிலிருந்து வடிந்த கண்ணீர் கன்னத்தில் காய்ந்திருந்தது. புறங்கையால் கண்களைத் துடைத்தவனிடமிருந்து ஏக்கப் பெருமூச்சு மட்டும் அவ்வப்போது வந்தபடியிருந்தது. முகத்தில் எதையோ இழந்துவிட்ட சோகம். கண்களில் பரதாவம்.

ரயில் பெட்டிகள் நல்ல நீளமாக காற்றோட்டமாக இருந்தன. ரயில் ஓடும்போதே எழுந்து நடக்க வசதியாய் இருந்தது. உள்பகுதியில் இருக்கைகள் மரத்தால் வடிவமைக்கப்பட்டிருந்தன. சட்டம் போட்ட சன்னல்கள் வழியே வழி நெடுக பனை மரங்களும் நாட்டு ஓடைகளும் வேகமெடுத்து ஓடி மறைவது தெரிந்தது. வளைவுகளில் புகைவண்டி திரும்பும்போது காற்றுவாக்கில் கரித்துகள்கள் மேலே வந்து விழுந்தன. வெகு நேரம் வேகமெடுத்து ஓடிப் பின் மறைந்த பனைமரங்களை ரசித்தபடியே வந்த பிலிப் இப்போது தூங்கிவிழுந்தபடியே வந்தான்.

ரயில் பெட்டியில் வெள்ளையர் தலைகள் அங்கங்கே தெரிந்தன. பெரும்பாலும் கைகளில் புத்தகங்கள் வைத்திருந்தார்கள். சிலர் படிப்பதும் சிலர் குறிப்பெடுப்பதுமாய் பிரயாணம் செய்தபடி யிருந்தார்கள். பிலிப் வண்டியிலிருந்து இறங்கவில்லை. இருக்கையோரத்தில் அமர்ந்து தலையைத் தடவியபடி

இருந்த பிலிப்பைப் வெகுநேரம் பார்த்தபடியிருந்த மிஸிசிஸ் கிளார்க் அருகில் வந்து பாசமாய் அவன் தோள்களில் கை வைத்தாள்.

“ஆர் யு அலோன். வாட் இஸ் யுவர் நேம்?”

திருதிருவென விழித்தான் பிலிப். பெயரைத்தான் கேட்கிறாள் என்பது புரிந்தும் வாய் திறந்து பேச வரவில்லை. கண்கள் மட்டும் கொழுகொழுவென பொம்மை போலிருந்த அவள் குழந்தை மேல் விழுந்திருந்தது. தங்கையின் நினைப்பு மேலோங்க கண்ணீர் விழியின் விளிம்புவரை வந்து நின்றது. நேரமாகியும் பதில் வராமல் போக அவளே திரும்பவும் கேட்டாள்.

“ஏய்... ஓம் பேர்ன்னா...?”

“பிலிப்பு.”

சிரித்தாள் மிஸிஸ் கிளார்க். பஞ்சுக் கைகளை நீட்டி பிலிப்பைப் பார்த்துப் புன்னகைத்தது அந்தக் கொழுகொழு குழந்தை. கண்கள் அசையாமல் அந்தக் குழந்தையையே பார்த்தவாறிருந்தான் பிலிப். நினைவுகள் மட்டும் பெரிய துறையில்.

‘அருமொழிகூட நொண்டி யாரு வெளயாடுவா. அன்னக்கி ரோணிக்கம் சண்டக்கு வந்தாள இவளால அவகூட சண்ட போட முடியுமா, நா இருந்ததுனால பாத்தம். இனும என்ன பண்ணுவா. அதுக்குத்தாம் பேய்மாரி அழுவாயில்ல. ஆத்தாவால பணியார அடுப்ப வுட்டுட்டு வரவாயேலும். அய்யா எங்கருந்து வர அவுருதாம் சாரத்தோட மேண்டுகிட்டு கெடப்பார. ஆத்தா எதுக்கு தாத்தா வூட்டுக்கு போன தங்கச்சிய அடிக்கிறா. அன்னக்கிகூட அருமொழிய அடிச்சி இழுத்துகிட்டு வந்தாள. தாத்தா வூட்டு வில்லு வண்டி சல்சல்லுன்னு எப்புடி போவுது... பெரிய வூடுதாம். இவ எதுக்கு தாத்தா வூடுயின்னு போவனும், அவுங்கள்வ கதவ அடைக்கணும். கதவுல அடிபட்டு பொன்னிமூக்கு ஒடைஞ்சிச்ச, அப்ப கூட யாரும் வந்து தொறக்கலிய... பக்கத்துல ஆட்டாம்புடுக்கு கெடந்ததுனால சரியாப்போச்சி. இடிச்சி மூக்குக்குள வச்சம். ஆத்தா எதுக்கு இப்புடி திட்டுறா. சண்டாளப் பாவியள அடியழிஞ்சி கட்ட மண்ணாப் போயிருவிய. இன்னக்கி பணம் ஒங்க கையில இருக்கி அந்தப் பணம் எங்க கையில வந்தா... சாதி வுட்டுச் சாதியிலயா மாப்புள புடிச்சம். எம் புருசங் காலடி மண்ணுக்கு பெற மாட்டிய. எப்புடியிப்புடி சொல்லுறா இத்தன அடியயும்

வாங்கிகிட்டு... தலவிரிகோலமா நின்னா. கொற்கையில எறங்கி எப்புடி போவ. சின்னய்யா இல்லாட்டி சித்தி வெரட்டி வுட்டுறுவாளோ. ஆவுடையாபொரத்துக்காரரு அரிசிக்கட வச்சிசருக்காருன்னாவள. வாழக்கொல வாங்கப் போவும் போது அவுங்க ஆத்தா சொன்னாவள. பூலாஞ்செண்டு பழுத்திருக்கும். சித்தி வெரட்டுனா அத வெரட்டுன பொறவு பாக்குலாம்...'

கொற்கை மாதா திருவிழாவுக்கு நினைவு தெரிய இருமுறை வந்து போயிருக்கிறான் பிலிப், ஆனால் சந்தோசந்தான் இல்லை. கடந்த முறை நடந்த சம்பவம் அவன் நினைவை விட்டு அகலுவதாயில்லை. புல் தோட்டத்தில் சின்னய்யா லொஞ்சின் வீட்டில் தங்கியிருந்தார்கள். சித்தி அழகாய் இருந்தாள் ஆனால் ஆத்தா லூர்தை அவளுக்கு ஏனோ பிடிக்கவில்லை. அய்யா இரவு பகலாக தெளியத் தெளியக் குடி. அய்யா மேல் அடித்த நெடியில் இரவு பக்கத்தில் படுக்கவே பிடிக்கவில்லை, அருவெருப்பாய் இருந்தது. மாலையில் எல்லோரும் சப்பரப் பவனிக்காகக் கிளம்பும்போது, இங்கே அய்யா ஆத்தாவிடம் குடிக்கக் காசு கேட்டு நச்சரித்து மயித்தைப் பின்னி வைத்து நெஞ்சில் நாலைந்து சமட்டு. ஆத்தா செத்திற்றாளோன்னு ஓடிப்போய் மூக்கில் பதற்றமாக கை வைத்து நிதானித்தான் பிலிப். உயிரோடுதானிருந்தாள்.

எதிர் இருக்கையின் சன்னலோரம் அமர்ந்திருந்த மிஸ்டர் கிளார்க் பிலிப்பை அருகே வருமாறு கை அசைவில் அழைத்தார். கருப்பு நிறத்தில் முழுக் கால்சட்டையும் மேலே வெள்ளைச் சொக்காயும் அணிந்திருந்தார். அவர் அணிந்திருந்த காக்கி நிறத் தொப்பியும் பருத்த கருப்பு நிறச் சப்பாத்தும் பிலிப்பை மிரட்டுவதாகவே இருந்தன. பிலிப்பிடம் எந்த அசைவுமில்லை. வெள்ளைக்காரர் அவர் பக்கத்திலமர்ந்திருந்த வரிடம் ஏதோ சொல்லியிருக்க வேண்டும். அவர் உடனே எழும்பி பிலிப் இருந்த இருக்கையின் அருகில் வந்தார். வார் காம்பு போல நல்ல உசரமாக இருந்தார். நல்ல அண்டங் காக்கா கறுப்பு. கன்னங்கள் இரண்டும் ஒட்டி முன்னம்பற்கள் யாரைக் குத்தலாம் என்பது போல் துருத்தியபடியிருந்தன. தலையில் எண்ணெய் தழையத் தழையத் தேய்த்துப் பக்கவாட்டில் உச்சி எடுத்துச் சீவியிருந்தார். அவர் எழும்பி பிலிப்பருகே வருவதை இமைகொட்டாமல் பார்த்தபடி யிருந்தாள் அவர் அருகே அமர்ந்திருந்த நடுத்தர வயது பெண். அவளும் சுத்தக் கறுப்பு. கழுத்தும் மூளியாய் இருந்தது. அவர்கள் பேச்சும் நடை உடை பாவனைகளும் தேரிக்காட்டு ஊர்களைச் சேர்ந்தவர்கள் போலிருந்தது. எல்லோருமே

கையில் ஆளுக்கொரு விவிலியம் வைத்திருந்தார்கள். பக்கத்தில் அமர்ந்தவாறே பிலிப்பிடம் பேச்சுக் கொடுத்தார்.

"தம்பி... எந்த ஊரு, கேக்குதமுல்லா, எங்க போற..."

"கொற்கைக்கி."

"அங்கன யாரு இருக்காடே."

"எங்க சின்னய்யாவ பாக்க போறம்."

"படிக்கியாப்பு."

"ஏழாம்ப்பு படிச்சம். இப்ப இல்ல. ஆத்தா என்னமாவது வேலைக்குப் போவச் சொல்லிற்றா."

"எதுக்கு ...?"

"அய்யா எப்பவும் ஆத்தாள அடிக்கிறாரு. எனக்கும் அப்பப்ப அடி வுழும். அதாம் ஆத்தா சின்னய்யாவ கொற்கையில பாத்து தோணியில என்னமாவது வேல பாக்க சொன்னா..."

குனிந்து பிலிப் பேசுவதையே கேட்டுக்கொண்டிருந்த தாவீது திரும்பி அடுத்த இருக்கையில் வாயைப் பிழந்து கொண்டு ஆர்வமாய் இவர்கள் பேசுவதைக் கேட்டபடியிருந்த வெள்ளைக்காரரை நோக்கிச் சொன்னார்.

"கிளார்க் சார், ஹி லெஃப்ட் ஸ்டடியாம். கோயிங் ஃபார் தோணி ஜாப்பாம்."

தாவீது பேசிய ஆங்கிலத்தைக் கேட்டதும் முகத்திலேற்பட்ட சிரிப்பை அடக்கிய மிஸ்டர் கிளார்க் சொன்னார்,

"இன் திஸ் ஏஜ்! மை காட் ஹி இஸ் ய சைல்டு லேபர்."

வண்டியில் பயணச்சீட்டுப் பரிசோதகர் ஏறியிருந்தார். கருப்பு நிறக் கோட்டும் வெள்ளை நிறத்தில் முழுநீளக் கால்சட்டையும் அணிந்திருந்தார். கழுத்தில் டை மாலை போல் தொங்கியது. ஒவ்வொருவரிடமும் பயணச்சீட்டை வாங்கிப் பார்த்து தான் வைத்திருந்த பெரிய காகிதத்தில் ஏதோ குறித்துவிட்டுத் திரும்பக் கொடுத்தார். சிவந்த நெற்றியைப் பிளந்தாற்போல் ஒரு ஒற்றைக் கோடு நாமம். அவர் அணிந்திருந்த கோட்டிலிருந்து வந்த துர்நாற்றம் கடந்து போனவர்களை முகம் சுளிக்க வைத்தது. தொப்பியோடிருந்த கிளார்கின் பக்கம் வந்த பயணச்சீட்டுப் பரிசோதகர் ஒரு படியாக நெளிந்தார். பயணச்சீட்டை கிளார்க் கொடுக்க குனிந்து இவர் அதை வாங்க மறுக்க,

விட்டால் அவர் கால்களில் பொதுக்கடீர் என விழுந்து விடுவார் போலிருந்தது. கொஞ்சம் அளவுக்கு அதிகமாகவே நெளிந்தார். இவர் இப்படி நெளிந்ததைப் பார்த்து அவர் சிரிக்க, இவர் முகத்தில் ஏகத்துக்குப் பூரிப்பு. பிறவிப்பயன் அடைந்துவிட்டது போன்றதொரு திருப்தி முகத்தில் தெரிந்தது. பிலிப்பருகே வந்தவர் அவனை ஏற இறங்க பார்த்துவிட்டு கேட்டார்.

“ஏண்டா அம்பி, டிக்கெட் எடுத்திருக்கியோன்னோ.”

வாயில் நீண்டிருந்த வெற்றிலைக் கறைபடிந்த பற்கள் பார்ப்பதற்கு அகோரமாய் இருந்தன. பதில் சொல்வதற்காக வாயைத் திறக்க முயன்றவனை பரிசோதகரின் வாயிலிருந்து பாய்ந்த எச்சில் துளி தடுத்து நிறுத்தியது. அரோசியப் பட்டவன் விருட்டென மேவாயை இடது தோளில் தேய்த்தான். மெதுவாக சட்டைப் பையிலிருந்த பயணச்சீட்டை எடுத்துக் காண்பித்தான். அதை இருக்கையில் வைக்கச் சொன்னவர் எடுத்து அங்குலம் அங்குலமாக தான் அணிந்திருந்த மூக்குக் கண்ணாடியை மேலும் கீழுமாய் அசைத்துப் பரிசோதித் தார் பிறகு உச்சுக் கொட்டியவாறு டிக்கெட்டை அவனிடம் விசிறிவிட்டு அகன்றார்.

“தாவீது பேரு என்னாயின்னு பாத்தியா?” கேட்டார் இருக்கையோரத்திலிருந்த வேல் நாடார்.

“அதாம் ‘சீனிவாச ஐயங்கார்’ன்னு இங்கிலிசுலயும் தமிழுலயும் போட்டுருந்துச்சில்லா.”

“கண் போச்ச தெரியல்லடே, சனியம் இப்புடி நாறுவு. போட்ட கோட்ட கழத்த மாட்டானோ.”

“வாய வச்சிகிட்டு சும்மாயிரும்.”

“அதுக்கில்லடே, இந்தப் பீ நாறிப் பெயல்வ அடுத்தவன தீட்டு தீட்டுயிங்கியான்வ. நம்ம கிளார்க்கு சாருக்கு தெரியுமா இங்கவுள்ள கத!”

“வயசானா சும்ம கெடக்க மாட்டியரோ. வுட்டாப் போதும் லொட லொடன்னு ஆரம்பிச்சிறுவியற ஓலப்பாயில நாயி மோண்ட மார்ரி. சனியமின்னு தெரிஞ்சிம் என்னய் கூட்டிட்டு வரச் சொன்னாருல்ல ஒம்ம ஓடப் பொறப்பு அவியளச் சொல்லுயம்.”

“எல வேதத்துல போனாலும் எந்தம்பிக்கி எம்மேலயும் ஒங்க அம்மைக்க மேலயும் இருக்க பிரியத்த பாத்தியா. ஆசிர்வாதம் நாங்க தூக்கி வளத்த புள்ள கேட்டியா.”

“அவிய இப்புடி எடங் குடுக்கியதுனாலதாம் இப்புடி பேசுதியறு.”

“நாட்டு நடப்ப நாலுயருக்கு சொல்லணுமில்லா. அவுரு நல்ல விருப்பமா கேக்குதாரு. இவம் வுடமாட்டங்கியாம். வெள்ளைக்காரங்கிட்ட சொதந்திரமின்னு கேக்குதாவள, அதுக்கு மின்னால நம்ம நாடி நரம்பெல்லாம் ஒடுங்கி கை கெட்டி நிக்கிதம... எவங்கிட்ட போயி சொல்ல.”

“அவர் சுதந்திரத்த பற்றி பேசல வேற சொல்கிறார்” என்றார் கிளார்க்.

“நம்ம பொம்புளய, மேல மாருல சட்ட போட வுட மாட்டயிங்கியான்வ. எய்யா வெள்ளைக்காரம் யாவாரம் பாக்குயாம் யாவாரி மாறி நடப்பாம். ஆனா எங்கயிருந்தோ வந்துகிற்று சாத்திரம் சம்பிரதாயமின்னுகிட்டு நம்ம குடியயில்லா கெடுக்குயான்வ. நம்ம ஆத்தாள மாருல சட்டயில்லாம நின்னுயின்னா நீ சம்மதிப்பியா. அங்க மேக்க எவனாலயும் எதுஞ் செய்ய முடியலிய.”

“விச் பிளேஸ்?“ கேட்டார் கிளார்க்.

“எங்கயின்னு சொல்லி எழவுடும்.”

“மேக்க நாரோயில் பக்கம், பேதியில போவான்வ சண்டயின்னு வந்தா நிப்பான்வளா. அக்கிரகாரத்துக்குள தலய பூத்துகிட்டு கெடப்பான்வ. ஆனா அவன்வள பாத்து நம்ம பயப்புடுதோம்ய்யா. மண்டயில உள்ள சரக்க வச்சி நம்மள கால காலமா பயங்காட்டுதாமுல்லா.”

“அவம் மண்டயில சரக்குயிருக்குன்னு நம்மள சொல்ல வச்சிறுக்காமுல்லா...”

“அது என்னல கோயிலுக்குள்ள வராத, சட்டய கழத்து பக்கத்துல வந்தா தீட்டு. சாணாம் இத்தன அடி, பறையம் இத்தன அடி, பரவம் இத்தன அடி... தள்ளி நிக்கிறதுலயும் கணக்கு வேற.”

“உண்மையாகவா...!” அங்கலாய்த்தார் கிளார்க்.

“அவஞ்செய்யாம் சரி. நீரு மட்டும் சக்கிலியன்வள ஆவிக்கட்டியா புடிக்கிறியரு. எல்லாம் ஊருக்குத்தானவே உபதேசம்.”

“எல நம்மள கிண்டி வுட்டுட்டு அதுல குளிர் காயிறான்வ. அந்தா உக்காந்திருக்கான பர்னாந்துமார் பெயமாரி தெரியுது... அந்த டிக்கெட்ட எடுத்து என்ன

உருட்டு உருட்டுனாம் பாத்தியா... இவருகிட்ட மட்டும் எதுக்கு நெளியாம்?"

"..."

"சுத்தம் சுத்தங்கியான்வள அவம் நிக்கிம்போது அடிச்ச வாடைய கவனிச்சியா மூக்குக்குள முடியெல்லாம் கறிஞ்சி போச்சி. நம்மளயும் உட்டுறுக்க மாட்டாம். இவுருகூட இருந்ததுனால வுட்டுட்டாம்.''

"..."

"எய்யா நம்ம கறி, மீனு சாப்புடுதோம், தீட்டு. அப்ப இவுரு ரோசாப்பூவா சாப்புடுதாறு, இந்த நெளிவு நெளியாம். எல்லாங் காரியக்காரப் பெயல்வ."

மிஸ்டர் கிளார்க் மௌனமாய் புன்னகைத்தவாறே அவர்கள் பேசுவதை ரசித்தார். எழுந்து பிலிப்பருகே வந்த கிளார்க் அவன் தலைமுடியைக் கோதிவிட்டார். மிரள மிரள விழித்த பிலிப்பின் கண்களில் இப்போது சாந்தத்தின் சாயை தெரிந்தது. ரயில் பெட்டியிலிருந்த மொத்தக் கூட்டமும் கைத்தாளத்தோடு பாட ஆரம்பித்தது.

"தோத்திரம் செய்வோமே

கர்த்தரை தோத்திரம் செய்வோமே

கர்த்தரை தோத்தரம் செய்வோமே

கர்த்தரை தோத்திரம் செய்வோமே"

வெள்ளையர்களும் இருக்கைகளில் அமர்ந்தபடியே அந்தப்புறமும் இந்தப்புறமும் ஆடியபடி கைதட்டிப் பாடினார்கள். காற்றில் பறந்து வந்த கரித்துண்டு வலது கண்ணில் விழ இமைக்க முடியாமல் கண்ணீர் விட்டான் பிலிப். அருகே அமர்ந்த கிளார்க் தன் கைக்குட்டையால் பிலிப்பின் கண்களைத் துடைத்தார். அவனுக்கு புரிகிற ஆங்கிலத்தில் சிறிது நேரம் கண்மூடியிருக்கச் சொன்ன கிளார்க் மெதுவாய் விழியோரத்தை தடவி கரித்துகளை வெளியே எடுத்துக் காட்டினார். அழுதுகொண்டே சிரித்தான் பிலிப். காதைக் குடைந்தபடி அவர்கள் வைத்திருந்த இசைக் கருவிகளை நோட்டம் விட்டான்.

'இனி பெரியதொறப் பக்கம் வந்தா கையில காசோட தாம் வரனும். மரக்கொரங்கு வெளையாட சில்வெஸ்டர் தேடுவாம். அவனுக்கென்ன அய்யா கொழும்புல... மெனக்கடம். அன்னக்கி சில்வெஸ்டர் போட்டுட்டு வந்த கொழும்பு சொக்கா நல்லா இருந்திச்சி... எய்யா நீ இங்க

இருந்தா இந்த மனுசம் ஒன்னய அடிச்சே கொன்னு போடுவாறு. சாவறவர இந்த அடியும் மிதியும் நா வாங்கிக்கிறுறம். நீ போயி பொழச்சிக்க... நமக்கு நல்ல காலம் இருந்தா ஆத்தாளயும் கொற்கைக்கி கூட்டிற்றுப்போ. நல்லா வாய்க்கி ருசியா பொங்கிப் போடுவமில்ல. எனக்கு என்னய்யா தெரியும் இந்த சோத்துப் பானையையும் ஆப்பச் சட்டியும், ஊறுகாய்ப் பானையையும் உட்டா... ஒங்கய்யாவக் கெட்டி நாங்கண்ட தெல்லாம் வயித்துல ரண்டு புள்ளயும் நெஞ்சில மிதியுந்தாம்.'

கொற்கை மேலூரில் ரயில் சிறிது நேரம் நிற்க வெள்ளைக்காரர் கிளார்க்கோடு வந்த கூட்டம முழுவதும் அங்கேயே இறங்கியது. விழிப்புருவத்தை அசைத்து பிலிப்பிட மிருந்து விடை பெற்றார் மிஸ்டர் கிளார்க். ஏதோ இனம் புரியாத ஒரு ஈர்ப்பு அவனுள். ரயில் சிறிது தூரம் கிழக்காக ஊர்ந்து கீழூரில் நின்றது. இங்கேயும் இறங்கியவரில் அதிகம் பேர் வெள்ளையராகவே இருந்தார்கள். பிலிப் வந்த ரயில் நின்றிருந்த தண்டவாளத்துக்கு அருகே நாலைந்து தண்ட வாளங்கள் பக்கத்துத் தண்டவாளத்தின் அருகே தண்ணீர்க் குழாய் இணைப்புகளில் தண்ணீர் பீச்சியடித்தபடியிருந்தது. தண்டவாளங்களில் சளு சளுவென்றிருந்த நரகலைச் சிறிதும் முகம் கோணாமல் அப்புறப்படுத்தியபடியிருந்தார்கள் கொண்டை யாவும் கருப்பியும். கூடவே தொரட்டியும் கையுமாக மகன் சின்னையா. தூரத்தில் பெரிய வட்டமாகத் தெரிந்த கிணறு ஒன்றின் நடுவே தண்டவாளம் துண்டுபட்டுத் தெரிந்தது. "குக்... கூ..." என்ற சத்தத்தோடு புகை விட்டபடியே அதன் மேலே சென்ற ரயில் எஞ்ஜினை நிறுத்திப் பக்கவாட்டில் நின்றிருந்த ரயில்வே தொழிலாளர்கள் சுற்றுக் கம்பிகளை வைத்து மாறிச் மாறி சுற்ற, எஞ்ஜின் அப்படியே அரை வட்டமாய்த் திரும்பி எதிர்புறம் பயணிப்பதற்குத் தயாராய் நின்றது. பிரமிப்பாய் இருந்தது. மற்றொரு எஞ்ஜினிலிருந்து எரிந்த சாம்பல் கரியை இழுத்து வெளியே தள்ளியபடி யிருந்தார்கள். சாம்பலை அள்ளுவதற்காக நீராவி எஞ்ஜினின் அடுப்புப் பகுதி திறக்கப்படும் போதெல்லாம் உள்ளே செம்பழுப்பு நிறத்தில் கப கப வென தீப்பிளம்புகள் தெரிந்தன.

பிளாட்பாரத்தில் பிராமணாள் காப்பி ஓட்டல் பக்கம் கூட்டமில்லை. ஆனால் காபியின் மணம் மட்டும் மூக்கைத் துளைத்தது. சரக்குப் பகுதியில் பெரிய சாக்குப் பைகளில் கச்சாப்பருத்தி திருநெல்வேலி, கோவில்பட்டி போன்ற இடங்களிலிருந்து வந்து இறங்கியபடியிருந்தது. பைகளில் சில கிழிந்து பிதுங்கி வெளிவந்த பருத்திப் பஞ்சு காற்றில் மிதந்தபடியிருந்தது. பருத்திப் பைகளில் பெரும்பாலும்

ஹார்வி, வால்காட், ராலிஸ் நிறுவனங்களின் முத்திரைகள் தெரிந்தன. இரட்டை மாட்டு வண்டிகள் தனி வரிசையிலும் ஒற்றை மாட்டு வண்டிகள் தனி வரிசையிலும் பாரம் ஏற்றியபடியிருந்தார்கள். நடை மேடையருகே நின்றிருந்த 'குட்ஸ்' வண்டியில் பெரும்பாலும் ரப்பர் சீட்டுக்களாய்த் தெரிந்தது. வியர்க்க விறுவிறுக்கத் தலைச்சுமையாய் எடுத்து அட்டி போட்டபடியிருந்தார்கள். அவர்கள் பேச்சு வழக்கு பக்கத்து ஊர் உடன்குடியை ஞாபகப்படுத்தியது. ஒடுகலான குட்ஸ் வண்டி திறப்புக்குள் இருவர் நின்று எடுத்துக் கொடுக்க தலைச்சுமைக்கு நான்கு பேர் அட்டி போட்ட இடத்தில் இரண்டு பேர் என ஒவ்வொரு பெட்டியிலும் தனித்தனிக் குழுக்களாய் வேலை நடந்தபடியிருந்தது. ரப்பர் சீட்டுக் களையே படிக்கட்டுகள் போல் அடுக்கி அதன் மேலேறி அம்பாரமாய் அட்டி போட்ட விதத்தைப் பார்த்தவாறு குத்த வைத்திருந்தான் பிலிப்.

1861இல் அமெரிக்காவில் ஏற்பட்ட சுதந்திரப் போரின் காரணமாக அமெரிக்காவிலிருந்து இங்கிலாந்துக்கு ஏற்றுமதி யாகும் பருத்தி தடைப்பட்டதாம். இந்தச் சூழலில் காலனி நாடுகளிலிருந்து பருத்தியை இறக்குமதி செய்தாக வேண்டிய கட்டாயத்தால், வெள்ளைக்கார அரசாங்கம் காலனி நாடுகளில் பருத்தி ஏற்றுமதி செய்யும் நிறுவனங்களுக்கு முன்னுரிமை தந்து அந்தத் தொழில் வளர்ச்சியடையத் தேவையான அனைத்து உதவிகளையும் செய்தது. இதன் காரணமாகவே திருவைகுண்டம், நான்குநேரி, கோவில்பட்டி போன்ற பகுதிகளில் சுதேசி விவசாயிகள் பருத்தி சாகுபடி செய்ய நிர்ப்பந்திக்கப்பட்டு விளைந்த பருத்தி வகைகள் கொற்கை கொண்டுவரப்பட்டன. அங்கு அவை தரம் பிரிக்கப்பட்டு நூலாகவோ அல்லது பஞ்சாகவோ கொற்கைத் துறைமுகத்தின் மூலமாக ஏற்றுமதி செய்யப்பட்டன. பருத்தி சாகுபடியோடு மேற்கு தொடர்ச்சி மலைப்பக்கம் ஓய்வெடுப் பதற்காகச் சென்றபோது ரப்பர் மரங்களைக் கண்ட வெள்ளையர்கள், ரப்பர் மரங்களில் பால் எடுக்கும் தொழிலையும் ஊக்குவித்து ரப்பர் சீட்டுகளையும் ஏற்றுமதி செய்வதற்கு வழிவகை செய்தார்கள்.

வரலாற்றுக் காலத்தில் முத்துக்குப் பெயர் பெற்ற இடமாய் விளங்கிய கொற்கை இன்றைய நிலையில் பஞ்சு வியாபாரத்திலும் பஞ்சு ஏற்றுமதியிலும் முன்னணித் துறைமுகமாய் மாறியது. இதன் காரணமாகவே பல்வேறுபட்ட தொழில்களும் வளர்ச்சியடையத் தொழில் தேடி பல தரப்பு மக்களும் கொற்கை வர ஆரம்பித்தார்கள்.

10

1920

ரயிலிலிருந்து நடை மேடை தாழ்வாக இருந்தது. பிலிப் குள்ளமாய் இருந்ததால் ரயிலிலிருந்து குதிக்க வேண்டியிருந்தது. வெகு நேரம் குத்த வைத்தபடியே வேடிக்கை பார்த்தவன் எழுந்து தன் போக்கில் நடந்து ரயில் நிலையத்தின் வெளியே வந்தான். எதிரிலேயே பிரஞ்ச் சேப்பல் தெரு, கிழக்குத் திருப்பத்தில் பிள்ளைவாள் காபி, டிபன் கடை. முன்னால் இருந்த கிராதியில் சிரட்டைகள் கவிழ்த்து வைக்கப்பட்டிருந்தன. ரயில் நிலையத்திற்கு முன்னால் படகு போல் கார் ஒன்று நின்றிருந்தது. காரிலிருந்து வெள்ளைக்காரியோடு இறங்கியவர் சிறு பிராயத்துக்காரர், சுதேசி. ஆனால் ஆங்கிலேயர் களுக்கு இணையான மிடுக்கோடு இருந்தார். வெள்ளைக்காரி முழுநீள கவுன் அணிந்து தலையில் அழகாய்த் தொப்பி வைத்திருந்தாள். பார்ப்பதற்கு சம்மனசு போலிருந்தது. பிள்ளைவாள் காப்பி கடை யின் முன்னால் போட்டிருந்த நீளமான பலகை இருக்கையில் அமர்ந்தபடியே ரயிலிலிருந்து வருபவர் களை நோட்டமிட்டபடியே அமர்ந்திருந்தனர், இரு பரதேசிகள். பரட்டைத் தலையோடு தாடி சகிதமாக இருந்தார்கள். கண்களில் மட்டும் தீட்சண்யத்திற்குக் குறைவில்லை. கைகளில் பசைக் கலையமும் சுவரொட்டி களும் வைத்திருந்தார்கள். தெருச்சுவர்களில் இருந்த சுவரொட்டிகளில் 'சுதேசியாய் இரு, சுதேசிப் பொருள்களையே வாங்கு, கதராடை அணிவோம், அன்னியப் பொருள்களை வாங்கமாட்டோம்' போன்ற வாசகங்கள் இருந்தன. பராக்கு பார்த்தபடியே தெருவில் நடந்தபடியிருந்தான் பிலிப்.

வடக்கு ராஜ தெருவின் முனையிலிருந்த ஜின்னிங் பேக்டரியிலிருந்து வந்த 'டப் டப்' என்ற சத்தத்தால் நின்று நிதானித்தான் பிலிப். உள்ளே செல்வதற்கும் வெளியே வருவதற்குமாய் இரண்டு வாசல்கள். ரயிலடியிலிருந்து வந்த பொதி மாட்டு வண்டிகள் முத்திரைப் பரிசோதனைக்குப் பின் உள்ளே அனுப்பப்பட்டன. வெளியே வாசலில் காத்திருந்த வண்டிகள் நேரடியாகக் கோவில்பட்டி, திருவைகுண்டம் பகுதிகளிலிருந்து வந்தவையாய் இருக்க வேண்டும்.

'ஏ அன்ட் எஃப் ஹார்வி' மில்காரர்களின் பருத்தி இங்குதான் தரம் பிரிக்கப்பட்டு, பிறகு நூலாபீசுக்குச் செல்பவை தனியாயும், அப்படியே ஏற்றுமதியாகும் சரக்குகள் தனியாயும், பாடம் பண்ணப்பட்டு அனுப்பப்படுகின்றன. ஜின்னிங் பேக்டரி அருகிலேயே குதிரை லாயம். குதிரைகள் கனைப்பது கேட்டது. சாணியும் மூத்திரமும் கலந்த ஒரு விதமான வாடை. பக்கத்தில் சென்று எட்டிப் பார்த்த பிலிப் மூக்கைப் பொத்தியபடி திரும்பி சாலைக்கே ஓடி வந்தான். உள்ளே குதிரைகளின் வாயில் கட்டியிருந்த பைகளில் கொள்ளு போட்டபடியிருந்த பெரியவர் வெளியே வந்தவாரே கேட்டார்.

"எலேய் அங்கன யாரு?"

"அண்ணாச்சி நாந்தாம். குதுர கனைக்கிறமாரி சத்தம் வந்திச்சி. அதாம் எட்டிப் பாத்தம்" என்றான் பிலிப்.

"ஆமா, வெளியூர்லயிருந்து வருத போலுக்கு, எங்கருந்துடே?"

"பெரியதொற."

"ஒடங்குடிப்பக்கம் கடக்கற ஊருதானடே!"

"ஆமா அண்ணாச்சி."

"இங்க என்ன அவசரம்?" கேட்டார் பெரியவர்.

ஒரு நிமிடம் நின்று யோசித்தான் பிலிப்.

'இவருகிட்ட வழி கேக்குலாம்... உள்ள போய் குதுரயளயும் பாக்குலாம்... மூக்கப் பொத்திக்கிற வேண்டியதாம்.'

"எங்க சின்னையாவ பாக்க வந்தம்."

"அதாம் எதுக்குன்னம்?"

"என்னமாச்சும் வேல பாக்க."

"போச்சி போ... அங்கனதாம் மீன்பாடுவ நல்லா இருக்குதின்னாவள. பின்ன என்னடே இங்க வந்திய."

மிரண்டு பார்த்தான் பிலிப். தெருவில் தலைச்சுமையாய் சங்குச் சதை கருவாடு விற்றபடி சென்றுகொண்டிருந்த தேவசானா தலையைத் திருப்பிச் சொன்னாள்,

"அடப் பாவி மக்கா... யாரு, யார கேள்வி கேக்குறதின்னே ஒரு மருவாதி இல்லாம போச்சி பாத்தியளா" என்றாள்.

"ஆமா, ஒங்க ஆத்தா அய்யாவ எங்க?" கேட்டார் பெரியவர்.

"அங்க ஊர்ல இருக்காங்க."

"இல்ல அவியளையும் கொண்டாரதுதான. என்னமோ தெரியில கடக்கற ஊர்வள்ல இருந்து இந்தப் பக்கம் படயெடுக்கியது ரெம்ப அதியமாய் போச்சி. யாவாரிய வந்தாச் சரி. நீங்கள்வ அங்கன கெடந்து மீன்புடிக்க வேண்டிய தானடே ... அவம் அவம் குண்டி கழுவ தண்ணியில்லாம அல்லாடுதாம்" முனகினார் பெரியவர்.

தலைச்சுமையோடு திரும்பினாள் தேவசானா. முகத்தில் வெப்ராளம் பொங்கித் தாண்டவமாடியது. குதிரை லாயமருகே வந்து தலைச்சுமையை இறக்கி வைத்தவள் கத்தினாள்.

"ஆமா... நாங்கதாம் படையெடுக்குறோம். எல தேரிக்காட்டுல பன ஏறிகிட்டுறுந்த பயல்வ எல்லாம் வந்து குண்டி கழுவ தண்ணியில்லாம போச்சா... வந்தியளா, இருந்தியளா பொழைக்கிறதுக்குண்டான வழியப் பாப்பமா யின்னு இல்ல. வாரியக் கொண்ட ராட்டுக்கு ராங்கியப் பாரு. எவம் ராச்சியத்துல எவமுல கேக்கிறது?

"வேண்டாம்க்கா..."

"மறுவாதியில்லாம போயிறும் கேட்டுக்க. ஆளு மயிறப் பாருங்களம்... மனசுலயில்லாமலா வாயில வரும். அவம் மட்டும் இப்ப வெளிய வரட்டும், பொழுந்து உப்புக் கண்டம் போட்டுறுறம்."

பெரியவர் வெளியே தலை காட்டவேயில்லை.

"இங்க வாய்யா... எங்க போவனும்?"

"புல் தோட்டத்துக்கு"

"எய்யா, நா இப்புடியே திரும்பி வலைக்குடி, காள வாசல்ன்னு போயிறுவம். அண்ட எடங்குடுத்தா அவம் பேசுற பேச்சப்பாருங்களம்."

"..."

“அதாம்ய்யா கொண்டவரு தொணயிருந்தா கூரயேறி சண்ட புடிக்கிலாம். இப்புடி பம்மிற்றாவள.”

“எக்கா ,புல் தோட்டத்துக்கு ...”

“தனியாவா வந்த ... புல்தோட்டத்துல யாரு வூட்டுக்கு வந்த ?”

“லொஞ்சினப்பா வூட்டுக்கு.”

“நம்ம தோமஸ் தண்ட மொவ மூத்தவளக் கெட்டுனான அவனா ...!”

“தோணிக்கி போறாவ.”

‘சரிதாம். அங்க ஸ்டேசம் பக்கத்துல ஒரு பெரிய காரு நின்னுச்சி பாத்தியா. அது நம்ம ரிபேரோப்புள்ள காரு. மூத்தவரு வந்திருக்காருன்னு நெனக்கிறம், அந்தக்காரு இப்புடியே காட்டன் ரோட்டு வழியா போயி பீச்சி ரோட்டுக்கு போவும். அது பின்னாலயே தெக்காக்க போனீயின்னா முக்குசந்தி வரும். திருழாவோட பந்த ஆசீர்வாதம் நடக்கும அந்த எடம்.”

“தெரியும். அதுலயிருந்து மேக்க பாக்க போவணுமோ” கேட்டான் பிலிப்.

“பரவாயில்லிய பொழைச்சிக்கிறுவய்யா. அந்தப் பக்கமெல்லாம் நம்ம மக்க மனுசர்தாம். வழி தப்பிற்றா புல்தோட்டமின்னு யாருட்டயும் கேளு சொல்லுவாவ. தேரம் போவுது பொழுது அடைஞ்சிறாம சீக்கிரம் போ. மையாவடிக்கி முன்னால சோத்தாங் கைப்பக்கம் ஓணாத் தெருவு வரும். தேரிக்காட்டு ராங்கிக்காரப் பயல்வ. பாத்துப்போ, என்ன ?”

“சரிக்கா.”

பிலிப் வேகமாக நடந்தாலும் கார் முன்னால் ஓடி தூரத்தில் மறைந்து போனது. தலைச்சுமைக்காரி சொன்ன இலக்குகளை வைத்துத் தன் மனதில் ஒரு முடிவுக்கு வந்திருந் தான் பிலிப். ஞாயிற்றுக்கிழமையாதலால் வழியெங்கும் கடைகள் அடைத்துக் கிடந்தன. தெற்கு ராஜ வீதியிலும் அனக்கமில்லை. தருவை மைதானத்தைத் தாண்டும்போது முன்னால் ஓடிய ஒரு குதிரை வண்டியைத் தொட்டுவிட்டான். மூச்சு, மூச்சென்று இளைத்தது. அளத்திலிருந்து உப்பு ஏற்றிக்கொண்டு வந்த புகை வண்டியொன்று குறுக்காகக் கடந்து ஊர்ந்தது. ஓணாத் தெரு வழியாக ஓடிய குதிரை வண்டி, திருச்செந்தூர் சாலையில் வலது புறமாகத் திரும்பி

பீங்கான் ஆபீசை நோக்கி ஓடியது. முக்குச் சந்தில் நின்று விட்ட பிலிப் சுற்றுமுற்றும் கண்களை ஓட்டினான். சாலையை ஒட்டிய பகுதிகளில் சைக்கிள் கடைகளும் பெட்ரோமாக்ஸ் விளக்குக் கடைகளும் இருந்தன.

புல்தோட்டத்தையும் ஓணாத் தெருவையும் குறுக்கே சென்ற திருச்செந்தூர் சாலைதான் பிரித்தது. ஓணாத் தெருவின் முனையில் புதிதாய்க் காளி கோயிலொன்று கட்டிய படியிருந்தார்கள். கோவிலருகேயிருந்த விளக்குத் தூணில் திரி மாற்றி விளக்கெண்ணெய் விட்டபடியிருந்தான் முனிசி பாலிட்டி வேலைக்காரன் செவத்தாயாபுரம் பூவாலிங்கம். பக்கத்திலேயே பெட்டி போட்டு இஸ்திரி பண்ணியபடியிருந்த வரைப் பார்த்தால் வெகுநாள் அங்கு பரிச்சயமானவர் போல் தெரிந்தது. அருகே சென்று விசாரித்தான் பிலிப்.

"அண்ணாச்சி புல்தோட்டத்துல சித்தப்பா வூட்டுக்கு போவணும்."

"இதுதாம் புல்தோட்டம். மணமேடும் இதுதாம், யாரையா பாக்கனும்? எங்கருந்து வாறிய?"

"எங்க லொஞ்சினய்யாவப் பாக்கனும். பெரியதொறயில இருந்து வாரம்."

"வீட்டுல என்னமாச்சும் நல்லது கெட்டது செய்தியாய்யா."

"இல்ல."

"பின்ன என்ன ராசா, ஒத்தயில இம்புட்டு தூரம் வந்திருக்கிய... பெரியதொற அங்க ஒடங்குடிப் பக்கமுலா இருக்கு."

தலையை ஆட்டினான் பிலிப். அருகே விளக்கின் சிமிழியைத் துடைத்துக் கரிந்து போயிருந்த திரியின் பிசுறுகளை எடுத்து விளக்குத் தண்டில் மாட்டியபடியிருந்த சிறுவனொருவன், பிலிப்பைப் பார்த்தவன் அருகே வந்து கேட்டான்.

"ஊர்லயிருந்தே ஒத்தைக்கேயா வார...!"

தலையாட்டினான் பிலிப். பொழுது அடைந்துவிட்டி ருந்ததால் முகத்தில் பயத்தின் சாயை.

"லொஞ்சினப்பா வீடு எங்கருக்கு?"

"யப்பா ரெம்ப பயறுதாம்."

"எய்யா சித்தப்பு தோணிக்காரரா?"

"ஆமும்."

“நம்ம மிக்கேலய்யா குருசடிப்பக்கம் ஒரு வூட்டுல கொழும்புத் தும்புக்கட்ட, தேங்காயெண்ணெ, சமுக்கார மெல்லாம் விப்பாவள... பிணாட்டு அல்வா... அந்த வீடா இருக்குமோ?” கேட்டான் இஸ்திரிக்காரர் மகன்.

“ஆமாய்யா வேற யாரும் இந்த சந்துக்குள்ள இல்லிய. ஆனா ரண்டு நாளா ஆள் நடமாட்டமில்லிய.”

“...”

“இந்த எதுத்த சந்து வழியா போஃயன்னா பத்து குடுசய கழிஞ்சி ஒரு குருசடி வரும் மிக்கேல் சம்மனசானவர் குருசடி. வியாழக்கெழம வியாழக்கெழம அங்க மெழுகுதிரி பத்தி செவம் படிப்பாவ. இங்க பூராவும் மேக்கு பக்கமிருந்து வந்த பர்னாந்து அய்யாக்கமாரு வூடுவதாம்.”

“கிட்ட போனா தெரிஞ்சிறும்” என்றான் பிலிப்.

“பாத்துப் போங்கைய்யா, பாதையில ஓணாத்தெரு பஃண்ணிய கெடக்கும். மிதிச்சிறாதைங்கய்யா.”

கிளம்பப்போன பிலிப்பை மறித்த இஸ்திரிக்காரர் மகன் கேட்டான்,

“ஆமா, ஓம் பேரென்ன?”

“எம் பேரு பிலிப்பு. ஓம் பேர்ன்ன?”

“முருகம், வேல்முருகம்.”

“எத்தனாப்பு படிக்கிற?”

“ஆறாம்ப்பு, நீ ...!”

“வேலக்கி போறம்.”

“யப்பா, இங்க கேட்டியா, பிலிப்பு வேலைக்கி போறானாம். என்னய மட்டும் படிபடிங்க.”

“நேரமாவும் அவுக போவுட்டு” என்றார் இஸ்திரிக்காரர்.

பன்றிகளின் உறுமலுக்கிடையே இருட்டுக்குள் தடவிய படி நடந்த பிலிப் ஒவ்வொரு வீடாகப் பார்த்து சின்னய்யா வீட்டைக் கண்டுபிடித்தான். ஏற்கனவே வந்திருந்ததால் பழைய ஞாபகமும் துணைக்கு வர சரியாகச் சின்னய்யா வீட்டின் முன்னால் வந்து நின்றான். தலைவாசலில் மிக்கேல் சம்மனசானவரின் படம். மனித உருவில் கருகருவெனப் பெரிய வெளவால் சிறகுகளோடு வாயைப் பிளந்தபடி பேய். மிக்கேல் சம்மனசானவர் பேயின் வாய்க்குள் ஈட்டியைப் பாய்ச்சியபடி இருந்தார். படத்தின் கீழே சிறிய போத்தலில்

ஆமை எண்ணெய் கட்டியிருந்தது. அந்தி சாய்ந்து விட்டபடி யால் வீட்டில் விளக்கேற்றியிருந்தாள் சித்தி. வாசலில் நின்றபடியே குரல் கொடுத்தான் பிலிப்.

"சித்தப்பா."

சத்தமேயில்லை. திரும்பவும் குரல் கொடுத்தான். வீட்டின் உள்ளே குழந்தை அழும் சத்தம் கேட்டது. வாசலி லேயே நின்றிருந்தான்.

"யாருல அது...?" என்றவாறு வெளியே வந்தாள் ரஞ்சிதம். வாசலில் பிலிப்பைக் கண்டதும் மிரண்டவள், சொன்னாள்:

"என்ன ஓங்காத்தா திற்று வாங்கிற்று வரச் சொன்னா ளாக்கும்..." கால்கடுக்க நின்றிருந்த பிலிப்பைச் சட்டையே பண்ணாமல் உள்ளே போனாள். சித்தி நல்ல சிவப்பு. தலையில் கோண உச்செடுத்து சீவிப் பின்னல் போட்டிருந்தாள். அடர்த்தியான கூந்தல். தலையில் சூடியிருந்த மல்லிகைப் பூவின் மணம் வீடு முழுவதும் நிறைந்து வெளிவாசல் வரையிலும் மணந்தது. சின்னய்யாவுக்குக் குழந்தை பிறந்திருக் கிறதாக ஆத்தா பேசியது ஞாபகத்திற்கு வந்தது. உள்பக்கமிருந்த நாலுகால் பெட்டியை மூடிவிட்டு வந்த சித்தி சொன்னாள்.

"எங்கையில எதும் அவுக தந்திற்றுப் போவயில்லய. சித்தப்பா வேற முந்தானத்துதாம் நட கௌம்புனாவ..."

"..."

"ராப்படையில வந்திருக்கிய, தனியாவா வந்த ... இல்ல ஒங்காத்தா வந்திற்று அப்புடியே ஓணாத் தெருவுக்குள பாஞ்சிற்றாளா?"

சித்தியின் விழிப்புருவங்கள் உயர்ந்து விழிகள் பிலிப்பை அளந்தன. குள்ளன்தான் ஆனால் திடகாத்திரமான உடல். வயதுக்கு மிஞ்சின தோற்றம். கால் சட்டை அணிந்திருந்தான் வெறுப்பைக் காட்டினாலும் தடுக்காததால் உள்ளே வந்திருந்தான் பிலிப். தொடைகளில் குறுகுறுத்த புனை முடி லாந்தரின் ஒளியில் மினுமினுத்தது. பெருமூச்சொன்று சித்தியிடமிருந்து வெளிப்பட்டது. தொட்டில் அசைந்து குழந்தை அழுதான். தொட்டி அருகே வந்து குழந்தையைத் தொட்ட பிலிப் சொன்னான்.

"சித்தி தொட்டித் துணி நனெஞ்சிறுக்க."

"தம்பி, உச்சா போயிற்றாம் போல, அவன எடுத்துத் தா. மோத்திரம் பெஞ்சாச்சின்னா அடுத்தால பாலு கேப்பாம். இல்லியா, அழுது ஊரையே கூட்டிறுவாம்."

தொட்டில் சீலையை விலக்கி நுழைந்து ஒரு கையில் குழந்தையின் வலது கையைப் பிடித்துத் தூக்கி, கிடைத்த இடைவெளியில் மறுகையில் குழந்தையின் கழுத்துக்குக் கீழே தாங்கித் தூக்கித் தம்பியை நெஞ்சோடணைத்தபடி வெளியே எடுத்தான் பிலிப்.

“பரவாயில்லய... எங்க கீழ போட்டுருவியோன்னுல் நெனச்சம். ஓங்க சித்தப்பாவுக்கு புள்ளயக்கூட ஒழுங்கா எடுக்கத் தெரியாது.”

உட்கார்ந்தவாறே ஊர்ந்து பக்கவாட்டுச் சுவரோடு சாய்ந்தாள் சித்தி. அருகில் சென்று குழந்தையை லாவகமாக கொடுத்தவன், அவள் குழந்தையை மடியில் கிடத்துவதற்குள் ஓடிப் போய்க் கட்டிலில் அடுக்கி வைத்திருந்த காய்ந்த பீத்துணி ஒன்றையும் எடுத்து வந்து சித்தியின் மடியில் விரித்தான். மாராப்பை விலக்கிக் குழந்தைக்கு அமுதூட்ட ஆரம்பித்தாள் சித்தி. விலகிச் செல்ல எத்தனித்தவனை தடுத்து அருகேயிருக்குமாறு கையைப் பிடித்து உக்கார வைத்தாள் ரஞ்சிதம். அரோசியப்பட்டான் பிலிப். தூக்கிய முந்தானை வழியாக தெரிந்த முலைக்காம்பைக் குழந்தை பாய்ந்து கவ்வுவதும் பின் திரும்பிப் பிலிப்பைப் பார்த்து சிரிப்பதுமாய் இருந்தது. நிதானமடைந்து குழந்தையோடு விளையாட ஆரம்பித்தான் பிலிப். வெளியே கதவு திறக்கும் சத்தம் கேட்டது.

“நேரங்கெட்ட நேரத்துல யாரதுன்னு பாருய்யா.”

வெளியே வந்து எட்டிப் பார்த்த பிலிப் சொன்னான்.

“யாரோ ஒரு கெழவி நிக்கிறாவ.”

குழந்தையை மார்போடணைத்தபடி எழுந்த ரஞ்சிதம் வெளியே நடைவாசல் வரை வந்து சொன்னாள்.

“ஆகத்தம்மாவ நீங்க இன்னைக்கு வூட்டுல போயி படுங்க. என்ன இன்னக்கி தேரத்தோடயே வந்திருக்கிய?”

“ஏளா... கொஞ்சம்.”

“மச்சாம் மொவம் வந்திருக்காம். அவம் எங்கூட தொணக்கிப் படுத்துக்கிறுவாம்.”

“சரி ரஞ்சிதம், கொஞ்சம் ஆணம் இருந்தா தாளா.”

“ஒங்களோட நெதம் ரோதனையாப் போச்சி.”

“அதுக்கில்லளா, எம் பேரனும் வந்திருக்காம்.”

“யாரு சேசா...!”

“வாடி வதைங்கிப் போயிறிச்சி புள்ள. நா ஒத்தக்கட்டக்கி எதுக்குன்னு ஆணம் வைக்கயில்ல. தண்ணிக்கிள வச்சி ஒரு கருவாட்ட சுட்டுக் கடிச்சா முடிஞ்சி போச்சி.”

“எங்க போனாம்?”

“அத ஏங் கேக்குற. புடிச்சி உள்ள கொண்டு போயிற்றான்வ. என்னமோ உப்பு ஆபிசுகிட்ட டெர்லின் துணியளப் போட்டு எரிச்சான்வளாம். அப்புடியே அதுல நின்னுகிற்று இருந்தவன்வள அள்ளிகிற்று போயிற்றான்வளாம்.”

“வலைக்குடியில ஆத்தாட்ட போறதுக்கென்ன?”

“போலாம்... இங்க வாரவன வேண்டாமுன்னா சொல்லச் சொல்லுற. என்னமோ எங்கட்ட போறவர என்னலா முடிஞ்ச கஞ்சோ கூழோ...”

“...”

“அங்கயும் எப்புடிப் போவாம். அவளுக்கு வலைக்குடி யிலே ஒரு தொடுப்பாயிப் போச்சில்ல. சாமியாரு மந்திரிச்சி வுட்டுட்டாரு. தேவசானாள வுட வய்சுல கொறவுதாம். சவம் எவ்வளவோ காலங்க இருக்கு. இந்தப் பயல அந்தப் பக்கம் வுட மனசு கேக்குல.”

“சரி செத்தயிருங்க...” என்ற ரஞ்சிதம் மாரை மறைக்காம லேயே பிலிப்பிடம் குழந்தையைக் கொடுத்தாள். திமிறிப் புடைத்த முலைக் காம்பிலிருந்து சொட்டுச் சொட்டாய்ப் பால் வடிந்தபடியிருந்தது.

“சித்தி, பால்...”

என்ற பிலிப் அதற்கு மேல் பேசவில்லை. பக்கத்தில் வந்து அவன் கன்னத்தைச் செல்லமாய்க் கிள்ளியவள் ஒய்யாரமாய்க் குதித்தபடி அடுக்களைக்குள் ஆணம் எடுக்கப் போனாள்.

11
1920

இரவு நன்றாக ஏறிவிட்டிருந்தது. சித்தி விழுந்து விழுந்து கவனித்தாள். தோணிப் பாலத்துப் பக்கம் போகிறேன் என்று போய்விட்டு மதியச் சாப்பாட்டுக்கு வராமல் பொழுது அடைய வந்ததற்காகக் கோபப்பட்டாள். பூரித்துப்போன பிலிப் குழந்தையோடு சிறிது நேரம் விளையாட சித்தி இரவு சமையலை முடித்திருந்தாள். கருவாடு சுட்டு, காணத் துவையல் அரைத்து, தக்காளி ரசம் வைத்து சாப்பாடு பரிமாறினாள் சித்தி. மதியம் சாப்பிடாத பசியில் வயிறு முட்டச் சாப்பிட்டான் பிலிப். இப்போது நல்ல தூக்கம்.

'கித்தேரியான் பட்டங்கட்டியின் கோச்சு வண்டி யில் அமர்ந்திருந்தான். வேகமெடுத்து மறையும் பனைமரங்கள், வெண்ணிற உடையில் ஆண்களும் பெண்களும் தோத்திரம் செய்வோமே பாடுகிறார்கள். கீழே விழுந்த பைபிளைக் குனிந்து எடுத்த கிளார்க் புன்னகைக்கிறார், கோச்சு வண்டியிலிருந்து தோணிப் பாலத்தில் இறங்குகிறார். எதிரே பாலத்தோடு பிணைக்கப்பட்ட கொழும்புத் தோணியிலிருந்து பாளம் பாளமாய்த் தங்கக்கட்டிகள். கடற்கரைச் சாலையில் கொழும்புத் தோணியிலிருந்து இறங்கிய தண்ணீர்ப் பீப்பாய்களை உருட்டியபடியே செல் கிறார்கள். சூரிய ஒளியில் கொற்கை மாதாவின் தங்கத்தேர் பளபளக்கிறது. சித்தியின் முலைக் காம்பில் பால் சொட்டுச் சொட்டாய் வடிகிறது. மரத்திலிருந்து குதிக்கிறான் சில்வெஸ்டர். எங்கு பார்த்தாலும் பன்றிக் கூட்டம். நடுவே ஒரு செம்மறிப்

புருவை. பெரிய துறையின் போர்ச்சுக்கீசியர் ஆலையம். வெள்ளைக்கார சாமியார் தோமினோ தோபிஸ்கோ என்றபடியே பிலிப்பின் நெற்றியில் சிலுவை அடையாளம் வரைகிறார். வெண்ணிற உடையில் கையில் மெழுகு வர்த்தியோடு கிராதியில் முழந்தாள்படியிட்டு புது நன்மை வாங்குகிறான் பிலிப். மாவுக் கலையத்தோடு அடுப்படியில் ஆத்தா... அடிக்காதைங்கப்பா, ஆத்தா செத்துருவா.'

மூச்சு விடச் சிரமமாய் இருந்தது. கண்களைத் திறந்தாலும் கும்மிருட்டாய் இருந்தது. அசைய முடியவில்லை. இறுக்கி அணைக்கப்பட்டிருந்தான். ஆனால் யார் என்பது தான் தெரியவில்லை. காய்ந்த மல்லிகையின் மணம். உடலில் ஒருவிதமான சந்தோச உணர்ச்சி பரவுவதைத் தவிர்க்க முடியவில்லை. தன்னை அணைத்திருந்த உடலில் துளிக்கூடத் துணியில்லை என்பது நன்றாக தெரிந்தது. அனிச்சையாய் ஊர்ந்த கைவிரல்கள் வளைவுகளின் வழுவழுப்பை உணர்ந்தன. உணர்ச்சிக் கொந்தளிப்பிலிருந்தான். புதுவகையான அனுபவம்.

'கன்னிப்பேய் அமுக்குதோ... சில்வெஸ்டர் ஒரு நா பொட்டக் கத சொன்னான... இந்த வயசுல அவனுக்கு யாரு இதெல்லாஞ் சொன்னா...!'

கொலுசு சிணுங்கும் சத்தம். அணைத்திருந்த உருவம் மாறிப் படுத்தது போலிருந்தது. இடுப்பில் கால்சட்டையின் பொத்தான்கள் அவிழ்ந்திருந்தது.

'காட்டு வழிய வந்ததுல எதாவது காத்து கருப்புவ ஒட்டிக்கிட்டா... சின்னப்புள்ள இருக்க வீடு குளிச்சிற்று உள்ள வந்திருக்கனுமோ... நேத்து ஒண்ணுமில்லய.'

'கன்னிப் பேயி நெஞ்சத்தான அமுக்குமின்னாம்.'

அதற்கு மேல் பொறுக்க முடியாமல் திமிறித் தள்ளினான். கொலுசுச் சத்தம் சிறிது விலகிக் கேட்டது. எண்ணெய் தீர்ந்து போனதால் விளக்கு எப்போதோ அணைந்து போயிருந்தது.

'யாரா இருக்கும்...? எதுவா... கன்னிப்பேயா இருந்தா... பேயி பஞ்சு போலயா இருக்கும்'. யோசித்து யோசித்து மூளை நிலை கொள்ளாமல் தவித்தது. பழகிய வெளிச்சத்தில் தேடினான். பக்கத்தில் யாரையும் காணவில்லை. சரி காலையில் சித்தியிடம் சொல்லலாம் என்ற நினைப்பில் அயர்ந்து போனான்.

அசதியில் வெகுநேரம் தூங்கியவன் விழித்தபோது. சித்தி வீடு பெருக்கி முற்றம் தூத்து, தண்ணீர் தெளித்துக் கோலம் போட்டிருந்தாள். சூரிய ஒளியின் வெம்மையை உணர்ந்த வனாய்ப் படபடவென எழுந்து வீட்டிலிருந்த சுருவக்கூட்டுப் பக்கம் வந்து அந்தோணியார் படத்தையும் மிக்கேல் சம்மனசானவர் படத்தையும் மாறி மாறித் தொட்டு முத்தம் செய்தான். அடுக்களையிலிருந்தபடியே அவனது நடவடிக்கை களைக் கவனித்தன ஒரு ஜோடிக் கண்கள். 'க்ளுக்'கெனச் சிரிப்புச் சத்தமும் கேட்டது.

வெகு நேரம் சுருபக்கூட்டருகே நின்றவன் முகம் கழுவுவதற்காகப் பின்புறம் வழவுக்குள் வந்தான். அங்கே குத்தவைத்துத் தன் பின்புறத்தைப் பாதி மறைத்தும் மறைக்காமலும் மூத்திரம் பெய்தபடியிருந்தாள் சித்தி. பயந்து திரும்பியவனை எழுந்து தடுத்த சித்தி கேட்டாள்:

"என்னய்யா, கண்ணெல்லாம் இப்புடி செவந்து போயி கெடக்க... ராத்திரி தூங்கயில்லியா?"

பரிதாபமாய்ச் சித்தியைப் பார்த்தான் பிலிப். என்ன சொல்வதென்று தென்படவில்லை. தான் இப்படி நினைப்பது சரியா, தவறா. சித்தி நல்லவளா, கெட்டவளா. முறைக்குப் பிள்ளைதானே என்ற உரிமையில் இப்படி நடக்கிறாளா அல்லது உண்மையிலேயே முறை தவறுகிறாளா. அப்படியே இருந்தாலும் என் வயதென்ன சித்தி வயதென்ன... பெருமூச்செடுத்து விட்டான். திரும்பத் திரும்ப நடுச்சாமத்தில் தன்னை அமுக்கிய உருவத்தைப் பற்றிய சிந்தனையே மேலோங்கியிருந்தது. இரவில் அமுக்கிய உருவத்தையும் சித்தியின் உருவத்தையும் மனதிற்குள் ஒப்பிட்டான்.

'சே... என்ன நெனப்பு இது.'

வெறுப்பு ரேகை பரவியது. அடுக்களையிலிருந்து புழங்கிய பாத்திங்களை வழவுக்குள் கழுவுவதற்காக எடுத்து வந்து போட்டபடியிருந்த சித்தி தற்செயலாக பிலிப் மெய் மறந்து நிற்பதைக் கவனித்தவள் கேட்டாள்:

"என்னய்யா எம கொட்டாம பாக்குற?"

பேச்சில்லாமல் நின்றிருந்தான் பிலிப்.

'சித்திய போயி தப்பா நெனச்சிற்றம... ஆத்தா மாறி வந்த எடத்துல வெளிய போயிங்காம கவனிச்சாவள... அவுங்களப் போயி இப்புடி நெனப்பியா... என்னமோ ஒரு கெட்ட கனவு வுட்டுத்தொலைப்பியா...'

காலையிலேயே குளித்து தலைவாரிப் பூ வைத்துப் பளிச்சென்றிருந்தாள் சித்தி. என்னவோ இனம் புரியாத பரவசம் அவளுள். பிலிப்பை விழுந்து விழுந்து கவனித்து, தொட்டுத் தொட்டுப் பேசினாள்.

"ஓங்க சித்தப்பாயில்லியா, அதாம் வீட்டுல பலகாரம் எதும் போடல."

"எனக்கு கஞ்சி போதும் சித்தி."

"அய்ய அருமாந்த ஆம்புள புள்ளக்கி கஞ்சியா போடச் சொல்லுற. ஓங்காத்தாள மாறி என்னய நெனச்சியாக்கும்!"

"அதெல்லாம் வேண்டாஞ் சித்தி, சித்தப்பாவ எனக்குத் தோணியில ஒரு வேல மட்டும் வேண்டித் தரச் சொல்லுங்க."

"இம்புடுக்கானு வயசுலே புள்ளய வேலைக்கு அனுப்பி திற்று சம்பாதிக்க நெனக்கிறாளாக்கும் ஓங்காத்தா..."

முகத்தில் பொய்க் கோபத்தைக் காட்டினாள்.

"ஆத்தா பாவஞ் சித்தி."

"நேத்து வந்தாவள கெழவி. அவுக ஓணாத்தெரு முக்குல பணியாரக் கட வச்சிறுக்காவ. ஆப்பம் வெள்ள வெள்ளேன்னு இருக்கும். வெக்க அடுப்பு. இந்தா சொடக்கு போடுற நேரத்துக்குள ஓடிப் போயி வாங்கிற்று வாரம். தம்பி அழுதாமுன்னா தொட்டில லேசா ஆட்டு என்னய்யா."

குண்டுச்சட்டியை எடுத்தபடி வந்த சித்தி சற்றும் எதிர்பாராமல் குனிந்து பிலிப்பின் கன்னத்தில் முத்தமிட்டபடியே வெளியே போனாள். சித்தியின் ஈரமுடிப் பின்னலிலிருந்து நீர் துளிர்த்தபடியிருந்தது. உடல் முழுவதும் புல்லரித்து ஒருமுறை குலுக்கி ஓய்ந்தது.

'நேத்தும் இப்புடித்தான இருந்திச்சி... எதுக்கு இப்புடி திடீர்ன்னு பாசமா இருக்காங்க. முன்னால திருழாவுக்கு வரும்போது அதத் தொட்டா குத்தம் இதத் தொட்டா குத்த மின்னாங்க... செள்ளு, செள்ளுன்னுல வுழுந்தாங்க. எங்கயிருந்து வந்திச்சி இந்தப் பாசம். ஆத்தாவ எப்புடியெல்லாம் கேவலப்படுத்துனாங்க.'

சுயநினைவுக்கு வந்திருந்தான் பிலிப். கன்னத்தில் சித்தி முத்தமிட்டிருந்த இடம் இன்னும் காய்ந்திருக்கவில்லை. ஆப்பமும் தேங்காய்ப் பாலும் வாங்கி வந்திருந்தாள் சித்தி. சாப்பாட்டில் ஏனோ மனம் செல்லவில்லை.

"சித்தி ஒடம்பு காயிற மாறி இருக்கு. நா வேனுமானா ஊருக்கு போயிற்று சித்தப்பா வந்த பொறவு வரட்டா!"

குழைந்து குழைந்து பரிமாறிய சித்தி அதிர்ந்து நிமிர்ந்தாள். இன்னும் கொஞ்சம் நெருங்கி வந்தவள் கழுத்துப் பக்கம் கை வைக்கிற சாக்கில் உடம்பு முழுவதும் தடவினாள்.

“அதெல்லாம் ஒண்ணுமில்ல... எல்லாம் சரியாயிரும் சித்தி எதுக்கு இருக்கம்.” என்றவள் இன்னும் நெருங்கி வாயருகே முத்தமிட்டாள். பொறி தட்டியது போலிருந்தது பிலிப்புக்கு.

‘நேத்தும் இப்புடித்தாம் இருந்திச்சி... சந்தேகமேயில்ல. நேத்து நம்மள...’

உடலில் உணர்ச்சி பரவுவதை உணர்ந்தவன் கீழே பார்க்க, சித்தி பிலிப்பின் காலசட்டைக்குள் கைவிட்டு வருடினாள். குளறினான் பிலிப்.

“சித்தி... நா... எழும்பணும்.“

“நீ எதுக்கு எழும்புற...” என்றவாறு இன்னும் தடவினாள்.

தொட்டிலில் குழந்தை சிணுங்கியது

“அய்யய்ய...” என்றவாறு எழுந்தவன் எகிறிக் குதித்துத் திண்ணைக்கு வந்தான். பின்னாலே தொடர்ந்து வந்த சித்தி வெளித் தூணைப் பிடித்தவாறு நின்றிருந்தாள். எதிரே வந்த வேல்முருகனையும் கண்டு கொள்ளாமல் தலைதெறிக்க ஓடினான் பிலிப். அவன் ஓடுவதையே பார்த்து வெறித்தபடி யிருந்தாள் ரஞ்சிதம்.

‘கொஞ்சம் நிதானமா இருந்திருக்கலாமோ... கொற்கை யில அவனுக்கு நம்மளவுட்டா வேற யாரு. சின்ன வெடலிப்பன. இன்னும் பயினி வச்சிறுக்காது. உண்டாறதக்கு வாய்ப்பேயில்ல. அப்புடியே உண்டானாலும் என்ன கெட்டுப் போச்சி... யாருக்கு சந்தேகம் வரும்... கூச்சப்படுறாம். அடி மேல அடி அடிச்சா அம்மி தானா நவந்திற்று போவுது. ஒண்ணுஞ் செய்யாம இருக்கும்போதே இப்புடியிருக்க பய என்னமாச்சும் செய்ய... ரண்டு நேரந்தடவுனா சரியாப் போயிறும். ஒரு நேரங்காலம் இல்லாம தடவுனா... கொளத்துத் தண்ணி ஆத்து வெள்ளமா கொண்டு போவும். எப்புடியும் சாப்புட்டுட்டு படுக்க இங்க வந்துதான ஆவணும். எப்ப வாரானோ...’

உள்ளே குழந்தை அழும் சத்தம் கேட்டது. பெருமூச்சு விட்டபடி திரும்பினாள் ரஞ்சிதம்.

12

1920

வலைக்குடியில் தெரசாக் குருசடிப்பக்கம் ஆண்டா மணியாரின் தென்னங் கிடுகுக் குச்சில். பின்நிலாக் காலம். தெருவில் ஆள் நடமாட்டமில்லாததால் முற்றத்தில் அங்குமிங்குமாய்க் கருவாலி நண்டுகள் விளையாடித் திரிந்தன. கால்போன போக்கில் கரை தப்பி வந்த மழலை ஆமையொன்று வழி தடுமாறி நிற்க அதன் உருவ வேற்றுமையைப் பார்த்துச் சுற்றி நின்ற நண்டுக் கூட்டத்தின் கண்களும் விறைத்து உயர்ந்தன. ஆமையின் மேலோட்டில் நட்சத்திரக் குறிகள். ஆமையின் வழியை மறித்து மறித்து நண்டு கள் விளையாடின. சிறிது நேரம் திகைத்து நின்ற ஆமை சூழ்நிலை பழகிப் போகத் தன் போக்கிலேயே மேலேறிப் போனது. அது தன் இறக்கை போன்ற கால்களை விசிறி விசிறித் தவழ்ந்தது பார்ப்பதற்கு வேடிக்கையாயிருந்தது.

வீட்டின் செத்தையோடு கயிறு போட்ட குழி கற்கள், அதனருகே காய்ந்த முத்துச் சிப்பித் தோடுகள். வாசல் பக்கம் கிழிந்து கிடந்த அரச்சாலில் நாலைந்து பால் சங்குகள் அழுகிக் கிடந்தன. வடக்கே கிடந்த தேய்ந்து போன அம்மியில் மஞ்சள் புள்ளிகள். அதனூடே எறும்புகளின் ஊர்வலம். முன்புறச் செத்தையில் பாய்பருமல் சாத்தியிருந்தது. அதன் கீழே கிடந்த யானைமுள்ளிச் சங்கொன்றிலிருந்து சிலந்திக் கால்கள் வெளியே வருவதும் உள்ளே போவதுமாய் இருந்தது. நடுச்சாமத்திலும் வீட்டி னுள்ளே கரகரவென இருமல் சத்தம். படுக்கை யிலிருந்து எழுந்து அமர்ந்திருந்தார் ஆண்டாமணி.

நார்க்கட்டிலில் அவர் அசையும் சத்தம் கேட்கும்போதே பாவுலாளும் விழித்திருந்தாள். எழுந்து அமர்ந்தவரிடம் அனக்கமில்லாதிருக்கவே பக்கத்தில் வந்து கேட்டாள்.

"ஓங்களத்தான..."

குனிந்து அமர்ந்திருந்தவர் தலையை உயர்த்தி மனைவியை ஏறிட்டார். மூலையில் சன்னமாய் எரிந்தபடியிருந்த அரிக்கேன் விளக்கைத் தூண்டுமாறு சைகையில் சொன்னார். குச்சிலெங்கும் வெளிச்சம் பரவ முகம் பார்க்க முடிந்தது. கட்டிலின் காலைப் பிடித்தவாறே கீழே அமர்ந்த பாவுலாள் கேட்டாள்,

"கப்பலா கவுந்து போச்சி... ராப்பாடயில எழும்பி உக்காந்து அப்புடி என்ன ரோசன..."

"..."

வெளியே வானத்தில் கீச் கீச்சென்றபடி ஊர்க்குருவிகள் பறந்து கடந்த சத்தம் கேட்டது.

"சலோமிய நெனச்சிற்றியளோ... அவளுக்கென்ன மகராசி, என்னைக்கின்னாலும் ஒரு நா பிறத்தியார் வூட்டுக்கு போறவதான."

"இல்ல பாவுலா..." என்றவாறு நெஞ்சைத் தடவி ஏப்பம் விட்டார் ஆண்டாமணி. பரண் மேலிருந்து தொங்கிய கரைவலையிலிருந்து பூனை முடுக்கி ஓடிவந்த எலியொன்று எகிறிக் குதித்து மூலையில் புகுந்து மறைந்தது. அதன் பின்னாலேயே 'மியாவ்' என்றபடி துரத்தி வந்த தேவசானா வீட்டுப் பூனை கீழே ஆளரவம் கேட்டு நின்று நிதானித்தது. சன்னமான ஒளியிலும் பூனையின் கண்கள் மின்னித் தெரிந்தன.

"நெஞ்சி அடைச்சிகிற்று இருக்கோ... வாய்வா இருக்கும். கொஞ்சம் நீத்துப் பாவமும் கருப்பட்டியுந் தரட்டா?" என்றாள் பாவுலா.

"கருப்பட்டி எங்கவுள்ளது? பிச்சக்கனி கொண்டந் திற்றானா?"

"திற்று வாங்கிற்றுப் போனதோட சரி. இந்தப் பக்கங்கள்ல பாத்தே எத்தன நாளாச்சி."

"..."

"தேவசானளுஞ் சொன்னா... என்னமோ காளவாசல் வலக்குடி பூதாவும் திற்று பிரிச்சுறுப்பாம் போலத் தெரியுது."

"சரி வுடு எங்க போயிறுவாம்."

சங்கு அளக்கும் ராக்கை

கீழே வாசல் பக்கம் காற்றுககு வாகாக உருண்டு படுத்த அந்தோணிமுத்து தூக்கத்தில் உளறினான்.

"கொழும்புக்கு போறம்... ராணி சோப்பு.... தும்புக்கட்ட... ஓர்லோசு..."

"இவனுக்கு எதுக்குய கொழும்பு, கொழும்புயின்னு இப்புடி போட்டு அடிக்கிது."

"போன வாரம் கிலுக்க சிந்தாத்திர மாதா குருசடி கிட்ட பாத்தம்."

"கரவேலயளுக்கு மட்டும் ஒங்கள கூப்புடுறாமில்ல."

"இப்ப கடக்கற ஊருவள்ளயிருந்து வார அத்தன பேவுள்ளயளும் கிலுக்கு வூட்டு முன்னாலதான போயி தவங் கெடக்குறானுவ."

"யாரு யாரெல்லாமோ போவச்சில எம்புள்ளக்கி என்ன கொற?"

"சரி நீ நிப்பாட்டு. ராப்படையில நீ ஆரம்பிச்சிறாத..."

ஏப்பம் விட முடியாமல் தடுமாறினார் ஆண்டாமணி. எழும்பி வந்து முதுகுப்புறம் தடவி விட்டாள் பாவுலாள். காலுக்குள் ஏதோ தட்டி உருண்டது.

"அது என்ன சத்தம்?"

"எடுத்தா ஒரு பொருள நம்ம எங்க எடுத்த எடத்துல வச்சிருக்கோம். ராக்க கால் தட்டி வுழுது."

"சாயந்தரம் சங்கு அளந்தியள என்னாச்சி."

"ஆறுல, நாலு தேறிச்சி ரண்டு சூத்த பெறக்கி வெளிய கெடக்கு."

"தேவசானா குடுத்து வுட்ட பாத்திரச் சங்குச்சதைய தின்னியளோ... பகல்ல தின்னா பரவாயில்ல. ராத்திரி தின்னா எப்புடி செமிக்கும். அவளுக்கும் ஒரு நேரங்காலங் கெடையாது." என்றவாறே எழுந்து குசினிப் பக்கம் சென்று மண்பானையிலிருந்த பழைய கஞ்சிலிருந்து நீத்துப் பாவத்தை செம்பில் விறுத்துக்கொண்டு வந்தாள் பாவுலாள்.

"ஓங்களத்தான, விடிவெள்ளி வச்ச மாறித் தெரியலிய. பேசாம இந்த நீத்துப் பாவத்த குடிச்சிற்றுப் படுங்க. விடிய இன்னுந் தேரங் கெடக்கு போல... காலம்பர இஞ்சி அரைச்சித் தாரம் வெறும் வயித்துல குடிச்சிறுங்க சரியாயிரும்"

"அதுக்கில்ல பாவுலா..."

"என்ன, ஒரு மாதிரியா இருக்கியள. கடக்கரையில எதும் பிரச்சனையா? மனசுல கெடக்குறத எங்கிட்ட சொல்லுங்க. எங்கிட்ட சொல்லாம வேற யாருகிட்ட சொல்லப்போறிய?"

"கனா ஒண்ணு கண்டம் பாத்துக்க..."

"எதும் கெட்ட சொப்பனமா? சொல்லுங்க."

"நம்ம திருவோட்டுச்சாமி கனவுல வந்திச்சி."

"அப்புடியா..."

"ஆண்டாமணி, ஆண்டாமணியின்னு கூப்புட்டுச்சி."

"நெசமாவா சொல்லுறிய."

"காலெல்லாம் வலிக்குது, எங்கால அமுக்க மாட்டி யான்னு கேட்டிச்சி."

"..."

“நீ கால நீட்டு மச்சாம் அமுக்குறமுன்னு சொன்னம். நீட்டிச்சி அமுக்குலாமுன்னு ரண்டு கையயும் வச்சா கையில ஒண்ணுந் தட்டுப்படல... பயந்துகிற்று மூஞ்சிய பாத்தா சிரிக்கிது.”

“சாமி பத்துப் பதினைஞ்சி வருசத்துக்கு முன்னால செத்துப் போச்சில்ல...”

சந்தன மாரியம்மன்

“நம்ம கலியாணத்துக்கு முன்னாலே அடங்கிற்று. சந்தான மாரியம்மங் கோயில் புளியமரத்துக்கு கீழ தாம் சமாதியாச்சி.”

“...”

“மொகமெல்லாம் என்ன பிரகாசமாயிருந்திச்சிங்குற, கண்ண மூடிகிற்று மளமளயின்னு என்னமெல்லாமோ சொல்லிச்சி.”

“நல்லா ஞாபகப்படுத்திப் பாருங்க...”

நெற்றியைத் தடவியவாறு பேச ஆரம்பித்தார் ஆண்டாமணி. ஆவல் மிகுதியில் பாவுலாளும் எழுந்து கட்டிலில் அவரருகே அமர்ந்தாள்.

“தெளிவா ஞாபகம் வருல பாத்துக்க... கப்ப வருது... கலகம் வருது... வெடிச்சத்தம்... மூச்சி முட்டுது... வலம்புரி... பாண்டியபதி... பசிக்கிது...”

“...”

“எனக்கு வெவரந் தெரிஞ்சி, எங்கய்யா மரத்த கரவுட்ட பொறவு வயுத்துக்கு என்னமும் சாப்புட்டாரோ இல்லியோ, திருவோட்டுச் சாமியிருக்க அந்த சந்தனமாரி கோயில்ல தாம் கெடப்பாரு. மனசு ஒரு மாதிரியா அடிச்சிக்கிறுது. அதாம் ஒரு எட்டு போயி ஆத்தாளயும் பாத்திற்று சாமியிருந்த எடத்துல செத்து நேரம் இருந்திற்று வாரம்.”

“இப்பயிலே போறியளா...? நேரம் விடியட்டும.”

“ம்... மூத்தவன எங்க?”

“அவம், இப்ப பூதாவும் கடக்கறயில சிந்தாத்திர மாதா குருசடிப் பக்கந்தாம் படுக்குறாம்.”

“இந்தப் பெயல்வயெல்லாம் ராத்திரி கரிக்களத்து மேட்டுக்குப் போறதா கேள்வி. புள்ளையுங்குட்டியுமா சோந்து படுத்திருக்கதுவள மேஞ்சிற்று வாரான்வளாம். ஒரு பக்கம் தோணிக்காரன்வ தொந்தரவுன்னா இப்ப இவன்வளும் ஆரம்பிச்சிறுக்கான்வளாம்... சரியில்ல பாவுலா.”

“வெள்ளச்சரம் பேத்திய பாத்திருக்கியளா... பேசாம ஒரு கால் கெட்ட போட்டா எல்லாஞ் சதியாயிறும்”

“யாரு... மெடுதவம் மொவளா, சின்னப்புள்ளயில.“

“மாறி இவம் மட்டும் பெரிய தொழுசானா. அவந் தலயில அவள எழுதியிருந்தா யாரால மாத்த முடியும்.”

பாவுலாள் கொடுத்த நீத்துப் பாவத்தைக் குடித்து ஏப்பம் விட்டவர் எழுந்து மேல் துண்டை எடுத்துத் தோளில் போட்டவாறு வாசல் கதவைத் தள்ளி வெளியே வந்தவர் சொன்னார்.

“இப்புடி குண்டியில துணி கெடக்காயில்லியாங்குற ஓர்மயில்லாம தூங்குறாம்... தோணிக்கிப் போறானாம்... எவங்கிட்ட போயி கேக்க.”

பின்னாலேயே வெளியே வந்த பாவுலாள் சொன்னாள்,

“கடக்கற வழியாப் போங்க. போற வழியில் மூத்தவம் அங்கன கெடக்குறானாயின்னு செத்த பாத்திற்றுப் போங்க. இப்புடி குறுக்க போயி பக்கிள் ஓட வழியா மாண்டாம்.”

‘இந்தப் பக்கம் உள்ள அளங்களயெல்லாம் எழுதிக் குடுததார செட்டியாரு... சிங்கராயனும் ஒரு மனசாச்சி யில்லாமத்தான பேசுறாம். வாடித்தெருவுல எப்புடியிருந்த குடும்பம்... கோச்சி வண்டியில புருசனும் பொண்டாட்டியும் போறத பாத்திருக்கன... ஒண்ணே ஒண்ணு கண்ணே கண்ணுன்னு வச்ச தோணியயும் புடுங்கிற்றானாம. மட்டக்கட முச்சந்தியில வச்சி பொண்டாட்டிய கேட்டுறுக்காம். ஓ... அதுலதாம் நாண்டுகிட்டு செத்திற்றுவளோ... இந்த ஆட்டமும் பாட்டமும் எத்தன நாளைக்கி...’

வீட்டிலிருந்து நேரே கடற்கரைக்கு வந்தவர் சிந்தாத்திரை மாதா குருசடியில் எட்டிப் பார்த்தார். வெறிச்சோடிக் கிடந்தது. பின் உயரே ஏறி பக்கிள் ஓடை வழியாகச் சந்தன மாரியம்மன் கோவில் வந்து சேர்ந்திருந்தார்.

13

1920

கொற்கையின் வடகிழக்கே கோயில் கொண்டு ஈசானத்தைப் பார்க்கிறாள் சந்தன மாரி. அந்தக் காலத்தில் வலைக்குடி, காளவாசல், கடற்கரைகளில் சுற்றித் திரிந்த சந்தான சித்தர் ஏதோ அசரீரி அறிவிப்பில் இந்த இடத்தில் அமர்ந்து புளிய மரத்தடியில் தோண்டியபோது கிடைத்தது இந்த மாரியம்மன் சிலை. தோண்டி எடுக்கும்போதே சந்தன காப்பு சாத்தியிருந்ததாம். கழுத்தில் முத்துமாலை. அதே இடத்தில் அவளுக்குப் பூசை செய்திருக்கிறார் சந்தான சித்தர். நாள்பட அவரும் அங்கேயே ஐக்கியமாகிவிட அவருடைய சீடர்கள் மாறி மாறி அங்கிருந்து அருள் பாலித்திருக்கிறார்கள். முன் காலத்தில் கோவில் கடற்கரையிலிருந்ததாகவும் நாள்படக் கடல் பின் தள்ளிப் போய்விட்டதாகவும் ஒரு பேச்சு உண்டு. கோவிலின் எதிரே ஜின்னிங் ஆலைக்காக நூலாபீஸ்க் காரர்கள் அஸ்திவாரம் போடத் தோண்டியபோது சங்கும் கிளிஞ்சல்களும் கிடைத்திருக்கின்றன.

கொற்கை நகரிலேயே கோட்டையுள்ள ஒரே கோவில் சந்தன மாரியம்மன் கோவில்தான். கோவிலைச் சுற்றி நாற்புறமும் ரத வீதி. வீதியெங்கும் பரதவரின் குடில்கள், அக்கினி மூலையில் சந்தன அக்னி விநாயகர், கன்னி மூலையில் கன்னி விநாயகர், வாயு மூலையில் அமிர்த விநாயகர். ஈசான மூலையில் பைரவர், நடுவிலே அம்பாள். அம்பாள் பரதவரின் எல்லைக் காவல் தெய்வம். அவள் பரத்தி. அமைப்பிலேயே மேல் பகுதி

உயர்ந்தும் கீழ்ப்பகுதி தாழ்வாகவும் கடலைப் பார்ப்பது போல் அமைந்திருக்கிறது கோயில்.

பிராகாரத்துக்குள் சென்று அம்பாளை எட்டிப் பார்த்தார் ஆண்டாமணி. அனிச்சையாய் அவர் கைகள் கூப்பியிருந்தன.

'வாரம், போறம், ஒரு நாளும் ஒங்கிட்ட இது வேணுமின்னு கேட்டதில்ல... சின்னவம் தோணியில போவணுங்குறாம். எனக்கு யாரத் தெரியும்... கிலுக்குகிட்ட சொல்லலாம். என்னமோ அவங்கிட்ட சொல்லி புள்ளக்கி தோணி வேல வாங்குறது புடிக்கில. நீயா பாத்து என்னமாவது பண்ணு. மனசுக்கு சங்கடமாயிருந்துச்சி அதாம் வந்தம்...'

பொழுது வைக்க இன்னும் நேரமிருந்ததால் குருக்கள் வந்திருக்கவில்லை. சிறிது நேரம் சந்நிதியிலேயே நின்றிருந்தவர் முன்புறம் விலகி நடந்து புளிய மரத்தடிக்கு வந்திருந்தார். ஐநூறு வருடங்களுக்கு மேலாகக் கம்பீரமாக நிற்கும் கோவிலின் தல விருட்சம். அசதியால் வலது கையை நிலத்திலூன்றி "ஆத்தா..." என்றவாறே அமர்ந்தார். மனதில் கடந்த காலத்தின் நினைவலைகள்.

'திருவோட்டுச்சாமி இதுலதான இருக்கும். ஒடம்புல வர்ம ஸ்தானங்க, உச்சந்தல நெத்திப் பொட்டு... பெரு வெரலும் ஆள்காட்டி வெரலும் சந்திக்கிற எடம்... கையள குடுக்குறது பாத்து குடுக்கணும். மூலாதாரத்துலயிருந்து குண்டலினிய கௌப்பி சுவாதிட்டானம், மணிபூரகம்... மச்சாம் சுண்ணாம்பத் தந்து திங்கச் சொல்லுற. எல மாப்புள சாப்புடு. பூதாவும் வெண்ண மச்சாம்... ஒனக்குப் பசிக்காதா... ஒரே ஒரு புளி எல போதுமா. எல்லாத்துக்கும் ஒரு கணக்கு இருக்கி. இது நல்லது இது கெட்டதுன்னு எவஞ் சொன்னாம். புண்ணியம் பண்ணுனா வுட்டுறுவானா... பாவத்தையும் புண்ணியத்தயும் கழிக்கத்தான பெறவி... பெறவிப் பெருங்கடல் நீந்தித்தாம் ஆவணும். வள்ளுவம் ஞானி மாப்புள... ஆண்டாமணி நீ ஒப்பன வுட மூத்தவந் தெரியுமா ஒனக்கு. அவம் அவந்தாம் தீத்துக் குடுக்கணும்... புரியிறவனுக்குப் புரியும்... சமநெல வந்தாத்தாம் முக்தி. இல்லியா போச்சி... பெறவிதாம். தெரிஞ்சிகிட்டவம் காடு மலயின்னு மனுச நடமாட்டமேயில்லாத எடங்களத்தேடி ஓடிறுறாம். சாமி ஒரு செலருக்கு மட்டும் ஆட்சி, அதிகாரம்... வாங்கி வந்த வரம்... சேத்து வச்சது. இப்போது பசி தாகமுள்ளோறே நீங்கள் பேறுபெற்றோர்ன்னு சேசுநாதர் சொல்லுறார... சேசுநாதர் அடியாரா, சித்தரா மச்சாம்... தெரியிலய மாப்புள. பட்டங்கட்டி தைரியமானவந்தாம்... பாண்டியபதியே

பயப்புட்டு பதுங்கிற்றாரு... என்னக்கி ஆண் வாருசு இல்லியோ...'

அருகே முனகல் சத்தம் கேட்டது. கழுத்தைத் திருப்பி மரத்தடியை நோக்கினார் ஆண்டாமணியார். கிழக்கு வெளுத்திருந்தது. மங்கிய வெளிச்சத்தில் சிறுவனொருவன் மயங்கிக் கிடப்பது தெரிந்தது. பதறி எழுந்து அவன் மேலே கையை வைத்தார். மூச்சு சீராய் இருந்தது. அவர் கை பட்டதும் உடலைக் கூசிச் சுருக்கினான். அவரையறியா மலேயே வாயிலிருந்து வார்த்தைகள் வந்தன.

"அய்ய, யாரு பெத்த புள்ளயோ தெரியிலிய."

சரவண குருக்களும் வந்து சேர்ந்திருந்தார்.

"எய்யா நேத்து காலம்பர இந்தப் பயல இங்க பாத்தம். ரவ்வயில நட சாத்திற்றுப் போவும்போது ஓர்ம இல்லாம போச்சி, சோறு தண்ணியில்லாம கெடப்பாம் போலத் தெரியுத."

மனது படபடவென அடித்துக்கொண்டது.

'இதுக்குத்தாம் என்னய கூட்டிக்கொண்டு வ்ட்டுறுக்கோ... வுட்டுறுக்கோ என்ன... வுட்டுறுக்கு. அடியார் சொன்ன மாறி எதுமே காரணமில்லாம காரியமில்லிய. தஸ்நேவிசு பொய்யா சொல்லுவாம். காந்தியாரு சொன்னாருன்னு நாயக்கரு கேட்டாராம். ஐநூறு மரமுன்னா லேசா. எதுக்கு இப்புடி கள்ளெடுக்குறிய பேசாம தேங்கா வெட்டுலாம.'

* * *

பாவுலாளின் அன்பில் கரைந்து போயிருந்தான் பிலிப். ஆண்டாமணியார் எவ்வளவோ முயற்சித்தும் சித்தி வீட்டி லிருந்து ஓடிவந்த காரணத்தைச் சொல்லவேயில்லை. லொஞ்சினப்பாவிடம் மட்டும் தான் இங்கு இருப்பதைத் தெரிவித்துவிடுமாறு சொல்லியிருந்தான். சிறுவனாய் இருந்ததால் வீட்டில் சவரிமுத்துக்கும் அந்தோணிமுத்துக்கும் அவனைப் பிடித்துப்போக, அவர்களோடு போய் வந்து பக்கத்திலும் புளங்க ஆரம்பித்திருந்தான். ஒரு நாள் பிலிப்பைத் தற்செயலாய்ப் பார்த்த தேவசானா அவனைத் தன் குச்சிலுக்கு கூட்டிப்போக, அங்கே சங்கு அவிப்பதையும், சதையை இழைத்துக் காயப்போடுவதையும் பார்த்தவன் மறுநாளிலிருந்தே அங்கு வேலை செய்பவர்களோடு கூடமாட வேலை செய்தான்.

தேவசானா மகன் சேசு குச்சிலில் தங்குவதேயில்லை. எப்போது குச்சிலுக்கு வந்தாலும் தாயோடு சண்டை, பணம் பறித்துக்கொண்டு போய்க் குடியும் கும்மாளமுந்தான். சேசு சிறுவயதாய் இருக்கும் போதே தேவசானாவின் கணவன் இறந்திருந்தான். முத்துக் குளிக்கும்போது மூச்சடக்கி சவமாய்க் கொண்டு வந்து போட்டார்களாம். அதைப் பார்த்த நாளிலிருந்தே சேசுக்கு முத்துக்குளி, சங்குக்குளி என்றாலே ஆகாது. தகப்பனில்லாது வளர்ந்ததால் தாயிடம் ஏகத்துக்குச் செல்லம். கண்டிப்பதற்கு ஆளில்லாமல் போயிற்று. ஆரம்பத்தில் தம்பி மகனாயிற்றே என்று அக்கறை எடுத்த ஆண்டாமணியார் தோளுக்குத் தோள் வளர்ந்த பிள்ளையாயிற்றே என்று விட்டுவிட்டார்.

பிலிப்புக்காக அங்குமிங்கும் அலைந்து விசாரித்த அந்தோணிமுத்து, இறுதியாக லொஞ்சின் கிலுக்குத் தண்டலோடு மலையாள நடை போயிருப்பதாக வந்து செய்தி சொன்னான்.

14

1921

மலையாள நடை முடிந்து வந்து பாலத்தில் தோணியைப் பிடித்தவுடன் அண்ணன் மகன் பிலிப்பைப் பற்றிக் கேள்விப்பட்ட செய்தி உண்மையா என்று அறிய லொஞ்சின் கலிங்கராயன் துடியாய்த் துடித்தார். வீட்டில் ரஞ்சிதத்திடம் கேட்கலாமென்றால் இதை வைத்தே ஒரு சண்டை இழுத்துத் தொலைத்துவிடக் கூடாதே என்று சஞ்சலப்பட்டார். விடியப் பொறுக்காமல் ஆகத்தம்மாள் கடையிலிருந்து சுடச்சுட வெள்ளாப்பம் வாங்கி வந்திருந்தாள் ரஞ்சிதம். சுறுக்காய் சாப்பிட்டு முடித்த லொஞ்சின் வெளியே கிளம்ப ஆயத்தமாக ரஞ்சிதமே கேட்டாள்.

"வந்ததும் வராததுமா எங்க கௌம்புறிய? ஆத்தா வூட்டுல புளியம்பட்டி திருழாவுக்கு போறாவளாம்..."

"..."

"என்ன பதிலே காணும்."

"என்ன பதில் சொல்லணுங்கிற ரஞ்சிதம். புளியம்பட்டிக்கி போறதெல்லாஞ் சரிதாம், மொதல்ல குடுத்த வாக்க காப்பாத்தாண்டாமா?"

திரும்பி நாக்கைக் கடித்தவாறு நின்றருந்தாள் ரஞ்சிதம். ஏதோ கேட்கக் கூடாத கேள்வியைக் கேட்டு இக்கட்டில் மாட்டியது போலிருந்தது. லொஞ்சினுக்கு மாமனார் தோமஸ் தண்டலின் நடவடிக்கைகளில் வரவர உடன்பாடு இல்லாமலிருந்தது. லொஞ்சினின் வருத்தத்திலும் பொருளில்லாமல் இல்லை. கலியாணத்

துக்கு முன் தான் கொடுத்த வாக்கைக் காற்றில் பறக்க விட்டிருந்தார் தோமாஸ் தண்டல். மனைவியின் தூணடுதல் தான் காரணம். மச்சினன் பிச்சையாவும் வாய் செத்தவன் என்பதால் காலத்துக்கும் தண்டலாவதற்கு வாய்ப்பே இல்லை. எனவே கையிலிருக்கும் வாய்ப்பை மருமகனேயானாலும் ஏன் வீணடிப்பது என்று கருதினார் தோமஸ் தண்டல்.

"ஒங்கய்யாவ நம்பி பிரயோசனமில்ல. நமக்கு வேணு மின்னா நம்மதாம் போவணும். நாலுபேர பாக்கணும்."

"அப்ப புளியம்பட்டிக்கி ...!"

"தண்டலா ஏறி ஒரு நட போயிற்று வந்த பொறவு போலாம், நம்ம அந்தோனியாருதான."

"தலயில முடி சங்குளிக்காரன்வளுக்கு வளந்து கெடக்குறமாறியிருக்க, குடிமொவன வரச் சொல்லட்டா?"

"நாள காலம்பர வரச்சொல்லு, நா இப்புடியே தோணிப் பாலத்துக்குள போயிற்று, வலைக்குடியிலயும் ஒரு வேல கெடக்கு பாத்திற்று வாரம்."

கொடியில் கிடந்த துண்டை எடுத்து உதறிப் போட்டபடி சிறிது நேரம் தாமதித்தவரின் மனதுக்குள் போராட்டம். 'கேக்குலாமா... வேண்டாமா, கேக்குலாமா வேண்டாமா' கடைசியில் கேட்டேவிட்டார். வழக்கமான நச்சரிப்பு இல்லாமலிந்ததால் சர்வ சாதாரணமாகவே கேட்டார்.

"ரஞ்சிதம், மயினி மொவம் வந்தானோ ...!"

திக்கென்றிருந்தது ரஞ்சிதத்திற்கு. தொட்டில் பக்கம் சென்று பிள்ளையை எடுப்பதுபோல் பாசாங்கு செய்தவள் சொன்னாள்.

"யாரு... ஒங்க அண்ணம் மொவம் பிலிப்பா?"

"ம்" தலையை ஆட்டினார் லொஞ்சின்.

"நீங்க நட கௌம்புன மறுநாளோ, ரண்டாம் நாளோ வந்தாம் போயிற்றான... இரு இருன்னம் எங்க கேக்க."

"தோணிப்பாலத்துல வலைக்குடிக்காரங்க யாரோ என்னய தேடுனாங்களாம். பாவ்நகருல சரக்கு தட்ட கெடக்கும்போது பக்கத்து தோணிக்காரம் சொன்னாம்."

அமைதியாய் நின்றிருந்தாள் ரஞ்சிதம். மனதிலேற்பட்ட எண்ண ஓட்டங்களை அந்தச் சூழலிலும் அவளால் நிறுத்த முடியவில்லை. கைக்குக் கிடைத்தது வாய்க்கு எட்டவில்லையே

என்று ஏங்கினாள். தன்னுடைய அவசர புத்தியையும் நொந்து கொண்டாள். ரஞ்சிதத்திடம் சத்தமில்லாது போகவே லொஞ்சின் கேட்டார்:

"நீ எதுக்கு எதையோ பறி குடுத்தவமாரி நிக்கிற."

"அதுக்கில்லைங்க. வந்தாம் போயிற்றாமின்னு நெனச்சம். இத்தன மாசத்துக்குப் போறவு இப்ப புதுசா ஒரு கத சொல்லுறியள அதாம் ஒண்ணும் புரியில. மறக்குடித் தெரு கங்காணிமாரு வேற கண்டி தேயில தோட்டத்துக்கு ஆள் புடிச்சிற்று அலையிறான்வளாம். நம்ம சிங்கராயரு அக்காவயும் காணுமிங்குறாவ."

"எனக்கும் அதே பயந்தாம் ரஞ்சிதம்."

"அய்ய... மொதல்ல புள்ளய தேடுற வழியப் பாருங்க."

ரஞ்சிதத்தின் வாயிலிருந்து வந்த வார்த்தைகளின் அக்களிப்பால் மனம் துள்ளியது. புன்னகைத்துத் தலையசைத்த வாறே வெளியே கிளம்பினார் லொஞ்சின்.

'சே... கோவக்காரியின்னு தப்பா நெனச்சி போட்டன. ஒண்ணும் பெருசா வேண்டாம் மூத்தவரு நம்மள வளத்ததுக்கு அவரு புள்ளக்கி ஒரு வழி காட்டணும். அதுக்கு ஒதவி என்ன... தடுக்காம இருந்தாச் சரிதாம்.'

மனது லேசாகியிருந்ததால் உடலில் கனம் தெரியவில்லை. விறுவிறுவென திருச்செந்தூர்சாலை வழியே தோணித்துறை நோக்கி நடந்தபடியிருந்தார். கட்டுப்படுத்த முடியாத சிந்தனை யோட்டத்தில் எதிரே வருபவர்கள்கூடத் தெரியவில்லை.

"அய்ய... இதாரு...!"

பரிச்சயமான குரல் போலிருந்தது. தலையை நிமிர்ந்து பார்த்தார் லொஞ்சின். எதிரே நாலைந்து கழுதைப் பொதிகள் வந்தன. ஒன்றிரண்டு கழுதைகளின் உடலிலிருந்து ரத்தம் வடிந்தபடியிருந்தது. மேல் மூச்சு வாங்கியபடி நின்றிருந்தார் குரலுக்கு சொந்தக்காரர்.

"எலேய், முருகேசா இங்க எங்க பாய் புடிச்ச, இது என்னப்பா கழுதயில?"

"ஒடைஞ்ச கண்ணாடி போத்தல்வள அங்க பீங்கான் ஆபிசுக்கு கொண்டு போறம் லொஞ்சினு. நாலு எழுத்து படிச்சதுனால பன ஏற ஒடம்பு கசங்குல்ல, அய்யா கூட கொஞ்ச நாள் கருப்பட்டி யாவாரம் பாத்தம் பாத்துக்க. வண்டிமாடு கெட்டி நம்ம நாரோயிலு, மார்த்தாண்டம் வர, போவ நல்லாத்தாம் இருந்திச்சு. மாடு ரண்டும் சீக்குல

செத்துப் போச்சி. வண்டி அங்க ஆவுடையாபொறத்துலதாங் கெடக்கு.”

“கொற்கக்கி எப்புடி...”

“பசுபதிமாமா இங்க அரிசி யாவாரம் பாக்குதாருல்லா அவரு கூப்புட்டாரு அதாம் வந்திற்றம். தலச் செமயா வித்தவருதாம் இப்ப சந்தைக்கிள ஒரு கட புடிச்சிறுக்காரு.”

“நீ இங்க என்ன யாவாரம் பாக்க?”

“யாவாரமின்னு ஒண்ணுமில்ல, கைமாத்தி விடுதம். இந்த வீதர்வள பெறக்கி பொதி போட்டு பீங்கான் ஆபீசுக்கு அனுப்புனா ஒரு மூடக்கி எட்டணா. அண்ணாடு வயித்துப்பாடு கழியிது லொஞ்சி. இந்த வீதர்வள அரைச்சி செவகாசிப்பக்கம் அனுப்புயதாக் கேள்வி.”

உடம்பு முழுவதும் ரத்தக் கறையோடு. வாயில் கோழா வடிய அந்த வாயில்லா ஜீவன்கள் அங்கங்கே ஓரங்கட்டி நின்றிருந்தது பார்ப்பதற்கு பரிதாவமாய் இருந்தது. கண்களி லிருந்தும் கண்ணீர் வழிந்திருந்தது.

“கழுதய செத்துப் போவாம. சீக்கிரம் போ. எனக்கும் அவசரமா சோலி கெடக்கு.”

“ஏ... லொஞ்சி பாத்து எம்புட்டு நாளாச்சி. ஆமா அண்ணாச்சி, மதினியாரு எல்லாம் எப்புடி இருக்குதாவ? ஓங்க மதினியாரு அய்யாவ நாரோயில் சந்தயில பாத்தம். கோட்டாறு வத்த மண்டியில கித்தேரியாம் பட்டங்கட்டி வச்சதுதாம் வெல.”

“ஆறுமொகம் ...!”

“யாரு எடைச்சிவெளையானா... எளையகுடியாளோட இங்காம் இருக்காம். ஈயம் பித்தாளைக்கி பேருத்தம்பழம் விக்கியாம். நல்ல துட்டுடே. ஓணாத் தெருவுல பெரிய பெற போட்டுருக்காம். காரக்கட்டி வச்சி சுத்திவர செவுரு எழுப்பப் போறமுன்னாம்.”

“அடிக்கடி பாப்பியோ.”

“நம்ம மகும கூட்டங்க நடக்கும்போது பாத்துக்குவோம். ஆமா பர்னாந்துமாருக்குள்ள சங்கங்க பிரிஞ்சி ஒரே களேபரமாக் கெடக்கின்னாவள...!”

“அப்புடியா ...!”

“என்ன அப்புடியாங்க, எங்க மகுமயில பேசிகிற்றாவ.”

“அப்ப நா வாரம் முருகேசா, வலைக்குடி வர போவனும்.”

லொஞ்சினும், முருகேசனும் உடன்குடியில் ஒரே வகுப்பில் படித்தவர்கள். லொஞ்சின் குடும்பக் கஷ்டத்தால் படிப்பைத் தொடர முடியாமல் கொற்கை வந்து படாத பாடுபட்டு கப்ப நடைத் தோணிகளில் வேலை செய்து பின் கோஸ்டிங் தோணிகளில் லஸ்கராக வேலைக்குச் சேர்ந்திருந்தார்.

மொட்டச்சி பங்குளாப் பக்கம் வந்திருந்தார் லொஞ்சின். சாலையின் குறுக்கே உப்பு ஏற்றுவதற்காக கூட்ஸ் வண்டி போய்க்கொண்டிருந்தது. மொட்டைச்சி பங்குளாவின் சன்னல்கள் காற்றில் அடிபட்டு உடைந்து ஒட்டடை பிடித்துக் கிடந்தன. உள்ளே நல்ல இருட்டு. உள்ளிருந்து நாலைந்து வௌவால்கள் சிறகடித்துப் பறந்தன. காற்றில் மிதந்து வந்த வௌவால் பீ நெடியில் முகம் சுளித்தார் லொஞ்சின். அந்தக் காலத்தில் கொற்கைத் துறைமுகத்தில் அதிகாரியா யிருந்த ஒரு வெள்ளைக்காரருக்கு சொந்தமான வீடு மொட்டச்சி பங்குளா. துறைமுக அதிகாரியின் ஒரே மகள் மேசைக்கார பர்னாந்துமாரில் ஒருவரைக் காதலித்தாளாம். அந்தக் காதலுக்கு மேசைக்கார பர்னாந்துமாரிடையே எதிர்ப்பு வலுத்துத் திருமணம் நின்று போனதாம். காதலித்தவளைத் திருமணம் முடிக்க முடியவில்லையே என மனமுடைந்த அந்த மேசைக்கார தனவந்தரின் மகன் தூக்கில் தொங்கி உயிரை மாய்த்துவிட, காதலனின் மறைவைக் கேள்விப்பட்ட துறைமுக அதிகாரி மகள் தனக்குத் தானே மொட்டை யடித்துக்கொண்டு பசித்திருந்து உயிர் துறந்தாளாம். மகளின் மரணத்திற்குப் பிறகு கொற்கையிலிருக்க பிடிக்காத அதிகாரி யும் சீக்கிரமே குடியிருந்த வீட்டை விட்டுவிட்டு இங்கிலாந்துக்குக் கப்பலேறி விட்டாராம். நாளடைவில் ஓணாத்தெரு குடிகாரர் களுக்கு பகல் வேளைகளில் பதுங்குமிடமாகிப் போனது அந்த பங்குளா. இரவு நேரங்களில் யாருமே அந்தப் பக்கம் ஒண்டுவதில்லை. அப்பப்ப இளம் பெண்ணின் சிரிப்புச் சத்தம் கேட்பதாயும், இரவு நேரங்களில் வீட்டைச் சுற்றிச் சுற்றி நாய்கள் ஊளையிடுவதாகவும் பேசிக்கொள்கிறார்கள். பெரிய கோவில் தெரு, மணல் தெரு பகுதிகளில் இறந்தவர்கள் உடலை மையவாடிக்குத் தூக்கிக்கொண்டு செல்லும்போது மொட்டச்சி பங்குளாவைக் கடக்கும் நேரம் சுமை கூடுவதாக இறந்தவரின் உடலைச் சுமந்து செல்பவர்கள் கூறுவதுண்டு. மொத்தத்தில் கொற்கைக்காரர்களுக்கு மொட்டைச்சி பங்குளா ஒரு பேய் பங்குளா. உப்பு வண்டி கடந்ததும் நடையைக் கட்டினார் லொஞ்சின்.

கொற்கை உப்புக்கு வடக்கே நல்ல மதிப்பு இருந்தது. மற்ற இடங்களைப் போலல்லாமல் கொற்கையில் கடல் நீரில்தான் உப்பு காய்க்க வேண்டுமென்ற அவசியமில்லை. சில இடங்களில் கிணற்று நீருமே கடல் நீருக்கிணையாக கரிப்புத் தன்மையோடிருந்தது. தண்டவாளம் தாண்டி தருவைக்கெதிரே ஓடை மரங்களுடே தொம்மையார் குருசடி தெரிந்தது. பக்கத்திலேயே துப்புரவுத் தொழிலாளர்களின் குடிசைகள். குடிசை முற்றத்தில் கொண்டையா மனைவி கருப்பி, அண்ணன் மகள் ராகம்மாவுக்குக் குத்த வைத்து பேன் பார்த்தபடியிருந்தாள். பக்கத்திலேயே பீ வண்டி. சிலுவைப் பர்னாந்தின் ஏற்பாட்டில் தருவையில் ஊழ நாற்றமடிக்கும் ஜம்புத் தண்ணீர் பகுதியை மணல் மூடி மேடாக்கி இருந்தார்கள். எதிரே மறித்த நாலு முக்குச் சந்தில் இடதுபுறம் திரும்பி நடந்தார் லொஞ்சின். வி.ஈ. சாலையில் ஆள் நடமாட்டமிருந்தது. சந்தையில் காய்கறி வாங்க வந்திருந்த வெள்ளைக்காரிகளைச் சுதேசிகள் கை வண்டியில் உட்கார வைத்துத் தள்ளிக்கொண்டு போனார்கள்.

புல்தோட்டத்திலிருந்து நேரே குறுக்காக நடந்து ஓணாத்தெரு வழியாகவும் வி.ஈ. சாலைக்கு வந்துவிடலாம். ஆனால் சாலை முழுவதும் குண்டும் குழியுமாக இருப்பதா லும் சாலையின் மத்தியில் படுத்துக் கிடக்கும் நாய்க் கூட்டத் துக்கும் பன்றிக் கூட்டத்துக்கும் பயந்தும் புல் தோட்டத்துக் காரர்கள் யாரும் குறுக்காக வருவதை விரும்புவதில்லை. அந்தோணியார் கோவிலுக்கு அந்தப்புறம் பிரதான காட்டன் சாலையின் வடக்கே ரிபேரோவின் காலரா மருத்துவமனை. வெண்ணிற உடையில் தலையில் தொப்பியோடு வெள்ளைக் காரிகள் அங்குமிங்கும் குறுக்குமறுக்காக நடப்பது ஏதோ வானிலிருந்து தேவதைகள் பூமியில் இறங்கி வந்தது போலி ருந்தது. காலரா மருத்துவமனையின் எதிரிலேயே புதிதாக கட்டுமானம் நடந்தபடியிருந்தது. கட்டிட வேலை செய்பவர் கள் கடப்பாறை மண்வெட்டி, கரண்டி, மொங்கான்கட்டை சகிதமாக நின்றிருந்தார்கள். தலைச்சுமையோடு நின்றிருந்த பெண்களின் தலைமேல் தகர வட்டாக்கள் தெரிந்தன. சமீபத்தில் பம்பாயிலிருந்து தோணியில் வந்தவை. சாலையில் லொஞ்சினைக் கண்ட மாரிமுத்து தலையைச் சொரிந்தவாறே கூட்டத்திலிருந்து வெளியே வந்தார்.

"என்ன, மாரிமுத்தண்ணம்?"

"எய்யா பூதாவும் நம்ம ஆளுவதாம் முள்ளக்காட்டுப் பக்கமிருந்து கூட்டியாறம்."

"அளத்துக்குப் போவயில்லியாக்கும்."

"பொசுங்க ஆரம்பிச்சிற்றில்லா... இனும இந்தமாரி வேலயதாம்."

"என்ன கெட்டுறாவ?"

"தீயணைப்பு நெலயம் வாரதா சொன்னாவ" என்றார் மாரிமுத்து.

"என்ன திடீர்ன்னு தீயணைப்பு...!"

"கடந்த வாரம் பங்குளாத் தெருவுல தேவமணி நாடாம் அவுரி கிட்டங்கி ஒண்ணு எரிஞ்சி போச்சில்லா."

"அப்புடியா!"

"ஆமா, நீங்க கடல்ல ஒரு காலு நெலத்துல ஒரு காலுமா இருக்கிய. தூரமா?"

"வலைக்குடி வரப் போவணும்."

"நானும் கரிக்களத்துக்கு ஆள் மாத்திவுடப் போவணும்."

இருவரும் சேர்ந்தே நடந்தார்கள். முனிசிபல் அலுவலகம் தாண்டி கருப்பட்டி கடைப்பக்கம் வண்டிப்பேட்டைக்கு எதிரே நாலைந்து பெண்கள் சாலையில் விளக்குமாறை வைத்துக் கூட்டிப் பெருக்கி அள்ளிக்கொண்டிருந்தார்கள். சாலை ஓரத்தில் மஞ்சளாய்ச் சிறு சிறு குவியல்கள் தெரிந்தன.

"இது என்ன கத மாரிமுத்து?"

"நவ்தானிய கப்ப கெடக்குல்லா... எத்தன வூட்டுல அடுப்பு எரியுதிங்கிய."

"அந்தப் பக்கங்கள்ல தண்ணி வசதிய எப்புடி?"

"ஊரணியில வந்து நெரம்பற தண்ணிய குடிக்க எங்க தலையில எழுதல பாருங்க..."

கொற்கையில் ஊருக்குள் நல்ல தண்ணீர் இல்லாததனால் கோரம்பள்ளம் குளத்திலிருந்து வடிகால் வெட்டி ஊருக்குள் அங்கங்கே கிணறு வெட்டி இணைத்திருந்தார்கள். பெருகிவரும் சனத்தொகையால் ஊரணித் தண்ணீர் போதுமானதாக இல்லை.

"சொதந்திரமின்னு பேசுறதெல்லாம் வீண் பேச்சிய்யா."

"என்ன அப்புடி சொல்லிற்றிய..."

"ஆமா, கொடி புடிச்சி, ஊர்வலம் நடத்தி, அடிவாங்கி சொதந்திரத்த வாங்கி யார்ட்ட குடுக்க...? இப்ப சிலுவ

பர்னாந்தய்யா பக்கிள் ஓடைக்கி அந்தப் பக்கம் குடிதண்ணிக்கி குழா போட்டு தாரமின்னுருக்காவ. வருதான்னு பாப்பும்"

"சொன்னாச் செய்வார."

"செய்ய வுடணுமில்லா... இந்த செதம்பரம்புள்ளக்கி, மனுசம் செயில்ல கெடக்கானே சாப்புடட்டுன்னு சாதம் வடிச்சி குடுத்தா... கீழ்சாதிக்காரம் செஞ்ச சாப்பாட்ட சாப்புட மாட்டமின்னுட்டாராம் தெரியுமா?"

"நெசமாவா?"

"எய்யா, அரிசி களைஞ்சி போடும்போது கை பட்டுறுமாம். அப்ப, தொலி அடிச்சி, நடவு நட்டு, களை புடுங்கி, அறுத்துப் போட்டு..."

"சரி, அந்த பேச்ச வுடுங்க மாரிமுத்தண்ணம்."

வண்டிப் பேட்டையிலிருந்து மாட்டு வண்டிகளில் அரிசி மூடைகள் வெளியே வந்தவண்ணமிருந்தன. பேட்டைக் குள்ளிருந்து வந்த இருவர் காரசாமாக விவாதித்தபடியே வெளியே வந்தனர்.

"தாயும் புள்ளயாயிருந்தாலும் வாயும் வவுறும் வேறடே."

"இப்ப யாரு இல்லயின்னா."

"அப்ப உண்டான கருசன வெட்டிரணுமுல்லா மடிக்கிள இருக்க துட்டு வெளிய வர மாட்டயிங்கப்பா."

"நீரு சொல்லுய கணக்கப் பாத்தா புள்ளவாள்ட்ட ஒரு கமுசம். எங்கிட்ட ஒரு கமுசம். எத்தன கமுசம்?"

பரிச்சயமான குரலாயிருக்கவே நின்றுவிட்ட லொஞ்சின் மாரிமுத்தைப் போகச் சொன்னார்.

"எலேய். யாவாரம் முடிச்சி வுடுயதின்னா லேசுன்னா நெனச்ச. இப்ப உண்டான கமுசம் வரல, வக்காளி இனும ஒஞ்சட்டியில கல்லுன்னு நெனச்சிக்க."

"சதியான வலுமுடுக்கி சாணாணா இருப்பியரு போல."

"எல, அப்ப நீ எங்க உள்ள கறுக்கு மட்ட."

வண்டிப்பேட்டை வாசலில் நின்றிருந்த லொஞ்சின் குரல் கொடுத்தார்.

"மாமனும் மருமொவனும் இது என்ன, ஒருத்தருக் கொருத்தர் வுட்டுக் குடுத்து போவியளா ..."

"லொஞ்சி தம்பியா, எய்யா நம்ம தோணிக்கித்தாம் சரக்கு போவுது. நம்ம வாடித்தெரு தாணுப்புள்ள சரக்கு

கொழும்புக்கு ஏறுது. வந்ததும் வராததுமா சரக்க கைமாத்தி வுட்டுருக்கம் பாத்துக்கிடுங்க, உண்டான கமுசன தாரதுதான மருவாதி. மாமம் மருமொவமெல்லாம் பொறவுல்லா."

"..."

"நாலைஞ்சி நாள் காத்துக் கெடந்தா பர்னாந்து மாருக்குள்ளமாறி பரதா ஹோமா வச்சிருக்கிய. இந்த வண்டிப் பேட்ட கொசுக் கடிக்கிள கெடந்து சீரழியணும்."

"பசுபதி அண்ணாச்சி அதியமாக் கேக்க மாட்டார" என்றார் லொஞ்சின்.

"எங்க அம்மக்கி ஒடப் பொறந்தார எனக்கு தெரியாதாக் கும். மடுவ அறுத்துப் பால குடிச்சிப்புடுவாராக்கும். அம்மைக்கி பாம்படத்த இந்தா தாரமின்னு வாங்கிற்று வந்தவருதாம்..."

"எய்யா ஒங்கள்வ வழக்கு இப்ப முடியிற மாறியில்ல, நாங்கெளம்புறம்" என்றவாறு நடையைக் கட்டினார் லொஞ்சின். காட்டன் சாலையும் கடற்கரைச் சாலையும் இணையுமிடம் மக்கள் போக்குவரத்தோடு படு சுறுசுறுப்பாய் இருந்தது. கடலுக்குள் தோணிகள் பாய்கள் சுருட்டி நின்றி ருந்ததால் பாய்மரங்கள் மட்டும் குச்சுக் குச்சாய்த் தெரிந்தன. வரவர யாரோடு பேசியபடி வந்தாலும் மனம் மட்டும் ரஞ்சிதம் சொன்ன விசயத்தை அசைபோட்டவாறே வந்தது.

'நீங்க அவன கண்ட ஒடன கோவத்துல அடிச்சி கிடிச்சி போடாதைங்க. புள்ளய மொதல்ல இங்க கூட்டிற்று வாருங்க. இருந்தாமுன்னா பரவாயில்ல, இல்லியா பெரிய தொறைக்காவது போயி கூட்டிற்று வாருங்க. சின்னய்யாகிட்ட சொல்லி வேல வாங்கித் தாருங்கயின்னாம். கோஸ்டிங் தோணிய மாண்டாம். கப்ப நடயாயிருந்தா ராத்திரி ஒரு வேளச் சாப்பாடாவது நம்மளோட. நீங்களும் தோணிக்கி போயிற்றியயின்னா எனக்கும் ஒரு தொண ...'

15

1922

பம்பாய்க்கு வேராவலிலிருந்து நுரைக்கல் ஏற்றிக் கொண்டு வந்திருந்தது விசுவாசம் கர்டோசாவின் சர்லீனா. மழைக்காலம் அடுத்து வருவதால் மலையாள நடையை இத்தோடு முடித்துக்கொண்டு கொற்கை திரும்ப வேண்டும். சித்திரை மாதத்திற்குப் பிறகு பெரும்பாலும் மேலைக் கடற்பரப்பில் தொழில் செய்ய முடிவதில்லை. எந்நேரமும் சூறாவளி தாக்கலாம். கடல் பெரும்பாலும் கொந்தளிப்பாகவே இருக்கும். இந்தச் சூழ்நிலைக்கு பயந்தே வெள்ளைக் கார நிர்வாகம் சித்திரைக்குப் பிறகு தோணிகளின் போக்குவரத்தை மேலைக்கடலில் தடை செய்திருந் தது. பம்பாயின் மண் பந்தரில் சரக்குகளை இறக்கி ஏற்றிய பின் அவசர அவசரமாய்க் கயிறு தட்டிக் கிளம்பியிருந்தார்கள். தன்மரத்துப் பாய் ஓட்டில் வளைந்து நெளிந்தோடி பம்பாயின் ஆத்துவாயை அநாயசமாய்க் கடந்து அரபிக்கடலில் நுரை பூக்க நுழைந்தோடியது சர்லீனா. பகல் நேரமாய் இருந்ததால் தோணியிலிருந்து கரையை நோக்கு வதற்கு ரம்மியமாய் இருந்தது. தென்னை மரங்களடர்ந்த கடற்கரையோடு உயர்ந்தும் தாழ்ந்தும் அடர்ந்த காடுகளோடு செழுமையாய் இருந்தது பம்பாய்த் துறை.

கொலாபா, பாந்த்ரா, மாகீம், வசாய் எனப் பல தீவுகளின் கூட்டமைப்பு பம்பாய். பெரும் நிலப்பரப்பிலிருந்து தென் மேற்கே அரபிக் கடலுள் நீட்டிக்கொண்டிருக்கும் கை போன்ற அமைப்பு. எதிரே இயற்கையாய் அமைந்துள்ள கராஞ்சா,

எலிபென்ட்டா தீவுகள் பாதுகாப்பு அரண்களாய் அமைய பம்பாயும் ஒரு பாதுகாப்பான குடா. மேலைக்கடலின் மிகச்சிறந்த இயற்கைத் துறைமுகம்.

ஒரு காலத்தில் தேங்காய். தென்னந்தும்பு, கயிறு இவற்றையே நம்பியிருந்த பம்பாய்த்துறை இன்றைய நிலையில் பருத்தி, நூல், மிளகு, பட்டு, நவரத்தினக் கற்கள் ஏற்றுமதியில் முன்னணித் துறைமுகம். வெள்ளையர்கள் கொல்கொத்தா விலிருந்து தில்லிக்குத் தலைநகரை மாற்றிய பிறகு பிரமிப்பூட்டும் வணிகத் தொடர்புகளோடு மேலைக் கடற்கரையின் ராணியாய் நிமிர்ந்து நிற்கிறது பம்பாய்த்துறை. மலைப் பாங்கான இடமாக இருந்தாலும் கரையிலேயே நல்ல ஆழம்.

சுற்றுப்புறங்களில் விளைந்து வந்த பல்வேறு பொருள் களாலும் பருத்தியாலும் நூலாலைகளையும், பல்வேறு கனரகத் தொழிற்சாலைகளையும் வெள்ளைக்காரர்கள் ஏற்படுத்தியிருந்தார்கள். இதன் காரணமாகவே சுற்றியுள்ள ஊர்களிலிருந்தெல்லாம் மக்கள் வேலை, தொழில் தேடி பம்பாய் வருவது வாடிக்கையாய் இருந்தது. நல்ல நீர்வளம்... மக்கள் மனநிறைவோடு வாழ்ந்தார்கள்.

தோணியின் மேல்தளத்தில் வயிற்றின் மேல் தூக்கிக் கட்டிய லுங்கியும் பம்பாயில் வாங்கிய முண்டாப் பெனியன் சகிதமாய்க் கையில் சுருட்டுப் புகைய திடகாத்திரமாக நின்றி ருந்தார் கிலுக்கு தண்டல். மேகமற்று வெறித்த நீல வானம், நுரைத்துக் கிடந்த கடல், ஊளையிடும் காற்று, தொடுவானைத் துரத்தும் பாய் புடைத்த 'சர்லீனா'. மெய்மறந்து நின்றிருந்தார். வெகு நேரமாய்ப் பக்கத்தில் வந்து நின்றிருந்த தமியான் கர்டோசாவைக் கவனிக்கவேயில்லை. தற்செயலாய்த் திரும்பி தமியானைக் கண்டவர் சடுதியில் புகைத்த சுருட்டைத் தளத்தில் போட்டு வலதுகால் கட்டை விரலால் அழுத்தித் தேய்த்தார்.

"நீங்க பேசாம பொகவண்டியில போயிருக்குலாம். எங்களோட கெடந்து அவஸ்தபடுறதுக்கா வாறிய..." என்றார் கிலுக்கு.

"என்ன அப்புடி சொல்லுற்றிய கிலுக்கண்ணம், அப்புடியே செரமப்பட்டாலும் நீங்கள்வ படுற பாடு எனக்கும் தெரிஞ்சி போவுமில்ல. வரும்போது பொகவண்டியிலதாம் வந்தம். முத்துலிங்க நாடார் கடயில நம்ம தோணி மண் பந்தர்ல கெடக்குன்னு சொன்னாங்க."

"வழக்கமா அவுக சரக்குவதாம் அதியமா இருக்கும். இந்தத் தடவதாம் அப்புடி ஒண்ணுமில்ல."

“தோணிவச்சி தொழில் செஞ்சாலும் தோணியில ஒருநாளும் பிரயாணம் பண்ணயில்ல பாத்தியளா. அதாம் தாருக்கானா பக்கம் வந்தவம் அப்புடியே வந்திற்றம்.”

“பம்பாய்க்கி என்ன சோலியா வந்திய?”

“சின்னய்யா அனுப்பி வச்சாவ. சிந்தியாக் கம்பெனியில இருந்து கடுதாசி வந்திச்சி. அதாம் நேர்ல பாக்குறது நல்லதுன்னு வந்தம். இவுங்கள்வளயும் எழும்பவுடுவான் வளாயிங்குறது சந்தேகந்தாம்.”

“யாரு ...?”

“வெள்ளைக்காரன்வதாம். ஆனா, சிந்தியா ஆள்க்க ஒரு முடிவோட இருக்காங்க.”

1919ஆம் ஆண்டிலேயே பெரும் முதலீட்டில் ஆரம்பிக்கப் பட்டிருந்தது சிந்தியா ஸ்டீம் நேவிகேசன் நிறுவனம். வெள்ளையர்கள் எவ்வளவோ தொந்தரவு கொடுத்தபோதும் முதலாளிகள் வணிகர்களாய் இருந்ததால் வெள்ளையர்கள் வழக்கமாகவே கையிலெடுக்கும் கப்பல் கூலிக் குறைவு நடவடிக்கையைத் தங்களுக்குச் சாதகமாகப் பயன்படுத்தி வெள்ளையர் கப்பல்களில் பர்மாவிலிருந்து அரிசியை கொண்டுவந்தார்கள். ஒரு அளவுக்கு மேல் வெள்ளையர்களால் சிந்தியாவின் முன்னேற்றத்தைத் தடுக்க முடியவில்லை.

“பம்பாய் ஊரும் சரி, தொறமொகமும் சரி ஒரு அழகுதாம் என்ன ...”

“ஊர்பூதாவும் நூல்மில்லுவ, உள்ள போயி பாத்தியளா. அவன்வ ஊர மாறியே இங்கயும் பேர் வுட்டுறுக்கான்வ.”

“அது வேறொண்ணுமில்ல. கம்பெனி வேலயளுக்கு ஊர்ல இருந்தே ஆள் கூட்டிற்று வரான்வயில்ல, அவன்வளுக்கு அவன்வ ஊர்ல இருந்த மாறியே இருக்கட்டுமின்னு.”

சுடுதான் பையன் ஓடி வந்தவன், இருவரும் பேசுவதற்கு இடையில் புகுந்துவிடாமல் விலகி நின்றான். அவன் நின்றிருந்ததைத் தற்செயலாய் கவனித்த கிலுக்கு கேட்டார்.

“எல மோயிசு என்ன?”

“பெரியப்பா, ஒங்க ரண்டியருக்கும் சொக்குல தேத்தண்ணி தரட்டா, பஸ்தலும் சூடாயிருக்கி.”

“பஸ்தலா ...!”

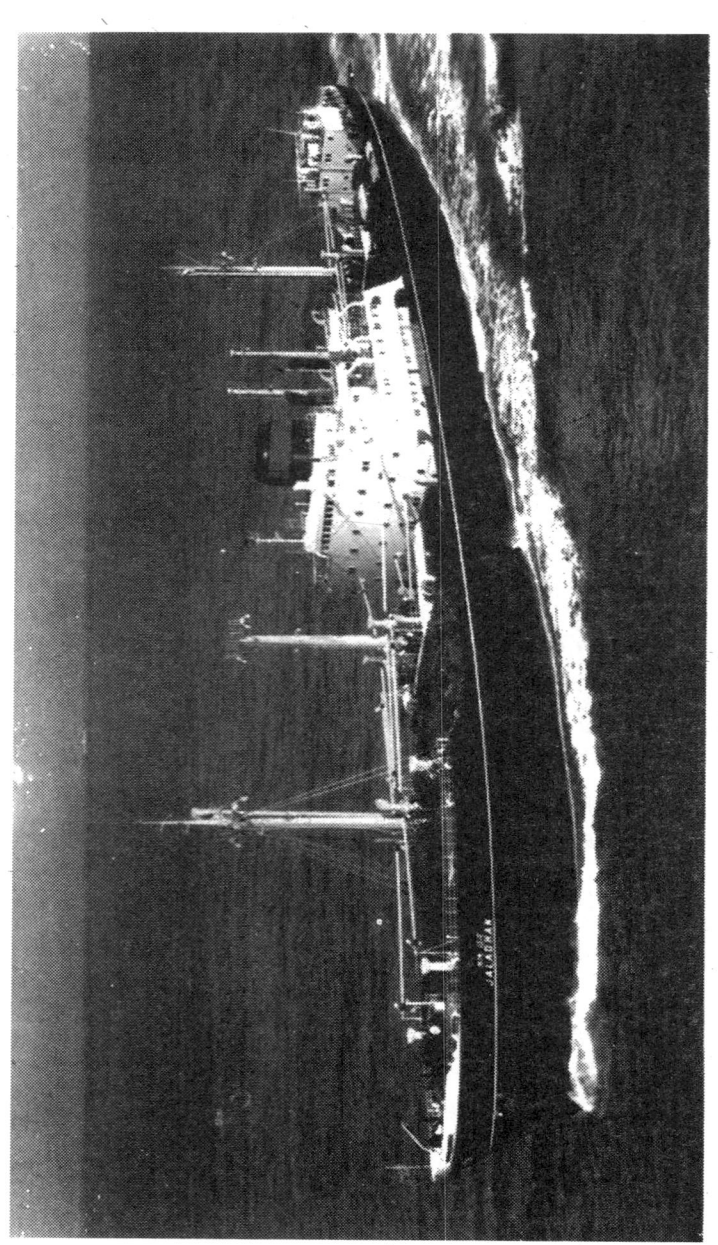

சிந்தியா கப்பல்

“நம்ம தோணியில எல்லாங் கெடைக்கிம். எய்யா மோயிசு அஞ்சாறு பஸ்தலும் சொக்குல சூடா தேத்தண்ணி யும் கொண்டா. செத்துப் போல இஞ்சி நசுக்கி போட்டுக்க. சக்கர கொஞ்சந் தூக்கலா இருக்கட்டு.”

மோயிஸ் தேத்தண்ணியும் பஸ்தலும் கொண்டு வந்திருந்தான். சாப்பிட்டபடியே தளத்தில் நடந்தார்கள்.

“இவன்வளமாரி நமக்கு நாடு புடிக்கிற ஆசயோ கொள்ள போடுற ஆசயோ இல்ல. அந்தக் காலத்துலயுஞ்சரி இப்பவுஞ் சரி... சீனாவுலகூட சோழப் போரரசோட பிரதிநிதி இருந்தாராம். வெற்றி மட்டுந்தாங் குறி. வெத்துன நாட்ட கொத்தடிமையா வச்சி அவன்வ ஒழைப்ப சொரண்டனுமின்னு நம்மாள்க்க நெனக்கவேயில்ல.”

கோஸ்மரத்துப் பாயிலிருந்து காற்றில் படபடத்து உறுவியோடிய மறுக்குக் கயிற்றைத் தாவிப் பிடித்தார் கிலுக்கு. எந்தச் சூழலிலும் தோணியின் ஓட்டத்தில் கவனம் குறை யாமலிருந்த தண்டல் கிலுக்கை மனதாரப் பாராட்டியவாறே தமியான் கேட்டார்:

“தோணி ரெம்ப ஓயரமா இருக்க?”

“சரக்கில்ல, அதாம் இப்புடி எவ்விகிட்டு நிக்கிது. பெரும்பாலும் இந்தப் பக்கங்கள்ல இருந்து நம்ம முத்துலிங்க நாடாரு சக்கர மூடையதாஞ் சரக்கு.”

“வெறுந் தோணியா இருந்தா ரெம்ப ஆடுமோ, பயந்தாம் என்ன.”

“அட்டிக்கிள கொஞ்சம் கேள்வு கெடக்கு. ஆனா அதியமா இல்ல. சித்தரைக்கிப் பொறவு மழைத்தேரம் பாருங்க, சீனி மூட ஏத்த மாட்டான்வ. இப்ப போறதெல்லாம் இரும்புச் சாமான்வ, மண்வெட்டி, அறுவா, சுத்தியலு ... பொறவு வெளிக்கிப் போற பேசன்வ, சிமிண்டு பைப்புவ. ஆடுனா பயமான்னா கேட்டிய?”

சிரித்தபடியே கையில் வைத்திருந்த வெறும் சொக்கை மோயிசிடம் கொடுத்தார் கிலுக்கு.

“தோணி வெரசலா ஆடுனா பிரச்சனயில்ல. மெதுவாத்தாம் ஆடக் கூடாது.”

“இரும்புச் சாமான்வ யாருக்குப் போவுது?”

“நம்ம கணேச நாடானுக்கு. திண்டுகல்லு அங்குலாஸ் போயிலக்கி போட கசகசா, கருவாப்பட்ட இந்த மாரி

சரக்குவளும் போவுது. ஆனா அதுவ ரண்டு மூணு மூட கூடத் தேறாது.”

“அங்குலாஸ்காரங்க இங்க எங்க வந்தாங்க?”

“அவுங்கள்வ இங்க வரயில்ல. ஆனா நம்ம முத்துலிங்க நாடார் கட ஏற்பாட்டுல சரக்கு இங்கயிருந்து கொற்க போயி அப்புடியே திண்டுக்கல் போவுது.”

“நாடாக்கமாறு பரவாயில்லிய. ஆனாலும் கிலுக் கண்ணம் வெறுந் தோணியாப் போறது நட்டமில்ல ...!”

“எய்யா மலையாள நடயப் பொறுத்தவர எங்களுக்கு கொற்கையில உப்பு ஏத்தி மல்பேயிலயோ, காலிகட்டுலயோ ஏறக்கிற்று அங்கயிருந்து மண்ணெடுத்தா பம்பாயில எறக்குவோம். ஓடு எடுத்தா ஜாம்நகரு, பாவ்நகரு, வேராவல் போவோம். பம்பாயில இருந்து குஜராத்துக்கு சில்லறச் சாமாங்கதாம் அம்புடும். ஆனா வேராவல்லுல இருந்து இப்ப பம்பாய்க்கி கொண்டந்தமாரி சுண்ணாம்புக் கல்லு கெடைக்கும். கொற்கையிலயிருந்து கெளம்பும்போது மஸ்கட் போயிறுலாமுன்னு வந்தம். ஏசன்டு சரக்கில்லயின்னுட்டாம்.

“...”

“சித்தரக்கிப் பொறவு இந்தக் கடல்ல என்ன நடக்குமுன்னு யாராலையுஞ் சொல்ல முடியாது. நமக்கு இப்ப உத்தரவு தந்ததே பெரிய விசயம்.”

“என்ன கிலுக்கண்ணம், பயங்காட்டுறிய.”

“அப்புடியில்ல தம்பி, அதிகாரிமாரே சித்திரக்கிப் பொறவு தோணியள அனுமதிக்க மாட்டான்வ. கழிஞ்ச வருசம் நம்ம சாதித் தலைவனார் தோணிய ரண்டும் இங்கயே மாட்டிகிட்டுல்ல. இப்ப நமக்குக்கூட தோணியில சரக்குவ இல்ல. கொஞ்ச நஞ்சம் கெடக்கிறதும் இரும்புச் சாமான்வ தாம். தோணி மேல வந்து பாத்திற்றுத்தாம் வுட்டான்வ.”

“அய்ய சாந்தலேனா நின்னுச்ச...”

கிலுக்கு அணியத்தைப் பார்க்க நின்றிருக்க அவரோடு பேசியபடியிருந்த தமியான் கர்டோசா சொன்னார்:

“பின்னால பாத்தியளா.”

திரும்பி பின்புறம் பார்த்த கிலுக்கு சொன்னார்.

“ரண்டு தோணி ஓடியருது என்ன? ரண்டுமே பாண்டியபதி தோணிய.”

"எப்புடி கண்டுபுடிச்சிய?"

பக்கத்தில் வந்து கோஸ் மரத்து மறுக்குக் கயிற்றைப் பிடித்தபடி வேடிக்கை பார்த்த மோயிஸ் சொன்னான்:

"பாண்டியபதி மீன் கொடி பறக்குதே."

"பாண்டியபதி கொடியப் பாத்தாலே ஒரு தெம்பு வந்திருது."

"இந்தக் கொடியக் கண்டாலே இந்தப் பக்கங்கள்ல உள்ள கடக் கொள்ளைக்காரன்வ கிட்ட வர மாட்டான்வ."

முகத்தில் அருளில்லாமல் நின்றிருந்தார் தமியான் கர்டோசா.

"அப்புடியென்ன பெருசா பண்ணிற்றாருங்கிறிய."

"முத்துச்சிலாவமின்னா லேசா ..." என்றார் கிலுக்கு

இலங்கை மன்னாரிலிருந்து இந்தப் பக்கம் குளச்சல் திருவனந்தபுரம் வரையிலான பரந்த முத்துப்படுகையில் எங்கு எந்த வகையான சிப்பிகள் வரும், அவை குறிப்பிட்ட காலத்தில் எங்கு இடப் பெயர்ச்சி செய்யும் என்பது பரதவக் குழியாட்களுக்கு அத்துப்படி. சிப்பிகள் தங்கும் பாற்கடலை எப்படிச் சென்று அடையவதென்பதற்கான வரைபடம் பாண்டியபதி அரண்மனையில் ராஜ விசுவாசத்தோடு பாதுகாக்கப்படுகிறதாகச் சொல்கிறார்கள். வெள்ளைக்கார அரசாங்கம் என்னென்னவோ செய்து பார்த்தது. ஆனாலும் முத்துச் சிலாவத்தை மட்டும் நடத்த முடியவில்லை. வெள்ளைக்கார அரசாங்கத்தால் ஏற்பாடு பண்ணப்பட்டு அனுப்பப்பட்ட மாற்றுக் குழியாட்கள் சங்குகளைத்தான் பார்த்துவிட்டு வந்தார்களேயல்லாது எவர் கண்ணிலும் முத்துச் சிப்பிகள் தட்டுப்படவேயில்லை.

"இன்னும் பாருங்க இந்த முத்துச் சிலாபம் பாண்டியபதி மகுடமேறுனாத்தாம் நடக்கும், இல்லியா இல்ல."

உணர்ச்சிவசப்பட்டுப் பேசிய கிலுக்கு பெருமூச்செடுத்து வானத்தில் ஊதினார். இருவரிடமும் பேச்சில்லாமலிருந்தது. மௌனத்தைத் தவிர்க்க தமியானே பேச்சை மாற்றினார்.

"நீங்க சொல்லுறதைப் பாத்தா வெத்து தோணியா வாரது நல்லதா!"

"எடுக்குற பொசலுக்கு வெறுந்தோணி சரக்கோடவுள்ள தோணியின்னு வித்தியாசமில்ல. கட கொந்தளிக்க ஆரம்பிச்

சிற்றா அலைய பெருசு பெருசா வரும். அப்ப தோணி சிக்கார சரக்கு இருந்தா தோணி தண்ணியோட தண்ணியா வரும்."

"புரியிது புரியிது முங்ககுறதுக்கு வாய்ப்பு அதியமிங்குறிய."

"அதாம் ஜெட்டிசம் பண்ணி சரக்க கடல்ல தள்ளிறுவோம். வெறுந்தோணியும் பிரச்சனதாம். பாய் வச்சி ஓட முடியாது. தண்ணியோட தண்ணியா வந்தா கடலுக்கு பயம். எவ்வி மேல வந்திற்றா காத்துக்கு பயம்."

தண்டலோடு பேசிக்கொண்டிருந்த தமியான் தன்னை அறியாமல் டாவாப்பக்கம் வந்தவர், போடுதையில் கை வைத்துக் கடலைப் பார்த்தவர் பெருமூச்செடுத்துக் காற்றை உள் வாங்கினார். நெருங்கி வந்த கிலுக்கு கேட்டார்:

"என்ன தம்பி யோசிக்கிறிய."

"இல்ல கரையில இருந்துகிட்டு சரக்கு ஏத்திவுட்டுட்டு எறக்கியாச்சான்னு கேக்குறோம். ஆனா ஏத்துறதுக்கும் எறக்குறதுக்கும் எடையில எத்தன போராட்டம்."

"எதுலய்யா கஷ்டம் இல்ல. எல்லாம் கஷ்டந்தாம். எங்களுக்கு உப்பேறி ஒடம்பெல்லாம் ஒறத்துப்போச்சி. வூட்டுல பொண்டாட்டி புள்ளயள வுட்டுற்று... அதுவள நெனச்சி நாங்க அழ, எங்கள நெனச்சி அதுவ அழாமலா இருக்கும். அதுலயும் புதுசா கலியாணம் முடிஞ்சி வாறான்வ பாருங்க..."

"சரி பொறவு எப்பந்தாம் இந்தப் பக்கம் வருவிய?"

"இந்தப் பக்கங்கள்ல நரியல் பூர்ணிமான்னு ஒரு திருழா கொண்டாடுவான்வ. பொரட்டாசி மாசத்துப் பக்கம் வரும். மழ, காத்து பொசல்வ ஓஞ்சிறும். கடலுக்குப் பூச போட்டு தேங்காயளக் கடல்ல எறிவான்வ."

"யாரு?"

"இந்தப் பக்கங்கள்ல இருக்க கோலிமாரு எல்லாம் நம்மளமாரி சனங்கதாம். ஆம்புளய சாரத்த மடிச்சிப் பின்னால குண்டி தெரியிறமாரி கெட்டியிருப்பான்வ. பொம்புளைய சேலகெட்டி தாடு பாச்சிறுப்பாள்வ."

"எல்லாருமே நம்மளமாரி வேதந்தாம் என்ன?"

"அப்புடிச் சொல்லிற முடியாது இந்தாவும் இருக்காங்க. அதுவதாம் தெருவுல வந்து கொடிபுடிச்சி அடிவாங்குதுவ."

பம்பாய்த் துறையில் பூர்வீகக் குடிகள் இந்தக் கோலி இனத்து மீனவர்கள். உடையும் பேசும் மொழியும் வித்தியாசமே தவிர நடை, பாவனை, பழக்க வழக்கங்கள் எல்லாம் பரதவர்களைப் போலவே. வருண பகவானைக் குலதெய்வமாக வணங்குகிறார்கள்.

"எய்யா, தேரத்தோட போயி சாப்புட்டுட்டுப் படுங்க. முடிஞ்சா ராச் செவத்துக்கு இருந்திற்றுப் போங்க. ஆமா ஒரு செய்தி ஒண்ணு காத்து வாக்குல வந்திச்ச நெசமா?"

"என்ன செய்தி?"

"அண்ணனுக்கு ரிபேரோ வூட்டுல சம்பந்தம் முடிஞ்சி கெடக்குன்னாவ..."

"அண்ணம் இப்ப வேண்டாமுங்குறாம். அவுகதாம் நெருக்குறாங்க. வீட்டுல சாமியாரும் மோதிரமாவது மாத்திப் போட்டுறுவமிங்குறாறு. சரி இதெல்லாம் ஒங்களுக்கு...!"

"கடக்கறையில, பாலத்துல பொறவு என்ன பேச்சி. முன்னால பாண்டியபதி, பேயலசு கதய ஓடும். இப்பயெல்லாம் மேசைக்காரவுக வூட்டுக் கதயதாம். சாப்புட்டுட்டு சீக்கிரம் படுங்க, தேரம் பிந்தப் பிந்த தோணி கடலால ஆடும். பொறவு தூக்கம் வராது" என்றார் கிலுக்கு தண்டல்.

"..."

"வெறுந்தோணியா இருக்கதுனால கொஞ்சம் கெலிச்சி உருட்டும். வெள்ளத்துக்கு ஏறிப் பாயும், பயப்புடாதைங்க என்ன?"

"இப்ப நல்ல சீராத்தான ஓடுது."

"இப்ப நல்ல சீரான சாய்ச்ச போர் பொறக்காத்துதாம். அத்தன பாயயும் விரிச்சி வச்சிறுக்கம். சாமந்தப்ப... ரத்னகிரிப் பக்கம் போயிறும். ரத்னகிரியும் நம்ம கன்னியாமரி மொன மாரிதாம். வில்லங்கமான எடம். காத்துங் கடலும் வெரண்டு கிட்டு வரும். தோணி வெறுந்தோணியா வேற இருக்கா எப்புடியும் உருண்டு பெறண்டு, ஏறிச்சாடித்தாம் போவும். நீங்க ஒங்க பாட்டுக்கு படுத்துக்கிறுங்க என்ன...?"

கையில் வைத்திருந்த ஒரு தடையைக் கொடுத்தார் கிலுக்கு தண்டல்.

"என்ன இது?"

“தடையில கொஞ்சம் நார்தங்கா ஊறுகா இருக்கி. தோணி ஏறிச்சாடிகிட்டு வரும்போது ஒரு வேள முழிப்பு வந்து கொடலப் பொரட்டிகிட்டு வந்தா, இந்த ஊறுகாய வாய்க்கிள வச்சி அதக்கிக்கிறுங்க என்ன.”

“நீங்க சொல்லுறதப் பாத்தா ...”

“அதெல்லாம் பயங்கெடையாது. அப்புடியே ஒரு பிரச்சினயின்னாலும் ஒங்கள வுட்டுட்டா போயிறுவோம். பயப்புடாம போயி தூங்குங்க.”

“சரி.”

குறுக்கு மறுக்காக வழிமறித்த கயிறுகளைக் கடத்தி விட்டபடியே அணியத்துப் பக்கம் போய் வலது காலைத் தூக்கி ஜீப் மரத்தில் வைத்தபடி கடலையே பார்த்திருந்தார் தமியான் கர்டோசா. காற்றில் தோணி கடலைக் கிழித்தோடும் சத்தத்தில் மெய்ம்மறந்திருந்தார். இரவு ஏறி வானில் நட்சத்திரங்கள் பூத்திருந்தன. நல்ல பால் நிலா ஒளி. கடல் நீர் பளபளவென வெள்ளியாய் மின்னியது. காது மடல் களைக் கிழித்துச் சென்ற காற்றில், தோணி கடலைக் கிழித் தோடியது. சோர்வு மேலிட தூங்கலாமென சப்பைத் தட்டை நோக்கி நடந்தார்.

16

1922

மேலதளத்தில் நடந்த ராச் செபத்திலோ பின் உண்ட சாப்பாட்டிலோ ஏனோ மனம் செல்லவில்லை. தனியாக வேறு படுத்திருந்ததால் மனம் கிலேசம் பூண்டு கிடந்தது. சேசுநாதர் ஜெத்சமணித் தோட்டத்தில் ரத்த வியர்வை வியர்த்தாரோ இல்லையோ மேலே ராச்செபத்தில் துக்க தேவ ரகசியத்தை சொல்லித் தியானிக்கும்போது தமியான் கர்டோ சாவுக்கு வியர்த்து ஊற்றியிருந்தது. திடீரென்று படுக்கையிலிருந்து எழுந்தவர், கிலுக்கு தண்டல் கொடுத்திருந்த ஊறுகாய் பொட்டணத்தைச் சட்டைப் பைக்குள் இருந்து எடுத்துக் கையில் வைத்தவாறு வெகுநேரம் பார்த்திருந்தார். இதழ்களில் இளநகை அரும்பத் திரும்பவும் கால் நீட்டிப் படுத்தார். வாயிலூறிய எச்சிலை விழுங்கினார்.

'உசுரக் குடுத்து காப்பாத்துவான்வளாம். தப்ப நம்ம பேருல வச்சிற்று அவுங்கள்வ என்ன சொல்ல... ஒரு நாள் ஓட்டுலயே கதி கலங்கிப் போயிறுத. காலம் பூராவும் இதே கதியின்னு கெடக்குறான்வள. குஜராத்துக்காரிய கெட்டிற்று கொற்கைக்கிக் கூட்டிற்று வந்தா காறித் துப்பிற மாட்டான்வ. உசுர வுட்ட பொறவு தோணில ஒத்தக்கி நா என்ன பண்ணுவம். பேசாம அவளோடயே இருந்திருக்குலாமோ... ரிபேரோவுக்கு நம்மள பாத்தா ஆள் மாறித் தெரியில. அவ தாய் தகப்பனுக்கு தெரிஞ்சா சம்மதிப்பாங்களோ என்னமோ. கோகலே... பிபின் சந்திர பால்... தெலகருக்கு நல்ல மரியாத இருக்க... சிவாஜி

மகராசாவோட கப்பப் படத்தளபதி... மனசுக்குள கெடக்கு சடாருன்னு நெனப்பு வர மாட்டங்குத. சுதந்திரம் எங்கள் பிறப்புரிமை அதை அடைந்தே... தோணிய ஒழுங்கா கொண்டு போயி சேப்பான்வளா. ஒண்ணுல்லாட்டி ஒண்ணு ஆயி. நம்மளே இல்லாம போயிறுவம். பொறவு எதுக்கு சின்னய்யாவுக்கு பயம்... பாம்பே எங்கயிருக்கு கொற்க எங்கயிருக்கு, இங்கயிருக்க பெரிய ஆள்க்களையும் அண்ணம், தெரிஞ்சி வச்சிருக்கான... தொட இடுக்குக்குள இருக்குற பத்துக்கு மருந்து கொற்க போயிதாம் போடணும். என்ன அரிப்பெடுக்கு... இப்பமே இவ்வளவு கஷ்டமாயிருக்க அந்தக் காலத்துல முத்துவளக் கொண்டுவந்து வித்திற்று எப்புடித்தாம் போயி சேந்தான்வளோ... படித்தொறயில தோணியில ஏறும் போது கால் தடுக்கி வுழுந்து மண்ட பொளக்கப்பாத்திச்ச. அந்த மனுசம் பேரு ஞாபகம் வரமாட்டயிங்குத... அண்ணங்கிட்ட கேட்டா படாருன்னு சொல்லுவாம். எகுறுன வேகத்துக்கு மறு கால தோணியில வைக்காம இருந்திருந்தா... ஒரு வேள வரண்டாமின்னு தடுத்திச்சோ... வாரேல் என்பது போல் மறித்துக் கை காட்ட. ராகவாச்சாரி பாட்டுத்தாம் படிப்பாம். தமிழ் வாத்தியானாம் இங்கிலீசுல பேசுறாம். மாசில் வீணையும் மாலை மதியமும், வீசு தென்றலும் வீங்கிள வேனிலும், மூசு வண்டறைப் பொய்கையும்... புது எடமாயிருக்கதுனால தூக்கம் வருலயோ... அந்த பேரு... காஞ்சி... கனோஜி ஆங்கரே. வளைஞ்ச வாளுவ வச்சிறுப்பான்வளாம. அண்ணம் காங்கிரசு அது இதுன்னு சொத்த நாசமாக்கி போட்டாமுன்னா. பாண்டியபதி கொடியக் கண்டா பயந்துருவான்வளாம்.'

மேலே சட சடவெனச் சத்தம் கேட்டது. தோணி எங்கோ ஏறி விழுந்தது போலிருந்தது. திரும்பவும் அதே போல் ஏறி விழுவது தெரிந்தது. பாய் தலையணையோடு எகிறிப் பக்கவாட்டில் விழுந்தார் தமியான். சுடுதானிலிருந்து சட்டிப்பானைக்களோடு தண்ணீர் வைத்திருந்த மரப் பீப்பாய்களும் சேர்ந்து உருண்டன. சுடுதான் பையன் மோயிஸ் எகிறிக் குதித்து உள்ளே ஓடி வந்தான்.

“எண்ணம் காத்து வுழுந்து வாரத பாத்தா சரியாத் தெரியில” என்றான் மோயிஸ்.

பதறி எழும்பியவரால் நிற்க முடியவில்லை. பக்கவாட்டுப் பலகைகளைப் பிடித்தபடி தடுமாறி நடக்க முயன்றார்.

“எதுக்கும் மேல வந்திருங்கண்ணம்.”

கடலிரைச்சலினூடே காணாவிலிருந்து சேசய்யா கத்துவது கேட்டது.

“எல, அணியத்துல யாரங்க... கண்ண சதியா வச்சி பாத்துகிற்று வாரியா? மாரியா வாரத பாத்து சொல்லாம சொப்பனத்துல இருக்கியாக்கும். பாத்து ஒழுங்கா சொன்னியானா காணாவ திருப்பி குடுப்பமில்ல...”

“இப்பந்தாம் ரத்னகிரி வெளக்கு வெட்டுன மாறி யிருந்திச்சி” என்றான் சூசமுத்து.

“அப்ப இன்னுஞ் செத்த நேரத்துல மால்போ வந்திருமிங்கிறியா” என்றான் பவுல்.

“கழுதக்கி பொறந்த கழுதப் பயல்வளா... கண்ண, எவ கவுட்டுக்குள்ளயாவது வச்சிகிற்று அலைய வேண்டியது. மல்பேயாம் மல்பே... எம்பார்வைக்கி தோணி கெடந்த எடத்த வுட்டு நவண்டுபோன மாறி தெரியில” என்றார் தண்டல் கிலுக்கு.

அமைதியைக் கிழித்தபடி சூறாவளிக் காற்று பேயாய் வந்து விழுந்தது. கடலுக்குள் செங்குத்தாய் மின்னல் இறங்கியது தெரிந்தது. டம டமவென பேயிடிச் சத்தம். பாய்மரத்தில் சடசடவெனத் திரும்பவும் சத்தம். மேல் தளத்தில் நின்றிருந்தவர்கள் பதறிப் பதறித் திரும்பினார்கள். மேலே பெரிய மரத்துத் தைசா முறிந்து ஆஞ்சானோடு தளத்தில் பொத்தடீரென விழுந்தது. பாய் கிழிந்து பட படவென அடித்தபடி மேல் நோக்கிப் பறந்தது. பருவானோடு கொருத்திருந்த லேக்கி கயிறும் உருவி, தளத்தில் அங்குமிங்கும் ஆடியது.

“எல அந்த லேக்கிய புடிச்சி மரத்தோட கெட்டுங்கல. ஒடம்பெல்லாம் நனைஞ்சி போயிருக்கதுக்கு சுண்டிகிட்டு அடிச்சிச்சின்னா... புடிச்சி கெட்டுங்கல...” தண்டல் கத்தினார்.

இதற்குள் கீழே படுத்திருந்த பின் சாமத்துக்காரர்களும் மேலே வந்துவிட, தன் மரத்துப் பக்கம் வருவதா, கோஸ் மரத்துப் பக்கமே அண்டுவதா என்று புரியாமல் கைபிசைந்து நின்றார்கள்.

“தமியன எங்க ...?”

சுழற்றிச் சுழற்றிறயடித்த காற்றில் தளத்தில் காற்றுக்குக் கவ்விய பலகைகள் கட கட வென கழன்று காற்றில் கடுகிப் பறந்தன. எங்கும் இருட்டுக்கசம். மலை போல் உயர்ந்து வந்த மாசாவுக்கு ஏறி விழுந்ததில் தோணி கெலித்துக் கிறங்கி கடலுக்குள் பூந்து மீண்டும் எழுந்து மிதந்தோடியது.

“எல தாமான எழக்காத... தாமான எழக்காத... புடி இழுத்து... பருவாங் கடலால பிரியும்... புடி”.

“...”

“எய்யா மூராவயும் வலுவாப் புடிச்சிக்கிருங்க.”

மழை. கொடுந்துளி மழை. கும்மிருட்டுக் கசம். அங்கு மிங்கும் பதறி ஓடியதில் ஒருவர் மேல் ஒருவர் மோதி விழுந்தார்கள்.

“எல இந்த இருட்டுக் கசத்துல தாமாம் எது மூரா எதுன்னு எங்கல தெரியிது.”

அமைந்தது போலிருந்த வேளையில் திடீரென காற்று மாறி மாறி விழுந்து தோணி திரும்பவும் கிறங்கிக் கெலித்தோடியது.

“அய்யய்யோ மூராவ எழக்காதைங்க... புடிங்கல மூரா கைய வுட்டுப் போவப் போவ கோமுட்டி இங்க வரும், பொறவு தைசா கடலால பிரியும். இந்தக் கோஸ் மரத்துப் பாயும் கிழிஞ்சி போயிற்றுன்னா... இங்கனயே உசுர வுட்டுற வேண்டியதாம்.” என்றார் தண்டல்.

“அவுரச் சும்ம இருக்கச் சொல்லுங்கல. இங்க ஒரு மண்ணுந் தெரியில. இந்த எழவுல மூராவப் புடி. கோமுட்டியப் புடி, குண்ணய புடியின்னா...”

சுழற்றியடித்த காற்றில் கோஸ் மரத்தைக் கூச்சக் குழியிலிருந்து பிடுங்கி எறிந்துவிடுவது போலிருந்தது. தன்மரம் தனியே ஆடுகிறதா, தோணியோடு சேர்ந்து ஆடுகிறதா, எதுவுமே புரியவில்லை.

“சோழக்காத்துதாம்... காணாக்காரன மட்டும் என்ன ஆனாலும் புடிய வுடக் கூடாதின்னு சொல்லுங்கல...”

ஒரு மாசாவுக்கு ஏறிப் பாய்ந்து, இறங்கி எழும்பி நிமிர்வதற்குள் மறு மாசா வந்து, மறு மாசாவும் வந்ததில் தோணி திரும்பவும் கடலோடு கடலாய் அமிழ்ந்து அமிழ்ந்து எழுந்தது.

“தேவ தாயே ...” என்ற ஓலம் காற்றையும் கடலிரைச் சலையும் மீறி எங்கும் வியாபித்திருந்தது.

“சந்தனமாரி தாயி ஒனக்கு வெள்ளியல தோணி செய்து வைக்கிறந்தாயி...” என்று தண்டல் கூப்பாடு வைக்க,

“தாயி ஒனக்கு வெள்ளியென்ன தங்கத்துலே வைக்கிறோம். உசுரோட கரசேத்திரம்மா” என்று குரல் நடுங்கச் சொன்னார் தமியான். குரல் வந்த திசை நோக்கித் திரும்பினார் கிலுக்கு. வாய் மட்டும் முணுமுணுத்தது.

“அப்பாடா... மனுசம் உசுரோடதாம் இருக்காம். போட்ட போடுக்கு தண்ணிக்கிள வுழாம தப்பிச்சார.”

காற்று சிறிது நிதானிப்பதாய்த் தெரிய முன்னால் பாய்ந்து வந்த கிலுக்கு தளத்தில் ஆடிக்கொண்டிருந்த ஆஞ்சானை எடுத்துப் பிடிக்க, தோணி கெலித்ததில் பக்க வாட்டில் போய்ப் பொத்தென விழுந்தார். பக்கத்தில் வந்தவர்களைத் தடுத்த கிலுக்கு சொன்னார்:

“எய்யா இந்தக் கயித்த எப்புடியாவது கோஸ் மரத்தயும் பெரிய மரத்தையும் சுத்திக் கெட்டிரணும்.”

அதற்குள் சீறிப் பாய்ந்து வந்த அலையொன்று தளத்தி லிருந்த சாமான்களையும் கயிறு பலகைகளையும் அரித்துக் கொண்டோடியது. தளத்தில் கால் பாவி நிற்க முடியாத பேயாட்டம். இருட்டு... கும்மிருட்டு... ஓலம்... கடலோலம். தொண்டை கிழியக் கத்தினாலும் அதையெல்லாம் மீறி நின்றது ஊழியின் உக்கிர தாண்டவம். கோஸ் மரத்தோடு சாய்ந்து நின்ற கிலுக்கின் முகத்தில் சிந்தனை ரேகைகள்.

‘ஆமு... காலங்காலமா கும்புட்ட அவளவுட்டுட்டு என்னென்னமோ செய்யிறோம். சந்தானமாரி எங்கள எப்புடியாவது கர சேத்திரம்மா. கடல்ல கெடக்கும்போது மட்டும் சந்தனமாரி, கரைய வந்திற்றா மரிய மாதாவா. ஒன்னய ஒஞ்சன்னிதியில நா வந்து பாக்குறம். ஒனக்கு கொட எடுக்குறம். ஒனக்கு நா வெளக்கு போடுறம்...’

சிறிது நேரத்திலேயே சுதாகரித்த தண்டல் கேட்டார்.

“எய்யா எல்லாரும் இருக்கியளா...? அவரு... தமியாம், மொதலாளிக்கி சொக்காரரு... எங்கய்யா?” பக்கத்திலிருந்தே பதில் குரல் வந்தது.

“நீங்க தந்த கயித்த நாந்தாம் வச்சிருக்கம்” என்றார் தமியான் கர்டோசா.

“எய்யா புடிங்க... இந்த கயித்த மள மளயின்னு கோஸ் மரத்தையும் பெரிய மரத்தையுஞ் சுத்திக் கெட்டுங்க. கெட்டிற்று எல்லாரும் இந்தக் கயித்துக்குள்ள வந்து நில்லுங்க”.

“சொந்தக்கால் பெலத்துல நிக்க முடியாது.”

படீரென மேலிருந்து வந்த சத்தத்தில் அத்தனை பேரும் உறைந்து போனார்கள். அடுத்த நிமிடத்தில் இன்னும் உயிரேடிருப்பதே வியப்பாயிருந்தது.

“மாசாவுக்கு ஏறி வுழுந்தத பாத்தா ஜீப்பு மரம் முறிஞ்சிறுக்கும் போல...” கத்தினான் பவுல்.

“எவனோ துப்புக் கெட்டவந் தோணியில இருக்காம்... எவ தூமயக் குடிச்சிற்று வந்து ஏறித் தொலச்சான்வளோன்னு தெரியிலய.”

தண்டல் சொல்லி வாயை மூடுவதற்குள் வந்த பேயலை யொன்றிற்குள் தோணி பாய்ந்தது. ‘மாதாவே’ என்று கத்தியபடி கோஸ் மரத்துக்கும் தன் மரத்துக்குமிடையே கட்டியிருந்த கயிற்றைப் பிடித்தபடி நின்றிருந்தார்கள். அந்தரத்தில் தூக்கி எறியப்பட்டது போலிருந்தது. அடுத்த நொடியில் பளேரென சத்தம். எங்கும் வெள்ளை வெளேரெனத் தெரிகிறது. தோணி அசைகிறதா, மூழ்குகிறதா எதுவுமே புரியவில்லை. கொடுந்துளி மழை, கொடுமழையாகி ‘சோ’ வெனக் கொட்டியது. கயிற்றைப் பற்றியபடி நின்றிருந்தவர்கள் கை, கால் படபடக்கக் கீழ் நாடி மேல் நாடியோடு அடித்துக் கிடுகிடுத்தது. சோழவாக்கில் உயரத்தில் வெளிச்சம் வெட்டியது. யாரிடமும் பேசும் சக்தியில்லை. அங்கங்கே கிடைத்த இடத்தில் சரிந்து சாய்ந்திருந்தார்கள். நீவாட்டு வாக்கில் வழிந்தது தோணி. சமாளித்து எழும்பிய தண்டல் கிலுக்கு, பவுலையும் சேசையாவையும் எழுப்பினார். மீதமிருந்த பாய்களின் துணையோடு தோணியை ரத்னகிரி மலையோடு அணையவிட்டார்கள். முப்புறமும் நங்கூரம் தள்ளி முடிய கிழக்கு வெளுக்க ஆரம்பித்தது.

“சூசமுத்து, கீழ தோணிக்கிள சத்தம் வார மாரி இருக்க அந்த பால்க்கா வழிய எட்டிப் பாரு.”

திறந்து கிடந்த பால்க்கா வழியாக எட்டிப் பார்த்த சூசமுத்தின் முகத்தில் ஈயாடவில்லை.

“எல என்ன பேயறைஞ்ச மாறியிருக்கிய என்ன?”

கைகளை அசைத்து கிலுக்கை அருகே அழைத்தான். தண்டலும், சேசைய்யாவும் சூசமுத்து பக்கத்தில் வந்து எட்டிப் பார்தார்கள்.

“அதான பாத்தம், தோணி அமுங்குனாக்குல வருதயின்னு...”

“அரத்தோணிக்கி தண்ணி இருக்குமின்னு நெனக்கிறம். வாங்குன அடியில வங்குவ விரிஞ்சிற்றோ?”

“சூசமுத்து எனக்கென்னமோ தண்ணி கீழயிருந்து வார மாறித் தெரியில... நாலைஞ்சி மாசாவுக்கும், கடலுக்கும் முங்கி நிமிந்திச்சில்ல அப்ப தெறந்து கெடந்த பால்கா வழியா கட உள்ள வந்திருக்கும்.”

“இப்புடி கடலுக்கும் மழக்கிம் முன்னால மாறி நடுவுல தொறப்பா கெடந்தா... என்னாயிருக்கும்?”

“இன்னேரம் நீஞ்சிகிற்றுதாம் இருக்கணும்.”

“அப்ப சள சளயின்னு சத்தம் எதுக்கு வருது... தண்ணி மட்டமும் ஏறுன மாரித் தெரியியலிய” என்றார் சேசையா.

சிறிது நேரம் மேலிருந்து பால்கா திறப்பு வழியாக உள்ளே கெட்டிக் கிடந்த தண்ணியையே பார்த்தவாறிருந்தார்கள்.

“மூத்தவர அங்க பாத்தியளா சீலா மாறியில தெரியிது!” என்றான் சூசமுத்து.

“என்னது, சீலாவா...” என்றவாறு குனிந்தார் தண்டல்.

“உசுரோட ஓடுதுவள.”

மூவரும் தோணிக்குள்ளே இறங்கி வந்தார்கள். நாலைந்து சீலா மீன்கள் இறந்து பலகையோடு ஒட்டி மிதந்தன.

“சேசையா தண்ணியில கால வைக்காத” என்றார் கிலுக்கு.

“பசியோட இருக்கிம். தண்ட சொல்லுறது சரிதாம்.”

“பாத்தா சீலாக்க நெறைய கெடக்குற மாறியிருக்க...”

“ஆமா... மாசாவுல அடிச்சி உள்ள கொண்டாந்திருக்கும்.”

“இது நல்ல தாவு கடம்பியள...?”

“கரயிலோடிதான வாரோம். எப்புடியும் எழுவது எம்பது பாவம் பாயும் ஆனா.... நம்மள கெடந்து தெறைஞ்ச எடத்துல ஒரு இருவது இருபத்தி அஞ்சி பாவந்தாம் பாயணும். அப்ப அதுக்கு ஏத்த மாறி மாசா வருமில்ல...”

“தண்ட சொல்லுமாக்குல ஒவ்வொரு மாசாவும் மல போலத்தான வந்திச்சி” என்றான் சூசமுத்து.

“நேத்து ராவுல நம்ம பொழைச்சது என்னமோ புது உசுரு தாம்.”

“மத்த லஸ்கர்வளையும் எழுப்பி மூணு பக்கத்துலயும் வேம்பாவுல தண்ணிய அடிக்கச் சொல்லு. பொழுது உச்சிக்கு வாரதுக்குள்ள ஒரு பொட்டுத் தண்ணியில்லாம வழிச்சி ஊத்திறணும்.”

மேலே தளத்திலிருந்து பவுல் அழைத்தான்.

“தண்டல மேல வரச் சொல்லுங்க.”

“எல என்னா...?”

“தமியாம் புள்ள தலைய அசைக்க முடியாம கெடக்குறாறு. பின் மண்டையில அடிபட்டிருக்கு போல... லேசா ரத்தம் வேற வார மாறியும் இருக்கு.”

மேலே வந்தார்கள். தண்டல் கிலுக்கு சொன்னார்:

“சேசய்யா, நானும் வாரம், ஒரு மச்சுவாவ எறக்கி இவர கொண்டு போவோம். மருந்து கிருந்து கெடைக்கி தான்னு பாப்போம். அப்புடியே பசிக்கி ஏதாச்சும் வாங்கிக்கிறுலாம்.”

பவுலும் சேசய்யாவும் மச்சுவாவை இறக்குவதற்காக போனார்கள்.

“பொசலுல இந்த மச்சுவா பொழைச்சது பெருசுதாம் என்ன?”

“தொளவயள காணும்...!”

“முறிஞ்சி கெடக்குற பலவயில ரண்டு பலவய எடு. தொளவக்கி எங்க போவயிங்குறம்.”

மச்சுவாவை ஒரு வழியாய் இறக்கி அதில் தமியான் கர்டோசாவையும் படுக்க வைத்தார்கள். தண்டலும், சேசய்யாவும் ஏறிக்கொள்ள மச்சுவா கரை நோக்கிக் கிளம்பியது.

“சேசியா, வரும் போது செத்த சாய போயி, நம்ம நூர்வாப்பா தோணி என்னாச்சின்னு பாத்திற்று வருலாம்.”

“பாவி மக்கா... அத இன்னும் இழுக்கயில்லியாக்கும்.” என்றார் சேசய்யா.

“மோடேறுன தோணிய இழுக்குறம், இழுக்குறமின்னு தான கெலச சாச்சா சொத்தயெல்லாம் எழந்தாரு... லொஞ்சி மாமம் தோமஸ் தண்ட இந்த தோணியில சம்பாதிச்சித்தாம் வூடு போட்டாம்.”

17

1922

தெற்கு ராஜ வீதியில் பல்டோனா கடை முன்னால் ஏகத்துக்குக் கூட்டம். தனித்தனிக் குழுக்களாய்ப் பிரிந்து நின்றிருந்தார்கள். அளத்துக்கு, தோணிப் பாலத்துக்கு, கரிக்களம், ரயிலடி என்று பல்வேறு வேலைகளுக்காகப் போகிறவர்களும் நின்றிருந்தார்கள். பெண்களின் தலைகளில் பனை ஓலையில் முடைந்த வட்டமான பெட்டிகள், பித்தளைத் தூக்குச் சட்டிகளில் மதியச் சாப்பாடு. இரவு வேலை செய்துவிட்டு வந்தவர் களுக்குக் கங்காணிமார் பணம் பட்டுவாடா பண்ணிய படியிருந்தார்கள். கரிக்களத்து வேலைக்குப் போகிறவர் களின் தலைக்கட்டுகளை எண்ணி அனுப்பியபடி யிருந்தார் மாரிமுத்து. களத்திலும் ரயிலடியிலும் கல் பொறுக்கும் வேலையை முதலாளியிடமிருந்து தனியாகப் பெற்றிருந்தார். அண்ணன் மகன் பிலிப்போடு கூட்டத்தை விலக்கியவாறு உள்ளே நுழைந்த லொஞ்சினை மறித்த மடுத்தீன் புரோக்கர் கேட்டார்:

"என்ன லொஞ்சினு காலயிலே இந்தப் பக்கம் தோணி, கீணி வைக்கப்போறியாக்கும்?"

"என்னண்ணம் பெருசு பெருசாப் பேசுறிய."

"பவுலு தோணி வைக்கப் போறானாம்... வச்சிப் பாத்தாத்தான தெரியும்."

"நல்லாயிருக்கட்டும்."

"மேசைக்காரன்வளே மண்ணக் கவ்வுறான்வ. சாதித் தலைவனாரு தோணி போற போக்கு தெரியுமுல்ல? தண்டலாயிருந்தா மட்டும் போதாது."

ஒரு புன்முறுவலோடு அவரைக் கடந்த லொஞ்சின் உடுத்தியிருந்த வேட்டி சட்டையை சரி செய்தவராய் அங்கு கணக்கு பிள்ளையாக வேலை பார்கரும் பெஞ்சமின் முன்னால் வந்து நின்றார். பெஞ்சமின் பாய்வா சிக்ஸ்த்தாம் படித்தவர். பல்டோனா கடையின் உயிர்நாடி அவர்தான்.

"என்ன பெஞ்சமின் அண்ணம் எப்புடி இருக்கிய?"

"வா லொஞ்சினு, ரெம்ப நாளாச்ச பாத்து... நட போவயில்லியாக்கும். என்ன இந்தப் பக்கம்... எல அங்க யாருல அளத்து கங்காணி மாரிமுத்தக் கூப்புடுங்கல."

"அய்யா கூப்புட்டியளாக்கும்" என்றவாறு முன்னால் வந்து குறுகி நின்றார் மாரிமுத்து.

"ஆமா, செய்னத்து வேல என்னக்கி வச்சிருக்கிய."

"எய்யா எந்த அளத்துல?"

"எல, நா எங்கருந்து ஆரம்பிக்க... ஒண்ணா ரண்டா, ஊர் பூதாவும் அளமா வாங்கிப்போட்டாச்சி... சொல்லுவியா..."

"நம்ம கவர்மென்ட்டு அளத்துல ஒழவு அடி நடக்கு, முள்ளக்காட்டுப் பக்கம் பொம்புளையள வுட்டு பாத்தி மிதி ஆரம்பிச்சாச்சி. அலங்காரத்தட்டுல மர அடி முடிஞ்சி தண்ணி வுட்டாச்சி. செல பாத்திய ஒரு இஞ்சி போல தண்ணி குடிச்சிப்புட்டு... அதாம் திரும்பாலயும் பாத்தி மிதிக்கி பொட்டச்சியள வுடனும்."

"..."

"அலங்காரத்தட்டுப் பக்கம் புதுசா எடுத்த எடத்த, பாட்டத்துக்கு எடுத்தவுக இன்னும் வேல ஆரம்பிக்கயில்ல."

"கரிக்களத்துல கல்பொறக்க நாப்பது பேர வச்சி வேல செய்யின்னா இருவது பேருகூட தேறலியாம், வேல வாங்கும்போது ஏத்த எறக்கமா பேசுங்க. வேலையில காட்டாதைங்க. இன்னும் பத்து நாளுல அந்தப் பக்கம் ஒரு பொட்டுக் கல்லு இருக்கக் கூடாது, கேட்டுக்கிறும். மீறிக் கெடந்திச்சி... வேற ஆளப் பாக்க வேண்டியதாம். மாரிமுத்து இன்னைக்கி ஒனக்கு பட்டுவாடா கெடையாது. நேத்து புடிச்ச நாலு தோணியளும் இன்னும் பாலத்துல கெடக்குங்குறான்வ. என்னன்னு எறக்குறியளோ தெரியில. மொதலாளிக்கு தெரிஞ்சிச்சி.... வேற வெனயே வேண்டாம். ஏல் தொரக்கண்ணு மொதலாளி அறயில நாற்காலியள தொடச்சாச்சா? சம்முகம் அந்த ரயில்வே பணம் ஐயாயிரத்த இம்பீரியல் பேங்குல போயி கெட்டிருங்கல. இன்னக்கி

செலவுக்கு மீதியிருக்குற ரண்டாயிரம் போதும் கேட்டியா? எய்யா, லொஞ்சினு கதய சொல்லு. சாயங்காலம் வாரவனுவள காயவுடுங்கல..."

தலையைச் சொறிந்துகொண்டு நின்றார் லொஞ்சின். பெஞ்சமின் இருந்த அவசரத்தில் அவரிடம் என்ன பேசுவதென்றே தெரியவில்லை.

"லொஞ்சினு இந்த எழவுடுப்பாம் வேலையில நிக்க, நடக்க, நிமுற முடியில பாத்துக்கய்யா."

"நாந்தாம் பாக்குறமில்ல, எப்புடித்தாம் சமாளிக்குறியளோ."

"சரியான சாப்பாடு கெடையாது, தூக்கம் கெடையாது. படுத்தாக் கூட கனவுல தோணி, கரிக்களம், உப்பளம், கூட்ஸ் வண்டி, குதுர லாயம் இதுவதாம் வருது. என்னமோ சொல்ல வந்திய, சொல்லு."

"எண்ணம், ரெம்ப வேலயா இருக்கிய. நா வேற வந்து ஒங்கள தொந்தரவு பண்ணுறம், வேணுமின்னா இன்னொரு நாள் வரட்டா?"

"நீ எப்ப வந்தாலும் என் தலயில விதிச்சது இதுதாம். ஏல மூதேவி அந்த 32ஆம் நம்பர் தோணி கோதும கொண்டரும்போது தண்ணி கோறிச்சின்னான்வள, தண்டல எங்கல? அத கரைய இழுத்திற்றியளா... அவஞ் சூனாவ கூப்புடுங்கல."

வாசலில் நின்றிருந்த சூனா, அவரைக் கூப்பிடுவதாக நினைத்து உள்ளே வந்தவர் "இழுத்து வைக்க எடம் எங்கயிருக்கு" என்று முனகியவாறே வெளியே நழுவினார்.

"கரைய நம்ம தோணியளே மூணு தோணிய கலப்பத்து பாக்க நிக்கிது. மூக்காண்டிப்புள்ள கோயிலு கொடை யின்னு போனவரு ஆள இன்னுங் காணும். அவரு மச்சினனும் அவங்கூட நாலைஞ்சியறுந்தாம் கலப்பத்தடிக்கிறானுவ. பக்கத்துல சிங்கராயரு தோணியளுக்கும் இதே நெலமதாம். அதாம் மேல இருக்க தோணியள முடிச்சிற்று பொறவு பாக்குலாம்."

"ஆமா மூக்காண்டிக்கு எத்தன ராத்தல் குந்திருக்கம் குடுத்திய. புன்ன எண்ணெ இருக்காயில்லியா?"

"அத அவருட்டதாம் கேக்கணும்."

"லொஞ்சினு, இங்க இப்படித்தாம் இருக்கும். நீ வந்த சங்கதியச் சொல்லு. ஆமா ஒம்மாமம் கொழும்பு நடதான

போறாம். எலேய், கரி எறக்குன சிங்கராயறு தோணியளுக்கு போன மாசக் கணக்கு முடிச்சாச்சா... பட்டுவாடா யாருல. மெதல்ல அத பண்ணுங்கல."

"..."

"பீரிஸ் கடக்கி ஒரு ஆள அனுப்பி போர்ட்டு ஆபீசரு கிளார்க்கு வூட்டுக்கு என்னமோ ஆப்பிரிகட்டு, கிஸ்முஸ், சீசு எல்லாம் கேட்டாராம், போயிற்றான்னு கேளுங்க. அந்த எழவெடுப்பாம் ரசீத அங்க அனுப்பித் தொலச்சிறாம."

"..."

"ஆமந்தொறயாம் கடையில கறிச்சாமம் கணக்க யாருல வாங்கப் போனா? போறவம் ஒழுங்கு மரியாதயா எல்லா எழவயும் கூட்டிக் கழிச்சி பாத்துக் கொண்டா. சும்ம மேம் போக்கா பாத்திற்று பொறவு எந்தலய உருட்டாதைங்கள்வ. கொழும்புத் தோணியில கணக்கு அதியமா வருது. அது என்னயின்னு கேளு. போன மாசம் பருப்புக் கப்ப, கரிக் சப்ப, கறிச்சாமாங் கணக்கும் வந்து சேரல."

"..."

"சொல்லு லொஞ்சினு."

"தெரியாதமாரி கேக்குறிய. கேழ்வ ஒங்களுக்குத்தான வருது."

"கொஞ்ச நாளா கேழ்வு கொறைஞ்ச மாறித் தெரியுது லொஞ்சி. அந்த மாறி தப்பு நடக்க வாய்ப்பு இல்லதாம். ஆனாலும் புரோக்கர் கூட தண்டல் தாம் பேசனும். அன்னக்கி என்னன்னா நமக்கு வுழ வேண்டிய வத்த மூடயள தல்மெய்தா தண்ட அல்போன்சு அடிச்சிற்றுப் போயிற்றானாம்."

"மடுத்தீன் புரோக்கரு ஞாயமான ஆளுல, எல்லாருக்கும் நெரத்தி செய்வார."

"கோஸ்டிங்குல தாம் மடுத்தீன். இதுல தண்டெடுத்தவம் பூதாவும் தண்டக்காரம்."

"ஓகோ... எதுத்தால பாத்தம்."

"அழுற புள்ளதான பால் குடிக்கும், இவன்வ சும்ம வந்தம் போனமின்னு இருந்தா என்னத்த வெளங்க."

"இது ஞாயமான பேச்சி. அதுக்கு வழியில்ல அண்ணம், மாமாதாம்... தோணிப்பாலத்துல கெட்டுனா பொறவு எங்க வந்து பாக்குறாறு. கரப்புடிச்ச வொடன ஓணாத் தெருப்பக்கம் பூட்டுக்கால் புடிச்சி ஓடுறாறு. நல்லா ஏத்திற்று பொறவுதாம்

வூட்டுப்பக்கமே போறாறாம். பிந்திகுட்டி பயணத்தண்ணிக்கி பாலத்துகிட்டே வாராறு. புரோக்கரு நீட்டுண எடத்துல போட் நோட்டுல கையெழுத்த போட்டுட்டு தோணியில ஏறி சப்பத்தட்டுல படுக்குறவருதாம், கொழும்பு கோட்டயில சங்கு சத்தங் கேட்ட பொறவுதாம் எழும்புவாறு."

"இங்கயும் தெப்பக்கொளத்துப் பக்கம் யாரோ கூத்தியாளோட சுத்துறாறுன்னாவள."

"அத ஏங் கேக்குறிய, நடயில்லியா... விடிஞ்சா அடைஞ்சா தெப்பக்கொளந்தாம்.''

"எல மொதலாளி வூட்டுல சின்னவரு பொண்டாட்டி மங்குஸ்தாம் பழங் கேட்டாவள யாருல போறா... இப்பந்தாம் செல்வம் விலாசுல பெட்டி வந்திருக்கும் நாடாருட்ட நாஞ்சொன்னமின்னு நல்ல பழமா எடுத்து அனுப்பச் சொல்லுங்கல. லொஞ்சி பாப்பாத்திய சகவாசம் ஆவாது, தரித்திரம்பான்வ."

"அத நீங்க நம்புறியளாக்கும். சும்ம நம்மள பயங் காட்டுறதுக்கு அப்புடிச் சொல்லி வச்சிருக்கான்வ. தரித்திரமின்னு சொன்னா பயந்துகிட்டு கிட்ட போவ மாட்டியயின்னு நெனக்கிறான்வ."

"..."

"அதவுடுங்க, அவருதாம் அப்புடியின்னா மாமியும், இந்த வயசுல யாரோ ஒரு நாடாரு லூக்காஸ் சர்ச்சி பாஸ்டராம்."

"நம்ம ஆசிர்வாதமா!"

"என்ன வாதமோ ..."

"நெசமாவா சொல்லுற, இந்தக் கண்றாவியள சொல்லாத... சாதி சனப் பேரயே கெடுத்திறுவாள்வ போல."

"சவம் மண்ணு திங்கிற ஒடம்பு..."

"மனுசந் திங்கெட்டுங்கிறியா, ஆமா வீட்டுல ஒரு வாலிபப்புள்ள இருக்கில்ல."

"தங்கமான புள்ள. நிமிந்துகூட பாக்காது. எப்புடித்தாம் இந்த கூதிவுள்ளயளுக்கு வந்து பொறந்திச்சோ தெரியில."

"பவுலு சவலனாவப் போறாமின்னாவ ..."

தோமாஸ் தண்டல் இளைய மகள் வீர்ஜித்தை பவுலுக்கு பேசி முடித்திருந்தார்கள். தனியாய் நின்றிருந்தான் பிலிப். அவர்கள் பேச்சில் அக்கறையில்லாமல் இருந்தாலும்

பல்டோனா கடையில் நடக்கும் மற்ற வேலைகளை சுவராசியமாகக் கவனித்தபடியிருந்தான்.

"சரி லொஞ்சி, வந்த விசயத்த வுட்டுட்டு வேற எதை எதையோ பேசிகிட்டு இருக்கோம்."

"இவம் எங்கண்ணம் பையம். ஏழு வர படிச்சிறுக்காம் பாத்துக்கிறுங்க, வீட்டுல சோத்துக்கு வழியில்ல. படிப்ப நிப்பாட்டியாச்சி. அதாம் கப்ப நடத் தோணியள்ல ஏதாவது வேல குடுங்கண்ணம்."

"பெஞ்சமின் அண்ணம்" என்றவாறு பொனிப்பாஸ் தண்டல் மகன் பீட்டர் உள்ளே வந்தான். கையில் பையொன்று வைத்திருந்தான். காலையில் வேலை முடிந்த 'லேடி வெலிங்டன்' கப்பல் கேப்டன் கொடுத்து அனுப்பியிருந்தான். பையில் இரண்டு பெரிய மது போத்தல்களும் சாக்லேட்களும் நாலைந்து கிராஃப்ட் சீஸ் டின்களும் கிடந்தன. பையிலிருந்து ஒரு மது போத்தலை முதலாளி அறையில் வைக்கச் சொன்ன பெஞ்சமின் மற்றதை வீட்டுக்குக் கொடுத்து அனுப்பினார்.

"ஓம் மாமம் தோமாசு எங்கிட்ட சொன்னாம் புள்ளய கெட்டி குடுத்திற்று அப்புடியே தோணி தண்ட லைசென்சயும் மாத்தி மருமொவனுக்கு குடுத்திருவமுன்னு."

"எம்புள்ளக்கி ரண்டு வயசாவப் போவுது."

"சொல்லுமாக்குல, ஒரு வேள மத்த கொமரு காரியத்தையும் முடிச்சிற்று மாத்துவாராயிருக்கும்... கப்ப நடத் தோணியள்ல, விடிய அஞ்சி மணிக்கி பாலத்துல கயித்த தட்டிருவான்வ. புல்தோட்டத்துல இருந்து இருட்டுக்குள்ள எப்புடி வருவாம். பண்ணிக் கூட்டத்துல கடிவாங்காம வந்தாச் சரிதாம். அந்தப்பக்கம் வெளக்குத் தூண்வ ஒண்ணுஞ் சரியா எரியாத, பேய் பிசாசு நடமாட்டம் வேற, சரி லொஞ்சி தேரமாவுது."

"ஆமுண்ணம், எனக்கும் நேரமாவுது."

"லொஞ்சி, பய சாப்புட்டானா, புள்ளவாள் கடயில இட்டிலியும் வடையும் வாங்கிற்று வரச் சொல்லட்டா?"

"வேண்டாண்ணம், அப்ப நா கௌம்புறம். பய வேலய மறந்திறாதைங்க."

"ஏய் இருப்பா, எல முத்து ஓடிப்போயி இட்டிலியும் வடையும் வாங்கிற்று வா. கட்டி சட்டினிய தனியாக் கெட்டிக் கொண்டா என்ன!"

பல்டோனா கடைப்பக்கம் முக்குத் திருப்பத்தில் சதாசிவத்தின் ஒன்றுவிட்ட அண்ணன், ராஜாமணிப்பிள்ளை உணவு விடுதி ரெம்பப் பிரபலம். பிள்ளை கல்லாவில் காசு வாங்குவதோடு காபியும் ஆத்துவார். காபின்னா அது பிள்ளைவாள் காபிதாம். அத்தனை பிரபலம். அவர் மனைவி உமையாள் இட்டிலி ஊத்துவதிலிருந்து வடை தட்டுவது என்று எல்லா வேலையையும் இழுத்துப் போட்டுக்கொண்டு செய்வாள். மல்லிகைப்பூப் போன்ற இட்டிலிக்காகவும் மணக்கும் சாம்பாருக்காகவும் எப்போதும் நல்ல கூட்டமிருக்கும். விடியற்காலம் நாலு மணிக்கே கடை திறந்துவிடுவதால் கப்பநடைத் தோணிக்குப் போகிறவர்கள், அளத்து மேட்டில் வேலை செய்பவர்கள் கரிக்களம் போகிறவர்கள் என்று எல்லோருமே பிள்ளைவாள் கடையில கை நனைக்காமல் போவதில்லை. பெரும்பாலும் வாரக் கணக்கு வைத்து சாப்பிடுவார்கள். பிள்ளைவாள் தீவர தேசபக்தர். நெற்றியில் பட்டையோடும் கழுத்தில் உத்திராட்சக் கொட்டயோடும் செம்பழுப்புக் கதர் வேட்டியை மடித்துக் கட்டியபடி படு சுறுசுறுப்பாய் இயங்குவார். வருசம் முன்னூத்தி அறுபத்தைந்து நாளும் கடை திறந்திருக்கும். .

"எய்யா நமக்கு..." என்று பயந்தவாறு பெஞ்சமினைப் பார்த்துக் கேட்டான் முத்து.

"ஒனக்கு நா இன்னொருதரஞ் சொல்லணுமாக்கும் ஓடுல. ஆமா லொஞ்சி, பய நிப்பானா... சரி மொதலாளி வார நேரமாச்சி. இன்னொரு நாள் காலயில வா."

பிள்ளைவாள் கடையிலிருந்து வந்த இட்லி, வடையை சாப்பிட்டு முடித்த பின் பிலிப்பை அழைத்துக்கொண்டு வெளியே வந்தார் லொஞ்சின். எவ்வளவோ கெஞ்சிக் கேட்டும் பிலிப் புல் தோட்டம் வர மறுத்து விட்டான்.

"ஆத்தாவையாவது வந்து ஒரு நட பாத்திற்றுப் போயம்யா."

"வேண்டாம் சித்தப்பா. மொதல்ல ஒரு வேலைக்கி சேந்துக்கிறுறம்."

கடற்கரைச் சாலையில் திரும்பி இருவரும் எதிர் எதிர்த் திசையில் நடந்தார்கள்.

18

1922

ரத்னகிரியில் தமியான் கர்டோசாவுக்கு முதலுதவி பெற்ற கையோடு சட்டி சாமான்களும் வாங்கிக் கொண்டு மச்சுவாவைத் தோணி இருந்த முந்தலை நோக்கி விட்டார்கள். சாலை வழியே போகச் சொல்லி எவ்வளவோ வற்புறுத்தியும், தமியான் கர்டோசா ஏற்பதாக இல்லை.

"சேசையா, நூர்வாப்பா தோணி எப்ப இதுல மாட்டிச்சி?" என்றார் கிலுக்கு.

"கழிஞ்ச மூணாம் வருசம்." அய்யா தண்டல்... நானுந் தோணியில இருந்தம். பம்பாயிலே போவக் கூடாதின்னு வெள்ளைக்கார ஆபீசர் சொன்னாம். நாங்க அவம் வூட்டுக்கு கெளம்ப கயித்த அவுத்து வுட்டுட்டு பாவச்சி வுட்டுற்றோம்."

"..."

"நேத்து கெடந்து சீரழிஞ்சமே அதமாரிதாம். அதவுட ஒரு சொல்லுக்கு கூடயின்னுதாஞ் சொல்லணும். பாயெல்லாம் கந்தலாக் கிழிஞ்சி பருவாமெல்லாம் கடலோட போயிற்று. கரநீவாடு பொறுத்து தோணி மளமளயின்னு வழிஞ்சி மோடேறிற்று. நல்ல காத்து. நல்ல காலத்துக்கு கொஞ்சம் வெலங்க புடிச்சில வந்தோம்."

"..."

"காணா முறிஞ்சி சுக்கான கையில புடிக்க முடியயில்ல. தோணி தம் போக்கில போச்சி."

"தோணியில சரக்கு இருந்திச்சாக்கும்."

"பூதாவும் தெப்பக்கொளம் கொடிவூட்டுக்காரருக்கு."

"சீனா தானாவா...!" என்றார் கிலுக்கு.

ஆமாண்ணம் பூதாவும் நவதானியங்க. கொழும்புக்குப் போவணுமின்னாவ. தோணி சிக்கார சரக்கு..."

"சரக்க என்ன பண்ணுனிய?"

"அம்புடையும் தண்ணிக்கிள ஜெட்டிசம் பண்ணியாச்சி. தோணி மோடேறுன வொடன தண்ட என்னயத்தாம் தண்ணிக்கிள எறங்கிப் பாக்கச் சொன்னாரு. எறங்குனா இடுப்பு வர தண்ணி. அப்புடியே எதுக்கும் பாதுகாப்பா இருக்கட்டுண்ணு ரண்டு நங்கூரத்த தள்ளிற்று தண்ணிக்கிள நடந்தே கரைய வந்தோம்."

"வெளிச்சம் எதும் இருந்திச்சா?"

"சரியான அண்டக் கசந்தாம். தண்ணிக்கி வெளிய ஒரு பர்லாங்கு போல நடந்திருப்பம். ஒரு குடுச தெரிஞ்சிச்சி... எல்லாருக்கும் நல்ல பசி."

"பேச்சுவ வெளங்காத...!"

"குடுசக்கிள ஒரு கெழவியும் ஒரு கோமப்புள்ளயும். நாங்கள்வ மழைக்கிள்ள நல்லா நனஞ்சி கருமுண்ட பிசாசு கணக்கா இருக்கோம். இத்தன பேரும் வாரத பாத்ததுவ பயந்து உள்ள போயிற்றுவ. எங்க அய்யா அவருக்குத் தெரிஞ்ச ஹிந்தியில 'துபான்... துபான்'ங்குறாறு."

"அவளுக்கு வெளங்குனாத்தான."

"வேற வழியில்லாம அங்கயே நின்னோம். கொஞ்ச நேரங் கழிச்சி அந்த கெழவியே வெளிய வந்து எட்டிப்பாத்தா. நாங்கள்வ அப்புடியே கெடச்ச எடத்துல குத்த வைக்கிறதுவ குத்த வைச்சிற்று தலைய சாய்க்கிறதுவ சாய்ச்சிகிற்று கெடந்தோம். அவளுக்கே மனசு கேக்காம கொஞ்ச நேரங் கழிச்சி அந்த கோமப்புள்ளயும் கூட்டிகிட்டு ஒரு பெரிய மண் பானையில கொதிக்க கொதிக்க கொண்டந்து வச்சா..."

"என்னது....?"

"நம்ம கேப்பங் கூழு. கருப்பட்டி போடயில்ல. உப்புத்தாம். தேவாமிர்தம் போல இருந்திச்சி."

"..."

“சூடு பறக்க எல்லாருங் குடிச்சோம்.”

பழைய இலக்கைத் தாண்டி வந்திருந்தார்கள். கிலுக்கு இலக்குகள் பிடிபடாமல் பரக்கப் பரக்க விழித்தார்.

“எண்ணம் தோணிய காணும” என்றார் சேசய்யா.

“நானும் கழிஞ்ச வருஷம் வரும்போது பாத்திருக்கம் அந்த வெள்ளத் தேரிக்கி சாய நிக்கிம். அதுல அஞ்சாறு குடுசய தெரியும். அதுவ இருக்க, கொத்தி வித்திற்றான்வளோ?”

“வேற வழியில்லாம வித்தாலும் வித்திருப்பான்வ.”

“அதுக்கு இத்தன நாளு எதுக்குய்யா பொறுக்கனும்.”

“அன்னக்கி ராத்திரி வந்தியள பொறவு ஒடனே தோணிக்கிப் போயிற்றியளோ.”

“விடிஞ்ச வொடன பாத்தா எங்களுக்கு பயங் குடுத்திற்றில்ல.”

“என்ன?”

“தோணியில இருந்து ஒரு பர்லாங் தாண்டி கட உள்ளயிருக்கு.”

“அப்ப...!”

“ராவுல வெள்ளத்துக்கு எங்கள இழுத்துக் கொண்டு கரைய தள்ளிற்று, கட உள் வாங்கிற்று. தோணி அப்புடியே கெலிச்சிகிற்று மண்ணுல நிக்கிது.”

“அதாம் எதும் பண்ண முடியல்ல என்ன?” என்றார் கிலுக்கு பிள்ளை.

சிறிது நேரம் சத்தமேயில்லை. துடுப்பதைக்கூட விட்டிருந்தார்கள். மச்சுவா தன் போக்கில் நீவாட்டு சாடைக்கு வழிய ஆரம்பித்தது. எழுந்து நின்றபடியே நாலா புறமும் தேடினார்கள்.

“கிலுக்கண்ணம் வெலங்க கொஞ்சம் எட்டிப் பாருங்க” என்றான் சூசமுத்து.

எல்லோரும் பார்க்க அங்கே தோணியொன்று நங்கூரந்தள்ளி நின்றிருந்தது. சேசய்யா முகத்தில் பரவசம். மச்சுவாவைத் தோணியருகே அணையவிட்டார்கள். தோணியின் மேலே ஆளரவம் கேட்டது. வெளிப்பலகைகள் வெளிறி பலகைப் பாந்துகளிலிருந்து கலபத்தடித்த தும்புகள் வெளியே துருத்திக் கொண்டு நின்றன. மச்சுவாவிலி ருந்தபடியே துள்ளினார் சேசய்யா.

“நூர்வாப்பா தோணியேதாம். எப்புடி இங்க வந்திச்சி...!”

“மேல எவம் இருக்காமுன்னு கூப்புடுங்க.”

“ஒசக்க யாருல ...?”

“தைரியமா தமிழில கூப்புடுறியள. தோணியில நம்மாள்க்கதாம் இருக்கான்வயின்னு எப்புடி நம்புறிய?”

“மேல சத்தம் வருலிய... எதவச்சி இது நூர்வாப்பா தோணியிங்குற?”

“என்ன மனுவேலு இப்புடி கேக்குற. நம்ம புள்ளக்கிம் அசலூரு புள்ளக்கிம் வித்தியாசந் தெரியாதாக்கும். கடலூர் டிங்கிய, ஒரு மாதிரியா உருட்டிகிட்டு நிக்கிம். குஜராத்துல பாக்கிறமில்ல ஒரு எடத்த வுடாம அங்கங்க பலவயா அடிச்சி கொச கொசயின்னு வச்சிறுப்பான்வ. நம்ம தோணிய அதும் கொறகத் தோணி கெட்டுமானந்தாம் நீண்டு விரிஞ்சி சும்ம எவ்வி அன்னப் பறவ மாறியிருக்கும்.”

“இதப் பாத்து அன்னப் பறவயின்னா சொல்லுறிய?”

“அன்னப் பறவயேதாம். அதுல சந்தேகமேயில்ல. ஆனா என்ன கொஞ்சங் கெழடு.”

“ஆண்டுமாரி அடையப்பத்துனது கணக்கா நிக்கிது” என்றார் தண்டல்.

“நம்ம தோணிய, இப்ப போயி பாக்கத்தான போறோம். பொசலுக்கு பொறவு அது எப்புடியிருக்குன்னு பாரும். எவ இது பொசலுல லேசா மாட்டயில்ல. மோடேறுனது. மூணு வருசமா வெயிலுலயும் மழையிலயும் அப்புடியே மண்ணுக்குள நிக்கிது.”

“எலேய்... உப்பர் கோன்ல?” என்றார் தண்டல் கிலுக்கு

சூசமுத்துவும் சேசய்யாவும் குலுங்கி குலுங்கி சிரித்தார்கள்.

“இது என்ன பாச?” என்றான் சூசமுத்து.

“கிண்டல் குண்ணக்கி கொறைச்ச கெடையாது. தெரிஞ்சா நீ கூப்புடு.” என்றார் கிலுக்கு கடுப்பாக. மேலே கேட்ட கட முடாச் சத்தங்களுக்கு பிறகு நாலைந்து தலைகள் தெரிந்தன. கீழிறுந்து தண்டல் திரும்பவும் கேட்டார்.

“எல கிஸ்கா... தோணில?”

“யாரு ... கிலுக்கண்ணனா?” மேலேயிருந்து ஒலித்த குரல், பழக்கப்பட்டதுபோலிருந்தது.

"பக்கத்துல யாரு சேசியாவா?"

"யாரு மாதவடியாங் கும்பாதிரியா!"

சரி மேல வாறியளா. இத்தன காலமா இழு இழுன்னு இழுத்துப் பாத்திற்று ரண்டு நாளக்கி முன்னால ஊர்ல யிருந்து ஆள் வுட்டு மொதலாளி சொல்லியிருந்தாரு..."

"என்னெண்ணு...?"

"தோணிய கொத்தி வித்திருங்கண்ணு."

"செலவழிச்ச மொதலு..."

"அதுக்கு என்னெய்ய... அதாம் அந்த கடவுளுக்கே பொறுக்காம நேத்து ராத்திரி வுழுந்த காத்துலயும் கடலுலயும் தோணிய தூக்கி இங்க கொண்டு தள்ளிற்று."

"..."

"நம்ம சித்தம் எதுவுமில்ல, எல்லாமே தெய்வ சித்தந்தாம். நேத்து சாயந்தரம் வெளியே போயிற்று வந்து படுத்தம். காத்து பெசலெடுத்துகிட்டு வந்திச்சி. கீழ எறங்கிருலாமான்னு முழிச்சி எழும்பி வாரதுக்குள்ள தோணி தண்ணிக்கிள வந்திற்று. கரைய குடுசயள்ல இருந்தவுங்க எல்லாம் விடிஞ்ச பொறவுதாம் நீஞ்சி வந்து ஏறுனாவ."

"மண்ணோட மண்ணா மக்கிற்று இனும எதுக்கும் ஆவாதின்னான்வ."

"ஒங்களுக்கு கெட்டுமானம் அப்புடியாக்கும் ஏராக் கட்டயெல்லாம் இலுப்பயில... இரும்பு மாறியில இருக்கி. விடிஞ்சி இத்தன நேரமாச்சி. இதுவர ஒரு சொட்டுத் தண்ணி உள்ள வரயில்ல. வங்குக் கால்வ வச்சது வச்ச எடத்துல அசையாம நிக்கிது."

"என்ன பண்ணப் போறிய?"

"போராக் கொஞ்சம் வேலயா இங்கன பாத்திற்று தோணிய அங்க கொண்டாந்து தொழில் செய்ய வேண்டியதாம். ஒரு ஒதவி பண்ணுங்க. ஊருக்கு போனா சேதியச் சொல்லிற்று கந்தையா ஆசாரியப் புடிச்சி இங்க அனுப்பப் பாருங்க."

"தண்ட ...?"

"ஒரு தண்டலையும் ஏற்பாடு பண்ணி அனுப்பச் சொல்லுங்க."

“என்ன சேசியா, தண்டலா போறியா?”

“மொதல்ல மொதலாளிகிட்ட பேசிற்று பொறவு வருலாம்.”

“நாம் போயி வேளம் சொல்லுறம். நாங்க அந்த முந்தலுக்குள்ளதாம் தோணிய நங்கரந் தள்ளியிருக்கம். எங்களுக்கும் பருவாம் முறிஞ்சி பாய் கிழிஞ்சி போச்சி. இழுத்து வச்சி கெட்டிற்று நாளைக்கி விடிய பயணம்.”

“இவ்வளவு ஒதவி பண்ணுன ஆத்தா கைவுட மாட்டா கவலப்படாத.”

“ரத்னகிரி முக்குதான பயம். அதாங் கடந்திற்றியள. இனும இத வுட்டா கன்னியாமரி மொனதான கொமரி ஆத்தாள நம்பி போங்க.”

“எங்களுக்கு பின்னாலயும் ரண்டு மூணு தோணிய பாய்விரிச்சி வந்தான்வ. அவன்வ கததாம் என்னாச்சின்னு தெரியில.”

“சரி அப்ப வேல கெடக்கு பாத்து போங்க. போயி வேளஞ் சொல்லுங்க.”

சரி என்றவாறே கையசைத்து மச்சுவாவைத் திருப்பி முந்தலை நோக்கி விட்டார்கள். அங்கே தோணியைச் சுற்றிக் காகங்கள் வட்டமிட்டபடி பறந்தன.

19

1923

பங்குளாத் தெருவில் முத்துலிங்க நாடார் வீடு, நடு வீட்டு ஊஞ்சலில் அமர்ந்தவாறே சுதேசமித்திரன் படித்தபடி யிருந்தார் நாடார். உள்ளே சமையல் கட்டில் நாடார் மனைவி சண்முகத்தாய் வேலையாய் இருந்தாள். வழக்கமாகவே அசலூரிலிருந்து வந்து நாடாரைச் சந்திக்க வருபவர்கள் சண்முகத்தாயின் உபசரிப்பில் மகிழ்ந்து போவார்கள். காதில் தொங்கும் பாம்படம், நான்கு தட்டு மாலை, தாலிச்சரடு தங்கத்தில். எப்போதுமே சிரித்த முகமாய் இருப்பாள் சண்முகத்தாய். ஊஞ்சலுக்கு மேல்புறம் மாடிப் படியருகே வெற்றிலைப் பெட்டி கையுரல் சகிதமாய் நாடாரின் தாயார் பாஞ்சாலிக் கிழவி வெற்றிலை இடித்தடிபயிருந்தாள்.

"சும்ம லொட்டு லொட்டுன்னு அங்க என்னெய்ய?"

இடிப்பானைத் திருப்பி 'தொரட் தொரட்' எனச் சத்தம் வர இடித்த வெற்றிலையைச் சுரண்டியபடி யிருந்தாள் கிழவி. காது கொஞ்சம் மந்தமாய் இருந்ததால் நாடார் சொன்னது காதில் விழுந்தது போலில்லை. தட்டில் ஆவிபறக்க இரண்டு காபி தம்ளர்களோடு வந்த சண்முகத்தாய் முதல் தம்ளரை பவ்வியமாய் கிழவி முன் புன்சிரிப்போடு வைக்க,

"மகராசியா இரு தாயி... செத்த பிந்துனாலும் வெத்தலை போட்டுறுப்பம்."

"நேத்து பாக்கு இல்லயின்னிள மாமி."

"சின்னவம் வாங்கிற்று வந்தாம்ல்லா."

ஆர். என். ஜோ டி குருஸ்

நாடாரிடம் காபி கொடுக்க வந்தவளைச் செய்தித் தாளி லிருந்து தலையை நிமிர்த்தாமலேயே காபியை வைத்துவிட்டுப் போகும்படி சாடை காட்டினார் முத்துலிங்கம்.

"அய்ய. எம்புட்டு செலவழிக்கோம். ரயில் ஸ்டேசத்துல போயி டிரங்கால் பேசுயதுக்கு கொஞ்சந் துட்டப் போட்டு வீட்டுலே ஓண்ண வச்சிறுயதுக்கென்ன? இங்கனயிருந்து பூட்டுக்கால் புடிச்சி ஓடுயாம், வேனா வெயில்ல புள்ள வெக்கு வெக்குன்னு ஓடுயதப் பாத்தா பெத்த கொல என்னமாத் தவிக்கிது."

"அவுகளுக்கு தெரியாததையா சொல்லப்போறம்."

பொக்கை வாய் திறந்து சிரித்த கிழவி கேட்டாள்.

"சின்னவம் இன்னும் தூங்காயிறாம். துட்டு செலவழிஞ்சிறு முன்னு பயப்புடுவானா இருக்கும். நா வாக்கப்பட்டு போன ஊரு அப்புடியாக்கும். எங்கய்யா ஊரு அருப்புக்கோட்ட எங்க புத்தி அப்புடியில்ல. நாஞ்சொல்லுதமுல்ல... அதாம் பம்பாயோ கிம்பாயோங்குதாவள்லா அங்கன ரண்டியற வேலக்கிப் போடச் சொல்லு. இவம் எதுக்கு இங்கன கெடந்து அங்க சாடுயாம்."

"சரி மாமி."

"ஆளுக எல்லாம் ஏற்பாடு பண்ணியாச்சி. ரே ரோட்டுப் பக்கம் தங்குயதுக்கு வழி பண்ணியாச்சி. அப்ப என்ன, அங்க போயி பாக்காண்டாமிங்காளா. எப்பயும் மடிக்கிள தூக்கி வச்சிகிட்டேயிருக்கச் சொல்லு. அவகூட சேந்து சேந்து நீயும்..."

தலையிலடித்துக்கொண்டார் முத்துலிங்கம்.

"புள்ளயள அங்கனயிங்கன போவ வுடு. அப்பந்தாம் ஒலக நடப்பு தெரியும். ஆயிர ஆயிரமா சம்பாதிச்சி வச்சாலும் அவங் கையில கெடச்சது வாயில கெடக்காம போயிறும். மொதலாளி மொதலாளியின்னு சொல்லியே ஊத்தி மூடிறுவானுவ. கண்ணு முன்னால பர்னாந்துமாரு கடையள்ல நடக்குயத பாக்கத்தான செய்யிதம். வெளிய சத்தம் வருது. யாருன்னு பாரு."

வாசலில் நின்றிருந்தவர் மடித்துக் கட்டியிருந்த வேட்டியை முட்டிக்குக் கீழ் அவிழ்த்து விட்டபடி மரியாதையாய் நின்றிருந்தார். முன்கட்டு வரை வந்த சண்முகத்தாய் ஆண்டியை உள்ளே வரச் சொன்னாள்.

“வாங்க பஞ்சி யாவாரி, யாவாரம் எப்புடி... சப்பாங்காரம் அத்தன பேரயும் கைக்கிள போட்டுக்கிட்டிய போல.”

“எல்லாம் ஓங்களையும் சிலுவப் பர்னாந்தயும் பாத்த நேரம்.”

“சிலுவப் பர்னாந்த பாத்த நேரமின்னு சொல்லுங்க.”

“எய்யா வெளிய பேசாதிய... பெரியவுங்க தப்பா எடுத்துக்கிடப்பிடாது. ஒரு நயாப் பைசா...”

“அய்யய்ய... கிட்ட கொண்டு போயிறாத. ராலி கம்பெனியில அவரு வச்சதுதாம் சட்டம். எப்புடி யெல்லாமோ சம்பாதிக்கலாம். மனுசம் வளைய மாட்டாம். பர்னாந்துமாருலே இவ்ளோ மருவாதியான ஆளு எனக்குத் தெரிஞ்சி... அடுத்த சேர்மனும் அவருதாம்.”

“வரட்டுமய்யா... நல்லவுக வந்து நல்லபடியா நடக்கட்டு.”

வழக்கம் போலவே அசலூர்க்காரர்கள் வந்துவிட நாடார் ஒவ்வொருவராய் விசாரிக்க ஆரம்பித்தார்.

“வாருங்க செவகாசிக்காரரா... வெறுங்கையி மொளம் போடாது, ஆண்டி கௌம்புறதாயிருந்தா கௌம்பு.”

“சரி அண்ணாச்சி” என்றவர் எழும்ப மனமில்லாது சிந்தனை வயப்பட்டவராய் அமர்ந்திருந்தார்.

‘கொற்கத் தண்ணி நம்மளுங் குடிக்கணுமின்னு இருந் திருக்கு. அந்தோணியார் குருசடியில வேண்டுனது சரியாப் போச்ச. சக்தியுள்ள தெய்வந்தாம். ஓங்களத்தான, அங்க கொற்கயில நம்மாள்க்க எல்லாஞ் சேந்து பேங்கு ஒண்ணு ஆரம்பிச்சிறுக்காவளாமில்ல. அதுல கொஞ்சந் துட்ட.... தோணித் தொழிலு... ஆசதாம்... ஆனா, ஆனா ஆவன்னா கூடத் தெரியாத. நடக்கணுமின்னு விதியிருந்தா எவனால தடுக்க... இருக்குறத வுட்டுட்டு பறக்குறதுக்கு ஆசப்படாத. ஒரு பான சோத்துக்கு ஒரு சோறு பதம்பாவள. சிலுவப் பர்னாந்து ஒருத்தர் போதும். உசுர வுட்டுறுவாளாம்... நமக்குத் தொழில் தெரியாதுதாம். ஆனா... வரும்போது பணத்தோடயா வந்தோம். கொற்கய நம்பி வந்தவம் எவனும் கெடல... கொற்கயில் சம்பாதிச்சத கொற்கயிலே வுட்டுப்பாப்போம்... அதாம் நாடாருட்ட ஒரு வார்த்த கேட்டுறுவோம்.’

“செவகாசிக்காரவுக சொல்லுங்க.”

“நீங்க சொல்லுயதப்பாத்தா துட்டில்லாமலா வருவோம்...!”

“ஒரு விசயத்த புரிஞ்சிக்கிடுங்க. இங்கன உள்ள தொழில் வளர்ச்சியே இந்த தொறமொகத்தயும், பொக வண்டி

நெலயத்தயும் வச்சிதாம். நாட்ட வெள்ளைக்காரம் ஆண்டாலும் தொறமொகம் என்னமோ அந்தக் காலத்துல யிருந்தே பர்னாந்துமார் கையிலதாம் இருக்கு. கோவக்காரவுக ஆனா கோவம் உள்ள எடத்துலதாம் கொணம் இருக்கும்."

தட்டில் சாதம் வைத்துப் பிசைந்தபடி வந்த சண்முகத் தாய்க்குப் போக்கு காட்டியபடியே ஊஞ்சலருகே வந்தான் ராஜாமணி. அவனை ஆவிக்கட்டிப்பிடித்து அணைத்த முத்துலிங்க நாடார் பின்னால் நின்றுகொண்டிருந்த சண்முகத் தாய்க்கு கண்ணால் சாடை காட்ட அவள் சாதம் பிசைந்த கையோடு ஓடிவந்து பிள்ளையைத் தூக்கிக்கொண்டு சாப்பாடு ஊட்ட ஓடினாள். சிவகாசிக்காரரின் விழிப் புருவங்களின் அசைவைப் பார்த்த நாடார் சொன்னார்:

"இவந்தாம் எளையவம், மூத்தவம் சண்முகவேல் சேவியர் பள்ளிகொடத்துல படிக்காம். கடைக்கி வருவாம். கனநாள் புள்ளயில்லாம திருச்செந்தூரானுக்குக் காவடி எடுத்து பொறந்தவம்."

"எய்யா அதுக்கென்ன, நமக்கு தேவயின்னா கழுத யின்னாலும் காலப் புடிச்சிற வேண்டியதாம்." என்றார் ஆனந்த நாடார்.

"தப்பான பேச்சி பேசக்கூடாதில்லா. கழுத வச கொறவ எத்திச்சின்னா புடுக்கு தெறிச்சிறும் தெரியுமில்ல."

"ஓணாத் தெருவுல அநியாயந்தாம் பண்ணுதாவ. விடுலிக்கிள கெடந்த ஆளுவ, பீங்காட்டுல மேஞ்சி கிட்டலைஞ்ச பண்ணியளயும் கொண்டாந்தாச்சி. ஓணாத் தெருவுல கால் வச்சி நடக்க முடியில."

"பொழுது அடைஞ்சா நல்லா போதயள போட்டுட்டு எவங்கூட ராவுலாமுன்னு அலையிதானுவ. பக்கத்துல வேற பர்னாந்துமாருக்க புல் தோட்டம்."

"சரி இப்ப என்னத்துக்கு எல்லாரும் வந்திருக்கிய."

"நம்ம சாதி சனந்தான... வந்திற்றுப் போவட்டு. ஆனா என்ன, பிறத்தியாருக்கு பிரச்சனயில்லாம இருங்க."

"நா அதக் கேக்கயில்ல. இப்ப வந்திருக்கியள எதுக்கு யின்னம்?"

"முனிசிபாலிட்டி தேர்தல் வருதாம. பர்னாந்துமாருதாம் நிப்பாவளா. நம்ம நிக்கக் கூடாதா?" என்றான் முருகேசன்.

"ஞாயமான கேள்விதாம். இதெல்லாம் என்ணெய்க்காரரு சமாச்சாரம். நம்மகிட்ட எதுக்கு கேக்கிய? அவுருக்கு தேர்தல்ல

நிக்க ஆச வந்தா அவருதாம் வேல செய்யணும் வாரவ மெல்லாம் வரட்டு."

"பர்னாந்துமாரு எதுத்துக்கிறமாட்டாவளா?"

"இந்தமாரி நரிக் கொணம் அவங்கள்வளுக்கு கெடையாது."

"என்ன சொல்லுதிய. சிலுவப் பர்னாந்து வீட்டுல கூட்டம் போட்டு ஆள் சேக்குதாராம்."

"எலேய் அவுரு இப்ப இருக்க தலைவரு. அப்புடி செய்யத்தாஞ் செய்வாரு. ஆனா ஓங்கள்வள வரக் கூடாதின்னு சொல்லலிய."

"அய்ய, வாயி அவிஞ்சி போவும்" என்றார் ஆண்டி.

"அது யாரு... ஆண்டியா, ஏய் நீ இன்னும் போவயில்லியாக்கும்.

"அவரு படிச்ச மனுசம். படிங்க படிங்கயின்னு சொல்லுவாரு. நம்ம கிட்டயுந்தாம் கட வைக்கதுல உள்ள அக்கற படிக்கதுல எங்கயிருக்கு. நம்மள்வள்ல வேதக்காரம் மட்டுந்தாம் படிச்சிறுக்காம் மத்தவம் எங்க படிக்காம்?"

பின்னால் அமர்நதிருந்த ஆண்டி எழுந்து முன்னால் வந்து அமர்ந்தார். இந்த விவாதம் அவருக்குத் தேவையா யிருந்தது. கேள்வி கேட்கத் துணிவில்லை ஆனால் காதுகளைத் தீட்டிக்கொண்டு பேச்சைக் கவனிக்க ஆரம்பித்தார்.

"ஒரு விசயந் தெரியுமா, வெள்ளைக்காரனுக்குப் பர்னாந்துமாற அந்த அளவுக்கு புடிக்கிறதில்ல."

"என்ன சொல்லுதிய ஒண்ணுபோல அலையிதாவ, குடிக்கிதாவ... நம்மள எண்ணைக்காவது கிட்ட சேத்திருக் காவளா?"

"பர்னாந்துமார் பூராவும் போச்சிக்கீஸ்காரன்வளோட கத்தோலிக்க வேதம், இவன்வ தலைகீழா நின்னு பாத்திற்றான்வள அவுங்கள்வள அசைக்க முடியலிய."

"இதேயிது நம்ம பெயல்வளாயிருந்தா இப்புடி நிப்பான்வயிங்கிய."

சிரிப்பொலி கேட்டது.

"வெள்ளைக்காரனும் வேற வழியில்லாம ஒத்துப் போயிற்றாம். வேற வழியல்ல, கடல்ல அவுங்க தயவு அவன்வளுக்கு தேவ. அங்க முடியில்லயின்ன பொறவுதாம்

நம்ம பயல்வள சேத்திருக்கான்வ. என்ன தேரிக்காட்டுல பனையள ஆவிக்கெட்டிப் புடிச்சிகிற்று கெடந்த பயல்வ அத்தன பேரும் படிச்சிற்றான்வ. இனும படிச்ச வேலையளுக்கு பாப்பாம் புள்ளயின்னுயில்ல, நம்ம பயல்வளும் இருப்பாம்."

"அப்ப ஒரு பாதுகாப்புதாமிங்கிய."

கூட்டத்தில் சலசலப்பு.

"என்னப்பா அங்க சத்தம்?"

"கலந்தபன பக்கம் செம்புலிங்கத்த சுட்டுப் போட்டாவளாம்...!"

"என்ன கத சொல்லுதிய, அவன சுடுயதுக்கு ஒருத்தம் பொறந்துருக்கானாக்கும். பேசுயான்வ பேச்சி."

"..."

"நமக்கு குறிக்கோள் என்னப்பா, நாலு துட்டு சம்பாதிக்கணும். நம்ம சந்ததியளுக்கு ஒரு நல்ல யாவாரத்த சொத்து பத்துவளோட வுட்டுட்டு போவணும். வந்த எடத்துல சண்ட புடிச்சிகிற்று அலையக் கூடாது. பர்னாந்துமாரு நமக்கு எதுராளியில்ல. நம்ம யாவாரம் வளரனுமுன்னா அவுக தொண அவசியம். வெள்ளக்காரனே ஒத்துப்போறாம்."

"தாயி புள்ள மாறிப் போயிறனுமிங்கிய."

"என்னதாம் நமக்கு அதியாரிமார் தொணயும் பணமும் இருந்தாலும் கடக்கரய பொறுத்தவர அவுகள வுட்டுட்டு யாராலயும்..."

"முடியாதிங்கிய."

"மகும கூட்டங்களுக்கு ஒழுங்கா வாருங்க. சரி... அப்ப கெளம்புங்க."

ஒவ்வொருவராய் அனைவரும் கிளம்ப ஆண்டி மட்டும் தனியே அமர்ந்திருந்தார்.

"என்னப்பா கோவில்பட்டிக்காரவியளுக்கு இன்னொரு தேரஞ் சொல்லணுமா?" என்றார் முத்துலிங்கம்.

"ஒங்ககிட்ட ஒரு சங்கதி கேக்கனும் அதாம்..."

"இம்புட்டு தேரமும் அதுக்குத்தான உக்காந்திருந்தம். நாங்க எங்க சோலியள பாக்காண்டாமா சீக்கிரஞ் சொல்லு."

"தப்பா எடுத்துக்காதிய... ஒரு ஆசதாம்."

"சொல்லப்பா... புள்ளையயா கெட்டிக் கேக்கப்போற... அதுக்குந்தாம் ஒரு பொட்டபுள்ள இல்லிய" என்றவாறு பக்கத்தில் கடந்து போன சண்முகத்தாயைப் பார்க்க சண்முகத்தாயின் முகம் ஏகத்துக்கு சிவந்து குனிந்த தலை நிமிராமல் நடந்தாள். முன்னறையில் கிழவி இறுமுவது கேட்டது.

"என்னப்பா புதிர் போடுற, சீக்கிரம் சொல்லு."

திரும்பி அக்கம் பக்கம் பார்த்த ஆண்டி தொண்டையைச் செருமியபடி சொன்னார்.

"கொஞ்சம் மொதல் போட்டு ஒரு தோணி வாங்குலாமான்னு யோசிக்கிறம்."

அதிர்ச்சியில் தலை நிமிர்ந்த முத்துலிங்கம் தன்நிலை திரும்பச் சிறிது நேரம் பிடித்தது. வலது கை விரல்களால் தாடையைத் தடவியவாறே எழுந்து முன்கட்டுக்கு வந்து கிழவி பக்கமிருந்த வெற்றிலைப் பெட்டியை எடுத்துத் திறந்து வெற்றிலைகளை ஒவ்வொன்றாக எடுத்து வேட்டியில் துடைத்துக் காம்பு கிள்ளிச் சுண்ணாம்பு தடவினார். சிறிய டப்பாவிலிருந்த களிப்பாக்கை எடுத்தவர் கிழவியிடம் கொடுத்து இடித்துத்தரச் சொன்னார். நெற்றியிலோடிய சுருக்கங்கள் அவர் பெரும் யோசனையிலிருப்பதைக் காட்டின.

'பேங்கு வந்தாச்சி. வடக்கத்தி தெக்கத்தி பிரச்சனையளும் அற்ப சொற்ப நாளுல இல்லயின்னு ஆயிறும். மகும கூட்டமும் இனும நடக்கும். எண்ணெ யாவாரி மொவம் பம்பாய் போயி என்னமோ கப்ப ஏசன்டு எடுக்கப் போறானாம். சண்முகவேலயும் அனுப்பிற வேண்டியதாம். பம்பாய்க்கி போனா தொழிலயும் பாத்த மாரி ஆச்சி. ஹிந்தியும் படிச்சிக்கிறுவாம். ஆள் பழக்கம்... அங்கேயா இருக்கப் போறாம்... இப்பமேதாம் புள்ள இங்கிலீசு பேசுறான. சவம் நம்ம வாய்க்கிளதாம் நொளைய மாட்டயிங்குது. தத்து பித்தின்னு பேசுனாலும் யாவாரம் ஆவாமயா கெடக்கு. எண்ணெய் காரவுகளுக்குத்தாம் பர்னாந்துமார மாரி கப்ப கம்பெனியளப் புடிக்க முடிக்குமாக்கும். எம்புள்ள புடிக்க மாட்டானாக்கும். அம்ம குடுத்த செல்லத்துல கொஞ்சம் பயறுதாம். சரக்கெல்லாம் தண்ணியோட போன பொறவு பழமல நாதப்புள்ள, நம்ம சுந்தரம்புள்ள இவுக எங்கருந்து பொழைக்க... திருணவேலியில போயி ஒதுங்குறாவ. காங்கிரஸ் ஆர்ப்பாட்டங்க நடந்தா புடிச்சி உள்ள கொண்டு போயி வைக்க வசதிதாம். சிங்கராயரு புள்ளயளும் படிக்கிதாம... கடல்லதாம் ஆளுயில்ல. வெள்ளைக்காரனும் இனும எத்தன

நாளைக்கி... தோணி... இவனுக்கு முடியுமா... பர்னாந்துமார வச்சிப் பாத்துக்கிற வேண்டியதாம். பணப் பிரச்சனையா பேங்கு.. ஒருத்தம் தைரியமா வாராம், வரட்டு... கடல்லயும் நம்ம ஆளுக. கொழும்பு யாவாரத்த புடிச்சிற்றமுன்னா எல்லாங் கைக்கிள வந்திரும்.'

"அண்ணாச்சி இப்புடி யோசிக்கிய. தப்பா எதுங் கேட்டுப் புட்டனோ?"

தூக்கத்திலிருப்பவரை எழுப்பியது போலிருந்தது. கிழவி அருகேயிருந்த வெற்றிலைப் படிக்கத்தை எடுத்து எச்சிலைத் துப்பினார்.

"தம்பி ஆசையில செல்லுதியளா; இல்ல நெசமாவே சொல்லுதியளா?"

"அண்ணாச்சி பத்து வருசத்துக்கு முன்னால கொற்கைக்கி வந்தப்ப வாழ்க்க இருண்டு போயி இருந்திச்சி. வேற வழியில்லியா குடும்பத்தோட செத்துருலாமின்னு எலி மருந்து வேற வாங்கி வச்சிருந்தம். என்னமோ நடக்குது பாத்துக்கிடுங்க. ஸ்டேசன்ல முருகேசன பாத்து பொறவு சிலுவ பர்னாந்த பாத்தது, ஓங்களப் பாத்தது எல்லாமே கனவுல நடந்தது போலயில இருக்கு."

ஆண்டி பேசுவதையே பார்த்தபடியிருந்தார் முத்துலிங்கம். சாப்பாட்டு மேசையில் சண்முகத்தாய் கொண்டு வந்து வைத்திருந்த சாதம் ஆறிக் குளிர்ந்து போயிருந்தது. கிழவி ஈச்சலில் அமர்ந்தபடியே நல்ல உறக்கம். பின் கட்டில் கிணற்றடியில் சண்முகத்தாய் துணி துவைக்கும் சத்தம் கேட்டது.

"நம்ம நூலாபீசுக்குப் பொறத்தல இருக்குல்ல அந்த அந்தோணியார் குருசடியிலதாம் வேண்டுனம் பாத்துக்கிடுங்க."

"சக்தியுள்ள தெய்வந்தாம். பர்னாந்துமாருக்கு மாதாவ வுட்டா அந்தோணியாருதான."

"அப்ப சந்தனமாரி..!"

"அவளத்தாம் மறந்திற்றாவள ..."

"என்ன சொல்ல வாறிய."

"இதுதாம் நடக்கனுமின்னா அத யாரால தடுக்க முடியும் ஆண்டி. யாருக்கும் எந்த எண்ணமும் சும்மா வாராதில்ல. அதுக்குண்டான தகுதியுள்ளவங்களுக்குத்தாம் அந்த எண்ணங்க வருது. நாங்க இந்த கொற்கைக்கி இன்னைக்கி நேத்து வரல. எங்கய்யா காலத்துலயே வந்தாச்சி. கராச்சி

யிலயிருந்து சீனி எறக்குதோம். ஆனா எம் மூளைக்கி இதுவர... ரங்கூன்லயிருந்து வேற யாவாரம் வருது, ஒரு தோணி வைக்கணுமின்னு தோணல பாத்தியா. ஆனா ஆண்டி காலம் பூராவும் கடலோட வாழ்ற பர்னாந்துமாரோட தொழிலுக்குள்ள போவப் போற... நல்லா யோசி, யாரு யோசனையையும் கேக்காத, நீயா முடிவெடு என்ன...”

“...”

“ஒரு முடிவ எடுத்திற்றியா. அப்புடியே நில்லு. எதுராளிய மலையா நெனக்கிறது தப்பில்ல.”

“இந்த ஊருல தொலைச்சிருக்க வேண்டிய துட்டுத்தான... என்னமோ ஒங்கள்வ புண்ணியத்துல கெடைச்சிச்சி. அத இங்கனயே போட்டு தொழில் செய்யிலாமாயின்னு நெனக்கிதம்.”

“எங்க புண்ணியமில்ல, செந்தூராம் புண்ணியம்.”

“சாயந்தரமா கடப்பக்கம் வாயாம். தண்டல்மார் வருவாவ அறிமொகப்படுத்திவுடுதம்.”

20

1923

கரையிலிருக்கின்ற காலங்களில் ரஞ்சிதத்தின் கண்ணைத் தப்பி வலைக்குடி வருவதே லொஞ்சினுக்குப் பெரிய பிரச்சனையாய் இருந்தது. தொடர்ந்து மலையாள நடை, கொழும்பு நடை, என்று மாறி மாறியிருந்ததால் கரையிலிருக்கின்ற ஓரிரு தினங்களில் பெஞ்சமின் பாய்வாவைப் பிலிப்போடு பார்ப்பது முடியாத காரியமாகவே இருந்தது. உடம்பு சுகமில்லாமல் ரஞ்சிதம் தாய் வீட்டிற்குப் போயிருந்தாள். கிடைத்த வாய்ப்பைப் பயன்படுத்தி வலைக்குடி வந்திருந்தார் லொஞ்சின். கடந்த முறை மதினியார் லூர்து வந்திருக்கும்போது போய்க் கூப்பிட்டும் உறுதியாக மறுத்துவிட்டான் பிலிப்.

ஆண்டாமணியார் குச்சிலில் அவர் கழுத்தைக் கட்டியபடி விளையாடியபடியிருந்தான் பிலிப். அந்தக் காட்சியைப் பார்த்த லொஞ்சினுக்கு மனசு என்னவோ போலிருந்தது. வாசலிலேயே நின்றிருந்து வேடிக்கை பார்த்தபடியிருந்தார். லொஞ்சின் வாசலில் நின்றிருப்பதைத் தற்செயலாய்ப் பார்த்த பாவுலாள் சொன்னாள்.

"என்னய்யா அப்புடியே நின்னுட்டிய... உள்ள வாருங்க. ஒங்களத்தான யாரு வந்திருக்கான்னு திரும்பி பாருங்க."

"வாருங்க தம்பி, உள்ள வாருங்க. அந்தப் பாய எடுத்துப் போடு பாவுலா."

பிலிப் எழுந்து தேவசானாவின் குச்சிலுக்குள் சென்றுவிட்டான். நொந்து போய்விட்டார்

லொஞ்சின். தலையைக் குனிந்தவாறு ஆள்காட்டி விரலால் மணலில் கோலம் போட்டபடியிருந்தார். சங்குகளைத் தரம் பிரிப்பதிலிருந்து, சதையிலிருந்து நாயனத்தை எடுப்பது, சதையை உருவி அவித்துப் பக்குவமாய் உலர வைத்து சீப்பு சீப்பாய் சீவி எடுத்துப் பதப்படுத்துவது, சங்குகளை ரசாயனத் தண்ணீரில் கழுவிப் பளபளப்பாக்கி ராமேஸ்வரத்துக்கு மூடைபோட்டு அனுப்புவது என்று எல்லா வேலைகளிலும் தேறியிருந்தான் பிலிப். தோணியேறும் ஆசை மட்டும் குறையவேயில்லை.

"ரெம்ப நாளா சொல்லிகிற்றேயிருந்தாம். சித்தப்பா வருவாவ, வந்து தோணியில ஏத்தி விடுவாவயின்னு... கூப்பிட்டியள்ன்னா வந்திருவாம்."

"பொட்டப்புள்ள பொறந்தது ஒரு பாடுபடுத்தி எடுத்திற்று. கையுங் காலும் அவளுக்கு பூண்டுற்று. அங்க ஓடு இங்க ஓடுயின்னு கெடந்தம். அப்பதாம் மதினியும் வந்திருந்தாவ. தொழிலயும் பாக்காண்டாமா."

"மறந்திற்றியளோன்னு நெனச்சிற்றாம்யா."

லொஞ்சினுக்கு சுக்குக் காப்பி போட்டுக்கொண்டு வைத்தாள் பாவுலா. கடற்கரையிலிருந்து அப்போதுதான் வீடு வந்தான் அந்தோணிமுத்து. படபடத்தான்.

"யாத்த, என்னமாச்சும் சாப்புடக் குடுத்தியளா?"

சுக்குக் காப்பி லோட்டாவை எடுத்துக் காட்டினார் லொஞ்சின்.

"இவந்தாம் கடசியோ."

"ஆமாய்யா. மூத்தவம் சவரி, நடுவுல சலோமி."

"..."

"கட்டுமரத்துல போறது புடிக்கிலயின்னாம். அதாம் ஒரு வள்ளம் வச்சிக்குடுத்தம். மூத்தவம் சங்கு குளி, முத்துக்குளி எல்லாத்துக்கும் போயிருவாம். எளையவந்தாம்..."

"என்ன ...?"

"படிப்புல பிரியப்பட்டாம், நம்ம பொளைப்புல என்னத்த... இப்பமே தோணிக்கிப் போவணுமின்னு ஆசப்படுறாம். கிலுக்கு கிட்ட சொன்னா செய்வாம். ஆனா அவங் கொணங்குறிய சரியில்லியா. அதாம் புள்ளய வுட மாச்சலாயிருக்கு. தெய்வ சித்தம் போல நடக்கட்டு."

"அப்பம் பிலிப்ப கொஞ்சம் எங்கூட ..."

“சலோமி... பிலிப்ப எங்க? கூப்புடு அவன.”

தேவசானா குச்சிலுக்குள்ளிலிருந்து பிலிப்பை அழைத்து வந்தாள் சலோமி. கையெல்லாம் சங்குச் சதை உருவி நாற்றம். செம்பில் தண்ணீர் எடுத்துக்கொண்டு வந்து கை கழுவ ஊற்றினாள். ஆண்டாமணியார் வீட்டிலிருக்கும் போதே காளவாசல் கடற்கரை, சங்குமால், கரிக்களம், ரயிலடி என்று எல்லா இடங்களுமே பிலிப்புக்குப் பரிச்சயமாயிருந்தது.

லொஞ்சினும், பிலிப்பும் பல்டோனா கடைக்கு வந்திருந்தார்கள். வழக்கம் போலவே கல்லாவிலிருந்த பெஞ்சமினைச் சுற்றி ஏகத்துக்குக் கூட்டம். பரபரப்புக்குச் சிறிதும் பஞ்சமில்லாதிருந்தது. சமாளித்துக்கொண்டு முன்னே வந்தார் லொஞ்சின். பெஞ்சமின் இடையிடையே பேசுவதும், வேலையைக் கவனிப்பதுமாகவேயிருந்தார். அவர்கள் பேசிக் கொண்டிருக்கும்போதே வில் வண்டியில் முதலாளி வந்து இறங்கினார். வெள்ளை நிற வேட்டியும் மேலே வெள்ளை சொக்காயும் போட்டு அதற்கு மேலே காப்பி கலரில் கோட்டு அணிந்திருந்தார். கழுத்தில் சுற்றப்பட்டிருந்த பட்டு அங்க வஸ்திரத்தினூடே தங்கச் சங்கிலி பளபளத்தது. கோட்டின் மேல் பொத்தானிலிருந்து தொங்கிய சங்கிலியில் சிறிய வட்டமான கடிகாரம். கடிகாரத்தைக் கையிலெடுத்துப் பார்த்தவர் அதை அவசர அவசரமாகக் கோட்டுப் பைக்குள் திணித்தபடியே உள்ளே வந்தார். காலில் நுனி வளைந்த தோல் செருப்பு. கடையில் கூட்டமாய் நின்றிருந்தவர்கள் அங்கங்கே ஒதுங்கி நின்றார்கள். குனிந்தபடியே நடந்தாலும் கண்கள் பெஞ்சமின் இருந்த இடத்தை ஒரு முறை நோட்ட மிட்டு மீண்டன. பெரியவர் உள்ளே நுழைவதற்காக அறைக் கதவைத் திறந்தபடி நின்றிருந்த துரைக்கண்ணு, பெரியவர் உள்ளே வந்தவுடன் வெளியே வந்து பெஞ்சமினை அழைத்தான்.

“அண்ணம், மொதலாளி கூப்புடுதாவ.”

“அவுரு முட்டுப்போட்டு செவம் படிச்சி முடிக்காண்டாமா, காலுல சுடுதண்ணிய ஊத்திகிட்டு நிக்கிற.”

“என்னமோ தெரியில உள்ள நொழையும்போதே ஒங்களக் கூப்புடச் சொன்னாரு.”

“அப்புடியா...?” என்றவாறு கல்லாவிலிருந்து எழும்பினார் பெஞ்சமின். உள்ளே முதலாளி முழந்தாள்படியிட்டு செபம் பண்ணியபடியிருந்தார்.

“யேசுவின் திரு இருதயமே என் நம்பிக்கையையெல்லாம் உமது பேரில் வைக்கிறேன். மரியாயின் மாசற்ற இருதயமே

எங்களுக்காக வேண்டிக்கொள்ளும்" பெரியவர் செபிப்பது கேட்டது. அறையில் பெரியவர் அமரும் இடத்திற்கு மேலே சுவற்றில் பெரிய சேசுவின் திரு இருதயப்படம். தலையை உயர்த்திக் கண்களை மூடி இரண்டு கைகளையும் விரித்தபடி முணுமுணுத்தபடியிருந்தார். அவர் எழுந்து இருக்கையில் அமரும்வரை பெஞ்சமின் அமைதியாகக் கதவோடே நின்றிருந்தார்.

"மதுரயிலயிருந்து துணி வந்தாச்சா?"

"51க்கு கோஸ் பாயி மட்டுந்தாம் வேணுமின்னு தண்ட சொன்னாரு. 64ம், 35ம் பாய் கிழிஞ்சி நிக்கிது. துணி வெட்டிக் குடுத்தாச்சி தைய வேலதாம் பாக்கி."

"பாயி அடிக்கடி மாத்த வேண்டி வருத. காத்து மொகங்கள்ல வச்சி புடிக்கிறான்வளோ, என்னயின்னு பாரு. மலேசியா சால் மரம் கன அடி என்ன வெல போவுது?"

"கந்தைய்யாட்ட கேட்டு சொல்லுறம்."

"என்ன பேசுற பெஞ்சமீனு, ஆசாரிமாரு நம்மள ஏமாத்திறக் கூடாதுன்னு ஓங்கிட்ட கேக்குறம். நீ அவங் கிட்டயே கேக்கனுமிங்குற."

"மூணு மாசத்ததுக்கு முன்னால நம்ம சிங்கராயரு தோணி வக்கிறப்ப கன அடி முப்பதுன்னாவ. நம்ம இப்ப புதுச வக்கிற தோணிக்கி ஏரா கட்ட எப்புடி போட?"

"கருமருது போடுலாமான்னு பாத்தம்... சரி, இலுப்பயே போடுலாம். தண்ணிக்கிள சும்ம இரும்பு மாறியில கெடக்கும். ஏரா, பிச்சல் கட்ட, அணியத்துக் கட்ட எல்லாமே இலுப்பயில போட்டுறுங்க. வங்கு கால்வளுக்கு நம்ம பாவூர் சத்துரத்துல மரம் பாத்து போட்டுருக்கம். அடப்பு பலகதாம் இப்ப பிரச்சனையே. தஞ்சாவூர்ப் பக்கம் கொஞ்சம் ஆயினியும், வெந்தேக்கும் கெடக்குன்னாம் கந்தையா."

"அப்ப தஞ்சாவூர் போறியளா...!"

"தோணி மாதா திருழாவுக்கு முன்னால தண்ணிக்கிள தள்ளிறணும். காளவாசல் பக்கம் வேண்டாம். நம்ம கொடிமரத்துக்கு பணிய அந்தத் தொட்டத்துக்குத் தெக்க ஏராவ ஏத்திறணும், என்ன..."

"அது என்ன, திருழாவுக்கு முன்னால...! என்னமாவது நேர்மானமா?"

“என்ன தெரியாத மாறி கேக்குற. கடக்கரையல்லயிருந்து காட்டுமிராண்டிக் கூதிவுள்ளய வருமில்ல. வேல முடியாம தோணி இங்கன நின்னா, இந்த வெங்கப்பயல்வள நிப்பாட்டவா முடியும். ஏறி கழுத மாறி ஆடுவான்வ. வாங்குக் கட்டயெல்லாம் விரிஞ்சி போவும். ஆமா வரும் போது கல்லாப்பக்கம் ஒரு பொடியன பாத்தன... நம்ம தோணியள்ல போற மாறித் தெரியலிய.”

“மொதலாளி...”

“பக்கத்துலே பவுல் சவலனும் நின்னுகிட்டு இருந்தான. இந்தப் பய மொகச்சாட அவனே மாறித்தாம் இருந்துச்சி.”

அதிர்ந்து போன பெஞ்சமின் தன்னினைவுக்கு வருவதற்குள் பெரியவர் கேட்டார்.

“பயலுக்குத் பெரியதெறையோ? நல்ல வெடிப்பாத்தாம் இருக்காம்.”

“மொதலாளி, லொஞ்சி அண்ணம் மொவனாம். நம்ம கப்ப நடத் தோணியள்ல சேத்துவுட கூட்டிற்று வந்திருக்காம்.”

“கரிக்களத்துக்கு பணிய கலப்பத்து பாக்க கரைய இழுத்து வச்சிறுக்க தோணியள்ல வேலைக்கி போடு. பகல்ல கலப்பத்து அடிக்கிறவன்வ கூட வேல பாத்திற்று ராத்திரியும் அங்கனயே படுக்கட்டு. பொறவு அதுல தண்ணியில எறங்குற மொத தோணியில போட்டுவுடு.”

பெஞ்சமினால் முதலாளி வல்தாரிஸ் பல்டோனா சொல்லுவதை நம்ப முடியவில்லை. படிக்காதவராய் இருந்தாலும் அவரது அனுபவ அறிவை நினைத்து வியந்தார். பெரும்பாலும் எந்தச் சின்ன முடிவாயிருந்தாலும் அதை ஆற அமர யோசித்தே முடிவெடுக்கக் கூடிய பல்டோனா வழக்கத்திற்கு மாறாகக் கேட்ட நொடிப்பொழுதிலேயே வேலைபோட்டுக் கொடுக்கிறார். ஆச்சரியம்.

“மொதலாளி, சின்னப் பயலா இருக்கான ராத்திரி ஒத்தக்கி...”

“பயலப் பாத்தா மெசப்புடிப்பாம் போலத் தெரியிது. அந்த ஊரு மண்ணு அப்புடி... என்ன கோமப் பொண்ணா, கெடுத்துறாதைங்கல.”

இதுவரையில் யாருக்காகவும் இந்த அளவுக்கு பேசிய தில்லை வல்தாரிஸ் பல்டோனா. பேசும்போது அவர் கண்களில் தெரிந்த பிரகாசம் வியப்பாய் இருந்தது.

“வேணுமின்னாப்பாரு, பெரிய ஆளா வருவாம்” என்ற பெரியவர் அங்கவஸ்திரத்தைச் சரி செய்தவாறு எழுந்து வெளியே கிளம்பினார். கல்லாவைக் கடக்கும்போது பெரியவரின் விழிகள் பிலிப்பின் விழிகளோடு ஒருமுறை கலந்து மீண்டன. இனம் புரியாத புன்னகை அவருள். யாருக்குத் தெரியும் அசோகரும் அவரது பாட்டன் சந்திர குப்த மௌரியரும் சந்தித்துக்கொண்டார்களோ என்னவோ...!

வாசலுக்கு ஓடிவந்த வண்டிக்காரன் பெரியவர் கழற்றிக் கொடுத்த அங்கவஸ்திரத்தைப் பவ்வியமாய் வாங்க, வண்டியின் பின்புறம் வழியாகத் தலையை நுழைத்து ஏறி அமர்ந்தார் பெரியவர். முன்னால் ஏறிய வண்டி ஓட்டி பக்தியோடு திரும்பி அங்கவஸ்திரத்தைக் கொடுத்துவிட்டு வண்டியோட்ட ஆரம்பித்தான். வண்டி திருப்பத்தில் மறைந்ததும் கல்லாப் பெட்டியருகே வந்த பெஞ்சமின் சொன்னார்.

“பெரியவரு கண்ணுல்லயிருந்து எதும் தப்புறதில்ல.”

“எதச் சொல்லுறிய?” அங்கலாய்த்தார் லொஞ்சின்.

“நம்ம இங்க பேசிகிற்று இருந்தத கவனிக்காத மாறித்தான உள்ள போனாறு... மத்த விசயங்களயெல்லாம் பேசிற்று சொல்லுறாறு, பயல இழுத்து வச்சிறுக்க தோணியில வேலைக்கு போட்டுறு, பொறவு அதுலே மொதல்ல கரிநடைக்கி போற தோணியில ஏத்தி வுட்டுறுங்குறாறு.”

21

1924

மூக்கையூரிலிருந்து மனுவேல் கோமஸ், யுவாரி பர்னாந்து, ஜெபமாலை வில்லவராயர் மூவரும் வண்டிமாடு போட்டு கொற்கை வந்திருந்தார்கள். கூடவே ராம நாடாரும் வந்திருந்தார். சந்தனமாரி கோவில் பக்கம் வண்டியைக் கட்டியவர்கள், பொடி நடையாய் நடந்து சிலுவைப் பர்னாந்தைத் தேடி வந்தார்கள். சிலுவைப் பர்னாந்து வியாபார விசயமாக மெட்ராஸ் வரை போயிருந்தார். வழியில் விசாரித்து பவுடர் பப்பா வீட்டுக்கு வந்துவிட்டார்கள். தஸ்நேவிஸ்தான் வீட்டிலிருந்தார். டிங்கி சேசையா பண்ணையிலிருந்து விலகி ஆர்.வி. மில்லின் பின்புறம் வீடு கட்டித் தனியாகப் போய்விட்டார். தஸ்நேவிஸ் மனைவி வந்தவர்களை வரவேற்றாள்.

"என்ன மூக்கையூர் யாவாரிமார்லாம் கௌம்பி வந்திருக்கிய. உள்ளால வாருங்க என்ன விசேசம்?" கேட்டார் தஸ்நேவிஸ்.

"எய்யா விசேசம் ஒண்ணுமில்ல. ஒரு சங்கதியா சாதித் தலைவனாரப் போயி பாக்கனும்."

"மூத்தவுக இருக்காக. ஆனா இன்னும் பட்டஞ் சூட்டலயே."

"இது என்ன பேச்சி பட்டஞ் சூட்டுனாலும், சூட்டாட்டியும் தலம் ஸ்தானம் அவுகதான."

"கொற்கையில இப்ப உள்ள நெல தெரியாம பேசுறிய" என்றான் தற்செயலாக வீட்டிற்குள் வந்த சந்தக்குருஸ். தஸ்நேவிசின் ஒரே மகன். சிடுமூஞ்சி, யாரிடமும் அதிகம் பேச மாட்டான். என்றைக்குமே

வாய் திறக்காத மகன் வாய் திறந்து பேசிவிட்டுப் போகிறானே என்ற அதிர்ச்சியில் அமர்ந்திருந்தார் தஸ்நேவிஸ்.

"வெளப்பமா சொன்னாத்தான தெரியும்" என்றார் மனுவேல் கோமஸ்.

"மேசைக்காரவுக தனியா ஒரு சங்கம் வச்சிருக்காக இந்தப் பக்கம் மெனக்கடம்மாரு இன்னொரு சங்கம். ரண்டியருமே சாதித் தலமைக்கி எதிர்ப்பு" என்றார் தஸ்நேவிஸ்.

"மேசைக்காரங்களுமா எதுப்பு?"

"வெளிய பாக்குறதுக்கு பாண்டியபதிய ஏத்துக்கிறாமாறி தெரிஞ்சாலும் இந்தாலயும் அந்தாலயும் கிண்டி வுடுறது அவன்வதாம்."

"நீங்க...?" கேட்டார் ராம நாடார்.

"நாங்க கம்மரமாரு, எங்கள மெனக்கடனே சேக்க மாட்டாம். பொறவு மேசைக்காரனப் பத்தி என்ன பேச்சி."

அவர்கள் பேசிக்கொண்டிருக்கவே கம்பங் கூழும் சுட்ட மோர் மிளகாயும் வந்தது. மூக்கையூரிலிருந்து கொண்டு வந்திருந்த கம்பங்கழி முந்தின நாள் மதியமே தீர்ந்து போய் ராப்பட்டினியாய் வந்திருந்தார்கள். வயிறாறக் கூழ் குடித்த ராம நாடார் சொன்னார்.

"எய்யா, நா இப்புடியே ஒரு கண்ணுக்கு இங்கன அயறுதம். நீங்கள்வ போயி பாக்க வேண்டியவுகள பாத்திற்று தேவப்பட்டா கூப்புட்டனுப்புங்க வருதம்."

"சரி அவுரு படுக்கட்டு, நீங்க என்ன விசயமா வந்திருக்கியயின்னு தெரிஞ்சா..."

"நம்ம கடப் பொறங்கள்ல நடக்குறதுதாம். மூக்கையூர்ல சண்ட. எங்க நாலஞ்சியற சேலகெட்டி முக்காடு போட்டு பொம்புள மாறி ஊர்ப்பொதுவுல மன்னிப்பு கேக்கணு மிங்குறான்வ."

"என்ன பிரச்சனையில..."

"எல்லாங் கோயிலுக்கு தெறிப்பு வச்ச கதயிலதாம். அதோட அவம் அவம் சொந்தப் பிரச்சனைய, பொட்டச்சிய பிரச்சனய எல்லாம் சேந்து போச்சி" என்றார் ஜெபமாலை வில்லவராயார்.

"சிலுவ பர்னாந்த போயி பாக்குலாம். அவுரு ராலி கம்பெனியில மெட்ராசுக்கு வரச் சொல்லி போயிருக்காரு

யின்னாவ... பேசாம எங்க பங்குச் சாமியார போயி பாத்திருங்க” என்றார் தஸ்நேவிஸ்.

“எதுக்கும் பாண்டியபதியில போயி ஒரு வார்த்த சொல்லிற்றமுன்னா எங்க வெப்ராளம் அடங்கிறும்.”

“பாண்டியபதியே இன்னும் பட்டஞ் சூட்டல... தீவுக் கடல்வள்ல முத்துச்சிப்பிய வெளஞ்சி கெடக்குதாம். சிலாபம் தண்டுறதுக்கு வக தெரியாம நிக்கிறாவ. சரி வாருங்க போயி மேற்றாணியார பாக்குலாம்.”

“கடந்த வருசந்தான பட்டங் குடுத்தாவ... நம்மாள்க்க யின்னாவள. சின்னக் கோயிலுக்கும் பெரிய கோயிலுக்கும் தாவாவா கெடக்குன்னாவள.”

“எல்லாம் ஞானாதிக்கப் போட்டிதாம். இவுரும் மேசைக்காரருந்தாம்.”

“சவம் கச்சாங்காலம் பாத்தியளா, வட கடலத் தேடி பாம்பம், ரமேஸ்வரமின்னு போயிற்றோம். அதாம் மேற்றாணியாரு பட்டங் குடுக்கும்போது வர முடியில.”

“மனுவேலு, மேற்றாணியாருன்னு இன்னைக்கிதான வந்தாரு. காலகாலமா நமக்கு பாண்டியபதிதாம் எல்லாத்துக்கும்...” என்றார் ஜெபமாலை வில்லவராயர்.

“அவுருக்கு பட்டஞ் சூட்டயில்லயின்னு கோவத்துல யிருக்காரு” என்றார் தஸ்நேவிஸ்.

“என்ன பேசுறிய பாண்டியபதிக்கி பட்டம் யாரு சூட்டுவா... வெள்ளைக்காரனா... பேசாம அவரே எடுத்து சூட்டிக்கிற வேண்டியதாம்.”

“அதுதாம் நடக்கப்போவுது” என்றபடியே சந்தக்குருஸ் வெளியே கிளம்பினான்.

பெரும்பாலும் ஒரு சில வியாபாரிமாருக்கும் தோணித் தண்டல்களுக்குமே மூக்கையூரைப் பற்றி தெரிந்திருந்தது. திருமணத் தொடர்புகள் வைப்பார், வேம்பாரோடு நின்றுவிட, மூக்கையூர்க் குடிகளின் தொடர்பு மற்ற பரதவ ஊர்களோடு சில நூற்றாண்டுகளாகவே இல்லாதிருந்தது. சாலைப் போக்கு வரத்து வசதிகள் இல்லாததால் கொற்கையிலிருந்து அத்தியாவசியப் பொருள்கள் தோணிகளில் வந்தன. மண்ணெண்ணெய், அரிசி, கருப்புக்கட்டி, வாழைத்தார் போன்றவற்றை ஏற்றி வரும் தோணிகள் திரும்பும்போது ராமேஸ்வரத்திலிருந்து விறகு கொண்டுசென்றிருக்கின்றன. காங்கேசந்துறை, பருத்தித்துறை, வல்வட்டித்துறை போன்ற

வடக்கிலங்கையிலுள்ள ஊர்களுக்குத் தேங்காய் ஏற்றப் போகும் சிறிய தோணிகள் காத்து கடலை ஆற்றுவதற்காகத் தென்கடலில் குந்துகால் பக்கமும் வடகடலில் பாம்பன் கடந்து பிசாசு முனைப்பக்கமும் நங்கூரம் தள்ளி இரண்டு மூன்று நாள்கள் கிடந்துவிட்டுப் பின் பயணப்படுவார்களாம். சில வேளைகளில் பட்டணத்து வியாபாரிமார் ஏற்பாட்டில் மூக்கையூர் முந்தலி லிருந்தும் சம்பைக் கட்டுகள் கொழும்புக்கு ஏற்றுவார்கள்.

புராணப்படி இராமன் தம்பி லட்சுமணன், இராவணனின் தங்கை சூர்ப்பனகையின் மூக்கை அறுத்த இடமாம் மூக்கையூர். இலங்கையில் இராவணனை வதம் செய்யக் கிளம்பிய வானர சேனையின் பிதாமகன் அனுமன் போன்றவர்களின் பாதம் பதிந்த இடமாக இந்தப் பகுதி இன்றும் கொண்டாடப் படுகிறது.

பரதவர்களின் வாய் வழக்கில், அந்தக் காலத்தில் தென் கடலில் காற்று அகோரமானதால் புகலிடம் தேடிக் கரைபிடித்த ஏழு மரக்காரர்களின் சந்ததிகள்தான் மூக்கையூர்வாசிகள் என்று சொல்கிறார்கள். இந்த ஏழு மரக்காரர்களும் கச்சானில் அடிவாங்கி மூக்கையூரில் கரைபிடித்ததாகவும் இங்கே பூர்விகமாய் இருந்த மறவர்கள் வடக்கே விலகி இவர்களுக்குக் கடற்கரையில் இடம் கொடுத்ததாகவும் சொல்கிறார்கள். அந்தக் காலத்தில் இந்தப் பகுதியே முள்ளிக் காடாய் இருந்திருக்கிறது. பக்கத்திலேயே மலட்டாற்றின் காயல். கடலடி காலங்களில் மலட்டாற்றில் தடவி மீனும் நண்டும் பிடித்திருக்கிறார்கள். அந்தப் பகுதியில் இருந்த சிறுபான்மை பணிக்கரின மக்களோடு பரதவர்கள் கலந்துவிட்டதாகவும் ஒரு பேச்சு உண்டு. ஆனாலும் தங்கள் கத்தோலிக்க விசுவாசத் தையும் பாண்டியபதி பக்தியையும் எத்தனை காலமானாலும் இவர்கள் விட்டுக் கொடுக்கவில்லை. இதற்கு முற்றிலும் மாறாக வரலாறுப்பூர்வமாக மற்றொரு கதையுமிருக்கிறது.

டச்சுக்காரர்களின் அட்டூழியங்களால் பரதவ மக்கள் அந்தக் காலத்தில் கடும் சிரமங்களுக்கு உள்ளாகி இருக் கிறார்கள். ஒரு புறம் போர்ச்சுக்கீசியரை வெற்றி கொண்ட டச்சுக்காரர்கள், மறுபுறம் முத்துக்காகப் பழி வாங்கத் துடிக்கும் முகமதியர், அவர்களோடு மதுரை நாயக்கரின் வடுகர் படை. கத்தோலிக்க வேதத்திற்குள்ளும் ஞானாதிக்கப் போட்டி. தாக்குப் பிடிக்க முடியாதவர்கள் தப்பித்தால் போதுமென்றே ஓடியிருக்கலாம். பாண்டியபதியே கொற்கை மக்களோடு ராஜ தீவுக்குள் பதுங்கியிருக்கிறார். பல இடங்களுக்கும் சிதறி ஓடியவர்களில் ஒரு குழுவினர் மூக்கையூர்ப் பகுதிக்கும் வந்து குடியேறியிருக்கலாம். இலங்கை

மன்னார்ப் பக்கம் குடியேறிய பரதவர்களும் இப்படிச் சென்றவர்கள்தான். அப்படி வந்தவர்கள் தங்கள் கத்தோலிக்க விசுவாசத்தை மட்டும் விடாமல் காப்பாற்றியிருக்கிறார்கள். அடக்குமுறையாலும், பொருளாதாரக் கட்டுப்பாடுகளாலும் டச்சுக்காரர்களும் சரி, அவர்களுக்குப் பிறகு வந்த ஆங்கிலேயர்களாலும் சரி, பரதவர்களைப் பதித மார்க்கத்துக்கு திருப்பவே முடியவில்லை.

தஸ்நேவிசுக்கும் ஏற்கனவே பங்குச் சாமியாரைப் பார்க்க வேண்டியிருந்தது. வலைக்குடி கடற்கரையில் சையமத்தேசியா கல்லறையில் விழும் காணிக்கைக் காசுகளைப் பவுடர் பப்பாவின் மனைவியை எடுக்கக் கூடாது என்று பங்குச் சாமியார் சொல்லியிருந்தார். உடனே காணிக்கைப் பெட்டி வைக்க வேண்டுமென்றும் விளக்குப் போடுவதற்காக ஆகும் செலவை வாரத்தில் ஒருநாள் வந்து வாங்கிக்கொள்ள வேண்டுமென்றும் ஏற்பாடு. ஆத்தாவால் நடக்க முடியாததால் தஸ்நேவிசே இப்போதெல்லாம் மேற்றிராசனைக் கோவிலிலிருக்கும் பங்குச் சாமியாரைப் பார்த்து வாங்கிவிடுகிறார்.

பங்குச் சாமியார் கேட்டுக்கொண்டதால் தஸ்நேவிஸ் வெளியே காத்திருக்க, மூக்கையூர்காரர்கள் மட்டும் ராம நாடாரோடு மேற்றிராணியாரைப் பார்த்தார்கள். முகத்தில் புன்முறுவலோடு அழைத்தார், மேற்றிராணியார்.

"வாருங்க."

"மேற்றிராணியாண்டவருக்குத் தோத்திரம்" என்றபடி சாஷ்டாங்கமாய் விழுந்து வணங்கினார்கள். ராம நாடார் மட்டும் ஒதுங்கி நின்று வேடிக்கை பார்த்தார். முகத்தில் அதிர்ச்சியின் சாயல்.

"பங்குச்சாமி எல்லாஞ் சொன்னாங்க. எதுக்குய்யா இப்புடி சண்ட புடிக்கிறீங்க. சரி நெலத்த எம்பேருக்கே வாங்கி பணத்த சீக்கிரமா நாடாருக்கு அடைச்சிறுங்க. சீக்கிரம் ஒரு கோயிலயும் கெட்டிருங்க. நானே வந்து ஆசிர்வதிச்சி தாரம்."

மூவரும் திரும்பவும் சாஷ்டாங்கமாக விழுந்து வணங்குவதைப் பார்த்த ராம நாடார் வியப்பின் உச்சிக்குப் போனார். மூக்கையூர்க்காரர்கள் என்றாலே இராமநாதபுரம் ஜில்லாவில் பயப்படாதவர்களே இல்லை. மறவர் பூமியாய் இருந்தாலும் குடிபெயர்ந்து வந்து தங்கிய காலமுதல் இன்று வரையில் யாருக்கும் தலைவணங்கி இந்தச் சனங்கள் வாழவில்லை. பக்கத்திலேயே வசித்த மறவர்களோடு உறவு பாராட்டி வாழ்ந்திருக்கிறார்களேயல்லாது எந்த சூழ்நிலை

யிலும் பகை வளர்த்தது இல்லை. இவர்கள் அவர்களை 'அப்பு' என்றழைப்பதும், அவர்கள் இவர்களை 'பரவத்தி புள்ளையளா' என்றழைப்பதும் இன்றுவரை இருக்கும் வழக்கம். மறவர்கள் தங்கள் குல தெய்வமாகிய முருகனின் தாயாகப் பரதவப் பெண்களை மதிக்கிறார்கள். தாய் வழிப்பாசம் இருந்ததனால்தானோ என்னவோ பரதவர்களும் சரி, மறவர்களும் சரி, இதுவரையில் பகைமை பாராட்டியதாகத் தெரியிவில்லை.

வெளியே வந்தவர்கள் முகத்தில் மகிழ்ச்சி தாண்டவமாடியது. வாசலிலே நின்றிருந்த தஸ்நேவிஸ் கேட்டார்:

"சரி, வந்த காரியம் நல்லபடியா முடிஞ்சிச்சா, இனும பாண்டியபதிக்கித்தான போவணும். வாருங்க"

"..."

"சமாதானமாப் போவச் சொல்லிற்றாரா."

"சந்தோசமா வாரியள என்னதாஞ் சொன்னாரு?"

"தெக்க வெள்ளக்காரம் பங்குளா பக்கமே போயி குடுச போடச் சொல்லிற்றாரு, நாடாரு எடத்துல..."

அவர்கள் பேசுவதையே கேட்டபடி வந்த மேற்றி ராணியாரின் உதவிக்குரு ஜெரோம் தல்மெய்தா சொன்னார்,

"அதாம் மேற்றாணியார பாத்தாச்சில்ல... ஊருக்குப் பேரும் ரோச் மாநகர்ன்னே வைக்கச் சொல்லிற்றாருல்ல. பெறகென்ன."

"இல்ல, ஒரு மரியாதைக்கி..."

"என்னப்பா மரியாத... யாருக்கு மரியாத குடுக்கணுமோ அவுங்களுக்கு மரியாத குடுங்க. ஞான காரியங்களுக்கு யாரோட ஒதவி தேவயின்னு ஒங்களுக்கு தெரியும்."

தலையைச் சொறிந்தவாறே நின்றிருந்தார் மனுவேல் கோமஸ். ராம நாடார் மற்ற இருவருடன் தீவிரமாய் விவாதித்தபடியிருந்தார்.

"எடத்த அவிய பேருக்கு வாங்குவாவ ஒடனே துட்டு அம்புடுமின்னுல்லா இம்மாந்தூரம் பொறப்புட்டு வந்தம்."

"அதுக்கென்னப்பு நாங்க தாரோமில்ல. ஒம்ம நெலத்தக் கொண்டு ஓடியா போறம்."

"அதுக்கில்ல... என்னக்கி தந்து என்னக்கி முடிக்க. ஆமா துட்ட நீங்கள்வ குடுத்துகிட்டு அதாரு மேற்றாணியாரா...

182 ஆர். என். ஜோ டி குருஸ்

அவுரு பேருக்கு எழுதுதிய. அவுரு துட்டு குடுத்தாப் பரவாயில்லிய."

"ஒரு பொது ஆளு வேணுமில்ல" என்றவாறு ஜெபமாலை வில்லவராயர் மனுவேல் கோமஸ் அருகே வந்தார்.

"என்ன மனுவேலு, நாடாரு சொல்லுறது..."

"அதெல்லாம் வாக்குக் குடுக்குறதுக்கு முன்னால யோசிச்சிறுக்கணும். இப்ப சொன்னது சொன்னதுதாம்."

தள்ளி நின்றிருந்த தஸ்நேவிஸ் அவர்கள் அருகே வந்தவர் சொன்னார்.

"அப்ப இந்த சாமிமாரு ஒங்கள்வள சண்ட போடாதிய. ஊர வுட்டுப் போவாதியயின்னு சொல்லல... நல்ல மேய்ப்பர்கள் நல்ல மந்தைகள். சரி பாண்டியபதிக்கி கூட்டிற்று போவணுமா வேண்டாமா."

"மேற்றாணியார் சாதித்தலம இப்ப இல்ல நாம் பாத்துக்கிறுறமின்னுட்டாரு. பொறவு எதுக்கு அங்க போய்க்கிட்டு..."

"தஸ்நேவிசு, எங்களுக்கு மூக்கையூர காலி பண்ணிப் போனாலும் கோயிலு, மாதா, யாகப்பரு, சாமியாரு, ஞானஸ்தானம், தேவதிரவிய அனுமானங்க எல்லாம் வேணும்."

"புள்ளையளுக்கு ஞானஸ்தானம் குடுக்காண்டாமா, தாலி கட்டாண்டாமா, மையங்கள எடுக்காண்டாமா... திருச்சபய பகைச்சிக்கிற முடியாது."

தஸ்நேவிஸ் காங்கிரஸ்கரர். நாலு இடங்களுக்குப் போய் விவாதங்களில் கலந்துகொண்டு பேசுபவர், இப்படி ஏமாந்து போய் வந்திருக்கிறார்களே என்று ஆதங்கப்பட்டபடியே நடந்தார்.

22

1926

மகுடமேற்ற இரு மாதத்திற்குள்ளாகவே குழியாட்களை கடலுக்குள் அனுப்பி வரைபடம் தயாரித்து முத்துச் சிலாபத்திற்கான தேதி குறித்திருந்தார் பாண்டியபதி குணதாசியுஸ். ஆங்கிலேயர்கள் மானியத்தை வெகுவாய்க் குறைத்திருந்தார்கள். முத்துச் சிலாபத்தி னால் வரும் கௌரவம் ஒருபுறமிருந்தாலும் அதன் மூலம் மக்களுக்கு வரும் வருமானம் வீணாகிவிடக் கூடாதே என்பதில் மிகுந்த அக்கறையோடிருந்தார் பாண்டியபதி. பட்டாபிசேகம் எந்த விதமான விமரிசையான ஏற்பாடுகளுமில்லாமல் பாண்டியபதி யின் அரண்மனைக்குள்ளேயே நடந்து முடிந்திருந்தது. முந்தின காலங்களில் எதற்கெடுத்தாலும் பாண்டிய பதியைச் சார்ந்து நிற்கும் மேற்றிராசனக் குருக்கள் பாண்டியபதியின் பட்டாபிசேகத்தில்கூடப் பங்கேற்க வில்லை. முத்துச் சிலாபத்திற்கான தேதி குறிக்கப் பட்ட பிறகுதான் பாண்டியபதி மகுடம் சூடியதே மக்களுக்கே தெரியவந்தது.

நல்ல பனி மூட்டம். விடிவதற்கு முன்னாலேயே காளவாசல் கடற்கரையில் ஆளரவம் கேட்டது. நீண்டு வளர்ந்து கிடந்த கூந்தலை அள்ளி முடித்தபடி குழியாட்கள் வள்ளங்களை நோக்கி வந்தபடியிருந் தார்கள். கடல் அலையற்று அமைதியாய் இருந்தது.

மலையாளக் கடற்கரையிலிருந்து வந்த தோடை களுக்கும் வத்தைகளில் தொழில் செய்து பழக்கப் பட்டிருந்ததால் கட்டுமரங்களை விட வள்ளங்களில் தொழில் செய்வது பிடித்திருந்தது. அரையில் கட்டியிருந்த அரச்சாலோடு வந்த குழியாட்கள்

தெற்கு நோக்கித் திரும்பி கொற்கைச் சந்தன மாரித் தாயை வணங்கிப் பின் வள்ளங்களில் ஏறினார்கள். சந்தக்குரூஸ் போகும் வள்ளத்தை இறக்கிவிடுவதற்காய் தஸ்நேவிசும் காளவாசல் கடற்கரையில் நின்றிருந்தார்.

"தஸ்நேவிஸ் அண்ணேம் கூட்டம் பெருவாதியா இருக்கும் போல்ருக்க..." என்றவாறு அருகில் வந்தான் பிச்சைக்கனி. சமீபத்தில் இடைச்சிவிளையிலிருந்து கொற்கைக்குப் பிழைக்க வந்தவன். ஓணாத் தெருவில் கூட்ட மிகுதியால் ஒண்ட இடம் கிடைக்கவில்லை. அங்குமிங்கும் அலைந்தவன் இறுதியாய்க் காளவாசல் கடற்கரைப் பக்கம் ஒதுங்கியிருந்தான். கருப்பட்டி வியாபாரம் செய்வதால் நாலு பேர் முகம் பார்த்துப் பேசவும் பழகியிருந்தான்.

"ஆமா நாங்கள்வ நிக்கிறோம் சரி... நீ எதுக்கு இங்கோடி அலையிற" என்றார் தஸ்நேவிஸ்.

"முத்து சிலாவம், முத்து சிலாவமின்னு குச்சில்வள்ல பேசிக்கிற்றாவ. வில் வண்டியளும், குதுர வண்டியளுமா தேரிக்காட்டுல நிக்கிவு. அதாம் என்ன ஏதுன்னு..."

சிலாபம் முடியும் இறுதி நாளில் நடக்கும் ஏலத்திற்காக முன்கூட்டியே வந்து கடற்கரைச் சரிவுகளிலும், சங்குமால் பக்கமும் அங்கங்கே கூடாரமடித்து பம்பாயிலிருந்தும் வங்காளத்திலிருந்தும் வந்திருந்த வியாபாரிமார்கள் தங்கி யிருந்தார்கள். கடம்பூர், எட்டயபுரம், ஊத்துமலை, சீவலப்பேரி ஜமீன் வண்டிகளும் வந்து காத்துக் கிடந்தன.

"ஆமா இந்த கலெக்டர் தொற எதுக்குண்ணம் இந்தப் பாடு படுத்தியாம்."

"யாரு... காலின் தொறயா? நீ கொண்டார கருப்பட்டிக் கூப்பணிக்குள்ளயா கைவுட்டாம்!"

"மில்லுக்குள்ள ஒரு பிரச்சனயின்னாலும் மொத ஆளா அவந்தாம் வந்து நிக்கியாம்."

"மாமனார் நடத்துற மில்லுக்கு மருமொவம் பாதுகாப்பு குடுக்குறாம். அந்தக் காலத்துல அவம், ஆஷ்ம்பாவள... அவனும் இப்புடித்தாம் வெறண்டுகிட்டு நிப்பானாம்."

மரவீட்டுப் பக்கமிருந்த தொட்டியை நாலைந்து சுதேசிகள் இறங்கிக் கிண்ட, காற்றுவாக்கில் குடலைப் பிடுங்கும் நாற்றம் வந்தது. முத்துச் சிலாபத்தில் நாள்தோறும் அரசாங்கத்துக்கு வரும் சிப்பிகளைத் தொட்டிகளில் போட்டு வைத்துக் காவலுக்கு குதிரைப் போலீசார் நிற்பது வழக்கம். சிப்பிகள் இறந்து

அழுகி, வெடித்து நாற்றமெடுக்கும். பின் கடற்கரைப் பருமணலை அள்ளி உள்ளே போட்டு சுதேசிகள் பிசைவார்கள். அழுகிய சதைக்குள்ளிருந்து முத்துக்கள் வெளியே வரும்.

"ஆமாண்ணேம் அந்த சிப்பியள்ல முத்த எடுத்த பொறவு...?"

"அந்தா குமிஞ்சி கெடக்க தெரியிலியாக்கும்."

"அதப் போயி எடுத்தா என்னமாச்சும் சொல்லுவா வளோண்ணம்?"

"சும்ம அள்ளு. நல்ல சுத்தமான சுண்ணாம்பு. ஆமா அது ஒனக்கு எதுக்கு?"

"சுண்ணாம்பு காச்சிலாமான்னு பாக்குதம். இந்தக் கருப்பட்டி யாவாரத்த எத்தன நாளக்கி நம்ப."

"ஏய் மறந்து போச்ச... ஆமா நமக்குக் கொண்டாற கருப்பட்டிய எங்க? திற்று மட்டும் மொத ஆளா வந்து வாங்கிற்றுப் போற."

"நம்ம காட்டுராசா குச்சில் பக்கத்துல வண்டி மாட்டுல கொண்டாந்தது அத்தன சிப்பத்தயும் எறக்கி போட்டுறுக்கமுல்லா."

"பழசா... புதுசா?"

"அண்ணாச்சி... பழசுவ எங்க கெடைக்கி. விடுலி விடுலியாத் தேடி கொள்மொதல் பண்ணுதாவ. ஒரு பய கிட்டயும் பழசு கெடையாது பாத்துக்கிடுங்க. ஒங்களுக்கு ஒரு வெவரந் தெரியுமா, இப்ப ஒடங்குடி கருப்பட்டி, பழைய கருப்பட்டிய பூதாவும் கொழும்பு, சிங்கப்பூருன்னு ஏத்துறாவளாம். மொத்தமும் நம்ம கணபதி நாடாந்தாம். நம்ம காயாமொழிக்காரவிய, கணபதி நாடாம் இந்தமாரி பெரிய பெரிய கையள்வ சரக்க மடக்கயில என்னய என்ன செய்யச் சொல்லுதிய."

"வாங்குன திற்றுக்கு சரக்க போடுவியா... சும்ம கத அளந்துகிற்று இருக்க" என்றார் தஸ்நேவிஸ் எரிச்சலாக.

"இந்த சரக்கு பாத்துக்கிடுங்க, ஓங்க தண்ணான பூதாவும் இட்டமொழிப் பக்கம் தேரிக்காட்டு பனையள்ள எறக்குனது. நல்ல சுண்டக் காச்சினது. வச்சிச் சாப்புடுலாம்ண்ணம். பயராதைங்க இழுவாது."

ஒன்றிரண்டு வள்ளங்கள் கரைப்பிடித்தன. வள்ளங்களிலிருந்து இறக்கி வைத்த அரைச்சால்களில் சங்குகள்

தான் கிடந்தன. ஒற்றைக் கால் பாய்ச்சலில் சங்குமால் சதேசி அதிகாரிகள் ஓடி வந்தார்கள்.

“அண்ணாச்சி மத்த வள்ளங்க வந்தமாரியில்ல, கடல்லயும் வள்ளங்க வாரதும் தெரியில.”

“எல குருட்டுப் பூன விட்டத்துல பாஞ்சமாரி பாஞ்சிறுப்பான்வ. சங்குவதாங் கெடந்திருந்கும் அரச்சால் நெறைய அள்ளிற்று வந்திருப்பான்வ. இப்ப எவந் தம் கெட்டி மூச்சி புடிக்கிறாம்.”

“...”

“மேக்கயிருந்து வாரவன்வளுக்கு மூச்சி நல்லா நிக்கிது.”

“அது யாருண்ணம்?”

“முன்னால தோடயளாத்தாம் போனான்வ. இப்ப இப்ப குழியோடுறான்வயில்ல.”

இடுப்பில் கட்டிய அரச்சாலோடு ஆண்டாமணியாரின் மகன்கள் வந்து நின்றார்கள். அவர்கள் பின்னாலேயே கஞ்சிக் கலயத்தைப் பிடித்தபடி ஆண்டாமணியாரும் வந்து சேர்ந்தார். சவரிமுத்து முன்னால் நடந்து பாய்பருமலைத் தூக்கிவர, அந்தோணிமுத்து துளவைக் கம்பாவங்களை எடுத்து வந்து வள்ளத்தில் போட்டான்.

“ஏ... ஆண்டாமணி தேரம் போதாதாக்கும் ரண்டு வள்ளம் வந்திற்று... இப்ப அனுப்பிவுடுற.”

“காலயில பாத்தியா தண்ணி சேர்போல நின்னிச்சி. நாலைஞ்சி நாளா சோநீவாடுதாம். நேத்து ராத்திரியும் சோநீவாடுதாம் பொறுத்து நின்னிச்சி. நாந்தாம் கரத் தெளிவு குடுக்கட்டுன்னு நிக்கச் சொன்னம்.”

அந்தோணிமுத்து வள்ளத்தைத் தள்ளிப் பிடித்தபடி நின்றவன் சொன்னான்.

“தோடய இன்னும் வரயில்ல... எல்லா வள்ளமும் இந்நேரம் அங்கருந்து பா வச்சிறுப்பான்வ.”

“கொலப்பட்டினியா கெடக்குறானுவ, வந்திருவான்வ.“

“எங்க வள்ளத்துக்கும் தோடய வரல” என்றார் தஸ்நேவிஸ்.

“வேளங்கேட்டு வந்திருவான்வ. அந்தப் பக்கங்கள்ல துர்ண்ட மரத்துல நல்ல பாடுவயின்னாவ.”

“பொட்டக் கடலுதான பொழுது கெளம்பி மேல வர அடிக்கலக்கு தெளிஞ்சி பார்வக்கி வெளிச்சமாயிறும். என்ன... சொரிய வந்து வுழுந்திறக் கூடாது.”

குழியோடிகளை விட வள்ளங்களில் செல்லும் தோடைகளின் வேலை மிகவும் முக்கியமாகக் கருதப்பட்டது. குழிகல்லைப் பிடித்தபடி தலைகீழாகப் பாய்ந்து பயணிக்கும் குழியாள் தரை தட்டியவுடன் கல்லை விட்டுவிடுவான். கல்லை மளமளவென மேலிழுத்து வள்ளத்தில் வைத்து கவனம் தவறாமல் காத்திருக்க வேண்டும். குழியாட்கள் ஒவ்வொருவருக்கும் குறிப்பிட்ட நேரம்வரை மூச்சு நிற்கும். அதைக் கவனித்து மேலிருந்து சத்தம் கொடுக்க வேண்டும். நேரம் தப்பிவிட்டால் மூச்சுத் திணறி மேலே வருபவர்களைப் பாய்ந்து காப்பாற்ற வேண்டும். குழியாட்களைக் காப்பாற்றுவதில் பெரிய சிக்கல்களை எதிர்கொள்ள வேண்டும். மூச்சடக்கி மேலே வருபவர்கள் சுயநினைவு தப்பி மேலே வருவார்கள்; தளர்ச்சியில் நீந்த வலுவில்லாமலிருப்பான். பாய்ந்து உச்சந்தலை முடியைப் பிடிக்கும் தோடை, சோர்ந்தவனை சுயநினைவுக்குக் கொண்டுவர பிடரியில் ஒரு அடி கொடுப்பான். அந்த அடியை வாங்கிய பின்தான் அவனுக்கு மூச்செடுக்க ஞாபகமே வரும். இது தவறி, சோர்ந்து வருபவன் முன்னால் கை நீட்டித் தோடையைப் பிடித்துவிட்டால் பிறகு இருவரின் கதியும் அதோகதிதான்.

“சின்னவம் எதுக்கு இப்புடி மூஞ்சிய தூக்கி வச்சிகிற்று இருக்காம். கடல்ல கால வக்கிறிய. சந்தோசமாப் போவணும்ய்யா. நீங்கள்வ போயிறுவிய. இங்க கரைய இருக்க எங்களுக்கு படக்கு படக்குன்னு அடிக்கிம் கேட்டியா...” என்றார் தஸ்நேவிஸ்.

“மூச்சடக்க முடியிலயிங்குறாம் மாமா. தொழிலுக்கு வந்து இத்தன நாளாச்சி. இன்னய தேதி வர காது வெடிச்சி ரத்தம் வரல.”

“தேரம் பிந்துது பாவச்சி வுடுங்க” என்றவாறு கரைப்பக்கம் திரும்பி நடந்தார் தஸ்நேவிஸ் கூடவே ஆண்டாமணியாரும் வந்தார். அவரிடம் பேச்சேயில்லை.

‘தோணியில லஸ்கராப் போறானாம். ஒங்களப் போயி யாருட்டயுங் கேக்கச் சொல்லலய... ரோட்ரிகோ மொவள வுட இவனுக்குத்தாம் பாடத்துல மதிப்பெண் கூடயாம். காது எதுக்கு வெடிக்கனும்... சரி அவனுக்கு இந்தத் தொழில் இல்ல... இவனத் தோணிக்கி கூட்டிற்றுப் போறதுக்குத்தாம் பிலிப்ப இங்க வரவச்சி... லொஞ்சிய வரவச்சி... சரிதான. நா எப்புடி போயி கிலுக்கு கிட்ட பேசுவம். சும்மா சொல்லக்

கூடாது. எல்லாமே அவனோட திருவிளையாடல். தஸ்நோவிசுக்கு புரியாயும் சேசியாவும் பண்ணையோட ஒட்டோ ஒறவோயில்லாத மாறிதான இருக்குறானாம். என்னமோ அவனாச்சும் தோணி ஏறிற்றாம். இவங் காங்கிரசு காங்கிரசுன்னு அலையிறது சேசியாவுக்குப் புடிக்கிலபோல.'

அவர்களோடே நடந்தபடியிருந்த பிச்சைக்கனி கேட்டான்:

"எண்ணேம், நம்ம குச்சில்ல ஒரு பொடிப்பய இருந்தான அவனக் காணும இப்ப."

"பிலிப்பா, அவஞ் சித்தப்பம் லொஞ்சி வந்து கூட்டிற்றுப் போயிற்றாம்.

"யாரு...?"

"லொஞ்சி. நம்ம மெய்யல்புள்ள அடக்கத்துக்கு வந்திருந்தான."

"ஓ... பெரியதொறையாம். தோமஸ் மொவள கெட்டியிருக்கான அவந்தான" கேட்டார் தஸ்நேவிஸ்.

நெற்றிலேற்பட்ட சுருக்கங்களோடு கடலையே பார்த்த வாரிருந்தார் ஆண்டாமணியார்.

'எல்லாம் அவங் கொண்டுவந்தது. அப்ப இன்னொரு கண்ணாடிய சந்தக்குருசு கிட்ட குடுங்கய்யா. வாங்கு வானாக்கும்... இப்புடி எதுக்கு ஊமச்சாத்தா மார்யிருக்காம். மூத்தவனுக்கு ஒரு கால் கட்ட போட்டுற வேண்டியதாம். சலோமிகிட்ட என்னமோ வித்தியாசந் தெரியுத. அடிக்கடி மோட்ட பாத்துகிற்று நிக்கிறா. சலோமிய என்னக்கி ஒருத்தங் கையில புடிச்சி குடுக்கப்போறம். என்னதாங் கட்டுப்பாடா வளத்தாலும் அந்தந்த பிராயத்துல தேட வேண்டியத தேடியிறுத. சாதித் தலைவனாரு இன்னக்கி வருவாருன்னு பாத்தம் வரலிய... கொஞ்ச நாளாவே நம்ம தொறமொகத்து எஞ்ஜினியரு முளியும் சரியில்லிய... லொஞ்சின் உதவி செய்வாம். தஸ்நேவிசு என்னமோ சுதேசி ஊர்வலம் தருவயில இருக்குன்னான...'

சங்குமால் பக்கம் வள்ளங்கள் ஒவ்வொன்றாய்க் கரை பிடித்தன. கூடைகளில் பவழப்பாறை விரல் சல்லிகளை எடுத்துவந்து கரையில் கொட்டினார்கள். எல்லாமே சுத்தமான சுண்ணாம்பு. கண் கொட்டாமல் விரல் சல்லி களையே பார்த்தவாறிருந்தான் பிச்சைக்கனி. சுண்ணாம்பு காளவாசல் போடுவதற்காக இந்தச் சல்லிகளைத்தான் எடுத்துத் தருமாறு தஸ்நெவிசிடம் கேட்டிருந்தான்.

“கருப்பட்டி சிப்பங்கள எறக்கி போட்டுறுக்கமின்னிய. காட்டுராசா குச்சிலு அவன்வ வள்ளங்கதாம்... வலையன்வ. பொறு சொல்லி வாங்கித் தாரம்“ என்றார் தஸ்நேவிஸ்.

மேட்டில் வண்ணாத்தி மகன் வேல்முருகன் கையில் பையோடு உப்பு பொரிந்த மணற் குவியல்களை அள்ளிய படியே நடந்தான்.

“இவம் சொயம்பு மொவந்தான.”

“அநியாயமா அடிச்சே கொன்னு போட்டாவள்ல...”

“என்ன சொல்லுற தஸ்நேவிசு...?”

“செதம்பரம்புள்ள வழக்குல உள்ள கொண்டு போயி நைய்ய பொடைச்சிற்றான்வ. புடுக்குல நல்ல அடியாம் செத்துப் போனாம்.”

சிதம்பனாரைக் கைது செய்த உடனேயே வெள்ளையர் களுக்குத் துணி துவைக்க மறுத்த வண்ணார்களையும், சவரம் செய்ய மறுத்த நாவிதர்களையும் விட்டுப் பிடித்த வெள்ளை அரசாங்கம் நினையாத நேரத்தில் அவர்களை குறிவைத்துப் பிடித்து தங்கள் கோபத்தைத் தணித்துக்கொண்டது.

“இந்த மண்ண எடுத்து என்ன செய்யாம்?”

“வெள்ளாவி வைக்கிம்போது பனியில பொரிஞ்சி பொரிஞ்சி கெடக்குல்லா அந்த மண்ணயும் போட்டுத்தாம் வெள்ளாவி வைப்பான்வ. அழுக்கு சும்ம இழுத்துகிற்று போவும்” என்றார் தஸ்நேவிஸ்.

வள்ளங்கள் வரிசையாகக் கரை பிடித்தன. முத்துச் சிப்பிகளை விட சங்குகளே அதிகமாக இருந்தன. கரை பிடித்த வள்ளங்களின் ஓரங்களில் அங்கங்கே சொரிகள் ஒட்டிக் கிடந்தன.

“எண்ணம். சிப்பியில முத்து இருக்கு. எடுக்குதாவ சரி. சங்குல அப்புடி என்னெண்ணம் இருக்கு?”

“எல சங்கு சத தின்னுருக்கியா? அவிச்சி தின்னா ரெம்ப ருசியா இருக்கும். அர அவியலா அவிச்சி, சீவு உளி வச்சி சீவி காயப் போட்டு, பொரிச்சி சாப்புட்டா நம்ம அப்பளங்க இருக்குல்ல அந்த மாரி இருக்கும். சங்குல சத வாரதுக்கு முன்னாடி காஞ்ச தோடு மாறி ஒண்ணு இருக்கும். சாச்சாமாரு ரெம்ப விரும்பி எடுப்பான்வ. சன்னமின்னு பேரு... ராத்தல் கணக்குல எடுப்பான்வ. இந்த சன்னத்த கொண்டுபோயிதாம் ஓடம்புல போடுற வாசனத் தெரவியங்க எல்லாஞ் செய்யிறான்வளாம்.

"..."

"நம்ம எடங்கள்ல புடிக்கிற பால் சங்கு நல்ல கனமா இருக்கும். மத்த எடங்கள்ல ஓடு மாறி மெல்லுசா இருக்குமாம். இதுவள சுத்தம் பண்ணி வச்சா வெள்ள வெளேர்ன்னு இருக்கும். அதுனாலதாம் இதுல வளையலு, மோதிரம், கம்மலு, மாலை அது இதுன்னு செய்யிறான்வ."

"நம்ம ஊர்வள்ல செஞ்ச மாறியில்லண்ணம்."

"வாஸ்தவம். இந்த தொழில் பூதாவும் அதியமா கல்கத்தாப் பக்கத்துல இருக்கு. அதுனாலதாம் இங்க வந்து கூடாரம் போட்டுக் கெடக்குறானுவ. அங்க வங்காளத்துல இது பெரிய தொழிலுங்குறாவ."

"அப்ப சங்கு அறுத்து காப்பு, கம்மல் அதுவ செய்யிறதுக்குத்தாம் ஆவும். என்ன?"

"சங்க லேசாவா நெனக்க... அது கிருஷ்ண பகவான் கையில இருக்கிறதாக்கும். நீ செத்தா ஒனக்கு முன்னால சங்குதாம் ஊதிகிட்டு போவான்வ. மாடுவளுக்குக் கழுத்துல மணி கெட்டுறான்வளோ இல்லியோ நெத்திப் பொட்டுல சங்கு கெட்டாம இருக்க மாட்டான்வ. அவ்வளவும் எதுக்கு? அந்தக் காலத்துலயிருந்தே புள்ளயளுக்கு பாலூட்ட சங்கு தாம். கோயில்வள்ல தண்ணிய சங்குல வாத்தா அதுக்குப் பேரு தீர்த்தம். நல்ல நடயின்னு வெளியே போறவமெல்லாம் வாச நடயில பதிச்சிறுக்க சங்க மிதிச்சிற்றுத்தாம் வெளிய போனாம்."

"இன்னொரு முக்கியமான விசயஞ் சொல்லுறங் கேளு."

"என்னெண்ணம்?"

"இப்ப முத்துச் சிப்பிய எங்க தட்டுப்படுத்துவ. ஏதோ அங்கொண்ணும் இங்கொண்ணுமாத்தாம் கெடைக்கிது. இப்பயெல்லாம் பூதாவுஞ் சங்குதாம். சங்கு குளிக்கிற அத்தன பயலும் வாழ்க்கையில ஒரு குறிக்கோளோட இருப்பாம்."

"என்ன குறிக்கோளண்ணம்?"

"பொறு சொல்லுறம். வாழ்க்கயில ஒரே ஒரு வலம்புரிச் சங்காவது எடுக்கணுமின்னு ஆசயோட இருப்பாம் பாத்துக்க... அத எடுத்திற்றாம் பொறவு யோகந்தாம்."

"அப்ப மத்த பால் சங்குவ...!"

"இதுவயெல்லாம் இடம்புரிச் சங்குவ. நாஞ் சொல்லுறது வலம்புரிச் சங்கு. இது ரெம்ப அபூர்வம். ராஜ சங்கும்பாவ. அது வீட்டுல இருந்தா செல்வங் கொழிக்குமாம். அதுக்கு

வெலயும் அதிகம், தங்கத்த விட மேல. ராமேஸ்வரம் ராமநாதசாமி கோயில்ல ஒண்ணு இருக்காம். தங்கத்துல பூண் போட்டு வச்சிறுக்கான்வளாமின்னா பாத்துக்கயம்."

"..."

"யோகமானது... எடுக்குற நேரத்தப் பொறுத்தது. செல சங்குவ தலையெழுத்த அப்புடியே மாத்திப் போடும்பாவ. இது ராச சங்காயிருக்கதுனால இதச் சுத்தி ஏகத்துக்கு மத்த சங்குவ இருக்குமாம். கண்டுபுடிச்சி எடுக்குறது ரெம்ப செரமம்.

"நீங்க போனதில்லியோ...!"

"வாலிபத்துல போனம். இப்ப மூச்சி நிக்கில்ல... இப்ப தாம் பயல்வ போறான்வயில்ல."

"பயந்தாம் என்ன..."

"லேசாவா சொல்லுற. சுறா மாரி பெரிய மீன்வ வந்து குசும்பு பண்ணுறது ஒரு பக்கம். எல்லாத்தயும் விட ரெம்ப பயம்... தன் மூச்சு மறக்குறது. சிப்பியளையும் சங்குவளயும் பாக்குற ஆசயில... மூச்ச அடக்கி போறவனுக்கு தான் தண்ணிக்கிள இருக்கது மறந்துரும். கூட ஒரு சங்கு... கூட ஒரு சிப்பியின்னு ஆச வுடாது... கூட ஒரு சங்கெடுக்குற அந்த சொடக்கு போடுற நேரம், உசுரக் குடிச்சிபோடும்."

"அய்ய மக்களே..." அங்கலாய்த்தான் பிச்சைக்கனி.

"இதெல்லாந் தெரிஞ்சிம் புள்ளயள எப்புடிண்ணேம் சங்கு குளிக்க அனுப்புதிய."

"பிச்சக்கனி, எண் ஜாண் ஒடம்புக்கு சிரசே பிரதானமின்னு எவஞ்சொன்னாம். என்னய கேட்டா... வவுறுதாம் பிரதானம்." என்றார் தஸ்நேவிஸ்.

23

1926

இடைச்சிவிளை தேரிப்பனங்காட்டில் சித்ரவேல் நாடாரின் விடுலி. நாடார் மேல் பக்கம் மூலையில் பனையோலைப் பாயில் முடங்கிக் கிடந்தார். பலநாள் சவரம் செய்யப்படாததால் முகத்திலும் தாடையிலும் கறுப்பு வெள்ளை கேசங்கள் அங்கங்கே துறுத்திக்கொண்டிருந்தன. உடுத்தியிருந்த நாலு முழ வேட்டி செம்பழுப்பேறியிருந்தது. முடங்கிக் கிடந்ததால் வேட்டியை இழுத்துப் போர்த்தியிருந்தார் நாடார். பக்கத்திலேயே மனைவி முத்துப் பாப்பா குத்தவைத்திருந்தாள். மூத்தவள் செல்லத்தாய் வாழ்க்கைப்பட்டுப்போன இரண்டாம் வருடமே சின்னவள் கட்டித் தங்கமும் சமைந்து தயாராக, வேறு வழியில்லாமல் சட்டிக்குள் பெட்டிக்குள் கிடந்தது எல்லாவற்றையும் போட்டு மகளைக் கெட்டிக் கொடுத்திருந்தார் சித்திரவேல். மூத்தவள் செல்லத்தாயை முத்துப் பாப்பாவின் கூடப் பிறந்தவனுக்கே கொடுத்திருந்தார்கள். படிப்பில்லை, ஆனாலும் ஆள் அங்குமிங்கும் ஓடி வீட்டை நடத்துவான். செல்லத்தாயும் விரும்பியே தாய் மாமன் பிச்சைக்கனியைக் கட்டியிருந்தாள்.

தோட்டக் காடுகளில் அரைக்கீரை, தண்டுக்கீரை அறுத்துக்கொண்டு போய்ப் பக்கத்து ஊர்களில் வியாபாரம் பார்த்தாலும் கைக்கும் வாய்க்குமே சரியாய் இருந்தது. ஒரு முறை வண்டிமாடு போட்டுக் கொற்கைக்கு கருப்புக்கட்டி வியாபாரத்துக்காக பயணப்பட்டவர்களோடு வந்தவன் ஊர் பிடித்துப் போக கொற்கையோடே ஒட்டிக்கொண்டான்.

விடிலியில் பொங்கு பெறையைச் சுற்றியிருந்த மூன்று கூட்டடுப்புகளும் புகைந்தபடியிருந்தன. பக்கத்தில் விடலிப் பனையருகே காய்ந்த அலவரையும், சில்லாட்டைப் பத்தை களுமாய் அம்பாரமாய்க் குவித்து வைத்திருந்தார்கள். உடைந்த மண் கலையங்களின் ஓட்டாங் கச்சில்கள் அங்கங்கே சிதறிக் கிடந்தன. புதுக் கலையங்களில் கட்டுநார் போட்ட படியிருந்தாள் முத்துப் பாப்பா. தென்னஞ் சிரட்டைகளில் சுண்டக் காய்ச்சிய பதநீர் ஊற்றியிருந்ததால் ஒரு விதமான சுகந்த மணம் எங்கும் பரவிக் கிடந்தது. விடுலிச் செத்தையில் சாய்த்து வைக்கப்பட்டிருந்த பெரிய வட்டாக்களில் தேங்கி நின்றிருந்த கூப்பானியில் ஈக்கள் மொய்த்தபடியிருந்தன. சாரை சாரையாய்க் கட்டெரும்புகள்.

மூலையில் இரண்டடுக்காயிருந்த குத்துப் போணிகளில் கல்கண்டு போட்டிருந்தார்கள். கடந்த முறை கல்கண்டு போடும்போது பயினியில் ஒரு ஓலைத் தீ கூடுதலாய் விழுந்த தால் கல்கண்டு படியாமல் மாவாகிப்போனது. வியாபார மாகாததால் வீட்டுத் தேவைக்கே வைத்துக்கொண்டார்கள். விடிலி முற்றத்தில் ஒரு சாக்கில் ஆமணக்கு விதைகளும் மறுசாக்கில் சிப்பிச் சுண்ணாம்பும் காய்ந்தன. விடலிப் பனைத்தூரில் கரையான் புற்று வைத்திருந்தது. பனையைச் சுற்றிப் படர்ந்திருந்த பிரண்டைக் கொடியை வெள்ளாட்டுக் குட்டியொன்று சுவைத்தபடியிருந்தது. விடிலியின் பக்க வாட்டில் துருத்தியபடியிருந்த இடுக்கிகளில் தொங்கிய குடுவைகள் காற்றில் ஆடிக்கொண்டிருந்தன.

காசியை நினைத்து நினைத்துப் பொருமியபடியிருந்தார் சித்திரவேல்.

'இப்புடியொரு புள்ள ஒங் கொடல்ல வந்து தங்குமா. எஞ்சாடையுமில்லை, எங்கப்பஞ்சாடையுமில்லை. எங்க பாட்டம் பூட்டம் எப்புடியிருந்தான்வளோ... பீங்காட்டுல போயி பொட்டச்சிய குண்டியள பாத்துகிற்று... அன்னைக்கி அந்த வேதக்கார வெள்ளைக்காரிய பொறத்தால முடுக்குவானா...'

"சவத்துப் பயலுக்கு போனா போன எடம். வந்தா வந்த எடம்" அலுத்துக்கொண்டாள் முத்துப் பாப்பா.

"ஏ... மூதி... என்ன இன்னும் மொனங்குத. அதாம் தெசயவெள வண்டிப் பேட்டயில இந்தக் கூதிவுள்ளய பாத்ததா சொன்னாமில்லா..."

"இம்புட்டு நேரம் வந்திருக்கணுமில்லா. சனியோட சனியாவி இன்னயோட எட்டு நா ஆயிப்போச்ச... பக்கத்து விடுலிக்காரவியளுக்கு என்ன பதில் சொல்ல..."

"நா எழவு வாய வச்சிகிற்று சும்ம கெடக்காம, புள்ள வண்டிமாடு போட்டுக் கௌம்புயாமுன்னு அவிய சேர்மக்கனி நாடாரு பொஞ்சாதிட்ட சொல்லி எழவுடுக்க அவிய வெதக்காணம் வாங்க துட்டு குடுத்தாவ."

காலை இழுத்து செத்தையோடு சாய்ந்து உட்கார்ந்தார் நாடார். நெஞ்செல்லாம் காய்ப்பேறித் தழும்பு தெரிந்தது. சித்திரவேல் நாடார் கடும் உழைப்பாளி. இடைச்சிவிளைப் பனங்காட்டையும் இந்த விடிலியையும் விட்டால் வேறு எதுவுமே அவருக்கு தெரியாது. வாலிபத்தில் பாட்டப் பனைகளில் ஏறியவர் கலியாணத்திற்குப் பின் சீதனமாய் வந்த பனைகளிலேயே ஏறினார். இப்போதும் மலையாளத் திலிருந்து வந்த பனையேறிகளிடம் கட்டுப் பனைகளைத்தான் ஏறக் கொடுத்தாரே தவிர பருவப் பனைகளைத் தன் பொறுப்பிலேயே வைத்துக்கொண்டார்.

"மண்ணள்ளிப் போட்டு மட்டயால சாத்துங்க."

"ஓங்க தண்ணான முந்தியில முடிஞ்சி வச்சிறுந்தத அவுத்துல்லா குடுத்தாவ."

"ஆமா இப்ப காணத்த போட்டு என்னெய்யப் போறா."

"அவிய வெளைய பாக்கலியாக்கும். பனமூடுவள வுட்டுட்டு பூதா எடத்தயும் உழுது பொட்டுருக்குல்லா."

"நெசமாவா முத்துப் பாப்பா."

"கழிஞ்ச வருசம் நம்மளுந்தாம் போட்டோம்."

"அப்புடியே அறுத்து மடியில போட்டுக் கொண்டுவந்து கொட்டுனியாக்கும்."

"சவம் காவ காக்க துப்புல்ல... காவாப்புல்லும், காடையுங் கவுதாரியுமால்ல வந்து தின்னுட்டுப் போச்சி."

"மீதி..."

"வெக்கயில கறிஞ்சி போச்சி."

"பொறவென்ன... ஓம்புள்ள கூண்டு வச்சி புடிச்சிகிற்று அலைஞ்சான..."

"க்கும்" முக்கினாள் முத்துப் பாப்பா. பெருமூச்சொன்று வெளிப்பட்டது.

"அதாம் அந்த பூட்ஸ் கால் தேவுடியா மொவம் வந்து அருமாந்த புள்ள புடிச்சி வச்சிருந்ததயெல்லாம் 'தொறக்கி

வேணும் தொறைக்கி வேணுமின்னு' கொண்டு போயி எழுவடுத்தான."

"ஒத்தப்பன கள்ளு வேற. ஆமா... முத்துப் பாப்பா யார அருமாந்த புள்ளயிங்க. நம்ம சேர்மக்கனியும் அஞ்சாறு நாளா நடமாட்டமில்லிய."

"இந்த பூட்ஸ்கால் பெயல்வ வந்து கூட்டிற்று போனான்வளாம்."

"அவன்வ கண்ணுல நம்ம பய பட மாட்டயிங்கானோ."

"வாயில கொள்ளிக்கட்டய வைக்க. அப்ப புடிச்சிக் குடும். பூட்ஸ்கால்காரன்வ கதர் சட்ட போட்டவன்வள புடிப்பாம். எம்புள்ளய என்னத்துக்கு புடிக்கியாம்."

விடுலிக்குள் நிழலாட்டம் தெரிய இருமியவாறே தலையைத் தூக்கிப் பின் கைகளை ஊன்றி எழுந்து எட்டிப் பார்த்தார் சித்திரவேல். படலில் கைவைத்தபடி நின்றிருந்தாள் கட்டித்தங்கம். முகத்தைத் திருப்பிக்கொண்டார் சித்திரவேல்.

'அடி வக்காள ஒளி, இவளுக்குக் கெவுளி எங்கருந்து அடிச்சிச்சி. அது அது யாராருக்குப் போய்ச் சேருமோ அவியளுக்கு போய்ச் சேந்துருமுல்லா. அது என்ன, நம்ம பொழப்பு மட்டும் இப்புடியே கெடந்து மாயணுமின்னுருக்கு.'

வெளியே நாய் குலைக்கும் சத்தம் கேட்டது. கழிந்த வருடம் திருமணமாகிப் போயிருந்தாள் கட்டித்தங்கம். செல்லத்தாயிடம் நல்லபடியாகப் பேசி அவள் காதில் கழுத்தில் கிடந்ததை வாங்கிப் போட்டுக் கலியாணத்தை ஒருபடியாய் நடத்தி முடித்திருந்தார்கள். இதோ காதில் கிடந்த கம்மலும் போய் மூளியாய் நின்றிருந்தாள். முத்துப்பாப்பாவுக்கு ஒன்பது பிள்ளைகள் பிறந்து, தங்கியது மூன்று. கட்டித்தங்கம் எட்டாம் போர் பொண்ணு. எட்டிப் பாக்குற எடமெல்லாம் குட்டிச் சுவரு என்கிற கதையாய் இருந்தது. கட்டித்தங்கத்தின் அசைவில் பதற்றம் தெரிந்தது.

"இந்த பேதியில போவாம் இன்னும் வரலயோ" கேட்டாள் கட்டித்தங்கம்.

"இடிவுழுவான, காணுமயின்னு பாத்தா இடி மாறி நீ வந்து நிக்க. இன்னா பாரு கட்டி காசி வந்தாத்தாம் காத்திற்ற இங்க நாங்க பாக்கயேலும், சொல்லிப்புட்டம் ஆமா" என்றாள் முத்துப் பாப்பா.

செத்தையோரம் ஒதுங்கி கைச்சாடை காட்டி அம்மையை வெளியே அழைத்தாள் கட்டித்தங்கம்.

"செத்த இங்கன வாயாம்."

"சொல்லி எழவுடாம். எழும்பயேலாம அய்யாதான கெடக்குதாறு. மூச்சு மூச்சுன்னு இருக்குன்னாறு. இவன பனயேறயாச் சொல்லுதோம்…"

"பாவிப் பயவுள்ள…"

படலைத் திறந்தபடி வெளியே வந்து மறைவில் ஒதுங்கினார்கள் இருவரும். சித்திரவேல் காதுகளை கூர்மையாக்கிக்கொண்டார்.

"கொக்குவாயம்…" குசுகுசுத்தாள் கட்டித்தங்கம்.

"முத்தாரம்மாள் கோயிலுக்குக் கீழ வூடு. அவம் வந்திற்றானாக்கும்."

"சொல்லுமுட்டும் பொறாம். அவம் பொஞ்சாதி இவன விசாரிக்கா…!"

"அவ கிட்டயுந் துட்ட வாங்கிற்றுப் போயி எழவுடத்திற்றானோ இந்த தூமய குடிச்சாம். இதவுட நாண்டுகிட்டு சாவுலாமடியே. ஓங்கய்யாவப் பாத்தியா."

கையை நீட்டி முத்துப் பாப்பாவின் வாயை மூடினாள் கட்டித்தங்கம்.

"அந்த சிறுக்கிக்கி என்னாவாம்?"

"இது துட்டு கேட்டு விசாரிச்சமாரி தெரியில."

"அவ மடியிலயுங் கை வச்சிற்றானா."

"சவம, மடியில கைவச்சாப் பரவால்ல. அதுக்குங் கீழ வச்சிருப்பாம் போல தெரியிது!" என்றாள் கட்டித்தங்கம்.

பதறித் திரும்பி விடிலிக்குள் பார்த்தாள் முத்துப் பாப்பா. நெஞ்சைப் பிடித்துக்கொண்டு எழுந்து நின்றபடி வேட்டியை உதறிப் பன்னிக் கட்டினார் சித்திரவேல். தலைமாட்டுக்குச் சுருட்டி வைத்திருந்த துண்டை உதறித் தோளில் போட்டவாறு வெளியே வந்தவர் சொன்னார்:

"அட பேதியில போவாம். அவங் கொக்குவாயனுக்கும் நமக்கும் அய்யாமாரு காலத்துலேயிருந்தே ஆவாத. வெட்டி கிட்டு மாஞ்சிருக்கானுவ. அட பேதியில போவாம் இருந்திருந்தும் அங்கன போயா கோமணத்த அவுத்தாம்…"

முத்துப் பாப்பாவும், கட்டித்தங்கமும் உள்ளே வர தோளில் கிடந்த துண்டால் உதறியபடியே உள்ளே வந்து

கீழே அமர்ந்தார் சித்திரவேல். தூரத்தில் வெள்ளாடுகள் கத்துவதும் பின்னால் நாய் குரைப்பதும் கேட்டபடியிருந்தது.

"அத்தாம் வந்திருக்குதாவ."

"லண்டன் மிசினரியில இருந்தா வந்திருக்குதாரு, சொல்லாம் என்ன?"

"கொறகயில அவிய பூதாவும் வேதத்துக்கு போயிற்றா வளாம்ல்லா. நீயும் வாம்மா கட கிட வைக்க துட்டுந் தாராவளாம்."

"ஓங்கய்யாவ மொத கூப்புடு."

காய்ந்த ஓலைகளில் வெள்ளாடுகள் நடக்கும் சத்தம் சடசட வெனக் கேட்டது. 'ம்பே... ம்பே' என்று கூப்பிட்டபடி வெள்ளாடுகள் கூட்டமாய் வந்தன. அவற்றில் ஒன்றிரண்டு உடல் அரிப்பைத் தணிக்க விடுலியை உரசினாற்போல் போக சர சரவெனச் சத்தம்.

"தேவுடியா மொவம் ஆடுவ ஏறுறதுக்கு எடமில்லயின்னு ஏறுய எடத்த பாத்தியா. சும்ம இருக்கவ. செத்தயள பிச்சிறாம சவங்கள எழும்பி வெரட்டாம்" கடுகடுத்தார் சித்திரவேல்.

"நம்ம பூதப்பாண்டி நாடாரு ஆடுவ" என்றாள் முத்துப் பாப்பா.

"பூதப்பாண்டி, எம் மயிறு பாண்டியிங்குறவ, ஓம் மேல ஏறச் சொல்லு. எஞ் செத்தயில எதுக்கு ராவுதுவ. ஆடுவள வுட்டு ராவுறாம் போல. இந்தா... நார் போட்டு வச்சிருக்க கலசங்கள ஒடைச்சிறாம எழும்பி வெரட்டுவியா..."

முத்துப் பாப்பா எழும்பி வெளியே ஓடினாள்.

"யம்ம, கேட்டியா, எனக்குத் தெரிய ரண்டு குட்டிய ஒடங்குடி சந்தயில வாங்கிற்று வந்து வுட்டாறு பாத்துக்க."

"நல்லா பெறுத்துப் போச்சில்லா. நானும் இவிய கிட்ட படிச்சி, படிச்சி சொல்லியாச்சில்லா. ரண்டு வருசத்துக்கு மூணு ஈத்துல்லா."

"ஒண்ணுஞ் சாவாதாக்கும்."

"இடி வுழுவாம் வாயில வார வார்த்தயள பாத்தியாம்மா."

"பத்து முப்பது ஆடுவ போல போவுதும்மா."

"காலயிலயும், அந்தியிலயும் செத்துப்போல தண்ணி காட்டுனாப் போதும்."

"ஆமா, பச்சத் தண்ணிய ஊத்து நல்ல வளரும்."

“சும்ம கெடக்காண்டமோ, வூட்டுல வுழுற கழனிய ஊத்திற்றுப் போறோம்.”

“பூதப்பாண்டி பொஞ்சாதி போறாள தலையில கழனிப் பானய செமந்துகிட்டு குண்டிய ஆட்டிகிட்டு... பாக்கயில்லி யாக்கும்” என்றார் சித்திரவேல்.

“அய்ய, நாங்க பாக்கலயாக்கும்.”

“வுடும்மா” என்றாள் கட்டித்தங்கம்.

“பூட்ஸ் கால்க்காரம் ஓங்கள சும்ம வுட்டுறுவாம். நல்லா காட்டுல மேட்டுல மேச்சி வளத்து வைங்கள்வ. அவன்வ வந்து நிப்பாம் தொற கேக்குதாறு தூமய குடிச்சவறு கேக்குதாறுன்னுகிட்டு... ஏக்கியளா, நெஞ்சி தேய புட்டி எலும்பு பொடிய ஏறி ஏறி எறங்குதவனுக்குல்லா தெரியும் வருத்தம். செத்துப் போல சுக்குத் தண்ணி போட்டுத் தாளா யின்னா அசையிதாளாயின்னு பாரு.”

எழுந்து விடுலிக்கு வெளியே வந்த முத்துப் பாப்பா பனை மூட்டில் காக்கா கூட்டிலிருந்து விழுந்து கிடந்த சுள்ளிகளைக் கொண்டுவந்து அடுப்பு மூட்டினாள். அவள் இருந்தாலும் வாய் சும்மாயிருக்கவில்லை.

“ஆமா மொளவு சோறும் ஆட்டுக் கறியுமா தின்னியறு, வயித்த இந்த பெறட்டு பெறட்டுயதுக்கு. இந்த பேதியில போவாங் கதய என்னெய்ய. சவத்த புடிச்சிக் கொற்கைக்கி அனுப்பிறுலாம்.”

“முத்து... கொற்கயின்னா லேசா நெனைக்காத நம்ம தேரிக்காட்டுவள மாறியில்ல.”

“இந்த விசயத்துலயாவது நாஞ் சொல்லுயத கேளுங்க. பேசாம எந்தம்பியோட காசிய கொற்கைக்கி அனுப்பிறுலாம்.”

“இங்கன இழுத்து வைக்கிற எழவு காணாதின்னு அங்கன அனுப்பப் பாக்குறியாக்கும்.”

“மனுசனுக்கு புத்தி ஏம் இப்புடி போவு... சவம் அங்கன போயித் தொலஞ்சாமுன்னா இந்த கள்ளத் தோணி, கீணி யிங்குதாவள்ல்லா அப்புடி என்னத்தயும் புடிச்சி கொழும்பு கிழும்பு போயிராண்டாம்.”

“பர்னாந்துமாரு எடங்க. சும்ம காயடிச்சு வுட்டுரு வாவள்லா.”

“யப்பா, அம்மக்கி கொழும்பு பினாட்டு திங்க ஆச வந்திற்று போல. ஆமா நானும் பாத்தமுல்லா அந்த கொழும்பு சந்தன சமுக்காரமும் என்ன வாசமிங்குதிய.”

“என்ன பினாட்டு பினாட்டுங்க. அவ பாக்காத பனம் பழமா கீறி வித்துப்புடுறா. ஒரு நா தாம் தின்னு எழவுடாம்.”

“நம்ம தலையில அந்த எழுத்து எங்க எழுதிருக்கு” சலித்துக்கொண்டாள் முத்துப் பாப்பா.

பெரியதுறை கடற்கரைக்குப் பனம்பழம் அவித்துக் கீறி பெட்டியில் வைத்துத் தலைச்சுமையாய்க் கொண்டுபோவாள் முத்துப் பாப்பா. பெரும்பாலும் மீனுக்குத்தான் விற்பாள். தப்பித்தவறி நாலணா, எட்டணாவுக்கு விற்கும் காசுக்குக் கூட மீன் வாங்கி வந்து இங்கு இடைச்சிவிளை ஊருக்குள் விற்பனை.

“வீட்டுல அவியளுக்கு நெஞ்சும் முதுவும் அடைச்சிகிற்று வருதுன்னாவ. அதாம் ஒங் கைப்பக்குவம் கேட்டுட்டு போலாமயின்னு வந்தம். வார வழியில கொக்குவாயம் பொண்டாட்டடி புடிச்சிக்கிட்டா.”

“அப்புடியா நா என்னமோ, ஏதோயின்னு பயந்து போனம்” என்றாள் முத்துப் பாப்பா.

“ஆனந்தவெள வயித்தியனப் போயிப் பாக்கச் சொல்லாம்.”

“ஆமா புள்ள, கொண்டு போயி காட்டியதுக்கென்ன. செம்புக் கொழலுக்குள்ள மருந்த வச்சி ஒரு ஊத்தம் போதும்.”

“துட்டு யாருட்டயிருக்கு.”

“அடியே இன்னும் என்னத்த அறுக்க... இன்னா பாரு பாளையறுவாளும், அஞ்சாறு கலசமும் சுண்ணாம்புந்தாம் இருக்கு.”

“அதுக்கு எதுக்கு இப்புடி ஒப்பாரி வைக்க. ஒங்கிட்ட இல்லாட்டி வுடாம். நா எங்க அய்யாட்ட கேக்கம்.”

“என்னடி புதுக்கத படிக்க.”

வண்டி மாட்டுச் சத்தம் கேட்கும் போதெல்லாம் எட்டி எட்டிப் பார்த்தபடியிருந்த சித்திரவேல் நாடார் சொன்னார்:

“ஆமா... அந்த நாள்ல வச்ச மாறி பனமட்ட தூர்ல வச்சிறுக்கமின்னு நெனைக்காளோ என்னமோ. அந்த ஆட்ட புடிச்சி உள்ள கெட்டு.”

“பெறவென்னடி... இந்த இடி வுழுவாம் காசி வந்தாத்தாம் இனும் கையில நாலணா பாக்கயேலும்.” சலித்துக்கொண்டாள் முத்துப் பாப்பா.

24

1926

வடக்குப் பாலத்தில் கரி இறக்கியபடியிருந்த கப்ப நடைத் தோணிகளைப் பார்வையிட்ட கனிசியுஸ் சிங்கராயர், நடுப்பாலத்தில் முந்தின நாள் மலையாள நடை முடித்து வந்திருந்த 'ரெஜினாவை' நோக்கிக் கால் நடையாகவே வந்தார். சிங்கராயர் கருவலாய் குண்டு சரீரம். காதில் கடுக்கண், கையில் எப்போதும் குறுங்கட்டையோடு இருப்பார்.

ரெஜினா பழைய பொலிவுடன் இல்லை. கோஸ் மரத்துப் பாயும் பண் பாய்களும் கிழிந்து போனதால் பருவானில் அதன் பிசுறுகள் தொங்கியபடியிருந்தன. பிச்சலில் காணாவும் சுக்கானும் திருகிக் கிடந்தன. ஒரு விதவையின் கோலம் பூண்டிருந்தாள் ரெஜினா. மிகவும் சிரமப்பட்டுத்தான் கொற்கைக் கரை பிடித்திருக்க வேண்டும். வருகிற வழியில் புதிய வீட்டிற்காகக் காலிகட் ஓடுகள் வாங்கி வரச் சொல்லியிருந்தார் கனிசியுஸ். பாலத்தில் கட்டியிருந்த தோணியின் மிதப்பைப் பார்த்தால் தோணியின் முழுப் பாரத்திற்கும் ஓடுகள் ஏற்றியிருந்தது போலி ருந்தது. முந்தாம் நாளே வந்திருந்த ரெஜினாவின் ஏரா 'மல்லங்குளம்' பார் தட்டிவிடக் கூடாது என்பதற்காக ஏறு தண்ணீருக்காக காத்திருந்து உள்ளே கொண்டுவந்து பாலத்தில் கட்டியிருந்தார் தண்டல் பொனிப்பாஸ். கீழே கனிசியுஸ் சிங்கராயர் வந்திருப்பதை மேலே தன் மரத்துப் பருவானில் பாயைச் சுருட்டிக் கட்டியபடியிருந்தவாறே பார்த்தான் மோயிஸ். எகிறிக் குதித்துப் பாலத்தில் ஓடிவந்து அவர் முன்னே நின்றான். முதலாளியைக் கண்ட

அவசரத்தில் கையிலிருந்த கயிற்றையும் கையோடே கொண்டு வந்திருந்தான்.

“தண்ட எங்க போனாம்?”

“மொதலாளி எல்லாரும் அப்பயிலே போயிற்றாவ.”

“கயிற பாலத்துல விக்கவா கொண்டுவந்த.”

“இப்ப கெட்டிகிற்று...”

“கொண்டு போயி மேல போடுல... தேவடியா மொவனுக்கு அறிவு மாண்டாம். மல்லாங்கொளத்துல மட்டுந் தட்டி யிருக்கணும் அவம் புட்டிய நாந் தட்டியிருப்பம்” தாடையைத் தடவியவாறே நின்றிருந்தார்.

‘ஏராக்கட்ட பிரச்சனயில்ல. வாங்குவ வுட்டுறும். காத்து கடலெடுத்து தண்ணியோட தண்ணியா வந்தா எங்கருந்து ஜெட்டிசம் பண்ண. நம்ம ஒண்ணு சொன்னா அவன்வ ஒண்ணு செய்யிறது. ஆனாலும் கிலுக்கு கிலுக்குதாம்... எப்புடி வச்சிறுந்தாம். பொண்டாட்டிமாரியல வச்சிருந்தாம் தோணிய...’

தூரத்தில் காப்பிஸ்தர் லோபோவோடு பசாந்தி சிங்கராயரும் தண்டல் பொனிப்பாசும் ஏதோ காரசாரமாக விவாதித்தபடி வந்தார்கள். அருகே வர வர காற்று வாக்கில் அவர்கள் பேசுவது கேட்டது.

“ரெஜினாவுல ஓடு வருது, ரெஜினாவுல ஓடு வருதுன்னு ஊர் பூதாவும் ஊதிப் பறத்திற்றான்வ யாவாரிமாரு.”

ஏதோ சிந்தனை வயப்பட்டவராய் திரும்பித் துறைமுக சுங்க அதிகாரி டக்ளசைக் கவனித்த பசாந்தி நிதானித்து அவரோடு நெருங்கி வந்து பேசினார்.

“எதுக்கு இவ்வளவு அவசரப்படுறீங்க மிஸ்டர் பசாந்தி, லெற் மீ சீ தி கார்கோ” என்றார் டக்ளஸ்.

சுருட்டுப் பிடித்தபடி வந்த டக்ளஸ் தோணியின் அருகில் வந்ததும் கையில் புகைந்தபடியிருந்த சுருட்டைக் கீழே போட்டு சப்பாத்துக் காலால் மிதித்துத் தேய்த்து அணைத்துப் பாலத்தில் ஓரத்தில் தண்ணீருக்குள் தள்ளினார். அந்தப் பக்கம் நின்றிருந்த சிங்கராயரின் கண்கள் மின்னல் வேகத்தில் அணைந்த சுருட்டு பாலத்தில் உருண்டு தண்ணீரில் விழுவதை கண்டுவிட்டு மீண்டன. வாய் முணுமுணுத்தது.

“தோணிய பாலத்துல கெட்டியாச்சா... மயித்தப் பாரு மாமான்னு எறங்கி நடந்துற வேண்டியது.”

"அதாம் என்னைய காவலுக்கு இருக்கச் சொன்னாவ."

"இது என்னல பிச்சல்ல, அட்டிக்கிள பூதாவும் ஆக்கும் கொட்லாசுமா புடிச்சிறுக்கி. தோமாச என்னய வந்து பாக்கச் சொல்லு. அடுத்த நட போறதுக்குள்ள அத்தன கொட்லாசும் கீழ வந்துறணும் கேட்டியா."

தலையாட்டினான் மோயிஸ்.

எத்தனை பாய் விரித்துப் புடைக்க ஓடினாலும் தோணியின் அடியில் ஆக்கும் கொட்லாசும் பிடித்துவிட்டால் அதன் வேகம் குறைந்துவிடும். ஆக்கும் கொட்லாசும் தோணியில் பிடிக்கப் பிடிக்கத் தோணியின் தன் பாரமும் ஏறிவிடும். அதிக சரக்கும் எடுக்க முடியாது.

"மூக்காண்டியின்னு யாரோ ஒரு பெரியவரு வந்து பாத்திற்றுப் போனாரு மொதலாளி."

"பம்பாயில தீந்த வாங்குனதா தண்ட சொன்னான. எங்க வச்சிருக்காம்?"

"அந்த கறுப்பு தீந்த சப்பத்தட்டுல இருக்கி."

"குடிச்சிற்றானாக்குமின்னு பாத்தம். குடியாரப் பய... ஒங்கள்வ ராச்சியமாப் போச்சி. அதயும் எடுத்துக் குடிச்சிறாம செத்து மெதந்திருவாமின்னு சொல்லு."

வெகு நேரம் சிங்கராயர் மோயிசோடு உரையாடுவதை பார்த்தபடியிருந்த சுங்க அதிகாரி டக்ளஸ் அருகே வந்து கேட்டார்:

"மிஸ்டர் சிங்கராயர் இது ஒங்க போட்தான."

"ஆமா..."

"என்ன கார்கோ கொண்டுவந்திருக்கீங்க?"

வேகமாய்த் திரும்பிப் பசாந்தியைப் பார்த்தார் சிங்கராயர், அவரைத் தன் கண்களாலேயே தடுத்த டக்ளஸ் கேட்டார்.

"நீங்க சொல்லுங்க மிஸ்டர் சிங்கராயன்."

"சார் கார்கோ... மை போட்டு காலிகட்டு ரன் சார்."

காலிகட் ஓடு என்பதை ஆங்கிலத்தில் சொல்லத் தெரியாமல் 'ரன்' என்று சொல்லியிருந்தார். அவருக்கு தெரிந்த ஆங்கிலம் புரியாமல் திரும்பிய டக்ளஸ் பசாந்தியைப் பார்க்க, பசாந்தி சொன்னார்:

"திஸ் இஸ் காலிகட் டைல்ஸ். வீடு கட்டுமானத்துக்காக கொண்டு வந்திருக்காங்க சார்."

"சிங்கராயர் வேற என்னவோ சொன்னார், மிஸ்டர் பசாந்தி."

சிரித்து மழுப்பினார் பசாந்தி.

"கொற்கைய பொறுத்தவர இந்தச் சரக்க எறக்குமதியாத் தாம் நெனப்போம்."

"அது எப்புடி சார், இது வியாபாரத்துக்குக் கொண்டுவரல. அப்பா எம்பரர் தெருவுல ஒரு வீடு கட்டுறாங்க. அதுக்காகத் தாம்."

"நீங்க அரசாங்கத்துக்கு வரி கட்டியாகணும் மிஸ்டர் பசாந்தி."

"போற போக்கப் பாத்தா நாங்க எடுக்குற உப்புக்கும் வரி போடுவீங்க போலத் தெரியுது."

வாய்விட்டுச் சிரித்தார் மிஸ்டர் டக்ளஸ். கால்சட்டைப் பையிலிருந்து சுருட்டொன்றை எடுத்துப் பற்ற வைக்கப் போனவர் என்ன நினைத்தாரோ இன்னொன்றை எடுத்து பசாந்தியின் முன் நீட்ட, அவர் தகப்பனாரைப் பார்த்தபடியே மறுத்தார். புரிந்ததற்கு அடையாளமாய்த் தலையை ஆட்டிய டக்ளஸ் அதையே கனிசியுஸ் சிங்கராயரிடம் நீட்ட அதை வாங்கி வாயில் பொருத்தினார் பெரியவர். மேல்சட்டைப் பையிலிருந்து எடுத்த தீப்பெட்டியை விரித்துத் தீக்குச்சியைக் கொளுத்தி முதலில் சிங்கராயாருக்குக் கொடுத்தார். பரந்த இடமாதலால் காற்று மோதி தீ அணைந்துபோனது. தீப் பெட்டியைக் கையில் வாங்கிய கனிசியுஸ் காற்றுக்கு வாகாய்த் திரும்பித் தன் வாயிலிருந்த சுருட்டைப் பற்றிப் புகைத்துப் பின் நீட்ட, புகைந்த சுருட்டை சந்தோசமாய் வாங்கித் தனதைப் பற்றிக்கொண்டார் டக்ளஸ். மகன் வெள்ளைக்கார அதிகாரிகளோடு பழகுவதைக் கேள்விப்பட்டிருக்கிறார். ஆனால் இன்று அதை நேரில் பார்க்கிறார். தனக்கு கிடைக்கும் மரியாதை மகன் பசாந்தியாலேயே என்பது புரிந்தேயிருந்தது. சுங்க அதிகாரியோடு மகன் சரி நிகர் சமானமாய் நின்று பேசுவதைப் பார்த்துப் பார்த்து, பூரித்துப் போனவர் மோயிசை அழைத்து கரிக்களத்தில் நின்றிருந்த கோச்சு வண்டியை வடக்குப் பாலத்திற்குக் கொண்டுவருமாறு சொல்லச் சொன்னார்.

"சிதம்பரம் பிள்ளை திரும்பவும் காங்கிசில..."

"அவரு சேந்து என்ன சேராம என்ன..."

"டேன்ஜரஸ் மேன்" என்றார் டக்ளஸ்.

“காங்கிரசுல மேல வரணுமின்னா ஒண்ணு பாப்பானா இருக்கணும் இல்லிய பிள்ளையாயிருக்கணும்.”

“யு மீன் த ஹை காஸ்ற்...!”

“அதுனாலதாம் நாடார் யாபாரிமார் பொதுவா பெரும்பாலும் நீதிக்கட்சியில இருக்காங்க.”

“ஆமா... யார் இந்த நாய்க்கர்? எதுக்கு காங்கிரச எதுக்குறாரு?”

“அவுரு அரசியலுக்கு அப்பாற்பட்டவர், வருணாசிரமத்த எதுக்குறார்.”

“வெரி போல்ட் மேன்.”

நாடெங்கும் நாயக்கரின் குருகுல எதிர்ப்புப் போராட்டம் பெரிய பரபரப்பை ஏற்படுத்தியிருந்தது. பார்ப்பனப் பிள்ளைகளும் மற்ற பிள்ளைகளும் ஒன்றாக அமர்ந்து உணவருந்த முடியாதென்றால் அப்படிப்பட்ட அமைப்பைத் தான் ஆதரிக்க முடியாதென்று திட்டவட்டமாக அறிவித்து அதற்குச் செய்யும் நிதியுதவியையும் நிறுத்தினார் ஈ.வெ. ராமசாமி நாயக்கர். குருகுலத்தில் சாதிப் பிரிவினைக்கு இடம் தரக் கூடாது சமபந்தி உணவுதான் அளிக்க வேண்டும் என்ற காந்தியாரின் வேண்டுகோளையும் பிராமணர்கள் ஏற்கவில்லை. நாயக்கரின் கருத்தை ஏற்று பிராமணரல்லாத பெரும் தனவந்தர்கள், கொற்கையில் பசாந்தி உள்பட எல்லோரும் குருகுலத்துக்குப் பண உதவி செய்வதை நிறுத்திக் கொண்டனர்.

தெற்கே கொடிமரத்துப் பக்கமிருந்த தொட்டத்தில் தல்மெய்தாவின் குட்டித் தோணியில் நவதானிய மூடைகளும் மண்ணெண்ணெய்ப் பீப்பாய்களும் வாழைத்தார்களும், மூக்கையூர், நரிப்பூர், ராமேஸ்வரம் ஊர்களுக்கு ஏற்றியபடி யிருந்தார்கள். மற்றொரு தோணியிலிருந்து ராமேஸ்வரத் திலிருந்து வந்த உடை மரத்து விறகு இறங்கியபடியிருந்தது. நாடார் வியாபாரிகள் தண்டலின் காலைப் பிடிக்காத குறையாய்த் தங்களின் சரக்குகளை ஏற்றிவிடும்படிக் கெஞ்சிய படியிருந்தார்கள். கூட்டத்தில் முத்துலிங்க நாடார் முகமும் தெரிந்தது.

கோச்சு வண்டி முன்னால் வர அதன் பின்னாலேயே குதிகால் பிடறியில் அடிபடும் வேகத்தில் ஓடி வந்து கொண்டிருந்தான் மோயிஸ். வண்டி வந்ததும் சுங்க அதிகாரி டக்ளசைப் பார்த்துக் கையை அசைத்தபடியே விடை.

பெற்றார் கனிசியுஸ். பின்னால் ஓடோடி வந்து மேல் மூச்சு கீழ் மூச்சு வாங்க நின்றிருந்த மோயிசை அவர் கண்டுகொள்ளவே இல்லை.

"நீங்க போகல்லியா பசாந்தி" என்றார் டக்ளஸ்.

"நீங்க நின்னுகிட்டு இருக்கும்போது நா எப்புடி சார் போக முடியும். நா வாரமுன்னு சொல்லியிருந்தாலும் அப்பா கூட்டிட்டு போயிருக்க மாட்டாங்க."

"அப்புடியா... யுவர் ஃபாதர் இஸ் கிரேட். ஆனா ஒங்களுக்குள்ள நடக்குற இந்த பனிப்போர் தாம் எனக்கு புரியல."

வியப்பில் விழிப்புருவங்களை வில்லாக்கிய பசாந்தி சொன்னார்.

"அப்பா ஒரு கேப்பிட்டலிஸ்ட், நா ஒரு சோசியலிஸ்ட். ஒழைக்கிறவங்களுக்கு மரியாத குடுக்கனுமின்னு நா நெனக்கிறம்."

"நோ... நோ... நான் சொல்ல வாரது வேற மிஸ்டர் பசாந்தி. மிஸ்டர் மில்லர் தெரியுமா கொற்கை குற்றவியல் நீதிபதி... என்னோட நண்பர்தாம்."

"தம்பி பர்த்தலோமும் திருநெல்வேலி பெஞ்ச் கோர்ட்டுல கௌவரவ நீதிபதியாத்தாம் இருக்காம்."

"தெரியும்... மில்லர் சொல்றபடி பாத்தா இருக்குற மொத்த வழக்குல பாதிக்கி மேல ஒங்க கம்யூனிட்டியில ஒருத்தர் மேல ஒருத்தர் போட்ட வழக்காத்தாம் இருக்காம்."

"..."

"பட்... நாட் ஈவன் எ சிங்கிள் கேஸ் ரெஜிஸ்டர்டு இன் நாடார் டு நாடார், சர்ப்பிரைசிங்."

உப்பு அதிகாரி லோன் வந்தார். டக்ளஸ் பசாந்தியை லோனுக்கு அறிமுகம் செய்துவைக்க, லோனும் பசாந்தியும் கைகுலுக்கிக்கொண்டார்கள்.

"டிஸ்கசன் சீம்ஸ் இன்டிரஸ்டிங்" கேட்டார் லோன்.

"எல்லாமே கொற்கயில நடக்குற வேடிக்கையான சம்பவங்களப் பற்றித்தாம்" என்றார் டக்ளஸ்.

"பாண்டியபதி விருந்தில் ஒங்கள பாக்க முடியல மிஸ்டர் பசாந்தி."

தலையை மட்டும் ஆட்டினார் பசாந்தி. பாண்டியபதியின் பட்டாபிசேகத்தை வேண்டுமென்றே தவிர்த்திருந்தார் பசாந்தி. இருந்தால் எதிர்ப்பற்ற தலைமையாய் இருக்க வேண்டும் அப்படியில்லாவிட்டால் அப்படிப்பட்ட தலைமை நமக்கு எதற்கு என்ற கருத்துடையவர் பசாந்தி. என்ன காரணத்தாலோ சாதிச் சங்கங்கள் நடத்தும் எந்த ஒரு கூட்டத்திலும் அவர் கலந்துகொள்வதேயில்லை.

"இந்த மல்லாங்கொளம் பாறைக்கி ஏதாவது ஒரு வழி பண்ணணும் சார்" பேச்சை மாற்றினார் பசாந்தி.

"ஒங்க தோணி நேற்று வந்து நின்றது எங்களுக்கு தெரியும் மிஸ்டர் பசாந்தி. சீக்கிரமே அதுக்கு ஒரு தீர்வு காணுறதுக்கான முயற்சியில இருக்குறோம்."

தற்செயலாக அவர்கள் பேசுவது காதில் விழுந்த பொனிப்பாஸ் தண்டல் பதறி அடித்தபடி ஓடிவந்து பசாந்தியின் காதைக் கடித்தார். அவரை முறைத்துவிடுவதுபோல் பார்த்த பசாந்தி சொன்னார்.

"நீங்கள்வ கண்ண மூடிகிற்று ஒலகமே இருட்டுயின்னு சொல்லுங்க. எதுக்கு அடுத்தவம் கண்ணயும் மூடுறியள்வ..."

"எய்யா மொதலாளிகிற்ற ஒரு வார்த்த..."

"எனக்குத் தெரியாதா... மொதல்ல தோணிய சுத்திப் பாரும். இருக்குற கொட்லாசயும் ஆக்கயும் சொரண்டுறதுக்கு வழிய பாக்குறியறா... மல்லாங்கொளம் எங்களுக்குத் தெரியும்."

"என்ன மிஸ்டர் பசாந்தி?"

"எங்க நிர்வாக பிரச்சன." என்று சிரித்தவாறே சொன்னார் பசாந்தி சிங்கராயர்.

மறப் போர் பாண்டியர் அறத்திற் காக்கும்
கொற்கையம் பெருந்துறை...

25

1926

மண்டையைப் பிளக்கும் உச்சி வெயிலையும் பொருட்படுத்தாது வெள்ளைக்கார அதிகாரிமாரும் சப் கலெக்டர் காலினும் காளவாசல் கடற்கரையில் அமர்ந்திருந்தார்கள். எல்லா வள்ளங்களும் கரை பிடித்திருந்த நிலையில் முத்துச் சிலாபம் ஆரம்பிப்பதற்கான நேரம். தேரியில் அரைக்கு மேலே வெற்று உடம்போடு நான்கு பேர் பல்லக்கைத் தூக்கிவர கட்டியம் கூறும் கட்டியங்காரன் முன்னே ஓடி வந்தான். பல்லக்கைத் தூக்கி வந்தவர்கள் காளவாசல் மரவீட்டை நெருங்கிப் பல்லக்கை கீழிறக்கிப் பவ்வியமாய்ப் பணிந்து நின்றனர். அதற்குள் கொற்கை மேசைக்காரத் தனவந்தர்கள் கூட்டமும் கூடிவிட, கட்டியங்காரன் குரலெடுத்தான்.

> "அயோத்திப் பரவன்
> அலைகடலுக்கரசன்
> சிற்பமாய் மண்படகு
> செய்து ஓட்டினோம்...
>
> யாகி யோகி...
> தீர்க்காபிசேகன்...
> பாண்டியன் மகளை
> பவுள்சுர வளர்த்தோம்
>
> பார்வதி சிவனுக்கு
> பகற் மணம் கூட்டினோம்
> பல்லக்கு பெற்றோம்
> உத்திரகோச மங்கையில்
> கல்தேர் ஓட்டினோம்

துஷ்யந்த மகராச...
சுக பௌத்திரரான
பாண்டியபதி வருகிறார்
பராக்... பராக்... பராக்...”

பல்லக்கின் திரை விலக்கி வெளியே வந்தார் பரதவர்கோன் பாண்டியபதி குணதாசியுஸ். கைதூக்கி விட்டனர் அருகிலிருந்த உதவியாளர்கள். அங்கே எழுந்து நின்றிருந்த வெள்ளைக்கார அதிகாரிகளையும் சப் கலெக்டரையும் பார்த்துப் புன்னகைத்தவாறே தனக்குரிய ஆசனத்தில் போய் அமர்ந்தார் பாண்டியபதி. தாடு பாய்த்துக் கட்டிய பட்டு வேட்டி. காப்பிக் கலரில் கழுத்தில்லாத கோட்டும் தோளில் பட்டு நேரியலும் அணிந்திருந்தார். கழுத்தில் கோட்டுக்கு வெளியே தொங்கிய தங்க மாலையில் பாரம்பரியக் குருசு தொங்கியது. தலையில் அணிந்திருந்த கிரீடத்தைக் கழற்றி உதவியாளரிடம் கொடுத்தார் பாண்டியபதி.

சிறிது நேரத்தில் வள்ளங்களிலிருந்து கொண்டுவந்த முத்துச் சிப்பிகள் கொண்டுவரப்பட்டு அவரவர் பங்கு அவரவர் முன் குவிக்கப்பட்டன. ஏற்கனவே பர்னாந்துமாரிடமிருந்து வசூலிக்கப்பட்ட சிப்பிகளையும் கொண்டுவந்து பாகம் பிரித்துப் போட்டார்கள். வெகு நாளானதால் அவை சீழ் வடிந்து அதிலிருந்து கிளம்பிய துர்நாற்றம், குதிரைச் சாண நெடியையும் தோற்கடிப்பதாய் இருந்தது. சப் கலெக்டர் முன் குவிக்கப்பட்டிருந்த சிப்பிகளைச் சாக்கு மூட்டைகளில் கட்டிச் சுமந்துகொண்டுபோய்த் தயாராய் நின்றிருந்த மாட்டு வண்டிகளில் ஏற்றினார்கள். சாதித் தலைவனார் பங்குக்கு வந்த சிப்பிகளை அவர் கையில் வைத்திருந்த சிறு குச்சால் கிளறிப் பார்த்துவிட்டுத் தன் உதவியாளர்களைக் கூப்பிட்டு அவற்றை அள்ளிக் காளவாசலுக்குப் பணிய இருந்த தொட்டிகளில் போடச் சொன்னார். தொட்டியைச் சுற்றி சாதித் தலைவனாரின் உதவியாட்கள் காவலுக்கு நிற்க, சாதித் தலைவனார் புறப்படத் தயாரானார். சப் கலெக்டர் காலின் எழுந்து பவ்வியமாய்த் தலையசைத்து மரியாதை செய்ய, பாண்டியபதி தன் பல்லக்கில் ஏறி அமர்ந்தார். அவர் கிளம்பிய அடுத்த நொடியே சப் கலெக்டரும் கிளம்பிவிட, அங்கே அடுத்த சந்தை ஆரம்பமானது.

சாதித் தலைவரை வழியனுப்பித் திரும்பியிருந்த மேசைக்காரக் கூட்டமும் இப்போது சந்தைக்குள் புகுந்திருந்தது.

“ஓடிவாங்க, ஓடிவாங்க... பூந்தோட்டத்துச் சிப்பி. அய்யாமார ஓடி வாங்க பெரியபார்ச் சிப்பி. ஆவோ, ஆவோ அச்சா வாலாச் சிப்பி” என பலவாறான குரல்கள்.

பாண்டியபதி முத்து சிலாபத்திற்காக பல்லக்கில் வந்து இறங்குகிறார்

ஜாதித் தலைவ மோரவர்களுக்குச் சலாபத்தில் சர்க்காரால்
வழங்கப்படும் மானிய முத்துச் சிப்பிகள்

வலைக்குடி காளவாசல் கடற்கரையிலிருந்து சங்குமால் வரையிலும் விரிந்த மணற்பரப்பில் சிறு சிறு குவியல்களாக முத்துச் சிப்பிகளைக் குவித்து வைத்து ஏலம் போட ஆரம்பித்தார்கள் பரதவப் பெண்டிர். மலபார்த் தோட்டத்துச் சிப்பி, பூந்தோட்டத்துச் சிப்பி, பெரியப்பார்ச் சிப்பி, சின்னப்பார்ச் சிப்பி, நல்ல தண்ணித்தீவுச் சிப்பி, உப்புத் தண்ணித்தீவுச் சிப்பி எனச் சிப்பிகளில் பல வகைகள் கூவிக்கூவி ஏலம் விடப்பட்டன. மலபார்த் தோட்டத்துச் சிப்பிகளுக்கு நல்ல கிராக்கியிருந்தது. சுண்டு முத்து, ஆணி முத்துக்களுக்குப் பெரும்பாலும் நல்ல விலை கிடைத்தது. வங்காளிகளும் மராத்தியரும் சிந்திகளும் மலையாளிகளும் போட்டி போட்டுக்கொண்டு ஏலம் எடுத்தார்கள். வாய் பிளந்து அனைத்தையும் பராக்குப் பார்த்தபடி வந்த பிச்சைக்கனி ஆண்டாமணியாரைப் பார்த்துக் கேட்டான்.

“எண்ணேம் தஸ்நேவிஸ் அண்ணாச்சி பையனுக்குத்தாம் ஒங்க பொண்ண குடுக்கப் போறியளோ?''

“எலேய் பொறவு நா இருக்குற இருப்புல, ரிபேரா மொவனுக்கா கெட்டிக் குடுக்க முடியும். நமக்கு வாச்சது அதுதாம்.”

“என்னெண்ணேம், அப்புடிச் சொல்லிபுட்டிய... மகராசம் எப்புடி புள்ளயிங்கிய. பணம் என்னண்ணேம் பணம், அய்ய எப்புடி புள்ளயிங்கிய.”

“என்ன... என்ன பண்ணுனாறு... மகராசமிங்கிறியப்பா கறிமீன்வ தந்தானோ?”

“...”

“எம் பொஞ்சாதி யாருன்னு நெனைக்கிற, தஸ்நேவிசு கூட பொறந்த தங்கச்சியாக்கும்.''

“நெசமாவா சொல்லுதிய...? நாங் கேள்விப்பட்டவர பர்னாந்துமார்ல பாச நேசங்கயில்லாமப் போச்சியின்னாவள...”

“நீ சொல்லுறதும் ஒரு வகையில நெசந்தாம்.”

“ஒரு மனுசனோட பொறப்பில்ல அண்ணாச்சி, அவனோட படிப்போ, பணமோ கூடயில்ல... அவனோட செயல்பாடு இருக்கு பாத்தியளா அதுதாம் அவம் யாருண்ணு சொல்லுமுண்ணேம்.”

“பெரிய பேச்செல்லாம் எதுக்கு விசயத்துக்கு வா.”

“அன்னக்கி கடக்கரையில ஓட்டச் சங்குவளும் சிப்பியளும் பொறக்கிகிட்டு நின்னம் பாத்துக்கிடுங்க. சாக்கு நெறைஞ்சி போச்சி. தலச்செம எடுக்க முடியல. சன நடமாட்டமுங் கொறைஞ்சி போச்சி. அத தூக்கி தோளுல அடிச்சிறுலாமான்னு மல்லுக் கெட்டுறம் முடியில்ல. ஓதவிக்கின்னு கூப்புட ஒரு சனங் கெடையாது. எங்கருந்து வந்தாருன்னு தெரியில ஓங்க மருமொவப்புள்ள. அங்கன வந்தாரு... எய்யா நா நின்ன கோலத்த பாத்துபுட்டு... செந்தூர் முருகனாண, நா கேக்கயில்ல பாத்துக்கிடுங்க ‘பொறு’ன்னு கைய மட்டுங் காட்டிப்புட்டு மேல ஏறிப் போனாரு. செத்து நேரத்துல வந்தவரு கையில ஒரு கொம்புத்தடியும், ஒரு கயிறும், கொஞ்சம் சடம்பும் இருந்திச்சி...”

“...”

“மள மளயின்னு அவுரே சடம்ப வச்சி சாக்க வரிஞ்சி கெட்டுனாறு. பொறவு சாக்க கீழ சரிச்சி படுக்கப் போட்டு மின்னயும் பின்னயுங் கயிறு போட்டு அந்த கயித்துக்கு உள்ளால கொம்புத்தடிய சொருவி மின்னால அவுரு புடிக்க பின்னால என்னய புடிக்கச் சொன்னாரு பாருங்க...”

“...”

“எய்யா கனம், எங்க வூட்டுக்கனம் ஓங்க வூட்டுக்கன மில்ல. தாவு தீந்து போச்சில்லா. மகராசம் எங்குச்சில் வர வந்து தந்துபுட்டு...”

“...”

“தோள் வலிக்க வலிக்க மாத்தி மாத்தி புடிச்சோம். மூசு மூசுன்னு எளைக்க நம்ம குச்சில் முன்ன வைச்சோம். என்னமோ ஏதோன்னு உள்ளயிருந்து ஓடிவந்த செல்லத்தாயி எய்யா ஒரு மொடக்கு சுக்குத் தண்ணி குடிச்சிற்று போங்கன்னு மாயிறா. எங்க கேக்க... அப்புடியே கயித்தயும் கொம்புத்தடியயும் உருவிகிட்டு அவுரு பாட்டுக்கு போறாரு பாத்துக்கிடுங்க.”

இருவரிடமும் பேச்சில்லை. ஆண்டாமணியார் கரையில் விளிம்பு மடக்கிய அலைகளின் அழகைப் பார்த்தவாறிருந்தார்.

‘ஒழைப்பாளிதாம்... கொஞ்சம் முன் கோவம். வுட்டா ஞாயிற்றுக் கெழமகூட கடலுக்குள்ள கெடக்கச் சொன்னா கெடப்பாருபோல. இந்த மனுசம் எப்புடி சலோமி மனசுக்குள்ள போனாமின்னு புரிய மாட்டேயிங்குது. அவுரு நல்லவருப்பா... வேற யாரையும் நெனச்சிக்கூடப் பாக்க முடியாதப்பா. சின்னஞ்சிறுசுவ அதுவ சந்தோசத்துக்கு நம்ம எதுக்கு குறுக்க

நிக்கணும்... அவள உடுதுணியோட அனுப்பு போதும். அது எப்புடி... நாம பெரியவங்களா பாத்து செய்யிறதெப்புடி. ஏய், பிரிட்டிஷ் மகராணிக்கும், திருவிதாங்கூர் ராசாவுக்குமா கலியாணம். போறியா... போயி ஆக வேண்டியதப் பாரு. இதுவ எங்க பாத்துச்சுவ... எப்படி மனச பறி குடுத்திச்சுவ. ஆனாலும் அடுத்தவம் வாயால மருமொவம் நல்ல மனுசமின்னு சொல்லக்கேட்டா நல்லாத்தாம் இருக்கி.'

பக்கத்தில் தஸ்நேவிஸ் வந்து நின்றதுகூடத் தெரியாத அளவுக்குப் பலத்த சிந்தனையிலிருந்தார் ஆண்டாமணியார். ஆண்டாமணியாரும் தஸ்நேவிசும் பால்ய முதலே நண்பர்கள். உறவுகளைக் கடந்து அவர்களது நட்பு வலுப் பெற்றிருந்தது. ஆண்டாமணியாருக்கு உள்ள சந்தனமாரியம்மன் கோவில் தொடர்பை ஊரே வெறுத்தாலும் தஸ்நேவிஸ் தன் நண்பரை எப்போதும் விட்டுக் கொடுத்ததில்லை.

"ஆண்டாமணி... ஆண்டாமணி" என்றார் தஸ்நேவிஸ்.

சத்தமில்லாததால் திரும்பவும் அழைத்தார்.

"ஆண்டாமணி... என்னப்பா அப்படி ஒரப்பான ரோசன. ஆள்க்க வந்து பக்கத்துல நிக்கிறதுகூடத் தெரியாத யோசன."

"வா தஸ்நேவிசு... பாடுவ எப்புடி?"

"ஒங்க ரண்டியரையும் பாத்தா சம்மந்தாருமாரி தெரியிலிய அண்ணாச்சி."

"சோத்துப்பாட்டுக்கு கூடத் தேறாது போல... எத்தன நாளுதாம் இப்புடி கெடந்து சீரளியயின்னு, ரண்டு அரச்சா சிக்கார மதியில வச்சி வுட்டுட்டு வந்திற்றம். ஓம் மருமொவம் முடியாதிங்க, அவனுக்கும் எனக்கும் கடும் வாக்குவாதம். அதாம் மூஞ்சிய தூக்கி வச்சிகிற்று அப்புடியே போறாம்."

"லேவ வச்சி வுட்டியளா?"

"அவந்தாம் கடசியில வுட்டாம். மெரப்பா கெட்டித்தாம் வுட்டுருக்காம். பொழுது அடைய இவன்வ எல்லோரும் போன பொறவு போயி எடுக்கனும்."

"..."

முத்துக் குளிப்பும், சங்குக் குளிப்பும் அரசாங்கக் கட்டுப் பாட்டில் இருந்தது. முத்துச் சிப்பிகளைக் கணக்குக் காட்டி அரசாங்கத்திடம் ஒப்படைத்துவிட வேண்டுமென்றால் போராடிக் கொண்டுவரும் சங்குகளுக்கும் அதே நிலைதான். அரசாங்கமே விலை நிர்ணயித்துக் கொள்முதல் செய்து கொள்ளும். கிடைக்கும் விலை தொழிலாளிகளின் குடும்பத்

தின் அரை வயிற்றுக் காஞ்சிக்குக்கூட வழி செய்யாது. பெரும்பாலும் யாருமே சரியான கணக்குக் காட்டுவதில்லை. சங்கோடு கரைக்கு வருமுன் எங்காவது மதியில் வைத்து கடலுக்குள் அரச்சாலோடு விட்டு விட்டு வருவார்கள். அதிகாரிமார் சங்குமாலை விட்டுக் கிளம்பியதும் பொழுது அடைய, கள்ளச் சந்தை சூடு பிடிக்கும்.

“காலங்காலமா சாதித்தலம, சாதித்தலமயின்னு என்னத்தக் கண்டோஞ் சொல்லு. நாற்காலி போட்டு உட்காந்திற்று அம்புடையும் அள்ளிற்றுப் போறான்வ. எய்யா நம்ம இவன்வளுக்குக் கப்பங் கெட்றேமின்னா இவன்வ எவனுக்கெல்லாமோ கப்பங் கெட்றான்வ.”

“...”

“ஏழு கடத் தொறயும் என்னமோ இவுரு அப்பம் வூட்டுச் சொத்து மாறி எழுதிக் குடுத்திற்றாராம் வெள்ளைக் காரன்வளுக்கு... அஞ்சி பங்கு வச்சி அதுல நால வெள்ளைக் காரந்தான் கொண்டு போறாம். ஒண்ணுதாம் இவருக்கு.”

“நமக்கு எதுக்கு பெரிய வூட்டு கதய.”

“இவன்வ என்னதாம் களேபரம் பண்ணுனாலும் மகுடாபிசேகம் நல்லாத்தான நடந்திச்சாம்.”

“என்ன நடந்திச்சுங்குற.”

“அவுரு மூஞ்சப் பாத்தியா இருண்டு போயில கெடந்திச்சி.”

“எதையோ பறிகுடுத்தவருமாரியில இருந்தாரு.”

“பொட சூழ வாரான்வள மேசைக்காரம் அவன்வகிட்ட யிருந்து என்னமாவது கெடைக்கிமா? நம்ம தாலியத்தான அறுக்கிறான்வ.”

பக்கத்தில் முண்டியடித்தபடி ஏலம் எடுத்துக்கொண்டிருந்தார்கள்.

“எண்ணேம், இவன்வ யாருண்ணேம். நம்ம தமிழும் பேசுயான்வ. அவன்வளுக்குள்ள வேற என்னமோ பேசுயான்வ. அது ஹிந்திமாரியில்ல பாத்துக்கிடுங்க.”

“பெங்காளியாயிருக்கும்” என்றார் தஸ்நேவிஸ்.

“இல்ல அவன்வ பேசுறது மராத்தி... இவன்வதாம் சிவாஜி மகராசா காலத்துலயோ அல்லது அவரு மொவம் சாம்பாஜி காலத்துலயோன்னு நினைக்கிறம். தஞ்சாவூர்ப் பக்கம் வந்து தங்குனவன்வ.”

"இருக்கும்... இருக்கும்" என்றவாறு நடந்தான் பிச்சைக்கனி.

பொழுது கருத்தும் வியாபாரம் முடிந்தது போலில்லை. தூரத்தில் ஓடிய ஜமீன் சாரட்டு வண்டிகளில் குதிரைக் குளம்பொலியினூடே மங்கையரின் நகைப்பொலியும் கேட்டது.

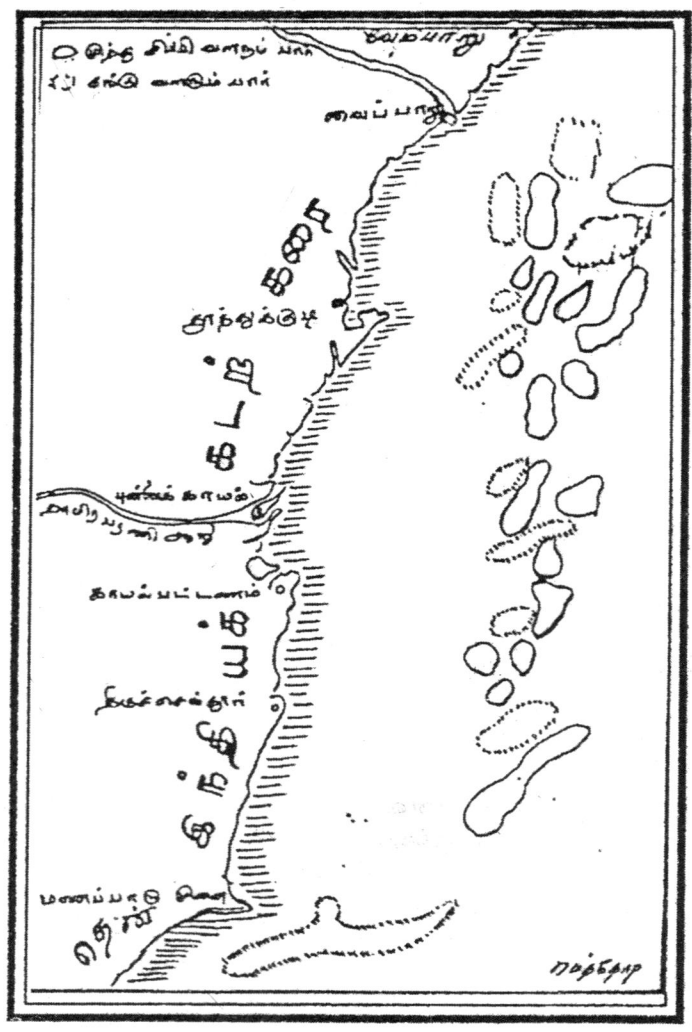

முத்து மற்றும் சங்கு படுகை

26

1929

தன்னிழல் தன்னடியாகும் நண்பகல் வேளை. தோணிப் பாலத்தின் வடக்குப் படித்துறையின் அத்தத்தில் நின்றபடி கிழக்கு நோக்கிக் கடலயே பார்த்திருந்தார் சர். ராபர்ட் பிரிஸ்டோ. நெடிதுயர்ந்த வாளிப்பான சரீரம். கைகளிரண்டும் கால் முட்டியைத் தொடும் நீளம். இமைகளை மூடித் திறந்தும், பருத்த புருவங் களைச் சுழித்தபடியும் ஏதோ தீவரமான சிந்தனை யிலிருந்தார். படித்துறையருகே நின்றிருந்ததால் வடக்குக் கரிப்பாலத்தில் ரயில்வே நிலக்கரியை இறக்கியபடியிருந்த கப்ப நடைத் தோணிகளிலிருந்து காற்றில் பறந்து வந்த நிலக்கரித் துகள்கள் நாசியிலேற 'அச்சு அச்சு' எனத் தும்மினார்.

படித்துறையில் கட்டப்பட்டிருந்த இரண்டு வள்ளங்கள் விரளத்தால் ஆடுவது 'சளப் சளப்' பென ஒலித்தது. வள்ளத்திலிருந்த சவரிமுத்தும், சூசமுத்தும் மேலே சிந்தனை வயப்பட்டு அங்குமிங்கு மாய் நடந்தபடியிருந்த வெள்ளைக்காரரின் அடுத்த அசைவுக்காகக் காத்துக் கிடந்தார்கள். நீண்டு வளர்ந் திருந்த கேசத்தை இருவருமே இழுத்துக் கொண்டை போட்டிருந்தார்கள். கழுத்தில் கறுப்புக் கயிற்றில் சிலுவை.

கடலுள்ளே கிலேசியா, மல்லங்குளம் பாறை களைத் தாண்டி பெரிய மண்தோண்டிக் கப்ப லொன்று நங்கூரமிட்டிருந்தது. அவ்வப்போது மெலிதாய்ப் புகை போக்கியிலிருந்து கரும்புகை வந்தபடியிருந்தது.

லண்டனில் பிறந்த சர் பிரிஸ்டோ இளமையிலேயே கடல் சார்ந்த துறையில் ஆர்வமுடையவராய் இருந்ததால் முப்பது வயதிற்குள்ளாகவே துறைமுகங்களை வடிவமைப்பதில் தேர்ச்சி பெற்றிருந்தார். 'சவுத் ஆம்ப்ட்டன்" துறைமுகத்தின் நுழைவாயிலைச் சீரமைப்பதிலும் ஆழப்படுத்துவதிலும் பெரும் பங்காற்றி அரசின் கவனத்தைக் கவர்ந்திருந்தார். குடும்பத்தில் இரண்டாவது ஆண் வாரிசு. வழக்கமான மிசினரிப் பணியில் விருப்பமில்லை. தான் விரும்பியே ஏற்றிருந்த துறைமுக நிர்மாணப் பணிக்காக இந்தியா வந்திருந்தார்.

சென்னை மாகாணத்தில் சென்னைக்கு அடுத்தபடியாக பிரிட்டிஷ் இந்தியா நேவிகேஷன் கம்பெனிக் கப்பல்கள் கொற்கைத் துறைக்கு அதிகம் வந்தன. பம்பாயிலிருந்து பஞ்சுப் பொதிகளும், பலதரப்பட்ட சாமான்களும் கொண்டு வந்த கப்பல்கள் ஏற்றுமதியாகக் கொற்கையிலிருந்து பெரும்பாலும் உப்பைக் கொண்டுசென்றன. சில கப்பல்கள் பயணிகளையும் சரக்குகளையும் ஒரே கப்பலில் ஏற்றிக் கொற்கைக்கும் கொழும்புக்கும் இடையே நடை செய்தன. ஆனால் கப்பலில் சரக்கு ஏற்றுவதோ பயணிகள் ஏற்றுவதோ எல்லாமே ஆழ்கடல் நிறுத்தங்களில்தான். ஏற்கனவே சிதம்பரம் பிள்ளையின் சுதேசிக் கப்பல் கம்பெனியால் ஏற்பட்ட இழப்பும் துறைமுக ஆழக் குறைவால் கப்பல்கள் படித்துறைக்கு வர முடியாதது மட்டுமல்லாது நடை செய்யும் தோணிகளும் பெரிய அளவில் வைக்க இயலாமலிருந்தது வெள்ளைக்கார நிர்வாகத்தைச் சிந்திக்க வைத்திருந்தது. சிதம்பரம் பிள்ளையின் சுதேசி நிறுவனத்தை நசுக்க வெள்ளை நிர்வாகமும் போட்டி போட்டுக்கொண்டு விலைக் குறைப்பு, இனாம் வழங்குதல் என்று இறங்கியதில் சுதேசிக் கப்பல் நிறுவனம் காணாமல் போனதோடு நேவிகேஷன் கம்பெனியும் பெரும் பின்னடை வைச் சந்தித்திருந்தது. அடைந்த நட்டத்தைச் சரிகட்ட வெள்ளையர்கள் பகீரதப் பிராயத்தனப்பட்டார்கள். தோணித் துறையின் விரிவாக்கம் தவிர்க்க முடியாததாயிற்று. துறை முகத்தின் உள்ளே தோணி கட்டும் பகுதிகளிலும் நுழை வாயிலிலும் ஆழப்படுத்துவதன் மூலம் கப்பல்களை நேரடி யாகவே உள்ளே கொண்டுவந்து சரக்குகளைப் படித்துறையில் கையாளலாம் செலவையும் கணிசமாக குறைக்கலாமென்று திருநெல்வேலி ஜில்லாக் கலெக்டர் சென்னை மாகாண ஆளுநருக்கு விண்ணப்பித்திருந்தார். மாகாண ஆளுநரின் கோரிக்கை மகாராணியார் சமூகத்திற்கு வர, அந்த ஏற்பாட்டின் பேரில் சர். ராபர்ட் பிரிஸ்டோ தன் தொழில் நுட்ப வல்லுநர் பரிவாரத்தோடும் 'ஆலன்' என்ற மண்தோண்டிக் கப்பலோடும் கொற்கைப் பகுதியில் முகாமிட்டிருந்தார்.

கொற்கை வந்த சில நாட்களிலேயே பாலத்தில் இடம் கிடைக்காமல் கடலில் மல்லங்குளத்துக்கு வெளியே நங்கூரமிட்டிருக்கும் கப்ப நடைத் தோணிகளையும் அதன் மூலம் வீணாகும் நேரத்தையும் கணக்கிட்டவர் தோணித் துறையின் வடபாலத்திற்கும் தென்பாலத்திற்கும் இடைப்பட்ட பகுதியில் மூன்று புதிய மரப் பாலங்களை நிர்மாணிக்க ஏற்பாடு செய்தார். மரப்பால வேலைகள் முழு வீச்சில் நடந்தபடியிருந்தன.

சர். பிரிஸ்டோவையும் அவர் சகாக்களையும் தேரம் விடிய கப்பலில் இருந்து கூட்டி வருவதற்கும் குழியோடிக் கடலடிப் பாறைகளில் ஆய்வு செய்வதற்கும் காளவாசல் பர்னாந்துமார் பெரும் உதவியாய் இருந்தார்கள். கடலின் மாறுபட்ட நீரோட்டங்களையும் ஓதம் பொங்கு முகங்களையும் பர்னாந்துமார் அறிந்திருந்தது சர். பிரிஸ்டோவிற்கு பேருதவியாய் இருந்தது. அரசாங்கத்திலிருந்து சி.எஸ்.ஐ. சர்ச் மூலமாக வேல் நாடார் மகன் தாவீது மக்கள் தொடர்பு அதிகாரியாக நியமிக்கப்பட்டிருந்தாலும், சைகை மூலமாகவோ, அல்லது அவர்களுக்குப் புரியும் ஆங்கிலம் மூலமாகவோ பர்னாந்துமாரோடு நேரடியாகத் தொடர்புகொள்வதையே பிரிஸ்டோ பெரிதும் விரும்பினார். படித்துறையிலிருந்தவர்கள் தங்களுக்குள் பேசியபடியிருந்தார்கள்.

"முழுசா ஒரு வருசம் முடியப்போவுத.. ஆனா வரும் போது இருந்த மொகப் பிரகாசம் இப்ப இருக்குற மாரியில்ல என்ன" என்றார் சூசமுத்து.

"யாரச் சொல்லுறிய சின்னையயா?" என்றான் சவரிமுத்து.

அதிர்ந்து திரும்பியிருந்தார் சூசமுத்து. சவரிமுத்து அப்படி அழைப்பான் என்று எதிர்பாத்திருக்கவில்லை. அவரைப் பொறுத்தவரை இது மிகப் பெரிய அங்கீகாரம். தேவசானாவோடு பழக்கம் ஏற்பட்ட காலங்களில் வலைக்குடியில் யாருமே முகம் தூக்கி சூசமுத்தைப் பார்த்ததில்லை. பிறந்தது இரண்டும் ஆண் பிள்ளைகளானதால் கட்டிக் கொடுக்க வேண்டுமே என்ற பதற்றம் குறைந்திருந்தது. தேவசானாவுக்கு மூத்த தாரத்துக்கு பிறந்த சேசுவோடு சேர்ந்து மூன்று பிள்ளைகள். தொடர்பு ஏற்பட்ட நாளிலிருந்து ஆண்டாமணியார் சூசமுத்துவை ஏறெடுத்தும் பார்ப்பதில்லை. தட்டிக் கேட்கவுமில்லை. சிறிது நேர மௌனத்திற்குப் பிறகு வாய் திறந்தார் சூசமுத்து.

"நம்ம என்ஜினியர்தாம்ய்யா."

சர். ராபர்ட் பிரிஸ்டோ

மண்தோண்டிக் கப்பல்

"..."

"வந்த பித்தெட்டுல என்ன வேகமாயிருந்தாமிங்க. இந்த மரப் பாலங்க வேலய முடிஞ்சா கப்ப நடத்தோணிய ஒரு தோணியும் வெளிய கெடக்காண்டாம். ஆனாய்யா இந்த மல்லாங்கொளத்தோட மல்லுக் கெட்டுறதுதாம் எனக்கு புடிபடுல."

"என்னமோ உண்டான கூலியத்தாராம்."

"கூலி தந்திற்றா எல்லாரும் மனசக் கேட்டு வேல செஞ்சிறுவான்வளா. நம்ம செஞ்சிறுவோம்ய்யா, அதாம்

வாக்கு நாணயம். அன்னயிலியிருந்து இன்னு வர இது வெள்ளைக்காரனுக்குத் தெரியும்.''

“...”

“தம்பி தோணிக்கிப் போயிற்றாமின்னாவள.”

“ஆமா... நம்ம தோமாஸ் தண்ட மருமொவம் லொஞ்சின் கூட்டிற்று போயிற்றாரு.”

“அந்தப் பய பிலிப்பும் இப்ப தோணியள்ல போறாம் போல என்ன.”

தெற்குப் பாலத்தின் முனையிலிருந்த கைச்சுத்துக் கிரேன் கர கர வென சத்தத்தோடு அசைந்தது. நூலாபீசுக்கு கப்ப நடைத் தோணியில் வந்திருந்த எந்திரமொன்றை இறக்கி வைத்தபடியிருந்தார்கள். தெற்குப் பாலத்தில் போட்ட அம்பா காற்று வாக்கில் இங்கு தெளிவாய் கேட்டது.

“அர கர முருகா

அய்யா முருகா...

அர கர முருகா

அய்யா முருகா...”

“சாமிமாரு கேக்கணும்...!” என்றான் சவரிமுத்து.

“ஓங்கய்யா ஆண்டாமணியாரு சொல்லுறமாரிதாம். மனசுக்குள கெடக்குறதுதாம் வெளிய வரும் கேட்டியா.”

“தல்மெய்தா ஆள்க்க கரிக் காண்ட்ராக்ட் எடுக்கப் போறாவளாம நெசமா?”

“யாரு சொன்னா?”

“சேசுதாஞ் சொன்னாம்.”

“பல்டோனா பண்ணுற யாவாரத்துக்குள இவன்வ போறான்வ. திரும்ப திரும்ப பிரச்சனதாம். ஏற்கனவே ரெம்ப ஒத்துமயாத்தாம் இருக்கான்வ.”

“இந்த வேலயும் எத்தன நாளு வருமிங்கிறிய.”

“ஆமா அன்னக்கி அவம் எடுபுடி தாவீது நாடாம் ஓங்கிட்ட என்னமோ சொல்லிகிட்டு இருந்தான... கையில வச்சிருந்த என்னத்தயோ தந்தான.”

“அதா... வேறொண்ணுமில்ல. நம்ம மல்லாங்கொளத்துல குழியோடி எடுத்த கல்லு. அத பத்திரமா கொண்டுபோயி

குத்தாலம் பழத்தோட்டம் நம்ம டாரத்தி அம்மாட்ட குடுக்கச் சொன்னாம்."

"..."

"எங்க தோட தோமாசத்தாம் புடிச்சி அனுப்புனோம். பேச்சுவாக்குல மறந்திற்று. கரவேலய என்னமாச்சும் வந்தா எங்களையும் கூப்புடுங்க சின்னய்யா" தலையாட்டினார் சூசமுத்து.

திரும்பத் திரும்ப சவரிமுத்து சின்னய்யா என்றழைக்க நெகிழ்ந்து போனர் சூசமுத்து.

"மதினியார் கூட ரிபேரோப் புள்ள மொவம் எளையவம் சில்வெஸ்டர் இருந்தானாம். சின்னச் சின்ன போத்தல்வள்ல கடக்கற மண்ணு வச்சிருந்தானாம்." என்றான் சவரிமுத்து.

வெள்ளையர்கள் அடிமைப்படும் நாடுகளில் விளை பொருள்களை மட்டுமல்லாது இயற்கையான தாதுப்பொருள் களையும் அவற்றின் பயன்பாட்டையும் கண்டறிந்து அதையும் ஏற்றுமதி செய்யப் பல்வேறு முயற்சியிலிருந்தார்கள். அதனடிப்படையில் கடற்கரை மணலில் கண்டறியப்பட்டது தான் கார்னட், இல்மனைட், ரூடைல் போன்ற கனிமங்கள்.

"நம்மதாம் தேவயில்லாத உடும்புப் புடி புடிப்போம். மூத்தவரு காதலிச்சத தவப்பனாரு ஒத்துக்கிட்டுயிருக்காரு பாத்தியாய்யா. காரணம் என்னயின்னு நெனக்க, படிப்பு, பழக்க வழக்கம். காலத்துக்கேத்த கோலம். ஆனா அதேயிது இங்கே தல்மெய்தா மொவ லிடியாவ நம்ம சிங்கராயறு மொவம் பசாந்தி விரும்புறாம்..."

"அதான பாத்தம்."

"நாலு மக்க மனுசரோட பழகணும். இவன்வ தல்மெய்தா ஆள்க்க குண்டு சட்டிக்கிள குதுர ஓட்டயில விரும்புறான்வ."

"என்ன சொல்லுறிய, வெள்ளைக்காரனமாரி கட்ட கமுசு எல்லாம் போட்டுகிட்டு தொப்பி வச்சிகிற்று சுருட்டு குடிச்சிகிற்று அலையிறாரு லெம்பர்ட் தல்மெய்தா."

"ஆனா மேசைக்காரம்ங்குற எண்ணத்த வுட மாட்டயிங் குறான்வள. இல்லாட்டி அந்த புள்ளய..."

"..."

"தோமாசு வேற என்ன சொன்னாம்?"

"ஒரு கடுதாசியில என்னமோ நேரமும் நாளும் குறிச்சி குடுத்தாங்களாம்."

பாலத்தின் மேல் பேச்சரவம் கேட்டது. படித்துறையில் கை ஊன்றி மேலே ஏறினார் சூசமுத்து. கடலுக்கு முதுகைக் காண்பித்தபடி நின்றிருந்த எஞ்ஜினியர் பிரிஸ்டோ தாவீது நாடானோடு காரசாரமாக ஏதோ பேசியபடியிருந்தார். விளக்குத் தூணருகே சங்குமால் சேசு தலையைக் குனிந்தபடி நின்றிருந்தான்.

"நான் ரகசியமான வேலையின்னு உன்னிடம் குடுத்தா அத நீ இப்புடியா அடுத்தாளிடம் கொடுப்பது" என்றார் பிரிஸ்டோ.

கோபத்தில் குறுக்கு மறுக்காக நடந்தார். வலது கையால் நெற்றியைத் தடவியவர் இடது கையால் பிடறியில் முடியைக் கோதினார்.

"ஐ ஆம் வெரி ஃபியர் சார்."

"அதுனால நீ இந்த ரகசியத்த வெட்ட வெளிச்சமாக்கிற்ற அப்படித்தான?"

"நோ சார்..."

சடாரெனத் திரும்பி விளக்குத் தூண் அருகே வந்த பிரிஸ்டோ சேசு கக்கத்தில் வைத்திருந்த பையைப் பிடுங்கி அதில் துருத்தியபடியிருந்த மூங்கிலை எடுத்தார். மூங்கில் குழாயைக் கைகளில் தாமதிக்கவிட்டு எடையை அனுமானித் தவர், அதன் முனையிலிருந்த சிறிய ஓட்டையில் நாசியை வைத்து மோப்பம் பிடித்தார். முகத்தில் திருப்திக்குண்டான அறிகுறி தெரிந்தது. ஒரு அடி நீளத்திலிருந்த மூங்கில் குழாயின் மேல் பகுதியிலிருந்த ஓட்டை வழியே நீளமான கம்பி இணைக்கப்பட்டிருந்தது. கம்பியை வளைத்துச் சுற்றிக் கட்டியிருந்தார்கள். பவ்வியமாக அதை தன் கக்கத்துக்குள் வைத்த பிரிஸ்டோ நீண்ட தன் மேல் கோட்டை இடுப்பு வரை தூக்கி சொருகியபடி படித்துறையை நோக்கி வேகமாக வந்தார். எஞ்ஜினியர் வேகமாக வருவதைக் கண்ட சூசமுத்து பின்பக்கம் திரும்பி, சொன்னார்.

"சவரி, எஞ்ஜினியர் வார வேகத்தப் பாத்தா கப்பலுக்குத் தாம் போவாருன்னு நெனக்கிறம். நீ போயி அவர கப்பல்ல வுட்டுறு. நா சேசு நிக்கிறான என்ன ஏதுன்னு பாக்குறம். புடிச்சி உள்ள கிள்ள கொண்டு போயிறாம..."

"நீங்க போங்க சின்னய்யா, இந்தா மொடுதவம் மாமா கீழ வந்திற்றாவ."

"நாம் பாத்துக்கிறுறம் சூசமுத்து நீ போ... எல்லாஞ் சரிதாம். இந்தக் கள்ளன இவம் எங்க புடிச்சாம்."

“என்ன மொடுதவம் புள்ள... அவம் என்னா ஓங்க வூட்டுலயா வந்து களவெடுத்தாம்.” என்றார் சூசமுத்து.

“...”

“கடலு கொஞ்சம் சில்லந்தட்டித்தாம் கெடக்குக் கவனமா நனையாம கொண்டு போயி வுடுங்க.”

“நீ போ சூசமுத்து நாம் பாத்துக்கிறுறம்” என்றார் மொடுதகம்.

வள்ளத்தைப் படித்துறைவரை இழுத்துப் பிடித்து பிரிஸ்டோ ஏறி உட்கார வாகாய்க் கயிறு போட்டு மொடுதகம் பிடிக்க வள்ளத்திலிருந்து கையைநீட்டி அவரை உள்ளே இழுத்தான் சவரி. ஒரு சில நிமிடங்கள் நிதானித்துக் கையில் வைத்திருந்த பொருளை எங்கு வைக்கலாமென்று தேடினார் பிரிஸ்டோ. உதவிக்குக் கை நீட்டிய சவரிமுத்திடம் வேண்டாமென மறுத்துவிட்டார். என்ன நினைத்தாரோ திரும்பவும் தன் மடியிலேயே வைத்தபடி அமர்ந்தார். கடலில் துடுப்பு வலித்தபடியே வள்ளம் மண்தோண்டிக் கப்பலை நோக்கிப் போய்க்கொண்டிருந்தது காற்று வாக்கில் மொடுதவம் பாடுவது கேட்டது.

“ஒரு கல்லெறியவே ஒரு கல்லுஞ் சோறவே
ஒரு நூறாயிரம் கிளி பாடவே கிளி ஆடவே
ஆடவே கிளி பாடவே அம்பலத்தில் ஏறவே
அம்பலத்தில் ஏறும் கிளி ஆகாசம் பறக்கவே

ரண்டு கல்லெறியவே. ரண்டு கல்லுஞ் சோறவே
இரு நூறாயிரம் கிளி பாடவே கிளி ஆடவே
ஆடவே கிளி பாடவே....”

27

1929

பொழுது விடியும் முன்னே நகரின் அமைதியைக் கிழித்தபடி கேட்ட டமாரென்ற சத்தம் கொற்கையின் புறநகர்ப்பகுதி வரைக்கும் கேட்டிருந்தது. பங்குளாத் தெருவிலிருந்த வீடுகளின் மாடத்தில் தெரிந்த தலைகளெல்லாம் ஆர்.வி. மில்லின் புகைபோக்கியை நோக்கியிருந்தன. புகைபோக்கியில் எதுவும் மாற்ற மில்லாமலிருந்தது. கீழூர் ரயிலடியில் ஏகத்துக்குப் பரபரப்பு. ரயில் நிலையத்தின் முன்னால் நிற்கும் குதிரை வண்டி ஓட்டிகள் அவசரத்தில் எகிறிக் குதித்தபடி இங்கிலிஷ் சர்ச்சை நோக்கி ஓடி வந்தார்கள். ஏற்கனவே சர்ச்சிலிருந்து வெளியே வந்து ஆஷ் மெமோரியலின் நிழல்குடையின் கீழ் நின்று தோணிப்பாலத்தை உற்றுப் பார்த்தவர்களிடையே தாவீதும் நின்றிருந்தார்.

தெற்கே இம்பீரியல் பேங்கில் அதிகாலை நேரமாதலால் காவலாளியைத் தவிர வேறு யாரு மில்லை. அன்னையின் ஆலயத்தில் அதிகாலைப் பூசையிலிருந்தவர்களும் பதறியபடி வெளியே கொடி மரத்தருகே வந்து தோணித் துறையையே கண் கொட்டாமல் பார்த்தபடியிருந்தார்கள். சத்தத்தோடு ஏற்பட்ட அதிர்வில் கீழூர் ரயில் நிலைய அதிகாரி யின் அறையிலிருந்த கண்ணாடி கீழே விழுந்து நொறுங்கியது. கொற்கையெங்கும் ஒரு சிறு நில அதிர்வை மக்கள் உணர்ந்திருந்தார்கள்.

என்னவோ, ஏதோ என்றபடி ஓணாத் தெருவி லிருந்தும் புல் தோட்டத் தெருவிலிருந்தும் மக்கள் அலறியடித்தபடி கிழக்கு நோக்கி ஓடி வந்தார்கள்.

முனிசிபல் அலுவலகத்தின் பின்புறம் அன்றாடப் பணிக்காக கிளம்பியபடியிருந்த துப்புறவுத் தொழிலாளர்கள் தங்களுக்குள் பேசிக்கொண்டார்கள்.

"பூமி குலுங்குனத பாத்தியா" என்றான் கொண்டையா.

"அதுக்கு என்னய்ய, சோலி எம்புட்டு கெடக்கு. கெளம்புறியா பூமி குலுங்கிச்சி குதிச்சிச்சியின்னுகிட்டு கெடக்க. அந்தால தலகீழ கவுந்திற்றாக்குல நம்ம தலை எழுத்து மாறிருமாக்கும். சும்ம வாயாம்" என்றான் சின்னய்யா.

"அனுமந்தைய்யா ஆள்வுட்டு கேட்டுகிட்டு கெடக்காம்... எதுக்கு இப்புடி மொரண்டு புடிக்க அந்தப் புள்ளக்கி என்ன செல்லம் போலத்தானயிருக்கு. அம்மய எங்க?"

"கெரகோப்பு தெருவுல நிப்பா. நீ பயராத கையில வாளியும் கரண்டியும் வச்சிருக்கா. அவ வாரிக்கொண்டு மூலயில வைக்கதுக்கும் நம்ம அங்கன போறதுக்கும் சரியாத்தாம் இருக்கும்."

"ராகம்மா கதய என்னெய்யா?"

"ஓனக்கு எத்தன தேரம் சொல்லி எழவுடுக்கம். நம்ம படுற பாடு போதாதா. இதுல ஓசியரு வேற பீ வண்டிக்கிள கை வுட்டு நக்குவாம் போல்ருக்கு, அவளக் கெட்டிகிட்டு வலுமுடுக்குல வாரவனையும் போறவனையும் திண்ணையில உக்காந்து வேடிக்க பாக்க சொல்லுதியா."

"எலேய் சின்னய்யா, பொண்ணு செக்கச் செவேல்னு பழுத்த பப்பாளிப்பழம் மாறி இருக்கா."

"நெஞ்சிலயிருக்க நெருப்பு காணாது, அடி மடியிலயும் அள்ளிக் கொட்டச் சொல்லுத."

"என்ன பேசுத. இதெல்லாம் இன்னக்கி நேத்து காரியமா சவம் காலகாலமா நம்ம தலையில எழுதுன எழுத்து."

"வெவரந் தெரியாம வெளையாடிகிட்டிருந்தப்ப ஒரு எழவுந் தெரியல. பீ வண்டியயும், தொரட்டியயும் கையில தந்து வண்டிய நீ தள்ளுயின்ன பாத்தியா... நா யாருன்னு தெரிஞ்சி போச்சி."

"ஐயாமாரு வந்திருவாவ வெரசலாக் கெளம்பு."

"அவன்வ கிட்ட பேசும்போது அய்யாமாரு கொய்யா மாருன்னு. எங்கிட்ட சொல்லாத... அங்கன பாரு ஓடுற ஓட்டத்த பீ வண்டியளுக்குள்ள வந்து வுழுந்திறாம."

பிரஞ்சுச் சேப்பல் தெருவிலுள்ளவர்களும் ரயில் நிலையத்தை நோக்கி ஓடி வந்தார்கள்.

“ஏய் சுதேசி ஆள்க்க ரயில்டேசனுக்கு குண்டு கிண்டு வச்சிற்றான்வளோ.”

“ஆமா அவன்வ சுதேசி, நம்ம லண்டன்ல பொறந்தோம்.”

புகைவண்டி நிலையத்தின் முன்னால் பிள்ளைவாள் காப்பிக் கடையில் நின்றிருந்த நாலைந்து பேர் காரசாரமாக விவாதித்தபடியிருந்தார்கள்.

“பூமி அதிச்சியின்னா ‘டமார்’ சத்தம் எதுக்குவே வருது” என்றார் மந்திரம் பிள்ளை.

“வேய், அங்கன எட்டிப் போயி பாக்குலாம் வாரும். ஆர்வி மில்ல நம்ம பயல்வ தீத்திற்றான்வ போல.”

திறந்தகடை திறந்தபடியே இருக்க அப்படியே போட்டுவிட்டு வீதியில் ஓடி வந்தார்கள். கடற்கரைச் சாலை சந்திப்பிற்குள் வருவதற்குள் வடக்கே சிந்தாத்திரை மாதா கோவில் பக்கமிருந்தும் காளவாசல் பக்கமிருந்தும் மக்கள் கூட்டம் கூட்டமாய் வந்தபடியிருந்தார்கள். இடதுபுறம் ஆர்வி மில்லில் எந்த வித்தியாசமும் தெரியவில்லை. வழக்க மான சத்தத்தோடும் புகையோடும் வேலை நடந்தபடியிருந்தது.

“சனங்க ஓடியாறத பாத்தா, அந்தப் பக்கம் வடக்கயும் ஒண்ணுமில்லயின்னு தெரியுது” என்றார் மந்திரம்.

“எய்யா காளவாசல் பக்கம் என்னமாச்சும்...” கேட்டார் சங்கரம் பிள்ளை.

“வெடிச்சத்தம் கேட்டிச்சி. பணிய கொல்லக்கி இருந்துகிட்டு இருந்தம். நம்ம தல்மெய்தாப்புள்ள தோணி பட்டறயில ஏத்தி வச்சிறுந்தது பட்டற உருவி கீழே சரிஞ்சிற்று. நாம் பொழைச்சது புது உசுருதாம்” என்றார் சூசமுத்து.

“வேற ஒண்ணுமில்லிய.”

“கடலுக்குள்ள கருப்பா பொக எழும்பிச்சி. அதாம் இங்கபாக்க ஓடியாறம்.”

மேற்கே தருவைப் பக்கமிருந்தும் வந்த கூட்டம் மணல் தெரு கூட்டத்தோடும் கிரகோப் தெருவிலிருந்து வந்த கூட்டத்தோடும் இணைந்து அன்னையின் ஆலயத்தின் புறவாசல் வழியாக நுழைந்து கடற்கரைச் சாலையை நோக்கி வந்தது. ஆனால் கோவில் வளாகத்தைத் தாண்டவில்லை.

“இந்த ஊருக்கு என்ன வந்தாலும் நீதாந் தாயி காப்பாத்தனும்” என்று முனகியவாறு ஆண்டாமணியார் சந்தனமாரி கோவிலுக்கு கிளம்பினார்.

"ஓங்களத்தான அன்னக்கி ஒரு நா ராத்திரி எழும்பி திருவோட்டுச் சாமி கனவுல வந்தது பத்தி..."

"யாருட்டயும் வாய வுட்டுறாத பாவுலா."

அமைதியாய் நின்றிருந்தாள் பாவுலா. அதிகாலையில் காளவாசல் கடற்கரையிலிருந்து கயித்து மீன்களுக்காகப் போயிருந்த் வள்ளங்கள் கரைபிடிக்க உச்சிப்பொழுது ஆகிவிடும். ஒரு புறம் சவரியை நினைத்துக் கவலைப்படுவதா மருமகனை நினைத்துக் கவலைப்படுவதா அல்லது தோணியில் நடை போயிருந்த இளையவன் அந்தோணிமுத்தை நினைத்து வேதனைப்படுவதா என அல்லாடினாள். வெடிச் சத்தத்தோடு ஏற்பட்ட அதிர்வில் கோவிலுள்ளே பீடத்தில் நாலைந்து மெழுகு திரிகள் சரிந்து விழுந்திருந்தன. அவற்றில் அணையாத மெழுகு திரியொன்று கீழே விரித்திருந்த துணி விரிப்பில் பற்றிக்கொள்ள அதைப் பார்த்த சக்ரீஸ்தர் அணைப்பதற்காக பாய்ந்து ஓடினார். கொடிமரத்துப் பக்கம் நின்றிருந்தவர்களும் அடுத்து என்ன நடக்குமோவென அரண்டுபோயிருந்தது அவர்கள் பார்வைகளில் தெரிந்தது. கடலில் தூரத்தில் மல்லாங்குளத்திற்கும் கிலேசியாவிற்கும் இடைப்பட்ட பகுதியில் கரும்புகை இன்னும் மேலெழும்பித் தெரிந்தது.

"நம்ம வேலயள போட்டுட்டு ஓடியாந்து பதறுறோம். வெள்ளைக்காரம் ஒருத்தனையும் காணும" என்றார் தஸ்நேவிஸ்.

"நம்மளமாரி பதறிகிட்டு வர மாட்டான்வ."

மேற்கே ஓணாத் தெருவிலிருந்து வந்த கூட்டத்தை உப்பு ஆபீஸ் அருகே உப்புத்துறை அதிகாரி லோனும் அவர் மனைவி ஜாக்குலினும் மறித்துப் பிடித்தார்கள்.

"வாட் இஸ் ராங்? எங்கே இப்படிச் சாடுகிறீர்கள்?"

"டமார் சவுண்டு" என்றார் கூட்டத்திலிருந்த பெரியவர் பசுபதி.

"சோ... வாட்" என்றாள் ஜாக்குலின்.

"இங்கேயே நில்லுங்க இதுக்கு மேல ஒரு அடிகூட போகக் கூடாது" என்று கறாராய்ச் சொன்னார் லோன்.

மாதா கோவிலில் பீடத்தில் ஏறித் தீயை அணைத்த சக்ரீஸ்தர் தலையிலடித்தபடி கூப்பாடு போட்டார்.

"அய்யய்யோ மாதா கிரீடமும் பாலங் கிரீடமும் சரிஞ்சிரிச்சி."

கொடிமரத்துப் பக்கம் நின்றிருந்தவர்களும் மற்றவர்கள் கோவிலுக்குள் ஓடுவதைப் பார்த்து ஓடி வந்தார்கள். கோவிலுக்குள் வந்தவர்கள் அடித்துப் பிடித்துக்கொண்டு வந்ததில் வாசலில் படியிறங்க முடியாமல் ஊர்ந்தபடியிருந்த தத்துப்பிள்ளை கீழே விழுந்து தலையிலடிபட்டு கோவில் வாசலெங்கும் ரத்த மயம். உள்ளே பதறியபடி ஓடினார்களே யொழிய வாசலில் உருண்டு கிடக்கும் தத்துப்பிள்ளையைப் பார்க்க நாதியில்லை. தத்துப்பிள்ளை கோவிலில் உள்ள சுருபங்களுக்கு வண்ணம் கொடுப்பவர். சிறந்த ஓவியர். அவர் கைபட்ட ஓவியங்களும் சுருபங்களும் நிஜங்கள் போலவே தத்ரூபமாய் இருக்கும். மணப்பாட்டிலிருந்து கொற்கையில் குடியேறியவர். தன்னைத் தூக்க வந்த பொனிப்பாசிடம் பேச்சுக் கொடுத்தார்.

“எல, நேத்து சாயங்காலமே மாதா கன்னத்துல கருப்பாயிருந்திச்சி. ரண்டு மூணு நேரம் மை குடுத்துப் பாத்திற்றம். கற மறையமாட்டயிங்குது.”

“ஏதோ ஒரு கெட்ட காலம் கொற்கைக்கி வரப்போவுது.”

ரத்தம் அதிகமாகக் கொட்டியதால் நிற்க முடியாமல் இருந்தவரைத் தோளில் கை போட்டு நடத்திக்கொண்டு போனார் பொனிப்பாஸ். கிலுக்கின் இரண்டாவது மகன். பாண்டியபதி அரண்மனையின் ஒப்பாரிகைகளும் திறந் திருப்பது தெரிந்தது சத்தத்தை அவரும் கேட்டிருக்க வேண்டும். துறைமுகத்தினுள்ளே மெரைன் ஆபீசர் மிஸ்டர் கிளார்க்கும் சுங்க அதிகாரி மிஸ்டர் டக்ளசும் பேசிக்கொண்டே வெளியே வந்தவர்கள் பேச்சு வாக்கிலேயே நடுப்பாலத்துக்குப் பக்கம் வந்திருந்தார்கள். அவர்களைக் கண்டதும் கூடி நின்று கதை பேசியபடியிருந்த லஸ்கர்கள் கலைந்து அவரவர் தோணி யருகே வந்தார்கள்.

நடுப்பாலத்தின் இடதுபுறம் பாண்டியபதியின் ‘சந்த இலேனாள்’ வலதுபுறம் சிங்கராயரின் ‘நேவிசம்மாள்’. சிங்கராயரின் லீலியின் முன்னால் கொழும்புக்கு ஏற்று வதற்காக வத்தலும் பீடி இலைக் கட்டுகளும் கிடந்தன. நேவிசம்மாளைக் கடந்த இரவுதான் கரை பிடித்துப் பாலத்தில் கட்டியிருந்தார்கள். தேங்காய் மூடைகளும் புகையிலை கட்டுகளும் இறக்கி வைத்திருந்தார்கள். பிரதான வாயில் மூடியிருந்ததால் அவற்றை எடுத்துப்போக வண்டிகள் இன்னும் வந்திருக்கவில்லை. கரிக்களப் பாலத்திலும் இடம் வலமாக நான்கு கப்பநடைத் தோணிகள் கரியோடு நின்றன. மாரிமுத்துக் கங்காணியும் அவரோடு நின்றிருந்த கல்

பொறுக்கும் கூலிக்காரர்களும் சுமை எடுப்பவர்களும் எல்லோருமே அங்கங்கே அப்படியே நின்றபடி மல்லாங் குளத்தையே பார்த்தபடியிருந்தார்கள். நல்ல நேர் கொண்டல் காற்றில் கரும்புகையும் மறைந்து போயிருந்தது.

"உங்களுக்கு இது பற்றி ஏதாவது தெரியுமா மிஸ்டர் டக்ளஸ்" என்றார் கிளார்க்.

முகத்தை இழுத்து இரு கைகளையும் தூக்கி விரல்களை விரித்துத் தெரியாததுபோல் பாவனை செய்தார் சுங்க அதிகாரி டக்ளஸ்.

"தண்ணீர் ஆர்ட்டீசியன் ஊற்று போல் மேலெழும்பிச் சாடியது, மிக அழகாக இருந்தது."

"அழகு எப்போதுமே ஆபத்து" என்றார் கிளார்க்.

"..."

"எனக்குச் சத்தம் கேட்டது. எழுந்து வெளியே வருவதற்குள் அனைத்தும் முடிந்துவிட்டது. கரும்புகை மட்டும் மேலெழும்பித் தெரிந்தது."

"இது யாரோட யோசனை மிஸ்டர் கிளார்க்."

"எல்லாமே மிசிஸ் டாரத்தி ரிபேரோவோட யோசனைதாம்."

"அப்ப சர் பிரிஸ்டோ...!"

"மிசிஸ் ரிபேரோவ கன்சல்ட் பண்ணாம அவர் எதுவும் செய்ய முடியாது."

"நான் ஒரு கதை கேள்விப்பட்டேன்" என்றார் டக்ளஸ்.

"என்ன கத?"

"மிசிஸ் ரிபேரோவ இவர் உயிருக்கு உயிரா காதலிச்சிருக்காரு."

"மிஸ் டாரத்தியயின்னு சொல்லுங்க."

"ஐ ஆம் சாரி. நீங்க சொல்லுறது சரி. ரண்டு பேருமே வகுப்புத் தோழர்களா இருந்திருக்காங்க. ஒருதலைக் காதல்."

"அப்படித்தான் இருந்திருக்கணும். சரி அப்ப இந்த பரிசோதனயோட வெற்றியிலதாம் சர். பிரிஸ்டோவோட எதிர்காலமே இருக்குமின்னு நெனக்கிறம்."

"நோ... நோ, இது கொற்கைத் தொறமொகத்தோட எதிர்காலம். அவுருக்குக் கொச்சியிலும் வேலயிருக்கு. வந்த உடனேயே மிஸ் டாரத்தி மிசிஸ் டாரத்தி ரிபேரோ ஆன கதை அவருக்கு தெரிந்துவிட்டது."

பிரதான வாசல் பக்கம் வண்டி மாடுகள் அதிகமாகத் தெரிந்தன. எல்லாமே உள்ளே சரக்கு இறக்குவதற்கும் ஏற்றுவதற்கும் காத்திருப்பவை. தற்செயலாக வண்டி மாடுகளை பார்த்த டக்ளஸ் சொன்னார்:

"நவ் வி கேன் ஓபன் மெயின் கேட்."

ஓணாத் தெருவிலிருந்து பின்னால் ஓடி வந்த பெண்கள் தண்டவாளத்தைக் கடந்து சக்கிலியக்குடிப் பக்கமே நின்றுவிட, வண்டியோட்டி வந்த ஆண்கள் ஓர்னலாஸ் பள்ளிக்கூடம் கடந்து சிலுவைக் கோவில் தெரு வழியாக மாதா கோவில் பின்புறம் வந்து நின்றார்கள்.

"தோணிப் பாலத்து கதவு தெறந்தாச்சாம்."

"அப்ப சட்டுன்னு பத்துங்க, பொழுதடையும் முன்னால ரண்டு நடையாச்சும் அடிக்கணுமில்லா."

"உள்ள போனா ஒங்கள ஒடனே வுட மாட்டான்வ."

"எதுக்கு...?"

"என்ன... தெரியாதமாரி கேக்குதியறு. அதாம் பர்னாந்துமாரு இப்புடி பண்ணிப்புட்டான்வளாமில்லா."

வண்டிகளிலிருந்து இறங்கி நின்றிருந்தவர்களின் விழிகளுமல்லாது அங்கே கூட்டத்தோடு நின்றிருந்தவர்களின் விழிகளும் காசியின் மேல் விழுந்தன.

"யாரப்பா இவம் எழவ இழுத்து வுட்டுறுவாம்போல. எலேய் அவங்கிட்ட சொல்லுங்கல நம்ம பொளப்பே தோணிச் சரக்குவள அங்கன இங்கன குடுக்கியதுதாம். பொளப்புவள்ல மண்ணள்ளிப் போட்டுறாமல."

ஒற்றை மாட்டு வண்டியிலிருந்து குதித்து கீழே வந்த காசி சொன்னான்:

"அண்ணாச்சி ஒங்களுக்கு விசயமே தெரியாதா? அதாம் பால்பாண்டியண்ணாச்சி எல்லாத்தையும் வந்து புட்டு புட்டு வச்சாவலல்ல..."

"எலேய் இவம் என்ன பேசுயாம்...!"

“சங்குமால் சேசு செவகாசிக்கி போனது அங்க வெடி வாங்கிற்று வந்தது எல்லாம் எங்களுக்கு தெரியும்லா...”

“எலேய் அவரு செவகாசிக்கி போனா என்ன, செவத்தியாபொரம் போனா என்ன? எய்யா அப்புடி அவியளே வச்சிருந்தாலும் அவிய தொழில்ல கைவச்சான்வ குண்டு வச்சிற்றாவ. பகல்ல பாத்துப் பேசுன்னுருக்காவ. ஏற்கனவே புல் தோட்டத்துக்கும் நமக்கும் ஆவாது” என்றார் பசுபதி.

“வோய் இந்தமாரி பீப்பயம் பயப்புடுதீரு.... பனயில தேச்சி தேச்சி ஒரம் ஏறிப்போன நெஞ்சாம்பட்டிகளாக்கும். எங்கள என்ன வடக்கத்தியான்வயின்னா நெனக்கியரு.”

“எல திரும்பவுஞ் சொல்லுயம், இப்பதாம் இன்னா கெடைக்கிற தோணி நடயள வச்சி ஓணாத் தெருவுல அடுப்புவ எரியுது. அதுல மண்ணள்ளிப் போடணுமுன்னா போடுங்க” என்றார் பசுபதி.

“வண்டிமாடு போட்டு யாவாரத்துக்கு போனப்ப தவிச்ச வாய்க்கி தண்ணி தராதவந்தாமுல இந்த வடக்கத்தியான்வ. அவன்வளுக்கு நம்ம பர்னாந்துமாரு எவ்ளோ பரவாயில்ல.”

“ஒமக்கு மேக்க நடமொறைய தெரியாது. பெரியதொற ஆமந்தொற ஊர்வளுக்குள்ள யாவாரத்துக்குப் போனா உள்ள செருப்பு போட்டுட்டு போவ வுட மாட்டயிங்கியான்வ. தோள்ல கெடக்குற துண்ட கக்கத்துக்குள வைக்கணும்.”

“எலேய் அங்க உள்ள பிரச்சனய பொழைக்க வந்த எடத்துல எடுக்குற...”

அதுவரையில் அவர்கள் பேசுவதைக் கேட்டபடியிருந்த ஆகத்தம்மாள் அதற்கு மேலும் பொறுக்க முடியாமல் கேட்டாள்:

“எல வெங்கப்பயல நானும் வுடுவாம் வுடுவாமுன்னு பாத்தா படுக்காளித் தூமயக் குடிச்சாம் வுடுரமாரித் தெரியில.

“யாத்தா பெரிய மனுசி வுடுங்க, சவம் கொணங் கெட்ட கூதியுள்ளயாயிருக்கு” என்றார் செவத்தியாபுரம் பூவாலிங்கம்.

“நீங்கள்வ சொல்லச் சொல்ல அவம் கேக்குறானா பாத்தியறா. புடிச்சம் படுக்காளி புடுக்க அத்துப் போடுவம்.”

“அவஞ் சங்குமாலு சேசச் சொன்னா ஓங்கூதியில எதுக்கு பொறுக்கு...”

மாட்டு வண்டியில் கனரக எந்திரங்கள் செல்லுதல்

காசி வார்த்தைகளை முடித்திருக்கவில்லை. அதற்குள் கிழவி அவன் மடியை எட்டிப் பிடித்திருந்தாள்.

"பனங்கா சீவி அறுவா நக்குற பய எல எங்கருந்து எங்க வந்து யார கூதி கீதியிங்குற. அண்ட எடங்குடுத்தா அடிமடியில கைவச்ச கதயாயில இருக்கு."

மணல் தெருவின் முனையிலிருந்த கூரை வீடுகளிலிருந்து கதவைத் திறந்து எட்டிப் பார்த்த நாலைந்து பெண்கள் கிழவியைப் பார்த்தவர்கள் ஓடிவந்தார்கள்.

"கெழவி வுடுளா மடிய..."

"எல ஆம்புளைக்கித்தாம் பூட்டுப்போட்டு புடிக்கத் தெரியுமாக்கும். நீ ஆம்புளயின்னா இந்தப் பூட்ட தட்டிருல."

"கெழட்டுத் தேவுடியா வுடம்..."

அதற்குள் ஓடிவந்த பெண்கள் பக்கத்தில் வந்தவர்கள் அவன் வாயிலிருந்து வார்த்தையைக் கேட்டுக் காசியைப் பின்னி எடுத்துவிட்டார்கள்.

"எல நீ யார தேவுடியாயின்னு சொன்ன."

கிழக்கே கோயிலுக்கு வெளியே சாலையில் நின்றவர்கள் மேற்கே கோவிலுக்கு பின்புறம் வீடுகளிலிருந்து பெண்கள் இறங்கி ஓடுவதைக் கண்டு இந்தப் பக்கமாக வந்தார்கள்.

"வந்திற்றா... வென. எங்கயோ போறது எங்கனயோ வந்து விடியப் போவுது பாருங்க."

என்றவாறு பூவலிங்கம் நடையைக் கட்டினார். ஓணாத் தெருக் கூட்டம் கலையவும் ஓடவும் வழி தெரியாமல் பம்மியது. கிழவி, காசியின் மடியைப் பிடித்த கையை விடுவதாகயில்லை. கிழக்கேயிருந்து ஓடிவந்தவர்கள் கிட்டே நெருங்குவதற்குள் கிடைத்த வாய்ப்பைப் பயன்படுத்திக் கிழவியைப் புறங்கையில் அடித்துக் கீழே சாய்த்த காசி பரதாவத்தில் என்ன செய்கிறோம் என்றே தெரியாமல் கிழவியின் சேலை மேல் கையை வைத்தான். கிழவி குப்புற விழுந்து மண்ணில் புரண்டாள். சிலுவைக் கோவில் பக்கமிருந்த பர்னாந்துமார் வாலிபர்களும் பெண்களும் சண்டையோவென வந்தவர்கள் வந்து பார்த்தால் "எல நம்ம சேசண்ணம் ஆச்சி" என்றவாறு உள்ளே பாய்ந்து காசியை நைய்யப் புடைத்து நொங்கைக் கழற்றிவிட்டார்கள். ஓணாத்தெரு பெரியவர் பசுபதி ஒவ்வொருவர் காலிலும் விழுந்து மன்றாடியது பார்க்கப் பரிதாவமாய் இருந்தது.

28

1929

தோணித்துறையின் எதிர்ப் புறமிருந்த சப் கலெக்டர் அலுவலகத்திலிருந்து ஓட்டமும் நடையுமாய் வந்த சுதேசி ஏவலாள் துறைமுக வாயிலிலிருந்த காவலர் களிடம் தான் கொண்டுவந்த தாக்கீதைக் காட்டிவிட்டு அவசர அவசரமாகப் பாலத்துக்கு வந்து சேர்ந்தான். நடுப்பாலத்தில் கடல் முனையில் மற்றவர்களோடு கதைத்தபடியிருந்த ஆண்டாமணியார் ஏவலாள் வருவதைப் பார்த்ததும் படித்துறையில் இறங்கி வள்ளத்தைப் பாலத்தோடு அணைத்துப் பிடித்தார். ஏவலாளின் முகம் கடுகடுவென்றிருந்தது. கயித்து மீன் வள்ளத்தில் நல்ல பாடு என்பதால் சவரிமுத்து கடலுக்குப் போயிருந்தான். சவரிக்கு மாற்றாகத்தான் ஆண்டாமணியார் இன்று வந்திருந்தார்.

‘என்ன நடக்குதின்னே தெரிய மாட்டயிங்குது... மூஞ்சில ரண்டு மூணு கடுக அள்ளிப்போட்டா பொரிஞ்சிறும் போல... அன்னக்கி கோயிலுக்கு பொறத்த இத்தன களேபரம் நடந்தும் மேசைக்காரம் எவனும் வெளியே எட்டிப் பாக்கயில்லியாம்... அதாம் பல்டோனா இந்தப் பேச்சி பேசுறாம். இவன்வ மட்டும் எங்க வந்தாம் எல்லாம் பேச்சிதாம். அலங்காரம் கர்டோசா ஊருல இல்லியோ... இவம் சிங்கராயறு மொவம் கூட்டங்கள்ல நல்லாத்தாம் பேசுறாம். என்னமோன்னு நெனச்சம். பரவாயில்லிய, சூனா, சேசுமேலயும் பாசமாத்தாம் இருக்காம்...’

தீவிர சிந்தனையிலிருந்ததால் ஆண்டா மணியாரின் வாயிலிருந்து அம்பா பாடல் ஒலிக்கவே யில்லை. மௌனமாகவே துடுப்புப் போட்டபடி

யிருந்தார். நல்ல கட்டரவத்து குறுணித் தண்ணியாததால் கீழே பாறைகளும் பாசிகளும் தெரிந்தன. வெடிச் சம்பவத்தை வைத்துச் சட்டம் ஒழுங்கு பிரச்சினை எதுவும் தலை தூக்கிவிடக் கூடாது என்பதற்காக திருநெல்வேலியிலிருந்து கூடுதலாக ஒரு பட்டாலியன் கேட்டிருந்தார் சப் கலெக்டர் காலின். ஒவ்வொரு நாளும் காலையில் சிந்தாத்திரை மாதா கோவில் பக்கம் கொடி அணிவகுப்பும் மரியாதையும் நடப்பதை கடற்கரைக்கு வரும் போதெல்லாம் பார்த்திருந்தார் ஆண்டாமணியார். கடந்த பதினொன்றாம் வருடம் மணியாச்சி சந்திப்பில் திருநெல்வேலி ஜில்லா கலெக்டர் ஆஷ் கொல்லப்பட்ட போதும் இதே நிலைமைதான். கடற் கரையில் அந்த அளவுக்குக் கெடுபிடியில்லாவிட்டாலும் எந்த நேரமும் என்ன நடககுமென்ற பயத்தோடே அனைவரும் நடமாடினார்கள். இந்தச் சந்தர்ப்பத்தைப் பயன்படுத்தித் தீவிரமாகத் தேடப்படும் சுதேசிக் குற்றவாளிகள் தோணிகளில் தப்பி விடக் கூடாது என்பதும் ஒரு காரணமாயிருக்கலாம்.

வள்ளத்தை மண்தோண்டிக் கப்பலோடு அணைத்துப் பிடிக்க மேலிருந்து நூலேணி இறங்கியது. அதுவரையில் கடுகடுவென்றிருந்த ஏவலாளின் முகம் ரத்தச் சிவப்பா யிருந்தது. நூலேணியைப் பிடித்து இழுத்து வள்ளத்தின் வங்கு காலோடு கட்டி ஏவலாள் மேலேறுவதற்கு உதவினார் ஆண்டாமணியார். நூலேணியைப் பிடித்து ஏறுவதற்காக வந்தவன் சிறிது தாமதித்துக் கண் மூடி பின் ஏறினான். புன்னகைத்தவாறே அவன் தவ்வித்தவ்வி ஏறுவதை அண்ணாந்து பார்த்தபடியிருந்தார் ஆண்டா மணியார்.

கடந்த ஒரு வார காலமாகவே தோணிப்பாலத்தில் சரக்குகள் கையாள்வது குறைந்து போயிருந்தது. கப்பநடைத் தோணிகளில் நடை குறைந்து போனதால் கடுப்பாகியிருந்தார் கனிசியுஸ் சிங்கராயர். ஆய்வுக்காக ஆத்துவாயில் தோணி களின் போக்குவரத்தைக் கட்டுப்படுத்தியிருந்தார்கள். கரிக் களத்துக்கு வந்திருந்த கனிசியுஸ் சிங்கராயர் வடக்கு தெற்காக உலாத்தியவாறிருந்தார். முகம் கடுகடுவென்றிருந்ததால் யாரும் அவரை நெருங்கி எதுவும் கேட்கத் துணியவில்லை. கடந்த வாரம் நடந்த நிகழ்ச்சிகளையே மனதில் அசை போட்டவாறிருந்தார்.

‘மரப்பாலம் கட்டுறத நாங்க வேண்டாங்கலிய... மல்லாங்கொளத்துல கை வைக்காதயின்னு எத்தன நேரஞ் சொன்னம். நம்ம சொல்லுறத அவன்வள கேக்க வுட்டாத் தான... நா ஒரு முட்டாத்தனம் பண்ணுனம் அவம் பசாந்திய கூட்டிற்று போவாதது எந்தப்பு. யாபாரிமாருன்னா ஒரு

பக்கம் பல்ல இளிச்சிகிற்று அவன்வளுக்கு நல்ல புள்ளயளா நடக்கணுமின்னு பாக்குறான்வ. இவன்வ மேசக்கார்னவளுக்கு என்னா... ரிபேரோ மொவம் என்னமோ மெத்தப் படிச்சிற்றவம். கொழும்புல நல்ல வசதி செல்வாக்கோட இருக்கான்வளாம். என்ன மயித்துக்கு இங்கன வந்து நம்ம சட்டியள்ல மண்ணள்ளிப் போடுறான்வயின்னு தெரியில. தானம் பண்ணுறான்வளாம் தானம். ஒவ்வொரு தொழிலுக் குள்ளயும் வந்து பூந்துக்கிற வேண்டியது பொறவு தானம் பண்ணுறான்வளாம். எல்லாரும் இவன்வகிட்ட போயி பிச்சயெடுக்கனுமின்னு. பசாந்தியுந்தாம் கோட்டு போடுவாம். இவன்வ சொல்லுறதக் கேட்டுத்தாம் அந்தப் பொட்டச்சி ஆடுறா போல. ரிபேரோ மொவம் புடிச்சாலும் புளியங்கொம்பாத்தாம் புடிச்சிருக்காம். எஞ்ஜினியருக்கும் விருப்பம் இல்லிய. அரை மனசோடத்தாம் சம்மதிச்சாரு. இதுல வேற சும்மா கெடந்த சேசு பேரு கெடந்து சீரழிஞ்சிச்சி. ரிபேரோவுக்கென்ன நெறைய கப்ப படித் தொறைக்கி வந்தா ஏசண்டு வேல பாக்குலாமுன்னு பாத்திருப்பாம். எனக்கென்னவே... ஏழு தலமொறைக்கி திற்று சம்பாதிச்சாச்சி...'

வெடிச் சம்பவம் நடக்கும்போதும் சிங்கராயர் கரிக்களத்து மேட்டில் இருந்தார். சத்தத்தால் சிறிது அதிர்ந்து திரும்பியதோடு சரி. முனைப்பாலத்தை நோக்கி ஒரு அடி கூட எடுத்து வைக்கவில்லை. நினைத்த மாத்திரத்திலேயே முகத்தில் அலட்சியப் புன்னகையொன்று விரிந்து அந்தக் கணமே மறைந்து போனது. பின்னால் யாரோ நிற்பது தெரிய, திரும்பினார்.

"மொதலாளி ரெம்ப தேரமா நிக்கிறம்" என்றார் பிச்சையா."

"எதுக்கு? பின்னால இருந்து குத்துலாமுன்னா?"

"சின்ன மொதலாளிகிட்ட கேட்டம் அவுக ஓங்களப் பாத்து கேக்கச் சொல்லிற்றாவ."

"எலேய் பிச்சைய்யா, அப்பந்தண்ட, ஓம் மச்சானுஞ் சரி மச்சினனுஞ் சரி ரண்டியருந் தண்ட ஒனக்கு என்ன கொள்ள, இப்புடி கல்லு பொறக்குறதுக்கு அலையுற. மச்சினந் தோணியில லஸ்கராப் போவ வேண்டியதான. ஏற்கனவே வந்து போயி இருக்கானாம..."

"..."

"புலிமாங்கொளத்துல ஒரு காட்டு பங்குளா இப்பதாம் வாங்குனோம். நல்லயிருப்பாளாம ஓம் பொஞ்சாதி... ஒழுங்காப் பொறக்குவியா?"

“ஒத்தைக்கு எப்புடி வருவா.”

“அதெல்லாம் கங்காணி பாண்டியம் பாத்துக்கிறுவாம். நீ அங்கன வந்து தொலைக்காத அப்புடியே புளியம்பட்டியில எறக்கி வுடச் சொல்லிறுறம்.”

தூரத்தில் மடுத்தீன் புரோக்கர் போவது தெரிந்தது. பக்கத்தில் நின்றிருந்த பிச்சையாவை மடுத்தீனை அழைத்து வருமாறு சொன்னார் சிங்கராயர். தகப்பானாருக்குப் பிறகு அவர் தொழிலையே எடுத்துக்கொண்ட மடுத்தீன் பர்னாந்து கொற்கையில் கொழும்பு நடைத் தோணிகளுக்கு ஒரே புரோக்கர். கொழும்பிலும் தாய் மாமனாரே புரோக்கராய் இருப்பதால் வியாபாரத்தில் சிக்கல் இல்லாமல் இருந்தது.

அருகில் வந்த மடுத்தீன் பர்னாந்து வணக்கம் சொன்னார். பதிலுக்குத் தலையாட்டிய கனிசியுஸ் கேட்டார்.

“ஏ, மடுத்தீனு என்னாப்பா சோதன பண்ணுறோம் மயிறப் பண்ணுறோமுன்னு தோணி நடையள கெடுக்குறான் வளப்பா...”

“கொழும்பு நடத் தோணிய ஒழுங்காத்தான போவுது. ஒங்க லீலி இன்னைக்கி பா வைப்பாவள.”

“அதக் கேக்கலப்பா இங்க கப்ப நடத் தோணியளக் கேட்டம்...”

“அரசாங்கத்துலயும் அவன்வ பெரிய எடத்துலயிருந்து வார உத்தரவுவளுக்கு கட்டுப்படணுமில்ல.”

“மல்லங்கொளம், நம்ம சங்குமாலு நல்ல தண்ணித் தீவு மாறி எடங்கள்ல உள்ள பாரு இல்ல... கருங்கல்லாக்கும்.”

“...”

“இயற்கைக்கி மீறுன செயல செய்யிறான்வ.”

“வெள்ளைக்காரம் பெரிய பெரிய எஞ்ஜினியர்மாரக் கொண்டு வந்து செய்யிறாம்.”

“ஒங்க மனசுக்குள்ள கெடக்குறது யாருக்கு தெரியும்.”

“ஒரு விசயங்கேளு மடுத்தீனு. நம்ம இந்த கடலயும் இங்க வார கப்பல்வளையுந்தாம் நம்பியிருக்கோம்.”

“என்ன அப்புடி சொல்லிற்றிய.”

“வேற என்ன? இந்த முத்தயும் சங்கயும் நம்பச் சொல்லுறியா... கப்ப வரத்து மிஞ்சி போச்சி. இனும அதுவ

இங்கனோடி வராது. அப்புடியே இந்தத் தொழிலு அழிஞ்சி போவும் இருந்தா இந்த கப்ப நடத் தொழிலும்..."

"கப்ப நடத்தொழிலு அப்புடியே இருக்குமுங்குறியளா."

"எங்கணக்கு சரியாயிருந்தா இன்னும் பத்து அம்பது வருசத்துக்கு... நம்மயிருப்பமாயின்னு தெரியாது."

"ஆசதாம் ஓங்களுக்கு. இப்பதாம் அந்த பிரிஸ்டோவா கிறிஸ்டோவாங்குறாவள அவுரு பண்ணியத்துல மரப்பாலங்க போட்ட பொறவு ஓங்க தோணிய மளமளயின்னு வரும."

வாய்விட்டுச் சிரித்தார் கனிசியுஸ். தோணிக்காரர்களுக்கு உதவுவதற்காக மட்டும் மரப் பாலங்கள் அமைக்கப் படவில்லை. இந்த மரப்பாலங்கள் மூலம் கப்ப நடை பெருகி நேவிகேசன் கம்பெனியாரின் கப்பல்கள் கொற்கையில நிற்கும் காலம் குறைந்து போகும். அந்த நேரத்தில் மற்றொரு நடை வந்துவிடலாம். வெள்ளைக்காரர்களுக்கும் கொழும் புக்குக் கப்பல் நடத்திய நஷ்டத்தை ஈடுகட்ட வேண்டிய கட்டாயம்.

"கண்டித் தேயில தோட்டத்துக்கு ஆள்க்க கொண்டு போவும்போது பொருவாரி நட்டந்தாம் என்ன."

"அவன்வளுக்கு தேயில தோட்டத்துக்கு ஆள்க்க தேவ. அதுதாம் முக்கியம். வேற எங்கயும் சோத்துக்கு வேலை செய்யிறவம் கெடைக்க மாட்டாம். சும்ம கொண்டு போனாலும் பாதகமில்ல கேட்டியா."

கனிசியுஸ் சிங்கராயர் படிக்காதவராய் இருந்தாலும் தொழில் மேல் அவருக்கிருந்த பக்தியின் காரணமாய்ப் பல விசயங்களைத் தெரிந்துவைத்திருந்தது மடுத்தீனுக்கு மலைப்பாய் இருந்தது. அவர்கள் பேசிக்கொண்டிருக்கும் போதே மறக்குடி பாண்டியன் வந்து சிங்கராயரின் காதில் ஏதோ குசுகுசுத்தார்.

"கோயிலுக்குப் பொறத்த என்னமோ சலம்பலாக் கெடக்காம். நா இப்புடியே வூட்டுக்கு போறம். போற பாதயில அவங் கந்தையா ஆசாரியப் பாத்தியன்னா வரச்சொல்லு" என்றார் கனிசியுஸ்.

"என்ன கந்தைய்யாவ தேடுறியள... தோணி எதும் புதுசா வைக்கப் போறியளாக்கும்."

"கொழும்பு நடக்கி பிரச்சனயில்ல மடுத்தீனு. மலையாள நடக்கித்தாம்... பரந்து விரிஞ்ச கடலு பாரு கொஞ்சம் பெருசாயிருந்தா நல்லாயிருக்குமயின்னு பாக்குறம்."

கோச்சு வண்டியை நோக்கி நடந்தார் கனிசியுஸ் சிங்கராயர். எசமான் வருவதைப் பார்த்த குதிரை தலையை ஆட்டியதில் அதன் மணிகள் குலுங்கி சிங்கராயரை வரவேற்பது போலிருந்தது. குதிரையருகே வந்தவர் அதன் முதுகைப் பவ்வியமாய்த் தடவித் தட்டினார். செம்மையாகக் கோதப்பட்டிருந்த வாலைச் சுழற்றி அவர் மேல் படறவிட்டது குதிரை.

"எலேய் பாண்டி குதுரய ஒழுங்க குளுப்பாட்டுறியா? வெக்க தேரம், தெனமும் குளுப்பாட்ட வேண்டியதான"

"நாள புலிமாங்கொளம் போறமுல்ல அங்கன ஆற அமர குளுப்பாட்டிருலாம்."

மடுத்தீனுக்குக் கையசைத்தபடி வண்டியிலேறி அமர்ந்தார். வண்டி தோணித்துறையின் பிரதான வாசல் நோக்கி ஓடியது.

***

பொழுது சாயப் படித்துறையில் வந்து இறங்கிய சர். ராபர்ட் பிரிஸ்டோவை படித்துறையிலேயே காவலிருந்த கைவண்டிக்காரன் அவசர அவசரமாக சப் கலெக்டர் அலுவலகம் நோக்கி அழைத்துக்கொண்டு போனான். கறுப்பு நிறத்தில் ஃபுல் சூட் அணிந்திருந்தார் பிரிஸ்டோ. கண்களைச் சுற்றிலும் கருவளையம். இரவெல்லாம் வெகுநேரம் விழித்திருந்திருக்க வேண்டும். தலையிலிருந்த தொப்பியைக் கழற்றி இருக்கையின் பக்கவாட்டில் வைத்தவர் வலது கையால் ஏறு நெற்றியைத் தடவியபடியே வந்தார். பரந்த ஏறு நெற்றியில் முத்து முத்தாய் வியர்வைத் துளிகள். தலை மட்டும் நிமிரவேயில்லை.

'பாறையைக் குடைந்து ஐந்தடி ஆழத்தில்தானே வைத்தார்கள். ஒரு சின்ன பிசுறுகூட உடையவில்லையே. மிசிஸ் ரிபேரோ சொன்னதுதான் சரி. வெரி பிரில்லியண்ட். ஜோடிப் பொருத்தம். மிசிஸ் பிரிஸ்டோ... மிசிஸ் ரிபேரோ குட். திஸ் வெரி சாலிட் ராக். அலன் இஸ் குட் ஃபார் கொச்சின். இவங்களும் நார்த் அயர்லாண்ட்காரங்கள மாறியே வெரி டேரிங்...'

சப் கலெக்டர் அலுவலகத்திற்குள் சர் பிரிஸ்டோ நுழைய காத்திருந்தவர்கள் போல் கதவை உள்புறமாகத் தாழிட்டார்கள் வெளியே நின்றிருந்த சுதேசிப் பணியாளர்கள். அலவலகத்தின் முன்புறமோ, பக்கவாட்டிலோ, எதிர்ச் சாலையிலோ யாரையும் நடமாடக்கூட விடவில்லை. இரவு வெகு நேரமாகியும் யாரும் வெளியே வந்ததுபோலில்லை. உள்ளே

240 ஆர். என். ஜோ டி குருஸ்

இருந்த லாந்தர் விளக்குகள் போதாதென்று சின்னக் கோவில் பக்கமிருந்த பெட்ரோமாக்ஸ் கடையிலிருந்தும் விளக்குகள் உள்ளே கொண்டுபோனர்கள். கதவு திறந்து மூடும் இடைவெளியில் 'கடகட கட். கட கட கட்' என்ற தந்தி அனுப்பும் சத்தம் மட்டும் கேட்டது.

படித்துறையிலிருந்த ஆண்டாமணியாருக்கு சர். பிரிஸ்டோவின் தொங்கிய முகத்தைப் பார்க்கவே பிடிக்க வில்லை. 'எல்லாரும் மோசமா... அஞ்சி வெரலும் ஒண்ணு போலயா இருக்கி. பழைய எடத்துலயிருந்து முத்துச் சிப்பிய தள்ளிப் போயிற்றாம். கிளார்க்கு சாருந்தாம் என்ன சாந்தம். கரிக்களத்துல அதுவ மூக்கு வடிச்சிகிட்டு நிக்கிறதுவள தூக்குறாற. அடியார் இந்தியாவுக்குத்தாஞ் சொந்தமா. எல்லா நாட்டுலயுந்தாம் பொறப்பாங்க. இவன்வ தேவயில்லாம மத்த தெய்வங்கள பேயியிம்பான்வ. வள்ளங்கள வாங்குறது சரி, எப்புடி மூக்கையூர் கொண்டுபோவிய. அந்தக் காலத்துல ஏழு மடிக்காரவுங்க மரத்துல அங்க போனவுகதாம்ப்பு... பிலிப்பு எப்புடியிருக்கானோ தெரியிலிய...!'

இரவு வெகு நேரமாகியும் வராததால் ஆண்டா மணியாரைத் தேடி சவரியும் சூசமுத்தும் வந்திருந்தார்கள். படித்துறையில் சர் பிரிஸ்டோவின் வருகைக்காகக் காத்தி ருந்தார் ஆண்டாமணியார்.

29
1929

மறுநாள் விடிய மல்லாங்குளத்துக்கு வெலங்கே நங்கூரமிட்டிருந்த மண்தோண்டிக் கப்பல் 'அலனை'க் காணவில்லை. வண்டிமாடு அடித்துக்கொண்டு வந்து துறைமுகத்துக்குள் நடைக்காகக் காத்திருந்த கூட்டத்திலிருந்து காசி குரலெடுத்தான்.

"அய்யய்யோ பர்னாந்துமாரு வெடி வச்சதுல மண் தோண்டிக் கப்ப தாந்து போச்சி."

தூக்கக் கலக்கத்திலிருந்த மற்ற வண்டி மாட்டுக் காரர்களும் காசியின் குரல் கேட்டு அடித்துப் புரண்டு எழுந்தார்கள். அங்கங்கே கூடிக் கூடிப் பேசினார்கள்.

"எலேய் இவங் காளவாச பிச்சக்கனி மச்சினந்தான.. இந்த தேவுடியாவுள்ள நம்மள நிம்மதியா இங்க தொழில் பண்ணி கஞ்சி குடிக்க வுட மாட்டாம் போல..."

"எங்கயிருக்கோமிங்க நெனப்பேயில்லமயிலா வாய்க்கி வந்த மாரி பேசுயாம்."

நாலைந்து பேர் சேர்ந்து காசியைக் குண்டு கட்டாகத் தூக்கித் துறைமுக வாசலுக்கு வெளியே கொண்டுவந்து விட்டார்கள். வாசலிலும் சுதேசிக் காவலர்களே நின்றதால் பிரச்சினை ஏதுமில்லாது போயிற்று. அவன் அரற்றியபடியே போனான்.

"சுத்த வெவரங்கெட்டவன்வளா இருப்பான்வ போல, அய்ய தார்க்குச்சி எங்கிட்டயில்லா இருக்கு."

"ஒந்தார்க்குச்சியக் கொண்டுபோயி கொக்கா கூதியில குத்து. தார்க்குச்சி வச்சிருக்கானாம்

தேவுடியாவுள்ள... அண்ணக்கிம் இப்புடித்தாம் ஒரு பெரிய எழவ இழுத்து வுட்டுறுறதுக்கு அலைஞ்சாம்..."

நவதானிய ஏற்றுமதியைப் பார்வையிடுவதற்காக வந்த தாணுமாலயப் பிள்ளை வில்வண்டியிலிருந்து இறங்கியவர் வண்டியோடு நடந்து வந்த சதாசிவத்தை அனுப்பி என்ன விவரம் என்று கேட்டுவரச் சொன்னார். கழுத்து மணிகள் ஒலிக்க வண்டி மாடுகள் தோணித்துறைக்குள் வந்தபடியிருந்தன.

தாணுப் பிள்ளை நாங்குனேரிக்காரர். கால் திற்று இல்லாமல் கொற்கைக்கு வந்தவர் இன்று வாடித் தெருவில் விரல் விட்டு எண்ணக்கூடிய ஏற்றுமதியாளர்களில் முக்கியஸ்தர். வடக்கிலங்கைக்கு ஏறும் சரக்குகள் எல்லாமே அவருடைய கட்டுப்பாட்டிலேயே இருந்தன. நேவிகேஷன் கம்பெனியார் எவ்வளவோ மன்றாடிக் கேட்டும் தன் சரக்கு களைத் தொடர்ந்து பர்னாந்துமாரின் தோணிகளிலேயே அனுப்புகிறார். எப்போதும் வெற்றிலைப் பெட்டி சகிதமாகவே இருப்பார். ஒரே பெண் நாகரத்தினத்தைக் கொற்கை சிவன் கோவில் தெரு கொடி வீட்டுக்காரர்களுக்குக் கட்டிக் கொடுத் திருந்தார். மூத்த மகன் வெள்ளை அரசாங்கத்தில் காவல்துறை அதிகாரி. பெயர் லட்சுமணன் மற்றவன் சிவலிங்கம். கிழக்கே பாலத்து முனையிலிருந்து சதாசிவம் அரக்க பரக்க ஓடி வந்தான்.

"சித்தப்பு, சித்தப்பு கேட்டியளா..."

அக்கம் பக்கங்களிலும் சுமை தூக்கும் வேலைகளுக்காக கங்காணிமாரைத் தேடிப் போய்க்கொண்டிருந்தவர்களும் சதாசிவத்தின் குரல் கேட்டு நின்று வேடிக்கை பார்த்தார்கள். வெற்றிலைப் பெட்டியைக் கக்கத்தில் இடுக்கியவர் பக்கவாட்டி லிருந்த மண்மேட்டுப் பக்கமாகச் சரிந்து ஆள்காட்டி விரலை யும் நடுவிரலையும் உதடுகளுக்கு குறுக்காக வைத்துப் 'புளிச்' என்று துப்பினார்.

"கிட்ட வந்து சொல்லி எழவுடாம். அங்க கெடந்தே கத்திகிட்டு வார..."

"சித்தப்பு அன்னக்கி பர்னாந்துமாருதாம் வெடி வச்சிற்றாவயின்னு ஒரே பேச்சாக் கெடந்திச்சில்லா. இன்னா பாருங்க அந்த மண்தோண்டிக் கப்ப ஆந்து போச்சாம்."

"..."

"நேத்து இங்கன கெடந்தத பாத்தமில்லா அதக் காணும பாருங்க. நாம் பொய்யா சொல்லுதம்."

பக்கத்தில் நின்றிருந்தவர்களைக் கையசைத்துப் போகச் சொன்னவர் நெருங்கி வந்து சொன்னார்.

"ஏ வெங்கக் கூதி மொவன, எந்தப் பயித்தியக் கார கூதிமொவஞ் சொன்னத அரகொறையா கேட்டுக்கிட்டு வந்து ஆராளி பண்ணுத. காலங்காலத்தாலே... போவியா அங்கிட்டு. சித்தப்பூ.... பெரியப்பூன்னுட்டு கெடக்காம்."

"..."

"இப்புடி எங்கிட்ட சொன்ன மாறி வேற எவங்கிட்டயும் போயி சொல்லிப்பிடாத. சுத்த சோணகிரிப் பயலா இருப்ப போல."

"அங்க பூதா வண்டி மாடு அடிக்கித ஓணாத் தெருக்காரவுக நிக்கிதாவ. அவுகளுக்குள்ள ஒரே தர்க்கமாக் கெடக்கு..."

"வாய மூடு மூதி... அருப்புக்கோட்டையிலிருந்து வந்த பருப்பு மூடையள எண்ணுனியா? மூக்குகடல எந்த தோணியில போவுது. கணக்குவள ஒழுங்கா வச்சித் தொல. கொழும்புலயுஞ்சரி, காங்கேசந்தொறயிலயுஞ் சரி டெலிவரி எடுக்குறதுக்கு முன்னால கொமைஞ்சு போறான்வளாம்."

வெற்றிலைப் பெட்டியை திறந்து பாக்கெடுத்து வாயில் போட்டு ஊறவிட்டார் தாணுமாலையப் பிள்ளை.

'சொக்காரப் பயயின்னு இந்த மாங்கா மடயன கூட்டிற்று வந்தாலும் வந்தோம், தேற மாட்டயிங்கான. எப்பயும் மூருகேசனுக்குத்தாம் பேசுதிய... தேரிக்காட்டுலயிருந்து வந்தவம் மய்யி கொண்டாந்திருக்கப்போறாம். தாணுபிள்ளே ஓங்க முருகேசன் வெரி குட். ஈரோடு மஞ்சள் சந்தைக்கு போகிறார்கள். பங்குனி தொடங்கி ஆடி மாசம் வர மஞ்ச வேட்டி சேலதான். அங்க யாழ்ப்பாணம் திரிகோணமல அந்த பக்கமும் எடுத்து அனுப்புவோம். அவம் எங்க இவம் எங்க... சும்மயா கொடிவூட்டு ஏகநாதப் புள்ள மொவனுக்குல்ல கெட்டி குடுத்திருக்கம். கல்கத்தா ஏகநாதப் புள்ளயின்னா லேசா. லேசான்னம்... எங்கயோ கொண்டு போயி வுட்டுறுவானாம். இவம் வந்துதான என்னய புடிச்சி நிப்பாட்டப்போறாம். அதும் என்னய ஏமாத்தனுமுன்னா தெறமசாலியின்னு அர்த்தம். சவம் ஒரு புத்திசாலிகிட்ட தோத்திற்றுப் போறது. அதுக்கு இவனா எனக்கு புத்தி சொல்லுறது. ஒரு ஆளு, மயிறு, மண்ணாங்கட்டி மாண்டாம். கொள்மொதலுக்கு போற எடத்துல கமுசம் வைக்கிறானாம். பொறவு ஒன்னய மாறி கடல முட்டாசியா வாங்கித்

திம்பாம். பங்குளாத் தெருவுல எடம் வாங்கட்டு நம்ம எப்புடி முன்னேறுனோம் எல்லாம் அப்புடித்தான.'

வெற்றிலையை மடித்து சுண்ணாம்பு தடவியபடியே வந்தவர் மீதிப்பட்ட சுண்ணாம்பை சதாசிவத்தின் தோளில் துடைத்தார். சுரணையேயில்லாமல் நின்றிருந்தான்.

"மனசுல தைரியம் வேணுமுல. இதேயிது என்னால முருகேசன் தோளுல தடவ முடியுமா. எதுக்கு ஓங்கள்வ புத்தி இப்புடி போவுது. அடுத்தவனுக்கு கணக்கு பாக்குறதுலே ஓங்கள்வ கணக்கு முடிஞ்சி போயிறும்."

அந்தப் பக்கம் வந்த முருகேசன் தாணுமாலயப் பிள்ளையைப் பார்த்தவர் கை கூப்பியவாறே அவரை நோக்கி வந்தார். முருகேசனைக் கண்டதுமே சதாசிவத்தின் முகமே கறுத்துப் போனது. நாலு முழ மல் வேட்டியை மடித்து கட்டியிருந்த முருகேசன் பக்கத்தில் வந்ததும் பிள்ளையின் பார்வையில் படும்படியாக மடிப்பைத் தட்டிவிட்டார்.

"வணக்கம் அண்ணாச்சி" என்றார் முருகேசன்.

"என்னப்பா என்ன நெலவரம்?"

"கொடிமரத்துக்கிட்ட அன்னைக்கி நடந்த சலம்பலக் கேக்குறியளா."

"ஆமா அது என்ன முருகேசா?"

"அது எங்க பய்வுள்ளயளுக்கு வேற வேலயில்ல... போலீசு வந்து இழுத்திற்று போயிற்றில்லா. ஆமா இன்ஸ்பெக்டர் லச்சுமணப்புள்ள ஒங்க மகனாம.?"

தலையை ஆட்டினார் தாணுமாலையன்.

"ஒங்க பையனக் கண்டதும் நம்ம சங்குமால் சேசு பெட்டிப் பாம்பா அடங்கிற்றாம். சும்மா கைய புடிச்சி கூட்டிற்றுப் போறாறு."

"ரண்டியரும் ஒரே கிளாசுல மண்ணள்ளிப் போட்ட வந்தாம். இவம் போக்கத்துப் போயி போலீசு வேல பாக்குறாம்."

"நா வந்தது வேற சமாச்சாரம் சொல்லுறதுக்காக்கும். நம்ம பவுலு தோணி வைக்கிறாறு. இன்னும் ஒரு மாசத்துல தோணி தயாராயிறும். தோணியும் பெருச வைக்காவளாம்."

"சரி அதுக்கென்ன, நமக்கு புரோக்கர் மடுத்தீன் கூடதான கணக்கு. யாரும் தோணி வுட்டுட்டு போவட்டு."

“இது மத்த தோணியளவுட பெருசா வரும் போல.”

“கொற்கையில பாண்டியபதி, சிங்கராயந் தோணியள வுடவா.”

“பாண்டியபதி தோணி வித்துப்போச்சி. நம்ம ஆண்டி நாடாரு கோவில்பட்டிக்காரரு வாங்கியிருக்காரு. முடிச்சி குடுத்தது நம்ம முத்துலிங்க நாடாரு.”

“என்னய்யா சீனி, நவதானிய யாவாரத்த வுட்டுட்டு தோணித் தரகுலயும் எறங்கிற்றாரா.”

“ஆனா தோணியில நெறைய வேல இருக்கும்போல. பவுலு தோணி பெருசு எனக்கு தெரிஞ்சி கொழும்பு நடத்தோணியில இதுதாம் பெருசாயிருக்கும்.”

நடுப்பாலத்தில் கொழும்பிலிருந்து வந்திருந்த மிராண்டாவின் ‘ஹாஸ்ட் ஆர்ல்ட்’ கப்பலைக் கரைபிடித் திருந்தார்கள். சிறிய கப்பலாய், ஆழத் தேவையும் அதிகமில்லாதிருந்ததாலும் மல்லங்குளம் பகுதியை எளி தாகவே கடந்து நடுப்பாலத்திற்கு வந்திருந்தது ‘ஹாஸ்ட் ஆர்ல்ட்’. கப்ப நடைத் தோணிகளுக்குண்டான கொள்ளளவு தான். கோட்டும் சூட்டும் போட்டிருந்த வெள்ளைக்காரர்கள் இறங்கிப் பாலத்தில் நடந்து வந்தார்கள்.

“விருதுநகருல புதுசா வந்த யாவாரிமாரு சேந்து ஒரு சங்கம் ஆரம்பிச்சிருக்காவளாம்.”

“என்ன முருகேசா இந்தப் பக்கம் மகுமயிங்குறிய, பேங்கு வந்தாச்சி, வடக்கயென்னா உறவின்முறை, சங்கமிங்கிய...”

“வத்த ஏத்தப் போறாவளாம். வருசம் பூராவும் கெடங்குல வச்சித் தருவாவளாம். பறிப்பு காலத்துல கொறைச்சி வாங்குவாவபோல. கொழும்புக்கு ஏத்தணுமின்னு பேசிக் கிட்டாவ.”

“நாஞ் சொல்லுறத கேக்குறியா... அவுகள தொடர்ச்சியா நமக்கு தரச் சொல்லு. நம்ம ஏத்துவோம். உண்டான கமுசன குடுத்திருவோம். அவுகளுக்கு அவுக சரக்கு வருசம் பூதாவும் போவணும், துட்டு வரணும் அம்புடுதான.”

“ஆமாண்ணாச்சி.”

“வேற என்னமோ... பவுலு தோணி வக்கிறாறுயின்னு சொல்ல வந்த...”

“மறந்திற்றம்... அவுருக்கு அண்ணாச்சி, கொஞ்சம் பணப் பிரச்சன இருக்கும்போல...”

“அது அவுக பிரச்சனயில.”

“இல்ல மொதலாளி தப்பா எடுத்துக்காதிய. என்னதாம் அன்னாடம் காச்சியா இருந்தாலும் பர்னாந்துமார ஓங்களுக்கு தெரியும்.”

“அவுகள்வ அப்புடியிருக்குறதுனாலதான நம்ம இப்புடியிருக்குதோம்.”

“பவுலுக்கு இப்ப தோணி வக்கிறதால பணந் தேவ பாத்துக்கிடுங்க. நம்மளே போயி ஒரு ஒப்பந்தத்த போடுற மாரி போட்டு முன் பணமும் குடுத்தா அவுருக்கும் பணங் கெடைக்கிம் நம்மளுக்கும்...”

“தோணி நம்ம கட்டுப்பாட்டுக்குள இருக்குமுன்னு சொல்ல வார...”

“சிங்கராயருமாரி ஆள்க்க கிட்ட இப்புடி போயி பேச முடியுமா. புரோக்கர் மடுத்தீன் இருக்காரே அவுரும், நெனச்ச சரக்கத்தாம் அனுப்புவாரு...”

“பரவால்லிய முருகேசா, பவுல் பர்னாந்து தோணிக்கி முன் பணம், நமக்கு வருசம் புராவும் தோணி பிரச்சன முடிஞ்சது. என்னய, இந்தா நிக்கிறான இவன மாறி மாங்கா மடையமின்னா நெனச்ச. மொத்தத்துல ஒரே கல்லுல மூணு மாங்கா.”

“அது எப்புடி மூணு மாங்கான்னு சொல்லுதீரு, ரண்டு மாங்கான்னு சொல்லக் கேள்வி” கேட்டான் சதாசிவம்.

“எலேய் மாங்கா, இதுக்குத்தாம், இதுக்குத்தாம் முருகேசனுக்கு சம்பளம் அதியம் கேட்டியா. வேல செஞ்சா பத்தாது, யோசன சொல்லணும் அதும் புத்தியா சொல்லணும்.”

“திட்டாதிய அண்ணாச்சி. அவுரு பாவம் எளம்புள்ள மனசு.” என்றார் முருகேசன்.

“அப்ப, முருகேசா இன்னைக்கே ஒரு கடுதாசிய எழுதி அமிர்தலிங்கம் புள்ளக்கி அனுப்பிரு.”

“பயணத்துக்கு பாண்டியபதி தோணிதாம் தயாரா நிக்கிது.”

“முருகேசா அடுத்தது யாரு தோணியின்னு பாத்து அதுல போட்டு வுடுங்க. கடுதாசி போயி சேரணும். பவுல நாம் பாத்துக்கிறுதம். நீ அந்த விருதுநகர் யாவாரி காரியத்த முடிச்சிரு.”

“ஆமா நீங்க போயி பேசுயதுதாஞ் சரி.”

“எனக்கு தெரியாதா முருகேசா. அவுக என்னக்கி எறங்கி வந்து கேக்க. அது சிங்கராயரா இருந்தாலுஞ் சரி இன்னக்கி வந்த பவுலா இருந்தாலுஞ் சரி... இத்தன வருசமா குப்ப கொட்டுறம் இந்த கொற்கையில எனக்கு தெரியாதா, யாரு எப்புடியின்னு.”

“சரி அண்ணாச்சி” என்றவாறு முருகேசன் விடைபெற அவர் போன திசையையே பார்த்தவாறிருந்தார் தாணுமாலையப் பிள்ளை. பக்கத்திலேயே நின்றிருந்த சதாசிவம் அவர் சிந்தனையைக் கலைக்க விரும்பாது நின்றிருந்தான்.

‘ஒரு பான சோத்துக்கு ஒரு சோறு பதம்... போக்கத்த வந்தாம் போலிசு வேலைக்கிப் போவாம். பட்டியல் போட்டுத் தாம் வாழணும். கையில தொழில வச்சிகிற்று... படிக்க வேண்டியதாம். அதுக்கு இப்புடியா. போக்கத்தவன நம்பி பிரோசனமில்ல. செவலிங்கமாவது உருப்படுவானாயின்னு பாப்போம். பூட்ஸ் காலு போட்டுக் கிட்டுப் போவும்போது நல்லாத்தாம் இருக்கு. முருகேசன மாறி ஒரு புள்ள நமக்கு இல்லாமப் போச்ச. இவன்வ அடுத்தவம் பின்னாலே அவன்வ குசுவ குடிச்சிகிற்று குன்னிப்போயிருவான்வ.’

30

1930

சிலுவைப் பர்னாந்து அழைத்ததின் பேரில் கொற்கை காளவாசல், புல்தோட்டம், மணல்மேடு பகுதிகளிலிருந்தும் கடற்கரை ஊர்களிலிருந்தும் பர்னாந்துமார் வந்து அவர் வீட்டில் குழுமியிருந்தார்கள். வல்லநாட்டிலிருந்து குழாய் மூலம் தண்ணீர் கொண்டு வந்து மக்களின் தாகத்தைத் தீர்த்ததன் மூலம் சிலுவை பர்னாந்துவுக்குக் கொற்கை மக்களிடம் ஓரளவுக்கு நல்ல பெயர். முத்து சிலாபத்திற்காகத் தேதி அறிவிக்கப்பட்டிருந்தது ஆனாலும் அடிக்கலக்கு, சொரி, மூசாப்பு என்று மாறி மாறி ஏதாவது ஒரு பிரச்சினையால் முத்துக் குளிப்பு நடந்ததுபோலில்லை. சிப்பிகள் விலகிப் போய்விட்டதாகக் காளவாசல் கடற்கரையில் பெருசுகள் பேசிக்கொண்டன. முந்தைய சிலாபங்களைப் போல் வெளியூர்களிலிருந்தும் அதிகமாய் யாரும் வந்ததுபோலில்லை. உப்பு வரி விதித்தது முதல் கதர்ச் சட்டைக்காரர்களைக் காணும் இடத்திலெல்லாம் கைது செய்தபடியிருந்தது வெள்ளை அரசாங்கம்.

“பாண்டியபதி மனசுவச்சி செய்யணுமில்ல” என்றார் கயித்தான் பூபாலராயன்.

“என்ன செய்யணுமிங்கிறிய?” கேட்டார் பயஸ் கோஸ்தா.

“முன்னால மாறி அவுகளுக்கு மானியமில்ல. பொறவு எதவச்சி குழியாள் சம்பளம் குடுத்து வரபடம் தயரிப்பாவ, சிப்பிய வளருறது கொள்ளுறத பாப்பாவ...”

“ஞாயந்தாம், ஆனாலும் கப்பல்வ வரத்து அதியப்பட்டுப் போச்சி. அந்த அதிர்வுலே அதுவ வெலங்க போயிறும்.”

“அரசாங்கத்துக்காரன்வளுக்கு இதவுட கப்ப ஓட்டுறது முக்கியமாப் போச்சில்ல.”

அன்றாடப் பணிகளை முடித்துக்கொண்டு சிலுவைப் பர்னாந்து வரவேற்பறைக்கு வரக் கூட்டத்தில் சத்தம் குறைந்து மௌனம் நிலவியது. சிலுவைப் பர்னாந்தின் உதவியாளர் மிக்கேல் அங்குமிங்கும் ஓடியாடி வந்தவர்களுக்கு தாக சாந்திக்காக மோர் கொடுத்தபடியிருந்தார். தன்னுடைய அழைப்பை மதித்து வந்து கூடியிருப்பதற்காக மகிழ்ச்சி தெரிவித்துக்கொண்டார் சிலுவைப் பர்னாந்து. கொற்கை யிலயிருந்து மட்டுமில்லாமல் பல கடற்கரை ஊர்களிலிருந்தும் தலைவர்கள் வந்திருந்தார்கள்.

கூட்டத்தில் சிறிது சலசலப்பு.

“பர்னாந்துவாள் நாங்களும் வந்திருக்கோம். தண்ணித் தாகம் எங்களுக்குந்தாம் தீந்திச்சி” என்றார் ஆண்டி நாடார்.

நின்றிருந்தவர்களில் முருகேசன், ஆண்டி, ஆறுமுக நாடார் தலைகளும் தெரிந்தன. எல்லோருமே செயின்ட் மேரீஸ் கிளப்பில் அங்கத்தினர்கள். கதவோரத்தில் சலவைக் காரர் சுயம்பு மகன் வேல்முருகனும் நின்றிருந்தான். வெள்ளையுஞ் சள்ளையுமாக சன நடமாட்டம் தெரிந்ததும் சுதாரித்துக் கொண்ட சுதேசிக் காவலர்களும் சிலுவைப் பர்னாந்தின் வீட்டைச் சுற்றி நோட்டம் விட்டபடியிருந்தார்கள்.

“ஊர் முன்னேற்றத்தப் பற்றி பேசுறதுக்காக வந்திருக்கோம்” என்றார் சிலுவைப் பர்னாந்து.

“முனிசிபாலிட்டி பக்கத்துலே போட்டிருக்குலாம்ய்யா” என்றார் மாரிமுத்து.

“இது அடுத்த தேர்தல்லயும் ஓங்களோட ஆதரவு வேணுமிங் குறதுக்காக நா தனிப்பட்ட முறையில கூப்புட்டிருக்கம். ஏற்கனவே பாதியில நிக்கிற திட்டங்கள் எல்லாம் முழுமையா முடியணுமின்னா அதுக்கு ஓங்களோட ஒத்துழைப்பு எனக்கு முழுமையா தேவ...”

“ஆனந்த நாடாரும் நிப்பாரு போலத் தெரியுத.”

“அவுரு வடக்கத்திக்காரரு, அவுரப் போயி தெக்கத்திக் காரங்க எப்புடி.” என்றார் முருகேசன்.

“ஓணாத் தெருவுக்கு சண்முகபொறமுன்னு பேரு வச்சாச்சி. காளி கோயில் ஒண்ணு அந்தப் பக்கம் கெட்டுறாவ.”

“பெருவாதியா சனங்க தொழுறகைக்கி வாராவள்லா” என்றார் ஆறுமுக நாடார்.

“அப்ப கொற்கயில அதுக்கு ஏத்தமாரி வசதி வாய்ப்புவ இருக்கணுமில்ல.”

“நீங்களே தலைவர் பதவியில இருங்களம்ய்யா” என்றார் ஆண்டி.

வீட்டிற்கு வெளியே சனங்கள் ஓடி வரும் சத்தம் கேட்டது. அமர்ந்திருந்தவர்கள் அனைவரும் திரும்பி திரும்பி வாசல் வழியே வெளியே எட்டிப் பார்க்க ஆரம்பித்தார்கள். கூட்டத்தின் நடுவே அமர்ந்திருந்த முருகேசன் கண்களில் பயத்தின் சாயை தெரிந்தது. வாசலைக் கடந்து முற்றத்துக்கு ஓடினார் மிக்கேல். உள்ளே பலவாறான பேச்சுச் சத்தம்.

“போன வாரமும் இதே மாறிதாம் வீடு வீடா பூந்து சங்கெடுத்தான்வ.”

“களவுச் சங்க வூட்டுல வச்சிகிற்று இந்தமாரி பேசக் கூடாதில்ல.”

“அரசாங்கத்துக்காரனும் கூலிய ஒரு நியாயமாக் குடுக்கணு மில்ல... கா வயிறு, அர வயிறு குடிச்சிற்று என்னென்னு சங்கு குளிக்க.”

“கல்கத்தா புரோக்கர்மாரும் நம்ம சாச்சாமாரும் இல்லியா... காளவாசலு, சங்குமாலு, வலைக்குடி பூதாவும் கொலப் பட்டினிதாம்.”

“எடைச்சிவெள பிச்சக்கனி அண்ணாச்சி சுள்ள போட்டிருக்காராம்” என்றார் முருகேசன்.

“கரையள்ல அள்ளூற சிப்பியளவுட வெரல் சல்லிய முறிச்சிற்று வாரவ. சுத்தமான சுண்ணாம்பு பாத்துக்கிடுங்க. பூதா நம்ம பயல்வ எடுத்துக் குடுக்குறான்வ” என்றார் காட்டு ராசா.

கரையில் களம்கட்டி மீன் பிடிக்கும் சங்குமால் வலைஞர் களுக்கு விரல் சல்லி முறித்து சுண்ணாம்புக் காளவாய்க்கு கொடுப்பது ஒரு பகுதி நேர வேலைவாய்ப்பாகி யிருந்தது. பாதிப்புப் புரியாததால் சுதேசி அதிகாரிகளும் அதைக் கண்டு கொள்வதேயில்லை. பதறியபடி வீட்டிற்குள் ஓடி வந்த மிக்கேல் சொன்னார்.

“எய்யா, யாரையோ தோள்ல போட்டு தூக்கிகிட்டு வாராவமாரியிருக்கி...”

பெண்களின் ஒப்பாரிச் சத்தமும் கேட்டது. சிலுவைப் பர்னாந்து எழுந்து நின்று நிதானிப்பதற்குள் கூட்டத்திலிருந்து தேவசானா ஓலமிட்டபடியே வீட்டிற்குள் ஓடி வந்தாள்.

"எய்யா... சிலுவய்யா... இங்க வந்து எங்க கோலத்தப் பாருங்கய்யா."

அவசரப்பட்டுத் திரும்பியதில் புறங்கை அடிபட்டு பக்கவாட்டிலிருந்த நாற்காலி சரிந்து சுவரோடு விழுந்தது. முண்டியடிக்கும் கூட்டத்தோடே வெளியே வந்தார் சிலுவைப் பர்னாந்து. ஆண்களும் பெண்களுமாய்ப் பெருங்கூட்டமாய் இருந்தது. நின்றிருந்த ஆண்கள் உடம்பில் மேல் சட்டையில்லை. கோவணத்தோடு நின்றிருந்த ஒரு சிலரின் தோள்களில் மட்டும் துண்டுகள் கிடந்தன. வீட்டு முற்றத்தில் நெட்டிலிங்க மரத்தின் கீழே ஒரு உடலைக் கிடத்தியிருந்தார்கள். தலைவிரி கோலமாய் அதன் மேல் இளம் பெண்ணொருத்தி விழுந்து புரண்டு அரற்றியபடியிருந்தாள். கீழே இறந்து கிடந்தவனின் மனைவியாய் இருக்க வேண்டும். இறந்து கிடந்த உடலில் கோவணத்தைத் தவிர வேறொன்றுமில்லை. முகமெல்லாம் கருத்து பல் வாய் பூண்டிருந்தது. வலது கை விரல்கள் விரித்தபடி பக்கவாட்டில் நீண்டும் இடது கை விரல்கள் இறுக்கமாக மூடியபடி சங்கொன்றைப் பிடித்திருந்தது. தளர்ச்சியாய்ப் பக்கத்தில் வந்த சிலுவைப் பர்னாந்து இறந்து கிடந்தவன் மூக்கில் கை வைத்துப் பார்த்துவிட்டு சுரணையற்றுச் சுற்றுமுற்றும் பார்த்தார். மேடைகளில் சிங்கம் போல் முழங்கும் சிலுவைப் பர்னாந்துவுக்குப் பேச நா எழவில்லை. தானாய் எழுந்து நிற்கவும் இயலவில்லை. பெண்கள் கூட்டத்தில் நின்றபடி அவரையே பார்த்தபடியிருந்த மனைவி கமலம் உதவியாளருக்குக் கண் காட்ட, துரித கதியில் இயங்கிய மிக்கேல் அருகில் சென்று கை கொடுத்தார். சுதாரித்து எழும்பிய சிலுவைப் பர்னாந்து பக்கத்திலேயே நெட்டிலிங்க மரத்தோடு விம்மியபடியிருந்த நபரைத் தட்டினார். அவர் கண்களை அவரால் நம்ப முடியவில்லை.

"ஆண்டாம்ணி...! யாரு புள்ள?"

"எய்யா, தஸ்நேவிசு மொவம். எம் மருமொவம். எம் மெவனும் மருமொவனுந்தாம் போனாவ. ஒரு நா மாத்தி ஒரு நா 'ரண்டியரும் குழியோடணும்..."

சுற்றியிருந்த மரங்களில் அமர்ந்தபடி காகங்கள் கரைந்தன. தொப்பியைக் கழற்றியபடி நின்று வேடிக்கை பார்த்தனர் சுதேசி போலீசார். அனைவரது முகங்களிலும் சோகம் அப்பிக் கிடந்தது.

"கவலப்படாத இன்னக்கி புடிச்சிறுவம், தப்புனா நாளயின்னு சொன்னியளே... பிரேதமாக் கொண்டுவந்து போட்டுட்டாவளே" கதறினாள் சலோமி.

"குளிப்பு சரியாயில்லயின்னு தோடய பாரஞ் சாம்புற வேலயளுக்குப் போயிற்றான்வ. இவுக ரண்டியருந்தாம் போனாவ... சவரிய எறங்கவே வுடலயாம் மருமொவம். கடந்த ரண்டு நாளா மூச்செடுத்துப் போயி மேல வரும் போது வெறுங்கையிதானாம்" என்றார் ஆண்டாமணி.

"அய்யோ... நா என்ன பண்ணுவம்" கதறினாள் பாவுலா.

"என்ன மச்சாம் தெனமும் வெறுங்கையோடதான வாறிய மத்த சிப்பியளும் கண்ணுல தட்டுப் படுலியாக்கு மின்னுட்டு இன்னைக்கி சண்டைக்கி நின்னானாம் சந்தக்குருசு. அவன அடிச்சி தள்ளிற்று கோவத்துல குழிகல்லு கூட எடுக்காமலேயே முங்கியிருக்காறு..."

அதற்குள் கூட்டத்தை விலக்கிக்கொண்டு முன்னே வந்தான் சவரிமுத்து. கோவணத்துக்கு மேலே துண்டு கட்டி யிருந்தான். தலைமுடி செம்பட்டையாய் பறந்தது. உடலெல் லாம் உப்புப் பொரிந்திருந்தது. கை, கால்களில் நடுக்கம். ஏதோ பேச வாயெடுத்தவனால் பேச முடியவில்லை. அப்படியே பிரேதத்தின் அருகே குந்தினான். அவனருகே வந்து தோளைத் தொட்டார் சிலுவைப் பர்னாந்து.

"யப்பா..." என்று பிளந்த வாயை மூடாமலேயே அழுதான் சவரிமுத்து. வாயிலிருந்து வழிந்த கோழா தாடை வழியே வடிந்து நெஞ்சை நனைத்தது. கண்களும் வறண்டு போயிருந்தன.

"மிக்கேலு உள்ள போயி கொஞ்சந் தண்ணி கொண்டா அப்புடியே அக்காவ சுக்குத் தண்ணி போடச் சொல்லு."

வீட்டுத் திண்ணையிலிருந்த பெண்களை விலக்கியபடி வெளியே வந்த கமலம் கையிலிருந்த செம்பைச் சிலுவை பர்னாந்துவிடம் கொடுத்துவிட்டுப் போனாள். இதமான சூடு. அந்தக் கனமான வேளையிலும் சிலுவைப் பர்னாந்தின் முகத்தில் விரிந்த மந்தகாசத்தைக் கவனிக்கத் தவறவில்லை கமலத்தின் கண்கள். தலை குனிந்தே சென்ற கமலத்தை ஒரு கணம் நோக்கிய சிலுவை பர்னாந்து குனிந்து கையிலிருந்த செம்பை சவரிமுத்துவிடம் கொடுத்தார். வாங்கி 'மொடக் மொடக்'கெனக் குடித்தவன் கள்ள ஏப்பம் விட்டான்.

கூட்டத்தில் நின்றிருந்த ஆண்டி நாடார் முகத்தில் ஈயாடவில்லை. முருகேசனும் வெளியே கிளம்ப மனமில்லாது

அமர்ந்திருந்தார். தோணிப்பாலத்தில் சம்பவம் கேள்விப்பட்டுக் கிளம்பிய சிலரோடு ஓட்டமும் நடையுமாகப் பிலிப்பும் வந்திருந்தான். கண்கள் கண்ணீர்க் குளமாகியிருந்தன.

"நல்ல கச்சாம் வெங்குளுரு, மச்சாம் கோவத்துல குழிகல்ல வேற எடுக்காம போயிற்றாரயின்னு யோசிச்சிகிட்டு இருந்தம். நேரம் போய்க்கிட்டேயிருக்கு, ஆளக் காணும்... பக்கத்துல குழியோடுனவுங்க எல்லாம் திரும்பவும் குழிகல்ல எடுத்துகிட்டு தண்ணிக்கிள ஓடுறாங்க, என்னால முடியில்ல... இவ்ளோ நேரம் இவுருக்கு மூச்சி நிக்காது. தண்ணியில தட்டுறம், கொலவுடுறம், இதுக்கு மேல பொறுக்க முடியாதுன்னு குதிச்சி தண்ணிக்கிள போறம். ரண்டு கையயுந் தூக்கிகிற்று மேல வாறாறு... வரும்போது வழிய மறிச்சிறக் கூடாதுன்னு செத்த தள்ளி மேல வந்தம். வள்ளத்துல ஏறிற்று மச்சாங் கைய தூக்குவாறுயின்னு பாத்தா தூக்கவேயில்ல. மொகம் வானத்தப் பாக்க ஒடம்பு பட்டுன்னு மெதந்திற்று. பேச்சி மூச்சி கெடையாது. பக்கத்துலயிருந்த வள்ளங்கள கொலவ போட்டு கூப்புட்டு தூக்கி வச்சி கரைய கொண்டுவந்தோம்". மூச்சு வாங்கினான் சவரிமுத்து.

"கடக்கறையிலயிருந்து எங்க போவயின்னு தெரியில. காலு பாட்டுக்கு இங்க இழுத்திற்று வந்திற்று" என்றார் தஸ்நேவிஸ்.

சோகத்தை அடக்க முடியாமல் திண்ணையிலிருந்து ஓடி வந்த சிலுவைப் பர்னாந்தின் மனைவி கமலம், பாவுலாளைக் கட்டிப் பிடித்து அழுதாள். கூடியிருந்த மற்ற பெண்களோடு சேர்ந்து தேவசானாவும், சலோமியும் ஒப்பாரி வைத்தார்கள். அவர்கள் அழுவதையும் ஒப்பாரி வைப்பதையும் ஏதும் புரியாமல் வேடிக்கை பார்த்தபடியிருந்தாள் சிலுவைப் பர்னாந்தின் ஒரே மகள் சுகந்தி.

"ஆண்டாமணி, நேரம் போவுது கையப் பிரிச்சி சங்க வெளிய எடுங்க. உசுற வுடுற அளவுக்கு அந்த சங்குல அப்புடி என்ன விசேசமின்னு பாப்போம்" என்றார் சிலுவைப் பர்னாந்து.

வெகு சிரமப்பட்டு விரல்களை முறித்துச் சங்கை வெளியே எடுத்தார்கள்.

"வலம்புரிச் சங்கு" என்றான் சவரிமுத்து.

வலம்புரிச் சங்கென்று சவரிமுத்து சொன்ன மாத்திரத்தி லயே கூடி நின்ற கூட்டம் அதைப் பார்ப்பதற்காக முன்னால் டியது. வலம்புரிச் சங்கை பார்த்தாலே பெரிய யோகமென்று

நினைத்தார்கள். கூட்டத்தை விலக்கியபடி மீன் துறை அதிகாரிகள் உள்ளே வந்தனர். கடற்கரையிலிருந்தே தொடர்ந்து வந்திருக்க வேண்டும். வாக்குவாதம் வேண்டாமெனச் சிலுவை பர்னாந்து கண்டிப்பாய்க் கூற வலம்புரிச் சங்கு அதிகாரிகளின் கைக்கு வந்தது. மைய்யத்ததை எடுத்தபடி கூட்டம் வந்த வழியே திரும்பிச் சென்றது.

கல்லறைத் தோட்டத்தில் சடங்குகள் முடிய வெகு நேரமானது. வலைக்குடி சங்குமால், காளவாசல் பகுதி பர்னாந்துமாரோடு வலைஞர்களும் சந்தக்குருசின் மைய்ய ஊர்வலத்தில் கலந்துகொண்டு கல்லறைத் தோட்டத்திலும் இறுதிவரை நின்றிருந்தார்கள்.

“எல முனுசாமி, பய செத்தாலும் வலம்புரிச் சங்கயில தூக்கியிருக்காம். நம்ம இந்த வெரல் சல்லி முறிக்கத்தாம் லயக்கு, இதுக்கெல்லாம் தள்ளிப் போயி மூச்சடக்கணும். அந்த தைரியம் நம்ம கிட்ட இல்லயிங்குறத ஒத்துக்க” என்றான் காட்டுராசா.

பக்கத்தில் பிச்சைக்கனியைக் கண்டதும் காட்டு ராசாவோடு நின்றிருந்த சிறு வயசுப் பயல்கள் முனகியபடி ஓரங்கட்டினார்கள். பேச்சுச் சத்தம் கேட்டுத் திரும்பிய பிச்சைக்கனி கேட்டார்:

“என்னடே, இத சாக்கா வச்சி எத்தன நாளு மட்டம் போடுவிய. நீங்கள்வ கொண்டாற சல்லிய நம்பித்தாம் மொதல் போட்டு சுள்ள நடத்துயம். ஆமா... போனவம் ஓம் மாமனா மச்சானா, சாதியா சனமா... ஏதோ வந்தமா பாத்தமா பொறவு உண்டான சோலி பாத்தமான்னு இருங்கல. சுள்ளைக்கிப் போடக் கரி கொண்டாறமின்னியள என்னாச்சி...!”

“எங்க வச்சி எதக் கேக்கனுமின்னு தெரியாதாவே...” என்றான் வாழ்முனி.

“கரிக்களத்துல முன்னால மாரியில்ல, ராப்பகலா வேல நடக்கு கங்காணிமாரு சுத்தி சுத்தி வருதான்வ. கரி களவாடுறத கையோட புடிச்சான்வ கொட்டய பிசுக்கிருவான்வ.”

“அது என்னமோ... நா வெறவுக்கு சொல்லயில்ல பாத்துக்கிடுங்க” என்றவாறே விலகிப் போனார் பிச்சைக்கனி.

“இந்தமாரி இருக்கவங்கிட்டதாமுல பணஞ்சேரும். நம்ம இப்புடியே ஆட்டிகிட்டு அலைய வேண்டியதாம்.”

“வேதத்துல சேந்திருவமா. வேலக்கி வேலையும் ஆச்சி. மரியாதைக்கி மரியாதையும் ஆச்சி... பர்னாந்துமாரு வேதமில்ல, வெள்ளைக்காரம் வேதம்.”

கல்லறைத் தோட்டத்தில் மைய்யத்தைக் குழியிறக்கு வதற்காகப் பிராயத்தனப்பட்டபடியிருந்தார்கள். அதுவரையில் வேதனையை மனதுக்குள்ளே கட்டுப்படுத்தி வைத்திருந்த தஸ்நேவிஸ் பொறுக்க முடியாமல் மையத்தில் விழுந்து புரண்டார். நாலைந்து பேர் அவரை மடக்கிப் பிடித்தவாறு நின்றிருந்தார்கள். ஆண்டாமணியாரின் கண்களில் இப்போது பதற்றம் மாறி சாந்தம் குடி வந்திருந்தது. சவக்குழியருகே நின்றிருந்தான் பிலிப். மையவாடி வாசலில் சோர்ந்து கிடந்தாள் சலோமி.

'பாவி மனுசாம்... இந்த வலம்புரியக் கொண்டாறதுக்குத் தானா இப்புடி மூச்சடக்குனியா. எனக்கு இந்த சங்கு எதுக்கு... வூட்டுல நா ஒருத்தியிருக்கத மறந்திற்றிய. இனும யாரு மொகத்துல முழிப்பம். விடிஞ்சா அடைஞ்சா எவ கண்ணுலயும் பட முடியாத. காரித் துப்புவாள்வள, எந்த சபயில என்னய சேப்பாள்வ. அடப்பாவி மனுசாம்... இப்புடி உட்டுட்டுப் போனதுக்கு என்னயும்...'

காரியங்கள் முடிய, திரும்பி நடந்த பிலிப்பின் முகமும் இறுகிப் போயிருந்தது. ஏதோ தீர்க்கமான முடிவிலிருந்தவன் போலவே நடந்தான். வாசலில் கிடந்த பெண்கள் கூட்டத்துக் குள் சலோமியைக் கண்டவனின் உதடுகள் மட்டும் அசைந்தன.

"கவலைப்படாத சலோமி... நா எதுக்கு இருக்கம்" தோளில் யாரோ கைவைக்க, திரும்பினான். அங்கே ஆண்டாமணியார் நின்றிருந்தார்.

31

1931

பல்டோனாவின் கொழும்பு நடைத் தோணியில் சுடுதான் பையனாக நடை செய்ய ஆரம்பித்த பிலிப், இப்போது நூர்வாப்பாவின் ஆயிசாவில் கால் பங்கு பையனாக வந்திருந்தான். பிலிப்போடு கரித்தோணியில் வேலை செய்த நெப்போலியன் ஆயிசாவில் சுடுதான் பையன். கொற்கை புதுத் தெருக்காரன். அவனும் கெட்டிக் காரன் என்று லொஞ்சி சித்தப்பாவிடம் சிபாரிசு செய்து நூர்வாப்பா கடையில் ஏற்புக் கையெழுத்து போட வைத்துவிட்டான் பிலிப். நெப்போலிக்கு நல்ல உருண்டை முகம். மாநிறம். கட்டுமுட்டென அழகாக இருப்பான். நெப்போலியன் அப்பா சிங்கராயரின் கப்ப நடைத் தோணியில் லஸ்கராக இருந்தார். மூன்று வருடத்துக்கு முன்னால் கோதுமை நடையின்போது காற்று அதிகமாகி கடலில் தோணி கெலித்து நீர் வாங்கியதில் சரக்கோடேயே முயல் தீவுப் பக்கம் தாந்து போனது. தண்டல் முதற்கொண்டு யாரும் உயிர் பிழைக்கவில்லை. சுடுதான் வேலையில் நெப்போலிக்குத் தெரியாத வேலைகளைக் கூடமாட செய்து கொடுத்தான் பிலிப்.

வாகான புறக்காற்றில் ஆயிசா பாய் புடைத்து ஓடி வந்தபடியிருந்தது. ராச்சாப்பாடும் முடிந்திருந்தது. இரவு ஏறியிருந்ததால் வானில் விண்மீன்கள் கண்ணைப் பறித்தன. தெளிவான வானம். பலவாறான சிந்தனை யோடே பிச்சலுக்கும் அணியத்துக்குமாய் நடந்தபடி யிருந்தான் பிலிப். தோணியின் உருட்டலில் கால்கள் தடுமாறின. கரையோரங்களில் விட்டு விட்டுத் தெரிந்த விண்ணோக்கிய வெளிச்சம் ஈசிக்கக்கூடியதாய்

இருந்தது. டாவாப் பக்கம் பொய்போடுதயில் கைவைத்து கடலையே பார்த்திருந்தவன், பளாரென முகத்திலறைவது போல் வந்து விழுந்த நீர்த் திரளால் பின்வாங்கி தன் மரத்துப் பக்கம் வந்தான். முகத்திலடித்திருந்த தண்ணீர் நாசியிலும் புகுந்து தும்மினான். பிச்சலிலிருந்து பயஸ் கோஸ்தா கத்துவது கேட்டது.

“எல, யாரது? போயி படுக்குறியா.”

தன்மரத்துக்கு கீழே சுற்றி வளைக்கப்பட்டிருந்த கயிற்றில் தலையைச் சாய்த்தபடி படுத்து வானத்தையே பார்த்த வாறிருந்தான் பிலிப்.

“ஏய் ஓம்பேர்ன்னா”. பல்லைத் துருத்தியபடி முன்னே வந்தார் சீனிவாச ஐயங்கார். எல, அங்கன தோணிக்கிள படுத்திருக்கது யாருல. மொதலாளி நாந்தாம். மழ வுழுத, தோணியில தார்பாயி போடுறதுக்கென்னல... நெப்போலியின் தொடைகளைத் தடவுகிறார் தண்டல் சேசய்யா. டிங்கி வெறும் வெங்கப் பய, பொடியம் சோக்குள்ளவம், பயல ஓரளவு கை திருந்திர வர ஓங் கைக்குள்ளே வச்சிக்க லொஞ்சி. காலம் பூதாவும் கரிக்களத்துல எப்புடித்தாம் வேல செய்யிதுவளோ... இப்புடி அசிங்கம் பண்ணுறான்வ. குடிச்சா சடைவெல்லாம் போயிறுமாம. அப்புடி என்ன சின்னய்யா கிட்ட இல்லாதது எங்கிட்டயிருக்கு. சின்னைய்யா அந்தப் பக்கம் திரும்புறதுக்குள்ள சடார்ன்னு கலுசத்துக்குள கையவுடுறாவள சித்தி. வரமாட்டம், வரமாட்டமின்னு சொன்னா கேட்டாத்தான. சின்னையாகிட்ட சித்தி இப்புடி யின்னு சொல்லவா முடியும்.’

வானில் கடற்புறாக் கூட்டமொன்று தோணியைக் கடந்து கரை நோக்கிப் பறந்தது. அவற்றின் ‘கீச் கீச்’ ஒலியில் தன்னிலைக்கு வந்தவன் முனகினான்.

“அந்தப் பக்கமே தலைவச்சிச் படுத்திறக் கூடாதப்பா.”

தன்னையறியாமலேயே தலையைச் சிறிது தூக்கி அங்குமிங்கும் நோக்கினான். அலையடியில் தோணியின் மேல் தளத்தில் விழுந்த மீனொன்று துடித்தபடி கிடந்தது. எழுந்து மீனை எடுத்துக் கடலில் தூக்கி வீசிவிட்டு வந்து முனகியபடியே படுத்தான்.

“எண்ணெக்கி திற்று சேத்து ஆத்தாளயும் அய்யாவயும் கூட்டிற்று வர...”

பெருமூச்சோடே அயர்ந்து போயிருந்தான். டிங் டிங்கென மணியடிக்கும் சத்தம். மாறி மாறி மணியடிக்கும் சத்தம்,

எல்லோருமே மேல் தளத்தில் நின்றிருந்தார்கள். எழும்பலா மென்று பார்த்தால் எழும்ப முடியவில்லை. யாரோ அமுக்கி பிடித்தது போலிருந்தது. பின் ஜாமத்துக்காரர்களும் எழுந் திருந்தார்கள். எல்லோரது கண்களிலும் ஏதோ பதற்றம் தெரிந்தது. நல்ல தலைவலி வேறு, தலையை அசைக்க முடிய வில்லை. உடனே எழுந்திருக்கவும் இயலவில்லை. பாய் மரத்திலேறியது வேறு கை கால்கள் உழைந்து அசைக்க முடிய வில்லை. காற்றும் அயர்ந்து போனது. தன் மரத்துப் பாயும் கோஸ் பாயும் காற்றில்லாமல் சள்ளையடித்தபடியிருந்தது. இருட்டில் நின்றிருந்தவர்களில் யாரோ பேசுவது கேட்டது.

"பொண்டாட்டியோளி மொவங் காத்து எங்க போச்சி..."

பூ வென ஊதுவதற்குகூடக் காற்றில்லை. டாவாப் பக்கம் உயரே வானத்தில் புள்ளியாய் காக்கா விளக்கு மாதிரி ஒன்று தெரிந்தது. மங்கம்மா விளக்கு. தோணியை நோக்கி அது பாய்ந்து வந்தபடியிருந்தது. அது நெருங்க நெருங்க, பூதாகரமாய் மாறித் தோணியை உடைத்து விடுவதுபோல் வருகிறது அய்யய்யோ வந்திற்று... அய்யய்யோ அவ்ளோதாம்... தோணி நொருங்கப் போவுது. நொருங்கிற்று. ஆ... மோதயிருந்தது சட்டென திரும்பி ஒரு ஆள் பாயும் இடைவெளியில் மாறி ஓடுகிறது. இந்தா தண்ணிய கீறிகிற்று வருது. ஓ... வெனக் கத்தியபடி நடுத்தளத்தில் தன்மரத்துப் பக்கம் ஓடிவருகிறார்கள். தண்ணியைச் கீறியபடி கிர்ரென்ற கடக்காவா சத்தம். தோணி கெலித்து ஜவ்னாப் பக்கத்து பொய்போடுதையக் கொண்டு தண்ணிக்கிள வைக்கிது... தண்ணிக்கிள வைக்கிது... முங்கிற்று.

"மாதாவே... சேசு மரி சூசே..."

"தீப் பந்தங்கள கொழுத்துங்கல."

"என்னதுன்னு தெரியலிய... அணியத்துலயும் பிச்சல்லயும் அந்த பெரிய பந்தங்கள கொளுத்துங்க"

திரும்பவும் அதே கடக்காவாச் சத்தம் கிர் கிர்ரெனச் தண்ணியைக் கீறியபடி. ஜவ்னாப் பக்கம் வந்தது இப்போது டாவப் பக்கம். அதே காக்கா வெளக்கு. மங்கம்மா வெளக்கு, நெருங்கிப் பெரிதாகி முட்டுறாப்புல வருது... முட்டுறாப்புல வருது. அட்டிய பொழக்குறாப்புல சத்தம். தோணி குலுங்குது. கிர் கிர் என்று சுத்திச் சுத்தி வருது, சுத்திச் சுத்தி வருது.

"எல... அந்த அணியத்து தீப்பந்தம் பாத்துல... பாத்து. தஸ்தூருல புடிச்சிருச்சி. கோத்தாள ஓக்க... தீப்புடிச்சிறாமல அத நவட்டுங்கல"

கடக்காவாச் சத்தம் இப்போது தோணியைச் சுற்றிச் சுற்றி... சுற்றிச் சுற்றி... அடித்துப் பெரண்டு எழுந்து நின்ற பிலிப் கத்தினான்:

"பிலியான்ஸ் அண்ணம் என்னதண்ணம்?"

கையைத் தட்டிவிட்டு ஓடினார் பிலியான்ஸ்.

"எண்ணம், என்னதண்ணம்... என்னதண்ணம்?" பதறினான் பிலிப்.

எலேய்... காத்து வுழுந்து வருது தீப்பந்தங்கள மூத்திருங்கல."

"பருவாங் கடலால பிரியிது... மறுக்க புடிங்கல, கண்ண குண்ணக்கிளயா வச்சிறுக்க அந்த ரெங்கு வழியா கடத்தி ஈச்சடி."

"தண்ணிப் பாய் லேக்கி அவுந்து பாயி தொங்குது பாரு... புடிங்கல. புடிச்சி இழுத்துக் கெட்டுங்கல."

"தைசா தட்டிறாம... மறுக்க புடிங்க."

"அந்தா மசாலிக் கயிறு தண்ணிக்கிள போவுது பாரு... எட்டிப் புடிங்கல."

"யாருல காணாவுல இருக்கது... தாயோளி மொவன காணாவ சேலா நேர காத்து வாக்குல புடிக்கச் சொல்லு. தோணி திரும்பி பாயி மாற வுழுந்திச்சி..."

"இப்புடி கெடந்து அல்லாடுறம, டிங்கிய எங்கல?"

"அவங்கிட்ட அதியமா நெருங்காத. அவம் நெப்போலி கிட்டயுஞ் சொல்லி வையி..."

"அதாம் இன்னக்கி வந்த கூதிவுள்ளைக்கி காப்பங்கு குடுக்குறானோ... வேல பாத்து கூலி வாங்குறவனும் இருக்காம் வக்காள ஓளி குண்டி குடுத்தே..."

தளர்ந்து போயிருந்த புறக்காற்று திரும்பவும் வந்து மோத தோணி வெரளத்தில் சிறிது திரைந்து திரும்பவும் சீறிப் பாய்ந்து உருவிச் சாடியது.

அயர்ந்து தூங்கியபடியிருந்த பிலிப்பைத் தட்டி எழுப்பிய படியிருந்தார் பிலியான்ஸ்.

"ஏ... பிலிப்பு..."

"..."

"ஏ பிலிப்பு... எல அய்யா எழும்புல."

அசதியில் உருண்டு படுத்தான். விரளத்தில் தோணி உருட்டிக் கெலித்ததில் உருண்டவன் தலையில் மேல் தளத்தில் துருத்தியபடியிருந்த கட்டையொன்று தட்ட விழித்துப் பார்த்தான்.

“எய்யா... நெப்போலி அசந்து தூங்குறாம்.”

கண்களைக் கசக்கியவாறு எழும்பினான் பிலிப். தோணியில் அரைப் பங்குக்குக் கீழே உள்ளவர்களுக்கு முன் சாமம் பின் சாமம் கிடையாது.

“எல அய்யா... என்ன பேயறைஞ்சவம் மாறியிருக்க?”

“அப்ப ஒண்ணும் நடக்கலியா... கப்ப ஒண்ணு முட்டுறாப்புல வந்திச்ச.”

“என்னதுல ...!”

“கடக்காவாச் சத்தம் ...”

அருகில் நெருங்கி வந்து முதுகில் தட்டினார் பிலியான்ஸ். நிதானத்துக்கு வந்திருந்தான் பிலிப். ஆனாலும் மிரள மிரள விழித்தான்.

“கொஞ்சம் காப்பித் தண்ணி போடுல ...”

“...”

“இதாம் சின்னப் பசங்க தட்டு மேல படுக்கக் கூடாதிங்குறது. சப்பத் தட்டுக்குள படுக்கனும்ய்யா...”

“அங்க எனக்கு படுக்கப் புடிக்கில்ல ...”

“அவம் வெங்கப்பய, சித்தப்பம் இருந்தாயென்ன மாமம் இருந்தா என்ன ...”

“நெப்போலி பாவம்.”

“...”

சத்தமில்லாமல் நின்றிருந்தார் பிலியான்ஸ். கோஸ்டிங் தோணிகளில் பொடியன் சோக்கு ஒரு தவிர்க்க முடியாத கொடுமையாகியிருந்தது. குடும்பச் சூழல் காரணமாகத் தோணிகளில் சிறு பிராயத்திலேயே ஏறும் பொடியன்களைத் தண்டல்மார் தங்கள் காம இச்சைக்கு பயன்படுத்துவது கால காலமாக நடப்பதுதான். முரண்டு பிடிப்பவர்களால் சில வேளைகளில் தோணிகளில் பிரச்சினைகள் ஏற்படுவதுண்டு பெரும்பாலும் தலையெழுத்து என்றே மனதில் போட்டு அமுக்கிக்கொள்வார்கள் பொடியன்கள். அவனே அரைப்பங்கு, முழுப்பங்கு என்று வரும்போது புதிதாக வரும் பொடியன்களைக் கை வைப்பதுண்டு.

எழும்பி சோம்பல் முறித்துக்கொண்ட பிலிப் கீழ்த் தட்டுக்கு ஓடிச் சப்பைத் தட்டில் அடுப்பு கூட்டிச் சுக்குக் காப்பி போட்டு கேத்தலில் எடுத்து வந்தான்.

நெப்போலியை அணைத்துப் படுத்திருந்தார் தண்டல் டிங்கி சேசைய்யா. திரும்பவும் மறுமுறை அந்தப் பக்கம் திரும்பிப் பார்க்கத் துணியவில்லை பிலிப். மேலே வந்ததும் அவன் கையிலிருந்த பித்தளை லோட்டாக்களை வாங்கி பின் சாமக்காரர்களிடம் ஆளுக்கொன்றாகக் கொடுத்தார் பிலியான்ஸ். எல்லோருக்கும் சுக்குக் காபி ஊற்றிக் கொடுத்தான் பிலிப். காப்பியைக் குடித்தவாறே மேலே படபடத்த தன் மரத்துச் சவ்வாயைப் பார்த்த பயஸ் கோஸ்தா சொன்னார்:

“எல காத்து வாடக் கொண்டல் வுழுந்து வருது போல... காணாவ இழுத்து ஒரு நாலைஞ்சி டிகிரி வார்பர்ல வரச் சொல்லு.”

அவர் சொல்லி வாயை மூடுவதற்குள் காற்று மாறி விழுந்தது. காப்பி குடித்தும், பாதி குடிக்காததுமாக லோட்டாக் களைத் தளத்தில் போட்டவர்கள் பாய்களைச் சள்ளை அடிக்கவிடாமல் பருவான்களைச் சரி செய்தார்கள்.

“பிலியான்சு அங்கன பிச்சல்ல பாரு... அந்தத் தண்டு மரத்த தூக்கிற்று போங்கல. எலகூட ஒரு ஆளு போங்க” என்றார் பயஸ் கோஸ்தா.

தன் மரத்துப் பருவான் கடலால் பிரிவது போலிருந்தது. அதைச் சட்டென்று கவனித்த பிலியான்ஸ் தண்டு மரத்தை தூக்கிக்கொண்டு ஓடினார்.

“சரிதாம்... தண்டு மரத்த வச்சி அந்தத் கோமுட்டித் துண்ட அமுக்கிப் புடிங்கலயின்னா தைசாப் பக்கந் தூக்குறாம் கூமுட்டிக் கூதிவுள்ள...”

“ஆ... அப்புடித்தாம்... கோமுட்டியில வச்சி அமுக்குல... இப்ப பாத்தியா பருவாங் கடலால பிரியாது.” என்றார் பயஸ் கோஸ்தா.

“காணாவ சேல வச்சிப் புடிக்கச் சொல்லு இந்த பக்கங்கள்ல தீடய அதியம். தோணி மோடேறிச்சின்னு வையி, தவிச்ச வாய்க்கித் தண்ணிகூடக் கெடைக்காது.”

“பிலியான்சு... கோஸ் பாயில பாரு. தாமாம் எளகி கெடக்கு. அத செத்த வாப்பர்ல இழுத்துக் கெட்டு. எளகி ஓடிச்சி கோஸ் பருவாம் நமக்கில்ல... காத்து வார வரத்தப் பாத்தியருல்ல.”

32

1931

கிரகோப் தெருவில் டச்சுக் கல்லறைத் தோட்டத்துக்குப் பக்கத்திலேயே தல்மெய்தாவின் வீடு. முன் வாசல் கிரகோப் தெருவிலும் பின்வாசல் மணல் தெருவிலும் இருக்கும். வீட்டின் வலது புறத்திலேயே அலுவலகம். இடதுபுறம் குதிரை லாயம். மேசைக்கார வீடுகளுக்கேயான பிரத்யோக செப வீடும் அதையொட்டிய படிக்கும் அறையும் தல்மெய்தாவின் வீட்டிலிருந்தன. அமர்வதற்கான இருக்கை வசதிகளோடு இருந்த செப வீட்டில் சேசுவின் திரு இருதயப் படத்தருகே அணையா விளக்கொன்றும் இருந்தது. கீழே தலை குனிந்து அமர்ந்திருந்தாள் லிடியா.

சேசுவின் திரு இருதயப் படம் கொற்கை சுதேசி மேற்றிரானியார் கைப்பட மந்திரித்து ஸ்தாபகம் பண்ணியது. வலது கையின் இரு விரல்களால் ஆசீர்வதித்தபடியிருக்கும் சேசுவின் படத்தில் இடது கை ஆடையை விலக்கி முள் முடி சூழ்ந்த அவர் இதயத்தைக் காட்டியபடியிருக்கும். முள் முடி சூடிய இதயத்தைச் சுற்றி ஒளி வட்டம். படத்தின் கீழேயிருந்த சின்னப் பீடத்தில் குட்டி குட்டியாய் அந்தோணியார், லூர்து மாதா சுரூபங்கள். எல்லாமே கொழும்பிலிருந்து தருவித்தவை. தான் உயிரோடிருந்த காலத்தில் வீட்டிற்கு வருபவர்கள் யாராக இருந்தாலும் அவர்களைக் கூட்டிவந்து இந்த செப வீட்டைக் காட்டாமல் விட மாட்டார் பிரான்சிஸ் தல்மெய்தா.

பிரான்சிஸ் தல்மெய்தா தன்னுடைய அந்திய காலத்தில் இந்த செப வீட்டில்தான் வெகு நேரம் செலவழிப்பது வழக்கம். வியாபாரத்தில் உதவுவான்

என்று எதிர்பார்த்த மூத்த மகன் ஜெரோம் தகப்பனாரின் கட்டளையையும் மீறி குரு மடத்தில் சேர்ந்து குருவாகி விட்டார். மலைபோல் நம்பியிருந்த மகன் துறவியானதால் உயிரையே விட்டுவிட்டாள் ஞானம்மாள் ரோட்ரிகோ.

ஞானம்மாள் பிரபல காங்கிரஸ்க்காரர் ரோட்ரிகோவின் மூத்த மகள். மற்ற மேசைக்காரர்கள் போலல்லாது கொள்கை யில் பிடிப்போடு காங்கிரஸ் கட்சிக்காக முழு மூச்சாய்ப் பாடுபட்டது ரோட்ரிக்ஸ் குடும்பத்தார்தான். தல்மெய்தா குடும்பத்தில் பெண் கொடுத்துப் பெண் எடுத்திருந்தார்கள். கணவர் ஜே.பி. ரோட்ரிக்சோடு காங்கிரஸ் கட்சியின் எல்லா போராட்டங்களிலும் முன் நின்று கலந்துகொள்வார் ரோசம்மாள் தல்மெய்தா.

மனைவி இறந்துபோன சோகத்திலிருந்தவருக்கு நூலாபீஸ் காரர்கள் தொடர்ந்து கொடுத்த ஆதரவும் வியாபாரமும் பேருதவியாய் இருந்தது. ‘தல்மெய்தா அன்ட் சன்ஸ்’ நூலாபீஸ் காரர்களின் ஆஸ்தான கேன்ட்டிலிங் ஏஜென்ட்டாகியிருந் தார்கள். பணம் கொட்டோ கொட்டென்று கொட்டியது. மகன் லெம்பர்ட் தல்மெய்தா கொற்கை வீதிகளில் மைனராக பவனி வர ஆரம்பித்தார். வெள்ளைக்கார அதிகாரிகளுக்கு நிகராக ஆடை அணிகலன்கள் அணிவதில் ஆர்வம் காட்டினார். கல்கத்தாவுக்கு சங்கு வியாபார விஷயமாகப் போனவர் அங்கேயும் மேஜிக் கற்றுக்கொண்டு வந்து இங்கு வெள்ளைக்காரர்களை வியப்பிலாழ்த்தினார்.

இறக்கும் தறுவாயில் மகள் லிடியாவின் கரங்களைப் பிடித்து லெம்பர்ட்டிடம் தரும் வேளையில் பெரியவர் கண்களில் தாரை தாரையாகக் கண்ணீர். தன் மகளின் வாழ்வுக்கு வழி செய்யாமல் போகிறோமே என்ற நினைப்பிலேயே நிலைகொண்ட கண்கள், திரும்பவும் மூடவேயில்லை.

பணக்காரப் படாடோபம் வேண்டாமென்றுதான் சலேட்டம்மாளைத் தேடிக் கண்டுபிடித்து லெம்பர்ட்டுக்கு திருமணம் செய்துவைத்தார். அதுவரையில் திருமணமே வேண்டாமெனச் சொல்லி வந்த லெம்பர்ட் சலேட்டம் மாவைப் பார்த்தவுடன் சம்மதித்துவிட்டார். சலேட்டம்மா ளின் தந்தை தல்மெய்தாவுக்கு பால்ய சிநேகிதர். கொழும்பில் வியாபாரம் செய்தபடியிருந்தவர் சிங்களர்களோடு ஏற்பட்ட தகராறில் சொத்துபத்துகளை இழந்து கொற்கை மங்களகிரிப் பக்கம் பூர்வீக நிலத்தில் குடியேறியிருந்தார். கடந்த கால வாழ்க்கையையே நினைத்து நினைத்து வருந்தி ஒரு நாள் மரித்தும் போனார். அவருடைய இரண்டு பிள்ளைகளையும்

தேடிக் கண்டுபிடித்து மூத்தவளைத்தான் லெம்பர்ட்டுக்கு முடித்திருந்தார் பெரியவர்.

சலேட்டம்மாளும் லெம்பர்ட்டுக்கு ஏற்றாற்போல் ஜாடிக்கேத்த மூடி. திருமணம் முடிந்து ஒரு சில நாட்களே தலையைக் குனிந்து நடந்தாள். வீட்டிற்கு வெள்ளைக்காரர்கள் வருவதையும் விருந்துண்பதையும் பார்த்தவள் பிறகு அவிழ்த்து விட்டதாங் கழுதை எடுத்து விட்டதாம் ஓட்டம் என்ற கதைதான். வெள்ளைக்காரிகளைப் போல் தானும் சீவிச் சிங்காரித்து மேனாமினுக்கியாக அலைந்தாள். விருந்துகளுக்குப் போவதிலும் கேளிக்கை மேஜிக் நிகழ்ச்சிகளில் கலந்து கொள்வதிலும் சலேட்டம்மாள் காட்டிய அக்கறை வீட்டுக் காரியங்களில் காட்டாமல் போனது பெரியவரை நிலைகுலைய வைத்துவிட்டது. லிடியாவுக்கு ஒரு நல்ல சம்பந்தத்தை ஏற்படுத்தி தருவாள் என்று பார்த்தால் அந்த விசயத்திலும் இடி விழுவதுபோல் எப்போதும் தன் தங்கை சொர்ணத்தை விருந்துகளுக்கும் கேளிக்கை நிகழ்வுகளுக்கும் கூட்டிவருவது, அங்கே வருகிறவர்களுக்கு அறிமுகம் செய்து வைப்பது என்றேயிருந்தாள். மனைவி ஞானம்மாள் உயிரோடு இருந்திருந்தால் இப்படியெல்லாம் நடக்குமா என்று நினைத்து நினைத்துத் தன்னையே தனிமைப்படுத்திக்கொண்ட பெரியவர் பிற்காலத்தில் செப வீட்டிலிருந்து வெளியே வரவில்லை. கொண்டாடுவதற்கென்று அவர்களுக்கு ஏதாவது ஒரு நாள்தான் தேவையாயிருந்தது. விடிய விடிய குடி, சீட்டு, விருந்து கொண்டாட்டம். அண்டாக் கணக்கில் பொங்கிப் போட்டு மீதியானவற்றை அனாதை இல்லங்களுக்கு சாமங்களில் வண்டிபோட்டு கொண்டுபோய்க் கொடுப்பது வாடிக்கையாகியிருந்தது. சாப்பாடு கொண்டுபோகும் வண்டிகளில் முன்னிருக்கைகளில் அமர்ந்துகொண்டு தான் கொண்டுவந்ததாகப் பெருமிதப்பட்டுக்கொண்டு நின்றாள் சலேட்டம்மாள். ஆரம்பத்தில் எதிர்ப்புக் காட்டிய பெரியவரின் வாயும் பிந்தப் பிந்த அடைபட்டுப்போனது. ஒரு நாள் இப்படித்தான் பெரியவர் செப வீட்டிலிருக்கும்போது லிடியா கேட்டாள்.

"அப்பா... என்னப்பா இப்பயெல்லாம் பேசவே மாட்டயிங்குறீங்க..."

"என்னத்தம்மா பேச சொல்லுற...?"

"நீங்களும் இப்புடி பேசாம இருந்த நா எப்புடி..."

"மதினியார்கூட ஆராய்ச்சி ஆராய்ச்சியின்னு இருந்தவரு ஒரு கலியாணம் பண்ணிக்கிறுவாருன்னு பாத்தா..."

விக்கித்தாள் லிடியா. நாக்கும் வறண்டுபோயிருந்ததால் மிடரு விழுங்கக்கூட தொண்டையில் ஈரப்பசையில்லை. ரிபேரோ வீட்டிலிருந்து சில்வெஸ்டருக்காக இன்று பெண் கேட்டு வருகிறார்கள் நாளை பெண் கேட்டு வருகிறார்க ளென்று நாளும் பொழுதும் கழிந்ததுதான் மிச்சமாய் இருந்தது. பெரியவர் எழுந்து தன் அறைக்குள் வர கூடவே லிடியாவும் வந்தாள்.

"இன்னும் கடக்கற நீளம் மண்ணாராச்சியின்னு அலையிறாறாம்."

"சவராவுல என்னமோ பெருசா ஆலயெல்லாம் கெட்டப் போறாங்களாம்ப்பா... அவுங்களுக்கே விருப்ப மில்லாட்டா நமக்கு எதுக்குப்பா. அது நடக்கும்போது நடக்கட்டு."

"நா என்னவோ நெனச்சா, என்னென்னவோ நடக்குதும்மா. அம்மாயிருக்கும்போது எவ்ளோ சந்தோசமா யிருந்திச்சிம்மா. நல்ல வேளையா இவ தங்கச்சி சொர்ணம் சின்னப்புள்ளையா இருக்கு... பெரிய புள்ளையாயிற்றாளா?"

"என்ன பேச்சி பேசுறீங்க... தெரியில."

"சின்னவம் குயின்றீன் தலையில கெட்டித் தொலைச் சிறக் கூடாதும்மா!"

வீட்டின் பின்புறமிருந்து நெய்ச் சோறு கிண்டும் வாசனை காற்று வாக்கில் அறைக்குள் வந்தது.

"இந்த வாசனைய மோந்து மோந்தே வயிறு நெரம்பிருதும்மா. பொறவு எங்கயிருந்து சாப்புட. இப்புடிச் செய்யிறதெல்லாம் தர்மமில்ல."

"தனக்கு மிஞ்சினதத்தானப்பா தானமா குடுக்குறாங்க. மிஞ்சிப்போற சாப்பாட்ட தர்மம் பண்ணுறாங்க..."

நெஞ்சைப் பிடித்துக்கொண்டு இறுமினார் பெரியவர். காய்ந்த சளியின் வாடை அறுவருக்கத்தக்கதாய் இருந்தது. வெளியேயிருந்து படிக்கம் எடுத்து வந்து கொடுத்தாள் லிடியா.

"எம் மொவள... ஊதாரித்தனத்துக்கு பேரு தர்மமில்ல. கடவுளுக்கும் பொறுக்காதும்மா."

"அப்புடி சாபம் போட்டுறாதைங்கப்பா."

"சாதாரணமான சாப்பாடு எறங்க மாட்டயிங்குதம்மா. ஒண்ணு, ரண்டியரும் வெளிய விருந்துக்கு போறாங்க

இல்லியா இங்க விருந்து வைக்கிறாங்க. எத்தன நாளைக்கி தாங்கும்?"

"என்னப்பா ஒங்களுக்கு தெரியாதத நாஞ் சொல்லல, ஆனாலும் வெள்ளைக்காரங்களும் சரி மத்தவுங்களும் சரி யாபார விசயமா பேசணுமின்னாலே ஒரு விருந்துலதான பேசுறாங்க."

"விருந்துல வியாபாரம் பேசுனாப் பரவாயில்ல ஆனா யாபாரத்த காரணமா வச்சி உக்காந்தா எழும்புனா குடி, விருந்தின்னா... அண்ணயிலயிருந்து இன்னுவரைக்கும் நூலாபீசுக்காரந்தாம் நமக்கு தொழில் தாராம். இவுங்கள்வ விருந்து வச்சி புதுசா ஒரு யாவாரம் எங்க வந்திச்சி...?"

பேச்சு மூச்சில்லாதிருந்தாள் லிடியா.

தல்மெய்தாக்களும் அன்றிலிருந்து இன்றுவரை கூப்பிட்டுக் கொடுத்த தொழிலைத்தான் செய்தார்களேயல்லாமல் புதிதான தொழில் முயற்சி எதிலும் இறங்கவில்லை. இதன் காரணமாகவே பல்டோனாக்களுக்கும், சிங்கராயர்களுக்கும் அபரிமிதமான தொழில் முன்னேற்றம். கிழக்கே உதிக்கும் சூரியன் மேற்கே உதித்தாலும் நூலாபீஸ் ஒப்பந்தமும் அதன் மூலம் வரும் வியாபாரமும் தல்மெய்தாக்களைத் தவிர கொற்கையில் வேறு யாருக்குமல்ல என்ற மதப்பிலிருந்தார் லெம்பர்ட் தல்மெய்தா.

"மொத்தத்துல விருந்துட்ட வூடு வெறும் வூடும்மா."

"..."

"சிப்பிரியாம் கர்டோசா மொவ... அவம் மல்லிப்பூ செபஸ்தியாம் கெட்டுனான அவ பேரென்னம்மா...?"

"வெரோணிக்கம்."

"நாலாவது புள்ள, ஆம்புள புள்ளயாம் பேரு கிளமென்ட்ன்னாவ."

பெருமூச்செடுத்து விட்டார் தல்மெய்தா.

அவர்களிருவரும் பேசிக்கொண்டிருப்பதை கவனித்த படியே கடந்து போனாள் சலேட். கையில் வைத்திருந்த சுதேசமித்திரனையும் இந்து பத்திரிக்கைகளையும் பெரியவர் படுத்திருந்த கட்டிலை நோக்கி விசிறியடித்தாள். போகிற போக்கில் அவள் முனகுவது கேட்டது.

"குசு குசுன்னுகிட்டு எந்தக் கோட்டய புடிக்கப் போறிய, அதாம் பல்டோனாவும் சிங்கராயனும் புடிச்சிகிற்று

இருக்கான்வளாம. மணல் தெருவுல இருக்க தல்மெய்தா ஓங்கள காக் காசுக்கு மதிக்க மாட்டயிங்குறாம். அவன்வ தாம் மேசயாம். நீங்கள்வதாம் ஓங்கள்வள மேசயின்னுகிற்று யிருக்க வேண்டியது. ரிபேரோ மொவம் இல்லாட்டி இந்தக் கொற்கையில வேற எவனுங் கெடையாதாக்கும் அந்தக் காலத்துலதாம் பசாந்திய மாண்டாமின்னு சொல்லியிருக்கிய, சரி குருஸ் பல்டோனாவ கெட்டுனா ஆவாதின்னா கெடக்கு. ஆணவத்துலே அழிஞ்சி போயிறுவிய. பல்டோனாவுக்கு நம்மளுக்கொப்பமென்ன அதுக்கு மேலயே தொழிலு இருக்கு. ரிபேரோதாம் வேணுமின்னா பல்ல இளிச்சிகிற்று பரலோத்து மந்திரம் படிக்க வேண்டியதாம்...”

தழுவ ஊன்றுகோலின்றி வாடிய கொடியாய் செப வீட்டில் வதங்கிக் கிடந்தாள் லிடியா. அழுது அழுது கண்கள் வீங்கி அது கன்னக் கதுப்புகளிலுமிறங்கியிருந்தது. தளர்ச்சி யாய் இருந்தாள்.

‘என்னய பாத்தாலே எதுக்கு இப்புடி தீய மிதிச்ச மா்றியிருக்காங்க அண்ணி. மீதியுள்ள காலத்த எப்புடி இவுங்களோட ஓட்டப் போறம். பெரிய தல்மெய்தா மக, நாங்கெடந்து அல்லாடுறது எனக்குத்தாந் தெரியும். யாபாரத்துல இவ்ளோ புத்திக் கூர்மயோட, சீற்றனே அசந்து போறமாரி முடிவெடுக்குற அப்பா இந்த விசயத்துல தோத்துப் போனாங்கள. இவுக பண்ணுறது போதாதுன்னு இவுக தங்கச்சியும் வந்து வதைக்கப் போறாளா. என்னய இப்புடி வுட்டுட்டு எந்த தைரியத்துல எல்லாரும் ரோமக்கி போறாக. மதினியோ, அண்ணனோ ஒரு வார்த்த நீயும் வாறியான்னு கேக்கலிய. அவுக ஆராய்ச்சி எப்பத்தாம் முடியும். இப்புடியே கன்னியாவே இருந்திருவமா. கன்னி யாஸ்திரியாப் போயிருக்குலாம். நல்ல கனிய கடவுளுக்கு குடுக்குறதுதான நல்லது, அப்ப ஆபேல கடவுள் எதுக்கு காப்பாத்தல. மாமா புள்ளயளாவது இங்க இருந்திருந்தாப் பரவாயில்ல. எல்லாரும் கொழும்புலே அடைஞ்சிக்கிருங்க... எதுக்கு ஓங்களுக்கு ஊரும் ஒறவும். அம்மா இருந்திருந்திருந்தா இப்புடியெல்லாம் நடக்குமா... ஓன்னய நெனச்சாத்தாம்மா எனக்கு பயமா இருக்கு. காலம் பூராவும் பணம் பணமின்னு பேயா அலைஞ்சிற்று வீட்டுல கெடந்தவன்வள படுக்காளி யாக்கிற்றுப் போறனம்மா. பசாந்தி விசயத்துல நா கொஞ்சம் வுட்டுக் குடுத்திறுக்கனும். அப்பனப் போல இருப்பாமின்னு வுட்டுட்டம். எனக்கு தெரிஞ்சி சில்வெஸ்டர் ரிபேரோ இனும எங்க வர. அவுரும் அவுங்க அண்ணன மாறி எவளாவது வெள்ளைக்காரிய... தண்ணி குடிக்கிறியளாப்பா.

அப்பா... நீங்களும் போயிற்றா நா எப்புடிப்பா. அப்பா நரகத்துக்கா போயிருப்பாங்க. நா செத்தா நரகத்துக்கு போக மாட்டம். ஞானஸ்தானம் வாங்கும்போது தந்த அந்த வெள்ளத் துணிய கறை படாம... மனசாலே நெனச்சாலே பாவமா... அய்யய்யோ அப்ப நாம் பாவியா. நரகத்துக்கா போவம்! கொதிக்கிற எண்ணெய்க்கிளயா போடுவாங்க?'

உடலெல்லாம் நடுங்க, தலையைத் தூக்கி சுற்று முற்றும் பார்த்தாள் லிடியா. காற்றேயில்லாததால் வாடா விளக்கும் ஆடாமல் அசையாமல் நின்று எரிந்தது.

'மோட்சத்துக்கே போகமாட்டனா. ஏழையாப் பொறந் திருக்குலாம். லாசர் மாரி பிதாவாகிய சர்வேசுரன் மடியில படுக்குலாம். அப்பா எங்கயிருப்பாங்க. அப்பாவுக்கு பரலோகத்துலயிருந்து கை நீட்டி தண்ணி குடுக்கலாம். அப்பா உத்தரிக்கிற ஸ்தலத்துலயா இருப்பாங்க... ஒரு வேள நரகத்துலயிருந்தா என்ன பண்ண...'

கதவருகில் யாரோ வந்து நிற்பது போல் உணர நிமிர்ந்து பார்த்தாள். அண்ணன் மகன் கிரகோரி நின்று கொண்டி ருந்தான். இந்தச் சிறு பிள்ளையோடு கட்டிப் பிடித்து அளவளாவுவதுகூட மதினிக்குப் பிடிப்பதில்லை. முகத்திலிருந்த சோகமெல்லாம் ஒரு நொடியில் மறைந்து போனது. எழுந்து கை நீட்டி அழைத்தாள் ஓடிவந்து அத்தையோடு ஒட்டிக் கொண்டான் கிரகோரி.

"என்ன கிரகோரி அத்தகிட்ட வரமாட்டியா?"

"இப்ப அம்மா இல்லத்த..."

அந்தச் சிறு பிள்ளையின் ஞானத்தில் லிடியாவின் விழிப் புருவங்கள் வில்லாகின. கிரகோரியே கேட்டான்.

"அத்த, மேபிலயும், கிறீஸ்டியயும் கூட்டிற்று வரட்டா."

"அத்த வாரண்டா எஞ்செல்லம்."

நூலாபீஸ் விருந்தில் கலந்துகொள்ள வெளியே சென்றிருந்த லெம்பர்ட்டும் சலேட்டம்மாளும் நேரம் தப்பியும் வராததால் குழந்தைகள் மூவருக்கும் சாப்பாடு ஊட்டி கதை சொல்லித் தன்னோடே உறங்க வைத்திருந்தாள் லிடியா.

33

1934

அந்தி சாயும் நேரம் தெற்கு ராஜ வீதியில் முத்துலிங்க நாடாரின் கடை நோக்கி வந்தபடியிருந்தார் ஆண்டி. நடையில் சிறிது தளர்ச்சி தெரிந்தது. பொதிமாடு களிலிருந்து சீனி மூடைகள் ஒருபுறமும் கசகசா, லவங்கம், முந்திரிப்பருப்பு, மூடைகள் மறுபுறமும் இறங்கியபடியிருந்தன. முத்துலிங்க நாடாரின் மகன் மூத்தவன் சண்முகவேல் மூடைகளைக் கணக்குப் பார்த்து சரி செய்தபடியிருந்தான். தோள்ச்சுமை கூலியாட்கள் மூடைகளை உள்ளே கொண்டுபோய் கிடங்கில் அட்டி போட்டபடியிருந்தார்கள். பக்க வாட்டுச் சந்தில் சரக்கு ஏற்றுவதற்காக ஓணாத் தெரு வண்டிமாடுகள் தயாராய் நின்றன. சீனி மூடைகளைத் தூக்கியவர்களிடம் கடிந்து பேசியபடி யிருந்தான் சண்முகவேல்.

"மூடையில கொக்கி போடாதிய."

"அய்ய சின்ன மொதலாளி சொல்லுதாவள்லா கேளாம்."

"எவ்ளோ சீனி வீணாவுது பாருங்க" என்றான் சண்முகவேல்.

நடப்பதைச் சிறிது நேரம் நின்று வேடிக்கை பார்த்த ஆண்டி பக்கத்தில் வந்து பேச்சுக் கொடுத்தார்.

"எய்யா பம்பாயிலயிருந்து எப்ப வந்திய?"

"போன வாரமே வந்திற்றன, மழ ஆரம்பிச் சிற்றில்ல சும்ம நசுநசுன்னு வாந்தி வார மாறி யிருந்திச்சி. அப்பா ஓங்களத்தாம் தேடிக்கிட்டு

இருந்தாப்புல, இப்புடி தேர்மாரி வாறீக... சீக்கிரமா வாங்க வெளக்கு வேற வச்சாச்சி.''

மூன்றாவது அட்டியில் மேல் சாக்கிலிருந்து ஒழுகிய கசகசாவைப் பார்த்த ஆண்டி பதறியபடி வந்து கைவிரல் கொண்டு அடைத்தார். அதைப் பார்த்த சாக்கு தைக்கும் கூலியாள் ஊசியில் சணல் கோர்த்தபடியே ஓடிவந்தான்.

"எய்யா பம்பாயில நெலவரங்க எப்புடி?"

"என்ன நெலவரங்களப் பத்தி எங்கிட்ட கேக்குதிய."

வாசலில் பேச்சுச் சத்தம் கேட்கவே உள்ளிருந்து குரல் கொடுத்தார் முத்துலிங்கம்.

"அங்கன யாரு ஆண்டியா... எய்யா அவன உள்ள அனுப்பு. கசகசா பூதாவும் அங்குலாஸ் திண்டுக்கல்லு சரக்கு. மதுர ரயில்ல போட்டா அங்க வந்து எடுத்துக்கிறுத மின்னாவள."

"சரிப்பா. அண்ணாச்சி, உள்ள போகயில பாத்துப் போங்க மூடய கிழிஞ்சி சீனி சிந்திக் கெடக்கு சாக்கு தைக்க சலுப்ப செட்டிமார் கூப்புட்டனுப்புனவுங்கள இன்னும் காணும். போங்க போங்க... பாத்து. சாப்புடுற சாமாம் பாத்தியளா."

முத்துலிங்க நாடார் நாற்காலியில் குத்த வைத்தபடி அமர்ந்திருந்தார். வாய் நிறைய வெற்றிலை. அவர் முன்னே மேசையில் கட்டுக் கட்டாய்க் கச்சாத்துகள். எதிரே நாற்காலியில் தஸ்நேவிஸ் அமர்ந்திருந்தார். கஞ்சி போட்டு இஸ்திரி போட்ட கதர் சட்டை, இடது தோளில் வெள்ளை துண்டு ஒன்றும் கிடந்தது. முத்துலிங்க நாடார் உள்ளேயிருந்தபடியே திரும்பவும் குரல் கொடுத்தார்.

"எய்யா, தல்மெய்தா தோணிக்கி நரிப்பூர், மூக்கையூர் சரக்குவ போவணும். கச்சாத்துல சொயம்பு நாடார்ன்னு போட்டு அனுப்புங்க. இத்தனைக்கி இத்தனயின்னு ஒவ்வொரு மூடையிலயும் குறிப்பு இருக்கட்டு..."

ஆண்டியைக் கண்டதும் தஸ்நேவிஸ் எழுந்துகொள்ள முயற்சிக்க அதைப் பார்த்த முத்துலிங்க நாடார் சொன்னார்.

"ஆண்டி அந்த பருப்பு மூடைக்கிப் பின்னால ஒரு முக்காலி கெடக்கு பாரு அத செத்த எடுத்திற்று வந்து போட்டுக்க. தூசியா இருக்கும் தொடைச்சிக்கயாம்."

"..."

“என்னப்பா மூஞ்செல்லாம் வாடிப் போயி கெடக்கு. கால காலமா கொற்கயில இருக்க எங்கள்வளுக்கு வராத யோசனயெல்லாம் ஒனக்கு வருதப்பா.”

“அந்தத் தோணிய வித்தத சொல்லுறியளா.”

“இங்க பாரு ஒரு விசயம் எனக்கு சொல்லிப் போடு... நீ தோணி வாங்கி தொழில் செய்ய விரும்புறியா அல்லது இப்புடி பழையதுவள வாங்கி வேல பாத்து விக்கப் போறியா?”

“நீங்க ஒரு ஆளு... தண்ணிக்குள எறங்குற அண்ணக்கிப் பாத்து கொலசேகரப்பட்டனம் சாயிபு மூனா சானா வந்து கேப்பாரா. பாத்தம் கைமேல மூவாயிரம் நின்னுச்சி.”

“மூவாயிரமா... எலேய் ஓங்காட்டுல மழயின்னு சொல்லு. இடுப்பு ஒடிய இங்கன கெடந்து பம்பாயி, பர்மான்னு ஓடுதம் மூட்டைக்கி எட்டணா கெடைக்கும். அதும் கெடைச்சா உண்டு இல்லியா இல்ல.”

“தெக்க நம்ம நங்கரவாடிப் பக்கம் போயிறுந்தம் ஒரு தோணிய இழுத்து வச்சிறுக்கு.”

“அதும் நம்ம சாதித் தலைவனார் தோணிதாம், நாலைஞ்சி வருசமாச்ச... மண்ணு மூந்துபோயிருக்கும்” என்றார் தஸ்நேவிஸ்.

“அந்தப் பக்கங்கள்ல, பேயி பிசாசு நடமாடுமிம் பாவள்லா...” என்றார் முத்துலிங்கம்.

வயிறு குலுங்கச் சிரித்தார் ஆண்டி. சண்முகவேல் உள்ளே வந்தவன் வயிறு குலுங்கச் சிரிக்கும் ஆண்டியையும் அவர் அருகில் அமர்ந்திருக்கும் தஸ்நேவிசையும் ஒரு முறை பார்த்துவிட்டுக் கேட்டான்.

“கச்சாத்துவளயும் கூடவே அனுப்பியிரட்டா?”

“அத ஒரு பையில தனியா போட்டு தண்ட கிட்ட குடுக்கணும்ய்யா” என்றார் தஸ்நேவிஸ்.

“என்னட சேக்காளி ஒருத்தம் பிலிப்புன்னு பேரு, லஸ்கராப் போறாம். அவங்கிட்ட குடுத்து வுடுதம்.”

“சரி, சரி. ஒழுங்காப் போயி சேந்தாச் சரிதாம்” என்றார் முத்துலிங்கம்.

வியாபாரி முத்துலிங்க நாடார் மகன் சண்முகவேலும் ராமேஸ்வரம் தோணியில் லஸ்கராக வேலை பார்க்கும் பிலிப் கலிங்கராயனும் சந்தித்துக் கொண்டதே தோணிப் பாலத்தின் கீழே கடலுக்குள். அன்று நடந்த சம்பவத்தை

இன்று நினைத்தாலும் சண்முகவேலுக்கு சிலிர்த்துக் கொள்ளும்.

தோணிதுறையின் தெற்குப் பாலமருகே தொட்டத்தில் சிங்கராயரின் டிங்கியில் நரிப்பூர், மூக்கையூர், இராமேஸ்வரம் சரக்குகள் ஏறியபடி இருந்தன. கொழும்பு நடையைப்போல் தொடர்ச்சியான தோணி நடைகள் நரிப்பூர், மூக்கையூர் பகுதிகளுக்கு கிடைப்பதில்லை. நடை கிளம்பும் தோணியில் இடம் கிடைப்பதற்குக் கடுமையான போட்டி இருக்கும். அரிசி மூடை, பருப்பு மூடையென முத்துலிங்க நாடார் கடைச் சரக்குகள் ஏராளமாய்ப் பாலத்தில் குவிந்து கிடந்தன. சரக்கு ஏற்றுவதை மேற்பார்வை செய்வதற்காக சண்முகவேல் பாலத்தில் நின்றிருந்தான். சரக்கு ஏற்றி முடிந்துத் தோணி கிளம்பும் நேரம், தான் ஏற்றுவதற்காகக் கொண்டுவந்த மொத்த சரக்கையும் ஏற்றிவிட வேண்டுமென்ற முனைப் பிலிருந்த சண்முகவேல் பாலத்தின் முண்டங்காலிருந்து தோணியின் கயிறு தட்டுவதைக் கவனிக்கவில்லை. சுண்டி இழுப்பதற்கு வாகாகப் பாலத்து முண்டங்காலில் உறுவு முடிச்சி போட்டு மாட்டியிருந்தார்கள். கண்ணிமைக்கும் நேரத்தில் முண்டங்காலிலிருந்து உறுவி வந்த முரட்டுக் கயிற்றின் அடியிலிருந்து தப்பிக்கப் பின்னோக்கி நகர்ந்த சண்முகவேல் அது பாலத்தின் விளிம்பென்று உணர்வதற்குள் கடலுக்குள் விழுந்துவிட்டான். தோணி மேல் நின்றபடியே கயிற்றை வாங்கியபடியிருந்த பிலிப்புக்கு ஒரு கணம் ஒன்றுமே ஓடவில்லை. கையிலிருந்த கயிற்றைத் தூக்கி வீசிவிட்டு கடலுக்குள் குதித்துவிட்டான். பாலத்திலிருந்து நகர்ந்த தோணி யின் கமர் பலகைக்குள் சண்முகவேல் மாட்டிவிடாமல் சாதுர்யமாய் விலக்கிப் பிடித்த பிலிப், சண்முகவேலின் பிடரி முடியைப் பிடித்தவாறே நீந்திக் கரையேறினான்.

அன்று மட்டும் பிலிப் கடலுக்குள் குதித்து சண்முக வேலைக் காப்பாற்றாதிருந்திருந்தால் சண்முகவேல் கதி அதோ கதிதான். சுய நினைவுக்கு வருவதற்கு வெகு நேரம் பிடித்தது.

சண்முகவேல் வெளியே கிளம்ப முத்துலிங்கம் கேட்டார்.

“என்ன ஆண்டி, சிரிக்க.”

“அந்தத் தோணியும் அம்போன்னுதாம் வாயப் பொழந்தபடியே கெடந்திச்சி...”

“சாதித் தலைவனாருகிட்ட ஒரு பேயி... குட்டிப் பேயி இருந்திச்சின்னு சொல்லுவாவ ஒங்களுக்கு தெரியுமா” என்றார் தஸ்நேவிஸ்.

“அதியமாத் தெரியாது ஆனா பழைய பாண்டியபதி கிட்ட இந்த வெளையாட்டுவ அதியம் வுண்டுன்னு நாங்கள்வ வந்த புதுசுல பேசிகிற்றாவ. கட்டுப்பனைய அடிப்பனையில கால வச்சாறுன்னா மண்ட தரையில படுறமாரி நிக்கிமாம் அவுரு பயினிய குடிச்சிற்று வுட்ட பொறவுதாம் நிமுறுமாம்.”

“இவுரு வெரட்டி வுட்டுட்டாறு, அது தங்க எடமில்லாம அங்கயும் இங்கயுமாச் சுத்துனது பிந்திகுட்டி அந்த இழுத்து வச்சிருக்க தோணிக்கிளதாம் போயி தங்கிற்றும்பான்வ” என்றார் தஸ்நேவிஸ். திரும்பவும் சிரித்தார் ஆண்டி.

“அண்ணாச்சி, சாய்ப்பு பலக கெடந்திச்சி. மெதுவா ஏறி உள்ள போனம் பாத்துக்கிடுங்க. காத்துல மண்ணள்ளி உள்ள போட்டு மூத்திருக்கு.”

“வருமானமில்லியா... தோணிய இழுத்து வேல பாக்க மாட்டாரு.”

“எய்யா வள்ளியூரு சந்தய வுட்டுக் குடுத்தாறுன்னாவ அதயாவது கோயில் கெட்டுறதுக்குன்னு ஒத்துக்கிறுலாம். இந்தப் பாண்டியந் தீவ எதுக்கு குடுக்கணுமிங்கம்?” என்றார் முத்துலிங்கம்.

“அப்புடியாவது ஒரு மரியாத வராதாயின்னு பாத்திருப்பாரு” என்றார் தஸ்நேவிஸ்.

கொற்கைப் பாண்டியன் தீவு என்பது பாண்டியபதிகளின் பாரம்பரிய மிக்க ராஜ தீவு. 1603ஆம் ஆண்டு வாக்கில் கொற்கையில் முத்துக்குளிப்பு குறைந்துபோய் மதுரை நாயக்க மன்னன் அநியாயமாகக கேட்ட வரியைக் கொற்கைப் பரதவர்களால் கொடுக்க முடியவில்லை. ஆத்திரமுற்ற நாயக்க மன்னன் வடுகர் படையோடு கொற்கையை முற்றுகை யிட்டான். கொற்கையின் புறநகர்ப் பகுதியில் கொலை, கொள்ளைச் சம்பவங்கள் நடப்பதைக் கேள்விப்பட்டு மனம் பதைத்த பாண்டியபதி தன் பரிவாரங்களோடும் மக்களோடும் தன்னுடைய பூர்வீக சொத்தான ராஜ தீவில் சென்று குடியேறினார். ராஜ தீவில் புதிய குடியேற்றத்தைப் பற்றி கேள்விப்பட்ட கொச்சி கத்தோலிக்க ஆயர் எங்கே கொற்கை பரதவர்கள் இயேசு சபைக் குருமாரின் துர்போதனையால் தன்னுடைய நேரடி ஆளுகையிலிருந்து நழுவிவிடுவார்களோ எனப் பயந்து தானும் நாயக்க மன்னனோடு சேர்ந்து முற்றுகையில் ஈடுபட்டிருக்கிறார். இரண்டு வாரத்துக்கு மேல் நடந்த இந்த முற்றுகையில் அத்தியாவசியப் பொருள்களை எல்லாம் ஆயரின் படையினர் தடை செய்துவிட்டதாகச் சொல்கிறார்கள். மொத்தத்தில் கத்தோலிக்கம், விசுவாசம்

என்பதெல்லாம் கடற்கரைப் பரதவர்களை ஆட்சி அதிகாரம் செய்வதற்காகப் பயன்படுத்தப்பட்ட வித்தைகளேயன்றி வேறெதுவுமில்லை.

தலையைச் சொறிந்தபடியிருந்த ஆண்டி பேச்சை மாற்றினார்.

“திரும்பி வரும்போது அந்தப் பக்கமா வந்த ஒரு ஆளுகிட்ட பேச்சி குடுத்தம் பாத்துக்கிடுங்க. காத்து பேயா நிக்கிது. மண்ணள்ளிக் கூரவுடுது. சாதித் தலைவனாரு என்னமோ தோணிய வேல பாத்து ஓட்டுறமாரியில்ல. வார வெலைக்கி வித்துப் போடுவாருன்னாரு.”

“ஆனாலும் ஆண்டி, எப்புடித்தாம் சாதித் தலைவனாறு தோணியா ஒங்கிட்ட மாட்டுதின்னு எனக்கு புரிய மாட்டயிங்குதுடே.”

ஓணாத் தெரு வண்டி மாட்டுக்காரர்கள் வந்து கையெடுத்துக் கும்பிட்டுவிட்டுச் சென்றார்கள். அவர்களைப் பொறுத்தவரையில் முத்துலிங்க நாடார்தான் படியளக்கும் சாமி.

“என்னய கேட்டா, நங்கரவாடியில பாத்தியள அந்தத் தோணிய ஒரு வெல பேசி முடிங்கயிம்பம். அது ஓடும்போது பாத்திருக்கம். பணத்த தண்ணியா எறைச்சி வச்ச தோணி யாக்கும். வெந்தேக்குலயும், ஆயினியிலயும் வெளிப்பலக, ஏராக்கட்ட கருமருது, உள்ள வங்குவளும் கருமருதுதாம். பணத்திமுருல கெட்டுனதாக்கும்” என்றார் தஸ்நேவிஸ்.

ஆண்டியின் கண்களில் பளிச்சிட்ட மின்னலைக் கண்ட முத்துலிங்கம் சொன்னார்.

“பேசி முடிச்சி குடுத்திருங்க.”

“இந்தத் தோணி மெதப்ப பாத்திற்று நம்ம செதம்பரம் புள்ள சொன்னாரு... தேவயில்லாம கப்ப, கப்பயின்று அலைஞ்சி துட்ட செலவாக்கிப் போட்டன. எப்புடி மெதக்குது பாருங்க நம்ம கப்பலுக்கு மேல சரக்கு வாங்கியிருக்க அப்புடியின்னாரு.”

“நெசமாவா...!” என்றார் ஆண்டி

“தஸ்நேவிசு நாஞ் சொல்லுதமுல்ல...”

இரண்டு கைகளையும் நாற்காலியின் சட்டத்தில் வைத்து ஊன்றி யாராவது வருகிறார்களா என்று பார்த்த முத்துலிங்க நாடார் சொன்னார்.

"இன்னைக்கி வந்திற்று நாங் கப்ப ஓட்டிற்றம் கப்ப ஓட்டிற்றமுன்னு ரண்டு ஓட்டராட்டு கப்பல கொண்டு வந்திற்று சொன்னாற. அந்தக் காலத்துலே கொற்கயில எத்தனயோ கப்பல்வ ஓடிச்ச..."

"பாய்மரக் கப்பயின்னு சொல்லுங்க" என்றார் தஸ்நேவிஸ்.

"பலகயில செஞ்சி பாயிலபோனா அது கப்பயில்லி யாக்கும். கல்கத்தாவுக்கு நா உப்பு ஏத்துனம். செதம்பரனார் கப்பலவுட கூடுதலாப் புடிச்சிச்சி. அய்ய பயமில்லாம இருப்போம், இவுரு கப்பல்ல சரக்க போட்டுட்டு நாங்க பட்ட பாடு எங்களுக்குல்லா தெரியும். என்ன... அந்த நேரம் வாலிப முறுக்கு."

"மிராண்டா ஆள்க்க அப்பவே கப்ப ஓட்டுனாவள" என்றார் தஸ்நேவிஸ்.

"பர்னாந்துமார் தமிழரில்லியோ...!"

பேச்சு திசைமாறுவதை உணர்ந்தாரோ என்னவோ இடைபுகுந்த ஆண்டி அந்தத் தோணியை தனக்கு வாங்கித் தருமாறு கேட்கத் தஸ்நேவிஸ் பக்கம் திரும்பிய முத்துலிங்கம் தோணியை வாங்கிக் கொடுத்தால் மட்டும் போதாது, கூடவே இருந்து அந்தத் தோணியை நடை செய்யும் பக்குவத்திற்கு ஆக்கிக் கொடுக்கவேண்டுமென்றும் கேட்டுக்கொண்டார்.

ஆண்டி தஸ்நேவிசயே பார்த்தவாறிருந்தார்.

'இந்தத் தோணிய வுடக் கூடாது. தோணி வைச்சித்தாம் தொழில் செஞ்சி பாப்பும. பயலுக்கு ஒரு சம்பந்தம் பாத்தா இப்புடி கொற்கையிலேயே ஒதுங்கியிருலாம். ஆளு பாத்தா மடிப்பு கொலயாம சட்ட போட்டுருக்காரு. வேல பாப்பாரோ என்னமோ. நாடாரு சொல்லுதாரு. அவுரு மாமம் மச்சினனயா சொல்லுதாரு. ஆள பாத்தமாதி ஞாபகம் வருது. ஆனா எங்கயின்னுதாம்... நம்ம சிலுவபர்னாந்துவாள் வீட்டுல. அய்ய இவுரு மகந்தாம்...'

"என்ன ஆண்டி பேச்சே காணும். என்னடா இவுருகிட்ட தோணி பாத்து தாருமுன்னு கேட்டா இவுரு அடுத்தவரு தலையில அடிக்கிதாரயின்னு நெனக்கிறியா."

"அய்ய, அப்புடியெல்லாமில்ல. இவுகள நா நம்ம சிலுவ பர்னாந்துவாள் வீட்டுல பாத்திருக்கமுல்லா... இப்பந்தாம் ஞாபகம் வருது. அண்ணாச்சி ஒங்க பொண்ணு எப்புடியிருக்கு? ஈரக்கொலயே நடுங்குறாப்புல இருந்திச்சி. கண்ணு முன்னால அப்புடியே நிக்கிது பாத்துக்கிடுங்க."

"செத்தது எம் பையம். அது எம்மருமொவ, இப்ப அவுங்க அய்யா வூட்டுல இருக்கா... என்ன செய்ய, எல்லாம் அவுக அவுக தலயில எழுதுனபடிதான நடக்கும்."

மௌனமாகியிருந்தார்கள் ஆண்டியும், தஸ்நோவிசும். முத்துலிங்க நாடாராலும் பேச முடியவில்லை. பிள்ளைவாள் கடையிலிருந்து வரவழைத்திருந்த காப்பி வந்து மணந்தது. கண்ணாடியைத் தூக்கி அடிக்கண்ணால் பார்த்தார் முத்துலிங்கம். இருக்கையில் அசைந்து அமர்ந்த ஆண்டி காப்பியை எடுத்தவாறே சொன்னார்.

"சிலுவப் பர்னாந்து எப்புடி மனுசமிங்கிய. இந்தா எதுத்தால உக்காந்திருக்கன அதுக்கு அவுருதாம் காரணம்."

"ஒடம்பு சௌகரியமில்லயின்னு கேள்வி."

"அப்புடியா...!"

சிறிது நேரத்தில் தஸ்நேவிஸ் பர்னாந்து விடை பெற்றுக் கொள்ள, ஆண்டியும் எழுந்து போய்க் கடையின் பின்புறத்தில் சிறுநீர் கழித்துவிட்டு வந்தார். முத்துலிங்கம் மகனோடு உரையாடியபடியிருந்தார்.

"இப்ப எதுக்கு கலியாணம் வேண்டாமுங்க? காரணத்த சொல்லு."

"இப்பதாம் யாபாரத்துக்கு வந்திருக்கம் அதுக்குள்ள..."

ஆண்டி உள்ளே வந்திருந்தார்.

"தம்பி அய்யா சொல்லுயத கேளுங்களாம். இந்தக் காலத்து பயல்வ பூதாவும் கலியாணம் மாண்டாம் மாண்டாமிங்கிய என்ன கதயின்னு தெரியில."

"எய்யா, வண்டிய நீ கொண்டு போ, நா இப்புடியே பொடி நடயா வந்து சேருதம்" என்றார் முத்துலிங்கம்.

சண்முகவேல் வெளியே கிளம்ப வெளியே குதிரை வண்டி வந்து நிற்கும் சத்தம் கேட்டது.

"எங்க வூட்டுல ஒருத்தம் இருக்காமுல்லா அவனும் இதே கத தாம்."

"பெரிய கத ஒண்ணு மறந்து போச்சி ஆண்டி."

பேசிக்கொண்டே எழுந்து கடையை அடைத்தார் முத்துலிங்கம். இருவரும் காலாற நடந்தே காட்டன் தெருவில் வந்தார்கள். மேற்றிராசனக் கோவிலில் தவக்கால நிகழ்ச்சிகள் நடந்தபடியிருந்தன. பர்னாந்துமார் பெண்களும் ஆண்களும்

வெள்ளையுடுத்தி திருஇருதய ஆண்டவர் கோவிலுக்குள் சென்றபடியிருந்தார்கள். பேச்சுவாக்கிலேயே முத்துலிங்கம் தான் மகிமைக் கூட்டத்தில் பிச்சைக்கனியைப் பார்க்க நேர்ந்தது பற்றியும், பிச்சைக்கனி மகளுக்கு மாப்பிள்ளை தேடுவது பற்றியும் சொன்னார். சண்முகவேலுக்கு சொந்தத்திலேயே பெண் இருப்பதால் பிச்சைகனி மகளுக்கு நல்ல வரன் தேடுவதாகச் சொன்னார்.

"எய்யா, துட்டு நெயமா வச்சிருக்காம். என்ன, புள்ள நல்ல கறுப்பு. மூத்தது. ஒரு பய அடுத்தாலயும் சின்னது ஒண்ணும் இருக்கும்போல. நம்ம பய நல்ல செவப்போ."

"..."

"பிச்சக்கனிக்கி பர்னாந்துமாரு ஆள்க்க நல்ல பழக்கம். வந்த நாள்லயிருந்தே காளவாசல வுட்டுட்டு வெளிய வர மாட்டயிங்காம்."

"எனக்கும் கொற்கையிலே பொண்ணு பாக்கணு மின்னுதாம். ஆச பாத்துக்கிடுங்க. ஒரு தாங்கு தொண வேணும் பாத்தியளா."

"தெக்கத்திப் பயல்வ, பாச நேசத்துக்கெல்லாம் கொறவேயிருக்காது ஆண்டி. வடக்கத்தி மாப்புள கெடைச்சா தோள்ல தூக்கி வச்சி கொண்டாடுவாம்."

இருவரும் பிரிந்து நடந்தார்கள். ஆண்டியின் மனம் அசை போட்டவாறேயிருந்தது.

'என்னமோ முருகன் செயல். நம்ம நெனைக்கிறபடி என்ன நடக்கு. நம்ம கையில என்னயிருக்கு. இதுதாம் அவஞ் சித்தமுன்னா தங்கப்பழம் மறுப்பு சொல்லவா போறாம். நானா முடிவெடுத்து இதச் செய்யின்னு சொல்லய. சொல்லிப் பாப்போம் முருகன் செயலா இருந்தா நடக்கட்டு.'

34

1934

பெரியதுறை போய் ஆத்தாள் லூர்தயும் தங்கை அருள்மொழியையும் கொற்கை அழைத்துக்கொண்டு வந்திருந்தான் பிலிப். லெம்பர்ட் கலிங்கராயன் வரவில்லை. எவ்வளவோ நயந்து கேட்டும் அவர் அசைந்து கொடுக்கவில்லை. சட்டி பொட்டிகளோடு கோபாலன் பஸ்ஸில் அதிகாலையிலேயே ஏறியிருந்தார்கள். கரி எஞ்சின். அது புகை கிளப்பி பெரியதுறை மேட்டில் ஏறுவதற்குள் கடலில் குச்சுக் குச்சாய்த் தெரிந்த பாய்மரங்கள் கரைவிட்டிருந்தன. ஒரு வழியாய் கொற்கை வந்து சேருவதற்கு உச்சிப் பொழுதாகியிருந்தது. பிலிப்பு எவ்வளவோ மறுத்தும் லூர்து விடாப்பிடியாக மணல் மேட்டில் கொழுந்தன் லொஞ்சின் வீட்டிற்கு போயே ஆகவேண்டுமென்றதால் பீங்கான் ஆபீசிலேயே இறங்கி தலைச்சுமையோடு நடக்க ஆரம்பித்தார்கள். பிலிப்பின் தலையிலிருந்த சாக்குப் பையில் மடல் உரித்த குட்டத்துத் தேங்காய்களும் ஊத்தம் போட்ட வாழைக்காய்களும் இருந்தன. லெம்பர்ட் கலிங்கராயன் தேங்காய்களைக் குட்டத்திலிருந்து வாங்கி வந்து மடல் உறித்துக் கொடுத்திருந்தார். வாழைக்காய்களை ஊத்தம் போடும் போது பிலிப்பும் அவரோடு சேர்ந்துகொண்டான். பெரியதுறையை விட்டு ஏனோ லெம்பர்ட் கலிங்கராயனின் கால்கள் அசைய மறுத்தன. முன்பெல்லாம் எத்தனையோ முறை கொற்கை வந்திருக்கிறார். ஆனாலும் புலம்பெயர்ந்து போவதில் நாட்டமில்லாதிருந்தது.

மணல் மேட்டில் புதிதாகக் காரை வீடுகள் முளைத்திருந்தன. எல்லாருமே பெரியதுறை, ஆமந்துறை, கூடுதுறை, கூத்தந்துறை ஊர்களிலிருந்து தோணித்

தொழிலை நம்பிக் குடியேறியவர்கள். சாலையின் இடதுபுறம், ஓணாத் தெரு போகும் பாதையில் பன்றிகள் ஊளையிட்டபடி கிடந்தன. பாதையின் உள்ளே 'விவேகானந்தர் பார் கிளப்' சண்முகபுரம் என்று பெயர்ப் பலகை எழுதி வைத்திருந்தார்கள். தலைச்சுமை தாங்காமல் நின்று நிதானித்த லூர்து சொன்னாள்.

"எய்யா, பாத்தா மணல்மேடு, புல்லுத் தோட்டம் மாரி தெரியிலிய"

"ஆமா, முன்னால நெறைய ஓட மரங்க இருக்கும். சண்டும் செத்தயுமாக் கெடக்கும் இப்ப வித்தியாசமா இருக்கி" என்றான் பிலிப்.

"அப்ப நீனும் இந்தப் பக்கங்கள்ல வாரதில்ல போல."

"நெறைய கார வீடுவ வந்திற்று. ஓட மரங்களயும் வெட்டிப் போட்டான்வ."

"எதுக்குய்யா இப்புடியிருக்க, வழியில்லாம ஓடிவந்திய, அப்ப ஒன்னய யாரு வச்சி காப்பாத்துனா. சித்தப்பாவுஞ் சித்தியுந்தான. சித்தப்பாவாவது நம்ம சித்தப்பா, ஆனா சித்தி அடுத்தவ. அவ செஞ்சாளய்யா."

மனதுக்குள் முனகியவாறே வந்தான். வந்த நாட்களில் நடந்தவற்றைப் பற்றி இதுவரையிலும் யாரிடமும் வாய் திறந்திருக்கவில்லை பிலிப்.

'நல்ல சித்தி. பதறிகிட்டு ஓடுனவனுக்குல்ல தெரியும். என்னமோ அந்த சந்தனமாரி புண்ணியத்துல ஆண்டாமணி மாமாவ பாத்தம். இல்லாட்டி கொலப்பட்டினியா போய் சேந்திருக்க வேண்டியவம்.'

பின்னால் பன்றியொன்று திமிறிக் கத்துவது கேட்க சாலையிலிருந்து விலகித் திரும்பினான். பன்றியொன்றை சைக்கிள் கேரியரில் கட்டி வைத்தபடி கடந்து போனான் காசி. சாலையில் ஆட்களைக் கண்டதும் பன்றி ம்மீ... ம்மீ என்றபடி திமிறியதில் சைக்கிள் சாலையில் குறுக்கு மறுக்காக ஓடிக் கீழே சரிந்தது. கட்டு உறுவியதில் சுதாரித்துக்கொண்ட பன்றி ஊடுருவிப் பாய்ந்து தப்பியோட அதைப் பிடிக்கப் பாய்ந்த காசி சைக்கிளோடு கீழே விழுந்து உருண்டான். பன்றி கல்லறைத் தோட்டத்துக்குள் ஓடி மறைந்தது. முட்டங்கைகளில் அப்பியிருந்த மணலைத் தட்டிவிட்டபடி எழுந்து நின்ற காசி சொன்னான்:

"தேவுடியாவுள்ள ஓடுதியாக்கும், பெருமாளுன்னு நெனப்பு போலுக்கு. மொவளே நீதாண்டி சம்முகபொரத்துல நாளக்கி கொளம்புக்கு. எங்க ஓடிறுவ..."

280 ஆர். என். ஜோ டி குருஸ்

பக்கத்தில் வந்த பிலிப் சொன்னான்.

“முட்டியிலயிருந்து ரத்தம் வருது பாருங்க.”

“சோலிக் கூதி மயிறைப் பாத்துகிட்டு போயாம். ரத்தம் வருது ஓளு வருதுன்னுகிட்டு கெடக்காம்.”

லூர்தும் அருள்மொழியும் பதைபதைத்து நிற்க, பிலிப்பிடமிருந்து அதற்குமேல் வார்த்தை எதுவும் வரவில்லை.

“முனிசிபாலிட்டி நடத்துறான்வளாம் முனிசிபாலிட்டி ரோடுவள ஒழுங்காப் போட்டாத்தான. கோட்டு போட்டுகிட்டு அலையிதான்வ என்னமோ வெள்ளைக்காரன்வளுக்கு பொறந்தவன்வ கணக்கா.”

திரும்பி வந்து சைக்கிளை நிமிர்த்தி நிறுத்திவிட்டு அவிழ்ந்து கிடந்த கயிற்றைத் திரும்பவும் கேரியரில் சுற்றியபடியிருந்த காசியை வேடிக்கை பார்த்தபடியே நின்றிருந்த லூர்து சொன்னாள்.

“தப்பியோடுன பண்ணிய பாத்தியா. வயித்துல பால் காம்புவளா இருந்திச்சி, பொட்ட.”

“சும்மா வாய மூடிகிட்டு வாருங்க” என்றான் பிலிப்.

சாலையிலிருந்து மணல் மேட்டுக்காக இடது புறம் திரும்பினார்கள். முன்னங் கால்களிரண்டிலும் கயிற்றுக் கட்டுப் போட்டிருந்த நான்கு கழுதைகள் தவ்வித் தவ்வி சந்திலிருந்து வெளியே வந்தன. பின்னாலேயே கையிலொரு குச்சியோடு வேல்முருகன் வந்தான்.

“இதாரு பிலிப்பா. பெருசா வளந்திற்ற பிலிப்பு.”

வேல்முருகனை முறைத்துப் பார்த்தாள் லூர்து.

“யாத்த இது வேல்முருகம், துணியெல்லாம் இஸ்திரி போடுவாம்.”

“வண்ணாத்தி மொவனா” என்று குரலிலேயே அலட்சியத்தைக் காட்டினாள் லூர்து.

“என்ன வேல்முருகா ஒங்கய்யாவ எங்க? நாந்தாம் படிக்கயில்ல நீ காலம்பரயிலேயே கழுத மேய்ச்சிகிற்று அலையிற.”

முகத்தை தொங்கப் போட்டபடியே நின்றிருந்தான். கழுதைகள் தவ்வியபடியே முன்னால் போய்ப் பக்கத்து வீட்டு சுவற்றை உரசியபடி நின்றன. வேல்முருகனின் கண்களில் கண்ணீர் துளிர்த்திருந்தது.

“என்னடா?”

“அப்பா செத்துப் போயிற்றாவ பிலிப்பு.”

தலையிலிருந்த பாரத்தை இறக்கி வைத்தபடி வேல் முருகனருகே வந்தான் பிலிப். வேல்முருகனின் தோள்களைப் பிடித்தவன் கேட்டான்.

“எப்புடிடா?”

“மில்லுக்கார வெள்ளைக்காரன்வளுக்கும் அப்பாதான வெளுத்தாவ. யாரோ செதம்பரம் புள்ளையாம் அவுர கைது பண்ணிக் கொண்டுபோன நேரத்துல அப்பா அவன் வளுக்கு துணி வெளுக்கமாட்டமின்னுட்டாரு போல...”

“அந்தக் காலத்துல நடந்த விசயமில.”

“இப்ப, அப்பா செத்து அஞ்சி வருஷமாச்சி. ஆனாலும் எப்பவோ நடந்தத...”

“...”

“கேட்டா, இன்ஸ்பெக்டர் லச்சுமணம் சொல்லுறாறு விசாரணயாம். என்னமோ, ஒரு நா திடீர்ன்னு வீட்டுல வெள்ளாவி வச்சிகிட்டு நின்னாவ, அப்பதாம் வந்து இழுத்துகிற்றுப் போனான்வ. அதுக்கு முந்துன நாள் கழுத வேற வெதயில எத்தியிருந்திச்சி. விசாரிக்கும்போது அங்கன கைய வச்சி மறைச்சிருக்காவ, அங்க என்னடா வச்சிறுக்க வண்ணாப் பயலயின்னு மிதி மிதியின்னு மிதிச்சிப் போட்டான்வ.”

“...”

“நாலஞ்சி நாள் கழிச்சி கொண்டாந்து கெடத்துனாவ. அனக்கமேயில்ல பிலிப்பு. வெத வீங்கி பூசனிக்கா கணக்கா இருந்திச்சி. அன்னக்கி ராத்திரியே போயி சேந்திற்றாவ. நாலு தெவசம் கழிஞ்சிற்ற...”

அதுவரையில் மறு பேச்சில்லாமல் வேல்முருகன் பேசுவதையே கவனித்தபடியிருந்த லூர்து தலைச்சுமையைக் கீழே இறக்கி வைத்துவிட்டு ஓடிப்போய் வேல்முருகனைக் கட்டிக்கொண்டாள். பக்கத்தில் பயந்த விழிகளோடு நின்றிருந்தாள் அருள்மொழி.

“அடிச்சது வெள்ளைக்காரன்வளா...?”

“அதாமில்ல பிலிப்பு. பின்னால செய்தி வந்திச்சில்ல. எல்லாம் நம்ம சுதேசி ஆளுவ, பாத்தா தெரியாதா. அதியமா

அடிச்சது வாடித் தெருக்காரராம். முன்னால என்னமோ அய்யா மேல கோவம் இருந்திருக்கு. வண்ணாப் பெயலுக்கு சொதந்தரம் ஒரு கேடான்னு நம்ம பெறயிலயிருந்து இழுத் திற்றுப் போவும்போதே அடிச்சான்வடா. அம்ம பதறிப் போனா. தங்கச்சியும் அப்பாவ அடிச்சத கண்ணெதுருல பாத்தா பாரு, புத்தி பேதலிச்சி போச்சி. ஆமா, சின்னைய்யா வூட்டுக்கா போற."

"ஆமா... என்ன?"

"சித்தியார பாத்தா, என்னய வழியில பாத்தமின்னு மட்டும் சொல்லிராத."

"என்னடா....!"

கண்களில் கண்ணீர் துளிர்த்திருந்தது. எம்பி எம்பிக் குதித்தபடி கழுதைகள் சாலையைக் கடந்து ஓணாத் தெருவுக் குள் நுழைய இருந்தன. இங்கிருந்தே குரல் கொடுத்தான்.

"இந்தா...க்கும். இங்க... க்கும் சனியம் அங்க எங்க போற. சரிடா பிலிப்பு, இதுவள பத்திகிற்று இப்புடியே அலங்காரத் தட்டு வர போவணும். பங்குளாத் தெருவுல நம்ம தங்கப்பழ நாடார் அண்ணாச்சி பொண்டாட்டி ரெம்ப நல்லவுக. பேரு உண்ணாமலையின்னு நெனக்கிறம். வீட்டுக்கு முன்னால செத்த எறக்கி தந்திருக்காவ, கட போட்டுறுக்கம்."

"பாத்துப் போய்யா" என்றாள் லூர்து. அருள்மொழி தலையிலிருந்த சுமையை வாங்கிக்கொண்டான் பிலிப்.

"நானும் வலக்குடி பக்கந்தாம் வீடு பாத்திருக்கம்."

"அங்கன எங்க?"

"நம்ம சந்தனமாரி கோயில் பக்கம்."

"நா நெதமும் அந்தப் பக்கமாத்தாம் கடைக்கி போவம். அம்ம தூக்க முடியாம செரமப்படுதாவ. சீக்கிரம் போ."

ஓணாத் தெருவுக்குள் போகவிருந்த கழுதைகளை விரட்டி கிழக்கு நோக்கி ஓட்டிக்கொண்டு போனான் வேல்முருகன்.

முன்பு தென்னையோலைக் கிடுகு வேய்ந்திருந்த சின்னைய்யா வீடு இப்போது காரைச் சுவரெழுப்பி காலிகட் ஓடு வேய்ந்து சுண்ணாம்பு அடித்துப் பளிச்சென்றிருந்தது. முன்னாலிருந்த காம்பவுண்டுக் கதவைத் திறந்தபடி உள்ளே வந்தார்கள். லொஞ்சின் நடையில்லாமல் வீட்டிலிருந்தார். வெளியே கதவு திறக்கும் சத்தம் கேட்டுத் திரும்பிப் பார்த்தவர் மதினியாரைக் கண்டதும் பதறித் துடித்து எழுந்து வந்து

தலைச்சுமையை வாங்கினார். மதினியாரையும் பிள்ளை களையும் கண்ட சந்தோசத்தில் பூரித்துப்போனார். தலையைக் குனிந்தவாறே வந்து படிக்கட்டில் பையை வைத்த பிலிப் தாழ்வாரத்துக்கு கீழே திண்ணையில் ஓரமாக அமர்ந்தான். முக்காட்டை எடுத்து உதறி முந்தானையை இடுப்பில் சுற்றிச் சொருவிய லூர்து வீட்டிற்குள் எட்டிப் பார்த்தவளாய் கேட்டாள்.

“எய்யா, ரஞ்சிதத்தயும் புள்ளயளையும் எங்க?”

“அவயில்ல.”

“அவயில்ல சரி, புள்ளயள எங்க?”

“மயினி... வுட்டா, வருசம் முன்னூத்தி அறுபத்தியஞ்சி நாளும் ஆத்தா மடிக்கிளே கெடப்பா போலத் தெரியிது.”

ரஞ்சிதமும் இப்போது என்றில்லை, எப்போதுமே தாய் வீட்டில்தான் கிடை. மகன் ரஞ்சனையும் தகப்பன் பாசமில்லாமலேயே வளர்த்தாள். தோமாஸ் தண்டலின் இளைய மகள் வீர்ஜித்துக்குக் கலியாணமான பின் ரஞ்சிதம் பெரும்பாலும் தாய் வீட்டில் இருக்கிறாள். ஏதோ லொஞ்சின் நடை முடிந்து வருகிறபோது வந்து போகிறதோடு சரி. அதுவும் ஆள் அனுப்பி அழைக்க வேண்டும் இல்லாவிட்டால் மணல்மேட்டுப் பக்கம் வருவதேயில்லை.

“எய்யா தனியாவாயிருக்கிய?”

“முன்னால இந்தமாரி போக்கு கெடையாது. ஆத்தா தங்கச்சியோட இங்க இருப்பா. இப்ப அவ கலியாணம் முடிஞ்ச பொறவு பூதாவும் மட்டக்கடையிலதாம் கெடையே.”

“...”

“இவ காணப் பொறந்தவ மயினி, பவுல் பொஞ்சாதி. கலியாணத்துக்குப் பொறவு அந்தப் புள்ளய நாம் பாக்கவே முடியில்ல. அவ வுண்டு அவ வீடு, குடும்பமுன்னு இருக்கா.”

“...”

“வீட்டுக்கு வந்தவ சரியில்லாட்டி குடும்பம் எங்க ஒப்பேற. கொஞ்சம் அசந்தியயின்னு வச்சிக்கிறுங்க குண்டிக்கிள இருக்க துணியயும் அவுத்துக்கொண்டு போயி வித்துப்போடுவா. அப்புடி என்னதாஞ் செலவோ அந்த மாதாவுக்குத்தாம் வெளிச்சம்.”

“...”

“எப்பவும் வெள்ளைக்காரியமாரி ஒதட்டுல சாயம் போட்டுகிட்டு, என்னமோ மேசைக்காரக் குடும்பத்துல பொறந்தவ மாரி... அவுருக்கும் தவப்பனுக்குண்டான கொணங் குறிய கெடையாது.”

“...”

“பொண்டாட்டி அமையிறதெல்லாம் ஒரு குடுப்புன மயினி. நீங்க வேணுமின்னா பாருங்க பவுலு எப்புடி வாறா முன்னு... தனராத் தோணி ஓடுது. இந்தாப் பாருங்க, வெக்கு வெக்குன்னு வந்தவுங்களுக்கு ஒரு வாய்த் தண்ணி குடுக்க வூட்டுல ஆளுல்ல.”

விட்டு விட்டு இருமினார் லொஞ்சின். முடியாத நேரங்களில் நெஞ்சைப் பிடித்துக்கொண்டு எழுந்து முற்றத்தில் வேப்ப மரத்தடியில் துப்பிவிட்டு மண் போட்டு மூடிவிட்டு வந்தார். வயதுக்கு மிஞ்சின கிழத் தோற்றம். நெஞ்சு முடியெல்லாம்கூட நரைத்திருந்தது. லொஞ்சின் சொல்லச் சொல்ல லூர்துக்கு நெஞ்சே விம்மி வெடிப்பது போலிருந்தது. கைக்குள் வைத்து வளர்த்த பிள்ளை இப்படி வேதனையில் வெம்புகிறானே என்ற தாளாத வருத்தம். வளர்த்து ஆளாக்கி விட்டதோடு சரி, லொஞ்சினின் வருமானத்தில் ஒரு நயா பைசாகூட வாங்க மறுத்துவிட்டாள் லூர்து.

பிலிப்பு திண்ணையின் மேற்புறச் சுவற்றோடு சாய்ந் திருந்தான். வரும்போது கோபாலன் பஸ்ஸில்தான் வந்திருந் தார்கள். சாலையில் மேடு பள்ளங்களில் தூக்கித் தூக்கிப் போட்டதில் உடம்பெல்லாம் வலி. இரு கைகளையும் மடக்கி தலைக்கு அண்டக் கொடுத்தபடி படுத்திருந்தவன் உறங்கிப் போயிருந்தான்.

கனவில் பனை மரங்களும் ஒடை மரங்களும் பின் நோக்கி ஓடியபடியே இருந்தன. வெள்ளைச் சேலையில் பொட்டில்லாமல் சலோமி கையில் கயிறு வைத்திருக்கிறாள். மசாலிக் கயிறு. மோட்டுச் சட்டத்தில் கயிற்றை வீசுகிறாள். வெளியே வந்து எட்டிப் பார்க்கிறாள், யாருமேயில்லை தூரத்தில் அந்தோணிமுத்து வருகிறான். நடையில் பதற்றம் தெரிந்தது. கதவை வேகமாய்ச் சாத்துகிறாள். அய்யய்யோ. ஒருக்களித்துப் படுத்திருக்கிறாள் சித்தி ரஞ்சிதம். பிதுங்கிய பின்புறங்கள் தெரிய, கூடவே வேல்முருகன். காக்கி உடையில் தலையில் தொப்பியோடு துப்பாக்கியைக் கையில் ஏந்தியபடி காடை, காவுதாரிகளை சுட்டபடியிருந்தார் கிளார்க் பக்கத்தில் வெள்ளை அங்கியில் தாவீது நாடான்.

தூக்கம் கலைந்து எழுந்தால் விளக்கு வைத்திருந்தார்கள். தெருவிலிருந்த விளக்குத் தூணிலிருந்து வந்த மங்கலான ஒளி வீட்டின் முன்னால் நின்றிருந்த வேப்பமர இலைகளினூடே புகுந்து திண்ணையில் வட்டமாய், நீள் வட்டமாய் பல வடிவங்களில் வெளிச்சக் கோலங்கள்.

"அய்ய, ஆண்டாமணி மாமா தேடுவார..." என்றவாறு வாரிச் சுருட்டியபடி எழுந்தான். தலையினடியில் தலையனையிருந்தது. உள்ளிருந்து லூர்து கேட்டாள்.

"எய்யா, ஆண்டாமணியிங்குறான... அது யாரு? தூக்கத்துலயா ஒளறுறாம்..."

"இல்ல மயினி, எழும்பிற்றாம்."

கருவாட்டுக் குழம்பு வாசம் மூக்கைத் துளைத்தது. கூடவே நெஞ்சு நோவுக் கழி வாசம். பக்கத்தில் வந்தான் பிலிப். லொஞ்சின் கொழும்புத் தட்டில் கழி வைத்துச் சூடு பரக்கப் பனையோலைப் பட்டையால் எடுத்துச் சாப்பிட்டபடியிருந்தார்.

"மயினி நாக்கெல்லாம் வறண்டு இத்துப் போச்சி பாத்துக்கிறுங்க."

மூக்கை உறிஞ்சி, உறிஞ்சி சாப்பிட்டார் லொஞ்சின்.

"எய்யா, எங்க ஆத்தா செய்வாவ. சுக்கு, மிளகு, திப்பிலி, சித்தரத்தி இதுவள ஒரல்ல இடிச்சி பொடி பண்ணி... சித்தரத்தி தாம் அறபடாது உசுரவாங்கிறும். அரிசி மாவு கூழுல கொதிக்கக் கொதிக்க போட்டுக் கிண்டணும், முக்காக் கொதியா வரும்போது நல்ல ஓடங்குடி சில்லுக் கருப்பட்டியப் போட்டு எறக்கிறணும்."

"..."

"கூட ஒரு முட்ட ஊத்திக்கிறுறியளா. ஒங்கண்ணம் குடிப்பாவள. மூணு முட்ட, நாலு முட்டயுங் குடிப்பாவ."

"எதுக்கு குடிச்சிற்று ஓங்கள மிதிக்கிறதுக்கா...?"

"எங்கய்யாவும் தம்பியும் வாரத்துக்கு ஒரு நேரம் குடிப்பாவயில்ல. ஆத்தாவுக்கு நம்ம ஆவுடையாவுரம் நாடாரு பொஞ்சாதிதாம் பக்குவம் சொன்னாவளாம். எய்யா முட்ட...!"

"போதும் மயினி. அடுப்பு எப்புடிக் கெடந்திச்சி பாத்தியளா."

"பாத்தம், சாப்புடுங்க. சாப்புட்டுட்டு காலாற கொஞ்ச தூரம் நடந்து போயிற்று வாருங்க. அதுக்குள சோத்த வடிச்சி எறக்கிறுவம். வந்து சாப்புட்டுட்டு படுங்க."

“பழைய பாட்டு ஒண்ணு ஞாபகம் வருது மயினி.”

“சொல்லுங்க.”

“வேதாளஞ் சேறுமே வெள்ளருக்கு பூக்குமே பாதாள மூலி படறுமே, மூதேவி சென்றிருந்து வாழ்வாளே...”

“நம்ம வூட்டுக்கு எதுக்கு மூதேவி வருது, மன்றோரம் சொன்னவரு மனையில சேரும். நீங்க நம்ம ஊரு ஒச்சியக்காரனமாரி கள்ள வழக்கா பேசுறிய.”

“...”

“சரியாயிருவா.”

“அழிஞ்சி கட்ட மண்ணாப் போயிற்றான்வ என்ன.”

விடியுமுன் நாலு மணிக்கெல்லாம் எழுந்து நடை பெருக்கி முற்றம் தூத்து தண்ணீர் தெளித்திருந்தாள் அருள்மொழி. பானைக்குள் பழையதும் இருந்தது. ஆழாக்கு அரிசி வடித்து வைத்தாள் லூர்து. சுக்குக் காப்பி போட்டு எல்லோரும் குடித்து முடிய கோனார் மகள் பாலோடு வந்து வாசலைத் தட்டினாள். ஐந்து மணிக்கெல்லாம் கிளம்ப ஆயத்தமானார்கள். மனமில்லாமல் வாசல் வரை வந்து விடை சொன்னார் லொஞ்சின். சந்து வழியே மூவரும் நடந்து திருச்செந்தூர் சாலையைப் பிடித்து வலது புறம் திரும்பி நடந்தார்கள். ஓணாத்தெரு முக்கில் ஆகத்தம்மா கிழவி பணியாரக் கடையில் ஆள், அணக்கமேயில்லை.

‘ம்மீ... ம்மீ’ திரும்பவும் அதே பன்றியின் ஊளை கேட்டது. மூவரும் ஒருவரை ஒருவர் பார்த்துக்கொண்டார்கள். லூர்தையும் அருள்மொழியையும் அங்கேயே நிற்கவிட்டு விட்டுச் சத்தம் வந்த இடத்தை நோக்கி ஓடிவந்தான் பிலிப் அங்கே காளிகோவிலின் பின்புறம் கையில் உடைந்த சிரட்டையும் அரைத்த மஞ்சளுமாக நின்றிருந்தான் காசி. பக்கத்திலேயே குழி பறித்துக் குடங்குடமாய் தண்ணீர் ஊற்றியபடியிருந்தார்கள்.

“எலேய்... சொறி மணலுக்கு தண்ணிய வெரசலா குடிச்சுபுடும். உள்ள வச்சி அமுக்குவியா... பாத்துகிற்று நிக்காம்.” என்றான் காசி.

நேற்று பார்த்த அதே தாய்ப் பன்றியின் நான்கு கால் களையும் இரண்டிரண்டாய் ஒரு சவக்குக் கம்பின் முனையில் கட்டியிருந்தார்கள். அதை அப்படியே தூக்கிக் குழிக்குள் விட தண்ணீரிலிருந்து நீர்க் குமிழாய் வந்தது. சிறிது நேரம் கழித்துப் பன்றி இறந்துவிட்டதை உறுதி செய்தவர்கள் அதை

கம்பின் நடுவே இழுத்துக் கட்டி முனைக்கு ஒருவராய்ப் பிடித்துத் தூக்கி கபகபவென எறிந்த நெருப்பில் காட்டினார்கள். பன்றியின் முடி கருகி பிணவாடை வந்தது. மூக்கைச் சுளித்துக் கொண்டான் பிலிப். காசியோடு நின்றிருந்தவர்கள் பன்றியின் கருகிய முடியைச் சிரட்டையால் சுரண்டத் திரும்பவும் தண்ணீருக்குள் முக்கி எடுத்தார்கள். மஞ்சள் தடவிய பின் பன்றியின் நிறம் மாறியிருந்தது.

"கத்திய எடுங்கல..."

அதற்குமேல் நிற்கப் பிடிக்கவில்லை. திரும்பி வந்தான் பிலிப். லூர்து கேட்டாள்.

"என்னய்யா?"

"ஒண்ணுமில்ல, அந்த பன்னிய வெட்டுறான்வ."

"அந்தச் சனியன எதுக்கு போயி பாத்த."

கிழக்கு நன்றாக வெளுத்திருந்தது. மூவரும் கடற்கரைச் சாலையில் வடக்கு நோக்கி நடந்தபடியிருந்தார்கள். மாதா கோயிலைக் கடந்தபோது முக்காடு போட்டுக் கும்பிட்டு வணங்கினாள் லூர்து. அருள்மொழிக்கு எல்லாமே புதுமையாய் இருந்தது. தோணித் துறையில் இரவு நடை போனவர்களை மாற்றுவதற்காக பகல் நடைக்காரர்கள் போய்கொண்டிருந்தார்கள். தோணித்துறை பிரதான வாசலில் இருந்த காவலர்களிடம், உடுத்தியிருந்த சாரத்தைத் தூக்கி அரைஞான் கயிற்றில் தொங்கிய அனுமதி டப்பியை அவர்கள் காட்டியது லூர்துக்கு வியப்பாயிருந்தது. அனிச்சையாய் இடுப்பிலிருந்த டப்பியைத் தடவிக்கொண்டான் பிலிப். தோணித்துறையிலிருந்து வெளியே வந்த மிஸ்டர் கிளார்க் பிலிப்பைக் கண்டதும் நின்றவர் அருள்மொழியின் கன்னத்தைக் கிள்ளியவாறே கடந்து போனார். சந்தோசம் பிடிபடவில்லை அருள்மொழிக்கு. ஆங்கிலிக்கன் தேவாலயத்தில் காலை யாராதனை நடந்தபடியிருந்தது. கடந்து போகும்போது தற்செயலாக உள்ளே பார்த்த பிலிப், பீடத்தில் அங்கியோடு தாவீதைப் பார்த்தவன் முகத்தை வலது பக்கம் திருப்பிக் கொண்டு நடந்தான்.

35

1934

பாண்டியபதி அரண்மனைக்கருகிலேயே கிழக்கு நோக்கிய பரந்து விரிந்த வீடு ரிபேரோவின் 'மங்களம் நிவாஸ்' சாலையின் விளிம்பிலிருந்தே ஆரம்பிக்கும் வீட்டின் சுற்றுச்சுவர் சுமார் ஒரு ஏக்கர் நிலப்பரப்பைத் தன்னுள் அடக்கிக்கொண்டிருந்தது. உள்ளே வருவதற் கும் வெளியே போவதற்கும் வடக்கிலும் தெற்கிலும் தனித்தனியே இரும்பாலான வெளிப்புறப் பெருங் கதவுகள். கோட்டைச் சுவற்றின் நடுவே பதிக்கப் பட்டிருந்த கருப்புப் பளிங்குக் கல்லில் சர். டோமினிக் ரிபேரோ என்று குடைந்து எழுதியிருந்தார்கள். வெளிப்புறப் பெருங்கதவுகளில் எப்போதுமே ஆயுதம் தாங்கிய வெள்ளைக்காரக் காவலாளிகள். புல் தரை யினூடே ஓடும் களிமண் சாலை வீட்டின் முன் பகுதியில் அரை வட்டமாய் வளைந்தோடி மறுபுறம் வெளிக்கதவில் முடிந்தது. இரண்டு கோட்டைக் கதவருகிலும் இரண்டிரண்டாய் நெடு நெடுவென நெட்டிலிங்க மரங்கள் வளர்ந்திருந்தன. வீட்டின் வலப்புறமும் இடப்புறமும் கார் நிறுத்தி வைக்கத் தாழ்வாரங்கள். மேல் மாடத்திலிருந்து வளர்ந்து தொங்கிய பந்தல் கொடி நேர்த்தியாய்க் கத்தரிக்கப் பட்டு முற்றத்தை அழகு செய்ய அங்கே பெரியவர் ரிபேரோவின் வெள்ளை நிற எம்.டி.றி 66 பிளிமவுத் கார் நின்றிருந்தது. வீட்டின் முன் நீளமான மூன்று படிகள். அதன் மேலேறி உள்ளே வந்தால் விசால மான வராண்டா, அதைக் கடந்தால் பிரமாண்ட மான வரவேற்பறை. அதன் முகப்பிலேயே ஏழடிக்கு மேல் வளர்ந்து வளைந்த இரு யானைத் தந்தங்கள்,

அவற்றைக் கடந்துதான் வீட்டிற்குள் பிரவேசிக்க முடியும். நுழைந்ததும் எதிரே பெரிய ஓவியமாய் தலையில் தொப்பியும் கையில் ஒரு குழல் துப்பாக்கியுமாய் முறுக்கிவிட்ட மீசை யோடு வேட்டைக்கார உடையில் வாலிபத் தோரணையில் பெரியவர் சர். டோமினிக் ரிபேரோ, கூடவே வெள்ளைக்கார நண்பர் கூட்டம். காலடியில் ரண களத்தில் அடிபட்ட புலி. ரிபேரோ பூட்ஸ் போட்ட வலது காலைப் புலியின் முதுகின்மேல் வைத்திருந்தார். அந்த ஓவியத்தின் இரு புறமும் பாடம் பண்ணப்பட்ட மிளாக் கொம்புகள். களக்காட்டு மலையில் அந்தக் காலத்தில் கயித்தான் ரிபேரோ வேட்டை யாடியதாம். மேலே கருத்துப் பெருத்த கருமருது உத்திரம். அதன் குறுக்கே வெண்தேக்குக் கட்டைகள். வாசல் நிலைச் சட்டங்களெல்லாம் பர்மாத் தேக்கு. வடபுறமும், தென்புற மிருந்து வளைந்து மேலெழும்பிய தேக்கு மரப் படிக்கட்டுகள் அதன் மேலே சிவப்புக் கயிற்றுக் கம்பள விரிப்பு.

வரவேற்பறையின் இடது புறம் ஆள் உயர நீள்வட்ட லிஸ்பன் நிலைக் கண்ணாடி. பக்கத்திலேயே செவ்வக வடிவில் சாப்பாட்டு மேசை. ஒரே நேரத்தில் பத்துப் பேர் அமர்ந்து உணவருந்தலாம். மேசையும் நாற்காலிகளும் தேக்கு மரத்தில் வேலைப்பாடுகளோடு நேர்த்தியாய் செய்யப்பட்டிருந்தன. கொழும்பிலிருந்து தோணியில் தருவித்ததாம். மேசையின் மேலே ஊறுகாய், சாஸ், பொடி வகைகள் வைப்பதற்காய் சுழலும் அமைப்புக் கொண்ட மற்றொரு தட்டு.

மாடியின் முகப்பில் காற்று வாங்க வசதியான மேல் மாடம். எதிரே கடலில் வரும் பாய்மரக் கப்பல்களும் தோணித் துறைமுகமும் தெளிவாகத் தெரியும் அமைப்பு. ரிபேரோவின் வெள்ளைக்கார நண்பர்கள் முழு நிலா மாலை வேளைகளில் மதுவருந்த இந்த இடத்தில்தான் அமருவார் களாம். வரவேற்பறையின் வடக்கு மூலையில் ஜெர்மனியின் கிரண்டிக் குழல் ரேடியோ. வரிசையாய் நாற்காலிகள். அதன் கீழே சீனத்துச் சிவப்புக் கம்பளம். வரவேற்பறையைச் சுற்றி நான்கு படுக்கை அறைகள். அதற்கு மேல் மாடியில் சுவர் எழுப்பி ரங்கூன் ஓடு வேய்ந்திருந்தது. பக்கவாட்டில் கலங்கரை விளக்கம் போல் கண்ணாடிகள் பகல் பொழுதில் வீடு பளிச்செனப் பிரகாசமாய் இருப்பதற்கு இவைதான் காரணம்.

மதிய உணவு நேரம் கோரல் மில்லில் சங்கூதும் சத்தம் கேட்டது. பெரியவர் ரிபேரோ கோட்டும் சூட்டுமாகச் சாப்பாட்டு மேசையின் அருகே வந்து அமர்ந்தார். ஒரு சில வினாடி களிலேயே மைந்தர்கள் இருவரும் அவருக்கு வலது புறமும், இடது புறமுமாக வந்து அமர்ந்தார்கள். யாரும் குனிந்த

தலை நிமிரவில்லை. மேசையில் வெள்ளைக்காரப் பாணியில் கத்தி, முள் கரண்டி எனச் சகலமும் மிக நேர்த்தியாக அடுக்கி வைக்கப்பட்டிருந்தன. சீருடையில் தலையில் தொப்பியோடும் கையுறைகளோடும் பணியாட்கள் உணவு பரிமாறியபடியிருந் தார்கள். சீனத்துப் பீங்கான் தட்டில் நேர்த்தியாய் மடிக்கப்பட்டு வைக்கப்பட்டிருந்த மெல்லிய துவாலையை எடுத்து விசிறி கோட்டின் கழுத்துப் பகுதியிலிருந்து இடுப்பு வரை தவழவிட்ட பெரியவர் ரிபேரோ தலையை உயர்த்தி மேசையை சுற்றியிருந்தவர்களை நோக்கி ஒரு கணம் திரும்பினார். கண்களை மூடி மௌனமாய்ச் சில வினாடிகள் இருந்தவர் வலது கையால் நெற்றியில் தொட்டு 'பிதா சுதன் பரிசுத்த ஆவியின் பெயராலே ஆமென்' என்று சொல்லி முடித்து உணவருந்த ஆரம்பித்தார். கத்தியும் முள் கரண்டிகளும் பயன்படுத்தப்பட்டாலும் எந்தத் தட்டிலிருந்தும் ஒரு சிறு ஒலிகூட எழவில்லை.

மரிய ரத்தினம் மட்டும் பதற்றமாய்க் காணப்பட்டாள். அடிக்கொரு தரம் வெளியே எட்டிப் பார்ப்பதும் பின் வந்து அமர்வதுமாக இருந்தாள். என்றாவது ஒருநாள் கொற்கையில் இவ்வாறு சந்தர்ப்பம் வாய்க்கும்போது தன் மகளோடும் மருமகனோடும் சாப்பிட வேண்டுமென்பது மரியரத்தினத்தின் ஆசை. எப்படியும் சாப்பாட்டிற்கு வந்து விடுவதாகச் சொல்லியிருந்தாள் பூரணம்.

"அம்மா நீங்களும் உக்காந்து சாப்பிடுங்க" என்றார் சமையல்காரர் தனிஸ்லாஸ்.

"இல்லண்ணம் சத்தமாப் பேசாதீங்க. சாப்புடும்போது பேசக்கூடாது" என்றவாறு பெரியவரை நோக்கினாள் மரிய ரத்தினம்.

"சரிம்மா" என்றவாறு பின்வாங்கியவர் சமையல் அறையில் மற்ற வேலைகளைக் கவனிக்கச் சென்றுவிட்டார்.

உணவருந்தி முடித்த பெரியவர் ரிபேரோ எழும்பிப் பின்பக்கமிருந்த கை கழுவுமிடத்தில் கை கழுவி, பின் வரவேற்பறையில் தனது வழக்கமான ஆசனத்தில் அமர்ந்தார். அங்கேயிருந்த வட்டமான குட்டி மேசையில் நாள் குறிப்புக் காகிதங்களும் தினசரிகளும் கிரமமாய் அடுக்கி வைக்கப் பட்டிருந்தன. மேலே விட்டத்திலிருந்து தொங்கிய லாந்தர் விளக்கு பாரிஸ் பட்டணத்திலிருந்து வரவழைக்கப்பட்டதாம்.

பெரியவர் ரிபேரோ தன் தகப்பனார் காலத்திலேயே கொழும்பு சென்று வாழ்கிறார். பெரும்பாலும் தன் முழுக் கவனத்தையும் கொழும்பு வியாபாரத்திலேயே கழிக்கிறவர்.

கொழும்பின் மிகப் பெரிய ஏற்றுமதி இறக்குமதியாளராகவும் துறைமுகப் பொறுப்புக் கழகத்தின் உறுப்பினராகவும் இருக்கிறார். கொழும்பு அரசியலமைப்பின் பிரதான சக்தியாக உருவெடுத்திருந்தது ரிபேரோக் குடும்பம். கொழும்பில் பணியாற்றிய இந்தியத் தொழிலாளர்களின் தேர்ந்தெடுக்கப் பட்ட பிரதிநிதியாக இருந்ததை வெள்ளைக்கார அரசாங்கமே கௌரவித்திருந்ததன் அடையாளமாகத்தான் இங்கு கொற்கையிலும் 'மங்களம் நிவாசை' ஆயுதமேந்திய வெள்ளைக்காரக் காவலர்கள் பாதுகாத்தார்கள். இலங்கையின் பெரும்பாலான அரசியல்வாதிகள் ரிபேரோ குடும்பத்தாரின் நண்பர்களாய் இருந்தார்கள்.

இலங்கையில் ரிபேரோக்களின் ஒரு ரூபாய்க் கடை மிகவும் பிரபலம். பெட்டாவில் உள்ள இந்தக் கடையில் எதை எடுத்தாலும் ஒரு ரூபாய். கொற்கையிலிருந்து தோணியில் கொழும்பு நடை போகிறவர்கள் அங்கிங்கு அலைந்துவிட்டு இறுதியில் ரிபேரோவின் ஒரு ரூபாய்க் கடையிலோ அல்லது மிராந்தாக்களின் பலசரக்குக் கடையிலோ சாமான்கள் வாங்கி வருவது வழமையான நிகழ்வு. லண்டனில் டௌனிங் தெருவில் இதுபோல ஒரு கடை இருப்பதாகச் சொல்கிறார்கள். பல வருடங்களுக்கு முன்னால் வியாபார விஷயமாக ரிபேரோ லண்டன் சென்றிருந்தபோது அந்தக் கடையைப் பார்த்ததாகவும் கொழும்பு திரும்பியும் அதே நினைப்பாக இருந்து பெட்டாவில் இந்தக் கடையை ஆரம்பித்திருப்பதாகவும் பேச்சு. மூத்த மகனும் ரிபேரா பெரியவரும் இலங்கையிலேயே வாழ்கிறார்கள். முக்கியமான குடும்ப நிகழ்ச்சியோ அல்லது பனிமய அன்னையின் திருவிழாவோ அல்லது வியாபார சம்பந்தமான மிக முக்கிய காரணமோ இல்லாமல் ரிபேரோ பெரியவர் கொற்கை வருவதில்லை.

"சவராவுல ஏற்பாடெல்லாம் எப்புடியிருக்கு சில்வெஸ்டர்."

"டாரத்தி அண்ணி குடுத்த திட்டப்படியே எல்லாம் போட்டிருக்கோம். ஆனா பெரிய கப்பல் கரைக்கி வர முடியாது. ஆழ்கடல்லதாம் சரக்க ஏத்த முடியும்."

"நம்ம தோணிகள்...!"

"கரையில ஆழமே இல்லப்பா. தோணிகூட வரமுடியாது."

"அப்ப நீ சொல்லுறத பாத்தா ஒங்க பக்கங்கள்ல உள்ள வத்தயில ஏத்தி பின்னால தோணி... பெறகு தோணியிலயிருந்து கப்பலுக்கா...!"

"ஆமாப்பா."

“நீயே நாலைஞ்சி தோணி கெட்டக் கூடாதா?”

“இப்போதைக்கி அண்ணி வேண்டாமின்னுட்டாங்க.”

“நல்லது. அதையும் யோசிச்சிருச்சீங்க.”

என்ன நினைத்தாரோ பெரியவர் ரிபேரோ, கண்களை அகல விரித்து சுவரில் தொங்கிய தன் வாலிப வேட்டைக்கார ஓவியத்தைப் பார்த்தவர் சில்வெஸ்டரை நோக்கிக் கேட்டார்.

“அடே, ஒங்க ஜிம் கார்பெட் அந்த சேம்பவாட் புலிய கொன்னுற்றாராம ...”

“ஆமாப்பா. பத்ரிநாத் போற பாதயில இதுவரைக்கும் பதிவான சாவு மட்டுமே நானுற்றி முப்பதுக்கு மேல.”

“தட் மீன்ஸ் ஹி டிட் எ மார்வலஸ் ஜாப்.”

ஜிம் கார்பெட் என்ற பெயரைக் கேட்டதுமே உடம் பெல்லாம் மயிர்க் கூச்செரிய இளநகையோடு அமர்ந்திருந்தான் சில்வெஸ்டர். இன்றைய சூழலில் இந்தியா முழுவதும் பரிச்சய மான பெயர் ஜிம் கார்பெட். சில்வெஸ்டரின் கனவுலகத்தில் பெரும் கதாநாயகன் ஜிம் கார்பெட். வரும் காலத்தில் எப்படியாவது நைனிடால் சென்று ஜிம் கார்பெட்டைச் சந்திக்க வேண்டுமென்பது சில்வெஸ்டர் ரிபேரோவின் முக்கியத் திட்டமாய் இருந்தது.

வெளியே சுதேசிக் காவலாள் மணியடித்தான். மகளும் மருமகனும்தான் வந்து விட்டார்களோவென ஆசையோடு போனாள் மரிய ரத்தினம் கர்டோசா. யாரோ கதர்ச் சட்டை காங்கிரஸ்காரர்கள் வந்திருப்பதாக வெளியே நிற்கும் வெள்ளைக்காரக் காவலாளி வந்து சொல்லிவிட்டுப் போனதாக சுதேசி ஆள் சொன்னான். காந்தி கொற்கை வருவதாகவும் அவருக்காக ‘மங்களம் நிவாஸ்’ வேண்டுமென்று கேட்டார் களாம். தொந்தரவு கொடுக்க மனமில்லாததால் இவரே முடியாது என்று சொல்லிவிட்டாராம். திருப்தியாய் தலையை அசைத்த மரிய ரத்தினம் உள்ளே வந்தாள்.

வலது கை விரல்களால் முகவாய்க் கட்டையைத் தடவ ஆரம்பித்தார் ரிபேரோ. முகத்தில் வெறுப்பின் ரேகைகள் பரவியது தெரிந்தது. பூரணத்தை அலங்காரம் கர்டோசாவுக்குப் பெண் கொடுத்ததில் டோமினிக் ரிபேரோவுக்குப் பூரண திருப்தியில்லை. உறவுக்குள்ளே மாற்றி மாற்றி எடுத்தால் சந்ததிகள் பாதிக்கப்படும் என்று கருதினார். ரிபேரோ எவ்வளவோ மறுத்தும் மரிய ரத்தினம் கொற்கையில் உறவு வேண்டும் என்பதற்காகப் பெண் கொடுப்பதில் உறுதியாய் இருந்து திருமணத்தை நடத்தி முடித்திருந்தாள்.

“அப்பா... நீங்க ஒண்ணுஞ் சொல்ல மாட்டீங்கயின்னு சிங்கராயர் கடையில தோணி கேக்குலாமான்னு இருக்கம்.”

“வேண்டாம்.”

“அப்பா பசாந்தி நல்லா படிச்சவருதாம் அவுங்க அப்பா மாரியில்ல...”

“தேவையில்லாத சர்ச்சைக்குள்ள போகாத சில்வெஸ்டர். தல்மெய்தாகிட்ட கேக்க வேண்டியதான.”

“அவ லிடியா இன்னும் வீட்டுலதாம் இருக்காளோ...!”

“ஆமாங்க.” என்றாள் மரிய ரத்தினம். திரும்பி மனைவியைப் பார்த்த ரிபேரோ கேட்டார்.

“இன்னும் அவுங்களுக்காகக் காத்திருக்கியா, உக்காந்து சாப்புடு.”

“இன்னக்கி நெலயில கொற்கையில தோணி அதிகமா வச்சி தொழில் செய்யிறது சிங்கராயர்தாம். அடுத்ததா பல்டோனாவச் சொல்லலாம்.” என்றார் லீனஸ் ரிபேரோ.

“ஓகே. மருமகங்கிட்ட நாம் பேசுறம்.”

வெள்ளைக்காரத் தோரணையில் எப்போதும் அமைதி தவழவிருக்கும் பெரியவர் ரிபேரோவின் முகம் சிங்கராயர், பல்டோனா பெயர்களைக் கேட்டதுமே மாறிப்போனது சில்வெஸ்டருக்குப் புரியவில்லை. எல்லோரும் ஒரே இனம் ஒரே மதம். இன்றைய நிலையில் பணத்திலும் அவர்களும் குறைந்தவர்கள் இல்லை.

“அண்ணனும் மதினியும் எப்ப வாராங்கப்பா?”

“அடுத்த வாரம் வரலாம். சில்வெஸ்டர் மதினிய அங்க சவ்ரா கூட்டிற்றுப் போக ஏற்பாடு பண்ணிக்க.”

“கவனமா பாத்துக்கடா” என்றாள் மரிய ரத்தினம்.

“அதுக்கென்ன சில்வெஸ்டர்தாம் சவரா ஜிம் கார்பெட்” என்றார் ரிபேரோ.

பெரியவர் ரிபேரோவுக்கும் மிருக வேட்டையில் அலாதிப் பிரியம். கொற்கை விஜயத்தின் ஒரு அங்கமாக எப்போதும் வல்ல நாட்டு மலையில் மான் வேட்டையிருக்கும். நூலாபீஸ் அதிகாரிகளும் சேர்ந்துவிட்டால் நம்பி கோயில், திருக்குறுங்குடி மலையேறி மிளா வேட்டைக்குப் போய்விடுவார்கள்.

“கொழும்புலயிருந்து அண்ணனோட ஃபிரண்டும் வாறாங்க. சுகததாச, சாமர விக்கிரமசிங்க...”

“அக்கா கிளாஸ் மேட் ஸ்ரீமாவோ எப்புடி இருக்காங்க?”

“நிச்சயம் பண்ணியாச்சி... மாப்பிள பண்டார நாயகான்னு சொல்லிகிற்றாங்க.”

அவர்கள் பேசிக்கொண்டிருக்கும்போதே இடைப் புகுந்த மரிய ரத்தினம் கேட்டாள்.

“என்னங்க நம்ம பெட்ரோல் பங்கு மத்தேயு மிராந்த வாரதா சொன்னாக. மணப்பாட்டுல கோயில் வேல இருக்குன்னாரு.”

“அந்தப் பக்கத்துல சப். கலெக்டர் யார்ன்னு பாத்து அஸ்திவாரம் போடுற அன்னக்கி அவுரயும் கூப்புட்டு மரியாத பண்ணு.”

“...”

“கூலிக்காரங்கள அதிகமாக்க அதிகமாக்க நமக்கு பிரச்சனதாம்.”

“வியாகுலமரியான பாத்தம்ப்பா. பிள்ளத்தோப்புக்காரர்.”

“அவுரு நம்ம ஸ்டிவிடோரிங்குல வேல பாத்தவர்டா.”

“அவுருட்ட ஒப்பந்தம் பண்றிற்றம்ப்பா”

“வெரி குட். சாயங்காலம் ஃபுல் மூன் பார்ட்டியிருக்கு. நம்ம போர்ட் ஆபீசர் கிளார்க்குக்கும், டக்ளசுக்கும் ஒரு கார் அனுப்பியிருங்க.”

“சரிப்பா, நாம் பாத்துக்கிறுறம். நீங்க போயி தூங்குங்க. அது போக ரோமுக்குப் போற விசயமா யாரு வந்தாலும் நாம் பாத்துக்கிறுறம்” என்றார் லீனஸ் ரிபேரோ.

ரிபேரோ தூங்குவதற்காக மாடிப்படியேறினார். அவர் போவதையே பார்த்தபடி நின்றிருந்தாள் மரிய ரத்தினம். மனது பாண்டியபதியை நினைத்துத் தவியாய்த் தவித்தது.

‘எப்புடி பல்லக்கு, பரிவாரத்தோட இருந்தவங்க இப்புடி மரியாதயில்லாம போயிற்றாங்கள... எனக்கே இப்புடியிருக்க இதயெல்லாம் அனுபவிக்கிற தம்பி எப்புடி கஷ்டப்படுவாம். இவனுக்கு அய்யய்யோ... என்னயிருந்தாலும் பாண்டியபதி. எதுக்கு போட்டுகிட்டு தேவயில்லாத இந்த பட்டம். ஸ்லோனுக்கு போறதுக்கு முன்னால தம்பிய ஒரு நேரமாவது பாக்கணும். எப்புடி போவயின்னுதாம் தெரியில.’

36

1935

வெள்ளோட்டம் பார்த்த நாளிலிருந்தே 'ஞானசீலி' லொஞ்சினின் கைக்குள்தான் இருந்தது. ஒரு குழந்தையைப் பார்ப்பதுபோல் அத்தனை அக்கறையாய் 'ஞானசீலி'யை கவனித்தார் லொஞ்சின். லொஞ்சினின் குணம் தெரிந்திருந்ததால் சிங்கராயரும் தோணியின் பராமரிப்பு விஷயங்களில் தலையிடுவதேயில்லை. கடந்த வருடம் இதே நாளில்தான் கல்கத்தாவுக்கு அவசரமாய் உப்பு தேவைப்பட, அந்த நேரத்தில் புத்தம் புதுத் தோணியாய் தோணிப் பாலத்தில் நின்றிருந்த ஞானசீலியில் வந்து தடதடவென ஏறிய வெள்ளையதிகாரிகள் வலுமுடுக்கில் தோணியில் உப்பு ஏற்றி அனுப்பினார்கள். அவசரத்தில் புதுத் தோணியில் கொற்கை உப்பை ஏற்றி அனுப்புகிறோமே, பாய்மரத்தை நம்பியிருக்கும் ஞானசீலி எப்படி இலங்கையை, சுற்றிச் செல்லும் மார்க்கத்தில் கல்கத்தா போகும் என்று சிறிதும் சிந்தித்தார்களில்லை. ஆங்கில அரசாங்கத்தின் நிர்ப்பந்தம் ஒரு பக்கமென்றால் திறமையான ஆறுகாட்டிகள் இல்லாதது இன்னொரு பக்கம். கனிசியுஸ் சிங்கராயர் செய்வதறியாது கையைப் பிசைந்துகொண்டு நின்றார். ஆனால் அனைவருமே வியக்கும் வண்ணம், தை பதினெட்டில் கொற்கையை விட்டுக் கிளம்பிய தோணி இலங்கை காலித் துறைமுகத்தில் கறிச் சாமானெடுத்துப் பின் பயணப்பட்டு கல்கத்தா பிடித்து அங்கு உப்பை இறக்கிவிட்டு மாசி மாசம் பதினைந்தாம் தேதியே சாக்கு மூட்டைகளோடு கொற்கை வந்து சேர்ந்திருந்தது.

பஞ்சுப் பொதிகளை மூட்டை பிடிப்பதற்கு சிரமத்திலிருந்த நூலாபீஸ்காரர்களுக்கு ஏக சந்தோசம். கொற்கையிலிருந்து ஏற்றுமதியாக உப்பு கல்கத்தாவிற்குப் போய் அங்கிருந்து இறக்குமதிச் சரக்காக சாக்குப் பைகளென இருபுறச் சரக்கு களும் ஊர்ஜிதமானது. ஞானசீலியை வைத்து வெள்ளோட்டம் பார்த்த சரக்கு பரிமாற்றத்தை பிரிட்டிஷ் இந்தியா நேவிகேஷன் கம்பெனியாருக்கு கொடுத்து மகிழ்ந்தது நூலாபீஸ் நிர்வாகம். கொற்கை சப் கலெக்டர் ஸ்டூவன்சனும் மகிழ்ந்து போக, அவசரத்தில் உதவியதற்காக கனிசியுஸ் சிங்கராயருக்கு 'ராவ் பகதூர்' பட்டம் கொடுத்து சிறப்புச் செய்தது வெள்ளை அரசாங்கம். கொற்கைப் பிள்ளைமார்களுக்கு ஏகத்துக்குக் கடுப்பு. பர்னாந்துமாரில் சிலுவைப் பர்னாந்துக்கு அடுத் தபடியாக 'ராவ் பகதூர்' பட்டத்துக்குச் சொந்தக்காரராகி யிருந்தார் கனிசியுஸ் சிங்கராயர். இந்தப் பெருமைக்கெல்லாம் காரணம் லொஞ்சின் கலிங்கராயன்தான் என்று மனதாரப் புகழ்ந்தார் கனிசியுஸ்.

கடந்த கால எண்ணங்களை மனதில் அசை போட்டவாறே அணியத்து அவித்தியாலில் அமர்ந்திருந்தார் லொஞ்சின் தண்டல். ஞானசீலி தன் போக்குக்கு சோழ வெலங்கு நோக்கி ஓடியபடியிருந்தது. மறுநாள் நண்பகல் வேளையில் கொற்கை சேர்ந்துவிடலாம். முன்சாமத்துக்காரர்கள் பணியிலிருந் தார்கள். ஒரு கடலுக்கு ஏறி மறு கடலுக்கு இறங்கி குதியாட்டம் போட்டபடி ஓடியது தோணி. அணியத்திலிருந்த படி கூர்பார்த்துக்கொண்டு வந்த பிலியான்ஸ் கத்தினான்.

"லொஞ்சண்ணம், லொஞ்சண்ணம்..."

"என்ன பிலியான்சு, தூக்கம் வருது படுக்குலாமாயின்னு பாத்தம்."

"எண்ணம் இங்க வாங்கங்க. வெரசலா வாங்க."

விறுவிறுவென நடந்து அணியத்துக்கு வந்திருந்தார். மேல் தளத்தில் நடப்பதற்குக் கால்கள் பழகியிருந்தன.

"அங்க பாத்தியளா."

இரவு சாமம் தப்பிப் போய் கொண்டிருந்த நேரமாதலால் சிந்தனை வசப்பட்டவராய் டாவாப் பக்கம் திரும்பிப் பார்த்தார் தண்டல் லொஞ்சின். கடலில் வரிசையாய் பத்துப் பதினைந்து தீப்பந்தங்கள் தெரிந்தன. முன்னால் வந்த வத்தைகள் தீப்பந்தங்களை தண்ணீரில் விட்டு அணைத் திருக்க வேண்டும். லொஞ்சினின் முகத்தில் ஏகத்துக்குக் கலவரம் மூண்டு கிடந்தது.

“எண்ணம் கொள்ளிவாய்ப் பிசாசுவமாரி தெரியிது.”

“பிசாசுவளேதாம். சாவக்காடு பொன்னாணி புடிச்சிப் போறமுன்னு நெனக்கிறம். இந்தப் பக்கம் பூதாவும் கடக் கொள்ளைக்காரன்வ வருவான்வயின்னு கிலுக்கு, டிங்கி சேசையா மாறி ஆள்க்க சொல்லுவாவ.”

“என்ன சொல்லுறிய. கடக் கொள்ளைக்காரன்வளா...”

அங்கலாய்த்தான் பிலியான்ஸ். லொஞ்சினிடமிருந்து படபடவென உத்தரவுகள் வந்தன.

“எல்லா வெளக்குவளயும் அமுத்திறுங்க. முன் சாமக்காரம் பின் சாமக்காரம் எல்லாரையும் எழுப்புங்க. சின்னப் பயல்வ வேண்டாம்.”

ஜீப் மரத்திலிருந்து மேல் தளத்தில் குதித்த லொஞ்சின் டாவாப் பக்கமும் பின் ஜவ்னாப் பக்கமும் ஓடியோடி வந்து பார்த்தவர் சொன்னார்:

“சாமந் தப்புன பொறவு வார தோணியள மடக்கிக் களவுடுக்குறதுதாம் இவன்வளுக்கு பொழப்பே.”

“எதுக்கு சாமந் தப்புன பொறவுங்குறிய?” கேட்டான் பிலியான்ஸ்.

“என்னதாம் முன் சாமத்துக்காரம், பின் சாமத்துக்கார மின்னு நம்ம இருந்து காவ காத்தாலும் விடியத் தேரம் மூணு மணிக்கி மேல கண்ண கொண்டு போயி அப்புடியே சொக்கும். அந்த நேரத்துல மளமளயின்னு மேல ஏறி வேலய முடிச்சிறுவான்வ. அவன்வளுக்கு தேவ கறிச்சாமானும் பணமுந்தாம். ஓடுற தோணியில ஏறுறதுல கில்லாடியதாம்“ என்றார் லொஞ்சின்.

பொன்னாணி சாவக்காடு பகுதியில் அவ்வப்போது ஏற்படும் கடல் கொள்ளைகளைச் சொல்லியே சிங்கராயர் பணம் சேர்த்துவிட்டதாகக் கொற்கைப் பிள்ளைவாள் வியாபாரிமார் மத்தியில் ஒரு கதை உண்டு.

“மலையாள நடயின்னாலே இவன்வதாம் சிம்ம சொப்பனமே” என்றார் லொஞ்சின்.

மனதில் உள்ளூர ஓடிய பயத்தில் பொய்ப்போடுதையில் கை வைத்தவாறு எட்டிப் பார்த்தான் பிலியான்ஸ். ஒன்றிரண்டு பந்தங்களைத் தவிர மற்ற தீப்பந்தங்கள் அணைந்திருந்தன.

“வாரவன்வளுக்கு நம்ம தோணிய எட்டிப் புடிக்க எப்புடியும் ஒரு முக்கா மணிக்கூறு தேரமாவது ஆவும். காத்து புடிச்சி தூக்கிச்சின்னா ஓடிறுலாம், நம்மள புடிக்க முடியாது.”

"காணாவ வாப்பர்ல புடிச்சி கொஞ்சம் வெலங்க போயி ஓடுவமா" கேட்டான் பிலியான்ஸ்.

"அது அவன்வளுக்குத்தாம் வாசியாப்போவும். இப்புடியே ஓடுவோம். தூக்கத்துல வாரவந்தாம் மாட்டிக்கிறுவான்வ."

"நம்மதாம் பாத்திற்றமில்ல."

"ஆனா அவன்வ பார்வக்கி நம்ம தூங்குறமாரியே இருக்கட்டு. இப்ப கோர்ஸ் மாத்துனா கண்டு புடிச்சிறுவான்வ. நம்ம டாவா வெளக்கு அப்புடியே எரியட்டு. பெரியாள்கள மட்டும் எழுப்பு."

எங்கிருந்து வந்தது அந்த வேகம் அவர்களுக்கு என்று தெரியவில்லை. யாரும் பயந்தது போலுமில்லை. காரியங்கள் துரித கதியில் நடக்க ஆரம்பித்தன.

"எல தோணியில குந்திருக்கம் இருக்கா!"

"ஆமா மொதலாளி வாங்கிற்று வரச் சொன்னாறுன்னு காலிகட்டுல வாங்குனமில்ல... எப்புடியும் பத்து இருபது ராத்தல் தேறும் எதுக்குண்ணம்?"

"சுடுதான்ல பெரிய அண்டாவ ஏத்தச் சொல்லு, குந்திருக்கத்த போட்டு கொதிக்க வைக்கனும்."

பிலியான்ஸ் பிச்சலுக்கு வந்து அங்கே காணாவிலிருந்த கஸ்ப்பார், அவித்தியால் பக்கம் சுருண்டு கிடந்த பிலிப் எல்லோரிடமும் செய்தியைச் சொல்ல இப்போது எல்லா லஸ்கர்களும் பிரச்சனையை எதிர்கொள்ளத் தயாராய் மேல் தளத்திலிருந்தார்கள்.

"சப்பத் தட்டுல தீ எரியிறது வெளிய தெரியாம பாத்துக்க, எக்காரணத்த கொண்டும் தீப்பந்தங்க கொளுத்திராதைங்கல" என்றான் பொனிப்பாஸ்.

"சித்தப்பா, பம்பாயில இருநூறு மூட மெழுகு வந்திச்ச, நம்ம அன்னம்மா மடத்துக்கு அது எதுக்காவது ஆவுமா?" என்று கேட்டான் பிலிப்.

"நல்லதாப் போச்சி அப்ப ரண்டு சுடுதான பத்த வைக்கச் சொல்லு."

புரிந்ததற்கு அறிகுறியாக தலையாட்டியவர்கள் மளமள வென கோஸ் மரத்து நூலேணியைப் பிடித்துக் கீழே போய் மெழுகு மூட்டைகளைத் தூக்கி வந்து அண்டாவில் போட்டு சுடுதானில் ஏற்றினார்கள்.

“ரண்டும் நல்லாக் கொதிக்கட்டும். நா குடுக்குற விசில் வந்தவொடன ஒண்ண பிச்சலுக்கும் இன்னொண்ண அணியத்துக்கும் தூக்கிற்று வந்திருங்க” என்றார் லொஞ்சின்.

“...”

“திரும்பவுஞ் சொல்லுறம் எக்காரணத்தக்கொண்டும் அவன்வள நாம பாத்திற்றமிங்கிறது அவன்வளுக்குத் தெரியக் கூடாது.”

“பிலியான்ஸ் அண்ணம் யாரயாவது மரத்துல ஏறி டவுசர் பாயளயும் அவுத்துவுடச் சொல்லுங்க.”

“ஆமா, தோணி சும்மா நெடும் போக்கா போவட்டு.”

மேல் தளத்தில் கேட்ட பேச்சரவத்தாலும் ஓடிச் சாடுவ்தால் ஏற்பட்ட தடதட சத்தத்தாலும் தூக்கம் கலைந்த பயஸ்கோஸ்தா கொட்டாவி விட்டபடி மேலே வந்தார்.

“எல அந்தாலயும் இந்தாலயுமா சாடுறியள என்னா?”

அவரைப் பக்கத்தில் வருமாறு அழைத்த லொஞ்சின் அவர் காதுக்குள் குசுகுசுக்கப் பதறிப்போன கோஸ்தா போடுதையில் கையை வைத்துக் கீழே பார்த்தார்.

“எல சாவக்காடு பொன்னாணி. கிட்டமுட்ட வந்திற்றான்வள அட்டிக்கிள இருவது, முப்பது மூடயில கல்லு இருக்கு அத எடுத்திற்று வாருங்கல. மீசய மழிச்சிற்று தாடியோட இருப்பான்வ. ஒரு மாதிரியா வளைஞ்ச வாள் வச்சிறுப்பான்வ. கொல பாதவத்துக்குகூட அஞ்ச மாட்டான்வ. வாள வாயில கவ்விகிட்டு சும்ம உடும்பு மாறியில ஏறுவான்வ காணாவுக்கு கீழ ஒரு அறுவா கெடக்கு... ஆயுதங்க இல்லிய என்ன பண்ன.” பதறினார் பயஸ்கோஸ்தா.

“...”

“லொஞ்சி கீழ பூதாரு பலவக்கி கீழயும் ரண்டு அறுவா உண்டு கொக்கி வுழ வுழ மளமளயின்னு கொத்திவுடனும் கொஞ்சம் அசந்தாலும் மேல ஏறிறுவான்வ. காத்துக்கு அவன்வ கொக்கிய வீசுற சத்தமுங் கேக்காது.”

கோஸ்தா பேசிக்கொண்டிருக்கவே அண்டாவைத் தூக்கிக் கொண்டு வந்தார்கள். அதை விநோதமாகப் பார்த்த கோஸ்தா வியப்பின் உச்சத்துக்கே போனார். அவர் கண்களிலிருந்த பயச் சாயை வினாடியில் அகன்று போனது.

“லொஞ்சி நீ அணியத்த பாத்துக்க. நா பிச்சல்ல நிக்கிறம்.”

சிறிது நேரத்திற்குள் கீழே கடலில் பரபரப்பு பற்றிக் கொண்டது. அணியத்திலும் பிச்சலிலும் சளப் சளப்பென மச்சுவாக்கள் பிடித்த சத்தம், 'உய் உய்' என்ற சத்தத்தோடு நாலு முனைக் கொக்கிகள் காற்றைக் கிழித்தவாறு பறந்து மேலே வந்து போடுதையிலும் தளத்திலும் இறங்கின. அணியத்தில் லொஞ்சினும், பிச்சலில் கோஸ்தாவும் நின்று கொண்டு உத்தரவிட்டவாறிருந்தார்கள்.

"கொத்தி வுடுல..."

"போடுதயில படுது பாத்து."

"போடுதையில படாம ஒங்க ஆத்தா குண்டியிலயா படும், கொத்துல கூதி மொவன. மொதலாளி தோணிய கருத்தாப் பாக்குறியாக்கும். புண்டயரு மொவம் கொத்துன்னா கொத்தம். அவன்வள வுட்டா மேல ஏறி கொரவளய அறுத்துப்போடுவான்வ" என்றார் கோஸ்தா.

"சவம் மொட்ட அறுவாள வச்சிகிட்டு என்னத்த நொட்டச் சொல்லுறியரு... அந்தா ஏறுறாம் பாரும்."

"அடில கல்ல" மேல் தளத்திலிருந்து சீறிப் பாய்ந்து வந்த கற்களை அவர்கள் எதிர்பார்த்திருக்கவில்லை. கடலுக்குள் தொப்தொப்பென விழுவது கேட்டது.

"தேவுடியாவுள்ள கல்ல வீசுறமின்னு அறுவாள வீசுறாம் பாரு..."

"சரி வுடு."

அணியத்திலிருந்த தண்டல் லொஞ்சின் வாய்க்குள் விரல் மடக்கி இருமுறை சீட்டியடிக்க, காரியங்கள் அவசர கதியில் நடந்தன கைகளில் துணியைச் சுற்றியபடி மரக் கோப்பைகளில் அண்டாவிலிருந்த கொதிக்கும் குந்திருக்கத்தையும் மெழுகையும் வாரி வாரி ஊற்றினார்கள். கல்லடியையே எதிர்பார்க்காத கொள்ளையர்களுக்கு கொதிக்கும் குந்திருக்கமும் மெழுகும் பேரிடியாய் இறங்கியது. ஆ... ஊ என ஊளையிட்டபடி கை விட்டுக் கீழே தண்ணீரில் விழுந்து அலறினார்கள். எங்கும் ஒரே ஊளைச் சத்தம். புரியாத மொழி.

"எல ஜீப்புல ஒருத்தம் ஏறுறாம் பாரு."

"பிலிப்பு ஓடுல அவம் மூஞ்சில ஊத்துங்கல."

"ஆ... கைச் சூடு தாங்குல."

"மோந்து ஊத்துவியளா, கைச்சூடு தாங்குல கூதி சூடு தாங்குல்யிங்கிற, போல பின்னால."

பிலியான்ஸ் கையிலிருந்து தவறி விழுந்த மரக் குவளையைக் குனிந்து எடுத்த லொஞ்சின், உருகிய குந்திருக் கத்தையும் மெழுகையும் ஏறியவர்கள் மேல் விசிறியடித்தார். அனைவரின் கண்ணையும் தப்பி போடுதயில் ஏறி உள்ளே குதிக்க இருந்தவன்கூடத் துணைக்கு யாருமில்லை என்ற பயத்தில் கையை விட்டுக் கடலில் விழுந்தான். சீர் காற்றில் பாய் புடைத்து ஓடியபடியிருந்தது தோணி அங்குமிங்குமாக ஓடிச் சாடியதில் கை கால் அசதியில் மேல் தளத்தில் அங்கங்கே அமர்ந்து சாய்ந்தார்கள். கிழக்கே மலைகளினூடே குளச்சலின் கலங்கரை விளக்கம் பளிச் பளிச்சென மின்னியது.

“எய்யா தளத்துல பறந்து கெடக்குற சாமான்கள ஒதுக்குங்க, இனும இந்தப் பயல்வ நம்ம தோணியள்ட்ட வாலாட்ட மாட்டான்வயின்னு நெனக்கிறம்” என்றார் பயஸ்கோஸ்தா.

கிழக்கு வெளுக்க கதிரவனின் பொற்கிரணங்கள் டாவப் பக்கம் தெரிந்த தென்னை மரக் கூட்டத்தினுடே சிதறித் தெரித்தன. இளங்காலைக் கதிரவன், பச்சைப் பசேலென தென்னை மரக்கூட்டம், வெள்ளை வெளேர் மணற்பரப்பு, நுரைப்பூக்கள், ததும்பும் நீலக் கடல். ரம்மியமான காட்சி மனதுக்குத் தெம்பளிப்பதாய் இருந்தது. போடுதையில் சாய்ந்த வாறு இயற்கையின் அழகை அள்ளிப் பருகியவாறிருந்தான் பிலிப்.

“தோணி பாய் பொடைச்சி நிக்கிது. ஆனா ஆம மாரியில நவளுது.”

“நானுங் கவனிக்கத்தாஞ் செஞ்சம், நீவாடு பொறுத்து நிக்கிது. பிலிப்பு, சுடுதான்ல சாம்ப இருந்தா கொஞ்சம் தண்ணி ஊத்தி வெரவி ரண்டு மூணு உருண்ட புடிச்சி கொண்டா” என்றார் தண்டல் லொஞ்சின்.

தளத்திலோடிய பிலிப்பு கோஸ்மரத்து நூலேணியைப் பிடித்து இறங்கி சிறிது நேரத்தில் கையில் சாம்பலுருண்டை களோடு வந்தான்.

“லொஞ்சி தோணி சாயிற மாரித் தெரியிது கஸ்பார கொஞ்சம் கச்சாம் பொறம் சாய்க்கச் சொல்லு” என்றார் பயஸ்கோஸ்தா.

“என்ன உருண்டய போடுவமா?”

“போடு.”

பிலிப்பு கையிலிருந்த சாம்பலுருண்டையைக் கீழே விட்டான். அது கீழே தோணியின் கமர் பலகையில் தட்டி

உடைந்து உதிர்ந்தது. அவன் கையிலிருந்து மற்ற உருண்டைகளை வாங்கிய லொஞ்சின் கையை நீட்டி உருண்டையை ஒவ்வொன்றாகக் கடலில் விட்டார். கீழே கடல் நீரில் விழுந்த சாம்பல் கரைந்து சடுதியில் பின்னோக்கி நகர்ந்தது.

"வாநீவாடு பொறுத்து நிக்கிது பாத்தியா? இந்த நீவாடு மாறுனாத்தாம் தோணி உருவிச் சாடும்."

"லொஞ்சினு நம்ம ரிபேரோ ஆள்க்க மணல் கம்பெனி என்னமோ வைக்கிறான்வயின்னு பேச்சாக் கெடந்திச்ச... இந்தப் பக்கந்தான" என்றார் பயஸ்கோஸ்தா.

"கொல்லம் சவராவுல, நம்ம வெலங்க ஏறி வந்ததுனால தெரியல. இருட்டா வேற இருந்திச்சில்ல சோந்து வேற கெடந்தோம். நா செத்த நேரங் கண்ணயறுறம் கொஞ்சம் பாத்துக்கிறுங்க" என்றார் லொஞ்சின்.

"..."

"கொமரி மொனயில ஆத்தாளுக்கு ஒரு தேங்கா ஒடைக்க மறந்துறாதங்க. ஜீப்புல தண்ணி ஊத்தி கழுவிற்று தேங்கா ஒடைக்கனும். பொறவு கோர்ஸ மாத்திரு. காத்து எதுத்து வரும், மாற வச்சி மாற வச்சி ஓடணும் கேட்டியா."

"சரி சித்தப்பா" என்றான் பிலிப்.

"ஆமா, முட்டந்தாண்டும் போதே ஒனக்கு கட கொஞ்சம் அலம்பித்தாம் கெடக்கும். கடலடிய நேரா அணியத்துல வாங்காத. அணியத்துக்கு ஏராக் கட்டயில பொறுக்கும். அணியத்து சென்னியில வாங்கு. அப்புடியே ஓடிரும். நல்லா வெலங்க இழுத்து ஓடு, பூதாவும் பார்க் கடல். மணப்பாட்டு மொனயிலயும் காத்தும் மாறும், கடலும் விரியும். திருச்செந்தூரு கோவுரத்த பாத்த ஒடன மச்சானுக்கு ஒரு காய ஒடைச்சிறு..."

தோணி குமரிமுனையைத் தாவி ஓடியபடியிருந்தது ஜவனாப்பக்கம் குபு குபுவெனப் புகை கக்கியவாறு பிரிட்டீஷ் இந்தியா நேவிகேஷன் கொடிபோட்ட கப்பலொன்று கடந்து போனது. லொஞ்சின் அணியத்து அவித்தியாலில் சாய்ந்திருந் தார். மாறி மாறி மனதிலோடிய நினைவுகளால் தூக்கம் பிடிக்கவில்லை.

'என்ன கொற வச்சம் இப்புடி பண்ணிற்றாள. இருந் திருந்து வண்ணாப்பய கூட படுக்குற அளவுக்கு போயிற்றாள. அவஞ் சின்னப் பய இவதாம் அவனக் கெடுத்திருப்பா. அதாம் பிலிப்பு அந்த தெசயிலே தலைவச்சி படுக்க மாட்ட

யிங்கிறானோ... பரவாயில்ல சித்தப்பா நாந் தோணியிலே படுத்துக்கிறுறமின்னான... ஆமா நமக்கு போனவொடன உள்ள வைக்கணும். அவளுக்கு அப்பந்தாம் ஆசயே அரும்ப ஆரம்பிக்கும். அண்ணக்கி நாம் பாத்ததுக்கு வேற யாராவது பாத்திருந்தா புல் தோட்டம் மணமேடு பூதாவும் நாறியிருக்கும. யாருக்குத் தெரியும் ஊர் பூராவும் நாறுன பொறவும் நமக்குத் தெரியாம இருக்குறதுக்கும் வாய்பிருக்க. இவளுக்கு எளம்புள்ள சோக்கு கேக்குது. பிலிப்பு ஆனவுட்டு மறிக்கிறதப் பாத்தா அவங்கிட்டயும் ஏடாகூடமா எதாவது பண்ணித் தொலச்சிற்றாளோ. அதாம் பய வூட்ட வுட்டு ஓடியிருக்காம். ஆனாலும் ஒரு வார்த்த, இது வர... பரவாயில்லிய. அவம் ஒடம்புல ஓடுறது யாரு ரத்தம். கித்தேரியாம் பட்டங்கட்டி ரத்தமா... லெம்பர்ட் கலிங்கராயம் ரத்தமாக்கும். காசு பணம் இல்ல, ஆனா மனுசத் தன்மய வுட்டுக் குடுத்திருவமா. பம்பாயில வாங்குன அத்தர சித்தி கிட்ட குடுத்திருங்கன்னு தந்தான. தம்பிக்கி முட்டாயி, தங்கச்சி செல்கேராவுக்கு மயிர்மாட்டி... என்னதாம் நாங் கொண்டு வந்து சேத்தாலும் மொதலாளி மெச்சுற மாரி வந்திற்றாமில்ல. இனி இவனப் பத்தி கவலப் படாண்டாம். முன்னேறுறதுக்கு மொதப்படியே ஒழுக்கம், அது எம்புள்ள கிட்டயிருக்கு. அது அவன எங்கயோ கொண்டுபோயிறும ...'

வெயில் சுள்ளென்று அடித்து உறைத்தது. சப்பைத் தட்டிலிருந்து நல்ல மீன் குழம்பு வாசம். கடலில் சுழிப்பெடுத்து மாறி ஓடும் நீரோட்டத்தில் தோணி தள்ளாடித் தடுமாறியது.

"லொஞ்சண்ணம் ஆத்தாளுக்கு ஒரு காய ஒடைக்கட்டுமா" கேட்டான் பிலியான்ஸ்.

"வடக்க அந்த பாற நேர் கரைய தெரியுதா?"

"ஆமாண்ணம்."

"அப்ப ஒரு கும்புட போட்டுட்டு ஓட."

குமரிமுனையில் காற்று மாற, பாய்கள் சோர்ந்து சள்ளையடித்தன. சோர்ந்து கிடந்தவர்கள் சுறுசுறுப்பாகி அணியத்துக்கும் பிச்சலுக்குமிடையே பம்பரமாய்ச் சுழன்றார் கள். பருவான்களை மாறவிட்டு தாமானையும், மறுக்கையும், மூராவையும் மாற்றி இழுத்துக் கட்டினார்கள். கஸ்பார் பையப் பைய காணாவை பிடித்து தோணியின் கோர்சை மாற்றினான். இதுவரையிலும் அட்டியில் விழுந்த காற்று இப்போது அணியத்தில் நேர் எதிரே வந்தது. மாற மாற ஓட்டுக்காட்டி கொற்கை நோக்கி ஓட ஆரம்பித்தார்கள்.

37

1935

காளவாசல் கடற்கரையில் சுற்றித் திரிந்த காலத்தில் சந்தித்த மலையாளத்து மாந்திரீகர்களோடு அங்குமிங்கும் அலைந்ததால் அவர்களிடமிருந்து ஒரு சில சித்து விளையாட்டுக்கள் கைவரப் பெற்றிருந்தான் சேசு. சண்டித்தனத்தோடு சித்து விளையாட்டுகளும் சேர்ந்ததால் தோணிப் பாலத்தில் குட்டி சண்டியனாகவே வலம் வந்தான். ஒரு நாள் இப்படித்தான் பிள்ளைவாள் காபி ஓட்டலில் காபி குடிக்க உட்கார்ந்திருந்தனர். வடையும் சாப்பிட்டு காபியும் குடித்தபின் சட்டைப் பைக்குள் கை விட்டால் காசு இல்லை. கூட்டு சேர்ந்திருந்த மற்றவர்களிடமும் காசு இருக்கவில்லை. கொஞ்சமும் வருத்தப்படாத சேசு சுற்றியிருந்தவர்களையெல்லாம் சிறிது நேரம் கண்களை மூடிச் சுண்டு விரலை வாய்க்குள் வைக்கச் சொல்ல, மேசையில் இருந்த நால்வர் முன்னாலும் காலணா வந்து விழுந்தது. மூவரும் பிரமித்துப்போக தோணிப் பாலத்தில் இருவர் சந்திக்கும் இடத்திலெல்லாம் இதுவே பேச்சாய்க் கிடந்தது. தோணிப் பாலத்தில் லஸ்கர்கள் கூடுமிடங்களில் சேசு இது போல் வித்தை காட்டுவது எப்படியோ லெம்பர்ட் தல்மெய்தாவின் காதுகளுக்குப் போயிருந்தது. ஆள் அனுப்பித் தன்னைப் பார்க்க வரச் சொல்லியிருந்தார். காலணா விழுந்த சம்பவத்தைக் கேள்விப்பட்ட அன்றே அவருக்கு வீட்டில் இருப்புக் கொள்ளவில்லை. திரும்பத் திரும்ப ஆள் அனுப்பியும் சேசு வராததால் கோபத்தின் உச்சத்துக்கே போன லெம்பர்ட் வேறு வழியே இல்லாமல் பணம் கொடுத்து சுதேசிக் காவலர்களை ஏவி விட்டார். வழக்கமாகவே சேசு குடித்துவிட்டு சரிந்து கிடக்கும்

சங்குமால், ஒத்தப்பனை முனியசாமி கோயில், காளவாசல் மர வீடு பகுதிகளில் தேடிச் சடைந்த காவலர்கள் அன்று காலையில் வலைக்குடியில் வீட்டிற்கே வந்திருந்தார்கள். காவலர்களைக் கண்டதும் காளவாசலில் ஏகத்துக்குப் பரபரப்பு. களவுச் சங்கு பிடிப்பதாக எண்ணிக்கொண்டு இடுக்குகள் வழியாக ஓட்டமும் சாட்டமுமாக கிடந்தது. தேவசானா பதறிவிட்டாள். சூனா பாரம் சாம்பும் வேலை விசயமாக தாழையுத்துவரை போயிருந்தார், சிமென்ட் ஆலை வேலையாம். பாரம் தூக்கும் தளவாடங்களோடு வண்டி மாடு போட்டுப் போயிருந்ததால் திரும்பி வருவதற்கு ஒரு வாரத்திற்கு மேலேயே ஆகும். வந்த காவலர்களும் எதற்காகத் தேடுகிறோமென்று சொல்லவில்லை. சேசு எதிரே சங்குச் சதை காயப்போடும் பந்தலில் கூரப்பாய் மூடிப் படுத்துக் கிடந்தான். சாமந்தப்பி வந்தவனுக்கு நல்ல தூக்கம். பண்டாரக்குளத்தில் கூத்து பார்த்துவிட்டு நல்ல குடியில் வந்திருந்தான். தேவ சானாளுக்கு எழுப்ப மனம் வரவில்லை. மூடி வைத்திருந்த சோத்தையும் சாப்பிட்டது போலில்லை. வீட்டுப் பூனை சட்டியைத் தட்டி விட்டிருந்தது. காவலர்களிடம் எப்படியோ சமாளித்து, வந்ததும் வரச் சொல்லுவதாகச் சொல்லி அனுப்பிவிட்டாள்.

மறுநாள் காலையில் கஞ்சி ஊற்றும்போது பவ்வியமாய் விசயத்தை அவிழ்த்தாள் தேவசானா.

“எய்யா போலிசுக்காரமெல்லாம் வந்து தேடிற்றுப் போறான்வள... என்னமுங் காங்கிரசு கச்சியின்னு கொடிப் புடிச்சியோ...!”

கஞ்சிக் கூட்டுக்காக வைத்திருந்த ஊறுகாய்ச் சாற்றில் தொட்டுக் கடித்த பச்சை மிளகாயைக் கடிப்பதற்குப் பதிலாக நாக்கையும் சேர்த்துக் கடித்துவிட்ட சேசு, வாயைப் பிளந்தபடியே

“ஆ...” என்றான்.

நாக்கு வலுவாகவே கடிபட்டிருந்தது. வாயெல்லாம் ரத்தம். பெற்ற மனம் பதற தேவசானா படபடத்துச் சொன்னாள்.

“சித்திரகுப்த்தம் ஒனக்கு சாவேயில்லயின்னுட்டானாம்ய்யா.”

“அவம் யாரு எனக்கு சாவேயில்லயிங்குறவம்.”

இதழ்களில் இளநகையோடிக் கிடந்தது. கை விரல்களால் கஞ்சையளைந்தபடி வெகு நேரமாய்க் கஞ்சிக் கோப்பை

யிலிருந்து கண்களை அகற்றவேயில்லை. இறந்துபோன சந்தக்குருசைக் கொண்டு வந்ததிலிருந்து சேசுவின் நடை உடை பாவனைகளில் வித்தியாசம் தெரிந்தது. முன்பெல்லாம் குடித்துவிட்டு கண்ட இடங்களிலும் சரிந்து கிடப்பவன் இப்போதெல்லாம் எந்த நேரமானாலும் காளவாசல் குச்சிலுக்கோ அல்லது புல்தோட்டத்தில் கிழவியின் குடிசைக்கோ வந்துவிடுகிறான்.

மனதில் ஆத்தா தேவ்சானா சொன்ன விசயங்களை அசைபோட்டவாறே நடந்தபடியிருந்தான் சேசு. தோணிப் பாலத்திலும் வேலைகளில் கவனம் செல்லவில்லை. பொழுது சாயும்வரை பொறுத்திருந்தவன் தோணிப் பாலத்தின் எதிரே இருந்த காவல் நிலையத்துக்கு வந்திருந்தான். சேசுவைக் கண்டதும் மிரண்டுபோன சுதேசிக் காவலர்கள் என்ன செய்வதென்று தெரியாது கையைப் பிசைந்துகொண்டு நின்றார்கள். அழைத்து வந்து விசாரிக்கத்தான் உத்தரவு இருந்ததேயொழிய காவலில் வைக்க உத்தரவு இல்லை. காவல் நிலையம் வரை தேடி வந்திருந்த சேசுவை விடவும் காவலர்கள் தயாராயில்லை. இறுதியாய் கண்காணிப் பாளரிடமே கேட்டுவிடுவது என்று முடிவு செய்து வேலை களை முடித்துக்கொண்டு இன்ஸ்பெக்டர் வீட்டுக்குக் கூட்டிக்கொண்டு நடந்தார்கள். இன்ஸ்பெக்டர் வீடு திருநெல்வேலி சாலையில் ஆனந்த நாடாரின் எண்ணெய் ஆலைக்குப் பின்னாலிருந்தது. காவல் நிலையத்திலிருந்து நல்ல தூரம். இன்ஸ்பெக்டர் லட்சுமணனை ஏற்கனவே தெரிந்திருந்த தால் தைரியமாகவே நடந்தான் சேசு. இன்ஸ்பெக்டர் லட்சுமணனும் வெளியே ஏதோ அவசர வேலையாய்ச் சென்றிருந்தவர் குதிரை வண்டியில் வந்து வீட்டில் இறங்க இரவு எட்டு மணிக்கு மேலாகியது. காவலர் பாதுகாவலோடு சேசுவைக் கூட்டிப் போவதை எதிரே பார்த்த யாரோ தோணிப் பாலத்தில் போய் சொல்ல, ஒன்றிரண்டு லஸ்கர்கள் பின்னா லேயே வந்தவர்கள் ஒளிந்திருந்து வேடிக்கை பார்த்தார்கள். இன்ஸ்பெக்டர் வீட்டுத் திண்ணையில் அமர்ந்திருந்தான் சேசு. குதிரை வண்டியிலிருந்து இறங்கிய லட்சுமணன் காவலர்களை அழைத்து விவரம் கேட்டுவிட்டு அவர்களை அனுப்பிவிட்டார். வீட்டின் முன்னறைக்குள் வந்தவர் சேசுவையும் உள்ளே வரச் சொல்லிக் கதவைப் பின்னிருந்து மூடினார்.

“ஓனக்கும் அந்த லெம்பர்ட் தல்மெய்தாவுக்கும் என்னல பிரச்சன?” கேட்டார் இலட்சுமணன்.

“அப்புடி பிரச்சனயில்லிய...”

“71ஆம் நம்பர் தோணி யாரட..?”

“அவுரடதாம். போன வாரம் பூதாவும் கெட்டுலயில கெடந்திச்சி”

“எதுக்கு?”

“தண்ட அவம் இஷ்டத்துக்கு கூலிய பங்கு வைக்கிறாம், கழிப்பு காச மடிக்கிள போட்டுக்கிறுறாம். யாருக்கும் குடுக்க மாட்டயிங்குறாம். தண்ட அவனாச் செய்ய மாட்டாம் எல்லாம் மொதலாளிமாரு சொல்லித்தாம் செய்யிறாம். ஆயிரம் ஆயிரமா சம்பாதிக்கிறவன்வளுக்கு எங்கள்வளுக்கு தார சரக்கு தட்டுற கூலியிலதாங் கண்ணு...”

“...”

“யாபாரிமாருட்ட திற்ற வாங்கிக்கிறுறான்வ. ஆனா லஸ்கர்வளுக்கு தாரதில்ல. தட்டிக் கேட்டா அடுத்த நடக்கி கூட்டிற்று போறதில்ல.”

“சண்ட வந்து யாரயும் அடிச்சி கிடிச்சி போட்டியோ?”

“இல்லிய. ஒந்தண்ணாண லச்சுமணா, சந்தக்குருச மைய பெட்டிக்கிள தூக்கி வச்ச நாள்லயிருந்து இன்னுவர ஒரு பயல நாந் தொடல.”

“71ஆம் நம்பர் தோணியில மெஜிராவக் காணுமின்னு கேஸ் குடுத்திருக்கான்வ.”

“கப்ப நடத்தோணியில மெஜிரா காம்பஸ் என்னத்துக்கு, ஆமா கேஸ் யாரு குடுத்தா?”

“அது எதுக்கு ஒனக்கு?”

“நம்ம கையில உள்ள சித்து வெளையாட்டுவள பாக்குறதுக்கு ஆள் வுட்டு அனுப்பிகிற்றேயிருந்தாரு. நாம் போவயில்ல.”

“என்னமோ தண்டல அடிச்சிப் போட்டுட்டு மெஜிராவத் தூக்கிற்றுப் போயிருக்கயின்னு கேஸ் குடுத்திருக்கான்வ. திருந்தவே மாட்டியளோ, பணக்காரனும் அப்புடித்தாம் இருக்காம்...”

இலட்சுமணன் மனைவி சாவித்திரி சூடு பறக்கக் காப்பி கொண்டுவந்தாள். அவளைக் கடிந்துகொண்ட லட்சுமணன் இரவுச் சாப்பாடு இருவருக்குமே வீட்டில்தான் என்று சொன்னார். ஏற்கனவே ஒரு முறை சந்தனமாரி கோயில் கொடை விழாவில் சேசுவைப் பார்த்திருக்கிறாள். இந்த அளவு பக்கத்தில் பார்த்ததில்லை. அப்போதும் லட்சுமணன்

பந்தோபஸ்து வேலையிலிருந்ததால் சேசுவிடம் பேச முடியவில்லை. மனைவியிடம் அறிமுகம் செய்தவாறே போய் விட்டார். சேசுவும் லட்சுமணனும் பள்ளித் தோழர்கள். கால ஓட்டத்தில் சேசு, சண்டியன் சேசுவாகவும் லட்சுமணன் இன்ஸ்பெக்டராகவும் ஆகியிருந்தார்கள். தகப்பனார் தாணு மாலையப் பிள்ளை எப்போதும் போக்கத்தவன் போலிஸ்காரன் என்றே கிண்டலாய்ச் சொல்வார். படித்த மகன் வியா பாரத்துக்குள் வரவில்லையே என்ற ஆதங்கம்.

இருவருக்குமே நெய்த் தோசையை முறுவலாய்ப் போட்டுக் கொண்டு வந்து கொடுத்தாள் சாவித்திரி. கட்டிச் சட்டினியும் வைத்திருந்தாள். வயிறாறச் சாப்பிட்டான் சேசு. நேரம் பிந்திவிட்டதால் மனைவியைப் பின் கட்டில் போய் படுக்கச் சொன்னவர் சேசுவோடு பால்ய கதைகளைப் பேசிக்கொண்டே உறங்கிப் போனார். இரவு இங்கே தங்கிவிட்டு காலையில் போகலாமென்று லட்சுமணன் சொல்லியிருந்ததால் அப்படியே கட்டிலுக்கடியிலேயே தூங்கிப்போனான் சேசு.

பின் கட்டில் படுத்திருந்த சாவித்திரி, சேசு குடிப் பழக்கம் உள்ளவன் என்று தெரிந்ததால் இரவில் தண்ணீர்த் தாகமெடுத்து சிரமப்படக் கூடாதே என்பதற்காக செம்பில் தண்ணீர் கொண்டுவந்து தலைமாட்டுப் பக்கம் மூடி வைத்துவிட்டுப் போனாள். நல்ல சடைவாய் இருக்க வேண்டும் இருவரிடமுமே அனக்கமில்லை.

சாவித்திரி நான்குநேரி சிவலிங்கப் பிள்ளைக்கு ஒரே மகள். இன்ஸ்பெக்டர் லட்சுமணனுக்குத் தூரத்து வழியில் முறைப் பெண். நான்குநேரியில் ஜீயர் மடத்துக்குப் போகும் பாதையில் எண்ணெய்க் குளத்துக்குப் பின்புறம் மளிகைக் கடையோடு கூடிய வீடு. வசதியாக வாழ்ந்தவர் ஆனால் இன்று கொற்கையில் கொண்டான் கொடுத்தான் வீடாய் இருந்தாலும் வேறு வழியில்லாமல் வந்து ஒண்டியிருந்தார். நான்குநேரியில் மறுகால் குறிச்சி மறவர்கள் மளிகைக் கடை நடத்தும் பிள்ளைகளை வாழவிடுவதில்லையாம். எப்போதுமே அடிதடி ரகளை. மளிகை கடையில் சாமான்கள் வாங்கிவிட்டு காசு கொடுப்பதில்லை. மனைவியும் இறந்துவிட, இவ்வளவு கஷ்டத்துக்கிடையிலும் ஏன் கடை நடத்த வேண்டுமென்று மகளோடாவது அந்திய காலத்தைக் கழிக்கலாமே என்று கொற்கை வந்துவிட்டார் சிவலிங்கப் பிள்ளை. படுத்துத் தலையை சாய்த்திருப்பார். முன் கதவை யாரோ தட தடவெனத் தட்டும் சத்தம். மருமகனும் சேசுவும் அடித்துப் போட்டதுபோல் தூங்குகிறார்கள். எழுந்து வந்து மருமகனை எழுப்பினார்.

"எய்யா... யாரோ தட்டுராக."

கண்களை கசக்கியவாறே எழுந்தார் லட்சுமணன். பதறியபடி கட்டிலுக்குக் கீழே பார்த்தவர் சேசு அசந்து தூங்குவதைக் கண்டதும் தலையை ஆட்டியபடியே கட்டிலிலிருந்து இறங்கி வந்து கதவுப் பக்கம் போய் திறந்தார்.

"என்னப்பா, நேரங்காலம் இல்லாம வாறீங்க... தட்டுறீங்க."

"எய்யா, மன்னிச்சிகிறுங்க" என்றார் தோமாஸ் தண்டல்.

"என்ன விசயம்?"

"சேச கூட்டிற்று வந்தியளாம்... அவன வெளிய வுட்டுராதைங்க."

சத்தம் கேட்டு விழித்திருந்தான் சேசு. ஆனால் அசைய வில்லை. பேச்சுச் சத்தத்தை வைத்து வந்திருப்பது தண்டல் தோமாஸ் என்று புரிந்துகொண்டான். ஆனால் கூட வந்திருந்தவன் யாரென்று தெரியவில்லை.

"எதுக்கு விடக் கூடாது."

"ஒரு தோணியிலயும் சரக்கு ஏத்த எறக்க வுட மாட்டயிங்குறாம். களவுடுக்கவுஞ் செய்யிறாம்."

"கேஸ் குடுத்திருக்கியள்ல... வேறென்ன?"

"வுட்டியள்ன்னா காங்கிரசுக்காரன்வ ஓடுனமாரி கள்ளத்தோணியில கொழும்பு கிழும்புன்னு எங்கயும் போயிற்றா... புடிக்க முடியாது."

கீழே படுத்திருந்த சேசு கொதித்துப்போனான். மற்ற நேரமாக இருந்திருந்தால் தோமாஸ் தண்டலின் மென்னியைப் பிடித்துத் திருகியிருப்பான். போலீஸ்காரர் வீட்டில் படுத்திருப் பதால் பொங்கி வந்த கோபத்தை அடக்கியவாறே படுத்திருந்தான். செயல்படுத்துவதற்கான திட்டம் மூளையில் தயாராய் இருந்தது.

"இத நாளைக்கி ஸ்டேசன்ல வந்து சொல்ல வேண்டியதுதான!"

"இல்லய்யா, ஆள புடிச்சிற்றியயின்னாவ வுட்டுறாதைங்க. அப்புடியே வுட்டாலும் காலயில தேரம் விடியாமலே புடிச்சி வுள்ள போட்டுறுங்க."

"சரி நாம் பாத்துக்கிறுறம்."

"லெம்பர்ட் மொதலாளி ஒங்கள பொறவு வந்து பாப்பாவளாம்" என்றான் பிச்சையா.

"சரி" என்றவாறே அவர்களை வெளியே அனுப்பி விட்டுக் கதவைச் சாத்தினார் லட்சுமணன். கதவில் கொண்டி போட மறந்திருந்தார். தோமாசையும் அவர் மகன் பிச்சைய்யாவையும் பார்க்கப் பார்க்க சேசுவுக்கு வெப்ராளம் தாங்க முடியவில்லை. இன்ஸ்பெக்டர் லட்சுமணன் தூங்கட்டுமென காத்திருந்தான்.

'மேசைக்காரம் புத்திய காட்டிட்டாம். நேருக்கு நேர எதுத்துக்கிற முடியல. ஆள்வுட்டிருக்காம். வுட்டது வுட்டிய ஒரு ஆளு அந்தஸ்து மாண்டாம். தவப்பனும் மொவனும் வந்திருக்கான்வ. பொண்டாட்டிய கூட்டிக் குடுத்த பெயல்வ. தல்மெய்தா வூடேறி கேட்டுறுவம். அந்த புள்ளைக்காவ பாக்குறம். அந்த புள்ள லிடியாவயுந்தாம் அப்புடியே வுட்டுட்டான்வள. தாய் தவப்பமில்லையின்னு போனா, என்ன ஒடப் பொறப்பு. ரிபேரோ வூட்டுல சம்பந்தம் முடிஞ்சி போச்சியின்னாவ. பொறவு பசாந்தியின்னு கெடந்திச்சி. அவங் குருஸ் பல்டோனா கையில புடுச்சி குடுத்திருவான்வளோயின்னு பயந்துபோனம். கன்னியாஸ்திரியாவது போயிறுக்குலாம... கன்னி கழியாத புள்ள. அந்த புள்ள கண்ணீரே வுடாத. நம்மளும் என்னத்தையும் செஞ்சி கருமத்த கையாடணு மாக்கும். ஆனா இந்தக் கூதிவுள்ளயள வுடக் கூடாது.'

கட்டிலுக்கு மேலே குறட்டைச் சத்தம் கேட்டது, மெதுவாக எழுந்து கதவைத் திறந்தான் சேசு. சத்தமில்லாமல் வீட்டை விட்டு வெளியே வந்தவன் ஒரு முடிவுக்கு வந்தவனாய் ஓட்டமும், நடையுமாய் ஒத்தப்பனை முனியசாமி கோவிலை நோக்கி வந்தான். வால்காட் ஜின்னிங் ஆலையில் இரவு பகலாக ஜின்னிங்கும் பேக்கிங்கும் நடந்தபடியிருந்தது. சேசு ஓடி வந்த வேகத்திற்கு யாரும் அதற்கு முன்னால் போயிருக்க முடியாது. ஓணாத் தெருவில், வடித்த சாராயம் குடித்த தண்டல் தோமாசும் மகன் பிச்சையாவும் பால் பாண்டி நாடான் பொண்டாட்டி கொடுத்த ஊறுகாயை உள்ளங்கையில் வைத்து நக்கியபடி தள்ளாடியவாறே வந்து கொண்டிருந்தார்கள். வலைக்குடி போவதற்கு ஒத்தப்பனை முனியசாமி கோவிலைத் தாண்டித்தான் போக வேண்டும். நேரம் பிந்தப் பிந்த சுருட்டொன்றை எடுத்துப் பற்ற வைத்தி ருந்தான் சேசு. இருட்டு வெளிச்சத்தில் இருவர் தள்ளாடிய படியே வருவது தெரிந்தது.

"ஒங்கய்யா சரக்கையும் கைவச்சிற்றாமுன்னு நீரு ஒரு வார்த்த போட்டுருக்கணும்."

"தாணுமாலப்புள்ள மொவம் பாத்தா வெவரம் உள்ள கூதிமொவம் மாரிதாம் இருக்காம்."

தூரத்தில் ஒத்தப்பனை முனுசாமி கோவில் பக்கம் அந்தரத்தில் கங்கல் வெளிச்சமொன்று தெரிந்தது.

"யப்பா, அங்கன பாத்தியளா கங்கல் மாறியில்ல."

"எல, பயந்தாங்கொள்ளிக் கூதிவுள்ள வெளக்காயிருக்கிம். அய்யா வாரமில்ல, சும்ம வா... நம்ம கரிக்களத்துல வேல பாக்குறதுவ வந்து சாமி கும்புட்டுறுக்கும்."

"இந்த சாமத்துலயா...! நல்லாப் பாரும், கங்கலு முன்னாலயும் பின்னாலயும் போவுது. குடி வெறியில சொல்லச் சொல்ல கேக்காம இப்புடியே வாறியரு."

கங்கல் இப்போது பக்கத்தில் வந்திருந்தது.

"பாத்தியறா சொல்லச் சொல்ல கேட்டியரா முனுய சாமியேதாம், சுருட்டு குடிக்கிது. ஆ..."

வாயில் விழுந்த அடியால் பிச்சையாவால் மேற்கொண்டு பேச முடியவில்லை.

"எல என்னா... சத்தமில்ல, அப்ப அங்கன மில்லுகிட்ட வரும் போதே சோத்தாங் கைப்பக்கமா போயி அப்புடியே கடக்கறையில எறங்கி நடந்திருக்கிலாம" என்றார் தண்டல் தோமாஸ்.

சொல்லி வாய் மூடுவதற்குள்ளாகவே காற்றைக் கிழித்துக் கொண்டு விர்ரென வந்து விழுந்த அடியில் தோமாஸ் தண்டலின் உதடு கிழிந்து தொங்கியது.

"எய்யா பிச்ச... ஆ... என்ன பெத்த ஆத்தா..."

"யய்யா, எம் புட்டி முறிஞ்சி. இன்னைக்கி உசுரோட வூட்டுக்கு..."

"கேஸ் குடுக்கத் தெரிஞ்சிச்சில்லியால."

"முனியசாமி மேல நாங்க... ஆ... யாரு அடிக்கிறிய?"

வெளுத்து வாங்கிவிட்டார் சேசு. நல்ல குடிபோதையில் இருந்ததால் அவர்களால் திருப்பி அடிக்கவும் இயலவில்லை. பிச்சையா பயத்தில் உறைந்து போய் இருந்தான்.

"எல பிச்சையா, இது முனியசாமி அடிமாறி தெரியிலிய. முனியசாமி அடிச்சா ஒரே ஒரு அடிதாம் அடிக்கிமும்பாவ. சும்ம சீனடி, சைலாத்து இதுவ தெரிஞ்சவம் அடிக்கிற மாரியில... எய்யா எங்களவுட்டுறுய்யா."

"கேஸ் குடுக்கிறான்வளாம்... கேசு."

312 ஆர். என். ஜோ டி குருஸ்

“முனியசாமி மேல நாங்க எங்க கேஸ்…” என்றான் பிச்சையா.

“என்னல முனியசாமி மனுசாமியின்னுகிட்டு இருக்கிய.”

“எய்யா, சத்தத்த எங்கயோ…” என்று முனகினார் தோமாஸ் தண்டல்.

“எல அவம் தல்மெய்தா பெண்டாட்டி சலேட்டு எதயுந் தூக்கிற்று காட்டுனாளாக்கும்?”

வாயில் விழுந்த அடியால் தண்டல் தோமாஸின் பற்கள் பொலபொலவென விழுந்து ரத்தம் ஊற்றியது.

“முட்டுக்குள வச்சி முறிச்சமுன்னா…”

“சத்தத்த பாத்தா நம்ம சேசுமாரி…”

“என்னல சேசுமாரி ஓங்கள முனியசாமிகிட்டயிருந்து காப்பாத்தணுமுன்னா சேசு வந்தாத்தாம் முடியும். தாயோளிவுள்ளயளா, செவம் படிங்கல.”

“நாங்க வேதம், முனியசாமி செவமெல்லாம் தெரியாத, ஓமக்கு தெரியாயும்” கேட்டான் பிச்சையா.

தோமாஸ் தண்டலிடம் சத்தமில்லை.

“இத்தன அடியயும் வாங்கிகிற்று தூங்காயிறியறு.”

“எல செவம் படிக்கிறியளா இல்லியா…”

“சேசின் திரு இருதயத்துக்கு படிக்கிற…”

“படில, கோத்தாள ஓக்க.”

“கோத்தாள ஓக்கயின்னா சொன்னாம்?”

“மாரி என்ன சொல்லணும், லூக்காசு சர்ச்சிகிட்ட ஓம் பொண்டாட்டி இந்த வயசுலயும் ஆட்டிகிட்டு அலையிறாளாம். அங்கனோடி புல்தோட்டம், மணமேட்டுப் பக்கமின்னா மொவ ஆடுறாளாம் படில செவத்த…”

“சேசுவின் திரு இருதயமே பர்னாந்துமார் குடும்பங்களுக்கு தேவரீர் செய்துவரும் சகல உபகாரங்களையும்…

“எல அய்யா ஒழுங்காப்படி…” முனகினார் தோமாஸ்.

“இதுவுமன்றி கொற்கையிலிருக்கும் சகல குடும்பங்களுக்காகவும் உம்மை மன்றாடுகிறோம், சேசுவின் இரக்கமுள்ள இருதயமே சிறுபிள்ளைகளை நீர் எவ்வளவோ பட்சத்தோடே…”

“நிப்பாட்டுல அய்யாவ படிக்கச் சொல்லுல”

“கொற்கையின் ரட்சகரே, உமக்கு முன்னால் சாஷ்டாங்கமாய் விழுந்து கிடக்கும் அடியோர்கள் பேரில் உமது கண்களைத் திருப்பியருளும்.”

“...”

“சுவாமி கொற்கையில உள்ள மெனக்கெடர் தேவரீரை ஒரு போதும் அறிந்ததேயில்லை, வேறே சில மேசைக்காரர்கள் உம்மை நிந்தித்துப் பழித்து வேண்டாமென்று தள்ளிப் போட்டார்கள்.”

“...”

“இந்தக் கொற்கையில் ஒரு கோடி முனைமுதல் மறுகோடி முனை மட்டும் நமக்கு மீட்ப்ளித்த சேசுவுக்குத் தோத்திரமாய்...”

வாங்கிய அடியில் தன்னிலைக்கு வர இருட்டில் சேசுவைத் தேடினார்கள், அவன் அவர்களிடமிருந்து மறைந்து போனான்.

அதிகாலையிலேயே சூரிய உதயத்திற்கு முன்னால் எழுந்து குளித்து நெற்றியிலும் நெஞ்சிலும் முழங்கையிலும் மணிக்கட்டிலும் விபூதி அணிந்து சிவபழமாய்த் தலை வாசலைத் திறந்தார் சிவலிங்கப் பிள்ளை. கிழக்குப் பார்த்த வீடு. காலைச் சூரிய நமஸ்காரத்திற்காக கண் மூடியே வந்தவர் கண்களைத் திறந்தபோது எதிரே நின்றிருந்தவர்களைப் பார்த்து பயந்தே போனார். முகத்தில் உதடு கிழிந்து ரத்தம் வடிந்து நாடியில் காய்ந்திருந்தது.

“எய்யா, இன்ஸ்பெக்டர் அய்யாவ கூப்புடுங்க.”

“எதுக்கு?”

“நிக்க முடியில்ல அய்யாவ கூப்புடுங்க.”

“சேசு அடிச்சிப் போட்டாம்.”

பேச்சுச் சத்தம் கேட்டு விழித்திருந்தான் சேசு. ஆனால் அசையாமலேயே படுத்துக் கிடந்தான். கட்டிலுக்கு மேலே இன்ஸ்பெக்டர் அசைவது தெரிந்தது.

“எங்கள அடிச்சி ரத்தக் களறியாக்கிற்றாம் சேசு.”

“என்னய்யா ஒளறுறீங்க?” என்றவாறு எழுந்து வந்த இன்ஸ்பெக்டர் லட்சுமணன் உள் பக்கமாகத் திரும்பிக் கட்டிலுக்கு கீழே நோட்டம் விட்டார். சேசுவின் நீண்ட கால்கள் கட்டிலுக்கு வெளியே துருத்திக்கொண்டு தெரிந்தன. வெளியே வந்து பாராவிலிருந்த காவலர்களை அழைத்துச் சொன்னார்.

“இவம் ரண்டு பேரயும் ஸ்டேசனுக்கு கூட்டிற்று போயி உக்கார வைங்கப்பா.”

“அய்யா...”

“ஏண்டா மாயிறீங்க. ஒரே சாதிக்கிள இப்புடி கெடந்து மாயிறத இந்தக் கொற்கையிலதாம் பாக்குறம். கம்மரம், மெனக்கெடம், மேசைக்காரம், கோட்டு போட்டவம் கெம்பேறிமூக்கம் இன்னும் என்னவே...”

முன்னே வந்த சுதேசிக் காவலர்கள் தண்டல் தோமாசை யும் அவர் மகன் பிச்சையாவயும் இழுத்துக்கொண்டு போனார்கள். உள்ளே வந்த இன்ஸ்பெக்டர் லட்சுமணன் சொன்னார்.

“சேசு என்னப்பா நீ இங்க எங்கண்ணு முன்னால தூங்குற, ராத்திரியில நீ அடிச்சிப் போட்டயின்னு வந்து நிக்கிறான்வ. ஆனா அடிவாங்கி உதடெல்லாங் கிழிஞ்சி தொங்குதப்பா...!”

“குடியாரக் கூதிவுள்ளய.”

வலது கையால் வாயைப் பொத்திய சேசு திரும்பி முன்னாலும் பின்னாலும் பார்த்துவிட்டு யாரும் இல்லை யென உறுதி செய்துவிட்டுத் தொடர்ந்தான்.

“குடிச்சிற்று எவ வூட்டுக்குளயாவுது ஏறி வுழுந்திருப் பான்வ. அங்க தூக்கிவச்சி குத்து குத்துன்னு கும்மி வுட்டுறுப்பான்வ.”

“வாட நிக்க முடியல.”

“பாத்தியா அப்ப சரிதாம். சரி இந்தமாரி பொய்க் கேஸ் குடுக்குறவன்வள வுட்டுறுவியளா?”

“என்ன செய்யச் சொல்லுற?”

“சரி நாங் கெளம்புறம். வீட்டுலயும் தம்பிமார் தேடுவான்வ.”

“ரண்டு பசங்களா!”

“ஆமா ஆத்தாவுக்கு சூனாவுக்குப் பொறந்தவன்வ ரண்டியரு. என்னதாம் இருந்தாலும் ஒரே தாய்க்கிப் பொறந்தது பாத்தியா. மூத்தவம் ராசேந்திரம், எளையவம் ஜெரமியாசு. தேடுவான்வ. எனக்கும் தேடுது.”

நேரம் தெரியாமல் அவர்களிருவரும் பேசிக்கொண்டி ருப்பது தெரிந்ததும் காலையில் சப் கலெக்டர் அலுவலகத்தில்

இருக்கும் சந்திப்பு விசயத்தை வந்து ஞாபகப்படுத்தினாள் மனைவி. சாவித்திரியின் அடக்கமும் அன்பும் சேசுவுக்குப் பிடித்திருந்தது. காலைச் சாப்பாட்டை முடித்துக்கொண்டு சேசு கிளம்பினான். மனதிலோடிய ஆயிரமாயிரம் சிந்தனை களோடே நடந்து போனான்.

'லட்சுமணம் பொண்டாட்டி நல்லாத்தாம் இருக்கா. பேசாம சிங்கராயந் தோணியில ஏறி நாலுதிற்ற சம்பாதிச்சிற்று ஒரு குருசுக் காலியாணத்த பண்ணி சேசம்மாளயும், புள்ளயயும் கூட்டிற்று வந்து புல்தோட்டத்துல கெழவி குச்சில்ல வச்சிற வேண்டியதாம். எத்தன நாளக்கித்தாம் மறைக்க. புள்ளக்கிம் ஞானஸ்தானம் குடுகணுமின்னாள சேசம்மா. வருவேலய்யா பேரு வைக்கணுமின்னா. நாலுயற மாரி நம்மளும் குடும்பம், பொண்டாட்டி, புள்ளயின்னு இருக்க வேண்டியதுதாம்'

38

1935

ஆடி மாதத்தின் மப்பும் மந்தாரமுமான அதிகாலைப் பொழுது. கச்சான் காலமாகயால் பாம்பனில் வடகடல் தொழில் நடந்தது. கரையிழுத்து வைத்த வள்ளங்கள் தவிர மற்றவை மடக்கில் சிற்றலை யசைவில் ஆடியபடி கிடந்தன. வருடம் முழுவதுமே அள்ளித் தரும் வடகடல் சிலிர்த்துச் சில்லம் தட்டிக் கிடந்தது. காற்று உரத்து மோதும் கச்சான் நேரங் களில் வடகடலிலும் மிதமான நேரங்களில் தென் கடலிலும் தொழில் செய்வது இங்கு வாடிக்கை யான நிகழ்வு.

கருக்கலிலேயே ஆரம்பித்த மழை கொடடோ கொட்டென்று கொட்டித் தீர்த்தது. மழை சிறிது வெறிக்க, பொழுதுமுகம் வெளுத்து எங்கும் சாம்பலாய்த் தெரிந்தது. பூட்டுக்கால் பாய்ச்சலில் கடற்கரைக்கு ஓடோடி வந்தார் சம்மாட்டி இன்னாசிப் பிள்ளை. பாம்பனின் புதுச் சம்மாட்டி. மூக்கையூரிலிருந்து பிழைக்க வந்தவர். இப்போது, சொந்தமாக நான்கு வள்ளங்கள் வைத்திருக்கிறார். கடந்த நான்கு வருடமாக கடலில் தொழிலுக்காகக் கால் நனைக்கவில்லை. கீழக்கரையில் சம்பந்தம் பண்ணியதால் தன்னை மேசைக்காரர் என்று தம் பட்டம் அடித்துக்கொள்வார். கலங்கரை விளக்கமருகே ரயில் பாலத்துக்குக் கீழே தென்னங்கிடுகுப் பெறைக் குள் பின்னிப் பிணைந்தபடி படுத்துக் கிடந்தவர்களை காலால் சமட்டித் தள்ளியபடியே ஓலமிட்டார்.

"எலேய் மழ வெறிச்சது ஓர்மயில்லாமயா தூங்குறிய? எழும்புறியளா... கடத் தண்ணிய கோறி ஊத்தட்டா?"

"..."

"போயி கஞ்சிப்பானயள கொண்டாருங்கல."

இன்னாசிப்பிள்ளையின் சத்தம் கடற்கரையில் கேட்க மற்ற சம்மாட்டிமாரும் வந்து தத்தமது வள்ளத்து கூலி மடிக்காரர்களை எழுப்பினார்கள். பதறிப் பதறி எழும் பினார்கள் கூலியாட்கள், எல்லோருமே மூக்கையூர், ரோச் மாநகர்ப் பகுதிகளிலிருந்து வந்தவர்கள். புத்தியாய் பிழைக்கத் தெரிந்தவர்கள் கால ஓட்டத்தில் சம்மாட்டிகளாகி மற்றவர்களை தங்கள் வள்ளங்களில் கூலிக்காரர் களாக்கியிருந்தார்கள். ஏனையோர் கூலிக்காக வாங்கிய முன்முதலை திருப்பி அடைக்க முடியாமல் காலம் முழுவதுமே சம்மாட்டிமாரின் கொத்தடிமைகளாய் மாறிப்போனார்கள். படிப்பறிவு இல்லாததும் ஒரு காரணம்.

மூக்கையூரிலிருந்து கச்சான் காலத்தில் மட்டுமே வந்து போய் இருந்தவர்கள் இந்தப் பகுதியில் தங்க நினைத்ததே இந்த நிரந்தரமான தொழில் நிலையால்தான். மூக்கையூரில் கரை மடக்கடியில் திணறிப் போனவர்களுக்கும் மலட்டாற் றில் கூன் குறுகச் சகதிக்குள் தடவி கூனி பிடித்தவர்களுக்கும் நிரந்தரமான வடகடல் தொழில் பிடித்துப்போனதில் ஆச்சரியமில்லை. கொற்கையிலிருந்து கொண்டுவரப்பட்ட வள்ளங்களுக்குப் பெரும் முதல் போட்டு வாங்கித் தொழில் செய்ய முடியாததும் பெரும்பாலானவர்கள் கூலி மடிக்காரர் களாகிப் போனதற்கான காரணம்.

சிறிது நேரத்தில் பாம்பன் துறையே பரபரத்து வள்ளங் களும், கட்டுமரங்களும், வத்தைகளும் பாயடித்துக் கிளம்பின. வானமெங்கும் சாம்பல் பூச்சாய் இருந்தது. தொடுவானம் தெரியவில்லை. பாய் விரித்தோடிய வள்ளங்களைக் கண்மறை யும் வரை கரையில் நின்றபடியே பார்த்துத் திரும்பினார்கள் சம்மாட்டிமார். கஞ்சிப்பானையைத் தூக்கி வைத்துப் பாயடித்து பயணப்பட்டால் காற்றோ மழையோ பாடு வைக்காமல் வள்ளங்கள் கரை திரும்புவதில்லை. இவர்களின் இயல்பு தெரிந்ததால் சம்மாட்டிகளும் எப்பாடு பட்டாவது வள்ளத்தை கடலிறக்கிப் பாயடிக்க வைத்துவிடுவார்கள்.

நல்ல புறக்காற்றில் வள்ளங்கள் பாய் புடைத்து ஓடின. கச்சத்தீவுப் பக்கம் வலை போட்டுக் கிடந்தவர்களோடு பாய் ஓட்டிலேயே பேசிக்கொண்டார்கள்.

"என்ன சாணிபொரத்தார் இப்புடியே வலவுட்டுட்டிய போல"கேட்டார் சவரியாப்பிச்சை.

“என்னப்பு செய்ய ஓங்களமாரி வள்ளமா, மாப்பு கெடந்திச்சி அதாம் அப்புடியே இங்கனக்குள்ளயே வலைய வுட்டுட்டோம்.” என்றார் ராயப்பன்.

“என்ன மீன் கெடக்கு?”

“நவர, வாள, கட்டிக்காள, பன்னா, சுவாப்பாற இதுவ ஓடிக் கெடக்கு. அது யாரு பக்கத்துல?”

மழை பிடித்துக்கொண்டது. பாயைத் தட்டியிருந்தார் சவரியாப்பிச்சை.

“என்ன செய்ய ராயப்பம், மழயும் அவன்வளுக்கேத்த மாரிதான வெறிச்சிக் காட்டுது” என்றார் சவரியாப்பிச்சை.

“சம்மாட்டி வெறிப்பு. நமக்குத்தாம் எரும மாட்டுத் தோலாயிப் போச்சி. படிக்கிற புள்ளயப் போயி இப்புடி மனச்சாச்சியில்லாம கூட்டிற்று வந்திருக்கியள.”

வம்படிக்கி வந்திருக்காம்ய்யா, சொல் வார்த்தய கேட்டாத்தான.”

கொட்டும் மழையில் வெடவெடத்துப் பற்கள் கொடுவ நின்றிருந்தான் அல்வாரிஸ். சவரியாப்பிச்சையின் மூத்த மகன். கொற்கையில் சவேரியார் பள்ளியில் படிக்கிறான். மனசு கேட்காமல் அல்வாரிஸ் அருகே சாய்ந்த சவரியாப் பிச்சை அவன் தலைமுடியை உதறிவிட்டார். வெறிப்பது போல் சாடை காட்டிய மழை திரும்பவும் கொட்டியது. எங்கும் சாம்பல் நிறம். மழை நீரும் கடல் நீரும் சாம்பலாய் இருப்பதைப் பிரமிப்பாய்ப் பார்த்தான் அல்வாரிஸ்.

வான்துளி மழை நீர் கடல் நீரோடு கலக்கும் அந்த விந்தையான கணப் பொழுதைப் பார்த்துப் பார்த்து மெய் சிலிர்த்தான். இயற்கையும் சம்மாட்டிமார் மனப் பக்குவம் போலவே கடுமை காட்டியது. ஒண்டுவதற்கு இடமில்லாமல் அனாதரவாய் அவர்கள் நடுக் கடலில் நின்றிருந்தது பரிதாப மாய் இருந்தது. நீவாடு மாறியதில் மண்டி கலங்கிக் குமட்டியது. கீழே பெரிய மீன் ஏதேனும் ஓடிக்கலக்கியிருக்க வேண்டும். இடுப்பை இரு கைகளாலும் இறுக்கிப் பிடித்தபடி வள்ளத்தி லேயே குத்தவைத்த அல்வாரிஸ் வாந்தி எடுத்தான். காலையில் குடித்திருந்த கஞ்சிச் சோத்துப் பருக்கைகள் வந்து விழுந்தன. நீர்ப் பரப்பில் தலைநீட்டிய சுவாப் பாறைகள் வாந்திக் கழிவைக் கவர்ந்து மறைந்தன. அல்வாரிசிடம் சோர்விலும் சுவராஸ்யம் பற்றிக்கொண்டது.

வடக்கிலிருந்து ஓடிவந்த வள்ளங்களிலிருந்தவர்கள் ஓட்டு வாக்கில் நெடுந்தீவு சோழத்தா முனைப்பக்கம் தோணி

யொன்று நீவாட்டு வாக்கில் வழிவதாகச் சொன்னார்கள். மழை வெறித்துக் காற்று வந்தது.

“எய்யா காத்து நல்ல தென்னலாத்தாம் இருக்கு. தவ்வு முட்ட ஆஞ்சான இழுத்துக் கெட்டுங்க” என்றார் சவரியாப் பிச்சை.

“எப்பா கடுசு?”

பக்கத்தில் வலை வாங்கியபடியிருந்த ராயப்பன் பிரமிப்பில் மிரண்டுபோனவர் சொன்னார்:

“எண்ணம், மறுக்கு தண்ணிக்கிள அடிக்கிது பாருங்க. என்னமோ புள்ள படிச்சாலும் நம்ம தொழில் நடப்பயும் தெரிஞ்சி வச்சிருக்கான.”

“ரெம்ப ஆக்கமான தொழிலு.”

காற்றடிக் காலங்களில் கடுசு இல்லாமல் வள்ளங்களில் தொழில் செய்ய முடியவில்லை. மலத்திச் சாய்க்கும் காற்றில் வள்ளத்தைச் சீராக மிதக்க வைக்கக் காற்று வரும் திசையை நோக்கி வைக்கப்படும் மரக்கட்டை கடுசு. காற்றின் வேகம் கூடக்கூட கடுசும் ஈடு கொடுக்க வேண்டும் இல்லாவிட்டால் வேகமாக மோதும் காற்று பாயைத் தள்ளிச் சாய்த்து வள்ளத்தை உருட்டிவிடும். இதற்காகவே வள்ளத்தில் கடுசில் வைக்க மண் மூடைகள் எடுத்துச் செல்வார்கள். கடலில் நடப்பவற்றை அல்வாரிஸ் கவனித்தபடியிருந்தாலும் மனது மட்டும் அவன் கைவசமில்லாமல் அல்லாடியது.

‘நரிய பரியாக்குனாறாம் அதுனாலதாம் நரிப்பையூர்ங் குறான்வ போல. சகோதரிமார் புருசன்வயின்னாலும் சேதுபதி நீதி தவறாமத்தான இருந்திருக்காரு. அக்காமடம், தங்கச்சிமடம் நல்லாத்தாம் இருக்கு. அது எதுக்கு அவன்வளுக்கு மட்டும் அக்ரகாரம்... சூசமாணிக்கம் சும்மயா சொன்னாரு ஆத்துக்குள நின்னு அரோகராயின்னாலும் சோத்துக்குள்ளதாம் இருக்காம் சொக்கநாதம்.’

“ஏ, மெல்வினு காத்து வாரது ஒங்கண்ணுக்கு தெரியிலியாக்கும்” கடிந்துகொண்டார் சவரியாப்பிச்சை.

வள்ளத்தைக் கொண்டு காற்று வாக்கில் கெலித்து, வாடப்புறம் தூக்கியது. நல்ல வெளிச்சமாய் இருந்ததால் கடல் மேற்பரப்பில் காற்று வருவது வரியலையாய்த் தெரிந்தது.

“சேசு மரியாயின் சூசே... யப்பு கடுச போடுங்க.”

“வள்ளம் பூதாவும் இலுப்பையில செய்திருக்கியின்னு கொற்கைக்காரன்வ சொன்னான்வளாம். இந்த மெதவக்

காத்துக்கே இப்புடி தூக்கிற்று குத்துது" என்றார் மெல்வின் வில்லவராயர்.

சொல்லி வாய் மூடுவதற்குள் திரும்பவும் காற்று வந்து மோதியது கடுசு போடப் பிந்துவதால் சவரியாப்பிச்சை வள்ளத்தைக் காற்றுக்கு நேர்முகமாக திருப்பிக்கொடுக்க, பாய் காற்றில் படபடத்தது.

"எய்யா ஆஞ்சான எளக்கி சலுத்து போட்டு அரப் பாயா கெட்டுங்க. காத்து வுழுந்து வார சாடக்கி கடுசு போட்டாலுந் தாங்காதுபோல."

"கடுச போடுங்க."

வள்ளத்தில் ஆறு பேர் இருந்தார்கள். நான்கு பேரும் வள்ளத்திலேயே இருந்துவிட மற்ற இருவரும் கடுசில் நடந்தார்கள். கடுசுமேல் போகயிருந்த அல்வாரிசைத் தடுத்த மெல்வின் வள்ளத்தின் அட்டிக்குள் கிடந்த மண் சாக்கு ஒன்றைத் தோளில் தூக்கியடித்தபடி கடுசில் நடந்தான். வள்ளம் திரும்பி வாடவெலங்கு நோக்கியோடியது. தூரத்தில் வெறித்துக் காட்டிய இடைவெளியில் பெரிதாய் ஏதோ மறித்து நிற்பது தெரிந்தது.

"என்னப்பு நேர் வாடவெலங்கதான ஓடியாறோம்"

"என்ன திடீர்ன்னு..."

தலையைக் குனிந்து திரும்பியபடி சுக்கானின் அசை வைப் பார்த்திருந்த சவரியாப்பிச்சை நிமிர்ந்து பார்த்தார். நெருங்க நெருங்க தோணியொன்று வழிவது தெரிந்தது.

"பாத்தா, நம்ம கொற்கத் தோணிமாரியில இருக்கு. எதுக்கு வழிய வுட்டுறுக்காவப்பு" கேட்டான் மெல்வின்.

தோணியில் பாய்களைச் சுருட்டிப் பருவான்களோடு சேர்த்துக் கட்டியிருந்தார்கள்.

"எத்தன பாயிப்பா... ஒரு பத்துபோல இருக்குமா?"

"இங்கனக்கிள்ள போயிற்று வராதா... வங்காளம், யாழ்ப்பாணம், கொழும்பு, மலையாளமின்னு போவாண்டாமா."

"அப்ப கலியாணங்களோட கட்டியங்க படிக்கிறாவள... சிங்கப்பூர், யாழ்ப்பாணம், மதுராபுரி சங்கமிகுந்த துறையே... பரேக்கின்னு..."

"சாதித் தலைவனாரு ஞாபகமா கலியாணத்தண்ணைக்கி மாப்புள்ளைக்கி படிக்கிறது. கடல் கடந்து போயி யாபாரங்க பண்ணியிருப்பான்வ."

பாயைத் தட்டித் தோணியோடு வள்ளத்தை அணைய விட்டார்கள். தோணியின் மேலே தலைகள் தெரிந்தன.

“எய்யா, கடுச எடுத்து உள்ளால போடுங்க. இன்னைக்கி பாடுவ வச்சமாரிதாம்.”

சவரிமுத்து மேல் நோக்கிக் குரல் கொடுத்தார்.

“யாருப்பு... என்ன வெவரம்?”

“நமக்கு எதுக்குப்பா தேவயில்லாத வேல. எல்லாரும் இப்புடியா நிக்கிறாங்க”

“அப்புடி சொல்லக்கூடாது அல்வாரிசு. கடல்ல தவிக்கிறதுவள பாத்திற்று அப்புடியே வுட்டுற்று போயிற முடியாது கேட்டியா.”

“மத்தவுங்க யாரும் நின்னமாரியில்ல நம்மதாம் பாயடிச்சி இந்தத் தோணிய பாக்கயின்னே வந்தமாரியிருக்கி” என்றான் அல்வாரிஸ்.

“...”

“வலயும் போடயில்ல, சம்மாட்டிக்கி என்ன பதில் சொல்லப் போறிய. அவுரு வாய தொறந்தா ஆத்தாவயும் தங்கச்சியயும் கேக்குறாறு...”

“வேற யாரையும் வுடாம நம்மள கொண்டுவந்து வுட்டுறுக்கு பாருய்யா.”

“நம்ம மெனக்கெட்டு வந்து நிக்கிறமா, நம்மளக் கொண்டு வந்து வுட்டுறுக்கா? என்ன பேசுறிய?”

“சம்மாட்டிய நாம் பாத்துக்கிறுறம் மிஞ்சிப்போனா அடிக்க வருவாம். சவத்த அடிய வாங்கிற்றா அர மொதலுதான கெட்டணும் இன்னொருத்தங்கிட்ட வாங்கி கெட்டிருலாம்.”

வாயடைத்து நின்றிருந்தான் அல்வாரிஸ். மேலிருந்து பலவாறான குரல்கள் கேட்டன. பின் நூலேணி வழியாகக் கீழேயிறங்கி வந்தார் நடுத்தர வயது மதிக்கத்தக்க ஒரு நபர். அவர் இடையும் பாதியுமாய் வரும்போதே அடையாளம் கண்டு கொண்ட சவரியாப் பிச்சை கேட்டார்.

“யாரு லொஞ்சின் அண்ணனா. எப்புடிப்பு இருக்கிய... மெலிஞ்சிற்றியள.”

“சவரியாப்பிச்சை, நானும் வேற யாராக்குமின்னுல பாத்தம்.”

லொஞ்சின் தண்டல் வள்ளத்தில் கால் வைக்க, திரும்பவும் நசுநசுவென மழை பிடித்துக்கொண்டது. விரளத்தில் வள்ளம் தோணியோடு மோதி ஆடியதில் சளப் சளப்பென சத்தம் வந்தது. லொஞ்சினின் முகமும் பெரிதும் வாடிக் கிடந்தது.

"வழக்கமா நம்ம நாய் கொலச்சாம் பாற, பிசாசுமொன இதுவளுக்குள்ளதான நங்கூரம் வச்சிக் கெடப்பிய. என்னப்பு என்னமும் பிரச்சனையா?"

"இல்ல நம்ம லஸ்கர் பய ஒருத்தனுக்குத் தன் மரத்துப் பருவாம் சடாருன்னு கீழ எறங்குனதுல தோள்ல நல்ல அடி. நாங்க இப்புடியே போனமுன்னா பருத்தித்தொற, காங்கேசந்தொற, ஊராத்தொற, வல்வெட்டித்தொறயின்னு போயிற்றுவர பத்து பதினஞ்சி நாளுக்கு மேல ஆயிறும்."

"..."

"தோணி வெறுந்தோணியா, அதாம் இப்புடி எவ்விகிட்டு நிக்கிது."

"..."

"நம்ம கீழமுந்தல்ல ஏறுன சம்பக் கட்டுதாங் கெடக்கு. கச்சாம் தேரம் பாத்தியளா காத்துக்கு சரக்குவள சரியா ஏத்த முடியல. கொழும்புல வீரபாண்டிய பட்டனத்து யாபாரிமாருக்கு சரக்காம்."

"ஆமா மூக்கையூர் செங்கோல் கோமசு, தொரச்சிங்கம், ஈட்டிப்புள்ள இந்தமாறி ஆள்க்க ஏத்துறாவ."

"நல்லதண்ணித் தீவுப் பக்கந்தாம் நங்கூரம் வச்சிக் கெடந்தோம். காத்து சரியில்லயின்ன ஓடன அப்புடியே வழிஞ்சி குந்துகால் வளசலுக்குள்ள வந்து பாலத்த தொறந்து வாரோம்."

பெரும்பாலும் ஆனந்த நாடாரின் எண்ணெய் ஆலைக்குக் கொப்பரை ஏற்றுவதற்காகப் போகும் தோணிகள் தான் பாதையில் சம்பைக் கட்டுகளை எடுத்துக்கொண்டு வடக்கிலங்கையில் கொடுத்துவிட்டு கொப்பரைகளோடு திரும்பும். தோணிப் போக்குவரத்து அதிகமாக மூக்கையூரிலிருந்து யாழ்ப்பாணத்துக்கு ஆமையும் ஏற்ற ஆரம்பித்திருந்தார்கள்.

கொற்கைத் தோணிகளில் வருபவர்களில் இன்றைய நிலையில் மூக்கையூரிலும் சரி பாம்பனிலும் சரி பழைய

தண்டல்கள் பவுடர் பப்பா, மெய்யல்பிள்ளை, கிலுக்குத் தண்டல் போன்றவர்களுக்குப் பிறகு நல்ல அறிமுகமான பெயர் லொஞ்சின் தண்டல். தெற்கே குந்துகாலிலோ வடக்கே பிசாசு முனையிலோ நங்கூரம் வைத்துவிட்டால் தோணிக் காரர்கள் இறங்கித் தேரிக்காடுகளில் பனங்கள்ளைக் குடித்துவிட்டு பொழுது சாயத்தான் தோணிகளுக்குத் திரும்புவது வழக்கம். பாடு வைத்துத் திரும்பும் வள்ளங்கள் அரியாங்குண்டுத் தேரிப் பக்கமோ பிசாசுமுனைப் பக்கமோ தோணிகள் நங்கூரம் வைத்துக் கிடப்பதைப் பார்த்துவிட்டால் பக்கத்தில் போய் அணையவிடுவார்கள். கறிக்கு மீன் கொடுப்பார்கள். தோணியில் பசிக்கு வயிறாற அவர்கள் சாப்பிட்டுவிட்டுத் திரும்பும்போது கறிச்சாமான் என்ன இருந்தாலும் கொடுத்து அனுப்புவது கொற்கைத் தோணிக் காரர்களின் வழக்கம்.

“அவசரமுன்னா யோசிக்காதைங்க. பயல சுருக்கா எறக்குங்க. நா வீட்டுல வச்சிப் பாத்துக்கிருறம்.”

“வேற யாருமில்ல அண்ணம் பையந்தாம்.”

“சீக்கிரம் சொல்லுங்க.” பரிதாபப்பட்டார் சவரியாப் பிச்சை.

தோணி மேல் தெரிந்த தலைகளைப் பார்த்து வாய்க்குள் விரலை விட்டு சீட்டி அடித்து வேளம் சொன்னார் லொஞ்சின் தண்டல். பிலிப்பை படுக்கைவாட்டிலேயே கயிறு போட்டு கீழே வள்ளத்தில் இறக்கினார்கள். பலகையில் முனகியபடியே ஒருக்களித்துப் படுத்திருந்தான் பிலிப். மேலே பொய்போடுதை யில் ஏறி நின்றிருந்த அந்தோணிமுத்தின் முகத்தில் சோகம் அப்பிக் கிடந்தது.

“நீங்க கவலப்படாம போயிற்று வாங்க. நாம் புள்ளய பாத்துக்கிருறம்.” என்றார் சவரியாப்பிச்சை.

“திரும்பி வரும்போது பிசாசுமொனக்கிள வந்து வேளஞ் சொல்லிவுடுறம். தேரம் ரெம்ப பிந்திப் போச்ச இனும எப்புடி பாடுவ...”

“என்னப்பு பெரிய பாடு எல்லாஞ் சரிதாம். எல்லாரும் நெடுந்தீவு சோழத்த மொனைக்கி ஓடும்போது நாங்க மட்டும் எதுக்கு இங்க வந்தோம்? எல்லாமே காரணமில்லாம காரியமில்லிய.”

“பெரிய உதவியாப் போவும்.”

“என்னப்பு சொல்லுறிய, ஒருத்தருக்கொருத்தர் இது கூட பண்ணலாட்டி சாதி சனமுன்னு சொல்லுறதுல என்ன அர்த்தம் சொல்லுங்க.”

“ஆனாலும் சவரியாப்பிச்ச, இந்தப் பக்கங்கள்ல இருக்கமாறி பாச நேசங்க அங்கனோடி இல்ல பாத்துக்கிருங் கய்யா. தாய்புள்ள மாரி நடக்குறிய.”

அல்வாரிஸ் அட்டிக்குள் கிடந்த மண் மூடையொன்றை எடுத்து பிலிப்பின் தலைக்குக் கீழே அண்டக் கொடுத்தான். அதுவரையில் மூச்சுவிட சிரமப்பட்ட பிலிப் சாதாரணமாய் மூச்சுவிட்டான். நல்ல காலமாய் மழை வெறித்திருந்தது.

“என்னப்பு பிரிச்சி பேசுறிய. எல்லாரும் அந்த வர்க்கந்தான. அதே ஓவரியாம் வர்க்கத்தார், தாழையாம் வர்க்கத்தார், காயலாம் வர்க்கத்தார், கோமசு, பர்னாந்து, வில்லவராயம், கலிங்கராயம் எல்லாந்தாம் இங்கயும் இருக்கு.”

“சம்மாட்டிகிட்ட பேச முடியாத.”

“அதெல்லாம் நாங்க பாத்துக்கிருறோம் நீங்க மேல ஏறுங்கப்பு.” என்றார் சவரியாப்பிச்சை.

“அது யாரு ஓம்புள்ளயா?”

“ஆமுப்பு கொற்கையிலதாம் படிக்கிறாம்.”

“நமக்குத்தாம் தலயெழுத்து இந்தமாரி மழைக்கிளயும், காது வெடிக்கிற கூதலுக்குளயும் கெடந்து சாவணுமின்னு... படிக்கிற புள்ளய போயி...”

“சொன்னா கேட்டாத்தான. படட்டு...”

“பக்கத்துல அடுத்த சாதி சனங்க பிரச்சன பண்ணுன மாரி பேச்சி நடந்திச்ச.”

“கோணாக்கமாறு புள்ளயள இவன்வ மேஞ்சிறுறான்வ... அப்ப கேக்க மாட்டான்வளா. மத்தபடி தேவமாரோட தாபுள்ளயளாத்தாம் இருக்கோம். பரவத்தி மொவனயிங் குறதுக்கு மறு வார்த்த கெடையாது. இது அந்த ஏழு மடிக்காரம் காலத்துலயிருந்தே வார ஒறவுதான.”

கிட்டத்தட்ட நானூறு ஆண்டுகளுக்கு முன்னால் ஏழு மடிக்காரர்கள் வந்த காலத்தில் முள்ளிக்காடாய் இருந்த கடற்கரைப் பகுதிகளில் பரதவர்கள் தங்குவதற்கு இடம் கொடுத்துவிட்டு வடக்கு நோக்கி நகர்ந்திருக்கிறார்கள் மறவர்கள். அந்தக் காலத்திலேயே பரதவர்கள் மீன் பிடிக்க கடலுக்குச் சென்ற பிறகு கடற்கரை ஊர்களுக்கு மறவர்கள் தான் காவலுக்கு இருந்திருக்கிறார்கள். தாய் பிள்ளை உறவு முறையும் தொடர்ந்திருக்கிறது.

“நா அதக் கேக்கயில்ல, நீங்கள்வ வள்ளங்கள கர வுட்டுட்டு சோத்துக் கெட்ட பிரிச்சா பக்கத்துலே வந்து சீலயத் தூக்கிற்று பேலுறான்வ, நடமாடக்கூட வுட மாட்டயிங் குறான்வயின்னுகிற்று கெடந்தியள...”

“அது வேறயாருமில்ல. நம்ம சாச்சாமார் பெயல்வதாம். எல்லாம் அதே ரத்தம் பாத்தியளா அந்தக் குசும்புதாம். இப்பயெல்லாம் சரியாப் போச்சி. கொற்கைக்காரவுகதாம் அவுர மதிக்கமாட்டயிங்கிறிய, ஆனா அவுரு வந்து பேசுன பொறவுதாம் எங்களுக்கெல்லாம் ஒரு மரியாதையே வந்திச்சி.”

“என்ன சொல்லுற சவரியாப்பிச்ச. சாதித் தலைவனாரா இங்க வந்தாருங்குற.”

“தேரமாவுதண்ணம், இந்த எடம் பூதாவும் சேதுபதி ராசாவுக்கு உள்ளதுதான. குடியிருக்க வரி போட்டாராம். குடிதண்ணி கெடையாது. நாங்கள்வ வந்த காலங்கள்ல ஒரு பானத் தண்ணிக்கி வீடுவள்ல பொம்புளய நடந்த தூரங்க கணக்கு வழக்குயில்ல.”

“...”

“குடிதண்ணி எடுக்குற கெணத்துக்குள்ள பீ அள்ளிப் போட்டுருவான்வ, எல்லாமே நம்ம பாண்டியபதி வந்து பேசிற்றுப் போனபொறவுதான மாறிச்சி. என்னமோ தெரியில இப்ப இருக்க பாண்டியபதிக்கும் அவுங்க அய்யாவப் போலயே எங்கள்வ மேல ஒரு பாசம்.”

“இங்க எங்க வந்தாரு ...?”

“தெரியாதமாரி கேக்குறியப்பு. உத்திர கோசமங்கையில ஆருத்ரா தருசனத்துக்கு நம்ம பாண்டியபதிக்கித்தான மொத மரியாத. கல் தேர் ஓட்டுன காலத்துலயிருந்தே வாரது. சாமிமார் பாத்த பார்வயில எல்லாம் போச்சி. உத்திகோசமங்க கோயிலுல தெக்கு வாசல் அந்த நாள்லயிருந்தே பூட்டிக் கெடக்கு”

“எதுக்கு ?”

“பாண்டியபதி போவணும் அல்லது நம்மள்ள யாராவது தைரியமாப் போவணும்... சோறு போடுற திருச்சபய எதுத்து நம்மளால என்ன பண்ண முடியும்?”

“என்ன நக்கலா பேசுற சவரியாபிச்ச...”

“அவன்வ அப்புடித்தான பேசிகிற்று அலையிறான்வ.”

"கொற்கையிலயும் பாண்டியந்தீவ குடுத்திற்றாரு, வள்ளியூர்ச் சந்தய குடுத்திற்றாரு... பாண்டியபதிக்கிருந்த மதிப்பு மரியாதயள இவன்வ சாமிமாரு வாங்கனுமின்னு கங்கனங் கெட்டிகிற்று அலையிறான்வ."

நீவாடும் மாறி குறுணித் தண்ணியாகும் நேரம் நங்கூரக் கயிறு முறுவி தோணி பைய பைய திசை மாறி நின்றது.

"தேரமாவுது நாங்க கெளம்புறோம்ப்பு. புள்ளய நாம் பாத்துக்கிறுறம் கவலப்படாதிய."

"திரும்பி வரும்போது தேங்கா வரும், பெரிய வள்ளமா கொண்டாருங்க."

"அப்புடியெல்லாம் மாண்டாம்ப்பு. தாயிபுள்ளயயின்னு ஒறவாயிருந்திற்றுப் போவோம். ரண்டு ஆம்புள புள்ளக்கி ஒண்ணெ ஒண்ணு கண்ணே கண்ணுன்னு ஒரு பெட்டப் புள்ள..."

கையசைத்தவாறே நூலேணி வழியாக தோணி மேலேறிப் போனார் லொஞ்சின். பிரியாவிடை கூறுவது போல் 'ஞானசீலி' வாடப்புறமும், சோழப்புறமும் ஆடிக் காட்டியது. வள்ளத்தைத் தோணியை விட்டுத் தொடுத்து விலக்கிப் பாயடித்தார்கள். பலகைமேல் பிலிப் அயர்ந்து தூங்கியபடியிருந்தான். பிலிப்பின் நெற்றியில் கை வைத்துப் பார்த்தபடியே வந்தான் அல்வாரிஸ். பாய்வோட்டில் ஓடிய வள்ளம்போல் சவரியாப் பிச்சயின் எண்ண ஓட்டமும் தடையில்லாமலிருந்தது.

'அவ அல்போன்சா தலயெழுத்து சரியாயிருந்தா எங்க போவணுமோ அங்க போவா... ஒரு சம்மாட்டி கொடும யில்லாத எடமாப்போனா பரவாயில்ல. அல்வாரிசு படிச்சி... வைத்தியர கூட்டிற்று வந்து தூக்கி வச்சி கெட்டுனாச் சரியாப் போவும்.'

வள்ளத்தைக் கரைவிடும் நேரம் பாம்பன் ரயில் பாலத்தில் மதுரை பாசஞ்சர் ஓ... வென்றலறியபடி தடதடவென ஓடிக்கொண்டிருந்தது.

39

1936

தோள்வலி காரணமாகப் படுத்த படுக்கையாய் இருந்த பிலிப் கடந்த ஒரு வாரமாகத்தான் எழுந்து நடக்க ஆரம்பித்திருந்தான். மருத்துவ வசதிகள் பாம்பனில் சரிவர இல்லாததால் பயந்துபோன சவரியாப்பிச்சை மாட்டு வண்டி பிடித்துப் பிலிப்பைக் கொற்கை கொண்டுவந்து உடையதாரிடம் சேர்த்துவிட்டார். வைகையாறு பெருக்கெடுத்து வரும் வழியில் வேம்பாற்றில் நல்ல வெள்ளம். சிரமத்தைப் பார்க்காமல் பிள்ளையைத் தூக்கிக்கொண்டு ஓடோடி வந்தவரை ஒரு வாய் வார்த்தைக்குக் கூட இருந்து சாப்பிட்டுவிட்டுப் போகுமாறு லூர்து சொல்லவில்லை. அவளுக்கு அவள் கஷ்டம். பிள்ளையை வண்டியிலிருந்து இறக்குவதைப் பார்த்ததும் பதறிவிட்டாள். குத்துக்கால் மட்டக்கி அமர்ந்தால் லூர்துக்கு எப்போதும் தீராத சிந்தனை.

‘பேசாம அய்யா கால்ல போயி வுழுந்திருவமான்னு பாத்தா அவுரு செத்த சேதிகூட சொல்லி வுடலிய. அந்தமாரி சாதி கெட்டா போயிற்றம். சேசு பட்டங்கட்டி... முன்கடன் எப்பவும் பின் கடந்தாம்... இந்த கண்டாங்கியயே இந்த பார்வ பாக்குறாள ரஞ்சிதம், தப்பி தவறி காஞ்சிபுரம் கீஞ்சிபுரங் கெட்டுனம் பார்வயிலயே எரிச்சி போடுவா போல.. இவம் எப்புடியாவது சீக்கிரமா தேறி அருமொழிக்கு ஒரு வழி பண்ணுவாமுன்னு பாத்தா, எப்ப பாத்தாலும் ஆண்டாமணி ஆண்டாமணி. என்ன மருந்தப் போட்டாமுன்னு தெரியில. அந்த அறுதலிய புடிச்சி இவந்தலயில கெட்டிறாம.

கொழுந்தம் பேச்சயும் கேக்காயுவாம். ரஞ்சிதத்துக்கு வயசுக்குண்டான நட ஓட பாவனயில்லிய. ஒரு தாய்க்கி பொறந்ததுதாம், பவுல் பொண்டாட்டி எங்க இவ எங்க...'

பத்திய நாட்கள் முடிந்து வழக்கமான சாப்பாடு குடுக்கச் சொல்லியிருந்தார் பண்டாரவிளை வைத்தியர். வீட்டிற் குள்ளேயே கையைக் காலை ஆட்டியபடி நடந்துகொண்டிருந்த பிலிப், சந்தனமாரியம்மன் கோயில் கொடையைப் பார்க்கப் போவதாகச் சொல்லிவிட்டு வெளியே போயிருந்தான். குலசையில் தசரா நடக்கும் காலத்தில்தான் கொற்கை யில் சந்தனமாரியம்மன் கோவிலில் கொடை நடக்கும். லூர்து வந்த நாளிலிருந்தே பார்க்கிறாள், சந்தனமாரியம்மன் கொடை விழாவை முன்னின்று நடத்துவதே வலைக்குடிக் காரர்கள்தான். மற்றவர்கள் கள்ளத்தனமாய்ப் பங்குச் சாமியாருக்கு தெரியாமல் சென்றாலும் மெய்யல்பிள்ளை வீட்டுக்காரர்கள் வெளிப்படையாகவே கொடை விழாவில் கலந்துகொள்கிறார்கள்.

பொடி நடையாக நடந்து பிலிப் ஆண்டாமணியாரின் குச்சிலுக்கு வந்திருந்தான். தலையில் ஒரு குடமும் இடுப்பில் ஒரு குடமுமாய் புட்டி நெளிய தண்ணீர் சுமந்து கொண்டு போன தேவசானா பிலிப்பைக் கண்டவள் புன்னகைத்தவாறே கடந்து போனாள். அவள் முனகியது கேட்டது.

"சிலுவய்யா தாமிரபரணி தண்ணிக்கி பைப்புவ போடுற வேலை என்னக்கி முடிய நம்ம என்னக்கி வாய் குளுர குடிக்க."

ஆண்டாமணியார் வீட்டு வாசலிலேயே நின்று நோட்டமிட்டான் பிலிப். பாவுலாள் அம்மியில வியர்க்க விருவிருக்க மசாலை அரைத்தபடியிருந்தாள். முற்றத்தின் எதிரே முன்பு காலியாகக் கிடந்த இடத்தில் சவரிமுத்து ஓலைக்குடிசை கட்டியிருந்தான். அந்தப் பக்கமிருந்து குழந்தை அழும் சத்தம் கேட்டது. இங்கிருந்தே பாவுலாள் குரலெடுத்தாள்.

"ஏ... வெள்ளச்சரம்பேத்தி, ஏக்கி அங்கன என்னத்த புடுங்குற. புள்ள அழுறது காதுல வுழுலியாக்கும்?"

"பெத்தவளுக்கு புள்ள அழுறது கேக்காதய." என்றார் ஆண்டாமணியார்.

"அவ தம்பி புள்ள அழுதாக் கேக்கும், ஏம் பேரம் அழுதா எங்க கேக்கப் போவுது."

"அதாம், இப்புடி என்னமாவுது சொல்லு, அவம் மூத்தவம் வந்தவொடன அதுக்கு கண்ணும் மூக்கும் வச்சி

அவ சொல்லப் போறா... பொறவு விடிய விடிய் கத்திகிட்டு கெடங்க."

அறுந்து கிடந்த குழிகல்லைக் கட்டியவாறு இருந்தார் ஆண்டாமணியார். அவரவர் வேலைகளில் மூழ்கிப் போயிருந்தவர்கள் தன்னைக் கவனிக்காது போகவே பொறுக்க முடியாமல் தொண்டையைச் செருமினான் பிலிப். திரும்பிப் பார்த்த ஆண்டாமணியார் பிலிப்பைக் கண்ட சந்தோசத்தில் சொன்னார்.

"எய்யா நடவாசல்ல நின்னு என்ன பண்ணுறிய. வா ராசா, ஒடம்புக்கு பரவாயில்லியா? தோணிப் பாலத்துல ஒங்க சின்னய்யா லெஞ்சினப் பத்தியும் பவுல் தண்டலப் பத்தியுந்தாம் பேச்சாக் கெடக்குயின்னாவ."

முன் குடிசையில் வெள்ளச்சரம் பேத்தி குழந்தையைத் தாலாட்டுவது கேட்டது.

"பரத்திமொவ தெய்வான...

ஏ... ராசா...

குலக்கொடியாள் இங்கிருக்க

குறத்திமேல ஆசப்பட்டு

வேலவரு குறவேசம் ஆனாரோ...

ஆ... ரா... ரோ... என் ஆரிரரோ..."

சலோமி செம்பில் தண்ணீர் வார்த்து வைத்தவள் புன்சிரிப்போடே உள்ளே போனாள். அம்மியருகே மசாலைக் கையோடு நொண்டியபடி எழும்பினாள் பாவுலாள் வலது கையில் உருட்டியபடியிருந்த மசாலையை உலை மூடியில் வைத்தவாறே சொன்னாள்.

"யாத்த சலோமி, செத்த அம்மிய கழுவிறு. நா கொழம்ப கூட்டிருறம்."

அமைதியாய் அம்மியருகே வந்தாள் சலோமி.

அடுப்பில் குழலூதும் சத்தம். குபுகுபுவெனப் புகை மேலெழும்பியது. இப்போது வீடு முழுவதும் புகை. மூச்செடுக்க முடியவில்லை. இருமியவாறே ஆண்டாமணியார் சொன்னார்.

"ஏ பாவுலா, இதென்ன வாழ மட்டயளயா போட்டு எரிக்கிற..."

ஊதி ஊதி முச்சு முட்டிய கோபத்திலிருந்த பாவுலாள் சொன்னாள்.

“முன்னமிட்ட தீ, பின்னமிட்ட தீயின்னு பட்டினத்தார் பாட்டு பாடுவியள அதத்தாம் பாடுங்களம்...”

கயிறு கட்டுவதை நிறுத்தியிருந்தார் ஆண்டாமணியார். மேற்கொண்டு சத்தம் வராமல் போகவே குழலை அடுப்புக்குள் பிடித்தவாறே திரும்பிப் பார்த்த பாவுலாள் தொடர்ந்தாள்.

“இதே கேள்விய தம்பி பொண்டாட்டிகிட்ட கேளுங்க, ராமேஸ்வரத்துலயிருந்து வருத்தி விக்கிற வெறவு பூராவும் இப்புடித்தாம். பூ... பூன்னு ஊதுனாலும் பொகயா வந்து பிராணண வாங்குது.”

புகை மூட்டத்தில் பிலிப் வந்திருந்ததைக் கவனிக்கவில்லை பாவுலாள்.

“அது சரி... இங்க யாரு வந்திருக்காயின்னு பாத்தியா”

“அப்புடி யாரு... பாண்டியபதியா வந்திருக்காரு.” என்றவாறு திரும்பிய பாவுலாள் வாசலில் பிலிப்பைக் கண்டதும் சொன்னாள்.

“எய்யா, ஒங்களுக்கு வழி தெரிஞ்சிச்சா. ஆத்தா எப்புடியிருக்காவ. ஒங்க தன்ணாண நாம் பாக்கயில்லய்யா. செத்து நேரத்துக்கு முந்திதாம் சவரி வந்தாம். அஞ்சாறு காரப்பொடிய தந்திற்றுப் போனாம். ஒரு வள்ளத்துலயும் ஒரு பொடியும் ஒட்டலயாம் அரநீவாடு ஓடிக் கெடக்கு யின்னாவ.”

மாமி, மருமகள் பிரச்சனைகள் வந்துவிடக் கூடாது என்பதற்காக சவரிமுத்தைத் தனியாக ஒரு குடிசை கட்டச் சொல்லியிருந்தார் ஆண்டாமணியார். சவரிமுத்து வெள்ளச் சரம்பேத்தியோடு தனிக் குடித்தனம் நடத்தினான். ஆனால் பிள்ளைகள் பெரும்பாலும் பாட்டி வீட்டில். முற்றத்தில் விரிசித்தாளும் மிக்கேலும் விளையாடியபடியிருந்தார்கள். சலோமி அம்மி கழுவிய தண்ணியை எடுத்தபடியே எழும்பினாள். அனிச்சையாய்ப் பின்புறம் சேலையில் ஒட்டியிருந்த மணலைத் துடைத்தாள். கிடைத்த இடைவெளியில் காந்தம்போல் கவர்ந்திழுக்கப்பட்ட கண்களை வெகு சிரமப்பட்டே மீட்டெடுத்தான் பிலிப்.

“சவம் பதம் வுட்டுப்போறதுக்கு முன்னால கொதிக்க வச்சிற்றமுன்னா... சலோமி ரண்டு கொட்ட புளியப் போட்டு அதுக்குள்ள கரைச்சிருய.”

“ஆமும் பதம் வுட்டுப் போயிறக் கூடாது” வாய்க்குள்ளே முனகினான் பிலிப். தலையைக் குனிந்தவாறே நடந்த சலோமி

யிடம் ஏதோ சொல்ல வாயெடுத்த பாவுலாளை மறித்த சலோமியே தொடர்ந்தாள்.

“அப்புடியே ரண்டு வெங்காயத்த உரிச்சி ஒரு பச்ச மொளகாயும் நசுக்கி போடணும், ரண்டு கறுவாயெல... அந்தால கொதிக்க வச்சி எறக்கிற வேண்டியதான. சவரியண்ணம் மால் தந்திருக்காவ. அத எப்ப முடிக்க எப்ப குடுக்க...”

வாய்வரை வந்த சிரிப்பை அடக்க முடியாமல் தவித்தார் ஆண்டாமணியார். பிலிப்பிடம் சிரிப்பில்லை. கையில் கிடைத்த மூரைக் குச்சால் மணலை அளைந்தபடியிருந்தான்.

‘கல்லானாலுங் கணவம் புல்லானாலும் புருசமுன்னு சும்மயா சொன்னாம். வாழ்க்க பூராவும் இப்புடியே அடிமயா கழிஞ்சிரும... என்ன, தாயுந் தவப்பனும் இருக்கவர கொஞ்சம் பாசமாயிருப்பாங்க. ஒடப் பொறப்புவ பாத்தா உண்டு, இல்லையின்னா இல்லிய. இப்பந் தெரியாது. அவளுக்கும் ஒடம்புக்குள்ள ஆசயில்லாமலா இருக்கும். எத்தன நேரந்தாம் மால் முடிப்பா, செபம் படிப்பா, வீட்டு வேல பாப்பா... வாழ்க்கயின்னா என்னயின்னே தெரியாம போயிறும. மூத்தவதாம் அதுக்கென்ன...’

உடல் முழுவதும் புல்லரித்துச் சிலிர்த்து ஆட்ட, தலையை மெள்ளத் தூக்கினான். அடுப்புப் பக்கமிருந்து அவியல் வாசம் வந்தது. முன்னால் ஆண்டாமணியார் வீட்டோடே இருந்த காலத்தில் பழைய சோறு பிழிந்து வைத்து பாவுலாள் தழையத் தழைய அவியல் ஊற்றிக் கொடுத்துச் சாப்பிடச் சொன்ன ஞாபகம் வந்து நாக்கில் எச்சில் ஊற நொட்டை விட்டுக் கொண்டான். முந்தானையை இடுப்பைச் சுற்றி எடுத்து இடது கையில் பிடித்தபடி முந்தானையின் விளிம்பால் அடுப்பிலிருந்த மண் சட்டியை சேர்த்துப் பிடித்திருந்தாள் சலோமி. குதிகாலைத் தூக்கியபடி குத்த வைத்திருந்தாள். வலது கையில் அகப்பையிருந்தது. பிதுங்கித் தெரிந்த பின்புற வளைவுகள், சற்று மேலே இரு சிறு மடிப்பாய் தெரிந்த இடை, பின்னங்கழுத்தில் பின்னலருகே தெரிந்த வியர்வையில் நனைந்த மேல் முதுகு... பார்வையைத் திருப்பிவிட்டான் பிலிப்.

“சோத்த போடுழா... வெகுநாக் கூடி வந்த புள்ளய இன்னுங் கவனிப்பாருல்ல. தோள்ல அடிபட்டுச்சின்னாவள இப்ப பர்வால்லியா? அந்தோணி முத்து கொழும்பு நட போயிருக்காம்.”

தலையைக் குனிந்தவாறே அமர்ந்திருந்தான் பிலிப்.

"வள வளயின்னு பேசாத. வசிய வச்சி சோத்த போடுவியா..."

"மாமா ஓங்ககிட்ட கொஞ்சம் பேசணும்." என்றான் பிலிப்.

"எய்யா, சின்னய்யாவுக்கும் சொகமில்லயின்னாவ."

திரும்பவும் அமைதியானான் பிலிப். அந்த மௌனத்தைக் கலைக்க விரும்பினாளோ என்னவோ பாவுலாள் சொன்னாள்:

"ஓங்களத்தான, ரண்டியரும் அப்புடியே நம்ம தெரசம்மா கெபி வர போயிற்று வாருங்க. அதுக்குள்ள சோத்த வடிச்சி எறக்கிறுவோம். பிளாப்பொட்டியில சோத்த ஆற வைக்கிறம் வந்து சாப்புடுங்க."

இடுப்பிலிருந்த ரத்தினராச்சோடு குச்சிலுக்குள் எட்டிப் பார்த்த வெள்ளச்சரம் பேத்தி உள்ளே வந்தவாறே கேட்டாள்.

"மாமி கொஞ்சம் அவியல் தாருங்களம்."

"வெறுங்கையி வீசிகிட்டு வார. போயி கோப்பய எடுத்துகிட்டு வா" என்றாள் பாவுலாள்.

குழிகற்களில் கட்டிய கயிறுகளை இழுத்து பலம் பார்த்த படியிருந்த ஆண்டாமணியார் எழுந்து துண்டை உதறித் தோளில் போட்டபடியே பிலிப்பை அழைத்தார்.

"பிலிப்பு, வூட்டுல ஆத்தாவும் தங்கச்சியும் எப்புடி யிருக்காவ. ஓங்கய்யா ஊருலயிருந்து வந்திற்றாவ போல... அண்ணக்கி பக்கிள் ஓடைப்பக்கம் சுருட்டு குடிச்சிகிற்று போனாவள." என்றாள் வெள்ளச்சரம்பேத்தி. அவள் காலைக் கட்டியவாறு நின்றிருந்த விரிசித்தாள் முந்தானைப் பிரிநூலை வாயில் கடித்தவாறே பிலிப்பைப் பார்த்தாள். வெளியே பனங்கொட்டையில் ஓட்டை போட்டு செய்துகொடுத்திருந்த வண்டியை வைத்து விளையாடியபடியிருந்தான் மிக்கேல்.

"இப்புடியே இடுப்புலே தூக்கி வச்சிகிற்று அலைஞ்சா புள்ள எங்கயிருந்து உருப்பட."

"ஓங்க பேரம் சூப்புற சுப்புல ரத்தம் வந்திரும் போல, வுடுவனாங்குறாம் காந்தியெழவுடுக்குது" என்றாள் வெள்ளச்சரம் பேத்தி.

"ஏக்கி, மதம் புடிச்சிறாம."

காலாற நடந்து சிந்தாத்திரை மாதா கோவில் பக்கம் வந்திருந்தார்கள். வடக்கே டி.எஸ்.பி. பங்குளா முன் ஏதோ அணிவகுப்பு நடந்தது போலிருந்தது. மைதானத்தில் யூனியன் ஜாக் கொடியின் கீழ் சீருடையில் காவலர்கள் நின்றிந்தார்கள். வெள்ளைக்கார அதிகாரிகளோடு லட்சுமணனும் குதிரையில் அமர்ந்திருந்தார். திடீரென வேல் முருகனின் அப்பா ஞாபகத் திற்கு வர முகத்தை வேறு பக்கம் திருப்பிக்கொண்டான் பிலிப். மைதானத்தில் நாலைந்து காவலர்கள் இரண்டு கைகளாலும் துப்பாக்கியைத் தலைக்கு மேல் தூக்கிப் பிடித்தபடி தள்ளாடியபடியே ஓடினார்கள். பிலிப்பின் இதழ்களில் இளநகையோடியது.

இருவரும் கிழக்கு நோக்கிக் கடல் முகமாய் நின்றிருந் தார்கள். அலையற்று அமைதியாய்க் கரைகளில் விளிம்பு மடக்கியபடியிருந்தது மன்னார்குடாக் கடல். பக்கத்தில் பச்சையாயும் பாண்டியன் தீவுப்பக்கம் கருநீலமாகவும் தெரிந்தது. கரை மடக்கருகே விரளத்தில் ஆடும் வள்ளங்கள், தூரத்தில் கப்பல்களைச் சுற்றிப் பாய்மடக்கி நங்கூரமிட்டி ருக்கும் கப்பநடைத் தோணிகள், பல நாட்டுக் கப்பல்கள், அவற்றின் புகை போக்கிகள் தென் கிழக்கே கலங்கரை விளக்கம், நீலவானம், காற்று வாக்கில் பறந்து போகும் வெண்மேகக் கூட்டங்கள். இயற்கையின் அழகில் லயத்துப் போயிருந்த பிலிப் இரு கைகளாலும் காதுகளைப் பொத்திக் குவித்துத் திறந்தான். ஓமென ஊளையிடும் காற்று.

"மாமா எங்க ஊர்வள்ல உள்ளமாரி கட எரைச்சயில்லிய இங்க."

"என்னமோ பேசனுமின்னியய்யா. ஆண் கடல் பொட்டக் கடல்ன்னு ரண்டு சொல்லுவாவ பெரியாள்க்க."

"அப்புடியின்னா...!"

"அலையடியோட இருக்க கடல்வ ஆண் கடல். அமதியாக இருக்க கடல்வ பொட்டக் கடலும்பாவ."

கொற்கையில் கடல் அமைதியாய் இருப்பதுபற்றி புராண காலச் செய்தியாக வாய் வழிக் கதையொன்று உண்டு. தென்னாடுடைய சிவன் கோவில் கொண்டுள்ள தலங்களுள் கொற்கையும் ஒன்று. சூரனை சம்காரம் செய்த வேலவனை கண்டுகொள்ள அம்மையும் அப்பனும் சேதுவின் மேட்டி லிருந்து பயணிக்கிறார்கள் இடையே ஒரு நெய்தல் சோலை யில் களைப்பாறுகிறார்கள். அங்கே அம்மையின் வேண்டு கோளுக்கிணங்க அப்பன் 'நமசிவாய' என்ற ஐந்தொழுத்து மந்திரத்தை ஓதிக் கொடுக்கிறார். மந்திரத்தை அம்மை

ஓதும்போது பனையோலையின் சரசரப்பும் கடலலையின் ஆர்ப்பரிப்பும், குயவனின் பானை தட்டும் ஓசையும் இடைஞ்சல் தர அம்மை அப்பனிடம் முறையிடுகிறாள். அம்மையின் வேண்டுகோளுக்கிணங்கி இந்தச் சத்தங் களிலிருந்து கொற்கைக்கு விடுதலை தந்திருக்கிறார் அப்பன்.

“கொற்கைக்கி இன்னொரு பேரு திருமந்திர நகர்ம்பாவ. எடப்பட்ட காலத்துல காசிப முனிவர்ன்னு ஒரு அடியாரு இங்க சோலயில ஒரு லிங்கத்த கண்டுபுடிச்சி அதுக்கு பூச பண்ண இப்ப பெரிய சிவதலமாயிப் போச்சி.”

“பழைய விசயங்கள கேட்டாலே பிரமிப்பாத்தாம் இருக்கு மாமா.”

“வேற எங்கயும் போவாண்டாம்ய்யா, எல்லாம் இங்கயே இருக்கி.”

“அப்ப நம்ம மதம்...!”

“அப்புடி எதுக்கு பிரிச்சி பேசுறிய. மதம் மதமின்னு அந்த வார்த்தயிலேயே எவ்வளவு மதமிருக்குன்னு பாத்தியளா... நம்ம இப்புடித்தாம் பொறக்கணுமிங்குறது நம்ம வாங்கி வந்த வரம். அவம் மட்டுந்தாம் உண்ம. மத்தது எல்லாமே மாயைதாம்.”

வானில் காற்றுவாக்கில் இழுத்துச் செல்லப்பட்ட மேகத்தைக் காண்பித்தவாறே ஆண்டாமணியார் சொன்னார்.

“போவுதே மேகம் இதுக்கும் நமக்கும் வித்தியாசமில்ல. வந்த எடமும் தெரியாது, போற எடமும் தெரியாது.”

“இந்தா நம்மள இங்க கூட்டிற்று வந்து பேச வச்சிறுக்காம் பாருய்யா. நம்ம யாரு... அவம் ஆட்டுனா ஆடுற பொம்ம தான. இதுல, மேசைக்காரம், கம்மரம், மெனக்கடம், சக்கிலியம், பரவம், சாணாம், புள்ள, பாப்பாம்... ஒண்ணுங் கெடையாது. உள்ள இருக்கவம் ஒருத்தந்தாம். நடக்குறத வேடிக்க பாக்க வேண்டியதுதாம். எல்லாமே அவனோட வெளையாட்டு. திருவிளையாட்டு. அலகிலா வெளையாட்டு...”

குழம்பிப் போயிருந்தான் பிலிப். ஆண்டாமணியார் பேசியது எதுவுமே புரியவில்லை. தானே நிப்பாட்டுவாறென்று பொறுமையாய் இருந்தான். ஆண்டாமணியார் இடைவெளி விட்டதுபோல் தெரிய பிலிப் கேட்டான்.

“ஒரு விசயம் கேக்க வந்தம் மாமா, அத எப்புடி கேக்குறதின்னு தெரியில ஆனா கேட்டுத்தாம் ஆகணும்.”

“பொறும காக்கணும்ய்யா, அப்பந்தாம் அவஞ் சொல்லுறது கேக்கும்.”

“தங்கச்சி அருமொழிக்கி வயசாவுது.”

“ஒண்ணு சொல்லுறங் கேக்குறியாய்யா…”

ஆயிரம் வினாக்கள் மனத்திரையிலோட ஆண்டாமணி மாமாவை அதிர்ந்து நோக்கினான் பிலிப். பெரிய துறையிலிருந்து வந்து சந்தனமாரி கோவிலில் சந்தித்த கால முதல் எத்தனையோ முறை அவரோடு இருந்திருக்கிறான். சந்திக்கும் போதெல்லாம் அவர் மேலிருந்த மரியாதை கூடியிருக்கிறதேயொழிய குறையவேயில்லை. என்ன சொல்லப்போகிறார் என்ற ஆவலோடு நின்றிருந்தான்.

“அந்தோணிமுத்துக்கும் ஒரு பொண்ண பாக்குறோம்…”

“மாமா அதையேதாம் நாங் கேக்க வந்தம், அதுக்குள்ள நீங்களே முந்திற்றிய.”

இருவருமே அமைதியாய் நின்றிருந்தார்கள். வானில் வெண் கொக்குகள் பறந்து கடந்தன. காற்று வாக்கில் சந்தனமாரி கோவிலில் அடிக்கும் உறுமிமேளச் சத்தம் கேட்டது.

“நா கேக்க வந்தது வேற இன்னொண்ணும் இருக்கி.”

கடலலையில் கால் நனைக்க நடந்தவர், பின் திரும்பி வள்ளத்தோடு சாய்ந்து நின்றிருந்த பிலிப்பை நோக்கி வந்தார்.

“இந்த முடிவுக்கு நா வந்து அஞ்சி வருசத்துக்கு மேல ஆச்சி. சம்பவம் நடந்த அண்ணக்கே அந்த முடிவ நா எடுத்தம். ஆனா அதுக்குண்டான வயசோ தகுதியோ எனக்கு அப்ப இல்ல.”

“என்னய்யா சொல்ல வார…”

“நேரடியாவே கேக்குறம் மாமா. ஒங்க மக சலோமிய எனக்கு கெட்டித் தாருங்க.”

பக்கத்தில் கரையிழுத்து வைக்கப்பட்டிருந்த வள்ளத்தைப் பிடித்தவாறு அப்படியே மணலில் அமர்ந்துவிட்டார் ஆண்டாமணியார். நெற்றியில் ஆயிரம் சிந்தனை ரேகைகள். பேச நாக்கு எழவில்லை. கரையில் விளிம்பு மடக்கிய சிற்றலையைக் கண்டு பயந்து ஓடிவந்த கருவாலி நண்டொன்று கண்களிரண்டையும் உயர்த்தித் தூக்கி ஆண்டாமணியாரைப் பார்த்தது. ஒரு வேளை அந்த நண்டு வளைமேல் அமர்ந்து விட்டாரோ என்னவோ.

‘அதுக்கு ஒரு கைம்பொஞ்சாதியப் போயி அருமாந்த புள்ளக்கி. ஊர் ஒலகம் நம்மள என்ன சொல்லும். தஸ்நேவிஸ் மதிப்பானா. நம்ம சிந்தனயில இப்புடி ஒரு எண்ணம் வரயில்லிய. எம் புள்ளயும் சிரிப்பா. சந்தனமாரி கோயில்ல பாத்து கூட்டிற்று வந்ததுக்கு கைமாறா. அப்புடியே இருந் தாலும் வயசு. ஆச யார வுட்டுது. இந்தமாரி ஒரு தொடர்ப ஏற்படுத்தத்தாம்... புரியல்லியப்பா, புரியல்ல. புரிய முயற்சியும் பண்ணல. இவனுக்கு பெரிய மனசு. சந்தேகமேயில்ல மூத்தவந்தாம். நா யாரு குறுக்க நிக்க. எல்லாமே ஒன்னட திருவிளையாடல்ன்னா நா அத வேடிக்க பாக்குறம். வேறென்ன செய்யச் சொல்லுற... பாவுலா என்ன சொல்லுவா. சலோமி தாம்... எனக்கெதுக்கு தேவயில்லாத கவல, இதுதாம் ஒன்னோட சித்தமுன்னா அதத் தடுக்க யாரால முடியும்.’

தலையைக் குனிந்து கை விரல்களால் நெற்றிப் பொட்டை யும் புருவங்களையும் தடவியபடியிருந்தவரைத் தோளில் தொட்டு சுயநினைவுக்குக் கொண்டுவந்தான் பிலிப். தலையைத் தூக்கிப் பிலிப்பைப் பார்த்த ஆண்டாமணியாரின் முகம் பிரகாசமாயிருந்தது.

“நம்ம கையில என்னயிருக்கு. தஸ்நேவிசு கிட்டயும் ஒரு வார்த்த கேட்டுருறம்.”

“சரி மாமா, நாங் காத்திருக்கம். ஆனா இது நடந்து முடியிறவரைக்கும்...”

“மொதல்ல தங்கச்சி காரியத்த முடிப்போம்ய்யா.”

முதலில் எழுந்த பிலிப் ஆண்டாமணியாரை எழுந்திருக்கக் கை கொடுத்தான். ஒரு இனம் புரியாத அமைதி இருவர் முகத்திலும். தனித்தனியே பிரிந்து நடந்தார்கள்.

“எய்யா சாப்பாடு...?”

“மனசு நெறைஞ்சி போச்சு மாமா.”

40

1937

கொல்லத்தருகே சவரவில் ரிபேரோவின் மணல் கம்பெனியில் ஏற்றுமதி ஆரம்பித்து இரண்டு வருடங்களுக்கு மேலாகியிருந்தது. கடந்த காலத்தில் அண்ணி டாரத்தியோடு தீவிர ஆராய்ச்சியில் ஈடுபட்டதன் விளைவாகக் கடற்கரை மணலில் செறிந்து கிடந்த கார்னட், இல்மனைட், ரூட்டைல் போன்ற தனிமங்களைக் கண்டறிந்திருந்தான் சில்வெஸ்டர் ரிபேரோ. கேரளக் கடற்கரையிலிருந்து கிழக்கே ராமேஸ்வரம் வரை ஆய்வு செய்து இந்தத் தனிமங்கள் நிறைந்திருந்த கடற்கரைப் பிரதேசங்களைக் குறிப்பிட்டு அவற்றிற்கான வரைபடமும் தயாரித் திருந்தான். அரசிடமிருந்து ஏற்றுமதிக்கான அனுமதி பெறுவதில் எந்தச் சிக்கலுமில்லாதிருந்தது.

கால காலமாகவே மலைப் பிராந்தியங்களி லிருந்து காற்றடியினாலோ மழை, வெள்ளப் பெருக்கு காரணங்களாலோ அடித்து வரப்பட்ட இந்தத் தனிமங்கள் கடற்கரையிலேயே தங்கிவிடுகின்றன. அந்தத் தனிமங்களைக் கடற்கரை மணலிலிருந்து பிரித் தெடுத்து இப்போது ஏற்றுமதி செய்கிறார்கள். கடற்கரைகளில் வெள்ளம் ஓய்ந்து அறம் பாயும் வேளைகளில் மணலில் கறுப்பாயும் சிவப்பாயும் அழகு காட்டும் தனிமங்கள்தான் இந்த இல் மனைட்டும், கார்னட்டும். ஆனால் சவராப் பக்கத்திலிருந்து மணவாளக்குறிச்சி வரை இந்தக் கறுப்பு மணல் அதிகமாய் செறிந்து காணப்படுவதற்கு வேறு ஒரு காரணத்தையும் சொல்வான் சில்வெஸ்டர் ரிபேரோ. சவராவின் நேர் மேற்கே அரபிக்

338 ஆர். என். ஜோ டி குருஸ்

கடலுக்கடியில் எரிமலையொன்று இருப்பதாயும் அது அடிக்கடி குழம்பு சுக்குவதும் இந்தப் பிராந்தியத்தில் இல்மனைட் அதிகமாக இருப்பதற்குக் காரணம் என்பான். இந்தக் கறுப்பு மணலுக்குச் சாதாரண மணலைவிட எடை அதிகம். வருடத்துக்கு இரண்டு முறையோ மூன்று முறையோ ஏற்றினாலும் மொத்தச் சரக்கையும் ஏற்றிக்கொண்டு போகுமளவுக்கு பெரிய கப்பல்கள் வந்தன. கப்பல்கள் கரை வருவதற்கான படித்துறையில்லாததால் ஆழ்கடலில் சரக்கை ஏற்றுவதற்காகக் கொற்கையிலிருந்தே தோணிகள் வந்தன. சித்திரைக்குப் பிறகு காற்றடி காலமாகையால் அதற்கு முன்னமே ஏற்றுமதிக்கான வேலைகளை முடித்துவிடுவார்கள். விற்பனை விவகாரங்களை லண்டனிலிருக்கும் செலஸ்டின் ரிபேரோவும் அவரது மனைவி டாரத்தி ரிபேரோவும் பார்த்துக்கொள்வதால் சவராவில் ஆலை நிர்வாகத்தை சில்வெஸ்டர் ரிபேரோவே பார்த்துக்கொண்டான். எப்போதும் ஆராய்ச்சி ஆராய்ச்சி என்றே சிந்தனையிலிருக்கும் சில்வெஸ்டருக்கு சவராவின் ஆலை நிர்வாகம் பிடித்துப்போனது ஆச்சரியமான சங்கதிதான்.

அன்று காலையில் சவரக் கடலில் கப்பலொன்று நங்கூரமிட்டிருப்பது தெரிந்தது. ஏற்றுமதி ஆர்டர் இல்லாத காலமாகையால் சில்வெஸ்டர் ரிபேரோவும் அதைக் கண்டு கொள்ளவில்லை. மதியத்துக்கு மேல் ஆழ் கடலில் மீன் பிடித்துக்கொண்டிருந்த மீனவர்களின் வத்தையின் உதவியோடு கரைவந்த கேப்டன், அலுவலகம் வந்து செய்தியைச் சொன்ன பிறகுதான் சில்வெஸ்டருக்கு எல்லாமே புரிந்தது. கொச்சின் துறைமுகத்தில் மலேசியா வுக்காகக் காலிகட் ஓடுகள் ஏற்ற வந்திருந்த கப்பலைச் சரக்கு பிந்துவதன் காரணமாக சவராக் கடலுக்கு இல்மனைட் ஏற்றுவதற்காகத் திருப்பி விட்டிருக்கிறார்கள். சில்வெஸ்டர் பதறிவிட்டான். கப்பல் கேப்டனை உபசரித்து சமாளித்து விட்டு இரவோடிரவாகப் பயணப்பட்டுக் கொற்கை வந்திருந்தான்.

முதல் முறை ஆழ்கடலில் சரக்கு ஏற்றும்போது மூன்று கப்ப நடைத் தோணிகளால் கப்பலருகே தளமமைத்து அதன் மேலே சாய்ப்புப் பலகை சாத்தி வத்தைகளில் வந்த மூடைகளைத் தலைச் சுமைக்காரர்களே கப்பலில் கொண்டு போய் வைத்தார்கள். முழுக் கப்பலுக்கும் சரக்கை ஏற்றி முடிப்பதற்கு ஒரு மாதத்திற்கு மேலாகியிருந்தது. விதவிதமான பிரச்சினைகள். ஒரு கட்டத்துக்கு மேல் முடியாமல் போக கொற்கையிலிருந்து வந்திருந்த லொஞ்சின் தண்டல் கொடுத்த

அறிவுரையின்படி கப்பநடைத் தோணிகளுக்குப் பதிலாக கோஸ்டிங் தோணிகளே வந்து சரக்குகளைக் கையாண்டன. இந்த் முறையில் சரக்குக்கும் சேதமில்லாமல் கப்பலும் விரைவாக முடிந்தது.

கொற்கைக்கு வந்து சேர்ந்திருந்த சில்வெஸ்டர் மங்களம் நிவாசில் காலைக் கடன்களை முடித்துக்கொண்டு நேரே கர்டோசாவின் அலுவலகத்துக்கே வந்துவிட்டான். பிரச்சினை உச்ச நிலையிலிருந்தாலும் மரியாதை நிமித்தமாக வெளியி லேயே காத்திருந்தான் சில்வெஸ்டர். அலங்காரம் கர்டோசா வின் அறைக்குள்ளிருந்து வந்தவர்கள் சில்வெஸ்டரைப் பார்த்துத் தங்களுக்குள் குசுகுசுவெனப் பேசிக்கொண்டார் கள். நேரம் உச்சிப் பொழுதை நெருங்கிவிட்டிருந்தது. வருவோர் போவோர் பேச்சிலிருந்து ஏதோ புதிய கம்பெனியாரின் கப்பலொன்று வந்திருப்பது தெரிந்தது.

“மஞ்சக்கொடி ஏறக்குறதுக்கே இத்தன நாளாயிப் போச்ச” கேட்டார் பொனிப்பாஸ்.

“வெத்து நட போனதுக்கு கேள்வு வுண்டாயில்லியா.”

“அல்போன்சு, பெரியப்பாவுக்கு ஒடம்புக்கு என்னமும்...”

“நெஞ்சி முட்டச் சளி. குடிய யாரு வுடுறா. சந்தன மாரி கோயில் குருக்கள் வந்து விபூதி பூசுன பொறவு கொஞ்சம் பரவாயில்ல.”

“இது யாரு, எங்கயோ பாத்த மாறியிருக்க...”

“எங்க மொதலாளி மொவ லிடியாவுக்கு பேசுனாவ யின்னு கெடந்துச்ச ரிபேரோப் புள்ள மொவம் சின்னவரு, எப்பவும் ஆராய்ச்சிதாம்...” என்றான் அல்போன்ஸ்.

“தல்மெய்தா வுட்டாலும், சிங்கராயம் வுடாயுவாம். புடிச்சி வச்சி வாங்கிறமாட்டாம் வெள்ளைக்காரன்வளுக்கு என்னமோ இந்தக் கப்பக்காரன்வ மேல அப்புடி ஒரு வெறுப்பு.”

“நெசந்தாம். இங்க தோணிப் பாலத்துலயும் சரக்க தட்டும்போது உண்டு இல்லயின்னு பண்ணிற்றான்வள. பர்னாந்துமார் ஏசென்டானதுனால சரியாப்போச்சி” என்றான் அல்போன்ஸ்.

அதற்கு மேலும் பொறுக்க முடியாத சில்வெஸ்டர் ரிபேரோ அலங்காரம் கர்டோசாவின் அறைக் கதவைத் தட்டிய படி திறந்து தலையை நீட்டினான். அறை உள்ளே

அமர்ந்திருந்தவர்களிடம் அலங்காரம் கர்டோசா ஹிந்தியில் அளவளாவியப்படியிருந்தார். சில்வெஸ்டரின் கண்களிலிருந்த அவசரத்தைக் கவனித்திருக்க வேண்டும். அழைப்பு மணியை ஒலித்து சில்வெஸ்டருக்காக ஒரு நாற்காலி உள்ளே கொண்டு வரச் சொன்னார். உள்ளே அமர்ந்திருந்தவர்களில் ஒருவர் கோட்டு சூட்டிலிருந்தார். புதிதாக வந்திருந்த நபரை அமர்ந்திருந்தவர்களும் உற்றுப் பார்க்க அலங்காரம், சில்வெஸ்டரை அவர்களுக்கு அறிமுகம் செய்துவைத்தார்.

"இது என்னோட மைத்துனர் சில்வெஸ்டர் ரிபோரோ. சவரவில் மணல் கம்பெனி வைத்திருக்கிறார்" என்றார் அலங்காரம் கர்டோசா.

"..."

"இவங்க இருவருமே பம்பாய் சிந்தியா கம்பெனிக்காரங்க. கொற்கைக்கி அவுங்க கப்பல் முதல் முறையா வந்திருக்கதுனால வந்திருக்காங்க."

இதழ்களிலோடிய இளநகையோடு எழுந்த சிந்தியாக் காரர்கள் சில்வெஸ்டருடன் கைகுலுக்கிக்கொண்டார்கள். சில்வெஸ்டரைச் சந்தித்ததில் மகிழ்ச்சி என்றும் சொன்னார்கள். சரக்குகளை ஏற்றுவதற்குக் கப்பல் தேவைகளுக்குத் தங்களைத் தொடர்புகொள்ளுமாறு கேட்டுக்கொண்டார்கள். மதியச் சாப்பாட்டு வேளை நெருங்க சிந்தியாக் கம்பெனிக்காரர்கள் கைகுலுக்கி விடைபெற்றார்கள். கடிதங்களைப் பார்ப்பதும் உதவியாளரிடம் அதற்கான பதில் எழுதுவது சம்பந்தமாகப் பேசுவதுமென அலங்காரம் பரபரப்பாக இருந்தார். பணியாளர்கள் மேசையருகேகூட வரப் பயந்து பணிவிடை செய்தார்கள். காலைப் பணிகள் ஒரு வழியாக முடிவுக்கு வர எதிரே அமர்ந்திருந்த சில்வெஸ்டர் ரிபேரோ மீது கண்களை ஓட்டினார் அலங்காரம்.

"நீ நிதானமாயில்லயின்னு தெரியிது."

"கப்பல் வந்திற்றத்தாம்."

விழிப்புருவங்களை வில்லாக்கி சில்வெஸ்டரை ஊடுருவினார் அலங்காரம்.

"அது எப்புடி சில்வெஸ்டர்! எனக்கு தகவலில்லியே. மங்களூர் அல்வாரிஸ் கம்பெனியில இருந்தும் எதும் செய்தி யில்லிய."

"அதாம் பதறிப்போனம். சரக்கு பிரச்சனயில்ல ஏத்துலாம். ஆனா தோணிய இல்லாம எப்புடி?"

“அப்புடியிருந்தாலும் இது எப்புடி முன்னறிவிப்பில்லாம வராது. அதும் சித்திர ஆரம்பிச்சாச்ச, இந்தக் காத்துக்குள்ள யாரு வருவா?”

“கொச்சினுக்கு காலிகட் ஓடு ஏத்த வந்தவந்தாம். அங்க என்னமோ கூலியாள்க்க பிரச்சனயின்னு நெனக்கிறம். பிரச்சன ஒரு மாசமானாலும் முடியிறமாரியில்லியாம். அதாம் இங்க கொண்டுவந்து நங்கூரந் தள்ளிற்றாம்.”

“சரக்க வாங்குறவனுக்கு இது காத்தடி காலமுன்னு தெரியத்தான செய்யும்.”

“நமக்குத் தொழில் குடுக்கிறவாங்கிட்ட போயி நம்ம பிரச்சனயள சொல்ல முடியுமா!”

“என்ன மாப்புள சொல்லுற. இதுதாம் நாம செய்யிற தப்பு. நமக்கு தொழில் குடுக்கிறவம் சும்மா குடுக்கல்லிய. பதறாத. காத்தடி காலமுங்குறது இங்க உள்ள நடமொற. அவன்வளுக்கும் தெரியட்டும்.”

“சீக்கிரம் ஏத்தணுமின்னு சொன்னாம் கேப்டன்.”

“அவங் கெடக்குறாம். கேப்டன்னா அவனுக்கு என்ன தெரியும். எப்ப பொண்டாட்டிய பாக்குலாமுன்னு அலைவான்வ. சிந்தியாவுலயெல்லாம் கேப்டன்வ பொண்டாட்டியள கப்பல்ல கூட்டிட்டு போறதுக்கு அனுமதி குடுத்திருவாங்க போலத் தெரியிது.”

தலைக்கு மேலே மின் விசிறி சுழன்றது. டிரங்கால் போட்டு யார் யாரிடமோ பேசினார் அலங்காரம்.

“அத்தாம் வால்கார்ட் பிரதர்ஸ்தாம் இதுல புரோக்கர்ன்னு நெனக்கிறம்.” என்றான் சில்வெஸ்டர்.

“சரி மாப்புள, நீ இப்ப வீட்டுக்கு போ. நாந் தல்மெய்தா கிட்ட பேசிற்று நம்ம வீட்டுக்கு வரச் சொல்லிப் பாக்குறம். போன தடவமாரி தனித்தனி தோணியளா கொண்டு போகக் கூடாது. அவம் அவம் பிச்சிகிற்று நிப்பான்வ.”

“தல்மெய்தா அங்கிள் கிட்ட நெறைய தோணியிருக்க.”

“பெரியவரு இருந்தவர பரவாயில்ல, இப்ப லெம்பர்ட்டு எங்க ஆபீசுக்கு வாராம். அவனுக்கு மேஜிக் ஷோ பண்ணு றதுக்கே நேரம் சரியாயிருக்கு. இப்ப அங்கயெல்லாம் மீனாட்சி ஆட்சி. சலேட்டம்மா சம்மதமில்லாம எதுவும் அசையாது. ஒருவேள நம்மளே அங்க போக வேண்டியது வந்தாலும் வரலாம்.”

அமைதியாய் அமர்ந்திருந்து அலங்காரம் கர்டோசா சொல்லுவதையே கேட்டவாறிருந்தான் சில்வெஸ்டர் ரிபேரோ.

"லெம்பர்ட்டு பழைய பிரச்சனய கௌப்பாம இருந்தாச் சரி. எப்புடியோ... அவுங்க வீட்டுக்குப் போவாம அவுர இங்க தள்ளிற்று வாரம்." என்றார் அலங்காரம் கர்டோசா.

"எப்புடி மச்சாம்?"

"அதுக்கு ஒரு வழியிருக்கி" என்றவாறு கண்ணடித்தார் அலங்காரம். சில்வெஸ்டரும் புரிந்துகொண்டதற்கு அறிகுறியாக தலையசைத்துக் காட்டினான்.

பாண்டியபதி அரண்மனையின் அருகிலேயே கர்டோசா வின் பூர்வீக வீடு. கீழ்க் கட்டு முழுவதும் அலுவலக உபயோகத் திற்காகவும் மேல் மாடியில் தங்குமிடமாகவும் கட்டியிருந் தார்கள். மாடியில் நடு அறையிலேயே பெரிய சாப்பாட்டு மேசை. மேசையின் நடுவே அமைந்த சுழலும் அமைப்பை வெளிநாட்டு மதுபானப் போத்தல்கள் அலங்கரித்தன. சீவாஸ் ரீகல், ஜானிவாக்கர் என்று பல வகையான பாட்டில் கள் இருந்தன. கர்டோசாக்கள் கப்பல் ஏஜன்டுகளாய் இருப்பதால் கொற்கைக்கு வரும் கப்பல்களிலிருந்து வரும் வகை வகையான மது பாட்டில்களை அழகழகாய் அலங்கரித்து வைப்பது அலங்காரத்தின் பொழுதுபோக்கு. லெம்பர்ட் ஒரு ஷீவாஸ் ரீகல் பிரியர் என்று அலங்காரத்துக்குத் தெரியும். அதைக் காட்டியே அவரை வீட்டிற்கு அழைத் திருந்தார் அலங்காரம்.

மேல் மாடியின் பால்கனி வழியே எட்டிப் பார்பதும் இருக்கையில் வந்து அமர்வதுமாகப் படு டென்ஷனாக இருந்தான் சில்வெஸ்டர். கீழே மாடிப்படியருகில் யாரோ வருவதுபோல் சத்தம் வந்தது. குட்டி மகள் மரியசீலியைக் கைகளிலேந்தியவாறு மாடிப் படிகளில் ஏறிவந்தார் அலங்காரம். அவர் பின்னாலேயே பூரணம். மருமகள் மரியசீலியைப் பார்த்ததும் கவலையெல்லாம் மறந்துபோக குழந்தையோடு கொஞ்ச ஆரம்பித்தான் சில்வெஸ்டர். கீழே கார் வந்து நிற்கும் சத்தம், பால்கனியருகே சென்று எட்டிப் பார்த்த சில்வெஸ்டர் சொன்னான்.

"மச்சாம் லெம்பர்ட் அங்கிள் இல்ல. வேற நெறைய ஆட்கள் நிக்கிறாங்க."

பக்கத்தில் வந்து எட்டிப் பார்த்த அலங்காரம் சொன்னார்.

“நீதிக் கட்சிக்காரங்க போலத் தெரியிது. தோத்திற்றாங்க யில்ல. கொஞ்சம் பொறுங்க என்ன ஏதுன்னு பாத்திற்று வாரம். காங்கிரஸ் மந்திரி சப அமைச்சா சேலத்து அய்யங்காரு மொத ஆளா கொடி புடிச்சிகிற்று நிப்பாரு.”

கீழே நின்றிருந்தவர்களுக்கு வணக்கம் சொன்னவாறே இறங்கி நடந்தார் அலங்காரம். பக்கத்தில் வந்து சில்வெஸ்டரைப் பரிதாபமாகப் பார்த்தவாறே நின்றிருந்த பூரணம் சொன்னாள்.

“ஒன்னட வேல நடந்தமாரிதாம்.”

“மச்சாம் எப்புடித்தாம் சமாளிக்கிறாங்கயின்னு தெரியில. ஒரு பக்கம் அரசியலு, மறுபக்கம் யாபாரம்...”

“மில்காரங்களுக்கு, சிந்தியாக்காரங்க ஏஜென்சியாவது குடுப்பாங்கயின்னு பாத்தாங்க, அதும் குடுக்காததுனால ஏகத்துக்கு பிரச்சன பண்ண ஆரம்பிச்சிற்றாங்க.”

வந்திருந்த நீதிக் கட்சிக்காரர்களை ஒரு வழியாய் அனுப்பிவிட்டு மேலே லெம்பர்ட் தல்மெய்தாவோடு வந்தார் அலங்காரம். இருவரும் மேலேறி வர பூரணமும், சில்வெஸ்டரும் எழுந்து நின்று வணக்கம் சொன்னார்கள்.

“சேலத்துக்கார அய்யங்காரு பதவிக்கி வந்தா ரெம்ப பிரச்சன பண்ணுவாருன்னு பாக்குறாங்க.”

“எவனும் வந்திற்றுப்போறாம். நமக்கு வெள்ளைக்காரம் படியளக்குறாம்” என்றார் லெம்பர்ட் தல்மெய்தா.

“...”

“இவன்வள இங்கயிருந்து அனுப்புறதுதாங் கஷ்டம்.”

“யார வெள்ளைக்காரன்வளயா?” கேட்டார் அலங்காரம்.

“தோணித் தண்டல்வளச் சொல்லுறம்” என்றார் லெம்பர்ட்.

“எல்லாம் நீங்க பொறுப்பெடுத்து செய்தா நல்லபடியா நடக்கும்.”

“கப்ப நடத் தோணியின்னாப் பரவாயில்ல. பெருசாயில கேக்குறிய. புதுசாத் தோணி வச்சவன்வளத்தாம் கேக்கணும். ஆனாலும் ஒரு ஒட்டு ஒறவுயில்லாமலே வேல பாக்கச் சொல்லுறிய... தங்கச்சி கிட்டகூட நா என்னட விருப்பத்த எத்தன நேரஞ் சொல்லிற்றம்.”

“லிடியாவுக்கு வயசு சரியா வராத. இவம் சின்னவம்.”

“எங்க வீட்டுல வேற பொண்ணேயில்லியா, லிடியா வேண்டாமுன்னா சொர்ணத்த கெட்டிக்கிருங்க. தங்க விக்கிரகம் மாறி அப்புடி ஒரு அழகு...”

வியப்பில் உறைந்தே போனாள் பூரணம்.

“யாரு ஒங்க கொழுந்தியளயா சொல்லுறிய?” கேட்டாள் பூரணம்.

“தங்கச்சி, நீ நெனைக்கிறமாறியில்ல இவ, சலேட்டுக்குத் தாம் வாய்த்துடுக்கு அதிகம். இது வாயில்லாப் பூச்சி. நல்லாப் படிச்சிறுக்கா. நாலு பேருகூட சங்கோசமில்லாம பேசுவா, பழகுவா. நுனி நாக்குல இங்கிலிஷ் பேசுவா. விருந்துவள்ல மில்லுக்காரம் வாரவம் எத்தனயோ பேரு கேட்டும் குடுக்கயில்ல. நம்ம கண்ணு முன்னே இருந்திற்றுப் போவட்டுமின்னு பாக்குறம்.”

அதிர்ந்துபோய் அமர்ந்திருந்தாள் பூரணம். சில்வெஸ்டரும் அதே நிலையில்தான் இருந்தான். தன் தங்கைக்காகப் பேசுவாரென்று பார்த்தால் அவர் கொழுந்தியாளுக்காகப் பேசுகிறார். சொர்ணத்தை ஏற்கனவே ஒன்றிரண்டு விருந்துகளில் பாத்திருக்கிறாள் பூரணம். அக்கா கணவன் என்றுகூடப் பாராமல் வெள்ளைக்காரிகளுக்கு இணையாக லெம்பர்ட்டோடு கைகோர்த்து வளைந்து நெளிந்து ஆடுவதும், பாடுவதும் அநேக உள்ளூர் மேசைக்காரர்களையே முகம் சுளிக்க வைத்திருந்தது. சமீபத்தில் நடந்த நூலாபீஸ் விருந்து நிகழ்ச்சியிலும் சொர்ணம் குடி போதையில் சரிந்து விழுந்ததை நேரில் பார்த்திருந்தாள். வீட்டில் வந்து தான் பார்த்ததை சொல்லிச் சொல்லி மாய்ந்திருந்தாள் பூரணம். பூரணத்தின் தர்மசங்கடமான நிலையை உணர்ந்த அலங்காரம் பேச்சை வேறு பக்கம் திருப்பினார்.

“மாப்புள ரெம்ப அவசரத்துலயிருக்காம், நீங்க எப்புடியாவது ஒரு ஆறு தோணியள புடிச்சி அனுப்பணும்.”

“ஆறு என்ன, ஏழு அனுப்பிவுடுறம். ஆனா எதுத்த காத்து யின்னு தண்ட அல்போன்சு சொன்னாம். அத எப்புடி சமாளிக்கப் போறிய.”

“...”

“நீங்க மனசு வச்சா ஒரு காரியம் பண்ணுலாம்.”

“நா மனசு வக்கிறதா, என்ன சொல்லுறிய...” கேட்டார் அலங்காரம் கர்டோசா.

“ஜல துர்க்கா, சரக்க எறக்கிற்று எங்க போவுது.”

“வேற எங்க போவும், பம்பாய்க்கிதாம்.”

“எப்ப...?”

“நாள மறுநாள் கெளம்பிருவாம்.”

“இந்த ஏழு தோணியளையும் அதுல கெட்டி இழுக்கச் சொல்லுங்க.”

“சரியான யோசன அத்தாம்.” என்றவாறு துள்ளிக் குதித்தான் சில்வெஸ்டர் ரிபேரோ. அவனைக் கண்களா லேயே கண்டித்த அலங்காரம் சொன்னார்.

“கப்பல்ல கெட்டி இழுக்க நா ஏற்பாடு பண்ணுறம். மத்தத நீங்க பாத்துக்கிறுங்க. முன்பணம் எதும் வேணு மானாலும்...”

“அதெல்லாம் வேண்டாம். மில்லுக்கு வார கப்பல்வளச் சமாளிக்கணும். அத நாம் பாத்துக்கிருறம். ஆனா நாஞ் சொன்ன விசயத்த மட்டும் கொஞ்சம் கவனத்துல வையிங்க.”

சூழ்நிலையைப் புரிந்துகொண்ட பூரணம் குழந்தையைக் கையிலெடுத்தவாறு கீழே இறங்கிப் போக மற்றவர்கள் சாப்பாட்டு மேசையை நெருங்கியமர்ந்தார்கள்.

“தங்கச்சி என்னமோ ராஜாக்காமங்களம், கன்னியா மரியின்னு அந்தப் பக்கங்கள்ல போறாளாம...”

“மகளிர் மத்தியில ஒரு விழிப்புணர்வு வர வைக்கத்தாம். வீட்டுல பொம்புளய படிச்சாத்தாம் புள்ளய படிக்கும்.”

“விழிப்புணர்வா... வெளையாடுறியா அலங்காரம்? எல்லா வூட்டுலயும் இப்ப இப்ப பொம்புள ஆட்சிதாம் நடக்குது.”

“...”

“இப்பவும் சவராவுக்கு தோணிய வருமா வராதா யிங்குறத முடிவெடுக்கப்போறது யாருன்னு நெனக்கிற, தண்டமாரு பொண்டாட்டியதாம்.”

346 ஆர். என். ஜோ டி குருஸ்

41

1938

ஓணாத் தெருவில் திருச்சிலுவை மடத்துக்குப் பின்புறம் ஆறுமுக நாடார் காரவீடு கட்டிக் குடியிருந்தார். வீட்டுக்குள் தளத்தில் சாணி மொழுகி வழித்திருந்தாள் உமையாள். ஊரிலிருந்தே ஒட்டிக்கொண்ட பழக்கம். தரை காயாமலிருந்ததால் எங்கும் சாணி வாடை. வீடெங்கும் ஈ மொய்த்தபடியிருந்தது. மூக்கைப் பொத்தியபடியே வீட்டிலிருந்து வெளியே வந்த சிவந்தி எதிரே பழைய இரும்புச் சாமான் பெறைக்குள் வந்தான். ஆறுமுகத்துக்கு எப்போதும் இந்தக் குச்சிலுக் குள்தான் கிடை. வேலை முடித்துக் கணக்குப் பார்த்து நடுச்சாமம் தப்பி வீட்டிற்குள் வருகிற ஆறுமுகம் விடிவதற்கு முன்னமே எழுந்து குளித்துவிட்டுத் திரும்பவும் பெறைக்குள் வந்துவிடுகிறார்.

ஆறுமுகத்தைச் சொல்லியும் குற்றமில்லை பகற்பொழுதில் கொற்கை முழுவதும் சுற்றியலைந்து பழைய இருப்புப் பித்தளைச் சமான்கள் பொறுக்கி வந்து மாலையில் கணக்குப் பார்த்துக் கூலிக்காரர் களுக்குப் பட்டுவாடா பண்ணிவிட்டுத்தான் வீட்டிற்கு வர முடிகிறது. மதுரையிலிருந்து இறக்கி வைத்திருந்த பேரிச்சம்பழச் சாக்கிலிருந்து பாகு வடிந்த படியிருந்தது. பக்கத்தில் போய் சாக்கிலிருந்து வடிந்த பாகை ஆள்காட்டி விரலால் தொட்டு நக்கினான் சிவந்தி. தீயை மிதித்தவர் போல் கத்தினார் ஆறுமுகம்.

"அய்ய, அது இழுவிப் போயில்லா கெடக்கு. யாபாரத்துக்குக் கொண்டுபோறதாக்கும். நக்கிப் புட்டியோ... வயித்தாலபோவும் அம்ம திட்டுவா. இங்கன வாயாம்."

"பயினிமாரி நல்ல இனிப்பா இருக்குப்பா" என்றான் சிவந்தி.

துள்ளித் துள்ளி ஓடி வந்தான். ஆறுமுகத்துக்கு இரண்டாம் தாரமாக வாய்த்த உமையாளுக்குப் பிறந்தவன். சிவந்தியைத் தொடந்தாற் போல் வள்ளியம்மை பிறந்திருந்தாள். அதற்கு மேல் முடியாது போதும் என்று மறுத்துவிட்டாள் உமையாள்.

"பொறுதியா வா கண்ணு. கீழ வீதர்வ கெடக்கும் பழைய இரும்பாணிய குத்திப்புடாம. பொற வச்சிப்புடும்."

"ஒனக்கு விடுப்பு இல்லியாப்பா?"

"எனக்கா, விடுப்பா..! நமக்கு சுடுகாட்டுக்குப் போறண்ணைக் கித்தாம் விடுப்பு" என்றார் ஆறுமுகம்.

பெறையெங்கும் பழைய இரும்புச் சாமான்கள். மூலை யில் சாக்குச் சாக்காய்த் தேய்ந்துபோன குதிரை லாடங்கள். உடைந்த சைக்கிள்கள். மூலையில் கிடந்த கரல் பிடித்த ஒரு போர்டில் 'பிராமணாள் காபி' என்றிருந்தது. வெளியே அம்பாரமாய்ப் பழைய பாட்டில்களை அடுக்கி வைத்திருந்தார் ஆறுமுகம். உள்ளே பழைய சாமான்களுக்கு நடுவே கல்லாப் பெட்டி. கல்லாப் பெட்டியில் கருப்பசாமி கோவிலிலிருந்து கொண்டுவந்து வைத்திருந்த முனை முறியாத மஞ்சள் துண்டு. காலையில் கடைக்குள் வந்ததும் பயபக்தியோடு இந்த மஞ்சள் துண்டைத்தான் இரு கைகளாலும் தொட்டு நெற்றி யில் ஒற்றிக்கொள்வார்.

வாசலில் நிழலாட்டம் தெரிந்தது. நிமிர்ந்து பார்த்தார் ஆறுமுகம். காசி வந்திருந்தான். முகமெல்லாம் வாடிச் சோர்ந்து போயிருந்தான். பெறைக்கு வெளியே பழைய மண்ணெண்ணெய் டின்னிலிருந்த தண்ணீரில் முகம் கழுவி வாய் கொப்பளித்தான். உடுத்தியிருந்த வேட்டியின் கீழ் விளிம்பைப் பிடித்துத் தூக்கி முகத்தைத் துடைத்தபடியே காசி சொன்னான்.

"எடைச்சிவெளையிலயிருந்தாக்கும் வரியம்."

"அங்கன ஒன்னய வுட்டான்வளாக்கும். பிச்சக்கனி என்னமோ நீ ஊர்ப் பக்கம் போனா அடி தப்பாதுன்னாம்."

"அய்யா செத்துப் போனாருல்லா..."

"அய்ய நெசமாடே, ஒரு வார்த்த சொல்லுதியா."

"மச்சானும் அங்காம் கெடந்தாரு. கருமாதியே முடிஞ்சி போச்சி. என்ன... அய்யா வெளையில பெதைக்க சொல்லி யிருக்காரு, கொள்ளி வச்சிப்புட்டோம். வார பாதயில ஒடங்குடியில தனுஷ்கோடிய பாத்தம்."

இரு கைகளாலும் தூக்கிப் பிடித்திருந்த மூடையைச் சடாரென்று கீழே விட்டவராக ஆறுமுகம் காசியைப்

பார்த்தார். ஆறுமுகத்தின் மூத்தகுடியா மகன்தான் தனுஷ்கோடி. முதல் கலியாணம் முடிந்த புதிதில் உடங்குடி யில்தான் இருந்தார் ஆறுமுகம். கோடைகாலத்தில் அம்மை நோயில் அமுதக்கனி மரித்துப்போக, பிள்ளையைத் தாய் வீட்டிலேயே விட்டுப் போகச் சொல்லிவிட்டார்கள் அமுதக்கனியின் பெற்றோர். உடங்குடி சில்லுக் கருப்பட்டி வியாபாரம் பார்த்த ஆறுமுகம் உமையாளை இரண்டாம் தாரமாகக் கட்டிய பின் உடங்குடியில் இருக்கப் பிடிக்காமல் கொற்கை வந்து சேர்ந்திருந்தார். காசியை நெருங்கி வந்த ஆறுமுகத்தின் கண்களில் ஏக்கம் தெரிந்தது.

"புள்ளயப் பாத்து எம்புட்டு நாளாச்சி. அவனுக்கென்ன மகராசா. கோட்டக் கணக்குல வெதப்பாடு, மாந்தோப்பு, தென்ன..."

"ஆளு மீசையும், கீசையுமா மைனர்மாரியில இருக்காம். கெழவியும், கெழவனும் ஒரு கலியாணம் பண்ணி வைக்க ஆலாப் பறக்குதாவளாம். புடி குடுக்க மாட்டயிங்கியானாம்."

"என்னய கேட்டானாடே?"

"பேச்சே வேறமாரியில இருந்திச்சி. காந்தியிங்காம் காங்கிரசுங்காம்..."

ஆறுமுகத்தின் முகம் சுருங்கிப்போனது. வேலைகளைப் பார்க்க ஆரம்பித்தார். பக்கத்தில் நின்றிருந்த சிவந்தி ஆர்வமாய் அது யாரென்று கேட்க. ஆறுமுகத்தை முந்திக் கொண்டு காசி சொன்னான்.

"அது ஒங்க அண்ணம். ஒங்களுக்கு ஒரு விசயந் தெரியுமா?"

"சொல்லாம், புதுர் போடாயிற..."

"அவம் உப்பு ஆபீசரு லோன மடக்கி முருகேசம் அண்ணாச்சி மணமேட்டுக்கு பெறத்தவுள்ள அளங்கள பூதாவும் மடக்கிப்புட்டாவளாம்."

"என்ன சொல்லுத..!"

"என்னமோ லீசோ கீசோன்னாவ, தொன்னித்தொம் போது வருசத்துக்காம்."

"புள்ளைக்கி, புள்ளைக்கி, புள்ளை எடுத்துப்புடுவாற."

"லோனு பொண்டாட்டி வீட்டுல இல்லாத தேரங்கள்ல மதுரயிலயிருந்து நாட்டியக்காரியள கொண்டந்து ஏத்திப் புடுறாராம்."

"யாபாரத்துல இதுலாம் சகஜந்தானடே."

"அது என்னமோ தெரியில இவுரு வெளிய வர தாணுப் புள்ள செத்தும் போனாரு."

"அது என்னடே அடுத்தவங் குசுவளயே மோந்துகிட்டு அலையித. ஒரு காரியஞ் சொல்லுதங் கேளு. பேசாம ஒருத்திய கெட்டிக்க. வயசும் ஏழு கழுதக்கி ஒப்ப ஆயிப் போச்ச."

"அப்புடியே பொண்ணத் தூக்கி தாரவருமாரியில பேசுறியரு."

"எலேய் பெண்ணுல்லாதவம் ஊருலயா இருக்க. ஒங்கக்கா பொண்ணு எங்க போனா. ஒண்ணுக்குள ஒண்ணுன்னு போயி கெடக்கியா... கலியாணத்த முடிச்சியா ஒரு கடய கிடைய வச்சியா நாலு திற்ற சம்பாதிச்சியான்னு இருக்கணும் கேட்டியா. சும்ம விவேகானந்தர் பார் கிளப்பு, பரமகம்சர் பாடசாலையின்னுகிட்டு அலையாத சொல்லிப் புட்டம். கிருதாப் பக்கம் நரைச்சிப் போச்ச."

சிவந்தியைக் கூப்பிடுவதற்காக உமையாள் பெறைக்குள் வந்தாள். வெளியே சிவந்தி காலி போத்தல்களில் தண்ணீர் மோந்து விளையாடியபடியிருந்தான். கல்லாப் பெட்டியருகே காசி கீழே அமர்ந்திருக்க ஆறுமுகம் பக்கத்திலிருந்த ஸ்டூலில் அமர்ந்தபடியே பேசிக்கொண்டிருந்தார்.

'அய்ய, காசியண்ணம் எதுக்கு இப்புடி உக்காந்திருக் கிதாவ. கூப்புட்டு வச்சி பழக்கம் வுடுதாவயின்னா ஆதாய மில்லாமலாயிருக்கும். இவுகளாவது தேரத்த போக்குயதாவது...'

உமையாளுக்குக் காசி தூரத்து உறவு முறை. வயசுக்கு வந்து பத்து வருடத்துக்கு மேலாகியும் கலியாணப் பாக்கியமில்லாமலிருந்த உமையாளுக்குக் காசியின் தாயார் முத்துப்பாப்பாதான் ஆறுமுகத்தைப் பேசி முடித்தாள். காசி கீழே கால் நீட்டி அமர்ந்திருப்பதை பார்த்ததும் மனது என்னவோபோல் ஆக உமையாள் கேட்டாள்.

"எய்யா அம்மய போயி பாத்தியளா."

அம்மயா, அய்யா போயி சேந்திற்றாரு தெரியுமா?"

"ஒரு வார்த்த சொல்லலிய..." என்ற உமையாள் அப்படியே மூலையில் அமர்ந்துவிட்டாள். அழுது அரற்ற ஆரம்பித்தாள். அழுவதும், முந்தானையில் மூக்கைச் சிந்துவதுமாக இருந்த உமையாளைப் பக்கத்தில் வந்து வேடிக்கை பார்த்தான் சிவந்தி. ஆறுமுகத்துக்கும் என்ன

பேசுவதென்றே தெரியவில்லை. எவ்வளவு நேரத்துக்கு இப்படியே பேசிக்கொண்டே இருப்பார்களோ என்ற கவலை மட்டும் முகத்தில் தெரிந்தது.

“எய்யா, சாப்புட்டுட்டுப் போ” என்றாள் உமையாள்.

தலை கவிழ்ந்து அமர்ந்திருந்தான் காசி. நிலவிய மௌனத்தைக் கலைக்க ஆறுமுகமே பேசினார்.

“அவனுக்கு மாட்டறைச்சி புடிக்காத.”

“வாய வச்சிகிற்று சும்மா இருங்களாம். எய்யா நெசமா இருந்து சாப்புட்டுட்டு போ என்ன?”

சமையல் பெறையிலிருந்து கறிக்குழம்பு வாசம் வந்தது. தற்செயலாக உள்ளே வந்த பால்பாண்டி சொன்னான்.

“கொலப் பட்டினியாக் கெடக்குறிய கூதிவுள்ளா... கெடைக்க எடத்துல நக்கிற்றுப் போயாம்.”

உமையாள் எழுந்து வீட்டுக்குள் போக விருட்டென எழுந்த காசி சொன்னான்.

“என்ன அப்ப நாயின்னா நெனக்கிறிய பால்பாண்டி பர்னாந்துவாள்.”

பிரான்சிஸ் தல்மெய்தாவிடம் வண்டியோட்டியாக இருந்த பால்பாண்டி, முதலாளி புண்ணியத்தில் தல்மெய்தா கடைக்கே வண்டி மாடு போட்டுக் கொடுக்க ஆரம்பித்து இன்றைய நிலையில் தோணித்துறையில் சரக்கெடுக்கும் பத்து வண்டி மாடுகளுக்குச் சொந்தக்காரர். தல்மெய்தாக் களுக்குத்தான் என்றில்லாமல் சிங்கராயர், பல்டோனா, முத்துலிங்க நாடார் கடை என்று வண்டியோட்டியதால் நல்ல வரும்படி. பெண்ணெடுத்த வழியிலும் தும்பு வியாபாரம்.

“சமட்டிப் போடுவஞ் சமட்டி தேவுடியாவுள்ளா, ஒன்னய மாரி நெனக்கியாக்கும். சும்ம ராவிகிற்று அலையதுக்கு.”

“...”

“தோணிப் பாலத்துக்குள மரப் பாலங்கள ஒடைச்சிப் போட்டுருந்தாவல்லா, அத ஏலம் போடப்போறாவளாம். உள்ள பூதாவும் செம்பாணிய. மூணுபேரும் தனித் தனிய பேடுவோம் சரக்க நீங்க எடுத்துக்கிடுங்க உண்டான கமுசன தந்துருங்க.”

தெக்கத்தி நாடார் வியாபாரிகளுக்கு ஒருவருக்கொருவர் விட்டுக் கொடுத்து வியாபாரம் செய்யும் இயல்பு இருந்தது.

உறவின் முறை கூட்டங்களிலும் இதே கருத்தையே வலியுறுத்தினார்கள் பெரியவர்கள். படித்து வேலைகளுக்குப் போவதை விடப் பெட்டிக் கடையாக இருந்தாலும் வியாபாரமே சிறந்தது என்ற நம்பிக்கை அவர்கள் ரத்தத்தி லேயே ஊறியிருந்தது. ஊர் விட்டு, ஊர் வந்து குடியேறியதால் ஒற்றுமையும் கடின உழைப்பும்தான் முன்னேற்றத்துக்கு வழி என்று சங்கக் கூட்டங்களிலெல்லாம் வலியுறுத்தினார்கள். எத்தனை பெரிய வேலையிருந்தாலும் உறவின்முறை, மகிமைக் கூட்டங்களை அவர்கள் தவிர்ப்பதேயில்லை. தகுதியிருக் கிறதோ இல்லையோ தலைமைப் பொறுப்பிற்கு வருகிறவர் களை மதிக்கும் எண்ணம் அவர்கள் இயல்பிலேயே இருந்தது. வாய்ப்புக் கிடைக்கும்போதெல்லாம் வீடு தேடி வந்து சந்திக்கும் பழக்கம் அதிகமாக இருந்ததால் பாச நேசங்கள் வளர்ந்ததோடு வியாபார நுணுக்கங்களையும் ஒருவருக் கொருவர் பகிர்ந்து கொண்டார்கள்.

"பால்பாண்டி புதுக் கூட்டுல்லா புடிச்சிருக்காம். சண்டியஞ் சேசுகூட எப்பவும் வலைக்குடியிலதாங் கெட."

"சங்கு எடுத்து கல்கத்தா அனுப்புலாமுன்னு சின்னதா வலைக்குடியில குச்சில் போட்டிருக்கம், பர்னாந்துமார் எடங்க பூதாவும் ஓம் மச்சாம் பிச்சக்கனிக்கி மட்டுந் தானாக்கும். என்னமோப்பா தெப்பகொளத்துக் கிட்ட அடிக்கடி பாக்குறதா யாரோ சொன்னாவள."

"யார... யார?" என்றான் காசி.

"ஒன்னய யாருடே சொன்னா. வுட்டா அடிச்சிப்புடுவ போல."

சுவற்றுப் பக்கம் திரும்பி தலையைச் சொறிந்தபடியிருந்த பால்பாண்டி சொன்னார்.

"வூட்டுல தேவுடியாவுள்ள யாரு பேச்ச கேட்டுச்சின்னு தெரியில. ரவ்வயில பூதாவும் ஒடம்பு முழுக்க கேக்கியா... வேப்பெண்ணய தடவிற்று படுத்துக் கெடக்கா."

சிரிப்பை அடக்க முடியாமல் வாயைப் பொத்தியபடி குலுங்கிக் குலுங்கிச் சிரித்தான் காசி.

"எத்தன புள்ளடே?"

"நாலும் பொட்டண்ணம்."

"எலேய் அஞ்சாவதும் பொட்டயானா அரசனும் ஆண்டிப் பெயலாயிருவாம்" என்றான் காசி.

“அறிவுகெட்ட கூதிவுள்ளயா இருக்கும் போல. எதுக்கு வேப்பெண்ணய தேய்ச்சிகிட்டு கெடக்கா. சங்கத்துல சாதி சனம் பெருவாதாயின்னுகிட்டு அலையிதோம். அதியாரங் கையில வேணுமின்னா பட பட்டாளம் வேணுமில.”

“அண்ணாச்சி என்னய மட்டும் பர்னாந்துவாள்ன்னு கூப்புடுதான காசி, நம்ம வேல் நாடாரு மொவம் காளியப்பம் காளவாசல்ல கருவாட்டுக் குச்சில் போட்டாச்சி தெரியுமா ஓங்களுக்கு”

“பிச்சக்கனி, மொவளுக்கு மாப்புள தேடுறானாம்.”

“அதாம் மூத்தத தோணிக்காரவிய வூட்டுல கெட்டிக் குடுத்தாச்சில்ல பெறவென்ன.”

“இல்லடே இது அந்த கடசிப்புள்ள போலத் தெரியிது. எலேய் பிச்சக்கனிய லேசா நெனைக்காத அங்கனோடியுள்ள அத்தன அம்பலக்காரப் பெயல்வளும் பிச்சக்கனிகிட்ட துட்டு வாங்குற பெயல்வதாம்.”

“ஒண்ணு ரண்டுன்னு ஆரம்பிச்சி ஆறு ஏழு சுள்ளக்கி மேல இருக்குதாம்.“

“அப்ப அந்த தீஞ்ச மூஞ்சிய சும்மயே கெட்டிக் கிருவமிங்குறியா, பிச்சக்கனி பாடு கொண்டாட்டந்தாம் போ.”

“எலேய் பால்பாண்டி. காசி கோவக்காரம் ஆனா சாதி சனங்கள வுட்டுக்குடுத்திற்று எஞ்சாமான மட்டும் ஊம்புனாப் போதுமின்னு அலையிறவமில்ல தெரிஞ்சிக்க. எம் மருமொவ இருட்டியா இருக்கட்டு, ஆனா பத்தரமாத்து சாணாத்தியாக்கும். எதுக்குல கெட்டிக் குடுக்குயதுக்கு ஒவ்வொருத்தனயும் ஊம்பணும்...”

“...”

“அண்ணாச்சி நீரு எம்மச்சாங்கிட்ட சொல்லி வையும் எம் மருமொவள நானே கெட்டிக்கிடுதமுன்னு...” என்று சொன்னவாறே எழுந்து வெளியே நடந்தான் காசி. சாப்பிட்டு விட்டுப் போகுமாறு ஆறுமுகம் எவ்வளவோ மறித்துப் பிடித்தும் காசி கேட்கவில்லை. ஆறுமுகமும் பால்பாண்டியும் பின்னாலேயே வந்து பார்த்தார்கள். காசி காளி கோயிலின் பின்புறம் மறைவது தெரிந்தது.

“மருமொவள கெட்டப் போறமுன்னுட்டுத்தான போறாம்.”

“இன்னக்கி, நேத்தா இங்க வாராம். கூதிவுள்ளக்கி அருப்புக்கோட்ட, விருதுநகர்க்காரன்வ பொண்ணு குடுப்பான்வயின்னு அலையிதாம்.”

“பண்ணுன குசும்புக்கு எண்ணைக்கோ தண்ணிக்கிள்ள ஆழம் பாத்திருக்க வேண்டியவம், அன்னைக்கெல்லாம் சண்டியஞ் சேசு இல்லயின்னா முடிஞ்சி போயிருப்பாம்.”

“நெசமாவா சொல்லுத. அவனத்தான என்னமோ சொல்லுதாம். அடுத்த எடத்துல வந்து தொழில் செய்யிதோ மிங்குற நெனப்பே கெடையாது. அதாம் பிச்சக்கனி கிட்டயே அண்ட வுடமாட்டயிங்கியாம்.”

“...”

“இதே சூட்டுல போனாமின்னு வையி. பிச்சக்கனிக்கு சுள்ளைக்கி வாரவன்வள மேய்க்ககொள்ள ஒரு ஆளு ஓறவுக்குள்ளே கெடைப்பாம். சாதிக்கும் ஒரு சண்டியங் கெடைப்பாம்.”

“என்ன சொல்லுறிய?”

கண்ணடித்தார் ஆறுமுகம். புரிந்ததற்கு அறிகுறியாகத் தலையசைத்தவாறே எழும்பினான் பால்பாண்டி.

42

1939

ஒரு மாதத்திற்கு முன்னாலேயே நாள் செய்து ஆரம்பித்த சிங்கராயரின் புதிய தோணி வேலை கொடி மரத்துக்குத் தெற்கே இரவு பகலாக நடந்தது. பந்தலுக்குக் கீழே காட்டு மரங்கள் குவித்துப் போட்டிருந்த இடத்துக்குப் பக்கத்திலேயே குழி வெட்டி அறுப்பு நடந்தது. ஆறுமுகம் ஆசாரி கூனை வளைத்தபடி இலுப்பைத் தடியொன்றில் அமர்ந்திருந்து பழைய நினைவுகளில் லயித்திருந்தார். கண்களிரண்டும் ஏழு துண்டுகளாய் அறுத்துச் சேர்த்திருந்த கருவமரத்து வங்குக்காலில் நிலைகுத்தி நின்றிருந்தன. கொற்கையில் இதற்கு முன்னால் இத்தனை பெரிய வங்குக்கால்கள் விட்டதில்லை. கையில் வைத்திருந்த மாவுக் கற்களை வாயில்போட்டு மென்று தின்னபடியிருந்தார். வீட்டில் அமர்ந்து பொழுதுபோக்க முடியாததால் தோணி வேலை நடக்கும் இடங்களில் வந்து அமர்ந்திருப்பார். எப்போதும் தீராத சிந்தனை.

‘சித்திரயில காத்தடிச்சி வாழ அம்புடும் சாஞ்சி பேச்சியின்னாவள. இடி எழவு தென்னமரத்துலயும், அதுல கெட்டிப் போட்டுருந்த பசுமாட்டுலயுமா வுழும். மாடு செனயாயிருக்கு புள்ளைக்கி பாலுக்கு பிரச்சனயில்லயின்னாள. என்னமோ அவ காளி தலயில எழுதுன எழுத்து. இங்கனயே கெட்டிக் குடுத்திருக்குலாம். வாழ, வாழ வச்சுப்புடுமின்னாம் என்னத்த வாழ வச்சிச்சோ. இங்கனோடி வந்தா தோணி வேலயளுக்கு கந்தையாவ கூட்டிற்று போவச் சொல்லுலாம். பாப்பும என்னதாஞ் செய்யிறான் வயின்னு. ரெஜினா கிட்ட நெருங்கயேலுமா. அன்னக்கி எழவு மல்லங்கொளத்துல ரெஜினா ஏராக்கட்ட நக்கிற்றுன்னாவள. இலுப்பையில்லா

இரும்புமாரியில கெடக்கும். கண் போச்ச போயிற்று பொழுதடைய போவும்போது எவனக் கூப்புட. காந்தியாரு, காந்தியாருங்குறாவ நம்ம கண்ணுவல்ல தட்டுப்படாய்வாரு. மங்களம் நிவாஸ்ல தங்கியிருந்தாராம. இவுக மட்டும் லேசுபட்டவுகளா. உடுத்தியிருக்க உடுதுணிய உறிஞ்சி அவிக்கான்வளாம. இப்புடியொரு போக்கு ஸ்லோனுக்கு நமக்கு போவணுமாக்கும்.'

சிந்தனையிலிருந்து விடுபட்ட ஆறுமுகம் வேலை நடப்பதை வேடிக்கை பார்த்தவராய் விநோதமாய்க் குரலெழுப்பியபடியிருந்தார்.

"அய்ய பொறுதியா... இங்க மேக்கமாற இழு, தூக்குங்கல. கூழ் குடிக்கியளா, கோத்தா கூதியக் குடிச்சியளால. பருவேல நடக்கும்போது அவுகள்வள கூப்புட்டுக்கிடணும். மேழுச்சீ, கீழுச்சி வாங்குது, பெலங்கெட்ட பெயல்வ. வெள்ளைக்காரிய எங்க தொடைய சொறிய மாட்டா இத்தூனூன்டு தெரியாதான்னு அலைவான்வ. தமுறு போட்டு உள்ள வச்சிப் புடிங்கல."

ஏதேதோ சொன்னவாறிருந்தார். யாரும் அவரைக் கண்டு கொண்டது போலில்லை. சோடா டப்பி மூக்குக் கண்ணாடியை அவ்வப்போது மேலேயும் கீழேயும் ஆட்டிச் சரிசெய்து பக்கத்தில் வந்தவர்கள் எல்லோரையும் யார், யார் என்று பார்த்தபடி இருந்தார். தற்செயலாய்ப் பக்கத்தில் வந்த கந்தையாவை பார்த்தவர் கேட்டார்.

"எல கந்து, ஏராக்கட்ட ஒத்த மரமா?"

"..."

"எல இலுப்பையா, கருமருதா?"

"வந்தா, ஒரு ஓரத்துல ஒதுங்குனமா, கையில வச்சிருக்க கல்ல தின்னமான்னு சிவனேன்னு இருக்கணும் அது என்னது, இது என்னது, அவம் யாரு, இவம் யாருன்னு சும்மா நை நைங்கப்பிடாது. எந்த நாள்ல இருக்கியரு? ரெஜினாளுக்கே இலுப்பக் கட்ட ரண்டு போட்டு சேத்தம ஓர்ம இல்லியாக்கும்." என்ற கந்தையா பெரியவர் ஆறுமுகத்தின் பதிலுக்குக் காத்திராமல் அகன்றுபோனார்.

ரெஜினா என்ற பெயரைக் கேட்டதுமே ஆறுமுகத்தின் கண்களில் தோன்றிய பிரகாசத்தைக் கவனிக்கவில்லை கந்தையா. பொக்கை வாய் திறந்து சிரித்தார் ஆறுமுகம் ஆசாரி. வயதானதால் ஈறுகள் மழுங்கி நீட்டு நீட்டாய்க் கறைபடிந்த பற்கள் தெரிந்தன. கறுப்புத் தோல் போர்த்திய

எலும்புக் கூட்டின் மேல் பூணூல் தொங்கியது. நெஞ்சிக் கூடு வேறு தூக்கியிருந்தது. ஒரு காலத்தில் பம்பரம் போல் சுழன்று, சுழன்று வேலை பார்த்தவர் ஆறுமுகம் ஆசாரி. கொற்கையின் சுற்று வட்டாரங்களில் கடலில் இறங்கும் தோணிகளில் அவர் கை படாத தோணியே இல்லை என்று சொல்லலாம். எப்போதும் வேலை, வேலை என்றிருந்ததால் அவரையே அறியாமல் தொற்றிக்கொண்டது இந்த மாவுக்கல் சாப்பிடும் பழக்கம். எப்படித்தான் சீரணிக்கிறதோ, அது அந்தக் கடவுளுக்கே வெளிச்சம். வரவர சாப்பாடும் குறைந்து போய் எப்போதும் கைகளில் மாவுக்கல்தான்.

'ரெஜினா' ஆறுமுக ஆசாரியின் கைவண்ணத்தில் உருவானது. தண்டல் பவுடர்பப்பாவும் கிலுக்கும் ஏல் சொல்ல கனிசியுஸ் சிங்கராயரின் மேற்பார்வையில் கட்டியது. அந்த நாளில் தோணிப் பாலத்தில் நின்றிருக்கும் தோணி களிலேயே பெரியது ரெஜினா. காட்டு மரங்களை வளைத்து, இழுத்து எண்ணெய் தடவி, சூடு காட்டி, அறுத்து, பொருத்தி அங்குலம் அங்குலமாக மெருகேற்றியது ஆறுமுகம் ஆசாரி.

பல சோலியாய் தோணிப் பாலத்திற்குள் நுழையும் போதெல்லாம் ஆறுமுக ஆசாரியின் கண்கள் அங்கும் இங்கும் அலைபாய்ந்து ரெஜினாவைத் தேடும். அவளைக் கண்டுவிட்டாலோ மெய்மறந்து நின்று வேடிக்கை பார்க்க ஆரம்பித்துவிடுவார். பிச்சலில் சிப்பிகளைக் கண்டுவிட்டாலோ மனசு பாடாய்ப் படுத்தும். ஒருநாள் இவர் இப்படி வாய் பிளந்தபடி நின்று வேடிக்கை பார்ப்பதைக் கவனித்தாரோ என்னவோ ரெஜினா பயணப்படும்போது மச்சுவா ஒன்றை இறக்கி ஆறுமுகம் ஆசாரியைக் கூடவே கூட்டி வந்து மல்லங் குளம் தாண்டி நங்குரவாடிவரை கடலிலே வந்து அதன் பின்னழகை ரசிக்க வைத்திருந்தார் கனிசியுஸ் சிங்கராயர்.

நூறு அடி ஏராக்கட்டை நான்கு துண்டுகளாய் எசையடித்து உருளைப் பட்டறைப் பெட்டியில் ஏற்றப்பட்டி ருந்தது. அணியத்துச் சாய்வு பனிரெண்டு அடி, பிச்சல் சாய்வு ஐந்து அடி இருக்க வேண்டுமென்றிருந்தார் சிங்கராயர். மேல் தளத்தைக் கணக்கிட்டால் நூத்திப் பத்தொம்போது அடி. இன்னும் முன்னால் புடைக்கும் நாப்பதடி ஜீப் மரம் பாதிக்குப் பாதி உள்ளேயே இருப்பதால் வெளியே புடைப்பது இருபது அடி. மொத்தத்தில் தோணி நூத்திமுப்பத்தியொம் போது அடி. நடுப் பாலத்தில்தான் பிடிக்க முடியும். இதுவரை கொற்கைப் பாலத்தில் இறங்கிய தோணிகளில் பெரிய தோணி இதுவாகத்தானிருக்க வேண்டும். ஏராவில் வங்குக் கட்டைகள் இன்னும் ஏற்றாததால் தோணியின் உயரம் தெரியவில்லை

கொற்கை

இருந்தாலும் வங்குக் காலின் உயரமே பதினைந்து அடிக்கு மேலிருந்தது.

இருபது ஆசாரிமார்கள் இரவு பகலாக வேலை செய்ததில் ஐம்பது வங்குக் கால்கள் பொருத்துவதற்குத் தயாராய் அடுக்கி வைக்கப்பட்டிருந்தன. எல்லாமே கருமருது. ஏராக்கட்டை முழுக்கவே இலுப்பையிலிருக்க வேண்டு மென்பதால் அணியத்துக் கட்டையையும் பிச்சல் கட்டையை யும் ஒரு தாய் மரத்திலேயே செய்திருந்தார்கள்.

பக்கத்திலேயே குழிபறித்து தேக்குத் தடியை அறுப்பதால் தேக்கு மர வாசம் எங்கும் பரவிக் கிடந்தது. வெளி அடைப்புப் பலகைக்காக தேக்கை அறுக்கிறார்கள். சிங்கராயர் பெரிய தோணி வைக்கிறார் என்ற வேளம் கொற்கையெங்கும் பரவி வெள்ளைக்காரர்களும் வந்து வேடிக்கை பார்த்தார்கள். வேடிக்கை பார்ப்பவர்கள் குறுக்கு மறுக்காக வந்து விழுந்துவிடாமலிருக்க பணிமனையைச் சுற்றிப் பனந்தட்டி அடித்துப் பாதுகாப்பு அரண் போட்டிருந்தார்கள். மடுத்தீன் புரோக்கர் துறைமுக அதிகாரி கிளார்க்கோடு பேசியவாறே தோணிப் பணிமனையருகே வந்திருந்தார். கூடவே மடுத்தீன் புரோக்கரின் மூத்த மகன் லூயிசும் வந்திருந்தான். லண்டனில் படிப்பு முடிந்து விடுமுறையில் வீட்டிலிருப்பதாகக் கேள்வி. இருவரும் ஏராக்கட்டையை சுற்றிச் சுற்றிப் பார்த்தார்கள். அதற்குள் தண்டல் லொஞ்சினும் வந்துவிட பட்டறையருகே நின்றிருந்த கிளார்க் புன்னகையோடு வந்து வணக்கம் சொன்னார்:

“என்ன மிஸ்டர் லொஞ்சி எப்ப லாஞ்சிங்? நீங்கதாம் தண்டலா?”

நிமிர்ந்து மடுத்தீனையும் லூயிசையும் மாறி மாறிப் பார்த்த லொஞ்சின் சொன்னார்.

“ஆமும் தொற, நாந்தாம் தண்டல். எறங்குறத சொல்ல முடியாது. இப்பதான எசயடிச்சி ஏராவ ஏத்தியிருக்கு.”

கையைத் தட்டிக் கந்தையாவை அருகே வருமாறு அழைத்த லொஞ்சின் மேலும் தொடர்ந்தார்.

“ஏராவுல வங்குவள ஏத்துற வேலய முடியிறதுக்கே எப்புடியும் ஒரு மாஸ்தக்கி மேல ஆவும். இனும அணியத்துக் கட்ட பிச்சல் கட்டயள சரி பாக்கணும்.”

புரியாமல் விழித்த கிளார்க் கேட்டார்.

“வாட் மாஸ்த்த...!”

“அது ஒண்ணுமில்ல ஒரு மாதத்தத்தாம் அப்புடி சொல்லுறார்” என்றான் லூயிஸ்.

“எல்லாமே ஒரே ஜாதி மரந்தான லொஞ்சி?”

“அணியத்துக் கட்டயும், பிச்சல் கட்டயும் கருமருதுல போடுலாமுன்னம். மொதலாளி இலுப்பையிலே இருக்கட்டு மின்னுட்டாரு.”

“ஆணியெல்லாம் செம்புல நீள நீளமா இருக்குமில்ல நா லண்டன்ல பாத்திருக்கம்” என்றான் லூயிஸ்.

“கொள்ளையடிச்சி கொண்டுபோறான்வ வைக்கிறான்வ. நம்மளால எங்க முடியும். இரும்புலயும் ஆணியா வாங்குற தில்ல, கம்பியா வாங்கி துத்தநாகந் தடவி கொல்லுப் பட்டறையில குடுத்து அஞ்சி இஞ்சி, எட்டு இஞ்சி, பத்து இஞ்சியின்னு வெட்டி கொட அடிச்சி மர போட்டு கொண்டரணும்” என்றார் லொஞ்சின்.

“இது என்ன லொஞ்சி சின்னதும் பெருசுமாக் கெடக்கு?”

“காட்டு இலுப்ப மரங்க. இதுலதாம் வாலக்கும், வாரியும் செய்வோம்.” புரியாமல் விழித்தார்கள் மூவரும்.

“மேல்தளத்துல பலவக்கிக் கீழ் வார கட்டய. இதுவள மாட்டுறதுக்கே எப்புடியும் ஒரு மாசமாவது ஆவும்” என்றார் கந்தையா.

“பாய்மரம் எப்ப நட்டுவிய?”

“அது தண்ணியில தள்ளுன பொறவுதாம். கூச்ச குழி மட்டும் பறிச்சி கொண்டுபோவோம்.”

“பாய்மரம் புன்ன மரந்தான, எங்கருந்து வருது?”

“புன்னம்புழாவுலயிருந்துதாம் வருதுவ. ஒரு தடிய கொண்டு வாரதுக்குள்ள தாவு தீந்து போவும்”

“...”

“மொத்தத்துல ஒரு தோணிய ஏராக்கட்ட ஏத்தி, வங்கு கால் நட்டி, வாரி, வாலக்கு சரிபாத்து வெளிஅடப்பு பலவயில திராவபோட்டு சேத்து, கலப்பத்தடிச்சி தண்ணிக்கிள தள்ள எப்புடியும் ஆறுமாசமாயிரும். பொறவு மரம் நட்டணும்.”

“இதுல எத்தன மரம் லொஞ்சி?”

“மூணு மரம். தன்மரம், வடமரம் கோஸ்.”

தோணி கட்டுதல்

"..."

"இனும சில்லற வேலய."

"ஆமா பூதாரு பலவயிம்பாவள!" கேட்டார் மடுத்தீன்.

"ஏராவுக்கும் வங்குக் கால்களுக்கும் மேல வாரதுதாம் பூதாரு பலவ. அதுக்கும் கீழ கோதாள, தண்ணி ஓடுறதுக்கு. இனும உள்பலவ, போடுத, பொய்போடுத, அவுத்தியாலு, முண்டங்காலு இதுவ வுடனும்."

"மொத்தத்துல கிட்ட முட்ட ஒரு வருசமாயிரும் என்ன?" என்றார் மடுத்தீன். தலையாட்டினார் லொஞ்சின்.

ஏராக்கட்டையின் வடக்கு முனைப்பக்கம் நின்றிருந்த மிஸ்டர் கிளார்க் கைகளை விரித்தபடி கேட்டார்.

"தோணி அகலம்...!"

"அகலம், ஒங்களுக்கு எப்புடியும் முப்பதடி வரும். இந்தத் தோணியக் கொஞ்சம் விரிவாவே கெட்டச் சொல்லி யிருக்காரு. கந்தையா, பெரியவரு எதையும் மாத்தி யிருக்காரா?"

இல்லை என்பதுபோல் தலையாட்டினார் கந்தைய்யா.

"வந்து பாப்பாரோ...!"

"பாப்பாரோவா, நின்னியள்ளா இன்னுங் கொஞ்ச தேரத்துல இங்கன வந்திருவாரு. வச்சிருக்க ஒவ்வொரு தோணியிலயும் ஏராக்கட்ட என்ன மரம், எப்ப கரையிழுத்து வேல பாத்தோம், பாய்பருமல் எத்தன நேரம் மாத்துனோம் எல்லா வெவரமும் அவுருக்குத் தெரியும்" என்றார் தண்டல் லொஞ்சின்.

"மெயின் மாஸ்ட் என்ன உயரம்?"

"தன்மரத்த சொல்லுறாரோ? தன்மரம் எப்புடியும் அறுபத்தியஞ்சி அடி வைப்போம். ஆனா பருவாம் ஒங்களுக்கு தொன்னூறு அடி வரும். குடிக்க என்னமாச்சும் வாங்கிற்று வரச் சொல்லட்டா?"

"வேண்டாம். அப்ப கோஸ் மரம்?"

"வடமரமே ஐம்பத்தியஞ்சி அடிவரும், கோஸ்மரம் ஒங்களுக்கு பிச்சல் பக்கம் வாரது கூச்ச குழியிலயிருந்து ஒரு நாப்பத்தி அஞ்சி அடிவரும். அதுக்குத் தகுந்த பாய் பருவான்வ."

"..."

“தண்ணிக்கிள தள்ளி மெதப்பு சரி பண்ணுண ஒடன நம்ம வேலய அதியமா ஆரம்பிக்கும்.”

‘‘எப்புடி தண்ணிக்கிள தள்ளுவிய.’’

“இது ஏற்கனவே பெட்டியில ஏத்துனதுனால அப்புடியே உருட்டிக்கிட்டு போயிருவோம். பெட்டிக்கிள ஏத்தயில்லாட்டி ஏராக்கட்டைக்கிம் பட்டறைக்கிம் எடையில கிசுலு, வாழப்பழம், இதுவள பெசைஞ்சி தடவி பொறுப்புவள தட்டிவுடுவோம். அப்புடியே வழுக்கிக் கிட்டு தண்ணிக்கிள சாடும்...”

பக்கத்தில் நின்றிருந்த கந்தையா மடுத்தீனை நெருங்கிச் சொன்னார்.

“சரக்கு வைக்கிற எடத்தப் பத்தி யோசிக்கியளோ!”

தலையை ஆட்டினார் மடுத்தீன்.

“அது எப்புடியும் பூதாரு பலவக்கி மேல மேல் தளத்து பலவ வர எங்கணக்குக்கு பதினாறு அடியாவது கெடைக்கும். மேல் தளத்த மூடி பால்க்கா போடச் சொல்லியிருக்காவ மொதலாளி.”

“தெறப்பு?”

“எப்புடியும் ஒங்களுக்கு பதினஞ்சிக்கி இருபத்தி அஞ்சி அடியாவது வரும்.”

கிளார்க் ஆறுமுகத்திடம் போனவர் அவரையே பார்த்துக்கொண்டு நின்றார். கைகளைப் பிடித்துத் தூக்கி விரல்களைத் தடவிப் பார்த்தார். ஆறுமுகத்தின் வாயெல்லாம் பல்லாய்த் தெரிந்தது. திரும்பவும் லொஞ்சின் தண்டலிடமே வந்தவர் கேட்டார்.

“முழுப் பாரமும் ஏத்தியிருக்கும்போது எத்தன அடி ஆழம்?”

“வெள்ளைக்காரம், வெள்ளைக்காரந்தாம் பாத்தியளா. குறிப்பா புடிக்க வேண்டியத புடிச்சிற்றார. தோணி பெருசு தாம் ஆனா முன்னாலமாரியில்ல, ரெஜினாவே ஒங்களுக்கு அகலம் இருவது அடிதான... இது அட்டி விரிஞ்சது அகலம் இருபத்தியஞ்சி அடி வரும். பரந்து விரிஞ்சியிருக்கதால மெதப்பு அதியமாவே வரும்.”

“எவ்வளவு ஆழம்!”

“முழுப்பாரமும் ஏத்துனாலும் பதினோரு அடிக்கி மேல போவாது. மல்லங்கொளத்துல நல்ல குறுணி கட்டர

வத்துக்கே பதினோரு அடிக்கி அதியமாவே தண்ணி கெடக்கும்.”

“சோ, நோ டிராப்ட் பிராப்ளம்” என்றார் கிளார்க்.

“என்ன சொல்லுறாருய்யா?” கேட்டார் லொஞ்சின் தண்டல்.

“நீங்க சொல்லுறதத்தாம் அவுரும் சொல்லுறாரு” என்றான் லூயிஸ்.

“வெறுந்தோணி அஞ்சி அடிகூட பாயாது.”

“பாயி...!”

“வழக்கம் போல பனையூருல வேல நடக்குது. பெரிய தோணி பாத்தியளா, அதுனால பதினெட்டு அடி அசவம் போட்டு நெய்யச் சொல்லியிருக்கி.”

“...”

“பெரிய மரத்துப் பாயி எப்புடியும் நானூறு கெஜமாவது வரும். ஜீப்புக்கெல்லாம் நூறு கெஜம் போதும். வட மரத்துக்கு எப்புடியும் முன்னூறு, முன்னூத்தியம்பது கெஜமும், கோசுக்கு ஒரு இருநூறு போல போதும்.”

சுவாரஸ்யமாய்ச் சுற்றிச் சுற்றிப் பார்த்தார் மிஸ்டர் கிளார்க். நூலாபீசில் சங்கூதக் கையில் கட்டியிருந்த கடிகாரத்தைப் பார்த்தவர் மடுத்தீனை அழைத்தபடியே வெளியே வந்தார். தோணி வேலை செய்பவர்களுக்கு வீடுகளிலிருந்து மனைவிமார் மதியச் சாப்பாடு கொண்டு வந்தவண்ணமிருந்தார்கள். இதழ்களிலோடிய இளநகையோடே அவர்களைக் கடந்து போனார் கிளார்க்.

சாயங்காலம் ஏராவில் முதல் வங்குக் கால் ஏற்றுவதாக ஏற்பாடு. கனிசியுஸ் சிங்கராயர், பசாந்தி, மனைவி இன்னாசியம்மாள், மகள் சற்குணம் எல்லாருமே வந்திருந்தார்கள் பர்த்தலோம் சிங்கராயர் வரவில்லை. கொரற்றி மட்டும் பெரியப்பாவின் கைகளைப் பிடித்தபடியே நின்றிருந்தாள்.

கந்தையா ஆசாரி தாடு பாய்த்திருந்தார். குடம் குடமாய்க் கடல் தண்ணீரை மொண்டு கொண்டுவைத்திருந்தார்கள்.

“லொஞ்சி வண்டி தடங் கெடக்க யாரு வந்தா?” கேட்டார் பசாந்தி.

“நம்ம கிளார்க் சாரும் கூடவே மடுத்தீன் அண்ணனும் அவுரு புள்ளயும்...”

"என்ன கேட்டாரு?"

"வேற என்னத்த கேப்பாரு, தாவு எத்தன அடி பாயுமின்னு கேட்டாரு. சொன்னம், மறுபேச்சில்ல."

"உப்புக் கேசுல புடிச்சவன்வள வுட்டுட்டான்வளாம நெசமா?"

"தெரியிலிய, இப்பந்தாம் போறாரு."

"ரோட்ரிக்சயும் வுட்டுட்டான்வளாம். ஆனா என்னமோ கொற்கையில இருக்கக்கூடாது கொழும்புக்கின்னா போலாமின்னுருப்பான்வ போல."

பக்கத்தில் நின்றிருந்த மாரிமுத்து குறுக்கிட்டார்.

"எய்யா கார எதுத்தால பாத்தம். குத்தாலம் போவுது."

"ஒனக்கு எப்புடி தெரியும்?"

"மத்த தொரயள மாரியில்ல. மனுசம் தங்கம். வேணுமானா கரிக்களத்து மேட்டுக்கு வாருங்க. வெயில்ல தாவத்துக்கு தவிச்சதுவளுக்குத் தண்ணிப் பைப்பு போட்டுக் குடுத்திருக்காரு."

மொண்டு கொண்டு வைத்திருந்த கடல் நீரால் ஏராக் கட்டையை அணியத்திலிருந்து பிச்சல்வரை குளிப்பாட்டி பின் பாலூற்றி மஞ்சள், சந்தனம் தடவி வெற்றிலை பாக்கு, தேங்காய், பழம், பூ வைத்துக் கும்பிட்டார்கள். குடுமித் தேங்காயில் சூடம் வைத்து கொளுத்தி லொஞ்சினின் கையில் கொடுத்து ஏராக்கட்டையை மூன்றுமுறை சுற்றி வரச் சொன்னார் கந்தையா ஆசாரி. காற்றில் படபடத்த தீ இரண்டாவது சுற்றிலேயே அணைந்துபோனது.

"சரி போதும் தூக்கி வைங்கல" என்றார் கனிசுயுஸ்.

இரு புறமும் ஐந்தைந்து பேராய் நின்று வங்குக் காலைத் தூக்கி நிப்பாட்டினார்கள். இரும்பாய்க் கனத்தது. பாரம் தெரியாமலிருக்க அம்பா போட்டார்கள்.

"மரியே... மாதாவே..."

"மரியே... மாதாவே..."

"செயின் பிளாக்க போடுங்க."

"மூலாக்கை மாட்டியாச்சா?"

"டாவாப் பக்கம் மாறி நிக்கிது. இன்னும் கொஞ்சம் லாத்தி தள்ளுங்க."

வங்குக்கால் மேலே வந்து ஆடி ஏராக்கட்டைக்கு மேல் நின்றது.

"ஏய், கவனம் பொறுதிய எறக்கணும்."

"பய்ய, பொறுதியா..."

வங்குகால் கொஞ்சம் கொஞ்சமாக ஏராக்கட்டையை நோக்கி வந்தபடியிருந்தது. அதுவரையில் தள்ளி நின்று வேடிக்கை பார்த்தபடியிருந்த கனிசியுஸ் என்ன நினைத் தாரோ திடீரென வங்குகால் இறங்குவதை பார்த்தவாறே ஏராக்கட்டை பக்கம் வர அதே சமயம் செயின் பிளாக்கில் போட்டிருந்த மூலாக்கயிறு தெறித்து வங்குக்கால் கீழே சரிய...

"ஆ..." என்ற அலறல் சத்தம்

"தாத்தா..." என்றவாறே உள்ளே ஓடி வந்தார்கள் சற்குணமும் கொரற்றியும். என்ன நடந்தது? ஏன் அவர் உள்ளே வந்தார்? எதுவுமே புரியவில்லை. நல்ல வேளையாக வங்குக்காலின் ஒரு முனை ஏராக்கட்டை மேலிருந்தது. இல்லாவிட்டால் கனிசியுஸ் சிங்கராயரின் கதை அதோ கதிதான். முதலாளி மேல் அடிபடக் கூடாது என்பதற்காக லொஞ்சினும் உள்ளே பாய்ந்திருந்தார். கீழே கனிசியுஸ் அவர் மேலே லொஞ்சின் அதன் மேல் வங்குக்கால். அந்தி சாய்ந்துவிட்டதால் வெளிச்சமில்லாது போக வழக்கமாய்க் கொளுத்தும் விளக்குகளைக் கொளுத்தினார்கள். இந்த சூழ்நிலையிலும் பதற்றமடையாமல் நின்று நிலைமையைச் சமாளித்தார் பசாந்தி. கை பதறி கால் பதறி நின்றிருந்தாள் இன்னாசியம்மாள். லொஞ்சின் தண்டலுக்குத் தலையில் நல்ல அடி. கனிசியுஸ் உணர்வற்றுக் கிடந்தார். லொஞ்சினின் வலது கை நசுங்கி ரத்தப்போக்கு அதிகமாய் இருந்தது. குதிரை வண்டியில் இருவரையுமே ஏற்றிக்கொண்டு ரிபேரோ மருத்துவமனைக்கு ஓடினார்கள்.

43

1940

தோணி கட்டும் தளத்தில் அடிபட்ட நாளிலிருந்தே நோய்வாய் பட்டு நடமாட முடியாமல் இருந்த கனிசியுஸ் சிங்கராயருக்குப் படுக்கையிலேயே எல்லாமென்றாகிப் போனது. தண்டல் லொஞ்சினும் மரித்துப்போனார். லொஞ்சினின் மகன் ரஞ்சனுக்குப் புதிய தோணியில் வேலை கொடுத்திருந்தார் சிங்கராயர். பிச்சையா தோணியின் தண்டல்.

கிலுக்கு, மெய்யல், டிங்கி சேசய்யா காலங்களில் கேள்வுப் பிரச்சினைகள் முதலாளிமார் வீடுகளுக்கு வந்ததில்லை வியாபாரிகளோடு தண்டல்மார்களே எப்போதும் கேள்வு பேசி முடிப்பார்கள். லொஞ்சின், பவுல் தண்டல்வரையிலும் இதுவே நிகழ்வாக யிருந்தது. சமீப காலங்களில் பெருகிவிட்ட கப்ப நடைத் தோணி முதலாளிமார் சுயலாபத்திற்காகச் சங்கத்தின் கட்டுப்பாடுகளைக் காற்றில் பறக்கவிட்டி ருந்தார்கள். வியாபாரிமாரோடு தனித்தனியே உறவாட, அவர்களுக்குள்ளே பிரச்சினைகள் வலுத்தன. ஒற்றுமை குறைந்து பிரச்சினைகளும் கட்டுப்படுத்த முடியாமல் போனதால் பெரிய முதலாளி என்ற முறையில் எம்பரர் தெருவிலிருக்கும் சிங்கராயர் வீட்டிற்கு அவர்கள் பிரச்சினையோடு வருவது வாடிக்கையாகியிருந்தது.

முந்தினநாள் கொற்கை வந்து பாண்டியன தீவருகே நங்கூரம் பாச்சிய 'கிளான் லைன்' கப்ப லொன்று நீவாட்டு வாக்கில் வழிந்ததில் பாண்டியன் தீவைத் தாண்டியிருந்தது. வலுவான நீரோட்டத்தைக் கப்பல் திரும்பிய பிறகே கவனித்த கேப்டன் இருபுறமும் நங்கூரம் தள்ளிக் கப்பல் மேற்கொண்டு

வழிவதை ஓரளவு தடுத்திருந்தான். ஆனந்த நாடார் கடைக்காரர்களுக்கு முதன்முதலாய்க் கப்பல் ஏஜென்சி கிடைத்திருந்தது. கப்பநடைக்காரர்கள் இரண்டு கூலி கேட்டார்கள். தோணிப் பாலத்தில் யாபாரிமாருக்கும் தோணி முதலாளிகளுக்கும் சண்டையாகி வாய்த்தாவாவில் முடிவு எட்டாமல் சிங்கராயரிடமே பேசித் தீர்த்துவிடுவது என்று வந்திருந்தார்கள். இதற்கு முன் இது போன்றதொரு பிரச்சினை வந்ததேயில்லை. கப்பநடைத் தோணி கேள்வு விசயங்களில் கனிசியுஸ் சிங்கராயர் வைத்ததுதான் எழுதப்படாத சட்டமாக இருந்தது. அவரை எதிர்த்துக் கேட்க யாருக்குமே துணிவில்லை.

வெகு நாட்களாகவே படுக்கையிலேயே இருந்ததால் முகச் சவரம் செய்யாமல் கன்னத்திலும் நாடியிலும் அங்கங்கு முடி முளைத்துத் தொங்கிக் கருப்பு கன்பியூசியுஸ் போல இருந்தார் கனிசியுஸ் சிங்கராயர்.

"எல்லாரும் இப்புடி வாய மூடிகிட்டு இருந்தா எப்புடி? வந்த விசயத்த சொல்லுங்க" இருமிக் கரகரத்தார் கனிசியுஸ்.

"யாபாரிமாரு ரண்டு நட குடுக்க கட்டுல்லயிங்குறாவ, அதுக்குள்ள நம்ம லஸ்கர் பயல்வ..."

"அதாம்ல, ஊரு ரண்டுபட்டா... கூத்தாடிக்கி கொண்டாட்டம்பாவ. இந்த தேவுடியாவுள்ளயளுக்கு என்னாவாம்?"

"அவன்வளுக்கும் பங்கு வேணுமாம்" என்றார் பொனிப்பாஸ் தண்டல்.

"எதுல பங்கு வேணுமாம்?"

"சண்டியஞ் சேசு அந்த நேரம் பாத்து அங்கன பாலத்துக்குள நின்னுருப்பாம் போல, அவங்கூட பிலியான்சும் சேந்துகிற்று ஒரு தெர தெரைச்சி போட்டான்வளாம்."

"யாரு... சங்குமால் சேசா!" கேட்டார் கனிசியுஸ்.

"..."

"ஆமா, பிரச்சன யாவாரிமாருக்கும் நமக்குமா, இல்ல நம்மளுக்குள்ளேயா?"

"பொறுங்க இன்னுஞ் கொஞ்ச நேரத்துல நாடாக்கமாரு வந்திருவாவ" என்றார் பெஞ்சமின் பாய்வா.

"பல்டோனாவைக் காணும..."

"எளையவரு வராய்வாரு, சம்பந்தம் முடிஞ்சி கெடக்குயின்னாவள."

சத்தம் வந்த பக்கத்தை நோக்கித் திரும்பினார் கனிசியுஸ்.

"சொல்லுமாக்குல வார வரத்தப் பாத்தா, யாபாரிமாருன்னாலே பர்னாந்துமாரும் புள்ளமாரும் இருந்த காலம் போயி நாடாக்கமாருன்னு ஆயிப்போவும் போல..."

"இவம் அத்தன பயலும் கொழும்புல போயி வுழுந்தா என்னாவும்?" வாய்க்குள்ளே முணுமுணுத்தார் கனிசியுஸ் சிங்கராயர்.

'மொதபோட்டு யாவாரம் பண்ணுறான்வளாக்கும் நடயில்லியா, இந்தப் பக்கங்கள்ல பார்க்க முடியுமா. டாவாப் பக்கம் கெலிச்சி தண்ணி ஏறிச்ச, கலப்பத்து பாக்கணும, கரைய இழுத்து வேல பாக்கணும, எதுங்கெடையாது. கரவுட்டமா அடுக்கு ஆள் கூலி வாங்குனமா கூத்தியாளோட கொஞ்சப் போயிற வேண்டியது. இவன்வ கொணங் கண்டுதான பல்டோனா மைனாக்கூடு கெட்டுறாம். நாலணாத் திற்ற, நாலு நாள் தொடர்ந்து பாத்துறக் கூடாது புண்டையறு மொவன்வள கையில புடிக்க முடியாது. அவன்வ சாரக்கெட்டும் அவன்வளும்... எட்டணாவ பாத்தா சாரத்த நெஞ்சில கெட்டிகிட்டு அலைவான்வபோல. தொழில் செய்யிற எடமே கோயிலுன்னு மத்த சனங்க எப்புடி பயபக்தியா இருக்குதுவ. தேவுடியாவுள்ளய காறித் துப்புறதும் குத்த வச்சி மோளுறதும், வெத்தலயப் போட்டுட்டு சுண்ணாம்ப தடவுறதும். வெளங்குற கூதிவுள்ளயளா. இந்த மாரி கூதிவுள்ளயளுக்குத்தாம் தல்மெய்தா நடயில்லாட்டியும் சம்பளங் குடுக்குறானாம். வுட்டா அவம் பொண்டாட்டி போடுவா ஆயிரம் மந்திரம் கண்ணவுருட்டி கிட்டு... நமக்கு எழவு அசைய முடியாம போச்சி.'

நடுக்கட்டு தாண்டித் தெரிந்த பக்கவாட்டு அறையில் சுவரோடு பொருத்தியிருந்த அலமாரிகளில் வரிசை வரிசையாய்ப் புத்தகங்கள். உள்ளே பசாந்தி சிங்கராயர் ஏதோ புத்தகத்தைப் புரட்டுவதும் குறிப்பு எடுப்பதுமாக இருந்தார். மூக்குக் கண்ணாடி அணிந்திருந்தார். கொற்கையிலேயே வெள்ளைக்காரர்கள் கொடுத்த கௌரவ பெஞ்ச் கோர்ட் நீதிபதி பதவியை வேண்டாமென்றிருந்தார். அவருக்குத் தண்ணீர் கொடுப்பதுபோல் அங்கு வந்த ஒரே மகள் சற்குணம் கூட்டத்துக்குள்ளே யாரையோ தேடுவது போலிருந்தது.

"கர்டோசா ஆள்க்க எவனாவது வந்தானா பாத்தியளா?" கேட்டார் கனிசியுஸ். கேள்வியில் மேசைக்காரர்களையும் தன் வீட்டிற்கு வர வைத்துவிட வேண்டுமென்ற அவரது ஆசை தெரிந்தது.

“ஏசென்டு அவுக இல்லிய...”

“அலங்காரம் கர்டோசா பூதாவும் இப்ப மெட்ராசுலதாங் கெடயாம்” என்றார் பொனிப்பாஸ்.

“அவந் தமியான எங்க?”

“பம்பாயில என்னமோ பொண்ணு வெவகாரத்துல மாட்டுனாருல்ல, அதாம் புடிச்சி கொழும்புக்குக் கொண்டு போயிற்றாவளாம்.”

“சரி அந்த கதய வுடு. அவங் கடம்பூர் ரோட்ரிகோ...!”

“கொழும்புலயும் போயி சும்ம கெடக்காயிறாரு. காலச் சக்கரமின்னு பத்திரிக நடத்துறாராம” என்றார் பெஞ்சமின்.

“அப்புடியா...! இனும அங்கயிருந்து எங்க நாடு கடத்துவான்வ.”

“...”

“பவுலு கப்பநடத் தோணியும் வச்சிருக்கானாக்கும்!”

“ஒரு தோணி வச்சிருக்காரு” என்றார் பெஞ்சமின்.

“நாலு பலவயள கெட்டி மெதக்க வுட்டுகிட்டு கப்ப நடத் தோணியிங்குறான்வளாக்கும். ஆமா சவராவுல மண் கம்பெனி எப்புடி ஓடுதாம். ஒரு எடத்துல இருந்து வேல பாக்க மாட்டான்வள... அந்த எளையபய அங்கதான இருந்தாம்.”

“இப்பகூட கலியாணம் ஒண்ணு நடந்திச்சி கொழும்புக் காரவுகள கூட்டிற்று வாரதுக்கு மண்டபத்துலயிருந்து தனி ரயிலு வந்திச்சாம்” என்றார் பிச்சையா தண்டல்.

“கொல்லத்துல நடந்த கலியாணத்த சொல்லுறியா... கூந்தலிருக்கவம் அள்ளி முடியிறாம்” என்றார் பொனிப்பாஸ்.

“அள்ளி முடிஞ்சாச் சரிதாம், பக்கத்துலயிருக்க மலையாளத்தான்வள ஆய வுட்டுறக் கூடாது” என்றார் கனிசியுஸ்.

“அவம் வந்திருக்கானா, இவம் வந்திருக்கானாயின்னு கேக்குறியள, தோணிப்பாலமே வேற யாருகிட்டயோ இருக்கமாரியும், நீங்க மூணாம் மனுசம் மாரியுமில கத பேசுறிய. ஒங்க தோணிய மட்டுமே இருபத்தியெட்டு தேறும. ஒங்க சொக்காரரு தோணிய ஒரு நாலஞ்சி...” என்றார் பெஞ்சமின்.

"தல்மெய்தா எத்தன வச்சிருக்காம் ஒரு பத்துபோல தேறுமா...?"

"சும்மயிருங்க, தெரியாதமாரி கேக்குறிய" என்றார் பெஞ்சமின்.

தெருவில் ஆள் நடமாட்டம் கேட்டது. செருப்பை வாசலிலேயே கழற்றி விட்டுவிட்டு வியாபாரிமார் ஒவ்வொருவராய் உள்ளே வந்தார்கள். அவர்கள் நடையிலேயே பணிவு தெரிந்தது. கோவில்பட்டி ஆண்டி நாடார்மகன் தங்கப்பழம், காளவாசல் பிச்சைக்கனிமகன் ஞானக்கனி, முத்துலிங்க நாடார்மகன் சண்முகவேல், அவுரி கிட்டங்கி தேவமணி நாடார், கொடிவீட்டு சங்கரம் பிள்ளை, சிவலிங்கப் பிள்ளை, வேல் நாடார்மகன் காளியப்பன், உப்பளத்து முருகேசன் தலைகள் தெரிந்தன. நடு அறையில் போடப்பட்டிருந்த நாற்காலிகள் போதவில்லை.

கனிசியுஸ் கரகரத்த குரலில் கேட்டார்.

"யாருல உள்ள, அவம் பர்த்தலோம் இருக்கானா? புதுமாப்புளய வேற நிக்கவுடுறிய. எய்யா ஆண்டி எப்புடி யிருக்காரு?"

"நல்லாயிருக்குதாவ. அவியதாம் வாரமாரியிருந்திச்சி தல வலிக்கின்னாவ அதாம் நா வந்தம்" என்றார் தங்கப்பழம்.

பர்த்தலோம் சிங்கராயரின் நிழலாகத் தொடரும் மணி அய்யர் ஓடி வந்தார். இருக்கைகளை அங்குயிங்கு இழுத்துப் போடச் சொன்னார்.

"மொதலாளி நாங்க கேக்க வந்திற்றமயின்னு தப்பா நெனைக்கப்பிடாது. இப்ப வந்திருக்க சரக்கு பூராவும் நம்ம சரக்கு. ஏற்கனவே நல்ல நட்டம். ரண்டு கூலி குடுத்தா கட்டுப்படியாவாது. இங்க குடுக்குறத சரக்கு வெலயில ஏத்தவும் முடியில்ல. ஒங்களுக்கு தெரியாதத நாங்க புதுசா சொல்லயில்ல" என்றார் கொடிவீட்டு சங்கரம் பிள்ளை.

கொற்கையில் காயல்பட்டினம் மரைக்காயர், ரிபேரோ, கர்டோசாக்களுக்கு அடுத்தபடியாகக் கார் வசதியுள்ள வீடு கொடிவீட்டுக்காரர்கள் வீடுதான். ஆனால் அடுத்தடுத்து வியாபாரத்தில் சரிவு. இப்போது வந்திருக்கும் கிளான் லைன் கப்பலிலும் ரங்கூனிலிருந்து அரிசி கொடிவீட்டுக்காரர்களுக்கே வந்திருந்தது.

இதுவரையில் உள் அறையில் தன் இருக்கையிலமர்ந்தபடியே புத்தகத்திலிருந்து குறிப்பெடுப்பதில் கண்ணும்

கருத்துமாயிருந்த பசாந்தி எழுந்து வெளியே வந்தார். வியாபாரிமார் எழுந்து கையெடுத்துக் கும்பிட்டார்கள். பக்கத்திலேயே நின்றிருந்த பர்த்தலோமை யாருமே கண்டு கொள்ளவில்லை. புன்முறுவல் பூத்தவாறு அங்கிருந்த ஒவ்வொருவரையும் தன் கண்களாலேயே அளந்தார் பசாந்தி. கடைக்கண்ணால் தந்தையாரைப் பார்த்தவர் அடுத்த வினாடியே கண்களைத் திருப்பி மணி அய்யரோடு பல்லிளித்தபடி நின்றிருந்த பர்த்தலோமையும் பார்த்தார். அங்கே அமர்ந்திருந்த எல்லோரையும் போலவே கனிசியுசும் மகன் பேசப்போவதைக் கேட்க ஆவலாய் இருந்தார். பசாந்தியைப் பற்றியும் அவரது விவாதத் திறமை பற்றியும் பல பேர் கூறக் கேட்டிருந்தாலும் இதுவரையில் நேரில் பார்த்ததில்லை.

தலையைக் குனிந்தபடியே அமர்ந்திருந்தான் சந்தோசம். தற்செயலாகக் கிடைத்த சரக்காயிருந்ததால் நூலாபீஸ்காரர் களுக்குக் குடுக்காமல் ஆனந்த நாடார் கடைக்கு ஏஜென்சி கொடுத்திருந்தார்கள் கிளான் லைன் நிறுவனத்தார். கப்பல் சரக்கு இறங்காமல் நிற்பதால் தண்டத் தொகை கட்ட வேண்டி வருமோ என்ற பயம்.

"நம்ம சிந்தியாக் கப்பலாயிருந்திச்சியின்னு வைங்க ஏதோ நம்ம கஷ்டத்த புரிஞ்சிகிட்டு கப்பல உள்ள கொண்டு வந்து நங்கரம் தள்ளுவாம். வெள்ளைக்காரனுக்கு நம்ம மேலயோ, சரக்கு மேலயோ என்ன அக்கற சொல்லுங்க. காத்து, கடலுக்குள்ள சரக்க பாதுகாப்பா எறக்கி கொண்டாறது லேசான வேலயின்னா நெனக்கிறிய" கேட்டார் பசாந்தி.

"சிந்தியாக் கப்ப அங்க நட செய்யிறது நமக்குத் தெரியாமப் போச்சி" என்றார் சங்கரம் பிள்ளை.

"கடல்ல நெரப்பான நேரத்துக்கு ஒரு கூலியும் கொந்தளிப்பான நேரத்துக்கு இன்னொரு கூலியும் இதுவர நாங்க யாருமே வாங்கயில்ல. மழத் தேரங்கள்ல உயிரப் பணயம் வச்சி சரக்குவள தார்ப்பாயி போட்டு கெட்டிக் கொண்டாரம சிந்தாம சீரழியாம... யாராவது கூலிக்கி மேல போட்டுக் குடுத்திருக்கியளா?"

"அவுக சொல்லுறது ஞாயந்தாம்."

கனிசியுஸ் கன்னத்தில் கைவைத்தவாறே அமர்ந்திருந்தார். மனசெல்லாம் நிறைந்திருந்தது. பிள்ளையைப் படிக்க வைத்து அது சபையில் தாங்கள் செய்யும் தொழில் பற்றிச் சொல்லிக் கேட்பது பூரிப்பாய் இருந்தது. அதுவரையில் அங்கு நின்றிருந்த

மணி அய்யனையும் பர்த்தலோமையும் காணவில்லை. பவுல் தண்டல் சத்தமில்லாமல் வந்து அமர்ந்திருந்தார். பசாந்தியே தொடர்ந்தார்.

"நீங்க யாபாரிமாரு இங்க வாரதுக்கு முன்னால அய்யா கிட்ட இதத்தாம் இவுங்கள்லாம் பேசிகிட்டு இருந்தாங்க" என்றவாறு மறுபுறம் அமர்ந்திருந்த பர்னாந்துமார் தண்டல் களையும் தோணி முதலாளிகளையும் பார்த்தார் பசாந்தி. தங்கப்பழம் இடம் மாறி அமர்ந்திருந்தார். புன்முறுவல் பூத்தவாறே தலையைத் திருப்பிய பசாந்தி சொன்னார்.

"வேல செய்தவம் கூலிக்கி பாத்திரவாந்தான, இனும நாங்க வேண்டாமின்னாலும் அவுங்கள்வ மனசுல ஒரு வடு வுழுந்திரும். நம்ம மொதலாளிமாரும் யாவாரிமாரோட சேந்துகிட்டு நம்ம வயித்துல அடிச்சிற்றாங்களேயின்னு நெனைப்பாங்க."

"..."

"ஓங்க பிரச்சனய தீக்குறதுக்கு ஒரு அமைப்பா வந்திருக்க நீங்க, தனிப்பட்ட லாபத்துக்காக எங்களமாரி கப்ப நடத் தோணி ஒப்பந்தக்காரங்ககிட்ட வராம ஒரு தோணி ரண்டு தோணி வச்சிருக்கவுங்ககிட்ட போயி பிரச்சன உண்டு பண்ணுறீங்கள, அது எந்த வகயில ஞாயம்?"

"மூக்கூரு, மாரியூரு, வேம்பாறு, வைப்பாறு ஊர்வளுக்குத் தாம் அரிசி, பருப்பு, மண்ணெண்ண, வாழத்தாரு, வத்த மூடய ஏத்தும்போது நேரடியா ஏத்துறோம். கப்பல்லயிருந்து வார சரக்குவளுக்கு அப்புடி பண்ணயில்லிய" என்றான் சண்முகவேல்.

"நீங்க பண்ணயில்ல, மத்தவுங்க பண்ணுறாங்க அதுனால தாம் பாலத்துல பிரச்சன வந்ததே."

"நம்மகிட்ட பிரச்சனய வச்சிகிற்று அவியள சொல்லுறது தப்பு" என்றார் முருகேசன்.

"ஆனாலும் ரண்டு கூலி தாங்காது. குட்டையோ நெட்டையோ பாத்துப் போட்டு முடிங்கண்ணாச்சி" என்றான் சந்தோசம்.

கூட்டத்தில் சலசலப்பு அதிகமாக, பசாந்தி பேச ஆரம்பித்தார்.

"எங்களப் பொறுத்தவர பாண்டியந் தீவுக்கு ரெம்ப வெலங்க கெடந்தா காத்து கடலுக்கு தோணிய கப்பலோட அணைக்கிறது ரெம்ப செரமம். ஏசென்ட ஒரு லாஞ்சிய

புடிக்கச் சொல்லுங்க. தண்டமாறு ரண்டிய வரச் சொல்லுறம், கப்பக்காரங்கிட்ட பேசிப்பாருங்க. நங்கரத்த தூக்கிற்று தீவுக்கு உள்ள வந்து வைச்சா எல்லாருக்கும் நல்லது.”

“கப்பக்காரம் முடியாதின்னா...” கேட்டான் சந்தோசம்.

“ரண்டு கூலிதாம்” என்ற பசாந்தி உள்ளே எட்டிப் பார்த்தபடியே சொன்னார்.

“சற்குணம், எல்லாருக்கும் காபி குடுக்கச் சொல்லு.”

“எய்யா, அப்புடியே தோணிக்காரங்களுக்கு கேள்வு பிரச்சனயயும் முடிச்சிறுங்க” என்றார் பெஞ்சமின்.

“ஆளுக்கு பாதி.”

கனிசியுஸ் குனிந்த தலை நிமிராமலேயே அமர்ந்திருந்தார். கூட்டம் முடிந்து எல்லோரும் கிளம்ப சண்முகவேல் மட்டும் கனிசியுஸ் அருகே வந்து நலம் விசாரித்தான். அதிகமாகச் சந்தித்துக்கொள்ளாவிட்டாலும் முத்துலிங்க நாடாரிடமும் கனிசியுசிடமும் ஆத்மார்த்த நட்பு இருந்தது. தொழில் முறையில் எந்த நிலையிலும் முத்துலிங்க நாடாரை எதிர்த்துக் கனிசியுஸ் முடிவெடுத்ததே இல்லையாம். சிறு பிராயத்தில் புன்னக்காயலி லிருந்து ஓடி வந்து ஒரு வெள்ளைக்காரரின் வீட்டில் பங்கா பையனாக வேலை பார்த்த கனிசியுசைத் தோணித் தொழில் பக்கம் திரும்பிப் பார்க்க வைத்ததே முத்துலிங்கம்தானாம்.

“அய்யா சாவுக்கு வர முடியில்ல. இப்ப எல்லாமே படுக்கயிலதாம். சாவு வூட்டுக்குள போலிசுக்காரமெல்லாம் வந்து சோதன போட்டான்வளாம...!”

“அது அவுக பர்மாவுல ஆபீசு வச்சிருந்தாவள்ல அந்த பேப்பர்வள கேட்டான்வ. அங்க பேங்குல போட்டுருந்த பணம் அவன்வ வாயில வுழுந்ததுதாம்” என்றான் சண்முகவேல்.

44

1940

பனிமய மாதா ஆலயத்தில் நடந்த திருமணப் பாடற் பூசைக்குப் பின் ஹென்றி ஹென்றிக்கஸ் கல்யாண மண்டபத்தில் நடந்த வரவேற்பு நிகழ்வுகளும் முடிந்து பெண்ணையழைத்து முதலிரவு அறையிலிருந்தான் பிலிப். தளர்ச்சியாய் இருந்தது. பக்கத்திலேயே பேசா மடந்தையாய் சலோமி அமர்ந்திருந்தாள். தலை நிறைய மல்லிகைப்பூ அறை முழுவதும் வாசனை. பிலிப்பின் நினைவுகள் எங்கெங்கோ சிறகடித்துப் பறந்தன.

'இந்த வலம்புரிச் சங்கு நமக்கு வேண்டாம்ப்பா, அவுங்கள எழும்பச் சொல்லுங்கப்பா. எய்யா ஒண்ணு குடுத்து ஒண்ணு எடுக்குறமாரியா இவ நெலம இருக்கு. தஸ்நேவிஸ்கிட்ட கேட்டம். ஒடையதார் பாருங்க, கையெடுத்துக் கும்புட்டாம். நமக்கு மிஞ்சின செயலுன்னுட்டாம். ஆண்டாமணி மாமா பாரம் கொறைஞ்சிச்சின்னா நெனைப்பாவ. எல்லாம் அவம் செயலும்பாவ. ஆண்டாமணியாரு ஒன்னய காப்பாத்துனாரு சரிதாம் அதுக்காக அறுதலிய கெட்டணுமாக்கும். நீங்க இப்புடி பேசுறது தெரிஞ்சா ரெம்ப வருத்தப்படுவாரும்மா. ஒனக்கு நல்லதுன்னு பட்டத டப்புன்னு செஞ்சிறனும்ய்யா. ஒங்காத்தாள கூட்டிற்றுப் போவும்போதும் அப்புடித்தாம். என்னமோன்னு நெனச்சா அய்யா, பரவால்லிய... வுட்டுப்போன பட்டங்கட்டி உறவ ரீத்தம்மாள கெட்டிக்கேட்டு சரி பண்ணுலாமின்னு நெனச்சிருப்பாவ ஆத்தா. நடக்கயில்ல... அதுக்கு சலோமி என்ன பண்ணுவா. சேல சட்ட கொண்டு போவும்போது அருள்மொழி இப்புடி பண்ணு

வாயின்னு சே... இத்தனைக்கும் புருசனோட ஒட்டிப் பொறந்த அக்கா. அய்யா லெம்பர்ட் கலிங்கராயம் என்ன தன்மையா நடந்துகிற்றாரு. ஒரு வாசப்படி மறிப்பில்ல, கால் கழுவுற சடங்கில்ல. வாழ்க்கயா, சடங்கு, சம்பிரதாயங்களா... சண்முகவேல் பூரிப்பா நின்னாம். ஓங் கலியாணத்தவிடவா யாபாரம்... காந்தியாரு இந்த ஊருக்கு வந்தது இந்த ஊர்க்காரங்க செஞ்ச தவமாம், மூடநம்பிக்கயளவுடனுமாம் இவன்வ மேல் சாதி ஆணவத்த என்னக்கி வுட... சித்தி தாம் சிடுசிடுன்னுகிட்டு இருந்தா. உடுத்தியிருந்ததுதாம் வெள்ளச் சேல, சேட்ட அப்புடியேதான. சின்னயா இல்லாம பேயிற்றார. சந்தோசப்பட்டிருப்பாரர்... மதினியாருகூட சேந்துகிட்டு கோவப்பட்டிருப்பாரோ. வரவேற்புல தம்பி ரஞ்சம் நின்னான. தம்பிய எதுக்கு இந்த கூட்டத்துல எல்லா மனுசருக்கும் முன்னால தரதரன்னு இழுத்துக்கிற்று போனா சித்தி. பெஞ்சிமின் அண்ணாச்சி வந்திருந்தார. வாங்க பவுலண்ணம். கடவுள் ஆசீர்வாதம் ஒன்னோட இருக்கும் பிலிப்பு. பாவந்தாம் வேல்முருகம், இருந்தாலும் வந்திற்றான. தஸ்நேவிஸ் மாமா எதுக்கு கண்ணீர் வடிச்சாரு. கையெடுத்துக் கும்புட்டார. எத்தன ஒதவி செஞ்சோம் செவலிங்கப் புள்ள எட்டிப் பாத்தரில்லிய. நன்றி கெட்ட பயல்வ. இவ அங்க போவப் போறாளா அருமொழி இங்க வரப்போறாளா... போவப் போவ சரியாயிரும். புள்ள உண்டாயிருக்காள... என்னனும் பிந்துனாலும் கொறைஞ்சது ஏழாம் மாசமாவது கூப்புடணும. பவுனு ஆறு ரூவான்னான்வ. ஏறுதாம... கொழும்புல வாங்கிக்கிருலாம். பவுலண்ணன் தோணியிலே போவோம். சொன்னதும் சந்தோசப்பட்டது சண்முகவேல்தாம். முத்துலிங்க நாடாரு சாவுர வயசா... பர்மாவுல எக்கச்சக்கமா பணங்க மாட்டிகிட்டுன்னான. அது என்ன சண்முகவேலுக்கு பொண்ணு குடுத்த காயாமொழி நாடாக்கமாரு பூணூலு போட்டுருக்கான்வ. சந்தனமாரி கோயில்ல தசரா வரும். பவுலண்ணன் தோணிக்கி விருதுநகர் வத்த யாவாரிமார் சரக்கு ஒரு விசேஷந்தாம். வருசம் பூதாவும் வருத. மேற்றாணியாண்டவர் ஜூபிலி நல்லாத்தாம் இருந்திச்சி. கரண்டு வெளிச்சம் எப்புடியிருந்திச்சி இருட்டுக்குள்ள அழுங்காமயத் தின்னு இப்புடி மொத்தமா செத்துப் போவான்வளா.'

கட்டில் அசைவது போலிருந்தது. சலோமி எழுந்து அவன் காலடியில் அமர்ந்தாள். முகம் தரை நோக்கியே இருந்தது. வலது கையால் அவள் முகவாய்க்கட்டைத் தொட்டுத் தூக்கியவன் அவள் தலையசைத்து மறுக்கவே அதிர்ந்து

எழும்பி அவளோடு தரையிலமர்ந்தான். அவள் கன்னங்களில் கண்ணீர் தாரை தாரையாய் வழிந்திருந்தது.

"என்ன சலோமி? என்னயப் பாரு, எதுக்குப் பயபுடுற"

நிமிர்ந்தாள். தலை முடியைக் கோதினான். இரு கைகளையும் நீட்டி அவள் கையைப் பிடித்துக்கொண்டான் ஏதோ சொல்ல வாயெடுத்தவள் முடியாமல் திணறினாள். அவள் சமநிலைக்கு வருவதற்காகக் காத்திருந்தான் பிலிப். வெளியே தடதடவென பூட்ஸ் கால்கள் மிதிபடும் சத்தம். திரும்பத் திரும்ப ஊய், ஊய் என ஒலிக்கும் விசில் சத்தங்கள். புரியாமல் விழித்தான் பிலிப். எழும்பி கதவைத் திறக்கப் போனவனை மறித்துப் பிடித்த சலோமி சொன்னாள்.

"வூடு வூடா சங்கு எடுக்குறான்வ."

"சே, சோத்துக்கு வழியில்லாததுவ கிட்ட வந்துதாம் இவன்வ வீரத்த காட்டுவான்வ."

திரும்பவும் தடதடவென யாரோ ஓடுகிறார்கள். ஒரு பெண் ஓலமிட்டு அழும் சத்தம் கேட்டது.

"அட சண்டாளப் பாவியளா, எங்க வயிறு பத்தி எரிய, வாடித் தெருவெல்லாம் மண்ணுளுந்து போவ, வெள்ளைக்காரம் மெடல் தருவாம் வாங்கிக் குத்திக்கிருங்க."

சலோமி பக்கம் திரும்பினான் பிலிப்.

"என்னயப் போயி..."

விரல் நீட்டி அவள் உதடுகளை அழுத்தி அவள் மேற்கொண்டு பேசாமல் தடுத்தான் பிலிப்..

"நா பெரிய தியாகம் பண்ணிற்றதா நெனைக்காத சலோமி. இன்னிக்கி என்னோட வாழ்க்கயில முக்கியமான நாள். பல்டோனா கப்பநடத் தோணியில என்னக்கி கால் வச்சனோ அண்ணக்கி இருந்த அதே மன நெலதாம் சலோமி."

அவள் தோள் மீதிருந்த அவன் கைகளைத் தடவினாள்.

"புல்லரிச்சிருக்குங்க."

"நா சொல்லுறது நெசமுன்னு தெரிஞ்சிக்க. கொற்கைக்கி வரும்போது ஆனய சாய்க்கணும், பூனய சாய்க்கணுமிங்குற எண்ணமெல்லாங் கெடையாது. தோணியில ஏறணும், கொழும்புக்கு போவணும் அம்புடுதாம். என்னக்கி ஒங்க அய்யாவ சந்திச்சனோ அண்ணக்கி புரிஞ்சிகிட்டம் வாழ்க்க யின்னா என்னயின்னு. பத்து வருசத்துக்கு முன்னால, சிலுவ பர்னாந்து வீட்டுல சந்தகுருசண்ணம் ஒடம்புல

வுழுந்து நீ அழுது பொறண்டுகிட்டு இருந்தியே அப்பவே இந்த முடிவ எடுத்தம். அப்ப எனக்குன்னு நெரந்தரமா தொழில் ஒண்ணுங் கெடையாது. சின்னப் பயயின்னு தொரத்தியிருப்பாங்க.

"..."

"ஒன்னய கெட்டுனதுனால நீ சந்தோசமாயிருப்பியோ இல்லியோ, நா சந்தோசமாயிருப்பம் சலோமி. என்னமோ எனம் புரியாத ஒரு சந்தோசம் எனக்குள்ள... வெள்ளச் சேல கெட்டி பொட்டில்லாம, பூ இல்லாம நீ ஒதுங்கிப் போறது எனக்கு புடிக்கயில்ல. அதுனால தாம் ஒங்க வீட்டுக்கு வாரத கொறைச்சம். அல்லாட்டி ஆண்டாமணி மாமாவ பாக்காம என்னால இருக்க முடியாது."

"தண்ணி குடிக்கிறியளா."

செம்பிலிருந்த தண்ணீரை வாங்கிப் பருகினான் பிலிப்.

"அம்மா சிலுவ வரையல்லயின்னு வருத்தப்படாத. ரொம்ப நல்லவுங்க. என்னய வச்சாவது பொறந்த வூட்டோட சேந்துருலாமின்னு இருந்திருப்பாவ நடக்கயில்ல."

"மொறைப் பொண்ணு இருக்காளா?"

"இருக்கா. ஒண்ணுல்ல ரண்டியர் இருக்கா. கித்தேரியாம் பட்டங்கட்டியோட பேத்திமார். மூத்தவ பிளாவி, எளையவ ரீத்தம்மா. ஆனா அவுக யாரும் அம்மாவயோ எங்களையோ மதிக்க மாட்டாங்க."

"விடிவெள்ளி வச்சிறப் போவுது படுத்துத் தூங்குங்க."

"பணம் இல்லாததுனாலதாம் பட்டங்கட்டி ஆள்க்க எங்க அய்யா கலிங்கராயன மதிக்கயில்ல. எல்லாமே பணம் பணமின்னு பணத்தத்தான மதிக்கிறான்வ. இன்னக்கி பட்டங்கட்டிகிட்ட இருக்க பணம் நாளைக்கி நம்மகிட்ட வராதின்னு என்ன நிச்சயம் சலோமி."

"சரி படுங்க."

மூலையிலிருந்த அரிக்கேன் விளக்கை எடுத்து அதன் வெளிச்சத்தைக் குறைத்தாள் சலோமி. சத்தமேயில்லாமல் முரட்டுக் கரமொன்று அவள் இடையே வளைத்து நெருக்கியது. அந்த நெருக்கம் தேவையாயிருந்தது அவளுக்கு. பாலை நிலத்தில் மழை பெய்வது போலிருந்தது.

45

1941

கொழும்புப் பயணத்திற்காக 'ஆவே மரியா' தோணிப் பாலத்திலிருந்து புறப்படத் தயாராய் இருந்தது. காப்பிஸ்தர் லோபோ இன்னும் வந்திருக்கவில்லை. பாரச் சரக்காக முருகேச நாடாரின் சுண்ணாம்புக் கல்லும் அதற்கு மேல் விருதுநகர் வத்தல் மூடைகளும் எடுத்திருந்தார்கள். வழக்கத்திற்கு மாறாகக் கயிறு தட்டும் நேரம்வரை புரோக்கர் மடுத்தீனும் முருகேச நாடாரும் பாலத்திலேயே நின்றிருந்தார்கள். தோணியில் ஏறியிருந்த மொத்தச் சரக்குமே முருகேச நாடாரின் சரக்கு. அரக்கப் பரக்க ஓடிவந்து கிளியரன்ஸ் பேப்பரைக் கொடுத்த லோபோ சீக்கிரம் கயிறுகளைத் தட்டிப் போகுமாறு அவசரப் படுத்தினார். மேல் தளத்திலிருந்து கயிறுகளை வாங்கிப்போட்ட மோயிசுக்கு எதுவுமே புரியவில்லை. பாலத்து முண்டங்கால்களிலிருந்து தட்டி வந்த கயிறுகளை லாவகமாகச் சுண்டி இழுத்து வளைத்து அணியத்திலும் பிச்சலிலும் போடுதையின் உட்புறம் வைத்தார்கள். துரித கதியில் இயங்கியபடியிருந்த பிலிப்பை வெகுநேரம் சுக்கானருகே நின்றபடியே கவனித்த பவுல் தண்டல் கைத்தட்டி அருகே வருமாறு அழைத்தார். அணியத்தில் ஜீப் மரத்தில் நின்றபடி வாளிக்கயிறு போட்டு கடல் நீர் மொண்டு அணியத்து ஏராக்கட்டையின் முனையைக் கழுவி னார் மோயிஸ். தோணி தன் போக்கிலேயே திரும்பி அணியம் கோவிலைப் பார்க்க வர, வாழையிலையில் பொதிந்து கட்டியிருந்த பூ மாலையை எடுத்து உதறி அணியத்து ஏராக்கட்டையில் மாட்டி ஊதுபத்தி பற்றவைத்தார். காற்றில் தீப்பெட்டி பற்ற வைக்கும் வித்தையை மோயீசிடம்தான்

தோணிப் பாய்களை அவிழ்த்துவிடுதல்

கற்றுக்கொள்ள வேண்டும். தோணியில் அனைவரது கரங்களும் கூப்பி கண்களும் மூடியிருந்தன. மோயிசின் வாய் மட்டும் முனுமுனுத்தபடியிருந்தது.

பவுல் தண்டல் அருகே நின்றிருந்த பிலிப் அவனை யறியாமலேயே மேல் தளத்தில் அங்குமிங்கும் ஓடி வேலை களுக்கான உத்தரவுகளைக் கொடுத்தபடியிருந்தான். தண்டலுக்கு வேலையே இல்லை, நின்று வேடிக்கை பார்த்தபடியிருந்தார் பவுல். மேல் சரக்கு வத்தல் மூடைகளாய் இருந்ததால் மேல்தளத்திலும் அம்பாரமாய் அடுக்கித் தார்ப்பாய் போட்டு மூடிக் கட்டியிருந்தார்கள். நிலைமை ஓரளவுக்குக் கட்டுப்பாட்டுக்குள் வர தண்டலருகே திரும்பவும் வந்தான் பிலிப்.

“முன்னெறுப்புக்குச் சாடிச் சாடி வேல பாக்குறிய, மத்தவமெல்லாம் எதுக்கு இருக்கான்வ. கீழ ரெங்குவ தட்டி வுழுந்திராத” என்றார் பவுல்.

“பாலத்து முண்டங்கால் கயித்த அணியத்துல இழுத்து எடுக்கு முன்னாலயே பிச்சல் திரும்பிற்று அந்தக் கயிறு அப்புடியே பக்கத்து தோணியள்ல கொருவிற்றுன்னு வைங்க பொறவு இத்தன ஆவாசப்பட்டு கௌம்பியும் பாயடிக்க முடியாது.”

புன்னகைத்தவாறே தலையாட்டினார் பவுல் தண்டல். பிலிப் சொன்னது அவருக்குப் புரியாமலில்லை. ஆனாலும் என்னவோ பிலிப் மட்டும் ஓடியாடி வேலைபார்ப்பதில் அவருக்கு உடன்பாடில்லை. மூச்சு வாங்கினான் பிலிப், மேலே டவுசர் பாய்களை அவிழ்த்து விட்டிருந்தார்கள். அணியம் ஆத்துவாயை நோக்கித் திரும்பியோடியது டவுசர் பாய் களிலேயே மல்லங்குளத்தைக் கடக்க முடிவு செய்திருந்தார்கள்.

மல்லங்குளம் என்பது கொற்கை ஆத்துவாயின் முகப்பில் கடலுக்கடியில் குறுக்காக அமைந்த வலிமையான பாறைக் கூட்டம். இதன் தொடர்பு குற்றால மலைவரை செல்வதாகச் சொல்கிறார்கள். உடைத்து ஆழப்படுத்த முடியாததால் மல்லங்குளம் பாறை கொற்கைத் தோணிக்காரர்களுக்கு நிரந்தரப் பிரச்சினையாகிப்போனது. ஆழக் குறைவு காரணமாகப் பெரிய தோணிகள் வைத்துத் தொழில் செய்ய முடியவில்லை.

காற்று அதிகமாகவும் அயர்ந்தும் மாறி மாறி விழுந்தது. டவுசர் பாய்கள் படபடத்ததும் கண்களை மேலே ஓட்டிய பிலிப்பைக் கவனித்த பவுல் சொன்னார்.

“மல்லங்கொளம் தாண்டுனா சரியாயிரும் வுட்டுரு.”

பிலிப்பின் தொழில் பக்தியும் செய்நேர்த்தியும் தோணிப் பாலத்தில் அனைவருக்கும் தெரிந்தது. ஆனால் திடுதிப்பென இப்படிக் கலியாணம் பண்ணுவான் என்றுதான் யாரும் எதிர்பார்த்திருக்கவில்லை. வயதும் முறையும் ஒத்துப் போயிருந்தால் பவுல் தண்டலுக்கே தன் மகள் மூத்தவளை பிலிப்புக்கு கொடுக்கலாமென்ற ஆசை உண்டு.

“ஒரு காலத்துல நானும் இப்புடித்தாம். ஒங்க சின்னையா கூட நட போயிறுக்கமில்ல. மலையாள நடையில அவுகளுக்கு பொறவு பேரு சொல்லுற மாரி யாரு இருக்கா?”

சரிக்கியை நெப்போலி திருப்பிக் கொடுக்க, தோணி மல்லாங்குளத்தின் மேல் திரும்பியது. திடீரென ஒரு நடுக்கம். உருட்டவில்லை கெலிக்கவில்லை, உட்கார்ந்து ஊர்ந்தது போலிருந்தது. நல்ல வேளையாக ஏறு தண்ணீர். மேல் தளத்தில் நின்றிருந்த எல்லோருமே ஒருவரை ஒருவர் பார்த்தபடி டாவாப் பக்கமும் ஜவனாப் பக்கமும் வந்தார்கள். அதற்குள் பவுல் தண்டல் ஆஞ்சான் அடிப்பதற்கான சைகை செய்திருந்தார். தன் மரத்தருகே ஓடிவந்த மோயிஸ் ரெங்குகளில் முணிந்திருந்த கயிறுகளைத் தட்டிவிட்டு இழுக்க அம்பாவும் போட சரியாய் இருந்தது. பவுல் தண்டலே எடுத்துக் கொடுத்தார்.

“ஏல சிந்தா நெல்லு மகிமா தூர பயணம்
ஏலய்சா... ஏலவல
சீமானா மகிமா போய் வாரேம்
ஏலய்சா... ஏலவல
வருச நெல்லு மகிமா தூர பயணம்
ஏலய்சா... ஏலவல
வங்காளம் மகிமா போய் வாரேம்
ஏலய்சா... ஏலவல“

பாதி மரமாய் ஏறியிருந்தது தன் மரத்துப் பருவான். வியர்வையில் தொப்பலாய் நனைந்திருந்தார்கள். இன்னும் உச்சஸ்தாயில் பாடினார் பவுல்.

‘‘எய்யா வங்காளம் மகிமா எங்கயடா
ஏலய்சா... ஏலவல
வகையரோட மகிமா தேசமுங்க
ஏலய்சா... ஏலவல
தேசம் தேசம் மகிமா கெட்டுப் போச்சி
ஏலய்சா... ஏலவல

அட திண்டுக்கல்லு மகிமா முத்திப்போச்சி

ஏலய்சா... ஏலவல

திண்டுக்கல்லு மகிமா வாழப்பழம்

ஏலய்சா... ஏலவல

கொண்டுவாடா மகிமா தின்னு பாப்போம்

ஏலய்சா... ஏலவல"

பருவான் தன்மரத்திலேறிய உயரம் போதுமென்று பவுல் தண்டல் சொல்ல கயிறுகளை இழுத்து ஈச்சியடித்தார்கள். சொப்பர் வைத்த கயிறுகளைத் தட்டி அவிழ்த்து விட்டபடியே பிலிப் சொன்னான்.

"தார கூலிப் பங்குக்குன்னு வேல பாக்க முடியுமா, என்ன முடியுமோ அத செய்ய வேண்டியதாம். எனக்கென்னமோ அந்த நாள்ல்லயிருந்தே இப்புடியே பழகிப் போச்சி."

பவுல் தண்டலின் விழிகளோடு விழிகள் கலந்தான் பிலிப். இன்றைய நிலையில் கோஸ்டிங் தோணி நடத்துவதில் பவுல் தண்டலுக்கு இணை கொற்கையில் வேறு யாருமில்லை. முதலாளியாய் இருந்துகொண்டே தண்டலாகவுமிருக்கிறார். நியாயமாய்ப் பார்த்தால் வயதிலும் சரி அனுபவத்திலும் சரி மூத்தவர் லொஞ்சின். ஆனால் பவுல் தண்டலளவுக்கு ஏனோ முன்னேற முடியவில்லை. தண்டலாகவே மரித்துப் போனார்.

"எய்யா, அந்தக் காலத்துல சிங்கராயம், பல்டோனா இவுங்கள்வள பாத்தா பயமாயிருக்கும். இப்ப அதெல்லாம் அத்துப் போச்சி. காரணம் என்னயின்னு நெனக்கிற இந்த தொழிலு மேல வச்சிருந்த பக்தி. உசுரவுட மேலா இந்த தொழில மதிச்சம் பாத்துக்கய்யா."

மாறிய காற்றுக்கு வட மரத்துப் பாய் மாற விழுந்ததில் தோணி கெலித்துப் பருவான் இறங்கியது. காற்றில் படபடத்த தாமான் சுண்டியடிக்கத் தாவிப் பிலிப்பை மறுபுறம் தள்ளியபடியே பவுல் சொன்னார்.

"கவனமா இருக்கணும். வீட்டுல பொஞ்சாதி எப்புடியிருக்கா?"

தலையை ஆட்டினான் பிலிப். என்னவோ பவுல் தண்டல் விசாரிப்பதை அவன் விரும்பவில்லை போலிருந்தது. அதைப் புரிந்துகொண்டாரோ என்னவோ அவரே திரும்பவும் கேட்டார்.

382 ஆர். என். ஜோ டி குருஸ்

"பொண்ணு கெடைக்காமலா கெட்டுன, ஒனக்கு பொண்ணு தாரதுக்குத்தாம் தடுக்கி விழுந்துகிற்று நின்னான்வ. நீ போயி அவளக் கெட்டுன... ஒன்னட விருப்பத்த தப்பாச் சொல்லலயா. இந்தக் காலத்துல எவம் போயி அறுதலிக்கி வாழ்க குடுக்குறாம்."

"அறுதலியின்னு சொல்லாதைங்கண்ணம்."

பிலிப்பின் முகம் மாறியதைக் கவனித்த பவுல் தண்டல் சிறிதும் யோசிக்காமலேயே சொன்னார்.

"மன்னிச்சிக்கய்யா. உன்னட நல்ல மனசு யாருக்கு வரும் சொல்லு. ஆனாலும் பிலிப்பு இப்பயெல்லாம் தோணிக்கார சம்பந்தங்களுக்கு ஆலாத்தாம் பறக்குறான்வ. கொழும்புக்காரன்வள எவனும் நம்புறதில்ல. இங்க ஒண்ணு அங்க ஒண்ணு வச்சிகிறுறான்வயில்ல அதாம். மிஞ்சி மிஞ்சி என்னத்த கண்டான்வ ஒரு கேத்தல் எண்ணெயும், ராணி சமுக்காரமும் அந்த பினாட்டுந்தான."

"இருந்தாலும் படிச்சவன்வளுக்கு உள்ள மருவாதியே வேற."

"படிச்சி வெள்ளைக்காரம் சக்காருல உத்தியோகம் பாத்து ஒரு மாஸ்தயில சம்பாதிக்கிறத ஒரு நடையில கொண்டாறியள. ஆமா தங்கச்சி எப்புடியிருக்கா?"

"நல்லாயிருக்கா. இந்த கலியாணத்துல ஆத்தாவுக்குத்தாம் கொஞ்சம் வருத்தம். என்னய வச்சாவது தாயி புள்ளயளோட சேரனுமின்னு பாத்தாவ நடக்கயில்ல."

கண்களால் விடைபெற்ற பிலிப் மெதுவாக நடந்து டாவாப் பக்கம் வந்தவன் போடுதையில் கை வைத்தபடியே கடலைப் பார்த்தவாறு நின்றிருந்தான். நல்ல வாடைக் காற்றில் தோணி டாவாப்பக்கம் கெலித்து ஓடியது.

'சாவுற வயசா, இப்புடி போயி சேந்திற்றார சின்னய்யா. அய்யா இன்னும் கெழங்கு மாறி கெடக்குறாரு. அருள்மொழி, வெள்ளச்சரம் பேத்திகூட ஒத்துப் போவயின்னு பாத்தா இப்புடி அதுவ மூஞ்சில முழிக்க முடியாம பண்ணிற்றாள. அவ ஆடுறாயின்னா அந்தோனிமுத்தும் சேந்து சாவி குடுத்த பொம்மமாரியில ஆடுறாரு. கொழும்புல பாத்த அந்த பொம்மய வாங்கிற்று வரணும். புள்ள எப்ப வளந்து எப்ப வெளையாட... வயசாச்சா, உண்டானத தின்னுற்று வூட்டுல அடைஞ்சி கெடப்பமயின்னு இருக்காம அய்யா காங்கிரசு கூட்டங்களுக்கு போறாராம். பௌர்ணமி முடிஞ்சி எட்டானத்து அஷ்டமி. நவமி, தசமியிலயும் தண்ணி

கொறைவாத்தான இருக்கும். தண்டலுக்கு தெரியாதா. ஏகாதசியிலயிருந்து தண்ணி கூடும். மல்லங்கொளத்துல ஒரு ஆசைக்கித்தான பொழைச்சிச்சி ஏறு தண்ணியின்னதுனால சரியாப் போச்சி. பாரச் சரக்கு போதுமுன்னா கேக்காயிறானுவ. என்னமோ தோணியில ஏறி தொழில் செஞ்சவன்வமாரி பேசுறான்வ. அண்ணக்கிம் இப்புடித்தாம் குறுனிக்கி கட்டரவத்தாத்தாம் கெடந்திச்சி. ஏராவுல நல்ல பொறுத்திருக்குமோ. லேசா நக்கத்தான செஞ்சிச்சி. கலிங்கராயன்வள கெட்டுன ரண்டும் ரண்டு துருவந்தாம். ஆனாலும் எங்க ஆத்தா எங்க... பேரப் பாரு ரஞ்சிதம். சின்னய்யாவுக்காக மரியாத, அவளுக்கென்ன மரியாத. ஒரு வத்த மூடைக்கி நாலு அணா எப்புடி கட்டுப்படியாவும். வெங்காயம் ஒரு மூடக்கி எட்டணா சரிதாம். பீடிகெட்டுக்கு கூடுதலா தருவான்வளாயிருக்கும். இவளுக்கு நெஞ்சி நோவுக்கழிகிண்டத் தெரியுமாயின்னு தெரியிலிய. பவுல் தண்ட பொண்டாட்டி மொறைக்கி சித்திதாம், நகம் பாத்துல நடக்குறாவ மனுசி.'

மனதிலோடிய ஆயிரம் எண்ணங்களில் பக்கத்தில் வந்து நின்றிருந்த பவுல் தண்டலைக் கவனிக்கத் தவறியிருந்தான் பிலிப். கடலுக்குள் தோணியின் வேகத்துக்கு ஈடு கொடுத்து நீந்தி வந்தபடியிருந்த இரண்டு பிள்ளைச் சுறாக்களை ரசித்தான். மேலிருந்து பார்ப்பதற்கு அவை அப்படியே அசையாமலிருப்பது போலிருந்து. வெகுநேரம் வரை பிலிப்பின் சிந்தனையைக் கெடுக்க விரும்பாத பவுல் தன்னையும் அறியாமலேயே சொன்னார்.

"ரெம்ப நாளைக்கி இவன்வ கொட்டம் ஓடாது."

பளிச்சென திரும்பிய பிலிப் கேட்டான்.

"யாரச் சொல்லுறிய?"

"நம்ம ஊரு மேசைக்காரன்வளையும் அவன்வளுக்கு போட்டியா தேவயில்லாம பிரச்சனயள தூண்டிவுடுறான்வள மெனக்கெடம் மொதலாளிமாரு..."

"நீங்களுந்தாம் இப்ப மொதலாளி."

"நம்ம பத்து தோணி வச்சி தொழில் செஞ்சாலும் மேசைக்காரன்வ நம்ம பக்கம் திரும்பிப் பாக்க மாட்டான்வ. ஆனா இந்த சிங்கராயம், பல்டோனா இந்த மாரி பெயல்வதாம் ஏங்கியே செத்துப்போவான்வ."

சுடுதான் பக்கமிருந்து வந்த மோயிஸ் பவுல் தண்டலிடம் ஏதோ கிசுகிசுக்க,

“முழிச்சிற்றாரா... கடக்காத்து ஒத்துக்கிறாது. சுக்குத் தண்ணி என்னமாச்சும் இருந்தா குடுங்க” என்றார் பவுல்.

“யாருண்ணம்?”

“ராஜாமணி. அண்ணந் தம்பிக்கிள்ள என்னமோ பிரச்சனபோல தெரியிது. கொழும்புல கொண்டுவந்து வுடச் சொன்னாம்.”

முத்துலிங்க நாடாரின் மறைவுக்குப்பின் கடையில் அண்ணன் சண்முகவேலுக்கும் ராஜாமணிக்கும் பிடிக்காமல் போய் பாகப் பிரிவினை வரை வந்து நின்றது. இளையவன் என்ற தகுதியில் தனக்கு சேர வேண்டியதைப் பிரித்து விற்றுக் காசாக்கியிருந்தான் ராஜாமணி. பயணிகள் கப்பலில் போவதென்றால் பயணச்சீட்டு எடுத்த பிறகு தட்டாப் பாறைக்குப் போய் ஊசியெல்லாம் போட வேண்டும். அந்த அளவுக்குகூடப் பொறுமையில்லாததால் இந்தக் கள்ளத் தோணிப் பயணம். பிலிப்புக்கு என்னவோ போலிருந்தது. சண்முகவேல் எதற்கெடுத்தாலும் தம்பி தம்பி என்று மாய்ந்து போவான். அப்பேற்பட்ட அண்ணனுக்குத்தான் இவ்வளவு பெரிய துரோகத்தைச் செய்திருந்தான் ராஜாமணி. பவுல் தண்டலோடு பேசியதில் சண்முகவேல் அண்ணன் என்ற முறையில் நிறைய விஷயங்களை விட்டுக் கொடுத்திருப்பது தெரியவந்தது.

“கொழும்புன்னாலே என்னமோ பரலோகத்துக்குப் போற மாரிதாம் நெனைக்கிறான்வ என்ன?”

“நமக்குத் தெரியிது, தூரத்து பச்ச கண்ணுக்கு குளிர்ச்சிதான.”

“இல்லண்ணம் நாடாக்கமாரு பொதுவ ஒத்துமயா இருப்பாவயின்னு...”

“நெசந்தாம், ஊடே ஊடே இப்புடியும் இருக்கத்தாஞ் செய்யிது.”

“நேத்து கத தெரியுமா?” என்றார் மோயிஸ்.

“என்னல புதுக் கத?”

“ஜிம்கானாவுல சீட்டு வெளையாடியிருக்காங்க.”

“யாருல... என்னமோ நடக்காத கதமாரி பேசுறாம்.”

“அதாம் விடிய விடிய போதய போட்டுகிட்டு சீட்ட கையில புடிச்சிருக்கது தெரிஞ்சதுதான” என்றார் பவுல்.

“ஆல்டாப்பு வெளையாடியிருக்காங்க, நம்ம கொர்னலியுஸ் சிங்கராயம் மொவம் தனிஸ்லாசும், தல்மெய்தா எளையவரும்.”

“என்னல பேசுற வயசு மாண்டாமா...?”

“தோணிய வைச்சி வெளையாடுனாவ. பக்கத்துல இருந்தவன்வ ஏத்திவுட, மூணு தோணிய தோத்துப்போனாரு.”

“யாரு குயின்றின் தல்மெய்தாவா?”

“தனிஸ்லாசு தோணி வச்சிறுக்கானாக்கும்... அந்த ஓட்டராட்டு கப்பநடத் தோணியத் தவுர.”

“கொர்னலியுஸ் சிங்கராயம் இத்தன வருசமாத் தேடாதத மொவம் ஒரு ஆல்டாப்பு வெளையாட்டுல தேடி குடுத்திற்றாம் போல.”

“ஒரு விசியந் தெரியுமா, மலையாள நட போய்கிட்டு இருந்திச்ச...”

“தோனம்மா...”

“கரைய இழுத்து வச்சி வேல பாக்குறாவயின்னாவள.”

“அதத்தாம், மெதக்குற ஓட்டல் ஆக்கப்போறாவளாம்.”

பிலிப் சத்தமில்லாமல் நின்றிருந்தான். தோணியில் மதியச் சாப்பாட்டுக்காக மணியடித்தார்கள். கடலில் சோழ வெலங்கே பத்துப் பதினைந்து நிமிட இடைவெளிக்குள் திடீரென உயரே எழும்பிய பனைமீன்கள் வாயோடு வாய் இணைத்து முத்தமிட்டபடியே கடலுக்குள் விழுந்து மறைந்தன. அணியத்திலிருந்து நெப்போலியின் குரல் கேட்டது.

“பிலிப்பு தன் மரத்து டவுசர் பாயில மூராவும் மறுக்கும் காத்துல ஆடிக்கிட்டு இருக்கமாரி இருக்கி. ஏறிப் பாக்குறியா.”

நெப்போலி சொல்லி முடிப்பதற்குள்ளாகவே எகிறிக் குதித்துத் தன் மரத்தில் ஏற ஆரம்பித்தான் பிலிப்.

46

1942

இரண்டாம் உலக மகாயுத்தம் நடந்துகொண்டிருந்த போதிலும் துறைமுக நகரமான கொழும்பில் வியாபாரம் செழித்ததோடு அதன் அறிகுறியாக ஒவ்வொரு நாளும் ஏதாவது ஒரு வேலைவாய்ப்புப் பற்றிய விளம்பரம் தமிழ் நாளேடுகளிலும் ஆங்கில நாளேடுகளிலும் வந்த வண்ணமிருந்தன. கொற்கைப் பக்கம் படித்தவர்களில் பெரும்பாலானோர் கொழும்பு சென்று பணி செய்வதைப் பெருமையாகக் கருதினார்கள். இரு புறமும் வெள்ளையரசாங்கமே கோலேச்சியதால் போக்குவரத்திலும் சிரமமேது மில்லாமலிருந்தது. பிரிட்டிஷ் இந்தியா நேவிகேஷன் கம்பெனியாரின் தினசரி கப்பல் போக்குவரத்து வசதியும் இலங்கைக்கும் இந்தியாவுக்குமிடையே மக்கள் தாராளமாகச் சென்று வர ஏதுவாயிருந்தது.

மணல் தெருவில் புரோக்கர் மடுத்தீன் பர்னாந்து மூத்த மகன் லூயிசின் மகனுக்கு முதலாவது பிறந்த நாள். துறைமுக அதிகாரி கிளார்க் மனைவி கேத்தரினோடு மதிய விருந்துக்காக வந்திருந்தார். ஆங்கிலேயர்கள் பெரும்பாலும் சுதேசி வீடுகளுக்கு வருவதில்லை. அப்படியே வந்தாலும் மேசைக்காரர் வீடுகளுக்குத்தான் வருவது வழக்கம். ஆனால் கிளார்க் வித்தியாசமான மனிதர், அவருக்கு ஏற்றத் தாழ்வு என்ற கொள்கையில் எப்போதுமே உடன்பாடு இல்லை. அது தவிர லூயிசோடு நல்ல பழக்கம்.

லூயிஸ் லண்டனில் படித்தவன். புரோக்கர் மடுத்தீன், எஞ்ஜினியர் சர். ராபர்ட் பிரிஸ்டோவோடு ஏற்பட்ட பழக்கத்தின் மூலமாக மகனை லண்டன் வரை அனுப்பிப் படிக்க வைத்திருந்தார்.

“என்ன பேரு வச்சிருக்கீங்க லூயிஸ்” கேட்டார் கிளார்க்.

“நாங்க வைக்கல, கொழும்புலயிருந்து வந்திருக்காளே எந் தங்கச்சி அவதாம் பேரு வச்சா.”

“வாட் ஆர் தே டூயிங்?”

“மச்சானுக்குக் கொழும்பு ஆபர்ல அப்பாவ மாறியே வேல.”

“நேம்...?” கேட்டாள் மிசிஸ் கிளார்க்.

“ராய்ன்னு வச்சிருக்கோம்.”

“ராய் பர்னான்டோ...”

“ஓங்க பையன் எங்க?” கேட்டார் மடுத்தீன்.

“ஓ... வில்லியம்ஸ், அவன் மான்செஸ்டர்ல்ல. லெம்பர்ட் தல்மெய்தா சன் கிரகோரி தல்மெய்தா படிக்கிறாமில்ல அங்கதாம் படிச்சாம். வில்லியம்சுக்கும் இந்தியாவுக்கு வரணுமின்னு ரெம்ப ஆசு. ஒருவேள புது மில்லு அம்பாசமுத்திரம், அங்க வரலாம்.”

“என்ன வரலாமுங்கிறிய, ஓங்க பையம் ஓங்களுக்குத் தெரியாதா” என்றார் மடுத்தீன்.

“அது, அவுங்க விருப்பத்த பொறுத்த விஷயம் நம்ம தலையிடக் கூடாது.”

ஏதோ சொல்ல வந்த கேத்தரினை வேண்டாமெனக் கண் சாடையால் தடுத்தார் மிஸ்டர் கிளார்க். ஆங்கிலேயராக இருந்தாலும் இந்தியக் கலாச்சாரத்திலும், சாஸ்திர, சம்பிர தாயங்களிலும் அதிக ஈடுபாடு கொண்டிருந்தார். வங்கத்துத் தாகூரின் கீதாஞ்சலி கவிதைகள் என்றால் அவருக்கு கொள்ளைப் பிரியம். பாரதியார் கவிதைகளையும் ஆங்கிலத்தில் மொழிபெயர்க்கச் சொல்லி ஆர்வமாய்க் கேட்பார் கிளார்க். முந்தின வருடம் தாகூர் இறந்தபோது அவருக்காகப் பெரிய அஞ்சலிக் கூட்டத்துக்கு ஏற்பாடு செய்திருந்தார். அவருக்கு நம்து சோதிடத்திலும் அதிக ஈடுபாடு என்று தெரிந்திருந்த மடுத்தீன் சொன்னார்.

“எய்யா பையம் பொறந்தா, ஒரு வருசத்துல தவப்பனுக்கு கடல் கடந்து போகணுமின்னு யோகம்.”

அலட்சியமாகச் சிரித்தான் லூயிஸ். மடுத்தீன் எழுந்து உள்ளறைக்குள் சென்று ஜாதகப் புத்தகம் ஒன்றைக் கொண்டு வந்து காட்டினார். மிரண்டு போய்த் தந்தையாரைப் பார்த்தான் லூயிஸ்.

“ஜோசியம் என்னைக்குமே தப்பில்லடா. இது நம்ம நாட்டோட பாரம்பரியமான கலை. பழமவாதியா இருக்கக் கூடாது ஆனா எல்லாத்தையும் ரசிக்கணும், எல்லாத்தயும் மதிக்கணும். மதத்தோட பேரச் சொல்லி நம்ம கலைகள நாமளே மறுக்கக் கூடாது. நம்ம கிட்ட இல்லாதது எதுவுமே வெளிநாட்டுல இல்ல, இருந்தாலும் ஒன்னய நா வெளி நாட்டுக்கு எதுக்காக அனுப்பிப் படிக்க வச்சம், காரணம் உலக அளவுல நடக்குற மாற்றத்த புரிஞ்சிக்கிறத்தாம்.”

“உண்ம லூயிஸ்... பழமயிலயிருந்துதாம் புதும வரும்” என்றார் கிளார்க்.

“ஜோசியம் சொல்லுறவந்தாண்டா பொய்யாச் சொல்லி வைப்பாம் அல்லது கணிக்கத் தெரியாம கணிச்சிருவாம்.”

“அப்ப ஒங்க பையனுக்குக் கடல் கடந்து வேல செய்ய வாய்ப்பு இருக்குன்னு நம்புறீங்களா...!” கேட்டார் கிளார்க்.

“கொழும்புக்குத்தாம் எல்லாரும் போறாங்க வாறாங்கள... இவனுக்கென்னமோ நல்ல ஒரு உத்தியோகம் வரலாம்.”

“நீங்க நெஜமாவே நம்புறீங்களா?”

“அத விடுங்க. இப்ப என்ன சாப்புடுறீங்க, அத மொதல்ல சொல்லுங்க.”

எழுந்து அலமாரி அருகே வந்த மடுத்தீன் நெப்போலியன் பிராண்டி போத்தல் ஒன்றை எடுத்து அதன் மூடியைத் திறந்து மேசை மேல் வைக்க, கேத்தரீனின் முகத்தில் மந்தகாசப் புன்னகையொன்று வெளிப்பட்டது. லூயிசின் மனைவி பிரேமா ஓடியாடிப் பரிமாறினாள். முந்தானையை இழுத்து இடுப்பில் சொருகியபடி கோழி, ஆட்டுக்கறி, முட்டையெனத் தான் சமைத்தவற்றையெல்லாம் தட்டுகளில் கொண்டு வந்து வைத்தபடியிருந்தாள்.

“சிங்கப்பூர ஜப்பாங்காரம் புடிச்சிற்றானாம?” என்றார் மடுத்தீன்.

“நானும் கேள்விப்பட்டம்.”

“இந்தப் பக்கங்கள்லதாம் பெருசா எதும் தெரியில.”

“என்ன சொல்றீங்க மடுத்தீன், கொழும்புல ஜப்பாங் காரம் குண்டு போட்டதுனாலதான அலறியடிச்சி ஓடி வந்தாங்க.”

“ஈஸ்டர் அன்னைக்கிதான...”

“ஆமா”

“இந்த யுத்த நேரத்துல போயி அங்க போறது...”

“என்னப்பா நீங்க போயி இப்புடி பேசுறீங்க” என்றான் லூயிஸ்.

கேத்தரின் ஏதோ திரும்பவும் பேச வாயெடுக்க, அதைத் தடுக்கக் கண்களால் சைகை செய்தார் கிளார்க். அவர்களின் சங்கேத பாஷை புரியாமல் மடுத்தீனும் லூயிசும் விழிக்க வேறு வழியில்லாமல் மிஸ்டர் கிளார்க்கே அமைதியைக் கலைத்தார்.

“ஒங்க கிராண்ட் சன்னோட பிறந்த நாளுக்காக வந்தாலும் நாங்க ரகசியமா ஒரு செய்தி சொல்லலாமுன்னு வந்தோம்.”

“என்ன அங்கிள்?” ஆர்வமாய்க் கேட்டான் லூயிஸ்.

சமையலறையிலிருந்த பிரேமாவும் காதுகளைத் தீட்டிக் கொண்டாள். தோணிப் பாலத்திலிருந்து அப்போதுதான் வந்து வீட்டுக்குள் நுழைந்த ரப்பேல் கிளார்க்குக்கு வணக்கம் சொன்னபடியே உள்ளே போனான். படிப்பில் அக்கறை இல்லை. எப்போதும் தோணிப் பாலத்தில்தான் கிடை. மடுத்தீனும் துறைமுகத்தில் துணைக்கு ஆள் வேண்டுமே என்ற நினைப்பில் ரப்பேலின் படிப்பில் அதிக அக்கறை எடுத்துக்கொள்ளவில்லை. ரப்பேலைப் பார்த்துப் புன்னகைத்த கிளார்க் லூயிசையும் மடுத்தீனையும் இன்னும் அருகே அழைத்துச் சொன்னார்.

“சீக்கிரமே கொழும்பு போக வேண்டிவரும் லூயிஸ். இங்க உள்ள துறைமுக நிர்வாகம் ஒங்க பேரத்தாம் கொழும்புக்கு சிபாரிசு பண்ணி அனுப்பியிருக்கு.”

சந்தோஷத்தில் வியர்த்துவிட்டது லூயிசுக்கு. மின் விசிறியைப் போட மறந்திருந்தார்கள். மடுத்தீன் மேலே பார்த்ததைப் புரிந்துகொண்ட ரப்பேல் நடு அறைக்கு வந்து மின்விசிறியைச் சுழலவிட்டான். புன்முறுவலோடே அமர்ந்திருந்தாள் கேத்தரின். அவளுக்கு ஜாதகக் குறிப்புகள் இன்னும் புரியாத புதிராகவேயிருந்தன.

“மில் நிர்வாகமும் ஒங்கள அனுப்புறதுல எங்களுக்கு பூரண திருப்தியின்னு சொல்லியிருக்காங்க. நீங்க சாதாரண ஆளா கொழும்பு போகல. கொழும்பு துறைமொகத்தோட கண்ட்ரோலரா போறீங்க லூயிஸ்.”

மடுத்தீனால் நம்பவே முடியவில்லை. இதுவரையிலும் இந்தியாவிலும் இலங்கையிலும் வெள்ளைக்காரர்களே இது போன்ற முக்கியப் பொறுப்புகளுக்கு நியமிக்கப்படுவதுண்டு. கண்களை மூடியபடி மிடறு விழுங்கினார்.

'சிங்கப்பூர புடிச்சா புடிச்சிற்றுப் போறான்வ, அப்புடியே கொழும்பயும்... ஆனாலும் இப்புடியொரு பதவி எம்புள்ளக்கி இனும ஒரு போதும் கெடைக்காது. மருமொவம் சந்தோசப் படுவாரா. கொழும்பு ஆபர் தடுப்பு சுவர் வேல சிப்ரியாம் மொவம் தமியாந்தான எடுத்திருக்காமின்னாவ. கர்டோசா வூட்டுக்குள்ளயும் என்னமோ பிரச்சனயின்னாவ. சரி என்னமோ...'

சமீபத்தில் கொழும்புத் துறையின் விரிவாக்கப் பணியில் ஆழ்கடல் தடுப்புச் சுவர் கட்டுவது தொடர்பாகக் கோரப்பட்ட விண்ணப்ப ஒப்பந்தத்தை எடுத்து அதற்கான வேலைக்காக இங்கிருந்தே வேலையாட்களை அனுப்பியபடியிருந்தார்கள் கர்டோசா குடும்பத்தினர்.

"கொழும்புலயும் வணிக ரீதியா ஆர்பர கண்ட்ரோல் பண்ணுறது யாருன்னு நெனக்கிறீங்க, எல்லாமே இங்கயிருந்து போன ரிபேரோ, மிராண்டா, மெல், பாய்வா, மோத்தா, கோமஸ், கர்வாலோ... எனக்குத் தெரிய கொழும்பு பொருளாதாரமே துறைமுகத்த வச்சிதாம் இருக்கு. அந்தத் துறைமுகம் இனும ஒங்க கட்டுப்பாட்டுக்குள இருக்கும்."

"என்னய விட, யாழ்பாணத்துக்காரங்க அதிகம் படிச்சவங்க இருப்பாங்கள."

"இருப்பாங்க, ஆனா துறைமுகத்த பொறுத்தவர ஒங்களுக்குள்ள ஆளும அவுங்களுக்கு இருக்காது லூயிஸ்."

கல்வித் தகுதியைப் பொறுத்தவரையில் இலங்கையில் வெள்ளையர்களுக்கு இணையாகக் கற்றுத் தேர்ந்தவர்கள் பெரும்பாலும் யாழ்ப்பாணத்துத் தமிழர்களாகவேயிருந்தார்கள். ஏனோ அவர்களுக்குக் கொற்கைப் பக்கமிருந்து வந்து தொழில் செய்யும் வியாபாரிகளைப் பிடிக்கவேயில்லை. எந்த ஒரு விஷயமாக இருந்தாலும் முட்டுக்கட்டை போடுவதிலேயே குறியாய் இருந்தார்கள். வெள்ளையர்கள் அடிப்படையில் வியாபாரிகளாய் இருந்ததால் யாழ்ப்பாணத்தாரின் குணங் குறிகளைப் புரிந்துகொண்டு நேரம் கண்டு வளைந்து கொடுத்து வியாபாரம் தழைக்க வழிவகை செய்தார்கள்.

"அது போக லூயிஸ் தேர் இஸ் நோ கம்பிளையின்ட் அபவுட் யு, யுவர் ஃபேமிலி இன் கொற்கை. அபவ் ஆல்

யுவர் லண்டன் ஸ்டடீஸ்... சோ, வி வில் செலபரேட் திஸ் மொமண்ட்” என்றாள் கேத்தரீன்.

“கண்டிப்பாக” என்றவாறே பிராந்தி ஊற்றியிருந்த தம்ளர்களிலொன்றை எடுத்து ‘சியர்ஸ்’ சொன்னார் மடுத்தீன். கூடவே கிளார்க்கும் அவர் மனைவி கேத்தரீனும் எடுக்க, லூயிசும் தன் பங்குக்கு ஒரு தம்ளரை எடுத்து சியர்ஸ் சொன்னான். மதியம் மூன்று மணிவரை குடித்தவர்கள் மதியச் சாப்பாட்டை முடிக்க நான்கு மணியாகியிருந்தது.

லூயிசின் மனைவி பிரேமா எல்லோரையும் விழுந்து விழுந்து உபசரித்தாள். கடிகாரத்தில் நான்கு மணியடிக்க வெளியே கார் வந்து நிற்கும் சத்தம் கேட்டது. மடுத்தீன் குடும்பத்தோடு வெளியே வந்து கிளார்க்கையும் அவர் மனைவியையும் வழியனுப்பி வைத்தார். புன்முறுவலோடே க்காரில் ஏறி அமர்ந்தார்கள்.

* * *

நாட்கள் விரைவில் உருண்டோட லூயிசின் பயணத்திற் கான தேதிக்கு முந்தின நாள் படுக்கையறையில் வெகு நேரத்திற்கு விளக்கு எரிந்தது.

“எதுக்குப் பயப்புடுற பிரேமா? என்னயயும் மத்தவங்கள மாரி நெனக்கிறியா. வெளிநாட்டுல வாழுறது எனக்கு ஒண்ணும் புதுசுயில்லிய.”

“மாதா நக களவு போயிற்றுன்னாவள கெடைச்சிற்றா?”

“நா என்ன கேக்குறம், நீ என்ன பேசுற பிரேமா?”

“அப்பாவும் இப்புடித்தாம் ரிபேரோ கம்பெனியில கொழும்புத் தொறமொகத்துக்கு வேலைக்கிப் போனாங்க வருசத்துக்கு ஒரு நேரந்தாம் வருவாங்க.”

“அதுனால என்ன? இங்கயிருந்து போரவுக எல்லாருமா வாரத்துக்கு ஒரு நேரம் வாராக. வியாபாரிமார் வாராங்க, அரசாங்க காரியமா போறவுங்க வாராங்க மத்தவுங்க அப்புடித்தான.”

“எனக்குக் கொழும்புல சிங்களம் பேசுற தம்பியும் தங்கச்சியும் இருக்காங்க தெரியுமா?”

“...”

“எவ்வளவோ செரமப்பட்டு காலம் பூரா இந்த விசயத்த மனசுக்குள்ள வச்சிருந்த எங்க அப்பா, இப்ப சாவும்போது அம்மாகிட்டச் சொல்லிற்று செத்தாங்க. அப்பா செத்ததுக்காக

அழுததவுட அம்மா இந்தத் தொடர்ப நெனச்சித்தாம் அதிகமா அழுதாங்க."

"ஒங்க அப்பாவுக்கும் எனக்கும் வித்தியாசம் இல்லியா பிரேமா?

நெருங்கி வந்து வாயைப் பொத்தினாள் பிரேமா.

"இல்லங்க, ஒங்கள நா சந்தேகப்படல ஆனா மனுச ஒடம்பு பாருங்க, அதுலயும் ஆம்புளய சபலப்படுறது ரெம்ப சுலபமா நடக்குற விசயம். அது தப்புன்னு நா சொல்ல வரல. சிங்களத்தியளப்பத்தி அப்பா கத கதயாச் சொல்லுவாங்க."

"அவுரு கதயத்தாம் சொல்லியிருப்பாருபோல..."

விருட்டென விலகி உட்கார்ந்தாள் பிரேமா. அவளுடைய மனநிலை போலவே கட்டிலும் கீச்கீச் சென்றது. பக்கத்தில் குழந்தை ராய் உறங்கிய தொட்டில் அசைந்தது, எழுந்து தொட்டிலை ஆட்டினான் லூயிஸ்.

"இனும மழநேரம், எப்பவும் கொழந்தைக்கி ஒரு மேல்சட்ட போட்டு வை. மார்ச்சளி புடிச்சிறாம. நீர்ச்சுக்கு குடுக்க மறக்காத."

"சரிங்க."

அவசரமாய் சாத்தியிருந்த சன்னலையும் வாசல் கதவையும் ஒருமுறை பார்த்துவிட்டு நிம்மதிப் பெருமூச்சு விட்டபடியே பக்கத்தில் நெருங்கி உட்கார்ந்தாள் பிரேமா.

"என்ன அப்புடியொரு சந்தேகம் ஒனக்கு..."

"இல்லங்க ராத்திரியாயிருந்தாலும் நம்மளே ஒரு துர்மாதிரியா இருக்கக் கூடாது. தொபியாஸ் தூங்கியிருப்பாம், இருந்தாலும் வாலிபப் புள்ளய இருக்க வீட்டுல நம்மளே நம்ம புள்ளயளக் கெடுக்குறமாரி நடக்கக் கூடாதுங்க."

"என்னமோ ஸ்லோன பத்தி சொல்ல வந்திய."

"சிங்களவன்வ எப்பவும் குடியும் கூத்தாட்டமுமாத்தாம் இருப்பான்வளாம். சம்பாதிக்கணுமிங்குற அக்கறயே இருக்காதாம..."

"இருந்திற்றுப் போவட்டு, அதுனாலதான இத்தன குடும்பங்க இங்க வாழுது."

"சிங்களத்தியளுக்கு இங்கயிருந்து போற ஆம்புளயள ரெம்பப் புடிக்கிமாம். வாடகைக்கி வீடு குடுத்துச் சாப்பாடு போடுறமாரி போட்டு அப்புடியே கைக்கிளப் போட்டுக் கிருவாள்வளாம்."

வாய் விட்டுச் சிரித்தான் லூயிஸ். அந்தச் சத்தத்தில் குழந்தை விழித்து விடாமலிருக்க, கை நீட்டி அவன் வாயைப் பொத்தினாள் பிரேமா. மனைவியை இழுத்து அணைத்தான் லூயிஸ். அவள் கன்னத்தில் வடிந்திருந்த கண்ணீர் கரித்தது. காது மடல்களை வருடினான். சிலிர்த்துத் துள்ளினாள். பொழுது போனதே தெரியவில்லை. இடையில் ஒருமுறை தொட்டிலில் கிடந்த குழந்தையை எடுத்து அமுதூட்டி துணிமாற்றிக் கிடத்தினாள். கோவிலில் அஸ்திவார மணி கேட்டது.

"அய்யய்யோ இன்னுமா... ஒங்க ஒடம்பு என்னத் துக்காகுறது" என்றவளை வாரி அணைத்து முத்த மழை பொழிந்தான்.

"எனக்கு. தாங்காது பிரேமா. சீக்கிரமே வீடு பாக்குறம். நீயும் கொழந்தயோட கொழும்பு வந்திரு. அவனுக்கு கொழும்புலதாம் வளறணுமின்னு தலையில எழுதியிருந்தா நம்மளால மாத்த முடியுமா."

கண்ணீரோடு தலையாட்டினாள் பிரேமா.

47

1942

விக்டோரியா எக்ஸ்டன்சன் சாலையில் சந்தையின் முன்புறம் நின்று வேடிக்கை பார்த்தபடியிருந்த அய்யாக்கண்ணுவின் முகத்தில் கலவரம் மண்டிக் கிடந்தது. அங்குமிங்கும் பார்த்தபடி பம்மிப் பம்மி நடந்தான். தருவை வழியாக உப்பளம் நோக்கிக் கடந்து சென்ற புகை வண்டியின் பின்புறம் நின்று பச்சை கொடி காட்டியபடி சென்ற வெள்ளைக்கார கார்டு அவனயே பார்த்து முறைத்ததுபோல உணர்ந்தான். பயத்தில் பொடி நடையாக நடந்தவன் தீயணைப்பு நிலையமருகே வந்து மூச்சு வாங்கினான். போலீஸ் உடையைக் கண்டாலே உடம்பெல்லாம் பதறியது. அங்கே காரனேசன் கொட்டகைச் சந்து வழியாக வந்த காளியப்பன் அய்யாக்கண்ணுவைக் கண்டவர் பின்புறமாக வந்து தோளில் கை போடப் பதறித் திரும்பினான் அய்யாக்கண்ணு.

“எலேய் எதுக்கு இப்புடி பதறுத... ஊருல அம்மயும் அய்யாவும் எப்புடிடே இருக்குதாவ?”

“முருகேசம் சின்னையாவ பாக்க வந்தம். திருச்செந்தூர் ரோடு பூதாவும் இரும்புத் தொப்பி போலிசா நிக்கிதான்வ.”

“எல்லாம் லோன் பிரச்சனதாம். அங்கன எப்புடிடே இருக்கு?”

“கொன்னவுக ஓடி ஒழிஞ்சாச்சி, மத்தவுகள வூடு தங்க வுடமாட்டயிங்கியான்வ.”

“ரெம்ப வெரட்டுதான்வளோடே.”

“அய்ய, அங்கன வந்து பாத்தாத்தாம் அவன்வ

பண்ணுய அட்டூழியம் ஒங்கள்வளுக்குத் தெரியும். இரும்புத் தொப்பி போலிசுல்லா போட்டு வெரட்டுதான்வ. திருநவேலி டி.எஸ்.பி. பேரு அப்பாத்தொரயிங்குதாவ. அய்ய, மனியப்பெய மாரியா நடக்குயாம், வூடு வூடா பூந்து கைம் பெஞ்சாதியன்னு பாக்கமாட்டயிங்கியாம். வயசானதுவயின்னு பாக்கமாட்ட யிங்கியாம், கோமப்புள்ளய, கொழந்த குட்டிய, அவனே முன்ன நின்னு பூட்சு காலால என்ன மிதி மிதிக்கியாமிங்கிய. புள்ள உண்டாவி வவுத்த தள்ளிகிட்டு நிக்கிறதுவளயும், சே... வெள்ளைக்காரன்வ பரவாயில்லண்ணேம். சம்பளம் வாங்குறான்வயிங்குறதுக்காவ, இப்புடியா."

"எல்லாரும் பக்கம் பக்கமா போயிற்றாவளோ."

"அய்ய அந்த ஆலந்தலக்காரவிய சேசுராசா கெவிக்கி முன்னாடி நின்னுகிட்டு ஒப்பாரி வச்சாவ பாத்துக்கிடுங்க. அங்கயும் போயி வெரட்டியிருக்கான்வ. எனக்கு என்னமோ உள்ளயிருந்து துப்பு போற மாரியிருக்குண்ணேம்."

"இது மொதலுக்கே மோசமுல்லா. இந்தப் புத்தியிருக் கதுனாலதாம் அழிஞ்சி போறோம்" என்றார் காளியப்பன்.

"இல்லாட்டி கடக்கரையில இருக்க பெஞ்சிமின் அண்ணம் வீட்டக் குறிபாத்து போலிஸ் எப்புடி போவும்?" என்றான் அய்யாக்கண்ணு.

நெருங்கிச் சரி சமமாகப் பேசியபடி வந்த காளியப்பன் நின்று அய்யாக்கண்ணுவின் தோளைத் தொட்டுச் சொன்னார்.

"பெஞ்சமினா... பர்னாந்துமாரு பேருமாரி இருக்கு" என்றார் காளியப்பன்.

"என்னண்ணேம் அப்புடி சொல்லிபுட்டிய? என்ன துடுக்கா பேசுவாயிங்கிய. நம்ம கொலசு சீனி ஆல பைப்பு லைனுக்கு மேல ராக் கூட்டம் போட்டுத்தாம் உப்பளத்துக்கு யாராரு போவணுமின்னு முடிவு பண்ணியிருக்குதாவ. அதுல ஒரப்பா பெஞ்சிமின் அண்ணாச்சிதாம் பேசியிருக்குதாவ. சம்பவம் நடந்த அண்ணக்கி எல்லாரும் ஒரு படியா பயந்து பம்முனப்ப, முன்னெருப்புக்கு அவியதாம் ஓடியிருக்காவ..."

"நம்ம ஆறுமுகநேரி பெரிய நாடார் மொவம் ராசகோபால் அண்ணாச்சியும் முன்ன நின்னாவளாமே"

"ஆமா.. ராசகோபால் அண்ணாச்சி, காசிராசம், பெஞ்சமின் அண்ணம் இவிய மூணுயறு மேலயுந்தான கொலக் கேசு இருக்கு. தனுஷ்கோடி அண்ணாச்சிய வழக்கம்போல

தேடுதான்வ. ஆனா இவிய மூணு பேரயுந்தாம் புடிச்சே தீருவமின்னு அலயுதான்வளாம்."

"யாரு...?"

"வெள்ளைக்காரமில்ல, டி.எஸ்.பி. அப்பாத்தொறயும் அவம் நாங்குனேரி சர்க்கிளும். அவரு பேரு மறந்து போச்சி" என்றான் அய்யாக்கண்ணு.

"வரதாச்சாமியா..."

"புள்ளவாளுன்னாவ."

"அப்ப நம்மவூர்க்காரந்தாம் லச்சிமணம். வாடித் தெரு தாணுப்புள்ள மொவம். பொண்டாட்டி நாங்குனேரியின்னு நெனைக்கிறம். ஓம் மேலயுங் கேசு இருக்கோ?"

"எம் மேல இல்ல, ஆனா தனுஷ்கோடி அண்ணாச்சி எங்க வூட்டு மேலதாம் மொதல்ல இருந்தாவ. பொறவு வேற வழி இல்லாமத்தாம், நம்ம கொலச இன்ஸ்பெக்டரு ராமலிங்கம் புள்ள வீட்டுக்கு மேல அவருக்குத் தெரியாம ரண்டு நாள் இருந்தாவ. எங்க வூட்டுக்கு போலிசு வந்தப்ப அம்மக்கி படபடயின்னு வந்திற்று. அம்ம பாம்படக் காத்துக் குள்ள லத்திய வுட்டுகிட்டு தனுஸ்கோடி எங்க எங்கயின்னு கேட்டான்வளாம். அதாம் பயந்துகிட்டு என்னய அனுச்சி வுட்டுட்டாவ. கண்ணு முன்னாலயே பூட்சு காலால மிதிக்கிறான்வ" என்றான் அய்யாக்கண்ணு.

"அவன்வதாம் வெள்ளைக்காரம், அவம் ஆள கொன்னு போட்ட வெறியிருக்குமுன்னு பாத்தா... நாளைக்கி சொதந்தரங் கெடைச்ச பொறவும் பாரு அய்யாக்கண்ணு, இதே கூதிமொவன்வ முன்னெருப்புக்கு நின்னு ஏதாச்சும் அரசாங்க சோலி கெடைக்காதான்னு அலைவான்வ."

"இங்க நம்ம, காங்கிரசு, காங்கிரசுன்னு தொண்டயுந் தண்ணியும் போவ கத்தி அடிவாங்குயதுதாம் மிச்சம். எங் கண்ணால பாத்தமில்லா, எண்ணேம் அவுந்து வுழுவுற வேட்டிய புடிக்கவுட மாட்டயிங்கான்வ. அவம் அவம் அடி பொறுக்க முடியாம பூட்டுக்கால் புடிச்சில்லா ஓடுயான்வ. நம்மள இப்புடி வெரட்டுனாத்தான வெள்ளைக் காரம் மெடல் குடுப்பாம்."

"நாளக்கிம் இந்த மெடல்வளக் காட்டித்தாம் சுதேசி அரசாங்கத்துல வேலயுங் கேப்பான்வ. கலவரத்த தெறமயா அடக்குனோமுன்னு சொல்லுவான்வ."

"நீங்க சொல்லுமாக்குல நம்ம அடிமாட்டுல கெடக்குற சனங்கதாம் அடிபடுதோம்."

"நாடு வெள்ளைக்காரங்கிட்டயிருந்து பாப்பாங்கிட்டயும், புள்ளமாருகிட்டயுந்தாம் போவப்போவுது. நம்ம வெவரங் கெட்ட கூதிவுள்ளய. அவன்வதாம் ஆளப் போறான்வ. அவந்தான படிச்சிருக்காம். அவன்வதாம் இருக்கணுமின்னு நம்மளயே சொல்ல வைப்பான்வ."

"அப்ப உசுரக் குடுத்து ஒளைக்கிறது வீணுங்கிறியளா?" கேட்டான் அய்யாக்கண்ணு.

"காலத்துக்கு ஏத்தமாரி கோலம். நடக்குறத நல்லாப் பாத்தியன்னா ஒனக்கே புரியும். கொடி புடிக்கிறதுக்கும், கூப்பாடு போடுறதுக்கும், அடி வாங்குறதுக்குந்தாம் நம்ம. ஆனா மேடையில பாரு பாப்பாம் இருக்காம், இல்லியா புள்ள."

"அதுக்கு என்னதாம் பண்ணணுமிங்குறிய?"

"நம்ம சனங்கள்லயிருந்தும் தலம வரணும். நம்ம ஆளும் மேடையில உக்காரணும். நம்மளப் பத்தி பேசுறதுக்கு இன்னொருத்தம் வக்கலாத்து நமக்கு எதுக்கு. நம்ம கஷ்ட நஷ்டங்கள புரிஞ்சவம் நம்மாளா இல்லாம புள்ளவாளா, பாப்பானாவா இருக்க முடியும்...!"

பேச்சு சுவாரஸ்யத்தில் பக்கத்தில் வந்து நின்ற கைவண்டியைக் கவனிக்கவில்லை. தற்செயலாகத் துப்புவதற்குத் திரும்பிய அய்யாக்கண்ணு முதலில் பார்த்தான். கை வண்டியில் ஹிப்பித் தலை வெள்ளைக்காரனொருவன் இருந்தான். வண்டியை இழுத்து வந்த சுதேசி கேட்டான்.

"எய்யா, நா படிக்காத முட்டாப் பய. உள்ள உக்காந் திருக்கவம் என்னமோ கேக்குதம்ய்யா. ஒரு எழவும் வெளங்கமாட்டயிங்கு. தோணிப் பாலத்துலயிருந்து வெக்கு வெக்குன்னு வண்டிய இழுக்குதம், சரியான பாத சொல்ல மாட்டயிங்குறாம்."

சரிந்திருந்த வண்டியிலிருந்து இறங்கிய வெள்ளையன் கேட்டான்.

"வேர் இஸ் தெப்பக்கூல்... தெப்பக்கூல்."

"தெப்பக்கூலா..."

"அய்யாக்கண்ணு இது கத வேற. தெப்பக்கொளத்தத்தாம் தெப்பக் கூல்ங்கிறாம்."

கையில் வைத்திருந்த வீட்டு விலாசத்தைக் கொடுக்க மறுத்தான் வெள்ளையன்.

"அது சூட்ட தணிக்கிற எடந்தாம். வீட்டுக்கு உள்ள நடக்குது. நம்ம இங்க இருக்கோம். நமக்குத் தெரியல இவம் எந்த நாட்டுக்காரனோ கண்டுபுடிச்சி வாராம் பாரு..."

தெப்பக்குளத்திற்கான வழியைச் சொல்லி அனுப்பினார்கள். வெள்ளையன் வண்டியிலேறி அமர சுதேசி இழுத்துக்கொண்டே சென்றான்.

"வடக்க காந்தியாரையும் அவுரு பொஞ்சாதியயும் புடிச்சி வுள்ள போட்டுட்டாவளாமில்ல, அந்தச் செய்திய தனுஷ்கோடி அண்ணாச்சி எல்லாருகிட்டயும் சொன்னாரு. இப்பயெல்லாம் 'வெள்ளயனே வெளியேறுங்குறத வுட்டுட்டு, செய் அல்லது செத்துமடியிங்குற கோசந்தாம் எங்க பக்கத்துல."

"ஆமா, தனுஷ்கோடி அண்ணாச்சி தலக்கி பத்தாயிரம் ரூவான்னு அறிவிப்பு தினசரியள்ல வந்திருக்கின்னாவள."

"அரசாங்கத்துலயிருந்து போட்டுருக்கான்வளோ என்னமோ. மணியாச்சில குண்டடிபட்டுச் செத்தாரே கலெக்டர் ஆஷ் அவுரும் இவுரும் ஒறவாமுல்லா அதாம் வரிஞ்சி கெட்டிகிட்டு நிக்கிதான்வ."

"மேகத்துக்குள் மறைந்துவிட்டார்ன்னு தலையங்கம் வேற யாரோ சுதேசி எழுதியிருந்தாராம். ஆமா தனுஷ்கோடி. பெரிய வசதியான ஆளோ?"

"என்னண்ணம் அப்புடிச் சொல்லிப் புட்டிய, அவுரு ஆத்தாவ பெத்த தாத்தா காலத்துலயே பெரிய பண்ண, பூணூல் போட்ட நாடாம், தோப்புந் தெரவும். தாமரவரணிப் பாசனத்துல ஏக்கர் கணக்குல நஞ்ச, புஞ்சக்கிம் கொறவு கெடையாது. ஆனா காங்கிரசுன்னா உசுரக்கூடக் குடுத்துப்பிடுவாரு மனுசம். அவுங்க அய்யா கொறகயிலதாம் இருப்பு... பேரு என்னமோ ஆறுமுகமுன்னு நெனக்கிறம்."

"ஏய் நம்ம ஈயம் பித்தாளைக்கி பேரீச்சம்பழம் ஆறுமுகம் அண்ணாச்சி. சரிதாம் அவிய மூத்த குடியாக்க மொவம்."

"கூட்டங்க பூதாவும் தேரிக்காட்டுவள்லதாம். காந்திய கைது பண்ணுனதுனால என்னமாவது பண்ணியே ஆகணுமின் னுட்டாரு பெஞ்சமின் அண்ணம்."

"அதுக்கு மெஞ்ஞானபுரம் தபாலாபிசு என்னடே பண்ணிச்சி. நமக்கு வார தபாலும் மாட்டிக்கிருமுல்லா."

சாத்தான்குளம் காவல் நிலையத்தைத் தாக்கித் துப்பாக்கிகளை எடுப்பதாகத் திட்டம். ஆனால் அது எப்புடியோ வெள்ளையர்களுக்குத் தெரியவரப் பாதுகாப்பை வலுப்படுத்திவிட்டார்கள். வெறியிலிருந்த சுதேசிக் கூட்டம் என்ன செய்வதென்று தெரியாமல் மெஞ்ஞானபுரம் தபால் நிலையத்தைத் தாக்கியது. தபால் நிலைய அதிகாரி உள்ளூர் நாடார். கூட்டத்தைப் பார்த்ததும் பாதுகாப்புக்காக வைத்திருந்த கைத்துப்பாக்கியை எடுத்து அவர் தலைக்கு மேல் சுட, முற்றுகையிட்ட கூட்டத்திலிருந்தவர்களும் கையில் வைத்திருந்த துப்பாக்கிகளால் பதிலுக்கு வான் நோக்கிச் சுட, ஒரே களேபரம். என்னவோ ஏதொவெனப் புயந்த உள்ளூர்க்காரர்களிலொருவன் ஓடிப் போய்க் கோவில் மணியை இழுத்து அடிக்க, ஊர் மொத்தமும் தபால் ஆபீஸ் முன்னால் வந்து கூடிவிட்டதாம்.

"அத சமாளிச்சி வருயதுக்குள்ள மெய்யாலுமே போதும் போதுமின்னாயிப் போச்சி. நம்ம பப்பு கோணாந்தாம் பயக்கள போலிஸ் வாரதுக்குள்ள சாமார்த்தியமா எடத்த காலி பண்ண வச்சாம்."

"நீ சொல்லுற கதயளயெல்லாம் பாத்தா கொலச உப்பளத்துக்கு நீயும் போயிருப்ப போல...."

"போலாமின்னுதாம் இருந்தம். பெஞ்சமின் அண்ணந்தாம் சின்னப் பயல்வ வரக் கூடாதின்னுட்டாவ. ஆனா அந்தப் பக்கம் தந்திக் கம்பங்கள பூதாவும் நாங்கதாம் அடிச்சி நொறுக்குனோம். மறு நா போலிஸ் போட்டு அடிச்சான்வள அப்பதாம் அம்மயும், அய்யாவும் இருக்க வுடயில்ல. அதாங் கோபாலம் பஸ் புடிச்சி இந்தப் பக்கம் வந்திற்றம்."

"லோன் ஒடம்புல வெட்டுங் குத்துமாத்தான கெடந்திச்சாம்."

"எண்ணேம் போனது வெறிப்புடிச்ச கூட்டம் யாரையும் யாராலயுங் கட்டுப்படுத்த முடியாது. அந்தப் பக்கம் லோனத் தவுர மத்தவம் பூதாவும் சுதேசி, என்னதாம் அவன்வ துரோகம் பண்ணுணாலும் அவள்வள வெட்ட இவன்வளுக்குக் கையி வருமா. கெடைச்சவனப் போட்டுத் தள்ளிற்றான்வ."

"ராப்படையில இங்க சிவங்கோயில் பக்கத்துலயும், வாடித் தெருவுலயும் ஆள்க்க நடமாட்டமாக் கெடக்கு."

"பெஞ்சிமின் அண்ணாச்சி பொண்டாட்டி புள்ள உண்டாயியிருந்தாவளாம். போலிசு முடுக்க ஓடுனதுல கர்ப்பம்

கலைஞ்சி போச்சின்னு ஒரு செய்தி கெடக்கு. உண்மையா பொய்யான்னு தெரியில பாத்துக்கிடுங்க."

"அய்ய செத்து கித்துப் போயிறாம. அங்கனோடி ஆஸ்பத்திரியளும் இல்லிய."

"மணப்பாட்டுல ஆஸ்பத்திரி இருக்குல்லா. ஆமா நம்ம ஞானம் அண்ணாச்சி..."

"எப்பவே கள்ளத்தோணியில கொழும்புக்குப் போயாச்சி" என்றான் அய்யாக்கண்ணு.

"எனக்குத் தெரிஞ்சி கேசுல மாட்டுனவுங்க, காந்தியாருக்கு எழுதாம, மெட்ராசுல ராசகோபாலாச்சாரிக்கி எழுதி யிருக்குலாம்."

"எதுக்குண்ணேம் காந்தியாருதான இப்ப எல்லாருக்குந் தலைவரா இருக்காரு."

"இவம் அய்யங்காரு... இந்தப் பக்கத்து பிரச்சனய இவம் வழியாத்தாம் கொண்டுபோவணுமின்னு எதிர்பாப்பாம். காந்தியாரு சொன்னா, தட்ட வழியில்லாமச் செய்வாம் ஆனாலும் நம்மள வுட்டுட்டு மேல பாஞ்சிற்றான்வளயிங்குற நெனைப்பு இருக்கும். இந்தப் பிரச்சினயிலயும் பாத்தியா, நம்ம பக்கத்துல ஆளு இல்லாததுனால அவன்வகிட்ட சரணடயத்தாம் வேண்டியிருக்கு. அதாஞ் சொல்லுறம் நம்ம புள்ளய படிக்கணும்."

"..."

"தேரமாவுது என்ன பண்ணுலாமின்னு இருக்க?"

"கொழும்புக்குக் கள்ளத்தோணி ஏறிறுலாமான்னு பாக்கம். அப்பாவுக்கு மணப்பாடு விக்டோரியாப்புள்ள மத்தேயு மிராந்த எல்லாரும் நல்ல பழக்கம். அங்கன போயி அய்யா பேரச் சொல்லிப் பொழைச்சிக்கிற வேண்டியதாம்."

48

1943

கிரகோப் தெருவில் தல்மெய்தாவின் வீட்டு முன்னால் வரிசை வரிசையாய்க் கார்கள் நின்றிருந்தன. முன் வாசலில் ஒரு புறம் லெம்பர்ட்டும் மறுபுறம் சலேட்டும் நின்று வரவேற்றபடியிருந்தார்கள். வடநாட்டுக்காரிகளைப்போல் சரிகைச் சேலை கட்டியிருந்தாள் சலேட்டம்மாள். வீட்டிற்குள் நடு அறைப் பக்கமிருந்த கோயிலறையையும் இடித்து நடு அறையைப் பெரிதாக்கியிருந்தார்கள். அங்குதான் ஆட்டமும் பாட்டமுமாய்க் கிடந்தது. சலேட்டம் மாளின் தங்கை சொர்ணத்திற்கும் மில்லில் வேலைபார்க்கும் வெள்ளைக்காரனுக்கும் நிச்சயம் பண்ணி மோதிரம் மாற்றுகிறார்களாம். யார் யாரெல்லாமோ கட்டுவார்கள் என்று எதிர்பார்த்து எங்கும் தேறாமல் இறுதியாய் லண்டன் வீட்டு மருமகளாகியிருந்தாள் சொர்ணம். அந்தச் செய்தியைக் கொற்கை மக்களுக்குத் தெரிவிக்கத்தான் இந்த ஆட்டம் பாட்டமெல்லாம். சந்தோஷமாக இருப்பதாக வெளியே காட்டிக்கொண்டாலும் சலேட்டுக்கு உள்ளுக்குள் உள்ளூர் மாப்பிள்ளை கிடைக்காததில் ஏகத்துக்கு வருத்தம். எப்படியாவது ரிபேரோ வீட்டில் முடித்துவிட வேண்டுமென்று கங்கணம் கெட்டிக் கொண்டு அலைந்தும் முடியவில்லையாதலால் எல்லோரிடமுமே வெறுப்பு. கொழுந்தன் குயின்றின் தல்மெய்தாவையாவது எப்படியும் கவிழ்த்துவிடலா மெனக் கூடவே பழகவிட்டும் ஒன்றும் பலிக்கவில்லை. முன் வாசலில் நின்று வரவேற்றபடியிருந்தாலும் சலேட்டின் முழுக் கவனமும் உள்ளே குடிபோதை யிலிருந்த குயின்றின் தல்மெய்தாவின் மீதேயிருந்தது.

குயின்றின் ஏகத்துக்குக் குடித்திருந்தார். எந்த நேரமும் போதையின் உச்சத்தில் அவர் கீழே

ஆர். என். ஜோ டி குருஸ்

விழலாம் என்ற நிலை, அதைத்தான் எதிர்பார்த்துக் காத்திருந்தாள் சலேட்டம்மாள். குயின்றின் தல்மெய்தாவும் லேசுப்பட்ட ஆளில்லை. திருச்சி தூய வளனார் கல்லூரியில் பட்டப் படிப்பு முடித்த கையோடே லண்டனுக்குப் போய் அங்கே துணி நெய்வதில் நுட்பங்களை ஆராய்ந்து பட்டம் பெற்றிருந்தார். லண்டனிலேயே டாக்டர் பட்டம் பெற்றவர் என்பதால் கொற்கை நூலாபீசில் நல்ல மரியாதை. அவ்வப்போது மில்லில் ஏற்படும் தொழில்நுட்பக் கோளாறுகளை நொடிப் பொழுதில் களைந்து ஒட்டுமொத்த நிர்வாகத்தின் நன் மதிப்பைப் பெற்றிருந்தார். தல்மெய்தாக்கள் ஏற்கனவே ஏஜெண்டுகளாய் இருந்ததால் குயின்றின் மூலம் உறவு இன்னும் பலப்பட்டு சலேட்டம்மாள் நினைத்தாலும் எதுவும் செய்ய முடியாத சூழ்நிலை இருந்தது. குயின்றின் லண்டனிலிருந்து வரும்போது ஒட்டிக்கொண்டது இந்த மதுப் பழக்கம். அதிகம் போதை தலைக்கேறிவிட்டால் தங்கை லிடியாவை நினைத்து உளற ஆரம்பித்துவிடுவார். மில்லில் லெம்பர்ட்டை விட குயின்றினுக்கு ஏக மரியாதை. பிரித்து விட்டால் அனைத்தும் போய்விடுமென்பதால் அடக்கியே வாசித்தாள் சலேட்டம்மா.

குயின்றினுக்கும் கொற்கையில் வாழ ஆசையில்லை. அதன் காரணமாகவே அவர் பெயரிலிருந்த புலிமாங்குளத்து வீடு, தோப்புகளையும் விற்றுத் தீர்த்திருந்தார். விற்ற பணத்தில் பிரிஸ்பனில் ஒரு பங்களா வாங்கியிருப்பதாகக் கேள்வி. இந்த விஷயத்திலும் சலேட்டம்மாவால் எதுவும் செய்ய இயலவில்லை.

சித்தப்பா விழுந்துவிடக் கூடாது என்பதில் கண்ணும் கருத்துமாய் இருந்தான் அண்ணன் மகன் கிறிஸ்டி. சலேட்டம்மாளைப் பொறுத்தவரையில் குயின்றின் உளறக் கூடாது. ஆனால் கீழே விழுந்து நாறடிக்கலாம். லிடியா அத்தை ஏற்கனவே சொல்லி அனுப்பியிருந்தபடி குயின்றினை விட்டு அந்தப் பக்கம் இந்தப் பக்கம் திருப்பவே இல்லை கிறிஸ்டி.

"நம்ம யாபாரத்துல எவன்டா போட்டி. நம்ம வச்சது தாண்டா சட்டம்" என்றார் குயின்றின் தல்மெய்தா.

பார்த்தலோம் சிங்கராயர் தன் மனைவியோடும் மகள் கொரற்றியோடும் உள்ளே வந்தபடியிருந்தார். சவராவில் நடக்கும் ரிபேரோவின் மணல் ஏற்றுமதியைக் கையாளக் கொற்கையிலிருந்து தல்மெய்தா தோணிகள் அனுப்புகிறார். பெரும்பாலான தோணிகள் சிங்கராயரின் தோணிகளாகவும் பல்டோனாவின் தோணிகளாகவும் இருந்தன. தோணித் தொழில், குறிப்பாகக் கப்பநடைத் தோணித்தொழில்,

சிங்கராயரின் கைகளிலும் பல்டோனாவின் கைகளிலு மிருந்தது. அவர்களிடையே பெண் கொடுத்துப் பெண் எடுக்கும் வழக்கம் இருந்ததால் மிதவைச் சொத்துகள் அங்கிருந்து இங்கே, இங்கிருந்து அங்கே என்று மாறியபடியிருந்ததே யொழிய வேறு யாருடைய கைக்கும் போகவில்லை.

தள்ளாடியபடியே வந்து பர்த்தலோமை வரவேற்றார் குயின்றின். அவர் கையைப் பிடித்தவாறே நின்றிருந்தான் கிறிஸ்டி. கூடவே நின்றிருந்த மணி அய்யரின் கைவிரல்களை நக்கலாய் அழுத்திக் குலுக்க, புரிந்ததற்கு அடையாளமாய் நமட்டுச் சிரிப்போடு நழுவினார் மணி அய்யர். ஆண்டி நாடார் மகன் தங்கப்பழம், அவர் பெண் கொடுத்த எண்ணெய்க்காரர் சந்தோசம், பீங்கான் ஆபிஸ் முருகேசன் நாடார், ஈயம் பித்தளை ஆறுமுக நாடார், காளவாசல் பிச்சைக்கனி நாடார் மகன் ஞானக்கனி, முத்துலிங்க நாடார் மகன் சண்முகவேல் என்று எல்லோரும் வந்து நிறைய அறையெங்கும் சளசளவெனப் பேச்சுச் சத்தம். உள்ளே நடனமாடியபடியிருந்த வெள்ளைக் காரர்கள் வெளியே வந்து நின்றவர்களைக் கண்டுகொண்டது போலில்லை.

“பல்டோனாவக் காணும” என்று முருகேச நாடார் சொல்லி வாய் மூடவில்லை. வாசலில் மெல்கியாஸ் பூபாலராயனோடு பிளைமவுத் காரில் வந்து இறங்கினார் குருஸ் பல்டோனா. காற்று வாக்கில் பின்புறமிருந்து வந்த நெய்ச்சோறு வாசம் மூக்கைத் துளைத்தது. வேகமாய் உள்ளே வந்த சலேட் சொன்னாள்.

“இவந் தண்டமாரெல்லாம் அங்க என்ன பண்ணுறான்வ, குடிவகயள எடுத்துக் குடுங்க. பசிக்கிறவுங்களப் போயிச் சாப்புடச் சொல்லுங்க. அங்க யாருவே... வாய் பாத்துகிற்று நிக்கிறது, அல்போன்சா பந்தி புடிச்சி வுடுவே.”

லெம்பர்ட் தல்மெய்தாவும், சலேட்டம்மாளும் வெளியே வரவேற்றதோடு சரி. உள்ளே வந்து கொண்டாட்டத்திற்கான காரணத்தை யாரிடமும் சொன்னதுபோலில்லை. கொற்கை யின் பிரதான முதலாளிகள் நிற்கிறார்களே அவர்களை உக்காரச் சொல்வோமென்ற குறைந்தபட்ச அக்கறையு மில்லாமல் படபடத்துவிட்டுப் போனாள் சலேட்.

தள்ளாடியபடியே குயின்றின் கூட்டத்துக்குள் வந்தார். அவரைக் கண்ட குருஸ் பல்டோனா கேட்டார்.

“என்ன குயின்றின் ஓம் மயினி இப்புடி வந்து பொறிஞ்சி தள்ளிற்றுப் போறாள, நாங்கயெல்லாம் வூட்டுல திங்க வழியில்லயின்னா இங்க வந்திருக்கோம். ஒரு வார்த்தக்கிச்

கூட என்ன ஏதுயின்னு சொல்லயில்ல. அங்கயின்னா ஒரு கரையில ஆட்டமும், பாட்டமும் ஓதடு சூப்பலுமா கெடக்கு. நாங்கள்லாம் சுதேசியின்னா எங்கள இங்கன வெளிய புடிச்சி வச்சிறிக்கிய."

"..."

"இவ கெடந்த கெட எங்களுக்குத் தெரியாதாக்கும்" என்றார் பார்த்தலோம் சிங்கராயர்.

"குயின்றினு, அவம் லெம்பர்ட்ட கூப்புடு. ஒரு விசயம் புரிஞ்சிக்க, என்னமோ மில்லு காண்ட்ராக்ட் வச்சிருக்கோ முங்குற மெதப்புலயாயிருக்கிய, புடிச்சி நிப்பாட்டுனமுன்னு வையி..."

விருந்துக்கு வந்த இடத்தில் களேபரமாகிவிடக் கூடாது என்று நினைத்தாரோ என்னவோ சண்முகவேல் முன்னால் வந்து சமாதானப்படுத்தினார். குயின்றின் இருந்த நிலையில் எதுவுமே பேச முடியவில்லை. சாப்பிட யாருமே இன்னும் வரவில்லை எனத் தெரிந்ததும் சலேட்டே முன்பக்க அறைக்கு வந்தாள். சுற்றிவர இரைச்சல் அதிகமாய் இருந்ததால் அவர்கள் பேசியது சலேட்டின் காதுகளில் விழுந்திருக்கவில்லை. என்ன செய்வதென்று தெரியாமல் மகனை அழைத்தாள்.

"கிறிஸ்டி, அங்க என்ன பண்ணுற, உள்ள போ."

"அம்மா, சித்தப்பா நெறைய குடிச்சி..."

"அவுருக்கு அவுர காப்பாத்த தெரியும். நீ அங்க நின்னதுபோதும் இங்க வா."

அதற்குமேல் நின்றால் கையைப் பிடித்து இழுத்து விடுவாளோ என்று பயந்தானோ என்னவோ சலேட் அருகே ஓடிவந்து நின்றான் கிறிஸ்டி. குயின்றினைப் பார்ப்பதற்குப் பரிதாபமாய் இருந்தது. கிறிஸ்டியை அழைத்துக்கொண்டு வெள்ளையர்கள் கும்மாளமிடும் அறைக்குள் நுழைந்தாள் சலேட்.

முன் வாசலில் நின்றவாறு வரவேற்று முடித்த லெம்பர்ட் உள்ளே வந்தார். முன்னே நின்றிருந்த யாருக்கும் குடிவகைகள் எதுவும் விளம்பியிருக்கவில்லை.

"அய்ய, இங்க இன்னும் எதும் வரலியா" என்றவாறே உள்ளே போகயிருந்த லெம்பர்ட்டைத் தடுத்த குருஸ் பல்டோனா சொன்னார்.

"என்ன லெம்பர்ட் அண்ணம், கூப்புட்டியயின்னு வந்திருக்கோம் யாபாரிமாரெல்லாம் நிக்கிறாங்க. இங்கிலிஷ்

கிளப்புலதாம் எங்கள வுடமாட்டாம், இங்கயும் நாங்க வந்து நின்னு கேவலப்படணுமா...”

“சலேட்டு வந்து கூப்புடலியா?”

“அழையா வீட்டுக்கு விருந்தாளியா வந்தமாரி நிக்கிறோம்” என்றார் மணி அய்யர்.

சத்தம் வந்த இடத்தை நோக்கி அனைவரது கண்களும் ஒரு முறை திரும்பி மீண்டன. பார்த்தலோம், மணி அய்யர் உறவு கொற்கையில் பிரபலம். இன்றுதான் முதல்முறையாக இருவரையும் இணைந்து வீட்டுக்கு வெளியே பார்க்கிறார்கள்.

“ஆமா தங்கச்சி லிடியாவ எங்க லெம்பர்ட்டு?” என்றார் பர்த்தலோம்.

“இப்பக் கேளு.”

“ஒங்கய்யாதாம் தரமாட்டயின்னாரு தெரியுமா.”

“அதுக்கு இப்புடியா அவ வாழ்க்கயில மண்ணள்ளிப் போடுறது. ஒனக்கு வேற மாப்புளய இங்கயோ கொழும்புலயோ இல்லாமலாப் போச்சி” என்றார் குருஸ் பல்டோனா.

“கன்னி கழியாத புள்ள வூட்டுல இருக்கது குடும்பத்துக்கு ஆகாது” போட்டுக் கொடுத்தார் மணி அய்யர்.

தண்டல்கள் குடிவகைகளைப் பரிமாற வியாபாரிமார் குடிக்க ஆரம்பித்திருந்தார்கள். சலேட் வருவது தெரியாமலே குருஸ் பல்டோனா பேசியபடியிருந்தார்.

“கூடப் பொறந்தவள வச்சிகிட்டு கொழுந்தியாளுக்கு மாப்புள பாக்குற.”

குனிந்து கண்ணடித்த லெம்பர்ட் சொன்னார்.

“இது கதயே வேற, இப்ப எடுக்கயில்லாட்டி பெரிய சீரழிவாப்போயிரும்.”

பக்கத்தில் வந்திருந்தாள் சலேட். கண்கள் விரிய காதுகள் விடைக்க, கோபம் கொப்பளிக்க நின்றிருந்தாள்.

“ஏங்க, யாரு வூட்டுக் கதய யாருகிட்ட பேசுறிய.”

“இந்தா பாரு சலேட்டு, நீ இன்னைக்கி வந்தவ. நாங்க காலகாலமா...”

“தெரியும் காலகாலமா என்ன பண்ணுனியயின்னு... ஒங்க வீட்டுல இல்லாததா இங்கயிருக்கு” என்றாள் சலேட்.

“ஏய் என்ன பேசுற அவ கன்னியாஸ்திரியா போயிற்று புடிக்காம வந்து இருக்கா. இந்தமாரி கெட்டிக் குடுக்காம வச்சி குடிய கெடுக்கயில்ல. நீ ரெம்ப நல்லவ இப்ப என்ன பண்ணுற.”

“இங்க பாருங்க, எங்க வீட்டுல உள்ள கதய பேசணுமின்னு ஒங்களுக்குத் தேவ கெடையாது. கூப்புட்ட மரியாதைக்கி வந்தமா போட்டத சாப்புட்டமா போனமான்னு இருக்கணும். இவுகளச் சொல்லணும் சொல்லச் சொல்லத் தேவயில்லாம கூப்புட்டாக. நாய குளிப்பாட்டி நடு வூட்டுல வச்சாலும் நாயி நக்கித்தாம் குடிக்கிம்.”

“ஏய்... நீ நாயி கீயின்னு யாரச் சொல்லுற?”

“சொல்லச் சொல்லக் கேக்காம வந்திய” என்றான் மணி அய்யர்.

“ஏய், நீ யாரு ஒன்னய யாரு எல போட்டு அழைச்சா...”

வாய்க்குள் முனகினான் மணி அய்யர்.

“மொதலாளி இருக்குறாருன்னு பாக்குறம். நூலாபீச வச்சித்தான இந்த ஆட்டம் போடுற, இந்தா வைக்கிறம் பாருடி ஒனக்கு ஆப்பு...”

நடந்த சம்பாஷணையில் குயின்றினுக்குப் போதை இறங்கியிருந்தது. நிலைமை மோசமாவதைப் புரிந்துகொண்ட சண்முகவேலும் தங்கப்பழமும் முன்னால் வந்து பல்டோனாவையும் சிங்கராயரையும் வெளியே அழைத்து வந்தார்கள். அவர்கள் வெளியே போவதைப் பார்த்த லெம்பர்ட் ஓடிப் போய் பார்த்தலோமின் கையைப் பிடிக்க பார்த்தலோம் சொன்னார்:

“மில்லுக்காரந் தயவு ஒனக்கு எத்தன நாளு வந்திரும். அதாங் கொழுந்தியாள கூட்டிக் குடுக்குறியோ... நாங்கள்வ குடும்பத்தோட நிக்கிறோமிங்குற ஒரு எண்ணம் வந்திச்சா ஒம் பொண்டாட்டிக்கி... நீங்க எப்புடி தொழில் செய்றியயிங்குறத பாத்திருறோம்.”

லெம்பர்ட்டின் கைகள் தளர்ந்திருந்தன. பல்டோனா தன் பங்குக்குச் சொன்னார்.

“பரத மகாசன சங்கமின்னு ஆரம்பிச்சி கூப்புட்டு வச்சி இதேமாரிதாம் மரியாத பண்ணுனான்வ. எதும் வேண்டாம்வே நீ யாரு நாங்க யாருன்னு பாத்திருலாம்.”

“...”

“பொண்டாட்டிய கொஞ்சம் மட்டுல வையி வுட்டா அவுத்துப் போட்டுட்டு ஆடிருவா போல...”

அதுவரையில் பொறுமை காத்த லெம்பர்ட் தல்மெய்தா முதல்முறையாகச் சொன்னார்.

“பேசுறது அளந்து பேசுங்க பல்டோனா வார்த்தைகள வுட்டுட்டா புடிக்க முடியாது. நீங்க நிக்குறது எங்க வீடு.”

“ஒங்க வீடுன்னாக்குல கழுத்த சாம்பிறுவியா.”

வெளியே வந்த குயின்றின் சொன்னார்.

“நீங்க உள்ள போங்க மயினி.”

“ச்சீ... யாருக்கு யாரு மயினி. கண்ட நாயும் என்னென்னமோ பேசுது. வுட்டா குடி வெறியில கையப் புடிச்சி இழுக்குற நாயி நீ...”

மறுபேச்சில்லை குயின்றினுக்கு. கிடைத்த இடை வெளியில் பழிவாங்கிய திருப்தி சலேட்டம்மாளுக்கு. சைக்கிளில் மணி அடித்தபடியே தந்திரக்காரன் வந்தான். கையெழுத்துப் போட்டுத் தந்தியை வாங்கப் போன லெம்பர்ட்டைத் தடுத்த சலேட்டம்மா தானே கையெழுத்துப் போட்டுத் தந்தியை வாங்கித் தூரத்தில் விசிறியடித்தாள். நடப்பதை வேடிக்கை பார்த்தபடியே நின்றிருந்த கிறிஸ்டி தந்தியை எடுத்து வந்து லிடியாவிடம் கொடுத்தான். தந்தி மணப்பாட்டிலிருந்து வந்திருந்தது. மத்தேயு மிராந்த மரித்துப் போனாராம். கிறிஸ்டி கீழே வந்து விசயத்தைச் சொல்ல அப்படியே சரிந்தபடியே வாய் விட்டு அழுதார் லெம்பர்ட்.

“மலபோல நம்பியிருந்தன மத்தேயு போயிற்றியா... ஒனக்காச்சும் தங்கச்சி லிடியாவ கெட்டித் தந்திருக்குலாம். என்னென்னமோ நடக்குது...”

லெம்பர்ட் தல்மெய்தாவின் ஆத்மார்த்த சிநேகிதர் மத்தேயு மிராந்த. ஊருக்கு வந்த இடத்தில் நெஞ்சு வலியில் மரித்துப் போனாராம். இலங்கையில் மிகப் பிரபலமான ஷெல் பெட்ரோல் நிறுவனத்தின் பிரதான ஒப்பந்தக்காரர். பெரிய செல்வந்தர், சொந்த ஊரில் கோவில் கட்டுமளவுக்கு வசதியானவர்.

49

1944

கொற்கையிலிருந்து இறக்குமதியான வத்தல், மஞ்சள், வெங்காயம், உருளைக்கிழங்கு மூடைகள் கொழும்பு வடக்குத் தோணிப் பாலத்தில் சிதறிக் கிடந்தன. சரக்குகளைப் பிரித்தெடுக்க முடியாததால் எந்தச் சரக்கு யாருக்கு என்பதில் முடிவெடுப்பதில் சிக்கலாய் இருந்தது. நவதானிய மூடைகளும் நனைந்து நீர் வடிந்தபடியிருந்தன. முந்தினநாள் காத்துக் கடலில் மாட்டி வந்து கரைபிடித்த 'ஆவே மரியா'விலிருந்து இறங்கிய சரக்குகள் அவை. நவதானிய மூடைகள் அனைத்தும் ஒண்ணாங் குடித்தெருவில் பெரைரா ஜவுளிக் கடையருகே உள்ள சந்தில் கடைப்பிடித்திருந்த முத்துலிங்க நாடார் இளைய மகன் ராஜாமணிக்கு வந்த சரக்கு. விளக்குக் கம்பத்தருகே கவலையோடு அமர்ந்திருந்தான் ராஜாமணி.

"அவுங்கள்வ பொழைச்சது புது உசுருன்னுதாம் வந்திருக்காங்க" என்றார் புரோக்கர் கோமஸ்.

"இப்புடிக் கொளம்பிக் கெடக்க... இதுவள எப்புடி பிரிச்செடுக்க?" கேட்டான் ராஜாமணி.

பிலிப்பும் மோயிசும் தோணியிலிருந்து இறங்கிப் பாலத்தில் நடந்து வந்தபடியிருந்தார்கள். தோணியில் எதுவுமேயில்லை. சாப்பாட்டுச் சாமான் சட்டி எல்லாம் கடலோடு போய்விட்டது. செய்தி கேள்விப்பட்டு விக்டோரியா ஓட்டலிலிருந்து இரவுச் சாப்பாடு வந்தது. இரவிலேயே பவுல் தண்டலை மருத்துவமனைக்குத் தூக்கிக்கொண்டு போய்விட்டார்கள். சரக்குகளைத் தேடி வந்திருந்தவர்கள் சிதறிக் கிடந்த மூடைகளைச் சுற்றி நின்று வேடிக்கை பார்த்தபடியிருந்தார்கள்.

"என்னனு இப்புடி..." கேட்டார் கோமஸ்.

“கொழும்பு போயாவ பாத்திற்றோம். திடீருன்னு மேல் காத்து பொறுத்திற்று, அப்புடியே நீர்கொழும்புக்கு சாய தூக்கிற்று போவுது உருட்டுது பெறட்டுது ஏறிப்பாயிது. பொறவு வேற வழியே இல்லாம அத்தன வத்த மூடையளயும் அவுத்து தண்ணிக்கிள தள்ளிற்றோம். மேலமாற இருந்த மூடயளத்தாம் தண்ணிக்கிள தள்ளுனம். இந்த சரக்குவ கீழ மாட்டிக்கிறிச்சி நல்ல காலம் தப்பிச்சிச்சிவ” என்றான் பிலிப்.

“இதுல யாரு சரக்கு, யாருக்குன்னு குடுக்க,”

“இப்ப இங்க கெடக்குற சரக்குவ நனஞ்சியிருக்க தவுர கெட்டுப்போவயில்ல” என்றார் மோயிஸ்.

“சரக்குவள கடயில கொண்டு போயி சேத்தாத்தாம் நிமிந்தே பாப்பான்வ.”

“ஆனாலும் இங்க இருக்கவன்வ ரெம்ப ரொக்கந்தாம். கண்ண மூடிகிட்டு அங்கருந்து அனுப்புறான்வ, தோணிப் பாலத்துல வந்து அவன்வ அழுறத நாங்க பாக்கத்தான செய்யிறோம். என்னைக்கோ ஒரு நாள் இப்புடி ஆயிப் போவுது. நவதானிய மூடய காஞ்சா சரியாப் போயிரும் கருவாட்டுக்கு என்ன கொள்ள?”

‘‘எவனும் மொதல்போட்டு, வீடு வாசியள வித்து அனுப்பட்டு, அது சொத்த இது சொள்ளயின்னு சொல்லி ஓசியில அடிச்சிற்றுப்போயி அந்தால அமுக்கிற வேண்டியது.”

“முன்னாலமாரியில்லிய கொற்கயிலயிருந்து இங்க வந்தும் கடைய வைக்க ஆரம்பிச்சிற்றாவள” என்றார் கோமஸ்.

“மாரி என்ன செய்வான்வ. தேங்காப்பட்டணம் சாயிபு, மண்ணோட மண்ணாப் போயிற்றாரு. பூராவும் பகக்கொள்ள. வார சரக்கு சரியில்லயிங்குறது, வித்த சரக்குக்கும் திற்ற சரிவரக் குடுக்குறதில்ல. நமக்கு சரக்கு அனுப்பி வைக்கிற வனும் மனுசந்தான. அவன்வளுக்கும் புள்ள குட்டியிருக்கும... எவம் யோசிக்கிறாம்?”

கொழும்பிலும் அந்தக் காலத்தைப் போலல்லாது வியாபாரத்தில் நியாய, தர்மங்களே இல்லாமல் போனது. இறங்கும் சரக்கில் வேண்டுமென்றே ஏதாவது குறை கண்டுபிடித்து மொத்தச் சரக்கையும் வேண்டாமென்று சொல்லிப் பின் குறைந்த விலைக்குப் பேசி முடித்துக்கொண்டுப் போய்விடுகிறார்கள். பணத்தையும் இந்தா அனுப்புகிறேன் நாளை அனுப்புகிறேன் என்று கடத்திப் பல வேளைகளில் ஏமாற்றிவிடுவதாகச் சொல்கிறார்கள்.

“கருவாடு பூதாவும் நம்மாள்க்களுக்குத்தான.”

“வேற யாரு இருக்கா.”

கொச்சிக் கடையிலிருந்த கருவாட்டுக் கடைகள் அனைத்துமே வீரபாண்டியன் பட்டணத்துப் பர்னாந்து மாருக்கேயிருந்தன. வி.றி. எஸ். வில்லவராயர் கடை ஆயிரத்து எண்ணூற்றி ஐம்பதிலேயே ஆரம்பித்திருக்கிறார்கள். ஜே.எல்.பி. நெப்போலியன், எஸ்.வி. காகு, எ.றி. பூபாலராயர் கருவாட்டுக் கடைகள் எல்லாமே கொச்சிக் கடையில் பழைய கடைகள்.

“மொதல்ல கருவாட்டு கெட்டுவள எடுத்திற்றுப் போவச் சொல்லுங்க” என்றான் பிலிப்.

“சரி தண்ட இப்புடி பேச்சி மூச்சியில்லாம கெடக்குறாற அவுருக்குத்தான இன்னாரு சரக்கு இன்னாருக்குன்னு தெரியும்.”

தோணியைப் பொறுத்தவரையில் இதுவரையில் தண்டல் சொல்லும் கணக்குதான் கணக்கு. கொற்கையில் தோணிப் பாலத்திலும் சரக்கு ஏற்றுமிடத்திலும் எந்தவிதமான சரக்கு அட்டவணைகளும் தயாரிக்கப்படுவதில்லை.

“பாதிக்கப்பட்டவுங்களுக்கு, சரக்கு நல்லபடியா வந்தவுங்க ஈவிச்சி குடுங்க.”

“ஒருத்தனுக்கு உருளைக்கெழங்கு, ஒருத்தனுக்கு கருப் பட்டி, கருவாடு எப்புடி ஈவிச்சி குடுக்க... சொல்லு.”

“எங்க சரக்கு வந்திருக்க, நனஞ்சாலும் பரவால்ல வந்தத குடுங்க” என்றான் ராஜாமணி.

நேரம் போகப்போகக் கொழும்பு கொச்சிக் கடை கபோஸ் லேன், பேங்சால் தெரு, செட்டித் தெரு, வாழப்பழக்கடைத் தெரு வியாபாரிகளும் வந்து கூடினார்கள். சூழ்நிலையைப் புரிந்துகொண்ட கோமஸ் மத்தியஸ்தம் பண்ணுவதற்காக ஆள் கூட்டி வரச் சென்றார். அதற்குள் பிலிப் பக்கத்தில் நின்றபடி வியாபாரிமார் போடும் சண்டையை வேடிக்கை பார்த்த துறைமுக அதிகாரியிடம் போய்த் தனக்குத் தெரிந்த சிங்களத்தில் கடலில் நடந்ததை விளக்கினான். மேலிருந்த சரக்குகளைக் கடலுக்குள் தள்ளியதால்தான் கீழிருந்த சரக்குகளை நனைந்தாலும் காப்பாற்ற முடிந்தது என்று சொன்னான். காற்று வாக்கில் அவர்கள் பேசிக்கொண்டது கேட்டது.

“பய சின்னப் பயலாயிருந்தாலும் வெவரத்தோட பேசுறாம்வே. ஏத்துற எடத்துல ஒரு அட்டவணய போட்டா நமக்கென்ன கொள்ள.”

“இப்ப இந்த பிரச்சனக்கி என்ன பண்ணணுமிங்கிய?”

“நம்மளுக்குள்ள அடிச்சிக்கிறுனுமிங்கியா ராஜாமணி. என்னமோ நடந்து போச்சி. நானும் ஆண்டி நாடாம் தோணி வச்சப்ப தொடந்து நம்மவியளும் தோணி வைப்பாவயின்னு பாத்தம் பாத்துக்க.”

“பயப்புடுதாவ...”

“உசுரக் குடுத்து அவிய கொண்டு வாரவ. அதுல தப்பு கண்டுபுடிக்கக் கூடாது கேட்டியா” என்றான் அய்யாக்கண்ணு.

“அப்ப சரக்கு ஏத்துற எடத்துலே நம்ம பேர்வள போட்டு இத்தனக்கி இத்தனயின்னு தீந்தையில குறிக்கச் சொல்லுவோம்.”

கடலில் தள்ளிய சரக்குகள் பூராவும் கொடிவீட்டுப் பிள்ளைவாள் சரக்கும் வாடித் தெரு சிவலிங்கப் பிள்ளை சரக்குமாகவே இருந்தன. சம்பைக் கெட்டில் பெரும்பாலும் மேலே இருந்த தேங்காய்ப்பட்டிணம் சாயிபு கட்டுகள் கடலுக்குள் போயிருந்தன. கோமசும் மாணிக்க நாடாரோடு திரும்பியிருந்தார்.

“பட்ட காலுலே படும் கெட்ட குடியே கெடுமின்னு சும்மயா சொன்னான்வ” என்றார் மாணிக்க நாடார்.

பனந்துரா, கலுத்தாரா பக்கங்களில் பனை ஏறுவதற்காக ஊர்க்காட்டிலிருந்து ஆள் கூட்டி வந்தவர் மாணிக்க நாடார். கொற்கையிலிருந்து கப்பலில் வந்தவர்களைக் கூட்டி வரப் போகத் துறைமுகத்திற்கு வந்து போய் இருந்தவர் கூடவே சரக்குகளையும் எடுத்துப் போக ஆரம்பித்து இன்றைய நிலையில் கொழும்பில் பெரிய வியாபாரி. கொழும்பு நாடார் உறவின்முறை தலைமைச் சங்கங்கத்தில் தலைவராகவு மிருந்தார் மாணிக்க நாடார். நேரம் பிந்தப் பிந்த வியாபாரிகள் அவர்களுக்குள்ளாகவே ஒரு முடிவுக்கு வந்தவர்களாய் சரக்குகளைத் தங்களுக்குள் பங்கிட்டு எடுத்துக்கொண்டார்கள். துறைமுகத்துள் வந்த கருத்தைகளில் சரக்குகளை நீர் வடிய வடிய ஏற்றி எடுத்துக்கொண்டு போனார்கள்.

துறைமுக மருத்துவமனையில் பவுல் தண்டல் கண் விழித்துவிட்டதாகக் கோமஸ் சொன்னார். கூடவே பட்டணத்து டெக்லன் வில்லவராயனும் வந்திருந்தான். சமீபத்தில் தினகரன் பத்திரிகையில் டெக்லன் எழுதியிருந்த தலை யங்கத்தைப் படித்துவிட்டுத்தான் நகர மேயர் பெரைரா கபோஸ் லேனைச் சுத்தம் செய்யச் சொல்லியிருந்தார். பேங்சால் தெருவுக்கும் செட்டித் தெருவுக்கும் இடையில்

வரும் குட்டிச் சந்து கபோஸ் லேன். 'கபோஸ் லேனைக் கவனிப்பாரில்லையா' என்ற தலையங்கம் எல்லோருடைய கவனத்தையும் பெற்று, செய்தி வெளிவந்த ஒரு மாதத்திற் குள்ளாகவே கபோஸ் லேன் சுத்தம் செய்யப்பட்டது. நல்ல தார் சாலையும் போட்டு மின் விளக்கு வசதியும் செய்தார்கள். அந்த வகையில் கொழும்பில் வாழ்ந்த அனைத்துக் கொற்கைக் காரர்களுக்கும் மிகவும் தெரிந்த நபராகியிருந்தான் டெக்லன் வில்லவராயன்.

படுக்கையிலிருந்த பவுல் தண்டல் விழித்ததும் பிலிப்பைத் தேடினார். செய்தி கேள்விப்பட்டு மருத்துவமனைக்கு வந்த பிலிப் கூடி நின்றிருந்தவர்களை விலக்கியபடியே உள்ளே நுழைந்தான். டையமன்ட் டாஃபிக்காரர் ஆமந்துறை விசுவாசம் பர்னாந்து மகன் ரொசாரியோ கூடமாட நின்று உதவி செய்தபடியிருந்தான். கட்டிலருகே போய் பவுல் தண்டலின் கால்களைத் தொட்டான் பிலிப். ஸ்பரிசத்தால் புல்லரித்துப்போய்க் கண்களைத் திறந்தார் பவுல் தண்டல். இரு கைகளையும் ஊன்றி எழும்ப முயன்றவரை கை கொடுத்துத் தூக்கி உட்கார வைத்தான் ரொசாரியோ. பவுல் தண்டலுக்குத் தாய் வழி உறவாம். நல்ல வளர்த்தி. வாட்டசாட்டமாக இருந்தான். பரந்த வட்ட முகம், நல்ல படிப்பு. பிலிப்பை ரொசாரியோவுக்கு அறிமுகப்படுத்தினார் பவுல் தண்டல்.

"எய்யா இது பிலிப்பு. நம்ம ஆவே மரியா தண்டல்."

ஒரு நிமிடம் எதுவுமே புரியவில்லை, உலகமே சுழல்வது போலிருந்தது பிலிப்புக்கு. அடேயப்பா... எத்தனை காலமாய்க் காத்து ஏங்கிய பதவி. ஓடி ஓடி உழைத்து ஓடாய்த் தேய்ந்ததும், மறுக்கையும் தாமானையும் கை விரல்களில் ரத்தம் வடிய வடிய இழுத்து வளைத்ததும், பாய்மரங்களில் ஏறிச் சாடிப் பருவான்களை ஆஞ்சானடித்துத் தூக்கியதும், காத்துக் கடலிலும் கால் பரத்தி நின்று உத்தரவுகள் பிறப்பித்ததும் ஒரு கணப் பொழுதில் கண் முன்னே நிழலாடின.

"நானா, தண்டலா..."

"கேள்விப்பட்டம் பிலிப்பு. கோமஸ் வந்து சொன்னாம்."

பிரமிப்பிலிருந்து விடுபட்டிருக்கவில்லை பிலிப். சரக்குகள் சம்பந்தமாக என்னென்னவோ பேச வேண்டுமென்று வந்திருந்தான். அவன் வாய்க்கு மந்திரப் பூட்டு போட்டுவிட்டார் பவுல் தண்டல். கொழும்புத் துறைமுகத்து மருத்துவமனையில் படுக்கையிலிருந்தபடியே

இப்படி ஒரு பதவி உயர்வு கொடுப்பார் என்று சிறிதும் சிந்தித்திருக்கவில்லை. பேச வாயெடுத்தால் நா எழவில்லை.

“எய்யா மத்த லஸ்கர்வ எப்புடியிருக்கான்வ?”

தலையாட்டினான் பிலிப்.

“சாப்புட்டியளாய்யா?”

“விக்டோரியா கடையிலயிருந்து சாப்பாடு நெறைய வந்திச்சி.”

பவுல் தண்டல் நிமிர்ந்து சன்னலருகே நின்றபடியிருந்த ரொசாரியோவைப் பார்த்தார். ரொசாரியோவின் முக அசைவிலிருந்து சூழ்நிலையைப் புரிந்துகொண்டவர் சொன்னார்.

“எய்யா, வாக்கு நாணயம் ரெம்ப முக்கியம். கொற்கையில வாங்குனத கொழும்புல குடுத்தேயாவணும்... உசுரக் குடுத்தாவது.”

“ஒங்க ஒடம்புக்கு...”

“அதுக்கென்ன, மகராசனாப் பாத்துக்கிருறாவ. கொற்கயில கிளார்க்சார் இருக்காரே அவுரு அடிக்கடி சொல்லுவாரு வெளித் தேசங்களுக்குப் போனா சொகவீனம் வரக்கூடாதின்னு. எனக்குக் கொழும்பு அயல் தேசமா தெரியில்ல. மருந்தும், கவனிப்பும், நம்ம சனங்க பாக்க வாரதும், கொற்கயில இருந்தாக்கூட இப்புடி இருக்குமான்னு தெரியில. லூயிஸ் பர்னாந்து, இங்க பெரிய அதிகாரி அவுருதானாம... வந்தாரு.”

“...”

“தண்ணிக்கிள போன சரக்குக்கு ஒரு கெரயத்தப் போட்டு தோணி மொதலாளியிங்குற மொறையில நம்ம குடுத்திருவோம்.”

ஆச்சரியமாய்த் திரும்பிய ரொசாரியோ பவுல் தண்டலை யும் பிலிப்பையும் மாறி மாறி பார்த்துவிட்டுச் சொன்னான்.

“ஒங்களுக்கு இப்ப உள்ள நெலமயே தெரியாது போல...”

“எய்யா, நாங்க படிக்காத கைநாட்டு, கொழும்புல இருக்கவுகளமாரி வெவரம் எப்புடித் தெரியும் சொல்லுங்க.”

“நெறைய காப்பீடு வசதியிருக்கு” என்றான் ரொசாரியோ.

சரக்குகளுக்கான காப்பீடு பற்றியும் தோணிகளுக்கான காப்பீடு பற்றியும் அதற்குச் செலுத்த வேண்டிய பிரிமியம் பற்றியும் விரிவாய் எடுத்துச் சொன்னான் ரொசாரியோ.

வாய் பிளந்தபடியே பிலிப்பும் பவுல் தண்டலும் கேட்டுக் கொண்டிருந்தார்கள். தகப்பனார் காலத்திலிருந்தே கொழும்பி லேயே வாழ்கிறார்கள். ரொசாரியோவும் கொழும்பிலேயே படித்ததால் நிறைய சிங்கள நண்பர்கள் பெரும்பாலும் பணக்காரர்கள்.

“பவுலண்ணம், ஓங்க லஸ்கர்பையம், அவம் பேரு என்னவே? இந்தா நிக்கிதாமுல்லா எப்புடி சமாளிக்கிதாமிங்கிய.”

“இனும அவந்தாம் மன்னிச்சிக்கய்யா... அவுருதாம் தண்டல்” என்றார் பவுல் தண்டல்.

“மேல் சரக்க தள்ளுனதுனாலதாம் கீழ் சரக்கு தப்பிச்சிச் சின்னாம் பாருங்க. ஒரு நொடிப் பொழுது ஆடிப் போயிற்றமில்லா. இல்லாட்டி தோணியும் அத்தன உசுரும் போயிருக்குமாமில்ல...”

“...”

“அப்ப சரக்குத் தப்புன யாவாரிமார் சரக்க போனவங் களுக்கு ஈவிச்சி குடுக்கணுமின்னாம் பாத்துக்கிடுங்க” என்றார் மாணிக்க நாடார்.

“எம்புள்ளயா பெறக்க வேண்டியவம்...” என்றார் பவுல் தண்டல்.

ரொசாரியோவோடு, பவுல் தண்டலைப் பார்ப்பதற்காக வந்திருந்த வியாபாரிமாரும் விடைபெற்றுக்கொள்ள பிலிப் மட்டுமே அமர்ந்திருந்தான். பவுலும் கண்ணயர்ந்திருந்தார்.

‘கொழந்த உண்டாயியிருப்பாளோ. என்னமோ கசப்புத் தைலம் வாங்கிற்று வரச் சொன்னாள சலோமி, மோயிஸ் அண்ணங்கிட்டச் சொல்லி ஞாபகப்படுத்தச் சொல்லணும். திடீருன்னு தண்டயின்றுற்றார. சலோமி சந்தோஷப்படுவா. ஆண்டாமணி மாமா சொன்னமாரி நடக்குறத வேடிக்க பாக்க வேண்டியதுதாம். அய்யாவயும் இழுத்துகிற்று போயிற்றாவள. சவங்களுக்கு அந்த ஆப்பக்கட சூடு இல்லாம இருக்க முடியில போல. சே... வயசான காலத்துல நிம்மதியா கல்லறைக்கி அனுப்புலாமுன்னு பாத்தா. ஆண்டாமணி மாமா கல்லறயில போயி நன்றி சொல்லணும். பயணத்துக்கு தயார் பண்ணச் சொன்னம் மோயிசண்ணம். என்ன பண்ணுறாரோ. நா அள்ளுவம் பீ மோத்துரம்... எத்தன காலத்துக்குத்தாம் இப்புடி கர்மத்த சேக்கப்போறிய. ஆண்டாமணியாரோடு கடற்கரையில் நடக்கிறான். சுண்ணாம்புக் காளவாசல்களிலிருந்து புகை கிளம்புகிறது.

சட முடியா வளத்துப் போட்டுகிட்டு காட்டுக்குள எதுக்கு ஓடி ஒளிஞ்சான்வ. நீரு நல்லது பண்ணுனாக்குல ஒம்மள யாரு வுடுவா. எல்லாத்தையும் ஈவிச்சி குடுக்கணும். ஆமா மத்த சரக்குவள ஈவிச்சி எடுத்துருவான்வ சம்பக் கட்டுலதாங் கெடந்து மல்லுக் கெட்டிகிட்டு நிப்பான்வ. பொறப்பு அப்புடி பாத்தியளா. முக்தியின்னாலே புண்ணியமுமில்லாம கர்ம்முமில்லாத சமநெலயாம. அதுக்கு எங்க போவ. ஆண்டாமணி மாமாவே தெரியில்லயின்னார.'

"எய்யா பிலிப்பு . . . ?"

பதறித் திரும்பினான் பிலிப்.

"என்னய்யா, வீட்டுல என்னமும் பிரச்சனயா. நானும் முழிச்சி இம்புடு தேரம் ஆயிப் போச்சி, திரும்புவ திரும்புவயின்னு பாத்தா அப்புடியே செவுத்த பாத்துகிற்று இருக்க."

"என்னய போயி தண்டயின்னுற்றிய..."

"எய்யா, நீயா கேட்ட. என்னய தண்டலாப் போடு ஒன்னய தண்டலாப் போடுயின்னு மல்லுக் கெட்டிகிட்டு நிக்கிறான்வ."

"..."

"ஆண்டி நாடார் தோணி நாலஞ்சி நாளா பாலத்துல கெட்டுல கெடக்கு தெரியுமா ஒனக்கு."

"என்ன ?"

"அவுரு பிதேலிஸ் தண்ட லைசென்ச மாத்தி குடுக்குறா ராம். மூத்த மொவம் லைசென்ச எனக்கு தாங்குறாம் மச்சினனும் கொண்டாங்குறானாம்."

"என்னமோ சொல்ல வந்தியண்ணம்."

"எய்யா எனக்கு ஒரு சத்தியம் பண்ணித் தரணும்."

"என்ன சத்தியம் ?"

"ஒங்கிட்ட சொல்லுறதுக்கென்ன. மூணும் பொண்ணாப் போச்சி. மூத்தவளுக்கு சம்பந்தம் முடிஞ்சமாரிதாம்."

"மாப்புள பாத்திற்றியளா."

மோட்டைப் பார்த்தபடியே தலையாட்டினார் பவுல் தண்டல்.

“எனக்கு முன்னமாரி தோணியில ஏறி நட- செய்ய முடியுமான்னு தெரியில. அவ வேற படுத்த படுக்கயாயிற்றா. சின்னது கால கால கெட்டிப் புடிக்கிது.”

‘யாரு நம்ம மதலேனா?”

“நல்லாப் படிக்கிறாய்யா.”

நடுவுள்ளவள் தெரசா சிடுமூஞ்சி. மூத்தவள் ஸ்பிரித்தாளும் இளையவள் மதலேனும் அம்மாவைப் போல். மதலேனுக்குக் கோதுமை நிறத்தில் சல்லியான சரீரம். எப்போதும் சிரித்த முகம். வெளிர் நீல காந்தக் கண்கள். பிலிப், பவுல் தண்டல் வீட்டுக்குப் போனாலே வந்து மடியில் ஏறி உரிமையாய் அமர்ந்துகொள்வாள் மதலேன். விர்ஜித்துக்குக் கொழும்பு பினாட்டு பிடிக்கும். பவுல் தண்டல் இதுபோல விசயங்களில் அக்கறை எடுத்துக்கொள்வதில்லை. சலோமிக்கு வாங்கும் கையோடு சித்தியாருக்கும் வாங்கி வந்து தோணி கரை பிடித்ததும் பிடிக்காததுமாக பவுல் தண்டல் வீட்டிற்கு ஓடிப் போய்க் கொடுப்பான் பிலிப்.

“விர்ஜித்தும் இனி எத்தன காலம் என்னோட இருப்பாயின்னு தெரியில.”

“என்ன அப்புடி சொல்லுறிய வருசையா புள்ளயள வச்சிகிற்று.”

“அதாம்ய்யா ஒங்கிட்ட ஒரு ஒதவி கேக்குறம், இந்த புள்ளயளக் கெட்டிக் குடுக்குறவர எங்கூடயிரு. அதுவளுக்கு கலியாணம் பண்ணி குடுத்துப் போவ மீதி என்னென்ன உண்டோ அத நீ எடுத்துக்க..”

“தோணியில வேல பாக்குறதுக்குத்தாம் உண்டான கூலிய குடுக்குறியள. அதுக்கு மேல நா ஒங்ககிட்ட எதையும் எதிர்பாக்கயில்ல. ஒங்க தோணியில நட செய்யிறதயே பெரிய பாக்கியமா நெனக்கிறம்.”

மருத்துவமனையிலிருந்து இறங்கி நடந்தார் பிலிப் தண்டல். மனது நிறைந்திருந்தது.

50

1944

தங்கப்பழத்தின் பாக்கியலட்சுமியில் நிரந்தரமாய் நடை செய்தபடியிருந்தார் அந்தோணிமுத்து. கொற்கை கொழும்பு நடை. எப்போதாவது யாழ்ப்பாண நடை. ஆண்டி நாடாரைப் போலல்லாமல் அவர் மகன் தங்கப்பழத்துக்கு மலையாள நடையில் விருப்ப மில்லாதிருந்தது. மலையாள நடையில் ஒரு முறை பயணப்பட்டாலோ திரும்பி வரக் குறைந்தபட்சம் மூன்று மாத காலமாவது ஆகும். மாதக் கணக்கில் தோணி தொடர்பில்லாமல் போவதை அவர் விரும்பவில்லை. அந்தோணிமுத்துக்கும் இதுவே பிடித்துப் போக வேறு தோணி மாறி ஏற மனமில்லா திருந்தார். குடும்பத்தைக் கவனிக்க, கொள்ள கொழும்பு நடையே வசதியாய் இருந்தது.

காலையிலேயே காளவாசல் கடற்கரைக்கு வந்திருந்தார் அந்தோணிமுத்து. கடல் நீர் நல்ல கலக்காய் இருந்ததோடு கரை மடக்கில் சொரிகளும் ஏராளமாய் அடைந்து கிடந்தன. வள்ளங்கள் எதுவுமே கடலில் இறங்கியது போலில்லை. கடற்கரையில் அங்கங்கே புது வள்ளங்கள் வைத்தபடியிருந்தார்கள். பெரும்பாலும் பழைய வள்ளங்களெல்லாம் இராமேஸ் வரம் தீவுக்குப் போகிறதாம். மூக்கையூர்க் கடலில் கட்டுமரங்களை வைத்துக்கொண்டு அல்லாடியவர் களுக்கு அலையடியில்லாத இராமேஸ்வரம் தீவுக் கடலில் கட்டுமரங்களை விட வள்ளங்களே பிடித்துப் போனது. தூரத்தில் காளவாசலுக்கு பணிய சுசமுத்து சின்னய்யா மறுநாள் புதிதாய் இறங்கும் வள்ள மொன்றுக்கு ஏல் சொன்னபடியிருந்தார்.

“எய்யா அணியத்துல நாலு தடி, நடுவுல ரண்டு தடி அட்டியில மூணு தடி வச்சிக்கிருங்க.”

418 ஆர். என். ஜோ டி குருஸ்

"..."

"நாங்க ரண்டு டவரும் ரண்டு வீஞ்சியும் கொண்டாறோம். விடிய வேலய ஆரம்பிக்கணும்."

மேட்டில் நின்றபடி கண்களை ஓடவிட்டார் அந்தோணிமுத்து. கலெக்டர் பங்குளாவுக்குப் பணிய கரையிழுத்து வைத்திருந்த வள்ளத்திலமர்ந்து கிழிந்துபோன அரைச் சால்களில் பீத்தல் பார்த்தபடியிருந்தார் சவரிமுத்து. தொழில் இல்லாத நாட்களில் வள்ளத்தைப் பழுது பார்ப்பது, கிழிந்த வலைகளைக் கட்டுவது என்று எப்போதும் ஏதாவதொன்றை செய்தபடியிருப்பார். நினைவு தெரிந்த நாளிலிருந்து இன்றுவரை அண்ணன் சவரிமுத்து தாணோ, தாயக் கட்டையோ கடற்கரையில் விளையாடிப் பார்த்தது இல்லை.

ஆண்டாமணியார் இறப்பதற்கு முன்னாலேயே இருவரையும் பிரித்து விட்டிருந்தார். கொற்கைகாரிகளுக்குத்தான் வாய்த்துடுக்கு அதிகமென்பார்கள். ஆனால் அருள் மொழிக்கோ வெளிய பேச வேண்டாம். வாய் 'வங்காளம்' வரை கிழிந்தது. எதற்கெடுத்தாலும் 'எம்புருசன் கடலேறிச் சம்பாதிச்சிக் கொண்டுவந்து கொட்டுறதெல்லாம் ஓங்கள்வ பண்ணிக் குட்டியளும் பள்ளயாடுவளும் வளருறதுக்கா' என்று வாய்க்கு வந்தபடி பேசினாள். பாவுலாளுக்கும், வெள்ளச்சரம் பேத்திக்குமே என்ன செய்வது என்றே தெரியவில்லை. ஒவ்வொரு நாளும் கூப்பாடும் குலவைச் சத்தமும் அதிகமாக, வேறு வழியேயில்லாமல் ஆண்டாமணியாரே பிரித்து வைத்துவிட்டார். சவரிமுத்துக்குத் தங்களோடேயிருக்கும் வலைக்குடி குச்சிலென்றும் அந்தோனிமுத்துக்கு சந்தனமாரி கோவில் பக்கம் வாங்கிப் போட்டிருந்த காலிமனை என்றும் முடிவாகியிருந்தது. பல்டோனா கூட்டு வீடொன்றில் வாடகைக்கு இருந்தபடியே கார வீடு கட்டி கூரை மேல் காலிகட் ஓடு வேய்ந்திருந்தார் அந்தோணிமுத்து. வீட்டுப் பால்காய்ப்புக்குக்கூட அண்ணனைக் கூப்பிடவில்லை. அய்யா இறந்து ஒருவருடம் ஆகியிருக்கவில்லையே அதற்குள் வேண்டாமே என்று நினைத்திருந்தார் சவரி, ஆனாலும் குறித்த தேதியில் பால்காய்ப்பு நடந்தது. சவரிமுத்து அதைக் கண்டுகொள்ளாதது போல் இருந்தாலும் மனதுக்குள் வருத்தம். ஆத்தா பாவுலாளுக்கோ அடக்க முடியாத வெப்ராளம். வெள்ளச்சரம்பேத்தியை யாருமே கண்டு கொள்ளவில்லை. கொழுந்தனைப் பிள்ளைபோல் பொத்திப் பொத்திப் பார்த்து, இன்று அடுத்தவள் கொத்திக்கொண்டு போய்விட்டாள். பிள்ளைகளை எதற்காகவாவது கூப்பிடும் போதெல்லாம் வாயில் முதலில் வருகிற பெயர்

அந்தோணிமுத்தாகவேயிருந்தது. தம்பி தங்கை பற்றிய பழைய நினைவுகளை அசைபோட்டபடியே அமர்ந்திருந்தார் சவரிமுத்து.

'காத்து கடல்ன்னா பயப்புடுவான. காது வெடிக்காட்டி என்ன, தோணியிலதான போறாம். விரிசித்தா இன்னா பெறந்தமாரியிருந்திச்சி என்னனு வளந்திற்றா. தம்பி கூடவேயிருப்பாமின்னு பாத்தா இப்புடி தனியா வுட்டுட்டு... அய்யா சொல்லுறமாரி நம்ம எண்ணப்படியா நடக்குது. சேசண்ணணமாரியே நடக்குறானாம் வருவேலு. எத்தன நாளக்கி நம்ம வச்சி காப்பாத்த முடியும். சலோமி ஏழாம் போர் பொண்ணு எரவனமெல்லாம் பொன்னும்பாவ. சரியாத்தாம் போயி சேந்திருக்கா. ஆனா அதுக்கு முன்னாடி இப்புடியொரு வெளையாட்டு. அய்யா சொன்னமாரி நம்ம எதுக்கும் காரணமில்ல நம்மள மிஞ்சின சக்தி. தோமான காணும்... காலயிலே வாரமின்னாம். தம்பி மொவம் மூத்தவம் வெனான்சீச பாத்தது அடுத்த புள்ளய எங்க பாக்க. என்னமோ அவங் காலத்த கொண்டு நல்லபடியாப் போனா சரிதாம்.'

வள்ளத்தின் பக்கத்திலேயே நிழலாட்டம் தெரிவதைப் பார்த்த சவரி முத்து திரும்ப, தம்பி அந்தோணி முத்து நிற்பதைப் பார்த்து ஒரு கணம் அசந்தேபோனார். உடலெல்லாம் புல்லரிக்க வினாடி இடைவெளியில் கண்களில் கண்ணீர். அண்ணனின் கண்களில் கண்ணீர் உருள்வதைக் காணத் தவறவில்லை அந்தோணிமுத்து.

"நூறு வயசுதாம் போ..." என்றார் சவரிமுத்து.

"வரணும் வரணுமின்னு நெனக்கிறது, முடியல. தங்கப்பழம் அண்ணாச்சியும் தாயி புள்ளயா பழகுறாவ. தோணியிலதாம் வேலயின்னுயில்ல, மயினி எப்புடி இருக்குறாவ."

"..."

கையில் வைத்துத் தைத்தபடியிருந்த அரச்சாலை தூர எட்டி வைத்துவிட்டு ஒதுங்கித் தம்பி உட்கார இடம் கொடுத்தார் சவரி. முகத்தில் தம்பியை பார்த்துவிட்ட பூரிப்பு. ஆனந்தத்தில் உடலில் உற்சாகம்.

"எய்யா சாப்புட்டியா? வூட்டுக்கு வாறியா மயினி பாத்தா ரெம்ப சந்தோஷப்படுவா."

சவரி ஒதுங்கிக் கொடுத்த இடத்தில் ஏறி அமர்ந்திருந்தார் அந்தோணி முத்து. பக்கத்தில் தலைப் பாரமாய் பானையில்

மோர் விற்றபடி சென்றவளை அருகே அழைத்த சவரி சொன்னார்.

"யாத்த, மோர் ஊத்துங்க."

"எய்யா பட்டயிலயா கலயத்துலயா?"

"கலயத்துல ஊத்துங்க, கழுவித்தான இருக்கி."

"சிந்தாம ஊத்துங்க. அய்யாவுக்கு வருச பூச வைக்காண்டாமா" என்றார் அந்தோணி முத்து.

"தம்பி, அய்யா சாவும்போது சொன்னது ஞாபக மில்லியா."

"அவுங்க சொன்னாவயின்னா நம்ம மொறப்படி செய்யிறத செய்யாண்டாமா."

வலைக்குடி குச்சிலில் ஆண்டாமணியார் சாகக் கிடந்தார். பக்கத்திலேயே பாவுலாளும் வெள்ளச்சரம் பேத்தியும் பேரப் பிள்ளைகளும். சவரியும் அன்று என்ன நினைத்தாரோ வலைக்குப் போகவில்லை.

"எய்யா குழிக்கிள வைக்கிறதுக்கு முன்னாடி என்னய சந்தனமாரி கோயிலுக்கு முன்னாலோடி எடுத்திற்றுப் போங்க. அந்தப் புளிய மரத்துல ஒரு கொப்ப முறிச்சி எங்குழிக்கிள போட்டுருங்கைய்யா. திரும்ப பெறவி உண்டாயின்னு எனக்குத் தெரியில. நாம் போன பொறவு என்னய நெனச்சி அதப் பண்ணுறம் இதப் பண்ணுறமுன்னு எதையும் தேவயில்லாம பண்ணிகிற்று இருக்காதைங்க. நீங்கள்வ என்ன பண்ணுற துனாலயும் என்னட ஆத்மாவுக்கு எதும் ஆகப்போறதுயில்ல எல்லாமே நாம் பண்ணுன பாவ புண்ணியங்கதாம்." மூச்சி நின்று போயிருந்தது.

புதிதாய்ச் செய்திருந்த வள்ளமொன்றை வெள்ளோட்டம் பார்க்கக் கடலில் தள்ளியபடியிருந்தார்கள். வேலைப் பளு தெரியாமலிருக்க அவர்கள் அம்பா போட்டது கேட்டது.

"ஆத்தா கடல

விடியட்டும் மொவள

ஆத்தா கடல

விடியட்டும் மொவள

அர கர முருகா

அய்யா முருகா

அர அர முருகா

அய்யா முருகா"

தோமான் வந்தார். வழக்கமான உற்சாகம் அவரிடம் இருந்ததுபோலில்லை.

"கும்பாதிரி, அம்பாவ கேட்டமா. இதாரு... தோணிக்காரவு எப்ப வந்தாவு..."

"நம்ம மேற்றாணியாரு, அமலிபொரத்துல திவ்விய நற்கருண ஆசீர்வாதத்துக்குப் போயிருந்தாராம். தந்தியாபீசு முக்குல பந்தல் போட்டுருந்தாவளாம். கோயிலுக்குப் போற பாதயில, பந்தல்ல ஏறி 'இதோ நீங்கள் வணங்கும் முருக பெருமான் எங்கள் நேச அத்தான்' அப்புடியின்னாராம்."

"அத்தன அய்யப் பெயல்வளும் அசந்து போயிருப் பான்வள."

"மேற்றாணியார அக்கிரகாரத்துக்குள்ளே கூட்டிற்றுப் போயிற்றான்வளாம்."

"தோமாண்ணனுக்குப் பழைய நக்கல் இல்லிய" கேட்டார் அந்தோணிமுத்து.

"புள்ளக்கி வெளப்பந் தெரியாதோ."

"நீ தோணியிலயிருந்து எப்ப வந்த?"

"நேத்துதாம் வந்தம். யாழ்ப்பாண நட."

"நடந்து பத்து நாளுக்கு மேல ஆயிப்போச்ச."

சங்குகுளி காலங்களில் தோமானுக்கு மேற்கிலிருந்து குழியாள்களைக் கூட்டிவரும் பழக்கம் இருந்தது. இப்போ தெல்லாம் கொற்கைக்காரர்களைவிட மேற்கே பள்ளம், குறும்பனை, இணையம் போன்ற பகுதிகளிலிருந்து வருபவர் களே அதிகமாய் நிதானம் காட்டுவதாய்ச் சொல்கிறார்கள். தோமான் தனது மச்சினன் லாரன்சையும் கூட்டிவந்து கொற்கையில் குடும்பத்தோடு குடி வைத்திருந்தார்.

அன்று வழக்கம் போலவே சவரிமுத்து, தோமான், அவர் மச்சினன் லாரன்சு, வலைக்குடி சேசு எல்லோரும் மற்ற தோடைகளோடு சங்கு குளிக்க வந்திருந்தார்கள். சவரிதான் மன்றாடி. கடலில் வல்லநாடு மலை லேவையத் தாண்டி காயல்பட்டனம் சவுக்கையும் வந்துவிட இன்னும் வெலங்கே போகச் சொன்னாராம் லாரன்ஸ். முந்தின நாள் அங்கே வலம்புரிச் சங்கின் நடமாட்டத்தைப் பார்த்திருந்ததும் ஒரு

காரணம். வெலங்கே போகப் போகத் தாவு கடலில் கயித்து மீன் பிடிக்கும் இடத்திற்கே வந்து விட்டார்கள். திருச்செந்தூர் கோபுரம் தெரிய மச்சானைக் கும்பிட்டுவிட்டுக் கடலில் இறங்கினார்களாம். ஒருவர் மாறி ஒருவர் மேலே வருகிறார்கள். மேலே வரும் எல்லோருமே அரச்சால் நிறைய பால் சங்குகள் கொண்டுவந்தார்கள். சேசுவைக் காண வில்லையே என்று தேடினால் வடக்குப் பக்கம் மூச்சுத் திணறியபடி அவர் வருவதைப் பார்த்த தோமான் தண்ணீருக்குள் பாய்ந்து பிடறியில் இரண்டு அடியைப் போட்டு முடியைப் பிடித்து வள்ளத்தருகே இழுத்து வந்தார். வள்ளத்தருகே நீச்சலில் இருந்தவர்கள் திடீரென ஞாபகம் வந்து லாரன்சைத் தேட ஆளைக் காணவில்லை. தோடையைக் கேட்டால் தாமதமாய்ப் போனதாகவும் கிளம்புவதற்கு நேரம் ஆகலாம் என்றும் சொன்னான். அதற்குள் மறுமுறை முங்கிய சவரிமுத்து மேலே வந்து விட்டார். பதற்றம் பற்றிக்கொண்டது. மூன்று பேரும் முங்கி லாரன்சைத் தேடுகிறார்கள். கடலுக்குள் சிறு பிள்ளைகள் அழுவதுபோல் உரவி அழும் சத்தம் கேட்டதாம். ஏதோ அபசகுனத்திற்கு அறிகுறி. தலைமுடி மேல பறக்க லாரன்ஸ் மேல வருவதைத் தோமான்தான் முதலில் பார்த்திருக்கிறார். மூச்சுத் தடுமாறி லாரன்ஸ் மேலே வருவதால் வந்தவுடன் பிடித்துத் தூக்குவதற்காக மற்றவர்கள் தயாராக இருக்க, தலை நீர்ப்பரப்புக்கு மேலே கிளம்பவேயில்லை. சில மணித்துளிகள் தாமதித்தவர்கள் அப்படியே குழியோடித் தேடியிருக்கிறார்கள். ஆளைக் காணவில்லை. கடலுக்குள் தேடியபடியே இன்னும் கீழே போனால், அவர் மேலே கிளம்பிய அதே இடத்திலேயே சம்மணம் போட்டபடி அமர்ந்திருந்தாராம். அரச்சாலிலிருந்த சங்குகளின் பாரம் ஆளைக் கொண்டு இருத்திவிட்டது.

"மூணும் பொட்டப்புள்ளயய்யா. அடக்கத்துக்குத் தொறமொக அதியாரி கிளார்க் வந்திருந்தாரு."

மூவரிடமுமே சிறிது நேரத்திற்குப் பேச்சில்லை. கையில் வைத்திருந்த பையிலிருந்து இரண்டு நீர்மூழ்கிக் கண்ணாடி களை எடுத்துக் கொடுத்தார் அந்தோணி முத்து.

"ராசேந்திரங் கலியாணத்துக்காவது வந்திருக்கலாமுல்ல."

தோமான் ஒதுங்கி அந்தப் பக்கம் போக அந்தோணி முத்து சொன்னார்:

"நம்ம ஆள்க்க யாரையும் அவளுக்குப் புடிக்கில்லண்ணம். அக்கா பேரையே எடுத்திறக் கூடாது பேயா- மாறிருறா."

"அப்புடி என்னய்யா பண்ணிற்றோம்?"

"பிலிப்புக்கு மருந்து வச்சி மயக்கிற்றமாண்ணம்."

"சரி வுடு. ராசேந்திரம் பொண்டாட்டி பாம்பன்காரி பேரு அல்போன்சா."

"மூக்கையூர்க்காரியா இருக்கும். இப்ப தீவுல இருக்கது பூதாவும் பாம்பன், அக்காமடம், தங்கச்சிமடம், ராமேஸ்வரம், வேர்க்கோடு எல்லாத்துலயுமே மூக்கையூர்க்காரங்கதாம்."

"கலியாணத்துல நல்ல சண்ட கேட்டியா."

"பாம்பன்ல நாலு தெருவு இருக்காம். ஒவ்வொரு தெருவுலயும் திரும்பும்போதும் தெருவுக்கு ஒரு வெத்தலப் பெட்டி வைக்கணுமாம். இது தெரியாம இவுங்கள்வ ஒண்ணு கொண்டு போனதுல பிரச்சனயாயி... நம்ம சேச புடிச்சி நிப்பாட்டுறதுக்குள்ள..."

வெள்ளையும் சள்ளையுமாய் பிச்சைக்கனி சுள்ளையோரம் நடந்து போனார். மடிப்புக் குலையாத வெள்ளை முழுக்கை சட்டைகளில் கைப் பகுதியை மடித்துவிட்டிருந்தார். நடையில் நிதானம் தெரிந்தது. வலைக்குடி, சங்குமால் பக்கம் இருக்கும் காளவாசல்கள் அனைத்தும் அவருக்கே சொந்தம். பீங்கான் ஆபீஸ் பக்கம் சுண்ணாம்பு அரைக்கும் ஆலையொன்று வைத்திருக்கிறாராம்.

"என்ன நாடார்வாள் கண்டுக்கிறாம போறிய... தூரமா?"

"திருனவேலி கோட்டுக்கு, கொலச கொல வழக்குக்கு இன்னைக்கி வாய்தா. நம்ம ஊரு வக்கீல் சாமுவேல் ஆசீர்வாதந்தாம் கேச நடத்துதாரு. ஆனா பெரியாள்க்களும் தலையிட்டுருக்காவள்லா."

"யாருண்ணம்?"

"காந்தியாரும் சொல்லியிருப்பாரு போல அதாம் அய்யங்காரும் கேசுல ஆசர் ஆவாரு போல..."

பிச்சைக்கனி கையாட்டியபடியே கடந்து போனார். கடைசி பெண்ணை மைத்துனன் காசி கூட்டிக்கொண்டு ஓடினாலும் வீட்டுக்கு அழைத்து வந்து செய்ய வேண்டிய மரியாதையைச் செய்திருந்தார்.

"ராசேந்திரம் பொண்டாட்டி எப்புடிண்ணம்?"

"நல்ல புள்ளயாம். மாப்புளயுஞ் சொன்னாரு."

"அவுருக்கு எப்புடி தெரியும்?"

“தோள்ல அடிபட்டப்ப...”

“ஓ... சரி சரி. எங்க தோணியிலயிருந்துதான எறக்குனோம். சவரியாப்பிச்சப்புள்ள மொவளா.”

“கஞ்சிக்கி வழியில்லயின்னாலும் சாதிசனங்கள கவனிக்கிறதுல, மூக்கையூர்க்காரங்களப் போல வராது.”

ஒருமுறை கூப்பிட்ட பிறகும் தம்பி வீட்டிற்கு வரப் பிரியப்படவில்லை என்பதை உணர்ந்த சவரிமுத்து மறு முறையும் அழைத்து அந்தோணிமுத்தை மனவேதனைப் படவைக்க விரும்பவில்லை. அந்தோணிமுத்தும் அதே எண்ணத்தோடே திரும்பியிருக்க வேண்டும். வீடு இருக்கும் தெருவையும் தாண்டி திரு இருதய மருத்துவமனை பக்கம் நடந்தபடியிருந்தவர் தன்னுணர்வு வந்தவராய் வீட்டை நோக்கித் திரும்பி நடந்தார்.

51

1945

கொல்லத்திலிருந்து பத்து கல் தொலைவில் சவராக் கடற்கரை. வடக்கிலும் தெற்கிலுமாக அரபிக் கடலுள்ளே துருத்திக்கொண்டிருக்கும் மேடான நில நீட்சி. இயற்கையன்னை தன் அழகையெல்லாம் அள்ளித் தெளித்திருக்கும் அற்புத பூமி. கரையில் கண்ணுக்கெட்டிய தூரம்வரை தென்னை மரங்களின் சலசலப்பு. இடையிடையே தலைநீட்டும் பாக்கு மரங்கள். அடர் நீல நிறப் பின்புலத்தில் காற்றில் அவை அசைந்தாடும் அழகு கண் கொள்ளாக் காட்சி. கருமணலும் செம்மணலும் திரிந்து பரந்து விரிந்த கடற்கரை மணற்பரப்பு. வடக்கே தெரிந்த தென்னந் தோப்புகளூடே பயணித்துக் கடலோடு கலக்கிறது பொழி. அதன் கரையில் காலிகட் ஓடு வேய்ந்த தொழிற்கூடங்கள். பக்கவாட்டில் கருமணற் குவியல்கள். ரிபேரோவின் சவர மணற் தொழிற் சாலை. நிழற்கூடங்களின் கீழே சாக்குப் பைகளில் மூடை பிடித்து அடுக்கி வைக்கப்பட்ட இல்மனைட். தெற்கே மணவாளக்குறிச்சியிலிருந்து வடக்கே சவர வரை கடற்கரை மணலில் இல்மனைட் செறிந்து கிடந்ததால் கடற்புறமே கருமணலாய் இருந்தது. நூற்றாண்டு காலங்களுக்கு முன்பிருந்தே தொடர்ச்சியாய் ஏற்பட்ட நிலச் சரிவிலும் மண் அரிப்பிலும், காற்றரிப்பிலும் கடற்கரையை நோக்கி வந்த தனிமங்கள் கடற்கரையில் தேங்கி மணலோடு கலந்து இன்று வியாபாரப் பொருளாய் மாறி இருக்கிறது.

குளச்சல் பக்கமிருந்து வந்த கூலிக்காரர்களுக்குப் பத்து அட்டிக்குமேல் போட முடியவில்லை. அப்படியே போட்டாலும் மொத்தமும் சரிந்து விழுந்தன. நிழற்கூடங்களின் கீழ் இடம் போதாமல்

426 ஆர். என். ஜோ டி குருஸ்

போக வெட்ட வெளியிலும் அட்டிபோட ஆரம்பித்தார்கள். அவையும் வெளிறி இத்துப்போக வேறு வழியே இல்லாமல் கொற்கையிலிருந்து மாசாணத்தின் கூலியாட்கள் வந்து கத்திரி அட்டி போடச் சொல்லிக் கொடுத்திருந்தார்கள். இருபத்தியைந்து அட்டி வரை போட்டுத் தூக்குகிறார்கள். ஒரு புறம் அட்டிபோட்டு மூடை அடுக்குவோரும் மறுபுறம் ஏற்கனவே போட்ட அட்டிகளிலிருந்து மூடைகளைத் தோளில் அடித்தபடி வந்து கரைபிடித்திருந்த வள்ளங்களிலேற்றுவோரு மாகச் சவராக் கடற்கரையே சுறுசுறுப்பாயிருந்தது.

கப்பல் ஏஜென்சி, ஸ்டிவிடோரிங் மட்டுமல்லாது ரிபேரோக்கள் அனைத்துத் தொழிலிலும் கால் பதித்திருந்த நேரம். பண்ணைச் சொத்தில் இளையவர் சில்வெஸ்டர் ரிபேரோவுக்குச் சவராக் கடற்கரையின் மணல் ஆலை கிடைத்திருந்தது. பெரியவர் இறந்த பின் மூத்தவர் செலஸ்டீன் ரிபேரோ கொழும்பிலேயே இருந்தார். லீனஸ் ரிபேரோவுக்கும் சென்னையில் கப்பல் ஏஜென்சி தொழில். எல்லோரும் வருடமொரு முறை கொற்கை மாதாவின் திருவிழாவோடு சந்திக்க முடிகிறது. செலஸ்டின் ரிபேரோவுக்குக் குழந்தை இல்லை. எல்லோருமே சில்வெஸ்டரின் திருமணத்தை எதிர்பார்த்துக் காத்திருந்தார்கள். மூத்த அண்ணி டாரத்தி வரும்போதெல்லாம் பிடுங்கி எடுத்துவிடுகிறாள். அது என்னவோ சில்வெஸ்டருக்கு லிடியாவைப் பிடிக்கவில்லை. கொற்கையிலும் கொழும்பிலும் யார் யாரெல்லாமோ பெண் கொடுக்கத் தயாராய் இருந்தும் சில்வெஸ்டர் அனக்கமில்லாதிருந்தார்.

கடற்கரை, கிட்டங்கிகள், ஆலை, அட்டிபோடுமிடம் என அனைத்து இடங்களிலும் கூலியாட்கள் பரபரப்பாய் இயங்கியபடியிருக்க, காட்டிலிருந்து இறங்கிய குரங்குக் கூட்டமொன்று மணல் மூடைகளில் அமர்ந்தபடி கூலியாட் களின் சாப்பாட்டுச் சட்டிகளின் மூடிகளைத் திறக்க பிரயத்தனப்பட்டபடியிருந்தது. தூரத்திலிருந்தே குரங்குகளின் சேட்டைகளைக் கவனித்தபடி வந்த வியாகுலமரியான் கையிலிருந்த குச்சியை ஓங்கியவாறே குரங்குகளை அடிக்கச் சாடி வந்தார். வியாகுலமரியான் ஓடுவதைத் தன் அறை யிலிருந்தவாறே கவனித்த சில்வெஸ்டர் வெளியே வர, குரங்குகளைப் பார்க்கும் ஆசையில் தகப்பனார் பின்னால் வேகமாக வந்த மார்கிரட் வெட்கத்தால் ஒதுங்கி நின்று வேடிக்கை பார்த்தாள். எதிரே மரக்கிளையில் அமர்ந்து மார்கிரட்டையே கண் கொட்டாமல் பார்த்தபடியிருந்த ஆண் குரங்கொன்று தன் குறியைக் கையில் பிடித்தபடியே அசைத்தவாறிருந்தது.

ஏற்றுமதிக்காகக் கப்பல் வந்து நங்கூரமிறக்கிய நாளிலிருந்தே மார்கிரட்டும் இங்கே இருக்கிறாள். தாயும் மகளும் முன்னால் பிள்ளைத் தோப்பில் இருந்தார்கள். சமீபத்தில் பிள்ளைத்தோப்பு, அழிக்கால் பகுதிகளில் காலரா பரவியதில் சேனம்மாள் இறந்துபோயிருந்தாள். வாரத்துக்கு ஒருமுறை பிள்ளைத்தோப்பு போய்விடுவார் வியாகுலமரியான். சேனம்மாள் இறந்த பிறகு இப்போது முதல் முறையாகக் கப்பல் மணல் ஏற்றுவதற்காக வந்திருக்கிறது. தந்தையாரை எப்படியோ சமாளித்து சவரா வந்திருந்தாள் மார்கிரட். அப்பா யாரோ முதலாளி முதலாளி என்கிறாரே அது யாரென்று பார்த்துவிட வேண்டுமென்ற துடிப்பு வேறு. முதலில் வேண்டாம் என்று மறுத்த வியாகுலமரியான் யோசித்துப் பார்த்தப்பின் பிள்ளையைத் தன்னோடே அழைத்து வந்துவிட்டார். கொழும்பில் ரிபேரோக்களிடம் கங்காணியாய் இருந்தவர். கூலியாட்களின் தந்திரம் தெரிந்து வேலைவாங்கத் தெரிந்தவர். வியாகுலமரியான் தன் மகளைக் கூட்டி வந்திருக்கிறார் என்று கேள்விப்பட்டிருந்தார் சில்வெஸ்டர். ஆனால் இதுவரையிலும் நேரில் பார்க்கவில்லை. வேலைகளை மேற்பார்வையிட அங்கங்கு செல்லும்போது கூலியாட்கள் பேசுவது அரசல் புரசலாகக் காதில் விழுந்திருந்தது. தங்க விக்கிரகம் போல்தானிருந்தாள் மார்கிரட். தன் பயத்தில்தான் வியாகுலமரியான் பிள்ளையைத் தனியேவிடாமல் தன்னோடு அழைத்து வந்திருந்தார். காதல், கீதல் என்று போகுமளவுக்கு தைரியம் இல்லாதவள் மார்கிரட். ஆனால் கடந்த மாதம் ஊரில் நடந்ததுபோலப் பிள்ளையை யாராவது முகமாத்து பண்ணிக்கொண்டு போய்விட்டால் என்ன செய்வது என்றே பயந்து போயிருந்தார். யாரோ 'பெண் ஓடி வந்தாளே ஏன் நின்றுவிட்டாள்' என்று மனசை போட்டுப் பிராண்டியது சில்வெஸ்டருக்கு. நினைத்தால் மார்கிரட்டை நேரில் வரவழைத்தே பார்க்க முடியும் ஏனோ செய்யவில்லை. சிறிது தூரம் வியாகுலமரியான் பின்னாலேயே நடந்தவர் தென்னை மர நிழலில் நின்றுவிட்டார். அங்கங்கே தென்னை மர நிழலில் சிறு சிறு குச்சில்கள். மார்க் சட்டையில்லாத பெண்கள் அடுப்புக் கூட்டிச் சமைத்தவாறும் பிள்ளைகளுக்கு பாலூட்டியவாறும் இரு மரங்களுக்கிடையே ஆடிய தொட்டிலை ஆட்டியவாறும் அவரவர் வேலைகளில் ஈடுபட்டிருந்தார்கள். சிறிது நேரம் மரங்களுக்கிடையே ஆடிய தொட்டில்களையும் புகைந்த அடுப்புகளையும் பார்த்தபடி நின்றிருந்த சில்வெஸ்டர் நடந்து அலுவலகத்தின் முன்னே வந்து நின்றார்.

'இத்தன வயசான பொறவு எதுக்குக்கா கலியாணம். எல்லாம் எந்தப்பு. தம்பி அந்தப் புள்ள லிடியாவும் அப்புடியே

கரிஞ்சி போச்சி. சும்ம எப்ப வந்தாலும் விடியா விடியான்னு உயிர வாங்காதக்கா... அது என்னமோ தெரியிலக்கா இந்த மணல் கம்பெனி எம்புள்ளமாரி. இத்தன பேரு வாழ்க்கக்கி வழி சொல்லுற இந்த நிர்வாகத்த வுட்டுட்டு என்னய கலியாணம் பண்ணுன்னா குடும்பப் பொறுப்பு வந்திரும் நம்மளால மச்சானமாரி இருக்க முடியுமா.'

யாரோ தன்னை ஊடுருவிப் பார்ப்பதை அனிச்சையாய் உணர்ந்தவராய்த் தலையை நிமிர்த்திப் பார்க்க தேவதை யொன்று கொல்லத்து ரயிலடியிலிருந்து மாட்டுவண்டிகளில் வந்திறங்கியபடியிருந்த சாக்கு மூடைகளின் பின்னால் மறைவது தெரிந்தது. எட்டிப் பார்க்க நினைத்த சில்வெஸ்டர் தன் சுயகௌரவம் தடுக்க அசையாமல் நின்றிருந்தார்.

'வாலிப வயசுல தாய எழக்குறது கஷ்டந்தாம். அப்பா கிட்ட எல்லாத்தையும் சொல்ல முடியுமா. பாத்திருலாமின்னு பாத்தா... யாவே கடந்த பின் மோயிசனால் அவரின் பின் புறத்தைத்தான் பார்க்க முடிந்ததாம். அந்தப் பிரகாசத்துலேயே முகம் வெளிறிப் போச்சாம். அங்கிள் தப்பா நெனப்பாரோ. டாரத்தி மதினியிருந்தா நம்ம எண்ணத்தச் சொல்லி யிருக்குலாமோ. ஒவ்வொருத்தரயும் பற்றிக் கவலப்படுறம். என்னயப் பத்தி எப்ப கவலப்படப்போறம். கவலைப் படாதீர்கள். உங்கள் சிரசிலுள்ள ஒவ்வொரு முடியும் எண்ணப்பட்டிருக்கிறது. அதில் ஒன்று விழ வேண்டு மானால்கூட அவர் சித்தமில்லாமல் விழாது. அவர் எவர்...'

பக்கத்தில் வந்திருந்த வியாகுலமரியானைக் கவனித்திருக்க வில்லை. முதலாளியின் எண்ண ஓட்டத்தைப் புரிந்திருப்பாரோ என்னவோ வியாகுலமரியானே அழைத்தார்.

"என்ன மொதலாளி சிந்தனயில இருப்பியபோல."

அசடு வழியும் முகத்தோடே திரும்பியிருந்தார் சில்வெஸ்டர். எதிரே கடலில் திரும்பி வந்து நங்கூரமிட்டிருந்த தோணிகள் மாறி கிழக்கு மேற்காய் நின்றிருந்தன. நீவாடு மாறியிருக்க வேண்டும். வியாகுலமரியானின் முகபாவனை கள் மாறியதிலிருந்து பின்னால் யாரோ வந்து நிற்பதை உணர்ந்த சில்வெஸ்டர் திரும்பவும் முடியாமல் பேசவும் முடியாமல் விக்கித் திணறினார். மார்கிரட்டின் நிலையே வேறு மாதிரியிருந்தது.

"அதச் சொன்னீங்களாப்பா."

"வாய வச்சிகிற்று சும்மயிருக்கமாட்டியாக்கும்." தடுத்தார் வியாகுலமரியான்.

"என்ன சொல்லுறீங்க அங்கிள். அவங்க பேசட்டும்."

சில்வெஸ்டர் மரியாதையாய் அழைப்பதில் தனக்கு உடன்பாடில்லாததை முகபாவனையில் தெரிவித்தாள் மார்கிரட்.

"நல்ல நடயின்னு வேல நடந்துகிற்று இருக்குது. இவ வேற இந்த நேரத்துல எதையாவது சொல்லி பிரச்சன பண்ணிறப் போறா. காலயிலே உப்புச் சட்டி தவறி உழுந்து ஒடைஞ்சி போச்சாம், எங்க ஆத்தா கெழவிமாரி அது என்னமோ நல்ல சகுனமில்லயிங்குறா."

அவளது அக்கறை பிடித்திருந்தது. ஏதோ ஒரு இனம் புரியாத ஈர்ப்பு மார்கிரட் மேல் வருவதை சில்வெஸ்டர் உணராமலில்லை. கடலில் சாம்பல் பூச்சினூடே கப்பலோடு அணைத்திருந்த மூன்று தோணிகளும் தெரிந்தன. மற்ற மூன்று தோணிகளும் நடுக்கடலில் நங்கூரமிட்டிருந்தன. எல்லாமே கொற்கை பவுல் தண்டலின் ஏற்பாட்டில் மணல் நடை செய்ய வந்த கொற்கைக் கப்ப நடைத் தோணிகள். அவற்றைச் சுற்றிலும் கரையிலிருந்து மணல் மூடைகளைக் கொண்டு சென்ற குளச்சல் வள்ளங்கள். தோணிகளின் பக்கவாட்டில் அடித்திருந்த பலகைகளோடு வள்ளங்களை அணையவிட்டு மணல் மூடைகளைத் தூக்கி மேலே கொடுத்தார்கள். தோணியின் பலகைகளில் நின்றிருந்தவர்கள் மூடைகளை வாங்கி, தோணியினுள்ளே கொடுக்க அங்கே உள்ளடியில் நின்றிருந்தவர்கள் அந்த மூடைகளை தோணிக்குள் தயாராய் விரித்து வைத்திருந்த வலைகளில் அடுக்கினார்கள். வலைகள் மூன்று வரிசையாய் வரிசைக்கு பத்து வலையாய் தயாராய் இருந்தன. உள்ளடியில் நின்றிருந்த அந்தோணிமுத்தும் நெப்போலியும் சுறுசுறுப்பாய் அங்கு மிங்கும் ஓடியாடி வேலை பார்த்தார்கள். மூடைகளை தூக்கி வலைகளுக்குள் அடுக்குவதற்குக் கூலியாட்கள் இருந் தாலும் வேலைப் பக்குவத்திற்காகத் தோணி லஸ்கர்கள் தேவையாய் இருந்தார்க்ள்.

"மடக்கு வெட்டு போட்டுக் கெட்டச் சொல்லுங்க" என்றான் ரஞ்சன்.

"நம்ம கணக்கு வலைக்கி நூறு மூட. கணக்கு பாத்து அடுக்குவியா. கத்திரி வெட்டு மயிரு வெட்டுன்னுகிட்டு இருக்க" என்றார் அந்தோணிமுத்து.

முடிந்தவரைக்கும் வலைக்குமேல் வலை விழாதவாறு கிரமமாய் அடுக்கினார்கள். மேல் அட்டிபோடுவதைத்

தவிர்த்தார்கள். கப்பலோடு அணையவிட்டால் நான்கு புறக் காதுகளையும் தூக்கிக் கொக்கியில் மாட்டவேண்டும். மேலிருந்து அல்போன்ஸ் தண்டல் குரல் கொடுத்தார்.

"வல சிக்கார வந்திற்றாச் சொல்லுங்க."

"கீழதாம் ஆளு நிக்கிதில்ல தூக்கிப் போடக் கூடாதின்னு சொல்லுங்க. கண்ணுக்குள்ள மண்ணு வுழுது, கெட்டியிருக்க கயிறும் அவுந்திருது."

"நமக்கென்ன ரஞ்சம், வலைக்கி இத்தன மூடயின்னு கணக்கு, மூட பிஞ்சி வந்தா அப்புடியே அடுக்கிற்று போறது...!" என்றார் அந்தோணிமுத்து

இரண்டு மூன்று நாளில் முடியும் என்று எதிர்பார்த்து வந்த வேலை முடிந்தபாடில்லை. கொற்கையில் பொண்டாட்டி பிள்ளைகள் நினைப்பிலிருந்தார் அந்தோணிமுத்து.

"மெதுவப் போடுயின்னா கேக்காயிருவான்வ, வுடு... நமக்கெதுக்கு வம்பு அவன்வ வாய்க்கிள கெடந்து அறபடணுமின்னு."

"சரி சரி வா தேரம் பொழுது அடையப் போவுது. கப்பக்காரம் கிரேன நிப்பாட்டிருவாம்" என்றார் அந்தோணி முத்து.

கரையிலிருந்து பார்ப்பதற்கு நூற்றுக்கணக்கான வத்தைகளும் வள்ளங்களும் நடை செய்வது எறும்பு ஊர்வது போலிருந்தது. ஏற்றுமதி ஆரம்பித்த தொடக்கத்தில் வேறு விதமாய்ச் செய்தார்கள். கரையிலிருந்து வந்த வத்தைகளே பாயடித்துக் கப்பல்வரை வந்தன. கப்பலோடு நாலைந்து வள்ளங்களை அணையவிட்டுத் தெப்பம்போல் சேர்த்துக் கட்டி அதன் மேல் பலகையடித்துத் தளம் பரப்பி சாய்ப்புப் பலகை போட்டுத் தலைச்சுமை எடுத்தபடி கூலியாட்கள் கப்பலுக்குள் கொண்டுவந்தார்கள். உள்ளே வர வர மூடைகளை அவிழ்த்துவிட்டு மொத்தமாகத் தட்டி வெற்றுச் சாக்குகளை மடித்து வள்ளங்களில் கரை அனுப்பிவிடுவார்கள். ஆனால் காற்றடிக் காலங்களில் வள்ளங்கள் சரக்கோடு மூழ்கின. மிகப் பெரிய சேதங்கள் ஏற்பட்டதால் கொற்கை யிலிருந்து வந்திருந்த பொனிப்பாஸ் தண்டலும் வியாகுல மரியான் பிள்ளையும் பேசி முடிவெடுத்ததில் கரையிலிருந்து வள்ளம், வள்ளத்திலிருந்து தோணி பிறகு தோணியிலிருந்து கப்பல் என்றாகியது.

பொழுதுமுகம் அடைய, வத்தைகள் அனைத்தும் கரையிழுக்கப்பட்டுக் கூலியாட்கள் அங்கங்கே அடுப்பு மூட்டி

சோறு பொங்க ஆரம்பித்தார்கள். தலைச்சுமைக்காரர்கள் தனியாகவும் வள்ளக்காரர்களும் வத்தைக்காரர்களும் தனியாகவும் குச்சில் போட்டுத் தங்கியிருந்தார்கள். எல்லோருக்குமே அரிசி, புளி, மசாலை சமான்கள் கண்காணிக்கப்பட்டு வழங்கப்பட்டன. கொற்கைத் தோணிக்காரர்களுக்கு மட்டும் குடும்பமில்லாததால் கம்பெனிக்காரர்களே சாப்பாடு பொங்கிப் போட்டார்கள்.

நல்ல நிலவொளி. கடற்கரையில் நின்றபடியே சுற்றிலும் மக்கள் புழங்குவதை வேடிக்கை பார்த்தபடி நின்றிருந்தார் சில்வெஸ்டர் ரிபேரோ. பெரிய படிப்பாளி, சொத்துக்காரர். ஆனாலும் இந்த மக்களோடு மக்களாய் இருப்பதில் அவருக்கு ஆனந்தம். வியாகுலமரியானும் அருகே வந்து நின்றார்.

"என்னய்யா காலயிலயிருந்தே ஓடியாடிகிட்டு இருக்கியள, சாப்புட்டுட்டு படுக்கக் கூடாதா?" கேட்டார் வியாகுல மரியான்.

"அது என்னவோ அங்கிள், எனக்கு விருந்துலயும் ஆட்டம் பாட்டத்துலயும் விருப்பமில்ல. அங்க பாருங்க எத்தன அடுப்பு எரியிது, எத்தன குடும்பம் சந்தோஷமாச் சாப்புடுது. அவுங்க முகத்துலயிருக்க அந்தத் திருப்தியப் பாருங்க."

"..."

"என்னவோ இந்தமாரி திருப்தியான மொகங்களப் பாக்குறதுக்கு எனக்கு ரெம்ப புடிச்சிருக்கு. இந்த சந்தோஷத்துக்காகவே இன்னும் வேகமா ஓடலாம்."

கரையில் தென்னையைத் தாலாட்டி வந்த தென்றல் இதமாய் வந்து வருடியது. வெகுவாய் உள்வளைந்த கடலாகையால் மடக்கடியும் குறைவாகவேயிருந்தது.

"எம்பொண்ணும் இப்புடித்தாம்ய்யா பேசுறா, என்னயிருந்தாலும் படிச்சதுவ படிச்சதுவதாம்."

"இந்தமாரி எண்ணங்களுக்குப் படிப்பு மட்டுமே காரணமில்ல. அடிப்படையான இயல்பு முக்கியம். ஒங்க பொண்ணு படிச்சிருக்காங்களா?"

"எய்யா தேர்டு ஃபார்ம் வரைக்கிம் படிச்சிருக்கா இதுக்கு மேல என்னத்த படிக்க வைக்க. படிக்க வச்சா மாப்புளக்கி எங்க போவ. நாலு எழுத்து படிச்சாலே கொழும்புக்கு ஓடிருறான்வ. கொமறு காரியம் பாத்தியளாய்யா, அதிக நாள் வீட்டுல வைக்க முடியாது. அதாம் குட்டையோ நெட்டையோ யாரோ ஒரு நல்ல பொடியனாக்

கெடைச்சா முடிச்சிற வேண்டியதாம். கோமப்புள்ளய வீட்டுல வச்சிகிற்று, வேல செய்யிற எடத்துல நிம்மதியா இருக்க முடியில."

கடற்கரையில் வெள்ளத்திற்கு ஏறு தண்ணீர் வரும் இடம்வரை விட்டுவிட்டு அங்கங்கே படுத்து உறங்கினார்கள். அந்தோணிமுத்தும் நெப்போலியும் கொற்கையிலிருந்து வந்திருந்த மற்ற லஸ்கர்களோடு மணலிலேயே படுத்துக் கிடந்தார்கள். ரஞ்சன் மெதுவாகப் பக்கத்தில் படுத்திருந்த மொடுதகம் போத்தியின் வாயைக் கிண்டினான்.

"என்னா போத்தி, நகயக் காணும் நகயக் காணுமின்னு கூ... கூன்னு கெடந்திச்ச. எடுத்தவன உட்டுட்டு காட்டுனவன போட்டுத் தள்ளிற்றியள்வ."

கரகரத்த தொண்டையைச் செருமியவாறு பதில் கொடுத்தார் பெரியவர் மொடுதகம்.

"எடுத்தவன வுட்டுட்டு ஊர்ல எவம் பணக்காரம் அவம்பேரக் கெடுங்கயின்னு துரத்திகிட்டு அலஞ்சான்வ யில்ல."

கொற்கையில் ஆசிரியம் பாட வேண்டுமென்றால் அதற்கு மொடுதகம் பிள்ளைதான் வர வேண்டும். சிம்மக் குரலில் சாரீர சுத்தமாகப் பாடுவார். இப்போது வந்திருக்கும் மைக் செட்டே தேவையில்லை.

"போத்தி சந்தனமாரி கோயில்ல இன்னும் கொட எடுக்குறியள இது ஒங்களுக்குத் தப்பாப் படுல்லியா?"

சித்திரை இறுதியில் வரும் சந்தன மாரியம்மன் கொடை விழாவை மெய்யல்பிள்ளை வம்சாவளிகள் எடுக்கிறார்கள். கிறிஸ்துவர்களாக இருக்கிறோமே என்ற பாகுபாடே இல்லை. மெய்யலின் பூட்டனுக்கும் பூட்டன் காலத்திலிருந்தே தொடர்ந்து வரும் பழக்கமாம். சந்தனமாரி பரத்தி அவள் நம்முடைய ஆத்தா என்றும் சொல்வார் மொடுதகம்.

"ஆசிரியம் பாடுன்ன, இப்ப என்னமோ கோட்டு கச்சேரியில கேள்வி கேட்டமாரியில கேக்குற."

"எல்லாரும் கிறிஸ்தவமின்னு கோயிலுக்குப் போறோம் மாறி என்ன இந்தப் பழக்கம்."

குரலெடுத்துச் சிரித்தார் மொடுதகம்.

"சொல்லிற்று சிரிங்க" என்றார் அந்தோணி முத்து.

"எல யாரு புதுசு யாரு பழசு. பொண்டாட்டி வந்த வொடன கோத்தாள வுட்டுருவியாக்கும்."

அந்தோணிமுத்து முகத்தைத் திருப்பிக்கொண்டார்.

"கால காலமா அவளத்தாம் கும்புட்டோம். இவஞ் சாமிமார் அத்தன பயலும் யோக்கியம். மத்தெல்லாம் பேயி, போறியா..."

"சரி கோவப்படாம பாடுங்க."

"எய்யா ரஞ்சம், ஓங்க ஆத்தாள பெத்த போத்தி தோமாஸ் தண்ட இருக்காரே முனியசாமி அடிச்சி செத்தவரு... அவுரு கோயில்ல தேதேயும் பாடுனா... எப்புடி இருக்கும் தெரியுமா?"

குரலெடுத்துப் பாடினார் மொடுதகம். அவர் பாட்டுக்கு கட்டுப்பட்டது போல் அந்தப் பிராந்தியமே அமைதி காத்தது.

"வானகத்தார் வையகத்தார்
வாழ்த்தும் பனிமயமே
கானகத்தார் செந்தேனே கண்மணியே.
வானிடை தவழும் பன்னிரு மீனை
வளர்சுடர் மகுடமாய்
வேய்ந்த மாதாவே
கானிடை கடலிடை வருந்துவர் பாது
காவலா யவரிடர் தீர்க்கும் மாதாவே."

"அடல்விளை டச்சியர் கொடுமையால் கொற்கை
ஆண்டுழ ரேழ்வாழ் கொற்கை மாதவே
கடல்வளை எழுதுறை அடைக்கலத் தாயெனக்
கலைவலோர் வாழ்த்தும் பரதவர் மாதாவே."

"சும்ம மாதா வணக்கந்தாம் படிப்பியளாக்கும் வேற பாட்டேயில்லியா" என்றான் ரஞ்சன்.

"வில்லாதி வில்லமெல்லாம் இருந்திருக்கான்வ. ஆனா பூதாவும் இப்புடியே மாதா வணக்கம், அந்தோணியார் வணக்கம், சேசின் திரு இருதய தோத்திரமின்னே பாடி யிருக்கான்வ. வெளிய தெரியாமலே போயிற்றான்வய்யா."

"அத வுடுங்க, பாண்டியபதி பட்டாபிசேகத்துக்கு பாடுனதையாவது பாடுங்க" என்றார் அந்தோணிமுத்து.

"இந்துவின் குலப்பரத பாண்டியர்க் கிறைவனே
எழின் மாட்சி பெற்ற மகிபனே!
இரும்மகிமை பெறுமன்னர் மூரண் டாயிரத்
திருபதுமா பாண்டியர் சேர்ந்திங்

கியற்றிய தவமிதே செய்தநல் லறமிதே
எவரிதை மறுக்க வல்லார்
இளம் சிம்ம வள்ளலே யத்னாபுர வதிபதி
எமையாள வந்த பூபதி
செந்தமிழ் வளர்த்ததொல் காயனக ராள்பஞ்ச
சேர்ப்பர்வம் மிசவ முதியே
சீர்மதுரை யாண்டகுல சேகர மாறனே
திருமந்த்ர நகர் முருகனே
செந்தில் வாழ் கந்தனாஞ் சேவலாங் கொடியினன்
தேர்வடம் நீதொ டாது
தெருவிசயம் வரானெனின்னதுமேன் மகத்துவம்
தீட்டிட வெவரா லாமோ
நிந்தையறு புரூரவா எவரையும் வணங்காத
நெடு மகுட துரியோதனா
நீணில மீதினிற் சுற்றத்தார் ரன்யரென
நினைக்காத வுனது செங்கோல்
நிருமல னாலய மிழைத்திடச் செம்பொனும்
நேருயர் சந்தன மரமும்
நிதிவள ருவரிநன் னகரிருந் தேற்றவன்
நீதியிற் செழித்த சாலமோன்
முந்திய கோலென நீடுழி வாழ்கவே
முரண்பட்ட துட்ட ரஞ்சும்
முதியவுன் நாமவேல் பல்லாண்டு வாழ்கவுன்
மூவேழு துவஜம் வாழ்க
மூவுல கனைத்துமே காத்தளிப் பவனான
முதல்வனை யெமக் களித்த
மோட்சதூய் ராக்கினி பனிமய தேவதாய்
முன்னின்று வர மருள்கவே!"

பாடி முடித்தபின் பிறண்டு பார்த்தால் இருவருமே குறட்டை விட்டுத் தூங்கியபடியிருந்தனர். ஆனால் பாடுவதை கேட்ட சில்வெஸ்டர் ரிபேரோ தென்னை மரத்தடியிலமர்ந்து மொடுதகம் பாடுவதை வரி விடாமல் ரசித்தபடியிருந்தார். தொண்டையைக் கனைத்து இருமித் துப்பிய மொடுதகம் கூனை வளைத்தபடி எழுந்து சிறிது தூரம் கடற்கரையில் நடந்து மூத்திரம் பெய்துவிட்டு வந்தார்.

நடுச்சாமமிருக்கும். பூவென ஊதுவதற்குக்கூட காற்றில்லை. படுக்கையிலிருந்து எழுந்து வெளியே எட்டிப் பார்த்தார் சில்வெஸ்டர். மரங்களின் இலைகள் அசைந்தது போலில்லை. வானில் மேகம் சூழ்ந்திருந்ததால் நட்சத்திரங் களைக் காணவில்லை. கடற்கரையில் படுத்திருந்தவர்களூடே நடந்தார். பல விதமான குறட்டைகள். விதவிதமாகப் படுத்திருந்தார்கள். இரு கைகளையும் தலைக்கு அண்டைக் கொடுத்தபடி மல்லாக்க, கமுரடித்து, சரிந்து, ஒரு புறமாய் ஒருக்களித்து, காலையுங் கையையும் சுருக்கி, இரு கைகளையும் தொடைகளுக்கு இடையில் பூத்துக்கொண்டு, தலையை மண்ணுக்குள் பூத்துப் பின்புறத்தை உயர்த்தி, முட்டுயர்த்தி, கால் மடக்கி காற்று இல்லாததால் அவர்களிடம் அசைவு தெரிந்தது. பெரும்பாலும் அசதியில் உறங்கியபடியே இருந்தார்கள்.

சிறிது நேரத்தில் கடும் காற்று வந்து மோதியது. தென்னையும் பாக்கு மரங்களும் பேயாட்டமாடின. அரக்க பரக்க பிள்ளை குட்டிகளைத் தூக்கிக்கொண்டு எழுந்து நின்றார்கள். மழைத்துளி விட்டுவிட்டு துளி மழை... கொடுந்துளி மழை. சாந்த சொரூபமாய் இருந்த கடல் முழங்கி நுரை பொங்கிச் சாடியது. கரையிழுக்கப்படாமல் அலையிலாடியபடியிருந்த வத்தைகளையும் வள்ளங்களையும் தூக்கி எறிந்தது. கிடைத்ததைச் சுருட்டியபடி தோப்புள்ளே ஓடுகிறார்கள். எங்கும் இருட்டுக் கசம். பளீர் பளீரென நேர்கோட்டில் தரையிறங்கியது மின்னல். இப்போது இருட்டில் தட்டித் தடவி எல்லோருமே முதலாளியின் குடில் முன்னே.

காற்று வேகமெடுத்து வீச வீச அதற்கு ஈடுகொடுத்துச் சரிந்து சாடியது மழை. ஓ வென்ற காற்று. காவாய்ச் சத்தம். கிட்டங்கிகளின் மேல் கூரைகள் காற்றில் படபடத்துப் பறந்தன.

“தோணிய நங்கரந் தட்டி மோடேறிறும்” என்றார் அல்போன்ஸ் தண்டல்.

“கப்பக்காரனப் பத்தி பயமில்ல நங்கரத்த தூக்கிற்று பொசலுக்கு சாப்பாக்கிற்று வெலங்கு கடலுக்குப் போயிருவாம்” என்றார் பெரியவர் மொடுதகம்.

“நல்ல காலத்துக்கு பார் கடயில்ல.”

“அவசரத்துக்குன்னுதான வந்தோம். இல்லாட்டி இது இங்க வார காலமா.”

விடியும் நேரம், மழை சொட்டச் சொட்ட குழந்தை குட்டிகளோடு நின்றிருந்தார்கள். மலைக் காடுகளிலிருந்து தென்னந்தோப்புகள் வழியே பாய்ந்து வந்த மழைவெள்ளம் அங்கங்கே பொழியெடுத்துக் கடலில் கலந்தபடியிருந்தது. மேகங்கள் விலகித் தென்னை மரங்களினூடே கதிரவனொளி ஊடுருவியது. கடலுக்குள் கப்பலுமில்லை தோணிகளுமில்லை. வத்தைகளும் வள்ளங்களும் அங்கங்கே வீசி எறியப்பட்டுக் கிடந்தன. வடக்குப் பொழிக்குள் மூன்று தோணிகளும் தெற்கே இரண்டு தோணிகளும் தென்னை மரங்களிடையே ஒரு தோணியும் மோடேறி நின்றன.

"மொதலாளிய எங்க?" கேட்டார் வியாகுலமரியான். பதறித் திரும்பியது முழுக் கூட்டமும். இதற்கு மேலும் குரல் கொடுக்காவிட்டால் பதறிவிடுவார்கள் என்று உணர்ந்தாரோ என்னவோ "இங்கதாம் இருக்கிறம்" என்றவாறு கூட்டத்திலிருந்தே வெளியே வந்தார் சில்வெஸ்டர் ரிபேரோ.

"யாரும் எதப் பற்றியும் கவலப்பட வேண்டாம். ஒங்களுக்கு ஏற்பட்ட நட்டத்த கம்பெனி பொறுப்பெடுத்து செய்து தரும். தோணிகளையும் வள்ளங்களையும் இழுத்து எடுக்க ஏற்பாடு பண்ணுங்க. எல்லா பராமரிப்பு செலவயும் கம்பெனி பண்ணித் தரும்."

பக்கத்தில் நின்றிருந்த வியாகுலமரியானை அழைத்த சில்வெஸ்டர் சொன்னார்.

"யாருக்காவது அடி பட்டுருக்காயின்னு பாத்து மொதல்ல அதுக்கு சிகிச்சைக்கி வழி பண்ணுங்க."

கையெடுத்துக் கும்பிட்டபடியே "மகராசனா இருங்கைய்யா" என்றது கூட்டம். உள்ளம் நெகிழ்ந்து நின்றிருந்தார்கள். எங்கிருந்து வந்தது அந்தச் சுறுசுறுப்பு. அங்கங்கே அடுப்புகள் பற்றவைத்து உணவு தயாரிக்க ஆரம்பித்து விட்டார்கள்.

"சூனாப்புள்ள காட்டுல மழதாம் போல."

"புள்ள குட்டிக்காரம் பொழைச்சிற்றுப் போறாம்" என்றார் மொடுதகம்.

பொழுது உச்சிக்கு வந்தபோது கடலில் கப்பல் வருவது தெரிந்தது. பொழிக்கரையில் வளைந்து நீண்டிருந்த தென்னையிலமர்ந்து நடப்பவற்றை வேடிக்கை பார்த்தபடியிருந்தாள் மார்கிரட். தன் போக்கிலேயே பொழியருகே தன்னை இழுத்துச் சென்ற கால்களை சில்வெஸ்டரால் கட்டுப்படுத்த முடியவில்லை.

52

1945

வெகுநாள் கூடி மணல் தெருவில் பல்டோனா கடைப் பக்கம் வந்திருந்தார் பிலிப். எப்போதும் போலவே கூட்டத்துக்குக் குறைவில்லாதிருந்தது. அலுவலகத்தின் முகப்பிலேயே கறுப்புக் கோட்டும் காதில் கடுக்கனும், தோளில் நேரியலுமாய் படமாய்த் தொங்கினார் வல்தாரிஸ் பல்டோனா. வலது புறம் குருஸ் பல்டோனாவுக்கு ஒரு அறையும் இடது புறம் மிக்கேல் பல்டோனாவுக்கு மற்றொரு அறையும் நடுவில் பெஞ்சமின் பாய்வா அமரும் கல்லாவு மிருந்தன. வழக்கமாக இடி இடித்தது போல் ஒலிக்கும் பெஞ்சமின் பாய்வாவின் சத்தம் குறைந்திருந்தது. பிலிப் வெகுநேரம் நின்று வல்தாரிஸ் பல்டோனா வின் படத்தையே உற்று நோக்கியபடியிருந்தார். எல்லாமே நேற்று நடந்தது போலிருந்தது.

பெரியதுறையிலிருந்து கொற்கை வந்தது. சித்தி வீட்டிலிருந்து அலறியடித்து ஓடியது. சந்தனமாரி கோவிலில் புளிய மரத்தடியில் படுத்து உறங்கியது. ஆண்டாமணி மாமா கூட்டிக்கொண்டு போனது. தேவசானாவோடு சங்குச் சதை எடுத்தது. லொஞ்சின் சின்னய்யாவோடு பல்டோனா கடைக்கு வந்தது. பெஞ்சமினிடம் சின்னய்யா சிபாரிசு பண்ணியது... பெரியவர் படத்திலிருந்து கண்களை அசைக்காமல் பிலிப் நின்றிருந்ததைக் கடையுள்ளே வந்து போனவர்கள் விநோதமாய்ப் பார்த்துவிட்டுப் போனார்கள். பிலிப் பழைய நினைவுகளில் மூழ்கி யிருந்தார்.

“எய்யா, இது யாரு லொஞ்சி... அண்ணம் மொவம் பிலிப்பா!”

பெரியவர் பெஞ்சமினின் குரல் கேட்க, நிஜ உலகத்துக்கு வந்திருந்தார் பிலிப். தலையில் நரைவிழுந்து கூன் போட்டிருந்தார் பெஞ்சமின். இருமித் துப்புவதற்காகப் பக்கத்திலேயே படிக்கம் வைத்திருந்தார். தொலைபேசியில் யாருடனோ பேசியபடியிருந்தார். பிலிப்பைப் பார்த்தவர் தொலைபேசியின் கீழ்முனையைக் கைகளால் பொத்தியவாறு சொன்னார்.

"எய்யா கொஞ்சம் பொறு இந்தா வாரம். நம்மகிட்ட இருக்கதெல்லாம் ரண்டு மரந்தான. அதாம் புதுசா வைக்கிறதுல மூணு மரம் வைக்கிலாம். இப்ப ரண்டு மரத் தோணியள்ல எவம் ஏறுறாம்."

"..."

"இருநூத்தியம்பது, முன்னூறு டன்னு எடுக்குமின்னு நெனக்கிறம். தொழிலுக்கென்ன பெரியவரு போனாலும் ஓங்களுக்குக் கூரய பிச்சிகிற்று கொட்டுது."

"..."

"இப்ப எல்லாமே குருஸ் மொதலாளிதாம். சிங்கராயரு தோணி வச்சா கண்டுக்கிறமாட்டாவ, ஆனா கர்டோசா, தல்மெய்தா ஆள்க்க வச்சாத்தாம் பிரச்சனயே. எய்யா பிலிப்பு, காபி என்னமாச்சும் குடிக்கிறியா?"

"நீங்க பேசுங்க. ஓங்களப் பாக்கணும்போல இருந்திச்சி அதாம் வந்தம்" என்றார் பிலிப். பெஞ்சமின் தொலைபேசியில் தொடர்ந்தார்.

"வேறொண்ணுமில்ல, எல்லாம் இந்த மேசைக்கார பிரச்சனதாம். முன்னால, என்ன முன்னால... இப்ப மட்டும் எங்க மதிக்கிறாங்க அவுங்கள்வ பேசுறதே இவுங்கள்வளுக்குப் புரியாத."

பேசிக்கொண்டே சுற்றுமுற்றும் பார்த்தார் பெஞ்சமின்.

"வேல கெடக்கு ராத்திரிக்கிப் பேசுங்க. மூத்தவரு வேற இல்ல. பம்பாய்க்கி குடும்பத்தோட போயிருக்காவ."

"..."

"நம்மதாம் பாக்கணும். சரி பொறவு பேசுங்க" தொலைபேசி இணைப்பைத் துண்டித்தார் பெஞ்சமின்.

"கொழும்புலயிருந்து டிரங்கால். தண்டலாயிற்றியாம...!"

புன்முறுவல் பூத்தார் பிலிப். வயதாகி பல்டோனா கடையே உலகமென்றிருந்தாலும் வெளியில் நடக்கும்

கொற்கை

சம்பவங்களையும் பெஞ்சமின் தெரிந்து வைத்திருந்தது ஆச்சரியமாய் இருந்தது. பக்கத்திலிருந்த ஸ்டூலிலிருந்த கணக்கு நோட்டுப் புத்தகங்களை எடுத்துக் கடைப் பையனிடம் கொடுத்து அலமாரியில் வைக்கச் சொன்ன பெஞ்சமின் பிலிப்பை அந்த ஸ்டூலில் அமரும்படி சொன்னார்.

"பவுலு நல்லவம்ய்யா. இவுங்களும் என்னமெல்லாமோ பண்ணிப் பாத்தாவள எதும் பண்ண முடியலய. இன்னைக்கி வந்த நாடாக்கமாரு எப்புடி ஒத்துமயா இருக்காங்க பாரு. தோணிப் பாலத்துல புடிக்கிறதுலயிருந்து சரக்கு போடுறதுலயிருந்து என்னமெல்லாமோ பண்ணிப் பாத்தாவள."

டமடமவெனச் சத்தம் வந்தது. வெளியே எட்டிப் பார்த்தார் பிலிப். இரண்டு உருட்டு பீப்பாய்களை உருட்டிக் கொண்டுவந்து மூலையில் வைத்தார்கள்.

"மொதலொளி மூத்தவரு கொழும்புத் தண்ணிதாம் குடிப்பாரு."

"ஆளு இல்லியோ...!"

"போன வாரந்தாம் பெங்களூருல குதுர ரேசுக்கு போயிற்று வந்தாரு. இப்ப குடும்பத்தோட எல்லாரும் பம்பாய்க்கி போயிருக்காவ."

"எப்புடி, ரயில்லயா?"

"புதுசா ரண்டு காரு வாங்கியிருக்கில்ல... வீட்டுல இருக்க பொம்புளய பாத்த பார்வ."

"எல அங்கன பேயறைஞ்சவம் மாரி நிக்கிறவம் எவமுல, பேங்குல பணத்தக் கெட்டியாச்சா? அந்த நாள்லயிருந்தே கர்டோசா ஆள்க்க சேசு பொறப்புக்கு உடுதுணி எடுக்க தஞ்சாவூர் போயிற்று அப்புடியே மெட்ராசு வர போயிற்றுத்தாம் வருவாவ. இது வருசா வருசம் நடக்குறது. கொழும்புலயிருந்து வார ரிபேரோ ஆள்களும் போவாவ. இப்ப இங்கயும் ஆரம்பிச்சாச்சி..."

"என்ன காரு?"

"பிளிமௌத்தின்னாவ. சும்ம கப்ப கணக்காத்தாம் நின்னுச்சி."

"கொழும்புல பாத்திருக்கம்."

"ஆம்புள பொம்புள எடுபுடியாள்க்கயின்னு ஒரு கூட்டமே போயிருக்கி. வாரதுக்கு எப்புடியும் ஒரு மாஸ்தைக்கி மேல ஆவும்."

"அப்ப தொழில..."

"இவுங்கள்வ இப்புடி போறதுனாலதாம் ரயில்வே காண்ட்ராக்ட்டுக்குள நாடாக்கமாரு போறதுக்கு அந்தாலயும் இந்தாலயும் சாடுறாவளாம்."

"...."

"சொன்னா, அந்தால கிழிச்சிகிற்று சாடிருவான்வளாக்கு மிங்குறாரு. சின்னவரு வந்தா எல்லாஞ் சரியாயிருமின்னு நெனக்கிறம். என்ன, எதுக்கு வந்த எதுவுமே சொல்லாம நிக்கிறிய."

"ஒங்கள பாக்கணும்போல இருந்திச்சி அதாம் வந்தம்."

வெகுநேரம்வரை பெஞ்சமினோடே பேசிக்கொண்டிருந்த பிலிப் கடை அடைக்கும் நேரம் வரை அவரோடு இருந்துவிட்டு இரவு நன்றாக ஏறிய பின்னே வீட்டுக்கு வந்திருந்தார்.

இரவில் மகராசியையும் பூங்கோதையையும் பாயின் நடுவே கிடத்திவிட்டு இருபுறமும் பிலிப்பும் சலோமியும் படுத்துக்கொண்டார்கள். பூங்கோதை இன்னும் பால்குடி மறந்திருக்கவில்லை. தூங்குவதற்காகவே பால் கேட்டு அடம் பிடித்தபடியிருந்தாள். மகராசி நல்ல உறக்கம். கதை கேட்டபடியே உறங்கிவிடுவாள். ஒவ்வொரு முறையும் நடை போய் விட்டு வந்து அந்தக் கதைகளை அவளுக்குச் சொல்ல வேண்டும். கடல் சாகசங்களைப் பற்றியும் ரத்தினகிரி பக்கம் மலையைக் கடந்து போவது பற்றியும் அங்கே பனைமீன்கள் ஜோடியாய் எம்பிக் குதித்து முத்தமிடுவது பற்றியும் சொல்வார். காக்கா கதைகளிலேயே விதவிதமான கதைகள் சொல்வார் பிலிப். கொழும்பு காக்கா, கோவாக் காக்கா, மலையாளக் காக்கா என்று விதவிதமான கதைகள். கதை இடையும் பாதியுமாய்ப் போய்க்கொண்டிருக்கும்போதே தூக்கம் கொண்டுபோய்விடும். மகராசி அப்பா பிள்ளை யாதலால் பிலிப்பை அணைத்துக்கொண்டு தூங்குவாள். மகளின் கால்களை இறக்கி வைத்துவிட்டு உருண்டு படுத்தார். யாரோ கதவைத் தட்டும் சத்தம் கேட்டது.

"அது யாருன்னு பாருங்க" என்றாள் சலோமி.

"தேரம் இவ்வளவு பிந்துன பொறவு யாரு...?"

"தலமாட்டுக்குள செம்புத் தண்ணியும் கருப்பட்டியும் இருக்கி. தட்டி வுட்டுறாதைங்க. அரிக்கிலாம்ப லேசா தூண்டி கையில எடுத்துக்கிருங்க."

எழுந்து வந்து கதவைத் திறந்தார். கதவைத் தட்டிய உருவம் எட்டி நின்றிருந்தது. தலையை முக்காடு போட்டு மூடியிருந்தது. முகம் தெளிவாய் விளங்கவில்லை. விளக்கை இன்னும் கொஞ்சம் தூண்டுவதற்குள் உருவமே பேசியது.

"எய்யா, பெஞ்சமின் செத்துப் போனாம்."

"என்னது... நில்லுங்க, நீங்க யாரு?"

உருவம் நிற்கவில்லை. நடந்துகொண்டேயிருந்தது. திரும்பிப் பார்க்கவேயில்லை. உடம்பெல்லாம் புல்லரித்து ஓய்ந்தது. கதவை அறைந்து சாத்தினார் பிலிப்.

"என்னங்க?" முனகினாள் சலோமி.

"பெஞ்சமின் அண்ணாச்சி செத்துப் போனாராம்."

"யாரு பல்டோனா கடையில இருப்பாரும்பியள அவுரா..."

"ஆமும்."

உறங்கிப் போயிருந்தாள் சலோமி. பிலிப்புக்கு உறக்கம் வரவில்லை.

'வந்து சொன்னது யாரு. உருவத்த பாத்தா வல்தாரிஸ் பல்டோனா மாரியில இருந்திச்சி ஆனா சத்தம் சின்னய்யா சத்தம். அரண்டவங் கண்ணுக்கு இருண்டதெல்லாம் பேயிம்பாவ. முழிச்சித்தான இருந்தோம். இப்பந்தாம் வெள்ளக் காக்கா கத சொன்னம். ஒரு நாளுமில்லாம இன்னைக் கித்தானா நம்மள அங்க தள்ளிற்றுப் போவணும். சாவப் போறவறுமாரியா இருந்தாரு. ஒரு ஆணு ஒரு பொண்ணுதான. மனுசனுக்கு ஒரு ஓய்வு ஒழிச்சல் மாண்டாமா. என்னக்கி ஒரு பேச்ச ஒழுங்கா பேசியிருக்காரு. வீட்டுக்குப் போவாரா யின்னே தெரியிலிய. எப்பவும் கடதாம். சொன்னது யாராயிருக்கும். கீழ எறங்கிப் போயி பாத்திருக்கணுமோ. சின்னப் புள்ளய இருக்க வீடு. எதுக்கும் வலக்குடியில போயி வெள்ளச்சரம் பேத்தி கிட்ட கொஞ்சம் ஆம எண்ணெ வாங்கிற்று வரணும். கொழும்புக்கு ஆமயள உசுரோடயா கொண்டு போறான்வ. ஆனாலும் வந்தது என்னது. யாரு யாருன்னு கேக்க நிக்காம போயிற்ற...'

53

1946

மல்லிப்பூ செபஸ்தியார் மகள் கிரேசிக்கும் மூக்கையூர் சவரியாப் பிச்சை மகன் அல்வாரிசுக்கும் கொற்கை மாதாவின் ஆலயத்தில் திருமணம் நடந்து முடிந் திருந்தது. தாய் மாமன் என்ற முறைக்கு கர்டோசாக்கள் குறைந்தபட்சம் பூசையிலாவது வந்து கலந்துகொள்வார்கள் என்று வெரோணிக்கம் எதிர்பார்த்து, எதிர்பார்த்து ஏமாந்ததுதான் மிச்சம். அலங்காரம் குடும்பத்தோடு மெட்ராசிலிருந்தார். தமியான் குடும்பத்திலும் எல்லோரும் இப்போது கொழும்பிலேயே இருந்தார்கள்.

மாப்பிள்ளையின் தங்கையை வலைக்குடியில் கொடுத்திருப்பதால் எப்படியும் வலைக்குடி, காள வாசல் கூட்டத்தைக் கட்டுப்படுத்த முடியாது. எனவே கர்டோசா குடும்பத்தாரும் வந்து இங்கும் ஒரு மேசைக்காரக் கம்மரர் பிரச்சினை வெடிப்பதை மல்லிப்பூ செபஸ்தியார் விரும்பவில்லை. அவரைப் பொறுத்தவரையில் மாப்பிள்ளை படித்தவன், வேலை யிலிருக்கிறான், அவன் வேண்டும். அவ்வளவுதான். அந்தஸ்து காரணமாக மல்லிப்பூ மாப்பிள்ளையின் தங்கையின் கணவன் வீட்டாரைப் பெயருக்கு அழைத்ததோடு சரி. வலைக்குடி சுசமுத்து மகன் ராசேந்திரனுக்கு ஆமைகறி வியாபாரம். கொழும்புக் கும் உயிரோடு ஆமைகள் ஏற்றுமதியாகின்றன. அல்போன்சாவைப் பொறுத்தவரையில் அண்ணனுக்கு ஒரு நல்ல இடத்தில் மணம் முடிந்தால் அதுவே போதும்.

கலியாணப் பாடல் பூசையில் பிச்சையா தண்டல் மகன் பபிலோனோடு உதவி செய்தான் கிரேசியின் தம்பி கிளமென்ட். நன்மை கொடுக்கும் வேளையில்

பபிலோனோடு சண்டை போட்டு வந்து தட்டுப் பிடித்து அக்காவுக்கு நாடியில் இடித்துக் காட்டினான். கபிரியேலும், கிறிஸ்டோபரும் யாருக்கு வந்த விருந்தோ என விலகி நின்று வேடிக்கை பார்த்தார்கள். மூத்தவர் கபிரியேலுக்கு மெட்ராசிலிருந்து வந்த சினிமாக்கார சம்பந்தம் முடியாமல் போனதில் வருத்தம். கிரேசி மறுத்துவிட்டாள். சிரிப்பு நடிகர் சம்பந்தம் வேண்டாமென்று சொன்னது கொற்கையெங்கும் பரவி நான்கு பேர் கூடுமிடமெல்லாம் அந்த சிரிப்பு நடிகர் பற்றிய பேச்சாய்க் கிடந்தது.

திருமணம் முடிய மாப்பிள்ளை அழைப்பு, பெண் வீட்டுச் சடங்குகள் எல்லாம் முடிந்து பரபரவெனப் புறப்பட்டு பாம்பன் வரும் பாதையில் மூக்கையூர் போய் அங்கே குலதெய்வமான யாகப்பர் கோவிலில் கும்பிட்டுவிட்டுத்தான் வந்திருந்தார்கள். மூக்கையூர் மலட்டாற்றில் நல்ல வெள்ளம். கழிமுக வாயில் மண்ணேறி மூந்து கிடந்ததால் ஊருக்குள் முட்டளவுக்குத் தண்ணீர். தண்ணீருக்குள்ளேயே நடந்து ஜெஸிந்தா கல்லறைக்கும் போய் விட்டுத்தான் வருவேன் என்று அடம்பிடித்த அல்வாரிசை சவரியாப்பிச்சை வந்து அதட்டிய பிறகே சரியானான். கொற்கை மாதா ஆலயத்தில் திருமண பூசை முடியவே கிளம்பிய மற்றவர்கள் ஏற்கனவே வந்து வரவேற்பு ஏற்பாடுகளைச் செய்திருந்தார்கள். தீவுக்குள் செல்ல மாலையில் ஏழரை மணிக்கு மண்டபம் வரும் ரயிலை பிடிக்க வேண்டும். ரயிலைப் பிடிக்க முடியாதவர்கள் வள்ளங்களில் வருவதுண்டு. ஆனால் திருமணம் முடித்து வருபவர்கள் பெரும்பாலும் ரயிலிலேயே வந்து பாம்பனில் இறங்குவார்கள்.

கொற்கையிலிருந்து வந்தவர்களுக்கு அந்த ரயில் பயணமே வித்தியாசமாய் இருந்தது. கடல் பயணம் கொற்கைக் காரர்களுக்கு புதிதல்ல, ஆனாலும் கடலின் மேல் ரயிலில் செல்லுவது புதிது. கிரேசிக்கும் புல்லரித்துப்போனது பெண்வீட்டிலிருந்து ரத்த உறவாக கிளமென்ட் மட்டுமே வந்திருந்தான். இரவாகிப்போனதால் வட கடலையும் தென் கடலையும் முழுவதுமாய்ப் பார்த்து ரசிக்க முடியவில்லை. பாலத்தில் ரயில் ஊர்ந்து செல்லும்போது டமடமவென சத்தம் வந்தது. திருமணக் கூட்டம் முழுவதும் இறங்கும்வரை பாம்பனில் ரயில் வெகுநேரம் நின்றது. பாம்பன் ரயில்நிலைய மேலாளர் ஸ்டீவன்ஸ் அல்வாரிசுக்குத் தெரிந்தவர். தேர்வுக் கான விடுமுறை காலங்களில் படிப்பதற்காக மண்டபம், பாம்பன், இராமேஸ்வரம் ரயில் நிலையங்களுக்கிடையே எத்தனையோ முறை பயணப்பட்டிருக்கிறான். ரயில் நிலைய

மேலாளர் ஸ்டீவன்ஸ் வந்து பூச்செண்டு கொடுத்து வரவேற்றார். புன்னகையோடு விடைபெற்றனர்.

நேரம் பிந்தப் பிந்த சவரியாப்பிச்சைக்கு பரிதாபம் பற்றிக்கொண்டது. பாம்பன் சம்மாட்டிமாரிடம் ஏற்கனவே சவால் விட்டிருந்தார். 'எம்புள்ளயப் படிக்க வச்சி வேல பாக்க வச்சி, கொற்கயில பொண்ணுகட்டி பாம்பன் களறில கொண்டு வந்து நிப்பாட்டல தாழயாம் வர்க்கத்தாருக்கு நாம் பொறக்கல்லப்பு.' சவாலை நிறைவேற்றத்தானே இத்தனை பொறுமை. பங்குக் கோவிலில் பொண்ணும் மாப்பிள்ளையும் போய்க் கும்பிட்டுவிட்டு வந்தார்கள். மாப்பிள்ளை ஊர்வலம் புறப்படும் நேரம் கண்களால் கூட்டத்தைத் துழாவினார் சவரியாப்பிச்சை சம்மாட்டி இன்னாசிப்பிள்ளை தென்படுகிறாரா என்று பார்க்க.

"குடிமொவன எங்கப்பு. கொடபாவட கணக்கு தெரியுமுல. பெட்ரோமாக்ஸ் லைட்டுக்குச் சொல்லியாச்சா."

தோளில் சுமந்தபடி பெட்ரோமாக்ஸ் லைட்காரர்கள் வாசலில் வந்து நின்றார்கள். ஏற்கனவே ராசேந்திரன் கலியாணத்திற்கு வந்திருந்தவர்கள். சவரிமுத்து மனைவி வெள்ளச்சரம் பேத்தியோடும் பிள்ளைகளோடும் வந்திருந்தார். சேசுவும் மகன் வருவேலைக் கூட்டி வந்திருந்தார்.

"சவரி, யாழ்ப்பண நட போறவன்வ இந்தப் பாலத்துக்கு கீழோடியா போறான்வ, தோணி மரங்க தட்டிறாது."

"என்னண்ணம் பேசுறிய, தெரியாதாக்கும் அப்புடியே மேல பாக்க தெறக்குமாம். தோணி போறதுக்கு தெறந்திற்று, பொறவு மூடிருமாம்."

வாயைப் பிளந்தபடி நின்றிருந்தார் சேசு. அவர் பக்கத்தில் நின்றிருந்த வருவேலுக்கும் மீசை குறுத்திருந்தது. பெட்ரோமாக்ஸ் விளக்கொளியில் மினுமினுத்தது மீசை. பெருசு ஒன்று கோபமாய்க் கத்துவது கேட்டது.

"எலேய் இது என்ன புளுக்கையம் கலியாணமுன்னா நெனச்சிய,. ஒண்ணும், ரண்டுங் கொண்டு வாரான்வ. வக்காள ஓழி... எட்டு கொடசுருட்டியும், பதினாறு ஆலவட்டமும் இப்ப இங்க வரல, கொல வுழும்."

முன்னால் ஓடி வந்தவர்களில் ஒருவர் சொன்னார்.

"எப்பு எண்ணிக்க சரியா இருக்கான்னு பாத்துக்கிருங்க. வயசான காலத்துல பெரியவர கோடு கச்சேரியின்னு அலைய வச்சிறாதைங்கப்பு."

பெட்ரோமாக்ஸ் விளக்கு பிடித்தவர்களோடு ஆலவட்டம் குடைசுருட்டிப் பிடித்திருந்தவர்களும் பதறியபடி முன்னே வந்தார்கள். மாப்பிள்ளை அல்வாரிஸ் வெள்ளைக்கார பாணியில் கோட்டும் சூட்டும் அணிந்திருந்தான். மகனை மணக்கோலத்தில் பார்க்கப் பார்க்க எல்லையில்லாப் பூரிப்பு சவரியாபிச்சைக்கு. பக்கத்தில் சவரிமுத்துவை பார்த்தவர் சொன்னார்.

“எய்யா, பொண்ணுக்கு தம்பி ஒருத்தம் வந்தாம். புள்ளய கொஞ்சம் கண்ணும் கருத்துமா பாத்துக்கிறுங்க. லொஞ்சி தண்ட உசுரோட இருந்திருந்தா வந்திருப்பாரு. பிலிப்பும் இல்லியோ...?”

“எல்லாரும் நட போயிருக்காவ.”

ஆள் ஒல்லியாய் குள்ளமாய் இருந்தான் அல்வாரிஸ். எதையோ பறி கொடுத்தவன்போலவே நின்றிருந்தான். காலை எட்டு மணிக்கெல்லாம் கொற்கை மாதா ஆலயத்தில் தாலி கட்டு முடிந்திருந்தது. மாப்பிள்ளை வீட்டாரை அம்போவெனத் தவிக்க விட்டுவிட்டுத் தன்னை மட்டும் வீட்டுக்குள் அழைத்துப்போய் சாப்பாடு போட்டது அல்வாரிசுக்குப் பிடிக்கவில்லை. மாப்பிள்ளை மாலை இப்போது போடுவார்கள் அப்போது போடுவார்கள் என்று தலையை நீட்டி இழுத்துச் சுளுக்கு பிடிக்கும் நிலையில்தான் போட்டார்கள். எல்லாவற்றிற்கும் மேலாக மூத்தவர்கள் இருக்க இளையவனை விட்டுக் கால் கழுவ வைத்தது அல்வாரிசுக்குச் சுத்தமாய்ப் பிடிக்கவில்லை. இன்னும் அதிகமாய்ப் மாப்பிள்ளை பெண்ணை அழைத்துவரப் பெண் வீட்டிற்குள் நுழைந்ததும் குறுக்கே கைபோட்டு வாசற்படியை மல்லிப்பூ செபஸ்தியார் மறித்ததை அல்வாரிசால் தாங்க முடியவில்லை. பிரச்சினை பண்ண வேண்டாமென விட்டுவிட்டான். மாப்பிள்ளையைத் தவிர மற்றவர்கள் சாப்பிட்டார்களா இல்லையா எதையும் கண்டுகொள்ளவில்லை கொற்கைப் பெண் வீட்டார். மாமியாரைப் பார்ப்பதற்குப் பாவம் போலிருந்தது. போதாக் குறைக்கு வாசல் மறிப்பதற்காக வந்தவர்கள் கொடுத்ததை வாங்கிவிட்டுப் பெண்ணை விடுவார்கள் என்று பார்த்தால் கோட்டுப் பையில் வைத்திருந்த அத்தனை காசையும் கறந்து விட்டார்கள். வழிப் பயணத்தில் காடு மேடு சுற்றிப் போக வேண்டியிருக்கிறதே என்று காத்துக் கறுப்புக்குப் பயந்து இரும்புச் சாவியொன்று கொடுத்தால் அதை கிரேசி வாங்கி வைத்துக்கொள்ளவில்லை. நினைக்க நினைக்க ஆத்திரமாய் வந்தது. ஆனாலும் கிரேசியின் அழகு அல்வாரிசைக் கிறங்கடிக்க வைத்திருந்தது. காஞ்சிபுரம் பட்டு பளபளக்கக்

கம்பீரமாய் நின்றிருந்தாள் கிரேசி. ஊர்வலம் கிளம்புவதற் காகப் பெரியவர் கெம்பிஸ் குரலெடுத்துக் கட்டியம் கூறினார்.

"பார் புகழும் அயோத்தியா நாட்டைவிட்டு பாண்டி நாட்டுக்கதிபதியாய் வந்த பங்கமில்லாத் தங்கமே..."

மொத்தக் கூட்டமும் "பரேக்" என்றது.

"எட்டுத் திசையும், பதினாறு கோணமும் எழு கடலும் வெட்டிச் சாய்த்துச் செயங் கொண்ட தீரா..."

"பரேக்"

ஊர்வலத்தில் நடந்தவள் தன்னையே அறியாமல் சிரித்து விட்டாள். பெண்ணழைக்க மாப்பிள்ளை வந்திருந்த போது வீட்டில் மற்றவர்கள் பேசியது மனக்கண் முன் வந்து நின்றது.

"ஏக்கி, இது என்னா... எலிக்குஞ்சி மாரியில இருக்காரு. தூக்கி இடுப்புல வச்சி பால் குடுத்திருலாம் போல."

"மூக்கையூர்க்காரனுக்கு மேற்படி எடத்துல மருதாம் போங்க. இவ ஆளும் வளத்தியும் என்ன, மாப்புள பாத்தாராம் மா... பூள."

தன்னையே அறியாமல் சிரித்தவளைத் திரும்பிப் பார்த்தான் அல்வாரிஸ். தம்பி வல்தாரிஸ் வந்து அண்ணியாருக்கு ஏதாவது வேண்டுமாவென அண்ணனிடம் கேட்டுவிட்டுப் போனான். பெரியவரின் கம்பீரக் கட்டியம் கேட்டது.

"மண்ணால் படகு செய்து கதிரோனை மறைத்து நின்ற பனையைத் தறித்த யோகா...."

"பரேக்"

"வங்காளம், சிங்கப்பூர், மதுராபுரி, யாழ்ப்பாணம் சங்கமிருந்த துறையே..."

"பரேக்"

அந்தக் காலத்திலிருந்தே பரதவர்கள் கலியாணத்தின் போது குடைபாவாடை பிடித்து, கட்டியம் கூறி நடை விரித்து ராஜமரியாதையோடு ஊர்வலம் வருவது வழக்கம். அன்றைய தினம் அந்த மாப்பிள்ளை ஊரின் ராஜாவாக மதிக்கப்படுகிறார். பகைவர்களும் எழுந்து நின்று மரியாதை செய்தாக வேண்டும். ஊர்வலத்தில் கையடி, காலடி, சிலம்பாட்டம், ஒற்றை வீச்சி, படவீச்சியென அவரவர் திறமைகளைக் காட்டியவாறு வந்தார்கள்.

"எப்பு, கெம்பிஸ் தாத்தாவக் கூப்புட்டு படவீச்சி வீசச் சொல்லுங்க."

"அவுரு கட்டியம் கூறிகிற்று இருக்கவரப் போயி..."

கூத்தும் கும்மாளமுமாய் ஊர்வலம் சம்மாட்டிமார் தெருவை நெருங்கியது. மந்திரத்துக்கு கட்டுப்பட்டவர்கள் போல் திண்ணைகளில் அமர்ந்திருந்தவர்கள் எழுந்து நின்றார்கள். வீட்டுக்குள்ளிருந்து ஓடிவந்த பெண்கள் முக்காடு போட்டபடி தூண்களோடு மறைந்து நின்று மணமக்களை பார்த்து மகிழ்ந்தார்கள். பெரியவர் கெம்பிசின் குரல் கேட்டது.

"உத்திரகோச மங்கையில் கல்தேர் ஓட்டி வைத்த மன்னா..."

"பரேக்"

"கடலுக்கரசன் பரதகுல பாண்டியன் திருமுடி சூடி, கொலுவீடு விட்டு தெரு வீதி வாரார்..."

"பரேக்"

ஊர்வலத்தை வீட்டிலிருந்தே எட்டிப் பார்த்த இன்னாசிப் பிள்ளை முனகினார்.

"காத்திற்று, முக்காத்திற்றுக்காரக் கூதிவுள்ளயயெல்லாம் படிச்சிற்றாமில்ல."

"என்ன சொன்னியப்பு" கேட்டார் யுவாரி பர்னாந்து.

"இனும கட்டியந்தாங் கூறணும்."

முன்னால் போய்கொண்டிருந்த பெட்ரோமாக்ஸ் லைட்காரன் ஒருவனை வேகமாக நடந்து மடக்கிய சவரியாப் பிச்சைப் பொண்ணு மாப்பிள்ளை பக்கத்தில் வெளிச்சமில்லை என்று சொல்ல அவன் தாமதித்துப் பொண்ணு மாப்பிள்ளை பக்கத்திலேயே நடந்து வந்தான். தீவைப் பொறுத்தவரையில் பாம்பனிலிருந்து அக்காமடம், தங்கச்சிமடம் இராமேஸ்வரம் வேர்க்கோடு வரை சம்மாட்டிமார்களிடம் கூலி மடிக்குப் போய் பிழைப்பு நடத்தினார்களேயொழிய சொந்தமாக தொழில் செய்தவர்கள் மிகக் குறைவு. படிப்பறிவு என்பதே எட்டாக் கனியாகவேயிருந்தது. வடகடல், தென்கடல் பகுதிகளிலும் இந்த மக்களின் ஓய்வு ஒழிவில்லாத உழைப்பு ஒரு சில சம்மாட்டிமார்களிடமே சேர்ந்ததென்பது சம்மாட்டிமார் தெருவில் அவர்கள் வாழும் வீடுகளிலேயே தெரிந்தது.

கலியாண ஊர்வலம் வர வர அதன் பின்னாலேயே களறிக்காக அழைக்கப்பட்டிருந்தவர்களும் வந்தார்கள்.

மாப்பிள்ளை வீடு ஓலைக் குச்சிலாய் இருந்தாலும் தெருவை அடைத்துப் பந்தல் போட்டிருந்தார்கள். ஊர்வலத்தில் வரும் மேளதாளச் சத்தம் கேட்டவுடனேயே பந்தலுக்குள் இருந்தவர்கள் எழுந்து பொண்ணு மாப்பிள்ளையை வரவேற்கத் தயாரானார்கள். மாப்பிள்ளையும் பொண்ணும் வாழை மர வரவேற்புக்குள் நுழைவதற்கு முன்னாலேயே அவர்களை மறித்த அல்போன்சா தட்டில் மஞ்சளும் குங்குமமும் கரைத்து சூடம் கொளுத்தி ஆரத்தி எடுத்தாள். கூட்டம் மொத்தமும் பந்தலுக்குள் நுழைந்தது. மாப்பிள்ளைக்கு ஊர்த் தலைவர் எழுந்து வந்து பாரம்பரியத் தொப்பியைத் தலையில் மாட்ட, தனக்காகப் போட்டிருந்த ஆசனத்தில் போய் அமர்ந்தான் அல்வாரிஸ். மணப்பெண்ணை உள்ளே அழைத்துப் போனார்கள். நேரம் பிந்திவிட்டதால் வழக்கமாக நாத்தனார் பாடும் வரவேற்புப் பாடல் வேண்டாமென்றுவிட்டார்கள். கண்களில் கண்ணீர்முட்ட மகன் அல்வாரிஸ் களறியில் அமர்வதைப் பார்த்துப் பூரித்தபடியிருந்தார் சவரியாப்பிச்சை. பக்கத்திலேயே அமர்ந்திருந்த செங்கோல் கோமசிடம் இன்னாசிப் பிள்ளை பேசுவது கேட்டது.

“எங்கயிருந்து எங்க வந்து கேட்டான் தெரியுமா சம்பந்தம்?”

“யாரு?”

“சவரியாப்பிச்சை.”

“மங்களத்த கெட்டிக் குடுக்கணுமாம்.”

“இப்பந்தாம் கொறகயில கெட்டிக்கொண்டந்திற்றான் வயில்ல. பொறவு வாய வச்சிகிற்று சும்ம இறியும்.”

இருவரும் பேசுவதைப் பக்கத்தில் நின்றபடியே கேட்டுக் கொண்டிருந்தார் அசலூர்க்காரர் ஒருவர். கறுப்பு முழுக் கால்சட்டையும் வெள்ளை மேல்சட்டையும் அணிந்திருந்தார். பரந்த வட்ட முகத்தில் ராஜக்களை தெரிந்தது. ஊர்வலத்தில் போட்ட கட்டியங்களைக் கவனமாகவே காது கொடுத்துக் கேட்டபடியே வந்திருந்தார். முகத்தில் இளநகையோடிக் கிடந்தது. தற்செயலாகக் களறியிலிருந்தபடியே அவர் நின்றிருப்பதைக் கவனித்த அல்வாரிஸ் அமர்ந்திருந்த இடத்திலேயே எழுந்து நின்று கைகூப்பி வணங்கினான். பதிலாகப் புன்முறுவல் பூத்தார் அசலூர்க்காரர். என்ன நினைத்தானோ அல்வாரிஸ் எழுந்து அவர் பக்கத்தில் வந்துவிட்டான்.

“பிராஞ்சண்ணம், எப்ப வந்திய? கொற்கையில எதிர்பாத்தம்.”

"பரவால்ல, அங்க பாரு எல்லாரும் நம்மள பாக்குறாங்க. போயி மொதல்ல மாப்புள வருசையில உக்காரு" என்றார் பிரான்சிஸ்.

இருவரும் கனரா பேங்கில் மதுரையில் வேலை பார்க்கிறார்கள். பிரான்சிஸ் கொற்கைக்காரர் என்பது மட்டும் தான் அல்வாரிசுக்குத் தெரியும். பந்தலுக்குள் பெரியவர் கெம்பீசின் சிம்மக்குரல் கேட்டது.

"எங்கும் இரட்டை மீன் கொடி பிடித்து சங்கையுடன் செங்கோல் செலுத்துமரசே…"

"பரேக்."

"திருமந்திரமாநகர் தனசேகரன், பாண்டிய நாட்டை திடமுடன் அரசு கொண்ட தீரா…"

"பரேக்."

"கொடைக்கு கர்ணா."

"பரேக்."

"கர்ண உதாரா."

"பரேக்."

சிறிது நேரத்தில் வெளியே அங்கங்கு நின்றிருந்த ஊர்க்காரர்கள் வந்து அமர்ந்தார்கள். தலைவாழை இலை போட்டு உணவு பரிமாறினார்கள். ஒரு இலை விடாமல் அத்தனை இலையிலும் சமைத்த அத்தனை வகைகளையும் பரிமாறியும் யாரும் இலையில் கை வைக்கவில்லை. வெள்ளைச்சரம் பேத்தியோடு வெளியே நின்றபடி பேசிக்கொண்டிருந்த சவரிமுத்து மாப்பிள்ளை அல்வாரிஸ் எழுந்து போய்ப் பேசி விட்டு வந்த அந்த நபரையே கண் கொட்டாமல் பார்த்தபடி யிருந்தார். பந்தலோரம் கட்டியிருந்த வாழை மரமொன்றைப் பிடித்தவாறே நின்றிருந்தார் பிரான்சிஸ். கண்இமைக்கும் நேரத்தில் என்ன நினைத்தாரோ வாசலில் முண்டிக் கொண்டிருந்த கூட்டத்தைப் பின்னால் தள்ளியபடி வந்து பிரான்சிசின் கால்களைப் பிடித்தவாறே சொன்னார்.

"எய்யா, எங்க ராசா… நிக்கவா செய்யிறிய."

"…"

"எய்யா, நீங்க நிக்கிறத நாங்க பாக்கணுமாக்கும் அதுக்கா கொற்கையிலயிருந்து இங்க வந்தோம்."

திடீரென ஏற்பட்ட இந்தப் பரபரப்பில் ஒட்டுமொத்த கூட்டமும் பிரான்சிசை நோக்கித் திரும்பியது. செய்வதறியாது

திகைத்தபடி நின்றிருந்தார் பிரான்சிஸ். முன்னே ஓடிவந்து நின்று என்னமோ ஏதோ என்று பயந்த சவரியாப்பிச்சை பிரான்சிசைச் சுற்றியிருந்த கூட்டத்தை விலக்கியபடி சொன்னார்.

"எய்யா, என்ன பிரச்சன. மதுரயில மாப்புளகூட வேல பாக்குறாரு."

"யோவ், யாரப் பாத்து என்ன வார்த்த சொன்னியரு மாப்புளகூட வேல பாக்குறாரு, ஓம்புளகூட வேல பாக்குறாருன்னுகிட்டு... நாற்காலிய கொண்டு வாருங்கல."

அதற்குள் கொலுவிலிருந்த நாற்காலியொன்று தலைக்கு மேல் பறந்து வருவது தெரிந்தது. எவ்வளவோ மறுத்தும் பிரான்சிசை நாற்காலியில் அமர வைத்து அழகு பார்த்தார்கள் கொற்கைக்காரர்கள். கொற்கையிலிருந்து வந்த பெருசு ஒன்று முனகியது.

"எய்ய போட்டியள இத்தன கட்டியம், அத்தனைக்கிம் ஓடையக்காரரு."

"தாழையாம் வர்க்கத்தார் குடுத்து வச்சவுங்கதாம், பாண்டியபதியையே கொண்டுவந்திற்றாவள" என்றார் பெரியவர் கெம்பிஸ்.

முசுமுசுவென வந்த கொற்கைக்காரர்களைக் கண்களா லேயே கட்டுப்படுத்திய பிரான்சிஸ் சடங்குகள் மேற்கொண்டு நடப்பதற்காக அமைதி காத்தார். சம்பிரதாயம் தப்பாமல் சவரியாப்பிச்சை தோளில் கிடந்த நேரியலை இடுப்பில் கட்டியவராய்க் களறி முன் வந்தவர் கைகூப்பி வணங்கிச் சொன்னார்.

"அய்யா, நாங்க வைக்கிற இந்தக் களறியில ஏதாவது குற்றங் குறைகள் இருந்தா பெரிய மனசு பண்ணி எங்களப் பொறுத்து இந்த விருந்த ஏத்துக்கிருங்க."

களறியிலிருந்த பெருசு குரல் கொடுத்தது.

"எப்பு, வண்ணாங் குடிமொவனுக்குச் சாப்பாட்ட போடுங்க."

ஒரே நேரத்தில் சாப்பாட்டில் கை வைத்துச் சாப்பிட ஆரம்பித்தார்கள். முதலில் சாப்பிட்டு முடித்தவர்கள்கூட இலையிலிருந்து கைகளை எடுக்காமல் அப்படியே அமர்ந் திருந்தார்கள். மறுபடியும் மறுபடியும் வாங்கிச் சாப்பிட்ட வர்கள் அனைவரும் சாப்பிட்டு முடியும்வரை காத்திருந்து அனைவரும் ஒன்றுபோல் இலை மடக்கி எழும்பினார்கள். கூட்டக் களேபரத்தில் சத்தமில்லாமல் மறைந்து போனார்

பிரான்சிஸ். மாப்பிள்ளை அல்வாரிசுக்கு என்ன நடக்கிற தென்றே தெரியவில்லை. களறி முடிந்தபின் நடந்த பந்தியிலும் மொய் தண்டலிலும் மனம் லயிக்கவில்லை. திரும்பத் திரும்ப பிரான்சிஸ் அண்ணனைப் பற்றிய நினைவாகவே அமர்ந் திருந்தான்.

'எந்த ஊருப்பா. மூக்கையூரு. உத்திரகோசமங்க பக்கமா. நல்லா படிங்கப்பா. ஒலகம் உருண்டயிங்குறது உண்ம பாத்தியா. ஒரே பேங்குல கொண்டுவந்து சேத்திருக்க. எல்லாரும் எழும்பி கும்புட்டாங்கள. விதவிதமான மனிதர்கள். விதவிதமான செயல்கள்.'

பிரிந்த மொய்ப் பணத்தைக் கணக்குப் பார்த்துத் தகப்பனாரிடம் கொடுத்துவிட்டு மணவறைக்குள் வருவதற்குள் விடிவெள்ளி வைத்திருந்தது. கிரேசி அயர்ந்து தூங்கியபடி யிருந்தாள்.

'விடிவெள்ளி வச்ச பொறவு வந்தா தூங்காண்டாளா. காலயில நடக்குற சடங்குவளுக்கும் இந்த சின்னப் பயல புடிச்சி அனுப்பிற்றான்வள. ரிபேரோ புண்ணியத்துல பரதர் ஹோம் கொற்கயில இருந்ததுனால சரியாப் போச்சி. இல்லாட்டி இங்கயிருந்து போன கூட்டத்துக்கு சீரழிஞ்சில் போயிருக்கணும். சோறு தட்டிற்றுன்னு வெக்கமில்லாம வந்து சொல்லுறான்வ. பிரான்சிஸ் அண்ணனப் பாத்த வொடன கொற்கைக்காரங்க அத்தன பேரும் எழும்பி நின்னாங்கள. நம்மகிட்ட இவுரு காட்டாம இருந்திருக்காரு.'

உடைமாற்றிப் படுக்கைப் பக்கம் வந்தவன் காலில் பால் செம்பு பட்டு இடறியது. வேண்டா வெறுப்பாக எடுத்து குடித்தான். தூக்கத்தில் ஒருக்களித்துப் படுத்தாள் கிரேசி. திரும்பிப் பார்த்த அல்வாரிஸ் நிலை குலைந்து போனான். கொற்கையிலேற்பட்ட வைராக்கியங்கள் காற்றில் பறந்தன. பின்புறங்கள் தூக்கிக் கீழே புடவை விலகித் தெரிந்த முழங்கால் பகுதியின் வனப்பில் திக்குமுக்காடிப் போனான். மெதுவாய் ஊர்ந்து கிரேசியின் முழங்காலைத் தொட சிலிர்த்துக் குத்திட்ட பூனைமுடிகளின் ஸ்பரிசத்தால் தன்னிலை மறந்தான் அல்வாரிஸ்.

54

1947

கலைந்த தேன்கூட்டை மொய்க்கும் தேனீக்களைப் போல் கடற்கரைச் சாலையில் கூட்டம் நெளுநெளு வென்றிருந்தது. மண் போட்டால் மண் விழாத கூட்டம். ஏறக்குறைய இருபத்தியோரு ஆண்டுகள் கழித்து இந்தத் தங்கத் தேர் பவனி அறிவிக்கப் பட்டிருக்கிறது. வழக்கம்போல் தங்கத் தேர் சோடனைக்கே பெரும் பொருள் செலவு செய்ய வேண்டியிருப்பதால் வருடா வருடம் தங்கத் தேர் வருவது சாத்தியமில்லாதிருந்தது.

கொழும்பிலிருந்து வரும் பர்னாந்துமார் கூட் டத்தை சமாளிக்க பிரிட்டிஷ் இந்தியா நேவிகேஷன் நிறுவனத்தார் மேலும் இரண்டு விசேஷ கப்பல்களை இயக்கினார்கள். கடந்த இருபது வருடங்களாக நகர்மன்றத் தலைவராக இருக்கும் அலங்காரம் கர்டோசாவின் தலைமையில் நகரின் போக்குவரத்து வசதிகள் மேம்படுத்தப்பட்டிருந்தாலும் கூட்டத்தைச் சமாளிக்கக் கடற்கரைச் சாலையில் ஒரே திசையில் பயணிக்க வேண்டும் என்று ஏற்பாடாகியிருந்தது.

கோவிலுக்கு எதிரே திறந்த வெளித் தொட்டத் தின் முன்னே நின்றிருந்த கொடிமரத்தின் பக்கவாட் டில் பல வண்ணக் கொடிகளும் புடைசூழ, நடுவே உச்சியில் பாப்பரசரின் கொடியும் அதனருகே அன்னையின் அற்புதக் கொடியும் பறந்தன. கடலுள்ளே எங்கு பார்த்தாலும் வண்ண மயமாய்த் தெரிந்தது. பாலத்தில் கட்டியிருந்த தோணிகளிலும் தீவுக்கு உள்புறம் நங்கூரமிட்டிருந்த தோணிகளிலும் கொடிகள் ஏற்றப்பட்டிருந்தன. அன்னையின் திருவிழாவை முன்னிட்டுத் தோணிகள் அனைத்

தையும் கொற்கையிலேயே முதலாளிமார் நிறுத்திவைத் திருந்தார்கள். தங்கத் தேர் பவனி என்பதால் மற்ற கடற்கரை ஊர்களிலிருந்தும் பெருங்கூட்டமாய் வந்திருந்தார்கள். தோட்டத்தில் பராமரிப்புக்காகக் கரையிழுத்து வைக்கப் பட்டிருந்த தோணிகளிலும் தலைகள் தெரிந்தன.

கடற்கரைச் சாலையில் இருபுறமும் விழாக்கால விற்பனைக் கூடங்கள், விளையாட்டு அரங்குகள். மாயக் கண்ணாடி, கடல்தேவதை, நாகக்கன்னி, விதவிதமான ராட்டினங்கள். கோவிலினுள்ளே நெற்றியில் விபூதியோடும் பர்தாக்களோடும் மலர்ந்த முகமாய்ப் பெண்கள் கூட்டம். சாலையில் எங்கு திரும்பினாலும் இலங்கையில் பிரபலமாய் இருக்கும் பர்னாந்துமார் கடைகளின் விளம்பரங்கள். வடக்கே கனரா வங்கித் திருப்பத்தில் துப்புரவுப் பணியாளர்கள் சீருடையில் தனித் தனிக் குழுக்களாகப் பிரிந்து நின்றிருந்தார்கள்.

“திருழாப்படி உண்டுல்லா” என்றான் கருப்பய்யா.

“நீ எந்த ஒலகத்துல இருக்க. இங்க ஒனக்கு என்ன எழவு தெரியும். கர்டோசாய்யா ஆட்சியாக்கும் நடக்குது. வயித்துக்கும் வரும்படிக்கிம் வஞ்சகம் பண்ண மாட்டாரு. அவுக பேர இந்த வூத்த வாயில சொல்லுறதே தப்பு கேட்டுக்க” என்றான் சின்னய்யா.

“மதுர பக்கங்கள்ல கொடைய வந்திச்சின்னா நம்மகிட்ட வேல வாங்குயதுக்கு முன்னால நயமாப் பேசுவாவ, பெறவு யாருக்கு வந்த விருந்தோன்னு வுட்டுட்டு போயிருவாவ.”

“கருப்பா, இது முத்து வெளையிற பூமியாக்கும். தல்மேதா அய்யா வூட்டுல இன்னைக்கி நெய்ச்சோறும் கறிச்சாப்பாடும் தருவாவ. பத்துப் பதனஞ்சி கோக்கிமாருல போட்டுல பொங்கு தாவளாம்.”

“வாசன மூக்க தொளக்கில்லா.”

“நாக்க நொட்ட வுட்டுகிட்டே நிக்காத. இன்னைக்கி நேத்தா பாக்குறம்...”

“புல்தோட்டம் மணமேட்டுல மட்டும் லேசா... அள்ளி அள்ளிக் குடுப்பாவ. சரி சரி வேல நெயமாக் கெடக்கு. வண்டியளுக்கு பைதா சரியா இருக்கில்ல போ... போயி வேலயப்பாரு. இந்தப் பக்கமா போவும்போது மட்டும் சோத்தாங் கைப்பக்கம் போவக் கூடாது. பீச்சாங்கைப் பக்கந்தாம் போவணும்.

“எதுக்கு?”

“எலேய் கேள்வியெல்லாங் கேக்க கூடாது. அங்கன பாண்டியபதி அரமண இருக்கு, பொறவு கோயிலு வந்திரும். பாத்துப் போ. கூட்டத்த பாத்திற்றா வண்டியில தட்டிகிட்டே போவணும். வெளியூர்க்காரப் பயல வச்சிருக்கம் பேரக் கெடுத்துப்புடாத.”

கோவில் பக்கத்தில் தள்ளிச் சாய்க்க முடியாத கூட்டம். விடியற்காலையிலிருந்தே தொடர்ச்சியாய்ப் பூசைகள் நடந்தாலும் எல்லாவற்றையும்விடக் காலையில் கிளம்பும் அன்னையின் தங்கத் தேர் பவனிதான் விசேஷம். உலகின் எந்த மூலையிலிருந்தாலும் ஏழு கடற்துறை பர்னாந்துமார் அனைவரும் பங்குகொண்டு ஆனந்திக்கத் துடிக்கும் பொன்னாள் கொற்கை அன்னையின் திருநாள்.

பாண்டியபதி அரண்மனையின் உப்பரிகையில் நின்றபடி கடந்து போகும் கூட்டத்தை வேடிக்கை பார்த்தபடியிருந்தார் பிரான்சிஸ். அவர் கூடவே தங்கை பெற்றீசியா, கொழும்பிலிருந்து தங்கத் தேர் திருவிழாவுக்காக வந்திருந்தாள் வெள்ளைக்காரக் குதிரை போலீசார் பொய்க் கும்பிடு போட்டபடியே கடந்து போனார்கள். ஏனோதானோவென பராக்குப் பார்த்தபடி போனார்கள். சுதந்திரத்துக்கான ஏற்பாடுகள் தீவிரமடைந்திருப்பதும் ஒரு காரணம். வெள்ளையர்களின் நிலை தெரிந்ததனால்தானோ என்னவோ திருயாத்திரைக்காரர்களை ஒழுங்கு பண்ணுவதைக் கோவில் நிர்வாகமே ஏற்றிருந்தது. பெரும்பாலும் கொற்கைத் தோணி லஸ்கர்கள் எல்லோருமே கழுத்தில் நீல நிற நாடா அணிந்து கூட்டத்தை ஒழுங்குபடுத்தியபடியிருந்தார்கள்.

கோவிலுள்ளே வெள்ளையரோடு போட்டி போடும் நவநாகரிக உடைகளில் லெம்பர்ட் தல்மெய்தா, தன் மனைவி சலேட்டம்மா மகன் கிரகோரி, கிறிஸ்டியோடு அமர்ந் திருந்தார். லிடியா வெளிர் சந்தன நிறத்தில் பட்டுடுத்தி முழுக்கை ரவிக்கை அணிந்திருந்தாள். மேபிளும் அவளோடே அமர்ந்திருந்தாள். இலங்கையில் ஜவுளி வியாபாரத்தில் கொடிகட்டிப் பறக்கும் மோத்தாக்கள், டிபார்ட்மெண்டல் ஸ்டோர் மிரண்டா, டிவோட்டா, கேப்டன் ஏ.ஜே. கோமஸ், கால்நடை மருத்துவக் கல்லூரி ஆசிரியர் ராஜரத்தினம், கொழும்பு சுப்ரீம் கோர்ட் பிரக்டர் ஜார்ஜ் மோத்தா, இலங்கை குவாரன்டைன் டாக்டர் கொரைரா, கொழும்பு புகைரத நிலையச் சிற்றுண்டிச் சாலைகளின் ஒப்பந்தக்காரர் டோனாத்தூஸ் விக்டோரியா என எல்லோருமே இருந்தார்கள். மறுபுறத்தில் குருஸ் பல்டோனா, சிங்கராயர் குடும்பங்கள் இருந்தன. கொடிமரத்துப் பக்கம் மற்ற கடற்துறைகளிலிருந்து

வந்த பெரியவர்கள் தலைகள் தெரிந்தன. பெரியதுறை சேசு பட்டங்கட்டி, ஆமந்துறை ஞாயம் மரியான் பர்னாந்து, கூட்டப்புளி மடுத்தீன் அடப்பன், கூடுதாழை பங்கிராஸ் பட்டங்கட்டி, காயல் செல்லையா மன்றாடி, தாழை சீதாவி நசுரேன் என எல்லோருமே குடும்பத்தோடு தங்கத் தேர் பவனி காண வந்திருந்தார்கள். கோவில் படிக்கட்டில் பிலிப்பையும் சலோமியையும் பிள்ளைகளையும் பார்த்த சேசு பட்டங்கட்டியின் முகம் அஷ்ட கோணலாகியது.

'ஆத்தாக்காரிதாம் எடுப்பழந்து ஒரு கொத்துக்காரக் கூதிமொவனக் கூட்டிகிட்டு ஓடுனா, இவனும் எவளோ வலைக்குடிக்காரம் மொவ அறுதலியத்தான கெட்டுனானாம். இதுல வேற ரீத்தம்மாள பொண்ணு கேட்டு தூது வுடுறா ஆத்தாக்காரி. ஒனக்கே, ஒரு மேசை நாற்காலிதாம் கெடைக்கல்லயின்னு வையி, எய்யா ஒரு பல்டோனாவோ, சிங்கராயனோ கெடைக்காமலா போயிருப்பாம். சுண்டங்காட்டு நம்பியாத்து சேத்துக்குள்ள உக்காந்து ரால் தடவுனவ பேரப்புள்ளய எடுத்திற்றாள. தோணியில நெட்டுறாராம், பொண்ணு குடுக்கணுமாம் அறுதலியக் கூட்டிகிட்டு ஓடுனவனுக்கு.'

"என்ன பட்டங்கட்டியார கோயில் படிக்கட்ட பாத்துகிற்று நிக்கிறியரு. வந்த காரியத்த பாக்காண்டாமா?" என்றார் அருகில் வந்த ஆமந்துறை மரியான் பர்னாந்து. சுரணையற்று நின்ற சேசு பட்டங்கட்டி அரக்கப் பரக்கப் படிக்கட்டில் யாரையோ தேடினார். பிலிப்பைக் காணவில்லை.

"லூர்து மொவம் போலயிருந்திச்சி."

"தானாடயில்லாட்டியும், தாய் மாமம் தசையாடுது பாத்தியளா..."

கீழ் வானில் மேகங்களைக் கீறிக் கிளம்பிய கதிரோனொளியில் கொற்கையன்னையின் பொற்றேர் ஜெக ஜோதியாய் ஜொலித்தது. ஆயிரத்தி எழுநூற்றி இருபதாம் ஆண்டிலேயே அன்னையை ஆடம்பரமாக எடுத்துச் சுற்றி வர அழகிய தேர் ஒன்று கொற்கையில் இருந்திருக்கிறது. ஒட்டு மொத்தமாய்க் கிறிஸ்தவர்களாய் மாறியிருந்தாலும் தங்கள் தாய் மதத்தின் நெறிகளை இன்றுவரை இவர்களால் விட முடியவில்லை. திருச்செந்தூர் முருகனின் தேர் வடம் தொட்டுக் கொடுக்கும் வழக்கம் தொடர்ந்திருக்கிறது. இந்த வழக்கத்திற்குக் கத்தோலிக்க பாதிரிமார் எதிர்ப்பு தெரிவித்ததால் வேறு வழியின்றி கொற்கை அன்னைக்குத் தேர் செய்து கொலுவேற்றிவிட்டார்கள். தங்கத் தேரொன்று செய்ய

வேண்டும் அதுவும் இந்தப் பகுதியில் எங்குமேயில்லாத அளவில் அற்புதமாய் இருக்க வேண்டுமென்ற அவாவில் அன்றைய பரத குலாதிபனின் உத்தரவின் பேரில் நகரின் தலைசிறந்த சிற்பி திரு. நேவிஸ் பொன்சேகா அவர்களால் இந்தத் தேர் உருவாக்கப்பட்டிருக்கிறது. அறுபதடி உயரத் தேர். அன்றைய நாளிலேயே சுமார் ஒரு லட்ச ரூபாயில் செய்ததாக வாய்வழிச் செய்தியிருக்கிறது.

இறைவனின் தாய் அதிகாலையில் தோன்றும் அற்புத விண்மீன் என்பதை உணர்த்தத் தேரின் தலையில் ஒரு விடிவெள்ளி. அதன் கீழே சுழலும் ஒன்பது தாரகைகள். அன்னை பரலோக பூலோக மாதாவாக முடி சூட்டப்பட்ட நினைவாக அழகிய பொன்மணி மகுடம். அடுத்த கட்டில் பிதாவாகிய சர்வேசுரன் அவரைச் சுற்றி வானதூதர்கள். கீழே வெண்புறா வடிவில் தூய ஆவியானவர். மேற்பகுதியைத் தாங்கும் அழகிய தூண்கள் அதனூடே அமைந்த பீடத்தில் இறைமகன் யேசுவை இடக் கரத்தில் சுமந்தபடி கொற்கை மாதா. கீழே மண்டியிட்ட மன்னர்கள். சக்கரத்திற்கு மேலே நான்கு திசை நோக்கியும் கை கூப்பிய வண்ணமாய் இரு கயல் கன்னியரும் இரு கயல் காளையரும். மொத்தத்தில் தேர் பெரும் கலைப் பொக்கிஷமாய் இருந்தது.

காலையில் மக்கள் கூட்டம் புடை சூழக் கிளம்பும் தேர்ப் பவனி பெரிய கோவில் தெருவைக் கடந்து ராயப்பர் கோவில் வழியாக கிரேட் காட்டன் சாலையில் ஊர்ந்து பின் கடற்கரைச் சாலை வழியாக நண்பகல் கழிய கோவில் முன் வந்து சேரும். முக்கிய சந்திகளிலும், பிரமுகர்கள் வீட்டு முன்னும் தேரை நிறுத்தி ஆராதனை வணக்கங்கள் செய்வார்கள்.

ஆலயத்தின் உள்ளே பங்குக் குரு முன்னால் வர மாதா சுரூபத்தை முத்தமிடத் துடிக்கும் கூட்டத்தைக் கட்டுப் படுத்தியபடி முத்துப் பல்லக்கில் அன்னையின் சுரூபத்தை கொம்பீரியர் சபையார் சுமந்து வந்தபடியிருந்தார்கள். பீடத்தருகே மண்டியிட்டுப் பிராத்தனையிலிருந்த பாண்டிய பதியை யாரும் கண்டுகொண்டது போலில்லை. திமிறித் தொடத் துடிக்கும் கூட்டத்தை மீறி அன்னையை பொற் பீடத்தில் ஏற்றியாயிற்று. சுற்றி நின்ற அத்தனை கண்களிலும் ஆனந்தக் கண்ணீர். இனி எந்த நேரமும் தேர் இழுக்கப் படலாம் என்ற நிலை.

கொடிமரத்துப் பக்கம் நின்ற பெரியதுறை சேசு பட்டங்கட்டி முன்னால் பாய்ந்து ஓட, அவர் பின்னாலேயே மற்ற கடற்கரையூர்க்காரர்களும் தேரை நெருங்கினார்கள்.

தேர்மாறன் (கி.பி. 1808 – 1839)

கொற்கை அன்னையின் தங்கத் தேர்

குருஸ் பல்டோனா என்ன நினைத்தாரோ சேசு பட்டங் கட்டியை மறிப்பதுபோல் மறித்துக் குசுகுசுவெனக் காதில் ஏதோ ரகசியம் ஓதினார். தேரருகே கூட்டம் பிரிவது தெரிந்தது. எட்டி நின்ற பாண்டியபதி முகத்திலும் அருளில்லை. ஏதோ விபரீதத்தை எதிர்பார்ப்பார் போலிருந்தது. சிரத்தை யில்லாத மேசைக்காரக் கூட்டமொன்று பாண்டியபதியை, சுற்றி நின்றிருந்தது. சிங்கராயரோ, பல்டோனாவோ தங்கள் தலையை வெளிக்காட்ட விரும்பவில்லை. மெனக் கெடன்மாரும் செய்வதறியாது கொடிமரத்துப் பக்கம் ஒதுங்கினார்கள். தேர் இன்னும் இழுபடவில்லை, பாண்டியபதி ஒதுங்கி நிற்கிறார். என்னவோ ஏதோ என்று பயந்தபடி வந்த பங்குத்தந்தை பிண்டோ, மக்கள் மூன்று கூட்டமாய்ப் பிரிந்து நிற்பதை முதல்முறையாகக் கண்டார். அவருக்கு என்ன செய்வதென்றே தெரியவில்லை.

“ஏழுகடந்துறையின் ஏக அடைக்கலத்தாயின்னுதான சொல்லுறிய, அப்ப தேர் இழுக்குறதில மட்டும் அது என்ன அவுருதாம் இழுக்கணும் இவுருதாம் இழுக்கணும்.” என்றார் சேசு பட்டங்கட்டி.

“அப்புடிப் பாத்தா எங்களுக்கு அவ தாயில்லியா, நாங்க தேர வடம் புடிக்கக் கூடாதா. யாருல சொல்லுறது?”

“அது என்னவே ஒரே சாதிக்குள்ளயே இப்புடி ஏத்தம் எறக்கம் பாக்குறது. பொண்ணு குடுக்காத எடுக்காத, ஏன்னா நாங்க ஏழ எளியதுவ. இவுரு போற தெருவுல நாங்க போவக் கூடாதாம் இவுங்கள்வ வூடுவ இருக்க எடங்கள்வ கலியாண ஊர்வலங்க வரக் கூடாதாம். மையங்கள கோயிலுக்கு எடுத்திற்று போவக் கூடாதாம்...” என்றார் சுசமுத்து.

“சாதித் தலைவரயும் சுத்திக்கிற வேண்டியது, கோயில்வள யும் ஆள வேண்டியது. இது சாமிமார் பாக்குற பார்வ. இத்தன களேபரம் இங்க நடக்குமின்னு தெரிஞ்சும் மேற்றாணியாரு இல்ல பாத்தியளா” என்றார் சேசு பட்டங்கட்டி.

“வெட்டிகிட்டு மாயட்டுமின்னு பாத்திருப்பான்வ. மாதா திருழாவுக்கு போட்டியா பிதேலியார் திருழா எடுத்தவன்வதான.”

தேர் வர ஆரம்பித்த காலத்திலேயே வடத்தைப் பாண்டிய பதி தொட்டுக் கொடுப்பதுதான் வழக்கமாய் இருந்திருக்கிறது. காலங்காலமாகவே ஆதிக்க உணர்வுகளோடு செயல்பட்ட மேசைக்காரர்களின் நடவடிக்கைகள் பிடிக்காமல் பாண்டிய

பதியையும் மேசைக்காரர்களின் பிரதிநிதியாகவே கருதிய வர்கள் அவரை எதிர்க்கத் தலைப்பட்டார்கள். சமீப காலங் களில் கொற்கைத் துறையில் தோணி வைத்துத் தொழில் செய் வதன் மூலம் மெனக்கெட்டரான முதலாளிமார் தங்களுக்கு மேசைக்காரர்கள் உரிய மரியாதையையும் அந்தஸ்தையும் தரவில்லை என்று உள்ளுக்குள் புகைந்த வண்ணமிருந்தார்கள். மேசைக்காரர்களிடமும் காரசாரமான வாக்குவாதம் நடப்பது தெரிந்தது. கைகளை மறித்துப் பிடித்தவர்களை தட்டிவிட்டபடி வெளியே வந்த லெம்பர்ட் தல்மெய்தா சொன்னார்.

"இவ்வளவு பெரிய கூட்டத்த வச்சிகிட்டு நம்மள இப்புடி கேவலப்படுத்துறான்வ..."

கண்கள் கோவைப் பழம் போல் சிவந்து முகமும் கடுகடுவென்றிருந்தது. கிருதாவை நீட்டி முகத்தில் மீசையோடு இணைத்திருந்தார். மீசை ஒன்றும் அத்தனை அடர்த்தியா யில்லை. வலது கையில் ரோலக்ஸ் வாட்ச். கூட்டத்தில் கையை யாரோ கிள்ளுவது போல் உணரவே படக்கென்று திரும்பியவர் மனைவியின் கண்களைச் சந்திக்கத் திராணி இல்லாதவராய்த் தலைகுனிந்து நகந்தார்.

"வீட்டுக்கு வாங்க, அங்க வச்சிக்கிருறம் பூசய" என்றாள் சலேட்டம்மாள்.

மணிக்கட்டிலிருந்து முட்டங்கை வரை தங்கத்திலான விதவிதமான வளையல்கள். கழுத்தை அசைக்க முடியாமல் எட்டுத் தட்டு மாலையும், தாமரைப் பென்றனும், முத்து மாலையும் கூடவே தாலியும். ஜாடிக்கேத்த மூடியாய் இரண்டுமே குள்ளமான உருவம்.

"அவம் நெட்டையும் அல்போன்சு தல தெரிஞ்சித. அவம் பொண்டாட்டி வந்தாப் பாத்திருப்பிய. அவ போடுற பஸ்தல்ன்னா ஒங்களுக்கு உசுராம..."

"ஏய், இங்க நல்ல நடயின்னு கோயிலுக்கு வந்தமா அல்லது... வீட்டுல தாம் ஒன்னட ஆக்கின தாங்க முடியில யின்னா கோயிலுக்கு வந்த எடத்துலயுமா. தேரயும் இழுத்துத் தொலய மாட்டயிங்குறான்வ."

கூட்டத்தில் பக்கத்தில் வந்த டாரத்தி ரிபேரோ சலேட்டம்மாளைப் பார்த்துப் புன்னகைத்தபடியே கேட்டாள்.

"ஹலோ, மிசிஸ் தல்மெய்தா எப்படியிருக்கீங்க?"

"ஓ... ஃபயின்" என்று நிறுத்திய சலேட்டம்மாள், சத்தமில்லாமல் டாரத்தியையே வைத்த கண் வாங்காமல் பார்த்தவாறிருந்தாள்.

'இவ வேற... இவளும் இவ உடுப்பும். நெஞ்சில தாம் ஒண்ணுமில்லயின்னா பின்னாலயுந்தாம் ஒரு துண்டு கறியில்லிய. எதப் பாத்து மயங்குனாரு. யாருக்கு வேணும் இவ படிப்பு. கவுணு போட்டுகிட்டு ஆட்டிகிட்டு அலை யிறதுனால சரியாப்போச்சி. சேல கெட்டுனா சோளக் காட்டு பொம்மதாம்.'

"என்ன மிசிஸ் தல்மெய்தா, யு ஆர் சைலன்ட்."

"திஸ் இஸ் சர்ச், ஓகே." என்றவாறே அலட்சியமாய் திரும்பினாள் சலேட்டம்மாள்.

"ஓ ஆம் சாரி" என்றவாறு ஏதோ பேச வாயெடுத்த டாரத்தியைப் பக்கத்தில் வந்த செலஸ்டின் ரிபேரோ, நாசுக்காய் இழுத்துக்கொண்டு முன்னே நகர்ந்தார். முகத்தில் எந்த மாற்றமுமில்லை. தேர் முனையில் காரசாரமான வாதம். சாத்தான்குளம் அரோக்கியசாமி நாடார் சமரசம் பேச முயன்று தோற்றுப் போனார். அங்கு நடப்பது எதுவும் தனக்குச் சம்பந்தமில்லாதது போல் சலேட்டம்மாள் கொடி மரத்தையே வெறித்தவாறிருந்தாள்.

'சாரியாம் சாரி. நமக்கும் வாச்சித. ஒவ்வொருத்தம் பொண்டாட்டிய என்ன பக்குவமா கூட்டிகிட்டு போறானுவ. புள்ளபெத்து கெழவியாவும் ஆயாச்சி. பெரிய மேல்நாட்டு மருமொவ. எவங்கூடயெல்லாம் மேஞ்சிற்று கடசியில இவுறப் புடிச்சாளோ. அவம் என்ஜினியர் பிரிஸ்டோவுக்கும் இவளுக்குந்தாம் என்னமோ தொடர்புயின்னு... இங்கிலிஷ் கிளப்புல அன்னக்கி நல்லாத்தாம் ஆடுனாம். ராசியில்லாதவ சொர்ணம். நானுந்தாங் காதலிச்சம். பணங் காசுயில்லாம அது என்ன காதல். மெட்ராசுக்கு போறமின்னு சொன்னாரு. குண்டு சட்டிக்கிள குதுர ஓட்ட முடியுமா. தல்மெய்தா வூட்டு ஆட்சி எங்கையில. என்னய அசைக்க யாரால முடியும். 'திஸ் இஸ் சர்ச்சின்னு மூக்க ஒடைச்சிற்றமில்ல. மண் கம்பெனி வச்சிறுக்கவன நம்பி நம்பி கெட்டுப்போனம். எவளோ புள்ளத்தோப்புக்காரிய சேத்துக்கிற்றானாம. என்னமோ வெள்ளைக்காரிக்கி விரிக்கிறதுக்குச் சொல்லியா குடுக்கணும். சொர்ணம் என்ன ஓசரம்... விரிஞ்ச ஒடம்பு நந்தவனம் மாரியில இருப்பா. இவன்வளுக்கு காஞ்ச கட்டயள்ல கெடந்து மேயணுமின்னு விதியிருந்தா யாரால மாத்த முடியும். என்ன ரிபேரோ வூட்டுக்குளயும் போயி ஒரு ஆட்டத்த போடுலாமுன்னு பாத்தா. சவம் முடிஞ்சி

போன கத. அதாம் தங்கச்சியாம் தங்கச்சி தீத்திற்றமில்ல சலேட்டா கொக்கா...'

குதிரைமேலமர்ந்து நடப்பதை வேடிக்கை பார்த்தபடி யிருந்த மில்லரின் முகத்தில் இளநகையோடிக் கிடந்தது. சுதந்திரத்துக்கான வேலைகள் மும்முரமாக நடந்ததால் நமக்கு ஏன் வம்பு என்று வெள்ளைக்காரர்கள் ஒதுங்குவது தெரிந்தது. தகராறைத் தடுக்கப்போன சுதேசிக் காவலர் களையும் தடுத்துவிட்டார். குருக்களும் கன்னியாஸ்திரிகளும் எவ்வளவோ சொல்லியும் அசைந்து கொடுத்தானில்லை. மெட்ராசிலிருந்து காலையில்தான் வந்திருந்த அலங்காரம் கர்டோசா நிலைமையைக் கேள்விப்பட்டு முன்னால் ஓடி வந்தார். பங்குக் குருவிடம் வந்து காதில் என்னவோ சொன்னார். பங்குக் குருவும் தலையாட்டுவது தெரிந்தது.

அலங்காரம் கர்டோசா காதில் ஓதிய சங்கதியைச் சுமந்தபடி பாடகற் குழுவிடம் வந்த பங்குத் தந்தை பிண்டோ குனிந்து அவர்களிடம் ஏதோ சொல்ல, சில நொடிகளிலேயே குரலெடுத்துப் பாடினார்கள்.

"தஸ்நேவிஸ் மாமரி..."

மொத்தக் கூட்டமும் உற்சாகத்தில் பதிலாகப் பாடியது.

"தோத்தரிப்போம் என்றென்றுமே"

"தஸ்நேவிஸ் மாமரி

தோத்தரிப்போம் என்றென்றுமே

என்றென்றுமே...

என்றென்றுமே...

என்றென்றுமே தஸ்நேவிஸ் மாமரியை

தோத்தரிப்போமே...

என்றென்றுமே...

என்றென்றுமே

என்றென்றுமே தஸ்நேவிஸ் மாமரியை

தோத்தரிப்போம் ஏ... ன்றென்று... மே."

விண்ணைப் பிளந்த குரலொலியில் புல்லரித்துப்போனது மொத்தக் கூட்டமும். யார் கொடியை அசைத்தார்கள் யார் அடிச் சக்கையை உருவினார்கள், யார் தேரை வடம் பிடித்தார்கள், எப்படி தேர் அசைந்தது என்று யாருக்குமே தெரியவில்லை. எல்லோருமே ஒரு மந்திரத்தால் கட்டுண்டவர் கள் போலத் தேரோடே நடந்தார்கள். முண்டியடிக்கும்

கூட்டத்தில் தேர் வடத்தையாவது தொட வாய்ப்பு கிடைக் காதா என்ற ஏக்கம் ஒவ்வொருவர் முகத்திலும் தெரிந்தது. கப்பநடைத் தோணி சங்கீதசபா, கோஸ்டிங் நடைத்தோணி சங்கீதசபா என இரண்டு சபாக்கள் வாத்தியக் குழுவின ரோடு பாட்டுக் கட்டிப் பாடியபடி வந்தார்கள். திருநெல்வேலி நாதஸ்வர வித்வான் ரத்தினம் முன்னால் நின்று நாதஸ்வரம் வாசித்தபடி வந்தார்.

“என்ன, அரோகியசாமியண்ணம், பிரச்சன பெருசா வருமின்னு பாத்தம். அணக்கமில்லாம போச்ச. நீங்க வேற குடுகுடுயின்னு அங்கனயும் இங்கனயும் ஓடிகிட்டும் சாடிகிட் டும் இருந்தியள” என்றார் கூட்டத்தில் வந்த காசி நாடார்.

“ஒண்ணு தெரிஞ்சிக்க காசி, கொற்கையில மாதா பக்தி வேதமின்னுயில்ல எல்லாரு கிட்டயும் இருக்கு.”

“என்னண்ணம் பிரிச்சி பேசுறிய? என்னதாம் நாம இந்து, வேதமின்னு இருந்தாலும் சாதி ஒண்ணுதான.”

“யாரு இல்லயின்னது. அதுக்காவ தேர இழுத்து வீதியில வுட்டுட்டு வேடிக்க பாக்கணுமிங்கியா. சோலிய பாத்துகிற்று போயாம்.”

காசி மறு பேச்சில்லாது நின்றிருந்தார்.

“எய்யா கொடிய ஆட்டுங்க, சக்கயப் போடச் சொல் லுங்க. யாரது? ரஞ்சம் தண்டலா... என்னய்யா, மூஞ்சி இப்புடி வாடிப்போச்சி?”

“அரோக்கியசாமியண்ணம்., தெய்வ சன்னதியில இப்புடி அடிச்சிகிட்டான்வள...” என்றான் ரஞ்சன்.

“எய்யா புள்ளய...”

‘‘மூத்தவம் அருள தங்கச்சி செல்கேரா கூட்டிற்று போயிற்றா. பொட்டப் புள்ள வலேரியாவ பால் குடுக்கணு மின்னு இருதயம் இப்பதாம் கோயிலுக்குள்ள கொண்டு போனா...’’

“அம்ம எதும் சொன்னாவளாய்யா?”

‘‘என்ன அண்ணாச்சி ஒண்ணும் சொல்லலிய.’’

“இல்ல கைமாத்தா...”

“எவ்வளவு?”

“பத்து ரூவா வாங்குனாவ. நீங்க நட போயிற்று வந்த பொறவு தாரமின்னாவ.” தருவதாகத் தலையாட்டினான் ரஞ்சன்.

‘எங்கயெல்லாம் போயி கடன் வைக்கிறாவ. சே... இந்த வயசுல இப்புடி என்ன செலவு வேண்டிக் கெடக்கு. தாய் மாமம் பொண்ணையுங் கெட்டியாச்சி. புள்ளயளும் பெத்தாச்சி, அவள்வ இழுத்த இழுப்புக்குத்தாம் நம்ம போவனுமின்னு நெனைக்கிறாள்வ. அவுருன்னா காங்கிரஸ்காரன்வ கூட சேந்துகிற்று கள்ளு குடிச்சிகிற்று அலையிறாறு. என்ன ஜென்மங் களோ தெரியிலிய’.

மாதாகோவில் பக்கம் கத்தோலிக்க நாடார்கள் வந்து குடியிருக்க ஆரம்பித்திருந்தார்கள். பர்னாந்துமாரின் நல்லது கெட்டதுகளில் கலந்துகொண்டு ஒன்றுக்குள் ஒன்றாகியிருந் தார்கள். எல்லோருமே சாத்தான்குளம் பக்கத்திலிருந்து கொற்கை வந்து குடியேறியவர்கள். கால்டுவெல் அய்யர் காலத்தில் பதிதராய் மாறி பிறகு கத்தோலிக்கராய் மாறியவர் கள். சந்தையில் பலசரக்குக் கடை வைத்திருந்தார்கள். சிலர் வட்டிக்கும் கொடுத்தார்கள்.

தேர் பாண்டியபதி அரண்மனை எதிரே சம்பிரதாயப்படி நின்றிருந்தது. மேசைக்கார தனவந்தர்கள் தங்களுக்குள் கசமுசவெனப் பேசுவது கேட்டது. தலையில் கிரீடத்தோடு பாரம்பரிய உடையில் உப்பரிகையில் நின்றிருந்த பாண்டியபதி கீழே தேரை நோக்கி வந்தார் கூடவே பட்டுடுத்தி அவர் மனைவி குணசீலியும் பட்டத்து இளவரசர் பிரான்சிசும் வந்தார்கள். மகள் பெற்றீசியாவின் கைகளில் புகையும் குமிஞ்சான் கலசமிருந்தது. தேரின் முன்னே வந்து நின்று இரு கைகளையும் சிரசின் மேல் தூக்கி வணங்கிய பாண்டியபதி வெகுநேரம் கொற்கை அன்னையின் முகத்தையே பார்த்திருந் தார். கண்களில் மாலை மாலையாய்க் கண்ணீர். மொத்தக் கூட்டமும் அவருடைய அடுத்த அசைவிற்காகக் காத்திருந்தது. காலம் காலமாக நடந்த பாரம்பரியம் போய் இன்று முதன் முதலாகக் கொற்கை அன்னையின் தங்கத் தேர் பாண்டியபதி தொட்டுக் கொடுக்காமல் அசைந்திருக்கிறது.

தேரை நெருங்கி வந்த பாண்டியபதி, தலையில் வைத் திருந்த கிரீடத்தை இரு கைகளாலும் கழற்றி கொற்கை அன்னையின் பாதத்தில் வைத்தார். கூட்டத்திலிருந்த கொற்கைக் காரர்கள் ஓடி வந்து தடுக்கு முன் இந்த விபரீதம் நடந்து விட்டிருந்தது. கழுத்தை அலங்கரித்த பாரம்பரிய முத்து மாலையையும் கழற்றி அன்னையின் கால்களில் பவ்வியமாய் வைத்தார். தலைகுனிந்து நின்றிருந்தார் இளவல் பிரான்சிஸ். சர்வ ஜீவராசிகளின் சத்தமும் அடங்கிப்போயிருந்தது. நடுக்கத்தோடேயே நின்றிருந்தாள் குணசீலி. தாய் வழியில் கொழும்பில் பெரிய ஜவுளி வியாபாரம். பாண்டியபதி

அரண்மனைக்கு வாழ்க்கைப்பட்டு வந்தபோது பெரிய எதிர்பார்ப்புகள் இருந்தன. ஆனால் தொடக்க முதலே நடந்த நிகழ்வுகள் இருதயத்தை வாளால் கீறி இன்னும் தாங்குவதற்கு சக்தியில்லை என்றே ஆக்கியிருந்தன. காலையில் நடக்கப் போகும் நிகழ்வுகளை ஊகித்தவராய் முந்தின நாள் இரவிலேயே தான் முடிதுறக்கப் போவதைக் குணசீலியிடம் தனியே சொல்லியிருந்தார் பாண்டியபதி. மனம் நிறைந்த வியாகுலத்தால் தேர் எதிரே பேச்சிழந்து நின்றிருந்தாள் குணசீலி.

கொற்கைத் தாய்க்குத் தன் முதுகைக் காட்டாமலேயே பாண்டியபதி குடும்பத்தோடு விலகி நிற்க, தேர் அசைந்தது. நடப்பதை வேடிக்கை பார்த்தபடி நின்றிருந்த மேசைக்காரக் கூட்டம் பரிகசித்துச் சிரிப்பது தெரிந்தது. அதுவரையில் அமைதிகாத்த ஆரோக்கியசாமி நாடார் தம்மடக்கி குரல் கொடுத்தார்.

"பனிமயமே என்று சொல்ல..."

மொத்த கூட்டமும் பதில் பாடியது.

"பயமெல்லாம் பறந்ததம்மா."

சிலுவைக்கோவில் தெருவில் திரும்புவதற்கு இன்னும் சிறிது தூரம்தான் பக்கவாட்டு இடுக்கு வழியாகப் பாய்ந்து வந்த கயித்தான் பூபாலராயன் சொன்னார்.

"எய்யா கோரம்பள்ளத்துல இருந்து வார ஒரு கௌக் காலு, இந்தப் பக்கம் நம்ம மல்லிப்பூ வீட்டுக்கு முன்னால உள்ள கெணத்துல முடியும், பாத்து இழுங்க."

"எல கொடி வச்சிருக்கது யாருல அல்போன்ஸ் தண்டலா...?"

"உருண்டுறுமிங்குறியா?"

தேர் திரும்ப, சிறிது நேரத்திலேயே சறுக் புறுக்கெனக் கட்டைகள் நெறிபடும் சத்தம். ஒரு பக்கமாகத் தேர் மணலில் இறங்கியது. கூட்டத்தில் 'மாதாவே' என்ற சத்தம்.

"முன்னால இழுக்கக் கூடாதுன்னு சொல்லுங்கல." என்றார் மோயிஸ்.

"கொடிய ஆட்டுவியா... பாத்துகிற்று நிக்கிறாரு."

சரியான சன நெரிசல். வடம் பிடித்து முன்னால் இழுத்தவர்கள் வடத்தைப் போட்டுவிட்டுப் பின்னால் சாடி வந்தார்கள். குறுக்கே பாய்ந்த பவுல் தண்டல் சொன்னார்.

“எய்யா, பிராயத்துக்காரமெல்லாம் வாருங்க. குறுக்க கையளப் போட்டு மறிங்க.”

பவுல் தண்டல் உள்ளே சாடியதால் அவர் கையைத் தவற விட்ட மதலேன் அழுதபடியே நின்றிருக்கப் பக்கத்தில் வந்த சலோமி அவள் கையைப் பிடித்து இழுத்து கூட்டத்தி லிருந்து வெளியே கொண்டுவந்தாள். அதுவரையில் மதலேன் பக்கத்திலேயே வந்த திரேசாளை வெறித்தபடியே வந்த அழகுவேலும் ரவீந்திரனும் பங்கிராஸ் வீட்டுப் பக்கம் ஒதுங்கி நின்றார்கள். வீட்டு மொட்டைமாடியில் நின்று தேர் வருவதைப் பார்த்தபடியிருந்த பபிலோன் கீழே வந்து மதலேனையும், திரேசாளையும் அழைக்க, தலையாட்டி மறுத்த மதலேன் மட்டும் சலோமியோடே நின்றிருந்தாள்.

தேரைச் சுற்றிலும் லஸ்கர்கள் நின்று அரண்போல் காத்தார்கள். மல்லிப்பூ செபஸ்தியார் வீட்டு மாடியிலும் தலைகள் தெரிந்தன. கிரேசி, அல்வாரிசோடு திண்டில் அமர்ந் திருந்தாள். பக்கத்திலேயே வெள்ளைச் சேலையில் வெரோ ணிக்கம். கீழே மடுத்தீன் புரோக்கர் மகன் தொபியாசோடு நின்றிருந்தான் கிறிஸ்டோபர்.

தேர்ப்பக்கம் நின்றிருந்தவர் ஒருவர் மூஞ்சிலும் ஈயாட வில்லை. ஏதோ தெய்வ குற்றம் நிகழ்ந்துவிட்டதாகவே உணர்ந் தார்கள். தேர் எடுத்த நாளிலிருந்து இன்றுவரை இப்படியொரு நிகழ்ச்சி நடந்தது இல்லை. மாதாவை தேரில் ஏற்றிய பிறகு நடந்த பிரச்சினைகள் ஒருபுறமென்றால், பாண்டியபதி சத்தமே யில்லாமல் முடி துறந்தது மறுபுறமென எல்லாமே வருத்தத்தைத் தருவதாய் அமைந்தன. ஏற்கனவே நேரம் கடந்து இழுக்கப்பட்ட தேர் இப்போது வழியில் பள்ளத்தில் வேறு மாட்டி கால்வாசி தூரம்கூடக் கடக்காத நிலையில் நண்பகல் நெருங்கியிருந்தது. தேரைச் சுற்றிலும் தோணிக்காரர்கள் மேல் சட்டைகளைக் கழற்றி எறிந்துவிட்டு வேட்டியோடே மல்லுக்கட்டியபடியிருந்தார்கள். மேசைக்காரர்களும் மெனக் கெடார்களும் அங்கங்கே நிழலில் ஒதுங்கி நின்று வேடிக்கை பார்த்தபடியிருந்தார்கள். உடம்பெல்லாம் மணல் அப்பி நின்றிருந்தார் பிலிப், கூடவே பவுல் தண்டல.

“பிலிப்பு தேரமாச்ச சலோமி தேட மாட்டா.”

“என்னண்ணம் சொல்லுறிய, இத மிஞ்சின காரியம் வேற என்ன சொல்லுங்க. சலோமிய புள்ளயளக் கூட்டிகிற்று முன்ன போவச் சொல்லிற்றம். ஒரு யோசன சொல்லுறம் கேளுங்க. சரிஞ்ச சக்கரத்துப் பக்கத்துலே தோண்டி காஞ்ச மண்ணும் கல்லும் போடுவோம். வாடப்பொறம் ரண்டு

சவ்வர போட்டு இழுத்து கெட்டிகிற்றுத்தாம் வேலய ஆரம்பிக்கணும்."

பக்கத்தில் வந்த சூனா சொன்னார்.

"எய்யா, பழைய தேரு பாத்தியளா அதாம் பொறுதியா செய்ய வேண்டியிருக்கு. ஒண்ணுல்லாட்டி ஒண்ணு ஆயிப்போச்சின்னு வையி... வடக்க போயி ரோட்டுல ஏறுற வரதாம் பிரச்சன. அங்கங்க கயிறு போட்டு பொறுப்பான எடங்கள்ல கெட்டிட்டம். இனும இழுக்க வேண்டியதாம் ஆனா இனுமயும் பதியாம இருக்கதுக்கு தென்னந்தும்போ பனந்தும்போ விரிச்சா சக்கரம் பதியாது கேட்டியளா..."

"இப்ப பனந்தும்புக்கு எங்க போவ?"

சொல்லி பிலிப் வாய் மூடியிருக்கவில்லை. ஆரோக்கிய சாமி சொன்னார்.

"என்ன தம்பி இப்புடி சொல்லிப்புட்டிய, நம்ம பால் பாண்டி கிட்டங்கியிலயிருந்து இந்தா கொண்டரச் சொல்லுயம். எலேய், அன்புமணி, யேசுவடியாம் ஓடுங்கல ஓடிப் போயி பால்பாண்டி கிட்ட நாஞ் சொன்னமின்னு கேளுங்க. வடக்காக்க போவாதீய. கூட்டமாயிருக்குல்லா... தெக்காக்க ஓடி நம்ம ஓர்னலாஸ் வழிய பீச் ரோட்ட புடிச்சி மில்லு பாதைக்கி போங்கல" என்றார் ஆரோக்கியசாமி.

ஒரு வழியாய் அம்பாப் போட்டுத் தேரைத் தெற்கே இழுத்து நிதானித்து வடக்குப் பக்கமாக இழுத்து நிறுத்தினார்கள் அதற்குள் பனந்தும்பும், தென்னந்தும்பும் கட்டுக் கட்டாய் தலைச்சுமையாய்க் கொண்டுவந்து சரித்தார்கள் நாடார்கள். அம்மனுக்கு முளைப்பாரி எடுத்து வந்தது போலிருந்தது.

"எல்லாமே ஒண்ணுபோல நடக்கணுமின்னு இருக்குபோல" என்றார் சூசமுத்து.

"இல்ல சின்னய்யா, இது கொறக்கைக்கி வந்த சாபக்கேடு. உள்ளடிக்கிள கெடந்து உருளுறது யாருன்னு பாத்தியளா, அத்தனையும் பெரியதொறைக்காரம். நம்ம ஊர்க்காரம் நம்ம ஒண்ணு ரண்டியரத் தவுர ஒருத்தனுமில்ல பாருங்க" என்றார் சேசு.

ஓணாத் தெருக்காரர்களும் பங்குகளாத் தெருக்காரர்களும் போட்டி போட்டுக்கொண்டு தலைச்சுமையாய்த் தும்பு கொண்டுவந்து இறக்கினார்கள். போதாக்குறைக்கு வண்டிப் பேட்டைக்குப் புதிதாய் வந்து இறங்கியிருந்த பஞ்சுப் பொதிகளையும் கொண்டுவந்துவிட்டார்கள். வீதியெங்கும்

பனந்தும்பும் பஞ்சுமாய்ப் பாய் விரிக்க அன்னையின் தேர் அசைந்து ஊர்ந்தது.

“யார் யாரோ காவல் கெடக்க யார் யாரோ வந்து ஆசீர்வாதத்த அள்ளிற்றுப் போறாவ பாருங்க” என்றார் பவுல் தண்டல்.

“நெனையாத நேரத்தில் மனுமகன் வருவாருங்குறது சரியாத்தாம் போச்சி” என்றார் சவரிமுத்து.

சூசமுத்துவின் கண்களில் ஆனந்தக் கண்ணீர். சிலுவைக் கோயில் பக்கம் சுவரைப் பிடித்தவாறே நின்றிருந்த தேவசானா குரலெடுத்து அழுதாள்.

“தெய்வ குத்தமாயிப் போச்சி. என்னமோ பெரிய தொறைக்காரவுக மண்ணோட மண்ணா உருண்டிய. அவள உசுரோட தூக்கி வச்சிற்று மல்லுக் கெட்டிற்றான்வள. இன்னா பாருங்க ஏ... பேதியில போவான்வளா, பஞ்சம் தும்புமா விரிச்சி ஆத்தா ஆசீர்வாதத்த அள்ளிற்றாவள யாவாரிமாரு. நீ அனாதரவா நிக்காத ஆத்தாயின்னு பண்ணிற்றாவள...”

மகிழ்ச்சி பொங்க ஆரோக்கியசாமி நாடார் குரல் கொடுத்தார்.

“யார் வாரா தெருவுல
எங்க மாதா வாரா தெருவுல
எய்யா, யார் வாரா தெருவுல
நம்ம ஆத்தா வாரா தெருவுல
அய்யா, யாரு வாரா தேருல
நம்ம செல்வமே வருது தேருல”

தேர்ச் சக்கரம் பட்டு உருண்ட பஞ்சும் பனந்தும்பும் ஆசீர்வதிக்கப்பட்ட பொருளாய் எடுத்துக்கொண்டார்கள். வாழ்த்தொலிகள் விண்ணைப் பிளக்கத் தேர் கொற்கையின் வீதி வழியே வந்தது. மாலையாகிவிட்டதால் தீப்பந்தங்கள் சூழத் தேர் கோவிலை வந்தடைய இரவாகி வானில் நட்சத்திரங்கள் பூத்திருந்தன.

55

1947

தங்கத் தேர் வந்தபோதே நோய்வாய்ப்பட்டுப் படுத்த படுக்கையாய் இருந்த மனைவி வீர்ஜித் மரித்தபின் வீட்டை விட்டு வெளியே வரப் பிடிக்காமல் இருந்த பவுல் தண்டலுக்கு வீட்டிற்குள்ளேயே எல்லா மென்றாகிப் போனது. ரஞ்சிதம்தான் தங்கையின் வாழ்வு பிடிக்காமல் ஆத்தூர்க்காரனிடம் செய்வினை வைத்து விர்ஜித்தைக் கொன்றுபோட்டதாகக் கொற்கை மணல் தெருவெங்கும் பேச்சு. குடும்பப் பொறுப் பெல்லாம் தலையில் விழ பவுல் தண்டல் திக்கு முக்காடிப் போனார். சிறு பிராயத்திலிருந்தே தெரசாவின் நடை உடை பாவனைகள் பவுலுக்குப் பிடிக்கவில்லை. பெரியம்மா ரஞ்சிதமே தெரசாவை அடிக்கடி வீட்டிலிருந்து கூட்டிப் போனாள். தெரசாவுக்கு வெளியே ஊர் சுற்றுவதில் ஆர்வம். விர்ஜித்துக்கு வீட்டை விட்டு வெளியே வருவதே பிடிப்பதில்லை. ஏதோ பொழுதுபோக்காகக் கூட்டிப் போகிறாள் என்று பார்த்தால் நாள்பட ரஞ்சிதம் தெரசாவின் மனதை வெகுவாகவே கெடுத்திருந்தாள். எப்போதுமே ஏட்டிக்குப் போட்டியான சவுடால்கள். சின்னவளையும் கெடுத்துவிடுவாளோ என்ற பயம் பவுல் தண்டலுக்கு. மாப்பிள்ளை பார்க்க ஆரம்பித் திருந்தார். பிலிப்பிடமும் சொல்லியிருந்தார். ஆனால் பிலிப்பைக் கண்டாலே தெரசாவுக்கு ஆகாது. ஒருவேளை ரஞ்சிதமே பிலிப்பைப் பற்றி இல்லாததும் பொல்லாததும் சொல்லி வைத்திருக்கலாம். பல வாறான சிந்தனையோடே 'ஆவே மரியா'வின் அணியத்து அவித்தியாலில் அமர்ந்திருந்தார் பிலிப். முந்தின நாள் பாலகிருஷ்ணா தியேட்டரில் குடும்பத்தோடு பார்த்து ரசித்த யேசுநாதர்

ஆர். என். ஜோ டி குருஸ்

சரித்திரத்தின் காட்சிகளும் மனத் திரையிலாடியது. மதலேனும் வந்திருந்தாள்.

பொழுது அடைய ஏழு மணிக்கு ‘ஆவே மரியா’ கொழும்புத் தோணிப் பாலத்தையடைந்தது. தோணி கட்டும் வடக்குப் பாலத்திற்குத் தெற்கே பெரிய பெரிய கிடங்குகள் அமைப்பதற்கான வேலைகள் நடந்தபடியிருந்தன. மண் தோண்டிக் கப்பலொன்று இருபத்தி நான்கு மணிநேரமும் பணியிலிருந்தது. அவசர அவசரமாகச் சரக்குக் கொண்டு வந்திருக்கும் கச்சாத்துகளை எடுத்துச் சரிபார்த்த பிலிப் தண்டல் தூரத்தில் நின்றிருந்த நிக்கோலாசை அழைத்தார்.

“ஏ... நீக்லாசு இங்க வா.”

மற்ற லஸ்கர்களோடு சேர்ந்து பாய்களைக் கயிறுகளால் மடக்கிச் சுருட்டிக் கட்டியபடியிருந்த நிக்கோலாஸ் பக்கத்திலிருந்தவர்களிடம் கயிற்றைக் கொடுத்துவிட்டு ஓடி வந்தான்.

“சொல்லுங்க ...?”

“எல்லாரட நல்லியளும் எங்கயிருக்கி?”

“சரிக்கி பக்கத்துல இருக்கு. கொறகயில பா வச்ச ஒடனே எடுத்து கெட்டி தயாரா வச்சிருக்கம்” என்றான் நிக்கோலாஸ்.

காலங்காலமாக வெயிலிலும் மழையிலும் நனைந்தபடி காணா பிடித்தவர்களுக்குச் சமீபத்திய விமோசனம் சரிக்கி அறை. மற்ற தோணி முதலாளிகளின் எதிர்ப்பிற்கிடையே பவுல் தண்டல் தன்னுடைய தோணியில் கப்பல்களில் உள்ளது போல் வட்டமாகச் சரிக்கி தயார் பண்ணி சுக்கானின் இரு புறமும் கயிறு கட்டி இணைத்து அதை டாவா பக்கமும் ஜவனாப் பக்கமும் திருப்புவதற்கு ஏதுவாய் அமைத்துக் கொடுத்தார். எல்லாமே பிலிப் தண்டலின் யோசனையின் பேரில் அமைத்தது. இந்த ஏற்பாடு மற்றவர்களுக்கும் பிடித்துப் போக இப்போது கொற்கைத் தோணிகளில் சரிக்கி அறை மிகவும் பிரபலம். சரிக்கி அறை தோணிகளுக்குத் தனி மவுசைக் கொடுத்தது. வர வர தோணிகளின் விலை நிர்ணயத்திலும் சரிக்கி அறை விசேஷமாகப் பேசப்பட்டது.

கொழும்பு வடக்குப் பாலத்தில் நெடுகக் கட்டியிருந்த தோணிகளில் எதிலும் வேலை நடந்தது போலில்லை.

“பிலிப்பண்ணம் அணியத்துப் பக்கம் பாத்தியளா?”

“அணக்கமேயில்லாம கட வத்தக் கொளம்போல கெடக்குறதயா சொல்லுற... எல, இங்கயிருக்கவனுக்கு

தொறமொகத்தோட அவசியமும் முக்கியமுந் தெரியிது. நம் ஊர்வல்ல தெரியில்லிய. எவங்கிட்ட போயி சொல்ல."

"நாஞ் சொல்ல வந்தது..." என்று இழுத்தான் நிக்கோலாஸ்.

"ஒரு தோணியிலயும் அணக்கமில்லயின்னு சொல்ல வாற அதான... தோணிய கெட்டும்போதே அத கவனிச்சிற்றம். கடலு இவ்ளோ அமதியா இருக்க காரணந் தெரியுமா ஒனக்கு."

"சொல்லுங்க."

"இந்த தொறமொகத்த வச்சித்தாம் இந்த கொழும்பூருக்கு செல்வாக்கே. அதுதாம் இத நல்லபடியா வச்சிக்கிறணுமின்னு வச்சிருக்கான்வ. அங்கங்க கடலுக்குள்ள கல்லு போட்டு நெடுவ மறிச்சிருக்கான்வ பாத்தியா?"

நடை கிளம்புவதற்கு முன்னாலேயே கொற்கையில் காலரா என்று தோணிப் பாலத்தில் பேச்சாய்க் கிடந்தது. இதுவே ஒரு மாதத்திற்கு முன்னால் வெள்ளைக்காரன் காலமாய் இருந்திருந்தால் தோணிகளைக் கொற்கையில் கயிற்றை அவிழ்க்க விட்டிருக்க மாட்டான். சுதந்திரத்திற்குப் பின் தோணித்துறையிலும் நிர்வாகக் குளறுபடிகள். வெள்ளைக்காரர்களுக்குக் காலரா, சின்னம்மை என்றாலே ஏகத்துக்குப் பயம். சின்னம்மையாவது வெயில் காலத்தில் வரும், சந்தனமாரிக்குக் கொடை எடுத்துச் சரி பண்ணி விடுவார்கள். ஆனால் காலரா எடுத்தால்தான் பயமே. சுகாதார வசதிகள் சரிவர அமையாத கடற்கரையூர்களில் காலரா எடுத்துவிட்டால் கூட்டம் கூட்டமாகச் சாயும். தூக்கிப்போடுவதற்குக்கூட ஆள் இருக்காது என்பார்கள். காலராக் கண்ட பெற்றோரைச் சாவதற்கு முன்னாலேயே கல்லறைக்குத் தூக்கிக்கொண்டு போய் குழிக்குள் தள்ளிய பிள்ளைகளும் உண்டு. ஆனால் வெள்ளைக்காரர்கள் புண்ணியத்தில் இப்போதெல்லாம் தடுப்பூசி போட்டு விடுகிறார்கள்.

"கொழும்பு தொறமொகமே ஒரு அழகுதாம். வெள்ளைக் காரம் இங்க பண்ணுனமாரி நம்ம ஊர்ல பண்ணயில்ல."

"சரி சரக்க எப்புடி எறக்கப்போறிய? நமக்கு முன்னால வந்த தோணிய தார்ப்பாயிகூட அவுக்காம கெடக்குறான்வ."

"எறக்கிறுலாம்" என்றவாறே நூலேணியைப் பிடித்து இறங்குவதற்குத் தயாரானார் பிலிப். அதற்குள் கீழே பாலத்தில் வந்த இருவர் பிலிப் தண்டலைத் தடுத்தார்கள். தோணி மேலேயே நின்றுவிட்டார் பிலிப். இருவரில் ஒருவர்

அடையாளம் தெரிந்தது. அடிக்கடி கொழும்புத் துறையில் பார்த்துப் பழகியிருந்ததால் பெயர் சொல்லி அழைக்குமளவுக்கு பரிச்சயும் இருந்தது.

"என்ன கோமஸ் அண்ணம் புள்ளிக்காரம் யாரு? கண்டுக்கிறவே மாட்டயிங்கிறிய" என்றார் பிலிப்.

உதடுகளைக் குவித்து ஆள்காட்டி விரலை உயர்த்தி "உஸ்" என்றபடி விரலை ஆட்டினார் கோமஸ்.

"வழக்கமா இமிகிரேசம், கஸ்டம்சு இவன்வ கூடதான வருவிய இவுரு யாரு?"

"இவுருதாம் ஆர்பர் டாக்டர்."

பக்கத்தில் நின்றவர் ஏதோ காட்டமாகக் கேட்க, கோமஸ் பிலிப் தண்டலை முறைத்தபடி கேட்டார்

"கொற்கயில ஹெல்த் ஆபிசர் தடுக்கயில்லியா?"

"நீங்க என்ன சொல்லுறியயின்னு வெளங்குல்ல கொஞ்சம் வெளப்பமா சொல்லுங்க."

தோணி மேல் தளத்திலிருந்தபடி அவர்கள் பேசுவதைக் கவனித்தபடியிருந்தான் நிக்கோலாஸ்.

"ஆமா கொற்கயில காலரான்னு ஒரே செய்தியாக் கெடக்க. பொறவு எப்புடி கௌம்புனிய. ஒரு அறிவு மாண்டாமா. இங்க வந்து இங்க வுள்ளவுங்களுக்கு பிரச்சன வுண்டு பண்ணுறிய."

தலை குனிந்து நின்றிருந்தார் பிலிப் தண்டல்.

"அங்க பாலத்து நெத்தியில இருந்து வருசையா நிக்கிறது பூதாவும் கொற்கத் தோணிய, இன்னும் அனுமதி குடுக்கயில்ல" என்றார் கோமஸ்.

பக்கத்தில் நின்றிருந்த டாக்டர் "என்ன பேசுகிறாய்" என்று சிங்களத்தில் கேட்க கோமஸ் கொற்கயில காலரான்னு தெரிஞ்சிம் எதுக்கு கௌம்பி வந்தீங்க என்று திட்டுவதாகச் சொன்னார். வட்ட வடிவ மூக்குக் கண்ணாடியும், குறுக்கு பட்டி போட்ட முழு நீளக் கால்சட்டையும் அணிந்திருந்தார். முகத்தில் மீசையில்லாத முழுச் சவரம். பிலிப் தண்டல் கோமசை அருகே அழைத்தார்.

"வெள்ளைக்காரஞ் சட்டம் ரெம்ப தெளிவாயிருக்கு. கொற்கயில இருந்து வந்தா அம்போதாம். இப்பதாம் பாலத்து நெத்தியில நிக்கிற மொதத் தோணிக்கே பொக போட அனுமதி வந்திருக்கு."

கொற்கை 473

“...”

“நேத்து யாழ்பாணத்தாம் கந்தையா வேலயில இருந்தாம் ஒரு பயலையும் தோணிய வுட்டு எறங்க வுடல. ஓம்ம நேரத்துக்கு டாக்டர் சிங்களனாப் போனாறு...”

“ஓங்க மச்சாம் லூயிஸ் தான இங்க தொறமொகத்துல...”

“பொறவு பேசுலாம் வாயப் பொத்து.”

ஏதோ யோசனையாய் பாலத்து அத்தம் வரைப் போய் கடல் நீரைப் பார்த்தபடியிருந்த டாக்டர் திரும்பி வந்து சிங்களத்தில் கோமசிடம் கேட்டார்.

“நவ கொகயிந்த இந்தல என்னே?”

கோமஸ் பவுல் தண்டலைப் பார்த்துக் கேட்டார்.

“கொற்கயில இருந்தா வாரிய?”

“எய்யா, திருநவேலி ஆத்துக்குள்ளயிருந்து வாரம்” என்றார் பிலிப்.

ஆச்சரியத்தால் விழிப்புருவங்களை உயர்த்திய கோமஸ் தன் பிரமிப்பை வெளியே காட்டிக்கொள்ளாமல் சிங்களத்தில் டாக்டரிடம் குசுகுசுத்தார். டாக்டரும் தலையை ஆட்டினார். கோமஸ் மட்டும் கண் இமைக்காமல் பிலிப் தண்டலைப் பார்த்தபடியிருந்தார்.

‘வெவரமான கூதிமொவந்தாம், ஆணானப்பட்ட பொனிப்பாஸ் சரக்கே இன்னும் எறங்கயில்ல. அல்போன்ஸ் வந்து புடிச்சி எத்தன நாளாச்சி, இன்னக்கிதாம் பொக போடுறானுவ... பவுலு லேசுபட்ட ஆளயா தண்டலாப் போடுவாம்... ஒரு நிமிசத்துல என்னயயே சுத்தி வுட்டுட்டான. திருநவேலி ஆத்துக்குள கெடந்து வாரமிங்கிறான... எந்தலையிலயா ஏறி உக்காரப் போறாம். சரக்க எறக்கிற்று தொலைஞ்சி போறாம். நமக்கும் ஒரு வேல முடிஞ்சமாரி . . .’

துறைமுக மருத்துவர் பிலிப் தண்டலைப் பக்கத்தில் வருமாறு அழைத்தார். அவர் முகத்தில் இளநகையோடிக் கிடந்தது. மேல் சட்டையை உள்ளே வைத்துச் சாரத்தை வயிற்றின் மேல் தூக்கி சிங்களர் போல் பிலிப் கட்டியிருந்ததை டாக்டர் ரசித்தார்.

“நாட் ஃபிரம் கொற்கை?” கேட்டார் துறைமுக மருத்துவர்.

“அட மடக்கூதி மொவன...”

“ஏயா, மொனவத கியான்னே ?”

“ஏயா, சுதி கியான்னே”

பிலிப்பை முறைத்தபடியே துறைமுக மருத்துவரிடம் காகிதங்களை நீட்டித் தேவையான இடங்களில் ஒப்பம் வாங்கிக்கொண்டார் கோமஸ். சரக்கை இறக்குவதற்கான அனுமதி வழங்கியிருந்தார் மருத்துவர். தற்செயலாக அந்தப் பக்கம் வந்த வில்பிரட்டுக்கு எதுவுமே புரியவில்லை.

“எப்புடி பிலிப்பு...?”

“அதெல்லாங் கேக்காத வில்பிரட்டு, ராவோட ராவா அத்தன மூடயளையும் எறக்கி போட்டிருவோம். விடிய கொற்க போறதுக்கு அனுமதி வாங்கி தந்தியள்ன்னா பா வச்சிற வேண்டியதாம்.”

“ஆமா கால்ராயின்னு பயந்து போயி, முட்ட முட்ட பொக போடுறானுவ, அதுல வத்த பூதாவும் காம்பத்துப் போயிறுதுவ.”

“நம்ம தோணியில இருக்கது பூதாவும் அய்யாக்கண்ணு நாடாஞ் சரக்கு” என்றார் பிலிப்.

“யோகத்த பாத்தியளா.”

“ஆமா வில்பிரட்டு, கொழும்புலயும் சொதந்தரம் கெடைக்கப் போவுதின்னாவள.”

“கெடைச்சி நல்லாயிருந்தாப் பரவாயில்ல. தேயிலத் தோட்டத் தொழிலாளியளத் திருப்பி அனுப்பப் போறாவளாம்.”

“அப்ப இங்க வேல யாரு பாப்பா.”

“பயப்புடுறான்வ...”

தலைமுறை தலைமுறையாகச் சுரண்டப்பட்ட தேயிலைத் தோட்டத் தொழிலாளர்கள் விழிப்படைந்திருந்தனர். விழிப்படைந்த மலையகத் தமிழர்கள் குடியுரிமை பெற்று அவர்களின் பிரதிநிதிகள் சுதேசிப் பாராளுமன்றத்தில் வந்து அமர்வதைச் சிங்கள அரசியல்வாதிகள் விரும்பவில்லை என்று பரவலாகப் பேசிக்கொண்டார்கள். இந்தியாவிலும் சுதந்திரத்திற்குப் பின் உள்நாட்டு நிர்வாக சீரமைப்பில் காட்டிய தீவிரம் அண்டை நாடான இலங்கையில் தொழில் தேடிப் புலம்பெயர்ந்து வாழும் மலையகத் தமிழர் நலனில் காட்டப்படவில்லை என்ற மனக்குறையும் அங்குத் தமிழர்கள் மத்தியில் இருந்தது.

56

1948

கொற்கையில் எப்போதுமே தண்ணீருக்குப் பஞ்சம், இதன் காரணமாகக் கொழும்பு வரும் தோணிக்காரர்கள் பகல் வேளைகளில் வடக்குப் பாலத்தில் தண்ணீர்த் தொட்டியை மொய்த்துக்கொண்டு ஆசை தீரக் குளிப்பது வழமை. நனைந்த உடம்பில் சமுக்காரத்தைக் கையிலெடுத்துத் தடவினால் போதும், நுரை நுரையாய் கொப்பளிக்கும். கிழக்கிலிருந்து மேற்கு நோக்கிப் பாய்ந்து கொழும்பில் கடலோடு கலக்கும் கழனி கங்கையாற்று நீர், தேங்காய்த் தண்ணீர்போல் அத்தனை சுவை. அங்கே வரிசையாக நீண்டு பரந்திருக்கும் பிரமாண்டமான தொட்டிகளைச் சுற்றி நெடுக அமர்ந்து தண்ணீரை மோந்து மோந்து ஊற்றி உச்சி குளிர்ந்துபோகிறார்கள் கொற்கைத் தோணிக் காரர்கள். சிலர் மரப் பீப்பாய்களில் குடிக்க தண்ணீர் எடுத்துச் செல்வதோடு கொற்கையிலிருந்தே அழுக்குத் துணி மூட்டைகளைக் கொண்டுவந்து இங்கு துவைத்து எடுத்துச் செல்வதும் உண்டு.

துறைமுகத்தின் பிரதான வாசல் பக்கம் சலசலப்பாய் இருந்தது. பெருங்கூட்டமொன்று கைகளில் கிடைத்த ஆயுதங்களோடு துறைமுகக் காவலர்களைப் புறம் தள்ளியபடி உள்ளே வந்தது.

“எல அங்க பாருங்க... அடிக்கிறான்வ” என்றார் மோயிஸ்.

“ஓடுங்க, கள்ளத்தோணி... கள்ளத்தோணியின்னு அடிக்கிறான்வளாம்” என்றார் அங்கிருந்து ஓடி வந்து தோணியிலேறிய அல்போன்ஸ்.

“வெளிய என்ன நடந்திச்சின்னு தெரியிலிய வெறி புடிச்ச மாறியில ஓடியாறான்வ. அவம், அவம் தோணியில போயி ஏறிக்கிருங்க. போலிசோ, பெரிய அதிகாரிமாரோ வாரதுக்கு முன்னால எவனுந் தோணியில இருந்து எறங்கிறாதைங்கல” என்றார் குளித்துவிட்டுத் தலை துவட்டியபடி நின்றிருந்த மோயிஸ்.

‘கெரிபல்லா... கெரிபல்லா’ என்றபடி அந்த கூட்டம் குளித்துச் சமுக்காரம் போட்டபடியிருந்தவர்களை அடித்துத் துவைத்தது. கை உடைந்து, காலுடைந்து, உதடு கிழிந்து, காது மடல் கிழிந்து தோணிகளில் வந்து ஏறினார்கள். உடலில் சமுக்காரம் காய்ந்து அதைக் கழுவக்கூட முடியாமல் அவர்கள் வந்து ஏறியது பார்ப்பதற்குப் பரிதாவமாய் இருந்தது.

அடித்து துவம்சம் செய்தபடியிருந்த கூட்டம் வெறி பிடித்ததுபோல் ஓடி துறைமுகத்தின் கட்டட வேலைகளுக்காக அடுக்கி வைத்திருந்த சிமென்ட் மூடைகளையும் செங் கற்களையும் கடலில் வீசி எறிந்தது. மேலோட்டமாகப் பார்ப்பதற்கு ரவுடிக் கும்பலாய் இருந்தாலும் பெரும்பாலும் இளைஞர்களாகவும் இது போன்ற காரியங்களுக்குப் புதிதானவர்களாகவும் தெரிந்தார்கள்.

தோணிகளிலிருந்து சரக்குகளைத் தட்ட முடியவில்லை. கெச்சிக்கடை, பெட்டா போன்ற இடங்களிலிருந்தும் சரக்குகளை எடுத்துச் செல்ல வண்டிகளும் வரவில்லை. இரண்டு நாளாக யாரும் பகலில் தோணியிலிருந்து கீழே இறங்கவேயில்லை. இரவில் மட்டும் பூனை போல் இறங்கி வெளிக்கிப் போய்விட்டு குளித்துவிட்டு வந்தார்கள். தோணிகளில் சமையல் சாமான்கள் இருப்புக் குறைந்தவாறிருந்தது. மூன்றாம் நாள் காலையில் கோமசும் கார்கோ போட் வில்பிரட்டும், ஜெயல்பிரட்டும் வந்தார்கள். ஜெயல்பிரட் அந்தக் காலத்திலேயே ரிபேராக் கம்பெனியில் கங்காணியாக வேலை பார்க்க வந்தவர். இருவரும் கொழும்பில் சிங்களவரோடு சேர்ந்து கார்கோ போட் கம்பெனி ஆரம்பித்திருந்தார்கள். தோணிகளில் வரும் சரக்குகளைச் சுங்கத் தீர்வைகளுக்குப் பிறகு துறைமுகத்திலிருந்து வெளிக் கொண்டுவந்து அந்தந்த கடைகளில் கொண்டு போய்ப் போடுவது அவர்கள் வேலை. கூடவே தோணிகளுக்கும் உள் அனுமதி வெளி அனுமதி வாங்கிக் கொடுத்தார்கள். வியாபாரம் பெருகப் பெருக தோணிகளின் வரத்து அதிகரித்து இன்றைய நிலையில் கூலி ஆட்களை வைத்து வேலை வாங்கும் அளவுக்கு உயர்ந்திருந்தார்கள். நாலைந்து கருத்தைகளும், பத்துத் தள்ளு வண்டிகளும் சொந்தமாக வைத்துத் தொழில்

செய்தார்கள். கொற்கையிலிருந்து தோணிகளுக்குச் சரக்குப் போட்டு அனுப்பும் புரோக்கர் மடுத்தினோடு பரஸ்பரம் உறவுகள் நல்ல நிலையிலிருந்ததால் கொற்கையிலும் கொழும் பிலும் வியாபாரம் பெருகியது. இதுவே கடற்கரையூர்களி லிருந்து கையில் காசோடு கொற்கை வந்தவர்களுக்கு நம்பிக்கையளித்துத் தோணி வைத்துத் தொழில்செய்ய வழி வகுத்தது.

ஜெயல்பிரட்டைப் பாலத்தில் பார்த்த பிலிப் தண்டல் தோணியிலிருந்து இறங்கி வர, பக்கத்துத் தோணியிலிருந்து அருள்மொழியின் கணவன் அந்தோணிமுத்தும் இறங்கி வந்தார்.

"என்ன மச்சாம் எப்புடியிருக்கிய?" கேட்டார் பிலிப்.

"கொழும்புல பாத்தாத்தாம் பேச முடியிது. ஆமா காந்தியார கொன்னு போட்டவயின்னு பேசிக்கிற்றாவள."

"யாரு பேசிகிற்றாவ?"

"ஆபர்க்காரன்வதாம். இங்க இன்னும் ஒருத்தனுக்கும் தெரிஞ்சமாரி தெரியில, பேச்ச இதோட வுட்டுரு. வீட்டுக்காரி கிட்ட கொஞ்சம் பேசக் கூடாதா..."

"சின்னதுலயிருந்தே அருள்மொழிக்கி வாய்த்துடுக்கு அதியந்தாம்."

"நாளைக்கி சின்னதுவளுக்கு ஒரு நல்லது கெட்டது நடக்கும் போதாவது குடும்பங்க சேருமான்னு தெரியிலிய" என்றார் அந்தோணிமுத்து.

துறைமுகத்தின் கொச்சிக்கடை வாசலில் நின்றபடியே உள்ளே நடப்பதை நோட்டம் விட்டபடி நின்றிருந்த அய்யாக்கண்ணு, ஜெயல்பிரட்டைக் கண்டதும் தைரியமாய்த் துறைமுகத்துள்ளே வந்தார். சரக்கு இறங்கியும் கைக்குக் கிடைக்கவில்லையே என்ற கவலை அவருக்கு.

"கோமசண்ணம், இது என்ன இப்புடி அடிக்கிறான்வ கேள்வியேயில்லியா?"

"பிலிப்பு, வெளிய பிரச்சனய இனும வரத்தாஞ்செய்யும். ஆனா ஆபர்க்குள்ளால வந்ததுக்கு காரணம் வேற... இங்க கெடக்குற நாலு தோணியள்ள வுள்ள லஸ்கர் எவனோ நேத்து பொழுதடைய, வாசலுக்கு வெளிய போன சிங்களத்தி பின்னாலயே போயி அவ குண்டியில கை வச்சிருக்காம்."

"அப்ப வுட்டுருங்க, தேவுடியாவுள்ளய அடிவாங்கிச் சாவட்டு" என்றார் அந்தோணிமுத்து.

“வெளிய கொச்சிக் கடயில நெலம இன்னும் மோசமா இருக்கி” என்றார் ஜெயல்பிரட்.

“பெட்டாவுல நம்மாள்க்க ரிபேரோ கட, ரஞ்சனா ஸ்டோரு, மிராண்டா கட இதுவள தீ வச்சிற்றாவயின்னு கேள்வி” என்றார் அய்யாக்கண்ணு.

“அண்ணாச்சி, மச்சினம் கில்பர்ட் கொற்கயிலயிருந்து வந்திருக்கானோ?” கேட்டார் ஜெயல்பிரட்.

“பட்டுக்கனியோட எங்கயும் பாத்தியளோ?”

“கொச்சிக்கட அந்தோணியார் கோயில்ல பாத்தம். இந்த பிரச்சன முடியிற வர வெளிய போவக் கூடாதின்னு சொல்லி வைங்க.”

“அதுலத் முதலியின்னு ஒரு சின்னப் பய, முன்னால பூதாவும் யாழ்பாணத்தான்வளோட அலைவாம். எதுக்கு அவன்வளுக்கு இவ்வளவு வெறியின்னு தெரியில” என்றார் கோமஸ்.

சுதந்திரத்திற்குப் பிறகு கொழும்பில் எப்போது என்ன நடக்குமென்றே தெரியாத நிலையிருந்தது. கொற்கைப் பக்கமிருந்து கொழும்பு வந்து போய்க்கொண்டிருக்கும் கூலித் தொழிலாளிகளால் கொழும்புக்கு எந்த வகையிலும் லாபமில்லை, அவர்களுக்குக் கொழும்பின் நலனில் எந்த அக்கறையுமில்லை என்பதே சிங்கள அரசியல்வாதிகளின் வாதமாக இருந்தது. ஆனால் இந்தியக் கூலிகளுக்கு அளிக்கப் படும் அற்பக் கூலியைப் பெற்று வேலை செய்யச் சிங்களர்களும் தயாராக இல்லை. ஏற்கனவே 1939இல் கொழும்புத் துறைமுக நிர்வாகம் ஒட்டுமொத்தமாக எண்ணூறு பேரை விலக்கிய போது அதற்கு யாழ் தமிழர்களின் தூண்டுதலே காரணம் என்ற பேச்சு இருந்தது. பிரச்சினை, பிரச்சினையாக இருக்கத் தக்கவே கொழும்பு கொற்கையிடையே வியாபாரம் பெருகி நடை செய்யும் தோணிகளும் பெருகின. தனிநபர் வியாபாரி களும் தோணிக்காரர்களும் கொழும்பு வருவதால் நகரில் பாலியல் குற்றங்கள் மலிந்து நோய்கள் பெருகுவதாகச் சிங்களப் பத்திரிகைகள் குற்றம் சாட்டின. குடும்பத்தை இந்தியாவிலேயே விட்டுவிட்டு வரும் தனிநபர் கூலித் தொழிலாளிகளும் வியாபாரிகளும் சிங்களப் பெண்களை மானபங்கப்படுத்துவதாகக் குற்றப்படுத்தப்பட்டனர். ஆனால் கதையோ அங்கு தலைகீழாக இருந்தது. கொழும்பில் இந்திய வம்சாவழி வியாபாரிமார் பெரும் பொருளாதார சக்தியாக உருவெடுத்திருப்பதும் சிங்களர்களின் கோபத்துக்கு முக்கியக் காரணம்.

“ரிபேரோவும் மிராண்டாவும் அத்தன பேரையும் அணைச்சித்தான போயிருப்பாங்க” என்றார் அல்போன்ஸ் தண்டல்.

“வாஸ்தவந்தாம். ஆனா இதுல பூதாவும் படிக்கிற பெயல்வள தூண்டி வுட்டுட்டான்வ. எடையில ரவுடிப் பயல்வள வேற உள்ள வுட்டுட்டான்வ போலத் தெரியிது. பெட்டாவுல பூதாவும் பிரமதாசாதாம் முன்ன நின்னானாம்.”

விவசாயமும் படுத்துவிட்டது, தேயிலைத் தோட்டங் களிலும் இந்திய வம்சாவளிக் கூலிகள்தான் பயன் பெறு கிறார்கள், படித்து அரசாங்கப் பொறுப்பிலேறுபவர்கள் யாழ் தமிழர்களாய் இருக்கிறார்கள் அல்லது கொற்கைப் பக்கமிருந்து வேலை தேடி வரும் படித்த இளைஞர்களாய் இருக்கிறார்கள். இதுவே சிங்களர்களை வெறிகொள்ளச் செய்யப் போதுமானதாய் இருந்தது.

“இவன்வள ரிபேரோ கம்பெனியில கப்பல்வள்லயிருந்து சரக்கு எறக்குற எடத்துல பாத்திருக்கம்.”

“ஆமா... அவியகிட்ட கை நீட்டிக் காசு வாங்குன பெயல்வ தாம். வெறியின்னு வந்திற்றா நல்லது கெட்டது எல்லாம் மறந்திருமுல்லா. நம்ம கொற்கயில பாக்கததா அவியளுக்கு வெறிய கெளப்புறமாரி ஆமதருமாறு போசுதான்வ” என்றார் அய்யாகண்ணு.

“புழு பூச்சிக்கே துன்பம் நெனைக்காதவன்வயிங் குறான்வ, என்ன எழவோ. இப்புடி கொலவெறியோட அலையிறான்வ.”

“எய்யா உத்தரவுவ பூதா தலதா மாளிகயிலயிருந்து தாம் வருதாம். ராஜாமணி அண்ணாச்சி சொன்னாரு.”

“எப்புடியிருக்காரு?”

“இவுரு எதுக்கு தேவயில்லாம இங்க வரணும் கெடந்து சீரழியணும். சண்முகவேல் அண்ணாச்சி கிட்ட சொத் தெல்லாம் பிரிச்சி வாங்கிற்று வந்திற்றாரு.”

“பயல்வ இங்க அந்தோனிணியார் பள்ளிகொடத்துல படிக்கிறான்வளோ?”

“ஆமா, இங்க உள்ள சிங்களப் பயல்வ கூடயே சுத்திகிற்று அலையிறாரு. எங்க கொண்டு வுடப் போவுதோ...”

“சோனநாயகா முன்னால எப்புடி பேசுனாரு, இப்ப எப்புடி பேசுறாரு பாத்தியளா.”

இந்தியத் தொழிலாளர்களின் உழைப்பு வேண்டும். ஆனால் அவர்களுக்கு குடியுரிமை மட்டும் வழங்கக் கூடாது என்ற கருத்து, ஆதாயம் தேடும் அரசியல்வாதிகளாலும் படித்த சிங்களர்களாலும் இலங்கையில் வெகு வேகமாக பரப்பப்பட்டது.

"அது வெள்ளைக்காரம் பாத்த பார்வ. அவன்வதான அதுவள கொண்டுவந்தாம், அப்ப போறதே போறோமின்னு அதுவளுக்கு ஒரு குடியுரிம வாங்கிக் குடுத்திருக்குலாமுல்ல. உசுரக் குடுத்து இப்புடி பெரிய பெரிய தேயிலத் தோட்டங்கள உருவாக்கிக் குடுத்திருக்குதுவ. யாழ்ப்பாணத்துக்காரம் பேசுறானா பாத்தியளா..."

"இப்புடியே போச்சியின்னா, நாளைக்கி யாழ்ப்பாணத்துக் காரனுக்குந்தாம் பிரச்சின. சரி வுடு, பயணம் எப்ப வச்சிருக்கிற."

"சரக்க தட்டுனியார்ன்னா மறு நிமிசம் கயித்த தட்டிறவேண்டியதாம்" என்றார் பிலிப்.

வெளியே நிலைமை கட்டுக்குள் வந்துவிட்டதாகவும் சரக்குத் தட்டும்படி உத்தரவு வந்துவிட்டதாகவும் அய்யாக் கண்ணு வந்து சொன்னார். திரும்பவும் கொழும்புத் தோணித்துறை சுறுசுறுப்பானது.

57

1949

கொற்கைத் தோணிப்பாலத்துக்கு எதிரே ஆங்கிலிக்கன்
சர்ச்சில் பாஸ்டராக இருந்தார் தாவீது நாடார். நாடு முழுவதும் அங்கங்கே வெள்ளைக்காரர்கள் மூட்டை முடிச்சுகளோடு வெளியேறிக்கொண்டிருந்த நேரம். சர்ச்சின் பின்புறமிருந்த பங்களா, கோவிலைச் சேர்ந்த நிலபுலன்கள், தாமிரபரணிப் படுகை விதைப்பாடுகள், இடையன்குடிப் பக்கம் புளியங்காட்டுத் தேரிகள் எல்லாமே தாவீது நாடாரின் பெயரில் மாற்றம் பெற்றன. சொத்து வந்த பூரிப்பு முகத்தில் தெரிந்தது. மூன்று வருடங்களுக்கு முன்னால் நாகப்பட்டினம் துறைமுகத்திற்கு மாற்றலாகிப்போன துறைமுக அதிகாரி கிளார்க், லண்டன் போகிற வழியில் கொற்கை வந்திருந்தார். வழக்கமான உபசரணைகளுக்குப் பிறகு இருவரும் முன் அறையிலமர்ந்து பேசியபடியிருந்தார்கள்.

"பயணம்...!" கேட்டார் தாவீது.

"நாளை மறுதினம்" என்றார் கிளார்க்.

முகத்தில் பிரகாசமில்லை. முதுமை காரணமாக இருக்கலாம். தீவிரச் சிந்தனையிலிருந்தார் கிளார்க். ஏற்கனவே நாகப்பட்டினம் மாற்றல் வந்தபோதே அவருக்கு உடன்பாடில்லாது இருந்தது. ஏனோ கொற்கைத் துறைமுகத்தையும், பனிமய அன்னையின் ஆலயத்தையும், கரிக்களத்து மேட்டையும், அந்த மக்களையும் பிரிய மனமில்லாதிருந்தார். கொற்கையில் பணி நேரம் போக மீதி நேரங்களில் பெரும்பாலும் கரிக்களத்து மேட்டிலேயே பொழுதைக் கழித்தார். நல்ல தமிழ் பேசுவார்.

ஆர். என். ஜோ டி குருஸ்

"இன்னும் கொஞ்சநாள் இருந்து போறதுக்கென்ன சார்" கேட்டார் தாவீது.

"ஆர்டர் இஸ் வெரி கிளியர்."

"அப்புடியா..." ஆவலாய்க் கேட்டார் தாவீது.

"..."

"சார் ஒரு விசயம்... சொதந்தரத்துக்கு பொறவு எல்லாத்தயுமே நாட்டம பண்ணுதாவ. நம்ம சர்ச்சயும் அதோட உள்ள சொத்துவளயும்..."

தாவீதின் மனதிலோடிய எண்ணங்களை புரிந்து கொண்ட கிளார்க் சொன்னார்:

"கவலப்படாதீங்க, சீக்கிரமே மைனாரிட்டி ரைட்ஸ் வரும்" என்றார் கிளார்க்.

"அப்புடின்னா ...?"

"உங்களுக்குப் பாதுகாப்புதாம். நாகபட்டனம், தரங்கம்பாடியில ஒரு செய்தி கேள்விப்பட்டம் டேவிட்."

"என்ன விசயம்?"

"சீகன் பால்கு தெரியுமா?"

"கேள்விப்பட்டுறுக்கம். ரெம்ப நாளைக்கி முன்னால தரங்கம்பாடியில வந்து வேல செய்தவர், நெறைய புத்தகங்க எழுதியிருக்காரோ?"

"சாதாரணமா சொல்லாதைங்க. ஹி இஸ் கிரேட். 37 வருசந்தாம் வாழ்ந்திருப்பாருன்னு நெனக்கிறம். ஆனா அவரு செய்திருக்க மக்கள் பணி ... அந்தக் காலத்துலேயே தமிழ் படிச்சிறுக்காரு."

கிளார்க் பேசிக்கொண்டே இருக்க தாவீது விட்டத்தையே பார்த்தபடியிருந்தார்.

'சொதந்தரங் கெடைச்சாச்சி. பொறவு எல்லாரும் மூட்டய கெட்டிற வேண்டியதான. ஆண்டு அனுபவிக்கிலா முன்னு பாத்தா ... போவனாயிங்குறான்வ. இவுரு போயிருவாரு, பாளையங்கோட்டயில இருக்கவம் போவானா மாட்டானாயின்னு தெரியிலய. போறதுக்கு முன்னால இங்கனோடி தேரிக்காட்டு பனையள்ல தொங்கிகிட்டு கெடக்குறவன்வளயும் புடிச்சி அங்கியள மாட்டி வுட்டுறக் கூடாது. நாக்க தொங்கப் போட்டுக்கிட்டு எனக்கும் பங்குன்னு வந்திருவான்வ. நாசுரேத்துக்காரம் டேனியலு, என்னய

வுடவா இங்கிலிசு பேசிருவாம். சரி இங்கிலீசு பேசிற்றாக்குல கூட ஒரு புளியந்தோப்பா குடுப்பான்வ. எல்லாம் அவுக அவுகளுக்கு வாய்ச்சது வாய்க்கிம். அந்தந்தத் திருச்சபைக்கி உட்பட்ட சொத்துவள அவுங்கவுங்க ஆள வேண்டியதாம். எப்புடியோ சீக்கிரம் எவனையும் புடிச்சி பாளையங்கோட்ட ஆயராயிறனும். ஆனாலும் கொற்க கத்தோலிக்க ஆயருக்கு மரியாத அதியமாத்தாம் இருக்கு. சவங் கலியாணங் கெட்டக் கூடாதுங்குறான்வ. நமக்குக் கூழுக்கும் ஆச, மீசைக்கும் ஆச. ஆனாலும் இவன்வகூட குப்பகொட்ட முடியாயும். கழுத்துல கல்லக் கெட்டி தண்ணியில எறக்கிப்புடுவான்வ. யாரோ தாமசுன்னு பெரிய படிப்பெல்லாம் ரோமுல படிச்சிற்று வந்திருக்குதாவளம, எட்டாத பழத்துக்கு எதுக்கு கொட்டாவி வுடணும், தேரிக்காட்டு மந்தயள மேய்ச்சா போதாதா சுறாக்களையும், திமிங்கலங்களையும் . . . நமக்கு நீச்சலா தெரியும். தெரியாட்டி என்னப் படிச்சிக்கிற வேண்டியதாம். ஏய் வுடப்பா. பாண்டியபதி பிரச்சனயில வுட்டுட்டு பாஞ்சிற்றாருல்லா. என்ன மேய்ப்பனோ என்ன மந்தையோ... இங்கயின்னா கொட்டய பிதுக்கிப் போடுவான்வ. இல்லற மல்லது நல்லறமன்றுன்னு சும்மயா சொன்னாம். அந்த மனுசம் கலியாணம் பண்ணுனா இவன்வளுக்கென்ன. என்னமோ முன்னேற்றக் கழகமிங்கியான்வ. கோட்டய புடிக்கப் போறவன்வ கணக்காத்தாம் பேசுயான்வ. புடிச்சாலும் புடிச்சிபுடுவான்வளோ. ஈயார் தேட்டை . . . வெள்ளையர் தேட்டை நாடார் கொள்வர். கால்டுவெல், போப்பு, சீகன் பால்கு எல்லாஞ் சரிதாம் . . .'

வாசல் பக்கம் சத்தம் வரத் தற்செயலாகத் திரும்பி கிளார்க்கை பார்த்தவர் சொன்னார்:

"ஒங்கள போல . . ."

"என்ன பேசுறீங்க டேவிட்? அவுரு எங்க நா எங் . . ."

"அதுக்கில்ல கிளார்க் சார், நீங்களும் கரிக்களத்தச் சுத்தி சுத்தி வந்துதான தமிழ் படிச்சிய . . . அதாம்."

"இல்ல டேவிட். சீகன் பால்க ஆதரிச்சது பூராவுமே தரங்கம்பாடி சேரி மக்கள். தமிழ்ல அச்சு எந்திரம் தயார் பண்ணி பைபிள தமிழ்ல வெளியிட்டுருக்காங்க. அவுருக்கு முன்னால . . ."

'மனுசம் பேசுயதப் பாத்தா அப்புடியே தங்கியிருவாரு போல. அதுக்கு இவருதாம் பாஸ்டர் இல்லிய. யாரு கண்டா? திடீர்ன்னு அப்புடி ஒரு ஆச வந்து படிச்சி கிடிச்சி

போட்டுட்டு அங்கிய மாட்டிட்டு வந்திற்றாறுன்னு வைங்க. அதுக்கு ஊருக்கு போவச் சொல்லி கடிதம் குடுத்தாச்சாம.'

"நீங்க சொல்லுயத பாத்தா அங்கனோடி பாப்பாரு பெயல்வ இவுர உண்டுயில்லயின்னு பண்ணியிருப்பான்வள."

"ஒரு சமயம் திருப்பதி போகிற பாதையில அவுர கொல பண்ண சதி பண்ணியிருக்காங்க."

"பாத்தியளா, நல்ல வேளையா பொழைச்சிகிற்றாறு. இல்லியா அதயும் பெரிய நாட்டுச் சேவையா கொண்டாடித் தியாகிப் பட்டம் வாங்கியிருப்பான்வ."

"அவுங்களோட புத்திசாலித்தனத்த மெச்சத்தாம் செய்யுனும் டேவிட்."

"என்ன சொல்லுறிய கிளார்க் சார். மாத்தத்துக்கு எதிரியே பாப்பான்வயிம்பாவ."

"அடுத்தவங்க மாறுறதுக்குத்தாம் அவுங்க எதிரி. அவுங்க மாறுறதுக்கு இல்ல. எண்ணிக்கையில பெரிதாக இல்லாத ஒரு சமூகம் இத்தன காலமா ஆளுமை சக்தியோட நிலைச்சி நிக்கிதின்னா அதுக்கு முக்கிய காரணமே, அவுங்க கால மாற்றத்த புரிஞ்சி அதுக்கு ஏற்றது போல தங்களுடைய வாழ்க்கை முறையையும் பழக்க வழக்கங்களையும், தொழில் முறையையும் மாற்றிகொண்டதும்தான்." என்றார் கிளார்க்.

"..."

"ஆமா அந்த லோன் கொல வழக்கு..."

"விடுதலையாயிற்றாவயில்லா. திருநவேலி கோட்டுல நம்ம அன்னத்தாய் அண்ணாச்சி சாமுவேல் ஆசர் ஆனாரு. ஆனாலும் அவிய கிட்டயிருந்து நெறைய படிக்கணும்."

"அதுக்காக அவங்களமாறி குடுமி வச்சிகிட்டு அலையாதீங்க. நம்ம மாரிமுத்து எப்புடியிருக்கார்?"

"யாரு கரிக்களத்து கங்காணியா?"

"எஸ்."

"மகள கெட்டுனவறு நல்ல படிப்பாளி போல. பயல்வ ரண்டியறும் அதே கரிக்களந்தாம்."

"எனக்குத் தமிழ் படிக்கச் சொல்லித் தந்ததே மாரிமுத்து மகள் தேசபற்று."

"அய்ய, இப்ப என்னயிங்குறீங்க கிளார்க் சார். நம்மாள்க்களுமே பஜன பண்ணுதான்வ, ஹோமம்

வளக்குதான்வ, திதியிங்குதான்வ. அத ரெம்ப பெருமயாவும் நெனக்கிதான்வ.”

சமுத்திரபாண்டி வணக்கம் சொன்னவாறே கடந்து போனான். எப்போதும் வியாபாரம் பற்றிய நினைப்பு. கிளார்க் அவனைப் பார்ப்பதைப் பெருமையோடு பார்த்தபடியிருந்தார் தாவீது. அன்னத்தாய் மோர் கொண்டு வந்து வைத்தாள்.

கொற்கை, கொழும்புத் துறைகளிடையே வியாபாரம் பெருக, கொழும்புக்கான நவதானிய ஏற்றுமதியில் இருந்தது ஒன்றிரண்டு பிள்ளைமார் வியாபாரிகள் என்ற நிலைமாறி நாடார் வியாபாரிகளும் ஈடுபட்டார்கள். சிறிய இறக்குமதியாளர்களுக்கு ஏற்ற வகையில் சரக்குகளைக் கொற்கையிலேயே தரம் பிரித்துச் சிறு சிறு மூடையாக்கி அனுப்பினார்கள். வாடித்தெரு பிள்ளைமாரைப் போலல்லாமல் கப்பல்களில் கொழும்பு சென்று இறக்குமதியாளர்களின் தேவையறிந்து சரக்குகளை ஏற்றினார்கள். தோணி நடத்தும் பர்னாந்து மாரோடு ஒப்பந்தங்கள் பண்ணி வியாபாரம் செய்ததால் கொழும்புநடை தடையில்லாமல் வளர்ந்தது.

“நீங்க லண்டன் போன பெறவு என்னமாச்சும் ஏத்துமதி பண்ணுயதுக்கு பயல்வளுக்கு ஒரு வழி காட்டி வுடுங்க.”

“மூத்தவனுக்குத் திருமணம்!”

தலையை ஆட்டினார் தாவீது. சமுத்திரபாண்டிக்கு ஏற்கனவே பழைய இரும்பு வியாபாரி ஆறுமுகநாடார் வீட்டில் சம்பந்தம் முடிந்திருந்தது. ஒரே மகள் வள்ளியம்மையைப் பேசி முடித்திருந்தார்கள். ஆறுமுக நாடாருக்கும் ரயில்வேயில் பழைய இரும்பு எடுக்கும் ஒப்பந்தங்கள் தொடர்ச்சியாகக் கிடைத்து நல்ல வருமானம். ரயில்வே அலுவலகத்தின் நெளிவு சுளிவுகளைத் தெரிந்து வைத்திருந்தார் ஆறுமுகம். பணம் பேச வேண்டிய இடத்தில் பணம், பலானது பேச வேண்டிய இடத்தில் பலானது. கொடிகட்டிப் பறந்தார் ஆறுமுகம். ஆனாலும் ரயில்வேயின் எந்தச் செல்வாக்கையும் பயன்படுத்தியும் நிலக்கரி கையாளும் தோணி நடை ஒப்பந்தத்துக்குள் அவரால் நுழைய முடியவில்லை. தாவீதைப் பொறுத்தவரையில் மூத்தவனுக்கு ஆறுமுக நாடார் வீட்டில் சம்பந்தம் முடிந்திருந்தது ஏக சந்தோசம். வீட்டில் எப்போதுமே ஆறுமுக நாடார் பற்றிய பேச்சுதான்.

“கலியாணத்துக்கு நீங்கயிருந்தா நல்லாத்தாம் இருக்கும்.”

“எந்த சர்ச்சிக்கு போறாங்க?”

"அவிய வேதம் கெடையாது."

"புரியில்லிய !"

"அவுக எல்லாருமே இந்துதாம்."

"வேதத்துல இல்லாதவுங்க கூட மண உறவு எப்புடி?"

"அதாமில்ல கிளார்க் சார். சங்கக் கூட்டங்கள்ல தெளிவா பேசி முடிவு எடுத்திருக்கோம். எக்காரணத்த கொண்டும் சாதிக்கி குறுக்க மதம் நிக்க கூடாதின்னு."

நாடார் வியாபாரிகளின் முன்னேற்றத்தின் முதல் படியே இந்த ஒற்றுமை. இந்துவோ, வேதமோ சாதி ஒன்றாய் இருந்தால் அங்கு மதம் குறுக்கே நிற்கவில்லை. இந்த மனநிலையில் வடக்கத்தியார், தெக்கத்தியாரைப் பெண் கொள்வதும் இந்துக்கள் வேதக்காரரை மணப்பதும் சர்வ சாதாரணமாக நடந்தன. பெரும்பாலும் கூட்டுக் குடும்ப வாழ்கையை மதித்தார்கள். படித்து வேலையில் இருப்பவர்களுக்குப் பெண் கொடுப்பதைக் காட்டிலும் வியாபாரிமாருக்குப் பெண் கொடுப்பதையே பெரிதும் விரும்பினார்கள். குடும்பத்தில் மூத்தவர் சொல்லுக்குக் கட்டுப்பட்டு மற்றவர்களும் நின்றதால் வியாபாரத்தில் ஏற்படும் ஏற்றத் தாழ்வுகளை குடும்பமாய் எதிர்கொள்ள முடிந்தது. பணம் பிரித்து வெளியே போக வழியில்லாமலிருந்ததால் எந்தத் தொழிலிலும் போட்டி போட்டு இறங்கவும் முடிந்தது.

மதியச் சாப்பாடு நேரம் நெருங்குவதாக வந்து அழைத் தாள் அன்னத்தாய். கூடவே கில்பர்ட்டும் நின்றிருந்தான்.

"ஆனா பர்னாந்துமார் அப்புடியில்லிய."

"அதுதாம் அவுக பண்ணுற தப்பு. காலத்துக்கேத்த மாரி கோலம்போடத் தெரியணும் கிளார்க் சார்."

தகப்பனாரும் கிளார்க்சாரும் பேசுவதின் சுவராஸ்யம் புரிந்தவனாய் கிளார்க் அருகே வந்து அமர்ந்தான் கில்பர்ட். அவனைக் கண்களாலே அளந்த கிளார்க்கைக் கவனித்த தாவீது சொன்னார்.

"ரட்டப் பொறப்பு மாறி இருக்குதான்வ."

இப்போதெல்லாம் அடிக்கடி கொழும்பு போய் வருகிறான் கில்பர்ட். அங்கே தங்கல் எல்லாம் அக்கா பட்டுக்கனி வீட்டில். கலியாணமானதிலிருந்தே பட்டுக்கனி மாப்பிள்ளை அய்யாக்கண்ணுவோடு கொழும்பில் வசிக்கிறாள். அய்யாக் கண்ணுவுக்குக் கொழும்பு கொச்சி கடையில் கமிஷன்

மண்டி வியாபாரம். வியாபார விஷயமாகக் கொற்கை வரும் போதெல்லாம் மாமனார் வீட்டிற்கு வராமல் இடைச்சிவிளை போவதில்லை. கொழும்பு கருவாட்டு டால் ஆணம், பினாட்டு, ராணி சோப் என்று கதை கதையாய்ச் சொல்வார் அய்யாக்கண்ணு. ஏற்கனவே கிரகோரி தல்மெய்தாவும் கொழும்பு பற்றி நிறைய கதைகள் சொல்லியிருக்கிறான். கொழும்பில், கொற்கை போல் சுட்டெறிக்கும் வெயிலில்லை, தூசு இல்லை. கேளிக்கை வசதிகள், நவநாகரீக நங்கையர் என்று என்னவெல்லாமோ சொல்லியிருந்தான் கிரகோரி தல்மெய்தா. ஹாலிவுட் படங்கள் பார்க்க வேண்டுமென்றால் ராயல் தியேட்டர். முதல் முறையாகக் கொழும்பு வந்த உடனேயே மச்சானிடம் தன்னை ரீகல் தியேட்டருக்குத் தான் கூட்டிப்போகச் சொன்னான் கில்பர்ட்.

“அப்ப இவனுக்கும் எடுக்குலாம் போல.”

“இவனுக்காகத்தாம் அவனுக்கும் எடுக்குறம்.”

ஆச்சரியமாகப் பார்த்தார் கிளார்க். கொழும்பில் அக்காள் பட்டுக்கனி வீட்டில் தங்கியிருந்தபோது மச்சான் அய்யாக் கண்ணுவின் ஒன்றுவிட்ட தங்கையை அங்கே பார்த்திருக் கிறான் கில்பர்ட். அந்த நொடியிலேயே அவளில்லாமல் நான் இல்லை என்று நினைத்திருப்பான்போல் தெரிகிறது. கொற்கை வந்ததும் வராததுமாகச் சொன்ன செய்தி அது தான். தாவீதும் மறுப்பேதும் சொல்லவில்லை.

“மூத்தவன நாகப்பட்டணம் போயி தொழில் செய்யச் சொல்லுங்க. இப்பவே போவது நல்லது.”

“சொல்லுங்க.”

நாகப்பட்டணத்தை பற்றி கிளார்க் சார் சொல்ல ஆரம்பித்தது உள்ளே கேட்டிருக்க வேண்டும். ஆவலோடு வந்து கிளார்க் பக்கத்தில் அமர்ந்தான் சமுத்திரபாண்டி.

“பினாங்குலயிருந்து சிங்கப்பூர் வழியா பிள்ளைவாள் கடைக்காரங்களுக்குப் பாக்கு வருது.”

புன்னகைத்தவாறே அருகே அமர்ந்திருந்த சமுத்திர பாண்டி சொன்னான்.

“இப்பதாம் பிள்ளைவாள் கடயில போயி பேசிற்று வாரம். நாகப்பட்டணத்துல வார சரக்க என்னய போயி பாத்துக்கிற சொல்லியிருக்காங்க.”

“வெரிகுட். நல்ல அனுபவம் கெடைக்கும்.”

“நம்ம ஊரமாரி அங்கயும் கடலுக்குள்ளதாம் சரக்க எறக்கனுமாம். சிங்கப்பூரு, பினாங்கு கேலாங்கு, இந்த மாரி எடங்கள்லயிருந்தெல்லாம் கப்பல் வருதாம்ப்பா.”

“போறது போற ஒரு கலியாணத்த பண்ணிற்றுப் போயாம். எங்களுக்கும் ஒரு வேல முடிஞ்சமாரி ... ஆறுமுக நாடாருக்கும் ஒரு பாரம் கொறையும். ஒனக்கும் ஒரு தொண கெடைக்கிம்” என்றார் தாவீது.

சமுத்திரபாண்டி நெடுநெடுவென நல்ல உயரம். அன்னத் தாய்போல் மாநிறம். நெற்றியில் புருவத்தின் மத்தியில் பொட்டு வைத்தாற்போல் வட்டமாக ஒரு மச்சம். சிறு பிராயத்தில் உச்சி முகரும் போதெல்லாம் அன்னத்தாய் அந்த மச்சத்திலேயே முத்தமிடுவது வழக்கம். மகன் பெரிய ஆளாக வருவான் என்று நினைத்தாள். வேதக்காரக் குடும்பத் தில் சிறு வயது முதலே வேத பாடங்கள் படிப்பிக்கப் பட்டாலும் சமுத்திரபாண்டிக்கு நாட்டமெல்லாம் வியா பாரத்தின் மேல் இருந்தது. அன்னத்தாய்க்கு மகனைத் தகப்பனாரைப் போல் மதபோதகராக்கிப் பார்க்க ஆசை. நல்ல அறிவு, சமயோசிதம், துடுக்கான பேச்சு என்றிருந்ததால் தாத்தா ஆசீர்வாதமும் சமுத்திர பாண்டியை ஒரு பாஸ்டராக்கிப் பார்க்கவே நினைத்தார் ஆனால் நடந்ததோ வேறு.

58

1949

கனிசியுஸ் சிங்கராயர் இறந்த பிறகு கவனிப்பாரில்லாமல் கிடந்த உப்பளங்களைப் பார்வையிடுவதற்காக மகள் சற்குணத்தை அழைத்துக்கொண்டு பசாந்தி சிங்கராயர் அலங்காரத்தட்டு வந்திருந்தார். அந்தக் காலத்தில் வெள்ளையர்கள் கோல்ப் விளையாடப் பயன்படுத்திய இடங்களெல்லாம் இப்போது உப்பளங்களாகியிருந்தன. இப்போதெல்லாம் பசாந்தி திருநெல்வேலி பெஞ்ச் கோர்ட்டுக்குப் போவதைத் தவிர்த்திருந்தார். தந்தையார் இருந்தவரை தோணிகளின் நிர்வாகத்தையும் அளங்களையும் அவரே நேரடியாக நிர்வாகம் பண்ணினார். பசாந்தியால் கோர்ட், கச்சேரியென்று அலைய முடிந்தது. போதாக்குறைக்கு அண்ணன் தம்பியிடையே கருத்து வேறுபாடு முற்றி அது சொத்துக்களைப் பங்கு வைக்குமளவுக்குப் போய் நின்றது. இளையவர் பர்த்தலோமின் விருப்பப்படியே நிலத்துச் சொத்துகள் அதிகமாக அவருக்கும் நீர்ச்சொத்து அதிகமாக பசாந்திக்கும் என்று பேசி முடித்தார்கள். எப்போதும் பர்த்தலோம் சிங்கராயரோடு இணை பிரியாது இருக்கும் கோபாலய்யர் மகன் மணியால்தான் இந்தப் பிரிவினை வந்தது என்று தோணிப் பாலத்தில் பேசிக்கொண்டார்கள்.

பசாந்தி, சொத்தைப் பிரிக்கும் வேலையைக் கணக்கர் கோபாலய்யரிடம் விட்டிருந்தார். அவரிடம் தன் வேலையைக் காட்டியிருந்தார் கோபாலய்யர். மகன் மணியின் சொல் பேச்சைக் கேட்டு சின்னவருக்குச் சாதகமாக சொத்தைப் பிரித்துவிட்டார். சின்னவரிடம் நிலச்சொத்து வந்தால்தான் அபகரிப்பது எளிது என்று மணி நினைத்தாரோ என்னவோ. மணி

அய்யரை ஆட்டுவிப்பதோ மாட்டுப்பெண் சந்திரலேகா. தஞ்சாவூர்காரி. மதுரையில் தாயோடு குடியேறியிருந்தவளை ஒரு நடன அரங்கேற்றத்தின்போது பார்த்து விரும்பிப் பேசி முடித்திருந்தார்கள். மணி அய்யருக்கு அவளை பிடித்ததோ என்னவோ பர்த்தலோம் சிங்கராயருக்கு மிகவும் பிடித்திருந்தது.

அளத்துக்குள்ளே முகப்பிலேயே பனையோலை வேய்ந்த குச்சில். அதனுள்ளே மகளை அமர்ந்து இளைப்பாறச் சொன்ன பசாந்தி, பொடி நடையாக நடந்து அளத்து மேட்டில் நின்றார். பின்னாலேயே மாரிமுத்துக் கங்காணியும் வர, இருவரும் பேசிக்கொண்டே உள்ளே நடந்தார்கள். பின்னால் திரும்பிக் கை தட்டி மகனை அழைத்தார் மாரிமுத்து.

“எலேய் மாசாணம், அந்த கறுப்புக் கொடைய எடுத்திற்று சுருக்கா ஓடியா.”

சிறிது நேரத்தில் அங்கு குடையோடு வந்த மாசாணம் பவ்வியமாய்க் குடையை விரித்து முதலாளிக்கு வெயிலுக்கு தோதாய்ப் பிடிக்க வரப்பு வழியே நடந்தபடியிருந்தார் பசாந்தி. மேலப்புறம் பாத்தி மிதி நடந்தபடியிருந்தது. பெண்கள் கும்மியடித்தபடியே வேலையில் மும்முரமாய் இருந்தார்கள். கீழ்ப்புறமிருந்த பாத்திகளில் உப்பு விளைந்து வாறும் தறுவாயிலிருந்தது. சூரிய ஒளி உப்புப் படிவங்களில் பட்டுப் பிரதிபலித்துப் பல வண்ணங்களில் அழகு காட்டியது.

“முன்னால நம்ம அளம் மட்டுந்தாம் இருந்திச்சி. அது யாரு பக்கத்துல...” கேட்டார் பசாந்தி.

“வேற யாருமில்ல, நம்ம முருகேச நாடாந்தாம் வாங்குறாரு. யாரோ பர்னாந்துமார்தானாம். மேசைக் காரவுகயின்னு நெனைக்கிறம். கொழும்புல இருக்கு தாவளாம்.”

வடக்கு எல்லைப்புறம் வேம்பு நிழலில் நின்றபடியே வெகுநேரம் வேடிக்கை பார்த்த பசாந்தி சிந்தனை வயப்பட்டிருந்தார்.

‘ஒண்ணு ரண்டியறு புத்தியாம்படி பொழைக்கிறான்வ போல. ஆனாலும் தானேறிப் பாக்காத ஒழவு என்ன ஒழவு. இவஞ் சொன்னதுதாம் வெல... வெல முடிக்கிறம், வெல முடிக்கிறமின்னே சுத்தி வர நெலத்த வளைச்சி போட்டுறுவாம்போல. அய்யாவும் கொழும்பு போவயில்ல நானுந்தாம் எங்க போனம். செத்தாத்தாம் சுடுகாடு தெரியும். பாண்டியபதி படுக்கையில கெடக்குறாருன்னாவள. கெட்டிக்

கேட்டா பிரான்சிசுக்குக் குடுக்குலாம், என்னயிருந்தாலும் ஒரு அந்தஸ்து இல்லாமலா போயிறும். சிலுவப் பர்னாந்து மொவள விரும்புறதா சொன்னாவள. அவுரும் படக்குன்னு தாம் போயிற்றாரு. சொத்த பிரிச்சிக்கிருவோம். எதுக்கு நமக்குள்ள பிரச்சன அண்ணம் தனிஸ்லாசுக்கு குடுக்கணு மின்னா நீங்க ஒங்க சொத்துலயிருந்து குடுங்க. நா வேணுமின்னா வக்கீல் சந்திரசேகர வரச் சொல்லுறம்.'

சிந்தனையிலிருந்த முதலாளியைக் கெடுக்க மனமில்லாத மாரிமுத்து விலகி வந்து உப்பளத்து வேலையை நோட்ட மிட்டபடியிருந்தார்.

"சரி கப்ப நட தோணியளுக்கு பல்டோனா கடயில யிருந்து கேள்வு சரியா வருதா?"

"முன்னால மாறியில்ல மொதலாளி, சொணங்கித்தாம் வருது"

"என்ன சொல்லுற, பெஞ்சமின் இருந்தப்ப உள்ள மாரி இல்ல என்ன? விடிஞ்சா அடைஞ்சா கடையில தான இருப்பாராம்."

"..."

"புள்ளய..."

"ரண்டு ஆணு ஒரு பொண்ணு. பொண்ண முன்னாலே கெட்டிக் குடுத்திற்றாவள. மாப்புள ராணுவத்துல இருக்காறாம்."

"..."

"மட்டுக்கு மிஞ்சின குடியின்னாவ. என்னமோ கல்லீரலு அவிஞ்சி போச்சாம். அதுலதாம் போயி சேந்திருப்பாரு.

"அப்புடியென்ன குடி வேண்டி கெடக்கு."

"குருஸ் மொதலாளி கடப் பொறுப்ப எடுத்த பொறவு பெஞ்சிமின் பாய்வா மகம் மூத்தவம் பெர்க்மான்ஸ் பாய்வாவுக்கு கடயில வேல போட்டு குடுத்திற்றாவ."

திரும்பவும் அளத்து வரப்பில் இறங்கி நடந்தார் பசாந்தி. மாசாணம் ஓடிவந்து குடை பிடித்தான். ஆண் பாத்தி, பெண் பாத்தியென ஒவ்வொரு பாத்தியையும் பார்த்து ரசித்தபடியே வந்தார். கீழே பாத்தியில் மாசாணம் பிடித்திருந்த குடை தெரிய, விசனப்பட்ட பசாந்தி சொன்னார்.

“அடேய் அறிவு கெட்டவன, நெழலு எங்க வுழுதுன்னு பாத்தியா. வெளிச்சம் படாம உப்பு வெளையாம போனா ஓங்கய்யாவா தருவாம் உப்பு.”

“மொதலாளி ஓங்களுக்கு ...”

திரும்பி முறைத்தார் பசாந்தி. மஞ்சள் நிறத்தில் அவர் அணிந்திருந்த சைனா சில்க் சட்டை வியர்த்த உடம்பில் ஒட்டித் திட்டுத் திட்டாய்த் தெரிந்தது. ஒரு நாள் பயன்படுத்திய ராணி சமுக்காரத்தை மறுநாள் குளிக்க பயன்படுத்த மாட்டாராம். தோணிகள் ஒவ்வொரு முறை நடை போய் வரும்போதும் முதலாளி வீட்டுக்கு ராணி சமுக்காரம் வாங்கி வரவேண்டுமென்பது சிங்கராயர் கடையை பொறுத்தவரை எழுதப்படாத சட்டம்.

சூழ்நிலையைப் புரிந்துகொண்ட மாரிமுத்து புறங்கையால் மாசாணத்தைத் தள்ளித் தூரப் போகச் சொன்னார்.

“எதிர் பேச்சா குடுக்க மசுறாண்டி.”

“கூலி எல்லாம் ஒழுங்கா வந்து சேருதா?” கேட்டார் பசாந்தி.

“ஓங்க கிட்ட சொல்லுயதுக்கென்ன. கோபாலய்யரு கடயில எங்க இருக்குறாரு. எதுக்கெடுத்தாலும் கணக்கு கணக்குயின்னு உசுர வாங்குதாரு.”

“கணக்கு கேக்குறது தப்புல்லியப்பா.”

“உண்டான கூலிய கேக்கப் போறோம். எங்ககிட்ட என்ன கணக்கு. வேற என்னமோ ...”

“அடுத்தவுங்க பணம் நமக்கு எதுக்கு? அள்ளி வெளிய போட வேண்டியதான. என்னமோ சொல்ல வந்த அப்புடியே வுட்டுட்ட.”

“அத வுடுங்க மொதலாளி. நாங்க அவுரு மேல இருக்க கோவத்துல என்னமாச்சும் சொல்லுவோம். அதப்போயி...”

“சும்மா சொல்லு” என்ற பசாந்தி நடையை நிறுத்தி மூச்சு வாங்கினார்.

‘காலையிலயோ, சாயந்தரமோ நடந்தா ஒரு உடப்பயிற்சி செய்த மாறியிருக்கும. இந்த வெயிலுக்குள்ள ஒரு நாள் நடக்க முடியில்லிய பொழுதன்னைக்கிம் இதுலே கெடந்து மாயிதுவள. என்னமோ அய்யா தேடிவச்சிற்றுப் போயிற்றாரு. எவ தாலியயெல்லாம் அறுத்தாரோ. யாரு யாரு தலையள்ல வந்து விடியப் போவுதோ. ஆனாலும் ஒரு ஆட்டம்

ஆடிட்டுத்தாம் போயி சேந்தாரு. இந்த பீங்காம் ஆபீசு முருகேசம் எவனோ கடோர் சால்ட்டுன்னு மார்வாடிய கூட்டிற்று வந்திருக்கானாம். பேரு மனசுக்குள்ள கெடக்கு. அன்னைக்கி லயன்ஸ் கிளப்புல பேசிக்கிற்றாவள. ஜெய் நாராயணாவா என்னமோ சொன்னான்வள. ரயில்ல குஜராத் பக்கங்களுக்கு ஏத்த முடியாதுன்னானாம். ஓ... அங்கவுள்ள உப்பும் வெல போவணுமில்ல.'

பக்கத்து அளத்தில் குதிரை கனைக்கும் சத்தம் கேட்டது.

'குதுர வாங்கிற்றான்வபோல. பணம் இருந்து என்னத்துக்கு சொல்லுமாக்குல அதயும் அனுபவிக்க தெரியாண்டாமா? நாலு ரூபா சேந்திற்றா குடி இல்லியா கூத்தியா. அதுக்கு வெள்ளைக்காரந்தாம். கோபாலய்யரப் பத்தி என்னமோ சொன்னான. அவங் கெடுக்குறாம் கெடுக்குறாமுன்னா இவனுக்கு புத்தி எங்க போச்சி. எவன எவங் கெடுக்க. சும்மா அதெல்லாம் போக்கிரித்தனமான பேச்சி. நல்லாத்தாம் இருக்கா. பேரு என்னமோ சொன்னான்வள. சந்திரலேகா... கால ஒவ்வொண்ணயும் தூக்கி வைக்கச்சில பின்னால எவ்விகிட்டுல நிக்கிது சும்மா நீ புடி நாம் புடியின்னு. நமக்கு கெடைக்கிலயின்ன ஒட்ன சீ சீ இந்தப் பழம் புளிக்கிமா.'

"மொதலாளி..."

"சொல்லு மாரிமுத்து."

"எவங்கிட்டதாம் காசு வாங்கணுமின்னுயில்ல..."

பசாந்தி வெளியே இறங்கி நடந்து வெகு நேரமாகவே பனையோலைக் குச்சிலில் இருந்தபடி சற்குணம் அழைத்தாள்.

"இப்புடி தீயா வெயிலடிக்கிது வாருங்க சீக்கிரம்."

"மாரிமுத்து சீக்கிரம் வா, இனும அவளுக்கு கோவம் வந்துரும்."

"மொதலாளி அம்மைக்கி ஒரு கல்யாணம்."

"கொற்கயில ஒரு நல்ல மாப்புள சொல்லு பாப்பும். படிச்சவம் பூதாவும் என்னமோ கொழும்புல தேனெடுக்குற மாறியில போறான்வ" என்றார் பசாந்தி சிங்கராயர்.

"மேசைக்காரவுகள பத்தி சொல்லுதியளோ."

"எல்லாரும் வெளியூருல சம்பாதிச்சி உள்ளூருல கொண்டு வந்து சேப்பாங்க. இவன்வ தலகுத்தர நடக்குறான்வ."

“இங்க மரியாதயில்லயின்னு நெனைப்பாவளாயிருக்கும்.”

“எல்லாமே ஆனைக்கொரு காலம் வந்தா பூனைக்கொரு காலமிங்கிற கததாம். அங்க அடிச்சி முடுக்குனா என்ன பண்ணுவான்வ?”

“ரோட்ரீகோ அய்யா வந்தவங்கள நீங்க பாக்கயில்லியாம.”

“இது ஒனக்கு யாரு சொன்னா. எல்லாமே முன் கடம் பின் கடந்தாம். கொழும்புலயாவது சும்ம கெடந்திருக்க வேண்டியதுதான. பத்திரிக ஆரம்பிக்கிறமின்னு... அவுரு பையம் எம் பொண்ணுகூட படிச்சாம். பழைய ஒறவ புதுப்பிச்சிறக் கூடாதின்னு பாத்தம்.”

“மெட்ராசுல இருக்காவளாம். எய்யா, இன்னொரு கத கேள்விப்பட்டம். திருநவேலி பக்கத்துல தாழயுத்துல சுண்ணாம்புக் கல்லு கண்டு புடிச்சிறுக்காவளாம்.”

“அதுக்கென்ன...?”

“பெரிய சிமிந்தி ஆல வரப்போவுதின்னு பேச்சாக் கெடந்திச்சி. பய மூத்தவம் தொறக்கண்ணு, குழி தோண்டுற வேலக்கி ஆள் கூட்டிட்டுப் போறாம்.”

“அப்ப இனும கொழும்புக்கு சிமிந்தி ஏத்துவான்வள.”

வேக வேகமாய் நடந்து குச்சிலுக்குள் வந்திருந்தார் பசாந்தி. வெயிலுக்கு இதமாக இருந்தது குச்சில் ஆனாலும் அனல் காற்றும் பிசுபிசுப்பும் தாங்க முடியவில்லை. சற்குணமும் தொப்பலாய் வியர்வையில் நனைந்திருந்தாள். முதலாளியம்மா சாப்பிடுவதற்காக இளநீரும் நொங்கும் கொண்டு வந்து போட்டிருந்தார்கள். அப்பாவுக்கு இளநீர் வெட்டிக் கொடுக்கச் சொன்னாள் சற்குணம்.

“நொங்கு எங்க உள்ளது?”

“மறவம் மடத்துலயிருந்து...”

மாரிமுத்து சொல்லி வாயை மூடுவதற்குள் மாசாணம் சொன்னான்.

“இல்லப்பா, நொங்க பாத்து சொல்லுங்க இது மடத்தூரு நொங்கு.”

“மடத்தூருல நாடாக்கமாரு...”

“அந்தப் பக்கங்கள்ல அவுக இப்ப பன ஏறுறதில்ல எல்லாமே நம்ம பயல்வதாம் ஏறுதான்வ.”

"அப்புடியா."

கொற்கைப் பகுதியில் பனை ஏறுவதைக் கொஞ்சம் கொஞ்சமாகத் தவிர்த்திருந்தார்கள் நாடார்கள். எல்லோருமே ஏதாவது ஒரு வகையில் வியாபாரம் செய்து பிழைக்கலாம் என்ற மனநிலைக்கு வந்ததே காரணம் அதற்குத் தகுந்தாற்போல் நாடார் வங்கியும் உதவி செய்தது. எண்ணெய் வியாபாரி சந்தோசம் முனிசிபாலிட்டி சேர்மன் ஆகியிருந்தார். பர்த்தலோம் சிங்கராயர் துணைச் சேர்மன்.

"எய்யா, லோட்டாவுல ஊத்திக் குடிக்கியளா இல்ல அப்புடியே..."

"சட்ட வழிய வடிக்கவா, லோட்டாவுல ஊத்திக் குடு. ஆமா, பாண்டியபதி மொவம் பிராஞ்சி என்ன பண்ணுறாம்?"

"எங்கயோ பேங்குல வேல பாக்குதாவளாம்."

தூரத்தில் கும்மியடித்தபடியே பாத்தி மிதித்த பெண்களை பார்த்தவாறிருந்தார் பசாந்தி.

'மனுசனுக்கு கோவம் வர வேண்டியதுதாம்... அதுக்கு இப்புடியா ஒரு பெரிய மனுசன குத்துற அளவுக்கு. எவங் குத்துனானோ ஆனா தூண்டுதல் இல்லாம நடந்திருக்காது ஆனாலும் மேசைக்காரன்வளுக்கு புத்தி எப்புடியெல்லாம் வேல செய்யிது. பொழைச்சது புது உசுருதாமின்னாவள. அந்த புள்ளயும் கொழும்புலயிருந்தது புருசன பறி குடுத்திற்று வந்திற்றின்னாவள. இந்த சின்ன வயசுலே பாவந்தாம். பட்ட காலுலே படும் கெட்ட குடியே கெடும்பாவள. கேட்டா கெட்டிக் குடுக்கமாட்டயின்னா சொல்லுவம், கலியாணமே வேண்டாமிங்குறானாம்.'

சிந்தனையிலிருந்த பசாந்தியைக் கவனிக்காதவராய் மாரிமுத்து சொன்னார்.

"சின்னவுக வந்ததுக்கப்புறம் பரவால்ல."

"யார சொல்லுற?"

"மிக்கேலய்யாவ சொல்லுறம். எய்யா எளையவுக காரு காலம்பர ஒம்போது மணிக்கே கடைக்கி முன்னால நிக்கிது."

"சரி அதுதாம் நடக்கணுமின்னா நடக்கட்டு."

மகள் சற்குணத்தைத் திரும்பிப் பார்த்தார் பசாந்தி சிங்கராயர், கையில் வைத்திருந்த இள நுங்கைப் பெருவிரலால் குடைந்து குடைந்து சாப்பிட்டாள் சற்குணம். முகமெல்லாம்

நுங்குப் பிசுறுகள் ஒட்டிப் பார்ப்பதற்கே பரிதாபமாய் இருந்தாள்.

'பாப்பாத்தியளுக்குக் குடுத்த அழகுல, நெறத்துல செத்துப்போல எம்மொவளுக்குக் குடுக்காம வுட்டுட்டான. சொன்னது கேட்டுறுக்குமோ, நொங்க இந்த கடி கடிக்கிறா ... கேட்டுறுந்தா நம்மளயில கடிச்சி துப்பியிறுப்பா. இத்தன தோணியும் ஆஸ்தியும் எதுக்கு வச்சிறுக்கம். எம்புள்ளய கெட்டுறவம் அவள நல்லா வச்சிருக்கணும். வச்சிருப்பாம்.'

"குருஸ் பல்டோனா!"

"அவுக எப்பவும் வெளியூருதாம். நம்ம பொகவண்டி சீனி அய்யங்காருல்ல, அவுரு மொவம் நாராயணம்..."

"ஆமா, இங்க தயிர் சாதம், அங்க புளியோதர" என்றார் பசாந்தி.

"வாய்தாயில்லாத நாள் ஒரு நாள் கெடையாது. பூதா கண்டவம் மேலயும் கேசா போட்டு பல்டோனா மொதலாளி சொத்தயெல்லாம் கறைக்கிறாரு. மூத்தவுக பூதாவும் அய்யங்கார் ஆத்துலதாம் கெட. பேரு ரங்கநாயகி."

புரிந்ததற்கு அறிகுறியாகத் தலையை மட்டும் ஆட்டினார் பசாந்தி.

59
1950

கொழும்பு வடக்குப் பாலத்தில் வரிசையாய் நான்கு கொற்கைத் தோணிகளைக் கட்டியிருந்தார்கள். காலையில் பத்து மணிக்கு மேல்தான் குடியுரிமை, சுங்க அதிகாரிகள் வருவது வழக்கம். துறைமுக மருத்துவர் வந்து பரிசோதனை முடித்திருந்தார். வெகு நேரம் காத்திருந்த பிலிப் பாலத்தில் இறங்கிச் சரக்கு இறக்குவதற்கான அத்தனை காகிதங்களையும் புரோக்கர் மிசியரிடம் கொடுத்த பின் சொன்னார்:

"மிசியர் அண்ணம் எதுலயெல்லாம் கையெழுத்து வேணுமோ வாங்கிக்கிருங்க."

"என்ன தூரமா போற பிலிப்பு" என்றார் மிசியர்.

"பக்கத்துலதாம். ஆமா கொற்கைக்கு சரக்கு என்னமாவது வச்சிறிக்கியளாக்கும்."

"சந்தோச நாடார் கடைக்கி கொப்பர தேங்கா இருக்கு."

"இப்பயெல்லாம் இங்கனோடி வார கொப்பரய பூதாவும் பி.சி.சி. ஆலக்கி போறதுனால இனும முன்னாலமாரி பருத்தித்தொற, ஊராத்தொற, காங்கேசந்தொற இந்த பக்கங்கள்லயும் ஏத்துவாவ போல" என்றார் மிசியர்.

"ஆனந்த நாடார் மொவம் மூத்தவரு சந்தோசம் கப்பல்ல வந்தாருன்னாவள."

"ஆமா வந்திருக்காரு."

கொழும்பிலிருந்து கொற்கையில் சந்தோச நாடாரின் எண்ணெய் ஆலைக்கு வரும் கொப்பரைத் தேங்காய் மொத்தத்தையும் பவுல் தண்டலின்

தோணிகளில்தான் ஏற்றி அனுப்ப வேண்டுமென்று ஒப்பந்தம் போட்டிருந்தார்கள். கொற்கைக்குக் கொப்பறை வரத்து குறையவே என்ன, ஏது என்று பார்த்துவரக் கொழும்பு வந்திருந்தார் சந்தோச நாடார். கூடவே அன்னலட்சுமியை யும் பார்த்துவிடலாம் என்ற எண்ணம்.

அன்னலட்சுமியையும் நல்ல சீதனம் கொடுத்து ராஜா மணிக்குக் கட்டிக் கொடுத்திருந்தார்கள். சண்முகவேலிடம் சொத்துக்களைப் பிரித்து வாங்கிக்கொண்டு வந்த ராஜாமணி கொழும்பு ஒண்ணாங்குடித் தெருவில் என்னென்னவோ வியாபாரம் பார்த்தும் எதுவும் தேறவில்லை. கையில் இருந்த பணத்தையெல்லாம் இழந்த நிலையில் நீர்கொழும்பில் பி.சி.சி. எண்ணெய் ஆலைக்குக் கொப்பறை கமிஷனுக்கு வாங்கிக் கொடுத்து வாழ்க்கையை ஓட்டியபடியிருந்தார். மச்சினன் ராஜாமணியிடம் பேசி பி.சி.சி. எண்ணெய் ஆலையையும் பார்க்க வேண்டும், அதன் செயல்பாடுகளையும் அறிய வேண்டும் என்ற ஆசையில் வந்திருந்தார் சந்தோசம்.

இப்போதெல்லாம் கொழும்பிலிருந்து கொற்கை வருபவர் யாராக இருந்தாலும் அவர்களிடம் என்ன இருக்கிறதோ இல்லையோ கண்டிப்பாக மிராண்டா பிரதர்ஸ் கடை துணிப்பையும் பி.சி.சி. தேங்காய் எண்ணெய் டின்னும் இருக்கும். அப்படி எல்லோருமே போய் மொய்க்கும் அளவுக்கு அந்த எண்ணெய் ஆலையில் என்ன விசேஷம் என்று பார்க்கத் துடித்தார் சந்தோசம்.

“ஓந்தோணியில அரிசியும், மல்லியும் வாரதா மலைச் சாமி நாடாரு சொன்னாரு.”

“பீங்காம் ஆபீசு முருகேச நாடாரு சரக்கா.”

“ஆமா.”

“நம்ம தோணிக்கி வுழுறமாரிதாம் இருந்திச்சி. தங்கப்பழம் நாடாரு தோணிக்கி சரக்கு கொஞ்சம் தட்டியிருக்கும் போல... அதாம் ரப்பேல் மாத்தி வுட்டுட்டாமுன்னு நெனைக்கிறம்.”

“அதெல்லாமுல்ல. கத வேற.”

“என்ன பேசுறிய மிசியரண்ணம். கொற்கையிலயிருந்து வார எனக்கு தெரியாததா, கொழும்புல இருக்க ஒங்களுக்கு தெரியப் போவுது.”

“இனும வேணுமின்னாலும் பாரு பிலிப்பு, யாபாரிமாரு நம்ம தோணியளுக்கு சரக்கு தர மாட்டாவ.”

“இங்க பாருங்க மிசியர் அண்ணம். ஓணாத்தெரு பிரச்சனய எதும் தோணிப் பாலத்துக்குள வந்ததில்ல. அப்புடியே வந்தாலும் தங்கப்பழம் தோணியிலயும் நட செய்யிறது நம்ம பெயல்வதான.”

“...”

“நாடாக்கமார லேசா நெனைக்காதீங்க, இப்ப உப்பு வாங்க வந்தவமின்னு போயி மசால சாமானுக்குள்ளயும் மார்வாடிய உள்ள வந்தாச்சி. யாரு கூட்டிற்று வாரா... எல்லாம் அவுங்கள்வதாம்.”

“நமக்குத்தாம் தோணிய வுட்டா வேற ஒரு எழவுந் தெரியாது. அவுங்களவ நாலு யாபாரிய கூட்டிற்று வந்தா அதுல என்ன தப்பு.”

“நா வேற என்னத்த சொன்னம்? தோணிக்கிளயும் வந்தாச்ச. எண்ணெய்க்காரர பாத்தியா. முனிசிபாலிட்டி சேர்மன் பதவியிருந்தாலும் கொழும்பு வந்திருக்காரு பாரு. சரி அத வுடு. ஓங்கள்வளுக்கு அவம் ரப்பேல வுட்டா வேற ஆளேயில்லியா?”

மிசியரைப் பொறுத்தவரையில் கொற்கையில் மடுத்தீன் புரோத்கரின் மகன் ரப்பேல் தனிக்காட்டு ராசாவாகத் தொழில் செய்வது பிடிக்கவில்லை. மடுத்தீன் புரோக்கரின் மறைவுக்கு பின் தன் மச்சினன் ஒருவனைக் கொற்கையில் வளர்த்துவிடலாம் என்று எவ்வளவோ பாடுபட்டார். ஆனால் நடக்கவில்லை. ரப்பேலைப் பற்றியும் அடுக்கடுக்காய் குற்றச்சாட்டுகள். கச்சாத்துகள் சரிவர வந்து சேருவதில்லை. இந்தச் சரக்கோடு இந்தச் சரக்கை போட வேண்டுமென்ற விவஸ்தையும் கிடையாது. கருவாட்டு மூடைகளுக்கு மேல் பீடி இலைக் கட்டுகள், அதன் பக்கத்திலேயே காஞ்சிபுரம் பட்டுச் சேலைகள். மடுத்தீன் புரோக்கர் இறந்த ஒரு சில தினங்களிலேயே கொற்கை வந்திருந்த மிசியர் எவ்வளவோ முயன்றும் நாடார் வியாபாரிகள் தங்கள் விசுவாசத்தை விட்டுக் கொடுக்கவில்லை. வேறு வழியே இல்லாமல் கொற்கையில் குமாரசாமிப் பிள்ளை பார்வேர்டிங்கோடு சேர்ந்து தொழில் செய்தார் மிசியர்.

“நம்ம கிட்டயும் அணியத்துல சப்பத் தட்டுல இருபூது மூட பித்தள பாத்திரங்க இருக்கு. பாத்து எறக்கச் சொல்லுங்க” என்றார் மிசியர்.

சப்பைத் தட்டருகே நின்றபடி குழம்பு ருசி பார்த்தபடி இருந்த மோயிசைக் கை தட்டி அழைத்தார் பிலிப். பக்கத்தில் வந்தவரிடம் சொன்னார்.

“மோயிஸ் அண்ணம், சரக்கு எறங்குறது பூதாவயும் பக்கத்துலயிருந்து பாருங்க.”

“நீ எங்க போற?”

“தம்பி தோணி வந்திருக்காம். காத்து கடல்ல மாட்டி யிருப்பாமுன்னு நெனைக்கிறம் செத்த எட்டிப் பாத்திற்று வாரம்.”

“அஞ்சாறு சோத்த அள்ளி வாயில போட்டுட்டு படம் பாக்கப் போலமுன்னுயிருந்தம், சீக்கிரமா வந்திரு.”

பிலிப்பைப் பொறுத்தவரையில் கொற்கையில்தான் ஒட்டு மில்லை உறவுமில்லை. வந்த இடத்திலுமா அப்படியிருக்க வேண்டும் என்று நினைத்தார். வழக்கமாகவே கொழும்பில் தம்பி ரஞ்சனைக் கண்டுவிட்டால் கொச்சிக்கடையில் பெரிய ஓட்டல்களுக்கு அழைத்துப்போய் சாப்பாடு வாங்கிக் கொடுப்பார். தம்பியை ஒரு பொழுதும் பணம் தர அனுமதித்ததில்லை. இத்தனைக்கும் தம்பி கலியாணத்திற்குக் கூட அழைப்பிதழ் தரவில்லை. யாரை யாரையெல்லாமோ அழைத்திருந்தார்கள். பிலிப் நடை போகாமல் கலியாணத் திற்காகவே வீட்டிலிருந்தார். இன்று வந்து கூப்பிடுவான் நாளை வந்து கூப்பிடுவான் என்பது போய் இப்போது வருவான் பிறகு வருவான் என்று கலியாணத்தன்று வேறு எதிர்பார்த்து, எதிர்பார்த்துக் காத்திருந்து ஏமாந்து போயிருந்தார் பிலிப். தாய் மாமன் பிச்சையாவின் மகளைத்தான் கட்டியிருந்தான். பெண் வீட்டிலும் பிலிப்பைக் கூப்பிடக் கூடாது என்று நிபந்தனை போட்டிருந்தாளாம் ரஞ்சிதம். இது போதாதென்று சலோமியைக் காணுமிடத்திலெல்லாம் முறைப்பதும் காறி துப்புவதும் வேறு நடக்கிறது. ஒருநாள் இப்படித்தான் மாதா கோவில் பக்கத்தில் சலோமி அருகே வந்த ரஞ்சிதம் மெதுவாகப் பேச்சுக் கொடுக்கச் சலோமியும் ஆசையாய் நின்றிருக்கிறாள். பேச்சுவாக்கில் எல்லாத் தோணிக்காரர்களுக்கும் கொழும்பில் ஒரு சிங்களத்தி தொடுப்பு இருப்பதாகவும், பிலிப் நல்லவன் இல்லையென்றும் அவன் சிறு பிராயத்திலேயே தன்னைக் கையைப் பிடித்து இழுத்தவன் என்றும் கூறியிருக்கிறாள். சலோமியால் தாங்கிக்கொள்ள முடியாமல் வீட்டிற்கு வந்து பிலிப்பிடமே சொல்லிவிட்டாள்.

“ஆனாலும் ஒஞ்சித்திக்கி இவ்வளவு வங்கிர்ம ஆவாது பிலிப்பு” என்றார் மோயிஸ்.

“சரி வுடுங்க.”

“அன்னைக்கும்தாம் நல்ல நடயின்னு நட கௌம்புற நேரத்துல தோணிப் பாலத்துல வந்து மண்ணள்ளி கூரவுடுறா...”

"சரி நா வந்த பொறவு போங்க என்ன."

என்றவாறே சாய்ப்பு பலகை வழியே கீழிறங்கி நடந்தார் பிலிப். கிதிர் மரைக்காயர் தோணி வடக்குப் பாலத்தில் முன்னால் கட்டியிருந்தார்கள். நாலாவது தோணியாக நின்றிருந்தது ரஞ்சன் நடைசெய்யும் காயல்பட்டினம் நூர்வாப்பாவின் 'ஆயிசா'. நூர்வாப்பா குலசேகரன் பட்டனத்தில் பெரிய தோணி முதலாளி. அவரிடம்தான் தொடர்ந்து நடை செய்தான் ரஞ்சன். வேகமாய் நடந்து வந்து 'ஆயிசா'வில் ஏறினார் பிலிப். தோணியின் மேல் தட்டில் யாருமே இருந்தது போலில்லை. அணியத்தில் ஜீப் முறிந்து தொங்கியபடியிருந்தது.

'அடி வலுவா வாங்கியிறுப்பான்வ போல. தோணிய வந்து கெட்டுனவம் எறங்கி அங்கன வந்திருக்க வேண்டியது தான. என்னமோ சின்னய்யாவுக்கு செய்யிற கடமயாச் செய்திற்றுப் போயிற வேண்டியதாம். நம்மதாம் தம்பி தம்பியிங்குறோம். தலைக்கி வந்தது தலப்பாவோட போன கததாம் போல.'

பிச்சலில் முண்டங்காலொன்றில் தலையைச் சாய்த்த வாறு சோகமே உருவாக அமர்ந்து கடலையே பார்த்த வாறிருந்தான் ரஞ்சன். அண்ணன் வருவதை இன்னும் கவனிக்கவில்லை. மேல் தளத்தில் திறந்திருந்த பால்கா வழியாக உள்ளே இறங்கினார் பிலிப். சரக்குகள் எதுவுமில்லை. வங்கு கால்களும் விரிந்தது போலில்லை. கடலடியில் வந்த தண்ணீர் பூதார் பலகைக்குக் கீழே கோதாளைக்குள் கிடந்தது.

"இந்த தண்ணிய வேம்பாவுல அடிச்சி வெளிய வுடுறதுக்கென்ன. எங்கனயோ தூக்கி வச்சி குத்தியிறுக்கும் போல..."

முனகினார் பிலிப். கயிறு பிடித்து மேலே வந்தவர் பிச்சலில் ரஞ்சன் அமர்ந்திருந்த இடத்தை நோக்கி வந்தார். மக்கிடி மேல் நாடியை வைத்துக் கடலையே பார்த்தவாறி ருந்தான் ரஞ்சன். அங்கே சரக்குக் கப்பலொன்றைப் பெர்த்தில் அணைப்பதற்காக அதன் முன்னாலும் பின்னாலும் இழுவை போட்டுகள் உதவியபடியிருந்தன. கண்கள் அந்தக் காட்சியை காண்பது போலிருந்தாலும் மனம் மட்டும் கொற்கையிலேயே இருந்தது.

'தேடித் தேடி இவுக வாங்குற கடனுக்குத்தாம் தெண்டங் கெட்டி எழவுடுக்கணும் போலத் தெரியிது. இந்த பபிலோன் புய வேற... தாய் மாமனாம், லோகத்துல இல்லாத தாய் மாமம். சே, இப்புடியா பண்ணுவாம், சின்ன புள்ளயின்னு

கூட பாக்காம, சங்கிய கழத்திற்று அதுல முத்தங்குடுக்குறாம். இவளச் சொல்லணும். தம்பி தம்பியின்னு மாயிறா. அவம் மருமொவயின்னுகூட பாக்காம இப்புடி அந்த சின்னதுவளப் போயி, சாமியாருக்கு வேற படிக்கிறானாம் படிச்சி பாட்ட தொலச்சாம். மச்சினமார் ஒதவியிருந்தா மலையேறி பொழைக்கிலாமும்பாவ. பங்கிராசும் பதினஞ்சி வயசுக்காரம் மாரியில்லிய. என்னமோ இந்த சாமியாருக்கு படிக்கிற பயகிட்ட புள்ளயள வுடக் கூடாதப்பா. அவனும் அவம் முழியும். வூடோட இருந்தாப் பாக்குலாம் இங்கன வந்த பொறவு எப்புடி பாக்க. சாச்சாமாரு சகவாசம் இவுகளுக்கு எதுக்கு. கொற்கயில தோணிய இல்லயின்னா கொலசேகரம் பட்டணத்து சாயிபு தோணியில ஏறச் சொல்லுறாவ. பிலிப் அண்ணனயும் அவுரு புள்ளயளயும் எதுக்கு இப்புடி கருவுறாவயின்னு தெரியிலிய. கொல்லம் இருக்க இருப்ப கண்டா கொரங்கும் ஒரு பூண் அடிச்சி கேட்டிச்சாம். சாச்சாமாருட்டயும் என்னமும் வாங்கியிருப்பாவளோ என்ன எழவோ. மொத நடயில ஒண்ணுமில்ல, ரண்டாவது நடயில யிருந்து தீப்பெட்டி ஒண்ணு தாரான்வள. என்னமோ நமக்கென்ன பெரிய மயிறு... கொற்கயில தாராம் கொழும்புல குடுக்குறோம். தோணிய பாலத்துல புடிக்க சாயிபுமாரு வந்திருறான்வள.'

பிலிப் ரஞ்சனின் அருகே நெருங்கியிருந்தார். இடது கையைத் தூக்கி உதறி நெஞ்சில் கை வைத்து "ஆ" என்றான் ரஞ்சன். தற்செயலாக பிலிப்பைப் பார்த்து எழ இருந்தவனை கையசைப்பிலேயே தடுத்த பிலிப் சொன்னார்.

"இந்த வயசுலே என்னல நெஞ்சில கை வைக்கிற, பெருமூச்சி வுடுற. காத்து கடல்ல எல்லாரும் மாட்டுறதுதாம். கவனமா வரணும், அவசரப்படக் கூடாது. அத்துப் புடுங்கி வந்து என்ன பெருசா செய்திற்ற."

தலையைத் தூக்கிப் புன்னகைக்க முயற்சித்தான் ரஞ்சன்.

"அடிகிடி பட்டுச்சால."

ரஞ்சனின் கண்களில் பெருகிய கண்ணீர் உருண்டு விழுவதற்குத் தயாராய் நின்றது. கண்ணீரை மறைக்கக் கடல் பக்கம் திரும்பி நின்றான் ரஞ்சன். நெருங்கி வந்து ரஞ்சனின் தோள்களைப் பற்றினார் பிலிப். ஒரு முறை குலுங்கி ஓய்ந்தது ரஞ்சனின் தேகம்.

"அவுக செய்யிற தப்புக்கு நா என்னண்ணம் பண்ணுவம். தா புள்ளய யாருன்னு தெரியாமலே வளத்திற்றாவ. உசுரோட இருக்கும்போது அய்யாவ படுத்தாத பாடா."

“அத வுடு. சித்தியாரப் பத்தி புதுசாவா சொல்லப்போற. சரி ஆபர்க்காரன்வ என்னமும் சொன்னானா?”

“நம்ம ஊர மாரியெல்லாங் கெடையாது. என்ன ஒதவி வேணுமானாலும் கேளுங்கயின்னான்வ.”

“அக்கற உள்ளவன்வ செய்யிறான்வ.”

“எங்களக் கெட்டி இழுத்துப் பாலத்துக்குள்ள கொண்டு கெட்டுன வொடன அத்தன பேரயும் கீழ கூட்டிற்று போயி சாப்பாடு போட்டான்வ.”

“மொதலாளிக்கி விசியஞ் சொல்லியாச்சா?”

“தந்தி குடுக்க போயிறுக்கான்வ.”

“பொறவு எதுக்கு கவலப்படுற?”

“கவலப்படாம எப்புடியிருக்க முடியும் சொல்லுங்க. அன்னாயின்னாயின்னு நூர்வாப்பா அத்தன தோணியையும் வித்துப்போட்டாரு. இது ஒன்னுதாம் பாக்கி. நம்மளும் நல்ல நடயேயின்னு நாலு திற்று சம்பாதிச்சி குடுத்தாத்தான மொதலாளி சந்தோசப்படுவாரு.”

“அவுரு சந்தோசப்படுறதுக்கு நீ கவலப்படுறியா. மொதல்ல கொற்க போறதுக்கு வழிய யோசி.”

“அனாதயா நிக்கிறோமயின்னுதாம்.”

பக்கத்தில் வந்து ரஞ்சனின் வாயைப் பொத்தினார் பிலிப்.

“எல நீ அனாதயின்னு யாரு சொன்னா... சரி கீழ பூதாரு பலவயள தூக்கி பாத்திற்றுத்தாம் வாரம், ஏராவுல யிருந்து தண்ணி கசிஞ்ச மாறி தெரியிலிய.”

“ஏராவுல அடி வாங்கயில்ல, அடி பூதாவும் அணியத்துலதாம். பெரிய மரத்துப் பருவானும் அத்து வுழுந்திற்று. ஜீப்போட தூக்கி வச்சித்தாம் குத்திச்சி. உள்ள கெடக்குற தண்ணியெல்லாம் தோணி கெலிக்கும்போது உள்ள வந்து கோதாள வழியா ஓடுனதுதாம்.”

“...”

“கொஞ்சம் புத்தியக் கடங் குடுத்திற்றம் பாத்துக்கிறுங்க. சடாருன்னு வுழுந்த காத்துல தோணி உருவி பாய்ஞ்சிகிட்டு உள்ள வந்திச்சி, காத்து இப்புடி பேயா வுழுமுன்னு யாரும் நெனக்கயில்ல. ஆத்து வாய்க்குள்ள வந்திற்றோம், தோணி கெலிச்சி டாவாப் பக்கம் போடுதய தூக்கி தண்ணிக்குள வக்கிது. அதப் புடி, இதப் புடியின்னா... எதப் புடிக்க?

504 ஆர். என். ஜோ டி குருஸ்

கண் மூடிக் கண் தொறக்குறதுக்குள்ள தூக்கி வச்சி அப்புடியே ஒரு குத்து. குத்துன வேகத்துக்கு அம்புடும் புலுபுலுன்னு போயிருமின்னுதாம் நெனச்சம். ஜீப்பு கிட்ட நின்னவம் ரண்டு பேரும் பொழைச்சது புது உசுருதாம். யோசனயா தண்ணிக்கிள குதிச்சிற்றான்வ."

"..."

"வத்தலுக்குக் கீழ சிமென்டு வேற இருந்திச்சா... தண்ணி பட்டா கல்லாயிப் போவுமேன்னு மனசு படபடன்னு இருந்திச்சி. பெரிய மரத்து ஆஞ்சான புடிச்சிகிட்டு அப்புடியே நின்னம்."

"சரக்குவள இப்பந்தாம் எறக்கியாச்சில்ல."

"கடவுள் செயல்."

பிலிப் இறங்கிப் போன பிறகும் வெகு நேரம் கடலையே பார்த்திருந்தான் ரஞ்சன்.

'தானாடயில்லாட்டாலும் தன் தசையாடுமின்னு வந்து காட்டிற்று போயிற்றார அண்ணம். தோணியில இப்புடி ஒரு கடத்தல் யாபாரம் நடக்குதின்னு எப்புடி அண்ணங் கிட்ட சொல்ல. மொத நேரம் வாங்கும்போதே பயமாத்தாம் இருந்திச்சி. நெலவு வெளிச்சத்துல பாய் ஓட்டுல வரும்போது எடுத்து பாத்தமில்ல, என்ன மினுங்கு மினுங்கிச்சி. நம்ம பயம் நமக்கு . . . பிலிப்பண்ணம், என்னமோ தோணியில அடிவாங்கிற்று பயந்து போயி நிக்கிறமுன்னு நெனக்கிறாவ. அண்ணனும் இப்புடி என்னமாச்சும் பண்ணுவாரோ... இத்தன நாள் தோணிநட போறம் நானுந்தாம் என்னத்த பாத்தம். இதெல்லாம் வீட்டுக்குள்ள கெடக்குற இவுகளுக்கு எப்புடி தெரியிது. அவுங்க என்ன வீட்டுக்குள்ளயா கெடக்குறாவ. மொதலாளிக்கித் தெரியாம இம்புடும் நடக்குது. பணந் தாரான்வ, நம்ம கொண்டுவந்து குடுக்குறோம். அதுக்கு மேல நமக்கென்ன.'

60

1951

விடியற்காலம் முதல் பூசை முடிந்து வரும் பாதையில் நெஞ்சில் குத்துப்பட்ட பிறகு அதிகமாய் வெளியே வர விரும்பாத பாண்டியபதி, மகள் பெற்றீசியாவின் கணவன் கொழும்பில் சாலை விபத்தில் மரித்துப் போன பிறகு பெருங்கவலைக்குள்ளாகிப் படுத்த படுக்கையானார். ஞாயிற்றுக் கிழமை பூசை பார்ப் பதற்குக்கூட அன்னையின் ஆலயத்திற்குப் போக முடியவில்லை. முன்பெல்லாம் தொட்டதற்கும் பட்ட தற்கும் வந்து போயிருந்த மேற்றிராசனக் குருக்கள் படுக்கையிலிருந்த பாண்டியபதியைக் கண்டு கொள்ளவேயில்லை. தலைமையென்ற ஒன்றே பர்னாந்துமாருக்கு இல்லாமல் போவதில் அத்தனை அக்கறை.

இரவு வெகுநேரமாகியும் தூக்கம் பிடிக்காமல் தீவிர சிந்தனையிலிருந்தார் பாண்டியபதி. காலை யிலும், நண்பகலிலும், மாலையிலும் நடு இரவிலும் கேட்கும் நூலாபீசின் சங்கொலியை எப்போதும் எதிர்பார்த்துக் காத்திருப்பார்.

'எதுக்கு வேண்டாமிங்குறாம். பூமன்னர் மன்னாதிபர் மதித்திடும் எம் ராஜனே ... புனித பொற்பாலன் சேசு பாலனின் பிரதான்யனே, ராஜனின் பிரதான்யனேயின்னு நெனைக்கிறம். அவமானப்படாண்டாமின்னு நெனைப்பானா யிருக்கும். நானுமே இப்புடித்தாம் பயந்தம். பிறகு எல்லாருமா சேந்து சம்மதிக்க வச்சிற்றாவ. பூட்டனுக்கு ஆண் வாரிசு இல்லாமப் போனதுல யிருந்து வந்ததுதான. காலகாலமா பாண்டிய பதியின்னு பேரு வச்சிருக்காங்களேயொழிய அந்த

தொடர்பு சம்பந்தமா ஒரு கல்வெட்டோ அரசுக் குறிப்போ எதயுங் காணும. சாமிமார் அழிச்சிப் போட்டான்வளோ, செஞ்சாலும் செஞ்சிறுப்பான்வ. எவம் எவமெல்லாமோ கடலரசமிங்குறாம். என்னங்க, அரசாங்கத்துல கேக்குறாங்க யின்னு நாலுகால் பொட்டிக்கிளயிருந்து அத்தன சுவடியளும் போவுது. ஆனா எதும் திரும்பி வரமாட்டயிங்குது. அயோத்தியா தேசத்தை விட்டுப் பாண்டி நாட்டுக்கு எப்புடி அதிபதியாய் வந்தான்வ ... ஆழி சூழ் உலகெலாம் பரதனே ஆளயின்னு எங்கயோ படிச்சமாரியிருக்கு. நாம் தங்களை எமது புதல்வனாக சுவீகாரம் செய்துகொள்வோம் சீக்கிரமே எமது கொடி தாங்கிய பல்லக்கில் புறப்பட்டு வரவும். யாருக்கு யாரு மானியந் தாரது. முத்துப் படுக எல்லாமே யாரு ஆளுகைக்குள்ள இருந்திச்சி. அந்த வலம்புரி வந்ததுலேயிருந்து வந்த பிரச்சனதான. படிச்சவம் எப்புடி நயந்து போவம் அதுல வேற அய்யாவமாரி முதுவுல மச்சம் வேற. அவுருக்கு வார கோவமும் வரத்தான செய்யும். யாரு வச்ச தேர யாரு இழுக்குறது. இவுருக்கென்ன உரிம யின்னு கேக்குறான்வளாம். நல்லாத்தாம் பேரு வச்சிறுக் கான்வ மேசைக்காரன்வயின்னு. அஸ்தினாபுரத்தையிழந்தனர் ஆதி மதுரை நகரிழந்தனர்... கெட்டிக்குடுத்தோம் இன்னா, பொட்டெழந்து பூவெழந்து வந்து நிக்கிறா. எங்க போயி சொல்ல. கோயில் காரியங்கள பாப்பான்வயின்னு பாத்தா குட்டி ராசாமாரித்தாம் அலையிறான்வ. எந்த ஊரத்தாம் வுட்டுவச்சான்வ.'

"குணசீலி, குணசீலி..." ஈனஸ்வரத்தில் மனைவியை அழைத்தார் பாண்டியபதி.

"என்னங்க" என்றவாறு பாண்டியபதி படுக்கையறையுள் வந்தாள் குணசீலி.

"பிரான்சிஸ் வந்திருக்கானாக்கும்" கேட்டார் பாண்டியபதி.

"ஆமும் இப்பந்தாம் வந்தாம், அதுக்குள்ள ஒங்களுக்கு யாரு சொன்னா? இங்க யாரும் வந்தமாரியில்லிய. பழைய பேயலச எழுப்பி வுட்டுற்றியளாக்கும்."

சிரித்தாள் குணசீலி. அடுக்கடுக்காய் நடக்கும் நிகழ்வுகளால் மனம் வெதும்பிப் போயிருந்தாள். வாலிபத்தில் சித்திரம் வரைந்தது போலிருப்பாள் குணசீலி. கொஞ்சம் பூசினாற்போல் உடம்பு. அகத்தின் அழகு தேகத்தில் காட்ட மெலிந்திருந்தாள்.

"இங்க என்னய பாக்க இன்னும் வரலிய..."

"நீங்க தூங்கியிருப்பீங்க, காலயில வரலாமின்னு இருப்பானாயிருக்கும்."

"பக்கத்துல யாரோ பேசுற சத்தங் கேக்குத."

"தங்கச்சிகூட பேசிகிற்று இருக்காம்."

"எப்புடியிருக்காம்? வரச் சொல்லு குணசீலி, பாக்கணும் போலயிருக்கு. நாள காலயில நா இருப்பனோ மாட்டனோ யாரு கண்டா."

உச்சுக் கொட்டியவாறு எழுந்து வந்து பாண்டியபதியின் வாயைப் பொத்தினாள் குணசீலி. தீட்சண்யம் குறையாத அவரது கண்கள் மகனை ஏங்கி அழைப்பது தெரிந்தது. விழியோரத்தில் கண்ணீரும் வழிந்தது. பொறுக்க முடியாமல் பக்கத்து அறைக்கு வந்த குணசீலி மகனையும் மகளையும் அழைத்தபடியே உள்ளே வந்தாள். வாய் வார்த்தை வெளி வராமல் தவித்தார் பாண்டியபதி. தலையில் மணிமகுடமும் கழுத்தில் முத்துப் பரல்களுமாய் ஜொலிக்க பாண்டியபதி வாரிசாய் நிற்க வேண்டிய ஒரே மகன், கறுப்பு முழுக்கால் சட்டையும் வெள்ளை மேல்சட்டையும் அணிந்தவராய் குமஸ்தா கோலத்தில் நின்றிருந்தார். கண்களிலிருந்து வடிந்த கண்ணீர் நின்றபாடில்லை. ஓடிவந்து தகப்பனார் காலைத் தழுவிய பிரான்சிஸ் கண்ணீரால் தந்தையின் பாதத்தை நனைத்தார். பெற்றீசியாவும் குழந்தை ரெனியும், குண சீலியுமோ செய்வதறியாது வாசல்படியிலேயே நின்றிருந் தார்கள். தலையை உயர்த்தி மகனைப் பார்த்த பாண்டியபதி சொன்னார்.

"வேலைக்கிப் போயித்தாம் ஆவனுமா?"

"..."

"இல்ல நம்ம தோணியள பாக்கக் கூடாதா!"

"இல்லப்பா. தோணிய மோ..."

பக்கத்தில் அவசரமாய் நெருங்கி வந்த குணசீலி முதுகுப்புறம் கை வைத்ததில் புரிந்துகொண்ட பிரான்சிஸ் சொல்ல வந்ததைப் பாதியிலேயே நிறுத்தினார். கொழும்பு நடை செய்த இரண்டு தோணிகளும் மோடேறி இழுத்து வேலை செய்ய முடியாமல் நின்றிருந்தன.

"அப்ப கொழும்புக்கு..."

தாயைப் பார்த்தார் பிரான்சிஸ். குணசீலி சொன்னாள்

"மாமா மக ஒன்னயத்தாம் கட்டிக்கிறுவமிங்குறாளாம்."

பேச்சில்லாமல் நின்றிருந்தார் பிரான்சிஸ்.

"அப்படி ஒனக்கு சம்பளங் குடுக்குற மொதலாளி யாருப்பா...?"

"கனரா பேங்குப்பா. கொழும்புக்கு நாம் போவயில்லப்பா. சொதந்தரத்துக்கு பெறகு பாத்தியளா, அங்க நெலயே சரியில்ல. தங்கச்சி மாப்புள மேல என்ன தப்பு, ஆனாலும் அவுரு மேல மோதுன சிங்களத்தாம் மேல ஒரு கேசும் வரலய..."

"கொழும்புக்கு சொதந்தரங் கெடைச்சிற்றா..."

"..."

"அப்ப நமக்கு... முத்து சிலாவம் நம்மளே நடத்துலாமா?"

இப்போதெல்லாம் பாண்டியபதிக்கு அடிக்கடி நினைவு தப்பிவிடுகிறது. ஏதேதோ பேசுகிறார். பிரான்சிஸ் தகப்பனார் அருகே அமர்ந்தபடி அவரையே பார்த்தவாறிருந்தார். நீண்ட நெடிய மௌனம். அறையில் அவர்கள் மூச்சு விடுவது மட்டுமே கேட்டது.

பாண்டியபதியின் படுக்கையறை, மேல் மாடத்தில் கடற்கரைச் சாலையை ஒட்டியே அமைந்திருந்தது. நடுச் சாமத்தில் தோணியைப் பாலத்தில் பிடித்தவர்கள் சாலை வழியே நடந்து போகும் காலடிச் சத்தமும் அவர்கள் பேசுவதும் கேட்டது.

"கடேசியில ஒரு சின்னப் பயல வச்சி போட்டுட்டான்வள."

"யாரச் சொல்லுற?"

"சங்குமால் சேசண்ணனா."

"இவுருக்கும் பொடியஞ் சோக்கு அதியமாப் போச்சி. யாபாரிமாரும் பாத்தான்வ, பாலத்துக்குள்ள இவுரு இனும தண்டல் பண்ண ஆரம்பிச்சிருவாறுன்னு நம்ம பயல வச்சே..."

"ஆமா பாண்டியபதி வெளிய நடமாட்டமில்லிய."

"தெய்வ குற்றமின்னு ஒரு பேச்சி கெடக்குவ"

"அவுரு என்ன குற்றம் பண்ணப் போனாரு..."

"சாமிமாரு பேச்சக் கேட்டு இவுங்கள்வ பரம்பரயா கும்புட்ட தெய்வங்கள வுட்டுட்டாவளாம தெரியுமா...!"

"பேயலசு, பேயலசுயிம்பாவள..."

"எங்காத்தா கதைகதையாச் சொல்லுவாவ. கண்ண மூடி முழிக்கிறதுக்குள்ள சிலோனுக்கு போயிற்று வந்திருமாம்.

சொடக்கு போடுற நேரத்துல கொழும்புலயிருக்க பாண்டிய பதிக்கு ஆப்பமும் பாலும் கொண்டுபோயி குடுத்திற்று வந்திருமாம். மணப்பாட்டைய்யா காலத்துலே வுட்டுட்டா வளாம். அதாம் ஆண் வாருசேயில்லாம அடிச்சிற்று போயிற்றிம்பாவ."

"..."

"செல்வமின்னா செல்வம் அப்புடி மலபோல குமிஞ்சி கெடக்குமாம் முத்தும் பவளமும் அள்ளி அள்ளிக் குடுப்பாராம. இன்னைக்கி எவம் எவனோ கடலரசமிங்குறான்வ. எதுத்தால கண்டாலே ஆணும் பொண்ணும் கமுரடிச்சி வுழுந்து வணங்குமாம்."

சத்தம் அருகிக் கேட்டது. பின் அவர்களின் காலடிச் சத்தம் பிறகு ஊ ஊவென சன்னல் வழியாக வந்து மோதிய காற்றின் ஓசை மட்டுமே கேட்டபடியிருந்தது. பாண்டியபதி யிடம் அசைவில்லை. உறங்கிப்போயிருந்தார்.

"அப்பா படுத்திருக்க கட்டுலுக்கு கீழதாம் இருந்திச்சாம்" என்றாள் குணசீலி.

"எதம்மா...?" கேட்டாள் பெற்றீசியா.

"அதாம் பேயலசு. பாட்டி பாண்டிமாதேவி, பேரு மர்க்ரீத் மரிய ரத்தினமின்னு சொல்லுவாவ. அவுங்கதாம் அத எடுத்துவச்சி செவ்வா வெள்ளியில பூச பண்ணுவா வளாம். அவுக போயி சேந்த பெறகு யாருமே அத தொடலயாம்."

பரம்பரை பரம்பரையாக வந்த பாண்டியபதி வம்சம் ஆண்வாரிசு இல்லாத காலங்களில் பெண் வயிற்றுப் பிள்ளைகள் மூலம் தொடர்ந்திருக்கிறது. கத்தோலிக்கராய் இருந்தாலும் வழி வழியாய்க் கும்பிட்டு வந்த தாய் தெய்வ வழிபாடுகளை அரண்மனைக்குள்ளேயே நடத்திவந்திருக் கிறார்கள். பாண்டியபதியாய் மகுடாபிசேகம் பெறும் யாராய் இருந்தாலும், அவர் முதன் முதலாய்க் குமரி ஆத்தாளை கும்பிட்டு மதுரையில் மீனாட்சியை வணங்கித் திரு உத்திரகோச மங்கையில் மங்களேசுவரியைத் தரிசித்துப் பின் கொற்கையில் சந்தான மாரியை வணங்கி வந்த பின்தான் ஆட்சிப் பொறுப்பை ஏற்பது வழக்கமாய் இருந்திருக்கிறது. கால காலமாக நடந்துவந்த இந்த நடைமுறையை மாற்றி விட்டுத்தான் வேடிக்கை பார்த்தார்கள் மேற்றிராசனக் குருக்கள். ஏழு கடல்துறையும் அது சார்ந்த மற்ற கடற்கரை யூர்களிலும் பாண்டியபதி ஆட்சியைக் குலைத்து மேற்றி

ராசனத்தின் பரிபூரண ஆட்சி அதிகாரத்தைக் கடற்கரையூர் களில் நிலைநிறுத்துவதே பொறுப்பெடுத்த ஒவ்வொரு சாமியாரின் தலையாய கடமையாய் இருந்திருக்கிறது. வஞ்சிக்கப்படுவது தெரியாமலேயே கத்தோலிக்கம் வாழ அனைத்து வழிவகைகளும் செய்து கொடுத்திருக்கிறார்கள் பாண்டியபதிகள்.

"அண்ணக்கிம்தாம் ஒந்தங்கச்சி புருசம் கொழும்புல எறந்தப்ப எவ்வளவோ சொன்னம். யாரு கேட்டா. இந்த குடும்பத்தையே அது பாதுகாத்திச்சி."

"..."

"அதுவர எவனாவது ஒருத்தம் சாதித் தலைமய எதுத்துப் பேசியிறுப்பானா... குத்துற அளவுக்கும் போயிற்றான்வயில்ல." என்றாள் குணசீலி, குரல் உடைந்து போயிருந்தது.

"அதெல்லாம் ஒண்ணுமில்லம்மா. இன்னும் பத்தாம் பசலித்தனமாவே பேசிகிற்று இருக்கீங்க. மக்களோட மனநெல மாறிற்று. இனும பரம்பர ஆட்சியெல்லாம் முடியாது. வடக்க பூராவும் எல்லா சமஸ்தானங்களுமே கலைச்சாச்சி. சேதுபதி, கீதுபதி எல்லாம் போயாச்சி. இனும போயி சாதித் தலம, பாண்டியபதி... வேண்டாம்மா." என்றார் பிரான்சிஸ்.

"ஏம் முடியாதுங்குற... ஒன்னய நெனச்சித்தாம் அப்பாவுக்குப் பெரிய கவல, ஒரு கலியாணத்தப் பண்ணு. மகுடாபிசேகம் பண்ணியிருலாம். நம்ம ஒறவுக்காரங்க கர்டோசா, ரிபேரோ எல்லாருமே ஒத்தாசையா இருப்பாங்க. அலங்காரம் கர்டோசா அமைச்சராயிருக்காராம். அப்பாவ பாக்க வந்திருந்தாரு."

"என்னம்மா... அப்ப இவுங்கள்வ தயவுலயா என்னய மகுடந்தாங்கச் சொல்லுறிய. யாரு யார தாங்குறது, வேண்டாம்மா. என்னைக்கி அடுத்தவன நம்பி நம்ம ஆட்சி செய்ய வேண்டியது வந்திச்சோ அண்ணக்கே இந்தப் பொறுப்ப விட்டிருக்கணும்."

அரசுக் கட்டில் அசைவது தெரிந்தது. பூனை போல் எழுந்து வெளியே வந்தார்கள். பெற்றீசியா எந்தப் பேச்சிலும் கலந்துகொள்ளவில்லை. உப்பரிகை அருகே வந்து சாரளத்தை திறந்துவிட்டாள். கொண்டல் காற்று வந்து மோதியது. மங்கலான வெளிச்சத்தில் ஒருவர் முகம் மற்றவருக்குத் தெரியவில்லை.

"அந்தக் காலத்துல சாமியாராப் போறமின்னவனையும் ஆணவுட்டு மறிச்சீங்க..."

“இவ்வளவு விசியந் தெரிஞ்சிம் நீ சாமியாரா போவ அப்பா எப்புடிடா சம்மதிப்பாங்க.”

“என்னமோ இந்த சாதித் தலம, பாண்டியபதியெல்லாம் அப்பாவோட முடியட்டும்.”

“சரிடா... எங்க விருப்பந்தாம் வேண்டாமிங்குற. அந்தப் பொண்ணயாவது கெட்டிக்க...”

“எந்தப் பொண்ண ?”

“சிலுவப் பர்னாந்து மக, சுகந்தி.”

மதுரை ரயில் நிலையத்தில் ஏற்கனவே ஒருமுறை சந்தித்த போதே தன்னுடைய நிலையை சுகந்தியிடம் தெளிவு படுத்தியிருந்தார் பிரான்சிஸ். மதுரைக் கல்லூரியில் முதுகலை ஆங்கிலம் முடித்திருந்தாள் சுகந்தி. சிறுவயதிலேயே தகப்பனார் சிலுவைப் பர்னாந்து மரித்துப்போனார். சுகந்தியின் படிப்பு செலவை ராலிஸ் நிறுவனத்தாரே ஏற்றிருந்தார்கள். இத்தனை நாள் துணைக்குத் துணையாக இருந்த அம்மா கமலமும் போய்ச் சேர்ந்துவிட்டாள். கமலத்தின் அடக்க வீட்டிற்கு வந்திருந்த பாண்டியபதி மனைவி குணசீலியிடமும் மகள் பெற்றீசியாவிடமும் தன் மனதைத் திறந்திருந்தாள் சுகந்தி.

மூக்குக்கு மேல் கோபம் வந்திருந்தாலும் அதை அடக்கியவராய் பிரான்சிஸ் சொன்னார்.

“எந்தங்கச்சியின்னு ஒருத்தி இருக்காங்குறதயே மறந்திற்று பேசுறீங்கம்மா.”

“நாங்க எதுக்கு இருக்கோம்.”

“காலம் பூராம் ஒங்களால எப்புடிம்மா...?”

“அதுக்காக...”

“வாழுற வாழ்க்கயில ஒரு அர்த்தம் இருக்கணும்மா.”

“...”

“எந் தங்கச்சி புள்ளய வளத்து ஆளாக்கி படிக்க வச்சி அழகு பாக்கப் போறம். அவளுக்கு அப்பாயில்லயிங்குற கொறையே தெரியாம இந்த மாமா வளக்கப்போறம்.”

அறையினுள்ளே பாண்டியபதி முனகும் சத்தம் கேட்டது. கதவை நெருங்கிக் கேட்டார்கள் பாண்டியபதி தாவீது ராசாவின் சங்கீதத்தை முணுமுணுத்தபடியிருந்தார்.

“எனது சனமே... நான் உனக்கு என்ன தீங்கு செய்தேன் சொல். எதிலே உனக்கு குறை செய்தேன் எனக்கு பதில் நீ கூறிடுவாய்...”

61

1951

கொற்கையில் வெங்காயம், வத்தல், அரிசி என பல சரக்கும் ஏற்றியவாறு கொழும்பு நோக்கிப் பயணித்த படியிருந்தது பவுல் தண்டலின் 'மதலேன்'. சிங்க ராயரின் பழைய தோணி ரெஜினாவின் ஞாபகத்தி லேயே மதலேனையும் வடிவமைத்திருந்தார் பவுல் தண்டல். மதலேன் ரெஜினாவைவிடப் பெரிது. மூன்று பாய்மரங்கள். சரிக்கிக்குத் தனியறை. சப்பைத் தட்டு படுக்குமிடம் என்று பிரமாண்டமாகவே இருந்தது மதலேன். ஏராக்கட்டை ஏற்றிய நாளிலிருந்து ஒவ்வொரு நாளும் தவறாமல் தோணி கட்டு மிடத்துக்கு வந்தார் பவுல் தண்டல். கூடவே மதலேனும் வந்தாள். திரேசாவும் திருமணம் முடிந்து ராஜாக்கமங்கலம் போய்விட்டதால் வீட்டிலும் பேச்சுத் துணைக்கு ஆளில்லை. மதலேனுக்குத் தகப்பனாரைப் பிரிந்து பிறத்தியாரோடு பழக்க மென்றால் அது பிலிப் தண்டலோடு மட்டும்தான். பிலிப் தண்டலுக்கும் மதலேன்மேல் அளவிட முடியாத பாசம். நடை முடிந்து வந்தால் பவுல் தண்டலைப் பார்க்க வருகிறாரோ என்னவோ மதலேனுக்காக ஸ்டார் டொபியைத் தூக்கிக் கொண்டு ஓடி வந்துவிடுவார். மதலேனும் தளதள வென நல்ல அழகு. நேர்த்தியான நீண்ட கூர் மூக்கு வரைந்து வைத்தாற்போல் புருவங்கள். ஒரே ஒருமுறை தான் மதலேனை முழுச் சேலை கட்டிப் பார்த் திருக்கிறார். தாவணிக்கு ஒல்லியாகவும் சேலையில் சிறிது பூசினாற் போலும் இருப்பாள் மதலேன். கந்தையா ஆசாரியும் அவர் மகன் ராமையா ஆசாரியும் மல்லுக் கட்டி ஒரு வருட காலத்தில் கட்டி முடித்த தோணி வெள்ளோட்டமாக இன்று கொழும்பு நடை போகிறது.

பவுல் தண்டலின் புதுத் தோணி தொட்டத்திலிருந்து இறங்குகிறது என்று கொற்கையெங்கும் பேச்சாய்க் கிடந்தது. மிக்கேல் பல்டோனாவை மகள் மதலேனோடு போய் நேரில் அழைத்திருந்தார் பவுல் தண்டல். குருஸ் பல்டோனாவை ஏனோ அழைக்கவில்லை. அழைத்த மரியாதைக்காக மனைவி சற்குணத்தோடு வந்திருந்தார் மிக்கேல் பல்டோனா. கொழும்பிலிருந்து இஸ்பிரித்தாள் வீட்டுக்காரர்கள் யாருமே வரவில்லை. திரேசா, கணவன் கமிலசோடு வந்திருந்தாள். அரக்கு நிறக் காஞ்சிபுரம் பட்டு உடுத்திப் பளிச்சென்று நின்றிருந்தாள். நிமிர்ந்த நெஞ்சும் நேர்கொண்ட பார்வையும், பக்கத்திலேயே கமிலஸ். மீன் இலாகாவில் வேலையாம். மிக்கேல் பல்டோனா மனதிற்குள் பவுல் தண்டலை மனமாரப் புகழ்ந்திருக்க வேண்டும். திரேசாவிடமிருந்து பார்வையைத் தட்டவேயில்லை. கமிலசிடம் கொற்கையில் தங்கள் செல்வாக்கைக் காட்டவேண்டுமென்று விரும்பினாளோ என்னவோ பல்டோனாவிடம் இழைந்து இழைந்து பேசினாள் திரேசா. சற்குணத்தின் முகம்தான் கடுகடுவென்றிருந்தது. மதலேனைத் தண்ணீருக்குள் தள்ளிய சிறிது நேரத்திலேயே கிளம்பிய மிக்கேல் பல்டோனா திரேசாளையும் கமிலசை யுமே உடன் அழைத்துப்போனார்.

பாரச் சரக்காக சுண்ணாம்புக்கல் ஏற்றியிருந்ததால் தோணி தாழ அமுங்கியேயிருந்தது. காங்கேசன்துறை சிமென்ட் ஆலைக்கான சரக்காம். மேல் தளத்தில் அணி யத்திலிருந்து பிச்சல்வரை பலகையடித்து மூடியிருந்தார்கள், மேல்தளத்தில் சரக்குகள் ஏதுமில்லை.

வடக்கு நோக்கி ஓடிய தோணி மூக்கையூர் நல்ல தண்ணித் தீவுப் பக்கம் வந்ததுமே கோர்ஸ் மாற்றினார்கள். தன்மரம், வடமரம், கோஸ்மரமென அனைத்து மரப் பாய்களும் புடைத்துத் தள்ள தோணி சகட்டுமேனிக்கு நீரைப் புறம் தள்ளியபடி மன்னார் குடாவில் சீறிப் பாய்ந்தது. சோழக் கரைக்காற்று, கடலும் விரளமாய் இருந்தது ஆனாலும் தோணியின் ஓட்டத்தில் எந்த இடையூறும் இருந்தது போலில்லை.

பிலிப் தண்டல் நடு மரத்துப் பக்கம் கால் பரத்தி நின்றிருந்தார். முண்டா பெனியனும் சங்கு மார்க் லுங்கியும் அணிந்திருந்தார். ஒரு கடலுக்கு ஏறி மறு கடலுக்கு இறங்கிப் பாய்ந்தது தோணி. தோணியின் உருட்டலோ, பாய்ச்சலோ அவரைச் சிறிதும் பாதித்தது போலில்லை. தட்டையான கால்கள் மேல் தளத்தை உடும்புப் போல் பற்றியிருந்தன. புறங்கைகளையும் கட்டி அலட்சியமாக நின்றிருந்தார்.

‘கடத்தல் நடக்குதின்னாவள. தம்பிய ஆச காட்டி சித்தியாரு கெடுத்திறக் கூடாத. மாட்டுனா புள்ளபாடு திண்டாட்டமின்னு ஒரு சிந்தனயே கெடையாதுபோல. நம்ம கிட்ட அப்புடி எவனுங் கொண்டுவந்து குடுக்க மாட்ட யிங்குறான்வள. புள்ளமாரி நடத்துறாரு, அவுருக்கு துரோகம் பண்ணிற்று அப்புடியொரு பணம் வேணுமாக்கும். இவன்வ காய்மகாரத்துல அவுருமேல இப்புடியொரு பொரளிய உண்டுபண்ணிவுட்டுட்டான்வ ஆனாலும் மள மளயின்னு இத்தன தோணி சேந்திற்ற. திரேசா ராசாக்கமங்கலத்துல எங்க இருக்கா...’

பிலிப்போடு லஸ்கராக வந்திருந்தவர்களில் பாதிப் பேர் பிலிப்பைவிட வயதில் மூத்தவர்கள். ஆனாலும் எல்லோருக் குமே பிலிப் தண்டல் என்றால் ஒரு தனி மரியாதை. சிந்தனை வயப்பட்டிருந்த பிலிப்பருகே மோயிஸ் வந்து நின்றார். கடந்த வாரம் வலைக்குடியில் பிச்சைக்கனி நாடார் கிட்டங்கியில் பெண்கள் கழிப்பறையருகே ஏறி விழுந்து பிடிபட்டவர்களில் மோயிசும் இருந்தார் என்று தோணிப் பாலத்தில் பேச்சாய்க் கிடந்தது. பிடிபட்டது அத்தனை பேரும் தோணிக்குப் போகும் பர்னாந்துமாராய் இருந்ததால் தண்டல்மார் தலையிட்டுப் பிரச்சினைகளை முடிக்க வேண்டியிருந்தது. ஞானக்கனியாவது பரவாயில்லை. உடையதார் என்ற வகையில் கோவம் வரத்தான் செய்யும் ஆனால் ஏதாவது சாக்குக் கிடைக்காதா என்று அலையும் காசி நாடானால் தான் பிரச்சினை பூதாகரமாகி நல்ல வேளையாக சந்தனமாரி கொடையோடு கொடையாக எல்லாம் ஒன்றுமில்லாமல் போனது. பிரச்சினை அங்கு சுற்றி இங்கு சுற்றி இறுதியாக சந்தனமாரி கோவிலில் கத்தோலிக்க பர்னாந்துமார் எப்படி கொடை எடுக்கலாம் என்ற விசாரணையில் வந்து நின்றது. கத்தோலிக்கர்களாய் இருந்தாலும் பெரும்பாலான பர்னாந்துமார் தண்டல்கள் இருட்டிலோ வெளிச்சத்திலோ சந்தனமாரி கோயிலுக்குப் போய்வந்தபடி இருந்தார்கள். காலகாலமாக கொடை எடுக்கும் மெய்யல் பிள்ளையின் குடும்ப வாரிசாக பொனிப்பாஸ் தண்டல் இன்று வரை சித்திரைக் கொடையின் பெரும் உபகாரியாய் இருந்தார். கொதித்துப்போய் விட்டார்கள் பர்னாந்துமார். பரம்பரை குருக்கள் சுப்பையா வந்து யாருடைய கோவில் யாரிடமிருக்கிறது என்று விளக்கி யிருக்கிறார் அதன் பிறகு ஒரு வழியாய் முகத்தை திருப்பிக் கொண்டு நடந்திருக்கிறார்கள்.

மோயிசுக்கும் கையும் காலும் சும்மாவேயிருப்பதில்லை. வீட்டில் மகள் நிறை குமராய் இருக்கும்போதே பக்கவாட்டில் நுழைந்து எழும்பியதில் அம்பலக்கார வீட்டில் மகள் வயசில்

ஒருத்தி வாந்தி எடுத்தாள். வேறு வழியேயில்லாமல் வலைக் குடியிலேயே மோயிசுக்கு இரண்டு குச்சில்கள். பிலிப்பைப் பொறுத்தவரையில் மோயிஸ் மூத்தவராய் இருந்தாலும் அதிக நாள் பழக்கம். அந்த ஒரு காரணத்திற்காகவே பிலிப் மோயிசின் சில்மிசங்களைக் கண்டுகொள்வதில்லை. மோயிசயும் தோணி வேலை காரியங்களில் எந்தக் குறையும் சொல்ல முடியாது.

“கட பூராவுஞ் சுருளி சுருளியாப் போவுத” என்றார் மோயிஸ்.

“அதத்தாம் நானும் பாத்துகிட்டு இருக்கம்“ என்றார் பிலிப்.

மண்டி கலங்கிப் பாசிகள் மேலே வந்தன. கூடவே கடற்பாம்புகள். டாவாப் பக்கம் ஓரே ஆமைக் கூட்டமாய் இருப்பதாக செல்வதாஸ் சொன்னான். நீவாடும் பொறுத்து கடலும் அங்கங்கே விரிவது போலிருந்தது.

“ஒரு காவா புல்லக்கூட காணும் பாரு.”

மதலேனுக்கு முன்னால் பாய் விரித்தோடிய கொற்கைத் தோணி மாற மாற வைத்து ஓடியதைப் பார்த்துத் திகைத்துப் போனார்கள். நல்ல சீர் காற்றில் அதற்கான தேவையே இல்லாதிருந்தது. மதலேன் தன் மரத்துப் பாய் ஓட்டிலேயே வந்தபடியிருந்தது.

“இப்பகூட பிலிப்பு நம்மகூட ரண்டு பாய விரிச்சமுன்னு வையி. அவனப் புடிச்சிப் போட்டுட்டு ஓடிருலாம்.”

புன்முறுவலொன்று வெளிப்பட்டது பிலிப்பிடமிருந்து. மேவாயைத் தடவியபடியே சொன்னார்:

“அவனும் அப்புடித்தாம் நெனப்பாமுன்னு நெனைக் கிறம். நமக்கு முன்னால கொழும்புத் தொற போவணுமின்னு நெனைக்கிறாம் போலத் தெரியிது.”

“இப்புடி பாஞ்சி போயி என்னத்த புடிக்கப்போறாம்.”

“எல்லாத்துலயுமே ஒரு அவசரம். எனக்கு மட்டும் இல்லையிங்குறியளா... குளிக்கிம்போது, குண்டி கழுவும் போதுகூட ஒரு நிதானங் கெடையாது.”

பிலிப்பையே பார்த்தவாறு நின்றிருந்தார் மோயிஸ்.

“மாற மாற உருட்டுனா பிரச்சனயில்ல மெதுவா உருட்டக் கூடாது மறுபக்கம் வராது.”

“எய்யா வயசுல நா மூத்தவம் ஆனாலும் சொல்லுறம். நீ பெரிய ஆளுதாம்” என்றார் மோயிஸ்.

“என்னண்ணம் அப்புடி சொல்லுறிய.”

“தன்னறிவுங்குறதுதாம் தன்னம்பிக்க, அதுதாம் அவனோட பொறும. ஒரு மனுசனுக்கு பலமே அவனோட பொறுமதாம். அது ஓங்கிட்ட நெயமாத்தாம் இருக்கு. ஓங்கூட நட வாரது உண்மயில எனக்கு பெருமயா இருக்கு பிலிப்பு.”

இருவரும் நடந்து போடுதையில் கை வைத்துக் கடலைப் பார்த்தவாறிருந்தார்கள். பொழுது முகம் சாய்ந்து தோணியின் நிழல் கடலில் தெரிந்தது. கடல் காகங்கள் படபடத்துப் பறந்து கடந்தன.

“மோயிசண்ணம், தன் மரத்துப் பாய் மட்டும் போதும் மத்த பாய வேண்டாம். நீவாடும் பொறுத்து நிக்கிறதப் பாத்தா பொசலெடுத்தாலும் எடுக்கும்போலத் தெரியிது. முன்ன போறது யாரு தோணியின்னிய?”

“நம்ம பொனிப்பாஸ் தண்ட.”

“பொனிப்பாஸ் தண்ட கொலசயில நூர்வாப்பா தோணிய பேசி முடிச்சி வேல பாக்குறாருன்னாவள அந்தத் தோணியா...?”

“ஆமும். ஆனா தோணி மூணு பேருக்குப் பங்காம். பொனிப்பாசுக்கும் ஒரு பங்கு போல.”

“பங்கு சரி, அதுக்காக இத்தன பாயயும் அவுதது வுட்டுட்டு போறார... காத்து வுழுந்து வாரதயும் கட விரியிறதயும் பாத்தா எனக்கென்னமோ சோழவப் பொசல் எடுக்கும் போலத் தெரியித.”

“அதாம் கொழும்புத் தொறைக்குள போயிறுலாமுன்னு போறாரு போல.”

“நம்ம மெதுவப் போனாப் போதும்.”

“முன்னால போயி என்னத்த கண்டுறுவாம் ஒரு வேள ராவோட சரக்க எறக்கிற்று விடிய பாவச்சி வுடுலாமின்னு போவாம் போல...”

“நமக்குள்ளது நமக்குக் கெடைக்குமுண்ணம்.”

கொழும்புத் துறையை நெருங்கிக்கொண்டிருந்தார்கள். தூரத்தில் மங்கலாய்ப பழைய தர்காவும் அதன் முன்னால் கலங்கரை விளக்கமும் தெரிந்தன. முன்னால் ஓடிய தோணியைக் கூப்பிடு தூரத்தில் நெருங்கியிருந்தார்கள். இன்னும் பத்து நிமிட ஓட்டுதான் கொழும்பு ஆத்துவாய். ஆனால் நினையாத நேரத்தில் சோழவக் காத்து புசலெடுத்தது.

டிப்பும் மழையும் இருளம் கெட்டிக்கொண்டு வந்தது. தூவானத்துக்கிடையே கொழும்புத் துறையின் ஆத்துவாய் போயாக்கள் தெரிந்தன.

சிறிது நேரத்தில் தூரத்தில் தெரிந்த கரைப் பச்சைகள் மங்கி எங்கும் சாம்பலை வாரி இறைத்தது போலிருந்தது. காற்றும் நீவாடும் கடுகி நின்றதால் கடல் மேற்பரப்பில் விரளம். தள்ளாடியது தோணி. எங்கும் துவானம்... சோவென மழை... காத்து... கடுந்துளி மழை. சரிக்கியின் கயிறுகள் அறுந்து போயிருந்தன.

“பிலிப்பு, பொனிப்பாஸ் தண்ட தோணி உள்ள போவுது.”

மழையில் நனைந்தவாறே காணாப் பக்கம் ஓடி வந்தார் மோயிஸ். நல்ல கொடுந்துளி மழையில் நனைந்து விறைத்துப் போயிருந்தார்.

“அட சண்டாளப் பாவியா உள்ளயா போறாரு” என்ற பிலிப் மழையைப் பொருட்படுத்தாது அணியத்துக்கு ஓடி வந்தபடியே கேட்டார்.

“செல்லாசு மொதப் போயவ பாத்தியா?”

“மப்பு மந்தாரமாயிருக்க ஒரு எழவுந் தெரியிலிய” என்றான் செல்வதாஸ்.

“எல இந்த மப்போட உள்ள போயி என்ன பண்ணப் போறாறு?”

முற்றிலும் சாம்பலாய்த் தெரிந்தது. பிச்சலில் இருந்தவர் கள்கூடத் தெரியவில்லை. பேய்க் காற்றின் இரைச்சலுடே கணீரென பிலிப்பின் குரல் ஒலித்தது.

“திருப்பிக் குடுல.”

கடமுடவென சத்தம். தோணி நிலைகொள்ளாமல் ஆடியது. காற்றும் கடலும் கொடுந்துளி மழையும்... எங்கும் கடலிரைச்சல்.

“உட்டுறாத காணாவ, மோயிசண்ணம் முடிஞ்ச அளவுக்கு ஜவனாப் பக்கம் தோணி போவட்டு.”

“பாயி மாற வுழும், சள்ளயடிக்கும்.”

“பரவாயில்ல குடுங்க திருப்பி, இன்னும்... இன்னும்...”

செங்குத்தர மேலே போய் கீழே வருவதுபோலிருந்தது. எதிர்பாராமல் வந்த உத்தரவுகளாய் இருந்தாலும் வினாடியும் தாமதிக்காமல் ப்டு சுறுசுறுப்பாய் இயங்கினார்கள். சோழவக்

காற்று நேர் எதிரே இருந்தாலும் வந்த வேகத்திலேயே திருப்பப்பட்டதால் ஆத்து வாய்க்குள் பாயாமல் வெலங்கு நோக்கி ஓடியது தோணி. சிறித் தூரம் ஓடியே காற்றையும் கடலையும் ஆற்றியவர்கள் காற்று அயர்வதற்காகக் காத்திருந் தார்கள். நடுச்சாமம் போல் காற்று விழுந்து கடலும் அமைய தோணியைத் திருப்பி கொழும்புத் துறை நோக்கி வந்தார்கள்.

"ராத்திரி போச்ச அந்த தோணியில யாரெல்லாம் பங்குன்னிய?"

"நம்ம பொனிப்பாசும் அவரு மச்சினனும், இன்னொருத்தரு அவரு மச்சினனுக்கு சவலனாம்."

"அவம் மச்சினம் ஒருத்தம் மதுர காலேஜில வேல பாக்குறான அவனா?"

"காலேஜ் வாத்தியாரராவா இருக்காம், பணமின்னா பேயாத்தாம் அலையிறானுவ."

"பொனிப்பாசண்ணம் எத்தன வருசமா தண்டலா ஓடுறாரு?"

"எனக்குத் தெரிய ரண்டு வருசங்கூட ஓடியிருக்க வாய்ப்பில்ல."

"அப்ப அவ சலோமி சொல்லுறது சரிதாம்"

"யாரு ஓம் பொண்டாட்டியா, என்ன சொல்லுறா?"

"ஓங்களுக்கு பொறவு தோணிப் பாலத்துக்கு வந்தவுங்க யெல்லாம் புத்தியா பொழைச்சிக்கிறுறாங்க நீங்க மட்டும் எதுக்கு இப்புடியிருக்கியங்குறா."

"ஞாயந்தான."

"என்ன ஞாயந்தான."

"பாலத்துக்குள பேசிகிற்றாவள."

"என்ன பேசிகிற்றாவ?"

"மலையாள நடயில சரக்கு ஒரு நா பிந்தி வுழுந்தாலும் மத்த தோணியள பின்ன வுட்டுட்டு முன்ன போயிருறியாம..."

"காத்து கட சேலா இருந்தா எல்லாருந்தாம் ஓடுலாம்."

"..."

"பொட்டச்சி பேச்சிய எப்பவுங் கேக்கக் கூடாது... பெண் புத்தி எப்பவும் பின் புத்தியிம்பாங்க."

"அப்புடிச் சொல்லாத பிலிப்பு."

"மோயிசண்ணம் மூசாப்பு மாறுறத பாத்தா ஆத்துவாயில பிரச்சன இருக்காது போல."

"ஆமா லைட்அவுஸ் வெட்டு தெரியிது பாரு. பக்கத்துலயும் லைட்டுவ தெரியுத."

"வுட்டியள்ன்னா அது பாட்டுக்கு வழிஞ்சி நீர் கொழும்பு போயிரும். சரிக்கிய சரியாப் புடிக்க சொல்லுங்க."

"அதாம் அத்து ஓடிற்ற. காணாவ புடிக்கச் சொல்லுறம். உள்ள போனவங் கெதி என்ன ஆச்சின்னு தெரியிலிய."

"பணஞ் சம்பாதிக்க ஆச இருக்க வேண்டியதுதாம் ஆனா அதுக்கு இப்புடியா..."

"அப்ப பொறுத்து நின்ன காத்துக்கும் நீவாட்டுக்கும் உள்ள போயி எங்க மேடேறுனான்வளோ நங்குரத்துல கெடந்த கப்பல்வமேல பாஞ்சான்வளோ தெரியிலிய."

"எளமறி பயம் அறியாதுங்குறது சரிதாம்."

"பொனிப்பாஸ் தண்டலயா எள மறியிங்குறிய."

"அவம் எங்க ஏல் சொல்லுவாம், இப்ப பூதாவும் அவம் மொவம் மூத்தவம் பீற்றர்தாம்."

விடிவெள்ளி வந்த பிறகுதான் தோணியைப் பாலத்தில் பிடிக்க முடிந்தது. விடிந்த பிறகு சரக்கை இறக்கிக் கொள்ளலாம் என்று தூங்கப் போனார்கள்.

62

1952

திருச்செந்தூரிலிருந்து மணப்பாடு செல்லும் சாலையில் மேட்டில் திரும்பியதுமே கடற்கரையில் அமைந்துள்ள அழகான ஊர் ஆலந்துறை. பெரும்பாலும் அனேகம் பேர் கொழும்பில் வியாபாரம் செய்கிறார்கள். அந்தக் காலத்தில் சவேரியார் தங்கிப் பணி செய்திருக்கிறார். மற்ற துறைகளைப் போலவே இங்கும் கோஷ்டி மோதலுக்குப் பஞ்சமில்லை. மேசைக்காரர், கம்மரர் என்ற பாகுபாடு இங்கும் அதிகம். மேசைக்காரர்களின் அட்டூழியம் பொறுக்க முடியாமல் பதித மார்க்கத்தைப் பின்பற்றிய ஒரு சில குடும்பங்கள்கூடக் கொற்கை மேற்றிராணியாரின் பெருமுயற்சியால் தாய்த் திருச் சபைக்கே திரும்பி வந்து சரித்திரம் படைத்த ஊர் ஆலந்துறை. ஆயரான புதிதில் கொற்கையிலிருந்து குலசை சீனி ஆலை ரயில் மூலமாக மணப்பாட்டுக்குப் பயணப்பட்ட ஆயருக்கு வழியில் ஆலந்துறைக்காரர்கள் விசேஷமான வரவேற்பு அளித்திருக்கிறார்கள். அந்த வரவேற்பை ஏற்றுப் பேசும்போது பிரிந்துபோன சகோதரர்களின் தொப்புள் கொடி உறவைத் தூண்டிவிட்டுப் பேசி அதே இடத்திலேயே அவர்களைத் தாய்த் திருச்சபைக்குக் கொண்டு வந்திருக்கிறார் ஆயர்.

சமாதான முயற்சியின் வெற்றியைக் கொண்டாட ஆலந்துறையில் உருவாக்கப்பட்டதுதான் திரு. இருதய அரசரின் அற்புத கெபி. இந்தக் கெபியை 1928இல் ஆயரே திருநிலைப்படுத்தி யேசுவின் திரு இருதயத்திற்கு அர்பணித்திருந்தார். மாதந்தோறும் தலை வெள்ளிக்கிழமைகளில் மக்கள் கூட்டம் அலை மோதும். நாள்பட்ட வியாதியஸ்தர்கள், மருத்துவர்

களால் கைவிடப்பட்டவர்கள், அலகையால் ஆட் கொள்ளப் பட்டவர்கள், செய்வினை, பில்லிசூனியம் என்று இங்கு வந்து பேய் பிணி நீக்கிச் செல்வோர் ஏராளம். இங்குதான் கமலி பீரிசைக் கொண்டுவந்து வைத்திருந்தார்கள்.

கமலி, செல்வதாஸ் பீரிசின் தலை மூத்த மகள். கோதுமை நிறத்தில் செய்து வைத்த சிற்பம் போலிருப்பாள். நல்ல வடிவான வட்ட முகம். தெருவில் நடந்தால் தேவதையே இறங்கி நடப்பது போலிருக்கும். சடங்கான புதிதில் நல்ல நடயே என சேலை கட்டிக்கொண்டு போன கமலி அந்த வழியாகப் போன குருஸ் பல்டோனாவின் பார்வையில் விழ அன்றிலிருந்தே பிரச்சினை ஆரம்பித்திருக்கிறது. இத்தனைக்கும் குருஸ் பல்டோனாவுக்குக் கலியாணம் முடிந்து இரண்டு ஆண் குழந்தைகள். பணத் திமிரில் வீடேறி வந்து பெண் கேட்டுவிட்டார் குருஸ் பல்டோனா. நல்லவேளையாகக் கமலி கோவிலுக்குப் போயிருந்தாள். கோவிலிலிருந்து வரும் வழியில் எதிரே கமலியைக் கண்டவர் நேரடியாகவே அவளை இரண்டாம் தாரமாகக் கட்டிக்கொள்வதாகவும் மகாராணி போல் வைப்பதாயும் சொல்லியிருக்கிறார். பதறிப்போனாள் கமலி. வீட்டில் வந்து தம்பியிடம் சொல்லி அழுது தீர்த்துவிட்டாள்.

பயந்துபோய் வீட்டிற்குள்ளே இருந்த கமலிக்குப் புத்தி பேதலித்துத் தான் என்ன செய்கிறோமென்பதே தெரியாமல் போனது. திருமணம் செய்துவைக்க வேண்டிய வயதில் இப்படி மருந்துக்கும் மாயத்துக்கும் அலைய வேண்டியதாக போய்விட்டதே என்று வருந்தினான் கஸ்பார். கடந்த முறை வந்த காலராவில் தாய், தகப்பனை இழந்திருந்தார்கள். உறவுகள் எல்லோருமே இலங்கையில். சொந்த ஊரிலேயே அனாதையாகிப்போனோமே என்று வருந்துவார் கஸ்பார். தம்பி கர்லோசும் அடிக்கடி கொழும்பு போய்விடுவதால் காட்டன் சாலையில் உள்ள கடையைப் பார்ப்பதா அக்காவைக் கவனிப்பதா என்று தெரியாமலிருந்தான் கஸ்பார். வர வர கமலியின் உடல் நிலை சரியில்லாமல் போய் கஸ்பார் இப்போதெல்லாம் கடைப்பக்கம் போகவே முடியவில்லை. எங்கெங்கிருந்தெல்லாமோ மருத்துவர்கள் வந்து பார்த்துப் போயாயிற்று. ஒன்றுக்கும் அடைபடவில்லை. ஒருநாள் தற்செயலாகத் தாத்தா சாமியார் வந்துபோனவர் 'வீட்டுல வெளிச்சமேயில்லிய... ஏதோ சரியில்லை' என்று சொல்லிவிட்டுப் போனார்.

கமலியைக் குளிப்பாட்ட, கொள்ள வாடித் தெரு சங்கரின் மனைவி குணவதி வந்து கூடமாட உதவி செய்தாள்.

சொல்லி வைத்தாற்போல் கடந்த மாசம் முதல் அமாவாசை யின்போது நிலைமை கட்டுக்கடங்காமல்போய், தலைவிரி கோலமாய் உடம்பில் பொட்டுத் துணி கூடயில்லாமல் வெளிக்கதவை திறந்து கொண்டு வெளியில் சாடியிருக்கிறாள் கமலி. நல்லவேளையாக பொழுது சாய்ந்து ஆள் நடமாட்டம் குறைந்திருந்தது. வேலைக்குப் போய்விட்டு வந்திருந்தான் சங்கர். 'கமலி கமலி' என்றபடி கஸ்பார் பீரிஸ் தெருவிலிறங்கி ஓடுவதைப் பார்த்த சங்கரின் மனைவி குணவதி முதலில் ஓடி வந்திருக்கிறாள். அவள் கண்களையே அவளால் நம்ப முடியவில்லை. மடக்கி பிடித்துக்கொண்டு வந்து வீட்டில் கட்டிப் போட்டார்களாம். மறுநாளே கார் பிடித்து ஆலந்துறை யேசுராசா கோவிலுக்குக் கொண்டுவந்துவிட்டான் கஸ்பார். கை கால்களில் விலங்கு மாட்டி கெபிக்கு முன்னால் கட்டிப் போட்டார்கள்.

ஆலந்துறை காங்கிரஸ்காரர் பெஞ்சமினின் தம்பி பூபாலன் ஓடிவந்து உதவினார். பூபாலனின் மனைவிக்குக் கமலியை ஏற்கனவே தெரிந்திருந்தது ஒரு வகையில் பேருதவி யாய் இருந்தது. அமாவாசையன்று நடந்ததை அவர்களிடமும் சொல்லிவிட்டுப் பிரிய மனமில்லாமல் கண்களில் கண்ணீர் வழிய சகோதரியை ஆலந்துறையில் அவர்கள் ஆதரவில் விட்டுவிட்டு பிரிந்தான் கஸ்பார் பீரிஸ். தன் தங்கை போல் பார்த்துக் கொள்வதாகச் சொல்லி வழியனுப்பி வைத்தார் பூபாலன்.

கொற்கையிலிருந்தாலும் எப்போதுமே கமலியின் நினைவு. நடைபிணமாகியிருந்தான் கஸ்பார். கடையில் வழக்கம் போலவே கல்லாவிலிருந்தாலும் மனது நிலை கொள்ளாமலேயே தவித்தது.

'இப்புடியும் ஒரு மனுசம் பண்ணுவானா. மனச்சாச்சி யிங்குறதேயில்லாம போச்ச. பூபாலண்ணம் பொண்டாட்டி ரொம்ப நல்லவங்களாத்தாம் தெரியிறாவ. பேசாம கொழும்புக்கு அனுப்பிருலாமா. இவ்வளவும் நடக்குது கொஞ்சங்கூடப் பொறுப்புல்லாம இருக்கான தம்பி. என்னய வேண்டா மின்னவம் கொழும்புல மாமா பொண்ணக் கெட்டுவாம் போல. மிக்கேல் கேட்டுருந்தா குடுத்திருக்குலாம். சிங்கராயந் தோணி பூதாவும் இங்க வந்திற்றின்னாவள. ரயில்வே கரி, கப்பல்ல வார சரக்குவயின்னு தோணிப் பாலத்துல பல்டோனா வச்சதுதாம் சட்டமிங்குறாவ. ஒத்தைக்கே ஒரு பொண்ணு மீதிய யாருட்ட குடுப்பாரு. பணமிருந்து என்ன செய்ய. தோணிக்கி போறவம் ஒருத்தம் பொண்டாட்டியையும் விட மாட்டயிங்குறான்வளாம. கொழும்புலயிருந்து வந்து

கேட்டப்ப இவ மாண்டாமின்னா. பிள்ளய நல்ல அழகா யிருக்குயின்னு சந்தோசப்பட முடியிலிய. இப்புடி கெட்ந்து பயந்து சாவ வேண்டியிருக்கு. எங்க அக்கா எப்புடியிருப்பா. அண்ணக்கி ஆலந்தொற கெபிக்கி முன்னால மண்ணள்ளி கூரவுட்டாளாம. வெள்ளிக்கெழம, வெள்ளிக்கெழம கொஞ்சங் கூடுதலாயிருக்கியின்னு பூபாலஞ் சொன்னார. மிக்கேலு பொண்டாட்டி வேற மொடமயிறு மொளச்சவ யிங்குறாவ. கேள்வு குடுக்கப் போற சின்னப் பயல்வளக்கூட வுட மாட்டயிங்குறாளாம். மொத்தத்துல கேள்வி கேக்க யாருமில்ல அதான. ஓ ... அதாம் இவ அவன்வள வச்சிறுக்கா, அவம் இவள்வள வச்சிறுக்கானோ. யாரு யாரக் கேக்க? பணத்துலயா... அந்தஸ்துலயா... யாரு யாருக்கு கீழ, ஆனாலும் மிக்கேல் பல்டோனாவ பெரிய தாட்டியவாம் புலி யிங்குறான்வ. கழுதவிட்டயில முன்விட்ட வேற பின்விட்ட வேறயா. அப்புடிப் பாத்தா சிங்கராயம் புள்ளய பரவா யில்லியோ. பணத் திமிரும் ஊதாரித்தனமும். இந்தமாரி அடாவடித்தனமும் அட்டூழியமும் இல்லிய.'

சிந்தனையைக் கலைத்தான் கடைப் பொடியன்.

"அப்ரிகட்டு கேட்டு நேத்துலயிருந்து ஆள்க்க வாறாங்க. நம்மட்ட இருப்பு தீந்து போச்சி. அத்திப் பழமும் இல்ல."

"மெட்ராசுல மிராண்டா கடைக்கி ஒரு டிரங்கால் போட்டு பேசுலாம். நாள வண்டியில போட்டு வுட்டுறுவான்வ."

பக்கத்தில் போற்றிவேலு நாடார் கடைக்குச் சாமான்கள் வந்து இறங்கியபடியிருந்தது. பீரிஸ் கடை முன்னால் கார் நிற்கும் சத்தம். குண்டியை ஆட்டியபடியே குருஸ் பல்டோனா நடந்து வந்தார். ஹிட்லர் மீசை வைத்திருந்தார். கடை நீள வாட்டில் இருந்தது. கல்லாவைத் தாண்டி உள்ளே வந்தவர் ஒவ்வொரு பொருளாக நின்று நிதானமாகப் பார்த்தார். பக்கவாட்டுக் கால்சட்டைப் பைக்குள் கை விட்டு முந்திரிப் பருப்பை ஒவ்வொன்றாய் வாயில் போட்டபடியிருந்தார். கடந்து போகும் போது துர்வாடை வீசியது. கடையில் சாமான்கள் நெருக்கமாக வேறு இருந்ததால் வாடை வெளியே போவதற்கு வாய்ப்பேயில்லை.

கொற்கையில் மேசைக்காரர்களாய் இருந்தாலும் சரி, பணக்காரக் கம்மரர்களாய் இருந்தாலும் சரி. எல்லா வீட்டிற்குமே அப்ரிகட், உலர் திராட்சை, அத்திப்பழம், அரபுப் பேரீச்சம்பழம், பாதாம், பிஸ்தா என எல்லாமே பீரிஸ் கடையிலிருந்துதான் போகும்.

524 ஆர். என். ஜோ டி குருஸ்

கடையின் அத்தம் வரை போனவர் திரும்பி கல்லா அருகே வந்தார். மொத்தக் கடையிலும் காண் திறந்துவிட்டது போல் வாடை.

"அத்திப் பழம் இல்லியாக்கும்." குழைவாய் இழுத்தார் குருஸ் பல்டோனா.

"நாளைக்கி வந்திரும். ஆப்ரிகட் இருக்கு."

"மஞ்சள் உள்ளதா வணிகரே என்றால் உப்பு உளது அய்யாங்குற. இருக்கத இருக்கி இல்லாதத இல்லயின்னு சொல்லம். ஆமா கப்பல்வளுக்கு சரக்கு போடுறிய, அதுக்கு கடையள்ல இருக்கவன்வளுக்கு கமிசங் குடுக்குறியாம? நெசமால..."

"அப்புடி இல்லிய."

"என்ன அப்புடியில்லயிங்க? அவம் பாய்வா மொவனும் கலுசத்துக்குள்ள கொல்லாங் கொட்ட பருப்பும் கிஸ்முஸ்ஸூம் போட்டுத் திங்கிறானாம எல இந்த ஊருல வேற எவனும் இந்தப் பொருளெல்லாம் திங்கக் கூடாது."

"அப்புடி பாத்தா..."

கஸ்பாரிடமிருந்து மேற்கொண்டு பேச்சு வரவில்லை. வக்கீல் சாமுவேல் ஆசீர்வாதம் சாலையின் மறுபுறமிருந்த நீதிமன்றத்திலிருந்து கடைக்குள் வந்தார்.

"எல நாடாக்கமாரு எங்களமாரி தின்னுறுவான் வளாக்கும்"

"இது என்ன தெரியாததையா சொல்லுறிய . . . சேத்தே கெட்டுப் போவமில்லா" என்றார் சாமுவேல் ஆசீர்வாதம்.

லோன் கொலை வழக்கில் ஆஜராகிக் கொற்கையில் பெயர் தெரிந்த வக்கீலாகியிருந்தார் சாமுவேல் ஆசீர்வாதம். சமீபத்தில் நடந்த கொலை வழக்கொன்றிலும் குற்றவாளிக் காக ஆஜராகி விடுதலை வாங்கிக் கொடுத்திருந்தார். இந்த வழக்கில் அவர் தோற்கடித்தது கொற்கையின் வழக்குமன்றப் புலியாக இதுவரை கோலேச்சிய சந்திரசேகர அய்யரை. கொலை நடந்த அன்று அமாவாசையாதலால் இருட்டில் குதிரை வண்டிக்காரனைக் கொலை செய்துவிட்டு ஓடிய குற்றவாளியை சாட்சி பாத்திருக்க வாய்ப்பு இல்லை என்று வாதாடினார். ஆண்டிக் கோனாருக்கு விடுதலையும் வாங்கிக் கொடுத்தார். என்ன காரணமோ வழக்கு மேல் முறையீடு ஆகாமல் கீழ் கோட்டுத் தீர்ப்பே தீர்ப்பாகி கொற்கையில்

சாமுவேல் ஆசீர்வாதத்தின் பெயர் கொடிகட்டிப் பறந்தது. கொற்கையின் நாடார் சமுதாயமே அதைத் தங்களுக்குக் கிடைத்த வெற்றியாகக் கருதி மகுமையில் விழா எடுத்துச் சிறப்பு செய்திருந்தார்கள்.

வக்கீலும் கடைக்குள் அதிக நேரம் நிற்கவில்லை. அவர் எப்போது போவாரெனக் காத்திருந்தாரோ என்னவோ குருஸ் பல்டோனா கேட்டார்.

"தல வெள்ளிக்கெழமயண்ணக்கி ஆலந்தொற போவாம நாடாக்கமாரமாரி கடயத் தெறந்து வச்சிருக்க."

"போவணும்." என்றான் கஸ்பார் பீரிஸ். அதற்கு மேலும் பேச்சை நீட்டிக்க விரும்பாத கஸ்பார் கடைப் பையனை அழைத்துச் சொன்னார்.

"எய்யா மொதலாளிக்கி கணக்கு என்ன?"

"..."

"இல்ல மொதலாளி நீங்க போங்க... ஆனா எவ்வளவுயின்னு தெரிஞ்சிகிற்றியயின்னா ஒங்களுக்கும் நல்லது எங்களுக்கும்..."

"பேச்ச நிப்பாட்டுல. ரசீதுவள நாங்க பாக்க மாட்டோமிங்குற நெனப்புல சும்மா அள்ளி வுட்டுறாத. கடயில இப்ப கணக்கு வழக்குயெல்லாம் தம்பியாக்கும்..."

"..."

"எல இந்த கொற்கயில எவம் நல்ல சட்ட போட்டாலும் செருப்பு போட்டாலும் அது எங்ககிட்ட களவெடுத்ததாத்தாம் இருக்கும் கேட்டியா."

வெளியே நின்றிருந்த குருஸ் பல்டோனாவின் டிரைவர் "மொதலாளி, மொதலாளி"என்று அழைத்தபடியே கடைக்குள் வந்தான். அவனை வழிமறித்த குருஸ் பல்டோனா கேட்டார்.

"என்னல...?"

"மொதலாளி பாண்டியபதி செத்துப் போனாராம்."

"எல அதுக்கு நீ எதுக்கு இந்தப் பதறு பதறுற."

சந்தோசத்தில் குருஸ் பல்டோனாவின் கன்னக் கதுப்புகள் துடித்துக் காதுகள் விடைத்தன. கண்களில் பிரகாசம். சாய்ந்து நின்றபடியே பக்கவாட்டிலிருந்த மரப் பலகையில் கைகளால் தாளம் போட்டார்.

“மொதலாளி வெளிய ரோட்டுல எல்லாரும் ஓடுயாவ.”

“ஓடுயாவளா... காமராச்சா செத்துப் போனாரு இந்தத் துடி துடிக்க...”

“மொதலாளி சாமாம் எதாச்சும் வாங்குனியளா தூக்கிற்று வருதம்.”

“எஞ்சாமான நீ தூக்க முடியாது. மறந்திற்றன... கஸ்பாரு ஒரு ரண்டு கிலோ சாக்லட் வூட்டுக்கு அனுப்பி வுடு. தம்பி சந்தோசப்படுவாம். எலேய் அங்க பம்பாயிலயிருந்து நம்ம தோணியில மாட்ட கிர்லாஸ்கர் எஞ்ஜின் போட்டு வுட்டான்வளாம வந்திற்றா?”

“தெரியில மொதலாளி.”

“அதப் பாக்காம சும்மா பாண்டியபதி, சேரபதியின்னு கிட்டு அலையிற.”

குருஸ் பல்டோனா எப்போது போவாரோ என்ற நினைப்பிலேயே பட்டறையில் அமர்ந்திருந்தான் கஸ்பார். அவர் சாலையில் இறங்கி நடந்து காரில் ஏறி அமரும்வரை பார்வையை அவர் மேலிருந்து எடுக்கவில்லை.

‘நெஞ்சில எவ்வளவு திமிரு இருந்தா எங்கிட்டயே வந்து ஆலந்தொற போவயில்லியான்னுட்டுப் போவாம். ஆனா எளியாரை வலியார் தாக்கினால் வலியாரை வாசப்படி எப்புடி தாக்கும், தடுக்கும்? சரி. ஒரு பாவமும் அறியாத எங்கக்காவுக்கு எதுக்கு இப்புடி ஒரு நெல. அவளுக்கே தெரியாத. அம்மணமா ஓடுனது தெரிஞ்சா உசுற வுட்டுருவா. மெட்ராசுல அமைச்சரவய கலைச்சிற்றாவளாம. மாமாவுக்கு அடுத்த மந்திரி சபயில பதவி எங்க கெடைக்கும். இங்கயிருந்தே கெடுப்பான்வள. கண்ணி முடிஞ்சவன்வயின்னு சும்மாயா சொல்லுறாவ. எத்தன பெறவி எடுத்து தீத்துக் குடுக்கப் போறான்வளோ. பாவப் படு கஸ்பாரு, பாவப்படு. இந்த மாறி ஆள்க்களப் பாத்து பாவப்படு. அவம் என்ன செய்யிறா முன்னு அவனுக்கு எங்க தெரியும். அவர்கள் செய்வது என்னதென்று அறியாமல் செய்கிறார்கள், பிதாவே இவர்களை மன்னியும். பிரான்சிஸ் அண்ணம் பாண்டியபதி வாரிசு வேண்டாமின்னுற்றாராம. இப்போது பசி தாகமுள்ளோரே நீங்கள் பேறு பெற்றவர்கள். யாரு சொன்னா நீங்க முழிச்சிகிற்று இருக்கீங்கயின்னு. மதமிங்குறது அந்த வார்த்தயிலே இருக்குது பாரு. அத வுட்டுறணும்ப்பா அப்பதாம் அவனப் பாக்க முடியும். சேசுநாதரு யோகியாகி, சித்தராகி பொறவு அடியாரானவரு. இடுக்கண் வருங்கால் நகுகயின்னு

வள்ளுவம் சும்மயா சொன்னாம். எங்கயோ ஒரு தொடர்பு வருத. தண்ணிய ரசமாக்குனவரு, காத்தயும் கடலயும் அமத்துனவரு எங்கிட்டயிருந்து சக்தி வெளிப்பட்டுச்சியின்னு சொன்னவரு சாவுறதுக்கு முன்னால ஆனாலும் என்னோட விருப்பமில்ல ஒம்ம விருப்பமின்னுட்டார. இதயெல்லாம் சொல்லமாட்டயிங்குறான்வள. எப்புடி சொல்லுவான்வ அதாம் மத நம்பிக்கய வச்சி ஆளணுமுன்னு முடிவு பண்ணிற்றான்வள. வையத்துள் வாழ்வாங்கு வாழ்ந்து வானுறையும் தெய்வத்துள் வைக்கப்பட்ட மனுசம் சேசுநாதர்... இவன்வ சாமிமாரு சொல்லுறத கேட்டா, எங்கயோ தேத்தண்ணிய கீழ கொட்டிற்று சக்கய தின்னான்வளாம அந்த கததாம்'

"எண்ணம்... எண்ணம்."

கடைப்பையன் அழைக்க சிந்தனையிலிருந்து விடுபட்ட வனாய் திரும்பினான் கஸ்பார் பீரிஸ். சின்னக் கோவிலிலும் பெரிய கோவிலிலும் துக்கமணி அடிக்கும் ஓசை கேட்டது.

63

1953

பர்த்தலோம் சிங்கராயரின் ஒரே கோஸ்டிங் தோணியான 'ஞானம்மா' கொற்கை, வடக்கிலங்கையெனக் கொப்பரை நடை செய்தபடியிருந்தது. குலசேகரன் பட்டணம் நூர்வாப்பா பழைய தோணிகளைக் கழித்துவிட்டு புதிதாக ஒரு தோணி கட்டிக்கொண்டிருந்ததால் ரஞ்சன் ஞானம்மாளில் தண்டலாய்ச் சேர்ந்திருந்தார். கொப்பரைத் தேங்காய் பூராவும் சந்தோஷ நாடாரின் கொற்கை எண்ணெய் ஆலைக்கு வந்தன. பாம்பனில் ரயில் பாலத்தை பராமரிப்பு பணிக்காக பூட்டியதால் குறிப்பிட்ட காலம்வரை பாலத்தை மேல் நோக்கித் திறக்க முடியாது என்று அறிவித்துவிட்டார்கள். ஏற்கனவே வல்வட்டித்துறையில் கொப்பரை ஏற்றியபடியிருந்த 'ஞானம்மா' இலங்கைத் தீவைச் சுற்றிக் கொற்கை வர வேண்டிய சூழ்நிலை உருவானது. தண்டல் ரஞ்சனுக்கு எதிலும் அவசரம். வல்வட்டித் துறையில் நடை கிளம்பியவர் மறுநாள் காலையில் திரிகோணமலையில் பாய்பிடித்துக் கறிச்சாமான் எடுத்துக்கொண்டார். இரண்டாம் நாள் கோர்ஸ் மாற்றிக் காலித் துறைமுகத்துக்காகத் திரும்பும்போது சோழவப் புயலெடுத்துத் தோணி தொடந்துவா பொழிக்குள் மோடேறியது. கொஞ்சம் தாவு கடல் எடுத்து புயலை ஆற்றிவிட்டுத் திருப்பிக் கொடுத்திருக் கலாம், அவசரத்தில் விட்டுவிட்டார். ஞானம்மா மிதப்பு அதிகம், சுழற்றியடித்த பேய்க் காற்றில் பந்து போல் தூக்கி வந்து பொழிக்குள் தள்ளிவிட்டது.

காலி திரும்பி வடக்கே பூராவும் பாறைகள் நிறைந்த திட்டக் கடல். இதனாலேயே கொற்கைத் தோணிகள் எதுவும் காலித் துறைமுகம் வரத் துணியவில்லை. தொடந்துவாவிலிருந்து கொழும்பு

வந்த ரஞ்சன் கொற்கைத் தோணியொன்றில் ஏறிச் செய்தி சொல்ல, செய்தி கிடைத்துத் தோணியை இழுப்பதற்காக கொற்கையிலிருந்து வலைக்குடி சூனாவை பிடித்து அனுப்பினார்கள். சூனா இரண்டு மாதமாகத் தன் தளவாடங்களோடும் ஆட்களோடும் மல்லுக் கட்டியும் 'ஞானம்மா' அசைந்து கொடுக்கவில்லை.

கொற்கைத் தோணிப் பாலத்தில் பவுல் தண்டலின் 'திரேசா'விலிருந்து இறங்கிய சூனாவின் கயிறு, கண்ணி, கப்பி சாமான்களைச் சுற்றி நின்று வேடிக்கை பார்த்தபடியிருந்தார்கள். இறங்கிய சாமான்களை வீட்டுக்குக் கொண்டு போவதற்காக மாட்டுவண்டி பிடித்துக்கொண்டு வந்திருந்தார் சூனாவின் மூத்த மகன் ராசேந்திரன். இன்றைய நிலையில் கொற்கையில் தோணி இறக்குவதாய் இருந்தாலும் ஏற்றுவதாய் இருந்தாலும் அது சூனாவின் கை படாமல் நடப்பதில்லை. விதவிதமாய்க் கப்பிகளும் கயிறுகளும் வைத்திருந்தார் சூனா. திரேசாவிலிருந்து ரஞ்சன் இறங்குவதை பார்த்த பவுல் தண்டலும் மெரைன் ஆபீசர் அறை அருகே அமர்ந்திருந்த தங்கப்பழமும் தோணியருகே வந்தார்கள்.

"சூனாவாலே முடியில்லியா!" கேட்டார் தங்கப்பழம்.

"தலகுத்தற நின்னு பாத்தாச்சி. ஒண்ணும் நடக்குல" என்றார் ரஞ்சன்.

தோணி மோடெறிய புதிதில் மணி அய்யர்தான் தொடந்துவாவுக்கு வந்து போயிருந்தார். நாளாக ஆக எண்ணெய்க்காரர் சந்தோஷம் ஞானம்மாளில் ஏற்றியிருக்கும் கொப்பரைகள் கொற்கை வந்தால்தான் உண்டு என்று கூப்பாடு போட, பர்த்தலோம் சிங்கராயர் வேறு வழி தெரியாமல் மணி அய்யரோடு காலி பயணமாகியிருந்தார்.

"காலியிலயிருந்து அஞ்சாறு வெள்ளைக்காரன்வள மணி அய்யரு கூட்டிற்று வந்தாரு... அவன்வ வந்து என்னமோ நூதனமான யோசன சொல்லப் போறான்வயின்னு பாத்தா சுத்திச் சுத்தி பாத்திற்று கடைசியில கொத்தி வித்துறுங்கயிங் குறான்வ" என்றார் ரஞ்சன்.

"நெசமாவா சொல்லுற...!"

கூட்டத்தில் சிரிப்பொலி அடங்க வெகுநேரமானது.

"வெள்ளைக்காரம் என்னைக்கி செரமத்த கையாடுனாம்?" என்றார் தங்கப்பழம்.

இன்னும் பத்துநாள் பொறுத்திருந்தால் சூனாவே ஞானம்மாளை இழுத்திருப்பார். இடையும் பாதியுமாய்

அவர் வேலை பார்த்துக்கொண்டிருந்தபோது வெள்ளைக் காரர்கள் வந்து கிண்டல் பண்ணுவதுபோல் பேசியது சூனாவுக்குப் பிடிக்கவில்லை. மூக்குக்கு மேல் கோபம் வந்தது. பேத்தி ரொசிற்றாவுக்கு நல்ல காய்ச்சல் என்று செய்தி வந்ததிலிருந்து சூனாவுக்கு எதுவுமே ஓடவில்லை. பேத்தியைப் பார்க்க வேண்டும் போலிருந்தது. பக்கத்திலேயே ஒரு மாட்டு வண்டி பிடித்துக் கொழும்புத் துறைக்குச் சாமான்களைக் கொண்டு வந்துவிட்டார். காலி அருகே ரிபேரோக்கள் முன்னால் வனஸ்பதி ஆலை வைத்திருந்தார்களாம். வண்டி கொண்டு வந்த உடன்குடி பரமசிவம் நாடார் சொன்னார். கலுத்தாராவில் அந்தக் காலத்தில் பனை ஏற வந்தவர்களாம். அது என்னவோ நம்மவர்களுக்கோ வெள்ளைக்காரர்களைக் கண்டுவிட்டால் ஏதோ தேவ தூதர்களைக் கண்டு விட்டதுபோல் நினைப்பு. கொற்கையிலும் பாரம் சாம்பும் வேளைகளில் யாராவது வெள்ளைக்காரன் வந்து ஏல் சொன்னால் சூனாவுக்குப் பிடிப்பதில்லை.

“சவ்வா கெட்டி இழுக்க பக்கத்துல மரங்க எதுமில்லிய.” என்றார் பவுல் தண்டல்.

“சூனாவா . . . கொக்கா கடலுக்குள்ள யானமாரி ஒரு பாற இருந்திச்சி புத்திக் கூர்மயா மூலாக்கைய பாறயில சுத்தி எடுத்து டவர்ல போட்டு அடிக்கச் சொன்னாரு. இந்த அமாவாச கழிஞ்சி வாற ஏறு தண்ணியில இழுத்திறுலா முன்னு சொன்னாறு அதுக்குள பேதியில போயிற்றான்வ . . .” என்றார் ரஞ்சன்.

“மொதலாளி அங்க தொடந்துவாவுலயா இருக்காரு...”

“குடியிருந்து குடிக்கிறாரு.”

தொடந்துவா பக்கத்திலேயே காலித் துறைமுகம் டச்சுக்காரர்கள் காலத்தில் ஓகோவென்றிருந்தது. டச்சுக் காரர்கள் வெளியேறிய பிறகு வெள்ளையர் ஆட்சி. சுதந்திரத்துக்குப் பின் இலங்கை அரசே எடுத்து நிர்வாகம் பண்ணினார்கள். மேற்குக்கரையில் கொழும்புக்கு முக்கியத் துவம் கொடுக்கப்பட்டதால் காலித் துறைமுகத்தின் வளர்ச்சியும் குன்றிப்போனது. கொழும்பில் வணிகத்தில் கொடிகட்டிப் பறந்தது இந்தியாவிலிருந்து வந்த முஸ்லீம்களும், செட்டிமாரும் கொற்கைத் தமிழர்களும்தான். அரசாங்க உத்தியோகங்களில் பெரும்பாலும் யாழ்ப்பாணத்துத் தமிழர்கள். காலிப் பகுதியில் சிங்களர்கள் அதிகம் இருந்தாலும் ஏனோ அரசு இந்தப் பகுதிகளை கண்டுகொள்ளவேயில்லை.

காலி, பர்த்தலோம் சிங்கராயருக்கு சொர்க்கபுரியாய் இருந்தது. கொற்கையில் அண்ணன் பசாந்திக்குப் பயப்பட வேண்டும். மகன் செல்வதாஸ் பார்த்துவிடுவான், பல்டோனா பார்த்துவிடுவான் என்ற அச்சம், இங்கே அந்தக் கவலை யில்லை. மாலையில் பாயிலா பாடும் கும்பலொன்றை ஏற்பாடு பண்ணியிருந்தார் மணி அய்யர். எப்போதும் குடி, கூத்து, கும்மாளம். உச்சி வெயில் பொழுதில் படுக்கையிலருந்து எழுந்து தலைவலி மறக்கக் குடித்து பயிலா பாடி இரவு முழுக்க ஆடிக் குடித்து சந்தோஷத்தின் உச்சத்திலிருந்தார் பர்த்தலோம் சிங்கராயர். விதவிதமாய் சிங்களத்திகள், வகை வகையாய்க் குடி வகைகள். மணி அய்யர் மட்டும் இடையில் இரண்டு மூன்று முறை பணத்திற்காகக் கொற்கை வந்து போனார். கொற்கைத் தோணிகளில் வராமல் ‘போட் மெயிலில்’ தனுஷ்கோடி வந்து கொற்கை வருவார் மணி அய்யர். தனுஷ்கோடி நாகூர் மீரான் சன்ஸில் மணி அய்யரைக் கண்டாலே கிண்டலடிப்பார்களாம். பணம் வாங்க வருவதாகக் கொற்கை வருபவர் தனியாகக் கொழும்பி லிருந்தும் பணம் கொண்டுவந்து மாற்றுவாராம். ஆனால் பர்த்தலோம் சிங்கராயர் எவ்வளவோ கெஞ்சியும் சந்திரலேகாவை மட்டும் காலிக்குக் கூட்டி வரவேயில்லை. சந்திலேகா முக்கூடலில் அவசர வேலையாய்ப் போயிருப்பதாக சொன்னார்.

“இருந்த தோணியளயெல்லாம் வித்துப் போட்டாரோ?” கேட்டார் தங்கப்பழம்.

“இவுரு பங்குக்கு கோஸ்டிங் தோணி ஞானம்மா மட்டுந்தாம். மணி அய்யம் ஆளு எப்புடியிங்குறிய, பூராவும் நெலச் சொத்தா பிரிச்சி வாங்க வச்சிற்றாம். கோயிலுக்குப் பின்னால இருக்க எட்டு கிட்டங்கியும் இவுருக்குத்தாம்” என்றார் பொனிப்பாஸ் தண்டல்.

“அட்ட மாரிதாம் உறியிறாம் என்ன?”

“ஆள அங்கனயிங்கன அசையவுட மாட்டாம். இல்லாட்டி மணி அய்யம் கெடந்த கெடைக்கி குற்றாலம் ராயர் பங்குளாவுலதாம் கலியாணம்” என்றார் தங்கப்பழம்.

“எப்பவுமா வெலங்கு கடல்வளுக்கு போயி சிறாக்கள கெட்டிப் புடிச்சி உருள முடியும். அப்பப்ப இங்கனோடியுள்ள கயித்து மீன்வளையும் புடிக்க வேண்டியதுதாம்.” என்றார் பொனிப்பாஸ் தண்டல்.

“கயித்து மீனா நீ பாத்திருக்கியாக்கும்... சரியான வெள்ளக்குறி மீனாக்கும்”என்றார் பவுல் தண்டல்.

"அப்ப சின்னச் சிங்கராயம் கடைசி சொட்டயும் உறிஞ்சி துப்பிற்றுத்தாம் உடுவாயிங்கிறியா?" என்றார் மோயிஸ்...

"கோவளம் அங்கயிங்கயின்னு தீவு கடல்வள்ல மடி வளைச்சவன்வளுக்கு மடிக்கிளே மடி வளைக்க வாய்ப்பு கெடைச்சா...!"

"ஓமக்கு ஒரு கத தெரியுமா பல்டோனா மூத்தவனுக்கும் பூதாவும் பெங்களுருலதாங் கெடையாம்."

"குதுர பந்தயத்துக்கா போறாரு..."

"இருக்குது, போறாவ வுடுங்களாம்" என்றார் தங்கப்பழம்.

"அய்யம் புதுவீடு போட்டுருக்காம் தெரியுமா?"

"எங்க சிவங்கோயில் பக்கமா!"

"அங்கதாம் பூதாவும் கடையளாயிப் போச்ச. கொடி வூட்டுக்காரவுகளே வித்துப் போட்டாவளாம."

"நெசமாவா ... யாரு வாங்குனா?"

"முருகேசம் அண்ணாச்சி வாங்குதாவயின்னு கேள்வி. போனவாரம் தவப்பனயும் மொவனயும் ரெஜிஸ்தார் ஆபீசுல பாத்தம். என்னமோ இருவது இருவத்தி அஞ்சி வருசத்துக்கு வில்லங்கம் பாக்கணுமின்னாவ."

"முத்துச்சாமிக்கி நம்ம ஞானக்கனி வுட்டுல சம்பந்தம் முடிஞ்சாச்சியின்னு பேசிகிற்றாவள நெசமா?" கேட்டார் மோயிஸ்.

"அவுங்க கலியாண மண்டபத்துலேயே எடுப்பாவ போல... கொழும்புக்காரவுகளுக்கு நெலம் வாங்குனதுல முருகேசம் அண்ணாச்சிக்கி நல்ல துட்டுல்லா. மூளைக்காரம்... நடுவுல அவுகளுக்கும் சுத்தி இவுருக்குமா வாங்குதாரு."

"ஆமா பீங்காம் ஆபீஸ் பக்கம் புதுக்கிராமமுன்னு என்னமோ ..."

பீங்கான் ஆபீசிலிருந்து பேருந்து நிலையத்திற்குப் போகும் சாலையில் வலதுபுறம் வேப்பமரங்களடர்ந்த பகுதியை வளைத்துப் புதிதாகப் பிராமணர்கள் குடியேற ஆரம்பித்திருந் தார்கள். சீனிவாச ஐயங்கார் மகன் வக்கீல் நாராயணன் முதலில் வீடு கட்டிக் குடியேறினார். அரசின் புறம்போக்கோ அல்லது உப்பு இலாகாவின் நிலமாகவோ இருந்திருக்க வேண்டும். எடுப்பு கக்கூஸ்தான் ஆனாலும் துப்புரவுப் பணி யாளர்கள் எந்த ஒரு வீட்டின் முன்புறமும் வர வேண்டிய

அவசியமே இல்லை அத்தனை நேர்த்தியாக எல்லா வீடு களையும் நிர்மாணித்தார்கள். பெரும்பாலும் வக்கீலாகவோ, அரசு அதிகாரியாகவோ, மருத்துவர்களாகவோ, வங்கி அதிகாரிகளாகவோ இருந்ததால் கொற்கையில் யாரும் அவர்களைக் கேள்வி கேட்கத் துணியவில்லை. புதுக் கிராமம் ஒரு நவீன அக்கிரகாரம். அடுத்த சாதிக்காரர்களைப் புதுக் கிராமத்தில் குடியேற அனுமதிக்கவேயில்லை பிராமணர்கள். ஆனால் பொழுது அடைந்துவிட்டால் பணம் படைத்தவர் களின் கள்ளப் போக்கு வரத்தைத்தான் கட்டுப்படுத்த முடிய வில்லை.

"மணி அய்யம் பொண்டாட்டியப் பாத்திருக்கியளா... ஆடிய பாதங்கள் அம்பலத்தில்லுன்னு அபிநயம் புடிச்சா, தொண்ணூறு வயசுக் கெழவனும் எழும்பி உக்காந்திருவாம். கண்ணும் மூக்கும் இடுப்பும்... சும்மா சொல்லக் கூடாது" என்றார் தங்கப்பழம்.

"வக்காள ஓழி கண்ணயும் மூக்கையும் பாக்கத்தாம் வாறான்வளாக்கும்..." என்றார் மோயிஸ்.

"புடிச்சி புல்லாங்கொழல் வாசிச்சாயின்னு வைங்க எப்பேர்ப்பட்ட வில்லாதி வில்லனும் கெறங்கிறுறாமிங்குறாவ. நம்ம பர்த்தலோம் மொதலாளி அதுல வுழுந்தவருதானாம" என்றார் பொனிப்பாஸ்.

"பொண்ணு பாத்து முடிச்சதே அவியதானாம" என்றார் தங்கப்பழம்.

"சரியான சலசந்திதாம். சொதந்தரத்துக்கு முன்னால அஞ்சாறு நேவிகேசம் கப்பல்வ உள்ள கெடந்திச்சியின்னாவ. இவம் இந்த ஓட்டராட்டு தோணியள வச்சிகிற்று... கிட்ட போனாலே நீவாட்டு சாடக்கி சும்ம உள்வாங்கிறுமாம" என்றார் மோயிஸ்.

"மோயிசு பேச்சப் பாத்தா..."

"எங்க காலத்துல நாங்கள்வ ஆடாத ஆட்டமா..."

சூழ்நிலை புரிந்தே மணி அய்யர் பர்த்தலோம் சிங்க ராயரைக் காலியிலேயே அழுத்திப் பிடித்திருந்தார். இங்கே முக்கூடலில் சந்திரலேகாவின் ஆட்டம். பீடிக்காரர் லட்சுமணன் சேட்டுக்கு நல்ல மேய்ச்சலாம். ஏற்கனவே இரண்டு மூன்று தாரத்துக்குச் சொந்தக்காரர். யானைக்கே அல்வா கிண்டிப் போட்ட பரம்பரை என்று சொல்லு வார்கள். ஊர்களிலெல்லாம் பீடி இலைகளையும் பொடியை

யும் கொடுத்து பீடி சுற்றுவதை ஒரு குடிசைத் தொழிலாக்கி யிருந்தார் லட்சுமணன் சேட்.

சொத்துப் பிரிக்காமல் பர்த்தலோம் அண்ணனோடு இருந்தவரை மணி அய்யர் அடக்கியே வாசித்தார். இப்போது பிரிந்துவிட்டதால் சின்ன சிங்கராயர் வீட்டில் மணி அய்யர் வைத்ததுதான் சட்டம். ஒன்றுவிட்ட சகோதரன் தனிஸ்லாசும், பர்த்தலோம் வீட்டுப் பக்கம் வர முடியவில்லை. காங்கிரஸ், காங்கிரஸ் என்று அலைந்தாலும் வரும்படிக்கு வழியில்லாத தால் கப்பநடைத் தோணி ஏறிவிட்டார் தனிஸ்லாஸ். ஒரே பிள்ளை, பெயர் சீமோன் சிங்கராயர்.

“பொனிப்பாசு நம்ம ஒத்தப்பன முனியசாமி கோயிலுக்கு எதுத்தால வால்காட்டு கம்பெனிக்காரம் எடத்த மேற்ற ராசனத்துல வாங்கியிருக்கான்வளாக்கும்? வேல நடந்த மாரி இருந்திச்ச” கேட்டார் மோயிஸ்.

“பொட்டப் புள்ளயளுக்கு காலேஜ் கெட்டுறாவளாம்.”

“தோமஸ் தண்டலத் தூக்கி வச்சி அடிச்சிச்ச அங்கனயா.”

“சுத்த பத்தமில்லாம வந்தா அடிச்சிருமிங்குறாவ. நெடு நெடுயின்னு சுருட்டு குடிச்சிகிற்று நிக்கிமாம.”

“பொண்டாட்டியோளி மொவம் வெள்ளைக்கார பேயா?”

“எல வெள்ளைக்காரமின்னா பேயா இருக்கக் கூடாதாக்கும். நல்லாச் சொல்லித் தந்திருக்கரன்வ. அச்சிஸ்டவமெல்லாம் வெள்ளைக்காரம், பேயியெல்லாம் நம்ம ஊர்க்காரமின்னு...”

“பிச்சையா மொவம், அதாம் தோமஸ் தண்ட பேரம் சாமியராயிற்றானாம” கேட்டார் பவுல்.

“ஆமும். நடுச் சாமத்துல அங்கனோடி வந்து பாருங்க. நம்ம தோணிக்காரன்வ சாமத்துல கரைபுடிக்கிறவம், ரெம்ப தெனவெடுத்து சாமத்துலே உளிய ஊறப்போடணுமின்னு நெனக்கிறவந்தாம் கரிக்களத்து வழியே ஏறி அப்புடியே வூட்டுக்கு போவாம்”

“முனியசாமி இவன்வள ஒண்ணுஞ் செய்யாதாக்கும்.”

“சரி கலேஜ் கெட்டுறவன்வ எதுத்தால இருக்க ஒத்தப் பனைய மந்திரிக்க மாட்டான்வளா?”

“மயிற மந்திரிப்பான்வ” என்றார் பவுல் தண்டல்.

"என்ன சொல்லுறிய?"

"எல ஒத்தப் பனையில முனியசாமி இருக்கா மூக்காண்டி இருக்கான்னு யாருக்குத் தெரியும்? இந்தமாரி பயங்க இருக்குறவரதான இவன்வளமாரி ஆள்க்க பூநூல் போட்டு கிட்டும், அங்கி போட்டுகிட்டும், கச்ச கெட்டிக்கிட்டும் அலைய முடியும்."

"கர்டோசாவுக்கு செவாலியர் பட்டங் குடுத்திற்றாவளாம. அமைச்சரா இருந்த மனுசம் தேரப் போக்குயில்லாம மங்களகிரியில தேனீ வளர்த்தல், மாடு மேய்த்தல்ன்னு போயிறுவாறு போல."

அலங்காரம் கர்டோசா அமைச்சராய் இருந்தபோது புகாரி ஓட்டலுக்கு விதிகளுக்குப் புறம்பாய் லைசன்ஸ் கொடுத்துவிட்டார் என்ற புகார் எழுந்தது. அதன் காரணமாக யாருக்குமே எதுவும் செய்யவில்லை. உதவி என்று போனவர்கள் எல்லாரையுமே ஏதாவது ஒரு சாக்கு போக்குச் சொல்லித் தட்டிக் கழித்தாரென்று கொற்கையெங்கும் பேச்சாய் கிடந்தது.

"கொஞ்சம் நீக்குப் போக்கா இருக்கணுமில்லா. இப்ப பாருங்க என்னமோ பெரிய ரசாயன தொழிச்சால கெட்டணுமின்னு அலையிதாவளாம். இன்னும் உத்தரவு கெடைக்கலியாம். இங்கயிருந்துதாம் கெடுக்குதாவளாம்'' என்றார் தங்கப்பழம்.

"யாரு நாடாக்கமாறா" கேட்டார் பவுல் தண்டல்.

"என்ன பேச்சி பேசுறிய தண்டல்வாள். நமக்கு இந்த மாரி புத்தியெல்லாங் கெடையாது. தொழிச்சால வந்தா அதவச்சி என்னமாச்சும் தொழில் கெடைக்காதாயின்னு பாப்போமா..."

"கர்டோசாவ எதுக்கணுமின்னா கொற்கயில ஒண்ணு சிங்கராயம் அல்லது பல்டோனாதாம்" என்றார் மோயிஸ்.

கொற்கைத் துறையில் சிங்கராயர்களின் பலமும் குறைந்து பல்டோனாதான் எல்லாம் என்ற நிலை. மிக்கேல் பல்டோனாவின் கலியாணத்திற்குப் பிறகு எல்லா கப்பநடைத் தோணிகளுமே பல்டோனாவுக்குப் போனதால் மிக்கேல் பல்டோனாவைத் தோணிப்பாலத்தில் கடலரசர் என்றே அழைத்தார்கள். அலங்காரம் கர்டோசா கொண்டுவரவிருந்த தொழிற்சாலையைப் பல்டோனாவே எதிர்த்தார். எதிர்த்ததோடு மட்டும் நின்றுவிடாமல் மார்வாடிகள் கொற்கையில் வந்து

தொழில் செய்வதற்கு உதவி செய்தார். மார்வாடிகள் ஆறுமுகநேரியில் உற்பத்தி பண்ணப்போகும் காஸ்டிக் சோடாவுக்கு பிரதான மூலப்பொருள் உப்பு என்பதால் அந்த உப்பைப் பல்டோனா தன் அளத்திலிருந்தே கொடுப்பதாயும் ஒப்புக்கொண்டார். காரணம், காலங்காலமாகத் தொடரும் பனிப்போர். பல்டோனாவை பொறுத்தவரையில் ஓரே கல்லில் இரண்டு மாங்காய். விவரம் தெரிந்த பெருசுகள் பல்டோனாவுக்கும் கர்டோசாவுக்குமான பனிப்போருக்குக் காரணம் 1917இல் வல்தாரிஸ் பல்டோனா மேசைக்காரர்களை எதிர்த்து எடுத்த ரயில்வே கரி இறக்கும் ஒப்பந்தத்தைச் சொல்கிறார்கள். மேசைக்காரர்களின் எதிர்ப்பைச் சமாளித்துக் கப்ப நடைத் தோணிகளில் வேலை செய்ய மேற்கே கேசவன் புத்தன்துறை, பொழிக்கரை, ராஜாக்காமங்களம், பெரியகாடு போன்ற ஊர்களிலிருந்தும் பரதவர்களைக் கொண்டுவந்து சவேரியானா பக்கத்தில் குடியமர்த்தியிருக்கிறார் வல்தாரிஸ் பல்டோனா.

"போற போக்கப் பாத்தா மணி அய்யம் எடத்த மாத்திருவாம்போல."

"இது சந்திரலேகா ஆட்டத்துக்கெல்லாம் அடபடுற கேசில்ல. புதுசா ஜோதிமாலயின்னு எவளோ வந்திருக் காளாம். ஆட்டமின்னா அப்புடியொரு ஆட்டமாம் அவளக் கண்டாலே பல்டோனா மூத்தவரு அப்புடியே கெறங்கித்தாம் போறாறாம். மெய்யப்ப செட்டியே இந்த அளவுக்கு பணங் குடுக்கயில்லியாம். நீங்க என்ன வேணுமின்னாலும் கேளுங்க செய்யிறமின்னாளாம்."

"அப்ப கர்டோசா வாங்குனது அங்கருந்து வுழுந்த அடிதானா. பதவி போனது, தொழிச்சால லைசன்ஸ் கைமாறிப் போனது எல்லாமே..."

ரயில் நிலையமருகே புகை கிளம்பியது. காகங்கள் பறந்து கறைந்தன. என்னமோ ஏதோவென எழுந்து பார்த் தார்கள். தங்கப்பழம் அமைதியாகச் சொன்னார்.

"ரயில் மறியல்ன்னு நெனக்கிறம் நம்ம கடைக்கிம் நன்கொட வேணுமின்னு வந்தாவ. கண்ணீர் துளிகள்ன்னு கிண்டல் பண்ணுனிய இப்ப கண்ணீர் பொககுண்டு வீச வச்சிற்றாவள்லா."

64

1954

மல்லிப்பூ செபஸ்தியார் மகன் கிளமெண்ட்டுக்கும் பவுல் தண்டல் மகள் மதலேனுக்கும் அவசர அவசரமாக திருமணம் நடந்து முடிந்திருந்தது. பிலிப் தண்டலுக்கு இந்தத் திருமணத்தில் உடன்பாடு இல்லை. எல்லாமே ராஜாக்கமங்களத்துக்குக் கட்டிப்போன திரேசாவின் ஏற்பாட்டிலேயே நடந்து முடிந்தன. பத்திரிகை கொடுப்பதிலும் திரேசாவும் கமிலசும் முன்னின்று செய்ததால் பவுல் தண்டலால் ஏதும் செய்ய முடியவில்லை. தங்களிடம் வேலைபார்க்கும் தண்டல்களுக்கு வீடு தேடிப்போய் அழைப்பிதழ் கொடுப்பதில்லை என்று முடிவெடுத்திருந்தாள் திரேசா. திருமணத்துக்கு முந்தின நாள் விஷயத்தைத் தெரிந்து கொண்ட பவுல் பதறித் துடித்து பிலிப் வீட்டிற்கு வந்து அழைப்பிதழ் கொடுத்துவிட்டுப் போனார்.

திருமணம் முடிந்து வடக்கே போவதற்காக சிந்தாத்திரை மாதா கோவிலுக்கு மதலேனும் கிளமெண்ட்டும் வந்திருந்தார்கள். கோவிலில் பிராத்தனை முடிந்ததும் சையமத்தேசியா குருசடியில் சிறிது நேரம் செபித்துவிட்டுப் பின் கடற்கரைக்கு வந்தார்கள். வடக்கே சங்குமால் பக்கம் சூனா டவர் அடித்து வள்ளமென்றை ஆட்களோடு சேர்ந்து கரையிழுத்தபடியிருந்தார். மேடுகளில் வரிசையாய் எழு சுண்ணாம்புக் காளவாய்கள், சுண்ணாம்புப் பொதியெடுக்கக் கழுதைகள் வரிசையாய் நின்றிருந்தன. சலவைக்காரர் வேல்முருகனும் அவர் மகன் சுயம்பும் நின்று பொதி ஏற்றுவதை மேற்பார்வையிட்டபடியிருந்தார்கள். கொற்கையிலிருந்து பல ஊர்களுக்கு இந்தச் சுண்ணாம்புதான் போகிறது. ஞானக்கனி, கையில் கணக்குப் புத்தகமும் காதில் பென்சிலுமாக

நின்றிருந்தார். அங்கங்கே கரையிழுத்து வைக்கப்பட்டிருந்த வள்ளங்களில் அமர்ந்துகொண்டு வந்திருந்த பட்சணங்களை சுவைக்க ஆரம்பித்தது கூட்டம். வேண்டும் வேண்டாமென என்னென்னவோ அனுப்பியிருந்தார் பவுல் தண்டல். தொதல், சீப்பணியம், பஸ்தல், வாழப்பழ இனிப்பு, குழிப்பணியம், சீடை, முந்திரிக்கொத்து, சுசியம், நொய் இனிப்பு, இன்னும் என்னென்னவோ...

மிக்கேல் பல்டோனாவின் காரில் கமிலசும் திரேசாவும் வந்திருந்தார்கள். கோவிலில் செபம் முடிய இருவரும் திரும்பிப் போய்விட்டார்கள். கபிரியேல், மனைவி ரத்தினத் தோடு வந்தவர் குருசடிக்குப் பணியே அமர்ந்திருந்தார். கிரேசியும் வெரோணிக்கமும் வெகு நேரம் கோவிலிலிருந் தவர்கள் வெளியே கொடிமரத்துப் பக்கம் வந்தார்கள். ஓடியோடிப் பிடிக்க கிரேசியின் கையைத் தட்டிவிட்டபடி கொடிமரத்திலேறி வழுக்கினான் மில்டன். ரென்சி பாட்டியின் தோளில் தூங்கினாள்.

“கிறிஸ்டோபர் அண்ணம் எதுக்கு வரல?”

“மூணாவதும் பொண்ணாம்” என்று இழுத்தாள் வெரோணிக்கம்.

“மூத்தண்ணம் எதுக்கு இப்புடி இருக்காங்க?“

“அந்த கதய ஏங் கேக்குற... கலியாணப் பொண்ணுக்கு எடுத்த சேலதாம் எனக்கும் வேணும், எடுக்கல்லியா வர மாட்டமின்னுற்றாளாம் ஓம் மயினி ரத்தினம்.”

கூடப் பிறந்த தம்பியாய் இருந்தும் கிளமென்ட் கலியாணத்தில் வந்து ஒரு துரும்பைக் கூட எடுத்துப் போட வில்லை கபிரியேல். வீட்டில் பொண்டாட்டி ரத்தினம் வைத்ததுதான் சட்டம். ரத்தினத்தின் தகப்பனார் ஆமந்துறைக் காரர் வெகுகாலம் கொழும்பில் வேலை பார்த்துவிட்டு சுதந்திரத்திற்குப் பிறகு கொற்கை வந்து நிரந்தரமாகவே தங்கிவிட்டவர். கையில் வைத்திருந்த காசை வட்டி வாசிக்குக் கொடுத்து வாழ்க்கை நடக்கிறது. கபிரியலுக்கும் இரண்டு பெண் குழந்தைகள். கலியாணம் முடிந்து மறு வீட்டிற்குப் போன இடத்தில் ரத்தினம் வீட்டோடு இருந்தவர் திரும்பி வரவேயில்லை. மல்லிப்பூ செபஸ்தியார் இறந்தபோதுகூட ஊர் ஒப்புக்காக வந்து நின்றுவிட்டுப் போனாரேயொழிய உரிமை எடுத்து எதையும் செய்யவில்லை. இத்தனைக்கும் தந்தையார் தந்துவிட்டுப் போன பூசை ஆயத்தத் தொழில்தான் செய்கிறார். தம்பி கிறிஸ்டோபர் படித்து எஞ்ஜினியரா யிருக்கிறானே என்ற பொறாமை உண்டு.

கிளமென்ட் மதலேனைத் தனியாக அழைத்து வந்தபடியே நடந்தான். கடலில் கால் நனைத்தவாறே வெகு தூரம் வந்திருந்தார்கள். கரையோரத்தில் வலைஞர் அட்டி போட்டு விரல் சல்லி அடுக்கியிருந்தார்கள். இந்தப் பகுதிகளில் சல்லித்தீவு, வான்தீவு பவளப்பாறைகளிலிருந்து முதிர்ந்து விழுந்து அலையடியில் கரைசேரும் விரல் சல்லிகளை எடுத்தது போய் வள்ளங்களில் தீவுகளுக்குச் சென்று பவளப் பாறைகளிலிருந்து விரல் சல்லிகள் முறித்துக்கொண்டு வரும் பழக்கம் ஆரம்பித்திருந்தது. பெரும்பாலும் வலைஞர்களே விரல் சல்லி வியாபாரத்திலிருந்தார்கள். எல்லாமே ஞானக்கனி நாடாரின் சுண்ணாம்புச் சுள்ளைக்கு வருகின்றன. வலைஞர்கள் மூன்று பிரிவினராய் இருக்கிறார்கள். வலைஞர், அம்பலக்காரர், முத்திரையர்கள் எல்லோருமே தங்களுக்குள் பெண் கொண்டும் கொடுத்துமே வாழ்கிறார்கள். பர்னாந்து மாரைப் போல் ஆழ்கடல் மீன் பிடித்தலோ தோணித் தொழிலோ செய்வதில்லை. கரையில் களம் கட்டி மீன் பிடிப்பதும் மணி வலை வீசுவதும் கரைமடி இழுப்பதும் இவர்கள் தொழில். கொற்கையிலிருந்து வடக்கு முகமாய் ராமேஸ்வரம் தனுஷ்கோடிக்குள் பெரும்பாலும் மன்னார் வளைகுடாவுக்குள்ளேயே வாழ்கிறார்கள். இயல்பிலேயே தன்மையான மக்கள். பர்னாந்துமாருக்கும் வலைஞர்களுக்கும் கொற்கையில் அவ்வப்போது சிறு சிறு பூசல்கள் வந்தாலும் அவை பெரிய கலவரமாக வெடிப்பதில்லை. கரையோர மிருந்த அட்டியிலிருந்து ஒரு சல்லியை உருவி அதை மேலும் கீழும் பார்த்தபடியிருந்தாள் மதலேன். பக்கத்தில் வந்த கிளமென்ட் சொன்னான்.

"இதெல்லாம் சுத்தமான சுண்ணாம்பு மதலேன்."

"அப்புடியின்னா என்னங்க?"

"அப்புடியின்னாவா..."

என்றவாறு சுற்று முற்றும் திரும்பிவிட்டு 'பசக்' என கன்னத்தில் முத்தமிட்டான். எதிர்பார்க்காவிட்டாலும் அது தேவையாயிருந்தது மதலேனுக்கு. முதல் நாள் ராத்திரியில் கிளமென்ட்டை அருகே படுக்க அனுமதித்தாளே தவிர படர அனுமதிக்கவில்லை. புது உறவு, ஏதோ ஒரு வகையான கூச்சம். வடக்கே வரும் நிகழ்வே அதற்காகத்தான். நான்கு சுவற்றுக்குள் அடைபட்ட நிலையில் மனம் விட்டுப் பேச முடியாது. ஏகாந்தமாய் நடந்தால் மனம் திறந்து பேசலாம் பழகலாம் என்றே இந்த வடக்கே போகும் நிகழ்வை வைத்திருக்கிறார்கள். இது தெரியாமல் மணமக்களை

அப்படியே கூட்டிக்கொண்டு போய் செபம் படித்து விட்டுத் திரும்புபவர்களும் உண்டு.

அவனையே அறியாமல் கிளமென்ட் பாடலொன்றை முணுமுணுத்தபடியிருந்தான். 'தென்றலடிக்குது என்னை மயக்குது தேன்மொழியே இந்த வேளையிலே...' மதலேன் நெருங்கி நின்றிருந்தாள்.

"என்னய புடிச்சிருக்கா மதலேன்?" கேட்டான் கிளமென்ட்.

"ம்."

"ம்முன்னா புடிச்சிறுக்கா, புடிக்கல்லியா?"

"புடிச்சிருக்கு, புடிச்சிருக்கு... போதுமா."

முந்தின நாள் இரவு நிகழ்வுகள் அவள் எதிர்பார்க்காதது தான். எப்படியாவது வற்புறுத்தி உடல் உறவு கொள்வான் என்று எதிர்பார்த்தவள் ஏமாந்து போயிருந்தாள். முழுவதுமாக வேண்டாமென்று ஒதுக்கிவிடவுமில்லை. எப்படியிருப்பானோ என்று பயந்தவளுக்கு மனம் நிறைந்தவனாகவே இருந்தான் கிளமென்ட். சிறிது தூரம் முன்னால் கடலருகே ஓடி உயரே எவ்விக் குதித்து சிரித்தான் கிளமென்ட். அலையற்ற தளும்பலாய்க் கடல் அவன் செய்கைகளை வேடிக்கை பார்த்தது. அந்தி வானம். சில்லென்ற கச்சான் காற்று. பக்கத்திலேயே அணைப்பதற்கு அருமை மனைவி. வேறு என்ன வேண்டும்?

"ஆமா நீங்க நல்லா படம் வெரைவீங்களாம...?"

"இது யாரு சொன்னா ஒனக்கு... எங்க அய்யா அருமையா மைவுத் ஆர்கன் வாசிப்பாராம். நாம் படம் போட்டு குடுத்தா அத அப்புடியே தத்ரூபமா துணியில நூலால குத்தியிருவா எங்கக்கா."

"கிரேசி மதினி மதுரையிலயா இருக்காங்க?"

"அந்தா ஆத்தா கூட உக்காந்திருக்காள. மச்சாம் அங்க பேங்குல வேல பாக்குறாங்க. மச்சாம் கணக்குல புலியிம்பாங்க. சொந்த ஊரு மூக்கையூரு."

நடந்துகொண்டிருந்த கிளமென்ட் பக்கத்தில் யாரு மில்லாததால் திரும்பிப் பார்த்தான். மதலேன் கலியாணப் புடவையைக் கரண்டைக்கு மேல் தூக்கிப் பிடித்தபடி நடக்க முடியாமல் நடந்தபடியிருந்தாள். திரும்பிப் பக்கத்தில் வந்தவன் கேட்டான்.

"என்ன மதலேன் கரண்டைக்கி மேல சேலய தூக்குற...? பயந்துறாத மிசியம்மா, ஒரு விளையாட்டுக்கு சொன்னம் எனக்கு நம்மாள்க்க சொல்லுற பழைய கத ஒண்ணு ஞாபகத்துக்கு வந்திற்று."

அந்தக் காலத்தில் சாச்சாமாரோடு நடந்த சண்டையைப் பற்றிச் சொன்னான் கிளமெண்ட். ஒரு முறை சாச்சாமாருக்கும் பரதவர்களுக்கும் சண்டை வந்தபோது சாச்சாமாருடைய ஆயுத பலத்துக்குத் தாக்குப்பிடிக்காமல் ஓட்டமெடுத்திருக் கிறார்கள் பரதவர்கள். அவ்வாறு ஓடி வரும்போது தாமிரபரணி ஆறு குறுக்கிட, ஆண்களெல்லாம் ஆற்றை கடந்து மறுகரைக்கு வந்திருக்கிறார்கள், வந்தவர்கள் திரும்பிப் பார்த்துக் கரண்டைக்கு மேலே சேலையை தூக்கிய பெண்களை வரவேண்டாமென்று சொல்லிவிட்டார்களாம். அந்தப் பெண்களை சாச்சாமார் திருமணம் செய்துகொண்டதாகவும் அதன் காரணமாகவே இன்று வரை அந்த சித்தி சின்னய்யா உறவு முறை வருவதாகவும் சொல்கிறார்கள்.

நடக்க முடியாமல் நின்றிருந்தாள் மதலேன். சேலை சரிகை உராய்ந்ததில் பாதங்கள் கன்னிப்போய்த் தோலும் உரிந்திருந்தது. காலைப் பிடித்தபடியே நின்றிருந்தாள். தோல் உரிந்த இடத்தில் கடல் நீர் பட்டதால் எரிந்தது. அங்குமிங்கும் பார்த்தபடியே அவளருகே வந்து குத்த வைத்தவன் அவள் பாதத்தைப் பிடித்தமர்ந்து தோல் உரிந்த இடத்தில் இதழ் பதித்தான். சிலிர்த்துப் போனாள் மதலேன்.

"ஆமா நீங்க ஒடனே கப்பலுக்கு போய்த்தாம் ஆவனுமா?"

"ஒரு மாசத்துல போலாமின்னு இருக்கம். எதுக்கு கேட்ட மதலேன்?"

"எனக்கு ஓங்கள ரெம்பப் புடிச்சிருக்கு, மாமியயும் ரெம்பப் புடிச்சிருக்கு... கூட கொஞ்சநாள் இருந்திற்றுப்போங்களம்."

"..."

"இப்பவே ஓங்களத் தேடுது. இன்னும் போகப் போக ரெம்ப தேடும்."

கிளமெண்ட்டுக்கும் வீட்டிலிருக்க ஆசையில்லாமலில்லை. ஆனால் கப்பலில் சீஃப் ஆபீசர் வேலைக்குப் பரீட்சை எழுத வேண்டும். ஏற்கனவே பள்ளியில் ஒன்றாய்ப் படித்த பபிலோன் சாமியாராகிவிட்டான். தொபியாஸ் மெட்ராசில் பெரிய படிப்பு படிக்கிறானாம். தேவமணி நாடார்மகன் யேசு பாக்கியம் அவுரி ஏற்றுமதி பண்ணுகிறானாம். தாமஸ்

பல்டோனா பெரிய பணக்காரன். ரமுலய்யாதான் வேறு வழியில்லாமல் முனிசிபாலிட்டியில் துப்புரவுப் பணியாளாய இருக்கிறான். ஆத்தா வெரோணிக்கம் கர்டோசா குடும்பம் ஆனாலும் ஏனோ அவர்களோடு ஒட்டு உறவே இல்லாமல் போய்விட்டது. இவர்களுக்கு மத்தியில் கொற்கையில் வாழ்ந்து காட்ட வேண்டுமென்று விரும்பினான்.

"என்ன ... நாஞ் சொன்னதுக்கு பதிலே சொல்லயில்ல."

கலகலவெனச் சிரித்த கிளமென்ட் சொன்னான்.

"நம்ம வீட்டுல எப்பவுமே கலகலப்பாயிருக்கும். ஒனக்கு நல்லா நேரம் போவும். அப்பா இல்லாம போயிற்றாவ, இருந்தா எவ்வுளோ சந்தோசமாயிருக்கும் தெரியுமா?"

"..."

"கலியாணத்துனால யாரும் வரல. நீ வேணுமானா பாரு, பின் கட்டுல புள்ளயள்வ எப்பவுமே பேச்சும் கும்மாளமுமா இருக்கும். நேரம் போறதே தெரியாது."

மல்லிப்பூ செபஸ்தியார் வீடென்றால் கொற்கையில் தெரியாத ஆளேயில்லை என்கிற அளவுக்கு அவ்வளவு பிரபலம். குறிப்பாகப் பள்ளிக்கூடத்திலிருந்து ஓட்டமெடுக்கும் சிறு வயதுப் பெண்பிள்ளைகளுக்கு மல்லிப்பூ வீடு சரணாலயம். அந்தக் காலத்தில் பாண்டியபதி உடுப்புகளைச் செய்து கொடுத்த மல்லிப்பூக் குடும்பம் இன்று கத்தோலிக்கக் குருமாரின் பூசை உடுப்புகளைத் தயாரித்துக் கொடுக்கிறது. கத்தோலிக்க குருமார் கோவிலில் நடக்கும் பூசை, ஆசீர்வாதம், வேஸ்பிரஸ் போன்ற ஆராதனைகளுக்கு அணியும் கோப், சேசிபிள், ஸ்டோல் போன்ற உடை வகைகள் மல்லிப்பூ வீட்டின் கைவண்ணம்.

அதிகாலையிலேயே இங்கு வேலைக்கு வரும் சிறுமிகள் பொழுது அடைந்த பிறகுதான் வீடு திரும்புவார்கள். வயதிற்குத் தகுந்தாற் போல் வேலையும் சம்பளமும். மல்லிப்பூ செபஸ்தியார் கஞ்சலென்றால் அப்படியொரு கஞ்சல். எச்சில் கையால் காக்காய் ஓட்ட மாட்டார். பூ வரைவது, பொட்டுக் குத்துவது, பாளம் தைப்பது, வெட்டுவது, தைப்பது, அடுக்குவது, பெட்டி போடுவது என வகை வகையாய் வேலைகள். வருடத்திற்கு இரண்டு முறை சீசன். மார்ச்சில் கிறிஸ்து இறப்பு, உயிர்ப்பு சீசன். டிசம்பரில் கிறிஸ்து பிறப்பு சீசன். சாதாரண காலங்களில் மாதமொரு முறை பெட்டி போட்டுப் பயணம். சமயங்களில் பம்பாய், கல்கத்தா என்றுகூடச் சென்று வருவதுண்டு.

மாதம் முதல் தேதியானால் மல்லிப்பூ வீட்டில் சம்பளம். வருடத்தில் ஒரு முறை புளியம்பட்டி, ஒருமுறை ஸ்ரீ வைகுண்டம் திருவிழாவுக்கு அழைத்துச் செல்வார்கள். ஐந்து வருடங்களுக்கு மேல் அங்கேயே வேலை பார்த்துக் கலியாணம் முடிந்தால் தாலிக்கு ஒரு பவுன். ஏழெட்டு வயதில் வேலைக்கு வர ஆரம்பிக்கும் பிள்ளைகள் திருமணம் முடிந்து குழந்தை பெற்ற பிறகும் வந்து போவதுண்டு. கிண்டலும் கேலியுமாக மல்லிப்பூ வீட்டின் பின்புறம் எப்போதுமே கலகலப்பாயிருக்கும். வெரோணிக்கமும் மல்லிப்பூவுக்குத் தெரியாமல் தன்னால் முடிந்ததைச் செய்வாள். அதனால்தானோ என்னவோ பிள்ளைகள் வெரோணிக்கத்திற்கு மாவு அரைக்க, இடிக்க, கொள்ள உதவி செய்வார்கள். இப்போதெல்லாம் பிள்ளைகள் வரத்துக் குறைவுக் காரணம். வேறொன்றுமில்லை மூத்தவர் கபிரியேல் தனியாக பூசை உடுப்பு செய்ய ஆரம்பித்திருந்தார்.

"என்ன பேசமாட்டயிங்குற மதலேன்?"

"எங்கூட தனபாக்கியமின்னு ஒரு பொண்ணு படிச்சா. அன்னரதியும் எங்கூடதாம் படிச்சா. கலியாணம் முடிஞ்சி ஊரோட இருக்காங்க. ஆனா சாராக்காவுக்கு கலியாணம் முடிஞ்சிச்சி. அவுரு ஏர் போர்சுல இருக்காராம்."

"யாரு... நம்ம பயஸ்கோஸ்தா மகம் தனுசா...?"

தலையாட்டினாள் மதலேன்.

"நம்மாள்க்க எல்லாருமே இப்புடித்தாம் வெளிய வேலைக்கி போவியளா?"

"அன்னரதியின்னா யாரு மதலேன்?"

"அவுங்க அப்பா பேரு ஞானக்கனி. அவ மாப்புள்ளைக்கி பூராவும் உப்பளங்கதாம். கல்கத்தாவுக்கு உப்பு ஏத்துற விசயமா அப்பாவ பாக்க வருவாரு. இவ கெட்டிப் போயிருக்க எடத்துலயும் நெறைய உப்பளந்தானாம்."

"யாபாரம் பண்ணுறதுனால அவுங்கள்வ இங்கயே இருக்காங்க..."

"அப்ப நீங்களும்..."

"என்ன பேசுற மதலேன், கொற்கயில என்ன வேல கெடைக்கிம்?"

“ஆமா இங்க தோணியத் தவுர வேற என்ன இருக்கு. இந்த தோணியிலயெல்லாம் நீங்க போவியளா. இது எல்லாம் எங்கப்பா, பிலிப் அண்ணம்மாரி ஆள்க்களுக்குத்தாம் சரி.”

இருட்டிவிட்டதால் கொடி மரத்துப் பக்கமிருந்து கைதட்டி அழைத்தார்கள். புதுப்பொண்ணு பூவாசம். காத்து கறுப்பு பட்டுவிடக் கூடாது. வள்ளத்திலிருந்து மதலேனை இறக்கிவிட்டான் கிளமென்ட். காலை ஊன்றி, ஊன்றி நடந்தாள் மதலேன்.

“அப்புடி சொல்லாத மதலேன். கடல் வழி யாபாரமும், கப்பல் தொழிலும் இன்னைக்கி இப்புடி இருக்குன்னா அதுக்கு யாரு காரணமின்னு நெனைக்கிற ..?”

“வெள்ளைக்காரனா..!”

“ஓங்கப்பாவயும், பிலிப்பண்ணனையும்மாரி ஆள்க் களாலதாம். அவுங்க அந்தக் காலத்துல காத்தயுங் கடலயும் எதுத்ததுனால இன்னக்கி என்னயமாரி ஆள்க்க பிரச்சன யில்லாம கப்பல்ல போறோம். இப்பவும் பிரச்சனயில்லாம யில்ல. என்னதாம் பெரிய தொழில் நுட்பங்க வந்தாலும் இயற்கைக்கி மிஞ்சின சக்தி எதுன்னு சொல்லு.”

பாடலொன்றை முணுமுணுத்தபடியே வந்தான் கிளமென்ட்.

“கே...சரா... சரா...

வாட்டெவர் வில் பி... வில் பி...”

“நேத்து ராத்திரியும் இந்த பாட்டத்தாம் முணுமுணுத்து கிட்டேயிருந்தீங்க” என்றாள் மதலேன்.

“கே... சரா... சராயின்னா லத்தீன்ல, என்ன நடக்குமோ அதுதாம் நடக்குமின்னு அர்த்தமாம். இந்தா நம்ம வாழ்க்கையில இணைஞ்சது, இனும நடக்க போறது எல்லாமே நம்ம நெனச்சி நடக்குறதா... இல்லவே இல்ல.”

வானில் பூத்திருந்த விண்மீன்கள் கண் சிமிட்டுவது தெரிந்தது. கூடு தேடிப் பறக்கும் புள்ளினத்தின் குரலொலியும் காற்று வாக்கில் கேட்டது.

65

1955

வீட்டின் வரவேற்பறையில் யாரையோ எதிர்பார்த்துக் காத்திருந்தார் பவுல் தண்டல். புதிதாய் வந்திருந்த பிரம்பு நாற்காலிகள் சுவரை ஒட்டிக் கிடந்தன. எதிரேயிருந்த பீப்பாயில் கிடந்த ஆனந்த விகடனில் புரட்சி நடிகர் எம்.ஜி.ஆர் அரச உடையில் வாள் பிடித்து நின்றிருந்தார். பவுல் தண்டல் முகத்தில் சோகத்தின் சாயை. வலது கையில் ஆவி பறக்கும் காபித் தம்ளர். இடது கையை வைத்து நெற்றியை வருடியபடி வாசலையே பார்த்தவாறிருந்தார். முன்னால் கிடந்த நாற்காலியொன்றை இழுத்து அதன் மேல் ஒரு காலை நீட்டியும் ஒரு காலை மடக்கியும் சரிந்து அமர்ந்திருந்தார்.

'அவனா சொன்னாம் நாந்தாம் சொன்னம். எய்யா நீ எம்புள்ளைக்கி சமம். இந்த மூணு பெட்டப் புள்ளயளயும் கெட்டிக் குடுத்திற்று மீதிய நீனே எடுத்துக்க. சொன்னமாரி கலியாணமும் முடிஞ்சி போச்ச. தோணிய மிஞ்சிப் போச்சி. ஆண்டி நாடார் போயி சேந்தாலும் தங்கப்பழம் பரவால்லிய. தேரம் விடிஞ்சா ஒரு நட தோணி பாலத்துக்கிள வந்திரு றான. தவப்பனார மாரியில்லாட்டாலும் ரப்பேலு என்னமோ செய்யிறாம். எப்புடி பங்கு வைக்கயின்னு தெரியிலிய. மதலேன் புருசம் வந்தா கூடமாட ஒதவி செய்ய மாட்டாரா. பிலிப்புக்கும் அவுருக்கும் ஒத்துப் போவுமா. விர்ஜித்து இல்லாம போயிற்றா.'

வெளியே கதவு தட்டும் சத்தம் கேட்டது.

"யாத்த யாரோ முன்னால கதவ தட்டுற மாறியிருக்க. யாருன்னு பாருங்க" என்றார் பவுல் தண்டல்.

பின்கட்டிலிருந்து திரையை விலக்கியவாறு வந்த கிழவி புட்டியை நெளித்தவாறே கடந்து போனாள் பவுல் தண்டலின் ஆத்தா தொம்மாலாம் பேத்தி. அந்தக் காலத்தில் பெரியதுறைக் கலகத்தில் புருசனைப் பறிகொடுத்துவிட்டுக் கொற்கைக்கு ஓடி வந்தவள். கலகம் முடிய வீட்டையும் கொள்ளை போட்டுவிட்டார்களாம். எரிப்பதற்குக் கூட ஒரு சிராத்துண்டு கிடைக்கவில்லை என்று கிழவி சொல்லுவாள். வாழக் குடுத்து வைக்காமல் விர்ஜித் இடையும் பாதியுமாகப் போனது கிழவிக்கு வருத்தம். மதலேனுக்கு விர்ஜித்தைப் போலவே முகம், கிழவிக்குக் கொள்ளைப் பிரியம். என்னென்னவோ நாட்டு மருந்துகள் செய்து மல்லிப்பூ வீட்டிற்கு அனுப்புவாள். மூத்தவளைத்தான் பார்க்கவே முடிவதில்லை. இஸ்பிரித்தாள் புருசன் திருழாத் தேரங்களில் வந்தாலும், புடுக்கை அறுத்துக் கொண்டு பூட்டுக்கால் பிடித்து ஓடுவதுபோல் ஓடிவிடுவதால் கிழவிக்கு இருவரையுமே பிடிப்பதில்லை. இரண்டாவது பிள்ளை பிறந்திருப்பதாக தோணி தண்டல் மூலமாகச் செய்தி வந்திருந்தது. பெண் குழந்தையாம். கொற்கையில் மருத்துவ வசதியில்லையென்று இஸ்பிரித்தாள் கொழும்பிலேயே தங்கிவிட, கிழவிக்கு ஏகத்துக்கு வருத்தம். சாவதற்கு முன் இஸ்பிரித்தாளின் குழந்தைகளைப் பார்த்துவிடத் துடித்தாள் கிழவி.

பிலிப் தண்டல் உள்ளே வந்தார்.

“என்ன பவுலண்ணம் கூப்புட்டியளாக்கும்?” கேட்டார் பிலிப்.

தலையை ஆட்டினார் பவுல்.

“ஆறுமுகநேரி கெமிக்கலுக்குப் பெரிய பெரிய சாமாங்க எறங்குத தெரியுமா?”

“தெரியும்.”

“பல்டோனா தோணியதாம் போவுதோ?”

“அதான இல்ல.”

“மாறி யாரு கப்பநட தோணி அனுப்ப?”

“தனிஸ்லாஸ் சிங்கராயறு.”

“அந்த ஓட்டராட்டு தோணிய வச்சிகிறு, என்ன சொல்லுற?”

“தல்மெய்தா தோணியள ஒப்பந்தம் போட்டு எடுத்திருப் பாரு போல.”

"மார்வாடியளுக்கு பல்டோனா கூடதான ஒப்பந்த மின்னு கேள்வி..."

"உண்டான கரி நடையே செய்ய முடியில."

"இவங் காங்கிரசு காங்கிரசுயின்னு அலைஞ்சான."

"அதெல்லாம் கனிசியுஸ் சிங்கராயர் இருந்தவர..."

கனிசியுஸ் சிங்கராயர் இறப்புக்குப் பிறகு பசாந்தியும், பர்த்தலோமும் பிரிந்துவிட்டதால் எடுத்து வளர்த்த சொக்கரார் மகனுக்கு எதுவுமில்லை என்றாகிவிட்டது. அதுவரையில் தான்தோன்றியாய்த் திரிந்து காங்கிரஸ் மேடைகளில் பேசியபடி அலைந்த தனிஸ்லாசுக்கு சகலமும் புரிந்திருந்தது. நல்லவேளையாக ஒற்றைக்கு ஒரு பிள்ளை. கையிலிருந்த ஒற்றைத் தோணியும் பழைய பாடாவதித் தோணி. மற்றவர்கள் வைத்திருந்ததுபோல் பாய்மரக் கப்பலில்லை. கப்பநடைத் தோணிதான். நாடார் வியாபாரிகளோடு ஒப்பந்தம் போட்டு அவரே தண்டலாக நடை செய்ய ஆரம்பித்தார். பீங்கான் ஆபீஸ் முத்துச்சாமி புண்ணியத்தில் ஆறுமுகநேரி கெமிக்கல் ஒப்பந்தம் கிடைத்திருந்தது.

கடந்த பல வருடங்களாக பிலிப், பவுல் தண்டல் வீட்டிற்கு வரப் போக இருந்ததில் குடும்பத்தில் ஒருவராய் மாறியிருந்தார். விர்ஜித் இறந்த பிறகு பவுல் தண்டலும் எந்த ஒரு சொந்த காரியமானாலும் பிலிப்பைக் கலந்து கொள்ளாமல் செய்ததில்லை. இப்படித்தான் தெரசா படிக்கிற காலத்தில் அவளோடு படித்த ஆறுமுக நாடார் மகள் வள்ளியம்மை வீட்டிற்குப் போக வர இருந்ததில் அவள் அண்ணன் சிவந்தியும் திரேசாவும் வீட்டை விட்டே ஓடுவதாகத் திட்டம். தோணிப் பாலத்தில் யாரோ சொல்லக் கேள்விப்பட்ட பிலிப் ஓடோடி வந்து மதுரை ரயிலில் கிளம்ப இருந்தவர்களைப் பிடித்துத் திரோசாவை வீட்டிற்குக் கொண்டுவந்து சேர்த்திருந்தார். அதுவரையில் அன்னியோன்யமாக இருந்த திரேசாவுக்கு அதன் பிறகு பிலிப்பைக் கண்டாலே பிடிப்பதில்லை. எரிந்து விழ ஆரம்பித்தாள்.

"தோணி என்னமோ வாங்கியிருக்கதா பேச்சாக் கெடக்கு" கேட்டார் பவுல்.

"ஒங்களுக்கு யாரு சொன்னா? இன்னும் வாங்கயில்ல. மலையாளி' நட போனப்ப வீட்டுலயிருந்த பணத்தயும் நகையளையும் வித்து ஒரு கடலூரு டிங்கிக்கி முன் பணம் குடுத்திருக்கா சலோமி."

“அதுக்குள்ள வாங்கியாச்சியின்னு சங்கத்துல வந்து வாய் கூசாம சொல்லுறான்வ.”

“சொல்லுறவஞ் சொன்னாமுன்னா கேட்ட ஓங்களுக்கு அறிவு எங்க போச்சி. அவ்வளவு பணம் எங்கிட்ட எங்கயிருக்கி?”

இன்றைய நிலையில் கொற்கையிலிருந்து கொழும்பு நடை செய்யும் பிரதான தோணிகளில் பவுல் தண்டலின் தோணிகள் நான்கு. மூன்று பெண்கள் பெயரிலுமே தோணி ஓடியது. நான்காவது தோணிக்கு மனைவியின் பெயரை வைத்திருந்தார். உயிரோடு இருக்கும்வரை தன் பெயரைத் தோணிக்கு வைக்கச் சம்மதிக்கவில்லை வீர்ஜித். வெகுநேரம் சிந்தனை வசப்பட்டிருந்தார் பவுல். அவரின் சிந்தனை ஓட்டத்தைப் புரிந்துகொண்டவராகவே பிலிப் சொன்னார்.

“நீங்க பழைய விசயங்கள நெனச்சிகிட்டு மனச கொழப்பிக்கிறாதைங்க. ஒவ்வொரு சூழ்நெலயள்ல ஒரு வார்த்த சொல்லுறதுதாம். அதுக்காக நீங்க பெரிய வாக்கு குடுத்ததா நெனைக்காதிய.”

“...”

“உண்டான கூலி பங்க குடுங்க அது போதும்.”

வயிற்றுச் சோத்துப் பையனாகச் சின்னய்யா லொஞ்சின் கூட்டி வந்து தோணிப் பாலத்தில் சேர்த்த காலத்திலிருந்து இன்று தண்டலாகித் தோணிப் பாலத்தில் பெயர் சொன்னால் தெரியக்கூடிய அளவுக்கு வளர்ந்துவிட்ட நிலைவரை பிலிப் மதிக்கக்கூடியது மாமா ஆண்டாமணியாரும் அவருக்கடுத்தபடியாக லொஞ்சின் சின்னய்யாவும் அவருக்குப் பின்னால் பவுல் தண்டலும்தான்.

“என்னதாம் தோணி வச்சி நடத்துனாலும் ஒன்னைய மாரி தண்டல் ...”

“இந்தா சொல்லுறியள ... என்னட ஒழைப்ப வாங்குற நீங்க என்னய மதிக்கிறிய, இத விட எனக்கு என்ன வேணும்? நீங்க போதுமின்னு சொல்லுற வர ஓங்க தோணியிலேயே நட செய்யிறம். இந்த ஒரு விசயத்துல மட்டும் ஓங்களத் தவுர, வேற யாரு சொன்னாலும் கேக்க மாட்டம்.”

வெளிக் கதவு படீரெனத் தள்ளித் திறக்கும் சத்தம் கேட்டது. சூறாவளிபோல் திரேசா கணவன் கமிலசோடு வீட்டிற்குள் வந்தாள். மருமகனைக் கண்டதும் பவுல்தண்டல் மரியாதைக்காக எழும்ப முயற்சிக்க, பிலிப் இருந்த இடத்தைவிட்டு அசைய

வில்லை. போகிற போக்கிலேயே அதை கவனித்த கமிலஸ் திரேசாவிடம் ஏதோ குசுகுசுத்தவாறே சென்றான். சிறிது நேரத்திலேயே உடை மாற்றிக்கொண்டு முன்அறைக்கு வந்த திரேசா வந்ததும் வராததுமாகச் சொன்னாள்.

"என்னப்பா நீங்க... யார எங்க வைக்கனுமின்னு ஒங்களுக்கு தெரியிலப்பா."

பிலிப் அருகே கிடந்த நாற்காலியொன்றைத் தன் காலால் நகர்த்தியவாறே அமர்ந்தாள் திரேசா. முகத்தில் எள்ளும் கொள்ளும் வெடித்தது போலிருந்தது. பவுல் தண்டல் ஏதோ பேச வாயெடுக்க அதற்கு முன்னாலேயே அவசரப்பட்டாள்.

"வைக்க வேண்டியவங்கள வைக்க வேண்டிய எடத்துல வையிங்க. நம்மகிட்ட வேல செய்யிறவங்க என்னதாம் தெறமசாலியா இருந்தாலும் வீட்டுல அப்புடியென்ன சரி நிகர் சமானமான இருக்க?"

திரேசா என்ன சொல்ல வருகிறாள் என்றே புரியாமல் விழித்தார் பவுல் தண்டல். திரேசா கொற்கைக்கு வருவதும் மிக்கேல் பல்டோனாவின் காரில் சுற்றுவதும் கொஞ்சமும் பிடிக்கவில்லை பவுல் தண்டலுக்கு. கிழவி தொம்மாலாம் பேத்திக்கு புரிந்திருக்க வேண்டும். ஏதோ பேச வாயெடுத்த கிழவியைத் தன் கண்களை உருட்டியே தடுத்தாள் திரேசா. அவள் சொல்லவந்தது பிலிப்புக்கு புரிந்திருக்க வேண்டும்.

"அப்ப நாங் கௌம்புறம், தோணிப் பாலத்துல கொஞ்சம் வேல கெடக்கு." என்றார் பிலிப்.

"எய்யா என்ன வேல... இஸ்பிரீத்தாவுலயா, திரேசாவுலயா?"

தலைகுனிந்து வலதுகால் பெருவிரலால் தரையில் கோடு கீறியபடியிருந்த பிலிப் சொன்னார்.

"திரேசாவுல என்ன கொற. இஸ்பிரித்தாவுல தன்மரத்து பருவாம் தன்னுக்கு மிஞ்சி கனமாயிருக்கி. அந்த கனத்த கொஞ்சங் கொறைக்கனும்."

உண்மையில் திரேசாவில்தான் பருவான் கனம் குறைக்கும் வேலையிருந்தது. உள் அறையிலிருந்து கமிலஸ் அழைத்ததைக்கூட லட்சியம் செய்யாமல் படபடத்தாள் திரேசா.

"ஒங்க பிலிப் தண்ட ஒரு தோணி வாங்கிற்றாராம, தெரியுமா ஒங்களுக்கு..."

அலட்சியப் புன்னகையோடு திரேசாவைப் பார்த்தார் பவுல் தண்டல். திரேசாவின் வாய் கட்டுக்குள் நிற்கவில்லை.

“எல்லாமே நம்ம பணம்ப்பா. தோணித் தண்டல்ன்னா வானத்துலயிருந்து குதிச்சமாரி நடக்குறான்வளாம். தங்க பிஸ்கட் கடத்துறான்வளாம். மீன்லாகாவுக்கு செய்தி வந்திருக்கி . . . தெரியுமா ஒங்களுக்கு.”

சிறிது நேரம்வரை யாருமே பேசவில்லை. சுவரோடு சாய்ந்து நின்றிருந்த பவுலின் தாயார் தொம்மாலம்பேத்தி பிலிப் எழும்பவும் முடியாமல் உட்காரவும் முடியாமல் தவிப்பதைப் பார்த்து வேதனைப்பட்டாள். வீட்டிற்கு வெளியே சாலையில் மரண ஊர்வலத்தில் சங்கூதும் சத்தம் கேட்டது. அனைவரது மௌனத்தையும் பவுல் தண்டலே உடைத்தார்.

“ஆமா . . . இந்த விசயத்த என்னமோ பெரிய ரகசியம் மாரி பொட்டாளி கெட்டிக் கொண்டுவந்து ராசாக்கா மங்களத்துல அவுத்தது யாரு?”

“அது யாராயிருந்தா ஒங்களுக்கென்ன. கொழும்புல யிருந்து வெளிநாட்டு சாமான்வள மறைச்சி வச்சி கொண்டு வாறான்வளாம். கேள்வுல வாரத வுட அதுலதாம் சரியான வருமானமாம்...”

“ஏய்... நீ என்ன பேசுற...” என்ற பவுல் தண்டல் விடாது இருமினார். பதறிப்போன கிழவி செம்பில் தண்ணீரோடு வந்தவள் தனது படிக்கத்தையும் எடுத்துக்கொண்டு வந்து கொடுத்தாள்.

“நாங் கெளம்புறம்” என்றார் பிலிப்

“அவுரு இருந்து கேட்டுட்டு போவட்டு. என்ன தப்பா... சொல்லிற்றம். சாதாரண லஸ்கரா இருந்தவர நீங்க தண்டலா போட்டிய. இப்ப பாருங்க தோணி வாங்கியாச்சாம். சின்னதோ பெருசோ வாங்கியாச்சில்ல. யாரு வூட்டுப் பணத்துல யாரு தோணி வாங்குறது?”

ராசாக்கமங்கலம் வந்து ரஞ்சிதம் சொன்னதை வருகிற வழியிலேயே மிக்கேல் பல்டோனாவிடமும் உறுதி செய் திருந்தாள் திரேசா. மகள் செல்கேராவை ராசாக்க மங்கலத்தில் கட்டிக் கொடுத்திருந்தாள் ரஞ்சிதம்.

“தண்டல்மாரு கையாடல் பண்ணுறத வழிக்கி கொண்டு வரணுமின்னா அதுக்கு ஒரே ஒரு வழி தாம் இருக்கி.”

“ஒம்பாட்டுக்கு படபடயின்னு பேசுற திரேசா.”

“இல்லப்பா நாங்க இனும ராசாக்காமங்களத்துல இருக்க மாரியில்ல. எங்க வீட்டுக்காரர வேலைய ராஜினாமா பண்ணச் சொல்லிற்றம். மச்சானும் கொழும்புல அடைஞ் சவுங்க, அடைஞ்சவுங்கதாம். மதலேன் புருசனும் கப்பல்ல கேப்டனாகாம இந்தப் பக்கம் வரமாட்டாரு போல. அப்ப, நாட்டு நடப்பு தெரிஞ்ச ஒரே ஆளு இவுகதாம். அவுங்க படிச்ச படிப்பு நம்ம தொழிலுக்கு ஒதவட்டும. நானும் கூடமாட பாத்துக்கிறுறம்.”

தற்செயலாக மதலேன் உள்ளே வந்தாள். வந்தவள் பிலிப்பைப் பார்த்தவள் பழக்க தோசத்தில் அவர் அருகே போய் அமர்ந்தாள். மதலேனைக் கண்டதும் அவர் முகம் மாறியது. பிலிப்பும் மதலேனின் கையை பாசமாய் எடுத்து தன் மடியில் வைத்துக் கொண்டார். ஆனால் அந்த மகிழ்ச்சி ஒரு நொடிகூட இருக்க அனுமதிக்கவில்லை திரேசா. பொரிந்து தள்ளிவிட்டாள்.

“ஏ அறிவு கெட்ட நாய . . . என்ன காரியம் பண்ணுற. அக்கா ஒருத்தி நா இங்க உக்காந்திருக்கம் கண்டவன்வ கிட்டயெல்லாம் போயி உக்காருற... ஓம் புருசம் பாத்தா என்னத்துக்காவுறது.”

வாயடைத்துப் போனாள் மதலேன். குனிந்த தலை நிமிரவேயில்லை. பக்கத்தில் பிலிப்பின் நிலை சொல்ல முடியாமலிருந்தது. கோவத்தையும் பரிதாபத்தையும் மறைக்க எங்கு பார்பதென்றே தெரியாமல் அமர்ந்திருந்தார். அதற்கு மேலும் தாமதிக்காமல் பிலிப் மதலேனின் கையை பிடித்து தூக்கி அந்தப்புறம் போகச் சொன்னார். பவுலுக்கு அதிர்ச்சியில் உடலெல்லாம் வியர்த்துவிட்டது.

“வுட்டா அவம் மடியில உக்காருவ போல . . .”

அழுதுகொண்டே எழுந்து உள்ளே ஓடினாள் மதலேன். சுவரோடு நின்றிருந்த கிழவி அவளை அணைத்துக்கொள்ள, தேம்பித் தேம்பி அழுதாள் மதலேன். பிலிப் தண்டலுக்கோ நிலமை தர்மசங்கடமாயிருந்தது. எழுந்தாலும் ஏதாவது சொல்லிவிடுவாளோ என்ற பயத்தில் அமர்ந்திருந்தார். உள் அறையிலிருந்தபடி நடக்கும் அனைத்தையும் கவனித்த படியிருந்த கமிலஸ் பூனைபோல் நடந்து முன் அறைக்கு வந்து நாற்காலியொன்றில் அமர்ந்தான்.

“ஏங்க, நாஞ் சொல்லுறத கேக்குறியளா நீங்க இனும இந்த மீன்லாகா வேலைக்கெல்லாம் போவாண்டாம். நெதமும் இந்த கீழ்சாதிப் பெயல்வளோட கெடந்து மல்லுக் கெட்டான்டாம். அவன்வ இருக்கான்வ கடலோட

ஒழிஞ்சான்வ நமக்கென்ன. மாச சம்பளத்த வச்சி எங்க குப்ப கொட்ட. பேசாம இங்க நாலு தோணியிருக்கு. அதுல உள்ள கணக்கு வழக்குவளப் பாருங்க.”

“நா வேண்டாமின்னு சொல்லலய, மாமாதாம்...” இழுத்தான் கமிலஸ்.

“அண்ணம் நா ...”

பிலிப்பின் குரல் தழுதழுத்துக் கேட்டது. எழும்பித் திரும்பி நடக்க இருந்தவரைத் திரேசாவின் சிம்மக்குரல் தடுத்தது.

“இங்க பாரு பிலிப்பு ... இங்க கொள்ளயடிச்சி வாங்குன தோணிய வித்து பணத்த ஒடனே இங்க கொண்டுவந்து கெட்டுறதுக்குள்ள வழியப்பாரு.”

“திரேசா ...”

நெஞ்சைப் பிடித்தவாறு எழும்பினார் பவுல் தண்டல். கண்ணும் தலையும் சுற்றிக் கால்கள் தள்ளாடத் தன்னிலை இழந்துவிடுவோமோ என்ற பயத்தில் பாய்ந்து பக்கவாட்டு சுவரைப் பற்றினார். மகன் விழுந்து விடப்போகிறானோ என்ற பதற்றத்தில் தெம்மாலம்பேத்தியும் பவுல் தண்டலருகே வந்தாள்.

“நானும் தண்டலாயிருந்து மொதலாளியானமிங்குறத மறந்து பேசுற ...”

“இவன்வளால ஒங்களுக்கு நெஞ்சிவலி வந்திறாம, உள்ள போயி படுங்க. ஏ ... கெழவி என்ன பாத்துகிட்டு நிக்கிற? அப்பாவ உள்ள கூட்டிட்டு போயி படுக்க வையி.” என்றாள் திரேசா.

“அப்ப நாங் கெளம்புறம்.”

“கெளம்பு, கெளம்பு ... இன்னும் இருந்து எஙக குடிய கெடுக்குறதுக்கா. நல்ல வேளையா இப்பவாச்சும் வந்தோம். ரஞ்சிதம் கெழவிக்கித்தாம் நன்றி சொல்லணும்.”

பளிச்சென்று மின்னல் வெட்டியதுபோலிருந்தது பிலிப்புக்கு.

‘எங் கையில தூக்கி வளத்த புள்ள ஏ பிலிப்புன்னு கூப்புட்டுட்டாள... எதுக்கு இப்புடி நம்மள கங்கணங் கெட்டித் தீக்குறா சித்தி. ஆத்தா செய்யிற தப்புக்கு தம்பி என்ன செய்வாம். கடத்தல் கிடத்தல் பண்ண வச்சிறப்போறா. எழும்புனா என்னமும் ...’

“இவுங்களச் சொல்லணும். சொல்லச் சொல்லக் கேட்டியளா ... அரசாங்க வேலயாம் பெரிய அரசாங்க வேல. காலயில வாருங்க் பூசையில கெட்டழிஞ்சிபோன மேசைக்காரன்வள காட்டுறம். எல்லாமே இவன்வளமாரி ஆள்க்க கொள்ள போட்டதுனாலதாம். கொஞ்சம் அசந்தியளா வீட்டுல உள்ள உத்திரக் கட்டயளக்கூட உருவிற்றுப் போயி ஏராக்கட்டயாக்கியிருவான்வ.”

சிரித்தான் கமிலஸ். பிலிப் தண்டல் வாசலை நெருங்கி யிருந்தார். கதவைத் திறந்து வெளியே செல்ல இருந்தவரை திரேசாவின் குரல் திரும்பவும் தடுத்தது.

“நல்ல மரியாதைக்கி தோணிய சட்டுபுட்டுன்னு வித்திற்று பணத்த கொண்டுவந்து குடுத்தியானா இங்கயே தண்டலாப் போலாம் இல்லியா இந்த தோணிப் பாலத்துல நீ எப்புடி...”

”அய்யய்யோ...”

குரலெடுத்து அழுதார் பவுல் தண்டல். கட்டிலிலிருந்து அவர் உருண்டு விழும் சத்தம் கேட்டது. அறைக்குள் தவழ்ந்து தலையை மட்டும் வெளியே நீட்டிய பவுல் தண்டல் சொன்னார்.

“எய்யா பிலிப்பு, என்னய மன்னிச்சிக்க... நீ எம்புள்ள. இப்ப நடக்குற எதுக்கும் எனக்கும் எந்த சம்பந்தமுமில்ல. ஆனா ஒரு பேச்சும் பேசாம போறியேய்யா... நல்லாயிருப்ப...”

“இவுங்க பேசுறத பாத்தியளா. இவுங்க இப்புடி யிருக்குறதுனாலதாம் எல்லாரும் இந்த ஆட்டம் போட்டுருக் கான்வ. பேசாம மொதல்ல எல்லா தோணியிலயும் தண்டல மாத்துங்க.” என்றாள் திரேசா.

அதன்பின் திரேசா பேசிய வார்த்தைகள் எதுவுமே காதில் விழவில்லை. வெளிப்புறக் கதவைக்கூட அடைப்பதற்குப் பின்னால் திரும்ப வேண்டியிருக்குமே என்று திரும்பாமல் நடந்தார் பிலிப் தண்டல். தோணிப் பாலத்தருகே வந்தவர் பிரதான வாசலில் நின்றவாறு சிறிது நேரம் உள்ளே பார்த்தவாறிருந்தார். ஆறுமுகநேரி கெமிக்கல் அதிகாரிகள் துறைமுகத்துள்ளிருந்து விவாதித்தபடியே வெளியே வந்தார்கள். வக்கீல் நாராயணன் மகன் கிருஷ்ணன் பிலிப்பை பார்த்துப் புன்னகைத்துவிட்டுப் போனான். துறைமுகத்துள்ளே வண்டியிலேற்றப்பட்டிருந்த பெரிய எந்திரமொன்று தெரிந்தது. பாரச் சரக்காதலால் இழுப்பதற்கு வாகாய் வரிசையாய் ஆறு ஜோடி மாடுகளை முன்னால் ஏறு பூட்டியிருந்தார்கள். அதனருகே தனிஸ்லாஸ் சிங்கராயரின் மகன் சீமோன்

நின்று வேடிக்கை பார்த்தபடியிருந்தான். அச்சு அசல் கனிசியுஸ் சிங்கராயரைப் போலிருந்தான். திரும்பிய பிலிப் தண்டல் கால்போன போக்கில் நூலாபீசை நோக்கி நடந்தார். எதிரே யார் வருகிறார்கள், போகிறார்கள் எதுவுமே தெரிய வில்லை. நடந்த நிகழ்வுகளை மனம் அசைபோட்டபடியே யிருந்தது. பின்னாலிருந்து யாரோ அழைப்பது போலிருந்தது. திரும்பிப் பார்த்தார் பிலிப். மெல்கியாஸ் பூபால்ராயர் நின்றுகொண்டிருந்தார். வழக்கத்திற்கு மாறாய் பிலிப் தண்டலின் முகம் இறுகிப் போயிருப்பதைக் கண்டதால் கூப்பிட்டாரோ என்னவோ.

"என்னண்ணம் ஒங்களுக்கும் விசயம் தெரிஞ்சிபோச்சா? மேற்றிராசனத்துலயிருந்து இப்பதாம் காலேஜிக்கு தொலபேசியில செய்தி சொன்னாவ."

"என்ன செய்தி மெலிகியாசு?"

"ரோச்சாண்டவரு திண்டுக்கல்லுல செத்துப் போனாராம்."

"நீ எங்க அங்க?"

"பல்டோனா புண்ணியத்துல காலேஜி கட்டடங்கள நாந்தாம் எடுத்து கெட்டுறம்."

"சரி சரி" என்றவாறே நடந்தார் பிலிப் தண்டல்.

'கட்டுவோர் புறக்கணித்த கல்லே கட்டடத்துக்கு மூலைக் கல்லாய் அமைந்ததுயின்னு பிரசங்கத்துல பேசுவாரு. போயி சேந்திற்றாரா. நேரம் வந்தாப் போயி சேந்திர வேண்டியதாம். நல்ல மனுசமெல்லாம் போறாம். இவ சித்தி இன்னும் கெடக்குறாள. மாமா சொல்லுவாரு, அவந்தாம் கூப்புடணும். மனசுக்கு இப்புடி ஒரு வாதிப்பு அவங் குடுக்குறதுதான. தலைக்கி வந்தது தலைபாகயோட போவுதும்பாவள அது மாரியா. நாந் தூக்கி வளத்த புள்ள, பணத்த கெட்ட யில்லாட்டி தோணிப் பாலத்துல நீ எப்புடி தொழில் செய்யிறயின்னு பாத்துருலாமின்னுதான சொல்ல வந்தா. அண்ணக்கி சிவந்திகூட ஓடுனதப் புடுச்சதுனால... நம்ம தண்ட புள்ளயாச்சேயின்னு போனம். நல்லதுக்கு காலமில்ல. இந்தி எதுப்பு எல்லாஞ் சரிதாம். அதுக்காவ தேசியக் கொடிய போயி எரிக்கிலாமா...'

சந்தனமாரி கோவிலருகே வந்திருந்தார். மனதுக்குள் காயம் ஏற்படும் போதெல்லாம் கால்கள் தானாகவே அவரை இங்கு இழுத்து வந்துவிடுகின்றன. புளியமரத்தடியில் அமர்ந்தவரின் மனத்திரையில் பழைய சம்பவங்கள் நிழலாடின

66

1956

தோணிப் பாலத்தில் மூன்று நாளாக எந்த அசைவு மில்லை. பாலங்களில் கட்டியிருந்த தோணிகளி லெல்லாம் சரக்குகள் போட்டவை போட்டபடியே கிடந்தன. கிழிந்து கிடந்த கருவாட்டு மூடைகளைச் சுற்றி மோப்பமிட்டபடி அலைந்தன தெரு நாய்கள். கொழும்புக்கு ஏற்றுவதற்காக வந்திருந்த காய்கறி மூடைகளும் போட்டது போட்ட இடத்திலேயே கிடந்ததால் அழுகி ஈக்கள் மொய்த்து எங்கும் ஒரே நாற்றம். வடக்குப் பாலத்திலும், தெற்குப் பாலத்திலும், வெளிப்புறக் கதவருகிலும் அங்கங்கே லாரிகளும் மாட்டு வண்டிகளும் நிறுத்தப்பட்டு வெளியூர்களி லிருந்து ஏற்றுமதிக்காக வந்த சரக்குகளும் இறக்க முடியாமல் இருந்தது.

ஆழ்கடலில் பாண்டியன் தீவருகே நங்கூரமிட்டி ருந்த ஒரு சில கப்பல்கள் வேறு வழியில்லாமல் மெட்ராசுக்கோ, கொச்சினுக்கோ திருப்பிவிடப் பட்டிருந்தன. கரிக்களத்து மேட்டிலும் வேலை யெல்லாம் நின்றுபோயிருந்தது. கப்பநடைத் தோணி களில் சரக்கு வந்தால்தான் உண்டு. லாரி டிரைவர் களும் மாட்டு வண்டிக்காரர்களும் கிடைத்த இடத்தில் படுத்து உறங்கினார்கள். ஒரு கூட்டம் சினிமா பார்க்க அலைந்தது. சிலர் வேப்ப மர நிழலில் சீட்டு விளையாடியபடியுமிருந்தார்கள். காசி நாடார் மகன் அரிகேசரி தங்களுடைய புரோக்கர் கடை மூலமாகத் தோணித் துறைக்குள் வந்திருந்த லாரி களைப் பார்த்துவர உள்ளே வந்திருந்தான். எட்டயபுரம் சாலையில் திரசா அனாதை மடத்துக்கு எதிரிலேயே இருந்தது அரிகேசரியின் லாரி

556 ஆர். என். ஜோ டி குருஸ்

புரோக்கிங் ஆபீஸ். தோணிப் பக்கமிருந்து வந்த தங்கப்பழத்தை மறித்தவன் கேட்டான்.

“வணக்கம் அண்ணாச்சி, எத்தன நாளு இப்புடி கெடக்க சொல்லுதிய.”

அதற்குள் அங்கு நின்றிருந்தவன், உக்காந்திருந்தவன், படுத்திருந்தவன், உறங்கியவன் என்று எல்லோரும் அடித்துப் பெறண்டு வந்து கூடிவிட்டார்கள்.

“தொறமொகத்துல நிக்கியது பூதாவும் அவிய தோணியளாம.”

“தோணி அம்புடும் அவுருக்குன்னாக்குல . . .” கூட்டத்தில் சொன்னது யாரென்று தெரியவில்லை.

“ஏய் . . . என்ன பேச்சு பேசுற.”

“எல்லாரும் உறவுக்காரங்களா இருப்பாவளாயிருக்கும்.”

“அப்ப நம்ம தங்கப்பழமும் அவியளுக்கு ஒறவா . . .”

“இந்த நக்கல் கூதிக்கித்தான கொறைச்ச இல்லாம கெடக்கு, இதுலயும் ஒரு வெனைய இழுத்து வுட்டுறா தைங்க. நாந்தாம் தங்கப்பழம், எங்க தோணியளயும் நடத்துறது யாருங்குறிய... பூதாவும் பர்னாந்துமாரு.”

“தோணியே வாங்கிப்புட்டிய. பெறவு அதுல எதுக்கு அவியள . . .”

“நீ போறியாடே . . . எலேய் போவக் கூடாதின்னு யாரும் குறுக்க வுழுந்து புடிக்கயில்ல. அங்க வுழுற காத்துக்கும் கடலுக்கும் அண்டி கலங்கிப்போவும்.”

புண்ணியத்துக்கு பிள்ளைவாள் மெஸ்சில் சாப்பாடு கிடைத்தது. தெம்பிருந்தவன் தெப்பக்குளம் போனான். மற்றவர்களுக்குக் கரிக்களத்துமேடே கதி என்றாகிப் போனது தங்கப்பழம், அரிகேசரியோடு பேசியவாறே வெளியே வந்தார்.

“எப்புடிச் செத்தாராம்?”

“நமக்கு என்ன எழவு தெரியும். நேத்து சாயந்தரம் நம்ம ஹிட்லர் கடப்பக்கம் பேசிகிற்று இருந்தம். ஒரு கத காதுல வுழுந்திச்சி... செத்தவர வூட்டுக்குள்ளே கொன்னு போட்டாவயின்னு பேசிகிற்றாவ. வெளிய சொல்லிப்புடாத.”

“அடிச்சா . . !”

“அடிச்ச மாறி தெரியில. விஷம் வச்சோ மருந்து மாயங்க வச்சோ... மொத்தத்துல கொன்னுபோட்டாவ. தானா வந்த சாவுயில்லியாம்.”

“வேதக்காரவுக . . . நம்மளமாரி . . .”

“என்ன பெரிய வேதம்? தோணிப் பாலத்துக்குள வந்த பொறவுதான தெரியிது. வெளிய பாத்தா மாதா, ஆனா உள்ள சந்தனமாரி . . . எட்டயபொரம் மந்திரவாதி, தேங்கா, பழம், ஊதுவத்தி, தீர்த்த செம்பு எதுக்கும் கொறயில்ல. நம்ம ரமுலய்யா இருக்காமுல்லா, அவஞ் சொல்லுதாம் சாக்கு, சாக்கா ரூவா நோட்டுவள கெட்டி அள்ளிற்றுப் போனாவளாம்.”

“. . .”

“காதுல வுழுந்தத சொல்லுதம்.”

பின்னால் சீட்டு விளையாடியபடியிருந்தவர்கள் கத்துவது கேட்டது.

“வக்காளி பணம் என்னதெல்லாம் பண்ணுது பாத்தியாவே.”

“ரம்மி கூடியாச்சி . . . துட்டப்போடு.”

பசாந்தி சிங்கராயருக்கும் அப்படியொன்றும் பெரிய வயதில்லை. தகப்பனாரைப்போல் அதிக நாள் படுக்கையி லிருந்தும் அழுந்தவில்லை. பணம் படைத்தவர்களுக்கேயான கேளிக்கை விளையாட்டுகளும் பசாந்திக்குக் கிடையாது. ஈ.வெ. ராமசாமி நாயக்கரின் கொள்கைகள் பிடிக்கும். பிரிந்து போன அண்ணாவை ஏனோ பசாந்தி சிங்கராயருக்கு சுத்தமாய்ப் பிடிக்கவில்லை. வீட்டில் வேலை செய்தவர்களும் பயந்து பயந்து பேசினார்கள். பர்த்தலோம் சிங்கராயருக்குப் பாகம் பிரித்துக் குடுத்தது மணி அய்யர் மூலமாக சந்திர லேகாவுக்குப் போய்க்கொண்டு இருந்தது. பாவப்பட்டு பர்த்தலோமுக்கு ஏதாவது செய்துவிட்டால்! அதைவிட தனிஸ்லாஸ் சிங்கராயருக்கும் ஏதாவது செய்துவிடப் போகிறார் என்று சற்குணம் பயந்திருக்கலாம். சாகும் முன் விக்கல் சத்தம் கேட்டதாகவும் ‘தண்ணீ தண்ணீ’ என்று கத்தியதாகவும் அந்த நேரத்தில் பசாந்தி அருகே சற்குணத்தைத் தவிர வேறு யாருமே இல்லை என்றும் பயந்து பயந்து பேசினார்கள்.

பசாந்தியின் உடலைக் கல்லறையில் அடக்கம் பண்ணி விட்டுத் திரும்பியிருந்தது கூட்டம். எம்பரர் தெருவில்

மண்போட்டால் மண் விழாது. மெட்ராஸ் போன்ற வெளியூர்களிலிருந்து தெரிந்தவர்களும் உறவினர்களும் வந்து சேர்வதற்கே இரண்டு நாளாகியிருந்தது. மணி அய்யரோடு சென்னைவரை போயிருந்த பர்த்தலோம் அடக்கம் எடுத்த அன்று காலையில் வந்து சேர்ந்திருந்தார். வீட்டுக்கு வெளியே போட்டிருந்த பந்தலுக்குள் நாடார் வியாபாரிகளின் தலைகள் தெரிந்தன. எண்ணெய்க்காரரர் சந்தோச நாடாரும் அவர் தம்பி சரவணனும் பந்தலுக்கு வெளியே நின்றிருந்த மிக்கேல் பல்டோனாவோடு பேசியபடியிருந்தார்கள். நாகப் பட்டிணத்திலிருந்து சமுத்திரபாண்டி வந்திருந்தார். மிக்கேல் பல்டோனாவின் கண் பார்வையில் படும்படியாகவே கமிலஸ் நின்றிருந்தான். சண்முகவேல் மகன் அழகுவேலோடு வந்திருந்தார்.

துக்கம் கலைந்து வந்த வியாபாரிமார் முனிசிபாலிட்டி கட்டடத்தின் எதிரே குரங்கு மரத்தடியில் கூடியவர்கள் காரசாரமான விவாதத்திலிருந்தார்கள்.

“இப்புடியே தோணிப் பாலத்தயே நம்பிகிட்டு கெடந்தோ முன்னா எங்க வெளங்க?” என்றார் சந்தோசம்.

“அப்ப குலசயில ஒரு தொறமொகம் கட்டியிருலாம்.”

“அங்கன கெடந்துதாம் கொற்கைக்கி வந்தோம் இனும இங்கயிருந்து அங்க போவச் சொல்லுறியாக்கும்.”

“எய்யா, நல்லாச் சொல்லுறம் கேட்டுக்கிறுங்க. இனும எக்காரணங் கொண்டும் கொற்கய வுட்டு அசைய முடியாது.”

“அப்ப கொற்கயிலே ஒரு பெரிய தொறமொகம் கேட்டுற வேண்டியதாம், மெட்ராசுல இருக்கமாரி . . .”

“தேவப்பட்டா டெல்லிக்கிம் போவணும்.” என்றார் முத்துச்சாமி.

தகப்பனார் முருகேச நாடார் இறப்பிற்குப் பிறகு சாமி அன் கோவின் முழு நிர்வாகமும் முத்துச்சாமியின் கையிலேயே இருந்தது. வேப்பலோடை, சிப்பிக்குளம் பகுதிகளில் குடியிருப்புப் பகுதிகளைத் தவிர மற்ற இடங்கள் எல்லாமே சாமி அன் கோ வசமாகியிருந்தன. ஆயிரமாயிரம் ஏக்கர் நிலங்கள் உப்பளங்களாகிவிட்டதால் உப்பெடுத்த பிறகு வரும் நச்சுத் தண்ணீரில் என்னவோ மருத்துவ குணம் கொண்ட கெமிக்கல் இருப்பதை ஆராய்ச்சி பண்ணிக் கண்டுபிடித் திருப்பதாகவும் அந்த முயற்சி வெற்றி அடைந்தால் கொற்கையில் சாமி அன் கோவின் வளர்ச்சியை யாராலும் கட்டுப்படுத்த முடியாது என்றும் பேச்சு அடிபட்டது.

தோணித்துறையருகே வந்த புரோக்கர் ரப்பேல் சொன்னார்.

"இனும சரக்குவள ஏத்தச் சொல்லலாம."

"எய்யா... எதுக்கும் மிக்கேல் அண்ணாச்சி கிட்டயோ குருஸ் அண்ணாச்சி கிட்டயோ ஒரு வார்த்த கேட்டுகிட்டு..." என்றார் ஆரோக்கியசாமி.

"அடக்க வீட்டுலயிருந்துதாம் வாரம். கரிக்கப்பல்வ நெறைய வெளிய நிக்கிது. சீக்கிரம் வேலைய ஆரம்பிங்கயின்னு மிக்கேல் பல்டோனா சொன்னாறு."

"சங்கதி ஒண்ணு கேக்கணும..."

"சொல்லுங்க வெரசலாப் போவணும்."

"முத்துப்பாண்டிய தெரியுமாக்கும்?"

"யாரு நம்ம செவத்தையாபுரம் பூவாலிங்க நாடாரு மொவனா. சுருட்டு கம்பேனி வச்சிருக்காவள. எங்கூட சேவியர்லதாம் படிச்சாம்."

"எய்யா ஆளு எப்புடி? சம்பந்தம் வந்திருக்கு, அதாம் ஒங்ககிட்ட கேட்டா சதியாச் சொல்லுவியளயின்னு பாத்தம்."

அரோக்கியசாமி நாடார் கத்தோலிக்க வேதம், செவத்தையாபுரம் பூவாலிங்க நாடார் இந்து. ஆனாலும் நாடார்களில் பெண் எடுப்பதிலும் கொடுப்பதிலும் எந்தத் தடையுமில்லை. எந்தக் காலத்திலும் தங்கள் சமூக வாழ்க்கையில் மதம் குறுக்கே வருவதை நாடார்கள் அனுமதித்ததேயில்லை. வேலைகள் பார்ப்பதைவிட ஏதாவது வியாபாரம் செய்தால் எப்படியும் பிழைத்துக்கொள்வார்கள் என்ற நம்பிக்கை நாடார்களிடம் இருந்தது.

கரித்தோணிப் பாலத்தில் வேலை ஆரம்பித்த உடனேயே மற்ற பாலங்களிலும் வண்டி மாடுகள் வர, தோணித்துறை திரும்பவும் சுறுசுறுப்பானது. பிரித்துக் கொடுத்தது போல் சரக்குகளைத் தோணிகளில் ஏற்றுகிறார்களா என்று பார்ப்பதற்காக ரப்பேல் தோணிப் பாலத்தில் அங்குமிங்கும் ஓடியலைந்தபடியிருந்தான். பாலத்தில் தங்கபழத்தைக் கண்ட ரப்பேல் பக்கத்தில் வந்து கேட்டான்.

"ஒங்க தண்ட யாரு?"

"எய்யா... எதுல? தைரிய லட்சிமியிலயா, பூரணியிலயா?"

"பாலத்த ஒட்டி கெடக்க அதுல."

"பூரணி... நம்ம லொஞ்சி தண்ட மொவம் ரஞ்சம். அந்தா நிக்கிறான. நூறு வயசுதாம்."

"ஓங்க சரக்கு அழூவுற சரக்கில்லிய."

"பாரச்சரக்கு பூதாவும் மரச்சாமாங்க மேல வத்த மூட."

"அப்ப கயித்த அவுத்து பாய் வைக்கச் சொல்லுங்க."

பூரணியருகே ஓடிவந்தார் தங்கப்பழம். ரஞ்சனை அருகே அழைத்தவர் கேட்டார்.

"எய்யா தண்ணி எப்புடி? மல்லங்கொளத்துல தட்டிறாத. கறிச்சாமாம் எல்லாம் வந்தாச்சா?"

"ஓவரியாப்புள்ள கடயில இப்பதாம் சொல்லிற்று வந்தம். இப்ப வந்திறும்."

"கச்சாத்துவ... கிளியரன்ஸ் பேப்பர்."

"எல்லாம் வந்தாச்சி."

"முக்கூடல்லயிருந்து வந்த பீடிகெட்டுவ எங்க போட்டுறுக்கிய."

"எல்லாம் அட்டிக்கிள கெடக்கு."

சிறிது நேரத்தில் கறிச்சாமான் மாட்டு வண்டியில் வந்து சேர லஸ்கர்கள் அவற்றைத் தோணியிலேற்றினார்கள். சாய்ப்புப் பலகை உருவி எடுக்கப்பட்டு முண்டங்கால்களிலும் கயிறுகளைத் தட்டிப் பூரணி புறப்படத் தயாரானது. பூரணி கிளம்பிப் பாய் வைக்க, மளமளவென அக்கம் பக்கத்து தோணிகளும் பாலத்தை விட்டகன்று பாய் வைத்தன. இத்தனை நாள் ஓய்விற்குப் பிறகு மல்லங்குளத்துக்கு வெளியே அனைத்துத் தோணிகளும் பாய்புடைத்து ஓடியது பசாந்தி சிங்கராயருக்குப் பிரியாவிடை கூறுவது போலிருந்தது.

கரிக்களத்து மேட்டில் மாசாணம் நின்றிருந்தார். வேலையில்லாமலிருந்ததால் கூலியாட்கள் வல்ல நாட்டுப் பக்கம் அறுப்பு வேலைக்காகப் போய்விட்டிருந்தார்கள். கரிக் களத்திலிருந்தவர்களுக்கு மட்டும் பொங்கிப் போட்டார்கள். பெண்களெல்லாம் அளங்களில் பாத்தி மிதிக்கும் போயிருந்தார்கள்.

"ரெம்பதாம் கஷ்டமாயிற்று என்ன?" என்றான் ரப்பேல்

"என்ன அப்புடி சொல்லிபுட்டிய... செத்தவரு லேசுபட்ட ஆளா. தவப்பனாருக்கு நேர்மாறான ஆளுய்யா. ஆனா ஆண்டவம் ஆயுசத்தாம் போட்டு வைக்கல."

“பல்டோனாதாம் யோகக்காரரு.”

“செத்துங் குடுத்தானாம் சீதக்காதி. கொற்கயில அத பசாந்தியின்னு சொல்லணும். தொழிலாளிய செரமந் தெரிஞ்ச மொதலாளி. அடுத்தவங் காசு எனக்கு எதுக்குவே, தூக்கி குடுக்குறியான்னு அய்யர திட்டுறத எங்காதால கேட்டுறுக்கம். தோணிப்பாலத்துல யாரும் வலு முடுக்கு பண்ணி வேலய நிப்பாட்டல தானா நின்னதுய்யா.”

“சின்ன சிங்கராயறு பாடுதாம்...”

“சிக்கல்தாம். மூத்தவரு இருந்ததுனால அய்யரு கொஞ்சம் பயப்புட்டாரு இனும யாருமில்ல. எய்யா அய்யருன்னு தாம் பேரு மதுர முனியாண்டி விலாசுல உக்காந்து என்ன வெட்டு வெட்டுறாமிங்கிய.”

ரப்பேல் மரத்தடியில் நின்றிருந்தான்.

‘அவுங்கய்யாவுக்குகூட இப்புடி கூட்டமில்லியாம. காட்டுமிராண்டி மாரி நடந்தா எவம் மதிப்பாம். எல்லாமே அவர் தம் எச்சத்தால் காணப்படுமிங்குறது... சாக்ரடீசாய் கணேசன் கலைவாணர் ஓடிப் போய் விஷம் குடிப்பதைத் தடுக்கிறார். ஒரு குடம் பாலுக்கு ஒரு துளி விஷம். இருண்ட வீட்டுக்கு ஒரு விளக்கு. மு.க. வசனம் நல்லாத்தாம் எழுதுறாறு. பரீாசக்தியில போடாத போடா. போற போக்கப் பாத்தா ஆட்சிய புடிச்சிருவாங்கபோல. இவன்வ கதர்ச்சட்டைக் காரன்வ பண்ணுறதும் அப்புடித்தான இருக்கி. அலங்காரம் கர்டோசா வரலிய. கலியாணங் காட்சியளுக்குத்தாம் வந்து சொந்த பந்தங்கயின்னு காட்டயில்லாட்டியும் செத்த துக்கத்துக்காவது வந்திருக்குலாம். இதுல வேற ரண்டியரும் கிளாஸ் மேட்டுன்னுகிட்டாவ, பசாந்திக்கித்தாம் அரசியலே புடிக்கலிய. என்ன நாயக்கரு வெளியில தெரியிற மாறி செய்யிறாரு இவுரு சத்தமில்லாம...’

67

1956

கொற்கை அமெரிக்கன் மருத்துவமனையில் மதலேனுக்குப் பெண் குழந்தை பிறந்திருந்தது. முதலில் ஆயுதக் கேசாகத்தானிருக்குமென அபிப்பிராயப்பட்டார்கள். குழந்தை தலைமாறிக் கிடந்ததாம். மருத்துவமனையில் அறுவை சிகிச்சைக்காக அனைத்துச் சாதனங்களும் தயாரான நிலையில் திடீரென யார் புண்ணியத் திலோ தலை பிரண்டு குழந்தை இயல்பாய்ப் பிறந் திருந்தது. மதலேன் பயந்தாளோ இல்லையோ கை பதறி கால் பதறி நின்றது வெரோணிக்கம். குழந்தை பெற்றுக்கொண்டு வரும்வரை மருத்துவமனையின் முன் உள்ள திருஇருதய ஆண்டவர் படத்துக்கு முன்னால் முக்காடு போட்டு முட்டங்காலில் இருந்தாள். மாமி என்று கௌரவம் பார்க்காமல் மருத்துவ மனையில் எல்லா வேலைகளையும் இழுத்துப் போட்டுக்கொண்டு செய்தாள் வெரோணிக்கம். கொழும்பிலிருந்து ஏதோ நிலப் பிரச்சினை காரண மாக ஆமந்துறை வந்திருந்த இஸ்பிரித்தாளும் அவள் கணவன் எம்.ஆரும் காலையில் வந்து குழந்தையைப் பார்த்துவிட்டுப் போனார்கள். ஏதோ கடமை கழித்துவிட்டு போவது போலிருந்தது. பவுல் தண்டல் இறந்த வீட்டிற்குள்ளேயே அக்கா வருவாள், வருவாள் என்று எதிர்பார்த்து ஏமாந்து போயிருந்தாள் மதலேன்.

வீட்டில் வைத்துப் பார்க்க முடியாது என்றுதான் வலி எடுத்த உடனேயே கூட்டிக்கொண்டுவந்து மருத்துவமனையில் சேர்த்திருந்தாள் திரேசா. மருமகளை மருத்துவமனையில் சேர்த்திருக்கிறார்களாம் என்று கேள்விப்பட்ட உடனேயே வீட்டில் கிடந்ததைக் கிடந்த மேனிக்கே போட்டுவிட்டு ஓடி

வந்திருந்தாள் வெரோணிக்கம். தெரிந்த கன்னியாஸ்திரிகள், உடன் கல்லூரியில் படித்தவர்கள் என்று மதலேனையும் குழந்தையையும் பார்க்க நல்ல கூட்டம். அழுகிப் போய்விடும் நிலையில் ஆரஞ்சுப் பழங்களும் ஆப்பிள் பழங்களும் அறை மூலையில் கிடந்தன. அனைத்தும் பார்க்க வருபவர்கள் கொண்டுவந்தது. கட்டிலுக்கு மேலிருந்த திண்டில் வரிசை யாய்க் கொழும்பிலிருந்து வந்த ஆர்லிக்ஸ், வீவா போத்தல்கள். மதலேனைப் பார்க்க வந்திருந்த கல்லூரித் தோழிகளோடு சுகந்தி மிஸ்ஸும் நின்றிருந்தாள். பழைய முனிசிபல் சேர்மன் சிலுவைப் பர்னாந்துவின் ஒரே மகள். மூத்தவள் இஸ்பிரித் தாளுக்கு வகுப்புத் தோழி. காலையில் இஸ்பிரித்தாள் வந்து போனதைக் கேள்விப்பட்டதும் பார்த்து வெகு நாளாயிற்றே என வருந்தினாள் சுகந்தி.

"நீனே ஒரு கொழந்த. ஒனக்கு ஒரு கொழந்தயா... நம்பவே முடியில மதலேன்"என்றாள் சுகந்தி. மேரி கல்லூரியில் ஆங்கில விரிவுரையாளர். இன்னும் திருமணமாகவில்லை. வேண்டாமென்றிருப்பதாக ஒரு பேச்சு கல்லூரியில் உண்டு. இளம் வயதிலெயே நல்ல அறிவு. பாடம் எடுக்க ஆரம்பித்து விட்டால் ஷெல்லியிலும், ஷேக்ஸ்பியரிலும் புகுந்து விளையாடுவாள். வகுப்பில் பாடம் கேட்பவர்களுக்கு ஏதோ கனவுலகில் சஞ்சரிப்பதுபோல் இருக்கும்.

பக்கத்தில் நின்றிருந்த அன்னரதி பவ்வியமாய் வினவினாள்.

"ரெம்ப வலிச்சிச்சா மதலேன்."

மறுத்துத் தலையாட்டினாள் மதலேன். திரேஸ்புரம் பிச்சைக்கனி நாடார் பேத்திதான் அன்னரதி. அப்பா ஞானக்கனி நாடார் சுண்ணாம்பு வியாபாரத்தோடு டூரிங் டாக்கீசும் மகளின் பெயரிலேயே வைத்திருந்தார். பீங்கான் ஆபீஸ் முருகேச நாடார் மகன் முத்துச்சாமிக்கு வாழ்க்கைப் பட்டிருந்தாள். மதலேனுக்கு சிறுவயது முதலே பள்ளித் தோழி.

"என்னமோ புதுசா கம்பெனி ஆரம்பிச்சிருக்கியளாம?"

"டிஸ்டம்பர் கம்பெனி, அப்பாதாம் சுண்ணாம்பு குடுக்குறாங்க."

"கொழந்த உண்டாயிருக்கியோ?"

அருகில் நின்றிருந்தவளின் கையைப் பிடித்தவாறே வினவினாள் மதலேன்.

“ஆமாக்கா... நாள் தள்ளிப்போயிருக்கு.” என்றாள் அன்னரதி. வெட்கத்தில் முகம் சிவந்துபோயிருந்தது.

“யாருட்ட பாக்குற?”

“நம்ம தந்தி ஆபீஸ் பக்கம் ஜெயரூபியில. எங்க வீட்டுக் காரவுங்களுக்கு சொந்தமாம்.”

“ஜெயரூபியா... எனக்கு முந்துன செட்டு, கைராசிக் காரியிங்குறாவள.” என்றாள் சுகந்தி.

“இங்கயும் பரவாயில்ல மிஸ். நல்லா முக்க வச்சி சாதாரணமாவே பெற வச்சிறுறாங்க. வந்த அன்னயிலயிருந்தே கையில ஒரு நூல குடுத்து வயித்துல புள்ள துடிக்கிம் போதெல்லாம் அந்த துடிப்ப எண்ணி முனிப்பு போட சொல்லுறாங்க.”

“சொல்லுங்கக்கா...” என்றவாறு இன்னும் அருகே வந்தாள் அன்னரதி.

“நல்ல தைரியம் சொன்னாங்க. எனக்கே தைரியம் வந்திற்றின்னா பாத்துக்கயம்.” என்றாள் மதலேன்.

ஒன்றாய்ப் படித்ததால் அன்னரதிக்கு மதலேனைச் சிறுவயது முதலே நன்றாகத் தெரியும். கரப்பான் பூச்சைக் கண்டாலே அலறித் துடித்துவிடுவாள் மத்லேன். பிள்ளை பிறந்த அன்றுகூட மதலேனைக் காலையிலேயே பிள்ளை பிறக்கும் லேபர் வார்டுக்குத் தூக்கிப் போய்விட்டார்களாம். காலையிலே வந்தவளுக்கு நண்பகல் கடந்தும் பிள்ளை பிறக்கவில்லை. அவளுக்குப் பின்னால் வந்த நோஞ்சான் கட்டைகள் எல்லோருமே பெத்துப் போட்டுவிட்டுப் போய்விட்டார்களாம். மதலேனுக்கு வலி எடுக்கிறது, போகிறது. வலி எடுக்கிறது, போகிறது. பிள்ளை மட்டும் பிறந்தபாடில்லை.

“இடுப்புல எலும்பு விரிஞ்சி சேருதுன்னு நெனைக்கிறம். சிஸ்டர் வந்தாங்க பாரு. அவுங்க கைய புடிச்சிகிட்டம். முக்கும்மா முக்கும்மாங்குறாங்க. நா தம் புடிச்சி முக்க அவுக கை வெரல எம் வாய்க்கிளவுட்டு கடி கடியிங்குறாங்க. நானும் பொறுத்து பாத்தம் வலியில என்னால முடியாம கடிச்சி இருத்திற்றம். அந்த மனுசி வலிய பொறுத்துக்கிட்டாவ. கீழ லேசா வெட்டுனமாரி இருந்திச்சி, அவ்வளவுதாம் எனக்குத் தெரியும்.”

பெருமூச்சு விட்டாள் அன்னரதி. கண்களில் கண்ணீர் துளிர்த்திருந்தது. எல்லோருமே ஆர்வத்தில் வாய்பிளந்து நின்று மதலேன் சொல்வதையே கேட்டபடியிருந்தார்கள். சுகந்தி மிஸ்ஸின் கண்களும் கலங்கியிருந்தன.

“ஒரு அர மயக்கத்துல புள்ள அழுற சத்தம் கேட்டுச்சி... ஒடம்பு புல்லரிக்க அப்புடியே தூங்கிற்றம்” என்றாள் மதலேன்.

“என்ன கொழந்த பெறக்குமுன்னு முன்னாலேயே யோசிச்சியா மதலேன்.”

தலையை இருமுறை ஆட்டி உதட்டைப் பிதுக்கி மறுத்தாள் மதலேன். இருப்புத் தொட்டிலில் பஞ்சு மெத்தையில் படுத்திருந்த குழந்தையின் பிஞ்சுக் கால்களை வருடியபடி யிருந்தாள் அன்னரதி.

“எனக்கு முன்னாலே தெரியும்” என்றாள் சுகந்தி.

“எப்புடி மிஸ்?”

“நாளாக அழகாகிகிட்டேயிருந்த மதலேன். வயித்துல ஆம்புள புள்ளயிருந்தா மூஞ்செல்லாம் சுருங்கிப் போவுமின்னு சொல்லுவாங்க.”

குழந்தை வயிற்றிலிருந்த போது நிறைய புளிப்பு சாப்பிட ஆசைப்பட்டாள் மதலேன். சுகந்தி பார்க்க வரும் போதெல்லாம் கொடுக்காப்புளி, மாங்காய், புளியம் பிஞ்சி எல்லாம் வாங்கி வந்து கொடுத்தாள். இனிப்பு பிடிக்கவில்லை.

“ஆம்புள புள்ளையாயிருந்தா புளிப்பு புடிக்காதோ?” ஆவலாய்க் கேட்டாள் அன்னரதி.

ஆரஞ்சுப் பழச்சாறு பிழிந்து அதை ஒரு லோட்டாவில் எடுத்தபடி மாமி வெரோணிக்கம் அருகே வந்தாள். கட்டிலைச் சூழ்ந்திருந்தவர்கள் விலகி வழிவிட மதலேனின் தலைக்குக் கீழே இடது கையை லாவகமாகக் கொடுத்துத் தூக்கி ஆரஞ்சிப் பழச்சாறை மதலேனின் வாயில் புகட்டினாள். கட்டிலின் மறுமுனையில் அமர்ந்திருந்த பங்கஜம் வெரோணிக்கத்தின் வாயைக் கிளறினாள்.

“ஆமா... பாட்டி, பேத்தி பொறந்ததுல சந்தோசந்தாம் போல.”

“சந்தோசத்துக்கு என்ன கொற” என்று முக்கினாள் கிழவி.

“என்ன...? சலிச்சிக்கிறுறிய.”

“அதுக்கில்ல, ஒரு ஆம்புள புள்ள...”

“என்ன அப்புடி சொல்லிற்றிய, பொம்புளப் புள்ள யின்னா ஆவாதோ...” என்றாள் பங்கஜம் சிறிது கோபத்தைக் காட்டியவளாக.

“அது யாருக்கியா ..? மொகச்சாடைய பாத்தா பொனிப்பாஸ் தண்டமாரியில இருக்கா.”

“ஏய் சும்ம இருங்கடி. பெரிய மனுசி ஆம்புள புள்ளைக்கி எதுக்குத்தாம் ஆசப்படுறாவயின்னு கேப்பம” என்றாள் சுகந்தி.

“பொட்டப் புள்ளயின்னாக்குல எம்பேத்திய காணுலயா போட்டுறப் போறம்.” என்றவாறே எழுந்த வெரோணிக்கம் தொட்டிலில் கிடத்தியிருந்த குழந்தையை எடுத்து மதலேனிடம் பால் கொடுக்க நீட்டினாள். செம்பவள வாய் திறந்து அழகு காட்டியது குழந்தை. பாதங்களில் செவ்வரியோடியது. உச்சந்தலையில் இரட்டைச் சுழி. மதலேனைப் போல் நல்ல நீண்ட பாதங்கள். தகப்பன் கிளமென்டைப் போல் உருண்டை முகம். கால் விரல்களும் கைவிரல்களும் நீட்டு நீட்டாய் அழகழகாய் இருந்தன. நெருங்கி வந்த சுகந்தி மதலேன் எழுந்து மார்பை விலக்க உதவி செய்தாள்.

“எம்மா நீயி... சிலுவப் பர்னாந்து மொவளா?”

“எப்புடி கண்டுபுடிச்சிய?”

“கண்டுபுடிக்கிறது என்னது கண்டுபுடிக்க? அதாம் மூஞ்சிலே எழுதி ஒட்டியிருக்க. சிலுவக் கோயில் பக்கம் மிசியர் வூட்டுக்கு பக்கத்து வூடு எங்க வூடு. முப்பதுல ஓங்கய்யா புண்ணியத்துல தண்ணி வந்திச்சி. அவுரமாரியெல்லாம் ஒரு மனுசம் பொறந்துதாம் வரணும். ராலிஸ் கம்பெனி ... வெள்ளைக்காரங் கம்பெனியில அவுரு வச்சதுததாம் சட்டமிம்பாவ. பக்கத்துல பாத்திருக்கம், வார்காம்புமாரி ஒல்லியாத்தாம் இருப்பாரு. ஏறு நெத்தி, கோட்டும் சூட்டும் போட்டுகிட்டு அவுரு வார அழகே தனி.”

கட்டிலின் கீழே கால் நீட்டி அமர்ந்தாள் வெரோணிக்கம்.

“மூத்தவம் ரண்டியருக்கும் எல்லாம் பொண்ணாப் போச்சி. இவனுக்காவது ஒரு ஆண் வாரிசு வருமுன்னு பாத்தம். என்னமோ அந்த தாயி புண்ணியத்துல தாயும் புள்ளயும் நல்லபடியா இருக்குவ.”

“...”

“மதலேன் ஆத்தாயிருக்காளே வீர்ஜித்து, அவ ரஞ்சிதத்த மாரியில்ல, மகராசி. தோணிப் பாலத்துக்குள பவுலு ஒரு ஆளா நிமிந்து நின்னதுக்குக் காரணம் யாரு... அவுரும் ஓடி ஓடி ஒழைச்சாரு. தண்டலாயிருந்தவர எவனும் எதும்

பண்ணல. என்னக்கி மொதலாளியானாம் மனுசம், அண்ணக்கி வுழுந்த கண்ணுதாம். ரண்டியரும் போயி சேந்தச்சி. மூணு பொண்ணுல ஒண்ணு ஆணாப் பொறந்திருந்தா, கூட மாட ஓடியாடி வேல பாத்திருப்பாமில்லியா... அவுரும்கூட கொஞ்ச நாள் கெடந்திருப்பாரு."

"..."

"அந்தக் காலத்துல எங்க ஆத்தா என்னய பெத்துப் போட்டுட்டு யானவலி குதுரவலியிலதாம் போயி சேந்தாவளாம். பொட்டப் புள்ள தாயில்லாம வளருற கஷ்டமிருக்க... எங்க வூட்டுக்காரவுகள கெட்டுன பொறவுதாம் நாம் மனுசியா நடமாடுனம். அதுவர எங்கக்கா வூட்டுல சம்பளமேயில்லாத வேலக்காரி. சொந்த வூட்டுலயே வேலைக்காரப் பொழைப்பு. விடிய விடிய அவிச்சுக் கொட்டணும். எங்கய்யா கொழும்புல பெரிய மருந்துக்கடயும் வச்சிருந்தாங்க. அப்ப என்னமோ கலகத்துல எங்க கடயெல்லாம் அடிச்சி நொறுக்கிட்டான் வளாம். எல்லாத்தையும் வுட்டுப் போட்டுற்று வந்திற்றாவ. கொழும்புல சீமானா இருந்தப்பவே எல்லாரையுங் கெட்டிக் குடுத்தாச்சி. நாந்தாங் கடசிப் புள்ள. ஏழையா பொறந்தாலும் எளையதாப் பொறக்கக் கூடாது கேட்டியா, அதுலயும் அண்ணம்மார் பொண்டாட்டியள்ட்டயும் அக்காமாருகிட்ட யும் அண்டிப் பொழைக்கிற பொழப்பு இருக்கே... சீரழிஞ்சி சிந்தோலப்பட்டு போனம் பாத்துக்க... இப்ப நா ஒரு ஆம்புள புள்ளயா இருந்திருந்தா எங்கயாச்சும் ஓடிப் போயி ஒரு தோணியிலயோ, கொழும்புல ஒரு கருவாட்டுக் கடையிலயோ வேல பாத்துப் பொழப்பக் கொண்டுபோயிருப்பமில்ல."

"ஒங்க கதயே பெருங்கதயாயிருக்கும் போல" என்றாள் சுகந்தி.

"அக்கா வூட்டுக்காரரும் பெரிய குடும்பம். அந்தக் காலத்துல மில்லு காண்டராக்டு தல்மெய்தாவுக்கு அடுத்தாக்குல அவுக குடும்பத்துக்குத்தாம். வெள்ளைக்காரந் தோத்துப்போவாம். எப்பவுங் குடிதாம்... பெரும் பணக்காரங்க. ஆனா எனக்கு செய்யுறதுக்குத்தாம் அவுகளுக்கு மனசு வரயில்ல. வீட்டுலயே வயசான கோமப்புள்ளயிருக்கது தெரிஞ்சும் அத வச்சிகிட்டே அவ பெத்த புள்ள... நாந் தூக்கி வளத்தது அதுக்கு மாப்புள பாத்தா எங்கக்கா."

"என்ன சொல்லுறிய"

"எனக்கு செய்யணுமின்னு அவுகளுக்கு கடமயில்லிய நம்ம தங்கச்சிதான நம்மகிட்ட வேல பாக்குறதுல எவன யாச்சும் முடிக்கிலாமான்னு பாத்தா... கௌரவம். வெளிய

கெட்டி குடுக்கணுமின்னா பணம் வேணும். கொண்டாங் குடுத்தாம் பணம் பாருங்க... அத எடுத்து செய்ய மனசு வரயில்ல. எங்கய்யாவும் போன பொறவு நிர்கதியாயிற்றம்... ஆனா அந்த நாள்ல இருந்து எனக்கு கலியாணம் முடிஞ்ச நாள் வரைக்கும் பாத்த வீட்டு வேலயளுக்கு கணக்கு பாத்து சம்பளம் போட்டா பெருந்தொக சேருமடியம்மா. மூத்தது பொண்ணு. அடுத்தால ரண்டு ஆம்புளப் புள்ளய... புள்ளயள அம்போன்னு வுட்டுட்டு அவுக ரண்டியரும் வெள்ளைக்காரம் கிளப்பு உண்டா, கொழும்பு உண்டா, மெட்ராசி உண்டான்னு அலைவாங்க, புள்ளயள கொல்லக்கி வச்சி, குளிப்பாட்டி, பவுடர் போட்டு, ஓட உடுத்தி, சாப்பாடு ஊட்டி, பள்ளி கொடத்துக்கு அனுப்பி, கவனிச்சி, வெளையாட வுட்டு, தூங்க வச்சி... அப்பப்பா... துணி தொவைக்கிற வேலைக்கே தனி ஆளு போடணும். இனி வாரவுங்க போறவுங்க கிட்ட யெல்லாம் வீட்டு நிர்வாகம் எம்மச்சினிச்சி கையிலதாமின்னு எங்க மச்சாம் வேற சொல்லுவாரு... நெசமாவே பொறுப்பு பூதாவும் அலமாரி சாவிக் கொத்து மொதக்கொண்டு எங்கிட்டதாம் இருக்கும். ஆனா எனக்கு ஒரு கலியாணங் காட்சி பண்ணிப் பாக்கணுமின்னுதாம் ஒரு நாளும் எங்கக்காளுக்கோ மச்சானுக்கோ நெனப்பு வரல ..”

“நல்லாத்தான இருக்கிறிய சம்பந்தங்க வராமலா போச்சி!” என்றாள் சுகந்தி.

“எங்க அவுக தலையில அத்தன பொறுப்பும் செலவும் வந்து விடிஞ்சிருமோன்னு அக்கா பயந்திருப்பா... அதுல வேற சம்பளமில்லாம பொறுப்பா, பாசமா என்னயவுட ஒரு அருமையான வேலக்காரி எங்க கெடைப்பா... சொல்லு மொவள. தப்பித் தவறி கோயில் கொளங்களுக்கு போனாக் கூட சாமாஞ் சட்டி, உடுதுணியள பாத்துக்கிருறதுக்கு நாம். அங்கயும் அவுகளுக்கு சமைச்சி கொட்டணும்... இங்க வீட்டுலயும் மச்சானப் பாக்க யாராச்சும் வந்திரக் கூடாது அதப்பொறி, இதக்கறின்னு சட்டம் தூள் பறக்கும். நம்ம ஓடப் பொறந்தவதான அவ ஓடம்பும் வலிக்கிமேன்னு ஒரு கணங்கூட எங்கக்கா சிந்திச்சிருப்பாளான்னு தெரியில...”

“எப்புடித்தாம் கலியாணம் முடிஞ்சிய?”

“அது ஒரு பெரிய கத. தேரம் ஆவுதும்மா, வூடுவளுக்கு போங்க. அங்கங்க கொலை கிலையின்னு பேச்சாக் கெடக்கு, எங்கதயக் கேட்டு என்னெய்யப்போறிய... அதாம் ஒரு ஆம்புள புள்ளயாயிருந்தா சவம் எந்தால மேஞ்சாலும் கவலப்பட வேண்டியதில்ல... அதுல வேற பொம்புளக்கி, புள்ள பெத்திற்று திரும்ப எழும்பி உக்காருறது

மறுபொறப்புதாம். ஆம்புளயாயிருந்தா இந்த அவதியெல்லாங் கெடையாதுபாரு."

மதலேனுக்கு ஊசி போடுவதற்காக வந்த நர்ஸ் அங்கே கூடியிருந்தவர்களின் சந்தோஷத்தை பார்த்து அங்கலாய்த்த வளாய் கேட்டாள்.

"என்னமோ ஆம்புளபுள்ள பெத்ததுமாரியில கூத்தடிக் கிறிய?"

"ஆம்புளபுள்ள பெத்தாத்தாம் கூத்தடிக்கனுமின்னு ஒங்க ஆஸ்பத்திரியில ஏதாச்சும் சட்டமா? என்றாள் சுகந்தி.

"யாருடியம்மா நாக்க இந்த இழுப்பு இழுக்கிறது...?" என்றாள் நர்ஸ்.

"ஆஸ்பத்திரியில உண்டான வேலய பாத்திற்றுப் போ கேட்டியா, தேவயில்லாத விசயங்களப் பத்தி பேசாத... அவளும், அவ உடுப்பும், கொஞ்சமாவது உத்தியோகத்துக்கு உண்டான மருவாதியிருக்கான்னு பாரு."

காதுகள் விடைத்து, கன்னங்கள் சிவந்து, கண்களிரணடும் கொப்பளிக்க கோபாவேசமாக உள்ளே கட்டிலருகே வந்த நர்ஸ் சொன்னாள்.

"ஓ... காலேஜ் ஏறிப் படிச்சவள்வளா, கட்டில் பக்கம் எதுக்கு கூட்டம் போடுறிய... யாரு இத்தன பேர உள்ள வுட்டா...? புள்ள பெத்தவள கவனிச்சமா மருந்தக் குடுத்தமாயின்னு இல்ல, இந்தமாரி ஆக்கங்கெட்ட தூக்கு வெளக்குவகிட்ட மாட்டிகிட்டு அல்லாடுறதே எனக்கு நெதம் பொழப்பாப் போச்சி."

"என்ன மிஸ் பாத்துகிட்டு சும்ம நிக்கிறிய போயி..."

"எவடி அவ மிஸ்ஸு... தலைய சாம்பிறுவளாக்கும்" என்றவள் சுகந்தியைப் பார்த்ததும் உதட்டைக் கடித்து பேச்சை நிறுத்தினாள்.

"ஏய்... யார் நீ? உள்ள போயி சொல்லணுமா கொஞ்சம் அடக்கமாப் பேசு"என்றாள் சுகந்தி.

"எனக்குந் திரேஸ்புரந்தாம். பிலியான்ஸ் தண்டல் மொவளாக்கும் ஓரேயடியா மெரட்டாதைங்க."

"ஓனக்கு திரேஸ்பொரமுன்னா நாங்கயெல்லாம் பயந்திரணுமாக்கும். கிழியிற வாய இழுத்து வச்சி தச்சிப் போடுவம்." என்றாள் சுகந்தி.

68

1956

மதுரை பழங்கானத்தத்தில் வாடகை வீடெடுத்துக் குடும்பத்தோடு தங்கியிருந்தார் அல்வாரிஸ். நடை தூரத்திலேயே வங்கி அலுவலகம். இரண்டு பிள்ளைகள். மூத்தவன் மில்டன் அம்மாவைப் போல் இளையவள் ரென்சி அப்பாவைப் போல். சனி ஞாயிறு விடுமுறை நாள்களில் சில சமயம் மூக்கை யூருக்கும் சில சமயம் பாம்பனுக்கும் சென்று வருவார் அல்வாரிஸ். ஊருக்குப் போனால் தம்பி சில்வாரிசோடு வள்ளத்துக்குப் போவதும் உண்டு. மூக்கையூர், ரோச்மா நகர்க்காரர்கள் தீவுக்குள் ஆல் போல் தழைத்து அருகு போல் வேர் விட்டிருந்தாலும் வாழ்க்கை என்னவோ கொத்தடிமை வாழ்க்கைதான். இந்தப் பக்கம் பாம்பன், அக்காமடம், தங்கச்சி மடம், வேர்க்கோடு தனுஷ்கோடி என எல்லா இடத்திலும் பர்னாந்துமார் நிறைந்திருந்தார்கள்.

கிரேசிக்கு ஒரு மாதமாகவே உடல் சுகமில்லலா திருந்தது. கழிப்பறைக்குச் செல்வதற்குக்கூடப் பிறத்தியார் உதவி தேவைப்பட்டது. சிறிது இருமினாலே கோகிலா ஓடோடி வந்தாள். முகம் சுளிக்காமல் பணிவிடை செய்வாள். பழங்கானத்த வீட்டுக்குக் கோகிலா வந்து போய் இருக்க ஆரம்பித்து ஒரு வருடமிருக்கலாம். அல்வாரிசோடு வங்கியில் பணி செய்கிறாள். கோகிலா கொற்கைகாரி. பாப்பாத்தி. புதுக் கிராமத் தில் வீடு. கிரேசியும் திரேசாவும் சிக்ஸ்த் ஃபார்ம் படிக்கும்போது கோகிலா தேர்டு ஃபார்ம் படித்தாள். கிளி மூக்கு. தோப்பனார் தாத்தாச்சாரிக்கு நூலாபீசில் வேலை, அம்பாசமுத்திரத்துக்கு மாற்றலாகி இப்போது ஓய்வு பெற்றுத் திரும்பவும் கொற்கைப் புதுக் கிராமம்.

கோகிலாவும் கிரேசி வீட்டில் ஆச்சாரம் பார்ப்பது இல்லை. மாதமொரு முறை வந்தவள் இப்போதெல்லாம் வார இறுதியில் வந்து விடுகிறாள் வரும் போதே காய்கறிகளும் வாங்கி வந்து விடுவாள். அல்வாரிசுக்கும் அசைவ உணவை விட சைவ உணவு வகைகளே பிடித்திருந்தது ஒரு வகையில் உதவியாய் இருந்தது. கோகிலாவைக் கொற்கையிலிருந்து தெய்வச் செயல்புரத்திற்கு மாட்டுப் பொண்ணாக நகையும் நட்டுமாகத்தான் அனுப்பினார்கள். அங்கு குடிகாரக் கணவனோடு குப்பைகொட்ட முடியவில்லை. கோகிலா சிறிய உருவம். வாய், மூக்கு, செவியென ஒவ்வொன்றும் சிலைபோல் அளவெடுத்துச் செதுக்கியது போலிருக்கும். இவளை வைத்து உப்பிலியால் பெண்டாள முடியவில்லை என்றுதான் சொல்ல வேண்டும். காலையில் ஸ்நானம் முடித்து நாமமிட்டுச் செல்கிறவன் இரவில் வரும்போது நாமம் தலை கீழாய் இருக்கும். வக்கீல் கோபாலச்சாரியிடம் குமஸ்தா. நிறைய நில புலன்களிருந்தும் உத்தியோகம் புருச லட்சணம் என்று சொல்வதற்காக உத்தியோகம். எப்போதும் கொக்கிரகுளம் கோர்ட்டில் கிடை. வரும்போது நன்றாக ஊற்றிவிட்டுவிடுகிறார்கள். உப்பிலிக்கு அமெரிக்க இலக்கியத்தில் ராபர்ட் ஃபிராஸ்ட் பிடிக்கும். கோகிலா பொறுக்க முடியாமல் பொத்துக்கொண்டு வந்துவிட்டாள். எங்கே குடிக்காகத் தன்னை நண்பர்களோடு பகிர்ந்து கொள்வானோ என்ற பயம் வேறு.

தேய்பிறைக் காலமாதலால் பின்னிரவில் வெளியே நல்ல வெளிச்சமாய் இருந்தது. வாந்தி வருவது போலிருந்ததது. ஏதோ பயங்கரக் கனவு, பயத்தில் விழித்திருந்தாள் கிரேசி. கண்களை மூடி எத்தனை முறை 'பிரியதத்தத்தினாலே பூரண மரியே வாழ்க' சொன்னாலும் தூக்கம் வந்தபாடில்லை. பக்கத்திலேயே ஒரு மாதிரியாய் முக்கல் முனகல் சத்தம் ஆ... ஸ்ஸ்ஸ்... ஆ... தம் மடக்கி எழுந்து நின்றாள். கீழே விழுந்து விடுவோமோ என்ற பயமிருந்தது. சுவற்றைப் பிடித்துக் கொண்டாள். கண்கள் பஞ்சாடிப் பார்வை வேறு மறைத்தது. முனகல் சத்தம் தொடர்ந்து கேட்க வேறு வழியே இல்லாமல் அறையிலிருந்து காலை வெளியே எடுத்து வைத்தாள். நடுக்கட்டில் மில்டன் கிழக்குப் புறச் சுவற்றோடு ஒட்டிக் கொண்டு கிடந்தான். ரென்சி இடுப்புக்குக் கீழே ஒன்று மில்லாமல் முட்டங்கால் மடக்கிப் பின்புறத்தை தூக்கியபடி தூங்கினாள். நெருங்கித் தொட்டாள் கிரேசி. நனைந்திருந்தது. முகர்ந்தால் மூத்திர வாடை. கோகிலாதான் இப்போ தெல்லாம் சாப்பாடு ஊட்டுகிறாள். மூன்று வயது முடிந்தும் இன்னும் தண்ணீரில்லாமல் விழுங்கத் தெரியாது. வயிறு

நிறையத் தண்ணீர் குடிப்பதால் இரவு படுக்கையெல்லாம் மூத்திரம். கோகிலாவைக் காணவில்லை அல்வாரிசுமில்லை. முன்கட்டுக்கு வர இருந்தவளை அங்கே கண்ட காட்சி அப்படியே கட்டிப் போட்டது. உடம்பில் பொட்டுத் துணியில்லாமல் அல்வாரிஸ் கிரேசிக்கு பின்புறம் காட்டியவாறு நின்றிருந்தார். கோகிலா அவர் முன்னே இடுப்பு வரை குனிந்திருக்கிறாள். நெளிகிறார் வளைகிறார் முக்கி முனகுகிறார். இடுப்பு வரை குனிந்திருந்தவள் எழுந்து பின்புறமாய்த் திரும்பி முட்டுப் போடுகிறாள். கோயிற் சிலைக்கும் கோகிலாவுக்கும் ஒரே வித்தியாசம் அது கறுப்பு இது கோதுமைப் பொன்னிறம். அவள் மேல் சரிந்து ஆவிக் கட்டி பிடித்து நாய்போல் புணருகிறார் அல்வாரிஸ். கைகள் பதறிப் பதறி அவள் நெஞ்சைக் குறிவைக்கின்றன. இப்போது அவள் முனகுவது கேட்கிறது. சுவரோரம் பல்லிபோல் ஒட்டியிருந்த கிரேசியின் கண்களில் கண்ணீர். காரியம் கைவிட்டுப் போய்விட்டது. பூனைபோல் நடந்தாள். சத்தமில்லாமலே படுக்கையில் விழுந்தாள். அனிச்சையாய்த் தன் பின்புறத்தையும் தடவிப் பார்த்துக்கொண்டாள் கிரேசி.

கோகிலா வந்த பிறகுதான் விடுமுறை நாள்களில் வைகைஅணை, கொள்ளிடம், திருமலை நாயக்கர் அரண்மனை என்று எங்கெங்கெல்லாமோ அழைத்துப் போனாள். பிள்ளைகளை இழுத்து வைத்துப் பாடம் சொல்லித் தருகிறாள். ரென்சிக்குப் பேன் பார்த்து, தலையில் எண்ணெய் தடவி, சீவக்காய் தேய்த்து ஊறவிட்டுக் குளிப்பாட்டுகிறாள்.

'நல்ல பாம்பும் சாரையும் சேரும்போது தப்பித்தவறி நம்ம பாக்குறத அதுவ பாத்திற்றா... அட பாவி மனுசாம். அப்புடி என்ன கொற வச்சிற்றம். ஒரு மாசந்தாங்கலிய நீ... இடுப்புக்குக் கீழ நம்மளால ச்சீ... ச்சீ நம்மளால முடியாதப்பா. அங்கதாம் புடிச்சிற்றாளோ. கூடுவார் கூட கூடுனா இப்புடி கெட்ட கெட்ட பழக்கங்கயெல்லாம் வருமாம. அவுரு எப்புடி மனுசம். அதாம் அவளப் பாத்தவொடன கோவப்பட்டாரோ. ஆச்சாரம் அனுஷ்டாங்கமெல்லாம் போச்ச. ருசி கண்ட பூன, அதுக்கு எங்கயிருந்து எங்க வந்து மேயணும். இந்த மனுசனுக்கு புத்தி எதுக்கு இப்புடி போவுது. நம்ம மூச்சடைக்கி கொண்டு வார சங்குக்கு கீழக்கர சாயிபு வெல வைக்கிறாம். ஞாயமில்லாத செயலண்ணம். நம்ம படிச்சி வந்தது என்ன பிரயோசனம். என்னமாச்சும் பண்ணணுமில்ல. இந்த சம்மாட்டி கூலியாள் பிரச்சனக்கி ஒரு முடிவு கெட்டியே ஆவணும். அடுத்தவுங்க ஞாயம் தெரியிற மனுசனுக்கு தன் வூட்டு ஞாயம் தெரியாமலா போச்சி. அது எப்புடி தெரியும் இவுரு நெனச்ச தெல்லாம் அவ செய்வாளாயிருக்கும்.

சும்ம சொல்லக் கூடாது நல்லாத்தாம் இருக்கா. இது இன்னக்கி நேத்து பழக்கமாயிருக்காது. இந்த பொட்டப் புள்ள பெறந்தப்ப என்ன எழவு பேறுகாலம் பாத்தாள்வளோ வயிறு ஊத்தாம்பட்டி கணக்கா ஊதிப்போச்சி. சம்மாட்டி வெறிப்பு பத்தி பேசுறாறு. மனுசனுக்கு பொதுச் சேவயிலதாங் குறியின்னு பாத்தா இப்புடி ஒரு செயல் நமக்குத் தெரியாம போச்ச, தெரிஞ்சாக்குல என்ன பண்ண. பழகுற ஆள்க்க யெல்லாம் பிரான்சிஸ் அண்ணம், அந்த கம்யூனிஸ்ட்காரரு பேரு என்னமோ சொன்னாங்கள ஆர்.ஹெச். நாதன். பொதுச் சேவைக்கியின்னு காதலே மாண்டாமின்னுட்டாராம். பர்மாவுலயும் ரப்பர் தோட்டங்கள்ல ஒதவி செய்தாராம. நம்ம தீவுலயும் என்ன மாச்சும் பண்ணமாட்டாரா. இப்புடிப்பட்ட பிரண்டுமாற வச்சிகிற்று... பாத்தா அய்யருமாரிதாம் இருக்கு. ஆனா வாய் வச்சி தண்ணி குடிச்சார. கோகிலா இன்னக்கிவர டவராவுல ஆத்தி அன்னாந்துதாம் குடிக்கிறா. என்னமோ புதுசா நரசுஸ்ன்னு காப்பித் தூள் போடுறாவளாம். எங்க என்ன வருது எல்லாத்தயும் தெரிஞ்சிற்று வந்திருறா. எல்லாஞ் சரி அதுக்கு இப்புடியா தூக்கி அம்மணமா காட்டுவா. இவள்வளுக்கு வார தைரியம் நமக்கு வரமாட்டயிங்குத. தங்கத்தேர் வருது. என்னடா இப்புடி நெரிக்கிறாரயின்னு பாத்தா மனுசம் திரேசாவ வயித்துல தடவுறாம். அது எப்புடித்தாம் மூஞ்ச மட்டும் பக்தியுள்ள பூன கணக்கா வைப்பாரோ. இது தெரிஞ்சிதாம் அண்ணம்மாரு யாரும் மதிக்கமாட்டயிங்குறான் வளோ. திரேசா வயித்தத் தடவுனது அவளுக்கு தெரியாமலா இருக்கும். நா ஒருத்தி... அந்த எடத்துலே கேட்டுறுக்கணும். அவ மட்டும் லேசா. ஒரு ஆசதாம் பொழைச்சா ஈயம் பித்தாளைக்கி பேரீச்சம்பழக் கடைக்காரங்கூட ஓடுறவதாம். என்ன பெரிய மீன்லாகா. இப்ப வந்த மீன்லாகா. மிக்கேல் பல்டோனா கூடயும் என்ன எழவோ. இந்த கூட்ட நெருசலுல எல்லாரும் முட்டி மோதிகிட்டு இருக்கச்சில... என்ன மாதா பக்தியோ. ஞாயிற்றுக் கெழமயானா ஊருக்கு ஓடியிருறாரு, சொல்லுமாக்குல அங்கயும் எவளையும் வச்சிருக்காரா. சில்வாரிஸ் பொண்டாட்டிய பாத்தா அப்புடித் தெரியில. ஆனாலும் ஆம்புளயள சே... பவுனு நெறத்துல தாம் இருக்கா. இவள வச்சிகிற்று குடும்பம் நடத்தத் தெரியாமலா. என்னமோ கூட்டிக் குடுத்திருவாம் போலயிருந்திச்சி அப்புடியிப்புடியின்னு சொல்ல வந்தா. பாலுல குங்குமப் பூ போட்டு குடிப்பாள் வளாம். மாமாவும் மாமியும் கூடயிருந்தா இந்தமாரி கூத்துவ நடந்திருக்காதோ. சவம் வாய கெட்ட முடியாம அன்னக்கி வெக்குவென்னு வந்திருந்ததுவள பேசிப் போட்டம். இப்ப அவுங்ககிட்ட போயி ஞாயம் கேக்கவா முடியும். புள்ளகிள்ள

பெத்துத் தொலச்சிறப்போறா. இப்புடி ஒரு நோயி வந்து நம்மள படுக்க வச்சிற்ற. அதுக்கு புருசன பங்கா குடுக்க. எடுத்துகிட்டா... மாரி என்ன பங்கு. மாவடு கொண்டு வந்தா எனக்கு புடிக்கல்ல. நொட்டவுட்டு, நொட்டவுட்டு திங்கிம்போதே நெனச்சம் என்னமோ சரியில்லயின்னு. மாமாவுக்கு இப்புடியொரு கொணம் இருக்கமாரி தெரியிலிய. யாருக்குத் தெரியும் அன்னக்கி மாமி பாடுன பாட்டு நல்லாத்தாம் இருந்திச்சி.

‘ஆழி கடந்து வாந்தோம்
ரங்கூன் அரிசி சோத்த நம்பி
வாழலாமின்னுருந்தோம் அய்யா
வவுறு தாங்கலயே
எங்கயிருந்தோ ஒரு
இங்கிலீசு ராசா
இந்தியா மூடி புடிக்க
லேடி மயக்கத்தால
நவாப்பு நாடி புடிச்சிக்
கொண்டாம்
சாலங் குருசயும் சாலக்
கச்சயும் சப்பாங்
கொண்டுருச்சாம் சிங்கப்பூரு
பாலம் உடைஞ்சிருச்சாம்
சேதமொக்க சேதமடைஞ்சிருச்சாம்’

எல்லாம் லேடி மயக்கத்துலதாம் சீரழிஞ்சிருக்கான்வ. சைடுல பாத்தமில்ல நம்ம மாரி தொங்கலிய. அவ பால் எங்க குடுத்தா தொங்குறதுக்கு. அந்தக் காலத்தில் பிள்ளை பெறாத வயிறுகளும் பாலூட்டாத கொங்கைகளும் பேறு பெற்றவையாய் இருக்கும். ஆவிக் கட்டி, ஆவிக் கட்டி புடிச்சத பாத்தன. அத்தன ஆசயின்னுதான... நண்டு காணு கெடந்துகிட்டு என்ன வரத்து வாறாறு. மருந்து சாப்புட்டியா, கோகிலா பாத்துக்கம்மா. உப்பிலியா குப்புலியா அவங் கேக்கணும். சின்னப் புள்ளயளுக்கு தெரிஞ்சா என்னாவுறது. நல்லாத்தாம் வச்சிருக்கா. ஒட்டிகிட்டுல்ல. பரத நாட்டியம் சொல்லிக்குடுக்கிறமின்னா. நடக்குற விசயங்களப் பாத்தா யார நம்ப. அப்ப அய்யாவுக்கு மெட்ராசுல ஒரு தொடுப்பு யிருக்குங்குறது நெசந்தாம்போல. நெருப்பில்லாம பொகையுமா. அபச்சாரமிங்குறதெல்லாம் வெளியதாம்.. நாந்தாம் கூட்டிற்று

வரச் சொன்னம். என்னயத்தாம் சொல்லணும். இங்க வரயில்லாட்டி மட்டும் ஒரசியிருக்க மாட்டாவளா. என்னமோ எல்லாருக்கும் தெரிஞ்ச பொறவும் நமக்குத் தெரியாம இருக்குறதவுட நமக்கு மொதல்லே தெரிஞ்சிச்ச, அந்த வகையில நல்லதுதாம். நம்மளே ஒரு வாய்ப்ப ஏற்படுத்தி குடுத்திற்றமோ... அண்ணக்கி ஒதட்டுல என்ன காயமின்னு கேட்டப்ப அப்புடியே மழுப்பிற்றாள. பொறவு ஓம் புருசங் கடிச்சதின்னு சொல்லுவாளா. பிரான்சிஸ் அண்ணங்கிட்ட சொல்லுவமா. கலியாணம் முடியாமத்தான இருக்காங்க. கூட மாட ஒரு ஒதவிக்கி. ருசி கண்டவ எப்புடி போவா. பல்டோனா பொண்டாட்டியும் போற வார தண்டல்வ ஒருத்தனயும் வுட மாட்டயிங்குறாளாம். பெரிய மூளைக்காரனாம். ஆள உருக்கி மூளயில வச்சிருக்காறாம். பெரிய கணக்கு புலி. பேசாம அந்த மனுசன கெட்டிகிட்டு மெட்ராசுக்கு போயிருக்குலாம். கபிரியலாவது சந்தோசப்பட்டிருப்பாம். இவுங்கள்வ ஒரு ஒறவாயிருந்தா இவுருக்கு ஒரு பயம் இருக்கும். தம்பியாச்சும் வருவாமின்னு பாத்தா அவங் கப்பலயும் புதுப் பொண்டாட்டியயும் கெட்டிப் புடிச்சிகிற்று கெடக்குறானாம். எழும்பியிருக்கக் கூடாது எதையும் பாக்கயில்லயின்னு போயிருக்கும். தலவலிக்கித. வெளிய யாருட்ட சொல்ல. சொன்னா யாரு நம்புவா.'

விழியோரங்களில் வடிந்த கண்ணீர் தலையணையை நனைத்தது. தன்னையறியாமலேயே அயர்ந்திருந்தாள் கிரேசி. மூடிய பால் தம்ளர் மூடியபடியே இருக்க விடிந்தும் கண் திறக்கவில்லை கிரேசி. வெகு நேரமாகியிருக்க வேண்டும் மில்டனும் ரென்சியும் குதிரை வண்டிக்காகப் போட்ட சண்டையில்தான் கண் விழித்தாள். அதற்குள் குளித்து விட்டிருந்த கோகிலா நனைந்த முடியோடே துவாலையையும் சேர்த்து கொண்டை போட்டிருந்தாள். கொண்டைக்கு வெளியே சிதறி நின்ற தலைமுடியில் நீர் சொட்டியபடி யிருந்தது.

'கனவு கினவு கண்டுட்டமா. அது கனவாவேயிருந்தா. அப்புடி பாத்தா திரும்பி வரும்போது கால் எடறிச்ச...'

படுத்திருந்த நிலையிலேயே காலைக் குறுக்கிக் கையை நீட்டிச் சுண்டு விரலைத் தடவினாள். பெயர்ந்து நின்றிருந்த நகத்தில் கைபட்டதும் பிராணன் போவது போல் வலித்தது. குதிரை வண்டியில் சாய்ந்தாடியபடியிருந்த மில்டன் வேகத்தைக் கூட்ட, முன்பக்கம் ஒரு அளவுக்கு மேல் சாய்ந்த மரக்குதிரை நிலை திரும்பாமல் டமார் என்ற சத்தத்தோடு

அப்படியே சாய்ந்தது. பதறி எழுந்து பார்த்தால் அதே பதற்றத்தோடு கோகிலாவும் அங்கே நின்றிருந்தாள்.

'இவ கிட்ட என்னத்த கேக்க? அப்ப யாரு கிட்ட கேக்க. நிர்வாணம் அழகுயின்னு சும்மயா சொன்னான்வ. என்ன அழகாயிருந்தா. எலிக் குஞ்சிக்கி யோகந்தாம். வீட்டுக்குள்ளேயே ரண்டா. நம்ம இனும என்னத்த. அப்ப சம்மதிச்சிற்றியா. எங்கய்யா மல்லிப்பூ செபஸ்தியார் தன்னாண நா சம்மதிக்கயில்ல.'

முன்னறையில் பிரான்சிசும் அல்வாரிசும் பேசுவது கேட்டது.

"ஆர்.ஹெச். நாதன் அப்ப வருவாருங்கிறியளா."

"நீ என்ன கண்ணீர்த் துளிகள்ன்னா நெனச்ச? அவுரு கம்யூனிஸ்ட். கண்டிப்பா வருவாரு. எங்கிட்ட நீ ஏற்கனவே சொல்லியிருந்த விசயங்க எல்லாத்தயும் சொல்லிற்றம். மனுசம் கொதிச்சி போயிற்றாரு. ஒரே சமூகத்துக்குள்ளயே இந்தக் கொடுமயாயின்னாரு."

"..."

"நாதனுக்கு மானசீக குரு யாருன்னு நெனக்கிற..."

"சொல்லுங்க."

"நம்ம சிங்காரவேலராம்."

"அவுரே சொன்னாரா...?"

"சிங்காரவேலம் ஊராம் புள்ளய ஊட்டி வளத்தாம, அவம் புள்ளயள நாம் பாக்கக் கூடாதான்னு கேக்குறாறு."

"பாம்பன்ல கொழந்தசாமி சின்னய்யாவும், ஜெபமாலை மாமாவும் தயாரா இருப்பாங்க." என்றான் அல்வாரிஸ்.

"பரவால்லிய."

"என்ன அப்புடி சொல்லிற்றிய?"

"கடவுள் மறுப்பிங்குறதே மிகப் பெரிய ஆன்மீகமிங்குறது இங்க எவனுக்கும் புரிய மாட்டயிங்குது. என்னய பொறுத்த வர பெரியார் மிகப் பெரிய ஆன்மீகவாதி..."

"என்ன சொல்லுறிய. பரிசுத்த ஆவியால் இட்லி அவிக்க முடியுமான்னுகிட்டு அலையிறான்வ."

“அளவுக்கு மிஞ்சி அட்டூழியங்க பெருகும்போது ஆண்டவனால அனுப்பப்படுற தூதுவர்கள்தாம் இவுங்க. நல்லா கவனிச்சி பாரு அல்வாரிசு. பெரியாரு பார்ப்பனியத்த தாம் எதுக்குறாரு. மனுசன்வள்ல உயர்ச்சி தாழ்ச்சி இல்லயிங்குறாறு. வள்ளலார மதிக்கிறாரு. விசயம் வேற எதுவுமில்ல கல்லுலயும், கட்டயிலயும் வச்சிகிட்டு இது தாங் கடவுள் அவுருக்கு நாங்கயெல்லாம் ஏஜெண்டு, இந்த மாரி பிரச்சனயளத்தாம் சாடுறாரு. எல்லாருமே இறை சாயலாத்தான உருவாக்கப்பட்டிருக்கோம் பெறகு எதுக்கு நமக்குள்ள இத்தன பிரிவு. பிராமணம், சாணாம், சக்கிலியம், பரவம், பள்ளம்...”

“...”

“சிதம்பரம் கோயில் போயிருக்கியா. அங்க தெக்கு வாசல்ல நம்ம இரட்ட மீன் சின்னம் இருக்கு. அந்தக் கோயில் எப்பம் கெட்டுனதின்னே சொல்ல முடியாதிங்குறாவ. அங்க மூலவர் யாரு தெரியுமா?”

“யாரு?”

“எதுவுமேயில்ல... ஆகாயம். அவன் எங்கும் நிறைந்த ஏக பரம்பொருள். அவன கல்லுல வடிக்க முடியுமா. சரி அத விடு. இத பேசுனா பேசிகிற்றே இருக்க வேண்டியதாம். ஆர்.ஹெச். நாதன்னு ஒருத்தர் வாராருன்னு ஊர்ல சொல்லிற்றியா?”

“ஆமாண்ணம்.”

“மொதல்ல இவுங்கள்வ ஒத்துமயா வரணும்.”

“வருவாங்கயிங்குறீங்களா, வரமாட்டாங்கயிங்குறீங்களா?”

“எதுக்கு வர மாட்டாங்க. கண்டிப்பா வருவாங்க.” என்றார் பிரான்சிஸ்.

69

1957

சந்தனமாரியம்மன் கோவிலின் தல விருட்சத்தருகே நின்றிருந்தாள் சலோமி. தோணி வாங்கினால் சந்தன மாரிக்கு வெள்ளிக் காப்பு சாத்துவதாக நேர்ந் திருந்தாள். தசரா காலம் நவராத்திரி கொலு நாட்கள் முடிந்து இன்று இரவில் அம்பாள் சூரனை சம்ஹாரம் செய்வாள். சிறுபிள்ளையாய் இருக்கும் போது சவரி அண்ணன் கையைப் பிடித்துக்கொண்டு வருவாள். கோவிலில் நல்ல கூட்டம். வண்ண வண்ண ஆடையலங்காரங்களில் நாட்டியமாடிய படியும், பாட்டுக்கட்டிப் பாடியாடியபடியும் அங்கங்கே நின்று வேடிக்கை காட்டி காசு வாங்கியபடி யிருந்தார்கள். சந்தனமாரி கோவிலுக்கு **வருவது** தகப்பனார் ஆண்டாமணியாரிடமிருந்து **தொத்திக்** **கொண்ட** பழக்கம். சந்தக்குருஸ் சங்குகுளியில் **இறந்த** பிறகு சந்தனமாரி கோவிலுக்கு வருவது **அதிகமாகி** மறுமணத்திற்கு பிறகு இப்போதெல்லாம் எப்போதாவது வருகிறாள் சலோமி. பிள்ளைகளுக்கு இந்தப் பழக்கம் தொத்திக்கொள்வதில் சலோமிக்கு விருப்பமில்லை. ஏற்கனவே குழந்தைகள் பிறந்தபோது ஞானஸ்தானம் கொடுப்பதில் சிரமம் வந்து பின் சரியாகியிருந்தது. பொனிப்பாஸ் தண்டல் வீட்டிலும் அவர் மட்டும் நின்றிருந்தார். மனைவியோ பிள்ளைகளோ யாருமே இல்லை. தசராவில் பத்தாவது நாள் மெய்யல் பிள்ளை குடும்பத்தார் செலவு. செல்லையா குருக்களும் அவர் மகன் நாகலிங்கக் குருக்களும் அங்குமிங்கும் ஓட்டமும் நடையுமாய் இருந்தார்கள். இரவில் சூர சம்ஹாரம் முடிந்ததும் வில்லுப்பாட்டுக் கச்சேரி, கரகாட்டம், பொய்க்கால் குதிரை எல்லாம் உண்டு.

கொற்கை

பழைய நினைவுகளில் லயித்திருந்தாள் சலோமி. சம்பவம் நடந்து பல வருடங்கள் கழிந்துவிட்ட பிறகும் அன்று நடந்தது போல் இன்றும் ஞாபகத்திலிருந்தது. நினைத்த மாத்திரத்தி லேயே புல்லரித்துப் போனது. அன்றும் அப்படித்தான் தல விருட்சமான புளியமரத்தடியில் நடுத்தர வயது மதிக்கத் தக்க பெண்ணொருத்தி அமர்ந்திருந்தாள் நல்ல வசீகரமான வட்ட முகம். மாநிறம். நெற்றியில் பட்டையாய் விபூதி. நெற்றிப் பொட்டில் எட்டணா அளவுக்கு பெரிய குங்குமப் பொட்டு, காவி நிறத்தில் சேலை. அவளைச் சுற்றிப் பத்துப் பதினைந்து பேர் கையில் எலுமிச்சைப் பழத்தோடு ஆவலாய் அமர்ந்திருந்தார்கள். குறி சொல்வது போலிருந்தது. ஏனடா பார்த்தோமெனத் தன்னையே கடிந்தவளாக அந்தக் கூட்டத்தைக் கடந்து வேகமாக நடந்தாள் சலோமி. கண் திறந்து குறி சொல்லி சலோமியை சற்று ஆங்காரமாகவே அழைத்தாள்.

"ஒன்னயத்தாம் தேடுறம். எங்க போற..."

பயந்தபடியே திரும்பிப் பார்த்தாள். மொத்தக் கூட்டமும் இப்போது சலோமியைப் பார்த்தது. குறி சொல்லும் பெண் அழைத்ததால் மிரண்டு விழித்தவள் என்ன செய்வதென்றறி யாது நின்றிருக்க, பக்கத்திலிருந்தவர்கள் சொன்னார்கள்.

"ஆத்தா கூப்புடுறா... பயப்புடாம வாம்மா."

தயங்கியபடியே நின்றிருந்தவளைக் கைகளைப் பிடித்துக் கூட்டத்துக்குள் இழுத்து வந்தாள் நாகரத்தினம். தாணு மாலய பிள்ளையின் ஒரே மகள். சிவன் கோவில் பக்கம் கொடி வீட்டுக்குக் கட்டிப்போனவள். வியாபாரத்தில் ஏகத்துக்கு நட்டம், முகம் வாடிப்போயிருந்தது. தன் கையில் வைத்திருந்த எலுமிச்சைப் பழத்தை சலோமி கையில் கொடுத்து அதைக் குறி சொல்லும் பெண்ணிடம் கொடுக்கச் சொன்னாள். கை, கால் படபடக்க நின்றிருந்தாள் சலோமி. வலது கையால் வாங்கிய எலுமிச்சம்பழத்தை இரு கைகளிலும் ஏந்திக் கொடுத்தாள்.

'என்ன சொல்லப்போறா. நம்மளப் போயி தீர்க்க சுமங்கலியா இருயிங்கப் போறாளா. அறுதலியா நிக்கிறன மாரியாத்தா. அண்ணனும் எத்தன நாளைக்கி தாங்குவாம். அய்யாவும் ஆத்தாளும் இருக்க வர பிரச்சனயில்ல. வெள்ளச்சரம் பேத்தி இப்ப நல்லாத்தாம் பேசுறா. மோயிஸ் மச்சானுக்கு எதுக்கெடுத்தாலும் ஒரு கிண்டல்.'

பழத்தை வாங்கிய குறி சொல்லும் பெண் கண்களை மூடியபடியிருந்தாள். மூடிய இமைகளுக்குள் கண்கள் உருளுவது தெரிந்தது. உதடுகள் ஏதேதோ முணுமுணுத்தன.

கையையும் கால்களையும் ஆக்ரோஷமாக ஆட்டினாள். நாக்கைத் துருத்தி பார்ப்பவர்களை பயம் காட்டினாள். சுற்றியிருந்தவர்களெ எல்லோரும் அவளையே கண் கொட்டாமல் பார்த்தவாறிருக்க, தலைவிரி கோலமாய்க் கண்களைத் திறந்தாள். வார்த்தைகள் தடித்து வெளிவந்தன.

"என்னடி அழுது கூப்பாடு போட்டியா... இவ்வளவு சூடாயிருக்க. ஒன்னட பிராணம் மருவிச்சடி, ஏங்குனியா... இந்தா ஆத்தா கண் தெறந்திற்றம். பூமியா குளுந்திருவ. ஒனக்குன்னு நா ஒண்ணு வச்சிறுக்க, நீயா போயி இன்னொண்ண கெட்டிகிட்டா அது எப்புடி நிக்கிம். பயப்புடாத, நம்ம புள்ளயாண்டாம் கொறக்கக்கி வந்தாச்சி பழச வுட்டுறு. நீ மலடியில்ல. அடியே, ஓங் கொங்கையில புள்ளய பால் குடிக்கிம். மடியில போட்டு தாலாட்டுவ."

"நானே புருசன எழந்தவ... என்னயப் போயி."

"குறுக்கப் பேசாதடி. இந்தா சொல்லுறம் கேட்டுக்க. முப்பது வருசம் அமோகமா இருப்ப. ஒன்னய கெட்டப் போறவம் குள்ளமா இருப்பாம். நீ அழுதது ஆத்தாளுக்கு கேட்டுருச்சில்ல. கொறகயில கொடி கட்டிப் பறப்ப. ஓம்புருசம் தோணி ஓட்டுவாம்."

அவள் சொல்வதைக் கேட்கக் கேட்கப் பொறுக்க முடியாமல் குலுங்கிக் குலுங்கி அழுதாள் சலோமி.

"நாம் பேசுறதுக்கு குறுக்க பேசுறிய. நீ யாருன்னு ஒனக்குத் தெரியுமா. போன ஜென்மத்துலயிருந்து கொண்டு வந்த கர்மத்த கழிச்சி குடுத்த. ஓங்கப்பனுக்கு புள்ளையா பொறந்ததே பெரிய பாக்கியம். நடக்குறத ஒன்னால தடுக்க முடியாது. ஒன்னய தங்கத் தட்டுல வச்சி தாங்கப் போறாங்க. நீ நல்லாயிருக்கும்போது என்னய பாத்தா எனக்கு ஒரு சேல எடுத்துத் தா..."

கண்கள் குளமாகியிருந்தது சலோமிக்கு. தலை சுற்றுவது போலிருந்தது. பக்கத்திலிருந்த நாகரத்தினம் ஏதோ கேட்க 'ஒனக்கு திருவோடுதாம்' என்று சொல்வது கேட்டது.

பழைய நினைவுகளோடே நடந்தவள் அப்படியே கிழக்காக வந்து நடைபாதையிலேயே அமர்ந்தாள்.

"யாரு பிலிப் தண்டல் பொண்டாட்டியா?"

கண்களைத் துடைத்துக்கொண்டு திரும்பினாள் சலோமி. பட்டுப் புடவையில் நெற்றியில் குங்குமத்தோடு லட்சுமி கடாட்சமாய் நின்றிருந்தாள் அன்னக்கிளி. கைகளில் வெள்ளி அர்ச்சனைத் தட்டு. இடுப்பில் ஒட்டியாணம். பக்கத்திலேயே

உண்ணாமலை. தங்கப்பழத்துக்கு அந்த அளவுக்கு சந்தன மாரிமேல் ஈடுபாடில்லை. தகப்பனார் பிச்சைகனியோடு சிறுபிள்ளையிலேயே சந்தனமாரி கோவிலுக்கு வருவாள் உண்ணாமலை. கொற்கையில் மூன்று தோணி ஓடுகிறது.

வடக்கத்தி நாடார்கள் தெற்கத்தி நாடார் வீடுகளில் பெண்ணெடுப்பதில்லை என்ற சம்பிரதாயத்தை உடைத்துத் தன் மூத்தமகன் சண்முகவேலுக்கு காயாமொழி கணபதி நாடார் வீட்டில் பெண்ணெடுத்திருந்தார் முத்துலிங்கம். தாமிரபரணி படுகையில் குறைந்தது இரண்டு பூ விளையும் விதைப்பாடுகள். ஏக்கர் கணக்கில் தென்னந்தோப்புகள். பனங்காடுகள் இன்னமட்டு என்றில்லை. மருமகள் அன்னக் கிளியின் பணிவிடைகளைப் பெற்று மகிழ்வதற்குக் கொடுத்து வைக்காமல் அதற்கு முன்னாலேயே போய்ச் சேர்ந்துவிட்டார் முத்துலிங்கம். காயாமொழியில் பூணூல் போடும் கணபதி நாடார் வம்சம். சலோமியும் அன்னக்கிளியும் ஏற்கனவே அறிமுகமானவர்கள். எல்லாமே சந்தனமாரி புண்ணியம்.

“புதுசா தோணி வச்சிறுக்கியளோ... வீட்டுல சொன்னாக” என்றாள் அன்னக்கிளி.

“தோணி மொதலாளி பொண்டாட்டிக்கி கழுத்துல ஒண்ணயுங் காணும்...” என்றாள் உண்ணாமலை.

வலைக்குடியில் சிறுபிராயத்தில் ஒன்றாய் விளையாடித் திரிந்தவர்கள். விளையாட்டில் உண்ணாமலை எப்போதுமே தாச்சாவாய் இருப்பாள்.

‘அத்தள புத்தள தவளச் சோறு
எட்டு மாடு எருமப்பாலு
கள்ளம் வாராம் கதவட
வெள்ளச்சி வாரா வெளக்கத் தூண்டு
குண்டுமணி டோசிக்கா
குறத்தியம்மா கால் நீட்டு
மாண்டேன் மாண்டேன்
மாண்டேன் மாண்டேன் எங்காதே
மலையின் மீது ஏறாதே
பூத்து பூத்து வாழைக்கா
பம்பரம் போல வாழைக்கா
பூ மாரி கால் நீட்டு’

“என்ன சலோமி திரும்பவும் கனவா?”

“அந்த நாள்கள நெனச்சாலே சந்தோசமாத்தாம் இருக்குல்ல.”

“அப்ப வீட்டுல இருந்து தோணி நிர்வாகமா?”

“இப்ப பர்னாந்துமார் வூட்டுவள்ல அப்புடித்தான நடக்குதாம்...”

“அப்புடியெல்லாமில்ல. தோணி வல்வெட்டித் தொற போயிறுக்கி. கடன் வாங்கல, காதுல கழுத்துல கெடந்தது அத்தனையும் கழத்தி குடுத்திற்றம்.”

“...”

“எனக்கு ஒண்ணுந் தெரியாது. அவுக பேசுறது கொள்ளுறதுவள வச்சித்தாம் தெரியவரும். ராத்திரி தூங்கும் போது போடுற சத்தம் பயமாயிருக்கும். அதப்புடி, இதப்புடியிம்பாவ. கடலுக்குள்ள, காத்து கடல்ல தொழில் செய்யிறது பாத்தியளா. எழும்பி உக்காந்து அவுக மூஞ்சயே பாத்துகிட்டு இருப்பம்.”

“...”

“காத்துக் கடல்ல அல்லாடிற்று வாராவ. நம்ம இங்க நெலத்துல சொகுசா இருக்கோம்.”

“நம்ம வீட்டுலயும் அப்புடித்தாம் சலோமி. வெளிய பயணம் போனா... பம்பாய் கிம்பாயின்னு, வாரக் கணக்குல் ஆவும். வந்து வீட்டுல இருக்க ரண்டு நாளாவது நிம்மதியா இருக்கட்டுமின்னு புடிச்சத ஆக்கிப் போட்டுட்டு கேக்குறத குடுத்திற்று நிம்மதியா இருக்கம்.” என்றாள் அன்னக்கிளி.

“யாபாரமுன்னாலும் லேசான சமாச்சாரமில்லிய. எத்தன பேருகிட்ட கூனிக் குறுகணும். எத்தன விசயங்கள மனசுக்குள பூட்டணும்.”

“மூத்தவனுக்கு பொண்ணு பாக்குறோம்” என்றாள் அன்னக்கிளி.

“தனபாக்கியத்த விருதுநகருல குடுத்தாச்சி இனும எங்க வீட்டுல ரவீந்திரனுக்குத்தாம்...” என்றாள் உண்ணாமலை.

“எண்ணெய்க்காரரு பேத்தி வசந்தாவ முடிஞ்சிற்று யின்னாவ.”

பெஞ்சமின் பாய்வா பிள்ளைகள் பெர்க்மான்சும் சாராவும் தசரா பார்க்க வந்திருந்தார்கள். சாரா தன்

மாப்பிள்ளை தனுஷ் கோஸ்தாவோடு நின்றிருந்தாள். கையில் சுந்தரி பக்கத்திலேயே கரோலின் விளையாடியபடியும் பராக்குப் பார்த்தபடியும் நின்றாள். பெர்க்மான்சும், சிறிய புஷ்பமும் புது மாப்பிள்ளையும் பெண்ணும். தனுஷ்கோஸ்தா விமானப் படையிலிருக்கிறார். பிள்ளைகளைக் கண்டுகொண்டது போலில்லை. பக்கத்தில் வந்து இறங்கியிருந்த கரகாட்டக் கும்பலை நோட்டமிட்டபடியிருந்தார். சிரிக்கும்போது ஓட்டைப் பல் தெரிந்தது. அடிக்கடி கைத்துண்டை வைத்து முகம் துடைத்தபடி இருந்தார். தாடை மட்டும் ஓய்வு ஒழிவில்லாமல் ஆடியபடியிருந்தது.

"அவுகளுக்கு எப்பவும் நா பளிச்சின்னு இருக்கனும். வீட்டுலகூட சாதாரண சேல கெட்டுனா கோவம் பொத்துகிட்டு வந்திருது. புள்ளய எப்புடியிருக்கு சலோமி?"

"மகராசிக்கி கலியாணம் எடுக்குலாம். கொழும்புலயோ மெட்ராசுலயோ ஒரு மாப்புள இருக்கதாச் சொன்னாவ. அவுங்களுக்கு தெரியாதா... திரும்பத் திரும்ப நச்சரிக்காண்டாமின்னு வுட்டுட்டம்."

"சரி சரி."

"இந்த தோணி வச்ச செலவு ஓடி அடைஞ்ச பொறவு நகயள மீட்டு அதுக்கு பொறவு செய்யலாமுன்னு இருப்பாவளாயிருக்கும்."

அன்னக்கிளியும் சண்முகவேலுக்கு அதிகமான குடும்ப பாரம் கொடுப்பதில்லை. பிள்ளைகளில்லாமல் தனித்திருக்கும் வேளைகளில் பிரிந்து கொழும்புக்கு ஓடிப் போன தம்பி ராஜாமணியைப் பற்றியே பேசுவார் சண்முகவேல். சண்முகவேல் குடும்பக் காரியமாக இருந்தாலும் அன்னக்கிளி குடும்பக் காரியமாக இருந்தாலும் அன்னக்கிளியே முன்னெறுப்புக்கு போய் அனைவரது வாயையும் அடைத்து விடுவாள். குடும்பத்தில் நடக்கிற திருமணம், இறப்புக் காரியங்கள் நீங்கலாக அனைத்து காது குத்து, சடங்கு, கிரகப் பிரவேசம் போன்ற நிகழ்ச்சிகளுக்கு அன்னக்கிளிதான்.

"நாத்தனார் பேரு அருமொழிதான, எப்புடியிருக்கா?"

"என்னயக் கண்டாலே ஆவாது."

அந்தோணிமுத்து வீட்டில் மீனாட்சி ஆட்சி. கணவனை ஒரு சொல்லுக்குக்கூட மதிப்பதில்லை அருள்மொழி.

"அது என்னமோ தெரியில சலோமி. எங்க வீட்டுப் பக்கத்துலயும் நாலஞ்சி பர்னாந்துமார் வீடுவ இருக்கு. சாயங்காலம் வெளக்கு வச்சாச்சா பெறகு அடிபுடிதாம்.

"தோணி வச்சிறுக்கியள. எதும் பிரச்சனய இல்லியா?"

"சரியா சொல்லுறியளக்கா. புள்ளக்கி ஒரு தள்ளு வண்டி வாங்கிக் குடுத்திற்றாக்கூட கொடிமரத்துக்கு கீழ இதாம் பேச்சி..."

ஒரே சமயத்தவராய் இருந்தும் பர்னாந்துமார் தங்களிடையே பிறர் சினேகமில்லாமலேயே இருந்தார்கள். போட்டி போட்டுக்கொண்டு ஒருவனை ஒருவன கவிழ்க்கும் நிகழ்ச்சிகள் சர்வ சாதாரணமாக நடந்தன. அமாவாசை பௌர்ணமி நாள்களில் செய்வினை செய்வதற்காக எட்டயபுரத்துக்கும் ஆத்தூருக்கும் படையெடுக்கும் கூட்டம் ஞாயிறுகிழமை பூசைகளுக்குக் கூட வருவதில்லை. இரண்டு ஊர் தொள்ளாளிகளிடமும் அடிமைப்பட்டே கிடக்கிறார்கள். கலகம் பண்ணிக் கம்பெடுத்துக் கொள்ளைபோட்டு மாய்ந்து போவது ஒரு புறமென்றால், சொந்த ரத்தங்களுக்குள்ளேயே கொலைபாதகமும் சம்பந்தக் கெடுப்பு வேலைகளுமே சர்வ சாதாரணம். அண்ணனும் தம்பியுமாய் மாறி மாறி செய்வினை வைத்துப் பாழ்பட்ட குடும்பங்கள் கொற்கையில் ஏராளம்.

"கமலி பீரிஸ் தெரியுமா? வீட்டுக்குள்ள சும்மாயிருந்த மனுசி எதுக்கு தீ வச்சாவ?"

"ஆத்தூர்க்காரம் பாத்த பார்வயின்னாவள."

"ஆத்தூர்க்காரந்தாம். அவம் சும்ம எதுக்கு பாக்கப் போறாம். எல்லாமே பெரிய பல்டோனாயிங்குறாவ. நெசமோ பொய்யோ."

"கவனமாவே இருங்கள்வ, தோணி கீணியின்னு வேல வேலயாம்படியிருந்தாலும் சலோமி, பாதுகாப்பு நடவடிக்கயள மறந்துறாதைங்க."

"புரியிது" என்றாள் சலோமி.

"எங்க வீட்டுக்காரவுக எப்பவும் பிலிப் தண்டலப் பத்திதாம் பேசுவாக... தன்னப்பத்தி யோசிக்காம தண்ணிக்கிள-குதிச்சி இவுகள காப்பாத்துனாவளாம்."

"சொல்லவேயில்லிய."

70

1958

விளக்கு வைக்கும் நேரம், தோமாஸ் தண்டல் பேரன் பபிலோன் சாமியார் மல்லிப்பூ செபஸ்தியார் வீட்டின் கம்பிக் கதவருகே நின்றிருந்தார். தெருவில் ஆள் நடமாட்டம் குறைந்திருந்தது. வீட்டின் உள்ளே வரவேற்பறையில் ஜெர்மனியின் கிரண்டிக் ரேடியோ கரகரத்து பாடியது. திருமணத்திற்கு முன்னமே கிளமென்ட் வாங்கி வந்திருந்தான். வெரோணிக்கமும் வீட்டில் இருந்தது போலில்லை. கொஞ்ச நாளாகவே குழந்தை சில்வியா பால் குடிப்பதில் விருப்பமில்லா திருந்தாள். வயிற்றிலும் வீக்கம். பயந்துபோன வெரோணிக்கம் குழந்தைக்கு கொரிக்கு பார்ப்பதற்கு ஆள் கூட்டிவரப் போயிருந்தாள். அந்தப் பகுதியில் குழந்தைகளுக்கு தோசக்கட்டோ, கொரியோ பிடித்துவிட்டால் அதை எடுப்பதற்கு சக்கிலியக்குடி ராகம்மாவை விட்டால் வேறு ஆளில்லை. நாலைந்து நாட்டு வெற்றிலையும், கழிபாக்கும், சுண்ணமும் கூடவே இரண்டு சூடமும், ஒரு சிரட்டையில் முச்சந்தி மண்ணும் போதும். தோசக்கட்டை இறக்கும் போது வாய்விட்டு ஏப்பம் விடுவாள் ராகம்மா. இன்னும் ஒரு சில வீடுகளில் சிரட்டையில்தான் தண்ணீர் கொடுக்கிறார்கள். வேலை முடிந்த பின் புறக்கடையிலமர்ந்து வயிறாறச் சாப்பிட்டுவிட்டுப் போவாள். சில வேளைகளில் பாத்திரம் கொண்டுவந்து பிள்ளைகளுக்காக சாப்பாடு வாங்கிப் போவதும் உண்டு.

வெளிப்புறக் கதவை இருமுறை தட்டியும் வீட்டில் சத்தமில்லை. அங்குமிங்கும் பார்த்தபடியே மெதுவாக குரல் கொடுத்தார் பபிலோன்.

“வீட்டுல யார் இருக்கது...?”

நெருங்கி வந்து தலைவாசல் கதவை இருமுறை தட்டினார். சத்தமில்லாது போகவே வீட்டுள்ளே வந்து பூனை போல் நடந்து அங்குமிங்கும் நோட்டமிட்டார். பின்புறம் ஒரு அறையில் பூவேலை, பொட்டு வேலை முடிந்த பாளங்கள் குவிந்து கிடந்தன.

'கெழடக் காணும. மதலேன் எங்கயும் போயிருக்க மாட்டா. இப்புடியொரு வாய்ப்பு... மதலேன் என்ன செய்வா. படுத்திருப்பாளோ. மலந்து படுத்திருப்பாளா, கவுந்து படுத்திருப்பாளா. படுத்துகிட்டு எதாவது கல்கி, ஆனந்த விகடன் படிப்பாளாயிருக்கும். வெளக்கு வைக்கிம்போது படுப்பாளா... குளிப்பாளோ. ஆமா இவள்வ எங்க காலயில குளிக்க. அதுக்கெல்லாம் பாப்பாத்திதாம், நாடாத்தியளும் இப்ப பரவால்லிய. இவள்வளுக்குப் பொழுது அடையும் போதுதான குளிக்கனுமின்னு நெனைப்பே வருது. பாவாட உடுத்தி குளிப்பாளா அல்லது ஒண்ணுமே உடுத்தாம குளிச்சாத்தாம் என்ன. அந்த சுவர்களுக்கு உள்ள வாய்ப்புகூட நமக்குயில்ல.'

வாயில் எச்சில் ஊற, பெருமூச்சுடன் உமிழ்நீரைக் குடித்தார் பபிலோன். கண்களில் அவசரம், பயம் தெரிந்தது. அங்குமிங்கும் தடுமாறியவர் பக்கவாட்டில் சாத்தியிருந்த கதவை வலது கையால் மெள்ளத் தள்ளினார். அது கிர் கிர் கிர்ரென ஓசையிட்டபடி திறந்தது. கிளமென்ட் விடுமுறையில் வீட்டிலிருக்கும்போதுதான் சன்னல் கம்பிகளை துடைத்து, கதவுக் கீல்களுக்கு எண்ணெய் போடுவது வழக்கம். உள்ளே கட்டிலின் காலில் சாய்ந்தவாறு மதலேன் தரையிலமர்ந்து குழந்தைக்குப் பாலூட்டுவது போலிருந்தது. பொங்கிவந்த பரதாவத்தைக் கட்டுப்படுத்தியவராய் சுற்றுமுற்றும் நோட்டமிட்டார் பபிலோன். வீட்டில் மதலேனையும் குழந்தையையும் தவிர யாருமில்லை. கதவை இன்னும் சிறிது தள்ளியவாறு உள்ளே வந்தார். அவரால் நம்ப முடியவில்லை, கண்களை ஒரு முறை துடைத்துக்கொண்டார். இடதுபுறம் முலைக் காம்பில் பால் குடித்தபடியிருந்த குழந்தை அசந்துவிட பளிச்சென அரை வட்டமாய் நடுவில் கருத்துப் பெருத்த காம்போடு... கிறங்கிவிடும் நிலையில் பபிலோன். கண்களை மூடிக் கழுத்தில் நெட்டுடைத்தார். கையிலிருந்த விவிலியத்தையும், ஜெபமாலையையும் பக்கத்திலிருந்த இருக்கையில் பவ்யமாய் வைத்தவர் இரு கைகளாலும் மார்பைத் தடவிப் பெருமூச்சு விட்டார். அங்கியைச் சரி செய்துகொண்டார். ஏதோ நினைத்தவராய்க் கதவைத் திறந்து வெளியே பார்த்தவர் அதற்கு மேல் பொறுக்க முடியாமல் பூனைபோல் நடந்து மதலேனின் அருகே வந்து கட்டிலில் அமர்ந்து அவள்

கன்னத்தை வருடினார். திடீரென ஏற்பட்ட அன்னிய ஸ்பரிசத்தால் பதறி நிமிர்ந்த மதலேன் அனிச்சையாய் மார்பை மூட அவள் காதுவரை குனிந்து மூச்சுக்காற்றின் சூடுபட வறண்ட குரலில் குசுகுசுத்தார் பபிலோன்.

“என்ன மதலேன் பால் குடுக்கிறியா?”

விக்கித்துப் பதறினாள் மதலேன். மார்ச்சட்டையைச் சரி செய்வதா குழந்தையை தூக்கிக்கொண்டு எழும்புவதா. ஒரு கணம் எதுவுமே புரியவில்லை. மலங்க மலங்க விழித்தவள் வாயில் வார்த்தை வராமல் தடுமாறினாள். பதற்றம் நிறைந்த விழிகள் கதவுப்பக்கம் ஒரு முறை சென்று மீண்டன. அவளால் சடுதியில் குழந்தையோடு எழும்ப இயலவில்லை.

“உக்காரு மதலேன். வீட்டுல வேற யாரும் இல்ல.” என்றவாறு அவளருகே குத்த வைத்தவர் குழந்தையை எடுப்பது போல் பாவனை காட்டி மதலேனின் தனங்களைத் தொட முயல.

“சாமி என்ன இது...” பயத்தில் உளறினாள் மதலேன்.

“ஒன்னய பாக்க வந்தம். ஒன்னய பாக்காம என்னால இருக்க முடியில.”

“என்னது...!”

பதறிப் புல்லரித்துப் போனாள். பபிலோனின் காந்தக் கண்களை சந்திக்கத் திராணியற்றவளாய் பக்கவாட்டில் நகர்ந்தாள் மதலேன்.

‘ஆளு பெரிய கில்லாடியிம்பாவள, மெஸ்மரிசம், கிஸ்மரிசமின்னு என்னமாவது பண்ணித் தொலச்சிறக் கூடாத. மாதா தாயி நீதாங் காப்பாத்தனும். கண்ணப் பாத்தாலே பயமாத்தான இருக்கி. மாமி இன்னா வாரமின்னு போனவுக இன்னும் என்ன பண்ணுறாவ.’

“என்ன மதலேன் அமதியாயிற்ற. இப்ப யோசிக்கிற... எந் தம்பி பங்குராச கெட்டியிருக்குலாமில்ல, நாங்கதான ஒனக்கு மொறமாப்புள.”

“என்ன சாமி பேசுறிய. அவுகளுக்கே புத்தி சரியில்ல பெறகு எப்புடி... இப்ப கலியாணம் முடிஞ்சி கொழந்தயோட இருக்கவகிட்ட வந்து என்ன பேசுறீங்க.”

“தம்பிய, சும்ம பேருக்குத்தான் கெட்டச் சொன்னம்.”

“என்ன பேச்சி பேசுறிய . . .”

விருட்டென குழந்தையோடு எழுந்து தடுமாறியவள் வாசல் பக்கம் போக எத்தனித்தாள், அவளை மறித்துக் கட்டிலில் அமர வைத்த பபிலோன் சொன்னார்.

"மகாபாரதந் தெரியுமா ஒனக்கு... அண்ணந் தம்பிமார் அஞ்சி பேருமே திரௌபதிய பொண்டாட்டியா வச்சிருந்தாங்களாம்."

மதலெனுக்குத் தலைசுற்றுவது போலிருந்தது.

'இந்த மனுசனுக்கு கிறுக்கு புடிச்சிற்றா. மகாபாரதம்ங் குறாம்... திரௌபதியிங்குறாம். இன்னக்கி யாரு கண்ணுல முழிச்சோம். சனியம் எப்பந் தொலயுமின்னு தெரியிலிய. மாமி இன்னும் என்ன பண்ணுறாவ.'

"எல்லாரையும்மாரி, சாமி சாமியிங்குறிய, மச்சாமுன்னு ஆசயாக் கூப்புடு மதலேன் நீ எங்க மாமி மொவ..."

பல்லைக் கடித்தவாறு சுவரை வெறித்தபடியிருந்தாள். மனம் பலவீனப்பட்டுப் போனதால் அந்த நேரத்தில் அவளால் எதுவுமே முடியவில்லை.

"ஆமா மதலேன் நாந்தாம் ஒன்னய அடையணுமின்னு ஆசப்பட்டம்... அப்ப நீ சின்னப்புள்ள. விதிவசஞ் சாமியாராயிற்றம். ஆனா ஒன்னய தூக்கி வெளையாடுற சாக்குல எத்தன நேரம் ஒன்னய அம்மணமா பாத்திருக்கம், ரசிச்சிருக்கந் தெரியுமா ஒனக்கு..."

மதலெனின் கண்களில் மிரட்சி, கூச்சம். அனிச்சையாய் குழந்தையின் இடுப்புப் பகுதியை மறைத்தாள். வாயிலூறிய எச்சிலை உறிஞ்சியபடி மயிர்க் கூச்செறிய விக்கித்து எழும்பி நின்றாள் மதலேன். அவள் எழும்பியதைக் கவனிக்காமலேயே கனவில் நடப்பது போல் நடந்து சன்னலருகே சென்ற பபிலோன் உளற ஆரம்பித்தார்.

"புள்ள பெறந்தா, பெரியப்பா சாமிமாரி இருக்குன்னு எல்லாரும் கொஞ்சியிருப்பாவ. அங்கங்க நடக்குறதுதான..."

குழந்தையை மார்போடணைத்தவாறு கதவருகே வந்தாள், பதறி வெளியே வர இருந்தவளை ஆவிக்கட்டி தழுவினாள் மாமி வெரோணிக்கம் கூடவே ராகம்மா. கண்களை இறுக்கமாய் மூடி அமைதியாய் இருக்குமாறு சைகை காண்பித்தாள்.

"மாமி..." குசுகுசுத்தாள் மதலேன்.

விழிப் புருவங்களை வில்லாக்கி "உஸ்..." என்ற வெரோணிக்கம் ஆள்காட்டி விரலால் உதடுகளைக் குறுக்கே

தொட்டாள். சத்தமில்லாமல் பிள்ளையை வாங்கிக் கொண்டாள்.

"ஒவ்வொரு நாளும் பூச வைக்கிறம், எழுந்தேற்றம் பண்ணுறம். இதை என் நினைவாச் செய்யுங்கள்ளுன்னு ஓஸ்தியத் தூக்குறம். ஆனா தூக்குற ஓஸ்தியில எனக்கு நீதாந் தெரியிற, அம்மணமா... எப்பமோ செத்துப் போன சேசுநாதர் இன்னும் ரத்தமுஞ் சதையுமா உள்ளயிருக்காருன்னு கத வுடுறோம். நீ நம்புவியா மதலேன், எங்கண்ணுக்கு அதுல ஒவ்வொரு நாளும் நீதாந்தெரியிற."

"..."

"ஓம் புருஷம் முந்திகிட்டாம். படிக்கிம்போதும் அப்புடித்தாம். எனக்கு நீ வேணும் மதலேன்."

முஷ்டியை மடக்கி விரல்களை இறுக்கி சன்னல் கம்பிகளில் குத்தினார். தோல் உரிந்து வலித்திருக்க வேண்டும் பெருமூச்சு விட்டபடி மறுகையால் தடவுவது தெரிந்தது.

"மாமி இந்தச் சாமி பேசுறத கேட்டியளா..."

மதலேனைப் பிடிப்பதற்காக ஓடி வந்த பபிலோன் வெரோணிக்கத்தையும் அவள் பின்னே ராகம்மாவயும் பார்த்ததும் சிறிது பின்வாங்கினார்.

சுதாரித்துக் கொண்டவர் சொன்னார்:

"என்ன கெழவி பாக்குற... இவள நா ஏற்கனவே கெடுத்தாச்சி. ஓம் மொவம் இப்ப அனுபவிக்கிறது நாந் தின்னுற்று போட்ட எச்சி எல கேட்டியா."

"அடி சிரிக்கிக்கி பெறந்த சின்னப்பயல, எல எங்க வந்து என்ன பேசுற? எல யாரப் பாத்துப் பேசுற? ஊர்மேஞ்ச பயல, ஆத்தாளமாரிதான இருப்ப... வாய இழுத்து வச்சி தைச்சிப் போடுவங் கேட்டியா?"

"மாமி..."

"வுடு என்னய, சாமிமாரியா பேசுறாம் சண்டாளம். நாக்கு புழுத்துப் போவும் இந்த வெங்கப் பயல்வளுக்கு... கோயில் பூன திருட்டுக்கு அஞ்சாதுன்னு சொல்லுறது உண்மதாம்."

"..."

"ஆக்கங் கெட்ட தூக்குவெளக்குக்கு ஆள் ஒயரத்துக்கு அங்கி. தூப்பான எடு தூமவுள்ளய... இன்னும் நின்னு யாரப் பாக்குறல தேவுடியா மொவன."

“மாமி...”

அடுப்படிக்கு ஓடிப்போய் விளக்குமாற்றை எடுத்து வந்திருந்தாள் ராகம்மா.

“உடும்மா... எழுந்தேற்றம் பண்ணும்போது இந்த வேசப்பய செய்யிற காரியத்த அவஞ் சொன்னத எங் காதால கேட்டன. இப்புடிப்பட்ட தூமயக் குடிச்சான்வ வந்து எழவுடுக்குறது னாலதாம், மான மரியாதயோட இருக்குற சாமிமாருக்கு கெட்ட பேரு. அவனயும் அவம் அங்கியயும் பாரு. கரண்டைக்கி மேல உள்ள போட்டுருக்குற சூட்டு தெரியிற மாரிதாம் போட்டுகிட்டு அலையிறான்வ. அங்கிய இனும முட்டு வர போட்டாலும் போடுவான்வ. இன்னும் எதுக்குல நிக்கிற...”

முகத்தில் எள்ளும் கொள்ளும் வெடிக்கப் பதறிப் பதறி அங்கியைச் சரி செய்தார் பபிலோன். தான் கொண்டு வந்திருந்த விவிலியத்தையும் ஜெபமாலையையும் கையி லெடுத்தபடி இருவரையும் முறைத்தார்.

“எங்க வந்து யார மொறைக்கிறாம். வெளிய போயி பக்கத்துல கெணத்துல குளிக்கிறவன்வகிட்ட சொன்னம் தூமவுள்ளா... கழுத்துல கல்லகெட்டி உள்ள எறக்கிருவான்வ.”

தாமதிப்பதில் பிரயோசனமில்லை என்பதை உணர்ந்த பபிலோன் முன்னோக்கி நகர, வாசலை அடைத்து நின்ற இருவரும் வழிவிட்டு விலகினர். விறுவிறுவென நடையைக் கட்டியவர் சொன்னார்.

“எனக்கு இல்லயின்னா, ஒன்னய எவனையும் அனுபவிக்க வுடமாட்டம் இது நா கும்புடுற அந்த பத்திரகாளி மேல ஆண.”

“அடியாத்தி...” வாய்பிளந்து நின்றிருந்தாள் ராகம்மா.

வெளியே சென்று வாசல் கம்பிக் கதவைப் பிடித்து நின்றவர் அமைதியாய்க் கனத்த குரலில் சொன்னார்.

‘எண்ணிக்க மதலேன் இன்னயில இருந்து சரியா ஒரு வருசம் ஓம் புருசம் கப்பலுல ரத்தங் கக்கித்தாம் சாவாம். அப்புடி சாவயில்ல இத்தன நாளும் அவளுக்கு நா கோழியறுத்து பூச பண்ணுறது எல்லாம் வீண்.”

“...”

“காலம் பூதாவும் நீ வெதவயா என்னய மாறி வெள்ள உடுப்பு உடுத்திகிட்டு வாழுறத பாத்து சந்தோஷப்படல... நாம் பிச்சையாத் தண்டலுக்கு பெறக்கல.”

“எல நீ அந்த ஆண்டுமாரி அடையப் பத்துன பிச்சையாவுக்கு எங்க பெறந்த. அதாம் ஊர் மேஞ்சவளுக்குப் பெறந்தவமின்னு தெக்குத்தெரு பூதாவும் தெரியும.”

விருட்டெனப் படிகளில் இறங்கிச் சாலையில் கால் வைத்தவர் திரும்பி வலது கையை ஆகாயத்தில் உயர்த்தி சிலுவை அடையாளம் வரைந்து கடவுள் உங்களை ஆசீர்வதிப்பார் என்றவாறு தெருவில் நடந்தார். எதிரே வந்த பெண்கள் தங்கள் முந்தானையால் முட்டாக்குப் போட்டபடி தோத்திரம் சொன்னவாறே கடந்தார்கள். சிலுவைக் கோவில் பக்கம் அமர்ந்திருந்த ஆண்களில் சிலரும் எழுந்து உடுத்தியிருந்த வேட்டியைச் சரி செய்தவாறு தோத்திரம் சொன்னார்கள். அனைவரையும் பார்த்துப் புன்னகைத்து ஆசீர்வாதம் வழங்கியவாறே பபிலோன் நடந்தார். முகத்தில் குரூரம் மறைந்து குறுநகை இழையோடியது. எதிரே புல்லட்டில் ஹென்றி பல்டோனா வந்தான். தலையசைத்து வணக்கம் சொன்னான் சாமியாரும் பதிலுக்குத் தலையசைத்த வாறே தன் வழியே போனார்.

மதலேனும் வெரோணிக்கமும் வெளிப்புறக் கம்பிக் கதவை பிடித்தவாறே சாமியார் போவதையே பார்த்தபடி நின்றார்கள்.

“எம்மா பனிவுழும், புள்ளய உள்ள கொண்டுபோ. இங்கன நடந்தத இத்தோட வுட்டுரு. யார்ட்டயும் சொல்லாதம்மா.”

“மாமி...”

“என்னளா... அப்பிடி பாக்குற.”

“ஒங்க மகனுக்கு தெரிஞ்சா துடிச்சி போயிறுவாவ” என்றாள் மதலேன்.

“அப்புடி எதும் பண்ணிறாத மொவள. பொண்ணாப் பெறந்தவ எத யார்ட்ட சொல்லுறது, எத மனசுக்குள்ளே போட்டு அமுக்குறதுன்னு இருக்கும்மா. இப்ப நடந்தது வெளியில சொல்லுற காரியமா...?”

“...”

“ஏ ராகம்மா...” என்றபடி உள்புறம் திரும்பினாள் வெரோணிக்கம் கர்டோசா.

கண்ணீர் வடிய நின்றிருந்தாள் ராகம்மா.

“யாத்தா, எங்க சனத்துல பொட்டப் புள்ளய செத்த செம்மயா பொறந்துற்றா வவுத்துல நெருப்பக் கெட்டிகிட்டு

அலைவோம்.. வலுமுடுக்குள்ளவுங்க அப்புடியே வரம்பு மீறிற்றாக்கூட வாய் செத்த சனங்க என்ன பண்ணும்.''

"ராகம்மா..."

"தாயி நீங்க ஒண்ணும் சொல்லாண்டாம். நா எதையும் பாக்கயில்ல தாயி... எம்புட்டு கொடுமயள பாத்திற்று கண்ணீரத் தொடச்சிற்று அலையிதோம். சவம் நாங்கதாம் சாதியத்த சனங்க, ஆனா சாமியின்னு கையெடுத்துக் கும்புடுதியளம்மா... நெஞ்சிவலி தாங்குல.''

"சாப்புட்டுட்டு..."

"நெஞ்சி நெறைஞ்சி போச்சி தாயி... இனி வவுத்துக்குள இந்த சோத்துப் பருக்க போவயில்லாட்டி ஆவாதாக்கும்." என்றவாறு வெளியே பாதையில் இறங்கி நடந்தாள் ராகம்மா.

"சவத்த கெட்ட கனவா மறந்துரு கேட்டியா. நானும் பொண்ணப் பெத்தவம்மா அதுவ படுற கஷ்டம் எனக்குத் தெரியும்மா. இந்த தூமயக் குடிச்சாம் பேசுற பேச்சா பேசுனாம். நீ என்ன பண்ணுவ, இதெல்லாம் ஆம்புளயளுக்குப் புரியாதும்மா. அதுனாலதாம் சொல்லுறம் இத இத்தோட வுட்டுரு."

வெளிக் கதவைச் சாத்தியபடி உள்ளே வந்தார்கள். மதலேன் குழந்தையோடு நடுவீட்டில் அமர்ந்தாள்.

"ஒத்தக்கே ஒரு பொண்ணுதான, அவுகளுக்கு கிரேசியப் பாக்காம இருக்க முடியாது. எங்க பயணம் போனாலும் சீக்கிரம் வந்திருவாக. மாசத்துல ஒரு நடக்கி பெட்டி போடுவாக, வரும்போது வெறும் பெட்டிதாம் வரும். விக்கிற பணத்த அப்புடியே மடியில கெட்டிக் கொண்டந்திருவாக."

"..."

"இவுக யாவாரம் பூதாவும் சாமிமாரோடதான. இங்க வந்த பொறவு, சாமிமாரப் பத்தி கத கதயாச் சொல்லுவாவ. வாய்கிழிய பிரசங்கம் பண்ணுவான்வ. ஆனா கூடயே இருக்குற சீசப்புள்ளக்கி, சக்ரீஸ்தருக்கு, மனச்சாச்சியோட சம்பளங் குடுக்க மாட்டான்வ. ஆனா, எதாவது தப்பு தண்டாவுல மாட்டிகிட்டா அவன்வ வெளிய சொல்லாம இருக்கணுமின்னு காசா எறைப்பான்வளாம்."

"..."

"சின்ன ஊர்வள்ல மழகிழயின்னு ராத்தங்க வேண்டி யிருந்தா கொஞ்சங்கூட மனச்சாச்சியில்லாம வெளிய படுக்கச்

சொல்லுவான்வளாம் பாத்துக்கம்மா. அம்பாசமுத்திரம் பக்கம் ஒரு ஊர்ல ராத்திரி இப்புடித்தாம் வெளிய படுத் திருந்தப்ப காலுக்குள்ள என்னமோ நெளியுதயின்னு பாத்தா பாம்பாம்..."

"பாம்பா ..."

"சாமி பாம்பு, பாம்புன்னு கத்தியிருக்காவ அந்த படுக்காளிப் பய கதவத் தெறக்கவே இல்லியாம். ஒரு எடத்துல இப்புடித்தாம் ராத்தங்க வேண்டியிருந்திச்சாம். காலயில சாப்புட்ட ரண்டு இட்டிலிதானாம். பசி பிராணண வாங்கிச்சாம் சின்ன ஊரு வேற ஓட்டல்வ எதுங் கெடையாது. சாமி பசிக்கிதுன்னு வாய்வுட்டு கேட்டுறுக்காங்க, அசயயில்லியாம் அந்தப் படுபாவிப் பய. பொறவு ராத்திரி அந்த சீசப் புள்ள சாமியாரு தூங்குன பொறவு ரண்டு பழமுங் கொஞ்சங் கருப்பட்டியுந் தண்ணியும் கொண்டுவந்து குடுத்தாராம்."

"..."

"காலயில விடிய எழும்புனா சாமி வந்து இவுகள எழுப்பி சொல்லுறாராம், ஏ செபஸ்தியாம் இந்த பையில பழைய கதிர்பாத்திரம் இருக்கு இது வெள்ளைக்காரன்வ காலத்துல உள்ளது ஐம்பொன்னுல செஞ்சது இத நல்லா அடிச்சி சப்பி வச்சிறுக்கம் எடுத்திற்றுப் போயி எங்கயாவது நல்ல வெலக்கி வித்திறுன்னாராம்."

"அய்யய்யோ..."

"கேளு, எனக்கு இப்பவே தாரத தந்துரு அதாம் பூச உடுப்பு வித்த காசு வச்சிருக்கியயின்னு சொன்னாராம். நம்மதாம் வுழுந்து வுழுந்து கும்புடுறம்மா... இந்தாப் போறான இந்தப் படுபாவி நாக்கு புழுத்துச் சாவாம் பாரு."

"மாமி மதினிய பத்தி என்னமோ சொல்ல வந்திய."

"என்னத்த சொல்ல, அவளும் அவ வளத்தியும் வண்ணமும் செஞ்சிவச்ச செல போலயிருப்பா..."

"..."

"பேங்குல வேல பாக்குறாமின்னு குடுத்தம்மா அந்த கூதிரப்பய கூத்தியாளோட கூடிக் கெடந்தத பாத்திருக்கா. அவளால தாங்க முடியல்ல. சித்தப்பெரம புடிச்சி மூள நின்னுபோச்சிம்மா.''

"மயினிக்கி பெரிய புள்ளய இருக்கா. இந்தப் பக்கம் வரவே மாட்டயிங்குறாவ."

“ஒரு ஆணு ஒரு பொண்ணு...”

“ரண்டு புள்ளயளுக்குப் பொறவுமா அண்ணம் இப்புடி பண்ணிற்றாரு.”

“ரென்சி பெறக்கும் போதுதாம் அந்தப் பொண்ணு கூட மாட ஒதவி செய்யவூட்டுக்குள்ள வந்திருக்கா. பேங்குல கூட வேல செய்யிறாவளாம்... பாப்பாத்தியின்னு நெனக்கிறம்.”

“...”

“மெட்ராசியில இருந்து யாரோ பாபுன்னாவ... நம்ம ஊர்காரந்தாம் பழைய காங்கிரஸ்காரம் வந்து பெண்ணு கேட்டாம். மொதல்ல சரியின்னவ, பொறவு அவன நேருல பாத்திற்று முடியாதின்னுட்டா.”

“எதுக்கு...?”

“அவம் படங்கள்ல கோணங்கிமாரி நடிக்கிறானாம். சார்லஸ் தேட்டர்ல எதோ ஒரு படத்துல பாத்திருக்கா அதே ஆளப் பாத்தவொடன இந்த கேணப்பய கூட நாந் தெருவுல எறங்கி நடந்தா எல்லாரும் என்னய கிண்டல் பண்ணமாட்டாங்களான்னு வேண்டவே வேண்டா மின்னுட்டா...”

“எதுக்கு? நல்ல மனுசனாச்ச...”

“அவ விருப்பத்துக்கே வுட்டுட்டோம்மா.”

“அவுரும் மெட்ராசுல ஒருத்தியக் கலியாணம் பண்ணி மொத ராத்திரியில அவ நா வேற ஒருத்தரக் காதலிக்கிற முன்னு சொல்ல மனசு கேக்காம நெறைய பணமுங் குடுத்து அவள அவ காதலனோடே அனுப்பி வச்சிற்றாராம்.”

“அய்ய பாவமே...”

“வாழ்க்கயில திரும்பத் திரும்ப தோல்வியின்னா, எவந்தாம் தாங்குவாம்? இப்ப எல்லாம் நல்ல குடியாம் மாமி. குடிச்சே செத்து போவறுங்குறாவ.”

“அடி பரிதாவமே.”

71

1958

கடலூரில் முன் பணம் கொடுத்து வாங்கி வந்திருந்த டிங்கியில் கொழும்பு நடை வந்திருந்தார் பிலிப் தண்டல். இன்னும் மூன்று மாதத்தில் பாக்கித் தொகையைக் கொடுத்துத் தீர்ப்பதாக ஏற்பாடு. பவுல் தண்டல் இறந்த வீட்டிற்குள் போனால் அங்கே கூட்டத்துக்கு மத்தியில் திரேசா ஏதாவது பேசி மானத்தை வாங்கிவிடுவாளோ என்று பயந்து அந்தப் பக்கமே போயிருக்கவில்லை பிலிப். பவுல் தண்டலையும் அவரது பாச, நேசத்தையும் மறக்க முடியவில்லை. முகம் எப்போதும் வாடியே இருந்தது. பொழுது அடைய, தோணியைப் பாலத்தில் கட்டி துறைமுக அதிகாரிகளின் வருகைக்காகக் காத்திருந்தார்கள். கொற்கையைப் போலில்லாமல் கொழும்புத் துறையில் இரவு நேரத்திலும் கப்பல்கள் வரத்தும் போக்கும் அதிகமாகவே இருந்தது. கப்பல்களின் பிச்சல் பகுதியில் பறக்கும் தாய்நாட்டுக் கொடிகளை வைத்து அவை எந்த நாட்டுக் கப்பல்கள் என்பதைக் கண்டுபிடிக்க முடிந்தது. சீனக் கப்பல்கள் அதிகமாய்ப் போக வர இருந்தன. தூரத்தில் ஆத்துவாய்ப் பக்கம் பாம் பாம் பாமெனச் சத்தம் வந்தது. கொற்கைத் தோணியொன்றை இழுவை விசைப்படகுகள் மூலம் கரையிழுத்து வந்தபடியிருந்தார்கள்.

"தம்பி அங்க பாத்தியா" கேட்டார் பக்கத்தில் வந்து நின்ற மோயிஸ்.

"வார சாடைய பாத்தா நம்ம பிச்சலுக் குள்ளதாம் வந்து புடிப்பான்வ போல..."

இழுத்து வரப்பட்ட தோணியில் ஜீப் பகுதி முறிந்து தொங்கியது தெரிந்தது. பெரிய மரத்துப் பருவானையும் காணவில்லை. அதன் முகப்பு

596 ஆர். என். ஜோ டி குருஸ்

வேலைப்பாடுகளிலிருந்து அது தல்மெய்தா தோணியென்று தெரிந்தது. மற்ற லஸ்கர்களும் மேல் தளத்தில் வந்து கூடிவிட பிச்சல் பக்கம் சென்று வேடிக்கை பார்க்க ஆரம்பித்தார்கள். துறைமுகத்து இழுவை விசைப்படகுகள் முன்னாலும் பின்னாலும் இழுத்துக் கொடுக்கத் தோணியை அணைத்துப் பாலத்தில் கட்டினார்கள்.

அணியம் நன்றாக விரிந்திருந்தது. நேர் எதிராக முட்டினாலன்றி இது போல் தோணியின் அணியப்பகுதி விரிவதற்கு வாய்ப்பில்லை.

"தல்மெய்தா தோணிதான...!"

"சின்னவரு குயின்றின கொற்கையில காணும."

"ஆஸ்திரேலியாவோ எங்கயோ போயாச்சின்னாவ."

"புதுசா கெட்டுரான்வள அந்தக் கண்காணிப்பு கோவுரம், அதுக்குள்ள தோணி பாஞ்சிறுக்குமோ?"

தீவிரமாய்ச் சிந்தித்தபடியே மேவாயைத் தடவினார் பிலிப். நாலைந்து நாளாய் முகச் சவரம் செய்யாததால் சொர சொரவெனச் சத்தம் வந்தது.

"வேறொண்ணுமில்ல. ஆத்துவா போயாக்கள பாத்திற்று, காத்து வுழுந்துவார வேகத்துக்கு எங்கயாவது கப்பல்வ மேல பாஞ்சிருமுன்னு கோர்ஸ்ச மாத்தியிருப்பாம், விசயம் கை கடந்து போயிருக்கும்." என்றார் பிலிப் தண்டல்.

பிலிப்பை ஏற இறங்கப் பார்த்த மோயிஸ் கேட்டார்.

"ஆமு பிலிப்பு, நானும் கொற்கயில பொறப்புட்டதுல இருந்து பாக்குறம் ஓம் மூஞ்சே சரியில்லிய... எங்கிட்ட கூட சொல்லக் கூடாதா."

"அதுக்கில்லண்ணம். தூக்கி வளத்த புள்ள."

"யாரச் சொல்லுற...? பவுல் தண்ட மொவ கடசி புள்ளயயா? ஒடையதாருன்னு ஒருத்தம் வந்தாச்சில்ல..."

"அந்தப் பயல எனக்கு தெரியும். குருஸ் பல்டோனா மொவம் மூத்தவம் ஹென்றிகூட பாத்தம். ஜிம்கானாவுக் குள்ளயிருந்து வந்தாம்."

"கப்பல்ல வேல பாக்குறாமின்னு சொன்னாவள... பொறவு குடிக்கச் சொல்லியா குடுக்கனும்?"

"அதுக்கில்லண்ணம். கப்பலவுட்டு வந்தமா வூட்டுல கெடந்தமான்னு இல்லாம நடுராத்திரி வர இப்புடியென்ன குடி வாழுது. மனசு கேக்குல..."

பிச்சல் பக்கம் கட்டிய தோணியில் துரித கதியில் காரியங்கள் நடந்தேறின. கொழும்புத் துறைமுக அதிகாரிகள் ஏற்பாட்டின் பேரில் சுமைதூக்கிகள் பாலத்தில் தயாராய் நின்றிருந்தார்கள். பெரும்பாலுமே கொற்கைப் பக்கம் ஆமந்துறை, அமலித்துறை, ஆலந்துறை இடிந்தகரைக்காரர்கள் தான். ஏறுவதற்கு ஒன்றும் இறங்குவதற்கு ஒன்றுமாகத் தனித் தனியே அணியத்திலும் பிச்சலிலும் சாய்ப்புப் பலகைகள். இறங்கிய வத்தல் மூடைகளை கையிழுப்பு வண்டிகள் மூலம் துறைமுகக் கிட்டங்கிகளுக்குக் கொண்டுபோனார்கள். வத்தல் மூடைகள் இறங்கி முடிய சிமெண்ட் மூடைகள் இறங்கின.

"ஆபர்க்காரனா கொக்கா? என்னடா இவ்வளவு அக்கறையா தேரம் விடியாமலேயே சரக்க எறக்குறான் வளயின்னு பாத்தா... தொறமொகத்துக்கு வந்த சிமிந்தி போலத் தெரியிது'' என்றார் மோயிஸ்.

"யாருக்கு வந்திச்சோ... சரக்கு தப்பிற்று. ஆமா இது தாழையுத்துலயிருந்து வார சரக்குதான..."

"ஆமும். ஆனா மில்லுக்காரன்வ வழியா ஏறல.''

"அப்ப தல்மெய்தாவுக்கு இந்த யாவாரமும் இல்லயின்னு ஆயிப் போச்சா.''

"எல்லாம் மணி அய்யர் பாத்த பார்வயாம்."

தல்மெய்தா குடும்பத்தைப் பழி வாங்க ஒரு வாய்ப்புக்காக காத்திருந்த அய்யருக்கு இந்தியா சிமெண்ட் கம்பெனியாரின் ஒப்பந்தம் பேருதவியாய் இருந்தது. சாமி அன்கோ முத்துச்சாமியைத் தாழயுத்து கூட்டிக்கொண்டு போய் கையோடு காரியத்தை முடித்துக் கொடுத்தாராம். கூடவே சிமெண்ட் ஆலைக்கு சாமி அன்கோ சுண்ணாம்புக் கல் கொடுக்கும் ஒப்பந்தமும் கையெழுத்தாகியிருக்கிறது. பயணம் முத்துச்சாமியும் சந்திரலேகாவும் சந்திப்பதற்கு ஒரு வாய்ப்பயும் ஏற்படுத்திக் கொடுத்ததாம். மணி அய்யரைப் பொறுத்தவரை ஒரே கல்லில் பல மாங்காய்கள்.

"காத்து கடலுக்கு மேல்தட்டு வழிய ஏறுன தண்ணி யின்னா பரவாயில்ல. ஏராவுல அடிவாங்கி உள்கெட்டு விரிஞ்சிறுந்தா தேரம் அடைஞ்சி விடியிறதுக்குள்ள தோணி உள்ள போயிறும."

"விடிஞ்சாத் தெரியப்போவுது. நா எறங்கி ஒரு எட்டு போயி பாத்திற்று வரட்டா."

"அதியாரிமார் இன்னும் வரயில்லிய."

“அப்ப சோத்த போடுங்க. தின்னுட்டு ஒரு கண்ணுக்குத் தூங்குலாம்.”

இரவுச் சாப்பாட்டில் அதிக நாட்டமில்லாதிருந்தது. இத்தனைக்கும் பிலிப்புக்குப் பிடித்த திருக்கைக் கருவாடு சுட்டு சம்பலிடித்திருந்தார் மோயிஸ். தண்டல் முற்றினால் பாண்டாரி ஆவான் என்கிற கதையாய் மோயிசும் சுடுதான் வேலைகளை விருப்பத்தோடு செய்வார். மோயிஸ் இருக்கும் தோணியில் சாப்பாடு வெகு ஜோராக இருக்கும் என்பது தோணிப்பாலத்தில் எல்லோரும் அறிந்தது. பிலிப் அணியத்து அவுத்தியால் பக்கமே சரிந்திருந்தார். சாய்வதற்கு ஒன்று மில்லாதிருந்ததைப் பார்த்த பெரியதுறை நிக்கோலாஸ் கீழே போய் ஒரு தலையணை எடுத்துக்கொண்டுவந்து கொடுத்தான், பதிலாக புன்முறுவல் பூத்தார் பிலிப் தண்டல்.

‘இந்த தோணிய வாங்காம இருந்திருந்தா இப்புடி ஒரு பிரச்சன வந்திருக்காது. நம்மளும் அவுரப் பாக்காம இருந்திருக்க மாட்டோம். அதுக்கு இப்புடியா பேசுவா. அடேயப்பா, நானும் அருமொழிதாம் ராங்கிக்காரியின்னு பாத்தம் அவளுக்கு பாட்டிக்கி பூட்டியெல்லாம் இருக்காள்வ. சாவும்போது மனுசனுக்கு உசுரு போயிருக்காது. எப்புடியும் என்னய தேடியிருப்பாரு. அவுரு எங்கிட்ட கேட்டத நா செஞ்சிற்றம், அவுருட்ட யாரு எத எதிர்பாத்தா. எல்லாமே அவுருக்கு தெரிஞ்சே நடந்திச்சா. என்ன மாயமோ யாருக்குத் தெரியும். பணத்த பாத்திற்றா எல்லாருந்தாம் மாறிருறோம். ஆனா ஒரு நாகூட அவுரு எங்கிட்ட அப்புடி நடக்கலிய. யோசிச்சா காலம் பூதாவும் யோசிச்சிகிட்டே இருக்குலாம். இந்தா முட்டிற்று முழிக்கிறான்வ. பட்ட கால்லே படுதுயின்னமாறி தல்மெய்தாவுக்கே அடி விழுத. என்னமோ நூலாபீசுக்காரன்வ இருக்கவர சத்தியத்துக்குக் கட்டுப்பட்ட மாரி குடுக்குறான்வ. பல்டோனா என்னமோ எஞ்ஜின கொண்டுவந்து ஆட்டுனாம். எல்லாம் முடிஞ்சி போச்சி. காலயில பிச்சலுக்குள்ள கெடக்குற இந்த தோணி இருக்குமா தாந்திருமா. அடுத்த நிமிசம் என்ன நடக்குமின்னு தெரியிலிய இதுல தோணி என்ன பெருசு. கூடுவாரோட கூடுனா மனுசங் கெட்டுருவானா. அருமாந்த புள்ளய கொண்டு போயி ஒரு கொரங்கு கையில... சித்தியாஞ் சித்தி. தாயோளி. எங்கருந்து எங்க கொண்டுபோயி பொட்டாளிய அவுத்திருக்கா. சவத்த போட்டுத் தொலைச்சிறுக்குலாமோ. பயந்திற்றம். பாவமாவது புண்ணியமாவது. இன்னும் கண்ணுக்கு மையிவுட்டுகிட்டு அலயிறாள. இப்பங் கூப்புட்டாலும் வந்திருவாபோல. அவ ஆத்மாவாவது சாந்தி

அடையும். பவுல் தண்ட பொண்டாட்டி எப்புடி மனுசி. பாற் கடல கடயும்போது மொதல்ல விஷந்தாம் வந்திச்சாம் பொறவுதான அமுதம் வந்திச்சாம். சின்னயா ஒரு குடுத்துவைக்காத மனுசம். இந்த கெழட்டுக் கூதிவுள்ளக்கி ஒரு சாவு வருவுல்லிய. தம்பியயும் கெடுத்துப்போட்டா. மாதாவ பத்தி என்னமோ தப்பா எழுதிப் போட்டா மின்னாவள. டெக்லன் வில்லவராயம் சொன்னது சரிதான. அமெரிக்காவுல எவனோ புத்தரப் பத்தி தப்பா எழுதுனதுக்கு ப்ண்டார நாயகா இங்கயிருந்து மறுத்து அறிக்க வுட்டுருந் தாராம். அப்ப எதுக்கு இதுக்கு வுடல? நம்மாள்க்க வரிஞ்சி கெட்டிகிட்டு நிப்பான்வள. யாழில் ஒரு கொலை. பழி ஒரு இடம் பாவம் ஒரு இடம். பேப்பர்ல செய்தி நல்லாத்தாம் போடுறான்வ. நம்மளாவது கொழும்புக்கு வந்து போய் இருக்கோம். மேசைக்காரன்வ இங்க அடைஞ்சவன்வ பாடு ரெம்ப செரமந்தாம் போல. அவம் பல்டோனா காருல இவ போனத நாம் பாத்தத இவ பாத்திற்றா... ஒரு நேரமா ரண்டு நேரமா இப்ப சரி முன்னால... கலியாணத்துக்கு முன்னாலயே பல்டோனாவோ முற்றும் துறந்த முனிவனுமல்ல திரேசாவோ படி தாண்டா பத்தினியுமல்ல. வுடாய்வான்வ ஆட்சிய புடிச்சே தீருவான்வ. மகராசி சடங்காயிற்றா. இனும வருசையா பூங்கோதயும்...'

பக்கத்தில் இருமும் சத்தத்தோடு காற்று வாக்கில் பீடி நாற்றமும் வந்தது. எட்டிப் பார்த்தார் பிலிப். போடுதையில் கைவைத்தவாறு வானத்தை நோக்கி உல்லாசமாய்ப் புகைவிட்டபடியிருந்தார் மோயிஸ். கை தட்டி மோயிசைப் பக்கத்தில் அழைத்த பிலிப் கேட்டார்.

"எனக்குத்தாம் தூக்கம் வருல்ல. ஒமக்கு என்ன கொள்ள...?"

"அவுங்கவுங்களுக்கு அவுங்கவுங்க பிரச்சன."

"என்ன பிரச்சன... சொன்னாத்தான தெரியும். வாருங்க உக்காருங்க. எங்கிட்ட சொல்லாண்டியளாக்கும்..."

"போன மாசம் எம் மச்சினிச்சி வந்திருந்தா பிலிப்பு. எம்பக்கத்துல வந்து படுப்பாளா... லேசா திரும்பித்தாம் படுத்தம். தேவுடியா வுள்ளைக்கி பத்திகிட்டாம். புள்ளயில்லாம கெடந்தவ, வாந்தி எடுக்குறமின்னு அவ புருசனுக்குத் தெரியாம வந்து அக்காகாரிகிட்ட சொல்லிற்றுப் போயிருக்கா."

"இது என்ன குடும்பமா... அப்புடியே பாத்தாலும் புள்ளயில்லாதவளுக்குத்தான புள்ள குடுத்திருக்கிய."

“தேவுடியா மொவஞ் சாமாம் சூல் கொண்ட சுப்பிரமணியாத்தாம் இருக்கும் போல. இப்ப கத என்ன யின்னா அவ புருசனுக்கு...”

“சவலனுக்குயின்னு சொல்லுங்க.”

“புள்ள உண்டானது சந்தோசமாத்தாம் இருக்கும். ஆனா புள்ள பெறக்கும்போது தெரிஞ்சி போவும.”

“என்னயின்னு...?”

“பிலிப்பு, அவம் சும்ம கோதும நெறத்துலயிருப்பாம், இது காக்கா கணக்கா வந்து வுழும். அதாம் யோசனயா யிருக்கி. தேவுடியா வுள்ளகிட்ட திருப்பி திருப்பி சொன்னம் கலைச்சிரு, கலைச்சிருயின்னு கேக்க மாட்டயின்னுட்டா. அவ மலடியில்லயின்னு காட்டணுமாம்.”

சிறிது நேரம் அவர்களிடம் பேச்சில்லை. இரவில் காற்று மாறி கச்சான் வந்தபோது பாசி வாடையும் சேர்ந்து வந்தது. இறங்கிப் பாலத்தில் நடக்கலாமென்றால் இன்னும் கிளியரன்ஸ் பேப்பர் வரவில்லை. முன்பு போலில்லாமல் இப்போ தெல்லாம் கெடுபிடிகள் அதிகமாகியிருந்தன. ஆனால் தோணிகளின் வரத்தும் அதிகம். மலையாள நடையே இல்லை. கொழும்பு நடை அமோகமாகியிருந்தது. ஒரு நாள் நடை என்பதால் நாலு வருடம், ஐந்து வருடம் தண்டல்களாய் ஓடியவர்கள் எல்லாருமே கொற்கையில் தனராய் தோணி வைத்துத் தொழில் செய்யத் துணிந் திருந்தார்கள்.

“பிலிப்பு மூத்தவளுக்கு கலியாணம் எடுக்குலாம...”

“யாரு மகராசிக்கா?”

“சின்னப் புள்ளயின்னா பாக்குற.”

“மனசுக்குள்ள உள்ளத சொல்லுறம். கெட்டிக் குடுத்தா அவள ஒரு மேசைக்காரனுக்குத்தாம் கெட்டிக் குடுப்பம். என்னமோ அந்தக் காலத்துலயிருந்தே அப்புடி ஒரு எண்ணம்.”

கொற்கையில் கம்மரராய் இருந்தாலும் மெனக்கெடராய் இருந்தாலும் எப்போதும் அவர்களுக்கு மேசைக்காரர்கள் மேல் ஒரு கண். இன்று மேசைக்காரர்கள் தலைகுப்பற விழுந்துவிட்ட நிலையிலும் சமூக அந்தஸ்துப் பெறுவதற்காக மேசைக்காரர்களோடு திருமண உறவு ஏற்படுத்திக்கொள்ள மெனக்கடரும், கம்மரரும் தயாராய் இருந்தார்கள்.

“ரிபேரோ தெரியுமா ஓனக்கு?”

“கொழும்புலயா, கொற்கயிலயா?”

“சவராவுல இழுத்து மூடிட்டாவ.”

“கேள்விப்பட்டம்...”

கேரளாவில் நம்பூதிரிபாட் தலைமையிலான கம்யூனிச அரசாங்கம் ஆட்சியின் முதல் வெற்றியாக ரிபேரோவின் சவரா மணல் நிறுவனத்தை நாட்டுடமை செய்திருந்தார்கள். சில்வெஸ்டர் ரிபேரோ அந்த நிறுவனத்தை குழந்தைபோல் வளர்த்து எடுத்திருந்தார். திடீரென வந்த இந்த அறிவிப்பால் துவண்டுபோன ரிபேரோக்கள் அதற்கான மாற்று முயற்சியிலும் அக்கறை எடுத்துக்கொள்ளவில்லை. அதிகாரப் பொறுப்பு மாறிய பிறகும் அதற்கான அரசு நிர்ணயித்த அடிப்படை விலையுமே வந்து சேரவில்லை என்று ஒரு பேச்சு உண்டு.

‘‘மூத்தவரு லண்டன்ல அடைஞ்சிற்றாருயின்னாவ. பெட்டா கடயயெல்லாம் மூடியாச்சி. மெட்ராசுல லீனஸ் ரிபேரோ மொவம் மூத்தவனும் யாரோ ஒரு சினிமாக்காரிய கெட்டிக்கிட்டாமின்னாவ...’’

“தெரியும். நம்ம சண்முகவேல் சொன்னாரு. அவ்ம் பொண்டாட்டி ஆபீசுக்கும் வாராளாம. ரண்டு பொட்டப் புள்ளய கன்னியாஸ்திரியாப் போயிற்றாம்.”

“கடசிப் பய உண்ட...”

“ஆமா, அவரு பேரு கிளாடியஸ்ன்னு நெனக்கிறம்.”

“பிலிப்பு, கிளாடியஸ்தான... மகராசிக்கி கலியாணம் முடிஞ்சாச்சியின்னு நெனச்சிக்க” என்றார் மோயிஸ்.

சிறிது நேரம் யோசனையிலிருந்த பிலிப் மோயிசைப் பார்த்து சிரித்தவாறே சொன்னார்.

“மேலயிருக்கவஞ் சித்தம் அப்புடியின்னா, நம்ம யாரு அத தடுக்க. சுட்டுப் போட்டாலும் என்னால மேசைக் காரனாக முடியாது. ஆனா எம்புள்ளைக்கி அப்புடி ஒரு வாய்ப்பு கெடைச்சா... ஆனா நம்ம வீட்டுல சம்பந்தம் எடுப்பாவளாயின்னு மட்டும் பாத்துக்கிறுங்க.”

“...”

“இவ வேற சின்னப்புள்ள...”

“என்ன பேசுற பிலிப்பு. மாப்புளக்கி வயசு அதியமாத்தாம் இருக்கும். ஆனா அந்தக் காலத்தமாரி பத்து வயசுலயும்

பதிமூணு வயசுலயுமா எடுக்குறோம். பெரிய புள்ளயாகாம லேயே கெட்டிக் குடுத்திறுக்கான்வ. இதுதாம் வயசு. பூத்துக் குலுங்குற வயசு. சந்தோசமாயிருக்கட்டும...”

“...”

“என்ன மகராசி நாளக்கி மாப்புள என்னயவுட இத்தன வயசு கூடுனவராயின்னு...”

“அப்புடியெல்லாம் பேச மாட்டா...”

“நீனாயிருந்தாலும் நானாயிருந்தாலும் நம்ம பொண்டாட்டி நல்ல அழகாயிருக்கனுமின்னு நெனக்கல. அதேமாரிதான நம்ம புள்ளய கெட்டுறவனும் எதிர்பாப்பாம்.”

“ம்...”

“புள்ளய நம்மகிட்டயே வச்சிகிற்று சருவாக்குறதவுட அந்த உடல் கவர்ச்சி இருக்கும்போதே கெட்டிக் குடுக்கணும் அப்பதாம் வூட்டுக்குள்ளே கெடப்பான்வ. இல்லியா நம்மள மாரி வெளிமேச்சல்.”

சொல்லும்போதே நக்கலாகச் சிரித்தபடி பிலிப்பைப் பார்த்தார் மோயிஸ். மோயிசைத் தவிர வேறு யாருடனும் அவர் மனம் திறந்து பேசுவதில்லை.

“நாளைக்கி முருகந் தியேட்டருக்கு போறம். நாடோடி மன்னம் படமாம். வாசல்லே நிப்பாள்வ. அப்புடியே மடக்கிற்று போவ வேண்டியதாம் வாறியா?”

பிலிப் அமைதியாச் சிரித்தார்.

72

1958

இரவு நடுநிசியை நெருங்கும் நேரம். தெற்கு ராஜவீதியில் மல்லிப்பூ செபஸ்தியாரின் வீடு ஆளரவமற்று அமைதியாய் இருந்தது. எப்போதும் யாராவது குளிக்கும் கிழக்குச் சுவரோரத்துக் கிணற்றடியிலும் எந்தச் சத்தமுமில்லை. சிலுவைப் பர்னாந்து கொற்கைக்கு தண்ணீர் கொண்டுவருவதற்கு முன்னால் தாமிரபரணியின் கிளைக்காலால் நிரம்பும் கோரம்பள்ளத்துக் குளத்துக்கும் நகரின் பல்வேறு இடங்களிலிருக்கும் கிணறுகளுக்கும் தொடர்பு உண்டு. கோரம்பள்ளத்திலிருக்கும் தண்ணீர் நகரின் முக்கியமான இடங்களிலுள்ள இந்தக் கிணறுகளின் மூலமாக வந்து மக்களின் தாகத்தைத் தீர்த்திருக்கிறது. குழாய்களில் தண்ணீர் வந்த பிறகு இந்தக் கிணற்றையே தூர்வாரி ஊற்றெடுத்து விட்டிருந்தது முனிசிபாலிட்டி நிர்வாகம். கிணற்று நீரைக் குளிப்பதற்காகப் பயன்படுத்தலாம் குடிக்க முடியாது. அந்தப் பக்கம் அவுரி கிட்டங்கிகளில் ராப்பகலாக வேலை செய்யும் கூலிக்காரர்களுக்கு குளிக்குமிடமாகவே மாறியிருக்கிறது மல்லிப்பூக் கிணற்றடி. மதலேன் இருப்பு கொள்ளாமல் கணவனை எதிர்பார்த்து சன்னலுக்கும் கட்டிலுக்கு மாக அல்லாடியபடியிருந்தாள்.

'நாளைக்கி ஊருக்கு போறமின்னாவள. போவாவளா, மாட்டாவளா. சே... ஒரு காலத்துல இன்னும் ரண்டு நாள் இருக்க மாட்டாங்களாயின்னு இருக்கும். எதுக்கு இப்புடி மாறிற்றாங்க சே... கேப்டன் பரீட்ச வேற இருக்குயின்னாவ.'

சன்னலில் சாய்ந்து நின்று வேடிக்கை பார்த்தவளைத் தொட்டிலில் சிணுங்கிய குழந்தை பின்னுக்கிழுத்தது. எடுத்துத் தோளில் போட்டாள். குழந்தை சில்வியா

அழுதவாறே உதடுகளை அசைத்துக் காட்ட அதன் தேவையைப் புரிந்தவள் புன்சிரிப்போடு மடியில் கிடத்திப் பாலூட்டினாள். கண்களில் திரண்ட கண்ணீர் இமை விளிம்பில் நின்றது. வெளியே சாலையில் ஆளரவம் கேட்டது. எழுந்து பார்க்கலாமென்றால் குழந்தையின் சுகத்தைக் கெடுக்க விரும்பவில்லை. பாலகிருஷ்ணாவில் இரவு இரண்டாவது ஆட்டம் முடிந்து போகிறவர்கள் படத்தில் வந்த காட்சிகளை விமரிசித்தவாறே தெருவில் போய்கொண்டிருந்தார்கள். பராசக்தி படம் ரசிகர்கள் விரும்பத்திற்கிணங்க ஆறாவது முறையாக ஓடிக்கொண்டிருக்கிறதாம்.

"எல கணேசம் பேசுறாமுன்னா, அது கருணாநிதி வசனமாக்கும்."

"ஆனாலும் பெரிய வசனங்கள மூச்சடக்கி பேசாண்டாமா."

"கோயிலைத் தாக்கினேன், கோயில் கூடாது என்பதற்காக அல்ல அது கொடியவர்களின் கூடாரமாகிவிடக் கூடாது என்பதற்காக... இது நம்ம கோயில்வளுக்கும் சேத்துதாம்."

"கணேசனும் ஆளு நல்ல அழகாத்தாம் இருக்காம் என்ன... தோணி நட எப்ப வச்சிருக்கிய?"

"விருதுநகர் வத்த மூடயதாம் சரக்கு. சிக்கார ஏத்தியாச்சி. தண்டை எங்க போனாறுன்னு தெரியில..."

"தோணி டாவாப் பக்கம் கொஞ்சம் கெலிக்கிது. அதாம் தண்ட வந்த வொடன பிச்சல்ல அட்டிக்கிள்ல பத்துகானு மண்ணு மூடய வைக்கனும்."

"வத்தயின்னதுனால சரியாப் போச்சி..."

"இன்னக்கி அம்மாசியில்லியா. ரண்டு நா கழிச்சி வைப்பாவயின்னு நெனக்கிறம்"

முனிசிபாலிட்டியின் புண்ணியத்தில் தெரு விளக்குகள் அங்கொன்றும் இங்கொன்றுமாக எரிந்தன. கொற்கையில் முன்பு மண்ணெண்ணெய் விளக்குகள் எரிந்த தூண்கள் எல்லாம் மின்விளக்குக் கம்பங்களாகியிருந்தன.

"தேவுடியாக்குடியில நடக்குற ஆட்டமாயிருந்தாலும் அதுல சொன்ன விசயங்கள கவனிச்சியறா ...

"என்னதுவ ...?"

"ஆட்டத்தைப் பார்க்கவில்லை ஆளைத்தாம் பார்க்கிறார்ன்னாள..."

“மெட்ராசுல பாபுக்குக் கலியாணம் முடிஞ்சிற்றாம் தெரியுமா”

“நீங்கள்வ பொண்ணு குடுக்கதைங்க, இப்ப வந்ததும் இல்லயின்னு போயிற்றுன்னாவ.”

“எவ மெதுவாப் பேசும். பொண்ணு குடுக்க மாட்டமின்னு சொன்னது யாருன்னு நெனச்சிறியரு?”

மல்லிப்பூ வீட்டோரம் ஒதுங்கி நின்று மூத்திரம் பெய்தவாறே பேசிக்கொண்டார்கள்.

“பூச உடுப்பு செய்யிறவன்வ எப்புடி அரமணமாரி வூடு போட முடியிதுவ.”

“பூதாவும் பச்சக் கொழந்தயள வச்சி வேல வாங்குறான்வ. தேரம் விடிய வார புள்ளய, பொழுது அடையத்தாம் போவுதுவ. சம்பளம் எவ்வளவு தெரியுமா?

“சொல்லும்.”

“ரண்டணா… அதுவ ரத்தத்த உறிஞ்சிதாம் திங்கிறான்வ. பொறவு அரமனைக்கி என்ன… கார்ல போலாம், கண்ணாடி போடலாம், காப்பியுங் குடிக்கலாம்.”

குழந்தையைத் தூக்கித் தோளில் போட்டபடி சன்னல் பக்கம் வந்தாள் மதலேன். வலது கை குழந்தையின் முதுகைத் தடவியபடியிருந்தது. அவர்கள் தெரு முனையில் சென்று மறைந்தார்கள். குழந்தை எருக்கழித்து ஏப்பம் விட்டது. வாயிலிருந்து வடிந்திருந்த பாலை முந்தாணையால் துடைத்தாள். கிளமென்ட் இன்னும் வந்திருக்கவில்லை.

ஆறு மாதத்திற்கு முன்னால் கப்பலேறுவதற்காக பம்பாய் சென்றவன் எந்த முன்னறிவிப்புமில்லாமல் திடுதிப்பென்று நடுஇரவில் வந்து சேர்ந்திருந்தான். முன்பு திருமணம் முடிந்த கையோடு கிளம்பியவன் வந்து மனைவியோடு ஆறு மாதத்திற்கு அதிகமாகவே இருந்தான். கன்னியாகுமரி, திருப்பரப்பு, பாபநாசம், தேக்கடி, மூணாறு, வேளாங்கண்ணி என்று எங்கெங்கோ கூட்டிப் போனான் மாமியும் கூடவே வந்தார்கள். இந்த முறை போகும்போது ஒன்பது மாதங்கள் கழித்து வருவதாகச் சொல்லியிருந்தான். மகள் பிறந்தவுடன் மதலேன் நாலு பக்கத்தில் கடிதம் எழுதியிருந்தாள். வரும் போது குழந்தைக்கு கவுன், செருப்பு, தொப்பி, சாக்சு, சப்பாத்து என எல்லாம் வாங்கி வரும்படி எழுதியிருந்தாள். வந்த கணவன் ஓடோடி வந்து தன் குழந்தையைத் தூக்கிக் கொஞ்சுவான் என்று எதிர்பார்த்து ஏமாந்து போனாள்.

வந்ததும் வராததுமாகப் பிறந்திருந்த பிஞ்சுக் குழந்தையைக் கூடப் பொருட்படுத்தாமல் தன்னை வலுக்கட்டாயமாக இழுத்துக்கொண்டு போய் உறவு கொண்டது மதலேனுக்குத் துளியும் பிடிக்கவில்லை. மரமாய்க் கிடந்தாள். வெளியே கதறும் குழந்தையைப் பதறி வந்து பார்த்தால் மாமியார் எடுத்து வைத்திருந்தாள். பத்துப் பதினைந்து நாட்கள்கூட இருக்கவில்லை ஆனால் அந்தப் பதினைந்து நாட்களில் ஒருநாள்கூட கிளமென்ட் குழந்தையை எடுத்துக் கொஞ்சவில்லை. இந்த முறை வந்ததிலிருந்தே கிளமென்ட்டின் நடை உடை பாவனைகளில் வெகுவாகவே மாற்றம் தெரிந்தது. எல்லா நாளும் குருஸ் பல்டோனா மகன் ஹென்றி பல்டோனாவோடு ஜிம்கானாவில் நல்ல குடி. கப்பலிலிருந்து வந்த நான்காம் நாள், தான் கொண்டுவந்திருந்த பெட்டியை நீண்ட நேரம் குடைந்தவன் ஐந்தாறு கடிதங்களை எடுத்துக் கொண்டு வெளியே போனான். இரவு திரும்பவேயில்லை. மறுநாள் மதியம் சாப்பாட்டுக்குத்தான் வந்து சேர்ந்தான். சாப்பாட்டு மேசையில் குழம்பை கோப்பையோடு விசிறியடித்ததில் சுவரெல்லாம் கோலம் போட்டது போலிருந்தது. நல்ல நெத்திலி மீன் குழம்பு. சுவற்றிலிருந்த குழம்பை கழுவி எடுக்கக் கிழவி பட்டபாடு அவளுக்குத்தான் தெரியும். அழுக்கு பேன்ட்டையும் சட்டையையும் துவைப்பதற்காக எடுத்தபோது சட்டைப் பைக்குள் இருந்த பயோனியர் பஸ் டிக்கெட்டிலிருந்து அவன் திருநெல்வேலிவரை போய் வந்திருப்பது தெரிந்தது.

பாளையங்கோட்டை சவேரியார் கோவிலில் பங்குச் சாமியாராய் இருக்கும் பபிலோன் சாமியாரைப் பார்த்திருக்க வேண்டும். வந்த நேரத்திலிருந்தே வீட்டை அமளிதுமளிப் படுத்தினான். கையில் கிடைத்தவற்றையெல்லாம் எடுத்து வீசினான். வீட்டுக்குப் பின்புறம் ஓலைப்பூ வேலை செய்யும் பெண் பிள்ளைகளெல்லாம் வந்து வேடிக்கை பார்த்தன. நாக்கைப் பிடுங்கிக்கொண்டு நாண்டுவிடலாம்போல இருந்தது மதலேனுக்கு.

“யாருய அவஞ் சாமி ஒனக்கு மொற மாப்புளயாமா. தேவுடியா மொவனுக்கு சாமாம் என்னயவுட பெருசா. ரோமுல போயி படிச்சிற்று வந்திற்றாக்குல... யார்ட்ட வந்து காட்டுறாம்? சாமி, சாமியின்ன ஒடன நானும் யாரோ எவுரோன்னு நெனச்சம் நேருல பாத்த வொடனதான தெரிஞ்சிச்சி ராப் பட்டினிக்காரக் கூதிவுள்ள...”

“...”

“அப்பம் ஊர் மேஞ்சவம், ஆத்தாள பணக்காரப் பய அத்தன பேருக்குமே கூட்டிக் குடுத்தானய. இன்னும் கண்ணுல மையி போட்டுக்கிட்டு அலையிறா... இவம் பிச்சையாவுக்கா பொறந்தாமுன்னு நெனைக்க மொற மாப்புள உரிம் கொண்டாட... செத்தானே சிங்கராயம் அவனுக்கு பொறந்தவம்.”

வேடிக்கை பார்த்தபடி நின்றிருந்த வலைக்குடி சூனா பேத்தி ரோசம்மா கையில் வைத்திருந்த கட்டில் பாளத்தை இழுத்துப் பிடிங்கி மதலேனை நோக்கி வீசினான். மதலேன் குனிந்துகொள்ள சன்னல் கதவில் பட்டுக் கண்ணாடி உடைந்து நொருங்கி விழுந்தது.

“மேசயில சேசுநாதர் படத்த வச்சிருக்கதுக்கு பதிலா ஓம் படத்த வச்சிருக்காம்... நானும் என்னமோன்னு பாத்தா ஒரு கையால படத்துல ஓம் மூஞ்ச தடவிகிட்டு மறு கைய மடிக்கிளவுட்டு தடவிகிட்டு இருக்காம் பரதேசிப் பய.”

வெளியே போய்விட்டு வந்திருந்த வெரோணிக்கம் மறு பேச்சில்லாமல் நின்றிருந்தாள். ரத்த வெறி பிடித்தவன் போல் நின்றிருந்த கிளமென்டைப் பார்த்ததும் தலை கிறு கிறுவெனச் சுற்றச் சன்னல் கண்ணாடி உடைந்து சிதறிக் கிடந்த இடத்திலேயே சரிந்துவிட்டாள். தாயார் சரிவதைப் பார்த்த கிளமென்ட் ஓடிவந்து பிடிப்பதற்குள் வெரோணிக்கம் கீழே விழுந்து தலையில் நல்ல அடி. அப்படியே அலக்காக தூக்கிக்கொண்டு ஜெயரூபி ஆஸ்பத்திரிக்கு ஓடினான். மருத்துவமனையிலிருக்கும்போதும் திரும்ப வீட்டிற்கு வரும் போதும் எவ்வளவோ புத்தி சொன்னாள் வெரோணிக்கம் ஆனால் எதுவுமே அவன் செவியிலேறி மூளையில் உறைத்தது போலில்லை.

திரும்பவும் ஒருநாள் இப்படித்தான் எங்கேயோ போய்விட்டு நேரம் தப்பி வந்தவன் வந்ததும் வராததுமாகக் கையில் கிடைத்ததையெல்லாம் எடுத்து அடிக்க ஆரம்பித்தான். எழும்பினால் அடி உட்கார்ந்தால் மிதி. வெலவெலத்துப் போனாள் மதலேன். பச்சப்புள்ளக் காரியையான்னு ஆத்தா எவ்வளவோ சொல்லியும் எதுவும் கிளமென்ட்டின் செவியில் ஏறவில்லை. அடி தாங்க முடியாமல் உருண்ட மதலேனிட மிருந்து குழந்தையைப் பிடுங்கி எறிந்தவன் சொன்னான்.

“இந்த புள்ள கூட அவஞ் சாமியப்போல தாம் இருக்கு.”

ஓடிவந்த வெரோணிக்கம் குரலெடுத்து அழுதாள்.

“இப்புடியொரு புள்ளய நாம் பெறயில்லாட்டி ஆவா தாக்கும். பச்ச மதலயின்னு பாக்காம இந்தமாரி கொல பாதகச் செயல செய்யிறான...”

குழந்தை ‘வீல்’ என கத்தியபடி மூச்செடுக்க முடியாமல் திணறியது. மார்ச்சளி வேறு சேர்ந்துகொள்ள பதறிப் போய்விட்டாள் மதலேன். ஆனால் எல்லா நாளும் ஒன்று போலில்லை. செவ்வாய், வெள்ளியில் விசேஷமாய்க் கத்துகிறான். மற்ற நாட்களில் பெட்டிப் பாம்பாய் அடங்கிப் போகிறான் அடிபட்ட இடங்களைத் தடவி மருந்து போடுகிறான். செவ்வாய், வெள்ளி, அமாவாசை நாட்களில் பொழுது அடைந்தாலே கலவரம் பற்றிக்கொள்கிறது. சிலுவைக் கோவிலே கதியென்று கிடந்தாள் மதலேன். கையில் கிடைப்பதை எடுத்துக் கண் மண் தெரியாமல் அடிக்கிறான். வேறு வழி தெரியாமல் இப்போதெல்லாம் வெரோணிக்கம் மருமகளுக்கு ஆறுதல் சொல்ல ஆரம்பித்திருந்தாள்.

“ஒனக்கு தெரியுமம்மா. நல்லாத்தாம் இருந்தாம். யாரோ எம்புள்ளைக்கி என்னமோ பண்ணிற்றாங்கம்மா”

வெறுமையாய்ச் சிரித்தாள் மதலேன்.

“பிரச்சன பண்ணும் போதெல்லாம் அவம் மூஞ்சப் பாரு என்னமோ பேயறைஞ்சமாரி இருக்குறாம். அது எம்புள்ள மூஞ்சேயில்ல.”

“...”

பக்கத்தில் வந்து நின்ற மதலேனின் தலையை வருடியபடியே சொன்னாள்.

“அதாம் இப்ப ஊருக்கு போயிற்றாமுன்னா இனும வாரதுக்கு எப்புடியும் ஆறுமாசமாவது ஆவும். சிலுவய்யா கோயில்ல ஒரு நவநாள ஆரம்பி. ரண்டியறும் போலாம். யாரு யாருக்கெல்லாமோ என்னென்னமோ நடக்குதாம். நமக்கு என்ன வேணும்... நம்ம புள்ள நல்லபடியா திரும்ப வேணும்.”

“அங்க கப்பல்ல தனியா இருப்பாவள என்னமும் ஆயிராத...”

“நீ எம் புள்ளம்மா... இப்புடி ஒரு புள்ளய வச்சி குடும்பம் நடத்த தெரியாம போயிற்றாம்மா. அவம், அவஞ் சுய புத்தியிலயில்ல. சிலுவய்யா மேல பாரத்த போடு.”

மதலேன் தூக்கம் பிடிக்காமல் உருண்டபடியிருந்தாள். வயிறுமுட்டப் பால் குடித்திருந்ததால் குழந்தை சத்த மில்லாமல் தூங்கியது. மார்ச்சளிக்குச் சுக்கு, மிளகு, திப்பிலி, நறுக்குமலமும் இழைத்துப் போட்டிருந்தார்கள். பக்கத்தில் யாரோ அசையும் சத்தம் கேட்டு திரும்பிப் பார்த்தாள் அங்கே வெரோணிக்கம் படுத்தவாறே குழந்தையின் மூத்திரத் துணியை மாற்றியபடியிருந்தாள்.

'என்ன பொடி போட்டோ அவுங்க ஆத்தாள மயக்கிற்றானாம். கப்பலுக்கு போயிற்றா அவம் பபிலோனுக்கு கொண்டாட்டமாம். அது எப்புடிய ஒருத்தனுக்கு தலைய நீட்டிற்று இன்னொருத்தன மனசுல வச்சிகிட்டு... என்னயப் போயி அப்புடி நெனைக்காதைங்க. பாட்டு ஒண்ணு பாடுனாவள. முடியாது நம்ப முடியாது பெண்கள் பிடிவாதம் தீர்க்க முடியாது, வஞ்சம், சூது அவுன்சு கணக்குல என்னென்னமோ சொன்னாங்க. இதுனாலதாம் சுகந்தி மிஸ் கலியாணமே வேண்டாமிங்குறாவளோ. மெட்ராசுக்கு கப்பல் வந்தா கூட்டிட்டு போறமின்னாவ. திரேசாகிட்ட சொல்லுவமா, சிரிப்பாளோ. கண்டமேனிக்கு அலையிறா யிங்குறாவள. பல்டோனா இவகூட புருசம்மாரி ஒட்டிகிட்டே அலையிறாராம். அதுக்கு நா என்ன பண்ண. செத்துப் போனாலும் மாமிய யாரு பாப்பா. கிரேசி மதினிய பத்தி மாமி என்னமோ சொல்ல வந்தாவ. நல்ல நடயேன்னு வந்தவுக இங்க நடந்த கூத்த பாத்திற்று ரண்டு நாள் இருக்காம போயிற்றாவள. சோகமாத்தாம் இருந்தாவ. கலியாணம் முடிஞ்சாலே எல்லாருமே சோகமாயிறுறாங்க. பொறவு எதுக்கு இந்த கலியாணத்துக்கு இப்புடி அடிச்சிக்கிருறாங்க. கபிரியேல் மச்சாம் பொண்டாட்டிதாம் குடுத்து வச்சவுங்க. என்னயிது இவுங்கள்வ எல்லாருக்குமே பொட்டப் புள்ளயளா பெறக்குது. அதாம் மாமி ஆம்புள புள்ள ஆசைப்பட்டுருக்காக.'

73

1959

தெற்கு ராஜவீதியில் சண்முகவேல் சரக்கு மண்டிக்கு நண்பரைத் தேடி வந்திருந்தார் பிலிப் தண்டல். கொற்கையில் புதுத்துறைமுகம் அமைப்பது சம்பந்த மாக டெல்லிவரை போய்விட்டு வந்திருந்த சண்முக வேலிடம் விவரம் நேரடியாகத் தெரிந்துகொள்ள லாமே என்பது மற்றொரு எண்ணம். ஒரு புறம் சீனி மூடைகளும் மறுபுறம் துவரை, உளுந்து, கொண்டைக் கடலை என நவதானியங்களும் அட்டி போட்டு அடுக்கியிருந்தார்கள். எல்லாமே மதுரை யிலிருந்து முந்தினநாள் ரயிலில் வந்த சரக்கு. பட்டறையில் சண்முகவேல் கதர் வேட்டி சட்டை யில் நெற்றியில் சந்தனப் பொட்டோடு அமர்ந் திருந்தார். உச்சந் தலையிலிருந்து வடிந்த வியர்வைச் சொட்டு சரியாய் சந்தனப் பொட்டிலிறங்க, நல்ல மிளகு அளவில் நடு நெற்றியில் ஒரு உன்னி தெரிந்தது. மூடைகளூடே பிலிப் தண்டல் நடந்து வருவதைப் பார்த்த சண்முகவேல் சொன்னார்:

"வாங்க மொதலாளிவாள்..."

சிரித்தும் சிரிக்காமலும் கூச்சத்தில் நெளிந்தார் பிலிப்.

"யாரங்க, தள்ளுவண்டிக்காரம் சத்தங் கேக்குது என்னயின்னு பாரு."

"சீனி, நவதானியம் சரி. ஏலக்கா கிராம்பு வாட வருது."

"நம்ம வி.வி.ஆர் சரக்குவ. கம்பம், போடி பக்கங்கள்லயிருந்து வார சரக்க, நம்ம கிட்டங்கி யிலதான கைபாத்து மூட்ட புடிச்சி அனுப்புதோம்."

"தாத்தாவாயிற்றியளாம..."

"ஆமா சொல்ல மறந்திற்றம் தண்டல்வாள். மூத்த மருமொவ ஆம்புள புள்ள பெத்துருக்கா."

சண்முகவேல் நாடாருக்கும் ராஜாமணி நாடாருக்கும் பிறந்தது எல்லாமே ஆண்பிள்ளைகள். செல்லத்துக்குக் கொஞ்சுவதற்குக்கூட இருவர் வீட்டிலுமே பெண்பிள்ளைகள் இல்லை.

"யாரு அங்க, பாருடே மேல் பக்கம் சீனிச்சாக்கு ஒழுவுது. ஆமா தண்டல்வாள் என்ன விசேசம் இந்தப் பக்கம்?"

"ஒங்களயும் பாத்து வெகு நாளாயிற்றா... அதாம் அப்புடியே பாத்திற்று தோணிக்கி சரக்கு என்னமாச்சும் உண்டாயின்னும் கேட்டுற்று போலாமுன்னு வந்தம்."

"மழ வுழும் போல..." என்றவாறே சிரித்தார் சண்முகவேல்.

"வரும் போது பாத்தன அப்புடி பெருசா மூசாப்பு இல்லிய."

பொழுது சாய்ந்த நிலையிலும் வெளியே பட்டப் பகல்போலிருந்தது. பிலிப் தண்டலுக்கு சண்முகவேலின் நக்கல் புரிந்திருக்கவில்லை. அப்பாவியாய் அமர்ந்திருந்தார்.

"பர்னாந்துமாருல எனக்கு தெரிஞ்சி தண்டல்வாள், கடையேறி சரக்கு கேட்ட மொத ஆள் நீங்கதாம். ஆனானப்பட்ட பவுல் தண்டலே சந்தையில வந்து சரக்கு கேக்கல."

இருவருமே வாய்விட்டுச் சிரித்தார்கள்.

"தானேறிப் பாக்காத ஒழவு ஒழவாகாதும்பாவள..."

"ரப்பேலும் பரவால்லிய பொழுதன்னைக்கிம் தோணிப் பாலத்துக்குளே கெடக்கானாம்."

மடுத்தீன் புரோக்கர் இறந்த பின் தோணிப் பாலத்தைத் தங்கள் கைக்குள் கொண்டுவர யார் யாரெல்லாமோ முயற்சி செய்து முடியாமல் போனது. இரவும் பகலும் ரப்பேல் தொழிலில் குறியாக இருந்தான். அலுவலகத்தில் இல்லாவிட்டால் தோணிப் பாலத்தில் பார்க்கலாம். சரக்கு போடுபவர் களிடமிருந்து கேள்வு வந்ததோ இல்லையோ நடை செய்யும் தோணிக்கு நடை முடிய, முடிய கேள்வு கணக்குப் பார்த்து கொடுத்து விடுவான் ரப்பேல். தகப்பனாரிடமிருந்து தொத்திக் கொண்ட பழக்கம். கோஸ்டிங் நடையில் சரக்குப் போடுபவர் களாகட்டும், தோணித் தண்டல்களாகட்டும் யாரும்

வியாபாரிமாரை நேரடியாய்த் தொடர்பு கொள்வதில்லை. எல்லோருமே புரோக்கர் மூலமாகத்தான். சந்தடிச் சாக்கில் உள்ளே புகுந்த சதாசிவம்பிள்ளை மகன் குமாரசாமி, ஃபார்வர்டிங் ஆரம்பித்து கிளியரிங் பண்ணிக் கொடுத்தானே தவிர தோணிகளைப் பிடித்து சரக்குப் போட முடியவில்லை. மடுத்தீன் புரோக்கர் காலத்திலிருந்தே வியாபாரிமார்களிலும் யார் யாரோ முயன்றும் முடியவில்லை. கடைப்பையன் தேத்தண்ணீர் கொண்டுவந்து மேசையில் வைத்தான்.

"கடிக்க என்னமாச்சும்... எலே மூக்கா, நம்ம புள்ளவாள் கடையில வட போடுவான்வள."

"மொதலாளி, இப்ப நம்ம நமச்சிவாயங் கட காரச்சோவு சூட இருக்கும், வாங்கிற்று வரட்டா?"

தலையாட்டினார் சண்முகவேல். எதிரே அமைதியாய் அமர்ந்திருந்தார் பிலிப்.

"பவுல் தண்டல் இப்புடி திடீர்னு போயி சேந்திற்றார..."

பிலிப்பிடமிருந்து பதிலில்லை. நிமிர்ந்து பார்க்கவுமில்லை. பிலிப்பின் முகத்திலோடிய கவலையையும் பவுல் தண்டல் பெயரைக் கேட்ட மாத்திரத்திலேயே பிலிப்பின் கண்கள் மூடி, மூடிய இமைக்குள் விழிகள் உருண்டதையும் அங்கே பெருகிய கண்ணீரையும் காணத் தவறவில்லை சண்முகவேல். உருண்டு விழவிருந்த கண்ணீரைத் துடைக்கப் பிலிப் பிரயாத்தனப்பட்டதைக் கவனித்த சண்முகவேல் சொன்னார்.

"எதுக்குக் கவலப்படுதிய. நடக்க வேண்டிய விசயங்க நடந்துதான தீரும். நானும் பாருங்க எந் தம்பி என்னய வுட்டுட்டு போவாமின்னு கனவுகூட காணல... போயிற்றாம். இப்ப என்னமோ கொழும்புல கஷ்டப்படுதானாம். இங்க வந்தா, எங்கண்ணு முன்னால அவங் கஷ்டப்படுயத பாப்பமின்னு நெனைக்கியளா?"

கொற்கையில் ஏற்றுமதி வியாபாரம் பெருகி தோணித் தொழில் அமோகமாக நடந்தது. ஒரு பக்கம் தோணிகளில் தங்கமும் வைரமும் கடத்துகிறார்கள் என்ற பேச்சும் இருந்தது. அதற்கேற்றாற்போல் தண்டல்கள் முதலாளிகளாகி தோணிப்பாலத்தில் புதுத் தோணிகளைக் கட்டுவதில் இட நெருக்கடி வருமளவுக்கு இருந்தது. மணல் மேட்டிலும் சந்தனமாரி கோவில் பக்கமும் புதுத் தெருவிலும் மாடி வீடுகள். எல்லாமே தோணி வருமானம்.

"தண்டல்வாள் கேக்க மறந்திற்றம். கொழும்புல பண்டார நாயகாவ அவுக ஆள்களேதான..."

“சுட்டது யாருன்னு நெனக்கிய... ஒரு ஆமதுரு.”

“ஆமதுருன்னா...?”

“புத்தம் சரணம் கச்சாமியின்னு சொல்லுற புத்தமதத் துறவி.”

பவுல் தண்டலைப் பற்றிப் பேச்சு வந்ததிலிருந்தே பிலிப் தண்டலின் முகம் சோர்ந்துபோனது. நண்பரின் உள்ளக் கிடக்கையைப் புரிந்துகொண்டாரோ என்னவோ சண்முகவேல் சொன்னார்.

“மனசுல அழுத்துற விசயங்க என்னமாவது இருந்தா அத யார்ட்டயாவது சொல்லனும் தண்டல்வாள், இல்லியா நெஞ்சுவலி வந்துரும்.”

“1944ன்னு நெனைக்கிறம், கொழும்புல ஆஸ்பத்திரியில எங் கைய புடிச்சி அவுரு சொன்னது எனக்கு மறக்கல...”

“எலேய் அங்க முன்னால பாருங்க, லேம்பிரட்டா சத்தங் கேக்குது. மூத்தவனாயிருக்கும். அவனுக்கு வண்டிய நிப்பாட்டிற்று எறங்கத் தெரியாது ஓடிப் போயி புடிங்க. சொல்லுங்க தண்டல்வாள்...”

“மதலேன கெட்டி குடுக்குறவர எங்கூட இரு, பொறவு கடக்கரையில உள்ள எல்லாத்தையும்...”

அதற்கு மேல் பிலிப் தண்டலால் பேச முடியவில்லை. நாக்கு குழலாடியது. கையசைத்துப் பேச வேண்டாமென்றார் சண்முகவேல். எதிரே மேசைமேலிருந்த தேத்தண்ணீர் ஆறிக் குளிர்ந்து போயிருந்தது. தலை குனிந்தபடியே கை வீசி நடந்து வந்த அழகுவேல் புன்னகைத்தவாறே பின்னால் உள்ள வத்தல் கிட்டங்கிக்குள் போனான்.

“எலேய் மூக்காண்டி அவனப் பாரு, பின்னால போறாம். புடிச்சி முன்னால கூட்டிற்று போங்க. தும்மல் போட ஆரம்பிச்சாம் பொறவு பொழுது அடைஞ்சி தூங்குற வர நிக்காது.”

எதிரே பிலிப் தண்டல் இருப்பதே மறந்து போய் அமைதியானார் சண்முகவேல்.

‘ராஜாமணியிருந்திருந்தா அவன மெட்ராசுக்கு அனுப்பி பாத்துக்குற சொல்லியிருக்குலாம் கொழும்புக்கு போனானாம் கொழும்புக்கு. நம்ம சரக்க நம்ம ஊருல விக்கணும் இங்க வெலபோவயில்லாட்டி வெளியூரு போவ வேண்டியதாம். மெட்ராசுல எறங்குன சரக்கு அப்புடியே சென்ட்ரல்

614 ஆர். என். ஜோ டி குருஸ்

ஸ்டேசன்ல கெடக்குதுயின்னான்வள. அவந் துக்காராம் ஒரு மனுசனா. சரக்க எறக்குனமா கமிசன வாங்குன மாயின்னுதாம் இருக்கான்வ. பேசாம அழகுவேல அங்கன அனுப்புனா என்ன. கூடமாட தொணக்கி அவஞ் செட்டியை யும் அனுப்பிற்றாப்போச்சி. அங்கனோடி இம்பாலா கிம்பாலாயின்னு கூட்டிகிட்டு அலைஞ்சிறக் கூடாது. மூட்டைக்கி ரண்டணாயின்னவன்வ இப்ப கிலோ கணக்குக்கு வந்திற்றான்வளாம'

"பவுல் தண்ட மருமொவம் என்னமோ கப்பல்ல போறதாச் சொன்னாவ..."

"மல்லிப்பூ செபஸ்தியாரு மகம். நல்ல ஈடுவாடாத்தாம் இருப்பாம். ஆனா சேர்க்க சரியில்ல."

"மூத்தவம் கபிரியேலு தெரியுமா...?"

"அந்தோனியார் கோயில் பக்கம் ஆமந்தொற புதுப் பணக்காரரு மக மூத்தவள கெட்டுனாம்."

"ஜிம்கானாவுல அடிக்கடி பாப்பம். நல்லா ஃபுட்பால் வெளையாடுவாம். இப்ப பாருங்க எவம் ஓசிக்குடி வாங்கித் தர மாட்டாமின்னு அலையிதாம். இன்னொரு செய்தி கேளுங்க. நம்ம பர்த்தலோம் சிங்கராயரு மணி அய்யரு வீட்டுல படுத்த படுக்கையா கெடக்குறாறாம்."

"செல்வதாஸ் சிங்கராயம் பாடு சீரழிவுதாம்."

தொலைபேசி மணி அடித்தது. சண்முகவேல் தொலை பேசியை எடுத்து காதில் பொறுத்தினார்.

"ஆமா, நாந்தாம் சண்முகவேல் பேசுறம்."

"..."

"நல்லதுங்கண்ணாச்சி. மலேசியாக்காரவுகளும் வந்திருக்கா வளா. உப்பு இங்க மலபோல கெடக்கு. வாருங்க வேண்டிய மட்டும் வாங்கித்தாரம்."

"..."

"பிளைன் சர்வீஸ் இல்லிய."

"..."

"கப்ப நடத் தோணிய இருக்கு. நீங்க தைரியமா வாங்க. நா ஏத்தித்தாரம். சரக்கும் நானேகூட நின்னு வாங்கித் தாரம். நமக்கு உண்டான கமிசன..."

"..."

"கப்ப ஏஜென்சியும் பிரச்சனயில்ல நாம் பாத்துக்கிடுதம்."

"..."

"நீங்க வாங்க, கொற்க நம்ம தொறமொகம் எல்லாரும் நல்லவுக. தோணியள நாம் புடிச்சித் தாரம். கவலயே படாதைங்க."

"...."

"நல்லதுங்கையா, நல்லதுங்கையா" என்றவாறே எழுந்த சண்முகவேல் தொலைபேசியைத் துண்டித்த மறு வினாடியே கடைப் பையனை அழைத்தார்.

"எலேய் மூக்காண்டி வீட்டுக்கு டெலிபோன் போட்டு நம்ம சுந்தரவேல ஓடனே வரச் சொல்லு."

வேடிக்கை பார்த்தபடியே அமர்ந்திருந்தார் பிலிப்.

"எஞ்ஜினியருக்குப் படிக்காம். லீவுல வந்திருக்காம். இந்தமாரி யாபாரங்கள புள்ளயள பாக்க சொல்லிற்று நம்ம வேடிக்க பாக்கணும்."

"படிக்கிற புள்ளயப் போயி..."

'லீவுலதான இருக்காம். வந்து தொழில பாக்கட்டு, அப்பதாம் இதுலவுள்ள நெளிவு சுளிவுவ தெரியும். இவம் படிச்சி முடிச்சிற்று யாருட்டயும் வேலைக்கா போவப் போறாம். எல்லாம் பெறவு இங்கதான வரணும்."

"ஞாயந்தாம்."

"எலேய், அவம் மணிவேலப்போயி பி.எஸ்.எஸ். கடயில அய்யங்காரு இருக்காராயின்னு பாத்திற்று வரச் சொல்லு."

"அய்யங்காரா...! என்ன விசயம்?"

"யாபாரத்துல இன்னைக்கி போட்டி யாருங்கிய? பூதாவும் அய்யரும், அய்யங்காருந்தாம்."

"சிமிண்டுகாரங்களையும் டி.வி. எஸ்சயும் சொல்லுறியளோ?"

"அளங்கள வளைக்கிறதுல முருகேச நாடார தூக்கி சாப்புட்டுருவான்வ போல."

"அப்புடியா...!"

ஆறுமுகநேரி கெமிக்கல்காரர்கள் மார்வாடிகளாய் இருந்ததால் நிர்வாகப் பொறுப்புகளில் அமர்ந்த பிராமணர்கள் நிறுவனத்துக்குத் தேவையான அனைத்துச் சேவை நிறுவனங்

களுமே பிராமணர்களாய் இருப்பதற்கான வழி வகைகள் செய்தார்கள். இதன் காரணமாக வக்கீல்களாகவும், மருத்துவர்களாகவும் இருந்த பிராமணர்கள் தனியார் துறைகளிலும் தடம் பதிக்க ஆரம்பித்தார்கள். ஆறுமுகநேரி கெமிக்கலுக்கு பல்டோனா அளத்திலிருந்து உப்பு கொண்டுவரப்பட்டாலும் அந்த உப்பைத் தருவித்துக் கொடுக்கும் முகவர்களாக பி.எஸ்.எஸ். நிறுவனத்தார் பணியாற்றினார்கள்.

"எலேய் மூக்கா நடுவக்குறிச்சி இல்லாங்குடி நாடாரு வந்தார என்னாவாம்?"

"கோழி முட்ட ஏத்தணுமாம். பெறவு நம்ம மீளவிட்டான் சொடலமணி நாடாரு அண்ணக்கி வந்து கிடா ஏத்தணு மின்னாவ" என்றான் மூக்காண்டி.

"இனும போறது இந்த டிங்கிக்கி கடைசி நடதாம். இத குடுத்திற்று கொஞ்சம் பெருசா வைக்கிலாமான்னு பாக்குறம்" என்றார் பிலிப் தண்டல்.

74

1959

பெரியதுறையில் பொறுப்பேற்றிருந்த புதுக் கமிட்டியார் வெளியூர்க்காரர்கள் அயல் சாதிக்காரர் யாரும் தனராக வலை நடத்தக் கூடாது என்று தடை விதித் திருந்தார்கள். கடல்மேல் மடைகளில் வலைமேல் வலை விழுவதால் வரும் தாவாக்களைத் தடுப்பதற்காக எடுக்கப்பட்ட முடிவாய்ச் சொல்லப்பட்டாலும் ஊர்க் கட்சியில் மும்முரமாக இருந்த ஒரு சிலரை ஒழிப்பதற்காகப் பங்குச் சாமியாரின் தூண்டுதலில் ஒஞ்சரிவாக எடுக்கப்பட்ட முடிவாகவே பாதிக்கப் பட்டவர்கள் கருதினார்கள். அப்பாவிச் சனங்களை அவ்வப்போது புதுப் புதுப் பிரச்சினைகள் கொடுத்துத் தூண்டிவிட்டு வேடிக்கை காட்டும் திருச்சபையின் தூதுவர்களால் வந்ததுதான் இந்த வேதனையும். கத்தோலிக்கம் காப்பதாகச் சொல்லிக்கொண்டு ஊர்ப் பங்குகளுக்கு வரும் இந்தச் சாமிமார் தங்கள் நலனைப் பேணிக்கொண்டார்களேயல்லாமல் துளியும் மக்கள் நலனில் அக்கறை எடுத்துக்கொள்ள வில்லை. தங்களுடைய நிர்வாக அமைப்புக்குப் பங்கம் வருகிறபோதெல்லாம் இப்படி ஏதாவதொரு பொதுப் பிரச்சினையைத் தூண்டிவிட்டு ஊரை இரண்டாக்கி அந்தச் சூட்டில் சாமிமார் குளிர்காய்வது கடற்கரை ஊர்களில் வாடிக்கையான நிகழ்வு.

பெரிய துறையில் பெண் எடுத்துத் தொழிலை நம்பிக் காலங்காலமாக தங்கிவிட்டவர்களின் நிலை தான் மிகவும் பரிதாவமாக இருந்தது. கடற்கரையில் போர்த்துக்கீசியரால் கட்டப்பட்டிருந்த அருளப்பர் ஆலயத்துக்கு முன்னால் கமிட்டி கூடியிருந்தது.

சாணைக்காரன் அந்தோணிப்பிள்ளை, கள்ளமுத்து மிக்கேல், வங்கன் விசுவாசம், குடுத்திக்காரன் மரியானி, சேசு பட்டங்கட்டி மகன் சூசையா என்று பலரும் அமர்ந்திருந்தார்கள். அவர்கள் பேசுவது கடலிறைச்சலையும் தோற்கடிப்பதாய் இருந்தது. கூட்டத்திற்கு பின்னால் அங்கங்கே கிணற்றடியிலும், தென்னை, பூவரசு மர நிழல்களிலும் பெண்கள் சிறு சிறு குழுக்களாய்க் கூடி நின்று வேடிக்கை பார்த்தபடியிருந்தார்கள்.

“எய்யா பேசி ஒரு முடிவுக்கு வாரதெப்புடி... சடாருன்னு எடுத்தம் கவுத்தமின்னு சொல்லுறதெப்புடி.”

கூட்டம் சலசலத்துப் பிரிய இருந்ததை பெரியவர்கள் எழுந்து தலையிட்டு சமாதானம் செய்ய, திரும்பவும் அமர்ந்தார்கள்.

“எல யாரு யார பாதிக்கப்பட்டவமின்னு கூப்புடுறது. நீங்கள்வ குஞ்சி புடிச்சி மோளுறதுக்கு முன்னாலே தொளவ புடிச்சி தொழில் செஞ்சவம் நாம்” என்றார் அந்தோணிப் பிள்ளை.

படபடப்பாய் அமர்ந்திருந்தார் சாணக்காரன் அந்தோணிப் பிள்ளை. பிறந்தது அத்தனையும் பெண்ணாய்ப் பிறந்ததால், கமிட்டி முடிவால் பெரிதும் பாதிக்கப்பட்டிருந்தார். தாத்தா, பூட்டன் காலத்தில் ஊரையே கட்டிக் காத்தவர்கள், இன்று தனராய் ஒரு ஏத்தனம் போட நேற்றுப் பிறந்த பிள்ளைகளிடம் கையேந்த வேண்டிய நிலை வந்துவிட்டதே என்று வருந்தினார். கடலிலேயே கால்வைத்து அறியாத சாமியார் கட்சிக்கார சூசையா பட்டங்கட்டி போன்றவர்கள் கடல் தொழில் பற்றிப் பேசுவதைப் பொறுக்க முடியவில்லை. மூத்தவளுக்கு வெளியூர் மாப்பிள்ளை. கூட்டத்திலிருந்து சூசையா பட்டங்கட்டி எழுந்து சொன்னான்.

“எல்லாரும் நல்லா கேட்டுக்கிறுங்க எனக்கு சொல்லயில்ல அவனுக்கு சொல்லயில்லயிங்குறதெல்லாம் வேண்டாம். வெளியூர்க்காரங்களையும் அடுத்த சாதிக்காரவுங்களையும் தொழில் செய்ய வேண்டாமின்னு சொல்லல. தனரா செய்யக் கூடாதின்னுதாம் சொல்லுறோம்.”

கூட்டத்தினர் கையடக்க, கையடக்க எழுந்து வெறியாப்பு வந்ததுபோல் பேசினார் அந்தோணிப்பிள்ளை.

“கடல் தொழிலுக்குப் போறவம் சொன்னாப் பரவாலிய, எவம் எவனோ சொல்லுறாம். எனக்குத்தாம் கடல்ல ஒண்ணு

ஆயிப்போச்சி... எங்கொமருவளுக்கு என்ன பண்ணணும் மடியேந்தி ஓங்கள்வ வாசல்ல வந்து பிச்ச எடுக்கணுமா."

"ஊர்க்காரவுங்க சும்ம வுட்டுறுவமா" என்றார் ஒரு பெருசு.

"எல எம்புள்ளைக்கி தாலிக்கி பொன்னு தெறிப்புவச்சா குடுப்பிய அட சண்டாளப் பாவியளா."

கோவம் பொறுக்க முடியாமல் மண்ணள்ளிக் கூரவிட்டார் அந்தோணிப்பிள்ளை.

"இந்த கமுட்டி எத்தன நாளைக்கி, இதுல இருக்கவம் அத்தன பேரையும் பாருங்க. தேரிக்காட்டுவள்ல கள்ள நொங்கு வெட்டுனவம், நடாந் தோட்டக்காட்டுவள்ல கொல கொலயாத் தேங்க அறுத்தவம், பீங்காட்டுல பொம்புளய பின்னாலபோயி குண்டி பாத்தவம், ஏறி வுழுந்தவம்... எல ஒருத்தனாவது நாலு வார்த்த படிச்சவம் இருக்கானா."

"..."

"சரி, எனக்குத்தாம் ஆண் வாரிசு இல்ல. தனரா தொழில் செய்ய வுடமாட்டிய. அந்தா நிக்கிறானே காலம் பூதாவும் இந்த சாதிசனத்துக்கு சவுரச்சன பண்ணிகிற்று... அவம் பண்ணுன தப்பு என்னென்னு சொல்லுங்க...?"

தேம்பித் தேம்பி அழுதபடியே நின்றிருந்தார் கோலியாத். நினைவு தெரிந்த நாளிலிருந்தே பெரிய துறையில் குடிமகன் வேலை. திருமண வீடு, சாவு வீடு என எல்லா வீட்டிலும் முன்னின்று காரியங்கள் செய்வார். ஊர்க் குடிமகனாய் இருந்தாலும் யாரிடமும் இரந்து கேட்பதில் விருப்பமில்லாமல் தனராய்த் தொழில் செய்துவந்தார். அவர் பிழைப்பிலும் மண்ணை அள்ளிப் போட்டிருந்தார்கள். காரணம் பிள்ளை களைப் படிக்கவைக்கிறாராம். பெரியதுறையில் நேற்றுப் பிறந்த குழந்தை கூட 'ஏ, கோலியாத் இங்க வா' என்று ஏக வசனத்தில்தான் அழைக்கும். ஆனால் அவர்கள் அப்படி அழைப்பது ஒரு நாளும் கோலியாத்தைப் பாதித்ததே இல்லை. தாத்தா பூட்டன் காலத்திலிருந்தே பரம்பரை பரம்பரையாய் ஊர்க் குடிமகன்கள். ஊரில் ஒரு நல்லது கெட்டது என்றால் அன்று நல்ல மீன்பாடு இருந்தாலும் தொழிலுக்குப் போக முடியாது. குலத்தொழில் தனக்கு மட்டும் போதும் பிள்ளை களுக்கு வேண்டாம் என்ற கொள்கையோடிருந்தார். கடல் தொழில் செய்கிறோமென்ற தைரியத்தில் பிள்ளைகளைப் படிக்கவும்வைத்திருந்தார். அவருடைய எண்ணத்தையும் தவிடுபொடியாக்கியிருந்தது புதிதாய் முளைத்திருந்த கமிட்டி.

பெரிய துறையில் கமிட்டிகள் அமைவதும் கலைவதும் அவ்வப்போது நடப்பது. ஒரு பிரச்சினையைக் கையாள்வரும் கமிட்டியார் அதற்கடுத்து வரும் பிரச்சினையைக் கையாள முடியாமல் சிதறிப்போய்விடுகிறார்கள்.

"அவங் கோலியாத்துக்கு வாயில்லியாக்கும் நீரு என்னவே..."

"மூத்த புள்ளய படிக்க வச்சி கொற்கைக்கி அனுப்பியாச்சி... மத்த புள்ளயளையும் படிக்க வச்சா நாளப் பின்ன குடிமொவம் வேல யாரு பாப்பா...?"

"கோலியாத்த வரச் சொல்லுங்க."

கூப்பிட்ட வேலைகளுக்கு முகம் கோணாமல் ஓடி ஓடி வேலை செய்வதால் எல்லோருக்குமே கோலியாத்தை பிடிக்கும். பெயருக்கேற்றாற் போல் ஆளும் வாட்ட சாட்டமாக இருப்பார். நல்ல கோதுமை நிறம். ஏறு நெற்றி, வட்ட முகம். கைகள் இரண்டும் காமராசரைப் போல் கால் முட்டுக்குக் கீழ்வரை தொங்கும். கேசத்தை பின்னுக் கிழுத்துச் சீவியிருப்பார். பெரிய துறையில் மடக்கடிதான் ஆழியில்லை. கயித்து மரத்தில் பிந்தலையில் கால்மடக்கி அமர்ந்து கோலியாத் தொளவைப் பிடித்தால் சளப் சளப்பென வரும் சத்தம் பெரியதுறை தேரிமேடு வரை கேட்கும். நல்ல பலசாலி. ஆனால் பலத்தைக் காட்டத்தான் வாய்ப்பு இல்லை. திருவிழாக் காலங்களில் சப்பரங்கள் வரும்போது தீவட்டி பிடிப்பார். தாடு பாய்த்து தலைப்பாகை கெட்டிக் கொழுந்து விட்டு எரியும் சூலத் தீவட்டியோடு நடுநசியில் அவரைப் பார்த்தாலே சிறு பிள்ளைகள் பயந்து அலறும்.

இடுப்புத் துண்டைக் கக்கத்துக்குள் மடக்கிப் பிடித்தபடி உடல் நடுங்கக் கூட்டத்துக்குள் வந்து நின்றார் கோலியாத்.

"அய்யாமார் பாத்து என்ன முடிவச் சொன்னாலும்..."

அதற்கு மேல் கோலியாத்தால் பேச முடியவில்லை.

அன்றிரவே குடும்பத்தோடு தேரிமேடு வழியாக உடன்குடிவந்து கொற்கை செல்லும் கோபாலன் பஸ்ஸில் ஏறி அமர்ந்திருந்தார் கோலியாத். வாலிபத்தில் நடந்த நிகழ்வொன்று அவர் மனத்திரையில் வந்து ஆடியது.

கித்தேரியான் பட்டங்கட்டியின் பண்ணை வீட்டருகி லேயே கோலியாத்தின் குச்சில். சேசு பட்டங்கட்டியின் மனைவி குருசுமிக்கேலாள் இறந்த பிறகு வீட்டில் கூடமாட வேலை செய்வதற்குக் கோலியாத்தின் தாயார் அன்னம்மாள் வந்தாள். தாயில்லாத குறைக்குத் தாய்க்குத் தாயாக

அன்னம்மாள் வந்து போயிருந்ததால் அன்னம்மாளோடு ஒன்றிவிட்டாள் பட்டங்கட்டியார் மகள் பிளாவி. இராப் பகலாக ஊர் வேலைகளுக்குப் போய்விட்டு வந்து உறக்கம் வருகிறதோ இல்லையோ படுத்து எழும்பிக் காலையிலேயே மடிக்கும் போய்விட்டு வரும் கோலியாத்தின் மேல் அவளை யறியாமலேயே ஏற்பட்ட பாசம் நாளடைவில் காதலாகி, ஒருதலை ஏக்கத்தில் கொண்டுவந்து விட்டிருந்தது. வீட்டில் எப்படிச் சொல்வது என்று திண்டாடியபடியிருந்தாள் பிளாவி. ஒரு நாள் பேச்சுவாக்கில் அன்னம்மாளிடம் தன் உள்ளக் கிடக்கையைச் சொல்லியும் விட்டாள். பதறித் துடித்த அன்னம்மாள் இது நடக்க முடியாத செயல் என்றும் ஊரையே எதிர்க்க வேண்டிவருமென்றும் தெளிவாகச் சொன்னாள். ஆனால் அன்னமாள் சொன்ன எதுவும் பிளாவியின் தலையில் ஏறவில்லை. கோலியாத்துக்கும் திருமண வயதுதான்.

இதற்கிடையில் வீரபாண்டியன் பட்டணத்துச் சம்பந்த மொன்று கோலியாத்துக்குப் பிடித்துப்போக, திருமணத்திற்கு ஏற்பாடாகியிருந்தது. இன்னும் பொறுத்தால் தாங்காது என்று தனது விருப்பத்தை நேரடியாகவே சொல்லிவிடுவ தென்று முடிவெடுத்து ஒருநாள் அதிகாலையில் தம்பிமார் வெளியே கிளம்பியதும் பக்கத்து வீட்டிற்கு வந்தாள் பிளாவி. கோலியாத்தும் வலைக்குப் போகச் சீலை போட்டுத் தயாராக நின்றிருந்தான். வாசல் பக்கம் விசும்பும் சத்தம் வந்தது. உள்ளங்கையிலிருந்த அச்சாறை நக்கியபடி மண் கலையத் திலிருந்த நீத்துப்பாவத்தைக் குடித்துக்கொண்டிருந்த கோலியாத் திரும்பிப் பார்த்தான். மாற்றுத் துணி வுடுத்த நேரமில்லை. மனதில் கபடமில்லாமல் வார்த்தைகள் வந்தன.

“யாத்த வாங்க... ஏ கெழவி, பக்கத்தூட்டு ஆத்தா வந்திருக்காவ, என்னயின்னு கேக்காம...”

“எய்யா, என்னய பாக்கயில்ல ஒன்னயத்தாம்.”

குடித்து முடித்து மண் சட்டியைத் தரையில் வைத்த படியே கோலியாத் கேட்டான்.

“என்னயா... பரியாசம் பண்ணுறதுக்கு ஒரு தேரங்காலங் கெடையாதாக்கும்.” என்றவாறே கோலியாத் வாசலுக்கு வர எத்தனித்தான் வாசலை மறித்து நின்றிருந்தாள் பிளாவி. கோலியாத் ‘என்ன’ என்று கேட்பதற்குள் பட்டங்கட்டியார் வீட்டில் சத்தம் கேட்டது.

“யக்கா, வெத காணத்த வச்சிற்றுப்போயிற்றம்.”

அடுத்த வார்த்தை வரவில்லை. விறுவிறுவென கோலியாத்தின் பெறைக்குள் வந்த ராயப்பன் பட்டங்கட்டி பிளாவியைப் பார்த்து அதிர்ந்து, அந்த அதிர்விலிருந்து மற்றவர்களும் விடுபடு முன்னரே பிளாவியின் கையைப் பிடித்து தரதரவென இழுத்துக்கொண்டு போனான். அன்றிலிருந்து பிளாவிக்கு வாழ்க்கை நரகமாகிப் போனது. கோலியாத்தைப் பொறுத்தவரை நடந்த எதற்கும் அவன் காரணமில்லை. இருந்தாலும் வலைக்குப்போக மனமில்லை. ஊர்க்கடன்களைத் தவிரக் கடலில் கால் வைக்க மனமின்றித் தவித்தான்.

இரண்டு வாரம் கழித்து ஒருநாள் நடுநசியிருக்கும். கோலியாத் குடிசையில் அயர்ந்து தூங்கியபடியிருந்தான். பதற்றமாய் வந்த ராயப்பன் கோலியாத்தை எழுப்பினான்.

"கொஞ்சம் வீட்டுவர வந்திற்றுப் போங்க..."

தலையைத் தூக்கிப் பார்த்த கோலியாத் ராயப்பன் அழைத்த வார்தைகளிலிருந்த மரியாதையைக் கேட்டு பதறிவிட்டான். செத்தை மூலையில் முக்காடு போட்டபடி அமர்ந்திருந்த ஆத்தா அன்னம்மாளும் தலையாட்டிச் சம்மதம் தெரிவிக்க தலையைக் குனிந்தவாறே எழுந்து புறக்கடை வழியாக பட்டங்கட்டியார் வீட்டிற்குள் வந்தான். வெளியே நாய்கள் ஓலமிட்டுக் கூப்பாடு போட்டன. எங்கேயோ ஆந்தை அலறும் சத்தமும் கேட்டது.

"என்னய்யா பண்ணனும்" நாக்கு தழுதழுக்கக் கேட்டான் கோலியாத்.

பட்டங்கட்டியார் வீட்டின் உள்ளறையைக் கை காட்டிய ராயப்பன் சொன்னான். "உள்ளபோங்க." தலையை சுவற்றோடு தேய்த்து அழுதான். தரை விரிப்பில் குற்றுயிரும் குறையுயிறுமாய் பிளாவி. அறை மூலையில் சிம்னி விளக்கு. பிளாவியின் தேகம் மெலிந்து துவண்டு கிடந்தது. கண்களில் மட்டும் அசைவு தெரிந்தது. சிம்னி விளக்கின் திரியை தூண்டி விட்டாள் மூலையில் அமர்ந்திருந்த ரீத்தம்மா. பிளாவியின் கண்களில் பிரகாசம். செய்வதறியாது நின்றிருந்தான் கோலியாத்.

"உக்காந்து அவ தலைய எடுத்து ஒங்க மடியில வையிங்க. ஒங்க மடியிலதாம் உசுர வுடணுமிங்குறா" என்றாள் ரீத்தா.

அறையில், தலையை நிமிர்த்தி யாரையும் பார்க்கத் துணியவில்லை கோலியாத். நெடுநெடு கோலியாத் காலை மடக்கி அமர்ந்தான். யானை படுத்தாலும் குதிரை மட்டம்

என்பது போல் காலை மடக்கி சம்மணமிட்டாலும் அரைக் கதவு உயரம். குழந்தையைத் தூக்கி மடியில் கிடத்துவது போல் பிளாவியை மடியில் கிடத்தினான். மறு வினாடியே பெருமூச்சு வாங்கினாள் பிளாவி. மூச்சு நின்று போயிருந்தது. பொங்கி வந்த அழுகையை வாய் பொத்தி அடக்கிக் கொண்டான். எந்திரமாய் பிளாவியின் தலையைக் கீழே கிடத்திவிட்டு எழுந்து நின்றான்.

உடம்பெல்லாம் புல்லரித்துப்போயிருந்தது. கோபாலன் பஸ் ஆடி அசைந்து ஊர்ந்தது. அனிச்சையாய்க் கை விரல்கள் தோளில் சாய்ந்து தூங்கியபடியிருந்த ஜாண் பவுலைத் தடவியது. பக்கத்தில் தாய் மடியில் படுத்திருந்த பாக்கிய சீலியைப் பார்த்துப் பெருமூச்சுவிட்டார் கோலியாத்.

'இப்புடியொரு இழி பொறப்பா வந்து பொறந்து தொலைச்சிற்றம. பிளாவிய கூட்டிகிட்டு அப்பவே கொற்க போயிருக்குலாமோ. இப்புடி மாடா ஓழைச்சும்... சே. என்ன மனுசன்வ. ஆனாலும் பட்டங்கட்டியார் மொவளுக்கு எம்மேல எப்புடி ஆச வந்திச்சி. மனசுக்குள்ள வந்த ஆச வாழ்க்கயில கெடைக்கவா செய்திச்சி. என்னமோ அவ பாசத்த காட்டுறதுக்கு உசுர வுட்டா. எம் பங்குக்கு நா என்ன பண்ணுனம். அவ எம் மேல பாசம் வச்சிறுந்ததே எனக்கு அண்ணக்கிதான தெரியும். ஒவ்வொருத்தருக்குக் குழி வெட்டும்போதும் அவ கல்லறையில நின்னு அழுதம். ரண்டு பூவ பிச்சிப் போட்டம். இனும அவ கல்லறையையும் பாக்க முடியாது போல. என்னமோ நமக்கு தெரிஞ்சி என்ன நடக்குது. அல அடிச்சி கொண்டு போனமாரி கொற்கைக்கி தள்ளிற்றுப் போவுது. அங்க போயி என்னென்ன நடக்குமோ. இப்புடி ராப்படையில ஓட வச்சிற்றாவள. மூத்தவம் லியோன் கொற்கயில இருக்கதால சரியாப் போச்சி. என்னமோ அந்த தெய்வம் வழிகாட்டாமலா போயிறும். என்ன பாடுபட்டும் புள்ளயள படிக்க மட்டும் வச்சிறனும்.'

75

1960

சிலுவைக் கோவில் பக்கம் புதிதாய் முளைத்திருந்த தெரு விளக்கிலிருந்து வந்த மஞ்சள் ஒளி சன்னல் வழியே அறைக்குள் விழுந்தபடியிருந்தது. மேசையிலிருந்த கண்ணாடியை எடுத்து முகம் பார்த்துக் கொண்டாள் மதலேன். பால் வடியும் முகத்தில் அங்கங்கே நகக் கீறல்கள். எல்லாமே சமீபத்தியவை. ஆனால் வழக்கத்திற்கு மாறாக மதலேனின் முகம் இன்று தெளிவாய் இருந்தது. அடிக்கடி அலமாரியைத் திறப்பதும் மூடுவதுமாக இருந்தாள். தனக்கு பிடித்த அரேபியக் கவிஞன் கலில் கிப்ரானின் கவிதை யொன்றை முணுமுணுத்தபடியிருந்தாள். கல்லூரிக் காலத்திலிருந்தே பரிச்சயமாகியிருந்தார் கலில் கிப்ரான். ஆங்கிலப் பாடம் எடுத்த மிஸ் சுகந்தி வகுப்பில் கிப்ரானைப் பற்றி விவாதிக்காத நாளேயில்லை எனலாம். அவரை மானசீகக் கணவனாகவே மனதில் இருத்திக்கொண்டிருந் தார்களோ என்னவோ. இந்த வயதிலும் திருமணம் பற்றிய நினைப்பேயில்லாமல் இருந்தாள். வார்த்தை பிறழாமல் சரளமாய் வெளிவந்தன கிப்ரானின் கவிதை வரிகள்.

> "Feed the lamp with oil and Let it not dim and
> Place it by you, so I can read with tears what
> Your life with me has written up on your face."

வெளியே வழக்கம் போலவே ஓலமிட்டபடி கடந்து போகும் தாடிக்காரரின் குரல் கேட்டது. "அந்த நாளில் குழந்தை பெறாத வயிறும், பாலூட்டாத கொங்கைகளும் பேறு பெற்றதாய் இருக்கும் என்கிறார் ஆண்டவராகிய கடவுள்."

கல்லூரி நாட்களிலேயே இந்த தாடிக்காரரைப் பார்த்திருக்கிறாள் மதலேன். எப்போதும் ஏதாவதொரு முச்சந்தியில் நின்றபடி பிரசங்கம் பண்ணுவதுபோல் பேசிக்கொண்டேயிருப்பார். யாரும் அவரைக் கண்டு கொள்வதில்லையென்றாலும் மதலேனுக்கு அவர் மேல் பாசம் உண்டு. தெருவில் பகல் வேளைகளில் கண்டால் கூப்பிட்டுச் சாப்பாடு போடுவாள். அவரும் கூப்பிட்ட மாத்திரத்தில் அமர்ந்துவிடுவதில்லை. எப்போதாவது நினைத்தால் அமர்ந்து நான்கைந்து கவளம் சாப்பாடு, சாந்தமான புன்னகை, வேண்டாமென்றால் அமர்வதே இல்லை. தட்டில் சாப்பாடு வைத்துக்கொண்டு யார் யாரெல்லாமோ கூப்பிடுவார்கள். திரும்பிக்கூடப் பார்க்க மாட்டார். கைகளில் எப்போதும் ஒரு கிழிந்து போன பைபிள். கழுத்தில் ஜெபமாலை. அரைஞாண் கயிற்றில் தொங்கும் கால்சட்டை. முடியெல்லாம் அழுக்கேறிச் சடை விழுந்திருந்தது. இது வரையில் அவர் யாரென்று யாருக்கும் தெரியாது.

தெருக்கோடியில் நாய்களின் ஓலம் கேட்டது. கட்டிலில் அமர்ந்திருந்த மதலேன் எழுந்து சன்னலருகே வந்து நோட்டமிட்டாள். தெருமுனையில் கிளமென்ட் தள்ளாடிய படி நடந்து வருவது தெரிந்தது. அவசரமாய் அலமாரியைத் திறந்து கைமறைவில் எடுத்த பொருளை தொட்டிலில் குழந்தையைக் கிடத்தியிருந்த துணிக்குக் கீழே மறைத்தாள். என்ன நினைத்தாளோ சன்னல் பக்கம் வந்து எட்டிப் பார்த்தாள். கிளமென்ட் ஒரு தெருநாயோடு பேசியபடி யிருந்தான்.

நடுநசியில் அவன் வீட்டிற்கு வரும்போதெல்லாம் அந்தத் தெருநாய் எப்போதுமேகூட வரும். எந்தப் பிறவியிலிருந்து வரும் பாசமோ... எழுந்து வீட்டை நோக்கி வந்தான் கிளமென்ட். குடித்துவிட்டுத் தள்ளாடி நடந்து வருவது அன்றாட நிகழ்வாகிவிட்டதால் அக்கம்பக்கத்தில் யாருமே அவனைக் கண்டுகொள்வதில்லை. குடிக்க ஆரம்பித்த புதிதில் ஆச்சரியமாய்ப் பார்த்தார்கள். தாயார் வெரோணிக்கம் வியாகுலத்தால் நிறைந்துபோனாள். எப்படியிருந்த மல்லிப்பூக் குடும்பம் இப்படியாகிவிட்டதேயென்று வருந்துவாள். மூத்தவர்

கபரியேலும் கண்டவர்களோடும் சேர்ந்து கீழ்த்தரமாகக் குடிப்பதாக ஏற்கனவே கேள்விப்பட்டிருந்தாள். வளர்ந்து குழந்தை பெற்றுவிட்ட பிள்ளைகளை எப்படிச் சொல்லித் திருத்துவதென்று தெரியவில்லை.

மதலேன் சுறுசுறுப்பானாள், ஏற்கனவே மூன்று துண்டுகளாய் வெட்டி வைத்திருந்த நைலான் கயிறுகளை எடுத்து கட்டிலின் எதிரேயிருந்த கிடந்த நாற்காலியின் கீழ் மறைத்தாள். வீட்டின் முன் வாசல் கதவைத் திறக்கும் சத்தம். ஆளை உள்ளே வரவிட்டுப் பூனைபோல் பின்புறமாய்ப் போய் வெளிக்கதவைப் பூட்டுப் போட்டுப் பூட்டிச் சாவியை தன் இடுப்பில் சொருகிக் கொண்டாள். அதற்குள் படுக்கை யறைக்குள் நுழைந்த கிளமெண்ட் தள்ளாடித் தொட்டிலருகே வந்தான் குழந்தை சில்வியா தூங்கியபடியிருந்தாள். மதம் பிடித்த யானை போல் பிளிற ஆரம்பித்தான்.

"தேவுடியா எங்க போனா...?"

"..."

"வேறெங்க போவா... அவஞ் சாமிய வரச் சொல்லி யிருப்பா. அவங்கூட படுத்திற்று பொறவாசல் வழிய அவன வழியனுப்ப போயிறுப்பா."

"..."

"இன்னயோட எல்லாத்துக்கும் முடிவு."

ஜிம்கானா கிளப்பில் அதிகமாகக் குடித்திருந்தான் தள்ளாடித் தள்ளாடி வந்தவன் கருவேல மர நாற்காலியில் அமர்ந்து உத்திரத்தை வெறித்தபடியிருந்தான். அடிக்கடி கை மேல் சட்டைப் பையிலிருந்த ஏதோ ஒரு பொருளைத் தடவியது. நேரம் ஏற போதையின் உச்சத்தில் நாற்காலியில் சரிந்து கிடந்தான். சுரணையற்றுக் கால்கள் நீண்டு கைகள் நழுவித் தொங்கின.

முன்னறையில் படுத்திருந்த கிழவி விழித்துவிடக் கூடாதே என்பதற்காகக் குதிகாலைத் தூக்கியபடியே நடந்து வந்த மதலேனைப் பின்னிருந்து பற்றினாள் வெரோணிக்கம் கர்டோசா.

"எதுக்கும்மா பூனமாரி நடந்துபோற, ஒப்பம் மொவள நா முழிச்சிக்கிருவனோன்னு பயந்தியா?"

"..."

"அடியே, தூக்கத்த தொலச்சி வெகுநாளாயிப் போச்சி, தெரியுமா ஒனக்கு..."

“என்ன மாமி” என்று வாயெடுத்தவளை கையெடுத்து அமர்த்திய கிழவி சொன்னாள்.

“என்னக்கி இந்த இடிவுழுவானுக்கு சந்தேகப்பேயி புடிச்சிச்சோ அண்ணைக்கே எந்தூக்கத்த தொலைச்சி போட்டேனடியம்மா.”

“ ”

“எம் மொவள ஒனக்கு ஒரு விசயந் தெரியுமா.”

“சொல்லுங்க மாமி.”

“நீ கலியாணம் முடிஞ்சி வந்த புதுசு. சின்னவம் அதாம் ஓம் புருசம் இன்னும் கப்பலுக்குப் போயிருக்கல்ல. குசினி வேலயள அப்பதாம் நீ பாக்க ஆரம்பிச்சிருக்கம்மா. நம்ம ரஞ்சிதம் ஓம் பெரியாத்தா என்னய பாக்க வந்தவ, ஒரு பொருள மடிக்கிள்ள பொட்டணம் போட்டுக் கொண்டு வந்திருந்தா. அந்தப் பொருள எடுத்து எங்கிட்ட காட்டாமலே பேசுறா, பேசிகிற்றே இருக்கா...”

“...”

“மயினி ஓம் புது மருமொவள கொஞ்சம் அடக்கி வையி. அவ, அப்பம் வூட்டுல இருந்தமாரியே இங்கயும் பணத்த தண்ணிமாரி செலவழிக்க ஆரம்பிச்சிருவா... மொளையிலே கிள்ளி வையிங்குறா. நானும் மனசுல விகல்ப்ப மில்லாம அப்புடி என்னத்த நீ கண்டுட்ட எம் மருமொவள கொற சொல்லறயின்னு கேட்டா... மடிக்கிள இருந்த பொருள எடுத்து இந்தா பாரு புளி உருண்ட, இது ஓம் மருமொவ கொளம்பு கூட்டிற்று சன்னல் வழிய வெளிய எறிஞ்ச புளி. நாக்குல வச்சுப் பாருன்னு என்னட வாயில வைக்கிறாம்மா.”

“...”

“எனக்கு என்ன சொல்லன்னு தெரியில. இவ மருமொவம், அதாம் செல்கேரா புருஷம் அவள வுட்டுட்டு எவ கூடயோ ஓடிப்போயிற்றாம் அதயெல்லாம் வுட்டுட்டு இங்க கதபேச வந்திற்றாம்மா.”

“...”

“இப்புடிப் பட்டவள்வ, எம்புள்ள மனச அதயும் இதயுஞ் சொல்லி கெடுத்திருக்க மாட்டாள்வயின்னு என்ன நிச்சயம். ஒன்னய நெனச்சி எம் மனசு நெறைஞ்சி போச்சிம்மா. நேத்து ஓங்கக்கா வந்திருந்தப்பகூட ஒரு வார்த்த, ஒரு வார்த்த

ஒம் வாயிலயிருந்து வரலியம்மா. நீ எனக்கு மருமொவயில்ல தாயி, எனக்கு ஆத்தா. போதாயி, போயி தூங்கு. நாளை பொழுது நல்ல பொழுதா விடியும். நீ கவலப்பட்டியன்னா என் நெஞ்சி வெடிச்சிறுந்தாயி...”

கிழவியின் குழி விழுந்த கண்களிலிருந்து வழிந்து பெருகிய கண்ணீரைத் தன் முன்தானையால் துடைத்து அணைத்தாள் மதலேன்.

“இவனும் கப்பலுக்குப் போயி என்னமோ கேப்டன் ஆகப்போறாமின்னு பேசிகிற்றாவ. இந்தமாரி குடிப்பழக்க மெல்லாம் முன்னால கெடையாது. இப்ப திடுதிப்புன்னு வர ஆரம்பிச்ச நாள்ல இருந்து இவம் சாமந்தப்பி வர்ரதும், குடிவாடயும், வாந்தியும், ஒன்னயப் போட்டு பாடாப் படுத்துறதும் புதுசா இருக்கம்மா... எங்க வூட்டுக்காரவுங்க இப்புடியெல்லாம் இல்லம்மா. தெருவுல எறங்கி நடந்தா அம்புட்டு சனமும் எழும்பி நின்னு கும்புடும் கேட்டியா.”

“...”

“என்னமோ சரியில்லியம்மா. எம் மனசு படபடன்னு அடிக்கித. எங்க வூட்டுக்காரவுங்க என்னய வுட்டுட்டு போறதுக்கு முன்னாலயும் இப்புடித்தாம் இருந்திச்சி. அந்தச் சாமி என்னமோ பண்ணிற்றானோ. இப்புடிப்பட்ட படு பாவிப்பய எப்புடி திவ்விய நற்கருணைய கையில ஏந்துறாம்...”

“...”

“அண்ணக்கி பொழுதடைய வந்தவம் ஒரு சன்னியாசி மாரியா பேசுனாம். சுத்த கபோதிப் பயமாரியில பேசுனாம்.”

“...”

“மனசு படபடங்குதும்மா...”

“கவலப்படாதிங்க மாமி. ஒங்க புள்ளக்கி எதுவும் ஆகாது.”

“என்னம்மா வழக்கமான பதட்டம் இல்லியம்மா. ரெம்ப தெளிவா இருக்கம்மா...”

“தெளிவா இருந்தா நல்லதுதான மாமி.”

“இல்லியம்மா, தெளிவா இருந்தா நீ இயல்பா இல்லன்னு அர்த்தம், கேட்டியா...”

“அதெல்லாம் ஒண்ணுமில்ல மாமி கவலப்படாதைங்க.”

கை கூப்பி நின்றாள் கிழவி. அவள் இரு கைகளையும் பிடித்து அழுத்தி மதலேன் சொன்னாள்.

“என்ன சத்தங் கேட்டாலும் பயப்புடாதைங்க மாமி. ஒங்க புள்ளக்கி எதும் ஆவாது. நாம் பாத்துக்கிருறம்.”

“யம்மா...”

“என்னய நம்புங்க மாமி, என்னட உசுரக் குடுத்தாவது ஒங்க புள்ளய காப்பாத்திருவம்.”

வெரோணிக்கத்தின் கன்னங்களில் வடிந்திருந்த கண்ணீரைத் துடைத்தாள் மதலேன். மாடிப்படியருகே கிழவி வழக்கம்போல் படுக்குமிடத்தருகே அழைத்து வந்தவள் கிழவி கண் மூடும்வரை பக்கத்திலேயே இருந்து தலையைத் தடவியபடியிருந்தாள். மருமகள் போய்ப் படுக்கட்டும் என்பதற்காகப் பாசாங்கு காட்டிய கிழவிக்குத் தூக்கம் பிடிக்கவில்லை. தலையைத் தூக்கி மருமகள் உள்ளே போனதை உறுதி செய்தவள் உருண்டு பிரண்டு படுத்தபடியிருந்தாள்.

‘ஒரே ஒரு பொம்புள புள்ள. ராசாமாரி மூணு ஆம்புள புள்ளயிருந்து அவளுக்கு ஒரு நல்ல மாப்புள அமையல்லிய. அவசரத்துல அள்ளித் தெளிச்ச கோலம்மாரி ஆயிப்போச்ச. எம்புள்ள என்னபாடு படுதோ. அடிக்க மாட்டாம். இவதான ராங்கிக்காரி. கலியாணம் முடியும்போதே சொன்னாள மாப்புள்ளையும் அவ சொல்லுமாக்குல எலிமாரிதாம் இருந்தாம். கலியாணம் பண்ணுனா என்னதாம் மனப் பொருத்தம் இருந்தாலும் சோடிப் பொருத்தமும் வேணும். பொம்புள பொழப்பும் போக்கத்த பொழப்புதாம். புடிச்சிருக்கா புடிக்கயில்லியான்னு யாரு யாருட்ட கேக்குறா? இவ அவனத் தூக்கி இடுப்புல வச்சிருவா. கொண்டாங் குடுத்தான அப்புடி சொல்லக் கூடாது. எல்லாம் மூத்தவனோட அவசரம். இவள எவங்கிட்டயாச்சும் புடிச்சி தள்ளனுமேன்னு தள்ளிற்றாம். அவனுக்கு கலியாணத்தோட சிலுவ வரைஞ்சதோட சரி. அதுக்கு பொறவு அவ ரத்துனத்த நாம் பாக்கயில்ல. மொய்யில வந்த பணத்தக்கூட எங் கண்ணுல காட்டயில்ல. அப்புடியே மஞ்சப் பையோட கொண்டு போயிற்றாம். அவம் மாமம் வட்டிக்கி பணங் குடுப்பானாம். முனிசிபாலிட்டியில வேல செய்யிறதுவளுக்கு பணத்த குடுத்திற்று மாசம் ஒண்ணாந் தேதி ஆனா வட்டி பிரிக்க முனிசிபாலிட்டி வாசல்ல போயி நின்னுருவானாம். ராகம்மா சொன்னாள. அதுவ வாய வவுத்த கெட்டி பணஞ் சேத்துக் குடுத்தா அது வட்டிக்கே சரியாப் போச்சி, மொதல யாரு கேட்டா நீ வட்டி மட்டுங் குடுங்குறானாம். என்னமோ சுத்தி சுத்தி புடிக்கிது. ஆனா அது என்னதுன்னுதாந் தெரியில. அன்னைக்கி அந்த பொட்டபுள்ள வலைக்குடி ரசேந்திரம்

மொவ ரோசம்மா மேல அபாண்டமா பழிய போட்டாவ. அது கண்ணீர் வடிச்சிகிட்டே போச்ச. பொறவு நகய அம்மிக்கிள இருந்துல எடுத்தோம். சொல்லச் சொல்ல கேட்டான்வளா, எய்யா பொம்புளப் புள்ளயின்னு சொல்லச் சொல்ல போலீசுல புடிச்சி குடுத்திருவமுங்குறாம், கைய முறுக்குறாம், காத்த திருவுறாம். எப்புடித்தாம் கப்பலுல சமாளிக்கிறானோ. யாரோ கப்பல்ல ரெம்ப அடாவடி பண்ணுனவன தண்ணிக்கிள தூக்கிப் போட்டுட்டான்வளாம. மதலப் புள்ளயள வச்சி வேல வாங்கிற்று ஒரு ஒழுங்கான சம்பளமும் குடுக்காம. அவுங்களுந்தாம் எங்க குடுத்தாவ. இவ அந்த சினிமாக்காரனயாவது கெட்டிற்று மெட்ராசிக்கி போயிருக்குலாம். சத்தமில்லிய தூங்கிற்றாவபோல. மாதாவே ஒவ்வொரு நாளும் இவுங்க ரண்டியரும் தூங்கிற்றாவளா தூங்கிற்றாவளாயின்னு பாத்திற்று நாந் தூங்குறதுக்குள்ள, என்னய எடுத்துக்கிற்றாலும் நல்லதுதாம் இன்னும் இருந்து என்னத்தப் பாக்கப்போறம்.'

அறையினுள் சுரணையில்லாமல் அரற்றியபடியிருந் தான் கிளமென்ட். வாந்தியெடுத்திருந்தான். மஞ்சளாய்த் சளுசளுவென சளியோடு மக்கிப்போன கறித் துண்டுகளும் வந்து விழுந்திருந்தன. விக்கல் வேறு. கட்டிலுக்குக் கீழே தயாராய் வைத்திருந்த செம்புத் தண்ணீரைத் தம்ளரில் ஊற்றி வாயில் புகட்டினாள் மதலேன். உணர்வற்ற நிலையிலும் உளறினான்.

"எவம் எவமெல்லாமோ சப்போட்டு பண்ணுறாம். புள்ள பெத்து வளத்திருக்காம் புள்ள. எவனுக்கு வேணும் இவந் தோணிய. பல்டோனா பணக்காரம் புத்திய காட்டுறாம். மிசின் வச்ச தோணி எம் மயிறு தோணி அதுல தண்டலா ஓடுறதுக்கு... ஒரு சீஃப் ஆபீசரா வேணும். என்னயயின்னா பிலிப்பு தண்டயின்னா நெனச்சாம். தாயோளி பிலிப்பு யாரு அவமெல்லாம் அறிவொற சொல்லுறாம். பபிலோனு அந்தக் காலத்துல எம் புல்புல்தாராவ வாங்கிப் பாத்திற்று ஒடைச்சாம் இன்னைக்கி எம் பொண்டாட்டிமேல உரிம கொண்டாட வந்திருக்காம். நாந்தாம் பொண்டாட்டி பொண்டாட்டியிங்குறம் அவளுக்கு அந்த நெனப்பு இருக்கா. கள்ளச்சாமி கள்ளச்சாமி. என்ன குடும்பமோ கோத்திரமோ காலம் பூராவும் ஒன்னய எந்த சபயிலயும் நிக்கவுடாம பண்ணிறுறம்."

பொங்கி வந்த விம்மலை அசட்டுச் சிரிப்போடே அடக்கிக் கொண்டாள் மதலேன். சக்தியில்லாமல் கிளமென்டின் கை நழுவி விழுந்து தொங்கியது. மூச்சு விடுவது மட்டும் அகோரமாய் கேட்டது. மூக்கடைத்து வாய்மூலம் "புஸ் புஸ்" என்று

மூச்சுவிட்டபடியிருந்தான். அருகில் வந்து அவன் தலையை அசைத்துப் பார்த்தவள் திருப்திக்கு அறிகுறியாய் தலையை ஆட்டினாள். அவன் சட்டையின் மேல் பையிலிருந்த எலிமருந்து பாட்டிலை புன்சிரிப்போடு எடுத்துக் கட்டில் மேல் வைத்தாள் மதலேன். உணர்வற்றுக் கிடந்தான் கிளமென்ட். மளமளவெனக் கால்களிரண்டையும் இழுத்துத் தனித்தனியே நாற்காலியின் முன்னங்கால்களோடு இறுகக் கட்டினாள். தொங்கிய கைகளிரண்டையும் பின்புறம் குறுக்கே இணைத்துக் கட்டி நாற்காலியின் பின்னல்கால்களோடு இணைத்தாள். குறுக்காகக் கட்டப்பட்டிருந்த கைகளிலிருந்து ஒரு கயிறெடுத்து அதை நாற்காலியின் கீழ்ப்புறமாகக் கடத்தி நெஞ்சின் மேல் குறுக்காகப் போட்டு நாற்காலியின் முன்னங்கால்களோடு வலுவாகக் கட்டினாள்.

பழங்காலத்து கருவேல மரத்து நாற்காலி. மதுரையில் நாயக்க மன்னர்கள் உபயோகித்ததாகச் சொல்லி மல்லிப்பூ செபஸ்தியார் வியாபாரத்திற்கு போய்விட்டுத் திரும்பும் போது திருநெல்வேலியில் நடந்த பொருட்காட்சியில் வாங்கி வந்தது. செபஸ்தியாருக்குப் பழைய கலைப்பொருள்களை சேகரிக்கும் பழக்கமிருந்தது. பழைய கலைப்பொருள்களில் உள்ள வேலைப்பாடுகளைத் தன் தொழிலிலும் உபயோகித்து வந்தார். கருவேல மரத்து நாற்காலி இரும்பு போல் இருந்தது. நாற்காலியில் கட்டுண்டு கிடந்த கிளமென்டைப் பார்பதற்கு மதலேனுக்கே பரிதாபமாய் இருந்தது. எதிரே கட்டிலில் அமர்ந்தவள் அவனையே வேடிக்கை பார்த்தவாறிருந்தாள்.

‘அப்பா, நெலவுல யாருமே இருக்க மாட்டாங்களாப்பா. அம்மாவ எதுக்குப்பா பெட்டியில வச்சி மூடுறாங்க. அப்பா அம்மா பெட்டியில மண்ணள்ளிப் போடுறாங்கப்பா. அம்மா ரெம்ப நல்லவ. அதாம் ஆண்டவரு அவள மோட்சத்துக்கு எடுத்துக்கிட்டாராம். அங்க வுள்ள நந்தவனத்துல அம்மாவும் பூவாயிருப்பாளாம. அப்பா இது பேச்சி போட்டியில ஜெயிச்சது. இது வகுப்புல மொதல்ல வந்ததுக்குப்பாப்பா. இது ஓட்டத்துக்குப்பா. ராசாத்தி அம்மாயில்லியம்மா இதயெல்லாம் பாக்குறதுக்கு. நீங்க தோணிக்கெல்லாம் போவாதீங்கப்பா எங்கூடயே இருங்கப்பா. பபிலோன் மச்சாம் என்னய அங்கங்க கிள்ளுராங்கப்பா. பாவாட தாவணியில நா நல்லாயிருக்கனாப்பா. எனக்கு நீங்க போதும்ப்பா, அம்மா வேண்டாம். கிறுக்கத்தானயா நானா வேண்டாஞ் சாமி. அக்கா எதுக்கு பிலிப் மாமாவ இப்புடி திட்டுனா. பாவம் பிலிப் மாமா. யூனிபார்மில நீங்க கம்பீரமா இருக்கீங்க. அத எதுக்கு எரிக்கிறீங்க அது யாரு போட்ட கடிதமுன்னு சொல்லிற்று எரிங்க.’

தேய்பிறையின் பின்னிரவு வெளிச்சம் சன்னல் வழியே விழுந்து அவள் கூர்மூக்கின் நுனியைத் தொட்டிருந்தது. துடிக்க மறந்த இமைகளினூடே தெரிந்த நீல விழிகள் ஒரு புள்ளியில் நிலை கொண்டிருந்தன. தூக்கத்திலிருந்தவளைப் போல் கட்டிலில் சாய்ந்திருந்தாள். நாற்காலியில் கிளமென்ட் அசைந்தான். கண்களைத் துடைத்தபடி எழுந்த மதலேன் கதவைத் திறந்து வெளியே வந்து சமையல் கட்டினுள் சென்று சுடுநீர் எடுத்து வந்தாள். நடுவீட்டில் ஓர்லோஸ் மூன்று முறை அடித்து ஓய்ந்தது. திரும்பி கிழவியைப் பார்த்தாள். வாயைப் பிளந்து குறட்டை விட்டபடியிருந்தாள் கிழவி. விலகிக் கிடந்த மாராப்பை மூடிவிட்டு திருப்தியாய் உள்ளே வந்தவள் கட்டிலில் செம்புத் தண்ணீரை வைத்துவிட்டு கிளமென்ட் அருகே வந்து இடுப்பில் இறுக்கமாய்த் தெறித்து விடும் நிலையிலிருந்த கால்சட்டைப் பொத்தான்களை அவிழ்த்துவிட்டாள். மூச்சு வாங்கினான். முந்தானையை எடுத்து சுடுநீரில் முக்கிப் பிழிந்து அவன் முகத்தைத் துடைத்துச் சுத்தம் செய்தாள். தொட்டிலருகே வந்தவள் குழந்தையை எடுத்தாள், மூத்திரம் பெய்திருந்தது. அரைஞாண் கயிற்றில் சொருகியிருந்த துணியை மாற்றினாள். பாலூட்டியவள் குழந்தையின் மார்பிலும் கன்னத்திலும் நெற்றியிலுமாய் முத்தமாய்ப் பொழிந்தாள்.

நாற்காலியில் கிடந்த கிளமென்ட் சிறிது சுரணை வந்து முகத்தை திருப்பியவன் சொன்னான்.

"என்னடி, ராப்படையில எழும்பி பிசாசுமாரி முத்தங் குடுக்குற. ஓ... அவஞ் சாமிய நெனச்சி குடுக்குறியோ, குடு குடு. என்ன அசைய முடியில. ஏ... தேவிடியா என்னய கெட்டியா போட்டுறுக்க. அமுக்கமா உக்காந்திருக்கிய வாய தொறந்து பேசுய."

"..."

"தெரிஞ்சவமின்னு ஒருத்தன வூட்டுக்கு கூட்டிட்டு வரக் கூடாத. அப்பதாம் ஒனக்கு மாருல கெடக்குற சேல காத்துல பறக்கும். இன்னும் எத்தன நாளக்கி பண்ணுவ."

அதுவரையில் அமைதியாய் அமர்ந்திருந்த மதலேன் எழும்பி அவனருகே வந்து ஒரு அசட்டுப் புன்னகையை வீசினாள். அவனால் கையையும் காலயும் முறுக்கத்தான் முடிந்ததேயொழிய அதிலிருந்து விடுபட முடியவில்லை. குழந்தையின் தொட்டிலருகே வந்த மதலேன் துணிகளுக் கிடையே மறந்து வைத்திருந்த பொருளை எடுத்துக் கட்டிலில் தலையணைக்கடியில் மறைத்தாள். மிரண்டு விழித்தான்

கிளமென்ட் பதுமைபோல் நடந்து கட்டிலில் அமர்ந்தாள். என்ன நினைத்தாளோ திடீரென கட்டிலில் இருந்து எழுந்து அலமாரியைத் திறந்து கலியாணப் புடவையை எடுத்து உடுத்தினாள். தலையை வாரினாள், திலகமிட்டுக் கொண்டாள். நாற்காலியில் கட்டுண்டு கிடந்த கிளமென்ட்டுக்கு எல்லாமே கனவில் நடந்தது போலிருந்தது. நிசப்தமாய்க் கழிந்தன ஒவ்வொரு மணித்துளியும். விட்டத்தில் சுழன்ற காற்றாடியைத் தவிர வேறெந்த சப்தமும் இல்லை. 'என்ன செய்யிறா... என்ன செய்யிறா' சிந்தித்து சிந்தித்து உடலெல்லாம் வியர்த்துத் தொப்பலாய் நனைந்திருந்தான். சகிக்க முடியாமல் வியர்வை நாற்றம்.

'சீமேன் கத்திய எதுக்கு எடுத்தா. என்னய கொல்லப் போறாளோ... நானே சாவணுமின்னுதான இருந்தம். குத்திரு வாளோ... சவம் ஓணரில்லாம கெடந்தப்ப குத்தியிருக்கலாம. நாங்கள் ஒரு நாயைக் கொல்வதானாலும் தீவிர விசாரணைக் குப் பிறகு அதன் சுயநினைவிலேயே கொல்வோம். சே இது என்ன நெனப்பு. எங்க வீட்டுல நா இதுவர அழுததில்ல என்னய கண் கலங்காம வச்சிறுப்பியளா எனக்கு ஒண்ணுன்னா அப்பாவால தாங்க முடியாது. ஓங்க மாருல உள்ள முடியில கை வச்சி அளயிறது எனக்கு ரெம்ப புடிக்கிங்க. என்னய வீணா சந்தேகப்படாதைங்க. அந்த சாமி ஏந்தாம் இப்புடி நடக்குறாறுன்னு எனக்கு தெரியிலங்க. மிருகமாயிற்றனோ, எனக்கு தெரியாதா எம்பொண்டாட்டியோட ஒவ்வொரு அசைவப் பத்தியும். நாஞ் சாவக்கூடாதின்னு கெட்டிப் போட்டுற்று மருந்துப் பாட்டல எடுத்திற்றாளோ. பொறவு எதுக்கு அந்த கத்தி. புத்திய கடங் குடுத்திற்றம. பபிலோன் மெஸ்மரிசம் படிச்சவன்னு சொல்லுவாவள அப்புடி இவளுக்கு தெரியாமலே...'

"என்னங்க அமைதியாயிற்றிய." என்றவாறு மௌனம் கலைந்தாள் மதலேன்.

"ஏய், ராத்திரியில இது என்ன புதுப் பொண்ணுமாரி கலியாணச் சேல வுடுத்திகிட்டு... புத்தி கித்தி கெட்டுப்போச்சா."

"யாருக்குங்க?"

"தலையணைக்கடியில நீ வச்சது என்னட சீமேன் கத்திதான. அது ரெம்ப கூர்மயாயிருக்கும். எங் கத்திய வச்சிகிற்று என்ன பண்ணப்போற?"

"பாக்கத்தான போறிய."

"..."

“ஒங்க கிட்ட நாங் கொஞ்சம் பேசணும்’ அதாங் காத்துகிட்டு இருந்தம்.”

“நடு ராத்திரியில பிசாசுமாரி என்னத்த பேசப்போற.”

“நீங்க ஒரு நெலக்கி வந்த பொறவு பேசுலாம்மின்னு இருந்தம்.”

“...”

“எங்கம்மா எறந்த பெறகு, எங்கப்பா என்னய ஒரு பூவப் போலத்தாம் வளத்தாங்க. அப்பா போன பெறகு எனக்குன்னு யாருமே இல்லயின்னு நெனச்சம். நியாயமா சொல்லப்போனா எனக்குக் கலியாணத்துல விருப்பமில்ல. எங்கக்கா வற்புறுத்துனதுனால கலியாணத்துக்கே சம்மதிச்சம். என்னய ஒரு பாரமா நெனைச்சா திரேசா. பிலிப் மாமாவக்கூட வீட்டுப் பக்கம் வர விடல. கலியாணத்துக்குப் பிறகு ஒங்கள மனசார நேசிச்சம்.”

“...”

“இரவு பகல் எந்த நேரமும் எனக்கு ஒங்களப் பற்றிய சிந்தனதாம். ஒங்க மனசும் எங்கிட்டதாம் இருக்குன்னு இறுமாந்து இருந்தம். அது எப்புடி ஒங்களால என்னய சந்தேகப்பட முடிஞ்சிதுன்னுதாம் எனக்கு வெளங்கல.”

“...”

“அது எப்புடி, ஒரே ஆள் மல்டிபிள் பெர்சனாலிற்றியா? என்னால முடியாதுங்க. என்னோட வருத்தமெல்லாம் இந்த பூல்குடி மறக்காத பச்சப்புள்ளயயும் கள்ளங் கபடில்லாத எங்க மாமியயும் பரிதவிக்க வுட்டுட்டு போறமயின்னுதாம்.”

“ஏய் என்ன சொல்லுற?”

“போறதுல எனக்கு துளியும் வருத்தமில்ல. எல்லாரும் ஒருநாள் போய்த்தான ஆவணும். பொண்ணா பொறந்திற்றம் பத்தீங்களா, அதாம் எம்பக்கத்து ஞாயத்த வெளிய சொல்ல எனக்கு இதத் தவுர வேற வழி தெரியலிங்க. நீங்க ரெம்ப நல்லவுங்கன்னு எனக்கு தெரியும்.”

“...”

“ஒண்ணு கெடைக்கணுமுன்னா இன்னொண்ண எழந்தாகனும். என்னோட பிரிவுலதாம் எம்மக சில்வியாளுக்கு ஒரு நல்ல தகப்பம் கெடைப்பாம். எனக்கு தெரியும்

ஓங்கள யாரோ நல்லா கொளப்பிற்றாங்க. அந்த கொளப்பத்துலயிருந்து ஓங்கள விடுவிக்கணுமின்னா அது என்னோட சாவாலதாம் முடியும். இருந்து ஓங்கள கெடுக்குறத விட, இல்லாம ஓங்கள நல்லவனாக்கிற்றுப் போறம். நாம் போன பெறகு உள்ள வெற்றிடத்துல ஓங்களுக்கு எல்லாமே புரியும்."

இரு கண்களும் புடைக்க மிரண்டு விழித்தான் கிளமென்ட். அசையவும் முடியவில்லை. உடலெல்லாம் புல்லரித்து மயிர்க் கால்கள் எழுந்து நின்று வேடிக்கை பார்த்தன.

"ஒரே ஒரு உதவிங்க, வெவரந் தெரிஞ்ச பொறவு எம் பொண்ணு சில்வியாகிட்ட அவ அம்மாவோட சோகக் கதய சொல்லுங்க. எனக்கு சரியா வெவரந் தெரியிறதுக்கு முன்னாலேயே எங்கம்மா போயி சேந்திற்றாங்க. எம் பொண்ணுக்கு வெவரந் தெரியிறதுக்கு முன்னாடியே நாங் கௌம்புறம். ஒரு வித்தியாசமான படைப்புதாம் நா..."

"..."

"பிலிப்பு மாமா சொல்லுவாங்க. ஒலகத்துல மூனு வகையான மக்கள் இருக்காங்க. உருவாக்குறதுக்குன்னு வாரவுங்க அடுத்தது அத அனுபவிக்க வாரவுங்க இன்னொன்னு ரண்டுமே இல்லாம சூனியமானவுங்கயின்னு. ஆனா எம் பெறவிய எந்த வகயில சேக்கன்னு தெரியில. நாலவது வகயாயிருக்குமோ. எதுக்கு வந்தமின்னு எனக்கே தெரியில பாத்தீங்களா."

கிளமென்டால் என்ன பேசுவதென்று தெரியவில்லை. சிலைபோல் சமைந்திருந்தான். ஒவ்வொரு மணித் துளியும் ஒரு யுகம் போலிருந்தது. எழும்பி அவனருகே வந்தவள் கேட்டாள்.

"என்னங்க நா நல்லாயிருக்கனா?"

"மதலேன்ன்..."

வார்த்தை நடுங்கி கிடுகிடுத்தது. தலையை அசைத்து தோள்களில் கன்னத்தைத் துடைக்க முற்பட்டான் கிளமென்ட்.

"கலில் கிப்ரான எனக்கு ரெம்ப புடிக்குங்க, அதுலயும் அவுருடைய ஒரு வரி காலத்தால் அழியாத அந்த ஒரு வரி. தெரியுமா ஓங்களுக்கு... 'Love not knows it's depth till the hour of seperation' அருமயா இல்ல. எதுக்கு இந்த வரி மட்டும் எனக்குத் திரும்பத் திரும்ப ஞாபகம் வந்திச்சின்னு இப்பதாம் புரியுது."

“மத...”

“நீங்க என்னதாம் என்னய அடிச்சாலும், மிதிச்சாலும் எனக்கு ஓங்கள ரெம்ப புடிக்குங்க. நீங்க பச்சாத்தாபப் படணுமிங்குறதுக்காக இத நா சொல்லல. இதுதாம் உண்ம.”

விருட்டென எழும்பியவள் குழந்தைக்கு விரிக்கும் பழைய சேலைத் துணியொன்றை எடுத்து அவன் முகத்தை துடைக்கும் பாவனையில் படாரென வாயில் வைத்து அமுக்கித் திரும்பினாள். திமிறினான். கட்டிலில் அமர்ந்து சிறிது நேரம் மோட்டை வெறித்தவளின் கண்கள் கிளமெண்டின் கண்களை நேர்கோட்டில் சந்தித்தன.

பிரியா விடை கூறியது போலிருந்தது. தலையணையை உயர்த்தி சீமேன் கத்தியை எடுத்தவள் மார்புச் சேலையை விலக்கி தனது இடது மார்பில் இதயத்திற்கு நேராக பலமாக மூன்று முறை உருவி உருவிக் குத்தினாள். கண்கள் மட்டும் மூடிய நிலையிலிருந்தன. மூச்சைப் பிடித்துக்கொண்டு அமர்ந்திருந்தான் கிளமென்ட். கண்கள் நிலை குத்திக் கண்ணீர் பெருக்கெடுத்தது. கழுத்திலும் நெற்றியிலும் கைகளிலும் பாதங்களிலும் நரம்புகள் தடித்துப் பெருத்தன. செய்வதறியாது திக்குமுக்காடினான். பிணவாடையைத் தோற்கடிக்கும் வியர்வை நாற்றம். கண்களை திறந்த மதலேன் சொன்னாள்.

“என்னங்க நம்ம புள்ள சில்வியாவ ஓங்க புள்ள யில்லயின்னு சொன்னியள, யாரு சொன்னா அது ஓங்க புள்ளயின்னு... அது நம்ம புள்ளயேயில்லியாம். அது முடி வில்லாத வாழ்வின் மகளாம். அவ நம்ம மூலம் வந்தாளாம். நம்மிடமிருந்து வரலியாம். அவ நம்மிடமிருந்தாலும் அவ நம்மள சேந்தவ இல்லியாம். நம்மளால அவ உடம்பத்தாம் வளர்க்க முடியுமாம். மனசயில்லியாம். நம்ம அவள அன்பு செய்யனுமாம். ஆனா அவ நம்மள அன்பு செய்யணுமின்னு எதிர்பாக்கக் கூடாதாம். ஏன்னா அவுங்க எல்லாம் வருங்காலத்த நோக்கி எறியப்பட்ட அம்புகளாம். நம்ம வெறும் வில்லுதானாங்க. அப்ப எய்த...”

சத்தம் நின்று போயிறுந்தது. தொட்டிலில் குழந்தை விசும்ப பனிமய அன்னையின் ஆலயத்தில் அஸ்திவார மணியோசை கேட்டது.

77

1961

பிலிப் தண்டலின் கொ. 77ஆம் நம்பர் தோணி ஏழாயிரம் வத்தல் மூடைகளோடு கொழும்பு வடக்குப் பாலத்தில் நின்றிருந்தது. வழக்கமாகவே ஏற்படும் சரக்கு சம்பந்தமான தாவாக்களைத் தீர்ப்பதற்காக கொற்கையிலிருந்து புரோக்கர் ரப்பேல் வந்திருந்தார். அங்கங்கே பெரிய கருவாட்டு மண்டிகளிலும் பணப் பட்டுவாடா நின்றுபோயிருந்தது. ஜெயல்பிரட்டும் அவர் மகன் வில்பிரட்டும் அவர்கள் கூடவே கோமசும் நின்றிருந்தார்கள்.

தோணியிலிருந்த சரக்கை இறக்குவதற்காக கிளியரன்ஸ் பேப்பருக்குக் காத்திருந்த பிலிப் தண்டல் பாலத்தில் ஜெயல்பிரட்டைக் கண்டதும் அருகே வந்தார்.

"என்னய்யா, காலயிலே வந்து நிக்கிறியள என்னமும் பிரச்சனயா?"

"எல்லாம் ஒங்கள்வளால வார பிரச்சனயில என்னென்னமோ நடக்கப் போவுது." என்றார் ஜெயல்பிரட்.

இறங்கும் மூடைகள் கிழிந்து கிடந்தால் முதலில் சரக்கு எடுக்க வருபவர்கள் பன்னிப் பிடித்து எடுத்துக்கொண்டு போய்விட வேண்டியது. பின்னால் சரக்கு எடுக்க வருபவனைப் பற்றிய மனச்சாட்சியே இல்லாமல் நடந்துகொள்வதால் பிரச்சினைகள் துறைமுக அதிகாரிகளுக்குத் தெரிந்து துறைமுகத்தாரும் இப்போதெல்லாம் என்ன ஏறுகிறது என்ன இறங்குகிறது எனக் குறிப்பெடுக்க ஆரம்பித்தார்கள். துறைமுகத்தார் குறிப்பெடுப்பது புரோக்கர்களுக்குப் பிடிக்கவில்லை.

திருமதி. ஸ்ரீமாவோ பண்டாரநாயக இலங்கையில் பிரதமராக ஆட்சிப் பொறுப்பேற்றிருந்தார். வந்ததும் வராததுமாகவே கொழும்பிலிருந்து இந்தியாவுக்குத் தாராள மாகப் பணம் செல்வதை தடுத்தார். கொற்கைப் பகுதியிலிருந்து வரும் கருவாட்டு இறக்குமதியால் அதிக அளவு அந்நிய செலவாணி விரயமாகிறது என்று கண்டுபிடித்துக் கருவாட்டு இறக்குமதிக்கு அதிகப்படியான கட்டுப்பாடுகளை விதித்தது புதிய அரசாங்கம். கொழும்பில் வேலைசெய்யும் மாதச் சம்பளக்காரர்களும் சகஜமாய் இந்தியாவுக்குப் பணம் அனுப்புவது நின்றுபோனது. கெடுபிடிகள் அதிகமாக, பெரும் பாலான குடும்பங்கள் இலங்கையிலேயே தங்கிவிட்டன.

"சிங்களவம் வந்தாப் பரவாயில்ல. யாழ்பாணத்து கந்தைய்யா அதியாரியா வந்தாமுன்னு வையிங்க கத கந்தல்தாம்."

"என்ன சொல்லுறியப்பா. பேசி ஒரு முடிவுக்கு வாரத வுட்டுட்டு அதயும் இதயும் பேசிகிற்று இருக்கிய.'' என்றார் பிலிப்.

"பெரிய தலய பேச்சு வார்த்த நடத்துறாவ. ஆனா இன்னும தாய்லாந்து, மலேசியா இந்தமாரி எடங்கள்ல இருந்தும் சரக்க வருத்துவாவபோல..." என்றார் ஜெயல்பிரட்.

"இங்க பெரிய பதவியள்ல இருக்கது பூதாவும் யாருன்னு நெனக்கிறிய, அரசாங்கந்தாம் சிங்களவன்வ கையில ஆனா ஆட்சி பூதாவும் யாழ்பாணத்தான்வதாம்."

"..."

"வெள்ளைக்காரனா கொக்கா? இந்தியாவுல எப்புடி இந்து, முஸ்லீமுன்னு பிரிச்சி வுட்டான்வளோ அதேமாரி இங்கயும் பிரிச்சிப் போட்டான்வ" என்றான் வில்பிரட்.

"இதுல அவன்வளுக்கு என்ன" கேட்டார் பிலிப்.

"சிங்களனும், தமிழனும் அடிச்சிகிற்று கெடக்கட்டு முன்னு நெனச்சிறுப்பாம். மனசளவுல பிரிச்சி வுட்டுட்டா இவன்வளுக்கு சிந்தன பூதாவும் ஒருத்தன ஒருத்தங் கெடுக்குறதுலதான இருக்கும்."

இலங்கையில் சுதந்திரத்துக்கு முன்னால் வெள்ளைக் காரர்களோடு ஒட்டி உறவாடியது கொற்கைப் பர்னாந்துமார் அல்லது யாழ்பாணத்துத் தமிழர்கள். யாழ்பாணத்து தமிழர்களில் படித்திருந்தது பெரும்பாலும் சைவப் பிள்ளைகள். வெள்ளைக்காரர்கள் இருக்கும்போதே அவர்களுக்கு அடுத்த

பதவியில் இருந்தது முழுவதுமே யாழ்பாணத்துப் பிள்ளைகள். வெள்ளையர்கள் ஏற்படுத்திய அனைத்துக் கல்லூரிகளும் யாழிலேயே இருந்தன. தெற்கிலங்கையில் உருப்படியாக ஒரு கல்லூரிகூடக் கிடையாது. ஒன்றிரண்டு பேர் படித்தவர்கள் கூடப் பெரும் பணக்காரர்களானதால் மேல் நாடுகளில் படித்து வந்தார்களேயல்லாது இலங்கையில் படிக்கவில்லை. படித்து முடித்து வந்து இலங்கையிலிருந்த நிலையை அவர்கள் கண்டபோது கொதித்துப் போய்விட்டார்கள். வெள்ளையர் களிடமிருந்து சுதந்திரம் கிடைத்தாலும் தமிழர்களிடமிருந்து கிடைப்பது மிக அரிது என்று படித்தவர்கள் உணர்ந்ததால் அங்கங்கே மோதல்களை தூண்டிவிட்டார்கள்.

பாலத்தில் சரக்கு மூடைகளைத் தன் பணியாட்களின் உதவியோடு ஆராய்ந்தபடியிருந்த அய்யாக்கண்ணுவும் அருகே வந்தார்.

“சிங்களவன்வளுக்குக் கோவம் வாரது ஞாயம், யாழ் பாணத்தான்வளுக்கு எதுக்கு வருது?”

“எதுக்கு வராதுங்கிறிய. கொச்சிக்கூட, முட்டுவாலு, கொட்டகேனா, பெட்டா பூராவும் நம்மாள்க்கதாம். அவுங்கள்வ அதியாரிமாரா இருந்தாலும் இந்தமாரி காரு, பங்குளான்னு வசதி வாய்ப்பா வாழ முடியில. அதுனால வார பொறாம.”

“எய்யா இன்னொரு விசயத்த மறந்திற்றியள்லா”

“என்னது?”

“முன்னாலமாரியில்ல, காய்கறியிலயிருந்து எல்லா சாமானும் இப்ப கொற்கயிலயிருந்துதான வருது. யாழ்ப் பாணத்துலயிருந்து வாரத வுட நம்ம காய்கறிய சுத்தமாவும் வெல கொறவாவும் இருக்குல்லா...” என்றார் அய்யாக்கண்ணு.

புராணப்படி தெற்கிலங்கை பூராவுமே சுட்ட பூமி. சீதையைத் தேடி வந்த அனுமானின் வாலில் இலங்கேசு வரனின் ஆட்கள் தீவைக்க, அனுமான் தீ எரிந்த வாலோடு அங்கும் இங்கும் தாவிப் பெரும்பாலான இடத்தை எரித்து விட்டதாக சொல்கிறார்கள். ஆனால் இந்த புராணச் சம்பவத்திற்கு முற்றிலும் முரணாக, கண்டி நுவரேலியாப் பக்கமெல்லாம் மலங்காடுகளில் தேயிலை, ஏலக்காய்த் தோட்டங்கள். எங்கும் பசுமை மண்டிக் கிடக்கிறது. வெள்ளைக்காரர்களுக்கும் ஒரு சில சிங்கள மேட்டுக்குடிகளுக்குமே சொந்தமாயிருந்த இந்தத் தோட்டங்களில் பணி செய்வது பூராவும் தமிழர்கள்.

“நம்ம மேல காய்மகாரம் சரி. இந்த மலங்காட்டுவள்வு வேல செய்யிறதுவளுக்கும் குடியுரிம குடுக்கக் கூடாதுங் குறான்வளாம” கேட்டார் பிலிப்.

“யாழ்பாணத்தாந்தாம் பூர்விக குடியாம், நம்ம பெயல்வ வேலைக்கின்னு வந்தவன்வ, வேலய முடிச்சியா போங்குறான்வ.”

“மலங்காடா இருந்த எடங்கள திருத்தி தேயில தோட்டமாக்கி குடுத்தாச்சில்ல.”

“பாவப்பட்டதுவ.”

மலேசியாவில் சியாம் ரயில் தண்டவாளம் போடுவதற்காக ஆள் பிடித்துக்கொண்டு போனது போலவே வெள்ளை அரசாங்கம் இலங்கைத் தேயிலைத் தோட்டத்தில் வேலை செய்வதற்கும் தமிழர்களைக் கொண்டுபோயிருக்கிறார்கள். ஊர்க்காடுகளில் மழையில்லாமல் போய் பஞ்சத்தால் வாடிய மக்களைக் கப்பல்களில் ஆடு மாடுகளை அடைப்பதுபோல் அள்ளிக் கொண்டுவந்து தலைமன்னாரில் விட்டுவிடுவார்களாம். மன்னாரிலிருந்து காட்டிலும் மேட்டிலும் கல்லிலும் முள்ளிலும் கால் கடுக்க நடந்தே போகவேண்டுமாம். பசி தாகத்திற்கு மன்னாரிலிருந்து புறப்படும்போது ஆளுக்கு ஒரு பன்னும் ஒரு கேத்தலில் தண்ணீரும் கொடுப்பார்களாம். அதே போல் தம்புல்லா என்ற மற்றொரு இடத்திலும் ஒரு கேத்தல் தண்ணீரும் ஒரு காய்ந்த பன்னும் கொடுப்பார்களாம். காலில் செருப்பில்லாமல் காட்டிலும் மேட்டிலும் நடப்பதால் கால்வெடித்துக் கொப்புளமாகிச் சீழ் வடிந்து நடக்க முடியாமல் கீழே விழுந்து இறந்துபோவார்களாம். ராக்காலங்களில் தரையில் ஊர்ந்து செல்லும் விஷப் பாம்புகளை மிதித்துக் கடிபட்டு இறந்திருக்கிறார்கள். சிங்கம், புலி அடித்துக் கொன்று தின்றது போக மீதியானவர்கள் போய்ச் சேர்ந்திருக்கிறார்கள். காய்ந்த ரொட்டியைத் தின்றுவிட்டுக் குடிக்கத் தண்ணிரில்லாமல் விக்கி இறந்து போனவர்களும் உண்டாம்.

1920 வரை மலங்காட்டுத் தோட்டத்துக்குப் போனது முழுவதும் ஆண்கள்தான். பின்னாளில் எவனோ ஒரு வெள்ளைக்காரன் கொடுத்த திட்டப்படி பெண்களையும் குழந்தைகளையும் அனுமதித்திருக்கிறார்கள். ஆண்களுக்கும் வீட்டு நினைப்பில்லாமல் இருக்க வேண்டுமென்பதற்காகத் தமிழ் நாட்டிலேயே பெண்களைக் குறிவைத்துப் பிடித்து அனுப்பும் பழக்கம் இருந்திருக்கிறது. வாழ வழியில்லாத பெண்களையும் விதவைகளையும், பையித்தியங்களையும் பிடித்துவரும்

கங்காணிகள் அவர்களை வெள்ளையரிடம் நல்ல விலைக்கு விற்றிருக்கிறார்கள். இதுபோன்ற அபலைப் பெண்களை இலங்கை மலங்காடுகளுக்கு கொண்டுபோய் விட்டுத் தொழிலாளர்களை அவர்கள் இஷ்டம்போல் மேயவும் அனுமதித்திருக்கிறார்கள்.

"அது எப்புடி நம்மாள்க்க மட்டும் இப்புடி மாட்டியிருக்கான்வ?" கேட்டார் பிலிப்.

"பஞ்சத்துல அடிபட்டதுவளுக்குக் கண்ணுக்கு முன்னால சோத்த காட்டுனா ஓடத்தான செய்யும். அந்தக் காலத்துல வேர்ப் பஞ்சமின்னு சொல்லுவாவ..."

1840ல் நீக்ரோ அடிமை விடுதலைச் சீர்திருத்தம் ஆனபின் வெள்ளைக்காரர்களுக்கு அவர்கள் ஆண்ட காலனி நாடுகளில் ஒன்றான இந்தியாவில் கிடைத்த இளித்தவாய்ச் சனங்கள் தமிழர்கள். இவர்களைத்தான் அள்ளிப்போட்டு கப்பல் கப்பலாய் ஐம்பத்தியிரண்டு நாடுகளுக்கு மேல் கொத்தடிமைகளாய் அனுப்பியிருக்கிறார்கள். அந்தச் சமயத்தில் தமிழகத்தில் தலை விரித்தாடிய வேர்ப் பஞ்சமும் ஒரு காரணம்.

"நம்ம ஊர்பக்கத்துல கலெக்டராயிருந்த யாரோ ஒரு வெள்ளைக்காரந்தாம் திட்டம் போட்டுக் குடுத்தானாம். அவஞ்சொன்ன வார்த்ததாம் ரெம்ப வருத்தப்பட வேண்டிய சமாச்சாரம்." என்றார் கோமஸ்.

"என்ன சொன்னானாம்?"

"கொஞ்சமா சாப்புட்டு, அதியமா வேல பாத்து, எசமான விசுவாசத்தோட இருக்கிற ஒரு கூட்டம் இங்க தமிழ்நாட்டுல இருக்கு. நீக்ரோ அடிம கெடைக்கலயின்னு ஏங் கவலப்படுறீங்கன்னு சொன்னானாம்."

"நெசமாவா சொல்லுதிய" கேட்டார் அய்யாக்கண்ணு.

"பஞ்சமின்னா அப்புடியொரு பஞ்சம். வேர்வள அவிச்சி தின்னான்வளாம். கடக்கற ஊர்வள்ல என்னமாவது திருக்க கருவாட்டுவள தின்னு பசியாத்தியிருப்பான்வ. நாட்டுப் பொறங்கள்ல மழ தண்ணியில்லாமல் போனா சனங்க என்ன பண்ணும் சொல்லுங்க."

"சோத்துக்கு வழியத்துப் போனதுவ போயிருக்கு."

"அய்ய, எங்க ஊருலே ஒரு கெழவி வயசாயி புத்தி பேதலிச்சது ஒரு பாட்டுப் பாடும் பாத்துக்கிடுங்க என்றார் அய்யாக்கண்ணு".

“கண்டிக்கி போற கருத்த மச்சாம்
சுருக்கா வருவீகளா சொல்லுங்க மச்சாம்.

அய்ய, கடலும் வயலாவி...
கம்பும் கதிராவி
நெடுக ரயில் விட்டா...
நிச்சயமா வருவங் கண்ணு.”

“வவுறு பசிச்சி போனது ஒரு வக இன்னொண்ணு அளவுக்கு மிஞ்சின சாதிக் கொடுமயிலயும் போனான்வ. சவம் இங்க மனுசனுக்கு மனுசம் குடுக்குற வேதனயவுட அது எவ்வளவோ மேலுன்னு போனான்வளாம் என்றான் வில்பிரட்.

“எனக்குத் தெரிஞ்சி ஓர்னலாய் பள்ளிக்கொடத்துல ஒரு தமிழ் வாத்தியாரு, பள்ளர்ன்னு நெனக்கிறம் அவுரு அய்யா போயி மாட்டிகிட்டத பத்தி பாட்டு பாடுவாறு...”

‘ரத்தம் உறிஞ்சிம் அட்டையுடன்
குடியிருந்தோமே...
கொடிய விலங்கு பாம்புகளோடு
குடியிருந்தோமே...
வயிற்றுக் கடுப்பு வாந்தி பேதி
கொடிய நோய்க்கு ஆளாய் மாறி...
செத்தும் கூட அடியுரமாய்
ஆகிப்போனோமே...’

“வேதனயில துடிச்சிப் போனாத்தான இந்தமாரி பாட்டுவ வரும்.”

அதுவரையில் பவ்வியமாய் அவர்களோடு பேசிக்கொண்டிருந்த அய்யாக்கண்ணு ஏதோ நினைத்தவராய் நின்று நிதானித்தார். ஒன்றும் புரியாமல் மற்றவர்கள் அவரைப் பார்க்க அய்யாக்கண்ணு சொன்னார்.

“கடயில வேல கெடக்கு. எப்பந்தாம் சரக்க தருவிய? கொற்கையிலயிருந்து கில்பர்ட் மாப்புள வேற வந்திருக்காம்”

“நாடார, யோசிச்சித்தாம் கேக்குறியறா?” என்றார் ஜெயல்பிரட்.

தென் இலங்கை நாட்டுப்புறங்களிலிருந்து சிங்கள வாலிபர்கள் கொழும்பு வியாபாரப் பகுதிகளை ஊடுருவி தாக்குதல் நடத்திவிட்டுப் பதுங்கிவிடுவது அவ்வப்போது நடந்தபடியிருந்தது. என்னதான் வியாபாரம் பெருகியிருந்

தாலும் இதுபோன்ற கொரில்லாத் தாக்குதல்கள் வியாபாரி களை நிலைகுலைய வைத்திருந்தன.

“இன்னக்கி இதுவர ஒரு பிரச்சனயும் இருந்தமாரியில்ல. இப்புடியே இருந்தா சாயந்தரம் வண்டிய அனுப்பி சரக்க எடுத்திருங்க.” என்றார் ஜெயல்பிரட்.

“நா வரும்போது பாத்தமுல்லா ஸ்ரீமர்வோ காரு போச்ச, பெறத்தாலே நம்ம ஆமந்தொற விசுவாசம் பர்னாந்தும், பழைய போர்ட் ஆபிசரு லூயிஸ் பர்னாந்தும் போன மாரியிருந்திச்சி.”

“முந்தா நாள் பெட்டாவுல மிராண்டா கட கொள்ள போச்சி.”

“வளத்துவுடுதாவளோ...” பரிதாபமாய்க் கேட்டார் அய்யாக்கண்ணு.

“அது மாருல பாயும் போது தெரியும்.”

“நெசமாவே லூயிஸ் பர்னாந்த பாத்தியறா?”

“அய்ய கோமுசண்ணம், அம்மயாண பாத்தமிங்கம்.” என்றார் அய்யாக்கண்ணு.

“அப்பம் பிரச்சன முடிஞ்சமாறிதாம்.”

“நாடாரு வந்து இத்தன காலமாயும் ஊர்ப் பேச்ச அப்புடியேதான வச்சிருக்காரு.”

“கொள்ளு பெட்டியாவுல நம்ம மகுமக்கி ஒரு கெட்டடம் கட்டியாச்சில்லா. வந்து பாருங்க, நம்ம பெயல்வ கும்மாளம் போடுயத” என்றார் அய்யாக்கண்ணு.

“பொறவு ஓங்கள்வளமாரி மொழியையும் மதத்தையும் சாதியையும் வுடச் சொல்லுறியளாக்கும்” என்றார் பிலிப் தண்டல்.

“யாரச் சொல்லுறிய இங்கனோடியிருக்க மேசைக்காரன சொல்லுங்க சரி, நாங்கயெல்லாம் அப்புடியில்ல.” என்றார் ஜெயல்பிரட்.

இப்போதெல்லாம் மேசைப் பர்னாந்துமார் சிங்களவர் களோடு கலப்பது சர்வசாதாரணமாக நடந்தது. அந்தக் கலப்புக் கலாச்சார மாற்றம் என்று ஏற்றுக்கொள்ளப் பட்டாலும் மேசைக்காரப் பர்னாந்துமார் தங்கள் மொழி, இன அடையாளங்களை விட்டுக்கொடுத்துப் பாரம்பரிய மகிமையை இழந்து போயிருந்தார்கள்.

78

1961

கொற்கையில் குறைந்த கிரயத்துக்குக் கிடைக்கும் இடத்தையெல்லாம் வாங்கி அங்கங்கே கூட்டு வீடுகள் கட்டிப் போட்டார் பல்டோனா. சிலுவை புரத்தில் மேரி கல்லூரிக்குப் பின்புறம் கிடைத்த நாலு சென்ட் நிலத்திலும் வேலை நடந்தபடியிருந்தது. தெருமுனையில் குழி தோண்டிக் குத்துக்கல் அடிப்பதற் காகச் சாந்து இடித்தபடியிருந்தார்கள். பக்கத்திலேயே அண்டாவுக்குள் சாக்குப் பையில் கடுக்காய் இடித்து ஊறப் போட்டிருந்தார்கள். உத்திரம் விட்டுக் கட்டை களும் அடுக்கிய பிறகு குத்து வேலை செய்வதற்காக மாட்டு வண்டிகளில் கற்கள் வந்து இறங்கியபடி யிருந்தது. திருநெல்வேலி அரசன் செங்கற் சுள்ளை யிலிருந்து வந்தவை. மெல்கியாஸ் பூபாலராயர் மேற்பார்வையிட்டபடியிருந்தார். அன்று நிலை விடுவதாக இருந்ததால் குருஸ் பல்டோனாவும் சிலுவைபுரத்திற்கு வந்திருந்தார்.

"மெல்கியாசு, என்னப்பா பேச்சி ஒண்ணு, செயல் ஒண்ணாயிருக்கப்பா?"

"என்ன மொதலாளி பேசுறிய, புரியிலிய."

"எல எத்தன நாளைக்கி இந்த கரிக்கட்டயளப் போட்டு ஆவிக் கெட்டி புடிக்க. இந்த சித்தாள்க்க யாரு ஏற்பாடுல?"

"நம்ம கரிக்களத்துக் கங்காணி மாசாணம்."

"அதாங் கரிப்பாணத் தூறுமாரி இருக்காள்வ அங்க கூட்டிற்றுப் போறம் இங்க கூட்டிற்றுப் போறமின்ன, ஒரு எழவையுங் காணும."

அமைதியாய் நின்றிருந்தார் மெல்கியாஸ்.

'புதுசு புதுசா எங்கயிருந்து குடுக்க. வம்பா மணி அய்யம் அந்த மனுசம் பார்த்தலோம கொன்னே போட்டான. இங்க முடிய முக்கூடல் பக்கம் பாய்புடிச்சாச்சி. சந்திரலேகா நல்லாத்தாம் இருக்கா. இந்தமாரி வேல செய்யிறது நம்ம வீட்டுல தெரிஞ்சாலே தூரப்பான எடுத்து சாத்திப்போடுவாள. வேற வழியுந் தெரியில. சிங்கராசா, சிங்கராசா அந்தா பாத்தியளா கெணத்துக்குள்ள இன்னொரு ராசா இருக்கத. அழகுவேலு பேக்குலாண்டு மாரியிருந்துகிட்டு என்ன வேலயெல்லாம் பாக்குறாம். இதுக்கு மட்டும் மூள எப்புடி வேல செய்யிது. என்னமோ ஒரு லாட்ஜி பேரு சொன்னான. கோவளம் கடக்கறையும் நல்லாத்தாம் இருக்கி. அந்த ராஜா ஓட்டல் முன்னமாரியில்ல. நீலா ஓட்டல்ல, சும்மா அவுத்து போட்டுட்டுல்ல ஆடுறாள்வளாம். பேதியில போவாங்கூட போயி போயி. தொழில் வேணும. வேற என்ன பண்ண... ஒரு வயசு மாண்டாம் புதுசு புதுசாப் பாக்கணுமாம். அந்தக் 'காலத்துல அந்தப்பொறங்கள்ல ஆயிரமாயிரமா பொம்புளயள வச்சிருந்தான்வளாம. இந்த வயசுலயும் குஞ்சத் தூக்கித் தோள்ல போட்டுகிட்டு அலையிறாம். மெட்ராசுல குடியிருந்து அவ ஜெயமாலாகூட கொஞ்சிகிற்றே கர்டோசா குடிய கெடுத்தாம். சவராவுல அடிபட்டு வந்ததுவள இப்புடியா பண்ணுறது. நல்ல சாவு எங்க வரப்போவுது. தம்பிக்காரம் குடுத்து வச்சவம். தோணித் தண்டல்வ பொண்டாட்டிய ஒருத்திய வுடமாட்டயிங்குறானாம. பணத்த தூக்கி வீசுனா எவ வரமாட்டா. பாப்பாத்திய மோச மிங்குறோம், நம்ம மட்டும் யோக்கியமாக்கும். எல்லாம் ஒரு வாய்ப்பு கெடைக்கிறவரதாம். கையப் புடிச்சி இழுக்குறதுல எல்லாமா வுழுந்திரும். நம்ம புள்ளயளக் கண்டா நாடாக்கமாரு ஒருபடியா நொட்டவுட்டுகிட்டுத்தான அலையிறான்வ. இவள்வ காட்டுறா அவன்வ நொட்டவுடுறான்வ.'

பின்னாலிருந்து கேட்ட குருஸ் பல்டோனாவின் சத்தம் மெல்கியாசின் சிந்தனையைக் கலைத்தது.

"நா என்ன கேக்குறம் நீ என்ன யோசிக்கிற?"

"மறவம் மடத்துல அறுத்துப்போட்டிருக்க பணங்கட்டய எதும் சரியில்லியாம். எல்லாமே சோத்துக் கட்டயாம். உத்தரம் எப்புடியும் கோங்குல்யாவது இல்லியா ஆயினி யிலயாவது வுடணுமாம். பேசாம பாவூர்ச்சத்திரம் வர போயிற்று வந்திரட்டா?" என்றார் மெல்கியாஸ்.

"வந்திரட்டாயின்னா, தனியவா போற?"

"அந்த மலங்காட்டுக்கு நீங்க எதுக்கு மொதலாளி?"

"எல பழத்துல, மலப்பழம் விசேசம் தெரியாதா ஒனக்கு. நம்ம பயல்வ அம்பா போடும்போது பாடுவான்வள தெரியா தாக்கும் ஒனக்கு, திண்டுக்கல்லு மகிமா வாழப் பழம். கொண்டு வாடா மகிமா தின்னுபாப்போம்."

"வார வழியில பழம் வாங்கிற்று வாரம்."

"எல அதுவள அங்கனயே அமுத்திப் புடிச்சாத்தாம் நல்லாயிருக்கும். வாங்கிற்று வாரானாம் வா... ங்கீற்று."

"..."

"எங்கயெல்லாமோ மேஞ்சாச்சி மலையில மேயயில்ல, அதாம்..."

முகத்தை வேறுபக்கம் திருப்பிக்கொண்டார் மெல்கியாஸ். வீட்டில் மனைவிக்கு நல்ல சுகமில்லை. இன்றும் நிலை விடுவதால்தான் வேலை நடக்குமிடத்துக்கு வந்திருந்தார்.

"அந்த கட்டயள போயி பாப்பமா?"

"அந்த நாட்டுக் கட்டயளத்தான, ஏற்பாடு பண்ணு போயி பாப்போம்."

தலைவாசல் நிலைச் சட்டத்தைத் தூக்கி நிறுத்திய கொத்தனார் கை பிடித்துத் தருமாறு அழைக்க அருகே வந்து கைபிடித்துக் கொடுத்தார் மெல்கியாஸ். வீடு கட்டும்போது இதுபோல நிலை சட்டம் விடும் வேளைகளில் அதன் கீழே கோவில்களிலிருந்து புண்ணிய பண்டங்கள் வாங்கிக் கொண்டு வைப்பது வழக்கம். மந்திரித்த துணியோ புதுமை எண்ணெயோ கொண்டுவந்து வைப்பார்கள். பேய் பிசாசுகள் அண்டக் கூடாது என்பதற்காக இருக்கலாம். கூட்டு வீடுகள் பொதுவில் கட்டுவதால் அதுபோல் பொருள்கள் எதுவும் வைக்கவில்லை. நிலை விட்டபின் அருகே வந்த மெல்கியாசிடம் குசுகுசுத்தார் குருஸ் பல்டோனா.

"எல குளிக்க மாட்டாள்வதாம். நாத்தந்தாம். இங்க யிருக்கவ மட்டும் மணக்கவா செய்வா? நமக்கு அதா முக்கியம்."

"மொதலாளி நாங் கோங்கு கட்டயளச் சொன்னம்."

"கட்டு முட்டுன்னு கோங்கு கட்டமாரிதாம் இருப்பாள்வ. எல கொல்லாங் கொட்டயும், கிஸ்முஸ்ஸும், காஞ்ச அத்திப் பழமும் எதுக்கு திங்கமுன்னு நெனக்கிற."

பதில் சொல்ல வாயெடுத்த மெல்கியாஸ், கொத்தனார் பக்கத்தில் வருவதைப் பார்த்ததும் அமைதியானார். தலையில் கட்டியிருந்த துண்டை உருவி இடுப்பில் கட்டியவாறு கை கட்டி நின்றிருந்தார் கொத்தனார்.

"என்னான்னு கேளு."

"எய்யா செவுரு எழும்பி நெல வுட்டாச்சி. இனும உத்திரம் வச்சி குத்துக்கட்ட சொருவ வேண்டியதாம்."

"அதத்தாம் பேசிகிற்று இருந்தோம், சொல்லும்" என்றார் மெல்கியாஸ்.

"அங்க மறவமடத்துல எடுத்துப் போட்டுருக்கியளா முல்லா பனங்கட்டய, ஒண்ணும் நல்லாயில்லியாம். சின்னவம் பாத்திற்று வந்து சொன்னாம்."

திடுதிப்பென மெல்கியாசைப் புறம் தள்ளிய குருஸ் பல்டோனா சொன்னார்.

"அதுனால என்ன வேணுமிங்குறவே? மலேசியாவுல யிருந்து தேக்கு கொண்டருவமா மயிறாண்டி மொவன் வளுக்கு ... காரப்பேட்ட நாடார் பள்ளிக்கொடத்துக்குப் பின்னால என்னமோ சொசைட்டி பேருல கெட்டிக் குடுக்குறான்வளாம அரமணமாரி அப்புடி கெட்டுவமா. புதுசா மொளச்ச தண்டமாரு அத்தன பயலும் அங்கதான வூடு வாங்குறான்வளாம்."

"பாவூர்ச் சத்துரத்துல கோங்கு கட்டய..."

"ஏ, மெல்கியாசு இவம் யாரு யாருட்ட பேசுறாம் வாயப் பொத்தச் சொல்லு. நா ஈக்கி குச்சி குடுத்தாலும் அத வச்சி இவன வூடு கெட்டச் சொல்லு. குறுக்க குறுக்க பேசுறாம்."

பயந்துபோன கொத்தனார் திரும்பாமல் பின்புறம் நடக்க சாந்து குழைக்க வைத்திருந்த அண்டாத் தண்ணீரோடு உருண்டு விழுந்தார்.

"ஏ, மெல்கி நாஞ் சொல்லுறத அவங் கொத்தனாருகிட்ட சொல்லிப் போடு. பேசாம பனங்கட்டயள ரண்டோ மூணோ சேத்து நட்டு போட்டு முறுக்கி உத்தரத்துக்கு வுடச் சொல்லு."

அண்டாவோடு உருண்ட கொத்தனார் பட்ட அடியைப் பொருட்படுத்தாமல் எழுந்து வந்து சொன்னார்.

"எய்யா இந்தா கெட்டியிருக்கமுல்லா இந்த புறாகூண்டு மாரி வீடுவளுக்கு சரி. புதுசா கெட்டுற வீடுவள கொஞ்சம் விசாலமா கெட்டச் சொல்லியிருக்காவ சின்ன மொதலாளி. கெட்டுன வீட்டுல புள்ளகுட்டிய இருக்க, வெளையாட, கொள்ள..."

"எல பணம் போடுறது யாரு நானா அவனா? சின்ன மொதலாளி பெரிய மொதலாளியின்னுகிட்டுருக்க. எனக்கு

தெரியாதாக்கும் எவன எங்க வைக்கணுமின்னு. இப்புடி கெட்டுனாத்தாம் வூடு தாங்காம தோணியள்ல படுப்பான்வ, வேலய பாப்பான்வ. அதவுட்டுட்டு இந்த கூதிவுள்ளய குடியிருந்து கூத்தடிக்கவா வீடு கெட்டுறம்."

"மொதலாளி..."

"எல மெல்கியாசு சொகுசுயின்னா என்னயின்னு எனக்குத் தெரிஞ்சாப் போதும். இவன்வ சொகுசாயிருக்கவா நா வீடு கெட்டுறம். ரண்டு ரூவா வாடக வச்சிக்கிறுலாம் எவனுக்கு வேணும் இவன்வ குடுக்குற வாடகை. எல நீர்ச் சொத்துல நம்பிக்கயில்லாம நெலச் சொத்து சேக்குறோம். காட்டுமிராண்டிக் கூதிவுள்ளய காலம் பூதாவும் நமம கிட்ட கொத்தடிமயாக் கெடக்கணும் கேட்டியா?"

"..."

"கொஞ்சம் சொகுசு குடுத்தமின்னு வையி... அதுக்கு மேல, அதுக்கு மேலயின்னு ஆசப்படுவான்வ. எதுத்துக் கேள்வி கேப்பான்வ. எல இவன்வ குனிஞ்சிகிட்டேயிருக்கனும். நிமிர வுட்டியா பிரச்சனதாம்."

"சரி வுடுங்க. நம்ம சாதிசனத்தையே இப்புடி கறிச்சி கொட்டுறியள. ஒரு அடுத்த சாதிக்காரம் என்ன நெனைப்பாம்?"

"எலேய் எனக்கு சாதியெல்லாம் ஒரே சாதிதாம் பணக்கார சாதி, மத்ததெல்லாம் எனக்குத் தெரியாது கேட்டியா."

காரிலேறி அமர்ந்தவர் மெல்கியாசை முன்புறம் ஏறி அமரச் சொன்னார். மறு பேச்சில்லாமல் ஏறி அமர்ந்தார் மெல்கியாஸ். கார் ஆங்கிலிக்கன் சர்ச்சைக் கடந்து போனது. அந்தக் காலத்தில் சிறு பிள்ளையாய் இருந்தபோது மெல்க்கியாசும், சமுத்திர பாண்டியும் ஆங்கிலிக்கன் சர்ச், ஆஷ் மெமோரியல், பின்னால் உள்ள தோட்டம் என எல்லா இடங்களிலும் விளையாடியிருக்கிறார்கள்.

'நாகப்பட்டணம், கடலூருயின்னு போயிற்றாம் ஒரு வகயில சரிதாம். இல்லாட்டி இவன்வ கூடதாம் மல்லுக் கெட்டிகிட்டு கெடக்கனும். ஒதுங்கி நின்னே ஜெயிச்சவனாச்ச, வெங்காயம் ஏத்துறானாம். பாக்கும் வெள்ளப்பூண்டும் எறக்குறானாம். ராஜாமணி யாரையோ கொல பண்ணிற்று இங்க வந்திற்றாருயின்னாவள.'

"ஆறுமுகநேரி கெமிக்கல்லுலயும் நெறைய கட்டடங்க கெட்ட வேண்டிவரும். ஆனா..."

"என்ன மொதலாளி ஆனா, ஓங்க பேர வச்சி பொழைச்சிக்கிருறம்."

"இம்புடுக்காணு கூட்டு வூடு கெட்டுறதுக்கே முன் பணம் கேக்க, தம்பிகிட்ட வாங்கியிறுவியாக்கும்..."

"..."

"மெல்கி ஓங்கூட்டுக்காரம் சண்முகவேல் டெல்லிக்கி போனான. வார பாதயில மெட்ராசுல நல்ல ஆட்டமாம்."

"கூட போயிகிற்று எங்கிட்ட கேக்குறிய."

"மெட்ராசுல வந்து தனிய பாய் வச்சிற்றான்வ. எக்மோர்ல பாத்தமில்ல, விருதுநகர் நாடார் மேன்சன்ங்குறான்வ, அருப்புக்கோட்ட உறவின் முறையிங்குறான்வ. நாங்க மயிலாப்பூர் பக்கம் பா வச்சிவுட்டோம் பெரிய பெரிய வூடுவள்ல பூதா மத்தது நடக்குது."

"அப்ப தொறமுகம் வந்திருமிங்கிறியளா?"

"வந்தாக்குல அப்புடியே படுத்திருவோமாக்கும். காலா காலத்துக்கும் ஆண்டு அனுபவிக்கிறமாரி சொத்து சேத்து வச்சிருக்கம. எங்கள என்ன ரிபேரோயின்னா நெனச்ச... யான தும்பிக்கையால மண்ணள்ளித் தலமேல கூரவுட..."

"அப்புடி என்ன கூரவுட்டுட்டாவ."

"சில்வெஸ்டரு கொல்லத்துல மளிக கடை வச்சிருக்கானாம் தெரியுமா ஓனக்கு. இவம் தல்மெய்தா என்னாவுராம் பாரு. அற்பாயிசுல போறவனுக்கு பொண்ணு கெட்டி குடுக்க நிக்கிறான்வ.

"என்னயிருந்தாலும் கிரகோரி நம்ம பையம். வெளிநாட்டுல போயி பெரிய படிப்பு படிச்சவம், அற்பாயிசுல போயி சேந்திற்றாம்."

"வாழ்ந்திற்றானா, நம்மள மிஞ்சி வாழ்ந்திருவானா. தல்மெய்தா வூட்டுல கன்னி கழியாம ஒருத்தியிருந்தாள, என்னமோ வானத்துலயிருந்து எறங்குனவ கணக்கா நடக்குறா. பேரு என்னமோ லிடியாவா... புடியாவா? பியானோ வாசிப்பாளாம்."

இதற்கு மேல் பேசினால் பிரச்சனைதாம் வருமென்று மௌனம் காத்தார் மெல்கியாஸ். சப்கலெக்டர் ஆபீஸ் திருப்பத்திலிருந்த மண்டியை சமீபத்தில் தாணுப்பிள்ளை மகன் போலிஸ்காரரர் லட்சுமணனிடம் விலை பேசி முடித்திருந்தார் கில்பர்ட் நாடார். வெளி மாநிலத்து

லாரிகளில் பம்பாய் வெங்காயம் மூடை மூடையாய் வந்து இறங்கியபடியிருந்தது. திருப்பத்தில் முத்துச்சாமியின் வெள்ளை நிற அம்பாசிடர் கார் குருஸ் பல்டோனாவின் காரைக் கடந்து போனது. தெற்கு ராஜ வீதியும் வடக்கு ராஜ வீதியும் வழக்கம்போல் படு சுறுசுறுப்பாய் இருந்தது.

"நம்ம ஊரு நாடாக்கமாரு மெட்ராசுல நெலம் வாங்குறாவளாம் தெரியுமா?"

"இங்கயிருந்து மெட்ராசுல போயி வாங்குறான் வளாக்கும். தங்கம் வாங்கணுமில, இன்னக்கி பவுனு பதிமூனு ரூபாய்க்கி போறது நாளைக்கி எங்க போயி நிக்கப் போவுது பாரு..."

"பின்காலத்துல நிலங்க நல்ல வெலவருமின்னு ஜிம்கானவுல பேச்சி நடந்திச்சி. நாகப்பட்டணத்துலயிருந்து நம்ம சமுத்திரபாண்டி வந்திருந்தாரு."

"வாங்குனா அவம் செவந்தி வாங்குவாம், ஞானக்கனி இங்கனோடிதாம் உருளுவாம். இவம் செவந்தி பழைய நெனப்புல இன்னும் நெஞ்சில குத்தி செத்தாள அவ அக்காள சுத்தி சுத்தி வாரானாம நெசமா?"

"நீங்க ஒரு ஆளு..."

"தம்பிகிட்ட மாட்டிகிட்டா. எங்கிட்ட மாட்டியிருந்தா யின்னு வையி... நமக்கு எதுக்கு ஊரவுட்டு வெளிய போவணும். வெளிய போனமா ஒரு கோலாட்டத்த போட்டமா உள்ள வந்திறனும். அங்கயும் போயி கூட்டி கழிச்சி பாத்துகிற்று அலையக் கூடாது. இங்கதாம் நமக்கு அடங்கி நடக்க, ஒன்னயமாரி மொதலாளியின்னு கூப்புட ஆள் இருப்பாம், வெளிய போனமின்னு வச்சிக்க ஒருபய மதிக்க மாட்டாம்."

திருஇருதய ஆண்டவர் கோவில் பக்கம் மெல்கியாஸ் இறங்கிக்கொள்ள, புகைவிட்டபடியே குருஸ் பல்டோனாவின் அம்பாசிடர் காட்டன் சாலையில் கார் ஊர்ந்தது.

79

1962

முத்துலிங்க நாடார் பேரன் சுந்தரவேலுக்கும், வேல் நாடார் பேத்தி நீலாவதிக்கும் முதலமைச்சர் காமராசர் தலைமையில் தடபுடலாகக் கொற்கையில் திருமணம் முடிந்திருந்தது. திருமண நிகழ்ச்சிகள் ஆரம்பித்து முடிய ஒரு வாரத்திற்கு மேல் ஆகியது. சண்முகவேல் நாடாரின் அழைப்பின் பேரில் மரியாதை நிமித்தமாக மில்லர்புரம் வீட்டிற்கு வந்திருந்தார் பிலிப். முறைப்படி விருந்துக்கு அழைக்க வசதியாய் இருக்குமென்பதால் சலோமியையும் உடன் அழைத்து வந்திருந்தார். சலோமிக்கும் வெகுநாள்கூடி அன்னக்கிளியைச் சந்திக்கப் போவதில் மகிழ்ச்சி.

வாசலில் வந்து வரவேற்ற அன்னக்கிளியம்மாள் சலோமியை வந்ததும் வராததுமாகச் சாமி அறைக்கு அழைத்துப் போய் நெற்றியில் குங்குமமிட்டாள். நடு வீட்டில் பிலிப் தண்டலும் சண்முகவேலும் வந்து அமர்ந்தார்கள். வடக்குச் சுவற்றில் பாஞ்சாலிக் கிழவியும் தெற்குச் சுவற்றில் முத்துலிங்க நாடாரும் வரைபடமாய்த் தொங்கினார்கள். மணப்பாடு தத்துப்பிள்ளை மகன் அந்தோணியின் கைவண்ணம் தத்ரூபமாய் இருந்தது. பாஞ்சாலிக் கிழவி சிரித்தபடியும் முத்துலிங்க நாடார் ஓட்டைப் பல் காட்டிய படியும் இருந்தார்.

"யாபாரங்க எப்புடி?"

"மெட்ராசுல போட்ட கட பரவாயில்ல."

"முன்னால கடயில பாக்கும்போது யாரு கிட்டயோ உப்பு விசயமா பேசுனியள."

"மலேசியாக்காரவுக, பெரிய சீனியாவாரி அந்தக் காலத்துல அய்யா அவுக சரக்கத்தாம் வாங்கி இங்க அனுப்புவாவளாம். யாவாரத்த தன்பாடு யாவாரிமாருக்கு கைமாத்தி வுட்டுட்டம்."

தற்செயலாக இரண்டு படங்களிலும் தொங்கிய வாடிய மல்லிகைச் சரங்களைக் கவனித்த சண்முகவேல் மனைவியை அழைத்தார்.

"அன்னக்கிளி, அன்னக்கிளி..."

சாமியறையிலிருந்து பதற்றமாக வந்த அன்னக்கிளி படிக்கட்டில் கால் இடறிக் கால் பெருவிரல் நகம் பெயர்ந்து ரத்தம் ஊற்ற ஊற்ற வந்து நின்று மூச்சு வாங்கியபடியே கேட்டாள்:

"என்னங்க?"

"வாடுன மாலைய படத்துல தொங்க வுடாதயின்னு எத்தன தரம் சொல்லுறம்."

"அய்யய்யோ."

என்ற அன்னக்கிளி காலை ஊன்றியபடியே ஓடிப்போய் வாடிய மல்லிச் சரங்களை எடுத்தாள். பக்கத்தில் சிரிப்புச் சத்தமும் அதைத் தொடர்ந்து கதவு திறக்கப்படும் சத்தமும் கேட்டது. தலையைக் குனிந்தபடியே சுந்தரவேலும் அவன் பின்னே நீலாவதியும் வந்தார்கள். பாண்ட்ஸ் பவுடரின் மணம் அறையெங்கும் பரவி மணந்தது. தொப்புள் தெரிய ஆரணிப் பட்டுச் சேலையணிந்திருந்தாள் நீலாவதி. காதில் வளையம், கழுத்தில் தாலிச்சரடோடு ஒரு வைர நெக்லஸ். இடது கையில் கறுப்புத்தோல் கடிகாரம் பளிச்சென்று தெரிந்தது. தோளிலிருந்து இடுப்புவரை தொங்கிய தோல்ப்பை பினாங்கிலிருந்து தகப்பனார் வாங்கிவந்ததாம். நளினமாய் கைக்கடிகாரத்தைக் கழற்றிச் சாவி கொடுத்தபடியே முன் வந்தவள் மாமனாரிடம் சொன்னாள்.

"மாமா நாங்க ஆலயமணி படத்துக்குப் போறோம்."

"மாமிட்ட சொல்லிற்றுப் போம்மா. ஆமா சுந்தரவேலு, ஆலயமணி படம் எங்க போட்டுருக்கான்வ. ஜோசப் டாக்கீஸ் மாரி சந்து பொந்துவளுக்குள்ள போவதைங்க. எப்ப எவனப் போடுவான்யின்னு தெரியில." என்றார் சண்முகவேல்.

கொற்கை, தென் தமிழகத்தில் கொலை நகரமெனப் பெயர் வாங்கியிருந்தது. மூன்று ஆண்டுகளுக்கு முன்னால் தெப்பக்குளமருகே நடந்த டாக்டர் வைரவேல் கொலையில்

பிரபலமடைந்த ஆண்டி, கொம்பன் போன்ற போக்கிரிகளின் கொட்டம் அடங்கியபாடில்லை. மொத்தக் குடும்பமுமே கொலை செய்யப்பட்டது கொற்கை நகரத்தையே அதிர்ச்சிக் குள்ளாக்கியிருந்தது. திரும்பத் திரும்பக் கொலைகள் விழுந்தன. அரசியல் கொலைகள், வியாபாரக் கொலைகளெனக் கொலைகள் சர்வ சகஜமாய் நடந்தன. எல்லா கொலைகளுமே இரவு இரண்டாம் ஆட்டம் சினிமா முடிந்த பிறகுதான் நடந்திருக்கின்றன.

"இது எம்.ஜி.ஆர் படமில்ல, நம்ம சிவாஜி படம். பாலகிருஷ்ணாவுலதாம்."

"அப்ப சரி. பாத்து பொறுமையா போயிற்று வாருங்க. வரும்போது ஒரு ரிக்ஷாவோ குதுரவண்டியோ வச்சிக்கிருங்க."

"இல்லப்பா நீலா வீட்டுலயிருந்து காரு வந்திருக்குப்பா."

"அது எதுக்கு? சரி சரி" என்றார் சண்முகவேல்.

சாமி அறை முன்னால் காலில் வலியோடு நின்று வேடிக்கை பார்த்தபடியிருந்த அன்னக்கிளியை மருமகள் நீலாவதி கண்டுகொண்டதுபோலில்லை.

"மூத்தவனையும் பொண்டாட்டியயும் எங்க?" கேட்டார் பிலிப் தண்டல்.

"அவன அப்பவே மெட்ராசுக்கு அனுப்பியாச்சில்ல. அம்மயும் அவுங்க கூடதாம். மருமொவ அம்மய அவுங்க கூட வுட்டாத்தாம் ஆச்சியின்னு ஒத்தக் கால்ல நின்னு கூட்டிற்று போனா."

"பொண்ணு நல்லா படிச்சிருக்காளோ"

"இவந்தாம் என்ஜினியரு. இன்னும் ரண்டு மூணு பேப்பர் கெடக்குன்னாம். பொண்ணு எளையவம் மணிவேல விட சின்னவ. நம்ம சமுத்திரபாண்டி மக."

"யாரு, நாகப்பட்டணம்... பினாங்குலயிருந்து பாக்கு கொண்டாறாராம நெசமா?"

"ஆமா, இங்கயிருந்து வெங்காயம் ஏத்துறாவ."

"..."

"எல்லாமே நாசிக் பக்கங்கள்லயிருந்து வருது. ஒத்தைக்கி ஒரு பொண்ணு. கானாடுகாத்தாம் செட்டிமாரோட நல்ல புழக்கம். அரசியல் தொடர்பு..."

"கலியாணத்துல நல்ல கூட்டம்."

“வந்த பெரியதல எல்லாமே நம்ம அலங்காரம் கர்டோசாவ வீட்டுல போயி பாத்திற்றுத்தாம் திரும்பி போனாவளாம்.”

“அமைச்சரா இருந்தவரு, பக்கவாதமாம், படுத்த படுக்கயாத்தாம் இருக்காறாம்.”

மாதா கோவிலில் நடந்த மாலை ஆராதனைக்கு வந்த இடத்தில்தான் உடம்பில் ஏற்பட்ட மாற்றத்தை உணர்ந்திருக்கிறார் அலங்காரம் கர்டோசா. வேஸ்பிரஸ் நடந்தபடியிருந்திருக்கிறது. கதிர்பாத்திரத்தைத் தூக்கி சாமியார் ஆசீர்வாதம் பண்ணும்போது அவர் மட்டும் இருக்கையிலேயே இருந்ததைக் கவனித்த பூரணம் வேஸ்பிரஸ் முடிந்ததும் முடியாததுமாக கோவிலிலிருந்த மூத்த மகள் மரியசீலியைத் துணைக்கழைத்துக் கொண்டு அருகே வந்திருக்கிறாள். எழுந்தால் எழ முடியவில்லை. இடது கையும் காலும் வாயும் இழுத்திருந்தது. வாயிலிருந்து வடிந்த கோழாவைப் பார்த்துப் பக்கவாதம் என்று கண்டுபிடித்தாள் பூரணம். அப்படியே வீட்டிற்குக் தூக்கிக்கொண்டு போயிருக்கிறார்கள். மார்க் கர்டோசா இப்போது அலுவலகத்தைக் கவனித்துக்கொள்கிறான். பெலிக்ஸ் கர்டோசவுக்கு இன்னும் படிப்பு முடிந்திருக்கவில்லை.

அன்னக்கிளி வந்து சாப்பிட அழைத்தாள். நடு அறையின் பின்புறம் விசாலமாகக் காற்றோட்டமாக இருந்தது. பெரிய சாப்பாட்டு மேசை போட்டிருந்தார்கள். சண்முகவேலும் பிலிப் தண்டலும் எதிரெதிராக அமர, சலோமியைப் பக்க வாட்டில் பிடித்து அமர்த்தினாள் அன்னக்கிளி. நாற்காலியின் நுனியில் அமர்ந்திருந்தாள் சலோமி. குள்ளமாய், கொழும்பு இழுப்பு கலந்த தமிழில் பேசியபடி குடுகுடுவெனச் சமையல் கட்டுக்கும் சாப்பாட்டு மேசைக்குமாக ஓடி ஓடி வந்து தேவையானவற்றை எடுத்து வைத்தபடியிருந்தாள் ஐம்பது வயது மதிக்கத்தக்க பெண். முகத்தைப் பார்த்தால் வேலைக்கார பெண் போலில்லை.

“லூர்தம்மாக்கா பாலாணத்தயும் எடுத்திற்று வாங்க.” என்றாள் அன்னக்கிளி.

சலோமியையும் அன்னக்கிளியையும் மாறி மாறிப் பார்த்தார் பிலிப் தண்டல். பாலாணம் என்பது மேசைக்காரப் பர்னாந்துமாரின் பிரத்தியேகமான ஒரு குழம்பு வகை. சாப்பாட்டு மேசைக்கு வந்த அனைத்து உணவு வகைகளுமே மேசைக்காரப் பர்னாந்துமாரின் உணவு வகைகளாகவே

யிருந்தன. மெட்ராசில் மருமகன் கிளாடியஸ் ரிபேரோ வீட்டில் சாப்பிட்ட அனுபவம்.

"மிளகு கறியில ரண்டு மிளகு கூடிப்போச்சி" என்றாள் லூர்தம்மா.

சலோமியும் பிலிப் தண்டலும் மாறி மாறிப் பார்த்துக் கொண்டதைப் புரிந்துகொண்டாரோ என்னவோ அன்னக் கிளியை அருகே அழைத்து ஏதோ குசுகுசுத்தார் சண்முகவேல். புரிந்துகொண்டவளாய் லூர்தம்மாவைச் சமையலறைக்குள் அழைத்துப்போனாள் அன்னக்கிளி. சலோமிக்கோ தொண்டைக்குள் சாப்பாடு இறங்க மறுத்தது. பேச்சை மாற்றினார் சண்முகவேல்.

"ஜெயிப்பாருன்னு பாத்தா அண்ணா தோத்துப் போனார."

"அண்ணாவே தோத்துப் போனாரா."

"என்ன தண்டல்வாள், நாட்டு நடப்பு எதுமே தெரியாம இருக்கிய. டெல்லி மேல்சபைக்கி போவாறு போல..."

நாற்காலியிலேயே நெளிந்தார் பிலிப். சலோமியின் நிலை அதைவிட மோசமாக இருந்தது. வெளிக்கதவுப் பக்கம் நாய் குறைக்கும் சத்தம் கேட்டுப் பின் கதவைத் தள்ளித் திறப்பது போலிருந்தது. மனைவியை அழைத்து வெளியே எட்டிப் பார்க்கச் சொன்னார் சண்முகவேல். அதற்குள் வேலையாள் உள்ளே வந்து சொன்னான்.

"எய்யா சம்மந்தார் வாராங்க."

உள்ளே வந்தார் சமுத்திர பாண்டி. நாற்காலியிலிருந்து எழ இருந்த பிலிப் தண்டலைக் கண் அசைவிலேயே மடக்கிய சண்முகவேல் எழும்புவது போல் பாவனை செய்தார். அன்னக்கிளி முன்னால் போய் வரவேற்க, சாப்பாட்டு மேசைக்கே வந்து அமர்ந்தார் சமுத்திரபாண்டி.

"அவசரமா மெட்ராஸ் போறம் அதாம் சம்மந்திட்ட ஒரு வார்த்த சொல்லிற்று புள்ளயையும் பாத்திற்று போலமின்னு வந்தம். ஆமா இது யாரு?"

"இவுருதாம் கொறக்கத் தோணிப் பாலத்துலயே பெரிய தண்டல். தோணி மொதலாளி பிலிப் கலிங்கராயம்."

"ஐஞ்சாறு வருசத்துக்கு முன்னால கடலூருல ஒரு டிங்கிய வாங்கிற்று வந்தார அவுரா."

"பரவால்லிய சரியா ஞாபகம் வச்சிறுக்கியள."

“யாபாரியின்னு ஆயிப்போச்சி. பெறவு நம்மளச் சுத்தி நடக்குற விசயங்கள தெரிஞ்சிக்கிறாம இருந்தா எப்புடி?”

“அப்புடியென்ன அவசரம் மெட்ராசுல.”

“அண்ணாவப் பாக்கப் போறம்.”

“என்ன இத்தன நாளும் காங்குரசுல இருந்திய.”

“இல்லயிங்கலிய, மனுசம் சோகமாயிருக்கம்போது தாம் போயி பாக்கணும். அப்புடி பாத்தா முன்னால நீதிக்கட்சி அப்புடியே திராவிடர் கழகம். காங்கிரசு, காலத்துக்கேத்த கோலம். யாபாரியா இருக்கவம் ஒரே கட்சியில இருக்க முடியாது. இவன்வ மட்டும் மாறல.”

“யாரச் சொல்லுறிய?”

“தம்பிகளத்தாம். எம்.ஆர். ராதா கிண்டலாச் சொன்னானாம்...”

சாப்பிடுவதை நிறுத்திவிட்டு அவர்கள் பேசுவதையே உன்னிப்பாய்க் கேட்டபடியிருந்தார் பிலிப். போதுமென எழுந்த சலோமி சமையற்கட்டினுள் சென்று கை கழுவி விட்டு லூர்தம்மாளோடு பேசியபடியிருந்தாள்.

“ராதா என்ன சொன்னானாம்?”

“தனிக்கட வச்சி லாபம் பாக்க முடிவெடுத்திற்றான்வ பெறவென்ன கண்ணீர்த் துளிகள். பெரியாரும் அப்புடித்தாம் சொன்னாராம்.”

“என்னயின்னு...?”

“பய கொஞ்சம் துடுக்காயிருக்கானயின்னு ஊர்க் காட்டுலயிருந்து கூட்டிற்று வந்தா அவம் தமிழக் காப்பாத்தப் போறமிங்குறாமின்னாராம்.”

“பெரியாரு என்னதாம் சர்வாதிகாரிமாறி நடக்குறா றுன்னு காங்கிரஸ்காரம் சொல்லட்டு. இவன்வ சொல்லக் கூடாதில்ல.”

“நா மட்டும் சிந்திக்கிறம் நீ அத்தன பயலும் நாஞ் சொல்லுறத கேளும்பாறாமில்ல” என்றார் சமுத்திர பாண்டி.

“அதெப்புடி கேப்பான்வ. ஆட்சிக்கி வரணுமின்னு முடிவு பண்ணியாச்சி, ஆனாலும் பெரியார் பெரியார்தாம். இத்தன வயசுக்குப் பொறவும் அவுருக்கு இச்சயா...?”

“என்னமோ யாருகண்டா.”

"அந்த மனுசி இவுரு பீ, மூத்திரத்த அள்ளி கழுவி கொட்டுறாவளாம. தம்பி தம்பியிங்குறவமெல்லாம் செய்திருவான்வளா. எனக்கு தெரிஞ்சி பெரியார் செய்த மிகப் பெரிய காரியமே அந்த மனுசிக்கி பொண்டாட்டி ஸ்தானம் குடுத்ததுதாம். காங்கிரஸ்காரன்வ என்னமும் சொல்லட்டு."

"காங்கிரச வுடுங்க தம்பிகள சொல்லுங்க."

"தண்டல்வாள், போயி கைய கழுவுங்க. சம்பந்தார் கூட பேசிகிற்று இருந்தா நேரம் போறதே தெரியாது."

"இல்ல பேசிகிற்று இருக்கியள, அதாம் அப்புடியே உக்காந்து கேக்க ஆரம்பிச்சிற்றம்."

"சம்பந்தி, இப்பமே இவன்வள கைக்கிள போட்டுக் கிறனும். இல்லியா பதவியளுக்கு வந்திற்றான்வயின்னா கிட்ட நெருங்க முடியாது" என்றார் சமுத்திரபாண்டி.

"..."

"நமக்கு, தமிழு, இந்தி எதிர்ப்பு, அப்புடி எதுங் கெடையாது. இன்னைக்கி ஒரு ஒதவி செஞ்சா நாளைக்கி என்னமாவது காண்ட்ராக்ட் தருவான்வ. எல்லாமே முன் கடன் பின்கடன்தாம். என்ன, இப்பமே செஞ்சா செலவு கொற."

"ஓங்க தீராத விளையாட்டுப் பிள்ளை எப்புடி யிருக்காரு.?"

"யாரு டெல்லிக்காரரா? அவுருக்கென்ன ஊர் ஊராச் சுத்துனமா, ரோசாப்பூவ குடுத்தமா சந்தோசமாயிருந்தமா யின்னு இருக்காரு."

"எப்புடியோ அமெரிக்காக்காரிய கொண்டந்திற்றா ருல்ல."

"கொண்டந்தாலும் சம்பந்தி, அவ என்ன வெள்ளைக் காரியா மசிய. ரோசாப்பூவ திருப்பி குடுத்திற்றாளாம்."

சமுத்திரபாண்டி கிளம்ப பிலிப் தண்டலும் கிளம்பத் தயாரானார்.

"எய்யா, சொல்ல மறந்திற்றம். சுந்தரவேல ஒரு நா நம்ம வீட்டுக்கு விருந்துக்கு..."

"புதுவீடு கெட்டிற்றியளோ."

"காரப்பேட்ட நாடாரு பள்ளிக்கொடத்துக்கு பின்னால..."

“அனுப்பி வைக்கிறம்” என்றார் சண்முகவேல்.

ஊருக்குள் வியாபாரப் போட்டியால் மனக்கசப்புகளும் அங்கங்கே நாடார் பர்னாந்துமார் மோதல்களும் வெடித்தாலும் சண்முகவேலையும் பிலிப் தண்டலையும் பொறுத்த வரையில் நட்பு சாதி மதங்களைக் கடந்திருந்தது. மில்லர்புரத்தில் மில்காரர்கள் விற்ற இடங்களிலெல்லாம் வியாபாரிகள் வீடு கட்டிக் குடியேறியிருந்தார்கள். பிரதான சாலையருகே சுற்றிவரக் கோட்டைச் சுவரெழுப்பிப் பெரிய பள்ளிக்கூடமொன்று கட்டியபடியிருந்தார்கள். எண்ணெய்க்காரரின் மில்லிலிருந்து சுகந்தமான எண்ணெய் வாசனை காற்றில் கலந்து வந்தது. காந்தி நகர் போவதற்காகப் பிலிப்பும் சலோமியும் சைக்கிள் ரிக்ஷாவில் ஏறி அமர்ந்திருந்தார்கள்.

“என்ன சலோமி, சத்தமேயில்ல.”

“ஒண்ணுமில்ல.”

“என்ன ஒண்ணுமில்லயிங்க. அப்ப என்னமோயிருக்கு. குசினிக்குள்ளபோயி என்னமோ பேசிகிற்று இருந்த...”

“பாத்துகிற்றுத்தாம் இருந்தியளாக்கும்.”

தலையாட்டினார் பிலிப் தண்டல்.

“54ல கொழும்புல என்னமோ ஸ்ரீ கலகம் நடந்திச்சாமில்ல அதுல புருசனும் புள்ளயளும் செத்துப் போனாவளாம். இவுங்க தாத்தாவுக்கு கொற்கையிலயிருந்து கல்கத்தாவுக்கு கப்பல் ஓடிச்சாம்.”

“மிராண்டா ஆள்க்க.”

“கொழம்பு நல்லாயிருந்திச்சா, கொழம்பு நல்லாயிருந்திச்சாயின்னு கேக்குறாவ. மௌகு கறியெல்லாம் வைப்பாவளாம்.”

“சரி மரியதாஸ் என்னதாஞ் சொல்லுறாம்?”

“இப்ப போயி அவங்கத எதுக்கு, அவனத் தடுக்காதைங்க. அவம் போக்குலே வுடுங்க.”

“...”

“சரிதாம், அய்யா பேரு என்னமோ மிராண்டாயின்னாவ பாத்துக்கிறுங்க. சின்னப்புள்ளயில கொழும்புலயிருந்து கொற்க வந்து காருல மணப்பாடு போவாவளாம். கொழும்புல நெறைய கடைய, பெட்ரோல் பங்குவ அவுங்களுக்கு இருந்திச்சாம்.”

80

1962

மருதானையில் புகைரத நிலையமெதிரே சிரில் கர்டோசாவின் பெண்களுக்கான பிரத்தியோக ஆடையகம் 'ரதி ஸ்டோர்'. இந்தியாவில் அகமதாபாத், சூரத், பம்பாய், கல்கத்தா போன்ற இடங்களிலிருந்து தருவிக்கப்பட்ட தரமான ஆடைகள், சுரிதார் வகைகள், காஞ்சிபுரம், ஆரணி, பனாரஸ் பட்டுச் சேலைகள், பெங்களூரிலிருந்து விதவிதமாய் நவநாகரீக ஆடைகள் எனப் பெண்களுக்கே பெண்களுக்காய் வகைவகையாய்க் குவித்து வைத்து வியாபாரம் செய்கிறார்கள். கடந்த காலத்தில் தமியான் கர்டோசாவின் அகலக்கால் வியாபாரத்தால் பெரும் பின்னடைவைக் குடும்பம் சந்தித்திருந்தது. வேறு வழியே இல்லை என்ற நிலையில், மனைவி பசலியின் யோசனையின் பேரில் மருதானையில் ஆரம்பிக்கப்பட்டது ரதி ஸ்டோர். மாதமொரு முறை கொழும்பிலிருந்து கொள்முதலுக்காக இந்தியா வரும் சிரில் கர்டோசாவின் மனைவி பசலி திருவனந்தபுரம் வந்து பெங்களூர், பம்பாய், சூரத், அகமதாபாத் போய்விட்டு அப்படியே கொற்கை வந்து திருவனந்தபுரம் வழியாகக் கொழும்பு திரும்புவது வழக்கம். சரக்குகள் கொற்கைத் தோணிகள் மூலம் கொழும்பு வந்து சேரும். மொத்தச் சரக்கையும் குமாரசாமி ஃபார்வேர்டிங்கில் கிளியரிங் பண்ணிக் கொடுக்கிறார்கள். குமாரசாமியே புரோக்கர் ரப்பேலிடம் பேசித் தோணியில் இடம் வாங்கி விடுகிறார்.

விடியற்காலம் ஆறு மணிக்கெல்லாம் வந்து கடையைத் திறக்கிற சிரில் கர்டோசா மதியம் ஒரு மணிக்குக் கடையடைத்துச் சாப்பிடச் செல்வார்.

மதியத்திற்குமேல் பசலி வந்து கடையிலிருப்பாள். மருதாணை யில் புகைரதமேறிக் கொழும்புக் கோட்டையில் இறங்க வேண்டும். பொடி நடையாகக் கொச்சிக்கடை வந்தால் நியுமேன் சதுக்கம் இரண்டாவது தெருவில் வீடு. வியாபார நெருக்கடியில் நேரம் தப்பிவிட்டால் மருதாணை ரயில் நிலயத்தில் விக்டோரியா கேண்டினில் ஒரு தேங்காய் சோறும் தயிர் சாதமும் சாப்பிடுவார். அன்றும் அப்படித்தான் ரயில் நிலையத்தில் சாப்பிட்டு முடித்துக் கடையை திறந்து வைத் திருந்தார். வெளியே பெரும் கூச்சல் கேட்டது போலிருந்தது. என்ன ஏதென்று பார்க்கலாமென்று வெளியே வந்தார் சிரில். மருதாணையில் கடை ஆரம்பித்துப் பத்து ஆண்டுகளுக்கு மேலாகியிருந்தது. இரும்புக் கடைக்காரர் சாத்தான்குளம் ஞானம் நாடார்தான் இடம் பிடித்துக் கொடுத்திருந்தார்.

'அந்தோணியார் ஹார்டுவேர்' என்ற பெயரில் இரும்பு, கட்டிட சாமான்கள் விற்கும் கடை வைத்திருந்தார் ஞானம் நாடார். லோன் கொலையுண்ட சமயத்தில் போலிஸ் கெடுபிடி தாங்காமல் கொழும்பு வந்தவர் ஞானம். அங்கங்கே தொலைபேசிக் கம்பிகளை இரவு நேரங்களில் களவில் வெட்டி, விற்று பிடிபட்டு சிறைக்குப் போய் கொச்சிக் கடை அந்தோணியார் கோவில் பங்குச் சாமியாரிடம் மன்னிப்புக் கேட்டுத் திருந்தி இப்போது மருதானையில் பெரிய இரும்புக் கடை முதலாளி. வருடத்திற்கு ஒரு முறை இந்தியா வருகிறவர் ஆமந்துறை அந்தோணியாரைத் தரிசிக்காமல் கொழும்பு திரும்புவதில்லை.

சிரில் கர்டோசா கடையை விட்டு வெளியே வருவதற் கும் ஞானம் நாடார் வெளியே வருவதற்கும் நேரம் சரியாய் இருந்தது. ரயில் நிலையத்திலிருந்து பெருங்கூட்டமாய் மக்கள் ஓடி வந்தார்கள். கலவரக்காரர்கள் கூட்டத்துக்குள்ளும் புகுந்து அடிப்பது தெரிந்தது. எல்லோருமே இளம் வயது வாலிபர்கள். இப்போது கொழும்பில் இது போன்ற சம்பவங்கள் நடப்பது வாடிக்கையாகியிருந்தது.

"ஞானம் அண்ணம், இனும பொறுக்கக்கூடாது. கடைய அடைக்கச் சொல்லுங்க" என்றார் சிரில்.

"இத ஒரு வழக்கமாவே ஆக்கிப்போட்டாவள. அந்தக் காலமாயிருந்தா எதுத்து சண்ட போடுலாம்."

"என்ன பேசுறிய. அவன்வ கையில வச்சிறுக்க தடியள பாத்துற்றுத்தாம் பேசுறியளா?"

"..."

"இவ பசலி வாரதேரம் பாத்துக்கிறுங்க."

நிலைமை மேலும் மோசமாவதை உணர்ந்த ஞானம் கடைப்பக்கம் திரும்பிக் கடைப்பையனை அழைத்து லலிதாவில் போய்க் கடையை அடைக்குமாறு சொல்லி வரச் சொன்னார். மருதாணை வேம்புத் தெருவில் மிகவும் பிரபலமானது லலிதா நகைக்கடை. காயல்பட்டினம் சாச்சாமாருக்கு சொந்தமானது.

“நமக்காவது பரவாயில்ல சிரிலு, இரும்பும் தீந்தையுமா இருக்கு லலிதாவுல கையப் போட்டு ஒரு குத்து அள்ளுனான் வயின்னு வையி நூறு பவுன் போயிறும்.”

“இந்த பிரச்சனயளுக்கு ஒரு முடிவு வராதாண்ணம்?”

“எல்லாமே டெல்லி சர்க்கார் பாக்குற பார்வ. அவுருக்கு ரோசாப்பு குடுக்கவே நேரம் சரியா இருக்கு, தனித் தமிழ்நாடு எதுக்கு கேட்டாவ? இதுக்குத்தாம். நம்ம பிரச்சினயள ஒரு பிரச்சனயாவே நெனைக்க மாட்டான்வ டெல்லியில உள்ளவன்வ.”

“என்னமோ இங்க உள்ளவுங்க ஒதவி கேட்டுருக்காங்க கண்டிப்பா வந்திரும் அப்புடி இப்புடியின்னான்வ.”

“அதெல்லாம் வரும். கண் தொடைப்புக்கு அப்புடி ஒரு காட்டு காட்டுவான்வ, ஆனா பிரச்சனைக்கி ஒரு முடிவு காண மாட்டான்வ. அது முடியிறதுல அவன்வளுக்கு விருப்பம் இருக்காது” என்றார் ஞானம்.

எதிரே ஓடி வந்த கூட்டத்தினூடே பசலி ஓடி வருவது தெரிந்தது. சிரிலுக்குக் கையும் ஓடவில்லை காலும் ஓடவில்லை. பதறிப்போய் நின்றிருந்தார். வலது கையில் குடை வைத்திருந்தாள், மறுகையில் தோள் பை தொங்கியது. பசலி குண்டு சரீரம். விரைந்து ஓட முடியாமல் கால் தடுக்கி விழுந்ததில் கையில் வைத்திருந்த குடை எகிறித் தூரத்தில் விழுந்தது. அதற்குள் பசலியை எதிர்கொண்டு வந்த சிரில் ஓடிவந்தபடியே சொன்னார்.

“கொட வேண்டாம், விட்டுறு பசலி.”

சேலையைத் தூக்கி பிடித்தபடி உள்பாவாடை தெரிய ஓடி வந்தாள் பசலி.

“ஏங்க, என்னமாரி அடிக்கிறான்வ. வெறி புடிச்சமாரி அடிக்கிறான்வங்க. நம்ம விக்டோரியாப்புள்ள கேன்டீன்ல இருந்த சாப்பாட்டயெல்லாம் தட்டோட தூக்கி வீசுறான்வங்க.”

மூச்சு வாங்குவதற்குள் பக்கத்திலேயே பல்வேறு குரல்கள் கேட்டது.

“கட வாகண்ட, வாகண்ட. துவாண்ட... கடய அடை, ஓடு.”

“அய்ய அண்ணாச்சி கடய மூடலிய.”

“பசலி இப்புடியே கொஞ்சம் பொறு. ஓடிப் போயி பட்டறையில இருக்க காசயாவது எடுத்திற்று வாரம்” என்றார் சிரில் கர்டோசா.

“வேண்டாங்க, வேண்டவே வேண்டாம். நம்ம கட பொண்ணு சிங்களத்திதான” கேட்டாள் பசலி.

அவர்கள் பரிதவித்தபடியிருந்தபோதே பதறியபடி ஓடி வந்த கடைப் பெண் கத்தையாக கையில் ரூபாய் நோட்டு களையும் கடைச் சாவியையும் கொடுத்துவிட்டு, போய் விடுமாறு வற்புறுத்தினாள். போக வேண்டுமென்று தோன்றியது, ஆனால் எங்கு போக வேண்டும் எப்படிப் போக வேண்டுமென்று மட்டும் தெரியவில்லை.

“ஞானம் அண்ணம், உசுரக் கொண்டு பொழைச்சாப் போதும் வாங்க.”

“எங்க போவ சிரிலு. போற பாத எல்லாமே சிங்கள குடியிருப்புவதாம்.”

“எதுக்கு இப்புடி வெறியா இருக்கான்வ.”

“ஒண்ணு கவனிச்சியா.”

“என்ன ?”

“யாருமே கொழும்புக்காரமில்ல. அத்தன பெயலும் நாட்டுப்புறங்கள்லயிருந்து வந்தவன்வ.”

“...”

“நம்மள வச்சி அரசியல் பண்ண ஆரம்பிச்சிற்றான்வ. இனும இங்க பொழைப்பு நடத்துறது ரெம்ப கஷ்டம் சிரிலு.”

“என்ன சொல்லுறிய? இந்த ஊர நம்பித்தான அங்க எல்லாத்தையும் வித்தடிச்சிற்று வந்தோம்.”

மரநிழலில் நின்று நிதானித்தால் கூடவே ஒன்றிரண்டு சிங்களவர்களும் அவர்களுடன் நின்றிருந்தார்கள். தமிழர் களின் கடைகளில் வேலை செய்பவராய் இருக்க வேண்டும். சிங்களப் பகுதிகளாய் இருந்தாலும் வீடுகளிலிருந்து வெளியே வந்தவர்கள் வேடிக்கை பார்த்தார்களேயொழிய தாக்கத் துணியவில்லை.

“இப்புடியே குறுக்கால நடந்தா கோட்ட வந்திரும் பொறவு கொச்சிகடதான.”

பின்னால் “டமார்” என வெடிச்சத்தம் கேட்டது. எங்கும் புகை மண்டலம். வெள்ளை நிற வாத்து வேன்களிலிருந்து சிங்களப் போலிசார் இறங்கி ஓடுவது தெரிந்தது. போலிசாரும் கலகக்காரர்களை நோக்கிச் சுடுவதற்குப் பதிலாய் பதறி அடித்தபடி ஓடும் வியாபாரிமாரையே நோக்கி சுட்டார்கள்.

“சிரிலு, இவன்வ சொல்லி வச்சித்தாம் செய்யிறான்வ போல. இது அம்மா ஆதரவுலதாம் நடக்குது.”

“என்னண்ணம் சொல்லுறிய?”

“நல்ல வேளையா கடயள்லயிருந்து வெளிய வந்திற்றம், இல்லியா அங்கயே போட்டுப் பொசுக்கியிறுப்பான்வ.”

“நம்ம லலிதாக்காரங்க வந்தாவளோன்னு தெரியிலிய.”

பின்னால் திரும்பிப் பார்த்தபடியே ஓடினார்கள். அங்கங்கே புகை உயரே எழும்புவது தெரிந்தது. டமார் டமார் என வெடிச் சத்தம் வேறு.

“ஏங்க என்னால இதுக்குமேல ஒரு அடி கூட நடக்க முடியாது” என்றவாறு சாலையோரத்து மரத்தடியில் அமர்ந்தாள் பசலி. மனம் பரபரத்தது.

‘புள்ளய என்ன ஆச்சோ. இவம் சின்னவம் மூத்தவ வீட்டுக்கு போயிருப்பானா. அங்கயும் இந்தமாரி என்னமாச்சும் கலவரமோ தேவதாயே. அடுத்த வாரம் தலவில் அன்னம்மா கோயிலுக்கு போலாமுன்னு இருந்தம். சூரத்துலயிருந்து வந்தது பூராவும் நல்ல சருக வேலப்பாடுல. என்னனு சரக்கு போடுறானுவயின்னு தெரியில. காஞ்சிபுரம் பட்டு பூராவும் பீடி வாட அடிக்கிது. என்னத்த பாத்தாம். இங்க கோமுசயும் ஜெயல்பிரட்டயும் திட்டி என்ன பிரயோசனம். மூத்தவ ரவிதாவ கூட்டிற்றுப் போயிருப்பா இந்த ஜெரோம் பயதாம் என்னமும் குட்டிக் குசும்பு பண்ணாம இருக்கணும். கொறகயில வெரோணிக்கம் சித்தியும் போயி சேந்துற்றாவளாம். அந்தப் புள்ள மதலேன் செத்ததுக்காவது இவுக ஒரு நட போயி பாத்திற்று வந்திருக்குலாம். நானுந்தாம் இவுகள எங்க போவவுட்டம். இஸ்பிரித்தா புருசனையும் இப்ப எந்த மூஞ்ச வச்சிகிற்று போயி பாக்க. ஒரு பிரச்சனயின்னு வந்தாத்தாம் சாதி சனத்த தேடச் சொல்லுது. விசாக் பெருநாள் வருதுன்னு தினுசு தினுசா சரக்கு கொண்டு வந்து வச்சிருக்க. அட

சண்டாளப் பாவியள. கத்தையா அள்ளிக் கொண்டுவந்து தந்ததுல எவ்வளவு எடுத்தாயின்னு யாருக்கு தெரியும். வேல பாக்குறதுவ மனம் கோணாம இருக்கணும். நம்மளால முடிஞ்சத செய்யிலாம். கொழும்புலயிருந்து ஓரேய்டியா போக வேண்டியதானா. என்னமோ ஜனதா விமுக்தி பிரமுனாங்குறான்வ. நாட்டுப்பொறத்தான்வமாரிதாம் இருக்கு. அந்தப் புள்ளய தலைய புடிச்சி மோந்து பாத்தான்வள. கொன்னு போட்டுருப்பான்வளோ. இவ்வளவு வீரம் இவன்வளுக்கு எங்கயிருந்து வந்திச்சி. அரசாங்கம் கை கட்டி வேடிக்க பாக்குத.'

"அந்தப் பையம் செத்திருப்பம், கண்டிப்பா செத்திருப்பாம்."

பயித்தியம் பிடித்தவள் போல் அரற்றினாள் பசலி. நாக்கை வேறு வறட்டியது.

"பசலி, யாரு ஜெரோமா? அவம் எங்க ரயிலுக்கு வந்தாம்" பதறினார் சிரில்.

"ஏங்க, கோட்டு சூட்டெல்லாம் போட்டிருந்தாம். கிராப் வெட்டிகிட்டு என்ன அழகா இருந்தாமிங்குறிய. கொன்னுருப் பான்வ. எங்கண்ணால பாத்தம். மூஞ்சப் புடிச்சி தள்ளுனத."

சாலையோரத்திலிருந்த குடிசை வீடொன்றிலிருந்து வெளியே வந்த சிங்களப் பெண்ணொருத்தி கேத்தலில் தண்ணீர் கொண்டு வந்து குடிக்கக் கொடுத்தாள். தலை வணங்கி 'பௌமஸ்துதி' என்றார் சிரில். பின்னாலிருந்து ஓடி வந்த கூட்டத்தில் சுலைமான்பாய் நின்றிருந்தார். பசலியும் சிரிலும் சாலையோரத்துத் திண்டில் அமர்ந்திருப்பதை பார்த்தவர் பக்கத்தில் வந்தார்.

"என்ன சாச்சா?"

"ஓட்டல அடிச்சி நொறுக்கிற்றாங்க. பின் தெருவுல அந்த பழைய புத்தக கட கொழுந்து வுட்டு எரியுது. பிரியாணியில தம் ஏத்திகிட்டு இருந்த பொடியன்மார கையப் புடிச்சி தீக்கிள வச்சிறுக்காங்க சாச்சா. அல்லாவுக்கே அடுக்காது. போற போக்கு சரியா இல்லிய சாச்சா. ஆமா சாச்சிக்கி என்ன?"

"ஓட முடியில்ல, கனத்த ஒடம்பு பாத்தியளா."

முகமதியர்களாய் இருந்தாலும் கடந்த காலத்தின் காழ்ப்புணர்ச்சிகளை மறந்து சின்னையா, சித்தி என்றே அழைத்துக்கொள்கிறார்கள். அந்தக் காலத்தில் பணியாரக்

கடையொன்றில் சண்டை வந்ததாம். யாரோ ஒரு முகமதியர் பரதவர் ஒருவரின் காதுக் கடுக்கனை அறுத்துவிடப் பிரச்சினை பூதாகரமாக வெடித்திருக்கிறது. எல்லாமே முத்தால் வந்த வினை. இரு தரப்பிலும் பலர் மடிந்துப் போனார்களாம். பணியாரப் போர் என்று மேம்போக்காக சொன்னாலும் நடந்தது முத்துக்குளிக்கும் உரிமைக்கான போராகவே இருந்திருக்கிறது.

"சாச்சா ஒரு ஒதவி செய்யாறியளா?"

"என்ன சின்னையா, இப்ப என்ன வேண்டிக் கெடக்கு உசுரக்கொண்டு தப்பிக்கனும்."

"ரெம்ப பதறுறா, கொஞ்சம் கைத்தாங்கலா."

"என்ன கேள்வி கேக்குறிய சாச்சா, தூக்குவியளா."

மருதானையில் பெரும்பாலும் கடைகள் வைத்திருந் தவர்கள் எல்லோருமே இந்தியத் தமிழர்களாகவே இருந்தார்கள். எல்லோருமே கொற்கைப் பக்கமிருந்து வியாபாரம் செய்வதற்காக கொழும்பு வந்து குடியேறியவர்கள். கையில் கிடைத்ததை எடுத்துக்கொண்டு உயிர் பிழைத்தால் போதும் என்ற நிலையில் ஓடிக்கொண்டிருந்தார்கள். அங்கங்கே எதிர்பட்ட சிங்களவர்களும் மருதானையிலிருந்து ஓடி வருபவர்களைப் பார்த்துப் பரிதாபப்பட்டார்கள். சிலர் முன் வந்து உதவியும் செய்தார்கள்.

* * *

கொழும்புத் துறைமுகத்தின் பயணிகள் கப்பல் கட்டும் துறை. கொற்கை போகும் பயணிகள் மூட்டை முடிச்சுகளோடு கூட்டங்கூட்டமாய் நின்றிருந்தார்கள். முகங்களில் சோகம் அப்பிக் கிடந்தது. வடக்குக் கப்பல் தளத்தில் கரைபிடித்திருந்த இந்தியக் கப்பல் படைக்குச் சொந்தமான 'கோதாவரி'யிலிருந்து சீருடையில் காவலர்கள் இறங்கியபடியிருந்தார்கள்.

"தலைய மோந்து மோந்து பாக்குறான்வளாம். நல்லெண்ண வாட வந்தா, குத்தியிறுறான்வளாம்."

"லயனல் மோத்தா..."

"அட இடி வுழுவான்வளா, லண்டன்ல படிச்சிற்று வந்திருக்காருயின்னாவள, அவுரா..."

பதறித் திரும்பினாள் பசலி.

"நேத்து நா ஓங்ககிட்ட அதத்தாம் சொன்னம். பரதாவத்துல எனக்கு அவுரு பேரு வாயில வரல."

"ஆனா வல்லவத்த, கொட்டாஞ்சேனயில பிரச்சன யில்லிய" என்றான் பக்கத்தில் நின்றிருந்த பசலியின் தம்பி பிச்சைப் பர்னாந்து. மூத்தவள் லீலாவைப் பிச்சையாவுக்குக் கொடுத்திருந்தார்கள். ஒண்ணாங்குடித் தெருவில் சிறியதாய் கருவாட்டுக் கடை வைத்திருந்தான். ஆமந்துறையில் எட்டு வரை படித்துவிட்டு மச்சானை நம்பிக் கொழும்பு வந்தவன். அப்பாவும் அம்மாவும் கொற்கை போவதால் கண்களைக் கசக்கியபடி நின்றிருந்தாள் லீலா.

"இதுல யாழ்ப்பாணத்தான்வ கையும் இருக்கதாச் சொல்லுறாங்க" என்றான் பிச்சையா.

"இன்னைக்கி நம்மள வெரட்டிற்றா நாளைக்கி இவன்வளுக்கும் இதே நெலதாம் வரும்" என்றார் சிரில்.

"அங்க பாத்தீங்களா, எறங்குறவங்க யாரும் ராணுவம் மாரி தெரியில."

"பூராவும் பெங்கால் போலிசு. நேருவோட ராஜ தந்திரம்."

"எல்லாந்தாம் முடிஞ்சி போச்ச இனும என்ன பண்ணப்போறாங்க."

பசலி லீலாவிடம் ஏதேதோ பேசியபடியிருந்தாள். பெற்றோரைப் பிரிந்து கொழும்பில் வசிக்கத் துளியும் விருப்பமில்லாமலிருந்தாள் லீலா. பிச்யைாவுக்கோ கருவாட்டுக் கடை வியாபாரத்தைத் தவிர வேறு எதுவுமே தெரியாது.

"தாயி, நீ பிரச்சனய அடங்கவுட்டு பொறுதியா மருதாணைக்கி போ. தீ வைக்காம கொள்ளாம இருந்தா அத மொத்தமா போட்டு வித்திரு."

''காலம்பர எழும்பி போறவங்க நடுச் சாமந்தாம் வீட்டுக்கு வருவாவ. கொஞ்சம் சீக்கிரமா வரச் சொல்லிற்றுப் போம்மா.''

"தம்பிகிட்ட சொல்லுறம் ரெம்ப பிரச்சனயானா நீங்களும் வந்திருங்க, பொறவு கடவுள் விட்ட வழி" என்றாள் பசலி.

இனிமேல் கொழும்பில் இருப்பதாக அடம் பிடிப்பதில் எந்தப் பிரயோசனமுமில்லை என்பதை உணர்ந்திருந்தாளோ என்னவோ விரக்தியாய் அமர்ந்திருந்தாள் ரவிதா. பரிதாபம் என்னவென்றால் தாங்கள் இவ்வளவு நாளும் இருந்து விளையாடி மகிழ்ந்தது தங்களுடைய நாடல்ல, அது அண்டிப் பிழைக்க வந்த நாடு என்பதை ரவிதாவால் ஏற்றுக்கொள்ள

முடியவில்லை. நடப்பது என்னவென்றே தெரியாமல் பசலியின் முந்தானையைப் பிடிப்பதும் பின் பிச்சையா மாமாவின் முதுகுப்புறம் மறைவதுமாய் இருந்தான் ஜெரோம். இமிகிரேஷன் அதிகாரிகளும் சரி சுங்க அதிகாரிகளும் சரி அவர்கள் எடுத்து வந்த எந்தப் பொருளையும் தடுத்தது போலில்லை. கையில் வைத்திருந்த தலையணைக்குள் நகைகளைக் கொட்டிக்கொண்டு வந்திருந்தார்கள். அதிகாரிகள் தாராளமாய் இருப்பார்களென்று தெரிந்திருந்தால் எதை எதையோ கொண்டுவந்திருக்கலாமே என்று ஆதங்கப் பட்டாள் பசலி. கப்பலில் ஏறி அமர்ந்திருந்த சிரில் கர்டோசாவின் முகம் கலவரப்பட்டுக் கிடந்தது.

'இனும கொற்க பக்கம் எதுக்கு போவணும் சொல்லுங்க. இன்னா கெளம்பியாச்ச. எவம் எவங்கிட்டயெல்லாமோ பணம் வந்திற்றுங்குறான்வ. பல்டோனா வச்சதுதாம் சட்டமாம். எவஞ் சட்டாம்புள்ளயா இருந்தா நமக்கென்ன. கொற்க நம்ம ஊருங்குறதெல்லாம் அந்தக் காலம். தெரிஞ்சிருந்தா வீடுவளயாவது விக்காம இருந்திருக்குலாம். இப்புடி அடிச்சி பெரண்டு கெளம்புவமின்னு யாரு கண்டா. சின்னய்யா செத்ததுக்காவது போயிற்று வந்திருக்குலாம். போயி மொத வேலயா துக்கம் விசாரிக்கணும். அவுங்கள்வ நம்மகிட்ட துக்கம் விசாரிப்பாவளா நம்ம அவுங்கள்வ கிட்ட விசாரிக்கணுமா. திரும்பி வர முடியுமான்னுதாம் தெரியில. சொல்லச் சொல்ல கேக்க மாட்டயின்னா இந்தா அம்போன்னு வுட்டுட்டு போறோம். போயி பாப்போம். ஒண்ணுந் தேறலியா... மர்லின் மன்றோவுக்குத்தாம் தூக்க மாத்திர கெடைக்கிமா.'

கப்பல் கிளம்புவதற்கான சங்கு சத்தம் கேட்டது. தளத்திலிருந்து பிரியாவிடை சொன்னவர்கள் கொஞ்சம் கொஞ்சமாகக் கலைய ஆரம்பித்தார்கள். இந்தியாவிலிருந்து கொழும்பு வரும்போது இருந்த கெடுபிடிகள் எதுவுமே இந்தியாவுக்குப் போகும் போது இல்லை. வடக்கு பாலத்தில் நான்கு கொற்கைத் தோணிகள் கட்டியிருப்பது தெரிந்தது. கொழும்புத் துறையின் நுழைவாயிலை கடந்து வட்டமடித்துத் திரும்பியது கப்பல். தூரத்தில் கொழும்புக் கோட்டைச் சுவர் தெரிந்தது. மசூதிக் கோபுரத்தின் இடப்புறமும் வலப்புறமும் கப்பல்கள் கடந்து போயின. காற்றும் கடலும் அகோரமாய் இருந்தது. குமட்டிக்கொண்டுவந்தது. நெஞ்சைப் பிடித்தபடி ஓ... ஓவென வாந்தி எடுத்தபடி வந்தார்கள்.

81

1963

நல்ல தண்ணித் தீவுப்பக்கம் வாடைப் புயலில் சிக்கிய பவுல் தண்டலின் 'இஸ்பிரித்தாள்' கப்பநடைத் தோணியொன்றில் மோதியதில் இத்துப் போயிருந்த தல்மெய்தாவின் கொ. 11 ஆம் நம்பர் தோணி அதே இடத்திலேயே மூழ்கிப்போனது. காத்துக் கடலில் விபத்து நடந்திருந்ததால் தவறு யார் பக்கமென்று சொல்ல முடியவில்லை. தோணி உரிமையாளர் சங்கத்தில் பேசி முடித்தபடி 'இஸ்பிரித்தாளின்' உரிமையாளர்கள் தல்மெய்தாவுக்குப் பத்தாயிரம் ரொக்கமாகக் கொடுக்க வேண்டுமென்று முடிவாகியிருந்தது. தோணியை எப்படியாவது எடுத்து கொடுத்துவிடலாமென்று செய்த முயற்சிகள் அனைத்துமே வீணாகியிருந்தது. தோணி விஷயத்தில் கமிலஸ் மேல் நம்பிக்கை வராமல் கொழும்பிலிருந்து எம்.ஆர். பர்னாந்து கொறகை வந்திருந்தார். திரேஸ்புரம் தோமான் கொண்டுவந்திருந்த குளியாட்கள் நல்ல தண்ணி தீவுப்பக்கம் குளியோடி தோணியைத் தேடினார்கள். குளியாட்களுக்குப் பணம் கொடுப்பதில் சிக்கலாகி பவுல் தண்டல் மூத்த மருமகன் எம்.ஆருக்கும், திரேசா புருஷன் கமிலசுக்கும் வாய்த்தாவாவில் வந்து முடிந்தது. தோணிப் பாலத்தில் நின்றிருந்த பிலிப் தண்டல் வேறு வழியேயில்லாமல் அவர்களை விலக்குப் பிடித்து விட்டார். கமிலசுக்குப் பிலிப் தண்டலைக் கண்டாலே ஆகாது. தோணி உரிமையாளர் சங்கத்திலும் வாய்ப்புக் கிடைக்கும் போதெல்லாம் மரியாதையில்லாமல் பேசுவார். பிலிப்பும், பவுல் தண்டல்மேல் உள்ள மரியாதையால் அதைக் கண்டுகொள்வதேயில்லை.

எம்.ஆரை அழைத்துக்கொண்டு 'ஜெயமேரி'ப் பக்கம் வந்தார் பிலிப்.

“எதுக்கண்ணம் நாந் தண்டம் அறுக்கனும், அது போக இவம் யாரு என் சார்பா பேச... கேள்வுக் கணக்கும் ஒழுங்கா தாரதில்ல. யாரோ பிச்ச போட்ட தோணிய வச்சிகிட்டு மொதலாளி வருசயில நடக்குறாம். அண்ட எடங் குடுத்தா எட்டி மூஞ்ச நக்குற நாய்மாரி குடும்பத்துக்குள்ளயும்ல குசும்ப ஆரம்பிச்சிற்றாம்.”

“சரி விடுங்கய்யா, வீட்டுப் பிரச்சனயள தெருவுக்குக் கொண்டந்துறாதைங்க.”

“செபஸ்டியான் தல்மெய்தாவ எனக்கு தெரியும்.”

“போயி கேட்டா இந்த பத்தாயிரம் நா ஊதுற சிகரெட்டுக்குக் கூடப் பத்தாதுயிம்பாறு.”

“அவுரு என்னமும் சொல்லட்டுமண்ணம். பிரச்சனய நானும் அவுரும் பேசி முடிச்சிக்கிருறோம். இவம் யாரு எடையில... எல்லாம் எங்க வீட்டுல உள்ளவள சொல்லணும்...”

“ஒரு தோணிகூட மிஞ்சாது போல...”

தனக்கிருந்த மனநிலையில் நடை கிளம்பியபடியிருந்த ஜெயமேரியில் ஏற மனமில்லாது நின்றிருந்தார் பிலிப். என்னவென்று தெரியவில்லை. ஆனாலும் மனசு பாடாய்ப் படுத்தியது. மகள் பூங்கோதை சம்பந்தமாக நடந்த சமீபத்திய நிகழ்வுகள் எதுவுமே மனதுக்கு உகந்ததாய் இருக்கவில்லை. எப்படியாவது மாலைக்குள் நண்பர் சண்முகவேலைச் சந்திக்க வேண்டுமென்று எண்ணினார். பாலத்தில் நின்றிருந்த நிக்கோலாசை அழைத்துத் தண்டலாய்ப் போகச் சொன்னார் பிலிப். அதுவரையில் சுக்கானியாய் நடை செய்த நிக்கோலாஸ் பதறிவிட்டார். கையைப் பிசைந்துகொண்டு நின்றிருந்த நிக்கோலாசுக்குத் தைரியம் கொடுத்து நடைமுடிந்து வந்த பிறகு லைசென்சும் மாற்றிவிடலாம் என்று நம்பிக்கை கொடுத்து வழியனுப்பினார் பிலிப்.

சவேரியார்புரம் வீடு நோக்கி வந்துகொண்டிருந்தார். பாதையில் அங்கங்குக் கட்டுமானப் பணிகள் நடந்தபடி இருந்தன. எல்லாமே தனித் தனி பங்குளா வீடுகள். பிலிப் இருந்த மனநிலையில் எதையுமே கண்டுகொள்ளவில்லை. தோணிப்பாலத்தில் அவர்கள் சண்டையை விலக்கும்போது கேள்விப்பட்ட செய்தி உண்மையாக இருக்கக் கூடாது என்று மனது அடித்துக்கொண்டது. பிலிப் வேண்டாத தெய்வங்களே இல்லை. அருள்மொழியின் மூத்த மகன் வெனான்சியூசுக்கு இரண்டாவது மகள் பூங்கோதையைக் கொடுத்திருந்தார். சலோமி எவ்வளவோ மறுத்தும் திருமணம் நடந்து

முடிந்திருந்தது. மறுவீடு அழைக்கப் போனால் அதையும் இதையும் பேசி பெண்ணையும் மாப்பிள்ளையையும் போகக் கூடாதென்று அருள்மொழி தடுக்க, அந்தோணிமுத்து வீட்டிலேயே தகராறு முற்றி வேறு வழியேயில்லாமல் தன் மகள் பூங்கோதையைத் தன்னோடு அழைத்து வந்துவிட்டார் பிலிப். பிரச்சினையை பேசி முடிக்கலாம் என்று பார்த்தால் பிரச்சினை முடியாமல் விபரீதமாகிக்கொண்டிருந்தது.

'நீ தோணி மொதலாளியின்னா அத ஒன்னட வீட்டோட வச்சிக்க. இங்க அந்தோணிமுத்து வீட்டுல வந்து காட்டாத. பெரிய தொறையிலயிருந்து வழிஞ்சி வந்த ஒனக்கே இத்தன திமிரு இருந்தா காலங்காலமா கொற்கயில இருக்க எங்களுக்கு எவ்வளவு திமிரு இருக்கும். பொண்ணப் பெத்தானாம், அறுதலிக்கி பெறந்தவ. அவளும் அவ மூஞ்சியும். வெக்கமில்லாம ஆத்தா இன்னும் புள்ள பெத்துகிற்று அலையிறா. எங்கூடப் பொறந்தவ யாரப் பேசுறா அவ புருசங்கூடப் பொறந்தவள. இப்புடி ஒரு வங்கிர்ம மனசுக் குள்ள உள்ளவ எதுக்காக கலியாணத்துக்கு சம்மதிச்சா. அதுவ வாழ்க்கய இல்லாம ஆக்கிப் போடுவா போல. தாலிய கேட்டு வுட்டுறுக்காளாம. அட சண்டாளப் பாவியளா. ஆண்டாமணி மொவம் அந்தோணிமுத்து சம்பாத்தியத்த திங்கிறதுக்கு கலிங்கராயம் பொறந்தானாக்குமின்னு கேட்டாளாம். எதுக்கு இப்புடி ஆயிற்றா. சலோமி மேல இவளுக்கு எதுக்கு இப்புடி வெப்பிராளம். மச்சானாவது ஒரு வார்த்த பேசுவாருன்னு பாத்தா சத்தமில்லாம நிக்கிறாரு. இப்புடிபட்டவ எதுக்கு எம்புள்ளய கெட்டணும். கங்கணங் கெட்டியே தீத்துற்றாளா. இவனுந்தாம் பம்பாயில இருக்கானாம் அறிவெங்க போச்சி. சலோமி பேச்ச கேட்டுருக்கணும், கேக்கயில்ல...'

மூடியிருந்த வெளிக்கதவில் பிலிப் கைவைக்க, அவருக் காகவே காத்திருந்ததுபோல் கைவைக்கப் பொறுக்காமல் கதவை திறந்தாள் சலோமி.

"தோணி...?"

"கயித்த அவுத்து வுட்டுட்டுத்தாம் வாரம்."

"தண்ட...?"

"நம்ம நீக்லாச தைரியங்குடுத்து அனுப்பியிருக்கம். என்னமோ மனசு சரியில்லாம இருந்திச்சி. பாலத்துலயும் அவங் கமிலசுக்கும் கொழும்புக்காரருக்கும் நல்ல சண்ட."

"கொழும்புக்காரருன்னா யாருங்க?"

“எம். ஆரு...”

“என்க்கும் நீங்க வந்திருவிய போல இருந்திச்சி அதாம் வாசல்லே நின்னம்.” என்றாள் சலோமி.

வீட்டுக்குள் போக எத்தனித்த பிலிப்பை மறித்துக் காலையில் ரஞ்சிதம் கிழவி வந்தது பற்றியும் பூங்கோதையிடம் அதையும் இதையும் பேசிக் கடைசியாகப் பூங்கோதை கோபத்தில் தாலியைக் கழற்றி வீசியது பற்றியும் சொன்னாள். அறைக்கதவைப் பிடித்தபடி அப்படியே திண்டிலேயே அமர்ந்துவிட்டார் பிலிப். எப்படியும் தாலியைக் கழற்றிக்கொண்டு வந்துவிடுவேனென்று அருள்மொழியிடம் சபதம் போட்டுவிட்டு வந்தே காரியத்தைக் கச்சிதமாய் முடித்திருந்தாள் ரஞ்சிதம் கிழவி. துணைக்கு மருமகள் இருதயத்தையும் கூட்டி வந்திருந்தாளாம்.

“நீங்க நட போறத கேள்விப்பட்டு நேரம் பாத்துதாம் வந்திருக்காங்க மாமி. பதறிப்போயி நின்னுகிட்டுருந்தோம். தாலிய கழத்திக்கொண்டு போறதுக்கே வந்தவுங்கமாரி சந்தோசமா தாலிய எடுத்துகிற்று போனாங்க. மாமி இப்புடி பண்ணுவாவயின்னு...”

“என்ன மாமி, மாமியின்னுகிட்டு கெடக்குற, குடி கெடுத்தவளப் போயி...”

வெளியே பேச்சுச் சத்தம் கேட்டுப் பூங்கோதையும், மரியதாசும் வீட்டுக்குள்ளிருந்து வெளியே எட்டிப் பார்க்க பதறி எழுந்த பிலிப் வீட்டிற்குள் வந்தார்.

“ரஞ்சிதம் ஆச்சி வந்து அக்கா தாலிய புடுங்கிற்றுப் போறாங்கப்பா” என்றான் மரியதாஸ்.

மூலையில் நின்றிருந்தாள் பூங்கோதை. முகம் இறுகிக் கல்லாகியிருந்தது. சிறு வயதில் பள்ளியில் நடக்கும் ஆட்ட பாட்டங்களில் பரிசு வாங்கி வருவாள். நடனம் இயல்பிலேயே கை கூடியிருந்தது. பிலிப்புக்கு மகள் ஆடுவதில் விருப்பமில்லை; ஆனாலும் மறுக்கவில்லை. மகள் முகத்தை நிமிர்ந்து பார்க்கத் துணிவின்றி பரிதாபமாய் அமர்ந்திருந்தார் பிலிப். திருமணம் நடந்த அன்று சலோமிக்குத் தலைவாசல் தட்டியிருக்கிறது. ஆனால் பூங்கோதையைக் கூட்டி வந்த பின்தான் சொன்னாள். பக்கத்தில் அமர்ந்திருந்த சலோமியின் உச்சந்தலையைத் தடவி வெட்டுக்காயம் பட்ட தழும்பை வருடினார்.

“இத எதுக்கு மொதல்ல சொல்லல சலோமி?”

“என்னங்க, தடபுடலா வேல பாத்துகிற்று நிக்கிறோம். நானே ஒரு அபசகுனத்துக்கு பொறந்தவ.”

மரியதாஸ் ஓடிவந்து குறுக்கிட்டான்.

"அப்பா, கலியாணத்தண்ணைக்கி ரஞ்சிதம் அம்மயும், பிச்சையா தாத்தாவும் நம்ம வீட்டுக்குள்ள வரும்போதே...''

"எப்ப ?"

"காலயில நம்ம மாப்புள சட்ட அனுப்ப வச்சிருந்த தட்டுலே பிச்சையா தாத்தா கால் பட்டு...''

"கால் படல, நடுத் தட்டாத்தாம் வச்சாரு. அம்மா பதறிகிட்டு எடுக்கப் போனப்ப ரஞ்சிதம் அம்ம சிரிச்சிகிற்றே நின்னாவப்பா" என்றாள் இளையவள் பிலோமி.

"இவுங்க ரண்டியரும் இங்க வரவேண்டிய அவசியமே இல்லிய. எதுக்கு வந்தாவ? அப்ப என்னமோ..."

அதற்கு மேல் பிலிப்பிடம் பேச்சில்லை. எழுந்து பக்கத்தி லேயே கிடந்த பிரம்பு நாற்காலியில் சாய்ந்து அமர்ந்தார்.

'இந்த மனுசி எதுக்கு இப்புடி வங்கிர்ம வச்சிகிற்றே அலையிறாவ. மகராசி கலியாணம் நடக்கும்போதும் அவம் வயசுல மூத்தவம் ஒன்னய மெட்ராசுல கொண்டுபோயி வித்துப் போடுவாம் அப்புடி இப்புடியின்னு அந்த புள்ள மனச கெடுத்தா. தெரிஞ்சே சனியன இழுக்குறம. அது லேசுபட்ட குடும்பமா. யார யாரு சொல்லுறது. சுட்டாலும் சங்கு வெள்ளதாம். என்னமோ மோயிசண்ணம் புண்ணி யத்துல அந்த கலியாணம் நடந்து முடிஞ்சிச்சி. என்ன மாரி பேசுறா எம் பேத்தி ஜோஸ்லின். என்னயிருந்தாலும் கொற்கயில பெறக்குறதுக்கும், வளுருறதுக்கும் மெட்ராசுல வளுருறதுக்கும் வித்தியாசம் இருக்கி. நல்லவேள சர்ச் பார்க்குல எடங் கெடைச்சிச்சி. என்ன வேணுமின்னாலும் படிக்கட்டு தாத்தா படிக்க வைப்பம்.'

அமர்ந்தவாறே முதுகை நெளித்தவர் சொன்னார்.

"ஏய், மூட்டைக்கி வெந்நீ காய்ச்சி ஊத்துங்கயின்னு எத்தன நாளா சொல்லுறம். ஜெயமேரி கொழும்பு நடயில யிருந்து வந்தப்பவே சொன்னம்."

'ரோஸ்மேரியில பாவ் நகருக்கு மரம் ஏத்தியிருப்பான்வ. புறா மலைக்கி வெலங்கோடி போயிருப்பான்வளோ. ராத்திரி தான குறுனியின்னான்வ. சின்னய்யா பயப்புடுவாரு. கடலடி அதியமாத்தாம் இருக்கும். வெலங்க புடிச்சி ஓட வேண்டிய தாம். கொற்கயில சிங்கராயம் கண்ணு முன்னால தோணி வச்சி தொழில் செய்யணும் கேட்டியா. இந்தா வச்சிருக்கம் நீங்க போயிற்றியள. நல்ல நெலவு நேரம் துர்க்கா கோயில்

பக்கம் போயிற்றான்வளோயின்னு நெனைக்கிறம். மங்களூருல அந்த கோயில் தெப்பக்கொளத்துல பாப்பாத்திய குளிப்பா. இவன்வளக் காணுமின்னா அங்கன போயிபாரு நாயி நாக்க தொங்கவுட்டு நொட்ட வுட்டுகிட்டு இருக்கும... சின்னயா சொல்வார அவ பெரிய கிராதகி. திடீர்ன்னு ஒறவாடுறாவள யின்னு கவனமாயிருந்திருக்கணும். புத்திய கடங்குடுத்திற்றம். வலேரியா மட்டும் யாரு எந்தம்பி புள்ளதாம். ஆனாலும் எம்புள்ள தலையில மண்ணள்ளிப் போட்டுட்டு... தம்பி எப்புடி சம்மதிச்சாம். எனக்கு நெனவு தெரிஞ்சி யாரையும் நா கெடுக்கயில்ல. வெளிநாட்டு மாப்புளயின்ன வொடன கூடப் பொறந்தவன்வளே மாறி மாறி கழுத்த நெறிக்கிறான்வ. அதுக்கும் இப்புடி ஆறப் பொறுக்காம செய்யிறாள, எதுல போயி முடியிதுன்னு பாக்குலாம்.'

"இன்னுங் கடிக்கிதாக்கும்ப்பா. அம்மாவும் நானுந்தாம் வெந்நீர் வச்சி ஊத்துனோம்" என்றாள் பிலோமி.

"நாற்காலி மேசையெல்லாங்கூட எடுத்து வெயில்ல போட்டம."

"தட்டத்தட்ட எவ்ளோ பூச்சியிங்குறிய" என்றாள் பூங்கோதை.

மகளை அருகே வருமாறு அழைத்த பிலிப் பக்கத்தில் கிடந்த பீப்பாயை அருகே நகர்த்தி அவளை அமரச் சொன்னார். பூங்கோதையின் தலையைச் செல்லமாய் தடவினார். பிள்ளைகளில் பூங்கோதைதான் சுறுசுறுப்பு. விடியற்காலம் எழும்புவதிலாகட்டும், உடையுடுத்தித் தம்பி மரியதாசை அழைத்துக்கொண்டு கோவிலுக்குப் போவதிலா கட்டும், வந்து செடி கொடிகளுக்குத் தண்ணீர் ஊற்றுவதிலா கட்டும்... சுறுசுறுப்பாய் இருப்பாள். மரிய சிலுவை டீச்சருக்கு பூங்கோதையை ரொம்பப் பிடிக்கும். பள்ளிக்கூடத்தில் எந்த ஒரு கலைநிகழ்ச்சியாய் இருந்தாலும் அதில் கண்டிப்பாய் பூங்கோதை இருப்பாள் ஆனால் ராசியில்லாதவள். அவள் ஆசைப்படுபவை எப்போதும் கிடைப்பதில்லை. வெனான்சியுஸ் விசயத்தில் அவள் விருப்பம் அறியப்படவேயில்லை.

"நீங்க கவலப்படாதைங்கப்பா, அவுங்க கோவம் அவுங்களுக்குன்னா நம்ம கோவம் நமக்குப்பா" என்றாள் பூங்கோதை.

"வக்கீல வரச் சொல்லியிறுக்கம்மா."

"..."

"என்னம்மா பேச மாட்டயிங்குற."

“இதெல்லாம் மனசு சம்பந்தப்பட்டதப்பா.”

“அப்பா கேனன் லாப்படி...”

ஏதோ பேச வாயெடுத்த மரியதாசை தன் கண்ணசைவி லேயே கட்டுப்படுத்திய பூங்கோதை சொன்னாள்.

“அப்பா வக்கீல வச்சி கோட்டுக்கு போயி என்ன கேக்கப்போறீங்க?”

“சட்டம் நம்ம பக்கந்தாம்மா.”

“சட்டம் வாழ வச்சிறுமாப்பா. அது மனசு சம்பந்தப் பட்டதுப்பா. மச்சானப் பாத்தா நல்லவருமாரிதாம் இருந்திச்சி. ஆனா மாமிய கண்டாலே கிடுகிடுன்னு நடுங்குறாரு.”

அதற்குமேல் பூங்கோதையால் பேச முடியவில்லை. சமையல்கட்டுப் பக்கம் போயிருந்த சலோமி காப்பி கொண்டுவந்தாள். மூவரிடமும் குடிக்கக் கொடுத்தவள் பூங்கோதையை நெருங்கி அவள் தலையை வருடினாள்.

“அப்பவே கன்னியாஸ்திரியாப் போறமின்னம். என்னய யாரும் வுடல...”

விருட்டென வந்த கோபத்தில் முகம் சிவந்த பிலிப் காப்பித் தம்ளரை டீப்பாயில் வைக்க முடியாமல் வைக்க சலோமி ஓடி வந்து காப்பித் தம்ளரை வாங்கினாள். பிலிப் கத்தினார்.

“அவம் சாமியாரப் போறாம் நீ சந்நியாசியாப் போ. நா ராப் பகலா காத்துலயுங் கடலுலயும் சம்பாதிக்கிறது எதுக்கு?”

“பொறுங்கப்பா, கோவப்படாதைங்க. அம்மாவுக்கு படபடயின்னு வந்திறப்போவுது. கோட்டுல போயி என்ன கேக்கப் போறோம்?”

“...”

“சரி நீதிபதியே மச்சான நீங்க இவகூட வாழ்ந்து தாம் ஆவணுமின்னு சொன்னாலும், மனசு சேந்திருமாப்பா?”

“...”

“ஒங்க மகப்பா நா...”

“இல்ல பூங்கோத...” என்று இழுத்தான் மரியதாஸ்.

எரித்து விடுவதுபோல் மரியதாசைப் பார்த்தாள் பூங்கோதை. சின்ன வயதிலிருந்தே மரியதாசின் நடவடிக்கைகளில் பூங்கோதைக்கு உடன்பாடில்லை. சரியான

மூலம். பள்ளியில் அவனை எல்லோருமே மூலம் என்று தான் அழைப்பார்கள். நல்ல பண்டம், நல்ல சட்டை, நல்ல விளையாட்டுச் சாமான் எல்லாமே அவனுக்குத்தான் வேண்டும். விட்டால் குட்டித் தம்பி ஜேம்சோடும் சண்டைக்கு நிற்பான். அக்கா, தங்கையென்றுகூடப் பார்க்க மாட்டான். பள்ளிக்கூடத்திலும் கோவிலுக்குப் போனாலும் எப்போதும் பெண் பிள்ளைகள் சகவாசம் மரியதாசுக்கு. இந்த லட்சணத்தில் சேசுசபை சாமியாராகப் போகிறானாம். பாளையங்கோட்டை சேவியர் கல்லூரியில் பி.யு.சி. படிக்கிறான்.

"எனக்கு வாழ்க்கய யாரும் போராடித் தர வேண்டாம்ப்பா, பிச்சயும் போடாண்டாம்."

"அதுக்கில்லம்மா, அடுத்தால பிலோமியிருக்கா..." என்றாள் சலோமி.

"ஒங்களுக்கு தொல்லயாயிருந்திருவனோயின்னு பாக்குறியளாம்மா."

ஊருக்கு ஒப்பாக மூத்தவள் மகராசியின் திருமணத்தை நடத்தியிருந்தாலும் பிலிப்புக்கு உள்ளூர மனதில் திருப்தி யில்லாமலேயே இருந்தது. தொடர்ச்சியாக ரிபேரோக்கள் சந்தித்த வியாபார நட்டங்கள் ஏமாற்றங்கள் எதையுமே பிலிப் தண்டலால் ஏற்றுக்கொள்ள முடியவில்லை. எல்லாமே எதிர்காலத் திட்டமின்மையாலும் நிர்வாகத் திறமையின்மை யாலும் அலுவலகக் கட்டுப்பாடின்மையாலும் நடந்து முடிந்திருந்தன. கொழும்பு அரசியல் மாற்றம், கேரள அரசியல் மாற்றம் போன்றவற்றால் தொழிலில் பெரும் பின்னடைவு களை ரிபேரோக்கள் சந்தித்திருந்தார்கள். எல்லாமே தொலைநோக்குப் பார்வையின்மையால் வந்த வினை. இத்தனைக்கும் பெரிய படிப்பாளிகள், கொடையாளிகள், ஆனால் இத்தனை படிப்பறிவிருந்தும் காலத்தையும் தங்களோடு பணியாற்றிய மனிதர்களின் தன்மையையும் கணிக்கத் தெரியாதவர்களாய் இருந்திருக்கிறார்களே என்று மனம் நொந்துபோவார் பிலிப். சம்பந்தக்காரர்களாகி விட்டதால் யாரிடமும் விட்டுக்கொடுத்துப் பேசவும் முடியவில்லை.

82

1964

பொழுது அடைய கொழும்புத்துறையில் வடக்கு பாலத்தில் கட்டியிருந்த ஜெயமேரியில் அணியத்திலும் பிச்சலிலும் விளக்கு வைத்திருந்தார்கள். மின்சார விளக்கொளியில் கட்டுப்பாட்டு அறைப் பகுதியும் அதையடுத்த பிரமாண்டமான சரக்குக் கையாளுமிடங்களும் பிரகாசமாய் இருந்தன. தோணிப்பாலத்தில் அதிக வெளிச்சமில்லை. ஜெயமேரியில் ராச்செபத்திற்காக மணியடித்தார்கள். அணியத்து அவித்தியால் பக்கம் வந்து எல்லோரும் முழந்தாள்படியிட்டிருந்தார்கள். கீழே பாலத்திலிருந்து சத்தம் வந்தது போலிருந்தது.

"யாரோ கூப்புட்டமாரியிருந்திச்சில்ல" என்றார் மோயிஸ்.

"அழுறமாரி இருந்திச்சண்ணம். எட்டிப் பாருங்க" என்றார் பிலிப் தண்டல்.

குறுக்கே நடந்து எட்டிப் பார்த்தார் மோயிஸ். பாலத்தில் லஸ்கர் ஒருவன் கைபதறி கால்பதறி நின்றிருந்தான்.

"எல என்னா?"

"எண்ணம், தண்ட... தண்ட"

"எல தண்டலுக்கு என்னா?"

"பேச்சி மூச்சியில்லாம கெடக்குறாறு."

"யாரு, தம்பிக்கி என்னவாம்?" என்றவாறு வந்து மோயிசின் தோள்களைப் பற்றினார் பிலிப்.

பதற்றம் இங்கே பற்றிக்கொண்டது. சாய்ப்புப் பலகையை எடுத்து வைக்கக்கூடப் பொறுமையில்லை.

678 ஆர். என். ஜோ டி குருஸ்

தானாடாவிட்டாலும் தன்தசை ஆடும் என்பதுபோல் கைபதறி கால்பதறி நின்றார் பிலிப் தண்டல்.

நல்ல புறக்காற்றில் பாய்புடைக்க ஓடி வந்தபடியிருந்த கொலசை நூர்வாப்பாவின் தோணி கொழும்புத் துறையின் ஆத்துவாயில் கட்டுப்பாட்டுக் கோபுரத்தில் மோதி அணியம் விரிந்திருந்தது. இரண்டு நாள்களுக்கு முன்னால் வந்து தோணிப் பாலத்தில் ஜெயமேரியைக் கட்டியபோதுதான் விஷயம் பிலிப் தண்டலுக்குத் தெரிந்தது. ஜீப் பக்கத்தில் நின்றுகொண்டிருந்த தண்டல் ரஞ்சன் ஒரு ஆசைக்குத்தான் பிழைத்திருக்கிறார். ஜெயமேரியைப் பாலத்தில் கட்டியதும் கட்டாததுமாகத் தம்பி ரஞ்சனைப் போய்ப் பார்த்திருக்கிறார் பிலிப். சரக்குகள் எல்லாம் இறங்கிவிட்ட நிலையில் தோணியை எப்படியும் கொற்கை கொண்டுபோய் சேர்த்து விடலாம் என்று தம்பியைப் பார்த்து தைரியம் சொல்லி யிருந்தார். கடந்த இரண்டு நாள்களாகத் தோணியை பயணத்திற்காகச் சோடித்தார்கள். வெளியே கடைகளிலிருந்து வாங்கிவந்திருந்த மணிலாக் கயிறுகள் போட்டு வரிந்து கட்டியிருந்தார்கள். எல்லாமே பிலிப் தண்டலின் ஏற்பாட்டின் பேரில்தான் நடந்தன. கொழும்புத் துறைமுகத்தின் உத்தரவு ஒன்றுதான் வரவேண்டும். கடந்த இரண்டு நாள்களாகவே கவனித்ததில் ரஞ்சனின் போக்கு வெகுவாகவே மாறியிருந்தது. எப்போதுமே பதற்றமாகவே காணப்பட்டார். எதையோ அண்ணனிடமிருந்து மறைப்பது பளிச்சென்று தெரிந்தது. தோணியில் யார்யாரெல்லாமோ வந்து போனபடி யிருந்தார்கள்.

“ஏங்ஞ, சீக்கிரம் வாங்கங்ஞ” என்றான் எலியாஸ்.

“ஆஸ்பத்திரிக்கி ஆள் சொல்லிவுட்டியளா?”

“ஜெர்மான்ஸ் போயிறுக்காம்.”

“எய்யா கைய காலயாவது அசைக்கிறானா?” பதறினார் பிலிப்.

சிவப்பு விளக்கு மாட்டிய வெள்ளை நிற ஊர்தியொன்று சீறிப் பாய்ந்தபடி நூர்வாப்பா தோணியருகே வந்து பாலத்தில் நின்றது. சீருடையணிந்த, துறைமுக மருத்துவமனைச் சிப்பந்திகள் இறங்கி ஊர்தியின் பின்புறம் சென்று ஆள் தூக்கியை எடுத்து வந்தார்கள். சிங்களத்தில் அவர்களுக்குள் ஏதோ பேசியபடி வந்தவர்கள் ஆள்தூக்கியைப் பாலத்தில் வைத்துவிட்டுச் சாய்ப்புப் பலகை வழியாக மேலே ஏறினார்கள்.

“மேயிசண்ணம் ஆள்தூக்கிய பாத்தா பிரச்சன பெருசா யிருக்கும் போலத் தெரியித.”

கீழே நின்றிருந்தவனை மோயிசும் பிலிப்பும் ஏக்கத்தோடு பார்க்க, அவர்களின் எதிர்பார்ப்பைப் புரிந்துகொண்டவன் சொன்னான்.

"தண்டல் ரஞ்சன் சீரியஸ்."

புரிந்ததற்கு அடையாளமாகத் தலையாட்டியபடி தோணி மேலேறினார்கள். நூர்வாப்பா தோணிமேல் எல்லா லஸ்கர் களும் சோகமே உருவாக நின்றிருந்தார்கள். மதியத்திலிருந்தே யாரும் கைநனைத்தது போல் தெரியவில்லை. சப்பத் தட்டில் நுழைந்த மருத்துவமனைச் சிப்பந்திகள் ரஞ்சனைத் தோள் புறமும் கால் புறமுமாகத் தூக்கி உதவிக்கு வந்த லஸ்கர்களோடு தோணியிலிருந்து இறக்கி பாலத்திலிருந்த ஆள்தூக்கியில் கிடத்தித் தூக்கிக்கொண்டுபோய் ஊர்தியின் பின்புறம் வைத்தார்கள், கூடவே நடந்து ரஞ்சனின் கையைப் பிடித்து தூக்கி நாடிபிடித்த மருத்துவரின் முகத்தில் ஈயாடவில்லை. கைகளால் வேகமாகக் கிளம்புவதற்கான சைகை செய்தபடி ஓடி வந்து முன்னால் ஏறி அமர்ந்தார். மற்ற இருவரும் ஊர்தியோடே ஓடித்தொத்தி ஏறினார்கள். ஊர்தி அசுர வேகத்தில் துறைமுக மருத்துவமனை நோக்கிப் பறந்தது. பாலத்து முண்டங் காலில் அமர்ந்திருந்தார் பிலிப் தண்டல். மற்ற லஸ்கர்களும் ஆங்காங்கே அமர்ந்திருந்து வேடிக்கை பார்த்தபடியிருந்தார்கள். அங்கே நிலவிய மௌனத்தைக் கலைத்தவராய் மோயிஸ் கேட்டார்.

"ஏ, எலியாசு என்னல ஆச்சி. நாங்க போவும்போது ஒழுங்காத்தான இருந்தாம்."

"காலயில, பிலிப்பண்ணம் சொன்ன பிளான்படி சோடிப்பு வேல முடியிறதுக்கே மணி மதியந்தாண்டி ரண்டாயிற்று. நாங் குளியோடி கயித்த கடத்தி எடுத்திற்று வந்தம் மேல நின்னு தண்டதாங் கயித்த வாங்குனாறு."

"இது யாருண்ணம்?" கேட்டார் பிலிப்.

"எய்யா தோணி தாந்து செத்தான நம்ம பிலியான்ஸ் தண்ட அவம் மொவம் நடுவுள்ளவம்."

"முறிஞ்சி தொங்குன ஜீப்பயும் ஒருபடியா இழுத்து வச்சி கெட்டுனோம். தண்ட கூடமாட நின்னு கயித்த இழுத்தாறு. காத்து ஓட்டுல ஓடும்போது எளகிறக்கூடாதின்னு எடையில ரண்டு எடையாப் பூட்டு போட்டு வறிஞ்சி கெட்டச் சொன்னாரு."

"..."

“சரி சாப்புடுலாமுன்னு தண்ட சொல்ல, சோத்துச் சட்டியத்தாம் எடுக்கப் போனாம் பையம், நெஞ்சப் புடிச்சிகிற்று அப்புடியே டாவாப் பக்கம் பலவயோட உக்காந்தவறுதாம், எண்ணம் என்ன... என்ன. அத எடு, இத எடு பதறுறோம் குடிக்கிறதுக்கு சைகயில தண்ணி வேணுமிங்குறாறு. கோப்பயில தண்ணி மோந்து வந்து குடுத்தாம் பையம். குடிச்சவரு எழும்பிற்றாறு. திரும்பவும்...”

“...”

“எண்ணம், வந்த நாள்லயிருந்தே ஒழுங்கான சாப்பாடு கெடையாது. எப்பவும் எதையோ பறி கொடுத்தவருமாரியே இருந்தாரு. தல்மெய்தா தோணியில இவுரு லஸ்கரா ஓடும்போதுகூட போயிருக்கமில்ல. சிரிச்சா வயிறு குலுங்கிப் போவும். மரியாதி தெரிஞ்ச மனுசம். ஆனா இந்த நட ஆரம்பிச்ச நாள்லயிருந்தே எல்லாருட்டயுமே செள்ளு செள்ளுன்னு வுழுந்துகிட்டுயிருந்தாரு.”

“...”

“தாடியும் கீடியும் வச்சிகிற்று யார் யாரோ வாராங்கண்ணம். அவுங்கள்வள பாத்தாலே பதட்டப் படுறாறு.”

“...”

“வசியில சோத்தப் போட்டு கொண்டு போயி வைச்சா சோத்துல கையி வைக்கிறதேயில்ல. காலயில நெஞ்சிக்குள்ளு ஒருபடியா அடைச்சிகிற்று வருதுயின்னாரு. வாழப் பழத்துக்குள பெருங்காயத்த வச்சி குடுத்தாம் பையம்.”

காதுகளைக் கிழித்துச் சென்ற காற்றின் சத்தத்தை தவிர வேறெதுவும் கேட்கவில்லை. பிலிப் சிந்தனை வயப்பட்டிருந் தாரென்று அவரது புருவ அசைவுகள் காட்டின. மோயிஸ் மேற்கொண்டு பேசத் துணியவில்லை.

‘தம்பி உடையான் படைக்கு அஞ்சான்னு நல்லாத்தாம் பேசுறாறு அண்ணா. என்னமோ ஒரு பேர் நாமத்துக்காவது கெடந்தாம். பொழைச்சிக்கிருவானாயின்னு தெரியிலிய. பேச்சி மூச்சில்லாம கெடந்தானாம. என்னமோ ஒரு கெட்ட சொப்பனம் கண்டம். அது என்னயின்னு ஞாபகம் வர மாட்ட யிங்குது. யார் யாரோமெல்லாம் வாரான்வயின்னான. ஒரு வார்த்த எங்கிட்ட சொல்லயில்ல. இப்புடி கெடுத்து குட்டிச் செவுராக்கிற்று போயிற்றா. செத்துப் போனவளப் பத்தி என்ன சொல்ல. கலியாணத்துக்கு இவனும் சம் மதிச்சித்தான இருக்கணும். சம்மதிச்சானோ சம்மதிக்கலியோ

எம் பொண்ணுக்கு வாழ்க்க இல்லயின்னு போயிற்று. ரஞ்சம் மொவ வலேரியாவும் சின்னப் புள்ளதான. வயசுக்கு மிஞ்சின நடவடிக்கயின்னாவ. இப்புடி போயி குடிய கெடுப்பாளா. என்னமும் செஞ்சிறுப்பாளோ. இவ அடிக்கடி தல வலிக்கிதுங்குறாள. நம்மகிட்ட ஒரு எழவும் ஒண்ணும் பண்ண மாட்டயிங்குது. சிம்ம ராசியின்னாலே கிட்டவராதாம். சித்தி இத்தன வஞ்சகம் சூதுவள பண்ணிற்று, கெழங்கு மாரி நடமாடிட்டு சத்தமில்லாம போயி சேந்திற்றாவள. தெய்வம் நின்னு கேக்குமிம்பாவள. போயி சேந்தாச்சி பொறவு எங்கயிறுந்து கேக்க. அடுத்த பெறவியில பாம்பா, பல்லியா பொறப்பாளாயிருக்கும். எரிச்சிருறமாரிதாம் பாப்பா. தம்பி நல்லவும். கடத்தல்ல என்னமும் மாட்டிகிட்டானோ.'

"ஒரு சத்தத்தையுங் காணும."

திரும்பிப் பார்த்தார் பிலிப். தூரத்து இருட்டில் எந்த அசைவுமில்லை. திடீரென்று பிரதான வாயில்பக்கம் பளிச் பளிச்செனக் கார் விளக்குகளின் வெளிச்சம். எல்லாம் தோணிப்பாலத்தை நோக்கி வந்தபடியிருந்தன.

"ராப்படையில சர்ரு புர்ருன்னு வாரான்வள இது யாருண்ணம்?"

"யாருக்கு தெரியிது. பக்கத்துல வரட்டு பாப்பும்" என்றார் மோயிஸ்.

எல்லாக் கார்களும் பாலத்தில் நூர்வாப்பா தோணி யருகே வந்து வட்டமடித்து நின்றன. பாலத்தில் குத்துக்கால் போட்டு அமர்ந்திருந்த லஸ்கர்கள் அனைவரும் எழும்பினார் கள். ஒன்றிரண்டு சாச்சாமார் தலைகளும் தெரிந்தன. கை நீட்டி ஏதோ காரசாரமாக விவாதித்தபடி தோணியின் அணியத்துப் பக்கம் நடந்து பின் தோணியருகிலேயே நடந்து பிச்சல் பக்கம் வந்து நின்றார்கள்.

"எண்ணம் நம்மாள்க்க மூஞ்சியளும் தெரியித."

"..."

வெள்ளை நிறத்தில் நீண்ட காரொன்று வந்து நின்றது. சோட்டும் சூட்டும் போட்ட குள்ள மனிதர் இறங்கி நின்றார். காந்திக் கண்ணாடி அணிந்திருந்தார்.

"பிலிப்பு இவுருதாம் டோனாத்தூஸ் விக்டோரியா. நம்ம அண்ணக்கி கோட்ட ஸ்டேசன்ல கோப்பித் தண்ணி குடிச்சம அது இவுரு ஓட்டல்தாம். அவுரு பக்கத்துல வெள்ளக் கமுசு போட்டிருக்கார அவுருதாம் லூயிஸ் பர்னாந்து."

“முண்டங்கால் பக்கம் நிக்கிறான அவம்?”

“சிங்களம்மாரி தெரியிது, எங்கயோ பாத்திருக்கம் பட்டுன்னு ஞாபகம் வருவுல்ல.”

“கட்டுமுட்டுன்னு முடிய மேலமாற சீவிகிற்று நிக்கிறான, இவந்தாம் பியதாசாவா?”

“இல்ல பிரேமதாசா. முன்னால இவந்தாம் ரிபேரோ கம்பெனி கப்பல்வளுக்கு கரையாள்க்க கூட்டிகிட்டு வருவாம். இப்ப வெள்ளையுஞ் சள்ளையுமா ஓட்டல்காரரோட நிக்கிறாம். கொழும்புல இப்ப நெலம போயிறுக்க போக்குக்கு இவன்வ தயவு தேவதாம்.”

“ஒருதங்கிட்ட பணம் இருந்தா இன்னொருத்தங்கிட்ட பெலத்த குடுத்திறுறாம். ஒருத்தம் தயவு அடுத்தவனுக்கு தேவயாகிப் போவுது பாத்தியளா.”

“முன்னாலமாரியில்ல பிலிப்பு?”

“கொழும்புக்கு வந்தாலே தோணிய கெட்டுனமா பெம்பிலி, ரீகல் தியேட்டர்வள்ல படங்க பாத்தமாயிங்குற காலமெல்லாம் போச்ச.”

பிலிப்பும், மோயிசும் வெள்ளைக்காரருகே வந்து நின்றார்கள். தற்செயலாக மோயிசைக் கண்டுகொண்ட டோனாத்தூஸ் கேட்டார்.

“மோயிசு எப்புடியிருக்க?”

“நல்லாயிருக்கம் மொதலாளி. ஒங்க புண்ணியத்துல எம்பொண்ணு பொழைச்சி நல்லாயிருக்கா. டீச்சருக்கு படிக்கிறா.”

“வெரி குட். ஆமா சந்தனமாரி கோயில்ல கொட இன்னும் எடுத்துகிட்டுதான இருக்கிய.”

“அதுல என்ன சந்தேகம். இப்ப ஏவம் எவமெல்லாமோ வந்து உரிம கொண்டாடுறான்வ. ஆனா நம்ம உரிமயெல்லாம் கொண்டாடல.”

“திருச்சபைக்கி பயந்தா?”

“நம்ம தெய்வங்களத் தவுர மத்ததயெல்லாம் பேயிங் குறான்வ ஆனா கொடைய வுடல.”

“எந்த தோணியில வந்திருக்க?”

“இந்த நிக்கிதில்ல ஜெயமேரி. இவுரு பிலிப் கலிங்கராயம் தோணி மொதலாளி, தண்டல் எல்லாம் அவுருதாம்.”

“நூர்வாப்பா தோணியில வரலிய?”

“இல்ல.”

“என்னமோ கடத்தல் சரக்கு வந்திருக்கதா சந்தேகப் படுறாங்க. தண்டல் வேற செத்துப்போனாரு. சாவா, கொலையான்னு தெரியில.”

“அப்புடியா...!”

பிலிப் கடல் பக்கம் திரும்பி நடந்தார்.

‘அட சண்டாளப் பாவியள தூக்கிற்றுப் போனான்வ. செத்துப்போனானா. அய்யய்யோ தம்பி செத்துப் போனானா.’

“விசயம் கொழும்பு பூராவும் பரவியாச்சி மோயிஸ்.”

“மொதலாளி அப்ப தோணிய வுடுவாவளா?”

“தண்டல் செத்துப் போனதால கடத்தல் பிரச்சனய அந்த அளவுக்கு கண்டுகொள்ள மாட்டாங்க ஆனா கொற்கயில இருந்து வார தோணியள இனும அதிகமா கண்காணிப்பாங்க” என்றார் டோனாத்துஸ்.

“ரண்டு மூணு நாளா கஷ்டப்பட்டு கெட்டி இழுக்குறதுக்கு தோணிய சோடிச்சி வச்சிருக்கோம்.”

“எனக்கு தெரிஞ்சி தோணி போறதுல இப்ப பிரச்சன வராது. சாப்பாட்டுக்கு என்னப்பா பண்ணுறிய?”

“அது நாங்க பாத்துக்கிறுறோம் மொதலாளி. தோணி போறதுக்கு ஏற்பாடு பண்ணியிருங்க.”

“லூயிசும் இருக்காரு. என்னவாவது பண்ணுலாம் கவலப் படாதைங்க.” என்றவாறே அவருக்கே உரித்தான வெள்ளைக்கார பாணியில் கையசைத்து விடைபெற்றார் டோனாத்தூஸ். கார் துறைமுக வாசலை நோக்கி பறந்தது.

“தம்பி உயிரோட இருக்கும்போது குடுத்த வாக்க காப்பாத்திறணும். எப்பாடு பட்டாவது தோணிய கொற்க கொண்டுபோயி சேத்துறணும் கேட்டியளா.”

“தப்பு பண்ணலிய பிலிப்பு, நல்ல காரியந்தான. பிரேதத்தத்தாம் எப்புடி அனுப்புவான்வயின்னு தெரியில.”

பிலிப்பிடம் பேச்சு நின்று போயிருந்தது. புரிந்துகொண்ட மோயிசும் பிலிப்பின் அமைதியை குலைக்க விரும்பாமல் தோணியை நோக்கி நடந்தார். பாலத்து முண்டங்காலில் அமர்ந்தபடி கருநிறமாகத் தெரிந்த கடலையே வெறித்தவாறு இருந்தார் பிலிப்.

'உன் பிள்ளைகளின் மடியில் சரிகட்டுவேன். அந்த மனுசி ஆடுன ஆட்டத்துக்கு இவம் என்ன பண்ணுவாம். வீடுவ போர்ஸ்சா போடும்போதே சந்தேகப்பட்டம். இன்னா உசுர வாங்கிற்று. உசுர வாங்குனா மட்டுமில்லிய இந்தச் சீரழிவு. என்ன ஆனாலும் தம்பி பிரேதத்த கையோட கொண்டு போயிறணும். இருதயங் கண்ணுல எப்புடி முழிக்க. அவ என்ன பண்ணுவா. அந்த மனுசி பண்ணுன தப்புக்கு நம்ம என்னதாம் பண்ணுனாலும் அது போயிசேர வேண்டிய எடத்துக்கு போயி சேந்துருத. அப்ப சித்தியார் மேல தப்பில்லியா. இப்புடியொரு துரோகத்த பண்ணுனவளப் போயி. பூங்கோத வாழாவெட்டியா நிக்கிறா. இப்பவும் உசுரோட இருந்திருந்தா எம்புள்ளய கொன்னுபோட்டா னேயின்னு என்னயத்தாம் கறிச்சி கொட்டியிறுப்பா. சத்த மில்லாம போயிற்றாவள. ஞாயமா அழுந்திச் சாவாவயின்னு பாத்தா, இப்புடியொரு சாவு யாருக்கு கெடைக்கும். என்னமோ புத்திக்கி எட்டாத விசயங்களாயிருக்க. தம்பி பிரேதத்த கொண்டு போவாம கொழும்ப வுட்டு போவக் கூடாது.'

கொற்கை

83

1964

மறுநாள் காலையில் கொச்சிக்கடை அந்தோணியார் கோவிலில் ரஞ்சனின் அடக்கப் பூசை. துறைமுகத் தோணிப்பாலத்தில் பிடித்திருந்த ஆறு தோணி களிலும் வேலையை நிறுத்தியிருந்தார்கள். இந்தியாவில் பிரதமர் நேரு இறந்து போனதாகவும் செய்தி பரவி யிருந்தது. பெட்டாவிலும், சத்தாம் தெருவிலும், யார்க் தெருவிலும் கடைகள் ஏதும் திறந்ததுபோல் தெரியவில்லை. மூர் தெருவிலும் ஒரு சில கடைகளே திறந்திருந்தன. இந்துக்கள், முஸ்லீம்கள் என்று பாராமல் அனைவரும் அந்தோணியார் கோவில் முன் கூடியிருந்தார்கள்.

வேலைப்பாடுகளோடு கூடிய மிக அழகான சவப்பெட்டியில் ரஞ்சனின் உடலைப் பதப்படுத்தி முகம் தெரியுமளவிற்குக் கண்ணாடி வைத்து மூடி யிருந்தார்கள். அழுது அரற்றுவதற்கு ஆளில்லாமல் இருந்தாலும் அனைவரது முகத்திலும் ஒரு இறுக்கம் தெரிந்தது. பூசை முடிந்ததும் நடந்த இரங்கல் கூட்டத்தில் யார் யாரெல்லாமோ பேசினார்கள். பரத மகாஜன சங்கத்திலிருந்து வந்திருந்தவர்கள் கூட்டத்தை ஒழுங்குபடுத்தியபடியிருந்தார்கள். நாடார் சங்கத்திலிருந்து அய்யாக்கண்ணு மலர் வளையம் வைத்தார். மாலைகளும் வந்து விழுந்த படியிருந்தன.

கோவிலின் சுவரோரமாய் நின்றிருந்து அங்கு நடந்த அனைத்தயும் கூர்ந்து கவனித்தபடியிருந்தார் பிலிப் தண்டல்.

'கொற்கையில செத்திருந்தா இந்தமாரி மாலை யும் மரியாதையும் கெடைச்சிறுக்குமா. தோணியை யும் கொண்டுபோவப் போறோம். ரஞ்சம் குடுத்து

வச்சவந்தாம். பரவாயில்லிய நம்மாள்க்க செல்வாக்க காட்டிற்றான்வள. ஒத்துமயா இருந்தா ஒரு பயலாலயும் கிட்ட நிக்க முடியாது. சோகத்துலதாம் சேருறான்வ. என்னத்த குடுத்துவைக்க, மாலைக்கும் மரியாதைக்கிமா. அதாங் காத்தோட கலந்தாச்ச. என்னதெல்லாம் நெனச்சிறுந்தானோ. யார் யாரெல்லாங் கடங் குடுக்கணுமோ. நேரு போயிற் றாருன்னா, நல்லா ஆண்டு அனுபவிச்சிற்று போயிற்றாறு. பேச்சு வாக்குல நாடாக்கமாருகூட யாரும் அனுதாபம் சொன்னமாரியில்லிய. நெனச்சிருந்தா கொழும்ப மெரட்டியே காரியங்கள சாதிச்சிருக்குலாம. யாருக்கு வந்த விருந்தோன்னு வுட்டுட்டான்வ. நாடாக்கமாரையுஞ் சும்ம சொல்லக்கூடாது மால மாலயா கொண்டு போடுறாவளா. கடத்துனாமிங் குறாவ. என்னத்த கடத்தியிருப்பாம் சாச்சாமாரு தலயிட்டுறுக்கத பாத்தா வைரங்களாயிருக்குமோ.'

வெகுநேரமாகப் பிலிப்பைத் தேடிய மோயிஸ் கோவிலின் பக்கவாட்டுச் சுவரருகே அவரைக் கண்டவர் அருகே வந்து சொன்னார்:

"பிலிப்பு என்ன அப்புடியே நின்னுட்ட, வாரவனும் போறவனும் ஆர்பாட்டம் பண்ணிற்றுப் போயிறுவானுவ. நம்மதான செரமத்த கையாளனும். வா போலாம். போயி பயணத்துக்கு தயாரிக்கலாம்."

மணப்பாட்டு தனவந்தர் சர் டோனாத்தூஸ் விக்டோரி யாவும், செலஸ்டின் ரிபேரோவும் தலையிட்டுப் பேச்சு வார்த்தை நடத்தியதால் காரியங்கள் தாமதமில்லாமல் வேகமாக நடந்தேறியது. துறைமுக அதிகாரிகளும் இமிகிரேசன் அதிகாரிகளும் பேச்சு வார்த்தை நடத்தி இறந்த தண்டல் உடலை தோணியிலேயே கொண்டு செல்வது என்று முடிவு செய்யப்பட்டது.

கொச்சிக்கடை அந்தோணியார் கோவில் வளாகத் திலிருந்து சவப்பெட்டியோடு புறப்பட்ட ஊர்வலம், விரை வாகவே தோணிப்பாலத்தில் வந்து நின்றது. தோணி மேலிருந்து கயிறுபோட்டு சவப் பெட்டியை மேலேற்றி னார்கள். ஏற்கனவே ஏற்பாடாகியிருந்தபடி ஜெயமேரியைக் கொழும்புத் துறையின் ஆத்துவாயைக் கடந்து நங்கூரமிட்டு நிறுத்தினார் பிலிப். தோணிப்பாலத்தில் நூர்வாப்பா தோணியை இழுத்துக்கொண்டு ஜெயமேரியருகே விடுவதற் கான முயற்சியிலிருந்தன கொழும்புத் துறைமுகத்தின் டக் போட்டுகள்.

“மோயிசண்ணம், நா ஜெயமேரியில இருக்கம். நீங்க இங்க வந்து கயிறுவ போட்ட ஒடன குறுக்க கடந்து அந்த தோணிக்கி போயிருங்க.”

“அப்புடியா சொல்லுற!”

“என்னெண்ணம், ஓங்களுக்கு விருப்பமில்லாட்டி நா அங்க போறம் நீங்க இங்க இருங்க. அது நம்ம கட்டுப்பாட்டுல வரப்போற தோணி அதுனால ஜெயமேரி ஓட்டு தெரிஞ்ச ஆளுதாம் அங்கயிம் இருக்கணும். அதுபோக அங்க யாரு, எவம் என்ன பண்ணுறான்வயின்னு நமக்கு தெரியாது பாருங்க.”

“தண்ட சொன்னா அத தட்டவா முடியும்.”

“என்ன பேச்சி பேசுறியண்ணம் தாயிபுள்ளயா பழகிற்றோம், வயசாயிற்றத்னால குறுக்கு கயித்துல தொங்கி அந்த தோணிக்கி போவ முடியுமா அல்லது மச்சுவா எறக்கணுமான்னு பாக்குறம்.”

“மச்சுவாவா எனக்கா... பிலிப்பு இப்ப நீ எனக்கு தண்ட, ஆனா நீ குஞ்சி புடிச்சி மோளுறதுக்கு முன்னாலயே நா லஸ்கரா இருக்கம் பாத்துக்க. எத்தன பாமரத்துல ஏறியிருப்பம், கை ஒளைஞ்சி பிலிப்பு ஒரு நா கூட... கேட்டியா, கயித்த காலுல சுத்தி நின்னது கெடையாது.”

“கோவப்படாதைங்க, போங்க ஓங்கமேல நம்பிக்க யிருக்கதுனாலதாம் ரண்டியரும் ஒரு தோணியில இருக்காண்டாமிங்குறம். ஒரு ஆத்திர அவசரமின்னா அந்த நேரத்துல இங்கருந்து அங்க பாய முடியாது பாத்தியளா.”

“பிலிப்பு மனசுல தைரியமும் ஓடம்புல பெலமும் இன்னும் இருக்கு. இன்னும் கரையேத்த வேண்டிய கொமருவ வீட்டுல இருக்கி. நா அங்க போறம்.”

“நீங்க அந்த தோணியில இருந்தா நானே அங்கயிருந்த மாரி அதாம்...”

“பேச்சில ஓங்கிட்ட மிச்சங்கொண்டு போவவா முடியும்.”

“ஒரே ஒரு விசயங் கேளுங்கண்ணம். ஜவனாப் பக்கத்துல கொண்டார தோணி முன்னப்பின்ன வரும். அத்தன பாயயும் விரிச்சி ஓடுறதுனால ஜெயமேரி முன்ன சாடும், காத்து வுழுந்து கயிறு ரெம்ப பொறுத்தா நா ரண்டு பாய தட்டிருறம் நீங்களும் கவனமா வாருங்க.”

“அந்த தோணி முன்ன சாடுறதுக்கு வாய்ப்பில்லிய.”

“ஒருவேள அட்டியில காத்து வாகா வுழுந்து தூக்கு னாலோ அல்லது நீவாடு பொறுத்து வழிஞ்சாலோ அந்த சில்லறப் பாயளயுங் கெட்டிருங்க.”

“எந்த சில்லறப்பாய கெட்ட சொல்லுற, தன் மரமேயில்ல பொறவு கோசுங் கெடையாது...”

“ரண்டு தண்ணிப் பாய தயாரா வச்சிக்கிறுங்க. நங்கரமும் தயாரா இருக்கட்டு. காணாவுல முழிப்பாயிருக்கச் சொல்லுங்க.”

“பொண்டாட்டியோளி மொவன்வ இன்னுமா இழுக்குறான்வ.”

“பொறுதியா வரட்டும.”

“தோணியில செத்தவனத் தவுர மத்த பயல்வ பூதாவும் பொடிப்பயல்வதாம்.”

“அதாம் பெரியாளுக்கு பெரியாளா ஓங்களப் போவச் சொல்லுறம். எம் பார்வக்கி எப்புடியும் ரண்டு நா ஓட்டு இழுக்கும். சும்மாவே பே வெள்ளி கீ வெள்ளியின்னு பயங்காட்டுவான்வ இப்ப செத்தவம் ஓடம்ப வேற கொண்டு போறோம் கொஞ்சம் முழிப்பாவேயிருங்க. கொற்க பாலத்துல கொண்டுபோயி சேத்திற்று தூங்குலாம்.”

“பிலிப்பு சொல்லுறமுன்னு தப்பா நெனைக்காத பே வெள்ளி இல்லயின்னா நெனைக்க.”

“...”

“ஒந் தன்ணாண, எங் கண்ணால நாம் பாத்திருக்கம் நெலவுத் தேரம் வராது. அம்மாசி இருட்டுவளுக்குள்ளதாம் வரும்.”

“சும்ம போங்க.”

“எனக்கு கலியாணமான புதுசு. கொழும்புல சரக்க எறக்கிற்று வெறுந்தோணியாத்தாம் கொற்கைக்கி வந்துகிட்டு இருந்தோம். நீர் கொழும்புக்கு சாய, ராச் செவம் முடிஞ்சி சாப்புட்டுட்டு எல்லாரும் மோண்டுற்று படுக்குற தேரம். நா போடுதையில சாஞ்சி பீடி குடிச்சிகிட்டு இருந்தம். நல்ல சுமாரான சோழ கச்சாங் காத்து. தோணிய மாற வச்சி மாற வச்சித்தாம் ஓடுறோம். ஒரு மாதிரியா சத்தம் வருதயின்னு மேல எட்டிப் பாத்தா, தோணிக்கி மேல சும்ம மினு மினுன்னு மினுங்குது. தூங்கப் போனவம் பின் சாமத்துக்காரம் அத்தன பேரும் எழும்பி வந்திற்றான்வ.

நம்ம டிங்கி சேசைய்யாதாம் தண்ட. பே வெள்ளி. பே வெள்ளி இருக்க இருக்க சீரா நின்ன காத்து சும்மா வெம் பொசல்மாரி வந்து வுழுது. தோணி வேற காலித் தோணியா இருந்திச்சி பாத்தியா... வுழுந்த காத்துக்கு தோணி கெலிச்சி, போடுதய கொண்டு தண்ணியில வைக்கிது. தண்ணி கோறிருமா, இல்லியா இல்ல. அப்புடியே மேல வருது. தோணி யில அதப்புடி இதப்புடியின்னு கெடக்கு. மாறி மாறி போடுதயக் கொண்டு தண்ணியில வக்கிது. வுழுந்த காத்துக்கும் கட வெரளத்துக்கும் தண்ணி அணியத்துல கோறுனது உள்ள வந்திருக்கும். டிங்கி சொல்றாறு எல, யாராவது அம்மணமா ஏறி வெளக்கு மாத்த எடுத்து அடிங்கலன்னு.''

"..."

"எல்லாரும் பயந்து போயி மேல பாத்துகிற்று நிக்கிறான்வள தவுர, ஒருத்தனும் ஏற மாட்டயிங்குறாம்."

"எதுக்கு?"

"அம்மணக் குண்டியோடயில ஏறணும். ஒடம்புல ஒரு பொட்டுத் துணியில்லாம ஏறணும். செல நேரங்கள்ல பீச்சி வுட்டுரும் ஒரு மாதிரியா வழுவழுன்னு... ஆஞ்சாங்கயிற புடிச்சித்தாம் மேல ஏறணும். வழுக்கி கை தவறி வுழுந்தமுன்னு வச்சிக்க சதியா வீஞ்சில தாம் வுழுணும். வீஞ்சில வுழுந்தா என்னாவும், சோலி சுத்தம்."

"நீங்க ஏறி வெரட்டுனியளா இல்லியா?"

"அம்மணக் குண்டியோட ஏறுறதுக்கு ஒரு மாதிரி மாச்சலாத்தாம் இருந்திச்சி. பொறவு என்னெய்ய. தண்ட ஏறு, ஏறுன்னு மாஞ்சாறு. பாத்தம், மள மளயின்னு ஆஞ்சாங் கயித்த புடிச்சி ஏறி வெளக்குமாத்த ஓங்கத்தாம் செஞ்சம் சட்டுன்னு பறந்திற்று."

"அப்ப தைரியமான ஆளுதாம் போங்க."

"நம்மட்ட இந்த குடிப் பழக்க மட்டும் இல்லியா என்னைக்கோ தண்டலாயிருப்பம். சவம் இந்தப் பொல்லாத குடியினால கெடந்து சீரழியிறம்."

"சவத்த வுட்டுத் தொலைக்க வேண்டியதான."

"வுட முடியில்ல பிலிப்பு. தோணியில போறவம் அத்தன பேரும் தண்ணிமேல சம்பாதிச்சி தண்ணியிலதாம் வுடுறாம்."

"..."

"சரக்கு வுள்ள போன ஒடன இருக்க வுடாது. பொட்ட தேடும், தினசு தினுசாத் தேடும். சம்பாதிக்கிற காசு வூட்டுக்கு போவுமின்னா நெனக்க, தோணிய பாலத்துல கெட்டுன பித்தெட்டுல எறங்கி ஓடுறான்வள, எங்க ஓடுறான்வயின்னு நெனக்க..."

"சொல்லுங்க."

"முக்காவாசிப் பேரு, என்னோட சேத்துத்தாஞ் சொல்லுறம். ஒரு போத்தல் இஞ்சிய ஏத்த வேண்டியது ஏத்திற்று நேரே... தெப்பக் கொளந்தாம். எந்த எமஞ் சாமமின்னு கெடையாது. என்ன சிரிக்கிற பிலிப்பு. நா நாட்டு நடப்ப சொன்னம் பாத்துக்க."

''சரி எத்தன நாளுந்தாம் இப்புடி கூட்டு வீட்டுல இருக்கப்போறிய.''

"அதுக்குத்தாம் பல்டோனா காம்மோண்டு, காம்மோண்டா கெட்டிப் போடுறான..."

கொழும்பு ஆத்துவாயில் முன்னால் வந்த டக் போட் இழுக்க பின்னால் வந்த டக் போட் தள்ள நூர்வாப்பா தோணி ஜெயமேரியை நோக்கி மெள்ள வந்தபடியிருந்தது. அவசர கதியில் கயிறுகளை எடுத்து தயார் நிலையில் இருந்தார்கள். ஜெயமேரியின் பக்கவாட்டில் வாகாக வந்து நின்றது நூர்வாப்பாவின் தோணி. வீசு கயிறெறிந்து அங்கு ஏற்கனவே தோணியைச் சுற்றிப் போட்டு வைத்திருந்த கயிறுகளோடு இணைத்துக் கட்டினார்கள்.

"மோயிசண்ணம் நா இங்க பாத்துக்கிறுறம். நீங்க இந்த கயித்த புடிச்சி அங்க போயிறுங்க."

"செத்தப் பொறு பிலிப்பு இந்தா வாரம்" என்றபடி கோஸ்மரத்துக் கயிற்றைப் பிடித்துக் கீழே இறங்கினார். மேலே வந்தவர் முந்தியில் நாலைந்து பீடி கட்டுகளையும் தீப்பெட்டிகளையும் பொதிந்தபடி வந்தார்.

"தேரம் போவுது சீக்கிரம் போங்கண்ணம்."

"பொறு, போறம்" என்றவாறு மோயிஸ் போடுதயில் ஏறிக் குறுக்குக் கயிற்றைக் கையில் பிடித்தார்.

"போன ஒடன அங்க நெலமய பாத்திற்று கச்ச காட்டுங்க, நங்கரத்த தூக்கிற்று பா வச்சிருறம்."

தலையை ஆட்டியபடி குறுக்குக் கயிற்றில் தொத்தி தொத்தி போய்க்கொண்டிருந்த மோயிஸ் எதையோ யோசித்தவராகத் திரும்பிக் கேட்டார்.

"பிலிப்பு, அந்த தோணியில சாப்பாட்டுக்கு எதாவது ஏற்பாடு பண்ணுணியா? பிரேதத்த வச்சிகிற்று சாப்பாடு தோணியில எங்க சமைக்க?"

"இங்கயும் சாப்பாடு பொங்குறமாரியில்ல. நம்ம மணப்பாட்டுக்காரரு ஓட்டல்ல இருந்து நாலு பக்ஸ் பொட்டிய வந்திச்சி. அங்க ரண்டும் இங்க ரண்டுமா ஏத்தச் சொல்லியிருக்கம். அம்புடும் சாப்பாடுதானாம்."

"டோனாத்தூஸ் ஓட்டல்ல இருந்தா, அவுருஞ் சரி அவுரு புள்ளயளுஞ் சரி, இத்தன களேபரத்துலயும் கொல கொதிச்சா இவன்வ என்ன பண்ணுவாமின்னு நெனச்சிறுக் கான்வ பாத்தியா."

"மிராண்டா கடையிலயிருந்து சின்னச் சின்ன பையா நெறைய வந்திருக்கு. சரி கை வலிக்கப் போவுது, பாத்து சீக்கிரம் போயிச் சேருங்க."

நூர்வாப்பா தோணியிலேறிய மோயிஸ் அணியத்துக்கும் பிச்சலுக்குமாக நடப்பது தெரிந்தது. சிறிது நேரம் பொறுத்து அங்கிருந்து மோயிஸ் கச்சை காட்ட, ஜெயமேரியில் இருந்து பதிலுக்குக் கச்சை காட்டினார்கள்.

"நங்கரத்த கௌப்புங்கல" என்றார் பிலிப் தண்டல்.

நங்கூரம் கிளம்பி மேலே வர ஆஞ்சானை இழுத்துப் பருவானை உயர்த்திப் பாய்களைத் தட்டிவிட்டார்கள். நல்ல சீர் காற்றில் ஜெயமேரி உருவி ஓடியது. சிரமமில்லாமல் பயணிக்க மோயிசும் நூர்வாப்பாவில் இரண்டு தண்ணிப் பாய்களையும் கோஸ் மரத்தில் வட சவ்வாப் பாய்களையும் தட்டிவிட்டார். ஜெயமேரியில் இருந்தாலும் பிலிப்பின் கவனமெல்லாம் நூர்வாப்பாவின் மேல் இருந்தது. பொழுது முகம் கருக்க இரண்டு தோணிகளிலும் விளக்கேற்றினார்கள்.

தன் மரத்தில் சாய்ந்தவாறு நூர்வாப்பாவையே பார்த்தவாறிருந்தார் பிலிப் தண்டல்.

'நேத்து இருந்தவம் இன்னக்கி இல்ல. நானுந்தாம் அலையிறம் பணம் பணமின்னு. கொழும்புல செத்துப் போவமின்னு நெனைச்சாயிருப்பாம். அய்யா நீர் கொடுத்த ஐந்து தாலந்தை நான் பத்து தாலந்தாக மாற்றி வைத்திருக் கிறேன். நன்று நன்று நம்பிக்கைகுரிய நல்ல ஊழியனே சிறியவற்றில் இவ்வளவு பிரமாணிக்கமாய் இருந்தாய், பெரியவற்றிற்கு உன்னை அதிகாரியாக்குவேன். காசு என்ன காசு. வாழ்ற காலந்தான ஒங்கிட்ட கொடுக்கப்பட்ட மிகப்

பெரிய சொத்து. எல்லா பெயலுக்கும் இருவத்தினாலு மணி நேரந்தாம். நம்மளும் அவன்வளமாரி குடிச்சி கூத்தியாளோட ஆட முடியுமா. இந்தா போயிற்றாம். காத்தோட காத்தா கலந்தாச்சி. இங்கயிருக்கதுவ என்ன ஆனா அவனுக்கு என்ன. தூங்கும்போது போவயில்லிய பூரண அறிவோடயில போயிருக்காம். அந்தப் புள்ள பிரபா எதிருல பாத்தாலே ஓடிவந்து கைய எட்டிப் புடிக்கிது. மருமொவம் துபாய்க்கி போறதா பேச்சி வந்திச்ச. அவம் எங்க போனா நமக்கென்ன, நம்ம புள்ளைக்கே இல்லயின்னு ஆயிப்போச்சாம். மால, மரியாத... பெரிய மால மரியாத அவனுக்கெங்க தெரியப் போவுது. இந்த தோணியக் கொண்டு போயி கர சேப்பமா. காரணமாத்தாம் சொல்லுறம் அவம் ஒடம்பு அந்த தோணியிலே வரட்டு. இன்னும் கொற்கயில என்ன கூத்தெல்லாம் நடக்கப் போவுதோ. மகராசம் அயல் தேசத்துல செத்தாலும் மரியாதயாத்தாம் போறாம். நல்லவனா இருந்திருப்பானோ. பூங்கோத எப்புடியிருக்காளோ. இவம் நிக்கோலாச அடிக்கடி வீட்டுக்கு வர வுடக் கூடாது. கொமர்வ இருக்க எடம். கோத்திரம் அறிஞ்சி பொண்ண குடுயின்னு சும்மயா சொன்னாம். தூக்கம் வந்தாலும் தூங்குலாம். மோயிசண்ணம் தூங்கிருவாரோ. குதுர ரேசு நல்லாத்தாம் இருக்கும் போல. இல்லாமலா கர்டோசா இந்த போக்கு போறாம். இங்கயிருந்து கார் போட்டு போறானாம பல்டோனா. மிசியருக்கு எப்ப பாத்தாலுஞ் சீட்டுதாம். இவன்வ இப்புடி இருக்கதுனாலதாம் யாபாரிமாரு நெனச்சத சாதிக்கிறாவ. நங்கரவாடியில கல்லு போடுறாவளாம.'

***

மறுநாள் காற்று கடுமையானதால் தோணிகள் வடக்கே வழிந்து நல்ல தண்ணித் தீவுப் பக்கம் போய்விட்டது. காற்றும் மழையும் அகோரமாகயிருந்தது. கூட்டம் கூட்டமாய்ப் பிணங்கள் மிதந்து வந்தன. அது என்னவோ ஆண் பிணங்கள் மலந்தும் பெண் பிணங்கள் கவிழ்ந்தும் கிடந்தன. தோணியைச் சுற்றி இறந்த ஆடு மாடுகளும் சிறுபிள்ளைகளும். இதைப் பிடிக்கவா அதைப் பிடிக்கவாயென்றால் அடுக்கடுக்காய்ப் பிணங்கள் மிதந்து வந்தபடியிருந்தன. பார்த்துப் பார்த்து ஓய்ந்து போய்விட்டார்கள். ஒரு நிலைக்கு மேல் ஒன்றுமே செய்ய முடியாமல் கைகட்டி வேடிக்கை பார்த்தார்கள். மோடேறிவிடாமலிருக்கப் பாய்களைக் கூட்டிக் குறைத்து மாறவைத்து ஓடி கொற்கைப் பாண்டியன் தீவு கலங்கரை விளக்கத்தைப் பிடிக்க இரண்டாம் நாள் பொழுது அடைந்து வெகுநேரமாகியிருந்தது. ஏற்கனவே கொழும்பிலிருந்து

வந்திருந்த தோணிகளில் சம்பவச் செய்தி இங்கு வந்திருந்த படியால் துறைமுகத்திலிருந்து வந்திருந்த இரண்டு லாஞ்சிகள் நூர்வாப்பா தோணியை இழுக்கத் தயாராய் ஆத்துவாய் முகப்பிலேயே காத்து நின்றன. கயிறுகளைக் கழற்றி உருவிக் கொண்ட பிலிப்தண்டல், மல்லாங்குளத்தைத் தாண்டி ஜெயமேரியைப் பாலத்துக்குள் பக்குவமாய் விட்டார். தோணிப் பாலத்தில் பெருங்கூட்டம். கடலில் ஒரு தண்டல் இறந்து கொண்டு வருவதாலோ என்னவோ கொற்கை மேற்றி ராணியார் உட்படப் பெருந்தலைகள் எல்லாம் தோணிப் பாலத்தில் காவலிருந்தார்கள்.

ரஞ்சனின் உடல் ஜெயமேரியிலிருப்பதாக நினைத்துக் கூட்டம் ஜெயமேரியை நோக்கிச் சாடியது. தோணியை பாலத்தில் அணைப்பதற்காக வீசு கயிற்றை வாயில் கவ்வியபடி சுடுதான் பையன் தண்ணீரில் குதித்து பாலத்தை நோக்கி நீந்தியபடியிருந்தான். ஒரு வழியாய் நூர்வாப்பாவின் தோணியைத் துறைமுக லாஞ்சிகள் இழுத்து வந்து பாலத்தில் பிடிக்க சாமம் நெருங்கியிருந்தது. பாலத்தில் கூடியிருந்தோர் அனைவரும் கூப்பாடு வைக்க ரஞ்சனின் உடலை நூர்வாப்பா விலிருந்து இறக்கினார்கள்.

84

1965

உப்பாத்து ஓடை சந்திப்பிலிருந்து கிழக்கே நங்கர வாடியை நோக்கி செல்லும் ஒத்த வழிப்பாதை செப்பனிடப்பட்டு உருமாறியபடியிருந்தது. உப்பாத்து ஓடையின் கரைகளில் காடுபோல் வளர்ந்து பரவி யிருந்த கானாச் செடிகளையும் வெட்டியெடுத்த படியிருந்தார்கள். நங்கரவாடியில் கடலுக்குள் துறைமுகம் வருவதால் தடுப்புச்சுவர் போட புகை வண்டி மூலம் பாறாங்கற்கள் வந்தபடியிருந்தாலும் அக்கம் பக்கத்திலிருந்து லாரிகளில் வந்த கற்கள் உப்பாத்துச்சாலை வழியாகவே நங்கரவாடியை அடைந்தன.

நங்கரவாடியில் தற்காலிகமாக அமைக்கப் பட்டிருந்த சிறிய கீற்றுக் குடிசையொன்றில் கயிற்றுக் கட்டிலில் சலனமில்லாமல் படுத்திருந்தார் சுலைமான் பாய். கொழும்பு வியாபாரம் இல்லையென் றானதால் காலத்தை வீணடிக்காமல் அடுத்த வியாபாரத்துக்குள் தலையை விட்டிருந்தார். வெயிலும் உப்புக் காத்தும் அவரது கோதுமை நிறத் தேகத்தைக் கருக்கடித்துவிட்டிருந்தன. இமைகளை மூடி ஏதோ சிந்தனை வசப்பட்டிருந்தார். மூடிய இமைகளுக்குள்ளே விழிகள் அசைந்தபடியிருந்தன.

'அப்துல் ரகுமாம் துபாய்க்கி போறமின்னாம், கட்டடமாக் கட்டித் தள்ளுறானாம். சிமின்டு எங்கருந்து வாங்குறான்வ. வடக்க பம்பாய் வழியாப் போவுமோ. இங்க சங்கர் சிமிண்டுக்காரன்வ என்னய்யாம். இங்கருந்து போனாலும் பர்னாந்து மாருக்கு எதாச்சும் புரோசனமாப் போவும். புது தொறமொகம் வாரதுனால அவுகளுக்கு பாதிப்புத் தாம் இல்லயின்னு இல்ல. அரசாங்கத்த எதுத்து

என்னெய்ய முடியும். பல்டோனாகிட்ட துட்டாயில்ல. நெனச்சா அம்பது லாரி நங்கரவாடியில நிக்கிம. பெரியவரு தமியாங் கர்டோசாவுக்கு துட்டுக்கு பஞ்சமுன்னாலும் மனத்தைரியம் அதியம். இவுரு சிரிலு என்னத்த. என்னமோ கையில கழுத்துல கெடக்குறத கழத்தி போட்டு வைக்கப் போறாவளாம. என்னத்தயும் வச்சி நல்லாயிருந்தாச் சரிதாம். யாரு என்ன வேல பாத்தாலும் கடல்ல கொட்டுற கல்லுவள அவுக குழியாள்க்க வந்து பாத்து சரிபண்ணுனாத்தாம் திருப்தியாயிருக்கும். அதையும் அண்ணாச்சிமாரு மூலமாத்தாம் எடுக்கணுமா. கொழும்பு ஆபர் வேலக்கி தமியாம் கொற்கை யில இருந்துதான ஆள் கொண்டந்தாராம். சாச்சா புள்ள ஒறவுல இப்புடி அநியாயத்துக்கு கௌரவம் பாக்குதாவள. கர்டோசா இல்லயின்னா பல்டோனா இல்லியாக்கும். நம்மளா போயி இத நீங்க பண்ணுங்கன்னு சொல்லவா முடியும். படிச்சு நல்ல வசதியோடத்தான இருக்காவ இருந்தாலும் இந்த ராங்கி ஆவாத. அய்ய, கொளத்தோட கோவிச்சுகிட்டு குண்டி கழுவாமயில அலையிதாவ. கவுன்சில் காரவுகளும் லேசுபட்ட ஆளுகயில்ல. கொற்க ஆர்பரோட சேந்து சேதுகாவாத் திட்டமின்னாவள. அது என்ன காவாயோ. நம்ம இருக்கமோ இல்லியோ. அல்லா... இன்சா அல்லா இந்த ஒப்பந்தம் நமக்குக் கெடைக்கணுமின்னு இருந் திருக்கு. ஆமா காமராச்சி இருக்கதுனால அவுக ஆள்க்களுக்கு தூக்கி குடுத்துட்டு போயிற்றாருன்னு வந்துருமுல்லா. அண்ணாச்சிமாரெல்லாம் நல்ல வெவரந்தாம். ஊரோட ஒத்துப் போவணும். தேவயில்லாம சண்டபுடிக்கக் கூடாது. மனுசமின்னா காலத்துக்கும் கோலத்துக்கும் ஏத்தமாரி மாறிகிட்டேயில இருக்கணும். அது சரி ஒருத்தஞ் ஜெயிக் கணுமின்னா ஒருத்தம் தோத்துத்தான ஆவணும். கிறிஸ்டி தல்மெய்தா இன்னும் தவப்பனாரமாரியே சூட்டும் கோட்டும் போட்டுகிட்டு மேஜிக் பண்ணுறமின்னுகிற்று அலையிராறு.'

படலைத் திறக்கும் சத்தம் கேட்டது. பளீரென்று வெளிச்சமும் கடல் காற்றும் வந்து மோதின. இமை திறந்து கண்களை கதவுப் பக்கம் ஓட்டினார். சலாலுதின் உள்ளே வந்தபடியிருந்தான்.

"க்யா ?"

"வாப்பா, யாரோ சண்முகவேலாம் வந்திருக்காரு" என்றான் சலாலுதின்

"செத்த வெளிய இருக்கச் சொல்லு" என்றவாறு சலாலுதினை அருகே அழைத்தார். சலாலுதின் வலது கையை

ஆதரவாய் நீட்ட, அவன் கையைப் பிடித்தபடி எழுந்து "அல்லா" என்றார் சுலைமான் பாய்.

கால்தெத்தி விழ இருந்தவரை அவர் பின்னால் கவனமாய் வந்த சலாலுதின் பிடித்து நடத்திப் படலைத் திறந்து வெளியே கூட்டிவந்தான். அங்கே அவர்களுக்கு புறமுதுகைக் காட்டியவாறு நின்றிருந்தனர் சண்முகவேலும் அவரோடு வந்திருந்த அவரின் உறவுக்காரரும். கில்பர்ட் நாடாரின் அறிமுகத்தில் சண்முகவேல் சுலைமான் பாயைப் பார்க்க வந்திருந்தார். கில்பர்ட்டும் சுலைமான்பாயும் கொழும்பில் இருந்த காலத்தில் ஓரளவு அறிமுகம். அருகே போய் சண்முகவேலின் முதுகைத் தொட்ட சுலைமான் பாய் சொன்னார்:

"சலாம் அலைக்கும். முத்துலிங்க நாடார் மொவந்தான... கொழும்புல ஒங்க தம்பி ராஜமணிய பாத்திருக்கம்."

"ஆமா... வணக்கம் பாய்வாள், எப்புடியிருக்கிய?"

"சொகத்துக்கு அல்லா என்ன கொற வச்சாம், அதிகமா வெயில்ல நின்னு பழக்கமில்லாததுனால கொஞ்சஞ் சங்கடமாயிருக்குது. மத்தபடி பிரச்சனயில்ல. டெல்லியில நீங்கதான ஒறப்பா பேசுனியளாம். பக்கத்துல இவுக யாரு?"

"பாய் இது நம்ம மச்சாம் மிலிடரியில இருந்து இப்ப தாம் ரிட்டயர்டாகி வந்திருக்காரு, கையில கொஞ்சங் காசு வச்சிறுக்காரு. அதாம் ஒங்களப் பாக்க இங்க கூட்டியாந்தம். ஆமா இப்புடி வேனா வெயில்ல நின்னு சங்கடப்படுதியள. நம்மகிட்ட இஞ்சினியரிங் படிச்ச பொடியன்வ இருக்காம் வந்து பாக்க சொல்லட்டா."

"அவுகளயெல்லாம் தொறமொகத்துலயே எடுப்பாவள. தனியார்ட்ட வேல செய்வாவளா?"

"அது என்ன அப்புடி சொல்லிபுட்டிய? அரசாங்கத்துல வேல செஞ்சா மாசச் சம்பளந்தாம், இங்கயின்னா அப்புடி யில்லிய... வேலய படிச்சமாரியும் ஆச்சி நாள பின்ன சொந்தமா தொழில் தொடங்குறதுக்கும் ஒத்தாசயாயிருக்கும."

"செட்டிமாரு என்னவே யாவாரம் பாக்குயது? வுட்டா நீரு நமக்கே யாவாரஞ் சொல்லித் தருவியரு போல. ஆமா மிலிட்டரி ரண்டு லாரி வாங்கி வுடுவாரா?"

"சொல்லிட்டிகள்ல, மச்சாம் அங்க என்ன வேடிக்க பாக்குறிய. பாய்வாள் ரண்டு லாரி வாங்கி வுடச் சொல்லுதாவ" என்றார் சண்முகவேல்.

தூரத்தில் புகை மண்டலமாய்த் தெரிந்தது. புகை வண்டிகளில் வந்திறங்கிய கற்களை மார்சலிங் யார்டில் கடப்பாறைகளைக் கொண்டு தள்ளியபடியிருந்தார்கள். அளவில் பெரிய பாறைகளை இறக்கக் கிரேன்கள் உதவி செய்தன. மறுபுறம் இரண்டு கிரேன்கள் உதவியோடு பாறாங் கற்களை அங்கே நின்றிருந்த லாரிகளில் ஏற்றியபடி யிருந்தார்கள். பாரம் ஏற்றிய லாரிகள் ஊர்ந்து ஏற்கனவே கடலுக்குள் நீண்டு நெடுகக் கொட்டியிருந்த கற்பாதையின் மேல் பயணித்து இறுதிவரை சென்று நின்றன. அங்கே நின்றிருந்த தொழிலாளர்கள் கடப்பாறைக் கம்பிகளோடு லாரிகளில் ஏறி அந்தப் பாறாங்கற்களைக் கீழே தள்ளிய படியிருந்தார்கள்.

“அந்தா பாத்தியளா, நம்ம ஆள்க்க ஏறித் தள்ளுறதுனால தாம் இவ்ளோ பிந்துது. இப்ப புதுசா பின்னால உள்ள டிராலியே தூக்கி தட்டுறமாரி வந்துருக்காம அது இருந்தா வேல வெரசலாப் போவும் பாத்துக்கிங்க.”

“...”

“அது போவ, வெளியயிருந்து வார லாரிய அத்தம் வரைக்கிம் போவப் பயறுதான்வ. அதுனால அதையும் மாத்திவுட வேண்டியதாயிருக்கு.”

“மச்சாம் புரிஞ்சிதா பாய்வாள் டிப்பர் கேக்குதாவ.”

“முடிஞ்சா ரண்டு மூனு கிரேனு கூட வேணும்ப்பா, ரண்டு டோசரு இருந்தாக்கூட வேல வெரசலா ஓடும்” என்றான் சலாலுதின்.

“அவஞ் சொல்லுறது சரிதாம். செல நேரம் ரயிலு வந்திருது, இந்த லாரியளும் வந்திருதுவ. லாரியள நிக்க வுடுலாம் ரயில நிக்க வுட முடியாது. டெமுரேஜின்னு போட்டு எழவுடுக்கான்வ. நம்ம கைக் காசுல்லா போவுது.”

“எஞ்ஜினியர் வேற ரெம்ப அவசரப்படுத்துறாரு. ஒவ்வொரு நாளும் காலங்காலத்தாலே வந்திருறாரு. அதாம் பாத்தோம் நானும் வாப்பாவும் இங்கனயே குடுச போட்டுட்டோம்” என்றான் சலாலுதீன்.

“சாப்பாட்டுவளுக்கு என்ன பண்ணுதிய?”

“நாள் கூலிக்கி வாரதுவ தூக்குச் சட்டியில கொண்டந் திருதுவ. எங்கள்வ பாடுதாம் ரெம்ப கஷ்டமாயிருக்கு. இந்தா நிக்கில்லா இந்த ராஜ்துத்துல ஊருக்குள்ள போயாறம்.”

“கீழக்கரையில சமைக்கிறதுக்கு ஆள் பாக்க சொல்லியிருக்கம் சீக்கிரம் வந்திருவாவ.”

“அப்ப ஒரு கேண்டீன் போட்டாலும் ஓடுமிங்கிய.”

“இது ஒரு பேச்சா.”

வடக்கே புழுதியைக் கிளப்பியபடி வெள்ளை நிற அம்பாசிடர் காரொன்று வந்து நின்றது. காரிலிருந்து இறங்கியவர்கள் கடலருகே வந்து நின்று வடபுறத்தில் வேலை நடக்கும் இடத்தைக் கை காட்டிப் பேசியபடியிருந்தார்கள்.

“வாப்பா, நம்ம ஆபர் எஞ்சினியர் அங்க நிக்கிறமாரி இருக்கு.”

“ஆமா, வடக்கு பக்கம் போடுறதுக்கு நமக்கு ஒப்பந்தமா யிருக்கு அதேமாரி தெக்கயும் இதவுட பெருசா வரு மின்னாவள.”

“பாய்வாள், கூட நிக்கிறவரப் பாத்தா சமுத்திர பாண்டிய மாரியில்ல.!”

“அவுரு நாகப்பட்டனம், கடலூர் இந்தப் பக்கமில ஒதுங்கிற்றாருன்னாவ. அவரு இங்க வந்து என்னெய்யப் போறாரு?”

“ஒரு வேள தெக்குப்பொறத் தடுப்புச் செவுர அவுரு போடுலமில்லியா!” என்றான் சலாலுதின்.

“இல்ல சலாலு நமக்குத் தெரியுமுல, அவுரு பூதாவும் ஏத்துமதி, சரக்கு ஏத்துறது அப்புடியிப்புடியின்னுல இருக்கதாச் சொன்னாவ. இங்கயிருந்து மலேசியா சீனா போற வெங்காயமெல்லாம் அவுரு சரக்குத்தாமின்னாவள. மலேசியா சிங்கப்பூர் சந்தயள்ல வெங்காயத்துக்கும் கருப்பட்டிக்கும் அவுரு வச்சதுதான வெலயாம்.”

“நம்ம சம்பந்தார்தாம். தேனிப்பக்கம் ரோடு போட்டாவள...” என்றார் சண்முகவேல்.

“அப்புடியா மனுசம் ஒரு யாவாரத்தையும் வுடுறதில்ல போல.”

“அப்ப சரிதாம் நமக்கு தெக்கு பக்கம் உள்ளது வராது.”

“பாய்வாள் நாம் மச்சான மொதல்ல ஆறு டிப்பரு போடச் சொல்லுதம்.”

“ரண்டுண்ணிய!”

“ஒங்களுக்கு ஆறு தேவயா இல்லியா?”

“தேவதாம். ஆனா எப்புடி...?”

“அதப்பத்தி கவலப் படாதைங்க நம்ம பேங்குல கடங் குடுக்காவ.”

“பரவாயில்ல ஒண்ணுக்கொண்ணு ஒத்தாசயாத்தாம் இருக்கிய. திரேஸ்பொரம் குழியாள்க்க இன்னும் வரயில்ல, நாளயிலயிருந்து அஞ்சி வள்ளமும் வேணும்.”

“வாப்பா ரண்டு வேணுமின்னிய.!”

“நமக்கு பைல்வளுக்குள்ள போயி கல்ல அடுக்க, தட்டிவுட குழியாள்க்க போறதுக்கே மூணு வேணும், பொறவு ஆர்பர் எஞ்சினியர்மார் போறதுக்கு ரண்டு தனியா வேணும்.”

“நாளக்கி தேரம் விடிய குழியாள்களோட வள்ளங்களும் இருக்கும்” என்றார் சண்முகவேல்.

“நம்ம மிக்கேல்...” என்று வாயெடுத்த மைத்துனரைக் கண்ணசைவில் தடுத்த சண்முகவேல் கேட்டார்.

“பாய் அந்த பழைய பாக்கி விசயமா...”

“நம்ம ஆபீசுக்கு வாங்க. எங்கயிருக்கு தெரியுமுல, பழைய எடத்துலயிருந்து நேத்து மாத்தியாச்சி. எம்பரர் தெருவுல புதுசா ஒரு வீடு எடுத்திருக்கோம். பழைய சிங்கராயரு வூடுதாம், அங்க வாங்க பேசிக்கிருலாம்.”

“நம்மாள்க்க எப்புடி வேலபாக்குறான்வ?”

“பத்து பேரு பாக்குற வேலய அஞ்சி பேரா பாக்குதாவ. நோட்டுல பத்துபேரு வாரமாரி கணக்கு வருது.”

“அப்புடியா செய்யிறான்வ. அவங் கங்காணிய நாம் பாத்துக்கிருறம். ஒங்கள நம்பித்தாம் பாய் மொட்டச்சி பங்குளாவுக்கு எதுத்தால ஒரு நாலு ஏக்கர் நெலம் சீப்பா வந்திச்சின்னு வளைச்சி போட்டிருக்கோம்.”

“என்னெய்யப் போறீக...”

“கிட்டங்கி கெட்டிப் போட்டா நாளப் பின்ன ஒதவியா இருக்குமில்ல. அவரி எலைக்காரவுகளும் கிட்டங்கி இல்லாம செரமமாயிருக்கதாச் சொன்னாவ.”

“...”

“கையில துட்டு இல்லாததுனால வேல சொணங்குது.”

“கவலப்படாதீக, நம்ம ஆபீசுக்கு வாங்க, அங்க பாத்துக்கிலாம். ஒங்க எடந் தருவக்கி கீழ்ப்பொறமா? அங்க அவுரி எலைக்காரவுக எடம் எடுத்ததாப் பேச்சாக் கெடந்திச்ச.”

“அவுரி எலைக்காரவுக தண்டவாளத்துக்கு கீழ்பொறம் எடம் எடுத்திருக்காவ. நம்ம காரப்பேட்ட பள்ளியொடம் இருக்குல்லா அதுக்கு எதுத்தாலயுந்தாம் எடுத்திருக்காவளாம்.”

“என்ன அங்க போயி எடுக்காவ?”

“ஊர் காடுவெள்லயிருந்து பொன்னாவரிக் காயி பச்சயா வருதில்ல, அத பாய் விரிச்சி காயப் போடுவாவயின்னு நெனக்கிறம்.”

“அவுக வீடும் அதுக்கு பக்கத்துலதாம் இருக்கோ? ஆமா நம்ம புதுத்தொறமொகம் வாரதுக்கு அவுகளும் ஒரு காரணந்தாம். டெல்லிக்கி ஒங்ககூட வந்தாவள்லா.”

“ஆமா, சரக்கு பெருவாதியா ஏத்துறாவள்ல தைரியமாத் தாம் அந்தப் பக்கம் வீடு போட்டுறுக்காவ. அவுங்களப் பாத்திற்றுதாம் நாங்க தைரியமா அந்த மொட்டச்சி பங்குளாவுக்கு எதுத்த எடத்த முடிச்சோம். இப்ப அத கில்பர்ட்டு கேக்குதாம். ”

“...”

“நீங்க நெனக்கிறமாரி பர்னாந்துமாரு அப்புடி ஒண்ணும் மோசமில்ல பாத்துக்கிடுங்க பாய். அப்பாவிச் சனங்க, ஆனா மேசக்காரங்க மட்டும் என்னமோ வானத்துலயிருந்து குதிச்சவங்கமாரி நடப்பாங்க. அதுனாலே அழிஞ்சும் போறாக.”

“தம்பி ஒங்க எடமுன்னு சொல்லுறியள அது வழிய குறுக்க நடந்து போனா உப்பளங்க வந்திருமில்ல.”

“எங்கதாம் வராது. கொற்கயில தடுக்கி வுழுந்தா உப்பளந்தான பாய்வாள்.”

85

1965

கலக மேகங்கள் சூழ்ந்து எந்த நேரத்திலும் சண்டை வரலாம் என்ற நிலையிலிருந்தது பெரியதுறை. கீழத்தெரு பட்டங்கட்டிகளுக்கும் மேலத்தெரு கலிங்கராயன் குடும்பத்துக்கும் காலகாலமாகவே பகை உண்டு. அந்தக் காலத்தில் லெம்பர்ட் கலிங்கராயன், கித்தேரியான் பட்டங்கட்டியின் ஒரே மகளை இழுத்துக்கொண்டு ஓடியதும் பிரச்சினையின் ஒரு அங்கம். இரு தரப்பிலுமே கொலைகள் விழுந்தன. ஆர்ப்பரிக்கும் ஆழிக்கடல்தான் ஆடி மாதங்களில் காவு வாங்குகிறதென்றால் அவ்வப்போது நடக்கும் இது போன்ற மோதல்களும் உயிர்ப் பலி வாங்காமல் ஓய்ந்ததில்லை. நடக்கும் கலகங்களில் பங்கெடுத்தாலும் இல்லாவிட்டாலும் வசதி வாய்பிருப்பவனை வலுக்கட்டாயமாக வழக்குகளில் சேர்த்துவிடும் பழக்கம் அதிகமாகியிருந்தது. கலகம் செய்து கொள்ளையும் கொடுத்துவிட்டுக் கொக்கிரகுளம் கோட்டுப் படிக்கட்டுகளே தஞ்சமென்று கிடக்கும் கலகப் பிரியர்களுக்கு திருநெல்வேலி வக்கீல்கள் போட்டுக் கொடுத்த உபாயம் இது.

லூர்தைக் கட்டிக்கொண்டு போனதால் பழி தீர்க்கப் புறப்பட்டுக் கலிங்கராயன் சொக்காரன் மகளைச் சிறையெடுத்துத் திருமணம் முடித்த பட்டங்கட்டிகளைப் பழி தீர்க்க ரீத்தம்மாளும் பறிபோயிருந்தாள். பிறந்ததிலிருந்தே பரம வைரியாக இருந்தாலும் அத்தை மகன் பிலிப் கலிங்கராயனையே கட்டிக கொள்ளவேண்டுமென்று கங்கணம் கட்டிக் கொண் டிருந்தாள் ரீத்தம்மா. களவில் லூர்தையும் சந்தித்துச் சம்மதிக்கவும் வைத்திருந்தாள். அந்த ஆசையை

மனதில் சுமந்துகொண்டுதான் லூர்தும் அலைந்தாள். ஆனால் சலோமியால் அவள் ஆசையில் மண் விழுந்துபோனது. லூர்தால் சலோமியை மன்னிக்க முடியவில்லை. ரீத்தம்மாளுக்கு வேறு வழியில்லை. கொற்கை வரும் நேரமெல்லாம் களவில் பிலிப்பத்தான் வீட்டிற்கு வருவாள் ரீத்தம்மா. பிள்ளைகளோடு விளையாடுவாள். கொழும்பிலிருந்து பிலிப் கொண்டுவரும் தும்புக்கட்டை, ராணி சமுக்காரம், பினாட்டு வகைகளை மனதார ரீத்தம்மாளிடம் கொடுத்து அனுப்புவாள் சலோமி. ஏதோ அவளால் முடிந்த பிரதியுபகாரம். பிலிப்புக்குத்தான் ரீத்தம்மாளைக் கண்டாலே ஆகாது.

திருக்கை வலைத் தொழில் நடந்தபடியிருந்தது. கரை பிடித்த அத்தனை வலைகளிலும் நல்ல திருக்கை பாடு. வாத்தியாருக்குப் படித்திருந்தும் வேலை கிடைக்காததால் கடற்கரையில் பண்டாலை வைத்திருந்தார் ராயப்பன் பட்டங்கட்டி. விதவிதமாய்த் திருக்கை வகைகள் வந்து இறங்கியிருந்தன. செந்திருக்கை, ஓலவாயம், சங்குவாயம், மணத் திருக்க, மணிவாளந் திருக்க, கட்டித் திருக்க, புள்ளித் திருக்க, செம்மந் திருக்க, கலித் திருக்க, கொம்புத் திருக்க, முண்டக் கண்ணன், பூவாரித் திருக்கை, அட்டணத் திருக்கை என்று திருக்கைகளில் பலவகை. யானைத் திருக்கை மட்டும் தனியாய்ப் பந்தலுக்கு வெளியே கிடந்தது. பளபளக்கும் கோழிக் கால் அறுவாளால் திருக்கைகளைப் பிழந்து போட்டபடி யிருந்தார் ராயப்பன். மாலையில்தான் கேரளாவிலிருந்து லாரி வரும். சங்கனாச்சேரி சந்தைக்கு ஏற்ற வேண்டும். பக்கத்திலேயே கடற்கரையில் காய்ந்த திருக்கை வால்களைச் சுழற்றியபடி எம்.ஜி.ஆர். நம்பியார் வாள் சண்டை போட்ட படியிருந்தார்கள் சிறுவர்கள்.

ராயப்பன் திருக்கை வெட்டுவதைப் பார்த்த சேசடிமை பந்தலுக்குள் வந்தார். தாடு பாய்த்தபடி திருக்கைகளை வெட்டிக் குவித்தபடியிருந்தார் ராயப்பன். வெட்டும்போது தெறிக்கும் ரத்தமும் உடலெல்லாம் தெறித்திருந்தது. வியர்வையும் ரத்தமும் கலந்து உடலெல்லாம் சொதசொத வெனப் பயங்கரமாய்க் காட்சியளித்தார். சேசடிமை ஏற்கனவே நக்கல் பேர்வழி. அக்கா ரீத்தம்மாவை முகமாற்று பண்ணிக் கொண்டு போய் வலுக்கட்டாயமாய் திருமணம் முடித்தவர். பக்கத்தில் வந்து நின்று நக்கலடித்தபடியே இருந்தார். ராயப்பன் தான் படித்த வித்தை பதினாறையும் பயன்படுத்தி அமைதி காத்தபடியே செய்யும் தொழிலில் கவனமாய் இருந்தார். ஏற்கனவே கலகம் எப்போது வெடிக்கும் என்ற நிலை. இந்த நிலையில் நாம் ஏதாவது செய்யப்போய் அது விபரீதமாகிவிட்டால்... என்ற எண்ணத்திலேயே அமைதி

காத்தார் ராயப்பன். சேசடிமைக்கும் நேரம் காலம் தெரிய வில்லை. விடாமல் நக்கலடித்தார். நக்கல் திசை திரும்பி அது ரீத்தம்மாவின் கற்பைக் கேள்விக்குறியாக்கியது. பொறுத்துப் பொறுத்துப் பார்த்தவர் இந்த முறை அறுவாளைத் திருக்கையில் இறக்குவதற்கு பதிலாக சேசடிமை மேல் இறக்கிவிட்டார். ஒரே போடு. அவ்வளவுதான் ஒன்றுமே புரியவில்லை. எங்கும் ரத்த விளறியாய் இருந்தது. தோள் பட்டையில் விழுந்த வெட்டு இடது கையைத் தொங்க வைத்திருந்தது. ஒரு நொடி நிதானித்த ராயப்பன் அனைத்தும் போட்டது போட்டபடியே கிடக்க ஓடினார். அக்கம் பக்கத்திலிருந்தவர்கள் அருகே வந்து சேருவதற்குள் ரத்த மெல்லாம் வெளியேறி சேசடிமையின் கண்கள் சொருகியது. ராயப்பனும் யாரையும் வெட்டக்கூடிய அளவுக்கு நெஞ்சுத் துணிவு உள்ளவர் அல்ல. எந்தக் கூட்டக் கலகத்திலும் இதுவரை எதிர்த்து நின்று கல்லெறிந்ததுகூடக் கிடையாது. கீழத் தெரு முழுவதும் தீப்பிடிப்பது போல் வேளம் பரவியது. குற்றுயிரும் குலையுயிருமாய்க் கிடந்தவரை அள்ளிப் போட்டபடி வெள்ளை நிற அம்பாசிடர் கார் ஒன்று தேரி மேட்டை நோக்கி விரைந்தது.

திறந்து கிடந்த பங்குளாவுக்குள் கையில் வைத்திருந்த அறுவாளோடே புகுந்திருந்தார் ராயப்பன். தெரு வழியே ஓடினால் பிடித்து கண்டந் துண்டமாக வெட்டிப் போடு வார்கள். செய்தி கிடைத்ததும் வீட்டிலிருந்த தம்பி சூசையா கைபதறி கால்பதறி நின்றிருந்தார். வீட்டிலேயே சிறிய கடை யொன்று வைத்திருந்தார்கள். மனைவி குழந்தைகள் வேறு. என்ன செய்வதென்றே தெரியவில்லை. கலகம் வரும் கலகம் வருமென்று எதிர்பார்த்தார்கள், ஆனால் அது இப்படி வந்து விடியும் என்று துளியும் நினைக்கவில்லை. ராயப்பன் மணம் முடித்திருக்கவில்லை. மூத்தவள் பிளாவியின் மரணம் ராயப்பனை வெகுவாகவே பாதித்திருந்தது. திருமணமே வேண்டாமென்றிருந்தார். ஒரு வேலை கிடைத்தால் ஊரை விட்டே கிளம்பிவிடலாமென்றால் அவரது நேரம் அவரை இந்த இக்கட்டில் மாட்டிவிட்டிருந்தது.

அண்ணன் பயந்த சுபாவம். எப்படி வெட்டினார் அதுவும் சொந்த அக்காவின் கணவனையே... புரியவில்லை. சூசையா புட்டங்கட்டி பரபரத்தார்.

"பெர்னத்து நிக்கிறதுக்கு நேரமில்ல கெளம்பு இனும போலிசு கேசு. சே... போன தடவமாரி எந்தச் சண்டைக்கும் போவாமலே தண்டனய அனுபவிக்க முடியாது."

704 ஆர். என். ஜோ டி குருஸ்

“சரி மச்சான காணும...”

வெளியே கீழத்தெருப் பக்கம் கூகூவென்று கிடந்தது. இந்தப் பக்கம் இன்னும் அதிகம் பேருக்கு நடந்தது என்னவென்றே தெரிந்திருக்கவில்லை. அங்குமிங்கும் ஓட்டமும் சாட்டமுமாய் கிடந்தது. சன்னலைத்திறந்து வெளியே நோக்கினார் சூசையா. தலைவிரி கோலமாய் ஓடி வந்தபடியிருந்தாள் ரீத்தம்மா. ஒரு நொடியில் சிறுவயதில் ஒன்றாய் விளையாடியது மனக்கண்முன் வந்து நின்றது.

‘அரி அரிசி பொறி அரிசி
ஆகா மணியரிசி
கிண்ணிக்குள்ள சோத்த போட்டா
கிக்கிலிக்கா உருண்ட
உருண்ட உருண்ட
யார்ட்டருக்கு உருண்ட
யார்ட்டருக்கு உருண்ட ...’

கண்ணீர் துளிர்த்திருந்தது.

‘வந்து என்ன செய்யப்போறா. புருசனுக்காகப் பழிக்குப் பழி வாங்கப்போறாளா. யார பழிவாங்கப் போறா. அண்ணன எங்க. உருண்ட உருண்ட ...’

“என்னங்க?”

தடதடவெனக் கதவு தட்டும் சத்தம்.

“என்னங்க கதவ தட்டுறாங்க.”

கண்களைத் துடைத்தபடியே கதவுகளைத் திறந்தார் சூசையா. வந்த வேகத்திலேயே உள்ளே வந்து கதவுகளை மூடினாள் ரீத்தம்மா. பதறி விக்கித் திமிறினாள் பெர்னத். வீட்டுக்குள்ளே நின்றிருந்த குட்டி ஆடுகள் ம்மே... ம்மே... என்றபடி கதறின.

“தம்பி, பழி தீத்திற்றாம். தீத்திற்றாந் தம்பி. பொழைக்க மாட்டாம்.”

உடலெல்லாம் புல்லரித்துப் போய் பேச வாய்வராமல் நின்றிருந்தார் சூசையா. நிற்க முடியாமல் கீழே சரிந்தாள் ரீத்தம்மா. சமையற் கட்டுக்குள் போய் தண்ணீர் கொண்டு வந்தாள் பெர்னத்.

“எக்கா, ஓம் புருசன...”

கொற்கை 705

"புருசனா அவம், எந்தம்பிய எங்க?"

கோழிகால் அறுவாளும் கையுமாக பங்குச் சாமியாரின் படுக்கையறைக்குள்ளே நுழைந்திருந்தார் ராயப்பன். அறையுள்ளே ஆண் பெண் சிரிப்பொலிகள். உள்ளே எட்டிப் பார்த்தால் பொட்டுத் துணியில்லாமல் பாம்படம் மத்தேசியா. புசுபுசுவென உடலெங்கும் முடியாய் பங்குச்சாமியார். அறுவாளை ஓங்கி விடலாமாவென நினைத்த ராயப்பன் ஒரு நிமிடம் நின்று நிதானித்தார். வெட்டுப்பட்டிருப்பது உள்ளேயிருப்பவளின் அண்ணன். ராயப்பனின் சொந்த மச்சான். பிழைப்பானா, மாட்டானா தெரியாது.

'இத்தன வருசமா இவன்வள நம்பிக் கெட்டுப் போயிற்றம. சாமிக்கட்சி சாமிக்கட்சியின்னு அவன்வ வண்டவாளத்த கண் முன்னாலே பாத்தாச்ச. அதாம் இந்தத் தேவிடியா பெரியதொறைக்கே சம்மாட்டி மாறியில அலைஞ்சா. அட பலவட்ர முண்ட பரதேசம் போனா, பத்தாயிரம் சாமாம் பாதுகாப்பாம்.'

தாமதிக்காமல் அறுவாளோடே அறைக்குள் நுழைந்து விட்டார் ராயப்பன். அடித்துப் புரண்டு எழுந்த சாமியார் கழிப்பறைக்குள் ஓடினார். அம்மணமாய் நின்றிருந்த மத்தேசியாவை நோக்கி உரிந்து கிடந்த அவள் சேலையை எடுத்து வீசினார் ராயப்பன். முகமெல்லாம் வெளிறி விக்கித்து நின்றிருந்தாள் மத்தேசியா.

"ரீத்தம்மா ஒன்னய இப்புடி வுட்டுட்டு..."

ஓடிவந்து சுசைய்யாவின் வாயைப் பொத்தினாள் ரீத்தம்மா. வெளியே களேபரமாய்க் கிடந்தது.

"வழவுக் கதவ தெறந்து தென்னந்தோப்பு வழியா அப்புடியே ஓடங்குடி போயி..."

"..."

"நிக்க. நிக்க பிரச்சனதாம்."

"மயினி கேசு..."

"அதெல்லாம் நாம் பாத்துக்கிருறம். ஒரேயடியாப் போயிற்றாமுன்னா என்னய புடிச்ச சனியம் இன்னோட ஒழிஞ்சிதின்னு இருப்பம். தம்பி பழைய விரோதத்த பாராட்டாம பிலிப்மச்சாம் வூட்டுக்குப் போங்க. சலோமியக்கா ரெம்ப நல்லவுங்க. நீக்லாஸ் அண்ணனும் அங்க தோணிக்கி போறாவள."

“அண்ணம் தோணி நட போயிறுப்பாவள. ஏங்க இந்த மாடுவள...” இழுத்தாள் பெர்னத்.

“அறிவுகெட்டவள மாடுவளா முக்கியம், அக்கா இத்தன நாள்கூடி வந்திருக்கா ஒன்னய நாம்...”

“ஏய், நீ இப்ப கெளம்புறியா இல்லியா. எத்தன பேர நா எழக்க. ஓடித் தொலைங்கல மாடு, மயிறு, மண்ணாங் கட்டியின்னுகிட்டு.” என்றவாறே அழுது அரற்றினாள்.

“ஒரு வேள அவுரு செத்து பிரேதத்த பாத்தா, பொறவு நானே இப்புடியிருப்பனாயின்னு சொல்ல முடியாது.”

வேறு வழியேயில்லாமல் பிள்ளைகளையும் கூட்டிக் கொண்டு ஓட்டமும் நடையுமாகத் தேரிக்காட்டு வழியே உடன்குடி வந்து ராத்தங்கி மறுநாளே கொற்கை வந்திருந்தார் சூசைய்யா பட்டங்கட்டி.

ஓரிரு நாளில் பயம் தெளிய கொற்கையில் மணல் மேட்டுப்பக்கம் போனவர் அங்குயிங்கு விசாரித்து பீங்கான் ஆபீஸ் பக்கம் வந்திருந்தார். எதிர்பார்த்ததைவிட பிரமாண்டமாய் இருந்தது பீங்கான் ஆபீஸ். சுற்றிவரச் சுவரெழுப்பி பெரிய தொழிற்சாலைபோல் இயங்கியது. பெரிய லாரிகளில் சரக்குகள் உள்ளே வருவதும் வெளியே போவதுமாய் இருந்தது. படகு போன்ற கார் ஒன்று வர அதனுள்ளே முத்துச்சாமி அமர்ந்திருந்து பேப்பர் படித்தவாறு சென்றார். சிறு பிராயத்தில் பெரியதுறை வீட்டிற்குத் தகப்பனாரோடு வருவார். வியாபாரத்தில் பல சமயம் பணமுடை ஏற்பட்ட போதெல்லாம் தகப்பனார் சேசு பட்டங்கட்டி கொடுத்து உதவியிருக்கிறார். உள்ளே போவதா வேண்டாமாவென இரு மனநிலையில் தவித்தார் சூசையா பட்டங்கட்டி.

‘கண்டுகிட்டாச் சரி, யாருன்னு தெரியிலயின்னுட்டா. எந்த மூஞ்ச வச்சிகிற்று பிலிப்ப போயி பாக்க. பெரிய தண்டலாம். இப்ப மொதலாளி வேற. ரீத்தம்மா வந்து போயிருக்கதா பெர்னத்து சொன்னா. எல்லாருக்கும் படியளக்குற அந்தத் தாயி நம்மளயும் தெருவுலயா வுட்டுருவா. ஏங்க, மச்சாம் சாமியார் அங்கிமாட்டிகிட்டு ராவோட ராவ வெளிய போயிற்றாவளாம். மத்தேசியாதாம் கூட்டிக் கொண்டு தேரிவர வுட்டாளாம். என்ன கதயின்னே தெரியிலிய. யாரு செய்த புண்ணியமோ... இத்தன காலம் சாமியார் கச்சியின்னு இருந்ததுக்கு இதுகூட செய்யாண்டாமா. இந்நேரம் கொள்ள போட்டுருப்பான்வ. ஆடுவள அறுத்துக் கவளம் போட்டுருப்பான்வ, ஒடந்தவுளா தின்னு வளந்ததுவ.’

பீங்கான் ஆபீஸ் கதவு திறப்பது தெரிந்தது. காரில் உள்ளே போன முத்துச்சாமி வெளியே வந்து யாரையோ தேடுவது போலிருந்தது. அவர் பார்வையில் படுமாறு முன்னே வந்தார் சூசையா.

"அய்ய அங்கன என்ன பண்ணுறிய. ஓங்களத்தாம் சூசைய்யாண்ணம்."

ஏதோ ஒரு கொழு கொம்பு கிடைத்துவிட்ட உணர்வில் ஒரு நிமிடம் மெய்மறந்து நின்றார் சூசைய்யா.

"அங்க என்ன யோசன, ஏ வாங்கய்யா நம்ம எடந்தாம். சோந்து போயி இருகியளய்யா. என்னமும் பிரச்சனயா" கேட்டார் முத்துச்சாமி.

பெரியதுறை சம்பவம் பற்றியும், ராப்படையில் ஊரைவிட்டு ஓடிவந்தது பற்றியும் கொற்கையில் படும் பாட்டைப் பற்றியும் மனம் திறந்து சொன்னார் சூசைய்யா.

அலுவலக அறை காற்றோட்டமாய் இருந்தது.

"எதுக்கு கவலப்படுதீக. புது ஆர்பருல வேலைக்கி ஓங்கள மாரி ஆள்க்கதாம் தேவ பாத்துக்கிடுங்க."

"வேல விசயமா..."

"நானே சண்முகவேலண்ணாச்சி ஆபீசுக்கு கூட்டிற்று போறமிங்கமுல்லா... பெறவு எதுக்கு கவலப்படுதிய. பிலிப் தண்ட ஒறவுக்காரவுங்கயின்னு தெரிஞ்சாப் போதும்."

மேசையில் அலுவலகப் பணியாளர் கொண்டுவந்து வைத்திருந்த காப்பியை எடுத்து குடிக்கச் சொன்னார் முத்துச்சாமி. சூசைய்யா பட்டங்கட்டியின் இதழ்களில் புன்னகை தெரிந்தது.

86

1966

மணல் தெருவில் அரண்மனை போல் பரந்து விரிந்த பெரிய வீட்டில் பல்டோனாக்கள் கூட்டுக் குடும்ப மாகவே வாழ்ந்தார்கள். இதன் காரணமாகத்தானோ என்னவோ முண்டியடித்துப் போட்டி போடும் நாடார் வியாபாரிகளால் பல்டோனாக்களை வீழ்த்த முடியவில்லை. ரயில்வேக்கு வரும் கரியை பல்டோனாக் களைத் தவிர யாராலும் நெருங்க முடியவில்லை. பீங்கான் ஆபீஸ் முத்துச்சாமி, வேல் நாடார் பேரன் கில்பர்ட், அவுரி தேவமணி நாடார் மூவரும் சேர்ந்து மெட்ராஸ் வரை வந்து உயர் அதிகாரிகளைச் சந்தித்துக் கடந்த முறை ரயில்வே கரியைக் கையாளும் ஒப்பந்தத்தை வாங்கியிருந்தார்கள். சமுத்திர பாண்டியும் ஒப்பந்தம் கையெழுத்தாவதில் மறை முகமாக உதவி செய்தாராம். சண்முகவேல் நாடார் அந்தப் பக்கமே தலைகாட்டவில்லை. நாடார் வியாபாரிகள் தல்மெய்தாவை முழுமையாக நம்பினார்கள் ஆனாலும் ஒப்பந்தப்படி கப்பநடைத் தோணிகளை சரியான முறையில் அனுப்பிக் கரி இறக்கி கையாள முடியவில்லை. ஒப்பந்தம் பாதி யிலேயே பல்டோனாக்களுக்குத் திரும்பி வந்தது. பல்டோனாக்களின் பெயர் பம்பாய்வரை கொடி கட்டிப் பறந்தது.

மூத்தவர் குருஸ் பல்டோனாவின் புதல்வர்கள் இருவருக்குமே உறவுக்குள்ளேயே திருமணம் முடிந் திருந்தது. மூத்தவருக்குப் பெண் குழந்தையில்லை. இளையவருக்கு இரண்டாவதாகப் பிறந்திருந்தாள் ரமணி. தகப்பனாரை விடவும் ஒருபடி அதிகமாகவே பெரிய தகப்பனாருக்கு ரமணி மேல் பாசம். தளதளவென வளர்ந்திருந்தாள். கலியாண வயது.

இளையவர் எப்போதும் அலுவலக விசயமாகவோ அல்லது பொதுச்சேவை காரியமாகவோ அலைச்சல். அத்தி பூத்தாற்போல் அண்ணனும், தம்பியும் அன்று வீட்டிலிருந்தார்கள். இரண்டு குடும்பத்திற்கும் பொதுவாகவே நடு வரவேற்பறை. சோபாவில் அமர்ந்து செய்தித்தாள்களை நோட்டம்விட்டபடியிருந்தார் குருஸ் பல்டோனா. அமெரிக்க டாலருக்கு எதிரான இந்தியப் பண மதிப்பு குறைந்ததாக செய்தி வந்திருந்தது. அலுவலக பொறுப்பை தம்பி மிக்கேல் பல்டோனாவிடமே விட்டு விட்டதால் அதைப்பற்றி அதிகம் அக்கறை எடுத்துக்கொள்வதே யில்லை. குருஸ் பல்டோனா முழுவதும் வெளிவட்டாரத் தொடர்பு. எல்லா அரசு அலுவலகங்களிலும் மேல்மட்டத் தொடர்புகளை வைத்திருப்பார். சந்தர்ப்பம் கிடைக்கும் போதெல்லாம் சம்பத்தப்பட்ட அதிகாரிகளை சந்தோஷப் படுத்துவதே குருஸ் பல்டோனாவின் பிரதான வேலை. கடந்த முறை நாடார் வியாபாரிகள் ரயில்வே கரி விசயமாக முயற்சி மேற்கொள்வது ஏற்கனவே தெரிந்திருந்தது. வேடிக்கை பார்த்து ரசித்தார் குருஸ் பல்டோனா.

கடிகாரத்தில் ஒன்பது மணி அடித்து ஓய்ந்தது. மிக்கேல் பல்டோனா அவசர அவசரமாக அலுவலகம் கிளம்பியபடி யிருந்தார். வெள்ளை முழு நீளக் கால்சட்டையும் வெள்ளை மேல் சட்டையும் அணிந்திருந்தார். புன்னகைத்தவாறே கடந்தவரைக் கையசைத்து அருகே அழைத்தார் குருஸ் பல்டோனா. எதிரே வந்து அமர்ந்தார் மிக்கேல் பல்டோனர்.

"சாஸ்திரி செத்துப் போனாருன்னாவள நெசமா?"

"ஆமும். காமராச்சி டெல்லியிலதாம் இருக்காராம். நேரு மொவளுக்கு பட்டங் கெட்டிருவாவபோல."

"இவுருக்கும் ஒரு வாய்ப்பு இருக்குயின்னாவ..."

"வாய்ப்பு இருந்தது என்னமோ உண்மதாம், இவுரு கணக்கு வேறமாரி போடுறாறு."

"ஊர்ல உள்ளவங்களுக்கெல்லாம் கலியாணம் எடுத்து வச்சாச்சி செவாலியர் பட்டம் வாங்கியாச்சி நம்ம புள்ளக்கி எப்ப எடுக்கப் போற?"

"..."

"என்ன பேச்சக் காணும்?"

இருபுறமும் அறைக் கதவுகள் திறந்து வீட்டுப் பெண்கள் வெளியே வந்து வேடிக்கை பார்த்தார்கள். மொத்தக் குடும்பமும் ரமணியின் திருமணத்தை எதிர்பார்த்துக்

காத்திருந்தது. இடதுபுறம் சற்குணம் அலட்சியமாக நின்றிருந்தாள் அவள் பின்னாலேயே ரமணி.

"நீங்க பாப்பியயின்னு நா இருக்கம்."

"அப்ப ஒங்கண்ணுல எவனும் இன்னுந் தட்டுப் படலியா?"

"எனக்கு மனசுக்குள்ள ஒரு ஆசயிருக்கு, ஆனா அவனுக்கு நீங்க குடுக்க மாட்டிய."

"எல யாரு, அவம் தல்மெய்தா மொவம் செவஸ்டியானா?"

"இல்ல."

"யாருன்னு சொல்லு, தேவயில்லாம ரிபேரோ அவம்யிவமிங்காத தலகுப்பற கெடக்குறான்வ..."

"சரி, நம்ம சீமோனுக்கு..."

"யாரச் சொல்லுற தனிஸ்லாஸ் சிங்கராயம் மொவனுக்கா... யாபாரத்தவுட காங்கிரசுதாம் பெருசுன்னு அலைஞ்சாம் தவப்பம். இன்னா காங்கிரசே இல்லயின்னு ஆவப்போவுத. காமராச்சும் வடக்க போனவரு, போனவருதாம். ஆதித்தனார திமுககாரன்வ இழுத்துப் போட்டுகிட்டான்வ. மெட்ராசுல பாத்தம், இனும திமுகாவுக்குத்தாம் வாய்ப்பு அதியமின்னாரு."

"நம்ம கொஞ்சந் தூக்கி வுட்டாப் போச்சி."

"தூக்கி வுடுலாந் தம்பி, ஆனா தவப்பனார் இருக்கவர அங்க எதுவுமே நடக்காது. அதுவரைக்கும் எம்புள்ளய திருவோடா ஏந்தச் சொல்லுற?"

குருஸ் பல்டோனாவின் குணம் தெரிந்ததால் மேற்கொண்டு பேசி அவருடைய கோபத்தைக் கிளற மிக்கேல் விரும்பவில்லை. கடையிலுமே குருஸ் பல்டோனா பிள்ளைகள் தங்கைய்யாவும் ஹென்றியும் தனித்தனியாகப் பணம் சேர்ப்பது மிக்கேல் பல்டோனாவுக்கும் தெரியாமலில்லை. குடும்ப ஒற்றுமை குலைந்துவிடக் கூடாது என்று பார்த்தார். மிக்கேல் பல்டோனாவின் பிள்ளைகள் கடைப்பக்கம் வருவதே இல்லை. குருஸ் பல்டோனாவுக்கு மெட்ராசில் அரசியல் வாதிகளிடம் நல்ல பழக்கம் இருந்தது. ஆனால் கூட்டங்களுக்கும் நிகழ்ச்சி களுக்கும் பணம் கொடுப்பதோடு சரி. எக்காரணத்தைக் கொண்டும் வெளிப்படையாக எந்தக் கட்சியையும் ஆதரிக்க மாட்டார். கொற்கையில் வியாபாரம் தடையில்லாமல் நடப்பதற்கு அண்ணனின் மேல் மட்டத் தொடர்புகளும் ஒரு காரணம் என்பதை அறிந்தேயிருந்தார் மிக்கேல்

பல்டோனா. புதிய துறைமுக விசயத்திலும் அண்ணன் உள்ளே நுழைந்து குழப்பிவிட்டாரோ என்ற சந்தேகம் இருந்தது. புதிய துறைமுக வேலைகள் கிடப்பில் போடப்பட்டிருந்தன. கொற்கையில் பலரும் பலவாறாகப் பேசிக்கொண்டார்கள்.

"ஆமா, புதுத் தொறமுகம் வருமா வராதாண்ணம்?"

"நீ மத்தவன்வளமாரியில கேக்குற."

"இல்ல மரங்க கொஞ்சம் மலிவாக் கெடைக்கிது. கப்ப நடைக்கி தோணி வைப்பமா?"

"டெல்லியில பண்டாரநாயகா பேசியிருப்பா போல... கொழும்புலயிருந்து தூதுக்குழு என்னமோ வந்திச்சின்னு எம்.ஆர் சொன்னாம். அதுலயிருந்து கொஞ்சம் மெத்தனமா இருக்கான்வ. நீ வக்கிறது வையி பாக்குலாம்."

"இல்ல மீன்புடித் தொறமுகம்..."

வாய்விட்டுச் சிரித்தார் குருஸ் பல்டோனா.

"நம்ம ஊர்க்காரன்வளுக்கு எப்புடித்தாம் புத்தியிப்புடி போவுதோ... அய்யருக்கும், அப்துல் காதருக்கும் முடிச்சி போட்டுகிட்டு... அதுல வேற இப்ப வுழுந்தடிச்சிகிற்று நங்கரவாடியில முட்டிகிற்று நின்னான்வள அது ஒரு பாதுகாப்பான எடமா எனக்கு தெரியல."

டெல்லிவரை பேசிப் புதிய துறைமுகத் திட்டத்தை மாற்றி மீன் துறைமுகமாக்கி கொண்டுவந்துவிட்டார்கள் பர்னாந்துமார் என்று கொற்கை எங்கும் பேச்சாய்க் கிடந்தது. எல்லாமே குருவி உட்கார பணம் பழம் விழுந்த கதை. பல்டோனாக்களின் அபரிமிதமான வளர்ச்சி அவர்கள் செய்ததையும் செய்யாததையுமே ஊர் மக்களைப் பேச வைத்தது.

அளவுக்கு அதிகமான தொழிலாளர் பிரச்சினை காரணமாகக் கொச்சித் துறைமுகத்துக்குப் போகப் பயந்த கப்பல்களும் கொற்கைத் துறைமுகம் வந்து ஆழ்கடலிலேயே சரக்கை இறக்கிச் சென்றன. ஆழ்கடலில் சரக்குகளை இறக்கும் பிரதான ஒப்பந்தக்காரர் பல்டோனா. நெளுநெளுவென கப்பநடைத் தோணிகள். கரைத்தளத்தில் சரக்குகளை இறக்குவதற்கு இணையாக ஆழ்கடலிலும் சரக்குகளை இறக்கி சாதனை படைத்துக் காட்டினார்கள். பாண்டியன் தீவருகே கப்பல் மடையில் பல்டோனாக்கள் வைத்ததுதான் சட்டமே.

பல்டோனாக்களுக்கு மீன்புடித் துறைமுகம் தோணித் துறைமுகம் அருகே வந்ததில் உடன்பாடேயில்லை. ஒரே

சாதிக்குள்ளேயே பிரச்சினைகளை உண்டு பண்ண சாமர்த்திய மாய் அரசு அதிகாரிகளை வியாபாரிகள் தூண்டிவிட்டு நடத்திவிட்டார்கள் என்றே நம்பினார்கள். தோணித் துறையருகே மீன்பிடித் துறைமுகத்தை அமைப்பதன் மூலம் தோணித் துறைமுகத்தின் விரிவாக்கம் தடைபட்டுப்போனது.

“நீங்க சொல்லுறதப் பாத்தா பெரிய தொறமுகத்த பெரிய கோயிலுக்கு எதுத்தாலயா கொண்டரணுமிங்குறிய.”

“அதெப்புடிச் சொல்லுவம். இப்ப போடுறியள அந்த எடம் சரியில்லாத எடமிங்குறம். பதறி துடிச்சி தடுக்கி வுழுந்துகிட்டுப் போயி இந்த எடத்த தயார் பண்ணுறியள, கொலச பக்கம், மணப்பாட்டுக்கும் திருச்செந்தூருக்கும் எடையில அந்த குடாக்கடல் ஒங்கள்வ கண்ணுல படலயாக்கும்.”

“...”

“எல்லாமே எடுத்தோம் கவுத்தோமுங்குற முடிவு. ஒன்னயும் சேத்துத்தாம் சொல்லுறம்.”

“...”

“நம்மாள்க்க குளியோடுறவன்வகிட்ட கேட்டுப் பாரு. மல்லங்கொளத்த எதுக்கு தொட முடியில்ல ஆனானப்பட்ட ராபர்ட் பிரிஸ்டோவே அந்தக் காலத்துல வுட்டுட்டு ஓடுன எடமாம்... அங்க போயி... என்னமோ பண்ணுங்க.”

வியாபாரிகளுக்கோ தோணிக்காரப் பர்னாந்துமாரிட மிருந்து விடுபட்டாலே போதுமென்றிருந்தது. கப்பல்களின் வரத்து அதிகரித்துக் கையாளும் சரக்குகளும் மிதமிஞ்சிப் போனதால் தோணிக்காரர்களும் கொழுப்பேறித் திரிந் தார்கள். எதிலும் ஒரு அலட்சியமான போக்கு. ஏற்கனவே ஆணவத்திற்கும், அடாவடித்தனத்திற்கும் பெயர் போன பர்னாந்துமார் தங்களை விட்டால் கொற்கையில் கடல்வழி வாணிபத்தைக் காப்பாற்ற ஆளே இல்லை என்றே நினைத்தார்கள்.

“நா பேச வந்தத மறந்திறப் போறம்.”

“சொல்லுங்கண்ணம்.”

“பேசாம இவள கர்டோசாவுக்கு குடுத்திறுலாம்.”

“என்ன சொல்லுறிய?”

அண்ணனிடமிருந்து இப்படி ஒரு பதிலை எதிர்பார்த் திருக்கவில்லை மிக்கேல் பல்டோனா. ரிபேரோக்கள்

கொண்டுவர முயற்சித்த ரசாயனத் தொழிற்சாலையை வறிந்து கட்டிக்கொண்டு எதிர்த்து அந்த முயற்சியில் வெற்றியும் கண்டவர் குருஸ் பல்டோனா. இன்று ரிபேரோக்களோடு நகமும் சதையுமாக இருக்கும் கர்டோசாவோடு உறவாட வேண்டுமென்கிறார். கர்டோசாக்கள் முன்பிருந்த நிலையில்லை என்றாலும் தராதரம் ஒன்றும் குறைந்துவிடவில்லை.

ரயில்வே ஒப்பந்தத்தை நாடார் வியாபாரிகள் எடுக்க நடந்த முயற்சியில் தல்மெய்தாவின் ஒத்துழைப்பு தற்செயலாக நடந்ததல்ல என்பது மிக்கேல் பல்டோனாவுக்குத் தெரியாது. என்ன ஆனாலும் மகள் திருமணத்தில் அண்ணன் குருஸ் பல்டோனா எடுக்கும் முடிவுக்குக் கட்டுப்படுவது என்ற தீர்க்கமான முடிவிலிருந்தார் மிக்கேல் பல்டோனா.

"தகப்பனாருகூட நமக்கு சண்ட, புள்ளகூட இல்லிய."

"..."

"பெங்களூருல படிச்சவம்."

"பெறகு ஸ்டீபன்ஸ்லயும் படிச்சாம்."

"மீட்டிங்குவள்ல பேசுறத பாத்திருக்கம். என்ன பெரிய ஸ்டைல் மயிறுல அலைவான்வ. அவம் பேரென்ன?"

"மார்க் கர்டோசா, குதிரப் பந்தயமின்னா உசுராம்."

"பணக்காரம், மேசைக்காரம். அப்ப அதுக்குண்டான கொணங் குறியளோடதான இருப்பாம். அதயெல்லாம் பெருசு பண்ணாத. அங்க எப்புடி நடக்கணுமிங்குறத ஒரு ஆப்பக்காரிய வச்சி இவளுக்கு சொல்லிக்குடுத்திருலாம்."

"அப்ப..."

"பேசி முடிச்சிறுலாம்."

அறையுள்ளே ரமணி விசும்புவது கேட்டது. கடந்த மாதா திருவிழாவோடு சீமோன் சிங்கராயனை நேருக்கு நேர் பார்த்ததிலிருந்து ஒரு விதமான லயிப்பு. சீமோனுக்கும் அப்படி ஒரு ஆசை இருந்தது உண்மை, ஆனால் இருவருமே யாரிடமும் சொல்லவில்லை. சீமோன் சிங்கராயனுக்கு இழந்த செல்வாக்கை மீட்டெடுப்பதில்தான் எப்போதும் குறி.

87

1966

கடந்த ஒரு வார காலமாக ஒரு சிராத் துண்டுகூட வடகடலிலோ, தென்கடலிலோ இறங்கியிருக்க வில்லை. தீவில் சம்மாட்டி, சம்பளக்காரர் பிரச்சினை அதன் உச்சத்தைத் தொட்டிருந்தது. சம்பளக்காரர் களும் என்ன ஆனாலும் பரவாயில்லை சம்மாட்டிமார் பிரச்சினைக்கு ஒரு வழி கண்டே தீர வேண்டு மென்பதில் குறியாய் இருந்தார்கள். தீவில் சம்பளக் காரர்களின் ஒற்றுமையைக் குலைக்க சம்மாட்டிமாரும் என்னென்னவோ செய்து பார்த்தார்கள். சவரியா பிச்சை மகன் சில்வாரிஸ் போன்றவர்களுக்குப் பணம் கொடுப்பதாயும், வள்ளமும் வலையும் வைத்துத் தருவதாயும் என்னென்னவோ சொல்லிப் பார்த்து ஓய்ந்துபோன சம்மாட்டிமார், இறுதியாக வேறு வழியே இல்லாமல் காவல்துறையைக் கையில் எடுத்து தீவுக்குள் சம்பளக்காரர்களின் முன்னணித் தலைவர் களை எல்லாம் கைது செய்து சிறையிலடைத்தார்கள். சில்வாரிஸ் மீதும் பொய்க்கேஸ் போட்டு திடு திப்பென வீட்டுக்குள் நுழைந்த போலிசார் மதியம் சாப்பிட்ட கைகூடக் கழுவாமல் இருந்தவரை தரதரவென இழுத்துக் கொண்டுபோய் மதுரை ஜெயிலில் அடைத்துவிட்டார்கள். முந்தின நாள் மாலையில் இன்னாசிப்பிள்ளை மகன் மரியான், குச்சில் பக்கம் வந்து வேவு பார்க்கும்போதே இது ஏதோ ஒரு விபரீதத்தைக் கொண்டுவரப்போகிறது என்று பயந்தாள் ஊர்சுலா. நினைத்தது போலவே நடந்துவிட்டது. பதறித் துடித்து மகன் பாக்கியத்தோடு மதுரை வந்து அல்வாரிஸ் வீட்டில் ஒப்பாரி வைத்து விட்டாள். அண்ணன் அல்வாரிசின் உதவியோடு சமீபத்தில்தான் தனராய் வள்ளமொன்றைக் கொற்கை

யிலிருந்து எடுத்துக் கொண்டுவந்து தொழில் செய்ய ஆரம்பித் திருந்தார் சில்வாரிஸ். காலகாலமாய்க் கண் முன்னால் சம்பளக்காரனாய் இருந்தவன் இன்று சம்மாட்டியாவதா என்ற எண்ணமும் சம்மாட்டி இன்னாசிப்பிள்ளையின் துவேஷத்தைப் பன்மடங்கு தூண்டிவிட்டிருந்தது.

தீவிலிருந்து வந்தவர்களை வீட்டில் கோகிலாதான் கவனித்தாள். பாக்கியத்தை ஆவிக்கட்டி அணைத்து உச்சி முகர்ந்தாள். கிரேசி படுத்த படுக்கையாய் இருந்தாள். நாள்பட்ட மனநோய் உடல் சுகவீனமாகவும் மாறிப்போக, படுக்கையிலேயே எல்லாமென ஆகிப்போயிருந்தது. தினசரி காலயிலேயே கிரேசியை எழுப்பி உக்கார வைத்து காலைக் கடன்களை முடிக்கவைத்து, குளிப்பாட்டி, தலை சீவி, பொட்டு வைத்து அக்கறையோடு சாப்பாடு ஊட்டிவிடுவாள் கோகிலா. அன்றிலிருந்து இன்று வரை கிரேசியிடம் அதே சிடுசிடுப்பு. ஞாயிற்றுக் கிழமையானால் காலையில் கிரேசியைச் சக்கர நாற்காலியில் உக்காரவைத்துத் தள்ளிக் கொண்டு மாதாகோவில் வருவாள் கோகிலா. மீன் குழம்பு வைக்கவும் கற்றுக்கொண்டிருந்தாள். மில்டனுக்கும் ரென்சிக்கும்கூடக் கோகிலாதான் எல்லாமென்றாகியிருந்தது. ஆரம்பத்தில் ஒட்டாமல் விலகியே இருந்த ஊர்சுலா, கோகிலாவின் தொடர்ந்த அன்பான கவனிப்பில் உருகிப் போயிருந்தாள். மதுரைக்கு வரப்போக இருந்ததில் வந்த நேசம் அக்கா, அக்கா என்று வாய் நிறையக் கூப்பிடும் அளவுக்குக் கொண்டுபோய் விட்டிருந்தது. வங்கிக்கு போன் போட்டு அல்வாரிசிடம் செய்தி சொன்ன கோகிலா, தெற்கு வாசல் பக்கம் வரை நடந்தே போய் ஆர்.ஹெச். நாதனிடமும் விஷயத்தைச் சொல்லிவிட்டு வந்திருந்தாள். அல்வாரிஸ் வரும்போது கொற்கை பாண்டியபதி மகன் பிரான்சிசையும் கூடவே அழைத்து வந்துவிட்டார்.

செய்தி கேள்விப்பட்டு கொற்கையிலிருந்தும் குழந்தைசாமி மாமாவும் ஜெபமாலை சின்னையாவும் மதுரை வந்திருந் தார்கள். இருவருமே தீவில் சம்மாட்டிமாரின் பொய்க் கேசுக்கு பயந்து கொற்கை திரேஸ்புரம் பக்கம் ஒதுங்கியவர்கள். அல்போன்சா வீட்டில் இருந்தபடியே மருமகப்பிள்ளை ரஜேந்திரன் ஏற்பாட்டில் கப்ப நடைத் தோணிகளுக்கு போய் வந்தபடியிருந்தவர்களை, நடையில்லாத நாள்களில் பாரம் தூக்கும் வேலைகளுக்கும் கூட்டிக்கொண்டு போனார் ராஜேந்திரன். கடந்த காலத்தில் அண்ணன் அல்வாரிசைப் பார்க்க மதுரை வரும் போதெல்லாம் குழந்தைசாமி மாமாவையும், ஜெபமாலை சின்னையாவையும் கையோடே கூட்டிக்கொண்டே வந்துவிடுவார் சில்வாரிஸ். நடக்கும்

கொடுமைகளை அவர்கள் சொல்லச் சொல்லக் கேட்டுக் கொண்டிருக்கும் ஆர்.ஹெச். நாதனும் பிரான்சிசும் துடி துடித்துப் போய்விடுவார்கள்.

எல்லோரும் மொத்தமாய்க் கிளம்பித் தீவுக்குள் வந்து விட்டார்கள். பாம்பன் ரயில் நிலையமருகே ஊர்வலம் தொடங்கி தங்கச்சி மடம் ரயில் நிலையமருகே பொதுக் கூட்டத்துக்கான ஏற்பாடு. கிட்டத்தட்டப் பத்து வருட கால உழைப்பு. கம்யூனிஸ்ட் கட்சித் தோழர்களுக்குத்தான் நன்றி சொல்ல வேண்டும். படிக்கும் காலத்திலிருந்தே இந்தப் பொன்னான நாளுக்காகத்தான் காத்திருந்தார் அல்வாரிஸ். போராடிய மக்களுக்கோ அடிவயிறு பற்றி எரிந்ததால் வீடுகளில் அடுப்பு எரியாதது ஒன்றும் பெரிதாய் தெரிய வில்லை. ஊர்வலத்தை நடத்தியவர்களுக்கோ சம்மாட்டிமார், சம்பளக்காரர் பிரச்சினைக்கு முடிவு கிடைத்தே ஆக வேண்டும் என்ற எண்ணம் ஒரு புறமிருந்தாலும், வருமான மில்லாமல் குழந்தை குட்டிகளோடு தவிக்கும் சம்பளக் காரர்களின் குடும்பங்களின் அரை வயிற்றுக் கஞ்சிக்காவது வழி பண்ண வேண்டுமே என்ற ஏக்கம் மறுபுறம்.

தீவில் வந்து குடியேறிய காலம் முதலே சம்மாட்டிமாரின் வன்கொடுமைக்குள்ளாகியிருந்த ஒட்டு மொத்த சம்பளக்காரக் பரதவர்களின் கூட்டமும் பாம்பன் ரயில் நிலயத்தின் முன் கச்சான் காலத்து மன்னாரின் தென்கடல் போல் திரண்டு ஆர்ப்பரித்தது. பசி பட்டினியாய் கிடந்தாலும் புருசன், பொண்டாட்டி, பிள்ளையென வெளியில் வந்து அவர்கள் வெளிப்படையாய்க் காட்டிய ஆரவாரத்திலிருந்தே, எத்தனை பெரிய வேதனை இத்தனை காலமும் அவர்கள் மனங்களில் நெருப்பாய்க் கனன்றுகொண்டிருந்தது என்று தெரிந்தது. இத்தனைக்கும் சம்மாட்டிமார் யாருமே வெளியிலிருந்து வந்தவர்களல்ல. எல்லாருக்குமே மூக்கையூர் பூர்வீகம். பங்காளி, மாமன், மச்சான் என்ற நெருங்கிய உறவு முறையில் உள்ளவர்கள். காலப்போக்கில் ஏற்பட்ட பொருளாதார ஏற்றத்தாழ்வுகள் இரு பிரிவிடையே பெண் கொண்டு, கொடுப்பதையும் இல்லாமல் செய்திருந்தது. முதலாளி, தொழிலாளியென வர்க்க ரீதியாகவும் பிரிந்திருந்தார்கள். அரண்மனைபோல் பரந்து விரிந்த வீடுகளில் வாழ்ந்த சம்மாட்டிமார், அலைவாய்க்கரையின் சம்பளக்காரர் குச்சில்களைத் தொழிலுக்காக எட்டிப் பார்ப்பதுகூட இழிவு என்றே கருதினார்கள்.

பெருங்காற்று, கடல், மழையாய் இருந்தாலும் பாயடித்துத் தொழிலுக்குக் கிளம்ப வேண்டுமென்றால் கிளம்பியே ஆக

வேண்டும். ஞாயிறுபொழுது, நல்லபொழுதென்று சம்பளக்காரர்களுக்கு ஒரு நாளும் ஒரு பொழுதும் நல்ல பொழுதாய் தீவில் விடிந்ததில்லை. திருநாள், பெருநாள் என்று ஒரு நாளும் வாய்த்ததில்லை. தீவாகிப் போனதால் வெளிநிலத்தின் வேடிக்கை விளையாட்டுகளும், பொழுதுபோக்கு அம்சங்களும் உள்ளே வருவது அரிதாகியிருந்தது. ஆனால் பல்கிப் பெருகித் தீவெங்கும் நிறைந்திருந்தார்கள். கடற்கரையில் கூட்டம் சேரச் சேர சம்மாட்டிமாருக்கு லாபம். தப்பிப் பிழைத்த ஒன்றிரண்டைத் தவிர மற்றவர்கள் கடலையும், கடற்கரையையும் விட்டால் வேறு இடம் தெரியாமல் கொத்தடிமையாய் வாழ்க்கையைக் கழித்தார்கள்.

தீவுக் கடற்கரையில் சம்பளக்காரரின் அதிகபட்ச தனிநபர் வருட வருமானமே இருநூறுதான். அந்த இருநூறும் குழந்தசாமி, ஜெபமாலை, நிக்கோலாஸ் போன்ற திறமையான மன்றாடிகளுக்குத்தானேயொழிய சாதாரண சம்பளக்காரர்களுக்கு இல்லை. எந்தக் காலத்திலும் சாமான்ய சம்பளக்காரர்களின் வருச வருமானம் நூறு, நூற்றி ஐம்பதைத் தாண்டியதே இல்லையாம். உமல் கணக்கில் பிடித்துக் கொண்டு வரும் மீன்களுக்கு போடுமீன் காசாக ஒரு மடங்குக்கு ஐந்து பைசா வீதம் கணக்கு வைத்துக் கொடுப்பார்களாம் சம்மாட்டிமார். திருநாள், பெருநாள், நல்லது, கெட்டது என்று செலவுகளுக்கு வாங்கும் பணங்களெல்லாம் வருடக் கணக்கில் பற்றாகச் சேர்ந்துவிடும். வருடத்துக்கு மூன்று ஜோடி காக்கி உடுப்புதான் மிச்சம்.

வடகடலில் தங்கள் தொழிலுக்குப் போய்விட்டால் மூச்சு விடக்கூட நேரமிருக்காதாம். ஞாயிறு மதியம் பாயடித்துக் கிளம்புகிறவர்கள் யாழ்ப்பாணம், ஊராத்துறை, காங்கேசந்துறைக் கடலில் ஆறுநாள் தங்கித் தொழில் செய்துவிட்டு வள்ளம் முங்க, முங்க மீன்களோடு கரை பிடிப்பார்களாம். கடலிலேயே வள்ளத்தில் கல் கூட்டி அடுப்பு மூட்டி சமைத்துச் சாப்பிடுவார்களாம். ஒவ்வொரு நாள் பிடித்த மீன்களையும் வயிறு கிழித்து, கழுவி உப்படித்து அணியத்தில் அடுக்க வேண்டும். ஆறு நாளும் கடலுக்குள் இந்த நாற்றத்தோடேயே பொழுதைக் கழித்துவிட்டு கரையேறுவார்களாம். வள்ளத்தில் உப்புத் தட்டி ஒரு நாள் முன்னதாக வந்துவிட்டால் உடனேயே உடன் கடலுக்கு போகச் சொல்லுவார்களாம் சம்மாட்டிமார்.

அல்வாரிசோடு தீவுக்குள் வந்த புதிதில் சரியான கூலி இல்லாமலேயே காற்றிலும் கடலிலும் உயிரைப் போக்கும் இந்தப் பரிதாப மனிதர்களின் நிலை கண்டு கொதித்துப்

போய்விட்டார் ஆர்.ஹெச். நாதன். பாம்பன் கடற்கரையில் குன்று குன்றாய்க் குவிந்து கிடந்த சங்குகளைப் பார்த்து என்ன, ஏது என்று விசாரித்தவரிடம் உரிமைப் பட்ட வியாபாரி வராததால் விற்க முடியாமல் கிடந்து நாறுகிறது என்று கூறியிருக்கிறார்கள் சங்கு குளிப்பவர்கள். கூடவே வந்த அல்வாரிஸ் காலகாலமாகவே சங்கு கொள்முதல் செய்வதில் கீழக்கரை சாயிபுகளுக்கு இருந்த சம்பிரதாய உரிமையைப் பற்றிச் சொல்ல, நின்ற இடத்திலேயே உண்ணா விரதம் அறிவித்துவிட்டார் நாதன். பதறியடித்துப் பேச்சு வார்த்தைக்கு வந்துவிட்டார்கள் சாயிபுமார். உண்ணாவிரதப் பந்தலிலேயே அதிக விலை கொடுக்கும் வியாபாரிகளிடம் சங்கெடுப்பவர்கள் நேரடியாக விற்பனை செய்யலாம் என்று முடிவாய்ச் சொன்னார் ஆர்.ஹெச். நாதன். வஞ்சிக்கப்படுவதே தெரியாமல் இத்தனை காலமும் வாழ்ந்துவிட்ட இந்த மக்களைத் தட்டி எழுப்பிப் போராடத் தயார்படுத்துவதற்குள் எத்தனையோ பிரச்சினைகள். எதற்கும் அசைந்து கொடுத் தாரில்லை ஆர்.ஹெச். நாதன். பார்ப்பனராய் இருந்தாலும் பிறப்பிலேயே போராளி. நேரம் கிடைக்கும் போதெல்லாம் அல்வாரிசைக் கூட்டிக்கொண்டு சம்பளக்கார் குச்சில்களைத் தேடி வந்துவிடுவார். பாசத்தோடு சில்வாரிஸ் மனைவி ஊர்சுலா கொடுக்கும் கம்பங்கஞ்சி கூழையும் சுட்ட கருவாட்டையும் சிறிதும் முகம் சுளிக்காமல் வாங்கிச் சாப்பிடு வாராம் நாதன். உழைக்கும் மக்கள் பிரச்சினைகளுக்காகப் போரடுவதற்காகவே தன் சொந்தக் காதல் வாழ்க்கையையே துறந்தவர். சல்லியான உருவம், ஆனால் மலைபோல் மன உறுதி. பட்டணம் பொடிபோடும் பழக்கம் உண்டாம்.

ஊரடங்கு உத்தரவையும் மீறி மாலையில் ஆறு மணிக்கு மங்கம்மா சாலை வழியாக புறப்பட்ட ஊர்வலம் தங்கச்சி மடம் ரயில்நிலையத்தை நோக்கி வந்துகொண்டிருந்தது.

“வேண்டும் வேண்டும் பங்குத் தொழில் வேண்டும்
வேண்டும் வேண்டும் ஓய்வு வேண்டும்
வேண்டும் வேண்டும் மரியாதை வேண்டும்”

என்று முழங்கியபடியே வந்தது கூட்டம்.

ஊர்வலம் போய்க்கொண்டிருக்கும் போதே வருடச் சம்பளத்தை மாதச் சம்பளமாக்கித் தருகிறோமென்று தூதுவிட்டார் இன்னாசிப் பிள்ளை. கைகலப்பு வரப் பார்த்து, பெரியவர்கள் தலையிட்டு அமைதியாய் நகர்ந்தது ஊர்வலம். ஊர்வலத்தின் முன்னால் அன்றுதான் பெயிலில் வந்திருந்த

தீவுக்கவி நிக்கோலாஸ் கண்டசாலா தலைமையில் பாட்டுகட்டி பாடியபடியே போனார்கள்.

“கொடும கொடும இது மதுர ஜெயிலு கொடும
ஒத்தக் கொட்டரையாம் ஓயா விசாரமாம்
வால் மொளைச்ச கொசுக்கள் ஏராளமாம்
சிறைக்குள் மூட்டைப் பூச்சிகளுடன் போராட்டமாம்...

காஞ்ச களிக்கிம் தீஞ்ச ரொட்டிக்கிம்
கையேந்தி நிக்கிறோம் போதாமையால்
கைதிகள் கையேந்தி நிக்கிறோம் போதாமையால்...

அச்சடிச்ச சோறுக்கும் அவுன்சு கொழம்புக்கும்
ஆலாப் பறக்குறோம் போதாமையால்
நாங்க ஆலாப் பறக்குறோம் போதாமையால்...
கொடும கொடும இது மதுர ஜெயிலு கொடும.”

“ஜெபமால சின்னயா மொவனுக்கு பொண்ணு கெட்டிக் குடுத்து வள்ளமும் வச்சித்தாரமுன்னாராம் நம்ம ஆபரணம் புள்ள’’ என்றார் முன்னால் நடந்த குழந்தைசாமி.

“பின்னால வாரார ஆர்.ஹெச். நாதம், அவுருக்கும் ஆர்.டி.ஓ. முத்துச்சாமிக்கும் சரியான வாக்குவாதம்.”

“எப்பப்பு...?”

“போன வாரம் கலெக்டர் ஆபீசுல.”

அமைதிப் பூங்காவா இருக்க எடத்துல வன்முறையைத் தூண்டுகிறீர்களென ராமநாதபுரம் ஆர்.டி.ஓ. முத்துச்சாமி கொக்கரித்தாராம். எது வன்முறை, தொழிலாளிகளை கால காலமாக கொத்தடிமையாய் வைத்திருப்பதா அல்லது அவர்களுக்கு வாழ்வுரிமையை மீட்டுத் தருவதா எனப் பதிலுக்கு முழங்கியிருக்கிறார் நாதன். அந்தக் காலத்திலும் எங்களைப் போன்றவர்கள் வெளியில வந்து பொதுப் பிரச்சனைகளுக்காக போராடியதால் தான் உன் போன்றவர்கள் இன்று பதவியில் இருக்க முடிகிறது என்று சொன்னாராம். காரசாரமான விவாதத்தில் ஆர்.டி.ஓ. முத்துச்சாமியால் ஆர்.ஹெச். நாதனின் பேச்சுக்கு மறு பேச்சுப் பேச முடியவிலையாம்.

“என்னப்பு, அய்யரு ஒரு படியா புட்டிய நெளிச்சிகிற்று நடக்குறார என்ன விசியம்?”

“நமக்கு தலயெழுத்து. அவுருக்கு என்ன வந்திச்சி. அடுத்தவம் பிரச்சன்ய தன்னட பிரச்சனயா இழுத்துப் போட்டு செய்யிறாறு.”

“மூலமுன்னு நெனக்கிறம்.”

“நம்ம இன்னாசி மொவம் மரியானயும் மூலம் மூலமிங்குறான்வள...”

“அவனுக்கு குண்டியில இல்ல, தலயில மூலம். எவம் நல்லாயிருக்கதும் அவனுக்கு புடிக்காத.”

“ஆமக்கறி குடுத்தா திங்காய்வாறு...”

“நம்மளமாறியா... மனுசம் மணிக்கணக்கா உக்காந்து உக்காந்து படிக்கிறாறு, எழுதுறாறு. சூட்டுல மூலம் வராம என்னெய்யும்.’’

“சரியான மூலிய மருந்து சொல்லுறம் அதச் செய்யச் சொல்லுங்கப்பு. மூணு நாளுல இருந்த எடந் தெரியாமப் போயிரும் மூலம்.”

“சொல்லுங்க பெரியாளு.”

“நம்ம உச்சிபுளி பக்கம் ஆக்கடாவலசயிருக்க அங்க முனியசாமி கோயில் இருக்கில்ல...”

“ஆமும், சொல்லுங்கப்பு.”

“அங்க பக்கத்துல மூலிக மரம் நிக்கிது. காஞ்சரங்குச்சி எலயிம்பாவ... எந்த காஞ்ச கோடையிலயும் பச்சபசேல்ன்னு நிக்கிம், அந்த எலைய பறிச்சி கொண்டந்து, அம்மியில வச்சி நம்ம தொவையல் பருவத்துக்கு அறச்சி ஒரு பரு நெல்லிக்கா அளவுல எடுத்து மலவாயில வச்சி கெட்டிற்று படுத்திறனும். காலம்பர கொல்லைக்கி போவும் போது அப்புடியே அவுத்துவுட்டுருலாம். மூணு நாள் தொடந்து கெட்டிப் பாருங்கப்பு மூலம் இருந்த எடம் தெரியாம போயிரும்.

“நெசமாவா சொல்லுறியப்பு. பட்டு நூல் அறுப்பையும் மாட்டுக் கொம்பு வைத்தியனையும் நெனச்சாலே பயமாயில இருக்கு.”

“வலியயும் பொறுத்துக்கிட்டு நடக்குறார மனுசம்.”

திட்டமிட்டபடி மேடையில் இரவு நிகழ்வு ஆரம்பமாகி யிருந்தது. கூட்டத்தைக் கலைக்கக் கண்டதும் சுட உத்தரவு வைத்திருந்த காவல்துறை அதிகாரிகளால் மேடையில் அமர்ந்திருந்த மங்களசாமி, கே.டி.கே. தங்கமணி, ஆர்.ஹெச். நாதன், பாலதண்டாயுதபாணி, பிரான்சிஸ் போன்ற தலைவர்களைப் பார்த்ததும் எதுவுமே செய்ய முடியவில்லை. பேசுவதற்காக அல்வாரிசின் முறை வந்தபோது சிறு

பிராயத்தில் சம்மாட்டிமார் பிரச்சனையால் படிப்பதற்காகத் தான்பட்ட சிரமங்களைச் சொன்னார். பள்ளிக்கூடக் கட்டணங்களுக்குப் பணம் வேண்டி தந்தை சவரியாப் பிச்சை சம்மாட்டிமார் வீட்டு வாசல்களில் அவமானப்பட்டதைச் சொல்லி மொத்தக் கூட்டத்தயுமே அழ வைத்துவிட்டார். தான் படிப்பதற்காகவே தனக்குப் படிப்பு வேண்டாமென்று சொல்லி பத்து வயதிலேயே கடலேறிய தன் தம்பி சில்வாரிசின் தியாகத்தைச் சொன்னார். ஒரு நாள் பள்ளி விடுமுறையில் பாப்ளீன் துணிச் சட்டையோடு தீவுக்குள் வந்துவிட அதைக் கண்ட சம்மாட்டி அல்வாரிசை இழுத்துப் போட்டு அடிக்காத குறைதானாம். இங்கு இருக்கும் ஒவ்வொருவரும் ஏதாவது ஒரு வகையில் பாதிக்கப்பட்டி ருப்பீர்கள் என்று சொல்ல மொத்த கூட்டமும் குரலெழுப்பி ஆரவாரம் செய்தது. தீவுக்குள் சம்பளக்காரர், சம்மாட்டிமார் என்ற வர்க்கப் பிரிவே இனி வேண்டாம் என்றார் அல்வாரிஸ். சமுதாய முன்னேற்றத்துக்குத் தடை வெளியிலிருந்து இல்லை எல்லாம் உள்ளேயே உள்ள கருங்காலிகளால்தான் என்று ஆணித்தரமாகச் சொன்னார். சமுதாய முன்னேற்றத்தின் அடிப்படையே படிப்பு, அந்தப் படிப்பு வருங்காலச் சந்ததிக்கு தங்கு தடையில்லாமல் கிடைப்பதற்கும் நாம் ஆவன செய்ய வேண்டும் என்று கூறி வாய்ப்புக்கு நன்றி கூறினார். கூட்டம் முடிவதற்காக நடுச்சாமம் வரை காத்திருந்து தலைவர்களைக் கைது பண்ணிக் கொண்டுபோனார்கள் காவல்துறை அதிகாரிகள்.

ராமநாதபுரம், மதுரை கோர்ட்டுகளில் வழக்கு மாறி மாறி நடந்தது. மதுரை வக்கீல் குற்றாலம் சம்பளக்காரர் களுக்காக வாதாடினார். 'போயிலைகட்ட' ராமசுப்பய்யர் சம்மாட்டிமாருக்காக வாதாடினார். ஒரு மாத காலமாக நீதிமன்றத்தில் வழக்கு நடந்தது. நீதிமன்ற விசாரணைக்காகக் கொண்டுவரப்பட்ட ஆர்.ஹெச். நாதன் "நாட்டுக்கே சுதந்திரம் வாங்கிவிட்டோம் கடலை யாருக்கு யார் குத்தகைக்கு விட்டது" என்று வேடிக்கையாக கேட்டாராம். அப்பன், பாட்டன் மேல் சுமத்தப்பட்ட கடனுக்கெல்லாம் பிள்ளைகள் துன்புறுத்தப்படக் கூடாது என்று ஆணித்தரமாய் வாதாடினார் நாதன். மதுரை சிறைச்சாலையில் தண்டனைக் கைதிகளோடு கைதியாய் இருந்தபோது சக கைதிகளின் விருப்பத்திற்கிணங்க ஜெயிலரோடு பேசி ஞாயிற்றுக்கிழமை தெற்கு வாசல் மாதா கோவிலிலிருந்து பாதிரியாரை வரவழைத்து ஜெயிலி லேயே ஜெபப்பூசை வழிபாட்டுக்கு ஏற்பாடு செய்தாராம். வழக்கு விசாரணையின்போது நீதிமன்ற நடைமுறைப்படி கோப்புகளில் குறிப்பதற்காக நீதிபதி ஜாதிப் பெயரைக்

கேட்டபோது கூட 'சொல்ல விரும்பவில்லை' என்று குறிப்பெழுதுமாறு சொன்னாராம் ஆர்.ஹெச். நாதன். வியந்துபோன நீதிபதி இருக்கையிலிருந்தே எழுந்து மரியாதை செய்திருக்கிறார்.

மாதக் கணக்கில் இழுத்த வழக்கு முடிவுக்கு வந்தபோது, சம்பளக்காரர்கள் மேல் சம்மாட்டிமார் தொடுத்திருந்த அத்தனை வழக்குகளையும் தள்ளுபடி செய்த நீதிபதி கடற்கரையில் சம்பளக்காரரின் எல்லாக் கடன்களும் ரத்து செய்யப்படுவதாக அறிவித்தார். இனிமேல் மேப்பணம் கேட்டு யாரும் யாரையும் தொந்தரவு செய்யக் கூடாது என உறுதிபடத் தன் தீர்ப்பில் கூறினாராம். முகம் விடியாமல் நீதிமன்றத்திலிருந்து வக்கீல் ராமசுப்பய்யரோடு வெளியே வந்த இன்னாசிப் பிள்ளை அங்கே கூடி நின்ற மற்ற சம்மாட்டிமாரைப் பார்த்துச் சொன்னார்

"இந்த பயல்வ வராட்டி பேரான்வப்பு, அரசாங்கத்துல என்னமோ லாஞ்சி குடுக்கான்வளாம், அத வாங்கி தொழில் பண்ணுவோம்."

"லாஞ்சி வைக்க இம்புட்டு திற்றுக்கு எவ முந்தாணய அவுக்க..." என்றார் பாண்டியப் பிள்ளை.

"நா ஒரு தீர்வு சொல்லுறம் கேக்குறியளாப்பு" கேட்டார் அங்கே தற்செயலாக வந்திருந்த வியாபாரி செங்கோல் கோமஸ்.

"இது என்னவே கள்ளக் காட்டா யாவரமுன்னா பாத்த, தீர்வு சொல்லுறாராம் தீர்வு..." என்று இழுத்தார் இன்னாசிப்பிள்ளை.

"பங்குதான கேக்குறான்வப்பு... நம்ம பங்காளியதான குடுத்திற்று போங்கப்பு."

"கொண்டார மீன மூணு பங்கு வைங்க..."

"வச்சி...!"

"சம்மாட்டிக்கி ஒண்ணு, சம்பளக்காரவுகளுக்கு ஒண்ணு..."

"மத்தது வள்ளத்துக்கு."

"அப்ப வல கன்னிய வாங்க."

"அதெல்லாம் வள்ளத்தோட சேந்தது."

"ஆயிரக்கணக்குல திற்ற தண்ணியில போட்டுற்று இந்த

ஆண்டுமாறுன கூதிவுள்ளயளுக்கு பங்கும் குடுக்கணுமாம். எந்த ஊரு ஞாயம்" என்றார் பாண்டியப்பிள்ளை.

"ஆபரணம் புள்ள நீங்க சொல்லுறதுதாம் சரி."

"அப்ப கடக்கறையில நிக்கிற இத்தனாயிரம் மொதலு...!

"கோர்ட்டுல சொன்னத கேட்டுக்கிட்டுதான இருந்தியரு."

சம்பளக்காரர்கள் இல்லாமல் தொழிலை இழந்த சம்மாட்டிமார் விரைவிலேயே அரசாங்கத்தின் மூலம் கிடைக்கும் லாஞ்சிகளுக்காக மனுப் போட்டு விசைப் படகுத் தொழில் முறையைத் தீவுக்குள் கொண்டுவந்தார்கள்.

88

1968

துயில் கலையாக் காலைப் பொழுது. உதய சூரியனின் ஒளிப் பிரவாகம் கீழ்வானின் மேகக் கூட்டத்தினூடே ஒளிக் கீறல்களாய்த் தெரிந்தது. துப்புரவுப் பணி யாளர்கள் அங்கங்கே தூர்வாரியபடி இருந்தார்கள். வெள்ளைச் சேலைகளில் முக்காடு போட்டபடி வயதான பெண்களும் ஜெபமாலை உருட்டியபடியே ஆண்களும் கடற்கரைச் சாலையில் பனிமய அன்னை யின் ஆலயம் நோக்கி விரைந்தவாறு இருந்தார்கள்.

கருக்கலிலேயே ஆரம்பிக்கும் இந்தப் பூசை வாழ்ந்து கெட்டவர்களுக்காகவே நடத்தப்படுவதாகச் சொல் கிறார்கள். இலங்கையில் தொடர்ச்சியாய் ஏற்படும் இனக் கலவரங்களுக்குப் பிறகு அங்கு வாழப் பயந்த மேசைக்காரர்கள் கொற்கை நோக்கி வந்தார்கள். இங்கே மெனக்கெடர்கள் பொருளாதாரத்தில் முன்னேறி மேசைக்காரர்களை எதிர்க்கவும் தயாராய் இருந்தார்கள். கொழும்பிலிருந்து வந்த மேசைக் காரர்கள் இங்கு வந்தபின் பொருளாதாரத்தில் முன்னேறி யிருந்த மெனக்கடர்களிடமோ அல்லது கொற்கையின் வணிக சக்தியாக வளர்ந்துகொண்டிருந்த நாடார் களிடமோ வேலை செய்ய விரும்பவில்லை. வீடு களிலேயே முடங்கிக்கிடந்து கைப்பொருளைக் கரைத்தார்கள்.

மணல் தெருவிலிருந்து குறுக்காகக் கடற்கரைச் சாலையில் இணையும் சந்து வழியே வந்த செல்வதாஸ் சிங்கராயர் குடு குடுவென இறங்கி வலது புறம் கடற்கரைச் சாலையில் திரும்பிப் பாண்டியபதி அரண்மனையை உற்றுப் பார்த்தபடியே பெருமூச்சு விட்டார். செல்வதாஸ் சிங்கராயர் தாத்தா கனிசியு சைப்போல் குண்டு சரீரம், குள்ளமாய் இருந்தார்.

மூச்சு உஷ்ணமாய் இறங்கியது. 'எல்லாம் அவன் செயல்' என்று விரக்தியாய் வார்த்தைகள் வெளியே வந்தன.

'சாதித் தலமயின்னு இருந்தா நல்லாத்தாம் இருந் திருக்குமோ. மேசைக்காரன்வளும் வானத்துல இருந்து குதிச்ச மாரி நடந்துகிட்டான்வ. அவன்வ அப்புடி பண்ணுனா அவுரு என்ன பண்ணுவாரு. எல்லாரையும் அணைச்சிப் போயிருந்திருக்கலாம். போத்தியும் ஒரு காட்டுமிராண்டி மாரியில நடந்திற்று போயிற்றாரு. அது அவுருக்குத் தெரிஞ்ச கவுரவம். வலுமுடுக்கு, வட்டி, வட்டிக்கி வட்டி. அவரு நல்லாத்தான இருந்திருக்காரு. நமக்கு பணத்த புடிச்சி நிப்பாட்ட நாதியில்லயின்னா அவுரக் கொறகூறி என்ன பிரோசனம். தொழிலயும் கொஞ்சமாவது கவனிச்சிருக்கணுமில்ல'

குமட்டிக்கொண்டு வந்த நாற்றத்தில் அனிச்சையாய்த் திரும்பியவர் மூக்கைப் பொத்தியபடி கோவிலை நோக்கி நடந்தார். பக்கத்தில் பாண்டியபதி அரண்மனை முன் தூர்வாறியபடியிருந்தான் ராமுலய்யா. அவர் நடந்து செல்வதையே வைத்த கண் வாங்காமல் பார்த்தவாறிருந்தான். சிங்கராயர் காலில் அணிந்திருந்த மிதியடிகளிலிருந்து கண்களை அகற்ற முடியவில்லை. தேய்ந்த மூன்று மிதியடி களை ஒன்றாக இணைத்துத் தைத்திருந்தார். அதுவும் நாளாகிப் போனதால் உப்புக்குத்தி படும்பகுதியில் தேய்பிறையாய்த் தெரிந்தது. மிதியடிக்கும் அதன் வாருக்கும் சம்பந்த மில்லாமலிருந்தது.

தெற்கே முக்குச்சந்தியில் திரும்பிய நரசம்மா பீ வண்டியை உருட்டியவாறே ராமுலய்யாவின் முன் வந்து நின்றாள். அவள் முந்தானையைப் பிடித்தவாறே தனம்மாவும் பின்னால் திரும்பித் திரும்பிப் பார்த்தவாறு நின்றிருந்தாள். பரட்டைத் தலையாய் முடியெல்லாம் காற்றில் பறந்தபடி யிருந்தது.

"சவம சுருக்கா வாரதுக்கென்ன?" என்றான் ராமுலய்யா.

"இங்க வந்து என்னெய்ய?"

"ஆமா தோணிப்பாலத்துக்கு எதுத்தால சப் கலக்டர் வேல காலியா இருக்குன்னாவ. எதுத்தால யாரு போறா வயின்னு பாத்தியா?"

"சிங்கராயரு போறாரு. ஆமா இந்த ராங்கிக்கி மட்டு கொறச்சயில்ல. ஹிட்லர் கடயில ஒரு சாயா சொல்லாம்."

"சிங்கராயரு போறாருன்னு லேசா சொல்லிப் போட்டிய அந்த காலத்துல அவக பேர பல்லு மேல நாக்கப் போட்டு

யாராலயுஞ் சொல்ல முடியுமா? இந்த சமுத்திரத்தையே கெட்டி ஆண்டாவளாம."

"..."

"ஏ புள்ள, அப்புடியே நின்னு என்ன ரோசன? நாங் கேக்கியது காதுல வுழுந்திச்சாயில்லியா?"

'இந்த வயசுலயும் குள்ளனுக்கு சேட்டய பாருங்க, ஒரு வயசு மாண்டாம்? எதுத்தால வந்தா மூக்க பொத்திகிட்டு போறதெல்லாம் நாடகந்தான. பொறக்கடயில ஆள் இல்லயின்னு தெரிஞ்சா பின்னால வந்து தடவுறது. அண்ணக்கி இப்புடி பண்ணுவாறுன்னு நெனக்கல்லிய. குனிஞ்சி பீயள்ளிகிட்டு இருந்தப்ப பின்னாடி வந்து சேலய தூக்கிற்றான கூதுரப் பய. அப்ப மட்டும் பீ வாட தெரியிலியோ. ரெண்டு செருப்ப சேத்து தைச்சி போடுற நேரத்துலே இந்த நெனப்பு இப்புடி போட்டு ஆட்டுத, ஒரு வயசு மாண்டாம். சமுத்திரத்த ஆண்டானுவளாம் சண்டாளப் பாவிய. கண்டவ கூதிக்கி பின்னாலயும் அலஞ்சிருப்பான்வ. அதாம் அடியளிஞ்சி போனானுவ. இந்த எழவு மனுசனுக்கு என்னத்த தெரியப்போவுது. எத்தன மக்க மனுசம் வவுத்தெறிச்சல கொட்டுனான்வளோ ஆனாலும் தெய்வம் நின்னு கேக்குமிம்பாவள. எவ குடியயெல்லாங் கெடுத்தான்வளோ.'

பக்கத்தில் வந்த ராமுலய்யா நரசம்மாவின் தோளைப் பிடித்து உலுக்கி கேட்டான்.

"இங்க இருக்கியா, அப்பப்ப மொனகலு வேற."

"ஒரு சாயா சொல்லாம்..."

"எஞ் சட்டைக்குள்ள நாலணா கெடக்குறது ஒனக்கு பொறுக்காத. ஒங்க ஓசியருகிட்ட சொல்லுறதுக்கென்ன இப்புடி வழிய வுட்டுகிட்டு வார."

"இருக்கிற நாப்பது வண்டியும் சப்பலும் நெளிசலுமாத் தாம் கெடக்கு. அள்ளுறதுக்கு தொரட்டியும் தர மாட்டயிங் காவ. இந்தா பாரு ரோத எல்லாம் இப்புடி சப்பிப் போயி கெடந்தா பின்ன வண்டி எவ்விக் குதிக்கத்தான செய்யும்."

"வீட்டுல காலயில ரண்டு அட்ட கெடந்திச்ச பாத்தன."

"ஆமா, ஓங்கண்ணுல கொள்ளிக்கட்டய வைக்க. அது நம்ம புள்ள ராமம் பயலுக்க பாட புத்தகம்."

"அவம் படிச்சி என்னத்த கிழிக்கப்போறாம். இதே பீ வண்டிதான. அவங்காலத்துல வேணுமின்னா எதாவது மிசினுவ வந்திருலாம்..."

“அதுக்காவ...!”

“படிச்சி என்னெய்யப் போறாமிங்குறம்?”

“ஆமா ஒன்னய கொலுவுல ஏத்திவச்சி கும்புடணு மாக்கும்? சவம் வவுத்த வாயக் கெட்டியாவது எம் புள்ளய படிக்க வச்சிற மாட்டம்.”

“நீ வவுத்த கழுவுவியோ, சூத்தக் கழுவுவியோ என்னமோ பண்ணி எழவெடு. அதுக்கு கோயிலுக்கு முன்னாடி இப்புடி வழிய வுட்டுகிட்டு வாரது எனக்கு சரியாப் படல.”

“நம்ம என்ன செய்ய. அவுக குடுக்குறதுலதான அள்ள முடியும். இந்தமாரி வாட வந்தாத்தாம் அய்யாமாரு கூட்டத்துல கேப்பாவ. ஒரு வழி பொறக்கும்.”

“அதெல்லாம் அந்தக் காலம். ஒரு நீதி நேர்ம இருந்திச்சி இப்ப காசு கெடக்குன்னா பீ வண்டிக்குள்ளகூட கைய வுட்டுருவான்வ.”

“சம்முகபுரம் பக்கத்துல எல்லாம் எவளும் இருந்திற்று சாம்பலப் போடுறதில்ல. சளுசளுன்னு தூமத் துணியயும் அதுலயே போட்டுறுறாள்வ. சவங் கெடந்து மாய வேண்டியதாருக்கு.”

“இனி சாம்பலுக்கு எங்க போவாள்வ, பூதா மண்ணெண்ண அடுப்புதாம்.”

“அதாம்ய்யா இந்த எழவு சீவனம் நம்மளோட போவட்டு. எம்புள்ளக்கி வேண்டாம். ஓங் கால வேணுமின்னாலும் புடிக்கம் பாத்துக்க. எம்புள்ள ராமன படிக்க வச்சிரு. அய்ய, அது நம்ம வயித்துல பொறக்க வேண்டிய புள்ளயில்ல. எப்புடியோ இங்க எம் வயித்துல வந்து தங்கிற்று.”

டிங் டிங்கென்று மணிச் சத்தம் தொடர்ந்து கேட்டது. வடக்கே கனரா பேங்க் பக்கமிருந்து இரண்டு தீயணைப்பு வண்டிகள் வேகமாக வந்தன. ராமுலய்யா அங்கங்கே காண் வாரி வைத்திருந்த சிறு குவியல்களைச் சமப்படுத்தியபடி சென்றது ஒரு தீயணைப்பு வண்டி. அதை ஆச்சரியமாகப் பார்த்துவிட்டுத் திரும்பிய ராமுலய்யா சொன்னான்.

“இன்னா இப்புடித்தாம் நம்ம பெஞ்சிலம்மா வாய வவுத்தக் கெட்டி புள்ளயள படிக்க வச்சா...”

“அவுகளுக்கென்ன டாக்டர் படிப்பு படிச்சி நம்ம தெப்பக்கொளத்துப் பக்கம் ஆசுபத்திரி வச்சிருக்கா வளாமில்ல.”

"அதெல்லாஞ் சரிதாம் காத்து வாக்குல ஒரு சேதி ஒண்ணு வந்திச்சி புள்ள, மனசு தாங்கல."

"சொன்னாத்தான தெரியும்."

"நம்ம சனங்க யாரு போனாலும் தொரத்தி வுடுரானாம். நம்ம புதுக்கிராமம் நரசிம்ம அய்யங்காரு இருக்காருல்ல அவுருதாம் அங்க வாரதும் போறதுமாக் கெடக்கின்னாவ. அந்த அய்யங்காரு மொவளோட இந்தப் பயலுக்கு காதலாம்."

"நெசமாவா சொல்லுற."

"பேரு என்னமோ இந்திராயின்னாவ."

"..."

"புதுக் கிராமத்துல ஒரு விசேசந் தெரியுமா ஒனக்கு பீ வண்டியள தள்ளிகிட்டு நம்ம வீட்டுக்கு முன்ன வர வேண்டிய தேவயே கெடயாது. எல்லாம் பொறக்கடயிலயே முடிஞ்சி போவும். காலயில பிந்திப்போனா நம்மள அந்த பொறக்கடயிலகூட நடமாட வுட மாட்டாவ. பெஞ்சிலம்மா மொவனுக்கு அய்யரு வூட்டுல நடுக்கட்டுல வச்சி சாப்பாடாம், ஊஞ்சலாட்டமாம்."

"அங்கரளியா அங்க இங்க சொல்லுறத இங்க வந்து பத்த வைக்கிறியா?"

"அடியே அந்தப் பெயலுக்கு இப்ப கெடப்பு பூதாவும் புதுக் கிராமத்துலதானாம்."

"கெடந்திற்றுப் போறாம். நம்ம கனாக்கூட காண முடியாத எடத்துல சௌரியமா இருக்காம். பொறவென்ன?"

"காத்துப் பட்டாலே தீட்டுங்குற பயல்வளுக்கு இப்ப பெஞ்சிலம்மா மொவம் புடுக்கு மட்டும் இணிக்கோ. படுத்திற்றானோ என்ன எழவோ தெரியில."

"படுத்திற்றானோங்கிறிய வெளங்க மாட்டயிங்குது."

"இன்னுங் கலியாணமே ஆவயில்ல. திருப்பதியிலயோ வேற எங்கயோ வச்சிப் பண்ணப்போறாவளாம்."

"வெளியூருல எவனுக்குத் தெரியும், பப நல்லா கிராப்புக் கட்டிங்கு பண்ணி கலரா சோக்காத்தான இருப்பாம். ஒரு பூநால மாட்டிப்புட்டா முடிஞ்சி போச்சி."

"பெஞ்சிலம்மாவ பாத்தா பாவமாயிருக்குபுள்ள."

"ஆமா அவளுக்கு இதும் வேணும் இதுக்கு மேலயும் வேணும். எண்ணக்கி புது தொறமொகத்து ஆபீசுல தூத்து

பெருக்குற வேலக்கி போனாளோ அண்ணயில இருந்தே அவமக்க மனுசரோட எங்க ஒட்டுறா. அவ நடையும், கொண்டயும், உடுப்பும் பாப்பாத்தி கெட்டா போ...”

“வுட்டா எங்கக்கான்னு பாக்காம ஒம்பாட்டுக்கு பேசிகிட்டேபோறிய.”

“ஒங்கக்காளுக்கு வந்த வாழ்வ பாத்து வெப்ரானயில நாம் பேசயில்ல ஆனா மேல இருக்கானே ஒருத்தம் அவன பாத்தியா குடுக்குறமாரி குடுத்திற்று எப்புடி அடிக்கிறாம் பாரு. சாயா குடிக்கணும் போல்ருக்கு, ஹிட்லர் கடயில ரண்டு சாயா சொல்லு.”

அதுவரையில் நரசம்மாவையே வெறுப்புடன் பார்த்தபடி யிருந்த ராமுலய்யா கையிலிருந்த தொரட்டியையும் அகப்பை யையும் பாண்டியபதி அரண்மனையின் பக்கவாட்டுச் சுவரில் சாய்த்து வைத்துவிட்டுத் தான் அணிந்திருந்த காக்கிச் சட்டையின் மேல்பையைத் துழாவியபடியே ஹிட்லர் கடையை நோக்கி நடந்தான். கடையில் வழக்கம்போல் கூட்டம் களைகட்டியிருந்தது. தோணிப் பாலத்திலிருந்து வருபவர்களும் நின்றுகொண்டும் அருகருகே குத்தவைத்தபடியும் சாயாவை உறிஞ்சியபடியிருந்தார்கள்.

பீ வண்டியின் கைப்பிடியை முன் பக்கமிழுத்துச் சாய்த்து நிறுத்திய நாசம்மா, தனம்மாவைப் பக்கத்திலிழுத்து பேன் பார்ப்பதற்காகத் தலையில் கை வைக்க எத்தனித்தாள். சடாரென திரும்பிய தனம்மா சொன்னாள்.

“யம்ம ஒம் பீக்கைய தலையில வைக்காத.”

வாயடைத்து நிதானித்தாள் நரசம்மா. கடற்கரைச் சாலையில் வத்தல் மூடைகள் ஏற்றி வந்த லாரிகள் கடந்தபடியிருந்தன. வத்தலின் வாசம் நாசியிலேறியதால் ‘அச்சு அச்சு அச்சு’ என மூன்று முறை தும்மல் போட்டாள் தனம்மா. லாரிகள் கொழும்புத் தோணிகளில் ஏற்றுவதற்காக தோணித் துறைமுகத்தை நோக்கிச் சென்றபடியிருந்தன.

வாயில் புகைந்த சொக்கலால் பீடியோடு இரு கைகளிலும் இரண்டு லோட்டா சாயாவோடு நரசம்மா பக்கத்தில் வந்து அமர்ந்தான் ராமுலய்யா. பாண்டியபதி அரண்மனையின் இடது பக்கத்து இடுக்கில் காண் நிறைந்து கழிவு நீர் பாதையில் வழிந்து சாலையைத் தொட்டது. மகளிடம் கொடுப்பதற்காக ராமுலய்யாவிடம் சாயாவை வாங்க முற்பட்ட நரசம்மாவை முந்திக்கொண்டு எழும்பிய தனம்மா, ராமுலய்யாவின் கையிலிருந்து லோட்டாவை பறித்தாள்.

"எங் கையி பீக்கையாம் அதாம் எவ்விகிட்டு எங்கையில படாம லோட்டாவ பறிக்கா."

"பிராமணக்குடியிலயோ, நம்ம பர்னாந்துமாரு வீடுவள்லயோ பொறக்க வேண்டிய குட்டி ஒங்கிட்ட மாட்டிகிட்டு இந்த அவஸ்த படுது."

சாலையோரத்தில் தேங்கிய கழிவு நீர் பாண்டியபதி அரண்மனை முன் குறுக்காக ஓடிய காணில் நிறைந்து வழிந்து பக்கத்திலமர்ந்திருந்த நரசம்மாவின் சேலையை நனைத்தது. துள்ளிக் குதித்து எழும்பி ஓடினாள் தனம்மா.

"ஏ புள்ள போற போக்குல இந்த லோட்டாவ குடுத்திற்று போயாம்."

"அங்கன போனா அவன்வ அங்கயிங்க கை வைப்பான்வ. நீ போயி குடுக்கியா, ஆளப்பாரு..."

"சரி சரி அய்யாமாரு வேற பூச முடிஞ்சி வந்திருவாவள" என்றவாறு பாண்டியபதியில் சாய்த்து வைத்திருந்த தொரட்டியையும் அகப்பையையும் எடுத்துக் கொண்டு வந்து அவசர கதியில் காணைக் குடைய ஆரம்பித்தான் ராமுலய்யா. அகப்பை இசகு பிசகான இடமொன்றில் மாட்டிக்கொண்டு வெளிவர மறுக்க, அரண்மனைச் சுவற்றில் சாய்த்து வைத்திருந்த நீண்ட இரும்புக் கம்பியையும் எடுத்து வந்து காணின் உள்ளே விட்டுக் குடைந்தான். நெம்பி இழுக்க அகப்பையோடு செத்த எலியொன்று வயிறு கிழிந்த நிலையில் வெளியே வந்து விழுந்தது. நாற்றம் பீ வாடையையும் தோற்கடிப்பதாய் இருந்தது. ராமுலய்யாவின் முகத்தில் சிறிதும் அரோசியம் தெரியவில்லை. தூரத்தில் முக்குச் சந்தில் ஜே.எம். பக்சி கம்பெனி அருகேயிருந்த அரசமரத் திலிருந்தபடி இங்கு நடப்பதை உற்று நோக்கியபடியிருந்த காகமொன்று கா... காவென தன் உறவினரை அழைத்தபடி மேலே வந்து வட்டமிட்டது.

"நமக்குத்தாம் நல்ல சோத்துக்கு வழியில்ல. ரண்டு காக்காவுக்காவது நல்ல தீனு கெடைக்கட்டும்" என்றான் ராமுலய்யா.

"சரி, அப்ப பந்தி வச்சி பறிமாறிகிட்டு இரு. எனக்கு சோலி நெறைய கெடக்கு வீட்டுல புள்ள வேற தேடுவாம்." என்றபடி பீ வண்டியை உருட்டித் தள்ளியபடி நகர்ந்தாள் நரசம்மா. அவள் ஹிட்லர் கடையைத் தாண்டும்வரை பார்த்தவாறிருந்த ராமுலய்யாவின் முகத்தில் இளநகை யொன்று மலர்ந்திருந்தது.

'பீ வண்டி உருட்டுனாலும் நரசம்மா நரசம்மாதாம். நடு வகுடு எடுத்து பொட்டு வச்சி பூ வச்சா சரோசாதேவியே தாம். இப்ப எல்லா பயலும் அவ போவ பின்னால பாப்பான்வள. இந்தா பாக்குதான்வயில்லா. இதுல மட்டுஞ் சாதி பாத்தா பாக்குதான்வ.'

நரசம்மா கனரா பேங்க் முக்குத் திருப்பத்தில் திரும்பி வி.ஈ. ரோட்டுக்குள் நுழையும்வரை அவளையே பார்த்திருந் தான் ராமுலய்யா.

'பர்த்தலோம் சிங்கராயரு இப்புடி புள்ளயள அம்போன்று வுட்டுட்டு போவாரா. மிக்கேல் பல்டோனா நெனச்சா ஒரு நிமிசங்கூட ஆவாது. ஆனா நெனக்க மாட்டாவயில்லா. இதேயிது நாடாக்கமாரு பரவாயில்லிய எல்லாம் அந்த் மணி அய்யம் பாத்த பார்வ. என்னவோ அந்த பொட்டப் புள்ள மெட்ராசிக்கி கெட்டுப்பட்டு போயிற்று. இன்னா பெஞ்சிலம்மா மொவம் வேற மாட்டிகிட்டாம். அவந் தலயெழுத்து. ஆரியக் கூத்தாடுனாலுந் தாண்டவக்கோனே. எண்ணெய்காரரு முனுசிபாலிட்டிய புடிச்சிற்றாருல்லா. அதுக்காவ பீக் கெடங்குவள சுத்தம் பண்ணும்போது கையில போட ஓசியில தேங்காண்ண தருவாறாக்கும். ராமசாமி நாயக்கர வுட்டுட்டு போனாலும் ஆட்சியப் புடிச்சிற்றாவயில்லா. தொறமொகத்துல இத்தன பேர வேலைக்கி எடுக்குதாவளாம். நமக்குன்னு ஒரு கழுவுற வேல வராமலா போவும். கொணங் கெட்ட மனுசந்தாம் ஆனாலும் ஒதவியின்னு போனா செய்யிறாராம பல்டோனா. இந்த மூஞ்ச வச்சிகிற்று எப்புடி போயி நிக்க. அங்கன எழவு ஒரு வேல கெடைச்சா நரசம்மா சந்தோசப்படுவா. தடால் புடால்ன்னாவ இப்ப சத்தமில்லாம கெடக்கு. என்ன ஆனாலும் நாடாக்கமாரு வுடாய்வாவ. பாண்டியபதி அரமன கிட்ட நெருங்கயேலுமா. இப்ப கெடக்குற கெடய பாருங்க. கலியாணமே மாண்டாமிங்காவளாம. என்னமோ அவுக அவுகளுக்கு அவுக அவுக கட்டுப்பாடு.'

குனிந்து தொரட்டியையும் விளக்குமாத்தையும் எடுத்தான் ராமுலய்யா.

89

1968

இலங்கை பிரதமர் ஸ்ரீமாவோ பண்டார நாயகாவின் தூதுக்குழுவின் விஜயத்திற்குப் பிறகு கிடப்பில் போடப்பட்டிருந்த கொற்கைப் புதுத் துறைமுக திட்டம் தமிழ்நாட்டில் ஏற்பட்ட ஆட்சி மாற்றத்தால் சூடு பிடிக்க ஆரம்பித்திருந்தது. சட்டமன்ற உறுப்பினர்களும் நாடாளுமன்ற உறுப்பினர்களும் திரும்பத் திரும்பக் கொற்கைத் துறைமுகத் தேவையை அரசுக்கு வலியுறுத்தினார்கள். சாமிப் பிள்ளையின் தலைமையில் துறைமுக கட்டுமானக் குழு உருவாகி அதன் ஒரு அங்கமாக இயங்கியது பொறியியல் துறை. பொறியியல் துறையின் கீழ்தான் கப்பல்துறை இருந்தது. கடலில் தடுப்புச் சுவர் போட்டுக் கட்டு மானப் பணிகள் நடப்பதால் கப்பல் துறையில் பெரும்பாலும் காற்றையும் கடலையும் அறிந்திருந்த பர்னாந்துமாரே பணியமர்த்தப்பட்டார்கள்.

பெரியதுறையிலிருந்து சண்டைக்குப் பயந்து கொற்கை ஓடி வந்திருந்த சூசையா பட்டங்கட்டி முத்துசாமி புண்ணியத்தில் சண்முகவேலைப் பார்த்துப் பேசி அவருடைய சிபாரிசின் பேரில் கொற்கைப் புதுத் துறைமுக கட்டுமானப் பணியில் சேர்ந்திருந்தார். கொற்கையில் வாழ்க்கை ஓரளவு கட்டுப்பாட்டுக்குள் வந்திருந்தது. பொழுது கிளம்புமுன்னே வேலைக்குக் கிளம்புகிறவர் இரவு ஏறியபின் வீடு திரும்புவார். துறைமுக என்ஜினியர்களைக் கடலுக்குள் கூட்டிப் போக, கொள்ள திரேஸ்புரத்திலிருந்து வள்ளங்கள் ஏற்பாடாகியிருந்தாலும் பாதுகாப்புக்காக சூசையாவ யும் எஞ்ஜினியர்கள் கூட்டிப்போவது வழக்கம். கடலுக்குள் வேலையின் அசதி தெரியாமலிருக்கக் கிண்டலும் கேலியுமாக இருப்பார் சூசையா. அடிக்கடி மேற்பார்வையிட வரும் பெரிய துறைமுக

அதிகாரிகளையும் கடலுக்குள் கூட்டிப் போய்வருவதால் சூசையா பட்டங்கட்டி பணியில் சேர்ந்திருந்த சொற்பக் காலத்திலேயே புதுத் துறைமுகத்தில் முகம் தெரிந்த நபராகி யிருந்தார். பெரியதுறையில் கடல் வருமானம், தோப்பு வருமானம், தேரிக்காட்டு வருமானம், கடை வருமானமென்று இருந்தவர்களுக்குத் துறைமுக மாதவருமானம் கைக்கும் வாய்க்கும் எட்டவில்லை. பெர்னத், வீட்டிலேயே எலுமிச்சை, நார்த்தங்காய் ஊறுகாய் போட்டு வியாபாரம் செய்தாள். போதாதக்குறைக்குப் பெரியதுறையிலிருந்து வந்த பசு மாடுகளை ஈத்து எடுத்து அக்கம் பக்கத்தில் இருந்தவர்களிடம் பால் வியாபாரம் வேறு செய்தாள். மாடுகளை விற்கப் போவதாய் வீட்டிலிருந்து பிடித்துக்கொண்டுபோன ரீத்தம்மா, அவளே கைப்பட மேய்த்துக்கொண்டு கொற்கைவரை வந்து தம்பி வீட்டில் விட்டுப் போனாள். சாட்சிகள் பலமில்லாமல் போனதால் சேசடிமை கொலைக் கேஸ் கோர்ட்டில் நிற்காமல் குற்றவாளிக்கு தண்டனை இல்லை என்றாகிப் போனது. ராயப்பனுக்கும் சேவியர் பள்ளியில் கிராப்ட் வாத்தியார் வேலை கிடைத்திருந்தது. அத்தி பூத்தாற்போல் என்றாவது ஒருநாள் வருவார், வந்தாலும் தங்குவதில்லை. கொழுந்தி யாளையும் பிள்ளைகளையும் பார்ப்பார், முடிந்தால் தம்பி வரும்வரை இருந்து சாப்பிட்டு விட்டுப் போவார். பெர்னத்தும் திருமண விசயமாக எவ்வளவோ ராயப்பனின் மனதை கரைக்க முயன்றும் முடியாமல் போனது. ராயப்பன் திருமணம் செய்துகொள்ளவேயில்லை.

வெளியே பக்கத்து வீட்டு மூக்கையாத் தேவர் மனைவி ராக்காயியின் குரல் கேட்டது.

“யக்கா, பெர்னத்தக்கா, யாரோ மாப்புளயும் பொண்ணும் மாறி இருக்கு. சுருக்க ஓடியாருங்க.”

வழவுக்குள் செவலைப் பசுவின் கன்றுக்குட்டியைக் குளிப்பாட்டியபடியிருந்தாள் பெர்னத். எப்போதுமே தலைக்கு மேல் வேலை. காலை எழும்பி சாணி மூத்திரம் தூத்துத் தள்ளிவிட்டு மாடுகழுவி, பால் கறந்து சூசையாவையும் பிள்ளைகளையும் அனுப்பிவிட்டு முயல்தீவுப் பக்கம் பால் கொண்டு போவாள். அக்கம் பக்கத்திலிருக்கிறவர்கள் வீட்டிலேயே வந்து வாங்கிப் போவார்கள்.

“யக்கா...”

“செத்த நிக்கச் சொல்லு இந்தா வாரம். இன்னைக்கி குளுப்பாட்டுற நாள் வெள்ளச்சியையும் கண்ணுக்குட்டியை யும் இன்னும் காணும்.”

“யக்கா, சாயங்காலம் என்னமோ ரோடு தெறப்பு விழாவாம். அண்ணாத்தொர வாராறாம்.”

“ஒத்தைக்கி கெடந்து அல்லாடிகிட்டு... நமக்கு அண்ணாத் தொரய பாக்கயில்லாட்டி ஆவாதாக்கும்” என்றாள் பெர்னத்.

முந்தானையில் முகத்தைத் துடைத்தவாறே வந்து முற்றத்தில் நின்றாள். வெளியே பஸ்டியானும் அவனோடு ஒரு பெண்ணும் நின்றிருந்தாள். ஆளைப் பார்த்தால் பெரிய துறைப் பக்கம் உள்ள சாடை. அவர்களை வீட்டிற்குள் அழைத்த பெர்னத் அடுப்பங்கரைப் பக்கம் வந்து சூடான பாலை ஆற்றிக் கொண்டுவந்து கொடுத்தாள்.

“எய்யா யாரு எவுருன்னு சொல்லுங்க. அவுக ஆபர்ல கல்லுக்களத்துக்கு வேலைக்கி போறாவ. வடக்கு பக்கம் தடுப்புச் செவுரு வேல முடிஞ்சி போச்சியின்னாவ. தெக்குப் ப்க்கந்தாம் முடிய நாளாவுமாம்.”

தெற்குப்புற தடுப்புச் சுவர்மேல் துறைமுகச் சரக்கு கையாளுமிடங்கள் வரவிருந்தன. கச்சான் காலங்களில் ஒன்றுமே செய்ய முடியவில்லை. பயங்கர அலைகள் மோதித் தடுப்புச் சுவருக்காகப் போடும் பாறாங்கற்களை இழுத்துச் சென்றுவிடுகின்றன. திட்டம், மாற்றுத் திட்டமெனக் கட்டுமானச் செலவுகள் அதிகரித்துக்கொண்டேபோனது. உயிரைக் கொடுத்து வேலை செய்தார்கள் திரேஸ்புரத்து வள்ளக் காரர்கள்.

“எய்யா, நம்ம ஊரு மொகச்சாடயின்னு தெரியிது.”

“எனக்கு பெரிய தொறதாம், ராணுவத்தில இருந்தம்.”

“ஏ... நம்ம பாம்படம் மத்தேசியா மொவனா?”

தலையைக் குனிந்திருந்தான். காரணம் தாயார் பெரிய துறையில் பண்ணும் அலம்பல் அவனுக்கும் தெரிந்தது தான். ‘இந்திய ராணுவத்துலே மூணு பெரியவந்தாம் இருக்காம்’ என்று மத்தேசியா ஆரம்பிக்க பொறுக்காமல் ‘அதுல ஒம் மொவந்தான பெரிய ஆளாம்’ என்று மற்றவர்களே முடித்து வைப்பார்கள். ரேசன் கடைகளில் பாம்படத்தை ஆட்டிக்கொண்டு மத்தேசியா போடும் ஆர்ப்பாட்டம் சொல்லிமாளாது. அதற்கு ஏற்றாற்போல் விடுமுறையில் வீட்டிற்கு வரும் போதெல்லாம் ராணுவ உடையிலேயே வந்து அசத்துவான் பஸ்டியான். அப்படி அசத்தியதில் அமுக்கியது இந்தக் கேரளத்துப் பைங்கிளி. மத்தேசியா மொவம் ரெக்கார்டு டான்ஸ்காரிய கூட்டிட்டு ஓடிட்டானாம் என்று பெரிய துறையெங்கும் நாறியது. கையிலிருந்த காசு தீரும்வரை

திருச்செந்தூர், திருநெல்வேலி என்று சுற்றி படம் பார்த்துவிட்டு கொற்கை வந்து சேர்ந்திருந்தான் பஸ்டியான்.

"ரேசங்கடயில இவுங்க ஆத்தா பண்ணுற ஆரளியிருக்க, ஒரே சிரிப்பாக் கெடக்கும். என்னதாம் இருந்தாலும் பொறந்த ஊரு பொறந்த ஊருதாம்" என்றாள் பெர்னத்.

"ஆமாக்கா, எனக்கும் இங்கன இருக்க மனசு ஒப்பு முன்னா நெனக்கிறிய. சவம் ஊரு நாட்டுல தோப்பு தொரவுயின்னு இருந்திற்று, என்ன வானம் பாத்த பூமியாயிப் போச்சி, அதாம் வேலைக்கி ஆள் எடுக்காவயின்ன வொடன வந்திற்றாவ." என்றாள் ராக்காயி.

மூக்கைய்யாத் தேவருக்கும் துறைமுக அலுவலகத்தில் டிரைவர் வேலை. மூக்கையாத் தேவரைத் தவிர்த்து எல்லோருமே சி.எஸ்.ஐ. நாடார்களாய் இருக்கிறார்கள் என்று சொல்வார்.

'எக்கா, அண்ணம் வாரதுக்கு நேரமாவுமோ."

"ஆமாய்யா எப்புடியும் ராத்திரியாயிரும்."

"இருந்து பாத்திற்றுப் போறம்க்கா. இனும ராணுவத்துக்கு போவ விருப்பமில்ல. இவள வேற கூட்டிற்று வந்திற்றம். அதாம் அண்ணன பாத்து புதுத் தொறமொகத்துல ஒரு டிரைவர் வேல கோக்குலாமுன்னு..."

"சரி அப்ப அவுக வரட்டு. ஆமா இவ எந்த ஊருக்காரி?"

"திருவல்லா."

"எய்யா திருவல்லாயின்னா நம்ம எடத்துவாத் திரு விழாவுக்கு போவும்போது வருமே அந்த ஊரா?"

வியப்போடே தலையாட்டினான் பஸ்டியான். வேடிக்கை பார்த்தபடியே நின்றிருந்தாள் ராக்காயி.

"அப்ப ராக்காயி நீ போயி வீட்டுல வேலயப் பாரு. நா இவங்கிட்ட மத்த வெளப்பத்த கேக்கணும்." என்றாள் பெர்னத்.

தலையாட்டியபடியே கிளம்பினாள் ராக்காயி. பெரிய துறைக்குச் சமீபத்தில் வந்திருந்த ரெக்கார்டு டான்ஸ் குழுவினர் பற்றியும் அந்தக் குழுவில் வந்திருந்த பேபிக் குட்டி பற்றியும் அவள் ஆட்டத்தையும் உடம்பையும் வைத்தே குழுவிலிருந்த மற்றவர்கள் வாழ விரும்பியது பற்றியும் பெர்னத்திடம் சொன்னான் பஸ்டியான். தரையில் சோகமே உருவாக அமர்ந்திருந்தாள் பேபி குட்டி.

“நீ இவள பெரியதொற கொண்டு போனயின்னு வச்சிக்க, கிழிச்சி உப்புக் கண்டம் போட்டுறுவா பாம்படம்.”

“...”

வாசலில் “ம்மா... ம்மா” என்ற சத்தம் கேட்டது. பின்னாலேயே ராக்காயியும் ஓடி வந்திருந்தாள்.

“பெர்னத்தக்கா, பெர்னத்தக்கா தண்ணி டாங்கி பக்கத்துலயிருந்தே புடிக்க புடிக்க நிக்காம ஓடியருதக்கா.”

வாசல் நடையை விட்டிறங்கி முற்றத்தில் வந்து நின்றாள் பெர்னத்.

“ம்மா... ம்மா” என்று அலறியபடி வந்த வெள்ளச்சி பெர்னத்தின் முந்தானையைக் கவ்வியிழுத்தது.

“யக்கா, வெள்ளச்சி என்னமோ சொல்லுதக்கா மெரண்டு மெரண்டு இழுக்குறதப் பாத்தா என்னமோ சரியில்ல. கண்ணுக்குட்டிய எங்க?”

“ஒங்கிட்ட காலயிலயிருந்து அதத்தான சொல்லுறம் ரண்டயுந்தாம் தேடுனம்.”

பின்புறம் வந்த வெள்ளச்சி பெர்னத்தை வாயால் முட்டியது. திரும்பவும் முந்தானையைக் கவ்வி இழுத்தது.

“ஏக்கியளா, இவ நெசமாவே நம்மள எங்கயோ கூப்புடுறா.”

பின் பக்கம் திரும்பி பஸ்டியனை அழைத்த பெர்னத் சொன்னாள்:

“எய்யா வீட்டுல இருந்துக்க. கண்ணுக்குட்டிய காணும். போயி என்ன ஏதுன்னு பாத்திற்று வந்திருறம்.”

பெர்னத்தும் ராக்காயியும் தெருவில் இறங்கி நடந்தார்கள். வெள்ளச்சி பெர்னத்தின் முந்தானையை வாயால் கவ்வி இழுப்பதும் முன்னால் ஓடுவதுமாக இருந்தது. மறந்தும் ராக்காயியின் முந்தானையை வெள்ளச்சி தொடவேயில்லை. கண்களிரண்டிலுமிருந்து கண்ணீர் வடிய வெள்ளைப் பசு பதறிப் பதறி ஓடியது பார்ப்பதற்குப் பரிதாபமாய் இருந்தது. மாலையில் அண்ணாத்துரை திறப்பதாய் இருந்த பிரதான துறைமுகச் சாலைப் பகுதிக்கு வந்திருந்தார்கள். துறைமுக உருவாக்கத்தில் வாகனங்கள் போக வர வசதியாய் இருக்க வேண்டுமென்பதற்காகப் புற வழிச்சாலையை முதலில் திறக்கிறார்களாம். தூரத்தில் புகை கக்கியவாறு அம்பா

சமுத்திரத்திலிருந்து பாறாங்கற்கள் கொண்டு வந்த ரயில் நங்கரவாடியை நோக்கி நகர்ந்தபடியிருந்தது.

"ராக்காயி இது இழுக்குற இழுப்புக்கு போறம..."

"வாயில்லாத சீவன போயி எப்புடி சொல்லச் சொல்லுறிய. என்னமோ அதுக்கு தெரிஞ்சத பண்ணி நம்மள இழுத்துகிற்று போவுது பாருங்கக்கா."

வெள்ளச்சியின் கண்களிலிருந்து வடிந்த கண்ணீர் வாயிலிருந்து வழிந்த கோழவோடு நாடியில் தொங்கியது. பின்னால் வந்த பெர்னத்தாலும் ராக்காயியாலும் வெள்ளச்சி யின் வேகத்துக்கு ஈடு கொடுத்து ஓட முடியவில்லை.

மாட்டு வண்டிகளில் உடைந்த மரப் பாலங்களை ஏற்றி வந்தபடியிருந்தார்கள். வாயில் நுரை தள்ள வண்டியை இழுத்து வந்த காளை மாடுகளைப் பார்த்த வெள்ளச்சி சிறிது நேரம் நின்று அவைகளைப் பார்த்தது. பின் கழுத்தை ஆட்டியபடி மணிகள் குலுங்கச் சாலையைக் கடந்து ஓடியது. மழை நீர் தேங்கியதால் அந்தப் பக்கம் முழுவதுமே சொத சொதவெனத் தொளியாய் இருந்தது. சர்வ சாதாரணமாய் உள்ளே இறங்கியோடியது வெள்ளச்சி. தாய் வருவது கன்றுக்குட்டிக்குத் தெரிந்திருக்க வேண்டும். அங்கிருந்தே கதறியது.

"ம்மே... ம்மே." பதிலுக்கு வெள்ளச்சி, "ம்மா... ம்மா" என்றது.

கிட்டே நெருங்கும்வரை சத்தம் குறையவேயில்லை.

"புள்ளப் பாசத்த பாத்தியா."

"ஆமா, நம்ம நமக்குத்தாம் புள்ளப் பாசம் இருக்கு அதுவ வாயில்லாத சீவன்வ ஐஞ்சறிவு பிராணியிங்கோம்." என்றாள் ராக்காயி.

மழை காலமானதால் கன்னாச் செடி புதர்போல் மண்டிக் கிடந்தது. தொளிக்குள்ளே எழுத்துப் பலகையொன்று நீட்டிக்கொண்டு நின்றது. 'தமிழ்நாடு அனல்மின் நிலையத் துக்குச் சொந்தமான இடம். அத்துமீறி நுழைபவர்கள் தண்டிக்கப்படுவார்கள்' என்று எழுதியிருந்தார்கள்.

சேலையைத் தூக்கி தாடு பாய்த்த பெர்னத் முட்டளவு தொளிக்குள் நடந்து வளர்ந்து கிடந்த கன்னாச் செடிகளை விலக்கி விட்டபடியே உள்ளே வந்தாள். அங்கே கழுத்தில் கட்டியிருந்த கயிறு பெரிய மரக் கொப்பு ஒன்றில் மாட்டிக் கிடக்க அந்தக் கயிற்றோடு மரணப் போராட்டத்திலிருந்தது

கன்றுக்குட்டி. தாயும் பெர்னத்தும் உள்ளே வருவதை ஏக்கத்தோடு பார்த்தது. பாய்ந்து சென்று கொப்பிலிருந்த கயிற்றைத் தட்டிவிட்டாள் பெர்னத். திரும்பவும் "ம்மே... ம்மே." என்றது கன்றுக்குட்டி.

"ம்மா...ம்மா." என்றது வெள்ளச்சி.

கழுத்துக் கயிற்றைப் பிடித்தவாறு தாய்ப் பசுவையும் கன்றுக்குட்டியையும் வெளியே இழுத்துக்கொண்டு வந்து விட்டாள் பெர்னத். கன்றுக்குட்டியின் அருகே நின்றிருந்த வெள்ளச்சி தன் வாலை நிமிர்த்தி உயர்த்தி வளைத்து மயிர்க்கால்களைக் கன்றுக்குட்டிமேல் படரவிட்டாள். கன்றுக் குட்டியின் கழுத்துப்பக்கம் கயிறு இறுக்கிய இடத்தில் ரத்தம் கசிந்தபடியிருந்தது. காயத்தை நக்கினாள் வெள்ளச்சி.

கண் இமைக்காமல் தாயையும் சேயையும் பார்த்தபடி நின்றிருந்தாள் பெர்னத்.

'பாம்படமும் புள்ளய தேடுவாள. ரெக்க மொளைச்ச வொடன அது தட்டிகிற்று பறக்கத்தான பாக்குது. என்னதாம் வாய்க் கொழுப்ப சீலையில வடிச்சிகிட்டு அலைஞ்சாலும் புள்ளய பொத்தி பொத்தி வளத்திருப்பாள. ரோணிக்கம் எவனையோ புடிக்கிதுன்னா. அவுக கிட்ட எப்புடிச் சொல்லயின்னு தெரியில. படிச்சாலே ஒரு தைரியம் வந்திரும் போல. ரோமால்ட்டு சாப்பாட்டுக்கு வந்திருவமின்னான. பேபிக் குட்டி நல்லாத்தாம் இருக்கா.'

பசுவையும் கன்றுக்குட்டியையும் நடத்தியபடி வீட்டுப் பக்கம் வந்திருந்தார்கள். முற்றத்து வேப்ப மரத்தில் வெள்ளச்சியை கட்டியவள் கன்றுக்குட்டியை மருந்து போடுவதற்காக வீட்டுக்குள் இழுத்துக்கொண்டு வந்தாள். சூசையா ஏற்கனவே வந்து பஸ்டியானோடு பேசியபடியிருந்தார்.

"எவங் கால்லயாவது வுழுந்து ஒனக்கு ஒரு வேல வாங்கித்தாரம். புத்தியா முன்னேருறது ஒம் பொறுப்பு. நாள பின்ன நம்ம பயல்வ வந்தாலும் கை தூக்கி வுடு. ஆனா ஒங்க ஆத்தாளுக்கும் நமக்கும் ஏற்கனவே ஒத்து வராது."

"இனும நா அந்தப் பக்கம் போற மாறியில்ல."

"எய்யா என்ன பேசுற. அதுக்காக தாயி புள்ளயள பாக்க மாட்டியாக்கும்" என்றாள் பெர்னத்.

"எங்க எஞ்ஜினியரு, மெரைன் டிபார்ட்மென்டுக்கு பூதாவும் நம்மாள்க்களத்தாம் எடுக்குறாரு. இன்னைக்கி

கூட ஒரு பிரச்சன, காத்துங் கடலும் பொறுத்திற்று அதியாரிமார் யாரும் கடல்ல கால் வைக்கல மேலே நின்னு கிட்டான்வ எங்க பக்கம் கெடந்த திரேஸ்புரம் வள்ளத்தத் தூக்கிவச்சி அடிச்சி போட்டுச்சி. பொடிப் பொடியாப் போச்சி வள்ளம். மத்தவங்க எல்லாரும் தண்ணிக்கிள குதிக்க ஒருத்தம் மட்டும் வள்ளத்துக்குள இருந்தாம். கண்ணு முன்னாலே தூக்கிவச்சி அடிச்சிச்சி பாத்துக்க. பேச்சு மூச்சில்லாம கெடந்தாம். தோமாம் குழியாள்க்கதாம் உச்சி முடிய புடிச்சி இழுத்திற்று வந்து கரையில போட்டான்வ. ஆஸ்பத்திரிக்கி கொண்டு போறான்வ. எம்பார்வக்கி அது போற உசுருதாம்."

"யாரு பெத்த புள்ளயோ."

"திரேஸ்புரம் ஆண்டாமணியாரு பேரனாம் அந்தக் காலத்துல தோணி ஆபர் கெட்டும்போது ஆண்டாமணியாரு தாம் அந்தப் பக்கங்கள்லயிருந்து ஆள்க்க கூட்டிற்று வருவாராம். இவம் பேரு ரத்னராச்சாம்."

"..."

"இவனோட சேத்தா இதுவரைக்கிம் பத்து பேருக்கு மேல போயாச்சாம். எல்லாருமே நம்ம பயல்வ."

சூசைய்யாவின் கஞ்சிச் சட்டியை எடுத்த பெர்னத் அது கனமாய் இருப்பது கண்டு கேட்டாள்.

"என்ன சாப்புடலியாக்கும்?"

"சாப்புட்டம், வரும்போது பாருக்குள்ள கல்ராலு புடிச்சிகிற்று இருந்தான்வ. வலையன்வயின்னு நெனக்கிறம். அடிபட்டவன தூக்க கொள்ளயின்னு இருந்தத பாத்திற்று புடிச்ச ரண்டு ராலயும் இந்தச் சட்டிக்கிள போட்டுட்டான்வ."

"நல்ல சூடு" என்றாள் பெர்னத்.

90

1969

வழக்கம்போலவே மதியம் மூன்று மணிக்குச் சின்னக் கோவிலில் சிலுவையாண்டவரை தரிசிக்க வந்திருந்தாள் சிறிய புஷ்பம். மூன்று மணி என்பது கல்வாரி மலையில் யேசுநாதர் சிலுவையில் பாடுபட்டு உயிரை ஒப்புக் கொடுத்த நேரமாம். அந்த வேளையில் முட்டு மேல் இருந்து மனமுருகச் சிலுவையாண்டவரைப் பிராத்தித்தால் கேட்பது கிடைக்கும் என்பது ஒரு நம்பிக்கை. சிறியபுஷ்பம், பெஞ்சமின் பாய்வா மகன் பெர்க்மான்ஸ் பாய்வாவின் மனைவி. சொந்த மச்சினனுக்கே தங்கையை மணம் முடித்திருந்தார் தனுஷ்கோஸ்தா. பெண்கொடுத்து பெண் எடுத்திருந் தாலும் கொண்டான் கொடுத்தான் முறை கொண்டாடுவதெல்லாம் தனுஷ்கோஸ்தாதான். பெர்க்மான்சுக்கு அமைதியான சுபாவம். தகப்பனா ருக்கு பிறகு பல்டோனா கடையின் கணக்கு வழக்கு விவகாரங்கள் அனைத்தையும் பெர்க்மான்சே கவனித்துக்கொண்டார். இழுத்துப் போட்டுக் கொண்டு வேலை செய்வார் பெர்க்மான்ஸ். ஞாயிற்றுக்கிழமைகளிலும் வீடுதேடி வந்துவிடுவார்கள் முதலாளிமார். தம்பி பெனடிக்ட் பாய்வாவுக்கும் பல்டோனாக்களின் தோணித்துறை நிர்வாக அமைப்பிலேயே வேலைவாங்கிக் கொடுத்திருந்தார்.

சிலுவைப்பாதை சொல்லி முடித்து முட்டி லிருந்து முக்காடு போட்டபடி சிலுவையாண்ட வரையே பார்த்தபடியிருந்தாள் சிறியபுஷ்பம். பக்கத்தில் யாரோ விசும்பும் சத்தம் வருகிறதே என்று திரும்பினால் குருஸ் பல்டோனா மகன் தங்கையா முதலாளி. கண்களில் நீர் வழிய

சிலுவையாண்டவரயே பார்த்தவாறிருந்தார். பணத்துக்கு பஞ்சமில்லை ஆனால் குடும்பத்துக்குள் என்ன பிரச்சினயோ... நேரம் கழிவதே தெரியவில்லை. ஏதோ அவளையே அறியாத ஒரு சக்தியின் பிடிக்குள் ஆட்கொள்ளப்பட்டது போலிருந்தது.

'ரண்டும் பொட்டப் புள்ளையாயிருக்கயிங்குற நெனப்பே கெடையாது. இன்னும் ஆக்ரா போவணும், தாஜ்மகால் பாக்கணும். இவுங்க ஏர்போர்ஸ்சுல இருக்கும்போது பாக்காததா. ராணுவத்துல நேரத்துக்கு நேரம் சாப்பாடு, அதும் விதவிதமாப் போட்டே கெடுத்துப் போட்டான்வ. எப்ப பாத்தாலும் தீனிபற்றியே பேச்சி. இங்கயும் மட்டன் ஸ்றூ, சிக்கன் ரோல்ஸ், கிராஃபட் சீஸ்... எனக்கு நெனவு தெரிஞ்சி அண்ணம் சண்டயப் பத்தி பேசுனதே இல்லிய. போட்டுருந்தாத்தான பேசுவாவ, சும்மயிருந்த கஷ்மீர் ராசாவ பாகிஸ்தாங்கூட சேரச் சொல்லி மவுன்ட்பேட்டம் சொன்னாராம். ஆபரேசன் போலோவ பட்டேல் எப்புடி நடத்துனாரு தெரியுமான்னு இங்க பொட்டச்சிய கிட்ட வந்து சொல்லுறாவ. வெள்ளைக்காரம் அத்தன பயலும் துரோகி. வி.பி. மேனனும் லேசுபட்ட ஆளு இல்லியாம. என்னமோ அண்ணம் சொல்லுறாவ, கேட்டுக்கிற வேண்டிய தாம். இவுங்களுந்தாம் ஒரு அருமையான கப்பவேலய வுட்டுட்டு வருவாவளா. என்னமோ வருமானம் வாரதுனால தெரியில்ல. இல்லாட்டி பிரச்சனதாம்.'

வெளியே மணிக் கூண்டருகே ஸ்டீபன் கோஸ்தா நின்றிருந்தார். வீட்டில் தங்கையைச் சந்தித்துப் பேச முடியாததால் கோவிலுக்கு வந்திருந்தார். கொற்கையில் கப்பலுக்கு ஆளெடுக்கும்போது போன முதல் குழுவிலேயே விசாகபட்டினம் போய்க் கப்பல் வேலைக்குப் போனவர். கலியாணம் முடிந்து ஒரு நடை போனதோடு சரி, வீட்டிலேயே தங்கிவிட்டார். மனைவி அற்புதத்துக்கு சொந்த ஊர் ஆலந்துறை. சூது வாதே அறியாத மனுஷி. அந்த மனுஷியை யும் கூட்டிக்கொண்டு வந்து கொண்டான் கொடுத்தான் வீட்டில் வாழ்க்கை. பெஞ்சமின் பாய்வாவைப்போல் மகன் பெர்க்மான்சுக்கும் விரிந்த மனது. யாரும் மனம் நோக ஒரு சுடுசொல் சொல்ல மாட்டார் எப்போதுமே அவருக்கு வீடு நிறைந்திருக்க வேண்டும். எல்லோரும் சந்தோஷமாக இருக்க வேண்டும். பல்டோனாக்கள் புண்ணியத்தில் நல்ல வருமானம். மடியில்தான் கட்டிக்கொண்டு வருவார் பெர்க்மான்ஸ். மணிக்கூண்டருகே நின்றிருந்த ஸ்டீபன் கோஸ்தாவின் மனம் குறுகுறுவென்றிருந்தது.

‘இந்தப் பயலயும், சிறிக்கியையும் அப்புடியே வுட்ட முன்னா கலியாணம் வரைக்கும் கொண்டுபோயி வுட்டுருவா. மூத்தவமாரியா நடக்குறா. அண்ணனுக்கு இதெல்லாம் ஒரு பெரிய விசியமேயில்ல. வயித்துல ஏத்திகிட்டு வந்தாலும் கண்டுக்கிறவா போறாரு. அவுருக்கு குடிக்காமலே சந்தோசம். நமக்கு குடிச்சாத்தான சந்தோசம். ஏற்கனவே ரண்டு வகையில ஒறவு. நல்லவ நல்லவயின்னுகிட்டு எருமபோல சாணி போடுறாள. இந்த பெலார்மின் பெயலுந்தாம். எங்கண்ணுல பட்டுட்டாவயில்ல. இதாங் கப்பலுக்கு போவக்கூடாதுங் குறது. வுட்டுவள்ல என்ன நடக்குதின்னே தெரியமாட்ட யிங்குது. சாராய கூட்டுக்கு ஒரு கோழிய அமுக்குலாமுன்னு போயி காவ கெடந்தா, வசமா மாட்டிகிட்டா. அண்ணாச்சிக்கி ஏற்கனவே பிரிட்டிஷ் மகாராஜாயிங்குற நெனப்பு. இங்கிலிஷ் பேசுனாக்குல கலெக்டர் வேலையா குடுத்திற்றான்வ. பல்டோனா பெட்ரோல் பங்குலதான வேல. எனக்கென்னா அவுரமாரி பொட்டப் புள்ளயா, கலியாணம் பண்ணணும் சீதனங் குடுக்கனுமின்னு யோசிக்க. ஒரே ஒரு ஆம்புள புள்ள. இப்புடியே காலத்த கொண்டு போயிற வேண்டியதாம். இது சோத்து மாடு என்ன ஏதுன்னு கேக்கவா போவுது. தங்கச்சி புள்ளய வளத்து வுட்டுறுவா. இனும கப்ப கிப்பயின்னு அலையவா முடியும். நல்லவேள செத்த நேரம் பதுங்கி யிருந்தம். இல்லாட்டி அதுவகிட்ட கோழி புடிக்கிம்போது மாட்டியிருந்தா பெரிய கேவலந்தாம். கரோலின் வெளிய சொல்ல மாட்டா இவம் பெலார்மின்தாம். அதுக்காக இந்தப் பிரச்சனய வுட முடியுமா. மொற மொறயின்னாக்குல ஒரு மாசமாவது இவ மூத்தவளாயிருப்பா. இத வச்சே பிரச்சனய கௌப்பிற மாட்டம். இவனுக்கு பெரிய சிவாஜி கணேசமின்னு நெனப்பு அவுக சரோசாதேவி. நடு உச்சி எடுத்து வழிச்சிற்றாக்குல எல்லாரும் சரோசதேவியா. ஆனாலும் ஆடத் தெரியிலிய, கண்ணசைவுலயே கொண்டு போறா, கோஸ்தாவா கொக்கா? வுட்டுருவனாக்கும். இவளுக்கு என்ன வந்திச்சி இப்புடி பாத்தா அண்ணம் மொவ, அப்புடி பாத்தா தங்கச்சி மொவம். பல்டோனா என்னத்தத்தாம் பாக்குறான்வ பாய்வா இப்புடி அள்ளிற்று வாராம். தங்கச்சி கிட்ட கொண்டு குடுக்கும்போது பாத்தன... மடியிலயில கெட்டிக் கொண்டாராம். தாயோளி அதுல ஒரு அஞ்சி ரூவா தாரதுக்கு இவளுக்கு என்ன கொள்ள. சாவிய வச்சிகிற்று என்ன ஆட்டம் போடுறா... வுடுவனாக்கும். மாமாவுக்கோ அத்தைக்கோ தெரியாம தரமுடியாது சித்தப்பா. அப்பஞ் சம்பாதிச்ச சொத்தாயிருக்கும்...’

மௌன ஜெபத்தை முடித்திருந்த சிறியபுஷ்பம், கோவிலின் தலைவாசலில் புதைத்திருந்த ரோச் ஆண்டவர் கல்லறைக்கு வந்து முழங்காலிலிருந்து முத்தி செய்துவிட்டு தீர்த்தத் தொட்டியருகே வந்தாள். தண்ணீரில்லாமல் அது வறண்டு போயிருந்தது. வெளியே வந்த சிறியபுஷ்பம் அங்கே அண்ணன் ஸ்டீபன்கோஸ்தா நிற்பதைக் கண்டவள் கேட்டாள்:

"இங்க என்னய்யிறிய, குடிச்சிற்று கோயில் பக்கத்துல வந்திற்றா யாருக்கும் பயப்புடாண்டாம்."

"ஒன்னய பாக்குறதுக்கத்தாம் நிக்கிறம்."

"என்ன பேசுறிய, குடி வெறியில பேசுறியளா. கொழும்புல யிருந்தா வந்திருக்கம் விடிஞ்சா அடைஞ்சா வீட்டுலதாம் இருக்கம், அங்கதான இருக்கிய."

"ஒங்க வீட்டுலயிருந்து சோறு திங்கிறத சொல்லிக் காட்டுறியா தங்கச்சி."

"என்னத்துக்கு என்னய பாக்கணும்? பெலார்மின் காலேஜிலயிருந்து வந்திருவாம். வீட்டுக்கு போவணும். சொல்லுங்க."

"அதுக்குத்தாம் அவன கவனிக்கிறதுக்கு ஆளு இருக்க."

"யார சொல்லுறிய, கரோலினயா."

சிறிய புஷ்பத்தின் முகமெல்லாம் மலர்ந்திருந்தது. அதற்கேற்றாற்போல்தான் கரோலினின் நடவடிக்கையும் இருந்தது. காலையில் விடிந்தது முதல் அடையும்வரை பம்பரமாய் வேலை செய்வாள். வீட்டில் ஒவ்வொருவருக்கும் என்னென்ன வேண்டுமென பார்த்துப் பார்த்துச் செய்வாள். பிறந்த இரண்டு மாதத்திலேயே பாய்வா வீட்டிற்குத் தூக்கிக்கொண்டு வந்துவிட்டார்களாம். பெஞ்சமின் தாத்தாவின் மடியில் வளர்ந்தாள் கரோலின். படிப்பு ஏறவில்லை. தாய் மாமன் செல்லம் வேறு. எம் மருமொவளுக்கு வேணும் வேண்டாமுன்னு சீதனங் குடுப்பம்ய. அவ படிக்காண்டாம். கரோலின் கறுப்புதான். ஆனால் அன்று மலர்ந்த தாமரைபோல் எப்போதும் மலர்ச்சியாய் இருப்பாள். சின்ன வயதில் வீட்டிற்கு வந்த குறிகாரனிடம் குறிகேட்டதில் இந்தப் பெண் வளர, வளர தாய் மாமன்வீடு செல்வத்தில் கொழிக்கும் என்று கூறியிருக்கிறான். தரையில் விடமாட்டார் பெர்க்மான்ஸ். வீட்டில் பீரோச்சாவி கரோலினிடம். சாராவும் தனுஷ்கோஸ்தாவும் தனியாக இருந்தாலும் சனி ஞாயிறுகளில் மட்டும் பாய்வா வீட்டில் தங்கல்.

"ஒங்கிட்ட கொஞ்சந் தனியா பேசணும்."

"ரெம்ப குடிக்கிறியயின்னு அண்ணி சொன்னாவ. வேற ஒருத்தியாயிருந்தா உச்சி முடியப் புடிச்சி ஆட்டு ஆட்டுயின்னு ஆட்டிறுவா."

"..."

"நீங்கள்வ கொண்டாங் குடுத்தாம் வீட்டுல இருந்த மாரி தெரியில. பெர்க்மான்ஸ் பாய்வாதாம் என்னமோ கோஸ்தா வீட்டுல இருந்தமாரி இருக்கி."

"ஒனக்கு புடிக்கயில்லயின்னா சொல்லு, அற்புதத்த கூட்டிகிட்டு நா ஆலந்தலைக்கி போயிறுறம்."

"இதச் சொல்லியே என்னய கெட்டிப் போடுங்க. அந்த மனுசிய அங்க கூட்டிற்றுப்போயி பிச்ச எடுக்க வுடவா. அவுக இருந்த கோலமென்ன, கொழும்புல அவுக வாழ்ந்த வாழ்கயென்ன. அலங்கோலமாக்கிப் போட்டியள. கொழும்புல அடைஞ்சவன்வ, இங்க வந்து கேள்வி கேக்கமாட்டாமின்னு ஆடுறிய."

"நா என்னமோ பேச வந்தா நீ என்னமோ பேசற."

"வேற என்னத்த பேச, எப்புடித்தாம் கெட்டித் தந்தாருன்னு தெரியில. கறிப்பான தூருமாரி ஒரு நெறத்துக்கு, ரோசாப்பூமாரி ஒரு மனுசிய."

"கப்பலுக்கு போனாலே குடிக்க வேண்டியிருக்குன்னு தான கப்பலுக்கு போவாம கெடக்குறம்."

"ஆனா குடிமட்டும் குடியாம்படியேதான இருக்கி. அண்ணக்கி சந்தனமாரி கோயில் பக்கம் வுழுந்து கெடந்தியளாம."

"ஒனக்கு புடிக்கில்லயின்னாச் சொல்லு சிறியபுஷ்பம் சொல்லு, நாங்க போயிறுறம். அண்ணனயும் மயினியாரையும் அவுக பெத்த புள்ளயளையும் மட்டும் வச்சி கொஞ்சிக்க. ஏற்கனவே எதுக்கெடுத்தாலும் மருமொவயின்னு கொஞ்சிறாரு இப்ப இந்த கலியாணமும் நடந்திச்சியின்னு வச்சிக்க, பொறவு ஒஞ் சட்டியில கல்லுதாம்."

"யாரு சட்டியில கல்லு? யாருக்கு கலியாணம் கொஞ்சம் புரியும்படியாச் சொல்லுங்க."

"நம்ம பெலார்மினுக்கும் கரோலினுக்கும் காதல் தெரியுமா ஒனக்கு."

"யாரு சொன்னா ஒங்களுக்கு?"

"அவுங்க ரண்டியறும் வெளையாடுற வெளையாட்டு தெரியுமா ஒனக்கு."

"சின்னதுவ ஓடிப்புடிச்சி வெளையாடுறதுக்கு கண்ணும் மூக்கும் வச்சி கொண்டந்திற்றியளா... அப்புடியேயின்னாலும் மொறதான."

"மூணு மாசம் மூத்தவ."

"அண்ணம் புள்ள, அவளப்போயி."

"ஏ... அறிவுகெட்ட சவம, இது சோத்து மாடு, படிப்பறிவு கெடையாதின்னுதாம் இங்க வுட்டு வச்சிறுக்காரு அண்ணம், இதேயிது காலேஜி படிக்கிறாள சுந்தரி, அவளக் கெட்டித் தருவாரா. இது படிக்காத மூதி. எவனுக்கும் கெட்டிக் குடுக்க முடியாது அதுனால ஒந்தலயில கெட்டப் பாக்குறாறு. யாருக்கு தெரியும் சின்னத மிக்கேல் பல்டோனா மொவ னுக்கு கெட்டிக் குடுக்கணுமின்னு அலைவானாயிருக்கும். சீதனங் குடுக்கத்தாம் தாய்மாமம் இருக்கார."

"எத வச்சி அப்புடி சொல்லுறிய?"

"சொன்னாக் கோவப்படாண்டிய!"

"அதாம் சொல்லணுமின்னு கௌம்பி வந்திருக்கியள சொல்லி எழவுடுங்க."

"அன்னைக்கி சந்தனமாரி கோயில்ல தசராவுக்கு எல்லாரும் போயிருந்தியள்ல... இவ கரோலின் வரல."

"ஆமா, புள்ளைக்கி ஒடம்பெல்லாம் அனலாக் கொதிச்சிச்சி. நாந்தாம் வேண்டாம்மா வூட்டுல இருமான்னுட்டு வந்தம்."

"மதுரைக்காரி தெலகவதி கரகாட்டம் பாத்துகிற்று இருந்தியள அப்பம் நம்ம வூட்டுக்காரி அச்சி அச்சியின்னு ஒரே தும்மல். பனிக்காத்து புடிக்காம சவத்துக்கு மூச்சி மேலயுங் கீழயும் இழுக்க கூட்டிட்டு வீட்டுல வந்து படுக்க வச்சம். சிரிப்பு சத்தம் கேட்டுச்சி. முன்னால எட்டிப் பாத்தா... அலமாரி தெறந்து கெடக்கு இவுங்க ரண்டியரும் கெட்டிப் புடிச்சிகிற்று இருக்காங்க."

"நெசமாவா, பெலார்மினா...?"

திரும்பிப் பார்க்காமல் நடந்தாள் சிறிய புஷ்பம். மனது அடித்துக்கொண்டது.

'கரோலினு நா வளத்த புள்ள. கறுப்பாயிருந்தாலும் எம் மருமொவ நல்லவ. ஆனா படிக்கலிய. வருங்காலத்துல

படிப்பில்லாட்டி சரி வராதாம. சுந்தரியின்னா பரவால்லியோ. ஆனா என்ன, ராங்கிக்காரி... சொந்தச் சித்தப்பனே இப்புடி வந்து கெடுக்குறாம். சரி அவங் கெடுத்தாலும் எனக்கு புத்தி எங்க போச்சி. என்னமோ'

பின்னால் ஸ்டீபன் கோஸ்தா கூப்பிடுவது கேட்டது திரும்பிப் பார்த்தாள் சிறிய புஷ்பம்.

"இதுக்கு வேற வழியேயில்ல. சீக்கிரம் கரோலினுக்கு ஒரு நல்ல சம்பந்தத்த பாத்து முடிச்சிருலாம். நாஞ் சொன்ன யின்னுட்டு மட்டும் யாருட்டயும் சொல்லிறாத. குறிப்பா ஓம் மாப்புளகிட்ட."

கால்கள் தளர்ந்து போயிருந்தன, கை விரல்களை அசைத்தபடியே பெருமூச்சு விட்டாள் சிறிய புஷ்பம்.

'ஆம்புளய அணைக்க துடிக்கத்தாம் செய்வாம் பொம்புளயாப் பட்டவ பொறுமயா இருக்காண்டாமா. இவுரு சொன்னது நெசமாயிருந்தா அது சரியில்லிய. அவனுக்கும் இன்னும் படிப்பு முடியல்லிய. பய காலேஜ் படிக்கிறாமின்னு பெருமையா பீத்திக்கிருறாவ. அவம் வண்டவாளம் எனக்குல தெரியும். நிக்கிறதுக்கும் நடக் குறதுக்கும் பீஸ் கெட்டணுமுங்குறாம். அதாம் இவம் வயசுப் பசங்க வெளிய சுத்தும்போது இவம் மட்டும் வீட்டுக்குள்ளே அடைக்கோழி மாறியில பம்முறாம். என் தங்கச்சி மொவ கையில சாவி போன பொறவு பாத்தியா பணம் வந்து கொட்டுறத. அப்ப நா ராசியில்லாதவளா... மாமா காலத்துல பணம் வராமலா இருந்திச்சி. கைவாய்ச் சுத்தந்தாம், ஆனா எரும போலயில சாணி போட்டுறுக்கா. சின்னவ படிப்பு படிப்புங்குறவ. இவளுக்கு எங்க போயி... பூபால்ராயரு பொண்டாட்டி மொவனுக்கு ஒரு நல்ல பொண்ணு இருந்தாச் சொல்லச் சொன்னாவள. ஆள் நல்ல ஈடுவாடா இருக்காம். ஃபுட்பால் வெளையாடுவாம், கட்டடம் கெட்டுறானாம்.'

வீடு வந்து சேர்ந்திருந்தாள். வாசலிலேயே நின்றிருந்தாள் கரோலின். வழக்கம்போல் ஓடிப்போய் ஆவிக் கட்டிப் பிடித்து முத்தம் கொடுக்கத் தோணவில்லை.

91

1970

மோயீசின் மகள் மார்த்தாவைத் திருமணம் முடித்த கையோடே ஜெயமேரியில் கொழும்பு நடை வந்திருந்தார் நிக்கோலாஸ். பெர்னத்மகள் ரோணிக்கமும், மோயிஸ்மகள் மார்த்தாவும் அடைக்கலாபுரம் ஆசிரியை பயிற்சிப் பள்ளியில் வகுப்புத் தோழிகள். ரோணிக்கம் மார்த்தாவிடம் மாமாவைப் பற்றிப் பேசாத நாளே கிடையாது. தந்தையார் கொழும்பிலேயே அடைந்துவிட்ட நிலையில் அதையே நினைத்து நினைத்து ஆத்தாளும் மரித்துப் போக சிறு வயதிலேயே கடலேறி அக்காவைக் கரையேற்றியவர் நிக்கோலாஸ். இப்போதெல்லாம் சகோதரியும் பெரியதுறையிலிருந்து கொற்கைக்கே வந்து விட்டதால் யாரும் பெரியதுறை போவதே இல்லை. ஏற்கனவே ரோணிக்கம் சொல்லித் தெரிந்து வைத்திருந்ததால் மார்த்தாளுக்கு வந்த சம்பந்தத்தை மறுக்கத் தோன்றவில்லை. நிக்கோலாசுக்கும் பூங்கோதைக்காகக் காத்திருந்து காத்திருந்து இலவு காத்தகிளி நிலை. இத்தனைக்கும் அத்தனை பெரிய அழகியுமில்லை பூங்கோதை. எப்போதும் தலையில் மப்ளர் கட்டிக்கொண்டு வியாதியஸ்தர் போலவே காட்சியளிப்பாள். போதாக்குறைக்கு 'லொக்கு லொக்கு' என்று இருமல் வேறு. கழிப்புக்காசுப் பையனாய்த் தோணிப்பாலத்தில் வந்து சேர்ந்து, பிலிப் தண்டலின் கைக்குள்ளேயே வேலை படித்து வளர்ந்து இன்று பிலிப் தண்டலின் தோணிகளின் பிரதான தண்டல் நிக்கோலாஸ். ஆனாலும் வாழா வெட்டியாய் நிற்கும் மகளைக்கூடத் தனக்குக் கட்டித்தர பிலிப் தண்டல் சம்மதிக்கவில்லையே என்று நிக்கோலாஸ் வருந்தாத நாள் கிடையாது. கொற்கையில் அக்கா பெர்னத்தைப் பார்க்க வரும்போ

தெல்லாம் தன் மனக் குறையைச் சொல்வார் நிக்கோலாஸ். கொழும்பு வந்தாலும் பேசுவதற்காகப் பெரியப்பா குருஸ் வீரச்சந்திராவின் மகள் மரிய இருதயத்தைத் தேடி வந்து விடுவார். பெரியப்பாவுக்கு ஆறு குழந்தைகள். அவற்றில் காலராவுக்குத் தப்பிப் பிழைத்தவை அக்காள் மரிய இருதயமும் தம்பி ஜெரால்டு வீரச்சந்திராவும். ஜெரால்டு கொற்கை வலைக்குடி ராஜேந்திரன் மகள் ரொசிற்றாவை மணம் முடித்திருந்தார். கப்பலில் வேலை. நிக்கோலாசின் தந்தையார் மார்ட்டீன் வீரச்சந்திராவும் அண்ணனைப் போலவே சுதந்திரத்துக்கு முன்னால் கொழும்பு வந்தவர். அந்தக் காலத்து எஸ்.எஸ்.எல்.சி. மடுத்தீன் புரோக்கர் மகன் லூயிசுக்குக் கொழும்புத் துறைமுகத்தில் வேலை கிடைத்தது போலவே மார்ட்டீன் வீரச்சந்திராவுக்குத் தலைமன்னாரில் துறைமுகத்தில் நல்ல பொறுப்பான வேலை. வேலை கிடைத்த புதிதில் பெரியதுறை வரப்போக இருந்தவர் பிந்தப் பிந்த வருவதே இல்லை. மன்னாரில் ஒரு சிங்களத்தியோடு மார்ட்டீன் வீரச்சந்திராவுக்கு தொடர்பு ஏற்பட, குழந்தை குட்டி என்றாகிக் கொற்கைப்பக்கம் உள்ள குடும்பத்தையே மறந்துபோனார். பெர்னத்தின் திருமணத்திற்குக்கூட வரவில்லை.

ஜெயமேரியில் துறைமுக மருத்துவரும் இமிகிரேசன் சுங்க அதிகாரிகளும் வருவதற்காகக் காத்திருந்த நிக்கோலாஸ் அவர்கள் வந்து இறங்கியதும் கிளியரன்ஸ் பேப்பர்களை மற்ற லஸ்கர்களிடம் கொடுத்துவிட்டுத் தோணியிலிருந்து அவசர அவசரமாக இறங்கினார். மரிய இருதயத்தின் வீடு கொச்சிக்கடை அருகே நியுமேன் சதுக்கத்திலிருந்தது. முன்னால் கொழும்பு வந்தாலே தந்தையாரைத் தேடி அலைவதே நிக்கோலாசின் வழக்கம். நிக்கோலாசைப் பார்த்தாலே கொற்கைத் தோணிக்காரனென்று தெரியும். தலை சிக்கார் நல்லெண்ணய் பூசி பக்கவாட்டில் உச்செடுத்து வாரி யிருப்பார். முறுக்கிவிட்ட மீசை முட்டங்கைக்கு மேலே சுருட்டி மடிக்கப்பட்ட மேல் சட்டை, மடித்துக் கட்டிய வெள்ளை வேட்டி, வெற்றிலைக் கரையேறிய பற்கள். வாயில் புகையும் சுருட்டு. மரிய இருதயத்தின் மகள் ரோசிக்கு மாமாவைக் கண்டாலே பயம். பேச்சைக் குறைத்துவிடுவாள். ஆனால் மாமா கொண்டுவரும் திப்பிலி கருப்பட்டிக்கும் அரை உப்புக் கருவாட்டுக்கும் எப்போதும் ஆசை.

வீட்டிற்கு வந்திருந்த தம்பி நிக்கோலாஸ் பதற்றமாகவே யிருப்பதை பார்த்த மரிய இருதயம் பயந்து போனாள். கொழும்பில் நிலைமையும் அப்படித்தானிருந்தது. எப்போது என்ன நடக்குமென்றே தெரியவில்லை. மறுநாள் காலையில்

மரிய இருதயம் வீட்டில் எல்லோருமே புத்தளமருகே சந்தன மாதா கோவில் திருவிழாவுக்கு கிளம்புவதாக ஏற்பாடு. மரியஇருதயத்தின் மாப்பிள்ளை அம்புரோஸ் பக்கத்து வீட்டு அந்தோணி நாடாரோடு வாடகைக்கு வண்டி பிடிக்கும் விசயமாக பேசியபடியிருந்தார். அந்தோனி நாடாருக்கு சொந்த ஊர் பெரியதுறைப் பக்கம் உடன்குடி. லோன் கொலைச் சம்பவம் நடந்தபோது கொற்கையிலிருந்து கள்ளத்தோணி ஏறி வந்தது அப்படியே கொழும்பில் தங்கிவிட்டார். கொழும்பு வந்திருந்த புதிதில் கையில் கொண்டுவந்திருந்த காசுக்கு இரண்டு மாட்டுவண்டிகள் மாத வாடகைக்குப் பிடித்துத் தொழில் செய்ய ஆரம்பித்தவர் இன்று சொந்தமாகவே ஒரு லாரி வைத்திருக்கிறார்.

அம்புரோசும், அந்தோணி நாடாரும் வீட்டுக்குள்ளே வந்தவர்கள் நிக்கோலாஸ் மீசை துடிதுடிக்க நின்றிருந்ததைப் பார்த்ததும் பயந்தே போனார்கள். நிக்கோலாஸ் கடுங் கோபத்திலிருந்தார் என்பது மட்டும் தெரிந்தது.

கொழும்பில் 'ஜனதா விமுக்தி பிரமுனா' என்ற அமைப்பு பிரபலமடைந்து நாட்டுப்புறச் சிங்கள இளைஞர் களை வெறிகொள்ளச் செய்யத் தீவிர பிரச்சாரத்திலிருந்தது. இலங்கைத் தீவில் இந்தியர்கள் பொருளாதார ரீதியாக வளர்வதை அந்த அமைப்பு விரும்பவில்லை. ஆட்சி அதிகாரத் திலிருந்தவர்களே இந்தியத் தமிழர்களின் வளர்ச்சியை மடக்க ஜே.வி.பி.யை ஆதரித்தார்கள். நாள்தோறும் கொலை, கொள்ளைச் சம்பவங்கள். நடைமுறை வாழ்க்கை பாதிக்கப் பட்டு அரசே ஆட்டம் காணும் நிலை, நிலமை கட்டுக் கடங்காமல் போவதால் வேறு வழியேயில்லாமல் வெளிநாடுகளிலிருந்தும் படையுதவிகள் கேட்டுப் பெற்றிருந் தார்கள். நியுமேன் சதுக்கத்தில் ராணுவ டாங்கிகளும் ஆயுதமேந்திய ராணுவ வீரர்களும் அவ்வப்போது அணி வகுப்பு நடத்தியபடி இருந்தார்கள். 'மாஸ்லோஸ்' உத்தரவு பிறப்பிக்கப்பட்டிருந்ததால் யாருமே வெளியே வர முடியவில்லை. ஊரடங்கு உத்தரவு தளர்த்தப்படும் நேரங்களில் வெளியே வந்து அத்தியாவசியப் பொருள்களை வாங்கிக் கொண்டு வீட்டிற்குள் வந்துவிட வேண்டும். இந்த நிலையில் நிக்கோலஸ் எப்படித் துறைமுகத்திலிருந்து வெளியே வந்தார் என்பதே பெரிய வியப்பாய் இருந்தது. கையில் வைத்திருந்த சங்கு மார்க் லுங்கியையும் உடன்குடி சில்லுக் கருப்பட்டியை யும் மரிய இருதயத்திடம் கொடுத்தவர் வாய் முணுமுணுத்தது.

"எங்கிட்ட ஒருத்தம் கைய தட்டிப் பறிச்சிறுவானாக்கும் அப்புடி ஒரு தாட்டியவாம் புலி இங்க இருக்காயிறாம்."

"என்ன வம்புச் சண்ட எதும் போட்டியா தம்பி?" கேட்டாள் மரிய இருதயம்.

"எங்கையிலயிருந்து இந்த சாரத்த ஒருத்தம் பறிச்சிருவானா, இந்த ஒத்த கைக்கி பதில் சொல்வானா?"

திரும்பிப் பார்த்த அம்புரோஸ் கேட்டார்

"யாரு... மாப்புள?"

நிக்கோலாசிடமிருந்து பதிலில்லை.

"யாருண்ணேம்? மச்சாங் கேக்குதாவள்லா?" கேட்டார் அந்தோணி நாடார்.

"எவமின்னு தெரியில, செவலயா கட்டுமுட்டுன்னு இருந்தாம். நெத்தியில ஒரு வெட்டு கெடந்திச்சி."

அந்தோணி நாடார் குறுக்கிட்டார்.

"நம்ம பியதாச போல தெரியிது."

சட்டைக் கை மடிப்பிலிருந்து சுருட்டொன்றை எடுத்து வாயில் வைத்துப் பற்ற வைத்தார் நிக்கோலாஸ். மருமகள் ரோசி ரோவரைத் தேடினாள். மறுநாள் விடியுமுன் தலவில் பயணம். ரோவர் எங்காவது ஓடித் தொலைத்துவிடக் கூடாதே என்ற பயம் அவளுக்கு. அதே தெருவின் தென்கோடியில் அந்தோணி நாடாரின் வீடு. அடிக்கடி கேட்கும் துப்பாக்கி சத்தங்களுக்குப் பயந்து ரோசி வீட்டில் பதுங்கியிருந்தது. ரோவருக்குத் தீ, வெடிச் சத்தம் பிடிக்காது. கட்டிலுக்குக் கீழே பம்மியபடி நிக்கோலாசின் வாயில் புகையும் சுருட்டையே பார்த்தபடியிருந்தது.

"என்னடா நடந்திச்சி?" கேட்டாள் மரிய இருதயம்.

"கேட்ட வுட்டு வெளிய வந்தம். கட்டுமுட்டுன்னு ஒருத்தம் வேகமா ஓடியாறானயின்னு செத்த வெலகி நின்னம். அவம் எங்கிட்டதாம் வந்திருக்காம். கையில வச்சிறுக்க சாரத்த எட்டிப் புடிச்சாம்."

தோணிப் பாலத்தில் துறைமுக வாசலுக்கு எதிரே ஜெயமேரியைக் கட்டியிருந்தார்கள். தோணியிலிருந்து நிக்கோலாஸ் இறங்கும்போதே அவன் கவனித்திருக்க வேண்டும். சிங்களர்களுக்குக் கொறகை கருவாட்டைப் போல் சங்கு மார்க் லுங்கி என்றால் கொள்ளைப் பிரியம். கையிலிருந்த சாரத்தை பியதாச பிடித்ததும் அவன் கையை உதறிவிட்டார் நிக்கோலாஸ். திரும்பவும் இரு கைகளாலும் பிடித்தான், நிக்கோலாஸ் பிடியை விடவில்லை. நிக்கோலாசுக்கு உள்ளூர

பயம் இருந்தது. பியதாசவும் அப்படியே எண்ணியிருக்க வேண்டும். மச்சான் அம்புரோசுக்காக வாங்கி வந்திருந்த சாரத்தை நிக்கோலாசும் பறிகொடுக்க விரும்பவில்லை. தலைகுத்தர நின்றும் சாரத்தைப் பிடுங்க முடியவில்லையே என்றதும் முறைத்துவிட்டு விலகினான் பியதாச.

பியதாச கொச்சிக் கடைப்பக்கம் பெரிய ரவுடி. எதையும் வலுமுடுக்கில் அடித்துப் பறித்துக்கொண்டு போவது அவன் பழக்கம். நிக்கோலாசிடம் அவன் முயற்சி பலிக்கவில்லை.

"அம்புரோசண்ணம் ஒரு செய்தி தெரியுமா?"

"சொல்லுங்க."

"மீன்கடப் பக்கம் ஒரு பச்ச குத்துறவம் அலைஞ்சிகிட்டு இருந்தாமுல்லா..."

"அவனுக்கென்ன...?"

"அவன இந்த பேதியில போவாம் புடிச்சி கொண்டு போயி, கக்கூசுக்குள்ள வச்சி சாரத்த உறிஞ்சி காட்டி குண்டியில பச்ச குத்துயின்னுருக்காம்."

"யாரு, அண்ணக்கி தேத்தண்ணிய கையில வச்சிகிற்று சீனிய உள்ளங்கையில வச்சி நக்கிகிட்டு இருந்தான அவனா...!" கேட்டாள் மரிய இருதயம்.

"அவனேதாம்." என்றார் அம்புரோஸ்.

பியதாச பெரிய ரவுடியாய் இருந்தாலும் கருவாட்டுக் கடைக்காரர்களிடம் வைத்துக்கொள்வதில்லை. வெட்டிக் கடலில் வீசிவிடுவார்களோ என்ற பயம். ஆனால் சிங்களப் பெண்களுக்குப் பியதாச என்ற பெயரே சிம்ம சொப்பனம். கழுத்தில் கிடக்கும் நகைகளை அறுத்துக்கொண்டு ஓடுவது மட்டுமல்லாமல் பெண்கள் கூட்டத்தில் புகுந்து பாவாடை களைத் தூக்கி விடுவது, ஜாக்கெட்டுக்குள் மண்ணள்ளிப் போடுவது போன்ற விசித்திரமான வேலைகளைச் செய்வான் பியதாச.

இரவு உணவருந்திவிட்டுப் படுத்திருந்தார்கள். ரோமனுக்கும் ரோசிக்கும் மறுநாள் காலையில் கிளம்பப் போகும் சந்தன மாதா கோவில் திருவிழா நிகழ்வுகளே மனக் கண்முன் வந்து ஆடின. புத்தளமருகே தலைவில்லில் கோயில் கொண்டு சிங்களர், தமிழரென எல்லோரும் வணங்கும் அன்னம்மா கன்னிமேரியின் தாய். தலைவில் கடற்கரையில் கோவில். அந்தக் காலத்தில் கீற்றுக் கொட்டகையாய் இருந்து சமீபத்தில்

தோணிக்காரர் பிலிப் புண்ணியத்தில் கொல்லத்து ஓடு வேய்ந்த கொட்டகையாய் மாறியிருக்கிறது. பெரும்பாலும் இந்தப் பக்கங்களில் பரதவர்களே இருக்கிறார்கள். முன்னூறு முன்னூற்றியைம்பது ஆண்டுகளுக்கு முன்னால் கொற்கைப் பக்கமிருந்து புலம் பெயர்ந்து வந்தவர்களாம்.

தலைவில் முப்புறமும் கடல் சூழ்ந்த பகுதி. வெள்ளைக் குருத்து மணல். மார்கழிப் பனிக்காலத்தில் பத்து நாட்கள் நடக்கும் திருவிழாவில் இந்து, முஸ்லிம், கிறிஸ்துவர்களென எல்லோருமே கலந்துகொள்கிறார்கள். விசேஷம் என்ன வென்றால் எல்லோருமாக இணைந்து பாடும் 'வந்தோம் உன் மைந்தர் கூடி' என்ற பாடலை ஆங்கிலத்திலும் தமிழிலும் சிங்களத்திலும் அதே மெட்டில் பாடுகிறார்கள். ரோமனுக்கும் ரோசிக்கும் அந்த கடற்கரை மணலும் காயலும் கொள்ளை பிரியம். மணலில் குழிதோண்டி விளையாடும்போது சில வேளைகளில் ஆமை முட்டை கிடைக்கும். ஆற்றங்கரையில் நாணலைப் பிடுங்கி அந்த நாணலை நண்டுக் குழிகளுக்குள் விட்டு நண்டுகளுக்குக் 'கிச்சு கிச்சு' மூட்டி அவற்றைக் குழிக்கு மேலே கொண்டுவந்து ரோசிக்குப் பிடித்துத் தருவான் ரோமன். கோவிலுக்குப் பின்புறம் பெரிய பனங்காடு. அந்தோணி அண்ணாச்சி போய்ப் பனம் பழம் எடுத்துக்கொண்டு வருவார். அடுப்பு மூட்டி சுட்டுத் தின்பார்கள். திருவிழா நடக்கும் பத்து நாளும் அந்தோணி அண்ணாச்சியைக் கையில் பிடிக்கமுடியாது பனங்கள்ளும் சுட்ட மீனும் குருத்து மணல் உருளலும்தான். கோவிலெதிரே சுற்றிவர விழுதிறக்கிய பெரிய ஆலமரம். விழுதுகளில் ஊஞ்சல்கட்டி விளையாடு வார்கள். மரிய இருதயத்துக்கு அந்தக் காலத்தில் பெரிய துறைக்கும் உடன்குடிக்கும் இடையே தேரிமேட்டில் உள்ள ஆலமரத்தில் ஆடியது நினைவில் வரும். துடிக்கத் துடிக்க மீன்கள், ஒடியப் போட்ட பனங்கிழங்கு எல்லாமே கிடைக்கும். பனையோலைகளில் பொதிந்து தென்னங் கருப்பட்டி விற்பார்கள்.

விடிகாலையில் நான்கு மணிக்குக் கொழும்பிலிருந்து கிளம்பினால் நீர் கொழுப்பு, சிலாவம், புத்தளம் கடந்து தலைவில் போய்ச் சேரப் பொழுது அடைந்துவிடும். மரிய இருதயம் இன்னும் தூங்கியிருக்கவில்லை. பக்கத்தில் நிக்கோலாசும் உருண்டபடியே கிடந்தார்.

"என்னடா தூக்கம் வரலியா...? இன்னும் அவளையே நெனச்சிகிட்டு இருக்கியா?"

"..."

கொற்கை

“புதுசாக் கலியாணம் முடிஞ்சவம் இப்புடியெல்லாம் இருக்கக் கூடாது கேட்டியா.”

“மார்த்தாவுக்கு வந்த சீதனச் சாமாங்க, பிலிப் தண்ட வாங்கி குடுத்ததாம்...”

“அதாம் தெரியித, ஓனக்கு கலியாணம் ஆனாப் போதுமின்னு நெனக்கிறாரு. பயணம் எப்ப வச்சிருக்கிய?”

“நாள காலயில. நீங்கள்வ இந்தப் பக்கம் தலவில் கெளம்ப, நா இப்புடியே தோணிக்கி போயிறுவம்” என்றார் நிக்கோலஸ்.

“ஊரடங்கு நேத்தோட ரத்தாம். பாத்துப் போடா.”

“நேத்து நா வரும்போதே யாரோ ஜீப்புல போனார, அவுரச் சுத்தி நல்ல கூட்டமா போனாங்க.”

“பீற்றர் கனமனாயிருக்கும், கம்யூனிஸ்ட்காரர். ஒங்க மச்சானுக்கு நல்லாத் தெரியும்.”

“...”

“சரி பூங்கோதய பாக்காஞ்ச?”

“வீட்டுப் பக்கம் போயே ரண்டு வருசமாச்ச என்னக்கி நா வீட்டுப் பக்கம் வாரத அவுரு விரும்பயில்லயின்னு தெரிஞ்சிச்சோ, அன்னயிலயிருந்து அந்தப் பக்கம் நா போவயில்ல.”

“எல்லாருமே மேசைக்காரனாக முடியுமா, புதுப் பணக்காரம் அவம் புத்திய காட்டத்தான செய்வாம்.”

அத்தை மகன் வெனான்சிசோடு ஏற்பட்ட பிரச்சினைக்கு பிறகு வெளி நடமாட்டத்தையே குறைத்துக்கொண்டாள் பூங்கோதை. எதிர்பாராமல் சலோமியும் மரித்துப்போக தோணிக் கணக்கு வழக்குகளைப் பார்க்கப் பிலிப் தண்டலுக்கு உதவியாய் இருந்தாள். மற்ற பிள்ளைகளை அண்ட விடுவதில்லை பிலிப். தன் பணத்தைக் கொள்ளையடித்துக் கொண்டு போய்விடுவார்கள் என்று பயந்தார். தோணி காரியமாக அடிக்கடி வரப்போக இருந்த நிக்கோலாஸ் மீது பூங்கோதைக்கு இயல்பாகவே ஒரு ஈர்ப்பு வந்தது. வாழவேண்டிய வயதில் பெரியவர்களின் அலட்சியத்தால் வாழ்க்கையை இழந்தவள். நிக்கோலாசுக்குப் பூங்கோதை மேல் மரியாதை கலந்த பாசம். எறும்பூறக் கல்லும் குழியும் என்பதுபோல் தன்னையறியாமலேயே நிக்கோலாசிடம் மனதை பறிகொடுத்திருந்தாள் பூங்கோதை. பார்த்தால்

நடைசெய்வதில் பிலிப் தண்டலைவிடத் திறமைசாலி நிக்கோலாஸ். அதிக கேள்வு வரும் சரக்குகளை புரோக்கர் ரப்பேலுடன் சண்டைபோட்டு மடக்குவதிலாகட்டும், கொற்கைப் பாலத்திலிருந்து தோணியை நடை கிளம்புவதிலா கட்டும், கொழும்பில் சரக்குத் தட்டிவிட்டு நடை திரும்புவதிலா கட்டும் எல்லாவற்றிலும் நிக்கோலாசுக்கு முதலிடம்.

தன் உள்ளக்கிடக்கையைத் தாயார் சலோமியிடம் சொல்லியிருந்தாள் பூங்கோதை. சலோமிக்கும் ஏற்கனவே நடந்திருந்த திருமணத்தில் துளியும் பிரியமில்லை, ஆனால் பிலிப்பைப் பார்த்து பயந்ததாலோ என்னவோ சாகும் வரை பூங்கோதை நிக்கோலாசை விரும்புவதை பிலிப்பிடம் சொல்லவே இல்லை. கணவனின் பிடிவாத குணம் தெரிந்து மௌனமாகியிருந்திருக்கலாம். இப்போதும் நிக்கோலாசுக்கு என்ன குறை. நல்ல திறமையான தண்டல் நிக்கோலாஸ். களவு பித்தலாட்டமில்லை. மற்ற தோணி முதலாளிகள் எவ்வளவோ தட்சிணை வைத்துக் கூப்பிட்டும் சிறிதும் திரும்பிப் பார்க்கவில்லை நிக்கோலாஸ், பிலிப்பும் உண்டான கூலியைத் தான் கொடுத்தாரேயொழிய மேற்கொண்டு எதுவும் எப்போதும் கொடுத்ததில்லை.

“கடந்த ரண்டு வருசமா மூஞ்ச உர்ருன்னு வச்சிகிற்று யிருந்த மனுசம். எங் கலியாணத்தன்னைக்கிதாம் பாத்து சிரிச்சாரக்கா.”

“பயந்திருப்பாராயிருக்கும்.”

“அது செத்துப் போவும், வேணுமின்னாப் பாரு ஆஸ்த்துமா முத்திப்போச்சியின்னு நெனைக்கிறம். எதுக்கு இப்புடி பேயி மாரி பணத்தாச புடிச்சி அலையிறாருன்னு தெரியில. நாங் கெட்டியிருந்தா பாளையங்கோட்ட ஹைகிரவுண்டு ஆஸ்பத்திரியில் கொண்டு போயி பாக்குலாமுன்னு இருந்தம்.”

“தம்பி ரொசிற்றா மதினி தங்கச்சி, ரோசம்மா புருசம் என்னமோ...”

“தோணியள கலப்பத்து பாக்க மாட்டயிங்குறான்வ, தோணியோடே உள்ள போனவருதாம். திரும்பி வரல.”

“புள்ளய இருக்கா?”

“ரண்டு பொட்டப் புள்ளய ஒரு பய.”

“சின்னய்யாவ எங்க வூட்டுக்காரவுக பாத்திருப்பாவ போல.”

“நெசமாவா...!”

“தலமன்னாருல ஆபர் மாஸ்டராயிருந்து ரிட்டயர்டு ஆயிற்றாவளாம. ஆனா புள்ளய சரியில்லயின்னாவ.”

“என்னக்கா ?”

“அண்ணனே தங்கச்சிக்கி புள்ளகுடுத்து வேற வழியில்லாம கெட்டிகிட்டானாம். புள்ளயளுக்கு முன்னால தாய் தவப்பம் நட உட பாவனய சரியாயிருக்கணும் கேட்டியா, இல்லாட்டி இந்த மாதிரி கேவலந்தாம்.”

பக்கத்தில் படுத்திருந்த ரோமன் தூக்கத்தில் உளறினான்.

“அடேய் அவன் கிறீச்சி வச்சிறுக்காண்டா.”

திரும்பவும் முனகினான் ரோமன். மகனைப் பார்த்து சிரித்தாள் மரிய இருதயம்.

“கொச்சிக் கட கொல்ல ஓ சாய்
யகட்ட போல... தெகட்ட கட”

நியுமேன் சதுக்கத்தில் சிறுவர்கள் தங்களுக்குள் சண்டை யிட்டுக்கொள்ளும்போது இதுபோல் கத்துவதைக் கேட்டிருக் கிறாள். நகர்ந்து படுத்து ரோமனின் முதுகில் பாசமாய்த் தடவிக் கொடுத்தாள் மரிய இருதயம். தலையை அங்குமிங்கும் ஆட்டியவனிடமிருந்து அதற்கு மேல் சத்தமில்லை. வாய்க்குள் முனகினாள் மரிய இருதயம்.

“இந்தக் கலாச்சாரங்க பழகுறதுக்கு முன்னால ஊர்ப் பக்கம் போயிறணும்.”

92

1972

நெடிதுயர்ந்த மரங்கள் சூழ்ந்த சென்னைப் பட்டணத்து
ஸ்டீபன் கல்லூரியின் கிரிக்கெட் மைதானம். மாலை நேரம், இளம் நிலை ஆட்டக்காரர்கள் வெள்ளுடை அணிந்து தலையில் தொப்பிகளோடு விளையாட்டில் சுறுசுறுப்பாய் இருந்தார்கள். அடுத்து வரும் ரஞ்சி டிராபியில் வெற்றி பெற்றால் அதிலிருந்து இந்திய அணிக்காகத் தேர்ந்தெடுக்கப்படும் குழுவில் தானும் ஒரு நபராக இருக்க மாட்டோமா என்ற ஏக்கப் பார்வை ஓடியாடி விளையாடும் ஒவ்வொருவர் கண்களிலும் தெரிந்தது. வழக்கம்போலவே எடை குறைக்க நடை பயிலும் ஆண்களும் பெண்களும் வித்தியாசமான உடைகளில் திரிந்தார்கள். நடைகளில் வித்தியாசம் தெரிந்தது. அறிவு நடை, ஆங்கார நடை, அலட்சிய நடை, பயிற்சி நடை என நடைகள் பல வகை. சுரிதார் பெண்களின் நடையழகின் பின்னழகை ரசிப்பதற்காகவே உடையுடுத்திக் காத்துக் கிடக்கும் தெற்கத்திப் பயல்கள், கிரிக்கெட் மைதானத்திற்கும் கூடைப்பந்து மைதானத்திற்கும் இடையிலோடும் சாலையோரத்தில் மரங்களடி இருக்கைகளில் சோம்பல் முறிக்கும் கிழ வாலிபர்கள், சாலை முடிவிலேயே அமைந்திருக்கும் உடற் பயிற்சிக் கூடத்தில் வளைந்து, நெளிந்து, பளு தூக்கி உடல் வலிமை காட்டும் கல்லூரிக் காளையரெனப் பரபரப்புக்கு கொஞ்சமும் பஞ்சமில்லாதிருந்தது அந்த மாலைப் பொழுது.

பெர்க்மான்ஸ் ஹாலின் வெளிப்புறக் கதவுகளைத் தள்ளியவாறு நடைப் பயிற்சிக்கான உடையலங்காரத் தில் வெளியே வந்தான் மரியதாஸ் கலிங்கராயன். கொற்கை பிலிப் தண்டலின் மகன். தகப்பனார்

எவ்வளவோ மறுத்தும் சாமியாராகியே தீருவேன் என்று சேசு சபையில் சேர்ந்தவன். எதிரே குன்னி நடந்தவாரே கடந்து போனார் மிக்கேல் மிராந்த. கொழும்பு பிரபல மத்தேயு மிராந்தவின் சகோதரர். இனம் புரியாத ஒரு புன்னகைப் பரிமாற்றம். பனையோலையில் குருத்தோலையைக் காவோலை பார்த்துச் சிரித்ததோ என்னவோ. வந்து சேர்ந்த புதிதில் ஒருமுறை சந்தித்துப் பேசியிருக்கிறான் மரியதாஸ். இப்போதெல்லாம் புன்முறுவலோடு சரி, சென்னைப் பல்கலைக்கழகத்தில் முனைவர் ஆராய்ச்சிக்காகப் பதிந்திருந் தான் மரியதாஸ். ஆங்கில இலக்கித்தில் முதுகலைப்பட்டம் வாங்கியிருந்தான். தன்னை மிஞ்சிய தலைக்கனம் என்ற பெயரும் வாங்கியிருந்தான்.

இரண்டு வாரத்துக்கு முன்னால் கூடைப்பந்து விளையாடும்போது சறுக்கி விழுந்ததில் பாதம் சுளுக்கி முட்டியிலும் நல்ல சிராய்ப்பு. சிறுமலர் மருத்துவமனையில் இரண்டு நாள் படுக்கையிலிருந்தான். அங்கு சகோதரி ரென்சியைச் சந்தித்திருந்தான் மரியதாஸ். சிறுமலர் மருத்துவ மனையில் செவிலியாக இருக்கிறாள் ரென்சி. கொற்கை மல்லிப்பூ செபஸ்தியார் மகள் வயிற்றுப் பேத்தி. தகப்பனார் பெயர் அல்வாரிஸ். பூர்வீகம் மூக்கையூர். தகப்பனாருக்குக் கனரா வங்கியில் பணி. ரென்சியின் அண்ணன் மில்ட்டனும் மரியதாசும் பள்ளித் தோழர்கள். சிறு வயது முதல் பார்த்துப் பழக்கப்பட்டவள்தான் ரென்சி. ஆனாலும் வெகு காலமாகி யிருந்தது. தாயைப் போல ரென்சியும் நல்ல அழகு. உயரம் நடுத்தரம். பால் வடியும் முகம். அவளைப் பார்த்ததும் கண்களை அகற்றத் தோன்றவில்லை மரியதாசுக்கு. சிறுவயதிலிருந்தே கன்னியாஸ்திரியாக வேண்டுமென்று பிடிவாதமாயிருந்து அன்னம்மாள் மடத்தில் சேர்ந்து கன்னியாஸ்திரியானவள். மருத்துவர் படிப்பிற்கான தகுதியும் வாய்ப்பும் கிடைத்தும் ஏனோ செவிலியாகவே தன் வாழ்வை அர்ப்பணிக்கத் தீர்மானித்திருந்தாள்.

மரியதாஸ் அங்கே மருத்துவமனையில் சேர்ந்த நாளி லிருந்தே அதீத பாசத்தோடு அவனைக் கவனித்துவந்தாள் ரென்சி. கொற்கைக்காரன், அண்ணனுக்குத் தெரிந்தவன் என்பதற்காக அல்லாமல் கிறிஸ்துவுக்காக இல்லற வாழ்வை துறந்து குருப்பட்டத்திற்காகக் காத்திருக்கும் துறவி என்பதால் பாசம் கூடிப்போயிருந்தது. விழுந்து விழுந்து கவனித்தாள். செவிலியாய் இருந்ததால் உடல் தொட்டுப் பணிவிடை செய்ய வேண்டியிருந்தது. அந்தக் கவனிப்பு மரியதாசின் மனதைக் கலைத்திருந்தது. நிற்கும்போதும் நடக்கும்போதும்,

ரென்சியின் நினைவாகவே தனித்துத் தவித்திருந்தான் மரியதாஸ். இதுவரை எத்தனையோ பெண்களைச் சந்தித் திருந்தும் எவரும் ரென்சிபோல் மரியதாசின் மனத்தை கவரவில்லை.

கால் போன போக்கில் நடந்தவன் விடுதி மாணவர் இல்லத்தைக் கடந்து திரு இருதயக் கோவில் முன் இடது புறம் திரும்பி நேர் சாலை வழியாகக் கல்லூரியின் பிரதான முகப்பிற்கு வந்திருந்தான். சாலையோரத்தில் நெட்டிலிங்க மரங்களை நேர்த்தியாய் வெட்டியிருந்ததால் அவை தளிர்த்து குண்டு குண்டாய் அழகழகாய் நின்றிருந்தன.

'ஆஸ்வால்ட்டு சாமியாரான பெறகே அங்கிய அவுத்துப் போட்டுட்டு பாய் வைக்கல்லியா. எல்லாம் சரிதாம். யாரோ சிஸ்டராம். டீச்சராயிருந்தாவ போல... அண்ணைக்கி ஆஸ்பத்திரியில பாத்தன. புள்ளய என்னமாரி வெடுக் வெடுக்குன்னு கொட்டுறா. இன்னும் சிஸ்டர்ங்குற நெனப்பு போல. நல்லாத்தாம் இருந்தாங்க. அங்கிய கழத்தி போட்டுட்டு போன வொடன காலேஜி வேலயிலயிருந்து தொரத்தியா வுட்டுட்டான்வ. இவளப் பாத்த வொடனதான இப்புடி பொத்துகிட்டு நிக்கிது. நல்லாத்தாம் இருந்தம். என்ன அழகா யிருக்கா. அழகாயிருந்தாக்குல கன்னியாஸ்திரியா வரக் கூடா தின்னாயிருக்கு. நமக்குன்னு வந்திருக்கக் கூடாதா. அவர் அனைத்திலும் மனிதனைப் போலிருந்தார். அப்புடியின்னா, மரிய மதலேன் விசயத்தையும் சேத்துதாம் இப்புடிச் சொல்லியிருப்பான்வளோ. அந்த நாள்ல வராத ஆச இப்ப எதுக்கு வந்து எழவெடுக்குது. நா சாமியாரா வந்தது அய்யாவுக்குப் புடிக்கயில்லிய. அவுருக்கு என்னதாம் புடிச்சிச்சி. புள்ளயள எங்க பாத்தாரு? மகராசி வருவாள, ஆளக்காணும. இனும ஜூன் மாசம் காலேஜ் ஆரம்பிக்கும்போது சீட் கேட்டு வருவா. அய்யாவுக்கு எப்ப பாத்தாலும் தோணி, கேள்வு இதுவதாம். அக்கா பூங்கோதய வம்பா சாவடிச் சிற்றாங்கள... பேசாம நிக்கோலசண்ணனுக்குக் கெட்டி குடுத்திருக்குலாம். மூத்தவ ரெம்ப நல்லவமாரி, எங்க பூங்கோத சொகமாயி நல்லாயிற்றாயின்னா இவள்வ வண்டவாளங் தெரிஞ்சிறுமோன்னு... அதுக்காகக் கூடப் பொறந்தவள... என்னமோ அந்த மனுசம் நல்லாயிருக்காரு. இவ இருந்தும் என்ன செய்யப்போறா. அய்யா யாரையும் கிட்ட நடமாடவுட மாட்டயிங்குறாராம். பிலோமி புருசனுக்கு அக்கா ஒரு பேங்கு மாரியில இருந்தா. அய்யாவுக்கு தெரிஞ்சி பாதி, தெரியாம பாதி, கூட்டுக் குடும்பம் கூட்டுக் குடும்பமிங் குறான்வ உள்ளயே கொள்ள.'

நின்று பெருமூச்சுவிட்டபடி கை கால்களை உதறினான். திருப்பத்தில் ஆணும் பெண்ணும் அணைத்தபடியே கடந்து போனார்கள். ஆணின் கை அவள் கொடி இடையை இறுக அணைத்திருந்தது. குனிந்து குனிந்து ஏதோ ரகசியம் பேசியபடியே போனார்கள்.

'விழுந்து விழுந்து கவனிக்கிறாள. நாள் தவறுனாலும் சொகமாயிருக்கியளாயின்னு போன் பண்ணி கேக்க தவற மாட்டயிங்குறாள. எதுக்கு கன்னியாஸ்திரியா வரணும் இப்புடி அவஸ்தப்படணும். வேற எவங் கண்ணுலயும் மாட்டாம கெடக்குறாள. என்னமோ நம்ம மனச கெடுத்துப்போட்டா. அதாஞ் சின்ன வயசுல நல்லது கெட்டது தெரியிறதுக்கு முன்னாலேயே வரக் கூடாதுங்குறது. வீட்டுக் கஷ்டமா யிருக்குமோ. அய்யா பேங்குலயில வேல பாக்குறாரு. பிலிப்பு தண்ட, தோணி தோணியின்னு புள்ளயள கவனிக்கிறத வுட்டாரு. பொண்டாட்டிய பறி குடுத்தாரு, மொவள பறி குடுத்தாரு. சவரிமுத்து மாமா புள்ளயள இந்தப் பக்கங்கள்ல நடமாடவுட மாட்டயிங்குறார. ஆத்தா உயிரோட இருக்கும்போதே கிட்ட சேக்கயில்ல. மொதத் தோணி வைக்கிம்போது மாமா பொண்டாட்டி வெள்ளச்சரம் பேத்தி கழுத்துல கெடந்த தங்கச் சங்கிலிய எல்லாங் குடுத்தாவளாம. இப்ப பணம் வந்திற்றுல்ல. மேசைக்காரன்வளவிட என்னய கேட்டா இந்த அர்த்த ராத்திரியில கொட புடிக்கிற மெனக்கெடப் பெயல்வதாம் சரியில்ல. அவுருந்தாம் என்னத்த அனுபவிக்கிறாரு. தொப்புள் வர தொங்குன மாலையயும் மோதரத்தையும் கழத்தி வச்சிற்றாராம. அந்த மனுசி இருந்தவர அவுகள, பேக்குலாண்டு பேக்குலாண்டுயின்னாரு. ஆனாலும் ஒரு விதவய எப்புடி கெட்டுனாறு? புரியிலிய.'

ஆங்கிலத்துறை அறைப் பகுதிகளைக் கடந்து போய்க் கொண்டிருந்தான்.

'அந்த மனுசி கிரேசி ஒரு மாதிரியா பிரம்ம புடிச்ச மாறியில இருக்காவ. வாய் வழிய கோழா வடிஞ்சத நாம் பாத்தன. அக்கா பூங்கோதைக்கி கொஞ்சம் செலவு பண்ணியிருந்தாருன்னா பொழைச்சிறுப்பாளோ. அவளால என்ன லாபமின்னு... அவரவர் பக்கத்து ஞாயம் அவரவர்க்கு. அதுக்கு நம்ம என்னமாவது செய்யப் போவ. உடுப்ப கழத்தி போடுட்டு வந்திற்றாமிம்பான்வ. தம்பி செபஸ்டின்தாம் ரெம்ப கவலப்படுவாம். அவங் கவல அவனுக்கு. தோணியள்ல பங்கு கிங்கு கேப்பமின்னு நெனைப்பானாயிருக்கும். நமக்கெதுக்கு தோணியில பங்கு. சேசுநாதரு எவம் நாளையில கலியாணம் பண்ணக் கூடாதுன்னாரு. பேசாம பிராட்டஸ்டாண்டுல...

சே, கண்ணு எழவு சுண்டியிழுக்குறமாரியில பாக்குறா. இவள நம்பி உடுப்ப என்ன உசரயே குடுக்குலாம். பிலோமியும் கலியாணத்துக்கு முன்னால எப்புடியிருந்தா. வட்டிக் கெல்லாம் வுடுறாளாம். புருசன ஒரு நயாப்பைசாவுக்கு மதிக்க மாட்டாளாம. அவம் அப்புடியிருப்பானாயிருக்கும். சமையல் எங்க பண்ணுறா. எந்த கடயில சேவு, எங்க பக்கோடா, அலுவா எங்க, கறிக் கொழம்பு, சுக்கா, புரோட்டா கொற்கயில எங்க எது நல்லாயிருக்குமின்னு அவ கிட்டயில கேட்டுத் தெரிஞ்சிக்கிறனும். பிலிப் தண்ட மொவளா... கொக்கா. காலயில எழும்புனா அய்யர் கட காபி. இவுரு போயி வாங்கிக் குடுக்குறாராம. ஆமா ஓங்கள்வ சிலுவயள செமந்துகிட்டு என்னய பின் செல்லுங்கயின்னாராம். நம்மளும் அப்புடித்தாம்...'

பக்கத்தில் வண்டி உறுமும் சத்தம் கேட்டது. சிந்தனை கலையத் திரும்பினான் மரியதாஸ். பொருளாதாரத்துறை பேராசிரியர் ஜேக்கப் குரியன் தனது சிவப்பு ஃபியட் காரைப் பள்ளத்திலிருந்து மேட்டுக்கு ஏற்றப் பிரம்ம பிராயத்தனப் பட்டபடியிருந்தார். பேரிரைச்சலோடு துள்ளிக் குதித்து சாலை மேலேறியது ஃபியட். மரியதாசைப் பார்த்து வலுக் கட்டாயமாய்ப் புன்னகைத்தார் ஜேக்கப் குரியன். வருங் காலத்தில் கல்லூரி முதல்வராகிவிட்டால் என்ற பயம். ஜேக்கப் குரியனுக்கு இடது கைப் பழக்கமாம். வலது கையால் டஸ்டரைப் பிடித்தபடி இடது கையால் கரும்பலகையில் அசுர வேகத்தில் எழுதுவாராம். எல்லாமே சாப்பாட்டு மேசையில் கிடைக்கும் தகவல். கேரளத்துக் கிறிஸ்தவர். உலகிலேயே உயர்ந்த நாடு அமெரிக்கா. அங்கு செல்வது தான் வாழ்க்கையின் லட்சியமே. அதற்கான வழி ஸ்டீபன் கல்லூரி. மாணவர்களைப் பேச வைத்தே வகுப்பை ஓட்டி விடுவாராம் குரியன். வலது புறம் பெட்ரம் ஹாலில் மாடியில் பாலமுரளி கிருஷ்ணாவின் இசைக் கச்சேரி நடந்த படியிருந்தது. பிறவிக் கலைஞன் பாலமுரளி கிருஷ்ணா. கருவிலிருந்தபோதே பாலமுரளியின் தாயார் வீணை வாசித்துக்கொண்டிருப்பாராம். சுருதியோடு இணைந்த அப்படியொரு குரல் வளம். தொடை தட்டிப் பாடினால்தான் லயம் கிடைக்கும் என்பவர்களுக்கு மத்தியில் பாலமுரளி ஒரு சிம்ம சொப்பனம். பாலமுரளியின் பாடல்கள் என்றால் மரியதாசுக்குக் கொள்ளை பிரியம்.

மற்ற வேளையாக இருந்திருந்தால் கச்சேரிக்குள் நுழைந்திருப்பான் மரியதாஸ். நடைப் பயிற்சி உடையிலிருந்த தால் புன்னகைத்தவாறே நடந்தான். பெட்ரம் ஹாலின்

நூலகத்தைச் சுற்றிக் கணக்கற்ற ஊர்திகள். விடுதியை நோக்கித் திரும்பும் சாலையின் இரு புறமும் டென்னிஸ் விளையாட்டு மைதானங்கள். வெள்ளைச் சீருடையில் சிவந்தி நாடார் மகன் வேலாயுதம் விளையாடிக்கொண்டிருந்தான். எதிரில் பவுல் தண்டல் பேரன் லெரின்ஸ். எல்லோரும் குடும்பத்தோடு கொழும்பிலிருக்கிறார்களாம். கொழும்பிலிருந்து மகன் லெரின்சைப் பார்க்க ஸ்டீபன் கல்லூரி வரும்போதெல்லாம் இஸ்பிரித்தாள் பெர்க்மன்ஸ் ஹால் வந்து மரியதாசையும் பார்பது வழக்கம். எப்போதும் பிலிப் தண்டலை வாய் நிறையப் புகழ்வாள் இஸ்பிரித்தாள். கொழும்பில் மதுபான வியாபாரத்தில் கொடிகட்டிப் பறக்கிறார்களாம். கடந்த முறை வந்திருந்தபோது அண்ணா நகரில் வாங்கியிருந்த வீட்டிற்குக் கூட்டிப்போனாள். ஹாக்கி மைதானத்தில் ஜெனி ரிபேரோ ஹாக்கி மட்டையோடு நின்றிருந்தான். கொல்லத்தில் மளிகைக் கடை வைத்திருக்கிறார்களாம். சவரவில் ரிபேரோ மணல் கம்பெனி அரசுடமையாகி அதற்கான பணமும் இதுவரை வந்து சேரவில்லையாம். எதிரில் சந்தித்தால் சுக துக்கங்கள் விசாரித்துக்கொள்வான் மரியதாஸ். சில்வெஸ்டர் ரிபேரோவின் மரணத்திற்குப் பிறகு சரியான வழிகாட்டுதல் இல்லாமல் போனதால் சொத்துகளும் பறி போனதாய்ச் சொல்வான் ஜெனி. அம்மா மார்கிரட்டுக்கு எதற்கும் கலங்காத மனது. தாய் கொடுத்த ஊக்கத்தில்தான் ஸ்டீபனில் படிக்கிறான் ஜெனி ரிபெரோ. புன்னகைத்தவாறே ஜெனியைக் கடந்து போனான் மரியதாஸ். விடுதிவரை வந்தவன் அப்படியே திரும்பி கல்லூரியின் பின்புறப் பாதையை நோக்கி நடந்தான் மங்கலான வெளிச்சம். சாலையோரத்தில் காய்ந்து கிடந்த இலைச் சருகுகளூடே சர சரவெனச் சத்தம். ஒரு நிமிடம் நின்று நிதானித்தால், நீண்ட சாரைப் பாம்பொன்று சாலையின் வலது பக்கமிருந்து இடது பக்கமாக கடந்து போனது. தூற ஆரம்பித்தது. காற்று வாக்கில் எதிரே சுடுகாட்டில் பிணமெரிக்கும் வாடை வந்தது. இதற்குமேல் போதும் என்று நினைத்தவனாய் வந்த வழியே திரும்பினான் மரியதாஸ். எதிரே வந்த கிஸ்போட்டா கேட்டான்:

“என்ன மரியதாஸ் நின்னுட்ட, வா நுங்கம்பாக்கம் ரயில் நிலையம் வரை போய் வரலாம்.”

“வேண்டாம் கிஸ்போட்டா. இப்பதாம் பாம்பு ஒண்ண பாத்தம். தூறல் வேற.”

“பாம்பா...!”

அலறியபடி பின்பக்கம் திரும்பிக் கல்லூரியை நோக்கிச் சாடியோடினான் கிஸ்போட்டா. பீகார்க்காரன் சேசு சபையில் சேர்ந்து இப்போது ஸ்டீபனில் முதுகலைப் பொருளாதாரம் படிக்கிறான்.

"நாங்கதாம் பயப்புடுறோமுன்னா, நீ எதுக்கு பயப்புடுற?"

"நாங்கென்னா?".

"பீகார் பக்கமிருந்து வாரவுங்கயெல்லாம் பழங்குடி யின்னு..."

"சோ... வாட்?"

முகத்தில் கோபத்தை வரவழைத்திருந்தான் கிஸ்போட்டா.

"நாட்டுப்புறத்துலயிருந்து வாரதால பாம்புகளப் பத்தி பயமேயிருக்காதுன்னு."

"நீ பெரிய நகரத்துலயிருந்தா வார?"

அந்த நாட்களில் கடற்கரை நீளம் அலைந்துதொண்டு செய்த சேசுசபைக் குருமார்கள் இப்போதெல்லாம் நாட்டுப் புறங்களிலும் மலங்காடுகளிலும் பணி செய்கிறார்கள். பதவிகளுக்காகவும் படோடாபங்களுக்காகவும் சபையில் சேருகிறவர்கள் மத்தியில் இன்னும் சமுதாய அக்கறையோடு மக்கள் பணிக்காகச் சபையில் சேருகிறவர்கள் இருக்கத்தான் செய்கிறார்கள். பிரதிபலன் எதிர்பாராமல் செய்யும் உதவியால் மதமாற்றம் தானாய் நடந்துவிடுகிறது. ஜாதி இந்துக்களுக்கும் பழங்குடி மக்களுக்கும் சமீப காலங்களில் நடக்கும் மோதல்களில் பழங்குடி மக்கள் இத்தகைய மதமாற்றத்தை ஒரு பாதுகாப்பாகவே கருதுகிறார்களாம். கிஸ்போட்டாவும் இதுபோல் மதம் மாறி குருவாகப் படிக்க வந்தவன். தானாகவே வருபவர்களிடம் உண்மையான அர்ப்பணிப்பும் மக்களுக்குக் கடமையாற்றும் ஆர்வமும் இருக்கிறது.

"மிருகத்த விட கேவலமாயிருந்த எங்க வாழ்க்கய மாத்துன சேசுசபைக்கி எங்களாலான கைமாறு இந்த அர்ப்பணிப்பு. எத்தன காலந்தாம் வெளியில இருந்து வாரவுங்க உயிர குடுத்து தொண்டு பண்ண."

"..."

"இன்னைக்கி எவ்வளவோ மாற்றம் மரியதாஸ், நெறைய பேர் படிக்கிறோம். நெறைய அரசுப் பணிகளுக்கு எங்க மக்கள் போறாங்க. இன்னுங் கேட்டா எனக்கு கெடைச்

சிறுக்க அறிவ வச்சி இந்திய ஆட்சிப் பணிக்கே நாம் போலாம் ஆனா, எங்களயே மாத்துன இந்த சபைக்கி என்ன செய்யப் போறமின்னு திரும்பத் திரும்ப என்னையே நா கேட்டடம்."

"..."

"நீ வேணுமானா பாரு. இந்திய ஆட்சிப் பணியில பீகார், ஒரிசாவோட பங்கு அதிகமாகப் போவுது காரணம் நம்மளால ஏற்படுற விழிப்புணர்வுதாம்."

கிஸ்போட்டாவுக்கு தமிழ்நாட்டில் பிடிக்காத விசயமே வாழையிலச் சாப்பாடு. தலவாழை இலை போட்டு விருந்தினரை உபசரிக்கும் பக்குவம் அவனுக்கு புரியவே இல்லை. தன்னை வீட்டில் ஒருவனாக பாவித்தால் ஏன் தனியான இலை என்று வாதம் செய்வான். எங்கே பீகாரின் ஜாதிப் பிரச்சனை இங்கும் தலை தூக்கிவிடுமோ என்ற பயம்.

கிஸ்போட்டாவைப் பிரிந்த மரியதாஸ் பெர்க்மன்ஸ் ஹாலை நோக்கி வேகமாக வந்தான். சீக்கிரம் போக வேண்டுமென்று இருந்ததேயொழிய ஏன் போக வேண்டுமென்று விளங்கவில்லை. தலைக்கு மேல் மரங்களில் ராத்தங்க வந்திருந்த பறவைகளின் கீச்சுக் குரல்கள். கை வீசி நடக்கையில் மேலிருந்து எச்சம் விழுந்தது சூடாய் இருந்தது. ஆபத்துக்குப் பாவமில்லையென காய்ந்த இலையொன்றை பாதையிலிருந்து எடுத்துத் துடைத்துப் போட்டான்.

'கீச் கீச்ங்குதுவள, அப்புடி என்னதாம் பேசும். இன்னாயிருக்க தோட்டக் காட்டுக்குப் போயிற்றுவர இம்புட்டு நேரமா. தாய்ப் பறவ புள்ளய கேக்குமா. நம்ம என்ன சலிம் அலியா, பறவய பேசுறது புரிய. பறவயள்லயும் நம்மள மாரி ஒறவெல்லாம் இருக்கும் யாருக்குத் தெரியும். அந்தக் காலத்துல நம்மளும் இப்புடித்தாம் இருந்திருப்போம். எடையிலதாம் இந்தமாரி கலியாணம், தாலி, சன்னியாசம் அப்புடி இப்புடியின்னு வந்திருக்கும். அவ நேசிக்கிறாளா. போட்டியா வைக்க முடியும்? தனியா பெலம்ப வச்சிற்றாள. நெனச்சாலே ஒரு மாதிரியாத்தான இருக்கி. லண்டன்ல வின்சர் செத்துப் போனாராம. காதலுக்காக அரச பதவியே வேண்டாமின்னாராம். அங்கி ஒரு பெரிய விசயமா. கல்லூரி முதல்வர்ன்னா ஒரு தோரண. ஹாஸ்டல் வார்டன்னுன்னா ஒரு நட. என்னமோ வானத்துலயிருந்து குதிச்சவன்வ கணக்கா, ஒலகத்த எங்க துறந்தான்வ. சேவ செய்ய வந்தமா, எதுக்கு வந்தோம்? இந்தமாரி கெடுபுடியளுக்கெடையில ஏழபாழய எங்கயிருந்து வரும். திருனவேலி அரசனும், காளி மார்க்கும், சிவகாசி காளீஸ்வரியும், அணில் பட்டாசும்,

கொற்கயில கமாக்கும், மோத்தாவும், சண்முகவேல் நாடாரும், சமுத்திர பாண்டி நாடருந்தாம் படிக்க வைக்க முடியும். கிஸ்போட்டா சொல்லுறத பாத்தா அவுங்க ஊருல சரி, நடக்குமாயிருக்கும். இங்க எங்க நடக்குது.'

பெர்க்மன்ஸ் ஹால் வாசலில் மறித்த உதவியாள் சொன்னான்.

"பிரதர் ஒங்கள பாக்க யாரோ ஒரு சிஸ்டர் வந்து ரெம்ப நேரமா காத்திருக்காங்க."

"என்னய பாக்கவா, சிஸ்டரா... இந்த நேரத்துலயா!"

வரவேற்பு அறையுள்ளே எட்டிப் பார்த்த மரியதாசின் உச்சி முதல் உள்ளங்கால் வரையில் சில்லிட்டுக் குளிர்ந்தது. ரென்சி வந்திருந்தாள். ஏதோ ஒரு இனம் புரியாத வெட்கம். அறைக்குச் சென்று உடைமாற்றிக்கொண்டு வரலாமென்று நினைத்துத் திரும்புவதற்குள் இருக்கையிலிருந்து எழுந்து வந்து அவன் முட்டியைத் தொட்டு தடவியபடியிருந்தாள் ரென்சி.

"மருந்தெல்லாம் சரியாச் சாப்புடுறியளா?"

வாயில் வார்த்தை வராமல் தடுமாறினான். அவளது நிமிர்ந்த பார்வையை நேரடியாக சந்திக்கத் திராணி யற்றவனாக நின்றிருந்தான் மரியதாஸ்.

"ஓங்களுக்கு ஏம் பேச்சி வரமாட்டயிங்குது. யாரையும் பாத்து பயப்புடுறீங்களா?"

"இல்ல..."

"பின்ன எதுக்கு என்னய நேர பாத்து பேச மாட்ட யிங்குறீங்க."

விருட்டென எழும்பியவளின் முகத்தில் பயத்தின் சாயை. சுற்று முற்றும் பார்த்த மரியதாஸ் கதவுப் பக்கம் போய் யாருமில்லையெனத் தீர்மானித்தவனாய் திரும்பி வந்து சொன்னான்.

"ஏன்னா... நா ஒன்னய விரும்புறம்."

"கடவுளே..." என்ற ரென்சி மேசையிலிருந்த குடையை எடுத்தவாறு வாசலுக்குத் தாவித் திரும்பிப் பார்க்காமல் நடையைக் கட்டினாள். வாசலில் வந்து நின்று தவித்தான் மரியதாஸ். மிக்கேல் மிராந்த சாப்பாடு முடித்தவர் ராச் செபத்துக்காக நடந்தபடியிருந்தார். செரிமாணத்துக்கான நடையாகவும் இருக்கலாம். ஏறிட்டுப் பார்த்தவரின் முகத்தில் புன்முறுவலில்லை.

93

1973

கொ. 27ஆம் நம்பர் தோணி, பாலத்தில் பயணத்துக்குத் தயாராய் நின்றிருந்தது. பாலத்திலிருந்து தோணி மீது சாத்தியிருந்த நடை மேடை வழியே கூலியாட்கள் தோணியிலிருந்து இறங்கியவாறிருந்தார்கள். தோணியில் மேல் தட்டில் அம்பாரமாய் வத்தல் மூடைகள் சரிக்கி அறையின் கண்ணாடிச் சன்னல்வரை ஏற்றிக் கட்டியிருந்தார்கள். சரிக்கி அறையிலிருந்து பார்த்தால் அணியத்தில் ஜீப் அஞ்சானில் கட்டியிருந்த பருவான் பள்ளத்தில் தெரிந்தது. பிச்சல் பக்கம் தூக்கி, டாவாப் பக்கமுள்ள மக்கிடி வழியாக வெலங்கே கிலேசியாப் பச்சை விளக்கும் அதன் மேல் அமர்ந்திருந்த காகமும் தெரிந்தன. கச்சாத்துகளைச் சரி பார்த்தவாறு போட் நோட்டுகளில் கையொப்பமிட்டபடியிருந்தார் அந்தோணிமுத்து தண்டல். பிள்ளைகள் எல்லோரையும் போதும் பொதுமெனப் படிக்க வைத்திருந்தார். கடைக்குட்டி அகுஸ்தீன் சிதம்பரனார் கல்லூரியில் விரிவுரையாளராக இருக்கிறான். தன் பிள்ளை தன் குடும்பமென்றிருந்தாரே அல்லாமல் அண்ணன் சவரிமுத்து பிள்ளைகளையோ, அக்கா சலோமி பிள்ளைகளையோ திரும்பிக்கூடப் பார்த்தாரில்லை. வெனான்சியுஸ் துபாயிலேயே ஒதுங்கிவிட்டான். அன்பய்யா தனுஸ்கோஸ்தாவின் தங்கை ஜாந்தார்க்கை திருமணம் முடித்திருந்தான். ஆனால் குழந்தை இல்லை. சமீபத்தில் நடந்து முடிந்த அகுஸ்தீன் திருமணத்திலாவது குடும்பம் ஒன்று சேருமென்று பார்த்தால் அதற்கும் வழியில்லாது போனது. முதுமை கூட அருள்மொழியின் குணத்தை மாற்றியிருக்கவில்லை.

கொ.27ன் பிச்சல் பக்கமே சகாயமேரியையும் கட்டியிருந்தார்கள். தண்டல் நிக்கோலாஸ் கொ.27ன்

பிச்சல் தூக்கியிருப்பதைத் தற்செயலாகப் பார்த்தவர் என்ன விளப்பம் என்று அறிந்துவர மேலே வந்திருந்தார்.

"நட எப்பம் வச்சிரிக்கிய?"

"என்ன மாப்புள, புதுசாக் கேக்குறிய? மல்லங்கொளத்துல இன்னக்கி பதினோறு அடிதாம் பாயும். பட்ட நீவாடு வேறயா, அதாம் அமாவாச கழிஞ்ச மறு நா பயணம் வக்கிலாமுன்னு..." என்று இழுத்தார் அந்தோணிமுத்து.

"அணியம் ஒருபடியா அமுங்கிகிற்று இருக்க... அதாம் மேல வந்தம்..."

"ரப்பேல்ட்ட சொன்னம். நாள காலயில சிமிண்டு மூடய வருதின்னாம் அத அட்டிக்கிள வச்சி புடிச்சா அமுங்கிறும்" என்றார் அந்தோணிமுத்து.

தாழையுத்து சிமெண்ட் தொழிற்சாலையிலிருந்து வளைகுடா நாடுகளுக்கு சிமெண்ட் ஏற்றுமதி செய்யும் ஒப்பந்தம் கொற்கை மில்காரர்கள் மூலமாக ஏற்பட்டிருந்தது. சிமெண்ட் மூடை களையும் தோணிகளிலேயே ஏற்றினார்கள். கொழும்புத் துறைவரை தோணிகளில் வரும் சிமெண்ட் மூடைகளை வளைகுடா நாடுகளுக்குக் கொழும்பிலிருந்து கப்பலில் கொண்டு செல்கிறார்கள். கீழக்கரை சாச்சாமார் ஒருவர்தான் துபாயில் கட்டுமானத் தொழிலில் கொடிகட்டிப் பறக்கிறாறாம்.

"மரியதாசு குருப்பட்டத்துக்கு நீங்க எதுக்கு வரல...?"

"வருலாமின்னுதாம் இருந்தம் நிக்கோலாசு. வூட்டுக்காரி சம்பிற்றாஅதாம்... எந்த சப?

"சேசு சபயின்னாவ... அதுக்கு மனுசம் புள்ளக்கி நடக்குற ஒரு குருப்பட்ட விழாவுலயுமா கலந்துக்கிறாம இருக்கது!" அங்கலாய்த்தார் நிக்கோலாஸ்.

"எனக்கு மட்டும் யாரு... எங்கக்கா பெத்த புள்ளய. அந்த வாடயே ஆவாதிங்குறாள இவ. மறக்குறதும், மன்னிக்கிறதும் இல்லாமப் போயிறிச்சி. வீட்டுச் சத்தம் வெளிய வரக் கூடாதிங்குறதுக்காக அமதியாப் போயிறுறம்."

"..."

"சோத்துக்கு வழியில்லாமலா தோணியில இன்னும் தண்டலாப் போறமின்னு நெனக்கிற... மல்லாங்கொளத்த தாண்டி அத்தன பாயயும் அவுத்து வுட்டாலே மனசு லேசாயிருது. வீட்டுல கெடைக்காத ஒரு சொகம் இந்தத் தோணியில கெடைக்கிது பாத்தியளா... பரந்து விரிஞ்ச கடல்ல பயணம் பண்ணும்போது, ஆண்டவா... ஒன்னட

கடல் எவ்வளவு பெருசு, நாங்க எவ்வளவு சிறுசுன்னு நெனைக்க வைக்கிது."

சொந்த மகனாய் இருந்தும் மரியதாஸ் குருப்பட்ட விழாவில் பிலிப் தண்டல் கலந்து கொள்ளவில்லை. சலோமி உயிரோடு இருந்திருந்தால் ஒருவேளை சம்மதித்துப் போயிருக்கலாம். குடும்பத்தின் சார்பில் மகராசி மூத்த மகள் ஜோஸ்லினோடு கலந்துகொண்டாள். ஜெயதாசும் ஜேம்சும் கொற்கையிலிருந்து போய் அக்கா குடும்பத்தோடே ஸ்டீபன் கல்லூரி ஆலயத்தில் நடந்த குருப்பட்ட பூசையில் கலந்துகொண்டார்கள்.

தேங்காய்ப் பட்டினம் ரகுமான் சாகிபுவின் சம்பைக் கட்டுகள் பாலத்தில் வந்து இறங்கியபடியிருந்தன. சுக்காய் காய்ந்து படிந்திருந்த சரக்கை அந்தர் அந்தராய்க் கட்டி யிருந்தார்கள். எல்லாமே பள்ளம், இணையம் பக்கங்களில் கயித்து மரங்களில் கிடைத்த தூண்டில் மீன்களாம். சீலாவும் கட்டாவும் பாளம் பாளமாய் அரிந்து காயப்போட்டு அடுக்கிக் கட்டியிருந்தார்கள். ரகுமான் சாகிபுவின் மச்சினன் மம்முது பாலத்தில் நோட்டுப் புத்தகத்தோடு நின்றிருந்தான்.

ரகுமான் சாகிபுவும் தலைச்சேரி, மாகி கண்ணனூர் பகுதிகளிலெல்லாம் சரக்கெடுத்து ஒரு காலத்தில் ஓகோ என்றிருந்தவர் ஆனால் ஒரு நாளும் கொழும்பு வரை சென்று கருவாட்டு வியாபாரத்தை நேரடியாகப் பார்த்த தில்லை. கடந்த சில வருடங்களாகவே கொழும்பு கடைக் காரர்கள் நட்டக் கணக்குக் காட்டுகிறார்களாம். ஸ்ரீமாவோ காலத்தில் இறக்குமதியாகும் பொருள்களை நாட்டுடமை செய்வதற்கு முன்னால் வியாபாரம் நல்ல செழிப்பாய் இருந்தது. பெரிய வீடு கட்டி தோப்பு துரவென்று வாங்கி யிருந்தார். பெரிய கொடையாளி என்று வேறு பெயர். நாட்டுடமைக்குப் பிறகு எல்லாமே தலைகீழாய் மாறிப் போனது. பெரிய வியாபாரிகள் இனிமேல் கொழும்பில் தொழில் செய்ய முடியாது என்று தாய்நாடு திரும்பி யிருந்தார்கள்.

1942ல் பெட்டா பிலிப் நேவிஸ் ஆலயத்தில் திருவிழா அலங்காரங்களினால் ஜப்பான்காரர்கள் குண்டு வீசக்கூடும் என்று நினைத்து விளக்குகள் அணைக்கப்பட, குண்டுகள் அருகிலேயே ஒரு பள்ளிவாசலில் விழுந்தன. உயிருக்கு பயந்து கொற்கை நோக்கி வந்த வியாபாரிமார் அனைவரும் ஒரு வருடத்திற்குள்ளாகவே திரும்பவும் கொழும்பு வந்திருந்தார்கள். ஆனால் 1961ல் நடந்த நாட்டுடமையும் தொடர்ச்சியான கலகங்களும் வியாபாரிகளின் எதிர் கால

வாழ்க்கையையே கேள்விக்குறியாக்கியிருந்ததால் கிடைத்ததை எடுத்துக்கொண்டு தாய்நாடு வர ஆரம்பித்தார்கள். இந்திய பாஸ்போர்ட் இருப்பதால் இந்தியக் குடிமக்களாகி எப்படியாவது பிழைத்துக்கொள்ளலாம் என்ற எண்ணம் காரணம். இலங்கைக் குடியுரிமை இருந்த ஒரு சிலரும், இருபுறமும் குடியுரிமை மறுக்கப்பட்டவர்களுமே வேறு வழியில்லாமல் கொழும்பில் தங்க நேர்ந்தது. இந்த வாய்ப்பைப் பயன்படுத்திக் கொண்ட அகதிகள் மளமளவெனக் கொழும்பின் பிரதான வர்த்ததகங்களில் புகுந்துகொண்டு இப்போதெல்லாம் நியாயமான வியாபாரமென்பதே கொழும்பில் இல்லாமல் போனது. ஆனாலும் வேறு வழி தெரியாமல் என்றாவது நிலைமாறுமென்ற நம்பிக்கையில் இந்தியாவிலிருந்து சரக்குகள் கொற்கை வழியாகச் சென்றபடி இருந்தன.

மேல் தளத்தில் நிக்கோலாஸ் தண்டலோடு நடந்த அந்தோணிமுத்து நடுமரம், தன்மரம் தாண்டி அவுத்தியால் பக்கம் வந்திருந்தார். பிளஷர் கார்களில் உள்ள பேட்டரிகளை அந்தப் பக்கம் அடுக்கியிருந்தார்கள். அந்தோணிமுத்துவுக்கு எப்போதுமே ஆராய்ச்சி புத்தி. எதையாவது நோண்டிக் கொண்டிருப்பார். தோணியில் ஏறும் கடல் தண்ணீரை அப்புறப்படுத்த வேம்பாவுக்குப் பதிலாக மோட்டார் பம்புகளை உபயோகிக்கலாமே என்ற முயற்சி.

"சாகிபு சரக்க அணியத்துல அவுத்தியால் பக்கம் அடுக்கி வறிஞ்சி கெட்டிருங்க" என்றார் நிக்கோலாஸ்.

"அப்புடி என்ன அவ்வளவு அக்கற படுற..."

"கொழும்புல ரெம்ப ஏமாந்திற்றாருயின்னாவ. எல்லாம் மாமம் மச்சினந்தானாம். ரெம்ப நாளா சாயாபு சரக்கு தோணிப்பாலத்துக்கு வரலிய கவனிச்சியளா... கடக்கறையில யும் சரியான பாக்கியின்னாவ."

"பூதார் மேல வைக்கிலாமாயின்னு பாத்தம்."

"கட சேலாயில்ல, வெரளத்துல ஆடும்போது தோணி தண்ணி கோறிறும். அணியத்துல வாங்குற தண்ணி கோதாள வழிய ஓடியந்து அட்டிக்கிளதாம் நிக்கிம். காஞ்ச சரக்கு பாத்தியளா பட்டுன்னு தண்ணிய உறிஞ்சிறும்.

"கெட்ட அவுத்துப் பாத்தியளாக்கும்?"

"நாங்க எதுக்கு பாக்கணும். நேத்து கஸ்டம்ஸ்காரம் பிரிச்சி மேஞ்சிற்றாமின்னாவ."

குமாரசாமி ஆட்கள்தான் ஃபார்வேர்டிங் பண்ணு கிறார்கள். குமாரசாமியே நேரடியாக நின்று எவ்வளவோ

தடுத்தும் மல்லுக்கட்டி கருவாட்டை எடுத்துப் போயிருக் கிறார்கள் சரக்கை ஆய்வு செய்வதற்காக வந்த சுங்க அதிகாரிகள். இது போன்ற காரணங்களை வைத்தே இலங்கையில் சரக்கைப் பெற்றுக்கொள்பவர்கள் சரக்கு எண்ணிக்கை குறைகிறதென்றுகுறை கூறிக் குறிப்பிட்ட காலத்துக்குள் பணம் அனுப்பாமல் இழுத்துவிடுகிறார்களாம்.

"இந்த கூதிவுள்ளயளுக்கு அரசாங்க சம்பளத்துக்கு மேல சரக்கு போடுற கம்பெனிக்காரம் மாமூல், ஃபார்வேர்டிங்க் காரன்வ குடுக்குறது இவ்வளவும் போதாதின்னு..." என்றார் நிக்கோலாஸ்.

"அதுக்காவ, அவம் செக்கிங் பண்ணாமலும் அனுப்ப முடியுமாக்கும்" என்றார் அந்தோணிமுத்து.

"தங்க பிஸ்கெட்டுவ வருதின்னாவள. இப்ப இப்ப என்னமெல்லாமோ வருது. கஞ்சா அபினு..."

"நெசமாவா...? நாங்கள்வ தோணி ஏறுன காலங்கள்ல இந்தமாரி கேள்விப்படலிய..."

"அதாம் இன்னும் தண்டலாவேயிருக்கிய."

"அப்ப இவன்வ செக்கிங் பண்ணுறதுலதாம் புடிபடுதிங் கிறியளா...?"

"எந்த ஒலகத்துல இருக்கிய...?"

"..."

"இவன்வ இந்த கருவாட்டயும் கத்தரிக்காயையும் புடிக்கத்தாம் ஆவான்வ. மலை மலையா போதப் பொருளு போறது இவன்வளுக்கு எங்க தெரியிது. போட்டியில அவன்வ ஒருத்தனுக்கொருத்தம் சண்ட போட்டுகிட்டு காய்மகாரத்துல மாட்டி வுட்டாத்தாம் உண்டு."

தோணிகளில் தண்டல்களுக்கே தெரியாமல் சரக்குக் கடத்தும் முதலாளிமாரும் முதலாளிமாருக்குத் தெரியாமல் சரக்குகளைக் கடத்தும் தண்டல்மாரும் உண்டு. இருவருக்குமே தெரியாமல் ஊமைபோல் இருந்தபடியே எருமைபோல் சாணிபோடும் லஸ்கர்களும் சுடுதான் பயல்களும் உண்டு. தொடை இடுக்குகளில் கட்டிக்கொண்டு போவார்களாம்.

மெட்ராசில் சினிமாக்காரர்கள் பயன்படுத்தும் வித விதமான லைட்களும் கேமிராக்களும் அதற்குத் தேவையான வகை வகையான லென்சுகளும்கூடக் கொழும்பிலிருந்து கொற்கைத் தோணிகள் மூலம் வருவதாக ஒரு

தகவல் உண்டு. இதன் காரணமாகவோ என்னவோ தோணிகளில் லஸ்கராகவோ அல்லது சுடுதான் பையனாகவோ ஏறிவிட கடற்கரையூர்களிலிருந்தெல்லாம் இளைஞர்கள் கொற்கை நோக்கிப் படையெடுத்தார்கள்.

டுர்ரென சத்தம் வர, பக்கவாட்டில் திரும்பி பார்த்தார்கள் புகை கக்கியவாறு விசைப்படகொன்று மல்லாங்குளம் வழியே உள்ளே வந்து இடதுபுறம் திரும்பி ஆத்துப்போக்கு வழியாக மீன்பிடித் துறைமுகத்தை நோக்கிச் சென்றது. தோணிகளுக்கும் விசைப்படகுகளுக்கும் போகவர ஒரே வழி.

“பேருதாம் கொற்க. மீன்புடித் தொறமொகம் பூதாவும் தருவக்கொளம் போட்டுவதானாம...!”

கடந்த வாரம் இப்படித்தான் மடியடிக்கப் போயிருந்த விசைப்படகுகள் மணப்பாட்டு மடைக்குள் அத்து மீறி நுழைந்து அங்கே வலைபோட்டுக் கிடந்த கட்டுமரக்காரர்களிடமும் வள்ளக்காரர்களிடமும் தகராறு பண்ணியிருக்கிறார்கள். அவர்களெல்லாம் சேர்ந்து விரட்ட அத்துப் பிடுங்கி வந்த விசைப்படகுகள் வரும் வழியில் புன்னைக்காயல் கடற்பகுதியில் வலைபோட்டுக் கிடந்தவர்களின் கூட்டத்திற்குள் புகுந்துவிட கட்டுமரமொன்றில் மோதி கட்டுமரம் தொரம் தொரமாய்ப் பிரிந்துபோனதாம். நடுக்கடலில் ஒரு கட்டுமரத்தை உடைத்துச் சிதறடித்து விட்டு வருகிறோமே என்ற சிந்தனையே இல்லாமல் விசைப்படகுகள் அசுர வேகத்தில் பாய்ந்து வந்திருக்கிறது. நெஞ்சில் வசக் குறைவாக அடிபட்டவன் இறந்தேபோனான். பழிக்குப் பழி வாங்கியே தீருவதென்று புன்னைக்காயல்காரர்கள் வெறியோடு கிளம்பிக் கொற்கை வந்திருக்கிறார்கள். அத்துமீறி வந்த விசைப்படகுகள் அனைத்தும் தருவைக்குளம் நாடார்களுக்கே சொந்தமாய் இருக்க, கட்டுமரத்தை சிதறடித்த விசைப்படகு மட்டும் பர்னாந்துமாருக்கு உரியதாய் இருந்ததால் மீன்பிடித் துறைமுகத்துக்குள் மோதல் கைவிடப் பட்டுப் பிரச்சினை சுமூகமாய் முடிந்தது.

“அடிச்சிற்று வந்த போட்டு யாரு போட்டு தெரியுமா... ஓங்க மருமொவம் போட்டுதாம். பெரிய கலகம் வார மாரியிருந்திச்சி, அமுக்கிமாரியிருந்தாம் ஓங்க மருமொவம். தவப்பனார் வெளையாடுறதுக்கு போட்டு வாங்கி குடுத்திருக்குறாரு.”

“மொதல்ல ஓசரைக்கா போட்டுயின்னுல வேளம் வந்திச்சி.”

“பிலிப் தண்ட வாங்கி குடுத்த போட்டுத்தாம். வேண்டாமின்னு எவ்வளவோ சொன்னம். யாரு கேட்டா. இத்தன லட்சத்தயும் கொண்டு போட்டாரு. இனும கேசு, மயிறு மண்ணாங்கட்டியின்னு அலையணும்.”

எஞ்சினியரிங் கல்லூரியில் இறுதியாண்டு படிக்கும் போதே தகப்பனாரிடம் மன்றாடிக் கேட்டு லேலாண்ட் விசைப்படகு ஒன்று புத்தம் புதிதாய் இறக்கியிருந்தான் செலஸ்டீன். விசைப்படகு நிர்வாகம் முழுவதுமே பேங்குக் கார்ர் மகன் மில்டனிடம் இருந்தது. செலஸ்டினும் சரி, மில்டனும் சரி ஒருநாள்கூட கடல் ஏறித் தொழிலுக்குப் போனது கிடையாது. வேலைக்கு மட்டும் புதியம்புத்தூர், குறுக்குச் சாலையிலிருந்து வந்தவர்களை வைத்திருந்தார்கள். மாதத்துக்கு ஒரு முறைகூட செலஸ்டின் மீன் துறைமுகத்துக்குள் வருவது கிடையாது.

“புன்னக்காயல் மடைக்கிள இவன்வ அடிச்சிற்று வந்த அன்னக்கி ராத்திரி பெரியதொற மடையில நம்ம சிரில் கர்டோசா போட்டு மாட்டி அத பெரிய தொறைக்காரன்வ தீ வச்சிற்றான்வளாம்.”

“மனுசம் கொழும்புலயிருந்து கொண்டுவந்த மிச்ச சொச்சத்தயும் அதுலதான போட்டுருந்தாருயின்னாவ...”

“எவனோ தப்பு பண்ண எவனோ மாட்டுறாம். ராமேஸ் வரத்துலயும் பிரச்சன்யின்னாவ.”

“இவன்வ தப்புதாம். போட்டுவள்ல ஒடையதார் போவாம வேலைக்கி ஆள் வச்சா அவம் உசுரக் காப்பாத்த என்ன பண்ணுவாம...!”

மேலைநாடுகளில் ரால்களுக்கு கிராக்கி வர விசைப் படகுக்காரர்கள் விடிய விடிய கரையோரங்களிலேயே மடியடிக்க ஆரம்பித்தார்கள். விசைப்படகுக்காரர்கள் கட்டு மர, நாட்டுப் படகு மீனவர்களின் வலைகளைக் கிழிப்பதும். கரையோர மடைகளில் புகுந்து வேட்டையாடி கட்டுமர மீனவர்களின் வாழ்வாதாரங்களை அழிப்பதும் அன்றாட நிகழ்வாகிப்போனது. அரசு எவ்வளவோ கட்டுப்பாடுகளை விசைப்படகு மீனவர்கள்மீது விதித்தும் அவை எதுவும் கடலில் எடுபடவில்லை. காரணம் விசைப்படகுகளில் தொழிலுக்குப் போனவர்கள் பெரும்பாலும் அயல் சாதிக் காரர்களாய் இருந்தார்கள். திரும்பத் திரும்பக் கடலில் நடக்கும் மோதல்களால் ஏற்கனவே பிரிந்து கிடக்கும் பரதவர்களுக்குள் மேலும் மேலும் பிரிவினை தலைதூக்கியது.

94

1973

மரியதாசை சந்தித்துக் கிட்டத்தட்ட ஒரு வருடமாகியிருந்தது. சகோதர வாஞ்சையில் பழகப்போய் அதை அவர் காதலாக எடுத்துக்கொண்டாரே என்ற வருத்தம் ரென்சிக்கு. மனதைக் கட்டுப்படுத்தி அவரைச் சந்திப்பதை அறவே தவிர்த்துவந்தாள். மரியதாசின் குருப்பட்ட விழாவிலும் கலந்துகொள்ளவில்லை. சிறுமலர் மருத்துவமனையில் பெயர் தெரியக்கூடிய செவிலியாக உயர்ந்திருந்தாள் ரென்சி. சிறப்பான சேவைக்காக மதர் சுப்பீரியரிடமிருந்தே ஃப்ளோரன்ஸ் நைட்டிங்கேல் விருதும் கிடைத்திருந்தது.

சமீபத்தில் கேள்விப்பட்டிருந்த செய்தி அவள் மனதைப் பாடாய்ப் படுத்தியது. இளங்குரு மரியதாஸ் பித்துப் பிடித்ததுபோல் அலைவதாகவும் டாக்டர் பட்டத்துக்காக ஆய்வு செய்திருந்த விஷயங்களைக் கைவிட்டு, எப்போதும் அறையிலேயே தனிமையாய் அமர்ந்து சிந்திப்பதாகவும் அண்ணன் மில்டன் சொல்லிவிட்டுப் போனான். தனிமையில் அமர்ந்து சிந்தித்ததால் தன் தாய்க்கு ஏற்பட்ட நிலை ரென்சிக்குத் தெரியும். அப்படி ஒரு நிலைக்கு மரியதாஸ் போய்விட்டால் அதுவும் தன்னால் மரியதாசுக்கு அப்படியொரு நிலையென்றால் அதைத் தாங்க முடியவில்லை. சிந்தித்துச் சிந்தித்துத் தலையெல்லாம் வலித்தது.

வழக்கம்போல் அன்று மாலையும் மருத்துவ மனையின் முன்புறம் உள்ள தண்ணீர்த் தடாகமருகே அமர்ந்திருந்தாள். மருத்துவமனையிலும் நவம்பர், டிசம்பரைப்போல் கூட்டம் அதிகமில்லை. சிறுமலர் மருத்துவமனை சென்னைப் பட்டணத்திலேயே

பிரசித்தி பெற்ற குழந்தைப்பேறு மருத்துவமனை. சுற்றிலும் நெட்டிலிங்க மரங்கள். தடாகத்தின் நடுவே மேரி மாதா குழந்தையோடு இருக்கும் வெண் பளிங்குச் சிலை. பக்கவாட்டுக் குழாய்கள் மூலமாக எப்போதும் சிலையின் மேல் தண்ணீர் விழுந்தபடியிருக்கும். அம்மா நினைப்பு வந்தாலே இந்தப் பக்கம் வந்துவிடுகிறாள் ரென்சி. தடாகத்தில் வகை வகையாய் வண்ண மீன்கள். பிளாக்மாலி, ரெட்மாலி, சோடெயில், பிளாட்டி, டாட்டட் பிளாட்டி, கப்பீஸ், தங்க மீன். வட்ட வட்டமாய்த் தாமரை இலைகள். தடாகத்து மீன்களுக்கும் ரென்சியின் கைவிரல்கள் பரிச்சயமாகியிருந்தன. நீட்டு நீட்டாய் வெண்டைக்காய் விரல்கள். ஆள்காட்டி விரல் விட்டுத் துளாவினாலே தங்க மீன்கள் ஓடி வந்து முத்தமிடும். அது பெண் மீனா ஆண் மீனா என்பதில் பெருத்த சந்தேகம் ரென்சிக்கு. சிந்தனை வசப்பட்டிருந்தாள்.

‘ஆம்புளைங்களே இப்புடித்தாம்போல. இவம் மில்ட்டன் எதுக்கு பணக்காரன்வகூட அலையிறாம். சொன்னாக் கேக்காயிறாம். எப்ப பாத்தாலும் அவம் பல்டோனாகூட கூட்டு. பேரு என்னமோ அல்பின்னுன்னாம். யாரு கேட்டா இவங்கிட்ட. என்னய அவனுக்கு கெட்டிவச்சிற்று அப்புடியே கொண்டாங் குடுத்தாம் வீட்டுலே காலத்த கழிச்சிருலா மின்னு நெனக்கிறாம்போல. பல்டோனா பணக்காரமின்னா அவங்கிட்ட இருக்கட்டும். பொண்ணு பாக்கப் போலமின்னு இவனே கூட்டிட்டு வந்திருப்பாம். கோழிமுட்டக் கண்ண வச்சிகிற்று எங்கயெல்லாம் பாக்குறாம். பேச்சிதாம் பெருசாயிருக்கு ஒரு கன்னியாஸ்திரிய இப்புடிப் பாக்குற மயிங்குற நெனப்பேயில்லிய. ரொமிலஸ் அண்ணம் அப்புடியில்லிய. அன்னக்கி ரயில்வே ஸ்டேசன்ல பாத்தவங்க, என்ன கண்ணியமா நடந்துகிட்டாங்க. மீன்பிடி கப்பல்ல கேப்டனா இருக்காங்களாம். பரவால்ல பெட்டிய தூக்கிகிற்று இங்கவர வந்து விட்டுட்டு போனாங்கள. படிக்காததுவளா யிருந்தாலும் மெட்ராஸ்வர வந்து பாத்திற்றாவள ஊர்சுலா சித்தியும் சின்னய்யாவும். லாஞ்சிக்காரம் பிரச்சனய தாங்க முடியில்லயின்னாவ. மரியதாஸ். ஃபாதர் மரியதாஸ். பேரு நல்லாத்தாம் இருக்குது. இன்னக்கி வந்த பணந்தான. செலஸ்டின் எங்கூடத்தான படிச்சாம். கொளத்தோட கோவிச்சிகிட்டு எவனோ என்னமோ செய்யாம போனா னாம். அதுக்கு டாக்டர் பட்டத்துக்குத் தயார் பண்ணுனத வச்சிகிற்று சீரழிவானா... ஒரு நெலயான புத்தியே கெடையாது. இந்தமாரி ஆள்க்க எதுக்கு சபக்கி வரணும்? எதுக்கு மதில்மேல் பூனயா அல்லாடணும்? மரியதாஸ் வருங்காலத்துல பெரிய பிரின்சிபாலா வருவார் பாரு.

அமெரிக்கன் லிட்டிரேச்சர்ல பேச ஆரம்பிச்சா நேரம் போறதே தெரியாது. மதர் சுப்பீரியர் சொன்னாங்கல. அப்ப நம்மதாம் அந்த மனுசன அய்யய்யோ... ஃபாதர கெடுத்திற்றமோ. அப்ப எதுக்கு குருப்பட்டம் வாங்குனாறு. பாசமா மருந்து போட்டது தப்பா. நம்ம ஊர்காரராச்சயின்னு போட்டம். அண்ணக்கி சுகந்தி மிஸ் பேசிகிற்று இருந்தவுங்களும் சொன்னாவள. சபலக் கிறுக்கு இல்லாட்டி தேறிருவாரோ. முன்னாலமாரி இப்ப சாமிமாரும் அதிகம் வர மாட்டயிங் குறாவளாம். வாரதும் இப்புடியிருக்கு. இது ஒரு பெரிய விசயமே இல்லயின்னு கோமதி ஆண்ட்டி சொன்னாங்கள... அவுங்களுக்கு அப்புடி இருக்குலாம் பெரிய விஷப் பரிச்சதாம். என்ன பெரிய விஷப் பரிச்ச... எல்லாமே ஒரு மாத்திரயில போற விசயம் ஆனா என்ன, யாரும் பாத்திறக் கூடாது. ஆம்புள... ஒறவு முடிஞ்சா தெளிஞ்சிறுவாமின்னாவள. அப்ப இவுர எதுக்கு நா காப்பாத்தணும். ச்சீ... இம்புடுதானாயின்னு தெரிஞ்சிகிட்டாப் போதும். இச்சயோடு நோக்கினால்தான பாவம். ஒங்கள ஒரு நல்ல குருவாக்கப் போறம் மரியதாஸ். உடம்பு ஒரு பெரிய விசயமேயில்ல. அண்ணனும் சொன்னாம் அவுங்க அய்யா பிலிப் தண்டலமாரி பணம் பணமின்னு அலையிற ஆள் இல்லயியாம. களத்து மேட்டுக்காரரு கடன் பத்திரத்த வாங்கி கிழிச்சிப் போட்டாம்ய... ஆனா ருசி கண்ட பூன உடாதும்பாங்கள. யாருக்குத் தெரியப்போவுது. நம்மளப் பொறுத்தவர இது ஒரு சிகிச்ச. அவுரு ஒன்னய புடிச்சிகிற்று ஒன்னய வுட்டா வேற வாழ்க்கயேயில்லயின்னா. அப்புடி சொன்னா அப்புறம் பாக்குலாம். அவுருக்கும் தெரியாமலா இருக்கும். குடும்ப வாழ்க்க எவ்வளவு கஷ்டமின்னு. யாருட்டயும் போயி சொல்லிற்றாருன்னா. பயித்தியம் புடிச்சிறுக்குன்னு சொல்லுவாங்க. நீங்க என்ன ஒங்கள ஆக்குறது மரியதாஸ். நாங் குடுக்குறம் பாருங்க ஒரு ஷாக் ட்டிரீட்மெண்ட். நா ஆரம்பிக்க போறதுமில்ல தடுக்க போறதுமில்ல.'

எதிர்பாராமல் ரென்சியிடமிருந்து வந்த தொலைபேசி அழைப்பால் மிரண்டுபோனார் ஃபாதர் மரியதாஸ். தலை சுற்றி மயக்கம் வருகிறது கை கால்களிலெல்லாம் மூட்டு மூட்டாய் வலிக்கிறது என்று சொல்லி ஒருவாறாய் சிறுமலர் மருத்துவமனையில் வந்து படுப்பதற்குள் போதும் போதுமென்றிருந்தது.

ஸ்டீபன் கல்லூரி ஃபாதர் என்பதால் உடனே அறை கொடுத்துப் படுக்க வைத்துவிட்டார்கள். முதல் மாடியில் இடதுபுறம் கடைசி அறை. ஏற்கனவே அடிபட்டு வந்திருந்த

போது தரைத் தளத்திலேயே கொடுத்திருந்தார்கள். ஒரு நாள் முழுவதும் ஓய்விலிருந்து மறுநாள் தலையில் படக் கூடாத இடங்களில் அடிபட்டிருக்கிறதா என்று ஸ்கேன் எடுத்துப் பார்ப்பதாகச் சொல்லியிருந்தார்கள்.

இரவு ஏறிவிட்டிருந்தது. மரியதாசின் 17ஆம் நம்பர் அறைக்கு எதிரிலேயே இரவுநேர செவிலியர் தங்கிப் பணி செய்யும் அறை. மேல் தளத்து அறைகளில் மரியதாஸ் தங்கி யிருந்த அறை தவிர அனைத்து அறைகளுமே அணக்கமில்லா திருந்தது. ஆள் நடமாட்டமேயில்லை. உடை மாற்றி லுங்கிக்கு மாறியிருந்தார் ஃபாதர் மரியதாஸ்.

'என்ன டாக்டர் பட்டம்... இத்தன நாளுமில்லாம திடீர்ன்னு எதுக்கு கூப்புட்டா. அவ கூப்புடுறதுக்கே காத்துக் கெடந்தமாரி நானுந்தாம் அடிச்சி பெறண்டு ஓடிவந்தம். முக்கியமா பேசணுமின்னாள... கேக்க கேக்க நேருல பேசிக்கிருலாமின்னுற்றா. நா டாக்டர் பட்டம் வாங்குறதுல இவளுக்கு என்ன அக்கற. குருப்பட்டத்துக்கே வராதவ... என்னமோ சொன்னா, நாக்க தொங்க போட்டுகிட்டு வந்தாச்சி. முக்கியமான முடிவுயின்னாள. நானும் ஒங்களக் காதலிக்கிறமிம்பாளா. குருப்பட்டம் வாங்குறதுக்கு முன்னால சொல்லியிருந்தாலும்... தல சுத்துத. ஒரேயடியா பொட்டிய தூக்கிற்று வந்திருவாளா. அவ எதுக்கு தூக்கணும்? அவ இங்கதான இருக்கா. தெக்குபக்கம் போவ முடியாது. போனா ஆந்திராப் பக்கங்க இல்லியா நாகலாந்து மணிப்பூர்ன்னு போயிற வேண்டியதாம். மஞ்ச மஞ்சயின்னு சும்ம லட்டு மாறியிருப்பாள்வளாம. படுத்து ஒரு கண்ணுக்கு தூங்குவோம். காலயில வந்தாலும் வருவா. இவ பிலோமி புருசம் அய்யாகிட்டயிருந்து ஒருபாடு அடிச்சிற்றாராம. ஆமா ரென்சியயும் கூட்டிற்று போயி தோணி கேள்வு கணக்குவள பாக்க வேண்டியதுதாம். கழிஞ்ச வெளக்குமாத்த எங்கல...'

காற்றுக்காய் வராண்டாவில் நடந்தபடியிருந்தவர் படிக்கட்டில் காலடிச் சத்தம் கேட்கவும் விறுவிறுவென அறைக்குள் நுழைந்து சாவித் துவாரத்து வழியாக வெளியே நோட்டம் விட்டார். நேருக்கு நேர் கண்கள் மோதின. பதறித் தலையைத் திருப்பியவர் நெற்றியில் பின்புறம் துருத்திய படியிருந்த கொண்டி குத்தியது. படுக்கையருகே பூனைபோல் நடந்து வந்து அமர்ந்தார். பக்கத்திலிருந்த மேசையில் ஒரு தம்ளரில் பாலும் நாலைந்து ரொட்டித் துண்டுகளுமிருந்தன. பாலை மட்டும் குடித்த ஃபாதர் மரியதாஸ் குட்டிபோட்ட பூனை போல் அறைக்குள்ளேயே சுற்றிச் சுற்றி நடந்தார்.

நிமிடங்களும் யுகங்களாகக் கழிய பொறுமையிழந்து கட்டிலில் ஏறிப் படுக்கப்போனவர் நப்பாசையில் திரும்பவும் வந்து சாவித்துவாரத்து வழியே எதிர் அறையை நோட்ட மிட்டார். கதவு சாத்தியேயிருந்தது. வெளியே போகவும் துணிவில்லை. பெருமூச்சு விட்டபடி கட்டிலில் மேலேறிப் படுத்தவர் தலையைச் சொறிவதும் நகத்தைக் கடிப்பதுமாக நேரத்தைக் கடத்தியபடியிருந்தார்.

'ராத்திரி வேலயின்னுதான சொன்னா... அதுக்கு இப்பவா வருவா. எய்யா வந்தாயின்னு வையி. வரலாட்டி... நாக்க தொங்கப் போட்டுகிட்டு நாயிமாரி குத்த வச்சிருக்க வேண்டியதாம். எத்தன நாள் பழக்கம். என்ன சொல்லுற யின்னு முடிவா கேட்டுற வேண்டியதுதாம். அன்னக்கி ராத்திரி சொல்லாம கொஞ்சம் மெதுவா வெளிய எங்கயும் கூட்டிற்று போயிற்று பீச்சில கீச்சில வச்சி சொல்லி யிருக்குலாமோ. முடிஞ்சத பேசி என்னாகப் போவுது. ஆனாலும் தைரியசாலிதாம். யாருக்கும் பயப்புட மாட்ட யிங்குறாள. என்ன பண்ண ஒண்ணு கெடைச்சா ஒண்ணு கெடைக்காது.'

வேறு வழியில்லாமல் இரவு விளக்கை மட்டும் எரிய விட்டவர் மற்ற விளக்குகளை அணைத்துவிட்டு இரண்டு கைகளையும் கழுத்துக்குக் கீழே அண்டக் கொடுத்தபடி கட்டிலில் படுத்திருந்தார். களைப்பு மேலிட உறங்கியும் போயிருந்தார்.

கட்டில் அசைவதுபோலிருக்கவே தற்செயலாய் விழித்தவர் கண்ட காட்சியை நம்பவே முடியவில்லை. கண்களைத் துடைத்தபடி எழுந்து அமர்ந்தார். கட்டிலில் ரென்சி அமர்ந்திருந்தாள்.

நடப்பது நனவா என்று நம்ப முடியாமல் தவித்தார் மரியதாஸ். வருவாள் என்று எதிர்பார்த்தார், நேரம் கடந்து வந்திருந்தாள். அதுவும் கட்டிலிலே ஏறி அமர்ந்திருந்தாள். நெருங்கி வந்து காலைத் தொட்டாள். ஆயிரம் வோல்ட் மின்சாரம் வந்து தாக்கியது போலிருந்தது. மனது ஆனந்தக் கூத்தாடியது. இன்னும் நெருங்கியமர்ந்தாள். வாய்க்குள் நாக்கை இயன்ற மட்டும் சுழற்றி முடிந்த மட்டும் பற்களை சுத்தம் செய்து எச்சிலை விழுங்கினார்.

'வருவாளா வருவாளாயின்னா வந்திற்றாள. மன்மதப் படையலே வைப்பா போல. வெள்ளையம்மா வந்துதுடியம்மா ஒங் காளைக்கி ஆபத்து. காதலிக்கிறேன்னு ஒரு வார்த்த காது குளுற ஒரு வார்த்த சொல்ல மாட்டாளாயின்னு

பாத்தா... இன்னக்கி வேட்டதாம். எத்தன நாளுதாம் கையில ரேக தேய... ஆளு தைரியசாலி. அன்னக்கி மாறி அவசரப் பட்டுறாத. பொறுமயாயிரு, எழும்பி ஓடிறப் போறா.'

அவள் நெருங்க நெருங்க அவர் பின்னோக்கி நகர்ந்தார். இருவரிடமுமே பேச்சில்லை. பின்புறச் சுவரோடு ஒட்டி விட்டார். இதற்கு மேல் கட்டிலில் நகர்வதற்கு இடமில்லை.

'செவுரு வந்து காப்பாத்திற்றப்பா. உண்மையிலே வெள்ளையப்பா, ஒங் காளைக்கி ஆபத்தா. எதுக்கு இப்புடி வாரா. ஆண்ம கீண்ம இல்லயின்னு நெனச்சிருவாளோ. நல்ல வேளையா குருப்பட்டம் குடுக்கிறமின்னு காயடிக்காம வுட்டுட்டான்வள. பிற்காலத்துல அப்புடி ஒரு நெல வரலாம்.'

எஞ்சியிருந்த பொறுமையும் காற்றில் பறந்து பதற்றத்தில் என்ன செய்கிறோமென்று தெரியாமல் ரென்சியை ஆவிக் கட்டிப் பிடித்து அணைத்தார் மரியதாஸ். ஒரு கை அவள் தொடைகளில் புரள மறு கை மாராப்பு நீக்கியது. கண் மூடிக் கண் திறக்குமுன்னால் இதழ்களைச் சுவைத்தபடி பரபரப்பாய் இயங்கினார்.

'எதுவுமே செய்ய மாட்டயிங்குறாள. அவ எங்க செய்வா. ஆம்புள நம்மதாம் செய்யணும். வெக்கப்படுவாளாயிருக்கும். இப்புடியொரு சொகத்த வுட்டுட்டு சாமியாரு, சந்நியாசி யின்னுகிட்டு...'

கன்னங்களை வருடிய கை விரல்கள் இறங்கி முலைக் காம்பைப் பற்றியிருந்தன. புல்லரித்து நெளிந்தாள். ஆனாலும் உணர்ச்சி வெளிப்பட்டது போலில்லை. இதற்கு மேலும் பொறுக்க முடியாமல் அவளைப் படுக்கையில் தள்ளிச் சாய்ந்திருந்தார் மரியதாஸ். மரம்போல் கிடந்தாள் ரென்சி. ஏதோ விண்ணில் பறப்பது போன்ற ஒரு உணர்வு. வெளியே மழை பெய்வது போலிருந்தது. எந்த ஈடுபாடுமில்லாமல் அவர் இழுத்த இழுப்புக்கெல்லாம் வளைந்து கொடுத்தவளின் கண்கள் மட்டும் மோட்டுச் சட்டத்தை நோக்கியே இருந்தது. கண்களில் கண்ணீர் துளிர்த்திருந்தது.

'விண்ணை நோக்கி என் கண்களை உயர்த்தினேன் உதவி எனக்கு எங்கிருந்து வரும்...'

அலை அடித்து ஓய்ந்தது போலிருந்தது. சுய நினைவுக்கு வந்தவள் திரும்பிப் பார்த்தால் பக்கத்தில் மரியதாஸ் இல்லை. கழிவறையில் சத்தம் கேட்டது. கண்களை மூடியபடியே சிந்தனை வயப்பட்டிருந்தாள்.

‘நா செய்த இந்தச் செயல் கடவுளுக்கு ஏற்குமா. என்னமோ ஒரு அசட்டு தைரியத்துல செய்திற்றம். அவரே எதிர் பாத்திருப்பாரோயின்னு தெரியில. நாந்தாம் மேட்டிமயா நடந்துற்றனா. உடல் சுகம் இதுதான்னு புரிஞ்சிறுப்பாரா... அல்லது ருசி கண்ட பூனமாரி...’

பக்கத்து நாற்காலியில் கீச்கீச் சத்தம். கண் திறந்தாள் ரென்சி. நாற்காலியிலமர்ந்து பெருமூச்சுவிட்டபடியிருந்தார் ஃபாதர் மரியதாஸ். கை விரல்களை முறுக்கி நாற்காலியின் சாய் கட்டையில் ஒரு குத்துவிட்டார். வலித்திருக்க வேண்டும். ரென்சியும் எழுந்து கழிவறைக்குள் சென்று மீண்டாள். அதற்குள் கட்டிலில் ஏறிக் குப்புறப் படுத்திருந்தார் மரியதாஸ். எதிரே கிடந்த நாற்காலியில் அமர்ந்து மரியதாசையே பார்த்திருந்தாள் ரென்சி. அவரிடமிருந்து எந்த அசைவு மில்லை. ரென்சியே பேசினாள்.

“என்ன ஃபாதர், என்ன பாக்க பிடிக்கிலியோ?”

விருட்டென படுக்கையிலிருந்து எழுந்தவர் இடையில் லுங்கியைச் சரி செய்தவாறு கொக்கியில் தொங்கிய சட்டையை எடுத்து மாட்டிக்கொண்டு கதவுப் பக்கம் போய் கை வைத்தார். அது தானாகவே திறந்துகொண்டது பதறி விட்டார்.

“அய்ய கதவ பூட்டாமயா... பூட்டாம...”

“என்னக் கேக்குறீங்க...”

வெளியே பூனைகளின் சத்தம். சிறு பிள்ளைகள் அழுவது போலிருந்தது. துணை தேடும் ஆண் பூனைகளை அழைக்கப் பெண் பூனைகள் சிறு பிள்ளைகள் அழுவதுபோல கத்துமாம். கதவைச் சாத்தித் தாளிட்டுத் திரும்பினார் மரியதாஸ். ரென்சியின் முகத்தை ஏறிடத் துணியவில்லை. வெகு நேரம் இருவரிடமுமே பேச்சில்லை. கன்னத்தில் கையூன்றி அமர்ந்திருந்தாள் ரென்சி. தலையைத் திருப்பாமல் ஓரக் கண்ணால் ரென்சியைப் பார்ப்பதும் மீள்வதுமாக இருந்தார் மரியதாஸ்.

சிறிது நேரத்தில் அவர் விசும்புவது கேட்டது. தலை யணைக்குள் முகத்தைப் புதைத்திருந்தார். ரென்சியும் எதுவுமே பேசவில்லை.

“ஒன்னய நாங் கைவிடமாட்டம் ரென்சி. ஆனா என்ன பண்ண, யாரப் பாக்கயின்னுதான் தெரியில.”

வெளிக்காற்றில் சன்னல் கதவுகள் படபடவென அடித்தன. சாலையில் சாமக் காவலர்களின் விசில் சத்தமும்

பின் அவர்கள் தடியால் தரையைத் தட்டும் சத்தமும் கேட்டது.

“என்ன பண்ணுலாமின்னு இருக்கீங்க ஃபாதர்?”

அதிர்ந்து நிமிர்ந்தார் மரியதாஸ். அவளை நிமிர்ந்து வெகுநேரம் பார்க்கச் சக்தியில்லாமல் குற்றவாளி போல் குனிந்தார்.

“வெறுப்பாயிருக்கா ஃபாதர்? கதவு தெறந்து கெடந்தத பாத்து பயந்திற்றீங்களா. தப்பு பண்ணிற்றமேயின்னு நெனக்கிறீங்களா?”

கட்டிலில் அமர்ந்தபடியே காலைத் தரையிலூன்றி பெருவிரலால் தரையில் கோடு கீறியபடியிருந்தார்.

“தெரியாம நடந்திற்றம். என்னய மன்னிச்சிக்க.” என்றார் ஃபாதர் மரியதாஸ்.

“...”

“என்னய மன்னிச்சிக்கயின்னு கேக்கக்கூட எனக்கு அருகதயில்ல-ரென்சி. எனக்கு என்ன பேசுறதின்னே தெரியில. ஆனா பெரிய தப்பு பண்ணிற்றமின்னு தெரியிது.”

ரென்சியிடமிருந்து சத்தம் வராததை நினைத்து பயந்தவர் எழுந்து அவள் காலருகே தரையில் அமர்ந்தார். எவ்வளவு பெரிய அபாயத்தை மடியில் கட்டிக்கொண்டிருக்கிறாள் என்று நினைக்க நினைக்க பயத்தில் கை கால்கள் பதறியது. நொடிப் பொழுதில் கொற்கையில் வீட்டில் அனைவருமே கண் முன்னே வந்து போனார்கள்.

‘நீ எல்லாம் எதுக்குடா சாமியாப் போவணும் கள்ளச்சாமி கள்ளச்சாமி. அறுவடையோ மிகுதி வேலையாட்களோ குறைவு. நாங் கெட்டதுமில்லாம... பாவம்போல இருந்த ஒரு புள்ளயயும் கெடுத்து. அய்யய்யோ... ஏற்கனவே தாய்க்காரவுங்க புத்தி சொகயீனமா... இவளும் எங்க போவா. எத்தன நாள் மடியில கெட்டிக் காப்பாத்த முடியும். வயிறு காட்டிக்குடுத்திறும. ஒரு நொடிப் பொழுது அவசரப் பட்டுட்டம. நாந்தாஞ் சீரழிஞ்சமின்னா இந்தப் புள்ள என்ன பாவம் பண்ணிச்சி. மில்டன் என்னய என்ன நெனைப்பாம். இப்புடியே உக்காந்திருந்தா விடிஞ்சிரும. விடிஞ்சா... விடிஞ்சா என்ன பண்ண. காதல் கத்தரிக்கா எல்லாமே வெட்டிப் பேச்சி. எல்லாமே காமம். வாய்ப்பு கெடைக்கிறவர எல்லாரும் யோக்கியந்தாம். பொம்புள சொகமின்னா என்னயின்னு தெரிஞ்சிற்றில்ல. சே... மனசாலயும் கெட்டு ஒடலாலயும் கெட்டுப் போனன. என்ன சொல்லப் போறா...’

780 ஆர். என். ஜோ டி குருஸ்

“என்னய மன்னிச்சிக்க ரென்சி.”

“மன்னிக்க வேண்டியது நானா...? நம்ம எல்லாருமே கடவுள் வாழுற ஆலயமாம். மரியசிலுவ டீச்சர் சொல்லுவாங்க...”

“...”

“என்னய பத்தி கவலப்படாதைங்க. எத்தன நிமிசம் சந்தோசமாயிருந்திருப்பீங்க... இவ்வளவுதானாயின்னு தெரிஞ்சிகிட்டா போதும். ஆனா... இனுமயாவது நீங்க ஒரு நல்ல குருவா இருக்குறத நாம் பாக்கணும்.”

“ரென்சி...”

“ஒடம்புக்கு என்ன பண்ணணுமின்னு எனக்கு தெரியும். மனசத்தாம் பரிசுத்தமாக் காப்பாத்தணும். எம் மனசு எங்கிட்ட பரிசுத்தமாவே இருக்கு. அது எனக்கும் என்ன படைச்ச கடவுளுக்கும் தெரிஞ்சாப் போதும்.”

கண்களை மூடிக் கொற்கைத் தாயைத் தோத்தரித்தார் மரியதாஸ். திரும்பிப் பார்க்காமல் எழுந்து நடந்தாள் ரென்சி. மரங்களில் விடிகாலைப் பறவைகளின் ஒலி. கீழ்வானில் வெளிச்சக் கீறல்கள்.

95

1974

சீனா தானா கட்டிடத்தின் மேல் மாடியில் ஏகத்துக்குக் கூட்டம். கட்டிடத்தின் கீழே வேப்ப மரத்தடியில் பத்துப் பதினைந்து ராஜ்தூத் பைக்குகளும் நாலைந்து புல்லட்டுகளும் ஒன்றிரண்டு லேம்பிரட்டா ஸ்கூட்டர்களும் தாறுமாறாய் நின்றிருந்தன. வலதுபுறம் தண்ணீர்த் தொட்டியருகே இருபது, இருபத்தி ஐந்து மிதிவண்டிகள் இருக்கும். கொக்குவாயன் கடையிலிருந்து பொடியன் கேரியலில் சாயா எடுத்துக் கொண்டு சாலையைக் கடந்து ஓடினான். கட்டடமருகே காண் வாடை பொறுக்க முடியாமலிருந்தது. நின்று காறித் துப்பிவிட்டுப் போனான். நாடார் சங்கத்துக்காகச் சமீபத்தில் இந்தக் கட்டிடத்தை வாங்கியிருந்தார்கள். அந்தக் காலத்தில் சீனா தானா கொற்கையில் பிரபல நவதானிய வியாபாரியாம். பிள்ளைகள் காலத்தில் எல்லாமே நொடிந்து போனது. அவர் வாழ்ந்த வீடு இந்தக் கட்டிடம்.

அந்தப் பெரிய வீட்டை மகுமைக்காக வாங்கித் திருமண மண்டபமாக்கியிருந்தார்கள். காற்றோட்டமான பெரிய ஹால். வெள்ளை வேட்டி சட்டையில் தலையில் எண்ணெய் வழிய அமர்ந்திருந்து பல கதையும் பேசியவாறு இருந்தார்கள் சங்க உறுப்பினர்கள்.

“அய்ய, ஒரு அளவு மாண்டாமா... மனியம் வெளியில தலகாட்ட முடியில இல்லா...” என்றார் ஆரோக்கிய சாமி.

“எய்யா, சொல்லுயத வெளிப்படையா சொல்லுங்களாம். மென்னு முழுங்கிச் சொன்னா என்னத்த வெளங்கப் போவுது?”

ஆர். என். ஜோ டி குருஸ்

“ஆமா அரிசியில கல்லு இன்னக்கி நேத்தா கெடக்கு. களத்து மேட்டுல போட்டு அடிச்சா கெடக்கத்தாம் செய்யும்.”

“பயல படிக்க வைக்கிதியளாம. சவம் படிச்சா வுட்டுறுங்க இல்லியா அவன இழுத்து மண்டிக்கிள போடுங்க... வேல படிக்கட்டு...”

“விருதுநகருல பெரிய தொழிச்சாலயே இருக்குதாம்...”

“நாசரத்து பொண்ணு. நமக்கு குண்டி வெளுத்தவளா கெடைப்பா... பத்து அம்பது அறுவது ஏக்கர் புளியங்காடுவ தேறுமின்னாவள.”

“என்னடே... மெட்ராஸ் காரவிய இந்தப் பக்கம்? கொட முடிஞ்சி போச்சியின்னாவள... ஆமா தம்பி பம்பாயில செம்பூருல கட வச்சிறுக்காமுன்னாவள என்னமும் கடுதாசி உண்டாடே.”

“நம்ம பேப்பருலயுந்தாம் போட்டுருந்தாவளாம்.”

“ஆமா துக்ளக்கு, துக்ளக்குயிங்கான்வள அது யாருடே என்னமோ கன்னா பின்னாயின்னு எழுதிப் போட்டானாம்.”

“ஏ... சோம்பாவள்லா, சோ... நம்ம எம்ஜியாரு படங்கள்ல பூச்சி பூச்சியின்னு வருவாமுல்லா.”

சமீப காலமாகவே பிரபல நாளிதழ்களும் வார இதழ்களும் கலப்படத்தைப் பற்றிச் செய்திகள் வெளியிட்டபடியிருந்தன. அரிசியில் கலப்பதற்காக ஆற்றுப் படுகைகளில் சிறு பிள்ளைகளைக் கொண்டு அரிசி அளவில் கல் பொறுக்குகிறார்களாம். கலப்படம் பண்ணுவதற்காகவே விருதுநகரின் புறநகர்ப் பகுதியில் ஒரு தொழிற்சாலை இயங்குவதாகவும் அந்த தொழிற்சாலையில் நடக்கும் கலப்படத்தை அந்தப் பக்கமாகப் படிப்பதற்காக போன கல்லூரி மாணவனொருவன் பார்த்துக் கண்டுபிடித்ததாகவும் புகைப்படத்தோடு துக்ளக் செய்தி வெளியிட்டிருந்தது.

நல்ல மிளகு மூடைகளில் காய்ந்த பப்பாளி விதைகளையும், காப்பிக் கொட்டையில் புளியங்கொட்டைகளையும் சர்வ சாதாரணமாகக் கலந்துவிடுகிறார்களாம். கொற்கைப் பக்கம் பவழப்பாறைகளிலிருந்து முறித்துக்கொண்டு வரும் விரல் சல்லிகளைச் சுண்ணாம்புக்காகத்தான் எடுக்கிறார்கள் என்பது போய் அவை மூடை மூடையாய் ஈரோடு போய் அங்கே மஞ்சள் சாயம் ஏற்றப்பட்டு மஞ்சள் மூடைகளில் கலந்துவிடுகின்றனவாம்.

எதிரே மேடையில் கிடந்த நாற்காலிகள் காலியாகவே இருந்தன. அரங்கத்தில் பேச்சு சுவாரஸ்யம் குறைந்தது போலில்லை.

"எண்னேம், திருவெற்றியூர் போற பாதயில தண்டையார் பேட்ட, வண்ணார் பேட்டயில நெறைய எடங் கெடக்கு. வாங்குதியளா?"

"நாஞ் சொல்லுதமுல்லா படிச்சவனுக்கு குடுக்குறதவுட ஒரு பொட்டிக் கட வச்சிருக்கவனுக்குக் குடு."

"இல்லியா வேதக்காரனுக்குக் குடு. வாத்தியார், டாக்டர், வக்கீலுன்னு படிச்சிருப்பான்வ."

"செட்டியாரு கெமிக்கலு கெட்டுனாலுங் கெட்டுனாரு வக்காளி தங்கம்மாபுரத்துல அம்புடு பனயளயும் தறிச்சிப் போட்டான்வள."

"என்ன பேச்சி பேசுறிய. காலங்காலமா நெஞ்சி தேய பன ஏறுனது போதாதாக்கும். வெட்டியவம் வெட்டியாம் வுடுங்களாம்."

"ஆமா மூத்தவள மெட்ராசியில குடுத்தம். ரெம்ப தூரமாப்போச்சில்லா... அதாம் ரண்டாவதுள்ளத நம்ம புது தொறமொகத்துல வேல பாக்காரு மாப்புள, பேசி முடிச்சாச்சி. சவம் இங்க நம்ம கண்ணெதுர கெடக்கும் பாருங்க... வேதந்தாம்."

"இனும சிமிந்தி பூதா அங்காம் போவும்."

"வெலயில ஏத்த எறக்கத்த வச்சி எழவுடுங்க. சவம் சாப்புடுத பொருள்லயுமா... எல தெய்வத்துக்கு அடுக்காதுல. ஆமா அய்யனார் கோயில்ல திருழா எப்ப?"

கீழே கார்கள் வந்து நிற்கும் சத்தம் கேட்டது. கூட்டத்தில் சலசலப்பு. எல்லோருடைய விழிகளும் படிக்கட்டை நோக்கித் திரும்பின. சண்முகவேல் நாடாரும் அவரோடு பேசியபடி கொற்கை ஸ்பின்னிங் மில் உரிமையாளர் கணேச நாடாரும் வந்தார்கள் அரங்கு நிசப்தமாகியிருந்தது நாற்காலிகளைக் கறகறவென இழுத்துப் போட்டு அவரவர் இடங்களைத் தக்கவைத்துக்கொண்டார்கள்.

முன் வரிசையிலேயே சுந்தர கிருஷ்ணனும் குண்ராச்சும் அமர்ந்திருந்தார்கள். கொற்கையிலேயே பெரிய அரிசி மில் சுந்தர கிருஷ்ணனுடையதுதான், தகப்பனார் தனுஷ்கோடி நாடாரை வற்புறுத்தி உடன்குடிப் பக்கமிருந்து கிளப்பிக் கொற்கை கொண்டுவந்து அரிசி மில் போடுவதற்குள் தாவு

தீர்ந்திருந்தது. தனுஷ்கோடி நாடார் வெளியே அதிகம் வருவதில்லை. பழைய நினைவுகளோடே காலத்தை ஓட்டினார். காசுக்காகக் கயவாளித்தனம் பண்ணுவதில் ஏற்பில்லாமலிருந்தார். மாலை நேரங்களில் பொடி நடையாக கடற்கரைச் சாலையில் கர்டோசா பூங்காப் பக்கம் வருவது, அங்கே அவரைப் போல் காலாற நடக்க வரும் பெருசுகளோடு பழைய சுதந்திர காலப் போராட்டங்களைப் பற்றி பேசுவது பின் வீடு திரும்பிவிடுவது. இப்படியே காலம் கழித்தார். அரிசி மில் விவகாரங்களில் தலையிடுவதேயில்லை.

அரங்க மேடையில் பேசுவதற்காக சண்முகவேல் எழும்பினார்.

"எல்லாருக்கும் வணக்கம். புது தொறமொகத்துல இன்னைக்கி மொத கப்பல உள்ள கொண்டந்திருக்கோம் அதுனாலதாம் வரக் கொஞ்சம் பிந்திற்று. எவ்வளவு பெரிய போட்டிக்கெடையில நாம இந்த புதுத் தொறமுகத் திட்டத்த நடத்திக் காட்டியிருக்கமின்னு ஒங்களுக்குத் தெரியும். தேவையில்லாத பிரச்சனைகள வளக்காம, யாபாரத்த பாப்போம். பக்கத்துலே கணேச மச்சாம் உக்காந்திருக்காங்க மத்த ஊர்கள்லயும் பேங்குக்கு கௌ தொறக்கப் போறாங்களாம்."

கூட்டத்தில் சலசலப்பு.

"ஏற்கனவே மெட்ராசியில இருக்குல்லா."

"இருக்கட்டு இருக்கட்டு" ஒருவாறாகக் கூட்டத்திலிருந்து வந்த சத்தத்தை அமர்த்திவிட்டு சண்முகவேலே பேசினார்.

"யாபாரத்துல வளறணுமின்னா ஒங்களுக்கு தெரியாதத நாஞ் சொல்ல வரல. மக்களோட நம்பிக்க ரெம்ப முக்கியம். அத காப்பாத்திக்கிறுங்க. வம்புவ வேண்டாம். எதுக்கு கோடு கச்சேரியின்னு அலையணும். உண்டான தொழில பாப்போம். கலப்படமெல்லாம் வேண்டாம்."

தமிழகம் முழுவதுமே சில்லறை வியாபாரத்திலும் மொத்த வியாபாரத்திலும் நாடார்கள் கொடி கட்டிப் பறந்தார்கள். பெரும்பாலும் பெரிய மண்டிகளில்தான் கலப்படம் நடப்பதாகப் பேச்சு அடிபட்டது. சண்முகவேல், கணேசன் போன்றவர்களுக்குக் கலப்பட வியாபாரத்தில் துளியும் விருப்ப மில்லை. குறுக்கு வழியில் முன்னுக்கு வரத் துடித்தவர்களால் வந்த வினை ஒட்டுமொத்த வியாபாரிகளையும் பெரும் பழிக்குள்ளாக்கியிருந்தது.

கணேச நாடார் பேசுவதற்காக எழும்பினார்.

“நெறைய ஊர்வுள்லயிருந்து இங்கன வந்தாச்சி. இனும இங்கயே கெடக்கணுமின்னுயில்ல. நாங்க பேங்கு தொறக்குற மாரி எல்லா ஊர்வளுக்கும் போங்க. யாவாரம் பண்ணுங்க...”

கூட்டத்தில் பின் வரிசையிலிருந்த சிவந்தி முன் வரிசையிலிருந்த சுந்தர கிருஷ்ணனருகே நெருங்கி அமர்ந்தார் கூடவே பால்பாண்டி நாடார் மகன் கிறிஸ்துராச்சும் காசி நாடார் மகன் அரிகேசரியும் அமர்ந்திருந்தார்கள்.

“சுந்தர கிருஷ்ணா...” அழைத்தார் சிவந்தி நாடார்.

“சொல்லுங்க சின்னையா.”

“இந்தா பக்கத்துல இருக்காமுல்லா இவம் காசி மொவம் அரிகேசரி. அடுத்தவம் பால்பாண்டி மொவம் கிறிஸ்துராச்சி. அரிசி யாவாரம் பண்ணனுமிங்கியான்வ.

“அதுக்கென்ன பண்ணட்டு. உண்டான திற்ற குடுத்திற்று சரக்க எடுக்கட்டு. யாரு மாண்டாமிங்குறா. நம்ம மில்லு சரக்குல அந்தமாரி கல்லு கில்லுல்லாங் கெடையாது. அய்யாவுக்கு பதினாறு காரியம் முடிஞ்சி போச்சாக்கும்.”

“நேத்துதாம் அண்ணாச்சி.”

“எனக்கே மறந்துபோச்சி. ஞாபகத்துல வச்சிறுக்கியள. ஆமா படைச்சியளோ.”

“நா ஒருத்தந்தான ஒரே ஒரு எலைதாம்.”

“எலேய், அவியளுக்கு புடிச்சமாரி எல்லாம் வச்சியளா?”

சிரித்தவாறே சொன்னார் அரிகேசரி.

“எல்லாம் வச்சாச்சி. கடசீல தங்கச்சிதாம் பாத்துகிடுங்க சொன்னா... கருவாடு, மீனு, ஆட்டுக்கறி, கோழிக்கறி எல்லாம் வச்சாச்சி பன்னிக்கறி மறந்து போச்சி. தங்கச்சி சொன்ன பொறவு திருநவேலிக்கி ஆள பெசலாவுட்டுல்லா பன்னிக்கறி வாங்கியறச் சொன்னோம்.

“...”

“சரியா பன்னிக்கறிய மட்டும் எடுத்திற்றுப் போயிருக்குதாரு.”

இறந்து மூன்றாம் நாள் பாலூற்றிச் சடங்குகள் கழித்தாலும் ஆவிகள் சுற்றிக்கொண்டேயிருக்குமாம். சரியாகப் பதினாறாம் நாள் காரியம் பண்ணும் தினத்தில் சித்திரகுப்தன் தன் பரிவாரங்கள் புடைசூழக் கடைசியாக ஒரு முறை இருந்த இடத்தைப் பார்த்துக்கொள் என்று இறந்தவரை ஆவியாய்

அழைத்து வருவானாம். உண்மையிலேயே ஆவிகள் வருகின்றனவா என்று பார்க்க இன்னும் சில இடங்களில் படையலுக்கு முன்னால் மண்போட்டு சமப்படுத்தி வைக்கிறார்கள். ஆவிகள் வந்து போயிருந்தால் அந்த மணலில் நாய்க்கால் தடங்கள்போல் கிடக்குமாம். கோபாவேசத்தோடு வரும் ஆவிகளின் குறுக்கே யாரும் நின்றுவிடக் கூடாது. அடித்துப் போட்டுவிடும். படையல் வைத்துவிட்டு நேரத்தோடே ஒதுங்கிவிடுவார்களாம். நடுச் சாமத்தில் வரும் ஆவியைச் சீக்கிரம் வா விடியு முன்னால் போக வேண்டுமென அவசரப்படுத்துவான் சித்திரகுப்த்தன். வரும் ஆவியும் இனிமேல் இந்தப் பக்கம் வர முடியாதென்பதால் தான் வாழ்ந்த இடங்கள் அனைத்தையும் ஒவ்வொன்றாகப் பார்த்து அழுமாம். பிறகு தனக்குப் பிடித்த பொருளொன்றை எடுத்து சாப்பிட்டு விட்டு அகலுமாம்.

"எலேய் பூனய வந்திற்று எடுத்திற்றுப் போயிருந்தா..."

"பூன கருவாட்ட வுட்டுட்டு, ஆட்டறச்சிய வுட்டுட்டு, பன்னி எறச்சிய மட்டுமா தூக்கும். போற போக்குல வாசல்ல அய்யனார் கோயிலுக்கு நேந்து வுட்டுருந்த கிடாய தீத்திற்றுப் போயிற்றாரு."

மேடையில் தங்கப்பழ நாடாரும் அமர்ந்திருந்தார். தோணிப்பாலத்தில் மூன்று கோஸ்டிங் தோணிகளுக்கு உரிமையாளர் தைரியலட்சுமி, வீரலட்சுமி, ராஜலட்சுமி என்று மூன்றுமே கொழும்பு நடையிலிருந்தன. பரஸ்பர நம்பிக்கையால் தோணிகளைப் பர்னாந்துமாரே தொடர்ந்து கடலில் செலுத்துகிறார்கள். இது வரையிலும் எந்தப் பிரச்சினையும் வரவில்லை.

சங்கத்திற்குப் புதிதாக உறுப்பினர்கள் சேர்க்க, கொள்ள என கன நேரம் பிடித்தது. வியாபாரிமார்களுக்குள் பணம் குடுக்கல் வாங்கலில் ஏற்பட்ட தாவாக்கள் தீர்த்துவைக்கப் பட்டன. கடைசியாகக் கட்டிடத்திற்கு ஒரு நூல் நிலையம் வேண்டுமென சண்முகவேல் முன்மொழியத் தங்கப்பழம் அதை வழிமொழிந்தார். கூட்டம் முடிந்தும் முடியாததுமாக சண்முகவேல் அவசரமாகக் கிளம்பினார்.

"என்ன, அண்ணாச்சி கெளம்புதாவ."

"வலைக்குடிக்கில்லா போறாறாம்."

"மிக்கேல் தண்ட வூட்டுக்கு போவாராயிருக்கும்."

"கப்ப கம்பெனி மொதலாளியிங்கிய, அங்க எங்க போறாறு?"

வியாபாரத்துக்கு வந்த நாளிலிருந்தே சண்முகவேல் எந்தக் காரணத்தைக் கொண்டும் பரதவர்களோடு முறைத்துக் கொள்ளவேயில்லை. முடிந்த அளவுக்கு முக்கியமான பொறுப்புகளில் பரதவர்களே இருக்குமாறு பார்த்துக் கொண்டார். தகப்பனார் சொல்லிக் கொடுத்த பாடம். பரதவர்களைக் கையாளும் முறை தெரிந்து வைத்திருந்தது அவருடைய பலம். புதுத் துறைமுகத்தில் தெற்குப் புறச்சுவர் எழுப்பும்போது நடந்த கடல் விபத்தில் வள்ளம் கொண்டு வந்த சவரிமுத்தும் இளய மகன் ரத்தினராச்சிம் மரித்துப் போக அவருடைய மூத்த மகன் மிக்கேலயே தன்னுடைய துறைமுக சம்பந்தமான வேலைகளுக்குக் சேர்த்துக்கொண்டார் சண்முகவேல். மிக்கேலும் மனசைப் போட்டு வேலை செய்பவர். முதலாளிக்கும், தொழிலாளிக்கும் பிடித்துப் போக, சண்முகவேல் நிறுவனத்தின் துறைமுக சம்பந்தமான வேலைகளைப் பொறுப்பெடுத்துச் செய்யும் தலைமைத் தண்டலாகியிருந்தார் மிக்கேல். தகப்பனார் சவரிமுத்து இறந்த பிறகு தம்பி குடும்பத்தோடும் தங்கையோடும் பாச நேசமாய் நடந்து கொண்டு ஆத்தா வெள்ளச்சரம் பேத்தியை யும் சந்தோசமாக வைத்திருந்தார் மிக்கேல். இவை எல்லாமே சண்முகவேலுக்குத் தெரியும். வெள்ளச்சரம் பேத்திக்கு நல்ல சுகமில்லையாம். நலம் விசாரிக்கத்தான் இப்போது வலைக்குடி போகிறார் சண்முகவேல். காரில் அமர்ந்திருந்தாலும் சண்முகவேலின் மனம் மட்டும் ஒரு நிலையில்லாமலிருந்தது.

'தல்மெய்தா நம்மள தப்பா எப்புடி நெனைப்பாரு. நம்மளா போயி சிமெண்டு யாவாரத்த தோணிக்கி குடுக்காம கப்பலுக்குத் தாங்கயின்னு கேக்கலிய. பயப்புடாதைங்க மொதலாளி, எங்க உசுரக் குடுத்தாவது இந்த கப்பல முடிச்சித்தாரோம். உள்ளடிக்கில உள்ளடிக்கில போயி நிக்காத மிக்கேலு... தொழிலவுட எனக்கு நீ ரெம்ப முக்கியம். அந்தப் புள்ள பூங்கோதய நானாச்சும் ஆஸ்பத்திரிக்கி கூட்டிற்று போயிருக்குலாம். நாம் போயி அவுரு தல்மெய்தா யாபாரத்த கெடுக்கலிய. காலத்துக்கு ஏத்தமாரி மாற மாட்டயிங்காவள. அந்த மனுசி லிடியா நடந்து போறத பத்தா சங்கடமாத்தாம் இருக்கு. சமுத்திரபாண்டி சம்பந்தராயிருந்தாலும் கமிச மில்லாமலா செய்வாரு. நம்ம குடுக்காமலும் இருக்கப் போறதில்ல. செட்டியார் ஆள்க்க கெமிக்கல் கொண்டாற தெல்லாம் சரிதாம். நமக்கு என்னமாச்சும் கேண்டுலிங் கெடைச்சா நல்லாயிருக்கும். நம்ம கடய ஆபீஸ்மாரி வச்சிருக்காவ. என்னமோ சம்பந்தாருக்குத்தாம் வெளிச்சம்.'

96

1975

கொற்கை சிலுவைக் கோவிலில் தலை வெள்ளிக் கிழமைதோறும் நடக்கும் விசேஷ ஆராதனைக்குத் துறைமுக நகரிலிருந்து 7ஆம் நம்பர் பஸ் பிடித்து உப்பு ஆபீஸ் அருகே இறங்கி ஓட்டமும் நடையுமாகக் கோவில் வந்து சேர்ந்திருந்தாள் பெர்னத். வருடத்தின் இறுதி வெள்ளியாதலால் ஆலந்தலை திருஇருதய ஆண்டவர் கெபிக்குப் போனவர்கள் போக மற்ற கூட்டம் எல்லாம் சிலுவைக் கோவிலிலிருந்தது. அதிகம் பேர் மொட்டை போட்டுக் காது குத்திக் கொண்டார்கள். வரும் கூட்டத்தையும் உடையலங் காரங்களையும் பார்த்தால் யாரும் சிலுவைப் பாதைக்கு வந்தவர்கள் போலில்லை. மெட்ராசி லிருந்து மகராசியும் வந்திருந்தாள். கூடவே அவளு டைய மகள்கள் ஜோஸ்லினும், ரோஸ்லினும் அமர்ந்திருந்தார்கள். வடக்குச் சுவரோரத்தில் செலஸ்டினும் காதல் மனைவி ரேகாவும் முழந்தாள் படியிட்டிருந்தார்கள்.

பிலிப் தண்டல் தலகுத்தர நின்றும் ஏனோ செலஸ்டின், ரேகா திருமணத்தை நிறுத்த முடிய வில்லை. ரேகா பவுல் தண்டலின் பேத்தி. திரேசாவின் மூத்த மகள். தன் பிள்ளையைக் கட்டுவதில் பிலிப் தண்டலுக்கு உடன்பாடில்லை என்று தெரிந்ததும் மீன்பிடித் துறைமுகமருகே நின்றுகொண்டிருந்த செலஸ்டினை ஆள் வைத்துக் கடத்தி வள்ளியூர் கொண்டு போய் அங்கே வள்ளியூர் மாதா ஆலயத் தில் திருமணம் நடத்தியிருக்கிறார்கள். ரேகாவும், செலஸ்டினும் சென்னையில் படித்தவர்கள். விடுமுறை நாட்களிலெல்லாம் எஞ்ஜினியரிங் கல்லூரியிலிருந்து ஸ்டெல்லா மேரிஸ் போய்

ரேகாவை மெரினா கூட்டி வந்துவிடுவான் செலஸ்டின். அந்த ஃபீஸ், இந்த ஃபீஸ் என்று தகப்பனாரை ஏமாற்றி வாங்கும் பணமெல்லாம் இந்த ஊர்ச் சுற்றலுக்குப் பயன்பட்டது. சென்னையில் படிக்கும் காலத்தில் ஒருநாள்கூட ஸ்டீபன் கல்லூரி வந்து அண்ணன் மரியதாசைப் பார்த்தது கிடையாது. பணத்துக்கும் பஞ்சமில்லை, சாதி சனத்தில் படித்தவன், அதுவும் எஞ்ஜினியரிங் படித்தவனென்பதால் திரேசா சம்மதிக்க, செலஸ்டின் தகப்பனாருக்குப் பயந்து இழுத் தடித்தது திரேசாவுக்குப் பிடிக்கவில்லை. மாப்பிள்ளையைக் கடத்தப் போவதைக் கணவன் கமிலசிடம்கூடச் சொல்ல வில்லை திரேசா. செய்தி கேள்விப்பட்டதும் பிலிப் தண்டல் ஆகாயத்துக்கும் பூமிக்குமாகக் குதித்தார். வலைக்குடி மில்டன்தான் வீட்டுக்கு ஓடி வந்து விஷயத்தை சொன்னான். பெரிய அக்கறையுள்ளவன்போல பிலோமி மாப்பிள்ளை சந்திரன் கார் போட்டு அங்குமிங்கும் பிலிப் தண்டலை அலைக்கழித்ததுதான் மிச்சம். வள்ளியூரில் தாலி கட்டிக் கிளம்பியவர்கள் அடுத்தபடியாக கொடைக்கானலில் இறங்கினார்கள். இப்போது திரேசா வீட்டில் செலஸ்டின் வீட்டோடு மாப்பிள்ளை.

திரும்பிப் பார்ப்பான், திரும்பிப் பார்ப்பான் என்று எவ்வளவு நேரம் பின்னாலேயே காத்திருப்பது? எழுந்து சுருபத்தை முத்தி செய்யப் பிள்ளைகளோடு வந்தாள் மகராசி. மேசைக்காரக் குடும்பத்தில் கட்டுப்பட்ட அக்காளை செலஸ்டின் பார்க்கிறானா என்று கம்சக் கண் போட்டுப் பார்த்தாள் ரேகா. நடக்கும் அனைத்தையும் வேடிக்கை பார்த்தபடியே மகராசிக்காகக் காத்திருந்தாள் பெர்னத். தான் கேள்விப்பட்டிருந்த விஷயத்தை மகராசியிடம் சொல்லாவிட்டால் தலையே வெடித்துவிடும் போலிருந்தது. பெர்னத்துக்கும் பிலிப் தண்டல் மேல் நல்ல அபிப்பிராய மில்லை. பிள்ளைக்குப் பிள்ளையாய் தொழில் செய்து கொடுக்கும் தம்பியிடம் தராதரம் பார்த்துப் பெண் கொடுக்க மறுத்துவிட்டாரே என்ற வருத்தமும் உண்டு. மகராசி கோவிலிலிருந்து வெளியேவரும் வரை காத்திருந்த பெர்னத், ஓடிச் சென்று மகராசியின் குழந்தைகளின் கன்னத்தைக் கிள்ளிச் சொன்னாள்.

"எங்க மகராசி பெத்த செல்லங்களா..."

அதிர்ந்து திரும்பிய மகராசிக்குப் பெர்னத்தை அடை யாளம் கண்டுகொள்ளச் சிறிது நேரம் பிடித்தது.

"யாரு பெர்னத் மாமியா... மாமா ஆர்பர்ல வேல பாக்குறாவளாம."

"யாத்த ரோணிக்கத்துக்கு மெட்ராஸ் பக்கங்கள்ல ஒரு நல்ல மாப்புள இருந்தாப் பாருளா..." என்றாள் பெர்னத்.

கண்களை மூடிப் பக்திப் பரவச நிலையிலிருந்த செலஸ்டின், ரேகா மரக்குருசை நோக்கி நகர, கண்களைத் திறந்து மருமகள் களைத் தேடினான். பெர்னத் மாமியோடு பேசியபடியே தற்செயலாகக் கோவிலுள்ளே பார்த்த மகராசிக்கு என்ன செய்வதென்றே தெரியவில்லை. செலஸ்டினைப் பார்த்தால் பாவம் போலிருந்தது. என்னதான் சுயநலக்காரனாய் இருந்தாலும் சொந்த பந்தங்களை விட்டுவிட்டுச் சொந்த ஊரிலேயே வீட்டு மாப்பிள்ளையாய் இருப்பதில் உள்ள கஷ்டம் அவனுக்குத்தான் தெரியும். நண்பர் வட்டங்களில் முகம் காட்ட முடியவில்லை. எந்த ஒரு சின்னத் தேவையாய் இருந்தாலும் மனைவியைக் கையேந்த வேண்டிய நிலை. மோகம் முப்பது நாள், ஆசை அறுபது நாள் என்பதுபோல கணவன் மனைவி அன்பிலும் விரிசல் விழுந்து கிடந்தது. தன்னிச்சையாய் எதையும் செய்ய முடியவில்லை. எல்லாவற்றிற்கும் மேலாக மாமனார் கமிலசின் பிதற்றல். மாலையில் விஸ்கி பாட்டிலைத் திறக்கும்போது ஆரம்பிக்கும் பெருமைப் பேச்சு முடிவில்லாமல்போய் இறுதியாய் போதை யின் உச்சத்தில் அவருக்கே தெரியாமல் எழுந்து போவான் செலஸ்டின். தடுமாறும் வேளைகளில் பெரும்பாலும் மனைவி திரேசாவைப் பற்றிய குறைகளாக இருக்கும். அவர்கள் கடத்தும்போது இவன் முரண்டு பிடித்திருந்தால் அவர்களால் எதுவும் செய்திருக்க முடியாது. ஆனால் செய்யவில்லை அதன் பலனை அனுபவிக்கிறான்.

"தாயி சின்னயா மொவ வலேரியா கத தெரியுமா?" கேட்டாள் பெர்னத்.

"அவளுக்கென்ன உள்ள வரும்போது பாத்தன... தம்பி கலியாணமின்னு இப்பந்தாம் துபாயிலயிருந்து வந்திற்றுப் போனாயின்னாவ, திரும்பவும் வந்திருக்காள." என்றாள் மகராசி.

"..."

"அவ புருசம் வழுக்கயன காணும. புள்ளயளையுங் காணும்! ஒரு பாவமும் அறியாத எந் தங்கச்சிய, அம்போன்னு வுட்டுட்டுப் போனவந்தான."

மகராசியின் கண்களில் கண்ணீர் துளிர்த்திருந்தது. கலியாணத்துக்கு முன்னால் நல்ல மாப்பிள்ளை கிடைக்க வேண்டுமென்பதற்காக மகராசியும் பூங்கோதயும்தான் சிலுவைக் கோவில் வருவார்கள். இயல்பிலேயே பூங்கோதை

நல்லவள். மகராசியின் கண்களிலிருந்து கண்ணீர் உருண்டு விழுந்தது. அக்கா மகராசி அழுவதைப் பார்த்த செலஸ்டின் என்னமோ ஏதோ என்று வருவதற்குள் அவனருகே வந்த ரேகா செலஸ்டினைக் கையைப் பிடித்து இழுக்காத குறையாக தள்ளிக்கொண்டு போனாள். தீர்த்தத் தொட்டியருகே அமர்ந் திருந்த கமிலசும் திரேசாவும் புன்முறுவல் பூத்திருந்தார்கள்.

மகராசியைக் கோவிலுக்கு வெளியே வேப்ப மரத்தடிக்கு கூட்டி வந்திருந்தாள் பெர்னத். கோவிலின் முன்னே அம்பாசிடர் கார் வந்து நின்றது, செலஸ்டினும் ரேகாவும் ஏறினார்கள். விளையாடிக்கொண்டிருந்த ஜோஸ்லின் மாமாவைக் கண்டவள், “மாமா... மாமா” என்று அழைத்த படியே கார் அருகே ஓடினாள். அவள் முகத்திலறைந்தாற் போல் காரின் கதவுகள் மூடி புழுதி கிளப்பியபடி கார் பறந்தது. கண் முன்னே நடக்கும் இந்த காட்சியை பார்த்து திகைத்துப்போய் நின்றிருந்தாள் மகராசி.

‘எதுக்குக்கா கவலப்படுற. மூத்தவள பொறுமையா யிருந்து நா கட்டிக்கிருறம். தம்பிக்கி வயசாயிருமயின்னு... அப்புடி பாத்தா ஒனக்கும் மச்சானும் வயசு வித்தியாசம் இல்லியாக்கும். ரோஸ்லின தம்பி கட்டுவாம். ஊர் ஒலகத்துல பொண்ண கடத்துவாவயின்னு கேள்விப்பட்டுருக்கம். மாப்புளயயே கடத்துவாவளா... ஆத்தாக்காரிதாம் ராச்சசி மாறியிருக்காயின்னு பாத்தா... பொண்ணு அவள தூக்கி வுழுங்கியிருவாபோல. அப்பா சொல்லுறபடி பாத்தா பவுல் தண்டலும் அப்புடி கெடையாது அவுக வீர்ஜித்தும் அப்புடியில்ல. எங்கயிருந்து வந்தாள்வளோப்பா. என்ன பணம் இருந்து எதுக்கு, நல்லியில வந்து சேல களவுடுத்துப் புடிபட்டவள்வுதான. கொஞ்சங்கூட வெக்கம் மானம் சூடு சொரண இல்லிய. எங்கய்யாட்டயுந்தாம் பணம் இருக்கி.’

வேப்பமரத்தடியில் ஜாவா பைக் ஒன்று வந்து நிற்க, குழந்தையோடு கீழே இறங்கினாள் கரோலின். முன்பக்க மிருந்து புனிதாவையும் இறக்கிவிட்டார் ததேயு பூபாலராயன். செட்டியார் கெமிக்கல் குடியிருப்பு கட்டிக் கொடுக்கும் காண்ட்ராக்ட் ஒன்று சண்முகவேல் நாடார் மகன் சுந்தரவேல் புண்ணியத்தில் கிடைத்திருந்தது. குழந்தை தாமசைப் தோளில் சரிசெய்து கிடத்திய கரோலின் புனிதாவை வலது கையில் பிடித்தபடி கோவிலுக்குள் புன்னகைத்தவாறே சென்றாள். புனிதாவின் கைகளில் ஒரு செபப்புத்தகமும் இரண்டு மெழுகுவர்த்திகளுமிருந்தன. துரு துருவென இருந்தாள் புனிதா. மரத்தடியில் நின்றிருந்த மகராசிக்கும், பெர்னத்துக்கும்

முகத்தை மறைத்தவாறு முக்காடு போட்டுத் தலையை குனிந்தவாறே கோயிலுள்ளே சென்றாள் ஒரு இளம் வயதுக்காரி.

"ஏ... மகராசி போறது யாரு தெரியிதா? ஒந் தங்கச்சி பிரபா."

"சின்னது கொஞ்சம் நல்லதுயிம்பாவள."

"நல்லவளாயிருந்தாப் போதுமா புருசன கெட்டிக் காப்பாத்துற வித்த தெரியிலிய."

"என்ன சொல்லுறிய மாமி?" என்றாள் மகராசி.

"புருசங்கூட சண்டயில வந்திருக்காளாம் மூத்தவ."

"அதுக்கும் எளையவளுக்கும் என்ன சம்பந்தம்?"

தம்பி வலன்றின் திருமணத்திற்காக வந்திருந்த வலேரியாவுக்கு அங்குமிங்கும் ஓடியாடி உதவி செய்தான் பிரபாவின் கணவன் ரூபட். அவனைப் பொறுத்தவரையில் மதினி வெளிநாட்டிலிருந்து வந்திருக்கிறார்களே கூட மாட உதவிசெய்து நல்ல பெயர் வாங்கினால் சகலையிடம் சொல்லி ஏதாவது ஒரு விசாவுக்கு ஏற்பாடு செய்வாள் என்று பார்த்தால் வலேரியாவின் பார்வை வித்தியாசமாகியிருந்தது. கலியாணப் பந்தலிலேயே வெனான்சியூசை தவிர்த்து எப்போதுமே ரூபட்டோடே ஒட்டித் திரிந்தாள். ரூபட்டுக்கும் துபாய் உரசல் தேவையாயிருந்தது. கலியாணத் தடபுடலில் யாரும் அதைக் கண்டு கொள்ளவில்லை. சிறுவயதிலேயே தலையில் வழுக்கை விழுந்திருந்ததால் அடிக்கடி கூட்டத்தின் முன்னால் வருவதற்கு வெனான்சியுஸ் கூச்சப்படுவான் என்பது மற்றொரு காரணம். பிரபாவுக்கும் எதுவுமே தெரிய வில்லை. எப்படியோ அக்காவிடம் நல்ல மரியாதையாய் நடந்து நல்ல பெயரெடுத்து துபாய் போக ஒரு வழி கிடைத்தால் போதுமென்றிருந்தாள்.

வலேரியாவுக்கு இயல்பிலேயே கூச்சம் துளியும் கிடையாது. கலியாணத்திற்கு முன்னால் வீட்டில் ஆண் பிள்ளைகள் இல்லாத நேரங்களில் குளித்துவிட்டு அம்மணமாய் வெளியே ஓடி வருவாள். பிரபாதான் ஓடிப் போய்த் துணியால் போர்த்துவாள். இப்படித்தான் திருச்சிலுவைப் பள்ளியில் படிக்கும்போது பள்ளி முடிந்தும் வீட்டுக்கு வரப் பிந்துகிறாளே என்று பார்த்தால் பள்ளியிலிருந்து வெளியே வந்து மணிக் கணக்கில் அங்கே நாக்கைத் தொங்கப் போட்டபடி நிற்கும் காரப்பேட்டை பள்ளிப் பயல்களோடு பேசியபடி நிற்பாள். வெகுநாள் பார்த்து விட்டுப் பொறுக்க முடியாமல் ஒரு

நாள் சின்னவள் பிரபா வீட்டில் சொல்லிவிட்டாள். அன்று இரவு ஞானக்கனி நாடார் மகன் பாண்டித்துரையோடு மெட்ராசுக்கு ஓடுவதாகத் திட்டம் போட்டிருந்தாள் வலேரியா. எப்படியோ வீட்டுக் காவலில் வைத்து வெளிக்குத் தெரியாமல் வெனான்சியூசுக்குக் கட்டிக் கொடுத்திருந்தார்கள்.

“ஏ... மகராசி, காய்கறி நறுக்குற கத்திய எடுத்து புள்ளய கழுத்துக்குள வச்சி புடிச்சிகிற்று என்னய அனுப்புறியா இல்லியாயின்னு கேட்டாளாம். அந்த வெங்கப் பயலும் பயந்து பிளைன் டிக்கெட் எடுத்து குடுத்து அனுப்பியிருக்காம்.”

“...”

“வந்தவ எங்க போனாயின்னு கேளு.”

துபாய்க்குப் போன பிறகும் வெனான்சியுஸ் வேலைக்கு போன பிறகு கொழுந்தனை அவன் வேலை செய்யும் கெமிக்கல் தொலைபேசி நம்பரிலேயே கூப்பிட்டு பேசுவாளாம் வலேரியா. அப்படித் தொலைபேசியில் போட்ட திட்டப் படிதான் கொழுந்தன் இளையவள் பிரபாவைப் பேறுகால நாட்கள் நெருங்கு முன்னாலேயே அவசர அவசரமாய்க் கொற்கைக்கு அனுப்பி வைத்திருந்தான்.

துபாயிலிருந்து தனியாய் வந்த வலேரியாளைத் திருவனந்த புரம்வரை வந்து விமான நிலையத்திலிருந்து நேரடியாக ஆறுமுகநேரி குடியிருப்புக்கே கூட்டி வந்திருந்தான் ரூபட். மனைவியைத் துபாய் விமான நிலையத்தில் ஏற்றிவிட்ட கையோடு கொற்கையில் தகப்பனார் அந்தோணிமுத்துக்கு தொலைபேசியில் தொடர்புகொண்டு வெனான்சியுஸ் தெரிவிக்க, செய்வதறியாது திக்குமுக்காடிப் போனார் அந்தோணிமுத்து. படுக்கையிலிருந்த மனைவி அருள்மொழி யிடம் விவரத்தைச் சொல்லிவிட்டு அடுத்த பேருந்திலேயே பெரியதுறை வந்து மத்தேசியாவிடம் கூப்பாடு போட்டார். மத்தேசியாவும் அந்தோணிமுத்துவின் ஆதங்கம் புரியாமல் பதிலுக்கு கூப்பாடு போட, வீட்டு முன் கூட்டம் சேர்ந் திருந்தது. உள்ளே படுத்திருந்த அருளுக்கு அவமானமாய்ப் போய்விட்டது. எழுந்து உடை மாற்றி யாரிடமும் சொல்லாமல் நேரே ஆறுமுகநேரி குடியிருப்புக்கு வந்து பார்த்தால் அங்கே ரூபட்டின் மடியில் அமர்ந்திருந்தாள் வலேரியா. பார்த்த இடத்திலேயே தூக்கித் தூக்கிப் போட்டு மிதித்திருக்கிறான். பிடிக்க வந்த மச்சானையும் அடிக்க கை ஓங்க என்னய கொன்னுட்டு அவுங்கள அடிங்க என்றாளாம் வலேரியா.

“பாதுகாப்புக்கு மத்தேசியாளும் வந்து ஆறுமுகனேரி வீட்டுலேயே தங்குனாளாம். மருமொவயில்லாத வீட்டுல அவ அக்காக்காரி வந்து ராத் தங்குறாளயின்னு கொஞ்சங்கூட ஒணர்வில்ல பாரு.”

“ச்சீ... அந்த பேச்ச வுடுங்க. பொம்புளய நடக்குற மொறயாயிது. சொந்தத் தங்கச்சிக்கே சக்களத்தியாய் போயி, அவ வாழ்க்கயில மண்ணள்ளிப் போடுறமயின்னு இந்தத் தேவுடியா யோசிக்கயில்ல பாத்தியளா.” என்றாள் மகராசி.

“தொப்பிக்காரனுக்கு இதும் வேணும் இன்னும் வேணும். இன்னொரு வேடிக்க என்ன தெரியுமா... இப்புடி ஊர்வலம் வந்த தேவுடியாளா திரும்பவும் புடிச்சி துபாய்க்கி அனுப்பப் பாக்குறாளாம் ஆத்தாக்காரி.

“அந்த கதய வுடுங்க, மாமா எப்புடி இருக்காவ?“

“என்னமோம்மா கா வயிறு கஞ்சி குடிச்சாலும் நிம்மதியா இருக்கோம். பெரியதொறயில சீரழிஞ்சமாரி இங்க இல்ல. போன வாரமும் கலகமாம். கண்டிசம் பெயிலுல வந்து கெடந்து கையெழுத்து போடுறான்வளாம்.”

“மாமாவ அவன்வகூட பேசக் கூடாதுன்னுருங்க.”

“சவம் விதியத்து வாரதுவள பாக்காம இருக்க முடியுமா... பாலகிருஷ்ணாவுல புதுசா படம் வந்து ஓடுதாம். பேரு என்னமோ அபூர்வ ராகமின்னாவ” என்றாள் பெர்னத்.

“நாங்க மெட்ராசுலே பாத்திற்றோம். எங்க ஊட்டுக் காரவுக கூட்டிற்று போனாவ. அது சரி மாமாவுக்கும் புள்ளயளுக்கும் ஆக்கி போட்டுட்டு, பால் கறந்து வித்திற்று, ஊறுகாப் பானயோட கெடந்து மாரடிக்கிறியயின்னாவ. படம் பாக்குறதுக்கு நேரம் இருக்காக்கும்?”

“மாமா கூட்டிற்று போவாவ” என்றாள் பெர்னத்.

அண்மையில் வெளியாகியிருந்த கே. பலச்சந்தரின் அபூர்வ ராகங்கள் என்ற சினிமாவைப் பற்றி கொற்கை எங்கும் பேச்சாய் இருந்தது. ‘என்னுடைய அப்பா யாருக்கு மாமனாரோ’ என்று ஆரம்பிக்கும் வசனம் கொற்கையில் மிகவும் பிரபலம். நம்ப முடியாத காதலைச் சொல்லி மக்களைப் பிரமிக்க வைத்திருந்தது படம். வாழ்க்கையின் எதார்த்தம். கை கொட்டிச் சிரிப்பார்கள் ஊரார் சிரிப்பார்கள் என்ற பாடல் கேட்காத திருமண வீடுகளே கொற்கையில் இல்லை.

97

1976

ஏரலிலிருந்து செவத்தையாபுரம் வழியாக வந்த கட்டப்பொம்மன் பேருந்து கொற்கைப் பழைய பேருந்து நிலையத்தைத் தாமதமாகவே வந்து அடைந்தது. புதுக்கோட்டைப் பக்கம் பாலத்தில் யாரோ அரசியல் வாதி போவதால் மணிக் கணக்கில் பேருந்தை நிறுத்திப் போட்டிருந்தார்கள் தூங்கிப்போயிருந்தாள் ரேவதி. தற்செயலாக பேருந்து ஒரு உலுக்கு உலுக்கி நின்றதில் விழித்தவள் கைக் கடிகாரத்தைப் பார்த்தாள் மணி இரவு எட்டரை தாண்டியிருந்தது.

'அட எழவுடுப்பான்வ இவளோ நேரங் கழிச்சி கொண்டந்திருக்கான்வள... ஓர்ம இல்லாம தூங்கிற்றன.'

பின்னால் சிறு பிள்ளை அழும் சத்தம் கேட்டு திரும்பியவள் அதே வேகத்தில் முன் பக்கம் திரும்பி பக்கத்திலிருந்த தோள்ப் பையை எடுத்தபடி விறுவிறுவெனப் படிகளில் இறங்கினாள். இறங்கும் போது அவளையே அறியாமல் கண்கள் ஒருமுறை பின் பக்கம் சென்று மீண்டன. அங்கே அவள் முறைப் பையனும் அவன் நண்பர்களும் பின் இருக்கைக்கு முந்தின இருக்கையில் வாய் பிளந்து தூங்கியபடி யிருந்தார்கள்.

'இந்த நாய்வ எதுக்கு இங்க வந்திச்சுவ. நா ஏறுறத பாத்திற்று பின்னால வந்து ஏறியிருப் பான்வளோ. அவன்வளும் அவன்வ மூஞ்சியும். அத்த பையனாம் கழுசடப் பய. கூட இந்த எறி கழுதயளயும் கூட்டிட்டு வந்திருக்கான. இவன்வ பாக்குறதுக்கு முன்னால எடத்த காலி பண்ணணும. எதுக்கு இங்க வந்திருப்பான்வ. என்னய தொடர்ந்து தாம் வந்திருப்பான்வளோ.'

உடல் முழுவதும் ஒரு முறை குலுக்கி ஓய்ந்தது. பேருந்து நிலையத்தின் மேற்புறமிருந்த ஆட்டோக்கள் நிறுத்துமிடத்திற்கு வந்தாள். விளக்குக் கம்பத்தின் கீழ் குடித்துவிட்டு ரம்மி விளையாடியபடி இருந்தார்கள். விலகி வந்தவள் டட் டட் டட் என்ற ஒலியுடன் நகர்ந்துகொண்டிருந்த ஒரு ஆட்டோவில் தாவி ஏறினாள். சுரிதார் அணிந்திருந்தாள். சேலையாய் இருந்தால் தடுமாறி விழுந்திருப்பாள். நகர்ந்து கொண்டிருந்த ஆட்டோ காட்டன் சாலையில் இடது புறமாக திரும்பும் போது பின்னால் எட்டிப் பார்த்தாள், அந்த மூன்று பேரும் சீட்டு விளையாடிய படியிருந்தவர்களிடம் விசாரிப்பது தெரிந்தது. அவர்கள் கை நீட்டி இந்த ஆட்டோவைக் காட்டுவதும் புரிந்தது. நெஞ்சுக்குள் ஏதோ ஒன்று அடைத்தது. கொண்டு வந்திருந்த தோள்ப்பையை இறுகப் பிடித்தபடி வந்தாள். இறுகிய சூழலை விலக்க ஆட்டோக்காரன் குரல் கொடுத்தான்.

"யம்மா, எங்க போவணுமின்னு சொல்லலிய."

"அன்னம்மா நர்சிங் ஸ்கூல் போங்க."

"கொஞ்சந் தேரத்தோடே வந்திருக்கக் கூடாது? வயசுப் புள்ளயா வேற இருக்க."

"வயசுப் புள்ளயின்னா என்ன?" கோபப்பட்டாள் ரேவதி.

"கோவம் பொசுக்குன்னு வருதம்மா. கொஞ்சம் முந்தி பொறப்பட்டிருக்கிலாமுல்ல."

"மீட்டர் போடுங்க."

"என்னம்மா புரியாத பொண்ணாயிருக்க கொறக்கயில வந்து மீட்டர் போடச் சொல்லுற மொத ஆளு நீனாத்தாம் இருப்ப. அதும் இந்த ராத்திரி நேரத்துல."

"..."

"பீச் ரோடு போயி திரும்பி, மில்லு தாண்டி போவணும் இந்த நேரம் ஆள் நடமாட்டமே இருக்காது திரும்பி வரும்போது காலியாத்தாம் வரனும்."

"என்னதாம் வேணுமிங்கிறிய?"

"பத்து ரூபா குடுத்துறும்மா அன்னம்மா வாசல்ல வுட்டுறுறம்."

"அநியாயமா இருக்க...!"

“ராத்திரி சவாரிம்மா.”

அவள் பின்னால் திரும்பித் திரும்பிப் பார்த்தபடி வந்ததை வைத்து ஏதோ பயப்படுகிறாள் என்பதை புரிந்துகொண்டவன், ஆட்டோவின் வேகத்தைக் குறைத்தான். வண்டி முனிசிபாலிட்டி கட்டிடத்தைத் தாண்டி வந்தபடியிருந்தது. பெரிய தட்டி போர்டில் “மத்திய மாநில அரசுகளே உடனே தலையிட்டு தோணி உரிமையாளர் மற்றும் தோணித் தொழிலாளர்களின் பிரச்சனைக்கு தீர்வு காணுங்கள்”என்று எழுதியிருந்தது. வண்டி வேகம் குறைந்து நின்றது.

“எதுக்கு வண்டிய நிப்பாட்டுறீரு.”

“எறங்குற எடத்துல தகராறு பண்ணக் கூடாதில்ல.”

“சரி பத்துதான, தாரம். வண்டிய எடும்.”

பின்னால் சன்னமாய் ஒலித்த ஒலியில் வேறொரு ஆட்டோ பின்தொடர்வது தெரிந்தது.

‘நர்ஸ் படிப்ப முடிச்சமா அமெரிக்கா போனமான்னு இருக்கம் இந்த நேரத்துல போயி கலியாணம் கத்தரிக்கான்னு கிட்டு இருக்கான்வ. அப்பா பேசுனதுல என்ன தப்பு. அத்த பாவந்தாம், அதுக்காக அவுக புருசம் வச்சதுதாம் சட்டமா. அந்தக் காலத்துலயுந் சரி, இப்பவுஞ் சரி என்ன... குசும்பு. பெரிய படிப்பு படிச்சிருக்காருன்னு குடுத்தாவளாம். வீட்ட வுட்டு எங்க அசைஞ்சாரு. சும்மா பக்கத்து வூட்டுக்காரங் கூட சண்ட, பின் வூட்டுக்காரங்கூட சண்ட. மொட்ட கடிதம்... பெட்டிசன். இருந்திருந்து அப்பா மேலேயே கை வச்சிற்றாருல்ல. ஏற்கனவே ஒண்ண கெட்டி குடுத்திற்று நா உறிஞ்சி போட்டுட்டு நிக்கது போதாதாக்கும். என்னமோ இந்த சுருட்டு யாவாரம் இருந்து எங்க பொழப்பு ஓடுது. என்னதாம் ஆனாலும் ஓம் மொவ வயித்துல பொறக்கப் போறது எம் பையனோட புள்ள கேட்டியான்னு சவால் வுட்டுட்டு போறாரு. ஈனப்பயல மாமான்னு வேற சொல்லணுமாக்கும்.’

இருட்டின் அமைதியைக் கிழித்தபடி ஆட்டோ பயணித்தது. சாலையில் நெடுக அணக்கமேயில்லை. சின்னக் கோயில் வளாகத்தில் பெருங் கூட்டமிருப்பது போலிருந்தது. சாலையோரத்தில் தட்டி போர்டில் ‘புதிய வானம் புதிய பூமி ஒலி ஒளி நாடகம்’ என்ற வாசகம்.

ஆட்டோ கடற்கரைச் சாலை வழியாக அன்னம்மாள் செவிலியர் பள்ளியை நோக்கி வந்தபடியிருந்தது. தெரு விளக்குகள் அங்கொன்றும் இங்கொன்றுமாய் விட்டு விட்டு

எரிந்தன. அன்னம்மாள் செவிலியர் பள்ளியில் மருந்துக்குக் கூட ஒரு விளக்கும் இல்லை. வெளிக் கதவுப் பக்கம் நிறுத்திய ஆட்டோக்காரன் திரும்பிப் பின்னால் பார்த்தவாறே கால் சட்டைப் பைக்குள் கையை விட்டுத் தீப்பெட்டியை எடுத்து உரசினான். ரேவதி இரண்டு ஐந்து ரூபாய் நோட்டுகளை நீட்டியதுதான் தாமதம், யாருக்கு வந்த விருந்தோ என்று நொடியில் வண்டியைக் கிளப்பிச் சிட்டாய்ப் பறந்துவிட்டான்.

ரேவதி சாயர்புரம் பக்கம் செவத்தையாபுரம் முத்துப் பாண்டி நாடாரின் மகள், சாத்தான்குளம் ஆரோக்கியசாமி நாடாருக்கு மகள் வயிற்றுப் பேத்தி. அப்பா இந்து, அம்மா கத்தோலிக்க வேதம். இங்கு அன்னம்மாள் செவிலியர் பள்ளியில் படிக்கிறாள். மறுநாள் தேர்வு இருப்பதால் காலையில் புறப்பட்டு வந்தால் சுணங்கிவிடும் என்பதால் மாலையிலேயே புறப்பட்டு வந்திருந்தாள். விடிந்து போகலாம் என்று எல்லோரும் சொல்லியும் யார் பேச்சையும் கேட்கவில்லை. ரேவதி புரட்சிப் பெண். பாரதியின் புதுமைப் பெண் என்றுகூடச் சொல்லலாம்.

வெளிக்கதவு வாசலில் படுத்திருந்த காவல்காரனை முடிந்த மட்டும் எழுப்பிப் பார்த்தாள். நல்ல சாராய வாடை வந்தது. எகிறிக் குதிக்கலாமா என்று பாாத்தால் சுவரெல்லாம் நல்ல உயரம். ரேவதி கொஞ்சம் குள்ளம். கையைப் பிசைந்தபடி சிந்தனை வசப்பட்டிருந்தாள்.

'இந்த வெங்கப்பய இப்புடி கெடந்து தூங்குதான. என்ன பண்ண...'

கதவைத் தட்டியும், குரல் கொடுத்தும் ஏமாந்துபோனாள். கூப்பிடு தூரத்தில் ஆட்டோ ஒன்று வந்து நின்றது. அதிலிருந்து இறங்கிய மூன்று பேர் ஆட்டோக்காரனுக்குப் பணம் கொடுத்துத் திரும்புவது தெரிந்தது.

"இந்தா எதுத்தால ஓடுதுல்ல அந்த சந்துக்குள்ள கொண்டு போயி சோலிய தீத்திரு. நாங்க வெளிய காவலுக்கு நிக்கிறம்."

"ஆமா மாப்புள, வருயத பொறவு பாக்குலாம்."

"இந்த வாய்ப்ப வுட்டயின்னு வையி... பொறவு அவ அமெரிக்கா போயிறுவா, ஒன்னால அங்கயெல்லாம் போயி நொட்ட முடியாது கேட்டியா."

"நேரத்துக்கு வாசல்ல வாட்ச்மேன் கெடந்து தூங்குயத பாத்தியா?"

“நீ முடுக்கு மாப்புள, அவளாவே அந்த சந்துக்குள்ள போயிருவா.”

வலைக்குடி வருவேல் மகன் ரேனால்டு தோணியிலிருந்து இறங்கி வீடு நோக்கி நடந்து வந்தவாறிருந்தான். தோணி கொற்கை வந்து பாய்பிடித்துவிட்டால் ரேனால்டு மற்றவர்களைப் போல் தோணியில் படுப்பதில்லை. எந்த வேளையானாலும் வீட்டிற்கு வந்துவிடுவான். பருவாஞ் முறிந்து பாய் கிழிந்துதான் வந்து சேர்ந்திருந்தார்கள். களைத்துப் போயிருந்தான் தகப்பனாரைப் பற்றி மனதி லோடிய சிந்தனைகளைக் கட்டுப்படுத்த முடியாதவனாய் நடந்தான்.

‘போலீசு அடிச்ச அடியில்தாம் போயிருப்பாரு. படக் கூடாத எடத்துல பட்டிருக்கும். போத்தி சண்டியஞ் சேசயும் இப்புடித்தாம் கொன்னு போட்டுருப்பான்வபோல. நமக்கு இந்த அடிபுடியெல்லாம் வேண்டாம்ப்பா. எப்புடியோ மூத்தவ ரண்டியரையும் மாதா புண்ணியத்துல கரயேத்தி யாச்சி. அடுத்த நாலயுங் கரையேத்திற்றுத்தாம்... தம்பி ஜூலியாம் படிச்சாமின்னா படிக்க வைக்கிலாம். அய்யா சாவும்போது மூனுவயசிறுக்குமா தம்பிக்கி... தோணி இங்கருந்து கெளம்பும்போதே நேரஞ் சரியில்லாமத்தான இருந்திச்சி. எனக்கே வூட்டுல இருந்து கெளம்பும்போது வாசல் நட தட்டிச்ச. இத்தன மொற நட போயாச்சி, கொழும்புத் தொறமொகத்து ஆத்துவாயில இப்புடி ஒரு நாளும் காத்துக் கெடக்கயில்ல. காலிக்கி போன்னு இத்தன நாள் கழிச்சி சொன்னான்வள அத மொதல்லே சொல்லி யிருந்தா சாப்பாடு தட்டுற அளவுக்குப் போயிருக்குமா. என்ன எழவு அரசாங்கமோ, நிர்வாகமோ தெரியில. இங்கவுள்ள வந்தாம் இப்புடியிருக்கான்வயின்னு பாத்தா... அங்கயும் அப்புடித்தாம் இருக்கான்வ. என்ன தொல்ல பண்ணுறான்வ. அத்தன வெங்காய மூடயளும் அழுவி நாசமாப் போச்ச. கொழும்புக்கு தெக்க பூதாவும் பார்க் கடல் தோணி கெடந்து அல்லாடத்தான செஞ்சிச்சி. நம்ம சொல்லு ஏறுமா. வாடக் கொண்ட பொறுத்து நிக்கிது, தன்மரத்துப் பாயும், கோஸ் பாயும் போதுமிங்குறம். கேட்டாத்தான... இதுல வேற ஜீப்பையும், தண்ணிப் பாயயும் தட்டிவுடச் சொல்லுறாரு. எப்புடித்தாம் தண்டலானாரோ தெரியில. மகராசம் டவுசர் பாயள அவுக்கச் சொல்லாம இருந்தான. சுடுதாம் பய பரவாயில்லிய, சும்ம கொரங்குமாரியில ஏறுறாம். அடுத்த நடயில கால்பங்கு வாங்கிக் குடுத்துற வேண்டியதாம். தம்பிய தலகீழ நின்னாலும் தோணிப்பக்கம் வரவுடக் கூடாது. பிரச்சினங்குறான்வள, என்னக்கி இந்த தட முடியுமோ.

நல்ல நேரத்துக்கு எஞ்ஜினு கை குடுத்திச்சி இல்லியா… காலியில கட போட்ட போட்டுக்குக் காத்துக்கும் அப்புடியே தொடந்துவா பக்கந்தாம் ஓதுங்கியிருக்கும்.'

அங்கே அன்னம்மாள் நர்சிங் பள்ளி வாசலில் நிழலுருவங்கள் அசைவது தெரிந்தது. ஏதோ விபரீதம் என்பது மட்டும் புரிந்தது. நடையை விரைவாக்கி அருகே வந்தான். குரல் கொடுத்தான்.

"அது யார்ல… தாயோளி மூணுயருல ஓடுறாம். அடி சிறுக்கியுள்ள."

கண்கள் வெளிச்சம் பழகியிருந்தது. சன்னமான வெளிச்சத்தில் முன்னால் ஓடுவது பெண் என்பது மட்டும் தெரிந்தது. அன்னம்மாள் பள்ளிக்கு எதிரேயுள்ள சந்தில் அவள் ஓட அவர்கள் மூவரும் முடுக்க…

"சிறுக்கியுள்ளய பள்ளிக் கொடத்துக்கு வந்த புள்ள போலயில தெரியுது. அட சண்டாளப் பாவியளா…"

மின்னலாய் அவர்களைப் பின் தொடர்ந்து இடது சந்தில் புகுந்து குறுக்கே மறித்தான். தூரத்தில் ஓடிய அந்தப் பெண் நின்று திரும்பிப் பார்த்தாள்.

"எல யாரு நீங்க… இங்க என்ன பண்ணுறிய?"

"என்ன… நீ பெரிய மத்தவனா, சோலியப் பாத்திற்று போயிறு இல்லாட்டி…"

"எல முன்னால ஓடுறது பொட்டப் புள்ளதான."

"அவ என்ன ஒம்ம அக்கா தங்கச்சியா, இது கதயே வேற போயிறும்."

"அவங்கிட்ட போயி என்ன பேச்சி, நம்ம புள்ளய நாம முடுக்குதோம். இவனுக்கு என்னல?"

வாக்குவாதம் முற்றிச் சரியான சண்டை. நிமிடங்களுக்குள் மூன்று பேரையும் பிரித்து மேய்ந்துவிட்டான் ரேனால்டு. ஆஞ்சான் கயிறு இழுத்து காய்ப்பேறிய கைகள் கொடுத்த அடிகளுக்கு அவர்களால் தாக்குப் பிடிக்க முடியவில்லை. அவனையுமறியாமலேயே சாரம் இடுப்பிலேறி கால்சட்டை தெரிய முடியப்பட்டிருந்தது. உதடுகள் கிழிய, பற்கள் உடைய ஓட்டமெடுத்தார்கள்.

"எத்தன பேருல அலயிறிய? கண்டார ஓழிவுள்ளயளா…

இது யாரு எடம், இங்க இப்புடி ஒரு சங்கதி நடக்க வுட்டுறுவமாக்கும். நாங்க மூணுயறுங்குறாம், எல கண்ண

பொடலிக்கிள்ளயா வச்சிறுக்கம் மூணுயறுன்னா என்ன நாலுயறுன்னா என்ன, இனும இந்த தெசயள்ல பாத்தம் தேவுடியாவுள்ளயளா தோல வுரிச்சி தொங்க வுட்டுறுவம்."

காற்றாய்ப் பறந்துவிட்டிருந்தார்கள். அவள் அவனை நோக்கி வந்தாள். பயத்தில் அவன் கைகளை பற்றிக் கொண்டாள். ஏனோ முகம் நிமிரவில்லை.

"எம்மா இங்க எங்க வந்த, நேடிசுக்கு படிக்கிறியாக்கும்?"

"ம்..."

"சரி வா, அங்க கொண்டு வுட்டுருறம்."

"கேட்டுல காவக்காரம் நல்லாக் குடிச்சிட்டு தூங்குறாம்" என்றாள் ரேவதி.

"கட்டடங்க ரெம்ப தள்ளி வுள்ளயில இருக்கு என்னனுந் தட்டுனாலுங் கேக்காது. சரி வா இன்னொரு எடம் இருக்கி."

செம்மறி ஆடுபோல் அவன் கூப்பிட்ட குரலுக்குச் செவி மடுத்து தலைகுனிந்து நடந்தாள் ரேவதி. கடல் காற்று சில்லிட்டது, சிறிது தூரம் நடக்க எதிரே சிறிய கட்டிடம் வந்தது. அங்கும் வெளிச்சமில்லை. அவளை அங்கேயே நிற்க விட்டுவிட்டு மறுபுறம் போய்க் கட்டிடத்தின் உள்ளிருந்து கதவைத் திறந்தான் ரேனால்டு. சாரத்தை அவிழ்த்துத் தரையை உதறித் துடைத்துக் கொடுத்தான்.

"யாத்தா உள்ள வா."

பதுமைபோல் நடந்து உள்ளே வந்தாள். கனவில் நடப்பது போலிருந்தது. வலது கையூன்றி அமர்ந்தாள். தூரத்தில் மெழுகுதிரியொன்று காற்றில் படபடத்து எரிந்தது.

"யாத்தா இதுதாம் சிந்தாத்திர மாதா கோயில். எங்களைப் பொறுத்தவரை இவளும் சந்தனமாரியும் ஒண்ணுதாம். அந்தத் தாயிதாம் ஒன்னய காப்பாத்தியிருக்கா. அவள கையெடுத்து கும்புட்டுட்டுப் படும்மா."

"சரிங்க."

"நிம்மதியாத் தூங்கு. நா வெளியதாம் இருப்பம். என்னயத் தாண்டி ஒரு பயலும் உள்ள வர முடியாது கேட்டியா. விடியும்போது எழுப்புறம். இப்ப படுத்துக்க."

"சரிங்க."

அவன் கதவை சாத்திவிட்டு வெளியே போனான். ஏனோ ரேவதிக்கு எழும்பி கதவைத் தாழிடத் தோன்ற

வில்லை. வெகுநேரமாக உறக்கமும் பிடிக்கவில்லை. சிறிது நேரத்தில் படபடத்து எரிந்த மெழுகுத் திரியும் அணைந்து போனது. கீழே விரித்திருந்த சாரத்தின் நெடி அவளுக்கு உகந்ததாய் இருந்தது.

'என்ன மனுசம்... இருட்டுக்குள்ள மூஞ்ச சரியா பாக்கயில்லிய. பேர கேக்க வாய் வரல. இப்புடி ஒரு குடிகாரனயா காவலுக்கு வைப்பாள்வ. கூட ரண்டு அடி போட்டுறுந்தார்ன்னா செத்தே போயிறுப்பான்வ. யாரு எவுருன்னே தெரியாத எனக்கே... மூணு பேருன்னா என்ன, இன்னும் மூணு பேரு வந்தாக்கூட அடிப்பாரு போலத் தெரியிது. அமெரிக்காயெல்லாம் வேண்டாம். வாழ்ந்தா இப்புடி ஒரு ஆம்புளகூட வாழணும். ஏற்கனவே கலியாண மானவரா இருப்பாரோ. சிந்தாத்திர தாயி... அவுருக்குக் கலியாணம் ஆயிருக்கக் கூடாது. நாந்தாம் அவுருக்கு பொண்டாட்டி. பொம்புளகிட்ட வலுவ காட்ட வந்திருக்கான்வ. அப்பம் புத்திய அப்புடியே வச்சிறுக்கான. நல்லா வாங்குனாம்.'

98

1976

கொற்கையில் ஒலி ஒளி நாடகமென ஊர் ஊராக விளம்பரப்படுத்தியிருந்ததால் கடற்கரையூர்களி லிருந்தும் பக்கத்துப் பட்டி தொட்டிகளிலிருந்தும் சின்னக்கோயில் வளாகத்தில் மக்கள் வந்து குழுமியிருந்தார்கள். நாளிதழ்களிலும் ‘புதிய வானம் புதிய பூமி’ என்று தினசரி விளம்பரங்கள் வந்தபடி யிருந்தன. இந்த நாடக ஏற்பாட்டிற்காகவே சேவியர் பள்ளியிலும் பக்கத்தில் அலோசியஸ் பள்ளியிலும் ஒரு வாரத்திற்கு விடுமுறை. மேற்றிராசனக் கோவிலின் வலது புறம் உள்ள பெருந்திடலில் மக்கள் அமர்வதற்காக நாற்காலிகளும் பலகை பெஞ்சுகளும் போட்டுத் தயார் பண்ணியிருந்தார்கள். மட்டுக்கு மீறி வரும் சனங்களைக் கட்டுப்படுத்துவதற்காகவே சுற்றிவர சவுக்குக் கம்புகள் நட்டியும் குறுக்காக மூங்கில் கிளைகளை கட்டியும் தடுப்பு அரண்கள் அமைத் திருந்தார்கள். அலோசியஸ் பிள்ளைகள் அமர்ந் திருந்த இடத்தையே எட்டி எட்டிப் பார்த்தபடி யிருந்தான் இன்பராச். சிதம்பரனார் கல்லூரியில் படிக்கிறான். அத்தை மகள் சிபிலைக் காதலிக்கிறான். புதிய வானம் புதிய பூமி நாடகம் நடக்கும்போது சந்திக்கலாமென்று கடிதம் அனுப்பியிருந்தாள் சிபில். அலோசியசில் சிபில் பத்து படிக்கிறாள். கொழும் பிலிருந்து வந்து ஆறு வருடமிருக்கும். மாமா தாந்தவலை ஜோசப் உட்கார்ந்தே சாப்பிடுகிறார். கொழும்பில் கார், பங்களா என்று வசதியாய் இருந்தவர்கள். கொற்கையில் நிலமை தலைகீழாக மாறியதால் குடும்பத்தோடு கோயம்புத்தூர் பக்கம் ஒதுங்கிவிட்டார். சிபில் இங்கே கொற்கையில் அலோசியஸ் விடுதியில் தங்கிப் படிக்கிறாள்.

திருவிழாக் காலங்களில் விடுப்புக் கிடைக்கும்போது வீட்டிற்கு வந்து போவாள். அப்படி வரும்போது ஏற்பட்ட பழக்கம். குள்ளக் கத்தரிக்காவுக்கு கையும் காலும் முளைத்தது போலிருப்பாள் சிபில். ஆனால் கோதுமை நிறம், தாமரை முகம். நடு உச்சியெடுத்து இரட்டைப் பின்னல். ரோசாப் பூ என்றால் கொள்ளைப் பிரியம். மற்றபடி படிப்பில் அக்கறை இருப்பது போலில்லை. லிடியாப் பாட்டி கொழும்புக்காரி கொழும்புக்காரியென்று மடியில் தூக்கி வைத்துக் கொஞ்சுவார்கள். ஆஸ்திரேலியாவிலிருந்து குயின்றின் தாத்தா அனுப்பும் சாக்லேட்டுகளைப் பத்திரமாக வைத்திருந்து சிபிலுக்குக் கொடுப்பாள் லிடியா பாட்டி. சின்ன வயதில் லிடியா பாட்டிக்கும் சாக்லேட் ரொம்பப் பிடிக்குமாம். மாதம் தவறாமல் ஆஸ்திரேலியாவிலிருந்து பாட்டிக்கு சாக்லேட்டும் பணமும் வரும்.

"அது யாரு இன்பராச்சா...?"

பின்னாலிருந்து கேட்ட குரல் பரிச்சயமாகியிருக்க, திரும்பிப் பார்த்தான் இன்பராச். சேவியர் அண்ணனும் கூடவே ஜெயசீலன் பாய்வாவும் நின்றிருந்தார்கள். குறுக்கே கட்டியிருந்த மூங்கில் கிளைகளை அநாசயமாகக் கடந்து சேவியர் அருகே வந்தான் இன்பராச்.

"எல, அங்க பெட்டப்புள்ளய இருக்க எடத்த எட்டி எட்டி பாக்குறிய எதுக்கு?"

"ஒண்ணுமில்ல பிரதர்."

"ஒண்ணுமில்லியா... அப்ப என்னமோ இருக்கி."

"அத்த மொவ சிபில் வாரமின்னா... அதாம்."

"பாத்தியா பாய்வா... காரணமில்லாமலா செட்டி ஆத்தோட போவாம்."

சேவியரும் ஜெயசீலன் பாய்வாவும் திருச்சி புனித பவுல் குருமடத்தில் படிக்கிறார்கள். பயிற்சியின் ஒரு அங்கமாக பங்குத் தளப்பணி செய்ய கொற்கை வந்திருந் தார்கள். ஜெயசீலன் பாய்வாவுக்குப் பெரிய துறை, சேவியருக்கு வீடு கொற்கை சந்தன மாரி கோவில் பக்கம். தாத்தா சவரிமுத்து உயிரோடு இருக்கும்போதே பேரனை சந்தோஷமாக குருமடத்திற்கு அனுப்பியிருந்தார். தகப்பனார் மிக்கேலுக்குத் தலைமூத்த மகன் குருவாவதில் உடன்பாடு இல்லை ஆனாலும் சேவியரின் ஆசைக்குக் குறுக்கே நிற்கவில்லை.

கொற்கையில் படிக்கிற காலத்திலேயே சேவியர் இன்பராச் வீட்டிற்கு போக வர இருப்பான். சேவியர் பள்ளிக்கூடத்தில் ஒரே வகுப்புதான் ஆனால் இன்பராச் ஆங்கில மீடியம், சேவியர் தமிழ் மீடியம். இன்பராச்சிக்கு ஒரு வயது மூத்தவன் சேவியர்.

"வரும்போது பாத்தியளா, ஒரே இரும்புத் தொப்பியா தெரிஞ்சிச்ச." என்றான் இன்பராச்.

"என்னமோ எமர்ஜென்சியின்னாவ, அங்க மெட்ராசுலயும் அரசாங்கத்த நீக்கியாச்சாம்."

"சேவியரு, அங்க வெரட்டி வெரட்டி கைது பண்ணுறத பாத்தா இங்கயும் யாரையும்..." கேட்டான் ஜெயசீலன் பாய்வா.

"காங்கிரஸ்காரங்கள புடிக்க மாட்டாவ. ஆனா விசிலடிச்சாம் குஞ்சுவ எதும் தப்பாது."

"நம்மாள்க்க யாரையும்..." என்று இழுத்தான் இன்பராச்.

"எவம் இருக்காம்... சொல்லு பாப்பும். நாடாக்கமார சொல்லு, ஆள் இருக்கு புடிப்பான்வ."

அரசியலில் கொற்கைப் பரதவர்களுக்கென்று எந்தவிதமான பிரதிநிதித்துவமும் இல்லாமலிருந்ததுதான் உண்மை. ஏதோ ஒன்றிரண்டு பேர் தக்கி முக்கி தனி நபர் தகுதி அடிப்படையில் கிளம்பியவர்களைக்கூட சுயநலத்தோடு கீழே விழ வைத்துவிட்டார்கள் அவர்களின் உற்றார் உறவினரே.

"எனக்கு தெரிஞ்சி அலங்காரம் கர்டோசாவுக்கு பொறவு..."

"அந்த நெளிவு, சுளிவு, பக்குவம் வேற யாருக்கும் வராது."

கடலிரைச்சலையும் தோற்கடிப்பதாய் இருந்தது அங்கு கூடியிருந்தவர்களின் பேச்சு சத்தம். அரங்கில் எல்லா விளக்குகளும் அணைக்கப்பட்ட உடன் பேச்சு சத்தம் நின்று போனது. நேரம் ஏறியிருந்ததால் நல்ல இருட்டு. எதிரே மேடை எதுவும் இருந்ததுபோலில்லயே என்று எல்லோரிடமும் ஏகத்துக்கு அங்கலாய்ப்பு. அந்த மாபெரும் ஜனத்திரளிலும் குண்டு மணி விழுந்தால் கேட்கும் நிசப்தம். விசித்திரமாயிருந்தது.

இருட்டையும், நிசப்தத்தையும் கிழித்துக்கொண்டு வானிலிருந்து ஒரு சத்தம். சத்தம் வந்த திசை நோக்கி

அனைவரும் திரும்பினர். சின்னக்கோவில் கோபுரத்திலிருந்து ஒளி... இருட்டைக் கிழித்தபடி அந்த ஒளி எங்கே விழுகிற தென்று பார்த்தால் திருமறைப்பணி நிலையத்தின் மேல். அங்கே அடர்ந்த காடு போன்ற அமைப்பை உருவாக்கி யிருந்தார்கள். அந்தக் காட்டின் மரங்களினூடே, ஒரு ஆணும் பெண்ணும். கண்களில் பயம்... உடம்பில் பதற்றம். இலை தழைகளைப் பறித்து தங்கள் நிர்வாணத்தை மறைத்தபடியே நிற்கிறார்கள்.

திரும்பவும் மயிர்க் கூச்செறியும் சத்தம் வானத்திலிருந்து.

"ஆதாம்..."

கீழே அந்த சத்தத்தைக் கேட்டு, அவர்கள் மேல் விழுந்த ஒளியைச் சந்திக்கத் திராணியில்லாமல் ஆதாமும் ஏவாளும் ஓடி ஒளிகிறார்கள்.

"புல்லரிச்சிற்றில்ல..." என்றான் இன்பராச் தல்மெய்தா.

"எதுக்கு புல்லரிச்சிச்சி."

"கடவுள் கூப்புட்டாருல்ல... ஆமாண்ணம் ஒரு ஆப்பிள பறிச்சி தின்னதுக்காகவா கடவுள் இவுங்கள ஏதேன் தோட்டத் துலயிருந்து வெளிய அனுப்பணும், சாந்த சொரூபியான கடவுளுக்கு எதுக்கு இவ்ளோ கோவம் வருது."

"கீழ்ப்படியாமையும் காமமும்'' என்றான் பாய்வா.

"காமந்தாம் அதத் தவர வேற எதா இருக்க முடியும்?" என்றான் சேவியர்.

"பெறகு மரஞ் செடி கொடியையும், பாம்பு பல்லியள யுமா தொட்டுத் தடவி சந்தோசப்பட முடியும். ஆணுக்கு பெண்ணத் தொடுறதுல இன்பம் பெண்ணுக்கு ஆண... அவளப் பாக்குறதுல இன்பம், அவ பேசுறத கேக்குறதுல செவிக்கின்பம், தொடுறதுல பரவசம் இல்லியா இன்பராச்."

"பெறகு எதுக்குப் போயி கண்டதையும் எடுத்து மறைக்கிறாங்க. கடவுள் அவுங்கள ஏற்கனவே அம்மணமா பாத்திருக்காரா." பேச்சை மாற்றினான் இன்பராச்.

"நீ பிரசவ வேதனப்படுவ, உன் கணவன் உன்னை ஆளுவாமிங்குறதெல்லாமே ஒரு மாதிரி பெண்ணடிம மாரிதாம் தெரியிது."

"ஆமா சேவியர் இப்பகூட பிராத்தல் கேசுல புடிச்சா பொம்புளக்கித்தாம் தண்டன. ஆம்புள வெறும் சாச்சி தாம்." என்றான் ஜெயசீலன் பாய்வா.

நாடகத்தில் நிறைமாத கர்ப்பிணியான எலிசபெத்தம்மாளை மரியாள் சந்திக்க வந்திருந்தாள். மரியாள் வருவது கண்டு எலிசபெத்தம்மாள் எழுந்து வந்து தன் வீட்டின் வாசலிலேயே வரவேற்கிறாள் 'அருள் நிறைந்த மரியே வாழ்க கர்த்தர் உம்முடனே' என்று வாழ்த்துகிறாள். இருட்டுக்குள்ளும் பூனைக்கண் போட்டுப் பார்த்தபடியிருந்தான் இன்பராச்.

"எலிசபெத்தம்மா வாழ்த்தும்போது பெண்களுக்குள் ஆசீர்வதிக்கப்பட்டவள் நீரேயின்னாங்கள."

"உம்முடைய திருவயிற்றின் கனியும் ஆசீர்வதிக்கப் பட்டதேயின்னும் சொன்னாங்கள."

"அதுக்கென்ன?"

"அப்ப எல்லாரையும்போல வந்தவருதான."

"அவம் எங்க வாராமுன்னு தெரியுதா. தெய்வம் ஒண்ணும் வந்து உற்பவிக்க இல்லயிங்குறாம்."

"பரிசுத்த ஆவியினால் உற்பவித்தாருங்குறதெல்லாம் தேவயில்லாத ஒரு இணைப்பு."

"அப்ப ஒங்க ஊர்க்காரம். பேர் என்னமோ ஒச்சியக் காரனா என்னமோ சொன்னியள 'நாங் கருவுலே திருவுடையவம், கருவுலே திருவுடையவமின்னு தண்டோரா போடாத கொறையாச் சொல்லிகிற்று அலையிறாம்."

"அதாம் ஒச்சியக்காரமுன்னு கூப்புடுறியள... பேச மாட்டானா."

சின்னக்கோவிலின் சக்ரீஸ்த்துக்கு மேலே சாமக் காவலிலிருந்த இடையர்களுக்குத் தேவதூதன் தோன்றி நற்செய்தி அறிவித்தபடியிருந்தார். அதன் எதிரேயிருந்த மேடை ஆட்டுக்கிடையாய் இருந்தது. காட்சியைத் தத்ரூபமாக்க வெளிநாட்டிலிருந்து செம்மறி ஆடுகளை இறக்குமதி பண்ணிக் கொண்டு வந்திருந்தார்கள். அவற்றின் உடம்பில் வெண் பனிபோன்று சுருள்சுருளாய் முடி. கீழே பரப்பியிருந்த புல்லில் அவை மேய்ந்தபடியிருந்தன. ஒளிப் பிரவாகத்தையும் தேவதூதனையும் கண்ட இடையர்கள் பயந்து பின் வாங்கி ஒளிய இடம் தேட, தேவதூதன் பேசினார்.

"அஞ்சாதீர்கள்... உங்களுக்கெல்லாம் மகிழ்ச்சியூட்டும் நற்செய்தி அறிவிக்கிறேன். ஆண்டவராகிய மெசியா தாவீதின் ஊரிலே உங்களுக்காகப் பிறந்திருக்கிறார். உன்னதங்களிலே கடவுளுக்கு மகிமை உண்டாகுக."

நாடகத்தில் ஜெயசீலன் பாய்வாவும் சேவியரும் மெய் மறந்திருக்க பக்கத்திலேயே கேட்ட இரு குரல்கள் இன்பராச்சின் கவனத்தைத் திசை திருப்பியிருந்தது. பேச்சு வேறு தல்மெய்தாகள் நடத்தும் கப்பல்நடை தோணி சம்பந்தமாய் இருந்ததால் உன்னிப்பாய் கவனிக்க ஆரம்பித்தான்.

“இவிய எத்தன நாளைக்கி இப்புடி இழுத்துப் புடிச்சி கிட்டு இருப்பாவ.”

“எதுக்கு கோவப்படுற?”

“கோவப்படாம என்னெய்யணுமிங்கிய. கெட்டுனது கெட்டுனான்வ அரகொறையா... புதுத் தொறமொகத்துக்கு போனவியளுக்கு லைட்டனிங் பண்ணித்தர மாட்டயிங்கியாவ. இப்பயெல்லாம் ரண்டு நட வேற கேக்குயாவ.”

புதுத் துறைமுகத்துக்கு வரும் கப்பல்கள் பெரும்பாலும் செட்டியார் கெமிக்கலுக்கு வருபவையாகட்டும், சிமென்ட் ஏற்ற வரும் கப்பல்களாகட்டும் சம்மந்தார் சமுத்திரபாண்டி புண்ணியத்தில் எல்லாமே சண்முகவேல் ஏஜென்சிக்கே வந்தன. புதுத் துறைமுகத்தில் ஆழக் குறைவு காரணமாக வெளிநாடுகளிலிருந்து சரக்கு ஏற்றி வரும் கப்பல்கள் துறைமுகத்தில் நுழைவதற்கு முன்னால் கப்பலின் ஆழத் தேவையைச் சரி செய்யத் துறைமுகத்திற்கு வெளியே பாண்டியன் தீவருகே ஆழ்கடலில் சரக்குகளை இறக்கியாக வேண்டிய கட்டாயத்திலிருந்தன.

“முன்னாலமாரி அவுகளுக்கு நட கெடக்கில. பொறவு என்ன பண்ணுவான்வ. கெடைக்கிற கப்பல்வள்ல சம்பாதிச்சாத்தாம் உண்டு.” என்றான் மணிவேல்.

“...”

“கப்பக்காரன்வளும் எப்ப பாத்தாலும் பாண்டியந் தீவு தாண்டித்தாம் நிக்கியான்வ.”

“தொறமொக கட்டுப்பாட்டு அறையில பர்னாந்துமாரு எவனாச்சும் இருக்கானா? வேணுமின்னே கப்பல்வள தள்ளி நங்கரம் வைக்க வைக்கியானாயின்னு பாருங்க” என்றார் முத்துச்சாமி.

“என்ன பேச்சி பேசுதிய. நம்மாளு துட்டுக்கு ஆசப்பட்டு செய்வாம். ஒத்துக்கிருலாம். பர்னாந்துமார்லயா... என்னைக்கி ஒருத்தனுக்கொருத்தம் அனுசரணயா இருந்திருக்கான்வ.”

“எறக்குற கூலி நம்மளோடயிங்குறதுனால கைத்துட்ட எங்கயெல்லாம் செலவழிக்கணுமிங்கிய?”

"அப்ப நட வாடக குடுக்காதைங்க. மொத்த கப்பலுக்கும் டன்னுக்கு ரேட்டு பேசி அடிங்க. வேலையும் நடக்கும் கப்பலும் வீணா நிக்காது." என்றான் மணிவேல்.

மணிவேல் சண்முகவேல் நாடாரின் இளைய மகன். சமீபத்தில் வியாபாரத்துக்கு வந்திருந்தாலும் அதன் நெளிவு சுளிவுகளில் நல்ல தெளிவு.

"ஒரு வெவரஞ் சொல்லுறம் கேளுங்க. டன்னுக்கு பேசுனா, சங்கத்துல உள்ள பெரிய தோணி, புதுத் தோணிய வச்சிருக்கவனுக்கு புடிக்கிம் பழைய ஓட்டராட்டு தோணி வச்சிருக்கவனுக்கு புடிக்காது. நல்ல தோணி வச்சிறுக்கவம் ஒரு நாளைக்கி ரண்டு நட கூட அடிப்பாம். பழைய தோணி வச்சிறுக்கவம் நாள் நடதாம் போவனுமிம்பாம். கமிலச புடிங்க டன்னுக்கு பேசுங்க சங்கத்துக்குள்ளே அடிச்சிகிட்டு மாய்வான்வ. சங்கம் பிரிஞ்சிரும். பெறவு நம்ம வச்சதுதாம் கேள்வு."

"இவுரு கிறிஸ்டி நேத்து ராத்திரி கலெக்டரையும் எஸ்.பியையும் 'கனிஷ்கா ஜெயந்' கப்பலுக்கு கூட்டிட்டு போயிருக்காரு, வழக்கம்போல உல்லாசந்தாம். எட்டு மணிச் செய்தியில ஆட்சி கவுந்து போச்சின்னு சொன்னதுதாம் தாமதம்..."

"என்ன, என்னாச்சி?"

"ரண்டியரு நடவடிக்கயுமே மாறிப் போச்சாம். ரெம்ப வருத்தப்பட்டுச் சொன்னாரு கிறிஸ்டியண்ணம்."

"காத்தும் கடலும் வேற சரியில்லயின்னாவள."

"இப்பவே வந்து கரய வுட்டாத்தாம் ஆச்சியின்னுற்றான் வளாம்."

"ஆமா நீளத் துண்டுக்காரன்வளும் ஒரு அளவு மாண்டாம். இனும இவன்வ அதிகாரத்த காட்டுவான்வ."

அவர்கள் பேசுவதையே கேட்டபடியிருந்த இன்பராச் சேவியர் முதுகில் தட்டியதால் திரும்பினான். நாடகத்தில் யேசு பிரசங்கித்தபடியிருந்தார். 'உள்ளவருக்குக் கொடுக்கப்படும், இல்லாதவரிடமிருந்து தமக்கு உண்டென்று அவர்கள் நினைப்பதும் பிடுங்கி எடுத்துக்கொள்ளப்படும்."

தோணித்துறையில் தல்மெய்தாக்களின் கட்டுப்பாடு தளர்வது தெரிந்தது. கால மாற்றமும், புதுத் துறைமுக ஏற்பாடும், அதிகார மாற்றமும் தல்மெய்தாக்களுக்கு எதிராய் சதி செய்வது போலவே இருந்தது. ஆனால் ஆடம்பரச்

செலவுகள் இன்னும் குறைந்தது போலில்லை. தாத்தா லெம்பர்ட் தல்மெய்தாதான் இஷ்டத்துக்கு ஆடிச் சொத்தையெல்லாம் அழித்தாரென்றால் கிறிஸ்டி தல்மெய்தாவின் ஆட்டத்துக்கும் குறைவேயில்லை. ஆடம்பர ஆட்டங்களுக்கு ஆகிற செலவில் இரண்டு கப்பநடைத் தோணிகளைக் கரை இழுத்து கலப்பத்து பார்க்கலாமே என்று நினைப்பதேயில்லை. லிடியாப் பாட்டியைப் போல் மாசில்லா அக்காவையும் வீட்டிலேயே உக்கார வைத்துவிடுவார்களோ என்று அடிக்கடி மனம் வருந்துவான் இன்பராச்.

"பழைய தோணிக்காரங்களையும் புதுத் தோணிக் காரங்களையும் பிரிச்சிருலாமுன்னு எவ்வளவு சுலபமா கணக்கு போடுறாங்க."

"அவுங்க கணக்கு போடுறதென்ன, அந்த அளவுக்குத்தான நம்மாளும் இருக்கான்வ. புதுத் தொறமொகம் வந்ததுனால நெறைய கப்பநடத் தோணிய வேலயில்லாம போயிற்றுவ. அதுனால இருக்குற கப்பநடத் தோணியில நல்ல தோணியள கொழும்புக்கோ, மலையாள நடைக்கோ சரக்கு ஏத்துலாமான்னு கேட்டுருக்காங்க. புதுசா மொளச்சிறுக்க மொதலாளிமாரு அதெல்லாம் முடியாதுன்னுற்றாங்களாம்."

"..."

"நல்லாயிருந்திற்றுப் போவட்டு."

"சிங்கராயரு ஆட்டமெல்லாம் முடிஞ்சி போச்சி. பல்டோனா மட்டுங் கொஞ்சம் இருக்கமாரித் தெரியுது."

"என்ன சொல்லுறிய, கப்பநடத் தோணிதாம் கரிக் காண்டாக்ட்டுதாம். அடுத்த சாதிக்காரவுங்க பயப்புடுறதே பல்டோனாவப் பாத்துதான. ஊரச் சுத்தி உப்பளம் வேற."

"மெட்ராசுப் பக்கல்ல ரயில்வே எஞ்சின் எல்லாம் டீசல்ல வந்திற்றுங்குறாவள. அப்ப ரயில்வே கறி நின்னு போவும."

"ஒரு யாவாரம் போனா மறு யாபாரம் தயார் பண்ணாமயா இருப்பாவ."

"ஒரு எதிர்காலத் திட்டமே கெடையாதுங்குறம், தலைக்கி மிஞ்சின திமிருதாம் இருக்கு."

சின்னக் கோவிலின் உச்சியிலிருந்து வெளிச்சத்தோடு குரலொன்று கேட்டது.

'இவரே என் அன்பான மகன். இவரில் நாம் பூரிப்படைகிறோம்' சவேரியார் பள்ளி மேலிருந்த யோர்தான் ஆற்றுச்

சோட்டனைக்குள்ளிருந்து இடுப்புத் துணியோடு ஆஜானுபாகுவாய் யேசு வெளியே வந்தபடியிருந்தார். தலையில் நீண்ட முடியோடு முகத்தில் தாடி. வெண்புறா ஒன்று தத்ரூபமாய் அவர் தலைமேலிறங்கியபடியிருந்தது.

"அப்ப சேசுநாதரும் ஒரு தூதரா?"

"எல மெதுவாக் கேளு. ஆமா நாங்க சாமியாராப் போவணுமின்னு நெனப்பில்லியா ஒனக்கு. என்னய கேட்டா, பழமவாதத்தயும், மூட நம்பிக்கயளயும், கலப்படக்காரங்களயும், வட்டி வாங்குறவங்களயும், பெண்ணடிமையையும் எதுத்துக் கௌம்புன பெரிய புரட்சியாளர் யேசு கிறிஸ்து. அவுரக் கடவுளாக்கி, குழந்தை யேசு, இறந்த யேசு, உயிர்த்த யேசுயின்னு பிரிச்சி கவனத்த தெச திருப்பிற்று அவரோட போதனயள காத்துல பறக்கவுட்டுட்டான்வ. ஆனா இத நாங்க சொல்லக் கூடாது." என்றான் பாய்வா.

"சேவியரண்ணம், பவுல் சின்னப்பரும் கிறிஸ்துவர்களை அழிக்கக் கௌம்புனவர்தான. இந்த பரிசேயர், சதுசேயர் குரூப்புவள்ல உள்ளவராத்தாம் இருந்திருக்கனும். அப்புடியே அந்தர் பல்டி அடிச்சி கிறிஸ்துவின் போர்வாள் ஆயிற்றார." என்றான் இன்பராச்.

"ஒத்துக்கிறுதுபோல ஒத்துக்கிற்று கெடப்புல போடுறது.",

"அப்ப இந்த பரிசேயர், சதுசேயர்ங்குறவன்வ, நம்ம ஊர்வள்ல உள்ள அய்யரு, அய்யங்காருமாரிதாம். எந்தக் காரணத்தக் கொண்டும் அடிமட்டத்துலயிருக்க சனங்க சிந்திக்கக் கூடாது. தப்பித் தவறி எவனாவது கௌம்பி வந்து தைரியஞ் சொன்னா அவனக் கொன்னுறணும். நம்ம ஊர்வள்ல நல்லவராயிருக்க அரசியல்வாதிய கொன்னுட்டு, அவுருக்கு செலவச்சி பொழப்பு நடத்திறதில்லியா. அவுரு இருந்தா இவன்வ நெனச்சது நடக்காது. அவுரக் கொன்னு தெய்வமாக்கிற்றா முட்டாச் சனங்கள வுழுந்து வுழுந்து கும்புட வக்கிலாம், குறுத்தோலயிங்குலாம், பால்செம்பு எடுக்குலாம்..." என்றான் பாய்வா.

99

1976

சிந்தாத்திரை மாதா ஆலயத்தின் புறக்கடையில் மரக்கட்டை போல உறங்கியபடியிருந்தாள் ரேவதி. ஆனால் மூடிய இமைகளுக்குள் கண்மணி அசைவது தெரிந்தது.

திருவனந்தபுரம் விமான நிலையம். அமெரிக்கா விலிருந்து பம்பாய் வந்து அங்கிருந்து மறு விமானத்தில் திருவனந்தபுரம் வந்து சேர்ந்திருந்தாள். ஜீன்ஸ் பேன்ட்டும் கையில்லாத பெனியனும் அணிந்திருந்தாள். வெளிர் நீல ஸ்லீவ்லெஸ் பெனி யனில் ஜெசிஓவன்ஸ் தடையைத் தாண்டிய படியிருந்தார். தோளில் கிடந்த சிறிய கைப்பையைத் திறந்து துழாவுவதும் எட்டி எட்டிப் பார்ப்பதுமாக இருந்தாள். அமெரிக்காவிலிருந்தே வீட்டில் அம்மாவுக் காகவும் அப்பாவுக்காகவும் தாத்தாவுக்காகவும் வாங்கி வந்த பொருள்கள் இருந்த பெரிய பெட்டி இன்னும் வந்து சேர்ந்திருக்கவில்லை. கண்களில் மிரட்சி. ஆசை ஆசையாய் வாங்கி வந்த பொருள்கள் எப்போது வரும். பக்கத்திலேயே அந்தப் பக்கமாக திரும்பி நிற்கும் நபரிடம் ஏதோ விசாரிக்கிறாள். அவன் முகத்தைப் பார்க்க துணியவில்லை அவள் கண்கள். அவன் வேகமாக நடக்கிறான். இவள் அவன் பின்னாலேயே நடக்கிறாள். அவன் வேகத்தை கூட்டுகிறான். விடாமல் துரத்துகிறாள். அவன் விமான நிலையத்திலிருந்து வெளியே வந்து சாலை யைக் கடக்கிறான். ஒரு வினாடி நின்று பின்னால் திரும்பிப் பார்த்து “பெட்டி...” என்றவள் என்ன நினைத்தாளோ அவனையே பின் தொடர்ந்து ஓடுகிறாள் அவன் இப்போது கடற்கரையில் நின்றிருந்தான். அலைகளில்லை, எங்கு பார்த்தாலும்

கரையேறிய வள்ளங்கள். மாதா கோயில் மணி அடிக்கிறது. யாரோ பின்னாலிருந்து இழுக்கிறார்கள். வேண்டாம் "நா வரமாட்டம்..." உதடுகள் அசைகின்றன. "அமெரிக்கா வேண்டாம்..."

"தாயி... பொழுது விடிஞ்சிற்ற."

பக்கத்திலேயே கேட்ட குரல் பரிச்சயமில்லாதிருந்தது. விழித்து தலையை மட்டும் தூக்கிப் பார்த்தாள். பொல பொலவென விடிந்திருந்தது. எதிரே முகத்தில் வயோதிகச் சுருக்கங்களோடு வெள்ளச்சரம் பேத்தி அமர்ந்திருந்தாள். கொஞ்ச நாளாகவே உடம்பு சுகமில்லாததால் சிந்தாத்திரை மாதா கோவிலில் கோவில் காக்க வந்திருந்தாள். அந்தக் காலத்திலிருந்தே பரதவர்களிடம் நிலவிவரும் பழக்கம் கோவில் காத்தல். வீட்டின் அன்றாடக் கவலைகளிலிருந்து விடுபட்டுக் கோவிலே கதியென்று கிடப்பது. புளியம்பட்டி, ஆமந்துறை போகும்போதும் இப்படித்தான் நாள் கணக்கில் தங்கிவருவார்கள். மன அழுத்தத்தை குறைப்பதற்கான உத்தியாகக்கூட இருக்கலாம்.

உருண்டு படுத்த ரேவதி தன் தலைமாட்டிலீருந்த பையை நோட்டமிட்டாள். தன் நிலைக்கு வந்து இப்போதுதான் தான் எங்கிருக்கிறோமென்று புரிந்தது. கையையும் காலையும் நீட்டி நிமிர்த்தி சோம்பல் முறித்தாள். பக்கத்தில் வெள்ளச்சரம் பேத்தி பெரும் சிந்தனையிலிருந்தது போலிருந்தது.

'யாரு பெத்த புள்ளயோ தெரியிலிய, நல்லவேள இந்தப் பய கண்ணுல மாட்டிச்சி. இல்லியா இந்நேரம் செத்துக் கெடத்துனாலும் கெடத்தியிருப்பாவள. ஒரு சாவு ரண்டு சாவா... எத்தன சாவ பாத்தாச்சி. சந்தக்குருஸ் அண்ணம் சாவுர வயசா. என்னென்னமோ நடந்து போச்சி. ராசேந்திரங்கூட புது ஆபர்ல கர வேலக்கித்தாம் போனாவ. யாரோ அதியாரியாம் அவுரக் காப்பாத்துறதுக்கு இவுக உசுர வுடுவாவளா. குடும்பத்தோட வந்து கையெடுத்து கும்புட்டுச்சிவ. நமக்கு போன உசுர யாரு தாரா. நிம்மதியாப் போயிருலாம் ஒரு சாவு வர மாட்டயிங்குத. இதுவ பசியும் பட்டினியுமாக கெடக்குறத பாக்க முடியில்லிய. கொழுந்தம் பொண்டாட்டிய கூட்டிகிட்டு ஆஸ்பத்திரிக்கி போனார. கூடப் பெறந்த அண்ணங்கிட்டயே இப்புடி ரோசம் பாராட்டுராள. அருளேயில்லாதவளுக்குப் போயி அருமொழி யின்னு பேரு வச்சிறிக்கி. வெனான்சியாம் பொண்டாட்டிய திருப்பியும் புடிச்சி அனுப்பிற்றாவளாம. அவம் அன்பை யாவுக்கும் புள்ளயில்ல. எல்லாம் நல்ல படிச்ச புள்ளய. எம்புருசம் தோணியில வாணால போக்கி கொண்டாறத

ஓம் பன்னிக்குட்டியளயும் பள்ளாயாட்டையும் வளக்குறதுக்கா தரணுமின்னா. எல்லாம் பிலிப்பண்ணனால... தம்பியா இருக்கும். என்னமோ பணம் வந்து என்னெய்ய ஒரு நிம்மதியிருக்குமான்னு தெரியிலிய. நல்லவேள அன்னக்கி அந்த ஆமக்கறிய பாத்தம். அழுங்காமக் கறி. விரிசித்தா கொண்டு போயி மாமிக்காரி கிட்ட குடுத்திருப்பா. சலோமி மாப்புளக்கி ஆமக்கறியின்னா அப்புடியொரு ஆச...'

சுக்கு போட்ட கருப்பட்டிக் காபி வாசம் வந்தது. தம்ளர் போட்டு மூடிய செம்போடு வந்து வாசலில் நின்றிருந்தான் பேரன் வில்சன். சேவியர் பள்ளிக்கூடத்தில் படிக்கிறான்.

'மூத்தவம் சேவியரு சாமியாராயிற்றாமுன்னா அவங் கைய முத்திற்று உசுர வுட்டுரலாம். வளறுற புள்ள. மொளையிலே தெரியுமிங்குறமாரி அவுக தாத்தாட்டே, கெட்ட கத வேண்டாந் தாத்தாயின்னவனாச்ச. இவுகளும் சின்னப் புள்ளயகிட்ட சொல்லுற கதயா சொன்னாவ. ஒரு முத்து குடுத்தா கரண்டக்கி மேல தூக்கனுமாம், ரண்டாவது முத்து குடுத்தா முட்டுக்கு மேல தூக்கணுமாம், மூணாவது முத்து குடுத்தா இடுப்புக்கு மேல... தாத்தா கக்காயெல்லாம் தெரியும் இந்த கத வேண்டாம்'

வெளியே வள்ளக்காரர்கள் விதவிதமாய் அம்பா போடுவது கேட்டது.

"சால் மரிய சந்தந் தோனி
சால் மரிய சந்தந் தோனி"

புரியாமல் மிரள மிரள விழித்தபடி எழுந்து அமர்ந்து கலைந்து கிடந்த முடியை இழுத்து உருட்டிக் கொண்டை போட்டாள் ரேவதி.

"சீலாவுக்கு கண்ணப் பாரு
செவத்த புள்ள மொலயப் பாரு"

அனிச்சையாய் மார்பை பார்த்த ரேவதியின் முகத்தில் இளநகையோடிக் கிடந்தது. திறந்திருந்த பக்கவாட்டு சன்னல் வழியே வந்த கொண்டல் காற்று கூடவே அழுகிய பாசி வாடையையும் இழுத்து வந்தது.

"என்ன சத்தம் பாட்டி?"

"வள்ளங்கள கடலுக்கு தள்ளுறாவ."

"அவுர எங்க பாட்டி?"

"யாரு... ரேனால்டா!"

“பேரு என்ன சொன்னிய பாட்டி?”

“ரேனால்டுன்னம்.”

பெண்மைக்கேயுறிய வெட்கத்தில் தலைகுனிந்திருந்தாள் ரேவதி. அவள் நினைவு தெரிய இதற்குமுன்னால் இப்படி வெட்கப்பட்டதேயில்லை. நேற்றிரவில் நடந்த நிகழ்வும் மறக்கக் கூடியதாயில்லை. இருட்டிலும் ரேனால்டு வீராவேசமாய் அவர்களை சுழற்றிச் சுழற்றி அடித்துப் பந்தாடியது மனத்திரையில் வந்து போனது. ‘களுக்’கென்று சிரித்தாள்.

“யாத்த, சூடா சுக்கு காபியிருக்கி குடிக்கிறியா?”

“வேண்டாம் பாட்டி.”

“பயப்புடாத, இன்னொரு ஆளுக்கும் சேத்துத்தாம் குடுத்து வுடுவா எம் மருமொவ. கடன வாங்கி வீட்டக் கெட்டுனாம் அதாம் எடுக்குற சம்பளப் பணமெல்லாம் கடத்த கெட்டுறதுக்கே போயிறுது.”

“பாட்டி அவுரு...”

“விடிகாலயிலே சங்குமால் பக்கம் என்னமோ தோணிய கரய இழுக்குறாவளாம் அதுக்கு ஆள் கொறையுதின்னு கூட்டிற்றுப் போனான்வ...”

“...”

“முழிக்கிறவர எழுப்பக் கூடாதின்னுட்டுப் போனாம்.”

யாரு எவுரு என்று தெரியாததால் பொறுமையாய் விசாரித்து பத்திரமாய்க் கொண்டு விடும்படி சொல்லிப் போயிருந்தான் ரேனால்டு. ‘பசிக்கு ஏதாவது வாங்கிக் குடு’ என்று இரண்டு ரூபாயும் கொடுத்து விட்டுப் போயிருந்தான். வெள்ளச்சரம் பேத்தி சொல்லச் சொல்ல பிரமிப்பாய் இருந்தது. ஆனால் முகத்தைப் பார்க்காமல் விட்டு விட்டோமே என்று அங்கலாய்த்தாள் ரேவதி. விடிந்ததும் பார்க்கலாம், அவனோடு சேர்ந்து நடக்கலாம் என்றால் ஆள் இல்லை.

“வெகுளிப் பய. அப்பனுஞ் சண்டியம். தாத்தாவும் சண்டியம். அவுங்க தாத்தா சண்டியம் சேசு காலத்துல வலக்குடி சங்குமால் பக்கம் பாண்டியபதியத் தவுர வேற அசல் ஆள்க்க யாரும் வர முடியாதாம். வெள்ளைக்காரம் மொதற் கொண்டு...”

“...”

816 ஆர். என். ஜோ டி குருஸ்

“தேவயில்லாம சங்கு குளிக்கிற பிரச்சனயில வருவேல போலிசுல புடிச்சிற்றுப் போயி அடிச்சான்வ. படாத எடத்துல பட்டுட்டுபோல செத்துப் போனாம். அலங்காரத் தட்டுல சாராய ஊறல் வச்சி பொழப்பு நடந்திச்சி. பச்ச மதலயா தோணியேறுனவம். ரண்டு அக்காளயும் நல்ல சீதனங் குடுத்து கெட்டிக் குடுத்திற்றாம். இவன நம்பித்தாம் வருசையா நாலு பொட்டச்சிய.”

முந்தின நாள் இரவில் கொற்கைப் பாலத்தில் கரைபிடித்திருந்த ‘தைரிய லட்சுமி’ கிளம்பி ஏறக்குறைய பதினைந்து நாட்களுக்குப் பிறகுதான் கரை சேர்ந்திருந்தது. கொழும்பில் கரைபிடிக்க விடாமல் தோணியை ஆழ் கடலிலேயே நங்கூரம் போடச் சொன்னார்களாம். கொழும்பு கடற்பகுதியோ ஆழம் மிக அதிகம் இவர்கள் வைத்திருந்த நங்கூரக் கயிறு நீளம் பற்றாமல் நங்கூரம் தரைதட்டவில்லை. நீவாட்டுக்குத் தோணியை வழிய விடாமல் தடுக்க முடிய வில்லை. பாரச் சரக்கோடு கொழும்புக் கடலில் ஒரு வாரத்துக்கு மேல் அல்லாடிய பிறகு தெற்கே காலித்துறை போகுமாறு உத்தரவு வந்திருக்கிறது. தோணியில் சாப்பாடு தட்டி, வெங்காய மூடைகளை அவிழ்த்து அவித்துத் தின்றார் களாம். தோணிக்கு என்ன கதியோ என்று கொற்கையில் மக்க மனுசரெல்லாம் பயந்தே போய்விட்டார்கள்.

உடுத்தியிருந்த லுங்கியை அவிழ்த்து ரேவதியிடம் கொடுத்துப் போனதால் கூதலுக்குள் நடுங்கிப்போனவனுக்கு, மனசு கேட்காமல் வெள்ளச்சரம் பேத்திதான் தன் தலைக்குமாட்டில் வைத்திருந்த பழைய வாயல் சீலையை போர்த்திவிட்டுப் போனாள்.

“எதுவுஞ் சொல்லலயா?’’ கேட்டாள் ரேவதி.

“ஒன்னய பத்திரமாப் பாத்துக்கிறச் சொன்னாம். போலாமா தாயி.”

கொடி மரத்தருகே சைய மத்தேசியா கல்லறையில் எண்ணெய் வழிக்கப் பெண்கள் வந்திருந்தார்கள். ரேவதிக்கு எழத் தோன்றவில்லை குந்துகால் போட்டு அமர்ந்து பீடத்தில் சிந்தாத்திரை மாதாவையே பார்த்தபடியிருந்தாள்.

“ஆறு பொட்டப் புள்ளைக்கி ரண்டு ஆம்புள புள்ள. வருவேலு போயி சேந்த பொறவு இந்த புள்ளயள வச்சிகிட்டு அவ செலினு பட்ட பாடுயிருக்கே இட்டிலி கட போட்டா. வெறவு சொமந்தா, வெறவுக் கடயே வச்சா. அவ பொழைப்புல மண்ணுள ராமேஸ்வரத்துலயிருந்து தோணியில வார வெறவு

நின்னு போச்சி. இந்தப் பயலும் கோவக்காரம். மூணாவதா பொறந்தவம் மூக்குக்கு மேல கோவம் வரும். ஆமந்தொற அந்தோணியார் கோயில்ல போயி மூக்கு பூறி ஒரு வாளிய போட்டுருவமின்னு என்னய இருக்க வுடாம செலினு தொந்தரவு பண்ணி... போனோம்.”

“கோவப்படுறது தப்பா?”

“கோவமானது பாவம், பாவமானது பழிம்மா.” என்றாள் வெள்ளச்சரம் பேத்தி.

“வந்த சாடயப் பாத்தா... ராத்திரி யாரு கூடயும் சண்ட கிண்ட போட்டானாக்கும்?”

“அவுங்க சண்ட போட்டதுனாலதாம் நா உயிரோட இருக்கம்.”

“அடி பட்டுருக்கும் போல, போவும்போது மொழங் கைய தடவிட்டே போறாம்மா. மொரட்டுப் பயல்வம்மா, அசைச்சி வுட்டுட்டுப் போயிருவான்வ.”

புட்டியை நெளித்தபடி இரு கைகளையும் தரையில் ஊன்றி எழுந்த வெள்ளச்சரம் பேத்தி கோவிலின் வெளியே கொடிமரத்தருகே பெண்கள் கூடி நின்ற சைய மத்தேசியா கல்லறையை நோக்கி சாய்ந்த தேர் போல நடந்தாள். அங்கே புண்ணியப் பால் கிடைக்கும். புண்ணியப் பால் குடித்தால் வயிற்று வலி போகுமென்பது நம்பிக்கை. ரேவதிக்கு சிந்தாத்திரை மாதாவிடம் பேச வேண்டும் போலிருந்தது.

‘கடல்ல போற யாத்திரக்கி மட்டுந்தாம் உதவி செய்வீங்களா, இந்த வாழ்க்கக்கி உதவி செய்ய மாட்டீங்களா. அரோக்கியசாமி தாத்தாவ கிண்டல் பண்ணுவம் யேசுநாதர் வருவார் இன்னுங் கொஞ்சந் தருவார் மோட்ச லோகம் சேந்திடுவார்ன்னு. மேரியாம் மாதாவாம், அம்மாவ பண் ணுன கிண்டலுக்கே அளவு கெடையாது. இந்தா பாரு ஒனக்கு முன்னால மடியேந்தி நிக்கிறம். யாரு இந்த மனுசம். நா எங்கயோ யாருக்கோ பெறக்க...’

“தாயி இன்னும் செத்து நேரத்துல அதிகால செவம் ஆரம்பிக்கணும்.” என்றாள் வெள்ளச்சரம் பேத்தி.

பதறித் திரும்பியிருந்தாள் ரேவதி. கண்களில் உருண்டு நின்ற கண்ணீர் கீழே விழத் தருணம் பார்த்திருந்தது. கிழவியின் கண் போச்சலுக்கு ரேவதியின் கண்களிலுருண்ட கண்ணீர் தெரிந்திருக்க வாய்ப்பில்லை.

“தனியாப் போயிருவியா. பொழுது நல்ல வெளுத்திற்ற.”

“ம்.”

“யாத்த... கேக்க மறந்திற்றம் எந்த ஊரம்மா என்ன ஆள்க்க?”

“செவத்தையாபுரம். நாடாரு...”

“அய்ய யாரா இருந்தா என்ன, மனுசனாயிருக்கணும்.”

ரேவதி எழுந்து நிற்க நூலாபீசில் ஆறு மணிச் சங்கூதியது. கலைந்து கிடந்த சாரத்தை எடுத்து முகர்ந்தவளின் முகத்தில் வெட்கத்தின் சாயை. மடித்துத் தன் தோள்ப் பையில் வைத்துக் கொண்டாள். வெளியே கோவிலுக்கு வருபவர்களின் பேச்சுச் சத்தம் கேட்டது. சிந்தாத்திரைத் தாய்க்கு கண்களால் விடை சொன்னபடியே கோவிலை விட்டு வெளியே வந்தாள்.

“பாத்துப் போளா.” என்றாள் வெள்ளச்சரம் பேத்தி.

இளங்காலைச் சூரியன், வான் வயலை உழுது போட்டது போல் நேர்த்தியாய் மேகக்குவியல். காற்றைக் கிழித்தோடும் தன்மரத்து வள்ளங்கள். ரசித்தவாறே நடந்தாள்.

‘ஒவ்வொண்ணும் அது அது அமைப்பு கெடாம இருநதா நல்லாத்தாம் இருக்கு. எதுக்கு இப்புடி கங்கணங் கட்டிகிட்டு அலையிறான்வ. ராத்திரி என்னமோ சொன்னான... என்னய கற்பழிச்சிற்றா கெட்டிக்கிருவனா. கடவுளா வந்து காப் பாத்துனாறு. நேத்து இருந்த ரேவதி வேற. இன்னைக்கி இருக்குற, இப்ப நடக்குற ரேவதி வேற. ரேனால்டு பேரு நல்லாத்தாம் இருக்கு. இருட்டா இருந்ததுனால கெட்டிப் புடிச்சம். வெளிச்சமுன்னா அப்புடிப் புடிக்க முடியுமா. கையி ஒலக்கதாம். அது எப்புடி இவுரப் பத்தி ஒரு நிமிசங்கூட பயப்புடாம கூப்புட்ட எடத்துக்கு வந்தம். வந்தாச்சி... ஆனாலும் மூணு பேர ஒத்தயா... மொகத்துல வுழுற முடிய கோறி கோறி வுட்டுகிட்டு என்ன ஸ்டைலு. கொஞ்சம் ஒயரம் பத்தாது. என்னமோ சொன்னார, ஆஞ்சாம் இழுக்கிற கையி. பயந்துபோயி பக்கத்துல ஒரசிகிட்டு நின்னப்பகூட அவுரு வெரல் நுனிகூட எம் மேல படலிய. சே... நாந்தாம்... என்ன ஓட்டம் ஓடுனான்வ. வாய் கிழிய பேசி ஒதடு கிழிய அடி வாங்கிற்று ஓடுனான்வ. வாழ்ந்தா இப்புடி ஒரு ஆள்கூட வாழணும், ஒரு நாள் வாழ்ந்தாக்கூட.’

புல்லரித்துக் குளிர்ந்தாள் ரேவதி. நடையில் வேகம் கூடியிருந்தது.

100

1979

பெரிய துறை மேட்டிலிருந்து நேர் வடக்கே கிடு கிடுவென இறங்கும் குறுகிய சாலையில் காற்றைக் கிழித்தபடி வந்துகொண்டிருந்தது அமுதனின் பழைய ராலிஸ் சைக்கிள். ரோகன்தான் ஓட்டினான். ஒச்சியக்காரன் மகன் போரஸ் தனியாக புது ஹீரோ சைக்கிளில் பதமாகவே வந்தான். மேட்டிலிருந்து தெற்கே கடலில் காற்றைக் கிழித்தோடும் கட்டு மரங்களைப் பார்த்து அவைகளைப் போல் கிடு கிடு பள்ளத்தில் காற்றைக் கிழித்தபடி இறங்குவதில் அவர்களுக்கு அத்தனை பிரியம். ரோகன் அமுதனின் அப்பாவோடு பிறந்த அத்தை மரிய இருதயத்தின் மகன். மாமா அம்புரோசுக்குக் கொழும்பிலிருந்து வந்த நாள் முதலாய் திரு நெல்வேலி கோர்ட்டில்தான் கிடை. காரணம் அவர்கள் குடும்பத்தோடு கொழும்பிலிருந்து ஊர் வந்து சேர்வதற்கு முன்னாலேயே மாமாவின் சகோதரர்கள் பண்ணைச் சொத்தையெல்லாம் அவர்கள் பெயருக்கே மாற்றிவிட்டிருந்தார்கள். அமுதன் அப்பாவுக்குக் கப்பலில் கரல் சுரண்டும் வேலை. அம்மா ரொசிற்றா பெரியதுறை ஆரம்பப் பள்ளியில் வாத்திச்சியாக இருக்கிறாள். எப்படியோ அம்மா கையை காலைப் பிடித்து நூற்றி ஐம்பது ரூபாய் வாங்கி உடன்குடி சந்தையில் பழைய ராலிஸ் சைக்கிள் வாங்கிவிட்டான் அமுதன்.

சாலையின் இருபுறமும் பனங்காடுகள், ஊடே ஊடே நாட்டு உடை மரங்கள். ஒரு சில இடங்களில் நிலத்தைப் பண்படுத்தித் தென்னையும் வாழையும் பயிரிட்டிருந்தார்கள். திடீரென முன்னால் வேக மெடுத்துப் போன சட்டி போரஸ், கிரகோரி வாத்தியார் விளையைக் கண்டதும் சைக்கிளை

நிறுத்திக் கீழே இறங்கினான். வேலிப் பக்கம் புதர்போல் மண்டிக் கிடந்தது தும்பை.

“எல, சட்டி எதுக்கு வேலிக்கிள போறாம்?” கேட்டான் ரோகன்.

“அவுங்க சின்னய்யா தோட்டத்துக்குள்ள போறானா யிருக்கும்” என்றான் அமுதன்.

தும்பைச் செடியொன்றை வேரோடு பிடுங்கிய போரஸ் சாலையில் அதன் வேர்ப்பகுதியிலிருந்த மணலைத் தட்டி விட்டுத் தலையைக் குனிந்தவாறே வேலிக்குள் எதையோ தேடியபடியிருந்தான். தோட்டத்துக்குள் ஒருபுறம் தென்னை யும் அதன் பின்னே பனைகளும் தெரிந்தன. மறுபுறம் வெண்டையும், கத்தரியும் வாழையும் பயிரிட்டிருந்தார்கள். தோட்டத்தின் நடுவே பெரிய வட்டமான கிணறு. அதனருகே மோட்டர் அறை, அதன் பக்கத்திலேயே உரித்தும் உரிக்கா மலும் தேங்காய்க் குவியல். வெண்டைக்காய் நீட்டு நீட்டாய், கத்தரிக்காய் கரு நீலத்தில் குண்டு குண்டாய் காய்த்திருந்தன.

“பனங்காட்டத்தாம் திருத்தி தோட்டமாக்கி இருக்கான்வ. எல்லாம் ஏழையளுக்குன்னு வெளி நாட்டுலயிருந்து வார பணமாம். இது எங்க பூர்விகச் சொத்தாம் அமுதம். எங்க சின்னய்யாவுக்கு நாங்கள்வ கொழும்புல இருக்குற காலத்துலே தண்ணி வூத்தி வுட்டு எழுதி வாங்கிற்றாராம் கிரகோரி வாத்தியாரு.”

“நெசமாவா சொல்லுற?” கேட்டான் அமுதன்.

“இந்தக் கிணறு எப்புடி வெட்டுனான்வயின்னு நெனக் கிற. பூதாவும் வெளிநாட்டு கோதுமப் பணம். எல்லாம் கொற்கயில சாமியாரா இருக்காராம பபிலோன், அவுரு பாக்குற பார்வ.”

பி.எல். 480 திட்டத்தின் கீழ் அமெரிக்காவிலிருந்து ஏழைகளுக்காக வரும் கோதுமை மூடைகளை கொற்கை மேற்றிராசனத்திலிருக்கும் சாமிமார் கடத்திக் கள்ளச் சந்தையில் விற்றுக் கொள்ளை கொள்ளையாகப் பணம் சம்பாதிக்கிறார்கள். பள்ளிக்கூடத்து வாத்திமார்களையே இது போன்ற கடத்தல் வேலைகளுக்கு தரகர்களாகவும் வைத்திருந்தார்கள்.

“எடைச்சிவெளயில சட்டி அய்யாவ புடிச்சி கெட்டி வச்சி தோல உறிச்சிற்றான்வளாம். அத அப்புடியே சாதி சண்டயாக்கப் பாத்தான்வ எப்புடியோ இல்லாமப் போச்சி.”

“...”

“அங்க பனயேறி நாடாக்கமாருக்கு வார பால்மாவு கோதும, எண்ணெ இதுவள கடத்திக் கொண்டுவந்து வித்திருக்கான்வ. ரெம்ப காலமா நடந்துகிட்டு இருந்திருக்கு. சாத்தாங்குளம் பெரியசாமி யாரோ நாடாராம். புடிச்சி விசயத்த ஊர்ல சொல்ல...”

“போட்டு தொவச்சிற்றான்வளோ.”

“மாட்டுனது எப்புடியிங்குற... இவருக்குத் தெரியாம அவுரும் அவுருக்குத் தெரியாம இவுரும் சரக்க கடத்தும் போதுதாம் வக மோசமா போரஸ் அய்யா மாட்டியிருக்காரு.”

“அதாஞ் சட்டிக்கி எடுத்த எடுப்புலேயே புது ஹீரோ வாங்கிக் குடுத்தாரா.”

தும்பைச் செடியோடு வந்த போரஸ், ரோகனைத் தனது ஹீரோ சைக்கிளை ஓட்டுமாறு சொல்லிவிட்டு அமுதனின் சைக்கிளின் பின்புறம் வந்து அமர்ந்தான். ரோகனுக்கு சந்தோசம் பிடிபடவில்லை. முந்தின நாள்தான் சட்டியின் ஹீரோ சைக்கிளை ஓட்டுவதாக கனவு கண்டிருந்தான்.

“போரசு கேரியல்ல எங்க ரண்டியரு பையும் இருக்கி எடுத்து கையில வச்சிக்க. உள்ள தாவரவியல் நோட்டுக்குள்ள ஹெர்பேரியம் பண்ணி வச்சிருக்கோம் கசங்கிறாம.” என்றான் அமுதன்.

“சரி சரி.” என்றான் போரஸ்.

“எல இன்னக்கி ஹெர்பேரியம் குடுக்கணும, நீ... இப்ப தாம் தும்பச் செடிய புடுங்குற.”

“மறந்திற்றமில, சாமி மாமா வந்திருந்தாங்களா... அவுங்களோட அப்புடியே கொற்க போனோம்.”

“யாரெல்லாம்?” கேட்டான் ரோகன்.

“அப்ப ராசாத்தி டீச்சர் வகுப்புல. எல ரோகனு சொல்லு...” என்று அமுதன் கண்ணடிக்க, ரோகன் பாடினான்.

“பொன்வண்டு, பொன்வண்டு
போட்டுப் பாருங்க...
பொங்கும் நுரையுடன் புதுமை
பளிச்சிடும் போட்டுப் பாருங்க
வெள்ளைத் துணிகளை
வெளு வெளுப்பாக்கும்
பொன்வண்டு பொன்வண்டு”

உடனே அமுதன் பாடினான்

“டட் டட் ட டட டட”

திரும்பவும் ரோகன் பாடினான்.

“பட்டுத் துணிகளை சோப்பை போட்டு
பார்த்தால் பூச்செண்டு
பத்திரமாகத் துணிகளை வெளுக்கும்
அதுதான் பொன்வண்டு”

பாட்டு சுவராஸ்யத்திலேயே வண்டியை மிதித்தபடி யிருந்தார்கள். போரஸிடம் சத்தமேயில்லை.

“அப்ப இன்னக்கி ராசாத்தி வெளு வெளுன்னு வெளுப்பாயிருங்குற.”

“சும்மயிருல...” என்றான் ரோகன்.

இடைச்சிவிளை சாலை சந்திப்பில் சுயம்புராச்சும் வந்து சேர்ந்தான். வழக்கமாக ஒதுங்கிக் காற்று வாங்கும் உடை மரத்தடிக்கு வந்திருந்தார்கள், போரஸிடம் பேச்சே யில்லை. தலையைக் குனிந்தவாறு சிறிது நேரம் நின்றவன் சொல்லிக் கொள்ளாமலேயே தன் சைக்கிளை எடுத்து அழுத்தினான். உடை மரம் பூத்துக் குலுங்கியிருந்தது. எங்கும் தேனின் சுகந்த மணம். பொன்வண்டுகளும் ரிங்காரமிட்ட படிப் பறந்தன.

“எல நீ யாரெல்லாமின்னு கேட்ட வொடன அவம் மூஞ்சி போன போக்க பாத்தியா”

“அதாம் சுவரென்ன சுவரெல்லாம் எழுதிப் போட்டு றுந்தான்வள. நீ பாக்கயில்லியாக்கும்.”

பெரியதுறையில் சமீபத்தில் கரி எழுத்தாளர் சங்க மொன்று உருவாகி அப்பப்ப நடக்கும் தவறுகளைச் சுட்டிக் காட்டியது. அப்படியொரு கரி எழுத்துப் பிரசுரத்தில் மாட்டியிருந்தாள் போரஸ் அக்கா சரோசா. போகிற போக்கில் வலேரியாளை மிஞ்சினாலும் மிஞ்சிவிடுவாள் போலிருந்தது. சாத்தான்குளத்தில் டீச்சராக வேலை பார்க் கிறாள். ஞாயிற்றுக் கிழமைகளில் பபிலோன் சாமியார் கொற்கை வலைக்குடி பங்கில் பூசை வைக்கிறாரோ இல்லையோ மதியச் சாப்பாட்டுக்கு சாத்தான்குளம் வந்துவிடுகிறார். கரி எழுத்தாளர்கள் விட்டு வைக்கவில்லை ‘பபிலோன் சாமியார் சாத்தான்குளம் சரோசாவோடு சல்லாபம்’ என்று கோவில் சுவர்களிலெல்லாம் எழுதி வைத்துவிட்டார்கள்.

போன வாரமும் இப்படித்தான் ‘ஆத்தா பூத்தது யாருக்காக’ என்று எழுதிப் போட்டிருந்தார்கள்.

“எலேய்... எப்ப பாத்தாலும்காட்டுக்குள்ளே சுத்துறிய ஹெர்பேரியமிங்கான்வ. எலியளப் புடிச்சி டிசக்சன்ங்கான்வ...” என்றான் சுயம்புராச்.

சுயம்புராச் இடைச்சிவிளைக்காரன். கொற்கை காசி நாடாரின் மகள் வயிற்றுப் பேரன். பதினொன்றாம் வகுப்புப் படித்து மூன்று வருடம் கழித்துத் திரும்பவும் படிக்க வந்திருந்தான். அப்பா சிவராச்சுக்கு பெரிய தோட்டம் துரவுகள் உண்டு. காற்றடிக் காலங்களில் வழக்கமாய் அங்கங்கு வாழைகள் சாய்ந்தாலும் சிவராச் நாடார் தோட்டத்தில் மட்டும் அவ்வாறு நடப்பதில்லை. குலை தள்ளும் பருவத்தை முன்வைத்தோ பின்வைத்தோ பயிர் வைத்திருப்பார். சுயம்புராச்சும் அமுதனோடு மேல்நிலை வகுப்புப் படிக்கிறான். ஆனால் சிறப்புப் பாடம் வணிகவியல். தமிழ் ஆங்கில வகுப்புகளுக்கு மட்டும் எல்லோரும் இணைவார்கள் மற்றபடி அவரவர் விருப்பப் பாடத்திற்கேற்றாற்போல் தனித்தனி வகுப்புகள்.

“எல, வாழயில ஹெர்பேரியம் பண்ண வேண்டியதான.”

“மூசா பாரடிசிகாவுலயெல்லாம் ஹெர்பேரியம் பண்ண முடியாது.” என்றான் ரோகன்.

“என்னது மூசாவா... இது என்னல புதுச் சாதியா. எனக்கு தெரிஞ்சி நம்ம பக்கங்கள்ல நாடு, கதலி, பூங்கதலி, கப்ப, பூலாஞ்செண்டு, மட்டி, ரஸ்தாலி, ரோபஸ்டா, தொழுவம், செந்தொழுவம் இதுவதாம் போடுறோம்.”

“சும்ம வாறியா, அவஞ் சொன்னாமின்னு நீ வேற... மூசாயின்னா வாழக்கி தாவரவியல் பேரு.”

எதிரே குள்ளமாய்க் கடந்து போனார் நாகநாதன். கொற்கை சண்முகவேல் நாடாரின் சகலை சுந்தரபாண்டி நாடாரின் இளைய மகன். சுயம்புராச் புன்னகைத்து வணக்கம் வைத்தான். சமாரியாவில் பகுதி நேர வகுப்பு ஆசிரியர். ஐ.ஏ.எஸ். படிக்கிறாராம். எதிரே முதலூர்ச் சாலை வந்து இணையுமிடத்தில் ஒரு கால் சைக்கிள் பெடலிலும் மறுகால் நிலத்திலுமாக நின்றிருந்தான் போரஸ்.

“பய யாரத் தாவி நிக்காம் மக்கா?” கேட்டான் சுயம்புராச்.

“நம்ம கலைச்செல்வியப் பாக்குறதுக்கு நிப்பானாயிருக்கும்” என்றான் ரோகன்.

கலைச்செல்வி முதலூர்க்காரி. கருவண்டுகள் மத்தியில் பொன்வண்டு போல் அழகாய் இருப்பாள். தூரத்து வழியில் தனக்கு முறைப்பெண் என்று தம்பட்டம் அடித்துக் கொள்வான் சுயம்புராச். தேரிக்காட்டு வழியாக நடந்து வருவதால் அவள் பொன்நிற மேனியில் செம்பட்டைப் பூச்சு. மேல்நிலை வகுப்பில் புதிதாய் வேலைக்கு சேர்ந்திருக்கும் பெல்ஸ் போட்ட வாத்திமாரிலிருந்து கால்சட்டை போட்ட மாணவர்கள் வரை எல்லோருக்குமே கலைச்செல்வி செப்பன சுந்தரி.

தமிழ் வகுப்பில் தமிழாசிரியர் குசேலபாண்டி நேரிசை ஆசிரியப்பாவின் இலக்கணம் விளக்கியபடியிருந்தார். தூங்கி வழிந்தபடியிருந்தார்கள். ஆங்கில வகுப்பில் பால்ராச் வாத்தியார் சொன்ன ஹேப்பி பிரின்ஸ் கதை பற்றிய எண்ணத்தோடே ரோகன் அமர்ந்திருந்தான். அமுதனுக்குத் தாவரவியல் வகுப்பு எப்போது வருமென்றிருந்தது. அக்கா சுமதி சொன்னபடி மூன்று செடிகளைப் பாடம் பண்ணி அவைகளில் சரியாகப பாடமானதை ஹெர்பேரியம் நோட்டில் ஒட்டியிருந்தான். குசேலபாண்டி சொன்னவை எதுவும் யாருடைய காதுகளிலும் விழுந்தது போலில்லை.

"அகவலோசையோடு அளவடித்தாகியும் இயற்சீர் பயின்றும் அயற்சீர் விரவியும் தன்தளை தழுவியும், பிற தளை மயங்கியும் நிரை நடுவாகிய வஞ்சியுரிச்சீர் வராததாகியும்..."

போரஸின் கனவில் கலைச்செல்வி வந்தாள். "ஏய் தமிழ்ல பெசலடிச்சவமெல்லாம் முன்ன வாங்கடே" என்று குசேலபாண்டி குரல் கொடுத்த பின்தான் ஒரு சிலர் சுய நினைவிற்கே வந்தார்கள். பெருவிரல் நகத்தால் பல்லிடுக்கிலிருந்து எடுத்த பசையைச் சுட்டு விரலில் தேய்த்து முகர்ந்தபடியிருந்த போரஸைப் பார்த்து முகம் சுளித்தாள் கலைச்செல்வி.

ஒரு வழியாய்த் தமிழ் வகுப்பு முடிந்து மாணவர் கலைந்து அவரவர் விருப்பப் பாட வகுப்புகளுக்குச் சென்றார்கள். போகிற பாதையில் அமெரிக்க ஸ்கைலேப் இந்தியப் பெருங் கடலில் விழுந்தது பற்றிப் பேசிக்கொண்டார்கள். மணியடித்து வெகு நேரமாகியும் ராசாத்தி டீச்சர் வந்திருக்கவில்லை. ராசாத்தி டீச்சருக்குச் சமீபத்தில் திருமணமாகியிருந்தது. சமாரியாவில் கணவர் சாமுவேலும் வாத்தியாராய் இருக்கிறார். கொற்கை பிரபல கிரிமினல் வக்கீல் சாமுவேல் ஆசீர்வாதத்தின் ஒரே மகள் ராசாத்தி டீச்சர். கொற்கை மேரிக் கல்லூரியில் முதுகலைத் தாவரவியல் படித்திருந்தாள்.

படித்து முடித்த கையோடு திருமணம். சமாரியாவில் மேல்நிலைத் தாவரவியல் வகுப்புகளுக்கு சிறப்பு ஆசிரியர். மூத்த அண்ணன் எபனேசருக்குப் புதுத் துறைமுகத்தில் கட்டுப்பாட்டு அறையில் பணி. இம்மானுவேல் பல்டோனா சன்சில் வேலை பார்க்கிறான்.

அமுதன் பள்ளியில் சேர்ந்திருந்த முதல் நாள் நடந்தவை பற்றிய நினைவுகளோடே அமர்ந்திருந்தான்.

வேதியியல் விருப்பப் பாட வகுப்பில் அமர்ந்திருந்தார்கள். இறுக்கமான கறுப்பு முழு நீளக் கால்சட்டையும், மடிப்புக் குலையாத வெள்ளை முழுக்கைச் சட்டையும் அணிந்து, சட்டையை டக்கின் பண்ணியபடி வந்திருந்தார் விவிலிய முத்து. விவி என்று செல்லமாய் அழைப்பார்கள். அண்டங்காக்கா கறுப்பு. முகத்தில் துருத்திய முன் பற்கள். தலையில் சொட்டை, ஒல்லியான சரீரம். வகுப்பெடுக்க ஆரம்பித்தார்.

"உலகத்திலேயே இலகுவான தனிமம் ஹைட்ரஜன்" அதன் பிறகு அவர் கூறியது எதையும் கேட்க அமுதன் விழித்திருக்கவில்லை. தலையைப் பின்பக்கமாக தொங்கவிட்டு நல்ல தூக்கம். வெளியே அசெம்பிளி நடக்கும் இடத்தில் விளையாட்டு ஆசிரியர் செம்பருத்திச் செடியில் ஏறி நின்ற கொம்பேறி மூக்கனைச் சிறிதும் பயமின்றி லாவகமாகப் பிடித்து ஆகாயத்தில் இருமுறை சுழற்றி அதன் தலையையும் வாலையும் இரு கைகளிலும் பிடித்து ஒரு இழுப்பு இழுத்து விட்டுத் தரையில் கிடத்தினார். விலங்கியல் வாத்தியார் வேதமணி முகத்தில் சந்தோஷம். வகுப்புக்குள் வந்த விவி, அமுதன் அருகே வந்து அவன் தோள்களில் கை வைக்க, பதறித் துடித்து எழும்பியவன் சொன்னான்.

"சார் உலகத்திலேயே இலகுவான தனிமம் ஹைட்ரஜன்."

எதிரே கரும் பலகை முழுவதும் வேதியியல் சமன் பாடுகள். விழி பிதுங்க நின்றிருந்தான் அமுதன், வகுப்பில் பெரும் ஆரவாரம்.

ஒவ்வொருவருடைய புத்தகங்களையும் சரிபார்த்தவாறே வந்த ராசாத்தி டீச்சர் இப்போது அமுதனிடம் வந்திருந்தாள். அமுதன் இன்னும் புத்தகம் வாங்கியிருக்கவில்லை. கோபத்தைக் காட்டிய ராசாத்தி சொன்னாள்.

"ஏண்டா வாங்கல? ஏறுடா பெஞ்சி மேல" எதையும் பொருட்படுத்தாமல் டீச்சர் சொன்னதை வேதவாக்காக எடுத்துக்கொண்டு பெஞ்ச் மேல் ஏறி நின்றான் அமுதன்.

வலதுபுறம் பெண்கள் வரிசையிலிருந்து திடீரெனச் சிரிப்பொலி வந்தது. வாயைப் பொத்திப் பொத்திச் சிரித்தார்கள். மறு பக்கமிருந்து கலைச்செல்விதான் விழுந்து விழுந்து சிரித்தாள். மாணவர்கள் பக்கம் முதலில் எதுவுமே விளங்கவில்லை. மறுபுறமிருந்து எவளாவது சைகையால் காட்டியிருக்க வேண்டும் சிரிப்பு இந்தப் பக்கமும் தொற்றிக்கொண்டது. ரோகனும் போரஸும் விழுந்து விழுந்து சிரித்தார்கள். அமுதன் அப்பாவியாய் நின்றிருந்தான். இடுப்புக்குக் கீழே பொத்தான் போடாமல் திறந்திருந்த கால்சட்டைத் திறப்பு வழியாக எலிக்குஞ்சி எட்டிப் பார்த்தபடியிருந்தது. தற்செயலாக அமுதனை பார்த்த ராசாத்திக்கும் முகமெல்லாம் சிவந்து வியர்த்துவிட்டது.

“பட்டன போடுடா.”

ராசாத்தி சொல்லுவதன் விவரம் புரியாமல் மேல் சட்டையின் காலர் பக்கம் உள்ள பட்டனை சிரமப்பட்டு மாட்ட முயன்றான் அமுதன்.

“மடையா... மடையா, கீழ் பட்டன போடுடா.”

வகுப்பில் குபீர்ச் சிரிப்பு. வெளியே வராண்டாவில் கடந்து போன கோட்டு போட்ட தலைமையாசிரியர் ராசாத்தியை முறைத்துவிட்டுப் போனார். வேறு வழியே இல்லாமல் அருகே நெருங்கியிருந்த ராசாத்தி அமுதனின் கால்சட்டை பொத்தானை மாட்ட கை நீட்ட, பதறிய அமுதன் கால் சட்டையைப் பிடிப்பதற்காக கையில் வைத்திருந்த நோட்டுப் புத்தகத்தை தவற விட்டிருந்தான். வகுப்பறையில் திரும்பவும் குபீர்ச் சிரிப்பு. வியர்த்து விறுவிறுத்துப்போன ராசாத்தி இருக்கையில் போய் அமர்ந்தாள். அவள் தன் நிலைக்குத் திரும்பவே வெகுநேரம் பிடித்தது. எப்போதும் அமுதன் என்றாலே ஒரு பரிதாபப் பார்வை பார்க்கும் ராசாத்தி இந்தச் சம்பவத்துக்குப் பிறகு யாரையும் பெஞ்ச்மேல் ஏறி நிற்கச் சொல்லுவதில்லை. புன்னகை தவழ மோட்டையே வெறித்தவாறிருந்தான் அமுதன்.

பெண்கள் பகுதியில் ஹெர்பேரியம் நோட்டுகளைப் பார்வையிட ஆரம்பித்திருந்தாள் ராசாத்தி. மந்தகாசப் புன்னகையோடே அமர்ந்திருந்தான் அமுதன்.

‘எண்ணைக்கிமே வண்டிய குடுக்காதவம் இன்னைக்கி குடுத்தான. சட்டி வீட்டுல நடக்குற கறியலும் பொரியலும் நம்ம வீட்டுல நடக்குலிய. வெளிநாட்டு எண்ணெயும் மாவும் வருதா அதாம் பயில்வாம் மாறியிருக்கானோ. நம்ம இப்புடி

நோஞ்சாம் கட்டயா இருக்கம. எலும்பும் கோணலா வளருது. நெஞ்சிக்கூடும் தூக்கியிருக்கு. அப்ப ரிக்கர்ட்ஸ் நோயா... நிரை நிரை கருவிளம். நிரை நேர் தாம் புளிமா. பபிலோன் சாமிக்கி மெஸ்மரிசம் தெரியுமாம். செம்பருத்தி வச்சதுக்கு ஊமத்த வச்சிருக்குலாமோ. அம்மா வீட்டுக்குள்ள கொண்டாறக் கூடாதின்னுற்றாவ. தம்பி செம்பருத்தி வைடா நல்லா இருக்கும். ஹைபிஸ்கஸ் ரோசா சினன்சிஸ் லின். பேரு நல்லாத்தாம் இருக்கு. சட்டி தும்பச் செடிய இப்ப எடுத்து கொண்டந்திருக்கான எப்புடி காயும். அம்மா துணிப் பெட்டிக்கிக் கீழ வச்சி காயாம பொறவு தாத்தா நாலு கால் பெட்டிக்கி கீழ வச்ச பொறவுதாம் அமுங்கிச்சி. அம்மா எதுக்கு அத்தய இப்புடி திட்டுறாவ. சே... சூசையா மாமா கொற்கையில ஆபர்ல வேல பாக்குறதுனால வள்ளத்த கொண்டு போயி கப்பகிட்ட புடிச்சிறுக்காங்க. இவுக தேவயில்லாம தங்கச்சிக்கி அதக் குடுத்திற்றாரு, இதக் குடுத்திற்றாருயின்னு பெலம்பல். அப்புடிப் பாத்தா நானுந்தாம் குடுப்பம். அடுத்த தடவ அப்பா கப்ப கொற்க வரும்போது மாமா கூட்டிட்டுப் போறமின்னாவள இந்த அம்மாகாரவுங்க கெடுத்திறாம.'

குட்டிகுரா பவுடரின் சுகந்த மணம். தலையைத் திருப்பினான் அமுதன். ராசாத்தி டீச்சர் நெருங்கியிருந்தாள். புன்னகையோடு அமுதனின் ஹெர்பேரியம் நோட்டை கையிலெடுத்தாள். நோட்டைத் திறந்தால் அங்கே பேப்பரோடு ஒட்டியிருந்த மகரந்த கேசரத்தைத் தவிர இலையோ பூவோ எதுவுமேயில்லை. ஆனால் அவை அழுந்திப் பதிந்ததற்கான அடையாளங்கள் இருந்தன. அமுதனுக்கு உடம்பெல்லாம் வியர்த்துவிட்டது. திரும்பி ரோகனைப் பார்த்தான் அவன் முகத்திலும் கலவரம். ராசாத்தி டீச்சர் சட்டி போரஸின் நோட்டைப் பார்த்தபடியிருந்தாள்.

“என்னடா... ஏமாத்துறியா காலயிலதாம் பறிச்சிறுப்ப போல.” கடுப்பாகி வாயிலிருந்து எச்சில் தெறிக்கக் கேட்டாள் ராசாத்தி.

“டீச்சர் ஏற்கனவே வச்சிருந்தது காணாம போயிற்று” என்றான் போரஸ்.

“என்ன வச்சிருந்த?”

“பூவரசு.”

பொய் பேசுகிறான் என்பது அவனது பதிலிலேயே தெரிந்தது.

“பூவரசுக்கு தாவரவியல் பெயர் என்னடா?”

“ஹைபிஸ்கஸ் போபுல்னியா.”

அமுதன் அருகே வந்தாள் ராசாத்தி. பெஞ்ச்மேல் ஏற எத்தனித்தவனைத் தோளைப் பிடித்து அமுத்திய ராசாத்தி, ரோகனுடைய நோட்டிலும் தும்பைச் செடியின் பாடம் பண்ணப்பட்ட பிசுறுகள் இருப்பதைக் கண்டாள்.

“யாரோ ஒங்க ரண்டு பேர் நோட்டுலயும் இருந்த ஹெர்பேரியத்த பிச்சி போட்டுருக்காங்க... அது யார்? நிச்சயமா இங்க இருக்க எவனாவதுதாம் இருக்கும்.”

ஆடு திருடிய கள்வன் போல் நின்றிருந்தான் போரஸ். அவன் அமுக்கிச் சிரித்திருந்ததையும் கவனித்திருந்தாள். சிறிது நேரம் தன் இருக்கையிலேயே மௌனமாய் இருந்த ராசாத்தி எழுந்து போரஸருகே வந்தவள் சொன்னாள்.

“ஏன்டா, புத்தி ஒனக்கு இப்புடி போவுது.”

“இல்ல டீச்சர். நா ஒண்ணும் பண்ணல.”

“பொய் சொன்ன வாய்க்கி போசனம் கெடைக்காதுடா. நா ஜெபம் பண்ணி கேட்டுட்டம். நீந்தாம் பண்ணியிருக்க மரியாதயா ஒத்துக்க.”

பரக்கப் பரக்க அங்குமிங்கும் பார்த்தபடியிருந்தான் வகுப்பில் நிசப்தம் நிலவியது எல்லோரும் வைத்த கண் வாங்காமல் போரஸையே பார்த்தபடியிருந்தார்கள். ராசாத்தி டீச்சரே தொடர்ந்தாள்.

“பொதுத் தேர்வுல நூத்தி ஐம்பது மதிப்பெண்தாம் மீதி ஐம்பது மார்க்கு நாந்தாம் போடணுந் தெரியுமா ஒனக்கு...”

தலையைக் குனிந்தவாறே வெளியே வந்த போரஸ் சொன்னான்.

“டீச்சர், டீச்சர் நாந்தாம் கிழிச்சிப் போட்டம்.”

“எதுக்குடா?”

“ரண்டியரும் நல்ல அழகா வச்சிருந்தான்வ. எங்கிட்ட இல்ல, அதாம் கிழிச்சிப் போட்டம்.”

பேயறைந்தது போல் போரஸையே பார்த்தவாறிருந்தான் அமுதன். முன்பெல்லாம் சட்டி போரஸ் குடும்பம் இடைச்சி விளையிலேயே இருந்தது. அங்கு கோதுமைக் களவில் மாட்டிய பிறகு குடும்பத்தோடு பெரியதுறை வந்துவிட்டார்கள். தலை பெருத்தும் உடல் சிறுத்தும் இருப்பான் போரஸ். அவனைப் பார்த்த மாத்திரத்திலேயே ஊர்ப் பயல்கள் வைத்த பெயர்தான் சட்டித் தலையன். சட்டித்

தலையன் என்பது பெரிய தலையோடு கடலில் மடக்குக்குள் பீயைச் சாப்பிட்டபடி அலையும் ஒருவகை மீன். முன்பு ஒரு முறை அமுதனிடமிருந்து கோனார் தமிழ் உரையைப் படிப்பதற்காக வாங்கிப் போயிருந்தான். தேர்வுக்கு முந்தின நாள் கொண்டு வந்து கொடுத்தான். இரவு படிப்பதற்காக எடுத்தால் முக்கியமான கேள்வி பதில்களில் கறுப்பு மை பூசியிருந்தது.

அக்கா சுமதியை ராசாத்தி டீச்சருக்குத் தெரிந்திருந்தது பேருதவியாய் இருந்தது. ராசாத்தி டீச்சர் எம்.எஸ்.சி. படிக்கும் போது அக்கா கொற்கை மேரிக் கல்லூரியில் பி.எஸ்.சி. படித்தாளாம். எல்லாமே ராசாத்தி டீச்சர் சொன்னது.

'எதுக்கு இப்புடி பண்ணுறாம். எப்ப பாத்தாலும் ஒங்களுக்கு கப்ப வருமானமிங்குறாம். கப்பல் சட்டையா, கப்பல் பேனாவவ... கப்பல்ல பேனாவும் சட்டயும் காய்க்காது. நல்லாத்தாம் படிக்கிறாம். நம்மளமாரி வூட்டுல கண்டிசனும் கெடையாது. அய்யாவுக்கு ஊர கொள்ளயடிக்கிறதுக்கு திட்டங் கீறுறதுக்கே நேரம் பத்தாது. நம்ம மேல எதுக்கு பொறாமபடுறாம்.'

அடுத்த வகுப்பிற்கான மணி அடித்தது.

101

1979

உருண்டையன் டாக்கீசில் 'பாவமன்னிப்பு' படம் ஓடுவதாக காளவாசல், வலைக்குடி, அலங்காரத்தட்டு குருஸ்புரம் எங்கும் தட்டி போர்டு எழுதி வைத்திருந்தார்கள். ஞாயிறு பூசை முடிந்து வரும்போதே பிள்ளைகளைக் கூட்டிக்கொண்டு படம் பார்க்கப் போவதென்ற முடிவோடு இருந்தாள் செலின். சமையலை நேரத்தோடே முடித்துப் பிள்ளைகளோடு படம் பார்க்கக் கிளம்பிவிட்டாள். சிவாஜி படம் என்பதால் ஏகத்துக்குப் பெண்கள் கூட்டம். ரேனால்டு கொழும்பு நடை போயிருந்தான். மூத்தவள் லீலி கணவனோடு கோபித்துக்கொண்டு வீட்டிற்கு வந்திருந்தாள். திரும்பி வருவதாய் இருந்தால் குறைந்தபட்சம் ஒரு அண்டாவோடு வர வேண்டுமென்று வரும்போதே சொல்லிவிட்டிருந்தாள் மாமியார். ரேனால்டு நடை போய்விட்டு வந்ததும் பேசிக்கொள்ளலாம் என்று இருந்தாள் செலின்.

டிக்கெட் எடுப்பதற்காக வரிசையில் நின்றிருந் தார்கள். முன்னே விரிசித்தாளும் பிள்ளைகளோடு அரங்குக்குள் போவது தெரிந்தது. 'விநாயகனே வினை தீர்ப்பவனே' பாட்டு போட்டு முடிய, முன் பக்கத்து அறையிலிருந்து வெளியே வந்த பாண்டித்துரை எதிரிலேயே இருந்த பிச்சைக்காரி அம்மனுக்கு மாலை போட்டு ஆரத்தி எடுத்தார். ஏதோ ஒப்புக்குச் சப்பாய்ச் செய்வதுபோலிருந்தது. பாட்டையா பிச்சை கனி காலத்திலிருந்தே இந்தத் தெய்வத்தை வழிபடு கிறார்களாம். ஒரு முறை வண்டிகட்டி உடன்குடி யிலிருந்து கருப்பட்டிச் சிப்பங்கள் கொண்டு வரும்போது நடுச்சாமத்தில் வண்டி முன்னே ஒரு

பெண் குழந்தை அழுதுகொண்டே வந்ததாம். தூக்கக் கலக்கத்திலிருந்த பிச்சைக்கனி வண்டியை விட்டிறங்கி அந்தக் குழந்தையை வண்டியிலேறி வரச் சொன்னாராம். வண்டியில் ஏற மறுத்த குழந்தை அவர் கையை பிடித்தவாறே வந்ததாம். அந்தக் காலத்தில் இந்த இடத்தில்தான் வண்டிப் பெறை வைத்திருந்தார்களாம். வண்டி மாட்டை அவிழ்த்துத் தண்ணி காட்டுவதற்குள் இந்த பெறைக்குள் போன குழந்தையைக் காணவில்லையாம். பெறையைச் சுற்றித் தேடியிருக்கிறார் பிச்சைகனி. அன்று சாமத்திலேயே வீட்டில் உறங்கியபடியிருந்த செல்லத்தாயின் கனவில் வந்து குடம் குடமாய் இறக்கி வைத்தாளாம் ஒரு குழந்தை. என்ன என்று கேட்டதற்கு 'வச்சுக்கோ... வச்சுக்கோ' என்று கொடுத்தாளாம். பதறி விழித்திருக்கிறாள் செல்லத்தாய். விடியவிட்டு வீட்டிற்குப் போன பிச்சைகனியிடம் எழுந்ததுமே சொல்லியிருக்கிறாள். பிச்சைகனியும் இரவில் நடந்ததைச் சொல்ல இருவருமே வாயடைத்துப் போனார்களாம். அன்றிலிருந்து அடித்த யோகம் என்கிறார்கள். அப்போதிருந்தே அந்தக் குழந்தை ஞாபகமாகக் குத்துக்கல் நட்டுக் கும்பிட ஆரம்பித்திருக்கிறார்கள். அந்தப் பழக்கம் இன்றுவரை தொடர்கிறது. பிச்சைகனியிருந்தவரை பயபக்தியாய்க் கும்பிட்டிருக்கிறார். ஞானக்கனி அந்த அளவுக்குச் சிரத்தை எடுத்துக்கொள்ளவில்லை.

குடுமித் தேங்காயில் சூடம் வைத்துச் சுற்றினார் பாண்டித்துரை. காற்றில் படபடத்து அணைந்துபோனது சூடம். பதற்றத்தில் கை தவறித் தேங்காயையும் கீழே போட்டுவிட்டார். சூடம் உருண்டுவந்து வரிசையில் நின்றிருந்த ஜெஸிந்தா காலில் விழுந்தது. படம் வேறு போட்டுவிட்டதால் அரங்கத்துக்குள் நுழையும் அவசரத்தில் யாருக்கும் எதுவுமே தெரியவில்லை.

லீலிக்குக் கணவனை எப்படியாவது தாய் வீட்டோடு கூட்டி வந்துவிட வேண்டுமென்ற ஆசை. மாப்பிள்ளை மரியானி கல்லுளி மங்கன். தம்பி ரேனால்டு ஒருவனால் எப்படி இத்தனை பெண்களையும் கரையேற்ற முடியும் என்ற எண்ணம்தான்.

'இவுகளும் தம்பிக்குக் கொஞ்சம் ஒத்தாசயாயிருந்தாவயின்னா மள மளயின்னு கரயேத்திருலாம். ராமேஸ்வரம் வெரவு நின்னு போச்சி. அன்னக்கியின்னா அந்த எலி மூஞ்சி ஆமய வெட்டுவான்வளா. நம்ம ஆள்களமாரி வலையன்வளுக்குக் கடலறிவு கெடையாது. பதினஞ்சி பேரு ஒண்ணுபோல போயிற்றான்வளாம்.'

கண்கள் படம் பார்த்தபடியிருந்தாலும் மனம் மட்டும் நிலைகொள்ளாமல் அல்லாடியது. படம் ஆரம்பித்து ஒரு ரீல்கூட மாற்றாத நிலையில் திடீரென மின்சாரம் தடைபட்டுப் போனது. பக்கவாட்டுப் படுதாக்களைத் திறந்துவிட்டிருந்தார்கள். வெளிச்சம் வந்ததால் முகம் பார்க்க முடிந்தது. கசகசவென வியர்த்துப் போயிருந்தார்கள்.

தரைப் பகுதியிலிருந்து லீலியைப் பார்த்த காட்டுராசா பேத்தி பானுமதி குரல் கொடுத்தாள்.

“ஏ... அது யாரு காரப்பொடி லீலி அக்காவா? எட்டணா கூடக் குடுத்து அங்கன மூட்டக் கடிக்கிள கெடந்து எதுக்கு சாவுதிய”

“...”

“இங்கன வாருங்க காலார நீட்டி நிமிந்து உக்காந்து பாக்குலாம்.”

பானுமதிக்குக் காளவாசலில் சங்கு வியாபாரம். விசைப் படகுகளில் வரும் மண்டியோடு கலங்கிய சங்குகளை ஏலத்தில் எடுத்துக் கழுவிச் சுத்தப்படுத்திப் பல இடங்களுக்கும் அனுப்புகிறார்கள். பெரும்பாலும் கன்னியாகுமரிக்குச் சங்குகள் அனுப்பப்படுகின்றன. ஞாயிற்றுக்கிழமை ஒரு நாள் விடுமுறை. கூடவே வேலை செய்யும் பெண்களோடு வந்திருந்தாள் பானுமதி. ஜெஸிந்தாவும் லீலியும் ஒரே வகுப்பில் படித்தவர்கள்.

“கட்லை... கட்லை ... வேர்க் கட்லை, கை முறுக்கே...” கூவியபடி வந்தான் நொண்டி. கையில் முறுக்குத் தட்டு வைத்திருந்தான். குட்டைச் சுவற்றுக்கு அந்தப்புறம் ஆண்கள் இருக்குமிடத்திலும் பெண்கள் கூட்டம்.

“ஏக்கியளா வாறியளா,. பானுமதி கிட்டப் போவோம். சொல்லுமாக்குல மூட்டக் கடியும் அதியமாத்தாம் இருக்கி. எட்டணாவுங்கூடக் குடுத்து ஒரு போத்த ரத்தமும் எடுத்திற்று உட்டுறுவான்வபோல.” என்றாள் விரிசித்தாள்.

பெஞ்சி டிக்கட்டில் இருந்த அனைவருமே எழுந்து தரைப் பக்கம் போக, உச்சந்தலைக்கு மேல் பல்பு எரிந்தது.

“யக்கா தரை டிக்கெட்டுல ஒரு வசதி கேட்டியளா, நல்ல சீன்வ ஓடிகிட்டு இருக்கும்போது மூத்திரம், கீத்திரம் முடுக்கிச்சியின்னு வையி, சேலயயும் பாவாடையையும் செத்த நவட்டிற்று சர்ருன்னு மோண்டுற வேண்டியதாம். பாடுவ எப்புடி போவுது?”

“முன்னமாரி கப்பநடைத் தோணித் தொழிலு இல்ல எல்லாம் லாஞ்சிப் பக்கம் போயிற்றாவ.”

புதிய துறைமுகத்துக்கு வரும் கப்பல்களில் மாதத்திற்கு ஒன்றிரண்டு கப்பல்களில்தான் ஆழ்கடலில் சரக்கு இறக்கும் தேவை இருந்தது. கப்பநடைத் தொழில் குறைந்து போனது.

“கரண்டு வந்து இம்புடு தேரமாச்சிப் படத்தக் கிடத்த போடுறான்வளா பாத்தியளா...?”

சீந்திய மூக்கும் அழுத கண்ணீருமாய் இடைவேளை வந்திருந்தது. திரையில் சொக்கலால் பீடி, கோபால் பல்பொடி விளம்பரங்கள் வந்தன. மூத்திரம் பெய்யப் போனவர்களும், முறுக்கு வாங்கப் போனவர்களும் அடித்துப் பிரண்டு அரங்கத்துக்குள் ஓடி வந்தார்கள். படம் போட்டுவிட்டான். கதவுகள் மூடப்பட்டுவிட்டன. தரைப் பக்கமிருந்து யாரோ குரல் கொடுத்தார்கள்.

“அய்ய முக்குல தீப்புடிக்கி.”

“ஏய், யாருய படத்துல தீ வரும். உக்காருங்க.”

“இதுக்கின்னே அலையிறாள்வ.”

“அன்னக்கிம் இப்புடித்தாம் ‘நீரும் நெருப்பும்’ படம் ஓடிகிட்டு இருக்கு, எம்.ஜி.ஆரு கையில இருக்க கத்தி கீழ வுழுந்திற்றின்னு மடிக்கிள இருந்த பிச்சுவாவத் தூக்கி...”

“ஜெஸிந்தா அங்கன எட்டிப் பாரு, முன்னால தீ தெரியித...”

ஜெயமேரியும், வனஜாவும் எழும்ப விரிசித்தாளும் எழும்பினாள். புகைவாடை வந்தது. பின்புறம் எரிந்த தீ திரைக்குத் தாவி திரை ரண்டாகக் கிழிந்து தொங்கி எரிந்தது.

பின்னாலிருந்து ஒரு சிலர் இன்னும் படத்துல தீ வருமென்றபடியிருந்தார்கள். கொஞ்ச நஞ்சமிருந்த ஆண்களும் மளமளவென வெளியே ஓடிவந்தார்கள். அரங்கினுள் புகை முட்டி மூச்சு முட்ட ஆரம்பித்த பிறகுதான் அதிகம் பேருக்குத் தீப்பற்றிக்கொண்டது புரிந்தது. முண்டியடித்தபடி படுதாக்களை நோக்கிச் சாடியது மொத்தக் கூட்டமும். ஒரே கூச்சலும் கூப்பாடுமாய்க் கிடந்தது. எல்லோருமே பதற்றத்தில் வாசலை ஒரே நேரத்தில் முற்றுகையிட்டார்களேயல்லாமல் யாரும் நிதானித்து யோசிக்கவில்லை.

“ஏ... லீலி தங்கச்சியளப் புடிச்சிக்க.”

“ஓடுங்க... ஓடுங்க.”

“எங்க ஓட, பேதி எடுப்பான்வ.”

”தன்னுயிரு பெருசுன்னு ஆம்புளய ஓடிட்டான்வ பாத்தியளா.”

அரங்கின் பின்புறமே தீ வைத்திருக்கிறார்கள். கூட்டத்தோடு படம் பார்த்தபடியிருந்த பாண்டித்துரை வெளியே ஓடிவந்தவர் கோபம் கொப்பளிக்க முன்னால் வரவேற்பு அறைக்குள் புகுந்து அறுவாளை எடுத்துக்கொண்டு அரங்கத்தின் பின்புறம் ஓடினாரேயல்லாமல் படுதாக்களைத் திறந்துவிடத் துணியவில்லை. போன மழையில் நனைந்து கோடையில் காய்ந்த தென்னங் கிடுகுகள் பஸ்பமாய் இருந்தது. கூ கூவெனத் தீப்பற்றிக் கூரை எறிந்தது. உள்ளே புகை முட்டி இருட்டுக்கசம் போலாகியது. பக்கவாட்டுச் செத்தையில் கிடைத்த சிறிய சந்து வழியாகத் தலையை மட்டும் வெளியே நீட்டியிருந்தாள் வனஜா. முண்டியடித்த கூட்டத்தில் தோள் பகுதிக்கு கீழே உள்ள உடலை வெளியே இழுக்க முடிய வில்லை. அவள் முன்னே வெளியே வந்திருந்த ஒரு பெண்ணின் வலது காலை மரணப் பிடி பிடித்திருந்தாள். வெளிச்சத்தில் அக்கா ஜெஸிந்தா நிற்பது தெரிந்தது. கண்ணீரும் கம்பலையுமாக நின்றிருந்தாள் ஜெஸிந்தா. யாரையோ தேடுகிறாள்.

“அக்கா நா இந்தா வெளிய வாரம் என்னயா தேடுற, இந்தா வந்திற்றம் போவதக்கா. அக்கா உள்ள போவத.”

வனஜா கதறிக் கூப்பாடு வைத்தது யார் காதிலும் விழவில்லை. தம் பிடித்து வெளியே வந்து விழுந்தாள், நினைவு தப்பிவிட்டது.

உருண்டையன் திரையரங்கு தீப்பிடித்து எரிகிறதென்று அதற்குள் செய்தி பரவியிருக்க வேண்டும். கூட்டம் சேர்ந்து விட்டது. தீயின் வெம்மை தாளாமல் யாரும் அருகே வர முடியவில்லை.

‘ஓ’வென ஓலமிட்டபடி லீலி ஓடி வந்து வெளியே விழுந்தாள்

“நம்ம பயல்வ ஒருத்தம் இல்லாமப் போயிற்றாம் பாத்தியா...”

யாரும் யாரையும் அடையாளம்காண முடியவில்லை. அப்போதுதான் உணர்வு வந்தவர்களாய்ச் சுற்றி நின்ற வாலிபர்களில் சிலர் தீயைப் பொருட்படுத்தாமல் முன்னே சாடிப் படுதாக்களை அவிழ்க்க முயல, அங்கேயும் தீ பற்றிக்கொண்டு எரிந்தது. நல்ல கரைக்காற்று. காய்ந்த

மூங்கில்களும் சவுக்குக் கட்டைகளும் டப்டப்பென வெடித்து எரிவது கேட்டது. தீக்காயங்களோடு ஓடிவந்த லீலி, வெளியே நின்றிருந்த கணவன் மரியானியை அடையாளம் கண்டு கொண்டவள் கையிலிருந்த குழந்தையையும் கழுத்திலிருந்த தாலியையும் கொடுத்துவிட்டுக் கதறியபடியே தீக்குள் ஓடி வந்தாள். அவன் குழந்தையைப் பிடிப்பதா மனைவியை பிடிப்பதா என்று செய்வதறியாது திகைத்தபடியிருந்தான்.

"அய்யய்யோ, ஒடம்புல பொட்டுத் துணியில்லிய. எம்புள்ளய வளத்து ஆளாக்கியிருங்க..."

அவள் கத்துவது மட்டும் சன்னமாய்க் கேட்டது. தீக்காயங்களோடு வந்த மற்ற ஒன்றிரண்டு பெண்களும் சுற்றி நின்ற ஆண்களைப் பார்த்துவிட்டு வெட்கத்துக்கு அஞ்சித் திரும்பவும் தீக்குள்ளேயே போய் விழுந்தது பார்ப்பதற்கு பரிதாபமாய் இருந்தது. டிங்டிங்கென மணியடித்தபடி தீயணைப்பு வண்டிகள் வரும் சத்தம் கேட்டது. கொழுந்து விட்டு எரிந்த கூரைப் பகுதி படீரெனக் கீழே சரிந்தது. அனல் பறந்து, வெடித்துக் கங்குகள் சிதறியதில் மொத்தக் கூட்டமும் பின்வாங்கியது. இனி யாரும் தப்பிக்க வழியில்லை. எரிந்து விழுந்த கூரை அப்படியே மொத்தக் கூட்டத்தையும் போட்டு அமுக்கியிருந்தது

தீயணைப்பு வீரர்கள் குழாய்களைப் பொருத்தி தண்ணீரைப் பீச்சியடித்தார்கள். இரண்டு மணிநேரப் போராட்டத்தில் மொத்தத் தீயும் அணைந்து வெளியே நின்றிருந்த கூட்டம் உள்ளே சாடியது. புகைந்தபடியிருந்த கட்டைகளை ஒதுக்கிவிட்டுப் பார்த்தால் இடதுபுறம் ஆண்கள் பகுதியின் படுதாப் பக்கம் தலையைப் பூத்தபடி குவியல் குவியலாய் பெண்ணுடல்கள். ஒன்றின் மேல் ஒன்று, ஒன்றின் மேல் ஒன்று என்று மொத்தக் கூட்டமும் ஒரே இடத்திலேயே குவிந்து கிடந்தது அழுகையை வரவழைப்பதாய் இருந்தது. அவசரத்துக்கு அக்கம் பக்கத்தில் நின்றிருந்த ரிக்ஷாக்காரர் களும் குதிரை வண்டிக்காரர்களும் ஓடோடி வந்தார்கள்.

தும்புக்கிட்டங்கி மாணிக்க நாடார் சந்தைக்குக் குறும்பூர் பக்கமிருந்து வந்திருந்த வாழையிலை லாரியை மடக்கி உருண்டையன் தியேட்டர் பக்கம் கொண்டு வந்திருந்தார். வேட்டியை மடித்துக் கட்டியபடி சண்முகவேல் நாடாரும், முத்துச்சாமியும் நின்றிருந்தார்கள். மருத்துவப் படிப்பை முடித்து வந்திருந்த சிவந்தி நாடார் மகன் கிரிதரனும் டாக்டர் வெங்கடேசும் உயிர் பிழைத்தவர்களை மருத்துவமனை கொண்டு செல்ல ஏற்பாடு செய்தவாறிருந்தார்கள். வாழை யிலைகளை விரித்து, புட்டுப் பழம்போல் வெந்தும்

வேகாமலும் இருந்த உடல்களைக் கிடத்தினார்கள். நிமிடத்துக்கு ஒரு உயிர் பிரிந்தது.

பரிதாபத்தினூடே நகை கிடந்த உடல்களைத் தன் தாய், தன் மனைவி, தன் சகோதரி என்று எடுத்துக்கொண்டு போனார்கள். கரிக்கட்டை உடல்களுக்குச் சொந்தம் கொண்டாடுவதில் போட்டி வேறு. எல்லாமே அந்த உடல்களில் கிடந்த நகை நட்டுகளுக்காகத்தான். எதையும் யாராலும் தடுக்க முடியவில்லை.

மறுநாளிலிருந்து யார் யாரெல்லாமோ வந்து போனார்கள். மெட்ராசிலிருந்து அரசியல்வாதிகள், சினிமா நடிகர்கள் என்று ஒரு பட்டாளமே வந்து உச்சுக் கொட்டி விட்டுப் போனது. ஆறுதல் சொல்லுகிறேன் என்று வந்தவர் களாலும் அவதியே மிஞ்சியது. புதிதாக ஆட்சிப் பொறுப் பேற்று முதல் முறையாகக் கொற்கைக்குத் தீச் சம்பவத்தைப் பார்க்கத்தான் வந்திருந்தார் எம்.ஜி.ஆர். இறந்தவர்களுக்கு மூன்றாயிரம். பாதிக்கப்பட்டவர்களுக்கு ஆயிரமாம்.

வலைக்குடி, காளவாசல், குருஸ்புரம் பகுதிகளில்தான் மரண ஓலம் அதிகமாகக் கேட்டது. இறந்ததில் ஒருவர்கூட ஆண் இல்லை. அனைத்துமே பெண்கள். பெரும்பாலும் பரதவப் பெண்கள்.

மருத்துவமனையில் நினைவு தெளிந்து கண்ணைத் திறந்திருந்தாள் வனஜா. பக்கத்தில் நின்றிருந்தவர்கள் பேசிய திலிருந்துதான் தப்பிப் பிழைத்தது புரிந்தது. முந்தின நாள் இரவு ஆத்தாள் விரிசித்தாளும் செலின் மாமியும் இறந்திருந்தார்களாம். செலின் மாமி வீட்டில் ஒரு உயிர்கூடப் பிழைக்கவில்லை. ரத்தினராச் மாமா பிள்ளைகளும் இரண்டு பேர் போய்ச் சேர்ந்திருந்தார்கள். சாமி மச்சான் சேவியரும் ரேனால்டும் வாசலருகே பேசிக்கொண்டிருந்தது தெரிந்தது. கண்ணை மட்டும் உருட்டி உருட்டிப் பார்க்க முடிந்ததே தவிர உடம்பை அசைக்க முடியவில்லை. கண்ணீரோடு அக்கா ஜெஸிந்தாவைத் தேடினாள்.

‘வெளிய வந்தவ இப்புடித் திரும்பவும் உள்ள போவாளா. புள்ளய என்ன செய்யும்? மச்சாம் வேற கோவக்காரரு. என்னமோ சண்டயின்னாள. யாரு காலுன்னு தெரியில்ல அப்புடியே கெட்டியா புடிச்சிகிற்றமுல்ல. அக்கா அக்கா யிங்குறம் எங்க கேக்க. அறுவாள எடுத்துகிட்டு ஓடுனவன் வளுக்கு யாரு வச்சா யாரு வச்சாயின்னு போட்டு அடிச்சிச்சே யொழிய மாட்டிகிட்டதுவள எப்புடிக் காப்பாத்தயின்னு எவனுக்கும் அறிவு இல்ல. மாமாவோ, ரேனால்டு மச்சானோ

யாராவது ஒரு ஆள்கூட இல்லாம போயிற்றாவள. அந்த முறுக்குக்காரம் பொழைச்சிறுப்பானா. எல்லாப் பெயலும் யாருக்கு வந்த விருந்தோயின்னு ஓடிற்றான்வ. எம்.ஜி.ஆரு வந்தாராம். எப்புடியிருக்கமுன்னு தெரியிலிய. என்னய யாரு கெட்டுவா. ஜெயமேரி பொகைக்கிள இருமுனாள. செத்திருப்பா... தயை செய்வாய் நாதா... என் பாவங்களை நீக்கி, பாவத்தால் ஜென்மித்தேன் நீயறிவாய் தோஷத்தில் பெற்றெடுத்தாள் என் தாயே... எப்புடி கெட்டிக்குடுக்கயின்னு அழுதாவ...'

ரேனால்டு வீட்டில் சகோதரிகள் அத்தனை பேரும் மரித்துப்போனதைக் கேள்விப்பட்ட ரேவதி, தந்தை முத்துப் பாண்டியோடு அரசு மருத்துவமனையிலேயே கிடையாய் கிடந்தாள்.

உருண்டையன் தியேட்டரில் வைத்தது வைப்புத்தீ என்று பேசிக்கொண்டார்கள். இடைவேளை விட்டபிறகு எல்லோரும் வெளியே இருப்பார்கள் என்று வைத்தார்களாம். அது பற்றி எரியப் பிந்தியதால் சனங்கள் மாட்டிக் கொண்டார்கள். பங்காளிப் பகைதானாம். நல்ல வேளையாக வலைக்குடி வருவேல் ஏற்கனவே மரித்துப் போயிருந்தார் இல்லாவிட்டால் உருண்டையன் தியேட்டரில் தீ வைத்தது வருவேல்தான் என்ற செய்தி வந்திருக்கும்.

தீ எரிந்த சம்பவத்தில் பாவம் பார்த்து ஓடிவந்து உதவியது நாடார் வியாபாரிகள்தான். அரசு உதவி போகத் தேவையான அனைத்து மருத்துவ உதவிகளையும் பாண்டித்துரை செய்தார். கொழும்புக்கு ஏற்றுமதியாக இருந்த அரிசி மூடைகளை வலைக்குடிப் பக்கம் திருப்பிவிட்டு நிம்மதிப் பெருமூச்சு விட்டார் கில்பர்ட் நாடார். சிங்கராயனோ, பல்டோனாவோ கர்டோசாவோ யாருமே வலைக்குடிப் பக்கம் எட்டிப் பார்க்கத் துணியவில்லை. போய்ப் பார்த்தால் எங்கே செலவுகளைத் தங்கள் தலையில் வைத்து அழுத்திவிடுவார் களோ என்ற பயம். தெரிந்தும் தெரியாமலும் சண்முகவேல் நிறைய உதவிகள் செய்தார். ஆற்றில் போட்டாலும் அளந்து போட வேண்டுமென்று நினைத்தாரோ என்னவோ, ஆனந்த நாடார் பேரன் தங்கவேல் தகப்பனார் சந்தோஷத்தைக் கட்டாயப்படுத்தி மலிவு விலைக் கடையொன்று ஆரம்பித்துக் கொடுத்தார்.

102

1980

ஈயம் பித்தளைக்குப் பேரீச்சம் பழம் என்று கூவியபடி ஓணாத் தெருவில் சிறிய அளவில் ஆறுமுக நாடார் ஆரம்பித்த பழைய இரும்பு, பாட்டில் வியாபாரம் இன்று முள்ளக்காட்டில் பிளாஸ்டிக் கம்பெனி, காசுக் கடைத் தெருவில் நகைக் கடை, ஆறுமுகா மருத்துவமனை எனப் பல்வேறுபட்ட தொழில்களில் தன்னுடைய முத்திரையைப் பதித்து வளர்ந்திருந்தது. ஆறுமுகா மருத்துவமனையின் மேலாண்மை இயக்குநராகவும் தலைமை மருத்துவராகவும் இருந்தார் டாக்டர் கிரிதரன். மேல் படிப்புக்காக லண்டன் போவதாய் இருந்தவர் கடந்த வருடம் நடந்த தீச் சம்பவத்தில் மனசுமாறிக் கொற்கையில் கட்டியிருந்த மருத்துவமனையிலேயே தங்கிவிட்டார். ஆறுமுகா மருத்துவமனையில்தான் பெஞ்சிலம்மாவின் மகன் டாக்டர் வெங்கடேஷ் கண் மருத்துவராய் இருக்கிறார். சிறு வயதிலிருந்தே வெளியூர்களில் தங்கிப் படித்ததால் உடன் படித்த ஒரு சிலரைத் தவிர வேறு யாருக்கும் வெங்கடேசின் பூர்வீகம் தெரியாது.

வெங்கடேஷ் மனோதத்துவ நிபுணராகவும் இருந்ததால் அவரைச் சந்திப்பதற்கு ஏகத்துக்கு கூட்டம். கொற்கைகாரர்கள் என்று மட்டுமில்லை திருநெல்வேலியிலுமிருந்து சீட்டு வாங்கிக் காத்திருந்து சந்திப்பவர்களும் உண்டு. மனைவி இந்திராவுக்குக் கொற்கை புதுக்கிராமம். குருஸ் ·பல்டோனாவின் வழக்குரைஞர் நாராயணனின் மகன் வயிற்றுப் பேத்தி. தோப்பனார் கிருஷ்ணமாச்சாரி ஆறுமுகநேரி கெமிக்கலில் வேலை பார்க்கிறார். ஆசைக்கு ஒன்று ஆஸ்திக்கு ஒன்று என்று இரண்டேயிரண்டு. மூத்தவள் இந்திரா இளையவன் ஸ்ரீதர், அமெரிக்காவிலிருக்

கிறான். டாக்டர் வெங்கடேசும் இந்திராவும் ஒரே மருத்துவக் கல்லூரியில் படித்தார்கள். கலை இலக்கிய விழா ஒன்றில் சந்தித்துக் கொற்கைக்காரர்கள் என்று தெரிந்து பழகி அதுவே காதலாகி, காதலுக்குக் குறுக்கே சாதி நிற்காமல் திருமணமும் நடந்து முடிந்திருந்தது.

டாக்டர் வெங்கடேசைச் சந்திப்பதற்கு முந்தின நாளே சீட்டு வாங்கியிருக்க வேண்டும். இந்திராவும் ஆறுமுகா மருத்துவமனையிலேயே இதயநோய்ப் பிரிவிலிருக்கிறாள். காலை பத்துமணி சுமாருக்கு மருத்துவமனை வாசலில் வந்து நின்ற வெள்ளைநிற அம்பாசிடர் காரிலிருந்து இறங்கி வந்தார் வெங்கடேஷ் கூடவே மனைவி இந்திரா. இருவரும் நடந்துபோவதையே கண் கொட்டாமல் பார்த்தபடி யிருந்தார்கள் மருத்துவமனைச் சிப்பந்திகள்.

கீழே சீட்டு வாங்கியிருந்தவர்களில் பீங்கான் ஆபீஸ் முத்துச்சாமியும் அவர் மனைவி அன்னரதியும் இருந்தார்கள். பிலிப் தண்டலும் மூக்குக் கண்ணாடியைத் தூக்கிவிட்டபடியே அமர்ந்திருந்தார்.

"இந்த டாக்டரு வந்த பொறவுதாம் மதுர அரவிந்து, திருநவேலி போத்திலிங்கமின்னு கொற்கயிலயிருந்து காவடி யெடுக்குறது நின்னுச்சி."

"நம்ம என்னதாம் எதுத்தாலும் போராட்டம் பண்ணு னாலும் ஒரு விசயத்த ஒத்துக்கிறணும் கேட்டியளா..."

"என்னத்த?"

"நம்மளவுட அறிவுல கூடுனவன்வ. சாஸ்திர சம்பிரதாயங்க தெரிஞ்சவன்வ."

"டாக்டருக்கு நம்ம ஊர்தானாம."

"அது என்னமோ தெரியில ஆனா பொண்டாட்டி நம்ம நாராயணம் வக்கீலு பேத்தி."

"தனக்கு தனக்குன்னு வந்தா படக்கு படக்குன்னுதாம் அடிக்கிது. ஒரு வியாதியோ வழக்கோயின்னா அய்யரு, அய்யங்காரத் தேடித்தான ஓடுறோம். ஆமா கண்ணுல என்ன?" என்றார் முத்துச்சாமி.

கண்ணாடியைக் கழற்றிக் காட்டினார் பிலிப் தண்டல். மேல் இமையிலும் கீழ் இமையிலும் நல்ல மிளகு அளவில் சிறிய கட்டிகள்.

"இது கண்கட்டி மாரியில்லிய. மொகங்கூட்டடல்ல" அங்கலாய்த்தாள் அன்னரதி.

“சின்னதா கத்தி வைக்கனுமின்னாரு.” என்றார் பிலிப் தண்டல்.

“தொணைக்கி யாரையும் கூட்டிற்று வரப்பிடாதா.”

அன்னரதியைப் பரிதாவமாய் நிமிர்ந்து பார்த்தார் பிலிப். ஜேம்ஸ்தான் தகப்பனாரை மருத்துவமனைவரை கொண்டு வந்து விட்டுப்போயிருந்தான். வெள்ளைச் சீருடையில் ரேவதி வந்து அனைவரது கையிலுமிருந்த சீட்டுகளையும் வாங்கிப் பார்த்தபடியே போனாள். குனிந்து அன்னரதியிடம் குசுகுசுத்தார் முத்துச்சாமி.

“போறது யாருன்னு தெரியிதா?”

“யாரு...?”

‘‘செவத்தையாபுரம் முத்துப்பாண்டி மொவ. வலக் குடியில ஒரு பர்னாந்துமார் பயல கட்டுனாயில்லா...’’

“ஏ... அவளா, மூக்கும் முளியுமா இருக்காள.”

“அவ ஆத்தாள ஒனக்கு தெரிஞ்சிறுக்கும் நல்லாப் பாரு...”

“அய்ய, ஆமா... நம்ம ஆரோக்கியமேரி பொண்ணு.”

“அவளேதாம். கட்டுனா அந்தப் பயலத்தாம் கெட்டுவம் இல்லாட்டி கலியாணமே வேண்டாமின்னுற்றாளாம்.”

பரிசோதனைக்காக வந்திருந்த எல்லோர் முன்னிலை யிலும் வந்து நின்றாள் ரேவதி. அவள் ஏதோ சொல்லப் போகிறாள் என்பது தெரிந்தது.

“டாக்டரப் பாக்குறதுக்கு நெறையப் பேர் இருக்கீங்க. ஒங்கள முடிச்சிற்று அவுரு மேலயும் போகணும். அங்கயும் இதே அளவு கூட்டம் இருக்கு. அதுனால உள்ளால போறவுங்க டாக்டர்கூட அதிக நேரம் செலவழிக்காதைங்க. நீங்க வீணாக்குற ஒரு நிமிசத்துல அவுரு இன்னொரு நோயாளியப் பாத்திருவாரு.”

“டாக்டருட்ட பேசிப்பாருங்க. கண்ணுல உள்ள கட்டி கத்தி வைக்காமலே கரைஞ்சிறும். அப்புடி தேனொழுகப் பேசுவாரு. பெரிய படிப்பாளியாம்” என்றார் பக்கத்திலிருந்த பெரியவர் ஒருவர். பக்கத்தில் மேல் சட்டையில்லாமல் பூணூல் தெரிய அமர்ந்திருந்த பிராமணர் ஒருவர் தன் அருகிலேயே அமர்ந்திருந்த வீட்டுக்காரியை இடுப்பில் இடித்தவாறே சொன்னார்:

"கேட்டியோன்னோ. அவா மொகத்த பாத்துண்டேருக்கலாம், நோக்கு நேரம் போறதே தெரியாதுன்றா. என்ன கேள்வி கேட்டாலும் பதிலச் சொல்லிற்று அவாள பகவானன்ட கூட்டிற்று போயிடுறா."

"..."

"ரிக் வேதமா, கந்த புராணமா, குண்டலினி சாஸ்திரமா, மகாபாரதமா நோக்கு என்ன வேணும், கமண்டலத்த வச்சிண்டு ஆச்சார்யரா இருக்க வேண்டியவா, ஸ்டெத்த வச்சிண்டு சீச்ச பண்றா..."

எச்சில் தெரித்து முகத்தில் பட்டதில் அரோசியப்பட்டாள் மாமி.

"அவா... அவா ப்ராப்தம் அவா அவாளுக்கு. பொம்மனாட்டி... சீதாவும் ராமனுந்தாம். பாக்கியராச்சி அவ பிரவீணாவக் கட்டிண்டானாம் தெரியுமோல்லியோ."

"..."

"இவா கெட்ட புத்தி சொல்லிக் குடுத்து ஆட்சியக் கலைச்சா, அவா மறுபடியும் வந்துற்றாளோல்லியோ... என்ன இந்திரா புள்ளயப் பறிகுடுத்திற்றா..."

மாமி வெட்கத்தில் முகத்தைத் திருப்பிச் சொன்னாள்.

"செத்த ஊத்த வாய வச்சிண்டு தேமேன்னு இருங்கோ."

ரேவதி உள்ளே வந்திருந்தாள். அவளை அருகே அழைத்த டாக்டர் வெங்கடேஷ் கேட்டார்.

"என்னம்மா எப்புடியிருக்கார் ஒங்க வீட்டுக்கார்?"

"பரவால்ல டாக்டர். அவுங்க ஒரு கொழந்த டாக்டர்."

"ஒரு விதமான மனபயந்தாம் காரணம். தன்னச் சுத்தியே வேலி போட்டுகிட்டுத் தப்புன்னா என்னதின்னே தெரியாம இருந்திருப்பாரு. பொம்புளயின்னாலே தாயி, சகோதிரியத் தவுர மத்தவங்க வேண்டாமிங்குற மனநெல... நானுமே இப்புடி ஒரு கேச அண்ணக்கித்தாம் நேருல பாத்தம்."

"..."

"தனக்குக் கெடைச்ச ஒறவ யாராவது தட்டிற்றுப் போயிருவாங்களோயின்னு நெனக்கிறது. ஆனா எல்லாமே ஒன்னோட அன்பான கவனிப்புல சரியாயிரும்."

842 ஆர். என். ஜோ டி குருஸ்

கண்களை மூடி நின்ற ரேவதியின் மனக்கண் முன்னே திருமண நாளும் முதலிரவுச் சம்பவங்களும் அடுக்கடுக்காய் வந்து மோதின.

மிகக் கடுமையான போராட்டத்திற்குப் பிறகே ரேவதியால் ரேனால்டைக் கைபிடிக்க முடிந்தது. தன் வீட்டிலிருந்து பிரச்சினை வருமென்று பார்த்தால், மகளின் உணர்வுகளை புரிந்துகொண்ட முத்துப்பாண்டி அவள் வாழ்க்கைத் துணையைத் தேர்ந்துகொள்வதற்கு முழுச் சுதந்திரம் தந்தார். கூடவே வந்து மாப்பிள்ளையை வலைக்குடியில் தேடி அலைந்தார். தீ விபத்தின் சோகம் தீராமலிருந்ததால் ரேனால்டின் மனதைக் கரைப்பது எளிதாகவேயில்லை.

"யாரந்தப் பொண்ணு... இதெல்லாம் சரிபட்டு வருமா" என விரட்டாத குறை. மனதைத் தளரவிடாமல் மகளோடே அலைந்தார் முத்துப்பாண்டி, ஏனோ சாதி குறுக்கே நிற்கவில்லை. முதலிரவு அறையிலிருந்தார்கள் ரேனால்டும் ரேவதியும். மலையையே அசைத்தது போல்தானிருந்தது.

அவனோடு பேச வேண்டும் தொட்டு விளையாட வேண்டும் என்று நாலாவித உணர்ச்சிகளும் உந்தித் தள்ள அவனைப் பார்த்தபடியே அமர்ந்திருந்தாள் ரேவதி. தலை நிறைய மல்லிகைப் பூ. மனம் நிறைய வெற்றிக் களிப்பு. முதலில் ரேனால்டிடமிருந்து எந்த அனக்கமுமில்லை. கட்டிலோரத்தில் ஒதுங்கி அமர்ந்திருந்தான். எப்படித் தொடங்குவதென்று அவளுக்கும் தெரியவில்லை. அவள் பார்க்கும்போது சன்னலை வெறித்தவன் அவள் பார்க்காதபோது அவளை விழுங்கிவிடுவதுபோல் பார்த்தான். தொண்டையைச் செருமியவாறே நெருங்கியமர்ந்தாள் ரேவதி. பால் செம்பை நீட்டினாள். கைபடாமல் வாங்கிக் குடித்தான். வெளியில் கேட்ட பாட்டுச் சத்தத்தைத் தவிர அறையில் வேறெந்த அணக்கமுமில்லை. பொறுத்துப் பொறுத்துப் பார்த்த ரேவதி பொறுமை இழந்து எழுந்து விளக்கை அணைத்துவிட்டு படுப்பதற்காகப் படுக்கையை நெருங்கினாள். அந்த ஒரு வினாடி இடைவெளியில், அப்படியொரு புலிப் பாய்ச்சல், பதறித் திரும்பியவள் சுதாரித்து மீள்வதற்குள் முரட்டுக் கரங்களின் பிடியில் துவண்டுபோய்க் கிடந்தாள். பெரும் சூறாவளியில் சிக்கிக்கொண்டது போலிருந்தது. இருட்டுக்குள் கண்கள் வேறு பழகமறுக்க, தட்டுத் தடுமாறி, நின்று நிதானிப்பதற்குள் எங்கெங்கோ தொட்டு வளைத்து நெளித்து உருட்டி கட்டிலில் கிடத்தி... என்ன நடக்கிறதென்றே தெரியவில்லை என்னென்னமோ நடந்துவிட்டிருந்தது. கன்னங்கள் கடிபட்டு ரத்தம் கன்னிப் போய்விட்டது.

மேலாடைகளைக் கிழித்தெறிந்திருந்தான். கன்னங்கள், முலைக் காம்புகள், உதடுகள் எங்கும் நகக் கீறல்கள். பேய் பிடித்து விட்டதா என்று நினைக்குமளவுக்கு இடுப்புக்குக் கீழே இடைவிடாமல் அப்படியொரு அசுரத் தாக்குதல். மூச்சைப் பிடித்துக்கொண்டு கிடந்தாள் ரேவதி. கன்னித்திரை டார்டாராய் கிழிந்து போயிருக்க வேண்டும். ரத்த வெள்ளத்தில் தவித்தவள் மரண போராட்டத்தின் மத்தியில் தன் உடலில் மிச்சமிருந்த சக்தியையெல்லாம் ஒன்று திரட்டி, அசுர வேகத்தில் இயங்கியவனை எம்பித் தள்ளினாள். புரண்டு படுத்தான் ரேனால்டு. பெருமூச்சு விட்டான்.

இருட்டுக்குக் கண்கள் பழகியிருந்தது. அறையுள்ளே விழுந்த நிலவொளியில் மல்லாந்து படுத்திருந்த ரேனால்டின் ஆண்குறி நட்டக் குத்தர நிற்பது தெரிந்தது. விந்து வெளிப் பட்டிருக்க வாய்ப்பில்லை. அனிச்சையாய் இடுப்புக்குக் கீழே தடவினாள். வலி பிராணனை வாங்கியது. பக்கத்தில் படுத்திருந்தவன் அசைவது தெரிந்தது. அய்யய்யோ... திரும்பவும் அதே போல் ஆரம்பித்தால் என்ன செய்வது. விரைந்து சென்ற கைவிரல்கள் இடுப்புக்கு கீழே மறைத்துத் தடுத்தன. அங்கே உருண்டு படுத்தவனின் நிலையோ வேறுவிதமாய் இருந்தது. இரு கைகளாலும் ஆண்குறியை பிடித்தபடியே உருண்டு புரண்டான். வலியில் துடித்திருக்க வேண்டும். மல்லாக்கத் திரும்பும்போதெல்லாம் ஆண்குறி நட்டக் குத்தர நிற்பது தெரிந்தது. அவனிடம் பேச்சேயில்லை. ரேவதியே கேட்டாள்.

“என்னங்க என்ன ஆச்சி?”

“வலிக்கிது.”

“வலிக்கிதா...?”

“விண் விண்னுன்னு தெறிக்கிது.”

வியப்பு மேலிட உருண்டு நெருங்கி வந்து அவன் குறியைத் தொட்டாள். விறைப்புத்தன்மை சிறிதும் அடங்கியது போலில்லை. அப்படியே இரும்புத் தூண்போல் நின்றிருந்தது. குதுப்பினார் அருகே பார்த்த இரும்புத் தூண் மின்னலாய் மனத்திரையில் வந்துபோனது. இரவோடு இரவாகவே ரேனால்டை ஆறுமுகா மருத்துவமனைக்குக் கைத்தாங்கலாக அழைத்து வந்திருந்தார்கள். வித்தியாசமான பிரச்சினை யென்பதால் டாக்டர் கிரிதரன், டாக்டர் வெங்கடேசையும் அழைத்துக்கொண்டே வந்திருந்தார்.

"இதுக்கு முன்னால விந்து வெளிப்பட்டிருக்கதுக்கு வாய்பேயில்ல டாக்டர்."

"என்ன சொல்லுறீங்க...?"

"பெரிய யோகிகள் தவ முயற்சியில விந்த அடக்கியிருப் பாங்க. ஆனா இவனுக்கு இது தானாவே அமைஞ்சிருக்கு."

"..."

"இப்புடியே உட்டுருந்தா ஒளி வட்டம் வரைக்கிம் போயிறுக்குமோ என்னவோ..."

"என்ன சொன்னீங்க?"

"ஒண்ணுமில்ல அந்த சிரிஞ்ச கொஞ்சம் எடுங்க."

க்ண்களைத் துடைத்தபடி நின்றிருந்தாள் ரேவதி. மணமான புதிதில் ரேனால்டைப் புரிந்துகொள்ளவே இயலவில்லை. ரேவதி நல்ல அழகு, கறுப்பிலும் களையான முகம். செவிலியாய் வேலை பார்ப்பதால் நேரங்காலத்துக்கு வீட்டுக்கு வந்து சே ரமுடியவில்லை. ரேனால்டுக்கு அவள் நடத்தையில் சந்தேகம் இயல்பாய வந்தது. அவளை வேலைக்கு முன்னால் போகவிட்டு மோப்பம் பிடித்தபடியே அலைய ஆரம்பித்தான். ரேனால்டின் நடவடிக்கையை ஒரு நாள் தற்செயலாகக் கவனித்த டாக்டர் வெங்கடேஷ்தான் அவனைத் தனியாக அழைத்துப் பேசி விவரங்களை எடுத்துச் சொன்னார். அன்றிலிருந்து அவர்கள் இல்லறமே நல்லறமாய் மாறியது.

"நர்ஸ்ஸா உனக்குக் கெடைக்கிறது லேசான வாய்ப்புன்னு நெனைக்கிறியா?" கேட்டார் டாக்டர் வெங்கடேஷ்.

"அது எங்க வேல டாக்டர்."

"எத்தன பேர் அத விரும்பிச் செய்யிறோம். புண்ணியமாச் சேத்துப் போடுவ."

103

1981

பாண்டியன் தீவிற்குச் சிறிது வெலங்கே ஆழ்கடலில் நங்கூரமிட்டிருந்தது எம்.வி. பெர்சியா. ஆஸ்திரேலியா விலிருந்து கில்பர்ட் நாடாருக்குப் பருப்பு வந்திருந்தது. கொற்கைப் புதிய துறைமுகத்தின் ஆழப் பற்றாக்குறை காரணமாகப் பாதிக்கு மேல் சரக்கை ஆழ்கடலிலேயே இறக்குகிறார்கள். ஸ்டிவிடோரிங் ஒப்பந்தம் சண்முகா அன் சன்ஸ்தான். நாள் கணக்கில் கடலுக்குள் கிடந்து கப்பலிலேயே மூட்டை பிடிக்கிறார்கள். வலைக்குடி மிக்கேல் சண்முகாவின் கப்பவேலைத் தண்டல். ஓடியாடி வேலை வாங்கியபடியிருந்தார். அலங்காரத்தட்டு மாசாணம் மகன் சாம்பசிவம் கூலியாள் ஒப்பந்தமெடுத்திருந்தார். முந்தின நாள் கப்பலுக்கு வந்திருந்த சண்முகவேல் நாடாரின் இளைய மகன் மணிவேல் லைட்டனிங்கை விரைவாக முடித்தால் சீக்கிரம் துறைமுகத்துக்குள் வந்துவிடலாம். இல்லாவிட்டால் டர்ன் மாறி அடுத்த கப்பல்களுக்கு டர்ன் வந்து அவை உள்ளே போய்விடும் என்று கூறியிருந்தான். மொத்தமாகக் கப்பநடை தோணிகளில் இறங்கும் சரக்கு தோணித் துறைக்குப் போய் அங்கும் மூட்டை பிடிக்கிறார்கள். ராப் பகலாக மூட்டை பிடிப்பதால் கூலியாட்கள் கப்பலில் வந்த சரக்குத் தீரும்வரை வீடுகளுக்குப் போவதேயில்லை. கப்பலிலும் கரையிலும் கோக்கி வைத்துப் பொங்குவார்கள். வேலையைத் துரிதமாக முடிப்பதற்காக மணிவேல் கொடுத்த திட்டம் அது.

கொற்கை கடோர் சால்ட் முதலாளி ஜெய் நாராயண் சந்தோசுடைய மச்சினன் லீலாதர் சேட் ஆஸ்திரேலியாவில் போய்த் தங்கி அங்கிருந்து மலிவு விலையில் சரக்குக் கொள்முதல் பண்ணி கப்பல் பிடித்து அனுப்புகிறான்.

846 ஆர். என். ஜோ டி குருஸ்

கடந்த காலங்களில் கொச்சினுக்குப் போன சரக்குகள் அங்கு நடக்கும் தொடர் தொழிலாளர் போராட்டங்களால் இங்கு ஆழ்கடலில் இறக்க வேண்டியிருந்தாலும் பரவா யில்லை எனக் கொற்கைக்கே திரும்பி வந்தன. பெர்சியாவின் இடப்புறமும் வலப் புறமுமாக மூன்று மூன்று தோணியாய் ஆறு கப்பநடைத் தோணிகளை அணைய விட்டிருந்தார்கள். இடதுபக்கம் முதல் தோணியாக நின்றது TTN 61. சுருட்டிக் கட்டப்பட்டிருந்த தன்மரத்துப் பாயின் கீழே நிழலுக்காகச் சுருண்டு படுத்திருந்தார் செல்வதாஸ் சிங்கராயர். பர்த்தலோம் சிங்கராயரின் ஒரே மகன். இடது புறம் நின்றிருந்த மூன்று தோணியும் அவருடையவை. தண்டல் சம்பளம் வீணாகக் கொடுக்க வேண்டுமே என்று அவரே தண்டலாக வந்திருந்தார். மனம் மட்டும் மன்னார் வளைகுடாவின் விரளம் போல் நிலைகொள்ளாமல் தத்தளித்தபடியிருந்தது.

‘அவுங்க அய்யா காலத்துல அவன நம்ம மதிக்கயில்ல. லிசாக்சி கம்பெனி காண்ட்ராக்ட்ட எடுத்திற்றானாம. அய்யா பெரும்போக்குப் போனாரு. ஆனா சீமோன் அப்புடியில்லிய. லிசாக்சி பாலுதாம் எடுத்து குடுத்திருப்பாம். என்னமோ புளியங் கொம்பா ஒண்ண வலுவாப் புடிச்சிகிற்றாம். நீங்க இன்சுரன்சு பண்ணயில்லாட்டி நா என்னண்ணம் பண்ண முடியும். இவம் நெனச்சா வாங்கித் தந்திருக்குலாம். லிசாக்சி கம்பெனியுந்தாம் பெரும் பணக்காரனாம. பெரும் பணக்காரமின்னா நம்ம அய்யாவமாறியா அள்ளி அள்ளிக் கடல்லயா போடுவாம். ஒரு பிரி நூலுல வந்தது, போவும் போது இரும்புச் சங்கிலியளே தெறிச்சிகிற்று போவுதிம்பார அய்யா. என்ன ஆட்டம் போட்டாறய்யா மனுசம். சந்திர லேகாவும் செத்துப் போனாளாம. நா மட்டும் லேசா... பத்தாங் கிளாஸ் படிச்ச சீமோனுக்கு உள்ள புத்திகூட எனக் கில்லாமப் போச்ச. கொரற்றி கலியாணத்துக்குப் பணமில்ல சரி அதுக்குத் தொழில் செய்யிற தோணியளயா விக்கணும். புள்ள பொறந்தா, பேரு வச்சா சே... இவன்வள நம்பிப் பிரயோசனமில்ல. தோணி தாந்து போச்சாம், இவன்வ மட்டும் பொழைச்சிகிட்டான்வளாம். பேங்கு மேனேஜரு பேரு என்னமோ சொன்னார... அல்வாரிசு அவுரு பேச்சயாவது கேட்டிருக்கணும். மூணு தோணி... அம்போன்னு போச்ச. புள்ளய கூடயில்லயின்னாவ. பாப்பாத்தி பாப்பாத்தி யின்னாலும் கூடயே இருந்திற்றாள. ஆனா புள்ளய வம்பர் போயிற்றுன்னாவள. அவ சிஸ்டராப் போனவ ஆத்தாக்காரிய பாக்கணுமின்னு வந்தவ கிரேசி செத்த பொறவு இங்கயே தங்கிற்றாளாம... எதாவது லோன் போட்டுத் தாருமின்னா, பிலிப் தண்டலமாரி யாராவது பெரிய ஆளு உத்திரவாதம்

குடுக்கணுமாம். தாயோளி யாரு யாரக்கு வந்து உத்திரவாதம் குடுக்குறது. அவம் மொவம் செல்ஸ்டீனு கமிலசுவூட்டுல செத்த நாயவுட கேவலமாக் கெடக்குறானாம். அந்த எட்டு கிட்டங்கிய விக்கிம்போது தூண்வ எல்லாம் வெண்கலமின்னு யாருக்குத் தெரியும். கோங்கு மரமாரி கலரடிச்சி வைச்சிருந்தான்வ. கையவுட்டு போவணுமின்னு இருந்திருக்கி போயிற்று. சுந்தர வேலா... கூப்புட்டு வேல தந்தாம். சீமோனுக்கு கெடைச் சிருந்தா தராய்வாம். அன்னக்கி நாங்க கெடக்க, பக்கத்துத் தோணியளப் புடிச்சிகிட்டுப் போனாம். 61ன இழுத்து வச்சி வேல பாக்கணும். பக்ஸி கம்பெனிக்காரம் காண்ட்ராக்ட் குடுத்த புதுசுல யாரு தோணி குடுத்தா. சரி போறாம். என்னைக்கிச் சோறு போடுற தொழிலுக்குத் திருப்பிச் செஞ்சோம். ஒரு கலப்பத்து பாக்க இழுத்து வைக்க முடியில. என்ன சீமோனு நம்மள வச்சி கப்பநடைத் தோணி சங்கம் ஆரம்பிச்சி தொறைமொக பொறுப்புக் கழகத்துல பதவியும் வாங்கிற்றாம். திட்டங் கீறுனது பூதாவும் அவம் குமாரசாமி மொவம் பாலுதாம். சவத்துக்குச் செத்துப்போல ஊத்தி வுட்டா போதுமிங்குறாவள. என்னமோ கண்டெய்னர் பொட்டி ஸ்டிவிடோரிங்கும் கெடைச்சிற்றாம. எவளக் குடுத்து மடக்குனான்வளோ. எய்யா கண்டெய்னர் பெட்டியெல்லாம் ஏத்தி எறக்கி நல்லாயிருந்திற்றுப்போறாம்.'

"மொதலாளி எழும்பயில்லியாக்கும்?" என்றார் பீற்றர்.

கண்களைத் திறந்து சூரிய வெளிச்சத்தைப் பார்ப்பது சிரமமாய் இருந்தது. 41ம் நம்பர் தோணித் தண்டல் பீற்றர் தவ்வித் தவ்வி 61ம் பக்கம் வந்திருந்தார். மேலே கப்பல் தளத்தில் ஆட்கள் நடமாட்டம் தெரிந்தது. காலையிலேயே ஆரம்பிக்க வேண்டிய வேலை தாமதமாகியிருந்தது. மூடை பிடிக்க வந்திருந்த கரையாள்களில் யாரோ ஒருவன் பீடி குடித்துவிட்டுத் துண்டு பீடியைச் சரக்கு மேலேயே வீசி எறிய அதைப் பார்த்தபடியிருந்த கப்பல் கேப்டன் வேலையை நிறுத்தி இப்போதுதான் திரும்பவும் ஆரம்பித்தான். கண்ணைக் கசக்கியவாறே எழுந்த செல்வதாஸ் சிங்கராயர் தோணியின் பக்கவாட்டில் தொங்கிய டப்பாவில் சிறிது கடல்நீர் மொண்டு வாய் கொப்பளித்தார். வாயில் மூன்று சூத்தைப் பற்கள் இளித்தன. சிறுபிராயத்தில் கொழும்பு ஸ்டார் சாக்லேட் என்றால் செல்வதாஸ் சிங்கராயருக்குக் கொள்ளை பிரியமாம்.

"நேத்து ரண்டாம் நம்பரும் மூணாம் நம்பரும் செஞ்சான்வ. அதாம் இத ரண்டுக்கும் மூணுக்கும் நடுவுல வுட்டுறுக்கம்."

“அப்ப ஒண்ணாம் நம்பர் சரக்கு பூதாவும் இங்கனயே மூட்ட புடிச்சிறுவான்வளா. இன்னும் எத்தன நாளைக்கி வரும்?” கேட்டார் பீற்றர்.

“கப்ப இன்னும் அமுங்கித்தான கெடக்கு. மெல்ல வரட்டு” என்றார் செல்வதாஸ் சிங்கராயர்.

முந்தின நாள் இதே போல் ஆறு தோணிகள் வந்து கட்டியும் இரண்டு தோணிக்குத்தான் சரக்குப் போட்டிருக்கிறார்கள். இருளங்கெட்டி பொசுங்கியது காரணமாம். மேலே கிரேன் இயங்கும் சத்தம் கேட்டது. மூன்றாம் நம்பரிலிருந்து சரக்கு வந்தது. சரக்கு கீழே தோணியின் வயிற்றுக்குள் வர லஸ்கர்கள் பாய்ந்து வந்து இரு காதுகளைத் தட்டிவிட லஸ்கரில் ஒருவன் மட்டும் சுட்டு விரலைத் தலைக்கு மேல் தூக்கிச் சுற்றிக் காட்டினான். பருப்பு பரந்து விரிந்து தோணியெங்கும் வியாபித்தது. தூசு பறந்தது. சாக்கு வலையிலிருந்து சிதறிக் கடலில் விழுந்த பருப்பு மணிகளைத் தாவிக் கடலில் சளசளவென மீன் கூட்டம். பருப்பு மணிகள் பளபளவெனப் பச்சை நிறத்தில் உருண்டை உருண்டையாய் இருந்தன.

“இன்னும் எத்தன ஊக்கு போடுவாம் மொதலாளி?” கேட்டார் பீற்றர்.

“பத்து ஊக்கு போட்டா 61 நெறைஞ்சிரும். ஒனக்கு 41ல எட்டு போட்டாலே போதும். அட்டிக்கிள தண்ணி ஊறுதுன்னிய கலப்பத்து பாத்தியா?”

“பிச்சல் பக்கந்தாம் லேசா கசிஞ்சிச்சி...”

“மெட்ராசுலயிருந்து அக்கா கொரற்றிவரும்போது கொஞ்சம் குந்திருக்கம் வாங்கிற்று வரச் சொல்லியிருந்தம் வீட்டுல இருக்கும், மறக்காம வந்து வாங்கிற்றுப்போ... கேட்டியா?”

“சரி மொதலாளி.”

“ஓம் பொண்ணு பேரென்ன?”

“மாதரசி மொதலாளி.”

“அன்னக்கி கோயில்ல பாத்தம் துடுக்கப் பேசிகிற்று இருந்தா.”

கப்பலிலிருந்து சரக்கு மளமளவென இறங்கி 61ம் நிறைந்து ததும்பும் நிலையிலிருந்தது. பருப்பு மணிகளை வாயில் போட்டு மென்றபடியிருந்தார் செல்வதாஸ் சிங்கராயர். 51ல் தண்டல் நெப்போலி தூங்கியபடியிருந்தார்.

“நேத்தும் இவம் இப்புடித்தாம் தூங்கிச் சரக்கு வுழாமப்போச்சி...”

“மழயில அடைச்சிற்றாமின்னிய” என்றார் பீற்றர் தண்டல்

“எல நம்ம ஊருல மழ கொட்டவா செய்யும்.”

கப்பல் மேல்தளத்திலிருந்து மிக்கேல் குரல் கொடுத்தார்.

“நெப்போலி மாமா... நெப்போலி மாமா.”

போடுதையில் ஏறி நின்று கண்களைச் சுருக்கி ஒற்றைக் கண்ணை மட்டும் சிறிது திறந்து மேலே பார்த்தார் நெப்போலி.

“இந்நேரம் சரக்கு தோணிக்கிள வுழுந்து சமாதிதாம்.”

“பொண்டாட்டியோளி மொவம் சும்மாங் கொட்டியிருவியராக்கும். அப்புடியின்னாலும் மிக்கேலு ஓந்தன்ணாண, ஒரு குடுப்பின இருக்கணும் கேட்டியா. எல பருப்புக்குள பொதைக்கனுமின்னா சும்மயா.”

“மாமா கோதுமை மணிதாம் மண்ணுக்குள்ள வுழுந்து மடியணும். நீரு மடிஞ்சா...”

41ம் நம்பர் நிறைந்து கயிறுகளை மாற்றிக் கொடுத்து 51ஐ சரக்கு விழும் இடத்தில் பிடித்தார்கள். சரக்கு விழ ஆரம்பித்தது.

“பீற்றரு போன வாரம் தோணிப் பாலத்துல என்னமோ தார்ப்பாயி அது இதுயின்னு சலம்பலாக் கெடந்திச்சி யின்னாவள.”

கடந்த வாரம் இதேபோல் வந்து ஆழ்கடலில் சரக்கு இறக்கிய சிந்தியாவின் கோதுமைக் கப்பலில் தார்ப்பாயை வெட்டி விற்றுவிட்டானாம் கப்பலின் சீஃப் ஆபீசர். கப்பல் லைட்டனிங் முடிந்து உள்ளே போனவுடன் தார்ப்பாயைத் தேடியிருக்கிறார்கள். இல்லையென்றவுடன் ஏஜென்ட் மூலமாக துறைமுக போலிசுக்குத் தகவல் போய் சீஃப் ஆபீசரைத் தூக்கி உள்ளே கொண்டுபோய் நையப் புடைத்துவிட்டார்களாம். விசாரித்ததில் வலைக்குடி மில்ட்டனிடம் விற்றதாக அவன் சொல்ல வலைக்குடியிலும் ஏகத்துக்குக் களேபரமாக கிடந்ததாம்.

கொற்கை வரும் கப்பல்கள் ஆழ்கடலில் சரக்கு லைட்டனிங் பண்ணுவதற்காக நின்றுவிட்டாலே அங்கு களவுக்குப் பஞ்சமிருக்காது. கப்பலில் வரும் மாலுமிகளே களவு செய்யத் தூண்டுவது வேதனையான விசயம். கரையிலிருந்து சிறிய வள்ளங்களில் வரும் களவாணிகளுக்குக் கப்பலில் கழற்றக் கூடிய பொருள்கள் முதல் குறி. செம்புப் பொருள்கள்,

கயிறு, தார்ப்பாய் போன்றவற்றைக் கண்டு விட்டால் கொண்டாட்டம்தான்.

“வலைக்குடி மில்ட்டமின்னா... அது யாருல?”

“மூக்கூரு பேங் மேனேஜரு மொவம்.”

“மல்லிப் பூ செபஸ்தியாரு பேரமின்னு சொன்னா சட்டுன்னு வெளங்கும்.”

“அன்னைக்கி சீமோன் கூட்டிற்று வந்து சங்கத்துல பேசுனான அவந்தான.”

“தெரிஞ்சிதாம் வச்சிரிக்கிய.”

கடந்த மாதம் கப்பநடைத் தோணி முதலாளிமார் சங்கக் கூட்டத்துக்கு வந்திருந்த கனரா பேங் மேனேஜர் அல்வாரிஸ் கடந்த வருடம் கப்ப மடையில் நடந்த புயல் பற்றியும் அங்கே தாந்துபோன தோணிகள் பற்றியும் அவற்றைக் காப்பீடு செய்வதன் அவசியம் பற்றியும் பேசினார். அவர் என்ன சொல்ல வருகிறார் என்றுகூட யாரும் கேட்கத் தயாராய் இல்லை. மாறாகக் கிண்டலும் எக்காளமும் அதிகமாய் இருந்தன.

பொழுது மேற்கே சாய, காற்று மாறிக் கச்சான் வீசியது. கடல்வேட்டை முடித்த கடற்புறாக்கள் கரைநோக்கிப் பறந்தன. கப்பலின் மேல் தளத்திலிருந்து கயிற்றில் பையொன்று இறங்கியது. நெப்போலி தண்டல் பாய்ந்து சென்று அதைப் பிடிக்க, அதற்குள் கொஞ்சமாய் பிரட்டும் ஒரு பாட்டிலில் தண்ணீரும் இன்னொரு பாட்டிலில் பழச்சாறும் இருந்தன.

“மன்னா எறங்குனமாரியில எறங்கியிருக்கி.”

“எய்யா கெடைச்சத வாயில போட்டுட்டு, பாய் வச்சி வுடுறதுக்கு வழியப் பாருங்க. யாரோ எவுரோ பரிதாவப்பட்டு அனுப்பியிருக்காம் பாருங்க.”

“பாய்க்கி வேல பாக்கணும். காத்து அரிச்சி ஓடுது”

“வருசையா பருப்பும், கோதுமயுமா வருதுயின்னான்வ. பேசாம நடமுடிய இழுத்து வச்சி உண்டான வேலயளப் பாருங்க.”

புதுத் துறைமுகத்தை ஆழப்படுத்தப் போவதாகக் கொற்கையெங்கும் பேச்சு இருந்தது. அதனால்தானோ என்னவோ கப்பநடைத் தோணி முதலாளிகளும் வேலை யில்லாமல் போய்விடப் போகிறது என்று தோணிகளை இழுத்து வேலை பார்க்கவேயில்லை. ஓடுவதுவரை ஓட்டு மென்று விட்டுவிட்டார்கள்.

61ம், 41ம், நீரோட்டத்தில் தனித்தனியாக வழிந்து பாய் புடைத்து ஓட ஆரம்பித்தன. 51ல் கடைசி ஊக்கில் வாங்கிய சரக்கு, தோணியை நிறைத்தது. நடுவே கிடந்த மூங்கில் கிளையை எடுத்துக் கப்பல் மேல் ஊன்றித் தள்ளினார் நெப்போலி. தன்மரத்தில் சுருட்டிக் கட்டியிருந்த பாயை அவிழ்த்து ஆஞ்சான் அடித்துப் பாயை மேலேற்றினார்கள். திடீரென நெப்போலியின் முகம் கலவரமடைந்தது. திரும்பத் திரும்ப அணியத்தையும் பிச்சலையும் நோக்கித் தாவின கண்கள். பாய் காற்றில் படபடத்து விரிந்து புடைத்தது. தாமானையும் மறுக்குக் கயிறையும் பிச்சலில் இருந்த அவுத்தியாலில் கட்டினார்கள். நெப்போலித் தண்டலின் மனம் படபடவென அடித்ததில் மேல்மூச்சு கீழ்மூச்சு வாங்கியது.

'தண்ணி குடிக்கிதோ. போன வாரமே கலப்பத்து பாத்திருக்கணும். அவுரும் காசு பணம் வச்சிகிற்றா தர மாட்டமிங்குறாறு. எத்தன தோணியிருந்திச்சி. பல்லு மேல நாக்குப் போட்டு ஒருத்தனால தோணிப்பாலத்துல பேசியிற முடியுமா. இவளே புள்ளக்கிச் சொல்லிக் குடுக்குறா. அது, கொட்டு கண்ட பேய்மாரி ஆடுது. எம் புள்ளதாம் இருந்தாலும் நமக்கு ஒரு ஞாயம் அடுத்தவங்களுக்கு ஒரு ஞாயமா. வூட்டுக்குப் போவ நீனாச்சி ஒம் மாமியாச்சியின்னு அனுப்பிவுட்டுற வேண்டியதாம்.'

"நெப்போலி என்ன யோசிக்கிற... கீழ பாத்தியா" என்றார் இன்னாசி.

பளிச்சென சிந்தனையிலிருந்து விடுபட்ட நெப்போலி கீழே பார்த்தார். கோதுமையில் சொதசொதவெனத் தண்ணீர். ஒரு கணம்கூட நிற்க முடியவில்லை. தோணி முழுவதும் தண்ணீர் ஏறி எந்த நேரமும் 51 மூழ்கலாம்.

"எலேய் எல்லாரும் குதிச்சி நீஞ்சி கப்ப கிட்ட வாருங்க..."

சொல்லி வாய் மூடிக் கடலுக்குள் குதித்துக் கப்பலை நோக்கி நீந்த, சொல்லி வைத்தாற்போல் 51ம் நம்பர் தோணியும் அதிலிருந்த எண்பது டன் பருப்பும் கடலில் மூழ்கின. கப்பலை நோக்கி நீந்தியவர்களைக் காப்பாற்ற கப்பலிலிருந்து கயிறுகள் இறங்கின.

104

1982

வெகுநாளைக்குப் பிறகு கொற்கைப் பனிமய அன்னை யின் ஆலயத்தில் வந்து அமர்ந்து அன்னையின் திரு உருவையே கண் கொட்டாமல் பார்த்தவாறிருந்தார் மல்லிப் பூ செபஸ்தியார் இரண்டாவது மகன் கிறிஸ்டோபர். வெகுகாலமாய் போபால், ராஞ்சி யென்று சுற்றியலைந்துவிட்டுச் சமீபத்தில் சென்னை அண்ணாநகரில் குடியேறியிருந்தார். வரிசையாய் மூன்றுமே பெண் குழந்தைகள். எவ்வளவோ சிரமப்பட்டு வரன் தேடியும் மூத்த இரண்டு மகள் களுக்கும் சாதிசனத்தில் மாப்பிள்ளை கிடைக்க வில்லையே என்ற ஆதங்கம் உண்டு. குறைந்தபட்சம் மூன்றாவது மகளுக்காவது சாதிசனத்தில் மாப்பிள்ளை கிடைக்காதாவென அலையாய் அலைந்தார். மூத்தவள் கிரேட்டாவுக்கு ஸ்டேட் வங்கியில் வேலை. இரண்டு மூன்று வருடம் மாப்பிள்ளை தேடியும் கிடைக்காததால் வேறு வழியில்லாமல் நாடார் மாப்பிள்ளைக்குக் கொடுத்தார். ஆவலாதிக்குப் பயந்து உறவினர்கள் யாரையும் அழைக்கவில்லை. ஜாஸ்மீனும் என்ஜினீயரிங் படிக்கும்போதே யார் யாரிட மெல்லாமோ சொல்லி வைத்திருந்தார். அந்தச் சமயத்தில் வேலைப்பளு அதிகம். தானேறியும் பார்க்க முடியவில்லை உறவினர்கள் உதவியும் இல்லை. தனிமையில் அனாதையாகிப் போனோமே என்று புலம்புவார். கண்டவர்களை நம்பியும் காத்துக் கிடந்தும் ஒன்றும் நடக்கவில்லை என்றவுடன் அவளோடு பணிபுரியும் ஒரு பிள்ளைவாள் மாப்பிள்ளை யையே அவள் கை பிடிக்கச் சம்மதித்தார். பழக்க வழக்கங்கள் ஒட்டவில்லை. குடும்ப உறவும் நிலைக்க வில்லை. மாப்பிள்ளை வேறு அமெரிக்காவிலிருந்த

தால் கொஞ்ச நாளிலேயே ஜாஸ்மின் அமெரிக்கா சென்றுவிட்டாள்.

மூத்தவள் கிரேட்டா கொஞ்சம் சிடுசிடு. எதிலும் ரூல் படி நடக்க வேண்டுமென்பாள். முதல் பிரசவத்தில் ஆண் குழந்தை பெற்றிருந்தாள். வீட்டிற்குள் எப்போதுமே நீயா நானா போட்டி. கருத்து வேறுபாடுகள் முற்றிப் பிரிந்து வாழ்கிறார்கள். இளையவள் ஜெனிபர் சென்னை ஸ்டான்லி யில் ஹவுஸ் சர்ஜனாக இருந்தாள். விடுதியில் தங்கியிருந்து படித்தாள். மூத்தவள் வேறு தனிமரமாய்ச் சிரமப்படுவதால் நாக்பூரில் பார்த்த வேலையை எழுதிக் கொடுத்துவிட்டுச் சென்னையில் ஒரேயடியாக குடியேறியிருந்தார் கிறிஸ்டோபர். பிறந்த மூன்றும் பெண்ணாகிப் போனதே அவர்களை நல்லபடியாய் வாழவைக்க வேண்டுமென்பதற்காகத்தான் இத்தனை ஓட்டமும் உழைப்பும். வாழ்க்கையில் எத்தனையோ சமரசங்கள் பரித்தியாகங்கள் ஆனால் இவ்வளவும் செய்து அவை விழலுக்கிறைத்த நீராகிவிடுமோ என்பதுதான் கிறிஸ் டோபரின் இன்றைய ஆதங்கமே. கடந்த காலம் முழுவதுமே தொழிற்சாலை, அலுவலகம், வீடு என்று கண்காணாத இடங்களில் இருந்து விட்டுத் தமிழ் பேசும் சென்னைக்கு வந்தாலும் மனசு எப்போதுமே எதையோ இழந்துவிட்டது போல் வாதித்தது. கொற்கைக்குப் போய் ஓங்க சாதிசனத்தப் பாத்திற்று வாங்கப்பா என்று மூத்தவள் சொன்னாள். கொற்கை மாதா ஆலயம் பசீலிக்கா ஆனது பற்றியும் அதற்காக நடக்கும் சிறப்புத் திருவிழா பற்றியும் தினமலரில் வந்திருந்த சிறப்புச் செய்தி பற்றியும் சொல்லியிருந்தாள் கிரேட்டா.

கொற்கையன்னையின் உருவத்தைவிட்டுக் கண்களை விலக்க முடியவில்லை. எத்தனையோ இடிகளையும் இடர் பாடுகளையும் தாங்கிய மரியன்னையின் சுரூபம். சாந்த சுரூபியாய் அவர் முன்னே காட்சியளித்தது.

‘எங்களுக்கு கொற்கயில யாரத் தெரியும். ஓங்க தங்கச்சி உண்ட. அவுங்களப் போயி பாருங்களம். மொதல்ல நீங்க போங்க, பெறகு நாங்க வாறோம். மூக்கையூர்க்காரம் பேங்குல வேல செய்தாம். அவதாம் போயிற்றாயின்னா அவம் போவவா செஞ்சாம். இப்பப் போயி அந்தப் புள்ளயகிட்ட நாந்தாம் மாமாயின்னு சொல்லவா முடியும். புள்ளைய என்ன ஆச்சோ. கெட்டியா குடுத்திறப் போறம். பண்ண வூட்டுல தம்பி இருப்பாம். ஆத்தா செத்ததுக்கெல்லாம் வரயில்ல. படிச்ச படிப்புக்கு வேலை இந்தப் பக்கம் கெடைக்காமப் போனம். தனுஸ்கோஸ்தா எப்புடியிருப்பாம். அப்பவே

பிரிட்டிஷ் ராயல் ஃபோர்ஸ் அதுயிதுயின்னுகிட்டு இருப்பாம். பேரம் பேத்தி எடுத்திருப்பாம்...'

தெரிந்த முகச்சாடைபோல் தெரியக் கூர்ந்து பார்த்தால் மூத்தவர் கபிரியேலின் மனைவி ரத்தினம். பக்கத்தில் வருவது மகள்களாய் இருக்க வேண்டும். பீடத்திலிருந்த அன்னையின் சுருபத்தை முத்தி செய்துவிட்டு வந்தவள் தற்செயலாக கிறிஸ்டோபரைப் பார்த்தாள். கிறிஸ்டோபரும் பார்க்க, ரத்தினத்தின் முகம் கடுகடுவென்றாகிப் பிள்ளைகளுக்கு முன்னால் வந்து கிறிஸ்டோபரை மறைத்தபடியே நடந்தாள். வந்தவளில் சின்னவள் அச்சு அசல் அப்படியே ஜாஸ்மீனை உரித்து வைத்திருந்தாள்.

'நீ மறைச்சிற்றாக்குல நாள பின்ன அதுவ ஒண்ண, ஒண்ணு பாத்துத் தெரிஞ்சிக்கிறாதா. நா போவக் கூடாது பாக்கக் கூடாதுயின்னா ஜெனிபர் கேக்காய்வா. இவுக சொன்னாவயின்னு அவனும் வந்து கேட்டானே ஒரு கேள்வி. தம்பி... ஆத்தா போட்டுருந்த தாலி பழைய தங்கம் அதுல ஒரு மஞ்சாடிகூட வெட்ட நா சம்மதிக்க மாட்டம். உண்டான வெலயப் போடு நா தந்திருறம். இதே கேள்வி எம் பொண்டாட்டி அமலியிருந்திருந்தா என்னயக் கேக்க வச்சிருப்பாளா, அதாம் திட்டம் போட்டே நம்மள அசலூரு பொண்ணக் கெட்டவச்சிற்றாம் போல. கமலி பீரிஸ்... ஒரு வயசு மூத்தவளாயிருப்பா கெட்டிக்கேட்டுருந்தா தந்திருப்பா வளோ. மேசையின்ன ஒடன நம்மளே ஒதுங்கிற்றோம். அதுக்கு எங்காத்தாவும் மேசைதாம். என்ன... கலரு. செவ செவயின்னு... அமலி மட்டும் கொறையா. ஒரு எழுத்துதாம் மாற்றம் என்ன மாமம் மச்சாம் உள்ளூருல இல்லாம போயிற்று. நம்ம என்ன கம்பெடுத்துக் கலகம் பண்ணவா போறோம் அல்லது நீதி கேட்டு நெடும் பயணமா... கமலிக்கி தெண்டக்குழிக்குள்ள போற தண்ணி தெரியும. சங்குக் கழுத்துன்னா அவளுக்குத்தாம் சங்கு கழுத்து. ஏ கிறிஸ்டி... ஆப்ரிகட்டு சாப்புடுறியாடா. செத்துப் போயிற்றாளாம. பாவிப்பயலுவ ஒரு வயசு மாண்டாம். மிக்கேல் சற்குணத்தத் தான கெட்டியிருக்கானாம். இருந்தாலும் நம்ம புள்ளயள எட்டிப் பாக்காய்வா. சாதித் தலைவனாரு மொவ பெற்றீசயா கூட இங்கதான இருக்காளாம். அதெல்லாம் ஒரு காலம். எங்கும் சிங்கக் கொடி பிடித்துச் சங்கையுடன் செங்கோல் செலுத்துமரசே. என்ன கௌரவம்... அழிஞ்சி நாசமாப்போயி கெடக்க. அடுத்தவனச் சொல்லியென்ன நா மட்டும் எங்க பாத்தம். கிரேசி மொவம் மில்ட்டம் தேடி வந்திற்றான. பாசத்தக் காட்டியிருந்தா அவனாவது கூட ஐஞ்சாறு நாளு

இருந்திருப்பாம். பரவாயில்ல அந்தக் கழுதயாவது ஒழுங்காயிருக்குமாயின்னு பாத்தா போலிசு கேசுயின்னு கிட்டுல இருந்தாம். யூதர்களுக்கும் இவன்வளுக்கும் வித்தியாசமே இல்ல. சிதறடிக்கப்பட்ட இனந்தாம். ஒங்க எடத்துல நாங்க எதிர்பாத்ததவிட அதிகமாவே பண்ணியிருக்கீங்க. ஒங்கள மேனேஜராப் போடுறதுல பெருமப்படுறோம். கடவுளே மாதா தாயி ரிட்டயர்ரு ஆகுற நேரத்துலயாவது போட்டான்வள. எவனக் கை தூக்கிவுட்டம். ஒங்கிட்ட எங் கொறையச் சொல்ல வந்தா என்னென்னமோ நெனப்பு வந்து அலமோது. உள்ளூர்ப் பொண்ணாயிருந்திருந்தா அடிக்கடி வந்து போயி இருக்குலாம். அமலியும் கலியாணம் முடிஞ்ச புதுசுல பயந்தமாரியிருந்தா. இப்ப, கேட்டாத்தாம் எதும் தாரா... நா செய்தி கேக்கணுமின்னா அவளுக்கு கிரிக்கெட் ஸ்கோர் முக்கியமாப் போச்சி. வுட்டா... சுனில் கவாஸ்கரா, அவன ஆவிக் கெட்டி புடிச்சி முத்தங்குடுத்தாலும் குடுப்பா போல. நம்பிக்கைக்குரிய நமது அணியின் தலைவர் சுனில் கவாஸ்கரைப் போல் இந்தியன் வங்கி... வெளம்பரங்களும் அப்புடித்தான போடுறாம். வடக்க போனதுனால வந்தவென. பெஞ்சமின் பாய்வா சுத்தி சுத்தி வந்தார. கெட்டித் தொலைச்சிருக்குலாம். அவம் அவம் தலையெழுத்துப்படி நடக்கும். ரெம்பக் குள்ளமா இருந்தா. சாரா பேரம் பேத்தி எடுத்திருப்பாள. நானும் கொஞ்சவரத்தா வந்தம். சிடுசிடுன்னுகிட்டு. உக்காந்தாத் தப்பு எழும்புனாத் தப்பு. அதுக்கெல்லாம் சேந்துதாம் இப்ப பண்ணுறா. அமெரிக்காக்காரி ஆத்தாளத்தான கூப்புட்டுருக்கா இத்தன பாடுபட்டுப் படிக்க வச்ச என்னய, ஏ... நாய என்னாயின்னு கேக்கயில்லிய. பொம்புள ராச்சியமாப் போச்சி. கைத் தொணைக்கி நம்ம பய ஒருத்தம் இல்லாம போயிற்றாம். அவம் எம்.ஆர்.எஃப்புல வேல செய்யிறவன ஜாஸ்மீனுக்கு முடிக்கிறமாரி இருந்திச்சி... இவ என்ஜினியருன்னு தெரியாமப் பேசுனானா தெரிஞ்சே பேசுனானா. ஒரு டயர் கம்பெனியில வேல பாத்துகிற்றே இந்த வரத்து வந்தா... அதாம் மாண்டாமின்னுற்றா. அல்லது ஏற்கனவே அந்த புள்ளவாள் பயல லவ் பண்ணிற்றாளோயின்னு தெரியில. முடிஞ்சி போச்சி. ரெம்ப நாளைக்கிப் பொறவு ஒங்கிட்ட வந்து நா மடிவிரிச்சி கேக்குறம், இந்தக் கடைசிப் புள்ளக்காவது கொற்கையில ஒரு சம்பந்தம் பாத்துத் தா.'

கண்கள் ஒரு புள்ளியில் நிலைகொள்ள "அடேங்கப்பா... இந்த ஆட்டு ஆட்டுறா."

கல்லூரிப் பருவத்தில் கமிலசோடு சுற்றிய நாட்கள் நினைவுக்கு வந்தன.

“மாப்புள, ஆடுற ஆட்டத்தப் பாத்தியா.”

“இன்னக்கிப் பொழுது கழிய, ஒனக்கு இது போதும.”

“எல அரப்படி அரிசிய அள்ளிப் போட்டா அரமணி நேரத்துல ஆட்டித் தள்ளியிருவா போல...”

“வக்காளி அரிசி ஆட்டுறதுக்கு ஒனக்கு வேற எடங் கெடைக்கிலியாக்கும். நாறுமுல.”

தன்னுணர்வுக்கு வந்திருந்த கிறிஸ்டோபரின் கண்கள் முன்னால் அசைந்து சென்ற அந்தப் பின்னழகின் பின்னே ஊர்ந்தன.

‘சும்ம கும்முன்னுதாம் போறா. எவ்வி கிற்றுத்தாம் நிக்கிது. அமலிக்கி இந்த நெளிவு இல்லிய.. மாதா தாயி...’

முன்னே வாடித்தெரு சிவலிங்கப் பிள்ளை மருமகள் பாக்கியத்தின் முந்தானையைப் பிடித்தபடி நடந்த கோபால் கிறிஸ்டோபரையே முறைத்தபடி நடந்தான். அவனருகிலேயே தாமஸ். குடுகுடுவென முன்னால் நடந்த சாராக் கிழவியின் கையைப் பிடித்தபடியே புனிதா. கண்களில் கண்ணீர் வழிய முக்காடு போட்டபடி நடந்தாள் கரோலின். அவள் கவலை அவளுக்கு. செபம் சொல்ல ஆரம்பித்தார் கிறிஸ்டோபர்.

“கன்னியருடைய ராக்கினியான கன்னிகையே... தயையுள்ள தாயே இப்படிப்பட்ட நம்பிக்கையால் ஏவப்பட்டு.. எப்புடிப்பட்ட நம்பிக்க... புள்ளைக்கி கொற்கயிலே சம்பந்தம். உம்முடைய திருப்பாதத்தை அண்டி வருகிறேன். பெருமூச்சி யழுத பாவியாகிய நான் கண்டவ பின்னாலயும் பாத்துகிற்று இருந்தனா பெருமூச்சியழுதனா. சே... உமது தயாளத்தைக் காத்துச் சமூகத்திலிருக்கிறேன். அவதரித்த வார்த்தையின் தாயே, என் மன்றாட்டைப் புறக்கணியாமல் தயாபரியாய் கேட்டுத் தந்தருளும் தாயே ஆமென்.”

‘எங்கையால ஒரு மாந்த தச்சி கொண்டுவந்து போட்டுருவம். வயசான காலத்துலயாவது இங்கனோடியிருக்கதுக்கு ஒரு வழி பண்ணித்தா தாயி. செத்தா மெட்ராசுல கிட்ராசுல பொதைச்சிறப் போறாள்வ. மிக்கேல் பல்டோனா போயாச்சாம் அவனமாரி அவம் புள்ளய இல்லயின்னாவள.’

அருகில் யாரோ நிற்பது போன்ற உணர்வில் உந்தப்பட்ட வராய் அனிச்சையாய்த் திரும்பினார் கிறிஸ்டோபர். கமிலஸ் தன் மனைவி திரேசாவோடு நின்றிருந்தார். அசடு வழியக் குசுகுசுத்தார் கிறிஸ்டோபர்.

“ஏய், யாரு கமிலசா...?” தலையாட்டினார் கமிலஸ்.

"நூறு வயசுதாம்."

"வெளிய வாருங்க பேசுலாம்" என்றார் கமிலஸ்.

பீடத்தின் முன்னும், சக்ரீஸ்த்தின் இருபுற வாசல்களிலும் தொங்கிய துணிகளில் கிறிஸ்டோபரின் கண்கள் நிலை பெற்றிருந்தன. சிறுபிராயத்தில் தங்கை கிரேசியோடு அமர்ந்து மாதாவின் மாந்தைக்காகப் பொட்டு பிடித்துச் சரிகை நூல் ஏற்றியது மனத்திரையில் வந்து போனது.

முன்னால் கிடந்த மரச்சட்டத்தைப் பிடித்தபடியே எழுந்த கிறிஸ்டோபர், காலில் செருப்பைக் கஷ்டப்பட்டு மாட்டித் திரும்பி நடந்தார். உள்ளங்காலெல்லாம் ஊசி வைத்துக் குத்துவது போல் ஒரு உணர்வு. முந்தின நாள் பயணத்தில் வெகுநேரம் கால் தொங்கியபடியே இருந்ததால் வீக்கம் வேறு.

"எப்ப இந்தப் பக்கம் ஒதுங்குன. மீன்லாகாவுல வேல பாக்குறாயின்னாவள."

"அதெல்லாம் அந்தக் காலம்... இப்ப தோணி வச்சித் தொழில் செய்யிறோம்."

"..."

"இப்ப நாயும் பேயும் தோணி வக்கிதுவ."

"என்ன சொல்லுற கமிலசு?"

"தண்டலாப் போனவமெல்லாம் கடன ஓடன வாங்கித் தோணி மொதலாளியாயிற்றான்வ."

"ஆமா, ஒங்க மாமா பவுல் தண்டலும் தோணித் தண்டலா இருந்தவருதான."

"ஒங்க தம்பி தோணி மொதற்கொண்டு இப்ப நாந்தாம் பாக்குறம். சங்கம் ஒன்னு வச்சிருக்கோம்."

"நீ சொல்லுறதப் பாத்தா சங்கத்துல ஒன்னய எதுத்துக் கேக்க ஆள் இல்லபோல."

"முட்டாப் பெயல்வ. வாள்வாள்ன்னு கத்துவான்வ மத்தபடி புத்தியா ஒரு எழவுந் தெரியாது."

"..."

"ஒங்க மச்சாம் அல்வாரிசு..."

"அவளே போயிற்றா மாரியென்ன மச்சாம்."

"யுனைட்டட் இந்தியா ஏஜென்சி எடுத்திருப்பாரு போலத் தெரியிது."

கோஸ்டிங் தோணி உரிமையாளர் சங்கத்தில் கமிலஸ் வைத்ததுதான் சட்டம் போட்டதுதான் கோலம் என்ற நிலையிருந்தது. படித்தவர் என்பதால் அரசாங்கத்திலிருந்தோ, துறைமுகசபையிலிருந்தோ வரும் தகவல்களை வெளியே விடாமல் வைத்திருந்து அதன் பலன் தனக்கும் தன் குடும்பத்துக்கும் வருமளவுக்குப் பார்த்துக்கொள்வார். ஆனால் அல்வாரிஸ் கொற்கை வந்தபிறகு அதற்கு வழியில்லாமல் போனது. கனரா வங்கியிலிருந்து ஓய்வுபெற்றுவிட்டதால் கோஸ்டிங் தோணி உரிமையாளர் சங்கத்துக்குக் கௌரவ ஆலோசகராக நியமிக்கப்பட்டிருந்தார் அல்வாரிஸ். கொற்கையில் யாரைச் சந்தித்தாலும் அல்வாரிசின் பெயரைக் கெடுத்துச் சொல்லாமல் அசையமாட்டார் கமிலஸ். அடிமேல் அடி அடித்தால் அம்மியும் நகர்வதுபோல கோஸ்டிங் தோணிகளில் பெரும்பாலும் எல்லாவற்றையுமே காப்பீடு செய்ய வைத்து விட்டார் அல்வாரிஸ்.

பக்கத்தில் நின்றிருந்த திரேசா கமிலசை இடுப்பில் இடித்து ஏதோ கூற முயல அதைக் கண்ட கிறிஸ்டோபர் கேட்டார்.

"ஓம் பேரென்னம்மா...?"

"திரேசா."

"பாத்தா கமிலஸ் பொண்ணுமாரியில இருக்க."

"..."

பெருமூச்சுவிட்டபடியே நடந்தார் கிறிஸ்டோபர்.

"இஸ்பிரித்தா எங்கூடப் படிச்சா. எங்கண்ணுக்குள்ளே நிக்கிறா..."

"வாரமின்னு ஃபோன் பண்ணுனா."

"எப்ப வாரா?"

அவர் கண்களில் மின்னிய பிரகாசத்தையும் ஆவலையும் கவனிக்கத் தவறவில்லை திரேசா. மனசு அவசர அவசரமாகக் கணக்குப்போட்டது.

'பெரிய கம்பெனியிலயிருந்து ரிட்டயர்டு ஆகியிருப்பாரு. கையில எக்கச் சக்கமா பணம் இருக்கும். மூத்தவ பேங்குல வேல பாக்குறாளாம். பழகி வச்சிகிற்றா ஆவாதின்னா கெடக்கு. ஆளு கொஞ்சம் வழிஞ்சாம் மாரிதாம் தெரியிது. ஆணானப்பட்ட மிக்கேல் பல்டோனாவே... இதெல்லாம் எம்மாத்திரம். மதலேன் புருசம் உள்ள பூந்து குட்டயக்

கொழப்பிறக் கூடாது. புள்ள வளத்து வச்சிருக்கானாம் புள்ள. கெட்டுன புருசனுக்கு ஆண்மயில்லயின்னு ஒரு சொல்லு வாளா, பேரப்பாரு சில்வியா. எம் பொண்ணு பவி கால் தூசிக்கிப் பெறமாட்டா. எம்.பீ.ஏ. படிச்சாளாம். அவ அப்பந்தாம் தூக்கி வச்சி மெச்சிக்கிறனும். அப்பங் கேக்காத கணக்க இவ கேக்குறா. இவுர எப்புடியாவது வளைச்சி வூட்டுப்பக்கம் கொண்டு போயிறனும.'

"கொழும்புல பிரச்சனயின்னாவள..."

"அந்த யாழ்ப்பாணம் நூலகம் எரிஞ்சதத்தான சொல்லுறிய."

"பாண்டியபதி அரமணய வித்துப் போட்டாவளாம் நெசமா..."

"அவுரு பிரான்சிஸ் அண்ணனும் தங்கச்சி புள்ளயோட மெட்ராசுல ஒதுங்கிற்றாரு."

"செத்துப் போனாரு" என்றார் கிறிஸ்டோபர்.

"ஆமா, ஒங்க மூஞ்சே சரியில்லியண்ணம்"

"..."

"தம்பி மக சில்வியாளப் பத்தி நெனைக்கிறியளோ..."

இல்லை என்பதுபோல் மறுத்துத் தலையாட்டினார்.

"இன்னொரு பேச்சி ஒண்ணுங் கெடக்குண்ணம்."

தலைகுனிந்தவாரே நடந்த கிறிஸ்டோபர் தலையை நிமிர்த்திக் கேட்டார்

"என்ன...?"

"ஆத்தாளே மொவன வச்சிருக்காளாம். வேணுமின்னா கூட வந்து படுயிங்குறாளாம்..."

சில்வியா, கிளமென்ட் கைக்குள் வைத்துப் பொத்தி பொத்தி வளர்த்த பிள்ளை. பள்ளியில் படிக்கும்போதும் சரி அவள் விருப்பப்படி எம்.பி.ஏ. படிக்கும்போதும் சரி மகளின் விருப்பத்துக்குக் குறுக்கே கிளமென்ட் வரவே இல்லை. திருநெல்வேலிப் பக்கம் பேட்டையிலிருந்து மாப்பிள்ளை வந்தது. ஒன்றுக்குப் பத்து முறை விசாரித்துத் தெரிந்துகொண்டு பெண் கொடுத்தார். மாப்பிள்ளை திருநெல்வேலி இந்துக் கல்லூரியில் வேலை பார்க்கிறானாம். மறுவீட்டுக்காக வந்தவள் திரும்பிப் போக மறுத்துவிட்டாள்.

"ஒங்க மக மூத்தவளும் வீட்டோடதாம் இருக்காளோ?"

முகம் கறுத்துத் தலையைத் தொங்கப் போட்டார் கிறிஸ்டோபர். கண்களில் கண்ணீர் முட்டிக்கொண்டு நின்றது. கமிலஸ் பார்த்துவிடக் கூடாதென்பதற்காகச் சட்டைப் பையிலிருந்து முகத்தைத் துடைப்பதற்காகக் கைக்குட்டையை வேகமாக எடுக்க அது கைதவறி, காற்றில் பறந்து தள்ளி விழுந்தது. முன்னால் நடந்தபடியிருந்த திரேசா கைக் குட்டையை எடுக்கக் குனிய மடிப்பு விழுந்த பின் இடையும் பிதுங்கி விரிந்திருந்த பின்புறமும் சடாரெனக் கண் முன்னால் விரிய வாய்பிளந்து எச்சிலூற நின்றிருந்தார் கிறிஸ்டோபர். அவர் ரசிப்பதைக் கவனித்தாளோ என்னவோ தாமதித்தே தலைநிமிர்ந்தாள் திரேசா.

"இவளும் வெடுக்வெடுக்குன்னுதாம் நிப்பா."

"என்னமோ படிச்சி ஒரு வேல கையில இருந்ததுனால சரியாப் போச்சி."

"..."

"கவலப்படாதைங்க, சின்னவ டாக்டருக்குதான படிச்சிருக்கா ஒரு அருமையான சம்பந்தம் இருக்கு. எங்க ஊர்ப்பக்கந்தாம், பையம் ஐ.பி.எஸ் முடிச்சிற்றானாம்."

கலவரமடைந்த கண்களோடு திரேசா கமிலசைப் பார்க்க அதன் பொருள் தெரியாமலேயே கமிலஸ் விழிக்க கிறிஸ்டோபர் கைகூப்பி நின்றிருந்தார்.

105

1983

கடந்த ஒரு வருடமாகவே மெட்ராஸ், பம்பாய் போன்ற இடங்களிலிருந்து தொழிற்சங்கத் தலைவர்கள் கொற்கை வந்து முதலாளிகளுக்குத் தெரியமல் ரகசியக் கூட்டங்கள் போட்டபடியிருந்தார்கள். எல்லாக் கம்பெனிக்காரர்களுமே மாதக்கணக்கில் கூலி பாக்கி வைத்திருந்ததுதான் காரணம். பணி செய்யும் கூலியாட்களுக்கு எப்போதுமே உறுதிசெய்யப்படாத வேலை. ஆயுள் காப்பீடோ, பணி செய்யும்போது ஏதேனும் விபத்து நடந்துவிட்டால் அதற்கான விபத்துக் காப்பீடோ எதுவுமே கிடையாது. மொத்தத்தில் சரக்கு ஏற்றி இறக்கும் கூலித் தொழிலாளர்கள் கொற்கை முதலாளிமார் கைகளில் கொத்தடிமைகளாய் இருந்து வந்தார்கள்.

தோணிப் பாலத்தில் ஏதோ அவசர வேலை விசயமாக வந்திருந்த பெர்க்மான்ஸ் பாய்வா எதிரே தொழிலாளர் சங்க அலுவலகத்தில் தம்பி பெனடிக்ட் பாய்வாவின் சத்தம் கேட்க, பக்கத்தில் போய் எட்டிப் பார்த்தார்.

“ஏ, முனுசாமி, சண்முகம் எல்லாரும் வாங்கப்பா பிரிஞ்சி நிக்காதய. இப்பமும் நம்ம பிரச்சனயளுக்கு ஒரு வழி வந்ததுக்குக் காரணம் என்னயின்னு நெனக்கிறிய, நம்ம ஒத்துமயா நின்னதுனாலதாம்.” என்றார் பெனடிக்ட் பாய்வா.

“எய்யா... இப்ப கொற்க ஸ்டிவிடோரிங் அசோஸியேசன்னு வச்சாச்சி. அப்ப பழைய பாக்கிய...” கேட்டார் முனுசாமி.

“எல்லாத்துக்கும் ஒரு வழி பெறக்கும் முனுசாமி. இவன்வ தலக்கணம் புடிச்சி வேண்டாமுன்னு

சொன்னதில ஒங்களுக்கு நானூறு ஐநூறு டோக்கன்வ வந்தாச்சில்ல...” என்றார் பெனடிக்ட் பாய்வா.

“எய்யா... எதிர்காலத்த நெனச்சி பாக்காம இப்புடி பேசுதாவளயின்னு எனக்கும் மனசு கஷ்டமாத்தாம் இருந்திச்சி. ஆனா எல்லாம் பட்டுவாடா ஆயிப்போச்சி இனும ஒண்ணும் பண்ண முடியாது” என்றார் முனுசாமி.

பல்டோனாவின் அளங்களில் காங்காணியாக இருந்த மாரிமுத்துவின் பேரன் முனுசாமி. தன்பாடு உப்புத் தொழிலாளர்களில் பலரைக் கூட்டி வந்து புதுத் துறைமுக வேலையில் சேர்த்துவிட்டிருந்தார். முனுசாமியோடு பேசியபடியே வெளியே வந்த பெனடிக்ட் தற்செயலாக அண்ணனைப் பார்த்தவர் முனுசாமியிடம் சொல்லிக்கொண்டு பெர்க்மான்ஸ் அருகே வந்தார்.

“உள்ள உக்காந்திருக்கான அவம் யாரு?” கேட்டார் பெர்க்மான்ஸ்.

“அது நம்ம புது ஆபர் சூசையா பட்டங்கட்டி மொவம் லெரின்ஸ், மெரைன்ல இருக்காம்.”

“அவம் எங்க இங்க!”

“ஆபர் சங்கமும் எங்களுக்கு ஒதவியா இருக்காங்க இல்லாட்டி இவ்ளோ பெரிய ஊர்வலத்தையும் கூட்டத்தையும் காட்ட முடியுமா.”

“...”

“நம்ம தோணிக்காரப் பயல்வ யாருக்கு வந்த விருந்தோன்னு போயாச்சி. கலந்துகிட்டது பூதாவும் அடுத்த சாதி சனங்கதாம். வீட்டுக்குப் போங்கண்ணம் ஒங்க பின்னாலயே வாரம்.”

மௌனமாய்த் தலையசைத்து வேட்டியின் முன் விளிம்பைக் கையிலெடுத்து வலது கையில் பிடித்தவாறே நடந்தார் பெர்க்மான்ஸ் பாய்வா. முக்கு திருப்பத்தில் ஆறுமுக ஜுவல்லரியில் இரவிலும் நல்ல கூட்டம். காட்டன் சாலையிலிருந்து மினி லாரியொன்று தோணிப் பாலத்தை நோக்கி வேகமாய்க் கடந்துபோனது. டிரைவருக்குப் பக்கத்து சீட்டில் தோமான் மகன் லெவின் அமர்ந்திருந்தான். மினி லாரியின் பின்னே மரக்கறி, மசாலை சாமான்கள், பழ வகை எனப் பலவிதமான சாமான்களும் கிடந்தன.

‘சந்தைக்கிள சின்னதா ஒரு கடவச்சான்வ. இப்ப கப்பலுக்குச் சரக்கு போடுறான்வளாம். பரவால்லிய.

எங்கயிருந்து வந்தா என்ன, புத்தியிருந்தா பொழைச்சிக்கிற வேண்டியதுதாம். லெவினுக்குப் புத்தியிருக்கு பொழைச்சி கிட்டாம். இவம் பெனடிட் வயசு இருக்கும். தவப்பனாரு சாதாரண தோட. என்னல... இருந்திருந்தும் நாடாக்கமாரமாரி காய்கறிக்கட வக்கிறயின்னு இவன்வ கிண்டல் பண்ணுனான் வளாம். காலங்காலமா கட வச்சிப் பொழைக்கிற நாடாக்க மாருக்கு வராத எண்ணம் இவனுக்கு வந்திருக்குன்னா... லாபம் தாறுமாறாயிருக்கும் போல. கப்பக்காரன்வளுக்கு நல்ல சரக்கு வேணும், டாலர்ல வாங்குறவன்வளுக்கு இந்த வெலய ஒண்ணுமேயில்லியாம. தம்பிக்காரனும் குழியாள்க சப்ளையின்னு தொழில் செய்யிறானாம். நல்லாயிருக்கட்டு. என்னமோ இங்கயே பெறந்து வளந்து வாழுற நமக்குத் தெரியாததுவ பொழைக்க வந்ததுவளுக்குத் தெரியிது. இவம் சங்கம் சங்கமின்னு இதக் கெட்டிகிட்டு மாயிறாம். நன்றி கெட்ட பயல்வயின்னு தெரியாயும். என்னமோ அவந் திருப்திக்கி அவஞ் செய்யிறாம். ஏதோ ஒரு வகயில அய்யா புத்தி எங்கள்வளுக்கு இருக்கத்தாம் செய்யிது.'

வீட்டுக்கு வந்தும் வெகுநேரம் சாப்பிடாமல் முன்கட்டி லேயே தம்பிக்காகக் காத்திருந்தார் பெர்க்மான்ஸ். பெனடிக்ட் குடும்பத்தோடு மதுரையிலிருக்கிறார். சனி, ஞாயிறுகளில் மட்டும் மதுரை போவார். மற்ற நாட்களில் பண்ணை வீட்டிலேயே அண்ணனோடே சாப்பாடும் சகலமும். தனிக் குடும்பமாய் ஆகிவிட்டாலும் செலவுகள் இருக்குமே என்று எத்தனையோ முறை பெனடிக்ட் பணம் கொடுக்க முயன்றும் பெர்க்மான்ஸ் தவிர்த்து விடுவார். சிறியபுஷ்பம் வந்து எத்தனையோ முறை அழைத்தும் சாப்பிட வர மறுத்து விட்டார். பெனடிக்ட் வீடு வந்து சேருவதற்குப் பத்துமணிக்கு மேல் ஆகியிருந்தது. வீட்டில் மற்றவர்கள் உறங்கிப் போயிருந்தார்கள். பெர்க்மான்சே பேச்சை ஆரம்பித்தார்.

"கப்பல்வ இப்புடி நெடுபுடியா நிக்கச்சில..."

"பக்ஸி கம்பெனிக்கி வந்த ஃபேரல் லைன் கண்டெய்னர் கப்பலே மாட்டிக்கிட்டு. ஒரு பொட்டி எறங்கயில்லயின்னா பாத்துக்கிருங்க."

கரோலின் எழுந்து சோம்பல் முறித்தபடியே முன் கட்டுக்கு வந்தாள். கூடவே புனிதாவும் தாமசும். புனிதா ஓடிவந்து பெர்க்மான்சின் மடியில் ஏறி அமர்ந்தாள். தாமஸ் கரோலினின் முந்தானையைப் பிடித்தபடி பெருவிரலையும் சூப்பிக்கொண்டிருந்தான்.

"என்னம்மா தூங்கயில்லியாக்கும். மாப்புள வூட்டுல யில்லியா.?"

“என்னமோ மரம் எடுக்குற விசயமா பாவூர்சத்திரம் வரப் போயிருக்காவ. தோச சுட்டுத் தரட்டா மாமா. மாமா ஒங்களுக்கு என்ன வேணும்?”

பெனடிக்ட் பாய்வாவைப் பார்த்தாள் கரோலின். அமைதியாய் அமர்ந்திருந்தார் பெர்க்மான்ஸ் பாய்வா.

“நம்ம வந்து இவ்வளவு நேரமாச்ச, யாராவது எழும்புனாவளா பாத்தியளா. அக்காமொாவ அக்கா மொாவதாம்” என்றார் பெனடிக்ட் பாய்வா.

திருமணமாகியிருந்தாலும் கரோலினை மாப்பிள்ளை யோடு அனுப்ப பெர்க்மான்ஸ் சம்மதிக்கவில்லை. தனுஷ் கோஸ்தா வீட்டிற்கும் அனுப்பவில்லை. ததேயு பூபால்ராயன் பாய்வா வீட்டில் வீட்டோடு மாப்பிள்ளை ஆகியிருந்தான். ததேயுவைப் பொறுத்தவரையில் கிடைத்தவரையில் லாபம். பெர்க்மான்ஸ் பாய்வாவுக்கோ மருமகளைப் பிரிய மனமில்லை. குடும்பத்தின் செல்வமே கரோலின் என்று நினைத்திருந்தார். ததேயு வழக்கம் போல் மரம் எடுக்கப் போகிறேன் சிமென்ட் எடுக்கப் போகிறேன் என்று கூடுவாரோடு சேர்ந்து கொண்டாட்டம். ஆனால் கைக்காசை ஒருவருக்கும் செலவழிக்கமாட்டான். என்ன வரவு செலவு, வருமானம் எதுவுமே கரோலினோடு சொன்னதில்லை. தருவை எதிரே தண்டவாளத்துப் பக்கம் அரை கிரவுன்ட் நிலம் எடுத்ததை அடிக்கடி சொல்லிப் பெருமையடித்துக் கொள்வான். பெர்க்மான்ஸ் பாய்வா எப்போதும் அவனோடு சருவுவதேயில்லை. திருவிழாக் கூட்டம் எங்குயிருந்தாலும் அங்கு ததேயுவைப் பார்க்கலாம்.

“பையப் பேசு பொன்மலர் வந்திருக்கா.”

“மாப்புளயும் வந்திருக்காரோ.”

“ஆமா மாமா, மேல தூங்குறாங்க” என்றாள் கரோலின்.

“மாமா, ரண்டியறும் கையக் கழுவிற்று உள்ள வந்து உக்காருங்க. தோச வாத்துத் தாரம்.” என்ற கரோலின் தாமசின் கையிலிருந்த முந்தானையைப் பிடுங்கி இடுப்பில் சொருகிய படியே புனிதாவையும் கூட்டிக்கொண்டு குசுனிப் பக்கம் போய் மறைந்தாள். மோட்டையே வெறித்தவாறிருந்தார் பெர்க்மான்ஸ்.

“இப்ப வருத்தப்பட்டு என்னண்ணம்.”

“எப்புடியும் கூலியாள்களுக்கு ஒரு முடிவு வந்துதான ஆவணும்.”

"நா நம்ம கரோலினச் சொன்னம். அநியாயமாப் பிரிச்சிப் போட்டமண்ணம்."

பெர்க்மான்சிடம் பேச்சில்லை. மேலே குழந்தை அழும் சத்தம் கேட்டது. குசினியிலிருந்து சட்டாப்பையும் கையுமாக ஓடிவந்த கரோலின் பதறி மாடிப் படிக்கட்டில் ஏறப் போனவள் என்ன நினைத்தாளோ தடுமாறி நின்று குரல் கொடுத்தாள்.

"பொன்மலர், பொன்மலர்..."

மேலே டமடமவென ஏதோ உருண்டு விழும் சத்தம் கேட்டது.

"ஏய்... புள்ள."

"..."

"புள்ளக்கிப் பால் அடிச்சிற்று வரட்டா?"

"வேண்டாம்க்கா, எங்கிட்ட குடிக்கிறா."

"பிரிட்டோ...!"

"அவந் தூங்குறாம். நீங்க போயிப் படுங்களம்."

சட்டாப்பையால் அந்தரத்தில் கோலம் போட்டபடி மரப்படியிலிருந்து கீழே இறங்கினாள் கரோலின். அவள் முனகுவது கேட்டது.

"மாப்புளகூட வந்திருக்காரு, புள்ளயள எங்கிட்ட வுட்டுட்டுப் போன்னா, கேட்டாத்தான..."

பெனடிக்ட்டும், பெர்க்மான்சும் வாய் பேசாது வேடிக்கை பார்த்தபடியிருந்தார்கள். உள்புறச் சுவரைப் பிடித்தபடியே நின்றிருந்தாள் புனிதா. துருதுரு கண்கள். தாமஸ் குசுனிச் சுவரோடு சரிந்து தூங்கிப் போயிருந்தான். பாவாடை சட்டையில் தஞ்சாவூர்ப் பொம்மை போலிருந்தாள் புனிதா அதே ஆட்டத்தோடு.

"வாடிச் செல்லம், தாத்தாட்ட வாடி."

மடிமேல் தூக்கிவைத்து முத்தமாய்ப் பொழிந்தார் பெர்க்மான்ஸ்.

'இவ அப்பனுக்கு என்னைக்கிக் கிறுக்கு புடிக்கும், என்னைக்கி இந்தப் புள்ளயள எங்கிட்டயிருந்து பிரிப்பா மின்னு தெரியிலிய. மத்தவங்களமாரியில்ல செலவுக்கு பணங்குடுத்தா பாக்கி சுத்தமாக் கொண்டு வந்து தந்திருறான.

பொன்மலர் மாப்புளயத்தாம் ஒருபடியா மொறைக்கிறாம் நேருக்கு நேரா என்னைக்கி வந்து விடியுமோ. இந்தத் தடவ பொன்மலர் புருசம் எதுக்கு வந்திருக்காமின்னு தெரியிலிய. இப்புடி அரிக்கிறாம்... இருக்குது குடுக்குறோம். பல்டோனா கட போறபோக்குக்கு இன்னும் எத்தன நாள் அங்க குப்ப கொட்ட முடியுமின்னு தெரியில. சாதிசனத்த வளக் குறதுல நாடாக்கமாருகிட்ட பிச்ச வாங்கணும். மிக்கேல் பல்டோனா வுக்குப் பொறந்ததுல ஒண்ணுகூட தேராமப் போயிரும் போல. தனித்தனிய திற்று சேக்க ஆரம்பிச்சிற்றான்வள. பர்னாந்துமாருல நிக்கிறது இவன்வ மட்டுந்தாம். இவன்வளும் அடிச்சிகிற்று மாஞ்சான்வயின்னா பொறவு யாரு இருக்கா. ஆமந்தொறைக்கும் பெரிய தொறைக்கும் கடல் மேல சண்டயின்னாவ.'

"தாத்தா மீச குத்துது தாத்தா" என்றாள் புனிதா.

புன்னகைத்தபடியே குனிந்தார். குசுனிப் பக்கமிருந்து கரோலின் குரலும் கேட்டது.

"தோச சூடு ஆறுது. சின்ன மாமாவயும் கையோட கூட்டிற்று வாங்க."

அதுவரையிலும் அமைதியாய் அருகே அமர்ந்திருந்த பெனடிக்ட் கேட்டார்.

"ஸ்டீபம் மச்சாம் சொன்னா, நமக்கு அறிவு எங்க போச்சி."

"ஒறவுக்குள முடிச்சா... புள்ளய கொறையோட பொறக்குமாம்."

"சும்ம பேசாதைங்கண்ணம். கலியாணமும் ஆயிற்றா... அவ வச்சதுதாம் சட்டமாயிருமுன்னு கிண்டி வுட்டுட்டாரு."

"அவனுக்கு எம் மருமொவயாரு, மகளாச்சடா."

கரோலின் வருவது கண்டு பேச்சை மாற்றினார்கள்.

"அப்ப கண்டெய்னர் பொட்டி ஒரு சிஃப்டுக்கு எத்தன எறக்குவிய ?"

"பதனைஞ்சி."

"..."

"இனும, மொதலாளிமாருகிட்ட கைகெட்டி நிக்காண்டாம். எட்டு மணிநேர வேல, போனசு, பீஸ் ரேட்டு, லீவு, இன்சுரன்சு... எல்லாம் வந்திரும்."

“நீ சொல்லுறதப் பாத்தா மொதலாளிமாரு இனும கொற்க ஸ்டிவிடோர் அசோஸியேசனப் பாத்துப் பயப்புடாம இருந்தாச் சரிதாம்.”

“மாசம் முடிய சம்பளம்.”

“முன் பணம் கெட்டித்தான கேங்கு எடுக்கணுமின்னாவ. வேல நடக்குமா...!”

“நடக்கும் நடக்கும்.”

“சரி கரிக்களத்து மேட்டுலயும் மார்சலிங் யார்டுலயும் கஷ்டப்பட்டதுவளுக்கு ஒரு வாய்ப்பு.”

“சொல்லச் சொல்லக் கேக்காம இவஞ் சார்லசு, எங்காள்க்க தலச்செம எடுக்கமாட்டோமின்னுட்டாம்.”

“அவந்தாம் வெவரமில்லாமச் சொல்லுறாமின்னா நீங்கள்வ என்ன பண்ணுனிய.”

“அவனுக்கு ஆமாஞ்சாமி போடுறதுக்குப் பக்கத்துலே பத்து பேர வேற வச்சிருந்தாம்.”

“மண்ணள்ளி தலவழிய கூரவுட்டுட்டான்வள. போற வனாவது போவட்டுமின்னுருக்குலாம.”

இதேபோல் பர்னாந்துமாரைத் தாழ்த்தப்பட்ட மக்களுக்கு வதற்கு அரசாங்கத்திலிருந்து ஒரு வாய்ப்பு வந்தபோது அதையும் தான்தோன்றியாய் முடிவெடுத்த மேசைக்காரர்கள் கெடுத்திருக்கிறார்கள். விவரம் தெரிந்த ஒரு சிலர்கூடத் தனக்கென்ன வந்தது என்று சமூகப் பொறுப்பில்லாமலேயே நடந்திருக்கிறார்கள்.

“உக்காந்து சாப்புடுறியளா... இல்லியா?”

கோபமாகவே கேட்டாள் கரோலின். குசுனிப் பக்கமிருந்த சாப்பாட்டு அறை மேசையருகே வந்து அமர்ந்தார்கள். தட்டு கழுவிப் பரிமாறினாள் கரோலின்.

“ஜாந்தார்க்கு மயினி வாரமின்னாவள...”

“வ்ரயில்ல, சாப்புடுங்க. நாளைக்கி சனிக்கெழம ஒங்க மச்சானும் அக்காவும் இங்க வருவாங்க மறந்திற்றாக்கும். அந்த மனுசிய காணவுடமாட்டயிங்குறாவ அப்பா. காலயில வச்ச மீன் கொழம்பு இருக்கு ஊத்தட்டா சின்ன மாமாவுக்கு புடிக்கிமின்னு தக்காளிச் சட்டினியும் வச்சம்.”

“தங்கச்சிய திட்டட்டு, ஒரு கொண்டாங் குடுத்தான வச்சிகிட்டு மலடி மலடியின்னா.”

“மச்சாம் ஒரு கொழந்த, அவுருகிட்டப் போயி...”

“கொஞ்சந் தக்காளிச் சட்னி வையிம்மா. கிறிஸ்டி தல்மெய்தா அந்தப் பழைய தோணியயும் வித்துப் போட்டாராம். நெசமா?”

“நாங்கதாம் வாங்குனோம். அந்தப் பய இன்பராச்சி, எனக்கே அவம் மேல ஒரு கண்ணு உண்டு. நம்ம பொன்மலர...”

“எல்லாங் கைவுட்டுப் போன பொறவு பேசுங்க.”

“நம்ம ஊர்க்காரம் அதும் நம்மாள்க்க கம்பெனியளுக்கு வேலைக்கிப் போவதைய்யான்னம். எத்தன பம்பாய் கம்பெனிய வருது. வேலயா கெடைக்காது.”

இருந்த இடத்திலேயே கை கழுவத் தண்ணீர் கோப்பையில் கொண்டு வந்து கொடுத்தாள் கரோலின். அவள் தோளில் தொங்கிய துவாலையை எடுத்து மேவாயைத் துடைத்தபடியே எழுந்தார் பெர்க்மான்ஸ். மேசைக்கடியிலேயே தூங்கிப் போயிருந்தாள் புனிதா. அவளையும் தாமசையும் தூக்கிக் கொண்டு போய் கரோலின் அறையில் படுக்கவைத்து விட்டு வந்தார் பெனடிக்ட். முன்னறைக்கு வந்திருந்தார்கள். செம்பில் தண்ணீரும் தட்டில் மலை வாழைப்பழமும் கொண்டு வந்து கொடுத்தாள் கரோலின். கரோலினையும் தம்பியையும் படுக்கப் போகச் சொன்னவர் மாடிப் படிக்கட்டில் அமர்ந்தார்.

‘என்னென்னமெல்லாமோ நடந்து பேச்ச. சுந்தரியயாவது கெட்டுடாயின்னு நாஞ் சொல்லியிருக்கணும். அப்புடி எப்புடி சொல்ல முடியும். இவஞ் சம்மதிச்சாலும் அவ சம்மதிக்க மாட்டா. இன்னைக்கி நம்மளோட இருக்குறவரைக்கிம் சரி. தனியாப் போயிற்றா பூபால்ராயம் சந்தேகப்பட்டு என்னமாச்சும்... குடிக்கிறானாம். இங்க குடிச்சிற்று வாரதில்ல...’

தவிர்க்க முடியாமல் தலையை ஆட்டினார். கண்களில் கண்ணீர் முட்டி வழிந்தது.

‘அதுக்குப் புள்ளய வளருறவர வுடமாட்டமில்ல. தங்கச்சியும், மச்சானும் எங்க வளத்தாவ நாந்தாம் வளத்தம். கெட்டிக் குடுத்தம். பாழாப் போன நேரம் ஒரேயடியாச் சாதிச்சிருக்கணும் யாரு பேச்சயும் கேட்டுருக்கக் கூடாது. அவுரு ஸ்டீபம் சொன்னாருன்னா இவ கேட்டவளுக்குப் புத்தி எங்க போச்சி. அது பொறந்ததுலேயிருந்து யாரு வச்சிருந்தா. அட சவம். ஜாந்தார்க்கும் சேந்துதான சொல்லியிருக்கா அண்ணனப் பழிவாங்குறோமின்னு எம்புள்ள கரோலினத்

தீத்திற்றாள. அதாம் ஒங் கொலயில ஒரு புள்ள தங்குல்ல. சுந்தரி இம்புடுக்கானு மனுசி மாமா வூட்டுக்கு வர மாட்டாளாம். நம்பிக் கெடுத்திற்றமின்னு நெனச்சிப் போட்டாள. இந்த வயசுல ரண்டுபுள்ள பெறந்த பொறவும் திருச்செந்தூர் திருழா பாக்கப்போறாம் பூபால்ராயம். அவனச் சொல்லிக் குத்தமில்லிய. அப்பனமாரிதான இருப்பாம். கூட்டிக் குடுத்து கூட்டிக் குடுத்தே குருஸ் பல்டோனாவ அழிச்சாம். அப்புடி ஒண்ணும் சொத்து சேத்தமாரியும் தெரியில. கட்டடம் கட்டுறான்வளாம். புறாக்கூண்டுமாரி... தொழில் செய்ய எங்க வருவான்வ. வாடக வாங்கித் திம்பான்வ. மில்லர்புரத்துல சின்னவருக்கு வூடு கட்டுறாவளாம அரமண மாரி. மச்சானுக்கும் இந்தக் கோவம் ஆவாது. மிலிட்டரி புத்தியக் காட்டிட்டாரு. என்ன... ஏதுன்னு கேக்காம ஓடிப் போயி வுழுந்திற்றார. அவுரு வுழுந்தார்ன்னா பரவாயில்ல, எம்புள்ள அந்த வாயில்லாப் பூச்சியயுமில வுழவச்சிற்றாரு.'

எழும்ப முயன்றவரால் முடியவில்லை. பக்கத்தில் கீழே சிறியபுஷ்பம் அமர்ந்திருந்தாள்.

"இப்புடியே சிந்திச்சி கிட்டே இருக்காதைங்க மாரடைப்பு வருமாம்."

"..."

"பெலார்மினுக்கு ஒரு வழியப் பாக்காண்டாமா."

"என்ன சொல்லுற, அவந்தாம் கழுதக்காது காலர் வச்ச சட்டயும், பாவாட பேண்டும் போட்டுகிட்டு என்னடி மீனாச்சி சொன்னது என்னாச்சியின்னு டான்ஸ் ஆடிகிட்டு அலையிறானாம. எவளயாவது புடிச்சி கொண்டாரமலா போயிருவாம்."

106

1983

மகன் அமுதனை அழைத்துக்கொண்டு ரொசிற்றா திருச்செந்தூரில் நீதிராச் வீட்டிற்கு வந்திருந்தாள். வள்ளியூர்ப் பக்கம் நாடார் கல்லூரியில் பி.ஏ. பொருளாதாரம் முடித்திருந்தான் அமுதன். முதல் இரண்டு வருடத்திலும் ஃபெயிலாகியிருந்த பாடங்கள் அனைத்தையும் ஆறாவது செமஸ்டரில் ஒரே மூச்சில் எழுதி முடித்திருந்தான். மூன்றாவது வருடம் கல்லூரியில் சேர்மன் தேர்தல் நடத்த நிர்வாகம் அனுமதிக்கவில்லை. அதற்கு முந்தின வருடம் தேர்தலின்போது நடந்த அடிதடிபோல் இந்த வருடமும் ஆகிவிடக் கூடாது என்று நாடார் சங்க நிர்வாகத்தில் சொல்லிவிட்டார்களாம். கொற்கை தேவமணி நாடார் இளைய மகன் ஞானதாசன் கல்லூரியின் முதல்வர். வேதக்காரராய் இருந்தாலும் இந்து நாடார் கல்லூரியில் பெருந்தன்மையோடு பதவி கொடுத்திருந்தார்கள். கல்லூரியில் எப்போதுமே கள்ளிகுளத்திலிருந்து வரும் மாணவர்களுக்கும் விடுதி மாணவர்களுக்கும் ஏழாம் பொருத்தம். ஓட்டு எண்ணிக்கைப்படி பார்த்தால் விடுதி மாணவர்களே அதிகம். மாலையில் கல்லூரி முடிந்ததும் சாயா குடிப்பதற்காக விடுதி மாணவர்கள் தனித்தனிக் குழுவாகக் கள்ளிகுளம் வருவார்கள். அங்கே அவளைப் பார்த்தான், இங்கே இவளைக் கண்ணடித்தான் என்று புகைச்சலாகக் கிடக்கும். கடந்த வருடம் கள்ளி கொளத்துக்காரனை எதிர்த்து நின்ற விடுதிக்காரன் கலந்தப்பனை குமார் ஜெயித்துவிட்டான். தோல்வியைக் கள்ளிகொளத்தானால் தாங்க முடியவில்லை. அங்கு இங்கு ராவி பிரச்சினை வந்து வெடித்துவிட்டது. சமரசம் பேசப்போன வாத்திமாரையும் ஒரு

அறைக்குள் போட்டுப் பூட்டிவிட்டார்கள். ஒரு கூட்டம் வள்ளியூர் ரோட்டுக்கு வந்து பேருந்துகளை மறிக்க, உற்சாகத்தில் கல்லூரி மாணவனொருவன் பேருந்தின் கண்ணாடியில் கல்லால் அடிக்க, பிரச்சினை பூதாகரமாக வெடித்துவிட்டது. உடைந்த கண்ணாடியோடு பேருந்து வள்ளியூர் போக வள்ளியூரிலிருந்து கல்லூரிக்கு போலிஸ் வந்துவிட்டது. போலிஸ் இன்ஸ்பெக்டர் திறமைசாலி, வள்ளியூரிலிருந்து வரும்போதே முருகன் கோவில்பக்கம் போய் மூட்டா முருகேசனையும் பேராசிரியர் ஜோதிரனையும் அழைத்து வந்துவிட்டார். போலிஸ் வந்ததுமே முதலில் வாத்திமாரைத் திறந்துவிட்டார்கள். மாணவர்கள் சங்கத்தைக் கலைத்து விட்டுக் காலவரையறையின்றிக் கல்லூரி இழுத்து மூடப்பட்டது. மூன்றாவது வருடம் விடுதியில் மட்டும் தேர்தல் நடந்தது. பொதுச்செயலராக அமுதன் தேர்ந்தெடுக்கப்பட்டிருந்தான். யாருமே எதிர்த்துப் போட்டியிடவில்லை இத்தனைக்கும் பெரும்பாலும் நாடார் மாணவர்கள். விடுதியின் சாப்பாட்டுக் கலாச்சாரத்தையே மாற்றியிருந்தான் அமுதன். மாதச் சாப்பாட்டுக் கட்டணத்தை ஒரு கண்காணிப்புக் குழு அமைத்து வெகுவாகக் குறைத்திருந்தான். காலை உணவிற்குக் கஞ்சி ஊற்றுவதையே நிறுத்திவிட்டான். ஊர்க்காடு களிலிருந்து வரும் பயல்களுக்கு பிரட் பட்டர் ஜாம் என்றால் என்னவென்றே தெரியாது. மற்ற நாட்களில் இட்டிலியோ தோசையோ போட்டுவிட்டு செவ்வாயும் சனியும் காலையில் பிரட் பட்டர் ஜாம். மிகக் குறைந்த கட்டணத்திலேயே விதவிதமான உணவு வகைகள். கடந்த ஆண்டு நடந்தது போல் விடுதிக் கண்காணிப்பாளரைக் கட்டிலோடு தூக்கிப் போய்க் கிணற்றுக்குள் இறக்குவது, பாம்பை அடித்துக் குற்றுயிரும் குறையுயிருமாய் அவரின் அறைவாசலில் தொங்க விடுவது போன்ற எதுவுமே நடக்கவிடவில்லை. கிணற்றில் தண்ணீர் வற்றிக் குளிப்பதற்காக விடுதி மாணவர்கள் சிரமப்படும் காலத்தில் பக்கத்துத் தோட்டக் காடுகளில் அனுமதி பெற்று எல்லோரையும் குளிக்கவைத்தான்.

கல்லூரியில் தேவையில்லாத ஆர்ப்பாட்டமே வர அனுமதிக்கவில்லை அமுதன். மாணவர்களின் மன ஓட்டத்தைப் புரிந்துகொண்டு விடுதியில் திட்டமிட்டபடி ஆர்ப்பாட்டம் ஆரம்பிக்கும், கல்லூரியில் முதல்வர் ஞானதாசன் காலவறை யறையின்றி மூடப்பட்டதாக அறிவித்துவிடுவார். மாணவர்கள் பெட்டி, புத்தகங்களோடு கிளம்பும்போதே அலுவலகத்தில் கல்லூரி திறப்பதற்கான அறிவிப்பு கார்டில் மாணவர்களின் விலாசம் எழுதியபடியிருப்பார்கள். விடுதி நிர்வாகம், மாணவர் பேரவை நிர்வாகமென்றிருந்தாலும் எப்படியோ

ஆறாவது செமஸ்டரில் பத்துப் பாடங்களையும் தேறி யிருந்தான் அமுதன். இப்போது ஊரில் நண்பர்களோடு சேர்ந்து மீன்பிடிக்கப் போவது, மாலை வேளைகளில் சிலம்பாட்டம், கையடி, காலடி என்று அலைந்தவனைத்தான் திசைமாறிவிடக் கூடாது என்பதற்காக அழைத்துக்கொண்டு வந்திருந்தாள் ரொசிற்றா.

பெரியதுறைக் கடற்கரையில் கடத்தல் தொழில் பிரபலமான நேரம். அன்றன் தல்மெய்தா அடிக்கடி பெரியதுறை வரப்போக இருந்தான். எப்போவாவது வலைக்குடி மில்டனும் வருவது வழக்கம். ஞானக்கனி நாடார் மகன் சின்னத்தம்பிக்குக் கொழும்பில் ஆள்பழக்கமாகிப் பெரியதுறை, ஆமந்துறை மூலமாகச் சரக்கு இறக்குகிறார்கள். சரக்கு இறக்கும் நேரங்களில் சுங்க அதிகாரிகள் வந்து விட்டால் தேரம் விடிய கடற்கரையில் சீக்கோ ஃபைவ் கடிகாரங்களும் பேண்ட் துணிகளும் தொலைக்காட்சிப் பெட்டிகளும் இறைந்துகிடக்குமாம். நண்பர்களோடு சேர்ந்து அமுதனும் கடத்தல் தொழிலுக்குப் போய்விடக்கூடாதே என்ற பயம் வேறு. தகப்பனார் ஜெரால்டு வீரச்சந்திராவுக்கு பிள்ளைகள் என்ன செய்கின்றன என்பதில் எள்ளளவும் அக்கறையில்லை. அம்மா ரொசிற்றா எப்படியோ கஷ்டப் பட்டு பிள்ளைகளைப் படிக்க வைத்துவிட்டாள். மூத்தவள் மேரி கல்லூரியில் பட்டப் படிப்பு முடித்திருந்தாள். இளையவள் எழிலரசி இக்னேசியஸ் கான்வென்ட்டில் பள்ளியிறுதி படிக்கிறாள். முதலில் திருநெல்வேலி ஸ்டார் டெய்லரிங்கில் பேன்ட் தைக்கக் கொடுப்பான் அமுதன். பிந்தப் பிந்த பெல்பாட்டமென்றாலே டவுன் பிரின்ஸ் டெய்லர்ஸ். ஒவ்வொருமுறை திருநெல்வேலி வரும்போது தங்கையை இக்னேசியசில் பார்க்கத் தவறுவதேயில்லை.

தங்கை எழிலரசியைப் பார்க்கிற சாக்கில் அவளோடு படிக்கும் ரோசியையும் பார்க்கத் துடிப்பான் அமுதன். எழிலரசியையும் ரோசியையும் ஜங்ஷன்வரை அழைத்துக் கொண்டு வந்து அரசனில் ஐஸ்கிரீமும் பழங்களும் வாங்கிக் கொடுப்பான். ரோசியைப் பார்த்தாலே மனதில் ஏதோ குறுகுறுவென இருக்கும். ஒரு இனம் புரியாத சந்தோஷம். தலையில் ஸ்டெப் கட்டிங் வெட்டிப் பார்த்தான். ஏற்றிச் சீவினான், இறக்கிச் சீவினான், கலைஞரைப் போல் நடுஉச்சி எடுத்து வாரினான். நீண்ட மண்டைக்கும் முகத்துக்கும் எதுவுமே சரிபட்டு வரவில்லை. ரோசிக்கு எப்போதும் அதே புன்னகை. அத்தை மகள் ரோசியை அமுதன் பக்கவாட்டில் பார்ப்பது எழிலரசிக்கும் தெரிந்துதானிருந்தது.

ஞாயிற்றுக்கிழமையாதலால் விடுமுறையில் வீட்டில் இருப்பார் என்று தெரிந்தே வந்திருந்தார்கள். வெளியே கதவுப்பக்கம் தொங்கிய பலகையில் நீதிராச். பி.எஸ்.சி மீன்துறை உதவி இயக்குநர் என்று போட்டிருந்தது. ஏற்கனவே பெரியதுறையில் வசதியான குடும்பம். ஆஸ்தி, பாஸ்திக்குக் குறைவில்லாத அரண்மனை போன்ற வீடு. அத்தி பூத்தாற் போல் பெரியதுறை வருவார் நீதிராச். ஏதோ சாதிசனத்தைக் கண்டாலே பிடிப்பதில்லை. ஊருக்கு வந்தாலும் மறுநாளே கிளம்பிவிடுவார். தன்னுடைய தகுதிக்கு ஊரே தாங்காது என்பதாக இருக்கலாம். அந்தக்காலத்தில் பெரியதுறையில் பெரிய படிப்பு படித்தது அவராகத்தானிருக்க வேண்டும். வீட்டில் இவர் வேலைக்குப் போய்க் குடும்பம் நடத்த வேண்டுமென்பதில்லை. அரசுப்பணி அந்தஸ்துக்காக.

திருச்செந்தூர் அக்கிரகாரத்தின் பின்புறம் இருந்தது அந்த வீடு. முன்வாசல் ஒரு தெருவிலும் கடைவாசல் மறு தெருவிலுமிருக்கும் நீளமான வீடு. கதவைத் தட்டுவதற்கு மாச்சப்பட்டு வெளியே வெயிலில் வெகுநேரம் காய்ந்தார்கள். இத்தனைக்கும் நீதிராச் மனைவி டெலரோஸ், ரொசிற்றா வோடு அடைக்கலாபுரத்தில் டீச்சர் டிரெய்னிங் முடித்தவள். அமலிபுரத்தில் வேலை பார்க்கிறாள். அவளை நம்பி வந்திருந்தாள் ரொசிற்றா. விடுமுறையில் கொற்கைக்கு எத்தனையோ முறை கூட்டிப்போய்க் கடற்கரையில் வள்ளங்களையும் சுண்ணாம்புக் காளவாய்களையும் காட்டியிருக்கிறாள். டெலரோசுக்கு, ரொசிற்றா ஆத்தா அல்போன்சா வைக்கும் மூக்கையூர் புளிலாத்தண்ணி ரொம்ப பிடிக்கும். அவித்துவைத்த நெய்க்காரலையும், குத்தாவையும் முள்படாமல் எடுத்துக் கொடுப்பாள் ரொசிற்றா. ஆசை, ஆசையாய்ச் சங்குச்சதை அவித்துக் கொடுப்பாள். மதியம் சாப்பாடு முடிந்தால் அல்போன்சா, ரொசிற்றா, ரோசம்மா, டெலரோஸ் நால்வருமே அமர்ந்து பாண்டி ஆடுவார்கள்.

வீட்டிலிருந்து படியிலிறங்கினால் பேருந்துகள் கடந்து போகும் பிரதான சாலை. போட்டி போட்டுக்கொண்டு வீடுகளை முன்னுக்கு இழுத்துக் கட்டி, சாலையைக் குறுக்கி இருந்தார்கள். நிற்பதற்கு நடப்பதற்குக்கூட இடமில்லை. தெருக்கோடி கிணற்றடியில் குளித்துவிட்டு ஈரத்துணியோடு கடந்துபோன பெண்கள் எதிரே சுவரில் ஒட்டியிருந்த மலையூர் மம்மட்டியான் திரைப்படச் சுவரொட்டியில் பரட்டைத் தலையோடு இருந்த தியாகராஜனையும் மேல் சட்டை யில்லாமலிருந்த சரிதாவையும் பார்த்து ஏதேதோ பேசியவாறு கடந்துபோனார்கள். ரொசிற்றா முனகினாள்.

874 ஆர். என். ஜோ டி குருஸ்

“ஈரத்துணியள இப்புடி ஒட்டுனாக்குல உடுத்துறதவுட அவுத்துப் போட்டுட்டு போலாம.”

சாலையில் கடந்துபோன பெண்கள் பேசுவது கேட்டது.

“எங்காத்துக்காரர் சொன்னார்...”

“...”

“அங்க கல்கத்தாப் பக்கம் நம்மவாளும் சாப்புடுறாளாம். கடல் புஷ்பமிங்குறாளாம்.”

“என்ன கண்றாவியோ...”

“காலம்பர காப்பியோட காட் லிவர் ஆயில் மாத்திர சாப்பிடுரச்சே கொமட்டிண்டு வருது, இத அப்புடியே எப்புடி சாப்புடுறா.”

பின்புறத்தை ஆட்டி ஆட்டிப் போனவள் மட்டும் ரொசிற்றாவையும் அமுதனையும் முறைத்துவிட்டுப் போனாள்.

டெலரோஸ் டீச்சர் வந்து கதவைத் திறந்தாள். முகத்தில் அருளே இல்லை. வறண்ட குரலில் அழைத்தாள்.

“வா... ரொசிற்றா. இது யாரு ஓம்புள்ளயா?”

தலையாட்டினாள் ரொசிற்றா. வீட்டின் புறக்கடையில் டெலரோஸ் மகன் கபிலனும் குட்டிப் பெண் கவியும் விளையாடுவது தெரிந்தது. வெயிலுக்காக முக்காடு போட்டிருந்தவள் முக்காடை விலக்கியவாறே உள்ளே வந்தாள். டெலரோசுக்குத் திருமணம் முடிந்து வருடக் கணக்காய்க் குழந்தையில்லாமல் ஆலந்துறை சேசுராசா கெபிக்குத் தலை வெள்ளிக்கிழமைகளில் போய் வேண்டி, பத்து வருடத்திற்குப் பிறகு ஒரு பெண்ணும் ஆணும். நமது ஊர்க்காரராயிற்றே பிள்ளை படிப்பு விசயத்தில் ஏதாவது வழிகாட்டுவார் என்று இவ்வளவு தூரம் வந்திருந்தாள்.

தகப்பனார் ஜெரால்டு வீரச்சந்திராவுக்கு மகனைக் கப்பலுக்குக் கூட்டிப் போவதில் துளியும் விருப்பமில்லை. எங்கே தன் குட்டு வெளிப்பட்டுவிடுமோவெனப் பயந்தார். அமுதனுக்கோ கப்பலில் போகத்தான் ஆசை, ஆனால் அதற்கேற்ற பாடப் பிரிவுகள் எடுத்துப் படித்திருக்கவில்லை. தகப்பனும் வழிகாட்டவில்லை. ஜெரால்டுக்கு எப்பவுமே ஒரு கெப்பரான பேச்சு உண்டு. கப்பலில் தன்னோடு வேலை செய்கிறவர்களிடம் தான் பெரிய மேசைக்காரப் பணக்காரனென்றும் பொழுதுபோக்குவதற்கும் நாடு சுற்றிப் பார்க்கும்

ஆசையிலும் கப்பலில் வேலை செய்வதாகவும் சொல்வாராம். ஒருவேளை காற்றுக் கடலிலும் பனியிலும் வெயிலிலும் தன்னைப்போல் தன் பிள்ளையும் வருத்தப்பட வேண்டாம் என்ற எண்ணமாகக்கூட இருக்கலாம்.

பஸ்சில் வரவர மீன்பிடி கப்பலில் ஏறி ஸ்கிப்பராகி விட்டால் கப்பலில் ஆபீசராவது சுலபமென்றும், நீதிராச் நினைத்தால் மீன்பிடி கப்பலில் ஏறுவது சாத்தியமென்றும் கூறியிருந்தான் அமுதன். மீன்துறையில் ஏதோ ஒரு கோர்ஸ் நடத்துவதாகவும் அந்த கோர்ஸில் சேர்ந்து படித்தால் மீன்பிடி கப்பலில் வேலை நிச்சயம் என்றும் சொல்லியிருந்தான். ரொசிற்றாவுக்கு மகனைக் கொற்கை விட விருப்பமில்லை. எங்கே மரியஇருதயம் வீட்டிற்கு இவன் போய் அங்கே மகனை வளைத்துப் போட்டுவிடுவார்களோவெனப் பயந்தாள். அவள் பயப்படுவதற்கும் வலுவான காரணம் இருந்தது. கள்ளிகுளம் நாடார் கல்லூரியில் சேர்ந்த புதிதில் இப்படித்தான் நண்பர் களோடு கொற்கை வந்தவன் அத்தை வீட்டிற்கு வந்து அங்கேயே இரண்டு மூன்று நாள் தங்கியிருந்தான். பிள்ளையைத் தேடிக் கள்ளிகுளம் போன ரொசிற்றா பயந்தே போனாள். ஜெரால்டு வீரச்சந்திராவின் கப்பலும் கொற்கை வந்திருந்தது. அமெரிக்காவிலிருந்து கோதுமை கொண்டு வந்திருந்தார்கள். தங்கச்சி மரிய இருதயத்தின் குடும்பத்தையே விசைப்படகில் அழைத்து வந்து கப்பலைக் காட்டினார் ஜெரால்டு. தகப்பனும் மகனும் சேர்ந்தே பெரியதுறை வந்தபோது அவர்கள் கொற்கை வந்ததும் அங்கே கப்பல் பார்த்ததும் தெரியவந்தது. புருசனுக்கும் பொண்டாட்டிக்கும் சரியான சண்டை. தங்கச்சி மரிய இருதயத்தைக் கூட்டிப் போய் கப்பலைக் காட்டியது பெருங்குற்றம். வந்த தினமே ராத்தங்காமல் புறப்பட்டுப் போனார் ஜெரால்டு. பிள்ளையை கொற்கை பக்கம் விடக்கூடாதென்பது அன்று எடுத்த முடிவு. இத்தனைக்கும் மரிய இருதயத்திற்கும் ரொசிற்றாவுக்கும் பெரியதுறையிலிருந்தவரை வாய்த் தர்க்கம்கூட வந்ததில்லை. கொழும்பிலிருந்து கொண்டு வந்த அத்தனையும் பெரிய துறையில் இருந்தே குடும்பமாய்த் தின்று தீர்த்து, இனியும் பிழைப்பதற்கு வழியில்லையென்று கொற்கை பக்கம் ஒதுங்கினார் அம்புரோஸ். சீமோன் சிங்கராயனிடம் வேலைக்குச் சேர்ந்திருந்தார்.

நிற்க முடியாமல் பக்கத்திலேயேயிருந்த நாற்காலியில் அமர்ந்துவிட்டாள் ரொசிற்றா. அமுதனும் பக்கத்திலேயே கிடந்த ஸ்டூலில் அமர்ந்தான். ஆட்டுக் கறி சமைக்கும் வாசனை மூக்கைத் துளைத்தது. டெலரோஸ் டீச்சர் தட்டில் காபி கொண்டு வந்து கொடுத்தாள். ஆயாசத்தில் காபியை எடுத்துக்

குடித்த ரொசிற்றாவின் முகத்தில் ஈயாடவில்லை. டெலரோஸ் பின்னாலேயே நீதிராச்சும் வந்திருந்தார். சாப்பாட்டு நேரத்துக்கு முன்னாலேயே அனுப்பிவிட வேண்டுமென்று நினைத்தாரோ என்னவோ கேட்ட கேள்விகள் அப்படித் தானிருந்தது.

"ஜெரால்டு பொண்டாட்டியா...?"

தலையாட்டினாள் ரொசிற்றா.

"கப்பல்லதான போறாம். ஒங்களுக்குள்ள முன்னமாரி சண்டய இல்லிய."

அதிர்ந்துவிட்டாள் ரொசிற்றா. குடும்பத்துக்குள் அவ்வப்போது நடக்கும் சண்டை எல்லோரும் அறிந்தது. ஆனால் அதைத் தன் பிள்ளை எதிரே குத்திக் காட்டியதை அவளால் தாங்க முடியவில்லை. அந்தக் காலத்தில் பெரிய துறையில் கொழும்புக்காரர்கள் முழுக்கால்சட்டையும் சொக்காயும் கையில் ஓர்லோசுமாய்ப் போட்டுக்கொண்டு திரிவார்களாம். முதல் கப்பலிலிருந்து வந்து இறங்கும்போதே ஜெரால்டு கையில் ஓர்லோசோடு வந்து இறங்கியிருக்கிறார். அன்றிலிருந்து வந்த பொறாமை இன்றுவரை இம்மியும் குறையவில்லை. மரியாதைக்காக எழுந்து நின்றிருந்த ரொசிற்றாவையும் அமுதனையும் நீதிராச் அமரச் சொல்லவே இல்லை. பக்கத்தில் நின்றிருந்த அமுதனைப் பார்த்த நீதிராச் சொன்னார்.

"நேத்து பூராவும் என்னமோ கன்னியாமரிக்காரம் போட்டுவளக் கொண்டு வந்து பட்டணத்துல கெட்டிட்டா னாம். ராமேஸ்வரத்துலயும் போட்டுக்காரன்வளுக்கும் வள்ளத்துக்காரன்வளுக்கும் சண்டயின்னு இங்க வந்து தாலி யறுக்குறான்வ. சனியம் புடிச்சவன்வளோட கெடந்து மாரடிக்க வேண்டியதாப் போச்சி. என்னப்பா, எங்கிட்ட என்னப்பா கேக்கணும்."

"இல்ல... படிச்சவுங்க, அரசாங்க உத்தியோகத்துல இருக்கிய அதாம் புள்ளைக்கி ஒரு வழி காட்டுவியயின்னு..."

ரொசிற்றா முடிக்கும் முன்னாலேயே கத்தினார் நீதிராச்.

"ஒங்கள்வ கண்ணுல மாட்டிச் சீரழியக் கூடாதின்னு ஊரவுட்டு ஒதுங்கி இங்கயிருக்குறம். இங்கயும் வந்து அரசாங்கம் உத்தியோகமின்னுகிட்டு இருக்க..."

டெலரோஸ் முன்னால் வந்தவள் சொன்னாள்.

“அய்ய… ரொசிற்றா எங்கூடப் படிச்சவுங்க பெரிய தொறையில டீச்சரா இருக்காங்க.”

“எலிமோண்ட பள்ளிகொடங்கள்ல படிச்சிற்று நீங்கள்லாம் டீச்சரா…”

ஏளனமாகச் சிரித்தார் நீதிராச். முண்டாப் பெனியனும் கட்டம்போட்ட சாரமும் உடுத்தியிருந்தார். உதட்டுக்கு மேலே மீசையை மழித்து அங்கே முத்து முத்தாய் வியர்த் திருந்தது. வாயில் மேல் வரிசையில் ஒரு பல் விழுந்திருந்தது.

“எய்யா என்னமோ மீன்தொறயிலயிருந்து ஒரு கோர்ஸ் நடத்துறியளாம். அதுல படிச்சா மீன்புடி கப்பல்வள்ல…”

“இதெல்லாம் ஒங்களுக்கு யாரு சொன்னா?”

“ரொமிலஸ் மாமா” என்று முந்திரிக்கொட்டை போல் முந்தினான் அமுதன்.

“ரொமிலஸ்ன்னா யாரு…?”

“எய்யா எந்தம்பி, விசாகபட்டணத்துல மீன்புடி கப்பல்ல போறாம்.”

“நீ இங்க ஆதித்தனார்லயா படிச்ச…?”

“இல்ல, கள்ளிகொளம் நாடார் காலேஜில.”

“படிச்சதுதாம் படிச்ச ஒரு உருப்படியான… சரி எத்தன அரியஸ்?

“எல்லாம் பாஸ் பண்ணிற்றம்.”

“என்ன மேஜரு?”

“பொருளாதாரம்”

“ப்பூ… பொருளாதாரமா.”

“…”

“என்ன சிலபஸ்?”

அவர் கேட்ட தோரணையில் அமுதனின் வாயிலிருந்து வார்த்தைகள் வர மறுத்தன. விக்கித்து நின்றிருந்தான். கண்களில் கண்ணீர் முட்டிக்கொண்டு நின்றது. ரொசிற்றா குறுக்கிட்டாள்.

“என்னய்யா மாமா கேக்குறாங்கயில்ல சொல்லு.”

பார்வையை ரொசிற்றா பக்கம் திருப்பியிருந்தார் நீதிராச். அவள் மாமா என்று உறவு கொண்டாடியது அவருக்குப்

பிடிக்கவில்லை என்று அவரின் கடுகடு மூஞ்சிலேயே தெரிந்தது.

"என்ன பாடம் படிச்சயின்னு ஒனக்கே தெரியில பாஸ் பண்ணிற்றமின்னு வேற சொல்லுற..."

இத்தனைக்கும் மீன்துறை நடத்தும் அந்த கோர்ஸில் சேருவதற்கான தகுதி பத்தாம் வகுப்புதான். அது தெரிந்திருந்தும் அமுதனை இந்தப்பாடு படுத்தியபடியிருந்தார் நீதிராச்.

"தமிழ்ல படிச்சியோ... மா.பொ. குருசாமிய படிச்சி பாஸ் பண்ணியிருப்ப."

நீதிராச் அந்தக் காலத்தில் சென்னை ஸ்டீபன் கல்லூரியில் படித்தவராம். அதற்காக இப்படியா அம்மா முன் அவமானப்படுத்தவேண்டும். ரொசிற்றாவின் முகமும் மாறியிருந்தது.

அமுதனைக் கூட்டிக்கொண்டு பேருந்து நிலையத்தை நோக்கி நடந்தாள் ரொசிற்றா. மனம் நிலைகொள்ளாமல் தவித்தது.

'மீன்தொறையே, இவம் அப்பம் வூட்டுச் சொத்து மாரியில பேசுறாம். இருந்தாலும் வளருற புள்ளயமேல இந்த காய்மகாரம் ஆவாத. எல்லாம் நம்ம வூட்டுக்காரவுகளச் சொல்லணும். இவந்தாம் ஸ்டீபங் காலேஜில படிப்பானாக்கும் எம்புள்ளயயும் படிக்கவைக்கிறம். எம்புள்ள பரவால்லிய என்ன மரியாதயா நின்னுகிட்டு இருந்தாம். என்னமோ கொண்டு வந்தா இவம் திருப்பி அனுப்பிற்றாம். யானைக்கி ஒரு காலம் வந்தா பூனைக்கி ஒரு காலம் வராமலா போயிரும். எக்கா மாசியில மசால போட்டு இடிச்சிக் கொண்டு வந்தியள்ன்னா நமக்கு இங்க வேல கொற. இப்புடி பட்டவன்வ பொண்டாட்டிய கொத்தடிமையாத்தாம் வச்சிருப்பான்வ. ரண்டு அருமாந்த ஆம்புளப் புள்ளயளப் பெத்துப் போட்டுட்டு மலையாளத்தா பேபிகுட்டி போயி சேந்திற்றாள். அதுக்கு இப்புடியா புள்ளயக் கையில கடுகக் குடுத்து மையாவடி வரப் போடச் சொல்லுறது. குடுத்தவ குடுத்தாயின்னா இவம் பஸ்டியாம் என்ன பண்ணுனாம். இவ மத்தேசியாளே அடிச்சி கொன்னுட்டு தீ வச்சி வுட்டுட்டாளோ... செஞ்சாலும் செஞ்சிருப்பா. கொற்கைக்கி வுட்டா, பாலாணம் வச்சிக்குடுக்குறம், துணி தொவச்சி குடுக்கிறமின்னு புள்ளய நம்மகிட்டயிருந்து பிரிச்சிருவாள்வ. எப்பாடுபட்டாவது எம் புள்ளய படிக்க வச்சிறுவம். இவ சுமதி என்னமோ அண்ணாமலையில அஞ்சல் வழியில

படிக்கப்போறமின்னா. பிலிப் தண்டல் மகம் மரியதாஸ் இருக்கார... மெட்ராசுலதாம் இருக்காரு எப்புடியும் அவரப் புடிச்சி ஸ்டீபன்ல எடம் வாங்கியிற வேண்டியதாம். தங்கச்சி ரோசம்மா பாடுதாம் ரெம்ப கஷ்டமின்னாவ. இந்தக் கொள்ளைக்கிள திருழாவுக்கு வான்னுருக்கா... வாயில்லாத பூச்சி அந்த மனுசம். பேதியில போறவன்வ தோணியள இழுத்துக் கலப்பத்து பாத்தாத்தான. ஒரு மனுசனால எம்புடு தேரந்தாம் கை ஒழைய நீச்சலடிக்க முடியும். நிம்மதியாப் போயிற்றாரு. இங்க இருக்கதுவ பாடுதாம் சீரழிவு. ஆண்டாமணித் தாத்தா சொல்லுவாவள... நம்ம சாவக் குடுத்திற்று அழுறமாரி ஆத்மாக்க பெறக்கப் போறத நெனச்சி அழுமாம்.'

கடற்கரைச்சாலை வழியே போகும் தடம் எண் 70 கிளம்பிப் போயிருந்தது. உடன்குடி வழியாகப் போவதற்காக காத்திருந்தார்கள். பேருந்து நிலையத்தின் சாக்கடைப் பக்கம் சடைமுடியோடு ஒரு சந்நியாசி அமர்ந்திருந்தார். பக்கத்திலேயே வாலாட்டியபடி கறுப்பு நாயொன்று படுத்திருந்தது. அங்கங்கே நிறைய உணவுப் பொட்டலங்கள். பசி வந்தால் ஏதாவதொரு பொட்டலத்தைப் பிரித்துச் சாப்பிடுவாராம் சந்நியாசி. தான் கொடுக்கும் பொட்டலத்தைப் பிரித்து சாப்பிடமாட்டாரா எனத் தவமாய் தவம் கிடப்பார்களாம் பேருந்து நிலையக் கடைக்காரர்கள். சமயங்களில் சாக்கடை நீரைக்கூட எடுத்துக் குடித்துவிடுவாராம். அமுதனுக்கு அந்தச் சந்நியாசி என்னமோ தன்னையே பார்ப்பது போல ஒரு உணர்வு.

107

1984

மடுத்தீன் புரோக்கர் இளைய மகன் தொபியாசும் தாத்தாச்சாரி மகன் பார்த்தசாரதியும் கொற்கையின் முதல் ஆடிட்டர்கள். இருவருமே பள்ளித் தோழர்கள். கிட்டத்தட்ட இருபது வருடம் கழித்துக் கொற்கை வந்திருந்தார் பார்த்தசாரதி. கொற்கை வலப் புறமாகவும் இடப்புறமாகவும் விரிந்து வியாபித் திருந்தது. திருநெல்வேலி சாலையின் இடது புறம் மில்லர்புரத்தில் நாட்டுடமையாக்கப்பட்ட வங்கி களின் தயவில் நிறைய தனித்தனியான வீடுகள். எல்லோருமே பெரும்பாலும் படித்து நல்ல வேலையிலிருப்பவர்கள். தொபியாசைப் பார்க்க மில்லர்புரம் வீட்டிற்கே வந்திருந்தார் பார்த்தசாரதி. வெளிப் பார்வைக்கு ஒன்றுமே தெரியவில்லை. உள்ளே வந்த பிறகு பார்த்தால் காநாடு காத்தான் பங்களாக்கள் தோற்றுவிடும் அளவுக்கு விரிந்து வியாபித்திருந்தது வீடு. இருவரிலுமே பலவகையான மாற்றங்கள். வயிறு உப்பி, சொட்டை விழுந்து, கண்களில் கண்ணாடி ஏறி... ஓடியாடிச் செய்யும் வேலையாயில்லாததால் அதற்கே உண்டான உடற்கூறுகள் இருவரிடமுமே தென்பட்டன. பார்த்தசாரதிக்குச் சென்னை அண்ணாநகரில் வீடு. மூத்த மகன் சடகோபன் சமீபத்தில் ஆடிட்டராய்த் தேறியிருந்தான். இளையவன் நரசிம்மனுக்கு ஆறுமுகநேரி கெமிக்கலில் வேலை. கொற்கையிலிருந்து கொண்டே ஒவ்வொரு நாளும் போய் வருகிறான். தம்பி பரமேஸ்வரனின் வீட்டில் இளையவனுக்குச் சாப்பாடு சவுகரியம் எல்லாம். கொற்கை புதுக் கிராமத்தில் பண்ணை வீட்டில் இருந்தான் பரமேஸ்வரன். கொற்கை செட்டியார் கெமிக்கலில் வேலை.

தொபியாஸ், லெம்பர்ட் தல்மெய்தா மகள் மேபிளைத் திருமணம் முடித்திருந்தார். இன்னும் குழந்தையில்லை. திருமணம் முடிந்த புதிதில் வெகுகாலம் திருநெல்வேலியில் வீடு எடுத்து இருந்தார்கள். தொபியாஸ் அடிக்கடி முக்கூடல் போய்விடுவார். ராத்திரி நேரங்களில் தனியாக இருக்கப் பயந்த மேபிள், லிடியா அத்தையைத் துணைக்கு அழைத்துக் கொண்டாள். மேபிளுக்கு தொபியாசின் எந்த நடவடிக்கை யிலும் உடன்பாடேயில்லை. இருந்தாலும் வேறு வழியே யில்லாமல் குடும்பம் நடத்தினாள். நேரப் போக்குக்காக அத்தையிடம் பியானோ கற்றுக்கொண்டாள். ஒவ்வொரு வரையும் கொள்ளையடித்துச் சேர்க்கும் செல்வம் யாருக்கு என்பது மேபிளின் கேள்வியே. ஐந்தாறு வருடங்களுக்கு முன்னால் வலைக்குடியில் சீட்டு நடத்தி, கிடைத்ததை சுருட்டிக்கொண்டு ஓடினார் ராஜாமணி மகன் குணராச். அவருக்கு இது போலத் திட்டம் கீறிக் கொடுத்ததே தொபியாஸ். படிப்பறிவில்லாத மக்களை நம்பவைத்துக் கெடுக்கிறோமே என்ற சிந்தனை எள்ளளவும் கிடையாது. குணராச் சென்னையில் அமைஞ்சிகரையில் பள்ளிக்கூடம் நடத்து கிறானாம்.

சார்லஸ் தியேட்டரில் மாட்னி ஷோ பார்க்கலாமென இருவருமே கிளம்பினார்கள். தியேட்டர் வாசலில் கூட்டம் களை கட்டியிருந்தது. ஒரு காலத்தில் தியேட்டரின் முன் பகுதி அமைப்பிற்காகத் தென்னகத்தின் தாஜ்மகால் என்று போற்றப்பட்ட சார்லஸ் தியேட்டர் தன்னளவில் பொலிவிழந்து நின்றிருந்தது. கவனிப்பாரில்லாமல் செடிகள் காய்ந்துகிடந்தன.

முன்னால் ஒட்டியிருந்த சுவரொட்டியில் முத்துராமன் மகன் கார்த்திக் ஒரு கறுத்த பெண்ணைக் கட்டியணைத்தபடி கிடந்தான். உடம்பில் பொட்டுத் துணியில்லாமல் பூக்களால் மூடியிருந்தார்கள். சார்லஸ் தியேட்டரின் ஆஸ்தான ஆடிட்டராதலால் வரிசையில் நின்று டிக்கட் எடுக்க வேண்டிய அவசியம் எப்போதுமே தொபியாசுக்கு ஏற்பட்ட தில்லை. மேபிளைக் கூட்டிக்கொண்டு எப்போதாவது படம் பார்க்க வருவார். முதலாளி அறையிலிருந்து பொடிய னொருவன் ஓடோடி வந்து 'அலைகள் ஓய்வதில்லை' படத்திற்கான இரண்டு டிக்கட்டுகளை தொபியாசின் கைகளில் திணித்துவிட்டுப்போனான். கூட்டத்தை வேடிக்கை பார்த்தபடி நின்றிருந்தார்கள். பார்த்தசாரதிக்குத் தொடர்ச்சி யான வேலைப்பளுவை ரிலாக்ஸ் செய்தது போலிருந்தது. சென்னை கெயிட்டி தியேட்டரில் சமீபத்தில் தான் பார்த்த ஓமர் முக்தார் என்ற படத்தை விலாவாரியாக விவரித்தபடியே நின்றிருந்தார் பார்த்தசாரதி. படத்தின் பெயர் பாலைவனச்

சிங்கமாம். படத்தில் கதாநாயகனின் பெயர் ஓமர் முக்தார். அற்புதமான திரைக்கதையின் கதாநாயகப் பாத்திரத்துக்கு உயிர் கொடுத்திருந்தார் பிரபல நடிகர் அந்தோணி குயின். லிபிய பாலைவனப் பிரதேசங்களில் கட்டவிழ்த்துவிடப்படும் இத்தாலிய காலனித்துவத்தை எதிர்த்துப் போராடும் சாதாரண மக்களை அடையாளம் காட்டியது படம். படத்தின் முடிவில் தூக்கில் தொங்கவிடப்படும்போது கீழே விழும் ஓமர் முக்தாரின் மூக்குக் கண்ணாடியைச் சிறுவனொருவன் எடுத்து அணிவது போல் காட்சியமைத்து போராட்டம் தொடர்வது என்பதைச் சொல்லாமல் சொல்லியிருந்தார் இயக்குநர்.

ஹிப்பித்தலையும் சரிந்த தொப்பையுமாய் இரண்டு கைகளிலும் கைக்கு ஒன்றாக இரண்டு மஞ்சள் பைகளை சுமந்தபடி சோளக்காட்டு பொம்மை போல ஒருவன் நடந்து வந்தான். பார்த்தசாரதிக்கு சுவாரஸ்யம் பிடிபடவில்லை. அவனைக் கண்டதுமே டிக்கட் எடுப்பதற்காக வரிசையில் நின்றவர்களே விலகி வழிவிட்டார்கள். பையிரண்டையும் பக்கவாட்டில் வைத்தவன் கவுன்டரில் நின்று டிக்கட் எடுத்தான்.

"பார்த்தா, அது யாரு தெரியிதா?"

"யாரு...?"

"நம்ம மிக்கேல் பல்டோனா மகம். ரண்டாவது பையமின்னு நெனைக்கிறம்."

"ஆமா ஒங்கண்ணா கொழும்புக்காரர் எப்புடி இருக்கார்?"

"லூயிசண்ணனா போயிச் சேந்திற்றார. அண்ணம் பையம் ராய்தாம் இப்ப அவுரு ஆரம்பிச்ச கம்பெனியப் பாக்குறாம்... சீமோன் சிங்கராயனுக்கும் அவனுக்கும்தாம் பொறுத்துகிட்டு நிக்கிது. சொன்னா கேக்குறதில்ல."

"எக்மோர் ஸ்டேசன்ல பாத்தம்."

ஆமா, டொரன்சு ஸ்டீபன்ல படிக்கிறாம்."

"பேரமின்னு சொல்லு..."

"பிலிப் தண்ட மகம் ஃபாதர் மரியதாச புடிச்சி சீட் வாங்குனோம்."

"அப்புடியா..."

"அவர் மக மகராசியோட பொண்ணு மூத்தவ அங்க அண்ணாநகர்ல இருக்கா."

"..."

"இவங் கிளாடி எங்கருந்து வாங்க. பிலிப் தண்ட வங்கி குடுத்திருப்பாரு. கோகிலா பேங்குக்காரன கூட்டிகிற்று மெட்ராஸ் பக்கம் வந்திற்றாளாம..."

"அவ கதய விடு."

கொற்கையில் யார் யாருக்கெல்லாமோ ஆடிட்டராய் இருந்தும் மிக்கேல் பல்டோனாவிடம் தன்னுடைய பாச்சா பலிக்காதது தொபியாசுக்கு வருத்தம். தொபியாசுக்கு வியாபார ரகசியங்களை அடுத்தவரிடம் விற்றுவிடும் கெட்ட பழக்கமிருந்தது. அப்படித்தான் முக்கூடலிலும் இலச்சுமணன் சேட் பீடி கம்பெனி ரகசியத்தை ராஜா மார்க் பீடிக் காரர்களிடம் சொல்லப் போய், உள்ளதும் போச்சாம் நொள்ளக்கண்ணாம் என்ற கதையாக இலச்சுமணன் சேட் டிடமே தொடர முடியாத நிலை ஏற்பட்டது. உறவு அறுந்து போனதற்கு வேறு ஒரு காரணமும் சொல்கிறார்கள். இலச்சுமணன் சேட், ஆடிட்டரிடம் எதையும் மறைக்கக் கூடாது என்று தனது தனிப்பட்ட வாழ்க்கை முதற்கொண்டு அனைத்து ரகசியங்களையும் அதாவது தனது மூன்று பொண்டாட்டிகளையும் வைப்பாட்டிகளையும் அவர்களுக்குச் செலவிடும் பணம் பற்றியும் சொல்லி வைக்க தொபியாஸ் இலச்சுமணன் சேட்டின் அடிமடியிலேயே கைவைக்க முயன்றிருக்கிறார். அது எப்படியோ அவருக்குத் தெரியவர இனிமேல் முக்குடல் பக்கமே வரக் கூடாது என்று கூறிவிட்டாராம். மிக்கேல் பல்டோனாவும் இலச்சுமணன் சேட்டும் நல்ல நண்பர்கள். இருவருக்குமே புறாக்கள் வளர்ப்பதில் பிரியம். பேச்சுவாக்கில் இலச்சுமணன் சேட்டு தொபியாஸ் பற்றி மிக்கேல் பல்டோனாவிடம் சொல்லி யிருக்கலாம்.

"தொபி அங்க பாருடா தலைக்கி மேல நடந்து போறா."

"கொற்கயில இது என்ன பெரிய விசயம்."

"என்னடா சொல்லுற?"

தலைக்குமேல் நடந்தவர்களின் சாரக் கட்டிலிருந்தே அவர்கள் வலைக்குடி, காளவாசல், குருஸ்புரம் தோணிக் காரர்கள் என்று தெரிந்தது. லுங்கியை வரிந்து கால்சட்டை தெரிய கட்டியிருந்தார்கள்.

"இதேயிது எம்.ஜி.ஆரு படமின்னு வையி தலைக்கி மேல ஓட்டப்பந்தயமே நடக்கும்" என்றார் தொபியாஸ்.

“நா ஒங்க ஆத்துக்கு வர்றச்சே ஒரு காரு ஒண்ணு போச்சடா, பின்னால ஏறி உக்காந்தவன எங்கயோ பாத்த மாரியிருந்திச்சி யாருடா ?”

“அவந்தாம் காசி நாடார் மொவம் அரிகேசரி. கணக்கு வழக்குவ பூதாவும் நம்மகிட்டதாம்.”

“அது என்னடா அரிகேசரியின்னு பேரு வச்சிருக்காம். நேக்கு தெரிஞ்சி இந்தப் பேருல ஏதோ சரித்திர சம்பந்தம் இருக்கமாரியிருக்க.”

“அப்புடியா...!”

காலம் காலமாகவே கார்மணற் கடற்துறையில் குடியிருந்து முத்துக் குளித்தும் மீன் பிடித்தும் வாழும் பரதவர்களைப் பாண்டியர்கள் தங்கள் கட்டுப்பாட்டுக்குள் கொண்டு வரப் பிரயத்தனப்பட்டிருக்கிறார்கள். பிறவியிலேயே சுதந்திரமான மக்களாகையால் பரதவர்கள் பிடி கொடுக்கவே யில்லை. ஏழாம் நூற்றாண்டு வாக்கில் பாண்டிய மன்னன் அரிகேசரி மாறவர்மன் பரதவர்களின் கொட்டத்தை அடக்கியதாகக் கல்வெட்டுக் குறிப்புகள் உண்டு. காசி நாடான் எப்படியோ பழைய கதைகளைத் தெரிந்துகொண்டு மனதில் ஏற்பட்ட துவேசத்தைக் களைய மகனுக்கு அரிகேசரி என்று பெயர் சூட்டி மகிழ்ந்திருக்கலாம்.

“ஆடிட்டர பாக்குறதுக்கும் பொம்மனாட்டியோடயா வாரா.”

“கொல்லத்துப் பக்கம் சவரயில ரிபேரோ மினரல்ஸ் 56 ல மூடுனாங்கள்ல அந்த கணக்கு வழக்குவ பைசலாகம இருந்திச்சி. அங்க ஒரு ரிப்போட்டு மாட்டிச்சி பார்த்தா.”

“என்னடா ரிப்போட்டு ?”

“இந்த பெரியதொற, ஆமந்தொறப் பக்கங்கள்ல இல்மனைட், ரூட்டைல், கார்னட் இந்தமாரி மினரல்ஸ் இருக்காம். ஆமந்தொற ஊரே கார்னட் மேலதாம் இருக்காம்.”

“அதுனால...!”

“அரிகேசரி நமக்கு தெரிஞ்ச பய, வெட்ட வேண்டியத சரியா வெட்டியிருவாம் அதாம் அவங்கிட்டக் குடுத்து...”

“அதுக்கும் காருல வந்திற்றுப் போறவளுக்கும் என்னடா சம்பந்தம் ?”

“வெளிய தெரியாம நெலங்கள வாங்கணுமில்ல, பின்னால உக்காந்திருந்தாள, அவ கொற்கைக்காரிதாம் புருசங்கூட

விவாகரத்து வாங்கிப் பணம் பட்டுவாடா முடிஞ்சி போச்சி. நாநதாம் கணக்குவளப் பாக்குறம்."

துபாயில் வெனான்சியூசோடு வாழப் பிடிக்காத வலேரியாவை இனிமேலும் அனுமதித்தால் குடும்ப மானம் கப்பலேறிவிடும் என்று நினைத்த அந்தோணி முத்து விடாப்பிடியாக நின்று மகனை விவாகரத்துக்குச் சம்மதிக்க வைத்திருந்தார். விவாகரத்து செய்ததில் நஷ்டஈடாகப் பெரும் பணம் வலேரியாவுக்குக் கிடைத்தது. பணத்தைத் தேரிக்காடுகளில் முதலீடு பண்ணும்போது புரோக்கர் மூலமாக வலேரியாவுக்கு அரிகேசரியின் நட்பு கிடைத்தது. வலேரியாவின் தங்கை பிரபாவுக்கோ அப்பாடாவென்றிருந்தது. ரூபட்டைக் கழற்றி விட்டிருந்தாள் வலேரியா.

"ஒரு காலத்துல வைத்தியம் சாப்புட்டாம், பின்னால வக்கீல்வ சாப்புட்டாம், இப்பமும் சாப்புடுறாம் இனும நம்ம காலம்..."

"இவன்வள பயங்காட்டியே..."

"மூக்கும் முளியுமா..."

"அப்புடியிங்குற, கவலப்படாத எல்லாம் நம்ம கைக்கிள்ளதாம் இருக்கி."

"பேரென்ன ?"

"வலேரியா... பெரியதொற, ஆமந்தொறப் பக்கம் இவள வச்சித்தாம் அரிகேசரி நெலம் வாங்குறாம். ஆளு பலேகில்லாடி. மத்ததுல கொஞ்சம் வீக்கு, தொட்டாப் போதும் வுழுந்துருவா."

ராஜாமணி நாடார் மகன் மணிராச்சின் கடத்தல் வியாபாரத்தில் சரக்குகளை ஏற்றி இறக்கும் பொறுப்பையும் வலேரியாவே எடுத்திருந்தாள். ஒரு புறம் அரிகேசரியோடு சேர்ந்து கடற்கரை நிலங்களைக் குறைந்த கிரயத்துக்கு வாங்கிக் கொடுத்தாள், மறுபுறம் கடற்கரையில் அப்பாவி இளைஞர்களைப் பயன்படுத்திக் கடத்தல் சரக்குகளை இறக்கிக் கொடுத்தாள்.

கொற்கையிலிருந்து கன்னியாகுமரிவரை வலேரியாள் என்றாலே இளைஞர்களுக்கு ஒரு கிளுகிளுப்பு. தொப்புள் தெரிய சேலை கட்டி, முலை பிதுங்க ஜாக்கட் போட்டு, உதட்டுச்சாயம், கூலிங்கிளாஸ் என்று கவர்ச்சியாய்ப் பவனி வருவாள். கொற்கைப் பகுதி சுங்க அதிகாரிகளோ காவல் துறையோ எல்லோரும் வலேரியாவுக்ப்கு பரிச்சயம்.

விரலசைவில் காரியங்களைச் சாதிப்பாள். மொத்தத்தில் கொற்கை முதல் குமரிவரை பொழுது அடைந்துவிட்டாலோ அங்கே வலேரியாவின் ராஜாங்கம்.

"நீ சொல்லுறதப் பாத்தா."

"கறுப்ப வெள்ளையாக்காண்டாமா. நம்மகிட்ட வந்துதான ஆவணும்."

தியேட்டருக்குள் தள்ளிச் சாய்க்க முடியாத கூட்டம். இடைவேளை விட்டுத் திரைச்சீலைகளை விலக்கி வெளிச்சம் வந்தபிறகுதான் தெரிந்தது. நடைபாதைகளிலும் நாற்காலிகள் போட்டு அடைத்திருந்தார்கள். எங்கும் விசில் சத்தமும் கூச்சலும். பால்கனியில் முன்வரிசையில் இத்தனை கூட்டத்திலும் நான்கு இடங்கள் காலியாக இருந்தன. அதனருகே தள்ளாடியபடி நடந்துபோனான் சுகந்தன்.

"யாரு தெரியுதா?"

"மிக்கேல் பல்டோனா புள்ளயாண்டாந்தான..."

"ஒரு சீட்டு அவனுக்கு, பக்கத்துச் சீட்டு மஞ்சப் பையள்ல வச்சிருக்க சாமாங்களுக்கு."

"பொது எடமாச்ச... யாரும் ...!"

"நீ தாம் பாககுறிய யாரு கண்டுகிட்டா."

"..."

"ஆனா தவப்பனார் இருக்கும்போது போட்ட ஆட்டம் இப்ப இல்லயிங்குறாவ."

"இப்புடிபோனா... எப்புடி?"

"அதெல்லாம் போயாச்சி. பல்டோனாயின்னு ஒரே ஒரு பேருதாம் இப்பக் கொஞ்ச நாளாயிருந்திச்சி. இனும அதும் போச்சி..."

"அதாம் எடங்கள மாத்திகிட்டியோ."

தொபியாஸ் இப்போதெல்லாம் பர்னாந்துமாரை விட்டுவிட்டு நாடார் வியாபாரிகளிடமே சாய்ந்திருந்தார். விசாகப்பட்டினத்தில் மீன்பிடி கப்பல் வைப்பது விசயமாக வந்த வலைக்குடிக்காரர்களிடமும் வியாபார ரகசியங்களை எடுத்து விற்றுவிட்டார் என்று ஏகத்துக்குப் பிரச்சினை. அவர் கணக்குவழக்கு பார்க்கும் யாருக்குமே சரியான வழியில் பணம் வருவதுயில்லை.

"அவள..."

“எப்ப ஊருக்குப் போற?”

“நாளைக்கி ரயில்ல போட்டுருக்கம் நி சொன்னா...”

“அப்ப கேன்சல் பண்ணச் சொல்லிரு.”

திரைச்சீலைகளை இழுத்து மூடி படமும் போட்டு விட்டார்கள். பின்னாலிருந்து நாற்காலிகளை கரகரவென இழுத்துப் பயங்கர சத்தம்.

“அடில... புடி அவன.”

செவுட்டில் அடி விழுவதுபோல் படார் படார் எனச் சத்தம்.

“அய்ய எவனோ பின்னால கைவச்சிற்றாம் போலுக்கு.”

“மாப்புள, அடிச்சிற்றாமுல... வக்காளி நம்ம இத்தன பேரு...”

“எல தூம மொவன எங்கயிருந்து எங்க வந்து கைய வக்கிற கூதிவுள்ள.”

இருட்டாய் இருந்ததால் யார் யாரை அடிக்கிறார்கள் என்று யூகிக்க முடியவில்லை.

திரும்பவும் ‘படார் ... படார்’ எனச் சத்தம். படம் நின்று போயிருந்தது. மேல் விளக்கு எரிய பக்கவாட்டுச் சீலைகளையும் இழுத்துவிட்டிருந்தார்கள். இரும்பு நாற்காலியை ஓங்கியபடி நின்றிருந்தான் ததேயு பூபாலராயன். வரிசையாய் கரோலின், சுந்தரி, பொன்மலர் எல்லோரும் மிரண்டுபோய் நின்றிருந்தார்கள். அவர்கள் அருகிலேயே புனிதாவும் தாமசும். இருட்டில் முகம் தெரியாததால் யாரை அடிப்பது என்று தெரியாமல் நின்றிருந்தார் ததேயு. அடிவாங்கியவன் நிச்சயமாக எதிரில் இருக்க வாய்ப்பே யில்லை. வடக்கு மூலையில் செலஸ்டீன் மனைவி ரேகாவோடு அமர்ந்திருந் தான். பணியாளர்கள் வந்து ததேயுவை ஒருவாறு சமாதானப் படுத்தி உக்காரவைத்தார்கள். விளக்குகள் அணைக்கப்பட்டுத் திரும்பவும் திரையில் படம். சிறிது நேரம் கழித்து டார்ச் லைட் அடித்தபடி யாரையோ தோளில் தாங்கிக் கொண்டுவந்து கிடத்தினார்கள்.

“யாரு தெரியிதா?”

“தெரியிது தெரியிது.”

“இந்த தியேட்டர்ன்னுயில்ல எந்த தியேட்டரா இருந்தாலும் இதுதாம் நெலயே...”

மிக்கேல் பல்டோனாவின் பிள்ளைகளும் மற்றவர்கள் பார்த்துக் கிண்டல் பண்ணும் விதத்தில் இருந்தார்கள். சுகந்தனின் குணம் கண்டே, பரம ஏழை வீட்டிலிருந்தே பெண் எடுத்திருந்தார் மிக்கேல் பல்டோனா. மூன்றாமவன் சந்தியா எஞ்ஜினியரிங் முடித்திருந்தான். செட்டியார் கெமிக்கலில் வேலை. இங்கே பல்டோனா பிரதர்ஸில் என்ன நடக்கிறதென்றே அவனுக்குத் தெரியாது.

"பணம் வச்சிருக்கான்வ, வெளிய எடுக்கமாட்ட யிங்குறான்வ. தானா வந்தத பண்ணுனான்வ. இவன்வளா எதப் பண்ண."

படம் முடிந்து வெளியே வந்திருந்தார்கள். வெளியே வந்ததும் வராததுமாக பார்த்தசாரதி தொபியாசிடம் வலேரியா பற்றியும் எப்போது சந்திக்கலாமென்றும் கேட்டுக் கொண்டார். காலாற நடந்தே போய்விடுவதாகச் சொன்னதால் தொபியாஸ் விடைபெற்றுக்கொண்டார். ஆயுதப்படை போலிஸ் அலுவலகத்தைத் தாண்டி இடது பக்கமாகத் திரும்பி நடந்தார். பார்த்தசாரதி மனதில் ஆயிரம் எண்ணங்கள் வந்து வந்து மோதின.

'அந்தக் காலத்துல படிக்கும்போதே தொபி அப்புடித்தான, பீடி மடியிலயே கைவச்சிற்றான. பீடிக்காரம் என்னா துரியோதனனா எடுக்கவோ கோர்க்கவோன்னு கேக்குறதுக்கு. அவனுக்குன்னு கெடைக்கிது பாருங்கோ. பாத்திருக்கமில்ல என்ன வடிவாயிருப்பா. அல்வா கிண்டி யானைக்கிப் போட்டு என்ன செய்ய. பொம்மனாட்டிக்கி போடவேண்டியத போடாம... இப்புடியே தொடர்ச்சியா கரும காரியங்கள பண்ணுறான, அதாம் பகவாம் அவம் பொண்டாட்டி வயித்துல ஒண்ணுமில்லாம பண்ணிற்றானோ. பேயா பணத்த சேத்து என்ன பண்ணப்போறாம். அதும் அப்பாவிச் சனங்கள ஏமாத்தி... நம்பவச்சி கெடுக்குறாம். சமுதாயம் பின்தங்கியிருக்கு, பின்தங்கியிருக்கு எல்லாம் வாஸ்தவந்தாம். இவனமாரி ஆள்க்க இருக்க வர... நம்பிக்க துரோகமின்னாலே தொபியாஸ்தாம். ஆனா அவா இவன மாரி மனுசாள முன்வரிசையில உக்காரவச்சி மால போடுறா. காட்டுமிராண்டிகள்ன்னு சொல்லுறாம். காட்டுமிராண்டிக்கி இவனோட சுயரூபம் தெரிஞ்சா... எல்லாம் பண்ணியோட சேந்து பீத்தின்ன கததாம். மிக்கேல் பல்டோன சன் சந்தியா எதுக்குப் போயி செட்டியார் கெமிக்கல்ல சேந்தாம். செட்டியார்ட்ட இவாளவிடவா பணம் இருக்கு. செட்டியார் கெமிக்கல்லயும் சமுத்திரபாண்டி வச்சதுதாம் சட்ட மாயிருக்கு. நல்ல ஆள் பழக்கம் தெறமசாலி... நம்ம

சண்முகவேல் சத்தமேயில்லாமக் காரியத்த சாதிக்கிறார். என்னமோ சமுத்திரபாண்டியும் சண்முகவேலும் பாட்னரா யிருக்க கம்பெனிதான ஸ்டிவிடோரிங் பண்ணுறாளாம். ஆனாலும் சமுத்திரபாண்டி பூணூல் போடாத பாப்பாந்தாம். செட்டியாரு தயாரிப்பு செலவு அதிகமாவுதுன்னாரு... ஒரே வார்த்த எறக்குமதி பண்ணணுமின்னுற்றார். செட்டியாருக்கு எங்க தெரியப் போவுது ஒரே கல்லுல ரண்டு மாங்கா. வடக்கு பக்கம் டிஸ்டிரிபுயுசன் இங்க கப்பல் ஏஜென்சி ஸ்டிவிடோரிங்குல பங்கு. நேக்கு தெரியாதா என்ன அரசியல் செல்வாக்கு. இதுல ஸ்மார்ட் சண்முகவேல். அமதியாயிருந்தே காரியத்தச் சாதிச்சிற்றுப் போயிருறார். பல விந்தை மனிதர்கள்ன்னு பாரதி சொன்னது எவ்வளவு உண்ம. ஆஸ்திரேலியாக் கம்பெயின்னாம் சடகோபம் கண்டெய்னர் லைனாம் கொற்கையிலயும் ஆபீஸ் தெறக்குறாளரம், பேஷா பண்ணிண்டு போட்டு. யாரு வேண்டாமின்னா... நம்மவாளுக்கு நல்ல வேல கெடைக்கும். ஒரு பிராமணா ஒரு பிராமணாளுக் குச் செய்யாம எப்புடி. எப்புடித்தாம் மனசு வருதோ. எத்தன பேரு படிச்சிற்றாங்க தொபியாசுமாரி... வெரல்விட்டு எண்ணிருலாம. ஒண்ணு வெட்டிண்டு மாளுறா அல்லது துரோகத்தால போயிருறா. வெதைக்கிறாளா, அறுக்குறாளா. என்ன கருமமோ. வலேரியா, பேரு நல்லாத் தாம் இருக்கு. மன்மத லீலையை வென்றவருண்டோ. இன்னைக்கா, நாளைக்கா... யாருக்குத் தெரியும் கெஸ்ட் ஹவுஸ் வச்சிருப்பாம். இந்த ஒரு விசயத்துல மட்டும் சாதி நெனப்பு வருவா செய்யிது. ஆத்துல இப்புடி நீச்சலடிக்கவா முடியும். கொளத்துலதாம் கும்மியடிக்கிலாம். Behind every fortune there is a crime.'

வாய்விட்டுச் சிரித்தபடியே நடந்தார் பார்த்தசாரதி.

108

1984

ஸ்டீபன் கல்லூரியின் மெட்ரோ மெஸ்ஸை நோக்கி வேக வேகமாக வந்துகொண்டிருந்தான் அமுதன். வலது பக்கமிருந்து வந்தால் முதலில் காஸ்மோ, வெஜிடேரியன், பிறகுதான் மெட்ரோ. காஸ்மோவில் மைக்கிள் ஜாக்சனின் திரில்லர் கன கம்பீரமாக முழங்கியபடியிருந்தது. அலெக்சும் அவன் நண்பர்களும் இசைக்கேற்றவாறு நடனமாடியபடி நின்றிருந்தார்கள். கோழிக் குழம்பு, மட்டன் வருவல் எனப் பல விதமான வாசனை மூக்கைத் துளைத்தது. தலையைக் குனிந்தவாறே நடந்தான் அமுதன். மரத்தடியில் இருவர் பேசுவது காதில் விழுந்தது.

“தாசு, கள்ளம் பறையாண்டாம் சரியாயிற்று பறையனும் கேட்டோ. புள்ளி கேட்டது நெசமோ?”

“அது என்னமோ சாஜி அவுருக்குத் தெரியாதாம், இனும ஹாஸ்டலுக்குன்னு வாங்குற கொத்தமல்லிக் கீரையாயிருந்தாலும் முழுக் கமிசனும் ஃபாதருக்குப் போயாகணுமாம்.”

“இத வார்டனே பறைஞ்சதா பின்னே நீயா...”

புன்னகையோடே கடந்துபோனான் அமுதன். சாஜி பத்து வருடங்களுக்கு முன்னால் பழைய வார்டன் காலத்திலேயே ஸ்டீபன் கல்லூரி விடுதிக்குள் வந்தவனாம். கொத்தவால் சாவடியிலிருந்து காய்கறிகள் வாங்கிப் போடும் வேலையில் சேர்ந்திருக்கிறான். வெளிப்பார்வைக்குப் பணியாளர் குடியிருப்பில் தங்கியிருக்கிறான். அண்ணாநகரில் இரண்டு வீடும், குமணஞ்சாவடியில் நாலு கிரவுண்டு நிலமும் இருக்கிறதாம். எல்லாமே கடிதம் போட வரும் விக்டர் சொன்னது. வெள்ளிக்கிழமை

இரவாதலால் மெட்ரோவில் சப்பாத்தியும் குருமாவும். அமுதனுக்கு சோளியர் ஹால் போகும் அவசரம். சப்பாத்தியை மளமளவெனப் பிய்த்து வாயில் போட்டுவிட்டு வெளியே வந்தான். காஸ்மோ வாசலில் பிரேம் நடனமாடிய படியே நின்றிருந்தான். கடந்துபோகும்போது எங்கே தன்னைப் பார்த்தால் அழைத்துவிடுவானோ என்ற பயத்தில் பக்கத்தி லிருந்த நெட்டிலிங்க மரத்தடியில் பம்மினான் அமுதன். காஸ்மோவின் பக்கவாட்டு மறைவில் இருட்டுக்குள் சிலர் தம்மடித்தபடியிருந்தார்கள். அவர்கள் பேசுவது கேட்டது.

"வாட் இஸ் யுவர் காரிக்கிரம் ஃபார் மார்னிங் மச்சாம்?" கேட்டான் டெரன்ஸ்.

"சாம் எங்கடா? என்றான் பிரேம்"

"அவம் என்னமோ, வெளிநாட்டுலயிருந்து டோனர்ஸ் வந்திருக்காங்களாம்டா அவுங்களோட சுத்துறாம். ஆமா ஆஃபிசர் அன்ட் எ ஜென்டில்மேன் படம் எப்புடிடா இருக்கு?"

"நல்லாருக்குடா" என்றான் அலெக்ஸ் பீரிஸ்.

"எம்.எம்.சி.யில டவுன் ஸ்டெர்லிங் ப்ரோகிராம் விசயமா போயிருக்காம். வி ஆர் ஆல் கோயிங் ஃபார் ஸ்விம்மிங் இன் தாஜ்" என்றான் டெரன்ஸ்.

"டேய் அப்ப கதிரவம் சொன்ன ஊர்வலம் திங்கக்கெழம எப்புடிடா..." கேட்டான் லாரன்ஸ்.

"டேய் வெண்ணெ, கதிரவனுக்கு ஊர்வலம் போராட்டம் இதெல்லாம் இன்னக்கி நேத்து பாத்ததா, காலகாலமா பாக்குறதுதானடா. என்னமாவது பண்ணுவாம்" என்றான் கோமதி.

"வாழ்க்கையில எப்பவும் கொஞ்சம் தைரியம் வேணும்டா, அடிச்சி பெறண்டு ஓடிவரக் கூடாது."

"இப்புடித்தாம் கொஞ்சம் பேரு சிங்களத்தான்வள நம்பிகிற்று அலையிறிய என்ன நடக்கப் போவுதின்னு பொறுத்திருந்து பாரு" என்றான் டெரன்ஸ்.

"ஆமா போன லீவுல நானும் கொற்கைக்கி வந்து பாத்தன. காட்டன் ரோட்டயும், வி.ஈ ரோட்டயும் விட்டா அந்த ஊருல என்ன இருக்கு சொல்லு."

"ஏய்... முன்னமாரி உப்பயும், கப்பலயும், தோணியயும் வுட்டா வேற ஒன்னுமில்லயின்னு சொல்ல முடியாதுடா. கொழும்புல அடி வாங்குனியள்னா இங்கதாம் ஓடி வரணும் பாத்துக்க" என்றான் கோமதி.

அவர்களைக் கடந்துவிட்டிருந்தான் அமுதன். பிரேம் கொற்கையில பிரபல எண்ணெய் வியாபாரி சந்தோச நாடாரின் பேரன். அலெக்ஸ், கஸ்பார் பீரிசின் மகன். வரலாறு மூன்றாமாண்டு படிக்கிறான். சிவில் சர்விஸ் எழுதும் ஆசை உண்டு. இலங்கைத் தமிழர் பிரச்சினைக்காக பெரிய மாணவர் ஊர்வலம் ஏற்பாடாகியிருந்தது. ஸ்டீபன் கல்லூரி சேர்மன் கதிரவன்தான் ஊர்வலத்தைத் தலைமையேற்றுச் செல்கிறான். தமிழர்களின் நலன் காக்கும் பொதுப் பிரச்சினையாக இருப்பதால் ஸ்டீபன் கல்லூரியில் விடுமுறை அறிவித்து மாணவர்களை ஊக்கப்படுத்தியிருந்தார்கள்.

அமுதனுக்கு முன்னால் போன இருவர் பேசுவது கேட்டது.

"வாழ்க்கயில ஒரு நாளாவது காஸ்மோவுல சாப்புடனும் மாப்புள..."

"அவம் அவனுக்கு என்னென்னமோ குறிக்கோளு ஒனக்கு ஒங் குறிக்கோளு. ஆமா எதுக்கு இந்த ஓட்டம் ஓடுற...?"

"அப்ப ஒனக்கு தாபனா ரவிய பாக்காண்டாமா செய்தி முடியப் போவுது. சீக்கிரம் வந்து தொல."

"இப்புடி நாக்கத் தொங்க போட்டுகிட்டு அலையிறிய காஸ்மோகிட்ட பாத்தியா."

"எல நம்மயெல்லாம் டிவியிலதாம் பாக்க முடியும். அவன்வ அப்புடியா, ரினி சைமன் ரேஞ்சி மாப்புள..."

சோளியர் ஹாலில் தொலைக்காட்சிப் பெட்டியைத் தேனீக்கள் போல் மொய்த்தபடியிருந்தார்கள். உட்கார்ந்து பார்க்க ஒரு நாற்காலிகூட இல்லை. அரங்கின் பின் பகுதியில் விஸ்வநாதன் ஆனந்த் செஸ் விளையாடியபடியிருந்தான். ஒரு சிலர் டேபிள் டென்னிஸ். டிவியை மொய்த்துக் கொண்டிருந்தவர்கள் எல்லோருமே தெக்கத்திக்காரர்கள். டொராண்டோவிலிருந்து லண்டன் வந்துகொண்டிருந்த ஏர் இந்தியாவின் கனிஷ்கா விமானம் நடு வானில் வெடித்துச் சிதறி விபத்துக்குள்ளானதைப் பற்றிய செய்தியைத் திரும்பத் திரும்பக் காட்டினார்கள். செய்திகள் முடிந்ததும் பெருமூச்சு விட்டபடி சிலர் வெளியே வந்தார்கள். திரும்பவும் நாற்காலிகள் இழுபடும் கரகர சத்தம். அடுத்து வரும் ஒலியும் ஒளிக்காகத் தயாரானது கூட்டம்.

'இழுத்துப் போத்திகிட்டு இருந்தாலும் சும்ம சொல்லக் கூடாது மாமிய... எல இப்புடியே நொட்டவுட்டுகிட்டு

அலயிற... கண்ணும் புருவமும் சொல்லுமாக்குல என்ன ஆட்டம் ஆடுது. கலியாணம் முடிஞ்சிருக்குமோ... கவலப் படாத கோமதி ஒங்கய்யாட்டச் சொல்லி அவளுக்குத் தங்கச்சியிருக்காளாயின்னு...'

ஒலியும் ஒளி, வயலும் வாழ்வு போல் இருந்தது. வெளியே வந்துவிட்டான் அமுதன். சோளியரின் முன்னே வட்டமாய் புல் நறுக்கிய இடத்தில் அமரலாமென்றுபோனால் அங்கே காஸ்மோக்காரர்கள் அமர்ந்திருந்தார்கள். மற்ற மெஸ்சில் சாப்பிடுபவர்கள் ஒரு நாளாகிலும் காஸ்மோ மெஸ்சில் சாப்பிட ஆசைப்படுவது இயற்கை. சாப்பாடு எல்லாமே ஐந்து நட்சத்திர ஓட்டல் தரத்தில் இருக்கும். காஸ்மோ மெஸ் பசங்களும் மற்ற மெஸ் பசங்களை ஒரு பொருட்டுக்குக் கூட மதிப்பதில்லை. கால்போன போக்கில் நடந்தான் அமுதன். காற்றில் பிணம் எரியும் வாடை வந்தது.

'அடிக்கடி ரினி சைமன் செய்தி வாசிக்கிறத கேட்டா இங்கிலிஷ் பேசியிருலாமோ. ராஜிவ்காந்தியே ரசிக்கிறாராம வெட்னரியில காலேஜ் ஹாஸ்டல்ல பிராய்லர் சிக்கன் நல்லாத்தாம் இருந்திச்சி. அண்ணக்கி கிறிஸ்டியன் காலேஜிக்கி அந்த மூதேவி போரஸ் கூப்புட்டாமுன்னு போனா... தாம்பரம் வாரதுக்கு முன்னாலயே தாம்பரமின்னு எறங்கிற்று அடுத்த ட்ரெயின்ல போயி ஏறுறாம். எல மொத வகுப்புயின்னு சொல்லச் சொல்ல. அதெல்லாம் எங்க ஐ.டி கார்ட பாத்தாலே... ஏறும்போது பாத்துகிற்றுத்தாம் இருந்தாம், கப்புன்னு புடிச்சாம்ல. நல்ல வேள நா ஸ்டூபன் காலேஜின்னு சொன்னம். ரூமுக்குள்ள இப்புடி பூட்டிகிட்டு கெடந்தா சரி வராது. தஸ்சு புஸ்சுன்னு பேசுறவம் எல்லாம் வானத்துல யிருந்தா குதிச்சாம். அந்தக் கடைசி ரூம் கோவாக்காரம் எப்ப பாத்தாலும் கித்தார தூக்கிகிற்று 'ஐ ஐஸ்ட் கால்டுன்னுகிட்டு அலையிறாம். செவகாசிக்காரரு எப்ப வாராரு, எப்பப் போறாருன்னே தெரியில. அவுங்க தாத்தாதாம் தீப்பெட்டிய இந்தப் பக்கங்களுக்குக் கொண்டு வந்தவராம். பாக்குறதுக்கும் வேலைக்காரன்வதாம் வாரான்வ. தாய் தவப்பம் பாசமே இல்லாமப் போயிற்றுன்னான. அமெரிக்கா விசாவுக்கு ஜெமினி பக்கத்துல வருசையில நின்னு எடம் புடிச்சிக் குடுத்தா ஒரு ஆளுக்கு ஐம்பது ரூபாயாம். ஹிண்டு பேப்பர் வாங்கிப் படிக்கிலாமோ. நோ யுவர் இங்கிலிஷ்ன்னு ஒண்ணு வருதாம. நம்ம என்னா சித்தார்த்த பாசு குயிஸ் ப்ரோகிராமுலயா கலந்துக்கிறப் போறோம். பதில் தெரியிது, பயத்துல வாயிலயிருந்து வெளிய வர மாட்டயிங்குது. அந்தக் காலத்துல அய்யா காஞ்சுகேஷன் காஞ்சுகேஷன்னு சொல்லும்போது கேக்காஞ்சம். என்னமோ டவுன் ஸ்டெர்லிங் அது

இதுயிங்குறான்வ. பிரேமுக்கு பணக்காரமிங்குற திமிரு கெடையாது. இந்த அலெக்ஸ் பயதாம் நம்ம என்னமோ தகுதியில்லாதவம்மாரியும் அவுங்க எடத்துக்கு நம்ம வந்திற்ற மாரியில பேசுறாம். அம்மா ரண்டு காப்பயும் கழத்திக் குடுத்துப் படிக்க வச்சிருக்காவ. வந்த புதுசுல நிக்கிறமாரியா இருந்தம். ஃபீச கெட்டிற்று கிளாசுக்குள்ள போனா போர்டு சிக்கார கணக்காத்தாம் எழுதிப்போட்டுருந்தான்வ நல்ல வேள ஃபீசக் கெட்டிற்றுப் பாத்தம் இல்லியா அந்த ஓட்டந்தாம். ஹலோ இது எம்.எஸ்.சியாயின்னு கேட்டா... நோ ப்ராப்ளமிங்குராம் சத்தியமூர்த்தி. கொட்டலும்பங் கணக்கா இருந்துகிட்டு என்னபோடு போடுறாம். யாரோ கேர்ள் ஃபிரண்டு பேரு என்னமோ சொன்னான சர்ட்லியர்... சர்ட்லியர். அவளப் பாக்குறம் பாக்குறமின்னு எக்மோர் ரயில்வே ஸ்டேசன்லே கெடக்குறாம். புருசம் இல்லியாம், ஆப்பக்காரியின்னாம். இவங் காத்தம் சித்தி மொவளயே காதல் பண்ணிகிட்டு அலையிறாம். சிவநேசம் இருந்தா கூட்டிட்டு வந்திருக்குலாம. கண்ணத் தட்டாம தாபனாவ பாத்துகிற்று இருந்தான். ஆசப்பட வேண்டியதாம் அதுக்கு ஒரு அளவு மாண்டாமா. அப்பா உயிரோட இருந்திருந்தா இப்புடி ஆள் கூப்புட வேண்டி வந்திருக்குமா. எய்யா, ஒரு வேள முன்னப் பின்ன மெட்ராசுக்கு வந்தயின்னு வையி வீட்டுக் கொழம்புல சாப்புடணும் போலயிருந்தா மண்ணடியில காஹிரா ஹோட்டல் மறந்திராத. சட்டி போரஸ் இந்த மாரி கஞ்சா அடிக்கிறாம். எம்.சி.சியும் என்ன பெருசாயிருக்கு. ஊரவுட்டு ரெம்ப தள்ளிப்போயிற்று. சட்டிக்கி புத்தி கொஞ்சம் பரவாயில்லய. மெட்ராசுக்கு வந்து திருந்திற்றாம்போல. கூட்டிற்றுப் போயிச் சாப்பாடு வாங்கித்தாராம். இப்புடி போதயில மலந்து கெடக்குறான. என்னத்தப் படிச்சி, ஆடு மாடுவதாம்... கொணம் அறிஞ்சி தாம் குதுரைக்கிக் கொம்பு குடுக்கயில்லயிம்பாவ. மண்ட ஓடு மொவக் கம்சக் கண்ணால பாக்குறாயின்னு பாத்தா லெட்டர் போட்டுட்டாள. பெரிய இங்கிலிஷ்காரரு மொவ கணக்கா இங்கிலீசுலதாம்...'

பெருமூச்சுவிட்டான் அமுதன். கோவிலுக்குப் பின் கிரிக்கெட் கிரவுண்டில் நின்றுகொண்டிருந்தான். அன்னாந்து பார்த்தால் வானத்தில் நட்சத்திரப் புள்ளியொன்று வேகமாய் நகர்வது தெரிந்தது. எத்தனையோ சோதனைக்கு இடையிலும் ஓடிப் போகாமல் கல்லூரியிலேயே நின்றுவிட்டான். அவனைப் பொறுத்தவரையில் கள்ளிகுளம் நாடார் கல்லூரிக்கும் சென்னை ஸ்டீவன்சுக்கும் பாரதூர வித்தியாசம். மானசீகமாய் அம்மா ரெசிற்றாவுக்கு நன்றி

சொன்னான். வந்து சேர்ந்திருந்த மறுநாளிலிருந்தே என்னால் படிக்க முடியாது கிளம்பிவிடுகிறேன் என்று கடிதமெழுதி னான். பொறு பொறு என்று பதிலெழுதிய அம்மா இந்த முறை சற்று விரிவாகவே எழுதியிருந்தாள். எத்தனை முறை படித்தாலும் திரும்பத் திரும்பப் படிக்கத் தூண்டும் வாக்கியங்கள். என்னதான் டீச்சராய் இருந்தாலும் ஊரை விட்டால் கொற்கை மற்றபடி எந்த இடமும் அறிந்திராத அம்மாவால் எப்படி, இப்படி உணர்வுபூர்வமாகக் கடிதமெழுத முடிகிறது என்று எண்ணி எண்ணி வியந்துபோனான். இன்று வரை எத்தனையோ முறை படித்துவிட்டான். மனப்பாடமாகியிருந்தது.

...அம்மா கையில் போட்டிருந்த காப்பைக் கழற்றித் தந்து படிக்கிறோம் என்ற உணர்வு உனக்கு. கையில் கிடக்கும் தங்க வளையலால் எனக்கு என்ன கிடைக்கப் போகிறது ஒரு அற்பமான பெருமையைத் தவிர. அது என் கண் மணியின் படிப்புச் செலவிற்கு உதவியிருக்கிறதே என்ற சந்தோசம் எனக்கு. என்ன செலவானாலும் பரவாயில்லை நீ அங்கு இரு. நீ இங்கு படித்த கல்லூரியின் தரம் எனக்குத் தெரியும். உன்னுடைய தரமும் தெரியும். பயப்படாமல் இந்த இரண்டு ஆண்டுகளையும் அங்கு நீ கடந்து வந்தாலே போதும். நீ தேர்ச்சி பெற்றுத்தானாக வேண்டுமென்று யார் சொன்னார்கள்? நீ எங்களைப் பற்றிய கவலையை விட்டு விட்டு நல்லபிள்ளையாக, நன்றாகச் சாப்பிட்டு, விளையாடி, கல்லூரிக்குப் போய்ச் சந்தோசமாக இரு. போன கடிதத்தில் காஸ்மோ மெஸ் அதிக செலவாகிறதென்றும் அதனால் மெட்ரோ மெஸ்சை விடவும் குறைந்த செலவு வரும் ஜுபிலி மெஸ்சில் சேரப் போவதாகவும் எழுதியிருந்தாய். அய்யா, நான் என் பிள்ளை மேல் முதலீடு பண்ணுகிறேன். முதலீடு பண்ணுவது நான் நீ யார் இங்கு குறுக்கே? அங்கு பெரிய பெரிய பணக்காரர்களின் பிள்ளைகள் படிப்பதாயும் விதவித மான கார்களில் அவர்கள் வருவதாயும் எழுதியிருந்தாய். அவர்கள் பேசும் ஆங்கிலம் புரியவில்லையென்றும் நமது ஊர்ப் பக்கங்களிலிருந்து அங்கு படிக்கும் பிள்ளைகளே உன்னைக் கிண்டல் பண்ணுவதாயும் எழுதியிருந்தாய். அம்மா ஒரே ஒரு அறிவுரை சொல்லட்டுமா. பொருளாதாரம் படிப்பதற்காக மட்டுமா நீ ஸ்டீபன் கல்லூரியில் படிக்கிறாய்...! பொருளாதாரம் படிக்க வேண்டுமென்றால் நீ இங்கு கள்ளிகுளம் கல்லூரியில் படிக்கும்போது பரீட்சை நேரங் களில் கொண்டுவந்து படிக்கும் மா.பொ. குருசாமி போதாதா? நீ உலக அறிவு பெற வேண்டுமென்பதற்காகத்தான் உன்னை அங்கு அனுப்பியிருக்கிறேன். என் சிங்கக் குட்டி அங்கு

பல்வேறுபட்ட பிள்ளைகளோடு பழக வேண்டும் படிப்போடு இன்னும் நிறைய விசயங்கள் தெரிந்துகொள்ள வேண்டும் என்பதற்காக. வெளிநாட்டுக்காரர்கள் ஆப்பிரிக்காக்காரர்கள் எல்லாம் அங்கு படிப்பதாக எழுதியிருந்தாயே. அவர்களில் ஒருவனை நண்பனாக்கிக் கொள். அவனோடு எப்படியும் நீ ஆங்கிலத்தில் பேசித்தான் ஆக வேண்டும். திரும்பவும் எழுதுகிறேன் சுவர் இருந்தால்தான் சித்திரம் வரைய முடியும். நன்றாகச் சாப்பிடு. நன்றாக உடற்பயிற்சி செய். நாலு இடங்களுக்கு நண்பர்களோடு போ. புத்தகப் புழுவாய் இருந்துவிடாதே.

வேண்டும் தேவ கடாட்சம்.

அம்மா ரொசிற்றா.

ராக்குருவி கூவியபடி பறந்தது. திரும்பிப் பார்த்தான். பெரும்பாலும் விடுதியின் அறைகளில் எல்லா விளக்குகளும் அணைக்கப்பட்டுவிட்டன. இரண்டாம் நம்பர் பிளாக்கில் மட்டும் நடுவில் ஒரு அறையில் விளக்கெரிவது தெரிந்தது. அலெக்ஸ் பீரிஸ் அறையில் படித்துக்கொண்டிருந்தான். அவனது அறைத் தோழனும் சி.ஏ. படிக்கிறான். எழுந்து மெதுவாகத் தனது அறை நோக்கி நடந்தான் அமுதன். மனம் திரும்பவும் அம்மா ரொசிற்றாவைச் சுற்றியே வட்டமிட்டது.

'யாருக்கும் முன்னால எம்புள்ள தலகுனிஞ்சி நிக்கக் கூடாதுன்னாங்கள். மதிபன் எதுக்கு இப்புடியிருக்காம் கால்யில கஞ்சா இல்லாம கண் முழிக்க மாட்டயிங்குறாம். சிவநேசம் வந்தா நாளைக்கி ஹீரோ படம் பாக்கப் போலாம். இனும கிளமென்ட் ஃபெபேமேதாம் கூட்டு. அம்மா சந்தோசப்பட நீதிராச்சி முன்னால ஒரு ஆளாப் போயி நின்னுர மாட்டம். என்னதாம் மாசேதுங் சீனாவக் கட்டிக் காப்பாத்தியிருந்தாலும் வளர்ச்சிக்கி வழிகாட்டுனவரு டெங்தாம். ஒரு காலத்துல பெரிய வல்லரசானாலும் ஆச்சரியப்படுறதுக்கில்ல. சாவுறவர போராளியாவே இருந்து... இனத்த, மொழிய, நாட்டக் கடந்து போராளிகளோட சிம்ம சொப்பனந்தாம் சே... நிச்சயமாவே சே ஒரு அவதார புருசந்தாம். தேடிச் சோறு நிதம் தின்று பல சின்னஞ் சிறுகதைகள்... நான் வீழ்வேன் என்று நினைத்தாயோன்னு பாரதி என்னமாரி ஆள்களுக்காகத்தாம் எழுதியிருக்காரு.'

109

1987

நல்ல அமாவாசை கருக்கிருட்டு. மணல் தெருவில் ஓரிரு வீடுகளைத் தவிர மற்ற வீடுகளிலெல்லாம் விளக்கு களை அணைத்திருந்தார்கள். அதுவரையில் புத்தக வாசிப்பில் மூழ்கியிருந்த சுகந்தி மிஸ் தூக்கச் சடவில் சாய்வு நாற்காலியில் உறங்கிப் போயிருந்தாள். அரவமற்றுப் போயிருந்த எதிர் வீட்டில் படபடவெனக் கதவுகள் அடைபடும் சத்தம். தலையைத் தூக்கி எதிரே எட்டிப் பார்த்தாள். முன் விளக்குகள் எதுவும் எரிந்தது போலில்லை. தலையைச் சாய்த்துக்கொண்டாள். உறக்கம் பிடிக்கவில்லை.

‘செபஸ்தியான் பீரிஸ்... அப்பா எறந்தப்ப எப்படி வந்து ஓடி ஓடி உதவி பண்ணுனாரு. விடியக்காலம் அஞ்சே முக்கால் மணிக்கே வேட்டியுங் கோட்டுமா சின்னக் கோயில் மொதப் பூசைக்கிப் போவார. காப்பி பலகாரமெல்லாம் பெறவு வீட்டுல இருந்துதாம் போவும். அலெக்ஸ் அவுங்க அம்மா சாட. ரோஸ்மேரி அவுங்க அப்பாதாம். ஆமா பொட்டப்புள்ள அப்பா சாடையிலயும் ஆம்புள புள்ள அம்மா சாடையிலயுந் தான இருக்கணுமின்னு சொல்லுவாரு. கஸ்பாருந்தாம் காலயில போறவாரு ராப்பபடையில இந்நேரந்தாம் கடய அடச்சிற்று வந்து சேருவாரு. கமலியும் கஸ்பாரும் பாசமலர்தாம். மரியசீலியும் பெரிய அமைச்சர் மகமாரியா நடந்தா... தம்பிக்காரம் சொத்தப் பிரியின்ன ஒடன ஆடித்தாம் போயிற்றாரு. ஆமா அதுவரையில அவனுக்கும் கடைக்கும் என்ன சம்பந்தம். எனக்கு வீடு வேண்டாம் அந்தக் கடைய குடுத்திருங்கன்னு கெஞ்சினாரு கஸ்பாரு. அதுலதாம் அவருக்கு வியாதி. பாதிநாள் காலயில போற

பலகாரம் அப்படியே சாப்புடாமத் திரும்பி வாரத காலேஜிக்குப் போவும்போது பாத்திருக்கான. ஒடம்ப எங்க கவனிச்சாரு. எப்பவும் கடதாம். கொறகயில ஆப்பிரிக்கட்டு, கிஸ்முஸ், பாதாம், பிஸ்தான்னா அது பீரிஸ் கடதாம். சாயந்தரம் அஞ்சி மணியானா பணக்காரம் பூதாவும் அங்கதான வருகையில நிப்பாம். அலெக்ஸ் நல்லா படிக்கிறாம்மா. இந்தப் போட்டாவப் பாத்தியா ஸ்கூல்ல என்சி.சியில இவந்தாம் லீடராம். கழிஞ்ச வருசம் மெட்ராசுல போப்பப் பாக்கப் போயிருக்கும்போது கவனிச்சாம். கட போயிற்றுன்னு வருத்தப்படுறமின்னு நெனக்கிறயா, அதாம் இல்ல. அந்தக் கடயில்லாததுனால இப்ப காலயிலயும் மாலயிலயும் சின்னக்கோயிலுல் சிலுவ ஆண்டவர்ட்ட போயி அமதியாப் பேச முடியிதும்மா. அந்த பீடம் யாரு கெட்டிக் குடுத்ததுன்னு நெனக்க, எங்க தாத்தா அந்தக் காலத்துல யாரோ சாமியார் மேல பணத் திமிருல கைவச்சிற்றாராம். மாமா அதுனால சாமியாராத்தாம் ஆவமின்னு ஒத்தக் காலுல நின்னு சாமியார் ஆனாராம். தாத்தா, மாமா சாமியாராயிற்றதுனால அந்தக் காலத்துலயே முன்னூத்தி எழுவத்தி அஞ்சு பவுனக் கோயிலுக்கு நன்கொடையாகக் குடுத்தாங்களாம். அப்ப பவுனு எட்டு ரூவான்னு நெனக்கிறம். எம்மா ஒரு கலியாணங் காட்சி பண்ணுனா என்ன. இந்த அண்ணங்கிட்ட சொல்லு, ரண்டு நாள்ல மாப்புளயக் கொண்டு நிப்பாட்டிருறம். ஆனாலும் ஒங்கய்யாவமாரி வருமா. அவுரு மட்டும் அண்ணக்கி தண்ணி கொண்டராம இருந்திருந்தா.'

தடதடவென யாரோ ஓடும் சத்தம் கேட்டது. திரும்பவும் கதவுகள் அடிபடும் சத்தம். நிமிர்ந்து உட்கார்ந்தாள். சுகந்தி எதிரே முன் வீட்டில் ஏதோ சரியில்லை என்று மட்டும் தெரிந்தது.

'குடும்பப் பேரக் கெடுக்குறதுக்குன்னே வந்து பெறந்து தொலக்கிறான்வ. இந்த அவதி நமக்கு இல்ல. எப்படியிருந்த புள்ள இப்படிக் கெட்டு குட்டிச் சுவராயிற்றான. இந்தக் கூத்தப் பாக்காம அவுரு போயிச் சேந்திற்றாரு. வீட்டுல வயசுக்கு வந்த ஒரு வாலிபப் புள்ளய வச்சிகிட்டு இந்த ஆட்டம். ஸ்டீபன் காலேஜில படிச்சானாம். இவங்கூட படிச்ச நாடாக்கமார் பசங்கெல்லாம் அவம் அவம் தொழிலப் பாக்கயில்ல. மரியசீலி பாவந்தாம். இந்தப் புள்ள ரோஸ் மேரிக்கி ஒரு கலியாணம் எடுத்து வைக்கணும்மா அது வரைக்கும் இந்த உசுரக் கையில புடிச்சிகிட்டு இருக்கம்மா.'

கீச் கீச் என்று கெவுளி அடித்தது. எட்டி மேலே பார்த்தாள் சுகந்தி. வலது கையால் மூக்குக் கண்ணாடியைச்

சரிசெய்தாள். மேலே விளக்கருகே பல்லியொன்று தூரத்தில் நின்றிருந்த வீட்டில் பூச்சை பிடிக்கத் தாவியது. மயிரிழையில் உயிர் தப்பிப் பறந்தது அந்தப் பூச்சி. திரும்பவும் எதிரே கதவு அடைபடும் சத்தம்.

நீண்டு பெருத்திருந்த வீடு. உள்கட்டு, நடுக்கட்டு, வெளிக்கட்டு என்று ஓடி வருவதற்குள் ரோஸ்மேரிக்கு நெஞ்சே வெடித்துவிடும் போலிருந்தது. உயிரைப் பிடித்துக் கொண்டு ஓடினாள். இன்னும் நாலு எட்டு, மூலையில் கிணறு. அதன் திண்டு ஓரத்தில் கால்வைத்துத் தவ்வி வெளிப்புறச் சுவரில் ஏறிக் குதிக்க வேண்டும். இரவில் அணியும் நைட்டி அணிந்திருந்தாள். எகிறிக் கிணற்றுத் திண்டில் கால்வைத்துத் தவ்வினாள். கால்வரை நீண்டிருந்த நைட்டி தடுத்து. பதறி வீட்டுப் பக்கம் திரும்பினால், அங்கு அலெக்ஸ் இடுப்பில் ஜட்டியைத் தவிர உடம்பில் வேறு எந்தத் துணியுமில்லாமல் கையில் பளபளக்கும் சைனிஸ் சாப்பரோடு நின்றிருந்தான். கட்டுமுட்டெனக் கத்தரிக்காய்க்குக் கையும் காலும் முளைத்தது போலிருந்தான். சரிந்த தொந்தியும் உப்பிய கன்னமுமாக அகோரமாயிருந்தான். கோழிமுட்டைக் கண்கள் சிவந்து அரை மயக்கத்திலிருந்தன. உடலெல்லாம் முசுமுசுவென முடி, கிணற்றுச் சுவற்றில் தாமதித்த ரோஸ் மேரியை எட்டிப் பிடிக்கலாமென்று பின்னால் வரயிருந்தவன் அதற்குள் அவள் எகிறிக் குதித்ததில் ஏமாந்து போனான். வெகுநேரம் கிணற்றுத் திண்டையே வெறித்தபடியிருந்தவன், சுற்றுமுற்றிலும் கண்களை ஓட்டியவாறே வந்து புறக்கடைக் கதவைப் பின்புறம் சாத்திவிட்டு உள்ளே வந்தான்.

இருட்டில் தூரத்தில் தாடியார் குரல் கேட்டது.

“விரியன் பாம்புக் குட்டிகளே, வரப்போகிற சினத்துக்கு உங்களைத் தப்பித்துக்கொள்ள உங்களுக்கு சொல்லிச் கொடுத்தவன் யார்.”

“என்னமோ சரியில்லிய” தனக்குத்தானே சொல்லிக் கொண்ட சுகந்தி மிஸ், குறுக்குக் கம்பிகள் போட்ட சன்னல் வழியே எதிர்வீட்டை நோட்டம் விட்டவாறு வராண்டாவில் குறுக்கு மறுக்காக நடக்க ஆரம்பித்தாள். மன வேகத்துக்கு உடல் ஒத்துழைக்க மறுத்தது. திடீரென ஈனஸ்வரத்தில் அலறல் சத்தமொன்று எதிர்வீட்டிலிருந்து கேட்டது. பக்கத்து வீடுகளில் அது பெரிதாய்க் கேட்டிருக்க வேண்டும். விளக்குகள் பளிச்சிட அங்கங்கே தலைகள் தெரிய ஆரம்பித்தன.

‘மரியசீலி சத்தமமாரியில கேட்டிச்சி. அதுக்குப் பெறவு சத்தமில்லிய. முன்னால அடைச்சிருக்கதுனால இங்க சத்தம்

அதிகமாயில்லாயோ. இந்தப் பய அடிச்சிக்கிடிச்சிப் போட்டானோ. அதுக்குத்தாம் ரோஸ்மேரி இருக்காள தூரத்தில் ஏதோ வாகனம் வரும் சத்தமும் கேட்டது அதன் ஒளியும் தெருவிலிருந்த மின்கம்பத்தில் விழுந்தது.

"இந்த ராத்திரியில யாருடா வாரா" என்றவாறு முன் கதவின் குறுக்கே போட்டிருந்த அடிதண்டாவைக் கழற்றிக் கதவைத் திறந்துகொண்டு தெருவை எட்டிப் பார்த்தாள் சுகந்தி. வேகமாய் வந்த போலீஸ் ஜீப்பின் பின்புறமிருந்து ரோஸ்மேரி இறங்கினாள். அவளோடு சீருடையில் போலீசார். பதற்றத்தில் கையிரண்டையும் பிசைந்தபடி முன்னால் ஓடி வீட்டின்முன் நின்றாள். உள்ளே இருண்டு கிடந்தது. சத்தமேயில்லை, கதவைத் தட்டினாள். திறப்பதற்குண்டான எந்த அறிகுறியுமில்லை.

"அம்மா, அம்மா..."

"எம்மா உள்ள யாராச்சும் இருக்காங்களா, இல்லியா...?" காவல்துறை ஆய்வாளர் சகாபுதீன் பரதாவத்தில் கோபப்பட்டார்.

"சார் எங்கம்மா உள்ளறையில இருந்தாங்க, ஆனா அவுங்களால நடக்க முடியாது. எங்கண்ணம் சைனிஸ் சாப்பரோட என்னைய முடுக்குனாமுன்னு சொன்னன்ல்ல."

அதற்குமேல் சுகந்தியால் வீட்டிற்குள் நிலைகொள்ள முடியவில்லை, படியிறங்கித் தெருவைக் கடந்து முன்னே வந்தாள்.

"சரிம்மா, யோவ் நீங்க ரண்டு பேரும் கதவத் தள்ளித் தெறங்கையா."

"சரி சார், சார் தெப்பக்கொளத்துப் பக்கம் ரைடு போவணுமின்னு ஞாபகப்படுத்தச் சொன்னிய."

"யோவ் அறிவில்ல... எங்க வந்து எதச் சொல்லிகிட்டு இருக்க. வந்த எடத்துல வந்த வேலயப் பாரு. ஒன்னச் சொல்லிக் குற்றம் இல்லைய்யா... ஒரு ராப் பொழுது பகல் பொழுதுன்னு கெடையாது. போலிஸ்காரம் உத்தியோகமாம் நக்குன உத்தியோகம். சரி போய்யா, போயித் தெறங்க."

மலேசியாத் தேக்கில் கடைந்த கடினமான கருந்தேக்கு, திறப்பனா என்று மல்லுக்கட்டியது. முழுக் கதவும் மேலும் கீழுமாக இரண்டு பகுதிகள். இரண்டு காவலர்களும் எவ்வளவோ முயன்றும் முடியாமல் போனது. இதற்குள் தெருவில் கூ... கூ...வெனக் கூட்டம் கூடிவிட்டது. என்னவோ

ஏதோவென மிரண்டு போயிருந்தார்கள். கடந்த சில மாதங்களாகவே அலெக்ஸ் போதையில் தள்ளாடி வருவதைப் பார்த்திருக்கிறார்கள். சுற்றிச் சுற்றிப் பார்த்தால் அங்கு தொட்டு இங்கு தொட்டு அனைவருமே உறவுக்காரர்களாக இருந்தார்கள்.

"சார், என்ன முடுக்கிகிட்டு வந்தாம்... அந்தப் பின் கதவப் பூட்டியிருக்கிறதுக்கு வாய்ப்பு இல்ல" பதறினாள் ரோஸ்மேரி.

கூட்டத்தை விலக்கி முன்னால் வந்த சுகந்தி, ரோஸ் மேரியின் பின்னால் வந்து ஆதரவாய் அவள் தோள்களைத் தொட்டாள். திரும்பிய ரோஸ்மேரியின் கண்களில் மாலை மாலையாய்க் கண்ணீர்.

"மிஸ்... அம்மா..."

கண்களை மூடி, தலையை அசைத்துக் காட்டிய சுகந்தி சொன்னாள்.

"சார் அவ சொல்லுறது போல அந்தப் பின்பக்கம் போயிச் செவுரேறிக் குதிச்சிப் பாக்கச் சொல்லுங்களம்."

இடுப்பில் இரு கைகளையும் ஊன்றியபடி செய்வதறியாது நின்றுகொண்டிருந்த சகாபுதின் குரல் வந்த பக்கம் திரும்பி கேட்டார்.

"நீ யாரம்மா...?"

"சார் எம் பேரு சுகந்தி. எதிர் வீட்டுல இருக்கம். மேரிஸ் காலேஜில இங்கிலிஷ் லெச்சரரா இருந்தம்."

சிறிது நேரம் சுகந்தி மிஸ்மீது பார்வையை ஓட்டியவர் கோபமாய்ச் சொன்னார்.

"யோவ் பின்னால போயிப் பாருங்கையா."

உடன் வந்திருந்த காவலர் இருவரும் பக்கத்துச் சந்து வழியே புகுந்து பின்புறம் மதில்சுவரில் ஏறிக் குதித்து பின் பக்கக் கதவைத் தள்ளினார்கள். சத்தமில்லாமல் திறந்து கொண்டது. கூட்டத்தில் சலசலப்பு. முண்டியடித்தபடி பின்புறம் சாடினார்கள். பக்கத்துச் சந்தின் குறுக்கே கை மறித்துத் தடுத்த ஆய்வாளர் சகாபுதீன் சொன்னார்.

"நீங்கள்ல்லாம் உள்ள போனியள்ன்னா எங்களால ஒழுங்கா வேலை செய்ய முடியாது."

"..."

“மேடம் நீங்களாவது கொஞ்சம் சொல்லக் கூடாதா. ஆமா ஓங்கள எல்லாம் யாரு இங்க கூப்பிட்டது?”

“சார், கொஞ்ச நேரத்துக்கு முன்னாடி வீட்டுக்குள்ள யிருந்து ஒரு அலறல் கேட்டிச்சி. பதறி முழிச்சி வெளிய வந்தம்.”

“யோவ் இன்னும் என்னய்யா பண்ணுறிய?”

பின்னால் யாரோ எகிறிக் குதிப்பது தெரிந்தது. ஆய்வாளர் தன் கையிலிருந்த டார்ச் லைட்டை அந்தப் பக்கம் அடித்தார். ஓடிவந்த தலைமைக் காவலர் சொன்னார்.

“ஐயா உள்ள ஒரே கும்மிருட்டா இருக்கு, உள்ள போறதுக்குப் பயமா வேற இருக்கு, இந்த டார்ச்ச...”

“இந்தா புடிய்யா.”

சிறிது நேரத்தில் டமாரென்ற சத்தத்தோடு கதவு திறந்து கொண்டது. கூட்டத்தைத் தடுத்து ரோஸ்மேரியையும் சுகந்தி மிஸ்ஸையும் உள்ளே அனுமதித்த ஆய்வாளர் சொன்னார்.

“எம்மா இந்த வீட்டுல யாரும் இருக்கிறதுக்குண்டான அறிகுறியில்லிய. கனவுல எதயாவது கண்டுட்டுப் பயந்து ஓடி வந்திற்றியா?”

“இல்ல சார், அம்மா... அண்ணம்.”

சுவரில் தடவி சுவிட்சுகளைத் தட்டினார் விளக்கு எரியவில்லை. டார்ச் லைட் அடித்தார்கள். கண்ணாடிக் கதவு போட்ட கபோர்டுகளில் அடுக்கடுக்காய்ப் புத்தங்கள்.

“கரண்ட கட் பண்ணிற்றாம் மிஸ்.”

“அம்மா வழக்கமா எந்த அறயில இருப்பாங்க?”

“சார் இந்தப் பக்கம்” என்றவாறு இருட்டில் முன்னேறினாள் ரோஸ்மேரி.

கண்களுக்கு இருட்டு பழகியிருந்தது. ஆய்வாளரும் டார்ச் லைட்டை அவள் போன திசையில் ஓட்டினார். வடக்கே சாத்தியிருந்த ஒரு அறையின் முன் நின்று நிதானித்தாள் ரோஸ்மேரி.

“யோவ் கான்ஸ்டபிள் அங்க போய்யா.”

பாதங்கள் பிசுபிசுத்தன. சகிக்க முடியாமல் வலது கையைத் தரையில் தொட்டு முகர்ந்தாள். கரல் பிடித்த இரும்புக் கம்பியின் வாசம். நைட்டியில் அனிச்சையாய்த்

துடைத்துக்கொண்டாள். இடது கையால் கதவைத் தள்ளினாள், ‘கிற் கிற்’ என்ற சத்தத்தோடு கதவு திறந்தது. காவலர்கள் துணைக்கு வந்து கதவை நெட்டித் திறக்க ஓடிச்சென்று கட்டிலில் தேடினாள். பதறித் திரும்பி மேசைமீது கை வைத்தாள். படக்கூடாத இடத்தில் கைபட்டது போல் கையைச் சுருக்கியவள் திரும்பவும் கை பாவினாள். பிசுபிசு வென்றிருந்தது. துடிதுடித்து பதறி அங்குமிங்கும் கை பதித்தாள். மேசையின் ஒரு முனையில் பாதங்கள். மறு முனையில் தலைமுடி கையில் பட்டது.

“அம்மா...”

அந்தப் பிராந்தியமே நடுநடுங்கும்படி அலறினாள் ரோஸ்மேரி. டார்ச் லைட்டைச் சத்தம் வந்த திசையில் திருப்பி மேசைமீது ஓட்டினார் கான்ஸ்டபிள். கறியை அறிவதுபோல் துண்டு துண்டாய், துண்டு துண்டாய்... மேலே பொட்டுத் துணியில்லை...

ரோஸ்மேரியிடமும் மூச்சில்லை. கண்ணும் தலையும் நிலைகொள்ளாமல் சுற்ற, கிறங்கிக் கீழே சாய்ந்தவளை உள்ளே புகுந்து தன் தோள்களில் தாங்கினாள் சுகந்தி. பேச்சு எழவில்லை. பக்கத்தில் நின்றிருந்த கான்ஸ்டபிள்களும் ஆய்வாளரும் வியப்பின் உச்சத்தில் உறைந்துபோனார்கள்.

“சார்...!”

“பேசாதைய்யா.”

நிலவிய மயான அமைதியையும் மீறிப் பக்கத்தில் விசும்பல் ஒலியொன்று கேட்டது. நிதானித்து அறையிலிருந்து ரோஸ் மேரியைத் தாங்கியவாறு வெளியே வந்தாள் சுகந்தி மிஸ். விசும்பல் ஒலி கேட்ட திசையில் டார்ச் லைட்டைத் திருப்பிய ஆய்வாளருக்கு அங்கேயும் அதிர்ச்சி. கைகளில் முகம் புதைத்து மாடிப்படிகளில் கூனிக் குறுகி அமர்ந்திருந்தான் அலெக்ஸ். நெருங்கிச் சென்றவரின் வலது கை அனிச்சையாய் இடுப்பில் சொருகியிருந்த ரிவால்வரைத் தடவியது. அவன் திரும்பவே யில்லை. உடலெங்கும் ரத்தக்கறை படிந்து ரண கோலமா யிருந்தான். ஆய்வாளரின் சைகையைப் புரிந்துகொண்ட காவலர்கள் அவன் கையைப் பிடித்து இழுத்தனர். அவர்கள் கையைத் தட்டிவிட்டவன் தரையில் விழுந்து அழுது புரண்டான். ரத்தக்கறை படிந்த சைனிஸ் சாப்பர் மாடிப் படிகளில் கிடந்தது. குனிந்து கைக்குட்டையில் போர்த்தி அதை எடுத்துப் பத்திரப்படுத்திக்கொண்டார் சகாபுதின். கூட்டத்தில் யாரோ முனகினார்கள்.

"அட பாவிப் பயவுள்ள, பெத்த தாயா... அதும் இப்படியா. அந்த உசுரு எப்படி துடிதுடிச்சி போயிருக்கும்."

"அப்படி என்ன போத வேண்டிக் கெடக்கு."

ஆய்வாளர் சுகந்தி மிஸ்சை ஏறிட்டார். புரிந்துகொண்ட சுகந்தி, சொன்னாள்.

"ரோஸ்மேரிய நாம் பாத்துக்கொள்ளுறம்."

"காலயில அந்தப் பொண்ணு கொஞ்சம் ஸ்டேசனுக்கு வரவேண்டி இருக்கும்."

"நா ஏற்பாடு பண்ணுறம்."

"யாரும் வீட்டுக்குள்ள வராமப் பாத்துக்கோங்க. ஏன்னா, தடயங்கள நாங்க எடுக்க வேண்டிய வரும்" என்றார் சகாபுதின்.

"சரி சார்."

வெளியே கூட்டம் அதிகமாகியிருந்தது. சூழ்நிலையைப் புரிந்துகொண்ட ஆய்வாளர் உடனே இரு காவலரையும் அழைத்து ஒரு துண்டால் அலெக்சின் கையைப் பின்னால் இழுத்துக் கட்டி வண்டியின் பின்புறம் ஏற்றச் சொன்னார். இழுத்து வந்து ஏற்றினார்கள். அவனிடம் எந்தவிதமான எதிர்ப்பும் இல்லை. சர்வ சாதாரணமாக ஜீப்பில் ஏறி அமர்ந்தான்.

"யாராவது ஆம்புளய ரண்டியறு ஏறுங்கய்யா" கூட்டம் பின்வாங்கியது.

"பின்ன எதுக்குய்யா, முண்டியடிச்சிகிட்டு முன்னால வர்றிய. யோவ் 301, அந்த வெள்ளமுடிக்காரரையும் அவுரு பின்னால நிக்கிறவரையும் ஜீப்புல ஏத்து. மெத்தப் படிச்சவன்வளா இருப்பான்வ."

அவர்கள் முரண்டு பிடிக்க, 301 சொன்னார்.

"பயப்படாதீக இங்க நடந்திருக்கது ஒங்க எல்லாருக்கும் என்னென்னு தெரியும். இத நாங்க எங்க இஷ்டத்துக்கு எழுத முடியாது, சாச்சி வேணும். அப்பதாம் நம்ம சட்டப்படி செல்லுபடியாவும்."

"சரி அவுரு பயப்படுறாருல்ல நா வாரம்" என்றார் கூட்டத்திலிருந்து முன்னால் வந்த செல்வதாஸ் சிங்கராயர். லுங்கி அணிந்திருந்தார்.

"சரி வாய்யா, யோவ் 108 வீட்டுக்குள்ள யாரையும் விடாத. ஆஸ்பத்திரிக்கு போன் பண்ணி ஆள அனுப்புறம்,

கொற்கை

பாடிய உடனே அங்க அனுப்பப் பாருங்க. போஸ்ட்மார்ட்டம் பண்ணணும்."

ஜீப் கிளம்பியது. சுகந்தியின் தோளில் சாய்ந்திருந்த ரோஸ்மேரி அசைந்தாள். சாமம் தப்பிப் பனி விழ ஆரம்பித்திருந்தது. பெண்கள் தலைகளில் முக்காடோடு நின்றிருந்தார்கள். வயதான கிழடுகளின் தலையில் மப்ளர் ஏறியிருந்தது. ஒரு சில குரங்குக் குல்லாய்களும் தெரிந்தன.

"ரோஸ்மேரி கவலைபடாத. நீ எங்கிட்டதாம் இருக்க..." என்றாள் சுகந்தி மிஸ்.

"மிஸ்... அம்மா... அண்ணம்."

"சரி வா" என்றவாறு ரோஸ்மேரியைத் தோளில் கை போட்டபடி அழைத்துக்கொண்டு தன் வீட்டிற்குள் போக எத்தனித்தாள் சுகந்தி. தூரத்தில் வண்டியொன்று திரும்பும் வெளிச்சம் தெரிந்தது. அரசாங்க மருத்துவமனையிலிருந்து ஆம்புலன்ஸ் வந்திருந்தது. வண்டியிலிருந்து ஸ்டெரச்சரோடு இறங்கியவர்கள் விறுவிறுவென உள்ளே போய் வெண் துணியால் உடலைப் பொதிந்துகொண்டு வந்து ஏற்றினார்கள்.

"அம்மா... அம்மா" என்றலறியபடி ரோஸ்மேரி ஆம்புலன்சோடு தெருவில் சிறிதுதூரம் ஓடினாள். பின்னாலே வந்த சுகந்தி மிஸ் அவளைத் தடுத்து அணைத்துக் கூட்டி வந்தாள். வீட்டிற்குள் செல்ல மனதில்லாமல் வாசலிலேயே அவளோடு அமர்ந்திருந்தாள். இத்தனை பெரிய கொடூரம் கனவுபோல் நடந்து முடிந்திருந்தது. எதிர் வீடாகையால் சுகந்தியும், மரியசீலியும் சந்திக்கும் நேரங்களில் பழைய நிகழ்வுகளை நினைவுகூர்வது வழக்கம்.

'அவுக போன பொறவு நமக்கு இனும என்ன வாழ்க்கயிங்குற. ஒண்ணே ஒண்ணு கண்ணே கண்ணுன்னு ஒரு பொட்டப்புள்ள. நகையெல்லாம் சேத்தாச்சி. ஒரு நல்ல மாப்புளயாப் பாக்குறதுதாம் பாக்கி. பெறகு இவந்தான... இவம் என்னயக் கொன்னாக்கூடப் பரவாயில்லை. நல்ல புள்ளதாம் கூடுவாரோட சேந்து இப்புடி மாறிற்றாம். அதுக்கு இப்படியா அறிஞ்சி போடுவாம் பாவிப் பய. எப்புடி அதப் பாத்திற்று எனக்கு மயக்கம் வரலயின்னு எனக்கே தெரியிலிய.'

வாசல் நிலையில் சாய்ந்தவாறே அமர்ந்திருந்தாள் சுகந்தி. அவள் மடியில் தூங்கிப்போயிருந்தாள் ரோஸ்மேரி.

110

1987

விடிவதற்கு முன்னாலேயே கொற்கை நகரெங்கும் செய்தி "கூ கூ"வெனக் கிடந்தது. அதிகாலையிலேயே நடைப் பயிற்சிக்காக ரோச் பூங்கா, தருவைப் பக்கம் வந்தவர்கள்கூடத் தாங்கள் வந்திருந்த வாகனங்களை திருப்பி மணல் தெருவை நிரப்பியிருந்தார்கள். மறுபுறம் சின்னக்கோயில் பக்கமிருந்தே வழிநெடுக வாகனங்களை நிறுத்தி எங்கும் போக்குவரத்து நெரிசல். போதாக்குறைக்கு மணல் தெருவில் அடிக்கொரு போலீசார். தருவையில் நடைப் பயிற்சிக்காக வந்திருந்த பிரேம் புல்லட்டைத் திருப்பி கிரகோப்தெரு வழியாக மணல்தெருப் பக்கம் வந்திருந்தான். புல்லட்டைச் செலுத்த வழியில்லாத தால் பக்கத்துச் சந்தில் வண்டியை நிறுத்திவிட்டு மணல் தெரு உள்ளே வந்தான். அங்கே தன்னுடைய வெள்ளை ஓபல் ஆஸ்ட்ராவை முடிந்த மட்டும் இடது பக்கம் அணைத்து நிறுத்தியவாறிருந்தான் செல்வக்குமார். செய்தி கேள்விப்பட்டுக் கோமதி நாயகம் ஏற்கனவே அங்கு வந்திருந்தான்.

"மாப்புள என்னடா இப்புடிப் பண்ணிற்றாம்" என்றான் கோமதி.

"எல கவர்மென்ட் ஆஸ்பத்திரியில போயிப் பாத்திற்றுத்தாம் வாரம். நம்ம சாலமன்தாம் டூட்டி டாக்டர்" என்றவாறு காரிலிருந்து கீழே இறங்கினான் செல்வக்குமார்.

"ஆமா, சாலமன் எங்க இங்க வந்தாம்?"

"நாட்டு நடப்பு ஒனக்கு இப்ப எங்க தெரியிது. பூதாவும் எப்பக் கேட்டாலும் ஒங்க ஆபிசுல சின்ன

மொதலாளி வெளியூர் போயிருக்காவயின்னுதாம் சொல்லுறா."

"சும்ம கதவுடாத. ஒன்னயயுந்தாம் இப்ப அடிக்கடி சென்னயில பாத்ததா யாரோ சொன்னாவள."

"மெட்ராசுல எக்மோர் பக்கம் ஒரு ஆபிஸ் போட்டு ருக்கோம். ஜப்பான் பையர்வ வந்தா அவன்வள சந்தோஷப் படுத்த ஒரு கெஸ்ட் ஹவுஸ் வேற" என்றான் செல்வக்குமார்.

"யாரோ வலேரியாவாம்..."

"வாயப் பொத்துல... பிரேம் அண்ணம் வாராங்க."

"அப்ப பூதா மண்ணயும் அள்ளி வித்திருவிய போல" கேட்டான் கோமதி.

"ஆமா. பிரேமண்ணம் எண்ணெய்க்கிப் போட்டியா வடக்கயிருந்து புதுசா ஏதோ ஒரு பிராண்டு வந்திருக்கின்னு சொன்னான்வள். மனசுல கெடக்கு, பேரு வாயில வர மாட்டயிங்குது."

"ஆமா முன்னாலமாரியில்ல. இப்ப போட்டி வர ஆரம்பிச்சிருக்கி இனும பழய கத பேசிகிட்டு இருக்க முடியாது அதாம் ஒரு வெளம்பரப் படம் எடுக்குலாமுன்னு இருக்கம்" கையையும் காலையும் வளைத்து நெளித்து நெட்டு எடுத்தபடி சொன்னான் பிரேம்.

"நாம் பாத்தமுல்ல. ஆஸ்பத்திரியில பெரிய பொட்டாளி அள்ளிக் கெட்டி வச்சிருக்கான்வ. பெத்த தாய இப்புடி கூறு போட எப்புடித்தாம் மனசு வந்திச்சோ."

"அதாம் அந்தச் சரக்கோட கொணம்."

"நீ சொல்லுறதப் பாத்தா இந்தக் கூதியாம் அவுங்க ஆத்தாவக் கொல்லணுமின்னா கங்கணங் கெட்டிகிட்டா இருந்தாம்."

"அண்ணக்கி நெனச்சிருப்பாம், போதயிலதான... தெளிஞ்சாத்தாம் போச்ச" என்றான் பிரேம்.

"ஒனக்கு ஞாபகம் இருக்கா, ஸ்டீபன்ல மொத வருசம் நாம சேந்தப்ப அவம் மொகம் அப்புடியே பால் வடியிறமாரி இருக்கும்" என்றான் கோமதி.

"அண்ணக்கி, மொட்டச்சி பங்குளாப் பக்கம் பாத்தமில்ல, கையில கொத்தா நெறைய நக வச்சிருந்தாம். ஏல ஏதுன்னு கேட்டதுக்கு, தங்கச்சி கலியாணத்துக்குச் சேத்து

வச்சது, அவுகளுக்குத் தெரியாம எடுத்திற்று வந்திற்றம் பாத்துக்கயின்னாம்" என்றான் பிரேம்.

"கலியாணத்துக்கு வச்சிருந்த நகையையா...?"

"எவ்வளவோ சொன்னம் பாத்துக்க அவம் கேக்கயில்ல. அதுலயிருந்து ஒரு சங்கிலிய எடுத்து நம்ம மார்வாடிகிட்ட குடுத்திற்று ரண்டு பொட்டலம் வேற வாங்கிற்றுப் போனாம்."

"இது நடந்து எத்தன நாளாச்சி?" பரபரத்தான் செல்வக்குமார்.

"ஒரு ரண்டு வாரம் போலயிருக்கும்."

"அப்ப இவனுக்கு போதக்கிப் பணந் தராத கோவத்துல போட்டுத் தள்ளிற்றானோ?"

"பெறவென்ன..."

"நீயுந்தாம் கூட்டுக் கள்ளம்" என்றான் செல்வக்குமார்.

"இங்கபாரு போத வேண்டாமுன்னு யாரு சொன்னா? ஆனா, அதுக்கு ஒரு அளவு வேண்டாமா. இப்புடியா சொந்தத் தங்கச்சிக்கி சேத்த நகயயெல்லாம் கொண்டு வந்து அழிக்கிறது. நம்ம குடிக்கயில்லியாக்கும். ஆனா நம்மட்ட ஒரு கட்டுப்பாடு இல்ல" என்றான் கோமதி.

"அதுக்குப் பாவம் பெரிய மனுசிய எதுக்குடே போட்டுத்தள்ளணும்."

"இப்ப அஞ்சாறு மாசமாவே இவனுக்குக் கொணங்குறி எதுவுமே சரியில்ல மாப்புள. அன்னக்கித் தெப்பக்கொளத்துப் பக்கம் கூட்டிட்டுப் போனாத்தாம் ஆச்சின்னு ஒத்தக் கால்ல நின்னாம்" என்றான் கோமதி.

"நீ கூட்டிட்டுப் போனியாக்கும்...!" கேட்டான் பிரேம்.

"ஆமா ஓம் மாப்புளக்கி வாயில வச்சா சூப்பத் தெரியாதாக்கும். வழக்கமா தொழில் நடக்குற எடத்துக்குப் போவயில்ல. யாரோ ஆர்பர்ல வேல செய்யிறாப் போலத் தெரியிது. இவுங்க பக்கத்து வீட்டுல கேப்டன் லாசரா...? என்னமோ ஆர்பர்ல பைலட்டா இருக்காராம. அவுரு அவள வச்சிருக்காராம் அவ வீட்டக் காட்டித்தான்னு அடம் புடிக்கிறாம். அங்கயிங்க அலைஞ்சி அவ வீட்ட நியு காலனியில பாத்தம். சரியான கெழடு, எப்புடியும் நாப்பது நாப்பத்தஞ்சி இருக்கும்."

"சே... அதுல என்னத்தக் கண்டாம்."

“கொஞ்சம் வெள்ளையுஞ் சள்ளையுமா இருப்பா போலத் தெரியிது. ஆர்பர்ல பல கைமாறி வந்திச்சாம். வயசானதுவளப் போடுறதுல செலருக்கு ஒரு மாதிரியான கிக்கு மாப்புள.”

மணி பத்தைத் தாண்டியிருந்தது. நடந்தே மணல் தெருவின் வடக்கு முனையில் காட்டன் ரோடு சந்திப்புக்கு வந்திருந் தார்கள். செய்தித்தாள்களில் கொட்டை எழுத்துக்களில் கொற்கையில் மீண்டும் பயங்கரம் எனப் பிரசுரமாகித் தொங்கியது. அந்தக் காலத்தில் ஆண்டியும் கொம்பனும் கொற்கையில் கோலேச்சும்போது இது போலச் செய்தி வருமாம். வெகு காலத்திற்குப் பிறகு கொற்கையின் பெயர் கொலை நகரமெனச் செய்தித்தாள்களில் மீண்டும் பிரசுரமாகியிருந்தது.

மத்தியபாகம் காவல் நிலையத்திலிருந்து அலெக்சை நீதிமன்றத்தில் ஆஜர்படுத்துவதற்காக ஜீப்பில் கொண்டு சென்றார்கள். தலையைத் தூக்கி இருவரையும் பார்த்தான் அலெக்ஸ். ஆனால் அவர்களோ வேறு திசையில் தலையைத் திருப்பினார்கள். செல்வக்குமாரிடம் பேச்சில்லை. சிந்தனை வயப்பட்டிருந்தான். அவன் சிந்தனையைக் குலைக்க பிரேம் கேட்டான்.

“என்ன மாப்புள சத்தமேயில்ல, மூஞ்ச வேற அந்தப் பக்கம் திருப்பிக்கிட்ட.”

“இல்லண்ணம், பைபிள்ல ஒரு வசனம் ஞாபகத்துக்கு வந்திற்று.”

“...”

“இன்று சேவல் கூவுமுன் நீ என்னை மும்முறை மறுதலிப்பாய்.” (லூக் 22–61)

“இந்தக் கூதியான இந்தக் கோலத்துல பாக்க மனசு கேக்குல்ல.”

“...”

“அவங் கெட்டுப்போனதுக்கு நம்மளுந்தாங் காரண மோன்னு மனசு அடிச்சிக்கிறுது. நம்மகூடச் சேந்ததுனாலதான குடிச்சாம், கெட்டழிஞ்சாம்” என்றான் செல்வக்குமார்.

“என்னல பேசுற, சங்கர் கணேசும் நம்ம பிரண்டு, சிவில் சர்விஸ்ல மெயின் முடிச்சிற்றானாம். சீக்கிரமே கலக்டர் ஆயிருவாம். சரி, வேண்டாம் நம்ம பீட்டர் மோத்தாவ எடுத்துக்க டிகிரி முடிச்சானா முடிச்ச கையோடயே உப்பளத்துக்குள்ள போயிற்றாமில்ல. இது

வரைக்கிம் காசடிச்ச பெயல்வயெல்லாம் மெரண்டு போயி இருக்கான்வளாம்."

"நெசமாவா சொல்லுற..."

பேச்சின் சாராம்சம் பிடிக்காததால் கோமதி என்னவோபோல் நின்றிருந்தான்.

"வரும்போது பாத்தம். காரு போச்சி வழக்கம் போலக் கண்ணாடிய எறக்கி வுட்டுட்டுக் கை காட்டிட்டுப் போனாம்."

"அவம் வெவரம் மாப்புள. அவம் நம்மகூட குடிக்க யில்லியாக்கும் நம்ம குடிக்கிறது நாணயக் குடி மாப்புள, இப்படி நாறக்குடியில்ல" சிலாகித்தான் செல்வக்குமார்.

ஜீப்பின் பின்புறமிருந்த அலெக்சின் கைகளில் விலங்கு மாட்டியிருந்தார்கள். கண்ணீரும் எச்சிலும் வடிந்து கன்னங்களில் காய்ந்திருந்தது. இடுப்பில் ஒரு துண்டும் மேலே கசங்கிய காக்கிச் சட்டையொன்றும் மாட்டி யிருந்தான். நண்பர்களைக் கடந்து சென்றபோது அலெக்சின் முகத்தில் விஷமப் புன்னகையொன்று வெளிப்பட்டுக் கன நேரத்தில் மறைந்துபோனது. செல்வக்குமார் கேட்டான்.

"மாப்புள இவனுக்கு இன்னும் அரியர்ஸ் கெடக்கோ?"

"இல்லிய, எல்லாம் பாசாயிற்றாம்."

"அப்புடியா நாந்தாம் இன்னும் நாலு பேப்பர வச்சிகிற்று முக்கிகிட்டு இருக்கம்."

"ஆமா முடிச்சிற்று எவங்கிட்டயும் வேலக்கிப் போவப் போறியாக்கும், எல இங்கிலிஷ் பேசத் தெரியுமில்ல வார கடிதங்கள வாசிக்கத் தெரியுமில்ல."

தலையாட்டினான் செல்வக்குமார்.

"ஒனக்கு ஞாபகம் இருக்கா போன வருசத்துக்கு முந்தின வருசம் பெட்ரம் டோனமெண்ட் நடந்துகிட்டு இருந்திச்சி. நம்ம மூனுயரும் மேட்ச் பாத்துகிட்டு இருந்தோம். அப்ப இவம் ஒண்ணு சொன்னாம் ஞாபகம் இருக்கா...?"

"என்ன சொன்னாம்?"

"நீ ரண்டுயரும் ஒங்கய்யா யாபாரத்துக்கு போயிறுவ ஆனா நாம் பாரு எங் காலுலே நின்னு சிவில் சர்விஸ் பரீட்ச எழுதி ஐ.ஏ.எஸ். ஆகப் போறம். பொறவு போலிஸ் பாதுகாப்போட நம்ம ஊருக்கு வருவமின்னாம்."

"அவம் வாழ்க்கய மட்டுமா கெடுத்தாம். அந்தப் புள்ளய இனும எப்புடி கெட்டிக் குடுப்பாங்க."

“கேசு நிக்காது. எதுத்து நடத்துறதுக்கு ஆளேயில்ல ஆனா இவம் இனும வெளிய தலகாட்ட முடியாத” வருத்தப்பட்டான் பிரேம்.

“சரி மாப்புள ஆனது ஆயிப்போச்சி. இனி நம்மளால எதும் செய்ய முடியாது. ஆமந்தொறப் பக்கம் கடக்கரையில நெலங்க சீப்பா வருதாம். மொதல்ல ஒரு தோட்டத்த வெல முடிக்கிறோம், ராதாபுரம் வரைக்கிம் போவணும் அப்பா தேடுவாவ” என்றான் செல்வக்குமார்.

“நானும் கடையில அண்ணண மாத்தணும். ஆமா அந்தப் பக்கம் பூதாவும் பர்னாந்துமாரு ஏரியாவாச்ச எப்புடி?” கேட்டான் கோமதி.

“நமக்கு யாபாரம் நடக்கணுங் கேட்டியா, அதுனால அதுக்கு என்னென்ன வேணுமோ அதயெல்லாஞ் செய்யத் தயங்கக் கூடாது.”

கடற்கரையைப் பொறுத்தவரை ஒன்று அந்த ஊர்ச் சாமியாரைப் பிடிக்க வேண்டும் அல்லது ஊரில் உள்ள இரண்டு கோஷ்டியில் ஒன்றை வளைக்க வேண்டும். பெரிய தாகச் செலவு செய்ய வேண்டுமென்ற அவசியம் எதுவுமில்லை. ஆசையாய்ப் பேசிக்கூட்டி வந்து குடி வாங்கிக் கொடுத்தாலே தாங்கள் நினைத்ததைச் சாதிக்கலாமென்று தெரிந்து வைத்திருந்தார்கள்.

“இல்ல மாப்புள முன்னால இந்த மண்ணு யாவரத்தப் பண்ணுனது பர்னாந்துமாருதானோ.”

“யாரு இல்லயின்னா, ரிபேரோ ஆள்களுக்குக் கேரளா சவராவுல பெரிய தொழிற்சாலயே இருந்திருக்கு. 1956ல அங்க நடந்த அரசியல் மாற்றத்துல அவுங்க தொழிற்சாலயக் கேரளா அரசாங்கம் எடுத்துகிட்டாம்.”

“அப்ப அவுக எதும் பண்ணயில்லியா?”

“பண்ணமாட்டாங்க அவுங்கள்வ கொணம் அப்புடி. யாருகிட்டயும் எறந்து போவமாட்டாங்க. நம்ம அலெக்ஸ், கூதியாந்தாம் இவ்ளோ சிக்கலுக்குள்ளயும் என்னைக்காவது ஒன்னயக் காசு குடுக்க வுட்டுருக்கானா?”

“சரிதாம்.”

“இந்தப் புத்தியினாலயே அழிஞ்சி போனான்வ. நமக்கு அப்புடியில்ல தொழில் நடக்கணும். பாத்தியா அதுனால எங்களப் பொறுத்தவரயில எதுக்குந் தயார்.”

“எல என்ன சொல்லுற.”

“கோர்ட்டு கேசுவள நடத்துறதுக்கு எங்க சின்னையாவும் அவுரோட ஆள்களும்.”

“வேற...!”

“வெளிநாட்டுக்குச் சரக்கு அனுப்புறது, அவன்வள சந்தோஷப்படுத்துறது பூதாவும் பெரியப்பா. நெலங்களக் கண்டுபுடிச்சி வாங்கிப் போடுறது அப்பாவும் நானும்.”

“பெருசா ஒண்ணும் போனதா தெரியிலிய.”

“நீ பாக்கத்தான போற, கொற்க ஆர்பருலயிருந்து போற சரக்குல மண்ணு பெரிய அளவுல இருக்கப்போவுது.”

“சரி சுரேசும் டெரன்சும் ஆஸ்திரேலியாவுக்கு போனான்வள எதாவது கேள்விப்பட்டியளா.”

“சுரேஷ் வந்திற்றாம். போன வாரம் ஜே சி மீட்டிங்குல பாத்தம். ஆனா டெரன்ஸ் கூதியாந்தாம் வாரதுபோலத் தெரியிலயின்னு சொன்னாம். அங்க யாரோ வெள்ளைக்காரி பின்னால சுத்துறானாம். சோறு கண்ட எடம் சொர்க்கம் மாப்புள.”

“இவன்வ இப்புடி ஒரு அக்கறயில்லாமத் தான் தன் சொகமின்னு... கௌம்பு உண்டான வேலயளப் பாப்போம்.”

“அங்க என்னடா ஆம்புளயளும் பொம்புளயளும் கூட்டமா வாரமாரி இருக்கு...”

புரட்சித் தலைவர் எம்.ஜி. ராமச்சந்திரன் மரித்துப்போன செய்தி பரவி ஆண்களும் பெண்களும் அழுது அரற்றியபடியே காட்டன் சாலையில் ஓடி வந்தார்கள். எல்லோருமே வலைக்குடி, காளவாசல் புதுத் தெருவைச் சேர்ந்தவர்கள். அவர்கள் அழுவதைப் பார்த்தால் ஏதோ தங்கள் குடும்பத்தில் இழக்கக் கூடாத ஒருவரை இழந்துவிட்டு வேதனைப்படுவது போலிருந்தது. எம்.ஜி.ஆரின் இறப்புச் சம்பவம் கொற்கையில் மரியசீலியின் படுகொலைச் சம்பவத்தைச் சுவடில்லாமல் ஆக்கியிருந்தது.

111

1988

கொழும்பு விசுவாசம் பர்னாந்து மகன் எம்.ஆர். பர்னாந்து கொற்கை வந்திருந்தார். கொஞ்ச நாளாகவே குடும்பத்துக்குள் புகைச்சல். திரும்பத் திரும்பக் கொழும்பிலேயே முதலீடு பண்ணும் எம்.ஆரின் போக்கு இஸ்பிரித்தாளுக்குப் பிடிக்கவில்லை. ஒரு ஆணும் ஒரு பெண்ணும். மகன் லாரன்ஸ் ஆஸ்திரேலியாவில் படிக்கிறான். மகள் லொரேட்டாவுக்கு இன்னும் மணமாகவில்லை. ஊரோடு போயிருந்தாலாவது பெண்ணுக்கு ஒரு வரன் பார்க்கலாம் என்றும் திட்டமிட்டிருந்தாள் இஸ்பிரித்தாள். எம்.ஆரின் சிந்தனை வேறுவிதமாய் இருந்தது. தோணி வருமானம் கொற்கையில் வருகிறது அதனால் அங்கே போய் விட்டாள் என்று எண்ணினார். எம்.ஆர் கொஞ்சம் கெடுபிடியான ஆள். சட்டுபுட்டென கோவம் வந்துவிடும். தன்னை நம்பாமல் கொழுந்தன் கமிலசையும் தோணியையும் நம்பி வந்துவிட்டாளோ என்று ஆத்திரம் ஆத்திரமாய் வந்தது. பழிவாங்கியே ஆக வேண்டுமென்ற மனநிலையிலிருந்தார். வி.இ. ரோட்டில் அகம் ஓட்டலில் வழக்கம்போல் அவருக்கு சூட் அறை ஒதுக்கியிருந்தார்கள்.

அகம் ஓட்டல் முதலாளி கொழும்பிலிருந்த காலத்திலேயே நல்ல அறிமுகம். இருவருக்குமே ஆமந்துறை பூர்வீகம். வழக்கமாய் ஊர்களில் வரும் கலகங்களாலும் அதன்பின் நடக்கும் கொள்ளையாலும் இருவருடைய குடும்பங்களுமே பாதிக்கப் பட்டவை. ஓட்டல் அறையில் எம்.ஆரைச் சுற்றி அரைகுறை ஆடைகளில் நவநாகரிக நங்கைகள். கொழும்புக்கும் கொற்கைக்குமிடையில் சிறிய கப்பலொன்று நடத்துகிறார். அந்தக் கப்பலைத்

தோணித் துறைமுகத்துக்குள் அனுமதிப்பது சம்பந்தமாகப் பிரச்சினை வந்திருந்தது. அந்தப் பிரச்சினை விசயமாக துறைமுக அதிகாரிமாரைச் சந்திக்க வேண்டுமென்பதும் அவரது கொற்கை வருகையின் மற்றொரு காரணம். கிறிஸ்துராச்தான் 'மென்ட்ராஸ்' கப்பலுக்கு ஏஜென்ட். எத்தனையோ பர்னாந்துமார் ஏஜென்ட்டுகள் இருந்தும் கிறிஸ்துராச்சிடம் பொறுப்பை ஒப்படைத்திருந்தார் எம்.ஆர்.

கொழும்புக்குத் தோணிகள் நடை செய்வதால் தோணித் துறையில் கப்பல்களில் கொழும்புச் சரக்கேற்றுவதற்குத் தோணி உரிமையாளர்கள் அனுமதிப்பதில்லை. அது போலவே கொழும்பிலிருந்து கப்பலில் வரும் சரக்கையும் நேரடியாகத் தோணித் துறையில் அனுமதிப்பதில்லை. ஐந்து நாளாக மென்ட்ராஸ் கப்பல் ஆழ்கடலில் நின்றிருந்தது. கொழும் பிலிருந்து காரியத்தைச் சாதிக்க முடியாது என்று நினைத்தவ ராய்க் கொற்கை வந்திருந்தார். கொற்கையில் மனைவி இஸ்பிரித்தா கொழுந்தனோடு சேர்ந்துகொண்டு தன் கப்பலை வரவிடவில்லையோ என்ற கோபமும் எம்.ஆருக்கு இருந்தது. கொழும்பிலிருந்து வந்த கணவன் வீடு வராமல் அகம் ஓட்டலில் தங்கியிருப்பதாகச் செய்தி கேள்விப்பட்ட இஸ்பிரித் தாள் ஓட்டலுக்கு வந்தவள் அறையில் நவநாகரிக நங்கை களுக்கு மத்தியில் கணவனைப் பார்த்தவள் வெட்கத்துக்கு அஞ்சியவளாக வந்த வேகத்திலேயே வீடு திரும்பினாள்.

முதல்மாடியில் மது அருந்தும் அரங்குக்கு வெகு அருகாமையிலேயே இருந்தது எம்.ஆரின் அறை. கடந்து போனவர்களின் கண்கள் அறைக்குள் நுழையாமல் மீளவில்லை.

"இது கமிலஸ் சவலந்தான..." கேட்டார் ரவீந்திரன்.

"பையப் பேசுங்க கேட்டுறாம, ரண்டியரும் கெட்டிப்புடிச்சி உருளாதா கொறதாம்."

"என்ன சொல்லுற பாலு, இவுரு தோணியையும் சேத்து கமிலஸ்தானப்பா நடத்துறாரு."

சமீப காலமாகக் கொற்கையிலிருந்து வரும் தோணிகளுக்கு கடுமையான கட்டுப்பாடுகளை விதித்திருந்தது கொழும்புத் துறைமுக நிர்வாகம். அதற்கு எம்.ஆர் காரணம் என்று ஒரு வதந்தியைக் கிளப்பிவிட்டிருந்தார் கமிலஸ். நேரத்துக்கு எம்.ஆரின் 'மென்ட்ராஸ்' கப்பலும் பழைய இரும்புச் சரக்கோடு வந்து துறைமுகத்துக்குள் நுழைய முடியாமல் நிற்பது எரிகிற தீயில் எண்ணெய் விட்டது போலிருந்தது.

"என்னதாம் வெளிநாட்டுச் சரக்காயிருந்தாலும் நம்ம புள்ளயள போல ஒரு நெளிவுசுளிவு இல்லிய" என்றார் ரவீந்திரன்.

"அஞ்சாறு கரிக்கட்ட கூதியான்வ அதையுந்தாம் பாத்திற்று நொட்டவுட்டுகிட்டு இருக்கான்வள" என்றபடியே படியிறங்கிப் போனார் லிசாச்சி பாலு.

குமாரசாமி ஃபார்வேர்டிங்கில் அண்ணனோடு ஒத்துப் போகாததால் லிசாக்சியில் பணிசெய்கிறார். கொற்கையில் தங்கையா பல்டோனாவுக்கு அடுத்தபடியாக சிப்பிங் சம்பந்தப்பட்ட வேலைகளில் பாலு கில்லாடி. ஆனால் காலையில் எழுந்தது முதல் உறங்குவதுவரை மது மயக்கம். குடும்பத்தில் சிறிய தகப்பனார் சங்கருக்கு மட்டும் மரியாதை செய்வார் பாலு. தகப்பனார் குமாரசாமியை ஒரு பொருட்டுக்குக்கூட மதிப்பதில்லை.

மது அருந்தும் அரங்கின் உள்ளே எந்த இருக்கையும் காலியாய் இல்லை. சனிக்கிழமை இரவானதால் கூட்டம் நிரம்பி வழிந்தது. எங்கும் புகை மண்டலம். வியர்வையும் மது வாடையும் சிகரெட் புகையும் கலந்த ஒரு விநோத வாடை எங்கும் வியாபித்திருந்தது. உள்ளே சுவாசிக்க முடியாமல் ரோமால்ட்டும், அகுஸ்தீனும் வெளியே வந்தார்கள். அகுஸ்தீன் அந்தோணிமுத்து தண்டலின் இளைய மகன். சிதம்பரனாரில் உதவி இயற்பியல் பேராசிரியராய் இருக்கிறார். வேலையில் சேருவதற்காகத் தாய்மாமன் பிலிப் தண்டலின் சிபாரிசு தேவைப்பட்டது. தாய் அருள்மொழிக்குத் தெரியாமல் போய்க் கேட்டபோது ஓடிவந்து உதவி செய்தார் பிலிப் தண்டல்.

திறந்த மொட்டைமாடி, வேப்பமரங்கள் சூழக் காற்றோட்டமாய் இருந்தது. கிழக்கே ஒஞ்சரிவாய் வேப்பமர இலைகளூடே பிறை நிலவு தெரிந்தது. வடக்கு மூலையிலிருந்த மேசைப் பக்கமிருந்த பாக்கியமுத்து ரோமால்ட்டைக் கண்டவர் கையில் கிளாசைப் பிடித்தவாரே அருகில் வந்து கேட்டார்.

"எண்ணேம் முன் ரூமுல யாரு, ஒரே பொட்டக் கூட்டமாக் கெடக்குவள."

"..."

"இல்ல பம்பாய் மெட்ராஸ் போல இங்கயும்..."

"நீரு என்ன சொல்லுறியரு. மெதுவாப் பேசும் ஓட்டல் மொதலாளிய ஓமக்குத் தெரியுமில்ல ஆமந்தொறைக்காரரு."

"அய்ய நா வரும்போதும் ரண்டு கண்ணாலயும் பாத்தமில்லா" என்றார் பாக்கியமுத்து.

"..."

"இது இல்லாட்டி அடுத்த ஊர்க்காரம், நாட்டுக்காரம் இங்கன எப்புடி வருவாமிங்கிய. ஒலகம் பூதாவும் முன்னேறுன எடங்களப் போயிப் பாருங்க. வக்காளி தேவுடியாதாம் வளர்ச்சியோட மொதப் படிக்கட்டே."

"..."

"வெளியூரு, வெளிநாடு போறவன்வ சாமான சுருட்டி கெட்டிட்டா வாராமுன்னு நெனைக்கிறிய. அய்ய, அவுத்துவுட்டு ஒரு வெளையாட்டு காட்டிற்றுல்லா வருவான்வ."

"அப்ப கொழும்புல நல்ல ஆட்டமோ...?"

"வெளிய பேசப்பிடாது" என்றார் பாக்கியமுத்து.

வக்கீல் சாமுவேல் ஆசீர்வாதத்தின் மூத்தகுடியா மகன் பாக்கியமுத்து. இளையகுடியா பிள்ளைகளைப் போல் படிப்பில்லை. பழைய பேப்பர், பாட்டில் வியாபாரம் பார்த்தவர். பழைய இரும்பு வியாபாரமும் ஆரம்பித்திருந்தார். சமீபத்தில் பழைய இரும்பு ஏற்றும் விசயமாகக் கொழும்பு போயிருந்தார், வந்ததிலிருந்தே கொழும்புப் புராணம். ஆறு மாதங்களுக்கு முன்னால் கொழும்பில் எடுத்த சரக்கைத் தோணிகளில் இந்தா ஏற்றுகிறேன் மறு தோணியில் ஏற்றுகிறேன் என்று பிந்த வேறு வழியே இல்லாமல் கொழும்பு போய்க் கடந்த வாரம் எம்.ஆரின் மென்ட்ராஸ் கப்பலில் ஏற்றிவிட்டிருந்தார்.

"எம்.ஆர் வந்திருக்காரு."

ரோமல்ட் சொல்லி வாயை மூடியிருக்கவில்லை.

"எங்க...?" என்றவாறு எழுந்து நின்றிருந்தார் பாக்கியமுத்து.

"என்னவே இந்தப் பதறு பதறுறியரு, நில்லும்."

"நெசமாவே வந்திருக்காவளா...!"

பாக்கியமுத்துவின் முகத்தில் சந்தோசம் பிடிபடவில்லை.

"என்ன நாடார, கொழும்புல நல்ல கவனிப்போ?" என்றார் ரோமால்ட்.

"ஒனக்குத் தெரியாததா ரோமால்ட்டு, அந்தச் சரக்க எடுத்திற்று என்ன பாடுபட்டமிங்க. அய்ய கடவுள் போல வந்து மனுசம் காப்பாத்துனாம்."

“சரக்கு நமக்குத்தான...” கேட்டார் ரோமால்ட்.

“இந்த ஒரு தடவயும் பொறுத்துக்க, திருச்சி மில்காரன்வ வீட்டுலே வந்து தவங்கெடக்கான்வ அடுத்த தடவ எறக்குறத எடுத்துக்க.”

கடந்த நாலைந்து வருடமாய் ரோமால்ட்டுக்கும் பழைய இரும்பு வியாபாரம். படித்திருப்பது டக் மாஸ்டர் வேலைக்கு. ஆனால் இப்போது பழைய இரும்பு வியாபாரம். தகப்பனார் சூசையா பட்டங்கட்டியின் சிபாரிசின் பேரில் ரோமால்ட்டும் புது ஆர்பரில் வேலைக்குச் சேர்ந்திருந்தார். நான்கு வருடங் களுக்கு முன்னால் அடிசனல் பெர்த் கட்டிக்கொண்டிருந்த சமயம் கட்டுமான வேலைக்காக நிறுத்தப்பட்டிருந்த பார்ஜை இழுப்பதற்காக மெரைன் க்ரூவாக வந்திருந்தான் ரோமால்ட். இருபது டன் தூக்கக்கூடிய மார்ஷல் டிமாக் கிரேனை சமீபத்தில் ஆர்பர் நிர்வாகம் வாங்கியிருந்தது. கிரேன் ஆபரேட்டர் மிக அலட்சியமாக எனக்கு இந்த மெரைன் க்ரூ தேவையில்லை ஐந்து நிமிடத்தில் இந்த பார்ஜை இந்தப் பக்கமிருந்து தூக்கி அந்தப் பக்கம் வைத்துவிடுவேனென்று கூறியிருக்கிறார். ரோமால்ட் எவ்வளவோ சொல்லியும் ஆறுமுகம் கேட்கவில்லை. காற்றும் கடலும் சரியில்லாமல் இருந்திருக்கிறது. நான்கு பக்கமும் கயிறு போட்டு மிதவையி லேயே நிறுத்திவிட்டு காபி குடிப்பதற்காகக் கீழே இறங்கி யிருக்கிறார் ஆறுமுகம். மனசு பொறுக்காமல் திரும்பவும் ஓடிவந்து காற்றும் கடலும் சரியில்லை என்று சொல்லி யிருக்கிறான் ரோமால்ட். இவ்வளவு சொல்லியும் கேட்க வில்லையே என்று கோபத்தில் அடிக்க கையை ஓங்க கௌரவப் பிரச்சினையாக எடுத்துக்கொண்ட ஆறுமுகம் வீம்புக்காகப் பக்கத்தில் சைக்கிள்காரனிடம் காபி குடிக்காமல் பிரதான வாசல்வரை வந்து காபி குடித்துவிட்டுப் போயிருக் கிறார். வந்து பார்த்தால் கிரேன் தலை குப்புற விழுந்து கிடந்ததாம். ஓங்கி அடித்த கடலலைகள் கிரேனையே கீழே இழுத்துத் தள்ளிவிட்டன. அன்றோடு வேலைக்கு முழுக்குப் போட்டுவிட்டு வியாபாரத்துக்கு வந்தவர் ரோமால்ட். தகப்பனாரோ அண்ணன் லெரின்சோ யார் சொல்லியும் கேட்கவில்லை.

“பிளைன்லயா போனியரு?”

“எய்யா ஒரு புளிப்பு முட்டாயி தந்தாள்வ தின்னுபுட்டு, ஒரு தட்டுல என்னமெல்லாமோ இருந்திச்சி காபி வேணுமா சாயா வேணுமான்னுட்டு இன்னொருத்தி வந்தா. சாயா குடிச்சம். கிளாசிய கீழ வச்சிற்று நாக்கு சூடு ஆறயில்ல கொண்டு எறக்கிற்றான்வ.”

“பாஸ்போட்டு...?”

“நம்ம ஜான்பவுல் வாத்தியாருதாம் வாங்கித் தந்தாரு, திருச்சியில...”

ஜான்பவுல் பெரியதுறை கோலியாத்தின் இரண்டாவது மகன். ஓர்னலாசில் தலைமை ஆசிரியராக இருக்கிறார். பகுதிநேர வேலையாக பாஸ்போர்ட் எடுத்துக் கொடுக்கிறாராம். பாக்கியமுத்தை ஏர்போர்ட்டிலேயே போய் வரவேற்றிருக்கிறார் எம்.ஆர். நெகிழ்ந்து போனாராம் பாக்கியமுத்து. கிறிஸ்துராச்சின் சிபாரிசுதான் காரணமாம்.

“அவிய ஓட்டல்லே தங்க சொல்லிற்றாவ. அய்ய ஏர்போட்டுலயிருந்து ஓட்டலுக்குப் போறதுவர எறங்கச் சொல்லி, எறங்கச் சொல்லிச் சோதன பண்ணுதாவ. ஆனாலும் கோவம் வருவுல்ல பாத்துகிடுங்க.”

அகுஸ்தினுக்கு ஒரு நெப்போலியன் லார்ஜும் ரோமால்ட்டுக்கு ஒரு கிங்பிசர் பியரும் வந்தது. கோல்டன் ஃபிஷ் வறுவல் சுடச்சுடக் கொண்டுவந்து வைத்திருந்தான் பையன்.

“சவலனுக்கும், சவலனுக்கும் சரியான சண்டையாம். இங்க சங்கமும் ரண்டா பிரிஞ்சி போச்சாம். இவுரு கமிலசு அவுரு தோணிய மட்டும் எஞ்ஜின் மாட்டி அனுப்ப, மத்த தோணிய கொழும்புல வெளிய கெடக்க இவுரு தோணி மட்டும் உள்ள போயிருக்கி...”

“கிளமென்டு...”

“கழிஞ்ச வருசம் வேளாங்கண்ணியில பாத்தம் கோயிலுக்கு மேல்பொறம் சாமியார் பங்குளாவுல மேல்மாடியில ரண்டு தூண்ல கயிறு கெட்டி ஆயத்தங்கள தொங்கவுட்டு வித்துகிற்று இருந்தாரு. மக சில்வியா இப்ப மெட்ராசுல வேல பாக்குறாளாம்” என்றார் ரோமால்ட்.

“பவுல் தண்ட இருக்கும்போது எப்புடியும் மாலத்தீவு நடை செய்யணுமின்னு ஆசப்பட்டாராம். அப்பா சொல்லுவாவ.”

“மூத்தவரு இந்தா, கிறிஸ்துராச்ச வாழ வக்கிறாரு” என்றார் ரோமால்ட்.

“எம்.ஆரு வந்தா, திருவனந்தபுரம் போயிக் கூட்டிற்று வருவாம் கிறிஸ்துராச்சி. ஒரே குடும்பம்மாரியில பழகுதாவ” என்றார் பாக்கியமுத்து.

நாலைந்து வருடங்களுக்கு முன்னால் கொழும்பு போயிருந்த கிறிஸ்துராச் எம்.ஆரின் ஓட்டலில் தங்க,

அங்கே அப்போது தற்செயலாகச் தங்கியிருந்த குயின்றின் தல்மெய்தாவை கிறிஸ்துராச்சிக்கு அறிமுகப்படுத்தியிருக்கிறார் எம்.ஆர். அவருடைய ஏற்பாட்டில் வந்ததுதான் இந்த கெர்க்கின்ஸ் தொழிற்சாலையும் ஏற்றுமதியும்.

"ரோமால்ட்டு, நம்ம கில்பர்ட் அண்ணாச்சி கொழும்புக்கு அரிசியும், வெங்காயமுமா ஏத்துறாவள யார வச்சி... எல்லாம் அங்கன உள்ள பர்னாந்துமார நம்பித்தாம். அரசாங்க ஆர்டர் பூதாவும் பழைய கொற்கைக்கார மேசக்காரவியதாம் வாங்கிக் குடுக்குதாவ."

1973க்குப் பிறகு கொழும்பில் தங்கிவிட்ட மேசைக்காரர்கள் கொற்கைபக்கம் வர விரும்பவில்லை. சாதக பாதகச் சூழலை கருத்தில் கொண்டவர்கள் கொற்கையில் வந்து புதுப் பணக் காரர்களிடம் கையேந்துவதைவிடக் கொழும்புச் சூழலையே ஏற்றுக்கொள்ளப் பழகியிருந்தார்கள். சிங்களம் பேசத் தெரிந்து அரசுத் தொடர்போடு இருந்தவர்கள் ஏற்றுமதி இறக்குமதியின் முகவர்களாய் மாறிவிட்டிருந்தார்கள். முடிந்தவரை கொற்கை பர்னாந்துமாரோடு தொழில் செய்வதைத் தவிர்த்திருந்தார்கள்.

"இன்னொரு விசயமும் சொல்லுறாவ."

"சொல்லும்..."

"கொழும்புல தோணி கெட்டுற எடத்துப் பக்கம் பெருசா கண்டெய்னர் கப்பல்வ புடிக்கிறதுக்கு எடங்க ரெடி பண்ணுயாவளாம். இனும தோணிய பாடு கஷ்டந்தாம்."

ஏற்கனவே கண்டெய்னர் கம்பெனிகள் வந்து கொழும்பு சரக்குகளை எடுக்க ஆரம்பித்ததில் தோணிகளுக்குச் சரக்கு கிடைப்பதில்லை. இந்த நிலையில் சின்னக் கப்பல்களும் வந்து கொழும்புக்குச் சரக்கு ஏற்றினால் ஓரிரு தோணிகளுக்குக் கிடைக்கும் கேள்வும் கிடைக்காமல் போய்விடுமென்று வருந்தினார்கள் தோணிக்காரர்கள்.

"இவுங்கள்வ சங்கத்து மூலமாப் பேசுலாம ரோமால்ட்டு."

"சங்கத்துலயிருந்து கமிலஸ்மாரி ஆள்க்க டெல்லிக்கி போறம், அங்க போறம் இங்க போறமின்னு அவம் சொந்த வேலயளத்தாம் பாக்குறாங்க" என்றார் ரோமால்ட்.

புதிதாய் வரக்கூடிய எந்த ஒரு தொழில்நுட்பமோ துறைமுக அறிவிப்போ பேங் லோன் அறிவிப்புகளோ எதுவா/ய் இருந்தாலும் கமிலஸ் தனக்குள்ளே வைத்துக் கொள்வது வழக்கம். சொந்த விசயமாக எங்கே போவதாய் இருந்தாலும் சங்கக் கூட்டத்தில் ஏதாவது பேப்பரைக் கையில்

வைத்துக்கொண்டு அவர்களுக்குப் புரியாத ஆங்கிலத்தில் நாலு வார்த்தை பேச வேண்டியது. உடனே பயணத்திற்கான பணத்தைத் தயார் பண்ணி கொடுத்துவிடுவார்கள் சங்கத்தார். படிப்பறிவில்லாததுதான் காரணம். இப்போது தம்பியை வேறு அழைத்துக்கொண்டுவந்து தோணி போட்டுக் கொடுத்திருக்கிறாராம். போதாக்குறைக்கு மனைவி திரேசா துப்பாய்க்கு ஆள் அனுப்புவதாகக் கடற்கரையூர்களிலிருந்து வரும் வழியில்லாதவர்களை ஏமாற்றிப் பணம் கறக்கிறாளாம்.

"அவுரு தம்பி கூடயாவது ஐக்கியமாயிருக்குறாரா?"

"அந்த முன்னால உக்காந்து குடிக்கிறார் ஜெர்மான்சு பாக்கயில்லியா."

அங்கே போதையின் உச்சத்தில் உளறியபடியிருந்தார் ஜெர்மான்ஸ். கூடவே ததேயு பூபாலராயன் ஓசிக் குடியில் வாயெல்லாம் பல்லாய்த் தெரிந்தது.

"எம்.ஆராம், பெரிய எம்.ஜி.ஆருன்னு நெனப்புப் போல. தாயோளி கையில மட்டுங் கெடைச்சாம் முட்டுக்குள வச்சி முறிச்சிற மாட்டம். கொழும்புல தோணியள தட பண்ணுறதுக்கே இவந்தாம் காரணமாம்."

"அந்தப் பொடிமாசச் சாப்புடுங்க" என்றார் ததேயு.

"ஊத்துல... வக்காள ஓளி. மொதல்ல, பொண்டாட்டிய வச்சிக் குடும்பம் நடத்தச் சொல்லு. அதுக்குப் பொறவு தோணி நடத்துலாம், கப்ப நடத்துலாம். சோப்பு டப்பா ஒண்ண மெதக்க வுட்டுகிட்டுக் கப்பயிங்குறாம்."

ஜெர்மான்ஸ் பேசுவதைப் பார்த்து வாயடத்துப் போய் அமர்ந்திருந்தார்கள் அகுஸ்தினும் ரோமால்ட்டும். ததேயு குனிந்து ஏதோ சொல்வது போலிருந்தது. ஜெர்மான்ஸ் கத்தினார்.

"அவம் இருந்தா நா என்ன பயந்திருவனாக்கும். தைரியமிருந்தா அவன எங்கூட ஒத்தக்கி ஒத்த அடிச்சிக்கிறச் சொல்லு. கப்ப நடத்துறானாம் கப்ப. சுண்டைக்கா கப்ப, தேவுடியா மொவம்."

மேசை அருகே ஓடிவந்த சிப்பந்திகளில் பெரியவராய் இருந்தவர் ததேயுவை நெருங்கிப் பவ்வியமாய்ச் சொன்னார்.

"அய்யா இது பொது எடம் இங்க இதுபோல பேசக் கூடாது."

"நீ யாருல என்னயச் சொல்லுறதுக்கு... தெழட்டுக் கூதிமொவன. நா யாருன்னு தெரியுமா ஒனக்கு... இங்கருந்து

பேசுனா டெல்லி வர கேக்கும். எம்.ஆரு கழுத்த வாங்கி யிருவானாக்கும். ஓ... ஒம் மொதலாளி அவம் எம்.ஆருக்கு கூட்டாளிதான. கப்ப நடத்துறானாம் சாணப்பயக்ககூடச் சேந்து கூத்தடிக்கிறாம். ஒம் மொதலாளி அவனுக்கு சப்போட்டு பண்ணி ஓட்டல தேவிடியாக் குடியாக்கிற்றாம்."

பக்கத்து மேசைகளிலிருந்தவர்கள் ஜெர்மான்ஸ் பேசுவதைக் கவனிக்க ஆரம்பித்தார்கள். பரவலாகக் குசுகுசு வெனச் சத்தமும் கேட்டது. ததேயு அவரை எவ்வளவோ கட்டுப்படுத்த முயன்றும் கட்டுக்கடங்காமல் கத்தினார். சூழ்நிலையின் தாக்கத்தைப் புரிந்துகொண்ட அகுஸ்தின் எழும்பிச் சொன்னார்.

"தேவயில்லாம இவம் எதுக்கு இப்ப 'சாணாக்கூதி மொவமின்னு சொன்னாம். அவுங்க இப்ப பதிலுக்கு பரக்கூதிமொவமின்னு சொன்னா... எங்கயோ போற எழவ எங்க இழுத்துவுடப் பாக்குறியா? சம்பந்தமேயில்லாம இது என்ன பேச்சி. போத மிஞ்சிப்போச்சின்னா, ஒன்னட ஆத்தாளப் பேசு, ஓம் பொண்டாட்டியப் பேசு இது என்ன சாதிப் பிரச்சனயக் கிண்டிவுடுற பேச்சி. ஏற்கனவே கெடந்து சீரழிஞ்சது போதாதாக்கும்" என்றார் அகுஸ்தின்.

"எய்யா அவிய பேசட்டு நீங்க உக்காருங்க" என்றார் பாக்கியமுத்து.

"இப்ப நீங்க ரண்டியரு நாணயமானவங்க இருக்கதுனால சரியாப் போச்சி இல்லியா எல்லாரும் போதயிலவேற இருக்கோம்" என்றார் அகுஸ்தின்.

அதற்குள் மதுபான அரங்குக்குள் புயல் போல் நுழைந்திருந்தார் எம்.ஆர். அவர் பின்னாலேயே ஆண்களும் பெண்களும் வந்து நின்றார்கள். வந்த வேகத்திலேயே ஏக வசனத்தில் பேச ஆரம்பித்தார்.

"எல எந்தத் தேவிடியாளுக்குப் பொறந்த தேவுடியா மொவம் என்னயக் குறிச்சிப் பேசுனது?"

ஜெர்மான்ஸ் இருந்த மேசையின் பக்கத்திலிருந்தவர்கள் அவரைக் குண்டு கெட்டாகத் தூக்கி வெளியே படிக்கட்டுப்பக்கம் கொண்டுவந்தார்கள். அதைப் பார்த்துவிட்டு அங்கு அவர்களை நோக்கி நகர்ந்த எம்.ஆரைப் பாக்கியமுத்தும் தன் பங்குக்கு ஓடிப்போய்ப் பிடித்தார்.

"டெல் மி, யார்டா அந்த சன் ஆஃப் எ பிச்? லெற் மி டீச் ஹிம் எ லெசன்."

மதுபான அரங்குக்குள் நடந்த களேபரத்தைப் பார்த்து பயந்த ஓட்டல் சிப்பந்திகள் கீழே ஓடிப்போய் முதலாளியிடம் சொல்ல அவரும் மேலே வந்தார். அதுவரையில் முண்டிக் கொண்டு நின்ற எம்.ஆர் சொன்னார்.

"என்னடா பண்ணப் போறீங்க தலைகீழா நின்னுங்கடா, நடந்திருமா. என்னயப் பகைச்சிகிட்டுத் கொழும்புத் தொற மொகத்துக்குக் கொற்கயில இருந்து ஒரு தும்புக்கட்டகூட வர முடியாது."

எம்.ஆரை கையைப் பிடித்து இழுத்தபடி கீழே போனார் அனனியாஸ். அரங்கு திரும்பவும் தன்நிலைக்குத் திரும்ப நேரமெடுத்தது.

"இது அகம் ஓட்டல்ல நடந்த மட்டுக்கு இப்புடியே போச்சி... வேற எங்கயாவது நடந்திருந்தா... யாருக்குத் தெரியும்" என்றார் பாக்கியமுத்து.

ரோமால்ட்டும் அகுஸ்தினும் பேயறைந்ததுபோல் அமர்ந்திருந்தார்கள், முகமெல்லாம் வியர்த்திருந்தது. அவர்கள் கவனத்தைத் திசைதிருப்ப, பாக்கியமுத்தே தொடர்ந்தார்.

"அய்ய, இதுக்குப் போயி டென்சனாவிகிட்டு... வுட்டுத் தொலைங்க. செத்துப்போல ஏறுனதுகூட எறங்கிற்று. மேல ஆளுக்கு ஒரு சுத்து ஓல்டு மாங் அடிக்கியளா. எனக்கும் ஒண்ணும் ஏறுனமாரியில்ல. என்னத்த யோசிச்சிகிட்டு... செய்யக் கூடாதச் செய்திற வேண்டியது பொறவு அத நெனச்சி பொருமிகிட்டே இருக்க வேண்டியது. ஒங்கள்வ கதயே இப்புடித்தான. யானக்கி தன்னட பலந் தெரியாது. அது தும்பிக்கையாலே தன் தல மேலயே சேற அள்ளிப் போட்டுக்கிறுமாம். இவிய அத்தன பேருஞ் சேந்து அரசாங்கத்த நிர்பந்திச்சி ஒரு வழி பண்ணுவாவயின்னு பாத்தா... சவத்த வுடுங்க. நடக்குயத பேசுவோம்."

"ரோமான்சு நாஞ் சொன்னமில்ல இந்தா சொன்னார இதுதாம் நம்ம நெல" என்றார் அகுஸ்தின்.

அவர்கள் பேசுவதைக் கவனிக்காமல் அங்கு மேசையில் கொண்டு வைக்கப்பட்ட ஓல்டு மாங் ரம் பாட்டில் மூடியைக் கோழியின் கழுத்தைத் திருகுவது போல் திறந்தபடியிருந்தார் பாக்கியமுத்து.

112

1988

கொற்கை மேலூரில் இரண்டாம் கேட் வழியாக இஞ்ஞாசியார்புரம் போகும் பாதையில் வலது புறம் பெரிய கோட்டைச் சுவரோடு குபுகுபுவென பொழுதன்னைக்கும் புகைகக்கியபடியிருக்கும் தனுஷ்கோடி அரிசி ஆலையின் புகைக்கூண்டு மேல் காகமொன்று கூடுகட்டியிருந்தது. சமீபத்தில் நெல் அவித்ததற்கான சுவடே இல்லை. அந்தக் காலத்தில் இரண்டாம் கேட்டுப் பக்கம் வந்தாலே சுகந்தமான நெல் அவிக்கும் மணம் எங்கும் வியாபித்திருக்கும். முதலூர், குரங்கணி, தாமிரபரணி படுகையிலிருந்து வரும் கிங்கிணி, குதுரக்களஞ்சியம், சம்பா வகை நெல் மூடைகளை ஏற்றி வரும் பொதிமாட்டு வண்டிகள் இந்தப் பக்கம் பக்கிள் ஓடைவரை நின்றிருக்கும். மாட்டுவண்டிகளிலிருந்து இறங்கும் நெற்பொதிகளை இறக்கவா, கட்டுக் கட்டாய்ச் சரியும் விறகு வண்டிகளைப் பார்க்கவா, அவித்த நெல்லை களத்தில் காயப் போடுபவர்களை மேய்க்கவா, வரவு செலவு பார்க்கவா என நிற்க, நடக்க, நிமிர நேரமில் லாமல் தவிப்பார் சுந்தர கிருஷ்ணன். தகப்பனார் தனுஷ்கோடி முதல் அவியல் போடும்போது வந்து நின்றதோடு சரி. மகன் செய்யும் வியாபாரத்திற்குள் மூக்கை நுழைக்க விரும்பாததுதான் காரணம். சுந்தர கிருஷ்ணனுக்கு வரிசையாய் மூன்றும் பெண் குழந்தைகள். கூடமாடத் தொழிலைக் கவனிக்க ஒரு ஆண் பிள்ளையில்லயே என்றவரின் கவலையைப் போக்க செந்திலாண்டவன் புண்ணியத்தில் நான்கா வதாகப் பிறந்திருந்தான் சுகுமார்.

புகைபோக்கிக்குக் கீழே கிடந்த நார்க்கட்டிலில் இரு கைகளையும் தலைக்கு அண்டக் கொடுத்தபடி படுத்து விண்மீன்களைப் பார்த்தபடியிருந்த சுந்தர

ஆர். என். ஜோ டி குருஸ்

கிருஷ்ணன் சிறிது நேரத்திலேயே உறங்கிப்போயிருந்தார். முக அசைவுகள் அவர் தூக்கத்திலும் நிம்மதியில்லாமல் தவித்ததைக் காட்டின.

ஊரெல்லாம் பஞ்சம் தலை விரித்தாடுகிறது. மக்கள் சோத்துக்கு வழியில்லாமல் வேர்களையும் வாழைக்குத்தி களையும் பிடுங்கிச் சாப்பிடுகிறார்கள். பஞ்சம் ராசா வீட்டை யும் விட்டுவைக்கவில்லை. ராசாவின் காலுக்குக் கீழே வாலை ஆட்டியபடி சரிந்திருந்தார் அவரது செல்ல நாய்ப் பிள்ளை. கன்னத்தில் கை வைத்துச் சோகமாய் அமர்ந்திருந்த ராசாவைப் பார்த்து ராணி சொன்னாள்.

"என்னங்க, நம்மளும் புள்ளயளுமே சாப்புட வழி யில்லாமத் தவிக்கிறம இந்தப் பஞ்சத்துல இந்த நாய்புள்ள நமக்குத் தேவதானா?"

வயிறு ஒட்டிப் படுத்திருந்த நாய்ப் புள்ளைக்குப் பக்கென்றது. அடடா... நம்மளப் பத்திதான ராணி என்னமோ சொல்லுறா எனக் கலங்கியவராய் காதுகளை முடிந்த மட்டும் கூர்மைப்படுத்திக் கொண்டு கேட்க ஆரம்பித்தார். காலையில் ராணி ஓட்டில் ஊற்றிய கம்பங்கஞ்சி கால்வயிற்றுக்குக்கூடப் போதுமானதாயில்லை. எழும்பினால் தள்ளாடும் நிலை. போதாது என்று உருமினால் அடி தப்பாது என்று நினைத்த வராய் பொங்கி வந்த ஆத்திரத்தையும் அடக்கிக்கொண்டு ராசாவின் காலடியில் சரிந்திருந்தார்.

"என்னங்க... சொல்லுறம் கேக்கமாட்டயிங்குறியள். இந்த நாப்புள்ள பொழுதன்னைக்கும் இப்புடி வால ஆட்டிகிட்டு, ஆண்டுமாறி அடையப்பத்துனது கணக்காப் படுத்திருக்காமக் காட்டுக்குள்ள போயி ரண்டு மொசக் குட்டியோ, நாலஞ்சி வெள்ளலியோ கவ்விற்று வாரதுக்கென்ன..."

ராணி சொல்லி வாய் மூடியிருக்கவில்லை ராசா நாய்ப்பிள்ளையைக் குனிந்து பார்க்க, புரிந்துகொண்ட நாய்ப்பிள்ளை எஞ்சியிருந்த பலத்தையெல்லாம் திரட்டி யவராய் வேட்டைக்குத் தயாராய் எழுந்து நின்றார்.

"ராணி சொன்னது கேட்டிச்சா நாப்புள்ள..."

ராசா பிறகு சொன்னதைக் கேட்க நாய்ப்பிள்ளை அங்கு நிற்கவில்லை. நல்ல விசும்பு வேறு. முனகியபடியே ஓடினார். சுள்ளென்று வெயில் வேறு, காட்டுக்குள் வந்திருந்தார். சிறுபிராயத்தில் ஒரு வெள்ளெலியை முடுக்கிக்கொண்டு காட்டுக்குள் வந்ததாய் ஞாபகம். பிறகு ராசா வீட்டிலேயே ஒண்டிவிட்டதால் பிழைப்புக்காக வெளியே அலைய

வேண்டிய தேவையில்லாமல் போனது. அங்கு ஓடுகிறார், இங்கு ஓடுகிறார், சாடுகிறார் ஒரு புழுவோ, பூச்சியோ நாய்ப்புள்ளயின் கண்ணுக்குப் புலப்படவில்லை.

'வரும்போது அந்த மனுசி ஊத்துறமுன்னு சொன்ன கஞ்சியாவது உறிஞ்சிற்று வந்திருக்கணும். படிதாண்டுன பொறவு ஒப்புக்குச் சொன்னா. வாச நடயிலே கெடந்து கால ஆட்டிகிற்று காலத்த போக்கியிருலாமுன்னு பாத்தா இந்த ராணி வுடமாட்டமின்னுற்றாள. என்னடா காலம் பூதாவும் கால நக்கிகிற்றுக் கெடக்குறான இவன எதுக்கு அங்கன இங்கன அலயவுடனுமின்னு இந்த ராசாவும் யோசிக்கல்ல பாத்தியளா. எய்யா நா நாய்ப்புள்ள எனக்கு நாக்கு தொங்கத்தாம் செய்யும். இவளுக்கு நமக்கு மேலயில தொங்குது. புள்ளயளுக்கு எங்க... இவளுக்கு மொசக்குட்டி மேல எச்சி ஊறிற்று.'

புதருக்குள் ஏதோ அசைவது போலிருக்க தாவி ஓடினால், காற்றில் பறந்துவந்த முள்ளி, ஆத்திரம் தாங்கவில்லை நாய்ப்பிள்ளைக்கு.

'நாக்கூதிவுள்ளைக்கெல்லாம் எதுக்குல ரோசம். வரும்போது ரோசமா நாலஞ்சி வெள்ளெலியக் கவ்விருலாமுன்னுதாம் வந்தம். நம்ம நேரம் எழவு ஒண்ணயுங் காணும்.'

புதருக்குப் புதர் தேடியாயிற்று, கண்களெல்லாம் பஞ்சாட பொழுதும் அஸ்தமித்துவிட்டது. வீட்டில் ராணிக்கு நல்ல கோபம்.

"என்னங்க இந்த நாப்புள்ளய அனுப்பிப் புள்ள குட்டியளுக்குச் சோறு குடுக்க வழியில்ல பாருங்க."

"இனும நாப்பயல நம்பி பிரயோசனமில்ல. உண்டான கஞ்சோ கூழயோ ஊத்திற்றுப் புள்ளயளப் படுக்க வையி" என்றார் ராசா.

கதவுகளை அடைத்து எல்லோருமே படுத்தாகிவிட்டது. கண்கள் பஞ்சாடத் தள்ளாடியபடியே அரண்மனை வந்து சேர்ந்திருந்தார் நாய்ப்பிள்ளை. வழக்கமாகக் கஞ்சி ஊற்றும் ஓட்டின் அருகே போய்ப் பார்த்தால் அது கவுந்துகிடந்தது.

'அட பாவி வுள்ளயள... நாலஞ்சி பருக்கையாவது மிஞ்சும், சவத்த நக்கிற்று படுக்குலாமுன்னு பாத்தா அதையும் கமுத்தி போட்டுருக்காள... இவ கெட்டி வரும்போதே எனக்குத் தெரியும். சீதேவி சீதேவியின்னாரு பெரிய மூதேவியா வந்து சேந்திருக்காள.'

ஆசையில் கதவருகே போய் எட்டிப் பார்த்தவர் அங்கே கதவின் குறுக்கே அடிதண்டா போட்டு பூட்டியிருப்பதைக் கண்டு 'அடடா தட்டுனா இனி அடி தப்பாது' என்று நினைத்தவராய் வேப்பமரத்துக்குக் கீழே தீய்த்துக்கொண்டு காலை நீட்டினார். உறக்கம் வரவில்லை. பசியில் மேல்மூச்சி கீழ்மூச்சி வாங்கியது. முன் கவுட்டுக்குள் பின்னங்காலையும் பின் கவுட்டுக்குள் முன்னங்காலையும் மாற்றி மாற்றி வைத்து எப்படியாவது உறங்கிவிடலாமா என்று பார்க்கிறார். தூக்கம் வந்தபாடில்லை. கண்கள் மட்டும் இருட்டில் நுழைந்து நுழைந்து துளாவின. பக்கத்தில் மந்திரி வீட்டுச் செத்தை பிய்ந்து உள்ளே விளக்கு எரிவது தெரிந்தது. நாய்ப்பிள்ளைக்கு உற்சாகம் பிடிபடவில்லை.

மந்திரி பொண்டாட்டிக்குப் பாத்திரங்களை இரவில் தேய்க்கும் வழக்கமில்லை. தேரம் விடியத்தான் தெருவில் கடைவிரித்துக் கழுவுவாள். ஏதாவது சட்டியில் ஒட்டிக் கொண்டிருப்பதை நக்கிவிட்டு வந்துவிடலாம் என்று நினைத்தார். உருண்டு பிறண்டு எழும்பிய நாய்ப்பிள்ளை பிய்ந்துகிடந்த செத்தையை நோக்கி வீரநடை போட்டார். அந்த நேரத்தில்தானா மழை பெய்ய வேண்டும். சோவென மழை கொட்டியது.

"ச்சீ... மூதேவி. எந்த நேரத்துல வாரதுன்னு ஒரு வெவஸ்த மாண்டாம். கொலப்பட்டினியாக் கெடக்குறம் என்ன மாச்சும் நக்குலாமுன்னு வந்தா அப்பந்தாம் கொட்டுவியோ."

பருவ மழைக்குக் கோபம் தாங்க முடியாமல் வந்தது.

'காஞ்சி கெடக்குறான்வளேயின்னு வந்தா... கேவலம் ஒரு நாப்புள்ள நம்மள இப்புடி மூதேவியின்னு கேட்டுட்ட...'

திரும்பவும் வந்து படுத்த நாய்ப்புள்ளக்கித் தூக்கம் பிடிபடவில்லை. உருள்கிறார், பிறழ்கிறார் தூக்கம் வந்த பாடில்லை. மழை வெறித்தது போலிருக்கக் குறுக்கே சாடி விடலாமாவெனப் பாய்கிறார். எதிரே சீதேவியே வந்து நிற்கிறாள்.

"இது யாரு...? நா இங்க கொல பட்டினியாக் கெடக்குறம். நக நட்டுவள அள்ளிப்போட்டுகிட்டு நாட்டியமா ஆடுற போ மூதேவி" என்றார் நாய்ப்பிள்ளை.

கோபத்தில் சீதேவியும் போய்விடப் புதரில் மோண்டு விட்டு வந்து படுக்கிறார் நாய்ப்பிள்ளை. தூரத்தில் யாரோ வருவது போலிருந்தது. மூதேவி பிச்சைப் பாத்திரத்தோடு வந்தபடியிருந்தாள். நாய்ப்பிள்ளைக்குச் சந்தோசம் பிடிபடவில்லை.

"வாங்க எஞ் சீதேவி" என்று மூதேவியை அழைத்தார் நாய்ப்பிள்ளை.

வரவேற்பைப் பார்த்தது மூதேவிக்குக் கொண்டாட்டம் தாங்க முடியவில்லை. பொழுதுவிடிய பருவமழையும் சீதேவியும் அரண்மனை வந்து மன்னரிடம் புகார் கொடுக்கிறார்கள்.

"மன்னா... நாடு பஞ்சத்துல வாடுதேன்னு நானும், பருவமழையும் ராவுல வந்தா... இன்ன தெசயில சுருண்டு கெடக்குற ஒரு நாப்புள்ள எங்கள அவதூறாப் பேசிற்றாரு..."

அரசருக்குக் கோபம் தாங்க முடியவில்லை. பருவ மழைக்காக விசேஷ பூஜைகளும் லட்சுமி பூஜையும் செய்து பெரும் பணத்தை வீணடித்திருந்தார் ராசா. இதுதான் சமயமென்று ராணி பக்கத்திலிருந்து ஏற்றிவிட, காவலர்களை அனுப்பி நாய்ப்பிள்ளையை அழைத்து வரச்சொன்னார் ராசா. நாலு கால்களிலும் சடம்புக் கயிறுபோட்டுக் கட்டி நாய்ப்பிள்ளையை அரசபைக்குள் தூக்கி வந்துவிட்டார்கள். மன்னர் கேட்டார்.

"நாய்ப்புள்ள, ஒங்ககிட்டச் செல கேள்விகள் கேக்க வேண்டியிருக்கு."

"கேள்விய இருக்கட்டு, மொதல்ல ஒரு ஒலமூடியில செத்துப்போல நீத்தண்ணிய ஊத்தச் சொல்லுங்க."

நீத்தண்ணியைக் குடித்து முடித்த நாய்ப்புள்ள சொன்னார்.

"மன்னா கேள்விகள நீங்க கேளுங்க நாம் பதில் சொல்லுறம் ஆனா..."

"என்ன ஆனா..."

"மொதல்ல ரண்டு பேருக்கும் எடையில ஒரு தெரையக் கெட்டச் சொல்லுங்க."

சிறிது நேரம் யோசித்த மன்னர் காவலர்களுக்கு கட்டளையிட மன்னருக்கும் நாய்ப்புள்ளக்கிம் இடையில் திரைச்சீலையொன்று கொண்டு வரப்பட்டுக் கட்டப்பட்டது.

"நாப்புள்ள, மொதல்ல எதுக்கு நமக்கு எடையில ஒரு தெரச்சீல கெட்டச் சொன்னியருன்னு சொல்லிற்று மற்ற பதிலச் சொல்லும்..."

"எசமாங்களே, ஒங்க காலயே நக்கிகிற்று கெடந்த என்னய காவடி கெட்டி தூக்கிற்று வார அளவுக்கு பிரச்சன எதுனால வந்திச்சி? யோசிச்சியளா... நேத்து ராத்திரி நாம் பட்டினி. சாப்பாடில்லாம எனக்கு தூக்கம் புடிக்காமயிருந்திச்சி.

தூங்கியிருந்தமின்னா இவுங்க வந்ததே தெரியாம இருந் திருப்பம். பசியில தூக்கம் வரல. நா அத சொல்லும்போது ஓங்களுக்குக் கோவம் வந்து ராணியாரப் பாத்து அட நாப்பய மொவள, சவத்தக், கஞ்சிய ஊத்தித் தொலைக்கிறதுக் கென்னயின்னு சொல்லுவிய...''

"சரி... அதுக்கும் இந்த தெரைக்கும் என்ன சம்பந்தம்?"

"இருக்கு எசமாங்களே... ராணியார் நாப்பய மகயின்ன வொடன அவுக எனக்கு மகளாகுறாங்க."

"..."

"நீங்க எனக்கு மருமகனாகுறீங்க, அந்த மரியாதக்கித்தாம்."

"அப்பா, அப்பா...'' என்றான் சுகுமார்.

கண்விழித்தார் சுந்தர கிருஷ்ணன். காலருகே மங்கலாய் ஒரு உருவம்.

"என்னப்பு...?"

"அங்க வூட்டுல ஓரே சண்டயாக் கெடக்கு. அம்ம ஓங்கள கூட்டியரச் சொன்னா."

பதறி எழுந்த சுந்தர கிருஷ்ணன் திரும்பவும் கட்டிலிலேயே அமர்ந்தார்.

'இந்த அரிகேசரி சொன்னாமுன்னு புள்ளயக் குடுத்தம். படுகுழிக்கிள தள்ளிப்புட்டான்வள. அவன்வ சொன்னா எம்புத்தி எங்க போச்சி. நாம் போயிப் பாத்திருக்கணும். பாத்தாலும் கெட்டித்தாம் குடுத்திருப்பம் வாழையா வச்சி வாழ்ந்த குடும்பந்தான தாந்துபோச்சி, கை தூக்கி வுடுலா முன்னு நெனச்சம். இவளுக்குக் கொண்டாங் குடுத்தாமுன்னு, யார் யார எங்க வைக்கணுமின்னு ஒரு மருவாதி மாண்டாம்.'

கேரளாவிற்கு அரிசி கொள்முதல் விசயமாக அரிகேசரியும் கிறிஸ்துராச்சும் சுந்தர கிருஷ்ணனை முதலில் சந்தித்தார்கள். அடிக்கடி அரிசி கொள்முதல் விசயமாக வரப்போக இருந்ததில் பழக்கமாகித் தன் தங்கை மகன் சுயம்புராச்சிக்கு சுந்தர கிருஷ்ணன் மூத்த மகள் பானுமதியைப் பெண் கேட்டு முடித்தார் அரிகேசரி. மாமனார் வீட்டின் சூழலைப் புரிந்துகொண்ட சுயம்புராச் தனுக்காய் நல்லவன் போல் நடித்து வீட்டோடே ஒண்டிப் போனான். ஊர்க் காடுகளில் செய்யும் நெல் கொள் முதல் முதற்கொண்டு, அரிசியாக்கி, தரம் பிரித்து மூடை பிடித்துச் சந்தைகளுக்கு அனுப்புவது, பணப்பட்டுவாடா என்று எல்லா விசயங்களிலும் தலையிட்டு மாமனாரின் நன்மதிப்பைப் பெற்றான். சுகுமாரும் சிறுவனாய் இருந்ததால்

சுயம்புராச்சை தலைமூத்த மகன் போலவே கருதினார் சுந்தர கிருஷ்ணன். விரைவிலேயே வியாபார நெளிவுசுளிவுகளைச் சுயம்புராச் புரிந்துகொண்டது பல்வேறு வகைகளில் அவருக்கு உதவியாய் இருந்தது.

தனுஷ்கோடி இறந்த பிறகு சுந்தர கிருஷ்ணனை வீட்டில் தட்டிக்கேட்க ஆளில்லை. மங்களமாய் மனைவி சொர்ணம் இருந்தாலும் அரிசி ஆலையிலும் ஏமம் சாமங்களில் பல தொடுப்புகளோடு தொடர்பு. சுயம்புராச் மாமனாரின் எந்தக் கேளிக்கை விளையாட்டுகளையும் கண்டுகொள்வது மில்லை, அது பற்றி யாரிடமும் பேசுவதுமில்லை. முதலில் அரிசிக் கடை பஜாரில் சங்கத் தேர்தலில் தனக்குப் பதிலாக மருமகனை நிறுத்தினார் சுந்தர கிருஷ்ணன். மாமனாரின் மனம் கோணாமல் நடந்து விரைவிலேயே அரிசிக் கடை பஜார் சங்கத் தலைவராகி அதன் பொறுப்பில் நாடார் சங்கத்திலும் உறுப்பினராகியிருந்தான்.

அன்று அந்த அளவுக்கு வரம்பு மீறுவான் என்று சுந்தரகிருஷ்ணனே எதிர்பார்த்திருக்கவில்லை. நண்பகல் தாண்டி வந்த சுயம்புராச் வாசலில் காத்துக்கிடந்த பத்மினியையும் சொர்ணத்தையும் கண்டுகொள்ளாமலேயே படுக்கப் போனான். புளிச்ச ஏப்பம் விட்டதில் பிராண்டியும் நாயன்மார்கடை புரோட்டா சால்னா வாடையும் கலந்து வந்தது. அவன் வெளியே வருவானென்று காத்திருந்த பத்மினி சொன்னாள்.

"ஒங்களத்தான... அப்பயிருந்தே ஒங்களத்தான நானும் அம்மயும் தேடிட்டு இருந்தோம். என்னயின்னு கேக்காம தூங்கப் போனா எப்புடி?"

கதவு மூடியிருக்கவில்லை. காற்றில் திறந்துகொண்டது. மேலே அணிந்திருந்த கதர்ச்சட்டையைக் கழற்றிக் கொக்கியில் மாட்டியவன் அலட்சியமாகத் திரும்பினான். நனைந்த பனைக் கறுப்பிலிருந்த கழுத்துப் பகுதியில் பளபளவென மஞ்சளாய் தங்கச் சங்கிலி ஜொலித்தது. இடது கையில் சீக்கோ 5. வலது கையில் பெரிய பிரேஸ்லேட்.

"செத்த வெளிய வாருங்களாம். நம்ம வூட்டுக் காரியத்த வூட்டுல ஆம்புளயகிட்ட மேவாம நாங்க பொம்மனாட்டியளா எப்புடி செய்ய."

திரும்பி முறைத்தான் சுயம்புராச்.

"ஒங்களத்தான... நம்ம ரத்தினத்துக்கு அருப்புக்கோட்டயிலயிருந்து ஒரு மாப்புள வந்திருக்கு."

"..."

"லாரி கம்பெனி வச்சிருக்குதாவளாம். அருப்புக்கோட்ட மெட்ராஸ் சரக்கு லோடு அடிக்கிதாவளாம். மாப்புள நல்ல நெறமா வாட்டசாட்டமாயிருப்பாராம்."

"...."

"நாம் பாட்டுக்குச் சொல்லுயம் ஓங்க செவியில வுழுதா என்ன..."

அறையை விட்டு வெளியே வந்த சுயம்புராச் நடுவீட்டில் போர்வை விரித்துப் படுத்திருந்த சுகுமாரை சர்வ சாதாரண மாகத் தாண்டிக் கடந்துபோனான். வெளியே வெகுநேரம் சிகரெட் குடித்தபடி நின்றிருந்தான். பொறுத்துப் பொறுத்துப் பார்த்த சொர்ணம் பொறுமையிழந்து வாசல் நடைப் பக்கம் வந்து சொன்னாள்.

"எய்யா... நம்ம ரத்தினம் சமைஞ்சி இத்தன நாளாச்சி. அங்கயிங்கயின்னு சம்பந்தங்க வருதுவள, நம்ம இப்புடி எதுக்கும் பதில் குடுக்காம இருந்தா..."

சொர்ணம், தான் கூற வந்ததைக் கூறி முடித்திருக்க வில்லை. அரைகுறையாய்க் குடித்திருந்த சிகரெட்டை வானில் விசிறியடித்துவிட்டு உள்ளே வந்து அறைக் கதவை அறைந்து சாத்தினான் சுயம்புராச். ஏற்கனவே நடக்கும் பேச்சையும் உள்ளறையிலிருந்தவாரே கேட்ட சுந்தர கிருஷ்ணன் பதறி வெளியே வந்து எட்டிப் பார்த்தார். இதுவரையில்லாத சிந்தனைக் கோடுகள் அவர் நெற்றியில்.

'எதுத்து நின்னு பேசமாட்டான, வீட்டுலே சிகரெட் குடிக்காம். நம்மகிட்ட எங்க சொல்லுறாள்வ குடிச்சாலும் குடிப்பானாயிருக்கும். வூட்டுல பொட்டச்சிய சரியில்லாட்டி... குத்துக் கல்லாட்டம் நா ஒருத்தம் இருக்கமுன்னே மறந்துபோனாள சொர்ணம். வரும்போது என்னத்தக் கொண்டந்தா ஒரு குத்துப் போணியும் உடுத்தியிருந்த சேலை யுந்தாம். அவ அய்யா சுதந்தரப் போராட்ட தியாகியிங்குறது னால எங்க அய்யா சும்ம கெட்டுனாரு. நம்ம சும்மயா குடுத்தோம். அட இடிவுழுவா, கொண்டாங் குடுத்தாங்கிட்ட போயி சொல்லுற எங்கிட்ட சொல்லயில்லிய. ஏ, சவம் சோறு யாரு போடுதா இதுவர ஒரு நா கூட மருமொவங் கணக்குவழக்க வீட்டுல காட்டியிருப்பானா. ஆமா தொடுப்பு என்ன தொடுப்பு ஊர்ல ஒலகத்துல ஒருத்தனுக்கும் இல்லாத தொடுப்பா. இன்னைக்கிம் மைனர் மாரிதாம் அலையிறாரு செவந்தி சின்னையா. என்னமோ பிளாஸ்டிக் பை கம்பெனி

முள்ளக்காட்டுல ஆரம்பிக்கிறாவளாம. செட்டியார் கெமிக்கல் ஆர்டர் ஒண்ணுமே போதுமாம. காசுக்கட பஜாருல நககட, ஆறுமுகா ஆஸ்பத்ரி, நல்லா இருந்திற்றுப் போவட்டு. தம்பி கிரிதரங்கிட்ட சொன்னாக்கூட நல்ல சம்பந்தங்க கொண்டு வருவான. ஒறவுவளேயில்லயின்னு போயிருமா. எம்புள்ள சுகுமாரு என்னைக்கி வளந்து தோளுக்குத் தோளா வரப்போறானோ. சவம் புள்ளயில்லாத வூட்டுல... போறாம் வுடு. கட ரசீதயும் மாத்திப்போட்டானாம். அளங்க எடுத்திருக் காம், என்னமோ புரோமினா என்னமோ பேசிக்கிற்றான்வ. நச்சித்தண்ணிய சும்ம கொட்டுனாலுங் கொட்டுவான்வ, வேணுமின்னு தெரிஞ்சா மயிறக் குடுப்பான்வ. சுள்ளிகொளங் காலேஜில நிர்வாக உறுப்பினர் பதவி வந்ததத்தாம் எங்க சொன்னாம். திமுகாவுல என்னமோ பதவி குடுக்கறமாரி பேசிகிற்றாவள. எதத்தாம் சொல்லுறாம். என்னனு போயி கேக்க, கெட்டி குடுத்தாச்சி. பேங்குலயும் எல்லா எடத் துலயுமில... ஒரு சட்டாப்ப தோசக்கல்லு வெளையாட்டுகூட பாக்கியில்லாமக் குடுத்துப்புட்டு...'

அருகே நின்றிருந்த மகன் சுகுமாரை அழைத்து உச்சி முகர்ந்தார் சுந்தர கிருஷ்ணன்.

“அம்ம வெரசலா வரச் சொன்னாப்பா.”

உடுத்தியிருந்த வேஷ்டியை மடித்துக் கட்டிய சுந்தர கிருஷ்ணன் தலைமாட்டுக்குச் சுருட்டி வைத்திருந்த துண்டையும் பக்கத்திலிருந்த டார்ச் லைட்டையும் எடுத்தவராய் விறுவிறுவென சுகுமாரோடு வீடு நோக்கி நடக்க ஆரம்பித்தார். வரவர மனதில் ஆயிரம் எண்ணங்கள். அவர் வித்தியாசமாய்க் கையையும் காலையும் ஆட்டியபடி நடந்து வருவதை வேடிக்கை பார்த்தபடியே வந்தான் சுகுமார்.

நடு வீட்டிலேயே தலைவிரி கோலமாய் சொர்ணம். மூலையில் முடங்கிப்போயிருந்தாள் பத்மினி. உள்கட்டு அறை வாசல் நிலையின் பக்கவாட்டுக் கட்டையில் நாடியைத் தேய்த்தவாறு நின்றிருந்தாள் ரத்தினம். கடைக்குட்டி சின்னம்மா தூங்கிப் போயிருந்தாள். வீட்டில் மருமகன் இல்லையென்று தெரிந்தது.

“அடியே நா உசுரோடதான இருக்கம். பெறவு எவன தூக்கிப் போட்டுட்டு இப்புடி எழவு காத்துகிட்டு இருக்க” என்றார் சுந்தர கிருஷ்ணன்.

“கொண்டாங் குடுத்தாமுன்னு பாக்கலிய, எம்புள்ள மாரியில பாத்தம். ஆனா இப்புடியொரு கேள்வியக் கேட்டுப் புட்டார.”

932 ஆர். என். ஜோ டி குருஸ்

பொறுமையாய் சோபாவில் அமர்ந்தார் சுந்தர கிருஷ்ணன்.

“அது நம்ம வூட்டுல உள்ளவுகள சொல்லணும். பொழுது அடைஞ்சா, கொண்டா வூடு தங்குனாத்தான. எவம் எவனெல்லாமோ வந்து என்னமெல்லாமோ சொல்லுதான்வ. ஒண்ணு ரண்டுயின்னா பரவாயில்லிய ஊர்பூதாவும் சக்களத் தியிங்குறாவ. நா எவ கொண்டயயின்னு போயி அறுக்க.”

மூக்கைச் சீந்தி வாசல் பக்கம் விசிறியடித்தவள் ஈரக்கையை முந்தானையில் துடைத்தாள். சொர்ணம் இப்படி அழுது ஒரு நாளும் சுந்தர கிருஷ்ணன் பார்த்ததில்லை.

“கொண்டாங் குடுத்தாங் கிட்டப் போயி ரத்தினத்துக்கு மாப்புள பாக்கச் சொல்வனா. என்னயக் கழிஞ்ச செருப்பால யில அடிக்கணும்.” என்ற சொர்ணம் இரு கைகளாலும் தலையிலடித்தபடி ஒப்பாரி வைத்தாள். ஏற்கனவே மருமகன் மேல் கோபமிருந்தாலும் மூத்த மகள் பத்மினியின் வாழ்க்கையை நினைத்துப் பேசாமலிருந்தார் சுந்தர கிருஷ்ணன். இப்போது சொர்ணமும் அழுகிறாள். மருமகனைத்தான் சொல்லி அழுகிறாள் என்று நன்றாகவே தெரிந்தது. கத்தினார் சுந்தர கிருஷ்ணன்.

“என்னா ஏதுன்னு சொல்லி எழவுடுத்திற்று பெறவு அரடு.”

“நா என்னத்த சொல்வம், இந்த ஊத்த வாயால என்னத்தச் சொல்வம்.”

மகள் மூத்தவளைப் பார்த்தார் சுந்தர கிருஷ்ணன்.

“எம்மா, நீயாவது...”

“எய்யா மூத்தவளக் கெட்டிக் குடுத்ததுப் போதாதாம்...”

“அதாம் ஓட்டாண்டியா வந்தவனப் பெரிய மொதலாளியா ஆக்கியாச்ச. எல்லாத்தையுந்தாம் எடுத்துக்கிற்றான பெறவென்ன ?”

“எய்யா, நம்ம ரத்தினத்தையும் கெட்டிக் குடுப்பியளாம்.”

சொல்லி வாய்மூடுவதற்கு முன்னாலேயே எழுந்து சொர்ணத்தின் உச்சிமயிரைப் பின்னி இழுத்தபடியே சுந்தர கிருஷ்ணன் சொன்னார்.

“திரும்பச் சொல்லு தேவுடியா.”

113

1989

திருநெல்வேலிச் சாலையில் ஊருக்கு வெளியே மயானத்திற்கு எதிர்புறம் அமைந்துள்ளது சிதம்பரனார் கலைக் கல்லூரி. 1951இல் ஆரம்பித்த காலத்திலிருந்தே தென்பகுதியில் அறிவுக் கண் திறந்த ஒரு சில கல்லூரி களில் கொற்கை சிதம்பரனாருக்குப் பெரும் பங்குண்டு. கோபால் இங்கு வணிகவியல் இரண்டாமாண்டு படிக்கிறான். அம்மா பாக்கியம் தாளாளரைப் பார்த்துக் கல்லூரியில் இடம் வாங்கிக் கொடுத்தாள். கோபாலின் பள்ளித் தோழன் தாமசும் இங்கு வரலாறு படிக்கிறான். வீட்டில் பெரிய வசதியில்லை யென்றாலும் அம்மா கரோலின் புண்ணியத்தில் தாமஸ் கையில் பணம் தாராளமாய்ப் புரளும். வற்றிப்போன கோபாலுக்கு தாமசைப் பார்த்தால் குசேலனுக்குக் கண்ணபிரானைப் பார்ப்பது போல. தாமஸ் கொஞ்சம் வெம்பிப் பழுத்தவன். செவந்டே பள்ளி யில் படிக்கும்போதே கால்சட்டை பாக்கெட்டைக் கிழித்து விட்டுவிட்டு டீச்சரை கைவிடச் சொல்லி கலாட்டா பண்ணியவன். அன்று வெள்ளிக்கிழமை பிரதோசம் வேறு, சிவன் கோவிலில் பெண்கள் கூட்டம் அலைமோதும். பைக்கோடு கோபாலுக்காக காத்திருந்தான் தாமஸ். பழைய சுசுக்கி பைக். பார்ப்பதற்கு வெளிநாட்டிலிருந்து இறக்குமதி செய்தது போலிருக்கும். வெள்ளையன் வடிவமைத்துக்கொடுத் திருந்தான். அதன் கிளிப்பச்சை நிறமும் வினோத ஒலியும் கொற்கை சிவன் கோவில் பக்கம் கொஞ்சம் பிரபலம். பேந்த பேந்த விழித்தபடி கோபால் தாமசை நோக்கி ஓடிவந்தான். கையில் ஏதோ ஒன்றை பொக்கிசம் போல் வைத்திருந்தான்.

934 ஆர். என். ஜோ டி குருஸ்

தாமசும் பைக்கை முன்னே தள்ளிக்கொண்டு வந்தான். ஏற்கனவே இந்த விநோத ஒலியெழுப்பும் பைக்கைக் கல்லூரி வளாகத்திற்குள் ஓட்டக் கூடாது என்று தடை பண்ணியிருந் தார்கள். வியர்த்து விறுவிறுத்துப் போயிருந்த தாமசிடம் கோபால் கேட்டான்.

"நேத்து எங்கல போன, நேத்துலயிருந்து இத கையில வச்சிகிட்டு நாம் படுற பாடு எனக்குத்தாம் தெரியும் கேட்டியா."

"சரி விசயத்த சொல்லு, நா சொல்லப் போற விசயத்த கேட்டியன்னா ஆடிப் போயிருவ."

"மெட்ராசுல யாரோ அரசியல்வாதியாம் மாப்புள, தொண நடிகய போட்டதாம் விதவிதமா இருக்காம்."

"எல இது படந்தான, ஆனா நேத்து நா நெசமாவே போட்டுட்டு வந்திருக்கம்."

"சும்ம கத வுடாத."

"எங்க அப்பாகிட்ட சைட்டு சூப்பர்வைசரா இருக்காம் பாரு தனபாலு... செம ஓளம் பாத்துக்க. முந்தாநாள் சாயங் காலம் புதுசாக் கெட்டுறாவள கொழும்புக்காரரு ஓட்டல் அங்க தற்செயலாப் போயிருந்தம். முன்னால ஒரு சின்ன ரூமு இருக்கு பாத்திருக்கியா?"

"ஆமா மேலப் பக்கந்தான. அஸ்திவாரம் போட்டு முடிச்சாச்சில்ல."

"அந்த சாமஞ் சட்டிய வைக்கிற அறயிருக்கில்ல அதுகிட்ட ஒரு மாதிரியா இவம் பம்முனாம். மணி ஏழு இருக்கும். எல்லாருக்குஞ் சம்பளம் போட்டு போவச் சொல்லியிருப்பாம் போலத் தெரியுது. அத மட்டும் மடக்கி உள்ள வச்சிருக்காம்."

"எல எத..."

"சரியான நாட்டுகட்ட பாத்துக்க, கையாளு வேலக்கி வந்திருக்குமின்னு நெனக்கிறம். கலியாணம் முடிஞ்சி நம்மளக்கொப்பவே புள்ளய இருந்தாலும் இருக்கும் மாப்புள. சும்ம மதமதயின்னு இருந்தா."

"சொல்லாம் வருணிச்சிகிட்டுக் கெடக்காம்."

"பின்னாலயே போயி எட்டிப் பாத்தம் மாப்புள, கட்டயில கெடத்திச் சும்ம சாய்ச்சிகிட்டுக் கெடக்குறாம்."

"..."

"நாக்குல எச்சி ஊருதாக்கும். கேட்ட ஒனக்கே இப்புடி யிருக்குதின்னா பாத்த எனக்கு எப்புடி இருக்கும். வேல

முடியிறவர வெளிய சத்தமில்லாம நின்னு பாத்திற்று, முடிஞ்ச பொறவு உள்ள போயிக் கப்புன்னு அமுக்கிற்றம் பாத்துக்க.”

“...”

“மொதல்ல ஒரு மாதிரியா மெரண்டு கலைஞ்சிச்சி. பொறவு ஒரு வழியாப் பேசிச் சமாளிச்சிற்றம். கஷ்டப்பட்டது பாத்தியா, நோட்டத் தூக்கிப் போட்டுட்டம்.”

“...”

“நேரமாயிற்று இப்ப வேண்டாம் குளிக்கணும் நாளைக்கி வாரமின்னுட்டுப் போயிற்றா...”

கோபால் ஒருமாதிரியாக நெளிந்தான். பக்கத்தில் வந்த தாமஸ் அவன் முதுகைத் தடவியவன் சொன்னான்.

“மாப்புள இதுக்கே உணர்ச்சி வசப்படாத...”

“சும்மாயிருல” வெட்கப்பட்டான் கோபால்.

கோபாலின் கன்னக் கதுப்புகள் உயர்ந்து கண்கள் மோனத்தில் மிதந்தசைந்தன. இனம் புரியாத கிளுகிளுப்பு. நடு ஸ்டாண்டு போட்டு நிறுத்தியிருந்த தாமசின் பைக் மீது உட்கார்ந்திருந்தவன் படுத்தேவிட்டான். ஏறி இறங்கி வளைந்து நெளிந்திருந்த பைக்கின் பெட்ரோல் டேங் பகுதி அவனது அப்போதைய தேவைக்கு ஈடுகொடுத்தது. ஒரு மாதிரியாக உடம்பை நெளித்தான்.

“வுட்டா பைக்க ஓத்துருவபோல...”

“கொலைக்கிற நாயி கடிக்காது தெரியுமா ஓனக்கு.”

“அப்புடி வா வழிக்கி, எல நேத்தோட கணக்குக்கு நாலாவது கேஸ்.”

வாயில் எச்சில் ஊறலெடுக்க கோபால் கேட்டான்.

“மாப்புள நெசமாவா சொல்லுற?”

“நேத்து அதே எடத்துக்குச் சொன்னமாரி வந்திற்றா மாப்புள. வேல முடிஞ்சி வீட்டுக்கு போயி குளிச்சிற்று வேற வந்திருந்தா. தலயில கொஞ்சமா மல்லியப் பூவு வேற வச்சிருந்தா. சும்ம சொல்லக் கூடாது மாப்புள மல்லியப்பூ வாசன சும்ம சுண்டி இழுக்குது. எல கலியாணம் முடிஞ்சவ கலியாணம் முடிஞ்சவ தாம். வயசு என்ன வயசு, சும்ம மெய் மறந்து போயிற்றம்.”

“ஆனாலும் ஓனக்குக் குஞ்சில மருதாம் கெடக்கு.” என்றான் கோபால்.

“மாப்புள வேணுமின்னா வேணும். பைபிள்ல சேசுநாதர் என்ன சொல்லுறாரு தெரியுமா?”

“எல இதுக்கு போயி பைபிள இழுக்குற…”

“ஒரு பெண்ணை ஒருவன் இச்சையோடு நோக்கினாலோ நினைத்தாலோ அவன் அவளோடு விபச்சாரம் செய்கிறான்னு அர்த்தமாங் கேட்டியா.”

“…”

“அப்ப நா இவ்வளவு சொன்னதுக்கு, வாயில எச்சியூற கேட்டிய, நீ ஏற்கனவே அவளோட விபச்சாரம் பண்ணி யாச்சியின்னு அர்த்தம்.”

“நீ என்ன சொல்ல வார.”

“அங்க நீ வாரயின்னு சொல்லவாரம்.”

“எல நெசமாவா சொல்லுற… நீ சொல்லிற்றா, அவ அதுக்கு ஒத்துக்கிறணுமில்ல.”

“ஒனக்கு அந்தக் கவல தேவயில்லாத விசயம்.”

“வயசான கட்டதாம் மாப்புள. வேல செய்யிற ஒடம்பு பாத்தியா சும்ம இரும்புமாரியில கெடக்கா. நம்ம வயசுல புள்ளயிருந்தாலும் இருக்கும். ஆனாலும் மாப்புள சும்ம டைட்டாத்தாம் இருந்தா.”

கோபாலிடம் சத்தமேயில்லை. வானத்தைப் பார்க்க ஆரம்பித்தான். இருட்டி வானத்தில் நிலவு ஏறியிருந்தது. நூலகத்திலிருந்து வெளியே வந்த உதவிப் பேராசிரியர் அகுஸ்தீன் இருவரையும் பார்த்துப் புன்னகைத்துவிட்டுப் போனார்.

“நேரம் போனதே தெரியில மாப்புள.”

“அப்ப இன்னக்கே நீ கன்னி கழிஞ்சிரு.”

“…”

“எல என்னா, சத்தமில்லாம நடக்குற. விருப்பமில்லியா வுட்டுரு. விரும்புனியா நேரங் கடத்தக் கூடாது, அவ வேற அங்க வந்திருப்பா. இது என்னமோ பெரிய விசயம்மாரி.”

முகம் சிவக்க, கண்கள் பணிக்க வருவதாகத் தலையை ஆட்டினான் கோபால். எட்டயபுரம் சாலையில் நாயன்மார் புரோட்டா கடைப்பக்கம் கோபாலை இறக்கி விட்டுவிட்டு தாமஸ் சொன்னான்.

“மாப்புள, இங்கயே நின்னுக்க வீட்டுல போயி காசு எடுத்திற்று வாரம்.”

“சரி சீக்கிரம் போல.”

நாயன்மார் புரோட்டா கடையில் வியாபாரம் ஜே ஜே என்றிருந்தது. முன்னைப் போலல்லாமல் இப்போது உள்ளே தனியாக அறையெடுத்துக் குளிரூட்டியிருந்தார்கள். கொற்கையில் அங்கங்கே புரோட்டா சால்னா கடைகள் முளைத்திருந்தாலும் நாயன்மாருக்கான கூட்டம் மட்டும் குறைந்தபாடில்லை. என்னதான் காலத்திற்கேற்ப வசதி செய்து கொடுத்திருந்தாலும் புகை மண்டிய அந்த முன் பகுதியிலேயே நல்ல கூட்டம். சுவரைப் பார்த்தபடியே சாப்பிடுவதில் கொற்கைக்காரர்களுக்கு அப்படி ஒரு ஆனந்தம். பலவாறான சிந்தனைகளோடே நின்றிருந்தான் கோபால்.

‘அவ போன பொறவுதாம் வருவாம் போல. கையில காசுருந்தா நம்மளே போலாம். கோபாலு நடக்குறத யோசி. கோழிக் கொழம்பு வாசம் சும்ம தூக்குத. ஏழையாப் பொறக்க கூடாது கோபாலு. பொறந்திற்றியா ஆசயே படக் கூடாது. ஆமா ஆச நம்மகிட்ட கேட்டுட்டா வருது வந்தா என்ன பண்ண. இவம் வேற புதுசா ஒரு ஆசக்கி வழி பண்ணி யிருக்காம். ஆசையே அழிவுக்குக் காரணமின்னாராம புத்தரு. அவுருக்கென்ன அவுருபாட்டுக்குச் சொல்லிற்றுப் போயிற்றாரு. அவுரு மட்டும் என்ன எல்லாத்தையும் ஆண்டு அனுபவிச்சிற்று அதுக்குப் பொறவுல ஆசையே அழிவுக்குக் காரணமின்னாரு. வி.பி. சிங்க ஆட்சி பண்ண வுடுவான்வளாக்கும். ‘புதிய பாதை’ படம் நல்லாத்தாம் இருந்திச்சி. ஜெயப்பிரகாஷ் தூக்கு தண்டனய ஆயுளா கொறைச்சிற்றான்வளாம. இந்த வெங்கனக்காணும... ஆசைப் படு. எல்லாத்துக்கும் ஆசப்படு. ஆமா தமிழ் வாத்தியாரு வேற சொன்னார நீ எதாக விரும்புறியோ மொதல்ல அது மாரி ஆக ஆசப்படுன்னாற. பேதியில போறவனக்காணும. அவ மயிரா இருப்பா. சடகோபம் நாயனாருக்குள்ள போறாம். தாயோளி ஆடிட்டர் பார்த்தசாரதி மொவந்தான. மெட்ராசுல இதெல்லாம் பெரிய விசியமேயில்லியாம். அதுக்காக அந்தக் காலத்துல நடந்த கோயில் நுழைவுப் போராட்டத்தமாரி நாயன்மார், முனியாண்டி விலாஸ் நுழைவுப் போராட்டமுன்னா அவன்வ நடத்த முடியும். கண்டுக்காத கோவாலு. கூதியுள்ள ஒத்தயில பொலம்ப வச்சிற்றான.’

சரக்கென்று தாமஸ் பைக்கை அவனருகே நிறுத்த சுயநினைவுக்கு வந்து திரும்பிய கோபாலைப் பார்த்து தாமஸ் சொன்னான்.

“சும்ம சாதாரணமா வா. இப்பவே அவமேல ஏறுறமாரி நெனச்சிகிட்டே வந்தியன்னா மொவன, பொறவு தொட்ட வொடன பீஸ் ஆயிருவ.”

விநோதமான ஒலியுடனும் புகையுடனும் வண்டி கிளம்ப, பாதையில் நடந்தவர்கள் பயந்து வழிவிட்டு ஒதுங்கினார்கள். வழியில் கொற்கை எக்ஸ்பிரஸ் தாமதமாகக் கிளம்பியதால் மூன்றாம் கேட் பூட்டியிருந்தது.

“கோபாலு ரண்டியருமாயின்னு வாயப் பொழந்திய, இப்பயெல்லாம் குரூப் செக்ஸ் ரெம்ப சாதாரணமாப் போச்சி. புதுசு புதுசா என்னென்னமோ கண்டுபுடிக்கிறான்வ.”

“...”

“வாயப் பொழந்துகிட்டு இருக்காத பக்கிள் ஓடையில கொசுவ அதிகம்.”

“நாந்தாம் கெணத்துத் தவளையா இருந்திற்றம் போல.”

“நம்மளச் சுத்தி ஒலகத்துல என்ன நடக்குதின்னு தெரிஞ்சிக்கிறணுமில. மெட்ராசுல சனிக்கெழமயாயிற்றா பணக்காரம் பூதாவும் ஒரு ஓட்டல்ல பார்ட்டிக்கி பொண்டாட்டியளக் கூட்டிகிட்டு வருவான்வளாம்.”

சிரித்தான் கோபால். கொற்கை எக்ஸ்பிரஸ் கடந்து போனது. ரயிலிலிருந்த பிலிப் தண்டல் மகன் ஜேம்ஸ் கோபாலைப் பார்த்துக் கையசைத்துவிட்டுப் போனான்.

“மாப்புள மறந்திற்றம் இந்தா இந்த அம்பது ரூபாயக் கையில வச்சிக்க உள்ள போயித் தடவ ஆரம்பிச்சவொடன குடு. பின் அயிட்டம் மாப்புள சும்ம எவ்விகிட்டுத்தாம் நிக்கிம். போயிப் பாரு.”

“தாமசு...”

“எல இங்கயே உணர்ச்சிவசப்படாதல. தாயோளி இந்த உணர்ச்சி அங்க தேவப்படுமுல.”

“கேட்டத் தொறந்திற்றான்வ வண்டியக் கெளப்பு.”

“தாமசு, கேட்டுல இவ்ளோ நேரமாயிற்ற...”

“சும்ம வாரியா, வெவரங் கெட்டவம்.”

“சரி, ஒனக்குத் தந்தா, எனக்கு எப்புடில...”

“கலியாணமா பண்ணப் போற, வாயம் இவளமாரி ஆள்களுக்கு நம்மளமாரி சின்னப்பயல்வள ரெம்பப் புடிக்கிம். நேத்தே அவகிட்ட சொல்லிற்றம். மொதல்ல கொஞ்சம் மெரண்டா பொறவு ஒத்துகிட்டா.”

“...”

“எய்யா எந்த காலேஜில படிக்கிறியன்னு கேட்டா பாத்துக்க, நாஞ் சுதாகரிச்சிகிட்டு காமராச்சின்னுட்டம்.”

“...”

“எதுக்குன்னா, இந்த அயிட்டங்ககிட்ட சரியான பேரயோ, விலாசத்தையோ குடுக்கக் கூடாது கேட்டியா.”

ரயில்வே கேட் கதவு திறக்க, பஸ்சும் லாரியும் கார்களும் இரு சக்கரவாகனங்களும் முண்டியடித்தபடி முன்னேறின. ரயில்வே பாதையின் நடுப்பகுதி மேடாய் இருந்ததால் முன்னால் போய்க்கொண்டிருந்த லாரி கட்டுப்பாடில்லாமல் பின்னோக்கி வந்தது. பலதரப்பட்ட ஒலிப்பான் ஒலிகள். காது மடல்கள் கிழிந்துவிடும் போலிருந்தன. ஒரு வழியாய் ரயில்வே கேட்டைக் கடந்த இருவரும் சந்தியில் இடது பக்கம் திரும்பி, கட்டி அரைகுறையாய் நின்றிருந்த அந்த கட்டடத்தருகே வந்தார்கள். இவர்களைக் கண்டதுமே தனபால் ஒதுங்கிக்கொண்டான்.

பைக்கிலிருந்து இறங்கியதுமே கோபால் ஓரங்கட்டி மூத்திரம் பெய்துவிட்டு வந்தான். உடம்பெல்லாம் வியர்த்து நனைந்திருந்தான். அவனை அங்கேயே நிற்க வைத்துவிட்டுச் சாமரன் அறையருகே சென்று திரைச்சீலையை விலக்கிப் பார்த்த தாமஸ் இளநகையோடு திரும்பி வந்து சொன்னான்.

“மாப்புள மத்தவ சொன்னமாரியே ரெடியா இருக்கா, வாயில வெத்தல போட்டுருக்கா. வீட்டுக்குப்போயிக் குளிச்சிற்று வந்திருப்பா போல, ஒனக்கு யோகந்தாம் போ. எனக்கே ஒரு மாதிரியா வருது. நாம் போயி பைக்குல இருக்குறம். ஒண்ணும் அவசரமில்ல, எங்கப்பா இனும இந்தப் பக்கம் வரமாட்டாரு அதுனால எதப் பற்றியும் யோசிக்காம ஆற அமர எவ்வளவு நேரம் முடியுமோ... எத்தன நேரம் பண்ணணுமோ...”

“தனபாலு...”

“அவன நாம் பாத்துக்கிருறம்.”

“அது ஒத்துக்கிருமா.”

“அவளா... ஒன்னயத் தூக்கி இடுப்புல வச்சிப் பால் குடுத்துருவா கேட்டியா. கேந்தியக் கௌப்பாமப் போல.”

தாமசின் தோளில் கைவைத்து விடைபெற்று உள்ளே போக எத்தனித்தவன் சடாரெனத் திரும்பி வந்து கேட்டான்.

“மாப்புள வேற ஒண்ணும் ஆயிராத.”

“அடச்சீ போ நாய” என்றான் தாமஸ்.

தைரியத்தை வரவழைத்துக்கொண்டவன் வாசலில் தொங்கிய பழந்துணியைத் தள்ளிவிட்டபடி உள்ளே வந்தான். மங்கிய வெளிச்சம். தூரத்தில் புதிய பேருந்து நிலையத்தின் விளக்குக் கம்பமொன்றிலிருந்து வந்த வெளிச்சம் எதிரே சுவரின் அந்தகாரத்தில் மங்கலொளி வீசிப் பரவியிருந்தது. அறையில் செங்கலும் சுண்ணமும் பச்சை மரமும் கம்பிக் கட்டும் கலந்த ஒருவகையான வீச்சத்தையும் தோற்கடித்து நின்றது மல்லிகையின் மணம்.

அவன் உள்ளே நுழைய அமர்ந்திருந்த உருவம் சரேலெனத் திரும்பிச் சுவரை நோக்கியது. பக்கவாட்டில் அடுக்கியிருந்த மரக்கட்டைகளின் மேல் அனிச்சையாய் அமர்ந்தான். கட்டையைத் தடவி முகர்ந்தான். தேக்கு மர வாடை. கையைக் கீழே ஊன்றினான். ஏதோ அவனுக்கு மிகவும் பரிச்சயமான நெடி. மங்கலான ஒளியில் இது யார்... உணர்ச்சி கொப்பளிக்க உள்ளே வந்தவன் அந்த நொடியிலேயே உறைந்துபோனான். எந்த அசைவுமில்லை. வெளியே வாகனங்களின் உறுமல் மட்டும் கேட்டபடியிருந்தது.

"யாரு... அம்..."

திரும்பிப் பார்க்கத் துணிவில்லை. கைகால்கள் உறைந்து அசைய மறுக்க எழும்பத் திராணியில்லாதவனாயிருந்தான். நேரம் கடந்தபடியிருந்தது. மூலையில் இருந்த உருவம் சிலையாய்ச் சமைந்திருந்தது. மூச்சுவிடும் சத்தம்கூடக் கேட்கவில்லை. எத்தனை நேரம் அப்படியிருந்தான் என்று தெரியவில்லை.

வெளியிலிருந்து கேட்ட ஒலிப்பானின் ஒலியில் தன் நிலையுணர்ந்தவன் பக்கவாட்டுச் சுவரைப் பிடித்தவாறு எழும்பி நின்றான். காலருகே மரக்கட்டைகள் உருண்டு விழுந்தன.

"ஆ..." என்றான் கோபால். சரேலெனத் திரும்பி நொடியில் மீண்டது அவ்வுருவம். சந்தேகமேயில்லை.

'அய்யய்யோ, வந்தது நாந்தாமுன்னு தெரிஞ்சிற்றோ. வக மோசம் போயிற்றன. அவளுக்கு வேற வழியில்ல வந்திற்றா. ஆமா, காலேஜி பீஸ் எங்கருந்து கெட்ட. ஆனா நாம்... தெனவெடுத்துத்தான வந்திற்றம். என்ன நெனைப்பா. நாந்தான ஒலகமேன்னு இருக்கா. எப்புடியிருந்தவ... அய்யாவச் சொல்லியுங் குற்றமில்ல. அவுரு வாயில்லாப் பூச்சி, சூதுவாது தெரியாது.'

ஆவி போல் நடந்து வெளியே வந்தவனைப் பார்த்ததும் பைக்கிலிருந்து துள்ளிக் குதித்த தாமஸ் முன்னே ஓடிவந்து சொன்னான்.

"மாப்புள சீக்கிரமா வந்திற்ற..."

"..."

"இந்தா பைக் சாவியப் புடி. நா வரக் கொஞ்சம் நேரம் ஆவும் கேட்டியா. யாராவது அக்கடியா வந்தா சத்தங்குடு."

தாமஸ் கொடுத்த சாவி கோபால் கையிலிருந்து நழுவித் தரையில் விழுந்தது. அவன் குனிந்து எடுக்காததைக் கவனித்த தாமஸ் அதற்குமேல் நிற்கப் பொறுக்காமல் சாவியை எடுத்துத் தன் கால்சட்டைப் பைக்குள் போட்டபடி அறைக்குள் ஓடினான். வெளியே பைக்கருகே வந்த கோபால், கோபத்தில் பைக்கை ஓங்கி உதைத்தவாறு செய்வதறியாது சிறிது நேரம் நின்றிருந் தான். பிறகு கால் போன போக்கில் நடக்க ஆரம்பித்தான்.

'ச்சீ துப்புக்கெட்ட பயல, ஒன்னால தடுக்க முடியுமா. என்ன சொல்லித் தடுப்ப. அவ ஒன்னட ஆத்தாயின்னா, போல போக்கத்த பயல. அவளுக்கு வந்தது நாந்தாமுன்னு தெரிஞ்சிருக்குமோ. இந்நேரம் எல்லாம் முடிஞ்சிருக்கும். என்னத்த முடிய. ஆசப்பட்டாலே விபச்சாரமாம். அப்புடி பாத்தா இச்சையா, நெனச்சி நெனச்சி ஏங்கிகிட்டேயில போனம். தாமசச் சொல்லிக் குற்றமில்ல, அவனுக்கு யாருன்னு தெரியவா செய்யும். ஏதோ ஒரு பழங்குடி எனத்துல தாயப் புணருரது வழக்கமாமே. அடச் சீ, ஒனக்கும் ஆடு மாடுக்கும் வித்தியாசமில்ல. நோவா காலத்துல அந்த பிரளயத்துக்கு பொறவு என்ன நடந்திருக்கும். இனப்பெருக்கம் எப்புடி வந்திச்சி. பெரிய தத்துவக் கூதிமாரி யோசிக்க. செய்தது தப்பு. எனக்கும் எங்க ஆத்தா அங்கயிருக்கான்னு தெரியவா செய்யும். ஏதோ விதி வசம் போயிற்றம், ஆனாலும் அவ மூஞ்சில எப்புடி முழிக்க. அவளுக்காச்சும் ஒரு காரணம் இருக்கு. நாந்தாம் படுபாவியாப் போனம். வீட்டுக்கு எங்க போவ...'

கால் போன போக்கில் நடந்ததில் ஆர்.வி மில்லின் பின்புறம் வந்து சேர்ந்திருந்தான். முக்குத் திருப்பத்தில் அந்தோணியார் குருசடியில் இரவு ஜெபம் நடந்தபடியிருந்தது. அவனையறியாமலேயே அவன் கால்கள் அவனை உள்ளிழுத்து வந்தன. சுவரோடு சாய்ந்து அமர்ந்தான்.

'தப்பு பண்ணிற்றம், நீ பாவம்... என்னம்மா பண்ணுவ. ஒன்னய நெனச்சா எனக்குப் பரிதாவமா இருக்கு. நாந்தாம் தெம்பேறித் திரிஞ்சிற்றம். என்னய மன்னிச்சிரும்மா.'

கண்கள் நிலைகுத்தி அந்தோணியார் சுரூபத்தையே பார்த்த வாறிருந்தன. கண்ணீர் வடிந்தபடியிருந்தது. வெகு நேரமாகி யிருக்க வேண்டும். யாரோ உசுப்புவது உணர்ந்து கண் விழித் தான். எதிரே தாயோடு நின்ற மாதரசி புன்னகைத்தாள்.

114

1989

மரங்களடர்ந்த சென்னை அண்ணாநகர் கிழக்குப் பகுதியில் பூங்காவின் தென்புறம் அமைதியான எம்.பிளாக். தெருமுனையிலிருந்து நூறு அடியாவது உள்நோக்கிச் செல்லும் சந்து வழியாகத்தான் வீட்டிற்குள் வர முடியும். முன்புறம் இரண்டு பக்கமும் அடுக்குமாடிக் குடியிருப்புகள். பெரும்பாலும் பாரிமுனையில் கடை வைத்திருக்கும் மார்வாடிகள்.

பிலிப் தண்டல், தன் மகள் மகராசியின் மூத்த மகள் திருமணத்திற்குச் சீதனமாக இந்த வீட்டை வாங்கிக் கொடுத்திருந்தார். அமைதியான தனி வீடு. ஜோஸ்லின் படிப்பில் படுசுட்டி. தாத்தாவின் விருப்பத்திற்கிணங்க எஞ்ஜினியரிங் படித்திருந்தாள். ஆனால் படிக்க வைத்து அழகு பார்த்த தாத்தா பிலிப் அவளை வேலைக்குவிடச் சம்மதிக்கவில்லை. திருமணம் முடிந்ததிலிருந்தே சென்னையில் இருக்கிறாள். மாப்பிள்ளை எடிசனுக்குப் பூர்வீகம் கொற்கையாய் இருந்தாலும் சென்னைப் பக்கம் ஒதுங்கி முப்பது நாற்பது வருடங்கள் ஆகியிருந்தது. தகப்பனார் சுகந்தா கொரைரா காலத்திலேயே சென்னை வந்துவிட்டார்களாம். இப்போதெல்லாம் வருடத்திற்கு ஒருமுறை மாதா திருவிழாவுக்குப் போவதோடு சரி. எடிசனுக்குக் கொற்கை பற்றிய எண்ணமே கிடையாது. அம்மா கொரற்றி சிங்கராயர், பர்த்தலோம் சிங்கராயரின் ஒரே மகள்.

ஜோஸ்லின் கொற்கையிலிருக்கும் தன் தாய் மகராசியோடு தொலைபேசியில் கதைத்தபடி இருந்தாள்.

"ஒங்க தங்கச்சிய நீங்கதாம் மெச்சிக்கிறணும் கௌம்புறவர எங்கிட்ட எதுக்கு வந்திருக்காங்கயின்னு மூச்சி விடல. அவுக போனபெறகு இவுங்கதாம் சொன்னாங்க. இங்க சென்னயில ஏதோ எடம் பாத்திருப்பாவபோல. அது என்னம்மா சித்தப்பா, சித்தி பின்னால இப்புடித் தலயாட்டிகிட்டே அலையிறாவ."

"..."

"இவுங்க எங்க கேக்க. மேசப்புத்திய காமிப்பாங்கயில்ல. அங்க கூட்டிற்றுப்போனம், இங்க கூட்டிற்றுப்போனமின்னு எனக்குத்தாம் செலவு."

"..."

"என்ன வாழ்ந்து கெட்டவுங்கயிங்குற. தற்பெரும பாத்தே அழிஞ்சி போறாங்கயில்ல."

"..."

"அப்பாவா, வாயில்லாப்பூச்சியின்னு நீங்கதாம் மெச்சிக் கிறனும். அந்தக் காலத்துலயின்னு பேச ஆரம்பிச்சாவ, இவுக அப்பாகூடப் பேசுறதேயில்லம்மா. இப்பயெல்லாம் கோயில் பக்கம் போயிருறாங்க. என்னமோ அன்பியமா, கின்பியமின்னு ஆரம்பிச்சிருக்காங்களாம்."

"..."

"இப்புடிக் கோயிலு கோயிலுன்னு இருக்க மனுசனுக்கு இத்தன புள்ளய எதுக்கு? யாரோ சம்பாதிச்சிக் குடுப்பாமுங்குற நெனப்பு. பிலிப் தாத்தா இன்னும் குதுரவண்டிக்காரங்கூட மல்லுக்கெட்டிகிட்டு நிக்கிறாங்க. கோயிலுக்கு எங்கூட வா, எங்கூட வான்னு ஒரே கரைச்சல். பாக்குறவங்க தாத்தாவாயின்னு கேக்குறாங்க."

"அழாதமமா, எங்க வீட்டுலயும் அதே நெலதாம் உத்யோகம் புருச லட்சணமிங்குற நெனப்பே இல்லம்மா."

"..."

"அதுக்கு மட்டும் கொறைச்சயில்ல. எத்தனையோ நேரம் டாக்டர் கிட்ட போவோமுன்னு கூப்புட்டாச்சி வந்தாத்தான."

"..."

"என்னது பிலிப் தாத்தா வந்திருக்காங்களா, என்னம்மா இவ்ளோ பிந்திச் சொல்லுற. இவுங்க வேற வீட்டுலயில்ல."

"..."

"ஒம் புருசனுக்குக் கோயிலுக்கு வழி தெரியும். வேற எங்கயாவது அனுப்பிற்றுப் பெறகு அவுங்களத் தேடி நாங்க அலையணும்."

"..."

"சரி நாம் பேசயில்ல. நா வேலைக்கிப் போகமாட்டமின்னு எங்க சொன்னம். பிலிப் தாத்தாதாம் பொம்புளபுள்ள வேலைக்கி போகக்கூடாதுன்னுட்டாங்க."

"..."

"தாத்தாவக் கண்டுட்டா, அப்புடியே என்ன நடிப்பு யிங்குறிய. இதே மரியாத அப்பாகிட்டயும் இருக்கணுமில்ல. அப்பாவ இவுக ஒரு மனுசனாவே மதிக்கிறது இல்ல."

"..."

"தாய்வழி சிங்கராயம், தகப்பம்வழி கொரைரா யின்னாக்குல... உருப்படியா ஒரு வேலகூடயில்லியம்மா. என்னமோ ரியல் எஸ்டேட், ரியல் எஸ்டேட்டுங்குறாரு..."

வெளியே கேட் திறக்கும் சத்தம் கேட்டது. சன்னல் வழியே எட்டிப் பார்த்தாள் ஜோஸ்லின். உள்ளே வந்த கிளாடியஸ் ரிபேரோ நடைபாதையிலிருந்த குரோட்டன்ஸ் களோடு பேசியபடியிருந்தார். வீட்டு வாசலிலேயே அத்தி மரங்கள். அடிக்கடி அத்திமரங்களை அன்னாந்து பார்த்தபடி வாய்பிளந்து நிற்பார் கிளாடியஸ். காய்க்காத அத்திமரங்கள் பற்றி பைபிளில் படித்திருந்தார். ஆனால் இந்த மரங்கள் காய்த்து, கனிந்து வாசல் நடையெங்கும் இறைத்துவிடுகின்றன. காலையில் கோவிலில் முதல் பூசைக்குப் போய்விட்டு வந்தபின் விளக்குமாறும் கையுமாகத்தான் நிற்பார் கிளாடியஸ் ரிபேரோ.

திரும்பவும் வந்து தொலைபேசியைக் காதில் பொருத்திக் கொண்டாள் ஜோஸ்லின்.

"..."

"அப்பாம்மா. அவுகளுக்கு என்ன கொற. விடிஞ்சா அடைஞ்சா கோயிலு. மத்த நேரங்கள்ல இங்க பக்கத்து வீட்டுல ஒரு வயசான தாத்தாவும் பாட்டியும் இருக்காங்க அவுங்களுக்கு கௌரவ ஆலாசகரே அப்பாதாம். மணிக் கணக்குல ராபர்ட் ஃபிராஸ்ட் பத்தியும், ஹேக்ஸ்பியர் பத்தியும் பேசிகிற்று இருப்பாங்க.

"..."

"நீதாம் மெச்சிக்க. அய்யரு, அய்யங்காரு அதுயிது எல்லாம் அந்தக் காலம்மா. அப்பா அங்க போவயில்லாட்டி அந்த கெழட்டு மாமி இங்க வந்து குசு வுட்டுகிட்டு இருக்கும். முன்னால நம்ம வீட்டமாரி தனி வீடாயிருந்ததுதாம். இப்ப அடுக்கு மாடியாயிரிச்சி."

"..."

"நெறைய பணங்குடுத்திருப்பாங்க போல. இப்ப மெட்ராசுல வியாபாரமே இதுதானாம். பழைய வீடுவள வாங்க வேண்டியது. வீட்டுக்காரருக்கு விரும்புனா கீழ ஒரு வீடக் குடுத்திற்று நாலைஞ்சி அடுக்கு கெட்டி வித்துருறாங்க. ஆனா கெழவனாரு இவளால கெட்டம் இவ வாயால கெட்டமின்னுட்டே இருப்பாரு"

"..."

"கெழவனாரு ரிட்டயர்டு ஐ.ஏ.எஸ்சாம். ரண்டும் பொண்ணாம். ஒண்ணு அமெரிக்காவுலயிருக்கு, சின்னது இங்க. வீட்டுல தங்குறதேயில்ல. எப்பவும் பாய்பிரண்டு, டிஸ்கோதே... கெழவி அந்த புள்ளய நெனச்சி அழாத கொறதாம். வயசு நாப்பது இருக்கும். ஆனா பாத்தா தெரியாது. எல்லாம் ஃபியூட்டிபார்லர் கை வண்ணந்தாம்."

"..."

"பிலோமி சித்தி போனாவள. கழுத்துக்குள வந்திருக்க வெண்குஷ்டத்த மறைக்க மருதாணி போடச் சொல்லி யிருக்காங்களாம்."

"..."

"அதுக்குத்தாம் காலுல இத்தே பெரிய கொலுசு போட்டிருக்காங்கள."

"..."

"எங்க கொற்கையிலயா. ஆரம்பிக்கட்டும்... பியூட்டி பார்லரயாவது ஒழுங்கா நடத்துனா சரி. பிலோமி சித்திக்கி காலயில பதினோரு மணிக்கித்தான விடியும். எல்லாம் பிலிப் தாத்தாவால வந்தது."

பக்கத்தில் கிளாடியஸ் வந்து இருமுவது கேட்டது. தொலைபேசியை ஒரு கையால் பொத்தியபடி ஜோஸ்லின் கேட்டாள்.

"என்னப்பா...?"

“போன்ல யாரும்மா?”

“அது யாராயிருந்தா ஒங்களுக்கென்ன?”

பக்கத்திலிருந்த சோபாவில் தளர்ச்சியாய் அமர்ந்தார் கிளாடியஸ். இப்போதெல்லாம் யாரையும் மறுத்துப் பேசுவதேயில்லை. பெரிய பணக்கார வீட்டில் பிறந்து, பணக்காரத் தோணிக்காரருக்கு மருமகனாகி, வாழ்ந்து கிட்டத்தட்ட முடித்திருந்தார். பிள்ளைகளிடமும் எதிர்த்துக் கேக்கத் துணிவில்லை. காரணம் இதுவரையில் அவரை வைத்து வீட்டில் எந்த வருமானமும் வரவில்லை. அமைதியாய் அமர்ந்துவிட்ட தகப்பனாரைப் பார்த்துப் பரிதாபப்பட்ட ஜோஸ்லின் கேட்டாள்.

“ஒங்க பெண்டாட்டிதாம் பேசணுமா?”

“வேண்டாம்மா.”

“சொல்ல வந்ததச் சொல்லுங்கப்பா.”

“நாளைக்கி நம்ம வீட்டுக்கு அன்பியத்துக்காரங்க வாரங்களாம் அதாம்...”

“இவுங்கள்வளுக்கு வேற வேலயேயில்லியா. கண்கெட்ட பெறகுதாம் சூரிய நமஸ்காரம்.”

மந்தையின் ஆடுகள் சிதறிவிடாமலிருக்கப் புதிதாக கத்தோலிக்கப் பங்குகளில் ஏற்படுத்தப்பட்டிருக்கும் அமைப்பு அன்பியம். இப்போதெல்லாம் கத்தோலிக்க அமைப்பு களுக்குள் ஊடுருவி மந்தையின் ஆடுகளைத் தங்கள் பக்கம் இழுப்பதே அல்லேலூயாக்காரர்களுக்கு வாடிக்கையாகி யிருந்தது. தெருவுக்குத் தெரு பல்கிப் பெருகியிருக்கிறார்கள். ஒரு தேன் கூட்டில் மற்றொரு ராணித் தேனி வந்தவுடன் அவை பிரிந்து போவதுபோலப் பைபிளை ஒழுங்காக வாசிக்கத் தெரிந்து சத்தமாய் செபம் படிக்கத் தெரிந்தாலே புது திருச்சபைகள் உருவாகிவிடுகின்றன.

“போன இன்னும் கட் பண்ணாமலே வச்சிருக்கம்மா.”

“அதுக்கு ஒங்களுக்கென்ன?”

கூனிக்குறுகிப் போய் அமர்ந்திருந்தார் கிளாடியஸ். இருழலோடே முனகினார்.

“நாந்தாம் வெவரமில்லாம நெறைய விட்டுட்டம் நீங்களாவது...”

“தாத்தா எதுக்கு இருக்காங்க.”

“பாவம், பிலிப் மாமா. வந்ததும் சரியில்ல, பெத்ததுஞ் சரியில்லாம போயிற்று. புள்ளயக் கெட்டிக்குடுத்த பாவத்துக்கு எனக்குப் படியளந்தாரு. இப்ப எம்புள்ளக்கிமா...?”

தொலைபேசியைத் திரும்பவும் காதில் பொருத்தினாள் ஜோஸ்லின்.

“கொஞ்சம் இருமப் பொறுக்க மாட்டியள. காலயில டாக்டர்கிட்ட கூட்டிற்று போறம். கோயிலுக்கு போற நேரத்தத் தவுர முழிச்சிருக்க மத்த நேரங்கள்ல சுருட்ட வாயிலயிருந்து எடுக்க மாட்டயிங்குறாங்க.”

பக்கத்தில் வந்த கிளாடியஸ் சொன்னார்.

“யம்மா, அம்மாட்டச் சொல்லி ஒரு பண்டல் புலிக்கொடி வாங்கி விவேகத்துல போடச் சொல்லு. நாம் போயி வாங்கிக்கிருறம்.”

சன்னல் பக்கம் பொத்தென எதுவோ விழும் சத்தம் வந்தது. பின்னாலேயே எதுவோ சரசரவென ஓடுவதுபோல் கேட்டது.

“நா அப்புறம் பேசுறம்மா” என்றவாறு தொலைபேசியைத் துண்டித்தாள் ஜோஸ்லின். பின் கதவைத் திறந்து வீட்டின் பக்கவாட்டுப் பக்கம் வந்தவள் கையோடு பலாப்பழமொன்றை எடுத்துக்கொண்டு உள்ளே வந்தாள். அந்தக் காலத்திலேயே இந்தப் பகுதிகளில் செழிப்பான தோட்டங்கள் இருந்திருக்க வேண்டும். வீட்டைச் சுற்றி மா, கொய்யா, பலா என எல்லாம் பழ மரங்கள். 1968இல் உலகத் தமிழ் மாநாடு இந்தப் பகுதியில் நடந்த பிறகுதான் இந்தப் பகுதி பிரபலமடைந்து குடியிருப்புப் பகுதியாகியிருக்கிறது.

“அன்னக்கி மாப்புளகூட ஒரு பொடியம் வந்தான அவம் யாருய? தலமுடி ஹிப்பி வச்சிகிற்று பிரேம் இல்லாத கண்ணாடி போட்டுருந்தான.”

“பேரப் பாத்தா நம்ம ஊர்ப்பக்கம் மாரிதாம் இருக்கி.”

“பேரென்ன?”

“பெர்க் ரோட்ரிக்ஸ்ன்னாங்க. கித்தார் நல்லா வாசிப்பாம். சினிமாவுல வாய்ப்புக்கு அலையிறாம்.”

“அப்புடியே இருக்கானயின்னு பாத்தம்.”

“அப்ப, ஒங்களுக்கு இவனத் தெரியுமா?”

“அவங்க அப்பாவத் தெரியும். அவஞ் சித்தப்பனத் தெரியும். அவங்க தாத்தா பழைய காங்கிரஸ்காரரு. அந்தக் காலத்துல

சத்தியமூர்த்தி இவந் தாத்தா எல்லாரும் ஒண்ணுபோல அலஞ்சவங்க. உப்புச் சத்தியாக்கிரகத்துல உப்பு எடுத்து உள்ள ப்போனவரு. பெறகு இங்க தினமணியிலயின்னு நெனைக்கிறம் வேல பாத்தாரு. இவஞ்சித்தப்பனுக்கு சினிமாக்காரமின்னு கொற்கயில பொண்ணு கெடைக்கயில்ல. தலைக்கனம் அதிகந்தாம். ஆனா அற்புதமான நடிகம்."

"சொல்லுங்கப்பா..."

கிளாடியஸ் இப்படிப் பழைய கதைகளைப் பேச ஆரம்பித்தால் ஆர்வமாகக் கேட்பாள் ஜோஸ்லின். எப்போதுமே வெறுப்பு மேலோங்கும். தான் ஒரு ஆண்பிள்ளையாக பிறக்கவில்லையே என்று நினைத்து வருந்துவாள். ஆனால் கணவனைச் சம்மதிக்க வைத்து ஒரு வேலைக்கு அனுப்ப இன்னும் துணிவு வரவில்லை.

"பிரான்சுலயோ, இத்தாலியிலயோயிருந்து பாத்திமா மாதா சுரூபம் மெட்ராஸ் வந்திருந்திச்சி. அன்னைக்கி பொரசவாக்கத்துல எங்க வீட்டுக்கு வந்திருந்தாம் பாபு. மல்லிப்பூ செபஸ்தியார் மொவ கிரேசியத்தாம் கெட்டணும், அவ வேண்டாமின்னதுல ரெம்ப ஒடைஞ்சிபோனாம்."

"அப்ப ஒங்களுக்கு...!"

"அம்மாவுக்கு நீ வயித்துல நெற மாசம்."

"எப்புடிப்பா ஒரு சாதாரண தோணிக்காரரு மகளக் கெட்டுனிய?"

"அந்த நேரத்துலே எல்லாம் முடிஞ்சி போயிருந்திச்சி." என்றார் கிளாடியஸ் ரிபேரோ.

"..."

"வசதியும், செல்வாக்கும் இப்புடியே இருக்குமுன்னு நெனச்சோம்"

"அது எப்புடிப்பா...?"

"தப்புத்தாம், நெலம மாறுனப்ப அந்த மாற்றத்த எதிர் கொள்ளுற தெறம எங்களுக்கு இல்லாமப் போச்சி. பெறப்பால கெடச்ச வசதியும், வாய்ப்பும் சாபமாயிப் போச்சு... இன்னக்கி யார் யாரெல்லாமோ மண்ணு ஏத்துறாம்மா. அன்னக்கி இப்புடி கடக்கற மண்ணுல கார்னட், இல்மனைட், ரூட்டைல் இருக்குன்னு கண்டு புடிச்சது யாருன்னு நெனைக்கிற? எங்க சித்தப்பா சில்வெஸ்டர் ரிபேரோவாக்கும்."

ஏதோ கனவுலகத்தில் மிதந்ததுபோலிருந்தார் கிளாடியஸ். அவரைத் தொந்தரவு செய்ய வேண்டாமென்று நினைத்தாளோ என்னவோ மௌனமாய் எழுந்து உள்ளே போனாள் ஜோஸ்லின்.

'பாபுதாம் சொன்னாம்... கிளாடி, தோணிக்காரன் வயின்னு லேசா நெனைக்காத. பொண்ணு அடக்க, ஒடுக்கமா இருக்கும். இங்க அலையிதுவள கிளப்பு, பார்ட்டியின்னு அப்புடி... அந்தக் காலத்துலயுந்தாம் சங்கம் அமைச்சி கவி பாடுனான்வ. தங்கம் செய்யாதத இந்தச் சங்கம் செய்யு மின்னான்வ. இன்னைக்கி வர பரவரா, பரதரா, பரதவராயிங்குற தெளிவுகூடயில்லிய. நாடாக்கமார பாருங்க 1911க்கு பொறவு வேற பேரே கெடையாது. அதாம் ஈகாலிட்டேரியன் சொசைட்டியின்னு சும்மயா சொன்னாம். இவன்வளுக்குத் தனிப்பட்ட வெற்றிதாம் குறிக்கோள். ஃபாதர் ஜெரோம் டிசூசா சொல்லுவார விவசாயத்தப் போயி மீன்பிடித்தலோட ஒப்பிடாத. அவுரு சொல்லுறது சரிதாம் விவசாயத்துல உள்ள நெலமிங்குற உற்பத்திக் காரணிக்கி இணையா... இங்க ஒண்ணும் இல்லிய. தேவயில்லாமச் சிந்திக்கிறனோ. நம்ம கைய வச்சி நம்ம கண்ணயே குத்த வச்சிற்றாம் பாருங்க ஜெயவர்தனே. மூளைக்காரந்தாம். திரும்பி வந்த ராணுவத்த நீளத்துண்டு போயிப் பாக்க யில்லியாம. இந்தியாவே நேரு குடும்பத்துக்கு எழுதிக் குடுத்த சொத்து. தமிழ்நாடு கழகங்களுக்கு எழுதிக் குடுக்கப்பட்ட சொத்து. பேத்திமார் ரண்டியரையும் கரையேத்திற்றாரு. பிலிப் தண்டல் மகளக் கெட்டுனதுனால சரியாப் போச்சி. மத்தவங்களுக்கு அவுரு நப்பியாயிருந்தாலும் நமக்கு அப்புடியில்லிய. ஆணானப்பட்ட ரிபேரோ சாப்புட்டம், சாப்புடுறம் இப்ப கொரேராவும் வந்து சாப்புடுறாம். நண்டுக்குப் பெறந்த பெயல்வ. அல்லாட்டி ஆமந்தொற ஜாண இந்த இழு இழுத்துப்போடுவான்வளா. ஜெனிய பாத்து ரெம்ப நாளாச்சு. கஸ்டம்சுல இருக்கதா சொன்னாம். நெலமின்னு ஒண்ணு இருந்திருந்தா அதப் பாதுகாக்குறதுக்குன்னு சேந்திருப்பான்வ. வேட்டைக்கிப் போறவம் தனியாத்தாம் ஜெயிக்க விரும்புறாம். பெறப்புலேயே இந்தமாரி புத்தி உள்ளவனச் சேரு சேருயின்னா எப்புடிச் சேருவாம்...'

115

1989

பெரியதுறை வீட்டின் மேற்புற அறையில் கட்டிலுக்குக் கீழே அசைவின்றிப் படுத்திருந்தான் அமுதன். அவசர கதியில் நடந்து முடிந்த அக்கா சுமதியின் திருமணமும் அதன்பின் நடந்த சம்பவங்களும் சந்தோஷப்படக் கூடியதாய் இல்லை. கொற்கையிலிருந்து அந்தச் சம்பந்தத்தைப் பரிசுத்த ஆவித் தாத்தா ராயப்பன் பட்டங்கட்டி கொண்டு வந்திருந்தார். கொலைக் கேசிலிருந்து விடுபட்டு ராயப்பன் பட்டங்கட்டி சேவியர் பள்ளியில் கிராஃப்ட் வாத்தியாராக சேர்ந்திருந்தார். திருமணமே செய்துகொள்ளவில்லை. ஓய்வுபெறுவதற்கு முன்பிருந்தே சம்பந்தங்கள் முடித்து வைக்க ஆரம்பித்து அதை ஒரு சமுதாயப் பணியாக இன்றுவரை செய்கிறார். கடற்கரையூர்களில் பெரும்பாலான ஏழைக் குமருகள் பரிசுத்த ஆவித்தாத்தாவின் ஏற்பாட்டி லேயே கரையேறியிருக்கின்றன. தாத்தாவின் இந்தச் சேவையைப் பற்றி தெரிந்து அமுதன் தாத்தாவோடு பழக ஆரம்பித்தான். தாத்தா இயல்பிலேயே நல்ல ஆத்மா. பங்குச் சாமிமாரின் அட்டூழியங்கள் பிடிக்காமல் அந்தக் காலத்திலேயே பெந்தகோஸ்தே சபைக்குத் தனிநபராய்ப் போனவர். கண்களை மூடி ஜெபிக்க ஆரம்பித்து நடுங்கும் கைகளோடே உடன் ஜெபிப்பவர்கள் தலையில் வைத்து முதுகுவரை தடவிக் கொடுப்பார். அந்தத் தடவலிலேயே மெய் மறந்துவிடுவான் அமுதன். இதுவும் அவர் செபம் செய்து நடத்தி வைத்த திருமணம். அப்படியிருந்தும் ஏனோ பல வகையான குழப்பங்கள். என்ன நினைத்தாளோ வலேரியாள் மட்டும் வேண்டாம் என்று ஆள்விட்டு மறித்தாள். ஆனால் அதற்கு முன்னால் நிச்சயம் தடபுடலாக முடிந்திருந்தது.

கட்டில் மேலே சரவணா சுருட்டு புகைந்தபடியிருந்தது. கொற்கையிலிருந்து வந்த புதிதில் அம்மா சுருட்டு குடிப்ப தில்லை. எல்லாமே பெரியதுறையில் வந்தபிறகு ஒட்டிக் கொண்ட பழக்கம். தெருவில் சுருட்டு குடித்தபடியே நடக்கும் மத்தேசியாவைக் கிண்டல் பண்ண ஆரம்பித்து இப்போ தெல்லாம் சுருட்டு இல்லாமல் ரொசிற்றாவுக்கு ராத்தூக்கம் இல்லை என்ற நிலை. வாடை பழகிப் போயிருந்ததால் வித்தியாசம் தெரியவில்லை. அறையில் கொசுக்களும் அண்டுவதில்லை.

தூக்கம் பிடிக்காமலேயே உருண்டபடியிருந்தான் அமுதன். திருச்சி வளனாரில் எம்.ஃபில் படிக்கிறான். எம்.ஃபில் முடித்தால் ஏதாவது ஒரு கல்லூரியில் ஆசிரியராகி அதன் பின் சிவில் சர்விஸ் பரீட்சை எழுத வேண்டுமென்ற எண்ணம் உண்டு. விடுமுறையில் பெரியதுறை வரும்போதெல் லாம் ஸ்டீபன் அண்ணனோடு வழக்கம் போலவே தபாலாபீசில் உதவி செய்வான். மாலையில் இருவரும் காலார நடப்பார்கள். சில சமயம் தேரி மேட்டிலேறி உடன்குடிவரைகூட இறங்கி யிருக்கிறார்கள். ஸ்டீபன் அண்ணனுக்கு இசைப் பயித்தியம். பெரிய இசைமேதையாகியிருக்க வேண்டியவர், பெரிய துறையிலேயே அடைபட்டுக்கிடக்கிறார். கொச்சின் நார்வே ப்ராஜெக்ட்டில் மீன்பிடி கப்பலில் வேலைபார்த்தவர். ரொமிலஸ் மாமாவைப் போல் மீன்பிடி கப்பலில் ஸ்கிப்பராகி யிருக்க வேண்டியவர். இறால் சீசன் நேரங்களில் கொண்டுவரும் சரக்குக்கு ஏற்ப ஊக்கத்தொகை கொடுப்பார்களாம். அந்த ஊக்கத்தொகை மாதச் சம்பளங்களைவிட அதிகமாக இருக்குமாம். மதினியாரைத் திருமணம் முடித்தபின் மனைவி யைப் பிரிய மனமில்லாமல் வேலையை விட்டு வந்துவிட்டார்.

'பட்டுக்கோட்ட கலியாணசுந்தரத்த நெனச்சாலே ரெம்ப பிரமிப்பாயிருக்கு தம்பி. முப்பது வயசுலே போயாச்சி, அதுக்குள்ள எப்புடி இவ்வளவு உலக ஞானம். அப்ப கடந்த பிறவிகள்ல இருந்து கொண்டுவந்தது. இவம் கம்யூனிஸ்ட்டு இவனுக்கு காதல் பாட்டு வராதுன்னான்வளாம். நெத்தியில கொட்டுனமாரி பாட்டு எழுதியிருக்காம் பாரு. அது நிலவு விடு தூது... நீ இளையவளா மூத்தவளாயின்னு கேக்குறாம் தலைவம். கன்னத்தில் காயமென்னயிங்கும்போது நீயும் காதலிக்கிறியா அப்ப உனக்கும் அந்த வேதன... வீணா மண்டஒடு மொவள எழந்திற்றனோ. கயல்விழியின்னா அவளுக்குத்தாம் கயல்விழி. மச்சானும் பரிசுத்த ஆவித் தாத்தாகிட்ட வந்து செபம் பண்ண வருவாராம் அப்புடித்தாம் தெரியுமாம். கொற்க மாப்புள்தான ரோசம்மா சித்திகிட்ட

ஒரு வார்த்த கேட்டுருக்குலாம். நிக்கோலாஸ் சித்தப்பாகிட்ட கேட்டுருக்குலாம். கர்டோசா குடும்பமிங்குறாவ ஆனா அவுங்களுக்கும் இவுங்களுக்கும் ஏணி வச்சாக்கூட எட்டாது போல. போட்டு வச்சி ஏமாந்து போனாவளாம். அதுக்கு உண்டான நெலயச் சொல்லிப் பொண்ணு எடுக்க வேண்டிய தான. அம்மா என்ன சொன்னாங்களோ அது வர படிச்சிருக்கமிங்குறாரு. சரி நீங்கள்வதாம் நெல சரியில்ல அப்ப அவளயாவது வச்சி குடும்பம் நடத்தியிருக்குலாம. அவளுக்குத்தாம் பெறந்த வீட்டுக்கு வாரதுக்கே விருப்ப மில்லிய. புருசங் காலயே கெட்டிகிட்டுக் கெடப்பாள. புள்ளைய பாத்துகிட்டா அவபாட்டுக்கு வேலைக்கிப் போயிக் குடும்பத்த நடத்துவா. என்னமோ சரியில்ல... துபாய்க்கி வேண்டாம் வேண்டாமின்னு சொல்லச் சொல்லக் கைய தட்டி வுட்டுட்டு போயிற்றாராம்.'

'டம்' என்று ஏதோ விழுவது போல் சத்தம் கேட்டது. வழக்கமாகவே இது போல் 'டம்' சத்தம் கேட்ட பின்னாலேயே தென்னைஓலை விழும் சத்தமும் கேட்கும். பூனை போல் அம்மா ரொசிற்றா எழுந்து வழவுக் கதவைத் திறந்துகொண்டு இடுக்குகளில் இருட்டில் காலால் தடவித் தேங்காயை எடுத்து நமது கோட்டைச் சுவருக்குள் போட்டுவிட்டு வருவதுண்டு. சில நேரங்களில் பின்வீட்டு மத்தேசியாக் கிழவியும் வந்து விட்டால் மறுநாள் காலையில் மயிருபின்னாத குற்றயாக இருவருமே 'தை தை' என ஆடுவார்கள்.

தேங்காய் விழுந்து இத்தனை நேரமாகியும் அம்மா அசைந்தது போலில்லை. எழுந்து அம்மாவைப் பார்த்தான் அமுதன். எந்த அசைவும் இல்லை. பிரம்மையாக இருக்கலா மென்று எண்ணியவனாகத் திரும்பவும் படுக்கையில் சாய்ந்தான்.

'எங்கம்மா பெம்புளச் சிங்கந்தாம். அப்பாதாம் தொட நடுங்கி. யாராவது பாத்தா அம்மா உள்ளூர்க்காரி அப்பா வெளியூருன்னும் நெனைப்பாவ. அன்னைக்கி வலேரியா ஆள்க கம்பெடுத்துகிட்டு நிக்கிம் போது... கல்லெறி வுழுந்துகிற்று இருக்கும்போதே எப்புடி உள்ள போனாவ. கையில காசுவந்தா ஊரப் பகைக்கிலாமா. நயந்து போவாண்டாம் யாரோ ஒரு மண் கம்பெனி அரிகேசரிக்காக இங்க கம்பெடுக்குறான்வ. அவம் நம்ம ஊருக்குள்ளயே மண்ணெடுத்துகிட்டு, கடத்தல் பண்ணிகிட்டு ஊரயே கிண்டிவுடுறாம் பாருங்க. வக்காளி சாமியுந்தாம் பங்குக்கு கோயில் கட்டுற நிதியின்னு போயிக் கேட்டாராம. யாருக்குத் தெரியும் கணக்கு. நல்லவேளயா கொல கில வுழல...'

கட்டில் மேல் சுருட்டுப்புகை வந்தது. அம்மா இன்னும் தூங்கியிருக்கவில்லை. புகையின் கிறக்கத்தில் அயர்ந்து போயிருந்தான் அமுதன். யாரோ எழுப்புவது போலிருந்தது. கண் விழித்தான். அம்மா ரொசிற்றா கட்டிலில் அமர்ந்திருந்தாள்.

"எய்யா, கொஞ்சம் அம்மா கூடவா, வழவுக்குள்ள என்னமோ சத்தங் கேட்டுச்சி. யாரோ ஓடுனமாரியும் இருந்திச்சி."

அம்மாவின் கையைப் பிடித்து எழுந்தான் அமுதன். சில்லென்றிருந்தது.

"அந்த அரிக்கிலாம்ப இன்னும் கொஞ்சம் தூண்டிக்க."

மறுவார்த்தை பேசாமல் அம்மாவோடு அரிக்கிலாம்பை எடுத்துக்கொண்டு நடந்தான் அமுதன். வழவுக்குள் வந்திருந்தார்கள். நல்ல இருட்டுக் கசம். மரங்களில் பட்சிகளின் சத்தமும் நின்று போயிருந்தது. காற்றே இல்லை. வீட்டைச் சுற்றி வந்த இருவரும் மணலில் குனிந்து கால் தடங்கள் தெரிகின்றனவா என்று பார்த்தபடியே வந்தார்கள். எதுவும் தென்படவில்லை. அம்மா தைரியத்தில் வந்த அமுதன் மேற்கே ஒற்றைப் பனைமரமிருக்கும் பக்கமே திரும்பவில்லை. முந்தானையைப் பிடித்தபடியே நடந்தான். உள்ளே வந்து படுத்தால் தூக்கம் வரவில்லை. பக்கத்திலேயே சுமதியின் மகன் அறிவரசு நிம்மதியாய்த் தூங்கியபடியிருந்தான். சுமதி பாளையங்கோட்டை இக்னேசியஸ் பள்ளியில் மூன்று மாதம் வேலை கிடைத்துப் போயிருந்தாள். எழிலரசி கொற்கை மேரி கல்லூரியில் படிக்கிறாள். கட்டிலின் அசைவிலிருந்து அம்மா இன்னும் தூங்கியிருக்கவில்லையென்று தெரிந்தது.

அப்பா உயிரோடு இருந்திருந்தால் இது போல நடந்திருக்காதோவென அடிக்கடி நினைப்பான் அமுதன். ஆனால் பிள்ளைகள் விசயத்தில் ஒரு துரும்பைக்கூட எடுத்துப் போடமாட்டார். அப்பாயில்லையென்று அம்மாவும் வருந்தியது போலில்லை. ஏதோ பெயரளவில் குடும்பம் நடத்தியிருக்கிறார்கள். இறப்பதற்கு முன்னால் அப்பாவுக்கு தங்கை எழிலரசியை மரியஇருதயம் அத்தை மகனுக்கு மணம் முடிக்கும் எண்ணமிருந்தது. இப்போது ரோமனும் இங்கு இல்லை கனடா போய்விட்டான். எங்கே ரோசியை அமுதனின் தலையில் கட்டிவிடுவார்களோ எனப் பயந்து போய் இருந்தாள் ரொசிற்றா.

அமுதனின் தலைக்கு மேலே மேற்குப்புற சன்னல் கீழ்க்கதவுகள் மட்டும் சாத்தியிருந்தன. திடீரென மேலே

சன்னலில் யாரோ வேகமாய் மோதுவது போல் சத்தம். உருண்டு எழும்பிய ரொசிற்றா சொன்னாள்.

'எய்யா, என்னமோ சரியில்ல. புள்ள வேற கீழ படுத்திருக்கு அக்கா வாரதுக்கும் ரண்டு நா ஆவும. சன்னல மேல சாத்திரு."

எழும்பிக் கதவைச் சாத்தினான் அமுதன். காற்றின் அகோரத்தில் சன்னலைச் சாத்த முடியவில்லை. காற்று அயரவிட்டுக் கதவைச் சாத்திவிட்டுப் படுத்தான். பக்கத்தில் குழந்தையைப் பார்ப்பதும் பின் மோட்டுச் சட்டத்தை நோக்குவதுமாக இருந்தான் அமுதன். தலைக்கு மேலே யேசுவின் திருஇருதயப் படம் ஸ்தாபித்து இருந்தது. பக்கத்தி லேயே வாடா விளக்கு சன்னமாய் ஒளி உமிழ மோட்டுக் கட்டைகள் தெளிவாய்த் தெரிந்தன. விளக்கு அப்பா இறப்பதற்கு முன்னால் கப்பலிலிருந்து கொண்டு வந்தது.

'நிச்சயத்த இந்த அளவுக்கு டாம்பீகமா நடத்தும்போதே என்னமோ சரியில்லயின்னு பட்டுச்சி. மாப்புளயப் பாக்கணு முன்னு வந்தம். எய்யா மாப்புளயின்னு எதுக்கு சொல்லுறிய மச்சாமுன்னு கூப்புடுங்க. நாள விடிஞ்சா கலியாணம். நீங்க என்ன படிச்சிருக்கீங்க மச்சாம். அம்மா என்ன சொன்னாங்களோ அதுவர படிச்சிருக்கம். என்ன வேல. அம்மா என்ன வேலயின்னு சொன்னாங்களே... மச்சாங் காலக் கெட்டிகிட்டு அழுதண்டா. போவாதைங்க போவாதைங்கயின்னு. என்னமோ குசுகுசுன்னு பேசுறாங்க. இவுங்க குடும்பத்துக்குள்ள எல்லாருக்கும் தெரியும் போல. அதாம் இவுக மாமா கொழும்புக்காரரு மொவளக் காதல் பண்ணியும் கெட்டிக் குடுக்கலயாம். தாத்தா ராயப்பம் பட்டங்கட்டிய இவுங்கள்வ ஏமாத்திற்றாங்க. என்னமோ தத்து கெடக்காம் முப்பத்தி நாலு வயசுல பெரிய கண்டமாம். போவாதைங்க போவாதைங்கயின்னு காலப் புடிச்சி கெஞ்சினம். இது என்ன காயம்க்கா. நகயள பேங்குல லாக்கர்ல வச்சிருக்கோ முன்னு அம்மாட்ட பொய்யிதான சொன்னக்கா. மாமி கட்டுல்ல தள்ளிவுட்டுட்டாவ சட்டம் வெட்டிற்று. என்னய வச்சிகிற்றே அவுங்க மாமா மொவ அப்புடி அழகு இப்புடி அழகுங்குறாருடா.'

வழக்கமாகவே அமுதன் காலையிலேயே போய் வரவுத் தபால்களையும் மணியார்டர்களையும் தெரு வாரியாகப் பிரித்து சீல் அடித்து குப்புசாமி அண்ணனிடம் கொடுப்பான் அன்றும் அப்படித்தான் வேலையை முடித்துவிட்டு வீட்டிற்கு வந்திருந்தான். மருமகன் அறிவரசு பக்கத்து வீட்டிற்கு விளையாடப் போய்விட்டான். நேரே குசுனிக்குள் வந்தவன்

அம்மா ரொசிற்றா தயாராக மூடிவைத்திருந்த கஞ்சிக்குள் கையை விட்டான். பக்கத்திலேயே நெத்தலி கருவாடு வாட்டி வைத்திருந்தாள் அம்மா. வழவுக் கதவுப்பக்கம் ஸ்டீபன் அண்ணன் குரல் கேட்டது.

"தம்பி, சாப்புடுறியா. ஒரு அவசரம் போஸ்ட் ஆபீஸ் வர வந்திற்றுப்போறியா."

''வாருங்க கஞ்சி குடிப்போம்'' என்றான் அமுதன்.

''இல்ல தம்பி ரெம்ப அவசரம்.''

கஞ்சிக்குள் விட்டிருந்த கையை வெளியே எடுத்திருந் தான் அமுதன். சத்தமேயில்லாமல் முன்னால் நடந்தபடி யிருந்தார் ஸ்டீபன் அண்ணன். முகத்தில் இருள் மண்டிக் கிடந்தது.

'என்ன அண்ணம் இவ்வளவு அவசரமா வந்திருக்காங்கள, மணியார்டர் வந்த பணங்க எதும் கொறையுதோ. அப்புடி யின்னாலும் இப்புடி அலறியடிச்சிகிற்று வரமாட்டாவள.'

கூப்பிடக் கூப்பிடக் கேட்காதது போல் நடந்தார் ஸ்டீபன் அண்ணன். தபால் ஆபீசைத் திறந்து உள்ளே வந்திருந்தார்கள் டெலிபோன் மணியடித்தது. ஸ்டீபன் அண்ணனை பார்த்தான் அமுதன். தலையை அசைத்துத் தொலைபேசியை எடுக்கச் சொன்னார். கண்களில் கண்ணீர் உருண்டு நின்றது. காரணம் புரியவில்லை. எதிர்முனையில் குரல் பதற்றமாகவே வந்தது.

"..."

"ஜெரோம் கர்டோசாவுக்கு மச்சினம். பொண்டாட்டி யோட தம்பி... சொல்லுங்க."

"..."

"ஓங்க பேரு வெனான்சியுசா... சரி. ஓ... அந்தோணி முத்து தண்ட மூத்த மகனா. சொல்லுங்க."

"..."

"என்னது மச்சாம் எறந்திற்றாரா..."

"..."

"நேற்று ராத்திரியா... எப்புடி ?"

"...."

நெருக்கடியான அந்தச் சூழலிலும் பொறுமை காத்த தம்பி அமுதனை வாஞ்சையோடு பார்த்தவாரிருந்தார்

ஸ்டீபன். அவருக்கும் செய்தி தெரிந்துதானிருந்தது. தான் அழுவதை மறைக்க அமுதனுக்கு முதுகைக் காட்டியவாறு நின்றிருந்தார்.

"..."

"இல்ல, நீங்க உடம்ப ஏற்பாடு பண்ணி இங்க அனுப்புறதுக்குண்டானதப் பண்ணுங்க. எத்தன நாள் ஆனாலும் பரவாயில்ல உடம்பு இங்க வந்தாகணும்.

"..."

"சரி வைங்க."

தோளைப் பிடித்தவாறு நின்றிருந்தார் ஸ்டீபன். அவர் கைகள் நடுங்குவது தெரிந்தது.

"நீ கௌம்ப போன் வந்திற்றுய்யா... எனக்கு வேற காது ஒழுங்கா கேக்காது பாத்தியா..."

கைகளை உயர்த்தி ஸ்டீபன் பேசுவதை அமர்த்திய அமுதன் பக்கத்திலிருந்த நாற்காலியில் அமர்ந்திருந்தான்.

'இது தாம் நேத்து ராத்திரி இந்தத் தெறைப்பு தெறைச்சிச்சோ. அக்காகிட்ட எப்புடி இதச் சொல்ல. தம்பி மச்சானப் பாத்தியா. இதாம் அரேபிக்காரன்வ உடுப்பாம். இது அங்கவுள்ள போலிஸ் உடுப்பு. அப்ப ஆவி பதறிகிட்டு இங்க வந்திச்சோ. அம்மாவே பயந்திற்றாவள. அப்ப ஆவிய இருக்குயிங்குறது நெசந்தானோ. ஒடம்புக்குதான விசா, பயணச்சீட்டு எல்லாம் வேணும். ஆவிக்கி தேவயில்லிய. மனசப்போல நெனச்ச மாத்திரத்துல நெனச்ச எடத்துல இருக்குது ஆவி. இந்து, முஸ்லிம், வேதமிங்குற அடையாள மெல்லாம் ஆவிக்கி இல்லிய. ஆனா ஆவியான பொறவும் பந்தம் வுடுலிய. வீட்டுல அம்மாட்ட எப்புடிப் போயிச் சொல்ல... அக்காவப் போயிக் கூப்புடணும். கர்டோசா, மேசயிங்குறான்வ... கெட்டாலும் மேன் மக்களே சங்கு சுட்டாலும் வெண்மை தருமிங்குறதும் பொய்யா. உடம்பு மாண்டாம் பணத்த அனுப்பணுமாம் ஒத்தைக்கே ஒரு புள்ளக்கே இந்தக் கெதியா...'

116

1990

வார இறுதி விடுமுறையானதால் வீரவநல்லூர்க்காரி சத்தியாவையும் தன்னோடே தனுஷ் தாத்தா வீட்டிற்கு அழைத்து வந்திருந்தாள் புனிதா. சத்தியாவின் அப்பாவுக்குக் கொற்கை தெர்மல் பவர் ஸ்டேசனில் பெரிய எஞ்ஜினியர் உத்யோகம். சமீபத்தில்தான் மாற்றலாகிக் கொற்கை வந்திருந்தார். அடிக்கடி மனைவியோடு வெளியூர்ப் பயணம் கிளம்பிவிடுவார். சத்தியா, அண்ணன், தம்பி, தங்கை எல்லோருமே விடுதியில் தங்கிப் படித்தவர்கள். பெரிய விடுமுறைகளில் வீரவநல்லூர் பாட்டி வீடே கதி. சத்தியாவுக்கு இயல்பிலேயே கூச்ச சுபாவம். புனிதாவும் சத்தியாவும் மேரி கல்லூரியில் சந்தித்த திலிருந்து பழக்கம். கொற்கை காந்திநகர் வீட்டி லிருந்து கல்லூரிக்குப் போக வரச் சிரமமாக இருந்ததால் சாராப்பாட்டி வீட்டிலிருந்து போய் வருவாள் புனிதா. மாலை நேரங்களில் பக்கத்து வீட்டுப் பிள்ளை களுக்கு டியூசன் எடுப்பாள். பேத்தியைச் சிறு பிள்ளைகள் எல்லோரும் மிஸ் என்று அழைப்பதில் சாராப்பாட்டிக்கு ஏக சந்தோஷம். பார்ப்பதற்கு இந்தப் பூனையும் பால் குடிக்குமா என்ற தோற்றம் ஆனால் வகுப்பில் நடக்கும் அத்தனை கேலி கிண்டல் களுக்கும் நதி மூலமே புனிதாதான். படிப்பில் படுசுட்டி. ஆதலால் யாராலும் குறைகூறவும் முடியவில்லை. சகமாணவிகள் எல்லோருக்குமே புனிதாவைப் பிடிக்கும். தன்னுடன் பேசமாட்டாளா, சிற்றுண்டி சாலைக்கு உடன் வரமாட்டாளா என்று ஏங்குபவர்கள் ஏராளம். வகுப்பு நேரம் தவிர மற்ற நேரங்களில் சத்தியாவோடே சுற்றித் திரிவாள்

புனிதா. தகப்பனார் இல்லாத நேரங்களில் சத்தியாவை வீட்டுக்கு அழைத்து வந்திருக்கிறாள். இப்படித்தான் ஒரு முறை காந்திநகர் வீட்டிற்குச் சத்தியா வந்த சமயம் தலைவலியில் படுக்க நேர, புனிதாவின் அம்மா கரோலின் பெற்ற பிள்ளைபோல் கவனித்திருக்கிறாள். பாசத்தில் திக்குமுக்காடிப் போனாள் சத்தியா. கரோலினுக்குச் சாப்பாட்டு விசயத்தில் தன்பிள்ளை அடுத்த பிள்ளை என்ற வித்தியாசம் எப்போதுமே இருந்ததில்லை. பிள்ளைகள் எப்படி எடுத்தெறிந்து பேசினாலும் கரோலின் அதைப் பொருட் படுத்துவதே இல்லை. ஒரு தம்ளர் பாலை தாமசைக் குடிக்க வைப்பதற்குள் படாத பாடுபடுவாள் கரோலின். வீட்டில் குடும்ப பாசமேயில்லாமல் வளர்ந்தவளுக்குக் கரோலினின் அன்பு பிடித்துப்போகப் புனிதாவைப் போல் சத்தியாவுமே கரோலினை 'அம்மா' என்று அழைப்பது வழக்கம்.

மாலையில் மட்டக்கடை கே.எஸ்.ஆர். கடையில் சாராக் கிழவி குடுகுடுவென ஓடிப்போய் கோழி புரோட்டா செட் வாங்கி வந்து கொடுத்ததை வெளியே வந்து சாப்பிட்டதோடு சரி. கைகழுவிவிட்டு அறைக்குள் போனவர்கள் பேசு கிறார்கள், பேசுகிறார்கள் பேசிக்கொண்டேயிருக்கிறார்கள். அப்படி என்ன பேசுவார்களோ அது ஆண்டவனுக்கே வெளிச்சம். வெகுநேரம் வரை நிலா முற்றத்தில் அமர்ந்திருந்த சாராக் கிழவியும் தனுஷ்கோஸ்தாவுமே அழுவைக் கச்சானின் குளிர் அதிகமானதால் உள்ளே படுக்க வந்துவிட்டார்கள்.

ஏர்போர்சிலிருந்து ஓய்வுபெற்று வந்த தனுஷ் கோஸ்தாவை அவருடைய ஆங்கில அறிவுக்காகத் தன்னுடைய கடையிலேயே இருக்கச் சொல்லியிருந்தார் மிக்கேல் பல்டோனா. அந்தச் சமயத்தில் கொடுத்த வீடு இந்த வீடு. மிக்கேல் பல்டோனாவின் மறைவுக்குப் பிறகு பல்டோனா கடையில் வேலை செய்யப் பிடிக்காமல் போய் பொழுது போகாமல் தவித்தார் தனுஷ்கோஸ்தா. அந்த காம்பவுண்டிலிருக்கும் எல்லோருமே வாடகை கொடுத்து வெகுகாலமாகியிருந்தது. யாரும் வந்து கேட்கவுமில்லை. இவர்களும் கொண்டுபோய்க் கொடுத்தது போலுமில்லை. பக்கத்து அறையில் கேட்ட முத்தச் சத்தத்தில் வியர்த்துப்போன புனிதாவும் சத்தியாவும் காதுகளைத் தீட்டிக்கொண்டு உன்னிப்பாய்க் கேட்க ஆரம்பித்தார்கள்.

"இன்னுங் கொஞ்சந் தள்ளிவா மூதி..."

"..."

"மேல, தலயணயில."

“வயசான நெனப்புயில்ல நமக்கு. அதாம் சுந்தரி மதிக்கமாட்டயிங்குறா.”

“அவ எதுக்கு என்னய மதிக்கணும்?”

“மெதுவாப் பேசட்டு மனுசன, பக்கத்துல பேத்தி படுத்துருக்கது தெரியுமா?”

“...”

“ஊத்த நாத்தம். பல்ல தேச்சமா?”

“மூதி பல்லு தேய்க்கிறதா இப்பக் கேக்குற. இன்னுங் கொஞ்சம் மேல ஏறிவா. சுக்கா செட்டுல கறி இன்னும் கொஞ்சம் வேகணும். பல்லுக்குள மாட்டிகிட்டு.”

“...”

“யான பல்லா தேய்க்கிது, மேல ஏறிவாயிங்குறம்.”

***

வெட்கத்தில் சிவந்து சிணுங்கினாள் சத்தியா. அவளை அணைத்துப் படுத்திருந்தாள் புனிதா. இருவருமே பாவாடை சட்டை அணிந்திருந்தார்கள். புனிதாவுக்குக் காலெல்லாம் சொரசொரவென ரோமங்கள். வெளுத்த கால்களுக்குப் பளிச்சென்று தெரிந்தது. சத்தியாவின் கால்கள் கருப்பாய் இருந்தாலும் மொழுமொழுவென்றிருந்தது. பின்னிப் பிணைந்து கிடந்தார்கள்.

“கெழடுவளுக்கு வேற வேலயே இல்ல. இந்த வயசுலயும் கொஞ்சலப் பாத்தியா.”

சத்தியாவின் காதைக் கடித்தாள் புனிதா.

“அப்புடிச் சொல்லாதடி. இந்த வயசுலயும் என்ன அன்னியோன்யமா இருக்காங்க.”

“தாத்தாவுக்கு இந்த கொஞ்சலத் தவுர வேற என்ன வேலயிங்குற.”

கையணைப்பிற்குள் நெளிந்த சத்தியாவை இன்னும் இறுக அணைத்து உதட்டில் முத்தமிட்டாள் புனிதா. மெய்சிலிர்க்க அப்படியே ஆடாமல் அசையாமலிருந்தாள் சத்தியா.

“என்னமோ தெரியில நி தொட்டாலே கூசுது. ஓங்கிட்ட ஒரசிகிட்டேயிருக்கணும் போல இருக்கு.”

“சத்தம் போடாத நாய...” என்றாள் புனிதா.

எவ்வளவு நேரம் அப்படியே இதழ் சுவைத்துக் கிடந்தார்களென்று தெரியவில்லை. வானில் காய்ந்த பால் நிலவு இறங்கிப் பக்கவாட்டுச் சன்னல் வழியாகத் தெரிந்தது.

“ரோஸ்மேரி அண்ணம் வெளிய வந்திற்றானாம்...” என்றாள் சத்தியா.

“ஒனக்கு எப்புடி அலெக்ச தெரியும். நானும் சின்னக்கோயில்ல பாத்தம்” என்றாள் புனிதா.

“எப்புடி வெளிய வந்தாம்ய?” கேட்டாள் சத்தியா.

“எதுத்து வாதாட யாரு இருக்கா. அவ ரோஸ்மேரி இனும அப்புடியே சுகந்தி மிஸ்கூட அடைஞ்சவதாம்.”

“நீ சொல்லுறதப் பாத்தா அவுகளமாரி...”

“சே... மாப்புள பாக்குறாங்களாம்” என்றாள் புனிதா.

***

“மூச்சு முட்டுது மனசன...”

“...”

“அப்பாடா இன்னும் அதே இரும்புப் புடிதாம்.”

“ஏய்... என்ன நெனச்ச, பிரிட்டீஷ் ராயல்...”

“அய்யா, வுட்டுருங்க...”

“...”

“இதும் இல்லயின்னா வாழ்க்கயே வெறுத்துப்போவும் சாரா. மாப்புளயப் பாரம்...”

“யாரச் சொல்லுறிய, கரோலின் புருசனயா?”

“நல்ல நேரத்துல அவம் மனுசமின்னா அவன ஞாபகப் படுத்துற.”

“மெதுவாப் பேசுங்க பேத்தி கேட்டுறப்போறா.”

புனிதாவுக்குத் தகப்பனாரைக் கண்டாலே பிடிக்காது. ஆனால் அதற்காக வேறு யாரும் தகப்பனாரைக் குறைகூற விடமாட்டாள். எதிரே பார்த்தாலோ எரிந்து விழுவாள் புனிதா. ததேயு பூபாலராயனுக்கு மகள் படிப்பதில் ஏக சந்தோஷம். வகுப்பில் பரிசு வாங்குவாள் புனிதா. என்ன கேட்டாலும் வாங்கிக் கொடுப்பார் ததேயு. தாமசுக்கு அது போல் தானாக எதுவும் வாங்கிக் கொடுப்பதில்லை. கரோலின் அழுது மன்றாடித்தான் வாங்கிக் கொடுப்பாள்.

“மனுசன, பக்கத்துல புனிதாவும் அவ பிரண்டும் படுத்திருக்கது மறந்து போச்சா...”

காதுக்குள் ஏதோ குசுகுசுத்தார் தனுஷ்கோஸ்தா.

“பொட்டப் புள்ளயளப் போயி...”

“இந்தக் காலத்துல நடக்குறது ஓனக்கு என்ன தெரியும்...?”

“என்ன பேச்சி பேசுறிய?”

“ஆமந்தொறையில திருழாவாம் போவம் வாறியா?”

“புள்ளயில்லாத வூட்டுல கெழவம் துள்ளிவெளயாடு றானாமின்னு சும்மயா சொன்னாம்.”

“இந்த திருழாக்க நம்மளமாரி ஏழ பாழயளுக்குத் தாம் சாரா.”

“...”

“வெள்ளைக்காரந் தெரியுமா ஓனக்கு, குடும்பப் பிடிப்பே இருக்காது. ஜாலியா இருப்பாம். ஒரு குறிப்பிட்ட வயசுவர புள்ளயள வளத்துவுடுறதோட சரி. வருசம் பூதாவும் உல்லாசப்பயணம் போயிகிட்டே இருப்பாம்.”

“...”

“ஓனக்கு இங்கயிருக்க ஆமந்தொற திருழாவுக்கு வரமுடியல.”

“...”

“பணக்காரனுக்கு எல்லா நாளும் திருழா. நெனச்சத திங்கிறான்வ, குடிக்கிறான்வ வாங்குறான்வ. நமக்கு அப்புடியில்லிய.”

***

“என்ன புனிதா ஒங்க தாத்தா சரியான பிளேபாயா இருப்பாங்க போல.”

“அவுருகிட்ட கொஞ்சம் பாத்து நட. அந்தக் காலத்துல யிருந்தே அப்புடித்தாம்.”

“அதுக்கு ஏண்டி இந்த இழுப்பு இழுக்குற.”

சத்தியாவை இன்னும் இறுக்கி அணைத்து நெற்றியில் முத்தமாய்ப் பொழிந்தாள் புனிதா. இத்தனைக்கும் ஒன்றிரண்டு வயது சத்தியா மூத்தவளாய் இருப்பாள். கறுப்பிலும் களையான முகம். வெண்டைக்காய் விரல்கள், நேர்த்தியான

கேசம். கைவிரல்களைச் சத்தியாவின் தலை முடிக்குள் விட்டு அளைந்தபடியிருந்த புனிதா என்ன செய்தாளோ கூச்சத்தால் துள்ளினாள் சத்தியா.

****

"இந்த சூத்தப் பல்லப் போயிப் பாத்தா என்ன?" கேட்டாள் சாரா பாட்டி.

"பம்பாயி டெல்லிமாரி எடங்கள்ல இது ரெம்ப சகஜமிங்குறாவ..."

"எது சூத்தப் பல்லா... சும்ம படுத்துத் தூங்கட்டு மனுசன."

"மொட்டச்சி பங்குளாவ எடுத்து வேல பாக்குறான்வ தெரியுமா?"

"அங்க என்னமோ பேயிருக்கியின்னாவ."

"பேயாவது பிசாசாவது. காசி நாடாம் மொவம் அரிகேசரி எடுத்து தவுத்திற்று கலியாண மண்டபம் கெட்டப் போறானாம்."

"அவன்வளுக்கு உள்ள தைரியம் இவன்வளுக்கு இல்ல பாத்தியளா."

"இவன்வயின்னு யாரச் சொல்லுற?"

"ஒங்க பழைய மொதலாளிதாம், சிங்கராயந்தாம்."

"..."

"மிக்கேல் பல்டோனாவும் அவரும் பொண்டாட்டியும் பத்து பதுனைஞ்சி வருசமா பேசமாட்டாவளாம்."

"ஊர் ஒப்புக்கு வாழ்ந்தான்வ, உள்ளுக்குள எங்க... எலியும், பூனையுந்தாம். நேத்து சாயங்காலம் பிலிப்பு இங்கனோடி நின்னுகிட்டு இருந்தான..."

"வீடு வாங்குறாராம்."

"வாங்குவாம், வாங்குவாம். அந்தப் புள்ள பூங்கோதய திற்று செவழிக்கப் பயந்து தூக்கிக் குடுத்தாம். சலோமி உசுரோட இருந்திருந்தா வச்சிப் பாத்திருப்பாளோ என்னமோ... இன்னும் அதே நாக்குப் பாச்சல் நட, கொஞ்சம் வெயில் ஏறிப்போச்சா சைக்கிள் ரிக்ஷா."

"ஒங்களமாரியா... புள்ளயளுக்கு சொத்து சேக்குறாறு."

"கடுகுக்கும் காதறுத்துகிட்டு நிப்பாம். இவுரு குடுத்திற்றாக் குல அவன்வ நல்லாயிருந்திருவான்வளா. அவம், அவம்

வாங்கிவந்த வரம் கேட்டியா. கமிலசு கடத்திக் கொண்டு போயி புள்ளக்கி கெட்டி வச்சான... செலஸ்டினா அவம் பேரு. அவுரு நெலம கொத்தடிமயிலயுங் கேவலமாங் கேட்டியா. அந்த வாத்தியாரு பய ஜெயதாசா... அப்பனுக்கு இம்புடு தொழில் இருக்க ட்யூசன் எடுக்குறானாம்.''

"எல்லாத்துக்கும் ஒரு காரணம் வச்சிருப்பிய. தூங்கட்டு மனுசன தேரம் விடிஞ்சிறாம.''

"எல்லாமே அவஞ் செயல் சாரா. நம்ம எதையும் கூட்டவோ கொறைக்கவோ முடியாது. வாழ்ற காலத்துல முடிஞ்ச அளவுக்கு சந்தோசமா இருந்திற்றுப் போயிறணும். இந்த புறாக் கூண்டு நமக்கு சொர்க்கமா இல்ல...''

****

நீட்டி விரித்த காலிடையே படுத்து, புனிதாவின் மார்பில் சாய்ந்திருந்தாள் சத்தியா.

"இந்த வயசுலயும் அந்த கிண்டலுங் கேலியும் போகல்ல பாத்தியா" என்றாள் சத்தியா.

"செல நேரம் சவங்க அடிக்கிற கூத்து இந்தப் பக்கம் படுக்க முடியாது. ஊர்க்கத, உலகக்கத எல்லா கதயும் பேசுவாவ."

"அன்னக்கி ஒந்தம்பிய பற்றி என்னமோ சொல்ல வந்த, பிறகு அப்புடியே நிப்பாட்டிட்ட."

"அப்பம் புத்திதான இருக்கும்."

"என்ன பேசுற அதே அப்பனுக்குத்தான நீ பெறந்த."

"ஏய், அவம் தாமசு என்னட ஜட்டியயும், பிராவயும் எடுத்து மோந்து பாத்துகிட்டு இருந்தாமிங்குறம்."

"அதுல என்ன தப்ப கண்டுட்ட..."

"ஏய் தொட்டுத் தொட்டுப் பேசுவாம். ரெம்ப பாசத்த பொழியிறமாரி பக்கத்துல வந்து படுப்பாம்ய.

"..."

"ஜட்டியையும், பிராவயும் கையில வச்சிகிற்று அவம் முழிச்ச முளியிருக்கே...''

சத்தியாவுக்குத் தாமசின் நடவடிக்கையொன்றும் பெரிதாகவே படவில்லை. கடந்த விடுமுறையில் வீரவநல்லூர் பாட்டி வீட்டில் 'அந்த இரவு' நிகழ்வை நினைத்தாலே

என்னவோ போலிருந்தது. நடந்ததைப் புனிதாவிடம் விவரித்தாள் சத்தியா.

வீரவநல்லூரில் லட்சுமி பாட்டியோடு இரவு வெகுநேரம் கல்லூரிக் கதைகளை எல்லாம் பேசிவிட்டு வந்து படுத்திருந்தாள் சத்தியா. பிரயாணச் சடைவு வேறு. தம்பி கண்ணனும் படுத்திருந்தான். படுத்த உடனே தூங்கியும் போய்விட்டாள். ஏதேதோ கனவுகள், கையையும் காலையும் தூக்கத்தில் எங்கெங்கோ நீட்டியிருந்தாள். உடம்பில் ஏதோ ஒருவித உணர்ச்சி பரவுவது போல் உணர விழித்தவள் அசையவில்லை. அனங்காமல் படுத்தே கிடந்தாள். சகிக்க முடியாத வியர்வை வாடை, பக்கத்திலிருந்தது யாரென்று சொல்லாமல் சொல்லியது. முதுகுப் பகுதியில் ஊர்ந்த கைகள் இடையைத் தடவி இடுப்புக்குக் கீழே பின்புறத்தின் பிளவுகளில் பதிந்திருந்தது.

‘ரசிக்கிறானோ... தூக்கத்துல கைய தூக்கிப் போட்டத தப்பா நெனச்சிற்றானோ. அல்லது எனக்குத் தெரியாதுயின்னு நெனக்கிறானா. அது எப்புடி கம்பியூட்டர் எஞ்ஜினியரிங் படிக்கிறவம். பக்கத்துல படுத்திருக்கது அக்காயிங்குற நெனப்பேயில்லியா இவனுக்கு. இப்புடி ஒரு வாய்ப்புக்காக காத்து இருந்தானா அல்லது சும்ம படுத்திருந்தவன நம்ம தேவயில்லாம தூண்டிவுட்டுட்டமா. என்ன பெரிய பகுத்தறிவு. வாய்ப்பு கெடைச்சா எல்லாருமே ஆடுமாடுதாம். நைட்டி போட்டுருந்திருக்கணும் குட்ட பாவாடயா... எல்லாத்தயும் பாத்திருப்பானோ. இப்புடி வியர்வ வாட அடிக்கிது காதி கிராமத்துல சந்தன எண்ணெ வாங்கிக் குடுத்து குடிக்கச் சொல்லணும். நல்லவேள முழிச்சம். எம்பாட்டுக்கு கால நிக்கிகிற்று படுத்து கெடக்க... அவங் கெட்டவனா நல்லவனாங்குற சிந்தன இப்ப எதுக்கு. தம்பி பாவமுல...’

அவன் திரும்பி அணைக்க முயல எழும்பிச் சொன்னாள்.

“என்னடா, லுங்கியெல்லாம் வெலகிக் கெடக்கு. போயி ஒண்ணுக்கு அடிச்சிற்று வந்து படுடா.”

“...”

“இந்த தலையண வேணுமின்னா வச்சிக்கோ அதுக்கு என்னய போட்டு இந்த அமுக்கு அமுக்குற. எதுக்கு இப்புடி பேயறைஞ்சமாரி உக்காந்திருக்க, அக்கா பாத்துக்கிருறம் போ.”

பதில் பேசாமல் எழுந்து நடந்தான் கண்ணன்.

“அன்னக்கி அவன காப்பாத்திற்றம் புனிதா.”

“என்ன சொல்லுற?”

வெளியே நடுஅறையில் ட்யூப் லைட் இருமுறை வெட்டி எரிந்தது. சமையலறைப் பக்கம் பாத்திரங்கள் உருளும் சத்தம். சரசரவெனத் தண்ணீர் மோந்து ஊற்றுவதுபோலிருந்தது.

“என்ன சத்தம் புனிதா?”

“கெழடு ரண்டும் எழும்பிற்று போல. ஞாயிற்றுக் கெழமயில்ல மொதப் பூசைக்கி போவும் ரண்டும்.”

அந்தக் காலத்திலிருந்தே விடியக்காலம் முதல் பூசைக்குப் போகும் பழக்கம் தனுஷ்கோஸ்தாவுக்கு. குட்டி போட்ட பூனைபோல் சாராப் பாட்டியும் தாத்தா பின்னாலேயே குண்டியை ஆட்டி ஆட்டி நடப்பாள். சிறிது நேரம் அறைக்குள்ளேயே இருந்தவர்கள் எழுந்து நடுவீட்டிற்குள் வந்திருந்தார்கள். பாட்டி இரண்டு தம்ளர்களில் கருப்பட்டி காபிபோட்டு மூடிவைத்துவிட்டுப் போயிருந்தாள்.

“அது என்னய ஒங்க ஆளு பேரு... கோமதியின்னா பொம்புள பேருல்ல...”

“கோமதியில்ல... கோமதிநாயகம்.”

காபி தம்ளரிலிருந்து வாயை எடுத்தவாறே புனிதா சொன்னாள்.

“வேண்டாமுன்னா சொல்லிரண்டி...”

“அவந் தலையெழுத்து அப்புடியிருந்தா அத யாரால மாத்த முடியும்.”

“...”

“வாழ்க்கயில எப்பவுமே ஒரு த்ரில் வேணும் கேட்டியா. உமா அலெக்ச லவ் பண்ணுறாளாம்.”

“அந்தக் கொலகாரப் பாவியையா...”

“அவ பாப்பாத்திடி...”

வாயைப் பிளந்தபடியே அமர்ந்திருந்தாள் சத்தியா.

117

1991

மங்கிய மாலை நேரம் எம்பரர் தெருவிலிருக்கும் குயின் ஏஜென்சியின் பிரதான அலுவலகம் படு சுறு சுறுப்பாய் இயங்கியது. வக்கீல் சாமுவேல் ஆசீர் வாதத்தின் இளைய மகன் இம்மானுவேல் குயின் ஏஜென்சியில் மேனேஜராய் இருந்தார். சமீபத்தில் ஏற்பட்ட கொழும்புத் தோணித் தடையால் வந்த சந்தர்ப்பத்தைப் பயன்படுத்தி மாலத்தீவுக்கும் கொற்கைக்கும் நடைசெய்யும் சிறிய கப்பல்களைக் கொற்கை, கொழும்பு நடைசெய்ய ஏற்பாடு செய்திருந்தார் குயின் ஏஜன்சியின் முதலாளி கிறிஸ்துராச். தகப்பனார் பால்பாண்டி நாடாருக்கு வெகுநாளைக்குப் பிறகு பிறந்தவர், சுய உழைப்பில் முன்னேறி முதலாளியானவர். பொது விசயங்களில் அதிகமாகக் கலந்துகொள்வதில்லை. எப்போதும் தொழில் பற்றிய சிந்தனை. மகுமைக் கூட்டங்களுக்குக் கூட எப்போதாவது வந்து தலையைக் காட்டுவதோடு சரி. தம்பி மகிமைராச்சை கூடவே வைத்திருக்கிறார். அண்ணன் கிழித்த கோட்டைத் தாண்டமாட்டார் தம்பி. கொழும்பு எம்.ஆர் பர்னாந்தும், கிறிஸ்துராச்சும் மிகவும் நெருக்கம். வியாபாரத்தில் புதிதாக எதைச் செய்வதாய் இருந்தாலும் எம்.ஆரைக் கலந்து கொள்ளாமல் கிறிஸ்துராச் செய்வதில்லை.

எப்போதுமில்லாதபடி இரவும் பகலும் குயின் ஏஜென்சியில் ஏகத்துக்குக் கூட்டம். கோபால் கணக்கர் வேலைக்குச் சேர்ந்திருந்தான். வேலை செய்பவர்கள் அமர்ந்து வேலை செய்ய இடம் போதாததால் முன்னால் இருந்த மிதிவண்டிகள் நிறுத்துமிடத்தை யும் மறித்து அலுவலகமாக்கியிருந்தார்கள். உள்ளறைப்

பகுதியில் கோபால் படு சுறுசுறுப்பாய் இருந்தான். வேலையில் சேர்ந்திருந்த ஒரு வருடத்திற்குள்ளாகவே அதன் நெளிவு சுளிவுகளைத் தெரிந்துகொண்டு முதலாளியின் கவனத்தை ஈாத்திருந்தான். யாருடன் ஒட்ட வேண்டும் யாரை வெட்ட வேண்டுமென்ற கலை அவனுக்கு இயல்பாகவே கைகூடி வந்திருந்தது. கணக்கு வேலைகள் ரத்தத்தில் ஊறியது போல் அத்தனை இயல்பாய் வந்தன. வரவு செலவுக் கணக்குகளைக் கையாள்வதில் புதிய புதிய உத்திகளை ஏற்படுத்தி ஏற்கனவே அங்கு வேலை பார்த்த கணக்கர்களைக் கையாலாகாதவர் களாக்கியிருந்தான் கோபால்.

முன்பணம் கொடுப்பது, கூலிப் பட்டுவாடா, நாள் செலவு எல்லாமே மேனேஜர் இம்மானுவேல் கட்டுப்பாட்டில் இருந்தது போய் இப்போது எல்லாமே கோபால் கையில். அலுவலகத்துக்கு வருவதென்றாலே ஒரு வகையான சந்தோஷம் கோபாலுக்கு. அளவுக்கு அதிகமாக அவன் கைகளில் வந்து புரளும் பணம் அவனுக்கு அதன்மேல் ஒரு வாஞ்சையை ஏற்படுத்தியிருந்தது. இந்தப் பணத்தைக் கட்டிக் காப்பாற்றத் தெரியாததனால்தானே இப்படித் தடம்புரண்டு போனோம் என்று அடிக்கடி மாதரசியிடம் நொந்துகொள்வான். என்ன கடுமையான பணியாய் இருந்தாலும் அவ்வப்போது மாதரசி பேசிய வார்த்தைகள் அவன் காதுகளில் வந்து ரீங்காரமிட்டுச் செல்லும்.

"கோபாலு நீ ரெம்பப் பெரிய ஆளு, ஓங்க பூட்டம் தானுமாலயப்புள்ளயப் பாரு, லண்டன்காரன்வ கூடயெல்லாம் வியாபாரத் தொடர்போட இருந்திருக்காரு. படிப்பறிவு இல்லாம ஓங்கய்யாவுட்ட சொத்த நீ கண்டிப்பா மீட்டேயாகணும் கேட்டியா. பணஞ் சம்பாதிக்கிறதுன்னு வந்திற்றா, நல்லது கெட்டதின்னு ஒண்ணுமில்ல. ஓங்கய்யாவமாரி இளகுன மனசோட கோழையா இருந்திராத. நல்லவனுங், கோழையும் தானுங்கெட்டுத் தன்னோட சேந்தவனையுங் கெடுத்திருவாம்."

"அப்ப என்னயக் கெட்டுப்போவச் சொல்லுறியா?"

"அப்புடிச் சொல்லயில்ல. இங்க பாரு ஓகோன்னு இருந்த ஓங்க தாத்தாவோட புள்ள ஓங்கய்யா இன்னக்கி நெலமயில என்ன பண்ணுறாரு? ஓங்க தாத்தாகிட்ட ஒதவி வாங்குன எவனாச்சும் கண்டுகிட்டானா. இல்ல உறவுவதாங் கண்டுகிச்சா. நி என்ன பண்ணுற? அவுரு பொண்டாட்டி என்ன பண்ணுறா, புள்ளய சாப்பாட்டுக்கு என்ன பண்ணுதுவ எதாவது அவுருக்குத் தெரியுமா."

"அவுருக்குத்தாம் மனநெல சரியில்லிய."

“மனநெல சரியில்லயின்னா அப்ப கொழந்த மட்டும் பெறத் தெரிஞ்சிச்சோ...?”

“நானும், ஆனந்தியுந்தாம்...”

“அப்ப சின்னது? சரி அதவுடு. தேவயில்லாத பிரச்சின வரும். ஒங்கய்யாவ சின்னதுலயே ஊகிச்சிருப்பாரு ஒங்க தாத்தா. வெளையிற பயிறு மொளையிலேயே தெரிஞ்சிருக்கும் அதாம் நம்ம பையம் படிக்கயில்ல ஒலக ஞானமுங் கெடையாதுங்குறதுனால செட்டியாருன்னாலும் பரவாயில்ல பத்துவரப் படிச்சிருக்காளேன்னு கட்டி வச்சாராம். அவுரப் பொறுத்தவர ஒரு விசயந் தெளிவு கோபால். புள்ள நல்லாயிருக்கணும், ஒங்கம்மா இப்பவே நல்லாத்தான இருக்காக. விதிவசம் அவுரு நெனச்சது நடக்கயில்ல.”

“...”

“நல்லது கெட்டதின்னு பெருசா எத நெனக்கிற எல்லயில சண்ட போடும்போது ராணுவத்துல உள்ளவம் சுட்டு அடுத்த நாட்டுக்காரம் ஒரு அப்பாவி செத்தா தப்பில்ல, அது வீரம். அதேயிது பக்கத்து வீட்டுக்காரம் சரியான படுக்காளிப்பய, நா குளிக்கும்போது திருட்டுத்தனமா எட்டிப் பாக்குறாம். கையில கெடைச்சாம் நானே கழுத்த நெரிச்சிருவம். அவனக் கொன்னா அது கொல. இங்க நல்லது எது கெட்டது எது?

“பக்கத்து வீட்டுக்காரம் எட்டிப் பாத்தானோ மாதரசி?”

“கர்மங் கர்மம். அவம் ஒன்னும் ஒன்னயமாரி திருட்டுப் பய கெடையாது. நல்ல புள்ள கணக்கா, புக்க கையில வச்சிகிட்டுக் கண்ணு மட்டும் கீழ பாக்கயிருக்குது.”

“...”

“இந்த ஒலகத்துல நல்லது கெட்டதுன்னு எதுவுமே கெடையாது கோபாலு, அது அது நடக்க வேண்டியது நடக்கத்தாஞ் செய்யும்.”

“என்ன மாதரசி என்னென்னமோ பேசுற.”

“ஒங்கம்மா மேல எனக்குக் கோவம் வருமின்னு நெனக்கிற. அதுக்காக என்னயும் அப்புடிக் கணக்குப் போட்டுராத. ஒங் கணக்கு புத்தி சட்டுன்னு கூட்டி கழிச்சிரும்.”

“...”

"என்னயப் பொறுத்தவர நீ நல்லாயிருக்கியா, நா நல்லாயிருக்கனா, நம்மளால நாலு பேரு நல்லாயிருக்காங்களா, அப்ப எதுவுமே தப்பில்ல. ஏன்னா அதுதாம் அங்க நடக்கும், ஒன்னால அதுல ஒரு மசுரக்கூட அசைக்க முடியாது."

"..."

"நடக்க வேண்டியது, நடக்க வேண்டிய காலகட்டத்துல நடக்க வேண்டிய மொறையில நடந்தே தீரும்."

மேசைமீது வைத்திருந்த ரசீதுகளும் வவுச்சர்களும் காற்றடித்துப் பறந்து கீழே விழப் பக்கத்தில் வந்த சுகுமார் சொன்னான்.

"கோபாலு என்னத்த அப்புடியே போயிக் கோட்டயப் புடிக்கப்போற."

சட்டென அதிர்ந்து திரும்பியவன் கை மேசையிலிருந்த கண்ணாடித் தம்ளரில் பட்டு அது கீழே விழுந்து நொறுங்கியது. சுகுமாரே வாசலுக்கு வெளியே வந்து பழைய சாக்கை எடுத்துவந்து ஈரத்தில் போட்டான். கோபாலும் சுகுமாரும் சிறு வயதிலிருந்தே நண்பர்கள். ஒரே பள்ளியிலும் படித்தவர்கள். வீட்டுச் சூழல் காரணமாக சுகுமார் கல்லூரிப் படிப்பிற்குப் போகவில்லை. அரிசிக் கடையில் மச்சான் சுயம்புராச்சிடம் எடுபிடியாய் வேலை பார்த்து ஒரு நிலைக்கு மேல் முடியாமல் போய் பின் கோபாலைச் சந்தித்து அவன் சிபாரிசிலேயே குயின் ஏஜென்சியில் வேலைக்குச் சேர்ந்திருந்தான். பெரிய அரிசி ஆலை முதலாளி மகன் இன்று குயின் எஜென்சியில் எடுபிடி வேலை பார்க்கிறான். ஆனால் எப்படியாகிலும் சம்பாதித்துப் பழைய நிலைக்கு உயர வேண்டும் என்ற துடிப்பு உண்டு.

"சரி நேத்துப் பாத்தம, அன்றன் தல்மெய்தா, அவுரு என்னய வரச் சொல்லியிருந்தாரு."

"எங்க அவுரு வூட்டுக்கா?"

"ஆமா கோபாலு, அரண்மனமாரியிருக்கு. ஒரு வயசான அம்மா மட்டும் மூலயில உக்காந்து பியானோ வாசிச்சிகிட்டு இருந்திச்சி. ஒரு மாதிரியா மர்ம பங்குளாபோல இருந்திச்சி"

"..."

"கோபாலு இந்த யாவாரத்துலதாம் வாங்கி யிருப்பான்வளோ...!"

"எல வாய பினாயில் ஊத்திக் கழுவு. அந்தக் காலத்துல அன்றன் தல்மெய்தா இருக்காரே அவுரு அய்யா, தாத்தா

கொற்கையில் வாடித் தெரு

எல்லாரும் பெரும் பணக்காரங்களா இருந்தாங்களாம். தோணித் தொறமொகத்துல அவுங்க வச்சதுதாம் சட்டமாங் கேட்டியா."

"..."

"சரி என்னதாஞ் சொன்னாரு?"

"பம்பாயில இருந்து ஆள்க்க வந்தாச்சாம் எட்டயபுரம் ரோட்டுல அமராவதி லாட்ஜில தங்கியிருக்காங்களாம் என்ன வாறியா?"

"யாரு ஆர்பருக்குள்ள சரக்கக் கொண்டு போறது...?"

"ஆமா விடிய விடிய ராமாயணங் கேட்டுட்டுச் சீதைக்கி ராமம் யாரு, சித்தப்பனாங்குற கத" என்றான் சுகுமார்.

"அப்ப நாந்தாங் கொண்டு போவணுமா?"

"ஓனர் ஸ்கூட்டர ஒன்னய மட்டுந்தான ஓட்ட வுடுராரு. அது போக அக்கவுண்டன்ட்டரா இருக்கதுனால எந்த சூப்பர்வைசர் பயல்வளும் ஒன்னயத் தப்பா நெனக்க மாட்டான்வ."

"எப்ப உள்ள போவணும்?"

"ரண்டாஞ் சிப்ட்டு முடிஞ்சி எல்லாரும் வெளிய வரும் போது போலாம்."

“சரியான நேரந்தாம்.”

ஆறு மணி சுமாருக்கு கோபால் அலுவலகத்தைவிட்டு வெளி வந்து முன்னால் நிறுத்தியிருந்த பழைய லாம்பிரட்டா ஸ்கூட்டரை உதைத்தான். அது உறுமிக்கொண்டு முன்னால் பாய, தாவி கிளச்சைப் பிடித்தவன் சொன்னான்.

“வண்டிய எடுத்திற்று போறவன்வ கியர டவுன் பண்ணி வைக்க வேண்டியதுதான. அண்ணாச்சிட்டச் சொல்லி எந்த பயலும் வண்டிய எடுக்கவுடாமப் பண்ணணும்.”

வாடித் தெருவில் நுழைவாயிலைக் கடந்து வீட்டின் முன்னால் நின்றான் கோபால். உடைபாடுகளைப் பார்த்த படியே வீட்டைச் சுற்றி நடந்தவன் திரும்பவும் ஸ்கூட்டர் நிறுத்தியிருந்த இடத்தருகே வந்து அதன்மேல் ஏறி அமர்ந்தான். கண்ணை மூடுவதும் திறப்பதுமாக வானத்தைப் பார்த்தவறே அமர்ந்திருந்தான்.

‘மொதல்ல அம்மைக்கி நாலு நல்ல பொடவ எடுத்து குடுக்கணும். அம்மையையும், அய்யாவையும் ஒடனே வேலய வுட்டு நிப்பாட்டி வீட்டுல இருக்க வைக்கணும். ஆனந்திக்கு ஒரு மூணு பவுனுலயாவது கழுத்துல செயினு செஞ்சி போடணும். சின்னதுக்கு ரண்டு மூனு செட்டு நல்ல துணிமணி எடுத்தாப் போதும். மாதரசிக்கி என்ன பண்ண... ஒரு பொடவ வாங்கிக் குடுக்குலாமா. வசக்கொறைவா மாட்டிகிட்டனோ, இனும என்ன மூத்தவுங்க, அவுங்க இவுங்க, எல்லாம் முடிஞ்சி போச்சி. அன்னக்கி பாத்து மதியம் வருவனா என்ன செய்ய, எல்லாம் விதிவசம்.’

அன்று மூட்டா வேலை நிறுத்தம் என்பதால் சிதம்பரனார் கல்லூரியில் மதியத்திற்கு மேல் வகுப்புகள் நடைபெறவில்லை. அங்கு இங்கு சோவாரி விட்டு மதியம் மூன்று மணியளவில் வீடு வந்து சேர்ந்திருந்தான் கோபால். மாதரசியோடு பேசிக்கொண்டிருக்கலாமே என்ற ஆசை வேறு. புத்தகத்தை வைத்துவிட்டுக் கீழே வரலாம் என்று ஒரே பாய்ச்சலில் மூங்கில் ஏணியில் ஏறப்போனவன் ஏணியின் குறுக்குக் கட்டை உடைந்து தொப்பென்று விழுந்தான். முழங்கையில் நல்ல அடி. அசைய முடியவில்லை. சத்தம் கேட்டுப் பதறிக்கொண்டு புறக்கட்டிலிருந்து வெளியே வந்த மாதரசி தான் இருந்த சூழ்நிலையை மறந்து அவனை ஓடிவந்து தூக்கினாள். குளிப்பதற்காக பாவாடையை நெஞ்சுக்கு மேல் ஏற்றிக் கட்டியிருந்தாள். வெள்ளைப் பாவாடை ஈரத்தில் உடம்போடு ஒட்டி அங்கங்கே அதன் பரிமாணங்களை நீள அகலத்தோடு காட்டியது. தடுமாறிப்

போனான் கோபால். இம்மியும் அசைய, முடியவில்லை. அப்படியே கிடந்தான். மாதரசியும் ஏதோ மந்திரத்தில் கட்டுண்டவள் போல அப்படியே கிடந்தாள். கண் இமைக்கும் நேரத்திற்குள் அத்தனையும் நடந்து முடிந்திருந்தது.

சுருங்கிய நெற்றியை இடது கையால் தேய்த்தவாறு சொன்னான்.

“எல்லாம் நேத்து நடந்தமாரியிருக்கு.”

“எது ?”

படக்கென்று ஸ்கூட்டரிலிருந்து எழும்பியவன் நிதானிப்பதற்குள் பக்கத்தில் வந்த மாதரசியே பேசினாள்.

“எது நேத்து நடந்தமாரியிருக்கு... ஓ அதுவா...!”

“என்ன அதுவா? அதெல்லாம் ஒண்ணுமில்ல” என்ற கோபால் அவசர அவசரமாக மாடியை நோக்கி நகர்ந்தான். மாதரசியும் ஒரு நமட்டுச் சிரிப்போடு அவன் போவதையே பார்த்தபடி நின்றிருந்தாள்.

‘தேவையில்லாம இந்தப் புள்ள மனசக் கெடுத்திற்றமோ. வயசு வித்தியாசமுன்னா என்ன அவனுந்தாம் விரும்புறாம். தொறந்து கெடந்தா எவந்தாம் விரும்பமாட்டாம். வாழ்ந்து கெட்டதுவ. இந்தப் புள்ளயள நல்லபடியாக் கரையேத்தி வுட்டுறணும். அவுரயும் ஓட்டல் அங்கயுங்கன்னு அனுப்பாம வீட்டுலே வச்சிச் சாப்பாடு போடணும். இப்ப ஒண்ணு ரண்டு வாரமாவே கையில பணம் அதிகமா நடமாடுத. சீக்கிரம் பணக்காரனா ஆகணும் சரி அதுக்காக கண்ட மேனிக்கி அலைஞ்சி இக்கட்டுவள்ல மாட்டிக்கிறக்கூடாத, பொறவு உள்ளதும் போச்சாம் நொள்ளக்கண்ணாம்ங்குற கதயாயிரும. மலையில இருக்கிற மாதாவே நீதாம்மா காப்பாத்தணும்.’

புன்முறுவலோடு மாதரசியிடம் விடைபெற்ற கோபால் மேலே வீட்டிற்குள் வந்தான். நடுவீட்டில் சிவகாமி கடற்கரைக் காற்றில் சுகமான நித்திரையிலிருந்தாள். ஆனந்தி பள்ளியிலிருந்து வந்திருக்கவில்லை. உள்ளே முனகலும் பேச்சு சத்தமும் மாறி மாறிக் கேட்டன. சிறிது நேரம் நிதானித்த கோபால் உச்சு கொட்டியவாறு முனகல் வந்த அறையைத் தாண்டினான்

“ஒனக்கு வயசாயிற்று கேட்டியா மூத்தது என்ன படிக்கி, இனும அவளப் படுக்கச் சொல்லு.”

“அப்புடிச் சொல்லாதைய்யா, நாந்தாம் அதுவள வளக்குறதுக்கு வேற வழியில்லாமச் சீரழிஞ்சி போனம்.”

“அப்புடி விருப்பம் இல்லியா அங்க கட்டட வேலைக்கி வராத.”

“நிதானமாப் பேசுய்யா. எம்புள்ள இப்பத்தாம் ஒரு வேலையில சேந்திருக்காம்.”

“என்னய என்ன இளிச்சவாய்க் கேணப்பயன்னு நெனச்சியா, சம்பாதிக்கிறதுல பாதிய இங்கதான கொண்டு போடுறம். எனக்கும் ஒரு குடும்பம் இருக்குல்ல. முன்னால பாய்வா வூட்டுல சாப்பாடு கழிஞ்சிச்சி, அதுக்கு இப்ப வழியில்ல.”

“அதுக்கு இப்ப என்னய்யா கெட்டுப்போச்சி.”

“தொஞ்சிபோன எழவப்போட்டு மாங்குமாங்குன்னு ஏறிகிட்டுக் கெடக்க முடியாது கேட்டியா ருசி மாறியாகணும்.”

“அட பேதியில போவாம். அந்தப் பச்சப் புள்ளய இப்புடி மனசாச்சியில்லாமக் கேக்குறிய, ஒனக்கும் ஒரு பொண்ணு...”

கோபாலால் இதற்கு மேல் பொறுக்க முடியவில்லை. சமையல் கட்டில் நுழைந்தவன் காலியாக இருந்த பித்தளைக் குடத்தை உருட்டிவிட்டான். அது டமடமவென உருண்டு சுவரில் மோதி நின்றது. உள்ளே பேச்சரவம் நின்றுபோனது. அவசர அவசரமாக அடுக்களையிலிருந்த சபீனா பாக்கெட்டை எடுத்துச் சட்டைப் பகுதியில் பத்திரப்படுத்திக்கொண்டான்.

பாக்கியம் அடுக்களைக்குள் வந்தாள். அவள் பின்னே ஒரு தடித்த உருவம் விருட்டென மறைவது தெரிந்தது.

“எய்யா என்ன தண்ணி கிண்ணி வேணுமாய்யா?” பக்கத்தில் வந்து கேட்டாள் பாக்கியம்.

“ராத்திரி மாலத்தீவு கப்ப வருது அதுனால விடியக் காலந்தாம் வருவம் தேடாத என்ன” என்ற கோபால் மோட்டையே பார்த்தபடி நின்றிருந்தான்.

‘மொதல்ல இந்த அசிங்கத்த இல்லாம ஆக்கணும். அவளுந்தாம் என்ன பண்ணுவா அரிப்பெடுத்தா அலையிறா, இல்லிய. எங்களக் காப்பாத்துறதுக்கு அவளுக்கு வேற வழியுந் தெரியில. புது பஸ்டாண்டுல வாங்கி சின்னக் கோயில் பக்கம் கொண்டு குடுக்குறதுக்கே ஆயிரமாயிரமாத் தாரவனுவ ஆர்பருக்குள்ள கொண்டு போயிக் குடுத்தா லட்ச ரூபாயில்ல தாரமுன்னாம். தாமசு பைக்குல போனா நம்ம காருல போயிற்றுப்

போறது. ரண்டுல ஒண்ண இன்னக்கிப் பாத்துற வேண்டியதாம்..."

"எய்யா என்ன யோசிக்க இப்புடி ஒரு அம்மைக்கிப் புள்ளயா பொறந்துற்றேமேன்னா!"

"கவலப்படாதம்மா சீக்கிரமே இதுக்கு ஒரு வழி பண்ணிருவம். ஆனா தங்கச்சியக் கவனமாப் பாத்துக்கம்மா."

விம்மி விம்மி அழ ஆரம்பித்துவிட்டாள் பாக்கியம். அவள் முந்தானையிலேயே முகம் துடைத்த கோபால் விறுவிறுவென இறங்கி ஸ்கூட்டரை எடுத்துக்கொண்டு புர் புர் என்றவாறு மட்டக்கடையிலிருந்து திரும்பிப் புது பஸ்டாண்டை நோக்கி விரைந்தவாறிருந்தான். சீதா ஓட்டல் பக்கம் வலது பக்கம் திரும்பியவனை நிறுத்திய மணிகண்டன் இன்ஸ்பெக்டர் கேட்டார்.

"ஏலேய், அம்ம வீட்டுலயா இருக்கா?"

"ஆமா."

"சரி ஒனக்கு இப்ப இங்க என்ன வேல?"

"இப்ப, பஸ்டாண்டுல ஒரு பிரண்டப் பாக்க போறம்."

"என்ன எழவோ கண்டமேனிக்கி அலைஞ்சிகிட்டு இருக்காத ஆள்க்க நடமாட்டம் சரியில்ல."

இளநகையோடு திரும்பிய மணிகண்டன் கிழக்கு நோக்கி வண்டியை விட்டார்.

இரவு எட்டு மணி தாண்டியிருக்கும். தோணித் துறைமுகத்தின் பெரிய கேட்டுகள் மூடியிருந்தன. வாசலில் சீருடை அணிந்த சி.ஐ.எஸ்.எஃப் காவலர்கள் பணியிலிருந்தார்கள். பெரிய வாசலின் பக்கத்திலேயே வலதுபுறம் ஒரு நபர் நுழைந்து செல்லக்கூடிய சந்தில் காரசாரமான விவாதம். சுங்கத் துறையில் பரிசோதகராக இருப்பவர் கந்தவேல். கையில் ஒரு மஞ்சள் பையோடு சி.ஐ.எஸ்.எஃப் காவலர்களோடு கடும் வாக்குவாதத்திலிருந்தார்.

"முஜே, ஆப் கோன் ஹே மாலும் நகி. ஆப் மால்கோ திக்காயியே, ஃபீர் ஜாயியே."

"யோவ் நாங் கஸ்டம்ஸ் எக்ஸாமினர் என்னயப் போயிப் பையகாட்டுங்குற."

"ஆப் மால்கோ திக்காயங்கே நகி, அம் ஆப்கோ சோடேங்கே நகி."

திமிறிக்கொண்டு கேட்டைத் தாண்டப் போனவரை மறித்த ஹவில்தார் அவர் கையிலிருந்த பையைப் பிடிக்க, பை கிழிந்து அதிலிருந்து உப்பு கீழே கொட்டியது. பெரும் தர்மசங்கடமான நிலையிலிருந்தார்கள் இருவரும். பக்கத்தில் இருட்டிற்குள் ஒரு பேச்சுக் குரல் கேட்டது.

“மாப்புள, அந்தக் காலத்துல திரேஸ்புரத்துல கடையள்வள அடைக்கும்போது எல்லாச் சாமானையும் எடுத்து உள்ள வச்சிற்று உப்பு மூடைய மட்டும் அப்புடியே வெளிய வுட்டுருவான்வ” என்றான் வியாகுலம்.

“உப்பக்கூட வுடமாட்டைங்கான்வ என்ன...” என்றான் அந்தோணி.

“ஒங்கய்யா மோயிச இங்கனோடி காணும.”

“மாலத்தீவு கப்பல்ல ஓடுனாரு... இப்ப முடியில்ல.”

“நீ வேணுமின்னா பாரு மாப்புள மாலத்தீவுக்கு சல்லிக் கல்லும், மண்ணும் ஏறுத அதையும் எடுத்திற்றுப் போவான்வ” என்றான் வியாகுலம்.

“சொல்லுமாக்குல மாலத்தீவு கப்பல நம்பியே வீடு கெட்ட ஆரம்பிச்சாலும் ஆரம்பிச்சிருவான்வ.”

அதற்குள் கூட்டம் கூடிவிட ஒவ்வொரு வண்டியையும் தீவிரப் பரிசோதனைக்குப் பிறகே உள்ளே அனுமதித்தார்கள். ஸ்கூட்டரை ஓட்டிவந்த கோபால் பின்புறம் திரும்பிக் கேட்டான்.

“ஏல சுகுமாரு திரும்பிருவமா?”

“சீட்டுக்குக் கீழதான இருக்கு எறங்காமலே சமாளிக்கிலாம். சும்மாயிரும் வார லட்சுமிய வேண்டாங்காதயும்” என்றான் சுகுமார்.

“சீதேவின்னா பரவாயில்ல, மூதேவியாயிராமல...”

துறைமுக வாசலில் ஹவில்தார் மறித்தான்.

“பாஸ்.”

துறைமுகத்துக்குள் நுழையும் அடையாள அட்டையை எடுத்து நீட்டினார்கள் இருவரும்.

“காடிசே வுட்டாவ். பேட் மே க்யா ஹ?”

“சார்ர்ர்.”

“போலோ... க்யா ஹ... நிக்கால் நிக்கால்.”

“சார் சபீனா பவுடர்.”

“சபீனா பவுடர்க்கோ இதர் க்யா ஜரூரத் ஹை?”

“...”

“கம்பெனி கோன்சா?”

“குயின் ஏஜென்சி.”

“கர்கோ புரோக்கர்.”

“ஹர்மீந்தர் இதர் ஆவோ, ஏ காடிக்கோ கம்ப்ளீட் செக் கரோ.”

தொப்பலாக நனைந்திருந்தனர் இருவரும். தற்செயலாக அங்கே வந்த மணிகண்டன், கோபாலைப் பார்க்கச் சுதாகரித்துக் கொண்டவர், மோட்டார் பைக்கைச் சாய்த்து நிறுத்திவிட்டு அருகே வந்தார். அதற்குள் கேட்டை மூடி உள்ளே இருந்த இதர சுங்க அதிகாரிகளும் வந்துவிட மணிகண்டனைப் பார்த்து விரைப்பாக வணக்கம் செய்தார்கள். வண்டியைத் துருவித் துருவி ஆராய்ந்த ஹர்மீந்தர் சீட்டுக்கு கீழே இருந்த பாக்கெட்டை எடுத்தவாறு சொன்னான்:

“சாப்ஜி... மிலுகயா.”

“அரைக்கிலோ இருக்கும்” என்றவாறு அதைக் கையில் வாங்கிய மணிகண்டன் சுகுமாரைப் பிடித்து உள்ளே தள்ளி சொன்னார்.

“மிஸ்டர் ஜெனி இவன உள்ள வைங்க, இவங்கூட யார் இருக்கான்னு பாக்குலாம்” என்றவாறு கோபாலை அவர் வண்டியில் பின்னால் ஏறி உட்காரச் சொன்னார்.

“சென்ட் த ஃபுல் ஃபோர்ஸ் டு நியு பஸ்டாண்டு.”

“எஸ் சார்” என்றார் ஜெனி ரிபேரோ.

ஜெனி சவரா மணல் ஆலை அதிபர் சில்வெஸ்டர் ரிபேரோவின் ஒரே மகன். தகப்பனாரின் அந்தியகாலம் வரை கொல்லத்திலேயே இருந்தவர்கள் இப்போது சென்னையில் வாழ்க்கை. சென்னை ஸ்டீபன் கல்லூரியில் பெரிய ஹாக்கி பிளேயர் ஜெனி. விளையாட்டுத் தகுதி அடிப் படையில் சென்னையிலேயே சுங்கத் துறையில் ஆய்வாளராக வேலை கிடைத்திருந்தது. முடிந்தவரை கொற்கைப் பணி மாற்றத்தைத் தவிர்த்தவர் முடியாத பட்சத்தில் சமீபத்தில் கொற்கை வந்திருந்தார். தந்தையார் சில்வெஸ்டர் ரிபேரோவின் வேண்டுகோளுக்கிணங்கி இதுவரையில் யாரிடமும் தன் பூர்வீகத்தையும் தனது கொற்கை தொடர்பு பற்றியும் கூறியதில்லை. கொற்கையில் ‘மங்களம் நிவாஸ்’

இருந்த சுவடே தெரியாமல் போயிருந்தது. கடந்த காலத்தில் அனாதை விடுதிக்காக சேசு சபைக் குருமார் கொல்லம் வந்து அந்த இடத்தைக் கேட்டபோது தன்னுடைய போதாத நேரத்திலும் மனதாரக் கொடுத்தார் சில்வெஸ்டர் ரிபேரோ. பணி முடித்து மாலை வேளைகளில் நேரமிருந்தால் கடற்கரைச் சாலையில் 'மங்களம் நிவாஸ்' இருந்த இடத்திலிருக்கும் அனாதை விடுதியையும் காட்டன் சாலையில் ரிபேரோ மருத்துவமனையையும் வெறித்துப் பார்த்தபடி நிற்பார் ஜெனி. ரிபேரோ மருத்துவமனை இப்போது அரசு மருத்துவ மனையாகியிருந்தது.

இரவு நன்றாக ஏறிவிட்டிருந்தது. அமாவாசையாதலால் வானம் இருண்டுகிடந்தது. நட்சத்திரங்கள் மட்டும் மினுமினுப்பாய் அங்கங்கே கண்சிமிட்டின. புதிய பஸ் நிறுத்தத்தின் பின் பகுதி பூராவும் சாக்கடை நெடியோடு சளுசளுவென்றிருந்தது. ஒன்றிரண்டு வண்டிகள்தான் பாக்கி, வண்டிகளை எல்லாம் ஒதுக்கிவிட்டு ஓட்டுநர் நடத்துநர் எல்லாரும் ஓய்வெடுக்கச் சென்றபடியிருந்தார்கள். சாக்கடைச் சகதியிலும் ஒடுகலான மறைவிடங்களைத் தேடிச் சில காவாலிப் பயல்கள் கேஸ்களைத் தள்ளிக்கொண்டு வந்து சல்லாபித்தபடியிருந்தார்கள். சூழ்நிலையின் தாக்கம் அவர்களைப் பாதித்ததுபோல் தெரியவில்லை. வந்தோமா, முடித்தோமா, எழும்பிப்போனோமா என்று தொழில் கச்சிதமாய் நடந்தபடியிருந்தது.

"கோபாலு கீழ இறங்கு, இங்கதான வருவான்வ."

"ஆமா சார், சார் என்னய வுட்டுருங்க சார் இனிமேல் இந்தத் தெசக்கே வர மாட்டம்"

"அப்புடியா அப்ப ஆளச் சரியாப் பாத்துச் சொல்லு."

தூரத்து விளக்குகளின் ஒளி சன்னமாய் அந்தப் பகுதியில் விழ ஆள்கள் நடமாட்டம் தெரிந்தது. சிறிது நேரத்தில் அலங்காரத்தட்டு ராமு, அன்றன் தல்மெய்தா எல்லோரும் அங்கே ஆஜர்.

"அடேய் அந்த டீ சர்ட் போட்டுகிட்டு இருக்கான அவம் யாரு?"

"..."

"தல்மெய்தாவா..."

"எங்க அம்மையாண."

மணிகண்டன் மௌனமானார்.

‘அந்தக் காலத்துல கார் மாத்தி கார்ல வார ஸ்டைல் என்ன. எம்பரர் தெரு வீட்ட விக்கணுமின்னான. கை நீட்டி சம்பளங் குடுத்த கையி இனும எங்க சம்பளம் வாங்க நீளும். வழியில்லாட்டி என்ன பண்ணுவாம் நானா ஒன்னய மாட்டிவுடணும். பரீச்சைக்கி ஃபீஸ் கட்டுனான. இன்னைக்கி எம் புள்ள அண்ணாமலையும் யாரு ஓதவியில பெரிய படிப்பு படிக்கிறாம்... எங்கண்ணுல மாட்டுனதுனால சரியாப்போச்சி. அய்ய ‘அந்த மனுசி லிடியா பாட்டிக்கித் தெரிஞ்சா உசுரு பட்டுன்னு போயிரும.’

“எலேய், இந்தப் பக்கந் தடியா இன்னொருத்தம் வாரான அவம் யாருல?”

“அவந்தாம் திரேஸ்பொரம் மில்ட்டன். இவுருதாம் தோணி வழிய போற சரக்குக்கு புரோக்கர்.”

“எல அந்த பேங்குகாரரு மொவனா?

தலையாட்டினான் கோபால்.

“ஆமா இதெல்லாம் மொதலாளிமாருக்குத் தெரிஞ்சா போவுது.”

“செலருக்குத் தெரியும், செலருக்குத் தெரியாது.”

“பூதாவும் பொடிப் பயல்வ மூலமாத்தாம் சரக்குவ போவுது. மெல்லுசான துணிப் பையள்ல வச்சி அத அவன்வ தொடையள்ல கெட்டி வுட்டுருவான்வ.”

“அப்புடியா சங்கதி!”

மணிகண்டன் மடியிலிருந்த ரிவால்வரில் கை பதித்தவாரே நின்றிருந்தார். ஏற்கனவே அவர் கொடுத்திருந்த திட்டப்படி ஜெனி ரிபேரோவின் தலைமையில் இருபது பேர் கொண்ட குழு அந்த இடத்தையே சுற்றி வளைத்திருந்தது. அவர்களை நெருங்கி வளையம் சுருங்க மணிகண்டன் சொன்னார்.

“கோபாலு கீழ படு.”

“சரி சார்” என்றவாறு படாரென்று கீழே விழுந்து படுத்தான் கோபால். தரையில் ஒருகாலும் அவன் முதுகில் ஒரு காலுமாக நின்றபடியிருந்தார் மணிகண்டன். சளு சளுவென்றிருந்தது தரை. பயத்தில் கீழே கிடந்த அசிங்கங்கள் அருவெருப்பாய்த் தெரியவில்லை.

“எலேய் நாங்க அவன்வள நெருங்குன ஒடன, ஓங்கி ஒரு மிதி மிதிப்பம் சத்தமேயில்லாம எழும்பிப் பின்னால ஓடிரு கேட்டியா” என்றார் மணிகண்டன்.

"..."

அப்பாடாயென்றிருந்தது கோபாலுக்கு. அவன் பலமாகத் தலையை ஆட்டியது அவர் கால் வழியாகத் தெரிந்தது. பல்வேறு குழப்பமான சிந்தனைகள். மணிகண்டனின் தாத்தா சதாசிவம், கோபாலின் பாட்டன் தானுமாலயப் பிள்ளைக்கு பங்காளி முறையாம். அந்தக் காலத்திலேயே குடும்பங் களுக்குள் ஒட்டு உறவு இல்லாமல் போய்விட்டது. போய் வந்த இடத்தில் பாக்கியம், பங்காளி உறவு முறையை எடுத்துச் சொல்லியிருந்தாள். மணிகண்டனுக்குக் கோபால் மேல் அக்கறை வந்ததில் ஆச்சரியமில்லை.

'மணிகண்டம் செஞ்சோற்றுக் கடன் தீக்குறாரோ. எங்கயெல்லாம் வந்து காப்பாத்துறா. நாலுபேரு நல்லா யிருக்கணுமின்னா ஒருத்தம் என்ன செஞ்சாலுஞ் தப்பில்ல.'

பளிச்செனு மின்னலாய் மனத்திரையில் வந்து உரைத்தது. கண்களில் நீர் முட்டிக்கொண்டு வந்தது. மேலே மணிகண்டன் நடக்க நடக்க அவரோடே ஊர்ந்து செல்ல வேண்டியிருந்தது. கீழே சளுசளுவெனச் சாக்கடையின் துர்நாற்றம், முதுகில் அழுத்தும் மணிகண்டனின் சப்பாத்து எதுவும் ஒரு பொருட்டாகத் தெரியவில்லை. 'காலயில என்ன நடக்கும், காலயில என்ன நடக்கும்.'

ஓங்கி விழுந்த மிதியின் பொருள் புரிந்தவன் சந்தடி யில்லாமல் எழுந்து கிழக்கு நோக்கி ஓட ஆரம்பித்தான்.

'காலையில் சூரியன் உதித்ததும் ஆப்பிரிக்கா காட்டில் ஒரு மானும் ஓடுகிறதாம் அதை விரட்டும் சிங்கமும் ஓடுகிறதாம். மனசு கொரங்குங்குறான்வள அது உண்மயில நெசந்தாம். நேத்து நா ஓடுனதுக்கும் இன்னக்கி நா ஓடுறதுக்கும் எவ்வளவு வித்தியாசம். யாரு செஞ்ச புண்ணியமோ. அது என்ன யாரு செஞ்ச புண்ணியம் மெய்யாலுமே அம்ம செஞ்ச புண்ணியந்தாம்.'

கிழக்கே வானில் விடிவெள்ளி பூத்திருந்தது. மதுராக் கோட்ஸ் ஆலையில் நான்கு மணிச்சங்கு ஊதினார்கள். வாடித் தெருவில் புதிதாக வந்திருந்த நாடார் வீடுகளில் மட்டும் விளக்குள் எரிந்தன. மட்டக்கடைத் தெருவில் திரும்பியவன் நாய்கள் துரத்தக் கூடாது என்பதற்காக மெதுவாக நடந்தான்.

சுரேஷ் வீட்டில், அவன் அம்மா முற்றம் பெருக்கித் தண்ணீர் தெளித்துக் கோலம் போட்டபடியிருந்தாள். தூரத் திலிருந்து விழுந்த லூக்காஸ் சர்ச்சின் விளக்கொளியில் கோலங்கள் பளிச்சென்று தெரிந்தன. சுரேஷ் படிப்பில் கோபாலைவிட மட்டம். ஆனால் நல்ல வசதி. அப்பாவுக்குச்

சொந்தமாக முத்தையாபுரம் பகுதியில் உப்பளங்கள். ஆஸ்திரேலியாவில் எம்.பி.ஏ. படிக்கிறான். படிப்பை முடித்து விட்டு இங்கு வந்து வியாபாரத்தைக் கவனிக்கப் போகிறானாம்.

'இப்புடி ஆவுமின்னு நெனக்கலிய. அன்றன் தல்மெய்தாவ யும் புடிச்சிருவான்வளோ. பாவந்தாம்... இனும எந்த மூஞ்ச வச்சிகிட்டு வேலக்கிப்போவ. மொதலாளியப் பாக்க. கிறிஸ்துராச் அண்ணாச்சி பாக்குறதுக்குத்தாம் சாந்த சொருபமா இருக்காரு. அன்னக்கி அந்த நேரம் பாத்துப் போவனா சவந் தூங்குவாருன்னு போனா மடியில தூக்கி வச்சிகிற்று கொஞ்சிகிற்றுல இருந்தாரு. அது பாவம் போலப் பக்கத்துல நின்னுச்ச. பால் வடியிற மொகம். சேட்ட பண்ணுறவன்வள தெசயவெள பக்கம் அவுரு ரைஸ் மில்லுல கொண்டு போயி தொவைச்சிருவாருன்னு அவுரு டிரைவர் சொன்னான. சவம் என்னயக் கிழிஞ்ச செருப்பால அடிக்கணும். போறதுதாம் போறிய அவுரு ஸ்கூட்டர எதுக்கு எடுத்திற்றுப் போன. ஒனக்குக் கல்லற தெசயவெள ரைஸ்மில்லுன்னா அத மாத்த யாரால முடியும். பேசாம கஸ்டம்சுலே மாட்டியிருக்குலாமோ உசுருக்காச்சும் பங்கமில்லாமப் போயிருக்கும். நல்ல மனுஷந்தாம் ஆனா இந்த கஸ்டம்சு பெயல்வ வேணுமின்னே அவுரு ஸ்கூட்டர வச்சிகிட்டு அவுரு பேரயும் இழுத்துப் போட்டுகிட்டுக் கொடைவான்வள. மாதரசி என்ன நெனைப் பாளோ. இவ வேற என்ன எழவுக்கு வார சம்மந்தங்கள எல்லாந் தட்டி வுடுறாயின்னு தெரியில. சவம் பாத்தமா, பேசுனமா, ஒரசுனமான்னு இல்லாம காதல் கத்தரிக் காயின்னுகிட்டு மனுசம் உசுர வாங்குறா. சுகுமாரப் புடிச்சி உள்ள கொண்டு போனான்வள அடிச்சிருப்பான்வளோ. காபிபோசாவுல உள்ள போட்டா பனிரண்டு வருசமுன்னு சொன்னான்வள. ஒருத்தனுக்குக் கெட்டகாலமுன்னு வந்தா இப்புடியா வரும். ஆசைக்கி ஒரு அளவு மாண்டாம். ஒரேயடியாயில அலைஞ்சம். அதாம்... ஆனந்தி ஒரு டி.வி கேட்டாள. ஆர்பருக்குள்ள போறதக் கொஞ்ச நாள் பிந்தி வச்சிருக்குலாம். எஸ்கேப்தாம் ஒரே வழி அப்ப மாதரசி...'

வீடு வந்து சேர்ந்திருந்தான் கோபால். மேலே ஏறப் போனவன் அதிர்ந்து திரும்பினான். அங்கே கிடந்த உடைந்த நாற்காலியில் தூங்கி வழிந்தபடி அமர்ந்திருந்தாள் மாதரசி. அவள் கைகளில் இருந்த செய்தித்தாளில் ராஜீவ்காந்தி கொலை செய்யப்பட்டதாகச் செய்தி வந்திருந்தது. கண்களில் தூக்கக் கலக்கம். கொட்டாவி விட்டாள். சத்தமில்லாமல் ஏறி, மாடியில் காற்றோட்டமாய் உள்ள இடத்தில் படுத்திருந்த பாக்கியத்தின் மடியில் தலையைப் புதைத்து அழ ஆரம்பித்தான் கோபால்.

118

1991

விடிந்தும் விடியாமலே பாக்கியம் தன் மகன் கோபாலை எட்டயபுரம் சாலையில் முருகையா வாத்தியார் வீட்டுக்கு அழைத்து வந்திருந்தாள். திண்ணையில் உட்காருவதும் எழும்பி உள்ளே எட்டிப் பார்ப்பது மாய் உடலும் மனசும் ஒரு நிலையில்லாமல் தத்தளித்தது.

'கூட்டத்தோட கூட்டமா இருந்தா என்னத்தக் கேக்க முடியும். பெருவாதியா ஆள்க்க வரும. அசலூர்லயிருந்தும் கார்போட்டுல வாராவளாம். எவங் கண்ணுலயும் படுறதுக்கு முன்னால சட்டுப் புட்டுன்னு முடிச்சிற்று எடத்தக் காலி பண்ணணும.'

பக்கத்திலேயே கோபால், எதையும் கண்டு கொண்டது போல் தெரியவில்லை. ஆனால் மிரண்டு போய் இருந்தான்.

'சின்னது இவங் கையில காசு தாராளமா நடமாடுதின்னு சொன்னப்பவே யோசிச்சிருக்கணும். மனுசன இன்னும் காணும. நம்மளமாரி ஆள்க்களுக்கு பாப்பாரான்னு தெரியிலிய. கலியாணம் முடிஞ்சப்ப வீட்டுல வந்து கெடையாக் கெடந்தாரு.'

கோபால் மூத்தவன். அவனுக்குப் பிறகு இரண்டும் பெண்பிள்ளைகள். விதிவசப்படி கொத்து வேலைக்கு போனாலும் எப்படியும் கோபாலைப் படிக்க வைத்து அவன் மூலம் சமூகத்தில் நிமிர்ந்துவிட எண்ணி யிருந்தாள் பாக்கியம். அவளின் அந்த எண்ணத்தில் மண்ணள்ளிப் போட்டு மட்டையால் சாத்தி யிருந்தான் கோபால்.

வாடித் தெருவில் மேலடுக்கு கீழடுக்கு என்று பரந்து விரிந்த பங்குளா வீடு பாக்கியம் வாழ்க்கை

982 ஆர். என். ஜோ டி குருஸ்

பட்டு வந்த சிவலிங்கப் பிள்ளையின் வீடு. சிவலிங்கப் பிள்ளையின் தகப்பனார் தாணுமாலயப் பிள்ளை சிதம்பர னாருக்குத் தூரத்து உறவு முறையாம். அந்தக் காலத்திலேயே கல்லூரிப் படிப்பெல்லாம் முடித்தவர், பெரும் செல்வந்தர். இலங்கை, பர்மா, மலேசியா என்று பல நாடுகளுக்கும் அவரது ஏற்றுமதிச் சரக்குகள் சென்றபடியிருந்தன. அந்தக் காலத்தில் தோணித் தொழிலில் கொடிகட்டிப் பறந்த கனிசியுஸ் சிங்கராயர்கூட சிவலிங்கப் பிள்ளை எதிரே வந்தால் கோச்சு வண்டியிலிருந்து இறங்கி நலம் விசாரிப்பது வழக்கம். அவர் மகன் சிவலிங்கம் தவமாய்த் தவமிருந்து பெற்ற ஒரே பிள்ளை சபாபதி. சபாபதியின் மனைவிதான் பாக்கியம்.

"யாரது காலங்காத்தாலே" என்றவாறு வெளியே வந்தார் முருகையா வாத்தியார்.

நெற்றியில் வெள்ளையாய் மூன்று பட்டைகள். நடுவில் நாலணா அளவில் குங்குமப் பொட்டு, மார்பிலும் புஜங் களிலும் கைகளிலும் விபூதி பூசியிருந்தார். மார்பில் கறுப்பும் வெள்ளையுமாய் ரோமங்கள். தலையில் கிராப் வெட்டி யிருந்தார். மருந்துக்கு ஒன்றுகூடக் கறுப்பாய் இல்லை. சேவியர் பள்ளியில் தமிழ் வாத்தியாராய் இருந்து ஓய்வு பெற்றிருக்கிறார்.

"நாந்தேம்... பாக்கியம்."

"அட நம்ம பிள்ளவாள் மருமகளா என்ன எப்புடி சௌகர்யம்?"

"எய்யா ஒங்களத்தேம் பாக்க வந்தேம். நீங்கதாம் பாத்து நல்லது கெட்டது சொல்லணும்."

"பக்கத்துல யாரு ஓம் புள்ளயாண்டானா. அப்புடியே சபாபதிய உரிச்சில்லா வச்சிருக்காம். இந்தப் பய ஜாதகம் கொண்டாந்திருக்கியோ?"

"வந்த நேரத்த வச்சி சொல்லுவிகளாம!"

"இது எவஞ் சொன்னாம்? பிரசன்ன சோசியம், கையெழுத்து சோசியம் இன்னும் என்னமெலலாமோ சொல்ல ஆரம்பிச்சிருக்கான்வ..."

ஓட்டைப் பற்கள் தெரியச் சிரித்தார் வாத்தியார். பக்கத்திலிருந்த திண்டில் அமரச் சொன்னவர் மூலையிலிருந்த வெற்றிலைப் பெட்டியை எடுத்து அதைத் திறந்தவாறு வழக்கமாக அமரும் கட்டில் மனையில் அமர்ந்தார். வெற்றி லையை ஒவ்வொன்றாக எடுத்து நுனி, காம்பு, கிள்ளி சுண்ணம் தடவி மடித்து வாய்க்குள் வைத்தார்.

“எய்யா பாக்கு...”

“இப்ப யாரு கழிப்பாக்கு திங்கா? எல்லாஞ் சீவல்தாம். கழிப்பாக்கக் கடிக்கப் பல்லு எங்கயிருக்கு? அதாம் சீவல் ஏற்கனவே வாய்க்கிள அதக்கியிருந்தம் சரி நட்சத்தரமாவது தெரியுமா?”

“அது ஆயில்யம்.”

“அப்ப கடகம் ஆயில்யம். நாந்தான ஜாதகம் எழுதுனம் இப்ப வயசென்னாவுது?”

“இருபத்தி ஒண்ணு இப்பதாம் ஆரம்பிச்சிருக்கு.”

“பயலுக்கு எட்டுல குரு, வீடு தங்காது. உள்ளயும் வெளியயும் பகயாப் போவும். பொண்ணு சகவாசம் வருறமாரித் தெரியுத அதும் பக்கத்துலே...”

“...”

‘நாந்தாம் கெட்டு நாசமாப்போனம். இவனுமிலா... சேராத சேக்க சேந்தா இப்புடித்தாம். அன்னக்கி நடக்குற காரியமா. நெனச்சாலே கொல நடுங்குத. பாவி மொவம்... அந்த சாமிதாம் காப்பாத்திச்சி.’

“என்னம்மா நா எதையோ சொல்லுறம் நீ எதையோ யோசிக்கிற! போலீசு, கோட்டு, கச்சேரியின்னு அலைய வச்சிருவாம் எடத்த மாத்திப் போடு, கொற்கையே ஆவாது எங்கயாச்சும் வடக்க பிடிச்சி அனுப்பிரு.”

“எய்யா யாராச்சும் எம்புள்ளக்கி எதாவது செஞ்சி வச்சிற்றாவளோ!”

“அந்த வெத்தலப் படிக்கத்த இங்கன இழுளா.”

பளிச்சென்றிருந்தது படிக்கம். பக்கத்திலேயே பஞ்சாங்கம், ஜாதகப் புத்தகங்கள்.

“அதெல்லாம் ஒரு மயிரு மண்ணாங்கட்டியுமில்ல இவந்தாஞ் சனி. வானத்துல போற சனியனுக்கு ஏணி வச்சில்லா ஊம்பியிருக்காம், பின்ன என்னாவும்? எங்கணக்கு சரியாயிருந்தா நேத்தே இந்தப் பயல செயிலு, கியிலுன்னு தள்ளியிருப்பான்வ. எப்புடியோ அந்த சந்தானமாரியம்மம் புண்ணியத்துல பொழைச்சிகிட்டாம்.”

மாலை மாலையாய் வடிந்த கண்ணீரைப் புடவைத் தலைப்பில் துடைத்தபடி ஏங்கினாள் பாக்கியம்.

‘ஒத்தைக்கே ஒரு புள்ளயின்னு புள்ளவாளாயிருந்தாலும் பரவாயில்லயின்னு கட்டி வச்சாவள. அவுகளுக்கு ஊர்

ஓலகம் எங்க தெரிஞ்சிச்சி. ரத்தச் சூட்டுல தெனவெடுத்துல திரிஞ்சம். அவுரு முன்கட்டுல படுத்திருந்தப்பவே அவுரு பங்காளி வந்து மேஞ்சிற்றுப் போனான. நாங் கட்டு செட்டா எங்கயிருந்தம். பொம்புள்ள எடங்குடுக்காம என்ன பண்ண முடியும். ஆளு வாட்டசாட்டமாயிருந்தவொடன முந்தானய விரிச்சிற்றன. வந்தவன்வ வீட்டத் தவுர எல்லாத்தையும் கொள்ள போட்டுட்டான்வள. தங்கத் தொட்டியில பொறந்து பட்டு மெத்தயில பொறண்டவுக, நல்லது கெட்டது தெரியாதவுக இன்னக்கி நாராயணம் ஓட்டல்ல மேச தொடைக்காவளே... இவன்வகூட மேயாம இருந்திருந்தா இந்தச் சொத்துல கொஞ்சத்தயாவது காப்பாத்தியிருக்குலாமோ. என்னத்தக் காப்பாத்தி என்னய்யா. அவுக தலயெழுத்து கண்ட பயக்க எச்சி எலயயும் அள்ளணுமின்னு இருந்தா அத யாரால மாத்த முடியும். நா பத்துவர படிச்சிருக்கமின்னு தான கட்டி வச்சாக. சொரண கெட்டுப்போனன மக்களே... இன்னக்கி சித்தாள் வேல. அதுவுமில்லியானா இந்த நாலு சீவனுக்கும் வவுத்த எங்கயிருந்து கழுவ. அங்கனயும் கொத்தனாரு, மேஸ்திரியின்னு வேற அடியழிஞ்சி போனன. ததேயு பூபாலராயம் புள்ளயயும் படுக்கச் சொல்லுங்குறாம். அந்த ஆத்தா புண்ணியத்துல நேத்து ஒரு ஆசதான பொருச்சிருக்காம். மணிகண்டம் இன்சுபெக்டரு இல்ல யின்னா புள்ளயப் புடிச்சிற்றுப் போயி உள்ள தள்ளியிருப்பான் வள. என்னமோ அவுரு படுத்த கடனத் தீத்திற்றாரு. கேவலங் கெட்ட பொழப்புதாம் ஆனா ஓன்னயக் காப்பாத்திற்றம் மக்கா. சந்தனமாரி ஆத்தாளுக்கு வெரதமிருந்து எலுமிச்ச மால சாத்தணும்.'

"என்ன இந்த ஓலகத்துலதாம் இருக்கியா" கேட்டார் முருகையா வாத்தியார்."

சர்ரென்று மூக்கைச் சிந்தி, திண்ணையிலிருந்து எழும்பி வெளியே வந்து பாதையில் விசிறினாள். முந்தானையில் மூக்கையும் கண்களையும் துடைத்தவாறு வந்து அமர்ந்தவள் மகன் தலைமுடியைக் கோதியபடி சொன்னாள்.

"சொல்லுங்கய்யா."

"இவம் இனும இந்த ஊரு தங்கப்பிடாது. புள்ள உசுரோட இருக்கணுமின்னு நெனச்சியானா எங்கயாவது திருச்சி, மெட்ராசின்னு வடக்க தள்ளிரு."

"எய்யா, ஒங்களுக்கு தெரியாதத நாஞ் சொல்யில்ல. இவன நம்பித்தான நாங்க மத்த சீவனெல்லாம் இருக்கோம்."

“நீ என்ன தள்ளூறது. அவம் நேரம் அவன இங்கிட்டு இருக்க வுடாது பாரு.”

“என்ன சொல்லுதிய?”

“இனும இந்தப் பய ஓனக்குப் புள்ளயில்ல. கத வேற பாதயில போவுதுளா. பய உசுரோட இருக்கணுமின்னு நெனச்சா அவன எடத்த மாத்திபுடு.”

முந்தானை முனையிலிருந்த முடிச்சை அவிழ்க்க எத்தனித்தவளைத் தன் சுட்டு விரலசைவில் தடுத்த வாத்தியார் சொன்னார்.

“கவலப்படாத பாக்கியம் மேலயிருக்கவம் லேசுபட்ட ஆளுயில்ல எல்லாத்துக்குமே ஒரு தீர்வு வச்சிருப்பாம். அது என்னதின்னு கண்டுபுடிக்கிற சக்திதாம் நமக்குக் கெடையாது. இந்தக் கெட்ட நேரத்துலயும் ஒரு தெய்வ சக்தி தொணயா நிக்கிது பாத்தியா...”

‘மணிகண்டம் இன்சுபெக்டரு இல்லயின்னா இவம்பாடு கந்தல்தாம். ஆனா அவுரு எதுக்குப் பண்ணுனாரு, அரிப்பெடுத்தா கூப்புடத்தாஞ் செய்வாரு. அப்ப நல்லது கெட்டதுன்னு எதுவுமேயில்லியா. இந்தக் கேவலத்துக்குள்ளயும் இப்புடி ஒரு தீர்வு இருந்திருக்க. என்னமோ, நாம யாரு எதயும் புடிச்சி நிப்பாட்ட. நடக்குறது நடக்கட்டுமின்னு வுட்டுட்டு வேடிக்க பாக்க வேண்டியதாம்.’

“என்ன திரும்பவும் யோசனயா? பயப்புடாத முருகம் மேல பாரத்த எறக்கி வச்சிறு. போற வழியில அங்கன சுப்பிரமணிசாமி கோயிலு இருக்கில்லா, அங்க ஒரு சூடம் வாங்கி கொளுத்தி போட்டுட்டு போ. அவம் பாத்துக்குவாம். ஆனா நடக்குறத ஒன்னால தடுக்க முடியாது.”

“எய்யா தச்சின!”

“அதெல்லாம் அவுங்கய்யாவ பெத்தவருகிட்ட எங்கய்யா ஏராளமா வாங்கியிருக்காரு. பயல பாத்துக் கூட்டிட்டு போ.”

“நல்லதுங்கய்யா” என்றவாரே கோபாலை உசுப்பி விட்டுவிட்டு எழும்பி நடந்து முன் வராண்டாவுக்கு வந்தாள். வெளியே ஆண்களும் பெண்களுமாக ஜாதகப் புத்தகத்தோடு குழுமியிருந்தார்கள். சண்முகவேல் நாடார் மகன் மணிவேல் மனைவியோடு அமர்ந்திருந்தார். பாதையில் சுப்ரமணியசாமி கோவிலில் சூடம் கொளுத்திவிட்டு சைக்கிள் ரிக்ஷா பிடித்து ஏறினாள். வண்டி எட்டயபுரம் சாலை வழியாக வந்து பக்கிள் ஓடை குறுக்குச் சந்தில் மட்டக்கடை நோக்கித் திரும்பியது.

எதிரே தாமஸ் மோட்டார் சைக்கிளில் கடந்துபோனான் பாக்கியத்தைப் பார்த்தவன் முகத்தைத் திருப்பிக்கொண்டான். பாக்கியத்தினருகே கோபாலைக் கண்டிருக்க வேண்டும். பின்னே மோட்டார் சைக்கிள் தள்ளாடுவது தெரிந்தது.

'இந்த தூமவுள்ளதாம் கெடுத்திருக்கும். அப்பனும் மொவனும்... நடக்குற காரியமா அது. ஓம்புள்ளய வுட்டுட்டு அடுத்த புள்ளயக் கொற சொல்லாத. கலியாணமின்னாவள நமக்கென்ன. பய பொடிப்பயலா இருந்தாலும் என்ன போடு போடுதாம். ச்சீ என்ன நெனப்பு இது. வேற வழியேயில்ல. வானா மூனாவப் போயிப் பாத்திர வேண்டிய தாம். எந்த மூஞ்சிய வச்சிகிட்டுப் போவ. அன்னக்கி வேல கேட்டு போனப்பவே அவுரு பொண்டாட்டி கோப்பி டவராவ டொக்குன்னு வச்சா. அவுரு சொன்ன எடத்துல ஒடனே வேல போட்டுக்குடுத்தாவள. என்னமோ குயின் ஏஜன்சியில அக்கவுண்டர் வேலயின்னு சொன்னாவள. காலயிலே கஞ்சி குடிச்சிற்றுப் போறபுள்ள ராத்திரிதாம் வந்தாம். பய தலயெடுத்த பொறவு இந்தக் கல்லுமண்ணு செமக்க போவாண்டாமுன்னு நெனச்சன. சாந்து சட்டி தூக்கவுட்டாப் பரவாயில்லிய, சவம் செங்கலத் தூக்குன்னு ஒரு அம்பாரத்துக்கு அடுக்கிப் போடுறானுவ. கழுத்து எலும்பு கழந்துரும் போலயில இருக்கு. நல்லவேளயா மேஸ்திரி கிட்ட இவம் வேலக்கிப் போனதச் சொல்லி எழவுடுக்கயில்ல. சொல்லியிருந்தா இந்த வேலயிலயும் மண்ணுளுந்து போயி ருக்கும். சூட்டுஞ் சட்டயும் மாட்டிகிட்டு சோக்காத்தான போனாம். தலயில ஒரு தலப்பா வச்சா பூட்டம் தானுமாலயப் புள்ளயேதாம்.'

பெருமூச்சுவிட்டாள் பாக்கியம். வண்டி மட்டக்கடை வழியாக வாடித் தெரு வந்தடைந்தது. இறங்கினாள். முன்டாப் பெனியனும் தலையில் துண்டுமாக சபாபதி வாடித் தெருவின் நுழைவாயிலைக் கடந்து வெளியே வந்தபடியிருந்தார். உடுத்தியிருந்த சாரம் கிழிந்து பின்புறம் நூல் தொங்கியது. முட்டுக்கு மேல் மடித்துக் கட்டியிருந்தார். முதுகுப்புறம் பெனியன் காற்றோட்டமாய் நாலைந்து இடங்களில் கிழிந்திருந்தது.

"ஏ புள்ள, என்னளா பேயறைஞ்சமாரியில இருக்க" என்றார் சபாபதி.

'கோயிலுக்குத்தான போறம், கொழும்புச் சட்ட மாண்டாம். இந்த சைனாச் சிலுக்க போடுங்களாம். அந்த முத்துமாலைய சட்டைக்கி உள்ளால போடுங்க. ரண்டு

கையிலயும் கடியாரம் எதுக்கு. ஆமா அந்த தங்க கடியாரத்த மட்டும் வலது கையில கெட்டுங்க.'

"அடியே என்னத்த யோசிக்கிறவ..."

பதறித் திரும்பினாள் பாக்கியம். கோபால் விறுவிறுவென வீட்டைநோக்கி நடந்தான்.

"சொல்லுங்க."

"இத்தன தேரம் நம்ம சின்னது கையுங்காலும் வெரச்சி கிட்டு முறுக்கிகிட்டு தரையில நெளியிறா. ஆனந்திதாம் அவ கையகால புடிச்சிகிட்டு அவதிப்படுறா. சீக்கிரம் போளா. எனக்கு ஓட்டலுக்கு நடயில போவணும் பிந்திப்போனா, காலம்பர தார அந்த மூணு இட்டிலியுந் தரமாட்டானுவ" என்றார் சபாபதி.

வாயடைத்து நின்றிருந்தாள் பாக்கியம்.

'இந்த மனுசனுக்கு தெரிஞ்சி பேசுறமா இல்ல தெரியாமத்தாம் பேசுறமா. எப்புடி வாழ்ந்த மனுசம். இவுருக்கு வித்தியாசமே தெரியிலியா. அல்லது பக்குவம் வந்திற்றோ... வாழ்ந்த வாழ்க்கயென்ன இப்ப கெடக்குற கெடயென்ன? எதப்பற்றியுங் கவலப்பட்ட மாதிரியுந் தெரியிலிய. ஆமா, நாங் கவலப்பட்டுத்தாம் எதச் சாதிச்சிற்றம். எல்லாஞ் சரிதாம். நல்லது கெட்டது பாக்கத் தெரிஞ்சிருந்தா இவுரால இந்த மாதிரி வேலக்கெல்லாம் போகவா முடியும். இன்னக்கித் தல வெள்ளிக்கெழம வேற. அதாம் புள்ளக்கிச் சாமி வந்திற்றின்னு நெனக்கிறம்.'

ஓட்டமும் நடையுமாக வீட்டிற்குள் வந்தாள். கோபால் மூலையில் சாத்தியிருந்த ஏணி வழியாக மேலே ஏறியபடி யிருந்தான். கீழ்கட்டை வாடகைக்குக் கொடுத்திருந்ததால் மேல் கட்டில் வாழ்க்கை. வலது பக்கம் மச்சிக்குச் செல்லும் படிக்கட்டு இடிந்து தவுடுபொடியாகிக் கிடந்தது. மூலையில் சாத்திவைத்திருந்த மூங்கில் ஏணி வழியே மேலே பரணி லிருந்து தொங்கிய கயிற்றைப் பிடித்தவாறு ஏறி உள்ளே வந்தார்கள். அங்கே சின்னவள் சிவகாமி ஒருவாறு ஆசுவாசப் பட்டு மூச்சுவிட்டபடியிருந்தாள். கால் பக்கம் உட்கார்ந்திருந்த மாதரசியின் தோளின் மேல் அவள் வலது கால் இருந்தது. கோபாலைக் கண்டவுடன் எழுந்திருக்க முயன்ற மாதரசி முடியாமல் நெளிந்தாள் முகமெல்லாம் வெட்கத்தில் சிவந்திருந்தது.

"யம்மா இவ போட்ட கூப்பாட்டுல மாதரசி மேல வந்திற்றா. அவ மட்டும் வரயில்ல எம்பாடு திண்டாட்டந்தாம்.

எகிறி எகிறி என்ன குதி குதிக்கா'' என்றாள் ஆனந்தி.

"எம்மா மாதரசி சீக்கிரம் இறங்கிக் கீழ போயிறம்மா, ஒங்கண்ணம் பாத்தா ரெம்பச் சத்தம் போடுவாம்'' என்றாள் பாக்கியம்.

"அண்ணம் கொழும்பு நட போயிருக்காவ இன்னும் வரயில்ல."

"மட்டக்கடப் பக்கம் வரும்போது பாத்தம கையில ஒரு மஞ்சப் பையும் ரண்டு தும்புக் கட்ட சகிதமா வெரசலா வந்துகிட்டு இருந்தான. இன்னும் வரயில்லியாக்கும்."

"அப்புடின்னா இந்நேரம் வந்திருக்கணும!"

"வீட்டுல அம்ம இல்லியோ?"

"நாளக்கி சிந்தாத்திர மாதா கோயில்ல திருழா அதாம் பூசைக்கிப் பணங் குடுக்கப் போயிருக்காவ."

"யாரும் வீட்டுல இல்லாட்டி ஒங்கண்ணம் கத்துவாம் கீழ போயாம்."

"நீங்க சொன்ன நேரத்துக்குப் பாத்தா இந்நேரம் அவம் இங்க வந்திருக்கணும் வரல்லியா... வார வழியில அவுங்க தோணித் தண்ட வூடு இருக்கி, அங்க கொஞ்ச நேரம் சோவாறிற்று வருவாம்."

"ஆமா கஸ்பார் தண்டல் மொவள ஒங்கண்ணுக்குப் பேசிறிக்கியின்னாவள உண்மையா?"

மலங்க மலங்க விழித்தபடி சிவகாமி எழுந்து உட்கார்ந்தாள். அவளைப் பார்த்தவுடன் நிம்மதிப் பெருமூச்சு விட்டவனாகக் கோபால் கீழிறங்கிப் போனான். ஏதோ சொல்ல வாயெடுத்த பாக்கியம் மாதரசி இருப்பதை உணர்ந்தவாறு அமைதியானாள்.

"இனி ஒண்ணும் பிரச்சின இல்ல, சிவகாமி எழும்பி வெளையாடு என்ன. அம்மா போயி பூவச்சிற்று வந்தாவ நாம் போவயில்ல'' என்றாள் மாதரசி.

"எதுக்கும்மா அண்ணம் பொண்டாட்டியாகப் போறவ ஒரு நட போயிருக்க வேண்டியதான. மொதல்லே விரோதம் வளந்துறப் போவுது'' என்று அங்கலாய்த்தாள் பாக்கியம்.

"எங்கம்மாவுக்கே இவம் போக்குப் புடிக்கயில்லை."

"சரி சரி, நேரமாவுது சீக்கிரம் இறங்கிப் போயாம் இதாஞ் சாக்குன்னு எங்களச் சாடமாடயாப் பேசப் போறாம்."

"அதும் சரிதாம், ஏய் ஆனந்தி சிவகாமியப் பாத்துக்க" என்றவாறே மாதரசி மூங்கில் ஏணி வழியாகக் கீழிறங்கிப் போனாள்.

தொட்டுப் பொட்டு வைத்துக்கொள்ளும் அளவுக்கு மாதரசி நல்ல கறுப்பு. நீண்டு வளர்ந்த நெளிந்த கூந்தல், சற்று எடுப்பான முன் பற்கள். ஆனாலும் அழகு, முகத்தில் எப்போதுமே ஒரு குழந்தைத்தனம்.

ஐந்தாறு வருடங்களுக்கு முன்னால் கொழும்பு நடை போயிருந்தபோது தோணியிலேயே மாரடைப்பு வந்து இறந்து போனார் பீற்றர் தண்டல். அங்கு இங்கு இருக்கப் பிடிக்காமல் இப்போது வாடித் தெருவில் கோபால் வீட்டில் கீழே குடியேறி மூன்று வருடமிருக்கும். வந்து குடியேறும்போது +2 முழு ஆண்டுத் தேர்வு முடித்து லீவில் வீட்டில் இருந்தான் கோபால். சாமான்களை இறக்குவதில் கூடமாட உதவி செய்தான். மாதரசி கோபாலைவிடப் பெரியவளாய் இருந்ததால் யாரும் கண்டுகொள்ளவில்லை. ஆனால் நாள்பட்ட பழக்கம் இப்போது உரிமையாகியிருந்தது. எந்தக் கல்லூரியில் படிக்க இடம் கிடைக்குமென பாக்கியம் தவித்தபோது அவர்கள் பிள்ளைவாள்களாலேயே நடத்தப்படும் சிதம்பரனார் கல்லூரி இருப்பதை சுட்டிக்காட்டினாள் மாதரசி. கல்லூரி நிர்வாகிகள் கோபாலின் தாத்தாவுக்குப் பங்காளிகள் என்பதால் நேரில் பார்த்துக் கேட்டால் இளங்கலை வணிகவியல் கிடைக்கும் என்று யோசனை சொன்னாள் மாதரசி. அவள் சொன்ன யோசனையின் பேரிலேயே வானா மூனாவைப் போய்ப் பார்த்தாள் பாக்கியம்.

கோபால் மாதரசியைவிட வயதில் சிறியவனாய் இருந்ததால் வாய் நிறைய அக்கா அக்கா என்று கூப்பிடுவான். அவளும் அன்பொழுக் கோபாலு கோபாலு என்று அழைப்பாள். மாதரசி வீட்டில் தட்டுமுட்டு வேலைகளுக்கும் உதவியாய் இருப்பான் கோபால். மாதரசி வீட்டில் யாரும் கோபாலை வித்தியாசமாகப் பார்த்ததில்லை. இந்த பேண்டுக்கு இந்த சட்டை பொருத்தமாக இருக்கும் என்று அடிக்கடி அவனுக்கு உடைகளிலும் பொருத்தம் சொல்வாள் மாதரசி. சில நேரங ்களில் கல்லூரியிலிருந்து மதிய உணவுக்காக வரும்போது கீழே மாதரசியே கோபாலுக்குச் சாப்பாடு போட்டு அனுப்பும் அளவுக்கு அன்னியோன்யம் அதிகரித்திருந்தது. பாக்கியம் சித்தாள் வேலைக்குச் சென்றுவிடுவதால் பிள்ளைக்கு நல்ல சாப்பாடு கிடைக்கிறதே என்று கண்டுகொள்வதில்லை. ஆனந்திதான் கூப்பாடு போடுவாள். அவளுக்கு என்னவோ

மாதரசி கோபாலுக்கு விழுந்து விழுந்து உபசரிப்பதில் உடன்பாடில்லாதிருந்தது.

கோபாலுக்குக் கனவு கத்தரிக்காய் என்று ஒன்றுமில்லை. படிப்பில் படுசுட்டி. வகுப்பில் முதல் ஐந்து தர வரிசைக்குள் கண்டிப்பாக வந்துவிடுவான். மற்ற மாணவர்கள் தேநீர் விடுதி அது இது என்று கூப்பிட்டால்கூடக் குடும்பச் சூழ்நிலை கருதித் தவிர்த்துவிடுவான். மேல்வீட்டில் மின் விளக்குகள் இல்லை. கரண்டு பில் தனியாகக் கட்ட வேண்டுமே என்று மேல் இணைப்பு எடுக்காமலேயே இருந்தாள் பாக்கியம். கல்லூரி முடிந்து சிலவேளைகளில் சீக்கிரம் வந்தால்கூட மேலே சில நேரங்களில் கேட்கும் முக்கல் முனகல் சத்தத்தால் கோபால் கீழேயே தங்கிவிடுவதுண்டு. தாய் தடம்புரள்வது தெரிந்தாலும்கூட எல்லாம் தன்னையும் தன் சகோதரிகளையும் காப்பாற்றத்தானே என்று அமைதியாகவே இருந்து விடுவான்.

கீழ் வீடும் பரந்து விரிந்துகிடந்தது. மாதரசி குடும்பத்தார் புழங்கியது ஒரு சில அறைகளில் மட்டுமே. வடக்குப் பக்கம் தனியாக இருந்த ஒரு அறையில் பழைய டிரங்குப் பெட்டிகளும் நாலுகால் பொட்டிகளும் உடைந்து கிடந்தன. ஒரு நாள் தற்செயலாக அந்த அறைக்குள் நுழைந்த மாதரசி உடைந்துகிடந்த பெட்டிகளைக் கிளற ஆரம்பித்தாள். தற்செயலாகக் கையில் கிடைத்த சில காகிதங்களும் போட்டோக்களும் அவளைப் பிரமிப்பின் உச்சத்துக்கே கொண்டு போயின. அத்தனையும் கோபாலின் பூட்டன் தாணுமாலையப் பிள்ளையுடையவை. அன்றிலிருந்து அவள் கோபாலைப் பார்த்த பார்வையும் தனியாகத்தான் இருந்தது. ஏதோ ஒரு இனம் புரியாத ஈர்ப்பு அனிச்சையாய் உருவாவதை மாதரசியால் தவிர்க்க முடியவில்லை.

119

1992

ஐந்து வருடங்களுக்கு முன்னால் மனைவியை இழந்து விட்ட நிலையிலும் மாதத்தில் ஒருமுறை உதவியாள் சுந்தரத்தோடு சென்னைப் பயணம் வந்துவிடுகிறார் சண்முகவேல். முடிந்தால் சென்னை அலுவலகத்திற்கு வந்து ஒரு மணிநேரம் செலவழிக்கிறார். காலையில் வழக்கமான நடைப்பயிற்சி, பின் தியானம். ஒவ்வொரு நாளும் தவறாமல் செய்தித்தாள் வாசிக்கிறார். வியாபார சம்பந்தமான செய்திகளையும் விளம்பரங்களையும் கத்தரித்து அது சம்பந்தமான துறையிலிருக்கும் தன் பேரன்களுக்கு அனுப்புகிறார். முடிந்தவரை தொலைபேசியில் பேரன்களை அழைத்து நடைமுறை வியாபாரங்களைத் தெரிந்து கொள்கிறார். தன் அனுபவங்களையும் பகிர்ந்து கொள்கிறார். சிக்கலான, அதிக பொருள் செலவாகும் காரியங்களில் அவர்கள் இறங்கும்போது அது சம்பந்தமான தனது பழைய நண்பர்களை நினைவுகூர்ந்து அவர்களை அறிமுகப்படுத்தித் தன் பேரன்களுக்கு உதவுமாறு கூறுகிறார்.

சென்னை 'சண்முகா' விருந்தினர் மாளிகையில் அவருக்கெனப் பிரத்யேகமான அறை. சுற்றிலும் மரங்கள் சூழ்ந்து நகர்ப்புறத்தின் எந்தத் தொந்தரவும் தலை தூக்காத ரம்மியமான பகுதி அது. கட்டிலருகே போடப்பட்டிருந்த ஈச்சலில் அமர்ந்தபடியே பழைய நினைவுகளை அசைபோட்டவாறு இருந்தார் சண்முகவேல்.

தன் சொந்த விசயமாகத் தாத்தாவைப் பார்க்க வந்திருந்தான் ரமேஷ். பாட்டி இறந்த வீட்டில் தாத்தா சொன்னதாக அம்மா கூறியவை மறக்கவில்லை.

‘அவ இன்னும் என்னோடதாம் இருக்கா, அந்த நெனவோடே நா இந்த வீட்டுலேயே என்னட மீதிக் காலத்தையும் கழிச்சிருறம். நெறைய விசயங்கள அவசரகதியில் செஞ்சிபோட்டம். யாபாரம், யாபாரமின்னு அவளக் கவனிக்காம வுட்டுட்டம். எனக்கு, இல்ல இல்ல எங்களுக்கு இப்ப தேவ தனிம. போயி ஒங்க ஒங்க புருசமார, புள்ளயளக் கவனிங்க. மனுசனுக்கு சந்தோசம் குடுக்காத பணங் காசு எதுக்கு. போயி சந்தோசமாயிருங்க. வீடுயின்னு இருந்தாப் பிரச்சின வராம இருக்காது. பிரச்சனயள்ல நாம் பெருசு நீ பெருசுயின்னு பேசாம மனம்விட்டுப் பேசுங்க. இத்தன வருச வாழ்க்கயில நா காப்பாத்துனது வேற ஒண்ணுமில்ல பொறுமதாம். விட்டுக் குடுத்தியள்ன்னா விரும்புனது தானா வந்து சேந்திரும். ஒரே ஒரு விசயம் மட்டும் எனக்காக செய்யிங்க. நா ராத்திரி தூங்கப்போறதுக்கு முன்னால எனக்கு எம் பேரப்புள்ளய எல்லாம் எங்கயிருக்குவயின்னு தெரிஞ்சாகணும். தூக்கத்துல உசுரு பிரிஞ்சாக்கூட நிம்மதியாப் போயிரும் பாருங்க.‘

தாத்தாவிடம், தான் வெகுநாள் கழித்துச் சந்தித்த சில்வியாவைப் பற்றிப் பேச வந்திருந்தான் ரமேஷ். சில்வியா வுக்கும் இதுவரையில் அப்படியொரு எண்ணமில்லை. இந்த முறை சந்தித்தபோது மனம்விட்டுப் பேசியதன் விளைவு மனம் ஒன்றுவது நல்லது என்றுபட்டது. அம்மா மதலேனின் மரணம், அப்பா கிளமென்ட்டின் கையாலாகாத தனம், சுற்றியிருக்கும் உருப்படாத உறவுக் கூட்டம்... ரமேஷிடம் அழுது தீர்த்துவிட்டாள். இனிமேலும் தன்னால் கவலை களைத் தேக்கிவைக்க முடியாது என்று அழுத்தம் திருத்தமாகச் சொல்லியிருந்தாள். ரமேஷுக்கும் சில்வியா தன்னைப் போல் வாழ்க்கையில் அடிபட்டவள் என்று பட்டதே தவிர அவள் பர்னாந்து, நான் நாடார் என்ற உணர்வு எழவேயில்லை.

மேசை மீதிருந்த டேப்ரிக்கார்டரிலிருந்து சன்னமாய் சுப்புலட்சுமியின் ‘ஹரி தும் ஹரோ’ தேவகானம் கேட்ட படியிருந்தது. கண்களை மூடி தலைகுனிந்து கானத்தை ரசித்தபடியிருந்தார் சண்முகவேல். வலது கை தொடையில் தாளம் தப்பாது தட்டியபடியிருந்தது. கதவருகே நின்று ரமேஷ் அழைத்தான்.

“தாத்தா... தாத்தா.”

கதவைத் திறந்துகொண்டு உள்ளே நுழைந்தான். கண்விழித்துத் திரும்பினார் சண்முகவேல். அருகில் வருமாறு சைகையால் அழைத்தார். சத்தமில்லாமல் அவன் பெயரை

அவர் முணுமுணுப்பது அவர் உதட்டசைவில் தெரிந்தது. விழிகளில் பிரகாசம். உடம்பு ஒருமுறை சிலிர்த்து அடங்கியது.

மூன்றாம் தலைமுறையின் முதல் வாரிசு. நல்ல அழகு, போதும் போதுமென்ற அளவுக்குக் கல்வி, விரல் நுனி ஆங்கிலம். இவற்றையெல்லாம் தாண்டிய நிதானம். ரமேஷ் தன் தலைமூத்த பேரன் என்பதில் பெருமிதம் பெரியவருக்கு. அந்தக் காலத்தில் கல்லூரி கலைவிழாக்களென்றால் பேரன் பரிசு வாங்குவதையோ கலை நிகழ்ச்சியில் கலந்து கொள்வதையோ கண்டு ரசிப்பதற்காக மனைவியோடு முதல் வரிசையில் அமர்ந்திருப்பார். அப்பேற்பட்ட பேரனின் சொந்த வாழ்க்கை சோகமாகிப் போனதே என்பதில் சண்முகவேல் தாத்தாவுக்குத் தீராத வருத்தம்.

“எப்புடி தாத்தாயிருக்கீங்க?” கேட்டான் ரமேஷ்.

இதழ்கள் நீண்டு விரிந்து நேர்த்தியான பல் வரிசை தெரியப் பெரியவரின் முகத்தில் சிரிப்பு.

“என்னோட படிச்ச ஒரு பொண்ணக் கலியாணம் பண்ணுறதா முடிவு பண்ணியிருக்கம். அவளுக்கும் நமம் கொற்கதாம்.”

தலையை அசைத்துக் கண்களை இறுக மூடித்திறந்து தான் கேட்பதை உறுதிசெய்தார் பெரியவர்.

“என்னட மொதக் கலியாணம் சரியா வரல.”

தலையைத் திரும்பவும் உயர்த்தித் தன் வயோதிகக் கண்களால் ரமேசை ஊடுருவிப் பார்த்தார் பெரியவர். நாடியைக் கை விரல்களால் வருட சொரசொரவெனச் சத்தம் வந்தது. எகிறித் துரத்திய இருமலைக்கூடக் கை மடக்கி வாய் பொத்தித் தன்னிடமிருந்து சத்தம் வெளிப்படாமலேயே நிதானித்தார்.

“அவளப் புரிஞ்சிக்கவே முடியல தாத்தா. நெறைய வுட்டுக்குடுத்தம். ஆனாலும் எப்புடித்தாம் என்னயயும், எம்புள்ளயயும் வுட்டுட்டுப் போவ அவளுக்கு மனசு வந்துதோ. எந்தப்பா, அவ தப்பா...”

“...”

“கணேச நெனச்சி நீங்க கவலப்படுவீங்கன்னு எனக்குத் தெரியும். அம்மாவுக்கும் அதே பயந்தாம். எனக்கு மட்டும் அந்தப் பயம் இல்லயின்னா நெனக்கிறீங்க. கணேஷ் ஒண்ணும் பொம்புளப் புள்ளயில்லிய. அப்புடியின்னாலும் இவ ரெம்ப நல்லவ தாத்தா. எதார்த்தமானவ, தாயில்லாம வளந்தவ.

ஆனா பெரிய சண்டக்கோழி. எனக்கு இவகிட்டப் புடிச்சதே அந்தக் கொணந்தாம். ரெம்ப தைரியமானவ."

"..."

"நாங்க ரண்டு பேருமே தனித்தனியா வேற ஒரு வாழ்க்கயப் பாத்தவங்க. ஆற தீரப் பேசித்தாம் இந்த முடிவுக்கு வந்திருக்கோம்."

"..."

"அப்பா மூத்தவங்களாயிருந்தும் சின்ன வயசுல எறந்திற்றதால நீங்களோ, சித்தப்பாமாரோ எங்கள வுட்டுற யில்லிய. நெனச்சிருந்தா அம்மாவ எப்பவோ தூக்கி எறிஞ்சிருக்குலாம. பெரிய தொகையக்கூட அம்மாவுக்கு குடுத்திருக்குலாம்."

பெரியவரின் முகத்தில் இளநகையோடியது. மூக்குக் கண்ணாடியைக் கழற்றிச் சுட்டு விரலால் விழி முனையில் அரும்பி நின்ற நீரைத் துடைத்தார். மேலே அணிந்திருந்த கதர் உள்ளாடையில் கண்ணாடியைத் துடைத்துத் திரும்பவும் அணிந்தார்.

"எனக்குத் தெரியுந் தாத்தா, அம்மா குடும்பம் ரெம்ப ஏழ்மயான குடும்பமின்னு எனக்குத் தெரியும். எதுனால அப்புடி ஒரு குடும்பத்துல போயிப் பெண் எடுத்தீங்கன்னும் எனக்குத் தெரியும்."

ஏக்கப் பார்வையொன்று வெளிப்பட்டது பெரியவரிடம். பெருமூச்சுவிட்டார். தன்னைத் தன் எண்ணத்தை அதே அலைவரிசையில் புரிந்துகொள்ள பேரன் வந்துவிட்டான் என்று சொல்லாமல் சொன்னார் பெரியவர்.

"சித்தப்பாவுக்கு நீங்க பெரிய எடத்துல பெண்ணெடுத் திருக்கீங்க. ஒங்க கணக்கு தப்பாகவேயில்ல. குடும்பத்த நடத்துறது அதுலயும் நம்மளமாரி கூட்டுக் குடும்பத்த நடத்துறது பெரிய வித்ததாந் தாத்தா."

கொற்கையிலிருந்தவரை கம்பெனி நிர்வாகம் பற்றி எதுவுமே தெரியவில்லை ரமேசுக்கு. என்ன பிரச்சினை வந்தாலும் சித்தப்பாவிடம் சொல்லிவிட்டால் அவனது கடமை முடிந்துவிட்டதாகவே உணர்வான். காலையில் நேரம் தவறாமல் அலுவலகம் வருவான், மாலையானால் நண்பர்களோடு அரட்டை. ஆனால் ஒரு நாளும் நேரம் தப்பி வீடு வந்தது கிடையாது. விளையாட்டாய் இருந்தாலும் கேளிக்கையாய் இருந்தாலும் ஒரு ஒழுங்குமுறையை கடைபிடிக்க வேண்டுமென்று நினைப்பான் ரமேஷ்.

"பத்து மெசினவச்சி வேல பாத்திருலாம் ஆனா ஒரு மனுசன வச்சி வேல வாங்குறது எப்பப்பா... அந்தக் காலத்துல எப்புடித்தாம் கஷ்டப்பட்டியளோ."

ரமேசுக்கு விவரம் தெரியும்வரை சண்முகவேல் நாடார் வீட்டில் கார் வசதியில்லை. சைக்கிள் ரிக்ஷாவில் பள்ளிக்கூடம் போயிருக்கிறான். கொற்கையில் புது ஆர்பர் வந்த பிறகுதான் குடும்பத்தில் சுபிட்சமே. பாரத் பொட்டாஷ் நிறுவனமும் செட்டியார் கெமிக்கலும் கைகொடுத்தன. ஒரு சில வியாபாரங்களில் சமுத்திரபாண்டியும் கை கோத்துக் கொண்டார். எண்பதுகளின் பின் பகுதிவரை புதிய துறைமுகத்தில் சண்முகா ஏஜென்சியின் ஆதிக்கம். வியாபாரத்தில் ஏற்றத் தாழ்வுகள் இருந்தாலும் பிள்ளைகளை தொலைநோக்கோடு படிக்கவைத்திருந்தார் சண்முகவேல்.

முகத்தை ஏறெடுத்த பெரியவர் விழிகளிலிருந்து கண்ணீர் துளிகள் உருண்டு விழுந்து ஈச்சலின் கருப்புச் சட்டத்தை நனைத்தன. தொண்டையைச் செருமினார். ஓடிச் சென்று சன்னலோரத்திலிருந்த மண் ஜாடியிலிருந்து நீர் மொண்டு வந்து குடிக்கக் கொடுத்தான். நிதானமாய்க் குடித்தவர் சிறிதுநேர மௌனத்திற்குப் பிறகு 'சொல்லு' என்பது போல் தலையாட்டினார்.

"அப்பாயில்லயிங்குற கவல எனக்கோ தம்பியளுக்கோ ஒரு நாள்கூட நீங்க வரவிடலிய."

பள்ளியில் படிக்கும்போது மெடல் மெடலாய் வாங்கி வந்து தாத்தாவிடம் காட்டிச் சந்தோஷப்படுவான் ரமேஷ். அள்ளி அணைத்து முத்தமாரி பொழிவார் சண்முகவேல். நெஞ்சு குளிர்ந்துபோவாள் பெற்றவள். பார்த்து ஆனந்திப்பாள் அன்னக்கிளியம்மாள். ஒருமுறை கல்லூரி விடுதிக்குப் பேரனைப் பார்க்க வந்திருந்தார் சண்முகவேல். புதிதாக அறிமுகமாகியிருந்த ஹெச்.எம்.டி கடிகாரம் வாங்கி வந்திருந்தார். அறைத் தோழர்கள் மத்தியில் பேரன் சங்கோஜப் படக் கூடாது என்பதற்காக மற்ற மூன்று தோழர்களுக்குமே அதே கடிகாரத்தை வாங்கி வந்து கொடுத்திருந்தார் சண்முகவேல். தாத்தாவைப் பற்றிய நிகழ்வுகள் எதுவும் மறக்கக்கூடியவையாய் இல்லை.

"சமுதாய மாற்றமா இருந்தாலும் தொழில் மாற்றமா யிருந்தாலும் அது ஏற்படுற காலகட்டங்கள்ல உள்ள தலமொறைய பாதிக்கிமின்னு அடிக்கடி சொல்லுவீங்கள தாத்தா, இந்தத் தலமொறைக்கி நா மூத்தவந் தாத்தா, என்னோட பொறுப்பு என்னன்னு எனக்குத் தெரியும்.

ஆர். என். ஜோ டி குருஸ்

ஆனா நாஞ் சாயிறதுக்கும் ஒரு தோள் வேணும், அதும் என்னய புரிஞ்சிக்கிருறமாரி வேணும் தாத்தா.”

எம்.எஸ்சின் தேவகானம் நின்றுபோயிருந்தது. உதவியாள் சுந்தரம் செட்டியார் பவ்வியமாய்க் கதவைத் தட்டித் திறந்து உள்ளே வந்து ரமேசுக்கு பில்டர் காபியும் தாத்தாவுக்குச் சக்கரையில்லாத பாலும் கொடுத்துவிட்டு நகர்ந்தார். பாலைக் குடித்து முடித்த பெரியவரிடம் விரைந்து காலித் தம்ளரை வாங்கிய ரமேஷ் அவர் உதட்டோரம் வடிந்திருந்த பாலைத் தன் கைக்குட்டையால் துடைத்தான். இளமையிலேயே விதவையாகிப் போன அம்மாவின் நிலை தெரிந்தும் அதைக்காட்டி இதைக்காட்டி மற்றவர்களை நம்பவைத்து எல்லாப் புதுக் கணக்கையும் அம்மாவை வைத்தே ஆரம்பித்து அதை ஒரு பழக்கமாகவே தாத்தா ஏற்படுத்தியிருந்தது ரமேசின் எம்.பி.ஏ மூளைக்கே எட்டாத பெரிய குடும்ப மேலாண்மை.

“நீங்க அம்மாவுக்கு மரியாத மூலமா அடைக்கலம் குடுத்தீங்கயின்னு எனக்குத் தெரியும். அடிக்கடி சொல்லுவீங் களாம ஒல்கம் சுத்திகிட்டேயிருக்கு இங்க நிக்கணுமானா நடக்கணுமின்னு. தலமயின்னா எப்புடியிருக்கணும். விட்டுக் குடுக்குறது பெரிய கலையின்னு...”

தாமரையாய் மலர்ந்திருந்தது பெரியவரின் முகம். சன்னல் வழியே அறைக்குள் வந்த சூரிய ஒளியில் பொட்டுப் பொட்டாய்த் தரையில் வெளிச்சப் புள்ளிகள். நிமிர்ந்து ரமேசின் விழிகளை ஊடுருவிக் கலந்த பெரியவரின் விழிகள் அகன்று மோட்டுச் சட்டத்தில் நிலைத்தன. சன்னலின் வெளிப்புறத்தில் நின்றிருந்த அணிலொன்று கைகளில் வைத்திருந்த வேப்பம் பழத்தை மருண்டு விழித்தபடி உருட்டியது. மௌனமாய்க் கழிந்தன சில நொடிகள். ரமேஷ் தொடர்ந்தான்.

“எனக்கு நடந்ததப் பத்திக் கவலப்படாதைங்க தாத்தா. எது நடக்கணுமோ அது நல்லாவே நடந்திச்சி. இனும எது நடக்கணுமோ அதும் நல்லதாவே நடக்கும். ஒங்களமாரியே புத்தகம் படிக்கிறம். என்னோட வேதனைகளப் போக்குறதுக்கு இன்னொரு வாழ்வு பற்றிய விசாரண ரெம்ப ஒதவியாயிருக்கு தாத்தா. வாழ்ற இந்தக் காலத்த வீணாக்குறதவிட எவ்வளவு பிரயோசனமாக் கழிக்கிலாமுன்னு புத்தகங்கள் படிச்சித்தாம் தாத்தா தெரிஞ்சிகிட்டம். மரண தீர்ப்பாகி நஞ்ச கோப்பயில ஊத்திக் குடுக்குற கடைசி நேரம் வர சாக்ரடீஸ் படிச்சிகிற்று இருந்தாராம். மற்ற வாழ்வு அனுபவங்கள படிக்கிம் போதுதாம் நமக்குக் கெடைச்ச வாழ்வோட அரும புரியிது.”

செட்டியார் வந்து சாப்பிட அழைத்தார். அவரைச் சைகை செய்தே அனுப்பிய ரமேஷ் தொடர்ந்தான்.

"நா அவள ரெம்ப நேசிச்சம் தாத்தா, என்னய வுட்டுட்டு போயிற்றா..."

ஏங்கி ஏங்கி அழுதான் ரமேஷ். இரண்டு கைகளையும் தூக்கிக் குழந்தையை அழைப்பதுபோல் அழைத்தார் பெரியவர். அருகில் வந்து ஈச்சலின் பக்கத்தில் தரையில் அமர்ந்தான். அவன் தோள்களில் கையை வைத்தார் பெரியவர். அந்தத் தடவலின் பரவசத்தால் மயிர்க்கூச்சறிய சில்லிட்டுப் போனான் ரமேஷ்.

"என்னிடமிருந்து வல்லமை வெளியேறியதை உணர்ந்தேன்." (லூக் 8:46)

சில்வியா சொன்ன விவிலிய வார்த்தைகள் மனதில் தோன்றி அசரீரியாய் ஒலித்தன. பெரியவரின் அந்தத் தடவல் இன்னும் தேவையாய் இருந்தது. முன்னகர்ந்து அவர் இன்னும் தடவுவதற்கு வாகாய் அவர் காலை ஒட்டி அமர்ந்தான் ரமேஷ். பாசத்தின் உச்சத்தால் நடுங்கும் விரல்களிலிருந்து வெளிப்பட்ட காந்த விசையில் கட்டுண்டவனாகிச் சிறிது நேரம் பேச்சற்றிருந்தான். அவனது முகவாய்க் கட்டை பிடித்த சண்முகவேல் நாடாரின் புருவங்கள் உயர்ந்து நெற்றிச் சுருங்க அதன் பொருளைப் புரிந்துகொண்டவன் சொன்னான்.

"அது விதி தாத்தா, அவள நா கேள்வி கேட்டதேயில்ல. தனிக்குடித்தனம் போவோமின்னு அவ கேக்க வேண்டிய அவசியமே இல்லிய. அத நம்ம குடும்பத்தோட நடமொறயா மாத்தி வச்சிருந்தீங்கள. இன்னும் அவளுக்கு என்ன தேவப்பட்டுதின்னு எனக்குத் தெரியில. பாவி மக செரமத்த கையாடி புள்ளய வளத்துத் தந்திற்றுப் போயிற்றா. அது நல்லா யிருக்கதப் பாக்க அவளுக்குக் குடுத்து வைக்கல தாத்தா. தாயில்லாம எம்புள்ள என்னபாடு படுவானோ. சொல்ல மாட்டயிங்குறாம். ஒரு விபத்துலயோ, நோயிலயோ போயிருந்தா பரவால்லிய. அவ இருந்தும் இல்ல தாத்தா."

பதறி வந்து ரமேசின் உதடுகளைத் தடவித் தடுத்தன பெரியவரின் விரல்கள். அவை அப்படியே கண்ணீர் பெருக்கெடுத்த விழிகளுக்குத் தாவின. அவரும் விசும்புவது தெரிந்தது. அறைக்கு வெளியே ஆளரவம் கேட்டது. குசுகுசுவெனச் சத்தம். ஆனால் யாருக்கும் அறைக்கு உள்ளே நுழையத் துணிவில்லை.

120

1994

ஆறுமுகா மருத்துவமனையில் தனுஷ்கோஸ்தாவைச் சிகிச்சைக்காகச் சேர்த்திருந்தார்கள். தொடக்கத்தில் சாதாரண பல் வலியில் ஆரம்பித்தது, மெள்ள மெள்ள அவரை மரணப்படுக்கை வரக் கொண்டுவந்து விட்டிருந்தது. இன்றைய நிலையில் எல்லோருக்குமே இளக்காரமாய்த் தெரியும் தனுஷ்கோஸ்தா தன்னளவில் நேர்மையானவர், கள்ளம், கபடம், சூது, வாது ஏதும் அறியாதவர். உள்ளத்தில் உள்ளதை மறைத்துப் பேசத் தெரியாதவர். அதனாலேயே குடும்பத்தில் அதிகம் பேருக்கு அவரைப் பிடிப்பதில்லை. மரணப் படுக்கையிலிருக்கிறார் என்று கேள்விப் பட்டதும் வந்த உறவினர் கூட்டத்தைப் பார்த்தால் அப்படித் தோன்றவில்லை. கட்டடச் சாமான் வாங்குவதற்காகச் சென்னைவரை வந்திருந்த கரோலின் கணவன் ததேயு பூபாலராயன் இன்னும் கொற்கை வந்து சேர்ந்திருக்கவில்லை. கரோலின் மாப்பிள்ளைக்குத் தனுசைக் கண்டாலே ஆகாது. மகளைப் பார்க்க அவர் காந்திநகர் வீட்டிற்கு வந்துவிட்டால் 'சிடுசிடு' என்று எரிந்து விழுவார். வாடித்தெரு நுழைவாயிலில் ததேயுவை ஒருநாள் தனுஷ்கோஸ்தா தற்செயலாகப் பார்த்துவிட்டார். அன்றிலிருந்து சிடுசிடுப்பு இன்னும் அதிகம். கரோலினுக்கு என்னவோ போலிருக்கும். எதிர்த்துக் கேட்டால் தேவையில்லாமல் அதையும் இதையும் இழுத்து மல்லுக்கு நிற்பார் ததேயு. வயதான காலத்தில் தாங்கு துணையில்லாததால் ததேயுவின் எந்த உதாசீனத்தையும் தனுஷ்கோஸ்தா பொருட் படுத்துவதே இல்லை.

"சொல்லச் சொல்லக் கேக்காம இப்புடி ஒரு நெலய இழுத்து வச்சிருக்கோம்" என்றவாறே தலை கவிழ்ந்து கண்ணீர் விட்டாள் சாராப் பாட்டி.

குள்ளமாய் இத்தனை வயதிலும் குடுகுடுவெனத் தாத்தா பின்னாலேயே ஓடும் சாராப் பாட்டிக்குக் கணவர் சொல்லுக்கு மறுசொல் தெரியாது. பேத்தி புனிதாவின் தோள்களில் சாய்ந்திருந்தாள்.

"அப்புடி என்னத்தக் கடிச்சாவ அம்மாச்சி" கேட்டாள் புனிதா.

"ஆப்பிரிகட்டு."

ஞாயிற்றுக்கிழமை மதியச் சாப்பாட்டுக்கு மேல் பீரிஸ் கடை ஆப்பிரிகட்டும், ஃபிக்கும், கிஸ்முஸ்சும் இல்லாமல் முடியாது. என்ன சொன்னாலும் கேட்கமாட்டார் தனுஷ் கோஸ்தா. தின்பண்டங்கள்மேல் அப்படியொரு அலாதி பிரியம். இதனாலேயே வீட்டுநடையில் சேர்க்கமாட்டாள் இளைய மகள் சுந்தரி. மாப்பிள்ளை மேத்தா நல்ல மனிதர், ஆனால் மாமியார் எப்போதுமே முணுமுணுத்தபடியிருப்பாள். அந்தக் காலத்தில் கொழும்பில் ஓகோவென்றிருந்த குடும்பம். 1952 கலகத்தில் கொழும்பில் கணவனைப் பறிகொடுத்துவிட்டுக் கிடைத்ததை எடுத்துக்கொண்டு பிள்ளைகளோடு கொற்கை வந்திருந்தாள் சுந்தரியின் மாமியார். தனுஷ்கோஸ்தாவைக் கண்டாலே ஆகாது. கொஞ்சம் விட்டால் இங்கேயே தங்கி தன் மகனுக்குப் பாரமாகிவிட்டால்... என்ற நினைப்பு.

"எம்மா, பேரம் ஆஸ்பத்திரிக்கிப் போவயில்லியாக்கும்...!" கேட்டாள் சாராப் பாட்டி.

"நேத்துலயிருந்தே இங்கதாம் இருக்காங்க" என்றாள் புனிதா.

பக்கத்திலேயே அமர்ந்திருந்தான் போரஸ். தாத்தாவுக்கு ஆபரேசன் என்பதால் முந்தினநாளே வேலைக்குப் போகவில்லை. ஓரமாய் அமர்ந்திருந்தான். கொற்கை கால்நடை மருத்துவமனையில் பணிசெய்கிறான். திருமணமாகிவிட்டதால் முன்புபோல் தகப்பனார் கம்பவுண்டராய் அவனோடே வருவதில்லை. பெரியதுறைப் பக்கம் போகாமலிருந்ததால் குடும்ப உறவிலும் விரிசல் விழுந்திருந்தது. அக்காவின் நடவடிக்கைகளும் பிடிக்கவில்லை. திருமணம் முடியாமலேயே ஒரு பெண் குழந்தைக்குத் தாயாகியிருந்தாள் சரோசா. எல்லோரும் பபிலோன் சாமியார்தான் அப்பா என்றார்கள். கேவலத்துக்கு அஞ்சி பெரியதுறை போவதையே தவிர்த்திருந்தான் போரஸ். படுக்கையில் தாத்தா முனகுவது கேட்கப் பதறி எழும்பிய தாமஸ் பேன்ட் பாக்கெட்டிலிருந்து கைக்குட்டையை எடுத்துத் தாத்தாவின் வாயிலிருந்து வழிந்த கோழாவைத் துடைத்தான். அறை எங்கும் பிணவாடை

மூக்கைத் துடைத்துக்கொண்ட போரசின் மனது ஒரு கட்டுப்பாட்டுக்குள் இல்லாமல் தவித்தது.

'என்னமோ நல்லவமாரியில உக்காந்திருக்கா. தாத்தா எவ்வளவோ சொன்னாரு. அவுரு வயசுக்கு அவ்வளவுதாம் சொல்ல முடியும். வெளிய பாக்குறதுக்கு எப்புடி உக்காந்திருக்கா பாருங்க. எதுக்கு இப்புடி இருக்கா. தாய்க்காரி முந்தானயப் புடிச்சிகிட்டு ஒண்ணுமே தெரியாதவங் கணக்கா உக்காந் திருக்கான தாமசு. கட்டடம் கெட்டுற எடத்துல தவப்பனும் மொவனும் போட்டி போட்டுகிட்டுப் போடுறான்வளாம். வீட்டுக்குள ஒருத்தம் இப்புடிக் கெடந்து கருவுரது இவன் வளுக்குத் தெரியாம போச்ச. போட்டாவுல பாத்தன, ரண்டியரும் புருசம் பொண்டாட்டி தோத்துப் போவாவள. திரும்பவும் கஞ்சா அடிக்க வச்சிருவா போல. ஆயிரக் கணக்குல போட்டாவா எடுத்துத் தள்ளியிருக்காள்வ. அவளப் பாத்தா நளினமாத்தாம் தெரியிறா, இவதாம் ஒரு மாதிரியா முறுக்கிகிற்று இருக்கா. எழவு எனக்குன்னா பொறந்து இருந்தா. ஒரு நாள்கூட நாம் முழுசா... சே... கோஸ்தாவுக்குப் புரிஞ்ச வாழ்க்க கூட... அல்லது நடிக்கிறாளா. இந்த கொள்ளக்கில எவனயோ லவ்வு வேற பண்ணுனாள்ளாம். கோமதியிங்குறா... அந்தப் புண்ணியவாம் யாருயின்னு தெரியில. அவனுக்கு மட்டும் தொறந்து காட்டிருவாளாக்கும். ஏமாந்த குருவிக்கி மொட்ட...'

பக்கத்தில் புனிதா பேசுவது கேட்டது. சிந்தனை கலைந்து திரும்பிப் பார்த்தான் போரஸ்.

"அவுங்கதாம் போயி மெடிக்கல்ல எல்லாம் வாங்கிற்று வந்தாவ."

"அப்பா இன்னும் வரயில்ல" என்றாள் சாராப் பாட்டி.

கரோலின் தனுஷ்கோஸ்தா படுத்திருந்த கட்டிலுக்குக் கீழே அமர்ந்து மூக்கைச் சீந்தியபடியிருந்தாள். அவள் முந்தானையைப் பிடித்தவாறே அமர்ந்திருந்தான் தாமஸ். கோபம் கொப்பளிக்க அமர்ந்திருந்தாள் கரோலின். முந்தின நாள் ததேயு புறப்படும்போதே வேண்டாமென்று தடுத்திருந் தாள் கரோலின், ததேயு கேட்கவில்லை.

'எல்லாரும் வந்திற்றாவள. மருமொவஞ் சொல்லியும் இவுகளுக்கு அப்புடி என்ன எளக்காரம். எங்கய்யா பெருசா சீதனமின்னு குடுக்கயில்ல, இவுரு என்னத்த பண்ணிற்றாரு. ஒரு வெட்டுனரி டாக்டருன்னு பாக்காம அந்த மனுசன ஒவ்வொரு கடயா நிக்கவுட்டு சட்டிக்கிம் பானக்கிம் ஏலம்வுட்டுகிட்டு... சே... சீதனம் குடுக்க யோக்கியதயில்ல

நீயெல்லாம் எதுக்குவே புள்ள பெத்தயின்னு அப்பாவ பாத்துக் கேட்டார, இவுரு மட்டும் என்னத்த அப்புடி அள்ளிக் குடுத்திற்றாரு. யாருக்கு வேணும்வே ஓம்ம இங்கிலிசு. எல்லாம் அந்த கறிய அப்புடி பொறிக்கணும் இத இப்புடி ஸ்று வைக்கணும். எப்பவும் எங்க அப்பாவுக்குத்தாம் கணக்கெடுப்பாரு. பெர்க்மான்ஸ் பாய்வா நல்லமனுசமிங்குறதுனால ஓங்கள வச்சி காப்பாத்துனாரு. எப்பவும் அகம்பாவமான பேச்சி. ஒலகத்துல பூபாலராயனமாரி மனுசம் எங்க இருக்காம். எங்க மாமா இன்னைக்கிம் என்னய தரயில வுடமாட்டாவ. ஓங்கய்யாவுக்கு இது என்னய போக்கு முட்டுன பொழப்பு. மேத்தா கடையில போயி... இவுரு இங்கிலிசுல பேசிதாம் அங்க அத்தன யாபாரமும் நடக்கு தாக்கும். மேத்தாயின்னாக் குல ஒரு கப்பலுக்குக் குடிதண்ணி அனுப்பியிறக் கூடாது கொடி புடிச்சிகிற்று நிப்பாம். காய்கறியப் போடுறவமெல்லாம் கப்ப மொதலாளியிங்குறாம். கப்ப வருதுங்குறாம். மச்சாம் நீங்க சுந்தரியக் கூட்டிற்றுப் போங்க. கரோலின் இங்க இருக்கட்டுமின்னு சொல்லுவாவள. அப்பா செத்திருவாவளோ. கேக்குறதுக்கு ஆளுல்லயின்ன ஒடனதான இந்தமாரி அடிக்க அடிக்க ஓடிவாறாரு. மருமொவம் பரவாயில்ல அன்னக்கி அந்த ராத்திரியிலயும் வந்து கதவத் தட்டிற்றாவள. மருமொவன வச்சிகிற்றே எனக்கு இன்னும் பொண்ணு தர ஆள் இருக்கு யிங்குறாரு. அடுத்தவம் புள்ளய இந்த வத வதைக்கிறம நம்ம புள்ளய அடுத்தவம் வதைக்க மாட்டானாயிங்குற நெனப்பு யில்லிய. நல்லாக் கேட்டாரு மருமொவம், ஓங்க புள்ளய நா இந்தமாரி அடிச்சா சம்மதிப்பியளாயின்னு. அழுதழுது சாதிக்கிறனாம் யாருக்கு வேணும் இந்த தாலியும், பட்டுப் பொடவையும். இவனும் அப்புடித்தான இருக்குறாம் அவுக சொல்லுமாக்குல. பதினோரு மணிக்கி எழும்பிப் பல்லுத் தேய்க்கிறாம். நாக்கு போட்டு நக்காத கொறையா பைக்க தொடைக்கிறாம். அசிஸ்ட் பண்ணுறானாம் குசிஸ்ட் பண்ணு றாம். இந்தக் கொள்ளைக்கிள இவுருக்கு காதல் வேற. பேரு என்னமோ பிரியாயின்னாம். புள்ள முன்னமாரி இல்ல.'

தன்னையறியாமல் கரோலினின் முகத்தில் இளநகை யோடிக்கிடந்தது. அருகிலேயே அமர்ந்திருந்த தாமசின் தலையை வருடியவாறேயிருந்தாள்.

"அம்மாச்சி, அங்க பாத்தியளா. அப்பச்சிக்கி இப்புடி யிருக்கயின்னு கொஞ்சமாவது நெனப்பு இருக்காயின்னு பாத்தியளா. எத்தா, அந்த மனுசி சிரிக்கிற சிரிப்பப் பாருங்க" என்றாள் புனிதா.

"எம்புள்ளய அப்புடிச் சொல்லாத இவள, அவ ஒரு வாயில்லாப் பூச்சி" என்றாள் சாராப் பாட்டி.

சொல்லி முடிப்பதற்குள்ளாகவே கடுத்த முகத்தோடு கரோலின் சாராப் பாட்டியைப் பார்க்க, சொல்ல வந்ததைச் சொல்லாமலேயே நிறுத்தினாள் சாராப் பாட்டி. புனிதாவுக்குப் புரியாமலில்லை.

"குடி கெடையாது. ஆனா எம் புள்ளயப் பண்ணுற இம்ச இருக்கே."

"என்ன சொன்னீக...?"

"எம்மா, தெரியாமச் சொல்லிற்றம் வுடுதாயி" என்றாள் சாராப் பாட்டி.

"அதாம் புள்ளய வீட்டுல வச்சிப் பாத்திகளாக்கும், சுந்தரி சித்திக்கின்னா ஒண்ணு, அம்மாவுக்குன்னா இன்னொண்ணுதான."

"அப்புடிச் சொல்லாத இவள, அண்ணந் தரயில்ல அவுங்க வீட்டுச் செல்வமே அவதாயின்னுட்டாம். சரி வேற யாருமாகூடப் பொறந்தவந்தான. அவளும் வேற யாருமில்லிய அப்பச்சிகூடப் பொறந்தவதானயின்னு வுட்டுட்டம்" என்றாள் சாராப் பாட்டி.

"ஒங்களுக்கு வேற நல்ல மாப்புள கெடைக்கயில்ல யின்னா இப்புடி ஒரு பாழுங்கெணத்துக்குள்ள எங்க அம்மாவக் கொண்டு வந்து தள்ளுனிய."

வெளிப்பார்வைக்கு தகப்பனார்மேல் பாசமாய் இருப்பது போல் தோன்றினாலும் மனதளவில் தகப்பனாரிடமிருந்து வெகு தொலைவிலிருந்தாள் புனிதா. தகப்பனின் கொடூரமான ஆண்மைத்தனத்தில் அவளுக்கு உடன்பாடேயில்லை. ஏதோ சம்பாதித்துக் கொடுக்கிறார் என்பதற்காக மனைவியை ஒரு கொத்தடிமையாக நடத்துவது அவளுக்கு ஏற்புடையதாய் இல்லை. தகப்பனாரைப் பற்றி நினைக்கும்போதெல்லாம் அவள் மனத்திரையில் அந்தக் கொடூரமான இரவு வந்து தலை நீட்டிவிட்டுப் போகும். புனிதாவின் பிஞ்சு மனதில் பசுமரத்தாணியாய்ப் பதிந்துபோன நிகழ்வு அது. குடிவெறியில் கதறக் கதறத் தன் தாயை அவர் கற்பழித்ததைப் பார்த்துக் கொண்டு நின்றிருந்தாள். கரோலின் மருண்டு மருண்டு விழிப்பதும், ரத்தப்போக்கு காலமெனக் கெஞ்சுவதும், பிள்ளை களிருக்கிறார்களே எனக் கதறியும் எதுவுமே ததேயுவுக்கு விளங்கவில்லை. காட்டுமிராண்டியாய் தாய்மீது விழுந்து எழும்பியது சீக்கிரம் மறக்கக்கூடியதாய் இல்லை.

சாராப் பாட்டி சொன்னதையே திருப்பித் திருப்பிச் சொன்னபடியிருந்தாள்.

“பல்லு வலுவாயிருக்குயின்னு சொல்லச் சொல்லக் கேக்காம...”

“மொத்தத்துல வாயாலயும் வயித்தாலயுந்தாம் கெட்டாவ என்ன.”

“அப்புடி சொல்லாத புனிதா. அப்பச்சி பாவம். சாராப் பாட்டியின் கண்கள் கண்ணீரால் நிறைந்திருந்தன.

‘ஏ... குள்ளச்சி மூதி, அங்க பாருன்னா எங்க பாக்குற. கத்தரிக்காவுக்கு கையுங் காலும் மொளைச்சமாரியிருக்கவள எந்தலயில வச்சிக் கெட்டிட்டாவ. இதுதாம் நம்ம தேசியக் கொடி, அது யூனியன் ஜாக் கொடி. சுந்தரி பெறந்த வருசந்தாம் பிரிட்டிஷ் மகாராணியும் எடின்பெரோக் கோமகனும் கொழும்பு ஆபர் வந்தாங்க. மார்ஷல் டிடோ, யுகோஸ்லேவியா பிரசிடன்ட் கொச்சின் வந்தப்ப சில்வெஸ்டர் ரிபேரோ கடலுக்குள்ள போயி அழைச்சிற்று வந்தாரு. அந்தக் காலத்துல ஆமந்தொற அந்தோணியார் கோயில்ல பட்டம் வச்சி மொட்ட போட என்னய வள்ளத்துலதாம் கூட்டிற்று போனாங்களாம். திருநெல்வேலி ஜில்லா பூதாவும் யாரு மண்ணெண்ண காண்ட்ராக்ட்டு, அப்பாவாக்கும். என்னய போயி பல்டோனா பங்குல வேல பாக்கச் சொல்லுற. எல்லாத்தையும் எனக்கே வைக்கிற யாராவது பாத்தா என்ன நெனைப்பாங்க. அந்த லெக் பீசயாவது தின்னு மூதி. கால்ல செருப்பு போடு, செருப்பு போடுயின்னு எத்தன நேரம் சொல்லுறம் கேக்கமாட்டயிங்குற. ஒண்ணு ரண்டு நேரமில்லடி முப்பத்தோரு நேரம் பீரங்கி மொழங்கிச்சி. யூனியன் ஜாக்கொடி கீழ எறங்க நம்மகொடி மேல ஏறுனத கண்கொட்டாம பாத்துகிற்று இருந்தம். அட கைய புடிச்சி ஏறு... யான மேல ஏறிப்போனாத்தாம் தூரத்துல காண்டாமிருகம் போறதப் பாக்குலாம். ஸ்வெட்டரப் போடு போடுயின்னா கேக்காயிறா. இது என்ன கொறக்கயின்னா நெனச்ச, டெல்லி. ஜனாதிபதி மாளிக எப்புடியிருக்கு பாத்தியா. குள்ளக் கத்தரிக்க கணக்கா இருந்துகிட்டு நானும் தாஜ்மகால் பாத்திற்றன. வயசான காலத்துல ஒண்டுறதுக்கு ஒரு ஆம்புளப்புள்ள இல்லாமப் போச்சி. சாவுறதுக்கு என்ன மாச்சும் ஒரு நோய் நொடி வேணுமில்ல. இன்னும் இருந்து மத்தவங்களுக்குத் தொந்தரவு குடுக்கக் கூடாது. இந்த வயசுலயும் நாக்கு அடங்குல்ல பாத்தியா. இந்த ஜென்மத்துல நீ எனக்குப் பொண்டாட்டியா கெடைச்சது ஆண்டவனோட

கிருப சாரா. நீ அழுது நாம் பாக்கக் கூடாது. எல்லாரும் ஒரு நா போயித்தான ஆவணும்.'

"என்ன அம்மாச்சி ரெம்ப யோசிக்கிறிய" கேட்டாள் புனிதா.

"ஒண்ணுமில்ல" என்ற சாராப் பாட்டி பொலபொல வெனக் கண்ணீராய் உதிர்த்தாள். என்ன பேசுவதென்றே தெரியாமல் கையைப் பிசைந்தவாறு அமர்ந்திருந்தாள் புனிதா.

'நமக்குப் பாக்குறதுக்குத்தாம் அப்பச்சி அம்மாச்சிய அடக்கியாண்டமாரி தெரிஞ்சிச்சோ. ரண்டும் ஒரு நாளும் ஏட்டிக்கிப் போட்டியா சண்ட போட்டுப் பாத்ததில்லிய. கிண்டல்தாம் கேலிதாம் எவ்ளோ அன்னியோன்யமா... நா எதுக்கு அப்புடியிருக்கமாட்டயிங்குறம். அவுரு அக்கா அப்புடியிருந்தா அதுக்கு அவுரு என்ன பண்ணுவாரு. கோமதி எம் பின்னால சுத்திகிட்டு இருந்தான அவன மட்டும் வுட்டுருப்பனா. கடேசியில அங்க கை வச்சா என்னால முடியில்ல. வுட்டா அப்பச்சி இப்பவும் எழும்பி... அவுரே காஞ்சிபோயிக் கெடக்குறாரு, சும்ம கெடக்குற மனுசனத் தூண்டிவுடுறதப் பாருங்களம். ஒலகத்துல மனுசனுக்கு வேற என்ன சொகம் மாப்புள, ஆம்புளயால பொம்புளக்கிப் பொம்புளயால ஆம்புளக்கி. சத்தியாகிட்ட மட்டும் இப்புடி ஒரசுனம். அப்ப அவளக் காதலீச்சிற்றனோ. ஆம்புள ஆத்மா பொம்புள ஒடம்புக்குள்ளயும் பொம்புள ஆத்மா ஆம்புள ஒடம்புக்குள்ளயும் வந்திற்றோ. கலியாணம் வேண்டாம் வேண்டாமின்னு சொன்னா யாரு கேட்டா. ததேயு பூபால ராயனுக்கு எவங் கழுத்துலயாவது என்னயக் கெட்டுனாச் சரி. கோமதிக்கி மயிருன்னாலுங் கெட்டித் தந்திருக்க மாட்டாம். அக்காகாரி கூட என்னத்தப் பேசுவாரு, என்னயப் பத்திதாம் பேசுவாரு. இங்க தவப்பனுக்குக் கெட்டி குடுத்த புள்ளயிருக்கயிங்குற நெனப்பேயில்லிய. என்னட ரத்தத்த எல்லாம் உறிஞ்சிற்றுப் போயிற்றாயிங்குறாம். நா இப்புடிப் பண்ணுறது இன்னுமா தெரியாம இருக்கும். தம் புள்ள மட்டும் எவளாவது பெரிய பணக்காரியா காதல் பண்ணிற்று வந்திராண்டானாயின்னு பாக்குறாரு. அவனுந்தாம்... மானங் கெட்ட ஜென்மங்க. இவந் தாமசும் எப்ப பாத்தாலும் பிரியா பிரியாயிங்குறாம். சின்னத்தம்பி நாடானுக்கு மட்டும் தெரியும் காளவாசலுக்குள தூக்கி போட்டு நீத்திப் போடுவார. பெரிய சமூக சேவகர்மாரி கலப்புத் திருமணம் பண்ணி வைப்பாராம். சரி எதுத்தால பெறயில இருக்க தனம்மா சித்தப்பா மகள பண்ணி வைப்பாரா. எல்லாமே ஒரு பாதுகாப்பான நெல வந்தவொடன பேசுறாரு.'

அப்பச்சி கட்டிலில் அசைவு தெரிந்தது. வழக்கம் போலவே விடியற்காலை முழிப்பு வந்திருக்கலாம். விடியற் காலம் நாலு மணிக்கெல்லாமே எழுந்து விடுவார் அப்பச்சி. கோவில் காரியங்களில் ஒரு நாளும் தவறியதேயில்லை. பொழுது விடிய ஆறு மணிக்கெல்லாம் ஆபரேசன் என நேரம் குறித்திருந்தார்கள். அனஸ்தீசியா கொடுப்பதற்காகப் பயிற்சி மருத்துவர் விவேக்கோடு வந்திருந்த ரேவதி அப்பச்சியின் உடல் நிலையைப் பரிசோதித்தபடியிருந்தாள். சாராப் பாட்டி யின் முகம் மட்டும் வெளிறிப்போய் இருந்தது. அறை மூலையில் அமர்ந்து தூங்கி விழுந்தபடியிருந்த போரசைத் தற்செயலாகப் பார்த்த விவேக் அருகே வந்து அமர்ந்து போரசை எழுப்பினான். கண் விழித்த போரஸ் அருகில் சித்தி மகன் விவேக் அமர்ந்திருப்பதைப் பார்த்துக் கேட்டான்.

"என்னடா...?"

"அண்ணம் டாக்டர் கிரிதரனும் சொன்னாரு, இதெல் லாம் சும்ம ஃபார்மலிட்டி செக்கிங்தானாம். அனஸ்தீசியா ரெம்ப மைல்டாக் குடுத்தாக்கூட பாடி தாங்காது. சொல்ல வேண்டியவங்களுக்குச் சொல்லியிருங்க."

விவேக் எழுந்து நடக்க அவன் பின்னாலேயே ரேவதியும் கையைப் பிசைந்தவாறு நடந்தாள். சாராப் பாட்டி அருகே நெருங்கி வந்து அமர்ந்த புனிதா கேட்டாள்.

"என்ன அம்மாச்சி பேசமாட்டயிங்கிய?"

"இல்லம்மா... நீ அப்பயிருந்தே மோட்டப் பாத்துகிற்று இருக்க. அவுங்கவுங்களுக்கு அவுங்கவுங்க பிரச்சனம்மா. எங்க காலம் முடிஞ்சி போச்சி. எம் புள்ள கரோலினயும், ஒன்னயும் நெனச்சித்தாம் மனசு கேக்குல. ஒனக்கு ஒங்கவல பெருசும்மா."

அசந்துபோனாள் புனிதா. அம்மாச்சி அதிகமாய்ப் படிக்காதவள் மிஞ்சிப் போனால் இரண்டோ மூன்றோ படித்திருக்கலாம். ஆனால் அம்மாச்சி அப்பச்சியோடு வாழ்ந்த வாழ்க்கை விட்டுக்கொடுத்த பூரண காதல் வாழ்க்கை. எத்தனையோ சம்பவங்கள். அப்பச்சி வாயை மூடிய முதல் நாளிலிருந்து இன்று இந்த நேரம்வரை அம்மாச்சியும் எதுவுமே உண்ணவில்லை.

ஆறு அடிக்க ஐந்து நிமிடங்கள் இருந்தன. அப்பச்சியை ஆபரேசன் தியேட்டர் கொண்டு போவதற்காக ஸ்டெச்சர் கொண்டு வந்தார்கள். கூடவே ரேவதியும் நின்றிருந்தாள். விடிகாலைக் குளிரையும் பொருட்படுத்தாமல் கொற்கை

யிலிருந்த எல்லா உறவினருமே வந்திருந்தார்கள். துறை முகத்தில், தெர்மலில் வேலை செய்தவர்கள் எல்லோருமே வந்திருந்தார்கள்.

கட்டிலிலிருந்து எழுந்து நிமிர்ந்த தனுஷ்கோஸ்தா சிறிய புஷ்பத்தையும் பெர்க்மான்ஸையும் பார்த்துக் கும்பிட்டார். பெலார்மின் ரோணிக்கத்தோடு நின்றிருந்தான். வயிற்றை அசைக்க முடியாமல் நிறைமாத கர்ப்பிணியாய் வந்திருந்தாள் ரோணிக்கம். பெர்னத் இளைய மகன் ரோமால்டோடு நின்றிருந்தாள். பொன்மலரின் கைப்பிடியிலிருந்து விடுபட்டுக் கட்டிலருகே போக எத்தனித்த பிரிட்டோவைத் தன் கண் அசைவிலேயே பின்னுக்கிழுத்தார் டென்சிங். கணவன் மேத்தாவோடு நின்றிருந்த சுந்தரி பொன்மலரையே அலட்சிய மாய்ப் பார்த்தவாறு நின்றிருந்தாள். பொன்மலருக்கும் என்ன செய்வதென்றே விளங்கவில்லை. முந்தானையில் மூக்கைச் சீந்தியபடியிருந்தாள் கரோலின். ததேயு பூபாலராயன் இன்னும் வந்திருக்கவில்லை. தம்பி ஸ்டீபனைப் பார்த்துக் கண்களாலேயே பிரியாவிடை சொன்னார் தனுஷ்கோஸ்தா. கடைசியாய்த் தன் தங்கையின் கணவர் அன்பய்யாவைக் கண்டவர் கையெடுத்துக் கும்பிட முயன்றார். முடியவில்லை. அசைந்த உதடுகள் என்னை மன்னித்துக்கொள்ளுங்கள் என்பது போலிருந்தன. ஜாந்தார்க் ஓடிவந்து கட்டிலின் கால்களைப் பிடித்துக்கொண்டு அழுதாள். ஸ்டெரச்சரை அசைத்து இழுத்தார்கள். பக்கத்தில் நடந்த சாராப் பாட்டியின் விரல்களிடையே தான் வைத்திருந்த வெள்ளி ஜெபமாலையை வைத்து அழுத்திவிட்டுப் புன்னகை பூத்தவாறே உள்ளே நுழைந்தார் தனுஷ்கோஸ்தா. வேடிக்கை பார்த்தவாறே நின்றிருந்த போரஸ் முனகினான்.

“சே... வீரந்தாம். என்ன தைரியம், திரும்பமாட்டாருன்னு அவுருக்கும் தெரிஞ்சிருக்கும். தேவமாதாதாம் ஆத்தும சரீரத்தோட பரலோகத்துக்கு ஆரோகணமாவாவளாக்கும், தனுஷ்கோஸ்தா போகமாட்டாரா என்ன.”

121

1995

ரோச் காலனியில் மனோரா கிளப் பின்புறம் பிலிப் தண்டலின் வீடு. சுற்றிவர மரம் செடிகொடிகள். தங்கை எழிலரசி அழைத்ததால் அமுதன் வந்திருந்தான். அமுதனுக்கு, லிசாக்சி நிறுவனத்தில் சென்னையில் வேலை. அலுவலக வேலை விசயமாகக் கொற்கை வரும்போதெல்லாம் எழிலரசியை வந்து பார்ப்பான். அமுதனுக்கு மாமனார் பிலிப்மீது பயம்கலந்த மரியாதை. எழிலரசியின் திருமணத்திற்குமுன் சீதன விசயங்களிலிருந்து சீர்வரிசை, கலியாணநாள் நடபடிகள் அனைத்தையுமே அவர் விசாரித்து தெரிந்துகொண்டது அமுதனுக்கு ஏற்றுக்கொள்ளக் கூடியதாயிருந்தது. ஏற்கனவே ஒத்துக்கொண்ட எந்த நிகழ்வானாலும் அதை விட்டுக்கொடுக்காமல் கறாராக நடந்துகொண்டது மற்றவர்களுக்கு வெறுப்பை வரவழைத்தாலும் அமுதனுக்குப் பிடித் திருந்தது. பிலிப் தண்டலின் தனிமனித ஆளுமை மேல் மரியாதையே வந்திருந்தது. இப்போதும், எப்போது பார்த்தாலும் அதே மரியாதை, புன்சிரிப்பு, வணக்கம் அவ்வளவுதான். நடு அறையில் பிலிப் தண்டல் யாருடனோ காரசாரமாய்ப் பேசியபடி யிருந்தார்.

“பிலிப்பண்ணம் இவன லஸ்கர் வேலைக்கி சேத்து வுடும்போதே என்ன சொல்லியிருந்திச்சி தெரியுமா...?” என்றார் எலியாஸ்.

“குடிக்காத கொள்ளாதயின்னியள... அவந் தண்ட சொல்லுறதப் பாத்தா... மங்களூர்ல பாலத்துல தோணியக் கெட்டுனா, பக்கத்துல ஒரு செவங்கோயில் இருக்கி. அங்கனதாம் போயிக் குளிக்கிறானாம்.

1008 ஆர். என். ஜோ டி குருஸ்

கலியாணமாவாத பொட்டப் புள்ளய குளிக்கிற எடமுன்னு எத்தன நேரம் சொன்னாலும் கேக்க மாட்டயிங்குறானாம்."

கிலுக்குத் தண்டலின் மகள் வயிற்றுப் பேரன் எலியாஸ். தகப்பனார் அல்போன்ஸ் தண்டல் காலம்வரை சந்தனமாரி கோயிலில் கொடை எடுக்க கொள்ள இருந்தார்கள். எலியாஸ் தலையெடுத்துக் கலியாணம் முடிந்தபின் சந்தனமாரி கோயில் பக்கமே போகவிடாமல் மறித்துவிட்டாள் மனைவி. வீட்டில் மீனாட்சி ஆட்சி.

"நீக்லாஸ் தண்டயின்னவொடன சரியாப் போச்சி, சரி சொல்லும்."

"அவனுக்கு வார கூலிப்பங்க நானோ அல்லது எம் மொவளோ வந்து வாங்கிக்கொள்ளுறம். அவங் கையில குடுக்கக்கூடாதின்னு ஒங்க தண்டகிட்டச் சொல்லியிருங்க."

"ஆமா இவம் யாரு பய. அந்தக் காலத்துல வந்த மாரியா வாரான்வ, ஆளும் பேரும் தெரியிறதுக்கு. ஒரு நடக்கி வந்தவம் மறுநடைக்கி வர மாட்டயிங்குறான்வ. கண்டெய்னர் பெட்டியளுக்குச் சரக்கு போடுற வேலைக்கி போயிருறான்வளாம்."

"என்ன இப்புடிச் சொல்லிற்றிய. ஒங்கள நம்பித்தாம் பொண்ணு குடுத்தம்."

"பொண்ணு எங்க குடுத்த. ஓம்மொவ அதுவ வீட்டுல போயிக் கெட்டுனா இவனத்தாங் கெட்டுவமின்னு இருந்தாளாம்."

"ஆமக்கறி ராசேந்திரம் மொவ ரோசம்மா பெத்த புள்ளக்கி எம்மொவ காணாதாக்கும்."

"அடப் பாவிவுள்ளயளா, வீட்டுல கொமருவளா இருக்கி. பய்ய பேசு, எம் மருமொவளுக்கு ஆத்தாகூடப் பெறந்த சித்தி."

திருதிருவென விழித்த எலியாஸ் பிலிப் தண்டலருகே நெருங்கிச் சொன்னார்.

"நடப் பங்குல வாரது, சரக்கு தட்டுறதுல வாரது எல்லாதிற்றயும் ஆத்தாகிட்டே கொண்டு குடுக்குறாம்."

"இருந்த கொமருவ எல்லாம் தீயோட போயிற்றுவள. அப்புடியேயின்னாலும் யார்ட்ட குடுத்தாம்... பெத்த தாயிகிட்ட குடுத்தாம். ஒரு மனுசிய வுட்டுட்டு தனிக் குடித்தனம் போயி ஓம்மொவ என்னெய்யப் போறா."

“இங்க புள்ளக்கி குடிக்கிற மாவு டின்னுக்கும் மருந்துக்கும் யாரு படியளக்கணும்...”

“ஓம் பொண்ணு கொழுப்பெடுத்துப் போயி புதுத் தெருவுக்கு வந்தா... இந்தமாரி போக்கத்த புத்தியளாலதாம் மத்த கடக்கற ஊர்க்காரன்வ கொற்கயில பொண்ணெடுக்க பயப்புடுறான்வ.”

தொலைபேசி மணியடிக்க குசினிக்குள்ளிருந்து ஓடி வந்த எழிலரசி தொலைபேசியை எடுத்தவள் திரும்பிச் சொன்னாள்.

“மாமா, மங்களூர்லயிருந்து போன்.”

இடுப்பிலிருந்து உருவிய சாரத்தை வரிந்து கட்டியபடி வந்த பிலிப் தண்டல் தொலைபேசியை வாங்கிப் பேசினார்.

“பேசுறது நீ யாரு...?”

“...”

“தண்டயில்லியா... எங்க போனாம்?”

“...”

“என்னது சொகமில்லயின்னு கொற்கக்கி வந்திற்றானா! கொல்லம் இருக்க இருப்பக் கண்டா கொரங்கு ரண்டு பூணு அடிச்சி கேக்குமாம்.”

“...”

“என்னது பம்பாயிலேயிருந்தே போயிற்றானா எல அங்கயிருந்தே போன் போடுறதுக்கென்ன. அதாம் திரும்புன எடத்துலயெல்லாம் எஸ்.றி.டி வச்சிருக்கான்வள.”

“...”

“தோணியில தண்டயில்லாம வாறியள. வந்துகிட்டு, கோஸ்ட் கார்டுக்காரம் புடிச்சா என்ன செய்விய. ஓங்கள்வ அப்பம் வூட்டு மொதலா...”

பின்புறம் திரும்பிய பிலிப் தண்டல் மருமகளை அழைத்தார்.

“எழிலரசி, அந்த அலமாரிக்கிள இருக்க நோட்ட எடுத்திற்று வாம்மா.”

திரும்பவும் தொலைபேசியை எடுத்துப் பேச ஆரம்பித்தார்.

“ஏய், பொறுக்காண்டியாக்கும் நேத்து போன் பண்ணுறதுக் கென்னால...”

பிலிப் தண்டல் பதறுவதற்கும் காரணமிருக்கத்தான் செய்தது. கடந்த வருடம் தோணிகளில் எஞ்சின் மாட்டிய புதிதில் இப்படித்தான் வின்சென்ட் தண்டல் தோணியும் மலையாள நடைமுடித்து ஓடிவந்துகொண்டிருந்ததாம். பக்கத்தில் வந்த கோஸ்ட்கார்டு விசைப்படகால் தோணியோடு போட்டி போட முடியவில்லை. நல்ல ஏதுவான வாடைக் காற்று எஞ்சின் வேறு... சிட்டாய்ப் பறந்து வந்ததாம் தோணி. கைகாட்டி நிறுத்தச் சொல்லியிருக்கிறார்கள். தோணிக்காரர் களுக்கு விளங்கவில்லை. கோபத்தில் கோஸ்ட் கார்டுகள் துப்பாக்கியைத் தூக்கிக்காட்ட என்னவோ ஏதோ என்று பயந்த தோணிக்காரர்கள் எஞ்சினை நிறுத்தி பாயையும் சுருக்கிக்கட்ட தோணி கொஞ்சதூரம் வழிந்துபோய் நின்றிருக்கிறது. கயிறுபோட்டு மேலே ஏறியவர்கள் கண்மண் தெரியாமல் அடித்திருக்கிறார்கள். ஹிந்தி பேசத்தெரியாதது வேறு ஒரு காரணம். அன்று சம்பிய வின்சென்ட் தண்டல் என்னென்னவோ மருந்து செய்தும் முடியாமல் படுக்கையி லிருந்தே மரித்துப்போனார்.

“சீக்கிரம் கொண்டாம்மா. எல பேப்பர் பென்சில் வச்சிருக்கியா? எழுதிக்க.”

“...”

“ரகுமான் பாய். தொலபேசி...”

“...”

“எல லச்சத்தீவு, வார பாததான... கொற்கைக்கிச் கொஞ்சம் சால் மரங்க இருக்காம்...”

“...”

“பொண்டாட்டியோளி மொவன்வளுக்கு ரண்டு நாளுக்குல புடுக்கு தெறிச்சிகிற்றா நிக்கிது. கொழும்பு நட வேற இல்லயின்னு ஆயிப்போச்சி...”

“...”

“இதுல வேற என்னய தண்டலாப் போடுங்கயிங்குற. இந்தாயிருக்க லச்சத்தீவுக்கு வார பாதயில போயி அந்தச் சரக்க எடுக்க வக்கில்ல...”

“...”

“சும்மயா செய்யிறிய கேள்வுல பங்குதான.”

“...”

“முடியாதின்னா, ஊம்பவா முடியும். வந்து தொல...”

"..."

"சரி சரி கணக்கு பாக்குலாம். கொழும்பு நடயப் பத்தி நீ எதுக்குப் பேசுற. டீசல கோறி கடல்ல ஊத்துங்கல. ஒங்கப்பம் வூட்டு மொதல்பாரு. நல்ல பொறக்காத்து இருக்கச்சில எதுக்கு மிசின்ல வாறிய. போன கட் பண்ணுல."

தொலைபேசியைத் துண்டித்திருந்தார் பிலிப் தண்டல். முகம் கடுகடுவென்றிருந்தது. ஏற்கனவே நிக்கோலாஸ் தண்டல் தோணி 227ம் எஞ்ஜின் வேலை காரணமாக நடை செய்யவில்லை. கொழும்பு நடையும் மாதத்துக்கு நாலு, ஐந்து நடை என்ற நிலைபோய் இரண்டு மாதத்திற்கு ஒரு நடை என்றாகியிருந்தது. அதனால்தான் வேண்டா வெறுப்பாக 210ஐ மலையாள நடைக்கு அனுப்பியிருந்தார். பொங்கி வந்த கோபத்தை அடக்கியவராய் பிலிப் தண்டல் நாற்காலியில் வந்து அமர எலியாஸ் சொன்னார்.

"இவங் குடிச்சிற்று சிந்தாத்திர மாதா கோயில்ட்ட கெடந்தான, அப்ப இவம் ஆத்தாளா வந்து தூக்குனா... போலிசுல போயிக் கேச முடிச்சது யாரு... எம் பொண்ணும் நானுமில நடையா நடந்து முடிச்சோம்."

"ஓம் மருமொவனுக்காக நடந்த."

"அப்ப அவுரு யார மதிக்கணும்? தோணியிலயிருந்து எறங்கப் பொறுக்காம நேரே வலக்குடி போயி ஆத்தாவத்தாம் பாக்குறாரு..."

"ரோசம்மா வாயக்கெட்டி வவுத்தக் கெட்டி பெத்து வளத்து ஆளாக்குன புள்ளய அம்போன்னு ஒங்கள்வ கையில தூக்கி குடுத்திற்று முழிக்கிறா போல. தீயில போயிருக்க வேண்டியவ. பொட்டப் புள்ளய அத்தனயயும் பறிகுடுத்திற்று நின்னா, கப்பக் கூலிக்கி போறாளாம்... நீ சொல்லுறமாரி ஒம் மருமொவம் திற்ற ஆத்தா கையில குடுக்குறதாயிருந்தா அவ எதுக்குக் கப்ப வேலைக்கிப் போறா. சரி, ஒம்ம மொவம் எப்புடியிருக்காம்?"

"அந்த தறுதலப்பய கதயக் கேக்காதிய, தனியாப் பிரிச்சி கொண்டு போயிற்றா" என்றார் எலியாஸ்.

"எலியாசு, மொவனுக்கு ஒரு நீதி மொவளுக்கு ஒரு நீதியா? இந்தப் புத்தி இருக்குறதுனாலதானப்பா அடியழிஞ்சி போறிய."

இருக்கையிலேயே நெளிந்தார் எலியாஸ். முன்னறையிலிருந்து ஜேம்ஸ் சத்தம் கேட்டது.

"எழிலு... எழிலு."

குசுனியில் எலியாசுக்காக காப்பி போட்டபடியிருந்த எழிலரசி முன் அறைக்குள் ஓடிவந்தாள். அமுதன் அமர்ந் திருந்த வரவேற்பறையிலிருந்த சன்னல் வழியே அவர்கள் பேசுவது கேட்டது.

"என்ன சொல்லுங்க..." என்றாள் எழிலரசி.

"கூப்புட்டு எவ்ளோ நேரமாச்சி அங்க என்ன மயித்த செரச்சிகிற்று இருந்த." கண் திறக்காமலே முனகினான் ஜேம்ஸ்.

"மாமாவப் பாக்குறதுக்கு யாரோ வந்திருக்காங்க. புள்ள வேற கெளம்பணும்."

"சத்தத்தப் பாத்தா அவம் சுறா மடையம் எலியாஸ் மாரியில இருக்கு. பெரிய யோக்கியம் பேசிகிற்று இருப்பாம். ஒஞ்சித்தி மொவம் கூலிப் பங்கெல்லாம் அவம் பொண்டாட்டிக்கி ஒதட்டுச் சாயம் வாங்கவே பத்தாத. காலங் காலத்தாலே இங்க வந்து கச்சேரி வச்சிகிற்று இருக்கா னாக்கும். என்னமோ... சனியன, மணி என்னயின்னு பாரு."

கையில் ரேடோ கடிகாரமிருந்தது. குளிக்கும்போது மட்டுமே அந்தக் கடிகாரத்தைக் கையிலிருந்து கழற்றுவது வழக்கம். திருமணத்தோடு நிக்கோலாஸ் தண்டல் கொழும்பி லிருந்து வாங்கிக்கொண்டு வந்து கொடுத்தது.

"மணி எட்டற. சீக்கிரஞ் சொல்லுங்க புள்ளக்கி ரிக்ஷாக் காரம் வந்திருவாம்."

"சரியா அரமணி நேரம் கழிச்சி வந்து எழுப்பு, வரும் போது காபி கொண்டா. மீடியமாப் போடு."

"ஓட்டல்வள்ல குடிச்சிற்று இங்கயும் வந்து மீடியம் கிடியமின்னுகிட்டு..."

முனகியவாறே வெளியே வந்தாள் எழிலரசி. வரவேற் பறையை எட்டிப் பார்த்தவள் கண்களாலேயே நிலைமையைச் சொன்னாள். புரிந்துகொண்டதற்கு அடையாளமாய்த் தலையை ஆட்டினான் அமுதன். பதறிப் பதறி ஓடிவந்து தட்டில் வைத்துக்கொண்டு வந்திருந்த பூஸ்ட் தம்ளர்களை எடுத்து மாமனாரிடமும் எலியாசிடமும் நீட்டினாள்.

"யம்மா, முன்ன யாரு?"

"அண்ணம், மாமா."

"அமுதனா... சொல்லவே இல்ல. அவுங்களுக்கு காப்பி குடுத்தியா...?"

பர்னாந்துமார் பெரும்பாலும் கொண்டான் கொடுத்தான் வீடுகளில் தண்ணீர்கூட வாங்கிக் குடிப்பதில்லை. கட்டிக் கொடுத்த தங்கையையோ அக்காவையோ பார்க்க வந்தாலுமே கை நிறையப் பொருட்களோடு வருவார்கள். பெரும்பாலும் கை நனைப்பது இல்லை. இதற்கு முற்றிலும் மாறாக இப்போதெல்லாம் அக்காமார் வீட்டோடு ஒட்டுண்ணி போல் ஒட்டிக்கொண்டு உறிஞ்சும் மச்சினர்களும் உண்டு. அதனாலேயே கொற்கையில் பல குடும்பங்கள் சீரழிந்த கதைகளும் உண்டு.

குழந்தை வசந்துக்குச் சீருடை அணிவித்துப் புத்தகப் பை, சாப்பாட்டுப் பையோடு வாசலுக்கு வந்தாள் எழிலரசி. அசப்பில் அப்படியே பிலிப் தண்டலை உரித்துவைத்திருந்தான் வசந்த். மனோரா விகாசாவில் எல்.கே.ஜி. படிக்கிறான். தூரம் இருந்தாலும் நல்ல பள்ளிக்குடம் என்பதால் அங்கேயே சேர்த்திருந்தாள் எழிலரசி. கடந்த ஆண்டுவரை மதுரா கோட்ஸ் மில் நிர்வாகத்தோடு இருந்தது மனோரா விகாசா. அவர்களால் நடத்த முடியவில்லையென முடிவெடுத்தபோது சண்முகா டிரஸ்ட்காரர்கள் வாங்கி நடத்த ஆரம்பித்தார்கள். சண்முகவேல் நாடார் மகன் மணிவேல் பள்ளியின் பொறுப்பாளர். புரோக்கர் ரப்பேல் பர்னாந்து மூத்த மகன் மத்தேயு சேவியர் பள்ளியிலிருந்து விலகி முதல்வராகப் பொறுப்பேற்றிருந்தார். சைக்கிள் ரிக்ஷாவில் பிள்ளையை ஏற்றி வழியனுப்பி விட்டுக் கடிகாரத்தைப் பார்த்தவள் முன்னறைக்கு வந்து ஜேம்சை எழுப்பினாள்.

"என்னங்க... எழுப்பச் சொன்னிய."

"மணி என்ன?"

"ஒம்போது."

கோழி போல் தலையை உயர்த்திக் கண்களைச் சுருக்கி விரித்துக் கையில் கட்டியிருந்த கடிகாரத்தில் சொன்னது சரியா என்று பார்த்தபடியே சொன்னான்.

"சரியா இன்னும் பதினஞ்சி நிமிசம் கழிச்சி எழுப்பு, அப்புடியே குளிக்கத் தண்ணி சுடவைய்யி, நகச் சூட்டுல இருக்கணும் கேட்டியா."

"சரிங்க."

நடு அறையிலிருந்து பிலிப் கூப்பிட்டார்.

"எழிலரசி அந்தக் கணக்கு நோட்ட எடுத்திற்றுவாம்மா. இவுரு மருமொவம் கணக்க பாப்போம்."

ஆர். என். ஜோ டி குருஸ்

“மாமா அது சித்தப்பாகிட்டயில இருக்கும்.”

“சித்தப்பாகிட்டயின்னா...!” என்றார் எலியாஸ்

“நீக்லாஸ் தண்ட மருமொவளுக்கு சொக்காரந்தான... சின்னயா மொற.”

“பகல்லயும் பாத்து பேசணுமிங்குறது நெசந்தாம் போல. நீக்லாஸ் தண்ட தோணி வாங்கியிருக்காராம.”

“யாரு சொன்னா?”

“210 தோணி தண்ட கிரகோரி சொன்னாம்.”

“எந்தோணி, பழைய தோணியத்தாம் வேண்டியிருக்காம்.”

“...”

“எம்மா இவம் இன்னும் தூங்காயிறாம். காலயிலே போனா அவம் சேட்டு கையில அந்த வாடகைய வாங்கியிருலாம். சரி இனும வெயிலு கெளம்பிற்று வுடு, பொறவு பொழுது சாயவுட்டு போவச் சொல்லு.”

எழுந்து வெளியே கிளம்பத் தயாரானார் பிலிப். முன் அறையில் நுழைந்து கணவனை எழுப்பினாள் எழிலரசி.

“என்னங்க... என்னங்க.”

சரிந்து திரும்பிக் கையில் கட்டியிருந்த கடிகாரத்தைப் பார்த்த ஜேம்ஸ் சொன்னான்.

“ஏய்... ஒனக்கு அறிவே இல்லியா, அரமணி நேரம் கழிச்சி வந்து எழுப்புற.”

“புள்ளய அனுப்பிற்று வாரதுக்குள்ள...”

“போ, போயிற்றுப் பத்து நிமிசம் கழிச்சி வா.”

வரவேற்பறைக்கு வந்தவளைப் பார்க்கத் துணிவில்லாமல் தலைகுனிந்து அமர்ந்திருந்தான் அமுதன்.

‘கொற்கைக்கிக் கொல்லாங் கொட்ட கப்ப வந்தா எல்லாப் பயல்வ வாயும் பல்லாத்தாம் இருக்கி. பணஞ் சம்பாதிக்கணு மின்னு நெனச்சா ஆயிரம் வழி. பெப்சி கம்பெனிக்கி வெத்து பாட்டல் கண்டெய்னர்ல துபாய் போவுதாம. எப்புடியாவது அந்த ஆர்டர எடுக்கணும. இப்புடி தூங்குறாம் ஜேம்சு.’

வெள்ளை வெளேரென வேட்டி, சட்டையுடுத்திப் புன்முறுவலோடே கடந்துபோனார் பிலிப். அமுதனைப் பற்றி வெளியில் கேள்விப்படும் செய்திகளை வீட்டில் வந்து மருமகளோடு பகிர்ந்துகொள்வார். இப்படி ஒரு பிள்ளை

தனக்கு வந்து பிறக்கவில்லையே என்று மனம்விட்டுச் சொல் வார். குசுனிப்பக்கம் போனவள் பல் துலக்கும் பிரஸ்சில் பேஸ்ட் வைத்துக்கொண்டு வந்து ஜேம்சை எழுப்பினாள்.

"என்னங்க..."

கண் விழித்த ஜேம்ஸ் சொன்னான்.

"ஏய்... சுடுதண்ணி போட்டுட்டியா? டிரைவிங் லைசென்ஸ் எடுத்துத் தாரமின்னு மாப்புள செல்ட்டம் சொன்னாம். அவம் போன் பண்ணுனா ஒடம்பு சடைவா படுத்திருக்காங்கயின்னு சொல்லு."

எத்தனையோ வருடமாக மோட்டார் சைக்கிள் ஓட்டினாலும் இன்றுவரையிலும் லைசென்ஸ் இல்லை. அத்தி பூத்தாற்போல் என்றாவது எழிலரசியைப் பின்னால் உட்காரவைத்து அழைத்துப் போனாலும் போலிஸ் நிற்கும் முக்கியச் சந்திப்புகளில் எழிலரசியை இறக்கி நடக்கவிட்டு விடுவான் ஜேம்ஸ்.

"செகன்ட் சோவுக்கு போவாதைங்கயின்னு..."

"ஒனக்கென்ன சவம, ஒங்கய்யா வூட்டுலயிருந்தா கொண்டு வந்த. போயி வேலயப் பாரு."

"இந்த பேஸ்ட்டு..."

"ஓம் மூஞ்சில ராவு. அப்பவாவது வெளுக்குதாயின்னு பாக்குறம். காலங்காலத்தாலே ஓம் மூஞ்சில முழிச்சதால தாம் எழும்ப முடியில்ல."

குனிந்து அண்ணன் அமுதன் வந்திருப்பதைச் சொன்னாள். பதறி எழுந்தவன் எழிலரசி கையிலிருந்த பேஸ்ட்டையும் பிரஸ்சையும் வாங்கியவாறே பின்புறம் நோக்கி நடந்தான். திருச்சியில் ஜோசப் கல்லூரியில் பி.எஸ்.சி கணிதம் படித்தவன் எப்படியோ திசைமாறிவிட்டான். காலையில் தகப்பனார் எழுந்து வெளியே கிளம்பிய பிறகு படுக்கையிலிருந்து எழும்புகிறவன் குளித்துக் கிளம்பி தீயணைப்பு நிலையத்தின் முன் போய் நிற்பான். அங்கு நின்றபடி அரட்டையடித்து விட்டு மதியச் சாப்பாட்டிற்கு வீட்டிற்கு வந்தால் உண்டு, இல்லாவிட்டால் இல்லை. நண்பர்களோடு ராவுத்தர் கடையில் பிரியாணியோ அம்புஜம் மெஸ்சில் நல்லிக் குழம்போ சாப்பிட்டுவிட்டு வருவான். ஜேம்சுக்காகக் காத்திருந்தே பலநாள் சாப்பிடாமல் கழித்திருக்கிறாள் எழிலரசி. பிறந்த வீட்டிலும் சொல்ல முடியவில்லை. காரணம் ஏற்கனவே அக்கா சுமதியைக் கட்டிக் கொடுத்தே அவதிப்பட்டுப் போனவா களுக்குத் தன் விசயத்திலாவது ஆறுதல் கொடுக்க வேண்டும்

என்ற என்ணம்தான். வரவேற்பறையில் கண்மூடி அமர்ந் திருந்த அமுதன் தீவிரச் சிந்தனையிலிருப்பதை முகத்திலோடிய ரேகைகள் காட்டின.

‘இந்த வயசுலயும் இவ்வளவு தெளிவாயிருக்காரு. இவுருக்குப் போயி இப்புடிப் புள்ளய. தங்கச்சயாவது பணக்கார வூட்டுல கெட்டிக் குடுத்தாச்சியின்னுயிருந்தோம். சாபக்கேடா, என்ன சாபக்கேடு. பேச்சி மட்டும் என்ன பவ்வியமா பேசுறாறு... வூட்டுலதாம் அம்மா அநியாயமின்னு இங்க வந்தா இங்கயும் இப்புடியொரு இம்ச. என்ன செய்வா... இதுதாம் நரகம். அம்மாவுக்கும் ஆம்புளப் புள்ள, பொம்புளப் புள்ளயில இப்புடியொரு பாரபட்சம். சம்பளமேயில்லாத வேலைக்காரி யின்னுதாம் நெனைப்பாவ போல. எப்புடி படிக்கவச்சாவ. வெளிய இருக்க யாரும் நம்புவாவளா... பங்குளா வீடு எங்க போனாலும் காரு, மாமியாரு தொந்தரவுயில்ல இப்புடித்தாம் பேசும் ஒலகம். மதினிமாராவது ஒரு ஆதரவா யிருந்தா பரவாயில்ல. மாமனாரு ஒரு எதார்த்தவாதி யிங்குறதுனால சரியாப் போச்சி. அவயின்னதுனால சமாளிக்கிறா. சின்னப் புள்ளயில மாடு முட்டவருதுயின்னு எம் முன்னால பாஞ்சாளாம். நல்லாயிருப்பாயின்னு பாத்தா... மாமனார நல்லபடியா வச்சிருந்தாலும் தப்பு. எப்புடி மயக்கிப் பணத்தயெல்லாம் அடிக்கிறாயிங்குறாள்வளாம். அப்ப கூட்டிகொண்டு போயிப் பாக்க வேண்டியதுதான... அவுரும் போவ மாட்டயிங்குறாற... தோழியப் புடுச்சி உள்ள போட்டுட் டான்வ அப்ப அம்மாவயும்... இனும அம்மா வந்த பெறகு அய்யாவப் புடுச்சி உள்ள போடுவா.’

பக்கத்திலேயே சத்தம் கேட்க, கண் திறந்து நிமிர்ந்தான். எதிரிலேயே எழிலரசி அமர்ந்திருந்தாள்.

“மச்சாம் பின்னால போனாமாரியிருந்திச்ச.”

“கக்கூசுக்குள்ள போனாக் கொறைஞ்சது ஒரு மணி நேரமாவது ஆவும். நேத்து தினமலர் பேப்பரக் குடுக்கணும். எங்கண்ண பாத்தியளா... ராத்திரியெல்லாம் தூங்கவேயில்ல. வந்ததே பனிரண்டு மணிக்கி. ராத்திரி மட்டும் நாலு நேரம் குளிச்சிருக்காரு.”

“என்ன சொல்லுற...!”

“வேணுமானா அடுப்பாங்கறப் பக்கம் வந்து பாக்குறியளா. பத்து ஆம்ப்லேட் போட்டுக் குடுத்திருக்கம். குளிச்சிற்று குளிச்சிற்று குடி. குளிச்சிற்று குளிச்சிற்று குடி. போனா ஒரு பெரிய பாட்டலா வாங்கிற்று வாரதுயில்ல. குவாட்டர், குவாட்டர்ங்குறாவள... இந்த மனுசனுக்கு போயி

இப்புடி புள்ளய பெறந்திருக்கு. ராப்படையில குளிச்சிற்று சென்டு கிண்டெல்லாம் போட்டுகிட்டு என்னமோ வெளிய கௌம்புறமாரி டிரஸ் பண்ணிகிட்டு ஆம்ப்லேட் போடு, பொடிமாஸ் போடு... தூங்குற புள்ள எழும்பி இந்த கூத்த பாத்திருமோன்னு பயந்து பயந்து..."

"அவுங்க அண்ணம்..."

"செலஸ்டின் மச்சான கமிலஸ் புள்ள வூட்டுல கெட்டிக் குடுத்திருக்கு, ஜெயதாஸ் மச்சானுந்தாம் நல்லாப் படிச்சவரு டியூசன் எடுத்துகிற்று அலையிறாரு. கலியாணத்தோட பாத்தியதான... ஒட்டு ஒறவுயில்லாம நடப்பான்வ. ஒண்ணுகூட தேரல."

"சாமியாரு..."

"மரியதாஸ் மச்சாம் இந்தப் பக்கம் வாரதேயில்ல."

"அம்மா..."

"அந்த கொடுமய மறக்கணுமின்னுதாம் இதயெல்லாம் தாங்குறம். மறக்குறமாரியா செஞ்சாவ."

ரொசிற்றாவுக்கும் ஆண் பிள்ளை, பெண் பிள்ளை என்ற பாகுபாடு உணர்வு அதிகம். சாப்பாட்டு வேளைகளில் இந்த உணர்வு வெளிப்படையாகவே தெரிவதுண்டு. ஆண் பிள்ளைகளுக்குக் குழம்பு ஊற்றினால் கறி அகப்பை, கோப்பக் குள் அடிதட்டிக் கோறும், ஆனால் பெண் பிள்ளைகளுக் கென்றால் அகப்பை மேலோட்டமாக வந்துவிடும். அமுதனும் எத்தனையோ முறை சுட்டிக்காட்டினாலும் ஏனோ ரொசிற்றா இந்தக் குறையை மட்டும் திருத்திக்கொள்ளவேயில்லை.

"புள்ள உண்டாயிருக்கும்போதும் சரி, பெத்துப் போட்ட பொறவும் சரி செத்துப் போல மருந்து அறைச்சித் தந்திருப் பாளா... அந்த மனுசி ரோசம்மா சித்தி மட்டும் எப்பவாவது வருவாவ."

"காசு எதும் குடுப்பியா?"

"பச்சத் தண்ணிகூடக் குடிக்க மாட்டாவ மனுசி. ரோசம்மா ரோசக்காரியாக்கும்."

"எதுக்கு வரச் சொன்ன?"

"ஒங்களுக்கும் காலாகாலத்துல ஒரு கலியாணம் எடுக்க மாட்டாளா. மரியஇருதயம் அத்த மொவ ரோசிய ஒங்க ஆத்தாளுக்குப் புடிக்காத. பாவம் அம்புரோஸ் மாமா. ஆனா இன்னொரு பொண்ணு இருக்கு..."

"எந்த ஊருய?"

"கொற்கதாம்."

அமுதனின் முகம் வாடியதைக் கவனிக்கத் தவறவில்லை எழிலரசி. கடற்கரையூர்களில் கொற்கைப் பெண்களுக்கு அப்படியொரு பெயர் இருக்கத்தான் செய்தது. சோத்துக்கு வழியில்லாவிட்டாலும் உதட்டுச் சாயம் பூசி வெளியே வருவதற்குக் குறைவிருக்காது. திருமணம் முடிந்த குறுகிய காலத்திலேயே கணவன்மாரைப் பெற்றோரை விட்டுப் பிரித்துக் கொற்கை கூட்டி வந்துவிடுவார்களாம். சொல்கிறவர்கள் சொன்னாலும் நடப்பதும் அப்படித்தான் இருந்தது.

"பேரு ரோஸ்மேரி."

"அலெக்ஸ் பீரிஸ் தங்கச்சியா?"

"அவன ஒங்களுக்குத் தெரியுமா"

"ஸ்டீபன்ல படிச்சாம்."

"இப்ப சுகந்தி மிஸ்தாம் இதுக்கு எல்லாம்."

"ஏற்கனவே ரெம்ப சங்கடங்கள அனுபவிச்சது. நம்ம அம்மாவப் பத்தி ஒனக்கு தெரியும்."

"நல்ல சீதனமும் கெடைக்கும். நீங்க எதுக்குப் பெரிய தொறயில வக்கிறிய, வேல பாக்குற மெட்ராசுக்கு கூட்டிற்றுப் போங்க."

ஏற்கனவே கொற்கையிலிருந்து தங்கையா பல்டோனாவின் ஒரே மகள் சாந்தியின் சம்பந்தம் வந்திருந்தது. பணக்காரர்களிடம் கைகட்டி நிற்க முடியாது என்பதால் வேண்டாமென்று சொன்ன அமுதன், எழிலரசி ரோஸ்மேரியைப் பற்றிச் சொல்வதை மட்டும் மௌனமே சம்மதமாய்க் கேட்டபடி அமர்ந்திருந்தான்.

122

1996

திருச்சிலுவைப் பெண்கள் பள்ளியின் எதிரே கொற்கை வங்கியின் தலைமை அலுவலகம். பழைய நாடார் வங்கிதான். நாடு முழுவதும் கிளை பரப்பி லட்சக் கணக்கில் வாடிக்கையாளரோடு நாளொன்றுக்கே கோடி கோடியாய்ப் பணம் புரள்கிறதாம். தளர்ச்சி யாய் வங்கியிலிருந்து வெளியே வந்தான் பலராமன். பிரபல தோணி முதலாளி தங்கப்பழ நாடாரின் பேரன். என்ஜினியரிங் படித்திருந்தாலும் குடும்ப வியாபாரத்துக்கே வந்திருந்தான். அந்தக் காலத்தில் பூட்டனார் ஆண்டி நாடார் கோவில்பட்டியிலிருந்து தைரியமாய் வந்து கொற்கையில் தோணி வைத்துத் தொழில் செய்தாராம். வியாபாரப் பொறுப்பு தங்கப்பழ நாடாரின் கையிலிருந்தவரையில் எந்தப் பாதிப்பும் இல்லை. பாதிப்புகள் வந்ததே பொறுப்பு ரவீந்திரன் கையில் வந்த பிறகுதான். தோணிப் பாலத்தருகே ரவீந்திரன் வருவதே இல்லை. எப்போதும் ஜிம்க்கானாவில் குடியும் கும்மாளமும். தங்கப்பழ நாடார் இருந்தவரை தோணித் தண்டல் களும் மரியாதையாய் வந்து போய் இருந்தார்கள். ரவீந்திரனோடு யாருக்கும் ஒத்துப்போகவில்லை. வெகுநாட்களாகத் தோணிகள் நடையில்லாமல் கட்டிலேயே கிடந்து கடன் சுமை ஏறிவிட்டிருந்தது. இருந்தக் கடன் பிரச்சினைகளையெல்லாம் மகன் திருமணத்தோடு வரும் சீதனப் பணத்தில் சரிசெய்து விடலாமென்று பார்த்தால் பலராமன் கல்லூரி யிலிருந்து வரும்போதே தன் துணையோடு வந்தான். விருதுநகரில் கட்டிக்கொடுத்திருந்த அக்கா தனபாக்கியத்தின் மகள் மாலதியைப் பலராமனுக்குக் கட்டிவைப்பதன் மூலம் இழந்த செல்வாக்கை

1020 ஆர். என். ஜோ டி குரூஸ்

மீட்டுவிடலாம் என்று கணக்குப் போட்டிருந்தார் ரவீந்திரன். கடைசியாய் எண்ணெய்க்காரர் தங்கவேல் மகன் பிரேமுக்கு மனைவியானாள் மாலதி. கல்லூரியிலிருந்து வந்ததும் வராதது மாகவே புதுத்தோணி வேலையை ஆரம்பித்து அதைக் கொற்கையில் இதுவரை யாரும் கட்டாத அளவில் கட்டி முடித்திருந்தான் பலராமன்.

முகத்தில் ஆயிரம் சிந்தனை ரேகைகள். வியர்த்துப் போன வழுக்கைத் தலையைத் தடவியபடியே நின்றிருந்தான். வலதுகையில் சிகரெட் புகைந்தபடியிருந்தது. மேற்கொண்டு நடக்கத் தோன்றாமல் படிக்கட்டின் பக்கவாட்டுக் கம்பிகளில் சாய்ந்தவாறே நின்றிருந்தான். கீழே ஒன்றன்பின் ஒன்றாக அம்பாசிடர் காரும் ஒரு கண்டசாவும் வந்து நின்றன. கண்டசாவிலிருந்து முத்துசாமியும் அம்பாசிடரிலிருந்து பாண்டித்துரையும் இறங்கினார்கள்.

"வாங்கண்ணாச்சி..." என்றார் பாண்டித்துரை.

"அய்ய இதாரு, புள்ள குட்டிய எப்புடிடே, ஆமா அய்யாவ வெளிய அணக்கமில்லிய" என்றார் முத்துச்சாமி.

"படியில கவனிச்சியளா."

"யாரு நம்ம தங்கப்பழம் பேரந்தான அதாம் அவுரு மூஞ்சி அப்புடியே இருக்க."

பலராமன் நின்றிருந்த படிக்கட்டின் கீழே துண்டு சிகரெட்டுகள் அதிகமாய்க் கிடந்தன. கண்கள் விரிய சிகரெட்டை வாயில் வைத்துப் புகையை உறிவதும் பின் ஆகாயத்தில் கோபம் கொப்பளிக்க ஊதுவதுமாக இருந்தான் பலராமன். வங்கியின் கண்ணாடிக் கதவை உள்ளிருந்து வெளிப்புறமாகத் திறந்துகொண்டு வெளியே வந்த தேவமணி நாடார் பேரன் தவமணி, பலராமனின் இரண்டு கைகளையும் பிடிக்க முயன்று பலராமனின் கையிலிருந்த சிகரெட் சூடுபட்டு ஆ என்றலறினார். சுயநினைவுக்கு வந்திருந்தான் பலராமன்.

"சார் நீங்க நெனக்கிற மாரி..."

"என்னய்யா, தோணி கட்டுமானத்தப் பத்தி இவனுக்கு என்ன தெரியும்."

"அதுக்கில்ல தம்பி. இவ்வளவு பெருசா எதுக்குக் கெட்டுனிய. சின்னதாயிருந்தா ஒரு வேள..."

"சின்னதாயிருந்தா கப்ப நடைக்கி அடிக்கிலாமிங்குறிய. அதுலயிந்தாம் மண்ணள்ளிப் போட்டாச்ச."

"தம்பி நீங்க சொல்லுறது என்னயின்னு புரியில. மொத்தத்துல நீங்க இந்தத் தோணிய ரெம்ப ஆடம்பரமா தேவயில்லாம செலவழிச்சி கெட்டியிருக்கியயின்னு சொல்லுறாங்க."

"யோவ், இவன்வளுக்கு என்னவே தெரியும். பெரிய எம்.பி.ஏ. படிச்சிற்றாக்குல யாபாரத்துல கிரவுண்ட் ரியாலிட்டி தெரிஞ்சிருமாய்யா. நானும் பி.இ. படிச்சிருக்கம். சும்மயில்ல ஆர்க்கிடெக்ட் முடிச்சிருக்கம். எம் பொண்டாட்டியும் பி.இ. ஆர்கிடெக்ட். சும்ம ரசிச்சி ரசிச்சி கெட்டுனதப் போயி..."

"அது என்னமோ எனக்குத் தெரியில பாத்துக்கிடுங்க. கடந்த பத்து மாசமா நட போனதுல ஒரு நேரங்கூட முழுஎடை போவயில்லயிங்குதாவ. 400 டன்னுக்கு 250 டன்னுகூட ஏறலியாம்."

பெரிய தோணிகள் வைப்பதற்காகவும் வைத்திருக்கும் பெரிய தோணிகளில் முழுச்சரக்கு எடுப்பதற்காகவும் எத்தனையோ முறை மல்லங்குளத்தை உடைத்து ஆழம் பண்ணித் தருமாறு தோணி உரிமையாளர்கள் கேட்டும் துறைமுக நிர்வாகம் கண்டுகொள்ளவேயில்லை. பிரிந்து கிடந்த, சங்கங்கள் ஒரு காரணமென்றால் வியாபாரிகள் கண்டுகொள்ளாதது மற்றொரு காரணம். தோணிக்காரர்களுக்கு வரும் பிரச்சினை தங்களுடைய பிரச்சினையே அல்ல என்பதுபோல் நடந்துகொண்டார்கள் வியாபாரிமார். அவர்களுடைய எண்ணத்திற்கு ஏற்றாற்போல் கண்டெய்னர் பெட்டிகள் மூலம் ஏற்றுமதிச் சரக்குகளுக்கான மாற்று வழியும் வந்துவிட்டதால் வியாபாரிகளுக்குத் தோணிப் பிரச்சினை ஒரு பொருட்டாகவே தெரியவில்லை.

"அவுங்கயெல்லாம் இன்டர்னல் ஆடிட்டர் அப்புடித் தாம் கேள்வி கேப்பாங்க."

வழுக்கைத் தலையில் முத்து முத்தாய் வியர்த்திருந்ததைத் துடைத்தபடியிருந்தான் பலராமன். ஏற்கனவே இருந்த பழைய தோணிகளில் வெகுகாலமாகவே கலப்பத்து அடிக்காததால் ஒரு தோணியைச் சங்குமால் பக்கம் கரை இழுத்து வைத்திருந்தார்கள். வேலை ஆரம்பிக்கவேயில்லை. ஆறு மாதத்திற்கு முன்னால் 32ம் நம்பர் தோணி கொழும்பு நடை முடிந்து வரும்போது ஜவனாப் பக்கம் அணியத்திலிருந்து நடுத்தோணிவரை கமர் பலகைக்குக் கீழே விரிந்து தண்ணீர் குடிக்க ஆரம்பித்து, எஞ்ஜின் அறைவரை தண்ணீர் வந்துவிட்டது. பழைய தோணிக்கு எஞ்ஜின் வேண்டாமென்று பலராமன் எவ்வளவோ சொல்லியும் ரவீந்திரன் கேட்க

வில்லை. கடைசியில் தண்டல் லியோன் பயந்து பக்கத்தில் ஓடி வந்துகொண்டிருந்த தோணித் தண்டலின் உதவி கேட்டு கட்டி இழுத்துக்கொண்டு வந்து பாலத்தில் கட்டியிருக் கிறார்கள். பாலத்தில் கட்டிய பிறகு உள்ளே பார்த்தால் பூதாருக்கு மேல ஏழு அடிக்குத் தண்ணீர் இருந்ததாம். ஏற்கனவே திட்டமிட்டிருந்தபடி கட்டுமானத்திலிருந்த புதுத் தோணி வேலையைச் சீக்கிரம் முடிக்க வேண்டித்தான் கொற்கை வங்கியில் கடன் வாங்கியிருந்தான் பலராமன். கடைசித் தவணையைத் தராமல் இழுத்தடித்தது கொற்கை வங்கி.

கீழே நின்றபடி அவர்கள் பேசுவதை வேடிக்கை பார்த்த படியிருந்த பாண்டித்துரையும் முத்துசாமியும் படியேறி மேலே வந்தார்கள்.

"தம்பி, நீ நம்ம சேசுபாக்கியம் மொவனா?"

கழுத்தில் தொங்கிய டையைச் சரிசெய்தவாறே "ஆமா" என்றார் தவமணி.

"தம்பி யாரு தெரியுமா?"

"தெரியும் அண்ணாச்சி, எங்க கஸ்டமர்தாம்."

திரும்பி பாண்டித்துரையைப் பார்த்துச் சிரித்த முத்துசாமி சொன்னார்.

"அதாம்ய்யா, யார் யார எங்க வச்சிப் பேசணுமின்னு ஒரு வெவஸ்த இல்லாம போச்சி. இந்தா நிக்கிறானே இவம் பூட்டம் ஆண்டி நாடானும் ஒரு ஆளு இந்த பேங்கு ஆரம்பிச்சப்ப. கலி காலமாயிப்போச்சி."

"அண்ணாச்சி, இப்பயெல்லாம் அன்னக்கி கணக்க அன்னன்னைக்கே முடிச்சாகணும். மேனேஜ்மென்ட் மாறிப் போச்சி. பழைய ஆள் புது ஆள்ன்னு ஒண்ணும் பாக்க முடியாது."

"என்னடே மாறிப் போச்சி. எந்த நிர்வாகம் மாறுனாலும் பேரு மாறுனாலும் நாடார் பேங்கு நாடார் பேங்குதான..." என்றார் பாண்டித்துரை.

கொற்கை வங்கியின் பங்குகள் சந்தையில் அதிக விலைக்கு விற்று அவை பம்பாய் கப்பல் கம்பெனிகளுக்கு போன விவகாரம் பெரும்பாலும் அதிகம் பேருக்குத் தெரியாம லேயே இருந்தது. மகுமைகளைவிட ஊர்ச் சங்கங்கள் அதிகப் பட்டுப் போனதால் உள்ளூர்ப் பிரச்சினைகளையும் கொடுக்கல் வாங்கல்களையும் தீர்த்துவைப்பதில் வெகுநேரத்தைச்

செலவழித்தார்களேயல்லாமல் பொதுப் பிரச்சினைகளைப் பேசி முடிவெடுக்கும் மூத்தவர்கள் சொல்லுக்கு மரியாதையில் லாமல் போனது.

“எலேய் நெசமாவா சொல்லுற...”

“வேற என்ன அண்ணாச்சி, தான் தன் சொகமின்னு ஆயிப்போச்சி. ஒரு நா கோட்டுக்கு வந்து பாருங்க பர்னாந்துமாரு தோத்துப் போவாவ. நம்ம பயல்வளுக்குள்ள குடுக்கல் வாங்கல் கேசுவ...”

வாயடைத்து நின்றிருந்தார் முத்துசாமி.

‘பழைய பாசம் நேசம் இல்லாமத்தாம் போயிற்றோம். அய்யா, தாத்தா காலத்தமாரி உழைப்பு மேல ஆசயும் இல்லாமப் போச்சி. வண்டிப் பேட்ட போயி, சங்க கட்டடங்க வந்து இன்னைக்கி பொதுவுல கலியாண மண்டவம், லைபரி அது இதுயின்னு என்னென்னமோ... யாரு கொண்டந்தா, நம்மதாம் கொண்டந்தோம். ஆனா, நம்ம புள்ளய ஒண்ணும் செய்யல்லிய. இத்தனைக்கிம் படிக்க வச்சோம். தெம்பேறிற் றான்வளோ... ஆமா, தம்பி மொவம் கோமதி அண்ணக்கி கோயில்லயிருந்து கொண்டுவந்த விபூதிய காலால தள்ளுனான. நம்ம பாக்காத நீதிக்கச்சியா, திராவிடர் கழகமா. அது வேற இது வேற. இது கொழுப்பு. இவன்வகிட்ட எதுக்கு சொல்லணுமிங்குற நெனப்பு. வேற ஒண்ணுமில்ல. அய்யா, தாத்தாமார் வெறியோட போராடுனாவ. பேங்கன்ன பேங்கெல்லாம் போயிக் கடம் வாங்குதான்வள, இவன்வள நிப்பாட்டவும் முடியில்ல. இங்கிலீசுல பேசுறான்வ. ஆபீசுல இருந்தாத்தான சரி. எங்கய்யாவுக்கு, தாத்தாவுக்கு இருந்த வெறி எனக்கே இல்லிய. அதாம் கடோர் சால்ட்டுன்னு ஒருத்தம் வந்தாம் இன்னைக்கி லாலா சேட், லோதிராம்... யாரு எடத்துல வந்து யாரு உப்புக்கு வெல வைக்கிறது. இன்னா அகர்வால் கெமிக்கல்லு, ஊர்வலம் ஆர்ப்பாட்டம் எல்லாத்தயுந்தாம் அடக்கிப் போட்டான்வள. பணத்த அள்ளி வீசுறான்வளாம. நல்லாப் படிச்சவன்வளும் அப்புடித்தான இருக்கான்வ. இவம் பலராமம் நல்லா படிச்சவந்தான. கடன் வாங்குன பயலுக்காவது தெரியாண்டாமா, தெம்பேறிற் றான்வ. நாம் பாத்திருக்கமில்ல ஜிம்கானாவுல என்னமோ பில்லியர்ட்சா... குச்ச தூக்கி வச்சிகிற்று... வானத்துலயிருந்து குதிச்சவம் மாரியில நடந்தாம். ரவீந்திரனச் சொல்லணும். புள்ளய பொறுப்பா வளக்கயில்ல. தங்கப்பழத்த ஜிம்கானாவுல பாத்திருக்கன, அதே ரண்டு லார்ஜ்ஜி. நீதிகேட்டு நெடும் பயணம் வந்தவமெல்லாம் சூட்கேசக் கண்டவொடன மறைஞ்சே போனான்வ. அதாம் கமிலஸ் கிட்ட சொன்னம்

கேக்காஞ்சாம் தேவயில்லாம அதுவளக் கெளப்பிவுட்டுகிட்டு. இவனும் பணம் வாங்கியிருப்பானாயிருக்கும்... சண்முகா மணிவேலுக்குத்தான ஸ்டிவிடோரிங்காம். ஆரியக் கூத்தாடுனாலும் தாண்டவக்கோனே கொண்ட காரியத்தில கண் வையடா தாண்டவக்கோனே. அப்பம் பாட்டம் ஆஸ்தியெல்லாம் சிகரெட்டாக மாறி இந்த அய்யா வாயில் புகையிது பார்... நம்ம எதுக்கு சாரின்னு சொல்லணும்.'

சிகரெட் புகையில் முகம் சுளித்துத் திரும்பினார் முத்துசாமி.

"சரி நா வாரங்க..." என்றவாரே படியிறங்கிப்போனான் பலராமன்.

"பெரியார் பெருந்தலையார் வார்த்தயள யாரு கேக்குறா... யாரோ மாலத் தீவுக்காரனுக்கு ஒரு தோணிய வெல பேசி அட்வான்ஸ் வாங்கிற்று அனுப்புனானாம். அவம் போனவம் அதே போக்குதானாம்" என்றார் பாண்டித்துரை.

"எப்புடியெல்லாம் சேத்த பணம் எப்புடிப் போவுது பாரு. மாலத்தீவு யாவாரமே பயந்தாம் என்ன. தோணித் தொழில் செய்யிறமுன்னு அப்புடியே மேசைக்கார பர்னாந்துமாரா ஆயிற்றாம் போல. பேத்தியக் கெட்டிக் குடுக்குலாமுன்னு பாத்தம்."

"..."

"படிச்ச எடத்துலே காதலாம். ரவீந்திரம் அக்கா மொவள எடுத்திருலாமுன்னு தலகீழ நின்னாரு, இந்தப் பய சுத்த முசுடு."

"மெட்ராசுல ஒரு விசயமா போயிருந்தப்ப கஸ்டம்சுல நம்ம கரிக்களத்து மாரிமுத்து மொவ தேசப்பற்று இருக்காயில்ல அவ மொவம் ஞானஆசீரப் பாத்தம்."

"கொற்கைக்கி மாறி வாராருன்னு பேச்சாக் கெடக்கு."

"நம்ம வக்கீலு சாமுவேல் ஆசீர்வாதம் மொவம் எளையவம் என்னெய்யாம்?"

"இம்மானுவேல், பல்டோனா கடையில பாத்திருக்கன. நடமாடும் நூல் நிலையமின்னு வச்சிகிற்று ஆனந்தவிகடம், குமுதம், கல்கண்டுன்னு வீடு வீடாப் போட்டுகிட்டு இருந்தான..."

"அவனேதாம். அவம் இப்ப கிறிஸ்துராச்சி கூடயில இருக்காம்."

“கிறீஸ்துராச்சிக்கும் கப்ப வருதின்னாவள.”

“எல்லாம் இவம் இம்மானுவேல் அண்ணம் எபனேசர் புண்ணியந்தாம். புது ஆபர்ல சிக்னலுல இருக்காம்.”

“என்னமோ... வக்கீல் சாமுவேல் ஆசீர்வாதம் கெடந்த கெடைக்கிப் புள்ளய பரவாயில்ல போல. ஆமா அவுரு மொவ மூத்தவ ஒரு புள்ள உண்ட...”

“அது அந்த நாள்லே எடையங்குடியிலயோ, ஓடங்குடியிலயோ கெட்டிக் குடுத்திற்றார, பேரு ராசாத்தி. டீச்சராயிருக்குபோல...” என்றார் முத்துசாமி.

வங்கிக்கு வந்த வேலையை முடித்துவிட்டுத் திரும்பவும் படிக்கட்டில் கீழே வந்தார்கள். போக்குவரத்து நெரிசல் காரணமாக டிரைவர்கள் வண்டிகளைச் சிறிது தள்ளியே நிறுத்தியிருந்தார்கள். உச்சி வெயில் தாண்டி நிழல் காலுக்குக் கீழே சிறிது சரிந்து தெரிந்தது. பக்கத்தில் திருச்சிலுவை ஆங்கிலப் பள்ளியிலும் மணியடிக்க வண்ணத்துப்பூச்சிகள் போல் மாணவிகள் சிறகடித்துப் பறந்து வெளியே வந்தார்கள்.

“பாண்டி, நாங் கெளம்புறம். பேத்தி வந்தாலும் வருவா. பாத்தாயின்னா தாத்தா வெயிலுக்குள்ள எதுக்கு அலையிறிய யின்னு திட்டுவா.”

“நின்னு கூட்டிற்றுப் போயிற வேண்டியதான.”

“அந்தா... நம்ம வண்டிக்கி முன்னால மாருதி செண் நிக்கிது பாருங்க அது அவளுக்கு வந்த வண்டி. எய்யா அண்ணங்கிட்ட சொல்லுங்க வெளிய ஊத்துற நச்சித் தண்ணியில என்ன வந்திச்சி. நம்பிப் போட்டிருக்கோம் கைவுட்டுறாமப் பாத்துக்கிடுங்க” என்றார் முத்துசாமி.

“என்னமோ புரோமினா கீமினாயின்னாவள அதுக்கா...”

தலையை ஆட்டியபடியே காரை நோக்கி நடந்தார் முத்துசாமி. ஹிந்தியில் பேசியபடியே நாலைந்து பள்ளிப் பிள்ளைகள் கடந்துபோனார்கள். நெறித்துத் தள்ளிய கொங்கை களையும் பருத்துப் பளபளத்த கால்களையும் முட்டுக்கு மேல் கவர்ச்சியாய்த் தெரிந்த தொடைப் பகுதிகளையும் காணத் தவறவில்லை பாண்டித்துரையின் கண்கள்.

‘சவம் வடக்கத்திக்காரிய வடக்கத்திக் காரியதாம். இவ்வள மாரிதாம் ஆத்தாமாரும் இருப்பா. என்ன மேல கொஞ்சம் சரிஞ்சி போயிருக்கும். நம்ம ஊர்க்காரிய மாரி யில்லிய. அதாம் தொப்புள் தெரியிதில்லா சும்ம பாத்திற்று

போவியா. அரிசி திங்கிறவளவுட சப்பாத்தி திங்கிறவ நல்லாத்தாம் இருக்கா. வளப்பு மகனுக்கு வந்த வாழ்வப் பாத்தியளா. அம்மனுக்கு அலங்கரிச்சமாரிதாம் இருந்திச்சி. எல்லாம் புன்னகை மன்னரின் பொன்நகை கூடத்துல உள்ளதுன்னு சொன்னாவ. என்னமோ தேர்தல் நேரங்கள்ல நம்மள சறுவாம இருந்தாச் சரிதாம். போற போக்கப் பாத்தா ஒரு கச்சி ஆரம்பிச்சிருலாம்போல. அன்னக்கி கூட்டத்துல சமுத்திரபாண்டி அண்ணாச்சி சும்மயா சொன்னாவ. எல்லாங் காரியமாத்தாம். எவம் வந்தா போனா நமக்கென்ன நம்ம வயிறு நெரம்பிச்சா. அவுருக்கேத்த டென்டரே போட வக்கிறாராம, தெறமதாம். வக்காளி நாந்தாம் பாக்கிற மின்னு பாத்தா பெரியவரு கண்ணும் சும்ம குத்துறமாரியில போச்சி. ஒரு செம்புத் தண்ணியத் தூக்குறதுக்கு பெலம் இருந்தாப் போதுமிங்குறான்வள. நம்ம கூதிவுள்ளய சவம் பாக்குற மாரியா இருக்காள்வ. ரண்டு புள்ளயப் பெத்துப் போட்டுறக் கூடாது வயித்த ஏழு மொழத்துக்குத் தள்ளிகிட்டு. மணியடிக்கப் பொறுக்காம இவன்வ எங்கன கெடந்து வந்தான்வ. புள்ளயளக் கவனமாப் பாக்கணும். கஞ்சா அடிக்கிற கூதிவுள்ளயளக் கூட்டிற்று வந்து காதல் பண்ணுறம் கீதல் பண்ணுறமின்னுறப் போறாள்வ.'

123

1996

எட்டயபுரம் ரோட்டில் சமீப காலங்களில் முளைத்திருந்த லாரி புக்கிங் ஆபீஸ்களைத் தாண்டிய அமைதியான இடம் சேவியர் காலனி. முகப்பிலேயே மிக்கேல் பல்டோனாவின் மூத்த மகன் அல்பின் பல்டோனா வின் வீடு. மாடியில் தெருவில் வருகிறவர்களுக்கு தெரியிறாற்போல் 'கண்ணைப் பார் சிரி' என்று எழுதிவைத்திருந்தார்கள். ஆறு வருடங்களுக்கு முன்னால் பல்டோனா பிரதர்ஸ் உடைந்து குருஸ் பல்டோனா பிள்ளைகள் தனியாகவும் மிக்கேல் பல்டோனா பிள்ளைகள் தனியாகவும் அலுவலக நிர்வாகத்தைப் பிரித்தபோது அல்பின் பல்டோனா தன்னுடன் பிறந்தவர்களோடும் சொத்தைப் பிரித்துக் கொண்டார். கொற்கையில் இன்றுவரை பிரியாத பல்டோனாக்களின் அசையும் அசையாச் சொத்துக்கு இணையாக யாரிடமும் சொத்து இல்லை. யானைக்குத் தன் சொந்த பலம் தெரியாது என்பது போல் பல்டோனாக்களுக்குத் தங்களுடைய சக்தி தெரிந்திருக்க வில்லை.

ஊருக்கு ஒதுக்குப் புறமாகப் போய்விடலாம் என்று நினைத்த அல்பின் பல்டோனா புரோக்கர்கள் மூலம் எட்டயபுரம் ரோட்டுப் பக்கம் நிலம் தேடியதில் ரோட்டின் மேலேயே அந்தக் காலத்தில் வல்தாரிஸ் பல்டோனா வாங்கிப் போட்டிருந்த நூறு ஏக்கருக்கு அதிகமான இடம் இருப்பது தெரியவந்தது. சகோதரர் களுக்குள் பிரித்தது போக மீதியை வெளி நபர்களுக்கு விற்றுவிட்டிருந்தார்கள். நிலத்தை விற்றுக்கொடுத்த புரோக்கர் தீனனுக்கு அங்கங்கே பல்டோனாக்களின் நிலத்தையும் அளங்களையும் கண்டுபிடித்துக் கொடுப்பதே நிரந்தரத் தொழிலானது.

மிக்கேல் பல்டோனா இருந்த காலத்திலும் வெளி விவகாரங்களில் அவர் காட்டிய அக்கறை பிள்ளைகள் விசயத்தில் இல்லாமல் போனதால் அவரவர் இஷ்டத்துக்கு வளர்ந்திருந்தார்கள். மிக்கேலுக்கும் சற்குணத்துக்கும் எப்போதும் எதற்கெடுத்தாலும் சண்டை. பிள்ளைகளும் ஒற்றுமையாக வளரவில்லை. நல்ல வேளையாக வீட்டு மருமகன் மார்க் கர்டோசா இறப்பதற்கு முன்னால் எல்லாருக்கும் பொது ஆளாய் வந்து சொத்துக்களைப் பிரித்துக் கொடுத்திருந்தார். மிக்கேல் பல்டோனாவின் தலை மூத்த மகனாய் இருந்தும் உண்டு குடித்துச் சந்தோசித்து இருந்தாரேயல்லாமல் அல்பின் தொழில் காரியங்களில் ஒரு துரும்பைக்கூட எடுத்துப் போடவில்லை. இந்த விசயத்தில் குருஸ் பல்டோனா பிள்ளைகள் தங்கையா பல்டோனாவும் ஹென்றி பல்டோனா வும் ஓரளவு பரவாயில்லை. மிக்கேல் பல்டோனாவின் எதிர்பாராத மரணத்திற்குப் பிறகு தொழிலை நடத்தியவர் தங்கையா பல்டோனா. அல்பினுக்கு மனைவியாய் வந்த செல்வராணி வடிகட்டிய கஞ்சல். கிடைத்த பணத்தையும் சொத்துக்களையும் சிந்தாமல் சீரழியாமல் காப்பாற்ற வேண்டு மென்பது குறிக்கோளாய் இருந்ததேயொழிய முனைந்து வியாபாரத்தில் ஈடுபட வேண்டுமென்று நினைத்ததேயில்லை. ஓரளவு வசதி படைத்த பர்னாந்துமாரின் இந்தத் தயக்கம் கொற்கை நாடார் வியாபாரிமாரைக் கோபுரங்களுக்கு கொண்டுசென்றது.

அல்பினின் ஒரே மகன் சந்திரன் பல்டோனா கொற்கை சிதம்பரனார் கல்லூரியில் பட்டப்படிப்பை முடித்திருந்தான். ஒரே பிள்ளையை ஒரு நல்ல இடத்தில் படிக்க வைப்போம் என்றுகூட அல்பினுக்குத் தோன்றவில்லை கொற்கையில் நாளுக்கு நாள் நடக்கும் தொழில் முன்னேற்றம் வெளியாட் களின் வருகை இளம் சந்திரனை வெகுவாய்ப் பாதித்திருந்தது. பணம் இருந்தும் பெயர் இருந்தும் எதுவும் செய்ய முடிய வில்லையே என்று வருந்தினான். நடு அறையில் தொலைக் காட்சிப் பெட்டியின் முன்னால் சோபாவில் சம்மணம் கூட்டி அமர்ந்து பல் குத்தியபடியே சாலமோன் பாப்பையா வின் 'தினம் ஒரு திருக்குறள்' பார்த்து ரசித்தபடியிருந்தார் அல்பின். மேல் மாடியிலிருந்து கீழே வந்த சந்திரன் அழைத்தான்.

"அப்பா..."

கையிரண்டையும் உயர்த்தித் தலையின் பின்னே இணைத்துச் சோம்பல் முறித்தபின் வலது கையால் மூக்குக் கண்ணாடியைச் சரிசெய்தார் அல்பின் பல்டோனா.

“அப்பா யார் யாரெல்லாமோ கொற்கைக்கி வாராங்க. கம்பெனி வைக்கிறாங்க. நம்ம மட்டும் இப்புடியே... தங்கையா பெரியப்பா மகனும், ஹென்றி பெரியப்பா மகனும் வேர்ல்டு டிரேட் சென்டர்ல புது ஆபீஸ் கெட்டுறாங்களாம்.”

“...”

“காலேஜில எங்கூடப் படிச்ச பசங்ககூட என்னமோ பிரைட் ஃபார்வேர்டிங்ன்னு கம்பெனி வக்கிறான்வ.”

“வைக்கட்டு, அதுக்கு நா என்ன பண்ணணுமிங்குற?”

“...”

“ஒனக்கு என்னடா தெரியும் யாபாரத்துல உள்ள சிக்கல். எங்கய்யா ஆணானப்பட்ட மிக்கேல் பல்டோனாவே கடைசி நேரத்துல மீன்புடி கப்பல் வைக்க பயப்புட்டாரு, இது அப்புடி காலமாக்கும். நீ வேணுமின்னா பாரு சித்தப்பா ஜோன்ஸ் அவங்கூட படிச்சாமுன்னு எவனயெல்லாமோ உள்ள வுட்டுருக்கானாம். இவனே வானம் பாத்தாம். என்னாவுதுயின்னு பாரு.”

சித்தப்பா ஜோன்ஸ் பல்டோனா பார்த்தால் புத்தி சுவாதீனமில்லாதவர் போலிருப்பார். எப்போதும் அன்னாந்து பார்த்துக்கொண்டிருப்பதால் வீட்டில் அவரை வானம் பாத்தான் என்று அழைப்பார்கள். படிப்பில் படுசுட்டி. அண்ணன் சந்தியாவைப் போல் என்ஜினியரிங் முடித்து விட்டு எம்.பி.ஏ.வும் முடித்திருந்தார். படிப்பு முடிந்த கையோடு திருமணம் முடிந்திருந்தது. வியாபாரத்தில் ஜோன்ஸ் பல்டோனா பங்குக்கு சிப்பிங் ஏஜென்சி வந்ததால் தினசரி வேலை நிர்வாகத்திற்காகத் தன்னுடன் எம்.பி.ஏ படித்த நாதனை வேலைக்கு அமர்த்தியிருந்தார். நாதனைப் பற்றித் தினமும் ஒரு ஆவலாதி வீட்டிற்கு வரும்.

“நம்ம அஞ்சாறு வண்டியாவது வாங்கி விடுலாம்ப்பா.”

“எங்கய்யா காலத்துலேயே சீமோன் சிங்கராயம் அய்யா தனிஸ்லாஸ் சிங்கராயங்கூட சேந்து ‘பல்சிங்’ டிரான்ஸ் போர்ட்டுன்னு பேரு வச்சி வண்டி வாங்கி வுட்டுருக்காங்க. ஒண்ணுமே சரிப்படலயாம். நீ என்னமோ வண்டி பிசுனஸ் எங்களுக்கு தெரியாதமாரி வந்து சொல்லுற. புரோக்கர் வாடகையில ஏமாத்துவாம், டிரைவர் டீசல் போடுறதுல ஏமாத்துவாம்.”

“அப்ப ஒரு ஃபார்வேர்டிங் லைசென்ஸ்சாவது வாங்கி கிளியரிங் பண்ணுலாம்ப்பா.”

“யார் யாரெல்லாமோ யாவாரியின்னு வந்திறானவளாம். கஸ்டம்ஸ்காரனும் போர்ட் டிரஸ்ட்காரனும் பேயா கொள்ளயடிக்கிறானாம்.”

“எல்லாத்துக்கும் ஒரு காரணம் சொல்லுறிய. ஓங்க காலம் சரிப்பா, எனக்குன்னு ஒரு வழி பண்ண வேண்டாமா.”

“பொறுடா, அது அதுக்கின்னு ஒரு கால நேரம் வரும்” என்றார் அல்பின்.

அல்பினைப் பொறுத்தவரை உட்கார்ந்த இடத்திலிருந்து நகர்ந்து உட்கார வேண்டுமானாலும் முருகையா வாத்தியார் ஜாதகம் பார்த்துச் சொல்ல வேண்டும். பூனை, நாய், காகமென அல்பின் பயப்படாத ஐந்துக்களேயில்லை. வியாழனானால் தெற்கில் சூலம், வெள்ளியானால் மேற்கில் சூலம்.

“மில்லுக்குப் பின்னால அந்த எட்டு வீட்டு கம்பவுண்டுல செவுரு பேந்து வுழுந்து உள்ள உப்புக் கல்லெல்லாம் தெரியிது யின்னான்வ போயிப் பாத்தியா. அங்க கொத்தி எங்க பூசமுடி யும் அப்புடியே வுட்டுருவமா” என்றார் அல்பின் பல்டோனா.

சந்திரனுக்குக் கோபம் கோபமாய் வந்தாலும் வெளியே காட்டவில்லை. அமைதியாய் அமர்ந்து தொலைக்காட்சிப் பெட்டியைப் பார்க்க ஆரம்பித்தான். வலம்புரி ஜான் ‘இந்த நாள் இனிய நாள்’ நிகழ்ச்சி கொடுத்தபடியிருந்தார்.

‘அய்யா இப்புடியே நம்மளப்போட்டு அமுக்கு அமுக்குன்னு அமுக்கி ஒண்ணுக்கும் பிரயோசனமில்லாம ஆக்கியிருவாரோ. எங்கயாவது வேலைக்கி சித்தப்பாவமாரி போலாமுன்னா ஒத்தக்கே ஒரு புள்ளயின்னு பாட்டு வேற. பேரப் புள்ளய இப்புடித்தாம் இருப்பான்வயின்னு அவுருக்கு தெரிஞ்சிருக்கும்போல அதாம் நெலத்துல போட்டுருக்காரு. சாவுறவர தனிஸ்லாஸ் சிங்கராயம் சீமோன் சிங்கராயன எழும்பவுடலியாம. ஜே.சி. மீட்டிங்குல ஒவ்வொருத்தம் வந்து சொல்லுறதயும் பாத்தா... மிக்கேல் தாத்தா பெரிய ஆளாத்தாம் இருந்திருக்காங்க. தேவயில்லாம ஜோன்ஸ் சித்தப்பா எதுக்கு இப்புடி சுத்தம் பாக்குறாவயின்னு தெரியிலிய. மணி அண்ணாச்சியின்னவொடனதாம் அவுங்ககூடச் சமாளிச்சி டிரைவராயிருக்காங்க. கதவ தெறந்தாக்கூட யாரும் கை வைக்காத எடமாப்பாத்துக் கை வைச்சித் தெறக்குறாவ. இவ்வளவு சுத்தம், பாக்குறவங்க எப்புடி சித்தி கூட...’

மாடியில் தொலைபேசி மணியடித்து ஓய்ந்தது. குசினிக்குள் வேலையாயிருந்த செல்வராணி குரல் கொடுத்தாள்.

"என்னங்க மேல போன் அடிச்சிச்சி கேட்டியளா, சந்திரம் என்ன பண்ணுறாம்?"

"மேல் நம்பர்ல அடிக்கத் தெரிஞ்சவனுக்கு கீழ அடிக்கத் தெரியாதாக்கும். கணக்கப்புள்ளயாயிருக்கும் கீழ கூப்புடுவாம் வுடு" என்றார் அல்பின்.

"சாப்புட வாறியளா... நேத்து கணக்க புள்ள வந்திருந்தாரு."

"இப்பச் சொல்லுற."

"நேத்து சொன்னாமட்டும் என்ன செஞ்சிருப்பிய. நேரத்தோடயே தூங்கிற்றிய. அந்த மஸ்தாவா... கிஸ்தாவா. மணல்தெரு வீட்டுல இருக்கான அவங்கிட்ட வாடக கூட்டிக் கேட்டாராம்."

"இந்தே... பெரிய வூட்டுக்கு, சொல்லு."

"ஹிந்தியில என்னமோ வாய்க்கி வந்தபடி பேசிற்று, வக்கீல் நோட்டிஸ் அனுப்புவமின்னானாம்."

மஸ்தாவின் நடவடிக்கை பிடிக்காமல் வாடகையைக கூட்டிக் கேட்குமாறு சொல்லியிருந்தார் அல்பின். ராஜஸ்தானி லிருந்து ஒரு கூட்டத்தையே கூட்டி வந்து குடி வைத்திருந்தான் மஸ்தா. வீட்டிற்கு முன் அடிக்கடி லாரி வந்து நிற்பதாகவும் மூடை மூடையாய் என்னென்னவோ வந்து இறங்குகிறதாகப் பேச்சு. கொற்கையில் போதைப் பொருள் கடத்தலென்று அடிக்கடி தினசரிகளில் செய்தி வந்தவண்ணமிருந்தது. மிக்கேல் பல்டோனா காலத்திலிருந்தே மஸ்தா அங்கு குடியிருக்கிறார். உப்பு வியாபாரத்துக்காக வந்தவருக்கு இப்போது ஏதேதோ வியாபாரம். ஆளும் அதிகார வர்க்கத் தோடு மஸ்தாவுக்கு நல்ல பரிச்சயம். சனிக்கிழமையானால் மணல்தெருவே கலகலத்துவிடும். கொற்கையிலிருக்கும் அனைத்து மார்வாடிகளும் மணல்தெரு மஸ்தா வீட்டில் கூடிவிடுவார்கள். ஓரே குடியும் கும்மாளமும்.

திரும்பவும் தொலைபேசி மணியடித்தது. செல்வராணி எடுத்தாள். தொலைபேசியைக் காதுப் பக்கம் வைத்து முகத்தைச் சுருக்கியவாறே சொன்னாள்.

"என்னங்க, ஓங்க தம்பி பொண்டாட்டி பேசுறா."

"என்னென்னு கேளு, காலங்காலத்தாலே..."

"எங்கிட்ட எப்புடி சொல்லுவா."

என்றவாறே தொலைபேசியை மேசையில் வைத்துவிட்டு நடந்தாள் செல்வராணி. அல்பின் வந்து எடுப்பதற்குள்

இணைப்பு துண்டிக்கப்பட்டிருந்தது. சிறிது நேரத்தில் வீட்டிற்கு முன்னால் புழுதி பறக்க கார் ஒன்று வந்து சடன் பிரேக் போட்டு நின்றது. அவசரகதியில் இறங்கிய சுகந்தன் பல்டோனா தவ்வித் தவ்வி நடந்து உள்ளே வந்தபடியிருந்தான். வெளியே ஓடிவந்த சந்திரன், சித்தப்பா சுகந்தனின் முகத்திலிருந்த கவலை ரேகைகளைக் கண்டுகொண்டவனாய் எதுவுமே பேசாமல் அவர் பின்னாலேயே நடந்தான்.

"குடியாரப் பயலுக்கு காலயிலே இங்க என்ன வரத்து" என்று முனகியபடி செல்வராணியும் முன்னே வந்தாள். வந்ததும் வராததுமாக வரவேற்பறை சோபாவில் அமர்ந்த சுகந்தன் மதினியாரை நோக்கிக் கேட்டார்.

"மயினி குடிக்க கொஞ்சம் தண்ணி கொண்டாங்க."

அதுவரையில் அலட்சியமாய் நின்றிருந்த செல்வராணி விக்கித்துத் திரும்பினாள். திருமணம் முடிந்து வந்த நாளிலிருந்து இன்றுவரை சுகந்தன் அவளை 'மதினி' என்று அழைத்ததே யில்லை. செல்வராணியின் வெள்ளை முகம் ரத்தச் சிவப்பாகி யிருந்தது. சூழ்நிலையைப் புரிந்துகொண்ட சந்திரன் குசுனிக் குள் ஓடிச் சென்று லோட்டாவில் தண்ணீர் கொண்டுவந்தான். வியர்த்து விறுவிறுத்திருந்தார் சுகந்தன். மேல்மூச்சு கீழ்மூச்சு வாங்கியது. நெஞ்சு படபடக்கத் தண்ணீர் முழுவதையும் குடித்து முடித்த சுகந்தன் இரண்டு கைகளாலும் தலையைப் பிடித்தவாறே அமர்ந்திருந்தார். பக்கத்தில் வந்து அமர்ந்திருந்த அல்பினின் முகத்தில் சிந்தனைச் சாயை.

'பொண்டாட்டிய சந்தேகப்படுறாமின்னாவள அடிச்சி கிடிச்சி போட்டானோ. அப்புடியேயின்னாலும் வீடு தேடி வந்திருக்காம். கொன்னு போட்டானா... இப்ப பூதா மொதப் பொண்டாட்டியக் கொன்னுட்டு ரண்டாவது பொண்டாட்டிக் கித்தான அலையிறான்வளாம். இவனுக்கென்ன பணத் தேவ. கேக்குறதுக்கு நாதியில்லயின்னவொடன... சே... அந்தப் புள்ளயின்ன பொறவுதாம் சமாளிச்சிக் குடும்பம் நடத்துறா. பாத்தா இவனுக்குத்தாம் நெலச்சொத்து அதியம். பொம்புள கேசோ. அப்புடி பொம்புள கேசுயின்னா, பொண்டாட்டியில வருவா. இத்தன வயசானாலும் சவத்துக்கு இன்னும் ஒரு சரியான புத்தி... செட்டியார் கெமிக்கல்காரந்தாம் இவங்கிட்ட சரியாப் பேசுவாம்.'

மௌனம் நீண்டுகொண்டே போக பொறுக்க முடியாமல் சந்திரன் கேட்டான்.

"சித்தப்பா... என்ன, என்ன விசயம்? காலங்காலத்தேல வந்தும் ஒண்ணும் பேசாம இருக்கிய."

தலையைத் தூக்கி அண்ணன் மகனை நோக்கினார் சுகந்தன் பல்டோனா. திருமணம் முடிந்து இத்தனை வருடமாகியும் குழந்தை பாக்கியமில்லை. குழந்தை வரம் தேடி வேளாங்கண்ணி, புளியம்பட்டி, ஆமந்துறை, வள்ளி யூரென ஏறாத கோவிலில்லை. குளமாகியிருந்தன கண்கள்.

"அண்ணம்..."

பேச முடியவில்லை. நாக்கு குழலாடியது. அல்பின் நெருங்கியமர்ந்து கேட்டார்.

"சொல்லுடா, என்னடா பிரச்சன?"

"தம்பி... நம்ம தம்பி சந்தியா, செத்துப் போனானாம்."

"அறிவு கெட்டவன, என்ன ஒளறுற... இந்நேரம் அவம் கெமிக்கலுக்கு போயிருப்பான."

மிக்கேல் பல்டோனா பிள்ளைகளில் அதிகம் படித்தவர் சந்தியா பல்டோனா. சென்னையில் கெமிக்கல் என்ஜினியரிங் படித்தவர். செட்டியார் கெமிக்கலில் கூப்பிட்டு வேலை கொடுத்திருந்தார்கள். அக்கா ரமணி, தன் ஒரே மகளை வயது வித்தியாசம் பார்க்காமல் தம்பிக்கு மணம் முடித்துக் கொடுத்திருந்தாள்.

"நேத்து சாயந்தரம் அந்தோணியார் கோயில் பக்கம் ரத்னா மெடிக்கல்ல என்னமோ மருந்து வாங்கிகிற்று நின்னான" என்றார் அல்பின்.

அதிர்ந்துபோய் அருகே வந்து நின்றிருந்தாள் சின்னராணி. சந்தியாவை மாமனார் மிக்கேல் பல்டோனாவின் சாவு வீட்டில் வைத்துப் பார்த்தது.

"மொதல்ல சகாயம் இங்கதாம் போன் பண்ணுனாளாம். யாரும் போன எடுக்கலியாம்."

"..."

"காலயிலே வேலைக்கிப் போறதுக்கு உடுப்பெல்லாம் போட்டுகிட்டுச் சாப்பாட்டு மேசயில உக்காந்து இருந்தானாம்."

"என்ன சொல்லுற."

"ஆமாண்ணம், ஆப்பஞ்சுட்டுக் கொண்டு வந்தவ, அவந் தட்டுல ஆப்பத்த வச்சிற்று குசுனிக்கிள பால் எடுக்க போனாளாம். சொக்குல பால் எடுத்திற்று வந்தவ தட்டுல ஊத்தியிருக்கா, முழிச்ச கண்ணு முழிச்சபடியேயிருக்க அப்புடியே செலமாரியிருந்தானாம். என்னங்கயின்னு தோள்ல்ல கை வச்சிருக்கா... அப்புடியே சாஞ்சிற்றானாம்."

"மாரடைப்பா!"

"அப்புடி என்ன கவல?" என்றாள் சின்னராணி.

"பிரசர் அதிகம்ப்பா. சுகரும் இருந்திருக்குமுன்னு நெனைக்கிறம். 'சாகர் சதன்' பக்கத்துல வாக்கிங் போறதப் பாத்திருக்கம்" என்றான் சந்திரன்.

"..."

"அவ மெரில போட்டுப் படுத்துற பாடு இருக்கே. காலயில எழும்புனா, குளிச்சியா, டான்ஸ் கிளாஸ், ஸ்போக்கன் இங்கிலிஷ், பாட்டுக் கிளாஸ்... பக்கத்துல யாரோ அய்யங்கார் வீடு இருக்காம். பேரு ஸ்ரீதர்ன்னாவ."

"யாரு நம்ம ஆறுமுகா ஆஸ்பத்திரி இந்திரா டாக்டர் தம்பி, வெங்கடேஷ் டாக்டர் மச்சினம்."

"என்னமோ... காலயிலே கம்ப எடுத்து வச்சிகிற்று அந்த சின்னப்புள்ளய வெரட்டுற வெரட்டு."

"நீ சொல்லுறத பாத்தா மெரிலுல செத்திருக்கணும்."

சேலை மாற்றிக்கொண்டு வந்திருந்தாள் சின்னராணி. சோபாவிலிருந்து எழும்பியிருந்தார் அல்பின். மகிழ்வில் வெளிப்படாத அவர்களின் உறவின் உணர்வு சோகத்தில் வெளிப்படுவது தெரிந்தது.

"கெமிக்கல்லுலயிருந்து நிக்கப் போறமின்னாங்க."

"கடசியாக் கெடந்த கப்பநடத் தோணிய, அவந்தாம் கொஞ்சம் வெவரமானவமின்னு அப்பா அவம் பேருக்கு எழுதுனாங்க" என்றார் அல்பின்.

"எங்கிட்டப் பேசியிருக்காங்கப்பா... நமக்குத் தைரியமில்லடா யின்னு அடிக்கடி எங்கிட்டச் சொல்லுவாங்க. அதுல வந்த மன அழுத்தந்தாம் அப்புடியே புள்ளமேல திரும்பிற்று போல."

"என்னயமாரி இப்புடிக் குடிச்சி அழிஞ்சாப் பரவால்லிய" என்றார் சுகந்தன் பல்டோனா.

சின்னராணி வெளியே நின்றிருந்த கார் டிரைவரை அழைத்து காரை வெளியே எடுக்கச் சொல்ல எல்லோருமே காரில் ஏறி அமர்ந்தார்கள். செட்டியார் கெமிக்கல நகர் நோக்கிப் பறந்தது கார். பழைய நினைவுகள் மனத்திரையிலாட அமைதியாய் அமர்ந்திருந்தார் அல்பின் பல்டோனா.

'நீ எதுக்குடா வேலைக்கிப் போவணும். மணிவேல் யாபாரம் பாக்குறாம் நீ வேலைக்கிப் போறமிங்குற. தோணிப்

பாலத்துக்குள போயி இந்த காட்டுமிராண்டிப் பயல்வக வேல பாக்க விருப்பமில்லண்ணம். தட்டு கூலி பிரச்சனயில இப்புடியா... பீயக் கரைச்சி மேல ஊத்துற அளவுக்கு ஹென்றி அண்ணம் அப்புடி என்ன செய்தாரு. நன்றி கெட்டவன்வ அதாம் ஒதுங்கிற்றோம். தோணிப் பாலத்துக்குள போனா ரத்தக் கொதிப்புதாம் வரும். இவன்வ சகவாசமே வேண்டாம். ரொமிலசாவது நல்லவனாயிருப்பாமின்னு பாத்தா இன்சுரன்சு பண்ணிற்று போட்ட புலிக்கட் பக்கத்துல தாத்திற்றானாம. ஆடிட்டர் தொபியாசு சொன்னதால நமக்குத் தெரிஞ்சிச்சி. கணக்கம் வருமான வரிக்காரன்வள காட்டியே காசடிக்கிறாம். நாங்கயெல்லாம் தலச்செம எடுக்கமாட்டோம், வேணுமின்னா நீரு எடுவேயிங்குறாம். அதாம் இப்ப கூலியாளா போறான்வ. என்னமோ தங்கையா அண்ணம் மொவம் புரூனோவும் ஹென்றி அண்ணம் மொவம் போனோவும் பரவால்லயின்னாவ. இவனுக்கு எதுக்கு மாரடைப்பு வந்திச்சின்னு தெரியில. சின்ன வயசுலயுமே என்னயமாரி கிஸ்முஸ்சும், கொல்லாங் கொட்ட பருப்பும் திங்காய்வாம்... சாவு எப்ப வருதுன்னே தெரியிலிய. ஜோன்ஸ் பொண்டாட்டியின்னா அப்பா வச்சிருந்த புத்தகத்தயெல்லாம் விக்கிறாளாம்...'

முத்தையாபுரம் சந்திப்பில் பெரிய விளம்பரத்தட்டியில் கைகளை வானத்தை நோக்கி ஏறெடுத்தவராய் நின்றிருந்தார் சேவியர் சாமியார். கீழே வாசகங்கள். 'நற்செய்தி பெருவிழா. உபவாசக் கூட்டங்கள். இறை சுகம் பெற குடும்பத்தோடு வாருங்கள்.' முன் சீட்டில் அமர்ந்திருந்த அல்பின் திரும்பிக் கேட்டார்.

"இது யாரு சுகந்தா? பாத்த மூஞ்சி மாரியிருக்க."

"வலைக்குடி மிக்கேல் தண்ட மொவம் மூத்தவம். இப்ப மேற்றிராசனத்துல இல்ல. தனியா ஊழியஞ் செய்யிறானாம் எங்கூடப் படிச்சாம்."

"இப்ப இவுருக்குத்தாம் நல்ல கூட்டம் சித்தப்பா. மாதாவ கும்புடக் கூடாதுயிங்குறாறாம். நல்ல வருமானமாம்" என்றான் சந்திரன் பல்டோனா.

124

1996

உறக்கத்திலிருந்த கரோலின் பதறி விழித்திருந்தாள். மனப்பிரம்மையா அல்லது உண்மையிலேயே யாரோ அழுதார்களா புரிவதற்கு வெகுநேரம் பிடித்தது. பக்கத்தில் திரும்பினால் இரவு விளக்கு வெளிச் சத்தில் ததேயு பூபாலராயன் நெஞ்சின் மேல் முறுக்கு பிளாப்பெட்டி இருப்பது தெரிந்தது. விலகிக்கிடந்த இடது கையில் பாதி கடித்த அச்சு முறுக்கு. திறந்து கிடந்த வாசலில் வெளிச்சக் கீற்று தெரிந்தது.

'என்ன இந்த நேரத்துல வெளிச்சம். இவம் இன்னும் தூங்கலியா. வெளிச்சம் கூடிக் கொறையிறத பாத்தா டீ.வி ஓடுதோ. ஒரே வீட்டுக்குள்ள ரண்டு டீவி. என்னமோ, மருமெவந்தாம் இளிச்சவாயனா. வயிறு முட்டத் தின்னது போதாதுன்னு படுத்துகிற்றும் முறுக்கு, அதிரசம் எங்கயிருந்து சீரணிக்க. பொண்ணு கெட்டி குடுத்தவணுமா இளிச்சவாயம். இவம் பெரிய டோமினிக் ரிபேரோ மொவம். மாமா சொல்லு வாவள எப்புடியிருந்த குடும்பம். நீதிராச்சி ரெம்ப கடுமுடிஞ்ச ஆளுயின்னு சொல்லுவாவள எப்புடி ஒண்ணுமில்லாதவனுக்குப் பொண்ணக் கெட்டிக் குடுத்தாம். கேக்குறதெல்லாம் வாங்கிக் குடுக்குறாம். ஆத்தாக்காரி புருவத்த வரைஞ்சிகிட்டு அலைஞ் சாலும் மருமொவ நல்ல புள்ளயாத்தாம் இருக்கா எங்கண்ணால பாத்தன மேடையில கீழவுழப் போன புனிதாவத் தாவி வந்து புடிச்சாள. மீன்லாகா அதிகாரி மொவமாரியா நடக்குறா. இந்த நாயிதாம்... அற்பனுக்குப் பெறந்ததில்ல கவர்மென்டு ஜீப்புல போறதுக்கு அலையிறாம். அப்ப அவுரு புள்ளய எப்புடி வச்சிருக்கணும்... அப்பனும் மொவனும் போட்டி போட்டுகிட்டு எப்பா... அத வாங்கிற்று வா இத வாங்கிற்று வா... அதெல்லாம் சம்பந்தி

குடுப்பாங்க, ஒரு புள்ளதான வேற யாருக்கு குடுப்பாங்க. கலியாணத்தோட வந்தவங்கள உபசரிச்சி சோத்தப் போட வக்கில்ல. இப்புடியா சோறு தட்டும், கோட்டு போட்டுகிட்டு அலையிறாரு. என்னமோ கலியாணம் முடிஞ்சி ஒரு வருசம் ஆனமாரி மோத்திரத்த புடிச்சித் தா, புள்ளயிருக்காயின்னு டெஸ்ட் பண்ணணுமின்னுகிட்டு அலையிறாரு. புனிதா என்னமோ பேப்பர் வந்திருக்குன்னாள. அஞ்சாறு வருசமாயிப் போச்சி எம் பொண்ணுக்குத்தாம் ஒண்ணயுங்காணும். இதப் பற்றி யோசிக்கமாட்டயிங்குறாறு. அடுத்தவம் புள்ளைக்கி மட்டும் கணக்கெடுத்துகிட்டு... நல்ல புள்ளயாயிருந்து பிரயோசனமேயில்ல, கெட்டவமாரி நடிக்கவாவது செய்யணும் போல. உள்ள வச்சிகிற்று பிளேடால கீறுறானாம் பதறிப் போயி வந்து சொல்லிச்ச அந்தப் புள்ள... தான் கள்ளனா இருக்கவந்தாம் பிறத்தியார நம்பமாட்டாம். புனிதா சொன்னாள என்னமோ ஜட்டியையும் பிராவையும் எடுத்து மோந்து பாக்குறாமுன்னு. மடிக்கிளே வச்சி பாசமாத்தாம் வளத்தம். அதுதாம் தப்புயிங்குறாரு. ஒலகந் தெரியிலியாம். என்ன ஒலகம் தெரியில அப்ப இந்த ஒலகம் மட்டும் எப்புடி தெரியிது. சித்தாளா வாரவள்வள அப்பனும் மொவனும் சேந்தே... அதாம் இந்த அவசர கலியாணத்துக்கு சம்மதிச்சம். இந்தப் புள்ள கவிய ரெம்ப சந்தேகப்படுறாம் போல ஆனாலும் ஒரு நாள்கூட அது வாய் தெறக்கல்லிய. தாயப் போல சேயி, நூலப்போல சேலயிங்குறாவள. அவ அதிகாரி பொண்டாட்டி மாரிதாம் நடக்குறா... எம் மருமொவளுக்கு அந்த எண்ணமே கெடையாத. எல்லாம் தனக்கு வேணும் ஆனா தனக்கு எந்தத் தகுதியும் இருக்கக் கூடாது. இப்புடியும் செலது பெறந்து அனுபவிச்சிற்று போயிருது. அய்யாவும் அப்புடித்தானோ...'

டர்ரென சத்தம் வரத் திரும்பினாள். நாற்றம் தாங்க முடியவில்லை. ததேயு திரும்பிப்படுத்திருந்தார். கையும், காலும் சூப்பி வயிறு மட்டும் சளிந்து பக்கவாட்டில் சரிந்திருந்தது. பொறுக்க முடியாமல் எழுந்துவிட்டாள். தாமஸ் அறையில் இன்னும் யாரோ பேசுவது கேட்கக் கதவருகே போய் காது கொடுத்தாள்.

“என்னயச் சுத்தி என்னமோ நடக்குது கவி. நீ கூட எங்கிட்ட மறைக்கிற” என்றான் தாமஸ்.

“என்னங்க எத மறைச்சம், கலியாணத்துக்கு முன்னால நடந்ததுல எனக்குச் சம்பந்தமேயில்லங்க...”

“...”

“அவம் எங்க சித்திகிட்ட ட்டுயுசன் படிக்க வருவாம. பணத் திமிருல டீச்சர்ன்னுகூட பாக்காம மேல கை வச்சிருக்காம். யாருக்கும் தெரியாம ஒன்னய வச்சிக்கிருற மின்னானாம். நாடார் வேற... பணம், அரசியல், செல்வாக்கு... சித்தி போடாயின்னவொடன எம் பக்கம் திரும்பிற்றாம். நானும் பாக்கயில்லியா, போலிசு கேசுயின்னு போயிற்றாம்.”

“எத்தன நேரந்தாம் இந்தக் கதயச் சொல்லுவ.”

“எனக்கு அவனப் புடிக்கவே செய்யாதுங்க, அவனா சுத்தி சுத்தி வந்தாம்.”

“ராத்திரி நம்ம, ஒங்க வீட்டுல இருந்து வரும்போதும் சுரேஷ் பின்னாலே வந்தாமில்ல. நீயும் பின்னால பின்னால பாத்துகிற்றே வந்திய.”

“...”

“ஒங்க வீட்டுல முக்குல திரும்பும்போது ஒரு நேரம் பாத்த, பஸ்டாண்டுகிட்ட ஒரு நேரம், சார்லஸ் தியேட்டர் பக்கம் வரும்போது, அந்தோனியார் கோயில் முக்குல, பெறகு ஓர்னலாஸ் முக்குல...”

உள்ளே கவி விசும்புவது கேட்டது. வெளியே நின்றிருந்த கரோலினுக்குத் தலை சுற்றுவது போலிருந்தது. தள்ளாடி நடந்து படுக்கையருகே வந்திருந்தாள்.

‘பொத்தி பொத்தி வளத்தம. அப்பம் ஒரு வகயின்னா இவம் இன்னொரு வகயாயிலயிருக்காம். நரகமாயிப் போவும வாழ்க்க. நாலு செவுத்துக்குள்ள வச்சி இப்புடி நைய்யி நைய்யின்னு நைக்கிறான. என்ன பாவம் பண்ணுச்சோ இவங்கிட்ட மாட்டியிருக்கு. பெரிய அதிகாரியிங்குறாவ... மாப்புளயா கெடைக்காமயா அலைஞ்சாம் நீதிராச்சி. புள்ளைக்கி அழகுக்கும் கொறையில்லிய, எந்த வெதத்துலயும் தகுதி இல்லாதவன்வளுக்கும் அழகா, அம்சமா, வாய் செத்ததுவளா வந்து மாட்டுதுவ பாருங்க. அந்தக் காலந்தாம் அப்புடியிருந்திச்சின்னா இந்தக் காலத்துலயுமா. மக மருமொவனப் போட்டு இந்தப் பாடு படுத்துறா. சுந்தரி சொன்னாள படுக்கக் கூப்புட்டா, சுரிதாருல தீ வச்சிக்கிருவ மிங்குறாளாம் நல்ல புள்ளயளாத்தாம் பெத்தம். அந்த மனுசனும் வெளிய காட்டிக்கிறமாட்டயிங்குறாற... தனியா கடகறையில உக்காந்து சிந்திக்கிறாராம்.’

வெகுநேரம் படுக்கையிலேயே அமர்ந்திருந்தவள் தலை யணையில் தலை சாய்க்கப் பொறுக்காமல் டமார் டமாரெனச் சத்தம் வந்தது வீடே அதிர்வது போலிருந்தது. வீட்டின்

பின்னே கில்பர்ட் நாடாரின் மர அறுப்பு ஆலையில் தடியிறக் குகிறார்கள். பகலில் லாரிகள் வந்தால் யாராவது பிரச்சினை பண்ணக் கூடாது என்பதற்காக இரவில் வந்து இறக்குகிறார் கள். காந்திநகரில் எல்லா வீடுகளிலுமே நிலம் அதிர்ந்து கீறல் விட்டிருந்தது. யாருக்குமே கேட்கத் துணிவில்லை. பக்கத்தில் கேட்ட குறட்டையொலியும் பழக்கப்பட்டிருந்த தால் உறங்கிப்போயிருந்தாள் கரோலின்.

பத்து வருடங்களுக்கு முன்னால் பெர்க்மான்ஸ் பாய்வா வீட்டில் பெலார்மின் மனைவி ரோணிக்கத்தோடு ஏற்பட்ட ஒரு மனத்தாங்கலில் போட்டி போட்டுக்கொண்டு காந்தி நகரில் புறாக்கூண்டுபோல் இந்த வீட்டைக் கட்டி கரோலினை யும் பிள்ளைகளையும் கூட்டிவந்து சேர்த்திருந்தார் ததேயு பூபாலராயன். பழைய சக்கிலியக்குடி பெயர் மாறி காந்தி நகராகியிருந்தது. பார்க்கப் போனால் கொற்கையின் மையப் பகுதி. கடற்கரையூர்களிலிருந்து வந்து விசைப்படகு வைத்திருக் கும் பர்னாந்துமாரும், கப்பலில் வேலை செய்பவர்களுமே ஏற்கனவே குடியிருந்த துப்புரவுப் பணியாளர்களிடமிருந்து நிலத்தை வாங்கி வீடு கட்டிக் குடியிருந்தார்கள்.

குடியேறிய புதிதில் வீட்டைவிட்டே வெளியே வரப் பயப்படுவாள் கரோலின். பழைய ஓணாத் தெருவைப் போல் சுற்றிச் சாக்கடையும் பன்றிக் கூட்டமும். பின்புறம் மரம் அறுப்பவர்களுக்கும் பக்கத்தில் குடியிருப்புகள் இருக்கிறதே இரவில் பிள்ளைகள் தூங்குமே என்ற எண்ணம் துளியும் கிடையாது. கூரையோடு பிய்த்துக்கொண்டு பொலு பொலுவென விழுந்துவிடுமோவென எத்தனையோ முறை பதறி எழுந்திருக்கிறாள் கரோலின்.

புதுத் துறைமுகக் குண்டடிச் சம்பவத்திற்குப் பிறகு நடந்த கலவரத்தில் காந்திநகர்ப் பகுதியும் அதிகம் பாதிக்கப்பட்டி ருந்தது. சாலை முனையிலேயே இருந்த கில்பர்ட் நாடாரின் அவுரிக் கிட்டங்கிக்குத் தீ வைத்துவிட்டார்கள். ஊர் இரண்டு பட்டால் கூத்தாடிக்குக் கொண்டாட்டம் என்பதுபோல் வியாபாரப் போட்டியில் ஆரம்பித்த கலவரத்தில் யார் யாரெல்லாமோ தங்கள் தங்கள் சொந்தப் பகையின் பழியைத் தீர்த்துக்கொண்டார்கள். நாடார் பகுதிகளில் வீடு கட்டி வாழ்ந்திருந்த பர்னாந்துமாரும், பர்னாந்துமார் பகுதியில் வீடு கட்டிக் குடியிருந்த நாடார்களும் தங்கள் தங்கள் சொந்த வீடுகளை விட்டுவிட்டுச் சாதி சனத்தோடு போய ஒண்டிக்கொண்டது கொற்கையின் வரலாற்றில் மறக்க முடியாத சம்பவமாகியது.

விடியற்காலமிருக்கும். திரும்பவும் தாமசின் அறையில் சத்தம். முதலில் எழுந்த ததேயு கரோலினை உசுப்பி எழுப்பி யிருந்தார். இருவருமே எழுந்து காதுகளைத் தீட்டியபடி தாமசின் அறைக்கதவருகே நின்றிருந்தார்கள். கவி அழுகிறாள்.

“எங்கயெல்லாமோ போயி எத எல்லாமோ பாத்திற்று வந்து அதேமாரி என்னயும் பண்ணச் சொல்லாதீங்க.”

“ஏய், எனக்கு மூடு போறதுக்கு முன்னால வந்து வாய வையி” பேய்க் கத்தல் கத்தினான் தாமஸ்.

“என்னய அடிங்க, கொல்லுங்க ஆனா இப்புடியெல்லாம் செய்யச் சொல்லாதீங்க. எனக்கு கூசுது. என்னய உட்டுருங்க.”

தேம்பித் தேம்பி அழுதாள் கவி. கட்டிலின் கீச்கீச்சென்ற சத்தங்கள். திமிறுவதும் நெறிபடுவதும் பெருமூச்சுவிடுவது போலவும் சத்தம் வந்தது. அரண்டுபோய் நின்றிருந்தார்கள் கரோலினும் ததேயுவும். கதவிடுக்கில் பார்க்கக் கூச்சம் தடுத்தது. ஆபத்துக்குப் பாவமில்லையெனக் கதவைப் படபடவெனத் தட்டினாள் கரோலின். சிறிது நேரத் தாமதத்திற்குப் பிறகு கதவைத் திறந்தான் தாமஸ். சாரத்தை விசித்திரமாய் வயிறுவரை தூக்கிக் கட்டியிருந்தான்.

“அவள எங்க?”

“எவள...?”

“ஓம் பொண்டாட்டிய.”

“அவ எம் பொண்டாட்டியின்னு தெரியிதில்ல, எங்க விசயத்துல யாருந் தலயிடாண்டாம்.”

தலையை நீட்டி உள்ளே பார்க்க முயன்ற கரோலினைத் தடுத்துப் பளீரெனக் கதவைச் சாத்தினான் தாமஸ். மூக்கில் அடிபடாத குறையாகத் திரும்பினாள் கரோலின். குப்பென வியர்வை வாடை. வியர்த்து விறுவிறுத்து நின்றிருந்தார் ததேயு.

“இத்தன வயசுக்குப் பொறவும் மடிக்கிள தூக்கிவச்சி பால் குடுத்த அதாம், இப்புடி அடிச்சிற்றுப் போறாம்” முனகினார் ததேயு.

“...”

“யாருந் தலையிடாண்டாமிங்குறாம்.”

“மடிக்கிளவச்சி பால் குடுக்காம வேற எங்க வச்சி பால் குடுக்கணும்.”

அலட்சியமாகச் சொன்னாள் கரோலின். இப்போதெல் லாம் அடிக்கடி வீட்டிற்கு வெளியே சத்தம் கேட்கிறது.

பெரும்பாலும் கரோலின் குரல். அவளை மிரட்டுவதற்கென்று எதுவுமில்லாமல் போனதுதான் காரணம். தனுஷ்கோஸ்தா போய்ச் சேர்ந்த மறுவருடமே சாராக் கிழவியும் போய்ச் சேர்ந்துவிட்டாள். பிள்ளைகளுக்கும் திருமணம் முடிந்திருந்தது. முன்புபோல் ஐந்திற்கும் பத்திற்கும் ததேயுவிடம் கையேந்துவ தில்லை கரோலின். கறாராகக் கேட்கிறாள்.

"இப்பயெல்லாம் எப்பப் பாத்தாலும் எம் மேல பாயிற." கேட்டார் ததேயு.

"..."

"போனவ குடுக்குற தைரியமோ, புள்ளய ஆக்கங்கெட்ட தனமா வளத்து வச்சிற்று... இனும அவம் பெத்துப் போடுற குட்டிக்கும் நாந்தாம் சம்பாதிச்சி கொட்டணுமா. அவன வேணுமானா வீட்டோட மாப்புளயா போவச் சொல்லு."

"ச்சீ... மனுசன, என்ன வார்த்த பேசுறிய. நம்ம புத்தி நம்மளவுட்டு எங்க போவும்" என்றாள் கரோலின்.

கதவு திறக்கும் சத்தம் கேட்டதால் இருவரிடமுமே பேச்சு நின்றுபோயிருந்தது. யாரும் வெளியே வந்தது போலில்லை.

"பொத்தி பொத்தி வளத்தம் எம்புள்ளயாவது ஒழுங்கா வளருவாமின்னு பாத்தா அவனும் அதே அடாவடித் தனத்தோட... வாய் செத்ததுவ கெடைச்சிற்றா அட சண்டாளப் பாவியளா இப்புடியா போட்டுக் கொல்லுறது."

"நீதாம் புள்ளக்கிக் கலியாணத்த எடுத்து வச்சா எல்லாம் சரியாயிருமின்ன."

"..."

"அவந்தான சொன்னாம் எஞ்சொத்தயெல்லாம் அவளுக்கே நகயா செஞ்சி போட்டுருங்க, கொண்டு போவட்டு மின்னு... நாந் தெரியாமத்தாம் கேக்குறம் இது நாள்வரையில ஒரு துரும்பக் கிள்ளி இந்தப் பக்கம் போட்டுருப்பானா. பெருசாப் பேசவந்திற்ற."

"புனிதாவப் பாத்து என்னட ரத்தத்த உறிஞ்சிற்றுப் போறாயின்னு யாரு சொன்னா நீங்க சொன்னியள... அவஞ் சொன்னானா."

"..."

"என்னமோ மைசூர் மகாராசா வூட்டுக்குச் சாமாம் வாங்குறமாரி அந்த மனுசன ஒவ்வொரு கடவாசல்லயும் நிக்கவுட்டுகிட்டு ஆப்பைக்கிம் கரண்டிக்கும்... அவுருயின்ன

வொடன நின்னாரு. நீரு குடுத்த ஐம்பதினாயிரம் ரொக்கமும் ஐம்பது பவுனும் ஒரு சீதனமா. என்னமோ அவுரு தலையெழுத்து. அந்தக் காலத்துலயிருந்தே சம்பாதிக்கிறியரு, புள்ளய ஒரு ஆளாகுறவர மாமா வூட்டுல அவுக புண்ணியத்துல வளந்திச்சுவ. புறாக்கூண்டுமாரி வீடக் கெட்டி வச்சிருக்கியரு, தாலி செஞ்சி போட்டாறாம் தாலி... எவளுக்கு வேணும் இந்தத் தாலியும் பவுசும்."

"..."

"சீதனம் கேக்கயில்ல, கேக்கயில்லயின்னு என்னத்த எல்லாமோ கொண்டந்திற்றிய. அப்ப அந்த புள்ளயயாவது ஒழுங்கா வச்சிருக்காண்டாம்."

தாமஸ் அறையின் கதவு திறந்தது. பதறிப் பதறி இருட்டுக்குள் கண்களைத் துளாவிக் கவியைத் தேடினாள் கரோலின். வெளியே வந்ததும் வராததுமாகவே கத்தினான் தாமஸ்.

"என்ன ரெம்ப யோக்கியம்மாரி பேசுறியரு."

"எல யாரச் சொல்லுற யோக்கியமின்னு. அது எம் பொண்டாட்டி சொல்லணும், நா யோக்கியனா இல்லியாயின்னு."

"ஓம்ம யோக்கியத எனக்கு தெரியும் கேட்டியறா" என்றான் தாமஸ்.

"கையாளா வாரதுவகிட்ட ஓம்ம யோக்கியதயும் என்னயின்னு எனக்குத் தெரியும். எல ஒரு வயசுமாண்டாம், ச்சீ..." என்று துப்பினார் ததேயு பூபாலராயன்.

"யோவ் ஓம்மளவிடவா, அவங் குருஸ் பல்டோனா மொவங்கூட நீரு போட்ட ஆட்டம் தெரியாதுயின்னா நெனைக்கிறியரு."

"சொல்லுவல, நேரத்துக்கு நேரம் லூயிஸ் பிலிப்பியும், வான் கூசனும் போட்டுகிட்டு குரங்குமரத்தடியையும், ரோச் பார்கயும் சுத்தி சுத்தி வாறிய அதுனால சொல்லுவ. குறுக்கு நிமிற மேற்பார்வ பாக்குறவனுக்கில்ல வருத்தம் தெரியும்."

"வுட்டா, அடுத்தால சொல்லுவியர... முட்டவுடுற கோழி, வுடாத கோழியின்னு. என்னமோ லூயி பிலிப்பும், ஆரோ சட்டயும் ஸோரூமுல வாங்கித் தந்தவருமாரியில பேசுறியரு."

"பேசுல, நோட்டு நோட்டா வாங்கிற்றுப் போயி கத்திரிப்பூக் கலர்ல செக் போட்ட சட்டயும் பர்ப்பிள் கலர்ல கமுசும் எடுக்கும்போது தெரியாது."

பக்கத்து வீட்டில் விளக்கெரிவது தெரிந்தது. துப்புரவுத் தொழிலாளர்கள். பிள்ளை ராமனுக்குப் புதுத் துறைமுகத்தில்

வேலை கிடைத்ததால் சொந்த இடத்திலேயே வீடுகட்டிக் குடியிருந்தாள் நரசம்மா. ரமுலய்யா துறைமுக வேலையி லிருந்து ஓய்வுபெற்று வீட்டோடு இருக்கிறார். தனம்மாவை நாகர்கோவிலில் கட்டிக் கொடுத்திருந்தார்கள். மருமகனுக்குக் கல்லூரியில் வேலை. எப்போதாவது மனைவியோடு வருவார். வீட்டுச் சத்தம் வெளியே கேட்பதேயில்லை. மரியாதையான சனங்கள். கொடியில் காயும் துணிகள் ஏதாவது பறந்து அந்தப் பக்கம் விழுந்துவிட்டால் மரியாதையாய் எடுத்துக்கொண்டு வந்து தருவாள் நரசம்மா. ஒருநாள்கூட வீட்டில் என்ன சத்தம் என்று கேட்டதில்லை. கண்களை அடுத்த வீட்டுப் பக்கம் ஓட்டிய கரோலின் சத்தம் போட்டாள்.

"இனும ஏல்ப்ப போடுங்க. அன்னக்கி ஒரு நா இவங் கலியாணத்துக்கு முன்னால நீங்கதாம் என்னட ரத்தத்த உறிஞ்சிற்றுப் போயிற்றாயின்னிய... அதுக்குத்தாம் பெரிய தொறைக்காரம் நீதிராச்சி வீட்டுல குத்துப் போட்டு அள்ளிற்றியள."

"ஏய், யாருக்காக அள்ளுனம். செத்தா நானா கொண்டு போவப்போறம். இந்த உருப்படாதவம் ஒரு சோலிக்கிம் ஆவ மாட்டயிங்குறான."

"சும்ம அவனயே கொற சொல்லாதைங்க அவம் படிப்ப யாரு கெடுத்தா."

"வந்தியளா வழிக்கி. ஏ... அறிவுகெட்ட மூதி, நாடாக்க மார பாத்திருக்கியா... சின்னதுலே புள்ளயளயும் தொழில்ல வுட்டு கஷ்டநட்டங்கள தெரியவைப்பாவ. அப்புடித் தெரிஞ்சிக்கிருவாமின்னு பாத்தா... இவங்கூட படிச்ச சின்னத்தம்பி நாடாம் மொவம் சுரேசு, ரிபேரோ தெருவுல பெரிய ஆபிஸ் போட்டுருக்கானாம். ஊர் பூதாவும் கிட்டங்கி கெட்டுற காண்ட்ராக்ட் அவனுக்குத்தானாம்."

"..."

"இவனக் கேளு நக்மாவுக்கும் கஜோலுக்கும் பிரா சைஸ் சொல்லுவாம்."

"ஆனா ஒண்ணு சொல்லிற்றம் தாமசு, கவி ஆள்க்க எங்க அய்யாவமாரி வாய் செத்தவங்கயில்ல" என்றாள் கரோலின்.

"என்ன கறுப்பி மெதுவா அவனப் பேசுறமாரி என்னய கொட்டுற..."

இதுவரை பொறுமையாய் இருந்த கரோலின் வெடித்துச் சிதறினாள்.

“என்ன... என்ன கறுப்பி. நமக்குக் காணாதோ. இந்த ஊளநாத்தத்துக்குக் காணாதோ. கலியாணம் முடிஞ்சதுல இருந்தே எங்க மாமாவூட்டுல இருந்தியருன்னு மனசுல இருக்கா... இல்லியா. எவளுக்கு வேணும் வடங்கணக்கா தாலி. இந்த தாலிய ஊர் ஒலகத்துக்கு காட்டுறதுக்குத்தான வெளிய கூட்டிற்று போறியரு. வாடித்தெரு வண்டவாளம் எனக்குத் தெரியாதுன்னு நெனைப்பு போல. பெரிய யோக்கியம் மாரி பேசுறது.”

எதையும் யோசிக்காமல் கழுத்தில் கிடந்த தாலியைக் கழற்றி வீசினாள் கரோலின். விழிபிதுங்க, அது மூலையில் போய் விழுவதைப் பார்த்தபடியிருந்தார் ததேயு.

“எய்யா பக்கத்துலயுந்தாம் சக்கிலியச் சனங்கயிருக்க ஒரு நாளாவது அந்த வூட்டுலயிருந்து ஒரு சத்தம் வந்திருக்குமா. தவப்பங் காலத்துலதாம் பயந்து பயந்து சீவிச்சோம். புள்ள காலத்துலயாவது நிம்மதியாயிருக்குலாமுன்னு பாத்தா...”

பேச்சு வராமல் ததேயு சுவரோடு சாய்ந்திருந்தார். கண்கள் மோட்டையே பார்த்திருந்தன. தாமஸ் வழக்கம்போல் கரோலின் முந்தானையைப் பிடித்தபடியே அமர்ந்திருந்தான். கவி அறையை விட்டு வெளியே வந்தவள் அடுப்பங்கரைப் பக்கம் போய்ப் செம்பில் நீர் மொண்டுகொண்டு வந்து மாமி அருகே வைத்தாள்.

“கொண்டு வார பொருளும், பணமும் முக்கியமில்ல, மனசு ரெம்ப முக்கியம். நீ போன பெறவியில என்ன புண்ணியம் பண்ணுணியோ ஒனக்கு இப்புடி ஒரு புள்ள பொண்டாட்டியா வந்திருக்கா. அவள வச்சி சந்தோஷப் படுவியா... எங் கொலயிலயா இப்புடியொரு புள்ளயா வந்து பெறந்திச்சி.”

அங்கங்கே சாய்ந்தவாறே தூங்கிப்போயிருந்தார்கள்.

125

1997

கொற்கைப் புதுத்துறைமுகத்தின் பிரதான கப்பல் தளத்தில் எம்.வி. ஜெமிலியாவிலிருந்து சாதிராம் கம்பெனிக்கு வந்த கோதுமை இறங்கியபடியிருந்தது. கிட்டங்கி வசதி யில்லாததால் சீமோன் சிங்கராயருக்குப் போக வேண்டிய ஸ்டிவிடோரிங் வேலை கைமாறி ‘சண்முகா’ மணிவேலுக்குப் போய்விட்டது. ஆண்களும் பெண்களுமாகத் தனியார் கூலியாட்கள் இரவு பகலாக வேலை செய்ய, சரக்கு மளமளவெனத் தளத்தில் இறங்கியபடியிருந்தது. தளத்தில் மூடை பிடித்து ஏற்றினால் தாமதமாகிறது என்பதால் சரக்கை மொத்தமாகவே டிப்பர் லாரிகளில் வெளியே அனுப்பியபடியிருந்தார்கள். ஒரு ஊக்குக்கு முப்பது டிப்பர் லாரிகள் வீதம் மூன்று ஊக்குக்குத் தொண்ணூறு டிப்பர் லாரிகள் நடை அடித்தபடியிருந்தன. லாரிகள் நடைசெய்யும் புறவழிச்சாலையில் முக்காடு போட்டபடி பெண்கள் விளக்குமாறும் கையுமாக நின்றிருந்தார்கள். வேகத் தடைகளில் குலுங்கி விழும் சரக்கை லாரிகள் கடந்ததும் மின்னல் வேகத்தில் பெருக்கிக் கூட்டி, குட்டிச் சாக்குகளில் அடைத்தார்கள். பாதுகாப்புக் கருதி ஒவ்வொரு டிப்பரிலும் காவலுக்கு ஆள் போட்டிருந்தார் மணிவேல்.

விடிகாலை நேரம் மூன்றாவது ஊக்குப் பக்கம் டிப்பர் லாரி இல்லாததைத் தூரத்தில் வரும்போதே பார்த்த டிரைவர் வந்த வேகத்திலேயே டிப்பரைத் திருப்பிப் பின்னோக்கி எடுத்தபடியிருந்தான். வெகு நேரம் லாரி வராமலிருந்ததால் வேலைச் சடவில் அங்கங்கே அயர்ந்திருந்தார்கள் கூலியாட்கள். வண்டி யின் பின்புற டயர்கள் எதிலோ ஏறி இறங்குவது போலிருந்தது. சன்னமாய் ‘ஆ’ என்றொரு சத்தம்

கேட்டது. எஞ்ஜினை நிறுத்தாமலேயே கியரை நியூட்ரலில் தட்டிவிட்டுப் பின்னால் ஓடி வந்தான் டிரைவர். பின் டயருக்கும் முன் டயருக்குமிடையே ஏதோ அசைவது போலயிருந்தது. கண்கள் பஞ்சாட அருகே நெருங்கினான். பெண் போலத் தெரிந்தது. பின் டயர் வயிற்றில் ஏறி இறங்கியிருக்க வேண்டும். சல்லியான உருவம். அதற்குள் பக்கத்திலிருந்தவர்கள் ஓடிவர இனிமேல் இருந்தால் அடி தப்பாது என நினைத்திருப்பான் டிரைவர், ஓடிவிட்டான்.

“ராமு, வேலாண்டி. ஏ... லச்சுமி ஓடியாருங்க.”

“டைவர் ஓடிற்றாம் போல...”

செய்தி மளமளவெனப் பரவ மேலே கப்பலில் கிரேன்கள் அசைவது நின்று கீழேயும் வேலை முழுவதும் நின்றுபோனது. காகங்களைப் போல் கூவியழைத்துப் பரிதவித்தது கூட்டம்.

“எய்யா, எங்க புதியம்புத்தூர் கேங்கு மாரியில்ல.”

“எலேய், சீக்கிரம் பாருங்கல. முத்தையாபுரம் கங்காணி யாருல.”

“அலங்காரத்தட்டு, மடத்தூரு கீழஈராலு.”

“ஏய் சீக்கிரம் பாருங்கப்பா.”

“அய்ய, உசுரு கெடக்குயின்னு நெனைக்கம்...”

“ஏய் நம்ம ரத்னசாமிய எங்க? வலக்குடியிலயிருந்து பர்னாந்துமார் பொம்புளயளக் கூட்டிற்று வந்திருந்தார. அதுல யாருயின்னு...”

கப்பல் டூட்டி ஆபீசர் சூப்பர்வைசரிடம் சொல்லி தகவல் கப்பல் ஏஜென்ட் சோக்குலே கம்பெனியின் மேலாளருக்குப் போயிருந்தது. மேலாளர் இன்பராச் தல்மெய்தா ஆபத்துக்குப் பாவமில்லையெனத் தலைமை அதிகாரி கேப்டன் பால கிருஷ்ணனுக்கும் தகவல் கொடுத்தார். கேப்டன் பால கிருஷ்ணன் வீட்டிலில்லை. தொலைபேசியை எடுத்த உதவி யாள் விபத்து சம்பவமாய் இருப்பதால் உடனே தெரிவித்தாக வேண்டுமென்ற ஆதங்கத்தில் பாலகிருஷ்ணன் நடைப்பயிற்சி செய்தபடியிருந்த இடத்துக்கே வந்து சொன்னான். நடைப் பயிற்சி உடையலங்காரத்துடனேயே விபத்து நடந்த இடத்துக்கு வந்து சேர்ந்திருந்தார் பாலகிருஷ்ணன்.

பாலகிருஷ்ண மேனன் ஏற்கனவே துறைமுக முதன்மை மெரைன் அதிகாரியாகப் பதவியிலிருந்து விருப்ப ஓய்வுபெற்றவர். கொற்கைத் துறைமுகத்தில் எதேச்சையதிகாரத்துக்கும்

அடாவடித்தனத்துக்கும் பெயர் போனவர். அதனாலேயே துறைமுகசபை நிர்வாகத்திலிருந்தே அழைத்து வீட்டுக்கு அனுப்பிவிட்டதாக ஒரு பேச்சு உண்டு. தனியார் நிறுவனங்களில் பணத்தைக் குத்துப்போட்டு அள்ளிவிடலாம் என்று நினைப்பவர் கேப்டன் பாலகிருஷ்ணன்.

பக்கத்தில் நின்றிருந்தவர்களைத் தன் கண்ணசைவிலேயே நகர வைத்த பாலகிருஷ்ண மேனன் முன்னால் வந்து இறந்து கிடந்தவளின் காலைத் தன் பூட்ஸ் காலால் தட்டிப் பார்த்தார். மொத்தக் கூட்டமும் அதிர்ந்து மௌனித்தது.

செய்தி மற்ற கப்பல்களுக்கும் பரவ கிழக்கே முதல் கப்பல் தளத்தில் கூடங்குளம் அனல் மின்நிலையத்திற்காக பெரிய மெசின்கள் இறக்கியபடியிருந்த கப்பலிலும் வேலை நின்று தினக்கூலிகள் இந்தப் பக்கம் வந்திருந்தார்கள்.

"யாரு கங்காணியிங்க?" கேட்டார் பாலகிருஷ்ண மேனன்.

"எய்யா நாந்தாம்."

"இவ யாருன்னு தெரியிலியா?"

"வலக்குடி பர்னாந்துமாரு... ரத்னசாமி கூட்டியாந்தது. ஆம்புலன்சுக்கு போன் பண்ண கேட்டு வரப் போயிருக்காரு."

செவிகளில் செய்தி இடிபோல் விழ கூட்டத்தை விலக்கியவாறு முன்னே வந்தான் வில்சன். கீழே கிடந்தவளையே வைத்த கண் வாங்காமல் பார்த்தவாறிருந்தான். தளத்தில் கோதுமை சிதறிக் கிடந்ததால் ரத்தம் வடிவதோ பரவுவதோ தெரியவில்லை. கீழே குனிந்து மூச்சிருக்கிறதா என்று பார்க்கப் போன வில்சனை பாலகிருஷ்ணனின் அதிகாரக் குரல் தடுத்தது.

"ஏய், யாரும் கிட்ட போகக் கூடாது. இவ தொறமொகத்து ஆளா, கே.எஸ்.ஏ. ஆளா...?"

பரிதவித்தபடி ஜூலியனும் உள்ளே வந்திருந்தான்.

"தனியார் கூலியாள் சார்."

"அப்ப எதுக்கு நிக்கிறீங்க ஒரு லாரிய வரச் சொல்லி அள்ளிப் போடுவீங்களா... வேடிக்க பாத்துகிற்று நிக்கிறானுக" என்றார் பாலகிருஷ்ண மேனன்.

பொறுமையை இழந்திருந்தான் வில்சன். பரதாவத்தில் வாயும் குழறியது.

"இவம் யாருல, தேவுடியாமொவனப் போவச் சொல்லுங்க. ஏ... சந்தியா யாருன்னு தெரியிதா நம்ம ரோசம்மாத்த."

“அசோக் சிப்பிங் அமுதண்ணம் சித்தியா... ரோச் காலனியில பிலிப் தண்டல் வீட்டுப் பக்கம் பாத்திருக்கம்” என்றான் சூப்பர்வைசர் சந்தியா.

கீழே அமர்ந்து ரோசம்மாவின் கால்களைப் பிடித்தவாறு அழுதான் ஜூலியன்.

“இனி நம்மள பாக்குறதுக்கு ஆளுல்லயின்னு நெனச்சா போயிற்றிய அத்த...”

“யாரும் பாடியத் தொடக் கூடாது. அந்தப் பக்கம் போர்ட் டிரஸ்ட் லாரியிருந்தா வரச் சொல்லுங்க. அதுல தூக்கிப்போட்டு...”

கேப்டன் பாலகிருஷ்ணன் பேச்சை முடிக்கு முன்னமே எகிறிக் குதித்து மூஞ்சில் ஒரு குத்துவிட்டான் ஜூலியன். கூடியிருந்த தொழிலாளர்கள் நிலைமை மோசமாகிவிடாமல் ஜூலியனைக் குண்டுகெட்டாகப் பிடித்துத் தூக்கித் தனியே கொண்டு வந்தார்கள். குத்து வாங்கிய பிறகும் சூழ்நிலையின் தாக்கம் தெரியாமல் முறைத்தபடியே நின்றிருந்தார் கேப்டன் பாலகிருஷ்ணன்.

“அவனப் பேச்ச நிப்பாட்டச் சொல்லு...”

கொதித்துக் கொந்தளித்தது கூட்டம். பலவாறான குரல்கள் கேட்டன.

“இன்னும் ஆர்பர்லே வேல செய்யிறோமிங்குற நெனப்பு போல கூதிவுள்ளக்கி...”

“பெரிய தலமக்க கூதியாம். தலையில கொம்பு மொளைச்சா அலையிறாம். இவம் பொண்டாட்டி இப்புடிக் கெடந்தா இந்தமாரி பேசுவானா...”

“இந்தக் கூதிமொவம் வந்தவொடனே தூக்கிற்று போயிருந்தா ஒருவேள...”

“இந்தமாரி கூர்கெட்ட கூதிவுள்ளய எல்லாம் எப்புடில அதியாரியாப் போடுறான்வ.”

விநோதமான சத்தம் எழுப்பியபடி ‘ஆறுமுகா’ மருத்துவ மனையின் ஆம்புலன்ஸ் வந்தது. அதற்கு முன்னால் வந்த காரிலிருந்து இறங்கிய இன்பராச் தல்மெய்தா முன்னால் ஓடிவந்து கூட்டத்தை விலக்கி ஆம்புலன்ஸ் உள்ளே வர வழி ஏற்படுத்திக் கொடுத்தார். அடிவருடிகளோடு ஒதுங்கி நின்றிருந்த கேப்டன் பாலகிருஷ்ணன் இன்பராச்சை அழைத்தும் அவர் அதைக் கண்டுகொள்ளாமல் ரோசம்மாவின்

உடலை ஆம்புலன்சில் ஏற்றுவதிலேயே குறியாக இருந்தார். ஆம்புலன்ஸ் சிட்டாய்ப் பறந்தது. அருகே வந்த கேப்டன் பாலகிருஷ்ணன் கத்தினார்.

“இன்பராச்...? இங்க நா அதிகாரியா அல்லது நீயா?”

“கேப்டன், இது தொழிலாளர் பிரச்சன.”

“என்ன கேப்டன் கேப்டன்ங்குற, சார்ன்னு சொல்லு...”

ஆம்புலன்ஸ் தூரத்தில் நின்று, பின்னால் வருவது தெரிந்தது. மிரண்டு விழித்தார் கேப்டன் பாலகிருஷ்ணன். ஆம்புலன்சை நோக்கி ஓட்டமும் நடையுமாய் வந்த இன்பராச் சொன்னார்.

“செத்திற்றாங்கயின்னு நம்மளால சொல்ல முடியாது. அத ஒரு டாக்டர் சொல்லணும். சீக்கிரம் போங்க... ஒருவேள தெய்வ சித்தம் பொழைச்சிகிட்டா...”

கையெடுத்துக் கும்பிட்டது மொத்தக் கூட்டமும். ஆம்புலன்சிலிருந்து வெளியே தலையை நீட்டிய வில்சன் சொன்னான்.

“நீங்க வந்ததுனாலதாம் அந்த தொப்பித் தாயோளி மொவன வுட்டுட்டுப் போறோம். இல்லாட்டி இந்நேரம் பிரேதமா தண்ணிக்கிள மெதந்திருப்பாம்.”

“டாக்டர் கிரிதரங்கிட்ட நாம் பேசிற்றம். நீ சீக்கிரம் போ” என்றார் இன்பராச்.

“என்ன... என்ன செஞ்சிருவாங்களாம்.” முண்டினார் கேப்டன் பாலகிருஷ்ணன்.

“அவன்வ சொன்னது சரியாத்தாம் இருக்கு.”

“இந்த கூதிவுள்ள ஆர்பர்ல இருக்கும்போது போடாத ஆட்டமா...”

துறைமுகத்தின் கப்பல் துறையில் முதன்மை அதிகாரியாக இருக்கும்போது நினைத்தால் நண்பர்களோடும் குடும்பத்தா ரோடும் படகுச் சவாரி செய்வார் பாலகிருஷ்ண மேனன். பாதுகாப்புக்காகப் பணக்கார முதலாளிமாரையும் சிலவேளை களில் கூடவே அழைத்துக்கொள்வதுண்டு. அப்படி ஒருமுறை மனைவியோடு படகுச் சவாரி செய்தபோது தோணித் துறையருகே வந்தவர் மல்லங்குளத்துப்பக்கம் ஏறு தண்ணிக் காக நங்கூரம் போட்டுக் காத்துக்கிடந்த பிலிப் தண்டலின் 227 பக்கம் வந்திருக்கிறார். படகைத் தோணியோடு அணைத்திருக் கிறார்கள். தோணியிலிருந்து நூலேணி போட மேலே

ஏறிவந்தவர் 'யார் நீ... எதுக்கு இங்க நிக்கிற' என்று பலவாறாகக் கேள்வி கேட்க, எதிரே நின்றவரோ நிக்கோலாஸ் தண்டலாம். 'எல எந் தோணியில ஏறி வந்துற்று என்னையே மெரட்டுறியா' யின்னு பதிலுக்குக் கேட்டிருக்கிறார் நிக்கோலாஸ் தண்டல். இவர் பதிலுக்கு 'நான் கேப்டன். பாலகிருஷ்ணன்' என்று சொல்ல, சொல்லி வாய் மூடுவதற்கு முன்னாலேயே செவுட்டு வாக்கில் அடி விழுந்திருக்கிறது. அடி வாங்கியதோடு மட்டுமில்லாமல் கடலுக்குள்ளும் விழுந்துவிட்டாராம் பாலகிருஷ்ணன். தோணித்துறையில் சொல்லிச் சொல்லிச் சிரிப்பாய்ச் சிரித்தார்களாம்.

"கப்ப ஏஜெண்டுவள படுத்துற பாடு இருக்க..."

கப்பல் ஏஜெண்டுகளும் எதையும் துணிந்து கேட்பதில்லை. முதுகெலும்பே இல்லாதது போல் நடக்கிறார்கள். துறை முகத்தில் எதுவுமே இலவசமாக நடப்பதில்லை. எல்லா வேலைகளுக்கும் பணம் வசூலிக்கிறார்கள். இருந்தபோதிலும் துறைமுக வேலைகளை உரிய நேரத்தில் பெறுவதற்கு இது போன்ற அதிகாரிகளின் தயவு தேவையாய் இருக்கிறது. இந்தச் சந்தர்ப்பத்தைப் பயன்படுத்திக் கப்பல் ஏஜெண்டுகளைப் படாதபாடு படுத்துகிறார்கள் இந்தத் துறைமுக அதிகாரிகள்.

பக்கத்துக் கப்பலில் இருந்து பல்டோனா பிரதர்ஸ் நாதன் வந்திருந்தார். ஜோன்ஸ் பல்டோனாவோடு எம்.பி.ஏ படித்தவராம். இப்போதெல்லாம் பல்டோனா கம்பெனியின் முழு நிர்வாகமும் நாதன் கட்டுப்பாட்டில் இயங்குகிறதாம்.

"அது நிர்வாகத்த சொல்லணுந்தம்பி. கப்பல் கேப்டன்னவொடன தடுக்கி வுழுந்துகிற்று பெரிய பெரிய பதவிய குடுக்கிறான்வ..."

"நல்லா வாங்குவாமுண்ணம். மூணு மாதத்துக்கு முன்னால லால் பகதூர் சாஸ்திரி வந்தப்ப ஆழப்பிரிச்சனயில கப்பல் மாட்டி நாங்க பட்டபாடு இருக்கே, ஒரே ஒரு சென்டிமீட்டர் கூட இருந்திச்சி, ஏறு தண்ணியில அழகா உள்ள வந்திருலாம்."

"காசு வேணுமின்னா நேரடியாவும் வாங்கித் தொலைக்க மாட்டானுவ."

"கையில, கழுத்துல ஒரு பொருளக் கண்டுறக் கூடாது நல்லாயிருக்கயிம்பான்வ அப்புடியின்னா அது எனக்கு வேணுமின்னு அர்த்தம்" என்றார் நாதன்.

"கேப்டன்னா என்னமோ செமக்க முடியாத ஒரு கிரீடத்த தலையில வச்சிறுக்கமாறி அலையிறான்வ."

"கர நிர்வாகம் எங்க தெரியப்போவுது. காருல டிரைவரா இருக்கமாறி கப்பல்ல டிரைவர் அம்புடுதாம்" என்றவாறே

தான் வந்திருந்த காரில் ஏறிக் கிளம்பினார் நாதன். அவர் கார் போவதையே பார்த்தபடி நின்றிருந்தார் இன்பராச் தல்மெய்தா.

'ஆமா ஓலக நடப்பு இவன்வளுக்கு எங்க தெரியும். நம்ம வந்ததுனால தப்பிச்சாம் இல்லியா, இவனத்தாம் போஸ்ட்மார்ட்டம் பண்ணியிருக்கணும். மலையாளக் கூட்டமும் கொறகயில மிஞ்சித்தாம் போச்சி. கண்டெய்னர் கம்பெனிய அத்தனயிலயும் மலையாளி. மலையாளியிலயும் நல்ல மனுசம் இல்லயின்னாயிருக்கு. வலக்குடியில போயி என்ன சொல்ல. அமுதனுக்கு போன் பண்ணி சொல்லணும். நாலுமொழக் கப்பல்ல கரல் சொரண்டுறவனையும் பெயின்ற் அடிக்கிறவனையும் மேய்க்கிற ஒனக்கே இத்தன இடும்பும் கொழுப்பும் இருந்தா... காலங் காலமா கரையிலயிருந்து நீ போற கப்பல நடத்தி அதுக்கு சரக்கு போடுற எங்களுக்கு எப்புடியிருக்கும். முன்னால போர்ட்டுல இருந்த, பரமசிவங் கழுத்துல கெடந்த பாம்பு. இப்பந்தாம் பல்ல புடுங்கியாச்ச, கீழ கெடந்து சீறுனா காலுக்குள்ள வச்சி மிதிச்சிறாண்டம். நாதனுக்கும், ஜோன்ஸ் பல்டோனா பொண்டாட்டிக்கிம் என்னமோ கசமுசாயின்னாவ. என்ன எழவோ. ஒண்ணும் இல்லயில்லாட்டியும் பத்தவைக்கிறதுக்கு இவன்வளுக்கு சொல்லியா குடுக்கணும். மேல கீழ சொல்லி வேலைக்கி என்னமாச்சும்... சோக்குலே இல்லயின்னா இன்னொரு போக்குலே. காலகாலமா ஆண்ட தொழிலேயில்லயின்னு போச்சாம். லிடியா ஆச்சி வருத்தப்படுவாவ. நாகநாதனுக்கும் இவரு சீமோனுக்கும் ஒத்துப் போயிருக்காது. சேர்மன்ங்குற மேட்டிமையான எண்ணமே இல்லிய போற போக்கபாத்தா இரண்டாயிரத்துக்குள்ள ஆழமாக்கி கண்டெய்னர் டெர்மின லும் வந்திரும் போல. சேவியர் அண்ணம் மேற்றிராசனத்த வுட்டு வெளிய வந்து ஜெபக்குழு ஒண்ணு ஆரம்பிச்சிருக்காராம். ஆரம்பிக்கட்டு ஆரம்பிக்கட்டு, ரண்டாம் வருகைக்கு முன்னால போலித் தீர்க்கதரிசிகள் வருவாவயின்னு பைபிள்ல போட்டு ருக்காம. இவம் ஒவ்வொருத்தனும் அடுத்தவன போலியிங்குராம். அமுதம் செய்தி கெடைச்சி வந்தாலும் வந்திருப்பாம்.'

சோக்குலே கம்பெனியின் கார் பக்கத்தில் வர விரைந்து ஏறி வலைக்குடியை நோக்கி விடச் சொன்னார் இன்பராச்.

126

1998

பக்கிள் ஓடைப் பாலச்சுவரில் அமர்ந்திருந்து வில்சனின் வரவிற்காகக் காத்திருந்தான் ஜூலியன். அண்ணன் ரேனால்டுக்குத் திருமணமான புதிதில் மதினி ரேவதியைக் கண்டாலே விலகி ஓடுகிறவனைத் தன்னுடைய கனிவான கண்காணிப்பாலே திருத்தியிருந்தாள் ரேவதி. கடந்த முனிசிபல் சேர்மன் தேர்தலின்போது வந்த பிரச்சினையில் ஜூலியன் பெயர் பெருவாரியாக அடிபட்டது. வலைக்குடி பையன் ஒருவனையே கொலை செய்துவிட்டு அந்தப் பழியையும் ஜூலியன் மேலே திருப்புவது போல் வதந்தி வர பொறுமையின் எல்லைக்கே வந்த ரேவதி பார்க்க வேண்டியவர்களைப் பார்த்து நிலைமையைக் கட்டுக்குள் கொண்டு வந்திருந்தாள். எதற்கெடுத்தாலும் ஜூலியனுக்கு வெடுக் வெடுக்கெனக் கோபம் வந்துவிடும். இப்போதெல்லாம் அடிக்கடி சந்தனமாரி கோவிலுக்குக் கூட்டி வந்துவிடுகிறாள். செம்மறி ஆடுபோல் தலையைக் குனிந்தபடி அவள் பின்னாலேயே போய் வருகிறான் ஜூலியன். ரேவதியைப் பொறுத்தவரையில் ஜூலியன் மூத்தபிள்ளை.

மேரி கல்லூரி தாண்டி ஒத்தப்பனை முனியாண்டி கோவிலருகே வில்சன் வருவது தெரிந்தது. பாலத்துச் சுவரிலிருந்து இறங்கி எதிரே நடந்தான் ஜூலியன்.

"என்னண்ணம் ரெம்ப பிந்திற்றிய..."

"வார வழியில ரென்சி சிஸ்டர பாத்தம். அவுக ஊர்சுலா சித்தியோட நின்னுகிட்டு இருந்தாங்க."

"அவுங்க மொவம் பாக்கியமும்..."

"முப்பதாவது நாள் பூசக்கிப் பாம்பனுக்கு வந்தவுங்கதாம் சித்தியாரக் கூட்டிகிட்டு ஆத்தா கல்லறையப் பாக்க வந்தாவளாம்."

ஏற்கனவே 1994இல் நடந்த இலங்கைக் கடற்படையின் துப்பாக்கிச் சூட்டில் இறந்த ஆறு பேரில் சில்வாரிசும் ஒருவராய் மரித்துப்போனார். இளம் வயதிலேயே வேறு வழியில்லாமல் கடலேறிய ஒரே மகன் பாக்கியத்தையும் கடந்த மாதம் கச்சத் தீவின் மேற்குப் பகுதிக்கு அத்துமீறி வந்த இலங்கைக் கப்பற் படையினர் அடாவடியாய்ச் சுட்டுவிட்டுப் போயிருக்கிறார்கள். ஏனென்று கேட்க நாதி இல்லை. விட்டுக் கொடுக்கும் மனப்பான்மை இல்லாததால் ஒரு சங்கம் இருக்க வேண்டிய இடத்தில் பத்துச் சங்கங்கள் அவற்றிற்கான தலைவர்கள். கடந்த வருடம் மறைந்த சீர்திருத்தவாதி ஆர்.ஹெச். நாதனுக்குப் பம்பன் ரயில் நிலையமருகே சிலை வைக்கலாமே என்ற நிலை வந்தபோது, பலமுறை தலைவர்கள் கூடிப் பேசியும் தீர்மானம் எதுவும் எட்டப்படவில்லை. அடிப்படையில் ஒற்றுமை இல்லாமல் போனதால் தீவில் மிகச் சாதாரணமான பிரச்சினைகளுக்கும் கூடத் தீர்வு என்பதே இல்லாமலிருந்தது.

"ரென்சி சிஸ்டர ஆறுமுகா ஆஸ்பத்திரியில வேலைக்கிக் கூப்புட்டாவளாம், சபயிலயிருந்து வெளிய வந்திற்றாவளாம. அந்த மனுசி பாப்பாத்திதாம் தாய்க்கித் தாயா இருந்து கவனிக்கிறாவளாம். பெண்கள் விழிப்புணர்வு, சமுதாய அக்கற, ஒற்றும அதுயிதுன்னு பேசுனாவ."

"அய்யா பேங்குகாரரும்பாவள, மில்டம் அடக்கத்துல பாத்தது..."

"செத்துப் போனாரு. படிச்ச மனுசந்தாம், சமுதாய அக்கறவுள்ளவரு, எத்தன தோணிக்காரன இன்சுரன்ஸ் பண்ணி காப்பாத்தி வுட்டுருக்காரு தெரியுமா? போற வார எடத்துலயும் அவுர, பாப்பாத்திய வச்சிருக்காமுன்னு கிண்டல் பண்ணுனான்வ..."

"..."

"நம்ம இன்பராச்சண்ணம், அமுதம்மாரி ஆள்க்க அக்கற இல்லாமலா இருக்காங்க. படிச்ச பத்துல ரண்டியராவது சமுதாய அக்கறயோட இருக்காமுல்ல, அவன்வ சொல்லுறத யாவது இனுமக் கேப்போம்" என்றான் வில்சன்.

'சண்முகா லாஜிஸ்டிக்ஸ்' கம்பெனியில் கரைத் தண்டல் மிக்கேலின் வேலையை அவருடைய மகன் வில்சனுக்கே கொடுத்திருந்தார்கள். கப்பல்களில் சரக்கை ஏற்றுவது, இறக்குவது சம்பந்தமான எல்லா வேலைகளையும் செய்வான் வில்சன். சின்ன வயதிலிருந்தே தகப்பனாரோடு துறைமுக வேலைகளுக்குப் போய் வந்தது சரக்குகளைக் கையாள்வதில்

நல்ல அனுபவத்தைத் தந்திருந்தது. துறைமுகத்தில் வேலையில்லாத நேரங்களில் ராஜேந்திரன் சின்னயாவோடு டவர் அடிக்கும் வேலைகளுக்கும் போய் வருவான் வில்சன். ரொமிலஸ் மீன்பிடி கப்பலுக்கு வேலைக்குப் போய்விட்டதால் டவரடித்து வேலை செய்யும் கயிறு, கண்ணி கப்பி எல்லாமே வில்சனிடமே வந்து சேர்ந்தன. கப்பல் வேலை இல்லாத நாட்களில் கடற்கரையில் படகு இழுக்க வந்துவிடுவான். சண்முகாவில் வில்சனை சென்னை வேலைக்கும் விரும்பி அழைத்தார்கள். இப்போதெல்லாம் டவரடிக்கும் வேலையைத் தம்பி வியாகுலத்திடம் விட்டுவிட்டு மெட்ராஸ் கப்பல் வேலைக்கு வலைக்குடி ஆட்களையே கூட்டிப் போக ஆரம்பித்திருந்தான் வில்சன். படிக்காமல் போய்விட்டோமே என அடிக்கடி வருந்துவான். சமுதாய அக்கறை உண்டு. எந்தச் சூழலிலும் பதற்றம் அடைவதில்லை. எந்த ஊர் வம்புகளிலும் மாட்டிக்கொள்வதில்லை.

பக்கிள் ஓடையின் பக்கவாட்டுச் சந்தில் இறங்கி நடந்தார்கள். ஓடையின் மறுபுறமும் குடிசைகள் முளைத்திருந்தன. சுள்ளென வெயில் அடிப்பதையும் பொருட்படுத்தாமல் பெண்கள் நைட்டியோடு பாதையிலமர்ந்து பரட்டைத் தலையைச் சொறிந்து பேன் வழித்தபடியிருந்தார்கள்.

"காஞ்சி போயி கெடக்குதுவண்ணம். தோணி நடய சுத்தமா இல்லயின்னு ஆயிப்போச்சி... எல்லாமே தோணிய நம்பி வந்த குடும்பங்க. ஒண்ணுரண்டு பேரு வேற வழியில்லாம போட்டுவளுக்கு போறாம். மத்ததுவ பாடு ரெம்ப கஷ்டம்."

"..."

"சோத்துக்கே வழியில்ல சேலக்கி எங்க போவாள்வ."

"அப்ப போட்டுவ."

"அங்கயும் கீரழிவுதாம்."

கரைமடைகளுக்கு வரமுடியாமல் கட்டுமர, நாட்டுப் படகு மீனவர் பிரச்சினை. ஆழ்கடலுக்குப் போனால் அங்கே வெளிநாட்டு மீன்பிடி கப்பல்கள். வேறு வழியே இல்லாமல் இராமேஸ்வரம் வடகடலுக்குப் போனால் அங்கேயும் இலங்கைக் கப்பற்படை பிரச்சினை. பணம் போட்டு விசைப் படகு வாங்கியவர்கள் கையைப் பிசைந்துகொண்டிருக்கிறார்களாம். பேச்சு சுவாரஸ்யத்திலேயே இருவரும் சந்தனமாரி கோவிலை நெருங்கியிருந்தார்கள். பின்னாலிருந்து யாரோ அழைப்பது கேட்டது. திரும்பிப் பார்த்தால் வனஜா, வீட்டு வாசலில் நின்றபடியே கூப்பிட்டாள்.

“வில்சம் மச்சாம், கண்ணு தெரியிலியாக்கும். வந்து ஒரு மொடக்கு காபி குடிச்சிற்றுப் போங்களம்.”

“காபி எல்லாம் மாண்டாம்.”

“அப்ப, கலர் குடிக்கிறியளா...?”

அதற்குள் தெருவை நடந்து கடந்திருந்தாள் வனஜா. வில்சனுக்குத் தகப்பனாருடன் பிறந்த அத்தை மகள். தீ விபத்தில் தப்பிப் பிழைத்தவள். பக்கத்தில் வந்ததும் அந்தப் பக்கம் திரும்பி நின்ற ஜுலியனைக் கண்டவளின் கண்களில் மிரட்சி தெரிந்தது.

“ஏக்கி ஓம் புருசம் சத்தம் போடமாட்டானா இது என்ன உடுப்புய...?”

குரலில் கோபத்தைக் காட்டினாள் வனஜா.

“என்னா... இந்த நைட்டிக்கி என்ன கொறையக் கண்டிய. சேல சட்டயவிட இதுதாம் ஒடம்ப முழுசும் மறைக்கிது. நடமாடக் கொள்ள வசதியா வேற இருக்கி. இப்ப இருக்க இருப்புல ஒரு பாவாட, சேல, சட்ட, பிரான்னு செலவழிக்க யாருட்ட திற்று இருக்கி. ஏதோ மாதா திருழாத்தேரம் மனசுக்குப் புடிச்சமாரி உடுத்திக்கிற வேண்டியதாம்” என்றாள் வனஜா.

“எண்ணம், வாங்க இவள்வகிட்ட வாயகுடுக்காதைங்க” என்றான் ஜுலியன்.

“...”

“எல்லாரும் காஞ்ச பூக் கம்பெனியளுக்கும், ரால் கம்பெனியளுக்கும் போறாள்வ. நல்லாதிற்று நடமாடுது சனிக்கெழம, ஞாயிற்றுக்கெழமயா இவள்வ கூட்டந்தாம் தியேட்டர்வள்ல...”

“சீக்கிரம் சொல்லு வனஜா நாங்க போவணும்.”

“யாருகூட... இந்தா நிக்கிறானே, இவங்கூடயா... முண்டிகிட்டுல்ல நிக்கிறாம்.”

குடிசை வாசலில் நின்றிருந்தார்கள். வில்சனின் பக்கத்தில் வந்து காதுக்குள் குசுகுசுத்தாள் வனஜா.

“இவம் நல்ல மனுசமின்னு இவங்கூட அலையாதைங்க. கருவாட்டு யாவாரிக்கி ஏற்பட்டுகிட்டு எங்கள நாங்க காலகாலமாயிருந்த சுங்குமால் பக்கத்துலயிருந்து இவனும் சேந்துதாம் முடுக்குனாம்.”

“ஏய் அப்ப... கோயில் பக்கத்துல வந்து குடியிருந்தியள அந்த நெலம்...!”

“அங்கயிருந்து சாமியாரு முடுக்குனாரு. கோயில் பக்கத்துல ஒரு கெபி கெட்டப் போறாராம். வுட்டா கடக்கறையள்ல அடிக்கியொரு கோயில் கெட்டுவான்வ போல.”

“சாமிமாரு அரசியல்வாதியவிடக் கேவலமா நடக்குறான்வ.”

“கையப் பொத்தி வச்சிருக்கிய மருதாணியா போட்டுருக்க.”

வனஜாவுக்குக் கண்களில் நீர் துளிர்த்திருந்தது. பேச நா எழவில்லை.

“ஏக்கி... எதுக்கு அழுற?”

கைவிரல்களைச் சுற்றியிருந்த துண்டை அகற்றிக் கைகளை விரித்துக் காட்டினாள். பாளம் பாளமாய் வெடித்துக் கன்னிப்போய் இருந்தது. விடியவிடிய ரால் கம்பெனிகளில் நின்று ரால் கொண்டை உடைக்கிறார்களாம். ரால் கம்பெனிகள் பெரும்பாலும் நாடார்களுக்குச் சொந்தமாய் இருந்தன. ரால் கொண்டைகளைவிடக் கணவா தோடு உறிப்பது மிகவும் சிரமமாம். ஐஸ்சில் வைத்துவிடுவதால் நடுங்கும் குளிரில் கை பொறுப்பதில்லை. எத்தனை கொண்டை உடைக்கிறார்களோ அதற்குத்தான் காசு. அமர்ந்து உடைத்தால் தூங்கிவிடுவார்கள் என்பதால் நின்றுகொண்டே உடைக்க வேண்டும். வனஜாவின் கைவிரல்களைப் பார்த்து மறு பேச்சில்லாமல் நின்றிருந்தான் வில்சன்.

‘நம்மதாம் கரணம் தப்புனா மரணமின்னு பாத்தா, இவள்வ கதயும் அப்புடித்தாம் இருக்கி. ஒரு வூட்டுக்கு ரண்டு பொட்டப் புள்ளயிருந்தா வீட்டுல உல கொதிக்குமிங்குறாள்வ. பொங்குற சோத்த எப்புடித் திம்பாள்வ. கே.எஸ்.எ. காரன்வ என்னமாரி அலையிறான்வ வெள்ளையுஞ் சள்ளையுமா. என்னமாவது பிரச்சனயின்னாலும் மொதலாளிமாரு நம்ம கிட்டதாம் பாயிறான்வ. கண்டெய்னர் பெட்டியள்ல போற சாமாங்க கஸ்டம்ஸ் என்ன கஸ்டம்சு, கே.எஸ்.எ. காரனுக்கு போவத்தான மீதியாம். வம்பா வுட்டுட்டான்வளப்பா... இப்புடி கெடந்து நாயா, பேயா அல்லாட வேண்டி கெடக்கு.’

சிலையாய் நின்றிருந்த வில்சனைக் கையைப்பிடித்து இழுத்துத் தன் நிலைக்குக் கொண்டு வந்தாள் வனஜா.

“எவம் எவனோ ஜெயிக்கிறதுக்கு இவன்வ கொடிப் புடிக்கிறதுக்கும் அடிவாங்குறதுக்கும் போறான்வ. ஏற்கனவே இத்தன உசுரு போனது காணாதா?”

“சரி எதுக்குக் கூப்புட்ட, அதச் சொல்லு?”

“இல்ல, மெட்ராசுக்கு வேலைக்கி ஆள் கூட்டிற்றுப் போறியளாம் எங்க வீட்டுக்காரங்களயும் கூட்டிற்றுப் போங்களம். ஐசுக்குள்ள கைவுட்டு மணிக்கணக்கா ரால்கொண்ட ஓடைக்க முடியில்ல. ஆம்புளப்புள்ளயின்னு அலைஞ்சிற்று இப்பப் பொம்புளப் புள்ளய தயவுல வாழுறாங்க. காலான காலத்துல கெட்டிக்குடுக்க வழியில்லாம... அதுவளச் சொல்லியும் குத்தமில்ல.”

“...”

“யாருதாம் சோம்பேறியா இருக்க நெனைக்கிறா. இந்தா எங்க வூட்டுக்காரவுங்க எங்கையப் புடிச்சி புடிச்சி அழுறாவ. ஏற்கனவே தீயில வெந்த கையி பாத்தியளா.”

“அவுரு புதுத்தொறமொகத்துக்கு வேலைக்கிப் போயிக் கிட்டுதான இருந்தாரு.”

“முன்னமாரியில்ல, கண்டெய்னர் பெட்டியளுக்குச் சரக்கு போடப் போவாவ. இப்ப அதையும் வேற எங்கயோ மாத்திற்றாவளாம். வேலயில்லாம எத்தன நாளைக்கி வீடுவளுக்குள்ளே அடைஞ்சி கெடக்கும் புள்ளய. முன்னால கொமருவள வச்சிகிற்றுத்தாம் பயப்புடுவாவ இப்ப, இப்ப பயக்கள வச்சிகிற்றுப் பயப்புடுறாவ.”

பொழுது அடைந்துவிட்டாலே திரேஸ்புரம், வலைக்குடி பகுதிகளில் வீட்டில் பெண்களுக்குப் பயம் வந்து அப்பிக் கொள்கிறது. ஆண்பிள்ளைகளை வீட்டுக்குள் கூட்டி வந்து சாப்பாடு கொடுத்துப் படுக்கவைத்தால்தான் நிம்மதி. எப்போதும் ஏதாவது ஆகிவிடுமோ, பிள்ளைகளைச் சந்தேக கேசில் பிடித்துக்கொண்டு போய்விடுவார்களோ என்று பயந்து சாகிறார்கள். ஏதாவது வித்தியாசமான சத்தம் கேட்டுவிட்டாலோ பதறிவிடுகிறார்கள். கடந்த துறைமுகக் குண்டடிச் சம்பவத்திலிருந்தே நிலைமை அநேக வீடுகளில் இதுதான். அந்தக் குண்டடிச் சம்பவத்தில் இறந்த இருவரில் ஒருவன் வனஜாவின் கொழுந்தன். யார் வம்புக்கும் போகாதவன். முதலாளிக்காக ஏற்பட்டுக்கொண்டு போய் நெஞ்சைத் திறந்து காட்டி, குண்டுகளை வாங்கியிருந்தான். அந்தப் பிள்ளையின் அடக்கத்தோடு வந்து பூசையில் நின்றதோடு சரி, அதன் பிறகு சம்பந்தப்பட்டவர்கள் அந்தத் திசைப் பக்கமே தலைவைத்துப் படுக்கவில்லை. அன்று பேச்சை நிறுத்தியவர்கள்தான் வனஜாவின் மாமி. மூலையிலேயே முடங்கிவிட்டார்.

"முடிஞ்சா இவுங்களயும் வடக்க மெட்ராசுக்குக் கூட்டிட்டுப் போய்யா."

"எங்க வேலயும் லேசுல்ல வனஜா. கரணம் தப்புனா மரணந்தாம்."

"அதுக்காவது கூட்டிற்றுப்போய்யா. இல்லியா, இந்தா நிக்கிறானே இவனமாரி ஆள்க்ககூடச் சேந்துகிற்று காரண மில்லாத காரணத்துக்குக் கொடிப்புடிச்சிகிற்று... எவனுக்கோ வார பிரச்சனயல்ல தலயிட்டுகிட்டு முன்னெருப்புக்கு நின்னு அடிவாங்கிற்று வருதுவ."

"..."

"இப்ப இப்ப எவளுக்கும் ஆம்புளபுள்ள பெற விருப்பமில்ல. பத்து பதினஞ்சி வயசு வர அதுவள பொத்தி பொத்தி வளத்திற்று, தோணி வேலயும் போயி, போட்டு வேலயுமில்லாம அதுவ காடுமேடா சுத்தி எவனோ ஒருத்தம் நல்லாயிருக்க அடியாளாப் போயிருறான்வ."

"..."

"ஏ... நாய, என்னயின்னு கேக்குறதுக்குகூட ஆள் இல்ல."

"..."

"எய்யா ... இந்த கொறக ஊரே வேண்டாம் எங்கயாவது கண்காணாத எடமாப் பாத்து போயிருலாமான்னு இருக்கு."

"பெரியதொற, ஆமந்தொற பக்கங்கள்ல இப்பயெல்லாம் வலைக்கி போறதுக்கே ஆள்யில்லியாம. எல்லாரும் துபாய், சார்ஜாயின்னு போயிருறான்வளாம்" என்றான் ஜுலியன்.

"போயி பொழைச்சி நல்லாயிருக்கட்டு."

"முன்னால கப்பல்ல உள்ளடி வேலைக்கி ஆள் கெடைக்காட்டி ஆமந்தொற, பெரியதொறையள்லயிருந்து கலகங்க பண்ணிற்று இங்க வந்து கண்டிசன் பெயில்ல கெடப்பான்வ, அவன்வளத்தாம் கூட்டிற்று போவோம். இப்ப வரத்து கொறைஞ்சி போச்சி. படிக்கிதுவயில்ல" என்றான் வில்சன்.

"..."

"சரி கொஞ்ச நாள் பொறுக்கச் சொல்லு" என்றவாறு வீட்டிற்கு வெளியே வந்து நடந்தான் வில்சன்.

"இந்தா பாத்தியளா இவ்ளோ தேரம் நின்னவுங்க ஒரு மொடக்கு காபி தண்ணி குடிக்காம போறிய. எங்க வூட்டுல காபி குடிச்சா சேசம்மா சண்டைக்கா வருவா."

“அடிக்கடி இங்க வந்துபோயி இருக்க முடியில, தண்டையார்பேட்ட பக்கம் வீடு பாக்குலாமுன்னு இருக்கம். சேசம்மாளயும் புள்ளயளயும் கூட்டிற்று போயிறணும்.”

“வார ஜூன்ல சேருங்க. நம்ம ஊரமாரி நல்ல பள்ளிகொடங்க இருக்காயிது?”

“என்ன சொல்லுற, தண்டையார்பேட்டையில ரெம்ப பிரபலமான ஸ்கூல் சங்கரலிங்க நாடார் ஸ்கூல்தாம். நம்ம பக்கங்கள்ல உள்ளவங்கதாம். எடம் கெடைக்கும்.”

“பீற்றர் தண்ட மக மாதரசி அங்கதான இருக்காளாம்...”

“அந்தப்பய வாடித் தெரு கோபால கெட்டுனவளா...?” கேட்டான் வில்சன்.

“கூட்டிகிட்டு ஓடுனாம்.”

“சிப்பிங் கம்பெனியிலதாம் இருப்பம் போல செழிப்பா தெரிஞ்சாம்.”

“ஆத்தாக்காரவுங்க போய் வந்து இருக்காவள... ஒரு பையனும் ஒரு பொண்ணாம். மச்சாம் இன்பராச்சண்ணம் மெட்ராசுலதான இருக்காங்களாம்.”

“என்னமோ ஒண்ணு ரண்டுபேருதாம் பேரு சொல்லுற மாரி இருக்காங்க, ‘சண்முகாவுல’ அவுரு வார்த்தைக்கி மறுவார்த்த கெடையாது.”

ஜூலியனோடு திரும்பி நடந்தான் வில்சன். வெகுநேரம் இருவருமே பேசவில்லை.

“கடத்தல்ல மாட்டிகிட்டாருன்னு கெடந்துச்ச...”

“அது அவுரு அண்ணம் அன்றன் தல்மெய்தா. வாழ்ந்ததுவ, வழியில்லயின்னவொடன தப்பான வழிக்கி போயிற்றாரு” என்றான் வில்சன்.

“தங்கத்துல நங்கூரம் செஞ்சி அதுல கறுப்பு பெயின்ற் அடிச்சி கொழும்புலயிருந்துகொண்டு வந்து போட்டுருந்தாவளாம். ஆனா புடிச்சிகிற்றான்வ” என்றான் ஜூலியன்

“...”

“போலிசு உள்ள வீட்டுக்குள்ள போனப்ப மதர் தெரசா மாரி ஒரு பாட்டி கண்ணுல கண்ணீர் வடிய நின்னுகிட்டு இருந்தாவளாம்.”

“லிடியா பாட்டி, சின்ன வயசுல அந்தப் பக்கத்துல போவ பொறுக்க மாட்டாவ, கூப்புட்டு வெளிநாட்டு முட்டாய் தருவாவ. இன்பராச் அண்ணம் அப்புடியில்ல.

1060 ஆர். என். ஜோ டி குருஸ்

சோக்குலே வேல அந்த பேதியில போவாம் பாலகிருஷ்ணம் புண்ணியத்துல இல்லயின்னு போனவொடன சண்முகவேல் நாடார் பேரம் ரமேஷ் கூட்டிற்று போயிற்றாம். வீடு, காருன்னு குடுத்திருக்காங்க. லிடியா பாட்டியயும் மெட்ராஸ் கூட்டிட்டுப் போயிற்றாவளாம்."

"சும்மயா குடுப்பான்வ...தெறம இருக்கதுனால குடுக்குறாம்."

"அத நம்மாளு குடுத்து பயன்படுத்தல்லிய..."

வெகுநேரம் யோசித்தவாறே நின்றிருந்தான் ஜுலியன்.

"சரி தேரமாவுது. அரசியல்தாம் புடிக்கிதின்னா ஒம் மயினியாருட்ட சொல்லுல. வெரைப்பா நிக்காத. வாழணு முன்னா மாறணும், வளைஞ்சி குடுக்கணுமில... எனக்கு தெரிஞ்சி நம்ம புள்ளய இப்பப் படிக்கிதுவ. நம்மகிட்டயும் அதிகார வர்க்கம் வந்திரும். ஆனா அரசியல்லதாம் அக்கற உள்ள ஆள்க்க இல்ல. பொறும ரெம்ப அவசியம். பதவியளுக்கு வந்தா நம்ம பய நாலுயர வளத்து வுடு கேட்டியா."

எதிரே திரேஸ்புரம் சாலையோரத்தில் அமைக்கப் பட்டிருந்த கழக போஸ்டரில் 'கொற்கையின் காவலனே, வாழ்த்த வயதில்லை வணங்குகிறோம்' என்ற வாசகங்களுக்கு மேல் கைகூப்பியபடியிருந்தார் சுயம்புராச்.

வாய்க்குள் முணுமுணுத்தவாறே நடந்தான் வில்சன்.

"உள்ளே பகை வையடா தாண்டவக்கோனே... காசுக்கு உதட்டில் உறவாடடா தாண்டவக்கோனே. முட்டாப் பயல யெல்லாம் தாண்டவக்கோனே... எதுக்கு போட்டி போடணும் உறவா இருந்திற்றுப் போறது."

127

1999

கொற்கை பொருளாதாரக் குற்றத்தடுப்புக் காவல் நிலையத்திற்குக் கமிலசும் அவர் மகன் அருணும் காலையிலேயே வரவழைக்கப்பட்டிருந்தார்கள். மாலையாகியும் இன்ஸ்பெக்டர் சகாபுதீன் காவல்நிலையம் வந்து சேர்ந்திருக்கவில்லை. பண மோசடி விசயமாக வரவழைக்கப்பட்டிருந்தார்கள். தகப்பனுக்கும் மகனுக்கும் ஏழை எளியதுகளிடம் மோசடி செய்வதே வாடிக்கையாகியிருந்தது. ஏற்கனவே கொற்கை மத்திய காவல்நிலையத்திலிருக்கும்போதே கமிலஸ் வீட்டின் மேல் சகாபுதீனுக்கு ஒரு கண் உண்டு. வெளிநாட்டுக்கு வேலைக்கு ஆள் அனுப்புகிறேன் என்று கடற்கரையூர்களிலிருந்து வருபவர்களை ஏமாற்றுவதால் தினமும் கமிலசின் வீட்டின் முன்னால் கச்சேரியாகத்தானிருக்கும். ஆனால் கமிலசுக்கோ, அவர் மனைவி திரேசாவுக்கோ அவர்கள் போடும் கூப்பாடும் குலவைச் சத்தமும் எள்ளளவும் உரைக்கவில்லை என்றுதான் சொல்ல வேண்டும். உடுத்திப் புறப்பட்டுப் போனால் எலிசபத் மகாராணியும் எடின்பரோக் கோமகனும் போலிருக்கும். இன்றுவரை கமிலசிடம் திரேசாவின் வார்த்தைக்கு மறு வார்த்தை கிடையாது. ஒருவேளை அவர்கள் மணவாழ்க்கை இன்றுவரை எந்தப் பிரச்சினையுமில்லாமல் கழிவதற்கு அதுவே காரணமாகவும் இருக்கலாம். அருணுக்கு இன்னும் திருமணமாகவில்லை. பிள்ளையாருக்குப் பெண் தேடுவது போல் அருணுக்கும் பெண் அமைந்தபாடில்லை. கமிலசிடம் பொது இடங்களில் யாராவது கேட்டுவிட்டால் மகன் அருணின் தகுதிக்கும் அந்தஸ்துக்கும் கொற்கையில் எந்த வீட்டிலும் பெண் இல்லை

என்று எக்காளமாகவே சொல்வார். முன்னால் ஜீப் வந்து நிற்கும் சத்தம் கேட்டது. மூசு மூசென்று இளைக்க தொப்பியைக் கழற்றியவாறே சகாபுதீன் உள்ளே வந்தார். முனகினார்.

“வெங்கக் கூதிமொவன்வ. நம்ம பிராணன வாங்குறான்வ. அத்தன பயலும் போயி சாஸ்ற்றாங்கமா வுழுந்திருக்கான்வ. பணமின்னவொடன பிணங் கெட்டுச்சி போங்க. தோணியளக் கொழும்புல மறிச்சா அதுக்குக் கொற்கையில என்னய்ய. பர்னாந்துமாரு சரி, தோணி நடயில்ல யாரோ பணங் குடுக்குறாம் போயிற்றாவ. நாடாக்கமார் யாவாரிய எதுக்கு இப்புடிப் போயி வுழுந்தான்வ. ஏய் என்னப்பா? ஓ... நாந்தாம் வரச் சொல்லியிருந்தனோ.”

“...”

“என்னவே மயில்தோக ஆசனத்துல உக்கார வச்சிருக்கிய.”

“சார் நாங்க யாருன்னு ஒங்களுக்குத் தெரியாதுன்னு நெனக்கிறம். ரெம்ப கோவத்துல இருப்பிய போல, அந்த துபாய்க்காரம் கேசுயின்னும் முடியலயோ.” கேட்டார் கமிலஸ்.

“நீ மட்டும் எதுல கொற... பொத்துவே.”

கடந்த இரண்டு வாரமாகவே கொற்கை காசுக்கடை பஜார், அரிசி மண்டி, ஜிம்கானா என வியாபாரிமார் கூடுமிடமெல்லாம் இது பற்றியே பேச்சாய் இருந்தது. யாரோ துபாய் சேக்குடைய மேனேஜர் கொற்கை வந்திருப்பதாகவும், பெட்ரோல் விற்ற பணம் மலைபோல் குவிந்துகிடப்பதைச் செலவு செய்ய வழி தெரியாமலிருப்பதாகவும் வதந்தி. தங்கப்பழ நாடார் பேரன் பலராமன் மேற்படி மேனேஜரை ரயிலில் முதலில் சந்தித்தவன், கொற்கையில் துபாய் மேனேஜர் தங்குவதற்கு ஏற்பாடு செய்து கொடுத்திருந்தான். அதற்குள் துபாய்க்காரன் பலராமனின் கைமீறிப் போய் பெரிய கைகளை வளைத்திருந்தான். செட்டியார் கெமிக்கலின் விருந்தினர் மாளிகையில்கூடத் தங்கப் பிடிக்காமல் நீச்சல் குள வசதிகளோடு உள்ள சுந்தரவேல் வீட்டில் சில நாள் தங்கியிருந்ததாகவும் பின் அதுவும் பிடிக்காமல் மதுரை தாஜ் கார்டன் ஓட்டலில் தங்கியிருந்தானாம். கிறிஸ்துராச்சும் இம்மானுவேலும் போட்டி போட்டுக்கொண்டு துபாய்க் காரனுக்கு வசதிகள் செய்துகொடுத்தார்கள். குறைந்த வட்டியில் பணம் வாங்கிக் கொடுக்கிறேன் என்றானாம் தில்லியிலும் சென்னையிலும் தனக்குப் பெரிய அரசியல் தலைகளின் தொடர்பு இருப்பதுபோல் காட்டிக்கொண்டானாம். கொற்கை வியாபாரிமார் ஒருவர் செய்துகொடுத்த உதவி மற்றவருக்குத் தெரியாமல் கமுக்கமாகவே துபாய்ச்

காரனுக்கு எல்லா வசதிகளும் செய்துகொடுத்திருந்தார்கள். துபாய்க்காரன் கொற்கையிலிருந்த இரண்டு வார காலத்தில் அவனுடைய கருணை கிடைக்க வேண்டுமென்பதற்காக வீடு தொழிலை விட்டுவிட்டு அவன் பின்னாலேயே அலைந்த வியாபாரிமார் அதிகம். கேளிக்கை விருந்துகளில் ராயல் சேலன்ச்சும், பிளாக்லேபிலுமாகப் பரிமாறியிருக்கிறார்கள். கேட்பதைக் கொடுத்துவிட்டுக் கைகட்டி வாய் பொத்தி நின்றிருந்தார்களாம்.

கொழும்பிலிருந்து வந்திருந்த கிரிபின் சந்திராவை இம்மானுவேல் அழைத்துப் போயிருக்கிறார். மறுவாரமே பயணிகள் கப்பலுக்கான உத்தரவு வாங்கித் தருவதாக உத்திரவாதம் அளித்திருக்கிறான் துபாய்க்காரன். மொத்தத்தில் ராஜ மரியாதையோடு இருந்தவனை முந்தின நாள்தான் சந்தேகத்தில் சென்னை போலிசார் கைதுசெய்து கொற்கை அனுப்பியிருக்கிறார்கள். அது விசயமாகத்தான் சகாபுதீன் சென்று வந்திருந்தார்.

"சார் நா... யாருன்னு தெரியாம பேசுறிய."

"என்னது யாருன்னு தெரியாம, நீ பவுல் தண்ட மருமொவம், திரேசா புருசமின்னு எங்களுக்கு தெரியாதாக்கும். தோணி ஓடுதாம்... யாரு அப்பம் வூட்டுத் தோணி ஓடுது. என்னமோ தோணியப்பத்தி தெரியாதவங்கிட்ட பேசுறமாரி பேசுற" என்றார் சகாபுதீன்.

"..."

"நூர்வாப்பா தெரியுமா ஒனக்கு..."

"பல அமைப்புல தலவரா, செயலாளரா இருக்கம், நாட்டோட பொருளாதாரமே பாதிக்கக்கூடிய செயல்களச் செய்யாதீங்க" என்றார் கமிலஸ்.

வாய்விட்டுச் சிரித்துவிட்டார் இன்ஸ்பெக்டர் சகாபுதீன். குலசை நூர்வாப்பாவின் கடைசிப் பிள்ளை சகாபுதீன். தகப்பனார் பெரிய வியாபாரி, தோணி முதலாளி, இன்றைய நிலையில் தோணி எதுவுமில்லை. சிறு வயதில் சைனிக் பள்ளியில் படித்தவர். அவருடைய தகுதிக்கு எப்போதோ டி.எஸ்.பி.யாகிப் போயிருக்க வேண்டியவர் பத்து வருடங்களுக்கு முன்னால் புலிமாங்குளத்தில் ஒரு சலவைக்காரப் பெண்ணைக் காமம் தலைக்கேறி, கெடுத்துவிட அவளும் வெட்கத்துக்கு அஞ்சித் தூக்கில் தொங்கிவிட்டாள். பிரச்சினை பூதாகரமாகி பணியிடை நீக்கம் செய்யப்பட்டுப் பின் பணிக்கு வந்ததில் பதவி உயர்வு பாதிக்கப்பட்டிருந்தது. கூடவே சர்க்கரை நோயும்

ஒட்டிக்கொள்ள அடிக்கடி டயாலிசிஸ் செய்ய வேண்டிய நிர்ப்பந்தம். கொற்கையை விட்டுப் போக மனமில்லை. ஆறுமுகா மருத்துவமனை டாக்டர் கிரிதரனும் டாக்டர் வெங்கடேசும் கடவுள் போல் தெரிந்தார்கள். தனக்குக் கீழ் பணியில் சேர்ந்தவர்களெல்லாம் பதவி உயர்வு பெற்று உயர்ந்த பதவிகளுக்குப் போகும்போது தான் மட்டும் இப்படி மாட்டிக்கொண்டோமே என்ற வருத்தம் சாகபுதீனுக்கு உண்டு. கொற்கையில் சகாபுதீனுக்குப் பெரிய நண்பர் வட்டம். பார்ப்பது போலிஸ் வேலையாக இருந்தாலும் ஒரு பரிவிரக்கத் தோடு பணிசெய்வார். ஏழை எளியவர்களைக் கண்டால் முடிந்த அளவு உதவி செய்வார் சகாபுதீன்.

அருணின் சட்டைப் பைக்குள் செல்போன் சிணுங்கியது. இருக்கையில் சாய்ந்தவாறே அலட்சியமாய் அருணைப் பார்த்த சாகபுதீன் சொன்னார்.

“இந்தா பாரு தம்பி, இன்னக்கி நேத்து நா காக்கி சட்ட போடல. இருபது வருசத்துக்கு மேல ஆச்சி. என்னைக்கோ பெரிய பதவியளுக்கு போயிருக்கணும். என்னமோ எம் போதாத நேரம்...”

திடீரென முகத்தில் பிரகாசம் பற்றிக்கொள்ள கமிலஸ் சொன்னார்.

“சார் இத மொதல்லே சொல்லியிருக்குலாம.”

“என்ன பண்ணியிருப்ப?”

“டெல்லி வர தொடர்பு உண்டு சார்” என்றார் கமிலஸ்.

அருணின் சட்டைப்பைக்குள் செல்போன் திரும்பவும் சிணுங்கியது. கண்கள் சிவக்க சகாபுதீன் சொன்னார்.

“கொலக் கேசுலயிருந்து தப்பிக்க வச்சவன்வளே கண்டுங் காணாததும் மாரிபோறாம். வாங்குன துட்டக் குடுக்க வக்கில்ல. மெட்ராஸ், டெல்லியின்னுகிட்டு... செல்போன இங்க மேசயில வைக்க சொல்லுவே.”

மடியில் கனமில்லாததால் வழியில் பயமில்லாதவர் சகாபுதீன். இந்த சுகவீனத்திலும் தூக்கிவிட்ட மீசை தூக்கி விட்டபடியே வலம் வருகிறவர். வேண்டா வெறுப்பாகக் கமில்சைப் பார்த்துக் கேட்டார்.

“ஒனக்கு தெம்புயிருந்தா கிறிஸ்துராச்சிமாரி ஆள்க்ககூட மோதுய்யா. சோத்துக்கு வழியில்லாததுவகிட்ட ஒம் பெலத்த காட்டாத. ஒரு சிங்கராயம், பல்டோனாகிட்ட காட்டு. ஓ... அவன்வ ஒருத்தனும் இப்ப இல்லயிங்கியோ.”

வணிகக் கப்பல் துறையில் சரக்குப் பெட்டகங்களின் வரவு நினைத்துப் பார்க்க முடியாத அளவுக்குப் பெரிய மாற்றங்களை ஏற்படுத்தியிருந்தது. பெரும் பணக்காரர்களென்றில்லாமல் நடுத்தர வர்க்கத்தைச் சேர்ந்த யார் யாரெல்லாமோ ஏற்றுமதியாளராய் மாறியிருந்தார்கள். இப்படிப் புதிதாய் ஏற்றுமதி பண்ண வந்தவர்களைத்தான் கமிலசின் மகன் அருண் போன்ற இடைத்தரகர்கள் பிடித்துக்கொண்டு ஆட்டிப் படைக்கிறார்கள். ஏற்றுமதியாளர்களிடம் முன் பணம் பெற்றுக்கொள்ள வேண்டியது. ஆனால் ஃபார்வர்டிங்காரர்களுக்குப் பணம் கட்டுவது கிடையாது. பேச்சிலேயே வேலையை முடித்துவிட்டு இருபுறமும் மோசடி பண்ணி கொள்ளை லாபம் சம்பாதிக்கிறார்கள். வெகுநாள் பாக்கியை ஃபார்வர்டிங்காரர்கள் கேட்கும்போது பிரச்சனை வந்துவிடுகிறது.

“சார், எங்களுக்கு ஒரு நியாயம், நாடாக்கமாருக்கு ஒரு ஞாயமா? எதுக்கு சார் அங்க நடக்குற தப்புவள மட்டும் கண்டுக்கிற மாட்டயிங்குறிய.”

“செய்யிறதையும் செஞ்சிபுட்டு சாதியயும் தொணைக்கி கூப்புடாதைய்யா... அப்பாவிச் சனங்க. ஆமா, இந்த சரக்கு தோணியிலயா போச்சி?”

“கண்டெய்னர்ல. சார் யாரோ ஒங்களுக்கு தப்பான செய்தியா குடுத்திருக்காங்க.”

‘என்னெய்யா தப்பு ரைட்டுங்குற. கிளியரிங் பண்ணுனவனுக்கும் பணத்த குடுக்காத... பொறவு பேப்பர எப்புடி தருவாம். கொரங்கு கையில கெடச்ச பூமால கணக்கா ஓங்க ரண்டியருட்டயும் கெடந்து சீரழியிறாம் பாரு முன் பணத்தயும் கெட்டிற்று...”

“சார் அப்ப அசோக் சிப்பிங் ஆள்க்கள மட்டும் கூப்புட்டு கேக்கமாட்டயிங்குறீங்க” என்றான் அருண்.

வெகுநேரம் அமைதியாய் அமர்ந்திருந்த சகாபுதீன் எழுந்து உள் அறையில் போய் ஏதேதோ கோப்புகளைப் புரட்டியபடியே வந்தார். அவருடைய நடவடிக்கைகளை உற்றுக் கவனித்தபடியிருந்த ஏட்டு ஏகாம்பரம் எழுந்து வந்து சொன்னார்.

“ஐயா... அலங்காரத்தட்டு வெடிகுண்டு கேசயா பாக்குறிய. அத நார்த் ஸ்டேசன்ல விசாரிக்காவ. பாறயில குண்டடிச்சி மீன் புடிக்காவளாம்.”

“அந்தக் காலத்துல வெரல் சல்லி முறிச்சான்வ, சரி போவட்டுமின்னு கண்டுங் காணாமலும் வுட்டோம். அந்தப

பக்கம் சீட்டுக் கம்பெனி ஒண்ணு பிரச்சனயாகி கூ... கூன்னு கெடந்துச்ச."

"கொற்கை சிட் பண்ட்ஸ் கதயா...?"

"பேரு குணராச்சின்னாவள. அந்த கேசுக்கு சார்ஜ்சீட் போட்டாச்சா?"

"ஐயா... அது நார்த் ஸ்டேசன் பார்த்திபந்தாம் பாக்குறாரு. மெட்ராசுல பெரிய பங்குளா இருக்காம். மதுரயில அங்கயிங்க யின்னு ஏழு, எட்டு சின்ன வீடாம்."

"அதான பாத்தம். இம்புடு பணத்தயும் என்ன செய்வான் வயின்னு... ஒரு கரையிலோடி சாமிமாரு பணத்த அடிச்சிருக் காருன்னா மறுகரையில வலைக்குடி, காளவாசல்ல பொம்புளய போட்ட பணமாம்."

பேசியபடியே திரும்பிய சகாபுதீன் கமிலசைப் பார்த்துச் சொன்னார்.

"மேல ஒருத்தம் இருக்காம்யா. அவம் அல்லாவோ, யேசுவோ, முருகனோ. ஓம் பையம் இந்தா இருக்கானே இவம் சொல்லுறானாமுல்ல..."

ஏட்டு ஏகாம்பரம் குறுக்கிட்டார்.

"சொந்தப் பணத்த போட்டு எந்த மடையம் தொழில் பண்ணுவாம். அடுத்தவம் பணத்துலதாம் தொழில் பண்ணணும்."

"அடுத்தவம் பணத்த எடுத்து தொழில் பண்ண தெறமவேணுமிங்குறானாம..." என்றார் சகாபுதீன்.

"ஐயா, பிரச்சனய முடிக்கச் சொல்லுங்க. அந்த மனுசனப் பாத்தா பரிதாவமா இருக்கு. பணத்த போட்டு தொழிலயும் பண்ணிற்று பாவம் போல நிக்கிறாரு. இவுங்கள்வ அந்த பேப்பரு என்னமோ ஜி.ஆரும், பி. எல்லுமின்னாவ. ரண்டயும் குடுத்தாத்தாம் அவுரால பேங்குல பணத்த எடுக்க முடியுமாம்." என்றார் ஏட்டு ஏகாம்பரம்.

"சார் எங்கள பேசவிடமாட்டயிங்குறீங்க. எங்க தரப்பு ஞாயத்தயும் கொஞ்சம் கேளுங்க" என்றார் கமிலஸ்.

"என்னவே ஞாயத்த எதிர்பாக்குறிய."

"சரி, ஒரு போன் பண்ணிக்கிருலாமா?" கேட்டார் கமிலஸ்.

இன்ஸ்பெக்டர் சகாபுதீன் தலையை ஆட்ட மேசை மீதிருந்த செல்போனை எடுத்து வீட்டைத் தொடர்புகொண்ட அருண் போனை எடுத்த மச்சான் செலஸ்டினிடம் செக் புக்கை எடுத்து வரச்சொன்னான். அவன் செல்போனில்

பேசிக்கொண்டிருக்கும்போதே கையை அசைத்து அவனை தடுத்த சகாபுதீன் சொன்னார்.

"ஏய், செக் புக் இங்க நாக்கு வழிக்கவா. பக்கத்துல வாங்குவியோ, நகய ஈடுவைப்பியோ... எனக்கு பணம் வந்து செட்டுலாகி பேப்பர வாங்கி அந்த மனுசங்கிட்ட குடுக்கணும். அதுவர நீங்க ரண்டு பேரும் வெளிய போக முடியாது.

"சார்... காலயிலே இத சொன்னாலும் பரவாயில்ல. பொழுது அடைஞ்ச பொறவு சொன்னா எப்புடி சார்."

"அதாம் கொற்கயில கந்து வட்டித் தொழில் கொடிகட்டிப் பறக்குதப்பா. எத்தன லட்சம் ஒனக்கு வேணும் சொல்லுவே."

பக்கத்திலிருந்த ஏட்டு ஏகாம்பரம் முனகினார்.

"தலயெழுத்த இன்னைக்கிம் கெட்டி மாரடிக்கணு மாக்கும், கொசுக்கடி எழவு தாங்க முடியில. மலேரியா டைப்பாயிடுயின்னா பரவாயில்ல. புதுசா என்னமோ டெங்கு காய்ச்சல்ங்குறாவாள சீனாவுலயிருந்து சீப்பா நெறைய பொருளுதாம் வருதுயின்னாவ பேரப்பாத்தா சீனாக் காய்ச்சல் மாரியிலயிருக்கு. புள்ள தப்பித்தாம் பொழைச்சிச்சி. வூடு வூடா வந்து கொசுவுக்கு மருந்தடிச்ச காலமெல்லாம் மலையேறிப்போச்சி..."

அருணிடமிருந்து செல்போனை வாங்கியபடியே வெளியே வந்தார் கமிலஸ். வெளியே தூணில் சாய்ந்தபடியே நின்றிருந்தார் முருகானந்தம். அசோக் சிப்பிங் கம்பெனியின் துணைமேலாளர். கையில் ஏதோ ஃபைல் வைத்திருந்தார். ஏற்றுமதியான பொருளின் டாக்குமெண்டுகளாக இருக்க வேண்டும். மேலாளர் அமுதன் ஊரில் இல்லாததால் அவருக்குப் பதிலாக முருகானந்தம் வந்திருந்தார்.

அமுதனின் தலைமையில் கொச்சினைச் சேர்ந்த அசோக் சிப்பிங் கொற்கையில் கிளை அலுவலகம் ஆரம்பித் திருந்தார்கள். அலுவலகத்தில் போய் அழைக்கும்போது மிரட்டலாய்த்தான் போலிஸ்காரர்கள் அழைத்திருக்கிறார்கள். ஆனால் முருகானந்தம் ஆள் குள்ளமாய் சல்லியாய் இருந்தா லும் பிரச்சினையை வித்தியாசமாய்க் கையாண்டிருக்கிறார். அழைத்து வரச் சென்றிருந்த போலிஸ்காரர் மிரண்டுபோய் அவர் சொன்ன நேரம்வரை பொறுமையாய் அலுவலகத் திலேயே அமர்ந்திருந்து பிறகு முருகானந்தம் தன்னுடைய வேலைகளை முடித்துவிட்டு வந்திருக்கிறார். முருகானந்தமும் சுயமரியாதைக்காரர். வேலையில் தெளிவுயிருக்கும். பணிவோடு பேசுவார், பழகுவார் அதற்காகக் கண்டவர்களைப் பார்த்துப்

பல் இளித்துக்கொண்டு அசடு வழிய நிற்பதில்லை. எந்தச் சூழலிலும் பொறுமை இழக்காதவர். கமிலசையோ அவர் மகன் அருணையோ கண்டாலே முருகானந்தத்துக்குப் பிடிப்ப தில்லை. வாழ்க்கையில் எவ்வளவோ ஏற்ற இறக்கங்களைப் பார்த்தவர் முருகானந்தம். கொற்கை கொடிவீட்டு ஏகநாதப் பிள்ளையின் மகள் வயிற்றுப் பேரன். பல்டோனா கடையில் வேலை பார்த்தவர் சமீபத்தில் அமுதனைப் பார்த்துப் பேசி அசோக் சிப்பிங்கில் சேர்ந்திருந்தார்.

செல்போனில் வீட்டில் யாருடனோ பேசியபடியிருந்தார் கமிலஸ்.

"யாரு ரேகாவா... ஓம் மாப்புளய எங்க?"

"..."

"போனா... போன எடம் வந்தா வந்த எடம்."

"..."

"எந்த ஆஸ்பத்திரியில வச்சிருக்காம்?"

"..."

"பிலிப்பு சாவமாட்டாம். சொத்தயும் எழுதிவச்சித் தொலைக்கமாட்டயிங்குறாம்."

"..."

"என்ன சொல்லுற...? பவியா பேசுனா, வழக்கமான சண்டயா இல்ல..."

"..."

"யம்மா கைகாலு நடுங்குனா, போத மிஞ்சிப் போயிற்றுன்னு அர்த்தம். அம்மாவ எங்க... போன அவகிட்ட குடு."

"..."

"திரேசா, இங்க பருப்பு வேவுறமாரியில்ல, பேசாம பணத்த ரெடி பண்ணிரு. இன்ஸ்பெக்டருச் சோத்துக்கு வழியில்லாதவமின்னா பரவாயில்ல, கொலசை நூர்வாப்பா குடும்பம்."

"..."

"மெட்ராசுல இருக்கவம் பேரு ரகீம். இவம் எளையவம் போல தெரியிது."

"..."

“ம்... அப்பந்தான அரசியல்வாதி இவனுக்கு என்ன? நம்மளோடே மூத்தவ ரேகா புருசனமாரி வந்து சேந்தாலும் ஒரு யாவாரத்தப் பண்ணி வழிகாட்டலாம்.”

“...”

“வேற வழியே இல்லாட்டி அவள வரச்சொல்லு. வரும்போது அவ நகய முக்கியம்...”

“...”

“கொறகயில ஒண்ணுக்கு மூணு கேச போட்டியா தன்னால வழிக்கி வந்திருவான்வ.”

“...”

“கொல முயற்சி, வரதட்சின கொடும, செக்கு மோசடி...”

“...”

“பதினஞ்சாயிரம் ரூபாவா ஒரு பெரிய விசயமா. சீக்கிரம் தயார் பண்ணி அனுப்பு, ரேகா புருசம் வந்தாமின்னா பாரு, இல்லியா... நீனே வா.”

வாசலில் இன்ஸ்பெக்டர் சகாபுதீன் வந்து நிற்க செல்போனைத் துண்டித்தார் கமிலஸ்.

128

2000

சண்முகவேல் நாடாரின் சகலை இடைச்சிவிளை சுந்தரபாண்டி நாடார் மகன் நாகநாதன் ஐ.ஏ.எஸ். கொற்கைத் துறைமுகசபை சேர்மனாகப் பொறுப் பெடுத்துக்கொண்டதிலிருந்தே கிடப்பில் கிடந்த பல திட்டங்களைத் தூசு தட்டி எடுத்துச் செயலாக்கத் திற்குக் கொண்டு வந்திருந்தார். வியாபாரிகள் சங்கத் திலிருந்து விரும்பி அழைத்து அரசுக்குப் பரிந்துரை செய்து பதவி பெற்றதாக ஒரு பேச்சு உண்டு. துறை முகத்தின் அத்தியாவசிய ஆழத் தேவையைப் புரிந்து கொண்டவர் முனைப்பாய்ச் செயல்பட்டு ஆழப் படுத்தும் திட்டத்துக்கு சர்வதேச டெண்டர் விட்டு ஜான் டி நெல் போன்ற பெரிய நிறுவனங்களின் உதவியோடு ஆழப்படுத்துதலை முடித்திருந்தார். கையோடே சரக்குப் பெட்டகங்களைக் கையாளும் தளமும் சர்வதேசத் தரத்தில் தயாராகிக் கொற்கைத் துறைமுகம் நாட்டின் முன்னணித் துறைமுகங்களுள் ஒன்றாகியது.

பொறுப்பேற்ற நாளிலிருந்தே வாரத்திற்கு ஒரு முறையாவது தோணித் துறையை ஆய்வு செய்வதை வழக்கமாகவே ஆக்கிவிட்டிருந்தார் நாகநாதன். கப்ப மடையில் வேலை இல்லையென்றாகி கப்ப நடைத் தோணிகள் நடையில்லாமல் தோணிப் பாலத்தில கட்டிலேயே கிடந்தன. கொழும்பு நடையும் படுத்து இரண்டு மாதத்திற்கு ஒருமுறை வரிசைக்கிரமமாகக் கிடைப்பதே பெரிய வாய்ப்பு என்றாகிப் போனது. எத்தனையோ தனியார் நிறுவனங்கள் சேர்மனை நேரடியாகச் சந்தித்துத் தோணித் துறைமுகத்தில் துறைமுக நிர்வாகத்தின் நிலம் வீணாகிறதென்றும் தங்களுடைய நிறுவனங்களுக்கு அந்த நிலத்தைக்

கொடுத்தால் அதனால் துறைமுகத்துக்கும் வியாபாரிகளுக்கும் நல்ல வருமானம் கிடைக்குமென்று எவ்வளவோ சொல்லியும் எதையும் அவர் ஏற்றுக்கொள்ளவேயில்லை. கொற்கைப் பெருந்துறைமுகத்தின் இன்றைய வளர்ச்சியே இந்தத் தோணித் துறைமுகத்தாலும் அங்கு நடை செய்யும் தோணிகளாலும் அதை நடத்துபவர்களாலும்தான் என்று தீர்க்கமாக நம்பினார் நாகநாதன். சிறுபிராயத்தில் இந்தப் பகுதியிலேயே வாழ்ந் திருந்ததால் இந்தக் கடற்புரத்து மக்களைப் பற்றியும் அறிந்து வைத்திருந்தார். மனைவி கலைச்செல்விக்கும் சொந்த ஊர் முதலூர். என்றாவது ஒரு நாள் யாராவது ஒருவர் நல்ல திட்டத்தோடு தன்னை வந்து பார்க்கமாட்டார்களா என்று எதிர்பார்த்துக் காத்திருந்தார். தான் சந்திக்கும் பர்னாந்து மார்களிடமெல்லாம் தன்னுடைய எதிர்பார்ப்பைத் தெரிவித் திருந்தார். தன் ஆசை நிறைவேறாமலேயே ஏற்றிருந்த பொறுப்பின் ஐந்து வருடப் பணி நிறைவுசெய்து நாளை மாற்றலாகிப் போகிறாராம்.

மறுநாள் நடக்கவிருக்கும் பிரிவுபசார விழாவில் கோஸ்டிங் தோணி உரிமையாளர் சங்கத்தின் சார்பாகப் பொன்னாடைப் போர்த்துவது சம்பந்தமாக பிலிப் தண்டலைச் சந்திக்க சங்க நிர்வாகிகள் வந்திருந்தார்கள். முன்பு போல் பிலிப் தண்டலால் வெளியே அடிக்கடி வர இயலவில்லை. அவரது தோணிகளும் டி.டி.என். 217 மலையாள நடைக்கும் டி.டி.என். 210 அந்தமான் நடைக்கும் மாதவாடகைக்குப் போயிருந்தன. கூட்டமாய் வருபவர்களைப் பார்த்து என்னவோ ஏதோவெனப் பயந்த எழிலரசி விசாரித்துவிட்டு உள்ளே வந்து மாமனாரிடம் சொன்னாள்.

நடையில்லாமல் கொற்கைத் துறையில் நிற்கும் தோணிகள்

"மர்மா சங்கத்துலயிருந்து வந்திருக்காங்க."

"சங்கமா, அது எங்கயிருக்கி?"

என்றவாறே வாயெல்லாம் பல்லாகச் சிரித்தார் பிலிப். கீழ்த்தாடையில் இரண்டு தங்கப் பற்கள் பளிச்சிட்டன். அதற்குள் அனைவருமே நடு அறைக்குள் வந்திருந்தார்கள். நாற்காலிகளை இழுத்துப் போட்டதில் கறகறவெனச் சத்தம். கூட்டத்தில் மிக்கேல் பல்டோனா பேரன் சந்திரன் பல்டோனாவும் வந்திருந்தான்.

"புது ஆர்பர் சேர்மன் மாறி போறாரு... அதாம் சங்கத்து சார்புல ஒரு பொன்னாட வாங்கி அவுருக்கு போத்தணும்." என்றார் ஜெர்மான்ஸ் தண்டல்.

"கஸ்டம்ஸ் கலெக்டர் ஒருத்தர் புதுசா வாறாரு. அவுருக்கும் பொன்னாட போத்தணும். பேரு என்னமோ ஞானஆசீர்ன்னாவ."

"பேரென்ன?"

"ஞானஆசீர் ஐ.ஆர்.எஸ்."

"யாரு தெரியுமா, நம்ம மாரிமுத்து கங்காணி. பல்டோனா அளத்துக்கு ஆள் கொண்டாருவார அவுரு பேரனாம்" என்றார் பிலிப்.

"..."

"பெரியாள்க்கள வுட்டுட்டு இங்க வந்திருக்கிய."

"என்ன சொல்லுறிய பிலிப்பண்ணம், எல்லாத்துக்கும் பொது மனுசமின்னுதாம் ஒங்ககிட்ட வந்தோம். நீங்க வராட்டி என்னையக் கூப்புடல ஒன்னைய கூப்புடலயின்னு இது வேற இன்னொரு பிரச்சனக்கி வழியாயிரும்."

1986இல் தோணிச் சங்கம் உடைந்து பழைய சங்கம், புதுச்சங்கமென்றானது. புதிய முதலாளிகளைப் பழைய முதலாளிகள் மதிக்காதது காரணமென்றார்கள். திரும்பவும் 1997இல் புதுச் சங்கமும் உடைந்து கமிலஸ் தலைமையில் ஒரு சங்கமும் பிலிப் தண்டல் தலைமையில் மற்றொரு சங்கமும் உருவானது. பழைய தோணிச் சங்கத்துக்காரர் களும் பிலிப் தண்டல் சங்கத்துக்கே வந்து சேர்ந்திருந்தார்கள். கமிலசோடு போனவர்களும் நாளடைவில் பிலிப் தண்டலின் சங்கத்தோடே வந்து சேர்ந்திருந்தார்கள். கமிலஸ் சங்கத்தில் அவருடைய தோணிகளும் அவர் குடும்பக்காரர்கள் தோணி களையும் தவிர வேறு எந்தத் தோணியுமில்லை. படிப்பறிவு இருந்ததால் அரசாங்கத்திலிருந்து வரும் எல்லா உதவிகளையும் கமிலஸ் தன் குடும்பத்தாருக்கே பெற்றுத் தந்தாரேயல்லாமல்

மற்ற உறுப்பினர்களுக்கு எதுவும் செய்யவில்லை. வெறுத்துப் போனவர்கள் வேறு வழியே இல்லாமல் பிரிந்துவிட்டார்கள்.

இப்போதெல்லாம் தோணிப் பாலத்தில் எந்த வேலையுமில்லை. எல்லாச் சரக்குகளுமே சரக்குப் பெட்டகங்களுக்குப் போய்விட்டன. ஒன்றிரண்டு மாலத்தீவு கப்பல்களைத் தவிர வேறு எங்குமே வேலையில்லாததால் பெரிய நிறுவனங்கள் தோணிகளை மாத வாடகைக்கு அமர்த்தித் தாங்கள் விரும்பிய இடத்தில் நடைசெய்ய அனுப்பினார்கள். பிலிப் தண்டலைப் போல் ஒரு சில முதலாளிகள் சில காலம் தாக்குப் பிடித்தார்கள், மற்றவர்கள் போட்ட முதலுக்கு வட்டி கட்டாவிட்டாலும் பரவாயில்லை, நடையில்லாமல் இருப்பதைவிட அந்தமான், சீக்கா, வேராவேல் பாவ்நகரென எங்காவது போய் நடைசெய்யலாமென்று கிளம்பியிருந்தார்கள்.

“நம்மளுக்குள்ள என்னக்கி ஒத்தும இருந்திச்சி ஒரு கட்டுமரக்காரனா, வள்ளக்காரனா, போட்டுக்காரனா, தோணிக்காரனா... எய்யா இப்ப மிசின் மாட்டுன கோட்டியாக்காரனா எவங்கிட்ட ஒத்துமயிருக்கு.”

“...”

“மருமொவம் ரிபேரோவாக்கும் சொல்லுவாரு...”

ரிபேரோ என்ற சொல்லை உச்சரிக்கும்போதே அவர் ஆனந்தத்தில் அக்களித்ததைப் பார்க்க முடிந்தது. கடன் வாங்காமலேயே மூன்று தோணியின் உரிமையாளராய் இருக்கிறார் என்பதைவிடவும் தான் லீனஸ் ரிபேரோவின் சம்பந்தார் என்பதில் பிலிப் தண்டலுக்கு ஏகப் பெருமிதம். முன்பெல்லாம் வார்த்தைக்கு வார்த்தை ரிபேரோ என்று சொல்லும் பிலிப் தண்டல் ஜேம்சின் மரணத்திற்குப் பிறகு தேவையில்லாமல் பேசுவதேயில்லை. மருமகன் கிளாடியஸ் ரிபேரோ சொன்ன வார்த்தைகள் மறக்கவேயில்லை.

‘கடல்ல வேட்டையாடும் ஒரு சமூகம். இங்கு தனி மனித வெற்றிதான் எப்போதுமே குறி. ஒற்றுமை என்ற பேச்சுக்கே இடமில்லை. எனக்கு கிடைக்கிறதோ இல்லையோ ஆனால் என் அயலானுக்கு கிடைக்கக் கூடாது. காரணம் அடுத்தவன் வெற்றியைத் தாங்கவே முடியாது. ரத்தத்தோடு கலந்துபோன ஒரு உணர்வு இது. உற்பத்திக்காரணியில் நிலம் ஒரு பங்கை வகித்திருக்குமானால் ஒற்றுமையின் தேவை ஒருவேளை புரிந்திருக்கலாம். ஒருவனுடைய வெற்றியை ஒத்துக்கொள்ளாத மற்றவன், இருவருமே தோற்கும்போது ஒன்றுபடுகிறான். தனக்குள் ஒன்றுபடாத ஒரு சமூகம் எப்படி

நானூறு ஆண்டுகளுக்கு முன்னால் கத்தோலிக்கத்தைத் தலைவணங்கி ஏற்றுக்கொண்டது என்பது இன்றுவரை புரியாத ஒரு புதிர்.'

"என்ன சொல்லுவாரு பிலிப்பண்ணம்."

"எல்லாருக்குமே தலைவனாயிருக்குற தகுதியிருக்காம் அதுனால ஒருத்தன ஒருத்தம் மதிக்கமாட்டயிங்குறமாம்."

"பெரியாள் சொல்லுறது சரிதாம்" என்றான் சந்திரன் பல்டோனா.

எட்டிப்பார்த்த பிலிப் கேட்டார்.

"யாரய்யா அது?"

"செத்துப் போனார அல்பின் பல்டோனா அவுரு புள்ள."

சந்திரனைப் பார்த்து ஆச்சரியப்பட்டார் பிலிப்.

"புதுத் தொறமொகத்துல ஆழப்படுத்தப் போறாவயின்னு தெரிஞ்சிருந்தா சந்தியா சித்தப்பா தோணிய எடுத்திருக்க மாட்டோம்" என்றான் சந்திரன்.

"..."

"அல்லது எங்களுக்கும் என்னமாச்சும் கொழும்பு நட தரச் சொல்லுங்க."

கூட்டத்திலிருந்து குரலொன்று கேட்டது.

"ஒடையவரே ஊம்பிகிற்று இருக்கும்போது பூசாரி வந்து என்னமோ வரம் கேட்டானாம்."

"ஏ... யாருவே அது? இதுக்குத்தான ஓங்கள்வள வீடுவளுக்குக் கூட்டிட்டு வாரதில்ல" என்றார் நிக்கோலாஸ் தண்டல்.

பிலிப் தண்டலுக்கு எதுவுமே காதில் விழுந்திருக்க வில்லை. தொலைபேசி மணி அடிக்க எழிலரசி ஓடிவந்து எடுத்தாள். தொலைபேசியில் பெரியதுறையிலிருந்து அம்மா ரொசிற்றா பேசினாள்.

"நாந்தாம் எழிலரசி பேசுறம்."

"..."

''அய்ய... இங்க புதுக்கிராமம் பக்கத்துல கால்நட ஆஸ்பத்திரி பக்கம் போவும்போது பாத்திருக்கம்.''

"..."

“செத்தே போனாரா, அய்ய அண்ணனுக்குத் தெரியுமா?”

“...”

“சரி வைக்கிறம்.”

குசினிப் பக்கம் போகயிருந்தவளை பிலிப் மறித்துக் கேட்டார்.

“என்னம்மா...?”

“நம்ம ஊர்ப்பையம் பேரு போரஸ். அண்ணங்கூடப் படிச்சவரு, செத்துப் போனாராம். வெட்டுனரி டாக்டர்.”

“அந்த டாக்டருக்கு பெரியதொறையா... மாடு கொம்பால குத்தி தூக்கிற்றாம” என்றான் சந்திரன்.

இப்போதெல்லாம் ஏதாவது மரணச் செய்தி கேட்டால் முடிந்தவரை அடக்க பூசைகளுக்குப் போய்விடுகிறார். புண்ணிய பூமி ஜெருசலேம் போய் வந்ததிலிருந்தே பிலிப்பிடம் அதிக மாறுதல்கள். கோபத்தைக் குறைத்திருந்தார். வெளி நடமாட்டமும் அதிகமில்லை.

“இப்பவும் எதுவும் கெட்டுப் போவயில்ல. இனுமயும் கப்பல்வ வரவர பெருசாத்தாம் வரும். அதுக்கேத்தமாரி நம்மளும் மாறுவோம்.”

“...”

“அந்தக் காலத்துலே கொற்கயில இருந்தே பஸ்ரா போவயில்ல, துபாய் போவயில்ல. நம்மதாம் போனோம்.”

“பாய் ஓட்டுலேயின்னு சொல்லுங்க.”

“இது நம்ம எடம், இதுல நமக்கு எடமில்லாமப் போயிற வுடக்கூடாது.”

யார் யாரோ பேச முயற்சிக்க வீட்டுக்குள் கசமுச வெனச் சத்தம். எழிலரசி எல்லோருக்கும் காபி கொண்டுவந்து கொடுத்தாள்.

“பெரியாளப் பேச வுடுங்க.”

“அகர்வால் கெமிக்கல் வந்தாமின்னா, அவனால நமக்கு மட்டுமா பாதிப்பு எல்லாருக்குந்தாம். அது என்ன நம்ம மட்டும் முந்திகிட்டு நின்னு கெட்டவனாகிறது... நம்மள முன்ன தள்ளிவுட்டவமெல்லாம் வேண்ட வேண்டியத வேண்டிற்று போயிற்றான்வ.”

1076 ஆர். என். ஜோ டி குருஸ்

“பெரியாளு சொல்லுறது சரிதான, வாரவம் வந்திற்றாம். திங்கிறவன்வ தின்னுற்று தோள் வழிய தொங்குற துண்டுல தொடைச்சிற்று போயிற்றான்வ. நம்ம திரும்பவும் தண்ணிக்கிள.”

“எய்யா, அகர்வால் கெமிக்கல்ல இங்க கொறகயில தயாராகுற சரக்க அங்க பம்பாய்க்கி வடக்க சில்வாசாவுக்கு போவணுமாம். நம்ம போவாத மலையாள நடயா...”

“அப்ப நீங்க சொல்லுறத பாத்தா அவனுக்கு இவனுக்குயின்னு ஏற்பட்டுப் போயி... ஓசியில ஊம்பப்போயி உள்ளயிருந்த பல்லும் போச்சாமிங்குற கததாம் நம்ம கத.”

“இங்க தோணித்தொறயிலயும் நம்மள வச்சித் தொற மொகத்துக்கு என்ன லாபம் சொல்லுங்க புது ஆபர்ல, உள்ள நிக்கிறதுக்கு காசு கெட்டணும். இங்க ஒங்க மாமியார் வூடு... வாறிய போறிய.”

“ஞாயந்தான, எத்தன நாள் இதச் சம்மதிப்பாவ. சரி என்னதாம் சொல்லவாறிய?”

“ஆபர பத்து மீட்டர் ஆழப்படுத்துனா கப்பக்காரம் பணிரெண்டு மீட்டர்ல சரக்குக் கொண்டுவரக் கூடாதின்னு சட்டமா.”

“நம்மளும் மாறணுமிங்குறாவ பெரியாளு” என்றான் சந்திரன் பல்டோனா.

“ரண்டியர் மூணுயர் சேந்து ஸ்டீல் பாடியில பார்ஜ் வைப்போம். போயி தொழில் கேப்போம். நல்லபடியா சரக்க எறக்கி குடுப்போம் ஆபருக்குள்ள எறக்குறதவிடக் கப்பமடயில அதியமா எறக்கிக் குடுப்போம்.”

காக்கிநாடாவில் இதுபோலவே வந்த பிரச்சினையைச் சங்கத்தின் மூலமே எதிர்கொண்டு எல்லா முதலாளிகளும் ஸ்டீல் பாடி பார்ஜிக்கு மாறி இன்றும் அரிசி, உமி, கோதுமை, சோளம், சிமென்டு போன்ற சரக்குகளை பார்ஜ்களின் உதவி யோடு நடுக்கடலில் ஏற்றுகிறார்கள். துறைமுகத்துக்கு உள்ளே நடக்கும் வேலையைவிட ஆழ்கடலில் அதிகமாகவே நடக்கிறதாம்.

“நம்மளே நம்ம தொழில மதிக்கணுமில்ல. புள்ளய படிச்சா என்ன, நம்ம தொழிலுக்கு வரச் சொல்லணும். அப்பந்தாம் அவன்வளுக்கு நம்ம கஷ்டம் தெரியும்.”

“அது மட்டுமில்ல நல்லா படிச்சிற்று கிடிச்சிற்று வாரதுனால அவன்வளுக்குப் புதுசா என்னமாச்சும் தெரியிலாம...” என்றார் ஜெர்மான்ஸ்.

கூட்டம் முடிந்து வீட்டுக்கு வெளியே வந்து காரை நோக்கி நடந்தான் சந்திரன் பல்டோனா. மனது நிலை கொள்ளாமல் தத்தளித்தது.

'பேசாம பிலிப் தண்டலுக்கு மொவனாப் பெறந்திருக் குலாம். காக்காசுயில்லாதவமெல்லாம் கொற்கயில போடு போடுயின்னு போடுறாம். எத்தன நாளைக்கித்தாம் இப்புடி ஒதுங்கிப் போவ. பேரென்னமோ சொன்னான்வள பபிலோன் இந்த வயசுலயும் லச்சக் கணக்குல பேங்குல பணம் போட்டு ருக்காரு. அங்கி பைக்கிள போடுறோமுன்னு நெனச்சி பாஸ் புக்க கீழ போட்டுட்டாரு போல, அது இவன்வ கையில கெடைக்குமா. இந்தா அமெரிக்காவுக்கு ஓடிற்றாராம. அங்க எல்லாம் சாமியாரா எவனும் வரமாட்டங்குறான்வளாம். நாள் பூச வைச்சாலே நெறைய காசு குடுக்குறான்வளாம். மலர்விழி பைனான்ஸ் குணராச்சி மேற்றுராசனத்துக்காரன்வள வச்சித்தாம் வாழ்ந்திருக்காம். பணம் போட்டுருந்தது பூதாவும் சாமிமாராம். ஒண்ணு எங்கய்யாவமாரி கஞ்சலாவும் பயந்தாங் கொள்ளியாவும் இருக்கான்வ, இல்லியா பெலிக்ஸ் கர்டோசாவமாரி உள்ளதும் போச்சாம் நொள்ளக் கண்ணா மிங்குற கததாம். நல்லாத்தாம் வச்சிருந்தாராம் இந்தப் பய பேசில... இருந்த ஒரு கண்டெய்னர் லீசிங்கயும் தூக்கிற்றுப் போயிற்றானாம. நமக்கு தோணித் தொழிலுன்னு யாரு சொன்னா, சரக்க ஒரு எடத்துலயிருந்து அடுத்த எடத்துக்குக் கொண்டு குடுக்கணும் அது தோணியாயிருந்தா என்ன, கப்பலா யிருந்தா என்ன. தேவைக்கி ஏத்தமாரி தொழிலு. காலத்துக்கு ஏத்தமாரி மனநிலையில மாற்றம்... கூப்புட்ட வுடன கௌரவம் பாக்காம வந்திற்றான ஜிம் ரிபேரோ... ஒரு பான சோத்துக்கு ஒரு சோறு பதம். அப்ப மாறிற்றமா... மாறித்தாம் ஆவணும். எத்தன நாளைக்கித்தாம் பழைய பெருமயள பேசிகிற்றே அலைய... நம்ம மாறியே ஆகணுமிங்குற விழிப்புணர்வு வந்தாலே போதும். ஜே.சி பரவால்லிய. நாலு பேர பாக்க முடியிது. இவுரு புரோக்கர் ரப்பேல் மருமொவனமாரியா... கந்து வட்டி தொழிலுக்கு முன் அனுபவம் வேண்டாமா. அடியாள்களுக்குக் குடுத்தே அழிஞ்சி போயிருவான்வள. நாதன் பல்டோனாயிங்குறான்வளாமகூட படிச்சவமின்னு கம்பெனியில சரி, வூட்டுக்குள்ள எதுக்குவுடனும். மொத்தமா கொண்டு போயிற்றாம். இளைஞர வழிகாட்டுறோமுன்னு கூட்டம் போட்டுட்டு மேடயிலயிருந்த அத்தன பயலும் ஈறங்கித் தண்ணி அடிச்சான்வளாம். அந்தக் காலத்துலயும் வாய்க் கொழுப்ப சீலயில வடிச்சி எங்கள எஸ்.சி. ஆக்காதைங் கன்னான்வளாம், கொற்கை ஸ்டிவிடோர் அஸோசியேசன்லயும் வாய்ப்பு இல்லாமப் போனான்வ. இவன்வ தடுத்தாக்குல

1078 ஆர். என். ஜோ டி குருஸ்

வாரத் திட்டங்க வராமலா போயிரும். இனும யோசிக்கக் கூடாது. ஜுலியனும் துடுக்கானவந்தாம் கொஞ்சம் கைதூக்கி வுட்டா கெட்டா போயிறப் போறோம். தோணித் துறைமுகத்த யும் பயன்படுத்துறமாரி என்னமாவது செய்யணும... நம்ம கிட்ட இருந்தும் ஐ.ஏ.எஸ். வரணும், ஜிம் ரிபேரோ ஐ.ஏ.எஸ். நல்லாத்தாம் இருக்கு.'

புதிய அலுவலகம் வந்து சேர்ந்திருந்தான் சந்திரன் பல்டோனா. வாசலிலேயே வந்திருந்து வரவேற்றான் ஜிம் ரிபேரோ. சுங்க அதிகாரி ஜெனி ரிபேரோவின் ஒரே மகன். தகப்பனார் சில்வெஸ்டர் ரிபேரோவுக்கு ஜிம் கார்பெட் மேல் இருந்த அதீத மரியாதை தெரிந்திருந்ததால் தனது மகனுக்கு அந்தப் புலி வேட்டைக்காரரின் பெயரைச் சூட்டி மகிழ்ந்திருந்தார் ஜெனி. பல்டோனா அலுவலகத்தில் வேலை பார்த்துக்கொண்டே சிவில் சர்விஸ் பரீட்சை எழுதுகி றானாம். குழந்தைப் பருவத்தில் கொல்லத்தில் பாட்டி மார்கிரட்டிடம் கதைகேட்டு வளர்ந்தவன் ஜிம் ரிபேரோ, சகுனங்களை நம்புகிறவன். கனவு காணும் பழக்கமும் உண்டு. மேற்கில் விண்மீன் எழக்கண்டு கீழ்த்திசையிலிருந்து ஞானிகள் வந்து மெசியாவை பெத்லகேமில் கண்டுகொண்டதைப் பற்றியெல்லாம் கதைகதையாகச் சொல்லியிருந்தாள் மார்கிரட்ப் பாட்டி. கொற்கை நமது ஊர், தமிழகத்துத் பட்டினங்களில் கொற்கை சிறியதே அல்ல, அது திரும்பவும் தனது பழைய மாட்சியைப் பெறும் என்றும் கூறியிருந்தாள். தனியாய் அமர்ந்திருக்கும் வேளைகளில் அமெரிக்க இலக்கிய மேதை யான ராபர்ட் ஃபிராஸ்ட்டின் 'நான் தூங்குவதற்கு முன்னால் வெகு தூரம் பயணிக்க வேண்டியிருக்கிறது' என்ற வரிகளை முணுமுணுத்தபடியிருப்பான் ஜிம் ரிபேரோ. காலம் ஜிம் ரிபேரோவையும் சந்திரன் பல்டோனாவையும் கொற்கையில் சந்திக்க வைத்திருந்தது.

129

2000

அவசரமாய் ஓடிவந்து ஏறியவர்களையும் உள்வாங்கிய வாறே கொற்கை எக்ஸ்பிரஸ் ஊர்ந்தபடியிருந்தது. இரண்டாம் வகுப்பு ஏ.சி. பெட்டியில் அமர்ந்திருந் தார் அமுதன். வெகுகாலம் லிசாக்சி கம்பெனியின் சென்னை, பம்பாய் கிளைகளில் வேலை பார்த்தவர் அம்மா ரொசிற்றாவின் விருப்பத்தின்படியே கொற்கை வந்து அசோக் சிப்பிங் கம்பெனியில் சேர்ந்திருந்தார். கொழும்பிலிருந்து பயணிகளோடு வந்திருந்த 'கோல்டன் பிகாக்' என்ற கப்பலின் வருகையை அனுமதித்த இமிகிரேசன் அதிகாரிகள் அதன் வெளியேற்றத்தை அனுமதிக்கவில்லை. கப்பல் வரும் போது அங்குமிங்கும் ஓடியாடி கப்பல் முதலாளி கிரிபின் சந்திராவிடமிருந்து பணத்தைக் கறந்த சீ சிப்பிங் இம்மானுவேலைக் கடந்த ஒரு மாதமாய்க் கப்பலருகே காணவில்லை. கிரிபின் சந்திராவின் தகப்பனார் மனுவேல் சந்திரா பெரியதுறை குருஸ் வீரச்சந்திராவின் ஒன்றுவிட்ட சகோதரராம். அந்தக் காலத்திலேயே கொழும்பு போய் அங்கிருந்து தலைமன்னார் பக்கம் ஒதுங்கியவர். அவருடைய கடைசி மகன் கிரிபின் சந்திரா. மொத்தம் பதின்மூன்று பிள்ளையாம். தாய் சிங்களத்தி. கப்பல் பிரச்சினை எம்.ஆர். பர்னாந்து மூலம் பிலிப் தண்டலுக்கு வந்து பிலிப் தண்டல், மருமகன் அமுதனிடம் விசயத்தைக் கொண்டு வந்திருந்தார்.

பிலிப் தண்டலின் கொ. 217ம் நம்பர் தோணிக்கு மாத வாடகை வருமானத்தை அசோக் சிப்பிங் மூலமாக அமுதன் ஏற்பாடு செய்திருந்தார். இப்பவும் 'கோல்டன் பிகாக்' கப்பலின் வெளியேறும் உத்தரவு விசயமாகத்தான் சென்னையில் இமிகிரேசன் உயர்

அதிகாரிகளைச் சந்திக்கக் கிளம்பியிருந்தார் அமுதன். பெட்டியின் உள்ளே ஆங்கிலத்திலும் தமிழிலும் ஹிந்தியிலும் பல தரப்பட்ட குரல்கள். ஆளாளுக்கு ஒரு செல்போனைக் கையில் பிடித்துக்கொண்டு என்னென்னவோ பேசியபடியிருந்தார்கள். குரல்கள் சிதறிக் கேட்டன.

"அமைச்சரப் போயிப் பாக்குலாமண்ணாச்சி. அகர்வால் கெமிக்கல் எம்.டியப் பாத்தம், இப்ப டெண்டர் போட்டுல்லா ஸ்டிவிடோரிங் ஆள்க்க எடுக்கான்வ. வடக்கயிருந்து வந்தவம் நமக்கு யாபாரம் சொல்லித்தாராம் பாருங்க. அய்ய, அவியளுக்கு ஆஸ்திரேலியாவுலயிருந்து கோதும்பு வருது. அகர்வாலுக்கு ஆஸ்திரேலியாவுலயிருந்து வாரதுல தங்கம் இருக்காம். அய்ய ஆவியில வெந்தது இட்லி சாப்புடுலாம். ஆமா அடுத்த வாய்தா என்னக்கி. கன்வென்சன் நடக்கு. ஆமா இங்க இப்ப லயன்ஸ் டவுனுல கர்த்தரோட கிருபயில ஆராதனக் கூடம் கெட்டியாச்சி. முன்னால எதுத்தவுக எல்லாரும் இப்ப வந்து பாரும், அகர்வால் கெமிக்கல் முன்னால காவடி எடுக்காத கொறதாம்."

"என்னடே வக்கீலு புடிச்ச, அவன்வளுக்குத்தாம் பொய்க்கேசு போடத் தெரியுமா. முட்டங்கையிக்கி மேல பிளேடால கீறிவுட்டுட்டு கவர்மென்டு ஆஸ்பத்திரியில..."

"இதற், தோ பஜே சே சடே சார் பஜே தக் ஏலுக் சோ ஜாயகா. குச் நயி கர் சக்த்தாய்."

"நெசமா சொல்லுறமில்லா அமெரிக்காவுல ஏர் போர்ட்டுல எறங்குன புள்ளய, எங்கயோ கொண்டு போயி கற்பழிச்சி, பொணமா வந்திச்சின்னாவ."

"சார் டி.டி. தாம் இங்க உக்காரச் சொன்னாரு."

"அய்ய நெசமாவே ராஜ்குமார வீரப்பம் வுட்டுடானாம்."

"எக்மோருக்கு கார வரச் சொல்லு... ஆல் ஆர் மூவிங் டு வேர்ல்டு டிரேட் சென்டர்."

"பெறவு வக்கீல் பாத்துக்கிடுவாம், உண்டான ஃபீச ஐம்பதுக்கு நூறா குடுத்திற்று போயது."

"ஆமந்தொற பக்கமிருந்து வார மண்ணுல எழுபது எம்பது சதவீதம் கார்னட்டு இருக்காம்."

"மெட்ராசுல கிரிக்கெட் மேட்ச்சி. லைனர் எல்லாரும் ஒரு பக்கம் கிளியரிங்காரன்வ மறுபக்கம்."

"அய்ய மதுரைக்கி எதுக்குப் போவணும், ரேமண்ட்ஸ் ஷோ ரூம் இங்க வந்தாச்சில்லா."

“ஓரியன்ட் எக்ஸ்பிரஸ் கொற்கை கொழும்பு நடதாம்.”

“துப்பாக்கி லைசென்ஸ் வாங்கியாச்சி.”

“ஆமா மெர்ஸ்க் கம்பெனிக்காரன்வ சலாலா போர்ட்டுல ஒரு கண்டெய்னர் டெர்மினல் கெட்டியாச்சாம்.”

“ஆழங்கூடுனா லைட்னிங் போயிருமோ.”

“இப்ப பூதா மார்வாடிய ராச்சியம்தாம். மூடமூடயா வந்து பணத்த கொட்டுறான்வ. காசுக் கட பஜாருலயும் மார்வாடி கடயதாம்.”

“காபி போசாவுல மாட்டுனவமெல்லாம் சிப்பிங் கம்பெனி போட்டாச்சி. பழைய ஐ.ஜி ஒருத்தர போட்டு எல்லாரையும் மடக்குறான்வ.”

“அபி இதற்கா சால்ட் மார்கெட் தோ அமாரா... வஹாம் ஆக்கே சீதா மே பிலிப்பைன்ஸ் ஜாராவும்.”

“ரேட்ட எறக்கிற்று திற்ற மூஞ்சிக்கி நேர தூக்கி வீசிறுராம் அகர்வால்க்காரம்.”

“ரயில்வே ஸ்டேசன மீளவிட்டானுக்கு மாத்தப் போறான்வளாம் தெரியுமா?”

அமர்ந்தவுடன் எரிச்சலூட்டிய சத்தங்கள் போகப்போக சுவாரஸ்யமாகிக் கொற்கையின் இன்றைய நிலையைச் சொல்லாமல் சொல்லுவதை ரசிக்க ஆரம்பித்தார் அமுதன்.

“சார் ஒங்க டிக்கெட் நம்பர் என்ன?”

அருகிலேயே பெண் குரலொன்று கேட்கத் தலையை நிமிர்த்தி அலட்சியமாய் அவளைப் பார்த்தார் அமுதன். எதிரே அமர்ந்திருந்த நீதிராச் எங்கே தன்னைக் கேட்டு விடுவாளோ என்று நினைத்திருக்க வேண்டும். தீவிரப் புத்தக வாசிப்பிலிருந்ததைப் போல் பாவனை செய்தார். பணி ஓய்வுபெற்ற பின்பும் முகத்தில் குரூரப் பார்வை குறைந்தது போலில்லை. வாய்ப்பு கிடைத்தபோதெல்லாம் தன்னை விழுங்கிவிடுவது போல் அவர் பார்த்தபடியிருந்ததை அமுதன் கண்டுகொள்ளவேயில்லை. மனது பக்குவப்பட்டிருந்ததும் ஒரு காரணம்.

‘என்ன’ என்பது போல் விழிப்புருவங்களை உயர்த்திக் காட்டினார் அமுதன்.

“எங்க வீட்டுக்காரருக்கு 43ல பெர்த் எனக்கு 22.”

“அதுக்கு நா என்ன பண்ணணும்?”

“நீங்க கொஞ்சம்...”

பின்புறம் யாரோ கத்துவது கேட்டது.

“ஆமா மாலத்தீவுக்குச் சரக்கு போடாத, ஏமாத்துக் காரன்வ துட்டுத் தரமாட்டாம். மார்வாடிக்கி சரி, நமக்கு சரி வராது. ஏய் நாஞ் சொல்லுயத கேக்கியா ஞானக்கனி மொவம் சின்னத்தம்பி மாலத்தீவுலதாம் வாக்கிங் போறாராம். நம்மளால கடங்குடுத்திற்று கைய பெனைஞ்சிகிட்டு நிக்க முடியாது.”

“மூணு பர்சண்டு நாலு பர்சண்டுல வட்டிக்கி பணங் கெடைக்கிதாம. அதுலதாம் செவந்தி நாடாம் மொவம் ராஜகோபாலு கிட்டங்கியா கெட்டித் தள்ளூறாராம்.”

“சார் கேன் யு... கொஞ்சம் அங்க போயி சமாளிச்சி கிட்டா.”

திரும்பவும் அவளை ஏறெடுத்து நோக்கினார் அமுதன். பரிதாபமாய் நின்றிருந்தாள். நல்ல வாட்டசாட்டமாய் இருந்தாள். வரைந்துவிட்டது போலப் புருவங்கள். கிளி மூக்கு. வயிற்றைத் தள்ளிக்கொண்டு நின்றிருந்தாள்.

‘அதெப்புடி இத்தன பேரயும் வுட்டுட்டு எங்கிட்ட மட்டும்... இளிச்சவாயமின்னு எழுதி ஒட்டியிருக்கோ.’

“எம்.எல்.எ டம்மிதாம். மாவட்டச் செயலாளரப் பாரு. வலேரியா எதுக்கு வெளிய வரணுமின்னு துடிக்கிறா. அவ தம்பிக்கி கிட்னி போயிற்றுன்னா போவட்டு, இவள வெளிய வுட முடியாதுப்பா.”

சீட்டுக்கடியில் தள்ளிவைத்திருந்த தோள்பையை எடுப்பதற்காகக் குனிந்தார் அமுதன். அங்கே தான் கொண்டு வந்து ஏற்றியிருந்த எட்டு பெரிய பெட்டிகளையும் ஒரு சங்கிலியில் இணைத்து அதைச் சீட்டுக்கு அடியிலிருக்கும் கொக்கியில் போட்டுப் பூட்டுபோட்டுப் பூட்டியபடி இருந்தார் மல்லிப்பூ கிறிஸ்டோபர். இரண்டு மூன்றுமுறை புளியம்பட்டி அந்தோணியார் கோவிலில் இருவரும் சந்தித்திருக்கிறார்கள்.

“என்ன பெரியாளு எப்புடியிருக்கிய, ஒங்க எளைய பொண்ணுக்கு மாப்புள பாத்திற்றியளா?”

“அந்தா வயித்தத் தள்ளிகிட்டு நிக்கிறாயில்ல... அவதாம் ஜெனிபர். மருமொவனுக்கு அந்தப் பக்கம் போட்டுட்டான்வ.”

வண்டி கோவில்பட்டியில் நின்றிருந்தது.

“இப்புடி ஒவ்வொரு ஸ்டேசன்லயும் நிப்பாட்டுனா போய்ச் சேர எப்புடியும் மணி விடிஞ்சி எட்டு ஒம்போதா

யிரும். அமெரிக்காவுலயெல்லாம் வண்டிய என்ன வேகமாப் போவுதுங்குறிய" என்றார் மல்லிபபூ கிறிஸ்டோபர்.

வருடத்தில் மூன்று மாதம் அமெரிக்காவிலிருப்பதாகச் சொன்னார். கடைசிப் பெண்ணுக்கும் மாப்பிள்ளை சாதி சனத்தில் கிடைக்கவில்லையாம். மதுரைப் பக்கம் தேவராம். ஜெனிபரைப் போலவே டாக்டர். அசடு வழிந்தபடியே 43ஐ நோக்கி நடந்தார் அமுதன். மூச்சிறைக்க பெட்டிக்குள் ஓடிவந்த ஒருவன் தன் கையிலிருந்த பார்சலைப் பக்கத்துச் சீட்டிலிருந்த வரிடம் கொடுத்தவாறே சொன்னான்.

"மொதலாளி இருட்டுக் கட அல்வா கெடைச்சிச்சி ஆனா நமச்சிவாயம் காரச் சேவு கெடைக்கல."

"என்னல வேல பாக்குற... சாப்பாடு?"

"நாயன்மாருல வாங்குனது உள்ள பைக்கிள கெடக்கு."

"என்னமோ... கோனார் மெஸ்சுல நல்லி எலும்பு கொளம்பும், கறித் தோசயும் முடிஞ்சிறாம. அத வாங்கித் தந்திற்று அப்புடியே போங்கள்வ. மெட்ராஸ் எக்மோர்ல பாத்துக்கிருலாம்."

"அப்ப நா எறங்கட்டா."

"முன்னால கில்பர்ட் அண்ணாச்சி இருந்தாவள அவிய ளுக்கும் என்னமாச்சும் வேணுமாயின்னு கேட்டுட்டுப் போ."

பாதையில் கால் நீட்டி அமர்ந்திருந்தவர்களைச் சமாளித்தபடியே வந்தார் அமுதன். கழுத்தை அசைக்க முடியாமல் நகை அணிந்தபடி பெண்கள் அமர்ந்திருந்தார்கள். சந்தனக்கடத்தல் வீரப்பன் பிடியிலிருந்த கன்னட நடிகர் ராஜ்குமாரை மீட்க நக்கீரன் கோபால் காட்டுக்குள் போய் வந்ததைப் பற்றி வியந்து பேசினார்கள். எல்லோருமே கொற்கைக் பக்கம் புதுக்கோட்டை வியாபாரிமார்களின் மனைவிமார். சென்னையில் ஆவடி, அண்ணாநகர்ப் பகுதிகளில் காய்கறி, கட்டடச் சாமான் வியாபாரத்தில் உள்ளவர்களென்று அவர்கள் பேச்சிலிருந்து தெரிந்தது.

'சில்லற யாபாரத்துல பெரிய பெரிய கம்பெனிய வந்திற்றாம் இனும தெருவோரத்துல இருக்க நாடார் கட அம்புடுதாம் அப்புடியிப்புடியின்னான்வ, போட்டுருக்க நகயள பாத்தா அப்புடி தெரியிலிய. துணிஞ்சி வெளிய போறாங்க, ரொமிலஸ் மாமா சொன்னாங்கள அங்கயும் பாம்பே செம்பூரு, மட்டுங்கா எல்லா எடத்துலயும் நம்ம ஊரு நாடார்தானாம். இங்க ஃபிஸ்சிங் ஆர்பர்ல யாரு பூராவும் காளியப்ப நாடார் பேரன்வதானாம. அவுகள்வ வச்சதுதாம் வெல. ஒழைப்புக்கு அஞ்சாத சனங்க. காலையில

நாலு மணிக்கு புருசம் வேலைக்கி வெளிய போவணுமின்னா பொண்டாட்டி அதுக்கு முன்னாலே எழும்பி காபி போட்டு குடுக்குறா. பிலிப் மாமா சொன்னார, பிலோமி மயினி பத்து மணிக்கி மேலதாம் கண் முழிச்சே பாக்குறாவளாம். தாய் தவப்பனப் பாத்துதாம் புள்ளய வளரும். ஆனா அப்புடியும் தெரியிலிய, நெறையப் பேரு படிக்கிறாவள. இன்னுங் கொஞ்ச நாள்ல யாபாரத்துல இல்லாட்டியும் நம்ம புள்ளய பெரிய பெரிய பதவியளுக்கு வந்திரும். பெலிக்ஸ் கர்டோசாவ அவுருகிட்ட வேல பாத்தவம் ஏமாத்தி போட்டாம் சரி, கூடப்பொறந்த அக்கா மொவம் தல்மெய்தாவுமா கெடுப்பாம். இன்பராச் அண்ணனும் மெட்ராசுல இருக்காங்களாம் நேரங் கெடைச்சா போயி பாக்கணும். சீமோன் சிங்கராயங்கிட்ட சொல்லச் சொல்ல கேக்கயில்லயின்னாரு, அது பெரிய டிரட்ஜிங் கம்பெனி ஒரு நேரம் அவன்வ கண்ணுல பட்டுட்டா பொறவு ஆயுசு பூரா யோகந்தாமின்னாராம். இவுரு சீமோன் சிங்கராயரு ரேட்டு கட்டுப்படியாகாதுன்னு வுட்டுட்டாராம். இந்தா சீ சிப்பிங் இம்மானுவேல் சும்ம செய்துதாரமின்னு போயி இன்னக்கி அவுருதாம் எல்லாம். ஒவ்வொரு நேரத்துக்கு ஒவ்வொன்னு வந்திருது பாருங்க. தோணிப் பிரச்சனயோட மாலத்தீவு கப்பல்வள கொழும்பு நடக்கித் திருப்பிவுட்டு அடிச்ச பணந்தான. பொண்டாட்டி பாப்பாத்தியின்னாவ சொல்லிக் குடுத்தாலும் குடுப்பா. அலெக்ஸ் மச்சான பாக்கணும், தைரியமா கெட்டிகிட்டாள… கூடப்படிச்சவந்தாம் விஸ்வநாதம் இருந்தாலும் மச்சாம் வந்தா ஒரு தொண. பொண்டாட்டியும் எஸ்.பியாம். இவனும் அரசியல் பிரச்சனயில அங்க டெல்லியில இருந்திற்று இப்பதான இங்க வந்ததா மைக்கிள் மோத்தா சொன்னாம்.'

43ஆம் நம்பர் சீட் அருகே வட்டமாய் அமர்ந்து சீட்டாடியபடியிருந்தார்கள். எல்லாமே தெரிந்த முகங்கள். பூனைபோல் ஓரங்கட்டி அமர்ந்தார் அமுதன். விளையாட்டு மும்முரத்தில் யாருமே அமுதனைக் கவனிக்கவில்லை. வருகிறவர்கள் போகிறவர்கள் யாரைப் பற்றியும் கவலைப் படாமல் குடித்தபடியிருந்தார்கள்.

“எல எண்ணெய்காரம் எதுக்கு இப்புடி பீ முழி முழிக்காம், சீட்ட எறக்குவே”

“சீட்டு பாத்து எறக்காண்டாமா கொஞ்சம் பொறுங்க மொதலாளி” என்றார் பிரேம்.

“மாப்புள டி.டி.இ என்னல இந்தக் குடி குடிக்காம். கூதிமொவம் க்குவாட்டர அப்புடிய ராவா ஊத்த, ஒரே மொடக்குல குடிச்சிற்று ஏப்பம் உடுறாம் மாப்புள.”

“கணேசா ஏன்டா இப்புடி அநியாயம் பண்ணுற.”

“அநியாயத்தப் பத்தி நீ பேசாத சிரிலு.”

“எல என்ன?”

“ஆறுமுகநேரி கெமிக்கல்லுல காலா காலமா நாங்க இருக்கோம் அங்க வந்து ரேட்ட கொறைச்சி போட்டாம் மாப்புள.”

“எல, எங்கய்யா சீமோன் சிங்கராயம் பண்ணுனா ருன்னா அதுக்கு எங்கிட்டப் பாயிற” என்றான் சிரில்.

“மாப்புள இங்க யாபாரம் பேசக் கூடாது கேட்டியா” என்றார் பிரேம்.

“அவம் மூடக் கெடுத்திராத மச்சாம். தப்பித் தவறி சரக்கு தட்டிற்றுன்னு வச்சிக்க எந்த ஸ்டேசன்ல எந்த கடயில என்ன சரக்கு, மாத்திர, ஊசி இதுவ கெடைக்கிமின்னு அவனுக்குத்தாம் தெரியும்.”

“ஏய், நீ பேச்ச நிப்பாட்டு. ஒத்தயில போயி கண்டெய்னர் ஸ்டப்பிங் பண்ணுனவந்தான நீயி...'' என்றான் ராஜவேல்.

“பூராவும் ஹவுஸ் ஸ்டப்பிங்தாம். மத்தியானம் மாப்புள ரண்டு மணிக்கி மேலதாம் வரச்சொல்லுவா. கலியாணமே வேண்டாமின்னு சொன்னவ லண்டன் மாப்புளயின்ன வொடன போயிற்றா, லெக்சரர் வேலயயும் வுட்டுற்று...”

“சவத்த எக்ஸ்போர்ட் பண்ணிற்று மாரி என்ன பேச்சி மாப்புள. சீட்ட எறக்கு.”

கழிப்பறைக்குப் போய்விட்டு கடந்துபோன கில்பர்ட் நாடார் தலையிலடித்துக்கொண்டவர் முனகியபடி நடந்தார். தலையெடுத்த பிள்ளைகள் அவரைப் போலில்லை. மூன்று மாதத்துக்கு முன்னால் சந்தனக்கட்டை கடத்துவதாக போலிஸ் ரைடாகிப் பிள்ளையார் பிடிக்கப் போன இடத்தில் குரங்கு பிடித்த கதையாகியிருந்தது. வடநாட்டுக்கார எஸ்.பி.யாம் கண்டெய்னர் கண்டெய்னராக ஏறவிருந்த ரேசன்கடை அரிசியை மூடைமூடையாகப் பறிமுதல் செய்துவிட்டார். அத்தனையும் கொழும்புக்கு ஏற இருந்த கில்பர்ட் நாடார் சரக்காம்.

“சிரிலு ஒம் மாப்புள சாம ஒரு பாட்டு பாடச் சொல்லுறி... பாடச் சொல்லுறி...”என்றார் பிரேம்.

“எல என்ன பாடச் சொல்லாதே நாங் கண்டபடி...”

“நீ பாடு...” என்றார் பலராமன்.

“நித்தம் ஒரு ப்ராப்ளம் வேண்டும் அதற்கு ஒரு ப்ராஜக்ட் வேண்டும் தொண்டு நிறுவனங்கள் வேண்டும், ஃபண்டு மழை பெய்ய வேண்டும்.”

“எதுக்குல எழ எளியதுவ பணத்த இப்புடி கொள்ள யடிக்கிறிய.”

“மெட்ராசுலயிருந்து வந்திருக்க காம்தேவ் சிப்பிங், அவன்வளுக்கு மட்டும் எங்க உள்ள பணமின்னு நெனைக்கிற மாப்புள. எல்லாமே ஏழையளுக்குன்னு வெளிநாட்டுலயிருந்து வார பணந்தாம். கொற்க பூராவும் கிட்டங்கியா கெட்டு றான்வள. என்ன ரிப்பீட்டா...”

“என்ன கேள்வி கேக்குற ஊத்துறியா...” என்றான் ராஜவேல்.

முதலில் ரமேஷ்தான் கப்பல்கள் வரும்போது மெட்ராஸ் வந்து போயிருந்தார். சூழ்நிலை சாதகமாக இருக்கவே ஏஜென்சியிலிருந்து, ஸ்டிவிடோரிங், கிளியரிங்கென எல்லா வேலைகளையும் சண்முகாவில் செய்ய முடிவெடுத்து ரமேஷ் முதலில் வீடெடுத்துத் தங்கினார். பிறகு தம்பி ராஜவேலும் மெட்ராஸ் வர விருப்பம் தெரிவிக்க தம்பி வெற்றிவேலையும் திருமணம் முடித்த கையோடே தாத்தாவின் சம்மதத்தைப் பெற்று மெட்ராஸ் கூட்டி வந்துவிட்டார் ரமேஷ். சண்முகா வைப் பார்த்து மற்றவர்களும் கொற்கையிலிருந்து மெட்ராஸ் வர ஆரம்பித்தார்கள். இன்றைய நிலையில் சென்னைத் துறைமுகத்திலும் கொற்கை வியாபாரிமார் ஆதிக்கம்.

எதிரே பக்கவாட்டுச் சீட்டில் ரேவதி தன் கொழுந்தன் ஜூலியனோடு அமர்ந்திருந்தாள். சென்னையில் யாரோ தெரிந்த அரசியல்வாதியின் மூலம் அம்மாவைச் சந்தித்து அடுத்து வரும் தேர்தலில் கொற்கையிலிருந்து போட்டியிட வாய்ப்பு கேட்பதற்காகப் போகிறார்களாம். ஜூலியனும் வெள்ளை வேஷ்டி சட்டையில் இளம் அரசியல்வாதியாகவே மாறி இருந்தான். கொற்கை ஆறுமுகா மருத்துவமனையில் டாக்டர் வெங்கடேஷ், டாக்டர் கிரிதரன் அளவுக்கு ரேவதியும் பிரபலம். மேலும் கீழும் பம்பரமாய்ச் சுழன்றபடியிருப்பாள். தற்செயலாக அமுதனைப் பார்த்த ரேவதி புன்னகைக்க பதிலுக்குப் புன்னகைத்தார் அமுதன்.

“அவம் பேச்சில மயங்கிற்றம். என்னமாரி ரசிச்சி ரசிச்சிக் கெட்டுன தோணியிங்குற. ராஸ்கல் கொண்டுபோயி இன்சுரன்ஸ் பண்ணிற்று ஏதோ ஒரு தீவுப் பக்கம் வுட்டு எரிச்சிற்றானாம். அதாம் லாயர பாக்கப் போறம்” என்றார் பலராமன்.

"எனக்குப் போதும்டா... சுகர் வேற. எம் பொண்டாட்டிக்கி தெரிஞ்சிச்சி பெறவு டிரெயின்லே வரவுடமாட்டா..." என்றார் ராஜகோபால்.

ஏற்கனவே கொற்கையிலிருந்து கொண்டுவந்திருந்த நாயன்மார் கடை புரோட்டா சால்னாவை ஒரு பிடிபிடித்து விட்டு எழுந்து கை கழுவச் சென்றார்கள். தூங்கி விழுந்தபடி யிருந்த அமுதனை அப்போதுதான் பார்த்தார் பிரேம். பக்கத்தில் வந்து உசுப்பப் பதறி விழித்த அமுதன் சொன்னார்.

"என்ன மாப்புள, நீங்க மொதலாளிமார் சந்தோசமா யிருந்திய அதாம் சத்தமில்லாம இருந்திற்றம்."

"தூரமா...?"

"மெட்ராசுக்குத்தாம். அந்தப் பயணிகள் கப்ப விசியமா என்னமாவது ஒரு முடிவு வரணுமில்ல."

"அந்த பிரச்சன இன்னும் முடியல்லியா?"

"வந்த கப்பல் வெளியபோவ முடியாம கெடக்கு."

அதிபர் சந்திரிகா, தற்கொலைப் படையைச் சேர்ந்த பெண்ணால் தாக்கப்பட்ட பிறகு கொழும்பில் பாதுகாப்புக் கெடுபிடிகள் இன்னும் அதிகம். அனுதாப அலையில் சந்திரிகா திரும்பவும் அதிபராகியிருந்தார். கொழும்பில் புலிகளின் ஊடுருவலைக் காரணம் காட்டிப் பயணிகள் போக்குவரத்தைத் தடைசெய்த இந்திய அரசுநிர்வாகம் 'கோல்டன் பிகாக்' கப்பல் கொற்கையை விட்டு வெளி யேறவும் முட்டுக்கட்டை போட்டது. அலைக்கழிப்பிலேயே ஆறு மாதம் கழிந்திருந்தது.

"அன்னக்கி கடைக்கி வாரமின்ன..."

"நீ எங்க இருந்த, வந்தம் ஓங்க சின்னயா முருகவேல் சேர்ல படுத்துக் கெடந்தாரு. விசிட்டிங் கார்ட குடுத்தா மனுசம் வாங்கி பல்லு குத்துறாம்."

"இந்தத் தெனாவட்டுலதாம் அழியப் போறான்வ."

தலையிலடித்தவாறே கையலம்பப் போனார் பிரேம். குடும்பத்துக்குள் ஏகப்பட்ட பிரச்சினையாம். ஆனாலும் யாருமே ஆனந்தம் என்ற பெயரைவிடத் தயாராய் இல்லை. பிரேம் போவதையே பார்த்துக்கொண்டிருந்த அமுதன் மேல் பெர்த்தில் ஏறிப் படுத்தார்.

'அந்தக் காலத்த மாரியில்ல, மொதலாளி பக்தி விசுவாசம் எல்லாம்... ஆனாலும் ஒரே இடத்துல இருந்தா

அப்புடியே கிணத்துல போட்ட கல்லாத்தாம் இருக்கணும். காலத்துக்கு ஏத்தமாரி மாறித்தாம் ஆகணும். படிக்கணும், படிக்க வைக்கணும். பழம் பெரும பேசுறவனப் பற்றி கவலப்படக் கூடாது. கடக்கற ஊர்வள்ல இருந்து படிச்சிற்று வார பசங்களுக்குக் கொற்கையில ஒரு வழிகாட்டுதல் நிகழ்ச்சி நடத்தணும. அத்தி பூத்தாக்குல ஒருத்தம் அரசியலுக்கு வாராம். அவனயாவது வளர வுடுவம. ரேவதி நெனச்சா அவம் முன்னுக்கு வந்திருவாம். யாரு குத்துனா என்ன அரிசியானாச் சரிதாம். இந்த என்.ஜி.ஓயிங்குறதெல்லாம் சுத்தக் கண்தொடைப்பு. எப்புடியெப்புடியெல்லாமோ பணம் சம்பாதிக்க வழி கண்டுபுடிக்கிறான்வ...'

உறங்கிப் போயிருந்தார். வலைக்குடி கடற்கரை. முன் சாமம் கடந்துவிட்டதால் ஆள் நடமாட்டமில்லை. பால் நிலவு காய்கிறது. தென்புறத்துப் பாறைகளில் மோதிச் சிதறும் அலைகளின் சத்தத்தைத் தவிர வழக்கமான வேறு சத்தமில்லை. நேர் கொண்டல் காற்று. அலைவாய்க் கரையில் பெண்ணொருத்தி நடக்கிறாள். காற்றில் அலைபாய்கிறது அவள் கேசம். பாறைகளில் ஏறி அவள் முன்நடக்க அலைகள் பின்வாங்கி அமைகின்றன.

"யாரது, ரோசம்மா சித்தியா..." பக்கவாட்டில் சந்தனமாரி போல் தெரிகிறது. கையெடுத்துக் கும்பிடத் தோன்றுகிறது.

அவள் முகமெங்கும் காலத்தின் சுருக்கங்கள்.

"எனது சனமே... எனது சனமே..." என அவள் அரற்றுகிறாள். ஊழிக் காற்றின் ஓங்காரத்தில் அது அதிர்வுகளாய்க் கலந்துவிடுகிறது. பாலமொன்றை ரயில் கடக்கும் சத்தம். விழித்த அமுதன் இடது கையால் இரு கண்களையும் துடைத்தவாறே திரும்பிப் படுத்தார்.

130

கணவனை இழந்தபின்னும் எந்தச் சலனமுமின்றிப் பிள்ளையோடு மாமனார் பிலிப்பின் பாதுகாப்பிலேயே இருந்தாள் எழிலரசி. பெரியதுறையிலிருந்து தாயார் ரெசிற்றா வந்து எத்தனையோ முறை அழைத்தும் அசைந்து கொடுக்கவில்லை. ஏற்கனவே சுமதி விதவையாய் பெரியதுறை வீட்டிலிருக்கிறாள், தானும் போய் இன்னொருத்தியாய் அங்குச் சேர மனம் ஒப்பவில்லை. கொற்கையில் பிலிப் தண்டலின் பெண்பிள்ளைகளோ எழிலரசி எப்போது மாமனாரை விட்டுப் போவாள் புகுந்து கொள்ளையிடலாம் என்று எதிர்பார்த்துக் காத்திருந்தார்கள். பிலிப் தண்டலுக்குப் பெண்பிள்ளைகள் மேல் பாசமிருந்தாலும் ஒரு பொழுதும் அவர்கள் வீடுகளில் போய் ராத்தங்கியதில்லை. பெயரளவில் தனித்தனிக் குடும்பமாய் இருந்தாலும் மாதாந்திரச் செலவுக்கு எல்லா வீடுகளுக்கும் தகப்பனாரிடமிருந்து படி போகிறது. மாதம் முதல் தேதியானால் எதைச் செய்கிறாரோ இல்லையோ முதல் வேலையாக எல்லாப் பிள்ளைகளுக்கும் மாதப் படியை அனுப்பிவிடுகிறார். இது தவிரப் பள்ளியில் சேர்க்க வேண்டும், புதுத்துணி எடுக்கவேண்டும். பள்ளியில் ஃபீஸ் கட்ட வேண்டும். உல்லாசப் பயணம் போக வேண்டும். இவையெல்லாம் தனி. இவ்வளவு தூரம் வளர்ந்த பிறகும் குடும்பம், பிள்ளைகளென்று ஆனபிறகும் ஒவ்வொரு செலவுக்கும் தகப்பனாரிடம் கை நீட்டுகிறோமே என்ற கூச்சம் ஆண், பெண் யாருக்குமே இல்லை.

பிலிப் கலிங்கராயனுக்கு இன்றுவரையிலும் எல்லாமே மனக் கணக்கு. ஒரு கால்குலேட்டர்கூட வைத்துக்கொள்வதில்லை ஆனால் கொழும்பு

நடையில் புரோக்கர் பாக்கி எவ்வளவு தர வேண்டும், மலையாள நடையில் வந்த கேள்வில் செலவு போக வரவு எவ்வளவு, கரையிழுத்து வைத்து வேலை செய்யும் தோணியில் அணியத்தில் முண்டங்கால் போன நடையில் உடைந்து போனதே அதற்காக எடுத்துப்போட்ட மரத்தின் விலையென்ன, எல்லாமே மனப்பாடமாய்த் தெரியும். ஒற்றை ஆளாய் இத்தனை வேலைகளையும் சமாளிக்கிறாரே என்பதில் மாமனார் மேல் பெரிய மதிப்பு எழிலரசிக்கு.

மருமகளாய் வந்த புதிதில் எத்தனையோ சங்கடங்கள். வீட்டில் யாருமே முகம்கொடுத்துப் பேசமாட்டார்கள். ஜேம்சோ குடிகாரன். ஆனால் வெளியே பெரிய யோக்கியன் போல் காட்டிக்கொள்வான். கலியாணத்துக்கு முன்னாலேயே சந்தனமாரி கோவில் பக்கம் அத்தை அருள்மொழி வீட்டிற்குப் போய் வந்த இடத்தில் மிக்கேல் தண்டல் மகள் விண்ணரசியை காதலித்திருக்கிறான். ஏற்ற இறக்கம் பார்த்து பிலிப் தண்டல் உடன்படவில்லையாம். தகப்பனாருக்கு பிடிக்கவில்லை என்று தெரிந்துமே தம்பியைப் புத்தி சொல்லித் திருத்தாமல் மிக்கேல் தண்டல் மகளைக் கோயிலுக்கு வருகிற சாக்கில் தன் வீட்டிற்கு வருத்தி தம்பி ஜேம்சோடு பழகவிட்டிருக்கிறாள் பிலோமி. காதல் வெற்றிபெறாத சோகத்தில் குடிக்க ஆரம்பித்தான் ஜேம்ஸ். மற்றபடி சூதுவாது தெரியாது. மகராசியும் பிலோமியும் தம்பி ஜேம்சை வைத்தே தந்தையாரிடம் பணம் கறப்பது வழக்கம். குடிகாரக் கணவனை எப்படியும் திருத்திவிடலாமென நினைத்து எழிலரசி எடுத்த முயற்சிகள் அனைத்துமே விழலுக்கு இறைத்த நீராகியது. கணவனைத் திருத்த அவள் எடுத்த முயற்சிகளை பார்த்து வீட்டில் மற்றவர்கள் கிண்டலடித்தாலும் மாமனார் பிலிப் தண்டல் மட்டும் அப்பப்ப ஆறுதல் கூறியபடியே இருந்தார்.

தொடக்கத்தில் எழிலரசியை யாருமே மாமனாரை அண்டவிடவில்லை. அத்தனை பிள்ளைகளுக்கும் குட்டிகளுக்கும் சம்பாதித்துக் கொடுக்கும் அந்த மனிதருக்கு வாய்க்கு ருசியாய்ச் சமைத்துப் போடக்கூட யாரும் தயாராய் இல்லை. பண்ணையில் இருந்தவர்களில் ஜெயதாஸ் பெண்டாட்டி மேகலா மூத்தவள் என்பதால் அவளை மீறி எழிலரசியால் எதுவும் செய்ய முடியவில்லை. எல்லோருமே தன் குடும்பம் தன் பிள்ளைகள் என்றிருந்தார்களேயல்லாமல் வயதான மாமனாரை ஒரு பொருட்டாகவே யாரும் கருதவில்லை. பத்து மணிக்கு மேல் எல்லாப் பிள்ளைகளுமே பள்ளிக்குப் போன பிறகு தோசையோ இட்டிலியோ மேசை மேல் திறந்து கிடந்து காயும், அதைத்தான் சாப்பிட வேண்டும். இதைப் பார்த்துப் பார்த்துப் புளுங்கிய எழிலரசி மாமனாரைத்

தகப்பனாரைப் போல் பாவித்து அக்கறை காட்ட ஆரம்பித்தாள்.

ஜெயதாசுக்கு நாற்பது வயதுக்கு மேல் வந்த காதலில் கைக்காசும் கந்துவட்டிக்கு வாங்கிய காசும் கைலாசம் போயிருந்தன. சனி, ஞாயிறுகளில் ஜெயதாசைத் தொடுப்போடு கொடைக்கானல் மலைச்சரிவுகளிலும் பள்ளத்தாக்குகளிலும் பார்க்கலாம். இத்தனைக்கும் தொழில் செய்ய காசு வேண்டு மென்றால் தயங்காமல் கொடுத்திருக்கிறார் பிலிப். தகப்பனா ரோடு போட்டிபோட்டு பணக்காரனாக வேண்டுமென்று விரும்பிய ஜெயதாஸ் வட்டிக்குப் பணம் கொடுக்கிறேன் என்று இருந்த வாத்தியார் வேலையையும் விட்டு, கந்து வட்டியில் மாட்டி நொந்துபோய் வீட்டில் முடங்கிக் கிடந்தான். அப்படி முடங்கிக்கிடக்கும் நேரத்திலாவது வந்து தகப்பனாரோடு தோணி சம்பந்தப்பட்ட வேலைகளைக் கூடமாடச் செய்துகொடுக்கவில்லை. பிள்ளைகளின் புத்தி தெரிந்ததால்தானோ என்னவோ தகப்பனாரும் தொழில் சம்பந்தப்பட்ட காரியங்களில் யாரையும் அழைப்பதில்லை.

நாளடைவில் ஜெயதாசின் போக்கு சரியில்லாமல் போய் வட்டிக்காரர்கள் வாசலில் வந்து திட்ட ஆரம்பிக்க அது பிடிக்காமல் ஜெயதாசையும் பெண்டாட்டி பிள்ளை களையும் தனிக்குடித்தனம் அனுப்பிவிட்டார் பிலிப்.

அன்று அப்படியொரு நிகழ்வு நடக்குமென யாரும் எதிர்பார்த்திருக்கவில்லை. கனவில் கிடைத்த எச்சரிப்பையும் மறந்துபோயிருந்தாள் எழிலரசி. வெள்ளைச்சேலை உடுத்திய பெண் பார்ப்பதற்கு ஆச்சி பிரகாசியைப் போலிருந்தாள். கனவில் வந்து 'ஒனக்கு மாதா விடுதல குடுக்கிறாங்களாம்' என்று சொல்லிப் போயிருந்தாள். பிலிப் தண்டல் தோணி உரிமையாளர் சங்கத்தில் கொழும்புநடை விசயமாக முக்கியமான முடிவெடுக்கப் போயிருந்ததால் வருவதற்கு இரவு பிந்திவிட்டது. குழந்தை வசந்த் நடுவீட்டில் விளையாடிய படியிருந்தான். எழலரசி அடுப்படியில் தோசை வார்த்தபடி யிருந்தாள். வழக்கத்திற்கு மாறாக நேரத்தோடேயே வந்து படுத்திருந்தான் ஜேம்ஸ். விசித்திரமாய் மாலையில் பல் துலக்கினான். காலையில் விழித்ததிலிருந்தே முகம் சரியில்லா மலிருந்தது. யாருக்கோ கலியாணம் என்று பிதற்றியபடி யிருந்தான். "என்னய வாட்ச்மேன்னு சொல்லிற்றாரு. அப்ப மத்த புள்ளயளமாரி நானும் இவுர நடந்துபோவ வுடட்டா. அவுரு கை நீட்டுன எடத்துக்கெல்லாம் மறு வார்த்த பேசாம போறன அதுனாலயா அப்புடிச் சொல்லிற்றாரு. மத்தவங்கள போல பெத்த தவப்பங்கிட்டயே கமிசம் அடிக்கிறாங்கள

அப்புடி அடிக்கச் சொல்லுறாறா. எனக்கு புடிச்சமாரி என்ன பண்ணுனாரு. அவுரு இஷ்டத்துக்குக் கலியாணம் பண்ணி வச்சாரு. பணக்காரமின்னா எல்லாமே அவுரு வச்சதுதாம் சட்டமா. அவுருக்கு தெரிஞ்சத அவுரு செஞ்சா எனக்கு தெரிஞ்சத நா செய்யிறம்.''

காலையிலிருந்தே பிதற்றல் இருந்தது. ஆனால் யாரும் அதைப் பெரிதாய்க் கண்டுகொள்ளவில்லை. கொஞ்ச நாளாகவே ஜேம்சின் நடவடிக்கை சரியில்லாததால் ஆறுமுகா ஆஸ்பத்திரிக்குக் கூட்டி வந்து டாக்டர் வெங்கடேசிடம் பேச வைத்திருந்தாள் எழிலரசி. டாக்டரும் 'தைரிய மில்லாதவன் சரியாகிவிடும்' என்று சொல்லியிருந்தார். ரேவ்தியும் தன்பங்குக்குத் தைரியம் கூறியிருந்தாள்.

கொற்கைப் புதுத் துறைமுகத்தின் அசுர வளர்ச்சியால் கண்டெய்னர் சிப்பிங் தொழிலும் மளமளவென வளர்ந்தது. ஒவ்வொரு நாளும் புதிய புதிய நிறுவனங்கள் பம்பாயி லிருந்தும் சென்னையிலிருந்தும் கொற்கை வந்து அலுவலகம் திறந்தபடியிருந்தார்கள். சாதிராம் நிறுவனத்தார் ஏற்கனவே ஆஸ்திரேலியாவிலிருந்து வரும் பருப்பு கோதுமை வகைகளை இறக்கி ஏற்ற கிட்டங்கி வசதியோடுகூடிய அலவலகமொன்றைத் தேடியபடியிருந்தார்கள். நிறைய சிப்பிங் கம்பெனிகளும் அலுவலகத்திற்காக இடம் தேடுவது தெரிந்ததால் நிரந்தர வருமானத்திற்கு வழி இருக்கிறது என்று தீர்மானித்த பிலிப் தண்டல் தெற்குராஜா தெருவில் தான் வாங்கியிருந்த கர்டோசாவின் பழைய கட்டடத்தை இடித்துவிட்டு அந்த இடத்தில் கிட்டங்கி வசதியோடு ஒரு பெரிய காம்ப்ளெக்ஸ் கட்டி முடித்திருந்தார். அந்தக் கட்டடத்தை மேற்பார்வை யிட்டு உண்டான வாடகையைப் பிரிக்கச் சொல்ல நினைத் தவர் தவறுதலாக 'வாட்ச்மேனாக இரு' என்று சொல்லி விட்டார். அவருக்குத் தெரிந்த ஆங்கிலத்தில் வாட்ச்மேன் வேலையும் மேனேஜர் வேலையும் ஒன்று.

"ஒங்களத்தான, தூங்காயிறிய. சுடச்சுட தோச வாத்துத்தாரம் சாப்புடுறியளா."

"..."

"தூங்கிறாதைங்க, பொறவு ராப்படையில அதக் கொண்டா இதக் கொண்டாயின்னு உயிர எடுக்காதைங்க."

அடுப்படியிலிருந்தவாறே குரல் கொடுத்தாள் எழிலரசி. முன்னறையிலிருந்து சத்தமே வரவில்லை. சிறிது நேரத்திற்குப் பிறகு திரும்பவும் குரல் கொடுத்தாள் எழிலரசி.

“ஏய... அங்க என்ன பண்ணுறிய. சின்னவம் சத்தத்தக் காணும். செத்த எட்டிப் பாருங்க, சட்டாப்பையும் கையுமா யிருக்கம்.”

வெளிக்கதவை யாரோ திறப்பதுபோலிருந்தது.

“அய்யய்யோ... சொல்ல மறந்திற்றன, மாமா சொல்லிற்றுப் போனாவள. தேரம் ரெம்ப பிந்திரும் அங்க பைக்க எடுத்துகிற்று வரச் சொல்லுயின்னாவ மறந்திற்றம்.”

“...”

“சொல்லிகிற்றேயிருக்கம் அங்க யாருன்னு பாருங்க.”

பதில் சத்தமேயில்லாமல் போக ஸ்டவ்வை அனைத்து விட்டு நடுவீட்டுக்குள் வந்திருந்தாள். மாமனாரும் முன் கதவைத் திறந்துகொண்டு உள்ளே வந்து நின்று செருப்பைக் கழற்றியபடியே கேட்டார்.

“இவன எங்கய? எங்கயிருந்து நடந்து வாரந் தெரியுமா”

“முன் ரூமுக்குள்ள பூட்டிகிட்டு இருக்கதப் பாருங்களம். ஓங்களுக்கு ஒரு ரிக்ஷாக்காரனுமா கெடைக்கல... எதுக்கு இப்புடி பஞ்சப் பரதேசியா அலையிறிய. சவேரியானா வழி யாத்தான வாறிய, அங்க நாய்வ கெடக்குங்குற பயங் கெடையாது ஓங்களுக்கு. அதுவளுக்கு சின்னவம் பெரியவ மின்னு தெரியுமாக்கும். பைக்குல வந்தாலே முடுக்குமாம். பொறவு கடி வாங்கிற்று தொப்புள சுத்தி ஊசி போட்டுகிட்டு அலைங்க.”

“அப்புடி நடக்குறதுனாலதாம் மருந்து மாத்திரயில்லாம இருக்கம். எம்பேரன காரு கேக்கச் சொல்லு வேண்டிச் குடுக்குறம்.”

“மாமா, இவுங்க தூங்கிற்றாவ போலத் தெரியிது. கதவக் காலால ஒரு மிதி குடுங்க முழிச்சிருவாவ” என்றாள் எழிலரசி.

தன்னுடைய அறைக்குள் போய் ஆடைமாற்றிக்கொண்டு வந்த பிலிப் தண்டல் முன்பக்கம் வந்து முன்னறைக் கதவில் காலால் எத்த, அது படீரெனத் திறந்துகொண்டது. கட்டில் மேல் குத்தவைத்தபடியிருந்தான் ஜேம்ஸ். மோட்டு உத்திரத்தில் கயிறு ஒன்று தொங்கியபடியிருந்தது. பதறி உள்ளே வந்த பிலிப், மகன் தோளைப் பற்ற பிடிப்பில்லாமல் சரிந்து விழுந்தான். இறந்திருந்தான்.

“மோசம் போயிற்றனே... என்று குரலெடுத்து அழுதார் பிலிப். பதறி உள்ளே வந்த எழிலரசியும் அரக்கப் பரக்க

ஜேம்சின் மூக்கின் மேலும் இருதயத்துப் பக்கமும் கை வைத்து காது வைத்துப் பார்த்தாள். அந்தக் கணத்தின் அந்தகாரத்தில் எதுவுமே புரியவில்லை. உச்சந்தலையும் உள்ளங்காலும் ஒன்றுபோல் கிறங்கிச் சுழல்வது போலிருந்தது.

"மாமா..." என்றலறியபடியே கட்டிலில் சாய்ந்தாள்.

அக்கம் பக்கத்திலிருந்தவர்கள் சத்தம்கேட்டு ஓடி வருவது தெரிந்தது. சுதாரித்துக்கொண்ட பிலிப் கயிறுகளை உருவி அப்புறப்படுத்தினார். கீழ்த்தாடைக்கிக் கீழே பக்கவாட்டில் ஒரு சிராய்ப்பு தெரிந்தது. மற்றபடி தூங்குவது போலிருந்தான் ஜேம்ஸ்.

நேற்று நடந்தது போலிருந்த அந்தச் சம்பவம் திரும்பத் திரும்ப வந்து நினைவுகளில் அலைமோதியது.

'ஆத்மா கேவுனா அவுருக்கு கேக்குமோ. இந்த வயசான காலத்துல எப்புடி கேவி கேவி அழுதாரு. எனக்கு மண்ணள்ளிப் போடுவயின்னு பாத்தா நா ஒனக்கு மண்ணள்ளிப் போடவச்சிற்றிய. இப்புடிபட்ட ஒரு வாழ்க்கயவுட நா வெதவயாவே இருக்குறமின்னு மாதாட்ட கேட்டம். ஆனாலும் அந்த மிக்கேல் தண்ட மொவ கலியாணத்தோட எதுக்கு பண்ணணும். அவளக் கெட்டியிருந்தா குடிச்சிருக்க மாட்டாவ. குடியத்தவுர வேற எந்த பழக்கத்தயும் நாம் பாக்கயில்லிய... அட சண்டாளப் பாவியளா ஒரு புள்ளகூட தகப்பனமாரியில்லிய. எதும் சாபக்கேடோ. மாமா தங்கச்சி அருள்மொழி என்னமோ பண்ணி வச்சிற்றாவயின்னு மதினி சொன்னா. ஒருவேள சாமி மச்சாம் இருந்திருந்தா தகப்பனாருக்குத் தோளுக்குத் தோளா இருந்திருப்பாவளோ. செலஸ்டின் மச்சாம் பாத்தா சிரிக்கக்கூட மாட்டயிங்குறாவ. அவுங்களுக்கும் மருந்தோ... யாருக்குத் தெரியும் யாரோ கம்பியூட்டர்காரம் வந்தான... அவுக புள்ளயளுக்கு அவுக குடுக்குறாவ இதுல நம்ம யாரு குறுக்க. இதத்தாம் காமதேனு பசுயிம்பாவ போல. இப்புடிபட்ட புள்ளயள வச்சிகிற்று சொத்த எப்புடிப் பிரிப்பாவ. அதாம் ஜெயதாஸ் குடிவெறியில சொன்னானாம் எங்க அய்யா இன்னக்கிச் செத்தா நாளைக்கி நாம் கோடிஸ்வரமின்னானாம். மகராசி மயினி நல்லவ யின்னு பாத்தா பாம்புக்கண்ண வச்சிதாம் பாக்குறாவ. புள்ளயள போட்டி போட்டு வளக்காதயிங்குறா. அப்ப இவ, பேத்தியள கார்ப்பரேசம் ஸ்கூல்லயா படிக்க வைக்கிறா. எல்லாம் காய்மகாரம். செலஸ்டின் மச்சான எஞ்ஜினியருக்கு படிக்க வச்சிருக்காரு அடகோழியா வீட்டுக்குள்ளே இருக்காரு வந்தா பொண்டாட்டியோடதாம் வாராரு. இந்த விசயத்துல எம்புருசம் பரவாயில்லபோல. துபாய்க்கி அனுப்புறம்

துபாய்க்கி அனுப்புறமின்னு கஷ்டப்பட்டதுவ பணத்த எப்புடியெல்லாம் கொள்ளயடிக்கிறாங்க. அதாம் கமிலஸ் பொண்டாட்டி திரேசா தாலிய அத்திறுக்கான்வ. இவுரு அரசியலு, கிளப்பு... அவன்வகிட்டயா நிக்கிம். சரியான பயந்தாங் கொள்ளியாச்ச எப்புடி தூக்கு போடுற அளவுக்குப் போனாரு. எம்மா இங்க வா இந்தக் காக்காவ பாரு வேற யாரு சோறு போட்டாலும் திங்கமாட்டயிங்குது. ஒன்னயயே தேடுது பாரு. இவ்ளோ அசிங்கமான ஒரு காக்காவ நா பாத்ததே கெடையாது மாமா. யாருக்குத் தெரியும் ஓம் புருசம் ஜேம்சாயிருக்கும். இவம் எதுக்கு இந்த ஒலகத்துக்கு வந்தாம்... யாருக்குத் தெரியும். அந்த காக்கா அண்ணைக்கி செத்தும் போச்ச. அப்ப அடுத்த பெறவியும் முடிஞ்சி போச்சோ... பெறக்காத ஆத்மாக்கதாம் நல்ல ஆத்மாக்களா, அப்ப மாதாவும், அந்தோணியாரும் நல்ல ஆத்மாக்களா...'

மடியில் வசந்த் தூங்கியிருந்தான். பக்கத்தில் இடதுபுறம் அவனது பாடப் புத்தகங்கள். பட நோட்புக்கில் பூக்களின் படங்களை வெட்டி ஒட்டியிருந்தான். இப்போதெல்லாம் முதலாம் வகுப்பிலேயே அதிகம் வீட்டுப் பாடங்கள், செய்முறைகள் கொடுக்கிறார்கள். பறவைகள் படங்களை ஒட்டச் சொன்னால் காகத்தின் படத்தை ஒட்டுவதில்லை என்ற முடிவோடிருந்தாள். பக்கத்திலேயே விவிலியம் திறந்து கிடந்தது. வெளிக்கதவைத் திறக்கும் சத்தம் கேட்டது. மாமனார் உள்ளே வந்தார்.

“வசந்து தூங்கிற்றானாக்கும்.”

“ஆமு மாமா, கையில என்னது?”

“எட்டயபொரம் ரோட்டுப் பக்கம் போனம், நாயன்மாருல ரண்டு கறிசெட்டு வாங்கிற்று வந்தம். எனக்கு ஒண்ணப் பிரிச்சித்தா” என்றார் பிலிப்.

“சின்னவம் சாப்புட்டானாம்மா. போனு என்னமும் வந்திச்சா. பீடியாசூர்ன்னு என்னமோ வந்திருக்காம். அடிச்சிக் குடுத்தா புள்ளய நல்லா வளருமாம்.”

“மாமா கொழும்புலயிருந்து போன் வந்திச்சி நாளைக்கி வில்பிரட்டுன்னு யாரோ வாறாங்களாம். ஒரு தோணிக்கி அஞ்சி லட்சம் குடுக்குறாங்களாம்.”

“அப்புடியா... சரி சரி. புள்ளைக்கி முடி வளந்திற்று நாளக் காலயிலே போயி முடிவெட்டணும். நாள வேற சனிக்கெழம பாரு, காலயிலே போனாக் கூட்டமிருக்காது. அசந்திற்றமின்னா எழுப்பி வுட்டுரு.”

1096 ஆர். என். ஜோ டி குருஸ்

“குழாயில தண்ணி வந்து இன்னக்கி மூணாவது நாளாச்சி. வெளித் தொட்டியிலதாம் தண்ணி இருக்கி...” என்றாள் எழிலரசி.

“அந்தக் காலமா...”

சிலுவைப் பர்னாந்து காலத்தில் தொலைநோக்கோடு உருவாக்கப்பட்ட குடிநீர்க் குழாய் திட்டம் நாளடைவில் நலிவடைந்து கொற்கை நகரத்தின் அசுர வளர்ச்சியையும் மக்கள்தொகைப் பெருக்கத்தையும் அதன் தேவையையும் பூர்த்திசெய்ய இயலாது போனது. நகராட்சிப் பொறுப்பிற்கு வந்தவர்கள் தொலை நோக்கோடு திட்டம் வகுக்காததுதான் காரணம். முப்பதினாயிரம் பேருக்காக உருவாக்கப்பட்ட திட்டத்தில் இன்றைய நிலையில் மூன்று லட்சத்திற்கு மேல் பயன் பெறுகிறார்களாம்.

“நீங்க வெளிய போவ கம்பியூட்டர் வைக்கணுமின்னு ஒருத்தம் வந்தாம். நம்ம வீட்டுல யாரும் கேக்கயில்லயின்னு அனுப்பி வுட்டுட்டம்.”

நமட்டுச் சிரிப்பு சிரித்தவர் சொன்னார்.

“பிலோமிமொவ அண்ணக்கி கோயில்கிட்ட வந்து தாத்தா ஒரு கம்பியூட்டர் வாங்கித் தாங்கயின்னு கேட்டா அதாம் பாத்தம் எல்லாருக்கும் இருந்திற்றுப்போவட்டுமின்னு அஞ்சி கம்பியூட்டருக்கு ஆர்டர் குடுத்தம். அதாம் வந்திருப்பாம்.”

“அஞ்சா... பிலோமி மயினி மொவளுக்குச் சரி. செலஸ்டின் மச்சாம் வூட்டுக்குமா...”

“அவங் கழுதயின்னா நானுமா.”

சாப்பிட்டுவிட்டு பிலிப் அறைக்குள் போய்ப் படுத்துக் கொண்டார். எழிலரசி நடு அறையில் மகனருகே படுத்திருந்தவள் தூக்கம் வராமல் புரண்டபடியேயிருந்தாள்.

‘மாமா மூஞ்சி அப்புடியே இருண்டு போச்ச. பெத்த தவப்பமின்னு பாக்காம இப்புடியா பொண்டாட்டியோட வந்து அடிப்பாம். அதும் தெருவுல அத்தன பேரும் பாக்க அடிச்சிற்றுப் போனார செலஸ்டின் மச்சாம். மாமனாருக்கு ஒத்து ஊதவேண்டியதாம் அதுக்காக பெத்த அப்பன, சே... சாயங்காலந்தாம் மொவ வந்து ஸ்கூல் ஃபீஸ் வாங்கிற்றுப் போனா. எம்மா எம் பேத்திக்கிகூட ஆயிரம் ரூவா குடு பாவாட சட்ட எடுக்கட்டு. அப்புடியே சலோமி மாறியிருக்கா பாரு... ராத்திரி வந்து அடிச்சிப் போட்டாரு. அவுரு பேசுன பேச்சி அவுங்களுக்குக் கேக்கயில்ல. கேட்டுருந்தா வெளிய போயிருக்க மாட்டாவ. மாமாவுக்கு அடி வுழுதயின்னு புடிக்கப்போன எனக்குந்தாம் அடிவுழுந்திச்சி. கலிங்கராயம்

பிரச்சன கலிங்கராயனோட... அதுக்கு வீரச்சந்திரா மொவள எதுக்கு அடிக்கணும். நிக்கோலாஸ் சின்னய்யா கேட்டவுங்க பதறிற்றாவயில்ல. கமிலஸ் வீடு புகுந்து சாத்திற்றாவளாம. பவுல்தண்ட மருமொவமின்னாக்குல, இந்தப் பய ஜெயதாசு பக்கத்துல நின்னு பாத்துகிற்றுதான இருந்தாம். ஒரு வாய் வார்த்தைக்கிக்கூட என்னாயின்னு கேக்கயில்லிய. என்ன படிப்பு படிச்சானோ... தகப்பனாரு இந்தே பெரிய தோணி மொதலாளி அவுரவுட்டுட்டு, நாகலாந்து, மேகாலயாயின்னு மலப்பிரதேசங்கள்ல வாத்தியார் வேல பாத்தானாம். மலைப் பிரதேசங்கள்ல குரல் எதிரொலிச்சிச்சாம். பெரிய ஸ்நாபக அருளப்பர்ன்னு நெனப்புபோல. ஆம்புள, பொம்புள கட்டுப்பாடுவ அதியமாயில்லியாம அதாம் நாக்க தொங்க போட்டுகிட்டு போயிருப்பாம். இத்தன அடியயும் வாங்கிகிற்றும் கம்பியூட்டர் வாங்கிக் குடுத்திருக்காரு. அட சண்டாளப் பாவியள இப்புடியொரு தவப்பனுக்கு இப்புடிப் புள்ளய. ஒரே ஒரு ஊரிலே ஒரே ஒரு ராஜா, ஒரே ஒரு ராஜாவுக்கு ஒரே ஒரு ராணி, ஒரே ஒரு ராணி பெத்தா ஒன்பது பிள்ளை அந்த ஒன்பதிலும் ஒன்றுகூட உருப்படி யில்லை... இந்தப் பெறவியில எனக்குக் கெடைச்ச பெரிய பேறா ஒங்களுக்குக் கடம செய்யிறத நெனக்கிறம் மாமா. அவம் கடைசிப் புள்ளபாரு, அதாம் ரெம்பச் செல்லம் குடுத்து வளத்திற்றம். ஆயிரம் ரூவா குடுத்து இதச் செஞ்சிற்று வாயான்னு சொன்னா இவம் ஜேம்ஸ் ஒருத்தந்தாம் முடிச்சிற்று மீதியுங் கொண்டு வந்து தருவாம். அவனுக்குத்தாம் எதுவும் பண்ணல. நாளைக்கி மெட்ராசுக்குப் போவணுமின்னு சொன்னாவள... பத்திரமாப் போயிற்று வந்து சேரணும்.

தூங்கிப்போயிருந்தாள் எழிலரசி.

131

2000

கொற்கையிலிருந்து இரவு எட்டு மணிக்குப் புறப்படும் விவேகம் பேருந்தில் மூச்சிறைக்க வந்து ஏறியமர்ந் திருந்தார் பிலிப் தண்டல். வெகுகாலமாகவே சென்னைப் பிரயாணமென்றால் கொற்கைக்காரர் களுக்கு ரயிலைவிட்டால் விவேகம் பேருந்துதான். வழியனுப்புவதற்காகக்கூட யாரும் பிலிப் தண்டலு டன் வந்தது போலில்லை.

முகத்தில் ஏதோ இனம் புரியாத சோகம் அப்பிக்கிடந்தது. பக்கத்து இருக்கையில் ஆள் இல்லா மலிருந்தாலும் தான் அமர்ந்திருந்த இருக்கைக் குள்ளே கால் கைகளை மடக்கிக்கொண்டு அமர்ந் திருந்தார். பேருந்தில் கந்தசஷ்டி கவசம் ஒலித்தபடி யிருந்தது. அடிக்கொரு தரம் இடது கையால் மூக்குக் கண்ணாடியைத் தூக்கி வலது கையிலிருந்த கைக்குட்டையால் கண்களைத் துடைத்தபடி யிருந்தார். அவர் கவலை அவருக்கு... கடந்த இரண்டு நாளாகவே வீட்டில் இருக்கவே பிடிக்கவில்லை. தன் கவலைகளைப் பகிர்ந்துகொள்ள ஒரு துணை தேவையாய் இருந்தது. மனைவி சலோமியை நினைத்து மனம் ஏங்கியது. எவ்வளவோ சொத்துகள் இருந்தும் எதுவுமே இல்லாததுபோல் ஒரு உணர்வு.

இத்தனைக்கும் தான் வசிக்கும் தெருவிலேயே பத்து வீடுகளுக்குச் சொந்தக்காரர் பிலிப் தண்டல். கிரகோப் தெரு, வாடித் தெரு, தெற்குத் தெரு, வடக்குத் தெரு எனக் கொற்கையில் அங்கங்கே உள்ள வீடுகளின் எண்ணிக்கை மட்டுமே நாற்பதுக்கு மேல். எட்டையபுரம் சாலைப்பகுதியில் ஆல்பின் பல்டோனா விற்ற நிலத்திலும் பத்து காலி வீட்டு

மனைகள் வாங்கிப் போட்டிருக்கிறாராம். எல்லாமே நண்பர் சண்முகவேல் நாடார் கொடுத்த யோசனையின் பேரில் வாங்கியவை. தோணித்துறையிலும் பெரிய மூன்று தோணி களை நடத்தினாலும் கடனில்லாமல் தொழில் செய்யும் ஒரே முதலாளி பிலிப் தண்டல். வட்டி, வீட்டு வாடகை கணக்கில் மட்டுமே மாதத்திற்கு இரண்டு லட்சத்திற்குமேல் வருகிறதாம். வங்கிகளில் லட்சக்கணக்கில் வைப்பு நிதி. குடி, புகை, வெற்றிலை, பாக்கு என எந்தப் பழக்கமும் இல்லை. தான் உண்டு தன் வேலையுண்டு என்றிருப்பார், யாரிடமும் அதிகம் பேசுவதில்லை. பேசினாலும் ஒரு வகையான சிடு சிடுப்பு. வேண்டுமென்றே போர்த்திக்கொண்ட புலித் தோலாகவும் இருக்கலாம்.

சரியாக எட்டு மணிக்குக் கிளம்பிய பேருந்து எட்டைய புரம் சலையில் பரவிக்கிடந்த நாயன்மாரின் புரோட்டா சால்னா மணத்தை நுகர்ந்தபடியே கடந்துபோனது. புதிய பேருந்து நிலையம் தாண்டி சந்திப் பிள்ளையார் கோவில் முன் சூடம் கொளுத்துவதற்காக நின்ற பேருந்து புறவழிச் சாலையைக் கடந்ததும் வேகம் பிடித்துக்கொண்டது.

பேருந்துக்குள் முன்னிருந்தும் பின்னிருந்தும் பலவாறான குரல்கள் கேட்டன.

“கடசில நாயன்மாருல புரோட்டாதாம் திங்கல...” என்றான் சுங்க அதிகாரி மணிகண்டன் மகன் அண்ணாமலை.

“எல, நீனாவது மெட்ராஸ்தாம் போற, நாம் பாத்தியா அமெரிக்காங்குறான்வ. எந்தக் காட்டுல கொண்டு வுட்டு பண்திங்க வைக்கப் போறான்வளோ தெரியில” என்றான் டெரன்ஸ்.

“இந்தியாவுலயிருந்து யாராவது வேலைக்கி அமெரிக்கா போனா, அங்க ஆபீசுல பேனா, பென்சில்வள வீட்டுக்கு எடுத்திற்றுப் போவக்கூடாதிம்பான்வளாம்.”

“நெசமாவா மாப்புள...!”

“சொல்லச் சொல்ல கேக்கமாட்டயின்னியள்லா... இந்த வண்டி மட்டும் சாப்பாட்டுக்கு நிக்கமாட்டாமிங்கம். அய்ய, வாலிநோக்கத்துக்கு எதுக்குப் போவணும், தோணி ஆபரு எதுக்கு இருக்கு. தோணி கீணியெல்லாம் பெறவு... நானாச்சியிங்கமுல்லா. நீங்க ஒண்ணுக்கும் பயறாதிய. கப்ப மட்டும் சின்னதா இருக்கட்டு. சும்ம இருட்டுக் கட அல்வாய கீறுயமாரி கீறி வித்துப்புடுதம்.” அலைபேசியில் குசுகுசுத்தார் பாக்கியமுத்து.

“நேத்துச் சாயங்காலம் எங்கல ஒருத்தனயுங் காணல?”

“போர்ட்டு கெஸ்ட் ஹவுஸ் பின்னால அருமயான பீச்சி மப்புள, பத்து இருவதுகானு கிங்பிசர் பீர் ஓடிச்சில்ல” என்றான் பிரிட்டோ.

“அந்த பக்கங்கள்ல மீன்காரங்க குடிசய உண்ட...!”

“அதெல்லாம் கொஞ்ச நாள்ல அடிச்சிப் பத்திருவான்வ”

“தாமசும் வந்தானோ...!”

“வந்தானோவா... ஓம் மச்சாம் பூபாலராயம் என்னமாரி வீலிங் பண்ணுறாமிங்க. அத வுடு, ஓங்கய்யாகூடப் பிரச்சன யின்னிய, சரியாப் போச்சா?”

“அதெல்லாம் அந்தக் காலம் அண்ணாச்சி. இப்ப இங்க நம்ம வச்சதுதாஞ் சட்டம். நீங்க கப்பலப் புடிச்சிச் கொண்டாங்க, பொறவு வேடிக்கயப் பாருங்க. ஆனா அவஞ் சேட்டுகிட்ட மட்டும் அவசரப்பட்டு கைய நீட்டிப் பணத்த வாங்கிப் புடாதைங்க, நொங்கப் பூதா தின்னுட்டுக் கூந்தலத்தாம் வூடுவாம் பெறவு வருத்தப்படாதிய” என்றார் பாக்கியமுத்து.

“இங்க பாரு மாப்புள, அவுரு மீன்தொற ஆபிசுல வேல பாத்துக் கண்டவ தாலியயும் அறுத்து என்னயப் படிக்க வச்சது என்னமோ நெசந்தாம். யாரும் இல்லயிங்கல்ல... பெரிய ஏ. டியின்னாக்குல... அவுரு ரிட்டயர்டாகும்போது வாங்குன சம்பளத்தவிட நா இன்னக்கிக் கூடுதலா வாங்குறம் மாப்புள. வாயப் பொத்திகிட்டு மூலயில அடைஞ்சி கெடக் கணும், சும்ம நொய் நொய்யிங்கக் கூடாது” என்றான் நீதிராச் மகன் கபிலன்.

“எதுக்குடா ஒந் தங்கச்ச இப்புடிப் போயிப் பாழுங் கெணத்துக்குள்ள தள்ளிற்றாரு ஓங்கய்யா.” கேட்டான் அண்ணாமலை.

“அதெல்லாம் கேக்காத மாப்புள... எல்லாம் முன் கடன் பின் கடன் கததாம். என்ன, எங்கக்கா கவி ரெம்பப் பாவம்.”

அகர்வால் ஆலை, உலர் பூ ஆலைக் கிட்டங்கிகளைக் கடந்த பேருந்து பேரிரைச்சலோடு மதுரைச் சாலையை எட்டிப் பிடித்திருந்தது. எரிச்சலூட்டும் வாடை, கண்கள் கலங்கி கண்ணீரும் வந்தது. மூக்கைச் சுளித்துக்கொண்டார் பிலிப். எதிரே சரக்குப் பெட்டக வண்டிகள் அசுர வேகத்தில் கடந்தபடியிருந்தன. குறுக்குச் சாலைவரை வரிசையாய்ப் பல மாநிலத்து லாரிகளும் நின்றிருந்தன. எல்லாமே அகர்வால்

ஆலையில் தயாராகி வடக்கே சில்வாசாவில் அகர்வாலின் மற்றொரு ஆலைக்குப் போகும் சரக்குக்காகத்தான். இந்தச் சரக்கைத்தான் ஆலை வந்த நாளிலிருந்தே தோணிக்காகக் கேட்கிறார் பிலிப் தண்டல். தோணி உரிமையாளர்கள் சங்கங்களும் ஒற்றுமையில்லாமல் இருந்ததால் அதற்கான முயற்சியில் வலுவில்லாமலிருந்தது. தாதுப்பொருளிலிருந்து தாமிரத்தைப் பிரித்தெடுக்கும் வேலை மட்டும் கொற்கையில் நடக்கிறது. சுற்றுப்புற மாசு காரணமாக இந்த ஆலையை சில்வாசாப் பக்கம் அனுமதிக்கவில்லையாம்.

"மெட்ராசுல ஒரு எழவுமில்ல, பெங்ளூர் வா மாப்புள. நைட் லைஃபே தனி. சும்ம குடியும் கும்மாளமும் மப்பும் மந்தாரமுமா இருக்குலாம்" என்றான் பிரிட்டோ.

"ஜெனிபர் லோபஸ் பாட்டுக் கேக்குற நேரத்துல என்ன பாட்டுப் போடுறான்வ பாத்தியா?" என்றான் அண்ணாமலை.

"வுட்ட பிளைனத் திருப்பிப் கொண்டு போயிற்றான்வள."

வழியில் அங்கங்கே கிட்டங்கிகளுக்கான அஸ்திவாரம் போட்டிருந்தார்கள். கொற்கையெங்கும் பூமி விலை இறக்கை கட்டிப் பறக்காத குறைதானாம். ஏக்கர் ஒரு லட்சம் ரண்டு லட்சத்துக்குப் போன இடங்களெல்லாம் பத்து லட்சத்துக்கு மேல் பறக்கிறதாம். அகர்வால் கெமிக்கல் பக்கம் நிலம் வைத்திருந்தவர்களெல்லாரும் லட்சாதிபதியாகிப் போனார்கள். 'துக்காராம்' கிட்டங்கிப் பக்கம் பேருந்து மெதுவாய் ஊர்ந்தது, எட்டிப் பார்த்த பிலிப் முகவாய்க் கட்டைத் தடவிக்கொண்டார்.

'அந்தக் காலத்துலயின்னா அய்யா அடி பொறுக்க முடியாம ஓடியந்தோம். இன்னக்கிப் புள்ளயளும்... தெருவுன்னு பாக்காம இப்புடிக் கைய நீட்டிட்டான. எய்யா, என்னயத்தாம் அடிச்சிபோட்ட நா உரிமப் பட்டவம். வீரச்சந்திரா மொவள ஒரு கைம்பொஞ்சாதியின்னும் பாக்காம. சே... சலோமி செத்ததுக்கோ, சின்னவம் ஜேம்சு செத்ததுக்கோகூட இத்தன பேர் வந்து துக்கம் விசாரிக்கல. இனும எங்க போவ. சாவுரதுக்கும் மனசு வரமாட்டயிங்குத. எனக்குன்னு என்ன செஞ்சம் இன்னுவர. அவந் தண்ட என்னாயின்னா, எஞ்சின் சீஸாயிப் போச்சின்னு சர்வசாதாரணமா வந்து சொல்லுறாம். அது கொல்லம் இருக்க இருப்பக் கண்டு கொரங்கு ஒரு பூண் அடிச்சிக் கேட்ட கததாம். சண்முகவேலண்ணாச்சி இப்ப மெட்ராசுலதான இருப்பாரு. அவுரு சொன்ன மேனிக்கி இந்தப் பக்கமும் வாங்கிப் போட்டுருக்குலாமோ... போதும். வட்டிதாம் ஒழுங்கா வருத. கெட்டிப் போட்டுற்று

அப்புடியே வுட்டுற்றாரு போல. யாவாரத்துல நொடிவு வாரதுதாம். பூக் கம்பெனிக்காரம் மொத்த வாடகைக்கி எடுக்குறானாம. ஒரு கிட்டங்கி கெட்டியிருக்குலாம், இத்தன புள்ளயிருந்தும்... அடப்பாவிப்பயல ஊர் பாக்க, ஒறவும் பாக்க வந்து கை நீட்டிட்டிய. என்னால ஒன்னய அடிக்க முடியதாக்கும், நாய அடிச்சிப் பீய யாரு செமக்க. ஒன்னய நாம் படிக்க வச்சதுல கொறையா, பாராட்டுனதுல கொறையா... எல எதுல கொறவச்சம். என்னய நீ கை நீட்டி அடிச்சிற்ற. நானும் ஒதுங்கி நின்னு வேடிக்க பாத்தா என்னாவ. இத்தன புள்ளயிலயும் ஒண்ணுகூட உருப்படி யில்லாம போயிற்ற. மனசரிஞ்சி யாருக்கும் துரோகம் பண்ணல. அருமொழி புள்ளயளக் கண்டுக்குறாஞ்சம். அதுக்கு அவளும் அப்புடித்தான பண்ணுனா. எதுக்கு எனக்கு மட்டும் இப்புடி நடக்குது. சுடுதாம் பையனா ஆரம்பிச்ச ஓட்டம் இன்னும் முடியில்லிய. இந்தா... இத்தன வயசுக்குப் பொறவும் நாந்தாம் மெட்ராசிக்கி போறம். கேட்டர்பில்லர் எஞ்சின் நல்லாத்தாம் இருக்கும். இந்தப் பய எளையவம் இப்புடி அற்பாயிசுல போவானா. அன்னக்கி பாத்து வாயில வந்து சனியம் உக்காந்திச்சி. ரயில்ல போலாம். அது என்னமோ நமக்கின்னா... கையிலயிருந்து திற்று எளகுவனாங்குது. மருமொவம் அமுதனும் மெட்ராசிக்கித்தான போயிருக்கதா சொன்னா எழிலரசி. அவ பிலோமி புருசன அனுப்புலா முன்னு பாத்தா அவம் ஆளுவுழுங்கி சுறாவாயில இருக்காம். ஜேம்சு செத்த வூட்டுக் கணக்குலே கையாடல் பண்ணுன வனாச்ச. சாமி இங்கதாம் இருக்காமுன்னாவ... அவம் மொகத்துல மட்டும் முழிச்சிறக் கூடாது.'

எப்போது உறங்கினார் என்றே தெரியவில்லை. கண் விழித்தால் பேருந்து எக்மோரில் நின்றிருந்தது. இரவு பேருந்தில் கொடுத்த தண்ணீர் போத்தல் ஒரு கையிலும் மறு கையில் மஞ்சள் பை சகிதமாக வண்டியிலிருந்து இறங்கினார் பிலிப். எதிரே கூவம் நதிக்கரை வந்தவர் நின்றபடியே சிறுநீர் விட்டு விட்டு வாய் கொப்பளித்து முகம் கழுவினார். பையிலிருந்த காவித் துண்டை எடுத்து முகம் துடைத்துச் சீப்பால் தலையும் வாரிக்கொண்டார்.

'பிளாஸ்டிக் போத்தல கீழ போடக்கூடாதாம. மக்காதாம். புதுசு புதுசா என்னென்னமோ கண்டுபுடிக்கிறான்வ அதுனால நோய்வளும் அதியமாத்தாம் வருதுங்குறாவ. ஆனா கைக்கி அடக்கமா நல்லாத்தாம் இருக்கி. ஒரு கொடந் தண்ணிக்கி பத்து பைசா குடுக்க மனசு வருவுல்ல. இன்னா ஒரு போத்தல் தண்ணிக்கி... பத்து ரூவாக்கி மேல இருக்கும்போல. நம்ம எங்க வாங்குனோம் அவந் தந்தாம் வேண்டிக் குடிக்கிறோம்.

அந்த நாள்ல கொழும்புலயிருந்து பீப்பா பீப்பாவாத் தண்ணி கொண்டாரலயா...'

தொண்டையைச் செருமிக்கொண்டு வந்தது. இரண்டு கைகளாலும் நெஞ்சைப் பிடித்தபடி இருமித் துப்புவதற்காகக் குனிந்தால், குப்பென மேலெழும்பி முகத்தில் மோதியது கூவத்தின் அனல் காற்று. நாற்றத்தில் மூச்சுவிட முடியாமல் திணறினார்.

'மெட்ராசுல என்னென்னமோ நடக்குதுங்குறான்வ, இந்தக் கூவத்துக்கு ஒரு வழி கண்டுபுடிக்க மாட்ட யிங்குறான்வள. அந்தக் காலத்துல நல்ல தண்ணி ஓடிச்சாம். விவேகத்துல போத்தல்ல தண்ணி குடுத்தான... சும்மயா குடுத்தாம் ரயில் டிக்கெட்டவுட அதியமா வாங்குறான்வ குடுக்குறான்வ. இந்த குண்டு குழிக்குள்ளே இந்த வெரட்டு வெரட்டுரான்வள... எட்டுக்கு எடுத்து எட்டுக்கு முன்னாலே கொண்டாந்திற்றான்வள. கரணந் தப்புனா மரணங்குற கததாம். தண்ட போன் பண்ணுவாம் போன் பண்ணுவாமின்னு பாத்தாக் கொள்ளையில போவானால பிந்திற்று. இவன்வள நம்பித் தோணிய எப்புடி அந்தமான் அனுப்ப. வந்து உக்காந்த பித்தெட்டுலதான எடுத்தாம். சொகமில்லயின்னா லைசென்ச மாத்திற்று வர வேண்டியதான. இவம் லைசென்சுல அவன வரச் சொன்னானாம். கோஸ்ட் கார்டுக்காரம் புடிச்சா அவம் அப்பம் வூட்டு மொதல் பாருங்க.'

பக்கத்தில் நாயொன்று குலைத்தது. நாயை சிறிது நேரம் வெறித்துப் பார்த்தவர் வேட்டியின் விளிம்பைத் தூக்கிப் பிடித்தபடியே வேகமாக நடக்க ஆரம்பித்தார்.

"சார் ஆட்டோ... அய்யா இங்க வாங்க, எங்க போவணும்?"

"ஓத்தா, பெருசப் பாத்தா, ஆட்டோவுல போற கேசு மாரியா கீது... வுடு நைனா."

பின்னால் கேட்ட பலவாறான குரல்களையும் அவர் சட்டை செய்தது போலில்லை. வேகமாக நடந்தவர் எக்மோர் புகைரத நிலையமெதிரே கென்னத் லேனில் நுழைந்து குலசை நூர்வாப்பா மகன் ரகீம்பாய் கடையில் இஞ்சிச் சாயா குடித்தார். என்ன நினைத்தாரோ ரகீம்பாயோடு வெளியே வந்தவர் ஒரு ஆட்டோ பிடித்துச் சேத்துப்பட்டில் ரகீம்பாய் வீட்டிற்கு வந்துவிட்டார். பிலிப் தண்டல் சென்னை வந்தாலே ரகீம்பாய் கடைக்கு வந்து ஒரு சாயா குடித்துவிட்டு ரகீம்பாயிடம் நலம் விசாரித்துப் போவது வழக்கம். அந்தக் காலத்தில் நூர்வாப்பா தோணியில் கால் பங்கு பையனாய்

போனாராம் பிலிப். இப்போதெல்லாம் சென்னைப் பிரயாணத் திட்டத்தின் ஒரு அங்கமாகவே மாறிவிட்டிருந்தது ரகீம்பாய் சந்திப்பு. தம்பி இன்ஸ்பெக்டர் சகாபுதீனை வெகுவாய் விசாரித்தார் ரகீம்பாய். சகாபுதீனுக்கும் சக்கரை நோய் இருப்பதாயும் அடிக்கடி ரத்த சுத்தம் பண்ண வேண்டியிருப்பதால் தம்பியிடம் போய் தொந்தரவு கொடுக்க விரும்பவில்லை என்றும் சொன்னார். வாழ்ந்து கெட்ட குடும்பம். ரகீம்பாயின் பிள்ளைகளின் படிப்புக்கு பிலிப் உதவி செய்வார்போல் தெரிகிறது. நன்றி விசுவாசம்தான் காரணம்.

பொடி நடையாய் நடந்தே பேருந்து நிறுத்தம் வந்து சேர்ந்திருந்தார் பிலிப். பிதுங்கி வழிந்த பேருந்துகள் ஒரு புறம் சரிந்தபடியே வந்து நின்றன. '15 பாரிமுனை' என்று போட்டிருந்த பேருந்துக்குள் தள்ளிச்சாய்க்க முடியாத கூட்டம். பிலிப் முனகினார்.

'எக்மோரு வந்து போயி பழகுன எடம் இப்ப என்னமோ கோயம்பேடு அது இதுயிங்குறான்வ... அங்க எறங்கி இங்க வாறதுக்குள்ள போதும் போதுமின்னாயிரும. விக்டோரியா, விக்டோரியாமாரியா இருக்கி. கொழும்புலயிருந்தும் வந்து பெங்களூர் பக்கம் ஒதுங்கிற்றாவயின்னாவள. காந்திக் கண்ணாடியும் கோட்டும் போட்டுக்கிட்டு டோனாத்துஸ் விக்டோரியா நல்லாத்தாம் இருப்பாரு. மிராண்டாவும், விக்டோரியாவும் போட்டி போட்டுகிட்டுல கோயில் கெட்டுனான்வளாம். என்னமோ கூந்தல் இருந்தவம் அள்ளி முடிஞ்சாம். அண்ணாநகருலதான பேத்தி இருக்கதாச் சொன்னா. போன் போட்டுச் சொல்லியிருந்தா கார எடுத்திற்று வந்திருப்பாளோ. யாவாரம் ஆரம்பிக்கணுமின்னு ரண்டு லச்ச ரூவா கேட்டா. புருசம் நல்ல பயலாத்தாம் இருக்காம். மரியாதைக்காரப் பய. படிச்சிருப்பாம் போல. மகராசி புருசனமாரியில்ல.'

பக்கத்தில் வந்து நிறுத்திய ஆட்டோவிலேறி 'பாரிமொன' என்றார் பிலிப். மேடான சாலையில் தூரத்தில் அடர்ந்த மரங்களூடே ஆன்ரூஸ் தேவாலயம் தெரிந்தது. சென்னையில் ஜியார்ஜியன் கட்டடக் கலையின் சின்னம். ஆட்டோவும் சிரமப்பட்டே மேட்டில் ஏறியது. பக்கத்திலேயே அம்பாரமாய் சிமெண்ட் மூடைகள் ஏற்றிய ஒற்றை மாட்டுவண்டியை பின்புறமிருந்து இருவர் தள்ளியபடியே வந்தார்கள். வாயில் நுரைதள்ள பாரத்தை இழுக்க முடியாமல் இழுத்துத் திணறியது மாடு. வலதுகைப் பக்கம் மணியம்மை இரு குழந்தைகளோடு சிலையாய் நின்றிருந்தாள். பக்கத்தில்

கட்டியிருந்த தட்டி போர்டில் பெரியார் அமர்ந்து எழுதிய படியிருந்தார்.

'பெரியாரு சொத்த இப்ப எவம் எவமெல்லாமோ அனுபவிக்கிறதாச் சொல்லுறாவள. ஆணானப்பட்ட அவுருக்கே அந்தக் கதியின்னா... எந்த விசயங்கள எதுத்தாரோ அதுக்குக் காரணமானவன்வளே திராவிடக் கச்சியள்ல பெரிய பதவியள்ல இருக்கான்வளாம. என்னமோ... ராமம் ஆண்டா என்ன ராவணம் ஆண்டா என்ன நம்ம சோலிய நம்மதாம் பாக்கணும். மாட்டுக்காவது பரவால்லிய ரண்டியரு பின்னருந்து தள்ளுறான... போற போக்கப் பாத்தா அண்ணா நகருக்கு எங்க போவ. நேரம் இருக்குமான்னு தெரியிலிய. ஒரு போனப் போட்டுச் சொல்லி அவள பஸ்சுகிட்ட வந்து திற்ற வாங்கச் சொல்லிற வேண்டியதாம். மூத்தவள கெட்டிக் குடுத்து நாப்பது வருசமாச்சி, அவ பொண்ணுவளுக்கும் நம்மதாம் செய்ய வேண்டியிருக்கி. எதுக்கு இவுரு பொட்டப் புள்ளய புள்ளயளுக்கும் செய்யிறாருங்குறான்வளாம். எல நாஞ் சம்பாதிக்கிறம் செய்யிறம். எவங்கிட்டயும் வந்து எதயுங் கேட்டனாக்கும். செய்வம், என்னட ரத்தம் சுண்டுற வர செய்வம். ஒருத்தியத்தாம் அம்போன்னு தூக்கிக் குடுத்தம். இருக்குறதுனால செய்யிறம். இல்லாட்டி செய்யவா போறம்.'

ஆட்டோ சென்ட்ரல் ரயில் நிலையத்துக்கு முன்னால் நெரிசலில் ஊர்ந்தது. போகிறப் போக்கிலேயே இடது புறம் தெரிந்த ரிப்பன் கட்டடத்தை எட்டிப் பார்த்தார் பிலிப்.

'பொண்டாட்டியோளி மொவன்வ கெட்டுன கெட்டடங்களும் அப்புடித்தான இருக்கி. கடுக்காயும், கருப் பட்டியும் போட்டுத்தாம் கெட்டியிருப்பான்வ போல. இவன்வளும் இப்பக் கெட்டுறான்வள. நடுப்பாலத்துல, அன்னக்கி லாரிய எதும் இல்லாததுனால சரியாப் போச்சி. இப்புடி நெனயாத நேரத்துல பூஞ்சி வுழுந்திற்ற. அந்தக் காலத்துலே இத லாட்டிரி சீட்டு நடத்தித்தான கெட்டுனான் வளாம். அவம் செலஸ்டின் அடிக்கிம்போது ஜெயதாசு பத்துகிற்று நின்னாம். வட்டிக்கி வுடுறானாம் வட்டிக்கி. கூத்தாடுனாப் போதுமா காரியத்துல கண்ணாயிருக்காண்டாம். பிரிச்சி குடுத்தம் ரண்டு நாள்ல ஊதிப் பறத்திருவான்வ. தீ வச்சித்தாம் கொளுத்தி வுட்டுருப்பான்வ மூர்மார்க்கெட்ட. முன்னப்பின்ன வந்தாலும் கிட்ட போவவா வுட்டான்வ. கையபுடிச்சி இழுக்காத கொறதான. ஒரு பொருளப் பாத்திற்று வாங்காமப் போயிற முடியுமா.'

சென்ட்ரல் நிலையத்தைத் தாண்டி வந்தபடி இருந்தார் பிலிப். பாசி படிந்திருந்த தென்னக ரயில்வேயின் தலைமைக்

கட்டடத்தின் வெளிப்புறத்தைத் துப்புரவு செய்தபடியிருந் தார்கள். சாலையின் இரு புறமும் வெண்ணுடையில் செவிலியர் நடமாட்டம் தெரிந்தது. தலைமை நீதிமன்றச் சுவரையொட்டியிருந்த நடை பாதையில் குறவர் கூட்டம். தீக்கொளுத்தி குளிர் காய்ந்தபடியிருந்தார்கள். சாலையின் நடுவே அந்தப் போக்குவரத்துச் சந்தடியிலும் எருதுகள் கூட்டம் கூட்டமாய்ப் படுத்துக்கிடந்தன. ஆட்டோ வளைந்து நெளிந் தோடியது. பர்மா பஜாரில் கடைகள் இன்னும் திறந்திருக்க வில்லை. ஆட்டோ கடற்கரைச் சாலையில் ஸ்டேட் வங்கி, தலைமைத் தபால் நிலையம், இந்தியன் வங்கி கட்டடங்களைக் கடந்து ம. சிங்காரவேலர் மாளிகை முன் போக்குவரத்து நெரிசலில் ஊர்ந்தது. கட்டடத்தைக் கூர்ந்து பார்த்தபடியே ஆட்டோவிலிருந்து இறங்கினார் பிலிப்.

'கலெக்டர் ஆபீசா... அந்தக் காலத்துல பெரிய வக்கீலும்பாவ. சிங்காரவேலமின்னா ரசியாவுல லெனினுக்கே தெரியுமின்னு மருமொவம் ரிபேரோ சொல்லுவார. என்னமோ... குடும்பச் சொத்தயெல்லாம் பொதுநலத்துக்கே செலவளிச்ச மனுசனுக்குச் செலவச்சி நன்றி சொல்லுறான்வ போல. பெரியாருக்கு முன்னாலேயே பொதுவொடம பேசுன மனுசனாம. மீன்காரமுங்குறதுனால அமுக்கிற்றான்வளோ. நம்மளுந்தாம் மாஞ்சி, மாஞ்சி குடும்பத்துக்கு செய்யிறோம் நம்மள எவனாவது எவளாவது செத்த பொறவு நெனைப் பான்வளா. உசுரோட இருக்கும்போதே அடிக்கவாரான்வ. தனியா பொலம்ப வுட்டுட்டுப் போயிற்றா.'

சுங்க அலுவலகத்தை நோக்கி நடந்தார். வலது பக்கம் எதிரே சென்னைத் துறைமுகத்தின் பிரதான வாசலில் மார்கழிப் பனியையும் மீறிக் கடுங்கூட்டம். மூட்டை முடிச்சுகளோடு நாட்டுப்புறத்தான்களின் அணிவகுப்பு. அந்தமான் கப்பலுக்காக காத்துக்கிடக்கிறார்கள். பிதுங்கித் திறந்த பெட்டிகளைச் சடம்புக் கயிற்றால் வரிந்து கட்டி யிருந்தார்கள். இரட்டைச் சடைப்பின்னலில் சிவப்பு ரிப்பன் கட்டியிருந்தாள் சேலத்துக்காரி. மார்பிலொரு குழந்தை பால் குடிக்க, பக்கத்திலேயே அடுக்கிவைத்தாற்போல் மூன்று குழந்தைகள். அழுது அடம்பிடித்து மூக்கு வழிய நின்றிருந்த குழந்தைகளுக்குப் பஞ்சு மிட்டாய் வாங்கிக் கொடுத்தாள்.

"இப்புடி தேரம் விடியாமக் குடிச்சிற்று ஆடுறிய, அங்க டிக்கெட்டு எடுக்க வருசயில நிக்கணும, நா ஒன்னயப் புடிக்கவா, புள்ளயள பாக்கவா, சாமாஞ் சட்டியளப் புடிக்கவா, டிக்கெட்டு எடுக்கவா?"

தள்ளாடி விழயிருந்தவனைத் தாவிப் பிடித்து நிறுத்தினாள். வெறுத்துத் திரும்பினார் பிலிப் தண்டல்.

‘அந்தக் காலத்துலதாம் இவன்வள அள்ளிற்றுப் போனான் வயின்னாவ. இப்ப யாரு கொண்டு போறா. என்ன பசி பட்டினியில கெடக்குறான்வளோ. பசி வந்திற்றா பத்தும் பறந்திருமின்னு சும்மயா சொன்னாம். ஊருல நாட்டுல தாங்க முடியாத சாதிப் பிரச்சனையளோ... சவம் ஊருவுட்டு ஊரு போறது லேசான சமாச்சாரமா. போக்கு முட்டிப் போனா உசுரயா வுட முடியும். அந்தக் காலத்துல இப்புடி படபடயாப் போயி மண் செமந்தான்வ, கல்லு ஒடைச்சான்வ, தண்டவாளம் போட்டான்வ. இவன்வதாம் குடிக்கி அடிமயின்னு தெரிஞ்சாப் போதும. கஸ்டம்சுல யாரயுங் காணும. யாரப் புடிக்க...’

பிலிப் தண்டலின் முகத்தில் நல்ல வாட்டம் தெரிந்தது. சுங்க இலாகாவில் பறிமுதல் செய்யப்பட்ட பொருள்கள் ஏலம்விடப் போவது பற்றித் தினத்தந்தியில் வந்திருந்த விளம்பரத்தைக் கையோடே எடுத்துக்கொண்டு வந்திருந்தார் பிலிப். சாலையில் கால்போன போக்கில் வடக்கு முகமாக நடக்க ஆரம்பித்தார். முன்னால் கடந்துபோன ஸ்கூட்டர் காரன் காறித் துப்பியதில் காற்று வாக்கில் கையில் ஈரம்பட்டது. பின்னால் வந்த பைக்குக்காரன் பாய்ந்து முன்னே வந்து ஸ்கூட்டர்காரனின் குறுக்கே வண்டியை நிறுத்திச் சரியான வாய்த் தர்க்கம். வேடிக்கை பார்த்தபடியே நடந்தார் பிலிப். நாலைந்து எட்டு வைத்திருப்பார். சாலையின் நடுவே சிறிய பலகையில் ‘ஆள்க்கள் வேலை பார்க்கிறார்கள் சென்னை மாநகராட்சி’ என்று எழுதியிருந்தது. கடந்து சென்ற வாகனங்களெல்லாம் நின்று பக்கவாட்டில் வளைந்து போனதால் போக்குவரத்து கொஞ்சம் நெரிசலாய் இருந்தது.

‘இந்தமாரி வேலயள ராத்திரியள்ல பாக்க வேண்டியது தான. எல்லாம் கால நேரத்துல அவம், அவம் ஆபீசுவளுக்கு போற நேரத்துலதாம் செய்வான்வ.’

எதிரே வந்தவனைக் கவனிக்காமல் பிலிப் அவன் மேல் மோதிவிட அவன் வாய்க்கு வந்தபடி திட்ட ஆரம்பித்தான்.

“ஓத்தா, பாடு பெருசு... வூட்டுல சொல்லிகினு வந்தியா. கண்ணுல கஸ்மாலம் சோடாப் புட்டி மாட்டிகினு இன்னா, எங்க பாத்துக்கினு போற... சோமாறி.”

நின்று திரும்பினார். எதுவுமே விளங்கவில்லை. எதிரே தெரிந்த கட்டடத்தில் ‘சண்முகா லாஜிஸ்டிக்ஸ்’ என்று போட்டிருந்தது பளிச்சென்று தெரிந்தது.

‘வீரபாகும் சொன்னாரு காரப்பேட்டைக்கிப் பின்னால எடங்கள மில்லுக்காரவுங்க குடுக்கப் போறாவளாம். புள்ளய பேரச்சொல்லி எடுத்துப் போடுங்க, பின்னால உதவும் பாருங்க. நம்ம ராமலிங்க நாடாருக்கு மஞ்சப்பொட்டியில ஓட்டுப் போடுங்க. கஞ்சப் பிசுநாறிதாம். முனுசுபாலிட்டி துட்ட வீணா செலவழிக்கமாட்டாரு பாருங்க. நானும் அவளும் சின்னக்கோயில் பக்கம் வந்திற்றா கொஞ்ச நேரம் காலாற நடந்திற்று, கோயிலுக்குள்ளபோயி சிலுவய்யாவ பாத்திற்றுதாம் போவோம். நமக்கு அப்புடி வித்தியாசமெல்லாம் கெடையாது. இந்தக் கோயில்ல கெடைக்கிற அதே நிம்மதிதாம் செந்தூராஞ் சன்னிதியிலயுங் கெடைக்கிது. சொத்த வித்தது உண்மதாம். தெரியாதா யாவாரத்துல வார பணமொடதாம். புதுசா வாரவுக வேகமா இருக்காக, நம்மளால அப்புடி முடியில்ல.’

பக்கத்தில் ஓசை எழுப்பிக் கடந்துபோன தங்க நிற மாருதி எஸ்டீம் கார் சடன் பிரேக் அடித்து நின்று அதே வேகத்தில் பின்னால் வந்தது. பயந்து இன்னும் ஒதுங்கினார் பிலிப் தண்டல். வண்டி அவரை நெருங்கி வந்து நின்றதும் பின் கதவைத் திறந்து வெளியே இறங்கினார் சண்முகவேல் நாடார். கதர் வேட்டியும் சட்டையுமாக இருந்தவரின் கைகளில் யானைத் தந்தத்தாலான வாக்கிங் ஸ்டிக் இருந்தது. பெரியவர் நடு வழியில் இறங்க பதறியபடியே இறங்கிப் பின்புறம் ஓடிவந்தார் டிரைவர். அதற்குள் சுந்தரம் செட்டியாரும் கீழே இறங்கியிருந்தார். இன்னும் நான்கு எட்டு வைத்தால் அலுவலகக் கட்டடம். சாலையில் இடத்தை அடைத்தபடி கார் நின்றிருந்ததால் பின்னிருந்து வந்த ஒலிப்பான் சத்தத்தையும் பொருட்படுத்தாமல் பிலிப் தண்டலின் கையைப் பிடித்து இழுத்தவாறே நடந்தார் சண்முகவேல். பிலிப் தண்டலால் மறுக்க முடியவில்லை. அவர்கள் இருவரும் மேலே வந்து சேரும்வரை லிஃப்ட்டின் உள்ளேயும் வெளியே யும் அலுவலக ஊழியர்கள் பாதுகாப்பாய் நின்றிருந்தார்கள். இரண்டாவது தளத்தில் லிஃப்ட் கதவு திறக்க எதிரே பளபளக்கும் பிரமாண்டமான கண்ணாடிக் கதவில் முத்து முத்தாய் ‘சண்முகா’ என்று பொறித்திருந்தது.

வரவேற்பு அறையில் தொலைபேசியில் நுனிநாக்கு ஆங்கிலம் பேசியபடியிருந்தவள் தொலைபேசியை அவசரமாய்

கீழே வைத்துவிட்டு வந்து உள்க்கதவைத் திறந்துவிட்டாள். சில்லென்று குளிர்ந்தது. உள்ளே சுவரில் மாட்டியிருந்த பெரிய புகைப்படத்தைப் பார்த்ததும் நிதானித்தார் பிலிப் தண்டல். படத்தில் மத்திய மந்திரி பெரியவர் சண்முக வேலுக்குப் பொன்னாடை போர்த்தியபடியிருந்தார். பிலிப் தண்டல் அந்தப் புகைப்படத்தைப் பார்ப்பதைக் கவனித்த சண்முகவேல் சொன்னார்

"என்ன பாக்குறிய தண்டல்வாள், ஒங்களுக்கு தோணியில அதிக சரக்கு கொண்டுபோன உரிமயாளருன்னு பதக்கம் குடுத்துப் பொன்னாட போத்துனாவயில்ல, நீங்க ஒடனே போயிற்றிய விழா முடிவுல வாழ்நாள் சேவைக்கி பாராட்டி எனக்கும் பொன்னாட போத்திப் பதக்கம் குடுத்தாங்க. அதத்தாம் பாக்குறிய..."

அலுவலகம் மிக நேர்த்தியான உள் அமைப்பு அலங்காரத்தோடு இருந்தது. சீருடையிலிருந்த அலுவலர்கள் அவர்தம் கணினிகளோடு கருமமே கண்ணாயிருந்தார்கள். அறை முழுவதுமே இதமாய்க் குளிரூட்டப்பட்டிருந்தது. தலைக்கு மேலே பார்வையை உருத்தாத மின் விளக்குகள். சுவரில் அங்கங்கே நூறு வருடங்களுக்கு முந்திய சென்னை யின் பிரதான சாலைகளின் புகைப்படங்கள். பக்கவாட்டு சன்னல் வழியே சென்னைத் துறைமுகத்தின் பிரதான கப்பல்தளம் தெரிந்தது. முகத்துவாரம் வழியே பயணிகள் கப்பலொன்று துறைமுகத்தின் உள்ளே நுழைந்தபடியிருந்தது. வாய்பிளந்து நின்றிருந்த பிலிப் தண்டலை அவர் தோளில் தட்டி அழைத்தபடியே உள் அறைக்குள் வந்தார் சண்முகவேல். முதலாளி அமரும் இருக்கையின் பின்புலத்தில் கடலைக் கிழித்து நுரைத்துச் சீறிப்பாயும் கண்டெய்னர் கப்பலொன்றின் பிரமாண்டமான படம். மேசை மேல் பாலிஷ் பண்ணப்பட்ட பிளாக் கேலக்ஸி கல், நிலவில்லா வானில் பூத்திருக்கும் விண்மீன் கூட்டத்தைப் போல் அழகு காட்டியது. தான் அன்னியப்பட்டுப்போவதை உணர்ந்தார் பிலிப்.

"பெரியாள்க்க வந்து போற எடத்துல என்னப் போயி கூட்டிக்கொண்டு உக்கார வச்சிற்றியள..."

"என்ன பேசுறிய, அற்பாயுசுல போவ வேண்டிய நா இன்னைக்கி உசுரோட இருக்க யாரு காரணம்."

"அவுங்கவுங்க இருக்க வேண்டிய எடத்துலதாம்..."

"என்ன பேசுறிய தண்டல்வாள்? வேற யாருக்குத் தெரியணும். எனக்குத் தெரியும தண்டல்வாள். இந்த உசுரு

நீங்க காப்பாத்திக் குடுத்த உசுரு தண்டல்வாள். கடவுள்மாரி வந்து காப்பாத்துனியள. இப்பவும் எதுல கொற? பணத்துலயா, அந்தஸ்த்துலயா, குலப் பெருமயிலயா...?"

"என்ன பெரிய குலப் பெரும?"

"சிலப்பதிகாரத்துலேயே வரும, ஐம்பெருங் குழுவும் எண்பேராயமும் அரச குமரரும், பரத குமரரும்... அந்தக் காலத்துலேயே பாடல் பெற்ற இனமாச்ச. முழங்கு கடல் தந்த விளங்குகதிர் முத்தம் அரம் போழ்ந்த் தறுத்த கண்ணேர் இலங்குவளை பரதர் தந்த பல்வேறு கூலமின்னு, சும்ம மாங்குடி மருதம் மதுரக் காஞ்சியில பாடமாட்டாம் தண்டல்வாள்."

"நெறையப் படிச்சிறிக்கிய. நமக்குப் படிப்பு அதியமில்ல..."

"போர்ச்சுக்கீசு, டச்சு, வெள்ளைக்காரம் இவன்வ ஒண்ணும் சும்ம வரல. கடக்கறையளப் பாத்திருப்பாம், கட்டுக்கோப்பான அந்த அமைப்ப பாத்திருப்பாம், அங்க நடக்குற யாபாரத்த பாத்திருப்பாம், அந்தக் கலாச்சாரத்த பாத்திருப்பாம், உள்ள வந்திருப்பாம்... ஒட்டுமொத்த சமுதாயமும் ஒரே குடையின் கீழ் ஆளப்பட்டு அந்த தலமயோட முடிவுக்குக் கட்டுப்பட்டிருக்கு தண்டல்வாள்."

"அந்தக் காலத்துலயின்னு சொல்லுங்க... இப்பயில்ல."

"உலகத்துலே வேற எங்கயுமே கேள்விப்படாத ஒரு விந்தையான விசயந்தாம் இது."

"எதச் சொல்லுறிய?"

"நீங்க எல்லாரும் கத்தோலிக்கத்துக்கு மாறுனதத்தாம் சொல்லுறம். வெள்ளைக்காரனும் கத்தோலிக்கம் புடிக்காம இருந்தாலும் ஒங்க சனங்ககிட்ட இருந்த தெறமயத்தாம் மதிச்சாம்."

"அதாம் இப்புடிக் கெடந்து சீரழியிரமாக்கும்."

"இங்க எங்ககிட்ட இன்பராச்சின்னு ஒருத்தர் வேல பாக்குறாரு... தல்மேதாயின்னு நெனக்கிறம். ஒவ்வொரு விசயங்களயும் அவுரு கையாளுறதப் பாத்து மலச்சிப் போயிருறம். என்ன தைரியம், என்ன மதிநுட்பமிங்குறிய. நமக்கு வேலதார வெளிநாட்டுக்காரம் பூராவும் இப்ப அவுருட்டத்தாம் பேசணுமிங்குறாம். எப்புடி தோத்தாங்கன்னு தாம் புரியில்ல. ஒரு விசயம் தெறிஞ்சிக்கிருங்க, சிவகாசிக் கலகத்துல பயந்து நாங்கள்வ ஒண்ணு சேந்தப்ப, நீங்கள்வ

சிதற ஆரம்பிச்சிற்றிய... தகப்பன புள்ளைக்கி புடிக்காமப போயிற்று, கூடப்பெறந்த தம்பிய அண்ணனுக்குப் புடிக்காமப் போயிற்று, பொண்டாட்டிய புருசனுக்குப் புடிக்காமப் போயிற்று...”

“பொதுவான செல காரியங்களக்கூட எடுத்துச் செய்ய யாருமில்ல. தலைவமின்னு ஒருத்தனுமில்ல. அப்புடியே தட்டுத் தடுமாறி மேல வாரவனயும் எவனும் இருக்கவுடுறது மில்ல... நம்ம ஆமந்தொற ஜானுக்கு நடந்தது ஒங்களுக்கு தெரியாதாக்கும்.”

“தெரியும், தெரியும். இப்புடியா காலப் புடிச்சி இழுப்பாங்க. அவுரும் ஒரு எடத்துல எங்க இருந்தாரு. எல்லாருமே தலமைக்கித் தகுதியாயிருந்தா பெறகு என்னாவும்... காமராச்சமாரி ஒரு மதிநுட்பமுள்ள, அர்ப்பணிப்பான தலைவம் சிலுவப் பர்னாந்துக்குப் பெறகு ஒங்கள்ல வரலிய. அந்தக் காலத்துல நம்ம பக்கங்கள்ல இருந்து காமராசர பாக்கப் போனா, என்னப்பா போயி தொழில பாருங்கப் பாயிம்பாரு. அப்ப அது புரியல தண்டல்வாள், இப்பப் புரியிது.”

“குருஸ் பல்டோனா...”

“டெல்லி வர ஆள் பழக்கம் உள்ளவருதாம். ஆனா எப்பவும் கர்டோசாவ காலவாருறதுலதான குறியா இருந்தாரு.”

“குடும்பங்களுக்குள்ளயும் அப்புடித்தான இருக்கு.”

“என்ன சொல்லுறிய, ஒங்களுக்குத் தெரியாததயா சொல்லிறப் போறம், ஒரு பானச் சோத்துக்கு ஒரு சோறு தான பதம். அதுக்காக எங்கள்ல மட்டும் இல்லாமயில்ல... ஒங்க அளவுக்கு இல்ல” என்றார் சண்முகவேல்.

“இந்தா எங்குடும்பத்த எடுத்துக்கிருங்க, ஒண்ணுகூட தேறல. அப்ப நா வாழ்ந்த வாழ்க்க தோல்விதான...!”

“அது எப்புடி தோல்வியாகும் தண்டல்வாள்? நம்மளும் வாழணும். வழியும் வுடணும். புள்ளயளுக்குன்னாலும் வுட்டுக் குடுக்க மனசு வரணுமில்ல தண்டல்வாள். எங்கய்யா பர்மாவுல தேடாத சொத்தா. அந்தக் காலத்துலேயே இங்க யிருந்து ஆள் கொண்டு போயிருக்காரு, வெள்ளைக் காரங்கிட்ட பழைய இரும்ப எடுத்து ஜப்பாங்காரங்கிட்ட வித்துருக்காரு. ரங்கூன் ஆசாத் ஹிண்டு பேங்குல போட்டு வச்ச பணத்துக்குக் கணக்கு வழக்குயில்லயின்னு அம்ம

1112 ஆர். என். ஜோ டி குருஸ்

சொல்லுவா. யாருக்கு வந்து சேந்திச்சி... ஒடம்பு பூராவும் எண்ணெய தேச்சிற்று கடக்கற மணலுல உருண்டாலும் ஒட்டுறதுதாம் ஒட்டும்."

"..."

"நடந்தத நெனச்சிக் கவலப்படாதிய. ஒவ்வொரு பிரச்சனயும் ஒவ்வொரு வக. அய்யா செத்தப்ப, தம்பி கொழும்புக்கு ஓடுனப்ப நாம் படாத கஷ்டமா. நம்ம புதுசா கிரேன் கொண்டந்தப்ப வராத பிரச்சனயா. வாள் வாள்ன்னு கத்துனவமெல்லாம் இன்னைக்கி வக வகயா கிரேன் வச்சிருக்காம். அந்தக் காலத்துலயும் அய்யா கத கதயா சொல்லுவாரு... அது, அது நடக்க வேண்டிய நேரத்துல நடக்க வேண்டிய மொறப்படி நடந்தே தீருது பாத்தியளா."

"அப்ப எதுக்கு நம்ம நாயா பேயா அலையணும்."

"ஞாயந்தாம். அது நம்ம வாங்கி வந்த வரம். மேலயிருக்கவம் ரண்டு விதமா மனுசாள அனுப்புதானாம். ஒண்ணு ஒழைச்சி உருவாக்க, இன்னொண்ணு அத அனுபவிக்க... இப்ப நீங்க யாருன்னு புரியிதா."

"சரி அத வுடுங்க. அய்யா என்னமோ கத சொன்னதா சொன்னியள..."

"கால காலமா இங்க முத்தெடுத்த கத, பாண்டியபதி கொற்கய ஆண்ட கத, நாங்க இங்க பிழைக்க வந்த கத, பாய்மரக் கப்பலோடுன கத, கப்ப வந்த கத, வெள்ளைக்காரம் வந்த கத, போன கத, இன்னும் என்னென்னமோ கதய... அந்தக் காலத்துல ஆழ் கடல்ல கிளான்லைன் சரக்க எறக்கி கொண்டாரதப் பத்தியெல்லாம் எங்கய்யா எனக்கு எவ்வளவோ சொல்லியிருக்காரு" என்றார் சண்முகவேல்.

கண்ணாடிக் கதவைத் தட்டியவாறு ஆணும் பெண்ணுமாய் அறையுள்ளே நுழைந்தார்கள். தாத்தா சண்முகவேலுக்கு வணக்கம் சொன்னவர்கள் பவ்வியமாய் மறுபக்கம் திரும்பி பிலிப் தண்டலுக்கும் வணக்கம் வைத்தார்கள். அவர்கள் நின்றிருந்த தோரணயே எளிமையும் கம்பீரமுமாய் இருந்தது. மூத்தவர் அழகுவேலின் பிள்ளைகள். கொற்கை நிர்வாகத்தை சுந்தரவேலும், மணிவேலும் பார்த்துக் கொள்ள சென்னை நிர்வாகத்தை அழகுவேலின் பிள்ளைகளுக்கு சுமூகமாய் மாற்றியிருந்தார் சண்முகவேல். மூவரின் மனைவிமாரும் படித்திருந்ததால் அலுவலகத்துக்கு வந்து நிர்வாகத்தைக் கவனித்துக்கொள்கிறார்களாம். நடுவுள்ளவன் ராஜவேல்தான் பிலிப் தண்டலுக்காகச் சுங்க அலுவலகம் சென்று ஏலத்துக்கு

வந்திருந்த கேட்டர்பில்லர் எஞ்சினின் விவரங்களைத் தெரிந்து கொண்டு வந்திருந்தான். விவரங்கள் திருப்தியளிக்காததால் வேண்டாமென்று மறுத்துவிட்டார் பிலிப். மூத்தவன் ரமேஷ் அருகில் வந்து மறுநாள் மாலையில் கிளம்பும் கொற்கை எக்ஸ்பிரஸ் ரயிலுக்கான முன்பதிவு செய்த டிக்கெட்டை எடுத்துக் கொடுக்க அவனை ஆச்சரியத்தோடு பார்த்த பிலிப் சண்முகவேல் நாடாரை நோக்கித் திரும்பத் தன் முக அசைவிலேயே அதை ஏற்றுக் கொள்ளுமாறு சொன்னார் சண்முகவேல். பிலிப் தண்டலால் மறுக்க முடியவில்லை. இளையவன் வெற்றிவேலின் பக்கத்தில் நின்றிருந்தவளைத் தான் எங்கோ பார்த்தது போலிருந்தது. கறுப்பல்ல, சிவப்புமல்ல இரண்டும் கலந்த காந்தர்வ நிறம். வளத்திக்கேற்ற வண்ணம். வில்லொத்த புருவம், வேலொத்த விழிகள். அவர்கள் விடைபெற்று அறையை விட்டு வெளியேற பிலிப் தண்டலின் நெற்றியிலேற்பட்ட சுருக்கங்களைக் கவனித்த சண்முகவேல் கேட்டார்,

"மூத்தவம் பொண்டாட்டி யாருன்னு பாத்தியளா?"

வாய்பிளந்தபடியே அமர்ந்திருந்தார் பிலிப்.

"மல்லிப்பூ செபஸ்தியாரு பேத்தி."

"என்ன சொல்லுறிய... நம்ம பவுல் தண்ட பேத்தியா. அதான பாத்தம்! அதே மூக்கு. மதலேன் மொகச்சாட அப்புடியே... ஆனா இங்க எப்புடியின்னு..."

"மூத்த பேரம் ரமேஷ் பொண்டாட்டி. நாங்கூட என்னமோன்னு நெனச்சம் தண்டல்வாள். இன்னைக்கி இந்த நிறுவனத்தோட முழு நிர்வாகம், எதிர்கால திட்டம், எல்லாமே அவ கையிலதாம்."

132

2000

சென்னைப் பட்டினத்தில் அங்குமிங்கும் அலைந்து ஒரு வழியாய் 'கோல்டன் பிகாக்' பயணிகள் கப்பலுக்குக் கொற்கையிலிருந்து வெளியேற அனுமதி வாங்கியிருந்தார் அமுதன். அரசு அலுவலகங்களில் காத்துக் கிடந்த நேரங்களில் சிரமம் பார்க்காமல் இன்பராச் தல்மெய்தாவும் கூடவேயிருந்தார். 'சண்முகா லாஜிஸ்டிக்சில்' சிப்பிங் மேனேஜராக இருப்பதாகச் சொன்னார். உத்தரவு கிடைத்த அன்று அமுதனை ராயபுரத்தில் வீட்டுக்கு இரவுணவுக்காக அழைத்துப் போனார். சுடச்சுட தோசை வார்த்துக் கொடுத்து பரிமாறினாள் சிபில். கொற்கையில் அரண்மனை போலிருந்த வீட்டையும் விற்றுவிட்டதால் லிடியா பாட்டியையும் ராயபுரம் வீட்டிலேயே கூட்டிக் கொண்டு வைத்திருந்தார் இன்பராச். கிழக்கு மூலையில் சன்னலோரத்தில் அமர்ந்து குறுக்கு மறுக்காகச் சாடும் லாரிகளைப் பார்த்தவாரிருந்தாள் லிடியாப் பாட்டி. அந்தக் காலத்தில் ஆங்கிலோ இந்தியர்கள் இருந்தபோது ராயபுரத்தில் தெருக்கள் அகலமாகவும் சுத்தமாகவும் இருக்குமாம். இப்போது எங்குப் பார்த்தாலும் தூசு. குழிவிழுந்த கண்கள். உடலெங்கும் வயோதிகச் சுருக்கங்கள். தலையில் கிராப் கட்டிங். இறந்தால் உடலைக் கொண்டு போய் கொற்கையில் மூதாதையர்களோடு புதைப்பேன் என்று இன்பராச் வாக்குக் கொடுத்த பிறகே சென்னை வந்தாளாம் பாட்டி.

உத்தரவு கிடைத்ததுமே அமுதன் கொழும்புக்கு தொடர்புகொண்டு கிரிபின் சந்திராவுக்குத் தகவல் தெரிவிக்க அழுது ஆர்ப்பாட்டம் பண்ணிவிட்டார்

கிரிபின் சந்திரா. குருஸ் வீரச்சந்திரா பற்றியும் தன்னுடைய தந்தை மனுவேல் வீரச்சந்திரா பற்றியும் சொன்னவர், தான் கடலில் அமிழ்ந்து போவதாகவும் எனவே 'கோல்டன் பிகாக்கை' எவ்வளவு சீக்கிரம் அனுப்ப முடியுமோ அவ்வளவு சீக்கிரம் அனுப்பித்தர வேண்டுமென்றும் கெஞ்சினார். கிறிஸ்த்துராச்சிக்கும் இம்மானுவேலுக்கும் தான் எவ்வளவோ அள்ளிக்கொடுத்தும் அது போதாது என்று கப்பலையும் கபளீகரம் செய்யும் முயற்சி நடக்கலாமென்றும் எச்சரித்தார்.

மாலுமிகளாய் வந்திருந்தவர்களுமே பேசாளைப் பகுதியில் உள்ள கத்தோலிக்கர்கள். பேசிக்கொண்டிருந்தபோது அவர்கள் எல்லோருமே தங்கள் மூதாதையர் காலத்தில் கொற்கைப் பகுதியிலிருந்து இடம்பெயர்ந்து மன்னார், சிலாவத்துறை, புத்தளம் பகுதிகளில் குடியேறியவர்களாக இருக்கலாம் என்று சித்தப்பா நிக்கோலாஸ் தண்டல் சொல்லியிருந்தார். இவர்களது பூர்வீகத் தொழில் முத்துக் குளித்தலாம். ஏறக்குறைய பத்து, பனிரெண்டு தலைமுறைகள் கடந்துவிட்டதால் தமிழ்மொழி வாசனையே மறந்து போயிருந்தார்கள். சாப்பாட்டுக்குக்கூட வழியில்லாமலிருந் தவர்களுக்குத் தோணிக்கார பர்னாந்துமார் பாவப்பட்டு கறிச்சாமான் வாங்கிக்கொடுக்க, 'கோல்டன் பிகாக்' மாலுமி களின் அன்றாடச் சோத்துப்பாடு, பிரச்சினையில்லாமல் கழிந்திருக்கிறது.

முந்தின நாள் இரவு வெகுநேரம்வரை 'கோல்டன் பிகாக்கில்' பேசிக்கொண்டிருந்துவிட்டு வெளியே வந்து கொழும்புக்குத் தொடர்புகொண்டு கேப்டன் சில்வாவின் மனைவியோடும் பேசிவிட்டு வீட்டிற்கு வந்திருந்தார் அமுதன். இன்று, நாளையெனப் பயணம் தாமதமாகிக்கொண்டே யிருந்ததால் கேப்டன் சில்வாவின் மனைவியிடமிருந்து அசோக் சிப்பிங் அலுவலகத்துக்கோ அல்லது அமுதன் வீட்டிற்கோ தொலைபேசி அழைப்பு வருவது வாடிக்கையாகி யிருந்தது. இரவில் வெகுநேரம் பேசினாள் சில்வாவின் மனைவி. கணவனைத் திருப்பி அனுப்புவதற்கு மகிழ்ச்சி தெரிவித்துக்கொண்டாள்.

மறுநாள் விடிகாலை வழக்கத்தைவிட முன்னமே அழைத்தான் கேப்டன் சில்வா.

"அசோக் சிப்பிங்... அசோக் சிப்பிங் திஸ் இஸ் கேப்டன் கோல்டன் பிகாக்."

"கோல்டன் பிகாக்... அமுதன். கம் டு செவன் ஒன்" என்றார் அமுதன்.

“சுப உதாசனக் வேவ அமுதன் சார். நான் பயணத்துக்கு தயாரா இருக்கிறன். நீங்கள் எப்ப வருவீங்க.”

“நீங்க தயாரா இருங்க. இன்னும் அரை மணிநேரத்துக் குள்ள நான் அங்க வாரன்” என்றார் அமுதன்.

“ஓ... நீங்கள் போனபிறகு நான் வீட்டுக்காரியோடு பேசி அவள நிகொம்போவிலிருந்து கொழும்பில் வீட்டுக்கு வரச் சொல்லிற்றன். சரி என்றா... இப்ப காலையில் ஆறு மணிக்குள் விட்டா எப்படியும் பனிரண்டு மணித் தேரந்தான. சாயங்காலம் ஆறுமணிக்கெல்லாம் கொழும்பு ஆர்பர். எப்படியும் இரவுச் சாப்பாட்டுக்கு வீட்டுக்குப் போயிறலாம்.”

“சரி அப்ப நான் அங்க வாரன்.”

“எதிர்பார்க்கிறன் சீக்கிரம் வாங்க. ஓவர்.”

ரேடியோவைத் துண்டித்த அமுதனிடம் பதற்றம் பற்றிக்கொண்டது. இரவு வீட்டிற்கு வந்ததும் தொலைபேசியில் வந்த செய்தி அவரது தூக்கத்தையே கெடுத்திருந்தது. பக்கத்தில் படுத்திருந்த ரோஸ்மேரி, “நா மாதாட்ட வேண்டிக் கொள்றம் கவலப்படாதைங்க” என்று தைரியம் கொடுத்திருந்தாள். முனகியபடியே குளியலறைக்குள் சென்றிருந்தார்.

‘அப்புடியே கோர்ட் ஆர்டர் வாங்கிற்று வந்து அரஸ்ட் பண்ணிற்றா என்ன பண்ண. பணமின்னாலே பேயாத்தாம் இருக்குறான்வ. இதே இம்மானுவேலும், எபனேசரும் அன்னக்கி அவுருகிட்ட என்ன கொழைவு கொழைஞ் சான்வ. நீயா நானா போட்டியா. ஏ... பாஷா பாரு பாஷா பாரு படைநடுங்கும் நடையப்பாரு கோட்டும் சூட்டும் போட்டு... இவுரு இங்க கொற்கயில வேற ஆளேயில்லயின்னு அவன்வகிட்டப் போயி வுழுந்தாரு. அவந்தாம் இப்ப வைக்கிறாம் வேட்டு.’

குளியலறையிலிருந்து வெளியே வருவதற்கும் தொலைபேசி அழைப்பதற்கும் சரியாய் இருந்தது. தலை துவட்டியவாறே தொலைபேசியை எடுத்தார். மறுமுனையில் கிரிபின் சந்திரா.

“வணக்கம் சொல்லுங்க.”

“...”

“ஒங்க கிட்ட இப்ப யாரு காசு கேட்டா?”

“...”

“எபனேசர், இம்மானுவேல் சரி. கிறிஸ்துராச்சிக்கும் இதுக்கும் என்ன சம்பந்தம்?”

“சரி விடுங்க, ஆர்டர் வாரதுக்கு எப்புடியும் பத்து பதினொன்னு ஆயிரும் அதுக்குள்ள கப்பல நா வெளிய அனுப்பியிருறம்.”

“...”

“கவலைப்படாதைங்க, நா சீக்கிரம் போகணும்.” என்றவாறே போனை வைத்தார் அமுதன்.

அலுவலகத்திலிருந்து வந்த முருகானந்தத்திடம் கிளியரன்ஸ் பேப்பர்களைக் கொடுத்து அனுப்பிவிட்டுத் தயாராகி, தோணித்துறைக்கு வந்திருந்தார் அமுதன். கையில் வைத்திருந்த செல்போன் சிணுங்கியது. கேப்டன் சில்வாவின் மனைவி.

“...”

“காலயிலே குடிச்சிற்றாரா, வெகுநாள் கழிச்சி ஒங்களப் பாக்கப் போறாறில்ல அந்தச் சந்தோஷத்துல குடிச்சிருக்கலாம்.”

“...”

“எதுக்கு இப்புடி அபசகுனமா... கப்பல் இந்தா என் கண் முன்னால கயிறு தட்டிக் கௌம்புறாங்க.”

“...”

“சரிசரி, அங்க வந்தவொடன பேசச் சொல்லுங்க.”

“...”

“நன்றி.”

கோல்டன் பிகாக் மல்லங்குளம் தாண்டி ஆழ்கடல் நோக்கிப் பயணித்தது. கூடவே தோணித் துறைமுகத்தின் ‘கங்கா’ லாஞ்சிம் பயணித்தது. தலையசைத்தவாறே பின்புறம் திரும்பி கார் டிரைவர் முருகனை அழைக்க கார் அமுதன் நிற்குமிடத்துக்கே வந்து அரை வட்டமடித்து நின்றது. பின்புறம் ஏறி அமர்ந்த அமுதன் நெற்றியைத் தடவியவாறே சிந்தனை வயப்பட்டிருந்தார். கார் கடற்கரைச் சாலையில் கிரிண்ட்லேஸ் வங்கிக் கட்டடத்தைக் கடந்தபடியிருந்தது.

‘உயிர வாங்கிற்ற. யானைய வளத்துப்பாரு வீட்டக் கெட்டிப்பாருங்குறாவ, கப்பல நடத்திப்பாருன்னு சொல்லணும் போல. தோணியமாரியில்லிய... எத்தன பெர்மிசன், எத்தன நட, எத்தன அப்ரூவல். ஒரு வழியா போயிச் சேந்திச்சிப்பா. ஒரு காலத்துல எப்புடி சுறுசுறுப்பா வேல நடக்குற தோணித்

தொற அப்புடியே ஓஞ்சி போயிக் கெடக்க. கெடங்குவளும் இடிஞ்சி தவுந்து போயிற்ற...'

செல்போன் திரும்பவும் சிணுங்க எடுத்து எண்களைப் பார்த்தால் தோணித் துறைமுகத்தின் கட்டுப்பாட்டு அலுவலக எண்கள். காதில் பொருத்தினார். மறுமுனையில் சரவணன்.

"சார் சொல்லுங்க."

"..."

"இப்பதாம் செயில் பண்ணிற்று வாரம். மாதாவுக்கு நன்றி சொல்லுலாமுன்னு கோயில் பக்கத்துல நிக்கிறம்."

"..."

"அப்புடியா... அடிபட்டுருச்சா! இப்பதாம் கையசைச்சி கிற்று நின்னதப் பாத்திற்று வாரம்."

"..."

"கங்காவுல போட்டு அனுப்பச் சொல்லுங்க அதுக்குள்ள நா இங்க ஆறுமுகாவுல ஆம்புலன்ஸ் வரச் சொல்லுறம்."

"..."

"அரஸ்ட் ஆர்டரோட எபனேசர் வாராறா..."

"..."

"பயப்புடல, நீங்க சொல்லுறமாரி நா ஒரு கேப்டனுக்கும் அரேஞ் பண்ணுறம். ஒங்க டூட்டி எப்ப மாறும்?"

"..."

"கேப்டன் ரொமிலஸ், மாலத்தீவு கப்பல்வள்ல போறார அவுர வரச் சொல்லுறம். கேப்டன் சில்வாவ எறக்குற லாஞ்சிலே அவுர அனுப்பியிருலாம். நீங்க கொஞ்சம் தயவு பண்ணி..."

பனிமய மாதா ஆலயமருகே திரும்பி நின்ற காரில் ஓடிவந்து ஏறினார் அமுதன். வருகிற வழியில் தற்செயலாகத் திரும்பி பாண்டியபதி அரண்மனையைப் பார்த்தார். பகுதிப் பகுதியாக வாடகைக்குக் கொடுத்திருந்தார்கள். தென்புறம் டீக்கடை, வடபுறம் போட்டோ ஸ்டுடியோ. பிரதான வாசல் பக்கம் இருந்த பாண்டியபதி கல்வெட்டின் மேல் சுண்ணாம்பு தடவியிருந்தது.

அமுதனின் கார் தோணித்துறைக்குள் வருவதற்குள் ஆறுமுகாவிலிருந்து ஆம்புலன்ஸ் வந்திருந்தது. பின்னாலேயே

கேப்டன் ரொமிலசும் வந்திருந்தார். பாலத்தில் இறங்கி நின்று 'கங்கா' லாஞ்ச் வருவதையே பார்த்தபடியிருந்த அமுதன் கேப்டன் ரொமிலசிடம் சொன்னார்.

"மாமா அவுர எறக்குற லாஞ்சிலேயே போயிருங்க. ஒரு நிமிடங்கூட வீணாக்க முடியாது."

"என்ன பிரச்சனயின்னு எனக்குத் தெரியும் கவலப் படாதைங்க மருமகன். கிரிபின் சந்திரா ரெம்ப நல்லவம். கொழும்புல எனக்கு எவ்வளவோ ஒதவி பண்ணியிருக்காம். அவனுக்குக் கைமாறு செய்யிறதுக்கு ஒரு வாய்ப்பு."

"சேனல் செவன் ஒன்னுல மட்டும் வாட்ச் பண்ணுங்க."

நன்றியோடு கேப்டன் ரொமிலசைப் பார்த்தார் அமுதன். கங்காவைப் பாலத்தில் கரைபிடித்தார்கள். வேகமாக முன்னே நடந்த அமுதன் இரு கரங்களையும் நீட்டி கேப்டன் சில்வாவை வாங்கிக்கொண்டார். ஆம்புலன்சில் கேப்டன் சில்வாவைத் தாங்கியவாறே ஏறி அமர்ந்தவரிடம் பேச்சே யில்லை. ஆம்புலன்ஸ் வட்டமடித்துத் திரும்பும்போது சன்னல் வழியே கேப்டன் ரொமிலஸ் கங்காவிலேறிக் கையசைப்பது தெரிந்தது. ஆறுமுகா மருத்துவமனையை நோக்கி ஆம்புலன்ஸ் சீறிப் பாய்ந்தது.

'கண்மூடி கண் முழிக்கிறதுக்குள்ள என்னென்னவோ நடந்து போச்ச. என்னக்கி சொகப்படுத்தி என்னக்கி அனுப்ப. ஏமாத்துக்காரமின்னுல நெனைப்பா. மூச்சிபேச்சில்லாம போற அளவுக்கு அப்புடியா அடி வுழுந்திச்சி. பொண் டாட்டிக்காரி கூப்புட்டா என்ன பதில் சொல்லயின்னுதாம் தெரியில.'

அவசர சிகிச்சைப் பிரிவில் கேப்டன் சில்வாவை பெரிய மேசைமீது கிடத்தியிருந்தார்கள். மூக்குவழியாகவும் வாய் வழியாகவும் டியுப்புகள் பொருத்தப்பட்டு வயிற்றுக்குள் இருந்த பிராந்தியை வெளியே எடுத்தார்கள். படு சுறுசுறுப்பாய் அங்குமிங்கும் ஓடியாடி வேலை பார்த்தபடியிருந்தாள் ரேவதி. சிறிது நேரத்தில் டாக்டர் கிரிதரனும் வந்து சேர்ந்தார். தோணிப்பாலத்தில் நின்றிருந்தவர்களும் என்னவோ ஏதோவெனப் பயந்து ஆஸ்பத்திரிக்கு வந்தவர்கள் பல வாறாகப் பேசியபடியே நின்றிருந்தார்கள்.

"என்ன மனுசமிங்குறிய, சிங்களவந்தாம்... ஆனா நட ஒட பாவனைய பூதாவும் நம்ம பயல்வமாரிதாம் இருந்திச்சி."

"அதாம், இந்தக் குடி குடிச்சிருக்காம் போல."

“மன்னாரு, சிலாவம், சிலாவத்தொற, புத்தளம் இந்தப் பக்கம் இருக்கவம் பூதா யாருன்னு நெனைக்கிறிய... நம்ம பயல்வ.”

“சொல்லுமாக்குல, யாரு கண்டா. அதுனாலதாம் அந்தக் காலத்துல புன்னக்காயல்ல இருந்து சாமிமாரு வள்ளத்துல போயி பூச வச்சாவ கொண்டாவயின்னு...”

அவசரப் பிரிவைத் திறந்துகொண்டு வெளியே வந்த டாக்டர் கிரிதரன் முகத்தில் ஈயாடவில்லை. அருகே வந்து பவ்வியமாய் நின்ற அமுதனின் தோளைத் தொட்டவர் கழுத்தில் தொங்கிய ஸ்டெத்தை இடது கையால் கழற்றி எடுத்தார். அவர் புருவங்களின் அசைவைக் கண்ட அமுதன் சொன்னார்.

“டாக்டர், ஏற்கனவே இருபதாயிரம் கெட்டியிருக்கோம்.”

“அதுக்கில்ல அமுதன். நீங்க வந்து பாருங்க. இப்புடி ஒரு கேச நானுமே வாழ்க்கயில மொத மொறையா பாக்குறம். வெளியயிருந்து குடுக்குற மருந்து எதுமே உள்ள ஏறமாட்ட யிங்குது. வயிறு முட்ட பிராந்தி. இன்னொரு முக்கியமான விசயம், மார்புல...”

அமுதனின் கையைப் பிடித்துக் கடகடவென இழுத்துக் கொண்டு உள்ளே வந்திருந்தார் டாக்டர் கிரிதரன். மேசைமீது நெடுஞ்சாண் கிடையாகக் கிடந்தான் கேப்டன் சில்வா. ஒவ்வொரு முறை மூச்செடுக்கும்போதும் முகம் அதிர்ந்து அதிர்ந்து திரும்பியது. உடலின் மற்ற எந்தப் பகுதியிலும் அசைவு இருப்பது போலில்லை. வாய் வழியாக வந்த குழாயி லிருந்து வடிந்த திரவம் ஒருவிதமான நெடியைப் பரப்பி யிருந்தது. முகத்தில் எந்த உணர்ச்சியையும் காட்டாமல் பாத்திரங்களை மாற்றி மாற்றி வைத்து பிடித்தபடியிருந்தாள் ரேவதி. அமுதனை அருகே அழைத்த டாக்டர் கிரிதரன் கேப்டனின் மார்பில் கை வைத்துப் பார்க்குமாறு சைகை செய்ய தயங்கியபடியே கையை வைத்த அமுதன் வியப்பின் எல்லைக்கே போனார். நெஞ்சுப் பகுதியா வயிற்றுப் பகுதியா சரியாய்த் தெரியவில்லை. அமுதனை நோக்கிக் குனிந்த டாக்டர் கிரிதரன் சொன்னார்.

“நல்ல குடியில எங்கயோ மோதி நெஞ்சி எலும்பு மொத்தமுமேயில்லாம நொறுங்கிப் போயிருக்கு...”

“...”

“இன்னும் அஞ்சி நிமிசங்கூட அதிகம், முடிஞ்சி போயிரும்.”

அதற்குமேல் உள்ளே நிற்க முடியாமல் வெளியே வந்தார் அமுதன். மனதில் ஆயிரம் எண்ணங்கள் அடுக்கடுக்காய்.

'செத்துப் போயிருவாமிங்குறார... எப்புடிச் சமாளிக்க. ஏற்கனவே சிங்களமிங்குறதுனாலதாம் பெர்மிசன் பிரச்சன. சீக்கிரம் அனுப்பிவுடுங்கயின்னா... பார்சலாத்தாம் அனுப்பணும் போல. போஸ்ட்மார்ட்டம்... போமிங்...'

வாக்கி டாக்கியில் சத்தம் வந்தது.

"கோல்டன் பிகாக், கோல்டன் பிகாக்... போர்ட் சிக்னல்."

பேயறைந்தது போல் வாக்கி டாக்கியைப் பிடித்தபடி கூட்டத்தை விட்டு விலகி நடந்தார் அமுதன். வாக்கி டாக்கியில் போர்ட் சிக்னல் எபனேசர் சத்தம் கேட்டது.

"கோல்டன் பிகாக் யூ ஆர் அன்டர் அரஸ்ட். போர்ட் சிக்னல்."

என்ன நினைத்தாரோ வாக்கி டாக்கியில் கப்பலை அழைத்தார் அமுதன். எதிர்முனையில் கேட்பது கேப்டன் ரொமிலசின் சத்தமென்பதை உறுதிசெய்துகொண்ட அமுதன் சொன்னார்.

"எந்தக் காரணத்த கொண்டும் ஆங்கர் போட வேண்டாம் மாமா. கொழும்பு ரோட்ஸ்சுல ஒங்களுக்கு அடுத்த செய்தி இருக்கும்."

"ஏஜென்ட்... கோல்டன் பிகாக் பிக்கிங் அப் ஸ்பீடு. ஓவர் அன்ட் அவுட்."

மேற்கொண்டு நடக்க முடியாமல் பக்கத்தில் கிடந்த இருக்கையில் அமர்ந்துவிட்டார் அமுதன்.

'சிங்களவமிங்குறதுனால கொன்னு போட்டான்வயிம் பாங்களோ... இன்னைக்கித்தான சிங்களம், தாத்தாவுக்கு தாத்தா, பூட்டமெல்லாம் இங்கயிருந்து போனவந்தானாம. மொத்தத்துல நம்ம பய. எப்பாடுபட்டாவது யூனிபார்ம் போட்டு கோயிலுக்குக் கொண்டுபோயி அடக்க பூச வச்சித்தாம் அனுப்பணும். இந்தக் காரியங்க முடியிறவர அவ போன் பண்ணாம இருக்கனும். சகோதிரிமாரி பேசி பழகிற்றாள. பற்றில்லாம வாழ பழகிக்கணுமாம். அது எப்புடி வாழ முடியும். எந்த ஒரு வேலயிலயும் முழுமையான அர்ப்பணிப்பு இருக்கும்போதுதாம் நமக்கு மீறுன சக்தியும் வந்து தொணயா நிக்கிது. எப்புடியோ கொழுந்தனத் தேர்தல்ல நிக்க வச்சிற்றாவள ரேவதியக்கா.'

133

2000

சென்னையிலிருந்து கிளம்புகிற மறுநாள் மாலைவரை சண்முகவேல் நாடாரோடேயே பிலிப் தண்டலுக்கு பொழுது கழிந்தது. இதுநாள் வரையில் கிடைக்காத ஒரு வாய்ப்பு காலம் கடந்து கிடைத்திருந்தது. ஏதோ சிறுபிள்ளைகளைப் போல் இருவரும் மகிழ்ந்திருந்தார் கள். பலூன் வாங்கி ஊதாத குறைதான். வறுகடலை வாங்கிக் கொறித்தவாரே பூங்காக்களில் நடந்தார்கள். மெரினா பீச்சில் வாங்கிச் சாப்பிட்ட தேங்காய் மாங்காய் பட்டாணி சுண்டல் பிலிப் தண்டலுக்குப் பிடித்திருந்தது. வி ஜி பி, ராபின்சன் பூங்கா, சங்கீத சபாவென பிலிப் தண்டலை எங்கெங்கோ கூட்டிப் போனார் சண்முகவேல். ரத்னா கபேயில் சாம்பார் இட்லி சாப்பிட்டவர்கள், வுட் லாண்ட்ஸ் டிரைவ் இன் ஓட்டலில் காரில் அமர்ந்தபடியே காபி சாப்பிட் டார்கள். என்ன நினைத்தாரோ சண்முகவேல், இரவுணவுக்கு சோழாவுக்கு அழைத்து வந்துவிட்டார். உலகம் இவ்வளவு சந்தோசமானதா என ஆச்சரியப் பட்டு, ஆச்சரியப்பட்டு மகிழ்ந்து போனார் பிலிப் தண்டல். கொற்கை கிளம்ப வேண்டிய மாலைப் பொழுது நெருங்க, நெருங்க நெஞ்சு கனத்தது. அவரைப் பொறுத்தவரை புதிதாய்ப் பிறந்தது போலிருந்தது. எக்மோர் ரயிலடிவரை வந்து கண்ணீர் மல்க பிலிப் தண்டலை வழியனுப்பினார் சண்முகவேல்.

ரயிலடிக்குக் கணவன் எடிசனோடு வந்து பணம் வாங்கிப் போனாள் பேத்தி ஜோஸ்லின். மனம் ஏனோ ஒட்டவில்லை. கொற்கை எக்ஸ்பிரசில்

அமர்ந்திருந்த பிலிப் தண்டலின் மனசு சண்முகவேல் நாடார் சொன்னவற்றிலேயே லயித்துக் கிடந்தது.

'வாழ்ற காலத்துல வாழ்க்கயத் தொலைச்சிப்புட்டு வயசான பொறவு வருத்தப்பட்டு என்ன பிரோசனம் தண்டல் வாள்? நடந்து முடிஞ்ச விசயங்களப் பொழுதென்னைக்கிம் நெனச்சிகிற்றேயிருந்து பிரயோசனமில்ல. கடல்ல காத்து வாரது தெரியுமிம்பியள. அதேமாரி ஆண்டவம் அனுக்கிரகம் இருக்கதும் நமக்குத் தெரிய ஆரம்பிக்கும். அப்பந்தாம் கவனமா இருக்கணும். நம்மள தர்மகர்த்தாவாத்தாம் வேலைக்கி வச்சிருக்காமின்னு எனக்குத் தெரிஞ்சி போச்சி. மனசார குடுத்தது பாதி, பயந்து குடுத்தது மீதி... காத்து கடல்ல கஷ்டப் பட்டுச் சம்பாதிச்சதக் கண்டவனுக்கும் குடுக்கணுமிங்குறியளா. நம்ம கிட்ட வேல பாக்குறவன்வள தெரிஞ்சே சம்பாதிக்க வுடுறதில்லியா... யாவாரமும் பெருகும் பாருங்க. அதிகாரி மாருக்குக் கப்பங் கெட்டுறதில்லியா. செட்டியாரு நாப்பது வருசமா எங்கூட இருக்காரு, எதுனாலயின்னு நெனக்கிறிய தண்டல்வாள், அவுர நாம் மதிச்சதுனால இருந்தாரு. அவுரு மூத்த மொவந்தாம் அப்பல்லோவுல பெரிய டாக்டர். செக்கப்புக்கு அங்கதாம் போறம். அவுரும் எல்லயத் தாண்டல்ல. எனக்கு பசிக்கிம்போது அவுருக்கும் பசிக்கிமின்னு மனசார நெனச்சம். வருமானம் தந்த தொழிலயும் மதிச்சி முதலீடு பண்ணுனம். நம்ம தோணியள கரைய இழுத்து வேல பாக்குறதில்லியா... நம்ம தொழிலுல என்ன நட மொறயோ அதச் செஞ்சம். அவுரு கொஞ்சம்கூட செஞ்சிருப்பாரு போல. நமக்கு ஆபீசுன்னு இருக்காயிது. இன்னுவர எல்லாம் அந்த கமுக்கட்டுக்குள்ள வச்சிக் கொண்டு போற கச்சாத்துவ தான... இத்தன வருசமா கூட இருந்த நீக்லாசுக்கு என்ன பண்ணிற்றம். பூங்கோதய கெட்டிக் குடுத்திருக்குலாம். இப்ப நெனச்சி என்ன பண்ண... ஆங்காரந்தாம். சலோமி மரணப் படுக்கையிலிருக்கிறாள். அவளது தலைமாட்டில் அமர்ந்திருக் கிறார் பிலிப். விக்கல் எடுக்கிறது. பக்கவாட்டில் இருக்கும் தண்ணீர் தம்ளரை எடுத்து சலோமியிடம் கொடுக்கிறார் பிலிப். தண்ணீரைக் குடிக்கும்போதே கண்கள் சொருக சலோமியின் மூச்சு நின்றுவிடுகிறது. சலோமி எங்கூட இருந்தப்ப அந்த சந்தனமாரியே கூட இருந்த தைரியம். மனசுல வஞ்சகமில்லாம ஒரு விசயம் சொல்லுறம் கேட்டுக்கிருங்க. பேசாம எல்லாரும் திரும்பவும் நம்ம தாய் தெய்வ வழிபாட் டுக்கே வந்திருங்க. இந்த சந்தனமாரி கோயிலு யாரு கோயிலு, யாரு அதியாரம் பன்னுறாவ பாத்தியளா. எத்தன காலந்தாம் ஆட்சி செய்யிறவுங்களுக்கு எதிரணியிலயே இருக்கப்போறிய.

வார முன்னேற்றத்துல ஓங்களுக்கும் பங்கு வேண்டாமா. எம் புள்ள எந் தோணி எம் பேரமின்னு நெனைக்கிறியள, என்னைக்காவது ஓங்களப் பத்தி நெனச்சிறிக்கியளா. எய்யா, நீரு இப்புடி ஓடி ஓடி அவன்வளுக்குத்தாம் ஒழைக்கிறியருன்னு அவன்வ நெனைக்கிறான்வளா. அடிக்க வாரான்வ... நெனைப் பான்வளா. புடிய கொஞ்சம் எளக்குங்க தண்டல்வாள். புடிக்கிறான்வளாயின்னு பாப்போம். ஒரு நிமிசத்துல ஊதிப் பறத்திருவான்வ... அந்தக் கண்ணாடியத்தாம் கொஞ்சம் மாத்தக் கூடாதாய்யா. என்ன, நடையா நடந்து ஒடம்ப நோயில்லாம வச்சிருக்கிய. ஒரு காரு வாங்கி ஓட்டுனா கொறைஞ்சா போயிருவிய. இனும என்னத்த... அற்பனுக்கு பவுசு வந்தா அர்த்த ராத்திரியில கொட புடிக்கிறாம்பான்வ. எந் தல மூத்த மொவனப் பற்றி ஓங்களுக்கு தெரியாதா. நடுவுள்ளவம் அதியாரிமாரோட சுத்துறாமுன்னா வாயத் தொறந்து ஒரு ஒதவி கேக்கமாட்டாம். இங்கருந்து பம்பாய் போயி சரக்கூன் சட்ட வாங்கிப் போடுதாம். எளையவன வுட்டியளா, தனியா கம்பெனி வச்சிருவாம். வண்டியக் கொண்டு எங்கயோ முட்டிட்டு டிரைவரப் போயி கேசுல ஆஜராகுயிங் குறான்வ எம் பேரமாரு... எல்லாம் நம்ம புள்ளய, வீட்டுக்கு வீடு வாசப்படி தண்டல்வாள். ஆனா ஒண்ணு... எப்பவுமே என்னட உள்ளுணர்வு சொல்லுறபடி நடந்தம். அவ செத்தப்ப கெடச்ச தனிம. நெறைய சிந்திச்சம். வாழ்ந்து காட்ட நெனச்சம் தண்டல்வாள். எங்கம்ம சொல்லுவா சுவர் இருந்தாத்தாம் சித்திரம் வரைய முடியுமின்னு. நானும் வாழ வேண்டிய அவசியம் எனக்கு புரிஞ்சிச்சி. சாதி, சனம், மதம், மார்க்கம் ஒண்ணுமில்ல... இயற்கய ரசிக்க ஆரம்பிச்சம். புள்ளயப் போட்டெடுத்த பலாலாப் பழ ஓட தெரியுமா, குற்றாலத்துல பொங்குமாங்கொளம், திருக்குறுங்குடி மலையில நம்பி கோயிலு, பாவநாசம் அகத்தியரு அருவி... உசுரோட இருக்கது பெருசில்ல... வாழணும். பத்ரிநாத் போனம், கேதர்நாத் போனம். ஒரு கதவு மூடி இன்னொரு கதவு தெறக்குறமாரி இருந்திச்சி. எனக்கு உண்மயிலே என்ன வேணுமின்னு தெரிஞ்சிச்சி, ஒவ்வொன்னும் புதுசா தெரிஞ்சிச்சி. எல்லாத்துலயும் ஏதோ ஒரு அழகு. கடல்ல நம்ம பாக்காத அழகா...! ஏதோ ஒரு காரணத்துக்காகத்தாம் இங்க வந்திருக்கோம் தண்டல்வாள். ஒரு புள்ளயப் பெத்துப் போடுறதுக்கோ, ஒரு மரம் நடுறதுக்கோ, நாலு பேருக்கு தர்மம் பண்ணுறதுக்கோ, ஒரு குடும்பத்த சீரழிக்கிறதுக்கோ... என்னென்னு தெரியில. யூதாஸ் ஸ்காரி யோத்து சேசுநாதர காட்டிக் குடுக்கிறதுக்கின்னே பெறந்தவந்தான. அப்பச் சித்தியாரு வந்த கதயும் இதுதாம் போல... கொண்டு

வந்த கர்மத்தயெல்லாங் கழிச்சிக் குடுத்திற்று தர்மராசா சொர்க்கத்துக்குப் போனப்ப கதவத் தொறந்தா எதுத்தாலேயே துரியோதனம் உக்காந்திருந்தானாம். யாருக்குத் தெரியும் ரஞ்சிதம் சித்தியாரும் மோச்சத்துல இருப்பாவபோல. செஞ்சமா செய்யல்லியான்னு அனுப்புனவமில யோசிக்கணும். தப்புன்னு எதுமே இல்லங்குறாரா, அப்ப அவன்வ மேல விரோதம் எதுக்கு பாராட்டணும். ஓ... அதுனாலதாம் விரோதிக்கிம் அன்புங்குறாரோ. வேல முடிஞ்சாக் கூப்புட்டுக்கிருவானோ... தோட்டம் வச்சம். மாடு என்னைக்காவது மேய்ச்சிருக்கியளா, அது ஒரு தனி சொகம் தண்டல்வாள். நம்ம, நம்மயிங்குறத வுட்டுட்டு அடுத்த உயிருக்காக அக்கற படுறது. கத்தோலிக்கம் கத்தோலிக்கமின்னு நெஞ்சப் பொளந்து காட்டிச் சுடுலயிங் குறியள... சொல்லுமாக்குல அப்புடித்தான போயி வுழுறான்வ. சேசு பெருமான் யாருன்னு தெரியுமா ஒங்களுக்கு... வையத்துள் வாழ்வாங்கு வாழ்ந்த மனுசம் அதுனாலேயே வானுறையும் தெய்வத்துக்குள் வைக்கப்பட்டுருக்காரு. இந்தமாரி பேசுறது தெரிஞ்சிச்சி கிழிச்சி உப்புக்கண்டம் போட்டுறுவான்வள. சித்து வரப்பெற்ற ஒரு மனுசம் அந்த கர்வத்துல சீரழியாம ஞானம் வந்து போகியாகாம யோகியாகி பின்னால அடியா ரானது ஒங்களுக்கு தெரியுமா. ஞானத்த தேடி இந்தியா வந்தது இன்னு, நேத்து நடந்ததில்ல. சேசுநாதர் காலத்துலயிருந்தே, அய்ய... அதுக்கு முன்னாலயிருந்தே நடமொற. எனக்கு தெரிஞ்சி சேசுநாதர் ஒரு மிகப் பெரிய அடியார். கானாவூர் கல்யாணத்துல சித்து இருக்கதத் தெரிஞ்சிகிற்றவரு அம்மா வோட வற்புறுத்தல்லதாம் அத வெளிப்படுத்துறாரு. அநியாயத்த எதுக்குறாரு. பெரும்பாடுள்ள பெண்ண குணமாக்கும்போது என்னிடமிருந்து சக்தி வெளிப்பட்டதேங்குறாரு. சக்தி வெளி யாகுறது ஒரு வகயான இன்பம் தண்டல்வாள். ஜெத்சமனித் தோட்டத்துல ஞானம் வந்து... என்ன நடந்தாலும் எஞ் சித்தமில்ல எல்லாமே ஒன்னோட சித்தமின்னு அடிபணி யிறாரு பாருங்க. சிலுவயில அறஞ்சி கொல்லுறவன்வளயும் பாத்து "இவர்கள் செய்வது இன்னதென்று அறியாமல் செய்கிறார்கள்" ங்குறாரு பாருங்க. தாமர எல மேல தண்ணி மாரி ஆயிப்போவும். இந்த இந்த காரியங்கள செய்யிறதுக் காத்தாம் அனுப்பப்பட்டுருக்கமின்னு தெரிஞ்சிற்றா, அமைதி தானா குடிவந்திரும். நம்மளே நம்மள வேடிக்க பாக்கச் சொல்லும். செதம்பர ரகசியம் தெரியுமா... மூலவரே இல்ல நடராசர் உற்சவர்தாம். எதுக்கு இத்தன களேபரமின்னு தெரியில. நான் எங்கும் நிறைந்த ஏக பரம்பொருளுங்குறவனப் போயி... தமிழ்ல திருவாசகம் ஓதுனா காத பொத்துரான் வளாம். அவனக் கல்லுன்னு நெனச்சது யாரு தப்பு.

1126 ஆர். என். ஜோ டி குருஸ்

என்னமோ செலவப் பாக்காம புண்ணிய பூமி பிரயாணம் போனம். அப்ப இந்தப் புள்ளயள கவனிச்சிக்கிறத்தாம் நம்மள போட்டு வச்சிருக்காம் போல... சின்னவனுக்கு முடி வெட்டணும. பேரங் கலியாணத்துவரைக்கும் நம்மள வுட்டு வைப்பானாக்கும். வச்சாப் பாப்பும். நமக்கு பெறந்ததுவளே புண்ணியம் பண்ணி நம்மகிட்ட வந்திச்சா இல்ல கர்மத்தக் கழிச்சிக் குடுக்க நம்மகிட்ட வந்திச்சா... யாருக்குத் தெரியும். அதாம் எதுக்கும் கவலப் படக்கூடாதுங்குறான்வளோ. ஆண்டாமணி மாமாவும் சொல்லுவார நீ என்னவிட மூத்தவமின்னு... வௌங்குது, வௌங்காதமாரியும் இருக்க... அந்தப்புள்ள சில்வியாள ஒரு நல்ல எடத்துல பாத்திற்றம். சரி, எம் புள்ளதான அடிச்சாம். எய்யா ஒரு கருமங் கழிஞ்சிச்சின்னு நெனச்சிற்றுப் போறம். அப்ப மரியதாசும் அப்புடித்தானா. சிஸ்டர்மாரக் கூட்டிற்றுப் பாய்வைக்காம இருக்கான அந்த மட்டுக்கு எம் புள்ள பரவால்லிய. சிரிங்க... நல்லாச் சிரிங்க. தண்டல்வாள் நல்லதா நாலு பாட்டு கேளுங்க. மத்தவுங்கள பேசவுட்டு கேளுங்க. சிரிக்கிறதுக் கின்னே கிளப்பு வச்சிருக்கான்வளாம. நாடாரு சொல்லுற மாரி சம்பாத்திச்சா மட்டும் போதாது அத அனுபவிக்கவும் தெரிஞ்சிருக்கணும். இந்தாயிருக்க குற்றாலத்த எங்க பாத்தம். நம்ம காலம் போயிற்று. அப்ப கர்மத்த தீத்துக் குடுத்தாச்சா நமக்கு பெறவி உண்டா இல்லியா. நேத்து தின்ன குல்பி நல்லாத்தாம் இருந்திச்சி. கிரிதரன பாத்தா சுகரு கூடிப் போச்சிங்கப் போறாம். அக்கம் பக்கத்துல பாக்காஞ்சோம். அந்தக் காலத்துல கொழும்பு கொட்டாஞ்சேனயில முருகந் தியேட்டர் பக்கம் மோயிசண்ணங்கூட ஆடுனதோட சரி. இந்தப் புள்ளய பவுல் தண்ட பாத்திருந்தா சந்தோசப்பட்டுருப் பாரா. என்னமோ சிங்கக் குட்டிமாரி பேரன்வளக் கொண் டாந்து வுட்டுட்டாருல்ல. அட எங்கூட ஓடித்தாம் வரல நடந்தாவது... நம்மளுக்குப் பாடுபாக்கணுமின்னு வீரச்சந்திரா மொவ தலயில எழுதியிருக்காம் பாருங்க. பேரனுக்கு கலியாணம் எடுக்கணும். இன்னுங் கொஞ்ச நாள் இருந்திற்று வாரமுன்னா வுடாய்வாம். ஆச யார வுட்டுச்சி... மோயிசண்ணனும் போயி சேந்திற்றாரு. சொத்து பத்து இல்ல ஆனா சந்தோசமா இருந்திற்று போயிற்றார. இது நாள்வர இப்புடி பேசுறதுக்கு ஒரு வாய்ப்பு கெடைக்கல. சென்னைக்கி வந்தது நல்லதாப் போச்ச. அண்ணாச்சி சொல்லுறமாரி, மாறித்தாம் ஆகணும். ஒரு நட சந்தனமாரிய போயிப் பாத்திற்று வந்தா மனசுக்குத் தெம்பா இருக்கும. இதுநாள் வர வராத ஆண்டாமணி மாமா நேத்து கனவுல வந்தார. பார்ஜ் வாங்கணுமின்னா முடியாதா... ஆனா என்ன, சேந்து செஞ்சா நல்லது. இதுக்காவது ஒத்து

வாரான்வளாயின்னு பாப்பம். மொதல்ல ஒரு கார வாங்கிப் பேரமார அங்கயிங்க கூட்டிட்டுப் போவணும்.'

நல்ல உறக்கம் வந்து தழுவிக்கொண்டது. கனவில் வழக்கமாய்ப் பின்நோக்கி நகரும் மரங்கள் அசைவற்று நின்றிருந்தன. காலையில் ரயில் கொற்கை வந்த பின்னும் பிலிப் தண்டலிடம் அசைவில்லை.

பின்னிணைப்பு

வடக்கு
வாடை
வாடைக் கச்சான்
வாடைக் கொண்டல்
கச்சான்
கொண்டல்
மேற்கு
கிழக்கு
சோழக் கச்சான்
சோழவம்
சோழக் கொண்டல்
தெற்கு

மாறுபட்ட காற்று

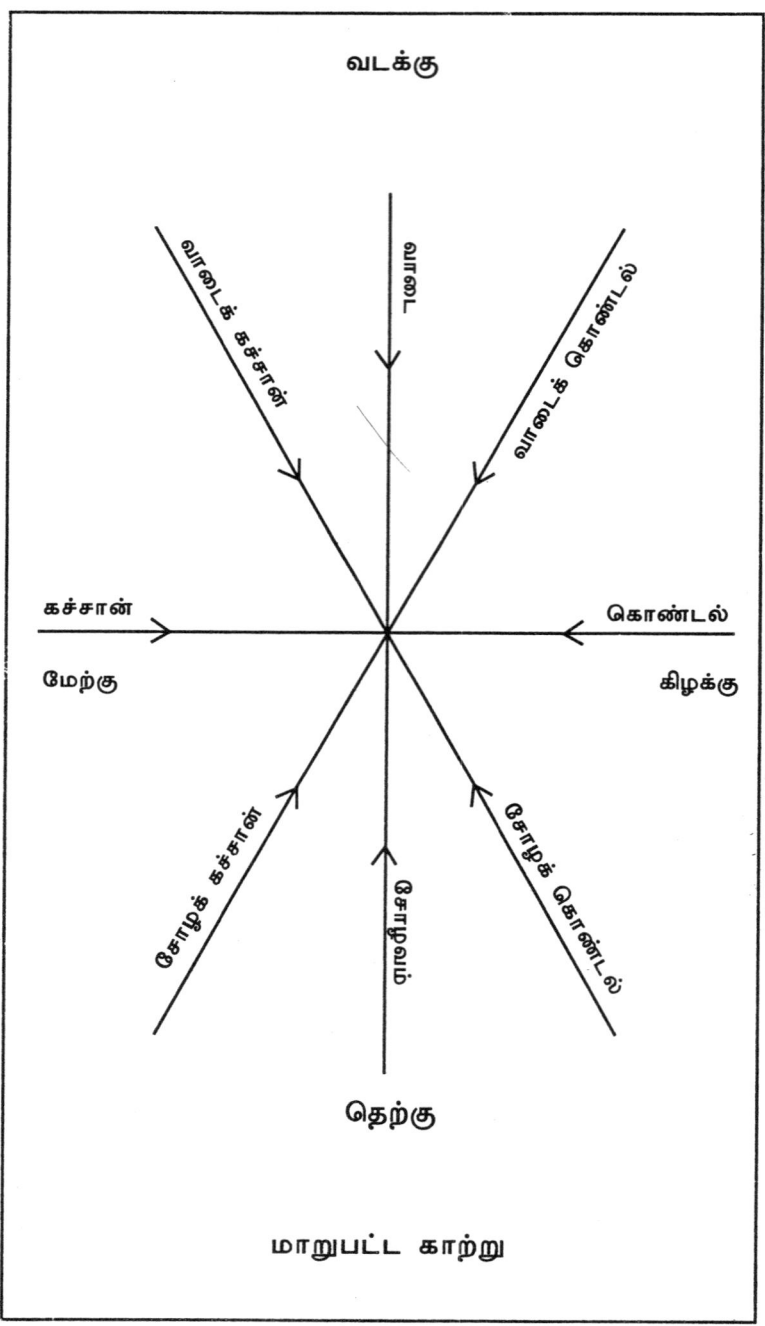

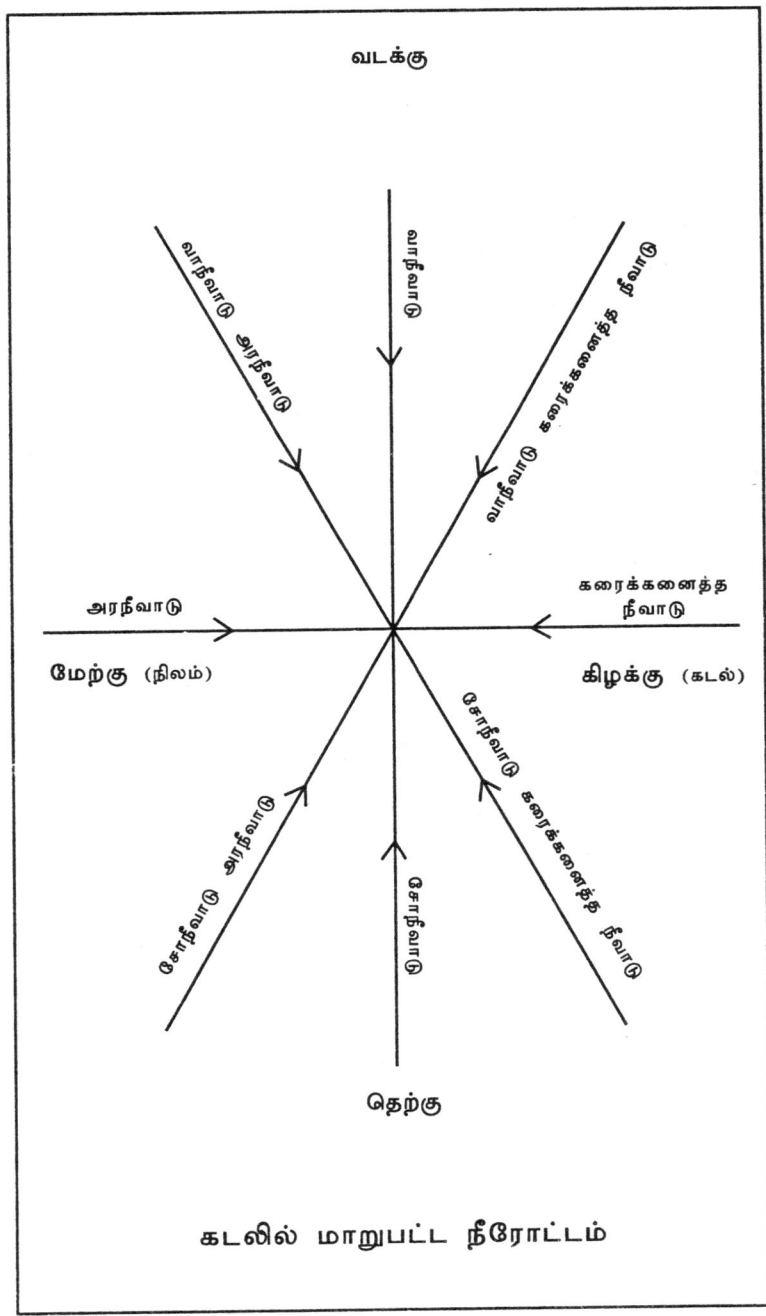

கடலில் மாறுபட்ட நீரோட்டம்

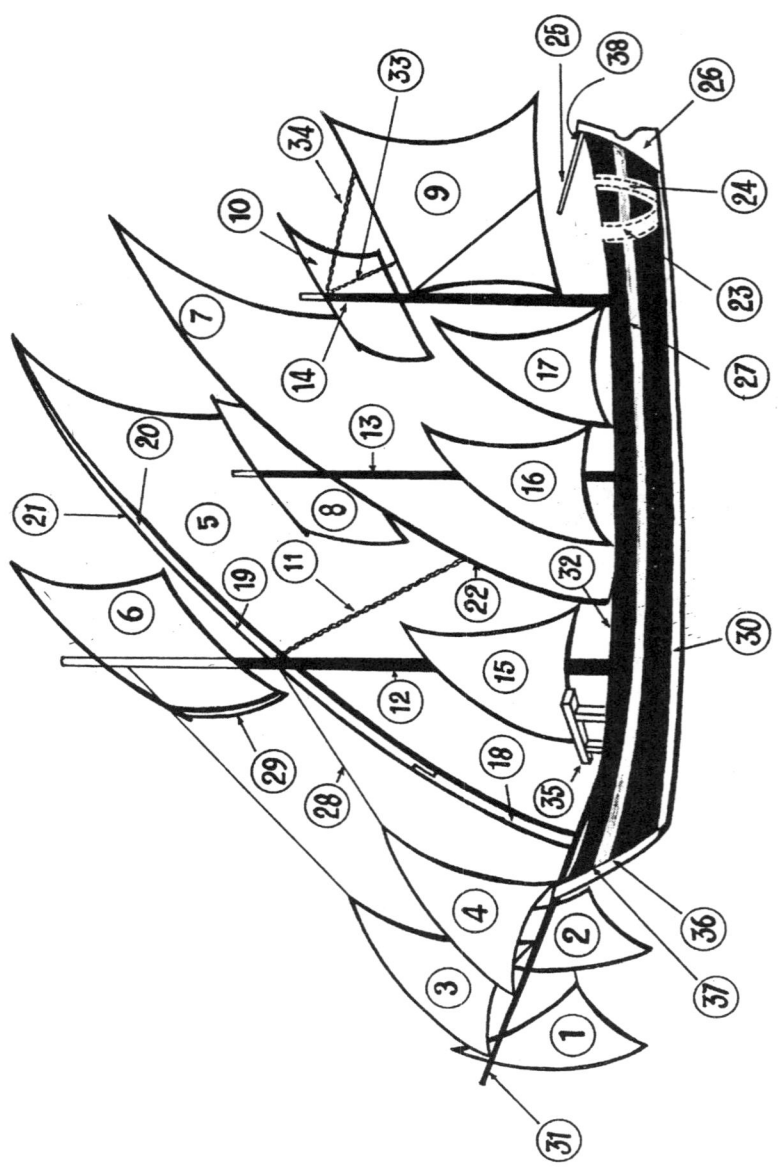

ஜோ டி குருஸ்

பாய்மரக் கப்பலின் பாகங்கள்

1. முதல் தண்ணிப்பாய்
2. இரண்டாவது தண்ணிப்பாய்
3. முதல் ஜீப் பாய்
4. இரண்டாவது ஜீப் பாய்
5. தன்மரத்துப் பாய்
6. தன்மரத்து டவுசர்
7. வடமரத்துப் பாய்
8. வடமரத்து டவுசர்
9. கோஸ் பாய்
10. கோஸ் மரத்து டவுசர்
11. தன்மரத்து ஆஞ்சான்
12. தன்மரம்
13. வடமரம்
14. கோஸ் மரம்
15. பெரிய பண்பாய்
16. வட மரத்து பண்பாய்
17. கோஸ்மரத்து பண்பாய்
18. கோமுட்டி துண்டு
19. நடுப் பருவான்
20. தைசா - பருவான்
21. தன்மரத்து பருவான்
22. வடமரத்து பருவான்
23. வங்கு
24. வாரி
25. காணாக் கம்பு
26. சுக்கான்
27. கமர் பலகை
28. மூராக் கயிறு
29. லேக்கிக் கயிறு
30. ஏராக் கட்டை
31. ஜீப் பருவான்
32. பொய்போடுதை
33. கால் ஆஞ்சான்
34. பீக் ஆஞ்சான்
35. அவுத்தியால்
36. அணியத்துக் கட்டை

கொறகை

வட்டாரச் சொற்கள் - அகராதி

அங்கரளியாய்	=	அங்கே இங்கே கேட்டு வந்தது.
அணியத்து சென்னி	=	தோணியின் முன்புறம் பக்கவாட்டில்.
அணியம்	=	தோணியின் முன்பகுதி
அயறுதம்	=	இளைப்பாறுகிறேன்
அரச்சால்	=	குழியாட்கள் இடுப்பில் கட்டிப் போகும் சங்குப் பை.
அரடு	=	சத்தமாக அழுவது
அவுத்தியால்	=	தோணியின் அணியத்தின் மேல் பகுதியில் இருபுறமும் கயிறுகளை இழுத்துக்கட்ட உள்ள அமைப்பு
ஆக்கு, கொட்லாஸ்	=	தோணிகளின் அடியில் பிடிக்கும் சிப்பி வகை
ஆஞ்சான்	=	பாய்மரத்தில் பருவானை ஏற்றப் பயன்படும் கயிறு.
ஆணம்	=	குழம்பு
ஆத்துவாய்	=	கடலை நோக்கிய துறைமுக வாசல்
ஆராளி	=	தேவையில்லாத சத்தம்
ஈச்சியடிப்பது	=	முடிச்சிப் போடுவது.
ஏரா	=	தோணியின் அடிக்கட்டை
ஓர்ம	=	ஞாபகம்
ஓர்லோஸ்	=	கடிகாரம்
ஓரவி	=	பெரிய மீன்
கண்போச்சல்	=	கண்பார்வை
கம்மரர்	=	மீன்பிடித்தல், சங்கு, முத்துக் குளிப்பவர்கள், தோணிகளில் மாலுமிகள்
கருத்தை	=	மாட்டுவண்டி
கான்ர	=	கழிவு நீர் வெளியேறும் பகுதி

காணா	=	சுக்கானைத் திருப்ப உதவும் கம்பு
காய்மகாரம்	=	பொறாமை
கிலேசம்	=	பயம்
கெலிப்பது	=	ஒரு பக்கமாகச் சரிவது
கொருவுவது	=	மாட்டுவது
கேந்தி	=	கோபம்
கேள்வு	=	தோணியில் சரக்கு கொண்டு செல்வதற்கான கட்டணம்.
கோக்கி	=	சமையல்காரன்
கோட்டியா	=	எஞ்ஜின் மாட்டிய தோணி
கோதாளை	=	தோணி உள்ளே நடுப்பகுதியில் தண்ணீர் வெளியேறுவதற்கான அமைப்பு.
கோமப்பிள்ளை	=	வாலிபபெண்
கோமுட்டி	=	பருவானின் மற்றொரு பகுதி
கோஸ்மரம்	=	தோணியின் பிச்சல் பாய்மரம்
சள்ளையடிப்பது	=	சோர்ந்து விழுவது.
சாப்பாக்கிற்று	=	கடத்திற்று
சுக்கானி	=	தோணி ஓட்டி
சுடுதான்	=	அடுப்பு
சுடுதான் பையன்	=	தோணிச் சமையலறையில் எடுபிடி வேலை செய்பவன்.
செம்மறிப் புருவை	=	இளம் செம்மறி ஆடு
சொப்பர்	=	இடைக்கட்டு.
சரிக்கி	=	சுக்கான் வட்டு
சிக்கார	=	முழுவதும்
டவுசர் பாய்	=	பிரதான பாய்களின் மேல் உள்ள சிறிய பாய்.
டாவா	=	இடது பக்கம்
தண்டல்	=	தோணித் தலைவன்
தலகுத்தர	=	தலைகீழாக

கொற்கை

தன்மரம் வடமரம்	=	பாய் மரங்கள்
தவ்வு முட்ட	=	பாய்மரத்தின் இறுதிவரை.
தாமான்	=	பாயிலிருந்து வரும் கயிறு
திற்று	=	காசு
தைசா	=	பருவானின் ஒரு பகுதி
பட்ட நீ வாடு	=	குறுமி (low tide) கட்டரவத்து
பண் பாய்	=	பக்கவாட்டுப் பாய்
பருவான்	=	பாயோடு இணைந்த நீளமான கம்பு
பஸ்தல்	=	ஒரு உணவு வகை
பாங்குழந்தை	=	சின்னக் குழந்தை
பாய்மரம்	=	தோணியின் ஏராக் கட்டையிலிருந்து செங்குத்தாக நிற்கும் மரம். பாய் பருவான் இந்த மரத்தில்தான் ஏற்றுவார்கள்.
பித்தெட்டுலேயே	=	உடனேயே
பர்னாந்துமார்	=	பரதவ கத்தோலிக்க கிறிஸ்தவர்கள்
பிச்சல்	=	தோணியின் பின்பகுதி
பூதார்	=	சரக்கு அறையின் தளப் பகுதி
பேக் கப்பல் தோணியின்	=	இரவு நேரங்களில் ஓட்டத்தை பயமுறுத்தும் கப்பல் – மூடநம்பிக்கை
பே வெள்ளி	=	இரவு நேரங்களில் பிரம்மையாகத் தோன்றும் வெளிச்சம் – மூடநம்பிக்கை
பொய்ப்போடுதை	=	பக்கவாட்டுப் பலகை அமைப்பு.
மக்கிடி	=	பொய் போடுதையில் கயிறு செல்லும் பகுதி
மச்சுவா	=	தோணியில் உயிர் காக்கும் படகு
மறுக்கு	=	பருவானிலிருந்து வரும் கயிறு

மாச்சலாக = வேண்டா வெறுப்பாக

மாச்சப்பட்டு = வெட்கப்பட்டு

மைய்யம் = இறந்த உடல்

முந்தல் = கடலில் இயற்கையான பாதுகாப்பு அரண்

மூரா = கயிறு

மெனக்கெடர் = பரதவர்களில் படித்து வேலையிலிருப்பவர்கள், திடீர் பணக்காரர்கள்

மெஜிரா = திசை காட்டும் கருவி

மேவாம = கேட்காமல்

மேசைக்காரர் = பரதவ வியாபாரிகள், பெரும் செல்வந்தர்கள்

ராக்க = சங்கு அளக்கும் மரச் சட்டம்

ராங்கிக்காரி = அகம்பாவம் பிடித்தவள்

ரெங்கு = தோணியின் மேல் தளத்தில் பாய்மரக் கயிறுகளை இழுத்துக் கட்டுவதற்கான ஒரு அமைப்பு

ரோதனை = சோதனை

வங்கிர்மை = நீண்ட நாள் பொறாமை

வங்கு கால்கள் = தோணியின் குறுக்குச் சட்டங்கள்

வசி = சாப்பிடும் தட்டு

வெப்பிராளம் = கோபம்

வெரசலா = வேகமாக

நேரியல் = அங்கவஸ்திரம்

லஸ்கர் = மாலுமி

லேக்கி = கயிறு

வேம்பா = அடிபம்பு

ஜவ்னா = வலது பக்கம்

ஜெட்டிசன் = சரக்கைக் கடலுக்குள் தள்ளுவது

துணை நின்ற நூல்கள்

1. Roche A. Patrick. *Fishermen of the Coromandel.* A Social Study of the Paravas of the Coromandel, New Delhi 1984.
2. James Hornell. Director of Fisheries. *Madras Government The Origins and Ethnological Significance of Indian Boat Designs.*
3. Robert L. Hardgrave, *The Nadars of TamilNad*, University of California press, London 1969.
4. *Thoni and Dinghy* - Article. Author Unknown.
5. *25 Years Silver Jubilee Edition*, Tuticorin Port Trust.
6. *Old records*-Collected from Capt.. Berchrmans son of Last Jathi Thalaivan.
7. *Panimaya Malar*, 1985
8. *A True and exact description of the Malabar and Coromandel* - Philip Baldaeus, Asian Educational Services, 2000
9. *A short history of the Jathi Thalamai* - by Mr. Stephen C. Motha
10. *The prohet* by Kahlil Gibran
11. ரோச் ஆண்டகை வாழ்க்கை வரலாறு, 1956
12. முத்துக் குளித்துறையில் கிறிஸ்தவம், தம்பி ஐயா பர்னாந்து
13. இடியின் ரகசியம், எஸ். வெனான்சியுஸ்
14. கோநகர் கொற்கை, அ. இராகவன்
15. தோணி, ஆ. சிவசுப்பிரமணியன்

குடும்ப வரைபடம்

ஆகத்தம்மாள் (1855)
தேவசானா
(முதல் கணவன் மூலம்)
தேவசானா - சூச முத்து
(1875) (1885)
சண்டியன் சேசு (1895)
ஜெரேமியாஸ்
(1925)
ராஜேந்திரன் - அல்போன்சா (பாம்பன்)
(1918) (1924)
வலைக்குடி வருவேல் (1930)
H/o செலின்
ரொசிற்றா (1940)
W/o. ஜெரால்டு வீரச் சந்திரா
ரோசம்மா (1948)
(துறைமுக விபத்து)
Capt. ரொமிலஸ் (1952)
சுமதி
(1960)
அமுதன்
(1964)
எழிலரசி
(1967)
ஜெஸிந்தா
(1956)
லீலி
(1953)
ரேனால்டு (1951)
H/o ரேவதி (1958)
ஜூலியன் (1960)
(அரசியல்வாதி)

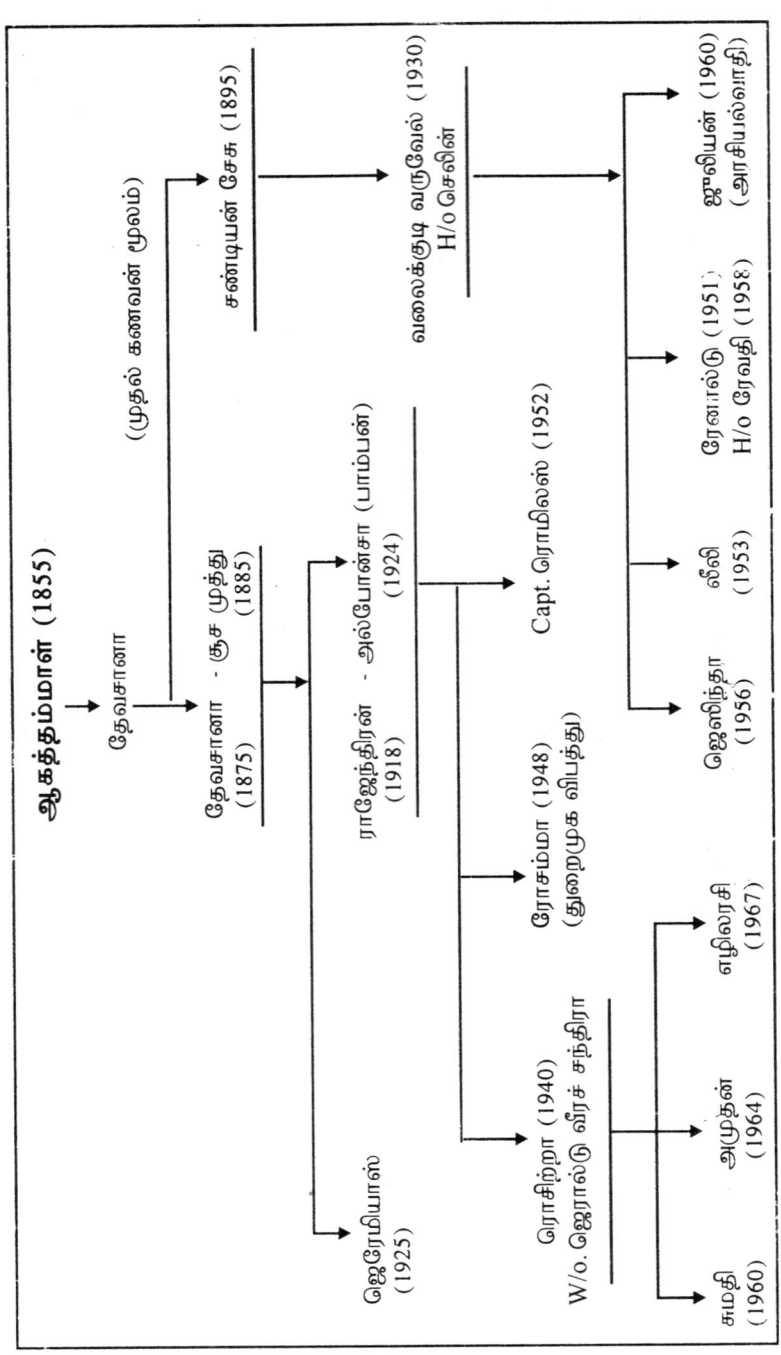

ஆண்டாமணியார் - பாவுலாள்
(1872) (1878)
சவரி முத்து (1900)
H/o வெள்ளச்சரம் பேத்தி (1905)
சலோமி (1906)
W/o பிலிப் (1908)
அந்தோணி முத்து (1908)
H/o அருள்மொழி (1915)
மிக்கேல்
(1930)
ரத்தினராச்
(1932)
விரிசித்தாள்
(1928)
வெனான்சியுஸ்
(1936)
அன்பையா
(1938)
அகுஸ்தீன்
(1942)
ஜெயமேரி
(1955)
வன்ஜா
(1960)
சேவியர்
(1956)
வில்சன்
(1959)
வியாகுலம்
(1961)
விண்ணரசி
(1965)

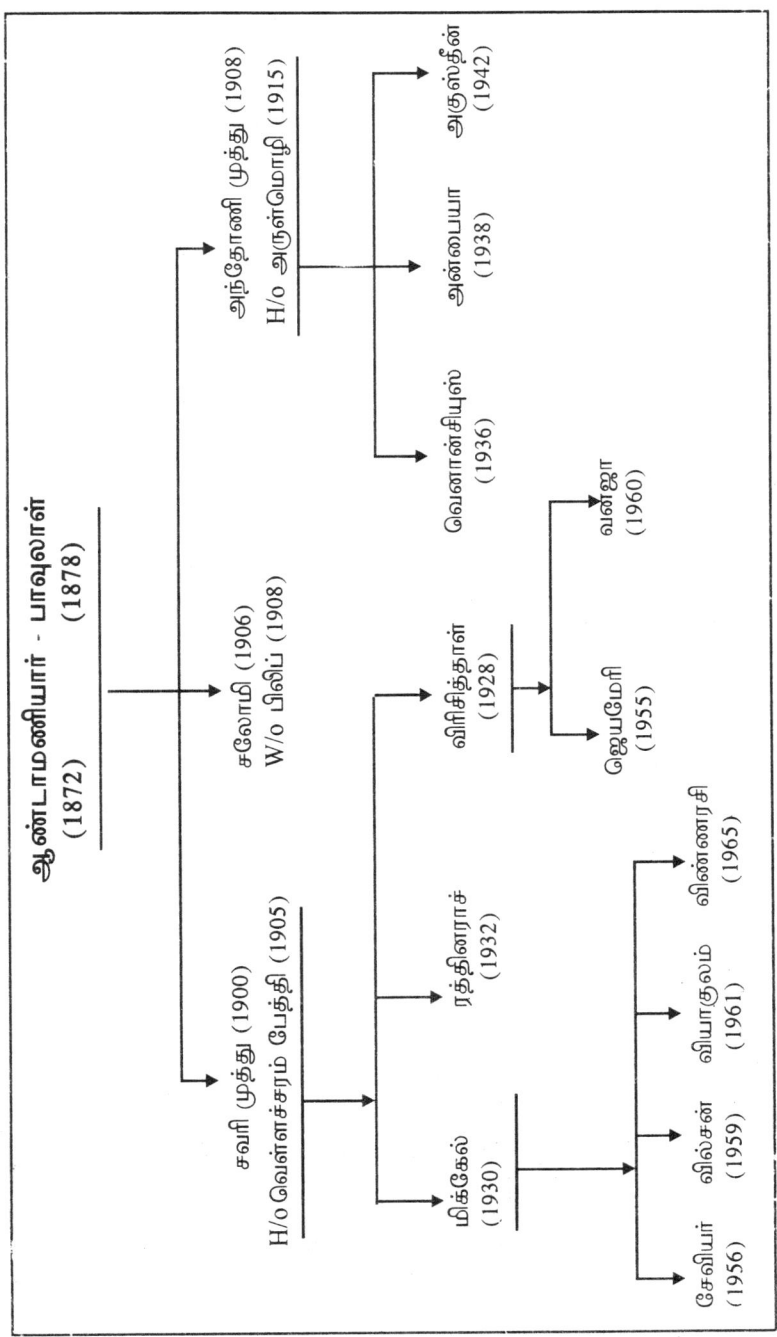

பவுல் தண்டல் - வீர்ஜித்
(1895) (1900)
இஸ்பிரித்தாள் (1925)
W/o. M.R. பர்னாந்து (1920)
தெரசா (1927)
W/o கமிலஸ் (1925)
மதலேன் (1934)
W/o கிளமென்ட் 1930
லெரின்ஸ்
ரேகா 1951
W/o செலஸ்டின்
அருண் (1959)
பவி (1961)
சில்வியா (1956)
W/o ரமேஷ் (நாடார்)

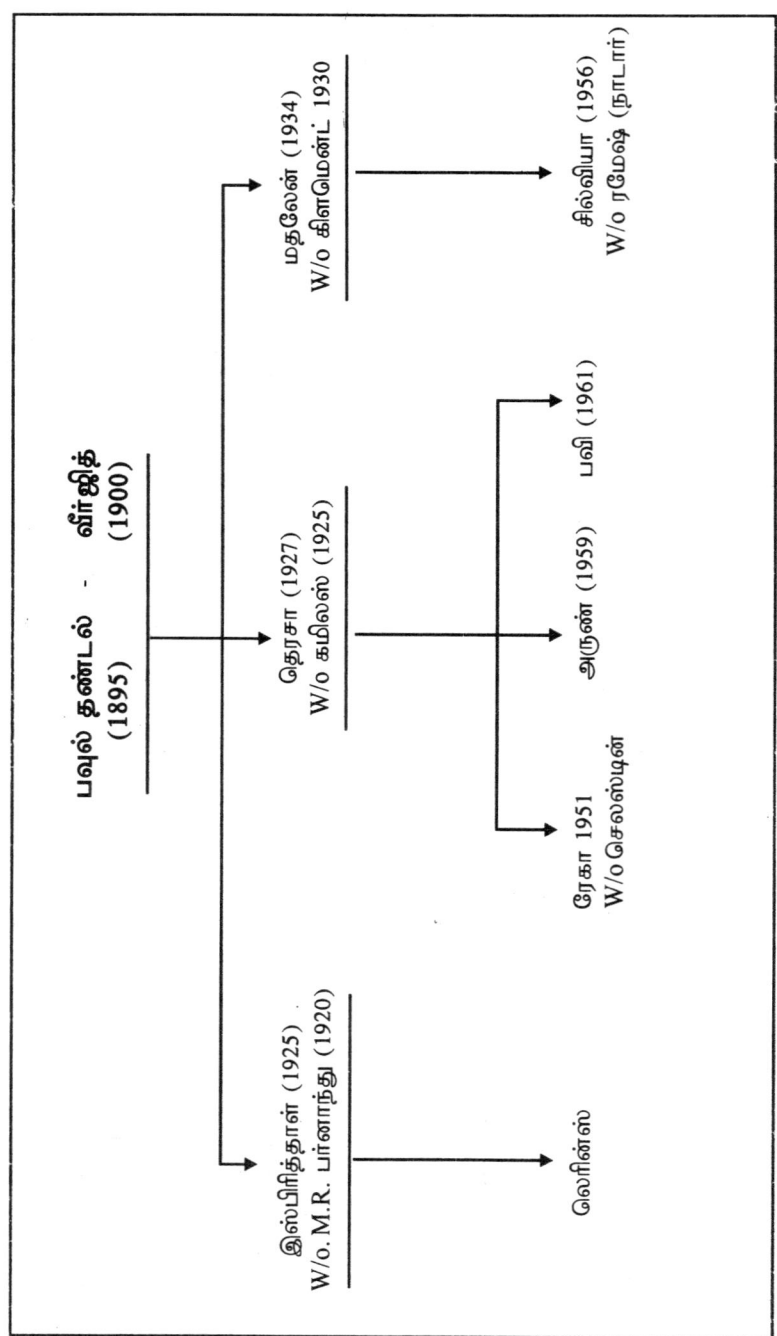

மல்லிப்பூ செபஸ்தியார் - வெரோணிக்கம் கர்டோசா
(1900) (1904)
கபிரியேல் (1922)
H/o ரத்தினம்
கிறிஸ்டோபர் (1924)
H/o அமலி
கிரேசி (1927)
W/o அல்வாரிஸ் (1920)
கிளமென்ட் (1930)
H/o மதலேன் (1934)
கிரேட்டா (1950)
ஜாஸ்மின் (1952)
ஜெனிபர் (1954)
மில்ட்டன் (1947)
Sr. ரென்சி (1950)

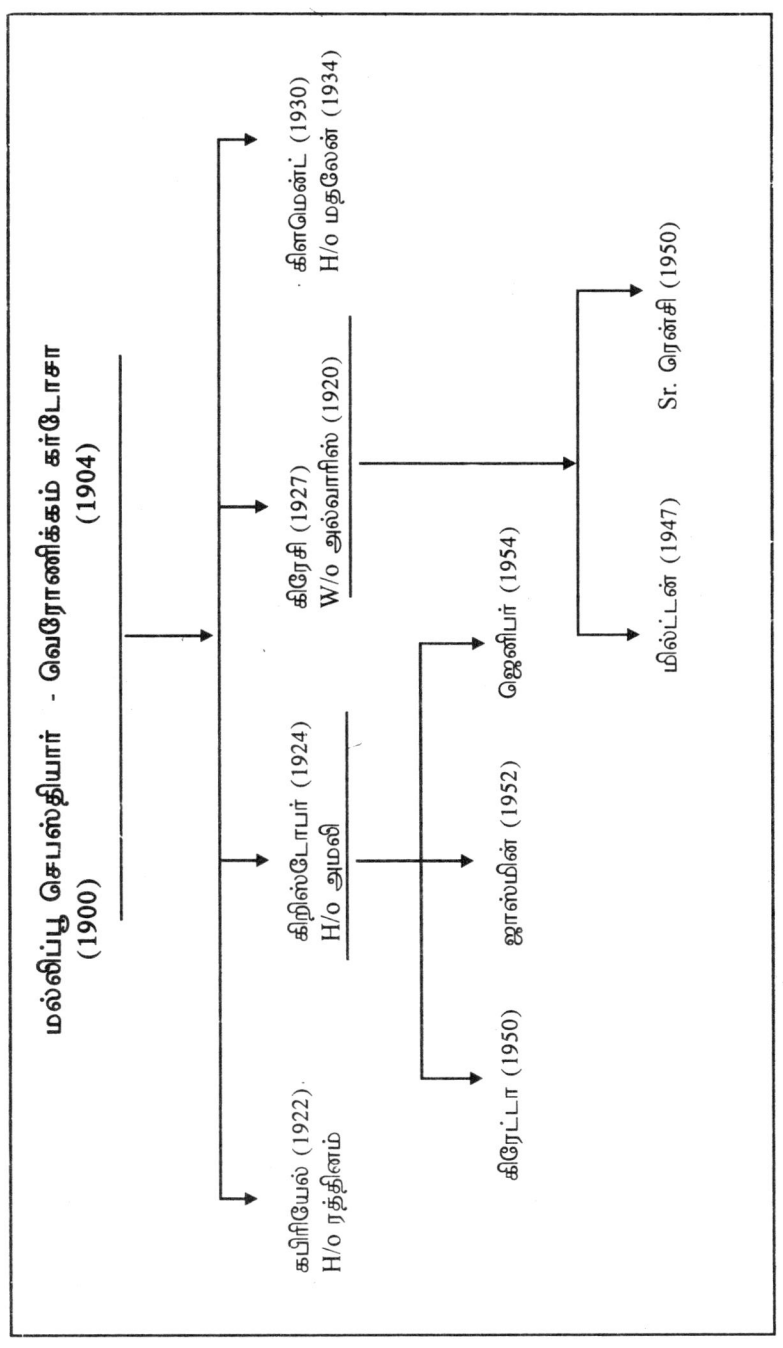

தோமாஸ் தண்டல் (1865)
ரஞ்சிதம் (1895)
W/o லொஞ்சின் (1885)
வீர்ஜித் (1900)
W/o பவுல் தண்டல்
பிச்சையா (1890)
செல்கேரா (1920)
ரஞ்சன் (1918)
H/o இருதயம்
Fr. பபிலோன்
(1930)
பங்கிராஸ்
(1932)
இருதயம்
(1925)
அருள் (1943)
வலேரியா (1945)
W/o வெனான்சியுஸ்
பிரபா (1948)
W/o ரூபன்
வலன்றின்(1950)

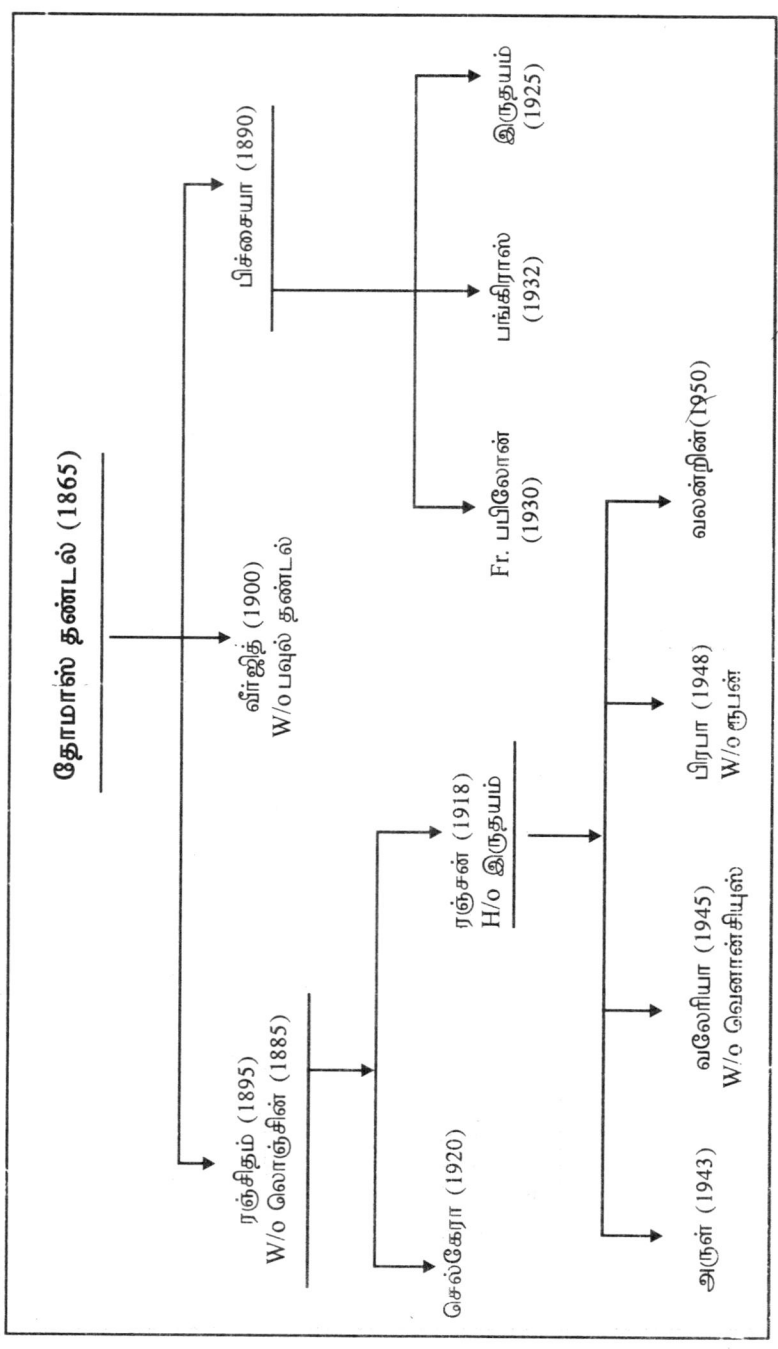

மெல்கியாஸ் பூபால ராயன் (1918)
ததேயு பூபால ராயன் (1945)
H/o கரோலின் (1952)
தாமஸ் (1972)
H/o கவி (1979)
புனிதா (1970)
W/o போரஸ்

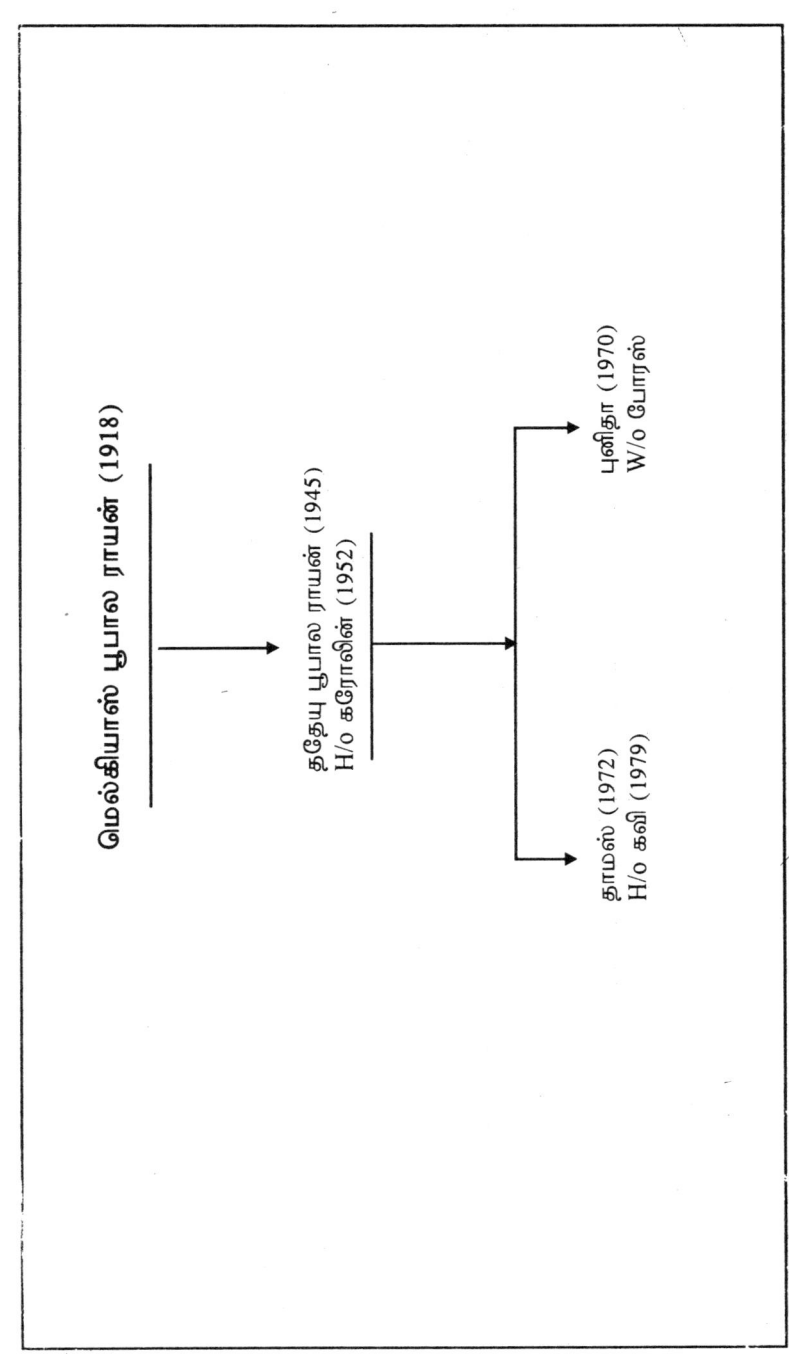

பெஞ்சமின் பாய்வா (1890)
பெர்க்மான்ஸ் (1930)
H/o சிறிய புஷ்பம்
பெனடிக்ட் (1934)
(கே.எஸ்.எ)
சாரா (1928)
W/o தனுஷ் கோஸ்தா (1925)
பொன்மலர் (1954)
W/o டென்சிங்
பெலார்மின் (1952)
H/o ரோணிக்கம் (1955)
கரோலின் (1952)
W/o ததேயு (1945)
சுந்தரி (1954)
பிரிட்டோ (1976)

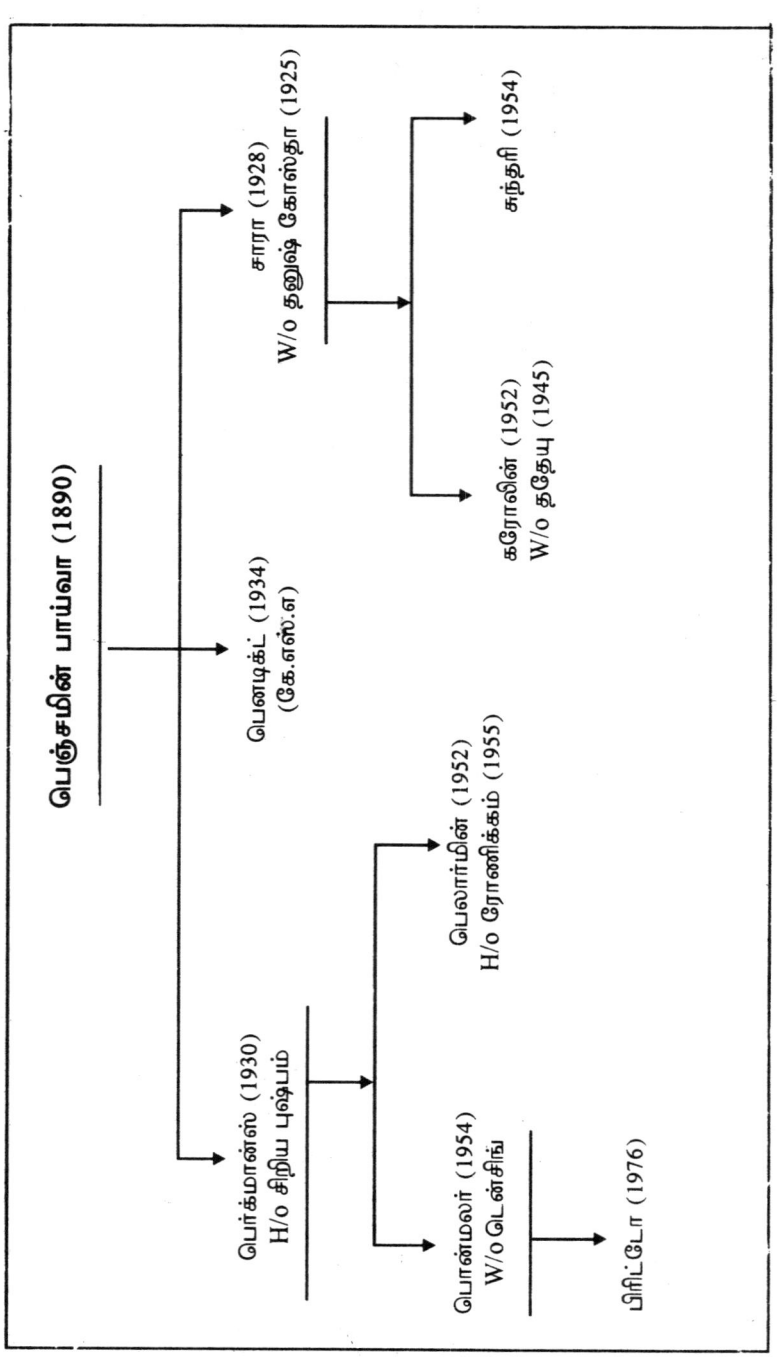

மெய்யல் பிள்ளை (1856)
மொடுதகம் (1882)
கிலுக்கு தண்டல் 1880
பொனிப்பாஸ் (1907)
பீற்றர் (1935)
வெள்ளச்சரம் பேத்தி (1905)
மோயிஸ் (1903)
மார்த்தா (1948)
W/o. நிக்கோலஸ் தண்டல்
அந்தோணி (1952)
மனுவேல் (1962)
மாதரசி (1968)
W/o கோபால்

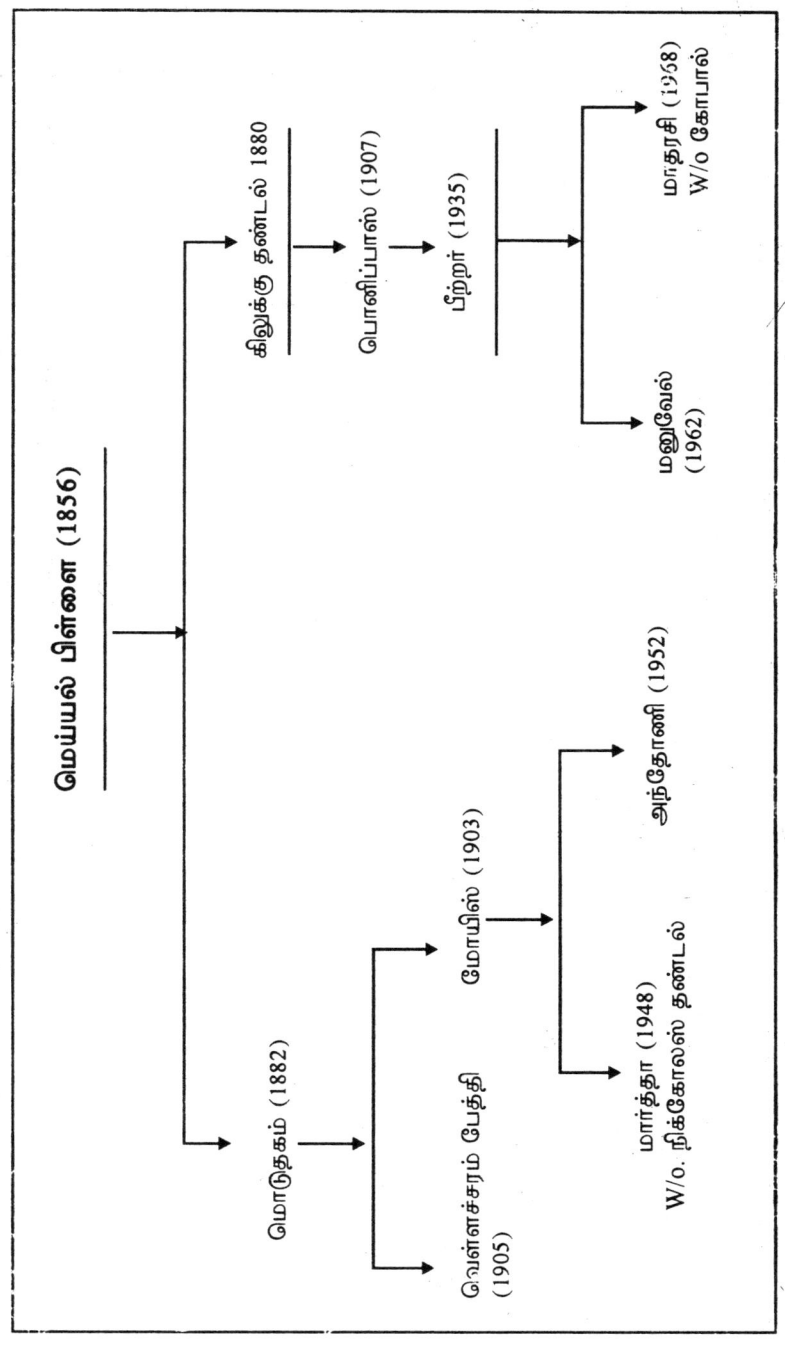

மடுத்தீன் புரோக்கர் (1878)
லூயிஸ் (1912)
H/o பிரேமா
லீலி (1918)
W/o கோமஸ் (கொழும்பு)
ரப்பேல் (புரோக்கர்)
(1922)
தொபியாஸ் (1927)
H/o மேபிள்
ராய் (1942)
டெரன்ஸ் (1970)
(ஸ்டீபன்ஸ் மாணவன்)
சிலுவைப் பர்னாந்து (1880)
W/o கமலம்
சுகந்தி (1920)
(சுகந்தி மிஸ்)

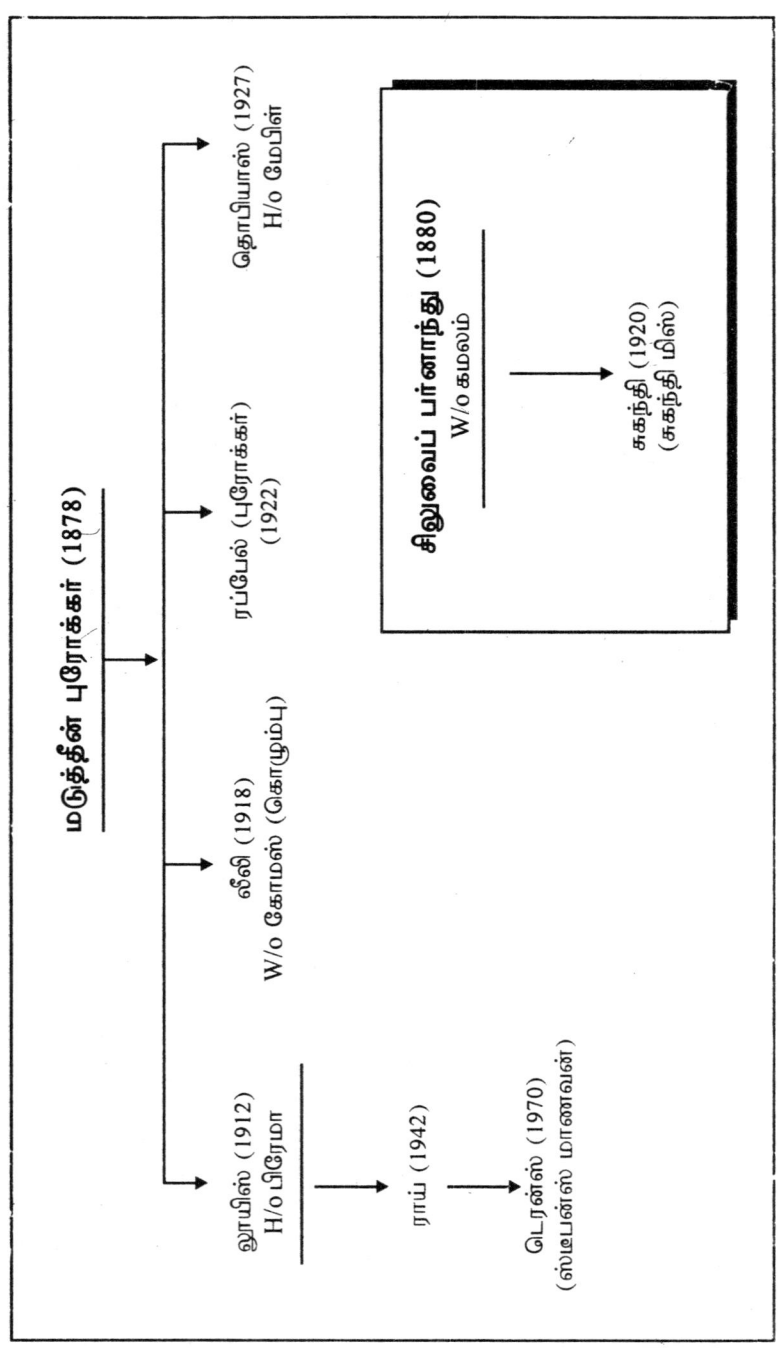

செல்வதாஸ் பீரிஸ் (1895)
H/o பர்னாபாஸ் கர்டோசா (1898)
கமலி பீரிஸ் (1925)
கஸ்பார் பீரிஸ் (1927)
H/o மரியசீலி கர்டோசா (1935)
கார்லோஸ் பீரிஸ் (1930)
அலெக்ஸ் (1964)
ரோஸ்மேரி (1966)
W/o அமுதன் (1964)

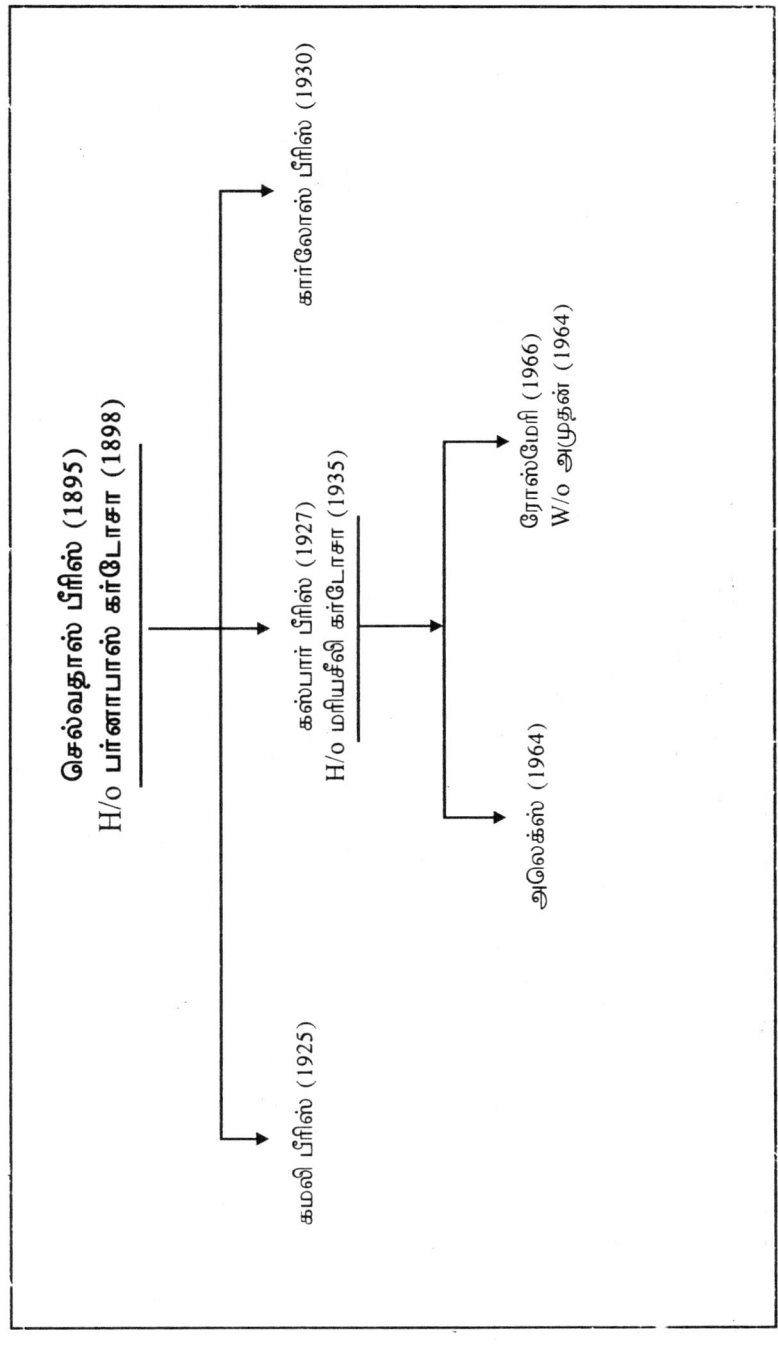

வீரச்சந்திரா (1875)
(பெரிய துறை)
குருஸ் வீரச்சந்திரா (1900)
மார்ட்டின் வீரச்சந்திரா (1905)
ஜெரால்டு வீரச்சந்திரா (1935)
H/o ரொசிற்றா (1940)
மரிய இருதயம் (1932)
W/o. அம்புரோஸ்
பெர்னத் (1934)
W/o. சூசையா பட்டங்கட்டி
நிக்கோலாஸ் தண்டல்
(1940)
H/o. மார்த்தா
(1948)
கொழும்பில் சிங்களப்
பெண்ணுக்குப் பிறந்தவர்
சுமதி
(1960)
அமுதன்
(1964)
எழிலரசி
(1967)
ரோகன்
(1963)
ரோசி
(1966)
கிரிபின் சந்திரா.

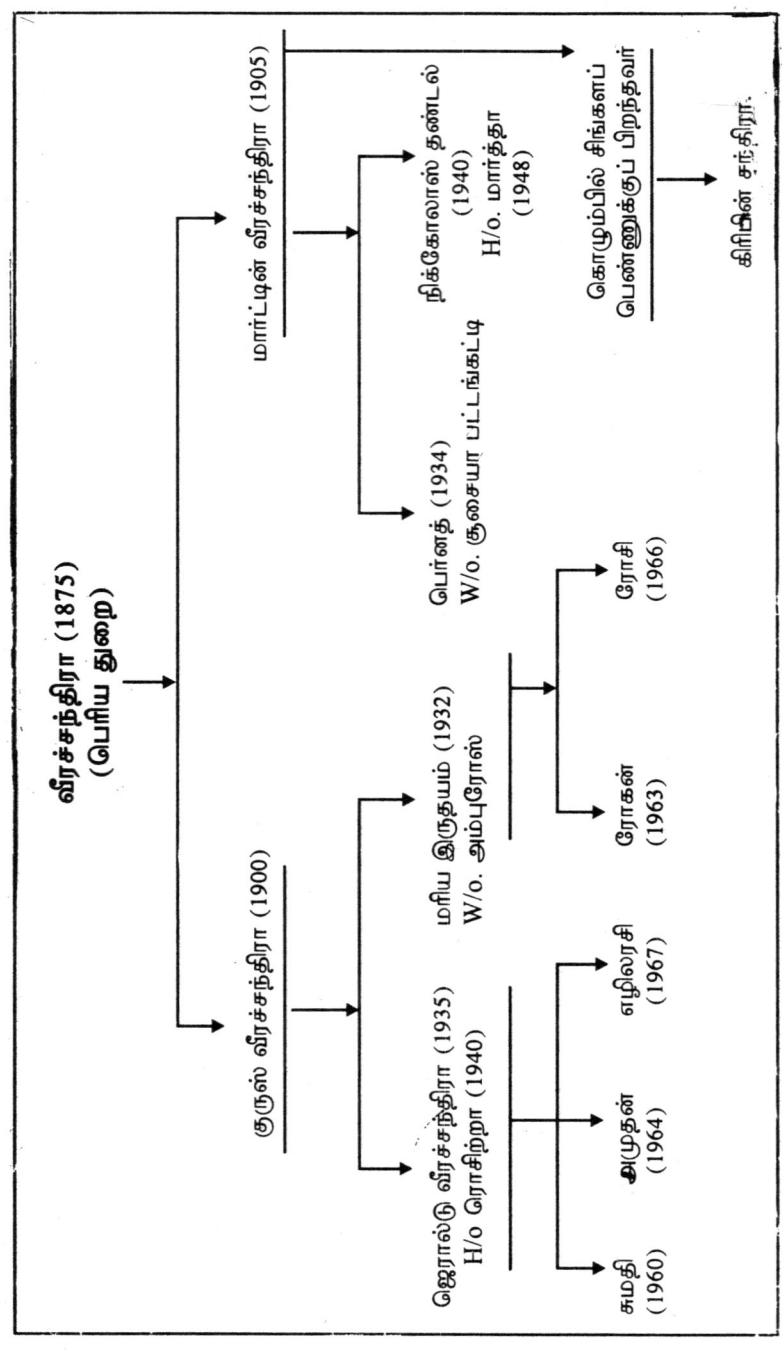

கித்தேரியான் பட்டங்கட்டி (1860)
லூர்து (1884)
சேசு பட்டங்கட்டி (1889)
H/o. குருசு மிக்கேலாள்
ராயப்பன் பட்டங்கட்டி (1923)
சூசையா பட்டங்கட்டி (1925)
பெர்னத்
ரீத்தம்மா (1918)
பிளாவி (1915)
ரோணிக்கம் 1955
லெரின்ஸ் (1952)
ரோமால்ட் (1948)

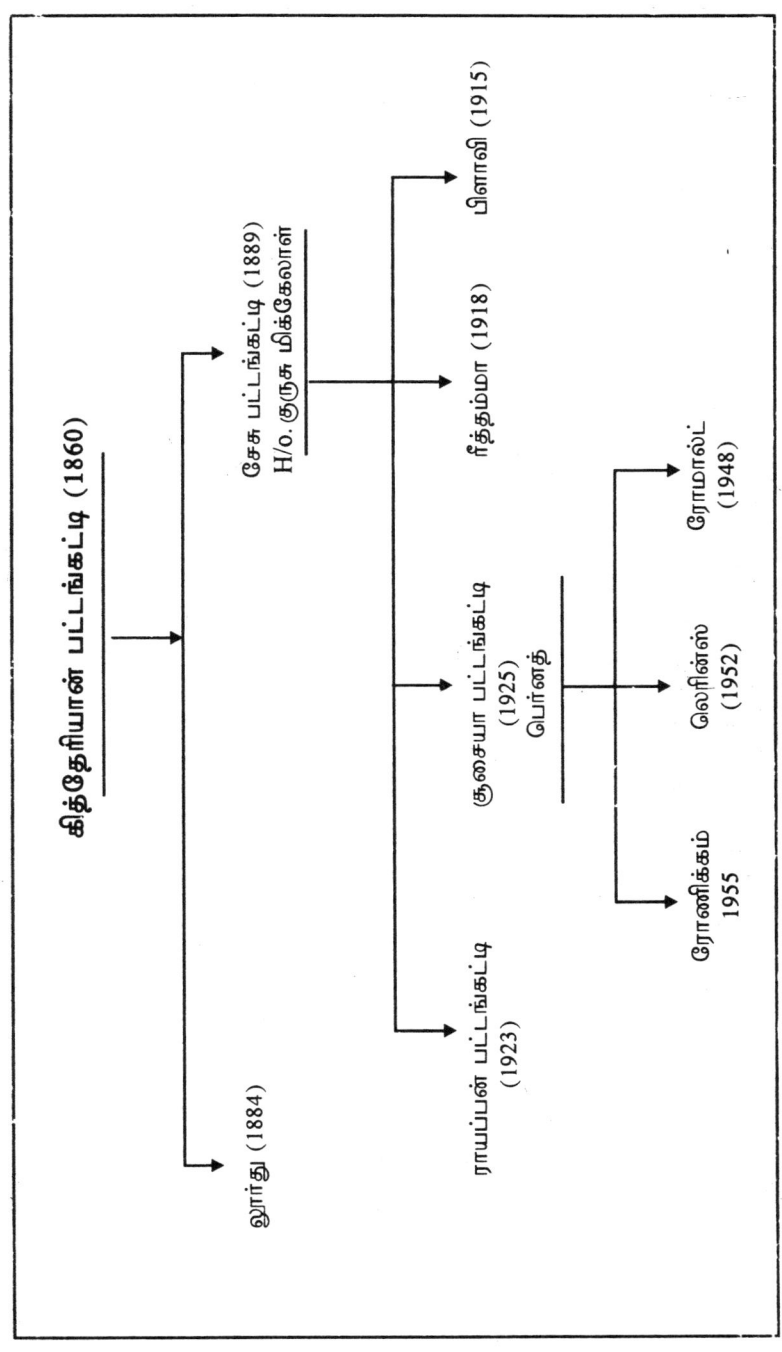

லெம்பர்ட் கலிங்கராயன் (1875) - லூர்து (1884)
பிலிப் கலிங்கராயன் (1908)
H/o. சலோமி (1906)
அருள்மொழி (1915)
W/o. அந்தோணி முத்து
மகராசி (1941)
W/o. கிளாடியஸ் ரிபேரோ
பூங்கோதை
(1943)
Fr. மரியதாஸ்
(1947)
பிலோமி
(1945)
செலஸ்டின்
(1950)
H/o. ரேகா
ஜெயதாஸ்
(1955)
ஜேம்ஸ்
(1960)
H/o. எழிலரசி
வசந்த்

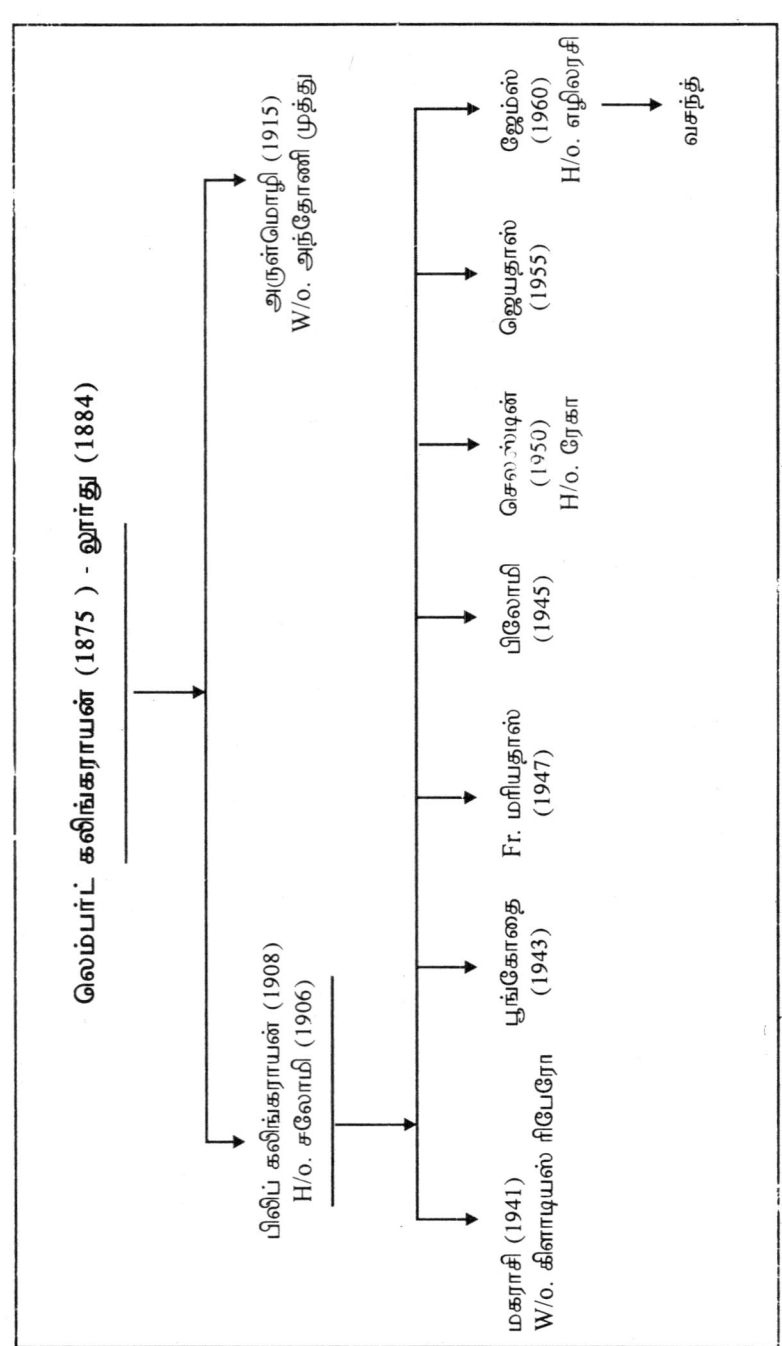

பிரான்சிஸ் தல்மெய்தா (1860)
லெம்பர்ட் தல்மெய்தா (1890)
H/o. சலேட்டம்மாள்
Fr. ஜெரோம் தல்மெய்தா
(1885)
லிடியா தல்மெய்தா
(1905)
குயின்றின் தல்மெய்தா
(1910)
(ஆஸ்திரேலியா)
கிரகோரி
(1920)
கிறிஸ்டி
(1923)
செபஸ்டியான்
(1925)
மேபிள் (1930)
W/o. தெபியாஸ் (1927)
(ஆடிட்டர்)
மாசில்லா
(1955)
அன்றன்
(1950)
இன்பராச் (1958)
H/o. சிபில்

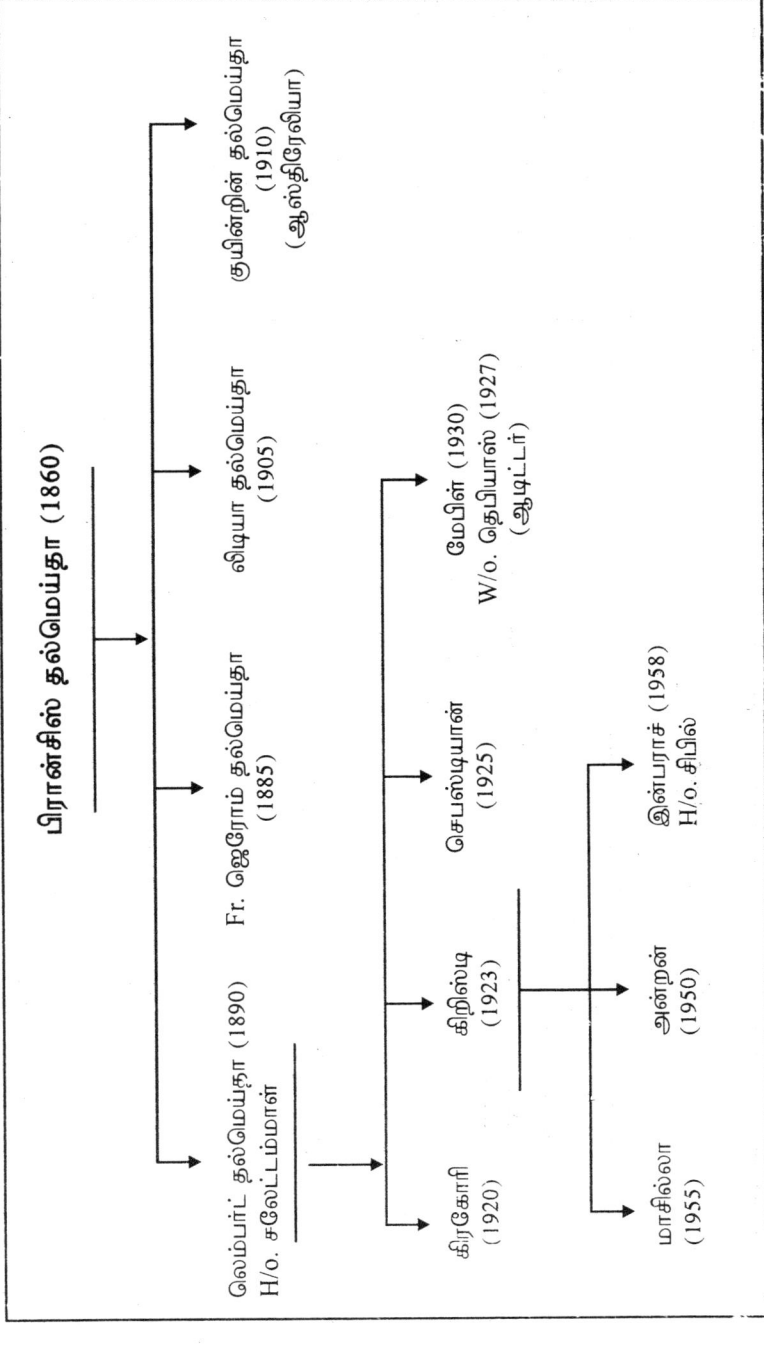

கனிசியுஸ் சிங்கராயன் (1870)
பசாந்தி சிங்கராயன் (1895)
W/o. இன்னாசியம்மாள் பல்டோனா
பார்த்தலோம் சிங்கராயன் (1905)
சற்குணம் (1925)
W/o. மிக்கேல் பல்டோனா
(1923)
கொரற்றி
(1928)
(சென்னை)
செல்வதாஸ் சிங்கராயன்
(1930)
எடிசன் (1950)
H/o. ஜோஸ்பின்
கொர்னலியுஸ்
சிங்கராயன் (1875)
தனிஸ்லாஸ் சிங்
(1905)
சீமோன் சிங்
(1944)
சிரில் சிங்கராயன்
(1972)

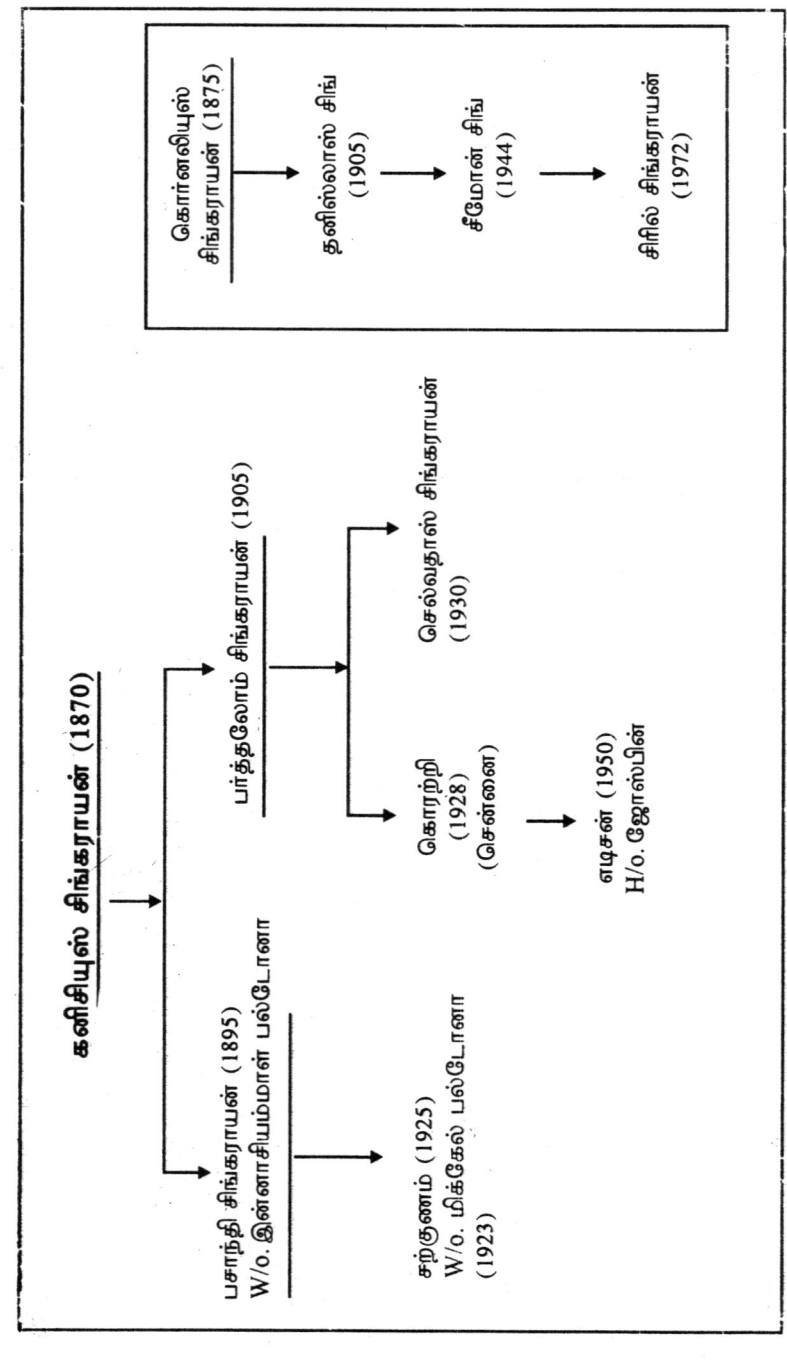

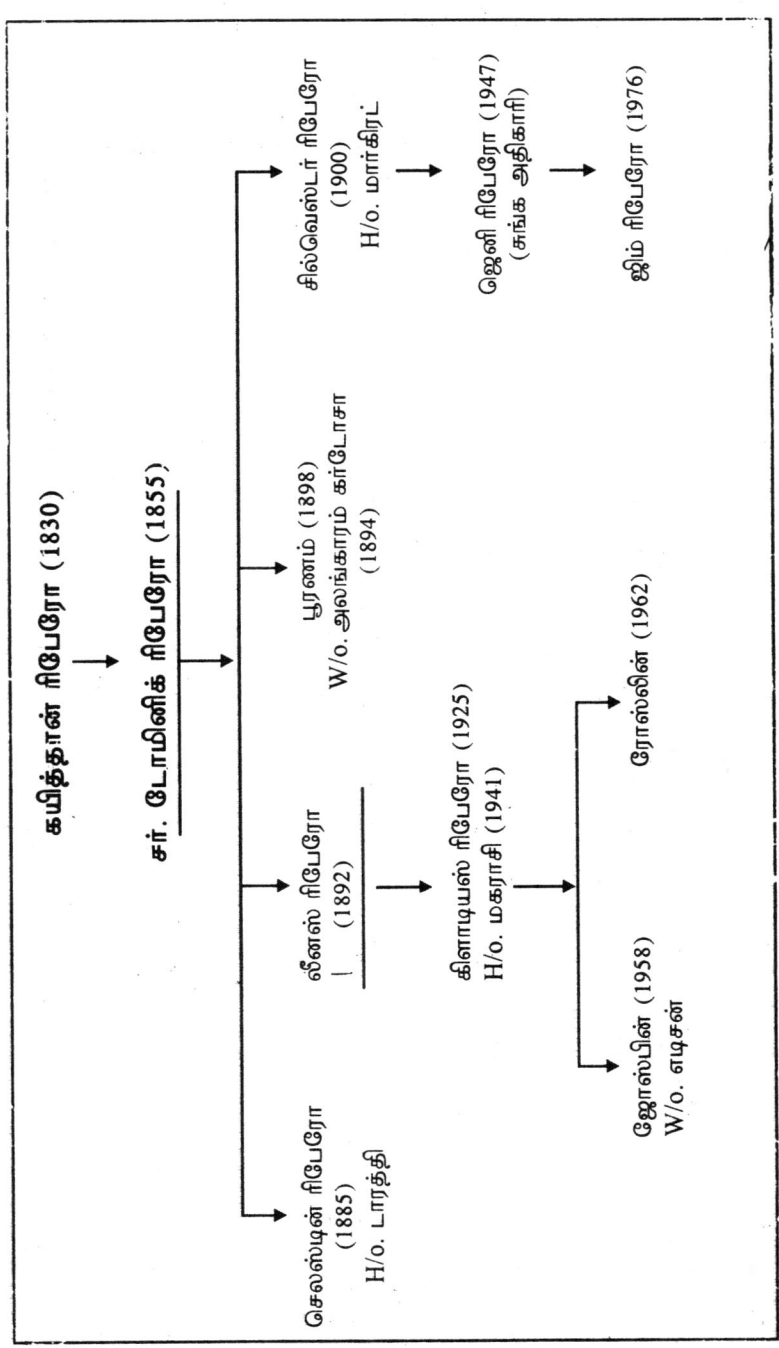

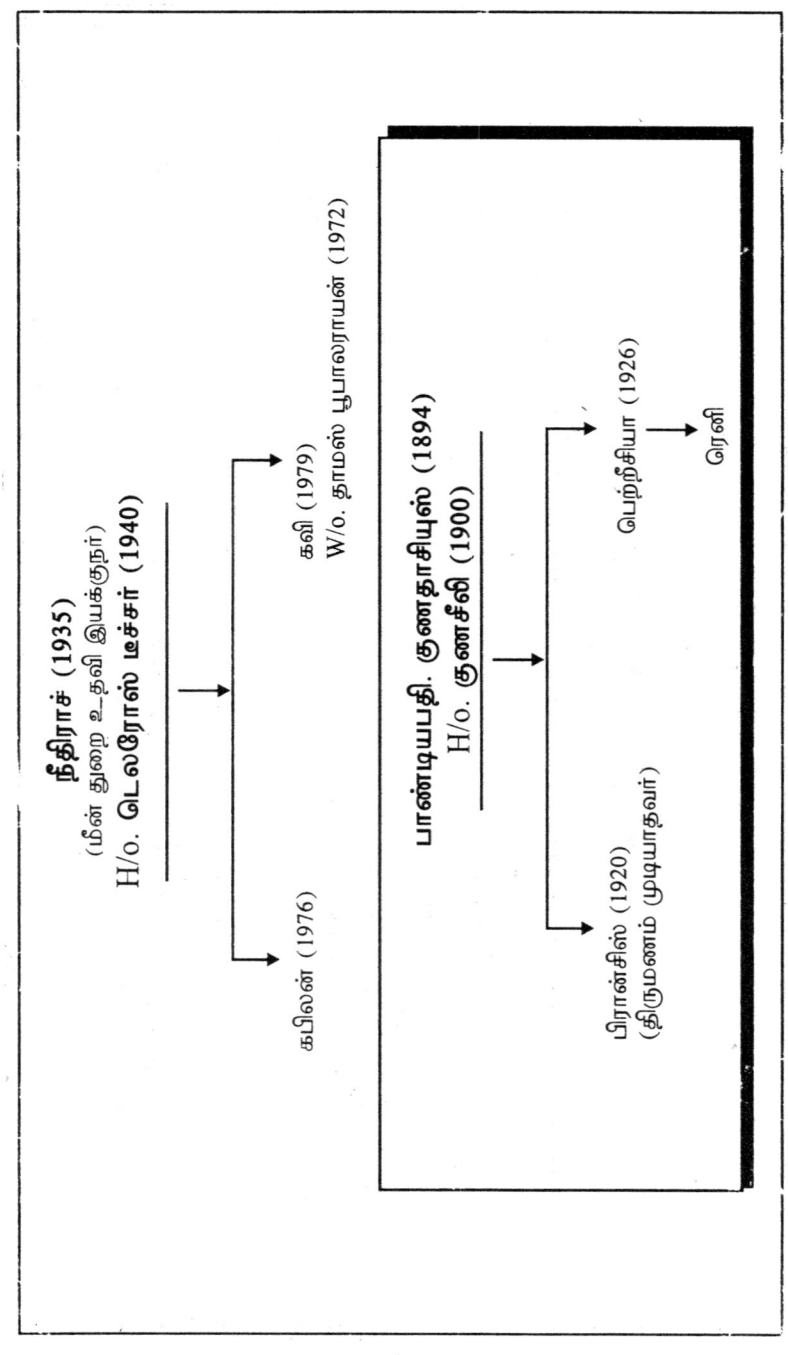

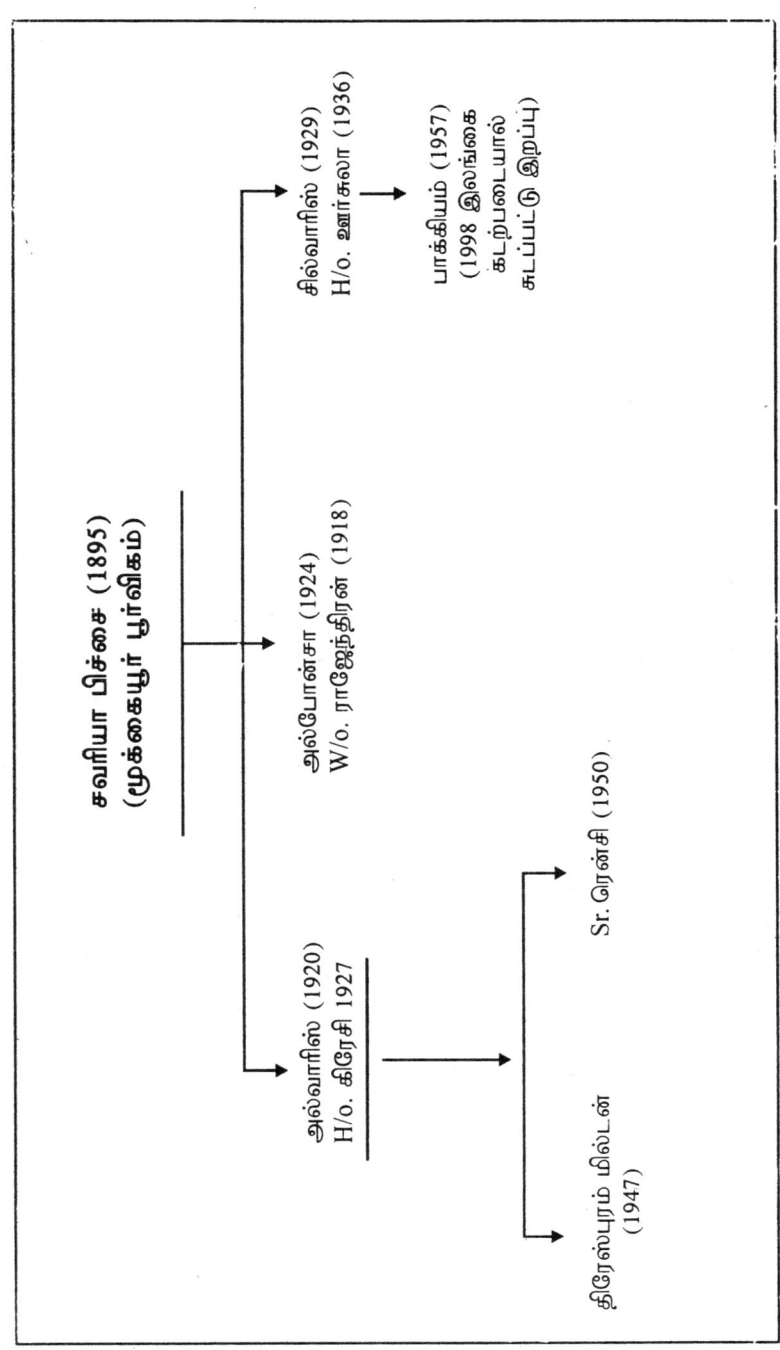

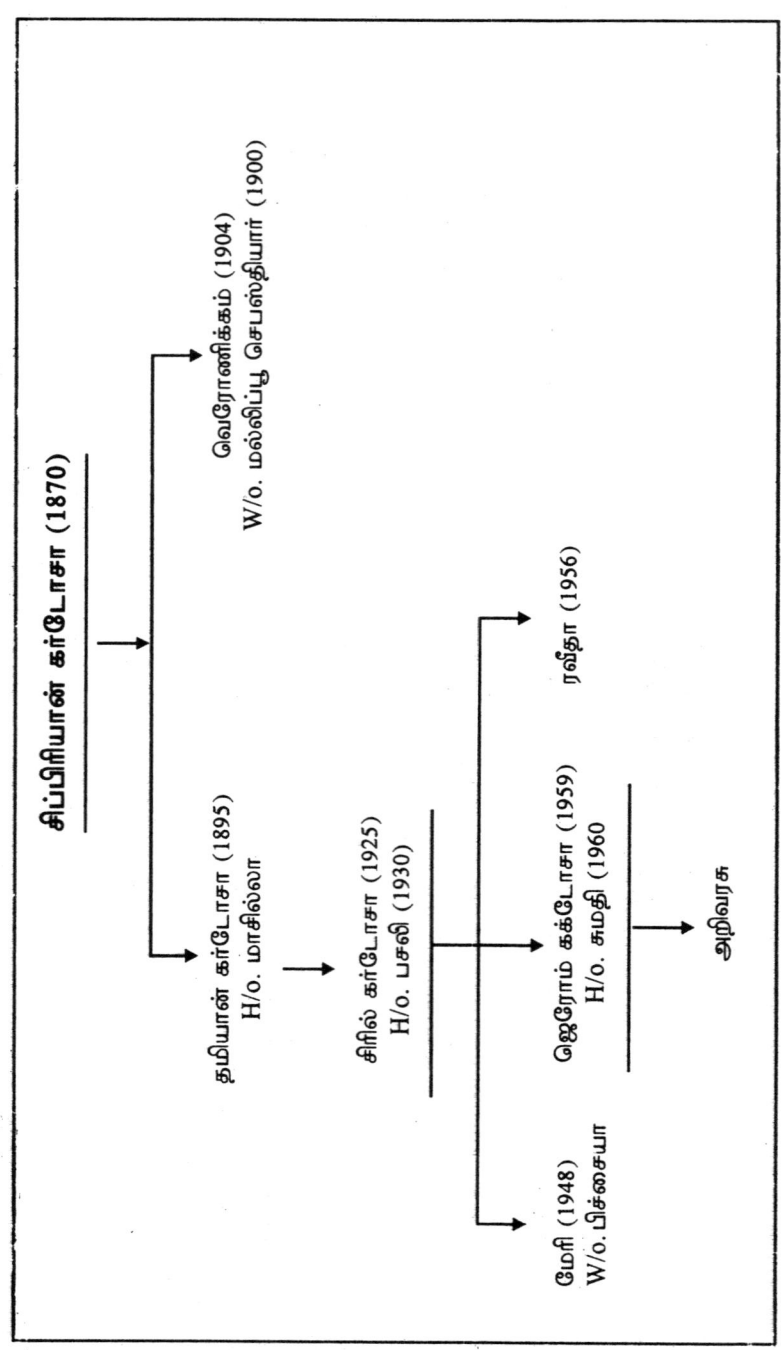

விசுவாசம் கர்டோசா (1864)
பர்னபாஸ் (1898)
W/o. செல்வதாஸ் பீரிஸ் (1895)
அலங்காரம் கர்டோசா (1894)
(காங்கிரஸ் மந்திரி)
H/o. பூரணம் (1898)
மரியசீலி (1935)
W/o. கஸ்பார் பீரிஸ்
மார்க் (1940)
H/o. ரமணி பல்டோனா
பெலிக்ஸ் (1943)

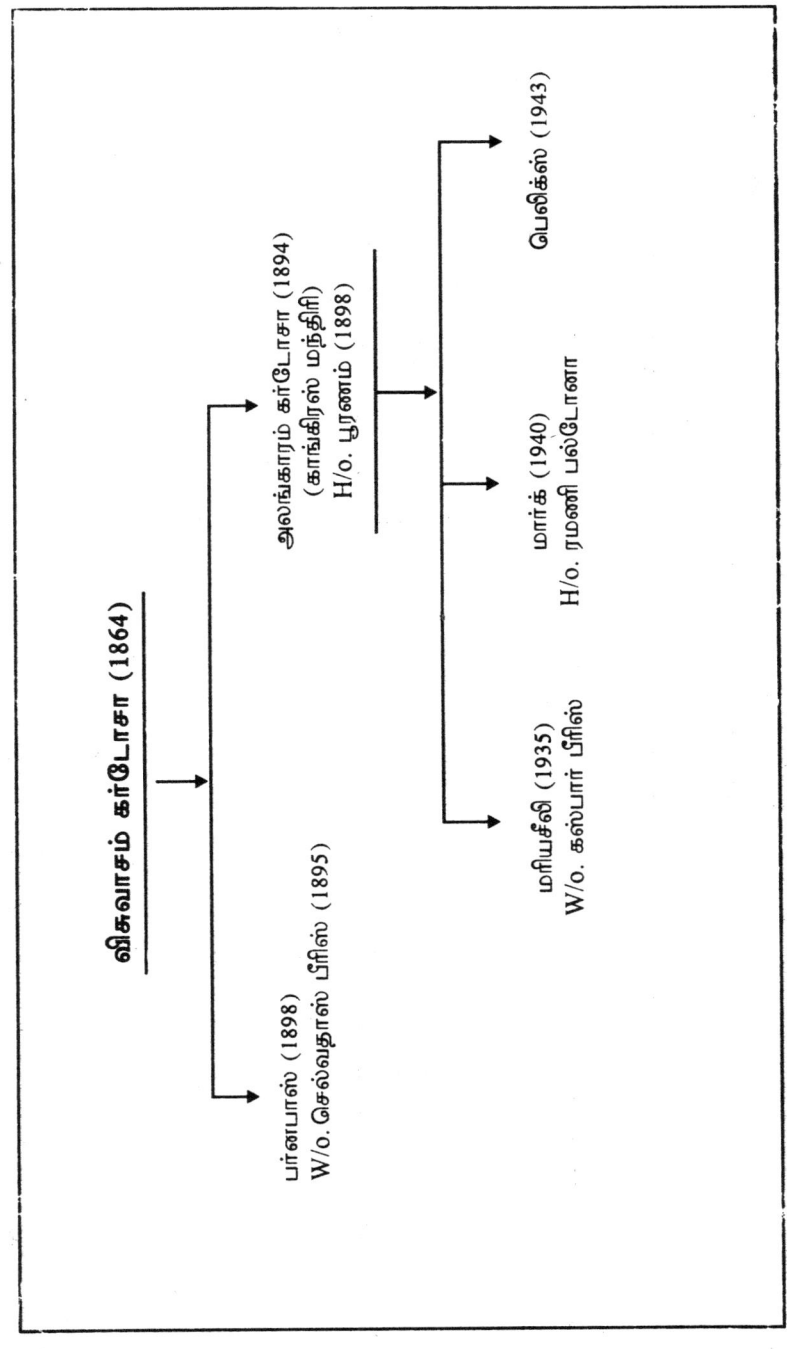

பவுடர் பப்பா (1845)
தஸ்நேவிஸ் (1875)
பாவுலாள் (1878)
W/o. ஆண்டாமணி (1872)
டிங்கி சேசைய்யா (1885)
சந்தக்குருஸ் (1900)
(சலோமியின் முதல் கணவன்
வலம்புரிச் சங்கு மூழ்கி இறப்பு)
பிலியின்ஸ் தண்டல் (1915)
பயஸ் கோஸ்தா
தனுஷ் கோஸ்தா (1925)
H/o. சாரா (1928)
ஜாந்தார்க் (1940)
W/o. அன்பய்யா (1938)
ஸ்டீபன் கோஸ்தா (1929)
H/o. அற்புதம் (ஆலந்துறை)

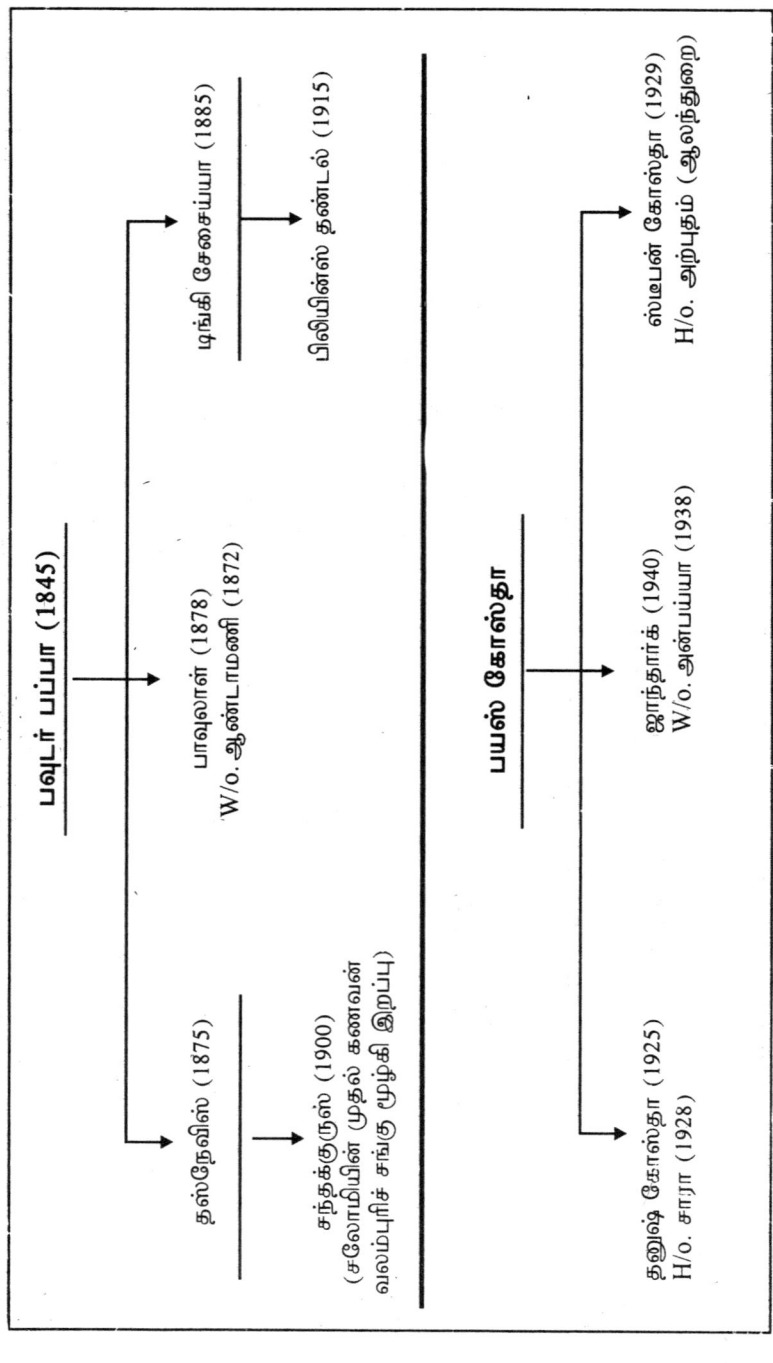

வல்தாரிஸ் பல்டோனா (1875)
குரூஸ் பல்டோனா (1910)
இன்னாசியம்மாள் (1905) W/o. பசாந்தி சிங்கராயன் (1895)
மிக்கேல் பல்டோனா (1917) H/o. சற்குணம் (1925)
தங்கையா (1932)
ஹென்றி (1936)
அல்பின் பல்டோனா (1950)
சுகந்தன் (1954)
ரமணி (1948) W/o. மார்க் கர்டோசா
சந்தியா (1958)
ஜோன்ஸ் (1962)
சந்திரன் பல்டோனா (1975)

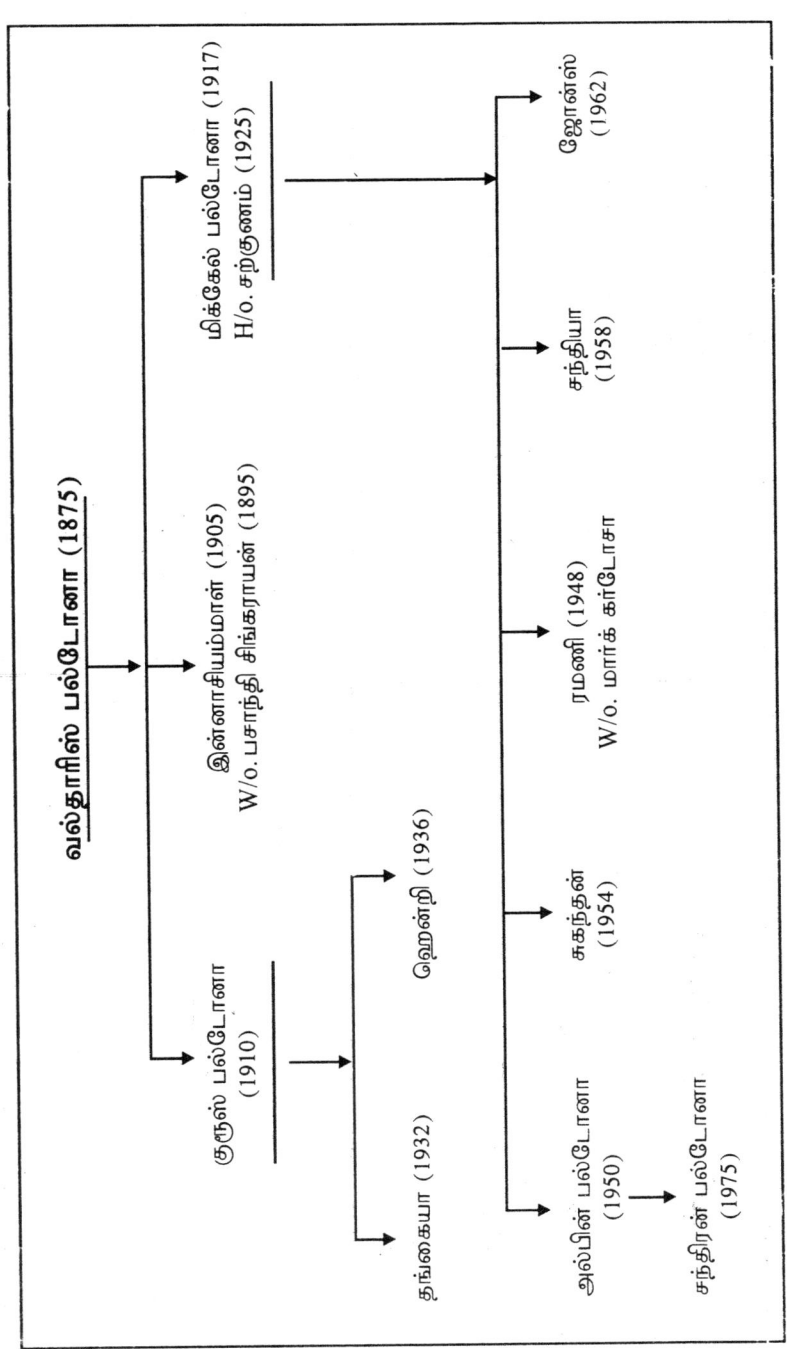

பெரிய துறை மத்தேசியா (1920)
ரூபன் (1944)
H/o. பிரபா (1948)
பஸ்டியான்
(1940) (ராணுவம்)
H/o. பேபிகுட்டி
கோலியாத் - குடிமகன் (1913)
லியோன் (1938)
(தோணி தண்டல்)
ஜான்பவுல் (1942)
(ஓர்னலாஸ்
தலைமை ஆசிரியர்)
கந்தைய்யா ஆசாரி (1880)
ராமைய்யா ஆசாரி (1920)
ஆறுமுகம் ஆசாரி (1955)

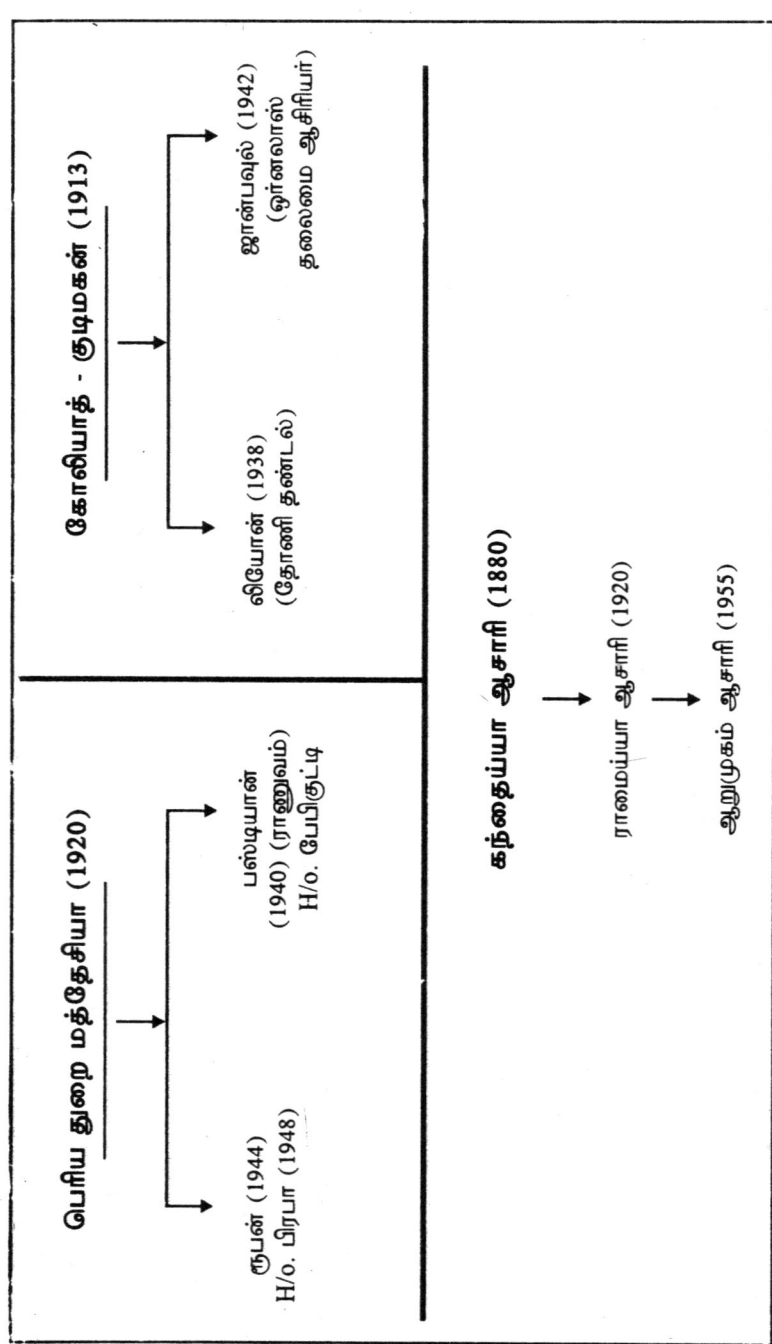

மாரிமுத்து (1882) (உப்பளத்து கங்காணி)
தொறக்கண்ணு (1907)
தேசபற்று (1912)
மாசாணம் (1915)
ஞானஆசீர் IRS
ரத்னசாமி (1945)
(Labour contractor)
சதாசிவம் பிள்ளை
(தாணுமாலையப்பப் பிள்ளை பங்காளி)
குமாரசாமி (1920)
சங்கர் (1925)
பாலசுப்பிரமணி (1945)
மணிவண்ணன் (1951)
(சுங்க அதிகாரி)
அண்ணாமலை (1976)

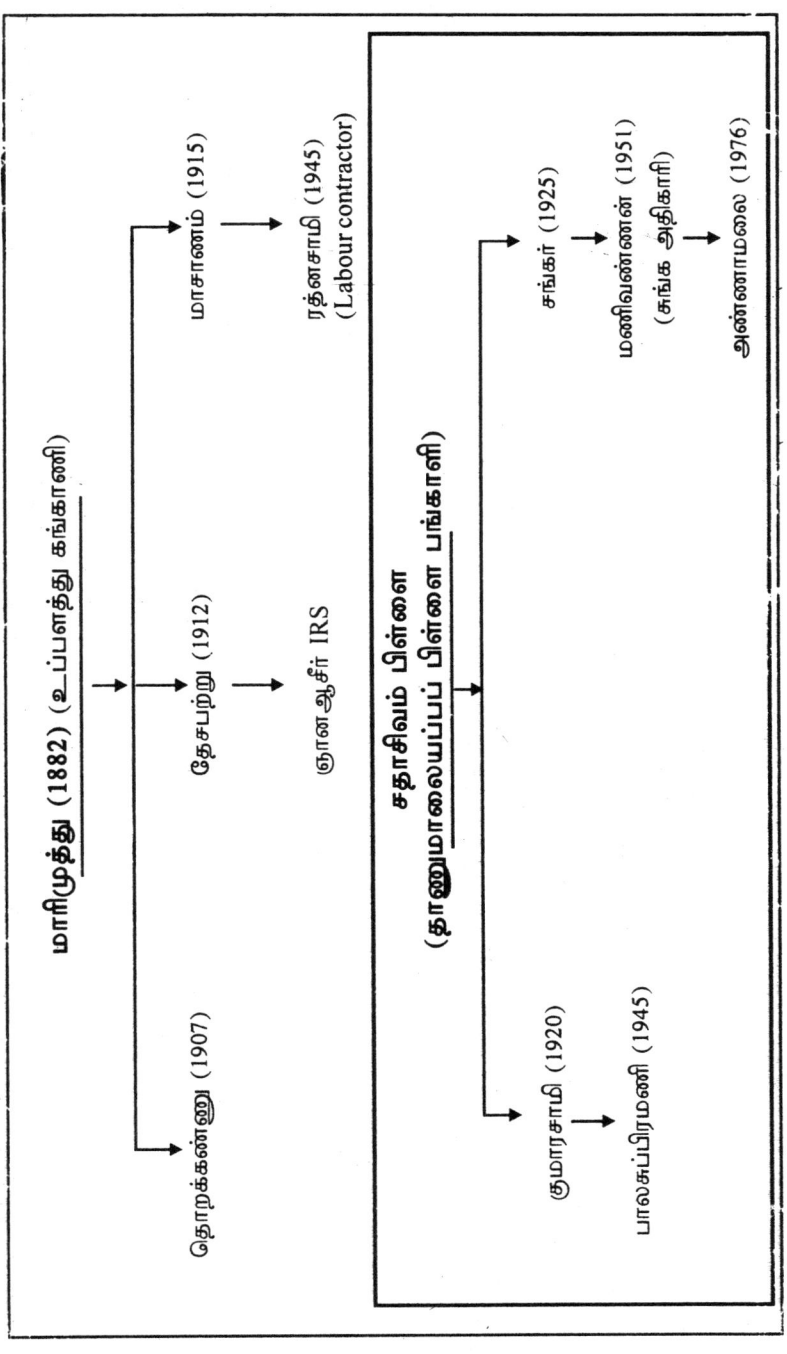

கொண்டைய்யா (1875) - கருப்பி (1880)
(துப்புரவுப் பணியாளர்)
சின்னய்யா (1905)
ராகம்மா (1910)
பெஞ்சிலம்மா (1930) - ராமைய்யா (1925)
ரமுலய்யா (1935) - நரசம்மா (1931)
Dr. வெங்கடேஷ்
H/o. இந்திரா (பிராமின்)
ராமன் (1965)
(துறைமுகப் பணியாளர்)
தனம்மா (1968)

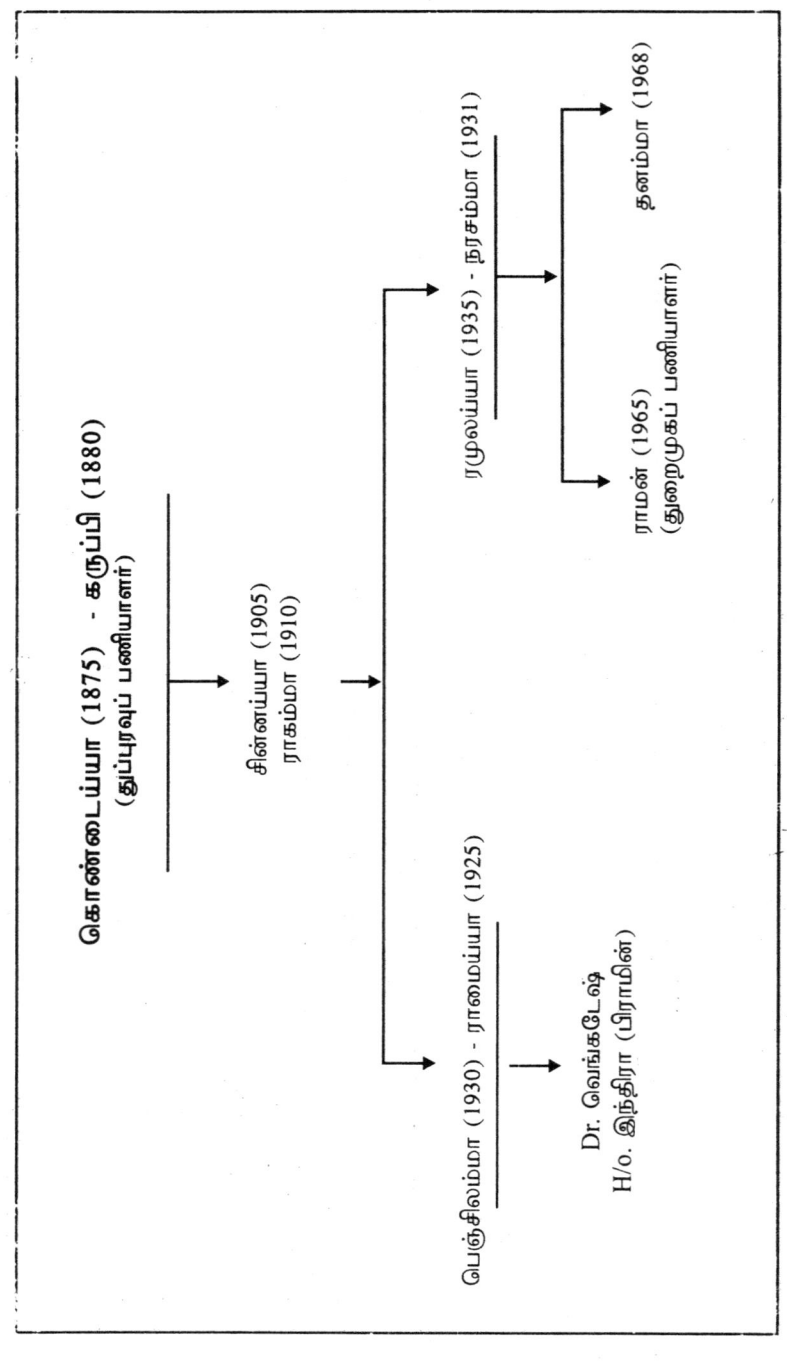

தாணுமாலையப் பிள்ளை (1875) - வைகுண்டத்தம்மாள்
இலட்சுமணன் (1901)
(இன்ஸ்பெக்டர்)
சிவலிங்கப்பிள்ளை (1898)
நாகரத்தினம் (1905)
W/o. சங்கரம்பிள்ளை
(கொடிவீட்டுக்காரர்)
சபாபதி (1943) - பாக்கியம் (1956)
கோபால் (1970)
H/o. மாதரசி (1968)
(பரதவர்)
ஆனந்தி (1975)
சிவகாமி (1988)

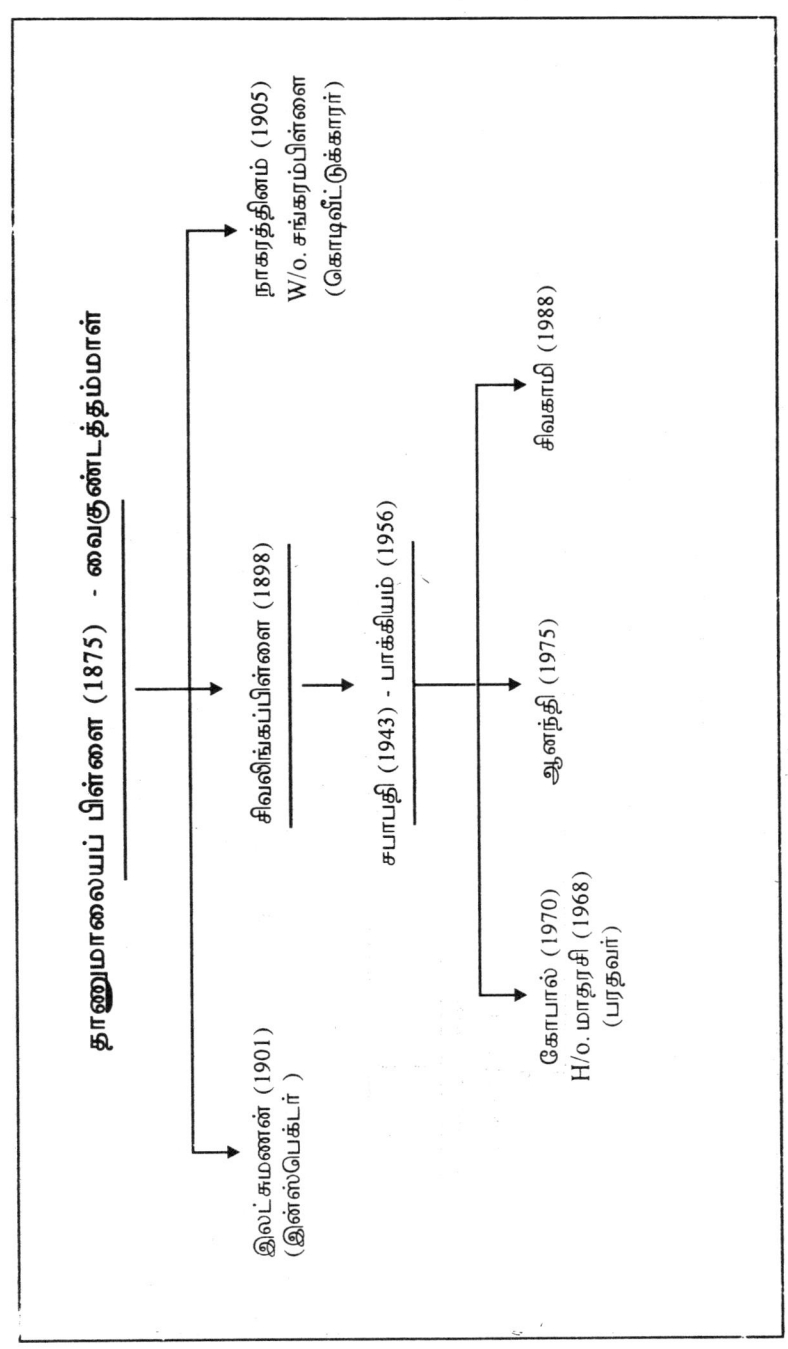

ஆண்டி நாடார் - 1875
(கோவில்பட்டி)

தங்கப்பழம் (1905)
H/o. உண்ணாமலை (1915)

அஞ்சலை (1909)
W/o. சந்தோச நாடார்

ரவீந்திரன் (1937)

பலராமன் (1962)

தனபாக்கியம் (1944)
W/o. சீனி நாடார் (விருதுநகர்)

மாலதி (1966)
W/o. பிரேம். (1962)

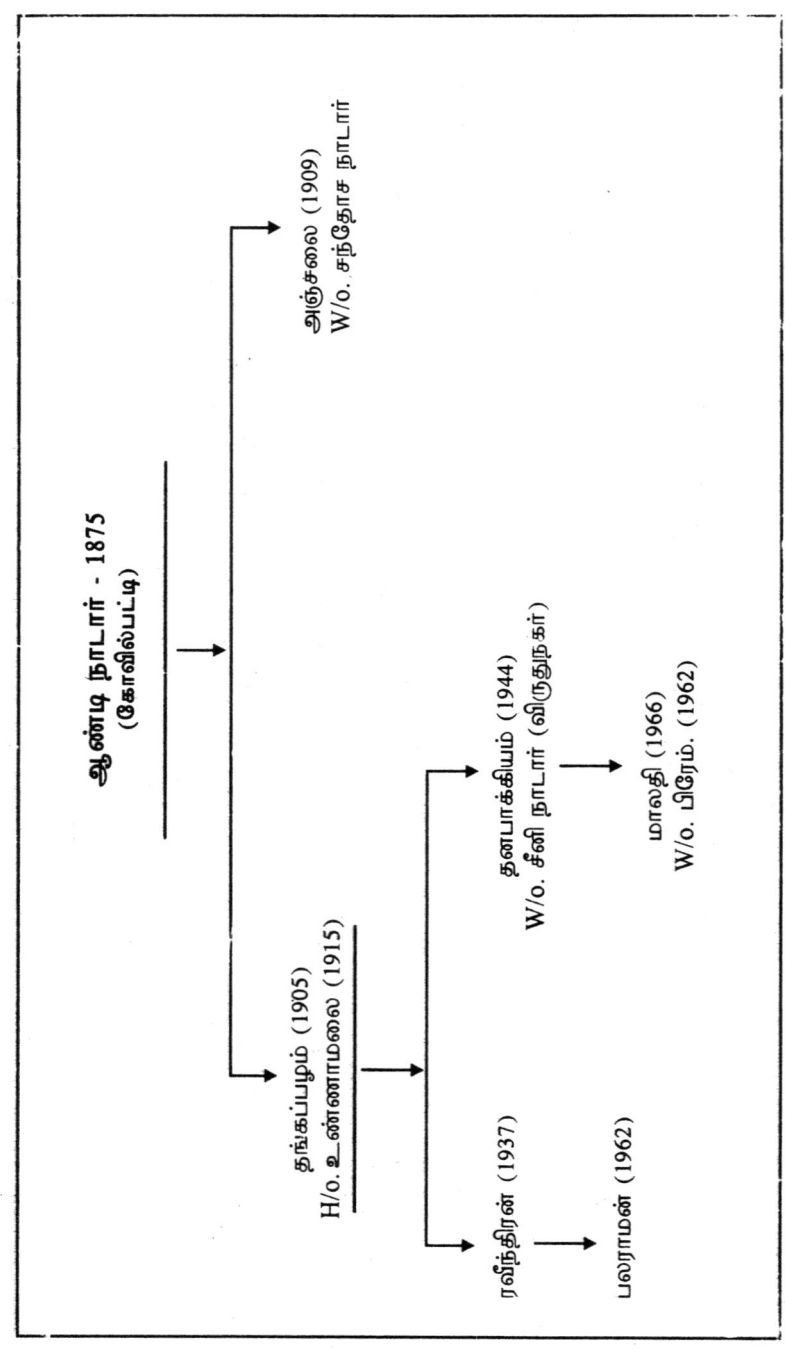

ஆனந்த நாடார் (1880)
(எண்ணெய் வியாபாரி)
அன்னலட்சுமி (1915)
W/o. ராஜாமணி.
சந்தோசம் (1906)
H/o. அஞ்சலை (1909)
தங்கவேல் (1939)
முருகவேல் (1942)
பிரேம் (1962)
H/o. மாலதி (1966)

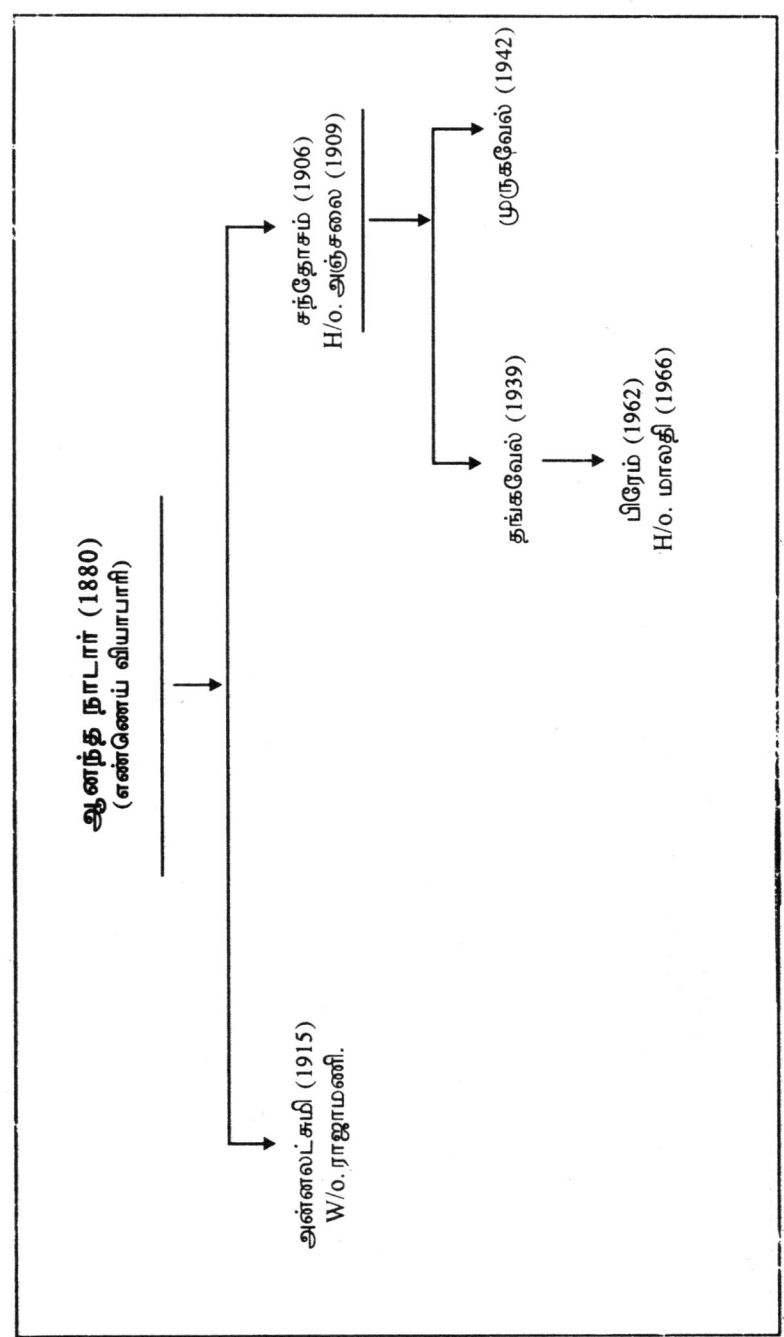

பசுபதி நாடார் (1860)
(முருகேசனின் தாய்மாமன்)
அய்யாக்கண்ணு (1910)
H/o. பட்டுக்கனி (1915)
பொன்னுத்தாய் (1925)
W/o. கில்பர்ட் நாடார் (1920)
முருகேசன் (1880)
முத்துச்சாமி (1928)
H/o. அன்னரதி (1935)
குருசாமி (1932)
கோமதி நாயகம் (1964)

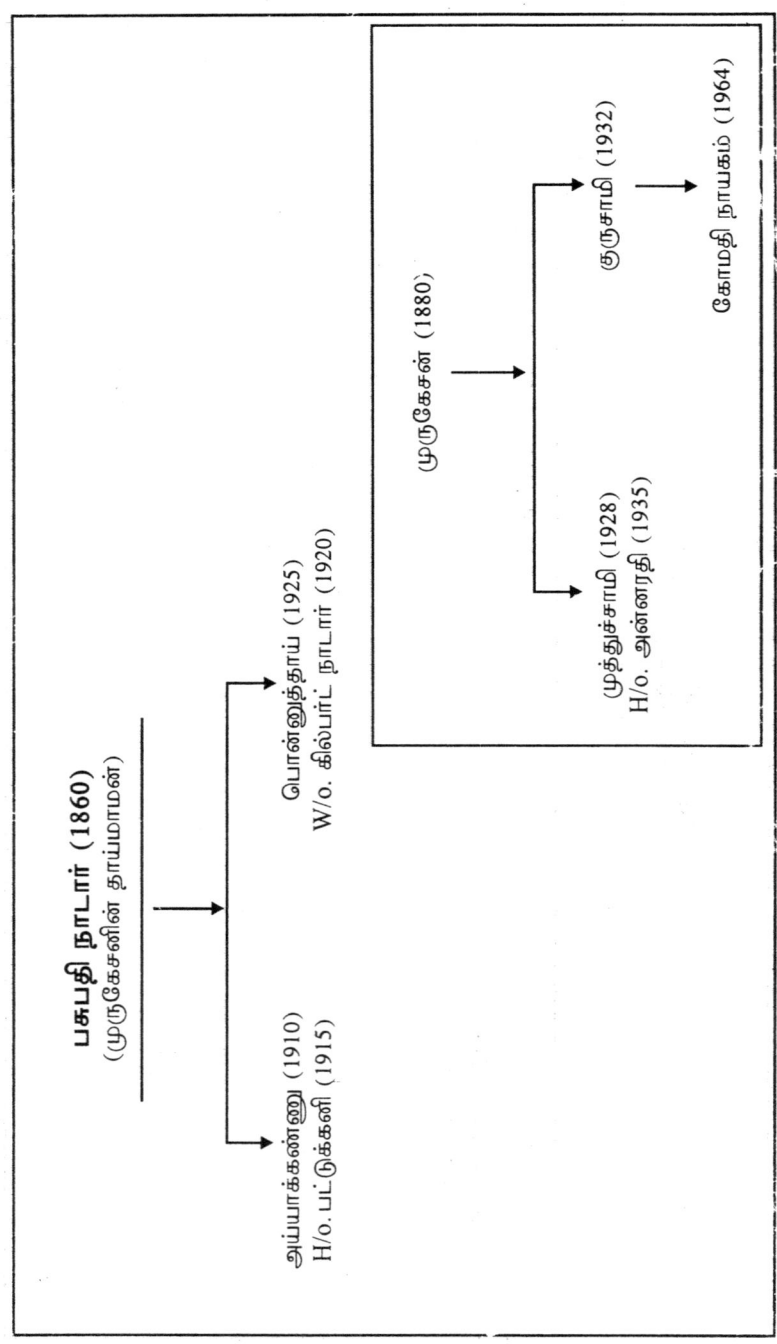

ஆறுமுக நாடார் (1882) (இடைச்சிவிளை)
அமுதக்கனி (மூத்தகுடியாள்)
தனுஷ்கோடி (1910) (தியாகி)
சுந்தர கிருஷ்ணன் (அரிசிஆலை) H/o. சொர்ணம்
பத்மினி (1965) W/o. சுயம்புராஜ் (1962)
ரத்தினம் (1968)
சுகுமார் (1970)
சின்னம்மா (1975)
உமையாள் (இளைய குடியாள்)
வள்ளியம்மை (1925) W/o. சமுத்திரபாண்டி
சிவந்தி நாடார் (1923)
வேலாயுதம் (1956)
Dr. கிரிதரன் 1952
ராஜகோபால் (1957)

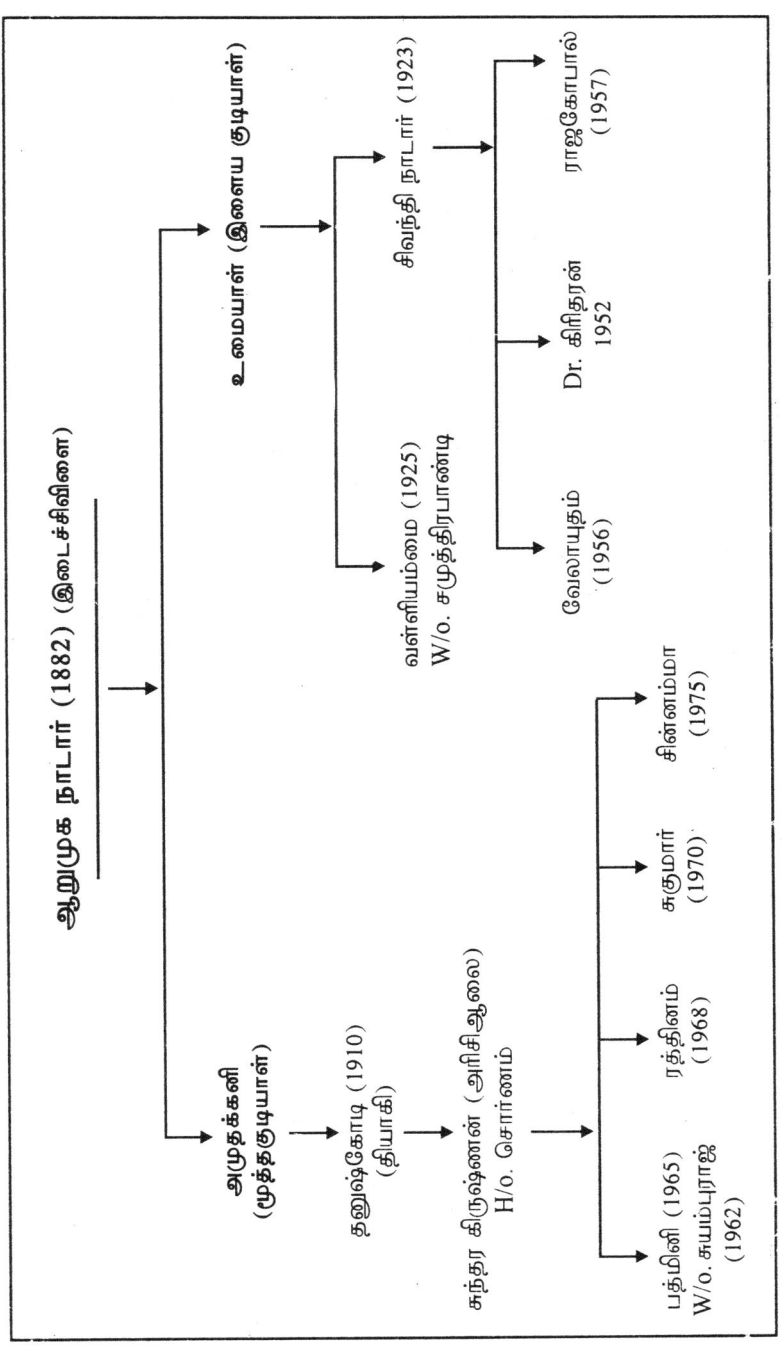

சித்திரவேல் நாடார் (1865) - முத்துப் பாப்பா (1870)
(இடைச்சிவிளை)
காசி (1895)
அரிகேசரி (1928)
செல்வக்குமார் (1961)
(மணல் ஏற்றுமதி)
கட்டித்தங்கம் (1898)
சிவராஜ் நாடார் (1934)
சுயம்புராஜ் (1962)
H/o. பத்மினி (1965)
செல்வத்தாயி (1888)
W/o. பிச்சைக்கனி (1880)
ஞானக்கனி
(1910)
உண்ணாமலை (1915)
H/o. தங்கப்பழம் (1905)
அன்னரதி
(1935)
W/o. முத்துசாமி
பாண்டித்துரை
(1943)
சின்னத்தம்பி
(1940)
சுரேஷ் (1972)

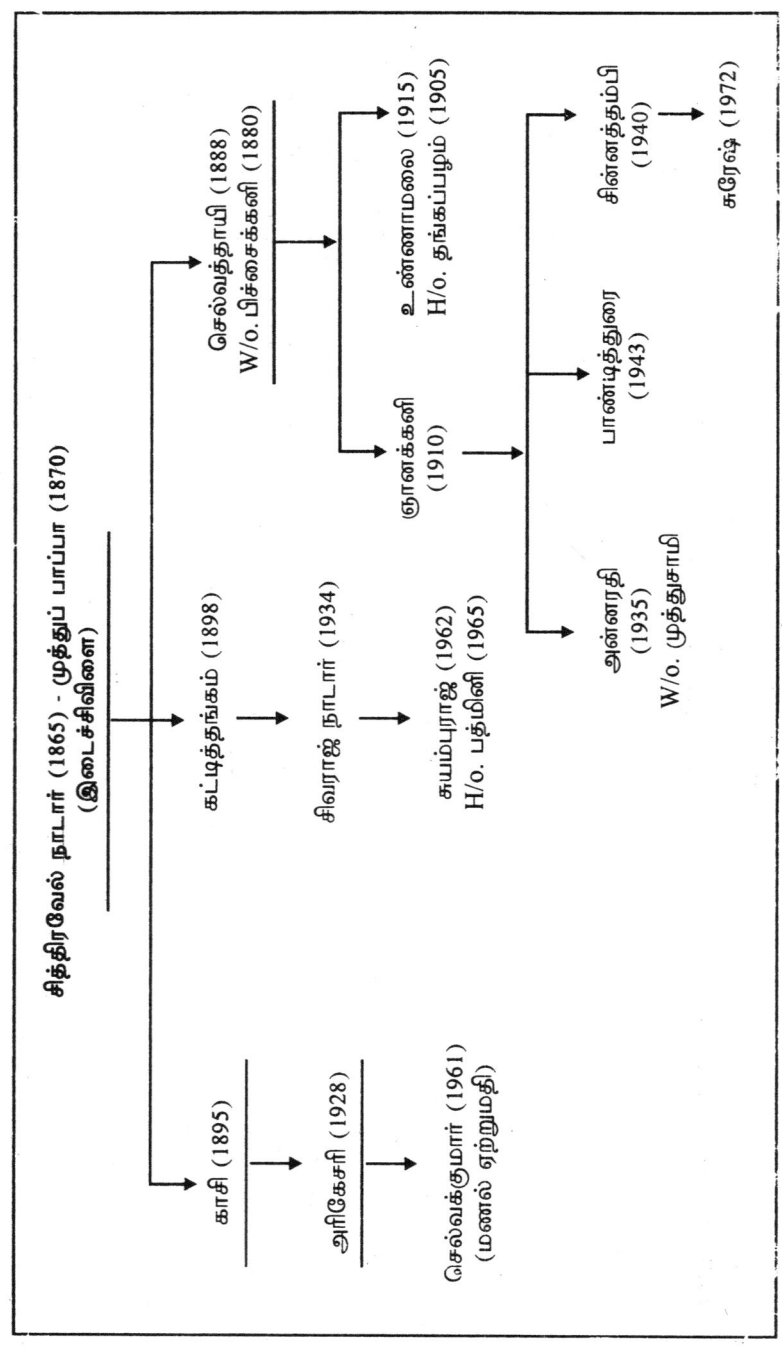

பாஞ்சாலிக் கிழவி (1855)
முத்துலிங்கம் நாடார் (1875) - சண்முகத்தாய் (1880)
சண்முகவேல் (1907) - அன்னக்கிளி (1912)
ராஜாமணி (1910)
H/o. அன்னலட்சுமி (1915)
அழகுவேல் (1934)
சுந்தரவேல் (1937)
மணிவேல் (1940)
குணராஜ்
ரமேஷ்
H/o. சில்வியா (பரதவர்)
ராஜவேல்
வெற்றிவேல்
கணேஷ்
(மூத்த தாரத்தின் மகன்)

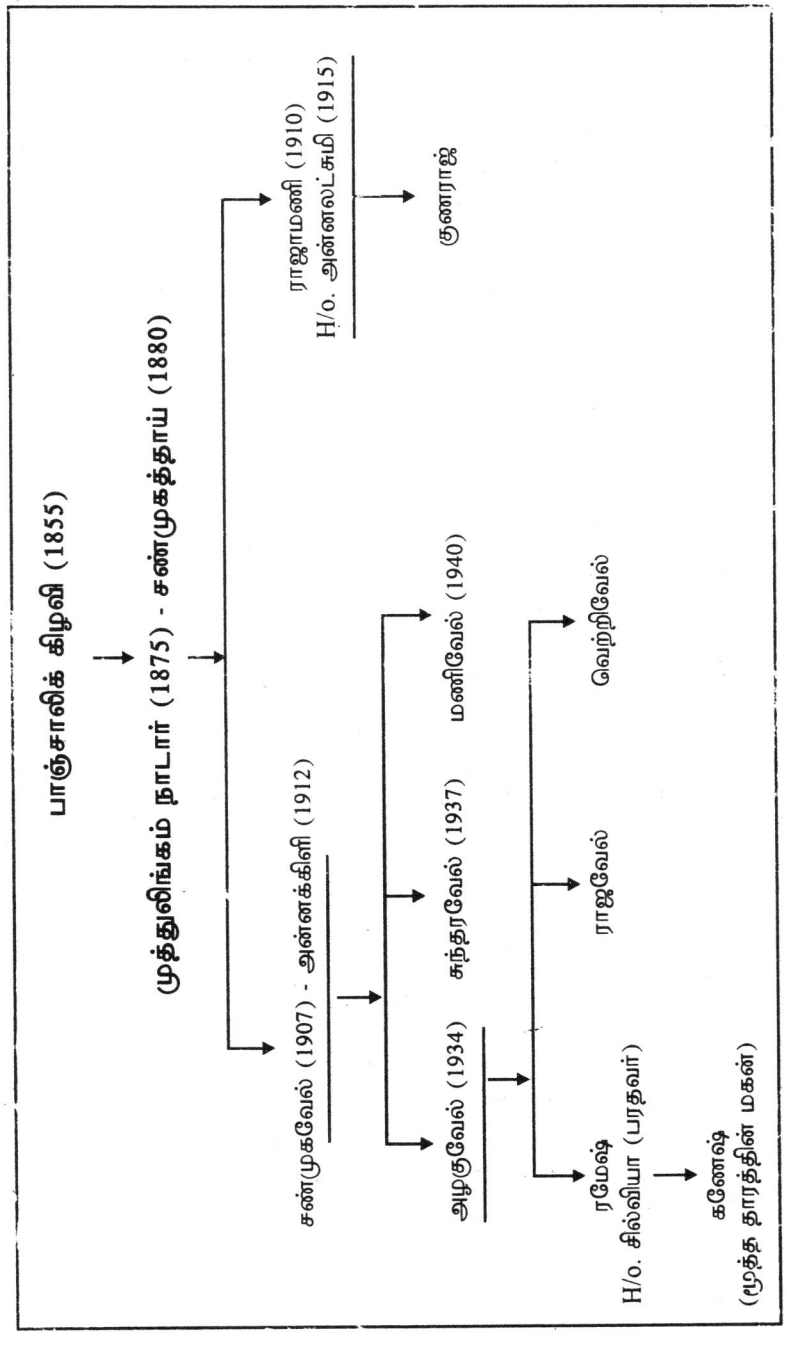

ஆசீர்வாதம் (1870)
(சர்ச் பாஸ்டர்)
அன்னத்தாய் (1897)
W/o. தாவீது
சாமுவேல் ஆசீர்வாதம்
(1910) வக்கீல்
தேவமணி நாடார் (1900)
(அவரி ஏற்றுமதி)
(மூத்தகுடியாள்)
(இளையகுடியாள்)
யேசு பாக்கியம் (1930)
பாக்கியமுத்து (1938)
எப்னேசர் (1945)
(Port Signal)
இம்மானுவேல்
(1950)
H/o. ருக்குமணி
(பிராமின்)
(சி சிப்பிங் முதலாளி)
சாம் (NGO)
(1964)
தவமணி
(பேங்க்)
(1960)

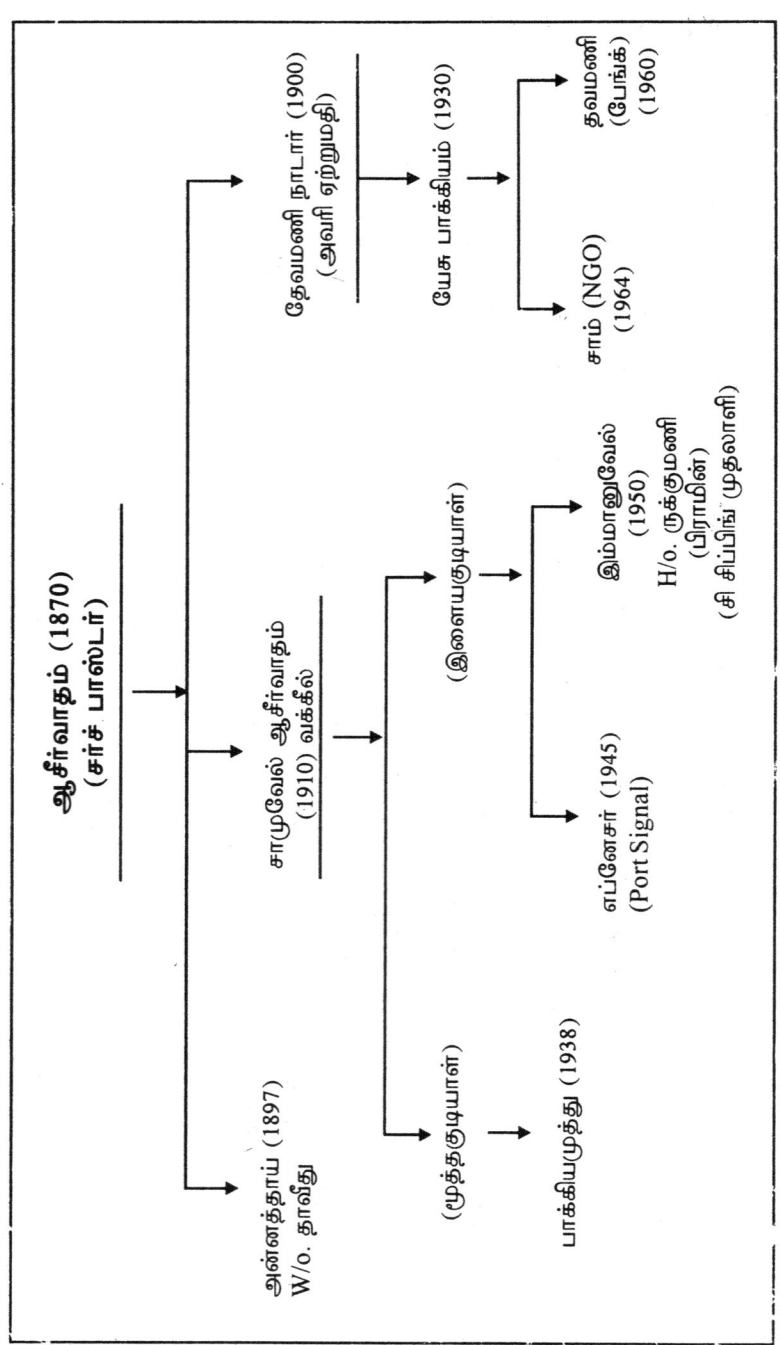

வேல் நாடார் (1855)
காளியப்பன் (1892)
தாவீது (1885)
H/o. அன்னத்தாய் (1897)
கில்பர்ட் நாடார்
(1920)
பட்டுக்கனி
(1915)
சமுத்திரபாண்டி
(1918)
நீலாவதி (1943)
W/o. சுந்தரவேல் (1937)

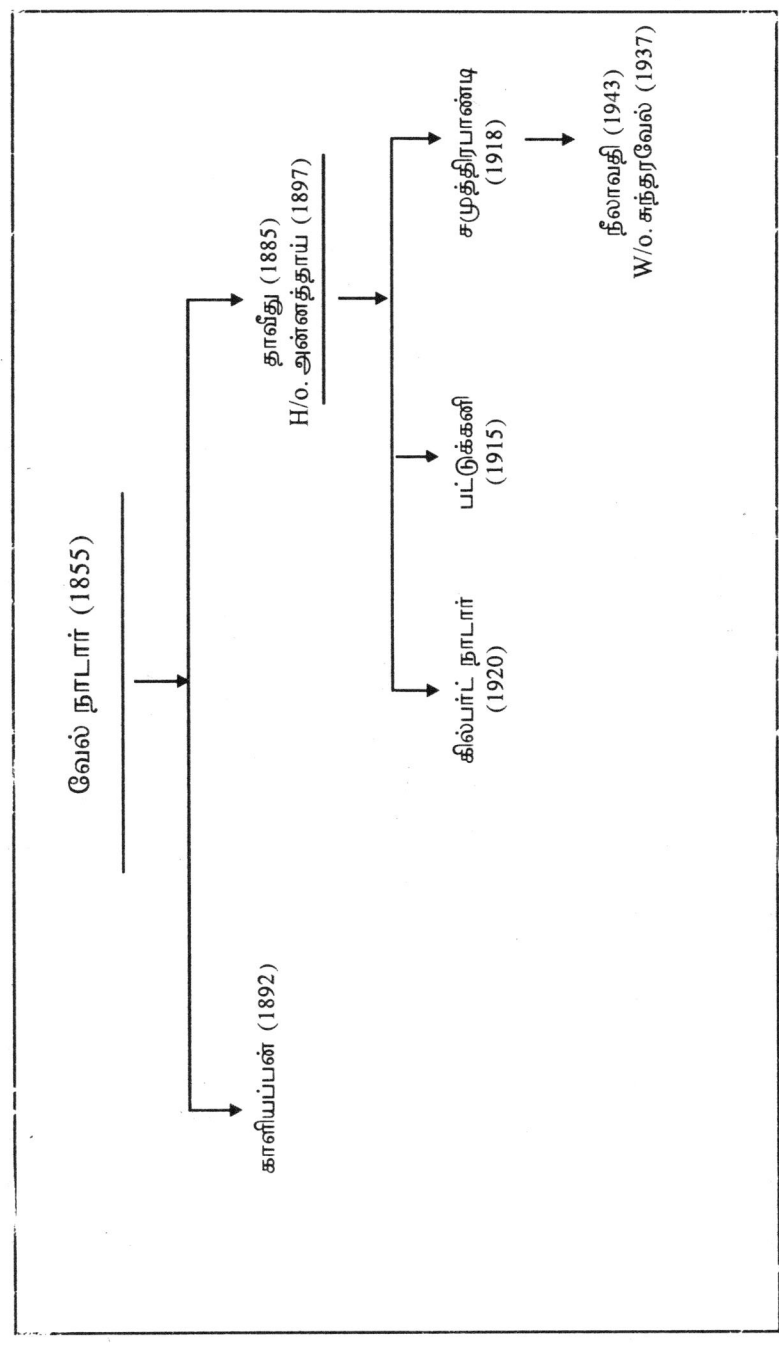

பால்பாண்டி நாடார் (1895)

கிறிஸ்துராச் (1930)
(குயின் ஏஜென்சி உரிமையாளர்)

மகிமை ராச்
(1938)

செவத்தையாபுரம் பூவலிங்கம் நாடார் (1890)

முத்துப் பாண்டி (1925)
H/o. ஆரோக்கிய மேரி (1930)

ரேவதி (நாடார்)
W/o. ரேனால்டு (பரதவர்)

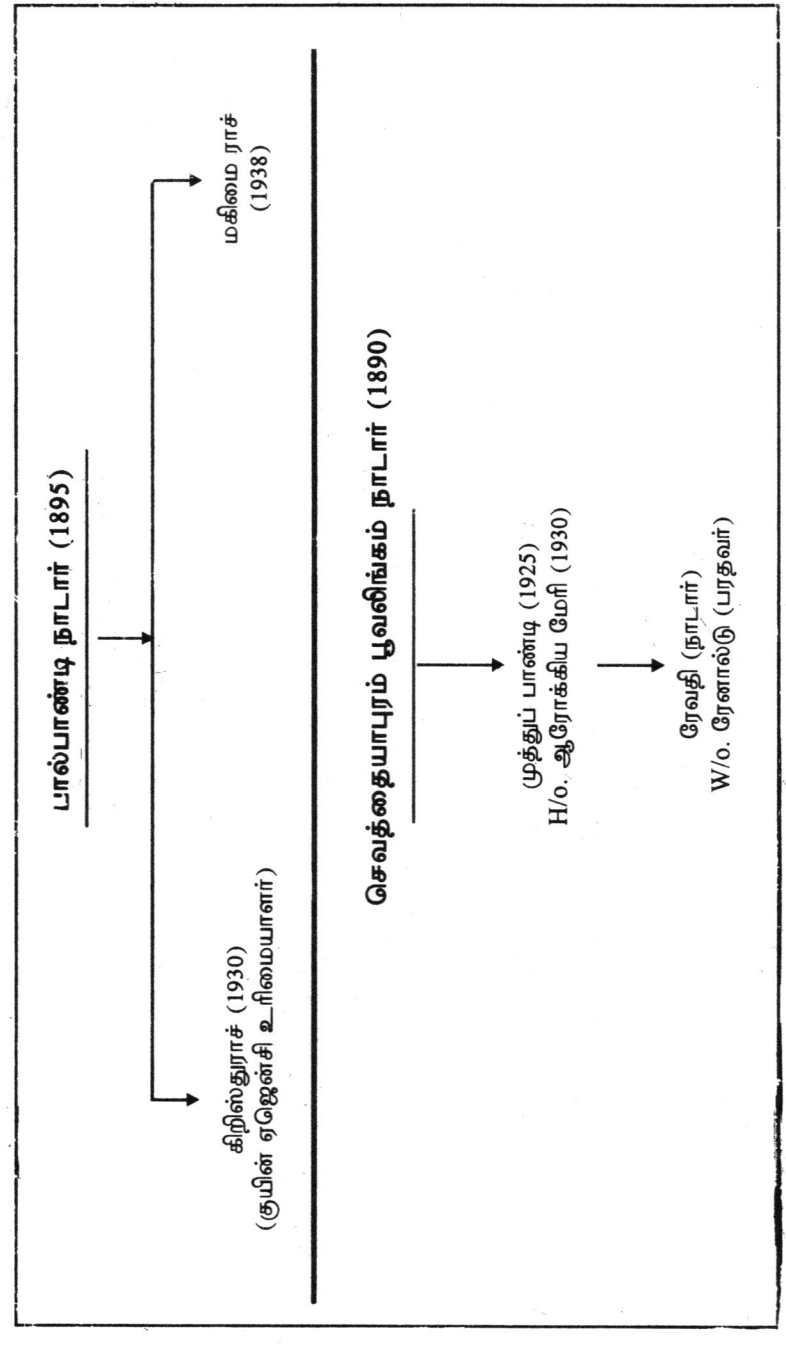